TỪ ĐIỂN
THÀNH NGỮ
ANH VIỆT

TỪ ĐIỂN THÀNH NGỮ ANH VIỆT
ENGLISH VIETNAMESE IDIOMS
DICTIONARY
NGUYỄN MINH TIẾN
Biên soạn

Bản quyền tác phẩm thuộc về tác giả và Nhà xuất bản Liên Phật Hội.

Copyright © 2019 by Nguyen Minh Tien
ISBN-13: 978-1-9783-3306-2
ISBN-10: 1978333064
United Buddhist Publisher (UBF)
9831 Cheshire Ave. Westminster, CA 92683, USA
© All rights reserved. No part of this book may be reproduced by any means without prior written permission from the publisher.

NGUYỄN MINH TIẾN
Biên soạn

TỪ ĐIỂN THÀNH NGỮ ANH VIỆT

ENGLISH VIETNAMESE IDIOMS
DICTIONARY

TÁI BẢN CÓ CHỈNH SỬA VÀ BỔ SUNG
CẬP NHẬT NHIỀU MỤC TỪ MỚI

NHÀ XUẤT BẢN LIÊN PHẬT HỘI
UNITED BUDDHIST PUBLISHER

LỜI NHÀ XUẤT BẢN

Quyển từ điển này được ra đời từ hơn mười năm qua và đã nhận được nhiều phản hồi tích cực từ bạn đọc. Nhằm đáp ứng nhu cầu học tập và sử dụng tiếng Anh ngày càng cao ở nước ta, khi tiếng Anh không còn là thứ ngôn ngữ chỉ dùng hạn chế với người Anh Mỹ mà trở thành công cụ giao tiếp quốc tế vô cùng hiệu quả, chúng tôi quyết định cho tái bản từ điển này với nhiều điểm cập nhật chỉnh sửa.

Một quyển từ điển thành ngữ đáng tin cậy để tham khảo khi sử dụng tiếng Anh là điều rất cần thiết, nhất là đối với những ai có nhu cầu thường xuyên sử dụng tiếng Anh trong giao tiếp, bởi vì chúng ta sẽ rất thường gặp phải những thành ngữ khác nhau mà ý nghĩa của chúng không dễ gì có thể đoán hiểu được.

Với nguồn tư liệu phong phú, quyển từ điển này đã tập trung được nhiều thành ngữ thông dụng của người Anh-Mỹ, cùng với cách giải thích rõ ràng và kèm theo rất nhiều ví dụ minh họa. Trong lần tái bản này, soạn giả đặc biệt bổ sung, cập nhật rất nhiều mục từ cũng như thêm vào nhiều ví dụ minh họa phù hợp với những thay đổi chuyển biến trong ngôn ngữ, nhằm mang đến cho người dùng một quyển từ điển hiện đại và có độ tin cậy cao.

Mặc dù đã được biên soạn một cách công phu và duyệt sửa thận trọng trước khi in, chúng tôi e rằng vẫn không thể tránh khỏi ít nhiều sai sót. NXB xin trân trọng đón nhận mọi sự đóng góp ý kiến xây dựng từ quý vị độc giả để tiếp tục hoàn thiện hơn nữa cho công trình này.

NXB LIÊN PHẬT HỘI

LỜI NÓI ĐẦU

Quyển từ điển được biên soạn và xuất bản từ năm 2004, nghĩa là đã hơn mười năm qua. Trong suốt thời gian đó, chúng tôi nhận được rất nhiều những phản hồi từ độc giả, và nguồn thông tin tra khảo dựa trên từ điển này cũng được chúng tôi cung cấp miễn phí cho các em sinh viên, học sinh cũng như quý độc giả có nhu cầu sử dụng tại website www.rongmotamhon.net.

Mười năm là một quãng thời gian không dài lắm nhưng cũng tạm đủ để khẳng định sự hữu ích và giá trị thực tiễn của quyển từ điển này. Tất cả các bản in đều đã bán hết, không thể tìm thấy ở tất cả các hiệu sách hiện nay, và bản cuối cùng lưu giữ của soạn giả cũng đành phải gửi qua đường bưu điện cho một em sinh viên Đại học khi em bày tỏ nguyện vọng tha thiết muốn có được quyển từ điển này.

Nhiều ý kiến đóng góp đã được chúng tôi ghi nhận trong suốt thời gian qua, cùng với một số thay đổi không thể tránh khỏi trong tiếng Anh hiện đại với sự phát triển tràn lan của mạng Internet, đó là một số trong những nguyên nhân thúc đẩy chúng tôi tiếp tục bổ sung, cập nhật và tái bản quyển từ điển này. Mặc dù vậy, chúng tôi vẫn trung thành với cách biên soạn trước đây, theo đúng phương châm "đầy đủ, rõ ràng dễ hiểu và dễ sử dụng". Trên căn bản đó, độc giả quen thuộc sẽ nhận thấy tất cả những ưu điểm của lần xuất bản trước đây đều được chúng tôi cố gắng giữ nguyên, chỉ bổ sung thêm vào nội dung một số mục từ mới cũng như các ví dụ minh họa được cập nhật gần gũi hơn với tiếng Anh hiện đại.

Về phương thức biên soạn, chúng tôi xin được nhắc lại đôi nét về những tiêu chí vừa nêu ra như trên, nghĩa là "đầy đủ, rõ ràng dễ hiểu và dễ sử dụng".

Trước hết là yêu cầu "đầy đủ". Thật ra, đây là một yêu cầu không bao giờ có thể đạt đến, bởi số lượng các thành ngữ trong tiếng Anh-Mỹ nhiều đến mức không dễ gì thu thập được hết. Vì thế, yêu cầu này trên thực tế phải được hiểu là "càng nhiều càng tốt". Tuy nhiên, chúng tôi hoàn toàn để mở khả năng sẽ tiếp tục thu thập nhằm bổ sung khi có điều kiện.

Theo tiêu chí này, chúng tôi mạnh dạn sử dụng tổng hợp nhiều nguồn tư liệu của cả người Anh lẫn người Mỹ. Vì thế, trong từ điển này có những thành ngữ của người Anh và cả những thành ngữ đặc trưng chỉ thấy trong tiếng Anh của người Mỹ. Về mặt học thuật, đây có thể là một điều không nên, nhưng với nhu cầu thực tế của người sử dụng thì việc phân biệt thành ngữ của người Anh hay người Mỹ dường như không cần thiết lắm. Nhất là trong điều kiện hiện nay, khi mà tiếng Anh đang thực sự được sử dụng trong giao tiếp quốc tế bởi các dân tộc khác nhiều hơn là bởi người Anh hoặc người Mỹ.

Trong số những nguồn tư liệu đã được dùng, có thể kể ra ở đây vài nguồn tiêu biểu nhất là Oxford Idioms Dictionary của trường Đại học Oxford,

London (Anh); Macmillan English Dictionary (Anh); Longman American Idioms Dictionary (Mỹ) và NTC's American Idioms Dictionary (Mỹ). Trong lần tái bản này, chúng tôi đặc biệt bổ sung thêm nhiều mục từ dựa trên phiên bản online của các từ điển trên. Ngoài ra, ở những mục nào cần bổ sung hoặc làm rõ nghĩa thêm cho các thành ngữ được thu thập, chúng tôi cũng so sánh đối chiếu với nhiều nguồn tư liệu khác trong phạm vi có thể, kể cả việc tham khảo ý kiến của những bạn bè người Anh, Mỹ. Với cách làm này, hy vọng rằng quyển từ điển sẽ cung cấp cho người sử dụng được một số lượng thành ngữ nhiều nhất.

Mặt khác, quyển từ điển này không chỉ thu thập các thành ngữ không thôi, mà còn có cả các đặc ngữ khác như một số tục ngữ và động từ cụm.

Về mặt học thuật, thành ngữ (idioms), tục ngữ (proverbs) và động từ cụm (phrase verbs) là các khái niệm khác nhau cần phải phân biệt.

Thành ngữ (idioms) là những cấu trúc có nghĩa theo quy ước, thường có ý nghĩa khác với của những từ cấu tạo nên nó, như "beat the bushes" với nghĩa là "cố gắng hết sức để đạt được điều gì", không hề giống với nghĩa của "beat" (đánh, đập...) và "bushes" (bụi cây); còn "beat around the bush" lại có nghĩa hoàn toàn khác là "nói quanh co, không đề cập thẳng vào vấn đề...". Trong cả hai trường hợp này, thật khó mà hiểu được ý nghĩa của các thành ngữ nếu chỉ dựa vào nghĩa của các từ trong đó.

Tục ngữ (proverbs) lại là những câu hoàn chỉnh biểu đạt một ý nghĩa nào đó, nhưng khi sử dụng lại hàm chứa một ý nghĩa khác có liên quan đến thực tế. Ví dụ như: "A bird in the hand is worth two in the bush." Câu này có nghĩa là: "Một con chim trong tay đáng giá hai con chim trong bụi." Nhưng người nói hoàn toàn không ám chỉ đến chim chuột gì ở đây cả. Ý nghĩa của câu tục ngữ này được sử dụng khi người nói hàm ý là: "Có ít trong tay còn hơn những gì hứa hẹn, chưa chắc chắn." Tuy vậy, chúng ta có thể thấy rõ được ý nghĩa ví von so sánh giữa nghĩa đen và nghĩa bóng của một thành ngữ.

Động từ cụm (phrase verbs) lại là một cấu trúc ngôn ngữ khác. Đó là sự kết hợp động từ với một từ khác. Sự kết hợp này đôi khi mang lại một ý nghĩa khác với nghĩa vốn có của động từ, như "ask after" với nghĩa "hỏi thăm về sức khỏe, việc làm ăn... của ai", có một nghĩa rộng hơn nhiều so với nghĩa của động từ "ask".

Tuy nhiên, cả ba cấu trúc nói trên đều có một đặc điểm chung là ý nghĩa khó hiểu nếu gặp lần đầu tiên. Bởi vì ý nghĩa của chúng mang tính quy ước trong cộng đồng, nên cách duy nhất để hiểu chúng là phải sử dụng qua. Với người mới học và sử dụng tiếng Anh ở mức độ giao tiếp thông thường, việc phân biệt rạch ròi ba cấu trúc ngôn ngữ này là không cần thiết, nếu không muốn nói là rất khó khăn. Điều quan trọng nhất ở đây là hiểu và sử dụng được chúng một cách đúng nghĩa, không nhầm lẫn. Hơn thế nữa, khi đã sử dụng được một cách nhuần nhuyễn thì việc phân biệt sẽ trở nên rất dễ dàng. Còn khi chưa hiểu được thì một trong ba cấu trúc này đều có thể gây khó khăn cho người sử dụng tiếng Anh.

Xuất phát từ những suy nghĩ đó, chúng tôi đã chọn thu thập cả những câu tục ngữ thường dùng trong giao tiếp của người Anh, Mỹ và những động từ cụm có ý nghĩa tương đối đặc biệt khó hiểu cho người dùng. Tuy nhiên, các thành ngữ vẫn được xem là trọng tâm của quyển sách. Như vậy, hy vọng rằng khi người sử dụng gặp khó khăn với một trong những loại cấu trúc "bí hiểm" này của tiếng Anh, sẽ có thể tìm được câu trả lời thỏa đáng trong quyển từ điển này.

Với tiêu chí thứ hai là "rõ ràng dễ hiểu", chúng tôi chọn cách giải thích các mục từ thay vì chỉ dịch chúng sang tiếng Việt. Vì thế, người sử dụng sẽ có được những thông tin cần thiết liên quan đến cả ý nghĩa và cách dùng của mỗi cấu trúc ngôn ngữ. Chẳng hạn như, thành ngữ "at a snail's pace" được giải thích là "nhấn mạnh về tiến độ thực hiện điều gì là quá chậm, nhất là khi người nói cho rằng có thể làm nhanh hơn". Ở đây, ngoài ý nghĩa cơ bản của thành ngữ là "với tốc độ chậm", những hàm ý của thành ngữ cũng được nói rõ để người dùng có thể hiểu đúng trong văn cảnh cũng như có thể chọn sử dụng thành ngữ này đúng vào những lúc thích hợp.

Tuy nhiên, cũng giống như trong tiếng Việt của chúng ta hoặc trong bất cứ ngôn ngữ nào khác, ý nghĩa của thành ngữ thường rất khó giải thích được đầy đủ, trọn vẹn. Vì thế, tất cả các mục từ trong từ điển này đều có thêm các ví dụ minh họa. Những mục từ có ý nghĩa tương đối đơn giản dễ hiểu sẽ có chừng một hoặc hai câu ví dụ. Nhưng với những mục từ có ý nghĩa phức tạp hoặc có nhiều cách dùng trong những ngữ cảnh khác nhau, chúng tôi sẽ cố gắng biên soạn rất nhiều ví dụ đa dạng nhằm thể hiện được thật rõ nét ý nghĩa và cách dùng của mỗi thành ngữ.

Với tiêu chí thứ ba là "dễ sử dụng", chúng tôi đặt trọng tâm vào việc sắp xếp và trình bày các mục từ sao cho người sử dụng có thể tra cứu một cách dễ dàng, nhanh chóng nhất. Từ trước đến nay, hầu hết các từ điển thành ngữ đều được sắp xếp dựa theo những "key word" (từ khóa) trong mỗi thành ngữ. Điều này không mấy khó khăn đối với người đã thông thạo Anh ngữ vì có thể dễ dàng nhận ra các "từ khóa" này. Tuy nhiên, với những ai còn xa lạ với tiếng Anh, việc tra khảo theo cách sắp xếp này sẽ trở nên khó khăn, phức tạp. Hơn thế nữa, nhiều thành ngữ có các biến dạng khác nhau, hoặc có thể được người sử dụng biến đổi đôi chút theo ngữ cảnh. Những trường hợp này gây khó khăn cho người sử dụng trong việc nhận biết được thành ngữ mà mình đang tìm nằm ở nơi nào trong từ điển. Chẳng hạn, thành ngữ "be all dressed up and nowhere to go" có thể có dạng tương đương của nó là "be all dressed up with no place to go", và khi sử dụng thì "be" được biến dạng theo ngữ cảnh nên có thể là is, are, was, were, has been, had been, have been ... Trong từ điển này, người dùng có thể chọn bất cứ từ nào trong thành ngữ để tra khảo. Vì các mục từ được sắp xếp theo thứ tự bảng chữ cái, nên nếu từ được chọn là "be", người dùng sẽ gặp đúng ngay thành ngữ này ở mục từ "be all dressed up and nowhere to go". Trong trường hợp không tìm được các biến dạng của "be", người dùng có thể tra một trong tất cả các từ còn lại khác như "all", "dressed"... và sẽ gặp các chỉ dẫn tham chiếu đến mục từ cần tìm, như all → be all dressed up and nowhere to go; hoặc dressed → be all dressed up and nowhere to go ... Nhờ có các chỉ dẫn tham chiếu như vậy, người sử dụng sẽ rất dễ dàng tìm được thành ngữ cần biết, ngay cả khi chỉ nhớ được một phần của thành ngữ mà thôi.

Ngoài ra, cuối từ điển còn có bảng tra cứu nhanh được biên soạn để giúp cho những ai thường xuyên sử dụng từ điển có thể tiết kiệm được tối đa thời gian tra cứu. Chỉ cần lướt qua bảng tra cứu này, người sử dụng sẽ biết ngay thành ngữ mình đang cần tìm có dạng như thế nào trong từ điển, và tra thẳng đến mục từ ấy. Trong ví dụ vừa nêu, khi tìm chữ "dressed" trong mục tra khảo nhanh, người sử dụng sẽ gặp ngay thành ngữ "be all dressed up and nowhere to go", hoặc nếu tìm các chữ khác như "nowhere", "go"... cũng đều sẽ được chỉ dẫn về mục từ chính.

Như đã nói ngay từ đầu, tất cả những nỗ lực của chúng tôi đều cố gắng nhắm đến việc hình thành quyển từ điển sao cho tiện dụng nhất đối với người sử dụng. Tuy nhiên, với những giới hạn nhất định về năng lực và kiến thức, những sai sót ít nhiều hẳn là không sao tránh khỏi. Chúng tôi xin được chân thành đón nhận mọi ý kiến đóng góp xây dựng để từ điển được hoàn thiện hơn.

Soạn giả

NGUYỄN MINH TIẾN

SỬ DỤNG TỪ ĐIỂN

Từ điển này được chia thành hai phần: phần *Chính văn* với tất cả các mục từ và ý nghĩa, cách dùng của chúng, và phần *Tra cứu nhanh* liệt kê các mục từ nhằm giúp người sử dụng có thể nhanh chóng tìm ra thành ngữ cần biết. Cách trình bày các mục từ được giải thích như dưới đây:

① ② ③ ④ ⑤ ⑥ ⑦ ⑧

no bones about it → *make no bones about sth*

no buts (about it) hoặc *no ifs, ands or buts (about it)* (khẩu ngữ) dùng để nhấn mạnh rằng điều đang nói là nghiêm túc, hoặc hoàn toàn, chắc chắn là sự thật ■ *We can't change anything now - no buts about it. So just keep doing what you've been doing.* ● Lúc này chúng ta không thể thay đổi được bất cứ điều gì cả - đúng như thế đấy. Vì vậy hãy tiếp tục những gì mà các bạn đang làm.

① Khi một dạng khác của thành ngữ không phải là mục từ chính trong từ điển, sẽ có một mũi tên (→) chỉ dẫn đến mục từ chính, nơi thành ngữ này được giải thích. Nếu mũi tên nằm ở cuối một mục từ, nó sẽ chỉ dẫn đến một mục từ khác mà ý nghĩa có liên quan cần tham khảo thêm để so sánh, làm rõ hơn.

② Mục từ chính được in đậm và sắp xếp theo thứ tự bảng chữ cái.

③ Phần nằm trong ngoặc đơn là phần tùy chọn của thành ngữ, nghĩa là có thể được cắt bỏ.

④ Dạng khác của thành ngữ, nếu có.

⑤ Sắc thái đặc biệt của thành ngữ cần quan tâm khi sử dụng, nếu có, được ghi trong ngoặc đơn.

⑥ Ý nghĩa của thành ngữ. Trong trường hợp có nhiều nghĩa khác nhau, sẽ được đánh số thứ tự 1., 2., 3., 4., ...

⑦ Ví dụ minh họa ý nghĩa và cách dùng của thành ngữ, được in nghiêng.

⑧ Phần tạm dịch ví dụ minh họa sang tiếng Việt.

SỬ DỤNG BẢNG TRA CỨU NHANH

Khi cần tra cứu một thành ngữ, người dùng có thể tùy ý chọn một trong các từ của thành ngữ để tra nhanh trong *Bảng tra cứu nhanh*. Tất cả các từ trong thành ngữ đều được đưa vào *Bảng tra cứu nhanh*, trừ ra các liên từ như *and, but...* hoặc các giới từ như *in, on, of...* , mặc dù trong một số trường hợp chúng cũng được đưa vào khi giữ vai trò quan trọng trong thành ngữ.

Nhờ *Bảng tra cứu nhanh*, người dùng sẽ biết được chính xác thành ngữ mình cần tìm có dạng như thế nào trong từ điển để có thể tìm ngay đến mục từ đó.

Ví dụ, tra nhanh ở từ FLOAT, người dùng sẽ thấy các thành ngữ liên quan của từ này như: □ walking on air □ what floats one's boat, đồng thời, các thành ngữ có dạng khác liên quan đến FLOAT cũng sẽ được liệt kê ở dạng tham chiếu, như: float with the tide → swim with the tide.

Walking on air có biến dạng khác đi là floating on air, và người dùng có thể tìm được dễ dàng các dạng khác nhau như thế nhờ mối quan hệ được ghi trong bảng tra cứu nhanh.

CÁC CHỮ VIẾT TẮT

Từ điển này hạn chế tối đa số lượng chữ viết tắt, vì thế các sắc thái nghĩa của từ hoặc cách dùng đều được trình bày rõ trong ngoặc đơn. Tuy nhiên, hai dạng viết tắt thông thường sau đây được sử dụng trong các mục từ để rút ngắn độ dài của chúng:

sb = *somebody, someone*

sth = *something*

Ngoài ra, dấu ■ sẽ dùng trước một câu ví dụ tiếng Anh, dấu ● được dùng trước câu dịch sang tiếng Việt, và dấu ❖ được dùng khi có sự giải thích thêm về cách dùng.

○ ○ ○

Việc đơn giản hóa cách trình bày cũng như việc thêm vào bảng tra cứu nhanh đều là nhắm đến ý nghĩa thực dụng đối với người sử dụng, và hy vọng sẽ giúp cho việc dùng từ điển được dễ dàng, hiệu quả hơn. Trong quá trình sử dụng thực tế, chúng tôi rất mong nhận được những ý kiến đóng góp để có thể hoàn thiện hơn trong những lần tái bản về sau.

A → **from A to B**

a big fish in a little pond hoặc *a big fish in a small pond* hoặc *a big fish in a little pool* hoặc *a big fish in a small pool* người có tầm quan trọng hoặc tạo được quyền lực, ảnh hưởng chỉ trong một môi trường nhỏ hẹp, thường là vì không có mấy ai cạnh tranh ■ *I don't want to be a big fish in a little pond - I'd rather run against the world champion and finish fifth or sixth in the race.* ● Tôi không muốn chỉ thành công trong một môi trường nhỏ bé mà thôi - tôi thà dự tranh vô địch thế giới mà về hạng năm hay hạng sáu còn hơn. ■ *As the manager of a local company, he enjoys being a big fish in a small pond.* ● Là giám đốc một công ty địa phương, ông ấy hưởng lợi thế thành công trong môi trường rất ít sự cạnh tranh. ■ *Steve has both a Ph.D. and an M.D., yet he's content with his practice at a rural hospital; he prefers to be a big fish in a little pond.* ● Steve có cả bằng tiến sĩ và bác sĩ, nhưng anh ta hài lòng với việc hành nghề ở một bệnh viện vùng nông thôn. Anh ta thích được thành công dễ hơn trong một môi trường nhỏ bé ít cạnh tranh. ❖ Cũng thường dùng *big fish* hoặc *small fish* để mô tả tầm quan trọng hoặc ảnh hưởng của một người ■ *The skills that made Scholfield a big fish in retailing helped him succeed as the club's manager.* ● Những kỹ năng đã giúp Scholfield có nhiều ảnh hưởng trong việc bán lẻ cũng giúp anh ta thành công trong vai trò người quản lý của câu lạc bộ. ❖ Một biến dạng của thành ngữ này là câu tục ngữ: *"Better a big fish in a little puddle than a little fish in a big puddle."* ● Làm cá lớn trong vũng nhỏ vẫn tốt hơn là cá nhỏ trong vũng lớn.

a big fish in a little pool → **a big fish in a little pond**

a big fish in a small pond → **a big fish in a little pond**

a bird in the hand is worth two in the bush có ít trong tay còn hơn những gì hứa hẹn, chưa chắc chắn ■ *Bill has offered to buy my car for $4,000. Some else might pay more, but a bird in the hand is worth two in the bush.* ● Bill đề nghị mua xe hơi của tôi với giá 400 đô-la. Người khác có thể trả cao hơn, nhưng có ít mà chắc chắn còn hơn là chờ đợi. ■ *I might be able to find a better price, but a bird in the hand is worth two in the bush.* ● Tôi có thể tìm một giá tốt hơn nữa, nhưng nắm chắc trong tay rồi thì vẫn hơn. ■ *It's not the greatest job, but a bird in the hand is worth two in the bush.* ● Đó không phải là công việc tốt nhất, nhưng nắm chắc được trong tay vẫn hơn là chờ đợi.

a bit một khối lượng nhỏ hoặc một quãng thời gian rất ngắn ■ *Here's a bit of wrapping paper.* ● Đây là một ít giấy bao gói. ■ *This will be ready in a bit.* ● Chuyện này sẽ sẵn sàng trong chốc lát nữa. ■ *Just wait a bit.* ● Chỉ đợi một chút nữa thôi. ❖ Cũng dùng như trạng từ ■ *It stings a bit.* ● Hơi đau một chút. ■ *Will you have a bit more to eat?* ● Anh có lấy thêm đôi chút để ăn không?

a bit much nói về điều gì không được công bằng hoặc vô lý ■ *It's a bit much calling me at three in the morning.*

a bottomless pit

● Gọi cho tôi vào lúc ba giờ sáng thật là không công bằng. ■ *The noise from next door is getting a bit much.* ● Tiếng ồn bên hàng xóm đang dần trở nên không chịu được nữa. (không còn ở mức hợp lý) ■ *Pay our own travel costs? That's a bit much, don't you think?* ● Tự chi trả những chi phí đi lại của chúng tôi ư? Điều đó thật không hợp lý, anh không nghĩ thế sao? ■ *I think it's a bit much to expect anyone to play three tennis matches in one day.* ● Tôi nghĩ thật vô lý khi mong đợi bất kỳ ai chơi đến 3 trận bóng bàn trong một ngày. ■ *Bill went at four in the morning and had to wait four hours to get in, but that was just a bit too much for me.* ● Bill đi từ lúc 4 giờ sáng và phải chờ đợi bốn giờ đồng hồ để đến nơi, nhưng như thế đối với tôi quả thật là quá sức vô lý.

a bottomless pit sự vật hay tình huống có vẻ như không có giới hạn hoặc không bao giờ chấm dứt ■ *There isn't a bottomless pit of money for public spending.* ● Không có một nguồn tiền bạc bất tận cho việc chi tiêu công ích. ■ *She knew the bottomless pit of his sorrow when she left.* ● Cô ta đã biết được nỗi đau đớn khôn cùng của anh ấy khi cô ra đi. ■ *It's a poor country with a bottomless pit of debt.* ● Đó là một đất nước nghèo với nợ nần không bao giờ dứt. ■ *Seb'll eat any food that's left over. He's a bottomless pit!* ● Seb sẽ ăn hết bất kỳ phần thức ăn nào còn thừa lại. Anh ta là cái thùng không đáy! ■ *We'll be pouring money into a bottomless pit if we try to keep that factory open.* ● Chúng ta sẽ đổ tiền vào cái hố không đáy nếu như cố duy trì hoạt động của nhà máy đó.

a brick short of a load → **sandwich short of a picnic**

a bumpy ride → **a rough ride**

a chapter of accidents một loạt liên tiếp những sự việc không may, rủi ro ■ *The whole affair has been a chapter of accidents from start to finish.* ● Toàn bộ vụ việc toàn là những chuyện không may nối tiếp nhau từ khởi đầu cho đến kết thúc. ■ *The whole trip was a chapter of accidents.* ● Toàn bộ chuyến đi là một chuỗi liên tục những rủi ro.

a chill runs down one's spine cảm giác rùng mình, ớn lạnh vì một điều gì gây sợ hãi hoặc xúc động mạnh ■ *A cold chill ran down Mary's spine when she saw the place where the children were last seen alive.* ● Một cảm giác ớn lạnh chạy dọc theo sống lưng Mary lúc cô nhìn thấy nơi bọn trẻ lần cuối cùng được thấy khi còn sống. ■ *A chill ran down my spine when I heard his voice.* ● Tôi rùng mình sợ hãi khi nghe giọng nói của ông ta.

a clean bill of health 1. (về người) chính thức xác nhận tình trạng sức khỏe tốt ■ *Doctors gave him a clean bill of health after a series of tests and examinations.* ● Các bác sĩ chính thức chứng nhận sức khỏe anh ta tốt sau một loạt các kiểm tra và xét nghiệm. 2. chính thức xác nhận một tổ chức hay sự vật nào đó đang trong điều kiện hoạt động tốt ■ *The building was given a clean bill of health.* ● Tòa nhà được chính thức xác nhận là đang trong điều kiện sử dụng tốt. ■ *Analysts have given that restructured company a clean bill of health.* ● Các nhà phân tích đã chính thức xác nhận là công ty tái thiết ấy đang trong điều kiện hoạt động tốt. ■ *The governor gives the program a clean bill of health.* ● Ông thống đốc chính thức xác nhận chương trình ấy đang hoạt động tốt.

a clean break sự chấm dứt hoàn toàn một mối quan hệ hay tình trạng cũ, để có thể khởi sự lại mà không bị ảnh hưởng gì bởi những việc đã qua ■ *I heard that his wife left him and he wanted to make a clean break anyway, that's the reason he gave for quitting the job.* ● Tôi nghe nói rằng vợ anh ta đã bỏ đi, và dù sao anh ta cũng muốn đoạn tuyệt dứt khoát mọi thứ. Đó là lý do anh ta đưa ra để nghỉ việc. ■ *She wanted to make a clean break with the past.* ● Cô ta muốn đoạn tuyệt hoàn toàn với quá khứ. ■ *After the divorce, I decided to make a clean break and moved to a new town.* ● Sau vụ ly hôn, tôi quyết định cắt đứt tất cả và dời đến ở một thành phố mới. ■ *The Japanese are planning a clean break from the old television technologies.* ● Người Nhật đang có kế hoạch từ bỏ hoàn toàn những công nghệ tivi cũ.

a couple sandwiches short of a picnic → **sandwich short of a picnic**

a cut above (the rest) tốt hơn, vượt trội hơn những người hay vật khác trong cùng nhóm ■ *His newest movie is a cut above the recent thrillers, but not as good as some of his earlier work.* ● Bộ phim mới nhất của ông ta vượt hơn những bộ phim có tính cách gay cấn dạo gần đây, nhưng không được hay bằng một số phim khác trước đây của ông ấy. ■ *His latest novel is a cut above the rest.* ● Cuốn tiểu thuyết gần đây nhất của ông ta vượt trội hơn tất cả. ■ *This dark chocolate contains 70% cocoa solids. It's a cut above ordinary chocolate.* ● Loại sô-cô-la đen sậm này chứa đến 70% ca-cao trong khối lượng. Nó tốt hơn hẳn so với loại sô-cô-la thông thường. ■ *Our new luxury apartments are a cut above the rest.* ● Những căn hộ sang trọng của chúng tôi tốt hơn hẳn những căn hộ khác. ■ *She thinks she's a cut above her neighbours.* ● Cô ấy nghĩ rằng mình hơn xa những người láng giềng.

a different kettle of fish → **another kettle of fish**

a fact of life → **the facts of life**

a fair shake sự đối xử công bằng với ai ■ *Clark feels that the media hasn't given him a fair shake since he started this campaign.* ● Clark cảm thấy là giới truyền thông đã không đối xử công bằng với anh ta từ khi anh khởi đầu chiến dịch này. ■ *We don't want any sympathy from the jury. We want a fair shake.* ● Chúng tôi không cần bất cứ sự cảm thông nào của bồi thẩm đoàn. Chúng tôi cần sự đối xử công bằng. ■ *Are minority students getting a fair shake at college?* ● Các sinh viên dân tộc thiểu số có được đối xử công bằng ở trường không? ■ *They want a lawyer who will make sure they get a fair shake in the courts.* ● Họ cần một luật sư có thể đảm bảo cho họ được đối xử công bằng trước tòa.

a fat lot of good hoặc *a fat lot of use* hoặc *a fat lot of help* (khẩu ngữ) dùng để nhấn mạnh rằng người hay vật nào đó là hoàn toàn vô dụng ■ *"I'm going to stop paying my rent as a protest." "Fat lot of good that'll do you - he'll throw you out."* ● "Tôi sẽ không trả tiền thuê như một cách phản đối." "Chuyện đó chẳng ích gì - ông ta sẽ ném anh ra ngoài ngay." ■ *Paul can't drive so he was a fat lot of use when I broke my arm.* ● Paul không biết lái xe, vì thế anh ta chẳng giúp được gì khi tôi bị gãy tay. ■ *A fat lot of help she'll be!* ● Cô ấy sẽ chẳng giúp được tích sự gì! ■ *She can't lift anything heavy, so she's a fat lot of use!* ● Cô ấy không thể nhấc bất kỳ vật nặng nào, vì thế cô ấy chẳng giúp được gì. ■ *A fat lot of good that'll do you!* ● Anh sẽ chẳng làm được gì cả! ■ *He is working hard to fix the problem, but a fat lot of good it will do him without the proper tools.* ● Anh ta đang làm việc tích cực để giải quyết vấn đề rắc rối, nhưng anh ta sẽ chẳng làm được gì nếu không có những công cụ thích hợp.

a fat lot of help → **a fat lot of good**

a fat lot of use → **a fat lot of good**

a few 1. một số ít, một vài ■ *The dry weather killed most of Mother's flowers, but a few were left.* ● Thời tiết khô hạn đã làm chết phần lớn hoa của mẹ, nhưng vẫn còn lại một ít. ■ *We thought no one would come to lunch, but a few came.* ● Chúng tôi tưởng là sẽ không ai đến ăn trưa, nhưng có vài ba người đã đến. 2. dùng với *only* để nhấn mạnh ý nghĩa phủ định ■ *We thought many people would come to lunch, but only a few came.* ● Chúng tôi tưởng là sẽ có nhiều người đến ăn trưa, nhưng chỉ có vài người đến. ❖ Có thể dùng như một trạng từ ■ *Three students have no seats; we need a few more chairs.* ● Ba em học sinh không có chỗ ngồi, chúng ta cần thêm một ít ghế nữa. ❖ Chú ý sự khác biệt giữa *a few* với *few*, vì cách dùng *few* hàm ý phủ định hơn là chỉ số ít ■ *The party began at eight, and few attended.* ● Bữa tiệc bắt đầu lúc 8 giờ và chẳng mấy ai tham dự. (Quá ít, gần như không có ai.) ■ *The party was to end at eight but a few stayed on.* ● Bữa tiệc lẽ ra chấm dứt lúc 8 giờ nhưng một số người còn ở lại. (Chỉ một số ít người ở lại.)

a few sandwiches short of a picnic → **sandwich short of a picnic**

a fine kettle of fish hoặc **a pretty kettle of fish** tình huống gây ra rắc rối, khó giải quyết ■ *This is a fine kettle of fish! I don't have a date all year, and now I have two on the same night!* ● Đây đúng là một tình huống rắc rối. Cả năm tôi chẳng có lấy một cuộc hẹn, và bây giờ là 2 cuộc hẹn trong cùng một đêm! ■ *Gurnley usually managed to worm his way out of trouble, but this time he found himself in a fine kettle of fish.* ● Gurnley vẫn thường xoay xở tìm được cách thoát ra khỏi rắc rối, nhưng lần này anh ta thấy mình đã rơi vào một tình huống khó giải quyết. ■ *This is a fine kettle of fish. My husband is not here to meet me at the train station, and there's no phone here for me to call him.* ● Đây quả là một tình huống khó giải quyết. Chồng tôi không đến đón tôi ở ga xe lửa, và ở đây cũng không có điện thoại để tôi gọi cho anh ấy. ■ *"Oh, no! I've burned the roast. We don't have anything to serve our guests as a main dish." "But they'll be here any minute! This is a fine kettle of fish."* ● "Ồ không, tôi đã làm cháy khét món thịt nướng rồi. Chúng ta không có gì để làm món chính đãi khách cả!" "Nhưng họ sẽ đến đây bất cứ lúc nào! Đây quả thật là một tình huống khó giải quyết."

a fool and his money are soon parted dùng khi muốn nói là ai đó đang tiêu phí tiền bạc một cách ngu xuẩn, vô ích, không suy xét, chẳng hạn như mua sắm những thứ không cần thiết hoặc với giá quá đắt - đồng tiền thằng ngốc mấy chốc đã bay ■ *When Bill lost a $400 bet on a horse race, Mary said "A fool and his money are soon parted."* ● Khi Bill thua mất 400 đô-la vì cá ngựa, Mary nói: "Đồng tiền thằng ngốc mấy chốc đã bay." ■ *When John bought a cheap used car that fell apart the next day, he said: "Oh, well, a fool and his money are soon parted."* • Khi John mua một chiếc xe hơi cũ và chỉ ngày sau nó đã rã tung ra, anh ta nói: "Ứ hừ, quả thật là dùng tiền không suy xét." ■ *It's Christmas time again, and I'm busy buying presents that no one needs. A fool and his money are soon parted.* • Lại đến mùa Giáng sinh rồi, và tôi bận rộn mua sắm những món quà chẳng ai cần đến. Quả thật là phí tiền không suy tính. ■ *Go ahead and buy a diamond collar for your dog if you really want to. A fool and his money are soon parted.* • Cứ đi mà mua một cái vòng cổ bằng kim cương cho con chó của anh, nếu anh thực sự muốn thế. Tiền thằng ngốc mấy chốc sẽ bay thôi! ■ *Bill sends a check to every organization that asks him for money. A fool and his money are soon parted.* • Bill gửi ngân phiếu đến cho tất cả những tổ chức đã vận động tiền của anh. Quả thật là dùng tiền không cân nhắc.

a friend in need is a friend indeed một người bạn ra tay giúp đỡ bạn bè khi khó khăn mới thật sự là bạn tốt - lúc khốn khó mới rõ bạn bè ■ *When Bill helped me with geometry, I really learned the meaning of "A friend in need is a friend indeed".* • Khi Bill giúp tôi học môn hình học, tôi mới thực sự hiểu ý nghĩa câu "Lúc khốn khó mới rõ bạn bè". ■ *"A friend in need is a friend indeed" sounds silly until you need someone very badly.* • "Lúc khốn khó mới rõ bạn bè", khi bạn chưa thật sự rất cần đến ai đó thì câu này nghe có vẻ như buồn cười. ■ *When John's house burned down, his neighbor Jim helped him and his family* with shelter, food, and clothing. John said, "Jim, a friend in need is a friend indeed - this describes you." • Khi căn nhà của John bị cháy rụi, anh bạn hàng xóm là Jim đã giúp đỡ nơi ăn chốn ở cũng như quần áo cho gia đình anh. John nói: "Này Jim, người ta nói 'lúc khốn khó mới rõ bạn bè', câu này quả thật nói về anh đấy."

a ghost of one's former self → **a shadow of one's former self**

a good few → **quite a few**

a good few một số không nhiều lắm ■ *There are still a good few empty seats.* • Vẫn còn chừng dăm ba ghế trống. ■ *Except that I had been in the house for a good few minutes longer than they had.* • Trừ ra một điều là tôi đã ở trong nhà lâu hơn bọn họ vài ba phút. ■ *We'd been asleep a good few hours when I woke up.* • Khi tôi thức dậy thì chúng tôi đã ngủ được vài ba giờ rồi. ■ *We all get on great now - we had a good few months to get to know each other.* • Bây giờ chúng tôi đã rất hiểu nhau - chúng tôi đã có vài ba tháng tìm hiểu lẫn nhau rồi.

a hard act to follow hoặc *a tough act to follow* thành công vượt bực hoặc tốt đẹp đến mức về sau khó ai theo kịp. ■ *The department owes a lot of Amanda for her years of leadership - she's a hard act to follow.* • Cơ quan rất biết ơn Amanda về những năm lãnh đạo của bà - bà là một tấm gương tốt về sau khó có ai theo kịp. ■ *His presidency was very successful - it'll be a hard act to follow.* • Nhiệm kỳ tổng thống của ông ấy rất thành công - đó sẽ là một chuẩn mực khó có ai theo kịp. ■ *It was not easy being the second President of the United States; George Washington was a*

a hell of a

hard act to follow. • Không phải dễ trở thành vị Tổng thống thứ hai của Hoa Kỳ; George Washington là một chuẩn mực rất khó cho người sau theo kịp. ■ *Stephenson can be justifiably proud of his achievements over the last three seasons and John has a hard act to follow.* • Stephenson có thể tự hào chính đáng về những thành quả của anh trong 3 mùa giải vừa qua, và John rất khó mà theo kịp.

a hell of a hoặc *one hell of a* cực kỳ khác thường, rất, hết sức ■ *He made a hell of a shot during the basketball game.* • Trong suốt trận đấu bóng rổ, anh ấy ghi cả một cơn mưa bàn thắng. ■ *Max said seven months was a hell of a time to have to wait for a simple visa.* • Max nói rằng 7 tháng là một quãng thời gian chờ đợi quá lâu đối với việc thị thực đơn giản trong hộ chiếu. ■ *The car cost a hell of a lot of money.* • Chiếc xe hơi đó quá đắt tiền. ■ *It will take time and effort and money too, though a hell of a lot less than buying one legally.* • Cũng vẫn phải mất thời gian, công sức và tiền bạc, nhưng sẽ ít hơn rất nhiều so với mua một cái hợp pháp. ■ *I am by no means a businessman, but I'm pretty sure you need one hell of a lot of money to open a station.* • Tôi hoàn toàn không phải một doanh nhân, nhưng tôi dám chắc rằng anh phải cần đến rất nhiều tiền để mở một trạm xăng. ■ *It doesn't seem like it now, but it was a hell of a lot of money back then.* • Bây giờ thì không có vẻ giống như thế, nhưng vào thời ấy thì đó là một khoản tiền rất lớn.

a jack of all trades (and master of none) có khả năng làm được nhiều công việc khác nhau, cho dù là không tinh chuyện bất cứ công việc nào trong đó ■ *KNTV was such a small station that Haulman had to become a jack of all trades, working as a reporter, editor, cameraman and even weatherman.* • KNTV là một đài truyền hình nhỏ đến nỗi Haulman phải trở thành người làm được đủ mọi công việc, phóng viên, biên tập, quay phim, và thậm chí cả dự báo thời tiết nữa. ■ *Jack of all trades, master of none, certainly better than a master of one.* • Người chuyện gì cũng làm được nhưng không thông thạo chuyện nào, chắc chắn là tốt hơn người chỉ thông thạo một chuyện duy nhất.

a kick in the ass → a kick in the pants
a kick in the butt → a kick in the pants
a kick in the guts → a kick in the teeth

a kick in the pants hoặc *a kick in the butt* hoặc *a kick in the ass* điều thúc giục người hay sự vật hoạt động tốt hơn, bằng cách chỉ trích, trừng phạt hoặc gây tác động... ■ *Coach Hanson is just what this team needed - someone who could give the players a good kick in the butt.* • Huấn luyện viên Hanson đúng là người mà đội bóng này cần - người có thể giáng cho các cầu thủ những đòn nặng nề làm thức tỉnh họ. ■ *She knows when we need a kick in the butt to get this done right.* • Cô ấy biết chúng tôi cần một cú thúc mạnh để làm tốt mọi việc. ■ *Luckily, you can add memory and give your computer a real kick in the pants without spending a ton of money.* • Thật may mắn là bạn có thể tăng thêm bộ nhớ (RAM) để thúc đẩy máy tính chạy nhanh hơn mà không phải tiêu tốn hàng đống tiền. ■ *A mother took away her son's allowance, which was just the kick in the pants the son needed to start doing his chores.* • Một bà mẹ ngưng không cho con trai tiền ăn vặt, đó chính là sự thúc giục cần có để cậu ta bắt đầu làm những công việc vặt.

a kick in the stomach → **a kick in the teeth**

a kick in the teeth hoặc *a kick in the guts* hoặc *a kick in the stomach* một sự cư xử tồi tệ, bất công, gây nhiều thất vọng ■ *The job losses are a kick in the teeth for the union.* ● Những việc làm bị mất là kết quả bất công và tồi tệ đối với công đoàn. ■ *Noel said his dismissal as coach was a kick in the guts.* ● Noel nói rằng việc sa thải ông ta khỏi cương vị huấn luyện viên là một điều tồi tệ và bất công. ■ *She was refused promotion which was a real kick in the teeth after all the extra work she'd done.* ● Cô ấy bị từ chối không đề bạt, điều này là một cách cư xử tồi tệ và bất công sau tất cả những công việc phụ trội mà cô ấy đã làm.

a king's ransom một số tiền rất lớn ■ *If we were offered a king's ransom, we might consider moving to Medford, but it's definitely our last choice.* ● Nếu chúng tôi được trao cho một số tiền rất lớn, chúng tôi có lẽ sẽ xem xét việc chuyển đến Medford, nhưng chắc chắn đó là chọn lựa cuối cùng của chúng tôi. ■ *I would like to buy a nice watch, but I don't want to pay a king's ransom for it.* ● Tôi muốn mua một cái đồng hồ đeo tay xinh xắn, nhưng tôi không muốn phải trả một số tiền quá lớn. ■ *It's a lovely house. I bet it cost a king's ransom.* ● Đó là một ngôi nhà rất đẹp. Tôi dám cược là nó đáng giá một số tiền rất lớn.

a la theo cách như, giống như là ■ *Billy played ball like a champion today, a la the professional ball players.* ● Hôm nay Bill đã chơi bóng như một nhà vô địch, theo cách như những cầu thủ chuyên nghiệp. ■ *Joe wanted to shoot an apple off my head a la William Tell.* ● Joe muốn bắn văng một quả táo đặt trên đầu tôi, nghĩa là theo cách như nhà thiện xạ William Tell (trong truyền thuyết). ■ *That's a poem à la Ogden Nash.* ● Đó là một bài thơ theo phong cách Ogden Nash.

a leg up lợi thế có được nhờ một sự thuận lợi hay ưu điểm nào đó ■ *The PACE program lets students earn college credit while still in high school, giving them a leg up in their college careers.* ● Chương trình PACE cho phép học sinh có được chứng chỉ các môn học cao đẳng trong khi vẫn còn học ở trung học, mang lại một lợi thế cho các em trong việc theo học các trường cao đẳng. ■ *I have a leg up on Walter when it comes to getting around town, since I have a car.* ● Tôi có lợi thế hơn Walter khi cần phải đi loanh quanh trong thành phố, vì tôi có xe hơi. ■ *I want to practice indoors all winter and get a leg up on Ken, since he thinks he can beat me at tennis.* ● Tôi muốn tập luyện trong nhà suốt mùa đông để có được lợi thế hơn Ken, vì anh ta nghĩ là có thể đánh bại tôi trong môn quần vợt.

a leopard cannot change its spots (thường dùng ở dạng phủ định hoặc nghi vấn, với hàm ý là điều rất khó hoặc không thể được) nói về sự thay đổi những thói xấu, khuyết điểm hoặc quan điểm của ai đó - người chết nết cũ không chừa ■ *I don't think a pessimist can turn into an optimist just like that. Can a leopard change its sports?* ● Tôi không nghĩ là một người bi quan lại có thể trở thành một kẻ lạc quan như thế.

a level playing field

Chỉ sợ là "người chết nết cũ không chừa" đó thôi. ■ *I doubt very much that marriage will change Chris for the better. A leopard doesn't change its spots.* • Tôi rất nghi ngờ việc hôn nhân có thể làm Chris thay đổi tốt hơn. Chỉ sợ "người chết nết cũ không chừa" đó thôi.

a level playing field tình huống mà tất cả các bên liên quan đều có thể cạnh tranh một cách công bằng, vì không ai có lợi thế đặc biệt hơn ai ■ *We have to create a level playing field on which all individuals have the opportunity to participate in the economy, regardless of their race or gender.* • Chúng ta cần phải tạo ra một môi trường bình đẳng trong đó mọi cá nhân đều có cơ hội tham gia vào nền kinh tế, bất kể chủng tộc hoặc giới tính của họ. ■ *If we started off with a level playing field, everyone would have an equal chance.* • Nếu chúng ta khởi đầu với một sân chơi bình đẳng thì mọi người đều sẽ có được cơ hội như nhau. ■ *If the tax systems are different in each European country, how can industries start on a level playing field?* • Nếu các hệ thống tính thuế đều khác nhau ở mỗi quốc gia châu Âu, làm sao các ngành công nghiệp có thể khởi đầu với một môi trường cạnh tranh bình đẳng?

a license to print money tình huống giúp cho ai đó có được lợi thế hơn hẳn người khác, hoặc một lợi thế không công bằng, hoặc một cơ hội để kiếm được rất nhiều tiền mà không cần phải làm nhiều việc ■ *People see music publishing as a license to print money, but actually it can be a risky business.* • Người ta xem việc phát hành âm nhạc như một món bở hái ra khối tiền, nhưng thật ra đây có thể là một ngành kinh doanh nhiều rủi ro. ■ *It seems this company have a license to print money.* • Dường như công ty này đang kiếm tiền rất dễ dàng. ■ *The problem is that the operators see running a bus company as a license to print money rather than an obligation to provide a service.* • Vấn đề rắc rối là ở chỗ các nhà điều hành đã xem việc vận hành một công ty xe buýt như phương tiện để hái ra tiền chứ không xem đó như một nghĩa vụ cung cấp dịch vụ.

a little bird told me (khẩu ngữ) biết được điều gì từ một nguồn tin cần phải giấu tên, phải giữ bí mật ■ *"All right" said Mary, "where did you get that information?" John replied, "A little bird told me."* • Mary nói: "Tốt lắm, anh có được thông tin đó từ đâu vậy?" John đáp: "Tin bí mật đấy." ■ *"How did you know it's my birthday?" "A little bird told me."* • "Làm sao anh biết đó là ngày sinh của tôi?" "Bí mật mà!" ■ *"Who told you that Dean Smith was resigning?" Peter asked. "A little bird told me," Jim answered.* • "Ai nói với anh là Dean Smith từ chức?" Peter hỏi. Jim trả lời: "Không thể cho anh biết được."

a little knowledge is a dangerous thing kiến thức phiến diện, không đầy đủ là điều có hại - biết chẳng đến nơi, đừng coi trời bằng vung ■ *The doctor said, "Just because you've had a course in first aid, you shouldn't have treated your own illness. A little knowledge is a dangerous thing."* • Ông bác sĩ nói: "Anh chỉ mới học qua khóa sơ cứu thôi, không nên dựa vào đó mà tự chữa bệnh cho mình. Kiến thức không đầy đủ là điều có hại đấy." ■ *John thought he knew how to take care of the garden, but he killed all the flowers. A little knowledge is a dangerous thing.* • John tưởng là anh ta đã biết cách làm vườn, nhưng rồi anh

a lot of water has gone under the bridge since

làm chết cả vườn hoa. Hiểu biết không đầy đủ thật là có hại. ■ *John has read a book on driving a car and now he thinks he can drive. A little knowledge is a dangerous thing.* ● John đã đọc xong một quyển sách về lái xe và giờ anh ta nghĩ là mình có thể lái xe. Kiến thức không đầy đủ như thế thật nguy hiểm.

a little một ít, một khối lượng nhỏ (chú ý sự khác biệt giữa *a little* với *little - little* nhấn mạnh ý nghĩa phủ định) ■ *We thought that the paper was all gone, but a little was left.* ● Chúng tôi tưởng là đã hết sạch giấy, nhưng vẫn còn được một ít. ■ *We thought we still had a bag of flour; but little was left.* ● Chúng tôi tưởng là vẫn còn được một bao bột mỳ, nhưng chẳng còn được bao nhiêu cả. (hàm ý phủ định) ■ *Bob was sick yesterday, but he is a little better today.* ● Bob ngã bệnh hôm qua, nhưng hôm nay anh ấy đã khá hơn một chút. (chuyển biến tích cực) ■ *Bob was sick yesterday and he is little better today.* ● Bob ngã bệnh hôm qua và hôm nay chẳng khá hơn được mấy. (hầu như không khá hơn) ■ *We thought we had a whole bag of flour, but only a little was left.* ● Chúng tôi tưởng là có được cả bao bột mì, nhưng chỉ còn lại được chẳng bao nhiêu. (hầu như không còn) ■ *We have used most of the sugar; but a little is left.* ● Chúng tôi đã sử dụng gần hết lượng đường, nhưng vẫn còn được một ít. ■ *The sick girl could not eat anything, but she could drink a very little milk.* ● Bé gái bệnh không ăn được gì cả, nhưng nó có thể uống được một chút rất ít sữa. Đôi khi cũng được dùng như trạng từ ■ *Usually the teacher just watched the dancing class, but sometimes she danced a little to show them how.* ● Thường thì cô giáo chỉ quan sát lớp học khiêu vũ thôi, nhưng thỉnh thoảng cô ấy cũng tham gia nhảy đôi chút để chỉ cho học viên cách nhảy.

a lot going for sb còn rất nhiều lợi thế, những điều tốt đẹp chưa đến ■ *You're young, intelligent, attractive - you have a lot going for you!* ● Em còn trẻ, thông minh, hấp dẫn - em có biết bao điều tốt đẹp đang chờ đợi.

a lot một số lượng hay khối lượng lớn, rất nhiều ■ *I learned a lot in Mr. Smith's class.* ● Tôi đã học được rất nhiều trong lớp học của ông Smith. ■ *A lot of our friends are going to the beach this summer.* ● Rất nhiều bạn bè của chúng tôi sẽ đi chơi ở bãi biển trong mùa hè này. ❖ Dùng như một trạng từ ■ *Ella is a jolly girl; she laughs a lot.* ● Ella là một cô gái vui nhộn, cô ấy cười rất nhiều. ❖ Dùng như một tính từ đi kèm với *more, less* và *fewer* ■ *There was a good crowd at the game today; but a lot more will come next week.* ● Hôm nay có rất đông người ở cuộc chơi, nhưng tuần tới sẽ có nhiều người hơn thế nữa. ❖ Dùng kèm với *whole* để nhấn mạnh ■ *Jerry is a whole lot taller than he was a year ago.* ● Jerry quả thật cao hơn rất nhiều so với một năm trước đây.

a lot of water has flowed under the bridge since → **a lot of water has gone under the bridge since**

a lot of water has gone under the bridge since hoặc *a lot of water has passed under the bridge since* hoặc *a lot of water has flowed under the bridge since* nói về một thời gian trôi qua đã khá lâu, hoặc đã có rất nhiều thay đổi kể từ một sự kiện cụ thể nào đó ■ *A lot of water has flowed under the bridge since we won the trophy, it will be interesting to see what has been happening*

21

to the members of the team. • Đã khá lâu kể từ khi chúng ta giành được cúp vô địch, thật là một điều thú vị để nhìn xem những gì đã xảy ra cho các thành viên trong đội kể từ đó.

a lot of water has passed under the bridge since → **a lot of water has gone under the bridge since**

a lot riding on hoặc *lots riding on* phụ thuộc rất nhiều vào người hoặc điều gì ▪ *If you want to gain admission to graduate school, there's a lot riding on your Graduate Record Examination as well as on your undergraduate grades.* • Nếu bạn muốn được nhận vào một trường sau đại học, bạn sẽ phụ thuộc rất nhiều vào điểm thi tốt nghiệp cũng như điểm số ở bậc đại học.

a lump in one's throat nghẹn lời không nói được vì quá xúc động, muốn khóc ▪ *Every time I watch that scene in Dr. Zhivago, I get a lump in my throat.* • Cứ mỗi lần tôi xem cảnh ấy trong phim "Bác sĩ Zhivago", tôi đều có cảm giác nghẹn lời vì xúc động.

a man after one's own heart hoặc *a woman after one's own heart* cách nói hài hước khi thấy ưa thích một người khác vì họ cũng làm những việc gì đó giống như mình ▪ *My mother-in-law saw me eating chocolate before breakfast and told me I was a woman after her own heart.* • Mẹ chồng tôi thấy tôi ăn sô-cô-la trước bữa điểm tâm và bảo tôi rằng bà thích tôi vì cũng giống như bà.

a man is known by the company he keeps có thể đánh giá một người thông qua những bạn bè mà người ấy giao tiếp - gần mực thì đen, gần đèn thì sáng ▪ *John's looks and health deteriorated when he joined up with a pot-smoking hippie band. It's true that a man is known by the company he keeps.* • Vẻ ngoài cũng như sức khỏe của John đều tồi tệ hơn khi anh ta gia nhập một băng nhóm choai choai hút thuốc lá. Quả đúng thật là "gần mực thì đen, gần đèn thì sáng".

a man of one's word hoặc *a woman of one's word* người luôn luôn giữ đúng lời hứa ▪ *I am a woman of my word - I intend to give Tyler his bonus, as we agreed.* • Tôi là người luôn giữ lời hứa - tôi dự định sẽ trao cho Tyler khoản tiền phụ trội, như chúng ta đã thỏa thuận. ▪ *You can trust him. He's a man of his word.* • Bạn có thể tin anh ta. Anh ta là người luôn giữ lời hứa.

a man of straw hoặc *a straw man* 1. người không quan trọng, không có quyền lực hoặc có tính cách rất yếu ớt, thụ động ▪ *My father owns everything - he makes all the decisions. I am just a straw man.* • Cha tôi sở hữu mọi thứ - ông đưa ra tất cả các quyết định. Tôi chỉ là người hoàn toàn thụ động. 2. một ý tưởng mà mọi người dành quá nhiều thời gian để tranh cãi hoặc phê phán trong khi thật ra nó không quan trọng lắm ▪ *Anytime I try to talk about our relationship, Brad finds a man of straw to talk about instead.* • Cứ mỗi khi tôi cố nói về mối quan hệ của chúng tôi, Brad lại tìm một chuyện vớ vẩn nào đó để thay vào.

a man of the world hoặc *a woman of the word* cách nói hài hước để chỉ người hiểu biết rất nhiều về cuộc sống và không dễ bị tác động mạnh bởi sự việc xảy ra, chẳng hạn như đề cập đến tình dục ▪ *So what happened when you* *went back to his place, Carrie? You can tell us - we're all women of the world.* ● Vậy thì chuyện gì đã xảy ra khi bạn trở lại chỗ anh ta, Carrie? Bạn có thể nói với chúng tôi được mà - chúng tôi đều là những phụ nữ từng trải.

a man's gotta do what a man's gotta do hoặc *you gotta do what you gotta do* (khẩu ngữ) cách nói hài hước khi ai đó buộc phải làm điều gì dù muốn hay không muốn ■ *I know leaving home won't be easy, but sometimes a man's gotta do what a man's gotta do.* ● Tôi biết là rời khỏi gia đình sẽ không dễ dàng gì, nhưng đôi khi người ta buộc phải làm điều gì đó dù muốn hay không muốn.

a man's home is his castle quan điểm cho rằng gia đình của một người là nơi riêng tư, bất khả xâm phạm, người ấy có thể tự do làm bất cứ điều gì mình muốn mà không chịu sự chi phối, khống chế của bất cứ ai từ bên ngoài ■ *Social workers are prevented from protecting victims of domestic violence because of the mentality that a man's home is his castle.* ● Các nhà hoạt động xã hội bị ngăn cản không thể bảo vệ được các nạn nhân của nạn bạo hành trong gia đình, bởi vì tâm lý cho rằng chuyện nội bộ gia đình là bất khả xâm phạm.

a means to an end điều được thực hiện hoặc sử dụng đến chỉ nhằm để đạt được một điều khác, và hoàn toàn không được xem là quan trọng vì bất cứ lý do nào khác ■ *For most of my friends, law school was just a means to an end. For me, however, it was an exciting challenge.* ● Đối với phần lớn bạn bè của tôi, trường luật chỉ là một phương tiện cần phải có. Tuy nhiên, với tôi thì đó là một thách thức thú vị. ■ *He doesn't particularly like the work but he sees it as a means to an end.* ● Ông ta không đặc biệt ưa thích công việc, nhưng ông xem nó như một phương tiện để đạt đến mục đích của mình.

a meeting of (the) minds (thường dùng trong lĩnh vực chính trị) cuộc họp mặt giữa những người hoặc tổ chức nhằm đưa ra những ý kiến giống nhau, những đòi hỏi như nhau, nhất là khi người nói cho rằng lẽ ra họ phải có sự bất đồng ■ *Legislative leaders have been asked to hold a meeting of the minds in order to resolve this new financial crisis.* ● Các vị lãnh đạo của cơ quan lập pháp đã được yêu cầu tổ chức một cuộc họp mang tính hình thức để giải quyết cuộc khủng hoảng tài chính mới này. (- nghĩa là chẳng có gì để bàn cãi cả)

a millstone around one's neck trở ngại khó khăn, vấn đề rắc rối hay gánh nặng làm ngăn cản sự thành công hay tiến triển ■ *This man has been like a millstone around your neck for the last four years - why don't you just get rid of him?* ● Người đàn ông này đã giống như một gánh nặng của bạn trong suốt bốn năm qua - tại sao bạn không bỏ quách hắn ta đi? ■ *My debts are a millstone around my neck.* ● Những món nợ của tôi là gánh nặng ngăn cản sự phát triển. ■ *Unemployment was an economic millstone around the country's neck.* ● Nạn thất nghiệp là trở ngại ngăn cản sự phát triển của đất nước.

a mine of information (on/about sth) nói về người có hiểu biết rất rộng về một lĩnh vực nào đó, hoặc sách, máy tính... chứa rất nhiều thông tin liên quan đến vấn đề gì ■ *Cancer victims have found the Internet to be a gold mine of information* *on the disease.* • Các bệnh nhân ung thư đã thấy rằng mạng Internet là một nguồn phong phú những thông tin quý giá về căn bệnh này.

a miss is as good as a mile cách nói khôi hài, có nghĩa là khi đã thất bại thì dù thất bại rất nặng nề hay suýt soát cũng đều như nhau thôi ■ *The rejection letter said I did very well in the interview, but I think a miss is as good as a mile.* • Lá thư từ chối đã nói rằng tôi biểu hiện rất tốt trong cuộc phỏng vấn, nhưng tôi nghĩ đã thất bại thì dù thế nào cũng giống nhau thôi. (- nghĩa là , dù họ có khen ngợi hay không thì tôi cũng không được tuyển dụng)

a must 1. điều thiết yếu, bắt buộc, không thể tránh khỏi ■ *Visas in many foreign countries are a must.* • Hộ chiếu có thị thực là điều bắt buộc ở nhiều nước. 2. một sự kiện cực kỳ thú vị hoặc đáng nhớ ■ *Alfred Brendel's Beethoven master classes are open to the public and are not to be missed; they're a must.* • Các lớp học cao cấp về âm nhạc Beethoven của Alfred Brendel đang mở cửa cho công chúng và không thể bỏ lỡ, đó là những sự kiện cực kỳ thú vị.

a mutual admiration society (châm biếm) tâng bốc lẫn nhau quá đáng ■ *Movie industry executives have identified themselves with White House officials, and vice versa. It's a mutual admiration society that could hardly be any cozier.* • Những người quản trị ngành điện ảnh đã tự tô vẽ về mình với các quan chức tòa Bạch Ốc, và các vị này cũng làm giống như vậy với bọn họ. Thật là một sự tâng bốc lẫn nhau quá đáng, gần như không thể nào dễ dãi hơn được nữa.

a needle in a haystack hoặc *like looking for a needle in a haystack* hoặc *like trying to find a needle in a haystack* điều rất khó tìm - như mò kim đáy biển ■ *You're wasting your time trying to find those kids - it'll be like looking for a needle in a haystack.* • Bạn đang uổng phí thì giờ để cố tìm kiếm những đứa trẻ ấy - sẽ giống như là mò kim đáy biển thôi. ■ *Searching for the receipt in Vivian's files was like trying to find a needle in a haystack.* • Lục tìm tờ biên nhận trong những hồ sơ của Vivian thật giống như là mò kim đáy biển.

a nervous wreck trạng thái hết sức lo lắng căng thẳng hay bồn chồn nôn nóng ■ *Davis was always a nervous wreck before she went on stage.* • Davis luôn luôn hết sức lo lắng căng thẳng trước khi bước lên sân khấu. ■ *By the time the police arrived, I was a nervous wreck.* • Vào lúc cảnh sát đến, tôi đã hết sức lo lắng căng thẳng.

a new lease on life 1. niềm hạnh phúc vui sống, sự năng động... sau một thời gian đã mệt mỏi, chán nản hoặc đau khổ ■ *I was hoping that leaving Chicago for a new job would give me a new lease on life.* • Tôi đang hy vọng là việc rời khỏi Chicago để nhận công việc mới sẽ giúp tôi lấy lại niềm vui sống. ■ *Since I stopped drinking I have had a new lease on life.* • Từ khi tôi bỏ rượu, tôi có một niềm vui sống mới. 2. sự thay đổi hoặc cải thiện giúp cho điều gì được tồn tại hoặc tăng thêm hiệu quả ■ *The mall development will give the aging department store a new lease on life.* • Sự phát triển của khu mua sắm sẽ giúp cho cửa hàng già cỗi ấy có được hiệu quả tốt hơn.

a nod and a wink → **a wink's as good as a nod (to a blind man)**

a nod is as good as a wink → **a wink's as good as a nod (to a blind man)**

a number một số lượng khá nhiều, có nghĩa là nhiều hơn *fewer* nhưng ít hơn *many* ■ *We knew the Smiths rather well; we had visited them a number of times.* ● Chúng tôi biết khá rõ gia đình Smith; chúng tôi đã viếng thăm họ khá nhiều lần. (tuy nhiều nhưng chưa đủ để dùng *"many times"*) ❖ Dùng như một tính từ đặt trước *more* hay *less*. ■ *We have not set up enough folding chairs; we need a number more.* ● Chúng ta vẫn chưa sắp đặt đủ số ghế xếp, chúng ta cần thêm một số kha khá nữa.

a pat on the back (thường dùng với *get*, *receive* hay *deserve*) sự khen ngợi, tán thành, khuyến khích ■ *Students at local schools have received an official pat on the back for achieving a high academic standard.* ● Học sinh ở các trường học địa phương nhận được sự khen ngợi chính thức vì đã đạt được một tiêu chuẩn học tập cao. ■ *My younger brother deserved a pat on the back for passing the final examination.* ● Em trai tôi xứng đáng được khen ngợi vì đã vượt qua được kỳ thi tốt nghiệp.

a penny saved is a penny earned (thường dùng khi không muốn chi tiền ra) tiết kiệm một đồng là kiếm được một đồng. ■ *I didn't want to pay that much for the book. After all, a penny saved is a penny earned.* ● Tôi không muốn chi ra quá nhiều cho cuốn sách ấy. Dù sao thì tiết kiệm cũng là kiếm được vậy.

a pipe dream một ý tưởng hoặc kế hoạch không thể thực hiện và sẽ không bao giờ xảy ra ■ *Of course every school should have a full, up-to-date library, but for most schools this remains a pipe dream.* ● Dĩ nhiên là mọi trường học đều cần có một thư viện đầy đủ và cập nhật, nhưng với hầu hết các trường thì điều này vẫn là không thể thực hiện được. → ***pie in the sky***

a place in the sun tình huống có hạnh phúc và mọi thứ cần đến ■ *After years of wandering, Jason has found a place in the sun and settled down.* ● Sau nhiều năm lang thang, Jason đã tìm được một nơi tốt đẹp và định cư lại.

a play on words sử dụng từ ngữ theo cách hấp dẫn và thú vị, sao cho chúng mang đồng thời hai nghĩa khác biệt nhau ■ *The union's slogan, "Part-time American Won't Work," is more than a clever play on words. It summarizes the fears of American workers today.* ● Câu khẩu hiệu của công đoàn "Không trọn thời gian người Mỹ không làm việc" không chỉ là một lối chơi chữ khôn khéo. Nó còn tóm gọn được những lo sợ của người công nhân ở Mỹ ngày nay.

a powder keg tình huống rất nguy hiểm, khi mà mọi việc có thể trở nên tồi tệ, sai lệch bất cứ lúc nào ■ *A lot of pharmacies are sitting on a powder keg because they have millions of dollars worth of drugs in vaults with very little security.* ● Nhiều hiệu thuốc tây đang ở trong tình trạng vô cùng nguy hiểm vì họ có một lượng thuốc men trị giá đến hàng triệu đô-la nằm trong kho với mức độ an toàn rất thấp.

a pretty kettle of fish → **a fine kettle of fish**

a ray of sunshine người hay sự việc làm cho ai cảm thấy vui hơn hoặc một tình huống trở nên tốt đẹp hơn ■ *Winter may not be everyone's favorite time of year, but fresh citrus fruits can bring a ray of sunshine into your day.* ● Mùa đông có lẽ chẳng phải là thời điểm ưa thích trong năm của hết thảy mọi người, nhưng những quả quít tươi có thể mang lại chút niềm vui trong ngày cho bạn.

a roll in the hay hành động giao cấu giữa nam nữ ■ *Nicole realized that she wanted more out of the relationship than a quick roll in the hay.* ● Nicole nhận ra rằng cô mong muốn nhiều hơn từ mối quan hệ này, không chỉ là một quan hệ tình dục thoáng qua.

a rolling stone gathers no moss người thay đổi liên tục nghề nghiệp, chỗ ở thì không có vị trí tốt trong xã hội không vướng trách nhiệm gì -chẳng ở yên chẳng thể lo nghèo. ■ *John just can't seem to stay in one place. Well, a rolling stone gathers no moss.* ● John dường như chẳng thể ở yên một chỗ. Hừ, chẳng ở yên làm sao lo nghèo. ■ *Bill has no furniture to bother with because he keeps on the move. He keeps saying that a rolling stone gathers no moss.* ● Bill chẳng có đồ đạc gì trong nhà để phải bận tâm, vì anh ta luôn thay đổi chỗ ở. Anh ta cứ nói rằng chưa ở yên chưa thể lo nghèo.

a rough ride hoặc *a bumpy ride* (thường dùng trong các bản tin báo chí, truyền hình...) giai đoạn hoặc thời điểm có rất nhiều khó khăn, rắc rối, hoặc khi có nhiều sự phản đối và phê phán, chỉ trích ■ *Investors face a bumpy ride as the stock market continues to react to political developments.* ● Các nhà đầu tư đối mặt với một giai đoạn cực kỳ khó khăn khi thị trường chứng khoán tiếp tục phản ứng với những phát triển về mặt chính trị. ■ *He will be given a rough ride at the party conference.* ● Ông ta sẽ phải chịu một loạt những chỉ trích gay gắt tại hội nghị của đảng.

a sea change một sự thay đổi quan trọng và quyết định trong một tình huống hay trong quan điểm của ai ■ *Any effort to revive the manufacturing sector will require a sea change away from values of the 1980s which drove young people away from industry.* ● Bất cứ nỗ lực nào nhằm khôi phục ngành sản xuất sẽ đòi hỏi một sự thay đổi quan trọng tránh xa những giá trị của thập niên 1980, vốn đã làm cho giới trẻ xa lánh công nghiệp.

a shadow of one's former glory → **a shadow of one's former self**

a shadow of one's former self hoặc *a shadow of one's former glory* hoặc *a ghost of one's former self* không còn giữ được quyền lực, sức mạnh... như trước đây ■ *San Diego has lost 50,000 jobs and its real-estate industry is a shadow of its former booming self.* ● San Diego đã mất đến 50.000 công việc làm, và ngành kinh doanh địa ốc của nó chỉ còn là cái bóng mờ của thời huy hoàng trước đây. ■ *When his career ended, he became a shadow of his former self.* ● Khi sự nghiệp của ông ta chấm dứt, ông không còn giữ được quyền lực như trước đây nữa.

a shot across one's bow(s) → **a shot across the bow(s)**

a shot across the bow(s) hoặc *a shot across one's bow(s)* hoặc *a warning shot across one's bow(s)* (thường dùng trong các bản tin báo chí, truyền hình...) điều được nói ra hoặc thực hiện để cảnh cáo ai rằng người nói phản đối việc họ đang làm và sẽ tìm cách để chặn đứng việc ấy ■ *All industrial companies that pollute the environment should regard the new law as a shot across the bows.* ● Tất cả những công ty công nghiệp nào làm ô nhiễm môi trường cần phải xem điều luật mới như là một sự cảnh cáo đối với việc làm của họ.

a smooth ride hoặc *an easy ride* giai đoạn hoặc thời điểm rất êm ả, không có gì khó khăn, rắc rối ■ *If you and Curt ever do get married, it won't be a smooth ride.* ● Nếu bạn và Curt có khi nào thực sự kết hôn, sẽ không phải là một giai đoạn êm ả đâu.

a stab in the back hành vi phản bội, ám hại người đồng sự ■ *Tommy's decision to leave the company was interpreted by his colleagues as a treacherous stab in the back.* ● Quyết định rời bỏ công ty của Tommy được các bạn đồng nghiệp của anh hiểu như là một hành vi phản bội xảo quyệt.

a stitch in time (saves nine) một hành động, nỗ lực ngăn chặn điều gì ngay từ đầu sẽ giúp hạn chế rất nhiều những khó khăn về sau - phòng bệnh hơn chữa bệnh ■ *We are detemined to continue our armed surveillance of the area; a stitch in time may save a lot of lives.* ● Chúng tôi quyết định tiếp tục việc giám sát vũ trang trong khu vực; sự ngăn chặn từ đầu có thể giúp hạn chế được rất nhiều sinh mạng. ■ *We had better fix the old car before we leave; you know how they say a stitch in time saves nine.* ● Tốt hơn là chúng ta nên sửa chữa chiếc xe hơi cũ này trước khi lên đường; anh biết đấy, người ta vẫn nói câu "phòng bệnh hơn chữa bệnh" đó thôi.

a stone's throw away hoặc *just a stone's throw away* rất gần gũi, kế cận, không bao xa... ■ *Calderon's tidy home is just a stone's throw from the proposed development site.* ● Căn nhà nhỏ bé của Calderon nằm sát gần bên khu đất được đề nghị xây dựng.

a straw man → **a man of straw**

a tempest in a teapot nói về cách đối phó, nhận thức quá đáng với một vấn đề nhỏ nhặt, như thể là khó khăn hoặc tồi tệ hơn mức thật có của nó ■ *The vast majority of residents have dismissed the controversy as a tempest in a teapot. "Most people don't even care what happens," said one.* ● Phần lớn cư dân xem thường cuộc tranh cãi như là một sự quan trọng hóa quá đáng. Một người nói: "Hầu hết mọi người thậm chí không thèm quan tâm đến những gì xảy ra nữa."

a throwback to (a time when) hoặc *a throwback to the 50s (60s, 70s ...)* nói về điều hiện nay có vẻ như khác thường nhưng tương tự với điều gì đã xảy ra hoặc tồn tại trong quá khứ ■ *Fox's new movie is a throwback to the romantic comedies of the 30s and 40s.* ● Bộ phim mới của Fox tương tự với những vở hài kịch lãng mạn những năm 1930 và 1940. ■ *The coach said that Norton was exceptional - a throwback to the old days when football players never left the field during the game.* ● Huấn luyện viên nói rằng Norton là ngoại lệ - một trường hợp tương tự như xưa kia khi mà các cầu thủ bóng đá không bao giờ rời sân trong suốt cả trận đấu.

a throwback to the 50s → a throwback to (a time when)

A to Z of sth hoặc *from A to Z* toàn diện, bao quát từ đầu đến cuối (thường dùng trong các tựa sách, báo...) ■ *His new article is called "The A to Z of Fishing", and it covers more than you could ever want to know about it.* ● Bài viết mới của anh ta có tựa đề là "Kiến thức toàn diện về câu cá", đề cập đến nhiều hơn cả những gì mà bạn có thể muốn biết. ■ *By the end of the week we knew that subject from A to Z.* ● Cho đến cuối tuần thì chúng tôi đã biết được toàn diện về chủ đề ấy.

a tough act to follow → a hard act to follow

a warning shot across one's bow(s) → a shot across the bow(s)

a wink's as good as a nod (to a blind man) hoặc *a nod and a wink* hoặc *a nod is as good as a wink* (cách dùng cũ) điều được hiểu rõ cho dù không trực tiếp nói ra, nhất là khi có liên quan đến điều gì bất hợp pháp ■ *Don't say any more, Barry - a wink's as good as a nod. I know what to do.* ● Đừng nói thêm gì nữa cả, Barry - mọi việc đã được ngầm hiểu rồi. Tôi biết phải làm gì. ■ *Everything could be done by a nod and a wink.* ● Mọi việc có thể được thực hiện bằng sự hiểu ngầm.

a wolf in sheep's clothing người hay sự vật có vẻ ngoài tốt đẹp nhưng thực sự không phải vậy ■ *This bill is a wolf in sheep's clothing. Many have attempted to mislead Congress by calling it a pro-family, pro-woman bill. It is anything but that.* ● Dự luật này là một con sói đội lốt cừu. Nhiều người đã cố đánh lạc hướng Quốc hội bằng cách gọi nó là dự luật có lợi cho gia đình, có lợi cho phụ nữ. Hoàn toàn không phải như vậy.

a woman after one's own heart → a man after one's own heart

a woman of one's word → a man of one's word

a woman of the word → a man of the world

A-1 tuyệt hảo, số một ■ *This man is an A-1 mechanic.* ● Người đàn ông này là một thợ máy số một đấy.

aback → be taken aback by sth

abandon a sinking ship → leave a sinking ship

abandon ship → jump ship

ABC of sth cơ bản, sơ đẳng ■ *His mother is teaching him the ABC of dancing.* ● Người mẹ đang dạy cho anh ta những điều cơ bản về khiêu vũ.

abet → aid and abet sb

abeyance → in abeyance

abide by chấp nhận và hành xử theo, tuân theo điều gì, hoặc tiếp tục trung thành với điều gì ■ *All members must agree to abide by the club regulations.* ● Tất cả thành viên buộc phải tuân thủ nội quy của Câu lạc bộ. ■ *A trustworthy man abides by his word.* ● Một người đáng tin cậy luôn giữ đúng theo những lời đã nói. ■ *They had to abide by the judge's decision.* ● Họ đã phải tuân theo phán quyết của quan tòa.

abide by sth tuân theo, làm theo ■ *John felt that he had to abide by his father's wishes.* ● John cảm thấy phải làm theo những mong ước của cha mình. ■ *All*

able to make sth out of sth

drivers are expected to abide by the rules of the road. • Tất cả tài xế có trách nhiệm phải tuân thủ luật đi đường. ■ *You'll have to abide by the rules of the club.* • Bạn sẽ phải tuân theo các quy định của câu lạc bộ. ■ *We will abide by their decision.* • Chúng tôi sẽ tuân theo quyết định của bọn họ. ■ *They promised to abide by the rules of the contest.* • Bọn họ đã hứa sẽ tuân theo các quy định của cuộc thi.

ability → to the best of one's ability

able - Tất cả các thành ngữ dùng *be able to* đều có thể được thay bằng *can, could*... tùy ý người dùng, vì sự thay thế này có thể làm cho câu trở nên trang trọng hơn.

able → not able to go on

able → not able to help sth

able → not able to wait

able to breathe easily again hoặc *able to breathe freely again* lại sức, hồi phục sau một thời gian bận rộn hoặc cố sức, căng thẳng ■ *Now that the lion has been caught, we will be able to breathe freely again.* • Vì con sư tử đã bị bắt, chúng ta có thể lấy lại sức lực. ■ *Now that the annual sale is over, the sales staff will be able to breathe again.* • Bởi vì mùa bán hàng trong năm đã qua, những nhân viên bán hàng sẽ có thể lấy lại sức. ■ *Final exams are over, so I can breathe easily again.* • Kỳ thi tốt nghiệp đã xong, nên tôi có thể lấy sức lại. ■ *Once he was safely back in prison, she was able to breathe easily again.* • Một khi hắn ta đã an toàn trở lại nhà tù, cô ấy có thể cảm thấy dễ chịu trở lại.

able to do sth blindfolded thực hiện việc gì một cách rất dễ dàng, nhanh chóng. ■ *Bill boasted that he could pass his driver's test blindfolded.* • Bill khoe khoang rằng anh ta đã có thể vượt qua cuộc thi lái xe một cách rất dễ dàng. ■ *Mary is very good with computers. She can program blindfolded.* • Mary rất giỏi về máy tính. Cô ấy có thể lập trình quá dễ dàng. → *able to do sth standing on one's head*

able to do sth standing on one's head thực hiện một cách rất dễ dàng, nhanh chóng ■ *Dr.Jones is a great surgeon. He can take out an appendix standing on his head.* • Bác sĩ Jones là một nhà phẫu thuật đại tài. Ông ta có thể mổ ruột thừa dễ như chơi. → *able to do sth blindfolded*

able to make sth có thể tham dự một sự kiện ■ *I don't think I will be able to make your party, but thanks for asking me.* • Tôi không nghĩ là mình có thể đến dự bữa tiệc, nhưng cũng xin cám ơn bạn đã mời. ■ *We are having another one next month. We hope you can make it then.* • Chúng tôi sẽ có một bữa tiệc nữa vào tháng tới. Hy vọng lúc đó bạn có thể đến dự.

able to make sth out of sth (thường dùng ở dạng phủ định) hiểu được, nhận biết hay có thể giải thích được điều gì ■ *We were not able to make anything out of the message.* • Chúng tôi không thể hiểu được gì trong thông điệp này cả. ■ *I can't make sense out of what you said.* • Tôi không hiểu được ý nghĩa gì trong những lời anh nói. ■ *How do you make that out?* • Anh giải thích điều đó như thế nào? (lý do vì sao anh nghĩ hay làm như thế) ■ *I can't make out what she wants.* • Tôi không thể hiểu được những gì cô ấy muốn. ■ *I can just make* *a few words out on this page.* • Tôi chỉ có thể hiểu được một số ít từ trong trang này. ■ *I couldn't make out what he was saying.* • Tôi không thể hiểu được những gì anh ta nói. ■ *Can you make out any face here on this photograph?* • Anh có thể nhận biết được khuôn mặt nào ở đây trong bức ảnh này hay không?

able to take a joke chấp nhận sự đùa cợt vô hại ■ *Let's play a trick on Bill and see if he's able to take a joke.* • Chúng ta hãy thử đùa với Bill xem anh ta có thể chấp nhận đùa cợt không. ■ *Better not tease Ann. She can't take a joke.* • Tốt hơn là đừng có mà trêu chọc Ann. Cô ấy không thể chấp nhận chuyện đùa cợt.

able to take just so much chỉ có thể chịu đựng trong giới hạn ■ *Please stop hurting my feelings. I'm able to take just so much.* • Xin đừng làm thương tổn tình cảm của tôi nữa. Tôi chỉ có thể chịu đựng có mức độ thôi.

able to take sth có thể chịu đựng, nhịn nhục ■ *Stop yelling like that. I'm not able to take it anymore.* • Đừng có la hét như thế nữa. Tôi không chịu đựng được hơn nữa đâu. ■ *Go ahead, hit me again. I can take it.* • Cứ tiếp tục đánh tôi nữa đi. Tôi chịu được mà.

abound with/in có rất nhiều món gì ■ *The lake abounds with fish.* • Trong hồ có rất nhiều cá. ■ *The markets abound with imported goods.* • Các chợ đầy hàng nhập khẩu. ■ *Our university abounds in talented undergraduates.* • Trường đại học của chúng tôi có rất nhiều sinh viên tài năng. ■ *Life abounded in mysteries.* • Cuộc sống đầy những bí ẩn.

about → **bandy about**

about → **be all about sth**

about → **be nuts about**

about → **be up-front (about sth)**

about → **beating around the bush**

about → **blunder around**

about → **get pumped up**

about → **give a shit (about)**

about → **go about one's business**

about → **going to see a man about a horse**

about → **have a thing about**

about → **have one's doubts about sth**

about → **have your wits about you**

about → **how about**

about → **how about that**

about → **it's about time**

about → **know a thing or two about sth**

about → **not about to**

about → **not know the first thing about**

about → **nothing to write home about**

about → **tell me about it**

about → **that's about all**

about → **that's about the side of it**

about → **up and about**

about time đã qua hoặc đúng vào thời điểm thích hợp để làm điều gì ■ *It's about time you went to bed.* • Đã đến giờ con đi ngủ rồi. ❖ Câu này có thể mang hai nghĩa. Khi được phát âm nhấn mạnh chữ *time*, nó hàm ý là "lẽ ra con phải đi ngủ lâu rồi", và nếu phát âm bình thường, nó mang nghĩa là "đã đến lúc thích hợp để đi ngủ". ■ *It's about* time that women's sports were treated the same as men's. • Đã đến lúc các môn thể thao nữ phải được xem bình đẳng với các môn thể thao nam. ■ I think it's about time that our country invested in education. • Tôi nghĩ đã đến lúc đất nước ta phải đầu tư vào ngành giáo dục. ■ Mother said, "It's about time you got up, Mary." • Mẹ nói: "Đã đến giờ con phải ra khỏi giường rồi đó, Mary." ■ The basketball team won last night. About time. • Tối qua đội bóng rổ đã thắng. Đúng vào phút cuối.

about to sắp sửa làm điều gì ■ The train was about to leave when we arrived. • Khi chúng tôi đến, xe lửa sắp rời sân ga. ■ I was just about to ask you the same thing. • Tôi vừa mới định hỏi anh cũng cùng điều ấy. ■ I was about to get undressed when there was a knock on the door. • Tôi vừa sắp sửa cởi quần áo ra thì có tiếng gõ cửa. ■ We arrived just as the ceremony was about to begin. • Chúng tôi đến nơi đúng lúc buổi lễ vừa sắp sửa bắt đầu. ■ I'm just about to leave for school. • Tôi đang sắp sửa rời nhà đến trường. ■ She was about to leave when the phone rang. • Cô ấy vừa sắp đi thì điện thoại reo. ■ He's about to begin a new job. • Anh ấy sắp sửa bắt đầu một công việc mới. ■ We were about to leave when the snow began. • Chúng tôi đã sắp ra đi thì tuyết bắt đầu rơi. ■ I haven't gone yet, but I'm about to. • Tôi vẫn chưa đi, nhưng sắp sửa rồi. → **not about to**

about-face 1. quay ngược lại ■ The soldiers made an about-face and marched away. • Các quân nhân quay ngược lại và bước đều ra khỏi đó. 2. một sự thay đổi đột ngột, bất ngờ và ngược lại với dự tính, dự kiến trước đây ■ Her decision to become an actress instead of a dentist was an about-face from her original plans. • Quyết định trở thành diễn viên thay vì nha sĩ là một thay đổi bất ngờ và ngược lại với những dự tính ban đầu của cô ấy.

above → **a cut above**

above → **getting above oneself**

above → **keep one's head above water**

above → **stand head and shoulders above**

above all đặc biệt, chính yếu, quan trọng nhất ■ Children need many things, but above all they need love. • Trẻ con cần rất nhiều thứ, nhưng quan trọng nhất là chúng cần tình thương. ■ Above all, never mention it to anyone. • Điều quan trọng nhất là không được đề cập việc này với bất cứ ai. ■ She is beautiful and intelligent. But above all, her family is very rich. • Cô ta xinh đẹp và thông minh. Nhưng đặc biệt nhất là gia đình cô ta rất giàu có. ■ Above all, make sure you keep in touch. • Quan trọng hơn hết là anh phải giữ liên lạc đấy. ■ He will be remembered above all as a loving husband. • Ông ta sẽ được nhớ đến trước hết như là một người chồng giàu lòng yêu thương. ■ Above all else, the government must keep the promises it has made. • Quan trọng hơn tất cả những điều khác là chính phủ phải giữ lời đã hứa. ■ A winter hike calls for good equipment, but above all it requires careful planning. • Một chuyến đi bộ đường dài vào mùa đông cần có trang bị tốt, nhưng quan trọng hơn hết là cần có lên kế hoạch cẩn thận.

above and beyond (sth) vượt hơn mức cần thiết, mức thông thường ■ Her efforts were above and beyond. We

above and beyond the call of duty

appreciate her time. • Những nỗ lực của cô ấy là vượt bực. Chúng tôi đánh giá cao thời gian của cô ấy. ■ *All this extra time is above and beyond her regular hours.* • Tất cả thời gian phụ trội này đều vượt hơn số giờ thường lệ của cô ấy.

above and beyond the call of duty hoặc ***beyond the call of duty*** ngoài trách nhiệm, việc không đòi hỏi phải làm ■ *We didn't expect the police officer to drive us home. That was above and beyond the call of duty.* • Chúng tôi không mong là viên cảnh sát sẽ lái xe đưa chúng tôi về. Điều đó vượt ngoài phạm vi trách nhiệm. ■ *The English teacher helped students every day, even though it was beyond the call of duty.* • Giáo viên Anh ngữ đã giúp đỡ các học sinh mỗi ngày, cho dù điều đó không thuộc trách nhiệm của ông. ■ *Putting in overtime without pay is above and beyond the call of duty.* • Làm việc thêm ngoài giờ mà không có tiền lương là vượt quá trách nhiệm thông thường.

above board dùng để nói về một thỏa thuận, một tổ chức hoặc một hoạt động nào đó là hoàn toàn trung thực và hợp pháp, không có gì che giấu bên trong ■ *I'm sure that eveything is above board, but the I.R.S. wants to check the records.* • Tôi dám chắc là mọi thứ đều hợp pháp, nhưng Cơ quan thuế vụ nội địa muốn kiểm tra lại các báo cáo. ■ *Don't worry; the deal was completely above board.* • Đừng lo lắng, vụ mua bán này là hoàn toàn công khai, ngay thẳng. ■ *She's been totally open and above board about this.* • Cô ấy đã hoàn toàn trung thực về chuyện này.

above suspicion rất trung thực, hoàn toàn đáng tin cậy, không thể nghi ngờ ■ *The general is a fine old man, completely above suspicion.* • Vị tướng ấy là một ông già tốt bụng, hoàn toàn không thể nghi ngờ. ■ *Mary was at work at the time of the accident, so she's above suspicion.* • Mary đang làm việc vào lúc xảy ra tai nạn, vì vậy không thể nghi ngờ cô ấy. ■ *The umpire in the game must be above suspicion of supporting one side over the other.* • Trọng tài của trận đấu nhất thiết phải hoàn toàn đáng tin cậy, không thiên vị một bên nào. ■ *The wife of Caesar must be above suspicion.* • Người vợ của Caesar nhất thiết phải đặt ngoài mọi nghi ngờ. ❖ Một biến dạng của thành ngữ này là ***above the law*** để chỉ một cá nhân hay tổ chức nào đó nằm ngoài sự khống chế của pháp luật. ■ *They acted as if they were above the law.* • Bọn họ hành động như thể họ không cần tuân theo pháp luật.

aboveboard → **honest and aboveboard**

abreast → **keep abreast of sth**

abscond from bỏ đi một cách đột ngột và lén lút, thường là có hành vi gian xảo, ám muội ■ *Joe absconded from our shop when we discovered that the books had been tampered with.* • Joe đột ngột biến mất khỏi cửa hàng và chúng tôi phát hiện là những quyển sách đã bị lục lợi lung tung.

abscond with trộm cắp hay gian lận tiền bạc, đồ vật ■ *Al absconded with the uncounted extra cash after we closed for the evening.* • Al đã gian lận số tiền mặt chưa được đếm sau khi chúng tôi nghỉ vào buổi tối.

absence → **conspicuous by one's absence**

absence makes the heart grow

fonder xa cách làm cho tình cảm thêm sâu đậm ■ *"How long will you be gone?" Sue asked, when her husband joined the marines. "Just six months," Joe answered. "It will be over soon; besides, absence makes the heart grow fonder!"* ● "Anh sẽ đi bao lâu?" Sue hỏi khi chồng cô gia nhập hải quân. "Chỉ 6 tháng thôi." Joe trả lời. "Sẽ qua nhanh thôi mà. Hơn nữa, xa cách sẽ làm cho tình mình thêm sâu đậm." ■ *They say that absence makes the heart grow fonder, but sometimes it can be very difficult to get back into a relationship with somebody you haven't seen for a long time.* ● Người ta nói rằng xa cách làm cho tình cảm thêm sâu đậm, nhưng đôi khi thật khó tạo lập lại mối quan hệ với một người mà bạn xa cách quá lâu. ■ *After a year in another country, she accepted his proposal, so I guess absence makes the heart grow fonder.* ● Sau một năm ở nước ngoài, cô ấy chấp nhận lời cầu hôn của anh ta, vì thế tôi cho rằng xa cách làm cho tình cảm thêm sâu đậm. ❖ Cũng dùng với nghĩa châm biếm, hài hước ■ *"The boss leaves earlier every day." "Oh well, absence makes the heart grow fonder."* ● "Ông chủ ngày nào cũng về sớm hơn cả." "Ồ tốt thôi, xa được ông ấy thì tình cảm càng thêm sâu đậm."

absent without leave vắng mặt không có phép, không có lý do (đôi khi được viết tắt là *AWOL*, nhưng cách viết tắt này không được chính thức chấp nhận trong quân đội) ■ *The soldier was taken away by the military police because he was absent without leave.* ● Anh lính bị quân cảnh bắt đi vì đã vắng mặt không có phép. ■ *John was absent without leave from school and got into a lot of trouble with his parents.* ● John đã trốn học và phải gặp rất nhiều rắc rối với cha mẹ. ■ *Jack left Fort Sheridan without asking his commanding officer, and was punished for going AWOL.* ● Jack rời khỏi Fort Sheridan mà không xin phép sĩ quan chỉ huy của mình và đã bị phạt vì vắng mặt không phép. ■ *Private Johnson went AWOL after he received an order to join major combat forces in Iraq.* ● Binh nhì Johnson đã chuồn thẳng không xin phép sau khi nhận lệnh tham gia các lực lượng chiến đấu ở Iraq. ■ *Her daughter went to the mall but got in trouble for being absent without leave.* ● Con gái ông ta đi ra phố nhưng rồi gặp rắc rối vì đã vắng mặt không xin phép. ■ *John didn't just cut his Tuesday classes, he went AWOL.* ● John không chỉ đã bỏ các buổi học hôm thứ Ba, anh ta còn vắng mặt không xin phép.

absent-minded đãng trí, hay quên, không chú ý vào công việc đang làm ■ *"What's the matter with Joe? Why is he so absent-minded?" Pete asked. "I think it's because he is about to get married, and he's thinking about the wedding plans."* ● "Có chuyện gì với Joe vậy? Sao anh ta lơ đãng đến thế?" "Tôi nghĩ đó là vì anh ta sắp kết hôn và anh ta đang mãi nghĩ đến những dự tính cho đám cưới."

absolute → **be the limit**

absolute → **the absolute end**

absolve from tha thứ một lỗi lầm, xóa một món nợ ■ *Joe is very religious ; he goes to confession every Saturday. He hopes he will be absolved from his sins that way.* ● Joe rất ngoan đạo, anh ấy đi xưng tội mỗi ngày thứ bảy. Bằng cách đó, anh ấy hy vọng sẽ được tha thứ những tội lỗi của mình. ■ *"How much* do I owe you?" Pete asked. "Nothing, " I replied, "you are absolved from your debt." • "Tôi nợ anh bao nhiêu" Peter hỏi. Tôi đáp: "Không nợ gì cả, anh đã được xóa nợ rồi."

absorb in tập trung chú ý hoàn toàn vào điều gì ■ "Why isn't Sue coming to dinner?" "She is completely absorbed in studying for her exam tomorrow, " Joe explained. • "Tại sao Sue không đến ăn trưa?" Joe giải thích: "Cô ấy đang tập trung hoàn toàn vào việc học để chuẩn bị cho kỳ thi ngày mai."

abstain from kiêng cử, không sử dụng, không làm điều gì ■ "Won't you have a glass of sherry and a cigar?" "No, thanks. I abstain from those things." • "Anh không dùng một ly rượu trắng với điếu thuốc lá sao?" "Không, cảm ơn. Tôi đang kiêng mấy thứ đó."

abstract → in the abstract

abundance → in abundance

abut against kéo dài đến, chạm vào, tiếp giáp với (dùng khi nói về một con đường, khu phố...) ■ Our old cornfield abuts against the Fox River. • Cánh đồng ngô cũ của chúng tôi chạy xuống đến bờ sông Fox. ■ Our campus abuts against the Eisenhower Expressway. • Khu sân trường của chúng tôi tiếp giáp với đường cao tốc Eisenhower.

accede to kế thừa vị trí, chức vụ của một nhân vật quan trọng ■ When England's King George the Sixth died, his daughter, Elizabeth, acceded to the throne. • Khi hoàng đế George Đệ lục của Anh quốc băng hà, con gái ông là Elizabeth đã kế thừa ngai vàng.

accept sth as gospel → take sth as gospel

accept sth at face value → take sth at face value

accident → a chapter of accidents

accident → by accident

accompaniment → to the accompaniment of sth

accompli → fait accompli

accord → in accord with sth

accord → of one's own accord

accordance → in accordance with

according → cut one's coat according to one's cloth

according to 1. phù hợp, tương đồng theo một tiêu chuẩn nào đó - dựa theo, tùy theo ■ Many words are pronounced according to the spelling but some are not. • Có nhiều từ được phát âm dựa theo cách đánh vần, nhưng một số khác thì không. ■ The boys were placed in three groups according to height. • Bọn trẻ được xếp vào 3 nhóm dựa theo chiều cao. 2. dựa theo một phát ngôn hay nguồn trích dẫn được cho là đáng tin cậy ■ According to the Bible, Adam was the first man. • Dựa theo Kinh Thánh thì Adam là người đàn ông đầu tiên.

according to all accounts hoặc *by all accounts* theo mọi nguồn tin, ai ai cũng nói thế ■ According to all accounts, the police were on the scene immediately. • Theo tất cả mọi nguồn tin thì cảnh sát đã có mặt tại hiện trường ngay lập tức. ■ According to all accounts, the meeting broke up over a very minor matter. • Theo mọi nguồn tin, cuộc họp đã bị phá vỡ chỉ vì một vấn đề nhỏ. ■ By all accounts, it was a poor performance. • Ai cũng nói rằng đó là một buổi diễn tồi. ■ I've never been there, but it's a lovely place, *by all accounts.* ● Tôi chưa từng đến đó, nhưng ai cũng nói rằng đó là một nơi thật xinh đẹp. ■ *She is, by all accounts, a decent young woman.* ● Ai cũng nói rằng cô ấy là một cô gái trẻ rất tử tế.

according to Hoyle đúng đắn, thích hợp, đúng luật định (*Edmond Hoyle (1679-1769)*, người Anh, có viết một cuốn sách rất phổ biến về luật lệ của các môn chơi, và thành ngữ này được xem như xuất phát từ ý nghĩa đó. Tuy nhiên, nó được dùng rộng rãi trong mọi trường hợp, không chỉ giới hạn trong các môn chơi.) ■ *His conduct last night was not according to Hoyle. That's wrong.* ● Thái độ của anh ta tối qua là không đúng luật lệ. Như thế là sai trái. ■ *According to Hoyle, this is the way to do it.* ● Đây là phương thức để thực hiện đúng theo luật lệ. ■ *The carpenter said, "This is the way to drive a nail, according to Hoyle."* ● Ông thợ mộc nói: "Đóng cây đinh vào phải như thế này mới đúng cách thức." ■ *The tax records are in excellent order, all according to Hoyle.* ● Các bản khai thuế được sắp xếp theo trật tự rất hoàn hảo, tất cả đều đúng theo quy định.

according to one's own lights dựa theo niềm tin, lương tâm, khuynh hướng riêng hay sự suy xét của mỗi người ■ *Citizens should vote according to their own lights.* ● Công dân nên bỏ phiếu bầu dựa theo sự suy xét của chính mình. ■ *People must act on this matter according to their own lights.* ● Mọi người phải hành động theo lương tâm của chính mình đối với vấn đề này. ■ *John may have been wrong, but he did what he did according to his own lights.* ● Có thể John đã sai, nhưng anh ấy làm như thế là dựa theo lương tâm của mình.

account → **according to all accounts**

account → **blow-by-blow account**

account → **by one's own account**

account → **give a good account of oneself**

account → **of no account**

account → **on account of sth**

account → **on no account**

account → **on one's account**

account → **on one's own account**

account → **on that account**

account → **put sth to good account**

account → **take account of sth**

account for sth/sb 1. là nguyên nhân hay lý do hợp lý, có tính khoa học để giải thích cho điều gì ■ *The view that the earth revolves around its axis and circles the sun in a year accounts much better for the changing of the seasons than the old geocentric view.* ● Quan điểm trái đất xoay quanh trục của chính nó và xoay quanh mặt trời giải thích hợp lý hơn nhiều về sự thay đổi của các mùa trong năm, so với quan điểm cũ vẫn xem trái đất là trung tâm. ■ *The poor weather may have accounted for the small crowd.* ● Thời tiết quá xấu có thể là nguyên nhân của việc có ít người tụ tập. ■ *Oh well, that accounts for it.* ● Ồ vâng, đó là nguyên nhân của sự việc. ■ *A number of factors account for the differences between the two scores.* ● Một số yếu tố là nguyên nhân cho những khác biệt giữa hai điểm số. ■ *The heat wave accounts for all this food spoilage.* ● Đợt nóng kéo dài là nguyên nhân cho toàn bộ sự hư hỏng của thực phẩm. ■ *Icy roads account for the increase*

accustom sb to sth

in accidents. • Những con đường phủ băng là nguyên nhân của sự gia tăng tai nạn. **2. đưa ra lời giải thích cho sự việc gì** ■ *How do you account for the show's success?* • Anh giải thích như thế nào về sự thành công của buổi diễn? ■ *He was unable to account for the error.* • Anh ta không thể giải thích được lỗi lầm. ■ *You will be brought before the disciplinary panel to account for your behaviour.* • Anh sẽ bị đưa ra trước hội đồng kỷ luật để giải thích về hành vi của mình. ■ *Jane was upset because her son couldn't account for the three hours between his last class and his arrival at home.* • Jane rất bực dọc vì con trai cô ấy không thể giải thích được về quãng thời gian 3 giờ đồng hồ từ sau buổi học cuối cho đến khi nó về nhà. **3. chiếm một phần nào đó trong tổng số** ■ *The Japanese market accounts for 35% of the company's revenue.* • Thị trường Nhật Bản chiếm đến 35% trong lợi tức của công ty. ■ *Repeat purchases account for 73% of our sales.* • Các vụ mua bán lặp lại chiếm đến 73% trong doanh số của chúng tôi. **4. biết rõ được người hay sự vật nào đó đang ở đâu và trong tình trạng như thế nào, nhất là sau một tai nạn** ■ *All passengers have now been accounted for.* • Tất cả hành khách giờ đây đều đã được tìm thấy. ■ *Three files cannot be accounted for.* • Có ba hồ sơ không thể tìm ra được. ■ *One small child was still not accounted for.* • Một em nhỏ vẫn còn chưa được tìm thấy. **5. đánh bại ai hoặc phá hủy vật gì** ■ *Our anti-aircraft guns accounted for five enemy bombers.* • Súng phòng không của chúng tôi đã bắn hạ 5 máy bay thả bom của quân địch. **6. (nói về sự quản lý tiền bạc, nhân sự...) nắm rõ và báo cáo được chi tiết, liệt kê đủ các khoản mục hay số người** ■ *We have to account for every penny we spend on business trips.* • Chúng tôi phải báo cáo chi tiết từng xu một đã chi tiêu trong các chuyến đi công việc. ■ *Joe was fired because he failed to account for the missing $50,000.* • Joe bị đuổi việc vì đã không liệt kê được chi tiết về khoản tiền 50.000 đô-la bị thiếu. ■ *A good platoon commander accounts for every enlisted man under his command.* • Một trung đội trưởng giỏi luôn nắm rõ được về tất cả những người dưới quyền chỉ huy của anh ta.

accounting → **there's no accounting for taste**

accusing → **point the finger**

accustom sb to sth quen thuộc hoặc làm cho ai trở nên quen thuộc với ai hoặc sự việc gì ■ *It took him a while to accustom himself to that idea.* • Phải mất một thời gian để anh ta trở nên quen thuộc với ý tưởng ấy. ■ *She quickly accustomed herself to the darkness.* • Cô ta nhanh chóng quen dần với bóng tối. ■ *Education should accustom children to thinking for themselves.* • Việc giáo dục phải làm cho trẻ con quen với việc tự mình suy nghĩ. ■ *He had become accustomed to living without electricity, and missed it very little.* • Anh ta đã trở nên quen thuộc với cuộc sống không có điện và chẳng thấy nhớ đến bao nhiêu. ■ *In Spain we gave up our schedule and became accustomed to eating dinner at 10 P.M.* • Ở Tây Ban Nha, chúng tôi phải từ bỏ thời biểu của mình và bắt đầu làm quen với việc ăn bữa tối vào lúc 10 giờ đêm.

ace → **have an ace up your sleeve**

ace → **have sth up one's sleeve**

ace → hold all the aces

ace → play your ace

ace → within an ace of sth

ace in the hole 1. quân bài trong tay một người chơi được úp xuống, những người chơi khác không thể nhìn thấy, quân bài tẩy ■ *When the cowboy bet all his money in the poker game he did not know that the gambler had an ace in the hole and would win it from him.* ● Khi chàng cao bồi đặt hết tiền của mình vào ván bài poker, anh ta không biết rằng người cầm cái có một quân bài tẩy và có thể sẽ thắng. 2. người hay vật được giữ lại một cách bí mật để có thể sử dụng, tung ra vào thời điểm quyết định; người hay vật có thể giúp ích lúc khẩn thiết ■ *The Democrats have an ace in the hole with a candidate like Wilson. This year they are sure to win the election.* ● Các đảng viên Dân chủ có sự dự phòng quyết định là một ứng cử viên như Wilson. Họ tin chắc là sẽ thắng cuộc bầu cử năm nay. ■ *The twenty-dollar bill in my shoe is my ace in the hole.* ● Tờ giấy bạc 20 đô-la giấu trong giày là khoản dự phòng lúc khẩn thiết của tôi. ■ *The hostages served as the terrorists' ace in the hole for getting what they wanted.* ● Những con tin được dùng như sự dự phòng quyết định của bọn khủng bố, nhằm đạt được những gì chúng muốn. ■ *Greta was the ace in the hole because she could both illustrate and design the books.* ● Greta là một khả năng dự phòng trong trường hợp cần thiết bởi vì cô ta có thể làm cả hai việc minh họa và trình bày sách. ■ *The lawyer's ace in the hole was a secret witness who saw the accident.* ● Con át chủ bài của luật sư là một nhân chứng bí mật, là người đã chứng kiến tai nạn.

■ *The prosecutor had an ace in the hole: an eyewitness.* ● Công tố viên có một dự phòng quyết định: đó là một nhân chứng.

ace it thành công, đạt được thành tựu trong việc gì ■ *I'm sure he'll ace it when he takes that bar exam.* ● Tôi chắc rằng anh ấy sẽ thành công khi tham gia kỳ thi tuyển đó. ■ *He is a champion who could ace it every time.* ● Anh ấy là một nhà vô địch có thể lần nào cũng chiến thắng.

ace out 1. đánh bại, giành được phần tốt hơn ■ *Our team is bound to ace them out.* ● Đội của chúng tôi nhất định sẽ đánh bại bọn họ. ■ *Those calculus problems aced me out again.* ● Những rắc rối của toán vi phân lại quật ngã tôi lần nữa. 2. giành lấy một lợi thế hay gian lận với ai ■ *John thought they were trying to ace him out of his promised promotion.* ● John nghĩ là bọn họ đang cố giành lấy vị trí thăng tiến hứa hẹn của anh ta. ■ *She was aced out of her inheritance.* ● Cô ấy đã bị giành mất tài sản thừa kế. ■ *One of my friends aced me out of a good job.* ● Một trong những người bạn của tôi đã giành mất của tôi một công việc tốt.

ache for 1. hết sức thèm muốn, khao khát điều gì ■ *I am aching for a piece of chocolate cake.* ● Tôi rất thèm được một miếng bánh sô-cô-la. ■ *Jim ached for the sight of Mary, whom he loved deeply.* ● Jim mong mỏi hình bóng của Mary, người mà anh yêu say đắm. ■ *I ache for home, the smell of bread baking, rain hitting the porch roof - even the smell of the hen house.* ● Tôi khao khát được về nhà, ngửi mùi bánh nướng, nghe tiếng mưa rơi trên mái vòm - ngay cả mùi hôi của chuồng gà. ■ *He ached for her as he'd never ached* *for any woman.* • Anh ấy thèm muốn cô ta như chưa từng thèm muốn bất kỳ người phụ nữ nào. 2. **thấy hối tiếc, thương cảm** ▪ *We ache for the victims of war who have lost family, friends, and their homes.* • Chúng tôi thấy xót thương cho những nạn nhân chiến tranh đã mất cả gia đình, bạn bè và nhà cửa. ▪ *She still ached for the lost intimacy of marriage.* • Cô ấy vẫn hối tiếc vì mất đi sự thân thiết trong cuộc sống hôn nhân.

Achilles' heel điểm yếu, nhược điểm quan trọng nhất của một người hay tổ chức ▪ *When it comes to diets, my Achilles' heel has always been chocolate. I just can't say no to it.* • Khi phải ăn kiêng, nhược điểm lớn nhất của tôi là sô-cô-la. Quả thật tôi không thể nào từ chối món này. ▪ *Although popular with many voters, Ladd's Achilles' heel was his connection to organized crime.* • Mặc dù được nhiều cử tri ưa chuộng, nhược điểm quan trọng của Ladd là mối quan hệ của ông với tội phạm có tổ chức. ▪ *The desire for publicity became her Achilles' heel.* • Sự khao khát được ra trước công luận đã trở thành một nhược điểm lớn của cô ta. ▪ *The enemy had an Achilles' heel somewhere, if only he could find it.* • Kẻ thù có một nhược điểm ở đâu đó, giá mà ông ta có thể tìm ra được. ▪ *John's Achilles' heel is his lack of talent with numbers and math.* • Nhược điểm quan trọng nhất của John là anh ta không có khiếu tính toán những con số. ▪ *This division, which is rarely profitable, is our company's Achilles' heel.* • Bộ phận này, hiếm khi có được lợi nhuận, chính là điểm yếu của công ty chúng ta.

acid head người thường xuyên sử dụng thuốc gây ảo giác đến có sự thay đổi rõ rệt trong cách ứng xử ▪ *The reason John acts so funny is that he is a regular acid head.* • Lý do khiến John cư xử buồn cười như thế chính là vì anh ta là người thường xuyên dùng thuốc gây ảo giác.

acid test sự thử thách quyết định, có khả năng giúp phân biệt thật giả hoặc làm bộc lộ rõ một phẩm chất, tính cách nào đó ▪ *A learning program whose results can be easily measured is a good acid test for the effectiveness of any training program.* • Một chương trình học tập mà kết quả có thể dễ dàng đo lường được sẽ là một thử nghiệm tốt cho thấy hiệu quả của bất cứ chương trình đào tạo nào. ▪ *Her new husband seems generous, but the acid test will be if he lets her mother stay with them.* • Người chồng mới của cô ta có vẻ hào phóng, nhưng thử thách thật sự sẽ là liệu anh ta có chịu nuôi bà mẹ vợ hay không. ▪ *The senator isn't very popular just now, but the acid test will be if he gets reelected.* • Hiện giờ thì ông thượng nghị sĩ không được ưa thích mấy, nhưng thử thách thực sự sẽ là việc ông có được tái cử hay không. ▪ *The acid test of a good marriage is fidelity and truthfulness.* • Thử thách thực sự của một cuộc hôn nhân tốt đẹp là lòng chung thủy và sự chân thật. ▪ *Exposure to brilliant sunlight is the acid test for showing this fabric won't fade.* • Phơi dưới ánh nắng chói chang là cách thử tốt nhất cho thấy loại vải này sẽ không phai màu.

acknowledge receipt (of sth) thông báo cho người gửi biết là mình đã nhận được thư, hàng hóa... (thường dùng trong giao dịch thương mại) ▪ *In a letter to a shoe company, Marry wrote, "I'm happy to acknowledge receipt of four dozen* *pairs of shoes."* • Trong một lá thư gởi cho hãng giày, Mary viết: "Tôi rất vui mừng thông báo việc đã nhận đủ 48 đôi giày." ■ *John acknowledged receipt of the bill.* • John xác nhận là đã nhận được hóa đơn tính tiền. ■ *The package hasn't arrived, so I'm unable to acknowledge receipt.* • Gói hàng vẫn chưa đến, nên tôi không thể xác nhận được.

acknowledge sb to be right thừa nhận, chính thức công nhận một người nào đó là đúng ■ *Mary acknowledged Bill to be right about the name of the store.* • Mary thừa nhận là Bill đã nói đúng tên cửa hiệu. ■ *Bill said that the car was useless, and the mechanic acknowledged him to be right.* • Bill nói rằng chiếc xe hơi không dùng được nữa, và người thợ máy thừa nhận là anh nói đúng.

acoustic perfume âm thanh được sử dụng để át đi những tiếng ồn gây khó chịu, chẳng hạn như mở nhạc thật lớn ở nơi có quá nhiều tiếng ồn ■ *Let's get out of here this acoustic perfume is too much for my ears.* • Chúng ta rời khỏi đây thôi, thứ âm nhạc hỗn loạn này thật quá sức chịu đựng của tôi.

acquaint with giới thiệu một người hay vật với người khác ■ *"Let me acquaint you with who's who at work,"* John said to the new employee. • John nói với người công nhân mới: "Để tôi giới thiệu với anh từng người ở đây và công việc của họ."

acquaintance → have a passing acquaintance with

acquaintance → make one's acquaintance

acquaintance → of one's acquaintance

acquaintance → on first acquaintance

acquire a taste for sth trở nên thích thú, ưa chuộng điều gì ■ *Many people are not able to acquire a taste for foreign food.* • Nhiều người không thể nào ưa thích được các món ăn nước ngoài. ■ *Mary acquired a taste for act when she was very young.* • Mary đã yêu thích nghệ thuật từ khi còn rất trẻ. ■ *Jack acquired a taste for ripe cheeses when he went to France.* • Jack trở nên ưa chuộng loại phó-mát ủ kỹ khi anh ấy đi Pháp.

acquired taste nói về một sở thích không thể tự nhiên có được mà phải qua rèn luyện, kinh nghiệm ■ *I love classical music, but I suppose it's an acquired taste.* • Tôi yêu thích âm nhạc cổ điển, nhưng tôi cho rằng đó là một sở thích không phải tự nhiên có được. ■ *Abstract art is an acquired taste.* • Nghệ thuật trừu tượng là một sở thích có được qua rèn luyện. ■ *Because it is so salty, caviar for many individuals is an acquired taste.* • Vì có vị quá mặn nên món trứng cá muối là món ăn phải làm quen dần đối với nhiều người. ■ *With its lack of decorative detail, this china pattern is definitely an acquired taste.* • Vì thiếu chi tiết trang trí nên mẫu đồ sứ này chắc chắn phải mất thời gian để được chấp nhận.

across → a shot across the bow(s)

across → be given a rap on the knuckles

across the board khi dùng như tính từ, cũng viết **across-the-board** (thường dùng trong các lĩnh vực kinh doanh và chính trị) theo cách có thể gây ra ảnh hưởng toàn diện cho một tình thế, trong một nhóm người, hay một nơi chốn nào đó ■ *Many industries, except the health care field, are cutting jobs across* *the board.* • Rất nhiều ngành, trừ lĩnh vực chăm sóc sức khỏe, đang cắt giảm việc làm một cách toàn diện. ■ *The industry needs more investment across the board.* • Ngành công nghiệp đang cần có thêm đầu tư một cách toàn diện. ■ *They said there may be an across-the-board wage increase.* • Họ nói là có thể có một lần tăng lương toàn diện. ■ *They face tough across-the-board budget cuts.* • Bọn họ đối mặt với những cắt giảm gắt gao toàn diện về ngân sách. ■ *The same criteria will be applied across the board.* • Cùng những tiêu chí như vậy sẽ được áp dụng rộng rãi. ■ *The workers at the store got an across-the-board pay raise.* • Công nhân ở cửa hàng đã được tăng lương toàn bộ. ■ *They promised us an across-the-board tax cut.* • Họ đã hứa với chúng tôi về một sự giảm thuế toàn diện.

act → a hard act to follow

act → balancing act

act → catch sb in the act

act → class act

act → clean up your act

act → do a vanishing act

act → get in on the act

act → get your act together

act → in the act (of doing sth)

act → read sb the Riot Act

act as có khả năng, công năng giúp đạt đến một kết quả mong muốn nào đó ■ *Did you know that if you have a bad sunburn and no lotion to relieve it, sour cream can act as a good replacement?* • Bạn có biết là nếu bị một vết bỏng nắng và không có thuốc rửa thì kem sữa chua có thể thay thế rất tốt?

act as devil's advocate → play devil's advocate

act as sb xử lý công việc trong cương vị của một người khác, tạm thời hoặc lâu dài ■ *I'll act as your supervisor until Mrs.Brown returns from vacation.* • Tôi sẽ tạm thời làm giám thị của các em cho đến khi nào bà Brown đi nghỉ về. ■ *This is Mr.Smith, he'll act as manager from now on.* • Đây là ông Smith, sẽ xử lý chức giám đốc kể từ hôm nay.

act high-and-mighty (thông tục) hành động một cách tự mãn và tỏ ra là kẻ có quyền lực. ■ *Why does the doctor always have to act so high-and-mighty?* • Tại sao ông bác sĩ lại luôn phải hành động ra vẻ kiêu ngạo đến thế? ■ *If Sally wouldn't act so high-and-mighty, she'd have more friends.* • Nếu Sall không quá cao ngạo, hẳn là cô đã có nhiều bạn bè hơn.

act of faith hành động chứng tỏ đức tin hoặc sự tin cậy tuyệt đối ■ *He lit candles in church as an act of faith.* • Anh ta thắp nến trong nhà thờ để bày tỏ đức tin. ■ *For him to trust you with his safety was a real act of faith.* • Đối với anh ta, giao phó sự an toàn bản thân cho bạn quả là hành vi thể hiện sự tin cậy tuyệt đối. ■ *It was a real act of faith on Mary's part to entrust her jewelry to her younger sister's care.* • Đó quả thật là một hành vi thể hiện sự tin cậy tuyệt đối của Mary khi giao phó số nữ trang của cô cho người em gái. ■ *Rock climbing with a new, inexperienced partner was a real act of faith.* • Cùng leo núi đá với một người đồng đội mới học và không có kinh nghiệm là một hành động thực sự chỉ dựa vào lòng tin.

act of God hiện tượng tự nhiên, thiên tai ■ *Earthquakes or hurricanes are called acts of God.* ● Động đất hay những cơn bão tố được gọi là thiên tai. ■ *My insurance company would not pay for the damage because it was an act of God.* ● Công ty bảo hiểm chắc sẽ không chi trả thiệt hại cho tôi bởi vì đó là do thiên tai. ■ *Hurricane Andrew destroyed many houses in Florida, but some types of insurance did not compensate the victims, claiming that the hurricane was an act of God.* ● Trận bão Andrew phá hủy nhiều ngôi nhà ở Florida, nhưng một số nhóm bảo hiểm đã không bồi thường cho các nạn nhân, viện lý do rằng cơn bão ấy là một thiên tai.

act of war hành động có thể làm nổ ra chiến tranh giữa hai nước; hành động khiêu khích, gây hấn giữa hai người ■ *To bomb a ship is an act of war.* ● Thả bom trúng một con tàu là hành động khiêu chiến. ■ *Can spying be considered an act of war?* ● Có thể xem hoạt động gián điệp là hành động khiêu chiến hay chăng? ■ *"You just broke my stero." yelled John. "That's an act of war!"* ● John hét lên: "Anh vừa đập vỡ cái máy hát của tôi rồi. Đó là một hành động gây hấn đấy!"

act on 1. hoặc *act upon* hành động theo lời khuyên bảo, chỉ dẫn hoặc cung cấp thông tin của ai ■ *Acting on information from a member of the public, last night the police raided that club.* ● Hành động theo thông tin từ một người trong công chúng, tối qua cảnh sát đã bố ráp câu lạc bộ ấy. ■ *Why didn't you act on her suggestion?* ● Tại sao anh đã không làm theo đề nghị của cô ấy? ■ *I'm acting on the advice of my lawyers.* ● Tôi đang hành động theo lời khuyên của các luật sư của tôi. ■ *The manager refused to act upon the hotel guest's complaints.* ● Ông giám đốc đã từ chối không hành động dựa trên những lời than phiền của khách ở khách sạn. 2. gây ảnh hưởng, tác động đến ■ *The baby's fussing acted on the sitter's nerves.* ● Sự quấy nhiễu ồn ào của đứa bé gây ảnh hưởng đến thần kinh của người giữ trẻ.

act one's age hoặc **be one's age** dùng khi muốn bảo ai hãy cư xử theo cách tương xứng với độ tuổi của mình ■ *Come on, John, act your age! Stop throwing rocks.* ● Thôi đi, John, con đã lớn rồi! Đừng có ném đá nữa chứ. ■ *Only babies suck their thumbs; act your age.* ● Chỉ có trẻ con mới mút ngón tay cái thôi, con đã lớn rồi mà! ■ *Grandpa, it's time you stopped climbing ladders and acted your age!* ● Ông Nội, đã đến lúc ông phải thôi đừng leo lên các bậc thang nữa, ông đã già rồi mà! ■ *Mary! Stop picking on your little brother. Act your age!* ● Mary, thôi đừng rầy rà em bé nữa. Con đã lớn rồi mà! ■ *Isn't it time you started acting your age?* ● Không phải đã đến lúc con bắt đầu cư xử chín chắn hơn hay sao? ■ *Mr. O'Brien was playing tag with the children. Then Mrs. O'Brien said, "Henry! Act your age."* ● Ông O'Brien đang chơi trò đuổi bắt với lũ trẻ. Rồi bà O'Brien nói: "Henry! Đừng có trẻ con như thế chứ!"

act sth out 1. bày tỏ, bộc lộ những cảm xúc hoặc suy nghĩ của mình bằng lời nói hoặc bằng thái độ ■ *Bill always acted his anger out by shouting and pounding his fists.* ● Bill bao giờ cũng bày tỏ sự tức giận của mình bằng cách la hét và đấm nắm tay. ■ *The psychiatrist asked Bill to* act out the way he felt about getting fired. • Bác sĩ tâm lý bảo Bill diễn đạt những gì anh cảm thấy khi bị mất việc. ■ *He was acting out his feelings of inferiority by being overly aggressive.* • Ông ta bộc lộ những cảm giác thua thiệt của mình bằng thái độ hết sức tức giận. ■ *All his life he tried to act out his beliefs.* • Suốt cả cuộc đời, ông ta đã cố thực hiện những niềm tin của mình. ■ *She acted out her anger at her father by screaming at her husband.* • Cô ấy trút cơn tức giận với cha mình bằng cách la hét với chồng. 2. thực hiện một nghi thức, tổ chức một buổi lễ hội... ■ *The ritual of the party conference is acted out in the same way every year.* • Những nghi thức trong hội nghị đảng năm nào cũng được tổ chức giống như nhau. 3. diễn lại như thật một sự kiện, giống như đóng kịch ■ *The children started to act out the whole incident.* • Bọn trẻ bắt đầu diễn lại như thật toàn bộ tai nạn. ■ *The scenarios that the trainees act out are videotaped.* • Kịch bản mà những người luyện tập phải trình diễn được ghi trong băng hình. ■ *As she read to the class, the teacher had each child act out a different character in the story.* • Khi cô giáo đọc truyện cho cả lớp nghe, cô yêu cầu mỗi em phải diễn vai một nhân vật khác nhau trong truyện.

act the pants off sb → **beat the pants off sb**

act up 1. cư xử, hành động không đúng đắn, sai lầm hoặc tồi tệ ■ *John, why do you always have to act up when your father and I take you out to eat?* • Này John, tại sao con luôn luôn phải cư xử không tốt mỗi lần ba mẹ đưa con đi ăn vậy? ■ *The kids started acting up.* • Bọn trẻ bắt đầu gây rối. ■ *The dog acted up as the postman came to the door.* • Con chó làm dữ khi người đưa thư vừa đến cửa. ■ *With an inexperienced rider, this horse always acts up.* • Với một kỵ mã thiếu kinh nghiệm, con ngựa này luôn trở chứng. 2. trở nên tồi tệ hơn, hoạt động hoặc vận hành không còn tốt nữa ■ *My arthritis is acting up. It really hurts.* • Bệnh đau khớp của tôi ngày càng tồi tệ hơn. Nó thật sự làm tôi đau đớn. ■ *My car is acting up. I could hardly get it started this morning.* • Xe hơi của tôi tệ lắm rồi. Sáng nay gần như tôi không thể nào nổ máy. ■ *How long has your ankle been acting up?* • Mắt cá chân của anh đã bị đau bao lâu rồi? ■ *The car acted up because the spark plugs were dirty.* • Chiếc xe hơi vận hành không tốt vì mấy cái bu-gi bị bẩn. ■ *I'm not sure what's wrong with my car, but the transmission is acting up.* • Tôi không biết xe hơi của tôi bị hỏng chỗ nào, nhưng bộ truyền động không hoạt động nữa.

act upon → **act on**

action → **all talk (and no action)**

action → **fight a rearguard action**

action → **in action**

action → **out of action**

action → **piece of the action**

action → **put (sth) into action**

action → **take evasive action**

actions speak louder than words
hành động thực tế cho thấy rõ về một người hơn là những gì người ấy nói ■ *Since actions speak louder than words, Dr. Salk decided to inject himself with the vaccine to show that it was safe.* • Bởi vì hành động cho thấy rõ hơn lời nói, nên

bác sĩ Salk quyết định tự tiêm loại vác-xin ấy cho chính mình để chứng tỏ là nó an toàn. ■ *Mary kept promising to get a job. John finally looked her in the eye and said: "Actions speak louder than words."* ● Mary luôn miệng hứa là sẽ tìm một việc làm. Cuối cùng John nói thẳng với cô rằng: "Hành động thực tế cho thấy rõ hơn lời nói suông." ■ *After listening to the senators promising to cut federal spending, Ann wrote a simple note saying, "Actions speak louder than words."* ● Sau khi lắng nghe các thượng nghị sĩ hứa là sẽ cắt giảm chi tiêu của liên bang, Ann chỉ ghi chú lại một câu đơn giản: "Hành động sẽ cho thấy rõ hơn lời nói suông." ■ *John promised to help me, but he didn't. Actions speak louder than words.* ● John đã hứa giúp tôi nhưng không giúp. Đúng là hành động cho thấy rõ hơn là lời nói. ■ *Politicians need to be reminded that actions speak louder than words.* ● Các chính trị gia cần được nhắc nhở rằng hành động nói lên nhiều hơn là lời nói.

active duty phục vụ toàn thời gian ■ *Julian is 81, but he still comes to the office every day and is very much on active duty.* ● Julian đã 81 tuổi, nhưng ông ta vẫn đến văn phòng mỗi ngày và làm việc trọn thời gian.

actual → **in fact**

ad lib ứng tác, tự thêm vào một phần không có trong kịch bản, vở tuồng, bài diễn văn... ■ *When the actress forgot her lines during the second act, she had to ad lib in order to keep the show going.* ● Khi người nữ diễn viên quên mất mấy dòng kịch bản trong màn 2, cô ta đã phải ứng tác để giữ cho vở diễn được liên tục.

Adam → **not know sb from Adam**

add fuel to the fire hoặc *add fuel to the flames* (cũng có thể dùng với *the debate, the argument, the controversy...*) nói hay làm điều gì khiến cho một tình huống đang tồi tệ trở nên càng tồi tệ hơn nữa, hoặc làm cho người đang nóng giận càng nóng giận hơn - thêm dầu vào lửa ■ *Let me talk to him alone - things are bad enough without you adding fuel to the fire.* ● Hãy để mình tôi nói chuyện với anh ta - không có anh thêm dầu vào lửa thì mọi chuyện cũng đã đủ tồi tệ rồi. ■ *Reports of the accident added fuel to the debate about safety regulations.* ● Những báo cáo về tai nạn càng làm căng thẳng hơn cuộc tranh cãi về các quy định an toàn. ■ *To spank a crying child just adds fuel to the fire.* ● Đánh vào mông đứa bé đang khóc chỉ là thêm dầu vào lửa mà thôi. ■ *Bill was shouting angrily, and Bob tried to get him to stop by laughing at him. Of course, that was just adding fuel to the flame.* ● Bill đang giận dữ la hét và Bob cố ngăn lại bằng cách cười nhạo anh. Dĩ nhiên, điều đó chỉ như thêm dầu vào lửa. ■ *Bill was upset, and your making fun of his mishap just added fuel to the fire.* ● Bill đang bực dọc và việc anh chế nhạo sự rủi ro của anh ấy chỉ thêm dầu vào lửa mà thôi.

add fuel to the flame → **add fuel to the fire**

add in 1. tăng thêm thành phần của một hỗn hợp được dùng để chế biến món ăn ■ *This soup tastes quite nice, but you had better add in some sour cream and some salt.* ● Món súp này khá ngon đấy, nhưng tốt hơn là bạn nên thêm vào một ít kem sữa chua và ít muối. 2. thêm vào một khoản tiền mà trong lần tính toán trước đó đã bỏ qua, như khi cân đối tài chánh ■ *I think we had better add in all the gas mileage and the motels on the way before turning in the bill to the boss for our field trip.* ● Tôi nghĩ là tốt hơn chúng ta nên thêm vào toàn bộ các khoản tiền xăng xe và khách sạn trước khi chuyển hóa đơn thanh toán chi phí chuyến khảo sát đến cho ông chủ.

add insult to injury 1. gây thương tổn cho ai sau khi đã làm hại người đó ■ *He added insult to injury when he called the man a rat after he had already beaten him up.* ● Hắn ta đã đấm lại còn đạp khi mắng người đàn ông ấy là đồ rác rưởi sau khi đã đánh ông ta tơi bời. 2. làm cho tình trạng vốn đã tồi tệ trở nên tồi tệ hơn ■ *First, the basement flooded, and then, to add insult to injury, a pipe burst in the kitchen.* ● Trước hết, tầng hầm ngập nước, và rồi mọi càng việc tồi tệ hơn nữa khi ống nước vỡ ra trong nhà bếp. ■ *My car barely started in the morning, and to add insult to injury, I got a flat tire in the driveway.* ● Sáng nay xe hơi của tôi đã gần như không nổ máy được, và rồi mọi việc càng tồi tệ hơn khi ruột xe thủng ngay trên đường ra cổng. ■ *To add insult to injury, the Lions not only lost the game, but they lost to a team who was rated the worst in the whole country.* ● Tình hình lại càng tồi tệ hơn nữa, đội Lions không chỉ để thua trận đấu, mà còn là để thua một đội được xếp hạng tồi nhất trong cả nước. ■ *We started on a picnic, and first it rained, then to add insult to injury, the car broke down.* ● Chúng tôi bắt đầu một chuyến dã ngoại, và trước hết là trời đổ mưa, rồi mọi thứ càng tồi tệ hơn khi xe hơi chết máy.

add up (to sth) 1. nâng tổng số lên đến một mức độ cụ thể nào đó ■ *The bill added up to $200.* ● Hóa đơn đã tăng lên đến 200 đô-la. ■ *These groceries will add up to almost sixty dollars.* ● Những thực phẩm linh tinh này sẽ làm tăng tổng số lên đến gần 60 đô-la. 2. đạt đến một số lượng chính xác ■ *These numbers just won't add up.* ● Những con số này hoàn toàn sẽ không cộng thành tổng số chính xác. 3. hình thành, đưa đến một kết quả, hoặc bao hàm, ngụ ý một ý nghĩa nào đó ■ *The rain, the mosquitoes, and the heat added up to a spoiled vacation.* ● Trời mưa, đám muỗi vo ve và khí hậu nóng bức, tất cả tạo thành một kỳ nghỉ hè tồi tệ. ■ *I don't understand. What does all this add up to?* ● Tôi không hiểu. Tất cả những điều này hàm chứa ý nghĩa gì? 5. có ý nghĩa hợp lý, có thể hiểu được ■ *If you think about it carefully, these facts add up perfectly.* ● Nếu bạn suy nghĩ kỹ, những dữ kiện này sẽ hoàn toàn hợp lý. ■ *His story didn't add up.* ● Câu chuyện của anh ta thật vô nghĩa.

addicted to sử dụng quen một cái gì đến mức vô cùng khó chịu khi thiếu nó - nghiện ■ *People addicted to smoking have a hard time giving up cigarettes.* ● Những người nghiện thuốc lá rất khó khăn khi bỏ thuốc.

addition → in addition (to sth)

address sb as sth 1. dùng một danh hiệu đặc biệt để gọi một người nào đó ■ *They addressed Abraham Lincoln as "Mr. President".* ● Họ gọi Abraham Lincoln là "Ngài Tổng Thống". ■ *A physician is usually addressed as "Doctor".* ● Một thầy thuốc thường được gọi là "bác sĩ". 2. đối xử với một người theo một cung cách đặc biệt nào đó ■ *You should* address him as your equal. ■ *Do not address me as your superior.* ● Đừng có đối xử với tôi như là người lớn hơn bạn chứ.

adhere to sth cư xử, hành động theo sát với những nguyên tắc, quy luật hoặc chỉ dẫn nào đó ■ *For ten months he adhered to a strict no-fat low-salt diet.* ● Trong vòng 10 tháng, cô ấy tuân theo một cách chặt chẽ chế độ ăn ít muối và không có chất béo. ■ *She adheres to teaching methods she learned over 30 years ago.* ● Bà ấy thực hiện theo đúng những phương pháp giảng dạy mà bà đã học được cách đây hơn 30 năm. ■ *Staff should adhere strictly to the safety guidelines.* ● Nhân viên cần phải nghiêm khắc tuân thủ theo những chỉ dẫn về an toàn. ■ *The diet will work if it is adhered to.* ● Chế độ ăn kiêng sẽ có hiệu quả nếu như được tuân theo. ■ *We must strictly adhere to the terms of the contract.* ● Chúng ta buộc phải tuân theo các điều khoản của hợp đồng một cách chặt chẽ. ■ *His followers adhere to a blend of Buddhist, Hindu, and Christian teachings.* ● Những môn đồ của ông ta tuân theo những giáo điều pha trộn giữa đạo Phật, đạo Hindu và đạo Thiên chúa. ■ *Hitler demanded of his followers that they adhere to Nazi ideology strictly.* ● Hitler đã đòi hỏi những người dưới quyền ông phải tuân theo ý thức hệ Quốc xã một cách nghiêm ngặt.

adjourn to somewhere đi đến một nơi nào, nhất là để thư giãn, nghỉ ngơi giải trí ■ *I suggest we adjourn to the bar for a drink.* ● Tôi đề nghị chúng ta đi đến quán nước để uống chút gì. ■ *Let's adjourn to the club.* ● Chúng ta hãy đi đến câu lạc bộ.

admiration → a mutual admiration society

ado → without further ado

adrift → cast adrift

advance → in advance (of sth)

advance on / upon đến gần hơn, thu ngắn được khoảng cách trong việc truy đuổi tội phạm hay kẻ địch ■ *The American troops were soon advancing on the Germans after they landed at the beaches of Normandy toward the end of World War II.* ● Quân đội Hoa Kỳ đã nhanh chóng đến gần hơn với quân Đức sau khi họ đổ bộ xuống các bãi biển ở Normandy lúc gần kết thúc Thế chiến thứ hai.

advanced age → up in years

advanced in years → up in years

advantage → be to one's advantage

advantage → take advantage of sth

advantage → to advantage

advantage → turn sth to one's advantage

advocate → play devil's advocate

aegis → under the aegis of sth

afar → from afar

affix to 1. ghi thêm nội dung gì vào một văn bản ■ *Would you please affix your signature to the document?* ● Ông có thể vui lòng ký tên vào văn bản được không? 2. gắn liền, đính kèm theo cái gì ■ *Please affix these tags to your luggage.* ● Xin vui lòng gắn những tấm thẻ này vào hành lý của ông.

afield → further afield

afoul of 1. va chạm với cái gì ■ *The boat ran afoul of a buoy.* ● Chiếc thuyền lướt va vào một cái phao. 2. gặp rắc rối, khó khăn với ai hay điều gì ■ *The thief ran afoul of the night watchman.* ● Tên trộm đã gặp rắc rối với người gác đêm. ● *Speeders can expect to fall afoul of the law sometimes.* ● Những tay phóng xe nhanh đôi khi có thể sẽ phải gặp khó khăn trước pháp luật.

afraid → **be scared of one's own shadow**

afraid → **I'm afraid**

afraid of one's own shadow nhút nhát, sợ bóng sợ gió ■ *After Tom was robbed, he was even afraid of his own shadow.* ● Sau khi Tom bị cướp, anh ta trở nên hết sức nhút nhát. ■ *Jane has always been a shy child. She has been afraid of her shadow since she was three.* ● Jane bao giờ cũng là một đứa bé cả thẹn. Con bé đã nhút nhát từ năm lên ba.

afraid of one's shadow 1. sợ sệt những điều nhỏ nhặt hoặc chỉ có trong tưởng tượng; rất nhút nhát, dễ hoảng hốt - người sợ bóng sợ gió ■ *Mrs. Smith won't stay alone in her house at night; she is afraid of her own shadow.* ● Bà Smith không ở nhà một mình vào ban đêm; bà luôn sợ bóng sợ gió. ■ *After Tom was robbed, he was even afraid of his own shadow.* ● Sau khi Tom bị cướp, anh ấy trở nên rất dễ hoảng hốt. ■ *Richard constantly worries about security; he's afraid of his own shadow.* ● Richard không ngừng lo lắng về vấn đề an ninh; anh ta rất dễ giật mình hoảng sợ.

after → **a man after one's own heart**

after → **ask after sb**

after → **day after day**

after → **the morning after the night before**

after → **throw good money after bad**

after a fashion 1. đánh giá việc thực hiện điều gì là không được hoàn hảo lắm, hoặc sự việc không diễn ra theo cách tốt nhất ■ *She keeps the house clean, and she cooks after a fashion.* ● Cô ấy giữ nhà cửa sạch sẽ và nấu ăn cũng tạm được. ■ *Things continued working after a fashion.* ● Mọi việc tiếp tục diễn ra một cách tạm được. ■ *I can play the piano, after a fashion.* ● Tôi chơi dương cầm được, cũng tàm tạm. ■ *"Do you speak French?" "After a fashion."* ● "Anh nói tiếng Pháp được không?" "Không khá lắm." ■ *Oh, yes, I can swim, after a fashion.* ● Ồ, vâng, tôi biết bơi đấy, nhưng rất tồi. 2. dùng sau một phát biểu để hàm ý là điều đó không hoàn toàn chính xác hoặc trung thực ■ *I told everyone that Carl was my boyfriend, which he was, after a fashion.* ● Tôi nói với mọi người rằng Carl là bạn trai của tôi, điều đó cũng đúng, cứ tạm cho là như vậy. 3. trang trọng theo một cung cách không tự nhiên, quá kiểu cách ■ *He thanked, after a fashion, for my help.* ● Ông ta cám ơn, rất kiểu cách, về sự giúp đỡ của tôi.

after a while (in a while) sau đó, sau một quãng thời gian không quá ngắn cũng không quá dài ■ *"Dad, will you help me make the model plane?" "After a while, Jimmy, when I finish reading the newspaper."* ● "Cha ơi, có thể giúp con làm cái mô hình máy bay này được không?" "Đợi lát nữa đi Jimmy, khi nào cha đọc xong tờ báo đã."

after all 1. dù sao đi nữa, bất chấp những chi tiết đã được đề cập trước đó (thường dùng khi đề cập đến thay đổi trong kế hoạch hay sự duyệt lại kế hoạch), cuối cùng thì... ■ *Mary had planned to go to the bank first, but she came here after all.* ● Mary dự tính đến ngân hàng trước, nhưng cuối cùng thì cô ấy đã đến đây. ■ *It looks like Tom will go to law school after all.* ● Có vẻ như dù sao thì Tom cũng sẽ theo học luật. ■ *So you made it after all!* ● Vậy là cuối cùng thì anh cũng đã làm điều đó rồi. ■ *Maybe she was right after all.* ● Có lẽ cuối cùng thì cô ấy đúng. ■ *I'm sorry, but we've decided not to come after all.* ● Tôi rất tiếc, nhưng cuối cùng thì chúng tôi đã quyết định không đến. ■ *Bob thought he couldn't go to the party because he had too much homework, but he went after all.* ● Bob tưởng là anh ta không thể đến dự tiệc vì có quá nhiều bài tập về nhà, nhưng cuối cùng thì anh ta cũng đi được. 2. dùng khi đưa ra một lý do, một lời giải thích mà người nói cho rằng cần phải xem xét đến vì có liên quan đến sự việc ■ *Don't punish Tommy! After all, he's only three years old.* ● Đừng có phạt Tommy! Xét cho cùng nó chỉ mới có 3 tuổi thôi. ■ *He should have paid. He suggested it, after all.* ● Lẽ ra anh ta phải trả tiền. Xét cho cùng, anh ta đã đề nghị chuyện ấy. ■ *After all, we really didn't hurt anyone!* ● Xét cho cùng thì chúng tôi đã chẳng làm hại đến ai cả. ■ *She shouldn't be working so hard - she is 70, after all.* ● Bà ấy lẽ ra không nên làm việc quá nhiều - xét cho cùng, bà đã 70 tuổi rồi. ■ *I'm not really ambitious. After all, money isn't everything.* ● Tôi không phải thực sự có tham vọng. Xét cho cùng, tiền bạc đâu có phải là tất cả. ■ *Why shouldn't Betsy eat the cake? After all, she baked it.* ● Tại sao Betsy lại không được ăn bánh? Xét cho cùng, cô ấy là người đã nướng bánh mà.

after all is said and done hoặc ***when all is said and done*** sau khi mọi chuyện đã được cân nhắc, giải quyết hoặc đi đến kết thúc hoặc dùng sau một lời giải thích hoặc một câu chuyện kể để đưa ra ý kiến của mình, để tóm lại những yếu tố quan trọng nhất đã nói ■ *After all was said and done, it was a lovely party.* ● Cuối cùng thì đó cũng là một bữa tiệc rất tuyệt. ■ *After all is said and done, it will turn out just as I said.* ● Sau cùng thì sự việc rồi cũng sẽ như tôi đã nói. ■ *He had his problems like everyone else, but when all is said and done, he was a great man who did a lot for this community.* ● Ông ta có những vấn đề của mình cũng như bao nhiêu người khác, nhưng nhìn chung thì ông là một người rất tuyệt đã đóng góp rất nhiều cho cộng đồng này.

after dark sau khi trời đã tối, về đêm ■ *Don't go out alone after dark.* ● Đừng đi ra ngoài một mình sau khi trời đã tối. ■ *It was long after dark when we finally reached the farm.* ● Rất lâu sau khi trời tối chúng tôi mới đến được nông trại.

after hours sau giờ đóng cửa, giờ làm việc như thường lệ; hoặc sau một thời điểm thông thường nào đó, như giờ ngủ chẳng hạn... ■ *John was arrested in a bar after hours.* ● John đã bị bắt trong một quán nước sau giờ đóng cửa. ■ *The soldier was caught sneaking into the barracks after hours.* ● Người lính bị bắt khi đang lẻn vào doanh trại sau giờ đóng cửa. ■ *John got a job sweeping floors in the bank after hours.* ● John tìm được việc làm là lau chùi sàn nhà ở ngân hàng sau giờ làm việc. ■ *The store was cleaned and swept out after hours.* ● Cửa hàng được lau chùi quét dọn sau giờ đóng cửa.

after one's own heart được ưa chuộng, có mối quan tâm hoặc sở thích tương tự ▪ *With his love for music, he is a man after my own heart.* • Với sự say mê âm nhạc, anh ấy là người đàn ông có sở thích giống tôi.

after the dust clears (when the dust settles) sau khi một sự rắc rối, nhầm lẫn, hay một tai họa cuối cùng rồi cũng qua đi ▪ *John invited Tim for dinner, but since Tim had an argument with his wife, he replied, "Thanks. I'd like to come after the dust settles."* • John mời Tim đến ăn tối, nhưng vì Tim đang có chuyện cãi nhau với vợ nên anh ta trả lời: "Cảm ơn, có thể tôi sẽ đến sau khi những rắc rối này đã qua."

after the fact sau khi xảy ra một sự kiện, nhất là một lỗi lầm hay tội ác... ▪ *John is always making excuses after the fact.* • John bao giờ cũng nói lời xin lỗi sau khi việc đã xảy ra. ▪ *Remember to lock your car whenever you leave it. If it's stolen, there is nothing you can do after the fact.* • Hãy nhớ khóa xe trước khi đi. Nếu bị trộm, bạn sẽ chẳng thể làm được gì sau đó. ▪ *On some vital decisions employees were only informed after the fact.* • Với một số các quyết định quan trọng sống còn, người công nhân chỉ được thông báo sau khi việc đã rồi.

after the fashion of sb hoặc *after the fashion of sth* nhại theo cung cách của một người hay vật nào đó ▪ *She walks down the street after the fashion of a grand lady.* • Cô ta bước đi trên đường phố theo dáng vẻ của một quý bà. ▪ *The church was build after the fashion of an English cathedral.* • Nhà thờ đã được xây theo phong cách của một giáo đường Anh quốc. ▪ *The new library is very much after the fashion of the old one.* • Thư viện mới rất giống với phong cách của thư viện cũ.

after the fashion of sth → after the fashion of sb

again → able to breathe easily again

again → come again

again → then again

again → yet again

again → you can say that again

against → agitate for/against

against → as against sth

against → banging one's head against a wall

against → be divided against itself

against → black mark (against sb)

against → dead set against (doing) sth

against → go against the current

against → go against the grain

against → have your back against the wall

against → hit a brick wall

against → pit one's wit against sb

against → play both ends against the middle

against → race against time

against → set one's face against sth

against → stack the odds against sb

against → swim against the tide

against → the dice are loaded

against → the odds are stacked against sb

against → up against it

against all odds bất chấp mọi sự thách thức từ đối thủ ■ *The U.S. marines refused to surrender to the Germans during the Battle of the Bulge, against all odds.* ● Bộ binh Hoa Kỳ nhất quyết không đầu hàng quân Đức trong trận Ardennes (Battle of the Bulge), bất chấp mọi thách thức.

against one's will đi ngược lại hoặc không được sự đồng ý, thỏa thuận của ai ■ *You cannot force me to come with you against my will.* ● Bạn không thể buộc tôi đi với bạn khi tôi không muốn. ■ *Against their will, the men were made to stand up against the wall and be search.* ● Cho dù không muốn, những người đàn ông vẫn bị bắt buộc phải đứng dựa vào tường và bị khám xét.

against the clock hoặc *race against time* hoặc *against it* 1. rất vội vã, gấp rút, thường là để hoàn tất một việc gì trước mốc thời gian đã ấn định hoặc vì không có nhiều thời gian - chạy đua với thời gian ■ *Fryer is working against the clock to get his accounts balanced before the end of the year.* ● Fryer đang làm việc gấp rút để hoàn tất việc cân đối các tài khoản của anh ta vào trước cuối năm. ■ *Bill set a new track record, running against the clock. He lost the actual race, however.* ● Bill lập một kỷ lục mới, chạy đua với thời gian. Tuy nhiên, anh ta đã thua trong cuộc chạy đua thật sự. ■ *We were in a race against time to beat the deadline.* ● Chúng tôi đã ở trong một cuộc chạy đua với thời gian để kịp kỳ hạn chót. ■ *In the movie, two young police officers find themselves in a frantic race against time to disarm the explosives.* ● Trong bộ phim, hai viên cảnh sát trẻ đã rơi vào tình huống phải chạy đua với thời gian để tháo gỡ chất nổ. ■ *In a race against the clock, they rushed the special medicine to the hospital.* ● Họ chạy đua với thời gian để cố đưa nhanh loại thuốc đặc hiệu đến bệnh viện. ■ *It was a race against time, but we made it.* ● Đó là một cuộc chạy đua với thời gian, nhưng chúng tôi đã làm được. ■ *We had to race against time to finished before the deadline.* ● Chúng ta phải chạy đua với thời gian để hoàn tất trước kỳ hạn chót. ■ *You don't need to race against time. Take all the time you want.* ● Ông không cần phải chạy đua với thời gian. Hãy làm với tốc độ vừa sức. ■ *It was a race against the clock to get the building work finished in time.* ● Thật là một cuộc chạy đua với thời gian để thực hiện công việc xây dựng kịp thời gian. 2. cố gắng hoàn tất công việc trong một thời gian cụ thể, được tính chính xác theo đồng hồ ■ *We each had to give a talk, speaking for five minutes against the clock.* ● Mỗi người chúng ta đều phải đứng lên nói chuyện trong một thời gian chính xác là 5 phút. 3. cố kéo dài thời gian nhằm mục đích nào đó ■ *The outlaw talked against time with the sheriff hoping that his gang would come and rescue him.* ● Tên cướp nhiều lời với ông cảnh sát trưởng để cố kéo dài thời gian, hy vọng là đồng bọn sẽ đến giải cứu cho hắn.

against the grain 1. theo hướng ngang thay vì chạy dọc xuôi theo (thớ vải, gỗ, thịt...) ■ *He sandpapered the wood against the grain.* ● Ông ta dùng giấy nhám chà xát ngang qua các thớ gỗ. 2. đi ngược với những gì được xem là thông thường, hợp lý, thường là gây khó chịu, bực mình (thường dùng sau go) ■ *It goes against the grain to lend them money.* ● Cho bọn họ mượn tiền là điều không bình thường chút nào. ■ *It really goes against the grain to have to work*

agree to differ

on a Sunday. • Thật là ngược đời khi phải làm việc vào ngày Chủ nhật. ■ *His coarse and rude ways went against the grain with me.* • Sự thô lỗ và xấc xược của hắn thật hết sức khó chịu đối với tôi.

age → **act one's age**

age → **awkward age**

age → **come of age**

age → **look one's age**

age → **the grand old age**

age → **under age**

agency → **through the agency of sb**

Agent Orange chất độc màu da cam, được Hoa Kỳ sử dụng như thuốc khai quang trong chiến tranh Việt Nam, được tin là đã gây ra các trường hợp trẻ sơ sinh khuyết tật và ung thư; do đó cụm từ này cũng được mở rộng nghĩa để chỉ sự ô nhiễm của tiến trình phát triển công nghệ ■ *If things continue as they have, we'll all be eating some Agent Orange with our meals.* • Nếu mọi việc cứ tiếp tục như xưa nay, tất cả chúng ta rồi đều sẽ ăn phải các chất gây ô nhiễm trong bữa ăn của mình.

aggregate → **in aggregate**

agitate for/against thuyết phục, vận động người khác một cách sôi nổi và phấn khích, rằng phải hành động theo một cách nhất định nào đó ■ *The peace demonstrators were agitating for an immediate withdrawal of U.S. troops from Iraq.* • Những người biểu tình đòi hòa bình đang vận động sôi nổi cho một cuộc rút quân tức thì của quân đội Hoa Kỳ ra khỏi Iraq.

ago → **many moons ago**

agree → **not agree with sb**

agree to differ hoặc *agree to disagree* chấp nhận với những khác biệt còn tồn tại mà không tiếp tục tranh cãi nữa ■ *We must just agree to differ on this.* • Chúng ta buộc phải chấp nhận những khác biệt còn lại về vấn đề này.

agree to disagree → **agree to differ**

agree with thích hợp, có tác dụng tốt đối với ai ■ *The sour milk did not agree with him.* • Món sữa chua không hợp với anh ấy ■ *The warm, sunny climate agreed with him, and he soon grew strong and healthy.* • Khí hậu ấm áp với nhiều ánh mặt trời rất tốt cho anh ấy, và không bao lâu anh ta đã trở nên mạnh mẽ, khỏe khoắn. ■ *I love strawberries, but they don't agree with me.* • Tôi thích dâu tây, nhưng chúng không hợp với cái bụng tôi.

agreement → **gentleman's agreement**

ahead → **ahead of the game**

ahead → **go full steam ahead (with)**

ahead → **keep one jump ahead of sb**

ahead → **knock oneself out**

ahead → **stay one step ahead of**

ahead of 1. chiếm được lợi thế hay vượt trội hơn ■ *He studies all the time, because he wants to stay ahead of his classmates.* • Anh ta học suốt cả ngày, vì muốn giữ vị trí vượt trội hơn so với các bạn đồng học. 2. ở vị trí về phía trước ■ *The troop leader walked a few feet ahead of the boys.* • Viên chỉ huy quân đội tiến lên phía trước bọn trẻ mấy bước. 3. sớm hơn, trước về thời gian ■ *Betty finished her test ahead of the others.* • Betty hoàn tất bài kiểm tra sớm hơn những người khác.

ahead of one's time có những tư tưởng, phương pháp, hoặc thái độ cư xử quá tiến bộ đến nỗi không thể được chấp nhận hay đánh giá cao trong xã hội đương thời - đi trước thời đại ■ *People buy that artist's work now, but his paintings were laughed at when he was alive. He was ahead of his time.* ● Ngày nay người ta mua tác phẩm của họa sĩ ấy, nhưng tranh của ông ta bị cười nhạo khi ông còn sống. Ông ấy đã đi trước thời đại. ■ *Mary's grandmother was ahead of her time in wanting to study medicine.* ● Bà nội của Mary là người đi trước thời đại khi có ý muốn theo học ngành y. ■ *LaLanne was way ahead of his time in his emphasis on a low-fat diet.* ● LaLanne đã đi trước thời đại của mình trong việc nhấn mạnh vào một chế độ ăn kiêng ít chất béo.

ahead of the game (thông tục) 1. sớm hơn về thời gian so với yêu cầu ■ *When Ralph came to school an hour early, the janitor said, "You're ahead of the game."* ● Khi Ralph đến trường sớm hơn một giờ, người gác cổng nói: "Em đến sớm quá rồi!" ■ *Whenever we go to a movie, we show up ahead of the game and have to wait.* ● Mỗi khi đi xem phim, chúng tôi đều đến sớm và phải chờ. ■ *Bob does extra work so he's always ahead of the game.* ● Bob làm thêm công việc phụ trội nên anh ta luôn phải đến sớm hơn. 2. chiếm vị trí ưu thế ■ *Bill has to study math very hard to keep ahead of the game.* ● Bill phải học môn toán rất căng để giữ được vị trí ưu thế. ■ *The time you spend studying when you are in school will put you ahead of the game in college.* ● Thời gian bạn dành ra để học tập khi còn ở trung học sẽ giúp bạn có được ưu thế khi vào đại học. ■ *The company has invested a lot of money in research to try to stay ahead of the game.* ● Công ty đã đầu tư rất nhiều tiền vào việc nghiên cứu để cố đạt được ưu thế dẫn đầu.

ahead of the pack đạt được sự thành công vượt hơn người hay tổ chức đang cạnh tranh với mình ■ *Archer's record puts him three strokes ahead of the pack going into today's PCA final.* ● Thành tích của Archer giúp anh ta vượt hơn 3 nước để bước vào trận chung kết của Hội cờ vua chuyên nghiệp hôm nay.

ahead of time sớm hơn so với quy định hoặc dự kiến ■ *The new building was finished ahead of time.* ● Tòa nhà mới đã hoàn tất sớm hơn so với dự kiến. ■ *If you show up ahead of time, you will have to wait.* ● Nếu bạn đến sớm hơn, bạn sẽ phải đợi. ■ *Be there ahead of time if you want to get a good seat.* ● Hãy đến đó sớm hơn nếu bạn muốn có được một chỗ ngồi tốt.

ahead of time sớm hơn, trước thời gian quy định ■ *If you show up ahead of time, you will have to wait.* ● Nếu bạn đến sớm, bạn sẽ phải chờ đợi. ■ *Be there ahead of time if you want to get a good seat.* ● Hãy đến đó sớm nếu bạn muốn được một chỗ ngồi tốt.

aid and abet sb giúp đỡ, xúi giục ai làm điều sai trái ■ *He was scolded for aiding and abetting the boys who were fighting.* ● Anh ta bị trách mắng vì đã xúi giục đám con trai đánh nhau. ■ *It's illegal to aid and abet a thief.* ● Giúp sức cho một tên trộm là vi phạm pháp luật. ■ *She stands accused of aiding and abetting the bombing.* ● Cô ấy bị buộc tội giúp sức cho vụ đánh bom. ■ *Aided and* *abetted by two glasses of wine, he became very sentimental.* • Được sự giúp sức của hai ly rượu vang, anh ta trở nên rất nhạy cảm.

aim high đề ra một mục tiêu quá cao, đầy tham vọng ■ *If you want to achieve a comfortable position by the time you're fifty, you must aim high!* • Nếu bạn muốn đạt đến một vị trí an nhàn vào độ tuổi 50, chắc chắn là bạn đã đặt mục tiêu quá cao!

aim to do sth có ý muốn làm điều gì, hoặc dự tính sẽ làm trong tương lai ■ *I aim to paint the house as soon as I can find a brush.* • Tôi định sơn căn nhà ngay khi nào tôi tìm được cây chổi sơn. ■ *He aims to take a few days off and go fishing.* • Ông ấy định nghỉ việc mấy hôm và đi câu cá.

ain't → *it ain't over 'til the fat lady sings*

ain't all that (tiếng lóng) dùng khi người nói nghĩ rằng người hay vật được nói đến là không tốt như người khác, vật khác ■ *Next time Julie tries to make you feel bad, you just tell her she ain't all that.* • Lần tới khi Julie cố làm cho bạn khó chịu, bạn chỉ việc bảo với cô ấy như vậy là không tốt đâu.

ain't that the limit? dùng khi muốn nhận xét rằng hành vi của ai đó là không thể nào tồi tệ, xấu xa hay vô đạo đức hơn thế nữa ■ *Not only did they rob the house, they smeared mud on the walls and poured the garbage on the floor. Ain't that the limit?* • Bọn chúng không chỉ cướp sạch nhà mà còn bôi trét bùn đất lên vách, xả rác trên sàn nhà. Còn gì có thể xấu xa hơn thế nữa chăng?

air → *breath of fresh air*

air → *castles in the air*

air → *clear the air*

air → *do sth with one's nose in the air*

air → *hot air*

air → *in the air*

air → *on air*

air → *put on airs*

air → *up in the air*

air → *vanish into thin air*

air → *walking on air*

air → *you could (have) cut the air with a knife*

air one's dirty laundry in public hoặc *do one's dirty laundry in public* để cho người ngoài biết những chuyện riêng tư, bí mật của bản thân, gia đình hoặc tổ chức... bằng cách mang ra tranh cãi ở nơi đông người - vạch áo cho người xem lưng ■ *Where do they find these families who are prepared to go on TV and air all their dirty laundry in public?* • Họ tìm ở đâu ra được những gia đình thế này - chấp nhận lên màn ảnh truyền hình và phơi bày hết mọi chuyện riêng tư cho công chúng? → *air one's dirty linen in public*

air one's dirty linen in public hoặc *wash one's dirty linen in public* công khai đề cập đến những vấn đề riêng tư hoặc gây bối rối giữa nơi đông người, nhất là khi cãi cọ nhau - bới móc, bêu xấu, vạch áo cho người xem lưng ■ *John's mother had asked him repeatedly not to air the family's dirty linen in public.* • Mẹ của John luôn căn dặn anh đừng có mang chuyện xấu trong gia đình ra nói với mọi người. ■ *Mr. and Mrs.*

Johnson are arguing again. Why must they always air their dirty linen in public? ● Ông bà Johnson lại cãi vã nhau. Tại sao họ cứ luôn phải bới móc chuyện gia đình ra cho mọi người đều biết? ■ *Jean will talk to anyone about her financial problems. Why does she wash her dirty linen in public?* ● Jean thường mang chuyện khó khăn về tiền bạc ra nói với bất cứ ai. Tại sao cô ấy lại tự bêu xấu như thế chứ? ■ *No one knew that the boys' mother was a drug addict, because the family did not wash its dirty linen in public.* ● Không ai biết được mẹ của bọn trẻ là dân nghiện, vì gia đình ấy không bao giờ vạch áo cho người xem lưng. → ***air one's dirty laundry in public***

air one's grievances kêu ca, phàn nàn; chính thức khiếu nại về việc gì ■ *I know how you feel, John, but it isn't necessary to air your grievances over and over.* ● John, tôi biết là anh đang cảm thấy thế nào, nhưng không cần thiết phải kêu ca mãi như thế. ■ *I know you are busy, sir, but I must air my grievances. This matter is very serious.* ● Thưa ông, tôi biết là ông rất bận, nhưng tôi buộc phải lên tiếng khiếu nại. Việc này rất nghiêm trọng.

air shuttle loại máy bay vận chuyển hành khách qua lại giữa các thành phố lớn, thường là không quá xa, khởi hành đều đặn đúng giờ theo lịch và hành khách không cần đặt chỗ trước ■ *My dad takes the air shuttle from Boston to New York once a week.* ● Cha tôi bay từ Boston đến New York mỗi tuần một lần bằng máy bay theo chuyến.

air sth out làm thoáng khí bằng cách đặt ở nơi thoáng mát; làm thoáng một căn phòng bằng cách mở thông cho không khí vào ■ *It's so stale in here. Mary,* *please open a window and air this place out.* ● Trong này ẩm mốc quá. Mary, làm ơn mở một cửa sổ ra cho thoáng khí! ■ *Please take this pillow outside and air it out.* ● Làm ơn mang cái gối này ra ngoài và phơi ở nơi thoáng khí. ■ *I'll have to air out the car. Somebody has been smoking in it.* ● Tôi phải mở cửa xe cho thoáng. Có ai đó đã hút thuốc lá trong xe.

airbus cách dùng thông tục để chỉ loại máy bay chuyên chở hành khách trong phạm vi nội địa, trong nước ■ *Airbuses don't fly overseas, but mainly from coast to coast.* ● Máy bay nội địa không bay ra nước ngoài mà chủ yếu là nối giữa các vùng ven biển.

airquake mô tả những âm thanh chấn động ầm ì không rõ nguồn gốc, thường nghe ở vùng ven biển và có vẻ như ngày càng lớn hơn ■ *What was that awful noise just now? - I guess it must have been an airquake.* ● Tiếng ồn khủng khiếp gì thế nhỉ? Tôi đoán chắc hẳn đó phải là âm thanh địa chấn.

airs and graces cung cách cư xử tỏ ra mình là người quan trọng, tốt đẹp hơn hẳn những người khác cho dù thực tế không phải vậy - kiêu ngạo, tự cao ■ *Even when he became a star he didn't have any airs and graces.* ● Ngay cả khi anh ta đã trở thành một ngôi sao, anh ta cũng không hề ứng xử một cách kiêu ngạo chút nào. ■ *Despite her fame, she has no airs and graces and makes everyone feel comfortable.* ● Bất chấp danh tiếng của mình, cô ấy không hề cư xử kiêu ngạo và làm cho mọi người đều cảm thấy thoải mái.

airy nothings những nhận định hết sức tầm thường, nông cạn, nhận xét vô nghĩa ■ *John's popularity is based on the* fact that he is a master at whispering airy nothings.* ● Việc John được rất nhiều người biết đến chính vì anh ta là người chuyên môn đồn đại những nhận xét vô nghĩa.

aisles → rolling in the aisles

alarm → false alarm

alarm → ring alarm bells

alarm bells ring hoặc *warning bells ring* bắt đầu nhận ra sự rắc rối, bất ổn của một vấn đề ■ *Alarm bells started ringing when he asked me to pay two thousand dollars in cash before he started the work.* ● Tôi bắt đầu cảm thấy có gì đó không ổn khi anh ta bảo tôi trả 2.000 đô-la bằng tiền mặt trước khi bắt đầu công việc. ■ *The government's proposal has set alarm bells ringing for people on low incomes.* ● Đề xuất của chính phủ đã là dấu hiệu không tốt cho những người dân có thu nhập thấp. ■ *The report should set alarm bells ringing about standards in education.* ● Bản báo cáo cần phải lên tiếng báo động về những chuẩn mực trong giáo dục.

albatross around one's neck điều luôn theo đuổi ai một cách dai dẳng không thôi, như những trở ngại hay sự kém may mắn, hoặc một nỗi ám ảnh, mặc cảm tội lỗi (*albatross* là một loài chim biển rất lớn. Những người đi biển cho rằng nếu giết loài chim này sẽ rất xui xẻo. Trong bài thơ "The Rime of the Ancient Mariner" của Coleridge, có một thủy thủ giết con albatross và phải mang nó nơi cổ như một hình phạt. Vì thế phát sinh thành ngữ này.) ■ *Robert's financial problems were an albatross around his neck and he eventually went bankrupt.* ● Những khó khăn về tài chính là trở ngại chính của Robert và cuối cùng anh ta đi đến phá sản. ■ *Even though it was an accident, John's father's death has been an albatross around John's neck.* ● Cho dù đó chỉ là một tai nạn, nhưng cái chết của cha mình vẫn luôn là một ám ảnh tội lỗi đối với John.

alec → smarty pants

aleck → smart aleck

aleck → smarty pants

alert → put on red alert

alight on sth hoặc *alight upon sth* nghĩ ra, tìm thấy hoặc nhận ra điều gì, nhất là một cách tình cờ ■ *Eventually, we alighted on the idea of seeking sponsorship.* ● Cuối cùng chúng tôi nghĩ ra ý tưởng là tìm kiếm nguồn tài trợ. ■ *Her eyes suddenly alighted on the bundle of documents.* ● Đôi mắt cô ta đột nhiên nhận ra đống văn bản. ■ *My eyes alighted on an extraordinary sight.* ● Đôi mắt tôi chợt nhận ra một quang cảnh khác thường.

alight upon sth → alight on sth

align oneself with sb → align oneself with sth

align oneself with sth hoặc *align oneself with sb* công khai ủng hộ hoặc tán đồng người hay sự việc, ý tưởng... nào đó ■ *Newspapers traditionally align themselves with one political party.* ● Theo truyền thống thì báo chí thường nghiêng về ủng hộ cho một đảng chính trị. ■ *Many women do not want to align themselves with the movement.* ● Nhiều phụ nữ không muốn ủng hộ cho phong trào.

alike → great minds think alike

alive → bring sth alive

alive → come alive

alive → eat sb alive

alive → skin sb alive

alive and kicking hoặc *alive and well* rất khỏe mạnh, tràn đầy sinh lực; hoạt động, tồn tại trong điều kiện tốt ■ *News of a long-awaited tour provides evidence that the band is still alive and kicking.* • Tin tức về một chuyến lưu diễn phải chờ đợi lâu cho thấy rõ ràng là ban nhạc vẫn còn chơi rất tốt. ■ *How is Bill? Oh, he's alive and kicking.* • Bill thế nào? À, anh ấy rất khỏe. ■ *The last time I saw Tom, he was alive and well.* • Lần cuối tôi gặp Tom, anh ấy rất khỏe. ■ *He was found alive and well after three days.* • Anh ta được tìm thấy vẫn còn khỏe mạnh sau ba ngày. ■ *Although they argue a lot, the idea of marriage is still alive and kicking.* • Cho dù bọn họ cãi nhau rất nhiều, ý tưởng về việc kết hôn vẫn còn rất mạnh mẽ. ■ *Grandpa was taken to the hospital with pneumonia but he was discharged yesterday and is alive and kicking.* • Ông nội phải vào bệnh viện hôm qua vì chứng viêm phổi, nhưng hôm nay ông đã xuất viện và rất khỏe mạnh.

alive and well → alive and kicking

alive with sb hoặc *alive with sth* có rất nhiều, bao phủ, choán đầy, hoặc rất linh hoạt ■ *Look! Ants everywhere. The floor is alive with ants.* • Nhìn kìa! Kiến ở khắp nơi. Sàn nhà đầy cả kiến. ■ *When we got to the ballroom, the place were alive with dancing.* • Khi chúng tôi đến phòng nhảy, nơi này đã đầy những người khiêu vũ. ■ *The campground was alive with campers from all over the country.* • Khu đất trại đầy những người cắm trại đến từ khắp nước. ■ *The lake was alive with fish.* • Dưới hồ có rất nhiều cá. ■ *The stores were alive with people the Saturday before Christmas.* • Những cửa hàng đông kín người vào ngày thứ bảy trước Giáng sinh.

alive with sth → alive with sb

all → a jack of all trades

all → above all

all → against all odds

all → ain't all that

all → and all

all → and all that jazz

all → as bad as all that

all → at all

all → at all cost(s)

all → at all time

all → balled up

all → be all dressed up and nowhere to go

all → be all ears

all → be all go

all → be all over sb

all → be all over sth

all → be all there

all → be all things to all people

all → be all up with sb

all → be grist for the mill

all → be played out

all → be sth in all but name

all → be-all and end-all (of sth)

all → behind sb all the way

all → big as all outdoors

all → by all means
all → come down to
all → cover all the bases
all → damn all
all → do sth for all you are worth
all → dot the i's and cross the t's
all → downhill from here
all → end all
all → fingerprints are on sth
all → first of all
all → for all sb cares
all → for all sb knows
all → for all sth
all → for all the world like
all → for good
all → get away from it all
all → get your ducks in a row
all → go all out
all → go all the way
all → go to the expense of sth
all → have all the time in the world
all → have egg on one's face
all → hold all the cards
all → in all
all → in all but name
all → in all my born days
all → in any event
all → in conscience
all → in no time (at all)
all → it takes all kinds (to make a world)
all → it'll all come out in the wash
all → it's all in one's mind
all → it's all too easy to do sth
all → it's for the best
all → it's Greek to me
all → it's water under the bridge
all → know all the answers
all → laugh all the way to the bank
all → let it all hang out
all → make all the difference
all → make the right noises
all → money is the root of all evil
all → not all that
all → not all there
all → not for all the tea in China
all → not have all day
all → of all things
all → on all fours
all → once and for all
all → one's elevator doesn't go all the way to the top
all → pull out all the stops
all → push buttons
all → put all one's eggs in one basket
all → put one's cards on the table
all → that depends
all → that's about all
all → that's all she wrote
all → that's sb all over
all → the be-all and end-all (of sth)
all → the mother of all

all → the war to end all wars

all → there'll be hell to pay

all → to cap it all

all → to crown it all

all → to top it all (off)

all → walk all over sb

all → warts and all

all → with all due respect

all along hoặc ***right along*** ngay từ đầu ■ *We knew all along that he would succeed.* • Chúng tôi đã biết ngay từ đầu là anh ấy sẽ thành công. ■ *I realized it was in my pocket right along.* • Ngay từ đầu tôi đã biết là nó nằm trong túi tôi. ■ *I knew all along that it wasn't his real name.* • Ngay từ đầu tôi đã biết rằng đó không phải là tên thật của anh ta. ■ *Do you think he's been cheating us all along?* • Anh có nghĩ là hắn đã lừa chúng ta ngay từ đầu không?

all along the line → **all the way down the line**

all and sundry tất cả mọi người ■ *Cold drinks were served to all and sundry.* • Thức uống lạnh được phục vụ cho tất cả mọi người. ■ *All and sundry came to the village fair.* • Tất cả mọi người đều đã đến dự hội chợ làng. ■ *All and sundry showed up at the new governor's inaugural ball.* • Tất cả mọi người đều xuất hiện ở buổi khiêu vũ mừng ông thống đốc mới nhậm chức.

all around khắp hết, nơi nào, người nào cũng có ■ *She bought drinks all round.* • Cô ấy mua thức uống cho tất cả mọi người. ■ *We've had messages of support from all around the world.* • Chúng ta có những lời ủng hộ từ khắp nơi trên thế giới.

all around Robin Hood's barn 1. đi theo đường vòng, đường dài hơn, hoặc rời khỏi tuyến đường chính để đến một nơi nào ■ *We had to go all around Robin Hood's barn to get to the little town.* • Chúng tôi đã phải đi đường vòng để đến thị trấn nhỏ đó. ■ *She walked all around Robin Hood's barn looking for a shop that sold Finnish glassware.* • Cô ấy đi vòng vo tìm một cửa hiệu bán đồ thủy tinh Phần Lan. 2. nói vòng vo để tránh né, không nói thẳng, nói thật ■ *They weren't at all straight with me; they were leading me around Robin Hood's barn.* • Bọn họ không trung thực với tôi chút nào; họ đang cố nói vòng vo để tránh né.

all at once 1. đột nhiên, bất ngờ (như ***all of a sudden***) ■ *All at once we heard a shot and the soldier fell to the ground.* • Đột nhiên chúng tôi nghe một tiếng súng nổ và anh lính ngã lăn ra đất. ■ *All at once there was a loud crash.* • Đột nhiên có một tiếng va chạm lớn. ■ *All at once the chair broke, and Bob fell to the floor.* • Đột nhiên cái ghế gãy và Bob ngã xuống sàn nhà. ■ *All at once she tripped on a stone.* • Cô ấy bất ngờ trượt chân trên một hòn đá. 2. đồng thời, cùng lúc ■ *The entire group spoke all at once.* • Cả nhóm đồng thời cùng nói lên. ■ *They were trying to cook dinner, clean house, and paint the closet all at once.* • Họ đang cố gắng nấu ăn, lau nhà và sơn cái tủ chứa trong cùng một lúc. ■ *The teacher told the children to talk one at a time; if they talked all at once, she could not understand them.* • Cô giáo dặn bọn trẻ phát biểu lần lượt từng em một; nếu chúng nói lên cùng một lúc, cô không thể hiểu được chúng. ■ *Bill can play the piano, sing, and lead his orchestra all at once.* • Bill có thể cùng lúc vừa chơi đàn dương cầm vừa hát và điều khiển dàn nhạc.

all at sea about sth → **at sea**

all balled up → **balled up**

all beer and skittles → **beer and skittles**

all bets are off vượt ngoài mọi dự đoán, không ai có thể đoán trước được ■ *The Governor looks safe to win again, but if the press gets hold of a scandal, all bets are off.* • Ông Thống đốc có như vẻ sẽ thắng cử một cách an toàn, nhưng nếu giới báo chí nắm được một vụ bê bối nào đó thì mọi việc sẽ hoàn toàn vượt ra ngoài dự đoán.

all better now (thông tục, thường dùng với trẻ con) đã hoàn thiện, tốt hơn, hoặc đã được chữa lành ■ *My leg was sore, but it's all better now.* • Chân tôi bị đau, nhưng giờ đã đỡ rồi. ■ *I fell off my bicycle and bumped my knee. Mommy kissed it, and it's all better now.* • Con bị té xe đạp và va mạnh vào chỗ đầu gối. Mẹ đã hôn vào đó và giờ thì đỡ nhiều rồi. ■ *"All better now," he kept repeating to the little girl.* • "Tốt rồi, giờ thì tốt rồi." Ông ta không ngừng nói với cô con gái nhỏ.

all but hầu như, gần như là ■ *The party was all but over when we arrived.* • Bữa tiệc gần như đã chấm dứt khi chúng tôi đến nơi. ■ *It was all but impossible to read his writing.* • Gần như là không thể đọc được chữ viết của anh ta. ■ *Mendel's research was all but forgotten.* • Cuộc nghiên cứu của Mendel gần như là đã bị quên lãng. ■ *Crows all but destroyed a farmer's field of corn.* • Những đám đông gần như đã phá sạch cánh đồng bắp của người nông dân. 2. tất cả, chỉ trừ ra điều gì đó ■ *All but one of the plates were broken.* • Tất cả chỉ trừ một cái đĩa, còn thì bị vỡ cả.

all chiefs and no Indians quá nhiều người ra lệnh nhưng chẳng có ai làm việc - thừa thầy thiếu thợ ■ *The problem with this company is that it's all chiefs and no Indians.* • Vấn đề bất ổn của công ty này là thừa thầy thiếu thợ.

all day long suốt cả ngày ■ *We studied for the examination all day long.* • Chúng tôi học suốt cả ngày chuẩn bị cho kỳ thi. ■ *We waited for you at the station all day long.* • Chúng tôi chờ anh ở nhà ga suốt cả ngày. ■ *I can't keep smiling all day long.* • Tôi không thể cười mãi suốt cả ngày.

all doom and gloom không còn chút hy vọng nào vào tương lai, hoàn toàn tuyệt vọng và bi quan ■ *Sure, we've lost a couple of games, but it's not all doom and gloom.* • Chắc chắn rồi, chúng ta đã thua hai trận, nhưng chưa phải đã là tuyệt vọng. ■ *Despite the obvious setbacks, it is not all doom and gloom for the England team.* • Bất chấp những khó khăn rõ ràng, không phải đã hoàn toàn tuyệt vọng cho đội Anh. ■ *Despite all the doom and gloom in the city, there are still some bright spots in the stock market.* • Bất chấp tất cả sự bi quan tuyệt vọng trong thành phố, vẫn còn một số điểm sáng sủa trong thị trường chứng khoán.

all dressed up → **dressed up**

all eyes (are on sb) chú ý nhìn điều gì với đôi mắt mở to, ngạc nhiên, tò mò và bị thu hút mãnh liệt ■ *At the circus the* children were all eyes. ● Ở rạp xiếc, tất cả bọn trẻ đều tròn mắt theo dõi. ■ *All eyes are on Feinsten, who has taken a leadership role in the recent economic crisis.* ● Mọi người đều chú ý vào Feinsten, người đã giữ vai trò lãnh đạo trong cuộc khủng hoảng kinh tế gần đây. ■ *All eyes were on Carla as she completed her final dive.* ● Tất cả mọi cặp mắt đều đổ dồn về Carla khi cô ta hoàn tất cú nhảy cuối cùng của mình. ■ *The kids were all eyes as he slowly unwrapped the package.* ● Lũ trẻ tập trung sự chú ý khi anh ta từ từ mở lớp giấy bọc gói quà ra. ■ *All eyes were on him as he walked on to the stage.* ● Ai nấy đều chú ý vào anh ta khi anh ta bước lên sân khấu.

all fired up hết sức bối rối, lúng túng ■ *Mark got all fired up when Mary rejected his invitation.* ● Mark vô cùng bối rối khi Mary từ chối lời mời của anh.

all for sth rất yêu thích, ưa chuộng điều gì ■ *Bill is all for stopping off to get ice cream.* ● Bill rất muốn dừng xe một lát để mua kem. ■ *Mary suggested that they sell their house. They weren't all for it, but they did it anyway.* ● Mary đề nghị họ bán căn nhà. Họ không muốn vậy, nhưng dù sao họ cũng bán. ■ *They're all for saving money where they can.* ● Bọn họ rất muốn dành dụm tiền bạc bất cứ khi nào có thể.

all for the best → it's for the best

all gone đã dùng hết, đã trôi qua mất, đã hoàn tất ■ *Oh, the coffee is all gone.* ● Ái chà, cà phê hết sạch rồi. ■ *We used to have wonderful parties, but those days are all gone.* ● Trước đây chúng tôi thường có những bữa tiệc tuyệt vời, nhưng thời ấy đã qua rồi. ■ *We used to travel a lot, but, alas, those days are all gone.* ● Chúng tôi đã từng đi du lịch rất nhiều, nhưng than ôi, những ngày như thế giờ không còn nữa!

all good things (must) come to an end thực tế hiển nhiên là bất cứ tình huống tốt đẹp nào cũng không thể được duy trì, kéo dài mãi mãi ■ *The Cardinals had won five straight championships, but this time only finished in fourth place. "We were hoping for more, but all good things must come to an end," said captain Danny Fisher.* ● Đội Cardinals đã liên tiếp giành chức vô địch đến 5 lần, nhưng lần này chỉ kết thúc với vị trí thứ tư. Đội trưởng Danny Fisher nói: "Chúng tôi đã đặt hy vọng nhiều hơn thế, nhưng đâu có sự tốt đẹp nào có thể duy trì mãi mãi được đâu."

all Greek to me → Greek to me

all hands on deck tất cả mọi người đều phải cùng nhau làm việc bởi vì có nhiều việc để làm trong một thời gian rất ngắn ■ *After the party, it'll be all hands on deck to get the place cleaned up.* ● Sau bữa tiệc, tất cả mọi người phải cùng nhau làm việc để dọn dẹp cho sạch sẽ.

all hell breaks loose nói về một tình huống đột nhiên bỗng trở nên tồi tệ, vô tổ chức hoặc bạo loạn ■ *When one of the band members jumped off the stage, all hell broke loose.* ● Khi một trong các thành viên của ban nhạc nhảy ra khỏi sân khấu, mọi thứ trở nên hỗn loạn. ■ *There was a loud bang and then all hell broke loose.* ● Có một tiếng động lớn và rồi tất cả trở nên hỗn loạn. ■ *All hell will break loose when my parents hear about this.* ● Mọi thứ sẽ nổ tung cả ra khi cha mẹ tôi biết được điều này.

all hours (of the day and night)

all hours (of the day and night)
1. rất muộn hoặc vào những giờ giấc không bình thường ■ *Why do you always stay out until all hours of the day and night?* ● Tại sao con luôn đi ra ngoài về muộn quá vậy? ■ *I like to stay out till all hours.* ● Tôi thích ở chơi bên ngoài cho đến tận khuya. 2. bất cứ hoặc gần như bất cứ lúc nào ■ *The boy's mother said he must stop coming home for meals at all hours.* ● Mẹ cậu bé đã nói rằng cậu nhất định phải chấm dứt việc về nhà ăn cơm vào bất cứ giờ nào. ■ *The baby cried so much that we were up at all hours trying to calm her down.* ● Em bé khóc quấy nhiều đến nỗi chúng tôi phải thức dậy gần như bất cứ lúc nào để cố dỗ cho nó nín.

all in (thông tục) quá mệt mỏi, mệt nhoài, kiệt sức ■ *The players were all in after their first afternoon of practice.* ● Các cầu thủ đều mệt nhoài sau buổi chiều tập luyện đầu tiên.

all in a day's work hoặc *all in the day's work* công việc có thể gây khó chịu hoặc không thoải mái nhưng vẫn phải làm vì đó là thường lệ, việc hằng ngày, đương nhiên phải làm ■ *I don't particularly like to cook, but it's all in a day's work.* ● Tôi không đặc biệt thích nấu nướng, nhưng đó là công việc thường lệ hằng ngày. ■ *Putting up with rude customers isn't pleasant, but it's all in a day's work.* ● Chịu đựng những khách hàng thô lỗ thật không dễ chịu, nhưng đó là công việc hằng ngày phải làm thôi. ■ *Cleaning up after other people is all in a day's work for a chambermaid.* ● Giúp việc dọn dẹp cho người khác là chuyện hằng ngày của người hầu phòng. ■ *Describing paintings, discussing the problem of drugs, surfing the net - it's all in a day's work for today's grade school teacher.* ● Mô tả các bức tranh, thảo luận về các vấn đề nghiện ngập, lướt web - tất cả đều là những công việc hằng ngày của một giáo viên tiểu học ngày nay. ■ *When the car had a flat tire, my father said that it was all in a day's work.* ● Khi xe hơi bị thủng lốp, cha tôi nói rằng đó cũng chỉ là chuyện thường ngày thôi.

all in all 1. xem xét mọi mặt, toàn diện, cả những mặt tốt và xấu - nhìn chung, nói chung ■ *All in all, it was a pleasant day's cruise.* ● Nói chung thì đó là một ngày dạo chơi thú vị. ■ *All in all, the pilot of an airplane must have many abilities and years of experience before he can be appointed.* ● Nói chung thì người phi công của một chiếc máy bay nhất định phải có nhiều năng lực và nhiều năm kinh nghiệm trước khi có thể được chỉ định. ■ *All in all we enjoyed the evening at her home.* ● Nhìn chung chúng tôi rất thích thú trong buổi tối ở nhà cô ấy. ■ *All in all, it was a very good party.* ● Nhìn chung thì đó là một bữa tiệc vui. ■ *All in all, I'm glad that I visited New York City.* ● Nhìn chung, tôi rất vui là đã được viếng thăm New York. 2. người hay vật quan trọng nhất, được yêu thương, ưa thích nhất ■ *She was all in all to him.* ● Cô ấy là tất cả đối với anh ta. ■ *Music was his all in all.* ● Âm nhạc là tất cả đối với anh ấy.

all in good time (khẩu ngữ) không bao lâu nữa, vào một thời điểm trong tương lai (thường dùng để khuyên một người nào đó nên kiên nhẫn và bình tĩnh hơn) ■ *When will the baby be born? All in good time.* ● Khi nào em bé ra đời?

Không lâu nữa đâu. ■ "I'm starved! When will Bill get here with the pizza?" "All in good time, Mary, all in good time." ● "Tôi chết đói mất! Bao giờ thì Bill mới mang bánh pizza đến?" "Không lâu nữa đâu, Mary. Không lâu nữa đâu." ■ "When will you let us know?" "All in good time. We have to see some other people first." ● "Khi nào anh mới cho chúng tôi biết?" "Từ từ đã, trước tiên chúng tôi còn phải gặp gỡ những người khác." ■ "I want to get married. Dad," Mike said. "All in good time, Son," answered his father. ● Mike nói: "Cha ơi, con muốn lập gia đình." Cha anh trả lời: "Được thôi, không bao lâu nữa đâu con yêu."

all in kiệt sức, mệt nhoài ■ *He was all in after playing tennis for four hours.* ● Anh ta đã mệt nhoài sau khi chơi tennis đến bốn giờ liền. ■ *I just walked all the way from town. I'm all in.* ● Tôi vừa đi bộ suốt từ thị trấn về đây. Tôi mệt nhoài rồi. ■ *"What a day! I'm all in."* ● "Một ngày tồi tệ quá! Tôi mệt nhoài rồi." ■ *At the end of the race he felt all in.* ● Vào cuối cuộc đua anh ta cảm thấy kiệt sức. ■ *Poor Iris is all in. I think we should take her home.* ● Cô Iris tội nghiệp đã kiệt sức rồi. Tôi nghĩ chúng ta nên đưa cô ấy về nhà.

all in one breath → **in one breath**

all in one đa năng, có thể thực hiện hoặc sử dụng được trong nhiều công dụng ■ *It's a corkscrew and bottle-opener all in one.* ● Đó là một cái khui nắp chai đa năng cho cả loại nút bấc và nắp kim loại.

all in one piece (thông tục) nguyên vẹn, an toàn, không hư hỏng ■ *Her son came home from school all in one piece, even* though he had been in a fight. ● Con trai cô ấy từ trường về nhà không sao cả, mặc dù nó đã tham dự vào một đám đánh nhau. ■ *The package was handled carelessly, but the vase inside arrived all in one piece.* ● Kiện hàng đã được chuyển đi một cách bất cẩn, nhưng chiếc bình bên trong đến nơi vẫn nguyên vẹn. ■ *John's father was terribly concerned when his son was sent to war as a pilot, but he came home all in one piece.* ● Cha của John đã cực kỳ lo lắng khi con trai ông phải làm phi công bị đưa ra mặt trận, nhưng rồi anh ta đã trở về an toàn.

all in the family → **in the family**

all it's cracked up to be hoặc **everything it's cracked up to be** hoặc **all sth is cracked up to be** hoặc **what sth is cracked up to be** (thường dùng ở dạng phủ định) không hoàn toàn tốt đẹp như được mong đợi hoặc như sự tâng bốc, ca tụng của mọi người ■ *The message in the movie is that being rich isn't all it's cracked up to be.* ● Cuốn phim nói lên rằng làm người giàu có không phải hoàn toàn tốt đẹp như mong đợi. ■ *This isn't a very good pen. It's not all it's cracked up to be.* ● Đây không phải là một cây bút tốt lắm. Nó không được tốt như mong muốn. ■ *Is this one all it's cracked up to be?* ● Điều này có phải là hoàn toàn như mong đợi chăng? ■ *This restaurant isn't what it's cracked up to be.* ● Nhà hàng này đã không được tốt đẹp đúng như mong đợi. ■ *He's not nearly such a good writer as he's cracked up to be.* ● Ông ta không phải là một nhà văn giỏi hoàn toàn như người ta vẫn tưởng.

all joking aside → **joking aside**

all kidding aside → **joking aside**

all kinds of sb hoặc **all kinds of sth** hoặc **all types of sb** hoặc **all types of sth** rất nhiều, đặc biệt là khi nói về tiền bạc ■ *The Smith family has all kinds of money.* • Gia đình Smith có nhiều tiền lắm. *There were all kinds of people there, probably thousands.* • Có rất nhiều người ở đó, có lẽ đến hàng ngàn.

all kinds of sth → **all kinds of sb**

all manner of sb hoặc **all manner of sth** đủ thứ, đủ mọi kiểu loại ■ *We saw all manner of people there. They came from every country in the world.* • Chúng tôi thấy đủ các giống người ở đó. Họ đã đến từ mọi quốc gia trên thế giới. ■ *They were selling all manner of things in the country store.* • Ở cửa hiệu miền quê họ bán đủ mọi thứ đồ dùng. ■ *In a five-and-ten-cent store you can buy all manner of things.* • Ở cửa hàng tạp phẩm giá rẻ, bạn có thể mua được đủ mọi thứ.

all manner of sth → **all manner of sb**

all night long suốt cả đêm ■ *The men worked steadily all night long.* • Những người đàn ông làm việc ổn định suốt cả đêm. ■ *I couldn't sleep all night long.* • Suốt cả đêm tôi không tài nào ngủ được cả. ■ *John was sick all night long.* • John ngã bệnh suốt cả đêm.

all of a sudden đột ngột, bất ngờ ■ *The train stopped all of a sudden.* • Xe lửa đột ngột dừng lại. ■ *All of a sudden lightning struck the tree we were sitting under.* • Đột nhiên tia sét đánh vào thân cây mà chúng tôi đang ngồi bên dưới. ■ *I felt a sharp pain in my side all of a sudden.* • Đột nhiên tôi cảm thấy đau nhói ở bên hông.

all or nothing 1. dứt khoát, hoặc được tất cả, hoặc mất tất cả - Được ăn cả, ngã về không. ■ *Sally would not accept only part of the money. She wanted all or nothing.* • Sally chắc không muốn nhận một phần của món tiền. Cô ấy muốn được nhận đủ hoặc không nhận gì cả. 2. thời điểm quyết định để chọn làm hoặc không làm một việc gì đó ■ *It was all or nothing. Jimmy had to jump off the truck or risk drowning when the truck went into the water.* • Đã đến lúc quyết định. Jimmy phải nhảy ra khỏi chiếc xe tải hoặc là chết đuối khi nó lao xuống nước. ■ *Jane stood at the door of the airplane and checked her parachute. It was all or nothing now. She had to jump or be looked upon as a coward.* • Jane đứng nơi cửa máy bay và kiểm tra lại chiếc dù. Giờ đã đến lúc quyết định. Hoặc là cô phải nhảy xuống, hoặc là bị xem như một kẻ nhút nhát.

all out tận lực, dùng hết sức lực, quyết tâm ■ *We went all out to win the game.* • Chúng tôi đã nỗ lực hết sức để thắng được cuộc chơi.

all over 1. đâu đâu cũng có, khắp mọi nơi ■ *He has a fever and aches all over.* • Anh ấy bị sốt và đau nhức toàn thân. ■ *I have looked all over for my glasses.* • Tôi đã tìm kính đeo mắt của mình ở khắp mọi nơi. ■ *The news of the armistice spread all over the world.* • Tin đình chiến lan ra khắp nơi trên thế giới. ■ *Oh, I just itch all over.* • Ái chà, tôi ngứa khắp cả người. ■ *She's spreading the rumour all over.* • Cô ấy loan tin đồn ra khắp nơi. ■ *We looked all over for the ring.* • Chúng tôi tìm kiếm chiếc nhẫn ở khắp nơi. 2. hoàn toàn, trọn vẹn, xét từ mọi góc độ ■ *She is her mother all over.* • Nói thế nào thì bà ta cũng là mẹ của cô ấy. 3. (mô tả trận đánh nhau, đấu vật...) hai bên xáp vào nhau không còn khoảng cách - cận chiến, xáp lá cà ■ *Before I noticed what happened, he was all over me.* ● Trước khi tôi kịp nhận biết chuyện gì xảy ra, hắn đã áp sát vào tôi. 4. hoàn tất, chấm dứt ■ *The game is all over.* ● Trận đấu đã chấm dứt. ■ *Dinner is all over, I'm sorry you didn't get any.* ● Bữa ăn đã qua rồi. Tôi lấy làm tiếc là ông chưa ăn gì cả. ■ *It's all over. He's dead now.* ● Hết thật rồi. Giờ thì ông ấy đã chết. ■ *Divorce is a very complicated business - I'll be glad when it's all over.* ● Việc ly hôn là một công việc phức tạp - tôi rất mừng là nó đã được hoàn tất. 5. đề cập đến tính cách tiêu biểu của ai ■ *That sounds like my sister all over.* ● Điều đó nghe giống như tính cách của chị tôi. ■ *That's Henry all over - he never listens to what you tell him.* ● Đó là tính cách của Henry - anh ta chẳng bao giờ lắng nghe những gì bạn nói với anh ta.

all over but the shouting mọi việc đều đã hoàn tất, đã được quyết định, kết luận, chỉ còn chờ công bố chính thức - thế là xong, coi như xong ■ *The last goal was made just as the final whistle sounded. Tom said, "Well, it's all over but the shouting."* ● Bàn thắng cuối cùng được ghi ngay khi tiếng còi chung cuộc vang lên. Tom nói: "Thế là coi như xong!" ■ *Tom worked hard in college and graduated last month. When he got his diploma, he said, "It's all over but the shouting."* ● Tom học hành chăm chỉ ở trường cao đẳng và tốt nghiệp vào tháng trước. Khi nhận bằng tốt nghiệp, anh ta nói: "Thế là xong!"

all over the earth → **all over the world**

all over the place 1. nhấn mạnh về một sự vật gì có rất nhiều và hiện diện ở khắp nhiều nơi ■ *Lockwood is a new company, but their products and supplies are already all over the place.* ● Lockwood là một công ty mới, nhưng sản phẩm và nguồn cung cấp của họ đã có mặt ở khắp mọi nơi. ■ *We keep finding this kind of problem all over the place.* ● Chúng tôi vẫn gặp rắc rối như thế này ở khắp mọi nơi. 2. nói về đồ vật không được sắp xếp gọn gàng, ngăn nắp, hoặc về cách làm việc của ai không được hợp lý và có tổ chức - bừa bãi, lộn xộn ■ *Your paper is all over the place. You need to sit down and make a list of the main points you want to make.* ● Giấy tờ của anh bừa bãi quá. Anh cần phải ngồi lại và lập ra một danh sách những điểm chính mà anh muốn làm. ■ *The children's toys were all over the place.* ● Đồ chơi của lũ trẻ vung vãi khắp nơi. ■ *Tom, stop leaving your dirty clothes all over the place.* ● Tom, đừng có ném quần áo dơ của con ra khắp nơi như thế.

all over the world hoặc **all over the earth** khắp mọi nơi ■ *Grass grows all over the earth.* ● Cỏ mọc khắp nơi. ■ *It's the same way all over the world.* ● Ở đâu cũng giống như thế này thôi.

all over town 1. ở khắp nơi trong thành phố ■ *Our dog got loose and run all over the town.* ● Con chó của chúng tôi đã xổng ra và chạy khắp nơi trong phố. ■ *Jane looked all over the town for a dress to wear to the party.* ● Jane đã dạo khắp thành phố tìm một chiếc áo để mặc đi dự tiệc. 2. lan truyền đến khắp mọi người trong thành phố ■ *Now keep this a secret. I don't want it all over the town.* ● Giờ thì hãy giữ bí mật chuyện này. Tôi không muốn cả thành phố đều biết. ■ *In a short time, the secret was known all over the town.* ● Trong một

all right

thời gian ngắn, bí mật đã tiết lộ ra cả thành phố.

all over with → **over with**

all right 1. đúng đắn, thỏa đáng, tuy không được tuyệt hảo lắm ■ *The new machine is running all right.* • Cỗ máy mới đang vận hành tốt. ■ *It will be all right to have a party on Friday.* • Tổ chức một bữa tiệc vào thứ Sáu cũng tốt. ■ *I was a little sick, but now I'm all right.* • Tôi đã có bệnh nhẹ, nhưng giờ thì khỏe rồi. ■ *His work is all right, but nothing to brag about.* • Công việc của anh ta cũng tốt, nhưng chẳng có gì đáng tự hào lắm. 2. sức khỏe tốt, trạng thái bình thường không có bất ổn ■ *"How are you?" "I'm all right."* • "Anh khỏe không?" "Tôi khỏe." 3. biểu lộ sự đồng ý, sẵn lòng (tương đương với cách nói *okay*) ■ *"Shall we watch television?" "All right."* • Chúng ta xem tivi chứ?" "Tốt thôi, tôi đồng ý." ■ *All right, it's time to go.* • Được rồi, đã đến giờ ra đi. 4. không nghi ngờ gì nữa, đã quá rõ ràng (hàm ý nhấn mạnh và thường đặt sau thành tố được nhấn mạnh) ■ *The dog is dead all right.* • Con chó đã chết thật rồi. ■ *The train is late all right. It hasn't been late in months.* • Xe lửa đúng là đến muộn rồi. Nó vẫn đến muộn từ nhiều tháng qua. ■ *It's time to leave, all right, but the bus hasn't come.* • Chắc chắn là đã đến giờ phải đi rồi, nhưng xe buýt vẫn chưa đến. 4. thán từ, dùng biểu lộ sự khuyến khích, hài lòng ■ *The Bears won! All right!* • Đội Bears thắng rồi! Hoan hô! ■ *All right! That's the way to do it.* • Hay lắm! Làm như vậy là đúng rồi.

all right for you (thông tục, nhất là trong cách nói của trẻ con khi tức giận với bạn cùng chơi) thôi nhé, đây là lần cuối cùng ■ *All right for you, John. See if I ever play with you again.* • Lần cuối rồi đấy, John. Để rồi xem, tao sẽ chẳng bao giờ thèm chơi với mày nữa. ■ *All right for you. I'm telling your mother what you did.* • Lần cuối đấy nhé. Tao sẽ méc với mẹ mày những gì mày đã làm. ■ *All right for you! I'm not playing with you any more!* • Thôi nhé, tao nghỉ chơi với mày luôn.

all right with sb phù hợp, thỏa đáng đối với ai ■ *If you want to ruin your life and marry Tom, it's all right with me.* • Nếu bạn muốn tự hủy hoại đời mình bằng việc kết hôn với Tom, mình cũng chẳng sao đâu. ■ *I'll see if it's all right with my father.* • Để tôi xem điều đó có được cha tôi đồng ý không.

all roads lead to Rome có nhiều phương cách để đạt đến cùng một mục đích, nên có thể dùng cách nào cũng được - đường nào cũng về La-mã ■ *"I don't care how you get the answer;" said the teacher, "All roads lead to Rome."* • Thầy giáo nói: "Tôi không quan tâm việc em làm thế nào để tìm được đáp án. Cách nào thì cũng đạt đến cùng mục đích thôi." ■ *Mary was criticizing the way that Jane was planting the flowers. John said, "Never mind, Mary, all roads lead to Rome."* • Mary phê phán cách trồng hoa của Jane, John nói: "Đừng lo, Mary, trồng cách nào thì cũng kết quả cũng giống nhau thôi." ■ *Some people learn by doing. Others have to be taught. In the long run, all roads lead to Rome.* • Một số người học qua công việc. Một số khác cần có người chỉ dạy. Xét về lâu dài thì cách nào cũng được, đường nào cũng về La-mã thôi.

all set sẵn sàng khởi sự, đã chuẩn bị xong ■ *We are all set for the picnic in* the park. • Chúng tôi đã sẵn sàng cho chuyến đi dã ngoại ở công viên. ■ *Is everything all right? Yes, we are all set.* • Mọi việc tốt chứ? Vâng, chúng tôi đã sẵn sàng. ■ *We are ready to leave now. Are you all set?* • Chúng tôi đã sẵn sàng ra đi. Các bạn xong chưa? ■ *"Is the plane ready for takeoff?" the bank president asked. "Yes, Sir," the pilot answered. "We're all set."* • Ông chủ tịch ngân hàng hỏi: "Máy bay đã sẵn sàng cất cánh chưa?" Viên phi công trả lời: "Sẵn sàng rồi, thưa ông. Chúng tôi đã chuẩn bị xong cả rồi."

all set to do sth → **set to do sth**

all shook up hoặc ***shook up*** tình trạng hết sức bối rối, bấn loạn hoặc vô cùng bực tức ■ *She stole my heart, and I'm all shook up.* • Cô ấy đã chiếm trọn quả tim tôi rồi, tôi thật vô cùng bối rối. ■ *What are you so shook up about?* • Có gì mà anh bực tức đến thế? ■ *They were all shook up after the accident.* • Bọn họ hết sức bấn loạn sau tai nạn ấy.

all shot to hell → **shot to hell**

all skin and bones → **nothing but skin and bones**

all smiles rất vui mừng, hoàn toàn thỏa mãn, hết sức hài lòng ■ *Mary was all smiles when she got word that she was selected for the Miss America contest.* • Mary rất vui mừng khi nghe tin cô đã được chọn cho cuộc thi Hoa hậu Hoa Kỳ. ■ *Why is Sam all smiles? Did he just receive a promotion?* • Vì sao Sam vui mừng đến thế? Có phải anh ấy đã được thăng chức? ■ *My boss has been all smiles lately, but I keep wondering why!* • Gần đây ông chủ của tôi tỏ ra vui lắm, nhưng tôi vẫn thắc mắc không hiểu vì sao.

all sth is cracked up to be → **all it's cracked up to be**

all sweetness and light (thông tục) rất ngọt ngào, vô tư và sẵn lòng giúp đỡ ■ *She was mad at first, but after a while she was all sweetness and light.* • Ban đầu cô ấy đã nổi khùng, nhưng sau đó thì dịu dàng và sẵn lòng giúp đỡ. ■ *At the reception, the whole family was all sweetness and light, but they argued and fought after the guests left.* • Trong buổi tiếp tân, cả gia đình đều rất hòa nhã, nhưng rồi họ cãi cọ và đánh nhau sau khi quan khách đã ra về.

all systems (are) go (thông tục) mọi việc đều đã sẵn sàng ■ *Once we get gas in the car, it'll be all systems go for our road trip.* • Một khi chúng ta đã cho nhiên liệu vào xe, mọi việc đều đã sẵn sàng cho chuyến đi của chúng ta. ■ *The rocket is ready to blast off - all systems are go.* • Tên lửa chuẩn bị phóng - mọi việc đều đã sẵn sàng. ■ *Are you guys ready to start playing? Sure, all systems go.* • Các anh đã sẵn sàng bắt đầu trò chơi chưa? Tất nhiên, mọi việc đều đã sẵn sàng. ■ *After they wrote out the invitations, it was all systems go for the wedding.* • Sau khi họ viết xong thiệp mời, mọi thứ đều đã sẵn sàng cho đám cưới.

all talk (and no action) nói suông, luôn miệng nói nhưng không bắt tay làm ■ *The car needs washing, but Bill is all talk and no action on this matter.* • Chiếc xe hơi cần được rửa, nhưng Bill chỉ nói mãi mà chẳng chịu làm việc này. ■ *Bill keep saying he'll get a job soon, but he's all talk and no action.* • Bill luôn miệng nói là không bao lâu sẽ tìm được một việc làm, nhưng hắn nói mãi mà chẳng làm được gì. ■ *Bill won't do it. He's just all talk.* • Bill sẽ không làm điều đó, hắn chỉ nói suông thôi. ■ *It's still usually a case of all talk and no action when teenage boys discuss sex in the playground.* • Khi bọn thiếu niên bàn nhau về tình dục trong sân chơi thì vẫn thường chỉ là những chuyện nói suông thôi.

all that glitters is not gold hoặc ***not all that glitters is gold*** những gì có vẻ ngoài hấp dẫn, lôi cuốn chưa chắc đã thực sự có giá trị - sáng lấp lánh chưa phải là vàng ■ *"The used car looked fine but didn't run well at all." "Ah, yes, all that glitters is not gold."* • "Chiếc xe hơi cũ trông cũng tốt mã nhưng chạy không tốt chút nào." "À, vâng, chỉ thấy lấp lánh chưa hẳn là vàng đâu." ■ *When Mary was disappointed about losing Tom, Jane reminded her, "All that glitters is not gold."* • Khi Mary thất vọng vì để mất Tom, Jane nhắc nhở cô: "Đẹp mã cũng chưa hẳn đã tốt đâu." ■ *Joe's fancy new computer keeps quitting on him. He should have stuck with his old one. Goes to show that all that glitters is not gold.* • Cái máy tính mới toanh của Joe cứ treo liên tục khi đang dùng. Lẽ ra anh ta nên tiếp tục dùng cái máy cũ. Quả thật là những thứ hào nhoáng chưa chắc đã tốt.

all that rất đẹp trai; có phẩm chất rất tốt, đáng ngưỡng mộ ■ *Sarah thinks that Peter is all that.* • Sarah nghĩ rằng Peter là người tuyệt vời nhất.

all the 1. duy nhất ■ *A hut was all the home he ever had.* • Một túp lều là căn nhà duy nhất ông ấy từng có được. 2. dùng nhấn mạnh ý so sánh ■ *Opening the windows made it all the hotter.* • Mở các cửa sổ ra chỉ làm cho trong phòng càng nóng hơn.

all the livelong day trải qua suốt ngày ■ *They kept at their work all the livelong day.* • Họ duy trì công việc suốt ngày. ■ *Bob just sat by the creek fishing, all the livelong day.* • Bob chỉ ngồi câu cá bên con rạch suốt cả ngày.

all the rage rất được ưa chuộng, hợp thời trang ■ *A few years ago, flavoured coffee was all the rage. Now, it's gourmet tea.* • Cách đây mấy năm, cà phê thơm rất được ưa chuộng và đúng mốt. Giờ đây phải là trà ngon.

all the same hoặc ***all one*** 1. hoàn toàn giống nhau ■ *These menus seem to be all the same.* • Những thực đơn này dường như hoàn toàn giống nhau. ■ *If it's all the same, I'd rather you didn't smoke.* • Nếu không có gì khác biệt, tôi muốn anh đừng hút thuốc. ■ *You can get there by car or by bus - it's all one.* • Anh có thể đến đó bằng xe hơi hay xe buýt - hoàn toàn giống nhau thôi. 2. hoặc ***just the same*** dù sao cũng vậy; vẫn cứ làm điều ngược lại như thể không có gì khác biệt ■ *All the same, I will not sign the document.* • Dù sao tôi cũng không ký văn bản này đâu. ■ *They were told not to bring presents, but they brought them all the same.* • Họ đã được dặn trước là đừng mang quà tặng, nhưng dù sao họ cũng vẫn mang đến. ■ *His parents said no, but John went out just the same.* • Cha mẹ không cho phép, nhưng John cũng vẫn cứ đi chơi. ■ *Everyone opposed it, but Sally and Bob got married all the same.* • Mọi người đều phản đối, nhưng Sall và Bob vẫn cứ kết hôn. 3. ***(to sb)*** hoặc ***just the same to sb*** không có tác động gì đến ai, xem như không khác biệt ■ *It's all the same to me whether we win or lose.* • Việc chúng ta có thắng hay không thì đối với tôi cũng giống nhau thôi. ■ *If it's just the same to you, I'd rather walk than ride.* ● Nếu không ảnh hưởng gì đến anh thì tôi thích được đi bộ hơn là đi xe. ■ *If it's all the same to you, I would like to be waited on first.* ● Nếu không có gì khác biệt đối với ông, tôi muốn được chờ ở hàng đầu.

all the time 1. trải qua suốt một thời gian, một giai đoạn ■ *Bill were stealing money for the last two years, and Tom knew it all the time.* ● Hai năm qua Bill đã lấy trộm tiền, và Tom biết rõ suốt trong thời gian đó. ■ *Mary went to college in her home town and lived at home all the while.* ● Mary học cao đẳng tại thành phố nơi cô sống và lúc nào cũng được ở nhà. ■ *Most of us were surprised to hear that Mary and Tom had been engaged all year, but Sue said she knew it all the time.* ● Hầu hết chúng tôi đều ngạc nhiên khi nghe tin Mary và Tom đã đính hôn cả năm rồi, nhưng Sue nói rằng cô ấy đã biết rõ trong suốt thời gian ấy. ■ *Throughout December and January, Jane had two jobs all the time.* ● Trong suốt thời gian tháng 12 và tháng 1, Jane đã nhận làm 2 công việc. 2. liên tục, lúc nào cũng vậy ■ *Do you know your blood keeps flowing all the time?* ● Bạn có biết là máu của bạn liên tục chảy? ■ *That electric motor runs all the time.* ● Động cơ điện ấy chạy liên tục không nghỉ. ■ *Most traffic lights work all the time.* ● Hầu hết các trụ đèn giao thông hoạt động liên tục không nghỉ. 3. lặp lại rất nhiều lần, rất thường xuyên, tạo thành thói quen ■ *She keeps a handkerchief in her hand all the time.* ● Cô ấy lúc nào cũng cầm sẵn một chiếc khăn tay. ■ *She hums softly all the time.* ● Cô ấy lúc nào cũng khóc thút thít mãi. ■ *Ruth talks about her trip to Europe all the time, and her friends are tired of it.* ● Ruth cứ nói hoài nói mãi về chuyến đi châu Âu của cô ta, và bạn bè của cô chán ngấy chuyện đó.

all the traffic will bear hoặc *that's all the traffic will bear* 1. tình trạng tài chánh, thương mại v.v... không cho phép phát triển thêm nữa ■ *"Should we increase our productivity before year's end?" Ted asked the director. "I think we've got all the traffic will bear," the director replied.* ● Ted hỏi ông giám đốc: "Chúng ta có nên gia tăng sản xuất trước cuối năm này hay chăng?" Ông ta đáp: "Tôi nghĩ là chúng ta đã đạt đến giới hạn cuối cùng rồi." 2. đưa ra giá bán một sản phẩm hay dịch vụ, tuy vẫn trong giới hạn cho phép nhưng đã quá cao đến mức không thể tăng thêm được nữa ■ *I think that price is what all the traffice will bear, we should not increase it any more.* ● Tôi nghĩ giá bán đó là giới hạn cho phép tối đa rồi, chúng ta không nên tăng thêm nữa.

all the way down the line hoặc *right down the line* hoặc *all along the line* suốt trong quãng thời gian kéo dài của một hoạt động hay tình huống, hoặc bao gồm tất cả mọi người có liên quan đến một hoạt động, tình huống... ■ *We owe our success to our supporters, who've been very generous all the way down the line.* ● Chúng ta mắc nợ sự thành công của mình nơi những người ủng hộ chúng ta, những người đã hết sức hào phóng trong suốt thời gian diễn ra hoạt động.

all the way hoặc *the whole way* 1. từ đầu đến cuối; tính suốt một chặng đường, từ điểm khởi đầu đến nơi kết thúc ■ *The ladder reaches all the way to the top of the house.* ● Cái thang cao đến tận nóc của tòa nhà. ■ *I walk all the way home.* ● Tôi đi bộ suốt chặng đường về nhà. ■ *Jack climbed all the way to the top of the tree.* ● Jack đã trèo lên tận ngọn cây. ■ *Joe has played the whole way in the football game and it's almost over.* ● Joe đã chơi trong suốt trận đấu và giờ thì gần như sắp kết thúc rồi. 2. (thường dùng *go all the way with*) hoàn toàn đồng ý với ai hoặc hoàn toàn sẵn lòng thỏa mãn một đề nghị, yêu cầu của ai ■ *I go all the way with what George says about Bill.* ● Tôi hoàn toàn đồng ý với những gì George nói về Bill. ■ *Mary said she was willing to kiss Bill, but that did not mean she was willing to go all the way with him.* ● Mary nói rằng cô ấy sẵn sàng hôn Bill, nhưng điều đó không có nghĩa là cô hoàn toàn hài lòng làm việc ấy.

all things being equal dùng khi muốn nói là trừ khi có những yếu tố bất ngờ làm thay đổi tình huống, bằng không thì sự việc sẽ xảy ra hoặc được quyết định theo một cách cụ thể nào đó ■ *All other things being equal, the larger your sample group, the more accurate your survey results will be.* ● Nếu không có gì khác thường thì nhóm đối tượng khảo sát càng lớn sẽ cho các kết quả khảo sát càng chính xác hơn.

all thumbs rất vụng về, lúng túng, nhất là làm việc gì với đôi tay ■ *Poor Bob can't play the piano at all. He's all thumbs.* ● Anh chàng Bob tội nghiệp không thể chơi đàn dương cầm. Đôi tay anh quá vụng về. ■ *Mary is all thumbs when it comes to gardening.* ● Khi cần đến việc làm vườn thì Mary rất vụng về. ■ *Nick is all thumbs when it comes to fixing anything around the house.* ● Nick rất vụng về khi cần phải sửa chữa bất cứ món gì trong nhà. ■ *Harry tried to fix the chair but he was all thumbs.* ● Harry cố sửa lại cái ghế nhưng anh ta quá vụng về.

all to the good điều xảy ra được xem là tốt, cho dù không hoàn toàn đúng như mong muốn - cũng tốt thôi ■ *He missed the train, but it was all to the good because the train had a wreck.* ● Anh ấy trễ chuyến xe lửa, nhưng điều đó cũng tốt thôi vì chiếc xe lửa ấy gặp nạn. ■ *It was all to the good that he died without suffering.* ● Ông ấy đã chết mà không phải chịu đựng đau đớn cũng là điều tốt thôi. ■ *If these measures also reduce unemployment, that is all to the good.* ● Nếu những biện pháp này cũng làm giảm tỷ lệ thất nghiệp, như thế cũng tốt thôi.

all told tính toán toàn bộ, hết thảy, bao gồm mọi yếu tố ■ *All told, he earned about $700 last week.* ● Tính chung, tuần trước anh ấy kiếm được 700 đô-la. ■ *All told, he has many characteristics.* ● Nhìn chung thì anh ấy có rất nhiều điểm đặc biệt. ■ *Including candy sale profits we have collected $300 all told.* ● Tính luôn cả tiền lãi bán kẹo thì chúng ta đã thu được tất cả 300 đô-la.

all tuckered out → **tuckered out**

all types → **all kinds of sb**

all very well → **well and good**

all walks of life đủ mọi thành phần, giai cấp, chủng tộc trong xã hội ■ *We saw people there from all walks of life.* ● Chúng tôi gặp đủ mọi hạng người ở nơi ấy. ■ *The people who came to the art exhibit represented all walks of life.* ● Những người đến dự cuộc triển lãm nghệ thuật đại diện cho mọi tầng lớp trong xã hội. ■ *A good teacher has to be able to communicate with students from all walks of life.* ● Một giáo viên giỏi phải có khả năng giao tiếp với học sinh thuộc đủ mọi thành phần. ■ *A clever politician doesn't alienate people from any walk of life.* ● Một chính khách khôn ngoan không xa lạ với người dân thuộc bất kỳ thành phần nào trong xã hội.

all well and good → **well and good**

all wet (cách dùng cũ) hoàn toàn sai lầm, lệch hướng ■ *It's not that way, John. You're all wet.* ● Không phải đường đó, John. Anh lầm đường rồi. ■ *If you think that prices will come down, you're all wet.* ● Nếu bạn nghĩ là giá cả sẽ giảm xuống, bạn đã sai rồi. ■ *It's a nice story, but it's not true. Whoever told you is all wet.* ● Đó là một câu chuyện thú vị, nhưng không đúng sự thật. Bất cứ ai đã kể với anh đều đã sai lầm rồi. ■ *When the Wright brothers said they could build a flying machine, people thought they were all wet.* ● Khi anh em nhà Wright nói rằng họ có thể chế tạo một chiếc máy bay, người ta nghĩ rằng họ đã hoàn toàn sai lầm.

all wool and a yard wide (thông tục) hết sức nồng nhiệt, thân thiện ■ *Old Bob is a true gentleman - all wool and a yard wide.* ● Ông già Bob đúng là một người lịch thiệp - hết sức thân thiện. ■ *The banker, hardly all wool and a yard wide, wouldn't give us a loan.* ● Ông chủ nhà băng, gần như chẳng thân thiện tý nào, chắc sẽ không cho chúng ta vay tiền đâu.

all work and no play makes Jack a dull boy (khẩu ngữ) dùng khi muốn nói rằng việc nghỉ ngơi và giải trí thỏa đáng cũng quan trọng không kém việc nỗ lực tích cực làm việc ■ *Bill's mother told him to stop studying and to go out and play, because all work and no play makes Jack a dull boy.* ● Mẹ Bill bảo anh ta ngừng việc học và ra ngoài chơi, bởi vì học mà không nghỉ ngơi giải trí sẽ làm cho đầu óc trở nên đần độn. ■ *Stop reading that book and go out and play. All work and no play makes Jack a dull boy.* ● Thôi đừng đọc sách nữa, hãy ra ngoài chơi đi. Làm việc không nghỉ ngơi sẽ đần người ra đấy. ■ *The doctor told Mr.John to stop working on weekends and start playing golf, because all work and no play makes Jack a dull boy.* ● Bác sĩ bảo ông John hãy nghỉ việc vào những ngày cuối tuần và bắt đầu chơi đánh gôn, bởi vì làm việc không nghỉ ngơi sẽ uể oải lắm. (Thành ngữ này dùng để khuyên ai đó nên có sự nghỉ ngơi hợp lý trong công việc, không nên gắng sức thái quá. *Jack* không chỉ cụ thể đến bất cứ ai, nên thành ngữ này có thể dùng cho cả nam lẫn nữ, và không được thay thế *Jack* bằng tên nào khác)

all worked up (over sth) hoặc *all worked up about sth* hoặc *get worked up over sth* hoặc *get worked up about sth* bị kích động và bực tức, giận dữ vì một điều gì ■ *Tom is all worked up over the threat of a new war.* ● Tom đang bị kích động mạnh vì mối đe dọa của một cuộc chiến tranh mới. ■ *Don't get all worked up about sth that you can't do anything about.* ● Đừng có nổi nóng lên quá mức vì một chuyện mà bạn chẳng thể can thiệp được gì vào. ■ *Bill is all worked up again. It's bad for his health.* ● Bill lại bực tức nữa rồi. Điều đó có hại cho sức khỏe của anh ấy.

all worked up about sth → **all worked up (over sth)**

all year round quanh năm, suốt cả năm ■ *In California the sun shines all year round.* • Ở California, mặt trời luôn chiếu sáng quanh năm. ■ *The public swimming pool is enclosed so that it can be used all year round.* • Hồ bơi công cộng được bao bọc kín để có thể sử dụng được quanh năm. ■ *In the South they can grow flowers all year round.* • Ở miền Nam người ta có thể trồng hoa quanh năm.

all's fair in love and war trong một số tình huống, các quy luật không phải bao giờ cũng được tuân theo, nhất là những tình huống có liên quan đến sự cạnh tranh nhau ■ *Robinson was willing to do whatever it took to win the game. All's fair in love and war.* • Robinson đã sẵn sàng làm bất cứ điều gì cần đến để chiến thắng. Quy luật của chiến tranh là vậy. - Thành ngữ này đôi khi được dùng trong thực tiễn với sự biến đổi theo hoàn cảnh ■ *We were friends, but we'd steal a story from each other whenever we could, claiming all's fair in love and journalism.* • Chúng tôi là bạn bè, nhưng sẽ đánh cắp những câu chuyện của nhau bất cứ lúc nào có thể được, viện lẽ rằng quy luật của nghề báo là như vậy.

all's for the best → **it's for the best**

all's well that ends well kết thúc tốt đẹp dù có nhiều khó khăn, trở ngại - tiền hung hậu kiết ■ *This season has been an unpredictable one for the Saints. But all's well that ends well, and they won the NFC championship over the Cardinals on Sunday.* • Mùa bóng này thoạt tiên có nhiều bất ngờ đối với đội Saints. Nhưng đúng là tiền hung hậu kiết, hôm Chủ nhật họ đã thắng đội Cardinals để giành chức vô địch quốc gia. ■ *"I'm glad you finally got here, even though your car had a flat tire on the way." "Oh, well. All's well that ends well."* • "Tôi rất mừng là cuối cùng anh cũng đã đến đây, mặc dù xe anh bị xẹp bánh trên đường đi." "À, vâng, tiền hung hậu kiết mà." ■ *The groom was late for the wedding, but everything worked out all right. All's well that ends well!* • Chú rể đã đến trễ trong buổi lễ cưới, nhưng mọi việc cuối cùng lại hóa ra đều tốt đẹp. Quả thật là tiền hung hậu kiết.

alley → **blind alley**

alley → **right up one's alley**

alley cat (thông tục) nói về một phụ nữ rất dễ dãi, buông thả trong quan hệ nam nữ; người lẳng lơ, lang chạ ■ *You'll have no problem dating her; she's a regular alley cat.* • Anh sẽ chẳng gặp khó khăn gì khi muốn hẹn hò với cô ấy; cô ta là kiểu người lang chạ mà.

alliance → **unholy alliance**

all-out effort hoặc *make an all-out effort* nỗ lực rất mạnh mẽ và toàn diện ■ *We need an all-out effort to get this job done on time.* • Chúng ta cần phải nỗ lực toàn diện để hoàn thành công việc này đúng hạn. ■ *Sally made an all-out effort to get to class on time.* • Sally đã nỗ lực hết sức để đến lớp đúng giờ. ■ *The government began an all-out effort to reduce the federal budget.* • Chính phủ đã bắt đầu một nỗ lực toàn diện để cắt giảm ngân sách liên bang. ■ *In my job, I have to make an all-out effort every day.* • Trong công việc của tôi, ngày nào cũng phải nỗ lực hết sức.

all-out effort nỗ lực hết sức và toàn

diện nhằm giải quyết một vấn đề bất ổn ■ *The President is making an all-out effort to convince Congress to pass the pending bill on health care.* ● Tổng thống đang hết sức nỗ lực toàn diện để thuyết phục Quốc hội thông qua dự thảo đạo luật về chăm sóc sức khỏe.

all-out war chiến tranh gây thiệt hại và thương vong cho dân thường - chiến tranh chống dân thường (trong ý nghĩa phân biệt với những cuộc chiến tranh mà các bên tham chiến biết tôn trọng, không gây thương tổn đến dân thường) ■ *Hitler was waging an all-out war when he invaded Poland.* ● Hitler đã tiến hành một cuộc chiến tranh chống dân thường khi ông ta xua quân xâm lược Ba Lan.

all-out war chiến tranh toàn diện, chiến tranh thực sự, không chỉ là đe dọa ■ *We are now concern about all-out war in the Middle East.* ● Hiện nay chúng tôi rất quan tâm đến cuộc chiến tranh toàn diện ở Trung Đông. ■ *Threats of all-out war caused many tourists to leave the country immediately.* ● Mối đe dọa về một cuộc chiến tranh toàn diện đã khiến cho nhiều du khách tức thời rời khỏi quốc gia ấy.

allow for sth/sb 1. tính toán, dự trù trước để có đủ dùng (lương thực, chỗ ở...) cho ai ■ *She cut the skirt four inches longer to allow for a wide hem.* ● Cô ấy đã cắt chiếc váy dài hơn 4 inch để dự phòng cho mép vải. ■ *Mary is bringing Bill on the picnic, so be sure to allow for him when buying the food.* ● Mary sẽ đưa Bill cùng đi trong chuyến dã ngoại, vì thế khi đi mua thức ăn phải đảm bảo thêm phần của anh ấy. ■ *Allow for an extra person when setting the table tonight.* ● Hãy dự trù thêm một người nữa khi dọn bàn ăn tối nay. 2. tính trước khả năng có thể sẽ xảy ra điều gì ■ *Allow for a few rainy days on your vacation.* ● Hãy tính trước một vài ngày có mưa trong kỳ nghỉ của bạn. ■ *Be sure to allow for future growth when you plant the rosebushes.* ● Phải đảm bảo là đã tính trước sự phát triển trong tương lai khi bạn trồng những bụi hồng. ■ *It will take about an hour to get there, allowing for traffic delays.* ● Sẽ mất khoảng một giờ để đến đó, có tính đến sự chậm trễ do xe cộ. ■ *All these factors must be allowed for.* ● Tất cả những yếu tố này đều phải được tính đến. ■ 3. xem xét, tính toán đến một khía cạnh nào đó của vấn đề. ■ *Democracy allows for many differences of opinion.* ● Nền dân chủ luôn cho phép có những khác biệt về quan điểm. ■ *The young girl should not be fired, you must allow for her good will.* ● Cô gái trẻ ấy không nên bị sa thải, ông phải xem xét đến thiện chí của cô ta. ■ *The cost of the new road, allowing for inflation, is around £17 million.* ● Chi phí cho con đường mới, tính toán cả sự trượt giá, là vào khoảng 17 triệu bảng Anh. ■ *The survey does not allow for the fact that some students are attending part-time.* ● Cuộc khảo sát đã không tính đến yếu tố là một số sinh viên tham gia không trọn thời gian.

allow me cách nói lịch sự khi muốn đề nghị giúp đỡ ai ■ *"Allow me," he said, taking the tray from her.* ● "Để tôi giúp cho." Anh ta nói và nhận lấy cái khay từ cô ấy.

allow of sth cho thấy hoặc làm cho điều gì có khả năng xảy ra ■ *The facts allow of only one explanation.* ● Những số liệu này chỉ cho phép một lời giải thích duy nhất. ■ *The evidence allows of no other interpretation.* ● Chứng cứ cho thấy không thể có sự giải thích nào khác.

allow sb free rein → **give sb free rein**

allow sth free rein → **give sb free rein**

allow sth free rein → **give sth free rein**

allowance → **make allowance(s) for sb**

allowance → **make allowance(s) for sth**

almighty dollar sức mạnh, sức hấp dẫn của tài sản, tiền bạc ■ *Too many people have no place for art or meditation in their lives, since all they do is chase the almighty dollar.* ● Quá nhiều người không có chỗ cho nghệ thuật hay thiền tập trong cuộc sống của họ, bởi vì tất cả những gì họ làm chỉ là chạy đuổi theo mãnh lực của đồng tiền. ■ *Bill was a slave to the almighty dollar.* ● Bill là kẻ nô lệ cho sức mạnh của đồng tiền. ■ *It's the almighty dollar that drives Wall Street thinking.* ● Chính mãnh lực đồng tiền đã điều khiển mọi suy nghĩ ở phố Wall.

almost burst a blood vessel → **burst a blood vessel**

almost died hoặc *just about died* (khẩu ngữ) cảm thấy hết sức ngạc nhiên, hoặc vô cùng thú vị, hoặc rất bối rối trước một sự việc vừa xảy ra ■ *I almost died when Selina told everyone how old I am.* ● Tôi ngượng đến chết được khi Selina nói cho mọi người biết tuổi của tôi.

alone → **go it alone**

alone → **in name only**

alone → **leave sb alone**

alone → **leave sth alone**

alone → **leave well (enough) alone**

alone → **let alone**

alone → **man cannot live by bread alone**

alone → **stand alone**

along → **all along**

along → **all the way down the line**

along → **get on famously**

along → **go along for the ride**

along in years → **up in years**

along the line of sth → **along the same lines**

along the same lines hoặc *on the same lines* hoặc *along the line of sth* hoặc *along these line* hoặc *along those line* nói về điều gì tương tự, hoặc được thực hiện theo cách tương tự như những gì đang được nói đến ■ *This year's conference is going to be run along the same lines as last year's.* ● Cuộc hội nghị năm nay sẽ được tổ chức tương tự như năm vừa rồi.

along these line → **along the same lines**

along those line → **along the same lines**

along with sb → **along with sth**

along with sth hoặc *along with sb* dùng khi đề cập thêm đến những người hay vật khác cũng có liên quan trong sự việc ■ *She lost her job when the factory closed, along with hundreds of others.* ● Cô ấy mất việc, cùng với hàng trăm người khác. ■ *Ramos was arrested along* with eleven other men. ● Ramos đã bị bắt cùng với 11 người khác nữa.

alongside (of) sb hoặc *alongside (of) sth* 1. (khẩu ngữ) trong tương quan so sánh với người hay vật nào đó ■ *His money doesn't look like much alongside of a millionaire's.* ● Số tiền của anh ta cũng chả nhiều nhặn gì khi so với gia tài của một triệu phú. ■ *Our car looks quite small alongside of theirs.* ● Xe hơi của chúng ta trông khá nhỏ khi so với xe của họ. ■ *My power of concentration is quite limited alongside of yours.* ● Khả năng tập trung của tôi quả thật là giới hạn khi so sánh với bạn. 2. dọc theo, cạnh bên ■ *We walked alongside of the river.* ● Chúng tôi tản bộ dọc theo con sông. 3. cùng với ai, bên cạnh ai ■ *I played alongside of Tom on the same team.* ● Tôi chơi cùng với Tom trong một đội.

alongside (of) sth → alongside (of) sb

aloof → keep oneself aloof

alpha and omega tất cả mọi thứ, từ đầu đến cuối, mọi điều thiết yếu ■ *He was forced to learn the alpha and omega of traffic law in order to pass the exam.* ● Anh ấy bị buộc phải học toàn bộ luật giao thông để vượt qua được kỳ thi. ■ *He loved her deeply. She was his alpha and omega.* ● Anh ấy yêu cô ta say đắm. Cô là tất cả của anh ấy. ■ *For investors, the alpha and omega of human society is the Stock Exchange; for a priest or minister, it is God and the church.* ● Đối với các nhà đầu tư thì toàn bộ xã hội loài người là thị trường chứng khoán, còn đối với các cha xứ hay mục sư thì đó lại là Chúa và nhà thờ.

altar → be sacrificed on the altar of

altogether → in the altogether

always → as always

always → the grass is (always) greener

ambulance chaser ban đầu từ này được dùng để chỉ các luật sư chuyên xúi giục nạn nhân các vụ tai nạn giao thông thưa kiện để thủ lợi, nhưng nay được dùng với nghĩa phát triển để chỉ chung các luật sư kém cỏi, bất tài ■ *Don't hire Jones; he's just another ambulance chaser.* ● Đừng có thuê Jones, hắn ta cũng chỉ là một luật sư tồi mà thôi.

amends → make amends (for sth) (to sb)

American plan nói về cách tính tiền trong khách sạn đã bao gồm cả các bữa ăn trong tiền thuê phòng ■ *American tourists in Europe sometimes expect that their meals will be included, because they are used to the American plan.* ● Các du khách Hoa Kỳ đến châu Âu đôi khi cho rằng tiền ăn sẽ được bao gồm trong tiền thuê phòng, bởi vì họ đã quen với cách tính ở Hoa Kỳ.

amiss → not go amiss

amiss → take sth amiss

amok → run amok

among → set the cat among the pigeons

amount → any amount of sth

amount → no amount of sth

amount → not amount to a hill of beans

amount → X number of

amount to sth 1. đạt đến một giá trị nào đó; thành đạt, đạt được điều gì ■ *Most parents hope their children will amount to something.* ● Hầu hết các bậc cha mẹ đều hy vọng con cái mình sẽ đạt được điều gì đó. ■ *I put $200 in the bank, and I hope it will amount to something in twenty years.* • Tôi đã gởi 200 đô-la vào ngân hàng và hy vọng nó sẽ sinh lợi được phần nào trong 20 năm. ■ *I'm glad to see that Bill Jones finally amounts to something.* • Tôi rất vui thấy cuối cùng Bill Jones cũng đã thành đạt phần nào. ■ *His earnings are said to amount to £300000 per annum.* • Thu nhập của ông ta nghe nói lên đến 300.000 bảng Anh mỗi năm. ■ *They gave me some help in the beginning but it did not amount to much.* • Họ đã giúp đỡ tôi phần nào trong bước đầu nhưng điều đó không kết quả mấy. ■ *John's total income didn't amount to more than a few hundred dollars.* • Thu nhập của John không vượt quá mức vài trăm đô-la. 2. **tương đương, cũng giống như điều gì** ■ *Her answer amounted to a complete refusal.* • Câu trả lời của cô ấy tương đương với một lời từ chối dứt khoát. ■ *Their actions amount to a breach of contract.* • Những hành động của họ tương đương như việc vi phạm hợp đồng.

amount to the same thing hoặc *come to the same thing* **tương tự, giống nhau, có thể xem như nhau** ■ *Borrowing can be the same as stealing. If the owner does not know what you have borrowed, it amounts to the same thing.* • Vay mượn đôi khi lại cũng có thể giống như ăn trộm. Nếu người cho mượn không biết bạn đã mượn những gì thì hai việc ấy cũng tương tự như nhau. ■ *Beer, wine, they come to the same thing if you drink and drive.* • Bia và rượu vang, hai thứ đều tương tự như nhau nếu bạn uống vào rồi lái xe. ■ *We were jailed for a week - well, confined to quarters, but it amounted to the same thing.* • Chúng tôi bị bỏ tù đúng một tuần, - đúng ra là bị nhốt trong phòng, nhưng cũng tương tự như nhau thôi.

amused → **keep sb amused**

an accident waiting to happen tình huống xấu rất có khả năng xảy ra ■ *Bottles of acid were mixed in among the bottles of medicine, a fatal accident waiting to happen.* • Những chai đựng acid được để lẫn trong những chai đựng thuốc, một tai nạn chết người rất có thể xảy ra.

an apple a day keeps the doctor away dùng để nhấn mạnh rằng một chế độ ăn uống đơn giản và lành mạnh là rất tốt cho sức khỏe. Câu này cũng được hiểu sát theo nghĩa đen là ăn táo tốt cho sức khỏe. ■ *So you have poor digestion? Take more fruit. Don't you remember the old saying, "An apple a day keeps the doctor away?"* • Vậy là bạn đang gặp vấn đề tiêu hóa không tốt? Hãy ăn nhiều trái cây hơn. Bạn không nhớ câu tục ngữ "Ăn uống lành mạnh không cần thầy thuốc" đó sao?

an arm and a leg một giá tiền phải trả quá cao, quá đắt, thường là bất hợp lý ■ *Two years ago, we paid an arm and a leg for this printer, and now it's obsolete.* • Cách đây hai năm, chúng tôi mua cái máy in này với giá quá cao, và giờ đây thì nó đã lỗi thời. ■ *That new carpet must have cost an arm and a leg.* • Tấm thảm mới đó hẳn phải là quá đắt rồi. ■ *It's true that to get a decent apartment these days in New York you have to pay an arm and a leg.* • Quả thật là ngày nay muốn có được một căn hộ đàng hoàng ở New York, bạn phải trả một giá quá cao.

an ax is hanging over dùng để chỉ tình trạng một người có thể sắp mất việc, hoặc một công ty sắp phá sản do sa sút về tài chính - *ax* là cách viết thông thường, nhưng có thể gặp cách viết khác là *axe* ▪ *The new recycling plan faces the ax in the city's latest budget.* • Theo như ngân sách mới nhất của thành phố, nhà máy tái chế mới có nguy cơ phải đóng cửa. → *face the ax* - Chú ý: Có thể gặp *ax* được dùng trong một số cụm từ khác có nghĩa tương tự ▪ *Policies, programs, and benefits designed to support working parents not only escaped the ax, they have been expanded.* • Các chính sách, chương trình, lợi tức được vạch ra để giúp đỡ các bậc cha mẹ đang làm việc, không chỉ nhằm giúp tránh được sự suy sụp tài chính, mà chúng còn mở rộng hơn nữa. ▪ *People with skill and experience and ability aren't waiting for the ax to fall. They're leaving now.* • Những người có tay nghề cao với kinh nghiệm và năng lực không chờ đợi đến lúc phá sản để phải gục ngã. Họ đang ra đi ngay từ lúc này.

an easy ride → **a smooth ride**

an ego trip điều được thực hiện chỉ nhằm để tỏ ra quan trọng hơn đối với người khác nhưng không thật sự có quan tâm ▪ *Critics called Sullivan's proposals a wasteful ego trip.* • Các nhà phê bình gọi những đề nghị của Sullivan là một sự hợm mình vô ích.

an elephant never forgets nói về người có trí nhớ cực kỳ tốt, nhớ được những chuyện từ rất lâu ▪ *"How come you recognized me after twenty years?" John asked his friend. "I am like an elephant, you know," came the answer; "and an elephant never forgets."* • "Làm sao anh có thể nhận ra tôi sau 20 năm?" John hỏi người bạn anh. Anh ta trả lời: "Tôi nhớ dai như voi vậy. Anh biết đấy, loài voi chẳng bao giờ quên cả."

an eye for an eye (and a tooth for a tooth) trừng phạt ai theo cách buộc họ phải gánh chịu những hậu quả đau đớn giống như họ đã gây ra cho người khác - nợ máu trả bằng máu ▪ *Angry protesters in the square demanded justice be done to their dead friends and family members. Several people held signs that read "An eye for an eye."* • Những người phản đối giận dữ trong quảng trường đã đòi hỏi công bằng phải được thực hiện cho bạn bè và người thân của họ đã chết. Nhiều người giương cao những tấm biểu ngữ ghi: "Nợ máu phải trả bằng máu". ▪ *The mayor condemned eye-for-an-eye violence after a gang attacked three Vietnamese men.* • Ông thị trưởng đã lên án kiểu bạo lực "máu trả bằng máu" sau khi một băng nhóm tấn công vào 3 người đàn ông Việt Nam. ▪ *They advocate a justice system that works on the principle of an eye for an eye.* • Bọn họ công khai ủng hộ cho một hệ thống công lý dựa trên nguyên tắc "máu trả bằng máu".

an ounce of prevention is worth a pound of cure sự đề phòng trước bao giờ cũng tốt hơn - phòng bệnh hơn chữa bệnh ▪ *When you ride a car, buckle your seat belt. An ounce of prevention is worth a pound of cure.* • Khi bạn lái xe, hãy siết dây an toàn. Sự đề phòng trước bao giờ cũng tốt hơn. ▪ *Every child should be vaccinated against polio. An ounce of prevention is worth a pound of cure.* • Mỗi trẻ em nên được tiêm vác-xin phòng bại liệt. Phòng bệnh hơn là chữa bệnh.

analysis → in the final analysis

anchor → at anchor

and → as and when

and → go to rack and ruin

and → once and for all

and all 1. bao gồm tất cả những yếu tố liên quan đến điều vừa được nói đến ■ *She jumped into the river, clothes and all.* • Cô ấy nhảy xuống sông, để nguyên cả quần áo và mọi thứ. ■ *I thought we'd go for a walk, with it being nice weather and all.* • Tôi nghĩ là chúng tôi sẽ đi dạo một đoạn, với thời tiết tốt đẹp và mọi thuận lợi khác. ■ *We don't go out much nowadays, with the new baby and all.* • Dạo này chúng tôi không đi ra ngoài nhiều vì có em bé mới sinh và mọi thứ liên quan đến nó. ■ *Jack's employer provided the tools and all.* • Ông chủ của Jack cung cấp các dụng cụ và đủ mọi thứ liên quan. 2. giống như điều ai đó vừa nói - cũng vậy ■ *"I'm freezing." "Yeah, me and all."* • "Tôi lạnh phát cóng rồi." "Vâng, tôi cũng vậy."

and all that jazz hoặc *and all that rubbish* hoặc *and all that stuff* (khẩu ngữ) và những thứ tương tự như đã được nói đến ■ *"What did you talk about?" "Oh, life, love, and all that jazz."* • "Anh đã nói về chuyện gì thế?" "Ồ, cuộc sống, tình yêu, và những thứ tương tự như vậy." ■ *I'm bored by history - dates and battles and all that stuff.* • Tôi chán môn lịch sử - ngày tháng, những trận đánh, và những thứ tương tự như vậy.

and all that rubbish → **and all that jazz**

and all that stuff → **and all that jazz**

and change khoản tiền lẻ thêm vào một số chẵn tính bằng đô-la (dùng khi không cần phải nói chính xác) ■ *The book cost $12.49. That's twelve dollars and change.* • Cuốn sách đó giá 12 đô-la 49 xu. Như vậy nói là khoảng hơn 12 đô-la. ■ *Subway fare is now one dollar and change.* • Giá xe điện ngầm hiện nay chừng hơn 1 đô-la.

and everything dùng khi liệt kê để đề cập đến tất cả những sự vật tương tự, có liên quan đến những gì đã nói - vân vân... ■ *Have you got his name and address and everything?* • Anh đã có được họ tên, địa chỉ và những điều liên quan khác về anh ta hay chưa? ■ *She told me about the baby and everything.* • Cô ấy kể cho tôi nghe về em bé và mọi thứ có liên quan. ■ *Make sure you've got the passports and tickets and everything before you leave.* • Hãy đảm bảo là các bạn đã có đủ hộ chiếu, vé máy bay và mọi thứ liên quan trước khi ra đi.

and how (khẩu ngữ) dùng để nhấn mạnh khi thừa nhận điều gì là đúng ■ *"Did it rain last night?" "And how! Didn't you hear it?"* • "Tối qua trời có mưa không?" "Ồ, có chứ. Anh không nghe thấy sao?" ■ *"Did you see the game?" "And how!"* • "Anh có xem trận đấu chứ?" "Tất nhiên là có rồi." ■ *"Isn't Mary pretty?" "And how she is!"* • "Mary không đẹp sao?" "Cô ấy đẹp quá đi chứ!"

and so forth or *and so on* và còn thêm những thứ tương tự, cùng loại như vừa kể - vân vân, v.v... ■ *The costumes were red, pink, blue, purple, yellow, and so forth.* • Những trang phục có các màu đỏ, hồng, xanh, tím, vàng v.v...

and so on → **and so forth**

and sth to spare hoặc *with sth to*

spare có thêm phần dự phòng, nhiều hơn mức cần thiết ■ *I had as much flour as I needed with sth to spare.* ● Tôi có đủ số lượng bột tôi cần, với một ít dự phòng nữa. ■ *Fred said he should have enough cash to last the week - with money to spare.* ● Fred nói là anh có đủ tiền mặt chi tiêu trong tuần, với chút ít dự phòng nữa.

and that's flat dùng khi đưa ra quyết định hoặc bày tỏ thái độ cuối cùng về một vấn đề và dứt khoát sẽ không thay đổi ■ *You can't go and that's flat!* ● Anh không thể đi được, và đó là quyết định cuối cùng của tôi.

and that's that → **that's that**

and the like (thông tục) và những sự việc tương tự, cùng loại; vân vân... ■ *Whenever we go on a picnic, we take potato chips, biscuits, soda pop, and the like.* ● Mỗi khi đi chơi dã ngoại, chúng tôi mang theo khoai tây chiên, bánh quy, nước sô-đa... và những thứ tương tự như vậy. ■ *I'm very tired of being yelled at, pushed around, and the like.* ● Tôi đã quá chán ngán việc bị la mắng, xô đuổi... và những chuyện tương tự như vậy. ■ *I like McDonald's, Wendy's, Kentucky Fried Chicken, and the like.* ● Tôi thích các hiệu thức ăn nhanh như McDonald's, Wendy's, Kentucky Fried Chicken v.v... ■ *When I go out to the beach I take towels, a mat, suntan lotion, and the like.* ● Khi đi chơi ở bãi biển, tôi mang theo khăn tắm, tấm trải, kem chống nắng v.v...

and then some (thông tục) và còn nhiều hơn nữa, hơn cả những gì đã nói đến ■ *John is going to have to do all these exercises and then some to pass the exam.* ● John phải làm hết những bài tập này và nhiều hơn nữa để vượt qua được kỳ thi. ■ *The cook put the amount of salt called for into the soup and then some.* ● Người đầu bếp cho lượng muối cần thiết vào nồi súp và nhiều thứ khác nữa. ■ *The car would cost all the money he had and then some.* ● Chiếc xe hơi ấy hẳn đáng giá toàn bộ số tiền anh ta có và còn nhiều hơn thế nữa.

and what have you hoặc *or what have you* (khẩu ngữ) dùng ở cuối một loạt sự vật được kể ra để cho thấy còn nhiều sự vật khác cùng loại nhưng không được nhắc đến ■ *We'll have to use a brush to get all the mud off the wheels and the fenders and grille and what have you.* ● Chúng ta sẽ phải dùng một bàn chải để làm sạch bùn ra khỏi các bánh xe, vè xe, thanh chắn và nhiều thứ khác tương tự. ■ *Their garage is full of bikes, sleds, old boots, and what have you.* ● Nhà để xe của họ chứa đầy những xe đạp, xe trượt, giày ống cũ... và những thứ tương tự như vậy. ■ *The merchant sells writing paper, pens, string, and what have you.* ● Nhà buôn ấy bán giấy bút, dây buộc... và những thứ linh tinh như vậy.

and whatnot (khẩu ngữ) dùng ở cuối cùng khi liệt kê để cho thấy là còn nhiều điều khác nữa nhưng không muốn kể hết ra ■ *I'm going to go through all Dad's letters and bills and whatnot, and see if I can make any sense of what he's left behind.* ● Tôi sẽ xem qua hết thư từ, hóa đơn và mọi thứ của cha tôi để xem có chút ý nghĩa nào không trong những thứ mà ông để lại.

ands → **no buts**

angel → **on the side of the angels**

angle → **fools rush in**

angle for sth cố đạt được một thái độ nào đó từ người khác mà không trực tiếp đề nghị ■ *It was obvious she was angling for sympathy.* • Rõ ràng là cô ta đang cố đạt được sự cảm thông. ■ *She didn't want Ron thinking she was angling for sympathy.* • Cô ấy không muốn Ron nghĩ rằng cô ta đang cố đạt được sự cảm thông.

animal → **different animal**

animal → **party animal**

another → **have another think coming**

another → **live to fight another day**

another → **of one kind or another**

another → **one good turn deserves another**

another → **one man's trash is another man's treasure**

another → **one thing led to another**

another → **tell me another (one)**

another → **tomorrow is another day**

another → **what with one thing and another**

another country heard from (dùng khi ai đó xen vào cắt ngang một câu chuyện) lại bị cắt ngang rồi! ■ *Jane and Bill were discussing business when Bob interrupted to offer an opinion. "Another country heard from," said Jane.* • Jane và Bill đang bàn chuyện làm ăn thì Bob xen vào để đưa ra một ý kiến. Jane nói: "Lại bị cắt ngang rồi!" ■ *In the middle of the discussion, the baby started crying. "Another country heard from," said Tom.* • Giữa buổi thảo luận thì đứa bé bắt đầu khóc lớn. Tom nói: "Lại bị cắt ngang rồi!"

another day, another dollar hàm ý chán nản sau một ngày làm việc rất mệt nhọc nhưng không có được thu nhập cao, vẫn chỉ là đồng lương ít ỏi như thường ngày - chán quá, một ngày như mọi ngày ■ *"Well, it's Friday again," said Joe "Yeah, another day, another dollar," his tired partner replied."* • Joe nói: "A, lại đến thứ sáu rồi." Anh bạn đồng nghiệp mệt mỏi đáp lại: "Ừ, chán thật, lại một ngày như mọi ngày thôi."

another kettle of fish hoặc *a different kettle of fish* dùng khi muốn so sánh 2 tình huống là hoàn toàn khác nhau ■ *The old building was dark and depressing to work in. The new site is a different kettle of fish altogether - it's beautiful.* • Tòa nhà cũ thật tối tăm và ẩm đạm khi làm việc trong đó. Địa điểm mới là hoàn toàn khác hẳn - nó thật xinh đẹp.

another nail in one's coffin → **nail in one's coffin**

another nail in one's coffin hoặc *another nail in sth's coffin* hoặc ***the last nail in the coffin*** hoặc ***the final nail in the coffin*** (thường dùng trong các bản tin báo chí, truyền hình...) một sự kiện hay một loạt sự kiện, làm hủy hoại sự thành công, dự tính hay hy vọng của ai ■ *The Soviet authorities' acceptance of advertising for Western products on state-run radio was yet another nail in the coffin of the Cold War.* • Sự chấp thuận của giới thẩm quyền Xô-viết về việc quảng cáo cho các sản phẩm của phương Tây trên đài truyền thanh quốc gia là một đòn mạnh mẽ nữa để đánh tan đi cuộc chiến tranh lạnh. ■ *The final nail in the coffin of plans for a nuclear reactor came when a panel from the Commission advised against it.* •

Đòn cuối cùng đập tan những kế hoạch cho một lò phản ứng hạt nhân đã đến khi một ban hội thẩm của Ủy ban đưa ra lời khuyên phản đối lại nó.

another nail in sth's coffin → **another nail in one's coffin**

answer → **good answer**

answer → **know all the answers**

answer back 1. biện hộ, chống lại những lời chỉ trích, phê phán của ai ■ *He was given the chance to answer back in a radio interview.* ● Ông ấy được trao một cơ hội để biện hộ cho mình trong cuộc phỏng vấn trên chương trình phát thanh. 2. cãi lại, to tiếng với ai, nhất là người có thẩm quyền hoặc lớn tuổi hơn ■ *Don't answer back!* ● Đừng có cãi lại chứ! ■ *Stop answering your mother back!* ● Thôi đừng cãi lại mẹ của con nữa!

answer for sb hoặc ***answer for sth*** 1. được xem là phải chịu trách nhiệm về một sự việc ■ *John had to answer for the theft of the bicycle since it was found at his house.* ● John phải chịu trách nhiệm về vụ trộm chiếc xe đạp vì nó được tìm thấy ở nhà anh ta. ■ *Someday we'll all have to answer for our wrongdoings.* ● Một ngày nào đó tất cả chúng ta đều sẽ phải chịu trách nhiệm về những việc làm sai trái của mình. ■ *You have to answer for any errors in the calculations.* ● Anh phải chịu trách nhiệm về bất cứ sai lầm nào trong các tính toán. ■ *You will have to answer for your behaviour.* ● Anh sẽ phải chịu trách nhiệm về cung cách cư xử của mình. ■ *This government has a lot to answer for.* ● Chính phủ này có rất nhiều điều phải chịu trách nhiệm. ■ *The people who advertise this stuff have a lot to answer for. It's terrible.* ● Những người quảng cáo cho thứ rác rưởi này có rất nhiều điều phải chịu trách nhiệm. Quả thật đáng kinh tởm! 2. bày tỏ sự tin tưởng vào phẩm chất tốt đẹp, đáng tin cậy của ai - bảo lãnh, chịu trách nhiệm thay ai trước một lời buộc tội ■ *Mr. Jones, who had known the girl all her life, answered for her. He knew she was innocent.* ● Ông John, người hiểu rõ cô gái từ trước đến nay, đã bảo lãnh cho cô. Ông biết là cô ta vô tội. ■ *I will answer for Ted. He could not hurt a flea.* ● Tôi sẽ bảo lãnh cho Ted. Đến một con rận anh ấy cũng chẳng hề làm hại kia mà. ■ *I can answer for her honesty.* ● Tôi có thể đảm bảo cho sự trung thực của cô ấy. ■ *Anne says she can answer for his ability to do the job well.* ● Anne nói rằng cô có thể đảm bảo cho khả năng anh ta sẽ làm tốt công việc. 3. biết được và nói ra rằng ai đó sẽ đồng ý hoặc sẽ làm điều gì (thường dùng ở dạng phủ định) ■ *I agree, but I can't answer for my colleagues.* ● Tôi đồng ý, nhưng tôi không thể biết được là các đồng nghiệp của tôi có đồng ý hay không. ■ *I can't answer for my boss, but as far as I'm concerned this is a great proposal.* ● Tôi không biết ông chủ tôi nghĩ sao nhưng đối với tôi thì đây là một đề nghị rất tuyệt. 4. chịu sự trừng phạt, trách mắng... vì một việc sai trái đã làm ■ *When Mother found out who ate the cake, Tom had to answer for his mischief.* ● Khi mẹ biết được là ai đã ăn cái bánh ngọt, Tom sẽ phải chịu trừng phạt vì trò tinh nghịch của nó.

answer for sth → **answer for sb**

answer one's calling có thể thành công mỹ mãn trong nghề nghiệp hay chuyên môn nhờ được làm đúng công việc mà mình có tài năng, năng khiếu ■ *Don answered his calling when he became a lawyer.* ● Don đã có điều kiện thành công mỹ mãn khi anh trở thành một luật sư. ■ *Susy answered her calling when she became a violinist.* • Susy đã có điều kiện thành công mỹ mãn khi trở thành một nhạc công chơi vĩ cầm.

answer one's purpose hoặc *serve one's purpose* phù hợp, đúng với nhu cầu ■ *This piece of wood will answer my purpose quite nicely.* • Tấm ván này rất hợp với nhu cầu của tôi. *The new car serves our purpose perfectly.* • Chiếc xe hơi mới đáp ứng một cách hoàn hảo nhu cầu của chúng ta.

answer the description of sb → **answer the description of sth**

answer the description of sth hoặc *answer the description of sb* hoặc *fit the description of sth* hoặc *fit the description of sb* hoặc *match the description of sth* hoặc *match the description of sb* rất giống với một người hay vật cụ thể nào đó ■ *A child answering the description of the missing boy was found safe and well in London yesterday.* • Ngày hôm qua một đứa trẻ rất giống với em bé trai bị mất tích đã được tìm thấy an toàn và khỏe mạnh tại London. ■ *A young girl answering Anne's description had just been brought in by police.* • Một cô gái trẻ rất giống với Anne vừa mới được cảnh sát mời về đồn.

answer to sb (thường dùng với *have to*) giải thích với ai đó về một sự việc đã xảy ra ■ *If John cannot behave properly, he'll have to answer to me.* • Nếu John không thể cư xử đúng đắn, nó sẽ phải giải thích điều đó với tôi. ■ *The car thief will have to answer to the judge.* • Tên trộm xe hơi sẽ phải trả lời về sự việc trước quan tòa. ■ *All sales clerks answer to the store manager.* • Tất cả các nhân viên bán hàng đều phải báo cáo mọi việc trước người quản lý cửa hiệu. ■ *I answer to no one except the president.* • Tôi không báo cáo với bất cứ ai ngoại trừ ông chủ tịch. ■ *As head of the company she does not have to answer to anyone.* • Là người đứng đầu công ty, bà ấy không phải báo cáo với bất cứ ai.

answer to the name of sth được gọi tên là, có tên là... ■ *That dog was an ugly brute, answering to the name of Spike.* • Con chó ấy là một con vật to lớn xấu xí, được gọi tên là Spike. ■ *This small boy answers to the name of Andrew.* • Cậu bé này có tên gọi là Andrrew. ■ *When you walk my dog, please remember that he answers to the name "Caesar"* • Khi anh dắt con chó của tôi đi tản bộ, xin nhớ rằng tên gọi của nó là "Caesar".

answer to tương xứng với, tương đương với (thường là so sánh phẩm chất vượt bực của người hoặc vật) ■ *Americans have always been fascinated by the Kennedy family, who are regarded by many as America's answer to Britain's royal family.* • Người Mỹ luôn yêu chuộng dòng họ Kennedy, một dòng họ được nhiều người Mỹ xem như là tương đương với hoàng gia của Anh quốc.

ant → **have ants in your pants**

ante → **up the ante**

ante up trả đủ tiền để hoàn tất một quan hệ giao dịch, trả hết số tiền nợ ■ *I guess I'd better ante up if I want to stay an active member of the Association.* • Tôi nghĩ là tốt hơn tôi nên trả đủ số tiền còn thiếu nếu muốn tiếp tục được làm thành viên hoạt động của Hiệp hội.

any → at all cost(s)

any → at any price

any → at any rate

any → be none the wiser

any → be not having any (of it)

any → by any chance

any → by no means

any → do sb no favours

any → don't do me any favours

any → give me sth any day

any → in any case

any → in any event

any → not by any stretch of the imagination

any → on no account

any → pull no punches

any → trust sb as far as could throw him

any → under any circumstances

any amount of sth rất nhiều, với số lượng rất lớn ■ *There's been any amount of research into the subject.* ● Đã có rất nhiều cuộc nghiên cứu về đề tài đó.

any day hoặc *any day now* (khẩu ngữ) sẽ xảy ra rất sớm, không bao lâu nữa ■ *The letter should arrive any day now.* ● Giờ đây lá thư hẳn là sắp đến rồi.

any day now → any day

any fool nói về điều rất dễ làm, bất cứ ai cũng có thể làm được ■ *Any fool could tell she was lying.* ● Bất cứ ai cũng có thể biết là cô ấy đang nói dối. (rất dễ biết) ■ *Any fool can see that she's taking advantage of him.* ● Bất cứ ai cũng có thể biết là cô ấy đang lợi dụng anh ta. ■ *Any fool knows that!* ● Ai cũng có thể biết điều đó!

any number of sth (thường dùng khi con số chính xác không cần thiết phải đưa ra) rất nhiều, một số lớn đáng kể ■ *Any number of people can vouch for my honesty.* ● Rất nhiều người có thể làm chứng cho sự trung thực của tôi. ■ *I can give you any number of reasons why I should join the army.* ● Tôi có thể đưa ra cho bạn thấy rất nhiều lý do về việc tại sao tôi nên gia nhập quân đội. ■ *I ate there any number of times and never became ill.* ● Tôi đã đến ăn ở đó rất nhiều lần mà chưa bao giờ đau bụng cả. ■ *There are any number of reasons for eating good food.* ● Có rất nhiều lý do để ta phải ăn uống lành mạnh.

any old how hoặc *any old way* làm điều gì theo cách hoàn toàn ngẫu nhiên, tình cờ, không có chủ tâm ■ *"John," the teacher said, "you can't just do your homework any old way; you must pay attention to my instructions!"* ● Thầy giáo nói: "John, em không thể cứ làm bài tập về nhà theo kiểu vô tâm tùy tiện; em phải chú ý theo những chỉ dẫn của tôi."

any port in a storm (khẩu ngữ) chấp nhận bất cứ sự giúp đỡ hoặc giải pháp nào vì đang gặp khó khăn lớn, ngay cả khi đó là sự giúp đỡ hoặc giải pháp mà mình không thích ■ *I wasn't in love with Martha. I was just looking for any port in a storm after my divorce.* ● Tôi không yêu Martha. Tôi chỉ cố tìm một chỗ dựa bất kỳ sau khi đã ly hôn. ■ *I don't want to live with my parents, but it's a case of any port in a storm. I can't find an apartment.* ● Tôi không muốn sống chung với cha mẹ, nhưng đó là giải pháp bất đắc dĩ phải chịu thôi. Tôi không thể tìm được một căn hộ. ■ *He hates his job, but he can't get another. Any port in a storm, you know.* ● Anh ấy ghét công việc đang làm, nhưng không thể tìm được việc khác. Bạn biết đấy, lúc cùng đường thì phải chịu thế thôi. ■ *The motel we stopped in was nothing to brag about, but we were so exhausted that it was a clear case of any port in a storm.* ● Khách sạn mà chúng tôi ghé vào quả thật không có gì đáng nói, nhưng chúng tôi đã mệt nhoài rồi nên đó rõ ràng là một lựa chọn bắt buộc thôi.

any Tom, Dick, or Harry → any Tom, Dick, and Harry

any wave you slice it hoặc *whichever wave you slice it* nói về điều gì đúng với sự thật cho dù có được phân tích theo bất cứ khía cạnh nào ■ *Saturday's game was a classic, any way you slice it.* ● Trận đấu hôm thứ Bảy là một trận mẫu mực, cho dù xét theo bất cứ khía cạnh nào.

anybody's guess hoặc *anyone's guess* ■ điều không ai có thể biết trước được ■ *I kept my passport in the drawer, but where it is now is anybody's guess.* ● Tôi đã cất hộ chiếu trong ngăn kéo, nhưng bây giờ nó ở đâu thì chẳng ai biết. ■ *What will happen next is anybody's guess.* ● Chẳng ai biết được điều gì sẽ xảy ra. ■ *What this all means is anybody's guess.* ● Chẳng ai biết được toàn bộ việc này có ý nghĩa gì. ■ *It's anyone's guess who'll win the election.* ● Không ai biết được ai sẽ là người chiến thắng trong cuộc bầu cử.

anyone → far as anyone knows

anyone → not say boo to a goose

anyone's guess → anybody's guess

anything → as anything

anything → come to nothing

anything → don't say I never give you anything

anything → easy as pie

anything → everything one can lay one's hands on

anything → if you believe that, you'll believe anything

anything → like anything

anything → not do anything for sb

anything → or anything

anything but dùng để nhấn mạnh một ý phủ định, hoàn toàn không, chắc chắn không ■ *This hotel was anything but cheap.* ● Khách sạn này không rẻ chút nào. ■ *It wasn't cheap. Anything but.* ● Nó không rẻ đâu. Dứt khoát là không. ■ *Many have attempted to mislead Congress by calling that bill a pro-family, pro-woman bill. It is anything but that.* ● Nhiều người đã cố đánh lạc hướng Quốc hội bằng cách gọi dự luật ấy là dự luật có lợi cho gia đình, có lợi cho phụ nữ. Hoàn toàn không phải là như vậy. ■ *Unfortunately, our hosts were anything but friendly.* ● Thật không may là những người chủ nhà của chúng tôi hoàn toàn không thân thiện chút nào. ■ *Jake's no fool - anything but!* ● Jake không ngu đâu - hoàn toàn không! ■ *I don't mean he's lazy - anything but!* ● Tôi không có ý nói anh ta lười biếng - hoàn toàn không! ■ *The boys knew they had broken the rules, and they were anything but happy when they were called to the office.* ● Bọn trẻ biết là chúng đã phạm luật, và không vui chút nào khi bị gọi đến đồn cảnh sát.

anything goes có thể chấp nhận mọi chuyện, điều gì cũng có thể xảy ra ■ *Who knows? In these modern times when anything goes and individuality is prized, Wender's play may be a huge hit.* ● Ai mà biết được? Trong thời hiện đại này, khi mà chuyện gì cũng có thể xảy ra và cá nhân được đề cao, vở kịch của Wender rất có thể trúng lớn đấy. ■ *Almost anything goes these days.* ● Ngày nay gần như chuyện gì cũng có thể xảy ra cả. ■ *Wars may be planned, but how they play out is really unpredictable. In the heat of battle, anything goes!* ● Những cuộc chiến tranh có thể được hoạch định trước, nhưng chúng diễn ra như thế nào thì thật sự không thể dự đoán. Trong ngọn lửa chiến cuộc, bất cứ điều gì cũng có thể xảy ra.

anything like hoặc *anywhere near* có phần tương tự, giống như - thường dùng ở dạng phủ định để nhấn mạnh sự khác biệt, hoàn toàn không giống. Dạng phủ định cũng có thể là *nothing like* hoặc *nowhere near* ■ *He isn't anything like my first boss.* ● Ông ta hoàn toàn không giống với người chủ trước của tôi. ■ *The book wasn't anything like as good as her first one.* ● Cuốn sách hoàn toàn không được hay như cuốn đầu tiên của bà ấy. ■ *It's not anything like as hot today as it was yesterday.* ● Hôm nay hoàn toàn không nóng bức như hôm qua. ■ *Do you think that gold ring is worth anywhere near a hundred dollars?* ● Anh có nghĩ là chiếc nhẫn vàng ấy đáng giá xấp xỉ 100 đô-la? ■ *Today's game was nowhere near as exciting as yesterday's game.* ● Trận đấu hôm nay hoàn toàn không hứng thú như trận hôm qua. ■ *Studying that lesson should take nothing like two hours.* ● Nghiên cứu bài học đó theo lẽ không mất đến 2 tiếng đồng hồ.

anytime soon dùng trong câu nghi vấn hoặc phủ định để chỉ đến một tương lai rất gần ■ *Do you think she'll be back anytime soon?* ● Anh có nghĩ là cô ta sẽ sớm trở lại hay không? ■ *The strike isn't going to end anytime soon.* ● Cuộc đình công sẽ không chấm dứt sớm đâu.

anytime the spirit moves → **if the spirit moves**

anywhere near → **anything like**

apart → **be poles apart**

apart → **be worlds apart**

apart → **come apart at the seams**

apart from or *aside from* thêm vào đó, bên cạnh đó ■ *Apart from Ann, the car was empty.* ● Ngoài Ann ra thì trong xe hơi không còn ai. ■ *She had no money, apart from the five pounds that Christopher had given her.* ● Cô ấy không có tiền, trừ ra 5 bảng Anh mà Christopher đã cho cô ấy. ■ *Aside from being fun and good exercise, swimming is a very useful skill.* ● Ngoài việc sống vui vẻ và tập thể dục tốt, bơi lội cũng là một kỹ năng rất hữu ích.

ape → **go ape**

ape → **go ballistic**

apeshit → **go ape**

appeal → **last-ditch effort**

appeal to one's better nature thuyết phục ai làm điều gì bằng cách nói với người ấy rằng đó là điều tốt đẹp, nên làm - kêu gọi lòng tốt của ai ■ *Colleen tried another plan, appealing to her sister's better nature.* • Colleen thử qua một kế hoạch khác, kêu gọi lòng tốt của bà chị cô ta. ■ *There was no point in appealing to his better nature when he clearly didn't have one.* • Chẳng có ích gì trong việc khêu gợi lòng tốt của hắn ta khi hắn rõ ràng là không hề có lòng tốt.

appear as sth đóng vai trong một vở kịch, phim... ■ *Madam Smith-Franklin appeared as Carmen at the City Opera last season.* • Trong mùa diễn trước, bà Smith-Franklin đóng vai Carmen ở nhà hát City Opera. ■ *The actor refused to appear as a villain in the play.* • Người diễn viên từ chối đóng một vai phản diện trong vở kịch.

appear on the scene tạo ấn tiếp tượng trong một nhóm bạn bè, người quen hay một giai tầng xã hội ■ *American film history changed for good when Meryl Streep and Al Pacino appeared on the scene.* • Lịch sử điện ảnh Hoa Kỳ đã mãi mãi thay đổi từ khi có ảnh hưởng của Meryl Streep and Al Pacino.

appear out of nowhere hoặc **come out of nowhere** xuất hiện bất ngờ, không có dấu hiệu gì báo trước ■ *A huge bear appeared out of nowhere and roared and threatened us.* • Một con gấu khổng lồ đột nhiên xuất hiện và gầm rống lên đe dọa chúng tôi. ■ *A butler appeared out of nowhere and took out coats.* • Một người hầu bất ngờ hiện ra và nhận lấy áo khoác của chúng tôi. ■ *Suddenly a truck came out of nowhere.* • Đột nhiên có một chiếc xe tải xuất hiện. ■ *Without warning, the storm came out of nowhere.* • Cơn bão bất ngờ ập đến không có dấu hiệu gì báo trước.

appertain to sth thuộc về hay có liên quan đến điều gì ■ *They need to discuss rights appertaining to the property* • Bọn họ cần thảo luận những quyền liên quan đến tài sản. ■ *These figures appertain to last year's sales.* • Những con số này liên quan đến doanh số của năm trước. ■ *I don't know much about regulations appertaining to the army.* • Tôi không biết gì nhiều về các quy định trong quân đội.

appetite → whet one's appetite (for sth)

apple → an apple a day keeps the doctor away

apple → be in apple pie order

apple → can't compare apples and oranges

apple → easy as pie

apple → in apple pie order

apple → rotten apple

apple → upset the apple cart

apple of discord nguyên nhân gây ra những bất đồng hay tranh chấp dai dẳng, thường là vì quyền sở hữu một điều gì ■ *The unfair distribution of wealth will always remain the apple of discord in society.* • Sự phân chia giá trị vật chất không công bằng vẫn luôn là nguyên nhân gây tranh chấp trong xã hội. ■ *The right to host the Olympic Games is an apple of discord between the two countries.* • Quyền tổ chức Thế vận hội là nguyên nhân gây bất hòa giữ hai quốc gia ấy.

apple of one's eyes 1. người hay vật được yêu quý, chiều chuộng nhất ■ *My new granddaughter Sarah is the apple of my eye.* • Đứa cháu nội Sarah mới ra đời là cục cưng của tôi đấy. ■ *John's* new stereo is the apple of his eye. • Dàn âm thanh mới của John được anh ta hết sức ưa chuộng. ■ *She is the apple of her father's eye.* • Cô ấy là con cưng của cha mình. 2. **người tình, bạn trai hoặc bạn gái** ■ *Tom is the apple of Mary's eye. She thinks he's great.* • Tom là người tình của Mary. Cô ấy nghĩ rằng anh ta rất tuyệt.

applecart → **upset the applecart**

apples and oranges những điều đang nói đến là hoàn toàn khác nhau ■ *You can't talk about Fred and Ted in the same breath! They're apples and oranges.* • Bạn không thể nói về Fred và Ted cùng một lúc. Bọn họ hoàn toàn khác nhau. ■ *Talking about her current book and her previous best-seller is like comparing apples and oranges.* • Nói đến cuốn sách hiện nay và cuốn sách bán chạy nhất trước đây của bà ta, thật là hoàn toàn khác biệt không thể nào so sánh được. → *compare apples and oranges*

apply oneself to sth nỗ lực, cố gắng hết sức vì điều gì ■ *If you want to get an A in English grammar; you must apply yourself to it.* • Nếu anh muốn được điểm A môn ngữ pháp tiếng Anh, anh nhất thiết phải nỗ lực hết sức. ■ *He had applied himself to this task with considerable energy.* • Anh ấy đã nỗ lực trong nhiệm vụ này với rất nhiều công sức.

apron → **be tied to one's apron strings**

apron strings sự phụ thuộc gần như hoàn toàn vào người khác ■ *Suzie is so immature, I am afraid she will never free herself from her mother's apron strings.* • Suzzie non trẻ quá, tôi sợ là cô ấy sẽ chẳng bao giờ thoát ra khỏi sự phụ thuộc vào bà mẹ.

apropos of liên quan đến hoặc thuộc về vấn đề gì ■ *Apropos of higher tuition, Mr. Black told the boy about the educational loans that banks are offering.* • Liên quan đến vấn đề học phí cao hơn, ông Black nói cho bọn trẻ biết về những khoản vay dành cho giáo dục mà ngân hàng đưa ra. ■ *Mr. White went to see Mr. Richards apropos of buying a car.* • Ông White đã đến gặp ông Richard về việc mua xe hơi.

arch over che phủ, tạo một mái cong che trên một khoảng trống ■ *The corridor between the gym and the assembly hall was arched over to keep the students out of the snow and rain.* • Hành lang giữa phòng tập thể thao và phòng họp được lợp mái vòm để học sinh không phải bị tuyết và mưa.

are → **there you are**

are you kidding me → **you're kidding (me)**

area → **gray area**

argue down đánh bại lập luận của đối phương trong một cuộc tranh cãi ■ *Central High's students were rather well prepared, but Jefferson High's debating team succeeded in arguing them down.* • Các sinh viên của trường Central High đã chuẩn bị khá kỹ, nhưng đội tranh biện của trường Jefferson High đã thành công trong việc đánh bại lập luận của họ.

argue sb into doing sth hoặc *argue sb out of doing sth* thuyết phục ai làm hoặc không làm điều gì bằng cách đưa ra những lý do ■ *They argued him into withdrawing his complaint.* • Bọn họ thuyết phục anh ta rút lại những lời than phiền. ■ *I've argued him out of going to the match.* ● Tôi đã thuyết phục anh ta không đi xem trận đấu.

argue sb out of doing sth → **argue sb into doing sth**

Argus-eyed có sự quan sát cực kỳ tinh tế, nhạy bén ■ *The Argus-eyed chief of detectives solved the puzzling crime in two short days.* ● Những trưởng nhóm thám tử hết sức nhạy bén đã giải quyết được vụ phạm tội rất phức tạp chỉ trong 2 ngày ngắn ngủi.

ark → out of the ark

arm → an arm and a leg

arm → babe in arms

arm → fold one's arms

arm → have one's arm twisted

arm → keep sb at arm's length

arm → lay down one's arms

arm → take up arms (against sb)

arm → the long arm of the law

arm → twist one's arm

arm → welcome sb with open arms

arm → would give one's right arm to do sth

arm in arm nắm tay nhau, đan tay nhau, nhất là để biểu lộ tình cảm thắm thiết ■ *The two lovers walked arm in arm down the street.* ● Cặp tình nhân đan tay nhau dạo trên đường phố. ■ *Arm in arm, the line of dancers kicked high, and the audience roared its approval.* ● Những vũ công đan tay nhau thành một hàng dài rồi tung chân đá lên cao và khán giả hoan hô cổ vũ. ■ *Sally and Joan were laughing and joking together as they walked arm in arm down the street.* ● Sally và John cùng cười đùa với nhau khi họ tay trong tay bước đi trên đường phố. ■ *When they arrived at the party, the partners walked arm in arm to meet the hosts.* ● Khi đến nơi dự tiệc, những cặp vợ chồng đều nắm tay nhau từng đôi đến chào chủ nhà.

armed to the teeth võ trang đầy đủ, trang bị những võ khí rất nguy hiểm, theo nghĩa là hơi quá đáng - võ trang đến tận kẽ răng ■ *The bank robber was armed to the teeth when he was caught.* ● Vào lúc bị bắt, tên cướp nhà băng có trang bị võ khí đầy đủ. ■ *There are too many guns around. The entire country is armed to the teeth.* ● Khắp nơi có quá nhiều súng ống. Cả nước đều được võ trang đầy đủ. ■ *Both sides are armed to the teeth, and the chances of peace appear remote.* ● Cả hai bên đều võ trang đầy đủ, và những cơ hội hòa bình có vẻ thật xa vời. ■ *They were armed to the teeth, ready for any emergency.* ● Bọn họ được võ trang đến tận kẽ răng, sẵn sàng cho bất cứ trường hợp khẩn cấp nào. ■ *The paratroopers were armed to the teeth.* ● Những người lính nhảy dù được trang bị vũ khí đến tận kẽ răng.

armor → chink in one's armor

armor → knight in shining armor

armpit → the armpit of

arm-twisting sự thuyết phục ■ *The bill was saved from a major defeat in the Congress only after intense last-minute arm-twisting.* ● Bản dự luật đã được cứu thoát khỏi sự bác bỏ bằng đa số trong Quốc hội chỉ ngay sau sự thuyết phục mạnh mẽ vào giờ chót.

around → a millstone around one's neck

arrogate to oneself sth

around → all around

around → all around Robin Hood's barn

around → ask around

around → bandy about

around → bat around

around → beat around the bush

around → blunder around

around → fray at the edges

around → get the run-around

around → give sb the run-around

around → goes around one's ass to get to one's elbow

around → going around in circles

around → green around the gills

around → have been around the block

around → lead sb (around) by the nose

around → run circles around sb

around → think the world revolves around

around → throw money around

around → throw one's weight around

around → turn around and say sth

around → what goes around comes around

around → wrap sb around one's little finger

around the clock → round the clock

around the corner hoặc *round the corner* hoặc *just around the corner* hoặc *just round the corner* nằm ở một vị trí rất gần, không xa lắm ■ *Her house is just around the corner.* ● Nhà cô ấy chỉ ở gần đây thôi. ■ *The kids go to school just around the corner.* ● Bọn trẻ đi học chỉ gần đây thôi. 2. một thời điểm không xa lắm, sắp đến ■ *There are good times around the corner.* ● Những ngày vui không còn xa lắm. ■ *Spring is just around the corner.* ● Mùa xuân sắp đến rồi. ■ *The fortune teller told Jane that there was an adventure for her just around the corner.* ● Người thầy bói bảo Jane là có một sự việc bất ngờ đối với cô đang sắp xảy ra.

arrears → be in arrears

arrive at đạt đến một quyết định hay kết luận về vấn đề gì ■ *After a prolonged discussion the president's advisers arrived at the decision to bring the war to the terrorists.* ● Sau một cuộc thảo luận kéo dài, các vị cố vấn của tổng thống đã đi đến quyết định tuyên chiến với bọn khủng bố.

arrive in a body → come in a body

arrive on the scene → come on the scene

arrived → have arrived

arrogate to oneself sth giành lấy điều gì không thuộc về mình, nhất là một quyền hạn ■ *I do not arrogate to myself the right to decide.* ● Tôi không giành lấy cho mình quyền đưa ra quyết định.

arrow → straight arrow

arse → be a pain (in the ass)

arse → smarty pants

arsed → not be arsed (to do sth)

art → have sth down to a fine art

art → state of the art

article → genuine article

as → a miss is as good as a mile

as → a wink's as good as a nod (to a blind man)

as → bold as brass

as → but not as we know it

as → drunk as a skunk

as → even as

as → every bit as

as → fit as a fiddle

as → for all the world like

as → from the same mould (as)

as → give as good as you get

as → go so far as to do sth

as → happy as a pig in shit

as → high as a kite

as → in so far as

as → it's just as well (that)

as → pleased as Punch

as → pretty as a picture

as → take sth as gospel

as → there is no (such thing as a) free lunch

as → trust sb as far as could throw him

as → use sb as a punching bag

as → when in Rome (do as the Romans do)

as → your guess is as good as mine

as a consequence → in consequence (of sth)

as a duck takes to water một cách dễ dàng và hoàn toàn tự nhiên ■ *She took to singing just as a duck takes to water.* • Cô ấy làm quen với chuyện ca hát thật dễ dàng và hoàn toàn tự nhiên. ■ *The baby adapted to bottle-feeding as a duck takes to water.* • Đứa bé quen dần với việc bú sữa bình thật dễ dàng và hoàn toàn tự nhiên. ■ *She has taken to teaching like a duck to water.* • Cô ấy làm quen với việc giảng dạy thật dễ dàng và hoàn toàn tự nhiên.

as a general rule → as a rule

as a last resort giải pháp cuối cùng, khi không còn gì khác tốt hơn để chọn lựa ■ *Call the doctor at home as a last resort.* • Hãy gọi bác sĩ khi nào không thể làm gì được nữa. ■ *As a last resort, she will perform surgery.* • Không còn cách nào khác, bà ấy sẽ thực hiện phẫu thuật. ■ *We'll sleep in our sleeping bags as a last resort, since all the motels are full.* • Giải pháp cuối cùng của chúng ta là sẽ ngủ trong túi ngủ, vì tất cả các khách sạn đều không còn chỗ.

as a matter of course được thực hiện theo như thông lệ, hoặc theo đúng cách thức thông thường trước đây ■ *A large company like yours should supply your customers with this information as a matter of course.* • Một công ty lớn như công ty của bạn cần phải cung cấp cho khách hàng thông tin này như một thông lệ. ■ *We always check customer's addresses as a matter of course.* • Chúng tôi luôn luôn kiểm tra địa chỉ khách hàng như thường lệ. ■ *The nurse always takes your temperature as a matter of course.* • Cô y tá sẽ đo nhiệt độ của bạn theo như thông lệ.

as a matter of fact nói đúng ra, sự thật là (dùng khi nêu thêm một điều mà trước đó chưa nói, và đây mới là thông tin chính xác nhất) ■ *As a matter of fact, he is madly in love with her.* • Sự thật là anh ta yêu cô ấy say đắm. ■ *As a matter of fact, John came into the room while you were talking about him.* • Sự thật là John đã vào phòng đúng lúc bạn đang nói chuyện về hắn. ■ *I'm not a poor worker. As a matter of fact, I'm very efficient.* • Tôi không phải là một công nhân tồi. Nói cho đúng ra, tôi làm việc rất hiệu quả. ■ *It's not true that I cannot swim; as a matter of fact, I used to work as a lifeguard in Hawaii.* • Nói tôi không biết bơi là sai sự thật; thật ra tôi đã từng làm nhân viên cứu hộ cho hồ bơi ở Hawaii.

as a matter of form như thường lệ, không có gì quan trọng hơn; chỉ đơn thuần mang tính hình thức, theo quy định thôi ■ *You are asked to put your signature here merely as a matter of form.* • Ông được yêu cầu ký tên ở đây chỉ đơn thuần là theo thông lệ thôi. ■ *They must as a matter of proper form check to see that there is no tax liability.* • Theo đúng quy định thích hợp nên họ buộc phải kiểm tra để xem có nợ thuế hay không.

as a result of sth gây ra bởi, là kết quả dẫn đến do một sự kiện nào đó ■ *As a result of the accident, Tom couldn't work for six month.* • Hậu quả của tai nạn là Tom không thể đi làm trong sáu tháng. ■ *We couldn't afford to borrow money for a house as a result of the rise in interest rates.* • Chúng tôi không thể mượn được tiền mua nhà do sự gia tăng mức lãi.

as a rule hoặc *as a general rule* thông thường, trở thành thói quen, gần như bao giờ cũng vậy ■ *He can be found in his office as a general rule.* • Anh ta gần như bao giờ cũng có thể được tìm thấy trong văn phòng. ■ *As a general rule, Jane plays golf on Wednesdays.* • John bao giờ cũng chơi đánh gôn vào thứ Tư. ■ *As a rule, things tend to get less busy after supper time.* • Theo như thông thường, mọi việc trở nên ít bận rộn hơn sau bữa ăn cuối ngày. ■ *As a rule, the boss arrives at the office about 10 a.m.* • Như một thông lệ, ông chủ bao giờ cũng đến văn phòng vào khoảng 10 giờ sáng.

as a token (of sth) là biểu tượng thay thế cho, để nói lên điều gì, nhất là lòng biết ơn, sự tưởng nhớ... ■ *He gave me a rose as a token of the time we spent together.* • Anh ấy trao cho tôi một bông hồng như là biểu tượng của thời gian chung sống. ■ *Here, take this $100 as a token of my appreciation.* • Đây, hãy nhận 100 đô-la này như là sự đánh giá cao của tôi. ■ *I can't thank you enough. Please accept this money as a token.* • Tôi không thể nói đủ lời cảm ơn bạn. Xin vui lòng nhận món tiền này gọi là lòng biết ơn của tôi.

as against sth so sánh với điều gì trong một mối tương quan với nhau ■ *They got 27% of the vote as against 32% at the last election.* • Bọn họ được 27% phiếu bầu so với 32% trong lần bầu cử trước. ■ *Why is there a preference for the American system as against the British?* • Tại sao lại có một sự ưa chuộng hệ thống của Hoa Kỳ so với hệ thống của Anh quốc?

as always như thường lệ, như được chờ đợi vì từ trước đến nay vẫn thế ■ *As always, Polly was late for school.* •

Như thường lệ, Polly đi học trễ. ■ *As always, her father was there to meet her.* ● Như thường lệ, cha cô ấy đã có ở đó để gặp cô.

as an aside một nhận xét nói riêng với ai, không định đưa ra cho tất cả mọi người cùng nghe; nhận xét riêng tư, nhận xét bên lề ■ *At the wedding, Tom said as an aside, "The bride doesn't look well."* ● Trong buổi tiệc cưới, Tom kín đáo nhận xét: "Chú rể trông có vẻ như không được khỏe." ■ *During the concert Tim said to his wife as an aside, "The conductor has no idea how to conduct Beethoven."* ● Trong buổi hòa nhạc, Tim nói nhỏ với vợ mình: "Ông nhạc trưởng này không biết cách chơi nhạc Beethoven."

as and when nói về điều gì sẽ xảy ra nhưng phụ thuộc vào một điều kiện, sự việc nào khác ■ *We'll decide on the team as and when we qualify.* ● Chúng tôi sẽ quyết định về đội bóng ngay khi chúng tôi có đủ điều kiện. ■ *I'll tell you more as and when.* ● Tôi sẽ cho anh biết nhiều hơn ngay khi nào có thể được.

as anything hoặc *like anything* dùng để nhấn mạnh tính chất đang được đề cập đến là ở mức độ rất lớn, rất nhiều... ■ *I felt as pleased as anything.* ● Tôi cảm thấy hết sức hài lòng. ■ *They're always slagging me off like anything.* ● Bọn họ luôn nạt nộ tôi quá đáng. ■ *She was as nervous as anything.* ● Cô ấy hết sức căng thẳng. ■ *When she stuck the needle in, it hurt like anything.* ● Khi cô ta đâm cây kim vào, thật đau hết sức.

as bad as all that (thường dùng trong câu phủ định để an ủi ai đó) tồi tệ đến mức như đã nói, tồi tệ như vẻ ngoài được nhìn thấy ■ *Come on! Nothing could be as bad as all that.* ● Thôi đi nào, không thể có chuyện tồi tệ đến thế đâu. ■ *Stop crying. It can't be as bad as all that.* ● Đừng khóc nữa. Sự việc không thể tồi tệ đến thế đâu.

as best sb can hoặc *as best as sb can* tuy không hoàn hảo nhưng là đã cố gắng hết khả năng trong hoàn cảnh đó ■ *We'll manage as best we can.* ● Chúng tôi sẽ xoay xở hết khả năng của mình. ■ *The car broke down in the middle of the night, and he had to get home as best as he could.* ● Chiếc xe hơi chết máy vào giữa đêm và anh ta phải về nhà bằng tất cả nỗ lực của mình. ■ *George's foot hurt, but he played the game as best as he could.* ● George bị thương ở chân, nhưng anh ta đã chơi hết khả năng trong trận đấu.

as big as all outdoors → **big as all outdoors**

as big as life → **large as life**

as big as life and twice as ugly → **large as life**

as black as one is painted → **black as one is painted**

as black as pitch → **black as pitch**

as blind as a bat → **blind as a bat**

as bold as brass → **bold as brass**

as busy as a beaver → **busy as a beaver**

as busy as a bee → **busy as a beaver**

as busy as Grand Central Station → **busy as Grand Central Station**

as chance would have it nói về điều gì may mắn xảy ra một cách tình cờ không tính trước ■ *As chance would have it, John was going to London too, so I went with him.* ● Thật tình cờ may mắn là John cũng đi đến London, vì thế tôi đi với anh ta.

as clean as a whistle → clean as a whistle

as clean as the driven snow → pure as the driven snow

as clear as crystal → clear as crystal

as clear as day → plain as day

as clear as mud → clear as mud

as comfortable as an old shoe → comfortable as an old shoe

as cool as a cucumber → cool as a cucumber

as crazy as a loon → crazy as a loon

as dead as a dodo → dead as a dodo

as dead as a doornail → dead as a doornail

as different as night and day → different as night and day

as dry as a bone → dry as a bone

as dry as dust → dry as dust

as dull as dishwater → dull as dishwater

as dull as ditchwater → dull as dishwater

as easy as anything → easy as pie

as easy as apple pie → easy as pie

as easy as duck soup → easy as duck soup

as easy as falling off a log → easy as falling off a log

as easy as pie → easy as pie

as easy as rolling off a log → easy as falling off a log

as exciting as watching paint dry → like watching paint dry

as exciting as watching paint dry → like watching paint dry

as far as anyone knows → far as anyone knows

as far as hoặc *so far as* 1. đạt đến một mức độ hoặc khối lượng nhất định nào đó, trong chừng mực đã đề cập ▪ *John did a good job as far as he went, but he did not finish it.* • Trong chừng mực những gì đã làm thì John làm rất tốt, nhưng anh ấy chưa hoàn tất được công việc. ▪ *So far as the weather is concerned, I do not think it matters.* • Trong phạm vi liên quan đến thời tiết, tôi nghĩ là không có vấn đề gì. ▪ *As far as he was concerned, things were going well.* • Trong phạm vi liên quan đến anh ấy thì mọi việc diễn tiến tốt đẹp. 2. trong một phạm vi, một giới hạn nào đó ▪ *He has no brothers so far as I know.* • Theo như tôi được biết thì anh ta không có người anh em nào cả.

as far as I'm concerned → far as I am concerned

as far as it goes → as far as sth goes

as far as possible hoặc *so far as possible* đã tiến triển, cố gắng hết mức, trong chừng mực khả năng có thể được ▪ *We must try, as far as possible, to get people to stop smoking in buses.* • Chúng ta phải cố gắng hết khả năng để làm cho mọi người không hút thuốc lá trên xe buýt nữa. ▪ *As far as possible, the police will issue tickets to all speeding drivers.* • Cảnh sát sẽ cố gắng hết mức để ghi phạt tất cả những tài xế vượt tốc độ. ▪ *I'll follow your instructions so far as possible.* • Tôi sẽ cố hết sức để làm theo những hướng dẫn của ông.

91

as far as sb can remember → **as far as sb knows**

as far as sb can see → **as far as sb knows**

as far as sb knows hoặc *as far as sb can see* hoặc *as far as sb can remember* điều mà ai đó có thể nắm hiểu hoặc nhớ được trong phạm vi giới hạn của mình ■ *As far as we knew, there was no cause for concern.* • Theo chỗ chúng tôi biết, không có gì để lo lắng cả. ■ *As far as I can see, you've done nothing wrong.* • Theo tôi thì anh đã không làm gì sai trái cả. ■ *She lived in Chicago, as far as I can remember.* • Theo như tôi nhớ được thì cô ấy sống ở Chicago. ■ *No one has complained, as far as I know.* • Theo tôi biết thì không có ai than phiền cả. ■ *He was the only one who enjoyed the play, as far as I can remember.* • Theo như tôi nhớ được thì ông ta là người duy nhất thích thú với vở kịch.

as far as sth goes hoặc *as far as it goes* hoặc *so far as it goes* (khẩu ngữ - dùng để bắt đầu đưa ra chi tiết cụ thể về một chủ đề đã đề cập trước đó) trong phạm vi liên quan, trong chừng mực giới hạn của vấn đề, sự việc đang nói đến (thường dùng khi thực sự muốn nói là sự việc ấy chưa được hoàn hảo) ■ *It's a good plan as far as it goes, but there are a lot of things they haven't thought of.* • Trong một chừng mực nhất định thì đó là một kế hoạch tốt, nhưng có quá nhiều điều bọn họ chưa xem xét kỹ. ■ *"Right now we need to talk about money and schedules. Ryan, do you want to start?" "Well, as far as money goes, we have very little in the budget for anything."* • "Ngay bây giờ đây chúng ta cần bàn đến chuyện tiền bạc và thời biểu. Ryan, anh có muốn bắt đầu không?" "À, trong phạm vi tiền bạc mà nói, chúng ta có rất ít ngân sách để chi cho bất cứ chuyện gì." ■ *Your plan is fine as far as it goes. It doesn't seem to take care of everything, though.* • Trong mức độ đã thực hiện, kế hoạch của anh cũng tốt đấy, mặc dù có vẻ như chưa tính toán được toàn diện. ■ *As far as it goes, this law is a good one. It should require stiffer penalties, however.* • Trong chừng mực đã thực hiện, đây là một bộ luật tốt. Tuy nhiên, nên được đưa vào những hình phạt cứng rắn hơn. ■ *Your plan is a good one as far as it goes, but there are several points you've not considered.* • Trong một chừng mực nào đó, kế hoạch của ông cũng tốt đấy, nhưng có nhiều điểm ông chưa cân nhắc đến.

as far as sth is concerned → **far as sth is concerned**

as far as that goes hoặc *as far as that is concerned* hoặc *so far as that is concerned* hoặc *so far as that goes* trong phạm vi đang đề cập, hơn nữa, thật ra ■ *You don't have to worry about the girls. Mary can take care of herself, and as far as that goes, Susan is pretty independent, too.* • Anh không cần phải lo lắng về mấy đứa con gái. Mary có thể tự chăm sóc bản thân, và thật ra thì Susan cũng biết sống khá tự lập nữa. ■ *I didn't enjoy the movie, and so far as that is concerned, I never like horror movies.* • Tôi đã không thích thú gì khi xem phim ấy, thật ra thì tôi chưa bao giờ thích phim kinh dị.

as far as that is concerned → **as far as that goes**

as far as the eye could see mút tầm mắt, xa tít, đến tận chân trời ■ *The bleak moorland stretched on all sides as far as* *the eye could see.* • Vùng đất hoang vu trải dài ra bốn phía xa tít đến tận cuối chân trời.

as far as we're concerned → **far as I am concerned**

as fit as a fiddle → **fit as a fiddle**

as fit as fiddle → **fit as a fiddle**

as flat as a pancake → **flat as a pancake**

as follows như được liệt kê, kể ra sau đây - như sau ■ *My grocery list is as follows: bread, butter, meat, eggs, sugar.* • Danh mục thực phẩm của tôi gồm như sau: bánh mỳ, bơ, thịt, trứng, đường.

as for sb hoặc *as for sth* hoặc *as to sb* hoặc *as to sth* hoặc *as regards sth* 1. nói về, liên quan đến ai hoặc điều gì ■ *As for the mayor, he can pay for his own dinner.* • Về phần ông thị trưởng, ông ấy có thể tự trả tiền bữa ăn tối. ■ *As for you, Bobby, there will be no dessert tonight.* • Về phần con, Bobby, sẽ không có phần tráng miệng tối nay đâu. ■ *As for this chair, there is nothing to do but throw it away.* • Với cái ghế này thì chẳng còn làm được gì khác ngoài việc vất nó đi. ■ *As for the children, they were happy enough to spend all day on the beach.* • Về phần bọn trẻ, chúng đã thấy vui đủ để ở trọn ngày trên bãi biển. ■ *As for the festival itself, it is a joyful celebration of the traditions of this great city.* • Riêng về buổi lễ hội, đó là một dịp lễ mừng vui nhộn trong số những truyền thống của thành phố tuyệt vời này. ■ *As to tax, that will be deducted from your salary.* • Về phần thuế, khoản ấy sẽ được trích từ tiền lương của anh. ■ *As to your idea about building a new house, forget it.* • Về ý tưởng xây một căn nhà mới của bạn, hãy quên nó đi. ■ *As for Jo, she's doing fine.* • Về phần Jo, cô ấy đang làm rất tốt. ■ *As for food for the party, that's all being taken care of.* • Về phần thức ăn cho bữa tiệc, tất cả đều đang được chuẩn bị. ■ *There is some doubt as to whether that information is totally accurate.* • Có phần nào nghi ngờ về việc liệu thông tin ấy có hoàn toàn chính xác hay không. ■ *We have plenty of bread, and as for butter, we have more than enough.* • Chúng tôi có rất nhiều bánh mỳ, còn về bơ thì chúng tôi có thừa. 2. trích dẫn, nói lên ý kiến của ai ■ *As for me, I prefer vegetables to meat.* • Theo ý tôi thì tôi thích rau cải hơn là thịt. ■ *As for Tom, he refuses to attend the concert.* • Ý của Tom là từ chối tham dự buổi hòa nhạc. ■ *Most people like the summer but as for me, I like winter much better.* • Hầu hết mọi người đều thích mùa hè, nhưng theo tôi thì tôi thích mùa đông tốt hơn nhiều.

as for sth → **as for sb**

as free as a bird → **free as a bird**

as fresh as a daisy → **fresh as a daisy**

as from hoặc *as of* nói về thời điểm bắt đầu của một sự việc - kể từ lúc ■ *Our fax number is changing as from May 12.* • Số máy fax của chúng tôi sẽ thay đổi kể từ ngày 12 tháng 5. ■ *As of 6th April 1999, all gifts to charities will be free of tax.* • Kể từ ngày 6 tháng 4 năm 1999, tất cả quà tặng gửi đến cho các hội từ thiện sẽ được miễn thuế. ■ *As from today, the bank will be open for business from 9.30 a.m.* • Kể từ hôm nay, ngân hàng sẽ mở cửa làm việc từ 9 giờ 30 sáng.

as full as a tick → **full as a tick**

as funny as a barrel of monkeys → **funny as a barrel of monkeys**

as funny as a crutch → **funny as a crutch**

as good as 1. (dùng với một tính từ theo sau) hầu như, gần như là ■ *The war's as good as over - the boys will be home soon.* ● Chiến tranh gần như đã kết thúc - không bao lâu bọn trẻ sẽ trở về nhà. ■ *I haven't written the final chapter, but the book's as good as finished.* ● Tôi chưa viết chương cuối, nhưng cuốn sách gần như là đã hoàn tất. ■ *The matter is as good as settled.* ● Vấn đề gần như đã được giải quyết. ■ *He as good as called me a coward.* ● Hắn ta gần như đã gọi tôi là thằng chết nhát. (nghĩa là ám chỉ như vậy nhưng không chính thức nói thẳng) ■ *She's as good as won.* ● Cô ấy gần như đã chiến thắng. ■ *She claimed that he as good as promised to marry her.* ● Cô ấy nói rằng anh ta gần như đã hứa sẽ kết hôn với cô. ■ *We'll get to school on time, we're as good as there now.* ● Chúng ta sẽ đến trường đúng giờ, bây giờ chúng ta gần như đã đến đó rồi. ■ *The man who had been shot was as good as dead.* ● Người đàn ông bị bắn gần như đã chết. 2. (dùng với một dạng quá khứ phân từ theo sau) điều tuy không thực sự hoàn toàn xảy ra nhưng có vẻ gần như là đã xảy ra ■ *I as good as stopped smoking when I got married - I just have one when I go out with the boys.* ● Tôi gần như đã bỏ thuốc lá khi tôi lập gia đình - tôi chỉ hút một điếu khi nào đi ra ngoài với bạn bè.

as good as done → **good as done**

as good as gold → **good as gold**

as happy as a clam → **happy as a clam**

as happy as a lark → **happy as a clam**

as hard as nails → **hard as nails**

as high as a kite → **high as a kite**

as high as the sky → **high as a kite**

as hot as hell → **hot as hell**

as hungry as a bear → **hungry as a bear**

as if → **like it's going out of fashion**

as if hoặc *as though* 1. tỏ ra vẻ như một điều gì đó nhưng không thật vậy, như thể là ■ *The baby laughed as if he understood what Mother said.* ● Đứa bé cười lớn như thể nó hiểu được những gì mẹ nói. ■ *The book looked as though it had been out in the rain.* ● Quyển sách trông như thế đã bị để ngoài mưa. ■ *She acted as if she knew everything.* ● Cô ấy hành động như thể là cô biết hết mọi chuyện. ■ *He behaved as if nothing had happened.* ● Anh ta cư xử như thể là đã không có chuyện gì xảy ra. ■ *It sounds as though you had a good time.* ● Nghe có vẻ như anh đã có một dịp rất vui vẻ. ■ *It's my birthday. As if you didn't know!* ● Đó là ngày sinh nhật của tôi. Như thể là anh đã không biết đến vậy! ✤ Về mặt ngữ pháp chuẩn, sau *as if* cần phải dùng *to be* ở dạng *were* chứ không phải *was* (thể hiện ý giả định). Tuy nhiên, trong khi nói người ta lại thường dùng *was* chứ không dùng *were*. ■ *He said to me as if he were my father.* ● Anh ấy nói với tôi như thể là cha tôi vậy. ■ *He looked at me as if I were mad.* ● Anh ta nhìn tôi như thể tôi là người điên vậy. ■ *She remembered it all as if it were yesterday.* ● Cô ấy nhớ tất cả như thể chỉ mới hôm qua thôi. 2. (thông tục) dùng khi cho rằng điều người đối diện vừa nói ra là vô cùng ngốc nghếch hoặc rất khó xảy ra ■ *"May be if you told Janine you didn't mean what you said, she'd forgive you." "Yeah, as if."* ● "Có thể nếu anh nói với Janine rằng anh đã không cố ý nói thế thì cô ấy sẽ tha thứ cho anh đấy." "Ái chà, liệu tôi có thể nói với cô ấy như vậy được sao?" (anh biết chắc là tôi không nói như vậy được mà!) ■ *"Don't say anything." "As if I would!"* ● "Đừng nói điều gì cả?" "Anh cho rằng tôi sẽ nói à!" (- anh biết chắc là tôi sẽ nói mà!) 3. rằng, là như thế ■ *It seems as if you are the first one here.* ● Có vẻ như anh là người đầu tiên ở đây. ■ *It seemed as if the meeting would never end.* ● Có vẻ như cuộc họp sẽ không bao giờ chấm dứt.

as innocent as a lamb → innocent as a lamb

as interesting as watching paint dry → like watching paint dry

as is như hiện trạng đang có, không hoàn thiện, cải tiến gì thêm và cũng không có sự đảm bảo về sau ■ *They agree to buy the house as is.* ● Họ đồng ý mua căn nhà như tình trạng hiện nay. ■ *He bought an old car as is.* ● Ông ta mua một chiếc xe hơi cũ như tình trạng hiện có.

as it is hoặc *as it turns out* dùng khi nói về một tình huống trong hiện tại, thực tế đang diễn ra ■ *We were hoping to finish it by next week - as it is, it may be the week after.* ● Chúng tôi đã hy vọng sẽ hoàn tất trong tuần tới - theo như thực tế, có lẽ phải là tuần tới nữa. ■ *I can't help - I've got too much to do as it is.* ● Tôi không thể giúp được - hiện tôi đã có quá nhiều việc để làm rồi. ■ *He was expecting to have completed his training by now. As it is, he's only halfway through it.* ● Anh ta đã chờ đợi là sẽ hoàn tất khóa huấn luyện vào lúc này. Trong thực tế, anh ta chỉ mới qua được một nửa. ■ *They said the repairs would cost around £20,000, but, as it turns out, the final bill will be twice that amount.* ● Bọn họ đã nói rằng việc sửa chữa sẽ có thể mất khoảng 20.000 bảng Anh, nhưng trong thực tế hóa đơn thanh toán cuối cùng sẽ gấp đôi số tiền đó.

as it turns out → as it is

as it were có thể nói, giống như là, mặc dù trong thực tế không phải như vậy hoặc không hợp lý ■ *In many ways children live, as it were, in a different world from adults.* ● Về nhiều phương diện, cũng có thể nói, trẻ con sống trong một thế giới khác với người lớn.

as it were quả thật vậy, đúng là như vậy (thường dùng để xác định, nhấn mạnh khi nói ra một điều có vẻ không hợp lý) ■ *He carefully constructed, as it were, a huge sandwich.* ● Anh ta đã cẩn thận làm ra, thật vậy đấy, một cái bánh kẹp khổng lồ. ■ *The Franklins live in a small, as it were, exquisite house.* ● Quả thật vậy đấy, gia đình Franklin sống trong một căn nhà nhỏ tuyệt đẹp. ■ *Mandela became, as it were, the father of the nation.* ● Quả thật vậy, Mandela đã trở thành người cha già của dân tộc. ■ *Teachers must put the brakes on, as it were, when they notice students looking puzzled.* ● Giáo viên buộc phải đạp thắng ngay, quả thật vậy, khi họ nhận thấy học viên trông có vẻ bối rối.

as large as life → large as life

as light as a feather → light as a feather

as likely as not → likely as not

as long as hoặc *so long as* 1. bởi vì, tại vì ■ *As long as you're going to the bakery,*

as luck would have it

please buy some fresh bread. • Vì bạn sẽ đi đến hiệu bánh, làm ơn mua giúp ít bánh mì nóng. ■ *So long as you're here, please stay for dinner.* • Sẵn vì bạn đang ở đây, xin vui lòng ở lại dùng cơm với chúng tôi. ■ *As long as you are going to town anyway, you can do something for me.* • Bởi vì dù sao thì anh cũng đi đến thị trấn, anh có thể giúp tôi làm một điều gì đó. **2.** chỉ với điều kiện là, miễn là ■ *You may have dessert so long as you eat all your vegetables.* • Con sẽ được ăn món tráng miệng, miễn là con ăn hết phần rau của mình. ■ *You can go out this evening as long as you promise to be home by midnight.* • Con có thể đi chơi tối nay, miễn là con hứa sẽ về trước nửa đêm. ■ *You may use the room as you like, so long as you clean it up afterward.* • Bạn có thể tùy ý sử dụng phòng, miễn là sau đó hãy lau dọn sạch sẽ. **3.** trong một thời gian xác định, so sánh (không dùng ***so long as***) ■ *You may stay out as long as you like.* • Con có thể ở chơi bên ngoài lâu tùy thích. ■ *I didn't go to school as long as Bill did.* • Tôi đã không được đi học lâu như là Bill.

as luck would have it vận may hoặc rủi, điều tình cờ xảy ra - có thể dùng kèm với các tính từ như ***ill*** hoặc ***good*** để chỉ điều tốt hay xấu ■ *As ill luck would have it, we had a flat tire.* • Thật không may là chúng tôi bị xẹp bánh xe. ■ *As good luck would have it, the check came in the mail today.* • Rất may là hôm nay tấm chi phiếu đã đến cùng với thư. ■ *As luck would have it, she turns out to be my friend's cousin.* • Thật hết sức tình cờ, cô ấy hóa ra lại là em họ của bạn tôi. ■ *As luck would have it, no one was in the building when the explosion occurred.* • Thật tình cờ may mắn là không có ai trong tòa nhà khi vụ nổ xảy ra. ■ *As bad luck would have it, there was rain on the day of the picnic.* • Thật rủi ro làm sao, lại có mưa đúng vào ngày đi chơi dã ngoại.

as mad as a hatter hoặc ***as mad as a March hare*** điên khùng, hoàn toàn mất trí hoặc cư xử rất lạ lùng, khó hiểu ■ *He seems to be as mad as a hatter.* • Ông ấy có vẻ như hoàn toàn mất trí. ■ *After her son's death last year, she became as mad as a hatter.* • Sau cái chết của đứa con trai hồi năm ngoái, bà ta trở nên hoàn toàn mất trí. ■ *He is a reasonable man, but sometimes seems to be as mad as a March hare.* • Anh ấy là một người biết lý lẽ, nhưng đôi khi có vẻ như ứng xử rất kỳ lạ. ■ *Poor old John is as mad as a hatter.* • Ông già John tội nghiệp đã hoàn toàn mất trí. ■ *All these screaming children are driving me mad as a hatter.* • Bọn trẻ đang la hét này làm cho tôi đến mất trí mất. ■ *Sally is getting as mad as a March hare.* • Sally đang trở nên mất bình tĩnh. ■ *My Uncle Bill is mad as a March hare.* • Ông chú Bill của tôi đã hoàn toàn mất trí. **2.** (thông tục) quá tức giận, nổi nóng ■ *You make me so angry. I'm as mad as a hatter.* • Anh làm cho tôi giận quá. Tôi đến phát điên mất. ■ *John can't control his temper. He's always mad as a hatter.* • John không thể kiềm chế tâm trạng của mình. Anh ta lúc nào cũng nổi nóng cả. Do ảnh hưởng của các hóa chất được dùng trong khi chế tạo những chiếc mũ, nên vào những năm 1800, công nhân làm việc này thường bị ngộ độc thủy ngân, dẫn đến việc mất trí nhớ và tổn thương hệ thần kinh. Thành ngữ này trở nên phổ biến từ khi xuất hiện nhân vật có tên là ***Mad Hatter***, trong cuốn tiểu thuyết "*Alice's Adventures in Wonderland*" của

Lewis Carroll. **March hare** lại xuất phát từ ý nghĩa khác, loài thỏ rừng (*hare*) thường trở nên có tính khí khác thường như điên dại trong thời gian phát dục (khoảng tháng Ba), nên *March hare* được dùng để chỉ người điên hoặc có cách cư xử kỳ lạ. Do cách phát âm và ý nghĩa đều gần nhau, nên hai thành ngữ này được sử dụng lẫn lộn như một.

as mad as a hornet → mad as a hornet

as mad as a March hare → as mad as a hatter

as mad as a wet hen → mad as a wet hen

as mad as hell → mad as hell

as much as 1. hoặc *much as* ngay cả, cho dù là ■ *As much as I hate to do it, I must stay home and study tonight.* ● Cho dù tôi rất ghét việc này, nhưng tối nay tôi vẫn phải ở nhà học bài. 2. hoặc *so much as* rất giống, gần như là, thực sự là ■ *By running away he as much as admitted that he had taken the money.* ● Bằng việc cao bay xa chạy, hắn ta gần như là đã thừa nhận là hắn đã lấy trộm số tiền ấy. ■ *You as much as promised you would help us.* ● Xem như các anh đã hứa là các anh sẽ giúp chúng tôi.

as much cũng giống như vậy, cũng vậy thôi ■ *Don't thank me, I would do as much for anyone.* ● Đừng cảm ơn tôi, tôi cũng sẽ làm giống như vậy cho bất cứ ai. ■ *Did you lose your way? I thought as much when you were late in coming.* ● Có phải anh đã bị lạc đường? Tôi đã nghĩ như vậy khi thấy anh đến trễ.

as much fun as a barrel of monkeys → funny as a barrel of monkeys

as much sth as the man in the moon → no more sth than the man in the moon

as naked as a jaybird → naked as a jaybird

as nutty as a fruitcake → nutty as a fruitcake

as of → as from

as of (không dùng *as from*) vào lúc, hoặc cho đến lúc nào đó ■ *I know that as of last week he was still unmarried.* ● Tôi biết là cho đến tuần trước thì anh ta vẫn còn độc thân. ■ *As of now we don't know much about Mars.* ● Cho đến bây giờ, chúng ta không biết được gì nhiều về sao Hỏa.

as old as the hills → old as the hills

as one make one's bed, so one must lie in it → make one's bed and one must lie on it

as one man 1. công khai, cùng một ý kiến như nhau ■ *The audience arose as one man to applaud the great pianist.* ● Cử tọa đồng loạt đứng dậy vỗ tay tán thưởng người nghệ sĩ dương cầm vĩ đại. 2. toàn bộ, không có ngoại lệ ■ *They objected as one man.* ● Bọn họ đã phản đối toàn diện.

as one thống nhất, đồng loạt, cả tập thể cùng ứng xử như một người (thường dùng nhất là với các động từ *act*, *move* hay *speak*) ■ *All the dancers moved as one.* ● Tất cả vũ công di chuyển đều đặn như nhau. ■ *The chorus sang as one.* ● Cả ban đồng ca hát lên đều như một.

as per usual (thông tục) dùng khi xảy ra điều gì đó không tốt và người nói nghĩ là điều ấy rất thường xảy ra ■ *As per usual, the bus was 20 minutes late.* ●

Chuyến xe buýt lại trễ 20 phút như thường lệ.

as plain as day → **plain as day**

as plain as the nose on one's face → **plain as the nose on one's face**

as plain as the nose on one's face (cách dùng cũ) rất dễ nhận ra, nhìn thấy hoặc hiểu được ▪ *After a while, the thing Cordon wanted most became as plain as the nose on his face - he wanted a wife.* ● Qua một lúc, điều Cordon mong muốn nhất đã rõ ra như ban ngày - anh ta muốn có một người vợ.

as pleased as Punch → **pleased as Punch**

as poor as a church mouse → **poor as a church mouse**

as popular as a rat sandwich → **go down like a rat sandwich**

as pretty as a picture → **pretty as a picture**

as proud as a peacock → **proud as a peacock**

as pure as the driven snow → **pure as the driven snow**

as quick as a flash → **quick as a wink**

as quick as a wink → **quick as a wink**

as quick as greased lightning → **quick as greased lightning**

as quiet as a mouse → **quiet as a mouse**

as quiet as the grave → **quiet as the grave**

as regards liên quan đến, về vấn đề gì ▪ *You needn't worry as regards the cost of the operation.* ● Anh không cần phải lo lắng về chi phí của hoạt động này. ▪ *He was always secretive as regards his family.* ● Anh ta luôn giữ bí mật về chuyện gia đình.

as regards sth → **as for sb**

as regular as clockwork → **regular as clockwork**

as right as rain → **right as rain**

as sb please 1. tùy theo ý thích, tùy ý chọn lựa ▪ *You may do as you please.* ● Anh có thể làm theo ý anh muốn. ▪ *Women should be free to dress and act as they please.* ● Phụ nữ cần được tự do ăn mặc và hành xử theo ý họ. 2. (thông tục) rất, lắm, hết sức ▪ *She was dressed for the dance and she looked as pretty as you please.* ● Cô ấy đã mặc y phục khiêu vũ và trông cô ấy đẹp cực kỳ.

as scarce as hen's teeth → **scarce as hen's teeth**

as sharp as a razor → **sharp as a razor**

as sick as a dog → **sick as a dog**

as slick as a whistle → **slick as a whistle**

as slippery as an eel → **slippery as an eel**

as sly as a fox → **sly as a fox**

as snug as a bug (in a rug) → **snug as a bug (in a rug)**

as sober as a judge → **sober as a judge**

as soft as a baby's bottom → **soft as a baby's bottom**

as solid as a rock → **solid as a rock**

as soon as ngay khi, tức thì ▪ *As soon as the temperature falls to 70, the furnace is turned on.* ● Ngay khi nhiệt độ xuống đến 70 độ F, lò sưởi sẽ được mở. ■ *As soon as you finish your job let me know.* ● Ngay khi nào anh làm xong công việc của mình, hãy cho tôi biết. ■ *He will see you as soon as he can.* ● Ông ấy sẽ đến gặp anh ngay khi nào có thể.

as soon as possible hoặc *soon as possible* trong thời gian sớm nhất, càng sớm càng tốt ■ *I'm leaving now. I'll be there as soon as possible.* ● Tôi đang lên đường đây. Tôi sẽ đến đó trong thời gian sớm nhất. ■ *Please pay me as soon as possible.* ● Xin hãy chi trả cho tôi càng sớm càng tốt.

as sound as a dollar → **sound as a dollar**

as steady as a rock → **steady as a rock**

as strong as an ox → **strong as an ox**

as stubborn as a mule → **stubborn as a mule**

as the case may be dùng khi đề cập đến một trong hai khả năng có thể xảy ra của một tình huống, tùy thuộc vào tình hình thực tế ■ *There may be an announcement about this tomorrow - or not, as the case may be.* ● Có thể là sẽ có một thông báo về chuyện này vào ngày mai, cũng có thể là không, còn tùy theo thực tế. ■ *An important consideration is the candidates' experience, or lack of it, as the case may be.* ● Điều cân nhắc quan trọng là kinh nghiệm của các ứng viên, hoặc sự thiếu kinh nghiệm của họ, còn tùy theo thực tế.

as the crow flies (thông tục) theo đường thẳng, đường chim bay, được dùng nhất là khi quãng đường đi thực tế phải dài hơn thế nhiều ■ *It is seven miles to the next town as the crow flies, but it is ten miles by the road, which goes around the mountain.* ● Thị trấn kế tiếp cách đây chừng 7 dặm theo đường chim bay, nhưng con đường dài đến 10 dặm vì phải chạy vòng quanh ngọn núi. ■ *The towns are ten miles apart by railroad but only six miles apart as the crow flies.* ● Hai thị trấn nằm cách nhau 10 dặm theo đường xe lửa nhưng chỉ có 6 dặm theo đường chim bay. ■ *It's twenty miles to town on the highway, but only ten miles as the crow flies.* ● Đường xe chạy đến thị trấn là 20 dặm nhưng đường chim bay chỉ có 10 dặm thôi. ■ *Our house is only a few miles from the lake as the crow flies.* ● Theo đường chim bay, nhà chúng tôi chỉ cách bờ hồ chừng mấy dặm. ■ *It's about ten miles away as the crowd flies, but the road goes around the edge of the lake.* ● Nó chỉ cách đây chừng 10 dặm theo đường chim bay, nhưng con đường phải chạy vòng theo bờ hồ. ■ *The villages are no more than a mile apart as the crow flies.* ● Những ngôi làng cách nhau không hơn một dặm tính theo đường chim bay. ■ *We're only 10 miles away as the crow flies, but it's an hour's drive by road.* ● Chúng tôi chỉ còn cách xa chừng 10 dặm theo đường chim bay, nhưng phải mất một giờ đồng hồ lái xe.

as the fancy takes → **whenever the fancy takes**

as the next guy (cũng thay *guy* bằng *man, person* hoặc *woman*) có đủ năng lực, phẩm chất cần thiết cho việc gì không thua kém bất kỳ ai khác, thường được dùng khi đưa ra lý do để giải thích điều đã nói ■ *While Handelman likes a party as much as the next guy, he's staying away from North Beach on New Year's.* ● Trong khi Handleman cũng ưa thích tiệc tùng như bất kỳ ai khác, anh ta lại ở xa North Beach vào dịp tiệc

as the story goes

mừng năm mới. ■ *Remember, your own ideas are just as good as the next person's and maybe even better.* ● Nên nhớ rằng những ý kiến của riêng anh cũng hay như của bất kỳ ai khác, và thậm chí còn có thể hay hơn. ■ *I can enjoy a joke as well as the next man, but this is going too far.* ● Tôi có thể thưởng thức tốt một trò đùa nghịch như bất kỳ ai khác, nhưng chuyện này đã đi quá xa. (- nghĩa là không còn có thể chấp nhận được)

as the story goes theo lời đồn đại ■ *As the story goes, Jonathan disappeared when he heard the police were after him.* ● Người ta đồn là Jonathan đã biến mất khi nghe tin rằng cảnh sát đang theo dõi ông ta.

as they say dùng khi nói ra một điều gì mà người nói cho rằng mọi người đều biết ■ *When he was 17, Olajuwon picked up a basketball for the first time. The rest, as they say, is history.* ● Năm 17 tuổi, Olajuwon bắt đầu chơi bóng rổ lần đầu tiên. Những gì còn lại, như mọi người đều biết, đã trở thành lịch sử.

as thick as pea soup → **thick as pea soup**

as thick as thieves → **thick as thieves**

as thin as a rail → **thin as a rail**

as tight as a tick → **full as a tick**

as tight as Dick's hatband → **tight as Dick's hatband**

as to 1. về vấn đề, liên quan đến ■ *There is no doubt as to his honesty.* ● Không có gì để nghi ngờ về sự trung thực của anh ấy. ■ *As to your final grade, that depend on your final examination.* ● Về điểm số cuối cùng của anh, điều đó tùy thuộc vào kỳ thi cuối. 2. dựa theo, dựa vào tiêu chí nào đó ■ *They sorted the eggs as to size and color.* ● Họ sắp xếp những quả trứng dựa theo kích cỡ và màu sắc.

as to sb → **as for sb**

as to sth → **as for sb**

as tough as nails → **as hard as nails**

as tough as old boots → **tough as old boots**

as ugly as sin → **ugly as sin**

as usual theo cách thông thường, vẫn như thường lệ ■ *As usual, Tommy forgot to make his bed before he went out to play.* ● Vẫn như thường lệ, Tommy quên khuấy việc dọn giường trước khi ra ngoài chơi. ■ *Only a week after the fire in the store, it was doing business as usual.* ● Chỉ một tuần sau vụ cháy trong cửa hàng, họ đã hoạt động trở lại như bình thường.

as warm as toast → **warm as toast**

as weak as a kitten → **weak as a kitten**

as welcome as a rat sandwich → **go down like a rat sandwich**

as well 1. thêm vào, bên cạnh đó ■ *The book tells about Mark Twains writings and about his life as well.* ● Quyển sách nói về các tác phẩm của Mark Twains và cũng nói về cuộc đời của ông nữa. ■ *Tom is captain of the football team and is on the baseball team as well.* ● Tom là đội trưởng đội bóng đá và anh cũng tham gia đội bóng chày nữa. 2. không mất mát, thiệt thòi gì, và cũng có thể được lợi điều gì đó ■ *After the dog ran away, Father thought he might as well sell the dog house.* ● Sau khi con chó bỏ đi mất, cha tôi nghĩ rằng ông ấy cũng có thể nhờ đó mà bán được cái chuồng chó. ■ *Since he can't win the race, he may as well quit.* ● Vì không thể thắng cuộc đua, anh ấy cũng có thể nhờ đó mà được nghỉ thi đấu. ■ *It's just as well you didn't come yesterday, because we were away.* ● Hôm qua anh không đến cũng tốt thôi, vì chúng tôi đã không có ở nhà.

as well as thêm vào, cùng với, bên cạnh đó ■ *Hiking is good exercise as well as fun.* ● Đi bộ đường dài là một cách rèn luyện thể lực tốt và cũng vui thú nữa. ■ *He was my friend as well as my doctor.* ● Anh ấy là bạn mà cũng là bác sĩ riêng của tôi. ■ *The book tells about the author's life as well as about his writings.* ● Quyển sách kể về cuộc đời của tác giả cũng như về những tác phẩm của ông ấy.

as white as a ghost → **as white as a sheet**

as white as a sheet → **white as a sheet**

as white as the driven snow → **white as the driven snow**

as wise as an owl → **wise as an owl**

as ye sow, so shall ye reap → **make one's bed and one must lie on it**

as yet cho đến nay, đến lúc này ■ *As yet she has not received the invitation.* ● Cho đến nay cô ta vẫn chưa nhận được thiệp mời. ■ *We know little as yet about the moon's surface.* ● Cho đến nay chúng ta biết rất ít về mặt trăng. ■ *She has not come as yet.* ● Cho đến giờ cô ấy vẫn chưa tới.

as you sow, so shall you reap → **you reap what you sow**

ascendant → **in the ascendant**

ashes → **rise like a phoenix from the ashes**

ashes → **wear sackcloth (and ashes)**

aside → **as an aside**

aside → **joking aside**

aside from sb hoặc **aside from sth** không tính đến, trừ ra, ngoài ra ■ *Aside from a small bank account, I have no money at all.* ● Ngoài một tài khoản nhỏ ở ngân hàng, tôi chẳng còn tiền bạc gì cả. ■ *Aside from Mary, she have no friends.* ● Ngoài Mary ra, cô ấy chẳng có bạn người nào.

aside from sth → **aside from sb**

aside of bên cạnh, kế bên ■ *Mary sits aside of her sister on the bus.* ● Mary ngồi kế bên chị cô ấy trên xe buýt.

ask → **I ask you**

ask → **if you ask me**

ask after sb hỏi thăm về sức khỏe, việc làm ăn... của ai qua một người khác ■ *He always asks after you in his letters.* ● Anh ấy luôn hỏi thăm về anh trong những bức thư của mình. ■ *I met Bob and he asked after you.* ● Tôi đã gặp Bob và anh ấy hỏi thăm về anh.

ask around nói chuyện với nhiều người khác nhau để cố tìm hiểu thông tin về điều gì ■ *I don't know of any vacancies in the company but I'll ask around.* ● Tôi không biết về bất cứ chỗ còn trống nào trong công ty, nhưng tôi sẽ đi hỏi thăm nhiều người xem sao. ■ *I asked around, but nobody had seen him for days.* ● Tôi đã hỏi thăm nhiều người, nhưng không ai trông thấy hắn ta từ nhiều ngày rồi.

ask for it → **asking for it**

ask for one's hand xin phép được kết hôn với ai, hỏi cưới ■ *"Sir" John said timidly to Mary's father, "I came to ask for your daughter's hand."* • John rụt rè nói với cha của Mary: "Thưa bác, cháu đến để xin phép được kết hôn với Mary."

ask for the moon đòi hỏi quá nhiều, yêu cầu quá đáng ■ *When you're trying to get a job, it's unwise to ask for the moon.* • Khi bạn cố tìm một công việc, đòi hỏi quá nhiều sẽ là thiếu khôn ngoan. ■ *Please lend me the money. I'm not asking for the moon.* • Xin hãy cho tôi mượn khoản tiền ấy. Tôi đâu có đòi hỏi nhiều lắm đâu. ■ *The funeral director's bill of $3,000 was a shock - he might as well have asked for the moon.* • Hóa đơn 3.000 đô-la của người điều hành tang lễ là một cú sốc - ông ta có lẽ là đang yêu cầu một điều quá đáng. ■ *Wanting a decent job and a home is hardly asking for the moon.* • Muốn có được một việc làm tốt và một căn nhà đâu có gì là quá đáng. ■ *John asked his mother for a hundred dollars today. He's always asking for the moon.* • Hôm nay John hỏi xin mẹ anh 100 đô-la. Anh ta luôn đòi hỏi quá đáng.

ask no quarter → **give no quarter**

ask sb out đề nghị được hò hẹn với ai ■ *Mary hopes that John will ask her out.* • Mary hy vọng là John sẽ hẹn hò với cô. ■ *I don't want to ask out his girlfriend.* • Tôi không muốn hẹn hò với bạn gái của anh ấy. ■ *"I met a terrific girl," Joe said. "Well, then, you must ask her out soon!" Peter replied.* • Joe nói: "Tôi gặp được một cô gái tuyệt lắm." Peter đáp ngay: "Thế thì anh nhất định phải sớm hẹn hò với cô ấy đi thôi."

ask yourself dùng khi muốn yêu cầu người đối diện hãy tự xét lại sự hợp lý, đúng đắn trong lời nói, việc làm của họ và chắc chắn sẽ tự tìm thấy câu trả lời thích hợp ■ *"Should I marry someone thirty years older?" Joe asked Peter. Come on, man, ask yourself!" Peter answered with a laugh.* • Joe hỏi Peter: "Tôi có nên kết hôn với một người lớn hơn tôi 30 tuổi chăng?" Peter bật cười trả lời: "Thôi đi, chàng trai, hãy tự hỏi lại mình đi!"

askance → **look askance at sb**

asking → **for the asking**

asking for it hoặc *asking for trouble* hoặc *looking for trouble* hoặc *ask for it* tự chuốc lấy (thường là điều khó chịu, không hay) ■ *Don't talk to me that way. You're really asking for it.* • Đừng nói chuyện với tao theo lối đó. Mày đang tự chuốc lấy rắc rối đó. ■ *He's the kind of man who thinks that a woman who's been abused was probably asking for it.* • Anh ta thuộc hạng người luôn nghĩ rằng những phụ nữ bị lạm dụng có lẽ là do tự họ chuốc lấy như thế. ■ *The guard asked me to leave unless I was asking for trouble.* • Người bảo vệ yêu cầu tôi phải rời đi nếu không muốn bị rắc rối. ■ *Anybody who threatens a police officer is just asking for trouble.* • Bất cứ ai đe dọa một nhân viên cảnh sát đều là tự chuốc lấy rắc rối. ■ *You're looking for trouble if you ask the boss for a raise.* • Bạn sẽ tự chuốc lấy rắc rối nếu như dám yêu cầu ông chủ tăng lương. ■ *"You shouldn't have said that to her." "Well, she asked for it!"* • "Anh không nên nói điều đó với cô ấy." "À, cô ấy đáng phải nhận lãnh điều đó!" ■ *Charles drives fast on worn-out tires; he is asking for trouble.* • Charles lái xe nhanh với những lốp xe đã mòn, anh ta đang tự chuốc lấy rắc rối cho mình. ■ *The workman lost his job, but he asked for it by coming to work drunk several times.* ● Người công nhân đã bị mất việc, nhưng ông ta tự chuốc lấy điều đó khi nhiều lần đi làm trong tình trạng say rượu.

asking for trouble → **asking for it**

asleep → **lie down on the job**

asleep at the switch không chú tâm vào công việc, không thực hiện nhiệm vụ được giao đúng lúc ■ *The guard was asleep at the switch when the robber broke in.* ● Người bảo vệ đã lơ đễnh khi tên cướp đột nhập vào. ■ *If I hadn't been asleep at the switch, I'd have seen the stolen car.* ● Nếu tôi không lơ đễnh vào lúc ấy, hẳn tôi đã nhìn thấy chiếc xe bị trộm. ■ *When the ducks flew over, the hunter was asleep at the switch and missed his shot.* ● Khi lũ vịt trời bay lên, người thợ săn đang thiếu chú ý và đã bắn hụt.

aspire to mong muốn điều gì, nhắm đến mục đích gì ■ *Many a U.S. senator aspires to the presidency, but very few ever make it.* ● Rất nhiều thượng nghị sĩ Hoa Kỳ muốn được làm tổng thống, chẳng mấy người từng làm được.

ass → **a kick in the pants**

ass → **a pain in the ass**

ass → **be a pain (in the ass)**

ass → **blow smoke (up one's ass)**

ass → **cover your ass**

ass → **get a wild hair**

ass → **get your ass in gear**

ass → **go around one's ass to get to one's elbow**

ass → **haul ass**

ass → **have a stick up one's butt**

ass → **have one's head up one's ass**

ass → **kicks ass**

ass → **kiss my ass**

ass → **kiss one's ass**

ass → **make an ass of oneself**

ass → **nail one's ass to the wall**

ass → **nail sb to the wall**

ass → **not know one's ass from a hole in the ground**

ass → **on one's ass**

ass → **one's ass is in a sling**

ass → **smarty pants**

ass → **talking out of one's ass**

ass → **think the sun shines out of one's backside**

ass backwards lộn xộn, rối rắm (khẩu ngữ) - Mặc dù *ass* vẫn thường được dùng, nhưng một số người xem từ này là có hàm ý xúc phạm, tốt hơn là nên tránh ■ *The whole system's been set up ass backwards - I have no idea what's going on!* ● Toàn bộ hệ thống đã thiết đặt rối tung cả lên. Tôi không biết là có chuyện gì đang xảy ra.

ass out gặp rắc rối ■ *I'm ass out with Kate for not calling her last night.* ● Tôi đang gặp rắc rối với Kate vì tối qua đã không gọi điện cho cô ấy.

assault and battery (upon sb) tấn công ai bằng bạo lực rồi đánh đập, hành hung ■ *Max was charged with two counts of assault and battery.* ● Max đã bị buộc tội hai lần cố ý đánh người. ■ *Dave does not go out at night because he does not want to be a victim of assault*

at a distance

and battery. • Dave không đi ra ngoài vào ban đêm vì anh ta không muốn trở thành nạn nhân của những vụ tấn công bằng bạo lực.

astray → **go astray**

astray → **lead sb astray**

at → **where it's at**

at a blow → **at a stroke**

at a distance từ một nơi chốn hay thời điểm cách xa, không tiếp cận ▪ *She had loved him at a distance for years.* • Cô ấy đã thầm yêu anh ta trong nhiều năm. (yêu mà không dám tiếp cận, nói ra) ▪ *That star, at a distance of 17 light-years, is one of the closest of the bright stars.* • Ngôi sao đó, với một khoảng cách 17 năm ánh sáng, là một trong những ngôi sao sáng gần nhất. ▪ *I've only ever seen him from a distance.* • Từ trước đến giờ tôi chỉ nhìn thấy anh ta từ xa. ▪ *Tim followed him at a distance.* • Tim đi theo anh ta ở một khoảng xa. ▪ *From a distance I suppose it'll seem funny.* • Một thời gian sau này, tôi cho rằng điều ấy sẽ có vẻ buồn cười.

at a fast clip hoặc *at a good clip* hoặc *at a steady clip* hoặc *at a healthy clip* rất nhanh chóng ▪ *Land prices will rise at a healthy clip.* • Giá đất đai đang tăng vọt nhanh chóng.

at a glance ngay tức thì, ngay lập tức, chỉ cần nhìn thoáng qua ▪ *He could tell at a glance what was wrong.* • Anh ta có thể nói ngay lập tức điều gì là không ổn. ▪ *I could see at a glance that it wasn't his own work.* • Vừa thoáng qua tôi đã có thể thấy ngay đó không phải là tác phẩm của chính ông ta.

at a good clip → **at a fast clip**

at a healthy clip → **at a fast clip**

at a loose → **at loose ends**

at a loss (for words) hoặc *be lost for word* hoang mang, bối rối đến mức không biết phải nói gì hay làm gì ▪ *I was so surprised that I was at a loss for words.* • Tôi quá ngạc nhiên đến nỗi không thể nói được lời nào. ▪ *Tom was terribly confused - really at a loss.* • Tom vô cùng bối rối - thực sự không biết phải làm gì. ▪ *Momentarily at a loss for words, she could only stare at the man who had opened the door.* • Nhất thời không nói được lời nào, cô ấy chỉ có thể trố mắt nhìn người đàn ông đã mở cửa ra. ▪ *A good salesman is never at a loss for words.* • Một người bán hàng giỏi không bao giờ bối rối không nói được. ▪ *When Don missed the last bus, he was at a loss to know what to do.* • Khi Don bị lỡ chuyến xe buýt cuối cùng, anh ta bối rối đến mức không biết phải làm gì. ▪ *We were all at a loss to explain why the students were not in class.* • Chúng tôi hoàn toàn không biết làm sao giải thích lý do học sinh không có mặt trong lớp học.

at a low ebb lâm vào một tình huống rất xấu, ở mức độ vô cùng tồi tệ ▪ *Recent public opinion surveys show that the President's popularity is at a low ebb.* • Những cuộc thăm dò công luận gần đây cho thấy sự ủng hộ cho tổng thống đang xuống thấp đến mức báo động. - thành ngữ này xuất phát từ tên gọi mức thấp nhất của thủy triều trong ngày là *low ebb*.

at a premium với giá cao; được tính giá cao vì thuộc loại đặc biệt ▪ *Sally bought the shoes at a premium because they were of very high quality.* • Sally mua đôi giày với giá cao vì đó là loại có chất lượng rất cao. ▪ *This model of car is selling* at premium because so many people want to buy it. ● Kiểu xe này đang bán với giá cao vì có quá nhiều người muốn mua. ■ When his father died, Fred flew to Europe at a premium because he had no chance to buy a less expensive ticket. ● Khi cha anh ấy qua đời, Fred phải bay sang châu Âu với giá vé rất cao vì anh không có cơ hội để mua vé với giá rẻ hơn.

at a price với một giá rất đắt để có được món gì, hoặc phải chấp nhận một sự khó khăn, tồi tệ nhất định để đạt được điều gì - trả giá cao ■ *Even in the middle of December, fresh strawberries are available in some stores - but at a price.* ● Ngay cả vào giữa tháng 12, dâu tươi vẫn sẵn có ở một số cửa hàng - nhưng với giá rất đắt.

at a safe distance ở một khoảng cách đủ để tránh được mọi nguy hiểm ■ *At a safe distance from the action, General Lewis was directing troop movements.* ● Ở một khoảng cách an toàn với chiến trường, tướng Lewis đang điều khiển các hoạt động của quân đội.

at a set time vào một thời điểm cụ thể, đã định... ■ *Each person has to show up at a set time.* ● Mỗi người đều phải có mặt vào giờ đã định. ■ *Do I have to be there at a set time, or can I come whenever I want?* ● Tôi có phải đến đó vào giờ định trước, hay là có thể tùy ý đến bất cứ lúc nào cũng được? ■ *Do we have to eat in this hotel at a set time or may we come down whenever we want?* ● Ở khách sạn này chúng tôi có buộc phải đến ăn vào một giờ nhất định hay có thể vào bất cứ lúc nào chúng tôi muốn?

at a sitting mỗi một lần, trong suốt mỗi một giai đoạn ■ *The restaurant could feed only sixty people at a sitting.* ● Nhà hàng chỉ có thể phục vụ mỗi lần 60 người ăn. ■ *I can read about 300 pages at a sitting.* ● Tôi có thể đọc một lần khoảng 300 trang sách.

at a snail's pace nhấn mạnh về tiến độ thực hiện điều gì là quá chậm, nhất là khi người nói cho rằng có thể làm nhanh hơn ■ *Things seems to be happening at a snail's pace around here.* ● Mọi thứ quanh đây dường như đang diễn ra quá chậm chạp. ■ *When you watch a clock, time seems to move at a snail's pace.* ● Khi bạn quan sát kim đồng hồ, thời gian dường như trôi qua rất chậm chạp. ■ *You always eat at a snail's pace. I'm tired of waiting for you.* ● Lúc nào bạn cũng ăn quá chậm. Tôi đã chán ngấy việc phải chờ bạn rồi.

at a steady clip → **at a fast clip**

at a stretch liên tục, không ngừng nghỉ ■ *We all had to do eight hours of duty at a stretch.* ● Tất cả chúng tôi đều phải làm nhiệm vụ liên tục 8 giờ không nghỉ. ■ *The baby doesn't sleep for more than three hours at a stretch.* ● Đứa bé đã không ngủ liên tục hơn ba giờ đồng hồ rồi.

at a stroke hoặc *at one stroke* hoặc *at a blow* nói về điều gì xảy ra như hậu quả tức thì, đột biến từ một hành vi, sự kiện khác ■ *Two thousand jobs will be created at a stroke by the building of the new car plant.* ● Hai ngàn việc làm sẽ tức thời được tạo ra nhờ việc xây dựng nhà máy xe hơi mới. ■ *The pirates captured the ship and captured a ton of gold at a blow.* ● Bọn cướp biển chặn bắt con tàu và ngay lập tức bắt được một tấn vàng. ■ *A thousand men lost their jobs at a stroke when the factory closed.* ● Một ngàn người đã mất việc ngay khi nhà máy ấy đóng cửa.

at a time mỗi một lần, tuần tự ■ *He took three cookies at a time.* • Anh ta ăn mỗi lần 3 cái bánh quy. ■ *He checked them off one at a time as they came in.* • Ông ta đánh dấu trong danh sách từng người một khi bọn họ đi vào. ■ *He ran up the steps two at a time.* • Anh ta chạy lên các bậc thềm, mỗi bước hai bậc.

at all (thường dùng trong câu phủ định) 1. xét theo bất cứ phương thức nào, mức độ nào. ■ *The immigrant could not speak English at all.* • Những người nhập cư hoàn toàn không nói được tiếng Anh. ■ *It's not at all likely he will come.* • Hoàn toàn không có khả năng là anh ấy sẽ đến. 2. không có bất cứ sự phân biệt nào, một chút phẩm chất nào của sự việc đang nói đến ■ *It really wasn't very cold at all.* • Trời không lạnh tý nào. ■ *Jane isn't at all hungry.* • Jane không thấy đói bụng chút nào. ■ *Tom will eat anything at all.* • Tom sẽ ăn bất cứ món gì cũng được. ■ *Grandma was ready to go anywhere at all.* • Bà nội đã sẵn sàng để đi bất cứ đâu cũng được. ■ *I can hardly hear you at all.* • Tôi hầu như không thể nghe được anh nói. ■ *Can it be done at all?* • Liệu chuyện ấy có thể nào làm được chăng? ■ *She will walk with a limp, if she walks at all.* • Cô ấy sẽ phải đi khập khễnh, nếu như thực sự có thể đi được.

at all cost(s) hoặc *at any cost* bất cứ giá nào, bất chấp mọi khó khăn hay chi phí, bằng mọi giá ■ *I intend to have that car at all costs.* • Tôi dự định sẽ mua chiếc xe hơi đó với bất cứ giá nào. ■ *I'll get there by six o'clock at all costs.* • Bằng mọi giá tôi sẽ đến đó không quá 6 giờ. ■ *Mary was going to get that job at any cost.* • Mary sẽ đạt được công việc đó bằng mọi giá. ■ *You must stop the press from finding out at all costs.* • Anh phải ngăn cản báo chí tìm hiểu sự việc bằng mọi giá. ■ *He is determined to win at any cost.* • Anh ta quyết tâm chiến thắng bằng mọi giá. ■ *Mr. Jackson intended to save his son's eyesight at all costs.* • Ông Jackson dự tính phải cứu lấy đôi mắt con trai mình bằng mọi giá.

at all events → **in any event**

at all times liên tục, không gián đoạn ■ *You must keep your passport handy at all times when you are travelling in a foreign country.* • Bạn phải luôn luôn mang theo hộ chiếu bên người khi đi du lịch ở nước ngoài. ■ *When you're in a crowd, you must watch your children at all times.* • Khi ở trong đám đông, bạn phải liên tục để ý đến trẻ con.

at an early date sớm, không lâu nữa ■ *He said, "Please call me at an early date."* • Anh ấy nói: "Xin vui lòng gọi cho tôi sớm." ■ *You're expected to return the form to the office at an early date.* • Bạn sẽ phải sớm nộp lại mẫu đơn này tại văn phòng.

at anchor được giữ cố định một chỗ bằng cách thả neo ■ *The ship rode at anchor in the harbor.* • Con tàu thả neo trong bến cảng. ■ *Thirty ships lay at anchor here the day before.* • Hôm trước có 30 chiếc tàu thả neo ở đây.

at any cost → **at all costs**

at any price nói về sự quyết tâm đạt được điều gì bằng mọi giá, nghĩa là bất chấp sự tốn kém, rắc rối hay nguy hiểm ■ *Alan and Laurel wanted a child so much that they were willing to adopt at any price.*

● Alan và Laurel rất muốn có một đứa con, vì vậy họ sẵn lòng nhận con nuôi bằng mọi giá.

at any rate (thông tục) trong bất cứ trường hợp nào, dù thế nào đi nữa (thường dùng trước khi đưa ra một kết luận, nhận xét cuối cùng) ■ *At any rate, we had a nice time at your party. We are grateful that you asked us.* ● Dù sao thì chúng tôi cũng đã rất vui ở bữa tiệc của bạn. Chúng tôi rất cảm ơn bạn đã mời. ■ *It's not much, at any rate, but it's the best we can do.* ● Dù sao đi nữa cũng không phải là nhiều lắm, nhưng đó là điều tốt nhất chúng tôi có thể làm. ■ *It isn't much of a car, but at any rate it was not expensive.* ● Nó thật chẳng đáng gọi là xe hơi, nhưng dù sao đi nữa thì giá bán không đắt.

at best hoặc *at the best* hoặc *at most* 1. xét trong điều kiện, tình huống tốt nhất ■ *We can't arrive before Friday at best.* ● Giỏi lắm thì chúng ta cũng không thể đến trước ngày thứ Sáu. ■ *A coal miner's job is dirty and dangerous at best.* ● Trong điều kiện tốt nhất thì công việc của một thợ mỏ vẫn là nhớp nháp và nguy hiểm. ■ *We can't get to New York before ten o'clock at best.* ● Trong điều kiện tốt nhất chúng ta cũng không thể đến New York trước 10 giờ. 2. theo cách nhìn tích cực, lạc quan nhất, hoặc tính theo mức độ cao nhất, tối đa ■ *The treasurer had at best been careless with the club's money, but most people thought he had been dishonest.* ● Ít nhất thì người thủ quỹ ấy cũng đã không thận trọng với tiền bạc của câu lạc bộ, nhưng hầu hết mọi người đều nghĩ là anh ta đã gian lận. ■ *I believe her to be totally negligent. Her actions were careless at best.* ● Tôi tin là cô ta hoàn toàn cẩu thả. Ít nhất thì những hành động của cô ta cũng đã là không thận trọng. ■ *We found their visit pleasantly short at most.* ● Chúng tôi thấy chuyến viếng thăm của họ ít nhất cũng là ngắn ngủi một cách đáng hài lòng. ■ *"The dinner was not at all pleasant." "At best the food was not burned."* ● "Bữa ăn thật không đáng hài lòng chút nào." "Ít ra thì thức ăn cũng không đến nỗi cháy khét." ■ *At most she was careless, but not criminal.* ● Ít ra thì cô ấy có bất cẩn nhưng chưa phải là tội phạm. ■ *Their response to the proposal was, at best, cool.* ● Ít nhất thì phản ứng của họ đối với bản đề nghị cũng là bình thản. ■ *His chances of victory are, at best, uncertain.* ● Ít nhất thì những cơ hội chiến thắng của anh ta là không chắc lắm. ■ *The government's response seems to have been at best confused and at worst dishonest.* ● Phản ứng của chính phủ nhìn theo cách tích cực nhất là lúng túng và theo cách tồi tệ nhất là thiếu trung thực. ■ *It was a minor offense at most.* ● Ít ra thì đó cũng chỉ là một sự xúc phạm nhỏ nhặt. ■ *He had been gone 15 minutes at the most.* ● Giỏi lắm thì ông ta cũng chỉ vừa đi khỏi được 15 phút thôi.

at bottom dùng để nhấn mạnh bản chất thực sự của một sự việc ■ *Their offer to help was at bottom self-centred.* ● Đề nghị giúp đỡ của bọn họ thực chất là tự lo cho mình. ■ *Most of these arguments are, at bottom, motivated by a fear of change.* ● Hầu hết những tranh cãi này thực chất là bị thúc đẩy bởi một nỗi lo sợ về sự thay đổi.

at close quarter ở một khoảng cách, cự ly rất gần ■ *The trip gave us an opportunity to see several kinds of rare birds*

at close range

at close quarters. • Chuyến đi cho chúng tôi một cơ hội để nhìn thấy nhiều loại chim hiếm có với một khoảng cách rất gần. ■ *She was able to observe the system at close quarters.* • Cô ấy đã có thể quan sát hệ thống ở khoảng cách rất gần. ■ *They were fighting at close quarters.* • Bọn họ đã đánh nhau ở khoảng cách rất gần.

at close range rất gần, kề cận (thường dùng với tầm bắn của súng) ■ *The hunter fired at the deer at close range.* • Người thợ săn bắn vào con nai ở một tầm rất gần. ■ *The powder burns tell us that the gun was fired at close range.* • Vết bỏng của thuốc súng cho chúng ta biết là súng đã bắn ở tầm gần. ■ *The police officer fired at the fleeing murder suspect at close range.* • Viên cảnh sát bắn vào kẻ bị tình nghi sát nhân đang bỏ chạy ở một khoảng cách rất gần.

at cost giá thành, chi phí gốc để làm ra hoặc có được món gì, không cộng thêm bất cứ khoản tiền nào khác ■ *To solve the problem, we are selling all the goods at cost.* • Để giải quyết rắc rối, chúng tôi đang bán tất cả hàng hóa ra với giá vốn.

at cross purposes hoặc *at cross-purposes* có những mục đích, ảnh hưởng trái ngược hoặc cản trở lẫn nhau ■ *Tom's parents acted at cross purposes in advising him; his father wanted him to become a doctor, but his mother wanted him to become a minister.* • Cha mẹ của Tom đã đưa ra những lời khuyên trái ngược nhau đối với anh; cha anh muốn anh trở thành bác sĩ, nhưng mẹ anh lại muốn anh làm mục sư. ■ *Merging the three agencies will ensure that we're cooperating instead of working at cross purposes.* • Việc sáp nhập ba cơ quan sẽ đảm bảo là chúng ta phối hợp với nhau thay vì làm việc với những mục đích trái ngược nhau. ■ *We are arguing at cross-purposes. We aren't even discussing the same thing.* • Chúng ta đang tranh cãi với những mục đích trái ngược nhau. Thậm chí chúng ta đã không thảo luận về cùng một vấn đề. ■ *Bill and Tom are working at cross-purposes. They will never get the job done right.* • Bill và Tom đang làm việc với những mục đích trái ngược nhau. Họ sẽ chẳng bao giờ thực hiện tốt được công việc.

at cross-purposes → **at cross purposes**

at daggers drawn cực kỳ tức giận, rơi vào tình trạng đối đầu căng thẳng ■ *When they were discussing divorce, Mike and Sue went at it all day at daggers drawn.* • Khi họ bàn đến vấn đề ly hôn, cả Mike và Sue lúc nào cũng căng thẳng với nhau về việc ấy. ■ *After blood spilled at Kargil the two countries remain at daggers drawn.* • Sau lần đổ máu ở Kargil thì hai quốc gia luôn duy trì tình trạng đối đầu căng thẳng.

at death's door bệnh nặng và rất có thể chết, suýt chết, hấp hối - thường dùng theo cách nói hài hước ■ *Carmin, who had been at death's door a month before, was there laughing and talking as if she'd never been sick.* • Carmin, người vừa bệnh nặng đến suýt chết cách đây một tháng, đang ở đằng kia cười nói như thể cô ta chưa từng bị bệnh. ■ *I was so ill that I was at death's door.* • Tôi đã bệnh nặng đến nỗi suýt chết. ■ *The family dog was at death's door for three days, and then it finally died.* • Con chó trong nhà đã hấp hối ba ngày, và cuối cùng nó chết. ■ *I suppose you won't* be coming to the party if you're at death's door! • Tôi cho rằng anh sẽ không đến dự tiệc nếu như anh đang bệnh rất nặng. ■ He seemed to be at death's door from his illness. • Bệnh tình của ông ta có vẻ như rất nghiêm trọng.

at each other's throats đánh nhau hoặc tranh cãi với nhau thường xuyên, liên tục ■ We cannot deal with tomorrow's problems if we are at each other's throats over economic and trade issues. • Chúng ta không thể đối phó với những rắc rối của ngày mai nếu như chúng ta cứ luôn tranh cãi nhau về các vấn đề kinh tế và thương mại. ■ Joan and Harry have been at each other's throats so long that they have forgotten how much they used to love one another. • Joan và Harry đã thường xuyên gây gỗ với nhau quá lâu đến nỗi họ quên mất là họ đã từng yêu nhau như thế nào.

at ease hoặc *at one's ease* 1. dễ chịu, thoải mái, không có sự đau đớn, bực dọc hay căng thẳng ■ You can't feel at ease with a toothache. • Bạn không thể thấy thoải mái khi bị đau răng. ■ I don't feel at ease driving when there's a lot of traffic. • Tôi không cảm thấy thoải mái khi lái xe trên đường có đông xe cộ. ■ Mary is most at ease when she's near the sea. • Mary thấy thoải mái nhất khi ra gần biển. ■ I never feel completely at ease with him. • Tôi chưa bao giờ cảm thấy hoàn toàn thoải mái với anh ta. ■ She was at her ease straight away in the new job. • Cô ta ngay lập tức cảm thấy thoải mái với công việc mới. ■ He was more at ease in the classroom than on a political platform. • Ông ta thấy thoải mái trong lớp học hơn là trên một diễn đàn chính trị. 2. thư giãn tâm trí, không thấy gì bất ổn, lo lắng ■ We put Mary at her ease during the thunderstorm by reading her stories. • Chúng tôi vỗ về trấn an Mary trong cơn bão bằng cách đọc cho cô bé nghe những câu chuyện. ■ I did my best to make him feel at ease. • Tôi đã làm hết sức mình để cho anh ta cảm thấy dễ chịu. ■ Try to put the candidate at ease by being friendly and informal. • Hãy cố làm cho các ứng viên cảm thấy dễ chịu bằng cách tỏ ra thân thiện và không câu nệ nghi thức. 3. tư thế đứng thư giãn của quân nhân nhưng không được nói chuyện hoặc rời chỗ - tư thế nghỉ ■ The sergeant gave his men the command "At ease!". • Viên trung sĩ ra lệnh cho các quân nhân dưới quyền: "Nghỉ!"

at every turn khắp mọi nơi, ở đâu cũng vậy; trong mọi hoàn cảnh ■ Because of his drinking, the man was refused a job at every turn. • Vì nghiện rượu nên ông ta bị từ chối khi xin việc ở bất cứ nơi nào. ■ There is a new problem at every turn. • Trong mọi hoàn cảnh đều có một rắc rối mới. ■ Life holds new adventures at every turn. • Cuộc sống có những cuộc mạo hiểm mới trong mọi hoàn cảnh. ■ Our effort to establish a new school were opposed at every turn by the administration. • Nỗ lực của chúng tôi nhằm thành lập một trường học mới lúc nào cũng bị nhà cầm quyền phản đối.

at face value vẻ ngoài, giá trị hoặc ý nghĩa bề mặt khi chỉ nhìn thoáng qua ■ Don't take her offer at face value. Think of the implications. • Đừng nhận lời đề nghị của cô ta qua vẻ ngoài. Hãy suy nghĩ đến ngụ ý trong đó. ■ Joan tends to take people at face value and so she is always getting hurt. • Joan có khuynh hướng nhìn người qua vẻ ngoài, vì thế cô luôn bị tổn thương. ■ John is so honest that you can take his words at face value. •

John rất trung thực nên bạn có thể tin ngay vào những lời anh ấy nói. ■ *This store's advertisements are honest; take them at face value.* • Những quảng cáo của cửa hàng này là trung thực; hãy tin những gì họ nói.

at fault sai lầm, có lỗi ■ *You were at fault for not greeting him.* • Bạn đã sai khi không chào hỏi anh ấy. ■ *The driver who didn't stop at the red light was at fault in the accident.* • Người tài xế không dừng lại khi đèn đỏ chính là người có lỗi trong tai nạn ấy.

at first blush → **at first glance**

at first glance hoặc *at first blush* theo xét đoán ban đầu, nhìn thoáng qua, chưa có sự xét đoán kỹ ■ *At first glance, the problem appeared quite simple. Later we learned just how complex it really was.* • Lúc đầu, vấn đề có vẻ như khá đơn giản. Sau đó, chúng tôi mới nhận ra nó thực sự phức tạp như thế nào. ■ *At first blush the offer looked good, but when we studied it, we found things we could not accept.* • Thoạt nghe qua thì đề nghị ấy có vẻ tốt, nhưng khi nghiên cứu lại, chúng tôi thấy có những điều chúng tôi không thể chấp nhận. ■ *He appeared quite healthy at first glance.* • Thoạt nhìn thì anh ta có vẻ khá khỏe mạnh. ■ *At first blush, she appeared to be quite old.* • Thoạt nhìn qua, cô ấy có vẻ hơi già. ■ *At first glance, his theory seems to make a lot of sense.* • Thoạt nghe qua, lý thuyết của ông ta dường như rất có ý nghĩa. ■ *At first glance the problem seemed easy.* • Nhìn thoáng qua thì vấn đề dường như thật dễ dàng.

at first ngay từ đầu, thoạt tiên, trước khi sự việc có thay đổi ■ *The driver didn't see the danger at first.* • Người tài xế đã không nhìn thấy sự nguy hiểm ngay từ đầu. ■ *At first the job looked good to Bob, but later it became tiresome.* • Thoạt tiên thì công việc có vẻ tốt đối với Bob, nhưng sau đó nó trở nên mệt nhọc. ■ *At first the work seemed to be very difficult.* • Ban đầu công việc dường như rất khó khăn. ■ *She was very shy at first. Then she became more friendly.* • Ban đầu cô ấy rất e thẹn. Rồi sau cô trở nên thân thiện hơn. ■ *At first we choose the red car. Later we switched to the blue one.* • Ban đầu chúng tôi chọn chiếc xe hơi đỏ. Sau đó, chúng tôi thay đổi sang chiếc màu xanh. ■ *I didn't like the job much at first.* • Ban đầu tôi không thích công việc ấy lắm. ■ *At first I thought he was shy, but then I discovered he was just not interested in other people.* • Thoạt tiên tôi tưởng là anh ta e thẹn, nhưng rồi tôi khám phá ra chỉ vì anh ta không quan tâm đến người khác thôi. ■ *If at first you don't succeed, try, try again.* • Nếu lần đầu không thành công, hãy cố gắng, cố gắng thêm nữa. ■ *At first he wouldn't even talk about it.* • Ban đầu thậm chí anh ta không nói chuyện về điều đó.

at first sight ngay phút đầu, ngay tức thì ■ *He liked her at first sight.* • Anh ấy thích cô ta ngay từ đầu. ■ *There was nothing especially attractive about him at first sight.* • Thoạt nhìn chẳng có gì đặc biệt hấp dẫn về anh ta. ■ *At first sight, his guess was that the whole trouble between the two men resulted from personalities that did not agree.* • Ngay từ đầu, anh ta đoán rằng tất cả những rắc rối giữa hai người đàn ông kia là kết quả của những tính cách không hợp nhau. ■ *Tom met Mary at a party; and it was love at first sight.* • Tom gặp Mary ở một bữa tiệc và đó là tình yêu đến ngay từ phút đầu tiên.

at full blast → **full blast**

at full speed hoặc *at full tilt* hoặc *full tilt* 1. nói về người hay sự vật đang di chuyển với tốc độ tối đa có thể có ▪ *Danni hadn't been looking where she was going, and ran full tilt into a stranger.* • Danni đã không quan sát nơi mình đang đi đến và chạy rất nhanh đụng phải vào một người xa lạ. ▪ *The car was running at full speed.* • Chiếc xe đang lao đi nhanh hết tốc độ. ▪ *John finished his running at full speed.* • John hoàn tất quãng đường chạy bộ với tốc độ nhanh nhất. ▪ *Things are now operating at full tilt.* • Mọi thứ đang hoạt động hết tốc độ. 2.nhấn mạnh về điều gì đang xảy ra hoặc được thực hiện với rất nhiều nỗ lực, công sức ▪ *Textile mills were running full tilt a year ago, but are now at only 80% of capacity.* • Các nhà máy dệt cách đây một năm đã hoạt động ở mức tối đa, nhưng hiện giờ chỉ được có 80% công suất. ▪ *People are throwing bottles - it's a full-tilt riot here.* • Người ta đang ném vỏ chai - ở đây là một cảnh hoàn toàn hỗn loạn.

at full throttle hoặc *full-throttle* thực hiện điều gì rất căng thẳng, tích cực, bỏ ra nhiều công sức để đạt được điều gì ▪ *Los Altos Police Chief Ron Jones is retiring, and the search for his successor is at full throttle.* • Cảnh sát trưởng của Los Altos, ông Ron Jones đang xin về hưu, và việc tìm kiếm người tiếp nối công việc của ông đang được tiến hành rất tích cực.

at full tilt → **at full speed**

at great length 1. hết sức chi tiết, tỉ mỉ ▪ *Jim told us the story of his life at great length.* • Jim kể cho chúng tôi nghe chuyện đời anh ta hết sức chi tiết. ▪ *She talked at great length about the problem.* • Cô ấy đã nói rất chi tiết về vấn đề bất ổn. 2. một thời gian rất dài, rất lâu ▪ *The boring speaker rambled on at great length.* • Diễn giả đáng chán ấy đã nói huyên thuyên rất lâu. ▪ *The lawyer questioned the witness at great length.* • Luật sư thẩm vấn nhân chứng trong rất lâu.

at gut level cảm nhận bằng trực giác, thay vì là lý trí ▪ *At gut level, most people know that the space program is important for our nation's image in the world, even if it does cost a lot of tax dollars.* • Bằng vào trực giác, hầu hết mọi người biết rằng chương trình không gian là quan trọng cho hình ảnh của quốc gia đối với thế giới, cho dù nó thực sự tiêu tốn rất nhiều đô-la tiền thuế.

at half-mast → **at half mast**

at half-staff → **at half mast**

at half mast hoặc *at half-mast* hoặc *at half-staff* 1. treo (cờ) ở lưng chừng cột cờ, để bày tỏ lòng thương tiếc, sự mất mát - treo cờ rủ (thường dùng *half-mast* cho các tàu thuyền và căn cứ hải quân; dùng *half-staff* cho các nơi khác) ▪ *When a president of the United States dies, all flags are flown at half mast.* • Khi một vị tổng thống Hoa Kỳ qua đời, tất cả cờ đều được treo rủ. ▪ *The flag was flying at half-mast because the general had died.* • Cờ được treo rủ bởi vì vị tướng đã qua đời. ▪ *Americans fly flags at half-staff on Memorial Day.* • Người Mỹ treo cờ rủ vào ngày Lễ tưởng niệm. 2. (thông tục - dùng với ý khôi hài) ở lưng chừng, nửa trên nửa dưới ▪ *The little boy ran out*

at hand

of the house with his pants at half-mast. • Thằng bé chạy ra khỏi nhà, quần trễ xuống nửa trên nửa dưới.

at hand 1. ở gần, trong tầm tay, có sẵn để sử dụng ■ *Reference books must be at hand if you want to compile a good dictionary.* • Sách tham khảo phải sẵn có trong tay để sử dụng nếu bạn muốn biên soạn một cuốn từ điển hay. ■ *I don't have your application at hand at the moment.* • Vào lúc này tôi không có đơn xin việc của anh trong tay. ■ *When he writes, he always keeps a dictionary at hand.* • Khi anh ta viết, anh ta luôn đặt một quyển từ điển gần sẵn trong tầm tay. 2. sắp đến, gần kề ■ *Examinations are past and Commencement Day is at hand.* • Các kỳ thi đã qua và ngày lễ phát bằng tốt nghiệp đã gần kề. ■ *With the holiday season at hand, everyone is very excited.* • Với mùa nghỉ lễ đã gần kề, mọi người đều thấy phấn khích.

at heart 1. dùng sau một phát biểu để nhấn mạnh điều nói đến là đúng thật về bản chất, cho dù vẻ ngoài có thể là không giống như vậy ■ *I guess I'm just a country girl at heart - I'd do anything to get out of the city.* • Tôi nghĩ là về bản chất tôi chỉ là một cô gái quê thôi - tôi sẽ làm bất cứ điều gì để có thể ra khỏi thành phố. ■ *She's really a country person at heart.* • Bản chất thật sự của bà ta là một người nhà quê. ■ *He's still a socialist at heart.* • Về bản chất ông ta vẫn là một người theo chủ nghĩa xã hội. ■ *His manners are rough but he is a kind man at heart.* • Cung cách của ông ta thật lỗ mãng nhưng về bản chất ông ấy là một người tử tế. 2. mối quan tâm sâu xa hay một mục đích quan trọng ■ *He has the welfare of the poor at heart.* • Ông ta xem phúc lợi cho người nghèo là mục tiêu quan trọng. ■ *I'm an English teacher at heart but also a writer.* • Tôi xem trọng việc làm thầy giáo dạy tiếng Anh, nhưng tôi cũng là một nhà văn. ■ *Your academic adviser should have your best interests at heart.* • Thầy giáo hướng dẫn phải xem lợi ích của bạn là mục đích quan trọng.

at home 1. ở nhà ■ *Is Mary at home, or is she still at work?* • Mary có ở nhà, hay đang ở chỗ làm? ■ *What time will she be at home.* • Mấy giờ cô ấy sẽ về nhà? ■ *I went to his house, but he was not at home.* • Tôi đã đến nhà anh ấy, nhưng anh ấy không có ở nhà. 2. cảm thấy rất quen thuộc, thoải mái ■ *Charles and John enjoy working together because they feel at home with each other.* • Charles và John thích thú khi làm việc cùng nhau vì họ đều cảm thấy quen thuộc, thoải mái với nhau.

at issue 1. trong tình trạng tranh cãi, cần phải giải quyết bằng tranh biện, bỏ phiếu, đánh nhau... ■ *His good name was at issue in the trial.* • Thanh danh của ông ta trong cuộc thăm dò vẫn là điều còn tranh cãi. ■ *The independence of the United States from England was at issue in the Revolutionary War.* • Sự độc lập của Hoa Kỳ đối với Anh quốc từng là vấn đề tranh cãi trong cuộc chiến tranh Cách Mạng. ■ *At issue is whether Linda broke state law by secretly taping conversations.* • Việc Linda có phạm luật hay không khi bí mật ghi âm các cuộc trò chuyện vẫn còn là vấn đề đang tranh cãi. 2. bất đồng, có sự mâu thuẫn, xung đột, phản đối ■ *His work as a doctor was at issue with other doctors' practice.* • Công việc của ông ta như một bác sĩ đã có xung đột với sự thực tập của các bác sĩ khác. ■ *What is at issue is how the* *organization spends its money.* • Sự bất đồng nằm ở chỗ là tổ chức ấy sẽ chi tiêu tiền bạc như thế nào.

at it bận rộn với công việc, tích cực hoạt động ■ *His rule for success was to keep always at it.* • Quy tắc thành công của ông ấy là luôn duy trì sự bận rộn với công việc. ■ *The couple who owned the little cleaning shop were at it early and late.* • Đôi vợ chồng làm chủ cửa hàng nhỏ sạch sẽ ngăn nắp ấy đã bận rộn từ sáng sớm đến chiều tối.

at large 1. đề cập đến toàn bộ một nhóm, một cộng đồng chứ không phải từng cá nhân riêng lẻ ■ *It's wrong for the community at large to suffer because a few parents cannot control their kids.* • Thật không đúng cho cả một cộng đồng khi phải chịu đựng chỉ một vài bậc cha mẹ không kiểm soát được con cái của họ. ■ *The junior class at large was not interested in a senior yearbook.* • Cả lớp cơ bản đều không quan tâm đến tập kỷ yếu của lớp nâng cao. 2. nói về người hay thú vật ở trong tình trạng tự do, không bị giam giữ ■ *Novak was caught, but his accomplice is still at large.* • Novak đã bị tóm, nhưng đồng bọn của hắn vẫn còn lẩn tránh được. ■ *The prisoners who escaped are still at large.* • Những tên tù vượt ngục vẫn còn chưa bị bắt. ■ *There are some horses at large in this area.* • Có mấy con ngựa chạy hoang trong vùng này. ■ *The killer remained at large for weeks.* • Tên sát nhân vẫn còn chưa bị bắt trong suốt mấy tuần lễ. ■ *Cattle and sheep roamed at large on the big ranch.* • Gia súc và cừu được thả rông trong trại nuôi rộng lớn. 3. theo cách toàn diện, mở rộng hoặc kéo dài ■ *The superintendent talked at large for an hour about his hopes for a new school building.* • Thầy giám thị đã trình bày toàn diện trong một giờ đồng hồ về những hy vọng của thầy trong việc xây dựng một ngôi trường mới.

at last hoặc **at long last** sau một thời gian kéo dài, cuối cùng ■ *The war had been long and hard, but now there was peace at last.* • Cuộc chiến tranh đã kéo dài và khốc liệt, nhưng cuối cùng thì cũng đã có hòa bình. ■ *The boy saved his money until at last he had enough for a bicycle.* • Cậu bé dành dụm tiền cho đến lúc cuối cùng thì cậu đã có đủ để mua một chiếc xe đạp. ■ *At last, they were together again.* • Cuối cùng họ lại được sống với nhau.

at least 1. hoặc **at the least** ít nhất, tối thiểu ■ *Spend at least one hour each day practicing your piano lessons.* • Hãy bỏ ra ít nhất một giờ mỗi ngày để thực tập các bài học đàn dương cầm. ■ *You should brush your teeth at least twice a day.* • Bạn nên đánh răng ít nhất 2 lần mỗi ngày. ■ *At least three students are failing in mathematics.* • Ít nhất là 3 sinh viên đã rớt môn toán. 2. dù nói gì đi nữa, dù sao đi nữa ■ *She broke her arm, but at least it wasn't the arm she writes with.* • Cô ấy đã bị gãy tay, nhưng dù sao thì cũng không phải là cánh tay cô ấy cầm bút. ■ *He's not coming - at least that's what he said.* • Ông ấy sẽ không đến - dù sao thì đó cũng là những gì ông ấy đã nói.

at loose ends hoặc **at a loose** không có việc gì để làm hoặc không biết là chính mình đang muốn làm gì ■ *We believe one of the reasons so many young people are at loose ends today is because they have no sense of family life.* • Chúng tôi tin rằng một trong những lý do khiến cho quá nhiều người trẻ tuổi ngày nay không xác định được việc mình làm là bởi vì họ không có sự cảm nhận về cuộc sống gia đình. ■ *Come and see us if you're at a loose.* ● Hãy đến thăm chúng tôi nếu bạn rỗi rảnh. ■ *Feeling at loose ends, I went for a long walk.* ● Cảm thấy không có việc gì để làm, tôi đã đi dạo một quãng dài. ■ *He had finished college but hadn't found a job yet, so he was at loose ends.* ● Anh ta đã tốt nghiệp đại học rồi nhưng vẫn chưa tìm được việc làm, vì thế mà vẫn đang rảnh rỗi.

at most → at best

at odds 1. về người, không đồng ý với ai về điều gì ■ *That young composer was frequently at odds with his family, who wanted him to study law.* ● Nhà soạn nhạc trẻ tuổi ấy thường xuyên bất đồng ý kiến với gia đình anh ta, họ muốn anh theo học luật. ■ *He's always at odds with his father over politics.* ● Anh ta luôn luôn bất đồng với cha mình về chính trị. ■ *Because of her liberal beliefs, Mia was often at odds with her very conservative father.* ● Do những ý tưởng tự do của mình, Mia thường bất đồng với người cha rất bảo thủ của cô. ■ *The boy and girl were married a week after they met and soon found, themselves at odds about religion.* ● Chàng trai và cô gái đã kết hôn sau khi họ gặp nhau được một tuần và chẳng bao lâu đã nhận ra rằng họ có sự bất đồng về tín ngưỡng. 2. về những phát biểu, hành động, dự tính... rất khác biệt nhau trong khi lẽ ra chúng cần phải tương đồng ■ *Government transportation programs are currently at odds with environmental concerns.* ● Các chương trình giao thông vận tải của chính phủ hiện nay không phù hợp với các quan ngại về môi trường. ■ *These findings are at odds with what is going on in the rest of the country.* ● Những kết quả khám phá này không phù hợp với những gì đang diễn ra ở những phần còn lại của đất nước.

at once ngay lập tức ■ *You must send this telegram at once.* ● Bạn phải gởi bức điện này đi ngay lập tức. ■ *Put a burning match next to a piece of paper and it will begin burning at once.* ● Đặt một que diêm đang cháy bên cạnh một mảnh giấy và nó sẽ bùng cháy ngay lập tức.

at one 1. thống nhất hay hòa hợp, cảm thông ■ *He felt at one with all the poets who have sung of love.* ● Anh ta cảm thấy rất đồng cảm với những nhà thơ ca ngợi tình yêu. 2. tán thành, đồng ý với nhau ■ *Husband and wife were at one on everything but money.* ● Vợ chồng luôn đồng ý với nhau về mọi chuyện, trừ ra chuyện tiền bạc.

at one go hoặc *in one go* hoàn tất điều gì chỉ trong một lần thực hiện, một lần nỗ lực ■ *She blew out the candles at one go.* ● Cô ấy thổi một lần tắt hết những ngọn nến. ■ *Don't try to eat the whole thing in one go.* ● Đừng cố ăn hết tất cả trong một lần. ■ *I'd rather do the journey in one go, and not stop on the way.* ● Tôi thích đi suốt lộ trình một lần và không dừng lại ở trên đường. ■ *They ate the packet of biscuits all in one go.* ● Bọn họ ăn một lần hết sạch cả hộp bánh bích quy.

at one stroke → at a stroke

at one time 1. cùng một lúc, đồng thời ■ *Let's start the dance again all at one time.* ● Chúng ta hãy đồng loạt bắt đầu khiêu vũ một lần nữa. ■ *They all tried to talk at one time.* ● Bọn họ đều tranh nhau nói cùng một lúc. 2. **vào một thời điểm nào đó trong quá khứ; cách đây nhiều năm** ■ *At one time most school teachers were men, but today there are more women than men.* ● Có một thời trước đây hầu hết giáo viên đều là nam, nhưng ngày nay thì giáo viên nữ nhiều hơn. ■ *At one time this ranch had dozens of cowhands, but now it has fewer than ten.* ● Có một thời trước đây trại chăn nuôi này có đến mấy chục người chăn bò, nhưng giờ thì chỉ có chưa đến một chục.

at one's beck and call sẵn sàng làm bất cứ điều gì cho người khác ngay khi nhận được yêu cầu ■ *A good parent isn't necessarily always at the child's beck and call.* ● Một bậc cha mẹ tốt không cần thiết phải luôn luôn đáp ứng tức thì với đòi hỏi của con mình. ■ *He thinks his son-in-law should be at his beck and call all day.* ● Ông ta nghĩ rằng người con rể phải luôn luôn sẵn sàng phục vụ ông suốt ngày. ■ *She is constantly at the beck and call of her invalid father.* ● Cô ấy thường xuyên có mặt để phục vụ tức thì cho người cha tàn tật của mình. ■ *Don't expect to have me at your beck and call.* ● Đừng mong là tôi luôn có mặt để phục vụ anh tức thì. ■ *Your mother can't be at your beck and call all the time.* ● Mẹ bạn không thể lúc nào cũng ở cạnh để đáp ứng tức thì những yêu cầu của bạn.

at one's best 1. bộc lộ những khả năng, phẩm chất tốt nhất ■ *Tim is at his best when he has had a long swim before a ballgame.* ● Tim đã bộc lộ phong độ tốt nhất qua việc bơi một quãng dài trước khi tham gia chơi một trận bóng. ■ *This restaurant serves gourmet food at its best.* ● Nhà hàng này phục vụ tốt nhất cho những người sành ăn. ■ *The singer was at her best when she performed operas.* ● Cô ca sĩ đã xuất sắc nhất khi trình diễn những vở nhạc kịch. 2. **trong tình trạng sức khỏe tốt nhất** ■ *He's at his best after a good nap.* ● Anh ấy khỏe khoắn nhất sau khi được chợp mắt một chút. ■ *I'm not at my best when I'm angry.* ● Tôi không được khỏe những khi tức giận.

at one's call 1. sẵn sàng, có sẵn để ai đó sử dụng ■ *Auto insurance agents all over the country are at the insured person's call, wherever he may travel.* ● Các đại lý bảo hiểm ô tô trên toàn quốc luôn sẵn sàng phục vụ người mua bảo hiểm, bất kể người ấy đi đến đâu. 2. **đáp ứng với một mệnh lệnh, lời kêu gọi** ■ *The dog was trained to come at your call.* ● Con chó đã được huấn luyện để chạy đến khi bạn gọi.

at one's command 1. nói về điều gì có sẵn để sử dụng, vận dụng theo ý muốn ■ *With all the words at my command, I could not express how I felt.* ● Với tất cả từ ngữ có thể sử dụng được, tôi cũng không thể diễn đạt được cảm xúc của mình như thế nào. ■ *You will need to use all the tact at your command.* ● Anh sẽ cần phải dùng đến tất cả khả năng ứng xử khéo léo mà anh có được. 2. **sẵn sàng để vâng lệnh hoặc giúp đỡ ai** ■ *I'm at your command - what would you like me to do?* ● Tôi sẵn sàng để làm theo lời anh - anh muốn tôi làm gì?

at one's convenience vào một thời điểm hoặc nơi chốn thích hợp, thuận tiện đối với ai đó ■ *Can you telephone me at your convenience to arrange a meeting?* ● Anh có thể gọi điện cho tôi vào lúc nào thuận tiện để sắp xếp một buổi họp được không? ■ *We can meet to* *discuss this further at your convenience.* • Chúng ta có thể gặp nhau để thảo luận vấn đề này thêm vào lúc nào anh thấy thuận tiện. ■ *Please call me back at your earliest convenience.* • Xin vui lòng gọi cho tôi ngay khi nào anh thấy thuận tiện.

at one's disposal có sẵn để dùng bất cứ khi nào cần đến ■ *He will have a car at his disposal for the whole month.* • Ông ta sẽ có một chiếc xe hơi để dùng đến bất cứ khi nào cần trong suốt cả tháng. ■ *Well, I'm at your disposal.* • Vâng, tôi luôn sẵn sàng để phục vụ ông bất cứ khi nào cần đến. ■ *A car and driver were placed at my disposal.* • Một chiếc xe hơi và tài xế được dành sẵn cho tôi bất cứ khi nào cần đến.

at one's earliest convenience ngay khi nào có điều kiện thực hiện, càng sớm càng tốt ■ *Please telephone at your earliest convenience.* • Xin hãy gọi điện ngay khi nào có thể được. ■ *Please call me back at your earliest convenience.* • Xin hãy gọi lại cho tôi càng sớm càng tốt. ■ *Please answer at your earliest convenience.* • Xin vui lòng hồi đáp ngay khi nào có thể.

at one's elbow ngay kề bên, bên cạnh ■ *The president rode in an open car with his wife at his elbow.* • Tổng thống đi trong một chiếc xe hơi không mui với phu nhân ngay bên cạnh ngài. ■ *He was standing at her elbow, holding out her glass.* • Anh ta đứng ngay bên cạnh cô ấy, nâng ly cho cô ta.

at one's expense hoặc *at the expense of sb* 1. giành được lợi thế với sự thiệt hại của người hay sự việc khác, với sự trả giá bằng những bất lợi nào đó ■ *Military strength is often achieved at the expense of a country's economic health.* • Sức mạnh quân sự thường có được với giá phải trả là sự tổn hại nền kinh tế của một quốc gia. ■ *Employers are cutting production costs at the expense of their workers' safety.* • Những người chủ thuê đang cắt giảm chi phí sản xuất bằng vào sự thiệt hại an toàn của công nhân. ■ *He built up the business at the expense of his health.* • Ông ta gầy dựng nên doanh nghiệp với giá phải trả là sự tổn hại sức khỏe của mình. ■ *This is an education system that benefits bright children at the expense of those who are slower to learn.* • Đây là một hệ thống giáo dục có lợi cho những trẻ thông minh với giá phải trả là sự thiệt thòi của những em chậm tiếp thu. 2. hướng sự đùa cợt, chế giễu về ai đó ■ *The best man's speech is traditionally full of jokes at the bridegroom's expense.* • Bài phát biểu của người rể phụ theo truyền thống thường chứa đầy những lời đùa cợt nhắm vào chú rể. ■ *My family and friends all had a good laugh at my expense.* • Cả gia đình và bè bạn đều cười nhạo tôi. 3. thực hiện điều gì bằng chi phí của ai ■ *We were taken out for a meal at the company's expense.* • Chúng tôi được đưa đi dùng cơm với sự thanh toán của công ty. ■ *We were supposed to provide safety equipment at our own expense.* • Chúng ta phải cung cấp thiết bị an toàn bằng chi phí của chính mình.

at one's feet chịu ảnh hưởng hay bị sai khiến bởi quyền lực của ai ■ *She had a dozen men at her feet.* • Cô ấy có hàng tá đàn ông chịu sự sai khiến của cô. ■ *Her voice kept audiences at her feet for years.* • Tiếng nói của cô ta đã có ảnh hưởng đến người nghe trong nhiều năm.

at one's finger tips có sẵn để sử dụng ■ *He has all the necessary facts at his finger tips.* ● Ông ấy có sẵn trong tay mọi dữ kiện cần thiết.

at one's fingertips 1. gần gũi, có thể dễ dàng tiếp cận ■ *Seated in the cockpit, the pilot of a plane has many controls at his fingertips.* ● Ngồi trong buồng lái, viên phi công của máy bay có nhiều phương tiện kiểm soát ở ngay trong tầm tay. ■ *Because of the Internet, we have all the information we could ever want right at our fingertips.* ● Nhờ vào mạng Internet, chúng ta có thể có sẵn tất cả những thông tin cần đến để sử dụng ngay bất cứ lúc nào. ■ *I made sure I had all the facts at my fingertips before attending the meeting.* ● Tôi đảm bảo được rằng đã có đủ mọi dữ kiện sẵn sàng trước khi vào tham dự cuộc họp. ■ *He has all the information he needs at his fingertips.* ● Ông ta có sẵn tất cả thông tin cần thiết để sử dụng. 2. sẵn có kiến thức, kỹ năng cần dùng ■ *He had several languages at his fingertips.* ● Ông ấy có thể sử dụng được nhiều ngôn ngữ.

at one's heels theo sát bên cạnh ai ■ *The boy got tired of having his little brother at his heels all day.* ● Cậu bé chán ngấy việc đứa em trai nhỏ cứ bám sát theo cậu suốt ngày. ■ *The police are at his heels.* ● Cảnh sát đang bám sát theo anh ta.

at one's mercy → **at the mercy of**

at one's service 1. sẵn sàng phục vụ theo yêu cầu của ai ■ *He placed himself completely at the president's service.* ● Anh ta tự đặt mình hoàn toàn dưới sự sai khiến của ông chủ tịch. ■ *"Now I am at your service,"* the dentist told the next patient. ● Người nha sĩ nói với bệnh nhân tiếp theo: "Nào, bây giờ thì tôi sẵn sàng phục vụ ông." 2. có sẵn cái gì để sử dụng, sắp xếp ■ *He put a car and chauffeur at the visitor's service.* ● Ông ta bố trí một chiếc xe hơi và tài xế sẵn sàng để người du khách sử dụng. ■ *You will have an English-speaking guide at your service.* ● Sẽ có một người hướng dẫn nói tiếng Anh sẵn sàng để phục vụ ông.

at one's the discretion → **at the discretion of sb**

at one's wit's end hoặc *at wit's end* hoàn toàn không thể giải quyết một vấn đề sau khi đã có hết khả năng - bó tay, hết cách ■ *The designer was at his wit's end: he had tried out wings of many different kinds but none would fly.* ● Người thiết kế đã hoàn toàn bó tay: ông ta đã thử nhiều loại cánh khác nhau nhưng không loại nào có thể bay lên được. ■ *I'm at my wit's end with this problem. I cannot figure it out.* ● Tôi đã bó tay với vấn đề này rồi. Tôi hoàn toàn không hiểu được nó. ■ *Tom could do no more. He was at his wit's end.* ● Tom không thể làm gì hơn nữa. Anh ta đã hoàn toàn bó tay.

at one's wits' end hết sức lo lắng về một vấn đề vì đã thử qua tất cả những giải pháp có thể nghĩ ra được nhưng vẫn chưa đạt được kết quả - tình trạng bế tắc, bí lối ■ *I'm at my wits' end. No matter how many times I tell the post office, they never get my address right.* ● Tôi đã bí lối rồi. Dù tôi có nói với Bưu điện đến bao nhiêu lần đi nữa, họ cũng chẳng bao giờ ghi đúng địa chỉ của tôi. ■ *He was at his wits' end trying to borrow money.* ● Ông ta đã quá mỏi mệt trong việc cố gắng xoay xở để mượn tiền.

at present vào lúc này, trong hiện tại ■ *It took a long time to get started, but at present the road is half finished.* ● Đã mất thời gian rất lâu để khởi hành, nhưng đến lúc này thì đã được một nửa chặng đường rồi. ■ *At present the house is empty, but next week a family will move in.* ● Hiện giờ thì căn nhà trống rỗng, nhưng tuần tới sẽ có một gia đình dọn đến ở.

at random ngẫu nhiên, tình cờ, không theo bất kỳ quy luật, trật tự nào ■ *Police say the killer is doing it for kicks, choosing his victims at random.* ● Cảnh sát nói rằng tên sát nhân chỉ hành động để tìm cảm giác mạnh, lựa chọn nạn nhân một cách ngẫu nhiên. ■ *His clothes were scattered about the room at random.* ● Quần áo của anh ta vất bừa bãi khắp phòng không có sự sắp xếp nào. ■ *Contestants were chosen at random from the studio audience.* ● Những người tham gia được chọn ngẫu nhiên trong số khán giả tại phòng quay. ■ *As a prank, the children dialed phone numbers at random.* ● Như một trò đùa, bọn trẻ bấm loạn xà ngầu các số điện thoại. ■ *The lottery numbers are chosen at random.* ● Những con số trúng được chọn ra một cách ngẫu nhiên.

at sea 1. đi trên biển ■ *They had first met at sea.* ● Họ đã gặp nhau khi đi biển. ■ *By the second day the ship was well out at sea.* ● Sang ngày thứ hai thì con tàu đã ra xa ngoài biển cả. ■ *Charles had visited a ship in dock, but he had never been on a ship at sea.* ● Charles từng viếng thăm một con tàu neo ở cảng, nhưng anh ta chưa từng ở trên tàu khi đi biển. 2. hoặc ***all at sea about sth*** lẫn lộn, rối trí, hoàn toàn không hiểu ■ *Although he explained it to her, she was completely at sea.* ● Mặc dù ông ta đã giải thích, cô ấy vẫn mù mịt không hiểu. ■ *Mary was all at sea about getting married.* ● Mary vô cùng bối rối về việc lập gia đình. ■ *When it comes to financial problems, John is totally at sea.* ● Khi động đến những rắc rối về tài chính, John hoàn toàn mù tịt. ■ *In any class, it soon becomes apparent that some children are at sea.* ● Trong bất cứ lớp học nào, không bao lâu đều sẽ lộ rõ là có một số em không hiểu gì cả. ■ *The job was new to him, and for a few days he was at sea.* ● Công việc mới mẻ đối với anh ta, và trong khoảng vài ngày đầu anh ta hoàn toàn mù tịt không biết phải làm gì.

at sight hoặc ***on sight*** lần đầu tiên nhìn thấy, ngay khi vừa nhìn thấy ■ *He translated the president's lecture at sight.* ● Ông ta nhìn vào và chuyển dịch tức thời bài diễn văn của tổng thống. ■ *First graders learn to read many words on sight.* ● Học sinh lớp Một học cách đọc nhiều chữ mới được thấy lần đầu. ■ *Mary had seen many pictures of Grandfather; so she knew him on sight.* ● Mary đã xem nhiều tấm ảnh của ông nội, nên cô ta nhận biết ông ngay khi vừa nhìn thấy.

at sixes and sevens tình huống hỗn loạn, rối rắm hoặc bất đồng trong một nhóm người ■ *Getting ready for the wedding, we were all at sixes and sevens, getting in each other's way.* ● Trong khi chuẩn bị sẵn sàng cho đám cưới, tất cả chúng tôi đều rối tung cả lên, cản trở lẫn nhau trong công việc.

at stage of the game vào một giai đoạn nhất định trong tiến trình ■ *At that stage of the game, our team was doing so poorly that we were ready to give up.* ● Vào giai đoạn đó đội của chúng tôi chơi quá tệ đến nỗi chúng tôi đã sẵn sàng bỏ cuộc. ■ *It's hard to know what will happen at this stage of the game.* ● Thật khó mà biết được những gì sẽ xảy ra trong giai đoạn này. ■ *At this stage of the game, it's really too late to switch computer software.* ● Vào giai đoạn này, quả thật quá trễ để chuyển đổi phần mềm máy tính.

at stage trong tình trạng có nguy cơ rủi ro, không chắc chắn - một ăn một thua ■ *That's a very risky investment. How much money is at stake?* ● Đó là một khoản đầu tư hết sức mạo hiểm. Bao nhiêu tiền có nguy cơ bị mất? ■ *I have everything at stake on this wager.* ● Trong vụ đánh cược này mọi thứ của tôi đều có nguy cơ bị mất. ■ *The team played hard because the championship of the state was at stake.* ● Đội bóng đã chơi hết sức vì danh hiệu vô địch quốc gia có nguy cơ bị mất.

at swords' points rơi vào tình trạng căng thẳng, nhiều mâu thuẫn, sẵn sàng đấu đá, tranh cãi nhau ■ *The mayor and the reporter were always at swords' points.* ● Ông thị trưởng và người phóng viên ấy luôn hết sức căng thẳng với nhau. ■ *He and his son are constantly at swords' point.* ● Ông ta và đứa con trai liên tục căng thẳng với nhau.

at table → **at the table**

at that 1. dù vậy, dù sao đi nữa ■ *Ted was not quite satisfied with his haircut but let it go at that.* ● Ted không hoàn toàn hài lòng với kiểu tóc của anh ta nhưng dù sao cũng bỏ qua. ■ *It's a long shot, but she just might win at that.* ● Chỉ là một thử nghiệm không chắc chắn, nhưng dù sao cô ấy cũng có thể sẽ thắng. ■ *Although perhaps too elaborate, it seemed like a good plan at that.* ● Cho dù có lẽ là quá phức tạp, nhưng dù sao thì đó vẫn có vẻ là một kế hoạch tốt. 2. thêm vào đó, hơn thế nữa ■ *She lived in one room, and a small room at that.* ● Cô ấy sống trong một căn phòng, hơn thế nữa lại là một phòng nhỏ. ■ *It was a long wait, and an exasperating one at that.* ● Đó là một sự chờ đợi lâu, hơn thế nữa lại còn hết sức khó chịu. ■ *Bill's seatmate on the plane was a girl and a pretty one at that.* ● Người ngồi cạnh Bill trên chuyến bay là một cô gái, hơn nữa lại là một cô gái đẹp.

at the back of one's mind hoặc *in the back of one's mind* tư tưởng, vấn đề hoặc ý nghĩ luôn ở trong đầu, dù không được quan tâm đến hoặc không nhận ra ■ *A nagging voice in the back of her mind told she had made a mistake.* ● Một giọng phiền trách luôn ám ảnh trong đầu cô ấy, làm cho cô biết là mình đã phạm sai lầm. ■ *At the back of my mind was a warning voice, telling me it was wrong.* ● Một tiếng nói cảnh báo vang mãi trong đầu, cho tôi biết điều ấy là không đúng. ■ *At the back of her mind, she knew he was lying.* ● Trong lòng cô luôn biết là anh ta đang nói dối. ■ *The thought that Paul might leave was always at the back of her mind.* ● Ý tưởng là Paul có thể sẽ ra đi luôn luôn ám ảnh trong đầu cô.

at the best → **at best**

at the best of times nói về điều gì vốn rất khó khăn, tồi tệ ngay cả trong những điều kiện thuận lợi nhất, thường là giờ đây càng khó khăn, tồi tệ hơn rất nhiều ■ *Running an airline is an expensive business at the best of times;*

at the coalface

during a recession, it can be a way of using up money very quickly. • Điều hành một hãng hàng không là một công việc rất tốn kém ngay cả trong những lúc thuận lợi nhất; trong thời kỳ kinh tế suy thoái, nó có thể là một cách tiêu tốn tiền bạc rất nhanh chóng. ■ *He's never very happy at the best of times - he'll be much worse now!* • Anh ta chẳng bao giờ vui vẻ ngay cả trong những lúc tốt đẹp nhất - giờ đây anh ta sẽ càng tệ hại hơn nhiều!

at the coalface nơi một công việc nào đó thực sự được thực hiện, không chỉ là xem xét trên lý thuyết - hiện trường thực tế ■ *Many of the best ideas come from doctors at the coalface.* • Rất nhiều trong số những ý tưởng hay nhất đã đến từ các bác sĩ điều trị trên thực tiễn lâm sàng.

at the crack of dawn rất sớm trong ngày, vào sáng sớm ■ *I have to get up at the crack of dawn.* • Tôi phải thức dậy từ sáng sớm tinh mơ. ■ *I was up at the crack of dawn trying to finish my essay.* • Tôi thức dậy từ sáng tinh mơ để cố hoàn tất bài luận văn của mình.

at the cutting edge of sth → **on the cutting edge of sth**

at the discretion of sb hoặc *at one's the discretion* theo như quyết định hoặc sự mong muốn của ai đó ■ *Bail is granted at the discretion of the court.* • Việc nộp tiền bảo lãnh để tại ngoại hầu tra được cho phép theo quyết định của tòa. ■ *There is no service charge and tipping is at your discretion.* • Không có phí phục vụ và việc cho tiền thưởng là tùy ý bạn. ■ *Shops will exchange unwanted goods entirely at their discretion.* • Những cửa hàng sẽ trao đổi các mặt hàng không mong muốn theo quyết định của họ.

at the drop of a hat 1. bất cứ khi nào có dịp, cho dù là không thích hợp hoặc không cần thiết ■ *Len and Debra will bring out those pictures of their kids at the drop of a hat.* • Len và Debra sẽ mang ra khoe mấy bức tranh của bọn trẻ bất cứ khi nào có dịp. ■ *He was quarrelsome and ready to fight at the drop of a hat.* • Anh ta là người hay gây gổ và sẵn sàng gây sự bất cứ lúc nào có dịp. 2. hết sức nhanh chóng, ngay lập tức ■ *When Thomas asked me to go to Mexico, I was ready to go at the drop of a hat.* • Khi Thomas đề nghị tôi đến Mexico, tôi đã sẵn sàng để ra đi ngay lập tức. ■ *The company can't expect me to move my home and family at the drop of a hat.* • Công ty không thể chờ đợi rằng tôi sẽ dời nhà và chuyển hết cả gia đình đi ngay lập tức được. ■ *If you need a baby-sitter quickly, call Mary, because she can come at the drop of a hat.* • Nếu bạn cần có ngay một người giữ trẻ, hãy gọi cho Mary, vì cô ấy sẽ có thể đến ngay lập tức. ❖ Thành ngữ này đôi khi được vận dụng với những danh từ khác hơn là hat, để thích hợp với ngữ cảnh hoặc để tạo tính hài hước ■ *In these days of political correctness, you can be sued at the drop of an inappropriate adjective.* • Trong thời đại của sự chính xác về chính trị ngày nay, bạn có thể bị kiện ngay vì một tính từ dùng không thích hợp.

at the eleventh hour thời điểm cuối cùng, muộn nhất có thể được để thực hiện điều gì, nếu không sẽ là quá trễ ■ *New evidence proving Richards' innocence was uncovered at the eleventh hour.* • Chứng cứ mới cho sự vô tội của Richards đã được phát hiện vào giờ chót. ■ *Aunt Mathilda got married at the eleventh hour; after all, she was already 49 years old.* ● Cô Mathilda đã kết hôn rất muộn; dù sao thì cô cũng đã 49 tuổi. ■ *Crews were supposed to start filming last week, until Dreyfuss did an eleventh-hour back-out.* ● Đoàn làm phim dự tính bắt đầu quay phim vào tuần trước, cho đến khi Dreyfuss rút lui vào giờ chót. ■ *She always turned her term papers in at the eleventh hour.* ● Cô ấy luôn nộp bài tiểu luận của mình vào giờ chót. ■ *We don't worry about death until the eleventh hour.* ● Chúng ta không lo lắng về cái chết cho đến phút cuối cùng. ■ *Negotiators reached agreement at the eleventh hour, just in time to avoid a strike.* ● Những người đàm phán đã đạt đến một thỏa thuận vào giờ chót, vừa kịp để tránh được một cuộc đình công.

at the end of one's tether quá mệt mỏi, lo lắng... đến mức không thể tiếp tục đối phó với một tình huống khó khăn nếu như kéo dài thêm nữa ■ *You'd better let her know you're safe. She's at the end of her tether.* ● Tốt hơn là anh nên cho cô ấy biết anh được an toàn. Cô ấy đã quá lo lắng đến nỗi không thể chịu đựng hơn được nữa.

at the end of sth giới hạn cuối cùng khi điều gì không còn có thể tiếp tục kéo dài nữa ■ *I'm at the end of my patience.* ● Tôi không thể tiếp tục kiên nhẫn hơn được nữa. ■ *They are at the end of their food supply.* ● Bọn họ không thể tiếp tục cung cấp thực phẩm thêm nữa.

at the end of the day sau khi cân nhắc mọi yếu tố hoặc hoàn tất mọi giai đoạn trước đó - cuối cùng, giờ chót ■ *We give advice but, at the end of the day, people must make their own decisions.* ● Chúng tôi đưa ra lời khuyên, nhưng cuối cùng thì mọi người vẫn phải tự mình đưa ra quyết định. ■ *At the end of the day, he'll still have to make his own decision.* ● Cuối cùng thì anh ta vẫn phải tự đưa ra quyết định của chính mình. ■ *At the end of the day, the hostile foreign govern-ment will have to realize that it is better to cooperate with the U.N.* ● Cuối cùng thì những chính phủ nước ngoài không thân thiện cũng sẽ phải nhận ra rằng tốt hơn là họ nên hợp tác với Liên hiệp quốc.

at the expense of sb → **at one's expense**

at the eye of the storm → **in the eye of the storm**

at the fore → **to the fore**

at the forefront of sth → **to the forefront of sth**

at the hands of sb hoặc *at the hands of sth* điều không tốt do ai đó thực hiện hoặc gây ra bởi sự việc nào ■ *The population of arctic seals suffered a gread decline at the hands of the fur trade in the last century.* ● Số lượng hải cẩu Bắc cực đang sút giảm nghiêm trọng do nơi việc buôn bán lông thú trong thế kỷ qua. ■ *They suffered defeat at the hands of the French.* ● Bọn họ đã chịu thất bại trong tay người Pháp. ■ *They suffered years of repression at the hands of the old regime.* ● Họ phải chịu đựng nhiều năm suy thoái do nơi chế độ cũ.

at the hands of sth → **at the hands of sb**

at the last count nói về một số lượng được đưa ra theo thông tin mới nhất ■

She'd applied for 30 jobs at the last count. • Tính đến gần đây nhất cô ấy đã nộp đơn xin việc đến 30 chỗ rồi. ■ *At the last count, 400 people had agreed to join.* • Theo tính toán gần đây nhất thì có 400 người đã đồng ý tham gia.

at the mercy of hoặc *at one's mercy* bị sai khiến bởi quyền lực, ý muốn của ai đó, không có khả năng tự bảo vệ ■ *The small grocer was at the mercy of people he owed money to.* • Những cửa hàng tạp hóa nhỏ phải chịu sự chi phối của những người mà họ vay tiền. ■ *We were left at the mercy of the arresting officer.* • Chúng tôi bị rơi vào sự khống chế của viên sĩ quan bắt giữ. ■ *Mrs. Franklin wanted Mr. Franklin at her mercy.* • Bà Franklin muốn ông Franklin phải làm theo ý bà. ■ *They were at the mercy of their captors.* • Bọn họ bị khống chế bởi những người bắt giữ họ.

at the outset vào lúc bắt đầu, ban đầu ■ *You'll live in the cheaper barracks at the outset; later you can move into the better cabins.* • Ban đầu các anh sẽ phải sống trong các lều trại rẻ tiền, về sau thì sẽ được dọn đến ở những căn nhà tốt hơn. ■ *He wanted to explain his position from the outset, but there wasn't time.* • Anh ta đã muốn giải thích về vai trò của mình ngay từ đầu nhưng không có thời gian. ■ *At the outset the problem seemed simple, but then it became quite complicated.* • Ban đầu vấn đề có vẻ như đơn giản, nhưng rồi lại trở nên hoàn toàn phức tạp.

at the outside mức cuối cùng không thể hơn nữa, tối đa ■ *This old house can cost no more than $40,000 at the outside.* • Căn nhà cũ này có giá tối đa không quá 40.000 đô-la. ■ *There weren't more than ten people at the outside.* • Tối đa cũng không có quá 10 người. ■ *We'll be ten minutes late at the outside.* • Chúng tôi sẽ không trễ hơn 10 phút. ❖ Trong cách dùng này, người nói đưa ra mức tối đa nhưng có hàm ý thực tế rất có thể sẽ ít hơn, thấp hơn mức đó.

at the point of hoặc *on the point of* gần như đã đạt đến mức độ được đề cập hoặc rơi vào thời điểm ngay trước khi điều gì xảy ra ■ *When Mary broke her favorite bracelet, she was at the point of tears.* • Khi Mary làm vỡ chiếc vòng đeo tay ưa thích, cô ấy suýt nữa thì bật khóc. ■ *The boy hurt in the accident lay at the point of death for a week, then he got well.* • Cậu bé bị thương trong tai nạn đã nằm đó kề cận với cái chết trong một tuần, rồi sau đó thì khỏe lại. ■ *I was so depressed I thought I was at the point of committing suicide.* • Tôi quá thất vọng đến nỗi tôi nghĩ chỉ suýt nữa thì tự vẫn. ■ *They're on the point of leaving the room when we came.* • Bọn họ đã sắp rời khỏi phòng khi chúng tôi đến.

at the psychological moment vào thời điểm thích hợp nhất, có hiệu quả nhất - đúng lúc ■ *He proposed to her at the psychological moment.* • Anh ấy đã cầu hôn với cô ta vào thời điểm thích hợp nhất. ■ *The ping-pong game stood at 21:21 when, at the psychological moment, the American team won with two slams, ending the game at 23:21.* • Trận bóng bàn dừng ở điểm số 21-21 cho đến khi vào thời điểm quyết định, đội Hoa Kỳ đã chiến thắng với hai cú đập, kết thúc trận đấu với điểm số 23-21.

at the ready sẵn sàng để sử dụng ■ *The sailor stood at the bow, harpoon at* *the ready, as the boat neared the whale.* • Người thủy thủ đứng nơi mũi tàu, cây lao sẵn sàng phóng ra, khi chiếc tàu kề cận con cá voi. ■ *Many shoppers went out with their umbrellas at the ready.* • Nhiều khách mua hàng đã đi ra ngoài với những chiếc dù che sẵn sàng bung ra. ■ *Soldiers always keep their weapons at the ready.* • Các quân nhân luôn giữ vũ khí của họ trong tình trạng sẵn sàng sử dụng. ■ *The teacher looked at the students with notebooks at the ready.* • Thầy giáo nhìn các học sinh với vở ghi chép đã sẵn sàng.

at the same time 1. cùng lúc, đồng thời ■ *The two runners reached the finish line at the same time.* • Cả hai người chạy đua đều về đích cuối cùng một lúc. ■ *He was going to school and holding a job at the same time.* • Lúc còn đang đi học anh ấy cũng đồng thời có một việc làm. 2. dùng khi nêu ra một sự kiện có vẻ như không phù hợp với điều trước đó - dù vậy, tuy nhiên ■ *John did pass the test; at the same time, he didn't know the subject very well.* • John quả thật đã qua được kỳ thi, dù vậy, anh ta không hiểu rõ lắm về môn học ấy. ■ *I'd like to try it, but at the same time I'm a little afraid.* • Tôi muốn thử điều đó, tuy nhiên tôi cũng thấy hơi lo sợ.

at the table hoặc *at table* vào bữa ăn, vào thời điểm đang ăn ■ *He sat alone at the table stuffing himself.* • Anh ta ngồi một mình trong bữa ăn và ăn ngấu nghiến. ■ *The telephone call came while they were all at table.* • Cuộc gọi ấy nhằm vào lúc tất cả bọn họ đều đang trong bữa ăn.

at the tip of one's tongue → **on the tip of one's tongue**

at the top of one's lungs → **at the top of one's voice**

at the top of one's voice hoặc *at the top of one's lungs* nói, hát hoặc la lớn hết sức mình ■ *He was singing at the top of his voice.* • Anh ta hát to hết sức mình. ■ *He shouted at the top of his lungs.* • Anh ta la lớn hết sức mình. ■ *"Go away!", she screamed at the top of her voice.* • "Cút ngay!" Cô ấy hét lớn hết sức mình. ■ *He started screaming at the top of his lungs after his team scored.* • Anh ta bắt đầu la to hết sức mình khi đội của anh ta ghi bàn.

at the worst → **at worst**

at this juncture một thời điểm, hoàn cảnh cụ thể đang được đề cập ■ *At this juncture it is wiser to retire than to fight a bankrupt company.* • Trong hoàn cảnh này thì nghỉ hưu sẽ khôn ngoan hơn là đi kiện một công ty đã phá sản. ■ *There is little more that I can say at this juncture.* • Vào lúc này tôi chẳng có gì để nói thêm. ■ *We can, if you wish, at this juncture, request a change in venue.* • Nếu ông muốn thì vào lúc này chúng tôi có thể yêu cầu thay đổi địa điểm của phiên tòa.

at this rate hoặc *at that rate* 1. theo mức độ tiến triển, tốc độ như thế này ■ *We'll never get finished at this rate. We'd better bash on.* • Chúng ta sẽ chẳng bao giờ hoàn tất được với tốc độ này. Tốt hơn là chúng ta phải tích cực lên. ■ *Hurry up! We'll never get there at this rate.* • Nhanh lên nào! Chúng ta sẽ chẳng bao giờ đến đó được với tốc độ này. ■ *At this rate, all the food will be gone before we get there.* • Với tốc độ này thì tất cả thức ăn sẽ hết sạch trước khi chúng ta đến đó. 2. với hoàn cảnh, phẩm chất hoặc thực trạng như hiện nay ■ *At this rate they'll never settle their differences.* ● Cứ như tình trạng hiện nay thì họ sẽ không bao giờ giải quyết được các khác biệt. ■ *Three 100's in the last four tests! At this rate you'll soon be teaching the subject.* ● Ba điểm số 100 trong 4 kỳ thi vừa qua! Với sức học như thế này thì chẳng bao lâu anh sẽ ra giảng dạy môn này.

at times thỉnh thoảng, đôi khi ■ *At times the sick man seemed to recognize us.* ● Có đôi khi người bệnh dường như đã nhận ra chúng tôi. ■ *At times the city becomes intolerable.* ● Có đôi lúc thành phố trở nên không chịu đựng nổi. ■ *At times Tom's mother lets him hold the baby.* ● Thỉnh thoảng mẹ Tom cũng để cho cậu ta bế em bé. ■ *You can certainly be exasperating, at times!* ● Tất nhiên là có đôi lúc bạn cũng có thể nổi giận. ■ *We have pie for dinner at times.* ● Thỉnh thoảng chúng tôi cũng dùng món bánh nướng cho bữa ăn chính.

at will như ý muốn, tùy ý ■ *With an air conditioner you can enjoy comfortable temperatures at will.* ● Với một máy điều hòa, bạn có thể tùy ý tận hưởng nhiệt độ dễ chịu. ■ *The boys wander at will through the countryside during the summer.* ● Bọn trẻ tùy ý lang thang ở vùng quê trong mùa hè. ■ *I'm writing my book at will - there's no deadline or minimum word count.* ● Tôi đang viết quyển sách của mình theo ý muốn - không có hạn chót phải hoàn thành hay quy định số chữ ít nhất. ■ *He can roam the neighborhood at will.* ● Anh ta có thể tùy ý đi chơi rong ở các nhà hàng xóm.

at wit's end → **at one's wit's end**

at work ở chỗ làm việc, đang làm việc ■ *When I heard the news, my father was still at work.* ● Khi tôi nghe được tin, cha tôi vẫn còn đang ở chỗ làm. ■ *He wasn't at work when the accident happened.* ● Vào lúc xảy ra tai nạn, anh ta không có ở nơi làm việc. ■ *The teacher was soon hard at work correcting that day's test.* ● Không bao lâu thầy giáo đã rất bận rộn với việc sửa chữa bài kiểm tra hôm ấy. ■ *Jim is at work on his car.* ● Jim đang làm việc trên xe hơi của anh ấy. → **at home**

at worst hoặc **at the worst** trong điều kiện tồi tệ nhất, xấu nhất; khả năng xấu nhất có thể xảy ra ■ *When Don was caught cheating on the examination he thought that at worst he would get a scolding.* ● Khi Don bị bắt gặp gian lận trong kỳ thi, anh ta nghĩ rằng tệ nhất anh cũng sẽ bị quở trách. ■ *The treasurer had certainly not stolen any of the club's money; at worst, he had forgotten to write down some of the things he had spent money for.* ● Người thủ quỹ chắc chắn không lấy trộm tiền của câu-lạc-bộ; bất quá aanh ấy cũng chỉ là quên ghi chép lại những thứ mà anh đã chi tiền ra. ■ *He will be expelled from school, at worst.* ● Trong tình huống xấu nhất thì anh ta sẽ bị trục xuất khỏi trường.

ate → **like the cat that ate the canary**

atom → **make like a banana**

attached → **with no string attached**

attempt → **last-ditch effort**

attend to sb hoặc **attend to sth** giải quyết điều gì với người hay sự việc nào đó ■ *I have some urgent business to attend to.* ● Tôi có một số công việc gấp phải giải quyết. ■ *A nurse attended to his needs constantly.* ● Một người y tá thường xuyên đáp ứng những nhu cầu của ông ta. ■ *Are you being attended to, sir?* ● Có ai phục vụ cho ông chưa, thưa ông? (trong cửa hàng) ■ *We still have a number of other matters to attend to.* ● Chúng tôi vẫn còn một số vấn đề khác để giải quyết. ■ *He likes work that requires him to attend to a lot of detail.* ● Ông ta thích loại công việc đòi hỏi ông phải giải quyết thật nhiều chi tiết. ■ *Please take a seat and I'll ask someone to attend to you.* ● Xin mời ngồi và tôi sẽ bảo ai đó phục vụ cho ông.

attend to sth → **attend to sb**

attendance → **be in attendance**

attitude → **have an attitude (problem)**

attitude → **with attitude**

attribute to 1. nêu rõ tác giả của điều được trích dẫn hay nói lại ■ *The saying "An Iron Curtain has descended across Europe" is attributed to Winston Churchill.* ● Câu nói "Một bức màn sắt đã buông xuống khắp châu Âu" được dẫn theo lời của Winston Churchill. ■ *Any quotation included in your writing has to be attributed to the person who originally wrote it.* ● Bất kỳ trích dẫn nào trong bài viết của anh cũng đều phải nêu rõ tác giả ban đầu. 2. quy trách nguyên nhân của việc gì ■ *His company attributed its decline to some bad investments.* ● Công ty của anh ấy quy trách sự suy thoái là do một số khoản đầu tư không tốt.

auspices → **under the auspices of sb**

authority → **have on good authority that**

automatic → **on automatic pilot**

avail → **to little avail**

average out kết quả được tính trung bình trong một giai đoạn nhất định ■ *The cost could average out at about £6 per person.* ● Chi phí có thể tính ra trung bình khoảng 6 bảng Anh mỗi người. ■ *Sometimes I pay, sometimes he pays - it seems to average out.* ● Đôi khi tôi chi trả, đôi khi anh ấy chi trả - dường như trung bình là như nhau. ■ *Total contributions average out at over £1,000 a week.* ● Các khoản đóng góp tính bình quân khoảng hơn 1.000 bảng Anh mỗi tuần. ■ *My monthly salary averages out to no more than $1,500.* ● Lương tháng của tôi bình quân không quá 1.500 đô-la.

avoid sb like the plague hoặc *shun as one would the plague* cố hết sức, tìm mọi cách để tránh mặt, không gặp ai ■ *She's been avoiding me like the plague since the party last Saturday.* ● Cô ấy đã tìm mọi cách để tránh mặt tôi kể từ sau bữa tiệc hôm thứ Bảy tuần rồi.

awake to bắt đầu hiểu ra, nhận biết được điều gì ■ *America had to awake to the dangers posed by domestic terrorism.* ● Hoa Kỳ phải nhận biết được những mối nguy hiểm đến từ chủ nghĩa khủng bố trong nước. ❖ Cũng dùng như tính từ ■ *They were awake to the danger.* ● Họ đã nhận biết được sự nguy hiểm.

awakening → **rude awakening**

away → **a stone's throw away**

away → **an apple a day keeps the doctor away**

away → **be miles off**

away → **brush away the cobwebs**

away → **far and away**

away → **get away from it all**

away → get away with murder

away → get carried away

away → give the game away

away → home away from home

away → save sth for a rainy day

away → see sth a mile away

away → take your breath away

away → the one that got away

away → when the cat's away

away with bày tỏ sự bực tức về điều gì ■ *Away with all these regulations!* ● Dẹp hết những quy định này đi! ■ *Away with you! I don't need your advice!* ● Mày cút đi! Tao không cần những lời khuyên của mày.

awe → be in awe of sb

awkward age độ tuổi mới lớn, thiếu niên ■ *Sue used to be an "ugly duckling" when she was at the awkward age, but today she is a glamorous fashion model.* ● Sue từng là một "vịt con xấu xí" khi ở tuổi mới lớn, nhưng hôm nay cô ấy đã là một người mẫu thời trang đẹp lộng lẫy.

AWOL → absent without leave

ax → an ax is hanging over

ax → get the ax

ax → have an axe to grind

ax to grind một động cơ ích kỷ, làm điều gì để trục lợi cho riêng mình ■ *In praising movies for classroom use he has an ax to grind; he sells motion picture equipment.* ● Khi khen ngợi việc sử dụng phim ảnh trong lớp học, ông ta có một dụng ý trục lợi; ông ta bán các thiết bị chiếu phim. ■ *The article criticized the new software, but the author had an ax to grind, as its manufacturer had fired his son.* ● Bài viết đó phê phán phần mềm mới, nhưng người viết có một động cơ ích kỷ, vì công ty sản xuất phần mềm ấy đã đuổi việc con trai ông ta. ❖ Thành ngữ này xuất phát từ một câu chuyện của Charles Miner, xuất bản năm 1811, kể về một cậu bé nỗ lực giúp quay đá mài cho một người đàn ông mài búa, cho đến khi chuông reo vào lớp. Thay vì cảm ơn cậu bé, người này lại quay ra trách mắng cậu về việc trễ học và bảo cậu phải nhanh chân lên. Do đó, cụm từ mang nghĩa "có một cái búa để mài" (*having an ax to grind*) để chỉ người làm điều gì với một động cơ ích kỷ, mưu lợi riêng.

Aztec → the Aztec two-step

B → from A to B

B.A. → hang a B.A.

babe → out of the mouths of babes (and sucklings)

babe in arms 1. đứa bé còn rất nhỏ, chưa biết đi ■ *Her first child was just a babe in arms so she couldn't work for anyone.* ● Đứa con đầu của cô ta còn là một đứa bé chưa biết đi nên cô ta không thể làm việc cho bất cứ ai. ■ *I have known that since I was a babe in arms!* ● Tôi biết điều đó từ khi còn là một đứa bé bế trên tay. ■ *A young mother with a babe in arms stood in line with the rest of the students.* ● Một người mẹ trẻ với em bé sơ sinh trong tay đứng xếp hàng với các sinh viên còn lại. 2. người hoàn toàn ngây thơ hay khờ khạo không biết gì ■ *He's a babe in arms when it comes to taking girls out.* ● Khi cần hẹn hò với các cô gái thì anh ta ngây thơ không biết gì cả. ■ *Mary has no idea how to win the election. Politically she's a babe in arms.* ● Mary không có ý niệm gì về việc làm sao để thắng cử. Về chính trị thì cô ta hoàn toàn ngây thơ không biết gì.

babe in the woods người ngây thơ, không có kinh nghiệm, dễ bị lừa gạt ■ *He was just a babe in the woods when he first came to New York.* ● Khi mới đến New York, anh ta chỉ là một người ngây thơ thiếu kinh nghiệm. ■ *Bill is a babe in the woods when it comes to dealing with plumbers.* ● Khi cần phải đối phó với những thợ sửa ống nước thì Bill là một người ngây thơ không có kinh nghiệm. ■ *As a painter, Mary is fine, but she's a babe in the woods as a musician.* ● Làm việc như một họa sĩ thì Mary làm tốt, nhưng cô ấy hoàn toàn không có kinh nghiệm khi phải làm một nhạc sĩ. ■ *Some highly informed people are mere babes in the woods where the stock market is concerned.* ● Một số người nắm kỹ được thông tin lại chỉ hoàn toàn là những người ngây thơ không có kinh nghiệm trong phạm vi liên quan đến thị trường chứng khoán.

baby → be expecting a baby

baby → be one's baby

baby → leave sb holding the baby

baby → like taking candy from a baby

baby → sleep like a log

baby → soft as a baby's bottom

baby → throw the baby out with the bath(water)

baby boom giai đoạn những năm mà số lượng trẻ sinh ra nhiều hơn bình thường - giai đoạn tăng nhanh dân số ■ *The number of people aged 45 to 54 will double over the next 15 years because of the baby boom of the late 1950s.* ● Số người có độ tuổi từ 45 đến 54 sẽ tăng gấp đôi trong 15 năm tới vì giai đoạn tăng nhanh dân số hồi gần cuối thập niên 1950.

baby boomer người sinh ra trong giai đoạn tăng nhanh dân số ■ *Bill Clinton is a baby boomer, and it is his generation, born after World War II, who are making policies now.* ● Bill Clinton là người sinh ra trong giai đoạn tăng nhanh dân số, và chính là thế hệ của ông ta, những người sinh ra sau Thế chiến II, giờ đây đang hoạch định các chính sách.

back → a pat on the back
back → a stab in the back
back → answer back
back → at the back of one's mind
back → back-scratching
back → be back on one's feet
back → be laid back
back → behind one's back
back → bite back at sb
back → bounce back
back → break one's back
back → break the back of sth
back → bring sb (back) down to earth
back → by the back door
back → can do sth with one hand tied behind one's back
back → carry sb back (to sth)
back → cast one's mind(s) back (to sth)
back → come down to earth
back → come to one's senses
back → do sth with one hand tied behind one's back
back → flat on one's back
back → get back to the table
back → get off one's case
back → get one's back up
back → get sb back to the table
back → get sb off one's back
back → give sb the shirt off one's back
back → go back a long way
back → go back to basics
back → go back to the drawing board
back → go through hell
back → have eyes in the back of one's head
back → have your back against the wall
back → it's no skin off one's nose
back → know sth like the back of your hand
back → like water off a duck's back
back → make the beast with two backs
back → monkey on one's back
back → on one's back
back → on the back of sth
back → pat sb on the back
back → pat yourself on the back
back → pay sb back with interest
back → piss on my back and tell me it's raining
back → put sth on the back burner
back → put the genie back in the bottle
back → see the back of sb
back → stab sb in the back
back → take a back seat (to)
back → take the shirt off one's back
back → the straw that breaks the camel's back
back → throw sth back in one's face
back → turn one's back on sb
back → turn the clock back
back → watch your back

back → **you scratch my back, I'll scratch yours**

back and forth di chuyển tới lui giữa hai nơi một cách thường xuyên, lặp lại ■ *There are ferries sailing back and forth between this island and the mainland.* • Có những chuyến phà đi lại thường xuyên giữa đảo này và đất liền. ■ *We have to run back and forth, carrying buckets of water.* • Chúng tôi phải chạy tới chạy lui, mang những cái xô chứa nước.

back at square one → **back to square one**

back of beyond (cách dùng cũ) nơi xa xôi khó đến, nhất là khi rất ít người sống ở đó - vùng hẻo lánh ■ *My parents live up in the back of beyond - you never see a soul.* • Cha mẹ tôi sống ở một vùng rất hẻo lánh - bạn chẳng bao giờ gặp được ma nào ở đó cả. ■ *We stayed in some farmhouse in the back of beyond.* • Chúng tôi ở lại một nông trại rất xa xôi hẻo lánh. ■ *He comes from some little town in the back of beyond.* • Ông ấy đến từ một thị trấn nhỏ nào đó ở vùng xa xôi hẻo lánh.

back on an even keel → **on an even keel**

back sb into a corner cũng dùng với các động từ như *force, box, paint*... đẩy ai vào một tình thế khó khăn, không còn khả năng chọn lựa sẽ làm gì, dồn vào thế bí (thường dùng trong các lĩnh vực kinh doanh và chính trị) ■ *Backing them into a corner and trying to make them accept the deal isn't going to work.* • Dồn họ vào thế bí và cố ép buộc họ chấp nhận vụ mua bán sẽ không có kết quả đâu. ■ *It looks like the writers of the hot new drama series have painted themselves into a corner by killing off their most popular character in the third show.* • Có vẻ như là các tác giả của loạt kịch bản gay cấn mới đã tự dồn mình vào thế bí khi giết mất nhân vật được ưa chuộng nhất của họ trong màn thứ ba.

back seat driver 1. người không phải là tài xế trên xe nhưng thích đưa ra những chỉ dẫn, khuyên bảo tài xế về việc nên lái xe như thế nào, hoặc nên đi lối nào... trong khi tài xế thật sự không cần những điều ấy ■ *Okay, everbody - please quiet! I've had enough of back seat drivers for one day.* • Được rồi, xin mọi người im lặng cho! Tôi đã gặp quá đủ "tài xế băng sau" trong một ngày nay rồi. 2. người thích khuyên bảo người khác về những điều không thuộc chuyên môn hoặc phạm vi trách nhiệm của mình, nhất là đối với người am hiểu vấn đề hơn mình rất nhiều - người múa rìu qua mắt thợ ■ *You would be a back seat driver giving Tom advice about how to have a good marriage. He has divorced five times and never had any argument with one of his ex-wives.* • Bạn hẳn sẽ là người múa rìu qua mắt thợ khi khuyên bảo Tom về việc làm thế nào để có một quan hệ hôn nhân tốt đẹp. Anh ta đã ly dị đến 5 lần và chưa từng có một lần cãi cọ với bất cứ người vợ nào trước đây.

back the wrong horse hoặc *pick the wrong horse* hoặc *bet on the wrong horse* ủng hộ cho một người không thành công, hoặc đưa ra dự đoán sai về sự việc sẽ xảy ra ■ *We just bet on the wrong horse - the movie we turned down was the one that made big money.* • Chúng tôi đã dự đoán sai lầm - bộ phim mà chúng tôi từ chối là bộ phim mang lại rất nhiều tiền.

back to front đặt vật gì theo chiều

ngược lại, phía trước trở thành phía sau ■ *I think you've got that sweater on back to front.* • Tôi nghĩ là anh đã mặc ngược cái áo len đó rồi. ■ *Your skirt is on back to front.* • Váy đầm của bạn bị mặc ngược rồi.

back to square one hoặc *back at square one* trở lại đúng trạng thái ban đầu như khi khởi sự làm điều gì, cho dù trước đó đã có ít nhiều tiến triển ■ *The fire destroyed all our files related to the research project, so now we're back to square one.* • Vụ cháy đã thiêu hủy tất cả tài liệu của chúng tôi liên quan đến dự án nghiên cứu, vì vậy chúng tôi giờ đây trở lại đúng nơi điểm khởi đầu.

back to the drawing board → **go back to the drawing board**

back-breaking đòi hỏi sự nỗ lực hết sức ■ *Our new department has the most back-breaking duty in the company.* • Bộ phận mới của chúng tôi có nhiệm vụ đòi hỏi nhiều nỗ lực nhất trong công ty.

back-door bí mật, hoặc gián tiếp ■ *The tobacco companies claim that the FDA rules are the beginning of the back-door prohibition of cigarettes.* • Các công ty thuốc lá cho rằng những quy định của FDA là sự bắt đầu của việc gián tiếp cấm thuốc lá.

back-handed → **pay sb a left-handed compliment**

back-scratching sự thỏa thuận qua lại ■ *In small towns, there's a lot of political back-scratching that goes on which serves to expand people's incomes as well.* • Ở các thị trấn nhỏ, có nhiều thỏa thuận chính trị lại cũng giúp tăng thêm thu nhập cho người dân.

backside → **be a pain (in the ass)**

backside → **think the sun shines out of one's backside**

back-stabbing thủ đoạn ám hại, nhất là với người đồng đội, đồng sự ■ *People work together in local politics; it's not like the back-stabbing that goes on in Washington.* • Ở các đảng chính trị địa phương, người ta chung sức nhau; thật không giống như những thủ đoạn ám hại đồng sự vẫn diễn ra ở Washington.

back-to-basics theo đuổi những điển hình thành công trong quá khứ ■ *He is one of a new generation of back-to-basics country and western stars, influenced by singers like the great Hank Williams.* • Anh ta là một trong những ngôi sao ca nhạc thuộc thế hệ mới theo đuổi lối nhạc đồng quê và nhạc miền tây trước đây, chịu ảnh hưởng của những ca sĩ lớn như Hank Williams.

backward → **bend over backward**

backward → **know sth backward and forward**

backwards → **ass backwards**

backyard → **in one's own backyard**

backyard → **not in my backyard**

bacon → **bring home the bacon**

bacon → **save one's bacon**

bad → **as bad as all that**

bad → **be got it bad (for sb)**

bad → **be in one's bad book**

bad → **can't be bad**

bad → **come to a bad end**

bad → do a good (bad) job (on sth)

bad → give sth a bad name

bad → go through a bad patch

bad → go to the bad

bad → in a bad way

bad → leave a bad taste in one's mouth

bad → like a bad dream

bad → like five miles of bad road

bad → my bad

bad → not bad

bad → put sb in a new light

bad → rotten apple

bad → see sb in a different light

bad → spell trouble

bad → the big bad wolf

bad → things go from bad to worst

bad → throw good money after bad

bad → to good effect

bad → to the bad

bad → too bad

bad → with bad grace

bad apple → rotten apple

bad blood (between) sự tức giận hoặc ác ý giữa những người đã từng có sự tranh chấp hoặc không ưa nhau ■ *Young felt it was time to reunite the group. Any bad blood that had been between them was forgotten.* ● Những người trẻ tuổi cảm thấy đã đến lúc phải đoàn kết lại. Bất cứ những hiềm khích nào trước đây giữa bọn họ đều được quên đi.

bad end → **sticky end**

bad feeling(s) hoặc *ill feeling(s)* tâm trạng hằn học, tức giận giữa hai người hoặc nhóm người, nhất là sau khi đã có tranh cãi hoặc bất đồng ■ *There was a lot of bad feeling between the two groups of students.* ● Đã có rất nhiều sự hằn học giữa hai nhóm sinh viên.

bad guy người bị nhiều người khác quy lỗi và không thích vì đã có hành động sai trái trong một tình huống nào đó ■ *I refuse to be the bad guy. You have to tell me if you're not happy and why.* ● Tôi không muốn là người bị chê trách. Bạn phải nói cho tôi biết nếu như bạn không hài lòng và cả lý do tại sao.

bad hair day (khẩu ngữ) một ngày có cảm giác bực bội khó chịu vô cớ, và thường là tất cả mọi thứ đều xảy ra một cách xui xẻo ■ *Today is definitely a bad hair day. Can't I just stay home?* ● Hôm nay quả là một ngày hoàn toàn xui xẻo. Tôi có thể ở nhà thôi được không?

bad of tricks những phương thức rất đặc biệt để thực hiện điều gì ■ *The Toledo offense dipped into its bag of tricks to pull out a 3-1 victory over Montreal.* ● Hàng tấn công của đội Toledo đã dùng mọi cách để có thể giành được chiến thắng 3 - 1 trước đội Montreal.

bad press sự phê phán, chỉ trích rất nhiều của báo chí, các chính trị gia... đối với ai hoặc sự việc gì ■ *Despite its recent bad press, a golden suntan is not all bad, provided you are careful and build it up slowly.* ● Cho dù đã bị báo chí nói xấu rất nhiều hồi gần đây, nhưng chất chống rám nắng màu vàng không phải là hoàn toàn xấu, miễn là bạn cẩn thận và bôi lên từ từ thật chậm. ■ *The airline has had a bad press recently.* ●

bag and baggage

Ngành hàng không gần đây đã bị báo chí phê phán rất nặng.

badly → be badly off

bag → be a mixed bag

bag → be left holding the bag

bag → be one's bag

bag → catch some rays

bag → do one's way out of a (wet) paper bag

bag → have sth in the bag

bag → let the cat out of the bag

bag → not one's bag

bag → pack one's bags

bag → pull sth out of the bag

bag → the cat is out of the bag

bag → use sb as a punching bag

bag → way out of a (wet) paper bag

bag and baggage chỉ chung tất cả những gì thuộc về sở hữu của ai ■ *He threw her out onto the street, bag and baggage.* ● Anh ta ném cô ấy ra đường phố với tất cả những gì cô ấy có.

bag lady người đàn bà rất nghèo, không nhà, sống lang thang ■ *The only other person in the park was an old bag lady who was feeding the pigeons.* ● Chỉ một người khác nữa có mặt trong công viên lúc đó là một bà già nghèo đang cho mấy con chim bồ câu ăn.

bag of bones (khẩu ngữ) rất gầy ốm ■ *The cat hadn't been fed for weeks and was just a bag of bones.* ● Con mèo đã không được cho ăn trong nhiều tuần lễ và giờ đây chỉ còn da bọc xương.

bag some rays → catch some rays

baggage → bag and baggage

bait → fish or cut bait

bait → fishing without bait

bait → rise to the bait

bait → shit or get off the pot

bait → take the bait

balance → hang in the balance

balance → on balance

balance → throw sb off balance

balance → tip the balance

balance of evidence hoặc *balance of probability* kết luận rút ra được sau khi xem xét chứng cứ, lập luận từ cả hai phía đối nghịch nhau, nhằm đạt được sự hợp lý nhất ■ *The balance of evidence suggests the Liberal party's decline began before the First World War.* ● Những chứng cứ từ cả hai phía cho thấy rằng sự suy thoái của đảng Tự do đã bắt đầu từ trước Thế chiến thứ nhất.

balance of probability → balance of evidence

balancing act cố làm quá nhiều việc trong cùng một lúc, nhất là khi điều đó rất khó khăn ■ *Dealing with American culture and capitalism while trying to stay in touch with their Russian roots can be a tricky balancing act for these immigrants.* ● Tiếp thu nền văn hóa Hoa Kỳ và chủ nghĩa tư bản trong khi vẫn cố gìn giữ quan hệ cội nguồn với nước Nga của họ, có thể là một sự cố gắng quá mức đối với những người dân di cư này.

ball → be on the ball

ball → be the belle of the ball

ball → behind the eight ball

ball → bust one's balls

ball → carry the ball

ball → drop the ball

ball → have a ball

ball → have sb by the balls

ball → it's a (whole) new ball game

ball → on the ball

ball → pick up the ball and run (with it)

ball → play ball

ball → put the ball in one's court

ball → start the ball rolling

ball → the ball is in one's court

ball → the whole ball of wax

ball and chain người hay vật làm trói buộc, giới hạn tự do của người khác - gánh nặng, của nợ ■ *"Hi Dave, where's Cathy?" "Oh, I left the old ball and chain at home tonight."* • "Chào Dave, Cathy đâu?" "À, tối nay tôi bỏ cái của nợ cũ kỹ ấy ở nhà rồi."

balled up hoặc *all balled up* (tiếng lóng) 1. gặp rắc rối, bối rối ■ *John is all balled up because his car was stolen.* • John hết sức bối rối bởi vì xe hơi của anh ta đã bị đánh cắp. 2. luộm thuộm (về y phục), hoặc lộn xộn, bề bộn ■*Look at you! You're really all balled up!* • Nhìn bạn kìa! Thật hết sức luộm thuộm. ■ *Of course this typewriter won't work. It's all balled up.* • Tất nhiên là chiếc máy đánh chữ này sẽ không dùng được. Nó đã rối tung cả lên rồi.

ballistic → go ballistic

balloon → go down like a lead balloon

balloon → the balloon goes up

balloon → trial balloon

ballpark → in the ballpark

ballpark gần đúng với giá trị thật ■ *They think $5,000 would be a good ballpark figure for a used car.* • Họ cho rằng 5.000 đô-la là con số ước tính gần đúng nhất cho giá trị của một chiếc xe hơi đã sử dụng rồi.

bam → wham bam, thank you ma'am

banana → go bananas

banana → make like a banana

band → one-man band

band together liên kết, hình thành một nhóm thống nhất để thực hiện điều gì ■ *Local people banded together to fight the drug dealers.* • Người dân địa phương liên kết để chống lại những tên buôn bán ma túy.

bandit → make out like a bandit

bandwagon → jump on the bandwagon

bandy about hoặc *bandy around* nói về điều gì được nhiều người liên tục nhắc đến, nhất là tên tuổi của ai ■ *His name was being bandied about as a future prime minister.* • Tên ông ta đang được thường xuyên nhắc đến như một thủ tướng tương lai. ■ *I don't want people bandying my name about in public.* • Tôi không muốn người ta thường xuyên nhắc đến tên tôi ở những nơi công cộng.

bandy around → bandy about

bane → the bane of one's life

bang → get more bang for one's buck

bang → give more bang for one's buck

bang → go out with a bang

bang → not with a bang but a whimper

bang → with a bang

bang go sth nói về điều gì được hy vọng nay không còn có khả năng đạt đến nữa ■ *Bang went my hopes of promotion.* • Đã tan biến rồi những hy vọng thăng tiến của tôi.

bang the drum for hoặc *beat the drum for* dùng lời nói để cổ động, ủng hộ cho người hay việc gì một cách rất nhiệt tình ■ *She's really banging the drum for the new system.* • Cô ấy hết lời ủng hộ cho hệ thống mới.

banging one's head against a (brick) wall hoặc *banging one's head against the (brick) wall* hoặc *beating one's head against a (brick) wall* hoặc *beating one's head against the (brick) wall* (khẩu ngữ) cố gắng hết sức để đạt được điều gì nhưng không thể đạt được ■*I gave up trying to change things at work - it's like banging your head against a brick wall with those people.* • Tôi đã từ bỏ việc cố tạo thay đổi ở chỗ làm - thật là chuyện không thể làm được với những người ở đó. ■ *Trying to reason with them was like banging my head against a brick wall.* • Cố nói lý lẽ với bọn họ chỉ là chuyện không thể được.

banging one's head against the wall → banging one's head against a wall

bank → don't bank on it

bank → laugh all the way to the bank

bank → won't break the bank

bank on sb → bank on sth

bank on sth hoặc *bank on sb* dựa vào, phụ thuộc vào người hay sự việc nào đó ■ *I'm banking on your help.* • Tôi đang phụ thuộc vào sự giúp đỡ của anh. ■ *I'm banking on her to help me.* • Tôi đang dựa vào cô ấy để được giúp đỡ. ■ *I was banking on getting something to eat on the train.* • Tôi bị phụ thuộc vào việc mua món gì đó để ăn trên xe lửa. ■ *They're banking on him to save the match.* • Bọn họ dựa vào anh ta để phòng thủ trong trận đấu.

banner → under the banner of

baptism → baptism by fire

baptism by fire sự khó khăn hay cảm giác lo lắng ban đầu, nhất là khi bạn khởi sự một công việc hay hoạt động mới - vạn sự khởi đầu nan ■ *"Your first film is aways a baptism by fire, Riker said, "and I'm trying to prepare myself."* • Riker nói: "Cuốn phim đầu tiên của bạn bao giờ cũng là sự khó khăn khởi đầu, và tôi đang cố tự mình chuẩn bị sẵn sàng."

bar → behind bars

bare → lay sth bare

bare → the cupboard is bare

bare → with one's bare hands

bare ass → hang a B.A.

bare bones hoặc *bare-bones* phần cơ bản nhất ■ *Even this bare-bones program of maintenance will cost us $12 millions a year.* • Chỉ riêng chương trình bảo dưỡng cơ bản này cũng sẽ tiêu tốn của chúng ta mất 12 triệu đô-la mỗi năm. ■ *You should know the bare bones of the story.* • Anh nên biết được phần cốt lõi của câu chuyện. ■ *Anderson outlined the bare bones of his strategy.* • Anderson đã vạch ra phần cốt lõi trong chiến lược của anh ta. ■ *Concentrate on the bare bones of the story - a news report shouldn't have too much detail.* ● Hãy tập trung vào những phần quan trọng nhất của câu chuyện - một bản tường thuật tin tức không nên có quá nhiều chi tiết.

bare one's soul nói cho ai biết những cảm nghĩ riêng tư, kín đáo nhất của mình ■ *Connie was so depressed about her breakup that she went to a bar and bared her soul to a complete stranger.* ● Connie quá tuyệt vọng về sự tan vỡ của mình đến nỗi cô đến một quán nước và trút hết tâm sự với một người hoàn toàn xa lạ.

bare-bones → **bare bones**

bargain → **drive a hard bargain**

bargain → **get more than you bargained for**

bargain → **into the bargain**

bargain for sth hoặc *bargain on sth* chờ đợi hoặc chuẩn bị trước cho một sự việc sẽ xảy ra (thường dùng ở dạng phủ định) ■ *We hadn't bargained for this sudden change in the weather.* ● Chúng tôi đã không ngờ trước sự thay đổi đột ngột này của thời tiết. ■ *When he agreed to answer a few questions, he got more than he bargained for.* ● Khi ông ta đồng ý trả lời một số câu hỏi, ông đã nhận được nhiều hơn là dự tính. (có quá nhiều câu hỏi, hoặc những câu khó khăn hơn mà ông ta không ngờ.) ■ *I didn't bargain on finding them there.* ● Tôi đã không ngờ trước việc tìm gặp bọn họ ở đó. ■ *She hadn't bargained on him being here.* ● Cô ấy không ngờ rằng anh ta có mặt ở đây.

bargain on sth → **bargain for sth**

barge in (on sb) xông vào những người khác một cách đột ngột, thiếu lịch sự, trong khi họ đang nói chuyện hoặc làm gì với nhau ■ *I hope you don't mind me barging in like this.* ● Tôi hy vọng là các anh không phiền lòng sự quấy rối bất ngờ của tôi như thế này. ■ *He barged in on us while we were having a meeting.* ● Hắn ta đột ngột xông vào chỗ chúng tôi trong khi chúng tôi đang có một buổi họp. ■ *The kids just barge in without knocking.* ● Bọn trẻ chỉ bất ngờ xông vào mà không gõ cửa.

bark → **one's bark is worse than his bite**

bark at the moon hoặc *howl at the moon* làm điều gì không có hiệu quả, phí thời gian vô ích ■ *If other nations don't adopt similar measures to protect blue sharks, we're just barking at the moon, and the sharks may not survive.* ● Nếu các quốc gia khác không áp dụng những biện pháp tương tự để bảo vệ loài cá mập xanh, chúng ta sẽ chỉ làm chuyện vô ích thôi và loài cá mập có lẽ sẽ không sống sót nổi.

bark up the wrong tree nhận thức sai lầm về điều gì, hoặc về phương thức để đạt được một kết quả cụ thể nào đó ■ *Ferrell insists he had nothing to do with the bombing, and said that federal agents are barking up the wrong tree.* ● Ferrell khăng khăng cho rằng anh ta không có liên quan gì đến vụ đánh bom và nói rằng các nhân viên điều tra liên bang đang hiểu sai về sự việc. ■ *You're barking up the wrong tree if you're expecting us to lend you any money.* ● Anh đã sai lầm nếu như chờ đợi là chúng tôi sẽ cho anh mượn bất cứ khoản tiền nào.

barn → all around Robin Hood's barn

barrel → funny as a barrel of monkeys

barrel → have sb over a barrel

barrel → let sb have (it with) both barrels

barrel → lock, stock, and barrel

barrel → not a barrel of laughs

barrel → over a barrel

barrel → scrape the bottom of the barrel

barrel → shooting fish in a barrel

base → be (way) off base

base → cover all the bases

base → get to first base

base → touch base

bash → have a bash

bash away (at sth) hoặc *bash on (with sth)* tiếp tục làm việc rất căng thẳng, tích cực ■ *He sat bashing away at his essay all day.* • Anh ta ngồi làm việc rất căng suốt cả ngày với bài luận văn của mình. ■ *We'll never get finished at this rate. We'd better bash on.* • Chúng ta sẽ chẳng bao giờ hoàn tất được với tốc độ này. Tốt hơn là chúng ta phải tích cực lên. ■ *She's still bashing away at her last chapter.* • Cô ấy vẫn đang làm việc rất căng với chương sách cuối cùng của mình. ■ *I'd better bash on with this - I'll see you later.* • Tôi phải tiếp tục rất căng với việc này - tôi sẽ gặp lại anh sau vậy.

bash on (with sth) → bash away (at sth)

bash one's brains out → beat one's brains out

bash out sth sản xuất, làm ra cái gì với tốc độ rất nhanh nhưng kém chất lượng ■ *She bashed out about four books a year.* • Bà ta cho ra ào ạt mỗi năm khoảng chừng 4 cuốn sách.

bash sth down hoặc *bash sth in* phá hủy cái gì bằng cách đập rất mạnh và nhiều lần ■ *The police bashed the door down.* • Cảnh sát đã phá tung cánh cửa ra. ■ *I'll bash your head in if you do that again.* • Tao sẽ đập vỡ đầu mày nếu mày còn làm chuyện đó lần nữa. ■ *They had to bash the door down to get to the fire.* • Bọn họ phải đập phá cánh cửa để đến được chỗ đám cháy.

bash sth in → bash sth down

basics → back-to-basics

basics → go back to basics

bask in one's reflected glory hài lòng, thích thú với sự khen ngợi, danh vọng, niềm phấn khởi... mà một người thân của mình nhận được, mặc dù bản thân không tạo ra những điều ấy ■ *Golfer Kenney Perry basked happily in the reflected glory of his partner, actor Don Johnson, who attracted hundreds of fans to the tournament.* • Golfer Kenney Perry sung sướng chia sẻ niềm vinh quang với người bạn diễn của mình, diễn viên Don Johnson, khi anh này lôi cuốn được hàng trăm người hâm mộ đến xem buổi diễn. ■ *I never minded basking in my wife's reflected glory.* • Tôi không bao giờ ngại chia sẻ sự thành công của vợ tôi. ■ *She basked in the reflected glory of her daughter's success.* • Bà ta chia sẻ sự thành công của con gái mình. - Thành ngữ này cũng còn được dùng ở dạng rút gọn như *reflected glory* ■ *What is it that makes people start fan clubs to their* *favourite stars; is it addiction, or the chance of reflected glory.* ● Điều gì khiến người ta thành lập những câu lạc bộ người hâm mộ đối với các ngôi sao mà họ yêu thích: niềm say mê gắn bó, hay một cơ hội để chia sẻ vinh quang?

basket → put all one's eggs in one basket

basket case (khẩu ngữ) người lo lắng, căng thẳng quá độ trước một sự việc, tình huống đơn giản, không mấy quan trọng ■ *"I was as a basket case on the field," Chastain said. "I was so nervous that I didn't even want to touch the ball."* ● Chastain nói: "Tôi hồi hộp quá mức khi ra sân. Tôi căng thẳng đến mức không muốn chạm vào bóng."

basketball widow → football widow

bat → before you could blink

bat → blind as a bat

bat → do some thing right off the bat

bat → go to bat for

bat → have bats in the belfry

bat → like a bat out of hell

bat → not bat an eyelid

bat → off one's own bat

bat a thousand rất thành công ■ *He's made another sale? He's really batting a thousand!* ● Ông ta thực hiện một vụ mua bán khác? Ông ta quả là đang hết sức thành công!

bat around thảo luận về một vấn đề, một kế hoạch... để đánh giá trước khi có quyết định phản ứng ■ *It's just an idea we've been batting around.* ● Đó chỉ là một ý tưởng mà chúng tôi đang thảo luận.

bated → with bated breath

bath → take a bath

bath → throw the baby out with the bath(water)

baton → hand on the baton

baton → take up the baton

batten down the hatches chuẩn bị để giải quyết một tình huống khó khăn, nhất là bằng cách cắt giảm chi tiêu hơn mức bình thường ■ *We are having to batten down the hatches this year, and that means cutting the entertainment and training budgets.* ● Năm nay chúng ta phải sẵn sàng để giải quyết tình huống khó khăn và điều đó có nghĩa là cắt giảm các ngân khoản dành cho giải trí và đào tạo. ■ *A natural tendency in times of recession is to batten down the hatches and think about our own needs.* ● Một khuynh hướng tự nhiên vào những lúc kinh tế suy thoái là phải cần kiệm để chuẩn bị cho khó khăn và nghĩ đến những nhu cầu thiết yếu của riêng mình.

battery → assault and battery

battery → recharge your batteries

batting → be batting a thousand

battle → do battle (with) sb

battle → fight a losing battle

battle → fight one's own battles

battle → half the battle

battle → running battle

battle → the battle lines are drawn

battle → win a battle but lose the war

battle it out → fight it out

battle of wills dùng để nói về một trường hợp tranh luận hay bất đồng mà

battle of wits

các bên liên quan đều rất cố chấp, nhất quyết từ chối không làm theo những gì đối phương muốn ■ *Refusing to eat can become the child's way of winning a battle of wills with her parents.* • Từ chối không chịu ăn có thể trở thành biện pháp cương quyết để giành phần thắng của một đứa trẻ khi có bất đồng với cha mẹ. (*will* ở đây có nghĩa là ý chí, sự quyết tâm, nên thành ngữ này có thể được hiểu như "sự đọ sức về ý chí, sự kiên quyết", thay vì dùng lý lẽ hoặc sức mạnh)

battle of wits cuộc đọ sức về trí não ■ *Trying to get the burglars to stop stealing from the warehouse was becoming a battle of wits.* • Việc cố sức ngăn chặn bọn trộm lấy hàng trong nhà kho có thể trở thành một cuộc đọ sức về trí não.

bay → **keep sth at bay**

be → **can't be doing with sth**

be → **far be it from me to do sth**

be → **food for thought**

be → **leave sb be**

be → **the be-all and end-all (of sth)**

be (way) off the mark nói về một phát biểu, mô tả hoặc dự đoán... không chính xác hoặc không đúng sự thật ■ *The magazine article was way off the mark in many respects, but unfortunately many people have accepted it as the truth.* • Bài viết trên tờ tạp chí không chính xác về nhiều khía cạnh, nhưng thật không may là nhiều người lại chấp nhận nó như là sự thật. ■ *No, you're way off the mark.* • Không, anh đã nói sai rồi. → *close to the mark*, → *be (right) on the mark*

be (way) out of line hoặc *step out of line* hoặc *get out of line* 1. cư xử hoặc làm điều gì theo cách rất tồi tệ, không thể chấp nhận được trong một tình huống cụ thể nào đó, hoặc không đúng với những quy định, luật lệ hiện hành ■ *Did you tell him he was out of line for yelling at Yuri like that?* • Bạn đã có nói cho anh ta biết là đã vi phạm luật lệ khi quát thét với Yuri như thế hay không? ■ *If you step out of line one more time, Warner, you're off the team. Do you understand?* • Nếu anh vi phạm luật lệ một lần nữa, anh sẽ bị đuổi khỏi đội. Anh hiểu không? ■ *Ford was the boss on the movie set. No actor or actress dared step out of line.* • Ford là ông chủ nhóm làm phim. Không một diễn viên nam hay nữ nào cả gan dám làm sai quy định. ■ *The coach told Pam that she was out of line for missing practice.* • Huấn luyện viên bảo với Pam rằng cô đã vi phạm quy định khi bỏ lỡ các buổi tập luyện. ■ *His boss warned him that if he stepped out of line once more he would be fired.* • Ông chủ của anh ta cảnh cáo rằng nếu anh ta còn sai phạm một lần nữa anh ta sẽ bị đuổi việc. 2. hoặc *be out of line with* nói về một con số, dữ kiện hoặc phương pháp... không phù hợp, ăn khớp nên không thể xếp vào hoặc cùng hoạt động tốt với những con số, dữ kiện hoặc phương pháp khác ■ *California's welfare payments, which are among the nation's most generous, seem to be out of line with the state's ability to pay.* • Những khoản chi phúc lợi của California, vốn thuộc loại hào phóng nhất trong cả nước, dường như không phù hợp với khả năng chi trả của bang này.

be (way) out there (khẩu ngữ) nói về điều gì rất kỳ lạ hoặc bất thường ■ *Have* *you seen Cronenberg's new movie? It's way out there.* • Bạn đã xem bộ phim mới của Cronenberg chưa? Thật là kỳ lạ lắm.

be a bombshell điều gây chấn động, ngạc nhiên cho mọi người ■ *News of the experiment in low-temperature fusion came as a bombshell to the scientific community.* • Tin tức về cuộc thử nghiệm hỗn hợp vật chất ở nhiệt độ thấp được đưa ra như một điều gây chấn động trong giới khoa học.

be a breeze (khẩu ngữ) chuyện rất dễ làm ■ *"I don't think I've studied enough for this test." "You'll do great. It'll be a breeze!"* • "Tôi không nghĩ là mình đã học tập đủ để qua kỳ thi này." "Bạn sẽ làm tốt thôi. Sẽ rất dễ thôi mà."

be a bundle of nerves cực kỳ lo lắng hoặc khiếp sợ về điều gì ■ *Investigators could see that Murphy was a bundle of nerves as he sat waiting for news of his wife.* • Những viên thanh tra có thể thấy được rằng Murphy cực kỳ lo lắng khi anh ta ngồi chờ tin tức của vợ mình. ■ *Ted was a bundle of nerves until his daughter telephoned from the airport.* • Ted đã hết sức lo lắng cho đến khi con gái ông gọi điện về từ sân bay.

be a dead ringer for sb nói về người giống hệt với một người khác ■ *Have you ever met her brother? He's a dead ringer for Nicolas Cage.* • Bạn có bao giờ gặp người anh cô ấy chưa? Anh ta trông giống hệt như Nicolas Cage. ■ *She's a dead ringer for a girl I used to know.* • Cô ấy giống hệt với một cô gái mà tôi đã từng quen biết.

be a devil dùng để khuyến khích ai làm điều gì khi người ấy còn đang chần chừ chưa quyết định ■ *Go on, be a devil, buy both of them.* • Tiếp tục đi, mạnh dạn lên chứ, mua cả hai món luôn. ■ *Be a devil. Come out tonight.* • Mạnh dạn lên. Hãy đi chơi tối nay đi.

be a dime a dozen rất phổ biến, nhiều, dễ gặp, thường là do đó mà kém giá trị hoặc giảm sự lôi cuốn ■ *Don't worry about being fired - jobs like that are a dime a dozen!* • Đừng lo lắng về chuyện bị mất việc - những công việc giống như thế thì có nhiều vô kể!

be a drag on sth làm chậm một tiến trình, gây khó khăn hơn cho sự phát triển của điều gì (thường dùng trong các lĩnh vực kinh doanh và chính trị) ■ *Hogan said he's resigning because he didn't want to be a drag on the governor's success in the next election.* • Hogan nói rằng ông ta từ chức bởi vì không muốn trở thành vật cản đối với sự thành công của ông thống đốc trong cuộc bầu cử sắp tới.

be a drag tình huống tẻ nhạt, buồn chán hoặc khó khăn ■ *That class is such a drag - do we have to go today?* • Lớp học đó thật là tẻ nhạt - hôm nay chúng ta có phải đi hay không?

be a great one for (doing) sth (khẩu ngữ) rất thích sự việc gì hoặc có một thói quen thường làm điều gì đó ■ *Aunt Rita was a great one for quoting the Bible whenever she disapproved of anything.* • Cô Rita rất hay trích dẫn Kinh thánh bất cứ khi nào cô không tán thành điều gì. ■ *My mother was never a great one for housework, and I think I inherited my standards from her.* • Mẹ tôi chưa bao giờ thích công việc nhà, và tôi nghĩ tôi đã thừa hưởng những chuẩn mực của mình từ nơi bà ấy. ■ *I've never been a great one for writing* *letters.* • Tôi chẳng bao giờ thích viết thư cả. ■ *You're a great one for cooking, aren't you?* • Em thường nấu ăn lắm có phải không?

be a lightning rod for sth người nhận lãnh tất cả sự chỉ trích, phê phán về điều gì, cho dù không phải là người duy nhất có lỗi, hoặc thậm chí hoàn toàn không có lỗi ■ *During the Gulf War, oil companies like Chevron became lightning rods for the frustration of anti-war protesters even though they do not, as they said, "own or produce oil in the Persian Gulf".* • Trong cuộc chiến tranh vùng Vịnh, các công ty dầu mỏ giống như Chervon trở thành đòn kê hứng chịu mọi sự oán ghét của những người phản đối chiến tranh, mặc dù họ không hề, theo như lời họ đã nói, "sở hữu hay sản xuất dầu mỏ tại vùng Vịnh".

be a mixed bag hỗn tạp, lẫn lộn nhiều thành phần khác nhau quá xa ■ *The performers were sort of a mixed bag - one or two were outstanding but a few were terrible.* • Những người diễn trò ấy là một nhóm rất hỗn tạp. Một vài người rất xuất sắc, nhưng cũng có mấy người diễn quá tồi.

be a no-brainer (khẩu ngữ) điều rất dễ làm hoặc không cần phải suy nghĩ nhiều mới hiểu được ■ *Davis' agent says that the decision to leave the team was a no-brainer. "It would be foolish not to explore other options," he said.* • Người đại diện cho Davis nói rằng quyết định rời khỏi đội bóng là rất dễ hiểu. Ông ta nói: "Không thăm dò qua những khả năng lựa chọn khác thì hẳn sẽ là ngốc nghếch." ■ *The show is typical "Three Stooges" fare. In other words, it's total chaos and a lot of no-brainer belly laughs.* • Buổi trình diễn là một điển hình "Ba chú hề". Nói cách khác, nó hoàn toàn nhốn nháo và đầy những trận cười giản đơn no bụng.

be a pain (in the ass) hoặc *be a pain in the neck* hoặc *be a pain in the butt* hoặc *be a pain in the arse* hoặc *be a pain in the backside* (khẩu ngữ) cách nói thô lỗ, chỉ một người gây khó chịu, bực mình, hoặc sự việc không được ưa thích, hoặc rất khó làm ■ *David stop being a pain and give Linda her doll back.* • David thôi không gây bực mình nữa và trả con búp bê cho Linda. ■ *Getting people to fill in forms the right way is a pain in the ass - no one wants to do it.* • Bảo mọi người điền vào mẫu đơn đúng cách thức là chuyện rất khó làm - không ai muốn làm điều đó cả. -Trong thành ngữ này, *ass* hay *arse* bị xem là những từ thô tục, nên tốt nhất là nên dùng *in the neck, in the backside* hoặc *in the butt* ■ *It's not the boy's fault he's a pain in the butt - it's his parents' fault.* • Không phải lỗi của thằng bé khi nó là một thằng khó chịu - chính là lỗi của cha mẹ nó. ■ *Vacuuming is a pain in the neck, and it never gets things really clean.* • Dùng máy hút bụi là một chuyện khó làm, và chẳng bao giờ nó làm cho mọi thứ thực sự sạch sẽ.

be a pain in the arse → **be a pain (in the ass)**

be a pain in the backside → **be a pain (in the ass)**

be a pain in the butt → **be a pain (in the ass)**

be a pain in the neck → **be a pain (in the ass)**

be a past master (at sth) rất giỏi trong một loại công việc nào đó vì đã làm rất lâu ■ *Frank Langella, the star and driving force of this film, is a past master at playing the evil villain.* ● Frank Langella, ngôi sao và động lực chính của bộ phim này, là một tay lão luyện trong việc thủ vai nhân vật phản diện độc ác.

be a recipe for sth dùng để nhấn mạnh khi người nói cho rằng một kế hoạch hay tình huống chắc chắn sẽ dẫn đến một kết quả cụ thể nào đó, nhất là một kết quả không hay ■ *If we rely on commercial organizations to provide all our health care, then surely that is a recipe for disaster.* ● Nếu chúng tôi dựa vào các tổ chức thương mại để cung cấp toàn bộ việc chăm sóc y tế thì chắc chắn sẽ dẫn đến một tai họa. ■ *Trying to get development approved by the whole community is always a recipe for long meetings and endless delay.* ● Cố gắng để đạt được sự chấp thuận của toàn thể cộng đồng cho việc phát triển luôn luôn chỉ dẫn đến những cuộc họp kéo dài và sự trì hoãn vô thời hạn.

be a riot (khẩu ngữ) nói về người hay sự vật rất buồn cười, khôi hài ■ *There was always a party somewhere, and Sam Fermoyle was a riot when he'd had a few drinks.* ● Bao giờ cũng vậy, khi có một bữa tiệc ở đâu đó thì Sam Fermoyle sẽ là một gã hài hước khi anh ta đã uống vào một vài ly.

be a scream nói về người hay vật trông rất khôi hài, buồn cười ■ *Spiegel is a scream as the incompetent dog catcher who never manages to catch a single mutt.* ● Spiegel là người thật khôi hài, làm người bắt chó kém khả năng, chưa từng xoay xở bắt được bất cứ con chó nào.

be a shell game (thường dùng trong các bản tin báo chí, truyền hình...) cách thức dự tính hoặc làm điều gì nhằm lừa gạt mọi người bằng cách thay đổi sự việc khiến cho chúng trông có vẻ như tốt hơn so với thực chất ■ *It's a shell game. Planners are playing with the money, shifting it on the books from one year to another.* ● Đó là một trò bịp bợm. Các nhà hoạch định kế hoạch đang làm trò với tiền bạc, chuyển nó từ sổ sách năm này sang năm khác.

be a shoo-in (thường dùng trong các bản tin báo chí, truyền hình...) người rất có khả năng sẽ chiến thắng trong một cuộc cạnh tranh, bầu cử..., hoặc người có nhiều khả năng được chọn cho một công việc ■ *Marcus was a shoo-in to succeed Jacobson as team manager.* ● Marcus là người rất có nhiều khả năng sẽ nối tiếp Jacobson làm người quản lý đội. ■ *Anton was a shoo-in to win the election because he was popular with women and minority voters.* ● Anton có rất nhiều khả năng sẽ thắng cử vì ông ta giành được sự ủng hộ của các cử tri phụ nữ và dân tộc thiểu số.

be a sight (cách dùng cũ) nói về một quang cảnh trông rất bề bộn, nhớp nháp, hoặc nói về người trông bẩn thỉu, kỳ lạ hoặc đáng buồn cười ■ *Rhonda was really a sight that night - her lipstick was smudged across her face.* ● Rhonda đêm ấy trông thật là buồn cười - son môi vấy lên khắp cả khuôn mặt của cô.

be a weight off one's shoulders cảm thấy nhẹ nhàng, thanh thản, vui vẻ vì không còn phải lo lắng về điều gì như trước đây ■ *I'm really relieved the trial is over - it's a huge weight off my shoulders.* ●

Tôi thật sự nhẹ nhõm đi khi phiên tòa kết thúc - thật là như trút được một gánh nặng khỏi đôi vai mình.

be a world apart → **be worlds apart**

be afraid of one's own shadow → **be scared of one's own shadow**

be against the grain → **go against the grain**

be all about sth (khẩu ngữ) bị cuốn hút vào một sự việc, dồn mọi nỗ lực ■ *Right now I'm all about partying. I've never played so hard in my life.* ● Ngay lúc này, tôi bị cuốn hút hoàn toàn vào việc tổ chức bữa tiệc. Tôi chưa bao giờ chơi hết sức như thế trong đời mình. ■ *This book is all about history.* ● Cuốn sách này hoàn toàn nói về lịch sử. ■ *Now then, what's this all about?* ● Vậy thì vấn đề chính yếu bây giờ là gì? ■ *It's all about money these days.* ● Ngày nay mọi thứ đều tập trung vào tiền bạc.

be all dressed up and nowhere to go hoặc *be all dressed up with no place to go* đã sẵn sàng cho một công việc muốn làm, nhưng rồi không thể tiến hành ■ *NASA and the crew of the delayed space flight were all dressed up with nowhere to go today, but repairs should only take another day.* ● Hôm nay, cơ quan không gian NASA và phi hành đoàn của chuyến bay đã chuẩn bị sẵn sàng mà không thể khởi hành, nhưng việc sửa chữa có lẽ chỉ mất một ngày nữa thôi.

be all dressed up with no place to go → **be all dressed up and nowhere to go**

be all ears rất muốn nghe điều đang nói, hết sức chú ý lắng nghe ■ *"Are you listening to me?" "Yes, go on, I'm all ears."* ● "Anh có nghe tôi nói không?" "Vâng, tiếp tục đi, tôi đang chú ý lắng nghe đây." ■ *When we mentioned the party, he was all ears.* ● Khi chúng tôi đề cập đến bữa tiệc, anh ta hết sức chú ý lắng nghe. ■ *"Do you know what he said?" "Go on - I'm all ears."* ● "Anh có biết là hắn ta đã nói gì không?" "Tiếp tục đi - tôi đang muốn nghe đây." ■ *Go ahead with your story; we are all ears.* ● Tiếp tục chuyện kể của anh đi, tất cả chúng tôi đều đang rất muốn nghe.

be all go rất bận rộn với nhiều công việc ■ *It was all go in the office today.* ● Hôm nay ở văn phòng hết sức bận rộn.

be all over sb (thông tục) hôn hít, âu yếm người khác một cách khêu gợi tình dục ■ *Julie and Pete were all over each other at the party - it was embarrassing to watch.* ● Julie và Pete hôn hít nhau ngay ở bữa tiệc - thật là bối rối khi nhìn thấy. ■ *He was all over her in the car.* ● Anh ấy âu yếm cô ta trong xe hơi.

be all over sth (tiếng lóng) cảm thấy vui vẻ, nhiệt tình hoặc tự tin khi thực hiện một công việc ■ *Man, I was all over that history test today.* ● Này bạn, tôi thấy rất tự tin về bài kiểm tra môn lịch sử ngày hôm qua.

be all there tỉnh táo, có thể chú tâm, có đầy đủ nhận thức sáng suốt về sự việc chung quanh ■ *Grandma is 86 years old, but she's still all there and lives on her own.* ● Bà nội đã 86 tuổi, nhưng bà vẫn minh mẫn và tự sống một mình. ■ *He behaves very oddly at times - I don't think he's quite all there.* ● Ông ấy thỉnh thoảng cư xử rất kỳ lạ - tôi không nghĩ là ông ta hoàn toàn tỉnh táo.

be all things to all men → **be all things to all people**

be all things to all people hoặc *be all things to all men* 1. cố làm hài lòng hoặc tỏ ra hữu ích với tất cả mọi người, khi điều này là không thể nào thực hiện được ■ *Giant retailers which try to be all things to all people are being overtaken by specialist stores that appeal to a small market.* ● Các nhà phân phối hàng hóa khổng lồ muốn phục vụ tốt cho tất cả mọi tầng lớp khách hàng đang bị lấn áp bởi các cửa hiệu chuyên doanh vốn hấp dẫn đối với một thị trường nhỏ. ■ *I hope he won't wear himself out; my brother John is so eager to help others, he is in a real sense all things to all men.* ● Tôi hy vọng là anh ấy sẽ không tự vắt kiệt sức mình; anh John của tôi quá nhiệt tình giúp đỡ người khác, anh ấy quả thật đúng nghĩa là người muốn làm hài lòng tất cả mọi người. 2. nói về một tình huống, sự việc mà nhiều người khác nhau đều có thể hưởng được những lợi thế khác nhau, nghĩa là ai ai cũng đều có lợi ■ *Multimedia has become all things to all people because it has such a wide variety of applications.* ● Truyền thông đa phương tiện đã trở thành điều có lợi cho tất cả mọi người bởi vì những ứng dụng rộng rãi rất phong phú của nó.

be all up with sb chắc chắn phải đi đến kết thúc, chịu chết hay bị đánh bại, không còn bất kỳ cơ hội hay hy vọng gì nữa ■ *It looks as though it's all up with us now.* ● Có vẻ như chúng ta đã thất bại hoàn toàn rồi. ■ *With their ammunition gone the patrol knew that it was all up with them.* ● Khi đạn dược đã hết sạch, đội tuần tra biết rằng họ không còn hy vọng gì nữa.

be along for the ride → **go along for the ride**

be an item nói về hai người khác giới tính, công khai có quan hệ tình cảm gắn bó với nhau ■ *Eric and Rachel have gotten to be quite an item. Do you think they'll get married anytime soon?* ● Eric và Rachel đã là một cặp khắn khít lắm. Anh có nghĩ là họ sẽ sớm cưới nhau bất cứ lúc nào không?

be asleep on the job → **lie down on the job**

be at a crossroads → **come to a crossroads**

be at arm's length from sb → **keep sb at arm's length**

be at loggerheads (with sb) nói về hai người hay tổ chức... có sự bất đồng rất lớn với nhau về điều gì ■ *At that time, Washington was still at loggerheads with the European Community over farming subsidies.* ● Vào thời điểm đó, Washington vẫn còn bất đồng mạnh mẽ với cộng đồng châu Âu về vấn đề tài trợ cho nông nghiệp.

be at pains to do sth → **take pains to do sth**

be at rock bottom → **hit rock bottom**

be at the bottom of sth → **lie at the bottom of sth**

be back on one's feet hoặc *get back on one's feet* cảm thấy tốt hơn sau khi đã bị bệnh hoặc phải trải qua một tình huống khó khăn ■ *The idea was to get the country's economy back on its feet so that fewer people would want to leave.* ● Mục tiêu nhắm đến là vực dậy nền kinh tế quốc gia để có ít người muốn rời bỏ đất nước hơn. ■ *Jim's hoping he'll be* *back on his feet by next week.* • Jim hy vọng là đến tuần tới anh ấy sẽ khỏe lại. ■ *The new measures are intended to get the business back on its feet.* • Những biện pháp mới là nhằm khôi phục lại doanh nghiệp. ■ *Sue's back on her feet again after her operation.* • Sue đã hồi phục trở lại sau phẫu thuật. ■ *The new chairman hopes to get the company back on its feet within six months.* • Ông chủ tịch mới hy vọng sẽ khôi phục lại tình trạng của công ty trong vòng 6 tháng.

be badly off 1. trong điều kiện rất xấu, tồi tệ ■ *I've got quite a big room so I'm not too badly off.* • Tôi có một căn phòng khá rộng, vì thế tôi không đến nỗi tồi tệ lắm. ■ *Lots of people are far worse off than we are.* • Rất nhiều người có điều kiện tồi tệ hơn chúng ta. ■ *They were worse off now than when they started the business.* • Giờ đây họ rơi vào những điều kiện tồi tệ hơn rất nhiều so với lúc vừa thiết lập doanh nghiệp. 2. không có đủ điều gì ■ *The kids were quite badly off for school clothes.* • Bọn trẻ không có đủ quần áo đi học.

be batting a thousand hết sức thành công ■ *We've gotten every contract we've bid for this year, so we're batting a thousand right now.* • Chúng tôi đã có được tất cả những hợp đồng mà chúng tôi bỏ thầu trong năm nay, vì thế hiện giờ chúng tôi hết sức thành công.

be beat with an ugly stick hoặc *be hit with an ugly stick* (khẩu ngữ) dùng khi muốn nói về một người cực kỳ xấu xí ■ *"What does she look like?" "Well, let me put it this way - like she's been hit with an ugly stick."* • "Cô ấy trông như thế nào?" "Vâng, để tôi nói theo cách này nhé - cô ta thuộc loại xấu xí từ lúc sinh ra đấy."

be behind the times hoặc *fall behind the times* không sử dụng đến những ý tưởng, phương pháp mới vốn đã được nhiều người khác sử dụng - lạc hậu ■ *The government's systems of collecting and analyzing data have fallen behind the times.* • Những hệ thống thu thập và phân tích dữ liệu của chính phủ đã quá lạc hậu rồi. ■ *People in rural areas tend to be way behind the times on issues like women's rights.* • Người dân ở những vùng xa xôi có khuynh hướng rất lạc hậu về các vấn đề như là vấn đề nữ quyền.

be below the belt hoặc *be hitting below the belt* thực hiện hay nói một điều gì không được công bằng, hoặc tỏ ra không tốt trong một cuộc tranh cãi, cạnh tranh, đua tài... ■ *He showed her the ring and told her it was for sb else. I'd say that was just a bit below the belt.* • Anh ta cho cô ấy xem chiếc nhẫn và bảo đó là dành cho một người khác. Tôi có thể nói đó là một việc làm không công bằng. ■ *That was distinctly below the belt!* • Điều đó rõ ràng là không công bằng! (*belt* có nghĩa là cái thắt lưng, và thành ngữ này xuất phát từ môn đấu quyền Anh. Theo luật chơi, các đấu thủ không được quyền tấn công đối phương ở những vị trí dưới thắt lưng.)

be bent on sth quyết tâm theo đuổi cho bằng được điều gì ■ *He seems bent on making life difficult for me.* • Anh ấy dường như quyết tâm làm cho cuộc sống của tôi phải khó khăn hơn. ■ *She seemed bent on destroying their relationship.* • Cô ta dường như đã quyết tâm phá hoại mối quan hệ của bọn họ.

be bent out of shape → **get bent out of shape**

be better off 1. có nhiều tiền bạc hơn ■ *Their families will be better off under the new law.* ● Gia đình của bọn họ sẽ có nhiều tiền hơn theo luật mới. ■ *Her promotion means she's $100 a week better off.* ● Sự thăng tiến của cô ta có nghĩa là mỗi tuần cô có được thêm 100 đô-la. ■ *As a result of the tax cuts the average family will be £300 a year better off.* ● Kết quả của việc cắt giảm các khoản thuế là một gia đình trung bình sẽ có thêm được 300 bảng Anh mỗi năm. 2. trong một tình huống khá hơn, tốt đẹp hơn ■ *She's better off without him.* ● Cô ấy khá hơn khi không có anh ta. ■ *The weather was so bad we'd have been better off staying at home.* ● Thời tiết quá xấu, chúng tôi hẳn đã tốt hơn nếu như ở nhà. ■ *You'd be better off living on your own than quarrelling all the time with your dad.* ● Anh sẽ tốt hơn khi sống một mình so với việc cãi cọ suốt ngày với cha anh.

be beyond sb nói về điều gì đối với ai đó là không thể tưởng tượng nổi, hoặc hiểu được, hoặc thực hiện được ■ *It's beyond me why she wants to marry Jeff.* ● Tôi thật không thể hiểu nổi tại sao cô ấy lại muốn kết hôn với Jeff. ■ *That system was unusually complicated and completely beyond the new trainees.* ● Hệ thống đó phức tạp một cách khác thường và hoàn toàn vượt ngoài khả năng hiểu biết của những người mới học nghề. ■ *It's beyond me why anyone should want to marry him.* ● Tôi thật không thể hiểu nổi tại sao lại có ai đó muốn kết hôn với anh ta.

be bitten by sth hoặc *be bitten by the (sth) bug* bị kích động nhiều khi nghĩ đến một sự việc và rất bồn chồn, nôn nóng muốn tự mình làm việc ấy - say mê ■ *After spending two months in Africa and a great Christmas in New York, I have been bitten by the travel bug.* ● Sau khi trải qua hai tháng ở Châu Phi và một mùa Giáng sinh tuyệt vời ở New York, tôi hết sức thích thú và say mê việc đi du lịch. ■ *I took the new job last week and immediately was bitten by it.* ● Tôi nhận việc mới vào tuần trước và ngay lập tức thấy say mê công việc. ■ *He's been bitten by the travel bug.* ● Anh ta rất ham thích đi du lịch. ■ *Joe was bitten by the acting bug as a five-year-old.* ● Joe đã rất say mê diễn kịch từ khi mới 5 tuổi.

be bitten by the (sth) bug → **be bitten by sth**

be blessed with sth may mắn có được điều gì tốt đẹp, đáng hài lòng ■ *She's blessed with excellent health.* ● Cô ấy may mắn có được sức khỏe rất tuyệt vời. ■ *We're blessed with five lovely grandchildren.* ● Chúng tôi may mắn có được năm đứa cháu thật đáng yêu. ■ *Woods is blessed with great natural ability as a player.* ● Woods thật may mắn có được năng khiếu tự nhiên tuyệt vời của một cầu thủ.

be bored out of one's mind hoặc *be bored out of your skull* (khẩu ngữ) cảm thấy điều gì quá nhạt nhẽo, chán ngắt, đến nỗi tưởng như không sao chịu nổi ■ *I sat with my brother watching one of his Kung-fu movies, bored out of my mind.* ● Tôi ngồi với anh tôi, xem một trong những bộ phim Kung-fu của anh ta, nhạt nhẽo đến chết được. ■ *"What did you think about the seminar?" "I was bored out of my mind."* ● "Anh nghĩ gì về buổi hội thảo?" "Tôi chán đến chết được."

145

be bored out of one's skull → **be bored out of one's mind**

be bored stiff hoặc *bored to tears* (khẩu ngữ) trạng thái không có gì thú vị, vui thích - hết sức buồn chán ■ *The weather was terrible on Sunday, and the kids were bored stiff.* ● Thời tiết hôm Chủ nhật thật vô cùng tồi tệ, và lũ trẻ hết sức buồn chán. ■ *I get bored to tears doing the same thing all day, every day.* ● Tôi chán đết chết được vì cứ phải làm cùng một việc suốt cả ngày, ngày nào cũng vậy. ■ *The reporter started to fall asleep during the press conference because he was bored stiff.* ● Người phóng viên bắt đầu ngủ gục trong buổi họp báo bởi vì anh ta thấy chán quá.

be born to be được sinh ra với một số phận đã định đoạt ngay từ đầu, thường là do năng khiếu bẩm sinh ■ *He was born to be a great composer.* ● Ông ta được sinh ra để trở thành một nhà soạn nhạc vĩ đại. ■ *Natalie was born to be a dancer.* ● Natalie được sinh ra để trở thành một vũ công.

be borne in on sb nói về điều gì được ai đó nhận ra, nhất là sau một thời gian ■ *It was gradually borne in on us that defeat was inevitable.* ● Chúng tôi dần dần nhận ra rằng việc bại trận là không sao tránh khỏi.

be bothered (about sth) cho rằng, đánh giá điều gì là quan trọng, cần thiết ■ *I'm not bothered about what he thinks.* ● Tôi không quan tâm lắm đến việc anh ta nghĩ gì. ■ *"Where shall we eat?" "I'm not bothered."* ● "Chúng ta sẽ đi ăn ở đâu đây?" "Tôi không quan tâm lắm." ■ *I'm not bothered whether we go out or stay in.* ● Tôi không quan tâm lắm đến việc chúng ta đi ăn bên ngoài hay ở nhà.

be bound together by sth có mối quan hệ chặt chẽ với nhau vì cùng chia sẻ một phẩm chất, tính cách... ■ *These communities are bound together by customs and traditions.* ● Những cộng đồng này gắn bó với nhau bởi các tập tục và truyền thống. ■ *Our families have been bound together by our shared experiences.* ● Những gia đình chúng tôi đã cùng gắn bó với nhau bởi những kinh nghiệm cùng chia sẻ.

be brought out of the closet → **come out of the closet**

be built on sand nói về một mối quan hệ, một tổ chức... có nhiều khả năng thất bại vì được xây dựng trên những nền tảng không vững chắc ■ *I'm not surprised about the divorce - the whole marrige was built on sand.* ● Tôi không lấy làm ngạc nhiên về vụ ly dị - toàn bộ cuộc hôn nhân đã được xây dựng một cách không chắc chắn.

be bulging at the seams → **be bursting at the seams**

be bursting at the seams hoặc *be bulging at the seams* hoặc *be popping at the seams* hoặc *be creaking at the seams* chứa đầy người hay vật ở một nơi, đến nỗi hầu như không còn bất cứ chỗ trống nào để chen thêm vào ■ *There are not enough teachers, so classrooms are bursting at the seams with students.* ● Không có đủ giáo viên, nên các lớp học đều chật cứng học sinh, không còn chỗ trống nào.

be calculated to do sth dự tính làm điều gì hoặc rất có thể sẽ làm điều gì ■ *Her latest play is calculated to shock.* ● Vở kịch mới nhất của cô ta dự định sẽ gây sửng sốt. ■ *This sort of life is not* calculated to appeal to a young man of 20. • Lối sống này không có vẻ gì hấp dẫn đối với một thanh niên ở tuổi 20. ■ *His decision was hardly calculated to endear him to others.* • Quyết định của ông ta hầu như không có mấy khả năng sẽ giúp ông được sự ưa chuộng của người khác.

be carved in stone → **be set in stone**

be cast in stone → **be set in stone**

be chomping at the bit sốt ruột, mất kiên nhẫn vì bị ngăn trở không thực hiện được điều gì ■ *Tim's doing fine. In fact, he's chomping at the bit and wants to know when he can leave the hospital.* • Tim đã khỏe lại nhiều. Thực ra, anh ấy còn rất nôn nóng muốn biết đến lúc nào mới được ra viện.

be clear sailing → **be smooth sailing**

be close to home → **hit close to home**

be close to the edge → **be on the edge**

be clued in (about/on sth) hiểu biết đầy đủ những điều cần biết về một vấn đề cụ thể nào đó ■ *Voters are much more clued in about tax issues than they were ten years ago.* • Cử tri hiểu rõ các vấn đề về thuế nhiều hơn là so với cách đây 10 năm.

be clutching at straws → **be grasping at straws**

be creaking at the seams → **be bursting at the seams**

be cut and dried nói về một tình huống đã rõ ràng, không còn yếu tố phức tạp hay dễ thay đổi nào nữa, vì thế có thể dễ dàng đoán trước mọi diễn tiến ■ *The case was basically cut and dried - we knew Robertson would win because he had the best witnesses.* • Vụ kiện này về cơ bản đã quá rõ ràng - chúng ta biết là Robertson sẽ thắng kiện vì ông ta có những nhân chứng có lợi nhất.

be cut out for sth có đủ phẩm chất cần thiết cho một công việc nào đó (thường dùng ở dạng phủ định) ■ *It only took me half a day to decide that I wasn't cut out for a career in sales.* • Tôi chỉ mất có nửa ngày đã đủ để quyết định là mình không phù hợp với công việc bán hàng.

be devil's advocate → **play devil's advocate**

be devoured by sth có những cảm xúc quá mạnh đến mức không tự kiềm chế được ■ *She was devoured by envy and hatred.* • Lòng cô ấy tràn ngập sự ganh tỵ và căm ghét. ■ *Chris was devoured by curiosity.* • Chris cảm thấy tò mò đến mức không sao cưỡng lại được.

be divided against itself nói về một tổ chức, nhóm người... bị chia rẽ vì những bất đồng trong nội bộ ■ *Their regime is profoundly divided against itself.* • Chế độ của bọn họ đang chia rẽ sâu sắc vì những bất đồng nội bộ.

be done behind the scenes hoặc *happen behind the scenes* được thực hiện hoặc diễn ra một cách riêng tư hoặc bí mật cùng lúc với những sự việc khác đang diễn ra công khai ■ *Senators are still negotiating behind the scenes and should come to an agreement soon.* • Các thượng nghị sĩ vẫn đang thương thảo phía sau hậu trường và sẽ sớm đạt được một sự đồng ý. ■ *The book provides a behind-the-scenes look at the filming of Spielberg's latest epic.* • Cuốn sách cung cấp một cái nhìn vào phía sau việc quay những cảnh phim mới nhất của đạo diễn Spielberg.

be done for (khẩu ngữ) 1. chắc chắn sẽ thất bại hoặc rơi vào tình huống rất tồi tệ ■ *I knew I was done for when both my parents were waiting up late for me.* ● Tôi biết là tôi sắp gặp rắc rối to khi cả cha và mẹ tôi đều thức đến khuya để chờ tôi về. ■ *Unless we start making some sales, we're done for.* ● Trừ khi chúng ta bắt đầu bán được một số hàng hóa, không thì chắc chắn sẽ thất bại. 2. chấm dứt, tiêu tùng ■ *When he pointed the gun at me, I thought I was done for.* ● Khi hắn ta chỉa súng vào tôi, tôi nghĩ là mình chắc chắn đi đong rồi. ■ *We're going to have to buy a new photocopier - this one's done for.* ● Chúng ta sẽ phải mua một máy photo mới - cái này đi đong rồi. ■ *If the guards see us, we're done for.* ● Nếu những người bảo vệ nhìn thấy chúng ta, xem như tiêu tùng. 3. quá mệt nhọc, hết sức ■ *I'm afraid Oates is pretty well done for - he can't walk any further.* ● Tôi e rằng Oates đã mệt lắm rồi - anh ta không thể đi bộ thêm được nữa. 4. hoặc *get done for (doing sth)* bị bắt gặp và xử phạt về một lỗi lầm không nghiêm trọng lắm ■ *I got done for speeding on my way back.* ● Tôi bị phạt vì phóng nhanh quá tốc độ trên đường về.

be done in 1. (khẩu ngữ) thất bại hoặc bị chặn đứng lại, thường là vì những lý do không thể kiểm soát được ■ *Public schools have gradually been done in by a lack of quality teachers.* ● Các trường công lập đã dần dần thất bại vì thiếu giáo viên có năng lực. 2.(cách dùng cũ) bị giết chết ■ *They say he was done in by his mistress or his wife, but no one knows which.* ● Họ nói là anh ta bị giết bởi cô nhân tình hoặc bà vợ, nhưng không ai biết là người nào.

be done with hoặc *have done with* đã hoàn tất công việc cần làm với ai, hoặc đã xong việc, không còn cần dùng đến điều gì ■ *If you've done with that magazine, can I have a look at it?* ● Nếu anh đã đọc xong tờ tạp chí đó, tôi có thể xem một chút được không?

be down and out 1. tình huống của một người vô gia cư, thất nghiệp, thường là kèm theo nghiện ma túy, nghiện rượu ■*Wright has spent a lot of his own money setting up a program to help those who are down and out.* ● Wright đã tự bỏ ra rất nhiều tiền để thiết lập một chương trình giúp đỡ những kẻ vô gia cư, thất nghiệp và nghiện ngập. 2. bị đánh bại trong một cuộc so tài ■ *The 49ers are not in the playoffs, but nobody could say that the team is down and out. "They're still one of the best teams in football," said Meyers.* ● Đội bóng 49ers không vào được trận chung kết, nhưng không ai có thể nói là đội bóng ấy đã bị đánh bại. Meyers nói: "Họ vẫn là một trong những đội bóng đá giỏi nhất."

be down to sb → **be down to sth**

be down to sb thuộc về trách nhiệm hoặc sự quyết định của ai đó ■ *It's down to you to check the door.* ● Trách nhiệm của anh là kiểm tra lại cửa ra vào. ■ *Whether you stay in the team or not is entirely down to you.* ● Việc ở lại đội bóng hay không là hoàn toàn tùy anh quyết định. ■ *It's down to the Prime Minister to find out what went wrong.* ● Trách nhiệm của Thủ tướng là phải tìm ra được điều gì không ổn.

be down to sth hoặc *be down to sb*

hoặc *put it down to sth* quy lỗi hoặc nguyên nhân sự việc về người hay vật nào đó ■ *She claimed her problems were down to the media.* ● Cô ấy tự cho rằng những rắc rối của cô ta là do nơi các cơ quan truyền thông. ■ *Of course there are long delays, and it's all down to a lack of planning.* ● Dĩ nhiên là có những khoảng thời gian dài chậm trễ, và tất cả là do nơi sự thiếu chuẩn bị kế hoạch. ■ *He's always been bad-tempered. I put it down to his unhappy childhood.* ● Ông ấy luôn luôn cáu gắt khó chịu. Tôi cho rằng điều đó là do nơi thời thơ ấu bất hạnh của ông ta.

be down to the last sth cạn kiệt, chỉ còn lại rất ít tiền bạc hoặc món gì ■ *I'm down to my last dollar.* ● Tôi đã cạn đến đồng đô-la cuối cùng rồi. ■ *We were down to our last traveller's cheque when we got back to the airport.* ● Chúng tôi đã xài hết sạch thẻ tín dụng du lịch khi chúng tôi quay trở lại phi trường.

be dressed (up) to the nines (cách dùng cũ) mặc trang phục đẹp nhất hoặc trang trọng nhất ■ *The audience was dressed to the nines, expecting a program of classical ballet.* ● Khán giả ăn diện hết sức trang trọng, chờ đợi một chương trình múa ba-lê cổ điển.

be dying for sth hoặc *be dying to do sth* rất mong muốn điều gì hoặc rất muốn làm điều gì ■ *I'm dying for a glass of water.* ● Tôi thèm được một ly nước uống. ■ *I'm dying to know what happened.* ● Tôi rất muốn biết chuyện gì đã xảy ra. ■ *I'm dying for a cup of coffee.* ● Tôi rất thèm được một tách cà phê. ■ *We're dying to meet your new boyfriend.* ● Chúng tôi khao khát muốn gặp người bạn trai mới của chị.

be dying to do sth → **be dying for sth**

be employed in doing sth dành thời gian làm việc gì, đang bận việc gì ■ *She was employed in making a list of all the jobs to be done.* ● Cô ấy đang dành thời gian để lập một bảng kê tất cả những công việc phải làm. ■ *You would be better employed in writing an apology.* ● Anh nên dành thời gian viết thư xin lỗi hẳn là tốt hơn.

be engraved on one's heart → **be engraved on one's mind**

be engraved on one's memory → **be engraved on one's mind**

be engraved on one's mind hoặc *be engraved on one's heart* hoặc *be engraved on one's memory* không thể nào quên được vì đã gây ra ảnh hưởng, tác động quá mạnh mẽ ■ *The date of the accident remains engraved on my mind.* ● Ngày xảy ra tai nạn còn ghi khắc mãi trong tâm trí tôi.

be even sòng phẳng giữa hai bên, không còn ai phải nợ ai ■ *If I pay for the meals then we're even.* ● Nếu tôi trả tiền cho các bữa ăn thì chúng ta không ai nợ ai nữa.

be expecting a baby hoặc *be expecting a child* đang có thai, sắp sinh nở ■ *Ann's expecting a baby in June.* ● Ann đang có thai và sắp sinh con vào tháng 6.

be expecting a child → **be expecting a baby**

be fair dùng khi cho rằng ai đó đã không được công bằng, hợp lý khi phán đoán về người khác ■ *Be fair! She didn't know you were coming.* ● Như vậy là không công bằng! Cô ấy đã không biết là các anh đang đến. (vì thế không thể trách cô ta)

be fast and furious hoặc *come fast and furious* được thực hiện nhanh chóng và mạnh mẽ, hoặc xảy ra rất nhanh và dồn dập, nhiều thay đổi đột ngột ■ *News of the scandal came fast and furious in the small community, and everyone delighted in talking about it for weeks.* • Tin tức về vụ tai tiếng đã lan nhanh khắp nơi trong cộng đồng nhỏ bé này, và mọi người thích thú bàn tán về nó trong nhiều tuần lễ. ■ *In his latest movie, the action is fast and furious.* • Trong bộ phim mới nhất của anh ta, hành động được diễn ra dồn dập và nhanh chóng. ■ *The game was fast and furious.* • Trận đấu đã diễn ra nhanh và đầy kịch tính. ■ *Political changes have been fast and furious since the coup.* • Những thay đổi chính trị đã xảy ra dồn dập kể từ sau vụ đảo chính.

be fed up (with) hoặc *get fed up (with)* (khẩu ngữ) cảm thấy bực bội, nhất là khi thấy buồn chán hoặc cho rằng việc gì đó xảy ra quá thường xuyên ■ *I'm fed up with being told I'm too lazy.* • Tôi đã chán ngấy việc luôn bị chê là lười nhác. ■ *I bet she's fed up, having to travel so far to work every day.* • Tôi dám cuộc là cô ấy đã chán ngấy việc phải đi quá xa để làm việc mỗi ngày.

be feeling one's oats (khẩu ngữ) tràn trề sinh lực và nhiệt tình ■ *Even at 70, Fitzgerald says he still wakes up feeling his oats.* • Cho dù ở tuổi 70, Fitzgerald nói rằng ông vẫn còn thức dậy với tràn trề sinh lực và nhiệt tình.

be flattered hoặc *feel flattered* cảm thấy hài lòng vì được người khác quan tâm đến hoặc đánh giá cao ■ *He was flattered by her attention.* • Anh ta thấy hài lòng với sự quan tâm chú ý của cô ấy. ■ *I felt flattered at being asked to give a lecture.* • Tôi cảm thấy hài lòng khi được đề nghị lên diễn giảng. ■ *She was flattered to hear that he had been asking about her.* • Cô ấy thấy vui lòng khi nghe rằng anh ta đã có hỏi về cô. ■ *I suppose we should be flattered that he agreed to come.* • Tôi cho rằng chúng ta nên cảm thấy hài lòng vì ông ấy đã đồng ý đến. ■ *I'm flattered that you asked me to speak at the convention.* • Tôi rất vui là anh đã đề nghị tôi nói chuyện tại hội nghị.

be flying off the shelves nói về một sản phẩm, đang được ưa chuộng và có rất nhiều người đổ xô đi mua ■ *Jerseys bearing the teams' new logos have been flying off the shelves at sporting goods stores.* • Áo thun mang biểu tượng của các đội bóng đã bán chạy như tôm tươi tại các cửa hàng bán đồ thể thao.

be for real (khẩu ngữ) dùng để nhấn mạnh điều được nói ra là sự thật, cho dù có vẻ rất khó tin (thường dùng ở dạng phủ định và nghi vấn) ■ *After Duke finished his speech, I looked at my friends. "Is this guy for real?" they asked.* • Sau khi Duke kết thúc bài diễn văn, tôi nhìn các bạn tôi. Bọn họ hỏi: "Liệu gã này nói có thật không?"

be forced to eat one's words → **eat one's words**

be four sheets to the wind → **be three sheets to the wind**

be fresh with sb → **get fresh with sb**

be friends with sb → **make friends with sb**

be frightened out of mind hoặc *be worried out of mind* hoặc *be out of one's mind with worry* quá sợ hãi, quá lo lắng đến mất cả bình tĩnh, tưởng như phát điên lên ■ *It's late - where have you been? I have been worried out of mind about you!* • Đã trễ rồi - Anh ở đâu vậy? Tôi đã lo lắng cho anh đến phát điên lên đấy.

be fucking well doing sth bị bắt buộc phải làm điều gì theo một mệnh lệnh ■ *You're fucking well coming whether you want to or not.* • Anh bắt buộc phải đến, cho dù anh có muốn hay không.

be full of beans 1. cảm giác sung sức và sẵn sàng làm việc - tràn trề sinh lực ■ *I was exhausted last night, but I feel full of beans again this morning.* • Tối qua tôi mệt nhoài, nhưng sáng nay tôi lại thấy tràn trề sinh lực. 2. cách diễn đạt hơi thô lỗ, để nói với ai đó rằng ý kiến của họ hoàn toàn sai lầm, ngốc nghếch ■ *Bill went away to business school and came back with his head full of beans.* • Bill đã đến học trường doanh thương và trở về với một cái đầu nhét đầy những ý tưởng ngốc nghếch.

be full of holes nói về một kế hoạch, ý tưởng... có thể dễ dàng bị chứng tỏ là sai lầm, hoặc có rất nhiều lỗi ■ *It was a typical "B" movie - plot full of holes and bad acting - but I loved it.* • Đó là một điển hình phim loại B - những kế hoạch đầy sơ hở và diễn xuất tồi - nhưng tôi thích nó.

be getting on về thời gian, đang trễ dần hoặc đến gần một thời điểm cụ thể nào đó ■ *The time's getting on - we ought to be going.* • Thời gian không còn nhiều nữa - chúng ta nên đi thôi. ■ *It must be getting on for midnight.* • Giờ chắc hẳn phải gần nửa đêm rồi. ■ *He's getting on for eighty.* • Ông ta đã sắp đến tuổi 80 rồi. ■ *It was getting on for ten o'clock when she got home from work.* • Đã gần 10 giờ khi cô ấy từ chỗ làm trở về nhà. ■ *My dad is getting on a bit now.* • Cha tôi giờ đã khá già rồi.

be getting there (khẩu ngữ) bày tỏ sự hy vọng vì công việc có tiến triển nhiều hay gần như đã hoàn tất ■ *We have a lot of to do before Friday, but we're getting there.* • Chúng ta có nhiều việc phải làm trước ngày thứ Sáu, nhưng chúng ta đã có nhiều tiến triển tốt. ■ *It's not perfect but we're getting there.* • Tuy không phải là hoàn hảo, nhưng chúng ta đang có nhiều tiến triển tốt. ■ *I'm sure you'll be getting there in the end.* • Tôi dám chắc là rồi anh sẽ tiến triển tốt thôi.

be given a rap across the knuckles → **be given a rap on the knuckles**

be given a rap on the knuckles hoặc *be given a rap over the knuckles* hoặc *be given a rap across the knuckles* hoặc *have one's knuckles rapped* hoặc *get one's knuckles rapped* hoặc *be given a slap on the wrist* (thường dùng trong các bản tin báo chí, truyền hình...) chỉ bị phê phán, chỉ trích hoặc trừng phạt nhẹ về điều gì sai trái đã làm, thường với hàm ý là sự phê phán, chỉ trích hoặc trừng phạt như vậy là chưa được thỏa đáng, quá nhẹ ■ *In the past, companies involved in illegal dealings have gotten away with a rap on the knuckles.* • Trong quá khứ, những công ty liên quan đến việc mua bán bất hợp pháp đã tránh né được và chỉ nhận một sự chỉ trích qua loa. ■ *We got a rap over*

be going begging

the knuckles for being late. • Chúng tôi bị chỉ trích nhẹ vì đã đến trễ. ■ *A couple more bribery officers were caught yesterday and I'm sure they will be given a slap on the wrist.* • Thêm hai viên chức nhận hối lộ bị bắt hôm qua và tôi dám chắc họ sẽ chỉ bị trừng phạt nhẹ. ■ *Many of the software giant's competitors considered the fine imposed by the federal government a mere slap on the wrist.* • Nhiều đối thủ cạnh tranh của công ty phần mềm khổng lồ đó xem khoản tiền phạt đưa ra của chính phủ liên bang chỉ là một hình phạt quá nhẹ. ■ *The ex-governor was slapped on the wrist for his use of military planes for personal travel.* • Ông cựu thống đốc chỉ bị phạt nhẹ vì tội đã sử dụng các máy bay quân sự cho mục đích đi lại riêng tư.

be given a rap over the knuckles → **be given a rap on the knuckles**

be given a slap on the wrist → **be given a rap on the knuckles**

be given one's walking papers → **get one's walking papers**

be given short shrift → **get short shrift**

be given the ax → **get the ax**

be given the bum's rush → **get the bum's rush**

be given the chop → **get the chop**

be going begging thừa thãi, bất cứ ai muốn đều có thể được, vì không có ai khác dùng đến ■ *Even low-skill, minimum-wage jobs are going begging. There just aren't enough people in the area.* • Ngay cả những công việc đòi hỏi kỹ năng thấp với mức lương trung bình cũng đang hết sức thừa thãi. Chỉ là không có đủ người trong khu vực này. ■ *I'll have that last cake if it's going begging.* • Tôi sẽ ăn cái bánh cuối cùng ấy nếu như không có ai khác muốn lấy.

be going one's way (thường dùng ở dạng phủ định) nói về điều gì xảy ra đúng như mong muốn hoặc hy vọng ■ *We've been putting in a lot of effort, but things don't seems to be going our way.* • Chúng tôi đã bỏ ra rất nhiều công sức, nhưng mọi việc dường như không diễn ra được như mong muốn.

be going places nói về một người hay tổ chức rất có khả năng thành công vì có năng lực rất tốt trong công việc ■ *I heard them for the first time on Friday, and I can tell you this band's going places.* • Tôi đã nghe họ lần đầu tiên hôm thứ Sáu, và tôi có thể nói với bạn là ban nhạc này có nhiều khả năng đạt được thành công.

be going to điều sắp được thực hiện hoặc rất có khả năng sắp xảy ra ■ *We're going to buy a house when we've saved enough money.* • Chúng tôi sẽ mua một ngôi nhà khi chúng tôi dành dụm đủ tiền. ■ *I think I'm going to faint.* • Tôi nghĩ là tôi sắp ngất đến nơi rồi. (tôi quá mệt mỏi) ■ *If the drought continues there's going to be a famine.* • Nếu hạn hán tiếp tục, sẽ có thể có nạn đói xảy ra.

be good friends hoặc *be just good friends* dùng để nhấn mạnh quan hệ giữa hai người khác phái không vượt quá giới hạn của tình bạn, không hề có quan hệ yêu đương ■ *They gradually got to know each other better but they remained just good friends.* • Họ dần dần biết rõ hơn về nhau, nhưng họ vẫn duy trì trong giới hạn tình bạn mà thôi.

be got it bad (for sb) yêu thương ai

152

một cách say đắm (khẩu ngữ) ▪ *I think Kendra's got it bad for you.* • Tôi nghĩ là Kendra đã quá say mê bạn rồi. ▪ *"Tara followed me around campus all day." "She's got it bad for you."* • "Tara suốt ngày cứ bám theo tôi quanh sân trường." "Cô ấy say mê anh mất rồi."

be grasping at straws hoặc *be clutching at straws* cố tìm kiếm một giải pháp hay điều gì mang lại hy vọng, ngay cả khi biết là rất ít khả năng có được ▪ *The doctors admit they're grasping at straws with this new treatment.* • Các bác sĩ thừa nhận rằng họ đang cố gắng một cách vô vọng với phương pháp điều trị mới này.

be grist for the mill hoặc *be grist to the mill* một kinh nghiệm hay vấn đề, sự việc có thể trở thành lợi thế cho ai trong một tình huống nào đó, hoặc được dùng như một công cụ để đạt đến mục tiêu của mình ▪ *Writers of all ages see details of their lives as grist for the mill.* • Các nhà văn thuộc mọi thời đại đều xem những chi tiết trong cuộc đời mình như là những lợi thế trong công việc. ▪ *Political sex scandals are all grist to the mill of the tabloid newspapers.* • Những vụ tai tiếng chính trị về tình dục là lợi thế để khai thác cho các tờ báo lá cải.

be grist to the mill → **be grist for the mill**

be grounded in sth → **be grounded on sth**

be grounded on sth hoặc *be grounded in sth* được xây dựng dựa trên nền tảng, cơ sở nào đó ▪ *His views are grounded on the assumption that all people are equal.* • Những quan điểm của ông ta được xây dựng trên cơ sở giả định là tất cả mọi người đều bình đẳng như nhau. ▪ *These explanations are not sufficiently grounded in fact.* • Những lời giải thích này đã không dựa trên cơ sở thực tế một cách thỏa đáng. ▪ *Any new policies need to be firmly grounded in careful analysis of the issues.* • Bất cứ chính sách mới nào cũng cần phải được xây dựng chắc chắn trên cơ sở phân tích cẩn thận các vấn đề.

be guaranteed to do sth chắc chắn sẽ dẫn đến một hành động, kết quả nào đó ▪ *If we try to keep it a secret, she's guaranteed to find out.* • Nếu chúng ta cố giữ bí mật điều đó, cô ấy chắc chắn sẽ biết ra được. ▪ *That kind of behaviour is guaranteed to make him angry.* • Cách cư xử đó chắc chắn sẽ làm cho anh ta tức giận.

be head and shoulders above → **stand head and shoulders above**

be head over heels (in love) → **fall head over heels (in love)**

be headed for a fall → **be heading for a fall**

be heading for a fall hoặc *be headed for a fall* hoặc *be riding for a fall* rất có khả năng thất bại, nhất là vì thiếu sự cẩn trọng hoặc cố làm một việc vượt quá sức mình ▪*The business is heading for a fall - they've got far too much stock and a lot of debt.* • Doanh nghiệp ấy đang cầm chắc thất bại - họ có quá nhiều hàng tồn đọng và nợ ngập đầu. ▪ *At that time I was young and ambitious, and I didn't know it, but I was riding for a fall.* • Lúc đó tôi còn quá trẻ và đầy tham vọng, và tôi đã không biết một điều là mình đang đi dần đến chỗ thất bại. ▪ *They look as though they're headed* *for a fall.* • Trông có vẻ như là họ đang bị kéo đến chỗ thất bại.

be het up hoặc *get het up* (khẩu ngữ) trở nên rất nôn nóng, bối rối hoặc hơi tức giận ■ *The trouble with you is that you get het up over the silliest things.* • Điều rắc rối với bạn là bạn trở nên bực dọc với những điều ngốc nghếch nhất. ■ *What are you getting so het up about?* • Bạn đang bực dọc về chuyện gì thế?

be hit with an ugly stick → **be beat with an ugly stick**

be hitting below the belt → **be below the belt**

be hot under the collar hoặc *get hot under the collar* tức giận về điều gì ■ *Mr. Davis was a little hot under the collar when he found out so many employees were on vacation at the same time.* • Ông Davis có phần giận dữ khi biết được có quá nhiều nhân viên đi nghỉ vào cùng một thời điểm.

be hung up on sth → **get hung up on sth**

be in a dream world → **live in a dream world**

be in a lather → **get in a lather**

be in a rut → **get in a rut**

be in a stew rất lúng túng, bối rối hoặc bị khích động về điều gì ■ *When I walked into the office on Wednesday, everyone was all in a stew about Laura's resignation.* • Khi tôi bước chân vào văn phòng hôm thứ Tư, mọi người đều đang rất khích động về việc Laura từ chức.

be in apple pie order (cách dùng cũ) rất ngăn nắp, gọn gàng, hoặc được sắp xếp khéo léo ■ *Myrna's house is always in apple pie order - I don't know how she does it.* • Căn nhà của Myrna luôn gọn gàng ngăn nắp - Tôi không biết cô ấy làm điều đó như thế nào.

be in arrears hoặc *get into arrears* hoặc *fall into arrears* chi trả chậm trễ, quá hạn một khoản nợ ■ *We're two months in arrears with the rent.* • Chúng tôi trả tiền thuê nhà chậm mất 2 tháng. ■ *Your mortgage payment is a month in arrears.* • Khoản tiền trả chậm của anh đã bị trễ một tháng rồi.

be in attendance 1. có mặt, hiện diện tại nơi nào ■ *Several heads of state were in attendance at the funeral.* • Nhiều vị lãnh đạo nhà nước đã có mặt tại buổi lễ tang. 2. có mặt bên cạnh ai để giúp đỡ hoặc bảo vệ khi cần thiết ■ *He always has at least two bodyguards in attendance.* • Ông ấy luôn luôn có ít nhất là hai người bảo vệ ở bên cạnh.

be in awe of sb hoặc *stand in awe of sb* ngưỡng mộ, kính trọng ai với phần nào sợ sệt ■ *While Diana was in awe of her grandfather, she adored her grandmother.* • Trong khi Diana kính sợ ông nội, cô lại rất yêu thương bà nội. ■ *He is totally in awe of his father.* • Anh ấy hoàn toàn kính sợ người cha của mình.

be in bed with sb tham gia hoặc bắt đầu làm việc với một công ty hay đảng phái chính trị, nhằm đạt được những lợi thế trong kinh doanh hay chính trị, nhất là khi bạn thực sự không tán đồng sự hợp tác đó (thường dùng trong các bản tin báo chí, truyền hình) ■ *It's a union town - which means that the politicians are in bed with the unions.* • Đó là một thị trấn của công đoàn - có nghĩa là các chính khách đều về hùa theo công đoàn.

be in cahoots (with) (khẩu ngữ) lén lút câu kết với người hay nhóm khác để làm điều gì, nhất là một việc gian dối ■ *Roger was in cahoots with a group of criminals who were blackmailing the company.* ● Roger đã lén lút câu kết với một nhóm tội phạm thực hiện việc tống tiền công ty. ■ *Although everyone trusted her, Angie was in cahoots with Joe to gain control of the company.* ● Mặc dù mọi người đều tin tưởng nơi cô, Angie lại câu kết với Joe để giành quyền kiểm soát công ty.

be in control 1. điều hành, quản lý một tổ chức, một khu vực hay kiểm soát một tình huống ■ *He's reached retiring age, but he's still firmly in control.* ● Ông ta đã đến độ tuổi về hưu nhưng vẫn còn điều hành công việc một cách vững chãi. ■ *There has been some violence after the match, but the police are now in control of the situation.* ● Đã có một số vụ bạo hành sau trận đấu, nhưng giờ đây cảnh sát đã kiểm soát được tình huống. ■ *Dr Marion is the person in control of all medical decisions at the hospital.* ● Bác sĩ Marion là người kiểm soát tất cả mọi quyết định y khoa của bệnh viện. ■ *The governing board is in control of the school's budget.* ● Ban quản trị điều hành ngân sách của nhà trường. 2. có khả năng tổ chức tốt cuộc sống và giữ được sự bình thản ■ *In spite of all her family problems, she's really in control.* ● Bất chấp tất cả những rắc rối của gia đình mình, bà ta vẫn thực sự tổ chức tốt cuộc sống và giữ được sự bình thản.

be in doubt không chắc chắn lắm, đáng ngờ ■ *The success of the new system is still in doubt.* ● Sự thành công của hệ thống mới vẫn chưa chắc chắn. ■ *He is still in some doubt about whether to go or not.* ● Anh ta vẫn còn chưa chắc chắn về việc sẽ đi hay không. ■ *The future of the company is still in doubt.* ● Tương lai của công ty vẫn còn chưa chắc chắn.

be in for it (khẩu ngữ) dùng khi muốn nói rằng ai đó sẽ gặp khó khăn vì đã chọc giận một người khác ■ *Issie's going to be in for it when Dad finds out she's going out with Johns.* ● Issie sẽ gặp rắc rối to khi cha cô ấy biết được là cô đang đi chơi với Johns. ■ *We'd better hurry or we'll be in for it.* ● Tốt hơn là chúng ta nên vội vã lên nếu không sẽ gặp rắc rối. ■ *When Mum finds out, you'll be in for it.* ● Khi mẹ mà biết được, anh sẽ phải gặp rắc rối to.

be in on the ground floor hoặc *get in on the ground floor* có liên quan đến một kế hoạch, công việc kinh doanh... ngay từ lúc khởi đầu ■ *Robinson's company was interested in getting in on the ground floor of the new laptop market.* ● Công ty của Robinson đã quan tâm đến việc tham gia thị trường máy tính xách tay ngay từ đầu.

be in one's bad book làm cho ai khó chịu, không thích ■ *You will be in the boss's bad books if you don't work harder.* ● Bạn sẽ làm cho ông chủ khó chịu nếu như bạn không làm việc tích cực hơn.

be in one's element ở trong một tình huống quen thuộc, rất thích thú và có khả năng làm việc tốt ■ *Throughout the attempted coup, Jansons appeared to be in his element - contacting world leaders and responding to developments.* ● Trong suốt cuộc đảo chính, Janson tỏ ra thông thạo và có năng lực - liên lạc với các lãnh tụ thế giới và phản ứng ngay với các bước tiến triển. ■ *She's really in her element at parties.* ● Cô ấy thực sự thích thú và thoải mái ở các bữa tiệc.

be in one's good book hoặc *get in one's good book* làm hài lòng ai, nhất là với một người khó tính ■ *I started attending every meeting, hoping to get back into Jeff's good books.* ● Tôi đã bắt đầu tham gia tất cả các buổi họp, hy vọng sẽ lại làm hài lòng Jeff. ■ *I'm in her good books at the moment because I cleared up the kitchen.* ● Vào lúc này tôi đang làm cho cô ấy hài lòng bởi vì tôi đã làm sạch căn nhà bếp. ■ *I'm trying to get back in her good books.* ● Tôi đang cố lấy lòng cô ấy trở lại đây.

be in one's pocket (thường dùng trong các lĩnh vực kinh doanh và chính trị) chịu sự kiểm soát, khống chế của người cung cấp tiền bạc và ủng hộ ■ *A large number of senators are in the pocket of the tobacco industry.* ● Một số lớn các thượng nghị sĩ chịu sự khống chế tài chính của ngành sản xuất thuốc lá.

be in over one's head → *get in over one's head*

be in step (with) hoặc *keep in step (with)* 1. nói về người hay các ý kiến, quan điểm... đồng ý, phù hợp hoặc tương tự với nhau ■ *The President felt compelled to keep in tep with public opinion.* ● Tổng thống cảm thấy bị bắt buộc phải đồng ý theo với ý kiến của công chúng. 2. nói về hai tiến trình, phù hợp với nhau để có thể cùng phối hợp hoạt động tốt ■ *Computerization means that payroll and personnel are always in step.* ● Điện toán hóa có nghĩa là bảng lương và nhân sự phải luôn luôn ăn khớp với nhau.

be in the balance → *hang in the balance*

be in the black tình trạng vẫn còn số dư trong tài khoản ngân hàng ■ *Peters said that the company was still in the black, but it would probably have to make job cuts.* ● Peter nói rằng tài khoản ngân hàng của công ty vẫn còn tiền, nhưng có lẽ sẽ phải cắt giảm việc làm. ■ *After years of working hard, Tony was finally in the black.* ● Sau nhiều năm làm việc tích cực, cuối cùng Tony đã có tiền dư trong tài khoản. ■ *The company has managed to stay in the black for the year ending December 31.* ● Công ty đã xoay xở để có được tiền dư trong tài khoản vào thời điểm cuối năm, 31 tháng 12. ■ *We've managed to stay in the black for over a year now.* ● Đến nay chúng tôi đã xoay xở để duy trì được tiền trong tài khoản hơn một năm rồi. → *be in the red*

be in the driver's seat kiểm soát được toàn bộ mọi việc diễn ra trong một tổ chức, một tình huống hoặc một mối quan hệ ■ *Giving parents a choice in where their kids go to school put them in the driver's seat in education.* ● Việc để cho cha mẹ chọn lựa nơi con cái mình đi học đặt họ vào vị trí chủ động hoàn toàn trong giáo dục.

be in the family way (cách dùng cũ, thông tục) có thai ■ *Winters plays a young girl from the Bronx whose one night of love has left her in the family way.* ● Winters quan hệ với một cô gái trẻ ở Bronx, người mà qua một đêm ân ái đã để lại kết quả là cô đã có thai.

be in the market (for sth) quan tâm đến việc mua món gì và có đủ tiền để mua ■ *The car looks great in the* brochure, but I'm not really in the market for this kind. • Chiếc xe hơi trông rất tuyệt trong tập quảng cáo, nhưng tôi không thực sự có đủ tiền để mua một chiếc loại này.

be in the red hết sạch tiền và thâm hụt trong tài khoản, hoặc hoạt động với mức chi phí lỗ lã ■ *The plant continued operating in the red, until the board of directors finally shut it down.* • Nhà máy tiếp tục hoạt động lỗ lã, cho đến cuối cùng thì ban giám đốc đã đóng cửa nó. ■ *The company has plunged $37 million into the red.* • Công ty đã lỗ lã rất nhanh đến 37 triệu đô-la. ■ *My account is $100 in the red.* • Tài khoản của tôi bị thâm hụt 100 đô-la.

be in the right place at the right time có được một cơ hội hấp dẫn, hữu ích, nhất là nhờ vào sự tình cờ, may mắn, và kịp thời nắm ngay được cơ hội ấy ■ *Officer Leong denied that he had been exceptionally brave in arresting the armed robbers, saying, "I just happened to be in the right place at the right time."* • Sĩ quan Leong phủ nhận rằng ông đã cực kỳ can đảm trong việc bắt giữ bọn cướp có vũ trang, ông nói: "Tôi chỉ tình cờ có được cơ hội may mắn ấy." ■ *His success was down to being in the right place at the right time.* • Thành công của anh ta là nhờ việc nắm lấy được cơ hội may mắn.

be in the running (for sth) có cơ hội tốt để có được một việc làm hay một giải thưởng ■ *Rivlin was still in the running for the position of vice chairman.* • Rilvin vẫn còn đang có cơ hội giành vị trí phó chủ tịch.

be in the wings hoặc *be standing in the wings* hoặc *be waiting in the wings* 1. chờ đợi cơ hội để làm điều gì, nhất là để thay thế công việc của ai ■ *The team has two young players waiting in the wings if Martez decides to retire.* • Đội bóng có hai cầu thủ trẻ đang chờ đợi để thế chỗ nếu như Martez quyết định về hưu. 2. nói về một kế hoạch, ý tưởng hay sự thay đổi sắp được thực hiện ■ *There is a feeling in the market these days that another wave of Japanese investment is in the wings.* • Có một cảm giác trong thị trường những ngày này là một đợt đầu tư nữa của Nhật Bản đang sắp sửa được thực hiện.

be in touch (with) hoặc *keep in touch (with)* hoặc *stay in touch (with)* 1. tiếp tục giữ liên lạc, trao đổi thông tin qua lại với ai ■ *Cellular phones have made it easier for people to stay in touch.* • Điện thoại di động đã tạo sự dễ dàng hơn cho mọi người trong việc duy trì liên lạc với nhau. 2. có đủ thông tin về một chủ đề, lĩnh vực... hoặc hiểu được những suy nghĩ, cảm xúc của mọi người ■ *Dr. Garcia still reads a lot to stay in touch with technological developments.* • Tiến sĩ Garcia vẫn đọc sách rất nhiều để có đủ thông tin về những phát triển kỹ thuật.

be in two minds → **be of two minds**

be itching to do sth rất muốn làm điều gì, nhất là một sự việc mới mẻ đang mong muốn được bắt đầu ■ *Finally, Amanda got to do what she had been itching to do for two months - get her hands on the controls of an airplane.* • Cuối cùng Amanda đã thực hiện được điều mà cô mong mỏi được làm trong 2 tháng qua - đặt tay lên cần điều khiển của một chiếc máy bay. ■ *I'm so angry,*

I was itching to slap the boy. • Tôi giận quá. Tôi rất muốn tát thằng bé.

be just good friends → **be good friends**
be just the thing → **be just the ticket**

be just the ticket hoặc *be just the thing* nói về sự việc gì hoàn toàn đúng như đang được cần đến trong một tình huống cụ thể ■ *This new compilation album is just the ticket for young lovers everywhere.* • Tuyển tập nhạc mới này hoàn toàn đúng với nhu cầu của những người trẻ đang yêu ở khắp nơi.

be kept in the dark hoặc *be left in the dark* bị che giấu, không được biết những thông tin quan trọng, cần thiết mà lẽ ra nên biết vì có liên quan đến ■ *For fifty years, the American people have been kept in the dark about the dangers of nuclear waste.* • Trong 15 năm qua, người Mỹ đã bị che giấu không biết về mối nguy hiểm của chất thải hạt nhân. ■ *He's got two children? Well he's kept that dark, hasn't he!* • Anh ta có hai đứa con sao? Hừ, anh ta đã giữ bí mật điều đó, phải không? ■ *You've kept us totally in the dark about what happened that night.* • Anh đã hoàn toàn giữ bí mật với chúng tôi về những gì đã xảy ra trong đêm ấy. ■ *Workers were kept in the dark about the plans to sell the company.* • Công nhân đã bị giấu kín không được biết về những kế hoạch bán công ty.

be keyed up hoặc *get keyed up* lo lắng, căng thẳng hoặc nôn nóng, nhất là về điều gì sắp phải làm hoặc điều sắp xảy ra ■ *Since winning the last game, the guys have been keyed up and ready to play.* • Kể từ trận thắng vừa qua, các cầu thủ đã nôn nóng và sẵn sàng để chơi.

be laid back điềm tĩnh và thanh thản, với khuynh hướng không còn lo nghĩ về điều gì nữa ■ *The interview went really well. Everyone was very laid back and friendly.* • Cuộc phỏng vấn tiến hành thực sự tốt đẹp. Mọi người đều thấy yên tâm và thân thiện. ■ *I agree that you're a laid-back guy, but that isn't an excuse for forgetting to pick me up from work!* • Tôi đồng ý rằng anh là một kẻ vô tâm, nhưng đó không phải là lý do chính đáng để quên ghé chỗ làm đón tôi. ■ *My boyfriend has a laid-back attitude to life.* • Bạn trai của tôi có một thái độ sống rất vô tâm. ■ *She's very laid-back about her exams.* • Cô ấy chẳng lo lắng chút nào về những kỳ thi cả.

be laughed out of court bị chế nhạo vì đã đưa ra một ý kiến hay kể một câu chuyện mà mọi người đều thấy rất khó tin được nên cho đó là ngốc nghếch hoặc khôi hài ■ *If we tell them that we think we saw a space ship, we'll be laughed out of court.* • Nếu chúng ta nói với bọn họ rằng chúng ta đã trông thấy một chiếc phi thuyền, chúng ta sẽ bị họ cười nhạo. - *court* có thể được thay bằng những danh từ khác cho hợp với ngữ cảnh ■ *Styles may be similar today, but if we produced clothing made from the same materials as we did thirty years ago, we'd be laughed out of the market.* • Kiểu dáng ngày nay có thể là tương tự, nhưng nếu chúng ta làm ra những bộ quần áo với nguyên liệu giống như 30 năm trước đây, chúng ta sẽ bị cười nhạo trên thị trường.

be left holding the bag bị bắt buộc phải nhận lãnh trách nhiệm về công việc của một người khác đã làm, cho dù không muốn - kẻ ăn xôi, người đội lá ■ *The city wants to be assured it won't's be left holding the bag if anything should* happen to Birk's development plans. • Chính quyền thành phố muốn được đảm bảo rằng họ sẽ không phải nhận lãnh trách nhiệm nếu như có điều gì đó xảy ra cho những kế hoạch phát triển của Birk.

be left in the dark → **be kept in the dark**

be left to one's own devices làm điều gì mà không có bất cứ sự giúp đỡ, chỉ dẫn hay ngăn cản ■ *Children under a particular age should never be left to their own devices.* • Trẻ con dưới một độ tuổi nhất định nào đó không nên có bất cứ lúc nào được buông thả hoàn toàn làm theo ý thích. ■ *Left to my own devices, I'd probably watch TV every night.* • Nếu được buông thả không ai ngăn cản, có lẽ tôi sẽ xem ti-vi mỗi đêm.

be like a bear with a sore head cáu kỉnh, gắt gỏng với người khác vì đang bực tức hoặc không vui ■ *Morison was like a bear with a sore head when I asked him if I could take an early lunch today.* • Morison đã hết sức cáu kỉnh khi tôi hỏi anh ta xem liệu hôm nay tôi có thể đi ăn trưa sớm hay không. ■ *I should keep out of his way. He's like a bear with a sore head this morning.* • Tôi nên tránh xa anh ta. Sáng nay anh ta đang hết sức cáu kỉnh.

be like a fish out of water hoặc *feel like a fish out of water* cảm thấy bối rối, hoặc căng thẳng, hoặc không được thoải mái vì rơi vào một tình huống không quen thuộc hoặc không có đủ hiểu biết ■ *I hate going to important interviews. I always feel like a fish out of water.* • Tôi ghét những cuộc phỏng vấn quan trọng. Bao giờ tôi cũng cảm thấy hết sức bối rối, căng thẳng.

be like getting blood out of a stone hoặc *be like getting blood out of a turnip* rất khó khăn trong việc thuyết phục ai nghe theo điều gì, gần như là không thể làm được ■ *Getting Texans to vote for tax increases is like getting blood out of a turnip.* • Thuyết phục người dân Texas ủng hộ việc tăng thuế thật là vô cùng khó khăn, gần như không thể được. ■ *Getting an apology from him was like getting blood from a stone.* • Có được lời xin lỗi của anh ta gần như là chuyện không thể được.

be like getting blood out of a turnip → **be like getting blood out of a stone**

be loaded for bear hoàn toàn sẵn sàng để làm điều gì. ■ *Three hours before the game started, the Cardinals fans were loaded for bear.* • Ba giờ trước khi trận đấu bắt đầu, những người hâm mộ đội Cardinals đã hoàn toàn sẵn sàng.

be lost for word → **at a loss for word**

be lost in the shuffle → **get lost in the shuffle**

be made (for life) giàu có, quá nhiều tiền bạc đến mức không cần phải làm việc nữa ■ *The lucky person who wins the lottery will be made for life!* • Những người may mắn được trúng số sẽ suốt đời không cần làm việc nữa.

be made of sterner stuff nói về người có tính cách mạnh mẽ hơn những người khác ■ *"Won't you be afraid, waiting here in the dark?" "Not at all - I'm made of sterner stuff than that."* • "Chờ đợi ở đây trong bóng tối, anh không thấy sợ hay sao?" "Không hề gì - tôi còn gan dạ hơn thế nữa."

be marking time kéo dài thời gian

be miles off

mà không làm gì nhiều hoặc không đạt được thành quả gì, nhất là vì muốn chờ xem một tình huống sẽ diễn tiến như thế nào hoặc chờ đợi một điều gì xảy ra ■ *Many law school graduates found themselves working in bars or driving taxis, just marking time while sending out dozens of job applications.* ● Nhiều sinh viên tốt nghiệp trường luật rơi vào tình huống làm việc trong các quán nước hoặc lái xe taxi, chỉ để chờ đợi trong khi đã nộp đến hàng tá đơn xin việc.

be miles away → **be miles off**

be miles off hoặc *be miles away* (khẩu ngữ) nói về một sự ước lượng, tính toán hay dự đoán hoàn toàn sai lệch ■ *I hate having to guess other people's ages. I'm always miles off and end up insulting someone.* ● Tôi ghét phải đoán tuổi của những người khác. Tôi luôn luôn đoán sai và cuối cùng đi đến chỗ xúc phạm ai đó.

be more like oneself → **be oneself (again)**

be my guest (khẩu ngữ) cách nói lịch sự để bày tỏ sự đồng ý cho phép ai đó làm điều gì ■ *If any of you want to come and ask questions afterward, be my guest.* ● Sau đây nếu có ai trong các bạn muốn đến và đặt câu hỏi, xin cứ tự nhiên. ■ *"Can I try opening it?" "Be my guest."* ● "Tôi có thể thử mở nó được không?" "Xin cứ tự nhiên." ■ *"Do you mind if I sit down?" "Be my guest."* ● "Anh có phiền nếu tôi ngồi đây không?" "Xin cứ tự nhiên." ■ *"Do you mind if I use the phone?" "Be my guest."* ● "Anh có phiền không nếu tôi sử dụng điện thoại?" "Xin cứ tự nhiên."

be nip and tuck 1. nói về hai người hay nhóm cạnh tranh với mức độ suýt soát nhau, vì thế rất khó biết được ai sẽ chiến thắng ■ *The race for the senate seat was nip and stuck until the final votes came in.* ● Cuộc đua giành ghế thượng viện đã suýt soát nhau cho đến tận vòng bầu phiếu cuối cùng. → **neck and neck** 2. (khẩu ngữ) suýt nữa là không hoàn tất được việc gì hoặc đi đến nơi nào đó đúng giờ ■ *It was nip and tuck, but we got to the airport just before our plane took off.* ● Suýt nữa là không kịp giờ, nhưng chúng tôi cũng đã đến được sân bay vừa kịp ngay trước khi máy bay cất cánh.

be no laughing matter hoặc *not be a laughing matter* nói về một tình huống là nghiêm trọng, không phải chuyện đùa cợt ■ *The water scared me, and since I didn't know how to swim, it was no laughing matter when Jack pushed me into the deep end.* ● Nước đã làm tôi hoảng sợ, và vì tôi không biết bơi nên tình hình trở nên nghiêm trọng khi Jack đẩy tôi về phía nước sâu.

be none the wiser hoặc *not be any the wiser* vẫn không hiểu ra việc gì sau một nỗ lực nhất định nào đó tưởng như có thể hiểu được sự việc ấy ■ *I opened up the back of the TV set, but when I looked inside, I was none the wiser as to what was wrong.* ● Tôi mở nắp phía sau của cái ti-vi ra, nhưng khi tôi nhìn vào bên trong, tôi vẫn không hiểu ra được cái gì bị hỏng.

be none the worse for wear hoặc *look none the worse for wear* nói về người hay sự vật trông vẫn còn tốt đẹp cho dù vừa trải qua một tình huống có thể làm cho trở nên rất tồi tệ ■ *The cat was a little shocked, with bruised ears and a* broken claw, but otherwise, none the worse for wear. • Con mèo nhỏ có phần kinh hoảng, với những cái tai sưng bầm và móng vuốt bị gãy, nhưng dù vậy trông cũng không đến nỗi tồi tệ lắm. ■ *Meg can stay up all night and be none the worse for wear the next day.* • Meg có thể thức trọn cả đêm và ngày hôm sau trông vẫn khỏe như thường.

be not having any (of it) không quan tâm đến hay không đồng ý với điều gì ■ *I suggested sharing the cost, but he wasn't having any of it.* • Tôi đề nghị chia sẻ chi phí nhưng anh ta không quan tâm chút nào.

be nuts about (khẩu ngữ) hết sức yêu thích người hay sự vật gì ■ *You can tell that Mike is totally nuts about Jennie.* • Bạn có thể thấy rõ là Mike hoàn toàn say mê Jennie.

be of one mind hoặc *be of the same mind* nói về hai hay nhiều người, nhóm... có cùng quan điểm về một vấn đề, hoặc cùng nhắm tới những mục đích giống nhau ■ *We're trying to negotiate the sale of our oldest, continually-operated railroad, and I think we're all of one mind that the service should be maintained.* • Chúng ta đang cố thương lượng về doanh thu của tuyến đường sắt xưa nhất đã hoạt động liên tục của chúng ta, và tôi nghĩ là tất cả chúng ta đều nhất trí rằng dịch vụ này cần phải được duy trì.

be of the essence rất quan trọng và thiết yếu ■ *In this situation time is of the essence.* • Trong tình huống này, thời gian là yếu tố quan trọng nhất. (chúng ta phải hành động càng nhanh càng tốt)

be of the same mind → **be of one mind**

be of two minds hoặc *be in two minds* không thể quyết định được phải làm gì hoặc nghĩ gì về vấn đề nào đó ■ *The average citizen is of two minds about health care issues.* • Những người dân trung bình không có quan điểm rõ ràng về các vấn đề chăm sóc y tế. ■ *I was in two minds about the book.* • Tôi cũng không biết nghĩ thế nào về cuốn sách. (- nghĩa là cũng chẳng biết tôi có thích nó hay không) ■ *She's in two minds about accepting his invitation.* • Cô ta đang lưỡng lự về việc chấp nhận lời của anh ấy.

be off and running nói về một hoạt động đã bắt đầu diễn ra, hoặc nói về người nào đó bắt đầu thực hiện một hoạt động ■ *With the success of Donkey Kong and Pac Man, the first video game boom was off and running.* • Với thành công của Donkey Kong và Pac Man, sự bùng nổ của trò chơi video đã bắt đầu diễn ra.

be off base hoặc *be way off base* (khẩu ngữ) phán đoán hoặc nhận xét hoàn toàn sai lệch ■ *Barney's criticism of the performance is way off base, in my opinion. I thought it was one of the most exciting performances I've seen in a long time.* • Theo ý tôi thì sự phê phán của Barney về buổi trình diễn là hoàn toàn sai lệch. Tôi cho rằng đó là một trong những buổi diễn hào hứng nhất mà tôi đã từng được xem từ lâu lắm rồi. ■ *If that's what you think, you're way off base.* • Nếu đó là những gì anh nghĩ, anh đã hoàn toàn sai lầm rồi.

be off one's rocker hơi mất trí, nổi khùng ■ *Finally, there's someone here who's not completely off his rocker.* • Cuối cùng thì cũng còn có ai đó ở đây chưa đến nỗi hoàn toàn mất trí.

be off the (starting) blocks hoặc *come off the (starting) blocks* hoặc *get off the (starting) blocks* hoặc *be out of the blocks* hoặc *come out of the blocks* hoặc *get out of the blocks* bắt đầu xảy ra hoặc bắt đầu khởi sự làm điều gì. (thường dùng trong các bản tin báo chí, truyền hình...) ■ *The election campaign is now well and truly off the starting blocks.* • Chiến dịch vận động tranh cử giờ đây chỉ vừa mới bắt đầu khởi sự. (*starting blocks* là nơi vạch xuất phát của các vận động viên trong một cuộc chạy đua)

be on a par (with) tương xứng với người hay sự vật khác, chẳng hạn như về giá trị, phẩm chất hay tầm quan trọng... ■ *If the applicants are all on a par, we give preference to those who applied first.* • Nếu những người nộp đơn đều có phẩm chất tương đương như nhau, chúng tôi dành ưu tiên cho những ai nộp đơn trước.

be on a razor edge → **be on a razor's edge**

be on a razor's edge hoặc *be on a razor edge* tình huống rất khó khăn, khi mà chỉ cần một sai lầm hoặc quyết định không đúng đắn là có thể rất nguy hiểm ■ *Politically, we are on a razor's edge, and our future may depend on the decision that we make today.* • Về mặt chính trị, chúng ta đang ở trong một tình huống rất khó khăn, và tương lai của chúng ta có lẽ phụ thuộc vào quyết định mà chúng ta đưa ra hôm nay.

be on a roll (thường dùng trong các bản tin báo chí, truyền hình...) nói về người, nhóm người hay tổ chức đang rất thành công và tiếp tục đạt được những gì mong muốn ■ *The Rockets are on a roll, with eight straight wins.* • Đội Rockets đang rất thành công với 8 trận thắng liên tiếp. ■ *Don't stop me now - I'm on a roll!* • Đừng cản tôi lúc này - tôi đang rất thành công.

be on call sẵn sàng để nhận công việc bất cứ khi nào cần thiết - trong phiên trực ■ *I'll be on call the night of the party.* • Tôi sẽ có phiên trực vào đêm tổ chức bữa tiệc. ■ *The doctor had been on call for 48 hours and was exhausted.* • Vị bác sĩ đã trực suốt 48 giờ và mệt nhoài.

be on course đang trong quá trình thực hiện đúng những điều cần thiết để có thể đạt được mục tiêu đã đề ra ■ *Our economic recovery is on course and we're making real progress toward reducing poverty.* • Sự hồi phục kinh tế của chúng ta đang diễn ra đúng hướng, và chúng ta đang có những bước tiến triển thực sự hướng đến giảm dần sự nghèo khó.

be on edge căng thẳng, lo lắng, nhất là vì đang chờ đợi một điều tồi tệ sắp xảy ra ■ *Investors have been on edge since a report showed only a slight improvement in the economy.* • Các nhà đầu tư đã căng thẳng chờ đợi kể từ khi một báo cáo cho thấy chỉ có sự cải thiện rất ít trong nền kinh tế.

be on firm ground → **safe ground**

be on for sth (khẩu ngữ) muốn làm điều gì, hoặc có quan hệ đến ■ *What about Patrick? Is he on for the football game?* • Còn Patrick thì sao? Anh ta có muốn tham gia trận đá bóng không?

be on one's case → **get on one's case**

be on one's mind được ai đó nghĩ đến, lo lắng đến ■ *Your dad's health has been on my mind all week. Is he feeling any better?* ● Tôi lo lắng cho sức khỏe của cha bạn suốt tuần nay. Ông ấy có đỡ hơn chút nào không? ■ *You've been on my mind all day.* ● Suốt ngày tôi luôn lo nghĩ đến anh.

be on one's toes hoặc *stay on one's toes* luôn ở trong tình trạng cảnh giác, chú ý đến mọi việc đang xảy ra ■ *You've got to stay on your toes in this job - every second counts.* ● Anh phải luôn hết sức cảnh giác trong công việc này - mỗi một phút giây đều quan trọng.

be on red alert hoặc *be put on red alert* cảnh giác cao độ do đã được báo trước về một mối nguy hiểm sắp xảy ra ■ *Thousands of soldiers and police were out on red alert last night as violent gangs roamed the streets of the capital.* ● Đêm qua, hàng ngàn quân nhân và cảnh sát được tung ra với mức báo động cao khi những băng đảng hung tợn quần thảo trên đường phố thủ đô. ■ *After the earthquake, all the doctors in the city were put on red alert.* ● Sau trận động đất, tất cả các bác sĩ trong thành phố đều được đặt trong tình trạng báo động.

be on safe ground → **safe ground**

be on the ball nhanh chóng nhận rõ, hiểu được mọi việc đang diễn ra quanh mình ■ *She's over eighty, but she's really on the ball.* ● Bà ấy đã hơn 80 tuổi, nhưng thật sự còn minh mẫn lắm.

be on the blink hoặc *go on the blink* (khẩu ngữ) nói về thiết bị điện không còn hoạt động tốt, bắt đầu có vấn đề ■ *The VCR's on the blink again.* ● Thiết bị ghi hình này đã trục trặc rồi. → **be on the fritz**

be on the crest of a wave → **ride (on) the crest of a wave**

be on the edge (of sth) hoặc *be close to the edge* 1. tình huống mà một điều gì đó tồi tệ hoặc nguy hiểm rất có thể dễ dàng xảy ra ■ *At the time, we all believed we were on the edge of a global nuclear war.* ● Vào lúc ấy, tất cả chúng tôi đều tin rằng chúng ta đang kề cận với nguy cơ về một cuộc chiến tranh hạt nhân toàn cầu. 2. tâm trạng quá sức bối rối hoặc mệt mỏi, vì thế dễ dàng dẫn đến những vấn đề về tâm thần ■ *She was obviously on the edge of despair, and there was nothing we could say that seemed to help.* ● Cô ấy rõ ràng là đang quá đau buồn vì thất vọng, và không điều gì chúng ta có thể nói mà xem ra là có ích.

be on the fast track (to/for sth) 1. nói về người có nhiều khả năng sẽ nhanh chóng thành đạt, nhất là rất giỏi về việc gì và được thăng tiến nhanh ■ *Rivers should be on the fast track to a head coaching job.* ● Rivers lẽ ra phải nhanh chóng tiến đến vai trò huấn luyện viên trưởng. 2. nói về sự việc có nhiều khả năng được giải quyết ngay một cách nhanh chóng ■ *A biography of the Iraqi leader has been put on the fast track for publication.* ● Một cuốn tiểu sử nhà lãnh đạo Iraq đã được nhanh chóng chuẩn bị để xuất bản.

be on the fiddle làm những điều không lương thiện, không trung thực để nhằm kiếm được tiền ■ *Their accountant has been on the fiddle for years.* ● Người kế toán của bọn họ đã gian lận tiền bạc trong nhiều năm rồi. ■ *He thought all self-employed people were on the fiddle.* ● Ông ta nghĩ rằng tất cả những người làm việc cho chính mình đều kiếm tiền bằng cách không lương thiện.

be on the level thật thà, trung thực, hợp pháp hoặc đúng thật ■ *She seemed to be on the level, but maybe she was just a good actress. I didn't know her well enough to decide.* • Cô ta dường như là thật thà chơn chất, nhưng cũng có thể cô ta chỉ là người giỏi đóng kịch. Tôi không biết rõ cô ta đến mức đủ để quyết định.

be on the make 1. cố tìm cách để có được quan hệ tình dục với ai ■ *For once, Helen had found a guy who wasn't continually on the make.* • Chỉ một lần, Helen đã gặp một gã không liên tục tìm cách tạo quan hệ tình dục. 2. luôn tìm cách kiếm tiền hoặc giành lợi thế, nhất là bằng những cách không công bằng hoặc không trung thực ■ *Paul's always on the make - you can't trust him to do anything except send you his bill.* • Paul luôn luôn tìm cách kiếm tiền - bạn không thể tin cậy hắn sẽ làm điều gì trừ ra việc gửi hóa đơn tính tiền của hắn đến cho bạn.

be on the mark hoặc *be right on the mark* chính xác, đúng đắn ■ *Your advice about staying in college was right on the mark.* • Lời khuyên của bạn về việc ở lại trường đại học là đúng đắn.

be on the mend trở nên tốt hơn, khỏe hơn sau một cơn bệnh hay sự chấn thương, hoặc sau một giai đoạn khó khăn ■ *The flu was terrible, but we're both on the mend now.* • Cơn cảm cúm thật khủng khiếp, nhưng cả hai chúng tôi giờ đây đều đang bình phục. ■ *Mexico's education system appears on the mend after many decades of neglect.* • Hệ thống giáo dục của Mexico có vẻ như đang hồi phục sau nhiều thập kỷ bị xao lãng. ■ *My leg is definitely on the mend now.* • Chân tôi giờ đây đang hoàn toàn hồi phục. ■ *Does he believe the economy's really on the mend?* • Ông ấy có tin là nền kinh tế đang thật sự khôi phục chăng? ■ *They've been to see a counsellor and their relationship seems to be on the mend.* • Bọn họ đã phải đến gặp một người tư vấn và mối quan hệ của họ dường như đang nối lại bình thường.

be on the same page → **get on the same page**

be on the same page hoặc *get on the same page* (khẩu ngữ) nói về người hay tổ chức làm việc cùng nhau, đồng ý cùng nỗ lực để đạt đến điều gì ■ *Are we all on the same page here? I don't get the feeling that you understand what I'm trying to say.* • Có phải tất cả chúng ta cùng đồng tâm hiệp lực ở đây chăng? Tôi không có cảm tưởng là anh hiểu được những gì tôi đang cố nói ra.

be on the short end of sth → **get the short end**

be on thin ice hoặc *be skating on thin ice* hoặc *be walking on thin ice* đang ở trong một tình huống hết sức khó khăn, nguy hiểm, có thể dễ dàng dẫn đến những rắc rối nghiêm trọng nếu không hết sức cẩn thận ■ *We're skating on thin ice - we may be getting close to a violation of employees' rights.* • Chúng ta đang ở trong tình huống rất nguy hiểm - chúng ta có thể tiến gần đến chỗ vi phạm quyền lợi công nhân. ■ *You're on thin ice, young lady. One more comment, and you'll spend the rest of the evening in your room.* • Cô đang gặp nguy đấy, cô gái trẻ. Chỉ thêm một lời nhận xét nữa, cô sẽ phải nhốt mình trong phòng suốt tối nay.

be one for the books (khẩu ngữ) điều bất thường và gây ngạc nhiên ■ *The birthdays of the three sisters are the same - that's one for the books.* ● Sinh nhật của cả ba chị em đều rơi vào cùng một ngày - thật là kỳ lạ đáng ngạc nhiên.

be one jump ahead of sb → **keep one jump ahead of sb**

be one of the boys tham gia vào một nhóm nam giới đối xử thân thiện và thường xuyên gặp gỡ, cùng làm những công việc bình thường với nhau ■ *Steve was one of the boys - basketball on Saturday afternoon and a few beers at the local bar in the evening.* ● Steve là một người trong nhóm ấy - chơi bóng rổ và uống vài ly bia ở quán nước địa phương mỗi buổi chiều. - Khi một phụ nữ tham gia vào một nhóm nam giới theo cách cùng làm những công việc như nhau, người này vẫn có thể được gọi là *one of the boys*.

be one step ahead of → **stay one step ahead of**

be one up on sb hoặc *get one up on sb* làm điều gì tốt hơn đối thủ đang cạnh tranh với mình, hoặc giành được lợi thế ■ *The managers at Supersystems think they can get one up on their competitors with software that continuously monitors all the functions of a computer system.* ● Các giám đốc ở Supersystems nghĩ rằng họ có thể thắng thế hơn các đối thủ cạnh tranh với phần mềm theo dõi được liên tục tất cả mọi chức năng của một hệ thống máy điện toán.

be one's age → **act one's age**

be one's baby kế hoạch, dự án hoặc những hoạt động của ai đã được tiến hành và rất được người đó quan tâm ■ *I don't think you've met Don, the program director - this project is his baby.* ● Tôi không nghĩ là anh đã gặp ông Don, giám đốc chương trình - dự án này là con cưng của ông ta đấy.

be one's bag thuộc lĩnh vực chuyên môn, chuyên ngành của ai (khẩu ngữ, thường dùng ở dạng phủ định hơn) ■ *Caroline said that computers weren't really her bag, but she seemed to know a lot about them.* ● Caroline nói rằng máy điện toán không phải là chuyên ngành của cô, nhưng cô ấy dường như lại biết rất nhiều về lĩnh vực này.

be one's middle name (khẩu ngữ) cách nói hài hước khi đề cập đến điều gì là tính cách tiêu biểu hoặc đặc trưng của ai ■ *Determination is my mother's middle name. Nothing will go wrong if she says it won't.* ● Quả quyết là một tính cách tiêu biểu nhất của mẹ tôi. Không điều gì có thể trục trặc được nếu như bà đã nói là không. ■ *"Patience" is my middle name!* ● "Kiên nhẫn" là tính cách tiêu biểu của tôi đấy!

be one's old self → **be oneself (again)**

be one's own man hoặc *be one's own woman* người cứng rắn làm theo ý muốn của mình, không chịu ảnh hưởng hoặc nhận mệnh lệnh từ người khác ■ *The President's wife is very much her own woman, and many think she has increased his popularity with women voters.* ● Phu nhân Tổng thống là người đàn bà rất cương nghị, và nhiều người cho rằng bà đã làm gia tăng sự ưa chuộng dành cho ông trong số cử tri phụ nữ.

be one's own woman → **be one's own man**

be oneself (again) hoặc *feel oneself (again)* hoặc *be one's old self* hoặc *feel one's old self* hoặc *be more like oneself* hoặc *feel more like oneself* cảm thấy khỏe khoắn, vui vẻ như bình thường ▪ *Jamie hasn't been herself lately, has she?* • Gần đây Jamie không được bình thường, phải không? ▪ *It was a happy moment; I felt I was my old self again for the time in years.* • Thật là một giây phút hạnh phúc. Tôi cảm thấy mình được khỏe khoắn lại như xưa, lần đầu tiên trong nhiều năm rồi. ▪ *I'm not quite feeling myself today.* • Hôm nay tôi thấy không được khỏe.

be only human nói về năng lực hoặc phẩm chất có giới hạn nhất định của con người, và vì thế cần được cảm thông, rộng lòng chấp nhận hoặc tha thứ ▪ *We know medication errors have increased. But nurses are only human, and when they are pushed to the limit, mistakes can be made.* • Chúng tôi biết là những sai sót trong thuốc chữa bệnh đã gia tăng. Nhưng các y tá cũng chỉ là con người thôi, và khi họ bị thúc ép đến giới hạn, những lỗi lầm có thể phải xảy ra. ▪ *It's only human to want the best for your children.* • Cũng chỉ là chuyện bình thường của con người khi bạn mong muốn những gì tốt đẹp nhất cho con cái mình.

be out for blood quyết tâm đánh bại, trừng phạt ai, hoặc tỏ rõ cho ai thấy sự tức giận của mình ▪ *These two are old political enemies, and they're out for blood.* • Hai người này là những đối thủ chính trị trước đây và bọn họ quyết đấu đá nhau đến cùng.

be out for the count ngủ rất say ▪ *After all that food and wine at dinner, I was out for the count, and I didn't hear the doorbell.* • Sau tất cả những thức ăn và rượu vang ở bữa tiệc, tôi ngủ say sưa và đã không nghe tiếng chuông gọi cửa.

be out in left field hoặc *be way over in left field* hoặc *be way out in left field* hoặc *be out of left field* hoặc *come out of left field* nói về những ý kiến, phương pháp, người ... rất khác thường, kỳ lạ hoặc gây ngạc nhiên ▪*We're surprised the ad has been so successful, but sometimes things that are way out in left field work best.* • Chúng tôi ngạc nhiên là vụ quảng cáo đã thành công đến thế, nhưng đôi khi những việc kỳ lạ khác thường lại có hiệu quả nhất. ▪ *The governor is way over in left field.* • Ông thống đốc là người rất khác thường. ▪ *The Mayor's office says that stories of his drug use have "come out of left field" and are "typical of the newspaper's irresponsible reporting."* • Văn phòng Thị trưởng nói rằng những câu chuyện về sự nghiện ngập của ông ta là "không bình thường" và là "điển hình của sự tường thuật vô trách nhiệm trên báo chí".

be out like a light (khẩu ngữ) đi ngủ rất nhanh và ngủ thật say ▪ *Don was out like a light. He didn't even hear the phone ring!* • Don đã đi ngủ rất nhanh và nằm như chết. Thậm chí anh ta chẳng nghe chuông điện thoại reo. ▪ *She returned to bed and went out like a light.* • Cô ta trở lại giường và ngủ say rất nhanh.

be out of control hoặc *run out of control* hoặc *get out of control* vượt ngoài khả năng kiểm soát, không thể điều hành hay quản lý được nữa ▪ *The children are completely out of control since their father left.* • Bọn trẻ hoàn toàn phóng túng kể từ khi cha chúng ra đi. ■ *A truck ran out of control on the hill.* • Một chiếc xe tải đã không còn kiểm soát được nữa trên ngọn đồi. (chẳng hạn như đứt thắng hoặc trượt dốc) ■ *Forest fires can easily get out of control.* • Những trận cháy rừng rất dễ vượt ra khỏi tầm kiểm soát. ■ *Nobody wants to see inflation get out of control.* • Không có ai muốn thấy nạn lạm phát vượt khỏi tầm kiểm soát. ■ *We have to keep costs from spiralling out of control.* • Chúng ta phải giữ cho giá cả không tăng vọt một cách tự do.

be out of it (khẩu ngữ) không còn biết được hay hiểu rõ những gì đang xảy ra, vì quá mệt mỏi, bối rối hoặc bị ảnh hưởng của rượu, thuốc ... ■ *After the injection I was completely out of it, so I had no idea what anybody was talking about.* • Sau mũi thuốc tiêm, tôi không còn biết trời trăng gì nữa, bởi vậy tôi không biết chuyện gì mà ai đó đang nói đến.

be out of left field → **be out in left field**

be out of line with → **be (way) out of line**

be out of one's depth vượt ngoài khả năng của ai, do không hiểu được hoặc thiếu những kiến thức liên quan đến tình huống hoặc chủ đề đang đề cập ■ *I was soon totally out of my depth, as the conversation turned from politics to economics.* • Không bao lâu tôi đã trở nên hoàn toàn mù tịt khi cuộc đối thoại chuyển chủ đề từ chính trị sang kinh tế.

be out of one's element trong tình huống không quen thuộc, không được thoải mái hoặc không vui ■ *She's out of her element in this role, and even her voice seems too light for the character.* • Cô ấy không thích hợp với vai này, và ngay cả giọng nói của cô cũng có vẻ như quá dịu dàng so với tính cách nhân vật. ■ *I feel out of my element talking about politics.* • Tôi cảm thấy không được thoải mái khi nói chuyện về chính trị.

be out of one's hair hoặc *keep out of one's hair* hoặc *get out of one's hair* chấm dứt, buông tha không theo quấy rầy ai nữa ■ *The quicker you answer our question, the quicker we'll be out of your hair.* • Anh trả lời câu hỏi của chúng tôi càng sớm thì chúng tôi sẽ càng sớm thôi không quấy rầy anh nữa.

be out of one's league hoặc *be way out of one's league* 1. nói về một điều gì mà người nói mong muốn nhưng không đủ tiền để mua ■ *I know you like the house, but we don't have that kind of money - any house in Beverly Hills is way out of our league.* • Tôi biết là anh thích căn nhà, nhưng chúng ta không có đủ số tiền ấy - bất cứ căn nhà nào ở khu Beverly Hills đều vượt quá khả năng tài chính của chúng ta. 2. nói về người có phẩm chất hoặc tính cách vượt quá xa nên không thể muốn giao du với ai đó ■ *Joe, this girl's out of your league. Be careful or you'll get hurt.* • Joe, cô gái này không cùng đẳng cấp với cậu đâu. Hãy cẩn thận kẻo rồi sẽ bị thương tổn đấy. 3. cố sức làm một việc gì không đúng khả năng, không có đủ sự hiểu biết... nhất là khi phải cạnh tranh với một đối thủ khác vượt xa hơn ■ *She's not just incompetent, in fact she's way out of her league.* • Cô ấy không chỉ là yếu kém, thật ra cô ta không thuộc về lĩnh vực này.

be out of one's mind → **go out of one's mind**

be out of one's mind with worry → **be frightened out of mind**

be out of sorts hoặc *feel out of sorts* cảm thấy nhuốm bệnh hoặc khó chịu ■ *People who stay up too late drinking on Saturday night don't need expert advice on why they feel out of sorts on Sunday.* ● Những người thức quá khuya để uống rượu đêm thứ Bảy không cần đến những lời khuyên bảo của các chuyên gia về việc vì sao họ lại thấy khó chịu vào sáng Chủ nhật.

be out of step (with) nói về người hay các ý kiến, quan điểm... không đồng ý, phù hợp với nhau, khác biệt nhau ■ *The existing law on drugs is considered to be out of step with what is actually happening in the community.* ● Luật pháp hiện hành về các loại thuốc gây nghiện được xem như không phù hợp với những gì đang thực sự diễn ra trong cộng đồng.

be out of the blocks → **be off the (starting) blocks**

be out of the closet → **come out of the closet**

be out of touch (with) không còn hiểu biết hoặc quan tâm đến một tình huống hoặc một hệ tư tưởng nào đó... ■ *A lot of politicians are really out of touch with average Americans' concerns.* ● Nhiều chính trị gia thực sự không còn để ý đến những mối quan tâm của người dân Mỹ bình thường. 2. không giao tiếp, liên lạc với ai được nữa ■ *Communication was difficult, and we knew we would be out of touch for at least six weeks, until we reached Khartoum.* ● Việc thông tin đã khó khăn, và chúng tôi biết là chúng tôi sẽ mất liên lạc ít nhất là sáu tuần, cho đến khi chúng tôi đến được Khartoum.

be out on a limb → **go out on a limb**

be over the hump → **get over the hump**

be over the top nói về điều gì vượt quá mức bình thường, trở nên quá đáng ■ *I don't think a $4.5 million transfer fee is over the top for Young - he's a very good player.* ● Tôi không nghĩ rằng một khoản tiền chuyển nhượng 4 triệu rưỡi đô-la là quá cao cho Young - anh ta là một cầu thủ rất giỏi.

be packed like sardines hoặc *be scrammed like sardines* hoặc *be squeezed like sardines* chen chúc rất đông người hay vật trên một diện tích nhỏ, chật chội ■ *I can't believe people commute to work everyday in those subways. They are packed like sardines.* ● Tôi không tin nổi là người ta đi lại để làm việc hằng ngày trong những đường xe điện ngầm đó. Họ chen nhau chật cứng.

be part and parcel of sth dùng để nhấn mạnh sự việc gì là một phần và gắn bó chặt chẽ với một tình huống nào đó ■ *Children's mastery of reading is part and parcel of their growth as writers and thinkers.* ● Việc tập đọc thông thạo của trẻ em là một phần quan trọng trong sự phát triển của chúng thành những nhà văn, nhà tư tưởng.

be pissing in the wind → **be spitting in the wind**

be plain sailing → **be smooth sailing**

be played out 1. không còn sức lực, hoặc không có thêm ý kiến gì mới về một chủ đề ■ *Discussion of the impeachment hearings has been all played out as far as I'm concerned.* ● Theo tôi biết thì việc thảo luận ở các phiên tòa luận tội đã không có thêm gì mới. 2. nói về một sự kiện xảy ra, diễn ra ■ *Their love affair was played out against the backdrop of war.* ● Chuyện tình của họ diễn ra nổi bật lên trong bối cảnh chiến tranh.

be plunged in(to) the deep end → **be thrown in(to) the deep end**

be poles apart dùng để nhấn mạnh sự khác biệt rất xa giữa hai người, hai ý kiến... ■ *We're hoping for a compromise, but the parties are poles apart, especially on the issue of health care.* ● Chúng tôi đang hy vọng một thỏa thuận nhân nhượng, nhưng các đảng phái khác biệt nhau quá xa, nhất là về vấn đề chăm sóc y tế. ■ *Her own friends were poles apart from her husband's.* ● Những bạn bè của riêng cô rất khác biệt với bạn bè của chồng cô ấy.

be popping at the seams → **be bursting at the seams**

be pumped up → **get pumped up**

be put on red alert → **be on red alert**

be put out to pasture buộc phải rời bỏ công việc vì lớn tuổi ■ *Some of the political veterans had been put out to pasture, and they resented it.* ● Một số các tay kỳ cựu về chính trị đã bị buộc phải thôi việc vì quá lớn tuổi, và họ tức giận vì điều đó.

be putty in one's hands hoặc *like putty in one's hands* rất dễ bị kiểm soát hoặc chịu ảnh hưởng từ người khác - ngoan ngoãn vâng lời ai ■ *Wyler was a great director, but he believed in bullying actors until they were putty in his hands.* ● Wyler là một đạo diễn lớn, nhưng ông ta tin vào việc phải dọa nạt các diễn viên cho đến khi họ ngoan ngoãn nghe lời ông. ■ *She'll persuade him. He's like putty in her hands.* ● Cô ấy sẽ thuyết phục anh ta. Anh ta rất ngoan ngoãn nghe lời cô ấy. - *putty* là một chất mềm dẻo, dễ nắn, nhưng sẽ trở nên cứng khi để khô lại. Người ta dùng nó để gắn kính vào cửa sổ, nhờ đặc tính có thể dùng tay nắn rất dễ dàng khi nó còn mềm.

be quick off the mark nắm hiểu nhanh được tình huống và ứng phó kịp thời, nhất là giành được lợi thế ■ *The Broncos were quick off the mark, and scored a touchdown in the first three minutes.* ● Đội Broncos nhanh chóng làm chủ tình thế và ghi được một điểm ngay trong ba phút đầu tiên. → **be slow off the mark**

be raring to go nôn nóng, háo hức muốn bắt đầu làm việc gì ■ *September is the best time to start a new project, when everyone's back from their vacations and raring to go.* ● Tháng chín là thời điểm tốt nhất để khởi đầu một dự án mới, khi mọi người vừa đi nghỉ về và nôn nóng muốn bắt đầu làm việc.

be ready to roll sẵn sàng để khởi sự làm điều gì, hoặc sẵn sàng để bắt đầu hoạt động hoặc đưa vào sử dụng ■ *Everybody was packed and ready to roll by 5:00.* ● Mọi người đã sắp xếp xong và sẵn sàng khởi sự vào lúc 5 giờ. ■ *The show is just about ready to roll.* ● Buổi trình diễn hầu như đã sẵn sàng để bắt đầu.

be riding for a fall → **be heading for a fall**

be riding high rất tự tin hoặc rất thành công ■ *The President, riding high on his foreign policy successes, is attempting to use some of that popularity to boost his domestic agenda.* ● Tổng thống rất tự tin với những thành tựu trong chính sách đối ngoại của ông, đang cố gắng dùng một phần sự ủng hộ đó để đẩy mạnh các chương trình quốc nội. ■ *The company is riding high this year.* ● Công ty rất thành công trong năm nay.

be right on the mark → **be on the mark**

be right on the money có được ý tưởng hoàn toàn chính xác, hoặc thực hiện đúng việc nên làm ■ *Your advice was right on the money - I talked to my daughter about staying out late and we have argreed on a midnight curfew.* ● Lời khuyên của bạn là hoàn toàn chính xác - Tôi đã nói chuyện với con gái tôi về việc đi chơi về trễ, và chúng tôi đã đồng ý về một giới hạn là nửa đêm. (- nghĩa là nó sẽ không về trễ quá nửa đêm)

be right there under one's nose → **be right under one's nose**

be right under one's nose hoặc *be right there under one's nose* (khẩu ngữ) điều mà ai đó không thể tìm thấy hay hiểu ra được, nhưng thật ra lại ở một nơi rất dễ tìm thấy hoặc vô cùng dễ hiểu ■ *"Where are my keys?" "Right there, under your nose."* ● "Chìa khóa của tôi đâu rồi?" "Kia kìa, ngay trước mũi ấy." ■ *I searched everywhere for the letter and it was under my nose all the time!* ● Tôi đã lục lọi khắp nơi tìm lá thư và nó thì lúc nào cũng nằm ngay trước mũi tôi! ■ *The police didn't know the drugs ring was operating right under their noses.* ● Cảnh sát không biết rằng giới buôn ma túy đang hoạt động ngay trước mũi họ.

be rolling in it (khẩu ngữ) có rất nhiều tiền bạc ■ *"How could Nicki afford a car like that?" "Are you kidding? Her dad's rolling in it."* ● "Làm sao Nicki chi trả nổi cho một chiếc xe hơi như thế?" "Anh đùa đấy chắc? Bố cô ta có khối tiền mà."

be rooted to the spot sững sốt, kinh ngạc hoặc khiếp sợ đến mức trong một lúc không sao cử động được ■ *People were literally running for their lives, but I was rooted to the spot.* ● Người ta thật sự là đang chạy thoát thân để giữ lấy mạng sống, nhưng tôi lại đứng chết sững tại chỗ không sao cử động được.

be run off one's feet → **be rushed off one's feet**

be rushed off one's feet hoặc *be run off one's feet* rất bận rộn, có quá nhiều việc phải làm ■ *Weekdays are slow in the restaurant, but at weekends the staff are rushed off their feet.* ● Những ngày trong tuần diễn ra chậm chạp trong quán ăn, nhưng vào cuối tuần thì tất cả nhân viên đều bận rộn đến tối mặt. ■ *We'll be rushed off our feet around lunchtime.* ● Chúng tôi sẽ hết sức bận rộn cho đến khoảng giờ ăn trưa.

be sacrificed at the altar of → **be sacrificed on the altar of**

be sacrificed on the altar of hoặc *be sacrificed at the altar of* từ bỏ một người hay sự việc, để đánh đổi, đạt được người hay sự việc khác mà mình cho là xứng đáng hơn ■ *Good medical care is being sacrificed on the altar of cost effectiveness.* ● Những phương thức chăm sóc y tế tốt đẹp đang bị từ bỏ đi để đổi lấy hiệu quả về mặt chi phí. ■ *Schools should not sacrifice the preparation of responsible citizens on the altar of work.* ● Nhà trường không nên từ bỏ việc chuẩn bị tốt trách nhiệm công dân để thay vào đó là công việc. ■ *He was willing to sacrifice his happiness on the altar of fame.* ● Anh ta sẵn sàng hy sinh hạnh phúc của mình để đạt được danh vọng.

be scared of one's own shadow hoặc *be afraid of one's own shadow* người rất dễ e thẹn hoặc dễ trở nên căng thẳng ■*We couldn't even get her to introduce herself at the meeting. She was so scared of his own shadow.* ● Chúng tôi thậm chí không thể bảo cô ta tự giới thiệu mình ở buổi họp. Cô ta quá sức e thẹn.

be scattered to the (four) winds vỡ tung ra mắt và trải rộng khắp nơi ■ *The building's old bricks had crumbled to dust and were scattered to the winds.* ● Những viên gạch cũ của tòa nhà vỡ nát thành bụi và vung vãi khắp nơi.

be scrammed like sardines → **be packed like sardines**

be sent to the showers nói về một đấu thủ bị đưa ra khỏi sân vì chơi quá tệ hoặc phạm luật, và được thay thế bằng một đấu thủ khác ■ *Carney was sent to the showers and replaced by Romero.* ● Carney bị gọi ra khỏi sân và được thay thế bằng Romero.

be set in one's ways làm điều gì theo phương thức đã quen thuộc, không thích thay đổi theo một cách khác ■ *Employers used to believe that younger employees would be less set in their ways and more flexible, but a recent survey challenges this view.* ● Những người chủ thuê trước đây tin rằng các nhân viên trẻ hơn sẽ ít cố chấp và linh hoạt hơn, nhưng một cuộc khảo sát gần đây đã thách thức quan điểm này.

be set in stone hoặc *be carved in stone* hoặc *be cast in stone* hoặc *be written in stone* nói về một kế hoạch, ý tưởng, quan điểm... hoàn toàn cứng nhắc, không thể thay đổi ■ *When it comes to what kind of beer goes with what food, there are no rules set in stone. Let your own taste guide you.* ● Khi nói đến việc loại bia nào dùng với loại thức ăn nào, không hề có những quy tắc cứng nhắc. Hãy chọn theo khẩu vị của chính bạn. ■ *People should remember that our proposals aren't carved in stone.* ● Người ta nên nhớ rằng những đề nghị của chúng ta không phải là cứng nhắc không thay đổi.

be shitting bricks → **shit a brick**

be shot down in flames bị chê trách, bác bỏ, cho là đã nói ra một điều hoàn toàn sai trái, thường là từ một người có quyền lực cao hơn và thường là không có sự cân nhắc, xem xét thỏa đáng ■ *My proposal was shot down in flames before I even mentioned the cost.* ● Đề nghị của tôi đã bị bác bỏ hoàn toàn ngay cả trước khi tôi kịp đề cập đến chi phí.

be sitting in the catbird → **in the catbird seat**

be sitting pretty trong một tình huống thuận lợi có nhiều lợi thế ■ *Garner was sitting pretty in the opinion polls two months before the election.* ● Garner đang có nhiều lợi thế trong những cuộc thăm dò ý kiến hai tháng trước ngày bầu cử.

be six feet under cách diễn đạt hài hước, có nghĩa là đã chết và được chôn đi rồi ■ *Well, your 40th birthday party won't be my problem - I'll be six feet under by then.* • À, sinh nhật lần thứ 40 của cháu sẽ không là chuyện bận tâm cho ta đâu - vào lúc đó hẳn là ta chết đã chôn rồi.

be skating on thin ice → **be on thin ice**

be slow off the mark chậm chạp trong việc nắm bắt tình hình, vì thế không phản ứng kịp thời và dẫn đến bất lợi ■ *If you were slow off the mark in taking up the offer of a low interest rate in January, you may have a chance to try again in Octorber.* • Nếu bạn không kịp thời nắm được tình hình trong việc nhận lấy một mức lãi thấp vào tháng Giêng, bạn có lẽ sẽ có cơ hội thử lại lần nữa vào tháng Mười. → ***be quick off the mark***

be small beer trở nên không quan trọng vì còn có những việc khác to tát, quan trọng hơn nhiều ■ *Even with $10,000 to invest, you are still small beer for most stockbrokers, who usually require a minimum portfolio of $100,000.* • Ngay cả khi đầu tư đến 10.000 đô-la, bạn cũng vẫn chẳng đáng là gì so với các tay buôn chứng khoán thường đòi hỏi mức thu gom tối thiểu là 100.000 đô-la.

be smooth sailing hoặc ***be clear sailing*** hoặc ***be plain sailing*** dễ dàng thực hiện hoặc đạt được điều mong muốn ■ *Now that we've finished installing all the electricity and plumbing, building the rest of the house should be smooth sailing.* • Bởi vì chúng tôi đã hoàn tất việc lắp đặt tất cả hệ thống điện nước, việc xây dựng phần còn lại của tòa nhà hẳn phải trôi chảy dễ dàng thôi.

be sold on sth rất ưa thích điều gì, chẳng hạn như một ý tưởng, kế hoạch... hay một món đồ sẽ mua hay chọn lấy ■ *Look, just forget it - I can see you're not exactly sold on the idea.* • Xem kìa, hãy quên nó đi - tôi có thể thấy là anh không hoàn toàn ưa thích ý tưởng ấy.

be spitting in the wind hoặc ***be pissing in the wind*** (khẩu ngữ) phí thời gian và công sức để cố làm điều gì không thể được ■ *All these chages they're talking about are just spitting in the wind.* • Tất cả những thay đổi mà bọn họ đang nói đến chỉ là phí công vô ích thôi.

be spoken for 1. nói về người, đã lập gia đình, đã đính hôn hoặc đang có một mối quan hệ tình cảm nghiêm túc với một người khác ■ *"That guy over by the window is cute." "That's Jerry. He's already spoken for, though."* • "Anh chàng đứng bên cửa sổ kia trông thật hấp dẫn." "Đó là Jerry. Nhưng mà anh ta đã lập gia đình rồi." 2. nói về món gì đã có người cần dùng đến trước, nên hiện không thể có sẵn để sử dụng ■ *Businessmen who support the museum may have a gallery, lecture hall, or garden named after them (the parking lot is not spoken for).* • Các doanh nghiệp nào tài trợ cho viện bảo tàng có thể có một phòng trưng bày, một giảng đường hay một khu vườn mang tên họ (nhà để xe không có ai dùng đến).

be squeezed like sardines → **be packed like sardines**

be standing in the wings → **be in the wings**

be staring sb in the face hoặc *be staring sth in the face* 1. điều rất có khả năng xảy ra, thường là điều xấu ■ *We had very little food left, and starvation was staring us in the face.* ● Chúng ta còn lại rất ít lương thực, và nạn đói đang rình rập xảy ra. ■ *When you've stared death in the face, everything after that is easy.* ● Khi bạn đã phải đối mặt với cái chết sắp đến, mọi thứ sau đó đều dễ dàng. 2. điều rất hiển nhiên, dễ nhận ra, nhưng đã không được nhận ra ngay từ đầu ■ *We spent two days worrying about the problem of transport, when all the time the answer was staring us in the face.* ● Chúng tôi đã mất hai ngày lo lắng về vấn đề vận chuyển, khi giải pháp cho vấn đề lại rất rõ ràng.

be staring sth in the face → **be staring sb in the face**

be steamed up → **get steamed up**

be stopped in one's tracks → **stop (dead) in one's tracks**

be struck dumb (cách dùng cũ) không nói ra lời được vì quá kinh ngạc, sững sốt... ■ *On arriving, he was struck dumb with horror and amazement at the destruction of the village.* ● Vừa đến nơi, anh ta không nói được nên lời vì sững sốt và kinh ngạc trước sự tàn phá của ngôi làng.

be taken aback by sth hết sức kinh ngạc, sững sốt trước một sự việc gì ■ *She was completely taken aback by his anger.* ● Cô ấy hoàn toàn sững sốt trước sự giận dữ của anh ta. ■ *Bill was taken aback by the girl's directness.* ● Bill hết sức kinh ngạc trước sự giản dị của cô gái.

be taken by → **be taken with**

be taken with hoặc *be taken by* cảm thấy ưa thích hay bị hấp dẫn, lôi cuốn bởi một người hay sự vật... ■ *I was especially taken with an emerald and diamond necklace in the display window.* ● Tôi đặc biệt bị cuốn hút bởi một chiếc vòng đeo cổ với ngọc thạch và kim cương. ■ *We were so taken by the local residents' kindness and simplicity that we stayed longer that we had planned.* ● Chúng tôi bị lôi cuốn quá sức bởi lòng tốt và sự giản dị của người dân địa phương đến nỗi chúng tôi đã ở lại lâu hơn so với dự tính.

be talking (khẩu ngữ) dùng để nhấn mạnh mức độ tốn kém, chi phí, giá cả... hay số tiền mà ai đó có được ■ *It's going to cost a fortune. You're talking $100 for labour alone.* ● Điều đó sẽ tốn kém rất nhiều. Anh đang nói đến chi phí 100 đô-la chỉ riêng cho khoản nhân công.

be the absolute limit → **be the limit**

be the belle of the ball người con gái đẹp nhất trong một buổi lễ hội hay bữa tiệc vui ■ *Caroline will be the belle of the ball in that dress.* ● Trong chiếc áo dài ấy, Caroline sẽ là hoa khôi của bữa tiệc.

be the bomb (thông tục) điều rất tốt đẹp hoặc vô cùng lôi cuốn, thú vị ■ *Some skinny girls just think they're the bomb, but I like it when girls have more shape.* ● Một số các cô thon gầy tự cho mình là hấp dẫn lắm, nhưng tôi thích những cô gái có nhiều đường nét hơn.

be the death knell → **sound the death knell**

be the door to sth → **open (the) doors for**

be the limit hoặc *be the absolute limit* (khẩu ngữ) dùng khi quá bực tức với ai đó ■ *Preston's the absolute limit! We've tried to compromise, and he keeps rejecting our offers.* ● Preston thật là đáng giận. Chúng ta đã cố sức thỏa hiệp, và ông ta cứ một mực từ chối các đề nghị của chúng ta.

be the pits (khẩu ngữ) dùng để nhấn mạnh điều gì hết sức tồi tệ ■ *It's really the pits when Steph has to work nights.* ● Thật hết sức tồi tệ khi Steph phải làm việc ban đêm.

be the soul of sth (cách dùng cũ) nói về người có rất nhiều phẩm chất tốt đẹp ■ *Gina's mother, always the soul of propriety, was horrified when her daughter moved in with Hank.* ● Mẹ của Gina, luôn luôn là khuôn mẫu v đạo đức, đã kinh hãi khi thấy cô con gái của bà bước vào cùng với Hank. ■ *Don't worry, I'll be the soul of discretion - your secret is safe with me.* ● Đừng lo, tôi sẽ hết sức kín đáo - bí mật của anh sẽ được an toàn với tôi.

be the spitting image of sb dùng khi muốn nhấn mạnh rằng ai đó giống hệt như một người khác ■ *Paul's the spitting image of his father.* ● Paul giống hệt như cha nó.

be the world to sb → **mean the world to sb**

be the worse for wear hoặc *look the worse for wear* nói về sự vật trông có vẻ cũ kỹ, trong điều kiện rất xấu, hoặc nói về người trông mệt mỏi, bệnh hoạn ■ *He returned from a major conference, plainly the worse for wear. Somehow, he managed to come to the office.* ● Anh ta trở về từ một cuộc hội thảo lớn, trông rõ ràng là mệt mỏi rã rời. Nhưng bằng cách nào đó anh ta đã xoay xở để đến được văn phòng.

be there for sb (khẩu ngữ) sẵn sàng giúp đỡ ai hoặc tỏ ra tốt bụng, tử tế trong lúc người ấy gặp khó khăn ■ *Jeff is great. He's always there for me, ready to talk.* ● Jeff thật là tuyệt vời, anh ta luôn luôn sẵn lòng giúp đỡ tôi, sẵn sàng trò chuyện.

be three sheets to the wind hoặc *be four sheets to the wind* (cách dùng cũ) say khướt, đi đứng ngả nghiêng sau khi uống rượu ■ *Halfway through the reception, the bride's father was three sheets to the wind and dancing wwith everybody.* ● Nửa chừng buổi tiếp tân, người cha của cô dâu đã say khướt và nhảy múa với tất cả mọi người.

be thrilled to pieces (khẩu ngữ) rất phấn khích và hài lòng vì điều gì đó đã xảy ra ■ *My grandmother was thrilled to pieces when I told her I was coming to visit.* ● Bà nội tôi hết sức vui mừng khi tôi nói với bà là tôi sắp đến thăm.

be thrown in(to) (at) the deep end hoặc *get thrown in(to) (at) the deep end* hoặc *be plunged in(to) (at) the deep end* hoặc *jump in at the deep end* rơi vào tình huống phải khởi sự ngay một công việc khó khăn mà không được có thời gian chuẩn bị trước ■*The course in tourism helped, but we got thrown into the deep end and had to develop skills quickly.* ● Khóa học về du lịch là hữu ích, nhưng chúng tôi hoàn toàn bất ngờ không có sự chuẩn bị và phải phát triển những kỹ năng một cách nhanh chóng. ■ *Junior hospital doctors are thrown in at the deep end in their first jobs.* ● Những bác sĩ còn ít kinh nghiệm ở bệnh viện bị buộc phải vượt qua khó khăn ngay trong công việc đầu tiên của họ.

be tickled pink hoặc *be tickled to death* (thường dùng trong các bản tin báo chí, truyền hình...) rất hài lòng về điều gì vừa xảy ra ■ *Pauline's mother was tickled pink that her daughter was finally getting married.* ● Bà mẹ của Pauline đã hết sức hài lòng khi đứa con gái của bà cuối cùng cũng đã lập gia đình. ■ *Joan was tickled pink that her coworkers had organized a surprise party for her.* ● Joan hết sức hài lòng là các bạn đồng nghiệp đã tổ chức một buổi tiệc bất ngờ cho cô.

be tickled to death → **be tickled pink**

be tied to one's apron strings phụ thuộc gần như hoàn toàn vào ai; dựa vào sự giúp đỡ về tiền bạc, sự chăm sóc, khuyên bảo của người khác ■ *It's ridiculous that a 35-year-old man like Rob is still tied to his mother's apron strings.* ● Thật buồn cười là một người đàn ông đã 35 tuổi như Rob lại vẫn còn phải sống dựa vào người mẹ. ■ *U.S. airlines had been tied tightly to the government's apron strings so that when deregulation happened, only the strongest companies survived.* ● Ngành hàng không Hoa Kỳ phụ thuộc nặng nề vào chính phủ, cho nên khi có sự hủy bỏ các quy định cũ, chỉ những công ty mạnh mẽ nhất mới có thể tồn tại được. ■ *The British Prime Minister is too apt to cling to Washington's apron strings.* ● Thủ tướng Anh có khuynh hướng phụ thuộc quá nhiều vào Washington. ■ *Even at 25 Jenny was tied to her parents' apron strings.* ● Ngay cả ở độ tuổi 25, Jenny vẫn sống dựa vào cha mẹ mình. ■ *George never comes out with the rest of us - he's tied to his wife's apron strings.* ● George chẳng bao giờ đi chơi với bọn tôi - anh ta phụ thuộc hoàn toàn vào bà vợ.

be tilting at windmills 1. phí thời gian vào những ý tưởng không thiết thực hoặc không quan trọng ■ *Critics of the proposal bluntly likened it to tilting at windmills.* ● Những người phê phán bản đề nghị thẳng thừng gọi đó là chuyện phí thời gian vô ích. 2. cố gắng giải quyết một vấn đề, hoặc khởi sự thực hiện một kế hoạch dường như không có mấy khả năng thành công ■ *Devens says he knows something about tilting at windmills. He started Alaska's only accredited community college in 1979 with a budget of 118,000 and no teachers.* ● Devens nói rằng ông có biết đôi điều về việc nỗ lực làm điều tưởng như không thể được. Ông đã thành lập trường cao đẳng địa phương chính thức duy nhất của Alaska vào năm 1979 với một ngân sách chỉ có 118.000 đô-la.

be to be expected hoặc *it's (only) to be expected* điều rất thông thường, tất yếu vẫn thường xảy ra ■ *A little tiredness after taking these drugs is to be expected.* ● Một cơn mệt mỏi nhẹ sau khi dùng những viên thuốc này là điều rất thường xảy ra. (không có gì lạ, không đáng ngại) ■ *It's only to be expected that someone would have to cancel their trip at the last moment.* ● Điều rất thường xảy ra là một ai đó sẽ phải hủy bỏ chuyến đi của họ vào phút cuối cùng. (không có gì đáng ngạc nhiên)

be to blame (for sth) có lỗi, phải chịu trách nhiệm về một điều gì không hay, sai trái ■ *If anyone's to blame, it's me.* ● Nếu có ai phải bị quy lỗi, người đó chính là tôi. ■ *Which driver was to* blame for the accident?* • Tài xế nào có lỗi trong vụ tai nạn? ▪ *The hospital has launched an inquiry to find out who was to blame for the mistake.* • Bệnh viện đã phát động một cuộc điều tra để tìm biết xem ai là người phải chịu trách nhiệm cho sai lầm đó.

be to do with hoặc *have (got) to do with* nhắm đến hoặc liên quan đến điều gì ▪ *"What do you want to see me about?" "It's to do with that letter you sent me."* • "Anh muốn gặp tôi về chuyện gì?" "Đó là về lá thư mà anh đã gửi cho tôi." ▪ *Most of the articles have to do with America's role in the world since the end of the Cold War.* • Hầu hết các bài báo là liên quan đến vai trò của Hoa Kỳ trên thế giới kể từ khi chiến tranh lạnh kết thúc. ▪ *Was the dispute anything to do with safety regulations?* • Cuộc tranh cãi có liên quan gì đến các quy định an toàn hay không? ▪ *I'm quite sure Nancy's resignation has nothing to do with her health.* • Tôi dám chắc là sự từ chức của Nancy không có liên quan gì đến sức khỏe của bà ta. ▪ *Reynolds has always claimed that he had nothing to do with her disappearance.* • Reynolds đã luôn miệng tuyên bố là anh ta chẳng có liên quan gì đến sự biến mất của cô ấy. ▪ *What I do in my own time has nothing to do with you.* • Những gì tôi làm trong quỹ thời gian của riêng tôi không liên quan gì đến anh cả. ▪ *Her job has something to do with computers.* • Công việc của cô ta có liên quan phần nào đến máy tính. ▪ *"How much do you earn?" "What's it got to do with you?"* • "Anh kiếm được bao nhiêu?" "Điều đó có liên quan gì đến anh chứ?" ▪ *Hard work has a lot to do with her success.* • Công việc tích cực có liên quan rất nhiều đến sự thành công của cô ấy. (đó là một trong những lý do quan trọng dẫn đến thành công) ▪ *We don't have very much to do with our neighbours.* • Chúng tôi không có quan hệ nhiều lắm với những người hàng xóm của mình. (không thường qua lại lắm) ▪ *I'd have nothing to do with him, if I were you.* • Nếu tôi mà là anh, tôi sẽ không có gì để quan hệ với hắn ta cả.

be to one's advantage hoặc *work to one's advantage* có lợi, mang lại lợi thế cho ai ▪ *It would be to your advantage to attend this meeting.* • Tham dự buổi họp này sẽ có lợi cho anh. ▪ *Eventually, the new regulations will work to our advantage.* • Cuối cùng những quy định mới sẽ mang lại lợi thế cho chúng ta. ▪ *It would be to your advantage to prepare questions in advance.* • Việc chuẩn bị trước các câu hỏi sẽ là có lợi cho anh.

be too big for one's britches → **get too big for one's britches**

be treading water nói về người hay doanh nghiệp rơi vào tình huống không phát triển và không đạt được nhiều thành công hơn trước đó ▪ *Now, after six years of treading water in my ralationship and in my job, I no longer see customers as indivudual people.* • Giờ đây, sau 6 năm giậm chân tại chỗ trong quan hệ và trong công việc, tôi không còn xem khách hàng như là những cá nhân riêng rẽ nữa.

be under control kiểm soát, xử lý thành công để sự việc được ngăn chặn hoặc diễn ra theo đúng ý muốn ▪ *Don't worry - everything's under control!* • Đừng lo lắng - mọi việc đều ở trong tầm kiểm soát. ▪ *It was several hours before firefighters could get the blaze under control.* • Phải nhiều giờ sau những người lính cứu hỏa mới có thể kiểm soát được trận cháy lớn.

be under fire hoặc *come under fire* 1. chịu đựng sự phê phán, chỉ trích rất nặng nề vì một việc sai trái đã làm (thường dùng trong các bản tin báo chí, truyền hình...) ■*The transportation secretary was under fire for increasing train fares for the second time this year.* • Bộ trưởng Giao thông bị chỉ trích nặng nề về việc tăng giá vé tàu lần thứ hai trong năm nay. ■ *The government will come under fire again when the latest crime figures are released.* • Chính phủ sẽ bị chỉ trích nặng nề một lần nữa khi những số liệu mới nhất về tội phạm được đưa ra. ■ *The health minister has come under fire from all sides.* • Bộ trưởng Y tế đã bị chỉ trích nặng nề từ mọi phía. 2. bị tấn công bằng hỏa lực, súng... ■*British troops came under fire again yesterday.* • Hôm qua quân đội Anh lại bị tấn công bằng hỏa lực một lần nữa.

be under one's feet → **get under one's feet**

be under one's spell → **fall under one's spell**

be under the knife → **go under the knife**

be under the wing of chịu sự kiểm soát và điều hành của người hay tổ chức nào đó ■ *Roth ran for the Senate in 1980 under the wing of the National Congressional Club.* • Roth ra tranh cử vào quốc hội dưới quyền của National Congressional Club.

be under way → **get under way**

be up front (about sth) → **be up-front (about sth)**

be upfront (about sth) → **be up-front (about sth)**

be up-front (about sth) hoặc *be up front (about sth)* hoặc *be upfront (about sth)* trung thực và thẳng thắn về những gì mình cảm thấy ■ *I've always been fairly up-front about how I approach things, and this project is no different.* • Tôi vẫn luôn luôn thẳng thắn trong việc tiếp cận với sự việc, và với dự án này cũng không khác.

be waiting in the wings → **be in the wings**

be waiting with bells on → **with bells on**

be walking on thin ice → **be on thin ice**

be washed up nói về người hay tổ chức đã thất bại hoàn toàn và không còn có khả năng đạt đến thành công nữa ■ *They said I was washed up - my career was over.* • Họ bảo rằng tôi đã thất bại hoàn toàn - sự nghiệp của tôi đã chấm hết. ■ *After Lily's throat surgery, her singing career was washed-up.* • Sau lần phẫu thuật nơi cuống họng, sự nghiệp ca hát của Lily đã hoàn toàn chấm dứt.

be way off base → **be off base**

be way out in left field → **be out in left field**

be way out of one's league → **be out of one's league**

be way over in left field → **be out in left field**

be wide of the mark nói về một phát biểu, sự tính toán hay dự đoán không đúng sự thật hoặc chưa đạt được độ chính xác cần thiết ■ *Predictions* of economic growth of 4% per year are probably very wide of the mark. • Những dự báo về tỷ lệ tăng trưởng kinh tế 4% một năm rất có thể quá xa thực tế. ■ Their predictions turned out to be wide of the mark. • Những dự đoán của họ hóa ra lại không đủ mức độ chính xác.

be wide open nói về một cuộc đua hoặc thi tài, sự chọn lựa... được mở rộng cho bất cứ ai cũng có thể tham dự ■ The producers say it's wide open as to who of the many young actors on Broadway will play the part of Ricky. • Các nhà sản xuất nói rằng việc chọn người để đóng vai Ricky là mở rộng cho bất cứ diễn viên trẻ nào ở Broadway.

be wired (for sound) có mang thiết bị ghi âm bí mật để lén ghi lại hoặc cho phát sóng những cuộc đối thoại của mình với người khác ■ Gibson allegedly offered the police officer, who was wired for sound, half a kilogramme of cocaine. • Gibson được cho là đã đề nghị với viên cảnh sát, người có mang thiết bị ghi âm, nửa kí-lô chất cô-ca-in.

be wise to → get wise to

be with it (khẩu ngữ) 1. có khả năng suy nghĩ sáng suốt và hiểu rõ mọi việc ■ I'm sorry, I don't know what's the matter with me - I'm just not with it this morning. • Tôi rất tiếc, tôi không biết có chuyện gì không ổn với tôi - sáng nay tôi chỉ là không sao suy nghĩ một cách sáng suốt được. 2. ăn mặc hợp thời trang và hiểu biết về những ý tưởng mới ■ At the time, I thought I was really with it because I had a pair of silver leather platform boots. • Vào lúc ấy tôi nghĩ rằng mình thật sự rất hợp thời trang bởi vì tôi có một đôi giày ống đế da bịt bạc.

be within a hair's breadth of doing sth hoặc *come within a hair's breadth of doing sth* suýt nữa thì đã làm điều gì đó gây hậu quả xấu ■ I came within a hair's breadth of losing both my wife and daughter in the crash. • Chỉ suýt nữa thì tôi đã mất cả vợ và con gái trong vụ tai nạn.

be within a whisker of (doing) sth (thường dùng trong các bản tin báo chí, truyền hình...) nói về tình huống mà ai đó suýt nữa đã làm hoặc trải qua điều gì ■ Sullivan came within a whisker of winning Brown's Senate seat in 1986. • Sullivan đã suýt nữa thì giành được ghế dân biểu của Brown vào năm 1986. ■ They came within a whisker of being killed. • Bọn họ suýt nữa thì bị giết chết rồi.

be worlds apart hoặc *be a world apart* rất khác biệt với nhau ■ College Station, a town of 50,000, is worlds apart from the intense atmosphere of Washington. • College Station, một thị trấn với 50.000 dân, rất khác biệt với bầu không khí căng thẳng ở Washington.

be worried out of mind → be frightened out of mind

be worth one's while (khẩu ngữ) nói về điều gì đạt được là xứng đáng với thời gian, công sức, nỗ lực đã bỏ ra ■ Dardis assures Bernstein that it would be worth his while to fly down to Miami again, and that new witnesses were willing to talk. • Dardis đảm bảo với Bernstein rằng sẽ không phí công nếu ông ta bay đi Miami lần nữa và rằng những nhân chứng mới đã sẵn sàng lên tiếng. ■ I'm assuming you'll make it worth my while if I say I'll help you. • Tôi cho rằng anh sẽ đền bù cho tôi xứng đáng nếu như tôi nói là tôi sẽ giúp anh.

be written in stone → be set in stone

beam → broad in the beam

beam → off beam

bean → be full of beans

bean → cool beans

bean → not amount to a hill of beans

bean → not have a bean

bean → spill the beans (about)

bear → all the traffic will bear

bear → be like a bear with a sore head

bear → be loaded for bear

bear → bring sth to bear (on / upon sb)

bear → grin and bear it

bear → heavy cross to bear

bear → hungry as a bear

bear fruit mang lại kết quả tốt đẹp như mong đợi ■ *Our economic policies are bearing fruit, and the economy is stronger than it has been for years.* ● Những chính sách kinh tế của chúng ta đã bắt đầu mang lại kết quả tốt, và nền kinh tế mạnh hơn so với nhiều năm qua. ■ *Our reform of the educational system must be given time to bear fruit.* ● Cải cách hệ thống giáo dục của chúng ta cần phải có thời gian để mang lại kết quả tốt đẹp.

bear hard on sb → bear heavily on sb

bear heavily on sb hoặc *bear hard on sb* hoặc *bear severely on sb* gây ra nhiều khó khăn, đau khổ cho ai ■ *Taxation bears heavily on us all.* ● Thuế má gây khó khăn nặng nề cho tất cả chúng ta.

bear severely on sb → bear heavily on sb

bear the brunt of sth hoặc *take the brunt of sth* nhận lãnh hoặc cảm thấy được những hậu quả xấu nhất của một vụ tấn công, phê phán, hoặc một tình huống xấu... ■ *It is always the small businesses that take the brunt of a recession.* ● Chính các nhà doanh nghiệp nhỏ luôn luôn là người phải nhận lãnh hậu quả xấu nhất của một cuộc suy thoái kinh tế. ■ *Schools will bear the brunt of cuts in government spending.* ● Các trường học sẽ gánh chịu hậu quả xấu của những cắt giảm trong chi tiêu của chính phủ. ■ *It was the capital that bore the brunt of the recent flooding.* ● Chính thủ đô đã phải hứng chịu hậu quả của trận lụt gần đây.

bear with sb giữ thái độ kiên nhẫn với ai ■ *She's under a lot of strain. Just bear with her.* ● Cô ấy đang chịu rất nhiều căng thẳng. Hãy kiên nhẫn với cô ấy. ■ *If you will bear with me a little longer, I'll answer your question.* ● Nếu anh kiên nhẫn với tôi ít lâu nữa, tôi sẽ trả lời câu hỏi của anh. ■ *If you just bear with me for a few more minutes, we'll have all the paperwork finished.* ● Chỉ cần anh kiên nhẫn với tôi thêm ít phút nữa, chúng ta sẽ hoàn tất được tất cả giấy tờ.

bearer → the standard bearer of sth

bearings → get one's bearings

beast → make the beast with two backs

beast → the nature of the beast

beat → be beat with an ugly stick

beat → if you can't beat 'em, join 'em.

beat → march to (the beat of) a different drummer

beat a (hasty) retreat

beat → one's heart skipped a beat

beat → take a beating

beat → without missing a beat

beat → you can't beat

beat a (hasty) retreat nhanh chóng rời khỏi một nơi nào, nhất là vì sợ sệt hoặc bối rối ■ *Finding themselves surrounded by large men with kitchen knives, the health inspectors beat a hasty retreat.* ● Nhận thấy mình bị vây quanh bởi những người đàn ông to lớn với những con dao làm bếp, mấy viên thanh tra y tế liền chuồn thật nhanh.

beat a dead horse hoặc *flog a dead horse* (khẩu ngữ) dùng khi muốn nói là ai đó đang phí thời gian và nỗ lực của mình cho việc gì không thể thành công, hay sự việc gì mà người ta không còn quan tâm đến nữa ■ *I don't want to be beating a dead horse. I will step aside if the folks out there reach a point where they don't want to hear my music any more.* ● Tôi không muốn phí thời gian vào chuyện vô ích. Tôi sẽ rút lui vào lúc nào mà mọi người ở đó không còn muốn nghe âm nhạc của tôi nữa.

beat around the bush hoặc *beating about the bush* nói quanh co, không đề cập thẳng vào vấn đề, cho dù điều đó làm cho người nghe khó chịu ■ *Let's not beat around the bush anymore. Sharon, we're just not happy with your performance.* ● Chúng ta sẽ không nói quanh co nữa. Này Sharon, chúng tôi thật không vui với phần trình bày của bạn. ■ *Stop beating about the bush and tell me what you want.* ● Đừng nói vòng vo nữa và hãy cho tôi biết anh muốn gì.

beat down sth → **beat sb down**

beat it (thô lỗ, dùng khi tức giận) biến đi, cút đi ■ *Beat it, Tony! Can't you see I'm on the phone?* ● Cút đi, Tony. Mày không thấy là tao đang nói chuyện điện thoại hay sao? ■ *This is private land, so beat it!* ● Đây là chỗ riêng tư, vì thế hãy cút đi!

beat me hoặc *beat the hell out of me* (khẩu ngữ) mù tịt, hoàn toàn không hiểu gì cả ■ *It beats me why they want a big old car like that, but that's their business.* ● Tôi hoàn toàn không hiểu được vì sao họ lại cần một chiếc xe hơi lớn cũ kỹ như thế, nhưng đó là chuyện của họ.

beat off đánh đuổi, đánh bại hoặc xô đuổi đi nơi khác ■ *The attacker was beaten off.* ● Kẻ tấn công đã bị đánh đuổi đi. ■ *She beat off a challenge to her leadership.* ● Cô ta đánh bại sự thách thức với quyền lãnh đạo của mình.

beat one's brains out 1. hoặc *bash one's brains out* đánh ai đó một cách rất nặng nề vào đầu vì quá tức giận ■ *A crowd had formed around Mike and Randy, who were in the process of beating each other's brains out.* ● Một đám đông đã bao quanh Mike và Randy, hai người đang đánh vào đầu nhau dữ dội vì tức giận. 2. suy nghĩ rất căng trong một thời gian dài ■ *I've been beating my brains out all weekend to get this script written.* ● Tôi đã vắt óc trong suốt cả dịp cuối tuần để viết xong bản thảo này.

beat sb at one's own game hoặc *play sb at one's own game* làm hoặc cố gắng làm điều gì thành công hơn người đã nổi tiếng là sở trường, là rất giỏi về việc ấy ■ *Fleischer, a brilliant financial mind, prides himself on beating Wall Street at its own game.* ● Fleischer, một bộ óc sáng chói về tài chính, đã tự hào vì đánh bại được thị trường chuyên nghiệp Wall Street. ■ *Hollywood did not enjoy being beaten by the British at its own game.* ● Hollywood không thích bị đánh bại bởi người Anh trong lĩnh vực sở trường của mình. (tức là nghệ thuật điện ảnh)

beat sb down hoặc *beat down sth* thuyết phục ai phải giảm giá một món hàng, trả giá thấp hơn ■ *He wanted $8000 for the car but I beat him down to $6000.* ● Ông ta muốn bán chiếc xe hơi với giá 8000 đô-la, nhưng tôi thuyết phục ông ta giảm xuống 6000 đô-la. ■ *I beat down the price to $6000.* ● Tôi đã trả giá thấp hơn là 6000 đô-la. ■ *The original price was £100,000, but we beat them down to £95,000.* ● Giá ban đầu là 100.000 bảng Anh, nhưng chúng tôi đã thuyết phục họ giảm xuống 95.000 bảng.

beat sb hands down → **win hands down**

beat sb to the punch nhanh chóng thực hiện hay đạt được điều gì trước khi một đối thủ cạnh tranh của mình kịp ra tay ■ *The Columbia astronauts say that their satellite will be able to relay the information first, and they expect to beat the Hubble telescope to the punch.* ● Các phi hành gia Columbia nói rằng vệ tinh của họ sẽ có thể gửi và nhận thông tin trước nhất, và họ mong đợi là sẽ nhanh hơn viễn vọng kính Hubble.

beat sth hands down → **win hands down**

beat the (living) daylights out of sb đánh đập nặng nề và gây ra thương tích nghiêm trọng cho ai ■ *All I know is that after the game, Otis beat the living daylights out of him.* ● Tất cả những gì tôi biết là sau trận đấu Otis đã đánh anh ta tơi tả. ■ *Get out or I'll beat the living daylights out of you!* ● Cút ngay đi, hoặc là tao sẽ đập chết mày đấy!

beat the bushes cố gắng hết sức để đạt được điều gì ■ *Rousten has been beating the bushes to try and get money, mostly from people in the sports and entertainment fields.* ● Rousten đang cố hết sức để huy động tiền bạc, chủ yếu là từ những người trong lĩnh vực thể thao và giải trí.

beat the drum for → **bang the drum for**

beat the hell out of me → **beat me**

beat the pants off sb hoặc *ride the pants off sb* hoặc *act the pants off sb* (khẩu ngữ) đánh bại ai một cách toàn diện và dễ dàng trong một trận so tài, hoặc tỏ ra giỏi hơn rất nhiều trong một hoạt động ■ *The last time we played the Hornets, they beat the pants off us.* ● Lần cuối cùng chúng tôi chạm trán với đội Hornets, họ đã đánh bại chúng tôi dễ dàng. ■ *Don't worry about me - I can ride the pants off any of those Ivy League boys.* ● Đừng lo cho tôi - tôi có thể hạ gục dễ dàng bất cứ ai trong số những người của Ivy League.

beat the system tìm mọi cách để đạt được điều mình muốn, bất chấp những nguyên tắc chung trong xã hội hoặc sự ngăn cản, bất đồng của những người có quyền lực ■ *Dave thought he could beat the system by borrowing money from different sources, but he just got deeper and deeper into debt.* ● Dave nghĩ là anh ta có thể chống lại các nguyên tắc xã hội bằng cách mượn tiền từ nhiều nguồn khác nhau, nhưng anh ta chỉ càng ngày càng lún sâu hơn vào nợ nần.

beaten → off the beaten track

beating → take some beating

beating about the bush → beating around the bush

beating one's head against a wall → banging one's head against a wall

beating one's head against the wall → banging one's head against a wall

beauty is in the eye of the beholder dùng để diễn đạt sự khác biệt nhau về tiêu chuẩn đánh giá cái đẹp ■ *Many orchids give off a smell that most people wouldn't go near, but beauty is in the eye of the beholder since a variety of insects are attracted to these flowers.* ● Nhiều loại hoa có mùi khó ngửi đến nỗi chẳng ai muốn lại gần, nhưng cái đẹp vốn là khác nhau ở mỗi loài, nên có rất nhiều loại côn trùng lại bị hấp dẫn đến gần những loại hoa ấy.

beaver → busy as a beaver

beaver → eager beaver

beaver away at sth làm việc gì rất căng thẳng, cố sức ■ *He's been beavering away at the accounts all morning.* ● Ông ta đã làm việc rất căng với các báo cáo tài chính suốt cả buổi sáng.

beck → at one's beck and call

become → what become of sb

bed → be in bed with

bed → early to bed, early to rise (makes a man healthy, wealthy, and wise)

bed → get up on the wrong side of the bed

bed → make one's bed and one must lie on it

bed → no bed of roses

bed → put sth to bed

bed down đi ngủ ở một nơi tạm thời khác với thường ngày ■ *You have my room and I'll bed down in the living room.* ● Anh dùng phòng của tôi, và tôi sẽ ngủ tạm trong phòng khách. ■ *It was time for us to find somewhere to bed down for the night.* ● Đã đến lúc chúng ta phải tìm một nơi nào đó để ngủ tạm qua đêm. ■ *John and Steve can bed down in the living room.* ● John và Steve có thể ngủ tạm trong phòng khách.

bed of roses → no bed of roses

bedfellow → make strange bedfellows

bee → busy as a beaver

bee → busy bee

bee → have a bee in one's bonnet (about sth)

bee → the bee's knees

bee → the birds and the bees

beef up sth thúc đẩy, đẩy mạnh một hoạt động ■ *Security has been beefed up for the royal visit.* ● An ninh đã được tăng cường cho cuộc viếng thăm của hoàng gia. ■ *They're taking on more workers to beef up production.* ● Bọn họ đã nhận thêm công nhân để đẩy mạnh việc sản xuất. ■ *The hotel plans to beef up its marketing effort.* ● Khách sạn có kế hoạch đẩy mạnh những nỗ lực tiếp thị.

beeline → make a beeline for sth

been there, done that (seen the movie, bought the T-shirt) (khẩu ngữ) dùng để bày tỏ việc mình không quan tâm đến sự việc vừa được nêu ra, vì đã quá quen thuộc, trước đây đã từng trải qua ■ *"I'd like to live in the country." "Not me. I grew up in the middle of nowhere - been there, done that, don't ever want to go back."* ● "Tôi thích sống ở miền quê." "Tôi thì không. Tôi lớn lên nơi miền quê hẻo lánh - đã quá quen với vùng ấy rồi, chẳng bao giờ còn muốn trở lại nữa."

beer → **be small beer**

beer → **make sb cry into their beer**

beer and skittles hoặc *all beer and skittles* hoàn toàn vui vẻ, thỏa mãn, hoặc thoải mái và hài lòng ■ *Life isn't all beer and skittles, you know!* ● Bạn biết đấy, cuộc sống không phải lúc nào cũng dễ dãi. ■ *For Sam, college was beer and skittles. He wasted a lot of time and money.* ● Với Sam thì trường đại học là hết sức thoải mái. Anh ta đã hoang phí rất nhiều thời gian và tiền bạc.

beet → **go beet-red**

before → **cast pearls before swine**

before → **it'll be a cold day in hell before**

before → **look before you leap**

before → **the morning after the night before**

before dark trước khi trời tối ■ *Try to get home before dark.* ● Hãy cố gắng về nhà trước khi trời tối. ■ *We were hoping to get there before dark.* ● Chúng tôi hy vọng sẽ đến đó trước khi trời tối.

before one can say Jack Robinson nói về một sự việc, xảy ra quá nhanh ■ *The hurricane hit us and was over before we could say Jack Robinson.* ● Cơn bão ập đến với chúng tôi và đi qua nhanh chóng đến mức chúng tôi chưa kịp phản ứng gì cả.

before one's (very) eyes hoặc *in front of one's (very) eyes* dùng để nhấn mạnh điều gì được tận mắt chứng kiến, xảy ra ngay trước mắt ai ■ *He had seen his life's work destroyed before his very eyes.* ● Ông ta đã tận mắt nhìn thấy công trình một đời của mình bị phá hủy ngay trước mắt. ■ *It happened right in front of my eyes.* ● Chuyện ấy xảy ra ngay trước mắt tôi.

before you could bat an eye → **before you could blink**

before you could blink an eye → **before you could blink**

before you could blink hoặc *before you could blink an eye* hoặc *before you could bat an eye* điều gì xảy ra quá nhanh và gây ngạc nhiên ■ *When the kids are at home I spend a lot more - I go through fifty dollars before I can blink an eye.* ● Khi bọn trẻ ở nhà, tôi phải tiêu tiền nhiều hơn - tôi tiêu hết sạch 50 đô-la chỉ trong nháy mắt.

beg → **be going begging**

beg → **I beg to differ**

beg → **I beg your pardon**

beg leave to do sth xin phép để được làm điều gì ■ *I beg leave to add a few comments of my own.* ● Tôi xin phép được thêm vào những nhận xét của riêng tôi.

beg off từ chối không làm điều gì mà trước đó đã hứa là sẽ làm ■ *He's always begging off at the last minute.* • Anh ta luôn luôn thoái thác vào giờ chót.

beg one's pardon xin lỗi ai về điều không phải đã nói hoặc đã làm ■ *He returned to beg her pardon for his sudden outburst.* • Anh ta trở lại để xin lỗi cô ấy về cơn giận đột ngột của mình.

beg the question 1. nói về một phát biểu, vấn đề thảo luận hay một tình huống gợi nên nhiều câu hỏi, vấn đề quan trọng khác nữa vì nó chưa đề cập đến ■ *The whole affair begs the question why reporters were allowed into the junior high school.* • Toàn bộ sự việc gợi nên câu hỏi là tại sao các phóng viên lại được cho phép vào trường học của các em nhỏ. ■ *All of which begs the question as to who will fund the project.* • Tất cả điều đó gợi nên câu hỏi là ai sẽ tài trợ cho dự án. 2. nói về điều gì như thể là hoàn toàn đúng sự thật, cho dù chưa chắc là vậy ■ *These assumptions beg the question that children learn languages more easily than adults.* • Những giả định này cho rằng trẻ em học các ngôn ngữ dễ dàng hơn người lớn.

beg, borrow, or steal sử dụng bất cứ phương thức nào có thể được, nhằm đạt đến mục đích - tìm đủ mọi cách ■ *People will beg, borrow, or steal to get their hands on one of these antiques.* • Người ta sẽ tìm đủ mọi cách để có được những món đồ cổ này.

beggar belief quá đáng, gây sửng sốt đến mức khó tin được hoặc mô tả được ■ *It beggars belief how things could have got this bad.* • Thật khó mà tin nổi làm sao sự việc lại trở nên tồi tệ đến thế này. ■ *His attitude simply beggars belief!* • Thái độ của hắn ta thật là hoàn toàn khó tin được!

beggars can't be choosers (khẩu ngữ) trong tình huống bắt buộc không thể đòi hỏi những chọn lựa tốt hơn ■ *"I'm starving, but I don't feel like eating leftovers." "That's all there is. Beggars can't be choosers."* • "Tôi đói lắm, nhưng tôi không thích ăn những món đồ thừa." "Chỉ có thế thôi. Không thể có chọn lựa nào khác." (nghĩa đen của thành ngữ này là "người đi xin không thể là người chọn lựa", vì thế nó được dùng khi tình huống bắt buộc người ta phải chấp nhận mà không được quyền chọn lựa)

begin → to begin with

beginner's luck vận may bất thường có được khi khởi sự làm việc gì lần đầu tiên ■ *"I beat you last time." "Beginner's luck - it won't happen again!"* • "Tôi đã hạ anh lần trước." "May mắn cho người khởi đầu đó thôi - chuyện đó sẽ không xảy ra lần nữa đâu."

beginning → the beginning of the end

behalf → in behalf of sb

behalf → on behalf of sb

behind → be behind the times

behind → be done behind the scenes

behind → can do sth with one hand tied behind one's back

behind → do sth with one hand tied behind one's back

behind → driving force

behind → have a stick up one's butt

behind → the brain behind sth

behind → **think the sun shines out of one's backside**

behind → **throw one's weight behind sb**

behind → **wet behind the ear**

behind bars trong nhà tù ■ *The murderer is now safely behind bars.* • Tên sát nhân giờ đây đã được nhốt lại an toàn trong tù. ■ *Those five men could spend up to 12 years behind bars.* • Năm người đàn ông đó có thể phải trải qua 12 năm trong tù.

behind closed doors được thực hiện kín đáo, không công khai, nơi không ai có thể nhìn thấy hoặc biết được việc gì đang xảy ra - trong phòng kín ■ *Because of the recent media attention, the case will be argued behind closed doors for the rest of the week.* • Bởi vì sự chú ý của các phương tiện truyền thông hồi gần đây, nên vụ việc sẽ được bàn cãi trong phòng kín cho đến hết tuần. ■ *The meeting was held behind closed doors.* • Cuộc họp đã được tổ chức trong phòng kín.

behind one's back 1. lén lút, không công khai, khi vắng mặt ai đó ■ *He suspected that the older girls were laughing at him behind his back.* • Ông ấy nghi ngờ là những cô gái lớn tuổi hơn đang cười nhạo lén lút sau lưng ông. ■ *Have you been talking about me behind my back?* • Có phải các anh đang nói về tôi khi tôi vắng mặt không? ■ *The kids were always making fun of him behind his back.* • Bọn trẻ luôn luôn đùa cợt sau lưng ông ta. 2. lén lút, tránh không cho những người có liên quan được biết trước khi làm điều gì, nhất là nói về những người trong gia đình hoặc người cộng sự ■ *I can't believe that my own sister was seeing my boyfriend behind my back.* • Tôi không thể tin được là chính chị ruột tôi lại lén lút đến gặp bạn trai tôi mà không cho tôi biết. ■ *They went behind my back and appointed someone with no experience.* • Bọn họ đã tránh không cho tôi biết và chỉ định một người nào đó không có kinh nghiệm. ■ *They went ahead and sold it behind my back.* • Bọn họ cứ tiến hành bán nó đi mà không cho tôi biết.

behind sb all the way hoặc **with sb all the way** hoàn toàn ủng hộ việc làm của ai và sẵn sàng làm hết khả năng mình để giúp đỡ ■ *Roache is doing a great job on the Stuart case, and we're behind him all the way.* • Roache đang làm rất tốt trong vụ Stuart, và chúng tôi ủng hộ ông ấy hết mình.

behind the eight ball (khẩu ngữ) rơi vào tình huống mất hẳn lợi thế, nhất là vì đã quá chậm chạp không kịp thời nắm bắt cơ hội ■ *"Our management is behind the eight ball, with no credibility,"* Zamora said. *"We got to do a better job communicating policies to people."* • "Sự quản lý của chúng ta đang ở trong tình trạng bất lợi, thiếu hẳn sự tin cậy." Zamora nói. "Chúng ta phải cần làm việc tốt hơn nữa trong việc giải thích các chính sách cho người dân." ■ *The Congressman found himself behind the eight ball when the newspapers published an article about his recent stock purchases.* • Ông nghị sĩ tự nhận ra mình đã rơi vào tình huống bất lợi khi các báo đăng tải bài nói về những vụ mua chứng khoán gần đây của ông.

beholder → **beauty is in the eye of the beholder**

being → **for the time being**

belabour the point thảo luận hay giải thích một điều gì quá nhiều lần, hoặc đưa ra quá nhiều chi tiết lặp đi lặp lại khiến người nghe trở nên bực dọc, khó chịu ■ *Since you have already stated in your letter that you know something is wrong with you, I won't belabour the point. However, I suggest that you should get some help from a counselor.* • Bởi vì bạn đã nói rõ trong thư là bạn biết có gì đó không ổn với mình, nên tôi sẽ không nói dài dòng về việc này nữa. Tuy nhiên, tôi đề nghị là bạn nên nhờ đến sự giúp đỡ từ một nhà tư vấn. ■ *I don't want to belabour the point, but it's vital you understand how important this is.* • Tôi không muốn lặp lại dông dài, nhưng điều tối cần thiết là bạn phải hiểu được việc này quan trọng như thế nào.

belfry → **have bats in the belfry**

belief → **beggar belief**

belief → **beyond belief**

belief → **to the best of one's knowledge**

believe → **don't you believe it**

believe → **if you believe that, you'll believe anything**

believe → **you'd better believe sth**

believe it or not dùng để nhấn mạnh một thông tin có thể gây ngạc nhiên nhưng đúng là sự thật ■ *Believe it or not, he asked me to marry him!* • Bạn có tin hay không cũng được, nhưng anh ta đã bảo tôi hãy kết hôn với anh ta đấy! ■ *Jason and Mel are finally getting married, believe it or not!* • Bạn có tin hay không cũng được, nhưng Jason và Mel cuối cùng sắp cưới nhau rồi đấy!

believe me hoặc *believe you me* dùng để nhấn mạnh là người nói rất tin tưởng vào độ chính xác của điều đang nói ■ *You haven't heard the last of this, believe you me!* • Anh chưa nghe phần cuối của chuyện này đâu, tôi tin chắc là vậy. ■ *All this is going to cause a lot of trouble, believe you me.* • Tất cả những chuyện này rồi sẽ gây ra rắc rối to, tôi tin chắc như vậy.

believe you me → **believe me**

believer → **great believer in sth**

bell → **alarm bells ring**

bell → **have had one's bell rung**

bell → **hear wedding bells**

bell → **hell's bells**

bell → **ring a bell**

bell → **ring alarm bells**

bell → **saved by the bell**

bell → **with bells on**

belle → **be the belle of the ball**

bells and whistles những phụ kiện kèm theo một sản phẩm, tuy không cần thiết nhưng làm cho người ta nghĩ rằng đó là đặc biệt ■ *A new Corvette with all the bells and whistles would cost about $50,000.* • Một chiếc Corvette mới với tất cả phụ kiện đi kèm có thể trị giá đến 50.000 đô-la.

belly → **have a fire in one's belly**

bellyful → **have a bellyful of sth**

belly-up → **go belly-up**

below → **be (hitting) below the belt**

below par hoặc *under par* 1. hoặc *not up to par* không đạt được những chuẩn mực về phẩm chất như thông thường hoặc được mong đợi ■ *The band started the evening slightly under par, but gradually improved.* • Ban nhạc bắt đầu buổi tối hơi dưới mức mong đợi, nhưng dần dần đã hoàn thiện hơn. 2. hoặc *not feel up to par* cảm thấy nhuốm bệnh hoặc yếu ớt ■ *You may not feel up to par for three weeks or more after a case of the flu.* • Bạn có thể cảm thấy không được khỏe trong ba tuần hoặc hơn nữa sau một lần cảm cúm.

belt → be (hitting) below the belt

belt → have sth under one's belt

belt → tighten your belt

bend → round the bend

bend one's ear nói chuyện với ai quá lâu, nhất là khi điều này gây ra sự bực mình ■ *Munro bent Ziegler's ear for an hour about delightful it would be to live near his children in San Jose.* • Munro lải nhải bên tai Ziegler trong một tiếng đồng hồ về sự vui sướng nếu như được sống gần các con anh ở San Jose. ■ *Ivan is a nice person, but last time I saw him, he bent my ear for an hour talking about his new apartment.* • Ivan là một người tốt, nhưng lần vừa rồi khi tôi gặp anh ta, anh đã lải nhải bên tai tôi hàng giờ về căn hộ mới của mình.

bend over backward hoặc *bend over backwards* cố hết sức, làm mọi việc có thể để giúp đỡ ai ■ *I bent over backward, trying to be fair to her - I don't know what else I can do.* • Tôi đã cố hết sức để xử sự công bằng với cô ấy - Tôi không biết mình còn có thể làm được điều gì khác nữa. ■ *I've bent over backwards to help him.* • Tôi đã cố hết sức để giúp đỡ anh ấy. ■ *I bent over backwards to make it easier for her and she didn't even notice.* • Tôi đã cố gắng hết sức để làm cho mọi việc dễ dàng hơn cho cô ấy, và cô ấy thậm chí chẳng nhận ra nữa.

bend over backwards → bend over backward

bend the truth không hoàn toàn đúng hẳn như sự thật ■ *I wasn't exactly lying when I said I hadn't seen her - I was just bending the truth a little.* • Không phải là tôi nói dối khi bảo rằng đã không gặp cô ấy - chỉ là tôi nói hơi khác đi với sự thật đó thôi. ■ *He doesn't lie exactly - he just bends the truth.* • Ông ấy không hoàn toàn nói dối - ông chỉ bóp méo sự thật đi thôi.

bended → go down on one's knees

benefit → for one's benefit

benefit → give sb the benefit of the doubt

benefit → with the hindsight

bent → be bent on sth

bent → get bent out of shape

bent on (doing) sth hoặc *hell-bent on (doing) sth* kiên quyết theo đuổi làm việc gì, nhất là một việc mà người nói cho là không nên làm ■ *I tried to interrupt, but Paul was obviously hell-bent on confessing everything.* • Tôi đã cố ngăn lại, nhưng rõ ràng là Paul kiên quyết thừa nhận hết mọi việc.

berth → give sb a wide berth

beside oneself with không tự kiềm chế được vì một cảm xúc nào đó quá mạnh mẽ ■ *He was beside himself with rage when I told him what I had done.* • Ông ấy mất bình tĩnh vì quá giận dữ khi nghe tôi nói cho ông biết là tôi đã

beside the point

làm gì. ■ *They were beside themselves with excitement.* ● Bọn họ không giữ được bình tĩnh vì quá phấn khích. ■ *I felt sick, disgusted, and beside myself with rage.* ● Tôi cảm thấy lợm giọng, ghê tởm và mất cả bình tĩnh vì tức giận.

beside the point không trực tiếp quan hệ đến điều đang bàn ■ *The art festival attracted huge crowds. Most of the art wasn't very good, but that's beside the point.* ● Liên hoan nghệ thuật đã lôi cuốn được những đám đông to lớn. Hầu hết các tác phẩm nghệ thuật không tốt lắm, nhưng đó không phải là vấn đề. (- nghĩa là không nằm trong mục đích tổ chức.)

best → **as best sb can**

best → **at best**

best → **at the best of times**

best → **do one's level best**

best → **do sth for the best**

best → **for reasons best known to oneself**

best → **give sth one's best shot**

best → **had better do sth**

best → **have the best of sth**

best → **he who laughs last laughs longest**

best → **it's for the best**

best → **make the best of sth**

best → **man's best friend**

best → **put one's best foot forward**

best → **the best bet**

best → **the best of both worlds**

best → **the best part of sth**

best → **think sth is the best thing since sliced bread**

best → **to advantage**

best → **to the best of one's ability**

best → **to the best of one's knowledge**

bet → **all bets are off**

bet → **dollars to doughnuts**

bet → **hedge your bets**

bet → **I bet**

bet → **safe bet beta**

bet → **the best bet**

bet → **you can bet your bottom dollar**

bet on the wrong horse → **back the wrong horse**

bet the farm on sth → **bet the ranch on sb**

bet the ranch on sb hoặc *bet the ranch on sth* hoặc *bet the rent on sth* hoặc *bet the farm on sth* (khẩu ngữ - thường dùng ở dạng phủ định) tin chắc, dám đánh cuộc với tất cả những gì mình có ■ *I still think I can win the election, so don't bet the ranch on Bigelow.* ● Tôi vẫn nghĩ là tôi có thể thắng cuộc bầu cử, bởi vậy đừng có mà tin chắc vào Bigelow. ■ *I wouldn't bet the ranch that he'll be reappointed.* ● Tôi không dám chắc là ông ta sẽ được tái bổ nhiệm. ■ *You can bet the rent the Jacksons will go where the big money is.* ● Bạn có thể chắc chắn là gia đình Jackson sẽ đi đến nơi nào có nhiều tiền.

bet the ranch on sth → **bet the ranch on sb**

bet the rent on sth → **bet the ranch on sb**

betide → woe betide sb

better → all better now

better → appeal to one's better nature

better → be better off

better → change for the better

better → discretion is the better part of valor

better → get the better of sb

better → go one better

better → had better do sth

better → half a loaf (is better than none)

better → have seen better days

better → no better than

better → so much the better

better → sth has seen better days

better → take the turn for the better

better → the best part of sth

better → you'd better believe sth

better half hoặc *other half* cách nói hài hước, để chỉ người vợ hoặc chồng của ai ■ *I've got to go. My better half is waiting outside.* • Tôi phải đi thôi. Bà xã tôi đang chờ bên ngoài. ■ *I'll have to ask my better half.* • Tôi sẽ phải hỏi ý ông nhà tôi đã.

better late than never (khẩu ngữ) tình huống mà một việc được mong đợi cuối cùng cũng đã xảy ra, cho dù là rất muộn - dù muộn vẫn còn hơn không ■ *"Better late than never,"* said Jordan when she heard about the proposal to allow women into the club. • "Dù muộn cũng còn hơn không." Jordan nói khi cô ta nghe nói về đề xuất cho phép phụ nữ tham gia câu lạc bộ ấy.

better safe than sorry tốt hơn là nên cẩn thận trước để đảm bảo về sau sẽ không có gì đáng tiếc xảy ra - cẩn tắc vô ưu ■ *We knew the back road would be flooded in some places, so we thought, better safe than sorry, and stayed on the highway.* • Chúng tôi biết con đường phía sau có thể có vài chỗ bị ngập nước, vì vậy chúng tôi nghĩ là cẩn thận trước vẫn hơn, và tiếp tục đi theo đường lớn.

better than a kick in the teeth (khẩu ngữ) hài lòng với một điều gì dù không được như mong muốn, vì vẫn còn tốt hơn là chẳng được gì cả ■ *"I've never won more than ten dollars in the lottery." "Well, that's better than a kick in the teeth, isn't it?"* • "Tôi chưa bao giờ trúng số được nhiều hơn 10 đô-la." "À, như thế vẫn còn tốt hơn là chẳng được gì, phải không?"

better the devil one knows (than the devil one doesn't) dùng khi muốn nói rằng việc theo đuổi tình huống hiện tại cho dù có khó khăn nhưng vẫn an toàn hơn là tìm cách chuyển sang một tình huống khác, vì có thể sẽ còn tệ hại hơn nữa ■ *The board may decide to stay with the devil they know, rather than risk a change of management.* • Ban quản lý có lẽ sẽ quyết định giữ nguyên hiện trạng quen thuộc cũ hơn là liều lĩnh trong việc thay đổi cách quản lý.

better you than me (khẩu ngữ) dùng để bày tỏ sự hài lòng vì người nói không phải thực hiện một việc khó khăn nào đó ■ *"I'm going to paint the outside of the house next weekend." "Better you than me - that's a big job!"* • "Trong dịp nghỉ cuối tuần tới tôi sẽ sơn phía ngoài căn nhà." "Hay lắm, anh làm điều đó tốt hơn tôi. Đó là một công việc khá nặng nhọc."

between → betwixt and between

between → drive a wedge between

between → few and far between

between → have nothing between the ears

between → have sth between the ears

between → line between sth and sth

between → put some distance between

between → read between the lines

between → there is no love lost (between)

between → there's a fine line between

between → with one's tail between one's legs

between a rock and a hard place hoặc *caught between a rock and a hard place* tình huống khó khăn mà bất cứ chọn lựa nào cũng đều dẫn đến kết quả xấu ■ *In deciding whether to use plastic or glass bottles, the supermarkets are between a rock and a hard place, with environmental concerns on one side and customer preference on the other.* ● Trong việc quyết định chọn dùng chai nhựa hay chai thủy tinh, các siêu thị đang rơi vào tình huống khó khăn không có giải pháp tốt đẹp, với một bên là các quan ngại về môi trường và một bên là thị hiếu của người tiêu dùng.

between Scylla and Charybdis tình huống có hai khả năng lựa chọn và đều tồi tệ như nhau ■*The manager was polite, trying to guide the conversation between Scylla and Charybdis to keep it from descending into argument.* ● Ông giám đốc lịch sự cố hướng cuộc đối thoại tránh né cả hai tình huống xấu để giữ không cho rơi vào một cuộc tranh cãi.

between the devil and the deep blue sea tình huống mà bất cứ sự chọn lựa nào cũng đều dẫn đến kết quả xấu ■ *We were between the devil and the deep blue sea. We were told we could either continue on low pay, or get more money for very difficult working conditions.* ● Chúng tôi đang ở trong một tình huống tiến thoái lưỡng nan. Chúng tôi được bảo rằng, hoặc tiếp tục làm việc với mức lương thấp, hoặc nhận được nhiều tiền hơn với những điều kiện làm việc rất khó khăn. → *caught between a rock and a hard place*

between the ears trong tư tưởng, trong suy nghĩ ■*Max, my best friend and golfing partner, says that my problem is not in my hands, it's between my ears.* ● Max, bạn thân nhất của tôi, cũng là người cùng chơi đánh gôn, nói rằng khó khăn của tôi không phải ở đôi tay, mà chính là ở trong đầu.

between you, me and the fence-post → between you, me and the lamp-post

between you, me and the lamp-post hoặc *between you, me and the fence-post* (khẩu ngữ) dùng khi kể chuyện với ai và không muốn họ nói lại với bất cứ ai khác ■ *Between you, me, and the lamp-post, she's been seeing another.* ● Chuyện này cần giữ kín chỉ tôi và bạn biết, cô ta đang hẹn hò với một người khác nữa đấy.

betwixt and between (cách dùng cũ) ở vị trí lưng chừng, không thuộc về bên nào cả trong hai bên ■ *He found himself placed betwixt and between in the debate, agreeing with parts of each side's arguments.* ● Anh ta thấy mình không thuộc về bên nào cả trong cuộc tranh cãi, đồng ý với một phần nào trong lập luận của cả hai bên.

beyond → **above and beyond (sth)**

beyond → **back of beyond**

beyond → **be beyond sb**

beyond → **see beyond (the end) of one's nose**

beyond (any) doubt → **beyond a shadow of doubt**

beyond a shadow of doubt hoặc *without a shadow of doubt* hoặc *beyond (any) doubt* hoàn toàn chắc chắn, dứt khoát, không có gì phải nghi ngờ ■ *We proved it was suicide, beyond a shadow of doubt* ● Chúng tôi đã chứng minh đó là một vụ tự sát, không có gì phải nghi ngờ. ■ *She knew without a shadow of a doubt that he was lying to her.* ● Cô ấy biết chắc chắn không nghi ngờ gì là anh ta đang nói dối cô. ■ *She knew beyond a shadow of a doubt that he will come soon.* ● Cô ấy biết chắc không nghi ngờ gì là không bao lâu anh ta sẽ đến. ■ *The research showed beyond doubt that smoking contributes to heart disease.* ● Cuộc nghiên cứu cho thấy chắc chắn là hút thuốc lá góp phần gây ra bệnh tim. ■ *What is beyond doubt is that he is utterly incompetent.* ● Điều chắc chắn không nghi ngờ gì là anh ta hoàn toàn thiếu năng lực. ■ *His ability to succeed has been established beyond any doubt.* ● Khả năng thành công của anh ta đã được xác định chắc chắn không còn phải nghi ngờ gì nữa.

beyond belief vượt quá mức độ thông thường đến nỗi trở thành khó tin ■ *Dissatisfaction with the government has grown beyond belief.* ● Sự bất mãn với chính phủ đã lên đến mức không tin nổi. ■ *The icy air was cold beyond belief.* ● Không khí băng giá lạnh đến độ không sao tin được. ■ *It is beyond belief that anyone could commit such a crime.* ● Thật không tin nổi là có người nào lại có thể phạm vào một tội ác đến như thế. ■ *The conditions they are living in are beyond belief.* ● Những điều kiện mà bọn họ đang sống thật không sao tin được. (những điều kiện rất tồi tệ.) ■ *His greediness is beyond belief.* ● Sự tham lam của ông ta thật không sao tin được.

beyond compare hoặc *without compare* dùng để nhấn mạnh điều gì là tốt đẹp hơn hết khi so sánh trong cùng chủng loại của nó ■ *This is a diamond beyond compare.* ● Đây là một viên kim cương loại tốt nhất. ■ *Our professional service promises you a wedding without compare.* ● Dịch vụ chuyên nghiệp của chúng tôi đảm bảo với bạn một đám cưới tốt đẹp nhất.

beyond doubt → **without doubt**

beyond one's ken vượt quá phạm vi hiểu biết, cảm nhận của ai ■ *The intellectual crowd seems to think the new film by Jarmusch is beyond most Americans' ken.* ● Giới trí thức dường như nghĩ rằng bộ phim mới của Jarmusch là vượt quá sự cảm nhận của đa số người Mỹ.

beyond reasonable doubt (dùng trong lĩnh vực pháp lý) có đủ chứng cứ thuyết phục để tòa có thể đưa ra quyết định ■ *The prosecution cannot prove beyond*

beyond the pale

all reasonable doubt that she intended to kill him. • Bên nguyên cáo không thể chứng minh thỏa đáng là cô ấy đã cố ý giết ông ta. ■ *The prosecution was able to establish beyond reasonable doubt that the woman had been lying.* • Bên nguyên cáo có thể chứng minh được chắc chắn là người phụ nữ đã nói dối.

beyond the call of duty → **above and beyond the call of duty**

beyond the pale cung cách cư xử hoặc ý tưởng quá tồi tệ hoặc cực đoan đến không thể chấp nhận được ■ *At that time, reporting on politicians' drinking problems was considered beyond the pale.* • Vào thời đó, tường thuật về những trường hợp nghiện rượu của các chính trị gia được xem như không thể chấp nhận được. ■ *His remarks were clearly beyond the pale.* • Những nhận xét của ông ta rõ ràng là không thể chấp nhận được. ■ *She has put herself beyond the pale.* • Cô ta đã tự đặt mình vào vị trí không thể chấp nhận được. (- nghĩa là cư xử theo một cung cách không thể chấp nhận được.)

bicycle → **need sth like a fish needs a bicycle**

bide one's time kiên nhẫn chờ đợi cho đến lúc thích hợp để làm điều gì, hoặc điều gì đó sẽ xảy ra ■ *I'd advise you to bide your time and see what turns up in the way of a job.* • Tôi muốn khuyên anh hãy kiên nhẫn chờ xem điều gì sẽ xảy ra trong công việc. ■ *He decided to bide his time until he got an opportunity to talk to her alone.* • Anh ta quyết định chờ đợi cho đến khi có cơ hội được nói chuyện với một mình cô ấy.

big → **a big fish in a little pond**

big → **chunk of change**

big → **dirty great**

big → **drive the porcelain bus**

big → **eyes are bigger than one's stomach**

big → **get more bang for your buck**

big → **get too big for one's britches**

big → **give sb a big hand**

big → **go over big with sb**

big → **have a big heart**

big → **have a big mouth**

big → **have other fish to fry**

big → **in a big way**

big → **large as life**

big → **last of the big spenders**

big → **lie like a rug**

big → **look at the big picture**

big → **make it big**

big → **talk on the big white telephone**

big → **the big bad wolf**

big → **the big enchilada**

big → **the big time**

big → **what's the big idea?**

big as all outdoors hoặc *as big as all outdoors* (thông tục) rất lớn, thường dùng để nói về độ rộng, khoảng trống ■ *You should see Bob's living room. It's as big as all outdoors.* • Bạn nên đến xem phòng khách của Bob. Nó thật rộng vô cùng. ■ *The new movie theater is as big as all outdoors.* • Rạp chiếu bóng mới rộng mênh mông.

big as life → **large as life**

big cheese hoặc *big wheel* người giữ cương vị quan trọng hoặc có quyền lực trong một tổ chức ■ *One of the big cheeses from Accounting is going to be at the meeting, so we'd better have our numbers ready.* ● Một trong những nhân vật quan trọng ở Phòng kế toán sẽ có mặt tại buổi họp, vì thế tốt hơn là chúng ta phải chuẩn bị các số liệu sẵn sàng.

big day ngày mà ai đó phải thực hiện một công việc vô cùng quan trọng đối với họ, như kết hôn, hoặc tham dự một kỳ thi... - ngày trọng đại ■ *Get some rest tonight - you don't want to be too tired for the big day!* ● Đêm nay hãy nghỉ ngơi đôi chút đi - bạn sẽ không muốn quá mệt mỏi trong một ngày trọng đại.

big deal (khẩu ngữ) dùng khi người nói cho rằng điều vừa nhắc đến không quá quan trọng, gây ấn tượng hoặc đặc biệt... như người khác nghĩ ■ *I know you failed the test. Big deal! Remember, we still have two more.* ● Tôi biết là bạn đã hỏng thi. Có gì quan trọng lắm đâu! Hãy nhớ là chúng ta vẫn còn đến hai lần thi nữa. ■ *Look, it's no big deal to me if we don't go. I said I'd take your dad to the game because I knew how much he wanted to go.* ● Xem kìa, chẳng có gì quan trọng đối với mẹ nếu như chúng ta không đi. Mẹ nói rằng sẽ đưa cha con đến xem trận đấu chỉ vì mẹ biết ông ấy muốn đi đến mức nào. ■ *If I don't win it's no big deal.* ● Nếu tôi không thắng được cũng chẳng có gì quan trọng.

big gun người có quyền lực và quan trọng nhất trong một nhóm, tổ chức... ■ *Novels by all of the big guns of American pop fiction were competing for attention at the booksellers's convention.* ● Những cuốn tiểu thuyết của tất cả các cây bút được ưa chuộng hàng đầu ở Hoa Kỳ đang tranh nhau gây sự chú ý tại hội nghị của các nhà phân phối sách.

big man on campus nói về một sinh viên đại học, nổi tiếng vì tham gia vào rất nhiều hoạt động và tự cho mình là quan trọng vì điều này ■ *At Brown, Ronnie was a big man on campus, and everyone knew he was near the top of the class.* ● Ở Brown, Ronnie là một sinh viên nổi tiếng, và mọi người đều biết anh ta xếp ở gần đầu lớp.

big on sth hoặc *hot on sth* (khẩu ngữ) rất ham thích, say mê điều gì ■ *You know how big I am on garage sales. There are two I want to go to this Saturday.* ● Bạn biết là tôi mê những buổi bán đồ cũ ngoài trời như thế nào. Thứ Bảy này có hai điểm mà tôi muốn đến. ■ *Don't ask me to play - I'm not too hot on sports.* ● Đừng ép tôi chơi, tôi không thích thể thao lắm đâu.

big shot hoặc *big noise* hoặc *big name* người quan trọng hoặc có nhiều quyền lực, nhất là người cư xử như thể họ rất quan trọng ■ *Levin's grandfather was a big shot in the art world who knew everybody.* ● Ông nội của Levin là một tên tuổi lớn trong giới nghệ thuật, biết hết tất cả mọi người. ■ *The Ryans hired a couple of big-shot lawyers to represent them in court.* ● Gia đình Ryan thuê hai luật sư lớn để đại diện cho họ tại phiên tòa.

big stick buộc người khác làm theo điều mình muốn bằng cách đe dọa sử dụng sức mạnh, quyền lực ■ *Like Teddy Roosevelt, Parker believed that you should speak softly and carry a big stick.* ● Giống như Teddy Roosevelt, Parker tin rằng nên nói chuyện một cách mềm dịu kèm theo việc đe dọa sẽ dùng đến sức mạnh. ■ *The authorities used quiet persuasion instead of the big stick.* • Nhà cầm quyền đã sử dụng việc thuyết phục êm thấm thay vì dùng quyền lực.

big time (khẩu ngữ) dùng để nhấn mạnh điều gì xảy ra theo cách thái quá hoặc rất nghiêm trọng ■ *You messed up big time, Doug.* • Anh đã làm việc quá sức tồi tệ đấy, Doug. ■ *Boothe had been telling big-time lies and finally got fired.* • Boothe đã nói dối quá đáng và cuối cùng bị đuổi việc.

big wheel → **big cheese**

big-headed kiêu căng, tự mãn vì cho rằng mình tài giỏi hơn người ■*You are getting so big-headed - you get an A on science test, and suddenly you're Albert Einstein!* • Cậu đang trở nên tự cao quá mức rồi đấy - Cậu được điểm A trong bài thi môn khoa học và đột nhiên thành một Albert Einstein!

big-hearted tốt bụng và hào phóng ■ *All proceeds from the Pet Parade this weekend will go to those big-hearted folks down at the Humane Society.* • Tất cả lợi nhuận thu được từ buổi trình diễn Pet Parade cuối tuần này sẽ chuyển đến cho những người tốt bụng ở tổ chức từ thiện Humane Society.

big-picture toàn diện, tổng quát ■ *Susie Richardson says she's taken a big-picture view of her problems.* • Susie Richardson nói rằng cô đã hiểu được toàn diện những vấn đề của cô.

bill → **a clean bill of health**

bill → **fit the bill**

bill → **foot the bill**

bill → **give sb a clean bill of health**

bill → **sell a bill of goods**

bin → **loony bin**

bind → **double bind**

bird → **a bird in the hand is worth two in the bush**

bird → **a little bird told me**

bird → **bird's-eye view (of sth)**

bird → **early bird**

bird → **early-bird**

bird → **eat like a bird**

bird → **for the birds**

bird → **free as a bird**

bird → **give sb the bird**

bird → **kill two birds with one stone**

bird → **not say a dicky bird**

bird → **rare bird**

bird → **the birds and the bees**

bird → **the early-bird catches the worm**

bird brain (khẩu ngữ) người bị cho là ngu ngốc ■ *You know who he is, he's that bird-brain sportscaster on CNN who's always screaming the scores.* • Bạn biết gã ấy là ai đấy. Đó là gã phát thanh viên ngu ngốc của chương trình thể thao trên đài CNN, người lúc nào cũng hét to khi có bàn thắng.

bird's-eye view (of sth) 1. tầm nhìn từ trên cao xuống ■ *From our apartment on the 14th floor, we had a bird's-eye view of the parade.* • Từ căn hộ của chúng tôi ở tầng thứ 14, chúng tôi có một tầm nhìn từ trên cao xuống cuộc diễu hành. ■ *From the plane we had a bird's-eye view* of Manhattan. • Từ trên máy bay chúng tôi có một tầm nhìn bao quát xuống Manhattan 2. sự mô tả tổng quát về một chủ đề hay tình huống ■ *The book offers a bird's-eye view of cooking.* • Cuốn sách đưa ra một sự mô tả tổng quát về việc nấu ăn. ■ *The course provides a bird's-eye view of the works of Mozart, but it doesn't deal with them in enough detail for your purpose.* • Khóa học cung cấp một cái nhìn tổng quát về các tác phẩm của Mozart, nhưng nó không đề cập đến chúng với đầy đủ chi tiết như mục đích của anh. ■ *All you need is a bird's-eye view of the events of World War II to pass the test.* • Tất cả những gì các anh cần là một cái nhìn tổng quát về các sự kiện trong Thế chiến thứ hai để có thể vượt qua kỳ kiểm tra.

birds of a feather (flock together) những người có tính tình giống nhau, hoặc cùng sở thích, quyền lợi như nhau thường có khuynh hướng muốn tìm đến nhau - đồng thanh tương ứng ■ *The group of them are birds of a feather. You can't expect any of them to try anything new.* • Cả nhóm bọn họ đều cùng một giuộc như nhau cả. Bạn không thể mong đợi ở bất cứ ai trong bọn họ chịu thử nghiệm điều gì mới. ■ *Bob and Tom are just alike. They like each other's company because birds of feather flock together.* • Bob và Tom đều giống hệt như nhau. Bọn họ thích làm bạn với nhau là vì đồng thanh tương ứng. ■ *When Mary joined a club for redheaded people, she said, "Birds of a feather flock together."* • Khi Mary tham gia một câu lạc bộ những người tóc đỏ, cô ấy nói: "Những người giống nhau nên đến với nhau."

birth → give birth to

birthday → in one's birthday suit

biscuit → take the biscuit

bit → a bit much

bit → be chomping at the bit

bit → champing at the bit

bit → do one's bit

bit → every bit as

bit → hair of the dog

bit → not a bit

bit → not a bit of it

bit → not a blind bit of sth

bit → not know sth if it jumped up and bit one

bit → to bits

bit by bit dần dần, từng phần nhỏ nối tiếp nhau ■ *He assembled the model aircraft bit by bit.* • Anh ta lắp ráp mô hình máy bay lại dần dần từng phần nhỏ. ■ *Bit by bit memories of the night came back to me.* • Từng chút một, những ký ức của màn đêm dần trở lại với tôi. ■ *I'll move my things into the flat bit by bit.* • Tôi sẽ chuyển đồ đạc của tôi vào căn hộ dần dần từng món nhỏ.

bitch → son of a bitch

bite → one's bark is worse than his bite

bite → put the bite on sb

bite → take a bite out of sth

bite → that bites

bite → won't bite

bite back at sb phản ứng lại một cách giận dữ, nhất là khi bị ai đó phê phán hoặc làm hại ■ *The election was*

195

a chance for the people to bite back at the government. • Cuộc bầu cử là một dịp để người dân mạnh mẽ phản ứng lại với chính phủ. ▪ *It was his instinct to bite back.* • Bản năng tự nhiên của anh ta là phản ứng lại một cách tức giận.

bite it → **bite the dust**

bite me cách nói rất thô lỗ, dùng để bày tỏ sự tức giận hoặc bực mình với điều mà người nào đó vừa nói ra, vì cho là bị xúc phạm nặng nề ▪ *"Hey Mike, is that your girlfriend or your mother?" "Just bite me, Wiggins!"* • "Này Mike, người đó là bạn gái hay mẹ mày thế?" "Đừng xúc phạm như thế chứ, Wiggins!"

bite of the cherry hoặc *bite at the cherry* một cơ hội tốt, thuận tiện để làm điều gì ▪ *You only get one bite at the cherry in life.* • Anh chỉ có được một cơ hội tốt trong cuộc đời mà thôi. ▪ *They were eager for a second bite of the cherry.* • Họ rất hăm hở chờ một cơ hội tốt thứ hai. ▪ *It's not often you get a second bite at the cherry.* • Thường thì anh không có được một cơ hội tốt lần thứ hai đâu.

bite off more than one can chew 1. cố sức làm việc nhiều hơn khả năng thực sự, hoặc sự việc quá khó khăn so với sức mình - không lượng sức mình ▪ *Of course they're worried about their new business - they bit off more than they can chew.* • Dĩ nhiên là họ đang lo lắng về công việc mới - họ thật đã không biết tự lượng sức mình. ▪ *Ann is exhausted again. She's always biting off more than you can chew.* • Ann lại mệt nhoài nữa rồi. Cô ấy bao giờ cũng cố làm quá sức mình. 2. cố ăn món gì quá nhiều hơn mức bình thường ▪ *Billy, stop biting off more than you can chew.* • Billy, thôi đừng cố ăn quá nhiều thế.

bite one's head off hoặc *snap one's head off* (khẩu ngữ) lớn tiếng với ai một cách giận dữ, nhất là vô cớ ▪ *Sorry, I was just asking if you had a good day. There's no reason to bite my head off.* • Xin lỗi, tôi chỉ hỏi xem anh có được tốt đẹp trong ngày hay không. Chẳng có lý do gì để lớn tiếng giận dữ với tôi như thế cả. ▪ *There's no need to bite my head off. I was just asking a simple question.* • Không cần thiết phải lớn tiếng giận dữ với tôi như thế. Tôi chỉ hỏi một câu đơn giản thôi. ▪ *The boss has been biting everybody's head off since his accident.* • Ông chủ đã to tiếng nặng lời với mọi người kể từ sau tai nạn của ông. ▪ *There's no need to bite Mary's head off just because she was five minutes late.* • Không cần thiết phải nặng lời với Mary chỉ vì cô ấy đến trễ có 5 phút.

bite one's nails rất hồi hộp, căng thẳng, nôn nao vì chờ đợi điều gì quan trọng sắp xảy ra ▪ *I spent all afternoon biting my nails, worrying about you.* • Tôi đã căng thẳng cả buổi chiều lo lắng cho anh. ▪ *We've all been biting our nails from worry.* • Tất cả chúng tôi đều căng thẳng vì lo lắng.

bite one's tongue tự kiềm chế kịp thời để không nói ra điều gì, nhất là điều có thể khiếm nhã ▪ *Angie was going on and on about how they can't pay back their loans, but I just had to bite my tongue.* • Angie cứ tiếp tục nói mãi về việc vì sao họ không thể thanh toán các khoản nợ của họ, nhưng tôi chỉ tự kiềm chế để ngậm miệng lặng thinh. ▪ *I didn't believe her explanation but I bit my tongue.* • Tôi không tin lời giải thích của cô ấy nhưng tôi cố nhịn không nói ra điều gì. ▪ *I hate to bite my tongue to keep from telling her what I really thought.*

• Tôi ghét phải kiềm chế để không nói cho cô ấy biết tôi thật sự nghĩ gì. ■ *I sat through that whole conversation biting my tongue.* • Tôi ngồi yên suốt cuộc đối thoại, cố kiềm chế không nói ra điều gì.

bite the bullet can đảm chấp nhận một điều tồi tệ hay khó khăn để giải quyết ■ *It looks like we're going to have to bite the bullet and buy a new computer system soon.* • Có vẻ như chúng ta cần phải chấp nhận khó khăn và mua một hệ thống máy điện toán mới trong thời gian gần đây. ■ *I wasn't happy with my career so I decided to bite the bullet and look for another job.* • Tôi đã không được vui với nghề nghiệp của mình, vì thế tôi quyết định can đảm chấp nhận khó khăn và tìm kiếm một công việc khác. ■ *We'll just have to bite the bullet and get on with it.* • Chúng ta phải chấp nhận khó khăn và tiếp tục tiến hành việc ấy. ■ *I didn't want to go to the doctor, but I bit the bullet and went.* • Tôi không muốn đi khám bác sĩ, nhưng tôi đã phải đành lòng đi thôi. ■ *John, you just have to bite the bullet and do what you're told.* • John, anh chỉ phải đàn lòng làm những gì được bảo mà thôi.

bite the dust hoặc *bite it* 1. chết đi hoặc thất bại hoàn toàn ■ *Hundreds of small businesses are biting the dust every day.* • Mỗi ngày đều có đến hàng trăm doanh nghiệp nhỏ sụp đổ. ■ *A bullet hit the sheriff in the chest and he bit the dust.* • Một viên đạn trúng vào ngực ông cảnh sát trưởng và ông ta chết. ■ *Poor old Bill bit the dust while mowing the lawn. They buried him yesterday.* • Ông già Bill tội nghiệp đã chết trong khi đang cắt cỏ. Người ta chôn ông ấy ngày hôm qua. 2. bất ngờ ngã nhào xuống hoặc té văng ra khỏi cái gì ■ *I totally bit it when my bike hit that patch of sand!* • Tôi hoàn toàn ngã nhào xuống khi xe đạp của tôi lủi vào vũng cát ấy.

bite the hand that feeds sb vong ân, phản bội, gây hại cho người đã làm những điều tốt đẹp cho mình ■ *I'm your mother! How can you bite the hand that feeds you?* • Tao là mẹ của mày! Làm sao mày lại có thể làm hại người đã nuôi nấng mày kia chứ? ■ *She can hardly expect much when she bites the hand that feeds her like that.* • Cô ta không thể mong đợi được gì nhiều khi cư xử vong ân bội nghĩa như thế.

bits and bobs → **bits and pieces**

bits and pieces hoặc *bits and bobs* (khẩu ngữ) những đồ vật nhỏ nhặt thuộc nhiều loại khác nhau ■ *She stuffed all her bits and pieces into a bag and left.* • Cô ấy dồn hết tất cả những món đồ vụn vặt của mình vào một cái bao rồi ra đi. ■ *The wreckage was spread over a wide area in tiny bits and pieces.* • Những phần vỡ nát thành từng mảnh nhỏ vụn trải ra khắp cả một vùng rộng lớn. ■ *We have a few bits and pieces of furniture, but that's all.* • Chúng tôi có một số những đồ đạc vụn vặt, nhưng tất cả chỉ có thế thôi. ■ *Then there are all the other bits and pieces involved in a wedding: invitations, photos, and car hire.* • Rồi còn có đủ thứ chuyện vụn vặt khác liên quan đến một đám cưới: thiệp mời, việc chụp hình, thuê xe hơi.

bitten → **be bitten by sth**

bitten → **once bitten, twice shy**

bitter → **to the bitter end**

bitter pill (to swallow) điều rất khó chịu nhưng buộc phải chấp nhận

black as one is painted

■ *Anna's rejection was a bitter pill to swallow, but he dealt with it well.* • Sự từ chối của Anna là một điều không hay phải chấp nhận, nhưng ông ta đã giải quyết việc ấy tốt. ■ *The election defeat was a bitter pill for their party to swallow.* • Sự thất bại trong bầu cử là một điều cay đắng mà đảng của họ phải chấp nhận. ■ *The truth about her family had been a bitter pill to swallow.* • Sự thật về gia đình cô ấy là một điều không hay nhưng đành phải chấp nhận. ■ *It was a bitter bill for her brother to swallow when she married his enemy.* • Thật là một điều cay đắng phải chấp nhận đối với anh trai cô ấy khi cô kết hôn với kẻ thù của anh ta. ■ *We found his deception a bitter pill to swallow.* • Chúng tôi thấy sự dối gạt của anh ta quả là một điều cay đắng phải chấp nhận.

black → be in the black

black → give sb a black eye

black → in black and white

black → the black sheep of the family

black → the pot calling the kettle black

black as one is painted hoặc *as black as one is painted* (thường dùng trong câu phủ định) độc ác, xấu xa đến mức như đã được miêu tả ■ *The landlord is not as black as he is painted.* • Ông chủ cho thuê nhà không đến nỗi xấu tính như người ta nói. ■ *Young people are rarely black as they are painted in the media.* • Thanh niên rất hiếm khi xấu tính như người ta nói về họ trên báo đài. ■ *He's not very friendly, but he's not as black as he's painted.* • Ông ta không được thân thiện lắm, nhưng không xấu tính như người ta nói.

black as pitch hoặc *as black as pitch* đen sì, đen sậm, đen như mực ■ *The night was as black as pitch.* • Đêm tối đen như mực. ■ *The rocks seemed black as pitch against the silver sand.* • Những hòn đá đen sì nổi bật trên nền cát màu bạc.

black hat người không được ưa chuộng, hoặc bị quy lỗi về sự sai trái trong một tình huống ■ *All our sales were made according to the law. We are not the black hats here.* • Tất cả hàng bán ra của chúng ta đều theo đúng luật. Chúng ta không phải người có lỗi ở đây.

black mark (against sb) điều làm cho người ta không thích ai đó, hoặc bất đồng với người ấy ■ *The scandals of the past few years have put a black mark on the Democratic Party.* • Những vụ tai tiếng trong mấy năm vừa qua đã tạo một ấn tượng xấu cho đảng Dân chủ.

black out bất tỉnh, ngất đi không còn biết gì nữa ■ *Sally blacked out just before the crash.* • Sally đã ngất đi ngay trước vụ va chạm. ■ *I was so frighten that I blacked out for a minute.* • Tôi quá kinh sợ đến nỗi đã ngất đi trong một phút.

black-and-blue nói về thân thể bị thương tích, thâm tím, tím bầm ■ *The child was black-and-blue after having been struck.* • Đứa bé tím bầm cả người sau khi bị đánh. ■ *She was black-and-blue all over after falling out of the tree.* • Cô ấy bị thâm tím khắp người sau khi ngã xuống từ trên cây.

blacken one's name (cũng thay *name* bằng *image*, *reputation*...) nói ra những điều xấu xa về ai, để người khác có ấn tượng xấu về người ấy ■ *The papers have used the one bad incident* in Bill's life to blacken his name completely. • Những tờ báo đã dùng đến sự kiện xấu duy nhất trong đời Bill để bôi đen hoàn toàn tên tuổi của ông. ■ *The March disaster, the nation's worst oil spill, blackened the image of the entire industry.* • Tai họa trong tháng Ba, vụ rò rỉ dầu tồi tệ nhất của cả nước, đã bôi đen hình ảnh của toàn ngành.

blame → be to blame (for sth)

blame → don't blame me

blame → get oneself to blame

blame → I don't blame you

blame → point the finger

blanche → give sb carte blanche

blank → draw a blank

blank → give sb a blank check

blank-check (về quyền hạn) không phụ thuộc ai khác, không phải xin phép ai - toàn quyền, tự quyết ■ *The general is seeking blank-check authority to launch an attack.* • Vị tướng đang cố gắng để có được quyền tự quyết trong việc phát động một đợt tấn công.

blanket → security blanket

blanket → wet blanket

blast → full blast

blast from the past (khẩu ngữ) người hay sự vật trong quá khứ bất ngờ được nhớ lại, nhìn thấy hay nghe nói đến, gợi nhớ đến quãng đời lúc ấy ■ *"He used to eat hot dogs all the time." "Wow! Hot dogs, that's a blast from the past. I haven't had one in years since I came here."* • "Anh ấy rất thường ăn món bánh mì kẹp xúc xích nóng." "A! Bánh mì kẹp xúc xích nóng, món ăn mới gợi nhớ làm sao! Từ khi đến đây, đã nhiều năm rồi tôi chưa được ăn món ấy."

blast off nói về tên lửa, phi thuyền được khai hỏa, phóng lên ■ *What time does the rocket blast off?* • Mấy giờ thì tên lửa được phóng lên? ■ *It won't blast off today. It has been cancelled.* • Nó sẽ không được phóng hôm nay. Đã hủy bỏ rồi.

blaze → go out in a blaze of glory

blaze → what the blazes

blaze a trail → blaze trails

blaze trails hoặc *blaze a trail* 1. người đầu tiên thực hiện điều gì mới mẻ, khác lạ, do đó khuyến khích được những người khác nối tiếp làm theo ■ *Dottie West blazed a trail for female country music singers.* • Dottie West đã đi tiên phong mở đường cho các nữ ca sĩ nhạc đồng quê. ■ *Our hospital is blazing a trail in the field of laser surgery.* • Bệnh viện của chúng tôi đi tiên phong trong lĩnh vực phẫu thuật bằng tia laser. ■ *Professor Williams blazed a trail in the study of physics.* • Giáo sư Williams đã đi tiên phong trong lĩnh vực nghiên cứu vật lý. 2. để lại những dấu vết giúp người đi sau có thể nhận ra đường đi ■ *The scout blazed a trail through the forest.* • Người hướng đạo sinh để lại những dấu đi đường xuyên qua suốt khu rừng.

blazing → trail-blazing

blazing → with guns blazing

bleed → my heart bleeds

bleed sb dry làm cho tình trạng tài chính của một người, quốc gia hay tổ chức phải suy yếu đi bằng cách buộc họ phải sử dụng tất cả tiền bạc, sức mạnh, năng lượng... ■ *Six years of legal* *battles have bled the Kentucky company dry.* • Sáu năm dài kiện tụng liên miên đã làm cho công ty Kentucky phải kiệt quệ. ■ *The big corporations are bleeding some of these small countries dry.* • Những công ty khổng lồ đang rút sạch tiền bạc ở một số trong những quốc gia nhỏ bé này. ■ *They were being bled dry by legal fees.* • Bọn họ đang bị rút sạch tiền bởi các chi phí về mặt pháp lý.

bleeding heart nói về người có sự cảm thông mà người nói cho là quá đáng đối với những người nghèo, các tội phạm hay những người bất hạnh khác ■ *You don't have to be a bleeding heart to feel saddened by the imprisonment of young people.* • Anh không cần phải quá mềm yếu đến nỗi đau buồn về việc bỏ tù những người trẻ tuổi. ■ *She's really a bleeding-heart liberal.* • Cô ấy thật sự là một người tự do giàu lòng thương cảm. ■ *All the bleeding hearts and socialists oppose the changes to the immigration law.* • Tất cả những người giàu lòng thương cảm và những người theo chủ nghĩa xã hội đều phản đối những thay đổi đối với luật nhập cư.

bleeding red ink nói về doanh nghiệp, đang thua lỗ rất nhiều tiền bạc ■ *Many major New York banks are bleeding red ink and firing thousands of employees.* • Nhiều ngân hàng ở New York đang thua lỗ nặng nề và sa thải hàng ngàn nhân viên.

bleeding-heart giàu lòng thương cảm, mềm yếu ■ *We are letting bleeding-heart liberals deter us from passing the laws that the country needs.* • Chúng ta đang để cho những người theo chủ nghĩa tự do giàu lòng thương cảm ngăn cản chúng ta không thông qua những điều luật mà đất nước đang cần.

bleep sth out thay thế một từ hay cụm từ trong các chương trình phát sóng bằng âm thanh khác chẳng hạn như tiếng nhạc, để người nghe không thể nghe được một từ ngữ không hay hoặc một thông tin không nên tiết lộ ■ *He tried to say that word on television, but they bleeped it out.* • Ông ta cố nói lên từ ấy trên ti-vi nhưng họ đã xóa nó đi mất. ■ *They tried to bleep out the whole sentence.* • Bọn họ cố xóa bỏ đi trọn cả câu.

blessed → **be blessed with sth**

blessing → **count one's blessings**

blessing → **mixed blessing**

blessing in disguise điều xảy ra có vẻ như hoàn toàn xấu, nhưng lại dẫn đến những kết quả tốt, hoặc có thể có kết quả tốt ■ *The riots may be a blessing in disguise, if they make community come together and work on its problems.* • Vụ lộn xộn cũng có thể mang lại những kết quả tốt, nếu như nó làm cho mọi người trong cộng đồng sát cánh lại cùng nhau giải quyết các rắc rối. ■ *Our missing the train was a blessing in disguise. It was involved in a crash.* • Việc lỡ chuyến xe lửa của chúng tôi hóa ra lại là một điều may mắn. Chuyến xe đã gặp tai nạn. ■ *It was a blessing in disguise that I didn't get that job. I was offered a better one the next day.* • Hóa ra lại là một điều may mắn khi tôi không được việc làm ấy. Hôm sau tôi đã được đề nghị một việc làm tốt hơn.

blind → **a wink's as good as a nod (to a blind man)**

blind → eff and blind

blind → flying blind

blind → not a blind bit of sth

blind → swear up and down (that) swear up and down (that)

blind → the blind (are) leading the blind

blind → turn a blind eye (to)

blind alley sự vô hiệu, thất bại của một phương cách mà trước đây vẫn thường có hiệu quả ■ *I tried and tried to call and make hotel reservation, but it was a real blind alley. Nobody would answer the phone.* • Tôi thử đi thử lại nhiều lần, cố đặt chỗ khách sạn qua điện thoại, nhưng cách này quả thật hoàn toàn vô hiệu. Không có ai trả lời điện thoại cả. **blind as a bat** hoặc *as blind as a bat* khả năng nhìn của mắt rất kém, lòa mắt ■ *My grandmother is as blind as a bat.* • Bà nội tôi đã lòa không nhìn thấy được gì. ■ *I'm getting blind as a bat. I can hardly read this page.* • Mắt của tôi đã trở nên rất kém. Tôi gần như không thể đọc được trang giấy này. ■ *She's as blind as a bat without her glasses.* • Không có kính thì mắt cô ấy không thể nhìn thấy được gì cả. ■ *Maude shouldn't be driving at her age. She's as blind as a bat.* • Maude không nên lái xe ở tuổi ấy. Mắt bà ta không nhìn thấy gì cả.

blind sb with science làm cho ai khó hiểu được vấn đề bằng cách sử dụng cách nói phức tạp với rất nhiều thuật ngữ không thông dụng đối với người bình thường ■ *Instead of blinding us with science and all these charts and figures, why don't you simply show us what you want?* • Thay vì làm cho chúng tôi rối mù với cách nói khó hiểu và những biểu đồ, con số này, tại sao anh không đơn giản cho chúng tôi biết anh muốn gì?

blind spot điều khó hiểu hoặc khó thực hiện trong một vấn đề mà luôn bị phớt lờ, bỏ qua đi không giải quyết; hoặc những tính cách xấu của ai luôn được phớt lờ, bỏ qua không phê phán, cho dù được biết đến rất rõ ■ *Mom has a huge blind spot where Noah is concerned - everything he does is wonderful.* • Mẹ thường phớt lờ những điểm xấu có liên quan đến Noah - mọi chuyện anh ấy làm đều tuyệt hảo.

blindest → not a blind bit of sth

blindfolded → able to do sth blindfolded

blindfolded → can do sth blindfolded

blink → be on the blink

blink → before you could blink

blink → in the blink of an eye

bliss → ignorance is bliss

block → be off the (starting) blocks

block → chip off the old block

block → have been around the block

block → knock sb block off

block → put one's head on the (chopping) block

block → stumbling block

block → the new kid on the block

blood → bad blood (between)

blood → be like getting blood out of a stone

blood → be out for blood

blood → burst a blood vessel

blood → **flesh and blood**

blood → **flesh-and-blood**

blood → **have one's blood on one's hands**

blood → **in cold blood**

blood → **make one's blood boil**

blood → **make one's blood run cold**

blood → **new blood**

blood → **one's own flesh and blood**

blood → **smell blood**

blood → **sth is in one's blood**

blood → **sweat blood**

blood → **taste blood**

blood → **too rich for one's blood**

blood is thicker than water quan hệ ruột thịt bao giờ cũng quan trọng hơn các mối quan hệ khác - giọt máu đào hơn ao nước lã ■ *There's this common belief that blood is thicker than water, that children belong with their natural parents.* ● Có một niềm tin phổ biến rằng quan hệ ruột thịt bao giờ cũng hơn, rằng trẻ con phải sống với cha mẹ đẻ.

blood, sweat and tears nỗ lực rất lớn nhằm đạt được điều gì ■ *Excellent progress is being made, but there are still many problems to solve and a great deal of blood, sweat, and tears ahead.* ● Đã có những tiến triển hết sức tốt đẹp, nhưng vẫn còn rất nhiều vấn đề phải giải quyết và cần có những nỗ lực lớn lao trong thời gian tới. ■ *The only way to succeed is through blood, sweat and tears.* ● Cách duy nhất để thành công là phải bằng vào những nỗ lực lớn lao.

bloodied but unbowed hoặc *bloody but unbowed* bị ảnh hưởng nặng nề bởi một vụ tranh cãi hoặc chỉ trích, nhưng vẫn quyết tâm sẽ tiếp tục những gì đang theo đuổi ■ *Cranston declared, "I come before you bloodied but unbowed," and vowed to continue with his campaign.* ● Cranston tuyên bố: "Tôi đến đây cùng quý vị để nêu rõ quyết tâm tiếp tục mọi việc." Và ông thề sẽ tiếp tục chiến dịch vận động.

bloody → **bloodied but unbowed**

bloody → **scream bloody murder**

bloody but unbowed → **bloodied but unbowed**

bloody well dùng để nhấn mạnh một phát biểu tức giận hay một mệnh lệnh ■ *You can bloody well keep your job - I don't want it!* ● Anh cứ mà giữ lấy công việc của mình đi - tôi cóc cần! ■ *"I'm not coming." "Yes, you bloody well are!"* ● "Tôi sẽ không đến." "Ừ, mày là thế đấy."

bloom → **in full bloom**

bloomer → **make a bloomer**

blow → **body blow**

blow → **come to blows**

blow → **deal a blow to**

blow → **see which way the wind blows**

blow → **soften the blow**

blow → **strike a blow against**

blow → **strike a blow for**

blow a fuse hoặc *blow a gasket* đột nhiên hết sức tức giận hoặc trở nên rất bối rối ■ *Nita nearly blew a gasket when she realized she had to pay 21% interest on her credit card.* ● Nita gần như nổi điên lên khi cô nhận ra là phải chi trả 21% lãi suất trên thẻ tín dụng của mình. ■

The trouble with Roy is he's likely to blow a fuse and hit someone. ● Điều rắc rối với Roy là anh ta thường hay nổi khùng lên và đánh người.

blow a hole in sth làm cho một kế hoạch, ý tưởng... trở nên kém hiệu quả hơn nhiều hoặc mất đi phần đúng đắn ■ *Sol paid me back the next day, which blew a hole in my theory that I'd never see the money again.* ● Ngày hôm sau Sol trả tiền lại cho tôi, điều này đánh đổ ý tưởng của tôi vẫn cho rằng sẽ không bao giờ còn thấy lại số tiền ấy.

blow a raspberry phát ra một âm thanh bất lịch sự bằng cách thổi hơi thật mạnh ■ *The other team's fans responded to the goal by booing and blowing raspberries.* ● Những người hâm mộ của đội bên kia phản ứng với bàn thắng bằng cách la ó và huýt còi miệng.

blow hot and cold liên tục thay đổi thái độ về người hay sự vật, nhất là có những thái độ trái ngược nhau - tính khí thất thường ■ *It's hard to know exactly what Tony thinks of people. He blows hot and cold a lot.* ● Khó mà biết được một cách chính xác Tony đang nghĩ gì về người khác. Anh ta là người có tính khí rất thất thường.

blow off steam → **let off steam**

blow one's chance bỏ lỡ một cơ hội quan trọng để làm điều gì, do mắc phải lỗi lầm hoặc đã ứng xử một cách ngốc nghếch ■ *Wayne keeps calling and saying he wants to get back together, but I told him he's already blown his chance.* ● Wayne tiếp tục gọi đến và nói rằng anh ta muốn quay trở lại, nhưng tôi bảo anh ta rằng anh đã bỏ lỡ mất cơ hội rồi.

blow one's cool → **lose one's cool**

blow one's cover hoặc *blow the cover on sb* hoặc *blow the cover on sth* tiết lộ cho mọi người biết về tên thật của một người hoặc mục đích thực sự của một việc làm trong tình huống lẽ ra phải giữ bí mật ■ *A police spokeswoman blamed a television station for blowing the cover on a raid.* ● Một nữ phát ngôn viên của lực lượng cảnh sát đã quy lỗi một đài truyền hình là đã tiết lộ bí mật của đợt truy quét.

blow one's mind (khẩu ngữ) gây ấn tượng mạnh, hoặc xảy ra một cách bất bình thường hay gây xúc động mạnh đến mức rất khó tin ■ *It blew my mind when I got an "A" on the test without even studying.* ● Tôi thật sửng sốt khi được điểm A trong cuộc thi mà thậm chí chẳng hề học bài. ■ *Wait till you hear this. It'll blow your mind.* ● Hãy chờ đến khi anh nghe được điều này. Nó sẽ làm anh sửng sốt đấy. ■ *To see him perform on stage just blew my mind.* ● Xem anh ta biểu diễn trên sân khấu thật làm cho tôi phải sửng sốt.

blow one's own horn hoặc *toot one's own horn* hoặc *blow one's own trumpet* tự ca ngợi năng lực và những thành quả của mình theo cách tỏ ra là quá tự mãn ■ *Kahn, founder of the 8-year-old company that did so well last quarter, has plenty of reasons to blow his own horn these days.* ● Kahn, sáng lập viên của công ty đã hoạt động được 8 năm và rất thành công trong quý rồi, có nhiều lý do khác nhau để tự mãn về thành quả của mình vào những ngày này.

blow one's own trumpet → **blow one's own horn**

blow one's socks off → **knock one's socks off**

blow one's stack hoặc *blow one's top* tức giận về điều gì đến nỗi không thể tự kiềm chế được hành động hay lời nói của mình, mất bình tĩnh ■ *One day on set, I got so angry with John Huston that I just blew my stack and started hitting him.* ● Một ngày kia đang ở trường quay, tôi nổi giận với John Huston đến nỗi suýt mất cả bình tĩnh và bắt đầu đánh anh ta.

blow one's top → **blow one's stack**

blow one's wad hoặc *blow the whole wad* chi tiêu hết sạch số tiền mình có được ■ *We prefer to go to an inexpensive restaurant two or three times a week rather than blow the whole wad on one fancy meal.* ● Chúng tôi thích đi đến một nhà hàng đắt tiền vài ba lần mỗi tuần hơn là chi tiêu hết sạch tiền vào một bữa ăn thật tuyệt.

blow smoke (up one's ass) cố tìm cách lừa dối, phỉnh gạt ai ■ *You could tell from what they were saying that these guys weren't just blowing smoke. They were deadly serious.* ● Anh có thể thấy được qua những gì họ nói rằng những người này không chỉ là đang cố tình dối gạt. Họ hết sức nghiêm túc đấy. - Thành ngữ này thường chỉ được dùng ở dạng *"blow smoke"*, vì nhiều người xem cách dùng *ass* là khiếm nhã và có ý xúc phạm.

blow sth out of the water phá hoại một doanh nghiệp hay tổ chức, hoặc chỉ rõ ra một ý tưởng, kế hoạch nào đó là không đúng hoặc không có hiệu quả ■ *Motown blew its competitors out of the water in the late 1960s.* ● Motown đập tan các đối thủ của mình trong những năm cuối thập niên 1960.

blow sth sky-high phá hỏng một kế hoạch, nhất là bằng cách công khai hóa một bí mật mà người tiết lộ cho rằng mọi người cần phải biết (thường dùng trong các lĩnh vực kinh doanh và chính trị) ■ *It will blow the Presidential campaign sky-high if this information becomes puplic.* ● Nếu thông tin này được đưa ra trước công chúng, nó sẽ phá hỏng chiến dịch vận động tranh cử tổng thống.

blow sth wide open 1. đưa ra một thông tin mới mà có thể làm thay đổi hoàn toàn tình huống, và làm cho kết quả sự việc trở nên khó dự đoán ■ *The case blew wide open once the military advisors found out who had been involved in the incident.* ● Vấn đề sẽ phải thay đổi hoàn toàn một khi các vị cố vấn quân sự tìm ra được những ai đã liên quan trong vụ việc. 2. tiết lộ, công khai một sự việc đang được giữ bí mật ■ *We could go down to Miami, call the papers, and blow the whole thing wide open.* ● Chúng ta có thể xuống vùng Miami, gọi điện cho báo chí và nói cho họ biết toàn bộ bí mật của sự việc.

blow the cover on sb → **blow one's cover**

blow the cover on sth → **blow one's cover**

blow the lid off sth cũng thay *blow* với các động từ khác như *rip, tear* ... tiết lộ cho mọi người biết sự thật về một tình huống trước đó được giữ bí mật hoặc chưa được hiểu rõ hoàn toàn ■ *Maguire wrote an article blowing the lid off the affirmative action program.* ● Maguire viết một bài báo làm rõ sự thật về chương trình hành động tích cực. ■ *The book written by three former body-guards, ripped the lid off Elvis's life.* ● Cuốn sách được viết bởi ba người vệ sĩ trước kia, tiết lộ rõ bí mật về cuộc đời của Elvis.

blow the whistle (on) cảnh báo với một người có thẩm quyền về một hành vi sai trái vì cho rằng cần phải được ngăn chặn ■ *The former oil-rig worker was dismissed after blowing the whistle on safety violations made by his drilling company.* ● Người công nhân dàn khoan trước đây đã bị đuổi việc sau khi lên tiếng cảnh báo về những vi phạm chế độ an toàn của công ty khoan dầu.

blow up in one's face 1. nói về một tình huống đột nhiên thay đổi không diễn ra như dự tính, gây nhiều khó khăn, rắc rối hoặc trở nên phức tạp đến mức không thể kiểm soát được nữa ■ *We knew the peace negotiations were a very delicate matter and could easily blow up in our face.* ● Chúng tôi biết rằng những cuộc đàm phán hòa bình là vấn đề vô cùng tế nhị và có thể dễ dàng chuyển hướng trở nên cực kỳ khó khăn. ■ *All my plans blew up in my face.* ● Tất cả những kế hoạch của tôi đều đổ vỡ. 2. nổ tung vào mặt ai ■*The bomb blew up in the robber's face and he died immediately.* ● Quả bom nổ tung vào mặt tên cướp và hắn chết ngay tức thì. ■ *The firecracker blew up in his face and injured him.* ● Viên pháo nổ tung vào mặt anh ta và làm anh bị thương.

blow-by-blow account bản báo cáo chi tiết về một sự việc theo đúng như trình tự đã xảy ra ■ *He insisted on giving us a blow-by-blow account of what had happened.* ● Ông ta khăng khăng muốn đưa cho chúng tôi một báo cáo chi tiết theo trình tự những gì đã xảy ra. ■ *She insisted on giving us a blow-by-blow account of her entire trip.* ● Cô ấy cứ khăng khăng muốn đưa cho chúng tôi một báo cáo chi tiết theo trình tự về toàn bộ chuyến đi của cô ấy.

blowing → **mind-blowing**

blowing in the wind → **blowing in the wind**

blown → **shot to hell**

blown to hell → **shot to hell**

blue → **between the devil and the deep blue sea**

blue → **black-and-blue**

blue → **bolt from the blue**

blue → **boys in blue**

blue → **once in a blue moon**

blue → **out of the blue**

blue → **talk a blue streak**

blue → **the wild blue yonder**

blue → **until you're blue in the face**

blue-eyed boy người được ưu ái, được đối xử đặc biệt, hưởng nhiều ân huệ của ai ■ *He's the manager's blue-eyed boy.* ● Ông ta là người rất được ông giám đốc ưu đãi. ■ *Simmons, the blue-eyed boy of motor racing, has won again.* ● Simmons, đứa con cưng của làng đua xe, lại thắng cuộc lần nữa. Thành ngữ này có hàm ý là người nói không thích người đang được đề cập đến.

bluff → **call one's bluff**

bluff one's way thành công được trong việc vượt qua một tình huống khó khăn bằng cách đối gạt người khác ■

She successfully bluffed her way through the interview. • Cô ta đã nói dối thành công trong suốt cuộc phỏng vấn. ■ *She managed to bluff her way past the guards, by saying she was a journalist.* • Cô ấy đã xoay xở dối gạt để qua mặt được những người bảo vệ, bằng cách nói rằng cô là một nhà báo.

blunder about → **blunder around**

blunder around hoặc *blunder about* di chuyển một cách vụng về, loay hoay và đụng phải vào đồ vật vì không nhìn thấy rõ ■ *I could hear him blundering around the bathroom in the dark.* • Tôi có thể nghe được tiếng anh ta đi loay hoay quanh phòng tắm trong bóng tối. ■ *Someone was blundering about in the darkness.* • Có ai đó đang sờ soạng đi trong bóng tối.

blush → **at first glance**

board → **above board**

board → **across the board**

board → **bring sb on board**

board → **come on board**

board → **go back to the drawing board**

board → **go by the boards**

board → **on board**

board → **on the drawing board**

board → **take sth on board**

board → **tread the boards**

boat → **burn one's bridges**

boat → **in the same boat**

boat → **miss the boat**

boat → **rock the boat**

boat → **what floats one's boat**

bob → **bits and pieces**

Bob's your uncle dùng để nhấn mạnh việc thực hiện điều gì đó là rất nhanh chóng, dễ dàng ■ *Press here and Bob's your uncle! It's disappeared.* • Hãy ấn vào đây và hết sức dễ dàng, nó đã biến mất. ■ *You just click on the icon a couple of times, and Bob's your uncle - you're connected to the Internet!* • Anh chỉ cần nhấp chuột vào biểu tượng vài lần, và thật hết sức dễ dàng - anh đã được nối vào mạng Internet!

bode ill for → **bode well for**

bode well for hoặc *bode ill for* là dấu hiệu tốt hoặc không tốt cho người hay sự việc nào đó ■ *These figures do not bode well for the company's future.* • Những con số này không phải là dấu hiệu tốt cho tương lai của công ty. ■ *The look on her face boded ill for anyone who crossed her path that day.* • Vẻ mặt cô ta là dấu hiệu xấu cho bất cứ ai gặp phải cô ta trong ngày ấy. ■ *The fact that we haven't heard from him in all this time does not bode well.* • Việc chúng ta không nghe tin tức gì của anh ta trong suốt thời gian này không phải là dấu hiệu tốt.

body → **come in a body**

body → **keep body and soul together**

body → **over my dead body**

body → **warm body**

body and soul đem hết tâm huyết, sức lực, khả năng ra để thực hiện điều gì ■ *This was war, and we belonged to the our country, body and soul.* • Đây là một cuộc chiến tranh và chúng tôi đứng về phía đất nước của mình, dốc hết nhiệt tâm và năng lực. ■ *She committed herself* body and soul to fighting for the cause. • Cô ấy tự nguyện sẽ dốc hết sức để chiến đấu cho lý tưởng. ■ They were totally committed to each other, body and soul. • Bọn họ hoàn toàn trung thành với nhau, cả thể chất lẫn tinh thần.

body blow điều làm cho ai đó rất bối rối hay thất vọng, hoặc có thể gây ra sự tan vỡ, hủy hoại hoàn toàn (thường dùng trong các bản tin báo chí, truyền hình...) ■ The photos were a body blow to Mary, who never thought that her husband was the type to have affairs. • Mấy bức ảnh là một cú sốc nặng nề cho Mary vì cô chẳng bao giờ nghĩ rằng chồng mình là loại người có thể dan díu với người khác. → *deal a blow to*, →*death blow*

boggle one's mind hoặc *boggle the mind* hoặc *the mind boggles* dùng khi người nói cho rằng điều gì đó là quá kỳ lạ, đáng ngạc nhiên đến mức khó mà tưởng tượng nổi hoặc không thể nào chấp nhận được ■ It just boggles my mind to think of how much money the government spends each year on national defense. • Tôi lấy làm kinh ngạc đến mức không tưởng tượng nổi số tiền mà chính phủ đã chi tiêu cho ngân sách quốc phòng hàng năm. ■ The vastness of space really boggles the mind. • Sự rộng lớn của không gian quả thật đáng kinh ngạc đến mức không sao tưởng tượng nổi. ■ "He says he's married to his cats!" "The mind boggles!" • "Hắn ta nói là hắn kết hôn với mấy con mèo của hắn!" "Thật không sao tưởng tượng nổi!" ■ The mind boggles at the thought of John becoming a teacher. • Thật không thể tưởng tượng ra được ý tưởng là John trở thành một thầy giáo.

boggle the mind → *boggle one's mind*
boggling → *mind-boggling*
boil → *come down to*
boil → *go off the boil*
boil → *make one's blood boil*
boil → *on the boil*
boil → *watched pot (never boils)*
boil → *watched pots never boil*
boiling → *watched pot (never boils)*

boiling point tình huống khi người ta căng thẳng, giận dữ đến độ làm một điều gì đó thô bạo hoặc mất khả năng kiềm chế bản thân ■ The situation was clearly reaching boiling point when officials announced their decision to ignore the cease-fire. • Tình hình đã rõ ràng căng thẳng đến cực độ khi các quan chức thông báo quyết định của họ coi thường vụ ngưng bắn. ■ Racial tension has reached boiling point. • Tình trạng căng thẳng về chủng tộc đã lên đến cực điểm.

bold → *if I may be so bold (as to do sth)*

bold as brass hoặc *as bold as brass* quá táo bạo, không tỏ ra có sự e dè, kính trọng hay sợ sệt, trong tình huống có thể gây ngạc nhiên ■ She marched in here, bold as brass, and demanded a pay rise. • Cô ấy bước vào đây, hết sức táo bạo, và đòi hỏi tăng lương. ■ They walked in holding hands, as bold as brass. • Bọn họ bước vào, nắm tay nhau hết sức nghênh ngang.

bolt → *the nuts and bolts of sth*

bolt from the blue hoặc *bolt out of the blue* dùng để mô tả một sự việc xảy ra hoàn toàn bất ngờ, gây ngạc nhiên cho tất cả mọi người ■ The storm in the

bone of contention

Bay Area hit like a bolt from the blue. • Cơn bão ở vùng vịnh ập đến một cách hoàn toàn bất ngờ không ai biết trước. ▪ *The news of her marriage was a bolt from the blue.* • Tin cô ấy kết hôn đã đến bất ngờ như sét đánh ngang tai. ▪ *Her dismissal came as a bolt from the blue.* • Việc sa thải cô ta đã đến hoàn toàn bất ngờ. ▪ *It was a bolt out of the blue when Alan resigned.* • Thật hoàn toàn bất ngờ khi Alan từ chức.

bolt out of the blue → **bolt from the blue**

bomb → **be the bomb**

bomb → **go down a bomb**

bombshell → **be a bombshell**

bombshell → **drop a bombshell**

bone → **as dry as a bone**

bone → **bag of bones**

bone → **bare bones**

bone → **close to the bone**

bone → **cut sth to the bone**

bone → **feel sth in one's bones**

bone → **have a bone to pick with sb**

bone → **jump one's bones**

bone → **make no bones about sth**

bone → **nothing but skin and bones**

bone → **put flesh on sth**

bone → **to the bone**

bone → **work one's fingers to the bone**

bone of contention vấn đề không được tán đồng, nhất là trong một thời gian dài - điểm bất đồng ▪ *The only real bone of contention in our marriage has been Cathy's smoking. I can't stand it.* • Điểm duy nhất thực sự bất đồng trong quan hệ hôn nhân của chúng tôi là việc hút thuốc lá của Cathy. Tôi không thể nào chịu nổi điều đó.

bone up on sth cố học hỏi điều gì hoặc ôn lại một kiến thức đã học vì sắp cần dùng đến ▪ *She had boned up on the city's history before the visit.* • Cô ấy đã học hỏi về lịch sử của thành phố trước chuyến viếng thăm. ▪ *He's boning up for his final exams.* • Anh ta ôn lại kiến thức cho kỳ thi tốt nghiệp của mình.

bonker → **drive sb crazy**

bonnet → **have a bee in one's bonnet (about sth)**

boo → **not say boo to a goose**

book → **be in one's bad book**

book → **be in one's good book**

book → **be one for the books**

book → **bring sb to book (for sth)**

book → **close the book on sth**

book → **closed book**

book → **cook the books**

book → **do sth by the book**

book → **hit the books**

book → **in my book**

book → **it's the oldest trick in the book**

book → **judge a book by its cover**

book → **on one's books**

book → **open book**

book → **read sb like a book**

book → **sing from the same hymn book**

book → throw the book at sb

book → use every trick in the book

book → walking encyclopedia

book → wrote the book on sth

boom → baby boom

boom → lower the boom on

boomer → baby boomer

boot → die with one's boots on

boot → give sb the boot

boot → give sth a boot

boot → lick one's boots

boot → put the boot in

boot → quake in your boots

boot → to boot

boot → tough as old boots

bootstrap → pull oneself up by one's (own) bootstraps

booty → shake one's booty

bore the pants off sb hoặc *scare the pants off sb* hoặc *charm the pants off sb* hoặc *shock the pants off sb* (khẩu ngữ) dùng để nhấn mạnh việc ai đó làm cho người khác chán ngấy, khiếp sợ, say mê hoặc kinh ngạc ■ *Be aware of your audience - ask yourself, are they with me, or am I boring the pants off them?* ● Hãy cảnh giác với cử tọa của bạn - tự hỏi mình rằng, liệu mọi người đến đây vì tôi hay tôi đang làm cho họ phải chán ngấy.

bored → be bored out of one's mind

bored → be bored stiff

bored to tears → be bored stiff

born → be born to be

born → I wasn't born yesterday

born → in all my born days

born → there's one born every minute

born and bred sinh ra và lớn lên ở một nơi cụ thể nào đó ■ *He was born and bred in Boston.* ● Anh ta sinh ra và lớn lên ở Boston. ■ *I'm a Londoner, born and bred.* ● Tôi là một người London, sinh ra và lớn lên tại đây.

born with a sliver spoon in one's mouth nói về người có may mắn được sinh ra trong gia đình giàu có, quyền thế ■ *I don't know how she affords all that stuff. I guess from what Dad says, she was born with a silver spoon in her mouth.* ● Tôi không biết làm sao mà cô ấy có thể chi trả cho tất cả những thứ ấy. Tôi đoán từ những gì cha tôi nói, cô ấy hẳn được sinh ra trong gia đình giàu có.

borne → be borne in on sb

borrow → beg, borrow, or steal

borrowed → live on borrowed time

boss → show sb who's boss

both → go both ways

both → have a foot in both camps

both → play both ends against the middle

both → swing both ways

both → the best of both worlds

both → you can't have it both ways

bothered → be bothered (about sth)

bothered → can't be bothered (to do sth)

bottle → hit the bottle

bottle → **let the genie out of the bottle**

bottle → **put the genie back in the bottle**

bottom → **at bottom**

bottom → **from the heart**

bottom → **get to the bottom of sth**

bottom → **hit rock bottom**

bottom → **knock the bottom out of sth**

bottom → **lie at the bottom of sth**

bottom → **rock-bottom**

bottom → **scrape the bottom of the barrel**

bottom → **soft as a baby's bottom**

bottom → **the bottom drops out of one's world**

bottom → **the bottom drops out of sth**

bottom → **the bottom line is**

bottom → **the bottom of the heap**

bottom → **you can bet your bottom dollar**

bottom out nói về một tình huống xấu, bắt đầu ngưng không phát triển tồi tệ hơn nữa ■ *The recession is finally beginning to show signs of bottoming out.* • Cuộc suy thoái cuối cùng đã bắt đầu cho thấy những dấu hiệu không còn tiếp tục nữa. ■ *Property prices are still falling, and show no signs of bottoming out.* • Giá bất động sản vẫn đang tiếp tục rơi xuống thấp, không có dấu hiệu gì ngưng lại.

bottomless → **a bottomless pit**

bought → **been there, done that**

bought it hoặc *have bought it* (cách dùng cũ) vừa bị giết chết ■ *The Major yelled "Lang's bought it. Get him out of the jeep."* • Ông thị trưởng hét lên: "Lang vừa bị giết chết rồi. Hãy đưa anh ấy ra khỏi xe." ■ *Joe finally bought it in a plane crash in Tunisia.* • Joe cuối cùng đã bị chết trong một tai nạn máy bay ở Tunisia. ■ *Sam nearly bought it in that car accident.* • Sam suýt nữa đã chết trong tai nạn xe hơi đó.

bounce back khôi phục sức khỏe hoặc tinh thần, tình trạng công việc... trở lại sau khi đã sa sút vì lý do nào đó ■ *He's had a lot of problems, but he always seems to bounce back pretty quickly.* • Anh ta gặp rất nhiều rắc rối, nhưng anh ta dường như luôn luôn hồi phục lại khá nhanh chóng. ■ *He's sad about Sally leaving him, but he'll bounce back.* • Anh ta buồn vì Sally bỏ anh ra đi, nhưng anh ta sẽ hồi phục lại. ■ *After an early defeat, she bounced back to win the championship.* • Sau một trận thua sớm, cô ấy hồi phục và rồi giành được danh hiệu vô địch. ■ *BT's shares fell dramatically, but bounced back before the end of the day.* • Cổ phiếu của BT sụt giá rất nhanh nhưng rồi đã khôi phục lại trước cuối ngày.

bounce ideas off sb thăm dò ý kiến, phản ứng của ai về một kế hoạch, dự tính, trước khi đưa ra quyết định chính thức ■ *Fred, could I see you for a few minutes? I'd like to bounce a few ideas off you about the Murphey case.* • Fred, tôi có thể gặp anh mấy phút được không? Tôi muốn biết ý kiến của anh về vụ Murphey. ■ *He bounced ideas off colleagues everywhere he went.* • Đi đến đâu ông ta cũng thăm dò ý kiến của các đồng nghiệp.

bounce off the walls (khẩu ngữ) rất lo lắng hoặc căng thẳng, khích động, vì thế không thể nghỉ ngơi thư giãn ■ *I've been working late, and I didn't want to go home and be bouncing off the walls, so I stopped for a drink.* ● Tôi đã làm việc trễ, và tôi không muốn về nhà với tâm trạng còn đầy căng thẳng, vì thế tôi dừng lại để uống một ly.

bound → **be bound together by sth**

bound → **by leaps and bounds**

bound → **know no bounds**

bound → **out of bounds**

bound → **overstep one's bounds**

bound up in sth 1. quá bận rộn, liên quan quá nhiều hoặc quan tâm quá nhiều đến một công việc ■ *He's too bound up in his work to have much time for his children.* ● Anh ta quá bận rộn trong công việc đến nỗi không có nhiều thời gian dành cho con cái. 2. hoặc *bound up with sth* gắn bó, liên quan chặt chẽ đến điều gì ■ *His political philosophy was closely bound up with his religious beliefs.* ● Triết lý chính trị của ông ta có liên quan chặt chẽ với tín ngưỡng của ông. ■ *Climate change is closely bound up in the whole issue of energy consumption.* ● Sự thay đổi khí hậu có liên quan chặt chẽ với toàn bộ vấn đề tiêu thụ năng lượng. ■ *From that moment my life became inextricably bound up with hers.* ● Từ giây phút ấy trở đi, cuộc đời tôi trở nên gắn bó không thể chia cắt được với cuộc đời cô ấy.

bound up with sth → **bound up in sth**

bounden duty điều mà ai đó cảm thấy bắt buộc phải làm, một trách nhiệm không thể bỏ qua ■ *He felt it was his bounden duty to tell the police what he knew.* ● Anh ta cảm thấy trách nhiệm bắt buộc của mình là phải báo cho cảnh sát những gì mình biết. ■ *We have a bounden duty to respond to this call for help.* ● Chúng ta có trách nhiệm bắt buộc phải đáp lại lời kêu cứu này.

bow → **a shot across the bow(s)**

bow and scrape luồn cúi, bợ đỡ người có quyền thế ■ *Why do you bow and scrape to her so much? You need to stand up for yourself.* ● Tại sao mày lại bợ đỡ bà ta thái quá như vậy chứ? Mày cần phải tự mình đứng lên mới được. ■ *She was beginning to tire of all their bowing and scraping.* ● Cô ta bắt đầu thấy chán ngấy sự bợ đỡ luồn cúi của bọn họ.

bowl → **life is a bowl of cherries**

bowl → **live in a fish bowl**

box → **back sb into a corner**

box → **feel boxed in**

box → **open Pandora's box**

box → **right out of the box**

box → **the sharpest tool in the box**

box → **think outside the box**

boy → **all work and no play makes Jack a dull boy**

boy → **be one of the boys**

boy → **blue-eyed boy**

boy → **fair-haired boy**

boy → **mama's boy**

boy → **old boy network**

boy → **separate the men from the boys**

boy → **the boy next door**

boy → **whipping boy**

boys and toys hoặc *boys with toys* người thích sở hữu các loại xe hơi tốc độ cao, các loại thiết bị điện tử hiện đại nhất... - kẻ thời thượng ■ *We stood watching the guys with their model cars. Bonnie shook her head, "Boys with their toys," she said.* ● Chúng tôi đứng nhìn mấy gã với những kiểu xe hơi hiện đại. Bonnie lắc đầu và nói: "Thật là một đám thời thượng."

boys in blue (cách dùng cũ) lực lượng cảnh sát ■ *The TV show "Cops" follows the boys in blue on their daily patrol.* ● Chương trình ti-vi "Cops" theo chân lực lượng cảnh sát trong những cuộc tuần tra hằng ngày của họ.

boys will be boys dùng để nói đến những điều được xem là bản chất tự nhiên của con trai, chẳng hạn như ồn ào, bừa bãi, hoặc cư xử không tốt, thường làm những việc không như vô nghĩa... ■ *Darren, don't knock over the bird feeder! Watch where you're going! - Oh, well, boys will be boys, I suppose.* ● "Darren, đừng có làm đổ cái máng cho chim ăn. Cẩn thận khi đi đứng chứ!" "Thôi mà, tôi cho là con trai bao giờ lại chẳng thế."

boys with toys → boys and toys

brain → beat one's brains out

brain → bird brain

brain → cudgel one's brains

brain → have a brain fart

brain → have sth on the brain

brain → pick one's brain

brain → rack your brain

brain → the brain behind sth

brain drain dùng để nói về tình trạng những người tham gia một ngành nghề hay lĩnh vực kinh doanh nào đó cùng bỏ đi ra nước ngoài hoặc chuyển sang các ngành nghề khác vì như vậy họ có thể kiếm được lợi nhuận cao hơn ■ *The company suffered from brain drain as top brokers left to form their own companies or make higher commissions elsewhere.* ● Công ty ấy bị thiếu hụt nhân sự trầm trọng khi các nhân viên môi giới hàng đầu của họ đã bỏ đi để thành lập những công ty mới hoặc làm những công việc tốt hơn nơi khác.

brainstorm → have a brainstorm

brake → put the brakes on

branch → offer an olive branch

branch → root and branch

brass → bold as brass

brass → get down to brass tacks

brass → go for the brass ring

brass → have the brass neck to do sth

brave → put on a brave face

brave → put on a brave face

brave new world một giai đoạn bắt đầu sau khi có những thay đổi lớn lao, mang lại nhiều sự hoàn thiện nhưng cũng kèm theo những khó khăn, rủi ro mới ■ *Welcome to the brave new world of college football, where new conferences and new TV deals are quickly changing a sport that has long prided itself on tradition and stability.* ● Chào mừng kỷ nguyên mới của nền bóng đá trong trường đại học với những hoàn thiện và cả những nguy cơ mới, khi mà những cuộc hội thảo với các chương trình ti-vi đang nhanh chóng làm thay đổi một môn thể thao vốn từ lâu đã tự hào về tính chất truyền thống và ổn định của mình. ■ *They are discussing the brave new world of technology.* ● Bọn họ đang thảo luận về thế giới công nghệ mới với những hoàn thiện cũng như nguy cơ mới.

brave the elements đi ra bên ngoài trong lúc thời tiết đang rất xấu ■ *Officals offered free tickets to fans in Orlando who braved the elements.* ● Các quan chức đã tặng vé vào cửa miễn phí cho những người hâm mộ bất chấp thời tiết xấu ở Orlando. ■ *A large crowd braved the elements in the hope of seeing their favourite star.* ● Một đám đông lớn đã bất chấp cả thời tiết xấu với hy vọng được nhìn thấy diễn viên nổi tiếng yêu thích của họ.

brazen it out cư xử như là không có gì xấu hổ hoặc bối rối vì một sự việc rất đáng xấu hổ ■ *Now that everyone knew the truth, the only thing to do was to brazen it out.* ● Bởi vì tất cả mọi người đều đã biết sự thật, điều duy nhất để làm là chai mặt ra mà phớt lờ đi.

breach → step into the breach

bread → break bread with sb

bread → cast your bread upon the waters

bread → earn one's bread

bread → know which side one's bread is buttered on

bread → man cannot live by bread alone

bread → think sth is the best thing since sliced bread

bread and butter 1. phương thức chủ yếu nhất mà một người sử dụng để có thu nhập - nghề nghiệp chính ■ *Nina sells paintings once in awhile, but working in the lab is her bread and butter.* ● Nina thỉnh thoảng có bán tranh, nhưng làm việc ở phòng vẽ mới là thu nhập chính của cô ấy. 2. hoặc *the bread and butter of sth* phần cơ bản và thông thường nhất của một công việc, ngành nghề... ■ *Boring technical analysis seems to be the bread and butter of sports writing these days.* ● Những phân tích chán ngắt về kỹ thuật có vẻ như là phần chủ yếu nhất trong các bài viết về thể thao ngày nay. → *the meat and potatoes of sth*

bread-and-butter mang lại thu nhập chính ■ *Their bread-and-butter product is a database program for small business.* ● Sản phẩm mang lại thu nhập chính của họ là một chương trình dữ liệu dành cho các doanh nghiệp nhỏ.

breadth → be within a hair's breadth of doing sth

break → a clean break

break → all hell breaks loose

break → bust one's balls

break → get an even break

break → give me a break

break → give sb a break

break → make a break for it

break → make or break

break → the straw that breaks the camel's back

break → won't break the bank

break a leg (khẩu ngữ) cách nói hài hước khi muốn chúc ai được may mắn, nhất là khi chuẩn bị trình bày, biểu diễn trước đám đông ■ *"I've never spoken in*

break bread with sb

front of this many people before." "Don't worry, you'll be fine. Break a leg!" • "Tôi chưa bao giờ nói chuyện trước nhiều người như thế này." "Đừng lo lắng, bạn sẽ tốt thôi. Chúc may mắn."

break bread with sb (cách dùng cũ) cùng dùng chung một bữa ăn với ai để bày tỏ sự thân mật ▪ *The homeless shelter is urging everyone to come down to join the meal and break bread with different parts of the community.* • Trại tập trung những kẻ vô gia cư đang thúc giục mọi người hãy đến dùng bữa ở đó để bày tỏ sự thân mật với những hạng người khác nhau trong cộng đồng.

break cover rời khỏi nơi đang ẩn nấp, thường là một cách đột ngột, nhanh chóng ▪ *The vehicles broke cover and headed towards the enemy's headquarters.* • Những chiếc xe rời khỏi nơi ẩn núp và phóng nhanh về phía bộ chỉ huy quân địch.

break even kết thúc một công việc kinh doanh không có lãi và cũng không lỗ vốn - huề vốn ▪ *The company just about broke even last year.* • Năm vừa qua công ty chỉ gần như là huề vốn.

break into a sweat (about sth) → *break out into a cold sweat (about sth)*

break new ground thực hiện hay khám phá ra điều gì hoàn toàn mới, chưa từng có trước đó ▪ *Ms. Elliot broke new ground 15 years ago when she became the first woman lawyer in the firm.* • Bà Elliot đã thực hiện một bước đột biến cách đây 15 năm khi bà trở thành người nữ luật sư đầu tiên của công ty.

break one's back hoặc *break one's neck* làm việc hết sức khi cố đạt được điều gì ▪ *She's been breaking her back working overtime every day this month to save money for her trip.* • Cô ấy đã cố hết sức làm việc tăng giờ mỗi ngày để dành dụm tiền cho chuyến đi. ▪ *I share your worries about getting this job done, and we're going to break our necks to see that we get it done on time.* • Tôi chia sẻ những lo lắng của anh về việc hoàn tất công việc này, và chúng ta sẽ nỗ lực hết sức để thấy rằng chúng ta hoàn tất nó đúng thời hạn. ▪ *I broke my neck to get here on time.* • Tôi đã cố hết sức để đến đây kịp giờ. ▪ *That's the last time I'll break my neck to help you.* • Đó là lần cuối tôi sẽ cố sức giúp anh. ▪ *There is no point in breaking your back. Take your time.* • Không ích gì mà phải cố sức quá đáng. Hãy thư thả thôi.

break one's balls → *bust one's balls*

break one's heart 1. nói về một sự kiện hay tình huống làm cho ai rất đau buồn hay bối rối ▪ *It breaks my heart to see our lakes and rivers destroyed by pollution.* • Tôi rất đau lòng thấy những sông hồ của chúng ta bị hủy hoại vì nạn ô nhiễm. ▪ *It broke my heart to leave.* • Tôi đã rất đau lòng khi phải ra đi. ▪ *It would break her heart to have to go away.* • Cô ấy hẳn rất đau lòng khi phải đi xa. ▪ *It breaks my heart to see you like this.* • Tôi rất đau lòng nhìn thấy bạn như thế này. 2. làm cho ai đau khổ bằng cách chấm dứt quan hệ hôn nhân hoặc tình yêu ▪ *Diana broken Joel's heart when she left him.* • Diana làm tan vỡ trái tim của Joel khi cô rời bỏ anh. ▪ *She broke his heart when she called off the engagement.* • Cô ấy làm cho anh ta đau khổ khi hủy bỏ việc đính hôn.

break one's neck 1. → *break one's*

back 2. bị chấn thương nặng ở xương cổ, gãy cổ ■ *Somebody's going to break their neck on these steps.* ● Có ai đó rồi sẽ gãy cổ trên những bậc thang này. (chúng quá trơn trợt, dễ té...)

break one's word không thực hiện đúng những gì đã hứa ■ *Don't say you'll visit your grandmother if you can't go. She hates people to break their word.* ● Đừng nói là sẽ đến thăm bà nội nếu con không thể đi được. Bà ghét những người không giữ lời hứa. ■ *If you break your word, she won't trust you again.* ● Nếu bạn không giữ lời hứa, cô ấy sẽ không tin bạn nữa.

break out 1. bùng phát lên một cách đột ngột, chẳng hạn như nói về một đám lửa, sự hỗn loạn, một trận cười hay quát tháo... ■ *A fire broke out in the belfry.* ● Một ngọn lửa đột nhiên bùng lên trong tháp chuông. ■ *A round off giggling broke out when he tripped.* ● Một trận cười bất ngờ vang lên khi ông ta bị trượt chân. ■ *A riot almost broke out when the police came.* ● Một trận hỗn loạn gần như đã bùng phát ra khi cảnh sát đến. 2. nói về khuôn mặt người, nổi lên rất nhiều mụn ■ *Bob's face has started breaking out badly.* ● Khuôn mặt của Bob đã bắt đầu nổi lên rất nhiều mụn thật tồi tệ. ■ *My face break out when I eat a lot of chocolate.* ● Mặt tôi nổi lên đầy mụn khi tôi ăn nhiều sô-cô-la.

break out into a cold sweat (about sth) hoặc *break into a sweat (about sth)* trở nên rất căng thẳng hoặc quá sợ sệt điều gì ■ *I break out in a cold sweat just thinking about asking the bank for a loan.* ● Chỉ nghĩ đến việc hỏi mượn nợ ngân hàng đã làm cho tôi sợ đến toát mồ hôi lạnh.

break ranks (thường dùng trong các bản tin báo chí, truyền hình...) không ủng hộ nhóm hay tổ chức của mình nữa, bằng cách nói hay làm điều gì khác với những gì đã thỏa thuận ■ *One major oil company broke ranks with the rest of the industry and supported the tough new anti-pollution laws.* ● Một công ty dầu mỏ lớn đã tách khỏi phần còn lại của ngành dầu mỏ và ủng hộ những điều luật khắt khe mới chống ô nhiễm. ■ *Large numbers of MPs felt compelled to break ranks over this issue.* ● Một số lớn các dân biểu cảm thấy buộc phải chống lại tập thể về vấn đề này.

break the back of sth 1. đánh bại, phá vỡ một nỗ lực đối nghịch ■ *Government troops have broken the back of the armed resistance in the north.* ● Quân đội chính phủ đã đánh bại cuộc kháng chiến có vũ trang ở miền bắc. 2. hoàn tất phần quan trọng nhất hoặc khó khăn nhất trong một nhiệm vụ, công việc ■ *I want to break the back of this translation before the weekend.* ● Tôi muốn hoàn tất phần quan trọng nhất trong bản dịch này trước cuối tuần.

break the ice nói ra hoặc làm điều gì đó để gợi không khí giao tiếp tích cực hơn, nhất là khi bắt đầu một bữa tiệc, một cuộc họp mặt... ■ *To break the ice, the teacher asked us to tell the class what our favorite home-cooked meal was.* ● Để phá tan bầu không khí im lặng, thầy giáo bảo chúng tôi hãy nói với cả lớp về món ăn tự nấu ở nhà mà mình thích nhất. ■ *Jim organized a few games to break the ice when people first arrived.* ● Jim đã tổ chức một số trò chơi để phá tan bầu không khí nặng nề khi mọi người mới đến.

break the mould làm điều gì theo một phương thức hoàn toàn mới mẻ, khác biệt và tốt hơn thông thường ■ *Hilary Clinton was the first woman to break the mould and change the traditional role of First Lady.* ● Hilary Clinton là người phụ nữ đầu tiên phá bỏ khuôn thước và thay đổi vai trò truyền thống của một vị phu nhân Tổng thống. ■ *She succeeded in breaking the mould of political leadership.* ● Bà ta đã thành công trong việc phá vỡ khuôn mẫu trong việc lãnh đạo chính trị.

break wind đánh rắm, địt ■ *A man standing in front of us broke wind right in the middle of the speech and got very embarrassed.* ● Một người đàn ông đứng ngay phía trước chúng tôi đã đánh rắm đang lúc giữa bài diễn văn và hết sức bối rối.

breakfast → dog's breakfast

breakfast → eat sb for breakfast

breakfast → have worms for breakfast

breaking → make an omelette without breaking eggs

breaking → mould-breaking

breaking → without breaking strike

breast → make a clean breast of sth

breath → catch one's breath

breath → don't waste one's breath

breath → draw breath

breath → hold one's breath

breath → in one breath

breath → in the same breath

breath → out of breath

breath → say sth under one's breath

breath → take one's breath away

breath → the breath of life to sb

breath → with bated breath

breath of fresh air 1. điều làm cho một tình huống trở nên hứng thú, sôi động hơn, nhờ vào những ý tưởng hay phương thức hoạt động mới ■ *It's a breath of fresh air to see a movie that uses young, unknown actors so well.* ● Quả là một nguồn hứng thú mới khi được xem một bộ phim trong đó vận dụng rất tốt những diễn viên trẻ và chưa ai biết đến. ■ *Sue's arrival at our company was a breath of fresh air.* ● Sự có mặt của Sue ở công ty chúng tôi là một luồng gió mới. 2. không khí trong lành, thoáng đãng sau khi đã ra khỏi một nơi tù túng, ngột ngạt ■ *We'll get a breath of fresh air at lunchtime.* ● Chúng ta sẽ được thở không khí trong lành vào giờ ăn trưa. ■ *I went outside for a breath of fresh air.* ● Tôi đi ra ngoài để thở một chút không khí trong lành.

breathe → able to breathe (easily/freely) again

breathe → live and breathe

breathe → not breathe a word

breathe down one's neck chú ý chặt chẽ đến những gì ai đó đang làm, theo cách khiến cho người ấy phải căng thẳng hoặc bực mình ■ *I don't need my boss breathing down my neck all day long.* ● Tôi không cần đến việc ông chủ cứ soi mói theo tôi suốt cả ngày. ■ *I can't get any work done with you breathing down my neck.* ● Tôi không thể làm xong được bất cứ việc gì với sự đeo bám khó chịu của anh như vậy.

breathe easier hoặc *breathe easy* cảm thấy được an toàn hoặc thư giãn trở lại sau khi đã phải trải qua sự sợ sệt hay lo lắng ■ *At about 6:20 a.m., we were sure that the reactor was being shut down safely. "We all breathed easier at that point," Slocum said.* ● Vào khoảng 6 giờ 20 phút sáng, chúng tôi chắc chắn là lò phản ứng hạt nhân đã được đóng lại an toàn. Slocum nói: "Tất cả chúng tôi đều thở ra nhẹ nhõm vào lúc ấy."

breathe easy → **breathe easier**

breathe fire cư xử hoặc nói chuyện theo cung cách bộc lộ rõ sự tức giận và cương quyết phải đạt cho được điều mình muốn ■ *I admit that when an angry editor is breathing fire down the phone, I make excuses I am later too embarrassed to think about.* ● Tôi thừa nhận rằng khi một ông chủ bút đang nổi giận hò hét qua điện thoại, tôi thường đưa ra những lý do bào chữa mà sau đó chính tôi cũng xấu hổ không dám nghĩ đến nữa.

breathe life into sth hoặc *breathe new life into sth* tạo ra một sinh khí mới, một điều kiện tốt đẹp, khả quan hơn bằng cách mang lại những ý tưởng, kết quả mới ■ *The results of their research have breathed new life into the debate.* ● Những kết quả nghiên cứu của bọn họ đã mang lại một bộ mặt mới khả quan hơn cho cuộc tranh luận.

breathe new life into sth → **breathe life into sth**

breathing → **excuse me for living**

breathing room → **breathing space**

breathing space hoặc *breathing room* quãng thời gian ngắn tạm ngưng một công việc khó khăn hay mệt nhọc để suy nghĩ về tình huống của mình ■ *The extra month gives us some breathing space to look for potential investors, to try to avoid bankruptcy.* ● Một tháng gia hạn giúp cho chúng tôi có thêm ít thời gian tìm kiếm các nhà đầu tư, để cố tránh khỏi tình trạng phá sản.

bred → **born and bred**

breed → **familiarity breeds contempt**

breeze → **be a breeze**

breeze → **shoot the breeze**

brick → **built like a brick shithouse**

brick → **come down on sb like a ton of bricks**

brick → **hit a brick wall**

brick → **hit sb like a ton of bricks**

brick → **like a cat on a hot tin roof**

brick → **like talking to a (brick) wall**

brick → **sandwich short of a picnic**

brick → **shit a brick**

bricks and mortar phần giá trị vật chất của một căn nhà, một công trình xây dựng ■ *A home isn't just bricks and mortar.* ● Một căn nhà không chỉ là giá trị vật chất mà thôi. ■ *The new college will cost about £37 million in bricks and mortar.* ● Trường đại học mới sẽ tốn kém khoảng 37 triệu bảng Anh giá trị xây dựng. ■ *Most of their money is invested in bricks and mortar.* ● Hầu hết tiền bạc của bọn họ được đầu tư vào việc xây dựng nhà cửa.

bridge → **a lot of water has gone under the bridge since**

bridge → **build bridges**

bridge → **burn one's bridges**

bridge → **cross that bridge when one comes to it**

bridge → **it's water under the bridge**

bridge the gap làm giảm bớt hoặc xóa bỏ đi sự khác biệt giữa hai sự việc, hai ý tưởng hoặc hai nhóm người ■ *Bridging the gap between rural entrepreneurs and the larger economy means introducing them to potential investors.* • Làm giảm khoảng cách khác biệt giữa các doanh nghiệp ở thôn quê với nền kinh tế rộng lớn hơn có nghĩa là giới thiệu cho họ những nhà đầu tư có triển vọng. ■ *The government has established a fund that bridges the gap between students' needs and their incomes.* • Chính phủ đã thành lập một quỹ tài trợ nhằm rút ngắn cách biệt giữa nhu cầu thiết yếu của sinh viên và mức thu nhập của họ.

brief → **hold no brief for sth**

brief → **in brief**

bright → **look on the bright side**

bright → **the bright lights**

bright and early rất sớm trong ngày ■ *You're up bright and early today!* • Hôm nay anh dậy sớm quá! ■ *We'll be up bright and early.* • Chúng tôi sẽ dậy thật sớm.

bright spark người khôn ngoan, lanh lợi, nhưng thường dùng với ý mỉa mai ngược lại để chỉ người ngốc nghếch ■ *Some bright spark left the tap running all night.* • Một thằng ngốc nào đó đã để vòi nước chảy suốt cả đêm.

bright spot điểm khả quan, tích cực trong một sự việc vốn là tồi tệ, không tốt • *The win last week was the only bright spot in their last ten games.* • Trận thắng tuần rồi là điểm khả quan duy nhất trong mười trận vừa qua của bọn họ.

bright-eyed and bushy-tailed (khẩu ngữ) rất sung sức và sẵn sàng khởi sự làm điều gì ■ *Two hours after her operation, Bea was sitting up in bed, bright-eyed and bushy-tailed as ever.* • Hai giờ sau khi phẫu thuật, Bea đã ngồi dậy trên giường, tràn đầy sinh lực và sẵn sàng làm việc như trước kia.

bring down the curtain on sth kết thúc hay đánh dấu sự chấm dứt của một tình huống, sự việc ■ *His sudden decision to retire brought down the curtain on a distinguished career.* • Quyết định về hưu đột ngột của ông ta đã kết thúc một sự nghiệp nổi bật. ■ *They bring down the curtain on their African tour in Cape Town today.* • Hôm nay họ kết thúc chuyến đi thăm châu Phi tại Cape Town.

bring down the house hoặc *bring the house down* đạt được sự cổ vũ, hoan nghênh rất nhiệt tình của khán giả ■*Young brought down the house with his acoustic guitar solo.* • Young được khán giả cổ vũ nhiệt tình với màn độc tấu gui-ta thùng của anh ta.

bring home the bacon làm ra đủ tiền nuôi sống gia đình ■*The "ideal family", in which Dad brings home the bacon and Mom takes care of the family, describes only 7% of American families.* • Những "gia đình lý tưởng", theo cách là người cha kiếm đủ thu nhập đủ nuôi gia đình và người mẹ chăm sóc tốt trong nhà, chỉ chiếm có 7% ở Hoa Kỳ. - Nghĩa đen của thành ngữ này là "mang thịt về nhà", xuất phát từ câu chuyện cổ kể rằng: ngày xưa, bất cứ người đàn ông nào có thể đến trước cửa nhà thờ nói một cách thành thật rằng trong 12 tháng và

1 ngày vừa qua anh ta đã không hề cáu gắt với vợ, sẽ được thưởng 1 miếng thịt lớn để mang về nhà. Và điều này chỉ xảy ra có 8 lần trong vòng 500 năm!

bring it home (to sb) hoặc *bring sth home (to sb)* làm cho ai nhận ra được sự nghiêm trọng của một vấn đề, hay những khó khăn, nguy hiểm của một tình huống ■ *The murder just brings it home to you that kids aren't safe anywhere - even in a small town.* ● Vụ sát hại đó làm cho các bạn nhận ra rằng bọn trẻ không được an toàn ở bất cứ đâu - ngay cả trong một thị trấn nhỏ.

bring sb back down to earth → **bring sb down to earth**

bring sb back to one's senses → **come to one's senses**

bring sb back to the table → **get sb back to the table**

bring sb down a peg (or two) → **take sb down a peg (or two)**

bring sb down to earth (with a bump) hoặc *bring sb back down to earth (with a bump)* buộc ai phải suy nghĩ đến thực tế không tốt đẹp hoặc những chuyện bình thường trong cuộc sống, sau khi đã quên đi những điều ấy trong một giai đoạn vì quá hạnh phúc và vui thích ■ *I had been madly in love with Dave until common sense brought me back down to earth, and I realized that marriage to him would be a total disaster.* ● Tôi đã quá say mê trong tình yêu với Dave cho đến khi sự cảm nhận thông thường buộc tôi phải quay về với thực tế, và tôi nhận ra rằng cuộc hôn nhân với anh ta sẽ hoàn toàn là một tai họa.

bring sb on board giao việc mới cho ai, bổ nhiệm ■ *The government plans to bring 91 new inspectors on board by the end of the summer.* ● Chính phủ có kế hoạch sẽ bổ nhiệm 91 viên thanh tra mới trước cuối mùa hè này. **bring sb out of their shell** làm cho ai không còn e thẹn, nhút nhát nữa ■ *When we started talking about politics, it seemed to bring Brenda out of her shell.* ● Khi chúng tôi bắt đầu nói chuyện về chính trị, điều đó dường như làm cho Brenda không còn nhút nhát nữa.

bring sb to book (for sth) trừng phạt ai về một tội ác mà họ đã làm hoặc buộc phải giải thích công khai về điều đó ■ *We will ensure that people who commit fraud are brought to book through the courts.* ● Chúng tôi sẽ đảm bảo những ai đã phạm tội lường gạt đều phải bị xử phạt thích đáng qua các phiên tòa. ■ *If policemen have lied, then they must be brought to book.* ● Nếu cảnh sát đã nói dối, vậy thì họ phải công khai giải thích điều đó.

bring sb to heel hoặc *call sb to heel* làm cho ai phải thực hiện theo ý mình, hoặc phải chú ý đến mình sau khi người ấy đã tỏ ra lơ đãng ■ *The aim of Proposition 13 was to bring politicians to heel by limiting their ability to impose taxes.* ● Mục đích của bản Tu chính số 13 là buộc các chính trị gia phải tuân theo bằng cách giới hạn khả năng của họ trong việc áp đặt các khoản thuế. ■ *He supported a non-violent means of bringing the rebels to heel.* ● Ông ta ủng hộ một phương thức bất bạo động để khuất phục quân nổi loạn.

bring sb to one's knees → **bring sth to its knees**

bring sb up short làm cho ai đó phải ngạc nhiên hoặc bối rối, khiến cho họ phải ngừng lại để suy nghĩ một lát ■ *A translator is often brought up short by very simple words and expressions that have no exact equivalent in another language.* ● Một người phiên dịch thường khi phải bối rối và dừng lại suy nghĩ vì những từ rất đơn giản và những cách diễn đạt không có cách nói tương đương hoàn toàn chính xác trong một ngôn ngữ khác.

bring sth alive làm cho điều gì trở nên lý thú, hấp dẫn ■ *Maps and pictures bring the book alive.* ● Những bản đồ và tranh ảnh làm cho cuốn sách trở nên hấp dẫn. ■ *The teacher brought history alive with fascinating stories.* ● Thầy giáo làm cho môn lịch sử trở nên hấp dẫn với những câu chuyện thật lôi cuốn.

bring sth home → **bring it home**

bring sth in its wake → **in its wake**

bring sth into effect → **put sth into effect**

bring sth into force làm cho, buộc một điều gì phải được đưa vào sử dụng, áp dụng ■ *They are hoping to bring the new legislation into force before the end of the year.* ● Bọn họ hy vọng sẽ đưa quy định mới vào áp dụng trước cuối năm.

bring sth into line (with) thay đổi một hệ thống, tiến trình, quy tắc... để có thể hoạt động hoặc để phù hợp với một hệ thống, tiến trình... khác ■ *Pfeiffer approved the layoffs as a step in bringing the company's cost into line.* ● Pfeiffer chấp thuận sự cắt giảm việc làm như là một bước trong việc điều chỉnh chi phí của công ty cho phù hợp. ■ *Britain must be brought into line with the rest of Europe on taxes.* ● Anh quốc buộc phải điều chỉnh về các khoản thuế cho phù hợp với phần còn lại của Châu Âu.

bring sth to a grinding halt làm cho sự việc gì phải chậm dần cho đến khi dừng hẳn ■ *Roadworks brought traffic to a grinding halt.* ● Công việc làm đường đã làm bế tắc sự lưu thông của xe cộ. ■ *A transport strike brought the capital to a grinding halt.* ● Một cuộc đình công của ngành giao thông vận tải đã làm cho thủ đô ngưng hoạt động hoàn toàn.

bring sth to a head lời nói hay việc làm khiến cho một tình huống đang khó khăn đột nhiên trở nên tồi tệ hơn rất nhiều, đến mức không thể chờ đợi được nữa mà cần thiết phải được giải ngay ■ *The fact that she would be away for six weeks finally brought things to a head, and Paul demanded to know if she was going to marry him.* ● Việc cô ấy có thể đi xa trong 6 tuần đã làm cho sự việc trở nên tồi tệ hơn nhiều, và Paul yêu cầu được biết xem liệu cô có sẽ kết hôn với anh ta hay không.

bring sth to bear (on / upon sb) hoặc *bring sth to bear (on / upon sth)* sử dụng sức mạnh, áp lực, ảnh hưởng... để cố đạt được điều gì ■ *We must bring all our energies to bear upon the task.* ● Chúng ta phải vận dụng tất cả sức lực để thực hiện nhiệm vụ. ■ *Pressure was brought to bear on us to finish the work on time.* ● Áp lực đã được vận dụng tác động lên chúng tôi để hoàn tất công việc đúng thời hạn.

bring sth to bear (on / upon sth) → **bring sth to bear (on / upon sb)**

bring sth to its knees hoặc *bring sb to one's knees* 1. có tác động rất xấu đến một tổ chức hay nhóm người, khiến cho họ rất khó có thể tiếp tục hoạt động ■ *A combination of bad luck and mismanagement has brought the bank* *to its knees.* • Sự kết hợp giữa rủi ro và quản lý sai lầm đã đưa ngân hàng đến chỗ tê liệt hoạt động. ■ *The strikes brought the industry to its knees.* • Những vụ đình công đã làm cho ngành công nghiệp bị tê liệt hoạt động. 2. đánh bại một quốc gia hay những người cầm đầu đất nước ■ *In World War I, people thought that we would bring the enemy to their knees in a few weeks.* • Trong Thế chiến thứ nhất, người ta vẫn tưởng là chúng ta sẽ đánh bại kẻ thù trong một vài tuần lễ.

bring sth to light làm điều gì để giúp cho mọi người hiểu được hoặc nghe biết về thông tin mới ■ *Historical research brings to light many interesting facts about specific causes of events.* • Nghiên cứu lịch sử đã giải thích rõ những sự thật thú vị về các nguyên nhân cụ thể của những sự kiện.

bring sth to the party mang lại thêm điều gì tốt đẹp cho một tình huống hoặc hoạt động mà mình có liên quan đến ■ *As a Harvard M.B.A., the company's new president brought significant business experience to the party.* • Là một người tốt nghiệp đại học quản trị doanh thương Harvard, vị chủ tịch mới của công ty mang lại một lợi thế kinh doanh rất lớn.

bring sth to the table đưa ra vấn đề gì để xem xét, thảo luận tại một cuộc họp chính thức ■ *It's a question of the person's credentials and what kinds of ideas they're actually bringing to the table that will determine who we choose.* • Vấn đề năng lực của mỗi người và những gì mà người ấy đã thực sự đưa ra trong các cuộc họp sẽ quyết định việc ai được chúng tôi chọn lựa.

bring sth under control hoặc *get sth under control* hoặc *keep sth under control* hoặc *have sth under control* kiểm soát, khống chế được điều gì để không gây ra tai hại ■ *It took two hours to bring the fire under control.* • Phải mất 2 giờ đồng hồ đám cháy mới được kiểm soát. ■ *Please keep your dog under control!* • Xin làm ơn giữ con chó của anh lại! ■ *He sometimes has difficulty keeping his temper under control.* • Ông ta đôi khi gặp khó khăn trong việc kiềm chế cảm xúc.

bring the house down → **bring down the house**

bring up the rear 1. người đi cuối cùng trong một hàng người đang đi, hoặc người ở vị trí chót cùng trong một cuộc đua ■ *We watched as the runners went past, with one woman with an injured knee bringing up the rear.* • Chúng tôi quan sát khi các vận động viên chạy qua, với một phụ nữ bị thương nơi đầu gối đang ở vị trí chót cùng. ■ *David was the first to reach the summit, followed by Pat, leaving Fergus to bring up the rear.* • David là người đầu tiên lên tới đỉnh, theo sau là Pat, bỏ lại Fergus ở vị trí sau cùng. 2. người thực hiện điều gì cuối cùng trong một nhóm người, hoặc người ít thành đạt nhất trong cả nhóm ■ *The best salaries go to musicians in symphonies and opera. Mussical theater brings up the rear.* • Những khoản tiền lương cao nhất được dành cho các nhạc sĩ giao hưởng và nhạc kịch. Nhà hát xếp ở cuối cùng.

britches → **get too big for one's britches**

broad → **in broad daylight**

broad → **paint sth in broad strokes**

broad → paint sth with a broad brush

broad church một tổ chức chấp nhận rộng rãi ý kiến từ nhiều thành phần khác nhau ■ *Our party aims to be a broad church with members from all sections of society.* • Đảng chúng tôi nhắm đến việc mở rộng với các đảng viên thuộc mọi thành phần trong xã hội.

broad in the beam (khẩu ngữ) cách nói lịch sự để nói về người có mông hơi to quá khổ ■ *It's a pretty dress, but I'm a little too broad in the beam for it to look nice on me.* • Đó là một chiếc áo dài đẹp, nhưng tôi là người có mông hơi to nên mặc nó vào trông không đẹp lắm.

broad-brush theo một cách chung chung, khái quát ■ *You can take a broad-brush approach in your first few paragraphs, but then you must start treating the main questions in detail.* • Bạn có thể dùng phương thức chung chung để mô tả trong những đoạn văn đầu tiên, nhưng sau đó bạn phải bắt đầu đề cập đến những vấn đề chính một cách chi tiết.

broke → go for broke

broke → if it ain't broke, don't fix it

broke → they broke the mould when they made sb

broken record điều được lặp đi lặp lại quá nhiều lần, gây ra sự chán ngán, khó chịu ■ *I know it's getting to be a broken record, because I say it each spring, but this year will be La Russa's toughest challenge.* • Tôi biết sẽ là một kiểu ca cẩm cũ mềm bởi vì mỗi mùa xuân tôi đều nói điều này, nhưng năm nay sẽ là thách thức gay go nhất của đội La Russa. ■ *You are starting to sound like a broken record.* • Anh đang bắt đầu ca cẩm khó chịu rồi đấy. ■ *She was a broken record forever singing the same song...* • Cô ấy lại ca cẩm mãi mãi vẫn một bài ca cũ...

Bronx cheer tiếng huýt sáo thật lớn để tỏ thái độ bực tức ■ *The referee got a Bronx cheer from one of the unhappy fans.* • Ông trọng tài bị một trong những cổ động viên không hài lòng huýt sáo lớn để phản đối.

broom → new broom

broth → too many cooks

brow → from the sweat of one's brow

brown nose cách nói khiếm nhã để chỉ thái độ nịnh bợ đối với người có quyền lực hoặc giàu có hơn mình ■ *Kiser ought to spends more time working for political change instead of brown nosing rich and powerful men.* • Kiser nên dành nhiều thời gian hơn để làm việc cho sự thay đổi về chính trị, thay vì theo nịnh bợ những người giàu có và nhiều quyền lực.

browned off with sth cảm thấy chán nản, không vui hay bực tức vì điều gì ■ *By now the passengers were getting browned off with the delay.* • Cho đến lúc này hành khách đã trở nên bực dọc với sự trì hoãn.

brownie → get brownie points

brown-noser người nịnh hót, bợ đỡ ■ *This school is full of brown-nosers who'll do whatever it takes to get an "A".* • Trong trường học này đầy dẫy những người bợ đỡ, sẵn sàng làm bất cứ điều gì để có được một điểm A.

bruising → cruising for a bruising

brunt → bear the brunt of sth

brush → broad-brush

brush → paint sth with a broad brush

brush → tar sb with the same brush

brush away the cobwebs hoặc *clear away the cobwebs* hoặc *shake off the cobwebs* lấy lại sự tỉnh táo, sáng suốt của đầu óc sau một thời gian mệt mỏi ■ *I love to exercise in the morning - it helps clear away the cobwebs and get me thinking.* • Tôi thích tập thể dục vào buổi sáng. Điều đó giúp tâm trí sáng suốt trở lại và làm cho bộ óc tôi hoạt động. ■ *A brisk walk should blow the cobwebs away.* • Việc đi dạo hóng gió mát sẽ làm cho đầu óc tỉnh táo hẳn ra.

brush-off → get the brush-off

brush-off → give sb the brush-off

btw → by the way

bubble → burst sb bubble

bubble → burst the bubble

bubble → on the bubble

bubble → the bubble bursts

buck → get more bang for your buck

buck → give more bang for one's buck

buck → look like a million dollars

buck → make a fast buck

buck → pass the buck

buck → the buck stops here

buck the system hoàn toàn không chịu ảnh hưởng bởi các nguyên tắc của xã hội hoặc những người có quyền lực, và làm những điều ngược lại, không được cho phép hoặc tán đồng ■ *As an abused husband, it is very hard to fight for custody of your children, and buck the entire court system and its traditons.* • Là một người chồng bị ngược đãi, thật rất khó để giành được quyền chăm sóc con cái, thoát khỏi những ảnh hưởng của toàn bộ hệ thống pháp lý và truyền thống của nó.

bucket → drop in the bucket

bucket → kick the bucket

bucket down mưa rất nặng hạt, mưa lớn ■ *You'd better not go out now. It's bucketing down.* • Tốt hơn là anh đừng đi ra ngoài lúc này. Trời đang mưa rất nặng hạt.

buckle down bắt đầu làm điều gì một cách nghiêm túc ■ *I'd better buckle down to those reports.* • Tốt hơn là tôi nên nghiêm túc giải quyết những báo cáo ấy.

buck-passing sự trốn tránh trách nhiệm, tránh né phần việc phải làm ■ *After two months of buck-passing by the embassy, I made a phone call and found an answer for myself.* • Sau hai tháng lẫn tránh vấn đề của sứ quán, tôi gọi một cú điện thoại và tự mình tìm được câu trả lời.

bud → nip sth in the bud

budget → on a shoestring

buff → in the raw

bug → be bitten by sth

bug → snug as a bug

bug → snug as a bug (in a rug)

bugger me hoặc *I'll be buggered* dùng để bày tỏ sự ngạc nhiên ■ *Bugger me! Did you see that?* • Trời đất ơi! Anh đã thấy thế thật sao? ■ *Well, I'll be buggered! Look who's here.* • Ồ, đáng ngạc nhiên biết bao! Hãy nhìn xem ai đây này.

build bridges cố gắng thiết lập quan hệ tốt hơn giữa những người hay nhóm vốn bất đồng hoặc không thích nhau ■ *The local police have been trying to build bridges between the two neighbourhoods.* ● Cảnh sát địa phương đang cố gắng tạo ra quan hệ tốt hơn giữa hai vùng phụ cận với nhau.

build up a head of steam hoặc *get up a head of steam* vừa bắt đầu đầu khởi động, đang gia tăng dần sức mạnh, năng lực hay quyết tâm trong một việc làm ■ *Pippen's a great player, and he can run straight through you even when he's just getting up a head off steam.* ● Pippen là một đấu thủ rất giỏi. Anh ta có thể vượt qua mặt bạn ngay, cho dù anh ta chỉ vừa mới khởi động. ■ *This week the campaign finally started building up a head of steam.* ● Trong tuần này, chiến dịch vận động cuối cùng cũng đã bắt đầu gia tăng cường độ.

build up steam → **pick up steam**

built → **be built on sand**

built → **Rome wasn't built in a day**

built like a brick shithouse cách nói thô lỗ, về một người có thân hình to lớn, trông rất lực lưỡng ■ *Doug's not much taller than me, but he's built like a brick shithouse.* ● Doug không cao hơn tôi nhiều, nhưng anh ta có thân hình to ngang rất lực lưỡng. - **shithouse** là từ bị nhiều người cho là thô tục, nên tốt hơn là tránh dùng thành ngữ này.

built like a tank nói về người có dáng vẻ rất vạm vỡ, khỏe mạnh ■ *It isn't easy to make a perfectly tailored suit for a man who is built like a tank.* ● Thật không dễ để may y phục hoàn toàn vừa vặn cho một người có thân hình to khỏe.

bulging → **be bursting at the seams**

bulk large là phần quan trọng nhất của một sự việc nào đó ■ *The issue is likely to bulk large at the next summit meeting.* ● Vấn đề rất có thể sẽ là quan trọng nhất ở cuộc họp thượng đỉnh sắp tới.

bull → **like waving a red flag in front of a bull**

bull → **shoot the breeze**

bull → **strong as a horse**

bull → **take the bull by the horns**

bull in a china shop nói về người có cung cách cư xử hoặc lối nói kém lịch sự, thiếu tế nhị, không nhận thấy hoặc không quan tâm đến việc xúc phạm người khác ■ *You're not going to go storming in there like a bull in a china shop and ruin it all, are you?* ● Mày sẽ không xông thẳng vào nơi ấy như một gã thô lỗ vụng về và phá hỏng hết mọi thứ đấy chứ?

bullet → **bite the bullet**

bullet → **sweating bullets**

bullshit → **money talks (bullshit walks)**

bully for sb (khẩu ngữ) khen ngợi ai theo cách tỏ ra rằng người nói thật sự không quan tâm mấy đến điều ai đó vừa nói ra ■ *He's got a job in New York? Well, bully for him!* ● Anh ta có được một việc làm ở New York hả? À, anh ta giỏi gớm nhỉ! ■ *"I've finished all my homework." "Well, bully for you!"* ● "Tôi đã làm xong hết bài tập ở nhà rồi." "À, giỏi gớm nhỉ!"

bum → get a bum rap

bum → get a bum steer

bum → get the bum's rush

bum → give sb a bum steer

bummer → that's a (real) bummer

bummer → that's a (real) pisser

bump → bring sb (back) down to earth

bump → come down to earth

bump → things that go bump in the night

bumpy → a rough ride

bums on seats dùng để nhấn mạnh yếu tố chính khi tổ chức một sự kiện là cần có nhiều người tham gia, thay vì quan tâm đến các yếu tố khác ■ *They're not bothered about attracting the right audience - they just want bums on seats.* ● Bọn họ không bận tâm đến việc chọn lựa đúng cử tọa - họ chỉ muốn cho có thật đông người tham dự. ■ *What counts is bums on seats.* ● Điều đáng kể là phải có thật đông người tham dự.

bun → have a bun in the oven

bunch → get one's panties in a bunch

bundle → be a bundle of nerves

burn → crash and burn

burn → do a slow burn

burn → fiddle while Rome burns

burn → get one's fingers burnt

burn → have money to burn

burn → one's ears are burning

burn a hole in one's pocket nói về một số tiền muốn được mang ra tiêu xài càng nhanh càng tốt, nhất là khi không biết phải tiêu như thế nào ■ *Those of you who have money burning a hole in your pocket might enjoy a trip to the casino.* ● Những ai trong các bạn muốn xài tiền thật nhanh có thể sẽ thích một chuyến đi đến sòng bạc.

burn one's boats → burn one's bridges

burn one's bridges hoặc *burn one's boats* làm một điều gì đó khiến cho không còn có cơ hội để nối lại một mối quan hệ cũ trước đây - cắt đứt, đoạn tuyệt vĩnh viễn một quan hệ ■ *She couldn't go back to Boston now. She'd burned all her bridges by cutting her ties with Tammy and her family.* ● Bây giờ cô ấy không thể nào trở về Boston được nữa. Cô ấy đã đoạn tuyệt vĩnh viễn bằng cách cắt đứt quan hệ với Tammy và gia đình cô. ■ *Think carefully before you resign - you don't want to burn your bridges.* ● Hãy suy nghĩ thận trọng trước khi anh từ chức - anh hẳn không muốn cắt đứt vĩnh viễn mọi quan hệ.

burn rubber điều khiển xe quá nhanh đến nỗi bánh xe siết trên mặt đường phát ra âm thanh và để lại vết bánh xe trên mặt đường ■ *Gary hit the brakes and threw the car into reverse, burning rubber.* ● Gary đạp thắng và chạy lùi xe lại, nhanh đến cháy lốp.

burn the candle at both ends rất bận rộn trong công việc và cả trong các hoạt động xã hội, thường là dẫn đến sự mệt mỏi quá sức ■ *Carrie, you don't look very well. You've got to stop burning the candle at both ends like this.* ● Carrie, trông bạn không được khỏe lắm. Bạn phải chấm dứt ngay cách làm việc quá nhiều như thế.

burn the midnight oil làm việc hay học tập đến tận rất khuya ■ *John has been*

burnt offering

burning the midnight oil for months, trying to finish this contract. • John đã làm việc rất khuya trong nhiều tháng trời, cố gắng để hoàn tất hợp đồng này.

burn your fingers → **get one's fingers burnt**

burner → **on the front burner**

burner → **put sth on the back burner**

burnt offering cách nói khôi hài để chỉ thức ăn bị nấu quá lâu, quá độ ■ *We've had a few disasters in the restaurant, including burnt offerings of various kinds.* • Chúng tôi đã gặp một số tai vạ trong nhà hàng, bao gồm cả những thức ăn nhiều loại bị nấu quá nhừ.

burst → **the bubble bursts**

burst a blood vessel hoặc *almost burst a blood vessel* hoặc *nearly burst a blood vessel* (khẩu ngữ) rất tức giận hoặc bị bối rối ■ *When I told Dad where we had been, he almost burst a blood vessel.* • Khi tôi nói cho cha tôi biết chúng tôi đã ở đâu, ông hết sức tức giận.

burst open hoặc *burst sth open* mở ra hoặc làm cho cái gì mở ra một cách đột ngột, mạnh mẽ ■ *The door burst open.* • Cánh cửa bật tung ra. ■ *Firefighters burst the door open and rescued them.* • Những người lính cứu hỏa đập tung cánh cửa ra và cứu thoát họ.

burst sth open → **burst open**

burst the bubble đập tan, làm chấm dứt một sự hy vọng hoặc một tình huống đang tiến triển ■ *The Sharks went into the game with confidence, but the Penguins burst the bubble by them 5-3.* • Đội Sharks bước vào trận đấu đầy tự tin, nhưng đội Penguins đã đập tan mọi hy vọng bằng cách đánh bại họ với tỷ số 5-3. ■ *Well, I hate to burst your bubble, but the trip just isn't going to work out.* • Này, tôi không muốn làm tiêu tan hy vọng của cậu, nhưng chuyến đi thật sự sẽ không kết thúc tốt đẹp đâu. ■ *I hate to burst your bubble, but I don't think he remembers you.* • Tôi ghét phải làm tiêu tan hy vọng của bạn, nhưng tôi không nghĩ là anh ta nhớ bạn. ■ *He seemed so happy, I couldn't burst his bubble so soon.* • Anh ta dường như quá vui sướng, tôi không thể làm anh ta tiêu tan hy vọng đi quá sớm.

burst to do sth rất nôn nóng muốn làm điều gì đến mức không sao kiềm chế được ■ *She was bursting to tell him the good news.* • Cô ấy hết sức nôn nóng muốn kể cho anh ta nghe tin vui. ■ *I'm absolutely bursting to tell you what's happened.* • Tôi thật sự hết sức nôn nóng muốn kể cho anh nghe những gì đã xảy ra.

bury one's head in the sand (cũng thay *bury* với các động từ *stick, put, have, hide* ...) phớt lờ, lảng tránh, xem như không biết đến một tình huống nguy hiểm hoặc rắc rối, bởi vì không muốn phải giải quyết nó ■*Our society's attitude on AIDS is to hope that if we stick our head in the sand, it will go away.* • Thái độ của xã hội chúng ta đối với bệnh là nuôi hy vọng rằng nếu chúng ta giữ thái độ tránh né, rồi nó cũng sẽ qua đi. - Thành ngữ này được dùng với hàm ý chỉ trích, vì khi người ta tránh né một vấn đề thì nó cũng vẫn hiện hữu đó, như con đà điểu giấu đầu vào trong cát mỗi khi gặp nguy hiểm, thật ra vẫn không tránh được nguy hiểm.

bury oneself in sth 1. dành hết sự

chú ý, tập trung vào việc gì ■ *Since she left, he's buried himself in his work.* • *Từ khi cô ấy ra đi, anh ta để hết tâm trí vào công việc.* ■ *Some people bury themselves in their work when their relationships end.* • *Một số người tập trung cả vào công việc khi những mối quan hệ của họ bị cắt đứt.* 2. đi đến một nơi để không phải tiếp xúc với nhiều người nữa - sống ẩn dật ■ *She buried herself in the country to write a book.* • *Bà ta về sống ẩn dật ở vùng quê để viết một quyển sách.*

bury the hatchet đồng ý ngưng tranh cãi với nhau và nối lại quan hệ thân mật ■ *Our friendship is too important to let it end like this. We need to talk this out and bury the hatchet.* ■ *Tình bạn của chúng ta là rất quan trọng nên không thể để cho chấm dứt như thế này. Chúng ta cần nói chuyện rõ về việc này và nối lại tình bạn như xưa.* ■ *After not speaking to each other for years, the two brothers decided to bury the hatchet.* • *Sau nhiều năm không chuyện trò gì với nhau, hai anh em đã quyết định quên đi hiềm khích và nối lại quan hệ thân mật như xưa.*

bus → drive the porcelain bus

bush → a bird in the hand is worth two in the bush

bush → beat around the bush

bush → beat the bushes

bushel → hide one's light under a bushel

bushy → bright-eyed and bushy-tailed

business → do a land-office business

business → do sth like nobody's business

business → funny business

business → get down to business

business → go about one's business

business → have no business doing sth

business → in business

business → it is business as usual

business → mean business

business → mind one's own business

business → none of one's business

business → not in the business of doing sth

business → out of business

business is business quan điểm phân biệt rạch ròi giữa quan hệ trong công việc với các mối quan hệ khác ■ *"I like to have fun," said Moira, "but business is business, and I'll tear you apart in the boardroom if I have to."* • *Moira nói: "Tôi là người thích đùa. Nhưng công việc vẫn là công việc và tôi sẽ chỉ trích anh gay gắt trong phòng họp nếu như tôi buộc phải làm như vậy."*

business-as-usual bình thường, như thường lệ ■ *The President tried to emphasize a business-as-usual atmosphere by answering reporters' questions.* • *Ông Chủ tịch cố gắng nhấn mạnh rằng mọi việc vẫn bình thường bằng cách trả lời những câu hỏi của các phóng viên.*

busman's holiday (cách dùng cũ) một kỳ nghỉ mà vẫn có những công việc bận rộn để lo liệu chẳng khác gì công việc thường xuyên, vì thế không thật sự là một kỳ nghỉ ■ *Many people would say that Gilory police officer Steve Morrow's second job - a professional boxer - is like*

bust a gut

taking a busman's holiday. • Nhiều người hẳn sẽ nói rằng công việc thứ hai - đấu thủ quyền Anh chuyên nghiệp - của ông sĩ quan cảnh sát ở Gilory, Steve Morrow, giống như là một kỳ nghỉ bận rộn.

bust → **go bust**

bust a gut hoặc *bust one's gut* 1. (khẩu ngữ) làm việc rất tích cực để hoàn tất việc gì hay đạt được điều gì ■ *We can be proud of ourselves because we didn't give up. We busted our guts and got the repairs done!* • Chúng ta có thể tự hào về chính mình bởi vì chúng ta đã không đầu hàng. Chúng ta đã cố hết sức mình và hoàn tất được công việc sửa chữa. ■ *It's a problem which nobody is going to bust a gut trying to solve.* • Đó là một vấn đề mà sẽ không có ai cố sức để giải quyết. ■ *I nearly bust a gut trying to get the job finished on time.* • Tôi gần như đã gắng hết sức để cố hoàn tất công việc đúng thời hạn. 2. cười vui thỏa thích ■ *We were all busting a gut, watching him try to explain it to the cops.* • Tất cả chúng tôi đều phá lên cười, nhìn hắn ta cố giải thích điều đó với cảnh sát.

bust a move hoặc *bust some moves* sử dụng động tác khác thường trong khi khiêu vũ, nhằm để tạo ấn tượng với người khác ■ *Have you seen Raoul dance? He can bust a move just like John Travolta!* • Bạn đã bao giờ thấy Raoul khiêu vũ chưa? Anh ta có thể làm động tác lạ giống hệt như John Travolta!

bust one's ass hoặc *bust one's butt* (thông tục) nỗ lực hết sức để hoàn tất hoặc đạt được điều gì ■ *I've been busting my ass at work, but they still haven't given me a raise.* • Tôi đã nỗ lực hết sức trong công việc, nhưng họ vẫn chưa cho tôi tăng lương.

bust one's balls hoặc *break one's balls* (khẩu ngữ, rất thông tục, chỉ dùng với nam giới) chỉ trích, phê phán ai một cách rất giận dữ, quá đáng ■ *I'm not going back in there if all he's gonna do is bust my balls.* • Tôi sẽ không trở lại nơi đó, nếu như tất cả những gì ông ta định làm chỉ là mạt sát tôi. (*balls* ở đây được dùng với nghĩa chỉ tinh hoàn của người đàn ông, nên cách nói này được xem là rất thông tục và có hàm ý xúc phạm. Nên dùng cách nói tương đương nhưng lịch sự hơn là *give sb a hard time*)

bust one's butt → **bust one's ass**

bust one's gut → **bust a gut**

bust one's hump nỗ lực hết sức để làm việc gì ■ *I busted my hump writing that history paper, and the teacher hated it.* • Tôi đã nỗ lực hết sức mình để viết bài luận văn sử học, và thầy giáo lại ghét nó.

bust some moves → **bust a move**

busy → **keep sb busy**

busy as a beaver hoặc *as busy as a beaver* hoặc *busy as a bee* hoặc *as busy as a bee* rất bận rộn, hết sức bận rộn ■ *I don't have time to talk to you. I'm busy as a beaver.* • Tôi không có thì giờ nói chuyện với anh. Tôi đang rất bận. ■ *You don't look busy as a beaver to me.* • Tôi thấy anh không có vẻ gì bận rộn lắm. ■ *Whenever there is a holiday, we are all as busy as bees.* • Mỗi khi có một ngày lễ, tất cả chúng tôi đều bận rộn tíu tít.

busy as a bee → **busy as a beaver**

busy as Grand Central Station hoặc *as busy as Grand Central Station* quá đông đúc, chen chúc, nhộn nhịp ■ *This house is as busy as Grand Central Station.* ■ Căn nhà này thật đông người lui tới quá. ● *When the tourist season starts, this store is busy as Grand Central Station.* ● Khi mùa du lịch bắt đầu, cửa hàng này rất nhộn nhịp.

busy bee người làm việc rất tích cực và luôn luôn vui vẻ ■ *Look at her run around the yard! What a busy little bee!* ● Nhìn cô ấy chạy quanh sân kìa! Thật tích cực làm sao!

but → all but

but → anything but

but → in all but name

but → no buts

but not as we know it hoặc *Jim, but not as we know it* (khẩu ngữ) cách nói khôi hài khi điều gì đó được xem là kỳ lạ, bất thường hay bất ngờ ■ *It's museum, Jim, but not as we know it.* ● Đúng là viện bảo tàng, nhưng không giống như thông thường chút nào. ■ *"You made a cake?" "Well, it's a cake, but not as we know it."* ● "Anh đã làm một cái bánh ngọt?" "Vâng, đúng là bánh ngọt, nhưng không giống như thông thường chút nào."

but then (again) hoặc *then again* hoặc *there again* 1. dùng để đưa ra một ý kiến ngược lại với ý kiến trước đó - tuy nhiên, mặt khác ■ *He might agree. But then again he might have a completely different opinion.* ● Ông ta có thể đồng ý. Tuy nhiên ông ta cũng có thể có ý kiến hoàn toàn khác. ■ *I suppose Elaine might help; then again she might not.* ● Tôi cho rằng Elaine có thể sẽ giúp; tuy nhiên cô ấy cũng có thể không giúp. 2. dùng để giải thích hoặc đưa ra lý do cho điều vừa nói trước đó ■ *This hotel was awful. But there again, you can't expect much for £20 a night.* ● Khách sạn này thật là tồi tệ. Có gì đâu, anh không thể chờ đợi nhiều với 20 bảng Anh một đêm. ■ *She speaks very good Italian. But then she did live in Rome for a year.* ● Cô ấy nói tiếng Ý rất giỏi. Có gì đâu, cô ấy đã có sống ở Rome trong một năm. 3. (khẩu ngữ) dùng khi muốn nói đến một yếu tố khác hơn cũng có tầm quan trọng tương đương cần được xem xét, cân nhắc ■ *I don't really like this top anymore. But then again, if I wore under a jacket, it might still look nice.* ● Tôi không còn thực sự thích chiếc áo này nữa. Nhưng cũng phải nói rằng, nếu tôi mặc nó với một chiếc áo khoác ngoài, có lẽ là trông nó vẫn còn đẹp.

butt → a kick in the pants

butt → be a pain (in the ass)

butt → bust one's ass

butt → cover one's ass

butt → get your ass in gear

butt → haul ass

butt → have a stick up one's butt

butt → kicks ass

butt → kiss my ass

butt → on one's ass

butt → one's ass is in a sling

butt heads over sth → butt heads with sb

butt heads with sb hoặc *butt heads over sth* tranh cãi về một vấn đề cụ thể, một khó khăn... ■ *In their annual budget meeting, Wilson and the board members are again butting heads over money matters.* ● Trong cuộc họp thường niên về ngân sách, Wilson và các thành viên của ban giám đốc lại một lần nữa tranh cãi về những vấn đề tài chính.

butter → bread and butter

butter → bread-and-butter

butter → go through sth like a (hot) knife through butter

butter → know which side one's bread is buttered on

butterflies → have butterflies

button → on the button

button → push buttons

button one's lip hoặc *zip one's lip* (thường dùng khi nói chuyện với trẻ con, người trẻ tuổi) hãy kín miệng, đừng nói cho người khác biết về chuyện gì không hay, hoặc một chuyện cần giữ bí mật ■ *I suggest you button your lip right now, young man.* ● Tôi đề nghị anh ngay từ bây giờ hãy kín miệng, anh bạn trẻ.

buy → fall for sth hook, line and sinker

buy a pig in a poke (khẩu ngữ) mua một món gì mà không có sự quan sát kỹ lưỡng trước đó ■ *We want to justify the costs of the playground project so nobody is buying a pig in a poke.* ● Chúng tôi muốn làm rõ các chi phí cho dự án xây dựng sân chơi, để không có ai bỏ tiền ra mà không được hiểu rõ. ■ *Buying from a catalogue can mean buying a pig in a poke.* ● Mua hàng từ một bảng danh mục giới thiệu cũng có nghĩa như mua trâu vẽ bóng vậy.

buy the farm (khẩu ngữ) cách diễn đạt hài hước, có nghĩa là chết ■ *When our plane flew through the thunderstorm, I thought we had all bought the farm for sure.* ● Khi máy bay của chúng tôi bay qua vùng giông bão, tôi nghĩ là tất cả chúng tôi chắc hẳn đều phải chết.

buy time làm điều gì để trì hoãn một sự kiện, một quyết định... nhằm có thêm thời gian cho mục đích nào đó - hoãn binh ■ *The negotiators kept the gunman talking to buy time for the hostages.* ● Những người thương thuyết đã giữ người cầm súng nói chuyện để có thêm thời gian cho các con tin.

buzz → get a buzz

buzz → give sb a buzz

buzzing → one's head is buzzing (with sth)

by → hard to come by

by → watch the world go by

by a long shot → not by a long shot

by accident nói về điều gì xảy ra một cách tình cờ, không có dự tính, kế hoạch hoặc một sự tổ chức, sắp xếp trước ■ *We met by accident at the airport.* ● Chúng tôi tình cờ gặp nhau ở phi trường. ■ *Helen got into acting purely by accident.* ● Helen đi vào diễn kịch hoàn toàn chỉ là tình cờ. ■ *Quite by accident, she came up with a brilliantly simple solution.* ● Hoàn toàn tình cờ, cô ấy chợt nghĩ ra một giải pháp rất thông minh mà đơn giản. ■ *Occasionally we would meet by accident in the corridor.* ● Thỉnh thoảng chúng tôi thường gặp nhau ngoài hành lang.

by all accounts → according to all accounts

by all means (khẩu ngữ) dùng để bày tỏ sự đồng ý hoặc cho phép ai làm gì ■ *If you think Ted would be interested in the talk, by all means bring him along.* ● Nếu anh nghĩ là Ted có thể sẽ quan tâm đến buổi nói chuyện, hãy cho phép mang anh ta cùng đi. ■ *"Do you mind if I have a look?" "By all means."* ● "Anh có phiền không nếu tôi nhìn qua một chút?" "Được thôi, không sao đâu."

by and by (cách dùng cũ) khá sớm, ngay sắp tới ■ *We're improving already, and we're hoping to do better by and by.* ● Chúng tôi đã có cải thiện, và chúng tôi hy vọng ngay thời gian tới sẽ còn thực hiện tốt hơn nữa. ■ *By and by she met an old man with a beard.* ● Không bao lâu cô ấy gặp một ông già để râu.

by and large điều được đề cập đến nói chung có thể là đúng trong một tình huống cụ thể nào đó ■ *By and large, the more questions you ask in a survey, the less polite people tend to be.* ● Nhìn chung, trong một chừng mực nào đó có thể nói rằng trong một cuộc thăm dò ý kiến, bạn càng đưa ra nhiều câu hỏi thì người được thăm dò càng có khuynh hướng ít giữ được thái độ lịch sự hơn.

by any chance dùng trong câu hỏi để xác nhận một thông tin xem có đúng sự thật hay không ■ *Are you in love with him, by any chance?* ● Có thật là bạn đã yêu anh ta không? ■ *You don't happen to recall his name, by any chance?* ● Bạn đâu có tình cờ mà gọi tên anh ta, phải vậy không?

by choice thực hiện điều gì do sự chọn lựa chứ không vì lý do nào khác ■ *I won't go there by choice.* ● Tôi sẽ không đi đến đó do sự chọn lựa của mình. (- nghĩa là chỉ khi nào bị bắt buộc) ■ *She repeated that she was very comfortable and lived here by choice.* ● Cô ấy lặp lại rằng cô thấy rất thoải mái và sống nơi đây là do nơi sự chọn lựa của mình.

by comparison hoặc *in comparison* dùng khi nêu ra điều gì trong mối tương quan so sánh với một điều khác ■ *By comparison, expenditure on education increased last year.* ● So ra thì mức chi tiêu cho giáo dục năm rồi đã gia tăng. ■ *His problems seemed trivial by comparison.* ● So ra thì những rắc rối của anh ta dường như không đáng kể. ■ *The second half of the game was dull by comparison with the first.* ● Hiệp hai của trận đấu thật chán ngắt so với hiệp đầu. ■ *The tallest buildings in London are small in comparison with New York's skyscrapers.* ● Những ngôi nhà cao nhất ở London so với những tòa nhà chọc trời ở New York thật nhỏ nhoi. ■ *Their lives were exciting and glamorous; ours seemed dull by comparison.* ● Cuộc sống của họ thật là sôi động và lôi cuốn; so ra thì cuộc sống của chúng ta thật buồn chán. ■ *By comparison with the lively teenagers, the adults seemed a joyless lot.* ● So với những thiếu niên sinh động, người lớn có vẻ như ít vui thú hơn.

by courtesy of sb → **courtesy of sb**

by default 1. chiến thắng có được một cách tự nhiên vì không có đối thủ nào chống lại ■ *He became world champion in 1990 by default.* ● Anh ta trở thành vô địch thế giới vào năm 1990 vì không có đối thủ. 2. điều xảy ra theo tự nhiên, không có sự cố ý chọn lựa hoặc tác động để thay đổi ■ *I became a teacher by default rather than by design.* ● Tôi trở thành giáo viên một cách tự nhiên hơn là có tính toán chọn lựa.

by degrees dần dần, một cách chậm chạp ■ *By degrees their friendship grew into love.* ● Dần dần, tình bạn của họ phát triển thành tình yêu.

by dint of nhờ sử dụng một phương cách, phương tiện cụ thể nào đó ■ *Simon Schwartz mastered the financial markets by dint of his brilliant mind and boundless energy.* ● Simon Schwartz làm chủ thị trường tài chính nhờ vào bộ óc thông minh và sinh lực không bao giờ cạn kiệt của ông ta. ■ *He succeeded by dint of hard work.* ● Ông ta đã thành công nhờ vào công việc tích cực. ■ *She became an honorary member by dint of winning the championship.* ● Cô ta trở nên một thành viên danh dự nhờ vào việc giành được chức vô địch.

by extension mở rộng một lập luận, một tình huống đến một mức độ liên quan khác ■ *The blame lies with the teachers and, by extension, with the Education Service.* ● Sai lầm được quy về cho các giáo viên và, ở mức độ lớn hơn, quy về cho Sở Giáo dục. ■ *She hates all businessmen and, by extension, me.* ● Cô ấy ghét tất cả những người kinh doanh buôn bán và do đó ghét cả tôi.

by fair means or foul dùng mọi phương thức cần thiết để đạt được mục đích mong muốn, ngay cả khi phải dùng đến những phương thức không công bằng, gian trá hoặc bất hợp pháp - bất chấp thủ đoạn ■ *What made Crighton so difficult to talk to was his insistence on winning every argument, by fair means or foul.* ● Điều làm cho Crighton trở nên một người rất khó nói chuyện chính là việc khăng khăng muốn giành phần thắng trong mọi cuộc tranh cãi, bất chấp mọi thủ đoạn. ■ *She's determined to win, by fair means or foul.* ● Cô ấy quyết tâm giành chiến thắng, bất chấp thủ đoạn.

by false pretences → **under false pretences**

by far → **far and away**

by fits and starts → **in fits and starts**

by hook or by crook dùng để nhấn mạnh quyết tâm làm điều gì, bất chấp khó khăn hoặc phải dùng đến bất kỳ phương thức nào có thể được ■ *Once Annie decides she wants something, she'll get it by hook or by crook.* ● Một khi Annie đã quyết định là cô ấy muốn gì, cô ấy sẽ quyết tâm đạt được bằng mọi cách.

by leaps and bounds hoặc *in leaps and bounds* nói về sự gia tăng, phát triển... rất nhanh chóng, nhảy vọt... ■ *Darien is progressing by leaps and bounds in his new school.* ● Darien đang tiến triển nhảy vọt ở trường học mới. ■ *Her health has improved in leaps and bounds.* ● Sức khỏe của cô ấy khá lên rất nhanh.

by no means hoặc *not ... by any (manner of) means* dùng để nhấn mạnh một phát biểu phủ định ■ *Discrimination does exit in this university, and it is by no means a minor problem.* ● Sự phân biệt đối xử quả có tồn tại ở trường đại học này, và hoàn toàn không phải là một vấn đề tầm thường chút nào. ■ *Although these books are several years old, they are by no means out of date.* ● Mặc dù những cuốn sách này đã qua nhiều năm, chúng không hề lỗi thời chút nào. ■ *She is by no means an inexperienced teacher.* ● Bà ta hoàn toàn không phải là một giáo viên thiếu kinh nghiệm. ■

We haven't won yet, not by any means. • Chúng ta vẫn hoàn toàn chưa giành được chiến thắng.

by one's own account theo như ai đó tự nói ra ■ *By his own account he had an unhappy childhood.* • Theo như lời của chính anh ta, anh ta đã có một thuở ấu thời đau khổ. ■ *By their own account, the politicians wanted the matter kept secret.* • Theo như lời chính họ nói ra, các chính trị gia muốn cho vấn đề được giữ bí mật.

by popular demand theo yêu cầu, mong muốn của đa số, nhiều người ■ *By popular demand, the play will run for another week.* • Theo yêu cầu của công chúng, vở kịch sẽ được diễn thêm một tuần nữa.

by the back door hoặc ***through the back door*** đạt được điều gì một cách bí mật, hoặc theo những phương cách khác thường, hoặc gián tiếp (thường dùng trong các bản tin báo chí, truyền hình...) ■ *They're breaking their promises and trying to introduce new taxation by the back door.* • Họ đang làm trái những lời đã hứa và cố luồn lách để đưa ra áp dụng khoản thuế mới. ■ *He used his friends to help him get into the company by the back door.* • Ông ta đã nhờ đến bạn bè để luồn lách đưa ông ta vào công ty. ■ *They managed to get their passports through the back door.* • Bọn họ đã xoay xở để có được hộ chiếu thông qua những quan hệ luồn lách.

by the by → by the way

by the same token dùng để liên kết một điều sắp nói ra với điều vừa nói trước đó, vì chúng được phát triển dựa trên cùng một ý tưởng ■ *Some women blame themselves if their children don't do well in school. By the same token, a child's accomplishments can be so important that the mother pushes him too hard to succeed.* • Một số phụ nữ tự trách mình nếu như con cái không học tốt ở trường. Tương tự như thế, những thành quả của một đứa trẻ có thể là quá quan trọng đến nỗi người mẹ thúc ép nó căng thẳng đến mức không sao thành công được.

by the sweat of one's brow → from the sweat of one's brow

by the way hoặc ***by the by*** (khẩu ngữ) dùng trước hoặc sau khi nêu ra điều gì không trực tiếp quan hệ đến điều đang nói, chẳng hạn điều gì đã định nói trước đó ■ *"I saw a good show on TV last night." "Oh, really? By the way, did you pick up my stuff from the cleaners?"* • "Tối qua tôi đã xem một chương trình hay trên ti-vi." "Ồ, thật thế sao? Mà này, thế bạn có lấy quần áo cho mình ở chỗ tiệm giặt không?" - Khi viết *e-mail*, cụm từ này được viết gọn là ***btw***, còn dạng ***by the by*** là cách dùng cũ, tương đương với cách nói ***by the way*** trong tiếng Anh hiện đại ■ *By the by, I got a letter from Peggy last week.* • Tiện đây cũng xin nói, tuần trước tôi vừa nhận được một lá thư của Peggy.

by virtue of nói về một nguyên nhân, động lực dẫn đến điều gì hoặc làm cho điều gì xảy ra ■ *Buckley knows that by virtue of her position, many women see her as a role model.* • Buckley biết rằng do nơi cương vị của cô ấy, nhiều phụ nữ xem cô ấy như là một khuôn mẫu để noi theo.

by word of mouth nói về điều gì được thực hiện qua phương thức

233

by word of mouth

truyền miệng, người này nói cho người khác nghe ■ *Scott's business has grown by word of mouth, and now much of his work comes from private commissions.* ● Việc kinh doanh của Scott đã phát triển qua phương thức truyền miệng, và giờ đây phần nhiều công việc của anh đến từ các nhóm tư nhân.

bygones → **let bygones be bygones**

bypass → **have had (sth) bypass**

c/o → care of sb

caboodle → the whole (kit and) caboodle

cage → rattle one's cage

cahoots → be in cahoots (with)

Cain → raise hell

cake → have one's cake and eat it

cake → piece of cake

cake → slice of the cake

cake → take the biscuit

cake → take the cake

cake → the cherry on the cake

cake → the icing on the cake

calculated → be calculated to do sth

call → above and beyond the call of duty

call → at one's beck and call

call → be on call

call → close call

call → have first call on sb

call → he who pays the piper calls the tune

call → that's what I call sth

call → the call of nature

call → the pot calling the kettle black

call → there is no call to do sth

call → wake-up call

call a meeting triệu tập một cuộc họp ■ *The mayor called a meeting to discuss the problem.* ● Ông thị trưởng đã triệu tập một cuộc họp để thảo luận vấn đề. ■ *I'll be calling a meeting of the town council to discuss the new building project.* ● Tôi sẽ triệu tập một cuộc họp hội đồng thị trấn để thảo luận về dự án xây dựng mới.

call a spade a spade nói rõ vấn đề một cách trung thực và thẳng thắn, không sợ sệt hoặc bối rối, cho dù đó là điều không hay hoặc kém lịch sự ■ *Adam could be outspoken at times, but he always called a spade a spade, and people learned to respect him for that.* ● Đôi khi Adam có thể là người ăn nói bộc trực, nhưng anh ta luôn nói thẳng, đúng vấn đề, và mọi người đã biết tôn trọng anh ta về điều đó. ■ *Well, I believe it's time to call a spade a spade. We are just avoiding the issue.* ● Nào, tôi tin là đã đến lúc phải nói thẳng ra sự thật. Chúng ta chỉ là đang né tránh vấn đề mà thôi. ■ *Let's call a spade a spade. That man is a liar.* ● Chúng ta hãy nói thẳng sự thật. Người đàn ông ấy là một tên nói dối.

call for sb/sth đến một nơi nào để đón ai hoặc lấy vật gì, thường hàm ý sẽ tháp tùng, bảo vệ cho người hay vật ấy ■ *I will call for you about eight this evening.* ● Anh sẽ đến đón em vào khoảng 8 giờ tối nay. ■ *The messenger will call for your reply in the morning.* ● Người đưa tin sẽ đến lấy thư trả lời của bạn vào buổi sáng.

call into doubt → call into question

call into play sth sử dụng, vận dụng đến điều gì ■ *Chess is a game that calls into play all your powers of concentration.* ● Đánh cờ là một môn chơi vận dụng

235

đến tất cả năng lực tập trung chú ý của bạn.

call into question hoặc *call into doubt* nghi ngờ hoặc làm cho ai đó nghi ngờ về điều gì ■ *His honesty has never been called into question.* • Lòng trung thực của ông ta chưa bao giờ bị nghi ngờ. ■ *I think that the association's integrity has been called into question by the affair.* • Tôi nghĩ là tính trung thực của tổ chức đã bị nghi ngờ qua vụ tai tiếng.

call it a day 1. nghỉ việc, tuyên bố là công việc trong ngày hôm đó đã chấm dứt ■ *I'm tired. Let's call it a day.* • Tôi mệt rồi. Chúng ta hãy chấm dứt công việc hôm nay ở đây. ■ *The boss was mad because Tom called it a day at noon and went home.* • Ông chủ đã nổi điên lên vì Tom nghỉ việc lúc giữa trưa và bỏ về nhà. 2. quyết định ngưng làm một việc gì, dừng một hoạt động, thường là do thấy đã làm quá đủ hoặc đã mệt mỏi ■ *By the time they gave a concert at Candlestick Park, the Beatles had already decided to call it a day as a performing group.* • Vào thời điểm họ có một buổi diễn ở Candlestick Park, ban nhạc Beatles trước đó đã quyết định việc ngưng trình diễn của cả nhóm. ■ *After forty years in politics I think it's time for me to call it a day.* • Sau 40 năm trên trường chính trị, tôi nghĩ là đã đến lúc về hưu. → *call it a night*

call it a night (khẩu ngữ) quyết định là đã làm đủ khối lượng công việc trong một đêm, hoặc vì quá mệt không thể tiếp tục làm việc nữa trong đêm đó ■ *OK, let's trying singing this song all the way through without stopping, and then we'll call it a night.* • Được rồi, chúng ta hãy cố hát trọn bài hát này một lần không dừng lại, và rồi chấm dứt để nghỉ đêm nay. ■ *At midnight, I called it a night and went to bed.* • Vào nửa đêm, tôi chấm dứt công việc và đi ngủ. ■ *Guest after guest called it a night, and at last we were alone.* • Khách khứa nối tiếp nhau cho đến hết đêm, và cuối cùng thì chỉ còn lại chúng tôi. → *call it a day*

call it quits 1. ngừng việc gì sau khi đã thực hiện trong một thời gian, hoặc cho rằng đã đến lúc thích hợp để chấm dứt ■ *It has been nearly five years since Johnny Carson said that he was calling it quits.* • Đã gần 5 năm rồi kể từ khi Johnny Carson nói rằng anh ta sắp nghỉ việc. ■ *Okay! I've had enough. I'm calling it quits.* • Thôi, tôi đã quá đủ rồi. Tôi sẽ chấm dứt đây. ■ *Time to go home, John. Let's call it quits.* • Đến giờ về nhà rồi, John. Chúng ta hãy nghỉ thôi. 2. đồng ý chấm dứt một cuộc thi tài, tranh cãi... vì cả hai bên đều ngang sức nhau ■ *After three hours of quarrelling, they decided to call it quits.* • Sau ba giờ tranh cãi, họ quyết định thôi không tranh nhau nữa. (- nghĩa là chẳng ai hơn ai)

call off the dogs dùng khi muốn bảo ai đó hãy ngưng việc chỉ trích, công kích hay gây rắc rối cho một người khác, nhất là được dùng trong một vụ thưa kiện ■ *Before I agree to give you the dealer's name, you have to promise to call off the dogs.* • Trước khi tôi đồng ý cho ông biết tên của người bán hàng, ông phải hứa với tôi là thôi không quấy rầy nữa.

call one's bluff thách thức ai đó hãy làm điều họ đang đe dọa, vì biết chắc hoặc không tin là họ có thể làm ■ *You can tell your boss that you've been offered* *another job, but he may call your bluff.* • Bạn có thể nói với ông chủ rằng bạn đã được nhận làm một công việc khác, nhưng ông ta cũng có thể biết tẩy và thách thức bạn cứ việc ra đi.

call one's time one's own (thường chỉ dùng ở dạng phủ định với *can't, couldn't, not able...*) có đủ thời gian để thực hiện hết những nhiệm vụ của mình hoặc những gì đã được dự tính, sắp xếp ■ *It's has been so busy around here that I haven't been able to call my time my own.* • Ở đây bận rộn quá đến nỗi tôi không thể nào làm hết được những phần việc của mình. ■ *She can't call her time her own these days.* • Lúc này cô ấy không có thời gian để làm hết việc.

call sb down quở trách, la mắng ai, thường là công khai trước những người khác ■ *The teacher had to call Sally down in front of everybody.* • Thầy giáo đã phải quở trách Sally trước mặt mọi người. ■ *I wish you wouldn't call me down in public.* • Tôi ước gì anh đừng la mắng tôi ở nơi đông người.

call sb names nói những điều thô lỗ, xúc phạm đến ai, thường là về những tính cách hoặc vẻ ngoài của người ấy ■ *A gang of boys chased after Becky, calling her names and throwing dirt at her.* • Một băng con trai đuổi theo Becky, kêu réo chửi bới và ném đất vào cô ta.

call sb on the carpet chỉ trích, khiển trách người dưới quyền mình hoặc quy lỗi họ về một việc làm sai trái ■ *Every time one of the players does something wrong, the coach is the one who gets called on the carpet for it.* • Mỗi khi có một trong các cầu thủ làm điều gì sai trái, huấn luyện viên chính là người phải nhận lãnh sự chỉ trích từ giới thẩm quyền. ■ *I got called on the carpet for being late.* • Tôi đã bị khiển trách vì đến trễ.

call sb to heel → **bring sb to heel**

call the shots hoặc *call the tune* đưa ra các quyết định trong một tình huống, và cho mọi người biết phải làm những gì ■ *Local leaders have been given more power to make rules and call the shots in health care.* • Các nhà lãnh đạo địa phương đã được trao thêm quyền hạn để ban hành các quy định và điều hành hoạt động trong việc chăm sóc sức khỏe.

call the tune → **call the shots**

calling → **answer one's calling**

calling → **name-calling**

calling → **the pot calling the kettle black**

calm → **cool, calm, and collected**

calm → **the calm before the storm**

came → **that's where we came in**

camel → **the straw that breaks the camel's back**

camera → **in camera**

camera → **on camera**

camp → **have a foot in both camps**

camp follower 1. người dành thời gian theo đuổi ai vì ngưỡng mộ hay ủng hộ, hoặc hy vọng sẽ nhờ đó có lợi ■ *Players, caddies, referees, and camp followers made their way up to the 6th green.* • Những người chơi gôn, người vác gậy, trọng tài và người ủng hộ cùng kéo nhau đến chỗ lỗ hõm thứ 6 trên sân gôn. 2. người đi theo một nhóm, tổ chức (nhất là một đội quân)... nhưng không phải là thành viên của nhóm hay tổ chức đó, nhằm mục đích có lợi cho riêng mình - kẻ theo đóm ăn tàn ■ *I don't think he is a Democrat. He's just a camp follower who wants to call himself a supporter.* ● Tôi không nghĩ rằng hắn ta là một thành viên đảng Dân chủ. Hắn chỉ là một kẻ về hùa muốn tự gọi mình là ủng hộ viên.

camper → **happy camper**

campus → **big man on campus**

can → **carry the can**

can → **in the can**

can → **you can say that again**

can dish it out but can't take it (khẩu ngữ) thích phê phán, chỉ trích hoặc đùa cợt người khác nhưng lại không thích người khác làm như thế với mình ■ *On the field, Pollock can dish it out but he can't take it. If anyone comes within a foot of him, he crashes to the turf.* ● Trên sân chơi, Pollock chỉ thích đùa với người khác nhưng không để cho ai đùa với mình. Nếu có bất cứ ai lại gần, anh ta liền ngã nhào ngay xuống đất. - Đôi khi thành ngữ này được vận dụng để nói lên ý nghĩa ngược lại ■*After the fight Sherman told us, "I showed tonight that I can dish it out and I can take it too."* ● Sau trận đấu, Sherman bảo chúng tôi: "Tối nay tôi đã chứng tỏ rằng, tôi có thể phê phán người khác và cũng chấp nhận để người khác phê phán mình."

can do sth with one hand tied behind one's back nhấn mạnh rằng ai đó có thể làm một điều gì rất dễ dàng ■ *She could beat you at tennis with one hand tied behind her back any day.* ● Bất cứ lúc nào cô ấy cũng có thể đánh bại anh trong môn tennis một cách rất dễ dàng. → *do sth with one hand tied behind one's back*

can do with sth hoặc *could do with sth* (khẩu ngữ) cần đến hoặc ưa thích điều gì ■ *Looks like you could do with some help.* ● Có vẻ như bạn cần giúp đỡ. ■ *I could do with a drink!* ● Tôi muốn được một ly. ■ *Her hair could have done with a wash.* ● Mái tóc của cô ta rất cần được gội sạch.

can do without sth hoặc *could do without sth* (khẩu ngữ) không cần đến ai hoặc điều gì, nhất là vì có thể mang lại thêm rắc rối ■ *I don't mind being reminded of my brother; it's the comparisons I can do without.* ● Tôi không quan tâm việc được nhắc nhở về em trai của mình. Đó là những sự so sánh mà tôi không cần đến.

can hack it hoặc *can hack sth* hoặc *could hack it* hoặc *could hack sth* (thường dùng ở dạng phủ định) có đủ năng lực, tính cách hoặc sức mạnh để thành công trong một công việc cụ thể hay hoạt động nào đó ■ *Jen's father left home and disappeared when he was young. He just couldn't hack family life.* ● Cha của Jen bỏ nhà đi biệt từ khi anh còn rất nhỏ. Ông chỉ là vì không đủ khả năng lo liệu đời sống gia đình. ■ *I wasn't sure I could hack this finance course.* ● Tôi không chắc là mình có đủ sức theo khóa học tài chính này hay không. ■ *She just couldn't hack it as a journalist.* ● Cô ấy chỉ là không đủ khả năng làm việc như một nhà báo. ■ *Lots of people leave this job because they can't hack it.* ● Nhiều người từ bỏ công việc này vì họ không có đủ khả năng.

can hack sth → **can hack it**

can of worms một tình huống khó khăn gây ra hoặc buộc người ta phải liên hệ đến những tình huống khó khăn, rắc rối khác nữa, và làm cho toàn bộ vấn đề trở nên phức tạp, khó giải quyết hơn ◾ *Ever since the casinos were opened on Indian reservation, there has been a whole can of worms opened up about the problems of gambling.* • Kể từ khi các sòng bạc được mở ra trên vùng đất của người da đỏ, đã có hàng loạt vấn đề rắc rối liên quan đến việc đánh bạc theo nhau bùng nổ.

can't be bad dùng khi cố thuyết phục ai đồng ý với điều gì ◾ *You'll save fifty dollars, which can't be bad, can it?* • Anh sẽ tiết kiệm được 50 đô-la, đâu có tệ lắm, phải không nào?

can't be bothered (to do sth) không làm việc gì vì cảm thấy quá lười nhác hoặc không muốn mất nhiều thời gian, sức lực ◾ *I should really do some work this weekend but I can't be bothered.* • Lẽ ra tôi phải làm một số công việc cuối tuần này nhưng tôi thật không muốn làm chút nào. ◾ *All this has happened because you couldn't be bothered to give me the message.* • Tất cả những điều này xảy ra chỉ vì anh đã không thèm gửi cho tôi một lời nhắn. ◾ *I said I'd go out with them tonight, but I can't be bothered.* • Tôi đã nói sẽ đi chơi với họ tối nay, nhưng tôi quả thật không muốn đi chút nào. ◾ *She couldn't even be bothered to say hello.* • Cô ấy thậm chí không thèm nói lời chào hỏi nữa.

can't be doing with sth (khẩu ngữ) không ưa thích hoặc không sẵn sàng chấp nhận điều gì ◾ *I can't be doing with people who complain all the time.* • Tôi không ưa những người lúc nào cũng than phiền.

can't be too careful dùng để cảnh báo ai rằng phải cẩn thận để tránh một mối nguy hiểm nào đó ◾ *Don't stay out in the sun for too long - you can't be too careful.* • Đừng ở ngoài nắng quá lâu đấy - cẩn thận không bao giờ thừa đâu.

can't do sth to save one's life hoặc **couldn't do sth to save one's life** (khẩu ngữ) dùng khi muốn nói là ai đó chưa bao giờ có khả năng làm được điều gì ◾ *Kenny cannot give directions to save his life, even if he's got the map right in front of him.* • Kenny chưa bao giờ có thể chỉ dẫn đường đi, ngay cả khi anh ta có một tấm bản đồ trước mặt.

can't for the life of me hoặc **couldn't for the life of me** (khẩu ngữ) dùng để nhấn mạnh rằng người nói đang gặp phải một rắc rối, khó khăn nào đó mà dường như không thể tự giải quyết ◾ *I can't for the life of me get this jar open. Can you do it?* • Tôi cố gắng đến đâu cũng không thể nào mở nắp được cái lọ này. Anh có thể mở nó được không?

can't hear oneself think (khẩu ngữ) dùng để phàn nàn về sự ồn ào quá đáng ở một nơi nào, đến mức không thể trò chuyện, trao đổi hay suy nghĩ việc gì ◾ *Could you guys be a little quieter? I'm trying to finish this report and I can barely hear myself think.* • Các bạn có thể giữ im lặng hơn một chút được không? Tôi đang cố hoàn tất bản báo cáo này, và tôi gần như không thể suy nghĩ được gì cả. ◾ *I can't hear myself think with that loud music playing.* • Tôi không thể suy nghĩ được gì với tiếng nhạc đang chơi ồn như thế.

can't make head or tail of sth → **can't make head nor tail of sth**

can't make head(s) nor tail(s) (out) of sth hoặc *can't make head(s) or tail(s) (out) of sth* dùng để nhấn mạnh là không thể hiểu được chút nào về điều gì ■ *I can't make heads or tails out of these instructions.* • Tôi không thể hiểu được tí gì về những chỉ dẫn này. ■ *I couldn't make head nor tail of what he was saying.* • Tôi hoàn toàn không hiểu anh ta đang nói gì nữa.

can't see the forest for the trees hoặc *can't see the wood for the trees* không thể nhận ra được điều quan trọng nhất, bản chất của một tình huống chỉ vì quá chú ý đến những chi tiết nhỏ nhặt ■ *Even the best history student sometimes can't see the forest for the trees without a tutor's help.* • Ngay cả sinh viên sử học giỏi nhất đôi khi cũng không thấy được bản chất của một vấn đề vì những chi tiết nhỏ nhặt, khi không có sự giúp đỡ của một người thầy. ■ *The solution is obvious. You missed it because you can't see the forest for the trees.* • Giải pháp cho vấn đề là rất rõ ràng. Anh đã bỏ lỡ vì anh không thấy được bản chất thật sự của vấn đề. ■ *She suddenly realized that she hadn't been able to see the forest for the trees.* • Cô ấy đột nhiên nhận ra là mình đã không thấy được bản chất thật sự của vấn đề.

can't see the wood for the trees → **can't see the forest for the trees**

can't stomach sth → **find sth difficult to stomach**

can't take sb anywhere (khẩu ngữ) bày tỏ sự bực mình với thái độ, cung cách cư xử của ai vì cho rằng không ai có thể chấp nhận được như vậy ■ *Look at you. You've got chocolate all over you - I can't take you anywhere!* • Nhìn bạn kìa. Bạn đã làm cho sô-cô-la vung vãi lên khắp người - cung cách đó của bạn sẽ không thể đi đến đâu được cả!

canary → **like the cat that ate the canary**

cancel out sth có tác dụng, hiệu quả ngang bằng với điều gì nhưng theo hướng ngược lại, vì thế làm cân bằng và khiến cho tình huống gần như không có gì thay đổi cả ■ *Recent losses have cancelled out any profits made at the start of the year.* • Những thua lỗ gần đây đã xóa bỏ tất cả những khoản lợi tức có được hồi đầu năm. ■ *The advantages and disadvantages would appear to cancel each other out.* • Những điểm lợi thế và những điểm bất lợi thường có vẻ như làm mất tác dụng của nhau. ■ *Their votes will cancel each other out.* • Những lá phiếu của bọn họ sẽ làm mất tác dụng của nhau. (họ dành phiếu cho cả hai phía đối lập nhau).

candle → **burn the candle at both ends**

candle → **hold a candle to**

candle → **like a moth to the candle**

candy → **like a kid in a candy store**

candy → **like taking candy from a baby**

cannon → **loose cannon**

cannon fodder 1. người không có thẩm quyền quyết định nhưng bị bắt buộc phải gây thương tổn cho người khác vì lệnh của cấp trên - tay sai, người sai đâu đánh đó ■ *We're the cannon fodder, my friend. They're sending* *us in to make sure the area's cleared.* • Chúng tôi chỉ là những kẻ tay sai mà thôi, anh bạn. Họ phái chúng tôi đến đây để đảm bảo là vùng này đã được dọn sạch. 2.người nhận lãnh những thiệt thòi, mất mát để hoàn thành được điều gì, hoặc để mang lại sự tốt đẹp cho người khác ■ *The problem is that police officers are society's cannon fodder. They are the ones dealing every day with the dangerous problems that society chooses to ignore.* • Vấn đề là ở chỗ, các viên chức cảnh sát luôn là những kẻ hy sinh cho xã hội. Họ chính là người hằng ngày phải tiếp cận với những vấn đề nguy hiểm mà xã hội phớt lờ đi.

canvas → **under canvas**

cap → **feather in one's cap**

cap → **go cap in hand to**

cap → **if the shoe fits (wear it)**

cap → **put one's thinking cap on**

cap → **to cap it all**

capital → **make capital (out) of sth**

capital → **with a capital**

capture one's heart → **win one's heart**

carbon copy tương tự hoặc giống hệt như người, vật, sự việc khác - như một bản sao ■ *Judd's second touchdown was a carbon copy of his first.* • Lần hạ cánh thứ hai của Judd giống hệt như lần đầu tiên.

card → **have sth up one's sleeve**

card → **hold all the cards**

card → **house of cards**

card → **on the cards**

card → **play one's cards close to one's chest**

card → **play one's cards right**

card → **play one's last card**

card → **put one's cards on the table**

card → **the odds are stacked against sb**

card → **wide card**

care → **couldn't care less**

care → **don't give a hoot**

care → **for all sb cares**

care → **in care**

care → **in the care of sb**

care → **take care of**

care → **under the care of sb**

care → **would you care**

care for 1. chăm sóc cho người già yếu, bệnh tật hoặc trẻ con ■ *She moved back home to care for her elderly parents.* • Cô ấy trở về nhà để chăm sóc cho cha mẹ già. ■ *The inspectors make sure that the elderly residents are well cared for.* • Các thanh tra đảm bảo rằng những cư dân lớn tuổi được chăm sóc tốt. ■ *Teach your children how to care for their pets.* • Hãy dạy cho con cái bạn biết cách chăm sóc những con thú nuôi của chúng. 2. rất yêu thích ai, nhất là khi nhấn mạnh về tình cảm hơn là yếu tố tình dục ■ *He cared for her more than she realized.* • Anh ta thích cô ấy nhiều hơn mức mà cô ấy nhận ra. ■ *She really cared for him.* • Cô ấy thật sự thích anh ta. ■ *She made him feel special and cared for.* • Cô ấy làm cho anh ta cảm thấy mình thật đặc biệt và được yêu thích. ■ *He didn't much care for her friends.* • Anh ấy không thích bạn bè của cô ta. ■ *I don't much care for chocolate.* • Tôi không thích sô-cô-la. 3. chăm sóc bảo quản cho đồ vật ■ *Your clothes won't last if you don't care for them* properly. • Quần áo của bạn sẽ không bền nếu bạn không bảo quản chúng một cách thích hợp.

care of sb (được viết tắt trên bì thư là *c/o*) nhờ vào địa chỉ của ai để viết thư cho một người khác, vì người nhận thư hiện đang vắng nhà ■ *Write to him care of his lawyer.* • Hãy viết thư cho anh ta qua địa chỉ người luật sư của anh ta. ■ *Send it to Pedro care of me, if you like.* • Hãy gửi nó cho Pedro qua địa chỉ của tôi nếu anh muốn.

careful → can't be too careful

careful with money rất thận trọng trong việc chi tiêu, nghĩa là không phí tiền vào những gì không quan trọng ■ *His mother had always been careful with money.* • Mẹ anh ta luôn dè sẻn trong việc chi tiêu tiền bạc.

Carpe diem → seize the day

carpet → call sb on the carpet

carpet → red-carpet

carpet → roll out the red carpet

carpet → sweep sth under the rug

carried → get carried away

carrot → the carrot and the stick

carrot-and-stick dùng đến việc thưởng và phạt ■ *We favour a carrot-and-stick approach to get unemployed people back to work.* • Chúng tôi ủng hộ biện pháp dùng phần thưởng và hình phạt để đưa những người thất nghiệp trở lại với công việc.

carry → fetch and carry

carry a torch for sb yêu thương một người trong tình huống không thể nào thiết lập quan hệ hoặc phải sống rất xa nhau ■ *Brosnan plays a scientist still carrying a torch for his sweetie who was killed two years before.* • Brosnan đóng vai một nhà khoa học vẫn đem lòng yêu thương người tình đã bị giết chết trước đó 2 năm.

carry sb back (to sth) gợi ai nhớ đến điều gì trong quá khứ ■ *The smell of the sea carried her back to her childhood.* • Mùi hương của biển cả gợi cô ta nhớ về thời thơ ấu của mình.

carry sth out to the letter → follow sth to the letter

carry the ball (thường dùng trong lĩnh vực kinh doanh hoặc chính trị) gánh vác tất cả trách nhiệm, làm hết mọi công việc mà lẽ ra có thể chia sẻ với người khác - bao biện, làm thay ■ *I've been doing all I can for years now - it's time for somebody else to carry the ball.* • Tôi đã làm hết sức mình suốt trong nhiều năm nay. Đã đến lúc phải có ai khác đứng ra gánh vác thay thế.

carry the can (thường dùng trong các lĩnh vực kinh doanh và chính trị) chịu trách nhiệm về một điều gì sai trái ■ *When the company makes an unpopular decision, it's always the middle managers who are left to carry the can.* • Khi công ty đưa ra một quyết định không được nhiều người ủng hộ, chính những người quản lý trung gian bao giờ cũng là kẻ bị quy lỗi.

carry the day → win the day

carry the torch (thường dùng trong lĩnh vực chính trị) công khai ủng hộ một ý kiến hoặc một phe nhóm, bằng lời nói hoặc bằng việc làm ■*He has come to Washington carrying the torch for* resumption of Western aid to his country. ● Ông ta đã đến Washington và công khai ủng hộ việc nối lại viện trợ của phương Tây cho đất nước của ông.

carry the weight of the world on one's shoulder hoặc *feel the weight of the world on one's shoulder* cảm thấy quá lo lắng và không vui vì những khó khăn rắc rối hay những công việc phải làm, nhất là khi nhận thức về chúng quá đáng hơn so với thực tế ■ *No wonder Sam has high blood pressure. He always carries the weight of the world on his shoulders.* ● Không có gì lạ khi Sam mang chứng huyết áp cao. Anh ta luôn luôn mang nặng những lo âu thái quá.

carry weight nói về một ý tưởng, phát biểu... có ảnh hưởng nhiều đến người khác ■ *His ideas don't carry as much weight as they did seven or eight years ago.* ● Những ý tưởng của ông ta không còn có ảnh hưởng nhiều như cách đây bảy hoặc tám năm.

cart → **put the cart before the horse**

cart → **upset the apple cart**

carte → **give sb carte blanche**

carve out a niche (for oneself) thành công và đạt được sự kính trọng trong một công việc, tạo được vị trí vững vàng ■ *We had to compete with older organizations and carve out a niche for ourselves, but we've done a good job.* ● Chúng tôi phải cạnh tranh với những tổ chức lâu đời hơn và tạo ra cho mình một chỗ đứng vững chắc, nhưng chúng tôi đã làm rất tốt.

carved → **be set in stone**

case → **as the case may be**

case → **basket case**

case → **get off one's case**

case → **get on one's case**

case → **head case**

case → **I rest my case**

case → **in any case**

case → **in case**

case → **make a federal case out of sth**

case → **on the case**

case → **open-and-shut case**

case in point người hay vật hoặc sự việc có thể đưa ra làm một ví dụ điển hình cho vấn đề đang đề cập đến ■ *Package tours have changed in recent years to fit customers' needs. The cruise industry is a case in point: more and more young people are going on cruises than before.* ● Các chuyến du lịch trọn gói trong những năm gần đây đã thay đổi để phù hợp với nhu cầu của khách hàng. Ngành du lịch trên biển là một ví dụ điển hình: ngày càng có nhiều người trẻ tuổi tham gia du lịch biển hơn bao giờ hết.

case the joint (cách dùng cũ) nói về một kẻ trộm, quan sát kỹ chung quanh trước khi thực hiện việc lấy trộm ■ *Very few burglars actually case the joint, as you read in the detective stories - most of them just see an opportunity and take it.* ● Rất ít kẻ trộm thực sự có quan sát kỹ chung quanh trước khi hành động như bạn đọc thấy trong các truyện trinh thám - phần lớn bọn chúng chỉ chờ đợi có được một cơ hội là chớp lấy ngay.

cash → **hard cash**

cash cow phần công việc kinh doanh luôn luôn mang lại nhiều lợi nhuận, trong suốt một thời gian dài ■ *The shopping centre just built on campus has become a real cash cow for the university.* ● Khu bán hàng vừa mới xây trong sân trường đã trở thành một nguồn thu nhập thật sự đáng kể cho trường đại học.

cash in one's chips (khẩu ngữ) cách nói giảm nhẹ để đề cập đến sự qua đời của ai, khi người nói không muốn nói một cách trực tiếp ■ *When my old man cashed in his chips, my mother sold the house.* ● Khi cha tôi qua đời, mẹ tôi đã bán căn nhà.

cash-cow mang lại nhiều lợi nhuận ■ *The company faces a price war in its cash-cow personal computer business in Japan.* ● Công ty phải đối mặt với một cuộc cạnh tranh giá cả trong ngành kinh doanh máy điện toán béo bở ở Nhật.

cast → **be set in stone**

cast → **the die is cast**

cast (new) light on sth → **shed (new) light on sth**

cast a pall on → **cast a pall over**

cast a pall over hoặc *cast a pall on* (thường dùng trong các bản tin báo chí, truyền hình...) làm hỏng một cuộc vui, một sự kiện hay dịp lễ hội... vì làm cho mọi người cảm thấy buồn bã hoặc thiếu tự tin ■ *The death of five students in a car accident has cast a pall over the university's graduation ceremonies.* ● Cái chết của 5 sinh viên trong một tai nạn xe hơi đã phủ một đám mây mù ảm đạm lên những buổi lễ tốt nghiệp của trường đại học.

cast a shadow over sth nói về những khó khăn hay rắc rối làm giảm sút đi niềm vui sướng hay sự tốt đẹp của một tình huống ■ *The border attack threatened to cast a shadow over the summit meeting.* ● Vụ tấn công ở biên giới đe dọa ảnh hưởng xấu đến cuộc họp thượng đỉnh. ■ *He didn't want to cast a shadow on their happiness.* ● Anh ta không muốn làm ảnh hưởng xấu đến hạnh phúc của họ.

cast adrift hoặc *set adrift* (cách dùng cũ - thường dùng ở dạng bị động) trôi dạt, bị đưa đẩy vào những hoàn cảnh hoàn toàn không tự chủ được ■ *Without language human beings are cast adrift.* ● Không có ngôn ngữ con người bị đẩy xô trôi dạt.

cast an eye on sth → **cast an eye over sth**

cast an eye over sth hoặc *cast an eye on sth* 1. hoặc *cast one's eye(s) over sth* hoặc *run one's eye(s) over sth* đọc hay nhìn lướt qua cái gì thật nhanh ■ *Would you mind casting an eye over this paper before I hand it in?* ● Bạn có phiền đọc lướt qua bài viết trước khi tôi mang nộp được chăng? ■ *Could you just run your eyes over this report?* ● Bạn có thể đọc lướt qua bản báo cáo này được không? 2. hoặc *cast a critical, professional... eye* xem xét, cân nhắc điều gì theo một cách nào đó ■ *While you are raking leaves, cast an eye on your trees for broken branches and dead limbs.* ● Trong khi bạn cào lá khô, hãy lưu ý đến những nhánh gãy hoặc cành cây khô. ■ *Harry cast his eyes over the bewildering array of instruments on the control panel.* ● Harry dán mắt vào một dãy thiết bị rối tung trên bảng điều khiển.

cast caution to the wind(s) → throw caution to the wind(s)

cast one's bread upon the waters chấp nhận một nguy cơ rủi ro hoặc làm một điều tốt đẹp mà không chờ đợi sẽ mang lại bất cứ lợi thế nào cho mình ■ *Meeting Brooke here was a surprise; he'd cast his bread upon the waters, and now it was coming back to him.* ● Gặp lại Brooke ở đây là một điều ngạc nhiên; anh ta đã quên mình trong công việc, và giờ đây được bù đắp lại.

cast one's lot with → throw one's lot in with

cast one's mind(s) back (to sth) suy nghĩ, nhớ lại điều gì đã xảy ra trong quá khứ ■ *I want you to cast your minds back to the first time you met.* ● Tôi muốn các anh hãy nhớ lại lần đầu tiên khi các anh gặp nhau. ■ *Try to cast your mind back to the last conversation you had with her.* ● Hãy cố nhớ lại cuộc đối thoại cuối cùng giữa anh với cô ấy.

cast one's net wide thăm dò, cân nhắc và tham khảo nhiều khả năng khác nhau trong khi tìm kiếm một điều gì ■ *It's worth casting your net wide when applying for your first job.* ● Rất đáng bõ công để thăm dò thật nhiều nơi khi bạn nộp đơn xin việc lần đầu tiên. ■ *Velikovsky had cast his net wide in search of supporting evidence for his theory.* ● Velikovsky đã thăm dò khắp nơi trong việc tìm kiếm những chứng cứ hỗ trợ cho lý thuyết của ông.

cast pearls before swine (cách dùng cũ) trình bày hay đề nghị với ai một điều đặc biệt, nhưng người ấy không thưởng thức được, hoặc không thể hiểu được giá trị của điều ấy - đàn gẩy tai trâu ■ *Don't bother explaining the painting to Dwayne - it would be like casting pearls before swine.* ● Đừng bận tâm giải thích về bức tranh cho Dwayne - điều đó cũng chẳng khác nào đàn gẩy tai trâu thôi. (- nghĩa là anh ta sẽ không thể hiểu được gì cả)

castle → a man's home is his castle

castle → castles in the air

castles in the air kế hoạch hoặc hy vọng rất lôi cuốn, hấp dẫn, nhưng khó có khả năng trở thành sự thật - lâu đài trên cát ■ *Sarah is always building castles in the air about being a movie star, but she's never even auditioned for a part.* ● Sarah luôn nuôi hy vọng hão huyền về việc trở thành một ngôi sao điện ảnh, nhưng cô ấy thậm chí chưa từng được tham dự một buổi thử giọng để phân vai nào cả.

cat → alley cat

cat → copy cat

cat → curiosity killed the cat

cat → fat cat

cat → fat-cat

cat → fight like cats and dogs

cat → grin like a Cheshire cat

cat → it's raining cats and dogs

cat → let the cat out of the bag

cat → like a cat on a hot tin roof

cat → like the cat that ate the canary

cat → look like sth the cat dragged in

cat → play cat and mouse

cat → set the cat among the pigeons

cat → the cat is out of the bag

cat → **the cat's whiskers**

cat → **there's more than one way to skin a cat**

cat → **when the cat's away**

cat → **you could not swing a cat**

cat got one's tongue hoặc *have the cat got one's tongue* (khẩu ngữ) tỏ ý bực mình khi người đối diện không trả lời câu hỏi của mình (thường dùng khi người lớn nói với trẻ con) ▪ *"Did she like it?" - "I dunno." "Did you talk to her?" - "I dunno." "Cat got your tongue?" - "No."* • "Cô ấy có thích nó không?" - "Con không biết." "Mày có nói chuyện với cô ấy không?" - "Con không biết?" "Mày câm rồi hay sao thế?" - "Không phải thế."

catbird → **in the catbird seat**

catch → **get a buzz**

catch → **the early-bird catches the worm**

catch → **what's the catch**

catch → **you wouldn't catch me doing sth**

catch a buzz (from) → **get a buzz**

catch a lot of flak → **catch flak**

catch flak hoặc *catch a lot of flak* hoặc *take a lot of flak* hoặc *get a lot of flak* bị phê phán, chỉ trích, thường là một cách công khai, về điều gì sai trái đã nói hoặc làm ▪ *The company caught a lot of flak over the $554,000 "early retirement package" it gave to its co-founder when he left in June.* • Công ty bị chỉ trích công khai về khoản tiền 554.000 đô-la "nhận trọn một lần khi nghỉ hưu sớm" đã trao cho người đồng sáng lập khi ông này ra đi hồi tháng Sáu. ▪ *I can't let you take all the flak for something that was my mistake!* • Tôi không thể để cho anh phải chịu phê phán công khai vì một chuyện mà chính ra là sai lầm của tôi. ▪ *He's taken a lot of flak for his left-wing views.* • Anh ta đã bị chỉ trích rất nhiều vì những quan điểm cánh tả của mình.

catch hell (khẩu ngữ) bị quy lỗi hoặc trừng phạt vì đã làm điều gì ▪ *If the contractors do something wrong, I'm the one who catches hell.* • Nếu những người tham gia hợp đồng làm điều gì đó sai trái, chính tôi sẽ là người bị quy lỗi.

catch it bị trừng phạt hoặc la mắng một cách giận dữ vì điều gì ▪ *If your dad finds out you'll really catch it!* • Nếu cha bạn biết ra được, bạn sẽ thật sự lãnh đủ đấy!

catch on 1. trở nên được ưa chuộng, hợp thời ▪ *He invented an electric car, but it never really caught on.* • Ông ta sáng chế ra một chiếc xe hơi điện, nhưng nó chẳng bao giờ thật sự được ưa chuộng. ▪ *Sports drinks have caught on as consumers have become more health-conscious.* • Các loại thức uống thể thao đã được ưa chuộng khi người tiêu dùng nhận thức tốt hơn về sức khỏe. 2. (khẩu ngữ) hiểu được điều gì ▪ *He is very quick to catch on to things.* • Anh ta rất nhanh nhạy trong việc nắm hiểu sự việc. ▪ *He didn't catch on at first.* • Ban đầu anh ta không hiểu được. ▪ *Then I caught on to what it was the man was saying.* • Rồi tôi hiểu ra được những gì người đàn ông đang nói.

catch one's breath 1. dành thời gian nghỉ ngơi hoặc dừng lại để suy nghĩ vào khoảng giữa một tình huống bận rộn hay khó khăn ▪ *The city didn't* even have time to catch its breath before the next storm hit. • Thành phố đã không có thời gian ngay cả chỉ để nghỉ ngơi đôi chút trước khi cơn bão kế tiếp ập đến. 2. dừng nghỉ để lấy lại nhịp thở bình thường, chẳng hạn như khi đang chạy hay luyện tập thể thao... ■ *Don't run so hard. You should catch your breath if you don't want to be too tired.* • Đừng chạy quá sức thế. Bạn nên dừng lại đôi chút để thở đều lại, nếu như bạn không muốn trở nên quá mệt mỏi.

catch one's death (of cold) (cách dùng cũ) nhắc nhở ai rằng họ có thể bị cảm lạnh ■ *Don't go outside without a hat, you'll catch your death.* • Đừng đi ra ngoài mà không có nón, bạn sẽ bị cảm lạnh đấy.

catch one's drift → **get one's drift**

catch one's eye 1. làm cho ai phải chú ý đến vì có điều gì đó đặc biệt, thú vị, đáng ngạc nhiên hoặc lôi cuốn ■ *A karate class caught Harrison's eye in 1979, and he's been hooked ever since.* • Một lớp dạy karate đã lôi cuốn sự chú ý của Harrison vào năm 1979, và anh trở nên say mê kể từ ấy. ■ *Something shiny in the grass caught my eye.* • Có cái gì sáng chói trên bãi cỏ làm tôi chú ý. ■ *There was one painting that caught my eye.* • Có một bức tranh lôi cuốn được sự chú ý của tôi. 2. làm điều gì đó để gợi sự chú ý của ai vì muốn bắt chuyện với người ấy ■ *If you want to meet a man you find attractive, try subtly catching his eye from across the room.* • Nếu bạn muốn gặp người đàn ông mình thích, hãy cố ra hiệu một cách kín đáo cho anh ta biết từ phía bên kia căn phòng. ■ *Can you catch the waiter's eye?* • Bạn có thể làm cho người phục vụ để ý đến được không? ■ *I'll try to catch his eye as he leaves the meeting.* • Tôi sẽ cố làm cho anh ta lưu ý đến tôi khi anh ta rời khỏi phòng. ■ *He tried to catch the attendant's eye but the man was already turning away.* • Anh ấy cố gợi sự chú ý của người phục vụ nhưng ông ta đã quay đi mất rồi. 3. nhìn đáp lại ai khi người ấy đưa mắt nhìn mình ■ *I caught Luke's eye in the mirror, and he winked at me.* • Tôi nhìn vào mắt của Luke trong gương, và anh ta nháy mắt với tôi.

catch one's fancy → **strike one's fancy**

catch one's second wind → **get one's second wind**

catch sb in the act bắt quả tang, thấy ai đang hành động sai trái ■ *The police warned that anyone caught in the act of vandalism would be arrested.* • Cảnh sát đã cảnh cáo rằng bất cứ ai bị bắt quả tang phá hoại đều sẽ bị bắt giữ. ■ *He was caught in the act of stealing a car.* • Ông ta bị bắt quả tang ăn trộm xe hơi. ■ *It is often difficult to tell when someone is using drugs unless they are caught in the act.* • Thật khó mà nói được khi nào ai đó đang sử dụng ma túy, trừ khi họ bị bắt quả tang.

catch sb off guard thực hiện điều gì vào lúc ai đó không có sự chuẩn bị, không thận trọng đề phòng ■ *Mrs. Maynard's invitation had caught me off guard. I didn't want to go to the party, but I had no good excuse.* • Lời mời của bà Maynard đến với tôi hoàn toàn bất ngờ. Tôi không muốn đến dự bữa tiệc, nhưng không kịp có lý do nào hợp lý để từ chối. ■ *"Why on earth did you tell him that?" "He caught me off guard!"* • "Quái, tại sao anh lại nói với hắn điều đó?" "Hắn hỏi tôi bất ngờ quá." ■ *The* lawyer's apparently innocent question was designed to catch the witness off his guard. • Câu hỏi có vẻ như vô tình của ông luật sư là đã tính toán để người làm chứng bị bất ngờ không kịp phòng bị gì. (để người ấy phải nói ra sự thật)

catch sb on the wrong foot nói về một vấn đề, tình huống hay hành vi, bất ngờ phát sinh với ai, không có sự chuẩn bị sẵn sàng để đối phó ■ *The question about ethics caught the committee on the wrong foot, and they looked stupid when they didn't have a quick answer.* • Vấn đề sắc tộc bất ngờ được đặt ra với ủy ban, và họ đã có vẻ ngỡ ngẩn khi không nhanh chóng đưa ra được câu trả lời.

catch sb red-handed bắt quả tang ai đang phạm tội ■ *Police had caught them red-handed trying to break into the pawn shop.* • Cảnh sát đã bắt quả tang bọn chúng đang cố đột nhập vào cửa hiệu cầm đồ.

catch sb with one's hand in the cookie jar bắt được ai đang làm điều gì sai trái hoặc phạm pháp, nhất là có liên quan đến tiền bạc ■ *The University was suspected of illegally luring athletes to their basketball team with cars and money. This year we finally caught them with their hand in the cookie jar.* • Trường Đại học đã bị nghi ngờ là dụ dỗ các vận động viên về với đội bóng rổ của họ bằng xe hơi và tiền bạc. Trong năm nay, cuối cùng chúng tôi đã bắt quả tang được họ.

catch sb with one's pants down hoặc *catch sb with one's trousers down* 1. làm cho ai bối rối vì tìm biết được điều gì kín đáo, riêng tư về người ấy ■ *It's the price of fame in that country - someone will eventually catch you with your pants down and the story will be in every paper.* • Đó là cái giá phải trả cho danh tiếng ở đất nước ấy - một ai đó rồi cuối cùng cũng sẽ biết được chuyện riêng tư giấu kín của bạn, và câu chuyện sẽ đăng trên tất cả các báo. 2. (khẩu ngữ) làm cho ai cảm thấy xấu hổ hoặc bối rối bằng cách yêu cầu họ làm điều gì khi họ chưa có sự chuẩn bị hoặc điều vượt ngoài khả năng của họ ■ *They caught us with our pants down because we couldn't produce the figures to prove they were wrong.* • Họ đã làm cho chúng tôi rất lúng túng vì chúng tôi không thể đưa ra những số liệu để chứng minh là họ sai.

catch sb with one's trousers down → **catch sb with one's pants down**

catch some rays hoặc *bag some rays* (thông tục) phơi trực tiếp dưới ánh nắng, tắm nắng ■ *I'm not just sitting around bagging rays, you know - I'm working hard.* • Bạn biết đấy, tôi không phải ngồi quanh phơi nắng - tôi đang làm việc cực nhọc.

catch some Z's (khẩu ngữ) ngủ ■ *"You look tired." "Yeah, I'm going home to catch some Z's."* • "Trông anh có vẻ mệt mỏi lắm." "Vâng, tôi sẽ về nhà để ngủ một chút." ■ *I need to catch some Z's.* • Tôi cần ngủ một chút.

catch the drift of sth → **get one's drift**

catch you later (khẩu ngữ) dùng khi phải chấm dứt đột ngột một câu chuyện, để nói rằng người nói sẽ tiếp tục khi có dịp gặp gỡ lần sau ■ *"I'm sorry, I've got to run to class." "All right, we'll catch you later, Matt. Bye."* • "Tôi xin lỗi, giờ tôi phải vội đến lớp học." "Được rồi, chúng tôi sẽ gặp lại anh sau, Matt. Tạm biệt."

Catch-22 (situation) tình huống mà trong đó bất cứ chọn lựa hoặc hành động nào cũng đều dẫn đến sự thất bại hoặc rắc rối ■ *We're really in a Catch-22 situation; if we ask politely for what we want, they'll ignore us, but if we make a fuss, they'll call us troublemakers, and say that we shouldn't be encouraged.* ● Chúng tôi thực sự đang lâm vào một tình thế hoàn toàn bế tắc. Nếu chúng tôi yêu cầu những gì mình muốn một cách lịch sự, họ sẽ phớt lờ đi. Nhưng nếu chúng tôi làm ầm ĩ lên, họ sẽ gọi chúng tôi là những kẻ gây rối, và bảo rằng chúng tôi không đáng được khích lệ. ■ *I can't get a job because I haven't got anywhere to live but I can't afford a place to live until I get a job - it's a catch-22 situation.* ● Tôi không thể tìm được việc làm bởi vì tôi không có bất cứ nơi nào để ở, nhưng tôi không có đủ tiền để thuê chỗ ở cho đến khi nào tôi có được việc làm - thật là một tình huống luẩn quẩn không lối thoát.

Catholic → is the Pope a Catholic

caught → get caught in the crossfire

caught → like a deer caught in the headlights

caught → wouldn't be caught dead

caught between a rock and a hard place → between a rock and a hard place

caught napping chưa sẵn sàng để giải quyết một việc gì mà lẽ ra đã phải có sự chuẩn bị sẵn sàng trước ■ *Experts on Eastern Europe admit that they were caught napping by the changes of 1989.* ● Các chuyên gia Đông Âu thừa nhận là họ đã chưa sẵn sàng trước những thay đổi của năm 1989.

caught short không có đủ một món gì vào lúc cần thiết nhất, đặc biệt là tiền bạc ■ *Manufacturers were caught short when the fat-free cookies were more popular than expected with consumers.* ● Các nhà sản xuất đã bị thiếu hụt khi các loại bánh ngọt không có chất béo trở nên được người tiêu dùng ưa chuộng hơn nhiều so với dự kiến.

cause → lost cause

cause a stir hoặc *create a stir* làm cho mọi người bị khích động bằng một điều gì gây sửng sốt hoặc rất khác thường ■ *The new dress designed by fashion students are causing quite a stir on the runways.* ● Những chiếc áo dài mới được thiết kế bởi các sinh viên ngành thời trang đang gây xôn xao trên sân khấu thời trang.

caution → err on the side of caution

caution → throw caution to the wind

cease → wonders will never cease

ceiling → glass ceiling

ceiling → go through the roof

cent → have a pot to piss in

cent → not a red cent

cent → not have two cents to rub together

cent → put one's two cents' worth in

centre → front and centre

centre → left and right

centre → the centre of one's universe

ceremony → stand on ceremony

ceremony → without ceremony

certain → for certain

certain → make certain

certain → make certain of sth

chaff → sort the wheat from the chaff

chain → ball and chain

chain → the weak link (in the chain)

chain → yank one's chain

chair → on the edge of one's seat

chalk → not by a long shot

chalk and cheese nói về hai người hay sự vật hoàn toàn khác biệt nhau ■ *Frank and I will never get along. We're chalk and cheese.* • Frank và tôi sẽ chẳng bao giờ hòa hợp nhau. Chúng tôi hoàn toàn khác biệt nhau. ■ *Even though they're twins, their personalities are chalk and cheese.* • Mặc dù bọn họ là anh em sinh đôi, nhưng cá tính của họ hoàn toàn khác biệt nhau.

chalk sth up to sth xem điều gì đó là nguyên nhân gây ra hoặc dẫn đến một sự việc ■ *We can chalk that win up to a lot of luck.* • Chúng ta có thể xem chiến thắng đó phần nhiều là do may mắn.

chalk up sth đạt đến một kỷ lục, điểm mốc hay thành quả ■ *The team chalked up their tenth win this season.* • Đội bóng đạt được trận thắng thứ 10 trong mùa bóng này. ■ *As a Hollywood actor he has chalked up a number of box-office successes.* • Là một diễn viên Hollywood, anh ấy đã đạt được một số thành công thu hút khán giả. ■ *They will have chalked up 40 years of marriage this summer.* • Họ sẽ có được 40 năm chung sống trong hôn nhân vào mùa hè này.

challenged → vertically challenged

champing at the bit rất nôn nóng làm điều gì, tưởng chừng như không thể chờ đợi được ■ *Gerry's champing at the bit to go to college.* • Gerry hết sức nôn nóng việc đi học đại học.

chance → as chance would have it

chance → blow one's chance

chance → by any chance

chance → even chance

chance → fat chance

chance → give sb a fighting chance

chance → given half a chance

chance → have a chance in hell (of)

chance → have a fighting chance

chance → jump at the chance

chance → no chance

chance → not have a dog's chance

chance → not have a ghost of a chance

chance → on the off chance

chance → sporting chance

chance → stand a chance of doing sth

chance → take a chance on sth

chance → you pay your money and you take your chances

chances are hoặc *the chances are that* (khẩu ngữ) dùng khi đề cập đến điều gì đó rất có khả năng xảy ra ■ *If you like the house, chances are that other people will like it too, so you have to act quickly.* • Nếu bạn thích căn nhà đó, rất có thể là những người khác cũng sẽ thích, vì vậy bạn phải nhanh chân lên. ■ *The chances are you won't have to pay.* • Rất có thể là anh sẽ không phải trả tiền. ■ *The chances are that I will be looking for a new job soon.* • Rất có thể là không bao lâu nữa tôi sẽ tìm kiếm một công việc mới.

change → a change of heart

change → a leopard changes its spots

change → a sea change

change → and change

change → get no change out of sb

change → that makes a change

change for the better điều gì có thể giúp thay đổi một tình huống trở nên tốt đẹp hơn ■ *Voters see the new leader as a change for the better.* ● Cử tri xem người lãnh đạo mới như là một thay đổi theo hướng tốt hơn. ■ *Mr Appleby described the new legislation as definitely a change for the better.* ● Ông Appleby đã mô tả bộ luật mới như là một sự thay đổi hoàn toàn theo hướng tốt hơn. ❖ Dùng như động từ ■ *My attitude has changed for the better. I'm more positive now.* ● Khuynh hướng sống của tôi đã thay đổi tốt hơn. Giờ tôi trở nên tích cực hơn.

change hands 1. nói về một tòa nhà, một món đồ hay một doanh nghiệp, được bán cho người khác ■ *About 162.4 million shares changed hands on the New York Stock Exchange today.* ● Hôm nay đã có khoảng 162,4 triệu cổ phiếu được bán ra trên thị trường chứng khoán New York. ■ *The house has changed hands several times in the last few years.* ● Căn nhà đã từng được bán rất nhiều lần trong mấy năm vừa qua. 2. nói về tiền bạc, được sử dụng để mua một vật gì ■ *I don't know how much Dad paid, but I can tell you a lot of money changed hands.* ● Tôi không biết cha tôi trả hết bao nhiêu tiền, nhưng tôi có thể nói với bạn là có rất nhiều tiền đã được bỏ ra. ■ *No money actually changed hands.* ● Thực ra không có món tiền nào được chi ra cả.

change horses (in midstream) thay đổi định hướng của một công việc, hoặc sự ủng hộ đối với ai đó, để chuyển sang một công việc khác hoặc ủng hộ một người khác, trong khi công việc đang tiến triển giữa chừng ■ *Why should we change our plans? If people are happy with the way the city is being developed, it would be foolish to change horses in midstream.* ● Tại sao chúng ta lại phải thay đổi những kế hoạch của mình? Nếu mọi người đang vui mừng với hướng phát triển hiện nay của thành phố, sẽ thật là ngu ngốc khi thay đổi giữa chừng.

change of heart sự thay đổi hoàn toàn cách cảm nhận về một người hay sự việc nào đó ■ *Eleanor suddenly had a change of heart and let her daughter get married.* ● Eleanor đột nhiên có sự thay đổi cách cảm nhận trước đây và cho phép đứa con gái lập gia đình. ■ *Dan did not want to get married but recently he's had a change of heart.* ● Dan đã không muốn lập gia đình, nhưng hồi gần đây anh ta đã có sự thay đổi cảm nhận. (nghĩa là có thể dự tính sẽ lập gia đình) ■ *The government seems to have had a change of heart about nursery education.* ● Chính phủ dường như đã có sự thay đổi cảm nhận về nền giáo dục mẫu giáo. ■*After saying that they could not set up a hostel for homeless people, the committee had a change of heart and started looking for a way to fund it.* ● Sau khi nói rằng họ không thể xây dựng một nhà tế bần cho những người không nhà, ủy ban đã có sự thay đổi cảm nhận và bắt đầu tìm cách để gây quỹ cho việc ấy. ■ *Now he seems friendly toward us. Has he had a change of heart?* ● Bây giờ anh ta dường như thân thiện với chúng tôi. Phải chăng anh ta đã có sự thay đổi cảm nhận?

change of tacks sự thay đổi từ chủ đề này sang chủ đề khác ■ *If Nick was surprised by her sudden change of tack, he didn't show it.* ● Nếu như Nick có ngạc nhiên vì sự thay đổi chủ đề đột ngột của cô ta, anh cũng không để lộ ra.

change one's ground → **shift one's ground**

change one's mind thay đổi ý kiến, quyết định về vấn đề gì ■ *Nothing will make me change my mind.* ● Không gì có thể làm tôi thay đổi ý định. ■ *Travis was about to say something, then changed his mind.* ● Travis vừa định nói ra điều gì, và rồi lại thay đổi ý định.

change one's tune có ý kiến, quan điểm trái ngược với ý kiến hoặc quan điểm của chính mình trước đó, nhất là khi điều này gây ngạc nhiên hoặc khó chịu ■ *Schools that had refused to admit students with special needs quickly changed their tune when government grants became available.* ● Các trường học đã từ chối không nhận những học sinh có nhu cầu đặc biệt nhanh chóng thay đổi ý kiến của họ khi các khoản tài trợ của chính phủ bắt đầu được đưa ra. ■ *Wait until it happens to him - he'll soon change his tune.* ● Hãy chờ cho đến khi điều đó xảy ra với anh ta - không bao lâu anh ta sẽ thay đổi ý kiến. ■ *He soon changed his tune when he saw how angry I was.* ● Không bao lâu anh ta sẽ thay đổi thái độ khi anh ta thấy tôi tức giận như thế nào.

change one's ways → **mend one's ways**

change tack hoặc *try a different tack* hoặc *take a different tack* 1. thử qua một phương cách khác để giải quyết một vấn đề hay tình huống rắc rối, vì những phương cách đã áp dụng trước đây đều thất bại ■ *In December, AT&T decided to change tack and began offering its online service for free as an attempt to gain market share.* ● Trong tháng 12, AT&T đã quyết định chuyển sang một phương thức mới và bắt đầu đưa ra dịch vụ miễn phí trên mạng như một nỗ lực để giành thị phần. ■ *It was a brave decision to change tack in the middle of the project.* ● Thật là một quyết định táo bạo khi thay đổi phương cách vào khoảng giữa chừng dự án. ■ *When threats failed, she decided to try a different tack.* ● Khi sự đe dọa không mang lại hiệu quả, cô ta quyết định thử sang một phương cách khác. 2. chuyển sang nói về một chủ đề hoàn toàn mới, không có quan hệ gì đến điều đang nói trước đó ■ *I decided to try a different tack - she might be interested in sports.* ● Tôi quyết định chuyển đổi chủ đề câu chuyện - cô ấy có lẽ quan tâm đến thể thao.

chapter → **a chapter of accidents**

chapter and verse những thông tin đầy đủ, rất chi tiết và thật chính xác về một vấn đề gì ■ *Warner told us the whole story of the breakup, chapter and verse.* ● Warner đã kể cho chúng tôi nghe toàn bộ câu chuyện về vụ đột nhập, rất đầy đủ và chính xác. ■ *I can't give chapter and verse, but that's the rough outline of our legal position.* ● Tôi không thể đưa ra đầy đủ những chi tiết chính xác, nhưng đó là phác thảo sơ lược về vị trí pháp lý của chúng ta. ■ *They have his* file and get chapter and verse on his time in the army. • Bọn họ có hồ sơ của ông ta và biết được tất cả mọi chi tiết chính xác về thời gian ông ta ở trong quân đội.

character → **in character with sth**

character → **out of character**

charge → **get a charge out of sth**

charge the earth → **cost the earth**

charm → **the third time is a charm**

charm → **work like a charm**

charm sth out of sb khai thác thông tin từ ai đó bằng cách giả vờ làm vui lòng người ấy ■ *She managed to charm his address out of the porter.* • Cô ấy biết được địa chỉ của anh ta qua việc lân la tán tỉnh người phu khuân vác.

charm the pants off sb → **bore the pants off sb**

charmed life cuộc sống hoàn toàn may mắn, đến nỗi ngay cả trong những tình huống khó khăn hay nguy hiểm cũng không dẫn đến điều gì xấu ■ *I'd been out of school less than two days, and I had a job in an office. It was the start of what seemed like a charmed life.* • Tôi rời ghế nhà trường chưa được 2 ngày và đã có việc làm ở một văn phòng. Đó là điểm khởi đầu của những gì có vẻ như là một cuộc đời hoàn toàn may mắn.

Charybdis → **between Scylle and Charybdis**

chase → **cut to the chase**

chase → **give chase**

chase → **wild goose chase**

chase one's (own) tail bỏ ra rất nhiều thời gian và công sức để làm điều gì mà không đạt được kết quả gì ■ *Nobody knows who's in charge around here, so nothing ever gets done on time, it's like chasing your own tail.* • Không ai biết là ai đang chịu trách nhiệm ở đây, bởi vậy chẳng có việc gì được thực hiện đúng thời hạn cả, thật là phí công vô ích.

chase rainbows cố gắng đạt được điều gì rất khó khăn hoặc không thể đạt được ■ *I'm still chasing rainbows. In a couple of years, if I still haven't managed to get into professional football, I'll come back home.* • Tôi vẫn đang cố gắng theo đuổi vô vọng. Trong vài năm nữa, nếu tôi vẫn không xoay xở để vào được một đội bóng chuyên nghiệp, tôi sẽ quay về nhà.

chase the dragon (thông tục) hút thuốc phiện ■ *I learned how to chase the dragon from my big brother when I was too young.* • Tôi đã học cách hút thuốc phiện từ người anh tôi khi tôi còn rất trẻ.

chaser → **ambulance chaser**

chasing → **be chasing one's (own) tail**

chattering → **the chattering classes**

cheap → **going cheap**

cheap → **not come cheap**

cheap → **on the cheap**

cheap at the price có phẩm chất rất tốt đẹp, hữu ích hoặc đáng hài lòng đến mức mà giá thành không còn là quá đắt ■ *To buy all the recommended equipment is expensive, but as an investment for the future it is cheap at the price.* • Việc mua đủ tất cả những thiết bị được đề nghị là rất đắt, nhưng là một khoản đầu tư cho tương lai thì không có gì là đắt.

■ *He'd spent £60,000 but said his victory was cheap at the price.* • Anh ta đã chi ra 60.000 bảng Anh nhưng nói rằng với chiến thắng của mình thì không có gì là đắt.

cheap shot một nhận xét hay lời đùa cợt về ai được xem là không công bằng hoặc không hợp lý ■ *I have heard the news story, and I regard it as just another media cheap shot about the Vice President.* • Tôi đã nghe bản tin, và tôi xem đó như một trò đùa rẻ tiền khác của giới truyền thông về Phó Tổng thống. ■ *Instead of intelligent jokes, Martin has to resort to taking cheap shots at other people.* • Thay vì những trò thông minh, Martin phải dựa vào những lối đùa cợt kém cỏi về người khác.

check → blank-check

check → give sb a blank check

check → hold sth in check

check → take a rain check (on sth)

cheek → tongue in cheek

cheek → turn the other cheek

cheek by jowl rất gần nhau, sát bên cạnh nhau ■ *The guests, packed cheek by jowl, parted as he entered.* • Những người khách đang dụm sát lại bên nhau, dang ra xa khi ông ta bước vào.

cheer → Bronx cheer

cheese → big cheese

cheese → chalk and cheese

cheese → cut the cheese

cherries → life is a bowl of cherries

cherry → bite at the cherry

cherry → bite of the cherry

cherry → the cherry on the cake

Cheshire → grin like a Cheshire cat

chest → get sth off one's chest

chest → play one's cards close to one's chest

chest → put hair on one's chest

chew → bite off more than one can chew

chew the fat nói chuyện với ai một cách thân mật, cởi mở, nhất là về những chuyện riêng tư, bè bạn, gia đình... ■ *Jessie called me last night to chew the fat and catch up on the latest gossip.* • Jessie gọi cho tôi tối qua để tâm sự và trao đổi những chuyện phiếm mới đây nhất. ■ *Randall stayed chewing the fat for a while.* • Randall đã nán lại tâm sự một lúc nữa. ■ *They met up once a year to chew the fat about the old days.* • Bọn họ gặp nhau mỗi năm một lần để tâm tình những chuyện ngày xưa. ■ *We chewed the fat until the early hours of the morning.* • Chúng tôi tâm tình suốt đêm cho đến sáng.

chicken → count one's chickens (before they're hatched)

chicken → no spring chicken

chicken → the chickens (have) come home to roost

chicken and egg situation hoặc *chicken and egg problem* hoặc *chicken and egg dilemma* tình huống có hai sự việc đồng thời xảy ra, rất khó phân tích được sự việc nào là nguyên nhân và sự việc nào là kết quả ■ *Shy people like to study, or else people who like to study are shy - maybe it's a chicken and egg situation.* • Người cả thẹn thích học tập, hoặc là người thích học tập hay cả thẹn - có lẽ đây là một tình huống luẩn quẩn không thể nói rõ được.

chicken feed nói về một số lượng, nhất là tiền bạc, có vẻ như quá ít khi so sánh với một số lượng khác ■ *The 14 million dollar divorce settlement given to Ivana Trump seems like chicken feed compared to her ex-husband's worth.* ● Số tiền thỏa thuận 14 triệu đô-la cho Ivana Trump khi ly hôn có vẻ như quá ít ỏi so với sản nghiệp của người chồng cũ.

chief → **too many chiefs and not enough Indians**

child → **be expecting a baby**

child's play điều rất dễ thực hiện hoặc dễ đối phó, nhất là khi mọi người vẫn nghĩ là khó khăn ■ *A cheap lock is a child's play for a thief, so it's worth investing in a good deadlock for your front door.* ● Một ổ khóa rẻ tiền là rất dễ dàng đối với một tên trộm, bởi vậy rất đáng đầu tư một ổ khóa thật tốt ở cửa trước nhà bạn.

childhood → **second childhood**

chill → **a chill runs down one's spine**

chill → **send a chill down one's spine**

chin → **take sth on the chin**

chin up hoặc *keep one's chin up* (khẩu ngữ) an ủi, khuyên bảo ai hãy cố vui lên dù là trong một hoàn cảnh khó khăn, tồi tệ ■ *Keep your chin up, Vicky - I'm sure you'll find a job soon.* ● Hãy vui lên, Vicky. Tôi chắc là bạn sẽ sớm tìm được việc làm thôi. ■ *Chin up! Only two exams left.* ● Vui vẻ lên nào! Chỉ còn hai kỳ thi nữa thôi. ■ *Come on, chin up! We've survived a lot worse than this.* ● Thôi nào, hãy vui lên! Chúng ta đã từng vượt qua được nhiều điều còn tồi tệ hơn thế này.

china → **bull in a china shop**

China → **not for all the tea in China**

chink in one's armor điểm yếu trong tính cách của một người, hoặc của một kế hoạch, một ý tưởng... khiến cho đối thủ dễ dàng hơn trong việc công kích ■ *Their product looked good, but during the demonstration the chinks in their technological armor began to show.* ● Sản phẩm của họ trông có vẻ tốt, nhưng trong thời gian đưa ra dùng thử thì điểm yếu về kỹ thuật bắt đầu bộc lộ ra.

chip → **cash in one's chips**

chip → **have a chip on one's shoulder**

chip → **when the chips are down**

chip off the old block nói về một người rất giống tính cách của cha hoặc mẹ mình, nhất là giống cha ■ *Mark is a chip off the old block, an adventurer and poet just like his father.* ● Mark là một cái khuôn đúc theo cha mẹ, một người thích mạo hiểm và làm thơ giống hệt như cha anh ta.

choice → **by choice**

choice → **Hobson's choice**

choice → **of choice**

choice → **of one's choice**

choice → **you pay your money and you take your chances**

choir → **preaching to the converted**

choke → **could choke a horse**

chomping → **be chomping at the bit**

chop chop

choose the line of least resistance → take the line of least resistance

chooser → beggars can't be choosers

chop → for the chop

chop → get the chop

chop chop (cách dùng cũ) nhanh lên ■ *Come on, chop chop, we've got a lot to do this morning.* ● Nào đến đây, nhanh lên, chúng ta có rất nhiều việc phải làm sáng nay.

chopping → put one's head on the (chopping) block

chord → strike a chord

chorus → in chorus

Christ → for the love of God

Christmas → white Christmas

chronologically → vertically challenged

chunk → chunk of change

chunk of change cũng dùng *big, large, significant... chunk of change* (khẩu ngữ) một số tiền rất lớn ■ *Sylvia and I figured out that if we put Gus in a kennel for the four weeks, it comes out to be a chunk of change. Something like 300 bucks.* ● Sylvia và tôi đã tính rằng nếu chúng tôi gởi con Gus vào nhà nuôi chó trong vòng 4 tuần lễ, hóa ra là một số tiền rất lớn. Đâu khoảng chừng đến 300 đô-la.

church → broad church

church → poor as a church mouse

cigar → close, but no cigar

circle → come full circle

circle → going around in circles

circle → run circles around sb

circle the wagons hoặc *draw one's wagons into a circle* hoặc *pull one's wagons into a circle* nói về một nhóm người, đoàn kết, hợp tác với nhau để cùng ngăn chặn điều gì có thể gây hại cho họ ■ *The tobacco companies are pulling their wagons into a cirle now that the practice of smoking appears to be under threat.* ● Các công ty thuốc lá đang hợp sức lại bởi vì thói quen hút thuốc lá có vẻ như bị đe dọa.

circumstances → under any circumstances

circumstances → under the circumstances

circus → three-ring circus

city → sth city

city slicker dùng với ý châm biếm, chê bai ai đó là người sống ở thành phố mà không biết chút gì về cuộc sống bên ngoài thành phố, nhất là khi họ vẫn tự nghĩ rằng mình biết ■ *With the mayor came a bunch of city-slicker LA types - the kind of people who smile and say "thank you" while they rudely interrupt you.* ● Cùng đến với ông thị trưởng là một đám những tay thị dân rởm kiểu Los Angeles, loại người vẫn luôn miệng mỉm cười và nói "cảm ơn" khi họ ngắt lời bạn một cách thô lỗ.

claim → have claim on

claim → lay claim to sth

claim → make no claim

claim one's pound of flesh → have one's pound of flesh

claim the moral high ground → take the moral high ground

claim to fame điều làm cho một con người hay một nơi chốn nào đó trở nên đặc biệt, nhất là khi điều ấy không thực sự quan trọng hoặc tốt đẹp gì lắm ■ *Chan's personal claim to fame is that he does his own advertising.* ● Điểm đặc biệt nổi bật của Chan là anh ta tự thực hiện công việc quảng cáo cho mình. ■ *His main claim to fame is that he went to school with the Prime Minister.* ● Điểm chính làm cho anh ta nổi bật là đã từng đi học cùng trường với Thủ tướng. ■ *The town's only claim to fame is the castle.* ● Điểm nổi bật duy nhất của thị trấn là tòa lâu đài. ■ *My claim to fame is that I once shook hands with Nelson Mandela.* ● Điểm đặc biệt nổi bật của tôi là tôi đã có một lần bắt tay với ông Nelson Mandela.

clam → **happy as a clam**

clap eyes on → **lay eyes on**

clappers → **like the clappers**

clarity → **with the hindsight**

class act người rất giỏi trong công việc của mình, hoặc người rất tốt ■ *Tom Watson, in addition to being a great golfer, is known by all for being a class act.* ● Ngoài việc là một tay chơi gôn tuyệt vời, Tom Watson còn được tất cả mọi người biết đến vì là một người rất tốt.

classes → **the chattering classes**

claw → **get one's claws into sb**

claw one's way di chuyển chậm chạp, khó khăn đến một vị trí nào đó bằng rất nhiều nỗ lực, cố gắng ■ *Slowly, he clawed his way out from under the collapsed building.* ● Anh ta bò dần một cách chậm chạp ra khỏi tòa nhà sụp đổ. 2. dần dần đạt được điều gì nhờ có rất nhiều nỗ lực, cố gắng ■ *She clawed her way to the top of her profession.* ● Cô ấy chậm chạp bò dần lên đến đỉnh cao nhất trong nghề nghiệp của mình.

clay feet → **feet of clay**

clean → **a clean bill of health**

clean → **a clean break**

clean → **come clean**

clean → **give sb a clean bill of health**

clean → **keep one's nose clean**

clean → **make a clean breast of sth**

clean → **new broom**

clean → **pure as the driven snow**

clean → **start with a clean sheet (of paper)**

clean → **wipe the slate clean**

clean as a whistle hoặc *as clean as a whistle* 1. không làm bất cứ điều gì sai trái hoặc phạm pháp ■ *I've never taken any drugs, ever. I'm as clean as a whistle; they can test me at any time.* ● Tôi chưa từng sử dụng chút ma túy nào, chưa từng. Tôi hoàn toàn trong sạch, họ có thể kiểm tra tôi bất cứ lúc nào. 2. nói về sự vật hoặc nơi chốn, rất sạch sẽ ■ *That place was as clean as a whistle. No burger wrappers, papers, cups or plastic forks lying around.* ● Nơi ấy hết sức sạch sẽ. Không có bao đựng bánh, giấy, tách hay nĩa nhựa vất bừa bãi. ■ *The wound isn't infected. It's clean as a whistle.* ● Vết thương không nhiễm trùng, nó đã được làm sạch. ■ *I thought the car would be filthy, but it was as clean as a whistle.* ● Tôi nghĩ chiếc xe hơi có lẽ bẩn lắm, nhưng nó lại sạch bóng.

clean as the driven snow → **pure as the driven snow**

clean house loại bỏ tất cả những người hay sự vật không cần thiết hoặc không còn dùng đến nữa ■ *The new manager said he wanted to clean house.* • Ông giám đốc mới nói rằng ông muốn thanh lọc tất cả.

clean one's clock làm cho ai phải thất bại một cách rất nặng nề trong một trận đấu hoặc một cuộc cạnh tranh ■ *How can someone who's in such good shape let Foreman clean his clock so often?* • Làm sao mà một người có thể hình tốt như thế lại để cho Foreman hạ gục thường xuyên như vậy?

clean sheet → **clean slate**

clean slate hoặc ***clean sheet*** cơ hội để thành công trong một tình huống hay hoạt động hoàn toàn mới, không chịu ảnh hưởng của bất cứ khó khăn hay lỗi lầm nào trước đây ■ *One way of dealing with the oil spill would be to dig up the beaches completely and provide a clean slate for natural populations to rebuild.* • Một phương thức để đối phó với vụ rò rỉ dầu là phá hủy hoàn toàn các bãi biển và tạo ra một điều kiện hoàn toàn mới cho các quần thể tự nhiên trong vùng hình thành trở lại. ■ *No government operates with a completely clean sheet.* • Không có chính phủ nào hoạt động với một điều kiện khởi đầu hoàn toàn mới. ■ *They kept a clean sheet in the match.* • Họ duy trì tình huống ban đầu trong suốt trận đấu. (= nghĩa là không có bên nào mở tỷ số) ■ *Firms often want to start with a clean sheet when setting up a new subsidiary.* • Các công ty thường muốn khởi đầu với một tình trạng hoàn toàn mới khi thiết lập một công ty con.

clean sweep 1. trường hợp chiến thắng hoàn toàn trong một cuộc đua, cạnh tranh hay bầu cử... nghĩa là trong tất cả các giai đoạn so tài ■ *The poll also indicated a clean sweep for the Democrats in the elections.* • Cuộc thăm dò công luận cũng chỉ ra một chiến thắng hoàn toàn cho đảng Dân chủ trong các cuộc bầu cử. ■ *China made a clean sweep of the medals in the competitions.* • Trung Quốc giành trọn các huy chương trong những cuộc tranh tài. ■ *The opinion poll suggests a clean sweep for the Democrats.* • Cuộc thăm dò ý kiến gợi ý một chiến thắng hoàn toàn cho đảng Dân chủ. ■ *The Russians made a clean sweep of the figure skating championships when they finished first, second and third.* • Người Nga đã giành chiến thắng toàn diện trong giải vô địch trượt băng khi kết thúc với các giải nhất, nhì và ba. 2. một trường hợp thay đổi hoàn toàn trong một quốc gia, tổ chức... được thực hiện bằng cách loại bỏ rất nhiều người hay sự vật ■ *The whole political structure should be brought down and destroyed - a clean sweep, that's what the country needs.* • Toàn bộ cấu trúc chính trị cần phải bị lật đổ và phá hủy - một sự thay đổi hoàn toàn, đó là những gì mà đất nước này cần. ■ *The new manager made a clean sweep of the company.* • Ông giám đốc mới đã thay đổi toàn bộ công ty.

clean up one's act phục thiện, sửa đổi tính nết cho tốt hơn ■ *If Stephen doesn't clean up his act soon, he's going to end up in jail.* • Nếu Stephen không chịu sửa đổi tính nết ngay thì cuối cùng hắn sẽ phải vào tù thôi. ■ *He cleaned up his act and came off drugs.* • Anh ta sửa đổi lỗi lầm và dứt bỏ sự nghiện ngập.

cleaner → take sb to the cleaners

clear → be smooth sailing

clear → in the clear

clear → leave the field clear for sb

clear → plain as day

clear → see one's way clear to

clear → steer clear of

clear → the coast is clear

clear a hurdle giải quyết thành công một vấn đề hoặc vượt qua được khó khăn ■ *If you've passed the accounting exams, you've cleared the first hurdle. None of the others are as hard.* ● Nếu vượt qua được kỳ thi kiểm toán, bạn đã vượt qua được khó khăn thứ nhất. Không có kỳ thi nào khác khó khăn đến thế.

clear as crystal hoặc *as clear as crystal* 1. trong suốt như pha lê, có thể nhìn xuyên qua dễ dàng ■ *The stream was as clear as crystal.* ● Dòng nước suối trong suốt như pha lê. ■ *She cleaned the windowpane until it was clear as crystal.* ● Cô ấy lau chùi ô kính cửa sổ cho đến khi nó trong suốt như pha lê. 2. rất rõ ràng, dễ hiểu ■ *The explanation was as clear as crystal.* ● Lời giải thích đã quá rõ ràng như ban ngày. ■ *Her lecture was not clear as crystal, but at least it was not dull.* ● Bài diễn thuyết của bà ta không được rõ ràng lắm, nhưng ít nhất nó cũng không phải là không hiểu được.

clear as mud hoặc *as clear as mud* mơ hồ, hoàn toàn khó hiểu ■ *Your explanation was as clear as mud. Please explain it again, slowly.* ● Sự giải thích của bạn rất khó hiểu. Làm ơn giải thích lại lần nữa, chậm thôi. ■ *Oh well, that's all as clear as mud, then.* ● À, vâng, vậy thì tất cả đều hoàn toàn khó hiểu. *Your story is as clear as mud.* ● Câu chuyện của anh thật không thể hiểu được. ■ *This doesn't make sense. It's clear as mud.* ● Điều này không có nghĩa gì cả. Nó hoàn toàn không thể hiểu được.

clear away the cobwebs → **brush away the cobwebs**

clear the air nói ra điều gì đó để tạo bầu không khí tích cực hơn trong số những người có liên quan. ■ *Mel finally tried to clear the air by asking Carla what was bothering her.* ● Cuối cùng Mel cũng cố gắng thay đổi không khí bằng cách hỏi Carla xem điều gì đang làm cô ấy bận tâm.

clear the decks giải quyết dứt điểm tất cả những gì tồn đọng, rắc rối của những công việc cũ để có thể sẵn sàng bắt đầu công việc mới ■ *We've decided to clear the decks of any old projects for the new year, which should open up more time for new ones.* ● Chúng tôi đã quyết định giải quyết dứt điểm hết thảy mọi dự án cũ để sẵn sàng cho năm mới, thời điểm mà cần phải dành nhiều thời gian hơn cho những dự án mới.

clear the way dẹp bỏ những sự việc ngăn cản một tiến trình hay hoạt động ■ *This ruling could clear the way for extradition proceedings.* ● Quyết định này có thể dọn đường cho thủ tục dẫn độ các nghi can. ■ *The new law cleared the way for polytechnics to become universities.* ● Luật mới đã dọn đường cho các trường cao đẳng kỹ thuật trở thành các đại học.

climb → jump on the bandwagon

climb on the bandwagon → **jump on the bandwagon**

climb the ladder hoặc *climb up the ladder* hoặc *move up the ladder* hoặc *go up the ladder* thăng tiến lên một cương vị cao hơn, quan trọng hơn trong công việc ■ *Moving swiftly up the ladder of corporate responsibility, Sam became the company's youngest ever President.* • Thăng tiến nhanh chóng trong trách nhiệm công ty, Sam đã trở thành vị chủ tịch công ty trẻ nhất từ xưa nay. - từ *ladder* cũng được sử dụng trong một số kết hợp khác với nghĩa tương tự ■ *I started at the bottom of the ladder after college, and progressed steadily upwards over the next twenty years.* • Tôi bắt đầu ở cương vị thấp nhất sau khi tốt nghiệp cao đẳng, và tiến dần lên một cách đều đặn trong 20 năm sau đó. ■ *The people lowest on the ladder are the most upset about the corporate changes.* • Những người ở vị trí thấp nhất là những người lo lắng nhất về những thay đổi của công ty.

climb the walls (khẩu ngữ) bồn chồn, nôn nóng và bực tức vì không có việc gì làm hoặc chờ đợi mãi điều gì không xảy ra ■ *It rained all day, and by five o'clock, the kids were climbing the walls.* • Trời mưa suốt ngày, và đến 5 giờ thì bọn trẻ đã hết sức bồn chồn khó chịu.

climb up the ladder → **climb the ladder**

climbing → **be climbing the walls**

clip → **at a fast clip**

clip one's wings giới hạn, làm hạn chế sự tự do, quyền lực hoặc năng lực làm việc hiệu quả của ai ■ *Linda always said she wanted a strong man, but then whenever they showed signs of independence, she'd clip their wings real fast.* • Linda luôn nói rằng cô thích một người đàn ông mạnh mẽ, nhưng rồi bất cứ khi nào họ bộc lộ những dấu hiệu của sự độc lập, cô liền nhanh chóng hạn chế tự do của họ. ■ *Having a new baby to take care of has clipped her wings.* • Việc có một đứa bé để chăm sóc làm hạn chế sự tự do của cô ấy.

cloak-and-dagger nói về những hoạt động được thực hiện một cách lén lút, nhất là khi điều này không cần thiết và được thực hiện theo cách ngốc nghếch ■ *With so many lies and half-truths swirling around, the award selection process is a real cloak-and-dagger operation.* • Với quá nhiều lời dối trá và những thông tin sai lệch bao quanh, quá trình chọn lựa người thắng giải thật sự chỉ là một hành động bịp bợm đen tối.

clock → **against the clock**

clock → **clean one's clock**

clock → **turn the clock back**

clock sb one (cách dùng cũ) đánh vào ai ■ *Jason was annoying me. So I clocked him one!* • Jason đã làm tôi bực mình, vì thế tôi đánh hắn!

clockwork → **go like clockwork**

clockwork → **regular as clockwork**

close → **at close quarter**

close → **at close range**

close → **be on the edge**

close → **come close**

close → **cut sth close**

close → **do sth with one's eyes closed**

close → **finish a close second**

close → **go into sth with one's eyes open**

close → **have a close mind (about)**

close → **hit close to home**

close → **keep a close eye on sth**

close → **play one's cards close to one's chest**

close → **run sb close**

close → **sail close to the wind**

close at hand hoặc *near at hand* nằm ở rất gần, dễ tiếp cận ■ *There are good cafes and a restaurant close at hand.* • Có những quán cà phê tốt và một tiệm ăn ở rất gần đây thôi. ■ *I always keep my calculator close at hand.* • Tôi luôn luôn giữ máy tính của tôi ngay trong tầm tay.

close by với một khoảng cách rất gần ■ *Our friends live close by.* • Các bạn của chúng tôi sống gần đây. ■ *The route passes close by the town.* • Tuyến đường đi qua rất gần thành phố.

close call 1. hoặc *close shave* tình huống suýt gặp nguy hiểm, như có thể bị thương, bị giết, hoặc nhận lãnh một điều tồi tệ nào đó ■ *Residents in Southern California had a close call Thursday when a train derailed and just missed hitting several homes.* • Cư dân vùng Nam California suýt gặp phải nguy hiểm hôm thứ Năm khi một chiếc xe lửa trượt khỏi đường ray và chỉ chệch một chút nữa là đã đâm vào rất nhiều căn nhà. 2. tình huống rất khó đưa ra sự chọn lựa giữa hai khả năng, hoặc một trong hai khả năng đều có thể xảy ra ■ *Deciding between the two applicants will be a close call. They both seem highly qualified for the job.* • Việc quyết định chọn một trong hai ứng viên này quả thật vô cùng khó khăn. Cả hai dường như đều có năng lực cao đối với công việc này.

close in for the kill → **move in for the kill**

close its doors nói về một doanh nghiệp, ngưng hoạt động kinh doanh ■ *The factory closed its doors for the last time in 1997.* • Nhà máy đã ngưng hoạt động lần cuối cùng vào năm 1997.

close on hoặc *close to* xấp xỉ, gần đúng, gần như là ■ *She is close on sixty.* • Bà ta xấp xỉ 60 rồi. ■ *It is close on midnight.* • Gần nửa đêm rồi. ■ *She made a profit close to £200 million.* • Bà ta kiếm được khoản lợi tức gần 200 triệu bảng Anh.

close one's ears to sth → **shut one's ears to sth**

close one's eyes to sth hoặc *shut one's eyes to sth* không nhận ra một sự thật, hoặc cố ý lờ đi như không biết đến ■ *The world is endangered of by pollution, but people shut their eyes to it.* • Thế giới đang lâm nguy vì nạn ô nhiễm, nhưng mọi người đều phớt lờ đi điều đó. ■ *You can't just close your eyes to his violence.* • Bạn không thể nhắm mắt trước sự hung bạo của hắn ta. ■ *They seem intent on shutting their eyes to the problems of pollution.* • Bọn họ dường như cố ý lờ đi những vấn đề ô nhiễm.

close ranks đoàn kết chặt chẽ hơn trong một nhóm, tổ chức... bằng cách ủng hộ cho nhau và không cho phép có bất cứ sự bất đồng nào ■ *Even* though Republicans appear to be closing ranks behind their controversial leader, the picture could change within the next week. • Mặc dù những đảng viên Cộng hòa có vẻ như đoàn kết chặt chẽ hơn phía sau người lãnh đạo gây nhiều tranh cãi của họ, tình hình có thể sẽ thay đổi trong vòng tuần tới. ■ *It's not unusual for the police to close ranks when one of their officers is being investigated.* • Không có gì lạ với cảnh sát khi họ đoàn kết chặt chẽ hơn vào lúc một trong các nhân viên của họ đang bị điều tra.

close shave → **close call**

close the book on sth 1. chấp nhận rằng một tình trạng khó khăn hay không thuận lợi đã trôi qua, và thôi không suy nghĩ, lo lắng về nó nữa ■ *We are closing the book on the painful past and looking to the future.* • Chúng tôi chấp nhận khép lại quá khứ đau thương và hướng đến tương lai. 2. chấm dứt không làm một việc gì nữa, nhất là nói về một vụ kiện tụng, vì bạn đã làm tất cả những gì cần làm và có thể làm ■ *It's time to close the book on the Merton case.* • Đã đến lúc chấm dứt vụ kiện của Merton rồi. ■ *The police have closed the book on the case.* • Cảnh sát đã khép lại vụ việc. (- nghĩa là không còn tiến hành điều tra thêm nữa.)

close the door on sth hoặc ***shut the door on sth*** chấm dứt hẳn, không để cho việc gì tiếp tục xảy ra trong tương lai ■ *She was careful not to close the door on the possibility of further talks.* • Cô ấy đã cẩn thận không cắt đứt hoàn toàn khả năng có những cuộc thảo luận thêm nữa. ■ *The government is reluctant to shut the door on these proposals.* • Chính phủ miễn cưỡng phải chấm dứt hẳn những đề nghị này. (Họ không còn tiếp tục theo đuổi để được thông qua nữa.)

close to → **close on**

close to hoặc ***close up (to)*** ở một vị trí rất gần ■ *The picture looks very different when you see it close to.* • Bức tranh trông rất khác biệt khi bạn xem nó ở vị trí rất gần. ■ *She snuggled close up to him.* • Cô ấy sà lại gần sát bên anh ta. ■ *He clutched his bag close to his chest.* • Anh ta ôm cái túi sát vào ngực mình. ■ *Mark was standing dangerously close to the edge of the cliff.* • Mark đang đứng một cách nguy hiểm sát bên bờ vực. ■ *I didn't see his face close up.* • Tôi đã không nhìn được gần khuôn mặt anh ta.

close to home diễn đạt chính xác về điều gì nhưng theo cách gây bối rối, khó chịu ■ *Her remarks about me were embarrassingly close to home.* • Những nhận xét của cô ta về tôi chính xác một cách gây khó chịu.

close to one's heart hoặc ***near to one's heart*** hoặc ***dear to one's heart*** nói về một ý tưởng, sự việc hay nơi chốn... rất quan trọng đối với ai, và người ấy rất quan tâm đến ■*Homelessness is what Sweeney writes about most because it is the theme that is closest to his heart.* • Cuộc sống không nhà là điều mà Sweeney viết đến nhiều nhất, bởi vì đó là chủ đề gần gũi nhất của anh. ■ *She chooses a topic that is obviously very close to her heart* • Cô ấy chọn một đề tài mà rõ ràng là rất gần gũi với mình.

close to the bone hoặc ***near to the bone*** một nhận xét hoặc ý kiến quá rõ ràng, nói ra những sự thật mà người ta không thích, bởi vì nó gây ra sự bối rối, lúng túng - những điều không lịch sự, khiếm nhã ▪ *Their conversation seemed to be getting close to the bone, and the woman tried to change the subject.* • Cuộc đối thoại của họ dường như đang dần trở nên khiếm nhã, và người phụ nữ cố gắng thay đổi chủ đề. ▪ *His comment about her appearance was a bit close to the bone.* • Lời nhận xét của anh ta về vẻ ngoài của cô ấy là có phần khiếm nhã. ▪ *His comments about her size were a bit close to the bone.* • Những nhận xét của anh ta về kích cỡ cô ấy hơi có phần khiếm nhã. ▪ *Some of the sex scenes in the play were judged by critics to be too close to the bone.* • Một số cảnh tình dục trong vở kịch bị đánh giá bởi các nhà phê bình là quá khiếm nhã. ▪ *His comments about racism may be too close to the bone for some people.* • Những nhận xét của ông ta về phân biệt chủng tộc có thể gây khó chịu đối với một số người.

close to the mark hoặc *near the mark* nói về một phát biểu, mô tả hoặc dự đoán... đã gần đúng nhưng chưa chính xác hoàn toàn ▪ *My job title is Administrative Assistant - office psychologist would be closer to the mark.* • Chức danh công việc của tôi là Trợ lý Điều hành - gọi là một nhà tâm lý học văn phòng có lẽ chính xác hơn. ▪ *Such guesses are thought to be close to the mark.* • Những dự đoán như thế được cho là đã gần đúng. ▪ *"The Times" was nearer the mark when it said that he had run away.* • Tờ "The Times" đã gần đúng hơn khi nói rằng ông ta đã trốn chạy. → *be (way) off the mark*

close up (to) → *close to*

close up shop đóng cửa một doanh nghiệp, hoặc tạm ngừng hay ngừng hẳn một hoạt động nào đó ▪ *They are about to close up shop for the holiday.* • Bọn họ sắp tạm nghỉ nhân ngày lễ.

close, but no cigar (khẩu ngữ) nói về một câu trả lời đã gần đúng nhưng chưa hoàn toàn chính xác, hoặc khi bạn gần như đã đạt được điều mong muốn, nhưng chưa thực sự làm được ▪ *"I'd guess there are about 300." "Close, but no cigar. The actual number is 349."* • "Tôi đoán là có khoảng 300." "Gần đúng rồi, nhưng chưa chính xác hẳn. Con số thật sự là 349."

closed → *behind closed doors*

closed → *with one's eyes shut*

closed book 1. chủ đề, lĩnh vực rất xa lạ, hoàn toàn không được biết đến đối với ai đó ▪ *Nuclear physics is a closed book to most of us.* • Môn vật lý hạt nhân là một lĩnh vực hoàn toàn xa lạ đối với hầu hết chúng ta. ▪ *I'm afraid accountancy is a closed book to me.* • Tôi e rằng công việc kế toán là hoàn toàn xa lạ đối với tôi. ▪ *Abstract art is a closed book as far as I'm concerned.* • Nghệ thuật trừu tượng là điều hoàn toàn xa lạ đối với tôi. ▪ *Women had remained to him a closed book.* • Phụ nữ đối với anh ta vẫn là điều hoàn toàn xa lạ. 2. điều đã được xem như hoàn toàn kết thúc, không còn hy vọng tiếp nối ▪ *As far as she is concerned, her marriage is a closed book.* • Đối với cô ta, cuộc hôn nhân của cô xem như đã hoàn toàn chấm dứt.

closed-minded bảo thủ, không chịu thay đổi ý kiến, quan điểm ▪ *I want to be a journalist, but my dad is so closed-minded that he won't even talk to me about it.* • Tôi muốn trở thành một nhà báo, nhưng cha tôi quá bảo thủ đến mức thậm chí ông sẽ không nói chuyện với tôi về điều đó.

closet → come out of the closet

closet → in the closet

closet → skeleton in the closet

cloth → cut from the same cloth

cloth → cut one's cloth

cloth → cut one's coat according to one's cloth

cloth → make sth out of whole cloth

clothes → emperor's (new) clothes

clothing → wolf in sheep's clothing

cloud → have one's head in the clouds

cloud → on cloud nine

cloud → silver lining

cloud → under a cloud

cloud on one's horizon → cloud on the horizon

cloud on the horizon hoặc *cloud on one's horizon* điều tệ hại rất có khả năng xảy ra, có thể gây ảnh hưởng tai hại nặng nề ■*The dark clouds on the horizon were not about to clear as the car plant got ready to lay off two hundred more workers.* • Chân trời ảm đạm vẫn chưa sáng lên khi nhà máy sản xuất xe hơi chuẩn bị sa thải thêm 200 công nhân nữa.

club → join the club

clue → be clued in

clue → not have a clue

clutch → in the clutch

clutch → the clutches of

clutching → be grasping at straws

coal → rake sb over the coals

coalface → at the coalface

coast → the coast is clear

coat → cut one's coat according to one's cloth

coat → sugar-coat the pill

coat-tails → on one's coat-tails

cobwebs → brush away the cobwebs

cock a snook at sb hoặc *cock a snook at sth* nói hay làm điều gì tỏ rõ sự xem thường ai hoặc ảnh hưởng của việc gì ■ *He cocked a snook at authority by resigning right at that time.* • Ông ta bày tỏ sự xem thường giới thẩm quyền bằng cách từ chức ngay vào lúc đó. ■ *The firm cocked a snook at the recession by doubling its workforce.* • Công ty tỏ ra xem thường ảnh hưởng của cuộc khủng hoảng bằng cách gia tăng gấp đôi số nhân công. ■ *He was cocking a snook at politicians' lifestyles.* • Ông ta xem thường lối sống của các nhà chính trị.

cock a snook at sth → cock a snook at sb

cocked → go off at half-cocked

cocked → keep an ear out (for sth)

cockle → warm the cockles of one's heart

coffee → wake up and smell the coffee

coffin → another nail in one's coffin

coffin → nail in one's coffin

cog in the machine → cog in the wheel

cog in the wheel hoặc *cog in the machine* người làm công việc phụ thuộc trong một tổ chức hoặc hệ thống lớn, bao gồm rất nhiều công việc khác nữa ■ *I love this business, but I'm only a cog in the wheel. One guy doesn't make a staff.* • Tôi thích việc làm ăn này đấy, nhưng tôi chỉ là người phụ thuộc. Một người không thể thay cho cả nhóm.

cognizance → take cognizance of sth

coin → the other side of the coin

coin → two sides of the same coin

coin a phrase (khẩu ngữ) dùng với ý hài hước khi nói ra điều gì quá quen thuộc, thông thường đến mức buồn cười, hoặc khi thay đổi một cụm từ để tạo ra sự hài hước ■ *This country needs to change its attitude and play a more active role in bringing business here. To coin a phrase, government is fiddling while Brown County burns.* • Quốc gia này cần phải thay đổi thái độ và giữ một vai trò tích cực hơn trong việc lôi cuốn doanh nghiệp đến nơi đây. Chuyện cũ mềm rồi, chính phủ thì cứ loay hoay trong khi Brown County thì cháy bỏng. ■ *Oh well, no news is good news, to coin a phrase.* • À vâng, không có tin gì là tin tốt đẹp, người ta vẫn nói thế. ■ *Tasting is believing, to coin a phrase!* • Có nếm mới tin, cứ nói thế đi! -Thành ngữ này nguyên là *"Seeing is believing."* - "Có thấy mới tin" đã được sửa lại để tạo ra sự hài hước.

cold → be out cold

cold → blow hot and cold

cold → break out into a cold sweat (about sth)

cold → catch one's death

cold → get cold feet

cold → hard cash

cold → in cold blood

cold → in the cold light of day

cold → it'll be a cold day in hell before

cold → leave sb cold

cold → make one's blood run cold

cold → pour cold water on sth

cold comfort không có ích gì, không thiết thực, không làm giảm bớt khó khăn hay cải thiện gì cho một tình huống ■ *Knowing that there are millions of dollars available in food aid is cold comfort for people in countries that will never see the money.* • Biết được rằng có hàng triệu đô-la sẵn sàng cho việc viện trợ lương thực cũng chẳng ích gì cho người dân ở các nước chẳng bao giờ nhìn thấy được số tiền này.

cold fish (khẩu ngữ) người không để lộ tình cảm hoặc có vẻ như không thân thiện ■ *Everyone sees George as a bit of a cold fish, but he was very supportive when I was having problems at work.* • Mọi người đều xem George là người có phần nào không thân thiện, nhưng anh ta rất nhiệt tình giúp đỡ khi tôi gặp khó khăn trong công việc. ■ *I used to think of my cousin Marvin as a cold fish, but he has helped me on a number of occasions.* • Tôi vẫn thường nghĩ về người anh họ Marvin của tôi như là một kẻ lạnh lùng, nhưng anh ta đã giúp đỡ tôi trong một số trường hợp.

cold hard cash → hard cash

cold turkey từ bỏ con đường nghiện ngập một cách dứt khoát, tức thì, không cần đến các biện pháp như giảm dần theo thời gian hoặc thay thế bằng các loại thuốc nhẹ hơn... ■ *Sara's battles with emphysema convinced her to give up cigarettes cold turkey.* ● Những lần vật lộn với chứng khó thở đã thuyết phục Sara cương quyết bỏ hút thuốc ngay lập tức.

collar → be hot under the collar

collect one's thoughts → collect oneself

collect one's wits → gather one's wits

collect oneself hoặc *collect one's thoughts* 1. cố gắng kiềm chế cảm xúc, giữ bình tĩnh trong một tình huống ■ *I'm fine - I just need a minute to collect myself.* ● Tôi không sao đâu - tôi chỉ cần một phút để lấy lại bình tĩnh thôi. 2. chuẩn bị tinh thần trước khi đối phó với một sự việc gì ■ *She paused to collect her thoughts before entering the interview room.* ● Cô ấy dừng lại để chuẩn bị tinh thần trước khi bước vào phòng phỏng vấn.

collected → cool, calm, and collected

college → give sth the old college try

collision → on a collision course with

colour → do sth with flying colours

colour → local colour

colour → off colour

colour → see sb in their true colours

colour → see the colour of one's money

colour → show one's true colours

comb → go through sth with a fine-tooth comb

combine forces → join forces

come → all good things (must) come to an end

come → be off the (starting) blocks

come → be within a hair's breadth of doing sth

come → come to nothing

come → cross that bridge when one comes to it

come → easy come, easy go

come → easy to come by

come → first come, first served

come → get back to the table

come → hard to come by

come → have come a long way

come → have steam coming out of one's ears

come → have sth coming out of one's ears

come → how come

come → if worse comes to worst

come → it'll all come out in the wash

come → not come cheap

come → not know enough to come in out of the rain

come → number is up

come → that's where sb comes in

come → the chickens (have) come home to roost

come → the mountain must come to Mohammed

come → the shape of things to come

come → there's where sb comes in

come → till the cows come home

come → to come

come → what goes around comes

around

come → when it comes (right) down to it

come → when it comes to sth

come → when it comes to the crunch

come → when one's ship comes in

come → when push comes to shove

come a cropper 1. nói về người, trượt té, ngã nhào ■ *He came a cropper on the ski slopes.* • Anh ta té ngã trên những đường trượt băng. 2. thất bại hay kề cận một tai họa ■ *We nearly came a cropper in the second half of the game.* • Chúng tôi gần như thất bại trong hiệp hai của trận đấu. ■ *After a good start to the season, Chelsea came a cropper at Leeds.* • Sau một khởi đầu tốt đẹp trong mùa bóng, đội Chelsea đã thất bại trước đội Leeds.

come again dùng khi muốn đề nghị ai đó lặp lại điều đã nói vì không nghe kịp hoặc không rõ ■ *"She's an entomologist." "Come again?" "An entomologist - she studies insects."* • "Cô ấy là một nhà côn trùng học." "Anh nói sao?" "Một nhà côn trùng học - cô ấy nghiên cứu về côn trùng."

come alive 1. về một sự kiện, chủ đề, trở nên hấp dẫn, sôi động hơn trước ■ *The game came alive in the second half.* • Trận đấu trở nên hấp dẫn vào hiệp hai. ■ *New political issues suddenly came alive after the election.* • Những vấn đề chính trị mới đột nhiên trở nên sôi động sau kỳ bầu cử. ■ *The game really came alive after 25 minutes when Rogers scored.* • Trận đấu thật sự sôi động lên sau 25 phút, khi đội Rogers ghi bàn. 2. về một nơi chốn, trở nên nhộn nhịp, sôi động vì có nhiều hoạt động hơn trước đó ■ *The city really comes alive at Christmas.* • Thành phố thật sự trở nên sôi động vào dịp Giáng sinh. ■ *The city starts to come alive after dark.* • Thành phố bắt đầu nhộn nhịp hơn sau khi trời tối. ■ *The fishing villages come alive in spring.* • Làng đánh cá nhộn nhịp hẳn lên vào mùa xuân. 3. về người, trở nên linh hoạt, sinh động hơn vì cảm thấy hứng thú, lôi cuốn bởi điều gì ■ *She came alive as she talked about her job.* • Cô ấy trở nên sinh động hẳn lên khi nói về công việc của mình.

come along for the ride → **go along for the ride**

come and go 1. đến và đi, di chuyển một cách tự do ■ *They had a party next door - we heard people coming and going all night.* • Bọn họ có một bữa tiệc ở cạnh nhà - chúng tôi nghe tiếng người ta đến và đi suốt cả đêm. ■ *The woman in the flat downstairs has people coming and going at all hours.* • Người đàn bà trong căn hộ ở tầng dưới lúc nào cũng có khách đến và đi. ■ *It's hard to keep track of the children's comings and goings.* • Thật khó mà theo dõi bọn trẻ con cứ đi đi lại lại. 2. hiện diện, tồn tại trong một thời gian rồi mất đi ■ *The pain in my leg comes and goes.* • Cơn đau ở chân tôi chợt đến chợt đi. ■ *Over the centuries we have seen many civilizations come and go.* • Qua nhiều thế kỷ, chúng ta đã chứng kiến nhiều nền văn minh tồn tại rồi mất đi.

come apart at the seams hoặc *fall apart at the seams* 1.nói về một kế hoạch, tổ chức... liên tục gặp những điều trục trặc, rắc rối, đến nỗi rất có khả năng sắp thất bại ■ *The company came* apart at the seams when Johnson left. • Công ty đi vào chỗ liên tục khốn đốn sau khi Johnson ra đi. ■ *His little world fell apart at the seams.* • Thế giới nhỏ nhoi của anh ta gần như sụp đổ. 2. nói về người, quá bối rối và căng thẳng, rất khó kiềm chế cảm xúc ■ *Whenever anyone told Kris, "This is an important game," she just fell apart at the seams and couldn't concentrate.* • Mỗi khi có ai nói với Kris "Đây là một trận đấu quan trọng," cô ta liền thấy căng thẳng và không thể tập trung được nữa. ■ *She was falling apart at the seams, spending most of her time in tears.* • Cô ta hết sức bối rối và căng thẳng, gần như suốt ngày chìm trong nước mắt.

come back down to earth with a bump → **come down to earth**

come back to the table → **get back to the table**

come clean nói ra một sự thật hoặc thú nhận một điều sai trái đã làm và giải thích về nó, nhất là sau khi đã che giấu khá lâu ■ *Rogers finally came clean and told investigators where to find the bodies after months of keeping the location a secret.* • Rogers cuối cùng đã thú nhận và nói cho cảnh sát biết chỗ để tìm các thi thể, sau nhiều tháng trời giấu kín sự việc. ■ *Isn't it time the government came clean about their plans for education?* • Không phải đã đến lúc chính phủ phải thừa nhận sự thật và giải thích về những kế hoạch dành cho giáo dục hay sao? ■ *It is time that the opposition came clean about their plans.* • Đã đến lúc phe đối lập phải nói ra sự thật về những kế hoạch của họ. ■ *It was time to come clean with my mother.* • Đã đến lúc phải nói thật tất cả với mẹ tôi.

come close gần như, suýt nữa, sắp đạt đến điều gì nhưng chưa thực sự đạt đến ■ *He'd come close to death.* • Anh ta suýt chết. ■ *We didn't win but we came close.* • Chúng tôi không chiến thắng nhưng chúng tôi suýt nữa thì đã thắng. ■ *The welfare state never came close to eliminating poverty.* • Hệ thống an sinh xã hội chưa bao giờ đến gần được mục tiêu xóa bỏ sự nghèo đói. ■ *He's not as good as Amis, but he comes close.* • Anh ta không được giỏi như Amis, nhưng cũng suýt soát gần bằng. ■ *I came close to giving up several times.* • Tôi đã suýt bỏ cuộc nhiều lần.

come down hard on sb chỉ trích hoặc trừng phạt ai một cách rất nặng nề vì một điều gì đó họ đã làm ■ *I think the teacher came down too hard on him. I mean, he's only six years old.* • Tôi nghĩ là thầy giáo đã trừng phạt thằng bé quá mức nặng nề. Ý tôi muốn nói là nó mới có 6 tuổi thôi.

come down in the world hoặc *go down in the world* suy sụp, sa sút hơn so với trước đây ■ *The Jarvis family had clearly come down in the world since their grandfather built the mansion.* • Gia đình Jarvis rõ ràng đã suy sụp nhiều từ khi ông nội của họ xây dựng tòa dinh thự.

come down on sb like a ton of bricks trừng phạt ai thật nghiêm khắc, hoặc chỉ trích sự sai trái của ai một cách giận dữ ■ *I made the mistake of criticizing her son, and she came down on me like a ton of bricks.* • Tôi đã sai lầm khi chỉ trích con trai bà ấy, và bà ta đã giận dữ cho tôi một vố thật nặng nề. ■ *I made the mistake of criticzing her son, and she came down on me like a ton of bricks.* • Tôi đã sai lầm phê phán con trai bà ấy, và bà ta đã chỉ trích tôi hết sức gay gắt. ■ *They came down on him like a ton of bricks.* ● Bọn họ chỉ trích anh ta hết sức gay gắt. ■ *When the lawyer didn't follow the proper procedure, the judge came down on him like a ton of bricks.* ● Khi ông luật sư không theo đúng quy trình thích hợp, viên thẩm phán đã chỉ trích ông ta hết sức gay gắt.

come down to earth hoặc *come back down to earth with a bump* trở về với tâm trạng thực tế đời thường ■ *We had an unbelievable time in Toronto, and it took us a few weeks to come back down to earth.* ● Chúng tôi đã trải qua những giây phút rất tuyệt vời ở Toronto, và phải mất đến mấy tuần sau chúng tôi mới quay trở lại tâm trạng bình thường trong thực tế.

come down to hoặc *(it all) comes down to* hoặc *(it all) boils down to* điều quan trọng nhất, đáng kể nhất ■ *In the end, winning the championship all comes down to who's playing better on the day of the game.* ● Cuối cùng, trong việc giành lấy danh hiệu vô địch thì quan trọng nhất là ai chơi tốt hơn trong ngày thi đấu. ■ *It all boils down to whether you wish to buy a car.* ● Điều quan trọng nhất là bạn có muốn mua một chiếc xe hơi hay không. ■ *It boils down to a question of good health.* ● Điều quan trọng nhất là vấn đề sức khỏe. ■ *In the end, what it all boils down to is money, or the lack of it.* ● Cuối cùng thì điểm cốt yếu của vấn đề là tiền bạc, hay việc thiếu hụt tiền bạc. ■ *It's difficult to choose which appliance to buy, but in the end it usually boils down to cost.* ● Thật khó khăn trong việc chọn lựa loại thiết bị gia dụng nào để mua, nhưng cuối cùng thì điều cốt yếu vẫn thường là giá cả.

come down to the wire hoặc *come right down to the wire* hoặc *go right down to the wire* hoặc *get right down to the wire* nói về một kế hoạch, hoạt động, công việc... chỉ biết được kết quả vào rất gần thời điểm kết thúc ■ *The negotiations went right down to the wire, but we reached an agreement just before the dead line.* ● Những cuộc thương thảo không có kết quả cho đến gần thời điểm kết thúc, nhưng chúng tôi đạt được một thỏa ước ngay trước hạn cuối cùng.

come face to face with 1. gặp mặt ai một cách đột ngột, nhất là khi người nói không muốn gặp vì sợ sệt... ■ *I turned the corner and came face to face with a large, fierce-looking cop.* ● Tôi đi quanh chỗ góc đường và bất ngờ chạm mặt với một gã cảnh sát to lớn, bộ dạng hung tợn. ■ *The room fell silent as she came face to face with the man who had tried to kill her.* ● Căn phòng rơi vào im lặng khi cô ấy đối mặt với người đàn ông đã từng cố sức giết cô. 2. hoặc *meet face to face* hoặc *talk face to face* họp mặt, trực tiếp gặp gỡ ai ■ *It would be better if we talked face to face.* ● Nếu chúng ta trực tiếp gặp gỡ nói chuyện thì sẽ tốt hơn. ■ *When I finally came face to face with the Governor, I was unable to make him understand how serious I felt the situation was.* ● Cuối cùng khi tôi đã trực tiếp gặp được ông Thống đốc, tôi không thể làm cho ông ta hiểu được là tôi cảm thấy tình hình nghiêm trọng đến mức nào. ■ *The two have never met face to face before.* ● Hai bên chưa từng trực tiếp gặp gỡ bao giờ. ■ *I came face to face with his mother.* ● Tôi đã trực tiếp gặp mẹ anh ấy. ■ *They met face to face today for the first time.* ● Hôm nay họ trực tiếp gặp gỡ nhau lần đầu tiên. 3. rơi vào tình huống bị buộc phải chấp nhận và giải quyết một vấn đề khó chịu, không mong muốn... ■ *When people come face to face with the unpleasant aspects of the society in which they grew up, they are often distressed.* ● Khi người ta bị buộc phải đối mặt với những khía cạnh không tốt của xã hội mà họ sinh trưởng trong đó, họ thường thấy thất vọng. ■ *Her work brings her face to face with human suffering.* ● Công việc của cô ta buộc cô phải đối mặt với những đau khổ của con người. ■ *It would do you good to come face to face with reality for once.* ● Việc đối mặt với thực tại chỉ một lần này hẳn sẽ tốt cho anh. (xin đừng tránh né nữa) ■ *She was at an early age brought face to face with the horrors of war.* ● Ở độ tuổi còn non nớt cô ấy đã buộc phải đối mặt với những nỗi kinh hoàng của chiến tranh.

come fast and furious → **be fast and furious**

come first được xem là quan trọng, cần thiết hơn hết ■ *In any decision she makes, her family always comes first.* ● Trong bất cứ quyết định nào mà cô ấy đưa ra, gia đình của cô luôn được xem trọng hơn hết. ■ *My children will always come first, and they know that.* ● Các con tôi sẽ luôn luôn quan trọng hơn hết, và họ biết điều đó. ■ *Does business always come first with Luke?* ● Phải chăng với Luke thì công việc bao giờ cũng là quan trọng hơn hết?

come full circle hoặc *go full circle* hoặc *turn full circle* nói về một ý tưởng, kiểu dáng hay phong cách sống... trải qua rất nhiều thay đổi và cuối cùng trở lại giống hệt như lúc ban đầu - mèo lại hoàn mèo ■ *Roberta studied art in Tucson and then traveled all over the country. Now her career has come full circle, and she's teaching art at the University of Arizona.* ● Roberta học mỹ thuật ở Tucson và rồi đi du lịch đó đây khắp nước. Giờ thì sự nghiệp của cô đã quay lại như thuở ban đầu, và cô đang dạy mỹ thuật ở trường đại học Arizona.

come hat in hand → **go hat in hand**

come hell or high water hoặc *hell or high water* (khẩu ngữ) dùng để nhấn mạnh quyết tâm làm điều gì, bất chấp những khó khăn hay rắc rối ■ *I'm going to make him sit down and listen to me, come hell or high water.* ● Tôi sẽ buộc anh ta phải ngồi xuống và lắng nghe tôi, cho dù điều đó có khó khăn đến đâu đi nữa. ■ *I was determined to go, come hell or high water.* ● Tôi đã quyết lòng đi, cho dù có khó khăn đến đâu đi nữa. ■ *I'm determined to get to the bottom of this, come hell or high water.* ● Tôi đã quyết tìm cho được nguyên nhân việc này, cho dù khó khăn đến đâu đi nữa.

come in a body hoặc *arrive in a body* đi với một nhóm người, không chỉ đi một mình ■ *All the guests came in a body.* ● Tất cả các vị khách đều đến theo từng nhóm. ■ *Things become very busy when everyone arrives in a body.* ● Mọi việc trở nên vô cùng bận rộn khi mọi người đều kéo đến thành từng nhóm.

come in a close second → **finish a close second**

come in handy có ích, có thể dùng được, nhất là khi người nói không nghĩ như vậy ■ *Don't throw the camping stove away - it might come in handy one day.* ● Đừng có vất bỏ cái lò dã chiến ấy đi - một ngày kia nó có thể có ích đấy.

come into effect bắt đầu có hiệu lực, được áp dụng ■ *New controls come into effect next month.* ● Những biện pháp kiểm soát mới sẽ có hiệu lực vào tháng tới. ■ *The law came into effect on New Year's Day.* ● Bộ luật có hiệu lực vào ngày đầu năm mới. ■ *The new tax rates came into effect from 1st April.* ● Các mức thuế mới được áp dụng kể từ ngày 1 tháng Tư.

come into force bắt đầu được sử dụng, áp dụng ■ *When do the new regulations come into force?* ● Khi nào những quy định mới được áp dụng?

come of age 1. đến tuổi trưởng thành, đủ tuổi để có những quyền và nghĩa vụ theo quy định của pháp luật ■ *The money will go to the children when they come of age.* ● Số tiền sẽ được chuyển cho bọn trẻ khi chúng đến tuổi trưởng thành. → *under age* 2. đạt đến sự phát triển nhất định để được thừa nhận trong một lĩnh vực ■ *With this film, Australian cinema finally comes of age.* ● Với phim này, nền điện ảnh Australia cuối cùng cũng đã trưởng thành. ■ *It was the year that concern for the environment really came of age.* ● Đó là năm mà những quan ngại về môi trường đã thực sự chín muồi.

come off it (khẩu ngữ) 1. dùng khi thấy bực mình với điều ai đó đang nói vì cho là ngốc nghếch hoặc không đúng sự thật ■ *Come off it, Lynn - you're not fat.* ● Thôi đi, Lynn - bạn đâu có mập lắm. 2. dùng khi không tin lời ai và muốn bảo họ hãy nói ra sự thật ■*Come off it, Bill! I don't believe you.* ● Nói thật đi, Bill. Tôi không tin anh đâu. ■ *Come on, Jane. Come off it! That can't be true.* ● Thôi đi, Jane. Hãy nói thật đi. Điều đó không thể là sự thật.

come off the (starting) blocks → **be off the (starting) blocks**

come on board khởi sự làm việc cho một công ty, tổ chức chính trị... (thường dùng trong các lĩnh vực kinh doanh và chính trị) ■ *Linda Perez came on board as the city's new police auditor.* ● Linda Perez đã bắt đầu nhận việc làm cảnh sát viên kiểm toán mới của thành phố.

come on line (thường dùng trong lĩnh vực kinh doanh) nói về một tiến trình, máy móc... được chính thức đưa vào sử dụng ■ *As new airlines come on line, ticket prices to new destinations will stay reasonable.* ● Khi các hãng hàng không mới đi vào hoạt động, giá vé sẽ ở mức hợp lý.

come on strong nói ra một cách thô tục những điều bộc lộ sự ham muốn tình dục của mình đối với ai đó ■ *I always come on too strong with that guy and send the message that I'm desperate to get a husband.* ● Tôi lúc nào cũng thấy ham muốn anh chàng ấy và gởi lời nhắn rằng tôi rất muốn lấy chồng.

come on the heels of sth hoặc *follow on the heels of sth* cũng dùng với các tính từ như *hard, hot, close* nói về sự việc gì xảy ra không bao lâu ngay sau một sự việc khác ■*The letter bomb addressed to Dawson came on the heels of a series of attacks on civil rights workers.* ● Bom thư được gởi đến địa chỉ của Dawson ngay theo sau một loạt những vụ tấn công vào các nhân viên hoạt động cho nhân quyền. ■ *Further successes came hot on the heels of her first best-selling novel.* ● Những thành công hơn nữa đã đến ngay sau cuốn tiểu thuyết bán chạy nhất của bà ta. ■ *TV camera teams arrived hot on the heels of the police.* ● Các toán quay phim đã đến ngay sau lực lượng cảnh sát. ■ *Her remarks came hard on the heels of a statement by the President.* ● Những nhận xét của bà ta được đưa ra ngay theo sau một phát biểu của Tổng thống.

come on the scene hoặc *arrive on the scene* xuất hiện ở một khu vực, vùng cụ thể nào đó (thường dùng trong các báo cáo của cơ quan an ninh) ■ *What time did the picnickers come on the scene?* ● Những người đi dã ngoại đã đến nơi vào lúc mấy giờ? ■ *The witness arrived on the scene at about 7:13 p.m.* ● Nhân chứng đã đến hiện trường vào khoảng 7 giờ 13 phút tối.

come out of left field → **be out in left field**

come out of nowhere → **appear out of nowhere**

come out of one's shell bớt e thẹn và trở nên tự tin, mạnh dạn hơn ■ *Ken always comes out of his shell when he's had a few drinks.* ● Ken luôn trở nên mạnh dạn hơn sau khi đã uống vào một vài ly.

come out of the ark → **out of the ark**

come out of the closet hoặc *be out of the closet* 1. công khai thừa nhận mình là người đồng tính luyến ái, thay vì che giấu điều này như một bí mật ■*Mary finally came out of the closet when she was 60, after having lived a secret life for so long.* ● Mary cuối cùng đã công khai thừa nhận mình là người đồng tính luyến ái vào năm 60 tuổi, sau khi đã sống một đời sống bí mật quá

lâu. ■ *Homosexuals in public life are now coming out of the closet.* ● Những người đồng tính luyến ái trong đời sống xã hội giờ đây đã công khai thừa nhận với mọi người. 2. công khai thừa nhận với mọi người về một quan điểm, niềm tin, cảm xúc hoặc tập quán của mình, thay vì trước đây vẫn giữ kín ■*In the 60s and 70s, movie stars started to come out of the political closet and openly voice their support for one candidate or another.* ● Vào những năm thập niên 60 và 70, các ngôi sao điện ảnh bắt đầu thừa nhận quan điểm chính trị của mình, và công khai lên tiếng ủng hộ ứng cử viên này hoặc ứng cử viên khác. 3.hoặc *be brought out of the closet* được đưa ra thảo luận công khai lần đầu tiên ■ *I think it's time that this discussion was brought out of the closet, so that the public can say what it thinks.* ● Tôi cho rằng đã đến lúc đưa cuộc thảo luận này ra chỗ công khai, để công chúng có thể nói lên những gì họ suy nghĩ.

come out of the woodwork → **crawl out of the woodwork**

come out on top giành được chiến thắng hay đạt được sự thành công trong công việc đang cố gắng thực hiện ■ *In today's hectic business world, only the toughest will come out on top.* ● Trong thế giới kinh doanh nhộn nhịp ngày nay, chỉ những ai cứng rắn nhất mới đạt được thành công.

come out smelling like roses được hưởng lợi thế từ một tình huống, trong khi lẽ ra phải bị chỉ trích, phê phán, hoặc bất lợi ■ *These tax cuts do nothing to help the poor, and the only people who come out smelling like roses are the very wealthy.* ● Những khoản giảm thuế này chẳng giúp đỡ gì được cho người nghèo, và những người duy nhất được hưởng lợi không công bằng là những người rất giàu có.

come out with one's guns blazing → **with guns blazing**

come right down to the wire → **come down to the wire**

come to a bad end chết một cách đau khổ, hoặc có một đoạn cuối đời rất buồn thảm, thường là do đã làm điều gì xấu trước đó ■ *In Victorian novels, a passionate woman must always suffer and come to bad end.* ● Trong những cuốn tiểu thuyết thời Victoria, một người đàn bà đa tình bao giờ cũng phải chịu đau khổ và đi đến một kết cục buồn thảm.

come to a crossroads hoặc *be at a crossroads* thời điểm phải đưa ra một quyết định quan trọng có ảnh hưởng lâu dài về sau ■ *Black film-makers are now finding themselves at a crossroads. There is a large potential audience for their work, but they worry about having to compromise their message.* ● Các nhà làm phim da đen giờ đây tự thấy mình đã đến lúc phải đưa ra quyết định rất quan trọng. Họ có rất nhiều khán giả cho phim của mình, nhưng họ lại lo lắng về việc buộc phải nhân nhượng trong những điều muốn nói.

come to a full stop dừng lại hoàn toàn ■ *The car began to shudder and eventually came to a full stop in front of the church.* ● Chiếc xe hơi rung chuyển rồi cuối cùng dừng hẳn lại trước nhà thờ.

come to a head về một tình huống xấu, trở nên tồi tệ hơn nhiều, căng thẳng đến cực độ ■ *The violence between the two gangs came to a head with the deaths of six members in a fire-bomb attack on a house on the South Side.* ● Bạo động giữa hai băng nhóm trở nên căng thẳng cực độ với cái chết của 6 thành viên trong một vụ tấn công bằng bom vào một căn nhà ở mạn Nam. ■ *Everything came to a head last week when two of the teachers resigned.* ● Mọi việc trở nên tồi tệ hết sức vào tuần trước, khi hai trong số các giáo viên đã nghỉ việc.

come to blows đi đến chỗ xô xát, đánh nhau (giữa hai người đang nóng giận) ■ *The two actors almost came to blows on several occasions, and by the end of the filming they would not speak to each other.* ● Hai diễn viên ấy đã nhiều lần suýt đi đến chỗ ẩu đả, và đến cuối buổi quay thì họ thường không nói gì với nhau. ■ *We almost came to blows over what colour the new carpet should be.* ● Chúng tôi gần như suýt đi đến chỗ xô xát nhau về chuyện nên chọn màu nào cho tấm thảm.

come to grief 1. chấm dứt một cách hoàn toàn thất bại ■ *All his schemes for making money seem to come to grief.* ● Tất cả những kế hoạch để làm ra tiền của hắn ta đã chấm dứt hoàn toàn thất bại. 2. bị thương tổn trong một tai nạn ■ *Several pedestrians came to grief.* ● Một số người đi đường đã bị thương trong tai nạn.

come to grips with sth → **get to grips with sth**

come to heel tuân theo, chấp nhận phục tùng ■ *The President has been unable to get his senior staff members to come to heel on this issue.* ● Ông Chủ tịch đã không thể làm cho các thành viên cấp dưới của mình chịu tuân theo trong vấn đề này.

come to light trở nên rõ ràng, dễ hiểu ■ *New evidence came to light when a surprise witness testified against Matthews.* ● Bằng chứng mới được đưa ra ánh sáng khi một nhân chứng gây ngạc nhiên đưa ra lời chứng buộc tội Matthews.

come to nothing hoặc *not come to anything* hoàn toàn thất bại, không mang lại kết quả gì ■ *How sad that all his hard work should come to nothing.* ● Thật đáng buồn biết bao là tất cả những công việc khó nhọc của anh ta chẳng đưa đến kết quả gì cả. ■ *Her plans didn't come to anything.* ● Những kế hoạch của cô ta không mang lại kết quả gì.

come to one's senses hoặc *bring sb back to one's senses* nhận ra hoặc làm cho ai nhận ra điều đang làm là không hợp lý, và bắt đầu cư xử theo cách thật sự hợp lý ■ *Ryan started out as a comedian, but after two difficult years in depressing nightclubs, he came to his senses and went back to college.* ● Ryan đã khởi sự làm một diễn viên hài, nhưng sau hai năm khó khăn trong những hộp đêm ảm đạm, anh bừng tỉnh ra và quay trở lại trường đại học. ■ *Mom turned around and hit Dad one day, and I think it finally brought him to his senses.* ● Một ngày nọ mẹ quay trở lại đánh bố, và tôi nghĩ điều đó cuối cùng đã làm cho ông ấy tỉnh ngộ ra. ■ *If she threatens to leave, it should bring him to his senses.* ● Nếu cô ấy dọa bỏ đi, điều ấy theo lẽ phải làm anh ta tỉnh ra. ■ *He waited for Dora to come to her senses and return.* ● Anh ấy chờ đợi Dora tỉnh ngộ và quay về.

come to pass (cách dùng cũ) thực hiện một sự việc, để cho xảy ra theo như đã hứa, như dự tính hay mong đợi ■ *Digging a tunnel to connect San Diego's bays is a lot harder than it looks. That's why it hasn't been done and probably won't come to pass anytime soon.* ● Đào một đường hầm để nối liền các vịnh biển của San Diego là việc làm khó khăn hơn nhiều so với chỉ nhìn qua. Đó là lý do tại sao điều ấy vẫn chưa được thực hiện, và cũng sẽ không thực hiện trong bất cứ thời điểm nào gần đây.

come to terms with sth chấp nhận được một tình huống rất khó chấp nhận ■ *It will take us a long time to come to terms with the loss of our daughter.* ● Chúng tôi sẽ phải mất một thời gian dài để chấp nhận được sự mất mát đứa con gái của mình.

come to that hoặc *if it comes to that* dùng khi đưa ra một thông tin bổ sung thêm vào điều gì đã nói trước đó ■ *I don't really trust him - nor his wife, come to that.* ● Tôi thật sự không tin cậy anh ta - cũng nói thêm là kể cả vợ anh ta nữa.

come to the same thing → **amount to the same thing**

come to think about it → **come to think of it**

come to think of it hoặc *come to think about it* (khẩu ngữ) được dùng khi muốn nói thêm điều gì vừa mới chợt nhớ ra, chợt nhận ra - còn điều này nữa ■ *Come to think of it, if meeting isn't until two o'clock, so I can meet you for lunch after all.* ● À, còn điều này nữa, nếu cuộc họp không kéo dài đến 2 giờ, vậy thì cuối cùng tôi có thể gặp bạn để cùng ăn trưa.

come under fire → **be under fire**

come under one's spell → **fall under one's spell**

come under the hammer hoặc *go under the hammer* được mang ra bán đấu giá ■ *The old house is set to go under the hammer next week.* ● Căn nhà cũ được chuẩn bị mang ra bán đấu giá vào tuần tới. ■ *Forty modern Russian paintings went under the hammer at Christie's today.* ● Hôm nay bốn mươi bức tranh hiện đại của Nga đã được mang ra bán đấu giá ở Christie.

come unglued 1. rất tức tối hoặc bối rối về điều gì, thường là làm cho muốn nổi khùng lên, không kiềm chế được cảm xúc nữa ■ *I got so caughtup in the new-product craze and spent much money that my wife came a little unglued.* ● Tôi bị cuốn hút vào niềm say mê sản phẩm mới và chi ra quá nhiều tiền đến nỗi vợ tôi bực mình muốn nổi khùng lên. 2. thất bại, không xảy ra hoặc không diễn tiến đúng như mong đợi ■ *The plot, which was bad enough anyway, came completely unglued and never pulled itself together again.* ● Âm mưu ấy, dù sao cũng là rất tồi, đã hoàn toàn thất bại và chẳng bao giờ còn có thể lặp lại được nữa.

come up against a brick wall → **hit a brick wall**

come up in the world → **move up in the world**

come what may dùng khi muốn nhấn mạnh về điều gì sẽ được thực hiện bất chấp có khó khăn trở ngại nào, bất kể có điều gì xảy ra ■ *He promised to support her come what may.* ● Anh ấy đã hứa sẽ ủng hộ cô ta dù gặp phải bất cứ tình huống nào.

come with the territory hoặc *go with the territory* nói về điều gì, nhất là một điều khó khăn hoặc gây khó chịu, là một phần tất nhiên phải có trong một công việc, tình huống nào đó ■ *Since I became a mayor, people have been more interested in my private life, but I guess that goes with the territory.* ● Từ khi tôi trở thành thị trưởng, người ta đã quan tâm nhiều hơn đến đời sống riêng tư của tôi, nhưng tôi cho rằng điều đó cũng là tất nhiên thôi.

come within a hair's breadth of doing sth → **be within a hair's breadth of doing sth**

comer → **cut corners**

comeuppance → **get one's comeuppance**

comfort → **cold comfort**

comfort → **creature comforts**

comfortable as an old shoe hoặc *as comfortable as an old shoe* rất thoải mái, quen thuộc, dễ chịu ■ *This old house is fine. It's as comfortable as an old shoe.* ● Căn nhà cũ này thật tốt - hết sức thoải mái và dễ chịu. ■ *That's a great tradition - comfortable as an old shoe.* ● Đó là một truyền thống rất tuyệt vời - hết sức thoải mái và dễ chịu.

coming → **everything's coming up roses**

coming → **get what's coming to**

coming → **have another think coming**

coming → **have it coming**

coming → **have steam coming out of one's ears**

coming → **not know whether one is coming or going**

coming → that's rich (coming from sb)

coming → what is the world coming to

coming → where sb is coming from

coming out the kazoo → out the wazoo

coming out the wazoo → out the wazoo

command → at one's command

command → your wish is my command

commando → go commando

comment → no comment

commission → out of commission

common → have sth in common with

common → in common with

common ground ý tưởng hay mục đích được chia sẻ giữa hai hay nhiều người, tổ chức... giúp họ có thể dễ dàng làm việc với nhau ■ *The decision nearly split the Church apart, but we've tried very hard to find as much common ground as we can in order to prevent that.* • Quyết định đã gần như là đã làm chia tách Giáo hội, nhưng chúng tôi đã nỗ lực hết sức để tìm ra càng nhiều điểm chung càng tốt để có thể ngăn ngừa điều đó. ■ *Despite our disagreements, we have been able to find some common ground.* • Mặc dù là có những bất đồng, chúng tôi vẫn có thể tìm ra được một số điểm chung. - Chú ý: *ground* là danh từ không đếm được trong tiếng Anh nên không được dùng có *s*, tuy nhiên điều đó không có nghĩa là hiểu theo số ít.

common touch cảm xúc, nguyện vọng của những người bình dân trong xã hội ■ *Amory possesses a warmth and common touch which makes him popular with rural voters.* • Amory có được một thái độ nồng nhiệt và cảm thông khiến cho ông trở nên được ưa chuộng đối với các cử tri ở vùng quê.

commune with sb hoặc *commune with sth* chia sẻ những cảm xúc, tình cảm của mình theo cách không nói ra thành lời ■ *He spent much of his time communing with nature.* • Ông ta đã dành phần lớn thời gian của mình để giao cảm với thiên nhiên.

commune with sth → commune with sb

company → a man is known by the company he keeps

company → in company with

company → in good company

company → keep bad company

company → present company excepted

company → the company sb keeps

company → two's company

compare → beyond compare

compare → can't compare apples and oranges

compare apples and oranges hoặc *it's like comparing apples and oranges* cách so sánh không phù hợp vì hai sự việc được nói đến là hoàn toàn khác nhau - so sánh khập khiễng ■ *Saying that women basketball players are not as good as men is like comparing apples and oranges.* • Khi nói rằng các đấu thủ bóng rổ nữ chơi không hay như các đấu thủ nam thì đó là một cách so sánh rất khập khiễng.

compare notes nói về hai hay nhiều người cùng đưa ra những nhận xét, đánh giá về một vấn đề ■ *We saw the play separately and compared notes afterwards.* ● Chúng tôi đi xem vở kịch một cách riêng rẽ và sau đó mỗi người đưa ra nhận xét của mình.

comparison → by comparison

comparison → no comparison

compete head to head → go head to head (with sb)

compliment → pay sb a left-handed compliment

concentrate on sth tập trung vào, dành nhiều thời gian và sự chú ý hơn vào điều gì ■ *In this lecture I shall concentrate on the early years of Charles's reign* ● Trong bài giảng này, tôi sẽ tập trung vào những năm đầu của triều đại Charles. ■ *She gave up German in order to concentrate on her French.* ● Cô ấy từ bỏ tiếng Đức để tập trung vào tiếng Pháp. ■ *Stop talking and concentrate on your work.* ● Hãy ngừng nói chuyện và tập trung vào công việc của anh đi.

concerned → far as I am concerned

concerned → far as sth is concerned

conclusion → foregone conclusion

concrete jungle một quần thể các tòa nhà được xây dựng một cách không hài hòa, gây khó chịu ■ *Why did they have to build more apartments along the river? They're turning it into a concrete jungle!* ● Tại sao họ lại phải xây thêm nhiều căn hộ dọc theo bờ sông chứ? Họ đang biến khu này thành một khu rừng bê-tông xấu xí.

condition → in mint condition

condition → on no condition

condition → the time is ripe (for)

confidence → in one's confidence

confidence → take sb into one's confidence

conflict of interest tình huống mà hai sự việc không thể nào nhận được sự quan tâm hoặc phát triển đồng đều như nhau ■ *There was a conflict of interest between his business dealings and his political activities.* ● Có một sự mâu thuẫn giữa công việc kinh doanh với những hoạt động chính trị của ông ta.

conformity → in conformity with sth

conjunction → in conjunction with

connection → in connection with

conscience → in conscience

conscience → on one's conscience

consequence → in consequence (of sth)

considerable → go to great lengths to do sth

consideration → in consideration of sth

consideration → take sth into consideration

conspicuous by one's absence vắng mặt ở nơi nào vào thời điểm mà lẽ ra cần phải có mặt ■ *When it came to cleaning up afterwards, Anne was conspicuous by her absence.* ● Khi cần phải dọn dẹp sau đó, Anne được nhận ra là đã vắng mặt.

conspiracy of silence sự thỏa thuận bỏ qua không đề cập đến điều gì, hoặc đồng ý giữ kín những thông tin quan trọng mà lẽ ra phải được công bố ■ *The* government was charged with a conspriracy of silence when it refused to release details about the deadly new virus. • Chính phủ đã bị buộc tội là có thỏa thuận che giấu thông tin khi họ từ chối việc tiết lộ những chi tiết về loại virus mới gây chết người.

construction → under construction

contemplate one's navel hoặc *gaze at one's navel* hoặc *stare at one's navel* dành quá nhiều thời gian cho những vấn đề riêng của mình, thay vì quan tâm đến những điều quan trọng hơn ■ *Having spent so much time gazing at our national navel, it is now time to raise our heads and consider our position in the world.* • Sau khi đã dành quá nhiều thời gian để tập trung vào các đề riêng của quốc gia, giờ đã đến lúc chúng ta ngẩng đầu lên và xem xét đến vị trí của mình trên trường quốc tế.

contemplation → in contemplation

contempt → familiarity breeds contempt

content → to one's heart's content

contention → bone of contention

contention → in contention for sth

contradiction → without fear of contradiction

contradiction in terms một phát biểu, cụm từ... bao gồm 2 ý mâu thuẫn nhau, không nhất quán ■ *A "nomad settlement" is a contradiction in terms.* • "Nơi định cư của dân du mục" là một cách nói mâu thuẫn. ■ *"Fair taxes", a contradiction in terms if ever there was one.* • "Các khoản thuế công bằng", nếu đã từng có một cụm từ như thế thì đó là một cách nói mâu thuẫn

(người nói hàm ý chẳng bao giờ thấy được sự công bằng trong các khoản thuế) ■ *I've always believed that "a poor millionaire" was a contradiction in terms.* • Tôi luôn tin rằng cách nói "một triệu phú nghèo" là hàm ý mâu thuẫn.

contradistinction → in contradistinction to

contrary → on the contrary

contrary → quite the contrary

contrary → to the contrary

control → be in control

control → be out of control

control → be under control

control → bring sth under control

control sb with an iron fist → rule sb with an iron fist

control the purse strings → hold the purse strings

convenience → at one's convenience

convenience → at one's earliest convenience

conversation piece điều kỳ lạ hoặc bất thường có thể trở thành đề tài cho mọi người bàn tán, nói đến ■ *Sally says her new ring with a watch in it is a great conversation piece.* • Sally nói rằng chiếc nhẫn mới có gắn đồng hồ của cô sẽ là một đề tài tuyệt vời để bàn tán.

converted → preaching to the converted

conviction → courage of one's convictions

convoy → in convoy

cook → too many cooks

cook one's goose đẩy ai vào chỗ khó khăn hoặc ngăn trở sự thành công của họ ■ *When he broke his promise not to raise taxes, his political goose was cooked.* • Khi ông ấy không giữ được lời hứa không tăng thuế của mình, sự nghiệp chính trị của ông đã gặp khó khăn.

cook the books sửa đổi một cách không trung thực các báo cáo tài chính, các số liệu, nhằm để rút trộm tiền bạc, hoặc để làm cho tình trạng tài chính của một tổ chức có vẻ như tốt hơn so với thực tế ■ *Anderson was accused of cooking the software company's books in order to avoid paying taxes.* • Anderson bị buộc tội đã gian lận sổ sách của công ty phần mềm để trốn thuế. ■ *His accountant had been cooking the books for years.* • Người kế toán của ông ta đã gian lận sổ sách trong nhiều năm.

cookie → catch sb with one's hand in the cookie jar

cookie → that's the way the cookie crumbles

cookie → toss one's cookies

cookie → tough cookie

cooking → what's cooking

cool → keep a cool head

cool → keep one's cool

cool → lose one's cool

cool → play it cool

cool as a cucumber hoặc *as cool as a cucumber* rất bình tĩnh, thản nhiên trong một tình huống mà lẽ ra rất dễ căng thẳng, hốt hoảng hoặc bối rối ■ *Ted looked as cool as a cucumber, even when the judge told him he was sentenced to life in prison.* • Ted vẫn thản nhiên như không, ngay cả khi quan tòa bảo rằng anh ta bị kết án tù chung thân.

■ *Although the woman's son was trapped under the car, she was cool as a cucumber when she called for help.* • Mặc dù đứa con trai của bà bị kẹt bên dưới chiếc xe hơi, người phụ nữ vẫn hết sức bình tĩnh khi kêu cứu.

cool beans (thông tục) tốt lắm, khá lắm - dùng để bày tỏ sự hài lòng ■ *"Todd says he'll take us in his car." "Cool beans."* • Todd nói là anh ta sẽ lái xe đến đón chúng ta." "Tốt lắm."

cool customer người lúc nào cũng bình tĩnh và tự tin, nhưng không có vẻ thân thiện lắm ■ *He's one cool customer - he had the guts to ask for a 25 percent raise.* • Anh ta là một người lạnh lùng nhưng gan dạ - anh ta đã dám đề nghị mức tăng lương 25 phần trăm.

cool it (khẩu ngữ) dùng khi muốn bảo ai hãy bình tĩnh, đừng quá tức giận hoặc khích động ■ *Hey! Cool it! Don't get so excited!* • Này, hãy bình tĩnh, đừng quá khích động.

cool one's heels hoặc *kick one's heels* buộc phải chờ đợi mất thời gian mà không có việc gì để làm, nhất là khi cảm thấy bực bội ■ *The lawyers went off to discuss things, leaving me to cool my heels in the waiting room.* • Các vị luật sư ra ngoài để thảo luận, bỏ tôi lại ngồi chờ chẳng biết làm gì trong phòng đợi. ■ *They were forced to kick their heels for nearly a quarter of an hour.* • Bọn họ bị buộc phải chờ đợi trong gần 15 phút. ■ *We were kicking our heels, waiting for some customers.* • Chúng tôi bị buộc phải chờ đợi một số khách hàng.

cool, calm, and collected không bị căng thẳng, hồi hộp, hoặc không dễ dàng bối rối hay hoảng hốt - rất bình

cool-headed

tỉnh ■ *Madsen said that the captain was in control of the ship during the accident and was cool, calm, and collected, as a captain should be.* ● Madsen kể rằng viên thuyền trưởng đã kiểm soát con tàu trong suốt thời gian xảy ra tai nạn, và hoàn toàn bình tĩnh đúng như vai trò của một thuyền trưởng.

cool-headed giữ được bình tĩnh trong tình huống khó khăn ■ *He reached a cool-headed assessment of the situation.* ● Ông ta đã có sự đánh giá tỉnh táo về tình hình. ■ *Even the most cool-headed individuals can be thrown into a mild panic at the prospect of organizing a wedding.* ● Ngay cả những người có đầu óc bình tĩnh nhất cũng có thể bị đẩy vào chỗ rối loạn phần nào trước viễn ảnh sẽ tổ chức một đám cưới.

coon → in a coon's age

coop → fly the coop

cop → not much cop

cop a feel sờ mó thân hình ai theo cách gợi dục ■ *I'd only been talking to the guy for about 15 minutes, and he was trying to cop a feel!* ● Tôi chỉ mới nói chuyện với gã ấy chừng 15 phút, và hắn đã cố mon men sờ mó tôi rồi.

copy → carbon copy

copy cat hoặc *copycat* 1. hành vi phạm tội, hoặc sử dụng bạo lực, được thực hiện nhằm mục đích bắt chước theo một vụ phạm tội hay sử dụng bạo lực rất nổi tiếng vừa xảy ra trong thời gian vừa qua ■ *Police are not releasing many details about the murder in order to prevent any copycat killings.* ● Cảnh sát không tiết lộ nhiều chi tiết về vụ giết người, nhằm tránh những vụ bắt chước tương tự. 2. (khẩu ngữ - được dùng bởi trẻ con) bày tỏ sự bực mình vì thấy người khác cố làm điều gì đó giống hệt như mình ■ *"I drew a boat." "Copy cat, so did I!"* ● "Tao vẽ cái thuyền." "Mày bắt chước rồi, tao đã vẽ trước!"

copycat → copy cat

cord → cut the cord

core → to the core

cork → put a sock in it

corn → the seed corn of sth

corner → around the corner

corner → back sb into a corner

corner → cut corners

corner → cut the corner

corner → from the four corners of the earth

corner → get a corner on the market

corner → turn the corner

corner the market (on) kiểm soát được hoàn toàn nguồn cung cấp một loại hàng hóa nào đó, hoặc là nguồn cung ứng dịch vụ duy nhất, vì thế người ta không thể mua loại hàng hóa ấy, hoặc sử dụng dịch vụ ấy ở bất kỳ nơi nào khác - độc quyền phân phối ■ *The mega-farms who can afford to produce at a loss can outlive the family farms and corner the market.* ● Những nông trại lớn có thể sản xuất với chi phí thua lỗ và tồn tại lâu hơn các nông trại gia đình và độc chiếm thị trường.

corridor → the corridors of power

cost → at all cost(s)

cost → at cost

cost → count the cost

cost → know sth to one's cost

cost a pretty penny (cách dùng cũ) rất đắt tiền, phải tốn kém rất nhiều tiền ■ *These days, original Coke bottles cost a pretty penny.* ● Ngày nay, những vỏ chai Coca đầu tiên rất đắt.

cost sb dear gây đau khổ, làm cho ai phải chịu đựng rất nhiều ■ *That one mistake has cost him dear over the years.* ● Một lỗi lầm ấy đã làm cho anh ta phải đau khổ trong nhiều năm qua.

cost the earth hoặc *charge the earth* hoặc *pay the earth* nói về giá cả một món đồ, một dịch vụ... là quá đắt ■ *I'd love that dress, but it costs the earth.* ● Tôi thích chiếc áo dài đó, nhưng nó quá đắt. ■ *If you want a house in London, you'll have to pay the earth for it.* ● Nếu anh muốn một căn nhà ở London, anh sẽ phải chi trả rất nhiều tiền.

couch potato người bỏ phí nhiều thời gian không làm điều gì đáng kể (thường là ngồi xem ti-vi suốt) ■ *After dropping out of school, I was a complete couch potato - I didn't even feel like walking to the store.* ● Sau khi rời bỏ trường học, tôi trở thành một kẻ hoàn toàn ăn không ngồi rồi. Thậm chí tôi không buồn đi đến cửa hiệu.

could → you could hear a pin drop

could be forgiven for doing sth hoặc *might be forgiven for doing sth* nói về điều gì sai lầm nhưng rất dễ hiểu và cảm thông được ■ *Looking at the crowds out shopping, you could be forgiven for thinking that everyone has plenty of money.* ● Nhìn vào những đám đông đi mua sắm, bạn có thể dễ dàng hiểu được và cảm thông cho ý tưởng sai lầm là tất cả mọi người đều có rất nhiều tiền. ■ *Voters could be forgiven for thinking that the major parties have no policies at all for the environment.* ● Cử tri có thể dễ dàng được cảm thông về ý tưởng là các đảng phái lớn chẳng có chính sách nào cho môi trường cả. (Thực tế hoàn toàn có vẻ là như thế.)

could choke a horse dùng để nói đến vật gì rất lớn hoặc lớn hơn mức bình thường ■*Half an hour later, Mike ate a plate of lasagne that could choke a horse.* ● Nửa giờ sau đó, Mike ăn hết một đĩa mì Ý to tướng. ■ *I can't eat this! It's awful! It could choke a horse.* ● Tôi không thể ăn món này! Thật ghê quá! Nó to khủng khiếp.

could do with sth → can do with sth

could do without sth → can do without sth

could hack it → can hack it

could hack sth → can hack it

couldn't care less (khẩu ngữ) dùng để bày tỏ một cách bực tức rằng người nói không quan tâm đến người hay sự việc nào vì cho là không có gì quan trọng hoặc không đáng để quan tâm đến ■ *Quite honestly, I couldn't care less what they do.* ● Thành thật mà nói, tôi không quan tâm chút nào đến những gì họ làm. ■ *I couldn't care less how you do it - just do it.* ● Tôi không quan tâm đến việc anh làm chuyện đó như thế nào - cứ việc làm thôi.

couldn't do sth to save one's life → can't do sth to save one's life

couldn't for the life of me → can't for the life of me

counsel → keep one's own counsel

count → at the last count

count → be out for the count

count → down for the count

count → keep count of sth

count → lost count (of sth)

count on one hand hoặc *count on the fingers of one hand* (khẩu ngữ) dùng để nói về một số lượng nào đó là rất ít, có phần hiếm hoi ■ *She could count on the fingers of one hand the people she actually enjoyed being with.* • Những người mà cô ấy thật sự thấy thích thú khi giao tiếp chỉ đếm được trên đầu ngón tay thôi.

count on the fingers of one hand → count on one hand

count one's blessings trong tình huống xấu vẫn còn có những điểm tốt, và nên hài lòng là chưa đến nỗi hoàn toàn tệ hại ■ *If you're feeling stress, take a look at the things that don't stress you out and count your blessings.* • Nếu bạn cảm thấy căng thẳng, hãy nhìn vào những gì không gây căng thẳng và thấy hài lòng hơn với hoàn cảnh.

count one's chickens (before they're hatched) (thường dùng ở dạng phủ định) tin chắc về những gì còn đang hy vọng, chắc chắn một sự việc khi vẫn còn chưa xảy ra - đếm gà trong trứng ■ *"We can buy a new car if I get the raise." "Don't count your chickens."* • "Chúng ta có thể mua một chiếc xe hơi mới nếu tôi được tăng lương." "Đừng đếm gà trong trứng như thế."

count the cost nhận biết được những kết quả, ảnh hưởng xấu của một lỗi lầm hay một tai họa ■ *The city is now counting the cost of its failure to provide adequate flood protection.* • Thành phố giờ đây nhận ra được ảnh hưởng tồi tệ của việc không thực hiện những biện pháp phòng chống lũ lụt thỏa đáng. ■ *The whole village is counting the cost of the bombing today.* • Cả làng đều nhận ra được những thiệt hại của vụ đánh bom hôm nay.

counted → stand up and be counted

counter → over the counter

counter → under the counter

counter → under-the-counter

counting → who's counting

country → another country heard from

country cousin người quê mùa, ít học, nhất là vì sống ở miền quê hay tỉnh lẻ ■ *She was wearing a long black dress and looking extremely elegant, and there was I, feeling like a country cousin.* • Cô ấy mặc một chiếc áo dài đen trông hết sức trang nhã, và tôi đứng đó tự thấy mình như một gã quê mùa.

couple → in two shakes (of a lamb's tail)

courage → Dutch courage

courage → take one's courage in both hands

courage of one's convictions sự gan dạ, dũng cảm đủ để nói lên hoặc thực hiện những gì mình cho là đúng, bất chấp những kẻ khác có thể không tán đồng ■ *Jackson praised the President for her belief in the country's ability to succeed. "She had the courage of her convictions," he said.* • Jackson đã ca ngợi bà Tổng thống về niềm tin của bà vào khả năng thành công của đất nước. Ông nói: "Bà ấy đã dũng cảm nêu lên quan điểm của mình."

course → as a matter of course

course → be on course

course → in course of sth

course → in due course

course → in the course of sth

course → in the course of time

course → let nature take its course

course → of course

course → on a collision course with

course → on course for sth

course → over the course of time

course → par for the course

course → present company excepted

course → run its course

course → stay the course

course → steer a middle course

court → be laughed out of court

court → full-court press

court → have your day in court

court → hold court

court → pay court to sb

court → put the ball in one's court

court → rule sth out of court

court → the ball is in one's court

courtesy → courtesy of sb

courtesy → do sb the courtesy of doing sth

courtesy → have the courtesy to do sth

courtesy of sb hoặc *by courtesy of sb* thực hiện điều gì với sự cho phép chính thức của ai, như là một đặc ân ■ *The pictures have been reproduced by courtesy of the British Museum.* ● Những bức tranh đã được tái tạo với sự cho phép chính thức của Bảo tàng viện Anh quốc. 2. được đưa ra như một phần thưởng, hoặc được cung cấp miễn phí bởi người hay tổ chức nào đó ■ *They won a weekend in Rome, courtesy of Fiat.* ● Họ đã giành được một kỳ nghỉ cuối tuần ở Rome, do hãng Fiat tài trợ. ■ *First prize is two tickets to Australia, courtesy of Quantas Airlines.* ● Giải nhất là hai vé đi Australia, do hãng hàng không Quantas Airlines cung cấp. 3. là kết quả của một sự việc hay tình huống cụ thể nào đó ■ *Viewers can see the stadium from the air, courtesy of a camera fastened to the plane.* ● Những người xem có thể nhìn thấy sân vận động từ trên không, nhờ vào một máy thu hình gắn trên máy bay. ■ *Liverpool won the game courtesy of a fantastic shot by Locke.* ● Liverpool thắng trận đấu nhờ vào một cú sút ngoạn mục của Locke.

cousin → country cousin

cover → blow one's cover

cover → break cover

cover → judge a book by its cover

cover → under (the) cover of sth

cover → under cover

cover → under separate cover

cover a lot of ground hoặc *cover plenty of ground* hoặc *cover lots of ground* thảo luận hay đề cập đến nhiều phần khác nhau của một tình huống hay chủ đề ■ *The institute covers a lot of ground in its research, including insect biology, ecology, and animal behavior.* • Học viện đã đưa vào nhiều vấn đề trong cuộc nghiên cứu của họ, như côn trùng học, sinh thái học và cách sống của loài vật. ■ *Ritz covered plenty of ground during his speech, but I kept thinking that there was so much more to be said.* • Ritz đã đề cập đến rất nhiều vấn đề trong bài diễn văn của anh ta, nhưng tôi vẫn nghĩ là còn nhiều điều nữa để nói đến. - Thành ngữ này đôi khi cũng được biến đổi cho phù hợp với tình huống đang nói đến ■ *Kolnikov's movie is boring at the start and then tries to cover too much ground in too little time.* • Bộ phim của Kolnikov ban đầu thật nhàm chán, và sau đó thì cố đề cập đến quá nhiều vấn đề trong một thời gian quá hạn chế. → *go over the same ground*

cover a multitude of sins hoặc *hide a multitude of sins* tên gọi thường làm cho sự việc có vẻ như tốt đẹp hơn thực chất, hoặc điều gì đó có thể dùng để che giấu những khuyết điểm của người hay sự vật ■*LaFleur's new fall clothing line is perfect for those people trying to hide a multitude of sins.* • Loạt quần áo mùa thu mới của LaFleur thật hoàn hảo cho những ai muốn che giấu khuyết điểm. ■ *She was dressed in loose comfortable clothes that hid a multitude of sins.* • Bà ta mặc quần áo rộng thoải mái để che giấu những khuyết điểm.

cover all the bases chuẩn bị hoặc tiến hành xử lý tình huống một cách toàn diện ■ *We have twenty detectives working on this case - we want to make sure we cover all the bases.* • Chúng tôi có 20 thám tử cùng tham gia trong vụ này. Chúng tôi muốn đảm bảo là vấn đề sẽ được xử lý một cách toàn diện.

cover lots of ground → **cover a lot of ground**

cover one's ass hoặc *cover one's butt* hoặc *cover one's back* (thông tục) làm điều gì đó, có thể là gian dối, nhằm mục đích rào đón, ngăn ngừa sự chỉ trích về sau nếu có sai sót xảy ra. ■ *I knew I'd get blamed if things went wrong, so I tried to cover my ass by lying.* • Tôi biết là sẽ bị khiển trách nếu mọi việc có gì trục trặc, vì vậy tôi đã cố ngăn ngừa trước bằng cách nói dối. ■ *The business culture today tells us never to take chances, always cover your back, and always put it in writing.* • Lề lối kinh doanh ngày nay dạy cho chúng ta rằng đừng bao giờ mạo hiểm, luôn luôn có sự ngăn ngừa trước, và luôn luôn thể hiện mọi thứ bằng văn bản.

cover one's back → **cover one's ass**

cover one's butt → **cover one's ass**

cover one's tracks che giấu điều gì đã làm, thường là sai trái hoặc phạm pháp, để không ai biết được ■ *The renters replaced carpeting, rerouted electricity and repainted the apartment in order to cover their tracks.* • Những người thuê đã thay thảm nền, mắc lại đường dây điện và sơn phết lại căn hộ để che giấu những sai trái của họ. ■ *He had attempted to cover his tracks by making her death appear like suicide.* • Ông ta đã cố che giấu tội lỗi của mình bằng cách làm cho cái chết của bà ấy giống như một vụ tự sát. ■ *Whoever had taken the money had covered their tracks pretty well.* • Người nào đó lấy số tiền đã che giấu việc làm của họ rất khéo léo. (làm cho không ai có thể tìm biết được.)

cover plenty of ground → **cover a lot of ground**

cover the same ground → **go over the same ground**

cow → **cash cow**

cow → **cash-cow**

cow → **have a cow**

cow → **sacred cow**

cow → **till the cows come home**

crack → **all it's cracked up to be**

crack → **at the crack of dawn**

crack → **fair crack of the whip**

crack → **fall through the cracks**

crack → **get cracking**

crack → **have a crack at sth**

crack → **hit the books**

crack → **tough nut to crack**

crack the books → **hit the books**

crack the whip (thường dùng trong lĩnh vực kinh doanh) ép buộc người dưới quyền mình phải làm việc hết sức cực nhọc ■ *He has been urging Winter to crack the whip, arguing that the company needs a good shake-up in order to survive.* • Ông ta thúc giục Winter hãy ép sức các nhân viên dưới quyền, lập luận rằng công ty cần có một sự chuyển biến mạnh để có thể tồn tại.

cradle → **from the cradle to the grave**

cradle → **robbing the cradle**

cradle robber người kết hôn hoặc có quan hệ tình cảm với người quá nhỏ tuổi hơn mình - già chơi trống bỏi ■ *At the dance, they called Lee Ann a cradle robber.* • Ở buổi khiêu vũ, họ gọi Lee Ann là lão già chơi trống bỏi.

cradle-to-grave trọn đời ■ *The European idea of the cradle-to-grave welfare state seems alien to Americans, brought up in an atmosphere of individual initiative.* • Ý tưởng của châu Âu về một tình trạng chăm sóc an sinh trọn đời dường như là rất xa lạ với người Mỹ, những người được nuôi lớn trong một môi trường đầy ý tưởng cá nhân.

cramp one's style hạn chế sự tự do của ai, ngăn cản không cho ai làm theo ý muốn, hoặc làm cho ai khó chịu với sự hiện diện của mình khi người ấy không muốn ■ *If you want to be alone with Julie, just let me know - I don't want to cramp your style.* • Nếu anh muốn được một mình với Julie, chỉ cần cho tôi biết - tôi không muốn làm kỳ đà cản mũi anh đâu. ■ *She didn't want me to go with her to the party in case I cramped her style.* • Cô ấy không muốn tôi cùng đi đến bữa tiệc vì sợ rằng tôi cản trở cô.

crap → **cut the crap**

crap → **don't pull that crap**

crap → **full of crap**

crash and burn hoàn toàn thất bại ■ *Her movie career crashed and burned in the 1970s, but she came back in the early nineties with "Stepping Out".* • Sự nghiệp phim ảnh của cô ta đã sụp đổ hoàn toàn trong thập kỷ 70 của thế kỷ 20, nhưng cô ấy đã trở lại vào đầu thập kỷ 90 với bộ phim "Stepping Out".

craw → **stick in one's throat**

crawl → **make one's flesh creep**

crawl → **make one's skin crawl**

crawl out of the woodwork hoặc *come out of the woodwork* nói về một số rất đông người xuất hiện hoặc từ đâu kéo đến một cách bất ngờ ■ *Whenever a major player injured, so-called "experts" start coming out of the woodwork to discuss the situation.* ● Bất cứ khi nào có một cầu thủ chính bị chấn thương, những người được gọi là "chuyên gia" liền bắt đầu xuất hiện ồ ạt để bàn tán về tình huống. ■ *When he won the lottery, all sorts of distant relatives came out of the woodwork.* ● Khi ông ta trúng số độc đắc, tất cả đủ loại bà con xa liền ồ ạt kéo đến.

crazy → **do sth like crazy**

crazy → **drive sb crazy**

crazy about sb hoặc *crazy about sth* say mê hoặc hết sức quan tâm đến ai, điều gì... ■ *When I was 15, I was crazy about a boy in my class named Tom McMillan.* ● Khi tôi mới 15 tuổi, tôi đã say mê một cậu trai trong lớp học tên là Tom McMillan. ■ *I like the way this suit fits, but I'm not crazy about the colour.* ● Tôi thích sự vừa vặn của bộ đồ này, nhưng về màu sắc tôi không thích lắm.

crazy about sth → **crazy about sb**

crazy as a loon hoặc *as crazy as a loon* (thông tục) quá ngu ngốc hoặc hoàn toàn mất trí ■ *If you think you can get away with that, you're as crazy as a loon.* ● Nếu mày nghĩ là có thể thoát được điều đó, mày thật quá ngu ngốc. ■ *Poor old John is crazy as a loon.* ● Ông cụ John tội nghiệp đã hoàn toàn mất trí.

crazy like a fox làm ra vẻ như người mất trí nhưng thật ra là rất khôn ngoan ■ *Gigante's lawyers said he was mentally unfit for trial, but the FBI said he was crazy like a fox. We'll never know.* ● Các luật sư của Gigante nói rằng ông ta bị bệnh tâm thần không thể đưa ra truy tố, nhưng cơ quan điều tra liên bang FBI thì nói rằng hắn khôn ngoan như cáo. Chúng ta chẳng bao giờ biết được sự thật.

creaking → **be bursting at the seams**

cream → **like the cat that ate the canary**

cream → **the cream of the crop**

cream of the crop tốt nhất so với đồng loại ■ *School districts cannot just choose the cream of the crop and ignore students with special needs.* ● Các hội đồng giáo dục địa phương không thể chỉ chọn những học sinh giỏi nhất mà bỏ qua các học sinh có nhu cầu đặc biệt. ■ *This particular car is the cream of the crop.* ● Chiếc xe hơi đặc biệt này là tốt nhất. ■ *The kids are very bright. They are the cream of the crop.* ● Bọn trẻ rất thông minh. Chúng là những đứa xuất sắc nhất.

create → **make strange bedfellows**

create a stir → **cause a stir**

create strange bedfellows → **make strange bedfellows**

creature comforts tất cả những thứ giúp cho cuộc sống được thoải mái hơn, chẳng hạn như thức ăn ngon, một căn nhà ấm áp, những thiết bị hiện đại... - tiện nghi đời sống ■ *The hotel is perfect for people who want good service and all the creature comforts, and are willing to pay for them.* ● Khách sạn này là hoàn hảo đối với những ai thích được phục vụ tốt với đầy đủ các thứ tiện nghi đời sống, và vui lòng chi trả cho những điều đó.

creature of habit người làm việc gì

đó hoàn toàn theo thói quen, nghĩa là bao giờ cũng theo một cách như nhau, hoặc vào một thời điểm như nhau ■ *When it comes to clothes, men are creatures of habit.* • Nói đến vấn đề trang phục, đàn ông lúc nào cũng là những người hoàn toàn theo thói quen.

credit → do sb credit

credit → give credit where credit is due

credit → give sb credit

credit → have sth to one's credit

credit → on the credit side

credit → to one's credit

creek → God willing and the creek don't rise

creek → up the creek

creep → give sb the creeps

creep → make one's flesh creep

crest → ride (on) the crest of a wave

cricket → not cricket

crime → fashion crime

crime → partner in crime

crme → the crme de la crme

crock → what a crock

crocodile → shed crocodile tears

Croesus → rich as Croesus

crook → by hook or by crook

crop → the cream of the crop

cropper → come a cropper

cross → at cross purposes

cross → at cross-purposes

cross → dot the i's and cross the t's

cross → heavy cross to bear

cross my heart (and hope to die) (khẩu ngữ) đoan chắc rằng những gì mình đang nói là đúng sự thật, là thật lòng ■ *Please, please tell me... I cross my heart that I won't tell anyone!* • Xin làm ơn, làm ơn nói cho tôi biết... Tôi thề thật lòng là sẽ không nói với bất cứ ai! ■ *I saw him do it - cross my heart.* • Tôi đã thấy anh ta làm điều đó - tôi thề là đúng vậy. ■ *I won't tell - cross my heart!* • Tôi không có nói - tôi thề là thật đấy.

cross one's fingers hoặc *keep one's fingers crossed* (khẩu ngữ) cầu mong, hy vọng rằng điều tốt đẹp sẽ đến trong một tình huống đã có thể là tồi tệ ■ *We're hoping, and I'm crossing my fingers here, that we'll get about 5,000 people out to the Fun Day on Saturday.* • Chúng ta hy vọng, và tôi cầu mong điều này xảy ra, là chúng ta sẽ vận động được 5.000 người đến tham gia ngày Fun Day vào thứ Bảy. ■ *I'm crossing my fingers that my proposal will be accepted.* • Tôi mong sao đề nghị của tôi sẽ được chấp nhận. ■ *"I'm going to see if the car starts." "Keep your fingers crossed!"* • "Tôi sẽ xem thử xe hơi có khởi động được không." "Hãy cứ hy vọng đi." - Thành ngữ này xuất phát từ thói quen của người Anh đặt hai ngón tay tréo nhau để cầu mong sự may mắn.

cross one's mind nói về một ý tưởng, suy nghĩ bất chợt nảy ra trong đầu một cách đột ngột, nhanh chóng ■ *As we stood there in the freezing cold, about to jump into the ocean, it did cross my mind that we were all crazy.* • Khi chúng tôi đứng đó trong giá lạnh, sắp sửa nhảy xuống biển, một ý nghĩ chợt nảy ra trong trí tôi rằng tất cả chúng tôi đều điên rồ. ■ *Even though I hated college, it never crossed my mind that I could quit at* *any time.* • Mặc dù tôi ghét trường cao đẳng, nhưng chưa bao giờ trong trí tôi nảy ra ý tưởng là tôi có thể bỏ học vào bất cứ lúc nào. ▪ *It never crossed my mind that she might lose.* • Chưa bao giờ trong trí tôi nảy ra ý nghĩ là cô ấy có thể thua. (- nghĩa là, tôi hoàn toàn tin cô ấy sẽ thắng.)

cross one's path hoặc *one's paths cross* gặp nhau một cách tình cờ, không có sự tính toán trước ▪ *I hope I never cross her path again.* • Tôi hy vọng là tôi sẽ không bao giờ tình cờ gặp lại cô ấy nữa. ▪ *Our paths were to cross again many years later.* • Chúng tôi đã tình cờ gặp lại nhau nhiều năm sau đó. ▪ *Their paths were to cross several times in the years ahead.* • Bọn họ đã tình cờ gặp lại nhau nhiều lần trong những năm tiếp theo đó.

cross swords (with) tranh cãi hay đánh nhau với ai ▪ *It isn't the first time he and Dan have crossed swords over these teaching methods.* • Không phải lần đầu tiên anh ấy và Dan tranh cãi nhau về những phương pháp giảng dạy này.

cross that bridge when one comes to it (khẩu ngữ) dùng khi người nói cho rằng hãy đợi sự việc nào đó xảy ra rồi sẽ tìm cách đối phó, thay vì lo lắng vào lúc này - đợi đến lúc đó hẳn hay ▪ *When Weiss was asked how they were going to finance the project next July, she responded, "We'll cross that bridge when we come to it."* • Khi Weiss được hỏi là bọn họ sẽ làm sao để tài trợ cho dự án vào tháng Bảy tới, cô trả lời rằng: "Đợi đến lúc ấy hẳn hay."

cross the line hoặc *step over the line* cư xử theo cung cách bắt đầu vượt qua một giới hạn khiến cho người khác phải xem đó là xúc phạm, mất đạo đức, nguy hiểm hay cực đoan, mặc dù có thể là chỉ khác biệt rất ít với cung cách trước đó ▪ *Hayward said the newspaper had crossed the line of decency by reporting on his sex life.* • Hayward nói rằng tờ báo ấy đã vượt qua giới hạn của những chuẩn mực đạo đức chung khi tường thuật về đời sống tình dục của ông ta. ▪ *Michelle thought that Charles was a great movie director, but when he asked her to perform nude, she thought he had crossed the line.* • Michelle nghĩ rằng Charles là một đạo diễn phim rất tuyệt, nhưng khi ông ta đề nghị cô trình diễn thoát y, cô nghĩ là ông đã vượt quá giới hạn cho phép.

crossed → **have one's wires crossed**

crossfire → **get caught in the crossfire**

crossroads → **come to a crossroads**

crow → **as the crow flies**

crow → **eat crow**

crowd → **follow the crowd**

crowd → **stand out in a crowd**

crowd → **two's company**

crown → **the jewel in the crown (of)**

crown → **to crown it all**

cruel to be kind làm điều gì khiến cho ai không vui nhưng chính nhờ đó mới thực sự giúp ích cho họ - thương cho roi cho vọt ▪ *Unfortunately you may have to be cruel to be kind, or your daughter will never learn to be independent.* • Thật không may là bạn có lẽ cần phải biết cư xử theo cách "thương cho roi cho vọt", nếu không thì con gái bạn sẽ chẳng bao giờ học được tính tự lập.

cruising for a bruising (thông tục) người quá bực tức hay ngốc nghếch đến nỗi dễ dàng vướng vào các vấn đề rắc rối, cãi nhau, đánh nhau... ■ *I'm ready to kill Todd - he's been cruising for a bruising all week.* ● Chắc tôi phải giết thằng Todd đi mất - suốt cả tuần nay nó chỉ toàn là đi chuốc lấy những chuyện rắc rối.

crumble → that's the way the cookie crumbles

crunch → when it comes to the crunch

crust → earn one's bread

crust → the upper crust

crust → upper-crust

crutch → funny as a crutch

cry → far cry from

cry → for crying out loud

cry → hue and cry

cry → in full cry

cry → make sb cry into their beer

cry → shoulder to cry on

cry and gnash one's teeth → gnash one's teeth

cry crocodile tears → shed crocodile tears

cry foul công khai bày tỏ sự tức giận hoặc bối rối vì một sự việc không thể chấp nhận được hoặc vì cách đối xử không công bằng với ai ■ *A black man was arrested in Florida for calling a police officer a "white cracker". Civil libertarians are crying foul, saying police abused the law.* ● Một người đàn ông da đen bị bắt giữ ở Florida vì đã gọi một viên cảnh sát là "tên da trắng bần tiện". Những người ủng hộ tự do nhân quyền đang công khai phản đối, nói rằng cảnh sát đã lạm dụng pháp luật. ■ *Australia has cried foul over the decision to increase export subsidies.* ● Người Úc đã công khai phản đối quyết định gia tăng các khoản trợ giá cho xuất khẩu.

cry on one's shoulder chia sẻ những khó khăn, rắc rối của mình với ai để tìm sự cảm thông, khuyên bảo ■ *People liked Dick and thought he was a reliable and hard worker, but nobody went to cry on his shoulder or tell him their secrets.* ● Mọi người đều thích Dick, nghĩ rằng anh ta là người đáng tin cậy và là một công nhân tích cực, nhưng không ai tìm đến anh để tâm sự về những khó khăn của họ.

cry one's eyes out hoặc *cry one's heart out* khóc thật nhiều và kéo dài rất lâu, không thể tự kiềm chế được ■ *Poor little Kayla cried her eyes out when her hamster died.* ● Cô bé Kayla tội nghiệp buồn khóc thảm thiết khi con chuột túi của nó bị chết.

cry one's heart out → cry one's eyes out

cry one's teeth → gnash one's teeth

cry wolf cầu cứu hay báo động giả, khi tình huống thực sự chẳng có gì nghiêm trọng, thường là dẫn đến làm mất niềm tin ■ *There've been a lot of businesses crying wolf. It makes you wonder what the situation really is.* ● Có quá nhiều doanh nghiệp lên tiếng báo động giả. Điều đó làm cho người ta tự hỏi không biết tình trạng thực tế là thế nào.

crying → it's no use crying over spilled milk

crying → voice (crying) in the wilderness

crying need nhu cầu lớn lao và khẩn thiết ■ *There is a crying need for more funds.* ● Rất cần thiết phải có thêm các khoản tài trợ. ■ *There is a crying need for someone to come in and straighten things out.* ● Rất cần thiết phải có ai đó đến đây và sắp xếp lại mọi thứ. ■ *All the people in that area have a crying need for a local hospital.* ● Tất cả người dân trong vùng ấy đang rất cần phải có một bệnh viện địa phương. ■ *There is a crying need for more magistrates from the ethnic minority communities.* ● Rất cần thiết phải có thêm các thẩm phán đến từ các cộng đồng dân tộc thiểu số.

crying shame dùng để nhấn mạnh điều gì là hết sức tồi tệ hoặc đáng kinh ngạc ■ *It's a crying shame to waste all that food.* ● Thật hết sức tồi tệ khi hoang phí tất cả số thức ăn đó. ■ *It's a crying shame the way they've treated him!* ● Cung cách bọn họ đối xử với anh ta thật là đáng xấu hổ. ■ *It's a crying shame that police have to put up with these attacks.* ● Thật tồi tệ là cảnh sát đã phải chịu đựng những cuộc tấn công này.

crystal → clear as crystal

cucumber → cool as a cucumber

cudgel → take up the cudgels

cudgel one's brains (cách dùng cũ) suy nghĩ rất nhiều, nghĩ nát óc ■ *I had to cudgel my brains to remember her name.* ● Tôi đã phải suy nghĩ rất nhiều để nhớ ra tên cô ấy.

cue → on cue

cue → take one's cue from sb

cuff → off the cuff

cup → in one's cups

cup of tea điều ưa thích, tạo được sự hứng thú (thường dùng ở thể phủ định) ■ *Working underground with minimal light and electricity may not be everybody's cup of tea, but subway engineer Cindy Crow loves it.* ● Làm việc dưới lòng đất với ánh sáng và điện năng ở mức tối thiểu có lẽ không phải là điều hứng thú đối với mọi người, nhưng anh kỹ sư đường hầm Cindy Crow yêu thích điều ấy. ■ *An evening at the opera isn't everyone's cup of tea.* ● Một buổi tối ở nhà hát opera không phải là điều mà ai cũng thích. ■ *He's nice enough but not really my cup of tea.* ● Anh ta thật tốt bụng nhưng không phải là người mà tôi thích. ■ *That sort of violent film is not everyone's cup of tea.* ● Loại phim bạo lực đó không phải là mọi người đều thích.

cupboard → skeleton in the closet

cupboard → the cupboard is bare

Cupid → play Cupid

cure → an ounce of prevention is worth a pound of cure

curiosity killed the cat dùng khi muốn bảo ai đó không nên tìm hiểu về điều gì, thường là vì có thể họ sẽ gặp rắc rối bởi việc ấy ■ *I wouldn't go in there if I were you. You know curiosity killed the cat.* ● Nếu tôi là bạn tôi sẽ không đi đến đó. Bạn biết đấy, sự tò mò thường mang lại nguy hiểm.

curl → make one's hair curl

curl → make one's toes curl

current → go against the current

curry favour (with sb) cố giành lấy

thiện cảm, sự ủng hộ của ai hoặc gợi sự chú ý đến mình bằng cách nói những điều tốt đẹp về người ấy hoặc làm giúp việc gì ■ *Direct government efforts to curry favour with the trial lawyers failed today as the judge passed a guilty verdict.* ● Những nỗ lực trực tiếp của chính phủ nhằm ve vuốt các luật sư tham gia xét xử hôm nay đã thất bại khi bồi thẩm đoàn thông qua một phán quyết buộc tội. ■ *Big tax cuts are often proposed to curry favour with voters.* ● Những khoản giảm thuế lớn thường được đề ra để lấy lòng cử tri. ■ *He's always trying to curry favour with the boss.* ● Anh ta luôn cố sức lấy lòng ông chủ.

curtain → bring down the curtain on sth

curtain → it means curtains for sb

curve → throw sb a curve

cushion → soften the blow

cushion the blow → soften the blow

customer → cool customer

customer → slippery customer

cut → a cut above

cut → be cut and dried

cut → fish or cut bait

cut → have one's work cut out for

cut → not cut much ice (with)

cut → not cut the mustard

cut → shit or get off the pot

cut → the cut and thrust of sth

cut → to make a long story short

cut → you could have cut the air with a knife

cut a dash có vẻ hấp dẫn, xinh đẹp trong một trang phục nào đó ■ *She cut quite a dash in her new suit.* ● Cô ta trông rất hấp dẫn trong bộ cánh mới. ■ *The captain cut quite a dash in his uniform.* ● Viên thuyền trưởng trông rất dễ coi trong bộ đồng phục.

cut and run bất ngờ tránh né ra khỏi một tình huống khi nó trở nên quá khó khăn, nhất là khi lẽ ra phải nên ở lại ■ *The brothers face a long lawsuit, but they are not the type of men to cut and run.* ● Mấy anh em họ đối mặt với một vụ kiện tụng kéo dài, nhưng họ không phải loại người trốn chạy khó khăn.

cut both ways → go both ways

cut corners tiết kiệm thời gian, tiền bạc hoặc sức lực bằng cách làm việc gì nhanh chóng và không cẩn thận theo đúng như yêu cầu ■ *Some laboratories are starting to cut corners to save money, but the test results may not be as reliable.* ● Một số các phòng thí nghiệm bắt đầu cắt giảm công việc để tiết kiệm tiền bạc, nhưng những kết quả thử nghiệm có lẽ sẽ không đáng tin cậy như trước. ■ *To be competitive, they paid low wages and cut corners on health and safety.* ● Để có thể cạnh tranh, bọn họ đã trả lương thấp và thực hiện qua loa các vấn đề sức khỏe và an toàn.

cut from the same cloth nói về hai hay nhiều người đều tương tự như nhau ■ *Don't assume that all women are cut from the same cloth. Jill won't necessarily react the same way I did.* ● Đừng cho rằng tất cả phụ nữ đều giống nhau. Jill sẽ không cần thiết phải phản ứng theo cách giống như tôi đã làm.

cut it 1. (thường dùng kèm với *can*, *could*) có đủ khả năng, sức mạnh hoặc tính cách thích hợp để thành công trong một hoạt động, một công việc cụ thể nào đó ■ *Some of the kids on the team decided they just couldn't cut it. The schedule was too tough.* • Một số trẻ trong đội quyết định là chúng không đủ khả năng thực hiện. Lịch làm việc quá căng thẳng. ■ *Even though people told me I would have a tough time at Yale, I knew I could cut it.* • Cho dù người ta đã bảo tôi rằng tôi sẽ gặp khó khăn nhiều ở Yale, nhưng tôi biết là tôi có thể làm được. 2. hoặc *cut it with sb* (thường dùng ở dạng phủ định) đủ yếu tố, phẩm chất cần thiết theo yêu cầu để có thể được chọn cho một công việc nào đó ■*Starting in September, "satisfactory" performance by a teacher simply won't cut it. To receive tenure, instructors must now show "outstanding" work.* • Bắt đầu từ tháng 9, bài thi của một giáo viên được xem là "tạm được" sẽ chưa đủ để chọn. Muốn được bổ nhiệm, giờ đây giáo viên phải có bài thi được đánh giá là "xuất sắc".

cut it fine hoặc *cut things fine* chỉ còn vừa đủ, suýt soát thời gian để làm việc gì ■ *If we don't leave till after lunch we'll be cutting it very fine.* • Nếu chúng ta không ra đi cho đến sau giờ ăn trưa chúng ta sẽ còn lại rất suýt soát thời gian.

cut it out (khẩu ngữ) dùng khi muốn bảo ai đó hãy chấm dứt ngay điều gì đang gây bực mình cho người nói ■ *"Jeff and Chris, cut it out. That's enough. If you keep playing like that, somebody is going to get hurt."* • "Thôi ngay đi, Jeff, Chris. Đã quá đủ rồi. Nếu các anh cứ tiếp tục chơi như thế, sẽ có người bị thương đấy."

cut little ice (with) → **not cut much ice (with)**

cut no ice (with) → **not cut much ice (with)**

cut off one's nose to spite one's face làm điều gì vì quá tức giận hoặc hấp tấp, vội vã, do đó có hại cho mình hoặc làm cho tình hình trở nên tồi tệ hơn ■ *When the national parks were closed to save money, it's like they were cutting off their nose to spite their face. They could have taken in a lot of admission fees over the weekend.* • Khi những công viên quốc gia bị đóng cửa để tiết kiệm tiền, có vẻ như người ta đã nóng vội và làm cho tình hình bất lợi hơn. Lẽ ra họ đã có thể thu lại được rất nhiều tiền vé vào dịp cuối tuần.

cut off the corner → **cut the corner**

cut one's cloth chi tiêu tiền bạc vừa phải theo túi tiền của mình - liệu cơm gắp mắm ■ *We can never close the business, so we must cut our cloth to suit our income.* • Chúng ta chẳng bao giờ có thể đóng cửa doanh nghiệp, vì vậy chúng ta phải cắt giảm chi tiêu cho phù hợp với thu nhập của mình.

cut one's coat according to one's cloth cân nhắc thực hiện điều gì, nhất là chi tiêu, mua sắm, vừa với khả năng tài chính của mình, không vượt quá - liệu cơm gắp mắm ■ *We wanted to buy a bigger house than this but it was a case of cutting our coat according to our cloth.* • Chúng tôi muốn mua một căn nhà lớn hơn nhà này, nhưng đây là một trường hợp phải liệu cơm gắp mắm thôi.

cut one's losses nói về người hay doanh nghiệp... chấm dứt một hoạt động thua lỗ để ngăn ngừa không để tình hình trở nên xấu hơn ■ *The retail chain decided to cut its losses and discontinue its line of fragrances.* ● Hệ thống bán lẻ đã quyết định chấm dứt thua lỗ và không tiếp tục đường dây phân phối nước hoa nữa.

cut one's own throat hoặc *slit one's own throat* tự chuốc lấy khó khăn, rắc rối bằng việc làm của mình trong khi vẫn tưởng là việc làm ấy sẽ có lợi cho mình ■ *If you wait much longer to buy a car, you're just cutting your own throat. Somebody else will come along and get all the good bargains.* ● Nếu bạn chờ đợi lâu hơn để mua một chiếc xe hơi, bạn đang tự làm hại mình. Một người nào khác sẽ xuất hiện và có được tất cả những món giá hời.

cut one's teeth on sth khởi sự làm một phần việc cụ thể nào đó lần đầu tiên để học hỏi từ công việc ấy, thường dùng với người trẻ tuổi ■ *We were hoping to employ new writers who needed the chance to cut their teeth on something challenging.* ● Chúng tôi đang hy vọng tuyển mộ những cây viết mới, những người cần có cơ hội để rèn luyện với điều gì đó mang tính thử thách. ■ *She cut her teeth on local radio.* ● Cô ấy bắt đầu làm việc để học hỏi ở đài phát thanh địa phương.

cut sb (a little) slack → **cut sb (some) slack**

cut sb dead giả vờ như không nhìn thấy ai, phớt lờ không chào hỏi ai ■ *She saw me, recognized me and cut me dead.* ● Cô ấy nhìn thấy tôi, nhận ra tôi và phớt lờ không chào hỏi. ■ *I shouted hello but she cut me dead.* ● Tôi hét to lên chào, nhưng cô ấy phớt lờ như không biết.

cut sb down to size phê phán hoặc xúc phạm ai theo cách làm cho người ấy phải cảm thấy là họ không thành đạt hoặc quan trọng như mức trước đây vẫn tưởng ■ *I think too many journalists are attracted by the chance to cut everyone else down to size and make themselves feel better.* ● Tôi nghĩ là có quá nhiều các nhà báo bị lôi cuốn bởi cơ hội làm giảm thấp giá trị của người khác và tự mình cảm thấy tốt đẹp hơn.

cut sb slack hoặc *cut sb some slack* hoặc *cut sb a little slack* (khẩu ngữ) tạo điều kiện dễ dàng hơn cho ai thực hiện điều gì, hoặc giảm bớt sự phê phán, chỉ trích vì tình huống đặc biệt của người ấy ■ *Come on, cut me some slack. I only owe you fifty bucks. You'll get it back next week, I promise.* ● Thôi đi, hãy tạo điều kiện dễ dàng hơn cho tôi một chút. Tôi chỉ nợ anh có 50 đô-la. Tôi hứa là tuần sau anh sẽ nhận lại đủ.

cut sb some slack → **cut sb slack**

cut sb to the quick nói hoặc làm điều gì khiến cho ai đó hết sức bối rối hoặc cảm thấy bị xúc phạm ■ *Diana's rude remarks about dinner cut Mom to the quick.* ● Những nhận xét thô lỗ của Diana về bữa ăn tối làm cho mẹ cảm thấy bị xúc phạm. ■ *His accusations cut me to the quick.* ● Những lời buộc tội của anh ta làm cho tôi hết sức bối rối.

cut sth close dành rất ít thời gian để đi đến đâu hoặc làm xong việc gì ■ *The Black Hawks won but they cut it close, scoring the winning goal only a minute from the end of the period.* ● Đội Black

Hawks đã thắng nhưng họ đã để thời gian còn lại quá ít, ghi bàn thắng quyết định vào lúc chỉ còn một phút là hết giờ.

cut sth to the bone hoặc *pare sth to the bone* hoặc *trim sth to the bone* cắt giảm tối đa số lượng của vật gì nhằm tiết kiệm tiền bạc (thường dùng trong lĩnh vực kinh doanh) ■ *Companies have cut costs to the bone, in order to remain competitive.* • Các công ty đã cắt giảm tối đa chi phí để có thể duy trì sức cạnh tranh. Thành ngữ này có thể được thay bằng những động từ khác có ý nhấn mạnh hơn, như **strip** hoặc **shave** ■ *We've stripped the budget to the bone - we don't have the money for any luxuries.* • Chúng tôi đã cắt giảm ngân sách đến mức tối đa - chúng tôi không có tiền cho bất cứ một sự xa xỉ nào. ■ *Their annual budget has already been pared to the bone.* • Ngân sách thường niên của họ đã bị cắt giảm đến mức tối đa rồi. ■ *We've had to cut our profit margins to the bone in order to survive.* • Chúng tôi đã phải giảm lợi nhuận xuống đến mức tối đa để có thể sống còn.

cut the apron strings tự lực, sống độc lập ■ *Your problem is not your mother-in-law, it's your husband. He needs to cut the apron strings and start thinking about you.* • Vấn đề của chị không phải ở chỗ bà mẹ chồng, mà là ở đức ông chồng của chị. Ông ta cần phải biết sống tự lực và bắt đầu quan tâm đến chị.

cut the cheese (khẩu ngữ - thường dùng bởi trẻ con) đánh rắm ■ *Yuck! Who cut the cheese in here?* • Khiếp! Đứa nào đánh rắm ở đây thế?

cut the cord hoặc *cut the umbilical cord* bắt đầu sống tự lập, không phụ thuộc vào sự giúp đỡ của cha mẹ hoặc sự trợ cấp tiền bạc ■ *Jeff keeps saying he wants to cut the cord, but he's still asking his father for the plane fare home.* • Jeff luôn nói rằng anh ta muốn sống tự lập, nhưng vẫn còn hỏi xin cha anh ta tiền vé máy bay về thăm nhà. - Nghĩa đen của *"umbilical cord"* là dây rốn, tức là dây nối giữa người mẹ và hài nhi trước khi sinh ra.

cut the corner hoặc *cut off the corner* đi tắt, băng ngang qua một khu vực nào đó để rút ngắn lộ trình thay vì phải đi vòng ■ *There's a worn patch on the grass because everyone cuts off the corner.* • Có một lối mòn nhỏ trên cỏ bởi vì mọi người đều đi tắt băng qua đó.

cut the crap hoặc *cut the shit* (khẩu ngữ) cách nói thô lỗ khi muốn bảo ai đó hãy chấm dứt ngay những lời nói dối, hoặc đùa cợt, hoặc quấy rối người khác ■ *Okay, cut the crap, Tony. Just tell me why you got home so late last night.* • Được rồi, im ngay đi, Tony. Chỉ cần nói ngay cho tao biết vì sao tối qua mày lại về nhà muộn đến thế. - Vì các từ *crap* và *shit* bị nhiều người xem là có ý xúc phạm, nên tốt nhất là không nên dùng thành ngữ này.

cut the Gordian knot hoặc *untie the Gordian knot* (thường dùng trong các bản tin báo chí) giải quyết một tình huống rất khó khăn và phức tạp, nhất là bằng một cách nhanh chóng và đơn giản ■ *The Secretary-General stated that the Gordian knot had been untied, and the peace talks could begin.* • Ông Tổng thư ký tuyên bố rằng khó khăn đã được tháo gỡ, và các cuộc đàm phán hòa bình đã có thể bắt đầu.

cut the shit → **cut the crap**

cut the umbilical cord → **cut the cord**

cut things fine → **cut it fine**

cut through sth like a (hot) knife through butter → **go through sth like a (hot) knife through butter**

cut to the chase bắt đầu bàn luận hoặc giải quyết ngay phần quan trọng nhất của vấn đề, thay vì phí thì giờ với những chuyện khác ■ *Let's just cut to the chase, Mary. How much is this going to cost us?* • Mary, chúng ta hãy đi thẳng vào vấn đề. Chúng ta sẽ tốn kém bao nhiêu cho vụ này?

cut-and-dried rõ ràng, không thể chối cãi ■ *This may be more than a cut-and-dried case of discrimination.* • Điều này có lẽ còn hơn cả một vụ phân biệt chủng tộc rất trắng trợn.

cute → **get cute with sb**

cutting → **on the cutting edge of sth**

cutting-edge tiên tiến nhất ■ *Maintaining cutting-edge science and technology and an unrivaled information base is a critical element in keeping us competitive.* • Việc duy trì khoa học và kỹ thuật tiên tiến nhất với một nền tảng thông tin vượt trội hơn hẳn chính là yếu tố then chốt để giữ được sức cạnh tranh của chúng ta.

cylinder → **firing on all cylinders**

daddy → sugar daddy

dagger → cloak-and-dagger

dagger → look daggers (at sb)

daily dozen việc tập thể dục hằng ngày ■ *My younger brother always feels better after his daily dozen.* • Em trai tôi luôn cảm thấy khỏe hơn sau bài tập thể dục mỗi ngày. ■ *She would rather do a daily dozen than go on a diet.* • Cô ấy thích tập thể dục hằng ngày hơn là theo chế độ ăn kiêng.

daisy → fresh as a daisy

daisy → oops-a-daisy

daisy → pushing up the daisies

damage → the damage is done

damage → what's the damage

damn → I'll be damned

damn → I'll be damned if

damn all hoàn toàn không, không một chút nào cả ■ *I know damn all about computers.* • Tôi hoàn toàn không biết gì về máy tính. ■ *He's done damn all since he got in this morning.* • Sáng nay hắn ta đã chẳng làm gì cả kể từ khi hắn vào.

damn sb with faint praise nói điều gì với ai có vẻ như khá tốt bụng hoặc khen ngợi qua loa, nhưng cho thấy là thực sự không đánh giá cao về người ấy, hoặc làm như vậy để gián tiếp chỉ trích vì cho rằng người ấy đã không làm tốt công việc ■ *Smith damned him with faint praise, saying only that he'd played a fine game.* • Smith chỉ khen anh ta bằng những lời đưa đẩy, bảo rằng anh ta đã chơi một trận khá tốt. ■ *The critic did not say that he dislike the play, but he damn it with faint praise.* • Nhà phê bình không nói là ông ta không thích vở kịch, nhưng ông chỉ khen vài câu chiếu lệ. ■ *Mrs Brown is very proud of her son's achievements, but dawns her daughter's with faint praise.* • Bà Brown rất tự hào về những thành quả của con trai mình, nhưng bà chỉ khen cô con gái vài câu chiếu lệ.

damn straight (khẩu ngữ) cách nói hơi khiếm nhã, dùng khi muốn nhấn mạnh rằng điều mà ai đó vừa nói hoặc hỏi đến là đúng với sự thật ■ *You're asking if I don't trust you? Damn straight. I have never trusted you!* • Ông vừa hỏi có phải là tôi không tin ông hay chăng. Quả thật vậy đấy. Tôi chưa bao giờ tin ông cả.

damn the expense thực hiện điều gì cho dù biết là có thể phải tốn kém chi phí cao hoặc mang lại những kết quả xấu ■ *Let's celebrate and damn the expense!* • Chúng ta hãy tổ chức ăn mừng bất chấp việc tốn kém.

damned if you do, damned if you don't tình huống mà ứng xử theo bất cứ cách nào cũng bị phê phán, chỉ trích là sai trái - ở rộng người cười, ở hẹp người chê ■ *People want law and order, but they complain about police harassment, so you're damned if you do and damned if you don't.* • Người ta muốn có luật pháp và trật tự, nhưng họ lại than phiền về sự quấy nhiễu của cảnh sát, quả thật là chẳng ở sao cho vừa lòng người được.

damnedest → do one's damnedest to do sth

damnedest → the damnedest

Damocles → sword of Damocles (hanging over one's head)

damp squib một sự kiện gây thất vọng vì không được hào hứng hoặc không tạo được ấn tượng như mong đợi ■ *The celebrations were a bit of a damp squib.* • Buổi lễ mừng có phần buồn tẻ không được như mong đợi. ■ *After all that media attention, the whole event turned out to be a bit of a damp squib, with very few people attending.* • Sau tất cả những sự chú ý của giới truyền thông, toàn bộ sự kiện ấy hóa ra chỉ là một viên pháo tịt ngòi, với chẳng mấy người tham dự. ■ *The party turned out to be a bit of a damp squib. Half the people who'd been invited didn't turn up.* • Bữa tiệc hóa ra có phần giống một viên pháo tịt ngòi. Một nửa số người được mời đã không đến dự.

damper → put a damper on sth

dance → make a song and dance about sth

dance to another tune thay đổi nhanh chóng cách ứng xử, thái độ hoặc quan điểm ■*After being yelled at, Ann dance to another tune.* • Sau khi bị la mắng, Ann nhanh chóng thay đổi thái độ. ■ *A stern talking-to will make her dance to another tune.* • Một buổi nói chuyện cứng rắn sẽ làm cho cô ta thay đổi thái độ.

dance to one's tune → dance to the tune

dance to the tune hoặc *dance to one's tune* (cách dùng cũ) ứng xử theo cách hoàn toàn phụ thuộc với ý muốn của người hay tổ chức có sức mạnh hơn mình ■*Our nation is not willing to dance to the tune of others, without being able to express our views freely.* • Nước chúng tôi không sẵn sàng hoàn toàn nghe theo các nước lớn mạnh hơn, không có sự bày tỏ những quan điểm của mình một cách tự do.

dance with death cố làm điều gì có rất nhiều nguy cơ gặp rủi ro, bất lợi ■*The crossing of the border into Adonia was like dancing with death.* • Việc băng qua biên giới vào Adonia có rất nhiều nguy cơ rủi ro. ■ *You are dancing with death in your effort to cross that narrow ledge.* • Anh đang đùa với nguy hiểm khi cố vượt qua cái hẻm núi chật hẹp đó.

dander → get one's dander up

danger → spell trouble

dangerous → a little knowledge is a dangerous thing

dangerous → on dangerous ground

dare → don't you dare

dare → how dare

dare sb (to do sth) thách thức ai làm điều gì, thường hàm ý đe dọa ■*Sally dared Jane to race her to the corner.* • Sally thách Jane chạy đua với cô ta đến góc đường. ■ *You wouldn't do that, would you? I dare you.* • Anh sẽ không làm điều đó, phải không? Tôi thách anh đấy.

daresay → I dare say

dark → after dark

dark → be kept in the dark

dark → before dark

dark → in the dark

dark → shot in the dark

dark → take a stab in the dark

dark → whistling in the dark

dark horse người ít được ai biết đến nhưng gây bất ngờ bằng việc rất thành công trong việc chống lại các đối thủ cạnh tranh với mình, trong các cuộc đua, hoặc trong kinh doanh, thể thao và chính trị ■ *Vicario, considered a dark horse contender this year, still defeated her biggest rival.* ● Vicario, được xem như một ứng viên ít tên tuổi gây bất ngờ của năm nay, vẫn đánh bại đối thủ lớn nhất của cô. ■ *Juliet was considered a dark horse for the award, but she won it by a solid majority.* ● Juliet được xem như một ứng viên ít tên tuổi cho giải thưởng, nhưng cô đã giành được nó với một đa số thuyết phục. ■ *It's difficult to predict who will win the prize - there are two or three dark horses in the tournament.* ● Thật khó mà dự đoán ai sẽ đoạt giải - có đến hai hoặc ba đấu thủ ít được biết đến trong cuộc tranh tài này. ■ *Everyone was surprised at the results of the election.* ● Mọi người đều ngạc nhiên trước kết quả bầu cử. Ứng cử viên ít tên tuổi đã giành chiến thắng.

darken → never darken one's door

darkness → forces of darkness

darn → I'll be damned

dash → cut a dash

dash one's hope làm tan vỡ, đập tan niềm hy vọng của ai về điều gì (thường dùng ở dạng thụ động) ■ *Saturday's defeat has dashed their hopes of success in the FA Cup this year.* ● Trận thua hôm thứ Bảy đã đập tan những hy vọng thành công của họ trong cúp bóng đá FA năm nay. ■ *Hopes of a peaceful settlement have been dashed.* ● Những hy vọng về một thỏa ước hòa bình đã hoàn toàn tan vỡ. ■ *Hopes for an early economic recovery have now been dashed.* ● Những hy vọng về một sự khôi phục kinh tế sớm sủa giờ đây đã tan tành.

dash sth off nhanh chóng gửi cái gì đi cho ai ■ *I'll dash a quick note off to Aunt Mary.* ● Tôi sẽ gửi nhanh cho cô Mary mấy dòng. ■ *Ann just dashed off a message to her parents.* ● Ann chỉ vừa mới gửi nhanh một lời nhắn cho cha mẹ cô.

date → at an early date

date → to date

daughter → like father, like son

daunted → nothing daunted

dawn → at the crack of dawn

dawn → it dawns on sb

day → all hours (of the day and night)

day → all in a day's work

day → all the livelong day

day → an apple a day keeps the doctor away

day → another day, another dollar

day → any day

day → at the end of the day

day → bad hair day

day → big day

day → different as night and day

day → dog days

day → early in the day

day → end one's day

day → every dog has its day

- day → from day one
- day → from day to day
- day → from one day to the next
- day → from that day forth
- day → give me sth any day
- day → give sb a time of day
- day → glory days
- day → good deed for the day
- day → halcyon days
- day → have a field day
- day → have had one's day
- day → have one's day in court
- day → have seen better days
- day → honest as the day is long
- day → if one's a day
- day → in all my born days
- day → in one's day
- day → in the cold light of day
- day → it'll be a cold day in hell before
- day → it's early days (yet)
- day → it's not one's day
- day → it's one of those days
- day → like night and day
- day → live to fight another day
- day → make a day of it
- day → make one's day
- day → not give sb the time of day
- day → not have all day
- day → one day
- day → one of these days
- day → one of those days
- day → one's days are numbered
- day → pass the time of day (with sb)
- day → plain as day
- day → rainy-day
- day → red-letter day
- day → Rome wasn't built in a day
- day → rue the day
- day → salad days
- day → same shit, different day
- day → save sth for a rainy day
- day → save the day
- day → see the light of day
- day → seize the day
- day → some day
- day → sth has had its day
- day → sth has seen better days
- day → take it one day at a time
- day → that'll be the day
- day → the evil hour
- day → the good old days
- day → the order of the day
- day → these days
- day → to the day
- day → to this day
- day → tomorrow is another day
- day → win the day

day after day lặp lại ngày này sang ngày khác, nhất là gây ra sự nhàm chán
■ *She hates doing the same work day after day.* ● Cô ấy ghét phải làm cùng một công việc ngày này sang ngày khác.

■ *Day after day it rained.* ● Trời mưa ngày này sang ngày khác. - Cũng dùng tương tự với các thành ngữ như *week after week*, *year after year*... ■ *Many families come back to our hotel year after year.* ● Nhiều gia đình trở lại khách sạn của chúng tôi năm này sang năm khác.

day by day liên tục, dần dần, từng chút một ■ *Day by day his condition improved.* ● Dần dần điều kiện của anh ta được hoàn thiện hơn. ■ *She's much better now and getting stronger day by day.* ● Giờ đây cô ấy đã khá hơn nhiều và đang dần dần ngày càng khỏe hơn.

day in, day out hoặc *week in, week out* hoặc *month in, month out* hoặc *year in, year out* ngày này qua ngày khác, tuần, tháng, năm này qua tuần, tháng, năm khác... trong suốt một thời gian dài ■ *Ambulance drivers have to stay calm when everyone else is upset; this is the emotional strain they face day in, day out.* ● Những người lái xe cứu thương phải giữ bình tĩnh trong khi những người khác hốt hoảng; đây là một sự căng thẳng tâm lý họ phải chịu đựng kéo dài ngày này qua ngày khác. ■ *Living on junk food day in day out is not good for you.* ● Sống bằng thức ăn nhanh ngày này sang ngày khác không tốt cho bạn. ■ *It's so boring, eating the same food day in, day out.* ● Thật là chán quá, ăn cùng một món ăn ngày này sang ngày khác.

day of reckoning thời điểm phải gánh chịu hậu quả của một việc làm sai trái ■ *I hadn't done any work for months, and the day of reckoning was getting closer.* ● Tôi đã chẳng làm công việc gì trong nhiều tháng, và hậu quả của việc ấy đang đến gần. - Theo quan điểm của một số tôn giáo thì *day of reckoning* được hiểu là ngày phán xét cuối cùng, tức là khi người ta phải chịu sự phán xét của đấng tối cao về những việc làm đã qua của mình.

daylight → beat the (living) daylights out of sb

daylight → in broad daylight

daylight → scare the living daylights out of sb

daylight → see daylight

daylight robbery dùng khi muốn nhấn mạnh giá cả của một món hàng hay dịch vụ quá đắt đến mức không hợp lý ■ *You wouldn't believe some of the prices they charge; it's daylight robbery.* ● Anh sẽ không tin nổi một số giá cả mà bọn họ áp dụng; đó là giá ăn cướp. ■ *I'm not paying that much. It's daylight robbery!* ● Tôi sẽ không chi trả nhiều đến thế. Đó là giá ăn cướp!

daze → in a daze

dead → be a dead ringer for sb

dead → beat a dead horse

dead → cut sb dead

dead → knock 'em dead

dead → over my dead body

dead → stop (dead) in one's tracks

dead → stop sth (dead) in its tracks

dead → the dead hand of sth

dead → the dead of night

dead → wouldn't be caught dead

dead and gone chết, qua đời ■ *You'll be sorry you said that when I'm dead and* *gone.* • Anh sẽ hối tiếc đã nói như vậy khi tôi qua đời.

dead as a dodo hoặc *as dead as a dodo* 1. (thông tục) chết hẳn, không còn hiện hữu hoặc không còn có tác dụng, ảnh hưởng gì ▪ *Yes, Adolf Hitler is really dead - as dead as a dodo.* • Vâng, Adolf Hitler thực sự đã chết rồi - hoàn toàn chết hẳn rồi. ▪ *That silly old idea is dead as a dodo.* • Ý tưởng ngốc nghếch ấy không còn chút giá trị nào nữa cả. ▪ *After three weeks, the campaign was as dead as a dodo.* • Sau ba tuần lễ, cuộc vận động đã hoàn toàn dứt hẳn. 2. không còn hấp dẫn, hứng thú nữa ▪ *In the second half both teams made substitutions to try and liven things up, but the game was as dead as a dodo.* • Trong hiệp hai, cả hai đội đều có những sự thay người để cố làm cho sinh động hơn, nhưng trận đấu đã hoàn toàn không còn hấp dẫn nữa. → *as dead as a doornail*

dead as a doornail hoặc *as dead as a doornail* (thông tục - dùng với ý khôi hài) chết ngay đơ, chết ngắt, không còn chút dấu hiệu nào của sự sống, hoặc sự việc gì đã thất bại hoàn toàn ▪*This fish is as dead as a doornail.* • Con cá này đã chết cứng rồi. ▪ *John kept twisting the chicken's neck even though it was dead as a doornail.* • John vẫn tiếp tục vặn cổ con gà mặc dù nó đã chết ngắt rồi. ▪ *When we found the mouse, it was as dead as a doornail.* • Khi chúng tôi tìm ra con chuột, nó đã chết hẳn rồi.

dead duck kế hoạch hoặc ý tưởng không dùng được hoặc có nhiều khả năng thất bại ▪ *Everyone agrees that something has to be done before the next meeting, but recruiting outsiders to take over the leadership is a dead duck.* • Mọi người đều đồng ý là cần phải làm điều gì đó trước buổi họp sắp tới, nhưng việc tuyển dụng người ngoài vào để nắm quyền lãnh đạo là chuyện không thể được.

dead end tình huống không thể tiến triển được, hoàn toàn bế tắc ▪ *Peace talks came to a dead end yesterday when leaders refused to compromise.* • Những cuộc đàm phán hòa bình đi đến chỗ hoàn toàn bế tắc vào ngày hôm qua, khi các nhà lãnh đạo từ chối không chịu thỏa hiệp. ▪*We had come to a dead end in our research.* • Cuộc nghiên cứu của chúng tôi đã đi vào ngõ cụt. ▪*This line of investigation could prove to be a complete dead end.* • Hướng điều tra này đã tỏ ra là hoàn toàn bế tắc. ▪ *He's in a dead-end job in the local factory.* • Anh ấy giữ một công việc không có hy vọng gì trong nhà máy ở địa phương. (- nghĩa là một công việc với mức lương thấp và không có hy vọng thăng tiến.) - *dead end* dùng theo nghĩa thông thường có nghĩa là một ngõ cụt, một lối đi mà ở đoạn cuối không có đường thông ra bất cứ nơi nào khác.

dead from the neck up (khẩu ngữ) rất ngu ngốc, ngớ ngẩn ▪ *It's nice to meet someone in this place who isn't dead from the neck up.* • Thật thú vị khi gặp được ai đó không quá ngốc nghếch ở nơi này.

dead horse điều vô ích, không mang lại kết quả gì ▪*I don't want to waste my breath on this dead horse, but we bike riders are getting really tired of drivers complaining about us.* • Tôi không muốn phí sức vào chuyện vô ích này, nhưng những người đi xe đạp chúng tôi thật sự đã quá chán ngán những tài xế xe hơi luôn than phiền về chúng tôi.

dead in the water thất bại hoặc không có mấy hy vọng sẽ thành công ■ *We have to work with big names such as Sony and IBM; if we don't, we're dead in the water.* ● Chúng ta phải làm việc với những tên tuổi lớn như Sony và IBM. Nếu không, chúng ta sẽ không có hy vọng thành công. ■ *His leadership campaign is dead in the water.* ● Chiến dịch vận động giành quyền lãnh đạo của ông ta không có chút hy vọng thành công nào. ■ *The peace process is now dead in the water.* ● Tiến trình hòa bình giờ đây đã hoàn toàn không còn hy vọng.

dead loss hoàn toàn vô dụng hoặc bất lợi, không thu được kết quả gì ■ *Nineteen out of twenty of the people that came to audition for the part were a dead loss.* ● Mười chín trong số hai mươi người đến dự buổi trình diễn chọn vai là không dùng được. ■ *He had a very good March and April, but February and May have been dead losses as far as he's concerned.* ● Anh ấy rất thành công trong tháng ba và tháng tư, nhưng tháng hai và tháng năm là hoàn toàn không có lợi nhuận đối với anh ấy. ■ *The new trend has already started with the top producers, who have already decided that the UK is a bit of a dead loss and are looking to the States to sell their wine.* ● Khuynh hướng mới đã bắt đầu với các nhà sản xuất hàng đầu khi họ quyết định rằng thị trường Anh quốc không mang lại lợi nhuận gì và hướng về Hoa Kỳ để bán sản phẩm rượu vang của họ.

dead meat (khẩu ngữ) rơi vào tình huống rắc rối nghiêm trọng, thường là vì đã chọc giận ai ■ *Touch that TV and you're dead meat!* ● Cứ sờ vào cái ti-vi đó, và mày sẽ gặp rắc rối to! ■ *If anyone finds out, you're dead meat.* ● Nếu có bất cứ ai tìm ra được, anh sẽ gặp rắc rối to.

dead on one's feet 1. mệt nhoài ■ *Why don't you get some sleep? You must be dead on your feet.* ● Tại sao bạn không ngủ một chút đi? Bạn chắc là đã mệt nhoài rồi. ■ *He can't teach well anymore. He's dead on his feet.* ● Ông ta không thể dạy tốt được nữa. Ông đã mệt nhoài rồi. 2. nói về một kế hoạch, ý tưởng, công việc... phải dừng lại, không thể tiếp tục được nữa ■ *In spite of what the officials say, the peace plan's probably dead on its feet again.* ● Bất chấp những gì các quan chức đã nói, kế hoạch hòa bình có lẽ lại một lần nữa phải đình trệ. ■ *This inefficient company is dead on its feet.* ● Công ty không có hiệu quả này phải ngưng hoạt động.

dead set against (doing) sth cương quyết chống lại, không tán đồng điều gì ■ *The Chief Justice was dead set against the idea of televising Supreme Court proceedings.* ● Ông Chánh án cương quyết không tán đồng việc truyền hình các phiên xử của Tòa án Tối cao. ■ *Why are you so dead set against the idea?* ● Tại sao anh lại phản đối ý kiến ấy quá mạnh mẽ như vậy?

dead set on (doing) sth quả quyết là điều gì đó cần phải được làm hoặc sẽ xảy ra ■ *The board is dead set on relocating the company, even though it will cost in the millions.* ● Ban quản trị cứ khăng khăng là công ty cần phải chuyển đến một nơi khác, cho dù điều đó sẽ tiêu tốn hàng triệu. ■ *She's dead set on a career in medicine.* ● Cô ấy quyết tâm theo đuổi một sự nghiệp y khoa. ■ *He's*

dead to the world

dead set on getting a new car. • Anh ta dứt khoát phải mua cho bằng được một chiếc xe hơi mới.

dead to the world ngủ quá say đến nỗi không thể bị đánh thức, không có phản ứng với bất cứ điều gì ■ *"When did Shannon call?" "At about 10:00 - you were still dead to the world."* • "Shannon đã gọi đến lúc nào thế?" "Vào khoảng 10 giờ - lúc anh vẫn còn ngủ say như chết."

dead weight (thường dùng trong các lĩnh vực kinh doanh và chính trị) người hay sự vật không mang lại bất cứ lợi ích nào, ngược lại còn ngăn cản sự phát triển chung ■ *The federal deficit is a major dead weight on our economy.* • Sự thâm hụt ngân sách liên bang là một gánh nặng cho nền kinh tế của chúng ta.

dead wood (thường dùng trong lĩnh vực kinh doanh) người hay sự vật không còn dùng được hoặc không cần đến nữa ■ *Fivaz was hired to clear out the dead wood from the company.* • Fivaz được thuê để dọn sạch những món không còn dùng được ra khỏi công ty.

dead-end vô vọng, không có tương lai ■ *Lam's parents told him pursuing martial arts was a dead-end dream.* • Cha mẹ Lam bảo anh ta rằng việc theo đuổi võ thuật chỉ là một giấc mơ vô vọng.

deaf → fall on deaf ears

deaf → turn a deaf ear

deal → big deal

deal → done deal

deal → raw deal

deal → what's one's deal

deal → what's the deal

deal → wheel and deal

deal a blow to gây sốc, làm ảnh hưởng xấu đến người hay sự việc và làm cho một kế hoạch hoặc những nỗ lực của ai đó giảm thấp khả năng thành công (thường dùng trong các bản tin báo chí, truyền hình...) ■ *Hopes of economic recovery were dealt a severe blow yesterday when unemployment rose again.* • Ngày hôm qua, những hy vọng về sự hồi phục kinh tế đã bị giáng cho một đòn nặng nề khi số người thất nghiệp lại gia tăng trở lại. ■ *Her sudden death dealt a blow to the whole country.* • Cái chết đột ngột của bà ta gây sửng sốt cho cả nước. ■ *This scandal has dealt a blow to his plans to stand as chairman.* • Vụ bê bối này đã ảnh hưởng nghiêm trọng đến những kế hoạch của ông ta muốn giữ vững cương vị chủ tịch. → *body blow,* → *death blow*

dealer → wheeler-dealer

dealing → wheeling and dealing

dear → cost sb dear

dear → do sth for dear life

dear → hold sb dear

dear to one's heart → close to one's heart

death → at death's door

death → be tickled pink

death → catch one's death

death → die a death

death → done to death

death → fate worse than death

death → flog sth to death

death → look like death warmed over

death → put sb to death

death → signing one's own death warrant

death → sound the death knell

death → the death of sb

death → the kiss of death (for)

death → to death

death blow hành động hay sự kiện khiến cho một sự việc phải đi đến thất bại hoặc chấm dứt (thường dùng trong các bản tin báo chí, truyền hình...) ■ *The fighting that erupted on Friday was a death blow to the latest attempts at a cease-fire.* ● Vụ đụng độ xảy ra hôm thứ Sáu là một đòn kết liễu làm thất bại những nỗ lực mới nhất nhằm đạt đến một cuộc ngừng bắn. → **body blow**, → **deal a blow to**

decade → it's not one's day

deceive → flatter to deceive

decent → do the decent thing

deck → all hands on deck

deck → clear the decks

deck → hit the deck

deck → play with a full deck

deck → stack the odds against sb

deed → do the dirty deed

deed → good deed for the day

deep → be thrown in(to) the deep end

deep → between the devil and the deep blue sea

deep → dig deep into sth

deep → go off the deep end

deep → in deep doo-doo

deep → in deep shit

deep → in deep water

deep → jump in(to) the deep end

deep → run deep

deep → still waters run deep

deep down 1. trong thâm tâm, nói đến những cảm xúc thật sự cho dù có thể là không hề bộc lộ ra bên ngoài ■ *Deep down I still loved him.* ● Trong thâm tâm tôi vẫn còn yêu anh ấy. ■ *Deep down I knew that Caroline was right.* ● Trong thâm tâm tôi đã biết là Caroline đúng. 2. bản chất thực sự, cho dù có thể khó nhận ra từ bên ngoài ■ *He seems confident but deep down he's quite insecure.* ● Anh ta có vẻ như tự tin, nhưng thực ra trong lòng anh ta không chắc lắm. ■ *Deep down he's really a very thoughtful person.* ● Thật ra ông ta là một người rất sâu sắc.

deer → like a deer caught in the headlights

default → by default

default → in default of sth

defensive → on the defensive

degree → by degrees

degree → give sb the third degree

degree → to the nth degree

dekko → have a dekko

deliver → signed, sealed, and delivered

deliver the goods thực hiện điều gì tốt đẹp đúng như mong đợi ■ *Motta's a good player who consistently delivers the goods.* ● Motta là một cầu thủ giỏi, người lúc nào cũng chơi hay như được mong đợi. ■ *We expected great things of the England team, but on the day they simply failed to deliver the goods.* • Chúng ta chờ đợi những điều tuyệt vời của đội bóng Anh, nhưng vào ngày thi đấu họ đã hoàn toàn không chơi được như mong đợi.

delivered → signed, sealed, and delivered

demand → by popular demand

demand → in demand

demand → on demand

demand one's pound of flesh → have one's pound of flesh

demur → without demur

den → in the lion's den

den of iniquity nơi mà người ta ứng xử theo cách rất xấu xa hoặc xem thường các chuẩn mực đạo đức (thường được dùng một cách khôi hài khi người nói thật ra chỉ phần nào không tán đồng với việc làm của ai đó) ■ *Zero's Bar is one of those dens of iniquity that your mother used to warn you about.* • Quán Zero's Bar là một trong những nơi tồi tệ bẩn thỉu mà mẹ anh vẫn thường răn đe anh.

dent → make a dent in sth

department → one's department

depend → that depends

depth → be out of one's depth

depth → in depth

depth → out of one's depth

depth → plump the depths

depth → sink to the depths

description → answer the description of sth

desert → get one's just deserts

desert → manna from heaven

desert a sinking ship → leave a sinking ship

deserve → one good turn deserves another

deserve a medal bày tỏ sự thán phục, ngưỡng mộ đối với ai về một việc làm khó khăn hoặc rất tốt đẹp ■ *She deserves a medal for teaching those 5-year-olds all day!* • Cô ấy thật đáng kính phục về việc dạy dỗ lũ trẻ 5 tuổi ấy suốt cả ngày.

design → have designs on

desire → one's heart's desire

desire → to one's heart's content

desired → leave a lot to be desired

desired → leave nothing to be desired

despair → the despair of sb

detail → go into detail(s)

detriment → to the detriment of sb

detriment → without detriment to sb

device → be left to one's own devices

devil → be a devil

devil → better the devil one knows

devil → between the devil and the deep blue sea

devil → do sth like the devil

devil → give the devil his due

devil → play devil's advocate

devil → speak of the devil

devil → the devil

devil → the devil incarnate

devil → the devil makes work for idle hands

devil → the luck of the devil

devoured → be devoured by sth

diamond → diamond in the rough

diamond in the rough người không lịch sự lắm hoặc không được giáo dục tốt nhưng lại có phẩm chất tốt nào đó ■ *The team thought Rhodes was a diamond in the rough who could lead them back into first place.* ● Đội bóng nghĩ rằng Rhodes là người tuy thô lỗ nhưng có đủ năng lực để đưa họ trở lại vị trí đầu bảng.

diarrhea → have verbal diarrhea

dibs → have dibs on sth

dice → no dice

dice → the dice are loaded

Dick → any Tom, Dick, and Harry

Dick → tight as Dick's hatband

dicky → not say a dicky bird

dictate to sb đưa ra chỉ thị, mệnh lệnh cho ai theo cách rất cộc cằn, thô lỗ ■ *She refused to be dictated to by anyone.* ● Cô ấy từ chối việc bị sai khiến bởi bất cứ ai.

dictionary → walking encyclopedia

did the earth move (for sb) cách nói hài hước để hỏi ai xem việc trải qua một sự việc nào đó, nhất là tình dục, có thích thú và đặc biệt hay không ■ *What did it feel like to win the election - did the earth move for you?* ● Cảm giác khi được thắng cử là như thế nào nhỉ - liệu có thích thú và đặc biệt lắm không?

diddly hoặc *jack diddly* hoặc *diddly-squat* hoặc *jack shit* hoặc *diddly-shit* (khẩu ngữ, thường dùng ở dạng phủ định với ý nghĩa nhấn mạnh) có thực hiện, sở hữu hoặc biết đến điều gì ■ *The financial aid department was no help at all. They didn't do jack diddly for me.* ● Bộ phận hỗ trợ tài chính thật là chẳng có ích gì. Họ đã không làm bất cứ điều gì cho tôi cả. ■ *A few months ago, a situation like this wouldn't have meant diddly-squat because the stock market was doing so well. But now it's a problem.* ● Cách đây mấy tháng thì một tình huống như thế này sẽ không gây ra bất cứ điều gì cả, bởi vì thị trường chứng khoán đang hoạt động quá tốt. Nhưng giờ đây thì nó là một rắc rối. ■ *I've been studying for over an hour, and I still don't know jack shit!* ● Tôi đã nghiên cứu hơn một giờ rồi, và tôi vẫn không biết được tí nào cả! ■ *I hate this job - I'm not earning jack.* ● Tôi ghét công việc này - tôi chẳng kiếm được tí nào cả! - thành ngữ này thường được dùng nhất với các động từ *do*, *have*, *know*, *mean*, *get* và *earn*. Cũng có khi người ta dùng thành ngữ này không đi với *not* nhưng vẫn hàm nghĩa phủ định giống như có *not*.

die → cross my heart

die → do or die

die → never say die

die → never-say-die

die → old habits die hard

die → the die is cast

die → to die for

die → would rather die

die a death hoàn toàn thất bại hoặc không còn tồn tại nữa ■ *The play got*

die laughing

terrible reviews and quickly died a death. ● Vở kịch bị phê phán thật tồi tệ và nhanh chóng tàn lụi.

die laughing bị chọc cười hết sức, cười vỡ bụng ■ *I nearly died laughing when she said that.* ● Tôi cười đến chết được khi cô ấy nói ra điều đó.

die on the vine → **wither on the vine**

die with one's boots on người làm việc cần mẫn, tích cực cho đến khi chết hoặc cho đến khi không thể làm việc được nữa ■ *The thought of retirement scares the hell out of me. I'm one of those people who'll probably die with his boots on.* ● Ý tưởng về hưu làm tôi cảm thấy vô cùng kinh khiếp. Tôi thuộc loại người sẽ làm việc tích cực cho đến chết.

died → **almost died**

diem → **seize the day**

differ → **agree to differ**

differ → **I beg to differ**

difference → **make all the difference**

difference → **make difference to sth**

difference → **same difference**

difference → **sing a difference tune**

difference → **with a difference**

difference → **world of difference**

different → **another kettle of fish**

different → **change tack**

different → **it's a (whole) new ball game**

different → **march to (the beat of) a different drummer**

different → **on a (totally) different wavelength**

different → **same shit, different day**

different → **see sb in a different light**

different → **sing a different tune**

different animal rất khác biệt, hoàn toàn khác biệt (thường dùng để so sánh điều đang nói đến với một điều đã nhắc đến trước đó) ■ *This slow post-season game was an entirely different animal from the high energy, high stakes games at the beginning of the season.* ● Trận đấu chậm chạp sau mùa bóng này thật hoàn toàn khác biệt so với những trận đấu rất sinh động có giải thưởng cao hồi đầu mùa bóng.

different as night and day hoặc *as different as night and day* hoàn toàn khác biệt, không có chút gì tương đồng ■ *Almost Bobby and Billy are twins, they are as different as night and day.* ● Mặc dù Bobby và Billy là anh em sinh đôi, nhưng họ hoàn toàn khác biệt nhau. ■ *Birds and bats appear to be similar, but they are different as night and day.* ● Loài chim và loài dơi có vẻ như tương tự, nhưng chúng hoàn toàn khác biệt nhau.

different strokes for different folks (khẩu ngữ) cần phải có cách ứng xử khác nhau đối với mỗi con người khác nhau, và cũng không thể cho rằng tất cả mọi người đều có cách ứng xử giống nhau ■ *Your way of dealing with your kids worked for you - it takes different strokes for different folks.* ● Cung cách ứng xử với con cái của bạn áp dụng được đấy - cần phải ứng xử khác nhau với từng đối tượng khác nhau.

difficult → **find sth difficult to stomach**

difficult → **go through a bad patch**

difficult nut to crack → **tough nut to crack**

difficult to swallow → hard to swallow

dig deep into sth 1. lục lọi khắp nơi, một cách toàn diện, để tìm kiếm thông tin ■ *You'll need to dig deep into the records to find the figures you want.* ● Anh cần phải lục lọi thật kỹ trong tất cả các báo cáo này để tìm những con số mà anh cần. ■ *If I'd dug deeper, I might have found out what happened to his wife.* ● Nếu tôi lục lọi kỹ hơn, có lẽ tôi đã tìm biết được những gì đã xảy ra cho vợ anh ta. 2. cố gắng, nỗ lực để có thể cung cấp đủ tiền bạc, thiết bị... theo nhu cầu ■ *We're asking you to dig deep for the earthquake victims.* ● Chúng tôi đang yêu cầu các anh hãy nỗ lực để cung ứng kịp thời cho các nạn nhân của trận động đất. ■ *They are asking people to dig deep to help the victims of the war.* ● Bọn họ đang kêu gọi mọi người cố gắng cung cấp tiền bạc để giúp đỡ các nạn nhân chiến tranh.

dig for dirt → **dig up dirt**

dig in one's heels → **dig one's heels in**

dig in one's toes → **dig one's heels in**

dig into one's pocket hoặc *dip into your pocket* hoặc *put one's hand into one's pocket* hoặc *stick one's hand into one's pocket* chi trả cho điều gì bằng tiền riêng của mình với một giá cao ■ *Havers knew he would have to dip his hand into his own pocket when he heard the plumber had charged a $300 for a simple repair.* ● Havers biết là mình phải bỏ tiền túi ra khá nhiều khi anh nghe nói người thợ sửa ống nước đã tính đến 300 đô-la cho một việc sửa chữa đơn giản. ■ *She was forced to dip into her own pocket to pay for the repairs.* ● Cô ấy bị buộc phải móc tiền túi chi trả cho việc sửa chữa.

dig one's heels in hoặc *dig in one's heels* hoặc *dig one's toes in* hoặc *dig in one's toes* không chịu thay đổi ý kiến hay kế hoạch của mình, bất chấp ý muốn hay sự thuyết phục của những người khác ■ *My boss wanted to abandon the project, but I dug my heels in and asked that the management look at in again.* ● Ông chủ tôi muốn từ bỏ dự án, nhưng tôi quyết không thay đổi ý kiến và đề nghị ban quản lý xem xét lại lần nữa. ■ *They dug in their heels and would not lower the price.* ● Họ kiên quyết không thay đổi và sẽ không chịu hạ giá xuống thấp hơn.

dig one's own grave làm điều gì gây ra những hậu quả rắc rối rất nghiêm trọng về sau cho chính mình ■ *Anybody who writes anything controversial in this paper is digging his own grave.* ● Bất cứ ai viết ra bất cứ điều gì gây tranh cãi trên tờ báo này đều là tự chuốc lấy những khó khăn về sau cho chính mình.

dig one's toes in → **dig one's heels in**

dig up dirt hoặc *dig for dirt* tìm cách khám phá điều gì có thể gây hại cho người khác ■ *The TV series starred Rogers as a journalist who drinks a lot and digs up dirt on famous people to print in his newspaper.* ● Loạt phim truyền hình thể hiện Rogers trong vai một nhà báo uống rượu rất nhiều và bới móc những chuyện không hay về các nhân vật nổi tiếng để đưa in trên báo của mình. ■ *The media dug up dirt on all the senators as soon as the Vice President's scandalous affairs became public knowledge.* ● Giới truyền thông tìm cách khai thác mọi chuyện riêng tư về các nghị sĩ ngay khi những vụ tai tiếng của Phó Tổng thống được công luận biết rõ.

dignity → stand on one's dignity

dilemma → chicken and egg situation

dilemma → on the horns of a dilemma

dim → take a dim view of sth

dim → the (dim and) distant past

dime → be a dime a dozen

dime → nickel and dime

dime → on a dime

dine → wine and dine sb

dine out → eat a meal out

dinner → dog's breakfast

dint → by dint of

dip into one's pocket → dig into one's pocket

dip one's toe in sth → put one's toe in the water

dip one's toe in the water → put one's toe in the water

dire → be in dire straits

direction → point sb in the right direction

direction → step in the right direction

dirt → dig up dirt

dirt → dish the dirt (on sb)

dirt → hit pay dirt

dirt → hit the deck

dirt → treat sb like dirt

dirty → air one's dirty laundry in public

dirty → air one's dirty linen in public

dirty → do one's dirty work

dirty → do the dirty deed

dirty → do the dirty on sb

dirty → down-and-dirty

dirty → get one's hands dirty

dirty → give sb a dirty look

dirty → play dirty

dirty → talk dirty

dirty big → dirty great

dirty great hoặc *dirty big* dùng để nhấn mạnh vật gì đó là rất lớn ■ *When I turned round he was pointing a dirty great gun at me.* • Khi tôi quay lại, hắn ta đang chĩa một họng súng khổng lồ vào tôi.

dirty one's hand dính líu vào một hoạt động không trung thực hoặc không tốt ■ *I would not want to dirty my hand with research on chemical weapons.* • Tôi không muốn làm bẩn tay mình bằng việc tham gia nghiên cứu các vũ khí hóa học. → *get one's hands dirty*

dirty word sự việc hoặc tính chất không được tán đồng hoặc không được ưa thích ■ *In politics, "liberal" has become a dirty word.* • Trong chính trị, "tự do" đã trở thành một từ không được ưa thích. ■ *Profit is not a dirty word around here.* • Ở đây lợi nhuận không phải là điều bị coi thường. ■ *For many teachers, change is a dirty word.* • Đối với nhiều giáo viên, thay đổi là điều không được ưa thích.

disagree → agree to differ

disappear → vanish into thin air

disappear into thin air → vanish into thin air

disappear off the face → vanish into thin air

disappearing → do a vanishing act

disaster → spell trouble

discord → apple of discord

discover sth the hard way → learn sth the hard way

discover sth to one's cost → know sth to one's cost

discretion → at the discretion of sb

discretion → discretion is the better part of valor

discretion is the better part of valor sự cẩn thận bao giờ cũng tốt hơn là liều lĩnh một cách không cần thiết ■ *Discretion is the better part of valor now, and you would be wiser to keep your thoughts to yourself rather than risk a confrontation at work.* • Lúc này thì cẩn thận vẫn tốt hơn, và bạn có thể khôn ngoan hơn nếu biết giữ lại những ý tưởng của mình thay vì liều lĩnh đưa ra tranh cãi ở nơi làm việc.

disguise → blessing in disguise

dish → can dish it out but can't take it

dish the dirt (on sb) nói về chuyện đời tư của ai, thường là những điều không tốt hoặc gây kích động ■ *Even though Peter is in his thirties, he still dishes the dirt like he was sixteen.* • Mặc dù Peter đã ở vào những năm của tuổi 30, anh ta vẫn tán chuyện người khác như thể mới 16 vậy. ■ *She loves to dish the dirt on her sisters.* • Cô ấy thích nói xấu về đời tư của những người chị mình.

dishwater → dull as dishwater

dismiss sth out of hand hoặc *reject sth out of hand* đưa ra quyết định ngay lập tức về việc không chấp nhận một ý kiến, lập luận tranh cãi hay kế hoạch... mà không cần suy nghĩ, xem xét gì thêm sau đó ■*Even though Republican senators disliked some parts of the bill, they did not dismiss it out of hand.* • Mặc dù các nghị sĩ đảng Cộng hòa không thích một số điểm trong dự luật, nhưng họ cũng đã không bác bỏ hoàn toàn ngay tức khắc. ■ *This theory cannot be dismissed out of hand.* • Lý thuyết này không thể bị bác bỏ hoàn toàn ngay tức khắc. ■ *His suggestion should not be dismissed out of hand.* • Đề xuất của ông ta không nên bác bỏ hoàn toàn ngay tức khắc. ■ *All our suggestions were dismissed out of hand.* • Tất cả đề nghị của chúng tôi đều bị bác bỏ hoàn toàn ngay lập tức.

dispatch → with dispatch

display → on display

disposal → at one's disposal

disservice → do sb a disservice

distance → at a distance

distance → at a safe distance

distance → go the distance

distance → in the distance

distance → keep sb at a distance

distance → put some distance between

distance → within spitting distance

distance → within striking distance

distant → in the not too distant future

distant → the (dim and) distant past

distraction → drive sb to distraction

ditch → last-ditch effort

ditchwater → dull as dishwater

dither → in a dither

dive → make a dive

dive → take a dive

dive in(to) the deep end → jump in(to) the deep end

divided → be divided against itself

dividend → pay dividends

Dixie → whistling Dixie

dizzy → the dizzy heights of

do → a fat lot of good it does

do → a man's gotta do what a man's gotta do

do → be to do with

do → can do sth with one hand tied behind one's back

do → don't do me any favours

do → fair's fair

do → it won't do

do → monkeys see, monkeys do

do → sit down and do sth

do → that does it

do → that'll do

do → the dos and don'ts

do → turn around and do sth

do → turn around and say sth

do → what do you know

do → what do you say

do → when in Rome (do as the Romans do)

do → where does sb get off (doing sth)

do a disappearing act → do a vanishing act

do a double take chú ý đến một sự việc gì sau khi đã nhìn thấy lần đầu vì có gì đó gây ngạc nhiên, khác thường ■ *I walked by him and did a double take because he really did look just like Chris Kakoulis.* ● Tôi bước đi bên cạnh anh ta và quay nhìn kỹ hơn bởi vì anh ta thực sự trông giống hệt như Chris Kakoulis.

do a good job on sth hoặc *make a good job on sth* hoặc (*bad, professional, excellent ... job*) thực hiện một công việc rất tốt đẹp hoặc rất tồi tệ... (thay thế tính từ để phù hợp với ý muốn nói) ■ *They did a very professional job.* ● Họ thực hiện công việc rất chuyên nghiệp. ■ *You've certainly made an excellent job of the kitchen.* ● Chắc chắn là bạn đã làm một công việc rất tuyệt vời cho căn bếp. (Chẳng hạn như sơn phết lại đẹp hơn.) ■ *We haven't done a very good job on the publicity for the show.* ● Chúng ta đã không làm tốt lắm việc quảng cáo cho buổi diễn.

do a job on sb hoặc *do a job on sth* hủy hoại hay làm thương tổn đến ai, vật gì ■ *The sun can do quite a job on your skin if you're not careful.* ● Ánh nắng mặt trời có thể làm hại da bạn nhiều nếu bạn không cẩn thận.

do a job on sth → do a job on sb

do a land-office business nói về một công việc đang phát đạt, mang lại rất nhiều lợi nhuận ■ *Simsons said her travel agency had been doing a land-office business all winter.* ● Simsons nói rằng tổ chức đại lý du lịch của cô ta rất phát đạt suốt mùa đông.

do a sb on sb (khẩu ngữ) được dùng với tên riêng của một người quen biết hoặc một người nổi tiếng để nói rằng cách ứng xử của ai đó giống như người ấy, nhất là khi cách ứng xử ấy không tốt hoặc gây bực mình ▪ *You're not going to do a Bonnie on me and cancel at the last minute, are you?* ● Anh không phải đang bắt chước theo kiểu của Bonnie với tôi và hủy bỏ vào phút chót?

do a slow burn trạng thái càng ngày càng trở nên giận dữ hơn ▪ *The coach had been doing a slow burn throughout the game, as his team lost 5 - 0 against the Oilers.* ● Trong suốt trận đấu, ông huấn luyện viên càng lúc càng thấy tức giận hơn, khi đội của ông thua với tỷ số 5 - 0 trước đội Oilers.

do a U-turn → **make a U-turn**

do a vanishing act hoặc *do a disappearing act* lẩn tránh một cách đột ngột, không báo trước ▪ *Dan doesn't really know how to talk. He asks a few questions, then does a disappearing act.* ● Dan không thật sự biết cách trò chuyện. Anh ta hỏi một vài câu, rồi đột nhiên lẩn đi mất tiêu không nói trước.

do battle (with) sb tranh cãi hay chiến đấu chống lại ai ▪ *Hertzog and his sister are preparing to do battle in the courts over their inheritance.* ● Hertzog và người chị đang chuẩn bị tranh chấp nhau trước tòa về quyền thừa kế. ▪ *He was quite prepared to do battle with his boss over his promotion.* ● Anh ta đã hoàn toàn chuẩn bị để tranh cãi với ông chủ về việc thăng tiến của mình.

do credit to sb → **do sb credit**

do everything but stand on one's head → **stand on one's head**

do good có ích lợi, có hiệu quả ▪ *Do you think these latest changes will do any good?* ● Anh có nghĩ là những thay đổi mới nhất này có chút hiệu quả nào không? ▪ *Don't you think talking to her would do some good?* ● Anh không nghĩ là nói chuyện với cô ta sẽ có lợi phần nào sao? ▪ *I'm sure a few days off would do you a power of good.* ● Tôi dám chắc là vài ba ngày nghỉ việc sẽ rất tốt cho anh. (sẽ khôi phục sức khỏe rất nhiều) ▪ *I'll talk to her, but it won't do any good.* ● Tôi sẽ nói chuyện với cô ta, nhưng điều đó cũng chẳng ích gì.

do I have to draw you a map (khẩu ngữ) dùng để tỏ ý bực bội khi phải mất quá nhiều thời gian để giải thích cho ai điều gì ▪ *You want me to explain the instructions again? Do I have to draw you a map?* ● Anh muốn tôi giải thích các chỉ dẫn một lần nữa à? Tôi có cần phải ghi tất cả ra giấy cho anh không?

do justice to sb hoặc *do sb justice* 1. đối xử với ai hoặc phê phán theo cách công bằng, thỏa đáng ▪ *He didn't play as well as he can, but to do him justice, it was his first game since his injury.* ● Anh ta đã không chơi hay hết khả năng mình, nhưng công bằng mà nói, đó là trận đầu tiên của anh ta từ khi bị chấn thương. ▪ *The review did not do justice to her talents.* ● Bài phê bình đã không công bằng đối với tài năng của cô ta. 2. trình bày, mô tả hoặc thể hiện ai hay vật gì theo cách trung thực, bộc lộ ra được những ưu điểm thực có ▪ *Do you think the movie really does justice to Conroy's book?* ● Bạn có nghĩ là bộ phim thật sự trình bày trung thực cuốn sách của Conroy không? ▪ *Denise, you look great. That haircut really does you justice.* ▪ Denise, trông bạn tuyệt lắm. Kiểu tóc ấy thực sự đã phát huy được hết vẻ đẹp của bạn. ▪ *That photo doesn't do you* *justice.* • Bức ảnh đó không thể hiện được bạn một cách trung thực.

do lunch (khẩu ngữ) dùng cơm trưa với ai, nhất là để bàn chuyện, thảo luận điều gì ■ *Well, it was nice seeing you. Give me a call sometime. Let's do lunch.* • Vâng, thật là hay khi được gặp anh. Hãy gọi cho tôi vào lúc nào đó. Chúng ta hãy cùng đi ăn trưa.

do me a favour dùng để đáp lời ai khi người nói cho rằng đó là một ý kiến ngớ ngẩn, không đúng chút nào ■ *"Do you think they'll win?" "Do me a favour! They haven't got a single decent player."* • "Anh có nghĩ là bọn họ sẽ thắng không?" "Cho tôi xin đi! Họ không có lấy một cầu thủ giỏi." ■ *£500? Do me a favour! It's worth twice that!* • 500 bảng Anh à? Cho tôi xin đi! Nó trị giá gấp hai lần như thế!

do not grow on tree dùng để nhấn mạnh điều gì phải khó khăn mới có được, và cần phải biết trân trọng giá trị của nó ■ *Jobs like that don't exactly grow on trees, you know; particularly when you're over fifty.* • Những việc làm như thế thật không dễ dàng có được, anh biết đấy; đặc biệt là khi anh đã quá 50 tuổi. ■ *I can't give you another loan. Money doesn't grow on trees, you know!* • Tôi không thể cho anh mượn thêm một khoản nợ khác. Anh nên biết là tiền bạc không dễ có được đâu.

do not miss a trick nói về người nhanh nhạy trong một lĩnh vực nào đó, luôn biết được chính xác những gì đang xảy ra và có thể giành được lợi thế trong mọi tình huống ■ *When it came to cutting costs on exports, Roy didn't miss a trick.* • Khi cần đến việc cắt giảm chi phí xuất khẩu, Roy luôn biết phải làm gì để có lợi. ■ *Elena doesn't miss a trick, so do all your work before you leave.* • Elena luôn nắm bắt được mọi việc, bởi vậy hãy làm hết tất cả công việc của mình trước khi bạn ra về.

do one's bit thực hiện phần việc của mình trong một công việc, nhiệm vụ chung ■ *We can finish this job on time if everyone does their bit.* • Chúng ta có thể hoàn tất công việc này đúng hạn nếu như mọi người đều thực hiện phần việc của mình. ■ *We felt good knowing that everyone was doing their bit.* • Chúng tôi cảm thấy vui khi biết rằng tất cả mọi người đều đang thực hiện phần việc của mình.

do one's damnedest to do sth hoặc *try one's damnedest to do sth* cố gắng hết sức để làm điều gì ■ *She did her damnedest to get it done on time.* • Cô ấy đã cố gắng hết sức để việc ấy được làm xong đúng hạn.

do one's dirty laundry in public → **air one's dirty laundry in public**

do one's dirty work thực hiện những công việc khó chịu hoặc không được lương thiện mà những người khác không muốn làm ■ *That dictator can no longer count on the army and the police to do his dirty work for him.* • Nhà độc tài ấy không còn có thể dựa vào quân đội và cảnh sát để làm những chuyện không hay cho ông ta được nữa. ■ *Next time you can get somebody else to do your dirty work for you!* • Lần tới anh có thể tìm một người nào khác để làm những chuyện khó chịu này cho anh! (- nghĩa là tôi sẽ không làm nữa đâu)

do one's homework chuẩn bị kỹ bằng cách tìm hiểu mọi việc có liên quan đến một chủ đề hay tình huống trước khi bắt tay giải quyết nó ▪ *Clearly, Hunter had done his homework and was able to pinpoint the inaccuracies in the budget plan.* ● Rõ ràng là Hunter đã tìm hiểu đầy đủ mọi việc và có thể chỉ ra những điểm không chính xác trong kế hoạch ngân sách. ▪ *You could tell that he had really done his homework.* ● Bạn có thể nói là anh ta đã thực sự có sự chuẩn bị đầy đủ. ▪ *You could tell from the interviewer's questions that he hadn't really done his homework.* ● Bạn có thể thấy được qua những câu hỏi của người phỏng vấn là anh ta quả thật không có sự chuẩn bị đầy đủ.

do one's level best cố gắng hết sức để thực hiện một điều quan trọng ▪ *We are doing our level best to get information out to the public.* ● Chúng tôi đang cố hết sức để đưa thông tin ra trước công chúng.

do one's own thing (khẩu ngữ) làm theo điều mình muốn, không tuân theo những quy tắc sẵn có hoặc bắt chước người khác ▪ *I'm my own man and I do my own thing - I don't need anybody.* ● Tôi là một người đàn ông tự lập và làm mọi việc theo ý mình - tôi không cần bất cứ ai khác.

do one's thing (khẩu ngữ) làm điều mình thích, hoặc hợp với chuyên môn, hoặc đã có dự tính làm ▪ *It's great that the band is still together, and still doing their thing after all these years.* ● Thật tuyệt vời là ban nhạc vẫn bên nhau, và vẫn thực hiện công việc họ yêu thích sau nhiều năm qua.

do one's way out of a (wet) paper bag dùng ở dạng phủ định để nói rằng ai đó làm việc gì rất dở, kém, tồi tệ ▪ *Alvin couldn't teach his way out of a paper bag.* ● Alvin dạy học tồi đến mức không tưởng tượng nổi.

do or die hoặc *do-or-die* tình huống khó khăn hoặc nguy hiểm và phải cố gắng hết sức mới có thể tránh được thất bại ▪ *Tonight's game was do-or-die for us. We did it, and now we have to look at what comes next.* ● Trận đấu đêm nay đã là một trận sống còn đối với chúng ta. Chúng ta đã làm được, và giờ đây chúng ta phải xem xét đến những gì sắp đến.

do sb a disservice gây ảnh hưởng xấu hoặc làm hại đến ai ▪ *The minister's comments do teachers a great disservice.* ● Những lời nhận xét của ông bộ trưởng có ảnh hưởng rất xấu đến các giáo viên.

do sb a good turn làm điều gì để giúp đỡ hoặc mang lại sự tốt đẹp cho ai ▪ *Although Carter's nightclub has met with opposition, he is convinced that he is doing the town a good turn.* ● Cho dù hộp đêm của Carter đã gặp phải sự phản đối, ông ta vẫn tin rằng mình đang làm điều tốt đẹp cho thị trấn.

do sb a world of good (khẩu ngữ) làm cho ai đó cảm thấy tốt hơn nhiều so với trước đó ▪ *This award did a world of good for my confidence. It helps to be recognized like that.* ● Giải thưởng này nâng cao rất nhiều lòng tự tin của tôi. Thật có lợi khi được thừa nhận như thế.

do sb credit hoặc *do sth credit* hoặc *do credit to sb* hoặc *do credit to sth* tạo ra, mang lại danh tiếng tốt đẹp cho người, tổ chức... ▪ *They sent Manuel because he was the kind of player who* would do his country credit overseas. • Họ đã gởi Manuel đi bởi vì anh ta là đấu thủ có thể sẽ làm rạng danh cho tổ quốc ở nước ngoài. ■ *Your honesty does you great credit.* • Lòng trung thực của anh thật rất đáng khen ngợi.

do sb justice → **do justice to sb**

do sb no favours hoặc *not do sb any favours* không giúp ích được gì cho ai đó, hoặc tạo ra ấn tượng rất xấu cho ai ■ *You're not doing yourself any favours, working for nothing.* • Anh chẳng giúp ích gì cho bản thân cả, làm việc mà chẳng được gì. ■ *The orchestra did Beethoven no favours.* • Ban nhạc đã tạo một ấn tượng rất xấu về Beethoven. (họ chơi nhạc của ông quá tệ) ■ *You're not doing yourself any favours by going to work for her father.* • Anh chẳng giúp ích gì cho bản thân bằng cách đến làm việc cho cha cô ấy.

do sb proud 1. làm cho ai hãnh diện, tự hào bằng cách thực hiện tốt đẹp một điều gì ■ *The Marr Ranch is a wonderful place to spend the weekend, and the owners do themselves proud with a wonderful menu.* • Quán Marr Ranch là một nơi rất tuyệt vời cho dịp cuối tuần, và những người chủ quán đã mang lại niềm tự hào cho chính mình với một thực đơn cũng rất tuyệt vời. 2. đối xử với ai rất tốt và làm cho họ cảm thấy đặc biệt ■ *You've done this company proud with all your hard work.* • Bạn đã đóng góp rất tốt cho công ty này với tất cả những công việc khó nhọc của bạn.

do sb the courtesy of doing sth thực hiện điều gì với ai để thể hiện phép lịch sự, sự tôn trọng... ■ *Please do me the courtesy of listening to what I'm saying.* • Xin hãy giữ phép lịch sự, lắng nghe những gì tôi đang nói.

do sb wrong (khẩu ngữ) làm điều gì đó phản bội lại một người yêu thương mình, nhất là quan hệ tình dục với người khác khi đã có vợ hoặc người yêu rồi ■ *I think she's crazy. I'd never stay with Tieone who had done me wrong like that.* • Tôi nghĩ cô ấy thật điên khùng. Giá như tôi thì sẽ chẳng bao giờ còn ở lại với Tieone, kẻ đã phản bội tôi như thế.

do some thing right off the bat (khẩu ngữ) làm việc gì ngay lập tức, không cần thời gian chờ đợi ■ *I'd just met my morther-in-law and right off the bat she started asking when we would give her a grandchild.* • Tôi chỉ vừa mới gặp bà mẹ vợ, và bà đã hỏi ngay là bao giờ thì chúng tôi cho bà bế cháu. ■ *Foreign aid is one of the issues we have to deal with right off the bat.* • Viện trợ nước ngoài là một trong những vấn đề chúng ta phải giải quyết ngay lập tức không được chậm trễ.

do sth (just) for the hell of it (khẩu ngữ) làm điều gì đó chỉ hoàn toàn theo ý muốn hoặc để đùa cợt mà không có lý do xác đáng nào khác ■*Come on, let's open a bottle of champagne just for the hell of it.* • Nào, chúng ta hãy mở một chai sâm-banh cho thỏa ý. ■ *They stole the car just for the hell of it.* • Bọn họ đánh cắp chiếc xe hơi chỉ để đùa nghịch thôi. ■ *I kissed him just for the hell of it.* • Tôi hôn anh ấy chỉ để đùa chơi thôi.

do sth a mile a minute làm điều gì đó với tốc độ rất nhanh ■ *Debbie came in this morning talking a mile a minute about her trip to Australia - she's so excited.* • Debbie đã đến hồi sáng này, nói chuyện rất nhanh về chuyến đi Australia của cô ta - cô ta rất phấn khích. ■ *Jill tried to hide behind the door, her heart beating a mile a minute.* ● Jill cố giấu mình sau cánh cửa, tim cô đập rộn lên nhanh như đánh trống.

do sth blindfolded thực hiện điều gì rất dễ dàng, không cần sự chú ý hoặc cố gắng nào vì đã làm nhiều lần và trở nên quá quen thuộc ■ *Morrill was an alcoholic, but he could sail a boat blindfolded.* ● Morill là người nghiện rượu, nhưng việc chèo thuyền thì anh ta nhắm mắt làm cũng được.

do sth by a whisker làm điều gì với khả năng hầu như suýt soát, hoặc nhấn mạnh việc gần như đã thành công ■ *McMurphey escaped bankruptcy by a whisker as his debts soared to $8.9 million.* ● McMurphey suýt nữa đã không thoát khỏi việc phá sản khi những món nợ của ông ta tăng vọt lên đến 8,9 triệu đô-la.

do sth by the book hoặc *go by the book* hoặc *play by the book* thực hiện điều gì hết sức cẩn thận theo đúng các quy định, nguyên tắc, hoặc những phương pháp đã được chấp nhận ■ *Most managers will tell you that going by the book is the most effective way to get things done.* ● Hầu hết những người quản lý đều sẽ nói với bạn rằng việc tuân thủ chặt chẽ các nguyên tắc là cách hiệu quả nhất để hoàn tất công việc. ■ *She always does everything by the book.* ● Cô ấy luôn luôn thực hiện mọi việc theo nguyên tắc. ■ *He always tried to do everything by the book.* ● Ông ta luôn cố gắng thực hiện mọi việc theo đúng nguyên tắc.

do sth by the skin of one's teeth xoay xở để thực hiện được điều gì mà suýt nữa đã thất bại không thực hiện được ■ *Kim got an "F" in history, and she only passed math by the skin of her teeth.* ● Kim nhận điểm "F" trong môn lịch sử, và chỉ suýt nữa thì cô đã không vượt qua được môn toán. ■ *He escaped defeat by the skin of his teeth.* ● Ông ta đã thoát được, suýt nữa thì bị đánh bại.

do sth credit → **do sb credit**

do sth for dear life tận lực làm điều gì nhằm để có thể tự bảo vệ mình tránh khỏi bị thương tổn, hoặc vì quá sợ hãi ■ *I was sitting in the yard when I saw a cat, hanging on to a branch of the tree for dear life.* ● Tôi đang ngồi trong sân thì nhìn thấy con mèo, cố hết sức treo mình bám vào một nhánh cây. - Thành ngữ này thường dùng với các động từ như *hold on*, *run*... và đề cập đến các tình huống nguy hiểm. Tuy nhiên, nó cũng được dùng trong những trường hợp khác với hàm ý khôi hài. ■ *I was writing for dear life on the last essay question when they called time.* ● Tôi đang dốc sức viết như điên về vấn đề cuối cùng trong tiểu luận khi họ báo hết giờ.

do sth for kicks → **get one's kicks from sth**

do sth for the best làm điều gì với ý tốt, để đạt được điều gì hoặc muốn giúp đỡ ai ■ *I just don't know what to do for the best.* ● Tôi thật không biết là điều gì tốt nhất để làm. ■ *I'm sorry if my advice offended you - I meant it for the best.* ● Tôi lấy làm tiếc nếu như lời khuyên của tôi xúc phạm đến anh - tôi chỉ nói với ý tốt thôi.

do sth in one's sleep hoặc *able to do sth in one's sleep* làm việc gì hết sức dễ dàng, nhất là vì đã từng làm quá nhiều lần trước đó ■ *Don't worry, I've driven to the Bronx so many times I could do it in my sleep.* • Đừng lo lắng. Tôi đã lái xe đến Bronx quá nhiều lần đến nỗi tôi có thể nhắm mắt cũng làm được điều đó. ■ *I haven't done many portraits, but I could paint landscapes in my sleep.* • Tôi chưa vẽ nhiều tranh chân dung, nhưng tôi có thể vẽ tranh phong cảnh dễ như bỡn.

do sth like crazy làm điều gì đó với quá nhiều thời gian hoặc sức lực, hết sức... ■ *The boy was kicking like crazy to get free, but Phil held on to him.* • Thằng bé vùng đạp như điên để thoát ra, nhưng Phil đã giữ chặt lấy nó. ■ *I've been eating like crazy the last couple of days.* • Hai ngày vừa qua tôi đã ăn uống như điên. ■ *We worked like crazy to get it done on time.* • Chúng tôi đã làm việc như điên để hoàn tất công việc đúng hạn.

do sth like nobody's business dùng để nhấn mạnh một điều gì đó xảy ra rất nhanh, hoặc được thực hiện hoàn tất một cách trọn vẹn ■ *Tickets to his concerts have been selling like nobody's business. Two shows at Shoreline were sold out in a day.* • Vé xem các buổi hòa nhạc của ông ấy đang được bán ra rất nhanh. Hai buổi trình diễn ở Shoreline được bán hết sạch chỉ trong một ngày. ■ *I've been working like nobody's business to get it finished in time.* • Tôi đã làm việc hết sức nhanh chóng để hoàn tất nó đúng thời hạn. ■ *Letters have been pouring in like nobody's business.* • Thư từ được ào ạt đưa đến rất nhanh chóng.

do sth like the devil làm việc gì rất nhanh hoặc dùng sức quá nhiều ■ *They must have fought like the devil to get out of there alive.* • Họ đã phải chiến đấu hết sức lực để sống sót thoát ra khỏi nơi đó. ■ *We ran like the devil.* • Chúng tôi chạy nhanh như ma đuổi.

do sth standing on one's head dùng để nhấn mạnh rằng làm được điều gì rất dễ dàng ■ *Math questions are easy - I can do them standing on my head, but the chemistry will take longer.* • Những câu hỏi môn toán rất dễ, tôi có thể làm không chút khó khăn, nhưng những câu môn hóa sẽ phải mất nhiều thời gian hơn.

do sth with flying colours thành công một cách dễ dàng và hoàn hảo ■ *Sheila took her final exams this summer, and passed with flying colours.* • Sheila dự thi tốt nghiệp trong mùa hè này và đã thành công một cách dễ dàng. ■ *Sally qualified for the race with flying colours.* • Sally dễ dàng đáp ứng các tiêu chuẩn của cuộc đua. ■ *John passed his geometry test with flying colours.* • John vượt qua kỳ kiểm tra môn hình học một cách dễ dàng. ■ *She passed the exam with flying colours.* • Cô ấy vượt qua kỳ thi một cách dễ dàng.

do sth with hands tied behind one's back → **do sth with one hand tied behind one's back**

do sth with one hand tied behind one's back hoặc *do sth with hands tied behind one's back* cố làm điều gì cho dù có những bất lợi khiến cho sự việc rất khó đạt đến thành công ■ *Police are fighting car crime with few officers and one hand tied behind their back.* • Cảnh sát đang đấu tranh chống lại nạn trộm xe hơi với số nhân viên quá ít ỏi và nhiều khó khăn bất lợi. → ***can do sth with one hand tied behind one's back***

do sth with one's back against the wall → have one's back against the wall

do sth with one's back to the wall → have one's back against the wall

do sth with one's eyes closed hoặc *do sth with one's eyes shut* có thể làm điều gì rất dễ dàng vì đã quá quen thuộc ■ *I can design these dresses with my eyes closed.* • Tôi có thể nhắm mắt cũng thiết kế được những kiểu áo dài này. ■ *I've made this trip so often, I could do it with my eyes shut.* • Tôi rất thường thực hiện những chuyến đi như thế này, tôi có thể nhắm mắt cũng làm được mà. ■ *I could do his job with my eyes shut.* • Tôi có thể nhắm mắt cũng làm được công việc của hắn ta.

do sth with one's eyes shut → do sth with one's eyes closed

do that ... thing → do the ... thing

do the ... thing hoặc *do that ... thing* (thông tục) dùng với một danh từ để chỉ việc thực hiện một công việc cụ thể nào đó, bao gồm tất cả những phần việc khác nhau có liên quan ■ *Do you want to do that downtown shopping thing for a while? I have some stuff I need to get.* • Anh có muốn đi xuống phố mua sắm một lát không? Tôi có một số món lặt vặt cần phải mua. ■ *I'll let you do the plumber thing. I'm going to take the dog for a walk.* • Tôi sẽ để anh làm hết công việc sửa chữa ống nước. Tôi sắp dẫn con chó đi dạo một vòng đây.

do the decent thing làm điều gì theo như suy nghĩ, chờ đợi của mọi người, nhất là khi rất khó làm ■ *He did the decent thing and resigned.* • Ông ta đã thực hiện điều đúng đắn nhất là từ chức.

do the dirty deed 1. cách nói khôi hài, có nghĩa là ăn nằm, giao hợp với nhau ■ *Nobody believes that we didn't do the dirty deed until after we were married.* • Không ai tin là chúng tôi đã không hề ăn nằm với nhau cho đến sau khi kết hôn. 2. làm điều gì sai trái hoặc gây khó chịu ■ *They did the dirty deed in the middle of the night.* • Bọn họ đã làm chuyện sai trái ấy vào lúc nửa đêm.

do the dirty on sb đối xử rất tồi tệ, bất công với ai ■ *He really did the dirty on her.* • Anh ta thật sự đã đối xử rất tồi với cô ấy. ■ *I'd never do the dirty on my friends.* • Tôi sẽ không bao giờ xử tệ với bạn bè của tôi.

do the honours thực hiện công việc phục vụ trong một dịp giao tiếp xã hội, tiệc mừng, lễ hội... chẳng hạn như rót rượu, phục vụ thức ăn, đọc diễn văn... ■ *Bill Gates himself did the honours at the launch party for Microsoft's new operating system.* • Đích thân Bill Gates đã tự tay châm rượu phục vụ ở bữa tiệc mừng hệ điều hành mới của hãng Microsoft. ■ *Would you do the honours and draw the winning ticket?* • Anh có muốn làm công việc phục vụ ở bữa tiệc và rút thăm trúng thưởng không?

do the job có tác dụng, hiệu quả đúng như mong muốn ■ *This extra strong glue should do the job.* • Loại keo dán cực mạnh này chắc phải có tác dụng.

do the nasty có quan hệ tình dục ■ *Do you think John and Lean are doing the nasty?* • Bạn có nghĩ là John và Lean đang ăn nằm với nhau không?

do the trick nói về điều gì có thể giúp giải quyết một rắc rối hoặc cung cấp những gì cần thiết để giúp đạt đến kết quả tốt đẹp ■ *The soup's almost ready*

do the wild thing

- *one more sprinkle of salt should do the trick.* • Món súp gần như đã sẵn sàng - thêm một nhúm muối có thể sẽ giúp nó được ngon lành hơn. ■ *I don't know what it was that did the trick, but now I am definitely feeling much better.* • Tôi không biết điều gì đã giúp giải quyết vấn đề, nhưng giờ đây tôi hoàn toàn cảm thấy khỏe hơn nhiều.

do the wild thing (thông tục) thực hiện hành vi quan hệ tình dục với ai ■ *Do you wanna do the wild thing, honey?* • Em có muốn làm chuyện ấy không, em yêu?

do time chịu án tù, ở tù ■ *He'd done some time in Joliet when he was younger.* • Hồi còn trẻ anh ta đã có một thời gian ở tù tại Joliet.

do without sb → **do without sth**

do without sth hoặc *do without sb* có thể sống bình thường được mà không có ai hoặc một nhu cầu nào đó ■ *I guess I'll just have to do without a car.* • Tôi đoán là tôi buộc sẽ phải sống mà không có xe hơi. ■ *The boss can't do without a secretary.* • Ông chủ không thể nào thiếu một thư ký.

do wonders for hoặc *work wonders for* có ảnh hưởng tốt đến điều gì hoặc rất có hiệu quả trong việc giải quyết một vấn đề ■ *Working outside all day does wonders for your health.* • Làm việc bên ngoài suốt ngày có ảnh hưởng tốt đến sức khỏe của bạn. ■ *The news has done wonders for our morale.* • Nguồn tin đã có ảnh hưởng rất tốt đến tinh thần của chúng tôi.

do you think I am made of money → **I am not made of money**

do you think I was born yesterday → **I wasn't born yesterday**

doctor → **an apple a day keeps the doctor away**

doctor → **just what the doctor ordered**

dodo → **dead as a dodo**

does → **easy does it**

does a bear shit in the woods → **is the Pope a Catholic**

dog → **call off the dogs**

dog → **dog-and-pony show**

dog → **every dog has its day**

dog → **fight like cats and dogs**

dog → **go to hell in a handbasket**

dog → **hair of the dog**

dog → **it's raining cats and dogs**

dog → **let sleeping dogs lie**

dog → **lie like a rug**

dog → **not have a dog's chance**

dog → **sick as a dog**

dog → **throw sb to the dogs**

dog → **top dog**

dog → **you can't teach an old dog new tricks**

dog days 1. giai đoạn không được thành công lắm ■ *These are truly the dog days for the Broncos. They haven't won a game in five weeks.* • Đây quả là một giai đoạn không mấy thành công cho đội Broncos. Họ đã không thắng trận nào trong suốt 5 tuần rồi. 2. hoặc *dog days of summer* giai đoạn nóng bức nhất của mùa hè ■ *Labour Day is the traditional end of the dog days of summer.* • Từ xưa nay lễ Lao động vẫn là thời điểm chấm dứt của những ngày nóng bức mùa hè. ■ *Julie was happy when she had her baby, because it was difficult being pregnant during the dog days.* ● Julie vui mừng khi đã sinh em bé, bởi vì thật là khó khăn khi mang bầu trong giai đoạn nóng bức nhất của mùa hè. - Thành ngữ này xuất phát từ rất xa xưa, người La Mã cổ đại gọi những ngày nóng bức này là dog days, bởi vì có một ngôi sao được gọi tên là *Dog Star* (Cẩu Tinh) mọc lên và lặn đi cùng lúc với mặt trời trong suốt những ngày nóng bức này.

dog days of summer → **dog days**

dog eat dog tình huống bon chen, giành giật lẫn nhau, trong đó mỗi người muốn được thành công sẵn sàng sử dụng bất cứ thủ đoạn nào để đạt được điều mình mong muốn ■ *In the world of producing computer hardware, it's always a case of dog eat dog.* ● Trong lĩnh vực sản xuất phần cứng máy vi tính, bao giờ cũng là một môi trường bon chen sát phạt lẫn nhau. ■ *I'm afraid in this company it's a case of dog eat dog.* ● Tôi e rằng trong công ty này là một môi trường bon chen sát phạt lẫn nhau. ■ *It's dog eat dog in the television industry.* ● Ngành truyền hình là một môi trường bon chen sát phạt lẫn nhau.

dog in the manger người không muốn cho ai sử dụng hoặc có được bất cứ món gì cho dù chính mình không sử dụng được ■ *What I want to know is if she's really interested in Dave, or is she just a dog in the manger?* ● Điều tôi muốn biết là liệu cô ấy có thực sự quan tâm đến Dave, hay là cô ấy chỉ muốn ngăn chặn người khác thôi? - Thành ngữ này bắt nguồn từ một câu chuyện ngụ ngôn của *Aesop*, trong đó có một con chó (*dog*), vốn không ăn được cỏ khô, nhưng nằm trong cái máng cỏ (*manger*) và ngăn không cho bất cứ con vật nào khác đến ăn cỏ.

dog tired hoặc **dog-tired** hết sức mỏi mệt ■ *Jesse was dog-tired after taking the kids to the zoo all day.* ● Jesse hết sức mỏi mệt sau khi đưa bọn trẻ đi chơi sở thú suốt ngày.

dog's breakfast hoặc **dog's dinner** điều được thực hiện một cách rất tồi tệ ■ *He's made a real dog's breakfast of these accounts.* ● Anh ta đã thực hiện các báo cáo tài chính này một cách hết sức tồi tệ.

dog's dinner → **dog's breakfast**

dog's life nói về một đời sống quá khó khăn, tồi tệ, nhưng đôi khi cũng được dùng với hàm ý khôi hài khi đời sống thực sự là rất tuyệt ■ *He led poor Amy a dog's life. She was desperately lonely, poor dear.* ● Anh ta mang đến cho Amy một cuộc sống hết sức tồi tệ. Cô ấy hoàn toàn cô độc, thật tội nghiệp. ■ *It's a dog's life here on vacation - all this sunshine and good food.* ● Cuộc sống đi nghỉ ở đây "khó khăn" quá nhỉ - chan hòa ánh nắng và thức ăn hảo hạng!

dog-and-pony show dùng để nói về một sự kiện mà người nói cho là được tổ chức chỉ nhằm vào việc gây ấn tượng với mọi người ■ *The rock concert Valence is planning to raise money for earthquake victims promises to be a real dog-and-pony show.* ● Buổi trình diễn nhạc rock mà Valence đang dự định tổ chức để quyên tiền giúp các nạn nhân động đất rất có khả năng sẽ là một buổi diễn nhằm gây ấn tượng mà thôi. ■

dog-eat-dog

Many of the President's critics considered his appearance at a children's hospital a dog-and-pony show, organized to impress the voters. • Nhiều người chỉ trích tổng thống đã xem sự xuất hiện của ông ở một bệnh viện dành cho trẻ em là sự phô trương hình thức, được tổ chức nhằm để gây ấn tượng với cử tri.

dog-eat-dog bon chen, giành giật ■ *I needed a change from the weather, the city, and the dog-eat-dog way of life.* • Tôi cần có một sự thay đổi thoát khỏi thời tiết, thành thị và lối sống bon chen này. ■ *We're operating in a dog-eat-dog world.* • Chúng ta đang hoạt động trong một thế giới bon chen sát phạt lẫn nhau.

doghouse → in the doghouse

dog-in-the-manger ngăn chặn không cho ai đạt được hoặc làm được điều gì ■ *They seem to have a dog-in-the-manger attitude and won't let us have any input in the project.* • Họ dường như có một thái độ ngăn chặn và sẽ không cho chúng ta được tham gia vào bất cứ phần nào trong dự án.

dog-tired → dog tired

doing → can't be doing with sth

doing → feel like sth

doing → get the feel of sth

doing → nothing doing

doing → take some doing

doing → the right hand doesn't know what the left hand is doing

dollar → almighty dollar

dollar → another day, another dollar

dollar → dollars to doughnuts

dollar → look like a million dollars

dollar → see dollar signs

dollar → sound as a dollar

dollar → the 64,000 dollar question

dollar → X number of

dollar → you can bet your bottom dollar

dollars to donuts → dollars to doughnuts

dollars to doughnuts hoặc *I'll bet you dollars to doughnuts* hoặc *dollars to donuts* hoặc *I'll bet you dollars to donuts* (cách dùng cũ) dám đoan chắc điều gì là sự thật hoặc chắc chắn sẽ xảy ra ■ *I bet you dollars to doughnuts she'll quit college before the end of the year.* • Tôi dám cá mười ăn một với anh là cô ấy sẽ bỏ học đại học trước cuối năm.

domino effect tình huống mà một sự kiện hay hành động lại gây ra nhiều sự kiện hay hành động khác nữa, nối tiếp nhau - tác động dây chuyền ■ *The initial layoff caused a domino effect that resulted in as many as twenty-two additional people losing their jobs.* • Vụ giảm nhân công ban đầu đã có một tác động dây chuyền, dẫn đến kết quả là có thêm 22 người mất việc. - Thành ngữ này bắt nguồn từ hình ảnh những quân cờ đô-mi-nô hình khối chữ nhật được dựng đứng nối tiếp nhau, khi bạn đẩy ngã chỉ một quân cờ, tất cả những quân còn lại sẽ nối tiếp nhau đổ xuống.

don sackcloth (and ashes) → wear sackcloth (and ashes)

don't → no you don't

don't ask me (why, how...) không biết (tại sao, thế nào...) (dùng khi người nói không thể trả lời câu hỏi đặt ra) ■

"We figured we could spend twenty hours a month working on it - is that what we figured?" "Don't ask me. I don't know what you guys talked about." • "Chúng ta đã tính toán là có thể dành ra 24 giờ mỗi tháng để làm điều này - có phải chúng ta đã tính thế chăng?" "Đừng hỏi tôi. Tôi không biết các anh đang nói đến điều gì nữa."

don't bank on it hoặc **don't bank on that** hoặc **don't bank on sth** (khẩu ngữ) dùng để nói với ai đó là những gì họ đang mong đợi hoặc hy vọng sẽ không xảy ra - đừng hy vọng hão ▪ *"Maybe Murray has some great job for me." "Don't bank on it."* • Có lẽ Murray sẽ có một công việc tuyệt vời nào đó cho tôi." "Đừng hy vọng hão." ▪ *"He said he'd come." "Don't bank on it - he's still in bed."* • "Anh ấy đã nói là anh ấy sẽ đến." "Đừng hy vọng hão - anh ta vẫn còn trên giường ngủ."

don't bank on sth → **don't bank on it**

don't bank on that → **don't bank on it**

don't blame me (khẩu ngữ) dùng khi muốn khuyên ai đó không nên làm điều gì, khi người nói biết rằng dù sao thì cũng không được nghe theo ▪ *Call her if you like, but don't blame me if she's angry.* • Cứ gọi cho cô ấy nếu anh thích, nhưng đừng trách tôi nếu như cô ấy nổi giận lên. ▪ *If it all goes wrong, don't blame me.* • Nếu mọi chuyện đều không ổn, đừng trách tôi đấy.

don't care a hoot → **don't give a hoot**

don't care two hoots → **don't give a hoot**

don't do me any favours (khẩu ngữ) dùng khi muốn nói rằng điều ai đó đang cố làm để giúp mình thật ra chẳng có kết quả gì mà ngược lại còn gây thêm sự bực mình hoặc phiền toái ▪ *"I could talk to Ron and explain that it wasn't really your fault." "Thanks, but don't do me any favours."* • "Tôi có thể nói chuyện với Ron và giải thích rằng đó không phải lỗi của anh." "Cám ơn, nhưng tốt hơn là anh đừng giúp gì cho tôi cả."

don't even know the half of it → **don't know the half of it**

don't get me wrong (khẩu ngữ) dùng trước khi đưa ra một ý kiến nhằm nhấn mạnh ý nghĩa, để người khác không hiểu sai lệch đi ▪ *Don't get me wrong - I like Jackson's music; it's just that this isn't my favourite album.* • Xin đừng hiểu lầm tôi - tôi thích nhạc của Jackson, nhưng chỉ có điều đây không phải là album tôi thích nhất.

don't give a hoot hoặc **don't care a hoot** hoặc **don't care two hoots** hoặc **don't give two hoots** (khẩu ngữ) dùng để nhấn mạnh rằng ai đó không cho việc gì đó là quan trọng, hoặc không quan tâm đến ▪ *The people of St. Louis don't give a hoot about who runs the city they just want things to improve.* • Người dân ở St. Louis không quan tâm đến việc ai điều hành thành phố - họ chỉ muốn mọi thứ được hoàn thiện. ▪ *I don't care two hoots about having money, as long as I'm happy.* • Tôi không quan tâm đến việc phải có tiền, chỉ miễn sao được hạnh phúc thôi.

don't give me that (khẩu ngữ) dùng khi không chấp nhận điều mà ai đó vừa nói ▪ *"I didn't have time to do it." "Oh, don't give me that!"* • "Tôi không có thời gian để làm điều đó." "Ồ, đừng nói với tôi như thế chứ!"

don't give two hoots → **don't give a hoot**

don't give up one's day job → **don't quit one's day job**

don't go doing sth (khẩu ngữ) dùng để cảnh cáo ai không được làm điều gì ■ *Don't go getting yourself into trouble.* ● Đừng tự chuốc lấy rắc rối cho mình. ■ *Take your time and don't go rushing into anything.* ● Cứ thong thả và đừng vội làm bất cứ điều gì.

don't have the heart to do sth không muốn nói hay làm điều gì mà có thể khiến cho người khác đau buồn hoặc bối rối ■ *Dad did the ironing - all of it. Mom didn't have the heart to tell him she doesn't usually iron the socks.* ● Cha đã làm việc ủi quần áo - ủi hết tất cả. Mẹ không muốn nói ra là mẹ thường không ủi vớ. (Vì sợ làm cha bối rối.) ■ *I didn't have the heart to tell him what I really thought.* ● Tôi đã không nỡ nói cho anh ta biết điều tôi thật sự đang nghĩ.

don't knock it dùng để bảo ai đó đừng phê phán hoặc than phiền về điều gì ■ *"I have to spend all weekend cooped up at my aunt's house." "Don't knock it - at least the food's free."* ● "Tôi đã phải nhốt mình ở nhà bà cô suốt cuối tuần." "Đừng than phiền nữa - ít nhất thì thức ăn cũng không phải trả tiền."

don't know the half of it hoặc *don't even know the half of it* (khẩu ngữ) dùng để nhấn mạnh về một tình huống hay sự việc là khó khăn, tồi tệ hơn nhiều so với những gì đã biết hoặc theo nhận định của ai ■ *"Her husband seems like such a jerk!" "Yeah, and I'm sure we don't even know the half of it."* ● "Anh chồng cô ta dường như đúng là một chàng ngốc." "Vâng, và tôi chắc là chúng ta chưa biết được hết đâu, vấn đề còn tồi tệ hơn thế nhiều." ■ *"It sounds very difficult." "You don't know the half of it."* ● "Điều đó nghe có vẻ rất khó khăn." "Bạn chưa biết hết đâu, sự thật còn khó khăn hơn nhiều."

don't know the meaning of (the word) nói về ai đó chưa từng trải qua một tình huống hay trạng thái cảm xúc đang nói đến, hoặc chưa từng học biết về một ý tưởng cụ thể nào đó ■ *I was attempting to train a group of young people who didn't know the meaning of the word discipline.* ● Tôi đang nỗ lực để huấn luyện một nhóm thanh niên chưa từng biết thế nào là kỷ luật. ■ *"Honesty"? He doesn't know the meaning of the word!* ● Lương thiện à? Hắn ta chưa từng biết đến hai chữ ấy! (= nghĩa là hắn chưa bao giờ lương thiện.)

don't look a gift horse in the mouth hoặc *never look a gift horse in the mouth* (khẩu ngữ) đừng chê bai hoặc từ chối những gì mà người khác biếu tặng cho mình, cho dù nó không được hoàn hảo ■ *The shoes my sister gave me were a little too tight, but I never look a gift horse in the mouth.* ● Đôi giày chị tôi cho hơi chật, nhưng tôi không bao giờ chê bai những gì là quà tặng. ■ *I'm never one to look a gift horse in the mouth.* ● Tôi không bao giờ là loại người chê bai quà tặng. - Thành ngữ này xuất phát từ ý nghĩa là người ta có thể biết được sức khỏe của một con ngựa bằng cách quan sát hàm răng của nó. Vì thế, nếu ai đó tặng bạn một con ngựa, bạn không cần thiết phải quan tâm đến sức khỏe của nó như khi đi mua ngựa, và như vậy có nghĩa là không cần nhìn vào miệng ngựa.

don't pull that crap hoặc *don't pull that shit* (khẩu ngữ) cách nói thô lỗ khi muốn bảo ai đó đừng cố nói hay làm điều gì đó mà người nói biết rõ là dối trá hoặc sai trái ■ *Come on, Ferry, don't pull that shit with me. We saw you with her in the restaurant.* ● Thôi đi, Ferry, đừng cố nói dối tôi. Chúng tôi đã thấy anh với cô ấy ở nhà hàng. - vì các từ *crap* và *shit* bị nhiều người xem là có ý xúc phạm, nên tốt nhất là không nên dùng thành ngữ này.

don't pull that shit → **don't pull that crap**

don't quit one's day job hoặc *don't give up one's day job* cách nói khôi hài dùng để nói với người mới tham gia một hoạt động, công việc nào đó, rằng người ấy vẫn chưa đạt được kỹ năng chuyên nghiệp, và vì thế tốt hơn là không nên từ bỏ công việc quen thuộc của mình ■ *Just because you sold one painting doesn't mean you should quit your day job.* ● Chỉ vì bạn đã bán được một bức tranh không có nghĩa là bạn nên từ bỏ công việc hiện nay của mình. ■ *So you want to be a writer? Well my advice is, don't give up the day job.* ● Vậy là bạn muốn trở thành nhà văn? Vậy lời khuyên của tôi là, đừng từ bỏ công việc quen thuộc của bạn.

don't say I never give you anything (khẩu ngữ) cách nói khôi hài khi tặng cho ai vật gì khác thường, đặc biệt ■ *"A pen shaped like a banana?" "Merry Christmas. Don't say I never gave you anything."* ● "Một cây bút có hình quả chuối à?" "Chúc Giáng sinh vui vẻ. Đừng nói là tôi chưa tặng bạn món gì đấy nhé!"

don't sweat the small stuff đừng quá lo lắng hay trở nên bối rối, lúng túng vì những chuyện không quan trọng hay những vấn đề nhỏ nhặt ■ *My mother's advice when we got married was, "don't sweat the small stuff".* ● Lời khuyên của mẹ tôi khi chúng tôi lập gia đình là: "Đừng quan tâm nhiều quá đến những chuyện vặt."

don't waste one's breath hoặc *save your breath* (khẩu ngữ) dùng để bảo ai đó đừng phí lời vì họ có nói ra bất cứ điều gì cũng không làm thay đổi được tình huống lúc ấy ■ *Don't waste your breath making excuses - I can see you're drunk.* ● Đừng phí lời xin lỗi - Tôi có thể thấy rõ là anh đang say khướt.

don't you believe it dùng để nhấn mạnh điều mà người nói tin chắc là không đúng sự thật ■ *"She wouldn't do a thing like that." "Don't you believe it!"* ● "Cô ấy hẳn không làm một chuyện như thế." "Không phải vậy đâu."

don't you dare dùng để bảo ai đó đừng làm điều gì, rất mạnh mẽ và thường có hàm ý đe dọa ■ *"I'll tell her about it." "Don't you dare!"* ● "Tôi sẽ kể cho cô ấy biết chuyện đó." "Liệu hồn đừng có mà làm thế." ■ *Don't you dare say anything to anybody.* ● Liệu hồn đừng có nói gì với bất cứ ai cả đấy. ■ *"I'll tell Susan what you said about her." "Don't you dare!"* ● "Tôi sẽ kể với Susan những gì anh đã nói về cô ấy." "Liệu hồn đừng có mà làm thế." ■ *Don't you dare come near me!* ● Liệu hồn đừng có lại gần tôi đấy.

done → **be done behind the scenes**

done → **be done for**

done → **be done in**

done → be done with

done → been there, done that

done → good as done

done → over and done with

done → that's done it

done → that's easier said than done

done → the damage is done

done deal một thỏa thuận, hợp đồng giao dịch... đã hoàn tất và không thể thay đổi được nữa ■ *It's a done deal - the merger is going ahead.* ● Vấn đề đã quyết định rồi - việc sáp nhập đang tiến hành.

done to death được nhắc đến hoặc dùng đến quá nhiều lần khiến cho mọi người đều thấy chán chê, không còn hứng thú ■ *Those jokes about changing lightbulbs have been done to death. We need something new.* ● Những chuyện đùa về việc thay bóng đèn đã quá nhàm chán rồi. Chúng ta cần chuyện gì đó mới mẻ. ■ *That joke's been done to death.* ● Trò đùa ấy đã chán lắm rồi. (- nghĩa là được dùng đến quá nhiều lần rồi)

donkey's years một thời gian rất lâu ■ *We've known each other for donkey's years.* ● Chúng tôi đã biết nhau lâu lắm rồi. ■ *I met him once, but that was donkey's years ago.* ● Tôi đã có gặp anh ta một lần, nhưng cách đây lâu lắm rồi. ■ *I haven't been swimming for donkey's years.* ● Đã lâu lắm rồi tôi không đi bơi.

donut → dollars to doughnuts

doo-doo → in deep doo-doo

doom → all doom and gloom

doom → prophet of doom

doom → spell trouble

Doomsday → till Doomsday

door → at death's door

door → back-door

door → behind closed doors

door → by the back door

door → close its doors

door → close the door on sth

door → get one's foot in the door

door → keep the wolf from the door

door → lay sth at one's door

door → leave the door open for sth

door → never darken one's door

door → open (the) doors for

door → out of doors

door → revolving door

door → show sb the door

door → the boy next door

door to door 1. từ nơi này đến nơi kia, tính cả mọi quãng đường dài và ngắn, chẳng hạn đường ra phi trường... ■ *The flight itself is only two hours, but it takes about five hours door to door.* ● Riêng chuyến bay chỉ mất 2 giờ, nhưng từ khi khởi hành đến lúc tới nơi phải mất khoảng 5 giờ. ■ *The journey takes about an hour, door to door.* ● Chuyến đi mất khoảng một giờ, từ lúc khởi hành cho đến tận nơi. 2. từ nhà này đến nhà khác, tận nhà ■ *Anne went from door to door selling books to earn money for college.* ● Anne đi đến tận từng nhà để bán sách kiếm tiền học đại học. ■ *He's a door-to-door salesman.* ● Ông ta là một người bán hàng đến tận nhà.

do-or-die → do or die

doornail → dead as a doornail

doorstep → on one's doorstep

dose → a taste of one's own medicine

dose → get a taste of one's own medicine

dose → give sb a taste of their own medicine

dose → in small doses

dose → like a dose of salts

dot → on the dot

dot → since the year dot

dot the i's and cross the t's xem xét cẩn thận tất cả chi tiết trước khi hoàn tất việc gì ■ *There is a very good chance that the product will be out on the market next month. We just have to dot our i's and cross our t's first.* ● Có khả năng rất chắc chắn là sản phẩm ấy sẽ tung ra thị trường vào tháng tới. Chúng tôi chỉ phải xem xét thật cẩn thận tất cả các chi tiết trước đã.

dotted → sign on the dotted line

double → do a double take

double → on the double

double bind tình huống khó khăn mà mọi nỗ lực để tháo gỡ chỉ làm tăng thêm khó khăn hơn nữa - tình trạng sa lầy, tình trạng tiến thoái lưỡng nan ■ *Traditional ways of thinking put women in a double bind: if they didn't protest, nothing changed, but if they did say something, they were criticized.* ● Những cách suy nghĩ theo truyền thống đã đặt người phụ nữ vào một tình trạng tiến thoái lưỡng nan: nếu họ không phản đối, sẽ không có gì thay đổi, nhưng nếu họ quả thật có nói lên điều gì, họ sẽ bị phê phán.

double whammy (thường dùng trong các bản tin báo chí, truyền hình...) tình huống khi cả hai điều khó khăn không thể giải quyết được cùng xảy ra cho ai ■ *The farming community has been hit with the double whammy of a winter freeze and summer flooding.* ● Giới nông dân đã gặp khó khăn gấp đôi với đợt giá lạnh mùa đông và trận lũ lụt mùa hè. ■ *With this government we've had a double whammy of tax increases and benefit cuts.* ● Với chính phủ này, chúng ta gặp khó khăn gấp đôi với thuế má gia tăng và lợi tức bị cắt giảm. - Đôi khi người ta cũng dùng *triple whammy* khi có ba sự khó khăn, *quadruple* khi có đến bốn sự khó khăn... ■ *The effects of war, recession, and drought have been a triple whammy for tourism in the area.* ● Những ảnh hưởng tay ba của chiến tranh, suy thoái kinh tế và nạn hạn hán đã cùng lúc gây khó khăn cho ngành du lịch trong vùng.

double-edged sword nói về một điều gì, chẳng hạn như một kế hoạch, sự thành tựu... được hy vọng mang lại sự tốt đẹp nhưng đồng thời cũng có thể gây tổn hại - con dao hai lưỡi ■ *For women, the sexual liberation was a double-edged sword.* ● Đối với phụ nữ, sự tự do tình dục là một con dao hai lưỡi.

doubt → be in doubt

doubt → beyond a shadow of doubt

doubt → beyond reasonable doubt

doubt → call into question

doubt → give sb the benefit of the doubt

doubt → have one's doubts about sth

doubt → no doubt

doubt → without doubt

doubting Thomas người không tin vào điều gì hoặc cho rằng điều ấy chưa được chứng minh ■ *At least now all the doubting Thomases of the world will realize the possibilities of cloning.* ● Ít nhất thì giờ đây những người hoài nghi trên thế giới sẽ nhận ra được những khả năng có thể nhân giống vô tính. - ***Thomas*** là một trong các môn đồ của chúa *Jesus* nhưng không tin vào việc chúa sống lại sau khi chết.

doughnut → dollars to doughnuts

down → a chill runs down one's spine

down → all the way down the line

down → batten down the hatches

down → be down and out

down → be down to sth

down → be down to the last sth

down → be shot down in flames

down → be up and down

down → beat sb down

down → bed down

down → breathe down one's neck

down → bring down the curtain on sth

down → bring down the house

down → bring sb (back) down to earth

down → bucket down

down → buckle down

down → catch sb with one's pants down

down → come down hard on sb

down → come down in the world

down → come down on sb like a ton of bricks

down → come down to

down → come down to earth

down → come down to the wire

down → cut sb down to size

down → deep down

down → drag sb down to one's level

down → dropping like flies

down → face sb down

down → fall down on the job

down → get down to brass tacks

down → get down to business

down → get down to the (real) nitty gritty

down → give sb the thumbs down

down → go back to basics

down → go down a bomb

down → go down like a lead balloon

down → go down like a rat sandwich

down → go down on one's knees

down → go down the drain

down → go down the route

down → go down well

down → hands-down

down → have sth down pat

down → have sth down to a fine art

down → have sth shoved down one's throat

down → hold the fort

down → jump down one's throat

down → keep one's head down
down → kick sb when one is down
down → knock-down, drag-out
down → lay down one's arms
down → lay down the law
down → lead sb down the garden path
down → let one's hair down
down → lie down on the job
down → look down one's nose (at)
down → lower one's guard
down → nail sb down
down → nail sth down
down → not take sth lying down
down → put down roots
down → put it down to experience
down → put one's foot down
down → sell sb down the river
down → send a chill down one's spine
down → send a shiver up one's spine
down → sit down and do sth
down → swear up and down (that)
down → take a trip down memory lane
down → take sb down a peg (or two)
down → throw down the gauntlet
down → to the bone
down → turn sth inside out
down → up and down
down → when it comes (right) down to it
down → when the chips are down
down → win hands down
down → you can't keep a good man down
down → you could've knocked me down with a feather

down at heel → down at the heels

down at the heels hoặc *down at heel* nói về người ăn mặc rách rưới, bẩn thỉu, hoặc sự vật gì trông cũ kỹ và ở trong tình trạng rất tồi tệ ■*People who come to the rehab centre are down at the heels, they smell a little, and they often make the middle-class volunteers feel uncomfortable.* • Những người đến trung tâm cai nghiện đều là giới hạ lưu, họ có mùi hôi hám, và thường làm cho những người tự nguyện làm việc ở đó thuộc giới trung lưu thấy khó chịu. ■ *Miller plays a down-at-heel detective in a case that involves a search for a cocktail waitress's missing brother.* • Miller thủ vai một thám tử mạt hạng trong một vụ liên quan đến việc tìm kiếm người anh mất tích của một cô phục vụ trong quán nước. ■ *The town has become very down at heel.* • Thị trấn ấy đã trở nên rất tồi tệ. ■ *They stayed at a down-at-heel hotel.* • Họ sống ở một khách sạn mạt hạng.

down but not out (thường dùng trong thể thao) thất bại tạm thời nhưng vẫn còn nhiều hy vọng sẽ tốt hơn ■*The Bulls were down but not out. They struggled on, and finally overcame the Rockets in the final quarter to win 103-99.* • Đội Bulls tạm thời thua nhưng không bỏ cuộc, họ tiếp tục thi đấu kiên cường và cuối cùng vượt qua đội Rockets trong hiệp cuối để giành chiến thắng với tỷ số 103-99.

down for the count ở trong một tình huống bất lợi và rất có khả năng thất bại ■ *When times are bad, short-sighted borrowers become convinced they are down for the count and start considering bankruptcy.* ● Khi hoàn cảnh khó khăn, những kẻ vay nợ thiển cận tin rằng họ rất có khả năng thất bại và bắt đầu nghĩ đến việc tuyên bố phá sản.

down in the dumps 1. nói về tâm trạng, rất buồn chán đến mức không còn quan tâm gì đến cuộc sống ■ *I've been down in the dumps ever since Jane left me.* ● Tôi đã chán nản đến không thiết sống kể từ khi Jane bỏ tôi. ■ *He'd been down in the dumps since his girlfriend left him.* ● Anh ta đã hết sức buồn nản kể từ khi cô bạn gái rời bỏ anh. 2. nói về một doanh nghiệp hay nền kinh tế, không hoạt động một cách thành công ■ *The market is down in the dumps at the moment; you'd be crazy to sell your shares today.* ● Thị trường lúc này đang lắng xuống, bạn chỉ có điên mới bán cổ phiếu ra hôm nay.

down in the mouth (khẩu ngữ) trông có vẻ rất buồn bã, đau khổ ■ *What's wrong, Rita? I've never seen you look so down in the mouth before.* ● Có chuyện gì vậy, Rita? Tôi chưa bao giờ thấy bạn buồn thảm như thế này trước đây.

down on one's luck cháy túi, sạch tiền vì gặp phải vận rủi trong một thời gian dài ■ *Money you donate to the charity will help people who are down on their luck.* ● Khoản tiền mà bạn hiến cho tổ chức từ thiện sẽ được dùng để giúp đỡ những người quá khó khăn. ■ *The paper described Moore as a down-on-her-luck ex-model who lied about her use of drugs.* ● Tờ báo mô tả Moore là một cựu người mẫu suy sụp, người đã nói dối về việc sử dụng ma túy của mình.

down the drain hoặc *go down the drain* hoặc *go down the plughole* hoặc *down the plughole* (khẩu ngữ) 1. không mang lại ích lợi gì, uổng công, phí của ■ *It's just money down the drain, you know.* ● Chỉ là phí tiền vô ích thôi, anh biết đấy. ■ *I hate to think of all that hard work going down the drain!* ● Tôi không thích phải nghĩ đến việc tất cả những công việc khó nhọc đó đang trở thành phí công vô ích. 2. trở nên tồi tệ hơn nhiều ■ *Safety standards have gone down the drain.* ● Những tiêu chuẩn an toàn đã trở nên tồi tệ hơn rất nhiều.

down the hatch 1. (khẩu ngữ) nói trước khi uống một ly bia hay rượu ■ *"Nick, here's your beer." "Thanks. Down the hatch!"* ● "Nick, đây là ly của anh." "Cảm ơn. Nào cạn nhé!" 2. chỉ hành động ăn hoặc uống món gì ■ *The big food companies don't care what kind of junk our kids are shoveling down the hatch.* ● Các công ty thực phẩm lớn không cần quan tâm đến những thức ăn uống tạp nhạp mà bọn trẻ của chúng ta đang dùng.

down the line hoặc *along the line* hoặc *down the road* hoặc *further down the line* hoặc *further down the road* vào một thời điểm trong khi diễn ra một tiến trình, hoặc một thời điểm trong tương lai, hoặc vào một thời điểm cụ thể được đề cập ■ *I'd like to get a college coaching job, but that's still a few years down the line.* ● Tôi muốn có được một công việc huấn luyện ở trường đại học, nhưng điều đó hãy còn khoảng vài ba năm nữa. ■ *Maybe ten years down the road we'll have enough* money to move to somewhere warm. • Có lẽ chừng mười năm nữa chúng ta sẽ có đủ tiền để đến một nơi nào đó ấm áp. ■ *Somewhere along the line a large amount of money went missing.* • Vào lúc nào đó trong khi mọi việc tiến hành một số tiền lớn đã bị mất. ■ *Our supporters have been magnificent all along the line.* • Những ủng hộ viên của chúng ta đã rất tuyệt vời trong suốt mùa bóng. ■ *Somewhere along the line vital information has been withheld.* • Vào một lúc nào đó trong tiến trình, thông tin cực kỳ quan trọng đã bị che giấu. ■ *We'll make a decision on that further down the line.* • Chúng tôi sẽ đưa ra một quyết định về điều ấy sau này. ■ *There are certain to be more job losses further down the road.* • Sắp tới chắc sẽ có thêm người bị mất việc. ■ *The judge said compensation would be considered further down the line.* • Quan tòa đã nói rằng việc bồi hoàn sẽ được xem xét sau.

down the plughole → **down the drain**

down the road → **down the line**

down through dùng với một cụm từ chỉ thời gian để nhấn mạnh là rất lâu ■ *Down through the years this town has seen many changes.* • Suốt những năm dài, thị trấn này đã chứng kiến nhiều thay đổi.

down to earth hoặc *down-to-earth* nói về tính nết của ai, thực tế, thẳng thắn và nhạy cảm ■ *Recent polls indicate that most Ohio residents believe their governor is down to earth, an honest and genuine person.* • Những thăm dò gần đây cho thấy hầu hết các cư dân Ohio đều tin rằng ông thống đốc của họ là người có đầu óc thực tế, trung thực và chân thành. ■ *I think people trust Chris because he's one of those down-to-earth guys.* • Tôi nghĩ rằng người ta tin tưởng Chris bởi vì anh ta là một trong những người rất thực tế.

down to sb hoặc *down to sth* dùng để nhấn mạnh điều được đề cập là bao gồm hết thảy mọi người, mọi việc, không loại trừ hoặc thiếu sót gì cả ■ *Everything had been carefully planned, right down to the last detail.* • Mọi thứ đều đã được lên kế hoạch cẩn thận, cho đến chi tiết cuối cùng. ■ *These changes will affect everyone from managing director down to the shop floor worker.* • Những thay đổi này sẽ có tác động đến tất cả mọi người, từ giám đốc điều hành xuống cho đến người công nhân sản xuất.

down to sth → **down to sb**

down to the bone → **to the bone**

down under đi đến Australia hoặc New Zealand ■ *I have always wanted to take a trip down under, but I can't seem to find the time or money.* • Tôi lúc nào cũng muốn thực hiện một chuyến đi xuống vùng Australia hoặc New Zealand, nhưng có vẻ như tôi không thể nào thu xếp được thời gian hay tiền bạc.

down with sb hoặc *down with sth* bày tỏ sự phản đối, thường dùng bởi đám đông ■ *The crowds chanted, "Down with them!"* • Đám đông cùng hô: "Đả đảo chúng nó!"

down with sth → **down with sb**

down-and-dirty 1. (thông tục) dùng những mánh khóe không trung thực, đê tiện trong một cuộc cạnh tranh, đọ sức, không công bằng, nhằm đánh bại đối phương hay để được lợi thế ■ *The down-and-dirty Texas governor's race has* occupied the media's attention for the last six months.* • Cuộc chạy đua vào ghế thống đốc bang Texas đầy thủ đoạn đã lôi cuốn sự chú ý của các phương tiện truyền thông đại chúng suốt trong sáu tháng qua. 2. cách ứng xử, trình diễn hoặc làm việc khiến mọi người phải ngưỡng mộ vì thể hiện đầy sinh lực, tự tin với những cảm xúc rất mạnh mẽ ■ *The first track on the album is a down-and-dirty country-blues treatment of "That's All Right Mama," a song that was a hit for Elvis in 1956.* • Phần đầu tiên của đĩa nhạc tuyển là sự phối khí mạnh mẽ theo lối nhạc blue đồng quê của bài "That's All Right Mama", một bài hát đã giúp Elvis nổi tiếng vào năm 1956.

down-and-out lâm vào cảnh thất nghiệp, không nhà cửa ■ *Wallace Beery won an Oscar in the 1931 movie about a down-and-out boxer and his son.* • Wallace Beery đoạt giải điện ảnh Oscar nhờ bộ phim năm 1931, nói về một võ sĩ quyền Anh sa sút khốn khó và người con trai của ông ta.

downhill → go downhill

downhill all the way from here → downhill from here

downhill from here hoặc *downhill all the way from here* hoặc *downhill all the way (from now on)* hoặc *all downhill from here* 1. trở nên dễ dàng hơn so với trước đó vì đã vượt qua được phần khó khăn trong công việc ■ *We've been practicing for this game all season, and if we win it, it's all downhill from here.* • Chúng tôi đã luyện tập cho trận đấu này trong suốt cả mùa bóng, và nếu chúng tôi thắng trận này, mọi việc sau đó sẽ trở nên dễ dàng hơn. ■ *It's all downhill from here. We'll soon be finished.* • Từ đây đã dễ dàng rồi. Không bao lâu chúng ta sẽ hoàn tất. ■ *There was much celebration as it is all downhill from here.* • Đã có nhiều dịp ăn mừng vì kể từ đây mọi việc đã dễ dàng hơn. 2. hoặc *all downhill* hoặc *downhill all the way* trở nên tồi tệ hơn nhiều ■ *It's been all downhill for his career since then, with four defeats in five games.* • Sự nghiệp của anh ta đã tồi tệ hơn nhiều kể từ đó, với 4 trận thua trong 5 lần thi đấu. ■ *I started work as a journalist and it was downhill all the way for my health.* • Tôi bắt đầu làm một nhà báo và sức khỏe của tôi ngày càng tồi tệ hơn. ■ *After the beautiful imagery of the first chapter it's all downhill.* • Sau chương đầu với những ngôn ngữ tượng hình tuyệt đẹp, những chương tiếp theo đều tồi tệ hơn.

downs → ups and downs

down-to-earth → down to earth

down-to-the-wire chỉ biết được kết quả vào lúc sắp kết thúc ■ *The team won a down-to-the-wire 3-2 victory yesterday.* • Hôm qua, đội bóng đã giành chiến thắng quyết định vào giờ chót với tỷ số 3-2.

dozen → be a dime a dozen

dozen → daily dozen

dozen → six of one, half a dozen of the other

drab → in dribs and drabs

drag → be a drag

drag → be a drag on sth

drag → knock-down, drag-out

drag → look like sth the cat dragged in

drag → wild horses would not drag sb

drag one's feet hoặc *drag one's heels* cố ý để mất quá nhiều thời gian cho công việc gì, nhất là vì có ý không muốn làm ■ *The government has been dragging its heels over the lastest abortion bill.* ● Chính phủ đã chần chờ khá lâu với dự luật mới nhất về việc phá thai. ■ *The government is dragging its feet on this bill because it costs too much.* ● Chính phủ đang chần chờ với dự luật này bởi vì nó quá tốn kém. ■ *If the planning department hadn't dragged their feet, the building would have been built by now.* ● Nếu phòng kế hoạch không cố tình trì hoãn, thì đến nay tòa nhà hẳn đã được xây xong.

drag one's heels → drag one's feet

drag one's name through the mud → drag sb through the mud

drag one's reputation through the mud → drag sb through the mud

drag sb down to one's level hoặc *pull sb down to one's level* lôi cuốn, làm ảnh hưởng đến ai, khiến cho họ cũng tham gia những việc xấu như mình đã làm, và tồi tệ hơn bản chất trước đây của người ấy ■ *You're not going to let them make a fool of you and drag you down to their level, are you?* ● Bạn sẽ không để cho bọn họ biến mình thành thằng ngốc và lôi cuốn vào những chuyện xấu xa giống như họ, phải không?

drag sb kicking and screaming thuyết phục hoặc ép buộc ai làm điều gì mà họ không muốn ■ *Some parts of the agriculture industry are being dragged along kicking and screaming.* ● Một số bộ phận trong ngành nông nghiệp đang bị thúc ép phải làm theo.

drag sb through the dirt → drag sb through the mud

drag sb through the mud hoặc *drag sb through the dirt* hoặc *drag one's name through the mud* hoặc *drag one's reputation through the mud* bôi nhọ, làm hại ai bằng cách nói xấu họ ■ *I hope that the mayor will apologize to the two officers for dragging their good names through the mud.* ● Tôi hy vọng ông thị trưởng sẽ xin lỗi hai viên chức vì đã bôi nhọ tên tuổi họ.

dragon → chase the dragon

drain → brain drain

drain → down the drain

drain → go down the drain

drape oneself in the flag → wrap oneself in the flag

drape sb in the flag → wrap oneself in the flag

draught → on draught

draw → do I have to draw you a map

draw → quick on the draw

draw → the battle lines are drawn

draw → the luck of the draw

draw a blank hoặc *draw a complete blank* 1. không thể trả lời một câu hỏi, hoặc không muốn tiết lộ thông tin ■ *If you'd asked me who Bill Clinton was before the '92 election campaign, I'm sure I would've drawn a complete blank.* ● Nếu bạn hỏi tôi Bill Clinton là người như thế nào trước kỳ vận động bầu cử năm 1992, tôi chắc rằng sẽ trả lời bằng cách im lặng hoàn toàn. 2. không có phản ứng hoặc không có kết quả gì ■ *So far, the police investigation has drawn a blank.* ● Cho đến nay cuộc điều tra của cảnh sát đã không mang lại kết quả gì.

draw a breath → draw breath

draw a complete blank → draw a blank

draw breath hoặc *draw a breath* tạm nghỉ, nghỉ ngơi ■ *She talks all the time and hardly stops to draw breath.* • Cô ấy nói liên miên và gần như không tạm nghỉ chút nào.

draw one's wagon into a circle → circle the wagons

draw one's wagons into a circle → circle the wagons

draw sth in broad strokes → paint sth in broad strokes

draw straws (for sth) chọn lựa điều gì bằng cách rút thăm ■ *We drew straws for who went first.* • Chúng tôi đã rút thăm để xem ai phải đi trước nhất.

draw the line (at) 1. từ chối không thực hiện điều gì vì không tán đồng, chấp nhận ■ *Look, I've read a lot of strange things in my life, but I draw the line at sexy magazines.* • Này, trong đời tôi đã đọc qua rất nhiều thứ kỳ lạ, nhưng tôi không chấp nhận được các tạp chí gợi dục. ■ *We draw the line at acts of violent protest.* • Chúng tôi không chấp nhận những hành động phản đối bằng bạo lực. 2. đặt ra một giới hạn cho mình ■ *We would have liked to invite all our relatives, but you have to draw the line somewhere.* • Chúng ta hẳn là muốn mời tất cả những người thân thuộc của mình, nhưng anh buộc phải đặt ra một giới hạn nào đó. (thực tế là không thể mời hết tất cả mọi người) ■ *I don't mind helping, but I draw the line at doing everything myself.* • Tôi không ngại giúp đỡ, nhưng tôi đặt ra một giới hạn trong việc tự mình làm tất cả mọi việc.

draw the short straw bắt buộc phải làm một chuyện gì mà không ai khác muốn làm, nhất là do sự chọn lựa tình cờ ■ *Bethany drew the short straw, so she will give the first talk.* • Bethany đã không may được chọn, vì thế mà cô sẽ phải phát biểu đầu tiên. (cô ta không muốn thế) ■ *I drew the short straw and had to clean the toilets.* • Tôi không may được chọn và phải lau dọn nhà vệ sinh.

drawing → go back to the drawing board

drawing → on the drawing board

dream → be a pipe dream

dream → in one's dreams

dream → like a bad dream

dream → live in a dream world

dream → not in my wildest dream

dream → of one's dreams

dream → run like a dream

dream → wouldn't dream of doing sth

dream on (khẩu ngữ) dùng khi muốn bảo ai đó rằng điều họ đang hy vọng hầu như không thể xảy ra ■ *"The computers should be back up by tomorrow, right?" "Dream on! We have a lot to do first."* • "Các máy tính sẽ được lưu trữ dự phòng xong vào ngày mai, đúng không?" "Đừng có mà mơ! Chúng tôi có nhiều việc phải làm trước."

dream ticket sự liên kết giữa những người rất có khả năng thắng phiếu trong một cuộc bầu cử hoặc thành công trong việc gì ■ *Amundson and Castino are a real dream ticket compared to the other candidates.* • Amundson và Castino thực sự là một liên minh lý tưởng so với các ứng cử viên khác.

dressed → be all dressed up and nowhere to go

dressed → be dressed (up) to the nines

dressed to kill ăn mặc rất đẹp hoặc dùng trang phục đắt tiền để lôi cuốn sự chú ý của mọi người ■ *Shandi was two hours late, but she was dressed to kill.* ● Shandi đến trễ mất 2 giờ, nhưng cô ta ăn mặc hết sức lộng lẫy.

dressed up chọn mặc y phục đẹp nhất, nghiêm trang nhất ■ *We are all dressed up to go out to dinner.* ● Tất cả chúng ta đều ăn mặc đẹp để ra ngoài ăn tối. ■ *I really have to get all dressed up just to go somewhere to eat.* ● Tôi thật sự phải ăn mặc đàng hoàng chỉ để đi ăn ở đâu đó.

drib → in dribs and drabs

dried → be cut and dried

dried → cut-and-dried

drift → get one's drift

drift → swim with the tide

drift with the tide → swim with the tide

drink → tall drink of water

drink → you can lead a horse to water

drink like a fish uống rượu, bia... rất nhiều và thường xuyên ■ *My roommate Billy drinks like a fish.* ● Người bạn Billy ở cùng phòng với tôi uống rượu nhiều và thường xuyên.

drink sb under the table uống được nhiều rượu hơn so với ai ■ *Brenda was willing to bet that she could drink any of those guys under the table.* ● Brenda sẵn sàng đánh cuộc rằng cô ta có thể uống nhiều rượu hơn bất cứ gã nào trong số đó.

drive a hard bargain đòi hỏi về phần mình quá nhiều, và chỉ muốn chi ra thật ít, nhằm giành lấy phần lợi thế - mặc cả quá đáng, cò kè ■ *"I'll give you $45 for it, and that's my final offer." "You drive a hard bargain, Kelly."* ● "Tôi sẽ trả ông 45 đô-la cho món này, đó là giá cuối cùng của tôi đấy." "Kelly, cô mặc cả quá đáng rồi."

drive a wedge between gây ra sự tức giận và bất đồng giữa hai người hay nhóm người để họ không còn thân thiện hoặc hợp tác với nhau nữa ■ *Arguments about the new space station continue to drive a wedge between the scientific community and NASA.* ● Những tranh cãi về trạm không gian mới tiếp tục gây ra sự bất đồng giữa cộng đồng khoa học và Cơ quan không gian Hoa Kỳ.

drive oneself into the ground → run oneself into the ground

drive sb bonkers → drive sb crazy

drive sb crazy hoặc *drive sb bonkers* hoặc *drive sb mad* hoặc *drive sb insane* 1. làm cho ai rất bực mình, khó chịu ■ *Santa Fe is a great city, but all the tourists drive me crazy!* ● Sante Fe là một thành phố rất tuyệt, nhưng tất cả những du khách làm tôi khó chịu muốn phát điên lên! (- nghĩa là có quá đông du khách) ■ *All these telephone calls are driving me mad.* ● Tất cả những cú điện thoại này làm cho tôi bực mình muốn phát điên lên. ■ *This job is driving me insane.* ● Công việc này làm tôi phát điên lên mất. 2. làm cho ai nổi điên lên, mất trí ■ *He's so strange that he actually drove his wife crazy.* ● Anh ta quá lạ lùng đến nỗi làm cho vợ anh phát điên lên. ■ *Doctor, there are little green people*

drive sb to distraction

following me around trying to drive me mad. • Bác sĩ, có những người tí hon màu xanh luôn đi theo quanh tôi, cố làm cho tôi phát điên lên. (- nghĩa là ảo giác của bệnh nhân mất trí)

drive sb insane → **drive sb crazy**

drive sb mad → **drive sb crazy**

drive sb to distraction làm cho ai rất bực tức, nổi giận hoặc khích động đến mức không thể suy nghĩ một cách sáng suốt, rõ ràng ■ *The sound of my high-pitched voice drives my friends to distraction.* • Giọng nói rất cao của tôi làm cho các bạn tôi khó chịu vô cùng. ■ *The children are driving me to distraction today.* • Hôm nay lũ trẻ đã làm cho tôi bực tức muốn điên lên. ■ *She was alone in the house all day and bored to distraction.* • Cô ấy ở nhà một mình suốt ngày và buồn chán đến mức không chịu nổi. ■ *She was driven to distraction by his constant whistling.* • Cô ấy bực tức muốn điên lên vì tiếng huýt sáo liên tục của anh ta.

drive sb up the wall (khẩu ngữ) làm cho ai rất bực dọc, khó chịu hoặc rất tức giận ■ *I can't get the last crossword clue, and it's driving me up the wall!* • Tôi không thể tìm được gợi ý cuối cùng để tìm đáp án cho ô chữ, và điều đó làm tôi bực tức phát điên lên. ■ *That noise is driving me up the wall.* • Tiếng ồn đó đang làm cho tôi bực tức hết sức. ■ *I mustn't be late or my father will go up the wall.* • Tôi không được về trễ, nếu không thì cha tôi sẽ nổi giận.

drive sth home to sb hoặc *hammer sth home to sb* hoặc *hit sth home to sb* làm cho ai hiểu hoặc chấp nhận điều gì bằng cách nói nhiều và nói một cách mạnh mẽ ■ *You will really need to drive your point home.* • Anh sẽ thật sự cần phải làm rõ ý kiến của mình. ■ *He hammered home the message that his party would be tough on crime.* • Ông ta lặp đi lặp lại rằng đảng của ông sẽ thẳng tay với bọn tội phạm.

drive the big white bus → **drive the porcelain bus**

drive the porcelain bus hoặc *drive the big white bus* nôn mửa, nhất là do đã uống quá nhiều rượu ■ *I walked into the bathroom and saw Paula driving the porcelain bus.* • Tôi bước vào phòng tắm và nhìn thấy Paula đang nôn mửa.

driven → **pure as the driven snow**

driven → **white as the driven snow**

driver → **back seat driver**

driver → **be in the driver seat**

driver → **Sunday driver**

driving → **what's driving at**

driving force (behind sth) nguyên nhân, động lực thúc đẩy cho một sự việc ■ *Hillary Clinton is a shrewd, ambitious lawyer who was the driving force behind her husband Bill's pitch for the presidency.* • Hillary Clinton là một luật sư khôn ngoan và nhiều tham vọng, và là động lực thúc đẩy cho việc chồng bà là Bill Clinton đạt đến cương vị Tổng thống. ■ *Who was the driving force in the band?* • Người nào là động lực chính trong ban nhạc? (- nghĩa là người tạo được ảnh hưởng mạnh mẽ nhất) ■ *Ron is the driving force behind the project.* • Ron là động lực chính đứng sau dự án này.

drop → **do sth at the drop of a hat**

drop → **jaw dropped**

drop → let sth drop

drop → the bottom drops out of one's world

drop → the bottom falls out

drop → wait for the other shoe to drop

drop → you could hear a pin drop

drop a bombshell làm ngạc nhiên, gây chấn động bằng cách đưa ra một quyết định quan trọng, hay thông báo về một việc bất ngờ đã xảy ra (thường dùng trong các bản tin báo chí, truyền hình...) ■ *Just before Christmas the company dropped a bombshell: they would be cutting 400 jobs in the new year.* • Chỉ ngay trước lễ Giáng sinh, công ty ấy đưa ra một tin chấn động: họ có thể sẽ cắt giảm 400 việc làm trong năm tới.

drop in the bucket hoặc *drop in the ocean* số lượng quá nhỏ, không đáng kể vì không thể tạo ra ảnh hưởng, tác động gì ■ *A lot of progress has been made in the war against illiteracy, but it's really just a drop in the bucket if we're trying to change the whole system.* • Đã có rất nhiều tiến triển trong cuộc chiến chống nạn mù chữ, nhưng thực sự vẫn còn là quá ít nếu như chúng ta muốn cố sức thay đổi tất cả. ■ *The amount of money raised was a drop in the ocean compared to what we needed.* • Số tiền quyên góp được thật là không đáng kể so với những gì mà chúng ta cần. ■ *This money is just a drop in the ocean compared to what they spent.* • Số tiền này chẳng đáng vào đâu so với những gì mà họ đã chi tiêu.

drop in the ocean → drop in the bucket

drop into one's lap → fall into one's lap

drop off the face → vanish into thin air

drop sb a line viết ngắn gọn đôi dòng gửi cho ai, thường là để biết tin nhau ■ *Be sure and drop me a line when you have a few spare minutes.* • Hãy nhớ chắc là sẽ viết cho tôi đôi dòng khi bạn rãnh.

drop sb like a hot potato hoặc *drop sth like a hot potato* (thường dùng trong các lĩnh vực kinh doanh và chính trị) đột nhiên chấm dứt sự liên hệ với một người hay sự việc nào đó ■ *After you lose, they will drop you like a hot potato because they don't need your vote anymore.* • Sau khi anh đã thua, bọn họ sẽ bỏ rơi anh ngay lập tức vì họ không còn cần đến lá phiếu của anh nữa.

drop sth in one's lap hoặc *dump sth in one's lap* đùn đẩy khó khăn của mình sang cho một người khác giải quyết ■ *Tom went on vacation and dumped all this work in my lap to finish for him.* • Tom đi nghỉ và đùn đẩy tất cả công việc này cho tôi để hoàn tất cho anh ta.

drop sth like a hot potato → drop sb like a hot potato

drop the ball mắc phải sai lầm hay thất bại khi thực hiện phần việc, trách nhiệm của mình (thường dùng trong lĩnh vực kinh doanh hoặc chính trị) ■ *This is important. We can't drop the ball where employee safety is concerned.* • Việc này là quan trọng. Chúng ta không thể mắc sai lầm khi có liên quan đến sự an toàn của người lao động.

drop the other shoe (and do sth) hoàn tất một tiến trình, thực hiện điều được chờ đợi sẽ nối tiếp theo sau điều đã làm, thường là đề cập đến những điều không hay ■ *Mr. Franklin has left his wife. Soon he'll drop the other shoe and divorce her.* • Ông Franklin đã rời bỏ vợ. Không bao lâu ông sẽ tiếp tục ly dị bà ta. ■ *Tommy has just failed three classes in school, we expected he drop the other shoe and quit altogether any day now.* • Tommy vừa thi hỏng cả ba môn học ở trường, giờ đây chúng tôi chờ đợi anh ta sẽ tiếp tục bỏ hết các môn khác bất cứ lúc nào.

drop the subject chấm dứt không nói về điều gì vì người khác không muốn nghe nữa, nhất là vì điều đó làm cho ai lúng túng hoặc khó chịu, bực mình ■ *Lisa looked furious when I asked about Ray, so I dropped the subject and told her about my day.* • Lisa trông rất giận dữ khi tôi hỏi về Ray, vì thế tôi thôi không hỏi nữa và kể cho cô ấy nghe công việc trong ngày của tôi.

dropping like flies hoặc *going down like flies* hoặc *dying like flies* hoặc *falling like flies* (khẩu ngữ) tình huống có rất nhiều người mắc bệnh hoặc chết, nhất là khi do cùng một nguyên nhân ■ *Smithers got the flu last week, and since then everyone has been dropping like flies.* • Gia đình Smither bị cúm hồi tuần rồi, và kể từ đó, tất cả mọi người cũng thi nhau mắc bệnh. ■ *People are dropping like flies with the flu.* • Mọi người đang thi nhau ngã gục vì bệnh cúm. ■ *People were dropping like flies in the intense heat.* • Mọi người đã thi nhau rơi rụng vì cái nóng khắc nghiệt.

drown one's sorrows uống rượu bia để cố quên đi một vấn đề nào đó ■ *Travis put his coat on and went down to the Roadhouse to drown his sorrows in a glass of beer.* • Travis mặc áo khoác vào và đến Roadhouse để cố quên đi vấn đề bằng một ly bia.

drum → **bang the drum for**

drummer → **march to (the beat of) a different drummer**

drunk as a lord → **drunk as a skunk**

drunk as a skunk hoặc *drunk as a lord* hoặc *as drunk as a skunk* hoặc *as drunk as a lord* (khẩu ngữ) cách nói hài hước khi muốn bảo là ai đó đã quá say ■ *Remember last New Year's Eve? Creg arrived at the party already drunk as a skunk.* • Còn nhớ đêm giao thừa năm ngoái chứ? Greg đến dự tiệc khi đã say mềm rồi.

dry → **as dry as a bone**

dry → **bleed sb dry**

dry → **hang sb out to dry**

dry → **keep one's powder dry**

dry → **leave sb high and dry**

dry → **like watching paint dry**

dry → **not a dry eye in the house**

dry → **run dry**

dry as a bone hoặc *as dry as a bone* hoàn toàn khô ráo ■ *We haven't had any rain for weeks. The land is as dry as a bone.* • Chúng tôi đã không có mưa từ nhiều tuần qua. Mặt đất giờ đây khô nứt nẻ.

dry as dust hoặc *as dry as dust* 1. rất khô ráo ■ *The bread is as dry as dust.* • Bánh mì này khô quá. ■ *When the leaves are dry as dust, they break into powder easily.* • Khi những chiếc lá đã rất khô, chúng dễ dàng bị vỡ vụn ra. 2. rất nhàm chán, không thú vị, lôi cuốn ■ *This book is as dry as dust. I am going to stop reading it.* • Cuốn sách này nhạt nhẽo quá. Tôi sẽ thôi không đọc nữa đâu. ■ *Her lecture was dry as dust - just like her subject.* ● Bài diễn văn của bà ta thật là nhạt nhẽo - cũng hệt như chủ đề của bà.

duck → **as a duck takes to water**

duck → **dead duck**

duck → **easy as duck soup**

duck → **get your ducks in a row**

duck → **lame duck**

duck → **lame-duck**

duck → **like water off a duck's back**

duck → **sitting duck**

duck → **take to sth like a duck to water**

duck shoot công việc, phần việc rất dễ thực hiện ■ *Learning to drive a motorcycle should be a duck shoot for you.* ● Việc tập đi xe gắn máy phải là rất dễ dàng đối với bạn.

duckling → **ugly duckling**

dudgeon → **in high dudgeon**

due → **give credit where credit is due**

due → **give sb one's due**

due → **give the devil his due**

due → **in due course**

due → **pay one's dues**

due → **with all due respect**

duh → **no duh**

dull → **all work and no play makes Jack a dull boy**

dull as dishwater hoặc *as dull as dishwater* hoặc *dull as ditchwater* hoặc *as dull as ditchwater* rất nhàm chán, vô vị, không có gì là lôi cuốn, hấp dẫn ■ *I'm not surprised that he can't find a partner. He's as dull as dishwater.* ● Tôi không ngạc nhiên là hắn ta không tìm được người cộng sự. Hắn là một con người nhạt nhẽo chẳng có gì lôi cuốn. ■ *Mr Black's speech was as dull as ditchwater.* ● Bài diễn văn của ông Black thật là nhạt như nước ốc. ■ *I always found history as dull as ditchwater.* ● Tôi luôn luôn thấy môn lịch sử hết sức nhạt nhẽo.

dull as ditchwater → **dull as dishwater**

dumb → **be struck dumb**

dump → **take a dump**

dump sth in one's lap → **drop sth in one's lap**

dumps → **down in the dumps**

dunk → **slam dunk**

during the course of sth → **in the course of sth**

dust → **after the dust clears**

dust → **bite the dust**

dust → **dry as dust**

dust → **eating one's dust**

dust → **gather dust**

dust → **like gold dust**

dust → **the dust settles**

Dutch → **go Dutch**

Dutch courage hoặc *liquid courage* sự gan dạ hoặc tự tin chỉ có được sau khi uống rượu ■ *After a few nights, I managed to get on stage without the help of Dutch courage.* ● Sau mấy đêm, tôi đã có thể lên sân khấu mà không cần nhờ đến việc uống rượu trước đó nữa.

duty → **above and beyond the call of duty**

duty → **bounden duty**

duty → **off duty**

duty → **on duty**

dyed-in-the-wool người rất khó thay đổi niềm tin, cảm nghĩ của mình - người bảo thủ, cuồng tín ■ *Maybe dyed-in-the-wool traditional types do not believe in alternative medicines because they think good medicine has to hurt to work.* ● Có lẽ những kiểu người bảo thủ theo truyền thống không tin tưởng vào các loại thuốc thay thế, bởi vì họ nghĩ một loại thuốc tốt cần phải gây đau mới có hiệu quả. ■ *Dyed-in-the-wool people do not believe in new ideas.* ● Những người quá bảo thủ không tin vào các ý tưởng mới.

dying → **be dying for sth**

dying like flies → **dropping like flies**

e.g. → for example

each → at each other's throats

each → have a foot in both camps

each → made for each other

eager beaver người rất nôn nóng, quá nhiệt tình trong việc thực hiện điều gì, vì thế đôi khi tỏ ra khác thường ■ *Tammy was such an eager beaver to get the invitation in the mailbox that she forgot to put stamps on them.* ● Tammy quá nôn nóng bỏ thư mời vào hòm thư, đến nỗi quên cả việc dán tem. ■ *New volunteers are always eager beavers.* ● Những người tình nguyện mới luôn hết sức nhiệt tình. ■ *The young assistant gets to work very early. She's a real eager beaver.* ● Người trợ lý trẻ đến sở làm rất sớm. Cô ta đúng là người rất nhiệt tình.

eagle → keep an eagle eye on

eagle → legal eagle

eagle eye sự chú ý quan sát, theo dõi rất thận trọng ■ *The students wrote their essays under the eagle eye of the headmaster.* ● Các sinh viên viết luận văn dưới sự theo dõi rất chặt chẽ của thầy hiệu trưởng.

ear → be all ears

ear → bend one's ear

ear → between the ears

ear → fall on deaf ears

ear → feast for the eyes

ear → go in one ear and out the other

ear → have nothing between the ears

ear → have one's ear

ear → have steam coming out of one's ears

ear → have sth between the ears

ear → have sth coming out of one's ears

ear → keep an ear out (for sth)

ear → keep an ear to the ground

ear → lend an ear

ear → listen with half an ear

ear → make a silk purse out of a sow's ear

ear → one's ears are burning

ear → out on one's ear

ear → piss on my back and tell me it's raining

ear → play sth by ear

ear → prick up one's ears

ear → reach one's ears

ear → set sth on its ear

ear → shut one's ears to sth

ear → smile from ear to ear

ear → tin ear

ear → turn a deaf ear

ear → up to one's ears in sth

ear → walls have ears

ear → wet behind the ear

ear for sth khả năng nghe hiểu dễ dàng mọi thứ liên quan đến âm nhạc hoặc ngôn ngữ... và có thể tái hiện lại rất giỏi bằng nhiều cách ■ *Janowitz's* recent novel proves she has a sense of humor and a great ear for dialogue. • Cuốn tiểu thuyết gần đây của Janowitz chứng tỏ là bà có năng khiếu hài hước và khả năng vận dụng tuyệt vời văn đối thoại.

earful → get an earful

earful → give sb an earful

earliest → at one's earliest convenience

early → at an early date

early → bright and early

early → early in the day

early → it's early days (yet)

early → the early-bird catches the worm

early bird người thức dậy sớm, hoặc đi đến sớm, hoặc làm điều gì sớm hơn những người khác ■ *Our dad is such an early bird. He's already out digging in the garden by six a.m.* • Cha tôi là người dậy rất sớm. Chỉ mới 6 giờ sáng ông đã ra xới đất ngoài vườn rồi. ■ *You're an early bird this morning!* • Sáng nay anh dậy sớm quá! ■ *The members of the Smith family are all early birds. They caught the first bus to town.* • Những người trong gia đình Smith đều dậy sớm cả. Họ đi chuyến xe buýt đầu tiên vào thành phố. ■ *I was an early bird and got the best selection of flowers.* • Tôi là người đến rất sớm và chọn được những đóa hoa đẹp nhất.

early hours → wee hours

early in the day hoặc *it's early in the day* (khẩu ngữ) dùng khi muốn nói là còn quá sớm để có thể đưa ra một nhận xét hay đánh giá về người hoặc sự việc nào đó ■ *I wouldn't like to get too excited about our chances of winning this early in the day.* • Tôi không muốn trở nên quá kích động về những khả năng chiến thắng lần này của chúng ta quá sớm.

early on vào giai đoạn đầu của một mối quan hệ, một tiến trình, sự việc... ■ *I knew quite early on that I wanted to marry her.* • Tôi đã biết ngay từ những ngày đầu là tôi muốn kết hôn cùng cô ấy. ■ *Mr Wood decided quite early on that he was not right for that job.* • Ông Wood đã xác định ngay từ đầu rằng ông không thích hợp cho công việc ấy. ■ *We recognized the problem early on, but we waited too long to do something about it.* • Chúng ta đã nhận ra vấn đề ngay từ đầu, nhưng chúng ta đã chờ đợi quá lâu trước khi có phản ứng. ■ *This doesn't surprise me. I knew about it early on.* • Điều này không làm tôi ngạc nhiên. Tôi đã biết nó ngay từ đầu.

early to bed, early to rise (makes a man healthy, wealthy, and wise) đi ngủ sớm và dậy sớm bao giờ cũng là điều tốt cho bất cứ ai (thường được dùng để giải thích khi ai đó đi ngủ sớm hơn thường lệ - phần sau rất thường lược bỏ) ■ *Tom left the party at ten o'clock, saying "Early to bed, early to rise, makes a man healthy, wealthy, and wise.* • Tom rời khỏi bữa tiệc lúc 10 giờ, nói rằng: "Ngủ sớm dậy sớm bao giờ cũng tốt." ■ *I always get up at dawn. After all, early to bed, early to rise.* • Tôi luôn luôn thức dậy khi trời vừa rựng sáng. Nói cho cùng, ngủ sớm và dậy sớm bao giờ cũng tốt cả.

early-bird rất sớm ■ *We went for the early-bird dinner special, which ends at 6:00.* • Chúng tôi đã đến dự bữa tiệc rất sớm, chấm dứt vào lúc 6 giờ.

earn → a penny saved is a penny earned

earn → get brownie points

earn one's bread hoặc *earn one's crust* kiếm tiền theo cách vừa đủ để sinh sống qua ngày ■ *Myra earns her bread giving tours of the island to visitors.* ● Myra kiếm đủ sống bằng cách cung ứng các chuyến tham quan đảo cho khách du lịch. ■ *I've been an actor for 20 years, earning a crust wherever I can.* ● Tôi đã là một diễn viên trong 20 năm, kiếm tiền vừa đủ sống ở bất cứ nơi nào có thể được.

earn one's crust → earn one's bread

earn one's keep 1. kiếm đủ tiền để tự lo cho cuộc sống của mình, bằng cách làm việc cho chính những người mà mình đang sống chung ■ *I started earning my keep at 14, working on my family's cattle ranch.* ● Tôi bắt đầu kiếm tiền đủ để tự nuôi sống mình vào năm 14 tuổi, làm việc trong trại chăn nuôi của gia đình tôi. ■ *I earned my keep at college shoveling snow in the winter.* ● Tôi đã kiếm tiền đủ sống hồi đi học đại học bằng công việc xúc tuyết trong mùa đông. 2. làm việc có hiệu quả xứng đáng với số tiền nhận được ■ *He felt he no longer deserved such a high salary. He just wasn't earning his keep.* ● Anh ta cảm thấy không còn xứng đáng với một mức lương cao đến thế. Anh ta chỉ là không làm ra được tương xứng. ■ *Tom hardly earns his keep around here. He should be fire.* ● Tom gần như không xứng đáng với tiền lương kiếm được ở đây. Anh ta cần phải bị đuổi việc.

earn one's living kiếm đủ tiền để chi trả cho tất cả những gì cần đến trong cuộc sống ■ *Everyone should have the means to earn their own living.* ● Mỗi người nên có được phương thức để tự kiếm sống.

earn one's stripes làm điều gì để chứng tỏ là xứng đáng với cương vị, công việc hay cấp bậc của mình ■ *She earned her stripes the hard way - she started at the bottom of a little company and turned it into a giant corporation.* ● Cô ấy đã tự khẳng định mình một cách gian khổ - cô bắt đầu từ vị trí thấp nhất trong một công ty nhỏ, và rồi biến nó trở thành một doanh nghiệp khổng lồ.

earnest → in earnest

earshot → out of earshot

earshot → within earshot

earth → all over the world

earth → bring sb (back) down to earth

earth → come down to earth

earth → cost the earth

earth → did the earth move

earth → down to earth

earth → from the four corners of the earth

earth → go to the ends of the earth

earth → hell on earth

earth → like nothing on earth

earth → move heaven and earth to do sth

earth → on earth

earth → promise sb the earth

earth → the salt of the earth

earth → the scum of the earth

343

ease → at ease

ease → ill at ease

ease into sth hoặc *ease oneself into sth* trở nên quen thuộc, làm quen với một công việc mới ■ *It will take a little time for him to ease himself into his new role.* ● Sẽ phải mất một ít thời gian để anh ta tự mình làm quen với công việc mới.

ease off hoặc *ease up* 1.giảm nhẹ mức độ làm việc, sự căng thẳng hoặc khó chịu ■ *We waited until the traffic had eased off.* ● Chúng tôi chờ cho đến khi dòng xe cộ đã bớt đông đúc hơn. ■ *Ease off the training a few days before the race.* ● Hãy giảm bớt việc tập luyện trong mấy ngày trước cuộc đua. ■ *If the rain eases off overnight, we'll leave in the morning.* ● Nếu qua đêm trời bớt mưa, chúng ta sẽ ra đi vào buổi sáng. ■ *The pain should ease off after a couple of hours.* ● Cơn đau sẽ giảm nhẹ sau vài giờ. ■ *Ease off a bit as you go round the bend.* ● Giảm bớt tốc độ khi bạn đi quanh theo chỗ cong. 2.làm cho ai đó bớt căng thẳng, giảm bớt sức ép hoặc sự hối thúc đối với ai ■ *Ease off on John. He has been yelled at enough today.* ● Hãy làm cho Tom bớt căng thẳng đi. Hôm nay anh ta la hét như thế là đủ rồi. ■ *Yes, please ease off. I can't stand any more.* ● Vâng, xin hãy bớt hối thúc. Tôi không thể chịu đựng hơn nữa đâu. ■ *Tell them to ease up on the horses. They are getting tired.* ● Bảo họ đừng ép mấy con ngựa nữa. Chúng đã mệt rồi. ■ *Tell thenm to ease up now! They are making the horses work too hard.* ● Bảo họ đừng thúc ép nữa. Họ đang ép mấy con ngựa làm việc quá sức đấy.

ease oneself into sth → ease into sth

ease up → ease off

easier → that's easier said than done

easy → breathe easier

easy → free and easy

easy → go easy on sb

easy → go easy on sth

easy → have an easy time (of it)

easy → I'm easy

easy → it's all too easy to do sth

easy → it's easy (for sb) to do sth

easy → take it easy

easy → take the easy way out

easy as apple pie → easy as pie

easy as duck soup hoặc *as easy as duck soup* (thông tục) quá dễ dàng, không cần phải có bất cứ sự cố gắng hay nỗ lực nào - dễ như húp cháo ■ *Finding your way to the shopping centre is easy as duck soup.* ● Việc tìm đường đến trung tâm mua sắm dễ dàng lắm. ● *Getting Bob to eat fried chicken is as easy as duck soup.* ● Muốn làm cho Bob ăn món gà rán thì dễ lắm.

easy as falling off a log hoặc *as easy as falling off a log* hoặc *easy as rolling off a log* hoặc *as easy as rolling off a log* (thông tục) rất dễ dàng ■ *Passing that exam is as easy as falling off a log.* ● Vượt qua kỳ thi ấy dễ dàng lắm. ■ *Getting out of jail was as easy as rolling off a log.* ● Muốn ra khỏi tù dễ dàng lắm. ■ *Fooling him was as easy as falling off a log.* ● Lừa gạt anh ta dễ dàng lắm. (anh ta rất ngốc nghếch) ■ *Learning Excel is as easy as falling off a log.* ● Học Excel là chuyện hết sức dễ dàng.

easy as pie hoặc *as easy as pie* hoặc *as easy as anything* hoặc *as easy as apple pie* hoặc *easy as apple pie* (thông tục) rất dễ dàng, không có gì khó khăn

- dễ như ăn ớt ■ *The test should be as easy as pie if you can get enough driving practice.* ● Cuộc kiểm tra sẽ hết sức dễ dàng nếu như bạn có thể tham dự đủ các buổi tập lái. ■ *Mountain climbing is as easy as pie.* ● Việc leo núi thật là dễ dàng. ■ *Making a simple dress out of cotton cloth is easy as pie.* ● May một chiếc áo dài đơn giản bằng vải cotton quá dễ dàng.

easy as rolling off a log → **easy as falling off a log**

easy come, easy go (khẩu ngữ) dễ được thì dễ mất, nhất là nói về tiền bạc ■ *My attitude to money is easy come, easy go - the more I make, the more I spend.* ● Quan điểm của tôi về tiền bạc là dễ được thì dễ mất - tôi càng kiếm được nhiều tiền thì chi tiêu càng lớn. ■ *Ann found 20 dollars in the morning and spent it foolishly at noon. "Easy come, easy go," she said.* ● Ann kiếm được 20 đô-la vào buổi sáng và tiêu sạch đi một cách ngốc nghếch vào buổi trưa. "Dễ được thì dễ mất," cô ấy nói. ■ *John spends his money as fast as he can earn it. With John it's easy come, easy go.* ● John tiêu phí tiền bạc cũng nhanh chóng như anh ta kiếm được. Với John thì đúng là dễ được, dễ mất.

easy does it (khẩu ngữ) dùng khi muốn bảo ai hãy làm việc gì với tốc độ vừa phải, nhất là nhằm để tránh gây ra sự thương tổn ■ *Pull the table over this way - easy does it.* ● Kéo cái bàn qua lối này - cẩn thận từ từ thôi. ■ *Be careful with that glass vase. Easy does it.* ● Hãy cẩn thận với cái bình thủy tinh ấy. Làm chậm chậm thôi. ■ *Now, now, Tom. Don't get angry. Easy does it.* ● Nào, nào, Tom. Đừng nổi giận chứ. Từ từ thôi.

easy on the eye dễ nhìn, thích mắt ■ *The room was painted in soft pastels that were easy on the eye.* ● Căn phòng được sơn bằng phấn màu trông rất thích mắt.

easy to come by dễ tìm thấy, dễ mua, hoặc có sẵn để dùng ■ *Please be careful with that phonograph record. It was not easy to come by.* ● Làm ơn cẩn thận với cái máy hát đó. Nó không dễ mua đâu. ■ *A good dictionary is not very easy to come by.* ● Một cuốn tự điển tốt không dễ kiếm được đâu.

easy touch → **soft touch**

eat → **dog eat dog**

eat → **dog-eat-dog**

eat → **have one's cake and eat it**

eat → **I'll eat my hat**

eat a horse (khẩu ngữ - thường dùng với **can, could, would**...) ăn rất nhiều - dùng để nhấn mạnh là người nói đang rất đói ■ *What time's dinner? I could eat a horse tonight!* ● Mấy giờ mới ăn tối? Tối nay tôi đói quá đi mất!

eat a meal out hoặc **dine out** đi ăn ở một nhà hàng ■ *I like to eat a meal out every now and then.* ● Tôi thích thỉnh thoảng đi ăn nhà hàng một lần. ■ *Yes, it's good to eat out and try different kinds of food.* ● Vâng, thật là tuyệt khi đi ăn nhà hàng và thử qua những món ăn khác nhau.

eat and run ăn vội vàng một bữa ăn để rồi đi ngay ■ *Well, I hate to eat and run, but I have to take care of some errands.* ● Vâng, tôi ghét việc ăn rồi đi ngay, nhưng tôi có một số việc phải làm. ■ *I* don't invite John to dinner anymore because he always has some excuse to eat and run. ● Tôi không mời John đến ăn tối nữa bởi vì anh ta luôn có lý do nào đó để ăn rồi đi ngay.

eat crow buộc phải thừa nhận rằng mình đã sai trái, hoặc phải nói lời xin lỗi về việc gì, nhất là khi điều đó gây bối rối ■ *Critics who laughingly called CNN the "Chicken Noodle News" when it began in 1980 were forced to eat crow as the network spread around the world.* ● Các nhà phê bình đã từng chế nhạo đài CNN là "Chicken Noodle News" vào lúc mới thành lập năm 1980, giờ đây phải thừa nhận sự sai lầm khi mạng phát sóng của nó lan ra khắp thế giới. - *Chicken Noodle News*, cách chơi chữ để chế giễu, lấy 3 chữ cái đầu theo tên của đài này là *CNN*, nhưng lại mang nghĩa là *"loại tin tức như mì gà ăn liền"*.

eat humble pie thừa nhận là đã sai trái về việc gì, nhất là phải làm điều đó một cách công khai và một cách bối rối ■ *If Richards wants to rejoin the company, she will have to eat humble pie, and ask them to take her back.* ● Nếu Richards muốn trở lại công ty, cô ấy phải công khai nhận lỗi và đề nghị họ đưa cô trở lại.

eat like a bird ăn rất ít - ăn như mèo ■ *Sheila eats like a bird - she needs to put on more weight.* ● Sheila ăn như mèo vậy - cô ấy cần phải tăng cân hơn nữa.

eat like a horse ăn rất nhiều ■ *She may be thin, but she eats like a horse.* ● Cô ấy có thể là gầy, nhưng cô ấy ăn rất nhiều.

eat my shorts (khẩu ngữ) cách nói khiếm nhã khi muốn bảo ai hãy thôi đừng quấy rầy, gây bực tức, hoặc hãy đi chỗ khác ■ *"What's wrong, Jeff? Are you embarrassed?" "Eat my shorts!"* ● "Có chuyện gì vậy Jeff? Anh có lúng túng không?" "Anh hãy cút đi cho!"

eat one's heart out 1. (khẩu ngữ) một người nào khác sẽ ao ước có được hoặc có thể làm được những gì mà người nói đang có hoặc đã làm được ■ *I shook Tom Cruise's hand, and he gave me his autograph - so eat your heart out.* ● Tôi lắc mạnh tay Tom Cruise, và anh ta cho tôi chữ ký - thế đấy, bạn có mơ cũng chẳng được. ■ *Look at him dance! Eat your heart out, John Travolta.* ● Xem anh ta khiêu vũ kìa! Anh có mơ cũng chẳng bằng được anh ta đâu, John Travolta. 2. (*for sb* hoặc *for sth*) đau buồn khổ sở vì muốn có được ai đó nhưng không thể được ■ *I'm not going to mope at home, eating my heart out for some man.* ● Tôi sẽ không bi lụy ở nhà, đau buồn khổ sở vì một người đàn ông nào đó.

eat one's words hoặc *be forced to eat one's words* công khai thừa nhận là mình đã nói sai, thường là do chịu một sức ép nào đó ■ *The show is fantastic, and all those critics who doubt us will be eating their words on our first night on Broadway.* ● Buổi trình diễn thật là tuyệt vời, và tất cả những nhà phê bình nào nghi ngờ chúng tôi sẽ phải thừa nhận sai lầm của họ vào đêm diễn đầu tiên ở Broadway.

eat out of one's hand tin cậy ai và sẵn sàng làm theo lời người ấy ■ *She'll have them eating out of her hand in no time.* ● Không bao lâu cô ấy sẽ làm cho bọn họ tin cậy và nghe theo.

eat sb alive 1. đánh bại ai một cách dễ dàng trên thương trường, trong một trận đấu hoặc một cuộc tranh cãi, nhất là theo một cách làm cho đối phương bị hủy diệt hoàn toàn hoặc phải gánh chịu nhiều đau khổ ■*The defence lawyers are going to eat you alive tomorrow.* • Ngày mai các luật sư bên bị cáo sẽ thắng anh một cách dễ dàng. ■ *"Health insurance is a major financial issue. It is eating us alive," said spokesman Robert W. Stevens.* • Phát ngôn viên Robert W. Stevens nói: "Bảo hiểm y tế đang là vấn đề tài chính lớn nhất. Nó đang làm cho chúng ta phải điêu đứng." 2. rất tức giận với ai đó ■ *I'd better take you home now, or your mother will eat me alive.* • Tốt hơn là tôi nên đưa bạn về nhà ngay bây giờ, bằng không thì mẹ bạn sẽ nuốt sống tôi đi mất. ■ *He'll eat you alive if he ever finds out.* • Anh ta sẽ nuốt sống bạn mất nếu như có lúc anh ta tìm biết ra được. 3. nói về côn trùng, cắn hoặc chích ai dồn dập trong một thời gian ngắn ■ *We sat outside after dinner, and got eaten alive by the mosquitoes.* • Chúng tôi ngồi bên ngoài sau bữa tối và bị đám muỗi đua nhau chích tơi bời. ■ *I was being eaten alive by mosquitoes.* • Tôi đang bị đám muỗi đua nhau cắn chích tơi bời.

eat sb for breakfast đánh bại đối thủ một cách dễ dàng trong kinh doanh, trong một trận đánh nhau hay cuộc tranh cãi... ■ *Guys like Jordan could eat you for breakfast.* • Những gã như Jordan có thể hạ gục bạn rất dễ dàng.

eat sb out of house and home ăn uống của ai quá nhiều, không giữ phép lịch sự thông thường, vì thế gây ra sự bực mình ■*Since Mike's been here he's been eating me out of house and home, and he hasn't even offered to pay.* • Từ khi Mike đến đây, hắn ăn của tôi hết nhà hết cửa, và thậm chí cũng không đề nghị trả tiền nữa. ■*How much longer is he staying? He's eating us out of house and home.* • Hắn sẽ ở lại bao lâu nữa? Hắn ăn uống đến sập nhà chúng tôi.

eating → **have sb eating out of (the palm of) one's hand**

eating → **the proof is in the pudding**

eating one's dust thua kém rất xa so với đối thủ trong một cuộc cạnh tranh, so tài ■ *Yet again, the Cowboys have ended the season eating the Packers' dust.* • Lại một lần nữa, đội Cowboys chấm dứt mùa bóng, kém xa đội Packers. - Thành ngữ này xuất phát từ hình ảnh những chiếc xe hơi bị thua trong cuộc đua bị buộc phải ngửi những bụi khói (*dust*) do xe chạy trước thải ra.

ebb → **at a low ebb**

ebb → **the ebb and flow**

economy → **false economy**

edge → **be on a razor's edge**

edge → **be on edge**

edge → **be on the edge**

edge → **cutting-edge**

edge → **fray at the edges**

edge → **go over the edge**

edge → **have rough edges**

edge → **have the edge over**

edge → **lose one's edge**

edge → **on a knife edge**

edge → **on the cutting edge of sth**

edge → **on the edge of one's seat**

edge → **on the edge of sth**

edge → **push sb over the edge**

edge → set one's teeth on edge

edge → take the edge off sth

edged → double-edged sword

edgewise → not get a word in edgewise

eel → slippery as an eel

eff and blind (khẩu ngữ) sử dụng đến những ngôn ngữ thô tục, chửi rủa... để bộc lộ sự giận dữ ■ *There was a lot of effing and blinding going on between them.* ● Bọn họ đã dùng đến rất nhiều ngôn ngữ thô tục và chửi rủa lẫn nhau.

effect → come into effect

effect → domino effect

effect → in effect

effect → put sth into effect

effect → take effect

effect → to good effect

effect → to the effect

effect → with effect from

effort → all-out effort

effort → all-out effort

effort → last-ditch effort

egg → chicken and egg situation

egg → good egg

egg → have egg on one's face

egg → kill the goose that lays the golden egg

egg → lay an egg

egg → put all one's eggs in one basket

egg → walk on eggshells

egg sb on xúi giục ai làm điều gì, nhất là điều không nên làm ■ *He hit the other boy again and again as his friends egged him on.* ● Nó đánh thằng bé kia nhiều lần vì các bạn nó xúi giục. ■ *He'd never have stolen it if she hadn't egged him on.* ● Anh ta hẳn đã không bao giờ ăn cắp nó nếu như cô ấy không xúi giục anh ta.

eggshells → walk on eggshells

ego → an ego trip

eight → behind the eight ball

either → have a foot in both camps

either → or else

either → swing either way

elbow → go around one's ass to get to one's elbow

elbow → not know one's ass from a hole in the ground

elbow → rub shoulders with sb

elbow grease khối lượng công việc khó khăn và sự nỗ lực cần phải có để đạt được điều gì ■ *Thanks to a lot of elbow grease and a few coats of paint, the church is looking as good as new.* ● Nhờ vào rất nhiều sự nỗ lực vượt qua khó khăn và một ít lớp sơn bọc bên ngoài, ngôi nhà thờ trông đẹp như mới.

element → be in one's element

element → be out of one's element

element → brave the elements

elephant → an elephant never forgets

elephant → see pink elephants

elephant → white elephant

elevator → one's elevator doesn't go all the way to the top

eleventh → at the eleventh hour

else → or else

Elvis → 50 million Elvis fans can't be wrong

emanate from sth phát xuất từ, được bắt nguồn từ ■ *The sound of loud music emanated from the building.* • Tiếng nhạc ồn ào phát xuất từ trong tòa nhà. ■ *The proposal originally emanated from the UN.* • Đề nghị ấy ban đầu được bắt nguồn từ Liên Hiệp Quốc. ■ *She could hear voices emanating from her parents' room.* • Cô ấy có thể nghe được những giọng nói phát ra từ phòng của cha mẹ cô. ■ *Wonderful smells emanated from the kitchen.* • Những mùi hương ngạt ngào tỏa ra từ gian nhà bếp.

embark on sth hoặc *embarking upon sth* khởi sự làm điều gì mới mẻ hoặc khó khăn ■ *She is about to embark on a diplomatic career.* • Cô ấy sắp sửa khởi đầu sự nghiệp chính trị. ■ *Remember these basic rules before embarking upon major home improvements.* • Hãy ghi nhớ những nguyên tắc cơ bản này trước khi bắt đầu việc sửa chữa lớn cho ngôi nhà. ■ *After leaving college, Lucy embarked on an acting career.* • Sau khi tốt nghiệp đại học, Lucy bắt đầu sự nghiệp làm diễn viên. ■ *The new government embarked upon an energetic programme to reduce unemployment.* • Chính phủ mới đã bắt đầu một chương trình mạnh mẽ để giảm bớt nạn thất nghiệp.

embarking upon sth → embark on sth

embarrassment of riches tình huống có quá nhiều khả năng tốt đẹp để chọn lựa, vì thế thật khó mà chọn lấy trong số đó hoặc không biết làm sao để tận dụng hết ■ *The museum is fascinating - its only problem is an embarrassment of riches.* • Bảo tàng viện thật là hết sức lôi cuốn - vấn đề duy nhất của nó là có quá nhiều nơi để chọn lựa. ■ *Stratford has an embarrassment of riches, really, what with three theatres and lovely countryside, too.* • Stratford thực sự có quá nhiều khả năng để chọn lựa, gồm 3 nhà hát và cả vùng quê xinh đẹp hấp dẫn nữa.

embryo → in embryo

emperor's (new) clothes tình huống mà tất cả mọi người đều giả vờ như hiểu biết hoặc ngưỡng mộ một điều gì đó vốn không thật sự có nghĩa hoặc chẳng có gì đặc biệt, chỉ vì họ cho rằng nếu không giả vờ như thế sẽ bị xem là ngu ngốc ■ *You do not need this software, so don't be seduced by the emperor's new clothes.* • Bạn không cần đến phần mềm này, vì thế đừng giả vờ tán thưởng như thế. - nghĩa đen của thành ngữ này là "y phục mới của hoàng đế", được xuất phát từ câu chuyện của Hans Christian Andersen: Một vị hoàng đế bị mắc lừa, mua một bộ quần áo rất đắt tiền với lời dặn kèm theo là những người ngu ngốc không thể nhìn thấy bộ quần áo quý giá này, nhưng thực tế chẳng có bộ quần áo nào cả. Rồi hoàng đế "mặc" bộ quần áo tưởng tượng ấy đi ra phố. Tất cả mọi người đều giả vờ là mình nhìn thấy và khen ngợi bộ quần áo, vì họ sợ bị cho là ngu ngốc nếu thừa nhận mình không nhìn thấy bộ quần áo. Câu chuyện kết thúc khi một đứa trẻ nhìn thấy và hét to lên: "Xem kìa, ông vua không mặc quần áo gì cả!"

employ → be employed in doing sth

employ → in one's employ

enchilada → the big enchilada

enchilada → the whole shebang

encyclopedia → walking encyclopedia

end → all good things (must) come to an end

end → all's well that ends well

end → at loose ends

end → at one's wit's end

end → at one's wits' end

end → at the end of one's tether

end → at the end of sth

end → at the end of the day

end → be thrown in(to) the deep end

end → burn the candle at both ends

end → come to a bad end

end → dead end

end → get the short end

end → go off the deep end

end → go to the ends of the earth

end → in the end

end → it's not the end of the world

end → jump in(to) the deep end

end → make ends meet

end → never hear the end of it

end → no end

end → on end

end → on the receiving end

end → play both ends against the middle

end → see beyond (the end) of one's nose

end → sticky end

end → the absolute end

end → the be-all and end-all (of sth)

end → the beginning of the end

end → the business end

end → the end of the rainbow

end → the end of the road

end → the light at the end of the tunnel

end → the war to end all wars

end → tie up loose ends

end → to the bitter end

end all dùng để nhấn mạnh sự vượt trội hơn tất cả những thứ cùng loại, chẳng hạn như lớn nhất, quan trọng nhất hoặc trội nhất, hoặc tồi tệ nhất... thường dùng với *the* trước danh từ và số nhiều của danh từ đó theo sau như trong các ví dụ sau ■ *We've decided we're going to rent a big room in a hotel and throw the party to end all parties on Tony's birthday.* ● Chúng tôi đã quyết định sẽ thuê một phòng lớn ở khách sạn và tổ chức một bữa tiệc hết sức lớn vào sinh nhật của Tony. ■ *The movie has a car chase to end all car chases.* ● Bộ phim có một cảnh xe hơi rượt đuổi nhau chưa từng thấy. → *the war to end all wars*

end one's day hoặc *end one's life* sống những ngày cuối đời ở một nơi được nói đến hoặc trong một tình trạng cụ thể nào đó ■ *He ended his days in poverty.* ● Ông ta sống những ngày cuối đời trong nghèo khó.

end one's life → *end one's day*

end to end xếp thành hàng, nối tiếp với nhau ■ *They arranged the tables end to end.* ● Họ xếp những cái bàn thành hàng dài nối tiếp nhau.

enemy → one's own worst enemy

enfant terrible người trẻ tuổi đã thành công và có những sáng kiến mới với cung cách cư xử hoàn toàn khác thường, bất chấp, thường gây bối rối cho những người lớn tuổi hoặc bảo thủ theo truyền thống ■ *Polk, once described as "the enfant terrible of Western architecture", later gained much respect for his unique styles.* ● Polk, từng bị mô tả là "con ngựa non háu đá của kiến trúc phương Tây", về sau đã giành được nhiều sự ngưỡng mộ nhờ vào những phong cách sáng tạo độc đáo của mình. - Chú ý: Thành ngữ này dùng theo cách diễn đạt của người Pháp, được phát âm theo tiếng Pháp [ˌɑːnfɑːn teˈriːblə] chứ không phải như cách phát âm của người Anh, và số nhiều sẽ là *enfant terribles*.

engrave → be engraved on one's mind

enough → fair enough

enough → funnily enough

enough → give sb enough rope (and they'll hang themselves)

enough → go far enough

enough → have a lot on one's plate

enough → have had enough of sth

enough → leave well (enough) alone

enough → not know enough to come in out of the rain

enough → too many chiefs and not enough Indians

enough → you could not swing a cat

enough said (khẩu ngữ) dùng khi vấn đề đã được hiểu rõ và vì thế không cần phải nói thêm gì nữa ■ *"He's a politician, remember." "Enough said."* ● "Hãy nhớ rằng ông ta là một nhà chính trị." "Đủ rồi, không cần nói nữa."

entirety → in its entirety

envelope → push the envelope

envy → green with envy

envy → the envy of sb

equal → all things being equal

equal → on equal terms with sb

equal → without equal

err → to err is human

err on the side of caution thận trọng một cách quá đáng để nhằm đảm bảo chắc chắn tránh được bất cứ sự rủi ro, nguy hiểm hay rắc rối nào ■ *Because the law is unclear, doctors tend to err on the side of caution when treating terminally ill patients.* ● Vì luật pháp không được rõ ràng, nên các bác sĩ có khuynh hướng hết sức thận trọng để tránh rủi ro khi điều trị cho các bệnh nhân có nguy cơ tử vong. ■ *I thought it was better to err on the side of caution.* ● Tôi nghĩ là cẩn thận quá đáng một chút vẫn tốt hơn. (thà cẩn thận quá đáng một chút còn hơn là chấp nhận những rủi ro có thể có) ■ *We are erring on the side of caution and have closed the school.* ● Chúng tôi nghiêng theo khuynh hướng thận trọng hơn và đã đóng cửa trường học.

escape → make good one's escape

escape → narrow escape

essence → be of the essence

essence → in essence

European plan nói về cách tính tiền trong khách sạn không bao gồm các bữa ăn trong tiền thuê phòng ■ *I took a room in a small but respectable hotel,*

European plan. • Tôi thuê phòng ở một khách sạn nhỏ nhưng khá uy tín, tính tiền theo kiểu không gồm tiền ăn.

evasive → take evasive action

even → be even

even → break even

even → get an even break

even → get even with sb

even → I'm not gonna go there

even → on an even keel

even → so it's not even funny

even as xảy ra cùng lúc, đồng thời với điều gì được nói đến ■ *Even as he shouted the warning the car skidded.* • Ngay vào lúc anh ta hét lên lời cảnh báo thì chiếc xe hơi đã trượt đi rồi. ■ *Even as we speak, a ceasefire agreement is being signed in Geneva.* • Trong khi chúng tôi nói, một thỏa thuận ngừng bắn cũng đang đồng thời được ký kết tại Geneva.

even chance khả năng xảy ra hoặc không xảy ra việc gì cân bằng như nhau ■ *She has more than an even chance of winning tomorrow.* • Cô ấy không chỉ có cơ hội thắng bại ngang ngửa trong ngày mai. (còn hơn thế nữa, nghĩa là nắm chắc phần thắng nhiều hơn) ■ *There's an even chance that the jury will find him guilty.* • Khả năng bồi thẩm đoàn có buộc tội anh ta hay không là cân bằng như nhau.

even if hoặc *even though* 1.dùng để nhấn mạnh sự bất chấp, coi thường một yếu tố nào đó, không chịu ảnh hưởng của nó ■ *I'll get there, even if I have to walk.* • Tôi sẽ đến đó, cho dù tôi có phải đi bộ. ■ *I like her, even though she can be annoying at times.* • Tôi thích cô ấy, cho dù thỉnh thoảng cô ấy có thể là đáng bực mình. ■ *He's determined to prove his innocence, even if he has to go to the highest court in the land.* • Ông ta quyết tâm chứng tỏ sự vô tội của mình, cho dù có phải lên đến tòa án cao nhất trong nước. 2. hoặc *even so* dùng khi nêu ra một sự thực đáng ngạc nhiên vì có vẻ như mâu thuẫn ■ *Most of us ignore this good advice, even though we know it to be true.* • Hầu hết trong chúng ta đều bỏ qua lời khuyên tốt đẹp này, cho dù chúng ta biết là nó đúng thực. ■ *Even though I have a master's degree in business administration, I can't fill out my tax form.* • Cho dù tôi có bằng cao học quản trị kinh doanh, tôi không thể điền vào mẫu khai báo nộp thuế của mình được. ■ *There are a lot of spelling mistakes; even so, this is quite a good essay.* • Có nhiều lỗi chính tả; dù vậy, đây đúng là một bài luận văn hay. ■ *Crashes are rare, but even so, there should be stricter safety regulations.* • Những vụ đụng xe là hiếm hoi, nhưng cho dù vậy, nên có những quy định an toàn nghiêm khắc hơn.

even now hoặc *even then* 1.bất chấp một điều gì đó đã được thực hiện, đã xảy ra, nhưng vẫn không làm thay đổi điều được nói đến ■ *I've shown him the photographs but even now he won't believe me.* • Tôi đã cho anh ta xem những bức ảnh, nhưng cho dù vậy anh ta cũng không tin tôi. ■ *They're going to spend £5 billion on our railway network, and even then it won't be as good as the French system.* • Họ sắp sửa chi ra 5 tỷ bảng Anh cho hệ thống đường sắt của chúng ta, và cho dù vậy nó vẫn không thể tốt bằng hệ thống của Pháp. 2. nói về điều gì không thay đổi cho dù đã trải qua một thời gian khá lâu ■ *Even now, after all these years, he cannot mention her name without crying.* ● Cho đến nay, sau bao nhiêu năm dài, anh ta vẫn không thể nhắc đến tên cô ấy mà không rơi lệ. ■ *Even then she would not admit her mistake.* ● Cho đến nay cô ta cũng không chịu thừa nhận lỗi lầm của mình. (cho dù sự việc xảy ra đã khá lâu rồi) 3. **chính xác vào một thời điểm nào đó** ■ *The troops are even now preparing to march into the city.* ● Đúng vào lúc này quân đội đang chuẩn bị tiến vào thành phố.

even so → **even if**

even then → **even now**

even though → **even if**

event → **happy event**

event → **in any event**

event → **in that event**

event → **in the event**

ever → **for ever (and ever)**

ever → **if ever there was**

ever since kéo dài liên tục kể từ thời điểm được nói đến ■ *He's had a car ever since he was 18.* ● Ông ta đã có xe hơi từ năm 18 tuổi đến nay. ■ *I was bitten by a dog once and I've been afraid of them ever since.* ● Tôi đã bị chó cắn một lần và kể từ đó đến nay tôi sợ chó. ■ *I first met Harry at high school and we've been good friends ever since.* ● Tôi gặp Harry lần đầu tiên hồi còn học trung học và từ đó đến nay chúng tôi đã là bạn tốt với nhau. ■ *Ever since his wife left him, he's had a drink problem.* ● Từ khi vợ anh ta bỏ anh đến nay, anh ta đã mắc vào chứng nghiện rượu.

ever so hoặc *ever such* rất, hết sức ■ *He looks ever so smart.* ● Anh ta trông hết sức lanh lợi. ■ *She's ever such a nice woman.* ● Cô ấy là người phụ nữ rất tốt. ■ *It's ever so easy.* ● Nó thật là quá mức dễ dàng. ■ *It was ever so kind of you to invite us.* ● Anh thật là hết sức tử tế đã mời chúng tôi. ■ *They're ever such nice people.* ● Bọn họ là những người rất tốt. ■ *She's ever such a good dancer.* ● Cô ấy là một người khiêu vũ rất giỏi.

ever such → **ever so**

every → **at every turn**

every → **from all walks of life**

every → **hang on one's every word**

every → **have a finger in every pie**

every → **have a foot in both camps**

every → **use every trick in the book**

every bit as dùng để nhấn mạnh sự tương đương của một tính chất ■ *Rome is every bit as beautiful as Paris.* ● Rome hoàn toàn xinh đẹp không kém gì Paris. ■ *He's every bit as clever as she is.* ● Anh ta hoàn toàn khôn khéo không thua gì cô ấy.

every cloud has a silver lining → **silver lining**

every dog has its day người dù khốn khó đến đâu rồi cũng có lúc sẽ thành công ■ *When asked about the winning goal, Orrell commented that every dog had its day.* ● Khi được hỏi về bàn thắng, Orrell nhận xét rằng ai cũng có lúc thành công thôi.

every man has his price → **everyone has their price**

every other dùng với một đơn vị thời gian để chỉ sự cách khoảng đều đặn ■ *I have to work every other weekend.* • Tôi phải làm việc cuối tuần đều đặn hai tuần một lần. (- nghĩa là cứ một tuần nghỉ, một tuần làm) ■ *The committee meets every other month.* • Ủy ban họp đều đặn hai tháng một lần. (một tháng nghỉ, một tháng họp...) ■ *They visit us every other week.* • Họ viếng thăm chúng tôi đều đặn hai tuần một lần.

every Tom, Dick and Harry hoặc *any Tom, Dick, or Harry* tất cả mọi người, nhất là được dùng khi người nói nghĩ rằng cần có một sự giới hạn nhất định nào đó ■ *We don't hand out these licenses to every Tom, Dick, and Harry.* • Chúng tôi không trao những giấy phép này một cách dễ dãi cho tất cả mọi người đâu. - *Harry* được thay bằng *Harriet* khi người nói muốn nhấn mạnh là bao gồm cả phụ nữ ■ *This is a luxury vehicle that you won't see just any Tom, Dick or Harriet driving.* • Đây là một loại xe rất đắt tiền mà bạn sẽ không nhìn thấy bất cứ ai cũng được lái đâu.

every which way 1. cùng lúc di chuyển về mọi hướng ■ *I heard a crash and looked up - glass was flying every which way.* • Tôi nghe một tiếng va chạm mạnh và nhìn lên - những mảnh kính bay tung ra mọi hướng. 2. sử dụng đến tất cả mọi phương thức có thể có ■ *The statue has been burned, spray-painted and vandalized every which way since they put it up in the park.* • Pho tượng đã bị đốt, bị phun sơn và phá hoại bằng mọi cách kể từ khi họ dựng nó lên trong công viên.

everybody → **on everybody's lips**

everyone has their price hoặc *every man has his price* dùng để nói rằng bất cứ ai cũng có thể mua chuộc được để làm theo ý mình, miễn là đưa ra một số tiền thích hợp - có tiền mua tiên cũng được ■ *"You can't get access to the safe - there are twelve security guards petrolling the building." "Everyone has their price, my friend."* • "Anh không thể nào đến được chỗ tủ sắt - có mười hai người bảo vệ tuần phòng quanh nhà." "Người nào lại chẳng mua chuộc được, anh bạn?"

everything → **and everything**

everything → **leave a lot to be desired**

everything → **stand on one's head**

everything → **there's a first time for everything**

everything it's cracked up to be → **all it's cracked up to be**

everything one can get one's hands on → **everything one can lay one's hands on**

everything one can lay one's hands on hoặc *everything one can get one's hands on* (cũng thay *everything* bằng *anything* hay *whatever*...) (khẩu ngữ) nhận lấy tất cả mọi thứ có thể tìm được liên quan đến sự việc đang nói đến ■ *The authorities had confiscates whatever they could get their hands on, and Lamar was left without even a bed.* • Nhà chức trách đã tịch biên bằng hết bất cứ thứ gì mà họ có thể tìm thấy được, và Lamar bị bỏ lại thậm chí không còn lấy một cái giường ngủ.

everything's coming up roses hoặc *it's coming up roses* tình huống thuận lợi, đạt được sự thành công như mong đợi và không có bất cứ rắc rối nào xảy ra ■ *It is time for politicians to realize the threat posed by industrial pollution instead of pretending that everything's coming up roses.* ● Đã đến lúc các chính trị gia phải nhận thấy mối đe dọa đặt ra bởi sự ô nhiễm của ngành công nghiệp thay vì giả vờ như mọi thứ đều tốt đẹp không có gì rắc rối.

evidence → balance of evidence

evidence → in evidence

evil → the evil hour

evil → the lesser of two evils

exactly → not exactly

examined → need one's head examined

example → for example

except → present company excepted

exception → make an exception

exception → no exception

exception → take (great) exception to sth

exception → with the exception of sth

exception → without exception

exchange words with sb → have words (with sb)

exciting → like watching paint dry

excuse → poor excuse for sth

excuse me 1. dùng như một cách lịch sự để gợi sự chú ý của một người chưa quen biết ■ *Excuse me, is this the way to the station?* ● Xin lỗi ông, có phải đây là đường đến nhà ga hay không? ■ *Excuse me, do you know what time it is?* ● Xin lỗi ông, ông có biết mấy giờ rồi không ạ? 2. dùng như một cách lịch sự để đề nghị ai đó nhường đường cho mình đi qua ■ *Excuse me, could you let me through?* ● Xin lỗi, ông có thể để cho tôi đi qua được không? 3. bày tỏ sự hối tiếc vì phải ngắt lời ai hoặc đã vô tình có hành vi không được lịch sự ■ *Excuse me, but there's a phone call for you.* ● Xin lỗi, có một cú điện thoại gọi cho ông. (vì thế tôi phải cắt ngang câu chuyện của ông) ■ *The man sneezed loudly. "Excuse me," he said.* ● Người đàn ông hắt hơi thật lớn. Ông ta nói "Xin lỗi." 4. dùng để bày tỏ sự bất đồng với ai một cách lịch sự ■ *Excuse me, but I don't think that's true.* ● Xin lỗi, nhưng tôi không nghĩ rằng điều đó là đúng sự thật. ■ *Excuse me, but I never said I'd pay for everything.* ● Xin lỗi ông, nhưng tôi chưa bao giờ nói là tôi sẽ chi trả cho mọi thứ. 5. dùng một cách lịch sự để nói cho ai biết là mình sắp phải đi hoặc chuyển sang nói chuyện với một người khác ■ *Excuse me for a moment - I have to make a phone call.* ● Tôi xin phép một lát. - Tôi phải đi gọi điện thoại. ■ *"Excuse me for a moment," she said and left the room.* ● "Tôi xin phép được kiếu một lát," cô ấy nói và rời khỏi phòng. 6. bày tỏ sự hối tiếc, xin lỗi vì đã va chạm với ai hoặc làm điều gì không phải ■ *Oh, excuse me. I didn't see you there.* ● Ồ, cho tôi xin lỗi. Tôi đã không nhìn thấy anh ở đó. 7. dùng để yêu cầu ai đó lặp lại điều vừa nói vì không nghe rõ (lên giọng như câu hỏi) ■ *"He's moving." "Excuse me?" "He is leaving. He moves to another city."* ● "Ông ta đang dời đi." "Xin lỗi, ông nói sao?" "Ông ta sắp đi rồi. Ông ta dọn đến ở một thành phố khác." ■ *"How old are you?" "Excuse me?"* ● "Anh bao nhiêu tuổi?" "Xin lỗi, tôi chưa nghe rõ ông nói gì."

excuse me for breathing → **excuse me for living**

excuse me for living hoặc *excuse me for breathing* hoặc *pardon me for living* hoặc *pardon me for breathing* dùng khi nghĩ rằng ai đó đang giận dữ hoặc trách mắng một cách vô cớ ■ *She started yelling at me, and I was just thinking, well, excuse me for living!* ● Cô ấy bắt đầu quát tháo tôi, và tôi chỉ nghĩ rằng, tôi chẳng có lỗi gì cả. ■ *"Could you be quiet - I'm trying to read." "Well, pardon me for breathing!"* ● "Làm ơn im đi có được không - tôi đang cố đọc sách đây." "Ái chà, tôi có làm gì đâu!" - Nghĩa đen của thành ngữ này là *"tha lỗi cho tôi vì đã sống"* hoặc *"tha lỗi cho tôi vì đã thở"*, và vì đây là những điều không thể không làm, nên người nói hàm ý là mình không có lỗi gì cả, và người trách mắng là vô lý.

excuse my French hoặc *pardon my French* (khẩu ngữ) xin lỗi ai vì đã lỡ nói một điều thô tục hoặc kém lịch sự và nghĩ rằng có thể là đã xúc phạm đến người nghe ■*His jeans were hanging down so low you could see half his ass - pardon my French.* ● Quần jean của anh ta trễ xuống quá thấp đến nỗi bạn có thể nhìn thấy một nửa mông đít - ấy chết, cho tôi xin lỗi.

exhibition → make an exhibition of oneself

existence → the bane of one's life

expect → be expecting a baby

expect → be to be expected

expect → what do you expect

expedition → fishing expedition

expense → at one's expense

expense → damn the expense

expense → go to the expense of sth

expense → put sb to the expense of sth

experience → put it down to experience

extension → by extension

extent → to extent

extract one's pound of flesh → have one's pound of flesh

extraordinary → go to great lengths to do sth

extreme → in the extreme

extreme → to extremes

eye → all eyes

eye → an eye for an eye

eye → apple of one's eyes

eye → as far as the eye could see

eye → beauty is in the eye of the beholder

eye → before one's (very) eyes

eye → before you could blink

eye → bird's-eye view (of sth)

eye → cast an eye over sth

eye → catch one's eye

eye → close one's eyes to sth

eye → cry one's eyes out

eye → do sth with one's eyes closed

eye → eagle eye

eye → easy on the eye

eye → evil eye

eye → feast for the eyes

eye → feast one's eyes on

eye → for one's eyes only

eye → four eyes
eye → give one's eye teeth to do sth
eye → give sb a black eye
eye → give sb the eye
eye → gleam in one's eye
eye → go into sth with one's eyes open
eye → have an eye for sth
eye → have eyes in the back of one's head
eye → have one eye on sth
eye → have one's eye on
eye → have stars in one's eyes
eye → in a pig's eye
eye → in one's mind's eye
eye → in the blink of an eye
eye → in the eye of the storm
eye → in the eyes of the law
eye → in the public eye
eye → in the twinkling of an eye
eye → keep a close eye on sth
eye → keep an eagle eye on
eye → keep an eye on sth
eye → keep an eye out for
eye → keep one's eye on sth
eye → keep one's eyes glued to sth
eye → keep one's eyes open
eye → keep one's eyes peeled
eye → keep the weather eye on
eye → lay eyes on
eye → look sb in the eye(s)
eye → my eye

eye → not a dry eye in the house
eye → one's eyes are popping
eye → only have eyes for sb
eye → open one's eyes to sth
eye → out of the public eye
eye → pull the wool over one's eyes
eye → roving eye
eye → see dollar signs
eye → see eye to eye
eye → sight for sore eyes
eye → spit in one's eye
eye → there's less to sb than meets the eye
eye → there's more to sb than meets the eye
eye → through the eyes of sb
eye → turn a blind eye
eye → under the (watchful) eye of sb
eye → up to one's ears in sth
eye → with an eye to sth
eye → with one's eyes open
eye → with one's eyes shut
eyeball → give sb the hairy eyeball
eyeball → up to one's ears in sth

eyeball to eyeball tranh cãi đối mặt nhau một cách giận dữ (thường dùng trong các bản tin báo chí, truyền hình...)
■*For 9 hours, the illegally-parked motorist went eyeball to eyeball with a highly determined tow-truck driver.* • Trong vòng 9 giờ liền, người dụng xe gắn máy trái phép đã đối mặt tranh cãi kịch liệt với người tài xế lái xe tải rất kiên quyết đến lôi xe anh ta đi. ■ *The*

protesters and police stood eyeball to eyeball. • Những người phản đối và cảnh sát đối mặt tranh cãi nhau kịch liệt. ■ *This is an eyeball-to-eyeball confrontation.* • Đây là một cuộc đối đầu tranh cãi rất kịch liệt.

eyebrows → **raise eyebrows**

eyed → **blue-eyed boy**

eyed → **bright-eyed and bushy-tailed**

eyed → **starry-eyed**

eyelid → **not bat an eyelid**

eyes are bigger than one's stomach (thường dùng với trẻ con) lấy nhiều thức ăn hơn mức có thể ăn hết ■*I can't eat the rest - my eyes are bigger than my stomach.* • Con không thể ăn hết chỗ còn lại - mắt con nhìn to hơn bụng rồi.

eyesight is 20-20 nói về thị lực, khả năng nhìn của mắt là hoàn hảo, không có vấn đề gì ■*Your eyesight is 20-20, but you should have your lungs checked again.* • Thị lực của bạn là hoàn hảo, nhưng bạn nên kiểm tra phổi lại một lần nữa.
→ ***hindsight is 20-20***

F → the F-word

face → as plain as the nose on one's face

face → at face value

face → be staring sb in the face

face → blow up in one's face

face → come face to face with

face → cut off one's nose to spite one's face

face → fall flat on one's face

face → fly in the face of

face → get out of my face

face → have egg on one's face

face → have the face to do sth

face → in the face of sth

face → in your face

face → keep a straight face

face → laugh out of the other side of one's mouth

face → long face

face → long-faced

face → look sb in the eye(s)

face → lose face

face → loss of face

face → not just a pretty face

face → on the face of it

face → plain as the nose on one's face

face → pull a face(s)

face → put on a brave face

face → put one's face on

face → save face

face → set one's face against sth

face → show one's face

face → shut your face

face → slap in the face

face → stuff one's face

face → take sth at face value

face → throw sth back in one's face

face → to one's face

face → until you're blue in the face

face → vanish into thin air

face → what's her face

face → wipe the grin off one's face

face → written all over one's face

face doesn't fit có vẻ ngoài không thích hợp ■ *It doesn't matter how qualified you are, if your face doesn't fit, you don't stand a chance.* ● Anh có năng lực đến đâu cũng không thành vấn đề, nếu anh có vẻ ngoài không thích hợp, anh không có cơ may nào đâu.

face sb down cứng rắn đối chọi và vượt qua sự phản kháng của ai ■ *They showed they could face down the opposition.* ● Họ tỏ ra là có thể cứng rắn vượt qua sự đối nghịch. ■ *The teacher faced the angry student down without saying anything.* ● Thầy giáo cứng rắn chế ngự đứa học sinh đang tức giận không nói được lời nào. ■ *The mayor couldn't face down the entire city council.* ● Ông thị trưởng không thể vượt qua nổi toàn thể hội đồng thành phố.

face the ax đối mặt với những khó khăn như sắp bị mất việc hoặc chấm dứt hoạt động, phá sản... ■ *The new recycling plant faces the ax in the city's latest budget.* • Theo kế hoạch ngân sách mới nhất của thành phố thì nhà máy tái sinh mới có nguy cơ phải đóng cửa. → *an ax is hanging over*

face the music nhận lãnh sự chỉ trích, phê phán hoặc trừng phạt vì những gì đã làm ■ *The others all ran off, leaving me to face the music.* • Tất cả những người khác đều bỏ chạy, để lại mình tôi chịu trận.

face-saving nhằm để giữ thể diện, uy tín ■ *Senior officials said they hoped Baker would offer a face-saving compromise.* • Các quan chức cao cấp nói rằng họ hy vọng Baker sẽ đưa ra một sự nhượng bộ nhằm giữ thể diện.

face-to-face trực tiếp, thẳng thắn ■ *Davidovich felt that the remaining financial issues should be dealt with in face-to-face dissussion.* • Davidovich cảm thấy rằng những vấn đề tài chính tồn đọng cần phải được giải quyết bằng những cuộc thảo luận trực tiếp.

fact → after the fact

fact → as a matter of fact

fact → in fact

fact → is that a fact

fact → the fact is (that)

fact → the facts of life

factor → the feelgood factor

facts and figures những thông tin chính xác cụ thể và chi tiết ■ *I've asked to see all the facts and figures before I make a decision.* • Tôi đã yêu cầu được xem tất cả những thông tin chính xác cụ thể và chi tiết trước khi tôi đưa ra quyết định.

fail → without fail

fail → words fail me

faint → damn sb with faint praise

faintest → not have the faintest idea

fair → a fair shake

fair → all's fair in love and war

fair → be fair

fair → by fair means or foul

fair → set fair to do sth

fair → the fair sex

fair and square (khẩu ngữ) 1. nói về một cuộc tranh tài mà việc thắng bại hoàn toàn công bằng và trung thực ■ *We won the election fair and square.* • Chúng tôi đã thắng cuộc bầu cử một cách công bằng và trung thực. ■ *She had to admit she'd been defeated fair and square.* • Cô ấy phải thừa nhận là đã bị đánh bại một cách công bằng và trung thực. 2. theo một cách trực tiếp và dễ hiểu ■ *I told him fair and square to pack his bags.* • Tôi bảo thẳng với anh ta là hãy bỏ túi xuống. 3. hoàn toàn chính xác như được nhắm đến ■ *I hit the target fair and square.* • Tôi đã đánh trúng chính xác mục tiêu.

fair crack of the whip cơ hội công bằng với đối phương để chứng tỏ khả năng làm được điều gì ■ *I felt we weren't given a fair crack of the whip.* • Tôi có cảm giác là chúng ta đã không có được cơ hội công bằng để chứng tỏ năng lực của mình. ■ *It's only right that all the candidates should be given a fair crack of* the whip. • Tất cả các ứng cử viên đều đương nhiên có quyền được có cơ hội công bằng như nhau. ■ *Will you make sure all the speakers are given a fair crack of the whip in the debate?* • Anh có chắc chắn là tất cả các diễn giả đều có được cơ hội công bằng trong cuộc tranh luận?

fair dos → **fair's fair**

fair enough 1. bày tỏ sự tán đồng về điều gì vì cho rằng như vậy là hợp lý, chấp nhận được ■ *"We'll meet at 8." "Fair enough."* • "Chúng ta sẽ gặp nhau lúc 8 giờ." "Như thế được đấy." ■ *If you don't want to come, fair enough, but let Bill know.* • Nếu anh không muốn đến, cũng được thôi, nhưng hãy tin cho Bill biết. 2. chấp nhận điều gì nhưng không hoàn toàn hài lòng ■ *If you want to waste your time, fair enough, but don't waste mine too.* • Nếu anh muốn tiêu phí thời gian vô ích, cũng được thôi, nhưng đừng phí cả thời gian của tôi.

fair hearing cơ hội để ai đó tự giãi bày quan điểm của mình trước khi kết luận là người đó đúng hay sai, thường là trước tòa án ■ *I'll see that you get a fair hearing.* • Để tôi xem anh có được một cơ hội công bằng để biện hộ hay không. ■ *He didn't feel he got a fair hearing in court.* • Anh ấy không cảm thấy là mình đã được có cơ hội công bằng trình bày trước tòa. ■ *Our case never received a fair hearing.* • Vụ kiện của chúng ta đã chẳng bao giờ nhận được cơ hội công bằng để biện hộ.

fair share of sth mức độ hợp lý của điều gì ■ *He has more than his fair share of problems.* • Anh ấy đã gặp rắc rối nhiều hơn mức lẽ ra nên có. ■ *I've had my fair share of success in the past.* • Tôi đã có đủ mức độ thành công trong quá khứ. ■ *Jean has had her fair share of tragedy.* • Jean đã phải nhận lấy thảm kịch của cô ta. (bởi chính những gì cô ta đã làm)

fair to middling không tốt lắm, nhưng cũng không tệ lắm ■ *My brother has a great singing voice, but mine's only fair to middling.* • Anh tôi có giọng hát rất tuyệt, nhưng giọng hát của tôi thì chỉ tạm được thôi.

fair's fair hoặc *fair dos* hoặc *fair do's* (khẩu ngữ) dùng khi muốn nói về một quyết định, một ý kiến hay một tình huống đưa ra là công bằng, và mọi người nên tán thành, tuân theo ■ *If Antony is getting time off, we should have time off too. Fair's fair.* • Nếu Antony được có thời gian nghỉ, chúng ta cũng nên có thời gian nghỉ. Thế mới công bằng. ■ *Fair's fair - you can't expect them to cancel everything just because you can't make it.* • Một cách công bằng - bạn không thể chờ đợi rằng họ sẽ hủy bỏ hết mọi chuyện chỉ vì bạn không đạt được thành công. ■ *Come one, fair dos - you've had your chance, now let me try.* • Thôi đi, hãy công bằng - bạn đã có cơ hội rồi, giờ hãy để cho tôi thử chứ.

fair-haired boy người được kẻ có thẩm quyền đối xử thiên lệch hơn mọi người khác, vì thế nên luôn được cho là tốt, đúng ■ *My brother was always the fair-haired boy of the family; I never could compete.* • Em trai tôi lúc nào cũng là đứa con cưng trong nhà, tôi chẳng bao giờ có thể bì được.

fairness → **in fairness**

fair-weather friend người chỉ muốn kết bạn với ai trong lúc đang thành công, và bỏ đi khi bạn mình gặp khó khăn hay cần đến sự giúp đỡ ■ *Richard called me a fair-weather friend, but I can't possibly loan him anymore money.* ● Richard gọi tôi là thứ bạn bè cơ hội, nhưng có lẽ là tôi không thể cho anh ta mượn thêm bất cứ khoản tiền nào nữa cả.

fairy godmother người mang đến sự giúp đỡ vào lúc khó khăn nhất, nhất là một cách thật bất ngờ ■ *Beatrix was our fairy godmother, finding us an apartment and staying with us until Mom was well enough to take over.* ● Beatrix là vị cứu tinh của chúng tôi, đã tìm cho chúng tôi một căn hộ và ở cùng chúng tôi cho đến khi mẹ có đủ sức khỏe để vượt qua.

fait accompli chuyện đã rồi, ý nói không thể thay đổi được nữa ■ *The factory closure is probably a fait accompli, but workers are still making every attempt to stop it.* ● Việc đóng cửa nhà máy rõ ràng là chuyện đã rồi, nhưng công nhân vẫn đang cố gắng tìm mọi cách để ngăn chặn điều đó. ■ *We got married secretly and then presented our parents with a fait accompli.* ● Chúng tôi đã bí mật kết hôn với nhau và rồi thưa chuyện với cha mẹ khi việc đã rồi.

faith → act of faith

faith → in good faith

fall → be heading for a fall

fall → easy as falling off a log

fall → the bottom drops out of sth

fall → the bottom falls out

fall → the curtain falls on sb

fall apart at the seams → come apart at the seams

fall behind the times → be behind the times

fall by the wayside hoặc ***go by the wayside*** thất bại, không đạt được điều mong muốn hoặc không còn giành được sự chú ý nữa ■ *The training program is very tough, and more than half of the trainees have fallen by the wayside before the end of the first year.* ● Chương trình huấn luyện rất gian khổ, và hơn một nửa học viên đã bỏ cuộc trước khi chấm dứt năm đầu tiên.

fall down on the job thất bại hoặc thực hiện không tốt công việc mà mình có trách nhiệm phải thực hiện ■ *Educators are falling down on the job. As a consequence, students' test scores are dropping.* ● Các nhà giáo dục đang thất bại trong công việc của họ. Và kết quả là, điểm số trong các kỳ thi của học sinh đang sa sút.

fall flat nói về một nhận xét, kế hoạch hay lời pha trò, không được ai hưởng ứng, và vì thế nên không đạt được mục đích, trở nên nhạt nhẽo ■ *Golding's proposal to postpone several future city building projects fell flat with City Council members.* ● Đề nghị của Golding về việc hoãn lại nhiều dự án xây dựng thành phố trong tương lai đã không được sự hưởng ứng của các thành viên Hội đồng. ■ *Without Jem, the whole evening would have fallen flat.* ● Không có Jem, cả buổi tối chắc hẳn sẽ rất nhạt nhẽo. ■ *Without him the whole evening would have fallen flat.* ■ *My attempt at a joke fell flat.* ● Nỗ lực pha trò của tôi đã trở nên nhạt nhẽo vô vị.

fall flat on one's face thất bại hoàn toàn trong một công việc gì, thường là gây bối rối ■ *You've got to recognize*

fall head over heels (in love)

where the opportunities are and go for it. You can't be afraid to fall flat on your face. • Bạn phải nhận ra những cơ hội ở đâu và tìm kiếm tận dụng chúng. Bạn không thể lúc nào cũng cứ sợ thất bại. ■ *His next venture fell flat on its face.* • Lần mạo hiểm tiếp theo của anh ta đã thất bại hoàn toàn.

fall for sb hook, line and sinker → **fall for sth hook, line and sinker**

fall for sth hook, line and sinker hoặc *fall for sb hook, line and sinker* 1. cũng thay *fall* bằng *buy, swallow* nói về ai đó hoàn toàn tin vào một câu chuyện, trò đùa... không đúng sự thật, nhất là khi người nói nghĩ rằng như vậy thật ngốc nghếch ■ *What I said was not true, but he fell for it hook, line and sinker.* • Những điều tôi nói là không có thật, nhưng anh ta cảm thấy tin tưởng hoàn toàn. ■ *"Did the police believe him?" "Yeah, they bought it hook, line and sinker."* • "Cảnh sát có tin vào hắn ta không?" "Có, họ thật ngốc nghếch đã hoàn toàn tin vào lời nói dối của hắn." 2. cảm thấy hết lòng thương yêu ai đó, hoặc rất thích điều gì ■*As soon as he saw the house, Fielding fell for it hook, line and sinker.* • Ngay khi vừa nhìn thấy căn nhà, Fielding đã cảm thấy hoàn toàn yêu thích nó.

fall from grace không còn được yêu thích, ngưỡng mộ hoặc tin cậy như trước nữa, nhất là sự tin tưởng của người chủ đối với người làm thuê ■ *Publication of the secret tapes led to a spectacular fall from grace for Chapa, previously one of the nation's most respested lawman.* • Sự công bố những băng ghi âm bí mật đã dẫn đến việc mất uy tín rất đáng kể của Chapa, trước đây vốn là một trong những luật sư đáng kính nhất nước. ■ *The biography explains the circumstances surrounding her fall from grace.* • Cuốn tiểu sử giải thích những tình huống xoay quanh việc sụp đổ niềm tin đối với bà ta.

fall guy người bị chê trách hoặc trừng phạt vì một điều gì sai trái do người khác làm - người chịu oan ■ *Biondi's defenders say he was the fall guy for troubles at two businesses that were largely out of his control.* • Những người bảo vệ cho Biondi nói rằng anh ta đã bị quy lỗi không đúng về những rắc rối ở hai doanh nghiệp mà phần lớn là không thuộc tầm kiểm soát của anh ta. ■ *He felt he had been made a fall guy for his boss's incompetence.* • Anh ta cảm thấy đã trở thành người chịu trách nhiệm oan uổng vì sự thiếu năng lực của ông chủ mình. ■ *The secretary is being made a fall guy for the chairman's own mistakes.* • Người thư ký đã trở thành kẻ chịu oan vì những lỗi lầm của chính ông chủ tịch.

fall head over heels (in love) hoặc *be head over heels (in love)* yêu thương ai say đắm đến mức không quan tâm đến bất kỳ chuyện gì khác ■*Jake was head over heels in love with Katie - he would have done anything for her.* • Jake đã quá yêu Katie đến mức anh có thể sẽ làm bất cứ điều gì cho cô ấy. ■ *He's fallen head over heels in love with his boss.* • Anh ta đem lòng yêu say đắm cô chủ của mình. ■ *We met in 1998, and fell head over heels in love.* • Chúng tôi gặp nhau năm 1998, và đem lòng yêu thương say đắm.

fall in line → **fall into line**

fall into arrears → **be in arrears**

fall into bad company → **keep bad company**

fall into line hoặc *fall in line* nói về cách ứng xử hoặc một sự việc xảy ra, phù hợp theo với quy định, luật lệ... của một tổ chức ■ *A Canadian official said that aid would be cut off if the country did not fall into line with others that were receiving U.N. funds.* • Một viên chức Canada nói rằng viện trợ sẽ bị cắt nếu đất nước không tuân thủ các điều kiện giống như những quốc gia khác đang nhận tiền trợ giúp của Liên Hiệp Quốc.

fall into one's lap hoặc *drop into one's lap* có được một cơ hội hoặc điều gì tốt đẹp hoàn toàn nhờ sự tình cờ, may mắn, không có sự cố gắng nhọc sức ■ *Jenny invited you to go to Hawaii? You should go - opportunities like that don't often fall into your lap!* • Jenny đã mời bạn đi Hawaii hả? Bạn nên đi - những cơ hội tốt như thế không thường tự nhiên vớ được đâu.

fall into place 1. nói về một tình huống bắt đầu diễn ra theo đúng như mong muốn, thuận lợi ■ *I finally got a job interview, so if things keep falling into place, I'll be working soon.* • Cuối cùng tôi đã có được một cuộc phỏng vấn xin việc, bởi vậy nếu như mọi việc tiếp tục diễn ra thuận lợi, không bao lâu tôi sẽ làm việc. 2. nói về một sự việc đang được tìm hiểu, cuối cùng được hiểu ra ■ *I didn't know why Jane was acting so weird, until I found out she thought I was gay. Then everything fell into place.* • Tôi đã không hiểu được tại sao Jane hành động quá kỳ lạ, cho đến khi tôi biết ra được rằng cô ấy tưởng tôi là người đồng tính luyến ái. Và rồi mọi chuyện đã rõ ràng cả.

fall into the trap (of) mắc phải một lỗi lầm rất thông thường, thường gặp khi thực hiện một hành vi hay khởi đầu một hoạt động nào đó ■ *A key to Graham's success was staying true to his country boy instincts, without falling into the trap of city sophistication.* • Điểm then chốt trong sự thành công của Graham là giữ được bản chất nhà quê của mình, không mắc sai lầm rơi vào sự sành sỏi phức tạp của thành phố.

fall into the wrong hands hoặc *get into the wrong hands* nói về điều nguy hiểm bị tìm ra hoặc chiếm lấy bởi những người xấu, có thể sử dụng để làm hại những người khác ■ *This agreement helps to ensure that nuclear weapons don't fall into the wrong hands.* • Thỏa ước này giúp đảm bảo rằng những vũ khí hạt nhân sẽ không rơi vào tay những thế lực xấu. ■ *We don't want this information to fall into the wrong hands.* • Chúng tôi không muốn thông tin này rơi vào tay kẻ xấu.

fall off the wagon uống rượu trở lại sau một thời gian đã bỏ hẳn ■ *It was at Rick's bachelor party that I really fell off the wagon.* • Chính tại bữa tiệc trước ngày cưới của Rick mà tôi đã uống rượu trở lại. ■ *Like most of us, he falls off the wagon from time to time.* • Cũng giống như hầu hết chúng ta, anh ấy thỉnh thoảng uống rượu trở lại.

fall on deaf ears nói về một lời cảnh báo hay than phiền không được ai chú ý đến hoặc hoàn toàn bị lờ đi ■ *Many religious leaders fear the Pope's message fell on deaf ears.* • Nhiều nhà lãnh đạo tôn giáo sợ rằng lời kêu gọi của Giáo hoàng sẽ không được ai chú ý đến. ■ *Her advice fell on deaf ears.* • Lời khuyên của cô ấy đã bị phớt lờ đi. → ***turn a deaf ear (to sth)***, → ***turn a blind eye (to)***

fall on hard times hoặc ***hit hard times*** rơi vào hoàn cảnh sa sút, không còn giàu có hoặc thành công như trước đây ■ *America's auto industry had fallen on hard times in the mid-1980s.* ● Ngành công nghiệp xe hơi của Hoa Kỳ đã sa sút nhiều trong khoảng giữa thập niên 1980.

fall on one's feet → **land on one's feet**

fall short (of sth) không có đủ mức cần thiết hay mong đợi, hoặc không đạt được đến chuẩn mực thỏa đáng như dự tính ■ *Due to drought and civil war, this year's wheat harvest could fall short by one million tons.* ● Do hạn hán và nội chiến, vụ lúa mì năm nay có thể thiếu hụt đến khoảng 1 triệu tấn.

fall through the cracks vượt ra ngoài khả năng kiểm soát, giải quyết hoặc phạm vi tính toán của một người hay tổ chức ■ *However good our schools are, many children will simply fall through the cracks if they don't have home environments that are stable and secure.* ● Cho dù các trường học của chúng ta có tốt đến mức nào đi nữa, nhiều trẻ em vẫn hoàn toàn vượt ra ngoài khả năng kiểm soát của nhà trường nếu chúng không có được những môi trường gia đình ổn định và an toàn.

fall under one's spell hoặc ***come under one's spell*** hoặc ***be under one's spell*** tạo được sự hấp dẫn, lôi cuốn đối với ai, khiến cho họ chấp nhận mọi việc muốn làm của mình ■ *He appealed to young Polish voters who were not under the spell of the Solidarity movement.* ● Ông ta rất lôi cuốn đối với những cử tri Ba Lan không chịu sự hấp dẫn của phong trào Đoàn kết.

fallen angel một khuôn mẫu trước đây được xem là thành công, đáng kính nể, nhưng ngày nay người ta không còn nghĩ như thế nữa ■ *Looking back at the 1990s, history will show us many fallen angels, and at the top of the list, rightly or wrongly, will be Mikhail Gorbachev.* ● Nhìn ngược lại những năm 90 của thế kỷ 20, lịch sử cho ta thấy có nhiều khuôn mẫu đã thay đổi. Và dù khen hay chê thì nổi bật nhất trong số đó vẫn là Mikhail Gorbachev.

falling like flies → **dropping like flies**

falling over oneself to do sth đem hết sức lực và nhiệt tình để làm điều gì, nhất là vì muốn làm vừa lòng ai hoặc để đạt được điều gì ■ *In the 1980s, banks were falling over themselves to lend people money.* ● Vào những năm 1980, các ngân hàng ra sức đưa tiền ra cho vay. ■ *He was falling over himself to be nice to me.* ● Anh ấy cố hết sức để tỏ ra tốt bụng với tôi.

false → **under false pretences**

false alarm dấu hiệu báo trước một điều tồi tệ, nhưng rồi thật sự điều đó không xảy ra. ■ *I thought I was pregnant last month, but it was a false alarm.* ● Tháng trước, tôi tưởng là mình đã có thai, nhưng lại chỉ là báo động giả.

false economy điều tưởng như giúp tiết kiệm được tiền bạc ngay trước mắt nhưng sẽ gây tổn phí lớn hơn về sau ■*Tools are expensive but it is often a false economy to get the cheapest brand.* ● Các dụng cụ khá đắt tiền, nhưng thường thì chọn những loại rẻ tiền sẽ gây tổn phí lớn hơn sau này.

fame → claim to fame

familiarity breeds contempt dùng khi muốn nói rằng khi ai đó đã quen thuộc với một người hay sự vật thì cũng sẽ không còn quan tâm nhiều hoặc giữ được sự trân trọng đối với người hay sự vật đó nữa ■ *I can't believe they've getting a divorce. They seemed to get along so well, but I guess familiarity breeds contempt.* ● Tôi không tin nổi là họ ly dị nhau. Họ dường như hợp với nhau lắm, nhưng tôi đoán là quen quá rồi hóa nhàm đấy thôi.

family → be in the family way

family → in the family

family → run in the family

family → the black sheep of the family

family → wear the pants in the family

famine → feast or famine

famous last words (khẩu ngữ) dùng như một cách phê phán khi cho rằng ai đó nói ra điều gì quá sức tự tin vào sự việc chưa xảy ra ■ *"We should win easily." "Famous last words!"* ● "Chúng tôi sẽ chiến thắng dễ dàng." "Nói chắc quá nhỉ!" ■ *"Don't worry, I'll be OK on my own." Famous last words, she thought.* ● "Đừng lo, tôi sẽ tự lo cho mình không sao cả." Nói nghe chắc quá nhỉ, cô ta nghĩ.

famously → get on famously

fan → 50 million Elvis fans can't be wrong

fan → hit the fan

fan → the shit hits the fan

fan the flames làm điều gì khiến cho một tình huống xấu trở nên tồi tệ hơn nữa, thường là vì làm tăng thêm sự bực tức, giận dữ của những người liên quan ■ *Civil Rights leaders accused the President of fanning the flames of racial intolerance with his remarks on illegal immigrants.* ● Các lãnh đạo đấu tranh cho nhân quyền đã buộc tội Tổng thống là làm tăng thêm sự kỳ thị chủng tộc bằng vào những nhận xét của ông về người nhập cư bất hợp pháp. ■ *His writings fanned the flames of racism.* ● Những bài viết của ông ta làm tăng thêm sự phân biệt chủng tộc. ■ *She made a long speech which fanned the flames of hatred.* ● Bà ta đọc một bài diễn văn dài làm nung nấu thêm lòng căm thù.

fancy → flight of fancy

fancy → footloose and fancy-free

fancy → passing fancy

fancy → strike one's fancy

fancy → take a fancy to sb

fancy → whenever the fancy takes

far → as far as possible

far → as far as sth goes

far → as far as the eye could see

far → few and far between

far → go far

far → go far enough

far → go so far as to do sth

far → go too far

far → in so far as

far → not far off (the mark)

far → so far

far → so far, so good

far → so near yet so far

far → trust sb as far as could throw him

far afield → further afield

far and away hoặc *by far* (khẩu ngữ) dùng để nhấn mạnh khi nói đến một phẩm chất tốt đẹp của người hay sự vật nào đó là vượt trội, hơn hẳn đồng loại ■ *She's far and away the best player.* ● Cô ấy là người chơi hay nhất. ■ *The 1989 revolution was by far the bloodiest in the country's history.* ● Cuộc cách mạng năm 1989 là đẫm máu nhất trong lịch sử đất nước. ■ *Football is far and away the most popular sport in Britain.* ● Bóng đá là môn thể thao được ưa chuộng nhất ở Anh Quốc. ■ *Carolina is far and away the most talented team in the country.* ● Đội Carolina là đội tài năng nhất trong cả nước. ■ *The last of these reasons is by far the most important.* ● Lý do cuối cùng trong số này là quan trọng hơn hết. ■ *Amy is the smartest by far.* ● Amy là người khôn ngoan nhất.

far and wide khắp một vùng rộng lớn ■ *They searched far and wide for the missing child.* ● Họ lục soát khắp một vùng rộng lớn để tìm đứa bé mất tích.

far as anyone knows hoặc *as far as anyone knows* hoặc *so far as anyone knows* theo kiến thức thông thường, ai cũng biết (có thể thay *anyone* bằng một danh từ cụ thể hơn) ■ *As far as anyone knows, this is the last of the great herds of buffalo.* ● Ai cũng biết rằng đây là con cuối cùng trong bầy trâu rất đông ấy. ■ *Far as I know, this is the best one.* ● Theo như tôi biết thì đây là món tốt nhất. ■ *These are the only keys to the house so far as anyone knows.* ● Theo như mọi người được biết thì đây là những chiếc chìa khóa duy nhất của ngôi nhà ấy.

far as I am concerned → **far as I am concerned**

far as I am concerned hoặc *as far as I'm concerned* hoặc *as far as we're concerned* hoặc *far as we're concerned* dùng trong đối thoại khi muốn đưa ra ý kiến riêng của mình, nhất là khi có sự khác biệt với những người khác ■ *As far as I am concerned, you can do what you like.* ● Riêng với tôi thì anh có thể làm những gì anh thích. ■ *As far as I'm concerned, the issue is over.* ● Theo riêng tôi thì vấn đề đã xong rồi. ■ *That's fine, as far as we're concerned.* ● Với chúng tôi thì như vậy là tốt rồi. ■ *You can take your old dog and leave as far as I'm concerned.* ● Với tôi thì bạn có thể tự do dẫn con chó già của bạn đi, không có vấn đề gì. ■ *Far as I'm concerned, you can get out and never come back.* ● Đối với tôi thì bạn có thể ra khỏi đây và đừng bao giờ trở lại nữa. ■ *So far as I'm concerned, you're okay.* ● Theo như tôi thì bạn không có vấn đề gì.

far as sth is concerned hoặc *as far as sth is concerned* hoặc *so far as sth is concerned* hoặc *where sth is concerned* dùng khi đề cập riêng đến khía cạnh cụ thể nào đó của một sự việc, trong chừng mực liên quan đến một khía cạnh của sự việc ■ *This bill? As far as that's concerned, the committee will have to take care of it.* ● Hóa đơn này à? Theo như việc này thì ủy ban phải chi trả nó. ■ *The car is fine as far as the engine is concerned, but the bodywork needs a lot of attention.* ● Chiếc xe này về động cơ thì rất tốt, nhưng khung xe cần phải tu sửa rất nhiều. ■ *As far as the roof's concerned, it will just have to last another year.* ● Nếu chỉ xét về cái mái thì nó sẽ dùng được chỉ một năm nữa thôi. ■

far be it from me to do sth

The rise in interest rates will be disastrous as far as small firms are concerned. • Mức tăng lãi suất sẽ là khủng khiếp đối với các công ty nhỏ. ■ *She's doing fine as far as French is concerned, it's her German I'm worried about.* • Về tiếng Pháp thì cô ấy học tốt, tôi lo lắng là về môn tiếng Đức của cô ta. ■ *I make the decisions as far as finance is concerned.* • Tôi đưa ra các quyết định về mặt tài chính. ■ *Where spelling is concerned, he's never been a strong student.* • Xét về môn chính tả thì anh ta chưa bao giờ là một sinh viên giỏi cả.

far as we're concerned → **far as I am concerned**

far be it from me to do sth dùng trước khi bày tỏ sự bất đồng hoặc phê phán ai, để tỏ ra là mình bất đắc dĩ phải làm điều này ■ *Far be it from me to interfere in your affairs but I would like to give you just one piece of advice.* • Tôi hoàn toàn không muốn xen vào ngăn trở chuyện của anh, nhưng tôi muốn đưa ra cho anh chỉ là một lời khuyên. ■ *Far be it from me to criticize, but aren't you being a little unreasonable?* • Tôi hoàn toàn không muốn chỉ trích, nhưng phải chăng anh đang có phần không hợp lý?

far cry from khác biệt rất xa với điều gì đang được nói đến ■ *The atmosphere at Ray's Bar and Grill was a far cry from the quiet elegance of the Ivy Hotel.* • Không khí ở quán Ray's Bar and Grill hoàn toàn khác hẳn với sự yên tĩnh thanh nhã ở khách sạn Ivy Hotel. ■ *All this luxury was a far cry from the poverty of his childhood.* • Tất cả những thứ xa hoa này thật khác xa với thời thơ ấu nghèo khó của anh ta. ■ *Paris was a far cry from the village where she grew up.* • Paris thật khác xa với ngôi làng nơi cô ấy đã lớn lên.

far from doing sth → **far from sth**

far from it dùng để nhấn mạnh điều ngược lại với thông tin vừa nói mới là đúng thật ■ *"You're not angry then?" "Far from it. I've never laughed so much in my life."* • "Lúc đó anh không tức giận sao?" "Ngược lại là khác, cả đời tôi chưa bao giờ được cười hả hê đến thế." ■ *I'm not saying they're all crooks, far from it! Some of them are very decent.* • Tôi không nói rằng tất cả bọn họ đều gian xảo. Ngược lại là khác, một số trong bọn họ rất trung thực. ■ *"Reservoir Dogs" offended many people, but the movie is not all bad taste and violence. Far from it. It has a point to make, and it makes it beautifully.* • Bộ phim "Reservoir Dogs" xúc phạm đến nhiều người, nhưng nó không phải chỉ toàn là những xấu xa và bạo lực. Ngược lại, bộ phim có điểm để nêu lên, và nó nói lên một cách tuyệt hảo.

far from sth hoặc *far from doing sth* dùng để nêu lên một điều gần như ngược lại với điều đang nói ■ *It is far from clear what he intends to do.* • Những gì ông ta định nói thật không rõ ràng chút nào. ■ *Computers, far from destroying jobs, can create employment.* • Máy tính không hề làm mất đi công việc, ngược lại nó có thể tạo ra công ăn việc làm. ■ *The battle is far from over.* • Cuộc chiến còn lâu mới kết thúc. ■ *Far from seeming glad to see him, Rose looked almost angry.* • Không hề có vẻ vui mừng khi gặp anh ta, ngược lại Rose trông gần như là nổi giận.

farm → **buy the farm**

farm → funny farm

fart → have a brain fart

farther → trust sb as far as could throw him

fashion → after a fashion

fashion → after the fashion of sb

fashion → like it's going out of fashion

fashion crime cách nói hài hước để chỉ cách ăn mặc không hợp thời trang hoặc không hấp dẫn lắm ■ *Members of the studio audience are frequently pulled out in front of the TV cameras and ridiculed for their fashion crimes.* ● Các nhân viên trong phòng thu thường chạy ngang trước ống kính thu hình và gây cười với trang phục xuềnh xoàng của họ.

fashion victim cách nói hài hước để chỉ người luôn ăn mặc chạy theo thời trang, cho dù không thích hợp với họ, và sử dụng mọi thứ cũng đều chạy theo những mốt thời thượng..., nhất là khi người nói không cho như vậy là tốt ■ *My sister is such a fashion victim that she won't be seen in public unless she's wearing the perfect outfit with all the matching accessories.* ● Chị tôi là một người chạy theo thời trang đến nỗi chẳng bao giờ xuất hiện trước đám đông mà không ăn mặc thật đúng mốt với tất cả những đồ trang sức kèm theo thích hợp.

fast → at a fast clip

fast → be fast and furious

fast → be on the fast track (to/for sth)

fast → hard and fast rules

fast → life in the fast lane

fast → make a fast buck

fast → thick and fast

fast on the draw → quick on the draw

fast talker người có thể nói ra mọi điều một cách nhanh chóng và dễ dàng nhưng không dễ tin cậy ■ *As a politician, she had the reputation for being a real fast talker.* ● Là một chính trị gia, bà ta có tiếng là người nói nhiều nhưng không đáng tin cậy.

fast worker người có thể đạt được điều mong muốn một cách nhanh chóng, nhất là nói về việc khởi đầu một quan hệ tình dục ■ *She's a fast worker - she's only been here a week, and she's trying to chase after Paul.* ● Cô ta là người nhanh nhạy lắm - cô chỉ mới ở đây một tuần, và giờ đang cố theo đuổi Paul rồi.

fast-track được thực hiện một cách nhanh chóng ■ *Monday, the city agreed to a fast-track plan to hire 45 new police officers.* ● Hôm thứ Hai, chính quyền thành phố đã đồng ý một kế hoạch thực hiện nhanh để tuyển dụng 45 nhân viên cảnh sát mới.

fat → a fat lot of good it does

fat → chew the fat

fat → fall flat

fat → it ain't over 'til the fat lady sings

fat → live off the fat of the land

fat → the fat is in the fire

fat → the fat lady has sung

fat cat người giàu có và thế lực, và sử dụng sự giàu có của mình để đối xử không công bằng với người khác ■ *Fat cats in Hollywood are pushing out many of* *the independent filmmakers.* • Những tay tài phiệt thế lực ở Hollywood đang đẩy ra ngoài cuộc rất nhiều nhà làm phim độc lập. ■ *After winning the election, Wilson promised not to become a fat cat like so many of the other representatives in Washington.* • Sau khi thắng cử, Wilson đã hứa là sẽ không trở thành một tay tài phiệt thế lực giống như quá nhiều dân biểu khác ở Washington.

fat chance (khẩu ngữ) dùng khi có người dự đoán rằng một việc nào đó sẽ xảy ra, và người nói cho rằng sẽ không xảy ra ■ *"Maybe they'll give you some more money." "Yeah, fat chance."* • "Có lẽ họ sẽ đưa thêm cho bạn ít tiền." "Ái chà, không có chuyện đó đâu." ■ *You think she will let you go by yourself? Fat chance.* • Anh nghĩ là cô ấy sẽ để anh đi một mình sao? Không có chuyện đó đâu. ■ *"They might let us in without tickets." "Fat chance of that!"* • "Có lẽ họ sẽ cho chúng ta vào không cần vé." "Làm gì có chuyện đó!" → ***a fat lot of good it does sb***

fat-cat liên quan đến các tay tài phiệt bất công ■ *Every year, millions of dollars are given by fat-cat contributors to media campaigns that appeal to racism.* • Mỗi năm có đến hàng triệu đô-la được các tay tài phiệt đóng góp cho những chiến dịch truyền thông có sức lôi cuốn đối với những người phân biệt chủng tộc.

fate → **let nature take its course**

fate → **seal one's fate**

fate → **tempt fate**

fate worse than death cách nói hài hước để chỉ một sự kiện hay tình huống là tồi tệ nhất, không còn có thể tưởng tượng ra mức độ nào tồi tệ hơn ■ *Staying there in that small town all his life seemed a fate worse than death.* • Ở lại đó trong một thị trấn nhỏ suốt cả cuộc đời dường như là điều tồi tệ nhất cho anh ta. ■ *He saved me from a fate worse than death.* • Ông ấy đã cứu tôi thoát khỏi một tình huống tồi tệ nhất. ■ *At the last minute the hero saves her from a fate worse than death.* • Vào phút cuối cùng, nhân vật chính cứu thoát cô ta khỏi một tình huống cực kỳ nguy cấp.

father → **like father, like son**

fault → **at fault**

fault → **to a fault**

favour → **curry favour**

favour → **do me a favour**

favour → **do sb no favours**

favour → **don't do me any favours**

favour → **in favour of**

favour → **in one's favour**

favour → **without fear or favour**

fear → **fools rush in**

fear → **for fear of sth**

fear → **no fear**

fear → **put the fear of God into sb**

fear → **without fear of contradiction**

fear → **without fear or favour**

feast → **movable feast**

feast for the ears → **feast for the eyes**

feast for the eyes hoặc *feast for the ears* hoặc *feast for the senses* điều gây ấn tượng mạnh, rất thích thú để nhìn ngắm, nghe hoặc sờ mó... ■ *The paintings weave together a multimedia canvas of colour and texture that reaches* *out to everyone. It's a feast for the eyes.* • Những bức tranh kết hợp phong phú nhiều màu sắc và chất liệu làm hài lòng tất cả mọi người. Quả thật là một cảnh càng nhìn càng thích mắt.

feast for the senses → **feast for the eyes**

feast one's eyes on nhìn chăm chăm vào người hay vật gì rất lâu với sự thích thú, hài lòng ■*Alison held the necklace in her hands, feasting her eyes on the sparkling rubies and diamonds.* • Alison giữ sợi dây chuyền đeo cổ trong tay, thích thú ngắm nhìn những viên hồng ngọc và kim cương sáng lấp lánh.

feast or famine tình huống mà điều gì đó luôn luôn xảy đến một cách thái quá và bất chợt, khi thì quá nhiều và khi lại quá ít ■ *Last week I had three dates, but now my phone doesn't even ring. It's always feast or famine for me.* • Tuần trước tôi có đến 3 cuộc hẹn, còn bây giờ thậm chí chuông điện thoại cũng chẳng buồn reo nữa. Bao giờ mọi việc đến với tôi cũng đều quá nhiều hoặc quá ít.

feat → **no mean feat**

feather → **birds of a feather**

feather → **light as a feather**

feather → **ruffle one's feathers**

feather → **smooth ruffled feathers**

feather → **you could've knocked me down with a feather**

feather in one's cap điều đã đạt được và xứng đáng để tự hào ■ *Winning the golf tournament at such a young age was a huge feather in her cap.* • Chiến thắng trong một cuộc tranh tài môn đánh gôn ở tuổi quá trẻ như thế quả là một điều rất đáng tự hào của cô ấy.

feather one's nest làm cho căn nhà trở nên tiện nghi, thoải mái hơn bằng cách mua thêm các đồ dùng cần thiết ■ *Surveys have shown an increasing trend toward feathering the nest with features such as home offices and exercise equipment.* • Những cuộc khảo sát đã cho thấy sự gia tăng trong khuynh hướng nhắm đến nâng cao tiện nghi nhà ở với những đặc điểm như các văn phòng làm việc ở nhà và trang thiết bị luyện tập thể lực.

fed → **be fed up**

federal → **make a federal case out of sth**

feed → **bite the hand that feeds sb**

feed → **chicken feed**

feed → **put sb off one's feed**

feed sb a line nói dối ai để họ làm điều gì theo ý mình ■*Brian feeds all the girls the same line. He'll tell you he's always been too shy to ask girls out.* • Brian nói dối giống nhau với tất cả các cô gái. Anh ta sẽ nói với bạn là luôn quá e thẹn đến nỗi không dám mời bạn gái đi chơi.

feeding frenzy tình huống có rất nhiều người cố gắng làm điều gì một cách phấn khích và hăm hở, trong khi người nói không tán thành điều ấy ■ *Immigration lawyers went into a feeding frenzy at the prospect of working for wealthy Asian clients.* • Các luật sư về nhập cư hăm hở chạy theo triển vọng phục vụ cho các thân chủ châu Á giàu có.

feel → **cop a feel**

feel → **get the feel of sth**

feel → **have a feel for sth**

feel boxed in có cảm giác bó buộc vì một người hay một tình huống nào đó, không được tự do làm những điều mình muốn ■ *The book claims that Hendrix felt boxed in by his fans' expectations of him as a guitar player.* ● Cuốn sách nói lên rằng Hendrix đã cảm thấy bị gò bó bởi sự mong đợi của những người hâm mộ anh như là một nghệ sĩ Tây ban cầm.

feel flattered → **be flattered**

feel free (khẩu ngữ) bày tỏ sự đồng ý, cho phép ai làm điều gì ■ *Feel free to ask questions if you don't understand.* ● Xin cứ tự do đặt câu hỏi nếu các anh không hiểu. ■ *"Can I use your phone?" "Feel free."* ● "Tôi có thể dùng điện thoại của anh được không?" "Xin cứ tự do." ■ *Feel free to contact us at any time.* ● Xin cứ tự do liên lạc với chúng tôi bất cứ giờ nào.

feel good cảm thấy vui vẻ và tự tin ■ *It makes me feel good to know my work is appreciated.* ● Tôi cảm thấy vui vẻ và tự tin khi biết là công việc của tôi được đánh giá cao.

feel like a fish out of water → **be like a fish out of water**

feel like a million bucks → **look like a million dollars**

feel like a million dollars → **look like a million dollars**

feel like death warmed over → **look like death warmed over**

feel like doing sth → **feel like sth**

feel like jelly → **turn to jelly**

feel like sth hoặc *feel like doing sth* mong muốn có được điều gì hay thực hiện một việc gì ■ *I feel like a drink.* ● Tôi muốn uống một ly. ■ *We all felt like celebrating.* ● Tất cả chúng tôi đều muốn ăn mừng. ■ *He felt like bursting into tears.* ● Anh ta muốn òa lên khóc. ■ *We'll go for a walk if you feel like it.* ● Chúng ta sẽ đi dạo chơi một lát nếu anh thấy thích. ■ *I feel like a cup of coffee.* ● Tôi muốn có một tách cà phê. ■ *I felt like I needed a walk.* ● Tôi thấy cần được đi dạo một lát. ■ *Do you feel like going for a swim?* ● Anh có muốn đi bơi không?

feel more like oneself → **be oneself (again)**

feel one's old self → **be oneself (again)**

feel one's way 1. di chuyển chậm chạp, thận trọng vì không thấy được đường đi ■ *Someone suddenly turned off the lights and we had to feel our way to the door.* ● Một người nào đó đột nhiên tắt đèn và chúng tôi phải dò dẫm tìm đường ra cửa. 2. thực hiện công việc một cách thận trọng, thăm dò vì chưa quen thuộc, thông thạo ■ *She was new in the job, still feeling her way.* ● Cô ấy mới mẻ trong công việc, vẫn còn tìm cách làm quen dần.

feel oneself (again) → **be oneself (again)**

feel out of sorts → **be out of sorts**

feel sick có cảm giác muốn nôn mửa ■ *Mum! I feel sick.* ● Mẹ ơi! Con muốn ói. ■ *The thought of losing his child made him feel physically sick.* ● Ý tưởng mất đi đứa con làm ông ta có cảm giác nôn nao trong gan ruột.

feel sth in one's bones hoặc *know sth in one's bones* cảm thấy chắc chắn rằng điều gì đó là đúng sự thật, hoặc đã xảy ra, cho dù không có gì là bằng chứng - linh cảm ■ *I could feel in my bones that something was very wrong.* ● Tôi có cảm giác là có điều gì đó hết sức không ổn. ■ *I know I'm going to fail this exam - I can feel it in my bones.* ● Tôi biết là tôi sẽ không qua được kỳ thi này - tôi có thể linh cảm được điều đó. ■ *Someone was in the office - she could feel it in her bones.* ● Có ai đó đang ở trong văn phòng - cô ấy có thể cảm thấy điều đó.

feel the pinch bắt đầu gặp khó khăn về tài chính vì thu nhập không đủ với mức chi tiêu - không có đủ tiền ■ *I stopped working a few months ago, and now I'm starting to feel the pinch when it comes to paying the bills.* ● Tôi đã ngưng làm việc cách đây mấy tháng và giờ đây tôi bắt đầu gặp khó khăn về tài chính khi đến lúc phải thanh toán các hóa đơn. ■ *Lots of people who have lost their jobs are starting to feel the pinch.* ● Nhiều người bị mất việc đang bắt đầu không còn đủ tiền chi tiêu. ■ *With rising interest rates, many homeowners are beginning to feel the pinch.* ● Với sự gia tăng các mức lãi, nhiều hộ gia đình đang bắt đầu gặp khó khăn vì thu nhập thấp hơn chi tiêu.

feel the weight of the world on one's shoulder → carry the weight of the world on one's shoulder

feeler → put out feelers

feelgood → the feelgood factor

feel-good → the feelgood factor

feeling → bad feeling(s)

feeling → no hard feelings

feeling → sinking feeling

feet → be back on one's feet

feet → be rushed off one's feet

feet → be six feet under

feet → dead on one's feet

feet → drag one's feet

feet → find one's feet

feet → get cold feet

feet → get one's feet wet

feet → get under one's feet

feet → have one's feet (firmly) on the ground

feet → have the world at one's feet

feet → have two left feet

feet → land on one's feet

feet → let the grass grow under one's feet

feet → light on one's feet

feet → put one's feet up

feet → set sth on its feet

feet → stand on one's own two feet

feet → sweep sb off one's feet

feet → think on one's feet

feet → vote with one's feet

feet → worship the ground sb walks on

feet of clay hoặc *clay feet* những điều sai trái hoặc ngốc nghếch mà người được mọi người rất tôn kính, ngưỡng mộ hoặc rất nổi tiếng cũng có thể mắc phải như bao nhiêu người khác ■ *The book builds him up to be a hero, and ignores his feet of clay.* ● Cuốn sách

fence-sitting

đã xây dựng hình ảnh ông ta thành một vị anh hùng, và bỏ qua những sai lầm của ông. ■ *When the actor was imprisoned for drug offences, his fans were upset to find that their hero had feet of clay.* • Khi người diễn viên phải vào tù vì tội nghiện ngập, những người hâm mộ anh ta đã bối rối khi biết được là người họ ngưỡng mộ cũng có sai lầm.

fell → in one fell swoop

fence → mend fences

fence → sit on the fence

fence → the grass is (always) greener

fencepost → between you, me and the lamp-post

fence-sitting thụ động, không muốn dính dấp, liên quan đến chuyện gì ■ *Many economists who had been fence-sitting are now predicting a recession.* • Nhiều nhà kinh tế trước đây vốn đứng bên lề giờ đang dự báo về một cuộc suy thoái kinh tế.

fetch and carry làm những công việc vặt vãnh, linh tinh giống như một người giúp việc ■ *Most of her day was spent fetching and carrying for her family.* • Hầu hết ngày tháng của cô ta được dành để làm những công việc vặt cho gia đình.

fetch up in tình cờ đến một nơi nào không định trước ■ *And then, a few years after leaving college, he somehow fetched up in Rome.* • Và rồi vài ba năm sau khi tốt nghiệp đại học, bằng cách nào đó anh ta đã tình cờ đến Rome.

fettle → in fine fettle

fever pitch trong trạng thái rất hứng khởi, bị kích động ■ *The football crowd was at fever pitch, and extra guards were needed around the barricedes.* • Đám đông xem bóng đá đang bị kích động mạnh, và những người bảo vệ tăng cường được cần đến quanh những rào chắn. ■ *Excitement remained at fever pitch until the very end of the game.* • Sự kích động được duy trì ở mức độ cao cho đến tận phút cuối của trận đấu. ■ *Speculation about his future had reached fever pitch.* • Những dự báo về tương lai của anh ta đã gây ra nhiều kích động. ■ *Excitement has been at fever pitch for days.* • Sự phấn khích đã lên đến cao độ trong nhiều ngày. ■ *The crowd had been roused to fever pitch by the drama of the game.* • Đám đông đã bị kích động đến cao độ bởi kịch tính của trận đấu.

few → a few

few → a good few

few → quite a few

few → ruffle one's feathers

few and far between sự vật đang nói đến là ít có, hoặc điều gì đó là không thường xảy ra, nhất là khi nói đến điều tốt đẹp ■ *Honest politicians are few and far between these days.* • Những chính trị gia trung thực ngày nay rất ít thấy. ■ *Opportunities for promotion are few and far between.* • Những cơ hội thăng tiến là rất ít có.

fiddle → be on the fiddle

fiddle → fit as a fiddle

fiddle → play second fiddle

fiddle while Rome burns dùng để bày tỏ sự bất bình khi ai đó dành quá nhiều thời gian cho những chuyện vặt vãnh, không quan trọng, thay vì giải quyết những vấn đề quan trọng, lớn lao hơn ■ *This is fiddling while Rome burns. We're spending hours arguing about small details when in fact the cost of the whole operation is too high.* ● Điều này quả thật là đùa cợt không đúng lúc. Chúng ta đang bỏ ra nhiều giờ để tranh cãi về các chi tiết nhỏ, trong khi thực tế thì chi phí của toàn bộ hoạt động là quá lớn. - Theo một câu chuyện xưa kể lại thì vào năm 64 trước Công nguyên, thành *Rome* bị đốt cháy và đại đế *Nero* thản nhiên ngồi chơi violon để quan sát.

field → be out in left field

field → have a field day

field → lead the field

field → leave the field clear for sb

field → play the field

fierce → something fierce

fifteen → put years on sb

fifth → the third wheel

fifty million Elvis fans can't be wrong (khẩu ngữ) điều đang nói đến là đúng sự thật bởi vì có quá nhiều người cùng nghĩ như vậy ■ *"I just don't understand what's so great about those shoes." "I don't either, but 50 million Elvis fans can't be wrong."* ● "Tôi quả thật không hiểu nổi là có gì ghê gớm đến thế về những chiếc giày ấy." "Tôi cũng không hiểu, nhưng mọi người đều nghĩ thế thì không sai được."

fig → not give a fig about

fig leaf điều được thực hiện nhằm che giấu một chuyện không tốt, một tình huống gây bối rối... ■ *This is a very small fig leaf to cover a very big tax increase.* ● Đây là một chuyện quá nhỏ nhằm che giấu một sự tăng thuế quá cao. - Thành ngữ này xuất phát từ nghĩa gốc của nó là một loại lá cây, thường thấy trong các tranh tượng xưa, thể hiện ông *Adam* và bà *Eva* dùng để che đậy bộ phận sinh dục của mình sau khi họ bắt đầu biết xấu hổ. Vì vậy, nó hàm ý là một sự việc dùng để che giấu đi một sự việc khác đáng xấu hổ, nhưng thường là không thể che giấu được.

fight → live to fight another day

fight a losing battle cố theo đuổi một việc không thể nào dẫn đến thành công, kết thúc ■ *Police are fighting a losing battle against the rising crime rate.* ● Lực lượng cảnh sát đang chiến đấu một cách vô vọng chống lại tỷ lệ tội phạm ngày càng gia tăng. ■ *I'm fighting a losing battle against the mess in this house!* ● Tôi đang nỗ lực một cách vô vọng với sự hỗn độn trong căn nhà này! (không bao giờ có thể làm cho nó gọn gàng ngăn nắp được) ■ *We try to teach our kids to respect our traditions, but with all this TV and new kinds of music it's a losing battle.* ● Chúng ta luôn cố sức dạy cho lũ trẻ biết trân trọng truyền thống, nhưng với tất cả các chương trình truyền hình và những thể loại âm nhạc mới này, việc đó trở nên hoàn toàn vô vọng. ■ *They were fighting a losing battle against the forces of nature.* ● Họ đang chiến đấu vô vọng chống lại những sức mạnh của tự nhiên.

fight a rearguard action quyết tâm nỗ lực để ngăn chặn điều gì không cho xảy ra, cho dù biết là đã quá trễ ■ *Malloy, his wife and daughters have been fighting a rearguard action to prevent their home form being destroyed.* ● Malloy, vợ và các con gái của ông ta đã cố sức tận lực để giữ cho căn nhà của họ không bị phá hủy.

fight fire with fire sử dụng những biện pháp, đòn phép giống hệt như đối thủ của mình đã dùng, cho dù là sai trái, trong khi tranh cãi, đấu đá hoặc so tài ■ *This kind of violent police behavior is like fighting fire with fire, and it will never earn them the public's respect.* • Cung cách thô bạo như thế này của cảnh sát giống như là dùng bạo lực đáp trả bạo lực, và họ sẽ không bao giờ giành được sự tôn trọng từ công chúng.

fight for one's life nỗ lực hết sức để sống còn, nhất là khi có thể chết vì thương tích hay bệnh tật ■ *A young cyclist is fighting for his life after the accident.* • Một tay đua xe đạp trẻ đang nỗ lực để giành lại mạng sống sau vụ tai nạn.

fight it out hoặc *battle it out* tranh cãi, so tài cho đến khi một trong các bên giành được phần thắng ■ *The three final contestants will be battling it out for an all-expense paid trip to Hawaii.* • Ba đấu thủ cuối sẽ so tài đến cùng để giành được một chuyến đi Hawaii được bao trước mọi chi phí.

fight like cats and dogs nói về những người biết rất rõ về nhau và thường xuyên tranh cãi, xung đột nhau ■ *My sister and I used to fight like cats and dogs.* • Tôi và chị tôi trước đây thường hay xung đột nhau như chó với mèo.

fight one's own battles tự mình nỗ lực để đạt được điều gì mà không cần đến sự giúp đỡ của người khác ■ *I wouldn't get involved - he's old enough to fight his own battles.* • Tôi sẽ không nhúng tay vào đâu - anh ta đã trưởng thành đủ để tự mình xoay xở lấy.

fight one's way chen lấn, rẽ qua đám đông người để đi đến nơi nào ■ *Steve fought his way to the front of the hall.* • Steve chen lấn để đến được cửa trước của sảnh đường.

fight shy of doing sth (cách dùng cũ) tránh né hoặc không sẵn lòng thực hiện điều gì ■ *Many of the clinics fought shy of treating patients who had no permanent address, although they were the most in need of treatment.* • Rất nhiều dưỡng đường tránh né không muốn điều trị cho các bệnh nhân không có địa chỉ thường trú, mặc dù họ là những người hết sức cần đến sự điều trị. ■ *Successive governments have fought shy of such measures.* • Những chính phủ nối tiếp nhau đều né tránh các biện pháp như thế.

fight to the finish chiến đấu đến cùng, nhất định phải phân thắng bại - một mất một còn ■ *There are six football teams who are bitter rivals in what will be a fight to the finish.* • Có 6 đội bóng là những đối thủ rất quyết liệt trong một trận so tài sẽ gay go cho đến phút cuối cùng. ■ *I think he'll fight to the finish and will do everything possible to ensure he doesn't get captured.* • Tôi nghĩ anh ta sẽ chiến đấu đến cùng và làm bất cứ điều gì để không bị bắt.

fight tooth and nail nỗ lực tích cực để đạt được điều gì, nhất là khi có ai đó đang cố sức ngăn cản ■ *Richards fought tooth and nail to preserve the independence of a company whose roots go back to Philadelphia in the 1890s.* • Richards nỗ lực tích cực để giữ lại sự tự chủ của một công ty có nguồn gốc từ những năm 1890 ở Philadelphia. ■ *The residents in the area are fighting tooth and nail to stop the new development.* • Những cư dân trong vùng đang chiến đấu hết sức để ngăn chặn việc xây dựng mới.

fighting → **give sb a fighting chance**

fighting → **have a fighting chance**

fighting → **in fighting trim**

fighting talk những nhận xét được đưa ra cho thấy ai đó sẵn sàng nỗ lực hoặc chiến đấu để đạt được điều gì ■ *What we want from the management is fighting talk.* ● Những gì chúng tôi mong muốn ở ban giám đốc là một sự bày tỏ quyết tâm.

figment of one's imagi-nation điều được ai đó tưởng tượng ra, có vẻ như thật nhưng không hề có thật ■ *Are you telling me that these symptoms are just a figment of my imagination?* ● Có phải anh đang nói với tôi rằng những triệu chứng này hoàn toàn là do tôi tưởng tượng ra? ■ *I thought I saw someone standing in the shadows, but it was just a figment of my imagination.* ● Tôi nghĩ là tôi đã thấy ai đó đứng trong bóng tối, nhưng đó chỉ là hình ảnh tưởng tượng của tôi thôi. ■ *Was it just a figment of my imagination or did I hear John's voice in the other room?* ● Chỉ là sự tưởng tượng của tôi hay quả thật tôi đã nghe được giọng của John ở phòng bên kia? ■ *The long dishevelled hair, the swelled black face, the exaggerated stature were figments of imagination.* ● Vóc người to lớn với khuôn mặt đen sì sưng húp và mái tóc xõa rối bời đều chỉ là những hình ảnh của trí tưởng tượng.

figure → **facts and figures**

figure → **put a figure on sth**

figure → **that figures**

file → **in single file**

file → **the rank and file**

fill → **have had one's fill**

fill one's shoes hoặc **step into one's shoes** thực hiện công việc trước đây của ai đó ■ *The new mayor, Susan Hammer, had to prove that she could fill her predecessor's shoes.* ● Người thị trưởng mới, Susan Hammer, phải chứng tỏ rằng bà ta có thể thực hiện được công việc của người tiền nhiệm. ■ *If our manager leaves, it will be difficult to find someone to fill her shoes.* ● Nếu người quản lý của chúng tôi ra đi, tìm một người thay thế được công việc của bà rất khó.

final → **another nail in one's coffin**

final → **in the final analysis**

final → **the last straw**

find → **a needle in a haystack**

find → **the devil makes work for idle hands**

find it in one's heart hoặc **find it in oneself** có khả năng hoặc sẵn lòng thực hiện điều gì ■ *Can you find it in your heart to forgive her?* ● Anh có thể sẵn lòng tha thứ cho cô ấy không? ■ *He couldn't find it in himself to trust anyone again.* ● Anh ta không thể nào tin cậy vào bất cứ ai được nữa.

find it in oneself → **find it in one's heart**

find its way → **find one's way**

find one's bearings → **get one's bearings**

find one's feet cố gắng để trở nên tự tin hơn hoặc thành công hơn trong một tình huống mới mẻ hoặc trước đó là khó khăn ■ *Susie said she would let me* *stay with her for a while - just until I found my feet again.* • Susie có thể sẽ để tôi ở với cô ấy ít lâu, cho đến khi tôi có thể đủ tự tin. ▪ *I only recently joined the firm so I'm still finding my feet.* • Tôi chỉ mới tham gia công ty gần đây, vì thế tôi vẫn đang cố trở nên tự tin hơn. ▪ *It's bound to take a bit of time to find your feet.* • Chắc chắn là phải mất một thời gian để bạn có thể trở nên tự tin hơn.

find one's second wind → **get one's second wind**

find one's way hoặc *find its way* đến hoặc xuất hiện ở nơi nào, hoặc làm điều gì một cách tình cờ hoặc không rõ nguyên nhân ▪ *He eventually found his way into acting.* • Anh ta cuối cùng tình cờ trở thành diễn viên. ▪ *Somehow the letter had found its way onto my boss's desk.* • Không biết bằng cách nào mà lá thư đã xuất hiện trên bàn giấy của ông chủ tôi.

find out what sb is (really) made of → **see what sb is (really) made of**

find sth difficult to stomach hoặc *find sth hard to stomach* không thể hoặc không sẵn lòng chấp nhận một hành động, tình huống hay thái độ... vì cho là rất khó chịu hoặc sai trái ▪ *For those who can't stomach the thought of staying in a chain motel, there is the option of renting a condo or even a houseboat.* • Đối với những ai không chấp nhận được việc sống trong một khu có nhà để xe, còn có sự lựa chọn thuê một căn hộ trong chung cư hoặc thậm chí là một nhà thuyền.

find sth hard to stomach → **find sth difficult to stomach**

find sth the hard way → **learn sth the hard way**

find sth to one's cost → **know sth to one's cost**

finders keepers (losers weepers) (khẩu ngữ - thường được dùng bởi trẻ con) người tìm ra vật gì có quyền sở hữu vật ấy ▪ *"That's mine!" "Too bad - finders keepers, losers weepers."* • "Cái đó của tao!" "Tồi lắm - ai tìm ra người ấy được chứ."

finders-keepers người tìm ra trước được quyền sở hữu ▪ *Hughes claimed the meteorite belonged to him using a sort of finders-keepers argument, but the courts disagreed.* • Hughes nhận rằng tảng thiên thạch là của ông ta, dùng lập luận theo kiểu ai tìm ra trước là được quyền sở hữu, nhưng tòa án không đồng ý như vậy.

fine → **a fine kettle of fish**

fine → **cut it fine**

fine → **have sth down to a fine art**

fine → **look who's talking**

fine → **not to put too fine a point on it**

fine → **there's a fine line between**

fine line between sth and sth → **line between sth and sth**

finest hour thời điểm quan trọng nhất trong đời của một người, khi người ấy có thể thực hiện được một điều tốt đẹp khiến cho người khác ngưỡng mộ, khâm phục ▪*I have to admit that my first visit to the Bishop was not my finest hour. I choked on my wine and had to leave the room.* • Tôi phải thú nhận là lần đầu tiên viếng thăm vị giám mục chẳng phải là thời điểm tốt đẹp nhất của tôi.

Tôi bị sặc vì rượu vang và phải rời khỏi phòng. ■ *It was his finest hour as manager of the England team.* ● Đó là thời gian thành đạt nhất của ông ta với cương vị người quản lý đội bóng đá Anh.

fine-tooth → go through sth with a fine-tooth comb

finger → at one's finger tips

finger → count on (the fingers of) one hand

finger → cross one's fingers

finger → get one's fingers burnt

finger → have a finger in every pie

finger → have a finger on the pulse

finger → have sticky fingers

finger → lay a finger on sb

finger → let it slip (that)

finger → let sth slip through one's fingers

finger → not lift a finger

finger → point the finger

finger → pull one's finger out

finger → put one's finger on sth

finger → stick two fingers at sb

finger → work one's fingers to the bone

finger → wrap sb around one's little finger

fingernail → hang by one's fingernails

finger-pointing sự chỉ trích, quy lỗi ■ *After months of mane-calling and finger-pointing, leaders from both countries have promised to try and stop the violence.* ● Sau nhiều tháng xúc phạm và chỉ trích lẫn nhau, lãnh đạo của cả hai nước đã hứa là sẽ cố gắng ngăn chặn bạo động.

fingerprints are all over sth → **fingerprints are on sth**

fingerprints are on sth hoặc *fingerprints are all over sth* nói về một hành động, tác phẩm, sự việc... có đầy những dấu ấn cho thấy sự liên quan đến ai hoặc ảnh hưởng mạnh mẽ từ người ấy ■ *The President signed the bills to raise taxes, but the Vice President's fingerprints weren't on them. That leaves him safe to claim he has a good record on taxes in the next election.* ● Tổng thống đã ký những dự luật tăng thuế, nhưng Phó Tổng thống không cho thấy có sự liên quan nào đến mình. Điều này giữ cho ông an toàn để có thể tự nhận về mình một thành tích tốt liên quan đến thuế vào kỳ bầu cử sắp tới.

fingertip → at one's fingertips

fingertip → to one's fingertips

finish → fight to the finish

finish a close second hoặc *come in a close second* có phẩm chất tốt đẹp hầu như suýt soát với người hay sự vật được so sánh, hoặc gần như đã đạt đến chiến thắng trong một cuộc cạnh tranh ■ *Eggs come closest to providing the ideal protein pattern, milk comes in a close second, and meats follow.* ● Trứng dẫn đầu trong việc cung cấp mẫu protein lý tưởng, sữa có phẩm chất suýt soát như vậy, và các loại thịt được xếp tiếp theo sau đó.

finishing → put the finishing touches

fire → add fuel to the fire

fire → be under fire

fire → breathe fire

fire → fight fire with fire

fire → hang fire

fire → have a fire in one's belly

fire → have many irons in the fire

fire → light a fire under sb

fire → on the firing line

fire → out of the firing line

fire → out of the frying pan into the fire

fire → play with fire

fire → set the world on fire

fire → the fat is in the fire

fire → where there's smoke, there's fire

fire questions at sb liên tục, dồn dập đặt câu hỏi với ai ■ *The room was full of journalists, all firing questions at them.* ● Căn phòng đầy các nhà báo, tất cả đều dồn dập đặt câu hỏi cho họ. ■ *Reporters fired questions at her as she left the court house.* ● Các phóng viên dồn dập đặt câu hỏi cho cô ta khi cô vừa rời khỏi tòa án.

fired → all fired up

firing → on the firing line

firing → out of the firing line

firing on all cylinders (hoặc cũng thay *firing* bằng *operating, running*...) suy nghĩ, làm việc hoặc thực hiện điều gì rất tốt, vận dụng tất cả năng lực tinh thần và khả năng của mình (thường dùng ở dạng phủ định) ■ *In the first half, the Falcons weren't firing on all cylinders.* ● Trong hiệp đầu, đội Falcons đã không chơi hết mình.

firm → hold firm to sth

firm → safe ground

firm → stand firm

firm → take a hard line

firm believer in sth → great believer in sth

firm ground → safe ground

firm hand kiểm soát ai hoặc sự việc gì một cách chặt chẽ, gắt gao ■*Those kids of his just wild - what they need is a firm hand.* ● Lũ con anh ta thật nghịch ngợm - điều chúng nó cần là một sự kiểm soát thật chặt chẽ. ■ *Those children need a firm hand to make them behave better.* ● Những đứa trẻ ấy cần phải có sự nghiêm khắc để chúng biết cách cư xử tốt hơn.

firmly → have one's feet (firmly) on the ground

first → at first

first → at first glance

first → at first sight

first → come first

first → from first to last

first → from the first

first → get to first base

first → have first call on sb

first → in the first flush of sth

first → in the top flight

first → not know the first thing about

first → put sb first

first → there's a first time for everything

first and foremost nói về một phẩm chất, tính cách, được nhấn mạnh đến mức lấn át mọi thứ khác được nói đến

■ *He does a little teaching, but first and foremost he's a writer.* ● Ông ta có giảng dạy đôi chút, nhưng chủ yếu ông ta là một nhà văn. ■ *He was first and foremost an educator who cared about his students.* ● Trước hết và trên hết, ông ta là một nhà giáo dục quan tâm chăm lo cho các học trò của mình. ■ *"Why not get a job that pays more?" "First and foremost, because I really like what I'm doing."* ● "Tại sao lại không tìm một công việc có lương cao hơn?" "Điều quan trọng nhất là tôi thực sự thích những gì tôi đang làm."

first and last theo tất cả mọi khía cạnh quan trọng của vấn đề, toàn diện, hoàn toàn ■ *She regarded herself, first and last, as a musician.* ● Cô ấy tự xem mình hoàn toàn là một nhạc sĩ.

first come, first served hoặc *first-come, first-served* phục vụ theo thứ tự, người đến trước được trước ■ *Beginning at 7 p.m., the tickets will be distributed on a first-come, first-served basis.* ● Bắt đầu vào lúc 7 giờ tối, vé bán ra được phân phối theo phương thức người đến trước mua trước. ■ *In big cities, everything is available on a first-come, first-served basis.* ● Ở các thành phố lớn, mọi thứ đều có sẵn với nguyên tắc phục vụ theo thứ tự, đến trước được trước.

first hand hoặc *first-hand* nhận biết, trải qua hay học hỏi được điều gì bằng chính kinh nghiệm của bản thân mình ■ *I learned first-hand what a difference a good nurse can make when I was in hospital for a back operation.* ● Tôi đã tự mình hiểu ra được những khác biệt mà một người y tá giỏi có thể tạo ra khi tôi phải vào bệnh viện để phẫu thuật ở sống lưng. ■ *At the age of twelve, he had first-hand experience of poverty.* ● Hồi mới 12 tuổi, anh ta đã tự mình trải qua sự nghèo khó. ■ *Friedman's book is based on first-hand accounts given by witnesses to the plane crash.* ● Cuốn sách của Friedman được dựa trên những lời kể của những người chính mắt nhìn thấy vụ máy bay rơi.

first of all trước hết, trước khi làm bất cứ điều gì khác ■ *First of all, let me ask you something.* ● Trước hết, để tôi hỏi anh vài điều. ■ *First of all, I'd like to give you a little background information.* ● Trước hết, tôi muốn cho anh biết một số thông tin cơ bản. ■ *First of all, clean the surface that you are going to paint.* ● Trước hết phải làm sạch bề mặt nơi anh định sơn. 2. nói đến điều quan trọng nhất ■ *The content of any article needs, first of all, to be relevant to the reader.* ● Nội dung của bất cứ bài viết nào cũng cần phải, quan trọng hơn hết, có liên quan đến người đọc.

first off (khẩu ngữ) trước hết, điều cần được xem xét trước tiên ■ *First off, let's see how much it'll cost.* ● Trước hết chúng ta hãy xem nó tốn kém đến mức nào. ■ *First off, I want to tell you how much I like your work.* ● Trước hết tôi muốn nói cho anh biết tôi thích tác phẩm của anh như thế nào.

first things first (khẩu ngữ) cần phải thực hiện những việc quan trọng, thiết yếu nhất của một tình huống trước khi nghĩ đến những việc khác còn lại ■ *First things first - where is everybody going to sit?* ● Điều quan trọng cần phải được làm trước - mọi người sẽ ngồi ở đâu đây?

first-come, first-served → **first come, first served**

fish → a big fish in a little pond

fish → a fine kettle of fish

fish → another kettle of fish

fish → be like a fish out of water

fish → cold fish

fish → drink like a fish

fish → fish or cut bait

fish → have other fish to fry

fish → live in a fish bowl

fish → need sth like a fish needs a bicycle

fish → shooting fish in a barrel

fish → there are plenty more fish in the sea

fish or cut bait dùng khi muốn bảo ai hãy làm những gì đã hứa thay vì chỉ nói suông ■ *"I know she's a good girl, but sometimes she promises a lot and does nothing." "Just tell her to fish or cut bait."* • "Tôi biết cô ấy là người tốt, nhưng đôi khi cô ấy hứa hẹn nhiều mà chẳng làm gì cả." "Chỉ cần nói cho cô ấy biết là hãy làm đi thay vì hứa suông." ■ *Senior military officials said that a decision should be made by October 15th. "Then it will be time to either fish or cut bait," said Creasy.* • Các sĩ quan cao cấp trong quân đội nói rằng sẽ đưa ra quyết định trước ngày 15 tháng 10. Creasy nói: "Vậy thì đã đến lúc họ phải hành động, hoặc là chấm dứt ngay những lời nói suông."

fishing expedition một nỗ lực của cảnh sát hoặc các viên chức chính phủ, hoặc các phóng viên điều tra, nhằm tìm kiếm thông tin khi họ nghi ngờ ai đó đã làm điều sai trái nhưng chưa nắm chắc chứng cớ, thường là bằng cách tung ra hàng loạt câu hỏi ■ *We were on a fishing expedition, looking for signs of drug dealing.* • Chúng tôi đang trong giai đoạn điều tra, truy tìm những dấu vết của việc buôn bán ma túy.

fishing without bait (khẩu ngữ) làm việc không đâu, vô ích ■ *The guy's obviously fishing without bait. I mean, how can he think we'd believe him?* • Gã ấy chỉ đang làm chuyện vô ích. Ý tôi là, làm sao hắn có thể nghĩ rằng chúng ta sẽ tin hắn kia chứ?

fishy → smell fishy

fist → iron fist in a velvet glove

fist → iron-fist

fist → rule sb with an iron fist

fit → face doesn't fit

fit → have a fit

fit → if the shoe fits (wear it)

fit → in fits and starts

fit → think fit

fit as a fiddle hoặc *as fit as a fiddle* (cách dùng cũ) hoàn toàn khỏe mạnh, không có vấn đề gì về sức khỏe ■ *I've been feeling as fit as a fiddle since I took up these exercises.* • Tôi đã cảm thấy rất khỏe khoắn kể từ khi thực hiện những bài luyện tập này. ■ *Mary is as fit as a fiddle.* • Mary khỏe mạnh lắm. ■ *Tom used to be fit as a fiddle. Look at him now!* • Tom trước đây vốn khỏe như vâm. Giờ hãy nhìn anh ta kìa!

fit sb like a glove rất vừa vặn, hoặc hoàn toàn phù hợp, đúng như ý muốn ■ *I hadn't wanted a part in a TV series, but this one seemed to fit me like a glove.* • Tôi vốn không muốn một vai trong loạt chương trình ti-vi, nhưng vai diễn này có vẻ rất thích hợp với tôi. ■ *The dress fits me like a glove.* ● Chiếc áo dài hết sức vừa vặn với tôi.

fit the bill đúng với nhu cầu đang cần đến, đúng như mong đợi ■ *If you're looking for a good collection of bedtime stories, "A Child's Book of Favorite Tales" fits the bill.* ● Nếu bạn đang tìm kiếm một tuyển tập hay những chuyện kể cho trẻ con, cuốn "Những truyện cổ hay cho trẻ em" là hoàn toàn thích hợp. ■ *On paper, several of the applicants fit the bill.* ● Trên giấy tờ thì có nhiều ứng viên thích hợp với nhu cầu. ■ *If you're looking for an outdoor holiday, Wales could fit the bill.* ● Nếu anh đang tìm một nơi đi nghỉ ngoài trời, Wales có thể là thích hợp.

fit the description of sb → answer the description of sth

fit the description of sth → answer the description of sth

fit to be tied quá tức giận, căng thẳng hoặc bối rối đến mức thái quá vì một điều gì, thường là không đáng để phản ứng như thế ■ *Ralph was fit to be tied when Gloria got the promotion instead of him.* ● Ralph đã nổi giận thật vô lý khi Gloria được thăng tiến thay vì là anh ta. ■ *If I'm not home on time, my parents will be fit to be tied.* ● Nếu tôi không về nhà đúng giờ, cha mẹ tôi sẽ nổi trận lôi đình. ■ *When Ann saw the bill, she was fit to be tied.* ● Khi Ann nhìn thấy hóa đơn, cô ta nổi giận quá đáng.

five → give me five

five → put two and two to make five

five → take five

fix → get a fix on

fix → if it ain't broke, don't fix it

fix → in a fix

fix → quick fix

fix → quick-fix

fix on sb → fix on sth

fix on sth hoặc *fix on sb* chọn lựa người hay sự việc nào sau một quá trình cân nhắc, xem xét ■ *They've fixed on Paris for their honeymoon.* ● Họ đã chọn Paris cho tuần trăng mật của mình. ■ *Have you fixed on a date for the meeting?* ● Anh đã chọn ngày cho cuộc họp hay chưa? ■ *We've finally fixed on the Lake District for our summer holiday.* ● Cuối cùng chúng tôi đã chọn Lake District cho chuyến đi nghỉ mùa hè của mình.

fix one's little red wagon → fix one's wagon

fix one's wagon hoặc *fix one's little red wagon* (cách dùng cũ) gây rắc rối cho ai vì không ưa người ấy, hoặc vì họ đã làm điều gì đó gây rắc rối tương tự cho mình trước đây ■ *So Dan thinks he can take advantage of me like that, huh? Well, I'll fix his little red wagon.* ● Vậy là Dan nghĩ rằng anh ta có thể lợi dụng tôi như thế đó hả? Được rồi, tôi sẽ cho anh ấy biết tay.

fix sb with a gaze → fix sb with a stare

fix sb with a look → fix sb with a stare

fix sb with a stare hoặc *fix sb with a look* hoặc *fix sb with a gaze* nhìn thẳng vào ai theo cách làm cho người ấy không thể tránh né, thường là trong một lúc lâu ■ *He fixed her with an angry* *stare.* • Anh ấy nhìn thẳng vào cô ta một cách giận dữ. ■ *Mary fixed him with a cool gaze.* • Mary nhìn thẳng vào anh ta một cách lạnh lùng.

fixed → **how are you fixed for sth**

flag → **keep the flag flying**

flag → **like waving a red flag in front of a bull**

flag → **red flag**

flag → **wave the white flag**

flag → **wrap oneself in the flag**

flagpole → **run sth up the flagpole**

flak → **catch flak**

flame → **add fuel to the fire**

flame → **be shot down in flames**

flame → **fan the flames**

flame → **old flame**

flap one's gums nói rất nhiều nhưng không có điều gì quan trọng hoặc đáng quan tâm ■ *What makes me angry is people just flapping their gums and telling me to calm down instead of trying to help.* • Điều làm tôi tức giận là người ta chỉ nói huyên thuyên những chuyện vô bổ và bảo tôi phải bình tĩnh, thay vì tìm cách giúp đỡ.

flash → **in a flash**

flash in the pan nói về một kiểu thời trang, bài hát, ý tưởng... chỉ được ưa chuộng trong một thời gian rất ngắn, hoặc nói về người chỉ thành công một cách bất ngờ, nhất thời, và không có cơ may lặp lại thành công ấy ■ *The band's only hit was the flash in the pan "Kiss you all over," which sold five million copies.* • Thành công duy nhất của ban nhạc là ca khúc nổi tiếng nhất thời *"Kiss you all over"*, bán ra được 5 triệu bản. ■ *He needed to prove that his success was not just a flash in the pan.* • Ông ta cần phải chứng tỏ rằng sự thành công của ông không chỉ là nhất thời.

flash-in-the-pan nhất thời, không tồn tại lâu dài ■*Sheriffs have refused to cooperate in the drug sting, describing it as a "flash-in-the-pan political exercise."* • Các viên cảnh sát trưởng đã từ chối không hợp tác trong kế hoạch bắt ma túy, mô tả nó như là một "đòn chính trị nhất thời".

flat → **and that's flat**

flat → **fall flat**

flat → **fall flat on one's face**

flat → **in flat**

flat → **on the flat**

flat → **tell sb flat out**

flat as a pancake hoặc *as flat as a pancake*) 1. (thông tục) phẳng lì, bẹp dí ■ *The punctured tire was as flat as a pancake.* • Cái bánh xe thủng đã bẹp dí đến sát đất. ■ *Bobby squashed the ant flat as a pancake.* • Bobby chà nát con kiến đến bẹp dí. 2.rất bằng phẳng không có chỗ nào mấp mô lồi lõm ■ *The country around here is as flat as a pancake.* • Vùng quê quanh đây hết sức bằng phẳng. ■ *The sea by then was as flat as a pancake.* • Mặt biển vào lúc ấy hết sức phẳng lặng.

flat on one's back 1. nằm liệt giường vì đau ốm ■ *She's been flat on her back for over a week now.* • Đến nay cô ấy đã nằm liệt giường trong hơn một tuần rồi. 2.phát triển một cách rất chậm chạp, tồi tệ ■ *The stock market was flat* *on its back.* • Thị trường chứng khoán đang hết sức trì trệ.

flat out 1. nhanh chóng hoặc tích cực đến mức tối đa ■ *Workers are working flat out to meet the rise in demand for new cars.* • Công nhân đang làm việc với mức độ tích cực nhất để đáp ứng nhu cầu về xe hơi mới đang gia tăng. ■ *He worked flat out from morning until night.* • Ông ta làm việc hết sức mình từ sáng đến tối. 2. nói ra hoặc làm điều gì một cách thẳng thắn, trực tiếp, không hề tránh né việc xúc phạm đến người khác ■ *Michael said flat out that he didn't believe me.* • Michael đã nói một cách thẳng thừng là anh ta không tin tôi. ■ *I told him flat out "No".* • Tôi đã nói "không" thẳng thừng với anh ta. 3. đến một mức độ hoàn toàn, không còn nghi ngờ gì nữa ■ *He was just flat out wrong.* • Ông ấy quả là đã hoàn toàn sai trái. ■ *It's a 30-year mortgage we just flat out can't handle.* • Đó là một khoản cầm cố 30 năm mà chúng tôi hoàn toàn không thể giải quyết.

flatter to deceive có vẻ như tốt đẹp, thành công hơn là thực chất vốn có ■ *As with many new bands, their early success flattered to deceive.* • Cũng giống như với nhiều ban nhạc mới, thành công ban đầu của họ có vẻ vượt quá tài năng thật sự.

flattered → **be flattered**

flavour of the month hoặc *flavour of the week* nói về một người, hay một phong cách, ý tưởng... rất được ưa chuộng vào một thời điểm cụ thể nào đó, nhưng thường hàm ý là không bao lâu sẽ bị thay thế bởi một người, phong cách, hay ý tưởng khác ■*Castino, Hollywood's new flavour of the month, has been a big hit with the teenage fans.* • Castino, bộ phim mới đang rất được ưa thích của Hollywood, đã là một thành công lớn với giới hâm mộ ở tuổi thiếu niên. ■ *Environmental issues are no longer the flavour of the month.* • Những vấn đề môi trường không còn là điều được nhiều người quan tâm đến nữa. ■ *I'm not exactly flavour of the month around here at the moment.* • Hiện nay tôi quả thật không phải là người được ưa thích ở đây. ■ *She is very much flavour of the month in Hollywood.* • Cô ấy hiện rất được ưa thích ở Hollywood.

flavour of the week → **flavour of the month**

flavour-of-the-month hoặc *flavour-of-the-week* rất được ưa thích vào một thời điểm nào đó và thường chỉ trong một thời gian ngắn ■ *Chapman was ready to lend his support to any flavour-of-the-month political cause.* • Chapman sẵn sàng ủng hộ cho bất cứ mục tiêu chính trị thành công nhất thời nào.

flavour-of-the-week → **flavour-of-the-month**

flesh → **have one's pound of flesh**

flesh → **in the flesh**

flesh → **make one's flesh creep**

flesh → **one's own flesh and blood**

flesh → **press the flesh**

flesh → **put flesh on sth**

flesh → **the spirit is willing but the flesh is weak**

flesh and blood dùng khi muốn nhấn mạnh đến tính chất chung nhất của tất cả mọi con người như tình cảm, nhu cầu, sự yếu ớt hoặc lỗi lầm..., nghĩa

flesh-and-blood

là những điều mà ai cũng có, bất kể những khác biệt về dáng vẻ hay cương vị xã hội - thường dùng để so sánh với những gì vô tri vô giác như máy móc, gỗ đá... ■ *I couldn't work in one of those big companies where they treat you like numbers instead of flesh and blood!* • Tôi không thể nào làm việc cho một trong những công ty lớn đó, nơi mà người ta đối xử với bạn như là những con số chứ không phải là những con người bằng xương bằng thịt. ■ *Listening to the cries was more than flesh and blood could stand.* • Lắng nghe những tiếng than khóc là vượt quá sự chịu đựng của con người bằng xương bằng thịt. ■ *They now realize that their hero is, after all, only flesh and blood.* • Giờ đây họ nhận ra rằng người anh hùng của họ dù sao cũng là một con người bằng xương bằng thịt. ■ *The endless noise is more than flesh and blood can stand.* • Tiếng ồn liên tục không dứt là vượt quá sự chịu đựng của con người bằng xương bằng thịt.

flesh-and-blood mang đậm những tính chất bình thường của con người, giống như bao nhiêu người khác ■ *I like the film because it presented Jesus as a real flesh-and-blood, emotional kind of guy.* • Tôi thích bộ phim bởi vì nó thể hiện chúa Giê-su như một con người bằng xương bằng thịt, một kiểu người rất giàu tình cảm.

flight → in the top flight

flight → put sb to flight

flight → take flight

flight of fancy hoặc *flight of imagination* ý tưởng rất giàu tưởng tượng nhưng không thực tiễn và có ý nghĩa ■ *At the time, everyone thought the movie "2001" was just a flight of fancy. Now we know it was based on reality.* • Vào thời đó, mọi người đều cho rằng bộ phim "2001" chỉ là hoàn toàn tưởng tượng. Giờ đây thì chúng ta biết là nó được dựa trên thực tế.

flight of imagination → flight of fancy

flip → give sb the bird

flip → the flip side

flip one's lid hoặc *flip one's wig* (khẩu ngữ) đột nhiên trở nên hết sức tức giận, nổi giận ■ *Andrea just about flipped her lid when she found out that the hotel had lost her reservation.* • Andrea suýt nữa thì điên tiết lên khi cô ta biết được là khách sạn đã quên mất việc giữ chỗ trước của cô. ■ *She'll flip her lid when she finds out.* • Cô ấy sẽ nổi giận lên khi biết ra được sự việc.

flip one's wig → flip one's lid

flip sb the bird → give sb the bird

float → walking on air

float → what floats one's boat

float with the tide → swim with the tide

floating on air → walking on air

flock → birds of a feather

flog a dead horse → beat a dead horse

flog sth to death lạm dụng điều gì đến mức làm cho nó trở nên nhàm chán, không còn hấp dẫn nữa ■ *The story has been flogged to death in the press.* • Câu chuyện đã bị báo chí lạm dụng đến mức gây nhàm chán.

flood → in full flow

floodgates → open the floodgates

floor → be in on the ground floor

floor → hold the floor

floor → one's elevator doesn't go all the way to the top

floor → take the floor

floor → wipe the floor with sb

floor it (khẩu ngữ) bất ngờ tăng nhanh tốc độ của một chiếc xe hơi ■ *Just put it in really low gear and floor it - let's see what happens.* • Chỉ cần gài số thật chậm và tăng ga đột ngột - chúng ta hãy xem điều gì xảy ra.

flotsam and jetsam 1. người bị xem là vô dụng, tầm thường, nhất là những người không có nhà ở hoặc thất nghiệp, đôi khi bị xem là từ ngữ có hàm ý xúc phạm ■ *The street artist shares his stretch of sidewalk with a juggler, a dancer, and various other human flotsam and jetsam.* • Người họa sĩ đường phố chia sẻ phần lề đường mở rộng với một người làm trò tung hứng, một vũ công, và nhiều kẻ lang thang không nhà khác. 2. những đồ vật đã bỏ đi, hoặc có vẻ như vô dụng, không thể dùng vào việc gì nữa, nhất là khi chúng bị vất ngổn ngang không có sự sắp xếp gọn gàng ■ *The beaches are wide and filled with flotsam and jetsam.* • Bãi biển rộng và chứa đầy những thứ rác rưởi phế thải. ■ *With the development of modern drugs, traditional remedies were discarded by the West as flotsam and jetsam on the tide of progress.* • Với sự phát triển của những dược phẩm hiện đại, các phương thuốc truyền thống đã bị phương Tây xem như là những thứ rác rưởi vô dụng trôi nổi trên ngọn sóng tiến triển. 3. những gì bị xem là không có giá trị, vô ích ■ *His mind is burdened with the flotsam and jetsam of many years of poor instruction and lax study habits.* • Đầu óc anh ta chất nặng những thứ rác rưởi vô ích của nhiều năm bị hướng dẫn tồi và thói quen học tập lơi lỏng. ■ *Your report would be better if you could get rid of a lot of the flotsam and jetsam and clean up the grammar a bit.* • Bài tường thuật của anh có thể tốt hơn nếu như anh có thể cắt bỏ được những chi tiết vô ích và gọt dũa phần văn phạm hơn đôi chút. - *flotsam* có nghĩa là những phần vỡ nát ra của một chiếc tàu bị đắm và trôi nổi trên mặt biển, *jetsam* là những thứ phế thải mà người ta vất ra từ những con tàu, và cũng trôi nổi trên mặt biển. Tuy nhiên, ý nghĩa ban đầu của 2 từ này giờ đây rất ít khi được dùng đến.

flow → go with the flow

flow → in full flow

flow → stem the tide (of)

flow → the ebb and flow

flowed → a lot of water has gone under the bridge since

flush → in the first flush of sth

fly → as the crow flies

fly → dropping like flies

fly → fur flies

fly → go fly a kite

fly → keep the flag flying

fly → let it fly

fly → sparks fly

fly → time flies

fly → wouldn't hurt a fly

fly by the seat of one's pants sử dụng bản năng tự nhiên và trí thông mình để thực hiện việc gì khi chưa từng có dịp học được cách làm việc đó, hoặc không có một kế hoạch cụ thể trước khi tiến hành, vì thế mà mức độ thành công được hy vọng nhờ vào sự may mắn ■ *Singleton, obviously flying by the seat of his pants, manages to produce an entertaining movie.* ● Singleton xoay xở để sản xuất một bộ phim giải trí, rõ ràng là chỉ làm theo với bản năng tự nhiên của mình. ■ *Levi Strauss' innovative use of computers stands out in an industry infamous for its seat-of-the-pants approach to business.* ● Sáng kiến của Levi Strauss về việc sử dụng máy vi tính nổi bật lên trong một ngành công nghiệp vốn nổi tiếng vì phương thức kinh doanh theo bản năng tự nhiên.

fly high rất thành công ■ *British cinema has been flying high recently, winning several coveted awards.* ● Ngành điện ảnh của Anh đã phát triển rất thành công, giành được nhiều giải thưởng đáng mong muốn.

fly in the face of đi ngược lại điều gì, bất chấp những gì đã được thừa nhận theo truyền thống hoặc được đa số tin theo ■ *Flying in the face of public opinion, the local authority has approved the demolition of the old theatre.* ● Đi ngược lại với ý kiến của công chúng, chính quyền địa phương đã chấp thuận việc phá hủy nhà hát cũ. ■ *Such a proposal is flying in the face of common sense.* ● Một đề nghị như thế là trái hẳn với những ý tưởng thông thường. ■ *The idea of keeping young criminals out of prison flies in the face of existing government policy.* ● Ý tưởng giữ những tội phạm trẻ tuổi bên ngoài nhà tù là đi ngược với chính sách hiện hành của chính phủ. → *in the face of sth*

fly in the ointment điều khó khăn hoặc không vui làm phá hỏng đi tính chất tốt đẹp hoặc vui thú của một tình huống mà lẽ ra là rất hoàn hảo ■ *Henry had plenty of invitations to play golf at the club. The only small fly in the ointment was that the manager there didn't like him.* ● Henry có rất nhiều lời mời đến chơi gôn ở câu lạc bộ. Điều nhỏ nhặt duy nhất làm mất hứng thú là người quản lý ở đó không ưa anh ta. ■ *The only fly in the ointment is that we can't use my house for the party.* ● Điều đáng buồn duy nhất là chúng ta không thể sử dụng nhà tôi để tổ chức bữa tiệc.

fly off on a tangent → **go off on a tangent**

fly off the handle đột nhiên trở nên rất tức giận đến mức không thể kiềm chế được ■ *He seems to fly off the handle about the slightest thing these days.* ● Những ngày này anh ấy dường như trở nên rất tức giận vì chuyện nhỏ nhặt nhất. ■ *I was trying to explain that it was an accident, but he flew off the handle and wouldn't listen.* ● Tôi đang cố giải thích rằng đó là một tai nạn, nhưng anh ta đột nhiên nổi giận và không thèm lắng nghe. ■ *He flies off the handle every time the mail is late.* ● Mỗi lần thư đến trễ là anh ta lại đột nhiên nổi trận lôi đình. ■ *When Alison found another woman's sweater in her boyfriend's car, she flew off the handle.* ● Khi Alison thấy chiếc áo len của một người đàn bà khác trong xe hơi của bạn trai mình, cô đột nhiên nổi giận.

fly on the wall (khẩu ngữ) dùng để bày tỏ ý rất muốn biết nội dung một câu chuyện riêng tư nào đó của những người khác ■ *I wish I'd been a fly on the* wall and heard exactly what Sam said to Evan. • Tôi rất muốn biết chính xác là Sam đã nói gì với Evan. ■ *I'd love to be a fly on the wall when they find out.* • Tôi muốn biết khi họ phát hiện điều này sẽ như thế nào. ■ *I'd love to be a fly on the wall when he tells her that news.* • Tôi ước gì có thể nghe lén được khi anh ta nói cho cô ấy biết tin ấy. - nghĩa đen của thành ngữ là "con ruồi trên bức tường", và người nói ước gì mình có thể hóa thành một con ruồi đậu trên tường, cách duy nhất để anh ta có thể nghe lén được nội dung câu chuyện hoặc quan sát được điều muốn biết.

fly the coop (thông tục) 1. rời bỏ nơi đã từng sinh sống hoặc làm việc, thường là để thoát khỏi một tình huống không tốt ■ *Most of the students had flown the coop before the end of final exam week.* • Hầu hết các sinh viên đã rời đi trước khi chấm dứt tuần lễ thi tốt nghiệp. 2. trốn thoát, chạy thoát khỏi nơi nào ■ *He had flown the coop via a fire-escape.* • Hắn đã trốn được thông qua một lối thoát hiểm dành cho hỏa hoạn. ■ *The prisoner flew the coop at the first opportunity.* • Tù nhân đã trốn thoát ngay khi có cơ hội đầu tiên. 3. lẩn tránh khỏi một nơi nào ■ *I couldn't stand the party, so I flew the coop.* • Tôi không chịu nổi bữa tiệc, nên tôi đã chuồn êm. Thành ngữ này bắt nguồn từ ý nghĩa *"a chicken escapes from a chicken coop"* - con gà thoát khỏi chuồng gà.

fly the nest → leave the nest

flying → be flying off the shelves

flying → do sth with flying colours

flying → get off to a flying start

flying → give sth a flying start

flying → go flying

flying → not give a (flying) fuck

flying → take a flying leap

flying blind cố làm điều gì khi chưa có đủ thông tin cần thiết, vì thế phải suy đoán và dò dẫm cách làm ■ *Often we're flying blind because we don't have any really reliable data on which to base unemployment figures.* • Chúng ta thường làm việc một cách dò dẫm bởi vì chúng ta không có bất cứ dữ liệu đáng tin cậy nào để xây dựng nên những con số về nạn thất nghiệp.

fly-on-the-wall liên quan đến những chuyện đời thường, xảy ra hằng ngày ■ *She likes fly-on-the-wall television programs the most.* • Cô ấy thích nhất những chương trình ti-vi về những chuyện đời thường. ■ *They made fly-on-the-wall documentaries.* • Họ làm những phim tư liệu đời thường. (Loại phim thể hiện đời tư con người như bình thường, giống như là không có ống kính đang quay.)

focus the spotlight on → put the spotlight on

fodder → cannon fodder

fog → in a fog

foggiest → not have the foggiest

fold one's arms khoanh tay ■ *The border guard folded his arms across his chest and glared.* • Người bảo vệ biên giới khoanh tay trước ngực và nhìn trừng trừng. ■ *He stood watching her with his arms folded across his chest.* • Anh ta đứng nhìn cô ấy với hai tay khoanh trước ngực.

folked → speak with folked tongue

folks → **different strokes for different folks**

follow → **a hard act to follow**

follow in one's footsteps làm theo cùng một công việc mà người khác đã làm, nhất là công việc giống như cha hoặc mẹ mình ■ *Dad wants me to follow in his footsteps, but I hate the catering business!* ● Cha tôi muốn tôi đi theo nghề nghiệp của ông, nhưng tôi ghét công việc cung ứng thực phẩm. ● *She followed in her mother's footsteps and became a doctor.* ● Cô ấy noi theo mẹ mình và trở thành một bác sĩ. ■ *She works in television, following in her father's footsteps.* ● Cô ấy làm trong đài truyền hình, cũng giống như cha cô trước đó. ■ *Minoru followed in his father's footsteps and became a journalist.* ● Minoru theo gót cha mình và trở thành một nhà báo.

follow on the heels of sth → **come on the heels of sth**

follow one's heart để cho tình cảm ảnh hưởng, chi phối đến quyết định của mình ■ *I can't tell you whether you should marry Eric or not. You'll just have to follow your heart.* ● Tôi không thể nói với anh là anh có nên kết hôn với Eric hay không. Anh sẽ phải làm theo tình cảm của mình.

follow one's nose 1. cư xử theo với sự phán đoán của riêng mình, vì cho đó là cách tốt nhất hay đúng nhất, thường là trong những tình huống không có các quy định ■ *In search of an answer, I just followed my nose.* ● Trong việc tìm kiếm một câu trả lời, tôi chỉ làm theo suy nghĩ của mình. 2. tiếp tục hướng về phía trước ■ *This weekend's festival won't be hard to find - just get close to the city and follow your nose.* ● Lễ hội cuối tuần này sẽ không khó tìm ra - chỉ việc đến gần thành phố và tiếp tục đi thẳng tới. ■ *The church is a mile ahead up the hill - just follow your nose.* ● Nhà thờ cách đây một dặm phía trước ở trên đồi - chỉ việc đi thẳng tới.

follow sth to the letter hoặc *carry sth out to the letter* hoặc *obey sth to the letter* tuân thủ nghiêm nhặt, làm điều gì hoàn toàn đúng theo quy định, nguyên tắc, hoặc như được yêu cầu, hướng dẫn... ■ *I knew that Adrian would have carried out his grandmother's wishes to the letter.* ● Tôi đã biết là Adrian hẳn sẽ làm theo đúng những ước nguyện của bà nội anh ta. ■ *I followed your instructions to the letter.* ● Tôi đã làm hoàn toàn đúng theo những chỉ dẫn của anh.

follow suit làm điều gì giống như người khác vừa mới làm ■ *When the nation's fourth largest bank lowered interst rates, other major commercial banks were expected to follow suit.* ● Khi ngân hàng lớn thứ tư trong cả nước hạ thấp lãi suất, các ngân hàng thương mại chính được chờ đợi là sẽ làm theo như vậy.

follow the crowd làm việc gì theo xu hướng chung của nhiều người khác, chỉ vì sợ khác biệt hoặc không muốn chấp nhận rủi ro ■ *In advertising, it doesn't pay to follow the crowd. You're got to be more daring and come up with bold new ideas.* ● Trong việc quảng cáo, theo sau người khác không mang lại hiệu quả. Bạn cần phải có sự bạo dạn hơn và nghĩ ra những ý tưởng mới táo bạo.

follower → **camp follower**

following wind gió thuận, xuôi theo chiều đang di chuyển ■ *With a following wind, we sped across the lake.* • Với cơn gió thuận, chúng tôi đi thuyền nhanh ngang qua hồ.

fonder → **absence makes the heart grow fonder**

food for thought (thường dùng với các động từ như *give, be, provide, offer*...) điều buộc phải suy nghĩ, nghiền ngẫm, vì nó hàm chứa nhiều thông tin mới, hoặc vì nó chỉ ra những khó khăn, rắc rối có thể gặp phải ■ *The chapters on lesson planning will give you plenty of food for thought, and help you to structure your own lessons.* • Những chương sách về soạn thảo giáo án cần suy ngẫm rất nhiều, và sẽ giúp bạn tự tổ chức các bài giảng của chính mình. ■ *Thanks for your comments - they have given us plenty of food for thought.* • Cảm ơn về những nhận xét của bạn, đã mang lại cho chúng tôi rất nhiều điều để suy ngẫm. ■ *This programme certainly provides plenty of food for thought.* • Chương trình này chắc chắn sẽ mang lại nhiều điều để suy ngẫm.

fool → **a fool and his money are soon parted**

fool → **any fool**

fool → **live in a fool's paradise**

fool → **make a fool of sb**

fool → **more fool**

fool → **nobody's fool**

fool → **not suffer fools**

fool → **play the fool**

fool → **you could have fooled me**

fools rush in (where angles fear to tread)

fools rush in (where angles fear to tread) người làm việc gì mà không suy nghĩ kỹ về những hậu quả rắc rối có thể dẫn đến, hoặc làm một việc khó khăn, gan dạ chỉ vì không hề lường trước được sự khó khăn, nguy hiểm của tình huống (- nghĩa là , nếu biết trước thì đã không dám làm) ■ *There was no one to organize the conference, and so I volunteered to do it. You know what they say about fools rushing in...* • Không có ai tổ chức hội nghị ấy, và vì thế tôi tình nguyện đứng ra làm... Bạn có thể biết ngay điều gì người ta nói về sự bốc đồng ngốc nghếch như thế...

foot → **catch sb on the wrong foot**

foot → **from head to toe**

foot → **get off on the right foot**

foot → **get off on the wrong foot**

foot → **get one's foot in the door**

foot → **have a foot in both camps**

foot → **have a lead foot**

foot → **have one foot in the grave**

foot → **keep one's foot in the door**

foot → **my foot**

foot → **put a foot wrong**

foot → **put one's best foot forward**

foot → **put one's feet up**

foot → **put one's foot down**

foot → **put one's foot in one's mouth**

foot → **set foot**

foot → **shoot oneself in the foot**

foot → **the shoe is on the other foot**

foot → **touch sth with a ten-foot pole**

foot → **wait on one's hand and foot**

391

foot the bill chi trả tiền ra cho điều gì, nhất là với phí tổn cao mà lẽ ra một người nào khác phải chi trả ■ *Of course, it's the taxpayers who will have to foot the bill for all these military operations.* • Dĩ nhiên, chính những người đóng thuế là đối tượng phải gánh chịu chi phí cho tất cả những hoạt động quân sự này. ■ *Once again it will be the taxpayers who have to foot the bill.* • Lại một lần nữa, chính những người nộp thuế sẽ phải gánh chịu chi phí. ■ *Who will be footing the bill for the party?* • Ai sẽ thanh toán các chi phí cho bữa tiệc?

football widow hoặc *tennis widow* hoặc *basketball widow* ... người phụ nữ có người chồng say mê và dành quá nhiều thời gian cho bóng đá, quần vợt hoặc bóng rổ... ■ *I've resigned myself to being a football widow from September to January, but it means I've got time for myself.* • Tôi đã tự mình chấp nhận việc trở thành một người vợ có chồng dành hết thời gian cho bóng đá, nhưng điều đó có nghĩa là tôi có được thời gian cho riêng mình.

footed → **lead-footed**

footing → **on equal terms with sb**

footloose and fancy-free (cách dùng cũ) sống trong tình huống tự do chơi đùa, không phải lo lắng về trách nhiệm, trong ý nghĩa là chưa lập gia đình và cũng không quan hệ ràng buộc với ai cả ■ *He had spent many evenings in the Starlight Ballroom, in the days when he was footloose and fancy-free.* • Anh ta đã trải qua nhiều đêm ở Starlight Ballroom, khi còn sống cuộc sống tự do của người độc thân. ■ *Ah, I was still footloose and fancy-free in those days.* • À, vào những ngày đó thì tôi vẫn còn sống độc thân tự do.

footstep → **follow in one's footsteps**

for a start → **for starters**

for all sb cares (khẩu ngữ) dùng khi muốn nói rằng ai đó không hề quan tâm đến hoặc không hề chịu ảnh hưởng của điều gì ■ *For all he cares, I could be lying dead somewhere.* • Hắn ta cóc cần quan tâm việc tôi có thể nằm chết ở đâu đó. ■ *Ask my parents yourself, for all I care - it won't make any difference.* • Hãy tự anh đến hỏi cha mẹ tôi đi, tôi không quan tâm - điều đó không tạo ra bất cứ khác biệt nào cả. ■ *You can do what you like, for all I care.* • Anh có thể làm những gì anh thích, tôi không quan tâm. ■ *I might as well be dead, for all you care.* • Dù tôi có chết anh cũng có quan tâm gì đến.

for all sb is worth tận lực, hết sức ■ *She saw the bus leaving, so she started running for all she was worth to catch it.* • Cô ấy nhìn thấy xe buýt đang rời đi, vì vậy cô bắt đầu chạy hết sức để bắt kịp nó. ■ *The deadline is tomorrow, so you must write your article for all you are worth.* • Hạn chót là ngày mai rồi, vì vậy bạn phải nỗ lực hết sức để viết bài của mình.

for all sb knows nói về điều gì có được biết đến nhưng không quan trọng lắm, và cho dù có đúng sự thật hay không cũng không thành vấn đề ■ *For all I know she's still living in Boston.* • Theo tôi biết thì cô ấy vẫn còn sống ở Boston. (nhưng dù có đúng vậy hay không cũng chẳng thành vấn đề) ■ *He might be a murderer, for all we know.* • Theo chúng tôi được biết thì anh ta cũng có thể là một tên sát nhân.

for all sth bất chấp, bất kể, cho dù là có điều gì đó đã xảy ra ■ *For all its clarity* *of style, the book is not easy reading at all.* • Bất chấp sự rõ ràng của văn phong, cuốn sách vẫn không dễ đọc chút nào. ▪ *For all its faults, Liverpool is a city that you grow to love.* • Bất kể những khiếm khuyết của nó, Liverpool vẫn là một thành phố mà bạn lớn lên để yêu thương. ▪ *For all the good he's done we might as well not have bothered.* • Bất chấp những gì tốt đẹp anh ta đã làm, chúng tôi cũng không lấy gì làm bận tâm.

for all the world as if → **for all the world like**

for all the world like hoặc *for all the world as if* dùng để nhấn mạnh một sự việc trông giống hệt như một sự việc khác ▪ *They rode off on their motorcycles looking for all the world like the evil bikers from Mad Max.* • Bọn chúng phóng vọt đi trên những chiếc xe gắn máy trông giống hệt như những tên côn đồ chạy xe máy trong phim Mad Max.

for certain một cách chắc chắn, không chút nghi ngờ ▪ *I can't say for certain when we arrive.* • Tôi không thể nói chắc được khi nào chúng tôi đến. ▪ *I think I met her in 1985, but I can't say for certain.* • Tôi nghĩ tôi đã gặp cô ấy trong năm 1985, nhưng tôi không thể nói chắc được.

for crying out loud (khẩu ngữ) dùng để nhấn mạnh sự ngạc nhiên hoặc tức giận đối với một việc gì ▪ *For crying out loud, can't you turn that music down? Don't you realize people are trying to sleep?* • Thật bực mình quá đi, mày không vặn nhỏ tiếng nhạc được sao? Mày không thấy là mọi người đang cố ngủ đấy à? ▪ *For crying out loud! Why did you have to do that?* • Cái quái gì vậy! Tại sao mày phải làm điều đó?

for ever (and ever) dùng để nhấn mạnh sự kéo dài của điều gì - mãi mãi ▪ *It looks as though we're stuck here for ever - the road's still blocked.* • Có vẻ như chúng ta bị kẹt lại ở đây mãi mãi rồi - con đường vẫn còn bị tắt nghẽn. ▪ *Let's just have it as a secret between us for ever and ever.* • Chúng ta hãy giữ kín điều này như một bí mật giữa chúng ta mãi mãi. ▪ *The old way of life is gone for ever.* • Nếp sống ngày xưa đã mãi mãi không còn nữa.

for example (dạng viết tắt là *e.g.*) dùng khi đưa ra thông tin để giải thích hoặc khẳng định điều đang nói đến - chẳng hạn như, ví dụ như ▪ *There is a similar word in many languages, for example in French and Italian.* • Có một từ tương tự trong nhiều ngôn ngữ, chẳng hạn như trong tiếng Pháp và tiếng Ý. ▪ *The report is incomplete; it does not include sales in France, for example.* • Bản báo cáo chưa hoàn chỉnh; chẳng hạn như nó không bao gồm doanh số ở Pháp. ▪ *It is possible to combine Computer Science with other subjects, for example Physics.* • Rất có thể kết hợp khoa học máy tính với các môn học khác, ví dụ như môn Vật lý. ▪ *There are plenty of good deals available - people under 25, for example, can get discounts of up to 50%.* • Hiện có sẵn rất nhiều giá rẻ - ví dụ như, những người dưới 25 tuổi có thể được giảm giá lên đến 50%.

for fear (that) → **for fear of sth**

for fear of doing sth → **for fear of sth**

for fear of sth hoặc *for fear of doing sth* hoặc *for fear (that)* để tránh không gây ra điều gì ▪ *We spoke quietly for fear of waking the guards.* • Chúng tôi nói chuyện khẽ để không đánh thức những người bảo vệ. (vì sợ làm họ thức dậy.) ■ *I had to run away for fear that he might one day kill me.* • Tôi đã phải trốn chạy để tránh việc một ngày kia ông ta có thể sẽ giết tôi. (vì sợ ông ta có thể sẽ giết tôi) ■ *I didn't tell Susan about our meeting for fear of upsetting her.* • Tôi đã không kể với Susan về cuộc họp mặt của chúng tôi để tránh không làm cô ấy bối rối. (vì sợ làm cô ấy bối rối) ■ *Scientists reject a total ban for fear it will undermine efforts to stop the spread of malaria.* • Các nhà khoa học đã bác bỏ một lệnh cấm toàn diện vì sợ rằng nó sẽ làm suy yếu đi những nỗ lực ngăn chặn sự lan tràn của bệnh sốt rét.

for good and all → **for good**

for good hoặc *for good and all* mãi mãi, vĩnh viễn ■ *This time she's leaving for good.* • Lần này cô ấy ra đi mãi mãi. (sẽ không bao giờ trở lại) ■ *I'd like an excuse to get rid of him for good and all.* • Tôi muốn có một lý do để dứt bỏ anh ta mãi mãi.

for old times' sake làm điều gì để nhớ lại những ngày tươi đẹp, vui vẻ trong quá khứ ■ *One day, just for old times' sake, I paid a visit to Winston Street, where Donald and I had grown up.* • Một ngày kia, chỉ là để ôn lại những kỷ niệm xưa, tôi đến Winston Street, nơi Donald và tôi đã từng lớn lên.

for one thing (khẩu ngữ) dùng khi đưa ra lý do quan trọng trong số nhiều lý do để giải thích cho một sự việc gì ■ *Well, for one thing, I don't have enough money to go with you, and anyway, I can't take time off work.* • Được rồi, một lý do quan trọng là tôi không có đủ tiền để đi với anh, và dù sao thì tôi cũng không thể xin nghỉ việc được.

for one's benefit đặc biệt để giúp đỡ hoặc vì có lợi cho ai ■ *I have typed out some lecture notes for the benefit of those who were absent last week.* • Tôi đã đánh máy một số ghi chú bài giảng để giúp ích cho những ai vắng mặt hồi tuần trước. ■ *Don't go to any trouble for my benefit!* • Xin đừng nhận lấy bất cứ rắc rối nào chỉ vì tôi.

for one's eyes only chỉ riêng ai đó mới được quyền nhìn, xem ■ *I'll lend you the letters but they're for your eyes only.* • Tôi sẽ cho anh mượn những bức thư, nhưng chỉ riêng anh mới được xem thôi đấy.

for one's pains 1. dùng để nhấn mạnh rằng kết quả mà ai đó có được không tốt đẹp tương xứng với nỗ lực của người ấy ■ *I went all over town, trying to find the CD that she wanted, and I didn't even get a thank you for my pains.* • Tôi đã đi khắp phố cố tìm cho được đĩa nhạc mà cô ấy thích, và thậm chí tôi chẳng nhận được lấy một lời cảm ơn tương xứng với sự khó nhọc của mình. 2. điều nhận được như một phần thưởng cho công sức và những khó khăn đã trải qua ■ *Some dealers began to sell only the riskiest and least promising stock. For their pains, they were paid almost twice as much as the rest.* • Một số những người mua bán chứng khoán bắt đầu chỉ bán ra những cổ phiếu nhiều rủi ro và ít hứa hẹn nhất. Nhờ vào nỗ lực đó, họ được lãi gần như gấp hai lần so với những người khác.

for reasons best known to oneself dùng để nhấn mạnh rằng người nói không sao hiểu được lý do vì sao ai đó đã làm điều gì ■ *I wanted to travel in Europe this summer, but my parents,* for reasons best known to themselves, were totally opposed to the idea. • Tôi muốn đi du lịch châu Âu vào mùa hè này, nhưng cha mẹ tôi, vì những lý do tôi chẳng thể nào hiểu nổi, đã hoàn toàn phản đối ý kiến đó.

for starters hoặc *for a start* (khẩu ngữ) dùng để nhấn mạnh khi đưa ra một lý do, nguyên nhân đầu tiên và quan trọng nhất trong một loạt các lý do, nguyên nhân của một sự việc ■ *"Why don't we open our own restaurant?" "Well, for starters, we couldn't get a bank loan."* • "Tại sao chúng ta không mở một nhà hàng riêng của mình?" "À, trước hết là vì chúng ta không thể vay tiền ngân hàng."

for the asking nói về điều gì rất dễ dàng, chỉ cần hỏi là được ■ *The job is yours for the asking.* • Chỉ cần anh muốn thì công việc ấy là của anh ngay. ■ *There are sales jobs for the asking.* • Hiện có những công việc bán hàng rất dễ xin vào.

for the birds hoặc *strictly for the birds* (khẩu ngữ) ngớ ngẩn, vô ích hoặc không thực tiễn, chỉ có trên lý thuyết ■ *This is for the birds. I have no social life, and I never sleep - all I do work and study.* • Điều này là không thực tiễn: không có quan hệ xã hội và không bao giờ ngủ - tất cả chỉ là làm việc và nghiên cứu.

for the chop có nhiều khả năng sẽ bị mất việc làm ■ *Who's next for the chop?* • Ai là người kế tiếp có thể bị mất việc?

for the foreseeable future hoặc *in the foreseeable future* một giới hạn nhất định trong tương lai khi sự việc có thể đoán biết dựa vào các yếu tố trong hiện tại, nghĩa là không xa lắm ■ *The statue will remain in the museum for the foreseeable future.* • Pho tượng sẽ vẫn được giữ ở viện bảo tàng trong một tương lai dự báo được. ■ *It's unlikely that the hospital will be closed in the foreseeable future.* • Không thể nào bệnh viện lại có thể sẽ bị đóng cửa trong một tương lai dự báo được. ■ *There will certainly be more effective cancer treatments in the foreseeable future.* • Chắc hẳn sẽ có những phương thức trị bệnh ung thư hiệu quả hơn trong một tương lai có thể dự báo được. ■ *For the foreseeable future, we need to continue our research.* • Trong tương lai có thể dự báo được, chúng ta cần phải tiếp tục cuộc nghiên cứu của mình.

for the love of God (cũng thay *God* bằng *Christ*, *Pete* hoặc *Mike*) (khẩu ngữ) dùng để nhấn mạnh mình rất mong muốn điều gì xảy ra, hoặc để biểu thị sự ngạc nhiên, tức giận hay khiếp sợ ■ *For the love of God! What happened to you?* • Ối trời ơi! Chuyện gì đã xảy ra cho anh vậy? - Một số người cho rằng việc dùng *God* hay *Christ* trong thành ngữ này là xúc phạm, và chỉ chọn dùng *Pete* hoặc *Mike*.

for the record hoặc *just for the record* (khẩu ngữ) 1. dùng khi muốn đính chính, làm rõ điều gì, hoặc đảm bảo điều gì được ghi nhận một cách chính xác ■ *For the record, my salary has never been $16 million, as was reported in Monday's business section.* • Nói cho chính xác, tiền lương của tôi chưa bao giờ được 16 triệu đô-la, như tường thuật trong mục doanh nghiệp hôm thứ Hai. 2. dùng khi đưa ra những thông tin mà người nói cho là có thể được quan tâm, nhưng không phải là đề tài chính đang được nói đến ■ *Just* *for the record, field mustard is not a native plant. It was introduced from Europe.* • Xin nói thêm điều này, loại cây mù tạt đồng không phải là giống cây bản xứ. Nó được đưa đến từ châu Âu.

for the time being chỉ trong một thời gian ngắn, không tồn tại lâu dài, thường là trong khi chờ đợi một điều gì khác xảy ra hoặc được thực hiện ■ *Greta can stay with us for the time being, until she finds a place of her own.* • Greta có thể ở tạm với chúng ta một thời gian, cho đến khi nào cô ấy tìm được nơi ở riêng cho mình.

for what it's worth (khẩu ngữ) dùng trước khi đưa ra một phát biểu, một ý kiến để nhấn mạnh rằng điều đó không chắc là có giá trị hoặc quan trọng lắm ■ *For what it's worth, I never thought his poetry was very good.* • Không biết có đúng hay không, nhưng tôi chưa bao giờ cho rằng thơ của ông ấy là hay cả. ■ *I prefer this colour, for what it's worth.* • Không biết có đúng hay không, nhưng tôi thích màu này hơn. ■ *And that's my opinion, for what it's worth.* • Và đó là ý kiến của tôi, không biết có đúng hay không. - Khi viết *e-mail*, thành ngữ này được viết tắt là *fwiw*.

forbidden fruit người hay sự việc tạo được sức hấp dẫn do nơi việc người khác bị ngăn cấm không được tiếp xúc ■ *I don't think we should ban kids from drinking alcohol because forbidden fruit is always more attractive.* • Tôi không nghĩ là chúng ta nên cấm bọn trẻ uống rượu, bởi vì những gì bị cấm thường bao giờ cũng hấp dẫn hơn. ■ *The abandoned mine became forbidden fruit as soon as the authorities warned the children to stay away from it.* • Khu mỏ bỏ hoang trở nên một vùng cấm hấp dẫn ngay khi nhà cầm quyền cảnh báo là trẻ con phải tránh xa nó.

force → **back sb into a corner**

force → **bring sth into force**

force → **come into force**

force → **driving force**

force → **in force**

force → **join forces**

force → **wild horses would not drag sb**

force of habit làm điều gì theo thói quen, quán tính mà không có sự suy nghĩ, tính toán ■ *It's force of habit that gets me out of bed at 6.15 each morning.* • Thói quen đã khiến tôi ra khỏi giường ngủ vào lúc 6 giờ 15 phút mỗi buổi sáng.

force one's hand buộc ai phải làm điều gì ngoài ý muốn, hoặc sớm hơn thời điểm mà họ muốn ■*Many countries were trying to force the President's hand into giving humanitarian aid.* • Nhiều nước đang cố thúc giục ngài Tổng thống phải đưa ra khoản viện trợ nhân đạo. ■ *They decided to strike to force the management's hand.* • Bọn họ quyết định đình công để thúc giục ban giám đốc.

force sb back to the table → **get sb back to the table**

force the issue buộc ai đó phải nhanh chóng đưa ra quyết định hoặc có hành động ngay về một vấn đề, thay vì để cho mọi việc diễn tiến tự nhiên ■ *I'm sorry to force the issue here, but if we want to keep McMillan with this company, we have to act now.* • Ở đây tôi lấy làm tiếc là phải thúc ép vấn đề, nhưng nếu chúng ta muốn giữ McMillan lại với công ty này, chúng ta buộc phải hành động ngay bây giờ.

force the pace of sth thúc đẩy điều gì nhanh chóng hơn ■ *The demonstrations have succeeded in forcing the pace of change.* • Các cuộc biểu tình đã thành công trong việc thúc đẩy nhanh chóng hơn sự thay đổi.

forced → **eat one's words**

forces of darkness thế lực đen tối, tức là người hay ý tưởng mà người nói cho là gây ảnh hưởng xấu đến tình trạng xã hội hoặc chính trị (thường dùng trong các bản tin báo chí, truyền hình...) ■ *He was seen as a young knight on a white charger who was setting out to overcome the forces of darkness and prejudice.* • Anh ấy được xem như một hiệp sĩ trẻ tuổi trên lưng ngựa trắng, người bắt đầu dẹp tan mọi thế lực đen tối và thành kiến xã hội.

forces of nature những sức mạnh trong tự nhiên như gió, mưa, bão tố... nhất là khi chúng gây ra thiệt hại nặng nề ■ *They were fighting a losing battle against the forces of nature.* • Họ đang chiến đấu vô vọng chống lại những sức mạnh của tự nhiên.

fore → **to the fore**

forearmed → **forewarned is forearmed**

forefront → **to the forefront of sth**

foregone conclusion một kết quả tất nhiên có thể thấy rõ trước khi sự việc xảy ra ■ *The outcome of the vote is a foregone conclusion.* • Kết quả bầu cử là điều tất nhiên có thể thấy trước. ■ *Once again, a defeat for the Conservatives looked like a foregone conclusion.* • Một lần nữa, sự thất bại cho đảng Bảo thủ là điều tất nhiên có thể thấy trước.

foremost → **first and foremost**

foreseeable → **for the foreseeable future**

forest → **can't see the forest for the trees**

forewarned is forearmed biết trước một sự việc để chuẩn bị từ lúc chưa xảy ra thì sẽ dễ dàng hơn khi giải quyết sự việc ấy ■ *Management is talking about operating with a smaller, more efficient department. I shouldn't be telling you this, but forewarned is forearmed.* • Ban quản lý đang bàn về việc hoạt động với một bộ phận nhỏ gọn và hiệu quả hơn. Lẽ ra tôi không được nói chuyện này với anh, nhưng biết trước thì vẫn hơn.

forget → **an elephant never forgets**

forget → **forgive and forget**

forget it 1. (khẩu ngữ) dùng để nói rằng điều gì đó là không thể được, và người nói không sẵn lòng làm theo ■ *I got home late and I was so tired I just said, "If you think I'm going out tonight you can just forget it!"* • Tôi về nhà trễ và quá mệt đến nỗi phải nói rằng: "Nếu em nghĩ là anh sẽ đi chơi tối nay, không thể có chuyện đó đâu." ■ *In the end I said to him, "Look, forget it - I'm not paying you."* • Cuối cùng tôi bảo hắn ta: "Nghe này, không có chuyện đó đâu - Tôi sẽ không chi trả cho anh." ■ *If you're just going to stand there and criticize, forget it.* • Nếu anh định là sẽ chỉ đứng đó nhìn và phê phán, hãy thôi ngay đi. ■ *"Any chance of you helping out here?"*

forgive and forget

"*Forget it, I've got too much to do.*" • "Có thể nào anh đến đó để giúp không?" "Không thể có chuyện đó đâu. Tôi còn quá nhiều việc để làm." 2.dùng để nói rằng điều gì đó là không quan trọng và không cần thiết phải lo lắng nhiều về nó ■ "*I'm really sorry about that.*" "*Oh, forget it, it was no problem for me to take you home.*" • "Tôi thật sự rất tiếc về điều đó." "Ồ, không sao đâu. Đưa bạn về nhà cũng chẳng có vấn đề gì với tôi cả." ■ "*How much do I owe you?*" "*Oh, forget it - it's nothing.*" • "Tôi nợ anh bao nhiêu nhỉ?" "Ồ, không thành vấn đề, chẳng là gì cả." ■ "*I still owe you for lunch yesterday.*" "*Forget it.*" • "Tôi vẫn còn nợ anh bữa ăn trưa hôm qua." "Ồ, có đáng gì đâu." ■ "*Now, what were you saying about John?*" "*Forget it, it doesn't matter.*" • "Nào, anh vừa nói gì về John thế?" "À, chẳng có quan trọng đâu." 3.dùng để nói rằng tình huống thực tế là hoàn toàn khác với điều vừa nói ■ *If your idea of a camping trip is a leaky tent and cold baked beans, forget it!* • Nếu bạn nghĩ về một chuyến cắm trại như là ở trong căn lều dột nát và ăn đậu hộp nguội, hoàn toàn không phải là như vậy. 4.dùng để bày tỏ sự bực mình về chuyện đang nghe và muốn người đối diện hãy im ngay đi ■ *Just forget it, will you!* • Thôi đi, anh hãy im ngay cho!

forgetting → not forgetting

forgive and forget thôi không còn giận ai về chuyện sai trái mà người ấy đã làm, và xem như không có việc gì xảy ra cả - tha thứ và bỏ qua ■ *I know what he did was wrong but don't you think it's time to forgive and forget?* • Tôi biết những gì anh ta đã làm là sai trái, nhưng anh không nghĩ rằng đã đến lúc nên tha thứ và bỏ qua đi hay sao?

forgiven → could be forgiven for doing sth

form → in fighting trim

form → take form

former → a shadow of one's former self

fort → hold the fort

forth → and so forth

forth → back and forth

forth → from that day forth

fortune → small fortune

forty winks (cách dùng cũ) giấc ngủ rất ngắn, chợp mắt ■ *There's enough time for you to catch forty winks before lunch.* • Có đủ thời gian để anh chợp mắt một chút trước khi ăn trưa.

forward → know sth backward and forward

forward → put one's best foot forward

foul → by fair means or foul

foul → cry foul

foundation → shake the foundations of sth

four → be scattered to the (four) winds

four → be three sheets to the wind

four → on all fours

four eyes (khẩu ngữ) cách nói kém lịch sự, chỉ người phải đeo kính để nhìn được rõ, thường dùng nhất là với trẻ con ■ *What child doesn't want to wear contact lenses after being called "four eyes" at school?* • Đứa trẻ nào lại chẳng muốn đeo kính sát tròng sau khi đã bị gọi là "bốn mắt" ở trường học?

fox → crazy like a fox

fox → sly as a fox

frame → in the frame

frame → out of the frame

frame of mind trạng thái tinh thần đặc biệt vào một thời điểm nhất định nào đó, có ảnh hưởng đến cung cách cư xử của ai ■*It wasn't in the right frame of mind to deal with any problems at that point.* ● Không phải là tâm trạng thích hợp để giải quyết bất cứ vấn đề nào vào thời điểm ấy. ■ *We'll discuss this when you're in a better frame of mind.* ● Chúng ta sẽ thảo luận chuyện này khi nào bạn có tâm trạng tốt hơn. ■ *By his own admission, Gordon was not in the right frame of mind to win yesterday.* ● Theo sự thừa nhận của chính Gordon, ngày hôm qua anh ta đã không ở trong một tâm trạng thích hợp để giành chiến thắng. ■ *I'm not in the right frame of mind for jokes just now.* ● Ngay lúc này tôi không có tâm trạng thích hợp để pha trò đâu.

fray around the edges → fray at the edges

fray at the edges hoặc *fray around the edges* trở nên yếu ớt hơn, kém hiệu quả hơn hoặc đang đi dần đến chỗ hủy diệt ■*The Sonics were beginning to fray around the edges without Shawn Kemp in Saturday's game.* ● Đội Sonics bắt đầu chơi kém hẳn khi không có Shawn Kemp trong trận đấu hôm thứ Bảy. ■ *Support for the leader was fraying at the edges.* ● Sự ủng hộ cho người lãnh đạo đang giảm dần đi rất nhiều.

free → feel free

free → footloose and fancy-free

free → get a free ride

free → give sb a free hand

free → give sb free rein

free → have a free hand in doing sth

free → home free

free → make free with sth

free → of one's own free will

free → there is no (such thing as a) free lunch

free and easy thân mật, dễ dãi và thoải mái ■ *Life was never going to be so free and easy again.* ● Cuộc sống đã không bao giờ trở lại được dễ dàng thoải mái như xưa nữa.

free as a bird hoặc *as free as a bird* hoàn toàn tự do, vô tư, không lo lắng ■ *Jane is always happy and free as a bird.* ● Jane lúc nào cũng vui vẻ và vô tư. ■ *The convict escaped from jail and was as free as a bird for two days.* ● Tên tội phạm trốn thoát khỏi nhà tù và hoàn toàn tự do trong hai ngày. ■ *In the summer, I feel free as a bird.* ● Vào mùa hè tôi cảm thấy tự do không có gì lo nghĩ.

free zone (khẩu ngữ) dùng với một danh từ để chỉ một khu vực hoàn toàn không có sự vật gì đó, thường là vì không được cho phép ■ *Mayor Brown has considered closing Market Street to cars, making the area an automobile-free zone.* ● Thị trưởng Brown đang xem xét việc không cho xe hơi vào Market Street, biến khu vực này thành một vùng hoàn toàn không có xe hơi. ■ *We couldn't find a place to have a cup of coffee. The whole town was like a caffeine-free zone.* ● Chúng tôi không thể tìm được nơi nào để uống một tách cà phê. Cả thị trấn đã trở thành một vùng hoàn toàn không có cà phê. - Cách dùng này bắt nguồn từ các thuật ngữ đã được dùng phổ biến như "military-free zone" (vùng phi quân sự), "nuclear-free zone" (vùng phi hạt nhân)...

freefall → go into freefall

freeze → until hell freezes over

freeze → when hell freezes over

freight → pay the freight

French → excuse my French

frenzy → feeding frenzy

fresh → breath of fresh air

fresh → get fresh with sb

fresh → new blood

fresh as a daisy hoặc *as fresh as a daisy* 1. rất tươi mát; tươi tỉnh và linh hoạt ■ *The morning dew was as fresh as a daisy.* • Buổi sáng sớm thật là tươi mát. ■ *Sally was fresh as a daisy and cheerful as could be.* • Sally rất tươi tỉnh và hết sức vui nhộn. 2. không còn mệt mỏi, đầy đủ năng lực và sẵn sàng làm việc ■ *I feel as fresh as a daisy after my long sleep.* • Tôi cảm thấy tràn trề sinh lực sau một giấc ngủ dài. ■ *Get some sleep now, and in the morning you'll be fresh as a daisy.* • Hãy ngủ một giấc đi, và sáng ra bạn sẽ thấy mình tràn đầy sinh lực.

fresh blood → new blood

fresh out of sth (khẩu ngữ) vừa mới dùng hết món gì ■ *I'm sorry, I'm fresh out of coffee.* • Rất tiếc, tôi vừa mới hết sạch cà phê rồi. ■ *Sorry, we're fresh out of milk.* • Thật đáng tiếc, chúng tôi vừa mới dùng hết sữa.

fresh pastures → new pastures

Freudian slip điều nói ra khác biệt với ý định muốn nói, và có vẻ như cho thấy những cảm xúc bị che giấu, nhất là về tình dục ■ *"As soon as you've finished with your coffee, I want you in bed," he said. "Oh, how about that for a Freudian slip?"* • "Ngay khi em uống cà phê xong, anh muốn em lên giường ngay," anh ta nói. "Ồ, đây có phải là một sự lỡ lời thô tục chăng?"

friend → a friend in need is a friend indeed

friend → be good friends

friend → fair-weather friend

friend → have friends in high places

friend → make friends with sb

friend → man's best friend

fright → take fright

frighten the living daylights out of sb → scare the living daylights out of sb

fringe → lunatic fringe

fritz → on the fritz

frog → have a frog in one's throat

from → another country heard from

from → dead from the neck up

from → downhill from here

from → far from it

from A to B từ nơi này đến nơi khác ■ *What's the cheapest way of getting our products from A to B?* • Phương thức nào rẻ nhất để đưa các sản phẩm của chúng ta từ nơi này đến nơi khác? ■ *I don't care what a car looks like as long as it gets me from A to B.* • Tôi không quan tâm việc một chiếc xe hơi có hình dáng như thế nào, miễn là nó có thể đưa tôi đi từ nơi này đến nơi khác.

from A to Z → **A to Z of sth**

from afar từ xa, với một khoảng cách ■ *Even from afar the castle looked most impressive.* ● Ngay cả từ xa, tòa lâu đài trông rất ấn tượng. ■ *Although they lived in the same city, he loved her from afar.* ● Mặc dù họ sống trong cùng một thành phố, anh ấy yêu cô ta mà không đến gần. (không nói ra cho cô ta biết) ■ *I could only admire him from afar.* ● Tôi chỉ có thể đứng xa mà ngưỡng mộ ông ta. (Không có dịp nào để gặp gỡ, đến gần.)

from all walks of life hoặc *from every walk of life* dùng để nhấn mạnh sự hiện diện của đủ mọi tầng lớp khác nhau trong xã hội ■ *That organization has over 3,000 members throughout the country, from all walks of life.* ● Tổ chức ấy có hơn 3.000 thành viên trên khắp nước, thuộc đủ mọi thành phần xã hội.

from day one (khẩu ngữ) ngay từ đầu ■ *It was clear to me from day one that the police never had any interest in solving the case of my son's murder.* ● Ngay từ đầu tôi đã thấy rõ là cảnh sát chẳng quan tâm chút nào đến trường hợp con trai tôi bị sát hại. ■ *It's never worked from day one.* ● Ngay từ đầu nó chưa bao giờ hoạt động cả. ■ *This game makes reading and spelling fun from day one.* ● Trò chơi này làm cho môn tập đọc và chính tả trở nên vui nhộn ngay từ đầu.

from day to day 1. tồn tại hoặc kéo dài qua ngày, không có bất cứ dự tính hay kế hoạch gì cho tương lai ■ *They live from day to day, looking after their sick daughter.* ● Họ sống qua ngày, chăm nom cho đứa con gái bệnh hoạn của mình. ■ *Without a good job, they have to live from day to day.* ● Không có một công việc tốt, bọn họ phải sống cho qua ngày. 2. nói về sự thay đổi, rất thường xuyên ■ *A baby's need for food can vary from day to day.* ● Nhu cầu về thực phẩm của một đứa trẻ có thể thay đổi thường xuyên. ■ *He seems to change his opinion from day to day.* ● Anh ta dường như thường xuyên thay đổi ý kiến.

from first to last từ đầu đến cuối, kéo dài trong suốt một quãng thời gian được nói đến ■ *It's a fine performance that commands attention from first to last.* ● Đó là một buổi diễn hay thu hút sự chú ý từ đầu đến cuối.

from head to foot → **from head to toe**

from head to toe hoặc *from top to toe* hoặc *from head to foot* dùng với ý nhấn mạnh là đang đề cập đến khắp toàn thân của ai ■ *Tom came home soaked from head to toe.* ● Tom về đến nhà toàn thân ướt sũng. ■ *They were covered in mud from head to toe.* ● Họ bị phủ đầy bùn đất khắp người. ■ *He was covered in mud from top to toe.* ● Anh ta bị phủ đầy bùn đất khắp cả người. ■ *We were covered from head to foot in mud.* ● Chúng tôi bị ngập cả người trong bùn đất. ■ *She was dressed from head to toe in red.* ● Cô ấy ăn mặc toàn thân một màu đỏ.

from now on từ lúc này trở đi ■ *From now on you can work on your own.* ● Từ giờ trở đi anh có thể làm việc độc lập được rồi. ■ *I'll never speak to him again from now on.* ● Từ nay trở đi tôi sẽ không bao giờ nói chuyện với anh ta lần nữa.

from on high nói về mệnh lệnh, thông tin ... được chuyển đến từ một người có thẩm quyền, trách nhiệm ■ *We have news from on high that McNeely is giving* up his post as president. • Chúng tôi có thông tin từ người có trách nhiệm rằng McNeely đang từ bỏ chức vụ chủ tịch của ông. ▪ *An order came down from on high that lunchbreaks were to be half an hour and no longer.* • Một mệnh lệnh đưa xuống từ cấp trên nói rằng thời gian ăn trưa sẽ là 30 phút và không được kéo dài lâu hơn. ▪ *We're waiting for instructions from on high.* • Chúng tôi đang chờ đợi những chỉ thị từ người có thẩm quyền.

from one day to the next không chắc chắn, ổn định, có nhiều khả năng thay đổi bất ngờ ▪ *I never know what to expect from one day to the next.* • Tôi chẳng bao giờ biết được điều gì sắp xảy ra để chờ đợi.

from pillar to post (cách dùng cũ) từ vị trí hay tình huống khó khăn này đến một khó khăn khác mà chẳng đạt được gì nhiều ▪ *As a politician, your private life is not your own, and you're ridiculed from pillar to post.* • Là một chính trị gia, cuộc sống riêng tư không còn là của anh nữa, và anh sẽ bị chế nhạo từ chuyện này sang chuyện khác.

from rags to riches → **rags to riches**

from scratch khởi sự một công việc hoàn toàn mới, không sử dụng đến bất cứ điều gì đã có sẵn ▪ *Mason started his company from scratch with one computer in his spare bedroom.* • Mason dựng nên công ty của ông ta với một khởi đầu hoàn toàn mới, một máy vi tính trong một phòng ngủ còn trống. ▪ *If I'd had more time, I would have made the cake from scratch instead of using a mix.* • Nếu tôi có nhiều thời gian hơn, hẳn tôi đã làm bánh ngọt từ công đoạn đầu tiên thay vì dùng bột trộn sẵn.

from stem to stern nói về tàu, thuyền, từ đầu này đến đầu kia ▪ *Huge surges of Pacific water now rocked the boat from stem to stern.* • Những đợt sóng lớn của mặt biển Thái Bình Dương giờ đây làm rung chuyển con tàu từ đầu này đến đầu kia.

from that day forth hoặc *from that time forth* kể từ thời điểm đó ▪ *From that day forth she gave me endless friendship and encouragement.* • Kể từ ngày hôm ấy, cô ta hết sức thân thiện và khuyến khích tôi.

from that time forth → **from that day forth**

from the bottom of one's heart → **from the heart**

from the cradle to the grave dùng để nhấn mạnh khi muốn đề cập đến tất cả những gì đã xảy ra trong suốt cuộc đời của ai đó ▪ *The leader of the religious commune stated that all its members were taken care of from the cradle to the grave.* • Lãnh đạo của tổ chức tôn giáo ấy tuyên bố rằng tất cả thành viên của tổ chức đều được chăm sóc trọn cuộc đời.

from the first hoặc *from the very first* ngay từ thời điểm đầu tiên, khi một sự việc vừa bắt đầu ▪ *They were attracted to each other from the first.* • Họ đã lôi cuốn nhau ngay từ đầu. ▪ *It was obvious from the very first that they would win.* • Đã rõ ràng ngay từ đầu là họ sẽ thắng.

from the four corners of the earth hoặc *from the four corners of the world* hoặc *from the four corners of the globle* từ khắp mọi nơi trên thế giới ▪ *Healthcare workers from the four corners of the earth have come to Ontario for the* *conference.* • Các nhân viên chăm sóc sức khỏe từ khắp mọi nơi trên thế giới đã đến Ontario để dự cuộc hội nghị.

from the four corners of the world → **from the four corners of the earth**

from the get-go từ lúc khởi đầu một sự việc, một giai đoạn ■ *Right from the get-go, I knew he would cause trouble. He just had that look.* • Ngay từ đầu, tôi đã biết là hắn sẽ gây rắc rối. Hắn có dáng vẻ đúng như thế.

from the heart hoặc *from the bottom of one's heart* hoặc *straight from the bottom of one's heart* rất chân thật và diễn đạt những tình cảm mạnh mẽ ■ *I haven't prepared a speech - I want to speak from the heart and tell you what this town means to me.* • Tôi vẫn chưa chuẩn bị một bài diễn văn - tôi muốn nói thật lòng và cho các bạn biết thị trấn này có ý nghĩa gì đối với tôi. ■ *She wrote me a letter straight from the heart.* • Cô ấy viết cho tôi một lá thư rất chân tình. ■ *I beg you, from the bottom of my heart, to spare his life.* • Tôi khẩn cầu anh, hết sức chân thành, hãy cứu vớt cuộc đời anh ấy. ■ *It was clearly an offer that came from the heart.* • Rõ ràng đó là một đề nghị rất chân thành. ■ *I would like to say, from the bottom of my heart, how much we all admire you for what you have done.* • Tôi muốn thật lòng nói lên rằng chúng tôi lấy làm ngưỡng mộ biết bao trước những gì ông đã làm.

from the old school nói về người có những phẩm chất hoặc niềm tin lỗi thời ■ *Chilton has rapaired hundreds of baseball gloves. "I'm from the old school,"* he says. *"I believe a glove should last a lifetime".* • Chilton đã sửa chữa hàng trăm đôi găng tay chơi bóng chày. Ông ta nói: "Tôi thuộc lớp người cổ hủ. Tôi tin rằng một chiếc găng tay nên được dùng trong suốt cuộc đời."

from the sidelines → **on the sidelines**

from the sublime to the ridiculous nói về một sự việc có tính cách ngớ ngẩn, ngây ngô xảy ra theo sau một sự kiện quan trọng hoặc nghiêm túc ■ *One of the elements of humour is surprise, going from the sublime to the ridiculous.* • Một trong các yếu tố của khôi hài là sự ngạc nhiên, từ một sự kiện quan trọng, nghiêm túc dẫn đến một điều ngớ ngẩn, ngốc nghếch.

from the sweat of one's brow hoặc *by the sweat of one's brow* bằng chính sự làm việc tích cực hay nỗ lực cố gắng của ai ■ *You have never had to earn a single cent from the sweat of your brow.* • Anh chưa từng phải kiếm lấy một đồng xu nào bằng nỗ lực của chính mình.

from the very first → **from the first**

from the word go ngay từ lúc khởi đầu ■ *The marriage was a disaster from the word go although I didn't realize this until it was all over.* • Cuộc hôn nhân đã là một tai họa ngay từ lúc khởi đầu cho dù tôi đã không nhận ra điều này cho đến khi mọi việc đều đã kết thúc.

from the year dot → **since the year dot**

from time immemorial hoặc *since time immemorial* từ trước đây rất lâu, thời xa xưa... ■ *Since time immemorial, people have turned to music to celebrate life.* • Từ thuở xa xưa, con người đã dùng đến âm nhạc để ca ngợi cuộc sống.

from time to time thỉnh thoảng, đôi khi nhưng không thường xuyên ■ *It's a good idea to clean out your kitchen cupboards from time to time.* • Thỉnh thoảng lau dọn sạch sẽ tủ chén bát trong nhà bếp của bạn là một điều tốt.

from top to toe → from head to toe

front → back to front

front → be up-front (about sth)

front → before one's (very) eyes

front → in front

front → in front of

front → in the front line

front → like waving a red flag in front of a bull

front → on the front

front → on the front burner

front → up front

front and centre nằm ở vị trí quan trọng nhất ■ *The issue has moved front and centre in his presidential campaign.* • Vấn đề này đã chiếm vị trí quan trọng nhất trong chiến dịch vận động tranh cử của ông ta.

fruit → bear fruit

fruit → forbidden fruit

fruitcake → nutty as a fruitcake

fry → have other fish to fry

frying → out of the frying pan into the fire

fuck → not give a (flying) fuck

fuck → what the fuck

fuck me diễn tả sự ngạc nhiên về việc gì ■ *Fuck me! Have you seen how much this costs?* • Quái chưa! Anh không thấy món này giá bao nhiêu sao? - từ *fuck* trong mọi trường hợp thường bị xem là xúc phạm đối với nhiều người, nên tốt nhất là tránh dùng.

fuck sb (cách diễn đạt rất thô tục và xúc phạm, tốt nhất là không nên dùng) dùng để bày tỏ sự tức giận với ai về điều gì ■ *"I didn't ask for your help, so just get out." "Well, fuck you then."* • "Tôi không nhờ anh giúp, vì thế hãy cút đi." "Thế hả, vậy thì thây kệ mày." ■ *Fuck it. I give up.* • Mẹ kiếp, tao bỏ đấy.

fucking → be fucking well doing sth

fudge the issue né tránh không đề cập đến một vấn đề, nhất là nhằm để không đưa ra quyết định hoặc không phải giải quyết một tình huống khó khăn ■ *When a grandparent dies, some parents fudge the issue by telling their chidren that Grandma or Grandpa has gone away.* • Khi một người ông hay bà qua đời, một số các bậc cha mẹ né tránh vấn đề bằng cách nói với con cái mình là ông hay bà đã đi xa.

fuel → add fuel to the fire

full → at full speed

full → at full throttle

full → be full of beans

full → be full of holes

full → come full circle

full → come to a full stop

full → go full steam ahead (with)

full → go the distance

full → have one's hands full

full → in full bloom

full → **in full cry**

full → **in full flow**

full → **in full swing**

full → **play with a full deck**

full as a tick hoặc *as full as a tick* hoặc *as tight as a tick* hoặc *tight as a tick* (thông tục) ăn uống quá no, nhồi nhét đầy bụng ■ *Little Billy ate and ate until he was as tight as a tick.* • Cậu bé Billy ăn mãi cho đến khi đầy căng cả bụng. ■ *Our cat ate the cream until he became full as a tick.* • Con mèo của chúng tôi ăn kem cho đến khi căng cứng bụng.

full blast hoặc *at full blast* mở hết công suất, mở lớn hết cỡ (máy hát, âm thanh...) ■ *The neighbours had their televisions on at full blast.* • Mấy người hàng xóm đã mở ti-vi to hết cỡ. ■ *The car radio was on full blast. We couldn't hear what the driver was saying.* • Máy thu thanh trên xe hơi được mở to hết cỡ, chúng tôi không thể nghe được người lái xe đang nói gì. ■ *She had the car stereo on at full blast.* • Cô ấy mở máy hát trên xe hơi hết công suất. ■ *They had their music going full blast.* • Họ mở nhạc to hết cỡ.

full of crap hoặc *full of shit* (khẩu ngữ) cách nói thô lỗ khi muốn bảo ai đó rằng những điều họ đang nói ra là dối trá hoặc ngốc nghếch ■ *There's no way you can expect me to believe you, Erica. You're full of crap.* • Không cách nào bạn có thể mong đợi rằng tôi sẽ tin được bạn, Erica. Bạn đang nói toàn những lời dối trá. - vì các từ *crap* và *shit* bị nhiều người xem là có ý xúc phạm, nên tốt nhất là không nên dùng thành ngữ này.

full of it (khẩu ngữ) dùng khi muốn nói rằng điều ai đó vừa nói là không đúng hoặc ngốc nghếch ■ *He's so full of it - he kept saying he couldn't find a place to stay and that he just needed to stay with me for a week or two.* • Anh ta thật ngốc nghếch - anh ta cứ bảo là không thể tìm được chỗ ở và rằng chỉ cần ở với tôi trong một hai tuần mà thôi.

full of oneself chỉ nghĩ nhiều đến bản thân vì tự cho rằng mình quan trọng hơn những người khác, hoặc nói quá nhiều về bản thân khiến cho người khác phải khó chịu ■ *As a Hollywood reporter, you soon learn which actors are too full of themselves to talk to you.* • Là một phóng viên Hollywood, không bao lâu bạn sẽ biết ngay những diễn viên nào quá tự cao đến mức không tiếp chuyện với bạn. ■ *He was full of himself at the party so no one wanted to talk with him.* • Anh ta nói quá nhiều về mình ở bữa tiệc, nên chẳng ai muốn nói chuyện với anh ta cả.

full of piss and vinegar (khẩu ngữ) tràn đầy sinh lực và nhiệt tình ■ *We went out into the warm New Orleans night, full of piss and vinegar, ready for an evening of fun.* • Chúng tôi đi chơi vào một đêm ấm áp ở New Orleans, tràn đầy sinh lực và nhiệt tình, sẵn sàng cho một buổi tối vui nhộn. - một số người có thể tránh dùng *piss* vì cho là xúc phạm người khác.

full of shit → **full of crap**

full of the joys of spring cảm thấy hạnh phúc, tràn đầy sinh lực và hài lòng với cuộc sống, nhất là trong lúc xuân về hoặc do còn trẻ tuổi ■ *Debbie's great charm as a singer is that she's still so young and full of the joys of spring.* • Sự duyên dáng tuyệt vời của Debbie như một ca sĩ, đó là cô vẫn còn quá trẻ và tràn đầy sức sống.

full tilt → **at full speed**

full-court press sự hợp tác nỗ lực giữa nhiều người để đạt được điều gì hoặc gây ra một ảnh hưởng nào đó ■ *On the last day of the trial the defense put on a full-court press in order to convince the jury.* • Vào ngày cuối cùng của phiên xử, phía bị cáo đã nỗ lực hết sức để thuyết phục bồi thẩm đoàn.

fullness → **in the fullness of time**

full-throttle → **at full throttle**

fun → **funny as a barrel of monkeys**

fun → **make fun of sb**

fun → **poke fun at**

fun and games 1. nói về một tình huống buồn tẻ, không vui hoặc khó khăn ■ *"Don't forget we have a chemistry test." "Oh, yeah, more fun and games."* • "Đừng quên là chúng ta có buổi kiểm tra môn hóa học." "À, vâng, chán thật." ■ *The fun and games begin when we try to put the children to bed.* • Tình huống khó khăn bắt đầu khi chúng tôi cố đưa bọn trẻ đi ngủ. 2. nói về một cảm giác vui thích đã trải qua mà người nói rất thích thú ■ *When you're in college, life is all fun and games, even though you don't realize it at the time.* • Khi bạn còn ở đại học, cuộc sống thật vui thú, cho dù vào lúc đó bạn không nhận ra điều ấy. ■ *Being an actor isn't all fun and games.* • Làm một diễn viên chẳng phải là điều hoàn toàn thích thú.

funeral → **it's your funeral (not mine)**

funnily enough dùng khi sắp nói ra một điều thú vị hoặc rất đáng ngạc nhiên ■ *Funnily enough, I met her only yesterday.* • Thật kỳ lạ là tôi chỉ vừa mới gặp cô ấy hôm qua đây thôi. ■ *Funnily enough, I heard someone say exactly the same thing this morning.* • Thật kỳ lạ, tôi vừa mới nghe ai đó nói hoàn toàn giống như thế này vào sáng nay.

funny → **so it's not even funny**

funny as a barrel of monkeys hoặc *as funny as a barrel of monkeys* hoặc *more fun than a barrel of monkeys* hoặc *as much fun as a barrel of monkeys* rất khôi hài, buồn cười, vui vẻ ■*Todd was as funny as a barrel of monkeys.* • Todd thật hết sức hài hước. ■ *The entire evening was funny as a barrel of monkeys.* • Cả buổi tối thật hết sức vui nhộn. ■ *The party was more fun than a barrel of monkeys.* • Bữa tiệc thật hết sức vui nhộn. ■ *Rogger is as much fun as a barrel of monkeys.* • Rogger thật hết sức hài hước. ■ *The circus was as much fun as a barrel of monkeys.* • Buổi diễn xiếc thật hết sức vui nhộn.

funny as a crutch hoặc *as funny as a crutch* không có gì là khôi hài, chẳng hài hước chút nào ■ *Your trick is about as funny as a crutch. Nobody thought it was funny.* • Trò đùa của anh chẳng đáng cười chút nào. Không ai nghĩ nó là khôi hài cả. ■ *The well-dressed lady slipped and fell in the gutter, which was funny as a crutch.* • Người phụ nữ ăn mặc rất chải chuốt đã trượt chân và ngã xuống rãnh nước, điều ấy thật hết sức buồn cười.

funny business hoặc *money business* hoạt động bất hợp pháp, hoặc cách cư xử không được cho phép, không được mọi người tán đồng ■ *When they* *examined Nelson's tax returns they realized that there was some funny business going on.* ● Khi kiểm tra các bản khai nộp thuế của Nelson, họ phát hiện ra có điều gì đó bất hợp pháp đang diễn ra.

funny farm cách diễn đạt thiếu thiện cảm và có hàm ý xúc phạm, nhưng đôi khi cũng dùng với tính cách hài hước, chỉ bệnh viện tâm thần ∎ *If you don't start acting like a normal person in public, one's going to send you to the funny farm.* ● Nếu anh không bắt đầu hành động giống như mọi người trong xã hội, người ta sẽ đưa anh vào bệnh viện tâm thần đấy.

fur flies hoặc *the fur starts to fly* tình huống mà một cuộc cãi cọ ầm ĩ hoặc xung đột mạnh mẽ sắp xảy ra ∎ *The fur really began to fly when Jake started insulting Peter's new car.* ● Một cuộc cãi vã thực sự sắp nổ ra khi Jake bắt đầu nói động đến chiếc xe mới của Peter.

furious → be fast and furious

furniture → part of the furniture

further → go further

further → take sth further

further → without further ado

further afield hoặc *far afield* xa xôi, cách xa nơi được nói đến ∎ *You can hire a car if you want to explore further afield.* ● Anh có thể thuê một chiếc xe hơi nếu muốn thăm thú xa hơn. ∎ *Journalists came from as far afield as China and Brazil.* ● Các nhà báo đã đi xa đến tận Trung Quốc và Brazil. ∎ *Her shop attracts clients from as far afield as Swansea.* ● Cửa hiệu của cô ta thu hút khách hàng ở xa tận Swansea. ∎ *As Tom became more confident, he began to wander further afield.* ● Khi Tom đã trở nên tự tin hơn, anh ta bắt đầu đi lang thang xa hơn.

further down the line → down the line

further down the road → down the line

fury → hell hath no fury

fuse → blow a fuse

fuse → have short fuse

fuss → make a fuss of sb

fuss → make a stink

future → for the foreseeable future

future → in future

future → in the not too distant future

future → put one's job on the line

future → there is no future in sth

fwiw → for what it's worth

gab → gift of (the) gab

gain → ill-gotten gains

gain → no pain, no gain

gain ground phát triển mạnh mẽ hơn, có tiến triển hoặc giành được lợi thế, tầm quan trọng trong một tình huống ■ *It was feared that the fascists might be gaining considerable ground in southern parts of the country.* ● Người ta sợ rằng bọn phát-xít có thể phát triển mạnh hơn đáng kể ở những vùng phía nam của đất nước. ■ *Sterling continues to gain ground against the dollar.* ● Đồng bảng Anh tiếp tục trở nên mạnh hơn so với đồng đô-la. ■ *The Democratic candidate is rapidly gaining ground in many states.* ● Ứng cử viên của đảng Dân chủ đang nhanh chóng giành ưu thế ở nhiều tiểu bang. ■ *They needed to gain ground on their competitors.* ● Họ cần phải giành được lợi thế chống lại các đối thủ cạnh tranh. 2. tiến gần được đến một mục tiêu đang di chuyển ■ *The police car was gaining ground on the suspects.* ● Chiếc xe của cảnh sát đang đến gần hơn được những kẻ bị tình nghi.

gain the edge on → have the edge over

gain the edge over → have the edge over

gain the upper hand → get the upper hand

gained → nothing ventured, nothing gained

game → ahead of the game

game → be a shell game

game → beat sb at one's own game

game → fun and games

game → give the game away

game → I'm game

game → it's a (whole) new ball game

game → new to the game

game → play a waiting game

game → play cat and mouse

game → play games

game → play the game

game → the game is up

game → the name of the game

game plan (thường dùng trong các lĩnh vực kinh doanh, chính trị và thể thao) những điều dự tính làm để nhằm đạt được điều gì ■ *"Should we discuss this at the conference, when there are more people?" "That's a good idea, but I think we need to have a firmer game plan first."* ● "Chúng ta có nên thảo luận chuyện này tại hội nghị, khi có đông người hơn không?" "Ý kiến hay đấy, nhưng tôi nghĩ là chúng ta cần phải có một kế hoạch thực hiện chắc chắn hơn trước đã." ■ *She stuck to her game plan of staying back and hitting the ball hard from the baseline.* ● Cô ấy vẫn kiên trì theo chiến thuật của mình là nằm lại phía sau và đánh banh thật mạnh từ đường biên.

gamut → run the (whole) gamut

gander → sauce for the goose (is sauce for the gander)

gander → take a gander at

gangbuster → like gangbusters

gangplank → walk the plank

gap → bridge the gap

garbage in, garbage out hoặc *GIGO* nguyên tắc cơ bản khi nạp thông tin vào máy tính, nếu không chính xác hoặc dựa trên những ý tưởng sai lầm, chắc chắn sẽ chỉ nhận được những kết quả tồi tệ ■ *It's still the old principle of garbage in, garbarge out. The software can only help users think through a story - it can't write it for them.* ● Vẫn chỉ là một nguyên tắc xưa cũ là vào sao, ra vậy. Máy điện toán chỉ có thể giúp người dùng hiểu biết cặn kẽ về một câu chuyện, nhưng không thể viết ra câu chuyện ấy cho họ.

garden → lead sb down the garden path

garden variety (chỉ dùng trước một danh từ và thường dùng ở dạng phủ định) về một sự việc được xem là bình thường và không có ý nghĩa gì đặc biệt ■ *Military officials said the explosives could cause widespread destruction. "They're not your garden variety weapon,"* they warned. ● Các sĩ quan quân đội nói rằng những vụ nổ có thể gây thiệt hại lan rộng. Họ cảnh báo rằng: "Chúng không phải là loại vũ khí tầm thường." ■ *He is not one of your garden-variety criminals.* ● Hắn không phải là một trong những tội phạm thông thường.

garter → have one's guts for garters

gas → run out of gas

gasket → blow a fuse

gasp → last gasp

gasp → last-gasp

gate → the pearly gates

gather → a rolling stone gathers no moss

gather dust không còn được dùng tới hoặc nghĩ đến nữa ■ *I won't buy you another bike when your old one is just sitting around gathering dust.* ● Mẹ sẽ không mua cho con một chiếc xe đạp khác khi chiếc xe cũ đang bị bỏ ra nằm đóng bụi. ■ *I have an old stereo that is gathering dust. If you want it, you can have it.* ● Tôi có một dàn âm thanh nổi không còn dùng nữa. Nếu anh muốn, anh có thể lấy mà dùng.

gather one's wits hoặc *collect one's wits* cố gắng để tự kiềm chế và giữ bình tĩnh, sáng suốt trong một tình huống ■ *When he knocked on the door, I tried to collect my wits and find the right paperwork.* ● Khi ông ta gõ cửa, tôi cố giữ bình tĩnh và tìm ra đúng tập hồ sơ.

gauntlet → run the gauntlet

gauntlet → take up the gauntlet

gauntlet → throw down the gauntlet

gaze → fix sb with a stare

gaze at one's navel → contemplate one's navel

gazing → navel-gazing

gear → get in gear

gear → get one's ass in gear

gear → in high gear

gear → in low gear

gear → out of gear

general → as a rule

general → in general

genie → let the genie out of the bottle

genie → put the genie back in the bottle

gentleman's agreement thỏa thuận không văn bản, nói miệng, chỉ dựa vào sự tin cậy lẫn nhau ■ *The Showtime Cinema had a gentleman's agreement with the town not to show X-rated movies.* ● Rạp chiếu bóng Showtime đã thỏa thuận với ủy ban thị trấn là không trình chiếu các phim cấm trẻ em dưới 17 tuổi.

genuine article hàng thật, bản gốc, không phải loại sao chép ■ *A lot of places claim to serve authentic Italian coffee, but Bar Italia offers the genuine article.* ● Rất nhiều nơi tuyên bố là bán cà phê Ý chính hiệu, nhưng chỉ có quán Bar Italia mới đưa ra loại hàng thật. → *the real McCoy*

get → be in one's bad books

get → be in one's good books

get → be like getting blood out of a stone

get → be off the (starting) blocks

get → don't get me wrong

get → everything one can lay one's hands on

get → give as good as you get

get → go back to basics

get → have butterflies

get → have sb over a barrel

get → have sth down to a fine art

get → have sth under one's belt

get → if you can't stand the heat, get out of the kitchen

get → if you pay peanuts, you get monkeys

get → nice work if sb can get it

get → not get a word in edgewise

get → not sleep a wink

get → play hard to get

get → put one's two cents' worth in

get → shit or get off the pot

get → start the ball rolling

get → the early-bird catches the worm

get → the squeaky wheel (gets the grease)

get → when it comes (right) down to it

get → when the going gets tough

get → where does sb get off (doing sth)

get → will get there

get (right) down to the wire → come down to the wire

get a big head (thường dùng ở dạng phủ định) tự cho rằng mình giỏi hơn tất cả những người khác bởi vì được thành công hơn hay nổi tiếng hơn... ■*Despite her new international status, Chang says, "I'm not going to get a big head about it."* ● Bất chấp cương vị mới trên phạm vi quốc tế, Chang nói rằng: "Tôi sẽ không tự mãn kiêu căng về điều này."

get a bigger bang for one's buck → get more bang for one's buck

get a black eye with sb → give sb a black eye

get a bum rap bị xử phạt quá nghiêm khắc hoặc bị phê phán, chỉ trích một cách không công bằng ■ *Wallberg thinks the band gets a bum rap.* ● Wallberg nghĩ rằng ban nhạc bị phê phán một cách không công bằng.

get a bum steer nhận được những thông tin sai lệch từ ai đó, thường là một cách cố ý ■ *Bill got a bum steer from some insurance salesman and bought the* *wrong policy.* • Bill nhận được những thông tin sai lệch từ một người bán bảo hiểm, và mua sai loại bảo hiểm.

get a buzz (from) (khẩu ngữ) 1.hoặc *catch a buzz (from)* cảm giác hưng phấn, lâng lâng rất dễ chịu trong cơ thể hoặc bị kích thích mạnh, do uống rượu hoặc dùng thuốc kích thích... - say ngà ngà ■ *The whole point of drinking is to get a buzz, and once you do that, it's hard to make a good decision about whether you should stop or not.* • Mục đích chính của việc uống rượu là để có được một cảm giác ngà ngà say thật dễ chịu, và một khi đã say rồi, thật khó mà đưa ra được một quyết định đúng đắn về việc có nên dừng lại hay không. 2.cảm thấy một niềm hạnh phúc, vui sướng hoặc phấn khích khi đang làm điều mình ưa thích ■ *She said she gets a real buzz out of creating food and trying it out on other people.* • Cô ấy nói rằng cô thực sự có được niềm vui say sưa trong việc sáng tạo các món ăn và mang ra thử với những người khác.

get a charge out of sth (khẩu ngữ) cho rằng điều gì đó là buồn cười, hoặc thấy vui thích khi làm điều gì ■ *The kids always get a charge out of making homemade pizza.* • Lũ trẻ luôn thấy vui thích trong việc làm bánh pizza ở nhà.

get a corner on the market hoặc *have a corner on the market* kiểm soát, khống chế toàn bộ nguồn cung cấp một loại hàng hóa nào đó ■ *The company admitted lowering prices to get a corner on the bread market.* • Công ty ấy đã thừa nhận việc hạ thấp giá cả để khống chế toàn bộ việc cung cấp bánh mì trên thị trường.

get a crack at sth → **have a crack at sth**

get a dose of one's own medicine → **get a taste of one's own medicine**

get a fix on hoặc *have a fix on* (cũng dùng thêm các tính từ như *real, firm, clear...* trước *fix*) 1.tìm hiểu về một tình huống để có thể biết được những gì sẽ xảy ra tiếp theo sau đó, hoặc tìm hiểu về một người để đoán xem họ có thể sẽ ứng xử như thế nào ■*Fletcher spent hundreds of hours interviewing police to get a fix on exactly what it's like to be on the streets.* • Fletcher bỏ ra hàng trăm giờ để phỏng vấn cảnh sát, nhằm biết được chính xác những gì có thể sẽ xảy ra trên đường phố. 2.xác định vị trí chính xác của máy bay, tàu thủy hay ngôi sao... bằng cách sử dụng những thiết bị đặc biệt ■*The first thing the captain was asked to do was to get a firm fix on the ship's position.* • Việc đầu tiên viên thuyền trưởng được yêu cầu phải làm là xác định chắc chắn vị trí con tàu.

get a free hand in doing sth → **have a free hand in doing sth**

get a free ride 1.có được những lợi thế trong một tình huống khi được những người khác bỏ tiền chi trả hoặc thực hiện hết phần lớn công việc cho mình ■ *Why should other countries with small defense budgets get a free ride, thanks to that country's military presence all over the world?* • Tại sao các quốc gia khác với ngân sách quốc phòng nhỏ bé lại nên được hưởng lợi thế nhờ vào sự hiện diện quân sự của quốc gia ấy trên khắp thế giới? ■ *The proposed tax changes will give the rich a free ride, while the poor pay the penalty.* • Những thay đổi về thuế được đề nghị sẽ mang lại lợi thế cho người giàu có, trong khi những người nghèo phải gánh chịu hậu quả.

2. được phép làm theo ý muốn, không bị sự phê phán của những người đối nghịch ■ *Cable TV companies have been getting a free ride for too long. It's time they were subject to stricter regulations.* ● Các công ty truyền hình cáp đã được tự do hoạt động quá lâu rồi. Đã đến lúc họ phải chịu ảnh hưởng của những quy định nghiêm khắc hơn.

get a frog in one's throat → **have a frog in one's throat**

get a grip on oneself hoặc *take a grip on oneself* ứng xử tốt hơn với hoàn cảnh hoặc bắt đầu kiềm chế cảm xúc của bản thân sau khi đã sợ sệt, bối rối hoặc tức giận ■ *Stella tried to get a grip on herself as she washed the cut under some cold water.* ● Stella cố tự kiềm chế khi cô rửa sạch vết cắt bằng một ít nước lạnh. ■ *"I have to take a grip on myself," he told himself firmly.* ● "Tôi phải cố kiềm chế lấy mình," anh ta tự nhủ mình một cách rắn rỏi. ■ *Get a grip!* ● Hãy kiềm chế mình!

get a grip on sth xoay xở để giải quyết được một tình huống hay hiểu rõ được điều gì ■ *As the nation struggles to get a grip on medical costs, insurance companies have started limiting people's access to care.* ● Khi quốc gia đang tìm cách xoay xở để giải quyết giá dược phẩm, thì các công ty bảo hiểm đã bắt đầu giới hạn khả năng được chăm sóc của mọi người.

get a head start hoặc *have a head start* có được lợi thế ngay lúc khởi sự làm việc gì, có thể giúp đạt đến thành công ■*Matt is going to have a head start learning to read since his big brother is helping now.* ● Matt sẽ có một lợi thế từ đầu khi học môn tập đọc, bởi vì người anh lớn của cậu ta đang giúp đỡ.

get a job (khẩu ngữ) dùng để bảo ai đó rằng việc họ đang làm là ngốc nghếch, vì thế hãy từ bỏ ngay và tìm một việc khác có ích hơn để làm ■ *You stood in line two days to get tickets to a concert? Get a job!* ● Bạn đã xếp hàng trong 2 ngày để có mấy cái vé xem hòa nhạc? Hãy thôi ngay chuyện ngốc nghếch ấy đi!

get a kick out of (doing) sth (khẩu ngữ) nghĩ rằng điều gì đó là buồn cười, hoặc thật khôi hài nếu làm điều gì đó ■ *Jackie's a real character - you'll get a kick out of some of the things she says.* ● Jackie là một người thực sự rất hấp dẫn - bạn sẽ thấy được điều gì đó thật buồn cười trong những gì cô ta nói ra. → *get a charge out of sth*

get a life (khẩu ngữ) dùng để bày tỏ sự bực mình với ai vì cho rằng người ấy quá nhàm chán hoặc lười nhác ■ *You can't just sit around here all day and complain while I do all the work. Get a life!* ● Bạn không thể cứ chỉ ngồi quanh đây than phiền suốt cả ngày trong khi tôi phải làm hết công việc. Hãy tích cực lên. ■ *Do us all a favour... get a life!* ● Làm ơn giúp tất cả chúng tôi một chuyện ... sống tích cực lên!

get a line on tìm hiểu thêm về ai hay sự việc gì để có thể hiểu rõ về người hay sự việc ấy hơn ■*She worked for a while as a pharmacist where she got a line on the drugs and poisons that feature in her detective stories.* ● Bà ta làm công việc của một dược sĩ trong thời gian ngắn để hiểu rõ hơn về các loại thuốc và chất độc được sử dụng trong các câu chuyện trinh thám của bà.

get a load of (khẩu ngữ) dùng để bảo ai đó hãy nhìn vào một người hay vật gì, nhất là vì có điều khác thường ■ *Get a load of that guy in the hat!* ● Hãy nhìn cái gã đội nón kia kìa!

get a lot of flak → **catch flak**

get a rise out of sb làm cho ai phải bộc lộ sự bực tức hay bối rối, bằng cách đưa ra những lời có tính cách đùa cợt hoặc xúc phạm ■ *We could usually get a rise out of Mr. James by pretending that we thought Bob Dylan was a better poet than Dylan Thomas.* ● Chúng tôi thường có thể chọc cho ông James nổi giận lên bằng cách giả vờ cho rằng Bob Dylan là một nhà thơ hay hơn nhiều so với Dylan Thomas.

get a second wind → **get one's second wind**

get a taste of one's own medicine hoặc **get a dose of one's own medicine** bị đối xử tồi tệ, không tốt... theo đúng như cách đã đối xử với người khác trước đây - nhân nào quả nấy ■ *Dave got a taste of his own medicine when his neighbours decided to throw their trash on his lawn.* ● Dave nhận lãnh hậu quả của chính việc mình đã làm khi những người hàng xóm của anh ta quyết định ném rác thải sang bãi cỏ nhà anh. (trước đây anh ta đã làm như vậy với họ)

get a wiggle on (khẩu ngữ) dùng khi muốn thúc giục ai làm điều gì nhanh hơn ■ *All right, get a wiggle on. It's already 8:30.* ● Được rồi, nhanh lên nào. Đã 8 giờ 30 rồi đó.

get a wild hair (up one's ass) hoặc **have a wild hair (up one's ass)** (khẩu ngữ) quá sức mong muốn hoặc cần có điều gì, đến mức có vẻ như kỳ lạ đối với người khác ■ *"You drove all the way to Tampa, for one night with him?" "Yeah, you know, I just got a wild hair and did it."* ● "Bạn lái xe suốt chặng đường đến tận Tampa chỉ để gần anh ấy một đêm sao?" "Vâng, bạn biết đấy, tôi chỉ thấy khao khát không chịu được và đã làm như thế."

get a word in edgewise có được cơ hội để lên tiếng trong một cuộc đối thoại ■ *Anytime I talk to Sonny, I have trouble even getting a word in edgewise.* ● Bất cứ khi nào tôi nói chuyện với Sonny, tôi đều gặp khó khăn thậm chí trong việc tìm một dịp để lên tiếng.

get along famously → **get on famously**

get an earful buộc phải lắng nghe điều gì, thường là những điều không thích nghe, như lời than phiền, chuyện vô bổ... ■ *I agreed to have lunch with him, and promptly got a earful about all sorts of things, include all the problems he was dealing.* ● Tôi đồng ý đi ăn trưa với anh ta và ngay lập tức bị nhét đầy tai đủ mọi thứ chuyện trên đời, bao gồm cả những rắc rối mà anh ta đang giải quyết.

get an even break có quyền được nhận lãnh điều gì giống như mọi người khác - được đối xử bình đẳng ■ *When will women get an even break in the workplace? Statistics show that they still have to work twice as hard for less money.* ● Đến bao giờ thì phụ nữ mới được đối xử bình đẳng ở nơi làm việc? Các thống kê cho thấy là họ vẫn phải làm việc khó nhọc gấp hai lần với tiền lương ít hơn.

get away from it all nghỉ ngơi ở một nơi hoàn toàn khác biệt, thường là yên tĩnh và thoải mái hơn so với môi trường làm việc thường ngày, để có thể quên đi những rắc rối, công việc... ■ *When we want to relax and get away from it all, we go to the mountains.* • Khi chúng tôi muốn thư giãn và nghỉ ngơi hoàn toàn, chúng tôi đến vùng núi. ■ *On days like today, I just want to get away from it all.* • Vào những ngày như hôm nay, tôi chỉ muốn đi nghỉ ngơi hoàn toàn một chuyến.

get back on one's feet → **be back on one's feet**

get back to basics → **go back to basics**

get back to the table hoặc *go back to the table* hoặc *come back to the table* nói về một tổ chức, quốc gia... trở lại thảo luận những vấn đề trước đây với một tổ chức, quốc gia khác, để cố đạt đến một thỏa thuận chung ■ *We'll have to go back to the table with an open mind and overcome our differences.* • Chúng ta sẽ phải trở lại bàn đàm phán với một sự cởi mở và vượt qua những sự khác biệt của chúng ta.

get bent out of shape hoặc *be bent out of shape* (khẩu ngữ) rất tức giận hoặc bối rối vì điều gì ■ *People can get really bent out of shape if their wedding videos don't look just like a real movie.* • Người ta có thể dễ dàng tức giận nếu như băng hình đám cưới của họ xem không giống như một bộ phim thật sự.

get brownie points hoặc có thể thay động từ *get* bằng các động từ khác như *score, win, earn* ... làm điều gì tạo được ấn tượng nơi người khác và khiến cho họ yêu thích hơn ■*My husband definitely scored some brownie points last night after cooking me a fantastic gourmet dinner.* • Ông nhà tôi tối qua đã gây được ấn tượng rất tốt cho tôi bằng cách nấu một bữa tối tuyệt hảo không chê vào đâu được.

get butterflies (in one's stomach) → **have butterflies**

get carried away quá mức kích động, giận dữ, hoặc quá quan tâm đến điều gì, vì thế mà nói ra hoặc làm những điều vô nghĩa, hoặc quên hết những việc khác - luống cuống, lúng túng ■ *Mom got carried away and put half a bottle of brandy in the sauce.* • Mẹ đã cuống lên và đổ luôn cả nửa chai rượu mạnh vào nước xốt. ■ *I got carried away and started shouting at the television.* • Tôi mất cả bình tĩnh và bắt đầu la hét với cái máy thu hình. ■ *Let's not get carried away. The deal could still fall through.* • Chúng ta đừng vội mất bình tĩnh. Vụ mua bán vẫn có thể không diễn ra.

get caught in the crossfire bị lôi cuốn vào một cuộc tranh luận giữa hai người hay nhóm người khác, hoặc gặp rắc rối vì sự tranh cãi của những người khác ■ *The team's management is caught in the corssfire of a bitter battle between Rampling, their star player, and his agent.* • Ban quản lý đội bóng bị kẹt vào cuộc tranh chấp gay cấn giữa cầu thủ ngôi sao của họ là Rampling với người đại diện của anh ta.

get cold feet hoặc *have cold feet* đột nhiên thấy lo lắng về điều gì sắp phải làm hoặc đã đồng ý sẽ làm - hồi hộp ■*Don't worry, everyone gets cold feet before their wedding!* • Đừng lo, ai ai cũng phải hồi hộp trước ngày lễ cưới thôi. ■ *He was going to ask her but he got cold feet* and said nothing. ● Anh ta đã sắp hỏi cô ấy nhưng đột nhiên cảm thấy hồi hộp quá và rồi lặng thinh.

get cracking (khẩu ngữ) khởi sự làm việc ngay không chần chừ, và làm thật nhanh chóng - khẩn trương lên ■ *Time to wake up! Let's get cracking - we have a lot to do today.* ● Đã đến lúc phải thức dậy rồi. Chúng ta hãy khẩn trương lên - hôm nay chúng ta có rất nhiều việc phải làm. ■ *There's a lot to be done, so let's get cracking.* ● Có rất nhiều việc để làm - vì thế chúng ta hãy khẩn trương lên. ■ *We'll have to get cracking if we want to get there before dark.* ● Chúng ta phải khẩn trương lên nếu chúng ta muốn đến đó trước khi trời tối.

get cute with sb hoặc *get smart with sb* (khẩu ngữ - thường dùng ở dạng phủ định) dối gạt, đùa cợt ai hoặc nói loanh quanh để tránh né không đề cập trực tiếp đến một vấn đề ■ *"Don't get cute with me young man. You tell your mother right now what you did to her garden."* ● "Đừng nói vòng vo với tôi nữa, anh bạn trẻ. Hãy kể ngay cho mẹ cậu biết những gì cậu đã làm với khu vườn của bà."

get done for (doing sth) → **be done for**

get down to brass tacks (khẩu ngữ) bắt đầu nói về những điều thật sự quan trọng khi gặp gỡ ai để thảo luận về một tình huống, kế hoạch... ■ *Why don't we order some lunch and then get down to brass tacks?* ● Tại sao chúng ta không gọi cơm trưa và bắt đầu bàn đến những việc chính trong vấn đề?

get down to business bắt đầu ngay với sự việc quan trọng nhất, hoặc nói thẳng vào vấn đề chính yếu nhất, không để phí thời gian ■ *We have a lot to talk about today, so let's get down to business.* ● Hôm nay chúng ta có rất nhiều việc cần bàn, vì vậy xin hãy đi thẳng ngay vào vấn đề chính. ■ *Let's get down to business right away - we'll stop for coffee later.* ● Chúng ta hãy đi vào vấn đề chính ngay bây giờ - chúng ta sẽ nghỉ để uống cà phê sau. ■ *I have a plane to catch, so let's get down to business.* ● Tôi phải đi cho kịp chuyến bay, vì thế chúng ta hãy đi thẳng ngay vào vấn đề. → *get down to brass tacks*

get down to the (real) nitty gritty (khẩu ngữ) bắt đầu đề cập đến những phần cơ bản, quan trọng hoặc thực tiễn nhất của một vấn đề ■ *It's time we got down to the real nitty gritty here: who owns what, and what it's worth.* ● Đã đến lúc chúng ta phải bắt đầu đề cập đến những phần quan trọng nhất: ai sở hữu cái gì, và đáng giá ra sao. ■ *Dave has earned his position the hard way - by doing the nitty-gritty jobs that no one else wants.* ● Dave đã giành được vị trí của anh ta một cách gay go - bằng cách làm những công việc quan trọng mà không một ai khác muốn làm. ■ *Time ran out before we could get down to the real nitty-gritty.* ● Thời gian đã hết trước khi chúng tôi kịp đi vào vấn đề quan trọng nhất.

get even with sb trả đũa sòng phẳng điều tồi tệ, thiệt hại mà ai đó đã gây ra cho mình ■ *I'll get even with you for this, just you wait.* ● Tôi sẽ trả đũa sòng phẳng với anh chuyện này, anh hãy đợi mà xem. ■ *I'll get even with him if it's the last thing I do.* ● Tôi quyết tâm sẽ trả đũa sòng phẳng với hắn ta.

get fed up → **be fed up**

get fresh with sb hoặc *be fresh with sb* (khẩu ngữ, thường là người lớn tuổi dùng khi nói về trẻ con) thiếu sự tôn kính cần thiết khi nói chuyện với người lớn tuổi hơn mình ■ *Don't get fresh with me, young man!* ● Anh bạn trẻ, đừng xấc xược với ta chứ!

get het up → **be het up**

get hitched (khẩu ngữ) cách nói hài hước để chỉ việc lập gia đình ■ *Rhonda and Damon ran off and got hitched without telling anyone.* ● Rhonda và Damon cùng bỏ trốn và cưới nhau không cho ai hay biết.

get hot under the collar → **be hot under the collar**

get hung up on sth hoặc *be hung up on sth* suy nghĩ hoặc lo lắng về điều gì hơi thái quá, trong khi không cần thiết phải đến mức như vậy ■ *Don't get hung up on the first sentence or paragraph of your essay; they're always the most difficult.* ● Đừng quá lo lắng về câu hoặc đoạn đầu tiên trong bài luận văn của bạn. Chúng luôn luôn là phần khó nhất. ■ *You're not still hung up on that girl?* ● Bạn không phải là vẫn còn nghĩ nhiều đến cô gái ấy đấy chứ? ■ *He's too hung up about fitness.* ● Anh ta quá quan tâm đến sức khỏe.

get in a lather hoặc *be in a lather* hoặc *work yourself into a lather* (cách dùng cũ) trở nên rất lo lắng, kích động vì một điều gì, thường là không quan trọng và không được mấy ai quan tâm ■ *Denver fans were in a lather when they first heard that Elway was retiring.* ● Những người hâm mộ đội Denver đã nhốn nháo lên khi vừa thoạt nghe tin Elway đang xin nghỉ. ■ *Calm down - don't work yourself into a lather about it.* ● Bình tĩnh nào - đừng có cuống cả lên chỉ vì chuyện ấy. ■ *Dad was in a lather about something.* ● Bố đang lo lắng không đâu về chuyện gì ấy.

get in a rut hoặc *get stuck in a rut* hoặc *be stuck in a rut* cảm thấy buồn chán vì những điều kiện sống hoặc làm việc của mình có vẻ như chẳng bao giờ thay đổi ■ *We're always looking for better ways to market our products, not to get stuck in a rut.* ● Chúng tôi luôn tìm kiếm những phương thức tốt hơn để tiếp thị các sản phẩm của mình, không bám mãi vào những điều kiện không thay đổi.

get in gear hoặc *get into gear* hoặc *shift into gear* bắt đầu trở lại hoạt động như bình thường hoặc đúng hướng, nhất là sau khi đã gặp phải rắc rối hoặc ngưng trệ ■ *It wasn't until Jordan and Pippen entered the game that the Bulls' offense finally got in gear.* ● Phải đợi đến khi Jordan và Pippen vào sân thì hàng tấn công của đội Bulls mới hoạt động trở lại bình thường. ■ *When the redevelopment agency shifts into gear next year, any property tax increases will go into the downtown development fund.* ● Khi cơ quan tái phát triển đi vào hoạt động đúng hướng trong năm tới, mọi khoản gia tăng thuế nhà đất sẽ được đưa vào quỹ phát triển trung tâm thành phố.

get in on the act dự phần vào một hoạt động mà người khác đã khởi xướng, nhằm thu lợi về mình ■ *Even the smaller supermarkets are getting in on the act and providing exotic fruits and vegetables for their customers.* ● Ngay cả những siêu thị nhỏ hơn cũng dự phần vào việc cung cấp rau quả ngoại nhập cho khách hàng của họ. ■ *New companies want to get in on the act and provide cable services.* ● Các công ty mới muốn được dự phần vào việc cung cấp các dịch vụ cáp. ■ *First it was politicians, now a novelist has decided to get in on the act.* ● Trước hết là các chính trị gia, giờ đây là một tiểu thuyết gia đã quyết định dự phần vào công việc.

get in on the ground floor → **be in on the ground floor**

get in one's good book → **be in one's good books**

get in over one's head hoặc *be in over one's head* cố giải quyết một tình huống khó khăn hoặc phức tạp vượt quá khả năng hoặc sức lực của mình ■*When you are starting your own business, keep it small and simple at first, and don't get in over your head.* ● Khi bạn khởi sự một công việc kinh doanh riêng của mình, ban đầu hãy giữ mức độ nhỏ và đơn giản, đừng cố làm những việc vượt quá khả năng. ■ *After a week in the new job, I soon realized that I was in over my head.* ● Sau một tuần lễ với công việc mới, tôi nhanh chóng nhận ra là mình không đủ khả năng.

get in touch with sb chủ động liên lạc được với ai ■ *Police say that the car was last seen in Hunter's Point, and want anyone who has seen it since to get in touch with them.* ● Cảnh sát nói rằng chiếc xe hơi được nhìn thấy lần cuối ở Hunter's Point, và muốn rằng bất cứ ai có nhìn thấy nó hãy chủ động liên lạc với họ.

get in touch with sth tìm hiểu, biết được đầy đủ thông tin về một lĩnh vực, chủ đề... ■ *The book said that meditation will help you get in touch with "universal life energy".* ● Cuốn sách nói rằng việc thiền định sẽ giúp bạn hiểu rõ được "nguồn năng lực phổ quát của cuộc sống".

get in under the wire thực hiện điều gì vào thời điểm cuối cùng có thể được trước khi quá trễ ■ *He was allowed to participate in the games, getting in under the wire after a long argument with the authorities.* ● Anh ta đã được cho phép tham gia các trận đấu vào giờ chót, sau một cuộc tranh cãi rất lâu với giới chức thẩm quyền.

get into arrears → **be in arrears**

get into bad company → **keep bad company**

get into gear → **get in gear**

get into one's head hiểu được những gì mà người khác suy nghĩ hoặc cảm thấy, nhờ đó có thể giao tiếp tốt với họ, hoặc tái hiện hình ảnh của họ trong diễn xuất hay trong tác phẩm văn chương... ■ *In my opinion, Jackson is not a good actor, because he never lets the audience get into his character's head.* ● Theo ý tôi, Jackson không phải là một diễn viên giỏi, bởi vì anh ta không bao giờ làm cho khán giả hiểu được ý tưởng nhân vật của mình.

get into the swing (of sth) bắt đầu làm tốt việc gì và thấy thích thú trong công việc đó ■ *It won't take long for Susan to get back into the swing of things after she has the baby.* ● Susan không phải mất nhiều thời gian lắm để trở lại làm việc tốt sau khi sinh con.

get into the wrong hands → **fall into the wrong hands**

get it into one's head hoặc *get it through one's head* hoặc *take it into* *one's head* 1. đột nhiên, vô cớ quyết định hoặc nghĩ ra điều gì ■ *Don seems to have gotten it into his head that divorcing his wife is the only way to solve their problem.* ● Don dường như bất chợt nảy ra ý nghĩ rằng ly dị với vợ là cách duy nhất để có thể giải quyết vấn đề của họ. 2. làm cho ai hiểu ra và chấp nhận một điều gì ■ *Why can't you get it into your head that we're just friends?* ● Tại sao bạn lại không thể hiểu được rằng chúng ta chỉ là bạn thôi? ■ *When will you get it into your head that I don't want to see you again!* ● Đến bao giờ mày mới hiểu được là tao không còn muốn nhìn mặt mày nữa? ■ *How can I get it through your head that she's not coming back?* ● Tôi phải làm thế nào để cho anh hiểu được là cô ấy sẽ không trở lại nữa? ■ *I couldn't get it through his head that his picture is only a fake.* ● Tôi không thể nào làm cho ông ta hiểu được rằng bức tranh của ông ta chỉ là một bức tranh giả. 3. có một ý tưởng, nhận thức không đúng sự thật ■ *I had somehow gotten it into my head that the test was next week, and I was in a total panic.* ● Không hiểu sao tôi lại nhầm tưởng rằng kỳ thi là tuần tới, và tôi rơi vào tình huống hoàn toàn hoảng loạn.

get it on (tiếng lóng) thực hiện hành vi giao hợp với ai ■ *Do you think Linda's getting it on with Mr. Ellis?* ● Anh có nghĩ là Linda đang ăn nằm với ông Ellis không?

get it out of one's system → get sb out of one's system

get it through one's head → get it into one's head

get it together kiểm soát một tình huống và thực hiện mọi việc theo một cách có tổ chức và tự tin ■ *Leland's been so upset over his wife's death, he just can't get it together.* ● Leland quá đau buồn vì cái chết của người vợ, ông ta thật không thể kiểm soát mọi việc được nữa.

get it up (tiếng lóng) về người đàn ông, có đủ hứng khởi cần thiết để giao hợp với người khác phái ■ *I can't even get it up with my wife - why would I want a lover?* ● Tôi thậm chí chẳng làm gì được với vợ mình - sao tôi lại muốn có người tình?

get keyed up → be keyed up

get lost (khẩu ngữ) cách nói khiếm nhã khi bực tức và muốn bảo ai hãy cút đi ■ *One of those salesmen came to the door, and I told him to get lost.* ● Một trong những người bán hàng ấy đến nơi cửa, và tôi bảo anh ta hãy cút đi.

get lost in the shuffle hoặc *be lost in the shuffle* nhận được rất ít sự chú ý vì có quá nhiều việc khác đang đồng thời xảy ra ■ *With all the things we have to worry about, safety kind of gets lost in the shuffle.* ● Với tất cả những việc mà chúng tôi phải lo lắng, sự an toàn có phần nào ít được chú ý đến.

get more bang for one's buck hoặc *get a bigger bang for your buck* mua được món hàng có chất lượng cao hơn với cùng một giá cả - đáng giá hơn, xứng tiền hơn ■ *They said I should get a Japanese car - you get a reliable car and more bang for your buck.* ● Họ nói là tôi có thể được một chiếc xe hơi Nhật. - Bạn sẽ được một chiếc xe đáng tin cậy và chất lượng còn xứng tiền hơn thế nữa.

get more than you bargained for gặp phải những khó khăn, rắc rối nhiều hơn mức đã dự tính ■ *Bad weather on the mountain has been known to give climbers more than they bargained for.* ● Thời tiết xấu trên núi được biết là đã mang đến cho những người leo núi nhiều khó khăn hơn dự tính.

get no change out of sb không nhận được sự giúp đỡ hoặc thông tin có ích nào từ ai đó ■ *We got no change out of the legal department.* ● Chúng tôi chẳng nhận được sự giúp đỡ nào từ sở tư pháp.

get off lightly → **let off lightly**

get off my back (kém lịch sự) dùng để tỏ ý bực mình khi có ai đó đang chỉ trích bạn một cách dai dẳng ■ *Maybe I'd get more work done if you'd just get off my back.* ● Chỉ cần mày câm miệng lại, có lẽ tao sẽ làm được nhiều việc hơn đấy.

get off on the right foot hoặc *start off on the right foot* bắt đầu một công việc mới, hay một hoạt động, một mối quan hệ mới theo một cách tốt đẹp ■ *I was trying so hard to start off my new job on the right foot, but everything I said to my boss seemed to be the wrong thing.* ● Tôi đã cố gắng hết sức để bắt đầu công việc mới theo một cách tốt đẹp, nhưng tất cả mọi việc tôi nói với ông chủ dường như đều sai trái.

get off on the wrong foot hoặc *start off on the wrong foot* bắt đầu một công việc mới, hay một hoạt động, một mối quan hệ mới một cách tồi tệ ■ *I think we got off on the wrong foot yesterday. Let me introduce myself again.* ● Tôi nghĩ là hôm qua chúng ta đã có một khởi đầu không được tốt đẹp. Xin cho phép tôi tự giới thiệu lại. ■ *I seem to have got off on the wrong foot with the new boss when I gave him the wrong numbers.* ● Dường như tôi đã khởi đầu mối quan hệ với ông chủ mới một cách không tốt đẹp khi tôi đưa cho ông ta những con số không đúng. ■ *I got off on the wrong foot with Patrick.* ● Tôi đã bắt đầu mối quan hệ với Patrick một cách không tốt đẹp.

get off one's back → **get off one's case**

get off one's case hoặc *get off one's back* hoặc *get off one's tail* (khẩu ngữ) cách nói kém lịch sự, được dùng để bảo ai đó đừng chỉ trích người khác nữa, nhất là khi điều này gây bực mình ■ *Why don't you get off my case and think about your own problems for a while?* ● Tại sao mày không thôi chỉ trích tao đi, và suy nghĩ một chút về những rắc rối của chính mày? ■ *I'm tired of your criticism, Bill. Get off my case!* ● Tao chán ngấy luận điệu chỉ trích của mày rồi, Bill. Đừng nói động đến tao nữa. ■ *Quit picking on her. Get off her back!* ● Đừng có rầy rà cô ấy nữa. Hãy thôi ngay đi. ■ *Leave me alone! Get off my tail!* ● Để cho tôi yên! Đừng động đến tôi nữa. ■ *Just get off my back, will you!* ● Đừng quấy rầy tôi nữa có được không?

get off one's high horse (khẩu ngữ) chấm dứt thái độ cao ngạo, kênh kiệu ■ *I'd like to tell the mayor to get off his high horse and come and talk to the people he grew up with.* ● Tôi muốn bảo ông thị trưởng hãy từ bỏ thái độ cao ngạo đi và đến tiếp chuyện với những người đã lớn lên cùng với ông ta.

get off one's tail → **get off one's case**

get off the (starting) blocks → **be off the (starting) blocks**

get off the ground bắt đầu hoạt động một cách thành công, có hiệu quả ■ *Laura's keeping her teaching career until her husband's restaurant gets off the ground.* ● Laura tiếp tục công việc dạy học cho đến khi nhà hàng của chồng cô bắt đầu trở nên phát đạt. ■ *Without more money, the movie is unlikely to get off the ground.* ● Không có thêm tiền, bộ phim rất khó lòng đạt được thành công. ■ *It's not easy to get a new company off the ground.* ● Thật không dễ dàng để làm cho một công ty mới hoạt động thành công.

get off to a flying start rất thành công ngay từ khi vừa bắt đầu khởi sự làm điều gì ■ *Our vacation got off to a flying start when we were offered a free place to stay on the first night.* ● Chuyến nghỉ hè của chúng tôi khởi đầu hết sức thuận lợi khi chúng tôi được đề nghị một nơi miễn phí để ở trong đêm đầu tiên. ■ *She's got off to a flying start in her new career.* ● Cô ấy thành công ngay từ đầu trong công việc mới. ■ *Jimenez got off to a flying start, with two goals in 20 minutes.* ● Jimenez khởi đầu hết sức thành công, với 2 bàn thắng trong 20 phút.

get on a soapbox → **get on one's soapbox**

get on famously hoặc *get along famously* (khẩu ngữ) có quan hệ rất thân thiết, rất tốt ■ *My mother and my mother-in-law are getting on famously.* ● Mẹ ruột và mẹ vợ tôi đang có quan hệ rất tốt với nhau.

get on one's case hoặc *be on one's case* thường xuyên phê phán, chỉ trích hoặc phàn nàn ai, thường là không hợp lý ■ *My boss is always on my case about some little thing or other.* ● Ông chủ của tôi cứ phàn nàn tôi mãi về những chuyện nhỏ nhặt này khác. ■ *She's always on my case about cleaning my room.* ● Bà ta bao giờ cũng phàn nàn tôi về việc lau dọn phòng của tôi.

get on one's high horse (khẩu ngữ) nói năng hoặc cư xử cao ngạo, tự cho rằng mình là tốt đẹp, có ưu điểm hơn người khác ■ *My parents drink and smoke, but as soon as I start talking about legalizing drugs, they get on their high horse.* ● Cha mẹ tôi đều uống rượu và hút thuốc, nhưng ngay khi nào tôi bắt đầu nói đến việc hợp pháp hóa sự nghiện ngập là họ ngay lập tức làm ra vẻ như tốt đẹp lắm vậy.

get on one's nerves (khẩu ngữ) làm cho ai bực dọc, khó chịu ■ *Just quit asking me about my love life, will you? You're starting to get on my nerves.* ● Hãy thôi đừng hỏi về cuộc sống tình cảm của tôi nữa có được không? Bạn đang làm cho tôi thấy khó chịu rồi đó.

get on one's soapbox hoặc *get on a soapbox* diễn đạt những ý kiến mạnh mẽ về điều gì trong một thời gian dài và cố tìm cách thuyết phục người khác tin rằng như thế là đúng ■ *A lot of celebrities get up on their soapbox and talk about their most recent movies, and they don't talk about people are really intersted in - their private lives.* ● Nhiều diễn viên nổi tiếng nói rất nhiều về các bộ phim gần đây nhất của họ, và không nói đến những điều mà người ta thật sự quan tâm đến - đời tư của họ. - Thành ngữ này xuất phát từ một thời điểm trong quá khứ khi mà các diễn giả không chuyên nghiệp thường đứng trên những thùng chứa xà phòng (*soapbox*) để diễn thuyết trước đám đông về những điều họ quan tâm.

get on the same page hoặc *be on the same page* (khẩu ngữ) nói về những người cùng làm việc với nhau, có cùng một mục tiêu nhắm đến ■ *Are we all on the same page here? I don't get the feeling that you understand what I'm trying to say.* ● Liệu chúng ta có cùng một mục tiêu nhắm đến ở đây chăng? Tôi không có cảm giác là anh hiểu được những gì tôi đang muốn nói.

get on the wrong side of sb làm cho ai bực mình hoặc tức giận, nhất là người có thể gây ra nhiều rắc rối cho mình ■ *If you get on the wrong side of Sarah Forbes, you might as well start looking for another job right away.* ● Nếu anh chọc giận Sarah, có lẽ anh sẽ phải bắt đầu tìm kiếm một công việc khác ngay lập tức.

get one's (own) house in order → **put one's (own) house in order**

get one's act together (thông tục) làm việc với phương pháp hiệu quả hơn, nỗ lực hơn ■ *Shauna, you're going to have to get your act together and study harder if you want to get into college.* ● Shauna, bạn phải thay đổi phương pháp có hiệu quả và học tập chăm chỉ hơn nếu muốn vào được đại học. ■ *He needs to get his act together if he's going to pass the exam.* ● Anh ta cần phải làm việc tập trung hiệu quả hơn nếu muốn vượt qua kỳ thi. ■ *If you want to be finished by Monday, you'll have to get your act together.* ● Nếu anh muốn hoàn tất vào thứ Hai, anh phải làm việc tập trung hiệu quả hơn. → **get one's shit together**

get one's ass in gear hoặc *get your butt in gear* (thông tục -dùng để bày tỏ sự nóng lòng, bực mình, vì thế là ngôn ngữ có phần thô lỗ) nhanh lên, cố lên ■ *Get your ass in gear, Ruby! I'm leaving in five minutes.* ● Nhanh lên nào, Ruby! Tôi phải đi trong 5 phút nữa thôi.

get one's back up hoặc *put one's back up* làm cho ai đó rất bực mình, khó chịu ■ *That sort of attitude really gets my back up!* ● Thái độ cư xử kiểu đó thật sự làm cho tôi rất bực mình.

get one's bearings hoặc *find one's bearings* hoặc *take one's bearings* làm quen với môi trường chung quanh để nhận biết được mình đang ở đâu và những gì đang ở quanh mình ■ *He paused at the top of the hill, trying to get his bearings.* ● Anh ta dừng lại ở đỉnh đồi, cố nhận biết mọi thứ quanh mình. ■ *It took her a moment to get her bearings in the dark.* ● Cô ấy mất một thời gian để nhận ra mọi thứ trong bóng tối.

get one's butt in gear → **get one's ass in gear**

get one's claws into sb 1. nói về một phụ nữ, cố đeo đuổi và tìm cách quyến rũ một người đàn ông để người ấy kết hôn hoặc có quan hệ tình dục với mình ■ *She's really got her claws into you!* ● Cô ấy thật sự cố bám lấy anh rồi! 2. phê phán ai một cách hết sức gay gắt ■ *Wait until the media gets its claws into her.* ● Hãy chờ cho đến khi giới truyền thông phê phán bà ta thật gay gắt.

get one's comeuppance nhận lãnh một sự trừng phạt đích đáng vì những gì sai trái đã làm ■ *I'm glad Merton finally got his comeuppance for all his lies. I've been waiting for this for a long time.*

• Tôi thật hài lòng thấy Merton đã nhận lãnh sự trừng phạt đích đáng vì tất cả những lời dối trá của anh ta. Tôi đã chờ đợi điều này từ lâu rồi.

get one's dander up làm cho ai bực tức hoặc giận dữ ■ *What gets my dander up is intellectuals telling us what we should watch on television.* • Điều làm cho tôi bực mình là những gã trí thức cứ luôn miệng dạy bảo chúng ta rằng phải nên xem những gì trên ti-vi.

get one's day in court → **have one's day in court**

get one's drift hoặc *catch one's drift* hoặc *get the drift of sth* hoặc *catch the drift of sth* (khẩu ngữ) hiểu rõ, nắm bắt được một cách khái quát những điều ai đó đang nói ■ *You didn't finish what you were saying, but I got the drift.* • Anh vẫn chưa nói hết, nhưng tôi đã hiểu được khái quát điều anh nói rồi.

get one's eye on → **have one's eye on**

get one's feet wet hoặc *have one's feet wet* bắt đầu một công việc, hoạt động hay chủ đề mà trước đây chưa từng thử qua ■ *This book is an excellent guide for students who are just getting their feet wet in physics.* • Cuốn sách này là một hướng dẫn tuyệt vời cho những sinh viên vừa mới bắt đầu học môn vật lý. ■ *Of course he can't do the job right. He's hardly got his feet wet yet.* • Dĩ nhiên là anh ta không thể thực hiện công việc đúng đắn. Anh ta hầu như chưa bắt đầu làm quen được với công việc. ■ *I'm looking forward to learning to drive. I can't wait to get behind the steering wheel and get my feet wet.* • Tôi đang mong đợi được học lái xe. Tôi nôn nóng muốn được ngồi vào sau tay lái và bắt đầu học lái. ■ *I've only been at this job for a month, and don't have my feet wet yet.* • Tôi chỉ mới làm công việc này trong một tháng, và chưa quen được với công việc.

get one's fingers burnt hoặc *have one's fingers burnt* hoặc *burn one's fingers* gánh chịu những gì không hay như là kết quả của điều sai trái đã làm, nhất là do không lường trước được những hậu quả xấu, vì thế sẽ không bao giờ muốn làm điều ấy nữa ■ *I'd had my fingers burned by Jackie too many times to start up a relationship with her again.* • Tôi đã phải chịu đựng với Jackie quá nhiều đến mức không thể nối lại quan hệ với cô ta lần nữa. ■ *A lot of small investors got their fingers burnt.* • Rất nhiều nhà đầu tư nhỏ đã phải gánh chịu những sai lầm của mình.(- nghĩa là phải chịu thua lỗ nhiều tiền bạc) ■ *He got his fingers badly burnt dabbling in the stock market.* • Anh ta gánh chịu hậu quả tồi tệ của việc lao vào thị trường chứng khoán. (- nghĩa là phải chịu thất bại nặng nề) ■ *They got their fingers burnt and lost a lot of money.* • Họ phải nhận lãnh hậu quả không hay và thua lỗ nhiều tiền bạc.

get one's foot in the door có được cơ hội lần đầu tiên để bắt đầu làm việc trong một tổ chức, ngành nghề cụ thể nào đó, hoặc liên quan đến một hoạt động gì ■ *I had to be a substitute teacher for four years just to get my foot in the door at that school.* • Tôi đã phải làm người trợ giảng trong 4 năm chỉ để có cơ hội được vào dạy tại trường ấy. ■ *I always wanted to work in TV but it took me two years to get a foot in the door.* • Tôi luôn muốn làm việc trong đài truyền hình, nhưng phải mất đến 2 năm mới bắt đầu có được công việc ấy.

get one's goat (khẩu ngữ) gây bực bội, khó chịu cho ai ▪ *They were just making things up, trying to get your goat.* ● Họ chỉ toàn bịa chuyện, cố làm cho bạn phải khó chịu. ▪ *It really gets my goat - the way she keeps interrupting all the time.* ● Điều đó quả thật làm tôi rất khó chịu - cái lối lúc nào cũng xen ngang vào của cô ta.

get one's hands dirty sẵn sàng làm việc một cách tích cực, nặng nề, và tham gia vào những phần thiết thực của một hoạt động ▪ *The new governor should be willing to get his hands dirty and start working on the environmental issues that are troubling the state.* ● Vị thống đốc mới nên sẵn lòng bắt tay vào việc ngay và khởi sự giải quyết những vấn đề môi trường đang gây khó khăn cho tiểu bang. ▪ *He's not frightened of getting his hands dirty.* ● Anh ta không sợ làm việc nặng nề. → ***dirty one's hands***

get one's hands on sth → **lay one's hands on sth**

get one's head together → **put one's heads together**

get one's heart on → **set one's heart on**

get one's just deserts nhận lãnh sự đau khổ hay khốn đốn vì chính mình đã làm điều gì xấu xa, dại dột hoặc phạm pháp ▪ *I guess I got my just deserts; my marriage was not happy, but then I got married for all the wrong reasons.* ● Tôi cho rằng tôi rất đáng phải nhận lãnh những đau khổ này; cuộc hôn nhân của tôi không có hạnh phúc, nhưng lúc ấy tôi đã kết hôn vì tất cả những lý do sai trái. ▪ *The family of the victim said that the killer had got his just deserts when he was jailed for life.* ● Gia đình nạn nhân nói rằng tên giết người thật là đáng kiếp khi hắn phải bị tù chung thân.

get one's kicks from sth hoặc ***do sth for kicks*** làm việc gì chỉ để có cảm giác mạnh, đạt được sự phấn khích, nhất là việc có tính cách nguy hiểm ▪ *The local kids get their kicks from racing stolen cars.* ● Bọn trẻ ở địa phương tìm sự hứng thú trong việc đua những chiếc xe lấy trộm được. ▪ *Police say the killer is doing it for kicks, choosing his victims at random.* ● Cảnh sát nói rằng tên sát nhân chỉ hành động để tìm cảm giác mạnh, lựa chọn nạn nhân một cách ngẫu nhiên.

get one's knuckles rapped → **be given a rap on the knuckles**

get one's panties in a bunch (khẩu ngữ) bối rối hoặc lo lắng quá nhiều về điều gì, nhất là điều không thực sự quan trọng ▪ *It's just two blocks away, man - don't get your panties in a bunch!* ● Nó chỉ cách đây có hai dãy nhà thôi, anh bạn - đừng có lo lắng quá như vậy.

get one's rocks off 1. (khẩu ngữ) tìm cảm giác khoái lạc, tự thỏa mãn tình dục bằng cách thủ dâm ▪ *I bet Shawn spends all his time getting his rocks off in his room.* ● Tôi cuộc là Shawn dành trọn thời gian trong phòng anh ta để thủ dâm. 2. cách nói khiếm nhã để bày tỏ việc có được cảm giác hài lòng, thỏa mãn và phấn khởi ▪ *Actors love new experience - they get their rocks off on that.* ● Các diễn viên yêu thích kinh nghiệm mới - họ có được cảm giác thỏa mãn và phấn khởi nhờ vào đó.

get one's second wind hoặc ***get a second wind*** hoặc ***catch one's second***

wind hoặc ***find one's second wind*** có lấy lại sức lực để có thể tiếp tục làm điều gì sau một thời gian mệt mỏi hoặc đuối sức ■ *My father started back down the hill, leaving the rest of us to get our second wind.* • Cha tôi bắt đầu trở xuống đồi, bỏ lại những người khác trong chúng tôi lấy lại sức lực.

get one's shit together (khẩu ngữ) tổ chức, chấn chỉnh lại chính mình để có thể làm việc tốt hơn, có nhiều khả năng thành công hơn ■ *This week I'm going to get my shit together and actually make up a portfolio of all my best paintings.* • Tuần này tôi sẽ chấn chỉnh lại chính mình và thực sự làm một bộ sưu tập tất cả những bức tranh khá nhất của tôi. - Thành ngữ này đôi khi bị xem là có ý xúc phạm bởi cách dùng của *shit*, có thể thay thế bằng ***get one's act together*** vẫn đồng nghĩa nhưng thích hợp với nhiều người hơn. → ***get one's act together***

get one's teeth into sth → **sink one's teeth into sth**

get one's two cents' worth in → **put one's two cents' worth in**

get one's walking papers hoặc ***be given one's walking papers*** bị sa thải, đuổi việc ■ *When Rick was given his walking papers, Mark was right there, ready to take over his job.* • Khi Rick bị sa thải, Mark có mặt ở đó ngay lập tức, sẵn sàng để thay thế công việc của anh ta.

get one's wires crossed → **have one's wires crossed**

get oneself to blame hoặc ***have oneself to blame*** dùng khi muốn nói ai đó phải tự trách mình, phải chịu trách nhiệm về điều gì vì đó chính là lỗi của họ ■ *He's only got himself to blame if no one will talk to him.* • Anh ta chỉ có thể tự trách mình nếu như không có ai chịu trò chuyện với anh ta. ■ *If you lose your job, you'll only have yourself to blame.* • Nếu như anh bị mất việc, anh chỉ có thể tự trách mình mà thôi.

get out of bed the wrong way → **get up on the wrong side of the bed**

get out of control → **be out of control**

get out of hand trở nên rất khó khăn hoặc không thể khống chế được nữa ■ *Police knew that if the Bulls won, the post-game celebrations would get out of hand.* • Cảnh sát đã biết là nếu đội Bulls thắng, những hành động reo mừng sau trận đấu sẽ không thể nào khống chế nổi. ■ *Unemployment is getting out of hand.* • Nạn thất nghiệp đang vượt ra ngoài tầm kiểm soát. ■ *We decided to leave before things got out of hand.* • Chúng tôi quyết định đi trước khi sự việc trở nên không còn kiểm soát được.

get out of here (khẩu ngữ) dùng để bày tỏ thái độ không tin nổi hoặc rất ngạc nhiên về điều vừa nghe nói ■ *"Did you know Josie's pregnant?" "Get out of here! They've only been together for six months."* • "Bạn có biết là Josie đã có thai không?" "Thôi đi, bọn họ chỉ mới gặp nhau có sáu tháng!" - Trong thành ngữ này, *"out of"* được phát âm rất nhanh, nên nghe giống một từ duy nhất, có vẻ như *"ouda"*.

get out of line → **be (way) out of line**

get out of my face (khẩu ngữ) cách nói khiếm nhã, dùng để nói thẳng ra sự bực tức, để bảo ai đó hãy chấm dứt điều đang nói và đi khỏi ngay ■ *I wish*

Ms. Piper would get out of my face - it's like I'm the only one in the class who ever does anything wrong. • Tôi ước gì cô Piper hãy biến ngay đi khuất mắt tôi - cứ như thể tôi là người duy nhất trong lớp học đã từng sai trái vậy.

get out of one's hair → **be out of one's hair**

get out of the blocks → **be off the (starting) blocks**

get out the kinks → **work out the kinks**

get over the hump hoặc *be over the hump* đã giải quyết xong hoặc vượt qua được phần khó khăn nhất của công việc, sự việc, vì thế phần còn lại sẽ dễ dàng hơn ■ *Once I'd broken his serve, I was over the hump, and the game started to go better for me.* • Một khi tôi đã phá được cú giao bóng của anh ta, khó khăn xem như đã qua đi, và trận đấu bắt đầu diễn ra thuận lợi hơn cho tôi.

get pumped up hoặc *be pumped up* hết sức nhiệt tình, quan tâm, cố gắng việc thực hiện điều gì ■ *The team was really pumped up for the state championship, but we lost the first game.* • Đội bóng hết sức mong muốn giành chức vô địch quốc gia, nhưng chúng tôi đã thua trận đầu tiên. ■ *Schumacher's really pumped up for the race this weekend.* • Schumacher hết sức nhiệt tình trong việc tham gia cuộc đua cuối tuần này. ■ *The coach's job is to get everyone pumped up for the game.* • Công việc của huấn luyện viên là làm cho mọi người đều nỗ lực hết sức trong trận đấu.

get real (khẩu ngữ) dùng khi muốn bảo ai đừng ngớ ngẩn nữa, khi người nói nghĩ điều họ đang nói hay làm là vô nghĩa hoặc không thực tế ■ *"Let's go over to Phillip's house." "Phillip? Get real! I don't want to see him after what he said to me last week."* • "Chúng ta hãy đến nhà Phillip." "Nhà Phillip à? Đừng có ngớ ngẩn thế! Tôi không muốn gặp mặt hắn sau những gì hắn đã nói với tôi tuần trước.

get sb back to the table hoặc *bring sb back to the table* hoặc *force sb back to the table* làm cho một người, tổ chức... quay trở lại thảo luận để giải quyết những vấn đề còn tồn đọng giữa các bên ■ *Sandoval hopes to bring people to the table to discuss important health issues.* • Sandoval hy vọng sẽ đưa mọi người trở lại thảo luận về các vấn đề sức khỏe quan trọng.

get sb off one's back hoặc *keep sb off one's back* làm cho ai thôi không quấy rầy, nhất là khi người đó đang chỉ trích hoặc yêu cầu một việc gì ■ *He paid the newspaper a lot of money to keep their reporters off his back.* • Ông ta đã trả cho tờ báo đó thật nhiều tiền để bịt miệng những phóng viên của họ thôi không chỉ trích ông ta nữa.

get sb off the hook → **let sb off the hook**

get sb out of one's hair hoặc *keep sb out of one's hair* (khẩu ngữ) ngăn không cho ai quấy rầy, nhất là người gây bực bội vì luôn bám theo gần bên hoặc luôn tìm cách xen vào mọi chuyện ■ *I enjoy fishing. It gets me out of my wife's hair now that I'm retired.* • Tôi thích câu cá. Điều này giúp tôi thoát khỏi sự quấy rầy dai dẳng của vợ tôi, vì rằng tôi đã về hưu.

get sb out of one's system hoặc *get sth out of one's system* 1. hoặc *get it out of one's system* làm một điều gì như nói chuyện, viết lách... hoặc sử dụng nhiều sức lực... để xóa bỏ đi sự giận dữ, đau khổ... ■ *I had such a bad day at the office - I went for a swim to get it out of my system.* • Tôi đã có một ngày hết sức tồi tệ ở văn phòng - tôi đã đi bơi để giũ bỏ hết những bực dọc. 2. không muốn làm điều gì, hoặc không muốn gặp gỡ tiếp xúc với ai sau khi một mối quan hệ tình cảm đã bị cắt đứt ■ *All my friends keep telling me that the only way I'm going to get him out of my system is to meet somebody else.* • Tất cả bạn bè tôi đều bảo rằng cách duy nhất để tôi có thể hoàn toàn quên được anh ta là gặp gỡ một người nào khác.

get sb over a barrel → **have sb over a barrel**

get shafted → **get the shaft**

get short shrift hoặc *be given short shrift* nhận được rất ít sự chú ý hoặc cảm thông ■ *Complex issues such as educational policy tend to get short shrift on the TV news.* • Những vấn đề phức tạp như chính sách giáo dục thường có khuynh hướng ít được chú ý đến trên các bản tin truyền hình. ■ *The judge gave short shrift to an argument based on the defendant's right to freedom of speech.* • Quan tòa không mấy chú ý đến một sự tranh cãi dựa trên quyền tự do phát biểu của bị cáo.

get smart with sb → **get cute with sb**

get steamed up hoặc *be steamed up* cảm thấy khích động, tức giận hoặc lo lắng ■ *Most of the men weren't bothered by the ad, but the women were all steamed up about it.* • Hầu hết nam giới đều không bận tâm đến mẩu quảng cáo ấy, nhưng tất cả phụ nữ đều sôi động lên vì nó.

get sth down to a fine art → **have sth down to a fine art**

get sth off one's chest kể cho ai đó nghe về một điều gì đã gây lo lắng, ưu tư trong một thời gian dài, để sau đó có thể cảm thấy tốt hơn ■ *Miguel knew he'd have to tell her soon. It would be a relief to get it all off his chest.* • Miguel đã biết là anh phải kể cho cô ấy nghe sớm. Chắc hẳn sẽ với nhẹ đi nhiều khi kể ra hết được những gì chất nặng trong lòng. ■ *Why not tell her how you feel? It might do you good to get it off your chest.* • Tại sao không nói cho cô ấy biết anh cảm thấy như thế nào? Kể ra hết những điều ấy có thể là sẽ tốt cho anh đấy.

get sth out of one's system → **get sb out of one's system**

get sth straight (khẩu ngữ) hiểu đúng về một sự việc, tình huống ■ *Can you go through the procedure again, just to make sure we've got it straight?* • Anh có thể trình bày lại quy trình một lần nữa được không, để chắc chắn là chúng tôi hiểu đúng được vấn đề.

get sth under control → **bring sth under control**

get sth under one's belt → **have sth under one's belt**

get stuck in a rut → **get in a rut**

get the ax hoặc *be given the ax* 1. bị đuổi việc ■ *Over 15,000 employees could be given the ax.* • Hơn 15.000 nhân công có thể bị thôi việc. 2. sự chấm dứt đột ngột của một dịch vụ, kế hoạch, hệ thống... ■ *There are rumours that our* healthcare plan is going to get the ax. • Có tin đồn là kế hoạch chăm sóc sức khỏe có thể phải kết thúc đột ngột.

get the ball rolling → **start the ball rolling**

get the best of both worlds → **the best of both worlds**

get the best of sth → **have the best of sth**

get the better of sb hoặc *get the better of sth* 1. thắng một trận đấu, cuộc tranh luận, cuộc thi, hoặc giải quyết được vấn đề gì một cách thành công hơn người khác ▪*Steward finally got the better of his opponent, after being almost defeated in the second round.* ▪ Cuối cùng thì Steward cũng vượt qua được đối thủ của anh ta, sau khi đã suýt bị đánh bại trong hiệp nhì. ▪ *No one can get the better of her in an argument.* • Không ai có thể thắng được cô ta trong một cuộc tranh cãi. ▪ *She always gets the better of an argument.* • Cô ấy bao giờ cũng thắng trong một cuộc tranh cãi. ▪ *Sampras finally got the better of Agassi in a hard-fought match.* • Sampras cuối cùng thắng được Agassi trong một trận đấu rất gay go. ▪ *His curiosity got the better of him.* • Sự tò mò của anh ta đã thắng được anh. (anh ta bắt đầu làm một điều gì đó không nên làm, chỉ vì quá tò mò.) ▪ *Smith's anger got the better of him once again, and he started to attack the referee.* • Sự tức giận của Smith lại một lần nữa thắng được anh, và anh bắt đầu đánh trọng tài. 2. không kiềm chế được cảm xúc nên bắt đầu có những hành vi, cách ứng xử khác thường ▪*A driver let his bad temper get the better of him when he was stopped by the police. After tearing up the ticket, he smashed the windows of the police car.* • Một người lái xe đã mất bình tĩnh vì sự bực tức khi bị cảnh sát chặn lại. Sau khi xé tấm giấy phạt, anh ta đập vỡ cửa kính xe cảnh sát. 3. sự khó khăn của một vấn đề vượt quá mức có thể giải quyết được ▪*Finally the hectic schedule got the better of us, and we both got sick.* • Cuối cùng thì thời biểu làm việc quá căng thẳng đã hạ gục chúng tôi. Cả hai chúng tôi đều ngã bệnh.

get the better of sth → **get the better of sb**

get the brass ring → **go for the brass ring**

get the brush-off bị từ chối, bị xô đuổi ▪ *The movie centres around a young hot-shot sales executive who gets the brush-off from his female boss.* • Bộ phim xoay quanh một nhân viên bán hàng trẻ tuổi đầy tài năng, người đã bị bà chủ của anh xô đuổi.

get the bum's rush hoặc *be given the bum's rush* bị buộc phải rời khỏi một nơi vì không được cần đến ▪ *When Rossi found out I was a reporter, I was immediately given the bum's rush.* • Khi Rossi biết ra được tôi là phóng viên, ngay lập tức tôi bị tống khứ ra khỏi nơi ấy.

get the chop hoặc *be given the chop* 1. nói về người, bị đuổi việc, mất việc ▪ *They have been given the chop.* • Bọn họ đã bị đuổi việc. ▪ *More than 200 workers are expected to get the chop due to falling sales.* • Hơn 200 công nhân được chờ đợi là sẽ bị mất việc do lượng hàng bán ra bị sút giảm. 2. nói về một dự án, kế hoạch, bị ngưng lại hoặc chấm dứt ▪ *Three more projects have got the chop.* • Thêm ba dự án nữa đã bị đình chỉ. ▪

The series failed to win viewers and soon got the chop. • Loạt chương trình đã thất bại không thu hút được người xem và không bao lâu bị đình chỉ.

get the drift of sth → **get one's drift**

get the feel of doing sth → **get the feel of sth**

get the feel of sth hoặc *get the feel of doing sth* trở nên quen thuộc với một công việc hay sự việc gì ■ *I haven't got the feel of the brakes in this car yet.* • Tôi vẫn chưa quen với những cái thắng trong chiếc xe hơi này. • *I'm still trying to get the feel of what this software can do.* • Tôi vẫn đang cố làm quen với những gì mà phần mềm này có thể thực hiện được.

get the goods on sb hoặc *have the goods on sb* tìm hiểu ra hoặc biết được điều gì về ai mà người ấy không muốn cho người khác biết, nhất là chứng cứ về những điều sai trái, mờ ám mà họ đã làm ■ *Kim said that she had the goods on Lawrence and she was going to confront him.* • Kim nói rằng cô ta đã biết được những điều mờ ám của Lawrence và cô sẽ đối đầu với anh ta.

get the green light được sự cho phép, đồng ý từ cấp có thẩm quyền ■ *The city council finally got the green light to go ahead and start building the new road.* • Hội đồng thành phố cuối cùng cũng được sự cho phép và bắt đầu xây dựng con đường mới.

get the handle on hoặc *have the handle on* hiểu rõ được một tình huống để có thể giải quyết một cách thành công hơn ■ *The book gives enough information for even a complete beginner to get a handle on the subject.* • Cuốn sách đưa ra đầy đủ thông tin để giúp cho một người thậm chí chỉ mới bắt đầu cũng có thể hiểu rõ được vấn đề. ■ *I soon began to get a handle on that new software.* • Không bao lâu tôi bắt đầu hiểu rõ về phần mềm mới đó. ■ *I can't get a handle on these sales figures.* • Tôi không thể hiểu rõ được những con số hàng được bán ra này.

get the hang of sth lần đầu tiên tiếp xúc và dần dần hiểu ra được cách làm điều gì, hoặc sử dụng một loại máy móc, công cụ gì ■ *We thought we were getting the hang of the game, so we decided to try the advanced version.* • Chúng tôi nghĩ là đã hiểu rõ được cách chơi của trò chơi, nên chúng tôi quyết định thử qua phiên bản nâng cao. ■ *Skiing is not very tiring, once you get the hang of it.* • Việc trượt tuyết không nhọc sức lắm, một khi bạn đã hiểu được cách để trượt. ■ *It's not difficult once you get the hang of it.* • Việc này không khó khăn lắm một khi bạn đã hiểu ra được. ■ *I can't seem to get the hang of this game.* • Tôi dường như không thể hiểu được cách chơi trò này. ■ *I never got the hang of negative numbers.* • Tôi chẳng bao giờ hiểu ra được về các số âm.

get the heave-ho hoặc *get the old heave-ho* bị ai đó chấm dứt quan hệ, hoặc bị đuổi việc ■ *If you keep coming to work late, you're going to get the old heave-ho pretty quickly.* • Nếu bạn cứ tiếp tục đi làm trễ, bạn sẽ bị đuổi việc rất nhanh thôi.

get the hots for sb → **have the hots for sb**

get the hump hoặc *take the hump* bực tức hay thất vọng về điều gì ■ *Fans get the hump when the team loses.* •

Những người hâm mộ bực tức khi đội bóng để thua.

get the jump on sb hoặc *have the jump on sb* chiếm được ưu thế so với ai nhờ đã hành động sớm hơn ■ *Getting the jump on his fellow congressmen, Larkin is expected to call for increases on tobacco and alcohol taxes in tonight's speech.* • Chiếm được ưu thế hơn các dân biểu khác, Larkin được chờ đợi là sẽ kêu gọi tăng thuế đối với thuốc lá và rượu trong bài diễn văn tối nay.

get the last laugh (on sb) → **have the last laugh (on sb)**

get the lead out (khẩu ngữ) dùng khi muốn hối thúc ai làm việc gì nhanh hơn ■ *Come on - get the lead out, or you'll be late for school!* • Thôi nào - hãy nhanh lên, nếu không con sẽ bị trễ học.

get the nod (thường dùng trong các bản tin báo chí, truyền hình...) được chính thức chọn lựa, hoặc được sự cho phép hay tán thành về điều gì ■ *Fleet-Norstar got the nod over its competitor because it was better managed and had the necessary capital.* • Fleet-Norstar được chọn lựa trước đối thủ của nó, vì nó được quản lý tốt hơn và có số vốn cần thiết. ■ *He got the nod from the team manager.* • Anh ấy được người quản lý chọn vào đội. ■ *The proposal should get the nod.* • Bản đề nghị nên nhận được sự chấp thuận.

get the old heave-ho → **get the heave-ho**

get the picture (khẩu ngữ) nắm hiểu được một tình huống mà ai đó đang mô tả hoặc giải thích ■ *Not only has the movie been remade, but now there are clothes, posters - well, you get the picture.* • Không chỉ là bộ phim được sản xuất lại, mà giờ đây còn có cả y phục, bảng quảng cáo nữa - vâng, anh đã hiểu được vấn đề rồi đó.

get the scoop (on sb) (khẩu ngữ) tìm biết được những điều quan trọng, hấp dẫn hoặc bí mật về ai đó, nhất là những chuyện liên quan đến đời tư ■ *Did you get the scoop on the new neighbours yet?* • Anh đã biết được điều gì hấp dẫn về những người hàng xóm mới hay chưa? ■ *So what's the scoop on Allie? Is she going to ask him out?* • Thế có điều gì riêng tư về Allie hả? Liệu cô ta có đề nghị anh ấy cùng đi chơi không?

get the shaft hoặc *get shafted* (khẩu ngữ) bị đối xử bất công, không công bằng ■ *I work, and I pay taxes, and I sent my kids to fight in a war. So why are people like me still getting shafted by the government?* • Tôi làm việc, tôi trả thuế, và tôi cho con đi chiến đấu trong cuộc chiến. Vậy thì, tại sao những người như tôi lại vẫn bị chính phủ đối xử bất công?

get the short end hoặc *get the short end of the stick* hoặc *be on the short end of sth* hoặc *draw the short straw* bị đối xử không công bằng, kém lợi thế hơn những người khác, hoặc bị buộc phải làm một điều không mong muốn ■ *Opponents of the proposal say it is an outrageous attempt at giving new comers the short end of the stick.* • Những người phản đối đề nghị ấy nói rằng đó là một cố gắng thô bạo nhằm vào việc đối xử bất công với những người mới đến. ■ *Many studies show rural America to be on the short end of the social and economic scale.* • Nhiều cuộc nghiên cứu cho thấy là người Mỹ ở vùng quê chịu thiệt thòi nhiều về các mặt xã hội và kinh tế. ■ *I draw the short straw and had to clean the toilets.* ● Tôi bị kém thế và buộc phải lau dọn nhà vệ sinh.

get the short end of the stick → **get the short end**

get the show on the road hoặc *keep the show on the road* khởi sự một hoạt động theo như kế hoạch, hoặc xoay xở để tiếp tục một hoạt động bất chấp những khó khăn ■ *Maybe I should give David a call and get this show on the road - we'll have to meet him in town if we want to eat before the movie.* ● Có lẽ tôi nên gọi cho David và rồi tiến hành ngay việc này - chúng ta sẽ phải gặp anh ta trong thị trấn nếu như chúng ta muốn ăn trước buổi chiếu phim.

get the skinny on hoặc *give the skinny on* (cách dùng cũ) có được hoặc đưa ra những thông tin quan trọng và hữu ích nhất về vấn đề gì ■ *Look at our sales brochure to get the skinny on our new brands of herbal tea.* ● Hãy nhìn vào sổ bán hàng của chúng ta để có được những thông tin quan trọng nhất về các nhãn hiệu trà thảo dược mới.

get the thumbs up có được sự ủng hộ, tán thành hoặc cho phép từ người có thẩm quyền ■ *Plans for the new football stadium got the thumbs up from officials today. Building will begin in April.* ● Những kế hoạch cho một sân vận động mới hôm nay đã được sự cho phép của các quan chức. Công việc xây dựng sẽ bắt đầu trong tháng Tư.

get the upper hand hoặc *gain the upper hand* hoặc *have the upper hand* nắm được quyền lực mạnh hơn và có khả năng khống chế một tình huống ■ *If the government restricts our trading, this will enable our competitors to gain the upper hand.* ● Nếu như chính phủ hạn chế việc mua bán của chúng ta, điều này sẽ cho phép các đối thủ cạnh tranh của chúng ta giành được ưu thế. ■ *Government troops have the upper hand in the offensive.* ● Quân đội chính phủ đã khống chế được vụ tấn công. ■ *Agassi briefly got the upper hand in the second set.* ● Agassi chiếm ưu thế ngắn ngủi trong hiệp nhì.

get the wheels turning → **keep the wheels turning**

get this (khẩu ngữ) dùng khi muốn bảo ai hãy lắng nghe hoặc chú ý vì người nói sắp nói ra một điều thú vị hoặc đáng quan tâm ■ *Brad asked if I was doing anything on Saturday because - get this - he has an extra ticket to the Knicks game!* ■ Brad đã hỏi xem hôm thứ Bảy tôi có làm gì không bởi vì, nghe đây, anh ta có một vé thừa xem trận đấu của đội Knicks.

get thrown in(to) the deep end → **be thrown in(to) the deep end**

get to first base (khẩu ngữ) 1.chỉ đạt được thành quả đầu tiên, kết quả ban đầu, và không có tiến triển gì thêm nữa (thường dùng ở dạng phủ định) ■ *Too often, film producers don't even get to first base because they can't find a good scriptwriter.* ● Thường khi các nhà sản xuất phim truyện không đạt được ngay cả một kết quả sơ khởi chỉ vì họ không tìm được người viết kịch bản tốt. 2.dùng để nói về mối quan hệ tình cảm giữa hai người khác phái, chỉ đi đến chỗ hôn nhau và dừng lại ở đó, không có hành vi tình dục nào khác nữa ■ *Did you get to first base with Tricia last* *night?* • Tối qua cậu và Tricia đã hôn nhau chưa?

get to grips with sth hoặc *come to grips with sth* bắt đầu hiểu được một vấn đề khó khăn và tìm cách giải quyết vấn đề ấy ■ *Counselors can help students come to grips with issues ranging from homesickness to sports injuries.* • Các vị cố vấn có thể giúp sinh viên hiểu và giải quyết được những vấn đề từ nhớ nhà cho đến các chấn thương thể thao. ■ *I'm slowly getting to grips with that language.* • Tôi bắt đầu hiểu ra và học được ngôn ngữ ấy một cách chậm chạp. ■ *They have so far failed to come to grips with the ecological problems.* • Cho đến nay họ vẫn thất bại trong việc hiểu và giải quyết các vấn đề khó khăn về sinh thái.

get to the bottom of sth tìm hiểu nguyên nhân thật sự của một rắc rối hay một tình trạng, nhất là khi điều này khó khăn và mất nhiều thời gian ■ *The police never did get to the bottom of Dick's involvement in the land sale.* • Cảnh sát chẳng bao giờ biết được sự thật về mối liên quan của Dick trong vụ mua bán đất. ■ *I won't rest until I've got to the bottom of this!* • Tôi sẽ không nghỉ ngơi cho đến khi nào tôi tìm ra được nguyên nhân thật sự của việc này.

get too big for one's britches hoặc *be too big for one's britches* quá tự cao, tự cho mình là quan trọng và xem thường những người khác ■ *Jason's been acting a little too big for his britches ever since he made the football team.* • Jason đã trở nên hơi tự cao kể từ khi anh ta thành lập đội bóng. - **britches** là một cách viết khác của *breeches*, chỉ cho một loại quần có ống ngắn vừa phủ tới đầu gối, hoặc cũng chỉ chung cho các loại quần dài.

get under one's feet hoặc *be under one's feet* gây bực bội cho ai vì cắt ngang hoặc cản trở công việc, hoặc làm mất sự hứng thú ■ *Dad always yells at us if we get under his feet when he comes home from work.* • Cha tôi luôn luôn quát mắng chúng tôi nếu chúng tôi gây cản trở cho ông lúc ông đi làm về. ■ *The children have been under my feet all day.* • Lũ trẻ làm vướng chân tôi suốt ngày. ■ *I don't want you kids under my feet while I'm cooking.* • Mẹ không muốn bọn trẻ các con làm vướng chân khi mẹ đang nấu ăn.

get under one's skin 1. làm bực mình, gây khó chịu cho ai ■ *We should let Josh work with someone else - I think Andy's beginning to get under his skin.* • Chúng ta nên để cho Josh làm việc với một người nào khác - tôi nghĩ là Andy đang bắt đầu làm cho anh ta khó chịu. 2. hấp dẫn, lôi cuốn sự quan tâm của ai, nhất là vì những lý do không sao hiểu được ■ *My two-year-old niece was making me crazy for the first few days, but after a week she managed to get under my skin.* • Con cháu gái 2 tuổi của tôi đã làm cho tôi muốn nổi khùng lên trong mấy ngày đầu tiên, nhưng sau đó một tuần nó đã lôi cuốn sự yêu thích của tôi một cách kỳ lạ.

get under way hoặc *be under way* nói về một kế hoạch, dự án hay sự kiện bắt đầu xảy ra hoặc bắt đầu được tiến hành ■ *Though the new water treatment plant is well under way, the city is still encouraging residents to conserve water.* • Mặc dù nhà máy lọc nước mới đã được tiến hành xây dựng, thành phố vẫn khuyến khích cư dân sử dụng tiết kiệm nước.

get up a head of steam → **build up a head of steam**

get up on the wrong side of the bed tức giận, bực bội dù không có nguyên nhân gì ▪ *Boy, Diane's really cranky today. She must have gotten up on the wrong side of the bed.* • Này bạn, Diane hôm nay rất cáu gắt. Cô ta hẳn là đã bực bội mà không rõ nguyên nhân. - Thành ngữ này trước kia vốn là *get out of bed the wrong way*, xuất phát từ một niềm tin trong dân gian rằng: nếu khi thức dậy bạn đặt chân trái xuống giường trước, bạn sẽ gặp xui xẻo trong suốt ngày hôm đó.

get what's coming to nhận lãnh hậu quả đích đáng của một việc làm xấu ▪ *Anybody who throws stones at policemen should know that he's going to get what's coming to him.* • Bất cứ ai ném đá vào cảnh sát cần biết rằng họ sẽ phải nhận lãnh hậu quả đích đáng cho việc làm đó.

get wind of sth tìm biết được điều gì mà người khác muốn giữ bí mật hoặc chuyện riêng tư, nhất là chỉ tình cờ hoặc biết được một cách không chính thức ▪ *When neighbours got wind of the development plans, they formed a committee to protest.* • Khi những người trong vùng nghe biết được về những kế hoạch phát triển xây dựng, họ thành lập một nhóm đại diện để phản đối.

get wise to hoặc *be wise to* (khẩu ngữ) nhận ra việc ai đó đang làm điều gì không trung thực ▪ *She used to meet him secretly, until her parents got wise to what was going on.* • Cô ta vẫn thường gặp gỡ anh ấy một cách bí mật, cho đến khi cha mẹ cô nhận biết được chuyện gì đang xảy ra.

get with the program (khẩu ngữ) dùng khi muốn bảo ai hãy bắt đầu chú ý hoặc thực hiện phần nhiệm vụ của mình ▪ *Some guys may think they're on the team already. But those guys better get with the program - there may be changes between now and the start of spring training.* • Một số người có thể nghĩ là họ đã được vào đội bóng rồi. Nhưng những người ấy tốt hơn là nên có sự chú ý thận trọng - có thể có những thay đổi từ nay cho đến khi bắt đầu đợt luyện tập mùa xuân.

get worked up about sth → **all worked up (over sth)**

get your ducks in a row tổ chức mọi việc theo cách để có thể kiểm soát được một tình huống ▪ *Carla was chosen to lead the project bacause she has no trouble getting her clucks in a row.* • Carlo được chọn để đứng đầu dự án bởi vì cô không gặp khó khăn gì trong việc tổ chức tốt mọi việc. (- nghĩa là cô ta làm việc ấy rất dễ dàng)

get-go → **from the get-go**

getting → **be getting on**

getting → **be getting there**

getting above oneself (thông tục) bắt đầu có trở nên tự cao, ngạo mạn ▪ *You'll have to watch Amanda - she's getting above herself these days.* • Bạn phải lưu ý đến Amanda, gần đây cô ấy bắt đầu trở nên ngạo mạn lắm.

getting warm dùng khi muốn nói ai đó đã đoán được gần đúng sự thật ▪

"What's in the box? Is it a CD player?" "No, but you're getting warm. It is something electric." • "Cái gì trong hộp vậy? Có phải là một máy hát đĩa CD không?" "Không, nhưng anh đã đoán gần đúng rồi. Đó là một món đồ điện."

ghost → as white as a ghost

ghost → give up the ghost

ghost → not have a ghost of a chance

gift → don't look a gift horse in the mouth

gift of (the) gab có tài ăn nói làm hài lòng hoặc thuyết phục được người khác ■ *Ratliff is a big man with a ready smile and an engaging gift of gab.* • Ratliff là một người đàn ông to lớn với nụ cười luôn sẵn có và một tài ăn nói lôi cuốn. ■ *Joe's got the gift of the gab - he can sell anything.* • Joe thật khéo ăn nói - anh ta có thể bán được bất cứ món gì. (thuyết phục người khác mua của anh ta)

GIGO → garbage in, garbage out

gild the lily cố gắng làm cho tốt đẹp hơn nữa điều gì vốn đã tốt đẹp rồi, vì thế không ích gì mà thường làm hỏng mất sự tốt đẹp đã có ■ *My mother persuaded me that wearing all six medals on my unifrom was gilding the lily a little.* • Mẹ tôi thuyết phục tôi rằng việc đeo hết cả 6 tấm huân chương lên bộ đồng phục sẽ không làm đẹp hơn chút nào. ■ *Some people add a little brandy to the recipe but I feel this is gilding the lily.* • Một số người cho thêm ít rượu mạnh vào công thức, nhưng tôi cảm thấy như vậy không tốt hơn mà làm nó hỏng đi.

gill → green around the gills

gill → to the gills

gird one's loins hoặc **gird up one's loins** cách nói hài hước có nghĩa là đã sẵn sàng làm điều gì khó khăn ■ *It was time to gird up my loins and do battle with over-excited parents, all desperate for their child to be a star.* • Đã đến lúc tôi phải sẵn sàng để đối phó với các bậc cha mẹ quá khích, tất cả đều khao khát mong con họ trở thành một ngôi sao. ■ *The company is girding its loins for a plunge into the overseas market.* • Công ty đang sẵn sàng cho một đợt tham gia vào thị trường ngoài nước. ■ *The army is girding its loins for a renewed assault by the rebels.* • Quân đội đang sẵn sàng để đối phó với một đợt tái phản công của quân nổi loạn.

gird up one's loins → gird one's loins

girl → the boy next door

give → don't give a hoot

give → don't give me that

give → don't quit one's day job

give → food for thought

give → given half a chance

give → I'll give sb that

give → let sb have (it with) both barrels

give → not give a (flying) fuck

give → not give a fig about

give → not give a shit

give → not give sb the time of day

give → three guesses

give → what gives

give 'em hell (khẩu ngữ) dùng để khuyến khích ai hoặc bày tỏ sự ủng hộ trước khi người ấy bắt đầu một công việc khó khăn hoặc một cuộc tranh tài

■ *Don't worry, you'll be OK. Just go in there, be confident, and give 'em hell.* ● Đừng lo, bạn sẽ không sao đâu. Chỉ cần đi vào đó, hãy tự tin, và không sợ gì cả.

give a good account of oneself hoặc *give a poor account of oneself* thực hiện điều gì một cách rất tốt đẹp hoặc rất tồi tệ ■ *The team gave a good account of themselves in the match on Saturday.* ● Đội bóng chơi rất hay trong trận đấu hôm thứ Bảy. ■ *We gave a good account of ourselves, coming second overall.* ● Chúng tôi chơi rất hay, về nhì trong bảng xếp hạng chung. ■ *In spite of a lot of training, she gave a poor account of herself in the game.* ● Bất chấp rất nhiều công phu rèn luyện, cô ta chơi rất tồi trong trận đấu.

give a poor account of oneself → **give a good account of oneself**

give and take 1. nhân nhượng giữa đôi bên, khi mỗi bên đều đồng ý cho phép phía bên kia có được một số trong những điều họ yêu cầu ■ *Successful negotiations involve a complex process of give and take.* ● Những cuộc thương thuyết thành công liên quan đến một tiến trình phức tạp của sự nhượng bộ lẫn nhau. ■ *If the dispute is to be resolved there must be some give and take.* ● Nếu cuộc tranh cãi được giải quyết, chắc chắn là phải có một số nhân nhượng. ■ *Marriage is a give-and-take relationship.* ● Hôn nhân là một mối quan hệ nhân nhượng lẫn nhau. 2. sẵn lòng chấp nhận những điều người khác muốn và từ bỏ những gì mình muốn ■ *You're going to have to learn to give and take.* ● Bạn sẽ phải học để biết cách chấp nhận và quên mình.

give as good as you get nói hay làm điều gì có tác động đến đối thủ trong một cuộc tranh tài không thua kém so với những gì đối thủ đã làm đối với mình - ăn miếng trả miếng ■ *If you work for Barnes, you have to be able to give as good as you get in a meeting.* ● Nếu bạn làm việc cho Barnes, bạn phải có khả năng đối đáp hiệu quả trong một cuộc họp. ■ *She can give as good as she gets.* ● Cô ta có thể ăn miếng trả miếng không thua kém.

give birth (to) 1. *(sb)* nói về người mẹ, sinh ra con ■ *She died shortly after giving birth.* ● Cô ấy chết không lâu sau khi sinh con. ■ *Mary gave birth to a healthy baby girl.* ● Mary sinh ra một bé gái khỏe mạnh. 2. *(sth)* khai sinh, sản sinh ra cái gì ■ *It was the study of history that gave birth to the social sciences.* ● Chính việc nghiên cứu lịch sử đã sản sinh ra khoa học xã hội.

give chase chạy đuổi theo rất nhanh để bắt kịp ai ■ *We gave chase along the footpath.* ● Chúng tôi chạy thật nhanh đuổi theo trên con đường mòn nhỏ. ■ *The man ran out and Darnell gave chase.* ● Người đàn ông bỏ chạy và Darnell rượt đuổi nhanh theo.

give credit where credit is due khen ngợi, biểu dương hoặc chính thức cảm ơn ai vì những việc đã làm của họ xứng đáng được như vậy ■ *We must give credit where credit is due. Thank you very much, Sally.* ● Chúng tôi phải biểu dương những gì xứng đáng. Cảm ơn bạn rất nhiều, Sally. ■ *Let's give credit where credit is due. Mary is the one who wrote the report, not Jane.* ● Chúng ta hãy biểu dương cho đúng người xứng đáng. Chính Mary là người đã viết bài tường thuật, không phải Jane.

give free rein to sth → **give sb free rein**

give ground → **lose ground**

give it to me straight (khẩu ngữ) dùng để bảo ai đó hãy nói ra điều gì một cách thẳng thắn và trung thực, cho dù đó là chuyện không vui ■ *Give it to me straight, Lee - are we still getting married?* ● Hãy cứ nói thật với tôi đi, Lee - chúng ta vẫn cưới nhau chứ?

give me a break (khẩu ngữ) dùng để tỏ ra không thể tin được điều ai vừa nói ra ■ *"It took me almost an hour to finish." "Oh, give me a break, there's no way it took that long."* ● "Tôi đã mất gần một giờ để hoàn tất việc ấy." "Ồ! Không thể tin được. Việc ấy không có cách nào kéo dài đến như vậy."

give me five (khẩu ngữ) dùng khi muốn bày tỏ với ai sự vui thích, hài lòng vì người nói vừa thành công trong việc gì đó, hoặc vì rất vui được gặp người đối diện (thành ngữ này được dùng kèm theo với việc đưa bàn tay xòe ra và đập mạnh vào bàn tay của người đối diện, như một dấu hiệu chia sẻ niềm vui với nhau. Vì thế, người nghe câu này cũng sẽ ứng xử tương tự bằng cách đưa bàn tay xòe ra) ■ *We did it - give me five!* ● Chúng ta làm được rồi - Hoan hô! ■ *Welcome home - Give me five!* ● Chào mừng đã trở về - Hoan nghênh!

give me some skin hoặc *slip me some skin* (khẩu ngữ) dùng khi chào hỏi ai một cách mừng rỡ, kèm theo với việc hai người đập bàn tay vào nhau để tỏ sự vui mừng ■ *What's happening, man? Give me some skin!* ● Chuyện gì xảy ra vậy, anh bạn? Gặp anh thật là vui!

give me sth any day (khẩu ngữ) dùng khi muốn nói là thích điều gì đó hơn một điều khác ■ *It's too quiet in the country - give me a noisy, dirty city any day.* ● Miền quê thật yên tĩnh quá - tôi thích chốn thị thành ồn ào bụi bặm hơn.

give me strength (khẩu ngữ) bày tỏ sự bực mình về điều gì ■ *"I'll only go with you if you let me drive." "Give me strength!"* ● "Tôi sẽ đi với anh nếu như anh để cho tôi lái xe." "Đừng làm tôi bực mình thế."

give more bang for one's buck hoặc *offer more bang for one's buck* hoặc *provide more bang for one's buck* mang lại hiệu quả cao nhất xét theo chi phí ■ *In terms of giving your store more character, music gives you the biggest bang for your buck.* ● Để tạo thêm nét đặc sắc cho cửa hàng của bạn thì sử dụng âm nhạc là có hiệu quả nhất.

give no quarter hoặc *ask no quarter* cứng rắn trong một cuộc cạnh tranh, không thương xót và cũng không chờ đợi được đối thủ thương xót ■ *In the second half of the game, the defense gave no quarter, and the result led to a victory for the Bears.* ● Trong hiệp hai của trận đấu, hàng phòng thủ chơi hết sức quyết liệt, và kết quả dẫn đến là một chiến thắng cho đội Bears.

give one's eye teeth to do sth dùng để nhấn mạnh sự mong muốn, ưa thích điều gì, sẵn sàng đánh đổi bất cứ điều gì để có được ■ *Wouldn't most women give their eye teeth to be married to a moviestar?* ● Hầu hết phụ nữ ai lại không sẵn lòng đánh đổi tất cả để được kết hôn với một ngôi sao điện ảnh? ■ *I'd give my eye teeth to own a car like that.* ● Tôi dám đánh đổi bất cứ điều gì để được sở hữu một chiếc xe hơi như thế. (tôi rất ưa thích nó)

give oneself a pat on the back → **pat oneself on the back**

give or take gần đúng, xấp xỉ trong một phạm vi được nói đến ■ *He lived 2,000 years ago, give or take a few centuries.* ● Ông ta đã sống cách đây 2.000 năm, xê xích khoảng một vài thế kỷ. ■ *The virus is a hundred thousand times smaller, give or take, than a human cell.* ● Loại vi-rút này nhỏ hơn xấp xỉ 100.000 lần so với một tế bào của con người. ■ *It'll take about three weeks, give or take a day or so.* ● Việc ấy sẽ mất chừng 3 tuần lễ, xê xích trong khoảng hơn kém một ngày. ■ *Each talk lasts half an hour, give or take five minutes.* ● Mỗi cuộc nói chuyện kéo dài khoảng nửa giờ, hơn kém chừng 5 phút.

give sb a (big) pat on the back → **pat sb on the back**

give sb a big hand (khẩu ngữ) đề nghị khán giả, cử tọa... vỗ tay hoan nghênh một người nào ■ *Tonight we have a new young singer, Stephen Pirelli - give him a big hand, ladies and gentlemen.* ● Tối nay, chúng ta có một ca sĩ trẻ mới, Stephen Pirelli - xin quý vị cho một tràng pháo tay hoan nghênh anh. ■ *Ladies and gentlemen, give a big hand for our special guests tonight...* ● Quý ông quý bà, xin cho một tràng pháo tay hoan nghênh các vị khách đặc biệt của chúng ta tối nay...

give sb a black eye hoặc *get a black eye with sb* (cách dùng cũ) làm điều gì gây hại cho người mà mình không thích, bằng cách khiến cho họ trở nên yếu ớt hoặc ngốc nghếch ■*The army gave the guerrillas a black eye by attacking* them frequently with heavy guns. ● Quân đội gây thiệt hại cho quân du kích bằng cách thường xuyên tấn công bằng súng lớn. ■*The spokesman said the settlement was offered only to resolve the matter quickly before the company got a black eye with consumers.* ● Người phát ngôn nói rằng thỏa thuận được đưa ra chỉ nhằm giải quyết nhanh chóng vấn đề trước khi công ty bị thiệt hại bởi những người tiêu thụ.

give sb a blank check cho phép ai được toàn quyền hành động theo những gì họ cho là đúng đắn hoặc cần thiết trong một tình huống cụ thể ■ *The senators said that they could not give the President a blank check to go to war.* ● Các vị thượng nghị sĩ đã nói rằng họ không thể cho phép Tổng thống toàn quyền gây chiến.

give sb a break 1. dùng để bảo ai đó hãy thôi đừng buộc người khác phải làm điều gì, hoặc đừng chỉ trích, phê phán nữa, thường là để cho người ấy có điều kiện sửa sai, phục thiện - cho ai một cơ hội ■ *Come on, give him a break. It's only his second day on the job.* ● Thôi đi, hãy cho anh ấy một cơ hội. Chỉ mới là ngày thứ hai của anh ta trong công việc này. ■ *It's time the national press gave her a break.* ● Đã đến lúc giới báo chí trong nước phải cho cô ấy một cơ hội. (đừng tiếp tục phê phán, chỉ trích gay gắt nữa.) 2. làm điều gì để giúp đỡ ai ■ *A nurse visits once a week to give Jessica's mother a break.* ● Một cô y tá đến viếng mỗi tuần một lần để giúp đỡ mẹ của Jessica.

give sb a bum steer đưa ra cho ai những thông tin sai lệch ■ *Whoever gave you this tax information gave you a bum* steer - it's all wrong. ● Bất cứ ai mà đã cho anh những thông tin về thuế này đã cố ý đưa ra thông tin sai lệch - tất cả đều hoàn toàn sai sự thật.

give sb a buzz (khẩu ngữ) gọi điện thoại cho ai ■ *I'll give you a buzz on Monday, OK?* ● Tôi sẽ gọi điện thoại cho anh vào thứ Hai, được không? ■ *She said she'd give me a buzz tomorrow.* ● Cô ấy đã nói là ngày mai sẽ gọi điện thoại cho tôi.

give sb a clean bill of health (thường nói về nhận xét của bác sĩ) cho ai biết là họ hoàn toàn khỏe mạnh ■ *The doctors said they wouldn't give him a clean bill of health until he quit drinking.* ● Các bác sĩ nói là họ sẽ không xác nhận tình trạng sức khỏe tốt cho đến khi nào anh ta bỏ rượu.

give sb a dirty look nhìn ai với vẻ tức giận hoặc tỏ ra không thích ■ *My aunt's friends always used to give me dirty looks when I brought my kids over because they knew I wasn't married.* ● Các bạn của cô tôi vẫn thường nhìn tôi với vẻ không hài lòng khi tôi mang con cái đến, vì họ biết tôi chưa kết hôn.

give sb a fighting chance tạo cho ai một cơ hội sống còn ■ *Teaching the public about the dangers of drinking while pregnant will give future babies a fighting chance at a healthy life.* ● Giáo dục cho công chúng về những mối nguy hiểm của việc uống rượu bia trong khi mang thai sẽ tạo cho các em bé trong tương lai cơ hội sống còn với một đời sống khỏe mạnh.

give sb a flying start → **give sth a flying start**

give sb a free hand cho phép ai được tự do hành động theo cách của họ, không có sự bắt buộc ■ *The board gave me a free hand with recruitment, and promised to support any decision I made.* ● Ủy ban đã cho phép tôi hoàn toàn tự do trong việc tuyển dụng, và hứa sẽ ủng hộ bất cứ quyết định nào của tôi. ■ *I was given a free hand in designing the syllabus.* ● Tôi được cho phép tự do hoạch định chương trình học.

give sb a green light → **give sb the green light**

give sb a hand hoặc *give sb a helping hand* hoặc *lend sb a helping hand* giúp ai một phần công việc mà họ đang cố thực hiện ■ *Sue said she could come over today and lend a hand getting the turkey into the oven.* ● Sue nói là hôm nay cô ấy có thể sẽ ghé lại và giúp một tay trong việc cho gà tây vào lò. ■ *Can you give me a hand with these boxes?* ● Anh có thể giúp tôi một tay mang mấy cái hộp này được không?

give sb a hard time → **bust one's balls**

give sb a hard time chỉ trích, phê phán hoặc la mắng ai rất nhiều, hoặc gây ra nhiều khó khăn, rắc rối cho ai ■ *My parents have been giving me a hard time about finding a job.* ● Cha mẹ tôi đã la mắng tôi rất nhiều về việc tìm việc làm.

give sb a head start mang lại cho ai một lợi thế ngay từ lúc khởi đầu việc gì ■*Give your child a head start by sending her to nursery school.* ● Hãy mang lại cho con bạn một lợi thế khởi đầu bằng cách gởi con bé đến nhà nuôi dạy trẻ. ■ *Being able to speak French gave her a head start over the other candidates.* ● Khả năng nói được tiếng Pháp cho cô ta một lợi thế ngay từ đầu vượt hơn các ứng viên khác.

give sb a helping hand → **give sb a hand**

give sb a lot of rope → **give sb enough rope (and they'll hang themselves)**

give sb a piece of one's mind nói thẳng với ai về sự tức giận của mình và giải thích lý do ■ *I'm going to give that woman a piece of my mind. She can't just go around picking flowers from people's gardens.* ● Tôi sẽ nói thẳng cho người phụ nữ ấy biết là tôi tức giận như thế nào. Bà ta không thể cứ đi quanh và hái hoa trong vườn người khác.

give sb a run for one's money thi đấu rất hay với ai trong một môn thể thao, cho dù người đó là đối thủ giỏi hơn rất nhiều và nắm chắc phần thắng ■ *Reinach said, "I couldn't believe it - this was my first time at Wimbledon and suddenly I was winning the first set and giving Martina a run for her money."* ● Reinach nói: "Tôi thật không thể tin nổi - đây là lần đầu tiên tôi chơi ở giải quần vợt Wimbledon và bất ngờ tôi thắng được ván đầu tiên, chơi thật hay với Martina."

give sb a shot (at) để cho ai có dịp cố gắng làm điều gì, nhất là một điều khó khăn ■ *She's a young actress, but directors decided to give her a shot at the lead role.* ● Cô ta là một diễn viên trẻ, nhưng các đạo diễn đã quyết định cho cô có dịp thử qua một vai chính.

give sb a taste of their own medicine hoặc **give sb a dose of their own medicine** đối xử tồi tệ với ai theo cách giống như người ấy đã đối xử với mình ■ *After years of being humiliated by my husband's affairs, I decided to give him a dose of his own medicine.* ● Sau nhiều năm bị khinh miệt bởi những vụ lăng nhăng của chồng mình, tôi quyết định cho ông ta nếm mùi tương tự.

give sb a tongue-lashing nặng lời với ai một cách giận dữ và dai dẳng vì đã làm điều gì sai trái ■ *Fabrese was rarely moved to anger, but on this occasion he gave Harrison an hour-long tongue-lashing.* ● Fabrese rất hiếm khi nổi giận, nhưng lần này anh ta đã nặng lời với Harrison trong suốt một giờ đồng hồ.

give sb a wide berth hoặc **give sth a wide berth** tránh né ai hoặc điều gì ■ *Doyle's team gave Frances a wide berth when she arrived in Phoenix for discussions.* ● Nhóm của Doyle cố ý tránh mặt Frances khi cô ta đến Phoenix để tiến hành các cuộc thảo luận.

give sb an earful nói với ai những điều họ không muốn nghe, thường là dai dẳng và gây bực mình ■ *Dad called the phone company and gave them an earful about long-distance rates going up again.* ● Cha tôi gọi cho công ty điện thoại và than phiền hồi lâu về việc giá cước đường dài lại tăng thêm lần nữa.

give sb an inch (and he will take a mile) sự nhân nhượng việc nhỏ thường dẫn đến những yêu sách lớn hơn ■ *Give a negotiator like Travis an inch, and he's going to take a mile.* ● Nhân nhượng đôi chút với một người thương thuyết như Travis sẽ chỉ dẫn đến những đòi hỏi lớn hơn. ■ *Don't you give those kids an inch, or they'll end up doing whatever they like.* ● Đừng có nhân nhượng với lũ trẻ ấy, nếu không thì cuối cùng chúng sẽ làm bất cứ chuyện gì chúng muốn.

give sb both barrels → let sb have (it with) both barrels

give sb carte blanche cho phép ai toàn quyền hành động trong một tình huống cụ thể nào đó ■ *Lisa's boss gave her carte blanche to spend any amount for the company's annual party.* ● Ông chủ của Lisa cho phép cô toàn quyền trong việc chi tiêu cho bữa tiệc thường niên của công ty.

give sb credit (for sth) thừa nhận ai đã làm tốt điều gì, nhất là trong một tình huống người ấy đã làm những việc khác không hoàn hảo hoặc người nói không thích vì những lý do khác ■ *Daria does a lot more around the office than she's given credit for.* ● Daria làm nhiều việc ở văn phòng hơn là so với những gì cô ấy đã được thừa nhận.

give sb enough rope (and they'll hang themselves) hoặc *give sb a lot of rope* loại bỏ ai bằng cách thả lỏng cho họ làm bất cứ điều gì họ muốn và chờ đợi những sơ hở hoặc lỗi lầm để triệt hạ ■ *That woman causes too much trouble. One of these days they'll give her just enough rope to hang herself with.* ● Người phụ nữ ấy gây ra quá nhiều rắc rối. Không bao lâu nữa bọn họ sẽ tìm cách loại bỏ bà ta thôi.

give sb free rein hoặc *give sth free rein* hoặc *allow sb free rein* hoặc *allow sth free rein* 1. giao quyền tự do hành động cho ai, nhất là làm việc gì thay cho mình và được trọn quyền quyết định ■ *Daley gave his police force free rein to crack down on protesters.* ● Daley cho lực lượng cảnh sát được trọn quyền hành động để đập tan những người phản kháng. 2. hoặc *give free rein to sth* buông thả hoàn toàn cảm xúc, ý muốn... không kiềm chế ■ *Children would prefer to give free rein to their tendency to be dirty and messy.* ● Trẻ con thường thích được buông thả hoàn toàn theo khuynh hướng dơ bẩn và bừa bãi của chúng.

give sb grief chỉ trích hoặc than phiền ai vì bực tức ■ *Even McNeil's father was giving him grief about dropping the pass that could have won them the game.* ● Ngay cả cha của McNeil cũng bực tức phàn nàn anh ta về việc bỏ lỡ đường chuyền mà lẽ ra đã mang lại chiến thắng cho họ.

give sb hell 1. (khẩu ngữ) quát mắng ai vì tức giận hay quy lỗi cho người ấy đã làm điều gì ■ *"What did you do when Brian told you what he'd done?" "I gave him hell."* ● "Anh đã làm gì khi Brian kể với anh về những gì anh ta đã làm?" "Tôi mắng cho hắn ta một trận." ■ *Dad will give us hell when he sees that mess.* ● Cha sẽ quát mắng chúng ta một trận khi ông nhìn thấy cảnh bừa bãi này. ■ *Caroline would give me hell if she thought I'd lied.* ● Caroline hẳn sẽ mắng cho tôi một trận nếu cô ấy nghĩ là tôi đã nói dối. 2. làm cho ai rất khó chịu, không hài lòng ■ *He used to give his mother hell when he was a teenager.* ● Khi anh ta còn ở tuổi thiếu niên, anh ta vẫn thường gây phiền toái cho mẹ mình. ■ *My new shoes are giving me hell.* ● Đôi giày mới làm cho tôi khó chịu quá. (chẳng hạn như quá chật)

give sb one's due khách quan đưa ra nhận xét đối với ai bằng cách thừa nhận những mặt tốt của họ, cho dù có

nhiều điểm xấu ■ *We have to give Hottman his due. He was a good leader and improved the quality of education at our college.* ● Chúng ta phải nhận xét khách quan đối với Hottman. Ông ta là một người lãnh đạo tốt và đã cải thiện được chất lượng giáo dục của trường chúng ta.
→ ***give the devil his due***

give sb one's head nói về người có thẩm quyền, cho phép ai đó ở cấp dưới mình được quyền quyết định cách thức giải quyết trong một tình huống ■ *We thought we'd take a risk, give him his head, and see what happened.* ● Tôi nghĩ chúng ta có thể chấp nhận rủi ro, cho phép anh ta toàn quyền hành động, và để xem điều gì xảy ra.

give sb one's word nghiêm túc hứa hẹn với ai là sẽ làm điều gì ■ *Ray, I have to tell somebody, but you have to give me your word you won't tell anyone else.* ● Ray, tôi phải nói với người khác, nhưng bạn phải hứa chắc với tôi là sẽ không nói với bất cứ ai khác đấy.

give sb pause (for thought) buộc ai phải ngừng một việc làm và suy nghĩ lại, nhất là khi đang làm điều gì vẫn nghĩ là đúng đắn ■ *When we look more closely at the movies our children are watching, we see images of violence that give us pause.* ● Khi chúng ta quan sát kỹ hơn những bộ phim mà con cái chúng ta đang xem, chúng ta thấy những hình ảnh bạo lực khiến chúng ta phải suy nghĩ lại.

give sb shit (khẩu ngữ) nói chuyện với ai theo cách xúc phạm, chẳng hạn như nói dối, chỉ trích hoặc gây thương tổn cho người ấy ■ *I'm an experienced news cameraman, and if reporters give me shit, I can easily make them look stupid.* ● Tôi là một người quay phim thời sự nhiều kinh nghiệm, và nếu các phóng viên xúc phạm đến tôi, tôi có thể dễ dàng làm cho họ trở thành ngốc nghếch. ■ *"I was at Carla's last night, Dad." "Don't give me that shit. I called her mother, and she said you were both out."* ● "Tối qua con ở nhà Carla, thưa cha." "Đừng có nói dối với ta như thế. Ta đã gọi cho mẹ của nó, và bà ấy nói rằng cả hai đứa đều đi chơi rồi."

give sb the benefit of the doubt chấp nhận đặt niềm tin, gạt bỏ sự nghi ngờ đối với ai, cho dù biết rằng người ấy có thể đang nói dối, vì không có bằng chứng gì về sự nói dối đó ■ *"Do you think she's lying?" "I'm not sure, but I'm prepared to give her the benefit of the doubt for now."* ● "Anh có nghĩ là cô ấy đang nói dối không?" "Tôi không chắc lắm, nhưng hiện giờ thì tôi tạm thời phải tin lời cô ấy." ■ *They may have been lying, but I felt I had to give them the benefit of the doubt.* ● Có thể là bọn họ đang nói dối, nhưng tôi cảm thấy phải tạm thời tin lời họ thôi.

give sb the bird hoặc ***flip sb the bird*** tỏ rõ sự giận dữ với ai bằng cách đưa bàn tay với ngón giữa chỉ ra và các ngón khác nắm lại, một dấu hiệu được xem là xúc phạm nặng nề. ■ *That guy in the blue coat just gave me the bird. What's his problem?* ● Cái gã mặc áo khoác xanh kia vừa ra vẻ giận dữ với tôi. Hắn có vấn đề gì thế?

give sb the boot (khẩu ngữ) sa thải hoặc chấm dứt quan hệ với ai ■ *It was not entirely her fault, but they gave her the boot anyway.* ● Không phải hoàn toàn là lỗi của cô ấy, nhưng dù sao họ cũng đã sa thải cô. ■ *He should have been given* *the boot years ago.* • Hắn ta lẽ ra nên bị sa thải từ nhiều năm trước đây. ■ *He was useless, and soon was given the boot.* • Anh ta thật vô dụng, và không bao lâu đã bị sa thải.

give sb the brush-off nói với ai một cách không lịch sự rằng người nói không muốn kết bạn hoặc dính dấp gì với họ ■ *Most of the doctors she has seen about her problem have just given her the brush-off.* • Hầu hết các bác sĩ mà cô ấy đã tìm gặp về vấn đề của cô đều thẳng thừng từ chối.

give sb the creeps làm cho ai phải hết sức lo lắng, sợ sệt ■ *Don't leave me alone with Harvey. That guy gives me the creeps.* • Đừng bỏ tôi lại một mình với Harvey. Gã ấy làm tôi sợ phát khiếp. ■ *This old house gives me the creeps.* • Căn nhà cũ này làm tôi sợ phát khiếp.

give sb the eye 1. nhìn ai với ánh mắt tình tứ, bộc lộ sự ham muốn tình dục ■ *When I see someone I really like, I give her the eye that inquires, "What do you think?"* • Khi tôi nhìn thấy người tôi thật sự thích, tôi nhìn cô ta với ánh mắt dò hỏi: "Em nghĩ sao?" 2. nhìn ai theo cách bộc lộ sự bực tức, giận dữ với người ấy ■ *Sampras is giving Spaniard the eye. I think he's beginning to get annoyed.* • Sampras đang nhìn Spaniard với ánh mắt khó chịu. Tôi nghĩ anh ta đã bắt đầu bực mình.

give sb the green light hoặc *give sth the green light* hoặc *give sb a green light* hoặc *give sth a green light* đồng ý cho phép ai làm điều gì theo dự tính của họ, hoặc theo như đã xin phép - bật đèn xanh ■ *By that time, Congress had given him the green light to begin negotiations.* • Vào thời điểm đó, Quốc hội đã bật đèn xanh cho ông ta bắt đầu các cuộc thương thuyết.

give sb the hairy eyeball (cách dùng cũ) nhìn ai với ánh mắt nghiêm khắc vì không tán đồng việc người ấy đang làm ■ *We'd better stop, the teacher's giving us the hairy eyeball.* • Tốt hơn là chúng ta nên thôi đi, thầy giáo đang đưa mắt cảnh cáo chúng ta kìa.

give sb the heave-ho hoặc *give sb the old heave-ho* (khẩu ngữ) chấm dứt một mối quan hệ với ai, hoặc buộc ai thôi việc ■ *I wouldn't blame her if she got fed up with Danny and gave him the heave-ho.* • Tôi sẽ không quy lỗi cho cô ấy, nếu như cô ấy thấy chán Danny và chấm dứt quan hệ với anh ta.

give sb the old heave-ho → **give sb the heave-ho**

give sb the run-around tránh né không đưa ra một câu trả lời dứt khoát, nhất là khi được ai đó đề nghị làm điều gì ■ *I sent a fax because I was just given the run-around when I called them.* • Tôi gửi một bức fax, bởi vì tôi chỉ nhận được câu trả lời tránh né khi tôi gọi điện cho họ. ■ *I told Mike this morning I was tired of getting the run-around and wanted answers to my questions.* • Sáng nay tôi nói với Mike là tôi đã chán ngấy những lối nói loanh quanh và tôi muốn có câu trả lời cho những câu hỏi của tôi.

give sb the shirt off one's back nói về người rất rộng rãi, hào phóng và sẵn sàng giúp đỡ hết mình ■ *Malcolm is the kind of guy who'd give you the shirt off his back.* • Malcolm là kiểu người rất hào phóng, sẵn sàng giúp đỡ bạn với tất cả những gì anh ta có. ■ *Margaret* was very friendly and helpful to everyone. She would give you the shirt off her back. • Margaret rất thân thiện và sẵn sàng giúp đỡ mọi người. Cô ấy sẽ giúp bạn với tất cả những gì có thể được.

give sb the shivers làm cho ai cảm thấy lo lắng, bối rối hoặc sợ hãi ▪ *I don't like being alone in this building at night - it gives me the shivers.* • Tôi không thích ở một mình trong ngôi nhà này - điều đó làm tôi sợ. ▪ *I had wanted to see the movie, but it really gave me the shivers.* • Tôi đã muốn xem bộ phim, nhưng nó thật sự làm tôi sợ.

give sb the silent treatment từ chối không chuyện trò với ai vì đang tức giận với người ấy ▪ *Jack gave Marcia the silent treatment during the ride home and didn't talk to her for the rest of the evening.* • Jack không thèm nói gì với Marcia suốt trên đường về nhà và cũng không nói gì với cô trong thời gian còn lại của buổi tối.

give sb the third degree đặt ra với ai rất nhiều câu hỏi, một cách nghiêm trọng hoặc đe dọa để có được thông tin từ người ấy ▪ *Whenever one of my boyfriends came to the house, Dad would give him the third degree.* • Mỗi khi có một trong những người bạn trai của tôi đến nhà chơi, cha tôi thường vặn hỏi anh ta đủ điều.

give sb the thumbs down hoặc **give sth the thumbs down** phản đối, không tán thành với ai hay sự việc gì ▪ *The mayor was given the thumbs down by some residents in this crime-plagued city.* • Ông thị trưởng đã bị phản đối bởi một số cư dân trong thành phố đầy tội ác này.

give sb the thumbs up hoặc **give sth the thumbs up** (thường dùng trong các bản tin báo chí, truyền hình...) 1. nói về người có quyền lực, tán thành, đồng ý với điều gì và cho phép thực hiện ▪ *Heather gave us the thumbs up, so we can start work on the project as soon as we like.* • Heather đã tán thành với chúng ta, vì vậy chúng ta có thể khởi sự công việc ngay khi nào chúng ta muốn. 2. tán đồng hoặc ưa thích điều gì, nhất là khi bày tỏ thái độ của mình để khuyến khích người khác ▪ *Surprisingly, kids gave our new healthy eating menu a big thumbs up.* • Thật đáng ngạc nhiên thay, bọn trẻ đã rất ưa thích thực đơn các món ăn lành mạnh mới của chúng ta.

give sb the willies làm cho ai cảm thấy rất căng thẳng hoặc khiếp sợ ▪ *Barney said some guy died here, but don't tell the kids - it'll just give them the willies.* • Barney nói rằng có gã nào đó đã chết ở đây, nhưng đừng cho bọn trẻ biết - điều đó chỉ làm cho chúng khiếp sợ thôi.

give sth a bad name nói về một sự thất bại hay điều gì không tốt đã làm cho mọi người có ấn tượng xấu về một tình huống, một hoạt động, một nhóm người, một nơi chốn... ▪ *Players who break the law give the whole sport a bad name.* • Những cầu thủ chơi không đúng luật đã mang lại tiếng xấu cho cả ngành thể thao. ▪ *In recent years, salt has gotten a bad name because of its excessive use in the American diet.* • Trong những năm gần đây, muối ăn đã bị xem là không tốt vì việc sử dụng nó quá nhiều trong chế độ ăn của người Mỹ.

give sth a boot (khẩu ngữ) dùng chân đá vào vật gì ▪ *The door's stuck - give it* *a good boot.* • Cánh cửa bị kẹt - hãy đá thật mạnh vào nó.

give sth a flying start hoặc *give sb a flying start* tạo một điểm khởi đầu thuận lợi, dễ thành công ■ *The programmes developed by the Open Society Institute gave governments a flying start in their turnover to a democratic system.* • Các chương trình được phát triển bởi Open Society Institute mang lại cho các chính phủ một điểm khởi đầu thuận lợi trong việc chuyển đổi sang một hệ thống dân chủ.

give sth a green light → **give sb the green light**

give sth a lick and a promise (cách dùng cũ) làm điều gì rất nhanh và bất cẩn ■ *I don't have time to clean everything. I'll just give the house a lick and a promise before they come, and that'll have to be good enough.* • Tôi không có thời gian để làm sạch mọi thứ. Tôi sẽ chỉ dọn dẹp qua quít căn nhà trước khi bọn họ đến, và như thế cũng là tốt lắm rồi.

give sth a shot (khẩu ngữ) nỗ lực để thực hiện hay đạt được điều gì, nhất là điều rất khó khăn ■ *Scuba diving wasn't really an interest of hers, but at least she gave it a shot.* • Việc lặn sâu dưới nước không thật sự là điều làm cô ấy quan tâm, nhưng ít nhất cô ấy cũng cố gắng thử qua.

give sth a whirl thử làm qua điều gì dù không chắc là có thể làm được hoặc có ưa thích công việc đó hay không ■ *"You sure you know how to get there?" "Yeah, pretty sure. I'll give it a whirl."* • "Anh chắc là anh biết đường đến đó chứ?" "Vâng, có thể được. Để tôi thử qua xem sao."

give sth a wide berth → **give sb a wide berth**

give sth free rein → **give sb free rein**

give sth one's best shot nỗ lực hết sức để đạt được điều gì, cho dù biết rõ là sẽ rất khó khăn ■ *Even if you don't get the job, at least you'll know you gave it your best shot.* • Ngay cả khi bạn không có được công việc đó, ít nhất thì bạn cũng sẽ biết là mình đã nỗ lực hết sức.

give sth the green light → **give sb the green light**

give sth the old college try nỗ lực hết sức để làm điều gì, dù biết rằng có thể không thành công ■ *We may not be able to reach an agreement today, but we're going to give it the old college try.* • Có lẽ hôm nay chúng ta chưa thể đạt được một thỏa ước, nhưng chúng ta sẽ cố hết sức mình.

give sth the thumbs down → **give sb the thumbs down**

give sth the thumbs up → **give sb the thumbs up**

give the devil his due thừa nhận việc làm tốt của một người cho dù không thích hoặc không tán thành người ấy ■ *Giving the devil his due, I have to admit that my granmother was sometimes extremely generous to us.* • Thật khách quan mà nói, tôi phải thừa nhận là bà nội đã có lúc hết sức hào phóng với chúng tôi.

give the game away làm lộ ra với mọi người một điều cần được giữ bí mật, thường là do vô tình ■ *Luther stared at Eddie with a panicked look in his eyes, obviously afraid that he would do something that would give the game away.* • Luther nhìn không chớp mắt vào Eddie với vẻ hốt hoảng, rõ ràng là sợ anh ta có thể làm điều gì đó khiến cho bí mật phải bại lộ. ■ *The expression on her face gave the game away.* • Vẻ mặt của cô ta làm lộ rõ điều bí mật.

give the lie to sth chứng minh một điều gì không đúng sự thật dù mọi người vẫn tin vào ■ *The couple posed for photographers at the show's opening, giving the lie to rumors they'd decided to separate.* • Cặp vợ chồng ấy chọn tư thế xuất hiện trước các nhiếp ảnh gia, xua tan lời đồn đại sai lầm là họ đã quyết định chia tay.

give the skinny on → **get the skinny on**

give up the ghost 1. từ bỏ nỗ lực theo đuổi điều gì vì nghĩ là không thể thành công ■ *Even when audience figures dropped, the show's organizers refused to give up the ghost.* • Ngay cả khi số khán giả giảm mạnh, những người tổ chức chương trình vẫn không chịu rút lui. 2. (cách dùng cũ) chết đi hoặc ngưng hoạt động hoàn toàn ■ *Many of those who were stricken by cholera gave up the ghost within a few hours.* • Rất nhiều người mắc phải bệnh dịch tả đã chết đi trong vòng vài giờ. ■ *My car finally gave up the ghost.* • Chiếc xe hơi của tôi cuối cùng đã chết máy hẳn.

give voice to diễn đạt cảm xúc hay ý kiến ■ *Cipriani was, in effect, giving voice to a growing nationalist movement in the West Indies.* • Thực ra là Cipriani đang nói về một phong trào dân tộc ngày càng gia tăng ở West Indies. ■ *Many workers at the meeting gave voice to their fears about job security.* • Nhiều công nhân ở buổi họp đã bày tỏ nỗi lo sợ của họ về sự an toàn trong công việc.

given → **get one's walking papers**

given → **get short shrift**

given → **get the chop**

given half a chance hoặc *if you give sb half a chance* dùng khi muốn nói rằng nếu ai đó có một cơ hội thì rất có khả năng họ sẽ thực hiện điều gì ■ *Given half a chance, I bet Ron would spend our whole savings on cars and bikes.* • Nếu có cơ hội, tôi dám cuộc là Ron sẽ tiêu sạch số tiền dành dụm của chúng ta vào việc mua xe hơi và xe gắn máy. ■ *That dog will give you a nasty bite, given half a chance.* • Nếu có cơ hội, con chó đó sẽ ngoạm cho anh một cái khó chịu ngay.

glad → **I'm glad to say**

gladly → **not suffer fools**

glance → **at a glance**

glance → **at first glance**

glass → **people who live in glass houses**

glass ceiling giới hạn đặt ra theo định kiến, tập tục lâu đời, không cho phép một đối tượng nào đó, nhất là phụ nữ, có thể thành công và đạt đến những vị trí cao trong sự nghiệp, mặc dù không hề có những giới hạn pháp lý tương tự ■ *Long ago, Goodhue shattered the glass ceiling to become the first female publisher at Time Inc.* • Cách đây rất lâu, Goodhue phá vỡ định kiến lâu đời về phụ nữ để trở thành người phụ nữ đầu tiên làm công việc xuất bản ở Time Inc.

glasses → **see sth through rose-coloured glasses**

gleam in one's eye 1. một kế hoạch hay dự án đang được phác thảo hoặc xem xét, nhưng chưa khởi sự ■ *At that time, CD-ROMs were just a gleam in some young engineer's eye.* ● Vào thời điểm đó, loại đĩa CD-ROM chỉ mới là dự án của một kỹ sư trẻ nào đó. ■ *A new modern theatre has been a gleam in the eye of City Council for years.* ● Một nhà hát mới hiện đại là dự tính của Hội đồng thành phố trong nhiều năm rồi. 2. một cảm xúc, ý tưởng bộc lộ trong ánh mắt ai ■ *We saw a gleam of triumph in her eyes when she came onto the stage.* ● Chúng tôi nhìn thấy vẻ chiến thắng trong mắt cô ta khi cô bước lên sân khấu. ■ *There's a mischievous gleam in his eye.* ● Một nét tinh nghịch hiện lên trong ánh mắt anh ta. ■ *The gleam in his eye made her uncomfortable.* ● Ánh mắt của anh ta làm cô ấy thấy khó chịu.

glitter → **all that glitters is not gold**

globe → **from the four corners of the earth**

gloom → **all doom and gloom**

glory → **bask in one's reflected glory**

glory → **go out in a blaze of glory**

glory → **go to glory**

glory days (thường dùng trong các bản tin báo chí, truyền hình...) giai đoạn, thời kỳ có nhiều thành đạt nhất ■ *I gave up playing professional baseball years ago, when I realized my glory days were behind me.* ● Tôi đã từ bỏ bóng chày chuyên nghiệp từ nhiều năm trước đây, khi nhận ra rằng những ngày vàng son đã trôi qua mất rồi.

gloss → **put a gloss on sth**

gloss over sth tránh né không nói đến, không nhắc đến điều gì không tốt đẹp hoặc gây khó chịu ■ *He glossed over any splits in the party.* ● Ông ta tránh không nói đến bất cứ sự chia rẽ nào trong đảng. ■ *He could no longer gloss over his failures.* ● Ông ta không thể tránh không nhắc đến những thất bại của mình được nữa.

glove → **fit sb like a glove**

glove → **hand in glove**

glove → **iron fist in a velvet glove**

glove → **kid-gloves**

glove → **the gloves are off**

glove → **treat sb with kid gloves**

glue → **keep one's eyes glued to sth**

glutton for punishment người thích làm công việc cực nhọc hay chịu đựng những điều không vui ■ *I was the only one who came in on Saturday - I guess I'm a real glutton for punishment.* ● Tôi là người duy nhất đã đến vào hôm thứ Bảy - tôi nghĩ tôi quả là người ưa chuốc khổ vào thân.

gnash one's teeth hoặc *wail one's teeth* hoặc *cry one's teeth* hoặc *weep one's teeth* rất tức giận và bối rối vì điều gì ■ *We were suggesting environmental taxes fifteen years ago; it makes us gnash our teeth that we don't get the credit for that.* ● Chúng tôi đã đề nghị các khoản thuế môi trường từ cách đây 15 năm. Chúng tôi thật lấy làm tức giận đã không có được sự đánh giá cao về điều đó. ■ *He'll be gnashing his teeth when he hears that we lost the contract.* ● Ông ấy sẽ hết sức giận dữ khi nghe rằng chúng tôi đã để mất hợp đồng. ■ *The news caused great wailing and gnashing of teeth.* ● Nguồn tin đã gây ra những sự giận dữ ghê gớm.

gnashing → teeth-gnashing

gnawing at sb làm cho ai phải căng thẳng, sợ sệt hoặc không vui trong một thời gian dài ▪ *The problem had been gnawing at him for months.* • Vấn đề đã làm cho anh ta phải lo lắng dai dẳng trong nhiều tháng. ▪ *Fear gnawed at her soul.* • Nỗi lo sợ đã làm cho cô ta căng thẳng rất lâu.

go → all systems (are) go

go → anything goes

go → as far as sth goes

go → at one go

go → bang go sth

go → be all go

go → be going begging

go → be going to

go → be on the blink

go → be raring to go

go → come and go

go → come full circle

go → do sth by the book

go → don't go doing sth

go → easy come, easy go

go → from the word go

go → good to go

go → have a go

go → have a long way to go

go → here goes

go → I'm not gonna go there

go → it goes without saying

go → like it's going out of fashion

go → make a go of sth

go → make sb go through (the) hoops

go → no go

go → not able to go on

go → on the go

go → one's elevator doesn't go all the way to the top

go → one's heart goes out to sb

go → tell sb where to go

go → that's (just) the way it goes

go → the balloon goes up

go → there you go

go → things go from bad to worst

go → things that go bump in the night

go → touch and go

go → watch the world go by

go → way to go

go → what goes around comes around

go → you can't go wrong (with)

go (like) a bomb → go down a bomb

go (right) down to the wire → come down to the wire

go about one's business thực hiện công việc như thường lệ ▪ *Residents in the area put on their boots and went about their business despite heavy rains.* • Những cư dân trong vùng mang giày ống vào và tiếp tục công việc thường lệ, bất chấp những cơn mưa nặng hạt.

go against the current hoặc *swim against the current* theo đuổi một ý tưởng không được nhiều người ưa chuộng, hoặc làm điều gì khác biệt với những người khác ▪ *As a politician, it is difficult to win an election when most* *of your ideas go against the current.* • Là một chính trị gia, thật khó mà thắng phiếu trong một cuộc bầu cử nếu như hầu hết các ý kiến của anh đều không được nhiều người ưa chuộng.

go against the grain hoặc *be against the grain* ý tưởng hoặc cung cách ứng xử rất khó chấp nhận vì trái với những niềm tin hoặc cách ứng xử tự nhiên, thông thường ■ *Making cars lighter and more fuel-efficient goes against the grain.* • Làm cho xe hơi nhẹ hơn, tiêu thụ nhiên liệu hiệu quả hơn đi ngược lại với cách nghĩ thông thường. ■ *It really goes against the grain to have to work on a Sunday.* • Phải làm việc vào ngày Chủ nhật thật sự là trái với lẽ thường.

go against the tide → **swim against the tide**

go ahead knock oneself out → **knock oneself out**

go all out có sức đạt được điều gì bằng nhiều nỗ lực và quyết tâm cao độ ■ *The other gas stations aren't able to compete with Arco's prices, so they go all out to compete with their service.* • Các trạm xăng khác không có khả năng cạnh tranh với giá bán của Arco, vì thế họ dồn hết sức để cạnh tranh về cách phục vụ.

go all the way 1. (khẩu ngữ) ăn nằm thật sự với nhau, không chỉ là những cử chỉ hôn hít hoặc âu yếm ■ *We didn't go all the way on our first date.* • Chúng tôi đã không thật sự ăn nằm với nhau vào lần hò hẹn đầu tiên. 2. thành công hoàn toàn trong công việc đang làm, hoặc thực hiện được theo cách hoàn hảo nhất ■ *I think that Fernandez will go all the way and win the tournament.* • Tôi nghĩ là Fernandez sẽ thực hiện tốt và giành chiến thắng trong cuộc thi tài.

go along for the ride hoặc *be along for the ride* hoặc *come along for the ride* 1. (khẩu ngữ) cùng đi với người khác hoặc làm những gì họ làm, chỉ nhằm để tiêu khiển mà không hề có sự cần thiết hay thực sự quan tâm đến ■ *I went over to Kevin's, and he and Jo were going out for sth to eat, so I just went along for the ride.* • Tôi đến nhà Kevin, và anh ta với Jo sắp ra ngoài đi ăn, vì thế tôi cũng đi theo cho vui. ■ *My husband is lecturing at the party and I'm just going along for the ride.* • Chồng tôi sẽ diễn thuyết tại bữa tiệc và tôi chỉ đi theo cho vui thôi. 2. tham gia một tổ chức hay đảng phái chỉ để có được danh tiếng, niềm vui... nhưng không thực sự đóng góp gì cả - kẻ ăn theo ■ *He wants no members in his political party who are just along for the ride.* • Ông ta muốn rằng không một thành viên nào trong đảng chính trị của ông ta lại chỉ là kẻ ăn theo.

go and do sth dùng để bày tỏ sự giận dữ, bực tức vì ai đó vừa làm điều gì rất ngu xuẩn ■ *Trust him to go and mess things up!* • Tin cậy hắn ta để làm rối tung mọi thứ lên à! ■ *Why did you have to go and upset your mother like that?* • Tại sao mày phải ngu xuẩn làm thất vọng mẹ mày như thế? ■ *You've really gone and done it now!* • Giờ thì mày thực sự đã làm chuyện quá ngu xuẩn rồi đấy! ■ *She's only gone and told him what the surprise was!* • Cô ấy thật ngốc đã bảo cho anh ta biết điều ngạc nhiên là gì!

go and jump in a lake → **go jump in a lake**

go ape hoặc *go apeshit* đột nhiên nổi nóng hoặc bị kích động mạnh ■ *If we suggest draining the marsh, the environmentalists will go apeshit.* • Nếu chúng ta đề nghị làm khô vùng đầm lầy, các nhà hoạt động môi trường sẽ nổi nóng ngay. - Nhiều người cho từ *shit* là có ý xúc phạm, nên dùng *go ape* sẽ lịch sự hơn.

go apeshit → go ape

go around one's ass to get to one's elbow (thông tục, thô lỗ) phê phán một người nào đó là tự chuốc lấy những khó khăn không đáng có. ■ *You can be sure that if Jordan has something important to do, he'll go around his ass to get to his elbow and we'll all be stuck waiting for him.* • Bạn có thể tin chắc là nếu giao cho Jordan một việc quan trọng để làm, hắn sẽ loay hoay chuốc lấy những khó khăn không đáng có, và tất cả chúng ta sẽ bị trì trệ vì chờ đợi hắn.

go as far as to do sth hoặc *go so far as to do sth* chấp nhận hành động đến một mức độ tối đa hoặc gây ngạc nhiên ■ *I wouldn't go as far as to say that he's a liar.* • Tôi sẽ không nói quá đến mức gọi anh ta là thằng nói láo. (Nhưng tôi nghĩ là anh ta có phần nào đó không trung thực.) ■ *In June 1998 he went so far as to offer his resignation.* • Vào tháng 6 năm 1998, ông ta đã tiến xa đến mức đưa ra đề nghị xin từ chức.

go astray 1. bị mất đi hoặc bị lấy cắp ■ *Several letters went astray or were not delivered.* • Nhiều lá thư đã bị thất lạc hoặc không được giao đến nơi. ■ *We locked up our valuables so they would not go astray.* • Chúng tôi khóa chặt những món giá trị của mình để chúng không bị lấy cắp. 2. đi sai hướng hoặc dẫn đến kết quả sai lầm ■ *Fortunately the gunman's shots went astray.* • May thay những phát súng của người bắn đã lệch hướng. ■ *Your argument is so complex, a reader might easily go astray.* • Lập luận của anh quá phức tạp, độc giả có thể dễ dàng hiểu sai.

go back a long way hoặc *go way back* 1. nói về hai người hay nhóm người đã quen biết và có quá trình hợp tác lâu dài với nhau ■ *Sam and I go way back. We sat next to each other in first grade.* • Sam và tôi đã biết nhau rất lâu. Chúng tôi ngồi kế bên nhau hồi học lớp Một. 2. nói về một ý tưởng hay hoạt động đã tồn tại hoặc xảy ra trong một thời gian dài ■ *Rap music comes from roots that go way back in American and African cultures.* • Nhạc Rap hình thành từ những cội nguồn rất xa xưa trong nền văn hóa châu Mỹ và châu Phi.

go back to basics hoặc *get back to basics* 1. thử áp dụng lại những biện pháp có hiệu quả trong quá khứ nhằm đạt đến thành công ■ *Employers are going back to basics and starting to impose dress codes for employees.* • Những người chủ đang thử sử dụng lại các biện pháp trước đây, bắt đầu áp đặt các quy định về trang phục của công nhân. 2. cũng dùng *get down to basics* chỉ sử dụng hoặc nghĩ đến những điều quan trọng nhất, cần thiết nhất nhằm cố gắng đạt đến thành công ■*We played well but lost. Now we just have to get back to basics and practice hard.* • Chúng tôi chơi khá tốt, nhưng đã thua. Giờ thì chúng tôi buộc phải chú trọng vào những điều quan trọng nhất và luyện tập thật căng. ■ *Managers should get back to basics and* examine the kind of products people really want.* ● Các nhà quản lý nên chú trọng đến những điều cơ bản quan trọng nhất và khảo sát loại sản phẩm mà người ta thật sự cần đến.

go back to the drawing board hoặc *back to the drawing board* bắt đầu một kế hoạch hay ý tưởng hoàn toàn mới sau khi những gì thực hiện trước đó đã thất bại - làm lại từ đầu ■ *We had to go back to the drawing board several times to revise our software.* ● Chúng tôi đã phải khởi sự làm lại nhiều lần để hoàn chỉnh phần mềm của mình. ■ *They rejected our proposal, so it's back to the drawing board.* ● Họ đã bác bỏ đề nghị của chúng tôi, bởi vậy sự việc phải làm lại từ đầu.

go back to the table → **get back to the table**

go ballistic hoặc *go nuclear* (khẩu ngữ) đột nhiên nổi giận ■ *When Craig read her e-mail, he went ballistic.* ● Khi Craig đọc lá thư điện tử của cô ta, anh đột nhiên nổi giận. ■ *He went ballistic when I told him.* ● Ông ta nổi giận khi tôi nói cho ông ta biết.

go bananas (khẩu ngữ) 1. rất tức giận hoặc bị kích động quá mức ■ *Sheila will go bananas if she finds out you bought her present from a secondhand store.* ● Sheila sẽ vô cùng tức giận nếu biết được rằng bạn đã mua quà cho cô ấy từ một cửa hiệu bán đồ cũ. ■ *He lost his job and just went bananas.* ● Anh ta bị mất việc và hết sức tức giận. 2. bắt đầu hành động một cách kỳ lạ, nổi khùng lên, hoặc không còn cư xử đúng đắn nữa ■ *Take him out of New York and he goes bananas.* ● Nếu đưa anh ta ra khỏi New York, anh ta sẽ nổi khùng lên đấy.

go beet-red hoặc *turn beet-red* (khẩu ngữ) đỏ mặt lên vì thẹn, mắc cỡ ■ *When my mom asked me if I had kissed my boyfriend yet, I went beet-red.* ● Khi mẹ tôi hỏi tôi đã hôn bạn trai chưa, tôi đỏ cả mặt lên vì thẹn.

go belly-up thất bại, phá sản ■ *With the casinos going belly-up, and with other states expanding into gambling, what does our state have left?* ● Khi các sòng bạc đi đến chỗ phá sản, và với việc các bang khác phát triển việc đánh bạc, thử hỏi bang chúng ta đã bỏ đi những gì?

go both ways hoặc *cut both ways* nói về một ý tưởng, quyết định hay sự thay đổi mang lại những kết quả tốt cũng như xấu, hoặc có những ảnh hưởng, tác động trái ngược nhau ■ *Freedom of speech goes both ways - if you want to be able to say whatever you want, you have to listen to people who disagree with you.* ● Tự do ngôn luận có tác động theo cả hai chiều - nếu bạn muốn được nói lên bất cứ điều gì mình muốn, bạn phải lắng nghe những ai không đồng ý với mình.

go bust nói về một doanh nghiệp, không thể tiếp tục hoạt động vì không còn đủ tiền - phá sản ■ *What rights do consumers have if an airline company goes bust? Are their tickets worthless?* ● Khách hàng có được những quyền lợi gì nếu một công ty hàng không bị phá sản? Những vé đã mua của họ có trở nên vô giá trị hay không? ■ *That company went bust after only a year in business.* ● Công ty đó phá sản chỉ sau có một năm hoạt động. ■ *We lost all our money when the travel company went bust.* ● Chúng tôi mất sạch tiền khi công ty du lịch bị phá sản.

go by the board nói về một hoạt động không còn được tiếp tục hay một ý tưởng bị phớt lờ, không được chú ý đến ■ *Plans for a skating rink at Sarasota's Civic Centre went by the board due to lack of local funding.* • Những kế hoạch xây dựng một sân trượt băng ở trung tâm Civic của Sarasota đã bị dẹp bỏ vì thiếu tài trợ của địa phương. ■ *All her efforts to be polite went by the board and she started to shout.* • Tất cả những cố gắng để giữ lịch sự của cô ta không được chú ý đến và cô bắt đầu la hét lên. ■ *Our plans to expand went by the board for lack of funding.* • Những kế hoạch mở rộng của chúng tôi phải gạt bỏ đi vì thiếu vốn.

go by the book → do sth by the book

go by the wayside → fall by the wayside

go cap in hand → go hat in hand

go commando (thông tục) không mặc quần áo lót ■ *Most backpackers take one pair of boxers to sleep in, but go commando otherwise.* • Hầu hết những người đi du lịch mang ba-lô đều mang theo quần cụt để mặc ngủ, nhưng lại không mặc đồ lót.

go deep → run deep

go down a bomb hoặc *go (like) a bomb* nói về một sự kiện, rất thành công ■ *Our performance went down a bomb.* • Buổi diễn của chúng tôi đã rất thành công. ■ *The party was really going like a bomb.* • Bữa tiệc đã hết sức thành công. ■ *Her new novel is going a bomb.* • Cuốn tiểu thuyết mới của bà ta đã hết sức thành công (bán rất chạy). ■ *Anything to do with the Royal Family goes down a bomb with tourists.* • Bất cứ điều gì có liên quan đến Hoàng gia đều rất thành công đối với các du khách.

go down in the world → come down in the world

go down like a lead balloon dùng để nói về một nhận xét, ý kiến hay trò đùa, mà người đưa ra nghĩ là thú vị, hấp dẫn, nhưng không được người nghe tỏ vẻ thích thú, hoặc thậm chí không có phản ứng gì ■ *You get a long silence on the phone and you think, "Well, that idea went down like a lead balloon."* • Bạn nhận được một sự im lặng kéo dài qua ống nghe điện thoại, và tự nghĩ: "Thế đấy, ý kiến này chẳng tạo được sự chú ý nào cả."

go down like a rat sandwich hoặc *go down like a turd in a swimming pool* hoặc *as popular as a rat sandwich* hoặc *as welcome as a rat sandwich* nói về người hay sự việc hoàn toàn không được nhiều người ưa chuộng ■ *Now the rest of our country will find out why the governor of that state has gone down like a rat sandwich in the South.* • Giờ đây những nơi khác trên đất nước chúng ta sẽ biết được vì sao thống đốc của bang ấy lại không được mấy người ưa thích ở miền Nam. ■ *If he told his favourite joke, I imagine it went down like a turd in a swimming pool.* • Nếu hắn ta kể câu chuyện đùa mà hắn thích nhất, tôi tưởng tượng là cũng sẽ chẳng mấy ai ưa thích cả.

go down like a turd in a swimming pool → go down like a rat sandwich

go down on bended knees → go down on one's knees

go down on one's knees hoặc *go down on bended knees* khẩn thiết van nài ai điều gì vì người nói quá cần đến ■ *What should I do - go down on my kness and ask him for a job?* ● Tôi nên làm gì đây - quỳ gối van nài ông ta xin một việc làm chăng? ■ *Do you think Mrs. Briggs would lend us the money if I went down on bended knees?* ● Anh có nghĩ là bà Briggs sẽ cho chúng ta mượn tiền nếu như tôi hạ mình van nài? ■ *I'd go down on bended knees if I thought she'd change her mind.* ● Tôi sẽ hạ mình van xin nếu như tôi nghĩ là cô ấy chịu thay đổi ý kiến. ■ *He went down on bended knees to ask her to marry him.* ● Anh ấy quỳ lụy van xin cô ta hãy kết hôn với anh.

go down the drain → down the drain

go down the drain hoặc *go down the tubes* hoặc *go down the toilet* 1. nói về một tổ chức, một quốc gia hay một hệ thống trở nên tồi tệ hơn hoặc thất bại ■ *Our industry is going down the drain. We need more investment and more help from other countries.* ● Ngành công nghiệp của chúng ta đang trên đà suy sụp. Chúng ta cần có thêm đầu tư và sự giúp đỡ nhiều hơn nữa từ các nước khác. 2. nói về thời gian, sự nỗ lực hay các khoản tiền bạc đang bị hoang phí hoặc không mang lại kết quả nào ■ *Three billion dollars in defence money went down the drain, and we have essentially nothing to show for it.* ● Ba tỷ đô-la ngân sách quốc phòng đã tiêu phí, và về cơ bản chúng ta chẳng đạt được gì cả.

go down the plughole → down the drain

go down the route thực hiện theo một tiến trình hành động nào đó ■ *We were offered a chance to go down the Hollywood route, but I wanted to retain creative input in my films.* ● Chúng tôi được đề nghị một cơ hội để làm theo cách thức như Hollywood, nhưng tôi muốn giữ được nguồn sáng tạo trong các bộ phim của tôi. ■ *We may have to stop all recruitment, but I don't want to go down that route unless it's really necessary.* ● Chúng ta có thể sẽ phải ngưng tất cả việc tuyển mộ nhân viên, nhưng tôi không muốn làm theo cách đó trừ khi nó thật sự cần thiết.

go down the toilet → go down the drain

go down the tubes → go down the drain

go down well nói về một buổi trình diễn hoặc nói chuyện trước công chúng, rất thành công, lôi cuốn được mọi người ■ *Her speech went down well with the audience.* ● Bài diễn văn của bà ta được cử tọa hết sức chú ý.

go downhill trở nên tồi tệ hơn trước về phẩm chất, sức khỏe... ■ *I stopped listening to Capitol City FM months ago - I thought it really went downhill with the new management.* ● Tôi đã thôi không nghe đài Capitol City FM từ mấy tháng trước đây. Tôi nghĩ nó đã trở nên ngày càng tồi tệ hơn với ban giám đốc mới. ■ *Their marriage went downhill after the first child was born.* ● Cuộc hôn nhân của bọn họ trở nên tồi tệ sau khi đứa con đầu tiên ra đời. ■ *He's been going slowly downhill since he came out of hospital.* ● Ông ta ngày càng tồi tệ hơn kể từ khi ra khỏi bệnh viện.

go Dutch (with sb) cách tham dự một cuộc vui như bữa ăn, xem chiếu bóng... mà mỗi người đều chia sẻ phí tổn chung ■ *You don't have to buy ticket*

- I thought we were going Dutch. • Bạn không cần phải mua vé - tôi nghĩ là chúng ta sẽ cùng nhau chi trả.

go easy on sb đối xử với ai tử tế, tốt đẹp hơn so với thông thường ■ *I know you don't approve of what Rachel did, but go easy on her - she's just a kid.* • Tôi biết anh không tán thành những gì Rachel đã làm, nhưng hãy đối xử rộng lượng hơn với nó - nó chỉ là một con bé con. *Go easy on her - she's having a really hard time at the moment.* • Hãy dễ dãi hơn với cô ấy - lúc này cô ấy thực sự đang gặp phải khó khăn.

go easy on sth không ăn quá nhiều món ăn nào đó ■ *You can enjoy all your favorite foods this holiday season, but remember to go easy on the butter and chocolate.* • Vào mùa lễ này con có thể tha hồ với tất cả những món con thích, nhưng hãy nhớ không ăn quá nhiều bơ và sô-cô-la. ■ *Go easy on the sugar.* • Đừng ăn quá nhiều đường.

go far 1. rất thành công trong tương lai ■ *She is very talented and should go far.* • Cô ấy rất có tài và hẳn sẽ rất thành công trong tương lai. ■ *With all her skill and ambition, I'm sure Leah will go far.* • Với tất cả những kỹ năng và tinh thần cầu tiến của mình, tôi tin chắc là Leah sẽ rất thành công trong tương lai. 2.(dùng ở dạng phủ định) một khối lượng đáng kể, đủ dùng ■ *One bottle of water won't go far between us all.* • Một chai nước sẽ không đủ dùng cho tất cả chúng ta. ■ *A pound doesn't go far these days.* • Ngày nay một bảng Anh chẳng đáng kể vào đâu cả.

go far enough đạt đến một mức độ được xem là hợp lý, vừa phải ■ *The new legislation is welcomed but does not go far enough.* • Bộ luật mới được chào đón nồng nhiệt nhưng vẫn chưa đáp ứng đủ nhu cầu. ■ *Do these measures go far enough?* • Những biện pháp này đã đạt được đến mức cần thiết chưa? ■ *Stop it now. That joke has gone far enough.* • Hãy thôi ngay đi. Trò đùa ấy đã đủ lắm rồi.

go fly a kite (cách dùng cũ) cách nói khiếm nhã để bảo ai đó hãy đi khỏi ngay, vì họ đang làm cho người nói bực mình ■ *He's always shouting about something - I just wanted to tell him to go fly a kite.* • Hắn ta bao giờ cũng la lối về một chuyện gì đó - tôi chỉ muốn bảo hắn xéo ngay đi thôi.

go flying trượt ngã, nhất là vì không nhìn thấy những gì dưới chân mình ■ *Someone's going to go flying if you don't pick up these toys.* • Ai đó sẽ trượt ngã nếu như con không nhặt những món đồ chơi này đi. ■ *I tripped over a tree root and went flying.* • Tôi vấp phải một cái rễ cây và trượt ngã.

go for broke chấp nhận rủi ro và nỗ lực hết sức để đạt được điều gì ■ *Knowing that this was the last good chance he would have to impress the judges, Charlie decided to go for broke and attempted his most difficult performance.* • Biết rằng đây là cơ hội tốt cuối cùng phải tạo ấn tượng với các quan tòa, Charlie quyết định chấp nhận mọi rủi ro và cố sức thực hiện phần trình bày khó khăn nhất của mình. ■ *Jacob decided to go for broke and gave up his job to become a writer.* • Jacob đã quyết định chấp nhận mọi rủi ro và từ bỏ công việc đang làm để trở thành một nhà văn.

go for it (khẩu ngữ) dùng để tỏ ý khuyến khích ai hãy cố gắng tích cực hơn trong việc theo đuổi điều đang làm ■ *I know what you're saying. Let's just go for it and see what happens.* • Tôi biết bạn đang muốn nói gì. Chúng ta hãy cố gắng lên và để xem điều gì sẽ xảy ra.

go for the brass ring hoặc *get the brass ring* hoặc *reach for the brass ring* hoặc *grab for the brass ring* cố đạt được điều gì, sự việc gì tốt nhất trong cùng loại ■ *At the time I was searching for that brass ring, saying "I'm as good as him, why am I not on the national news?"* • Vào lúc đó tôi đang tìm kiếm điều tốt đẹp nhất, nói rằng "Tôi cũng giỏi không kém anh ta, tại sao tôi không được nhắc đến trong bản tin trong nước?"

go for the jugular phê phán, tấn công hoặc tranh cãi với ai theo cách biết chắc là sẽ gây hậu quả tồi tệ nhất cho người ấy ■ *I decided to go straight for the jugular and ask Rita if she had been having an affair.* • Tôi quyết định ra tay không nhân nhượng và hỏi Rita xem có phải cô ta đang có quan hệ lăng nhăng hay không. ■ *She went straight for the jugular and asked him to explain his previous criminal record.* • Cô ấy tấn công thẳng thừng và yêu cầu anh ta giải thích về tiền sử phạm tội trước đây. - *jugular* là tĩnh mạch lớn ở cổ, đi thẳng về tim, vì thế thành ngữ này có nghĩa là tấn công theo cách nguy hiểm nhất có thể được.

go full circle → **come full circle**

go full steam ahead (with) thực hiện điều gì với sự gắng sức và nhiều nỗ lực ■ *We've decided to go full steam ahead with our plans to move.* • Chúng tôi đã quyết định cố gắng hết sức với những kế hoạch để dời đi.

go further 1. nói thêm nhiều hơn hoặc vượt quá một giới hạn về điều gì ■ *I'm going to stop you before you go any further.* • Tôi sẽ ngăn anh lại trước khi anh nói thêm bất cứ điều gì. ■ *I could go even further and say that the entire government is corrupt.* • Tôi thậm chí có thể đi xa hơn nữa và nói rằng toàn bộ chính phủ này đều tham nhũng. ■ *This is sensitive information - please don't let it go any further.* • Đây là một thông tin rất nhạy cảm - xin làm ơn đừng nói thêm gì nhiều hơn nữa. ■ *By sending Lister to prison, the judge went further than the law normally allows.* • Bằng việc tống Lister vào tù, quan tòa đã đi xa hơn những gì luật pháp thông thường cho phép. ■ *Most historians use archives but Professor Bramanti has gone one step further by creating his own.* • Hầu hết các sử gia đều sử dụng tư liệu, nhưng giáo sư Bramanti đã đi xa hơn một bước bằng cách tạo ra tư liệu của chính mình. 2. tồn tại được lâu hơn hoặc phục vụ được nhiều người hơn ■ *They watered down the soup to make it go further.* • Họ đã thêm nước vào món súp để phục vụ được nhiều người hơn.

go hand in hand (with) 1. nói về hai sự việc có quan hệ chặt chẽ với nhau và phải được xem xét cùng lúc, trong tương quan với nhau ■ *For 20 years, inflation and housing prices have gone hand in hand.* • Trong 20 năm qua, nạn lạm phát và giá nhà luôn đi đôi với nhau. ■ *Economic success and job creation go hand in hand.* • Sự thành công của nền kinh tế và tạo ra việc làm mới luôn đi đôi với nhau. ■ *Poverty and poor health often go hand in hand.* • Sự nghèo khó và tình

trạng sức khỏe tồi thường đi đôi với nhau. **2.** nói về hai người nắm tay nhau cùng đi hết sức thân mật ◼ *They walked through the park hand in hand.* • Họ nắm tay nhau cùng đi ngang qua công viên.
→ *work hand in hand (with)*

go hat in hand hoặc *come hat in hand* hoặc *go cap in hand* hỏi xin một món tiền hay đề nghị được giúp đỡ, theo cách rất hạ mình, thường là với người có quyền lực lớn hơn ◼ *I'm not going to appeal to them hat in hand. If they want to help, that's fine.* • Tôi sẽ không khẩn cầu sự giúp đỡ của họ đâu. Nếu họ muốn giúp, thì điều đó tốt thôi. ◼ *There's no way he'll go cap in hand to his brother.* • Chẳng bao giờ hắn ta lại đến khẩn cầu sự giúp đỡ của anh mình. *There's no way he'll go cap in hand to his younger brother.* • Không thể nào anh ta lại hạ mình đi nhờ vả em trai mình.

go haywire nói về máy móc hay một tiến trình, không diễn ra đúng hướng, và xảy ra những điều kỳ lạ, không ngờ trước ◼ *Whenever a helicopter flies by, my radio goes all haywire.* • Mỗi khi có một chiếc máy bay trực thăng bay ngang qua, máy thu thanh của tôi không hoạt động bình thường nữa. ◼ *That machine had gone completely haywire.* • Cái máy ấy đã không còn hoạt động bình thường nữa. ◼ *After that, things started to go haywire.* • Sau đó, mọi chuyện bắt đầu rối loạn.

go head to head (with sb) hoặc *compete head to head (with sb)* (thường dùng trong các lĩnh vực kinh doanh và thể thao) cạnh tranh trực tiếp và quyết liệt với một người hay tổ chức, đội nhóm khác ◼ *The A's and the Twins are going head to head this weekend, with both teams needing a win.* • Đội A và đội Twins sẽ so tài quyết liệt cuối tuần này, cả hai đội đều cần có một chiến thắng. ◼ *The company will be going head to head with the giant of the pharmaceuticals market.* • Công ty sẽ cạnh tranh quyết liệt với đối thủ khổng lồ trên thị trường dược phẩm.

go hog wild (khẩu ngữ) cư xử một cách quá khích động hoặc rất cực đoan ◼ *People are going hog wild buying lottery tickets - it's never been this busy before.* • Người ta đua nhau cuồng nhiệt mua vé số - chưa từng có lúc nào rộn rịp như thế này trước đây.

go in for the kill → *move in for the kill*

go in one ear and out the other (khẩu ngữ) không chú ý đến điều ai nói hoặc không ghi nhớ ◼ *A lot of the stuff we were supposed to learn in high school went in one ear and out the other.* • Rất nhiều thứ linh tinh chúng tôi phải học ở trường trung học đã không được ghi nhớ lại. ◼ *Everything I tell them just goes in one ear and out the other.* • Tất cả những điều tôi nói với bọn họ chỉ như nước đổ lá khoai thôi.

go into a tailspin nói về một hệ thống, tổ chức... đột nhiên không còn hoạt động hiệu quả nữa và bắt đầu đi dần đến thất bại ◼ *After the election, the nation's economy went into a tailspin.* • Sau cuộc bầu cử, nền kinh tế quốc gia đi dần đến chỗ suy sụp. ◼ *When interest rates were raised, the housing market went into a tailspin because it was too expensive to buy a house.* • Khi các mức lãi suất gia tăng, thị trường nhà đất đi đến chỗ suy sụp bởi vì việc mua một ngôi nhà trở thành quá đắt.

go into detail(s) giải thích điều gì với đầy đủ chi tiết ■ *I can't go into details now; it would take too long.* ● Tôi không thể giải thích đầy đủ vào lúc này; sẽ mất quá nhiều thời gian. ■ *Mr. Shaw refused to go into detail about the discussions.* ● Ông Shaw đã từ chối không giải thích chi tiết về các cuộc thảo luận.

go into freefall (thường dùng trong các bản tin báo chí, truyền hình...) tụt giá một cách nhanh chóng và đột ngột ■ *We bought this house about a week before the housing market went into freefall - we'll never be able to sell it for what we paid.* ● Chúng tôi mua căn nhà này khoảng một tuần trước khi thị trường địa ốc bất ngờ tụt giá mạnh - chúng tôi sẽ chẳng bao giờ có thể bán lại với giá mình đã mua. ■ *Share prices have gone into freefall.* ● Giá cổ phiếu đã bất ngờ giảm mạnh.

go into sth with one's eyes (wide) open / closed hiểu rõ / không hiểu rõ những rắc rối hoặc khó khăn đang chờ đợi khi bắt đầu một công việc nào đó ■ *I went into the job with my eyes open, fully knowing what it would involve.* ● Tôi bước vào công việc này với sự cảnh giác cao, hoàn toàn biết rõ những gì sẽ dẫn đến. ■ *See what you can find out - you don't want to go into this with your eyes closed.* ● Hãy tìm hiểu những gì có thể được - bạn sẽ không muốn bắt tay vào công việc một cách mù quáng. ■ *I went into this with my eyes wide open so I guess I only have myself to blame.* ● Tôi đã biết trước mọi việc khi dính vào chuyện này, vì thế tôi cho là chỉ có thể tự trách mình mà thôi. → **do sth with one's eyes closed**

go it alone tự làm việc gì không cần đến ai giúp đỡ ■ *Andrew decided to go it alone and start his own business.* ● Andrew quyết định tự mình thiết lập doanh nghiệp riêng. ■ *I wish they'd just go it alone.* ● Tôi ước gì bọn họ tự làm lấy công việc.

go jump in a lake hoặc *go and jump in a lake* cách nói khiếm nhã dùng để bảo ai đó hãy đi khỏi ngay và đừng gây bực mình cho người nói nữa ■ *Can you believe it? I asked Ricky out on a date, and he told me to go jump in a lake!* ● Bạn có tin được không? Tôi đề nghị một cái hẹn đi chơi với Ricky, và anh ta bảo tôi xéo ngay đi cho rảnh!

go like a dream → **run like a dream**

go like a lamb to the slaughter chấp nhận một tình huống không hay hoặc nguy hiểm mà không tìm cách tránh né, vì không còn khả năng lựa chọn nào khác, hoặc vì không nhận ra được mức độ tồi tệ, nguy hiểm của tình huống ấy ■ *Deborah knew before she took the job that it was too much for one person, but went anyway, like a lamb to the slaughter.* ● Deborah đã biết trước khi cô nhận việc, rằng công việc ấy là quá sức của một người, nhưng dù sao cô ta cũng đành lòng chấp nhận lấy.

go like clockwork nói về một hệ thống hay kế hoạch phức tạp được thực hiện hoàn toàn đúng theo dự tính, không có bất cứ rắc rối nào ■ *We had everything well planned, and the restaurant's first three days went like clockwork.* ● Chúng tôi đã chuẩn bị kế hoạch rất kỹ cho mọi việc, và 3 ngày đầu tiên của nhà hàng trôi qua suôn sẻ. ■ *The operation went like clockwork.* ● Cuộc phẫu thuật diễn ra hoàn toàn suôn sẻ.

go like hotcakes → **sell like hotcakes**

go like the wind → **run like the wind**

go native cách nói hài hước, nói về người đến sống ở một chỗ ở mới hay một nước khác, hòa nhập hoàn toàn theo người bản xứ về ngôn ngữ, cách ăn mặc, ứng xử... ■ *Unless you're willing to go native on the island, eating in one of the few Western-style restaurants will cost you quite a bit.* ● Trừ khi bạn sẵn lòng hòa nhập hoàn toàn theo người bản xứ trên đảo, việc đi ăn ở một trong những nhà hàng ít ỏi theo kiểu phương Tây sẽ mất khá nhiều tiền. ■ *You will be able to meet local people, eat local food and go native.* ● Bạn sẽ có thể gặp gỡ cư dân địa phương, ăn thức ăn bản địa và hòa nhập với mọi người.

go nuclear → **go ballistic**

go nuts (khẩu ngữ) cư xử quá khích động, tức giận hay rồ dại ■ *Stovall told the jury he went nuts after he and his wife separated.* ● Stovall nói với bồi thẩm đoàn rằng ông ta đã quá khích động sau khi ông và vợ ông chia tay.

go off at half-cocked nói hoặc làm điều gì thiếu sự suy nghĩ cân nhắc hoặc chuẩn bị cẩn thận, thường là dẫn đến sai lầm hoặc thất bại ■ *Corso was a respected military man. So why would he go off half-cocked and publish a book that would leave him open to ridicule?* ● Corso là một quân nhân đáng kính trọng. Vậy thì tại sao ông ta lại thiếu cân nhắc đến mức cho ra một cuốn sách có thể khiến ông thành đối tượng của những lời chế giễu?

go off on a tangent hoặc ***fly off on a tangent*** bất ngờ chuyển sang suy nghĩ hoặc nói chuyện về một chủ đề hoàn toàn khác ■ *Better editing would have helped prevent the author from going off on so many tangents.* ● Nếu việc biên tập tốt hơn hẳn đã giúp ngăn ngừa tác giả không đột ngột chuyển đổi sang quá nhiều chủ đề khác biệt.

go off the boil không còn tốt đẹp như trước đó, giảm chất lượng ■ *The second series of the show really went off the boil.* ● Loạt thứ hai của chương trình thật sự giảm hẳn chất lượng. ■ *The team suddenly went off the boil in the final match.* ● Đội bóng đột nhiên chơi kém hẳn đi trong trận chung kết.

go off the deep end đột nhiên thay đổi cung cách cư xử theo một cách hết sức cực đoan hoặc điên khùng, phi lý, vì quá tức giận hoặc cảm xúc quá mạnh ■ *I was afraid he'd go off the deep end and kill himself.* ● Tôi sợ là anh ấy có thể mất lý trí và tự sát.

go off the rails hoặc ***run off the rails*** nói về một tổ chức, hệ thống hoặc tiến trình... bắt đầu gặp rắc rối và không hoạt động hay phát triển một cách bình thường ■ *His statement indicated that a plan to resolve the committee's disputes had gone off the rails just 18 hours after it had been accepted.* ● Phát biểu của ông ta chỉ ra rằng một kế hoạch nhằm giải quyết những tranh chấp của ủy ban đã không tiến triển như mong đợi chỉ trong vòng 18 giờ sau khi nó được thông qua.

go on a run (khẩu ngữ) đi mua một món gì, nhất là thức ăn hay thức uống cần dùng ngay ■ *"Is that the last can?" "Yeah, I'm just going on a beer run. Do we need anything else?"* ● "Có phải đó là lon cuối cùng không?" "Đúng, tôi sắp phải đi mua bia đây. Chúng ta có cần thêm gì nữa không?" ■ *Don't start the next video yet. I need to go on a cigarette run.* ● Hãy khoan mở băng hình kế tiếp đã. Tôi còn phải đi mua thuốc lá đây.

go on knock oneself out → **knock oneself out**

go on the blink → **be on the blink**

go on the wagon hoặc *be on the wagon* quyết định từ bỏ không uống rượu nữa vì đã uống quá nhiều ■ *Sometimes I would go on the wagon for a few days, just to prove to myself that I could do it.* ● Đôi khi tôi bỏ hẳn không uống rượu trong vài ba ngày, chỉ để tự chứng tỏ với bản thân rằng tôi có thể làm được điều đó.

go on with you (khẩu ngữ) dùng trong đối thoại để tỏ ý không thể tin được điều vừa nói ra của người đối diện ■ *Go on with you - you're never forty. You don't look a day over thirty.* ● Thôi đi, anh không thể 40 tuổi được. Trông anh không quá 30 tuổi lấy một ngày.

go one better (than) thực hiện điều gì một cách tốt đẹp hơn so với những người khác hoặc chính mình đã làm trước đây, hoặc so với những gì đã mong muốn ■*She did well this year and next year she hopes to go one better.* ● Năm nay cô ấy đã làm rất tốt và cô hy vọng năm tới sẽ còn làm tốt hơn nữa. ■*When I asked my grandfather if he'd help me get the letters typed, he went one better and bought me a computer.* ● Khi tôi hỏi ông tôi xem có thể giúp tôi đánh máy những lá thư hay không, ông đã làm tốt hơn cả sự mong đợi của tôi: mua cho tôi một máy vi tính.

go one's own way 1. cư xử hoặc làm điều gì theo ý thích của riêng mình, cho dù có thể không đúng ý người khác ■ *I'm not interested in having a family. I just want to live my own life and go my own way.* ● Tôi không quan tâm đến việc lập gia đình. Tôi chỉ muốn sống cuộc sống của riêng mình và làm theo ý mình. 2. nói về một quốc gia hay một tổ chức... trở nên độc lập và có thể tự quyết những công việc của mình ■ *Southern Europe continued to go its own way, preserving its Latin roots.* ● Miền nam châu Âu tiếp tục theo cách riêng của nó, gìn giữ được những cội nguồn La Tinh.

go out (of) the window nói về một lời hứa, một nguyên tắc hay phương thức làm việc... bị coi thường hay hoàn toàn quên đi trong một tình huống cụ thể nào đó ■ *All my good intentions to stick to my diet went out the window when I saw the fantastic meal he'd made.* ● Tất cả những ý định tốt đẹp của tôi về việc tuân thủ nghiêm nhặt chế độ ăn kiêng hoàn toàn rơi vào quên lãng khi tôi nhìn thấy bữa ăn tuyệt vời mà anh ấy đã nấu.

go out in a blaze of glory kết thúc sự nghiệp trước công chúng như hoạt động xã hội hoặc thể thao... bằng một thành công vượt bực khiến mọi người đều ngưỡng mộ - ra đi trong vinh quang ■ *The congressman from Texas didn't exactly go out in a blaze of glory after being kicked off several committees and then resigning.* ● Vị dân biểu bang Texas đã không kết thúc sự nghiệp chính trị của mình trong vinh quang sau khi liên tục bị loại ra khỏi nhiều ủy ban và cuối cùng từ chức.

go out of one's way to do sth thực hiện một nỗ lực vượt trội để làm thêm điều gì không thuộc trách nhiệm của mình hoặc không được mong đợi là sẽ làm ■ *Mattie went out of her way to make us feel welcome at the party.* ● Mattie đã nỗ lực vượt mức để làm cho chúng tôi cảm thấy được chào đón nồng nhiệt tại bữa tiệc.

go out on a limb hoặc *be out on a limb* người duy nhất chấp nhận rủi ro, chấp nhận làm điều mà người khác không sẵn lòng thực hiện, vì thế rơi vào tình huống bất lợi ■ *I'm going out on a limb here and suggest we lower our own salaries until the company is making a profit.* ● Tôi sẽ chấp nhận làm người đơn độc và đề nghị tự cắt giảm tiền lương của chúng ta cho đến khi nào công ty hoạt động có lãi. ■ *His controversial stance has left him out on a limb.* ● Vị trí của đối thủ anh ta đã đẩy anh ta vào thế đơn độc bất lợi.

go out with a bang chấm dứt với sự nhiều sự thích thú, kích động ■ *The season ended with a bang on Sunday, with the Giants taking the pennant easily.* ● Mùa thi đấu đã chấm dứt một cách sôi động hôm Chủ nhật, khi đội Giants giành được chức vô địch một cách dễ dàng.

go out with the ark → *out of the ark*

go over big with sb tạo ấn tượng rất mạnh, rất thành công đối với ai ■ *This story went over big with my kids.* ● Câu chuyện này rất có ấn tượng với các con tôi.

go over one's head 1. qua mặt ai, bằng cách hỏi xin phép điều gì từ một người khác có quyền hạn cao hơn ■ *Kate was so anxious to change her hours of work that she went over her supervisor's head and asked the manager.* ● Kate quá nóng lòng thay đổi giờ làm việc của cô, đến nỗi đã qua mặt người quản lý cô và hỏi thẳng lên giám đốc. ■ *I was furious that he went over my head and complained to my manager.* ● Tôi giận điên lên vì ông ta đã qua mặt tôi và khiếu nại với ông giám đốc. ■ *I'm not happy that you went over my head to ask for this time off.* ● Tôi thật không vui khi anh đã qua mặt tôi để hỏi xin khoản thời gian nghỉ này. (- nghĩa là được phép từ một người có quyền hạn cao hơn) 2. nghe qua hay đọc thấy điều gì nhưng hoàn toàn không hiểu ■ *I remember my first day in this job - half the words you were all using went straight over my head.* ● Tôi nhớ ngày đầu tiên làm công việc này - có đến một nửa số từ ngữ mà tất cả các bạn đang sử dụng lọt qua tai tôi nhưng tôi chẳng hiểu được gì cả.

go over sth with a fine-tooth comb → **go through sth with a fine-tooth comb**

go over the edge 1. quá lo lắng, sợ sệt hay đau buồn đến mức không còn cư xử được một cách bình thường, hợp lý nữa ■ *Our goal is to reach people and help them before they go over the edge.* ● Mục tiêu của chúng ta là tiếp cận và giúp đỡ mọi người trước khi họ trở nên suy sụp tinh thần. 2. nói về doanh nghiệp, sụp đổ vì không còn đủ khả năng tài chính ■ *Many small businesses are now going over the edge.* ● Rất nhiều doanh nghiệp nhỏ hiện nay đang đi đến chỗ sụp đổ.

go over the same ground hoặc *cover the same ground* xem xét hay đề cập trở lại một vấn đề mà trước đó đã được xem xét hay đề cập đến rồi ■ *I was hoping the disscussion would end soon, but they just sat there, going over the same ground again for half an hour.* ● Tôi hy vọng là cuộc thảo luận sẽ chấm dứt sớm, nhưng họ cứ ngồi mãi đó, lặp lại những điều đã nói trong cả nửa giờ đồng hồ. ■ *There's no point in going over the same ground twice.* ● Lặp lại một vấn đề đến hai lần thì chẳng có ý nghĩa gì. → **cover a lot of ground**

go over the top làm điều gì theo cách rất cực đoan, thái quá ■ *The trouble with Tom is, he can't have fun without going over the top.* ● Vấn đề rắc rối với Tom là, anh ta không thể vui đùa mà không đi đến chỗ quá đáng.

go piss up a rope (khẩu ngữ) cách nói khiếm nhã để bày tỏ sự bực tức và yêu cầu ai chấm dứt ngay sự quấy rầy của họ ■ *I do my best to take care of my kids, and if that's not good enough for you, go piss up a rope.* ● Tôi đã cố gắng hết sức để chăm sóc các con, và nếu như điều đó là chưa đủ đối với anh, hãy thôi đừng quấy rầy tôi nữa.

go postal (on sb) (khẩu ngữ) trở nên cực kỳ tức giận, nhất là một cách mất lý trí và thô bạo ■ *Kirstin went postal when she found out her luggage had been lost.* ● Kirstin nổi điên lên khi cô nhận ra hành lý của mình đã bị mất.

go public 1. công khai với tất cả mọi người về một điều riêng tư hoặc bí mật ■ *Elton John decided to go public about being gay after a close friend died of AIDS.* ● Elton John đã quyết định công khai cho tất cả mọi người biết việc anh là người đồng tính luyến ái, sau khi một người bạn thân đã chết vì bệnh AIDS. 2. đưa cổ phần của một công ty tư nhân ra bán công khai lần đầu tiên ■ *Once Netscape went public, the value of its shares skyrocketed.* ● Khi Netscape đưa cổ phần ra bán công khai lần đầu tiên, giá trị các cổ phần của họ đã tăng vọt.

go right to one's head → **go to one's head**

go so far as to do sth → **go so far as to do sth**

go sour hoặc **turn sour** nói về một mối quan hệ, sự sắp xếp hay một tình huống... không còn tốt đẹp, bắt đầu đi dần đến thất bại, tan vỡ ■ *Negotiations had been making some progress, but talks sudenly turned sour on Tuesday when a car bomb exploded, killing three people.* ● Các cuộc thương thảo đã có một số tiến triển, nhưng đàm phán đột nhiên trở nên xấu đi vào hôm thứ Ba, khi một chiếc xe hơi có gài bom nổ tung và giết chết 3 người.

go south nói về điều gì bị thất bại hay không hoạt động tốt ■ *California's citrus crop went south when a hard freeze killed more than 60% of the oranges.* ● Vụ mùa cam quýt của California đã thất thu khi một cơn rét lạnh làm chết hơn 60% các loại cam.

go stag (cách dùng cũ) nói về một người đàn ông, đi đến một nơi đông người mà không có phụ nữ đi cùng ■ *I was going to ask Amy to Jim's party, but then I decided I'd just go stag.* ● Tôi đã định đề nghị Amy đến dự buổi tiệc của Jim, nhưng rồi tôi quyết định tôi sẽ đi một mình thôi.

go straight to one's head → **go to one's head**

go swimmingly (cách dùng cũ) diễn ra hoàn toàn suôn sẻ, không gặp khó khăn hay trở ngại gì ■ *Clarice couldn't understand why he left so suddenly - everything had been going swimmingly.*

459

• Clarice không thể hiểu được vì sao anh ta lại bỏ đi quá đột ngột - mọi chuyện đều diễn ra suôn sẻ. ■ *We hope everything will go swimmingly.* • Chúng tôi hy vọng là mọi việc sẽ diễn ra suôn sẻ.

go that far → **go too far**

go the distance hoặc *go the full distance* hoàn tất công việc phải làm, nhất là nói về việc theo đuổi đến cuối cùng một cuộc thi đấu hay tranh tài trong thể thao ■ *The boxing world seemed surprised that George Foreman could go the full distance against a much younger man.* • Giới quyền Anh dường như ngạc nhiên rằng George Foreman đã có thể thi đấu đến cùng chống lại một người đàn ông trẻ hơn rất nhiều. ■ *Nobody thought he would last 15 rounds but he went the full distance.* • Không ai nghĩ là anh ta có thể qua được 15 hiệp đấu, nhưng anh ta đã theo đến cùng.

go the full distance → **go the distance**

go the way of thất bại hoặc trở nên tồi tệ hơn theo như cách mà nhiều người khác thường vấp phải ■ *He used to have standards. Now he seems to have gone the way of all writers, forgetting everything else in the hope of a Hollywood screenplay.* • Ông ta cũng đã từng có những chuẩn mực. Giờ đây ông ta dường như cũng vấp phải thất bại như tất cả các nhà văn, quên hết mọi thứ khác trong niềm hy vọng về một kịch bản phim Hollywood.

go the whole hog thực hiện điều gì theo cách trọn vẹn nhất có thể được ■ *Greg doesn't mess around when it comes to camping. He goes whole hog: gourmet meals, air mattress, the works.* • Greg không lơ là khi đi cắm trại. Anh ta thực hiện đủ mọi việc: những bữa ăn ngon, nệm hơi, và đủ cả mọi thứ. ■ *They went the whole hog and had a big lavish wedding.* • Họ thực hiện đầy đủ mọi việc và tổ chức một đám cưới cực kỳ lớn. ■ *We painted the kitchen and then decided to go the whole hog do the other rooms as well.* • Chúng tôi sơn phết nhà bếp, và rồi quyết định sẽ làm trọn vẹn với các phòng khác nữa.

go this far → **go too far**

go through a bad patch hoặc *go through a difficult patch* hoặc *go through a rough patch* (cũng thay *go through* bằng *hit*) trải qua một giai đoạn khó khăn, khó chịu vì có nhiều rắc rối ■ *One of Baker's strengths as a manager has been his ability to calm the team when they hit a rough patch.* • Một trong những điểm mạnh của Baker trong vai trò của một ông bầu là khả năng trấn an đội bóng mỗi khi gặp phải một giai đoạn khó khăn.

go through a difficult patch → **go through a bad patch**

go through a rough patch → **go through a bad patch**

go through hell (and back) trải qua một tình huống cực kỳ khó khăn hoặc tồi tệ, nhất là khi tình huống ấy tiếp tục kéo dài ■ *The first three days after the accident we went through hell, not knowing if our son would live or die.* • Ba ngày tiếp theo sau tai nạn, chúng tôi trải qua trạng thái cực kỳ tồi tệ, không biết là đứa con trai mình sẽ sống hay chết. ■ *He went through hell during the trial.* • Anh ta trải qua tình huống cực kỳ khó khăn trong suốt phiên tòa.

go through sth like a (hot) knife through butter hoặc *cut through sth like a (hot) knife through butter* cắt đứt hay vượt qua vật gì một cách rất dễ dàng và nhanh chóng ■ *This is an excellent tool that will go through wood like a knife through butter.* • Đây là một dụng cụ tuyệt hảo, sẽ cắt qua gỗ dễ dàng như chém xuống nước. ■ *Near the end of the race, our horse came slicing through the rest like a hot knife through butter and finished first.* • Gần cuối cuộc đua, con ngựa của chúng tôi nhanh chóng vượt qua những con khác một cách hết sức dễ dàng và đến đích trước nhất.

go through sth with a fine-tooth comb hoặc *go over sth with a fine-tooth comb* khảo sát hay tìm kiếm một cách rất kỹ lưỡng ■ *I searched through my desk with a fine-tooth comb, but I still couldn't find that phone number.* • Tôi lục lọi rất kỹ khắp nơi trên bàn giấy, nhưng vẫn không thể tìm ra số điện thoại ấy. ■ *The police have gone over the house with a fine-tooth comb.* • Cảnh sát đã lục lọi rất kỹ khắp nơi trong ngôi nhà.

go through the ceiling → **go through the roof**

go through the roof hoặc *go through the ceiling* 1. nói về giá cả hoặc chi phí cho việc gì ... bỗng nhiên tăng vọt bất ngờ ■ *Running your air conditioner around the clock can cause your electricity bill to go through the roof.* • Mở máy điều hòa không khí suốt ngày đêm có thể làm cho hóa đơn tiền điện của bạn tăng vọt lên bất ngờ. 2. (khẩu ngữ) hoặc *hit the roof* hoặc *hit the ceiling* đột nhiên nổi giận ■ *Alison'll go through the roof when she sees what you've done to her dress.* • Alison sẽ nổi giận khi cô ấy nhìn thấy những gì bạn đã làm với chiếc áo dài của cô ấy.

go through the wringer trải qua một giai đoạn dài khó khăn, khó chịu đến nỗi có cảm giác ngã bệnh hoặc hết sức mệt mỏi cả về tinh thần lẫn thể xác ■ *Jodie only played for fifteen minutes, but she felt like she'd been through the wringer.* • Jodie chỉ chơi trong 15 phút, nhưng cô ấy có cảm giác như đã trải qua một giai đoạn dài đầy khó khăn.

go to a lot of trouble bỏ nhiều thời gian và nỗ lực để thực hiện điều gì một cách đúng đắn ■ *Your mother went to a lot of trouble to make this meal. Now eat it.* • Mẹ của bạn đã bỏ nhiều công sức để nấu bữa ăn này. Giờ thì hãy ăn đi.

go to bat for giúp đỡ hoặc ủng hộ cho người đang gặp khó khăn, nhất là thuyết phục những người có thẩm quyền để họ chịu giúp người ấy ■ *I haven't always agreed with Victor or his politics, but I have to admit he's gone to bat for the people that work for him.* • Tôi không phải lúc nào cũng đồng ý với Victor hay quan điểm chính trị của anh ta, nhưng tôi phải thừa nhận là anh ta vẫn thường giúp đỡ những người làm việc cho anh ta. ■ *Although he broke the law, I went to bat for him because I believe in him.* • Mặc dù anh ta phạm luật, tôi vẫn giúp đỡ anh ta, bởi vì tôi tin nơi anh ta.

go to glory (cách dùng cũ) cách nói đồng nghĩa để tránh không phải dùng từ chết ■ *You'll be telling your children tales about me long after I'm gone to glory.* • Rồi con sẽ kể lại cho con cái nghe những câu chuyện về ta nhiều năm sau khi ta đã về nơi chín suối.

go to great lengths to do sth cũng thay *great* bằng *extraordinary, huge, considerable*... sẵn lòng làm việc cực nhọc hoặc vượt quá mức đòi hỏi để có thể đạt được điều gì ■ *It always amazes us that people will go to such extraordinary lengths to avoid paying a $10 parking ticket.* ● Chúng tôi luôn hết sức ngạc nhiên là người ta sẽ chấp nhận những khó khăn đến như thế chỉ để tránh phải trả ra 10 đô-la phí đỗ xe.

go to hell in a handbasket hoặc *go to the dogs* tình huống mà một quốc gia hay một tổ chức... không duy trì được sự thành công, ổn định tổ chức hoặc tình trạng an ninh như trước đây, và bắt đầu trở nên ngày càng tệ hại hơn ■ *This city has been going to the dogs ever since Jefferson became mayor.* ● Thành phố này đã ngày càng tệ hại hơn kể từ khi Jefferson trở thành thị trưởng. ■ *Politicians talk about life here with such enthusiasm while the health-care system collapses, and the cities go to hell in a handbasket.* ● Các nhà chính trị nói về đời sống người dân ở đây với nhiệt tình đến thế, trong khi hệ thống chăm sóc sức khỏe thì sụp đổ, và các thành phố nhanh chóng đi đến chỗ hủy diệt. ■ *This firm's gone to the dogs since the new management took over.* ● Công ty này đã nhanh chóng trở nên tồi tệ kể từ khi ban giám đốc mới nhận trách nhiệm. ■ *He's always saying that the country is going to the dogs.* ● Ông ta luôn miệng nói rằng đất nước đang ngày càng tồi tệ hơn.

go to one's head 1. hoặc *let sth go to one's head* bắt đầu cư xử kênh kiệu như thể mình là người rất quan trọng, bởi vì vừa đạt được điều gì hoặc vừa được khen thưởng, ca ngợi ■ *"Saul is a great cook." "Don't let him hear you say that - we wouldn't want it to go to his head."* ● "Saul là một đầu bếp tuyệt thật." "Đừng để anh ta nghe bạn nói thế - chúng tôi không muốn anh ta trở nên cao ngạo vì điều đó." 2. hoặc *go straight to one's head* hoặc *go right to one's head* nói về thức uống có cồn như rượu, bia... làm cho người uống rất mau say ■ *I can't drink liquor. It just goes straight to my head and I feel sick.* ● Tôi không thể uống được rượu mạnh. Nó làm tôi say rất nhanh và cảm thấy rất mệt. ■ *That glass of wine has gone straight to my head.* ● Ly rượu vang ấy đã làm tôi say choáng váng ngay.

go to pieces 1. không thể kiềm chế được cảm xúc hoặc cách ứng xử của mình, vì điều gì đó gây xúc động quá mạnh ■ *I know that if James breaks up with Tracy, she's going to go to pieces.* ● Tôi biết là nếu James cắt đứt quan hệ với Tracy, cô ấy sẽ không tự kiềm chế được. 2. (khẩu ngữ) nói về năng lực làm việc của ai đó đã kém đi hơn trước, hoặc một tình huống đã trở nên tồi tệ, lộn xộn hơn ■ *I leave the store for a week and everything goes to pieces!* ● Tôi rời khỏi cửa hiệu trong một tuần lễ và mọi thứ trở nên tồi tệ hơn trước.

go to pot trở nên tồi tệ, xấu đi hoặc thất bại ■ *A lot of people think the legal system in this country has gone to pot.* ● Nhiều người nghĩ rằng hệ thống pháp luật ở đất nước này đã trở nên tồi tệ rồi.

go to rack and ruin dần dần rơi vào tình trạng suy sụp, hư hỏng vì thiếu sự chăm sóc, bảo quản đúng mức ■ *Over the years, they've let the company go to rack and ruin.* ● Qua nhiều năm, họ đã để cho công ty rơi vào tình trạng dần dần suy sụp.

go to seed 1. nói về nhà cửa, công trình xây dựng... xuống cấp, trông cũ kỹ, xấu xí... vì không có ai chăm sóc ■ *The central bus station was hardly used and had gone to seed.* • Trạm xe buýt trung tâm gần như không được sử dụng và đã xuống cấp nghiêm trọng. ■ *The apartment went to seed once they started renting it to university students.* • Căn hộ đã xuống cấp kể từ khi họ cho các sinh viên đại học thuê. 2. nói về người, có dáng vẻ bơ phờ, xốc xếch... vì không có sự quan tâm sửa soạn ■ *Webber had once been a high-powered lawyer, but had since gone to seed.* • Webber một thời đã từng là một luật sư đầy quyền lực, nhưng đã dần trở nên tiều tụy bơ phờ.

go to the bad sa sút về đạo đức, bắt đầu cư xử không tốt đẹp ■ *I hate to see you going to the bad.* • Tôi ghét phải nhìn thấy anh sa sút về đạo đức.

go to the dogs → **go to hell in a handbasket**

go to the ends of the earth làm bất cứ điều gì có thể, cho dù là rất khó khăn, để đạt được mục tiêu mong muốn ■ *I can't believe you don't like the Cowboy Junkies! I'd go to the ends of the earth to hear them play.* • Tôi không tin nổi là anh lại không thích nhóm Cowboy Junkies! Tôi có thể làm bất cứ điều gì để được nghe họ chơi đấy. ■ *I'd go to the ends of the earth to see her again.* • Tôi có thể làm bất cứ điều gì để được gặp lại cô ấy lần nữa.

go to the expense of sth chi phí tiền bạc cho việc gì ■ *They went to all the expense of redecorating the house and then they moved.* • Họ bỏ tiền ra chi cho việc trang hoàng lại ngôi nhà và rồi lại dọn đi. ■ *We didn't want to go to the expense of sending a courier.* • Chúng tôi đã không muốn chi tiền bạc cho việc phái một người đưa tin trực tiếp.

go to the wall 1. nói về người hay công ty, thất bại vì không còn tiền bạc nữa ■ *Many small investors went to the wall when the stock market crashed.* • Nhiều nhà đầu tư nhỏ đã phá sản khi thị trường chứng khoán sụp đổ. 2. tin chắc vào quan điểm của mình là đúng đắn, đến mức sẵn sàng chấp nhận khó khăn để ủng hộ quan điểm ấy ■ *I know Coach Thompson would go to the wall for his players, and they do their best to please him.* • Tôi biết là huấn luyện viên Thompson sẽ sẵn sàng làm mọi việc vì các cầu thủ của ông, và họ cố hết sức để làm cho ông hài lòng.

go to town (khẩu ngữ) làm việc gì theo cách rất khích động, nhất là chi tiêu tiền bạc quá độ ■ *Have you seen the dinner Kirstin has prepared? She really went to town!* • Anh đã thấy bữa tiệc mà Kirstin chuẩn bị hay chưa? Cô ấy thật sự đã chi tiền quá độ.

go toes up cách nói hài hước có nghĩa là chết ■ *You know Riggs, he won't retire till he goes toes up.* • Anh biết Riggs đấy, ông ta sẽ không về hưu cho đến khi nào ông ngỏm củ tỏi.

go toe-to-toe (with sb) hoặc *stand toe-to-toe (with sb)* (thường dùng trong các bản tin báo chí, truyền hình...) nói về hai người hay nhóm người đối nghịch, cố hết sức để đánh bại nhau ■ *The Utes and the Spartans went toe-to-toe in a thrilling game that went into overtime.*

go too far

● Đội Utes và đội Spartans tranh nhau quyết liệt trong một trận đấu thật hồi hộp đã phải bước sang phần thêm giờ. ■ *The conflict, which began as a small uprising, has grown into a toe-to-toe battle between thousands of soldiers.* ● Vụ xung đột, bắt đầu chỉ là một trường hợp phản kháng nhỏ, đã phát triển thành một trận chiến quyết liệt giữa hàng ngàn quân nhân với nhau.

go too far hoặc *go this far* hoặc *go that far* quá đáng, cực đoan đến mức độ không thể chấp nhận được ■ *He's always been quite crude, but this time he's gone too far.* ● Hắn ta bao giờ cũng rất thô lỗ, nhưng lần này thì thật là quá đáng lắm. (không thể chấp nhận được nữa) ■ *I never thought she'd go this far.* ● Tôi không bao giờ nghĩ là cô ấy sẽ quá đáng đến mức này. ■ *Your action is really going too far.* ● Hành động của anh quả thật là quá đáng lắm.

go under the hammer → **come under the hammer**

go under the knife hoặc *be under the knife* đưa vào phẫu thuật vì bệnh, bị thương... ■ *Cochran went to the hospital for a simple stomach ache, and two hours later he was under the knife.* ● Cochran đến bệnh viện vì một cơn đau dạ dày nhẹ, và 2 giờ sau đó anh ta được đưa vào phẫu thuật.

go underground bắt đầu thực hiện điều gì một cách bí mật hoặc che giấu ở một nơi bí mật ■ *In late Octorber, I went underground to avoid being taken to jail.* ● Trong cuối tháng Mười, tôi bắt đầu hoạt động bí mật để tránh bị bắt vào tù.

go up in flames → **go up in smoke**

go up in smoke hoặc *go up in flames*
1. bị phá hủy hoàn toàn do hỏa hoạn ■ *By the time I got there, the fire had gone right through the office. I watched while a whole year's work went up in smoke.* ● Khi tôi đến đó, đám cháy đã lan vừa đúng qua văn phòng. Tôi đứng nhìn công trình của cả một năm bị thiêu hủy hoàn toàn thành mây khói. 2. nói về một kế hoạch, nỗ lực hoặc hy vọng... tiêu tan, thất bại hoàn toàn ■ *Their hopes of a win went up in flames when the Rangers scored twice in the last quarter.* ● Hy vọng của họ về một trận thắng đã tiêu tan thành mây khói khi đội Rangers ghi bàn hai lần trong hiệp cuối.

go up the ladder → **climb the ladder**

go way back → **go back a long way**

go with the flow chấp nhận một tình huống mới hoặc khác biệt mà không hề lo lắng hay cố sức để làm thay đổi hoặc kiểm soát tình huống ấy ■ *I know this party isn't what you expected, but just relax and go with the flow.* ● Tôi biết bữa tiệc này không phải là điều anh chờ đợi, nhưng chỉ cần thư giãn và chấp nhận theo như tình huống. ■ *Stop complaining and just go with the flow!* ● Thôi đừng than phiền nữa và chỉ cần chấp nhận theo tình huống thôi.

go with the territory → **come with the territory**

go without chịu đựng, tiếp tục tồn tại hoặc hoạt động trong điều kiện thiếu một nhu cầu thông thường nào đó ■ *There wasn't time for breakfast, so I had to go without.* ● Không có thời gian để ăn điểm tâm, vì thế tôi phải nhịn. ■ *How long can a human being go without sleep?* ● Con người có thể sống được bao lâu nếu không ngủ? ■ *She went without eating for three days.* ● Cô ấy đã nhịn không ăn gì trong 3 ngày.

goalpost → move the goalposts

goat → get one's goat

God → act of God

God → pray to the porcelain God

God → put the fear of God into sb

God → so help me (God)

God → ye Gods

God willing and the creek don't rise (khẩu ngữ) cách nói hài hước, bày tỏ hy vọng là sẽ không gặp phải rắc rối nào khi làm điều gì ■ *God willing and the creek don't rise, we'll be able to get through the next few months.* ● Nhờ trời nếu không có khó khăn nào phát sinh, chúng ta sẽ có thể làm xong trong vài tháng nữa.

God's gift to 1. người tự xem mình là quan trọng và rất có giá trị đối với ai, và do đó có cung cách ứng xử gây khó chịu ■ *The way Caleb walks around, he obviously thinks he's God's gift to women.* ● Nhìn cung cách đi lại của Caleb, rõ ràng anh ta tự xem mình là thứ của quý đối với phụ nữ. ■ *By the age of 29, he'd won two Oscars and could be forgiven for thinking he was God's gift to acting.* ● Chỉ mới 29 tuổi anh ta đã đoạt hai giải Oscar, nên có thể thông cảm được khi anh ta tự cho mình là rất quan trọng trong giới diễn viên. ■ *She seems to think she's God's gift to men.* ● Cô ấy có vẻ như nghĩ rằng mình rất quyến rũ đối với đàn ông. 2. điều giúp làm cho một tình huống trở nên dễ dàng hơn nhiều đối với một nhóm người nào đó ■ *The drug, which was welcomed at first as God's gift to pregnant women, produced serious birth defects in children.* ● Loại thuốc ấy, ban đầu được hoan nghênh như cứu tinh cho những phụ nữ có thai, lại tạo ra những dị tật nghiêm trọng cho trẻ con.

godmother → fairy godmother

going → a lot going for sb

going → be going one's way

going → got it going on

going → have a good thing going

going → heavy going

going → how are things (going)

going → like it's going out of fashion

going → not have much upstairs

going → not know whether one is coming or going

going → when the going gets tough

going → while the going is good

going around in circles hoặc *running around in circles* không đạt đến mục đích hoặc không giải quyết được vấn đề vì theo đuổi cách làm chẳng mang lại chút hiệu quả nào ■ *I felt I was going around in circles, writing letters to different people at the bank and getting no answers.* ● Tôi cảm thấy như mình đang loay hoay không đúng chỗ, viết thư cho nhiều người khác nhau ở ngân hàng và chẳng hề được trả lời.

going cheap được mang ra bán với giá rẻ ■ *Look in the paper to see if there are any computers going cheap.* ● Hãy tìm trên báo xem có cái máy vi tính nào được bán với giá rẻ hay không. ■ *They've got a load of furniture going cheap.* ● Họ đã mua được một lô đồ đạc bán với giá rẻ.

going down like flies → *dropping like flies*

going great guns (khẩu ngữ) nói về người đang thực hiện công việc với rất nhiều sự cố gắng hoặc rất thành công, hay nói về công việc đang tiến triển rất nhanh chóng và tốt đẹp ■ *We're going great guns, and we hope to do even better with sales next year.* ● Chúng tôi đang hoạt động rất tốt, và chúng tôi hy vọng thậm chí còn có thể làm tốt hơn nữa với doanh số của năm tới. ■ *Work is going great guns now.* ● Công việc đang tiến triển rất nhanh chóng và tốt đẹp.

gold → all that glitters is not gold

gold → good as gold

gold → have a heart of gold

gold → like gold dust

gold → strike gold

gold → the end of the rainbow

gold → there's gold in them there

gold → worth one's weight in gold

Goldberg → Rube Goldberg

golden → kill the goose that lays the golden egg

golden → the golden rule

golden handcuffs sự chi trả hào phóng của một công ty cho những nhân viên không quan trọng, để họ không thể rời bỏ công ty ■ *The almost-free tickets the airlines offer to workers are really golden handcuffs because they make it so hard for their employees to quit.* ● Những chiếc vé gần như là biếu không cho công nhân của các công ty hàng không thật sự là những sợi dây vàng trói buộc, bởi vì chúng làm cho họ rất khó mà nghỉ việc. → *golden handshake*

golden handshake hoặc *golden parachute* món tiền lớn được dành cho một người quan trọng khi họ rời khỏi chức vụ, công việc (đôi khi cũng có nghĩa là khoản tiền được dùng để thuyết phục người ấy xin thôi việc) ■ *The manager of "Playboy" got a golden handshake of nearly $18 million when he left the company last month.* ● Ông giám đốc công ty Playboy nhận được một khoản tiền lớn đến gần 18 triệu đô-la khi ông rời khỏi công ty này hồi tháng trước. → *golden handcuffs*

golden parachute → *golden handshake*

goldmine → sitting on a goldmine

gone → a lot of water has gone under the bridge since

gone → dead and gone

gone → here today gone tomorrow

gonna → I'm not gonna go there

good → a fat lot of good it does

good → a good few

good → a wink's as good as a nod (to a blind man)

good → all good things (must) come to an end

good → all to the good

good → as good as

good → at a fast clip

good → be good friends

good → be in one's good books

good → do a good (bad) job (on sth)

good → do good

good → do sb a world of good

good → feel good
good → for good
good → give a good account of oneself
good → give as good as you get
good → have a good head on one's shoulders
good → have a good thing going
good → have an eye for sth
good → in conscience
good → in good company
good → in good faith
good → in one's good graces
good → in one's own good time
good → make good one's escape
good → no news is good news
good → one good turn deserves another
good → onto a good thing
good → put in a (good) word for sb
good → put sb in a new light
good → put sth to good account
good → quite a few
good → safe bet
good → show sb a good time
good → so far, so good
good → stand sb in good stead
good → the good old days
good → the road to hell is paved with good intentions
good → to advantage
good → to good effect
good → up to no good
good → up to sth
good → well and good
good → while the going is good
good → with good grace
good → your guess is as good as mine

good and hoàn toàn, không còn gì thiếu sót nữa ■ *I won't go until I'm good and ready.* ● *Tôi sẽ không đi cho đến khi nào tôi đã hoàn toàn sẵn sàng.*

good answer (thông tục) dùng để biểu lộ sự đồng ý, tán thành ■ *"I don't know what the problem is with this computer. I guess I'll just turn it off so we can go." "Good answer!"* ● *"Tôi không biết cái máy vi tính này đang gặp phải vấn đề gì. Tôi nghĩ là chỉ việc tắt máy để chúng ta có thể đi." "Đồng ý ngay."*

good as done hoặc *as good as done* coi như xong, kể như đã làm xong (cũng dùng thay *done* bằng các động từ khác, như *cooked, finished, painted, typed*...) ■ *This job is as good as done. It'll just take another second.* ● *Công việc này kể như đã xong. Chỉ còn giây lát nữa thôi.* ■ *Yes, sir. If you hire me to paint your house, it's as good as painted.* ● *Vâng, thưa ông. Nếu ông thuê tôi sơn căn nhà của ông, xem như là đã xong rồi đấy.* ■ *When I hand my secretary a letter to be typed, I know that it's as good as typed right then and there.* ● *Khi tôi trao cho cô thư ký của tôi một lá thư để đánh máy, tôi biết là xem như nó đã được đánh máy xong.*

good as gold hoặc *as good as gold*
1. đích thật, có thẩm quyền hoặc uy tín đáng tin cậy ■ *Mary's promise is as good as gold.* ● *Lời hứa của Mary là rất đáng tin cậy.* ■ *Yes, this diamond is genuine -*

good as gold. • Vâng, viên kim cương này là thật - hoàn toàn thật đấy. 2. (thường dùng khi nói về trẻ con) ngoan ngoãn, cư xử tốt ▪ *The boy sat there waiting, as good as gold, until it was his turn.* • Thằng bé ngồi đó chờ, hết sức ngoan ngoãn, cho đến lượt của nó. ▪ *The kids have been as good as gold all day.* • Lũ trẻ đã ngoan ngoãn suốt cả ngày.

good as one's word hoặc *as good as one's word* biết giữ lời hứa, có thể tin cậy được vào những gì ai đó đã nói ra - người nói sao làm vậy ▪ *He was as good as his word. He lent me the books as promised.* • Anh ấy luôn giữ lời hứa. Anh ấy đã cho tôi mượn mấy cuốn sách đúng như đã hứa. ▪ *She said she would baby-sit and she was as good as her word.* • Cô ấy nói là cô sẽ làm việc giữ trẻ, và cô ấy đã giữ lời hứa. ▪ *Jill said she'd be here at 8:00 sharp, and she turned out to be as good as her word.* • Jill đã nói rằng cô ấy sẽ đến đây đúng 8 giờ, và cô ấy đã giữ đúng lời hứa. ▪ *The coach said he would give the players a day off if they won, and he was as good as his word.* • Huấn luyện viên nói rằng sẽ cho các cầu thủ nghỉ một ngày nếu họ giành chiến thắng, và ông ấy đã giữ lời hứa. ▪ *We knew she was always good as her word, so we trusted her.* • Chúng tôi biết rằng cô ấy luôn giữ đúng lời hứa, vì vậy chúng tôi tin cậy cô ấy.

good bet → **safe bet**

good deed for the day điều tốt đẹp, hữu ích ▪ *I took Sarah's children to school so I've done my good deed for the day.* • Tôi đưa các con của Sarah đến trường, bởi vậy tôi đã làm một việc hữu ích.

good egg (cách dùng cũ) người tử tế và hay giúp đỡ người khác, người tốt bụng ▪ *I like your mom - she's a good egg.* • Tôi rất thích mẹ của bạn - bà ấy thật là người tốt bụng.

good guy người được tin cậy hay yêu thích vì không bao giờ làm điều gì sai trái, hoặc vì thường có sức ngăn chặn điều xấu ▪ *Asner is the good guy whom Moore turns to when she needs help.* • Asner là một người rất tốt, Moore luôn hướng về anh mỗi khi cô cần sự giúp đỡ.

good news for sb điều có ích hoặc mang lại lợi thế cho ai ▪ *The cut in interest rates is good news for homeowners.* • Sự cắt giảm các mức lãi suất là có lợi cho những người chủ sở hữu nhà.

good press được khen ngợi, tán dương bởi nhiều người ▪ *Democracy did not always have the good press it enjoys today - in ancient Rome, it was seen as ultimate chaos.* • Dân chủ trước đây không phải bao giờ cũng được ca ngợi như ngày nay - vào thời cổ La Mã, nó được xem như một tình trạng hỗn loạn.

good question dùng khi người nói không biết câu trả lời cho câu hỏi vừa được đưa ra ▪ *"So, why do they keep looking at houses if they can't afford to move?" "Good question!"* • "Vậy thì, tại sao họ vẫn tiếp tục tìm nhà nếu như họ không đủ khả năng để dọn đi?" "Hỏi hay đấy, ai mà biết được!"

good to go có đủ tất cả những gì cần thiết, hoặc đủ điều kiện để làm điều gì ▪ *We've sent off the form and the money's all there, so I guess we're good to go.* • Chúng tôi đã gởi mẫu đơn đi, và tất cả tiền bạc nằm ở đó - bởi vậy chúng tôi cho là đã có đủ điều kiện để bắt đầu. ▪

The guys really needed this day off - they'll be good to go for another couple of weeks after this. • Những người này thực sự cần được nghỉ một ngày - sau đó họ sẽ có thể sẵn sàng để làm việc trong vài tuần lễ nữa.

goodbye → **kiss sth goodbye**

goodbye sth hello sth (thường dùng một cách hài hước trong các bản tin báo chí, truyền hình...) một người, sự vật, ý tưởng hay phương thức mới đã thay thế cho người, sự vật, ý tưởng hay phương thức trước đó ■ *When Weber started his own business, it was goodbye suit and tie, hello T-shirt and baseball cap.* • Khi Weber khởi sự công việc kinh doanh riêng của mình, thế là giã biệt com-lê với cà-vạt, và bắt đầu áo thun ba lỗ với mũ lưỡi trai.

goodness → **out of the goodness of one's heart**

goods → **deliver the goods**

goods → **get the goods on sb**

goods → **sell a bill of goods**

goose → **cook one's goose**

goose → **kill the goose that lays the golden egg**

goose → **not say boo to a goose**

goose → **sauce for the goose (is sauce for the gander)**

goose → **wild goose chase**

Gordian → **cut the Gordian knot**

gorge → **make one's gorge rise**

gospel → **take sth as gospel**

got → **be got it bad (for sb)**

got → **cat got your tongue**

got → **have it in for sb**

got → **have sth licked**

got → **have to hand it to sb**

got → **like the cat that ate the canary**

got → **name it (one's got it)**

got → **what got into sb**

got it going on (tiếng lóng) rất hấp dẫn, lôi cuốn ■ *If you asked me, Nik's got it going on. I've never seen anything so fine!* • Nếu anh hỏi tôi thì tôi cho Nik là hấp dẫn nhất. Tôi chưa từng thấy món nào hấp dẫn đến thế.

gotten → **ill-gotten gains**

grab → **up for grabs**

grab for the brass ring → **go for the brass ring**

grab sb by the throat hoặc *grab sth by the throat* hoặc *take sb by the throat* hoặc *seize sb by the throat* 1. nói về điều gì là hết sức lôi cuốn, hấp dẫn đối với ai ■ *The latest Brady Coyne novel grabs you by the throat with the opening scene and doesn't let go until the end.* • Cuốn tiểu thuyết mới nhất của Brady Coyne lôi cuốn bạn ngay từ phần mở đầu và sẽ tiếp tục hấp dẫn mãi cho đến phần kết thúc. 2. thực hiện một nỗ lực thành công để kiểm soát hay đối phó với điều gì, dùng đến rất nhiều công sức ■ *The team had this game by the throat, allowing the other just one goal.* • Đội bóng đã nỗ lực thành công khống chế được trận đấu này, chỉ để cho đội bên kia ghi được một bàn thắng.

grab sth by the scruff of the neck → **take sth by the scruff of the neck**

grab sth by the throat → **grab sb by the throat**

grab the headlines điều mà mọi người đều nghe biết vì gây kinh ngạc hoặc rất khác thường và được nói đến bởi tất cả các báo, đài... ■ *A grisly killing spree in a small town near Detroit has grabbed the headlines tonight.* • Vụ giết người khủng khiếp ở một thị trấn nhỏ gần Detroit đã lan truyền khắp nơi vào tối nay.

grabbing → headline-grabbing

grace → airs and graces

grace → fall from grace

grace → in one's good graces

grace → saving grace

grace → with bad grace

grace → with good grace

grace sb with one's presence (khẩu ngữ) dùng để mỉa mai và tỏ ý bực mình với người không thường xuyên tham gia một sự kiện theo như trách nhiệm của người ấy ■ *Ah, Kevin. How nice of you to grace us with your presence today.* • A, Kevin! Thật quý hóa làm sao, hôm nay sự hiện diện của anh làm vinh dự cho chúng tôi. (nhưng người nói không nghĩ thế, mà bày tỏ sự bực tức vì anh ta vẫn thường không có mặt như được mong đợi.)

grade → make the grade

grain → against the grain

grain → go against the grain

grain → take sth with a grain of salt

grand → the grand old age

Grand Central Station → busy as Grand Central Station

grant → in the (grant) scheme of things

granted → take sb for granted

grape → sour grapes

grapevine → hear sth through the grapevine

grasping → be grasping at straws

grass → let the grass grow under one's feet

grass → snake in the grass

grass → the grass is (always) greener

grass → the grass roots

grasshopper → knee-high to a grasshopper

grass-roots ở mức độ thấp nhất, cơ bản nhất ■ *Deciding how to revitalize the community and get the most for their money was a grass-roots effort.* • Quyết định làm thế nào để củng cố cộng đồng và sử dụng hiệu quả nhất tiền bạc của họ là một nỗ lực cơ bản nhất. ■ *We need to win support at grass-roots level.* • Chúng ta cần phải giành được sự ủng hộ ở mức độ căn bản nhất.

grave → dig one's own grave

grave → from the cradle to the grave

grave → have one foot in the grave

grave → quiet as the grave

grave → turn over in one's grave

gravy → gravy train

gravy train một tổ chức, một hoạt động hay một công việc kinh doanh có thể giúp nhiều người kiếm tiền dễ dàng mà không phải tốn nhiều công sức ■ *Some European investors know that privatization is not always the gravy train that government promise.* • Một số các nhà đầu tư châu Âu biết rằng việc tư hữu hóa không phải bao giờ cũng mang lại lợi nhuận dễ dàng như chính phủ hứa hẹn.

gray area cung cách cư xử, khái niệm... khó nắm bắt vì không có quy luật hay giới hạn rõ ràng ■ *Margaret always knew what was right and wrong in her life - there were no gray areas.* • Margaret luôn luôn biết được những gì đúng và sai trong đời cô - không có gì là mơ hồ cả.

grease → elbow grease

grease → quick as greased lightning

grease → the squeaky wheel (gets the grease)

grease one's palm lén lút, bí mật đưa tiền cho ai để thuyết phục người ấy làm điều gì - đút lót, mua chuộc ■ *I think we'll have to grease a few palms if we want to get our shipment delivered on time.* • Tôi nghĩ là chúng ta sẽ phải đút lót chút đỉnh nếu muốn cho chuyến hàng của chúng ta được giao đúng hạn.

greased → like (greased) lightning

great → dirty great

great → go to great lengths to do sth

great → going great guns

great → no great shakes

great → set (great) store by sth

great → take (great) exception to sth

great believer in sth hoặc *firm believer in sth* người tin tưởng mạnh mẽ vào một điều gì, hoặc cho rằng một quan điểm, ý tưởng nào đó là chắc chắn đúng ■ *I've always been a great believer in getting as much sleep as possible.* • Tôi luôn luôn tin tưởng mạnh mẽ vào việc ngủ được càng nhiều càng tốt. ■ *I'm a great believer in healthy eating and exercise.* • Tôi rất tin tưởng vào việc ăn uống lành mạnh và tập thể dục.

Greek → it's Greek to me

green → get the green light

green → give sb the green light

green → have a green thumb

green around the gills (cách dùng cũ) dáng vẻ nhợt nhạt vì quá hốt hoảng, sợ sệt hoặc bị bệnh ■ *Nervous grooms have been known to get a little green around the gills as their wedding day approaches.* • Những chú rể căng thẳng được biết là thường trở nên hơi nhợt nhạt khi ngày cưới đến gần.

green with envy hết sức ghen tức với ai vì không thể đạt được điều gì giống như người ấy ■ *Before you turn green with envy, remember that fashion models often have grueling 16-hour work days and cut-throat competition.* • Trước khi bạn nổi cơn ghen tức, hãy nhớ rằng những người mẫu thời trang thường cần phải nỗ lực đến 16 giờ làm việc mỗi ngày và cạnh tranh sống còn hết sức khốc liệt. ■ *Other school districts are green with envy because of our new library.* • Các trường khác trong quận đều lấy làm ghen tức với thư viện mới của chúng tôi.

greener → the grass is (always) greener

greener pastures → new pastures

greet sb with open arms → welcome sb with open arms

grief → come to grief

grief → give sb grief

grievance → air one's grievances

grin → wipe the grin off one's face

grin and bear it đành lòng chấp nhận một tình huống khó khăn, khó chịu... mà không than trách gì, vì biết là không thể làm gì khác hơn được ■ *This stuff smells like rotten eggs, but when you work here every day you just learn to grin and bear it.* • Cái món quái này có mùi như trứng thối, nhưng khi bạn làm việc ở đây mỗi ngày bạn phải học cách dần lòng chấp nhận lấy nó. ■ *There's nothing we can do about it. We'll just have to grin and bear it.* • Chúng ta chẳng thể làm được gì về điều đó cả. Chúng ta chỉ buộc phải cắn răng chấp nhận lấy thôi.

grin from ear to ear → **smile from ear to ear**

grin like a Cheshire cat hoặc *smile like a Cheshire cat* hoặc *smile a Cheshire cat smile* cười mở miệng rất rộng, đến nỗi làm cho khuôn mặt trông có vẻ hơi ngớ ngẩn, hoặc cho thấy là rất tự mãn, hài lòng ■ *Glover's career is doing well, but he knows better than to say anything too cocky. He just smiles that Cheshire cat smile and looks away.* • Công việc của Glover đang phát triển thuận lợi, nhưng anh ta đủ khôn ngoan để không nói ra bất cứ điều gì quá kiêu ngạo. Anh chỉ toét miệng cười như thế đó và nhìn đi nơi khác.

grind → **ax to grind**

grind → **have an axe to grind**

grind to a halt nói về một hệ thống, một tiến trình hay một tổ chức, đang dần dần tiến đến chỗ ngưng hoạt động ■ *The negotiations with the teachers' union have ground to a halt over the issue of tenure.* • Những cuộc thương thảo với công đoàn giáo viên đã dần dần bế tắc với vấn đề quyền giảng dạy chính thức. ■ *Production ground to a halt during the strike.* • Sự sản xuất dần dần đình trệ trong suốt cuộc bãi công. ■ *Her career ground to a halt when the twins were born.* • Sự nghiệp của cô ta dần dần chấm hết khi hai đứa trẻ song sinh ra đời.

grinding → **bring sth to a grinding halt**

grindstone → **have one's nose to the grindstone**

grip → **get a grip on oneself**

grip → **get a grip on sth**

grip → **get to grips with sth**

grip → **in the grip of sth**

grip → **lose your grip**

grist → **be grist for the mill**

grit one's teeth 1. quyết tâm tiếp tục làm điều gì ngay cả khi đã nhận thấy là rất khó khăn ■ *You just have to grit your teeth and remind yourself that it doesn't matter what other people say.* • Anh cần phải hạ quyết tâm theo đuổi công việc và tự nhắc nhở mình rằng những gì người khác nói là không quan trọng. ■ *It started to rain harder, but we gritted our teeth and carried on.* • Trời bắt đầu mưa lớn hơn, nhưng chúng tôi hạ quyết tâm và tiếp tục. 2. nghiến chặt hai hàm răng lại với nhau ■ *She gritted her teeth against the pain.* • Cô ấy nghiến răng chịu đựng cơn đau. ■ *"Stop it!" he said through gritted teeth.* • "Thôi ngay đi!" anh ta nói qua hàm răng nghiến chặt.

gritty → **get down to the (real) nitty gritty**

groove → **in the groove**

ground → **be grounded on sth**

ground → **be in on the ground floor**

ground → **break new ground**

ground → **common ground**

ground → cover a lot of ground

ground → gain ground

ground → get off the ground

ground → go over the same ground

ground → have one's feet (firmly) on the ground

ground → hit the ground running

ground → hold one's ground

ground → keep an ear to the ground

ground → lose ground

ground → not know one's ass from a hole in the ground

ground → old stomping ground

ground → on dangerous ground

ground → on home turf

ground → on the ground

ground → prepare the ground

ground → regain lost ground

ground → run oneself into the ground

ground → run sb into the ground

ground → run sth into the ground

ground → safe ground

ground → shift one's ground

ground → take the moral high ground

ground → thick on the ground

ground → thin on the ground

ground → worship the ground sb walks on

grow → absence makes the heart grow fonder

grow → do not grow on tree

grow → let the grass grow under one's feet

growing pains những khó khăn và rắc rối phải trải qua trong giai đoạn khởi đầu một công việc, hoạt động - vạn sự khởi đầu nan ■ *We know as a new football team we'll have to go through some growing pains, but our goal is to get a good game every week.* ● Chúng tôi biết rằng là một đội bóng mới chúng tôi sẽ phải trải qua một số khó khăn ban đầu, nhưng mục tiêu của chúng tôi là phải có được một trận chơi hay mỗi tuần.

guaranteed → be guaranteed to do sth

guard → catch sb off guard

guard → lower one's guard

guard → old-guard

guard → on one's guard

guard → stand guard over sth

guard → the old guard

guard one's tongue thận trọng trong lời nói để không làm tiết lộ điều gì bí mật ■ *He was angry with himself for telling her about the money; in the future, he must guard his tongue or risk losing everything.* ● Anh ta đã tức giận với chính mình vì đã nói với cô ấy về số tiền; trong tương lai, anh ta phải thận trọng lời nói của mình, hoặc là có nguy cơ sẽ phải mất tất cả.

guess → anybody's guess

guess → keep sb guessing

guess → three guesses

guess → your guess is as good as mine

guest → be my guest

guilt → lay a guilt trip on sb

guinea pig người làm đối tượng thử nghiệm cho một phương pháp hoặc ý tưởng mới ■ *Herman's health was rapidly getting worse until he volunteered to be a guinea pig for a radical new treatment.* ● Sức khỏe của Herman suy sụp nhanh chóng cho đến khi anh ta tình nguyện làm đối tượng thử nghiệm của một phương pháp điều trị hoàn toàn mới. ■ *Students in fifty schools are to act as guinea pigs for these new teaching methods.* ● Học sinh ở 50 trường học sẽ là đối tượng thử nghiệm của những phương pháp giáo dục mới này. ■ *The prisoners were used as guinea pigs by their government.* ● Các tù nhân đã bị chính phủ của họ sử dụng như những đối tượng thử nghiệm.

gums → **flap one's gums**

gun → **big gun**

gun → **going great guns**

gun → **hold a gun to one's head**

gun → **jump the gun**

gun → **smoking gun**

gun → **son of a bitch**

gun → **stick to one's guns**

gun → **under the gun**

gun → **with guns blazing**

gunning → **gunning for sb**

gunning for sb 1. cố tìm cơ hội để chỉ trích, làm hại hoặc đánh bại ai đó ■ *"They'll be gunning for us, and they will be tough to beat," Treggs said about Saturday's game.* ● Treggs nói về trận đấu hôm thứ Bảy rằng: "Họ sẽ tìm cơ hội để hạ chúng tôi, và họ sẽ rất khó mà thắng được." 2. cố đạt được điều gì, chẳng hạn như một chức vụ hay công việc, trong một tình huống phải cạnh tranh với những người khác ■ *The Kentucky team is gunning for its third straight NCAA championship.* ● Đội Kentucky đang cố giành lấy chức vô địch của NCAA lần thứ ba liên tiếp.

gut → **at gut level**

gut → **bust a gut**

gut → **hate one's guts**

gut → **have one's guts for garters**

gut → **slogged my guts out**

gut → **spill one's guts**

gut reaction cảm tưởng hoặc nhận xét đầu tiên về điều gì ngay khi tiếp xúc, không cần phải suy nghĩ ■ *Bill, what's your gut reaction to Crowther's idea?* ● Bill, bạn có nhận xét gì ngay về ý kiến của Crowther? ■ *My gut reaction was that he was lying.* ● Cảm giác đầu tiên của tôi là hắn ta đang nói dối.

gut-level bằng vào cảm tính, trực giác, thay vì do lý trí ■*People's gut-level responses to the abortion issue get more coverage on TV than anything else.* ● Những phản ứng theo trực giác của người dân đối với vấn đề phá thai đã chiếm nhiều chỗ trên chương trình ti-vi hơn là bất cứ điều gì khác.

guy → **bad guy**

guy → **fall guy**

guy → **good guy**

guy → **no more Mr Nice Guy**

habit → creature of habit

habit → force of habit

habit → old habits die hard

hack → can hack it

hackle → raise one's hackles

had best do sth → had better do sth

had better do sth hoặc *had best do sth* dùng khi nói ra những gì người nói nghĩ là nên làm ■ *You'd better go to the doctor about your cough.* • Tốt hơn là anh nên đi bác sĩ về chứng ho của anh. ■ *We'd better leave now or we'll miss the bus.* • Tốt hơn là chúng ta nên đi bây giờ nếu không sẽ trễ xe buýt. ■ *You'd better not do that again.* • Tốt hơn là anh đừng có làm chuyện đó lần nữa. ■ *"I'll give you back the money tomorrow." "You'd better!"* • "Ngày mai tôi sẽ trả lại tiền cho anh." "Tốt hơn là anh nên làm thế." (hàm ý đe dọa) ■ *You'd better take an umbrella - it's going to rain.* • Tốt hơn là anh nên mang theo dù - trời sắp mưa rồi. ■ *I'd better not waste any more of your time.* • Tôi không nên làm phí thời gian của anh nhiều hơn nữa.

hair → bad hair day

hair → be out of one's hair

hair → be within a hair's breadth of doing sth

hair → get a wild hair

hair → get sb out of one's hair

hair → let one's hair down

hair → make one's hair curl

hair → not see hide nor hair of sb

hair → pull one's hair out

hair → put hair on one's chest

hair → split hairs

hair of the dog (that bit you) loại thức uống có cồn mà bạn uống vào để cảm thấy dễ chịu hơn sau khi đã uống quá nhiều rượu vào đêm trước ■ *The day after the carnival, the bar opened at 8 a.m. for those who needed a little hair of the dog.* • Ngày tiếp theo sau lễ hội, quán nước mở cửa từ 8 giờ sáng cho những ai cần nước uống giải rượu.

hair shirt tình huống khó khăn hoặc tồi tệ mà một người tự chọn lựa hoặc chấp nhận lấy, nhất là khi muốn làm điều này như một sự bù đắp vì thấy hối tiếc bởi một việc đã làm trước đó ■ *The company will probably wear its hair shirt for a few weeks, and then go back to its old ways ignoring employees' complaints.* • Công ty có lẽ sẽ chấp nhận bày tỏ thái độ hối tiếc trong vài tuần lễ, rồi lại quay về theo lối cũ, phớt lờ đi những lời than phiền của công nhân.

hair-splitting sự chú ý quá nhiều đến những chi tiết vụn vặt, không quan trọng ■ *In an impressive display of hair-splitting, the diet drink claims to have more fiber than its main competitor.* • Trong một sự trình bày rất ấn tượng về quá nhiều chi tiết vụn vặt, loại thức uống cho người ăn kiêng được tuyên bố là có nhiều chất sợi hơn đối thủ cạnh tranh chính của mình.

hairy → give sb the hairy eyeball

halcyon days một giai đoạn trong quá khứ có nhiều niềm vui hoặc sự thành đạt, và không có những rắc rối hay lo lắng, nhất là khi người nói cho rằng tốt đẹp hơn so với hiện tại ■ *The late 1980s were halcyon days for investors, when it seemed that stock prices would stay high forever.* • Những năm cuối của thập kỷ 80 trong thế kỷ 20 là thời kỳ êm ả nhất của các nhà đầu tư, khi mà giá cổ phiếu có vẻ như sẽ ở mức cao mãi mãi. - từ *halcyon* là một từ gốc Hy Lạp, chỉ một loài chim có tên là *kingfisher*. Người ta tin rằng vào thời cổ đại, con chim *kingfisher* này ấp trứng của nó trên mặt đại dương trong 14 ngày giữa mùa đông, và suốt thời gian đó mặt biển luôn êm ả.

hale and hearty rất khỏe mạnh và năng động, nhất là người lớn tuổi ■ *Dirkson, looking hale and hearty at 74, still works five days a week.* • Dirkson, trông rất khỏe mạnh và năng động ở tuổi 74, vẫn còn làm việc 5 ngày mỗi tuần. ■ *He was looking hale and hearty on his 80th birthday.* • Ông ta trông vẫn rất khỏe mạnh và năng động vào ngày sinh nhật thứ 80.

half → better half

half → don't know the half of it

half → given half a chance

half → go off at half-cocked

half → have half a mind to do sth

half → have one eye on sth

half → listen with half an ear

half → see how the other half lives

half → six of one, half a dozen of the other

half a loaf (is better than none) chấp nhận một giải pháp hoặc điều gì, cho dù không hoàn toàn đúng như mong muốn ■ *Stevens isn't our ideal candidate, but she's better than the Republican. I guess we'll have to settle for half a loaf.* • Stevens không phải là ứng cử viên lý tưởng của chúng ta, nhưng bà ấy tốt hơn một người Cộng hòa. Tôi cho là chúng ta sẽ phải thu xếp để chấp nhận điều này thôi.

half the battle phần quan trọng, khó khăn, có thể xem như một nửa của toàn bộ khối lượng công việc ■ *Well, you've already chosen a topic for your paper, and that's half the battle.* • Nào, bạn đã chọn xong chủ đề cho bài viết, và như vậy xem như đã giải quyết được một nửa vấn đề rồi. ■ *Shipping the books on time is only half the battle; we have to sell them too.* • Chuyên chở sách đến nơi đúng thời hạn chỉ mới là một nửa công việc, chúng ta còn phải lo việc bán chúng đi nữa. ■ *When you've got a difficult day ahead, getting a good night's sleep is often half the battle.* • Khi bạn có một ngày khó khăn sắp đến, việc ngủ một đêm trước đó cho ngon giấc xem như đã là giải quyết được một nửa vấn đề.

halfway → meet sb halfway

halt → bring sth to a grinding halt

halt → grind to a halt

ham it up cư xử một cách rất ngốc nghếch, buồn cười, hoặc tạo cảm xúc không thật nhằm lôi cuốn sự chú ý của người khác hay để làm trò cười ■ *Jim put on a Santa suit and started hamming it up for the kids.* • Jim mặc một bộ đồ ông già Noel vào và bắt đầu làm trò để chọc cười lũ trẻ.

hammer → come under the hammer

hammer → take a beating

hammer sth home 1. lặp lại điều gì nhiều lần để nhấn mạnh cho đến khi mọi người hiểu được hoặc đồng ý theo ▪*The candidates must get their message down to a few simple phrases and then hammer it home to the public.* ● Các ứng cử viên phải tóm gọn những điều muốn nói thành một vài câu đơn giản và nhấn mạnh vào đó nhiều lần cho công chúng hiểu được. ▪ *The school tries to hammer home the importance of homework.* ● Nhà trường cố sức nhấn mạnh vào tầm quan trọng của những bài tập về nhà. ▪ *He hammered home the message that his party would be tough on crime.* ● Ông ta nhấn mạnh nhiều lần rằng đảng của ông sẽ thẳng tay với vấn đề tội phạm. 2. (trong bóng đá) sút bóng thật mạnh và ghi được bàn thắng ▪ *Beckham crossed the ball and Shearer hammered it home.* ● Beckham tạt bóng ngang và Shearer sút mạnh tung lưới. ▪ *Beckham hammered the ball home from 20 yards.* ● Cách 20 yard, Beckham tung cú sút thẳng vào lưới ghi được bàn thắng.

hammer sth home to sb → drive sth home to sb

hand → a bird in the hand is worth two in the bush

hand → all hands on deck

hand → at hand

hand → at the hands of sb

hand → be putty in one's hands

hand → bite the hand that feeds sb

hand → can do sth with one hand tied behind one's back

hand → catch sb with one's hand in the cookie jar

hand → change hands

hand → close at hand

hand → count on (the fingers of) one hand

hand → dig into one's pocket

hand → dirty one's hand

hand → dismiss sth out of hand

hand → do sth with one hand tied behind one's back

hand → eat out of one's hand

hand → everything one can lay one's hands on

hand → fall into the wrong hands

hand → firm hand

hand → first-hand

hand → force one's hand

hand → get one's hands dirty

hand → get out of hand

hand → get the upper hand

hand → give sb a big hand

hand → give sb a free hand

hand → give sb a hand

hand → go cap in hand to

hand → go hand in hand

hand → go hat in hand

hand → have a free hand in doing sth

hand → have a hand in (doing) sth

hand → have one's blood on one's hands

hand → have one's hands full

hand → have sb eating out of (the palm of) one's hand

hand → have sb in the palm of one's hand

hand → have sth on hand

hand → have sth on one's hands

hand → have time in one's hands

hand → have to hand it to sb

hand → heavy hand (of)

hand → hold one's hand

hand → in safe hands

hand → in the hands of sb

hand → keep one's hand in

hand → know sth like the back of one's hand

hand → lay one's hands on sth

hand → live hand to mouth

hand → make money hand over fist

hand → need a hand

hand → off one's hand

hand → old hand (at sth)

hand → on hand

hand → on the other hand

hand → one's right-hand man

hand → out of one's hands

hand → play (right) into one's hands

hand → put one's life in one's hands

hand → sit on one's hands

hand → take one's courage in both hands

hand → take one's life in one's (own) hands

hand → take sb in hand

hand → take sb off one's hand

hand → take sth in hand

hand → take the law into one's own hands

hand → the dead hand of sth

hand → the devil makes work for idle hands

hand → the right hand doesn't know what the left hand is doing

hand → try one's hand at sth

hand → turn one's hand to sth

hand → wait on one's hand and foot

hand → wash one's hands of sb

hand → win hands down

hand → with one's bare hands

hand → work hand-in-hand

hand → wring one's hand

hand → wring one's hands

hand in glove hoặc *hand-in-glove* nói về hai sự việc rất thích hợp với nhau, hoặc có thể cùng nhau hoạt động thật ăn khớp (đôi khi cũng được dùng với hàm ý chỉ những việc bí mật hoặc mờ ám) ■ *Our stock markets are working hand-in-glove with governments to improve financial structures.* • Thị trường chứng khoán của chúng ta đang hoạt động rất ăn khớp với các chính phủ để cải thiện cấu trúc tài chính.

hand on the baton hoặc *pass on the baton* truyền nối, trao lại ■*It is the process of socialization of children that allows us to hand on the baton the next generation.* • Chính nhờ vào quá trình học hỏi để hòa nhập vào xã hội của trẻ con mà chúng ta có thể trao truyền lại cho thế hệ tiếp nối. - *baton* được dùng trong thành ngữ này chỉ cho một cái que nhỏ, ngắn, dùng trong cuộc chạy đua tiếp sức. Mỗi đấu thủ tham gia phải cầm que này khi chạy, và trao lại cho người chạy tiếp theo mình.

hand on the torch → **pass the torch**

hand sth to sb on a (silver) platter tạo điều kiện rất dễ dàng để ai có được hoặc thành công trong việc gì ■ *I hope you're not expecting the perfect job to be handed to you on a silver platter.* ● Tôi hy vọng là anh không chờ đợi một công việc hoàn hảo được làm sẵn cho anh.

handbasket → **go to hell in a handbasket**

handcuffs → **golden handcuffs**

hand-holding sự giúp đỡ được đưa ra đúng lúc khó khăn, rắc rối ■ *Software customers have to choose whether they want high performance and hand-holding, or basic goods at low price.* ● Các khách hàng mua phần mềm phải chọn lựa hoặc là khả năng hoạt động cao và có sự giúp đỡ khi gặp rắc rối, hoặc là những mặt hàng cơ bản nhất với giá cả thấp.

hand-in-glove → **hand in glove**

handle → **fly off the handle**

handle → **get the handle on**

handle sb with kid gloves → **treat sb with kid gloves**

hand-over-fist phát triển nhanh với số lượng lớn ■ *Growth in stock trading led to hand-over-fist hiring on Wall Street.* ● Sự phát triển mua bán chứng khoán đã dẫn đến việc thuê người hàng loạt ở Wall Street.

hands are tied nói về người bị ngăn cấm hoặc không có quyền giúp đỡ ai đạt được điều gì, cho dù rất mong muốn ■ *I wish I could help you with the test, but as your teacher my hands are tied.* ● Tôi ước gì có thể giúp cậu làm bài thi, nhưng là giáo viên của cậu, tôi đành bó tay.

hands-down giỏi nhất trong một lĩnh vực, hoặc đã chiến thắng dễ dàng trong một cuộc so tài ■ *For delicious barbecued ribs, the hands-down winner has to be Linda's mother.* ● Về món sườn nướng thật ngon, người giỏi nhất phải là mẹ của Linda.

handshake → **golden handshake**

hand-to-mouth có thu nhập chỉ vừa đủ sống qua ngày ■ *I could hardly ask Helen to marry me and share my hand-to-mouth existence.* ● Tôi gần như không thể mở miệng đề nghị Helen lấy tôi và chia sẻ sự tồn tại đắp đổi qua ngày của mình.

handwriting → **the writing on the wall**

handy → **come in handy**

hang → **an ax is hanging over**

hang → **get the hang of sth**

hang → **give sb enough rope (and they'll hang themselves)**

hang → **leave sb hanging**

hang → **let it all hang out**

hang a B.A. (tiếng lóng) cởi quần ra đưa đít trần cho người khác xem để đùa cợt một cách thô tục hoặc để xúc phạm - giơ đít ra ■*Ernie hung a B.A. out of my car window at some girls on the street.* ●

Ernie giơ đít ra cửa sổ xe hơi tôi để trêu chọc mấy cô gái trên đường phố. - *B.A.* ở đây có nghĩa là *bare ass* - cái đít trần, và cách dùng thành ngữ này bị xem là xúc phạm, thô tục.

hang a left hoặc *hang a right* (khẩu ngữ) dùng để bảo ai rẽ trái hoặc rẽ phải ■ *Go out the door and hang a left. You'll see the restaurant across the street.* ● Ra khỏi cửa và rẽ trái. Bạn sẽ nhìn thấy nhà hàng ở bên kia đường.

hang a right → hang a left

hang by a thread 1. nói về mạng sống của ai đang bị đe dọa rất nghiêm trọng và có nhiều khả năng sẽ chết ■ *For six months after he was born, our son's life hung by a thread.* ● Trong sáu tháng sau khi được sinh ra, mạng sống của đứa con trai chúng tôi như chỉ mành treo chuông. 2.(thường dùng trong các bản tin báo chí, truyền hình...) rơi vào tình huống cực kỳ khó khăn và rất có thể phải chấm dứt hoặc thất bại ■ *The last thing Sikorsky wants is another bad result. His job is hanging by a thread already.* ● Điều cuối cùng mà Sikorsky muốn là một kết quả tồi tệ khác. Công việc của anh ta vốn đã bị đe dọa rồi.

hang by one's fingernails hoặc *hang on by one's fingernails* tiếp tục dàn xếp, xoay xở một tình huống khó khăn, cho dù đã sắp đi đến chỗ thất bại ■ *This is our third straight loss, but we're hanging on by our fingernails.* ● Đây là lần thất bại thứ ba liên tiếp, nhưng chúng tôi vẫn tiếp tục cố gắng.

hang fire hoặc *hold fire* 1. chờ đợi mà không làm bất cứ điều gì trước một vấn đề, hoặc chần chờ không chịu hoàn tất một sự việc ■ *He has been hanging fire for months, waiting for his trial date to be set.* ● Đã nhiều tháng nay anh ta chẳng làm gì cả, chờ đợi cho đến khi ngày xét xử được ấn định. ■ *The project had hung fire for several years for lack of funds.* ● Dự án đã bị đình trệ trong nhiều năm vì thiếu tài trợ. ■ *The banks have decided to hold fire and not raise interest rates until after the election.* ● Các ngân hàng quyết định chờ đợi và không tăng lãi suất cho đến sau cuộc bầu cử. 2. không nổ súng, mặc dù đã sẵn sàng ■ *He ordered his men to hold their fire.* ● Ông ta ra lệnh cho người của mình không được nổ súng.

hang in the balance hoặc *be in the balance* hoặc *remain in the balance* một tình trạng chưa biết kết quả sẽ ra sao, vì còn phụ thuộc những sự kiện sắp tới hoặc một quyết định chưa đưa ra ■ *I waited for the meeting to end, knowing that my career hung in the balance.* ● Tôi chờ đợi cuộc họp chấm dứt, biết rằng số phận của mình vẫn còn chưa được định đoạt. ■ *The long-term future of the space programme hangs in the balance.* ● Tương lai lâu dài của chương trình không gian vẫn còn chưa thể xác định. ■ *Tom's life hung in the balance for two weeks as he lay in a coma.* ● Mạng sống của Tom ở trong tình trạng không chắc chắn suốt hai tuần khi anh ta nằm hôn mê. ■ *Jack's career is hanging in the balance while they consider what to do.* ● Công việc của Jack vẫn chưa được định đoạt trong khi họ cân nhắc xem phải làm gì.

hang in there hoặc *hang on in there* (khẩu ngữ) dùng để khuyến khích ai tiếp tục cố gắng trong một tình huống khó khăn, hãy thêm can đảm và quyết tâm ■ *I know it's hard, Kristi, but just* *hang in there.* • Tôi biết là khó khăn, Kristi, nhưng xin hãy cố gắng lên.

hang loose hoặc *stay loose* (khẩu ngữ) dùng để bảo ai hãy cố giữ bình tĩnh và bớt căng thẳng trong một tình huống khó khăn ■ *We didn't know what was happening - I just told everyone to hang loose and be prepared.* • Chúng tôi không biết là chuyện gì đang xảy ra - Tôi chỉ bảo mọi người hãy cố giữ bình tĩnh và chuẩn bị sẵn sàng. ■ *It's OK - hang loose and stay cool.* • Tốt thôi - xin hãy bớt căng thẳng và giữ bình tĩnh.

hang on by one's fingernails → hang by one's fingernails

hang on in there → hang in there

hang on one's every word hoặc *hang on one's words* lắng nghe cẩn thận tất cả những lời ai đó nói ra ■ *The minister was surrounded by a group of admirers who hung on his every word.* • Ông mục sư được bao quanh bởi một nhóm những người ngưỡng mộ đang lắng tai nghe tất cả những gì ông nói ra.

hang on one's words → hang on one's every word

hang one's hat 1. (*somewhere*) cư trú tại nơi nào ■ *She is looking for somewhere to hang her hat, now that her twenty-year marriage has ended.* • Cô ta đang tìm một nơi nào đó để cư trú, vì rằng cuộc hôn nhân 20 năm qua của cô đã chấm dứt. 2. (**on sth**) dựa vào điều gì đó để đạt được cái gì hoặc để đưa ra một quyết định ■ *There must be something in state law we can hang our hat on to prevent the casino from being built here.* • Chắc chắn phải có điều gì đó trong luật pháp của bang để chúng ta có thể dựa vào mà ngăn chặn việc xây dựng sòng bạc ở đây.

hang out one's shingle bắt đầu một công việc làm ăn riêng của mình, nhất là một bác sĩ hay luật sư ■ *His plan is to hang out his shingle in Brooklyn and specialize in helping immigrants from Africa.* • Kế hoạch của ông ta là lập một văn phòng riêng ở Brooklyn và chuyên giúp đỡ cho những người nhập cư đến từ châu Phi.

hang sb out to dry không làm gì để giúp đỡ cho một người đang gặp khó khăn, nhất là người đã làm việc cho mình và đang bị quy lỗi vì một điều tồi tệ đã xảy ra ■ *The company assured me of their support, and then they hung me out to dry - that's the only way to describe it.* • Công ty đã đoan chắc với tôi về sự giúp đỡ của họ, và rồi họ bỏ mặc tôi không ngó đến - đó là cách duy nhất để mô tả chuyện ấy.

hang up one's hat rời bỏ công việc, nghề nghiệp của mình, nhất là bỏ hẳn vì đã hết tuổi lao động ■ *Police Chief Ron Johnson hung up his hat today after forty years of service.* • Hôm nay cảnh sát trưởng Ron Johnson đã rời bỏ công việc của mình sau 40 năm phục vụ. → *hang up one's ...*

hang up one's... (thường dùng trong các bản tin báo chí, truyền hình...) ngưng không làm một công việc nào đó nữa ■ *John Travolta has hung up his "Saturday Night Fever" gold chain and made his mark as a serious actor.* • John Travolta đã chấm dứt loạt chương trình vàng "Saturday Night Fever" của mình và nổi tiếng như một diễn viên nghiêm túc. ■ *Nicola has decided* *it's time to hang up her dancing shoes.* • Nicola quyết định là đã đến lúc cô thôi không dùng đến giày khiêu vũ của mình nữa. (- nghĩa là từ giã vũ trường)

hanging → **sword of Damocles (hanging over one's head)**

hanging over one's head nói về một rắc rối hay khó khăn luôn ám ảnh ai, vì biết là trước sau gì cũng phải đối mặt để giải quyết nó ■ *With this deadline at work hanging over my head, it's hard to relax on the weekends.* • Kỳ hạn cuối của công việc luôn ám ảnh trong đầu tôi, thật khó mà thư giãn nổi vào những ngày cuối tuần. ■ *The possibility of a court case is still hanging over her head.* • Khả năng có thể có một vụ kiện ra tòa vẫn luôn ám ảnh trong đầu cô ta.

happen → **an accident waiting to happen**

happen → **shit happens**

happened → **stranger things have happened**

happened behind the scenes → **be done behind the scenes**

happy as a clam hoặc *happy as a lark* rất vui vẻ, sung sướng về một tình huống hoặc điều đang thực hiện, để lộ rõ ra bên ngoài dễ dàng nhìn thấy ■ *Mom's been as happy as a clam ever since Katie announced her engagement.* • Mẹ hết sức vui mừng kể từ lúc Katie thông báo việc đính hôn của cô ấy. ■ *Tom sat there smiling, as happy as a clam.* • Tom ngồi đó mỉm cười, hết sức vui vẻ. ■ *There they all sat, eating corn and looking happy as clams.* • Tất cả bọn họ đều ngồi đằng kia ăn bắp và trông thật vui vẻ. ■ *Sally walked along whistling, as happy as a lark.* • Sally bước đi, miệng huýt sáo, trông thật vui vẻ. ■ *The children danced and sang, happy as larks.* • Bọn trẻ nhảy múa và ca hát, thật vui nhộn.

happy as a lark → **happy as a clam**

happy as a pig in shit (khẩu ngữ) cách nói khiếm nhã về một người đang rất sung sướng và thích thú với những gì đang làm ■ *Look at that idiot Lembowsky - just sitting there on his new car, happy as a pig in shit.* • Hãy nhìn cái gã Lembowsky ngốc nghếch kia kìa - ngồi đó trong chiếc xe hơi mới của mình, sướng rơn cả người lên.

happy camper (khẩu ngữ - thường dùng ở dạng phủ định) người đang sống hạnh phúc, hài lòng với hoàn cảnh hiện tại của mình ■ *Dana's not a happy camper. Her car has been in the shop for two weeks now.* • Dana đang có chuyện không hài lòng chút nào. Xe hơi của cô ta phải đưa vào cửa hiệu đã hai tuần rồi.

happy event (cách dùng cũ) ngày ra đời của một đứa bé ■ *"When's the happy event." "The baby's due in the first week of August."* • "Khi nào thì sinh em bé đấy?" "Chắc hẳn là trong tuần đầu của tháng Tám."

happy medium cách giải quyết một sự việc được chọn lựa dung hòa giữa hai khả năng khác nhau, và làm thỏa mãn được tất cả mọi người - giải pháp dung hòa ■ *When planning a party, you need to find a happy medium between what's going to please you, and what's going to please your guests.* • Khi lên kế hoạch cho một bữa tiệc, bạn cần phải chọn một giải pháp dung hòa giữa những gì làm bạn hài lòng và những gì làm cho những người khách mời của bạn hài lòng. ■ *She tried to strike a happy medium between making the questions too hard and making them too easy.* ● Cô ta cố đạt được một sự dung hòa giữa việc làm cho các câu hỏi trở nên quá khó và việc làm cho chúng trở nên quá dễ.

hard → bear heavily on sb

hard → between a rock and a hard place

hard → come down hard on sb

hard → come on the heels of sth

hard → drive a hard bargain

hard → fall on hard times

hard → find sth difficult to stomach

hard → give sb a hard time

hard → have a tough row to hoe

hard → learn sth the hard way

hard → no hard feelings

hard → old habits die hard

hard → play hard to get

hard → take a hard line

hard → take a long, hard look at

hard → take sth hard

hard → the hard sell

hard → the hard stuff

hard and fast rules những quy luật chính xác, dứt khoát và nghiêm khắc ■ *Obviously in car insurance we can't lay down hard and fast rules that apply to every car.* ● Rõ ràng là trong việc bảo hiểm xe hơi, chúng ta không thể đặt ra những quy luật cứng nhắc thật chính xác và rạch ròi, có thể áp dụng cho tất cả mọi chiếc xe.

hard as nails hoặc *as hard as nails* 1. rất cứng, rắn chắc ■ *The old loaf of bread was dried out and became as hard as nails.* ● Ổ bánh mì cũ đã khô và trở nên cứng như đá. 2. lạnh lùng và tàn nhẫn, không có tình cảm ■ *Ann was unpleasant and hard as nails.* ● Ann là người khó chịu và không có tình cảm. ■ *Stockton is one of the best players I've ever played against - that guy is as tough as nails.* ● Stockton là một trong những đấu thủ giỏi nhất mà tôi đã từng chống lại - gã ấy thật là lạnh lùng vô tình. ■ *Uncle Joe is as hard as nails; although he is a millionaire, he doesn't help his less fortunate relatives.* ● Chú Joe là người lạnh lùng và không có tình cảm, mặc dù ông là một triệu phú, nhưng ông không giúp đỡ gì cho những người họ hàng kém may mắn hơn của ông.

hard at it rất bận rộn với công việc gì ■ *"Is the meeting still going on?" "I think so - they were still hard at it when I left ten minutes ago."* ● "Cuộc họp vẫn còn tiếp tục chứ?" "Tôi nghĩ thế - họ vẫn còn rất nhiều việc khi tôi rời khỏi đó cách đây 10 phút." ■ *When I came home, everyone was still hard at it.* ● Khi tôi về nhà, mọi người vẫn còn đang rất bận rộn.

hard cash hoặc *cold hard cash* tiền mặt, khoản tiền có sẵn để sử dụng ngay ■ *The club has had to sell some of its prized assets to raise some hard cash.* ● Câu lạc bộ đã phải bán đi mấy món tài sản quý giá của mình để có ngay một số tiền mặt.

hard knocks những kinh nghiệm khó khăn và khó chịu trải qua trong cuộc sống mà nhờ đó có thể rút ra bài học ■ *The left-handed pitcher was* last year's biggest phenomenon, but since then he's had a year of hard knocks. • Đấu thủ bóng chày thuận tay trái là hiện tượng lớn nhất trong năm qua, nhưng kể từ đó, anh ta có cả một năm đầy kinh nghiệm gian khổ. - Thành ngữ này được kết hợp rộng rãi trong những cách dùng như **school of hard knocks**, **university of hard knocks**, **college of hard knocks**... để chỉ cho một quãng đời khó khăn mà ai đó đã trải qua ■ *Raw says his graduation from the college of hard knocks has made him determined that young African Americans will not be denied a higher education because they cannot afford one.* • Raw nói rằng kinh nghiệm gian khổ từ cuộc sống đã giúp anh khám phá ra rằng, thanh niên người Mỹ gốc Phi sẽ không bị ngăn cản học lên cao hơn, bởi vì họ không thể có đủ tiền cho việc học ấy.

hard nut to crack → **tough nut to crack**

hard pressed to do sth → **hard put to do sth**

hard put to do sth hoặc *hard pressed to do sth* nhấn mạnh sự khó khăn của ai để có thể làm được điều gì ■ *Suddenly every kid wanted in-line skates, and stores were hard pressed to meet the demand.* • Đột nhiên, mọi đứa trẻ đều muốn có giày trượt, và các cửa hiệu thật khó khăn để đáp ứng được nhu cầu này.

hard to come by rất khó đạt được được hay tìm thấy ■ *Jobs were hard to come by, and most of the available work was part-time or temporary.* • Việc làm rất khó tìm, và hầu hết công việc hiện có đều là không trọn thời gian hoặc tạm thời. ■ *Good teachers are hard to come by these days.* • Ngày nay những giáo viên giỏi thật khó tìm. ■ *At that time, teaching jobs abroad were hard to come by.* • Vào thời ấy, công việc giảng dạy ở nước ngoài thật khó tìm.

hard to swallow hoặc *difficult to swallow* hoặc *not easy to swallow* hoặc *hard to take* rất khó tin được, hoặc khó chấp nhận được ■*The thought of spending so much on rent is hard to swallow.* • Ý tưởng phải chi quá nhiều tiền thuê nhà là khó chấp nhận được. ■ *His bad moods are a bit hard to take at times.* • Tính khí không tốt của anh ta đôi khi cũng có hơi khó chấp nhận được. ■ *I found her excuse very hard to swallow.* • Tôi thấy lời xin lỗi của cô ta thật rất khó tin được.

hard to take → **hard to swallow**

hardball → **play hardball**

hard-luck story câu chuyện được kể cho ai nghe với mục đích để gợi lòng thương hại ■ *She had her own hard-lucky story: two marriages, two troubled kids, and a drinking problem.* • Cô ấy có câu chuyện bi thảm của riêng mình: hai cuộc hôn nhân, hai đứa con gặp rắc rối, và thêm chứng nghiện rượu.

hare → **mad as a March hare**

harm → **wouldn't hurt a fly**

harness → **in harness**

Harriet → **any Tom, Dick, and Harry**

Harry → **any Tom, Dick, and Harry**

harvest → **reap the harvest**

hash → **sling hash**

haste makes waste hoặc *more haste less speed* nôn nóng làm điều gì quá nhanh thường dẫn đến nhiều rắc rối, bởi vì nếu dành nhiều thời gian hơn sẽ ít mắc sai lầm hơn - dục tốc bất đạt ■ *The band rushed to get their new album into stores, and unfortunately, haste makes waste - the songs are not as good as they could have been with more time.* ● Ban nhạc hối hả cho kịp đưa đĩa nhạc mới của họ ra bày bán, nhưng thật không may, dục tốc bất đạt, những bài hát không được hay so với nếu như chúng được dành nhiều thời gian hơn.

hasty → **beat a (hasty) retreat**

hat → **black hat**

hat → **do sth at the drop of a hat**

hat → **go cap in hand to**

hat → **go hat in hand**

hat → **hang one's hat**

hat → **hang up one's hat**

hat → **I'll eat my hat**

hat → **keep sth under one's hat**

hat → **old hat**

hat → **pass the hat**

hat → **pull sth out of a hat**

hat → **take one's hat off to sb**

hat → **talking through one's hat**

hat → **throw one's hat into the ring**

hat → **white hat**

hatband → **tight as Dick's hatband**

hatch → **batten down the hatches**

hatch → **count one's chickens (before they're hatched)**

hatch → **down the hatch**

hatchet → **bury the hatchet**

hatchet job (on) sự phê phán nghiêm khắc nhưng không công bằng, sai lệch, nhất là trên sách báo, truyền hình... ■ *Democrats condemned the biography, calling it a hatchet job.* ● Những người đảng Dân chủ đã lên án bản tiểu sử, gọi đó là một sự công kích sai trái. ■ *The press did a very effective hatchet job on her last movie.* ● Báo chí đã thực hiện một sự công kích sai lệch hết sức hiệu quả đối với bộ phim cuối cùng của cô ta.

hatchet man người đứng ra thực hiện những công việc không được lòng người trong một công ty hay tổ chức, thay thế cho những kẻ có quyền lực hơn không muốn trực tiếp làm, chẳng hạn như công bố những thay đổi bất lợi cho công nhân, hay đưa ra những quyết định xấu... ■ *The Vice President said that he does not intend to be the Republican hatchet man, but he will attack the Democrats at every point where they are vulnerable.* ● Ông Phó Tổng thống nói rằng ông không muốn làm công cụ công kích của đảng Cộng hòa, nhưng ông sẽ tấn công những người của đảng Dân chủ ở mọi khía cạnh nào mà họ dễ bị thương tổn.

hate one's guts (khẩu ngữ) rất căm ghét ai ■ *How could she say we're friends? She knows I hate her guts!* ● Làm sao cô ta lại có thể nói rằng chúng tôi là bạn? Cô ấy biết là tôi rất căm ghét cô ấy.

hath → **hell hath no fury**

hatter → **as mad as a hatter**

haul → **in the long run**

haul → **long haul**

haul ass hoặc *haul butt* (tiếng lóng) lái xe hoặc làm việc gì quá nhanh ■ *You should have seen us yesterday. We were hauling ass - we had the whole thing done* *by 4 o'clock.* • Lẽ ra bạn phải đến gặp chúng tôi từ hôm qua. Đến 4 giờ thì chúng tôi đã làm xong hết mọi việc.

haul butt → haul ass

have → and what have you

have → as chance would have it

have → as luck would have it

have → bought it

have → bury one's head in the sand

have → do I have to draw you a map

have → don't have the heart to do sth

have → every dog has its day

have → everyone has their price

have → have one's cake and eat it too

have → let sb have it

have → not have a bean

have → not have a dog's chance

have → not have a ghost of a chance

have → not have a leg to stand on

have → not have a pot to piss in

have → not have a prayer (of doing sth)

have → not have all day

have → not have much in the way of

have → not have the faintest idea

have → not have the foggiest

have → not have the stomach for sth

have → not have two cents to rub together

have → only have eyes for sb

have → the haves and have-nots

have → you can't have it both ways

have (got) to do with → be to do with

have (more than) enough on one's plate → have a lot on one's plate

have a ball tự thấy hài lòng, rất thỏa thích ■ *What an experience! We really had a ball on our trip.* • Thật là một dịp tuyệt vời. Chúng tôi đã hết sức thích thú trong chuyến đi.

have a bash cố gắng làm điều gì, nhất là khi không chắc được có thành công hay không ■ *I'm not sure I'll be any good but I'll have a bash.* • Tôi không chắc tôi có thể làm tốt chút nào hay không, nhưng tôi sẽ cố gắng thử xem. ■ *I'd always wanted to have a bash at writing.* • Tôi đã luôn luôn muốn thử sức trong việc viết lách.

have a bee in one's bonnet (about sth) đánh giá về một vấn đề nào đó quan trọng hơn so với bản chất thực của nó, vì thế luôn bận tâm đến ■ *He's got a big bee in his bonnet about his neighbour who he is sure is taking his mail.* • Anh ta quá bận tâm đến người hàng xóm, tin chắc rằng ông này nhận thư của anh ta. ■ *Our teacher has a bee in his bonnet about punctuation.* • Thầy giáo của chúng tôi lúc nào cũng quan tâm quá đáng đến dấu chấm câu.

have a bellyful of sth nói về điều gì đã đến mức quá đáng không thể nào chịu đựng thêm được nữa ■ *I've had a bellyful of your moaning.* • Tôi đã thấy quá đủ với những lời than khóc của anh rồi.

have a big heart rất tốt bụng, hào phóng và sẵn lòng giúp đỡ ■ *Grandpa just knows how to love people - he has a big heart.* • Ông nội thật biết cách yêu thương mọi người - ông có một tấm lòng quảng đại.

have a big mouth nói nhiều và nói ra những điều không nên nói - lắm chuyện, nhiều chuyện ■ *My father always said I had a big mouth and couldn't keep a secret.* ● Cha tôi hay nói rằng tôi là người lắm chuyện và không thể giữ nổi một bí mật nào.

have a bone to pick with sb (khẩu ngữ) có vấn đề hết sức bực tức cần giải tỏa với ai đó bằng cách đối thoại ■ *Okay, I have a bone to pick with you - where'd you put all my computer stuff?* ● Này, tao có chuyện phải nói với mày đây - mày vất hết mớ phụ kiện máy vi tính của tao đi đâu rồi? Thành ngữ này dựa trên ý tưởng là hai con chó với chỉ một khúc xương sẽ cắn nhau để giành giật lấy.

have a brain fart (khẩu ngữ) cách nói hài hước khi không thể nhớ ngay ra điều gì ■ *I can't answer your question right now - I'm having a brain fart.* ● Tôi không thể trả lời câu hỏi của bạn. - Ngay lúc này tôi không nhớ ra. Một số người cho rằng dùng *fart* có hàm ý xúc phạm, vì vậy nên cẩn thận với thành ngữ này khi sử dụng. - nghĩa đen của *fart* là tiếng trung tiện, đánh rắm.

have a brainstorm bất ngờ nghĩ ra được một ý kiến rất hay, có thể giải quyết được sự rắc rối hoặc giúp làm tiến triển một sự việc ■ *I was two miles into my run when I suddenly had a brainstorm about starting up this new business.* ● Tôi đang chạy vừa được 2 dặm thì đột nhiên nảy ra ý nghĩ về việc bắt đầu chuyện kinh doanh này.

have a bun in the oven (cách dùng cũ) sắp sinh nở, sắp có con ■ *I heard that Stacie has a bun in the oven again.* ● Tôi nghe nói Stacie lại sắp có con nữa rồi.

have a card up one's sleeve → **have sth up one's sleeve**

have a chance in hell (of) hoặc *have hope in hell (of)* hoặc *have a snowball's chance in hell* (khẩu ngữ - thường dùng ở dạng phủ định) một chút cơ may hoặc hy vọng có thể thành công, dù rất nhỏ ■ *Frankly, you didn't have a snowball's chance in hell against him.* ● Frankly, bạn đã không có bất cứ cơ may nào có thể chống lại anh ta.

have a chip on one's shoulder rất dễ cảm thấy bị tổn thương hay tức giận về điều gì vì sẵn có mặc cảm với điều ấy trong quá khứ hoặc vì tự cho rằng mình bị thua kém người khác ■ *In those days, Dennis still had a huge chip on his shoulder, and never let me forget that I had had a college education.* ● Cho đến những ngày này, Dennis vẫn còn mang trong lòng một mặc cảm rất nặng nề, và chẳng bao giờ cho phép tôi có lúc nào được quên đi việc tôi đã từng học đại học. ■ *He has a real chip on his shoulder about being adopted.* ● Anh ta thực sự có mặc cảm về việc mình là con nuôi. ■ *Bert had always had a chip on his shoulder because of his accent.* ● Bert luôn luôn có mặc cảm vì giọng nói của mình.

have a close mind (about) không sẵn lòng thay đổi ý kiến, quan điểm về một vấn đề gì - có óc bảo thủ ■ *The President cannot have a close mind about civil rights issues.* ● Tổng thống không thể có một đầu óc bảo thủ về các vấn đề nhân quyền. → *have an open mind (about)*

have a corner on the market → **get a corner on the market**

have a cow (thông tục) trở nên rất tức giận và bối rối vì việc làm của ai đó, nhất là một người rất thân quen ■ *"I can't believe you haven't sent the rent check yet!" "Don't have a cow, I called the landlord and everything is okay."* ● "Tôi không thể tin nổi là anh vẫn chưa gởi chi phiếu thanh toán tiền thuê nhà đi." "Đừng giận dữ đến thế. Tôi đã có gọi cho người chủ nhà và mọi việc ổn cả thôi."

have a crack at sth hoặc *get a crack at sth* hoặc *take a crack at sth* hoặc *want a crack at sth* thử cố gắng để đạt được một điều gì, cho dù không chắc chắn lắm ■ *The Venezuelan boxer will get a crack at the world title in New York on October 31st.* ● Đấu thủ quyền Anh của Venezuela sẽ cố sức để đạt danh hiệu thế giới ở New York vào ngày 31 tháng 10. ■ *I don't think I can convince her to leave, but I'll take a crack at it.* ● Tôi không nghĩ là tôi có thể thuyết phục được cô ấy ra đi, nhưng tôi sẽ cố gắng thử xem. ■ *Someone had to try to rescue the child. Bill said he'd take a crack at it.* ● Ai đó phải cố gắng cứu đứa bé. Bill nói là anh ta sẽ thử cố gắng làm điều đó. ■ *Barry wanted another crack at becoming the city's first black mayor.* ● Barrry đã muốn thử cố gắng trở thành vị thị trưởng da đen đầu tiên của thành phố. ■ *People who have been out of work for that long should be getting first crack at the new government's jobs.* ● Những người bị mất việc trong thời gian lâu đến thế nên thử cố gắng ngay lần đầu tiên với những công việc của chính phủ mới. ■ *She hopes to have another crack at the world record this year.* ● Năm nay cô ấy hy vọng sẽ thử cố gắng lần nữa để lập kỷ lục thế giới.

have a dekko (cách dùng cũ) nhìn qua, nhìn vào cái gì ■ *Let's have a dekko at your new car.* ● Chúng ta hãy xem qua chiếc xe hơi mới của anh.

have a feel for sth có đủ kiến thức hoặc năng khiếu tự nhiên rất giỏi về điều gì ■ *She has a real feel for languages.* ● Cô ấy có năng khiếu thực sự về ngôn ngữ. ■ *He's really got a feel for tennis.* ● Anh ta thật sự có khiếu chơi tennis.

have a field day có cơ hội để thực hiện điều gì một cách thích thú, nhất là sự phê phán, chỉ trích ai hoặc điều gì đó mà người khác không tán thành (thường dùng trong các bản tin báo chí, truyền hình...) ■ *If the tabloids ever find out about that conversation, they'll have a field day.* ● Nếu mấy tờ báo lá cải mà biết được về cuộc đối thoại này, họ sẽ có cơ hội để tha hồ phê phán. ■ *The tabloid press had a field day with the latest government scandal.* ● Giới báo chí lá cải được một dịp phê phán thỏa thích với vụ tai tiếng mới đây nhất của chính phủ. ■ *Shoplifters appear to have had a field day at the January sales.* ● Những kẻ trộm hàng hiệu có vẻ như được một dịp thuận tiện trong những ngày mua bán của tháng Giêng.

have a fighting chance hoặc *stand a fighting chance* chỉ có thể tồn tại hoặc đạt được thành công với sự cố gắng, nỗ lực rất lớn ■ *If tuition keeps rising, kids from poorer families won't stand a fighting chance at a college education.* ● Nếu học phí cứ tiếp tục gia tăng, trẻ em từ các gia đình nghèo dù có gắng đến đâu cũng sẽ không có cơ may học đến đại học. ■ *We still have a fighting chance of beating them and winning the Cup.* • Chúng ta vẫn còn một khả năng mong manh để nỗ lực hết sức đánh bại bọn họ và đoạt cúp. ■ *If you win this round then you still have a fighting chance.* • Nếu anh thắng được hiệp thi đấu này, anh vẫn còn có một cơ may nhỏ dù phải nỗ lực hết sức. ■ *United still have a fighting chance of winning the league.* • Đội United vẫn còn có cơ hội mong manh để nỗ lực hết sức giành chiến thắng.

have a finger in every pie hoặc *have a finger in many pies* hoặc *have a finger in several pies* tham gia vào nhiều hoạt động khác nhau và tạo ảnh hưởng với nhiều người, thường là nhằm để giành lấy lợi thế về cho mình, đôi khi cũng có hàm ý là việc này gây khó chịu cho người nói ■*A good politician has a finger in several pies in order to keep the public happy.* • Một nhà chính trị giỏi tham gia vào nhiều hoạt động khác nhau để giữ cho công chúng luôn vui vẻ. (- nghĩa là hài lòng với ông ta)

have a finger on the pulse hoặc *keep a finger on the pulse* luôn luôn nắm rõ, biết được những thay đổi, diễn tiến mới nhất và quan trọng nhất của một tình huống nào đó ■*Keillor has his finger on the pulse of working-class America. That's where his comedy comes from.* • Keillor hiểu rõ mọi diễn tiến trong giới công nhân Hoa Kỳ. Chính từ đó vở hài kịch của ông ra đời.

have a fire in one's belly tinh thần phấn khởi và có đủ sức mạnh để thực hiện tốt điều gì ■ *Three years later, Ali returned to boxing with a new fire in his belly.* • Ba năm sau Ali trở lại cùng quyền Anh với một năng lực mới tràn đầy trong anh.

have a fit 1. hoặc *throw a fit* (khẩu ngữ) hết sức tức giận và mất bình tĩnh ■*My mother'll have a fit if she finds you here - you'd better leave.* • Mẹ em sẽ nổi cơn thịnh nộ khi tìm thấy anh ở đây - tốt hơn là anh nên đi đi. ■ *Your father would have a fit if he knew you'd been drinking!* • Cha bạn sẽ nổi điên lên nếu biết được là bạn đã uống rượu. 2. hoặc *suffer a fit* mất khả năng kiểm soát các hoạt động của cơ thể và lên cơn co giật ■ *She has epilepsy and suffers frequent fits.* • Cô ấy mắc chứng động kinh và thường xuyên bị lên cơn co giật.

have a fix on → **get a fix on**

have a foot in both camps hoặc *have a foot in each camp* hoặc *have a foot in either camp* hoặc *have a foot in every camp* có quan hệ thân thiện hoặc liên quan đến cả hai phía đang đối nghịch nhau hoặc có quan điểm khác biệt nhau ■*As a Republican married to a staunch Democrat, you might say he has a foot in both camps.* • Là một người của đảng Cộng hòa kết hôn với một thành viên trung thành của đảng Dân chủ, bạn có thể nói rằng anh ta là người có quan hệ với cả đôi bên. ■ *Relations between the Orthodox and reform groups were strained, but as moderates we were anxious to keep a foot in each camp.* • Những mối quan hệ giữa Chính thống giáo với những người cải cách là căng thẳng, nhưng là những người ôn hòa, chúng tôi mong muốn giữ quan hệ với cả đôi bên.

have a foot in each camp → **have a foot in both camps**

have a foot in either camp → **have a foot in both camps**

have a foot in every camp → **have a foot in both camps**

have a free hand in doing sth hoặc *get a free hand in doing sth* có được cơ hội để thực hiện điều mong muốn hoặc tự quyết định việc gì ■ *Wakerly has a free hand in producing this magazine's pictures.* • Wakerly có quyền tự do trong việc trình bày các tranh ảnh của tờ tạp chí này.

have a frog in one's throat hoặc *get a frog in one's throat* (khẩu ngữ) phát âm khó khăn vì cổ họng thấy khô và đôi khi bị nghẹt, khản tiếng ■ *Right in the middle of the speech, he got this terrible frog in his throat.* • Ngay giữa bài diễn văn của mình, ông ta mắc phải cơn khản tiếng đáng sợ này.

have a go 1. cố gắng làm điều gì dù chưa nắm chắc kết quả - thử xem ■ *"I can't start the engine." "Let me have a go."* • "Tôi không khởi động được máy." "Hãy để tôi thử xem." ■ *I'll have a go at fixing it tonight.* • Tối nay tôi sẽ thử sửa chữa nó xem sao. 2. tấn công, ra tay đánh ai ■ *There were about seven of them standing round him, all waiting to have a go.* • Bọn họ có khoảng 7 người vây quanh anh ta, tất cả đều chờ để ra tay đánh. 3. chỉ trích, phê phán hoặc than phiền về ai ■ *The boss had a go at me for being late for work.* • Ông chủ đã rầy rà tôi về việc đi làm trễ. ■ *The government are always having a go at teachers.* • Chính phủ lúc nào cũng phê phán các giáo viên.

have a good eye for sth → **have an eye for sth**

have a good head on one's shoulders người được tin cậy là luôn đưa ra những quyết định tỉnh táo, có ý nghĩa ■ *Matt's always had a good head on his shoulders. We've never worried too much about what he was doing.* • Matt luôn luôn là người có những quyết định sáng suốt. Chúng ta chẳng bao giờ phải lo lắng nhiều về việc anh ấy đang làm.

have a good mind to do sth (khẩu ngữ) nghĩ đến việc làm điều gì vì quá tức giận, nhất là khi trong thực tế rất ít khả năng sẽ làm điều đó ■*I have a good mind to send you home after what you acted.* • Tao chỉ muốn tống cổ mày về nhà sau những gì mày đã làm. (Thật ra thì điều ấy sẽ không xảy ra, nhưng chỉ được nói ra để biểu lộ sự tức giận.)

have a good thing going (khẩu ngữ) đang ở trong một tình huống tốt đẹp, có thể kiếm được nhiều tiền, có rất nhiều lợi thế... ■ *How stupid can you be? You thought you had a good thing going and that nobody would notice that you were stealing their jewelry?* • Anh có thể ngốc nghếch đến mức nào nữa đây? Anh nghĩ rằng anh có được công việc tốt đẹp, dễ dàng kiếm được nhiều tiền, và rằng không có ai sẽ nhận ra là anh đang đánh cắp đồ trang sức của họ hay sao?

have a green thumb rất giỏi trong việc chăm sóc cây trồng, làm cho phát triển nhanh và tươi tốt ■ *Craig never has much luck with plants. He just doesn't have much of a green thumb.* • Craig không bao giờ gặp nhiều may mắn với cây trồng. Anh ta thật không giỏi lắm trong việc chăm sóc cây trồng.

have a hand in (doing) sth có liên quan đến, tham gia vào việc thực hiện điều gì ■ *The community owes a big thank you to all the people who had a hand in creating the new museum.* ● Cả cộng đồng vô cùng biết ơn tất cả những ai đã góp sức tạo nên viện bảo tàng mới này.

have a hard row to hoe → **have a tough row to hoe**

have a head start → **get a head start**

have a heart (khẩu ngữ) rộng lượng, tốt bụng, không quá nghiêm khắc ■ *Hopefully one of the managers at work will have a heart and let us work a half day on Christmas Eve.* ● Hy vọng là một trong những người quản lý ở chỗ làm sẽ rộng lượng và cho chúng ta nghỉ nửa ngày trước đêm Giáng sinh. ■ *Have a heart! I've nowhere else to stay!* ● Xin hãy rộng lòng! Tôi chẳng còn nơi nào khác để ở cả.

have a heart of gold người rất tốt bụng, nhất là khi nhìn ở vẻ ngoài không nhận ra điều đó ■ *Connor plays a tough Southern sheriff with a heart of gold.* ● Connor đóng vai một cảnh sát trưởng miền Nam nghiêm khắc với tấm lòng rất tốt.

have a heart of stone rắn rỏi, chai đá, thiếu sự tốt bụng và cảm thông ■ *You would need a heart of stone not to be moved by the pictures of sick children from the war zone.* ● Bạn có thể phải cần một trái tim sắt đá mới không cảm động trước những hình ảnh trẻ em bệnh hoạn ở vùng chiến tranh.

have a hollow leg hoặc *have hollow legs* (cách dùng cũ) cách nói hài hước khi muốn nói ai đó có thể ăn rất nhiều hoặc uống rượu rất nhiều ■ *He comes home from football and I just can't fill him up. I swear he's got hollow legs.* ● Anh ta đi đá banh trở về nhà và tôi không thể làm cho anh ta no bụng nổi. Tôi thề là anh ta ăn nhiều khủng khiếp.

have a hollow ring → **ring hollow**

have a jaw (cách dùng cũ) nói chuyện, trao đổi với ai về điều gì ■ *The Colonel was sitting at the other side of the hall, having a jaw with a wounded soldier.* ● Ông đại tá đang ngồi ở phía bên kia phòng lớn, nói chuyện với một quân nhân bị thương.

have a lead foot lái xe với tốc độ quá nhanh ■ *Man, you have such a lead foot! If you don't slow down, we're going to get into an accident.* ● Này anh bạn, anh lái xe nhanh quá! Nếu anh không chậm bớt lại, chúng ta sẽ gặp tai nạn đấy.

have a long way to go nói về người hay tổ chức cần phải hoàn thiện hay làm việc tích cực hơn để có thể đạt đến thành công trong việc gì ■ *We still have a long way to go before we achieve the equality that Martin Luther King fought for.* ● Chúng ta vẫn còn phải nỗ lực rất nhiều trước khi có thể đạt được sự bình đẳng mà Martin Luther King đã chiến đấu nhắm đến.

have a lot on one's plate hoặc *have (more than) enough on one's plate* (khẩu ngữ) có quá nhiều công việc để làm hoặc quá nhiều vấn đề phải giải quyết ■ *I know Gail has a lot on her plate these days, but I hope she can type up this report for me.* ● Tôi biết là lúc này Gail có rất nhiều việc phải làm, nhưng tôi hy vọng cô ấy có thể đánh máy báo cáo này giúp tôi.

have a lot to prove → **have sth to prove**

have a memory like a sieve đãng trí, hay quên, không ghi nhớ được sự việc ■ *I totally forgot to bring that address for you. I have a memory like a sieve lately.* • Tôi hoàn toàn quên khuấy mất việc mang địa chỉ ấy đến cho bạn. Gần đây tôi hay đãng trí. → *have a memory like an elephant*

have a memory like an elephant hoặc *have the memory of an elephant* có trí nhớ rất tốt, nhất là nhớ được những gì đã xảy ra cho mình ■ *I doubt if your aunt has forgotten what you said to her. She has a memory like an elephant.* • Tôi ngờ rằng bà cô của bạn không thể quên những gì bạn nói với bà ta. Bà có một trí nhớ cực kỳ tốt. → *have a memory like a sieve*

have a mind of one's own làm điều gì theo suy nghĩ, phán đoán của chính mình, thay vì những gì được yêu cầu; hoặc không chịu ảnh hưởng từ người khác ■*Both my daughters were well-educated and have minds of their own, so I trust them to marry the right man.* • Cả hai đứa con gái tôi đều đã được học hành đầy đủ, và đều có sự tự quyết của riêng mình, vì vậy tôi tin tưởng vào chúng trong việc lập gia đình với người đàn ông thích hợp. ■*She has a mind of her own and isn't afraid to say what she thinks.* • Cô ta có óc tự quyết và không sợ việc nói lên những gì cô đang nghĩ. ■ *(humorous) My computer seems to have a mind of its own!* • (với ý khôi hài) Máy tính của tôi dường như chỉ làm theo ý nó! ■ *My shopping cart had a mind of its own, and refused to go in a straight line, except when I wanted to turn a corner.* • Chiếc xe đẩy mua hàng của tôi chỉ làm theo ý nó, và từ chối không chịu đi theo đường thẳng, ngoại trừ lúc tôi muốn quanh theo một góc đường.

have a nose for sth có năng khiếu tự nhiên đặc biệt trong việc nhận ra hay tìm thấy một loại sự vật, việc gì ■ *Though he was trained in science, Maddox has a nose for news in any field.* • Mặc dù được huấn luyện trong ngành khoa học, nhưng Maddox có năng khiếu đặc biệt trong việc nhận biết tin tức ở bất cứ lĩnh vực nào.

have a one-track mind luôn suy nghĩ, bị ám ảnh bởi chỉ một vấn đề ■ *"You just have a one-track mind,"* Sheila said as he pulled her down and kissed her. • "Em chỉ nghĩ mãi có một việc thôi," Sheila nói khi anh kéo cô ta xuống và hôn cô ta.

have a passing acquaintance with quen biết sơ qua ■ *The witness said that she had only a passing acquaintance with the man.* • Người làm chứng nói rằng bà ta chỉ quen biết sơ qua với người đàn ông ấy.

have a run-in with sb tranh cãi hoặc bất đồng với ai, nhất là một quan chức ■ *Prior to his arrest for Booker's murder, Williams had had plenty of run-ins with the law.* • Trước khi bị bắt về tội giết chết Booker, Williams đã có rất nhiều lần đụng chạm đến pháp luật.

have a screw (or two) loose (khẩu ngữ) cư xử theo cách khác thường hoặc hơi có phần thiếu tỉnh táo ■ *Fernando might have a screw or two loose, but he'd never hurt anyone.* • Fernando có thể phần nào hơi khác thường, nhưng chưa bao giờ làm hại ai.

have a sneaking suspicion tin rằng điều gì đó là đúng thật dù không có những thông tin xác thực ■ *Fran thinks the director is leaving, and I have a sneaking suspicion she may be right.* ● Fran nghĩ rằng ông đạo diễn sắp ra đi, và tôi tin là cô ấy có thể nói đúng.

have a snowball's chance in hell → **have a chance in hell (of)**

have a soft spot for sb rất yêu thích và quan tâm nhiều đến ai ■ *I think Mrs. Adams has a soft spot for you, Tom.* ● Tôi nghĩ là bà Adams rất thích và quan tâm đến anh, Tom.

have a stick up one's ass → **have a stick up one's butt**

have a stick up one's behind → **have a stick up one's butt**

have a stick up one's butt hoặc *have a stick up one's ass* hoặc *have a stick up one's behind* hoặc *with a stick up one's ass* (khẩu ngữ) cư xử hoặc đi đứng theo cách không được tự nhiên, có dáng vẻ cứng nhắc hoặc quá nghiêm nghị ■ *For the first two minutes on stage, I acted like a fool with a stick up my ass.* ● Trong hai phút đầu tiên trên sân khấu, tôi đã diễn như một tên ngốc và hết sức cứng nhắc, thiếu tự nhiên.

have a sweet tooth nói về người thích ăn những món ăn ngọt ■ *Those who have a sweet tooth will love Delight low-fat vanilla and chocolate ice cream.* ● Những người thích ăn đồ ngọt sẽ thích món kem sô-cô-la Delight với hương va-ni ít chất béo.

have a thing about (khẩu ngữ) yêu thích hoặc ghét bỏ ai hay sự vật nào với một mức độ thái quá đến nỗi trở nên khác thường hoặc vô lý ■ *The magazine's designers seem to have a thing about animal-print fabrics.* ● Các nhà thiết kế của tạp chí dường như có định kiến với các loại vải sợi có in hình thú vật. ■ *Like Jessica, I had a thing about public displays of emotion - I didn't want to watch other people kissing.* ● Giống như Jessica, tôi có định kiến với việc bày tỏ cảm xúc nơi công cộng - tôi không muốn nhìn thấy những người khác hôn nhau.

have a tough row to hoe hoặc *have a hard row to hoe* rơi vào tình huống rất khó giải quyết ■ *Until education in dance and drama gets the full support of the school system, we'll have a hard row to hoe.* ● Cho đến khi nào mà việc dạy múa và kịch chưa được ủng hộ hoàn toàn trong hệ thống nhà trường, chúng ta sẽ vẫn phải nằm trong một tình huống rất khó khăn.

have a trick up one's sleeve → **have sth up one's sleeve**

have a way with 1. giỏi ứng xử và thu phục cảm tình người khác ■ *Jorge had a way with the older people at the centre - he treated them with respect and made sure they had fun.* ● Jorge rất giỏi trong việc đối xử với những người già ở trung tâm - anh ta đối xử với họ một cách kính trọng và đảm bảo làm cho họ được vui. ■ *Yuko has a way with animals, so she is planning to become a vet.* ● Yuko rất giỏi trong việc tiếp xúc với thú vật, vì thế cô dự định sẽ trở thành một bác sĩ thú y. 2. rất giỏi về việc gì, nhất là về sử dụng ngôn ngữ hoặc toán học ■ *McCourt has a lovely way with words in his memoir of his impoverished childhood.* ● McCourt viết rất hay trong tập hồi ký về thời thơ ấu nghèo khó của mình.

have a whale of a time (cách dùng cũ) rất vui thích với một hoạt động xã hội, chẳng hạn như bữa tiệc, kỳ nghỉ hay sự kiện thể thao ■ *Somebody walked past, saw these kids having a whale of a time, and wondered what was going on.* • Ai đó đi ngang qua, nhìn thấy những đứa trẻ này đang chơi đùa thỏa thích, và tự hỏi chuyện gì đang xảy ra.

have a wild hair → **get a wild hair**

have a word (with sb) (khẩu ngữ) nói chuyện với ai, thường là một cách riêng tư để có được những lời khuyên, hay đưa ra lời khuyên cho người ấy ■ *I'll see if I can have a word with Frances before the meeting.* • Để tôi xem tôi có thể nào nói chuyện riêng với Frances trước cuộc họp được không?

have all the time in the world có đủ thời gian cần thiết để làm việc gì như mong muốn ■ *When we retire, we'll have all the time in the world to spend together.* • Khi chúng tôi về hưu, chúng tôi sẽ có đủ thời gian để sống bên nhau.

have an ace up one's sleeve → **have sth up one's sleeve**

have an attitude (problem) cư xử một cách nóng giận đến mức tỏ ra không tôn trọng người khác ■ *Ben has an attitude problem at school that needs to change.* • Ben có vấn đề về cung cách ứng xử ở trường cần phải thay đổi. ■ *Tillman is a tough player with an attitude on the basketball court.* • Tillman là một tay chơi mạnh mẽ với thái độ hay nóng giận trên sân bóng rổ.

have an axe to grind thiên vị, định kiến ■ *"I'm not a member of any party," said Meeks. "I have no political axe to grind."* • Meeks nói: "Tôi không thuộc đảng phái nào, nên không có định kiến chính trị." ■ *She had no axe to grind and was only acting out of concern for their safety.* • Cô ấy không có định kiến riêng tư nào và chỉ hành động vì quan tâm đến sự an toàn của họ. ■ *These criticisms are commonly voiced by those who have some political axe to grind.* • Những lời chỉ trích này thường được nêu lên bởi những người nghiêng theo một số định kiến chính trị.

have an ear cocked for sth → **keep an ear out (for sth)**

have an ear out (for sth) → **keep an ear out (for sth)**

have an easy time (of it) không gặp bất cứ khó khăn, rắc rối nào ■ *He's had an easy time of it since he married Lucy.* • Anh ta đã sống rất suôn sẻ kể từ khi kết hôn với Lucy.

have an eye for sth hoặc *have a good eye for sth* 1. có năng khiếu tự nhiên về mặt cảm nhận trong một lĩnh vực nào đó, có thể nhận ra được những gì là hấp dẫn, có giá trị... ■ *Victoria always looks great. She has a good eye for fashion.* • Victoria bao giờ trông cũng xinh đẹp tuyệt vời. Cô ấy rất có năng khiếu về thời trang. ■ *Proofreaders need to have a good eye for detail.* • Những người biên tập cần phải có năng khiếu tốt về chi tiết. ■ *I've never had much of an eye for fashion.* • Tôi chưa bao giờ có được năng khiếu tốt về thời trang. ■ *She has an eye for a bargain.* • Cô ấy rất có khiếu về mặc cả. 2. có khuynh hướng xem một kiểu người nào đó là hấp dẫn về mặt tình dục ■*He's always had an eye for redheads.* • Anh ta bao giờ cũng thích những cô tóc đỏ.

have an open mind (about) hoặc *keep an open mind (about)* cởi mở, sẵn sàng lắng nghe ý kiến, quan điểm của người khác, và sẽ thay đổi ý kiến của mình nếu thấy hợp ý ■ *I'm keeping an open mind until I've heard all the evidence.* ● Tôi vẫn giữ quan điểm lắng nghe cho đến khi tôi đã nghe được tất cả mọi chứng cứ.

have another think coming (khẩu ngữ) dùng khi muốn nói rằng điều ai đó suy nghĩ hoặc chờ đợi là hoàn toàn sai lầm hoặc sẽ không bao giờ xảy ra ■ *He thinks I'm going to start serving him breakfast in bed, he's got another think coming!* ● Anh ta nghĩ là tôi sẽ bắt đầu phục vụ bữa ăn sáng cho anh ta ngay trên giường, anh ta đã lầm!

have ants in one's pants (thông tục) bị kích động hoặc quá nôn nóng việc gì nên đứng ngồi không yên (đặc biệt thường dùng khi nói về trẻ con) ■ *Can't you wait until I make coffee to open your presents? You really have ants in your pants this Christmas.* ● Con không thể đợi cho đến khi mẹ pha cà phê rồi hãy mở quà được sao? Giáng sinh này con thật là nôn nóng quá đấy. ■ *You have ants in your pants today. Is something wrong?* ● Hôm nay trông anh đứng ngồi không yên thế. Có gì bất ổn sao?

have arrived nói về người, đã đạt đến sự thành công ■ *He knew he had arrived when he was shortlisted for the Booker prize.* ● Ông ta biết là mình đã thành công khi được ghi tên vào danh sách để chọn giải Booker. ■ *Running their own business, they felt they had finally arrived.* ● Tự điều hành doanh nghiệp riêng của mình, họ cảm thấy là cuối cùng cũng đã thành công.

have bats in one's belfry → **have bats in the belfry**

have bats in the belfry hoặc *have bats in one's belfry* (thông tục) có tính cách hơi lập dị, khác thường, kỳ lạ, khó hiểu, nhưng vô hại ■ *I don't like the new secretary, although she seems to have bats in the belfry.* ● Tôi không thích cô thư ký mới, mặc dù cô ấy chỉ có vẻ như hơi lập dị nhưng vô hại. ■ *You're going out without a jacket in this weather? You must have bats in your belfry.* ● Anh đang định đi ra ngoài mà không mặc áo khoác với thời tiết này hay sao? Anh thật là khác thường quá đấy.

have been around the block (a few times) (khẩu ngữ) từng trải trong cuộc sống hoặc có nhiều kinh nghiệm về vấn đề nào đó ■ *I was mainly angry at myself. I've been around the block a few times, and I should have known what to expect.* ● Tôi tự thấy giận dữ với chính mình. Tôi đã từng có nhiều kinh nghiệm và lẽ ra phải biết là điều gì sắp xảy ra.

have been had (khẩu ngữ) dùng để bảo là ai đó đã mắc lừa, nhất là một hình thức bịp bợm khiến người ấy phải chi trả quá đắt cho món gì ■ *They told you this was a genuine Monet painting? It looks like you have been had, my friend. It's just a copy.* ● Họ bảo anh rằng đây là tranh thật của Monet hả? Có vẻ như anh đã bị lừa rồi, anh bạn ơi. Đây chỉ là một bản sao thôi. ■ *This picture's a fake - you've been had.* ● Bức tranh này là giả - bạn đã bị lừa rồi.

have bigger fish to fry → **have other fish to fry**

have both feet (firmly) on the ground → **have one's feet (firmly) on the ground**

have bought it → **bought it**

have butterflies (in one's stomach) hoặc *get butterflies (in one's stomach)* cảm thấy rất lo lắng, bồn chồn trước khi làm việc gì ■ *Bates says he always has butterflies before he gets on the court, but it makes him play better.* • Bates nói rằng anh ta luôn luôn cảm thấy lo lắng bồn chồn trước khi ra sân, nhưng điều đó làm cho anh ta chơi hay hơn.

have claim on có quyền đòi hỏi sự quan tâm, chú ý của ai ■ *You have no claim on me any more.* • Anh không có quyền đòi hỏi gì nơi tôi nữa cả. ■ *She has no claim on her husband's estate.* • Cô ấy không có quyền gì đối với tài sản của chồng mình.

have cold feet → **get cold feet**

have come a long way nói về người hay sự việc đã được hoàn thiện hay thay đổi rất nhiều ■ *The Eagles have come a long way since their disastrous first game of the season.* • Đội Eagles đã tiến bộ rất nhiều kể từ trận thảm bại hồi đầu mùa bóng.

have designs on 1. mong muốn chiếm lấy điều gì cho riêng mình, và cố sức thực hiện, nhất là bằng cách lén lút hoặc không trung thực ■ *Simon always had designs on my job, and now he finally got it.* • Simon lúc nào cũng muốn chiếm lấy công việc của tôi, và giờ đây thì cuối cùng anh ta cũng đã chiếm được. ■ *Rumours spread that the Duke had designs on the crown.* • Có tin đồn lan truyền rằng ngài công tước muốn chiếm lấy ngôi vua. 2. khao khát muốn có quan hệ tình dục với ai và tìm mọi cách thuyết phục hoặc phỉnh gạt người ấy để đạt được mục đích ■ *Listen, I have no designs on Tom, he's your boyfriend.* • Nghe này, tôi không hề có ý theo đuổi Tom đâu. Anh ấy là bạn trai của bạn mà. ■ *He was quite aware of her marital designs on him.* • Anh ta hoàn toàn nhận thức được nỗi khao khát muốn kết hôn với anh ta của cô ấy.

have diarrhea of the mouth → **have verbal diarrhea**

have dibs on sth hoặc *put dibs on sth* (thông tục) lên tiếng dành về phần mình một món gì trước khi những người khác lên tiếng - xí phần ■ *I have dibs on the leftover pie!* • Tôi xí phần bánh thừa rồi nhé. ■ *John has dibs on the last piece again. It isn't fair.* • John lại xí phần mẩu bánh cuối cùng lần nữa. Như vậy là không công bằng. ■ *Mary put her dibs on the book you are reading. She gets it next.* • Mary đã dành phần cuốn sách bạn đang đọc. Cô ấy sẽ lấy nó vào lượt kế.

have dollar signs in your eyes → **see dollar signs**

have done with → **be done with**

have egg all over one's face → **have egg on one's face**

have egg on one's face hoặc *have egg all over one's face* lúng túng, hết sức bối rối hoặc có vẻ như ngớ ngẩn vì đã nói hoặc làm điều gì đó không hay ■ *The President has egg all over his face from an incident at the press conference yesterday.* • Ông tổng thống đã hết sức bối rối vì một sự việc xảy ra ở buổi họp báo ngày hôm qua. ■ *They were left with egg on their faces when only ten people* *showed up.* • Họ đã bị bỏ lại với vẻ hết sức lúng túng khi chỉ có 10 người hiện diện.

have eyes in the back of one's head có khả năng nhận biết rõ mọi việc đang xảy ra quanh mình, cho dù là những việc rất khó nhận ra - nhanh nhạy, nhạy bén ▪ *You need to have eyes in the back of your head when you're teaching a class of ten-year-olds.* • Bạn cần phải hết sức nhanh nhạy khi dạy một lớp học của những trẻ lên mười. ▪ *You can't get away with anything in her class - she has eyes in the back of her head.* • Cậu không thể chuồn ra khỏi lớp của bà ta với bất cứ món gì - bà ấy cực kỳ nhạy bén.

have first call on sb hoặc *have first call on sth* có tầm quan trọng nhất, được ưu tiên quan tâm trước nhất so với những đối tượng khác ▪ *The children always have first call on her time.* • Bọn trẻ luôn luôn chiếm ưu tiên hàng đầu trong thời gian của cô ấy.

have first call on sth → **have first call on sb**

have friends in high places quen biết với những người có thế lực, quyền hạn ▪ *He keeps his job, in spite of the scandal, so he must have friends in high places.* • Anh ta vẫn giữ được công việc, bất chấp cả vụ tai tiếng, vì thế chắc chắn là anh ta quen biết với những người có thế lực. ▪ *"How did he get promoted so quickly?" "Oh, he has friends in high places."* • "Làm thế nào mà anh ta được đề bạt quá nhanh như thế?" "Ồ, anh ta quen biết với những người có thế lực."

have got it in for sb → **have it in for sb**

have got sth licked → **have sth licked**

have got to hand it to sb → **have to hand it to sb**

have had (sth) bypass cách nói khôi hài rằng ai đó hoàn toàn thiếu một phẩm chất tốt đẹp cụ thể nào đó ▪ *It just isn't true that you have had a personality bypass in order to work as an accountant.* • Sự thật là bạn không cần đến một cá tính mới có thể làm công việc kế toán.

have had a few many → **have had one too many**

have had enough of sth bày tỏ sự bực tức về điều gì và không muốn tiếp tục thêm nữa ▪ *I've had enough of driving the kids around.* • Tôi đã chán ngấy việc lái xe đưa bọn trẻ đi chơi quanh rồi.

have had it → **have had it up to here**

have had it up to here (with) hoặc *have had it (with)* (khẩu ngữ) rất bực dọc với người hay sự việc gì đã xảy ra quá nhiều lần và không muốn chịu đựng hay nghĩ đến nữa ▪ *I've had it up to here with him - he's done it once too often.* • Tôi đã chán ngấy anh ta rồi - anh ta đã làm điều đó quá nhiều lần. ▪ *I've had it up to here with political polls and surveys - they don't mean anything.* • Tôi đã chán ngấy những cuộc thăm dò ý kiến và khảo sát chính trị rồi - chúng chẳng có ý nghĩa gì cả. ▪ *I've had it with your whining. Just shut up, will you?* • Tôi đã quá ngán cái giọng than phiền của anh rồi. Im ngay đi có được không? ▪ *I've had it up to here with your lies!* • Tôi đã quá chán ngán với những lời dối trá của anh rồi!

have had one too many hoặc *have had a few many* quá chén, say khướt...

■ *I always call a taxi when I've had one too many.* • Tôi luôn luôn gọi một chiếc taxi mỗi khi tôi đã quá chén và say khướt.

have had one's bell rung (khẩu ngữ) trước đây đã từng bị đánh mạnh, va đập mạnh vào đầu ■ *He reminds me of a big old football player who's had his bell rung once too often.* • Ông ta làm tôi nhớ đến một cầu thủ bóng đá già nổi tiếng trước đây, thường bị va đập vào đầu quá nhiều lần.

have had one's day không còn trong giai đoạn thành công hay nắm giữ quyền lực... ■ *She's had her day as a supermodel.* • Cô ấy đã không còn nữa những ngày làm một siêu người mẫu.

have had one's fill (of) không thể tiếp tục chấp nhận một tình huống không tốt hoặc một người nào đó ■ *I have only been teaching public school for two years, but I have already had my fill of disrespectful children.* • Tôi chỉ mới dạy học ở trường tư thục trong 2 năm, nhưng tôi đã hết chịu đựng nổi những đứa trẻ xấc xược.

have half a mind to do sth (khẩu ngữ) có ý muốn làm điều gì, nhưng có lẽ sẽ không làm, vì biết rằng như thế là ngốc nghếch, sai trái hoặc sẽ dẫn đến nhiều rắc rối ■*Paul's been so moody lately, I've got half a mind to ask him not to come with us.* • Gần đây Paul thường hay khó chịu quá lắm, tôi đã phân vân muốn bảo anh ta đừng đến với chúng tôi nữa. (nhưng tôi thực ra sẽ không nói thế.)

have half an eye on sth → **have one eye on sth**

have holes in one's head (cách dùng cũ) nói về ai đó không tỉnh táo hoặc ngu xuẩn khi thực hiện điều gì, thường là gây bực dọc cho người nói ■ *He has holes in his head if he thinks I'll type his thesis for nothing.* • Hắn có khùng mới nghĩ là tôi sẽ đánh máy bản luận văn của hắn mà chẳng nhận được gì.

have hollow legs → **have a hollow leg**

have hope in hell (of) → **have a chance in hell (of)**

have it coming (to sb) (khẩu ngữ) người đã làm điều gì xấu nên chuẩn bị chờ đón một kết quả xấu sẽ đến với mình, vì người ấy đáng bị như thế ■ *Okay, so I beat him up. He had it coming to him, after the way he treated my sister.* • Ừ đấy, tôi đã nện cho hắn một trận. Hắn tự chuốc lấy chuyện này, sau cách hắn cư xử với chị tôi. ■ *It was no surprise when she left him - everyone knew he had it coming to him.* • Không có gì ngạc nhiên khi cô ta bỏ rơi hắn - ai cũng biết là hắn tự chuốc lấy chuyện ấy.

have it in for sb hoặc *have got it in for sb* (khẩu ngữ) tức giận, thù ghét ai và muốn làm hại người ấy ■ *Carey and Jill have been robbed four times - I think someone has got it in for them.* • Carey và Jill đã bị cướp đến 4 lần rồi - tôi nghĩ là có ai đó ghét họ và cố ý làm hại. ■ *The police stopped him again last night. He thinks they've got it in for him.* • Anh ta lại bị cảnh sát chặn lại lần nữa vào tối qua. Anh ta nghĩ là họ ghét anh và muốn kiếm chuyện.

have it on good authority that → **have on good authority that**

have it out with sb cố gắng chấm dứt một sự bất đồng hoặc một tình huống căng thẳng bằng cách nói chuyện trực tiếp với đối phương và giải thích nguyên nhân làm cho mình bực tức ■ *It's not even worth having it out with Tom. He'll just say nothing is wrong, and that will be the end of the discussion.* ● Thậm chí thật không đáng để tìm cách giải quyết mọi việc với Tom. Hắn sẽ nói ngay là chẳng có gì sai trái cả, và thế là chấm dứt ngay cuộc trao đổi. ■ *He decided to have it out with Rose there and then.* ● Anh ta đã quyết định sẽ giải quyết mọi việc với Rose ngay lúc ấy.

have known better days → **have seen better days**

have legs nói về một ý tưởng hay kế hoạch là tốt đẹp và có nhiều khả năng thành công ■ *We need a financial expert to advise us, someone to tell us whether this thing has legs or not.* ● Chúng ta cần một chuyên gia tài chính để cho chúng ta lời khuyên, cho chúng ta biết là liệu điều này có khả năng thành công hay không.

have many irons in the fire hoặc *have several irons in the fire* hoặc *have other irons in the fire* tham gia cùng lúc nhiều hoạt động khác nhau, hoặc đồng thời xem xét nhiều cơ hội khác nhau ■ *Of course the loss of the Sanderson contract was disappointing, but we have other irons in the fire, so we're not too worried.* ● Dĩ nhiên việc để mất hợp đồng Sanderson là đáng thất vọng, nhưng chúng tôi còn có nhiều hợp đồng khác nữa, bởi vậy chúng tôi không lo lắng nhiều lắm.

have money to burn có nhiều tiền bạc đến mức không cần phải quan tâm đến các khoản tiêu xài ■ *If you think it's about time for another ski vacation and have some money to burn, Colorado is a great place to go.* ● Nếu bạn nghĩ là đã đến lúc để có một kỳ nghỉ trượt tuyết và tiêu phí tiền bạc thì Colorado là một nơi rất tuyệt để đi.

have no business doing sth (khẩu ngữ) không có quyền hoặc không cần thiết phải làm điều gì vì không có liên quan đến mình, nghĩa là bị xem như sai trái khi thực hiện điều ấy ■ *Mandy has no business going through my mail like that.* ● Mandy không có quyền lục lọi thư từ của tôi như thế. ■ *You have no business being here.* ● Anh không việc gì phải ở đây. ■ *You had no business going through my private papers.* ● Anh không có quyền xem qua những giấy tờ riêng tư của tôi.

have no call to do sth → **there is no call to do sth**

have no clue → **not have a clue**

have no equal → **without equal**

have no time for không ưa thích ai đó hoặc cho rằng đó là người xấu, vô dụng... ■ *My father had no time for priests, and was always ready to tell them so.* ● Cha tôi không thích các vị cha cố, và luôn sẵn sàng nói với họ điều đó.

have nothing between the ears ngốc nghếch, đần độn ■ *Please stop treating your readers as if we have nothing between the ears, and give us some intelligent reporting.* ● Xin hãy thôi đừng xem những độc giả của anh như thể đều ngu ngốc cả, và hãy viết cho chúng tôi bài nào đó khôn ngoan một chút.

have on good authority that hoặc *have it on good authority that* (thông tục) theo nguồn tin đáng tin cậy hoặc mới nhất nhưng không muốn nêu tên ■ *We have it on good authority that First Northwestern is buying Farmers' Mutual.* • Chúng tôi có nguồn tin đáng tin cậy rằng First Northwestern đang mua lại Farmers' Mutual. ■ *I have it on good authority that he is going to be promoted.* • Tôi có nguồn tin đáng tin cậy rằng anh ta sẽ được thăng tiến.

have one eye on sth hoặc *have half an eye on sth* liếc nhìn, quan sát điều gì trong khi đang làm một việc khác ■ *During his talk, most of the delegates had one eye on the clock.* • Trong suốt bài nói chuyện của ông ta, hầu hết các đại biểu đều liếc nhìn đồng hồ. (nôn nóng chờ cho chấm dứt) ■ *I had one eye on the clock the whole time.* • Suốt thời gian đó tôi luôn liếc nhìn đồng hồ.

have one foot in the grave người đã quá già hoặc ốm yếu bệnh hoạn, gần đến ngày chết ■ *I always try to remind people that writing your will doesn't mean you have one foot in the grave.* • Tôi luôn cố nhắc nhở mọi người rằng viết di chúc không có nghĩa là đã sắp đến ngày chết.

have one's arm twisted thay đổi ý kiến do bị thuyết phục ■ *Many clients of the investment firm had their arms twisted into buying bonds that they didn't really want.* • Nhiều khách hàng của các công ty đầu tư bị thuyết phục nên chuyển sang mua những cổ phiếu mà trước đây họ không muốn.

have one's back against the wall hoặc *have one's back to the wall* hoặc *do sth with one's back against the wall* hoặc *do sth with one's back to the wall* rơi vào một tình huống rất khó khăn, rất khó thay đổi hoặc thoát ra khỏi ■ *After numerous demonstrations for democracy, the minister's back was against the wall. He went on television and finally agreed to resign.* • Sau quá nhiều cuộc biểu tình đòi dân chủ, ông bộ trưởng đã rơi vào một hoàn cảnh vô cùng khó khăn. Ông ấy tiếp tục xuất hiện trên truyền hình và cuối cùng đồng ý sẽ từ chức. ■ *We had our backs to the wall with no choice but to sell.* • Chúng tôi rơi vào tình huống khó khăn không còn chọn lựa nào khác ngoài việc phải bán đi. ■ *England had their backs to the wall in the second half.* • Trong hiệp hai đội Anh quốc rơi vào tình huống khó khăn không lối thoát.

have one's back to the wall → **have one's back against the wall**

have one's blood on one's hands phải chịu trách nhiệm về cái chết của ai ■ *He has my son's blood on his hands, and I hope it haunts him for the rest of his life.* • Hắn phải chịu trách nhiệm về cái chết của đứa con trai tôi, và tôi hy vọng là điều ấy sẽ ám ảnh hắn trong suốt phần đời còn lại. ■ *He was a dictator with the blood of thousands on his hands.* • Ông ta là một nhà độc tài phải chịu trách nhiệm về cái chết của hàng ngàn người.

have one's cake and eat it (too) (thường dùng ở dạng phủ định) 1. một điều tốt có kèm theo một hệ quả xấu nào đó mà người ta không muốn chấp nhận ■ *I wish I could enjoy the kids' company without having to clean up after them, but you can't have your cake and eat it too.* • Tôi ước gì có thể chơi đùa với lũ trẻ mà không phải tắm rửa cho chúng, nhưng bạn không thể nào có chơi mà không có chịu. ■ *This plan provides the advantages of a standardized system with the capacity to respond to change - a way to have your cake and eat it too.* ● Kế hoạch này mang lại những lợi thế của một hệ thống tiêu chuẩn hóa có công suất đáp ứng với sự thay đổi - một phương thức giúp có lợi mà vẫn tránh được hệ quả xấu. 2. được hưởng lợi từ hai sự việc, trong khi chỉ có khả năng được một trong hai ■*He wants a regular income but doesn't want to work. He can't have his cake and eat it too.* ● Hắn ta muốn có thu nhập ổn định, nhưng lại không muốn làm việc. Hắn không thể được lợi cả đôi đường như vậy.

have one's day in court hoặc *get one's day in court* có được cơ hội để phát biểu, giải thích hay đưa ra ý kiến ■ *For years, most historians assumed that there was no difference between the two Presidents' policies, but now people like Professor Newman are having their day in court.* ● Trong nhiều năm, hầu hết các nhà sử học đều cho rằng các chính sách của cả hai Tổng thống không khác gì nhau, nhưng giờ đây những người như giáo sư Newman đã có dịp để nói lên ý kiến của họ.

have one's doubts about sth có những lý do để nghi ngờ về điều gì ■ *I've had my doubts about his work since he joined the firm.* ● Tôi có những lý do để nghi ngờ công việc của anh ta kể từ khi anh ta gia nhập công ty. ■ *It may be all right. Personally, I have my doubts.* ● Điều đó có thể tốt thôi. Riêng tôi, tôi có những lý do để nghi ngờ.

have one's ear được lắng nghe bởi một người có thế lực, thẩm quyền, để có thể được người ấy sẵn lòng ủng hộ và chú ý đến những ý kiến của mình đưa ra ■ *Paral said that minority groups had to get the ear of the President if they wanted to be taken seriously.* ● Paral nói rằng các dân tộc thiểu số phải có được sự quan tâm của Tổng thống nếu như họ muốn được chú ý một cách nghiêm túc. ■ *He had the ear of the monarch.* ● Ông ta rất được nhà vua tin tưởng lắng nghe. ■ *She has the director's ear.* ● Cô ấy được ông giám đốc tin cậy lắng nghe.

have one's eye on hoặc *get one's eye on* 1. để ý đến người hay điều gì với hy vọng sẽ chiếm được ■*Hashimoto is a popular polititian who is believed to have his eye on becoming prime minister.* ● Hashimoto là một chính khách được ưa chuộng, người có tham vọng trở thành thủ tướng. ■ *He's got his eye on the new girl in your class.* ● Anh ta đã để ý đến cô gái mới trong lớp của bạn. ■ *I've got my eye on a new DVD player.* ● Tôi đã hy vọng sẽ có một máy hát đĩa DVD mới. ■ *Jake has had his eye on that sports car for months.* ● Jake đã để ý thèm muốn chiếc xe hơi thể thao đó trong nhiều tháng. 2. để ý, có cảm tình đặc biệt với ai và mong muốn được có quan hệ thân mật ■*"I had my eye on Bonnie Fuller for years,"* Brown confessed nostalgically at the high school reunion. ● "Tôi đã để ý đến Bonnie Fuller trong nhiều năm," Brown bồi hồi thú nhận ở buổi họp mặt trường trung học. 3. lưu ý theo dõi ai để đảm bảo người ấy không làm điều gì sai trái ■ *And remember, I'll have my eye on you so you'd better behave.* ● Và hãy nhớ rằng, tôi luôn để mắt đến anh, nên tốt hơn là anh hãy biết cách cư xử.

have one's feet (firmly) on the ground hoặc *keep one's feet (firmly) on the ground* hoặc *have both feet (firmly) on the ground* hoặc *keep both feet (firmly) on the ground* suy nghĩ hoặc ứng xử dựa trên thực tiễn và lý trí, cho dù bản thân có giàu sức tưởng tượng hoặc có được lợi thế, sức mạnh vượt trội hơn người khác ■ *In spite of his overnight stardom he still manages to keep his feet on the ground.* ● Bất chấp sự nổi tiếng quá nhanh chóng của mình, anh ta vẫn giữ được cung cách ứng xử rất thực tiễn. ■ *We have to keep our feet firmly on the ground if we want to beat the Hornets this weekend.* ● Chúng ta phải hết sức tỉnh táo nếu chúng ta muốn đánh bại được Hornets cuối tuần này. ■ *People who work in television should keep both feet on the ground, and forget what a glamorous job it is supposed to be.* ● Những người làm việc trong đài truyền hình cần phải giữ được cung cách ứng xử thực tế, và quên đi rằng công việc ấy được xem là lôi cuốn biết bao.

have one's feet wet → *get one's feet wet*

have one's fingers burnt → *get one's fingers burnt*

have one's guts for garters tức giận và trừng phạt ai nặng nề về điều gì người ấy đã làm ■ *She'll have your guts for garters if she ever finds out.* ● Cô ấy sẽ giận dữ và thẳng tay trừng phạt anh nếu có bao giờ cô ấy biết ra được.

have one's hands full có quá nhiều việc để làm đến nỗi không còn thời gian để làm bất cứ việc gì khác ■ *Kim really has her hands full with three kids under four years old and a full time job.* ● Kim thật sự hoàn toàn bận rộn với ba đứa trẻ dưới bốn tuổi và một công việc toàn thời gian.

have one's head in the clouds chỉ nghĩ quá nhiều về những gì mình mong muốn sẽ xảy ra, đến nỗi không chú ý đến những gì đang thật sự diễn ra ■ *If you think world peace would mean a cut in military spending and lower taxes, you have your head in the clouds.* ● Nếu bạn nghĩ rằng hòa bình thế giới có nghĩa là sự cắt giảm quân sự và những khoản thuế thấp hơn, bạn đang mơ mộng ngoài thực tế.

have one's head screwed on (right / the right way) người tỉnh táo đưa ra những quyết định đúng đắn ngay cả khi những người khác có thể không ngờ đến ■ *Brian may look crazy, but he's got his head screwed on right; you should pay attention to what he says.* ● Brian trông có vẻ như mất trí, nhưng anh ta vẫn tỉnh táo đưa ra được những quyết định đúng đắn. Bạn nên chú ý đến những gì anh ta nói.

have one's head up one's ass cách nói thô lỗ dùng khi muốn nói là ai đó chú ý quá nhiều đến bản thân mình đến nỗi không có sự cảm thông, chia sẻ với những người khác ■ *Rhonda's manager has his head up his ass so much that he doesn't even know how overworked his employees are.* ● Ông giám đốc của Rhonda nghĩ đến bản thân mình nhiều quá đến nỗi thậm chí ông không biết được công nhân của mình đang làm việc quá sức đến như thế nào.

have one's heart in one's mouth → *one's heart in one's mouth*

have one's heart set on → *set one's heart on*

have one's hide hoặc *tan one's hide* (khẩu ngữ) trừng phạt người khác một cách rất nghiêm khắc ■ *He will tan your hide if he finds out that you used his tools without asking.* ● Ông ấy sẽ lột da mày ra nếu như biết được là mày dùng dụng cụ của ông ấy mà không xin phép.

have one's knuckles rapped → **be given a rap on the knuckles**

have one's name on it nói về sự vật gì hoàn toàn thích hợp với ai, hoặc sự việc mà ai đó chắc chắn sẽ đạt được thành công ■ *Somewhere out in the Caribbean is a real paradise with my name on it.* ● Một nơi nào đó ngoài vùng Caribbean là một thiên đường hoàn toàn thích hợp với tôi.

have one's nose to the grindstone hoặc *keep one's nose to the grindstone* làm việc rất căng thẳng trong suốt một thời gian dài, không nghĩ đến bất cứ điều gì khác ■ *Cole had a bad reputation when he was younger, but nowadays, he keeps his nose to the grindstone.* ● Cole nổi tiếng xấu vào thời ông còn trẻ tuổi, nhưng ngày nay thì ông ta chỉ chúi mũi vào công việc thôi.

have one's number hiểu rõ về ai nên có thể đối phó với họ ■ *"Mom says I have to stay home tonight because I'd just get into trouble with you guys." "Boy, she's got your number!"* ● "Mẹ nói là tôi phải ở nhà tối nay, bởi vì tôi có thể gặp rắc rối với bọn các anh." "Bà ấy biết anh quá rõ đấy, anh bạn."

have one's pound of flesh hoặc *take one's pound of flesh* hoặc *want one's pound of flesh* hoặc *demand one's pound of flesh* hoặc *extract one's pound of flesh* hoặc ***claim one's pound of flesh*** cương quyết đòi hỏi người khác phải trả nợ cho mình, hoặc phải thực hiện điều gì theo trách nhiệm, cho dù phải gặp nhiều khó khăn ■ *The banks always seem quite happy to take their pound of flesh from customers, even good customers who are only overdrawn by a small amount.* ● Các ngân hàng luôn có vẻ như vui vẻ trong việc đòi lại nợ từ khách hàng, ngay cả những khách hàng tốt chỉ rút ra nhiều hơn tiền gửi đôi chút.

have one's wicked way with sb (cách dùng cũ) thuyết phục ai đó quan hệ tình dục, ăn nằm với mình, nhất là một cô gái đẹp, còn trong trắng chưa từng trải ■ *Do you think I invited you here just so that I could have my wicked way with you?* ● Cô nghĩ rằng tôi mời cô đến đây chỉ là để bảo cô ngủ với tôi thôi sao?

have one's wires crossed hoặc *get one's wires crossed* tình huống khi đôi bên đều nhầm lẫn, hiểu không đúng về những gì phía bên kia nói hoặc làm, và dẫn đến những sai lầm ■ *We must have gotten our wires crossed. The meeting is Thursday night, not Tuesday.* ● Chúng tôi chắc hẳn là đã hiểu lầm nhau. Cuộc họp là vào tối thứ Năm chứ không phải thứ Ba.

have one's work cut out for nói về ai đó sẽ phải làm việc rất căng thẳng, tích cực để có thể đạt được điều gì ■ *Dani has her work cut out for her keeping those kids amused.* ● Dani phải hết sức khó khăn để có thể giữ cho những đứa trẻ đó vui.

have oneself to blame → **get oneself to blame**

have other fish to fry hoặc *have bigger fish to fry* có một công việc khác quan trọng hơn phải làm, so với điều đang được đề cập đến ■ *Roberts isn't concerned about his neighbours' complaints - he has other fish to fry.* ● Roberts không quan tâm đến những lời than phiền của hàng xóm - anh ta có công việc khác quan trọng hơn để quan tâm.

have other irons in the fire → **have many irons in the fire**

have rocks in one's head (khẩu ngữ) cách nói khiếm nhã khi muốn nói ai đó là quá ngốc nghếch ■ *"I asked Diane to marry me, but she said no." "Well, at least you don't both have rocks in your heads."* ● "Tôi đề nghị Diane hãy kết hôn với tôi, nhưng cô ấy từ chối." "À, ít ra thì cả hai người cũng không ngu ngốc cả."

have rough edges 1. nói về người, đôi khi tỏ ra thô lỗ, không tốt bụng hoặc vụng về trong giao tiếp xã hội ■ *I know I have a few rough edges, but I'm hoping she'll see past those.* ● Tôi biết là tôi thỉnh thoảng cũng có một đôi điều không tốt, nhưng tôi hy vọng là cô ấy sẽ bỏ qua những điều ấy. 2. nói về một công việc hay sự biểu diễn, không được hoàn hảo ■ *The band still has some rough edges, but it shows a lot of promise.* ● Ban nhạc vẫn còn đôi chỗ chưa hoàn hảo, nhưng nó tỏ ra có rất nhiều triển vọng.

have sb by the balls cách nói rất thô lỗ, hàm ý rằng ai đó buộc phải làm theo hoặc chấp nhận điều gì, dù muốn hay không - nắm chắc, điều khiển được ■ *Maguire had him by the balls, leaving him no option but to sign the contract.* ● Maguire đã nắm chắc hắn ta, buộc hắn không có chọn lựa nào khác ngoài việc ký vào hợp đồng.

have sb eating out of (the palm of) one's hand làm cho ai đó sẵn sàng làm bất cứ điều gì được mình yêu cầu, chẳng hạn như vì quá ngưỡng mộ hoặc yêu thích ■ *Jerry is such a good salesman that after a few sentences, he has customers eating out of his hand.* ● Jerry là một người bán hàng rất giỏi đến nỗi chỉ sau vài ba câu anh ta đã có thể khiến cho khách hàng hoàn toàn làm theo ý mình. ■ *She'll have them eating out of her hand in no time.* ● Cô ấy sẽ khiến cho bọn họ làm theo ý mình ngay lập tức.

have sb in one's sights hoặc *have sth in one's sights* quyết tâm sẽ chiến thắng hay đạt được điều gì, hoặc sẽ đánh bại ai trong một cuộc so tài, và sẽ nỗ lực để thực hiện điều đó ■ *The team had the championship in their sights as they started one of the play-offs.* ● Đội bóng đã hạ quyết tâm giành chức vô địch khi họ bắt đầu một trong những trận đấu loại. ■ *She'll already have Lorna's job in her sights.* ● Cô ấy đã quyết tâm giành lấy công việc của Lorna.

have sb in stitches hoặc *keep sb in stitches* (khẩu ngữ) chọc ai cười đến mức không sao nhịn được ■ *I made such a mess of cooking Pauline's dinner; I had her in stitches.* ● Tôi bày mọi thứ vung vãi ra khi nấu bữa tối cho Pauline, làm cô ấy không sao nhịn cười được.

have sb in the palm of one's hand hoặc *hold sb in the palm of one's hand* gây ảnh hưởng hoặc khống chế ai để người ấy phải chú ý đến mình hoặc thực hiện điều mình muốn ■ *Suzanne* held the entire management committee in the palm of her hand and could dictate policy decisions. • Suzanne khống chế toàn bộ ban quản lý và có thể đưa ra các quyết định về đường lối.

have sb just where you want them → **have sb right where you want them**

have sb on a string hoặc *keep sb on a string* khống chế, kiểm soát được ai và sai khiến người ấy làm theo ý mình ■ *Don't you realize Sonya's keeping you on a string just in case she can't find anyone else?* • Anh không nhận ra là Sonya chỉ giữ anh trong vòng kiểm soát của cô ấy để phòng trường hợp không thể tìm được bất cứ người nào khác hay sao?

have sb over a barrel hoặc *get sb over a barrel* đặt ai vào một tình thế khiến cho họ buộc phải thực hiện hoặc chấp nhận điều gì theo ý mình - đưa ai vào thế bí, không còn lựa chọn nào khác ■ *Stein must be working for a pretty powerful organization to have the editor of "The New York Times" over a barrel.* • Stein hẳn là phải đang làm việc cho một tổ chức rất có quyền lực mới có thể ép buộc ông chủ bút của tờ The New York Times phải làm theo ý mình.

have sb pegged hoặc *have sth pegged* hiểu được người hay sự vật nào đó đến mức có thể dự đoán được những gì sắp đến ■ *Just when you think you've got John pegged, he'll do something to surprise you.* • Ngay khi bạn nghĩ là bạn đã hoàn toàn hiểu rõ được John, anh ta sẽ làm một điều gì đó để gây ngạc nhiên cho bạn.

have sb right where you want them hoặc *have sb just where you*

want them (thường dùng trong các lĩnh vực kinh doanh và chính trị) có được lợi thế hơn hẳn đối thủ nên biết là có thể thành công dễ dàng và đạt được đúng những gì mình muốn ■ *We had the Yankees right where we wanted them, but we still lost in the last two minutes of the game.* • Chúng tôi nắm được lợi thế hơn hẳn đội Yankees, nhưng chúng tôi vẫn để thua trong hai phút cuối cùng của trận đấu.

have second thoughts (about) thay đổi ý kiến sau khi đã quyết định làm điều gì ■ *Did you ever have any second thoughts about joining the army?* • Anh đã có bao giờ thay đổi ý kiến về việc gia nhập quân đội hay không?

have seen better days hoặc *have known better days* cũ kỹ, đã đến lúc hư hỏng, đang trong một tình trạng hết sức tồi tệ ■ *Our car has seen better days!* • Chiếc xe hơi của chúng ta đã hết thời rồi!

have several irons in the fire → **have many irons in the fire**

have short fuse rất dễ tức giận ■ *Coach Mike Ditka has always been known for having a short fuse, and it has certainly gotten him into trouble.* • Huấn luyện viên Mike Ditka luôn luôn được biết đến với tính dễ nóng, và điều đó chắc chắn mang lại cho ông nhiều rắc rối.

have stars in one's eyes nuôi hy vọng tràn trề là mình sẽ trở nên nổi tiếng trong tương lai, nhất là trong các lĩnh vực điện ảnh, thể thao ■ *Bremer arrived in Hollywood as an 18-year-old with stars in her eyes, but quickly realized it's not that easy to make it big.* • Bremer đến Hollywood năm 18 tuổi với hy vọng tràn trề là sẽ nổi tiếng trong tương lai, nhưng rồi nhanh chóng nhận ra là không dễ làm được điều đó.

have steam coming out of one's ears hết sức tức giận ■ *By this time, Matthew was walking up and down with steam coming out of his ears.* ● Đến lúc này, Matthew đang đi đi lại lại, hết sức tức giận.

have sth between the ears có tri thức, hiểu biết ■ *She's obviously got something between the ears to have passed all those exams.* ● Cô ấy rõ ràng là có đủ hiểu biết để có thể qua được tất cả những kỳ thi ấy.

have sth coming out of one's ears (khẩu ngữ) dùng để nhấn mạnh việc đã ăn món gì đó quá nhiều ■ *If you eat any more, you'll have ice cream coming out of your ears.* ● Nếu bạn ăn thêm chút nữa thôi, kem sẽ tràn cả ra tai bạn đấy.

have sth down pat hiểu biết về điều gì rất rõ đến mức có thể làm mà không cần suy nghĩ gì cả ■ *I shouldn't have been nervous during the play, because I had my lines down pat.* ● Lẽ ra tôi không nên căng thẳng trong khi diễn kịch, bởi vì tôi đã quá thông thuộc những lời thoại của mình.

have sth down to a fine art hoặc *get sth down to a fine art* làm việc gì rất tốt, nhất là nhờ có nhiều kinh nghiệm ■ *I have been on so many business trips lately, I've got packing down to a fine art.* ● Gần đây tôi đã từng có rất nhiều chuyến đi công tác, tôi đã đủ kinh nghiệm để sắp xếp hành lý đến mức điêu luyện.

have sth forced down one's throat → **have sth shoved down one's throat**

have sth in common with có điều gì đó tương đồng, giống nhau ■ *I have nothing in common with Jane.* ● Tôi chẳng có điểm gì tương đồng với Jane cả. ■ *We've got such a lot in common.* ● Chúng tôi có rất nhiều điểm tương đồng. ■ *I don't think they've got much in common with their neighbours.* ● Tôi không nghĩ là họ có nhiều điểm tương đồng với những người hàng xóm của họ. ■ *Those two cultures have a lot in common.* ● Hai nền văn hóa ấy có nhiều điểm tương đồng với nhau. ■ *This area obviously has a lot in common with other inner-city areas.* ● Vùng này rõ ràng là có rất nhiều điểm tương đồng với các khu vực nội thành khác.

have sth in one's sights → **have sb in one's sights**

have sth in the bag nắm chắc phần thắng, chắc chắn sẽ đạt được điều mong muốn ■ *Most Hollywood insiders bet that Foster will have the best actress Oscar in the bag.* ● Hầu hết những người trong nội bộ Hollywood đều cho rằng Foster chắc chắn sẽ đoạt giải Oscar dành cho nữ diễn viên hay nhất.

have sth licked hoặc *have got sth licked* (khẩu ngữ) thành công trong việc giải quyết một rắc rối hoặc vượt qua được vấn đề khó khăn ■ *I'm feeling much better now. I think I've finally got this cold licked.* ● Tôi cảm thấy khỏe hơn rất nhiều. Tôi nghĩ là cuối cùng thì tôi cũng đã vượt qua cơn cảm lạnh này.

have sth on hand hoặc *keep sth on hand* đảm bảo chắc chắn vật gì sẵn có trong tầm tay hoặc sẵn sàng để sử dụng ■ *It's a good idea to have some bottled water and food on hand in case of an earthquake.* ● Có sẵn một số nước đóng chai và thực phẩm trong tầm tay là một ý kiến hay, phòng khi có xảy ra động đất. ■ *The government should keep emergency services on hand with medical advice.* ● Chính phủ nên đảm bảo các bộ phận cấp cứu luôn sẵn sàng với sự tư vấn về thuốc men.

have sth on one's hands phải trải qua hoặc phải giải quyết ngay một tình huống, thường là một tình huống khó khăn ■ *If we don't do something to calm things down, we'll have a revolt on our hands.* ● Nếu chúng ta không thực hiện việc gì đó để làm lắng dịu mọi thứ xuống, chúng ta sẽ phải đối đầu với một cuộc nổi loạn. → *have blood on one's hands*, → *have time on one's hands*

have sth on one's mind có một mối bận tâm, lo lắng về điều gì ■ *Did you have something specific on your mind that you wanted to talk about?* ● Có phải bạn đã có điều bận tâm cụ thể nào đó muốn trao đổi? ■ *Don't bother your father tonight - he's got a lot on his mind.* ● Đừng quấy rầy cha con tối nay - ông ấy có rất nhiều chuyện bận tâm.

have sth on one's side có được một lợi thế để đạt được điều mong muốn ■ *Barnes did not have much experience in politics, but he had youth and enthusiasm on his side.* ● Barnes không có nhiều kinh nghiệm trong chính trị, nhưng anh ta có sức trẻ và sự nhiệt tình là những lợi thế.

have sth on the brain bị ám ảnh, quá quan tâm đến việc gì đến mức lúc nào cũng suy nghĩ về việc đó, thường là làm cho người khác khó chịu ■ *Man, you have surfing on the brain. Can't you think about anything else?* ● Này anh bạn, anh cứ ám ảnh mãi về chuyện lướt sóng. Anh không thể nghĩ đến việc gì khác hơn sao? ■ *He has sex on the brain.* ● Anh ta lúc nào cũng nghĩ đến chuyện tình dục. ■ *He's got football on the brain.* ● Anh ta lúc nào cũng bị ám ảnh bởi chuyện đá bóng.

have sth pegged → **have sb pegged**

have sth pushed down one's throat → **have sth shoved down one's throat**

have sth rammed down one's throat → **have sth shoved down one's throat**

have sth shoved down one's throat hoặc *have sth rammed down one's throat* hoặc *have sth forced down one's throat* hoặc *have sth thrust down one's throat* hoặc *have sth pushed down one's throat* tìm mọi cách để buộc ai đó phải chấp nhận một kế hoạch, một ý kiến mà mình cho là rất hay, rất tốt, cho dù người ấy không đồng ý như thế ■ *I like vinyl records, and I don't want to have the latest technology shoved down my throat.* ● Tôi thích các băng ghi âm nhựa, và tôi không muốn bị áp đặt bởi những kỹ thuật mới nhất. ■ *Why do some people act like they have to ram their morals down everybody else's throat?* ● Tại sao một số người lại hành động như thể là họ phải áp đặt những chuẩn mực đạo đức của họ cho mọi người khác?

have sth that (just) won't quit (khẩu ngữ) nói về một nét đẹp, hấp dẫn, lôi cuốn trên thân thể của ai ■ *Have you seen the new kid yet? He has muscles that just won't quit!* ● Bạn đã thấy gã mới đến chưa? Anh ta có những bắp thịt trông thật hấp dẫn.

have sth thrust down one's throat → **have sth shoved down one's throat**

have sth to one's credit có được, đạt được điều gì tốt đẹp ■ *He's only 30, and he already has four novels to his credit.* ● Anh ta chỉ mới 30 tuổi và đã có được 4 cuốn tiểu thuyết rồi. ■ *He has fourteen films to his credit.* ● Ông ấy có 14 bộ phim rồi.

have sth to prove hoặc *have a lot to prove* cần phải làm việc tích cực, nhiều nỗ lực để tự chứng tỏ mình vì chưa có được niềm tin nơi người khác ■ *I was happy with the team's performance on Saturday, but they've still got a lot to prove.* ● Tôi rất vui với cách chơi của đội bóng hôm thứ Bảy, nhưng họ vẫn còn phải nỗ lực rất nhiều để tự chứng tỏ tài năng của mình. ■ *I have nothing to prove by fighting Lewis again - I know I can beat him.* ● Tôi không cần phải tự chứng tỏ mình bằng cách đấu với Lewis lần nữa - tôi biết là tôi có thể hạ anh ta.

have sth under control → **bring sth under control**

have sth under one's belt hoặc *get sth under your belt* đã hoàn tất hay đạt được, có được điều gì hữu ích, quan trọng ■ *Swenson, who had a variety of downtown projects under his belt, is looking at a new development site now.* ● Swenson, người đã thực hiện hoàn tất nhiều dự án ở khu trung tâm thành phố, giờ đang tìm kiếm một địa bàn phát triển mới. ■ *She already has a couple of good wins under her belt.* ● Cô ấy đã có được vài trận thắng lớn rồi. ■ *You need to get a few more qualifications under your belt.* ● Bạn cần phải có thêm được một vài kỹ năng nữa.

have sth up one's sleeve hoặc *keep sth up one's sleeve* hoặc *have an ace up one's sleeve* hoặc *have a card up one's sleeve* hoặc *have a trick up one's sleeve* có một kế hoạch bí mật, một lợi thế hoặc một lập luận... được giữ kín không cho đối phương biết, nhằm có thể đưa ra vào phút chót và đảo ngược tình thế; quân bài tẩy ■ *We all hope that the government has something up its sleeve in the war against terrorism.* ● Tất cả chúng ta đều hy vọng là chính phủ có một biện pháp dự phòng hiệu quả nào đó trong cuộc chiến tranh chống khủng bố. ■ *Explaining the plan, Ross paused; he had an ace up his sleeve, but he wasn't sure whether to tell them yet.* ● Khi giải thích về kế hoạch, Ross dừng lại. Anh ta có một kế hoạch dự phòng bí mật, nhưng không biết là có nên nói cho họ biết hay chưa.

have sticky fingers có thói quen trộm cắp ■ *Some of the tourists with sticky fingers try to break off pieces from the castle wall.* ● Một số du khách có thói trộm cắp đã cố gỡ lấy những mẩu vật trên tường lâu đài. ■ *The clerk who had sticky fingers got fired.* ● Người thư ký có thói trộm cắp đã bị đuổi việc. ■ *The little boy had sticky fingers and was always taking his father's small change.* ● Thằng bé có tật ăn cắp và luôn luôn lấy trộm tiền lẻ của cha nó.

have the best of both worlds → **the best of both worlds**

have the best of sth hoặc *get the best of sth* giành được phần lợi thế nhất, hơn hẳn bất cứ ai khác trong một sự kiện ■ *I thought you had the best of that discussion.* ● Tôi nghĩ là anh đã nắm được lợi thế nhất trong cuộc tranh luận đó. ■ *Jack got the best of the last match.* ● Jack đã giành được lợi thế hơn hẳn trong trận đấu vừa qua. ■ *The contest ended with no clear winner but, of the two, I think George had the best of it.* ● Cuộc thi kết thúc mà không có người thắng cuộc rõ ràng, nhưng trong hai người tôi nghĩ là George đã giành được phần lợi thế hơn.

have the brass neck to do sth hoặc *have the brass nerve to do sth* rất bạo gan và có phần thiếu sự tôn trọng người khác, vì thế có thể làm điều gì đó mà những người khác không làm ■ *I didn't think she would have the brass neck to do that.* ● Tôi đã không nghĩ rằng cô ấy có thể táo tợn đến mức làm điều đó.

have the brass nerve to do sth → **have the brass neck to do sth**

have the cat got one's tongue → **cat got one's tongue**

have the courtesy to do sth thực hiện điều gì để tỏ ra lịch sự, biết điều... ■ *You might have had the courtesy to return my calls.* ● Có thể là anh đã trả lời những cuộc gọi của tôi để tỏ ra lịch sự. ■ *I think he'd at least have the courtesy to call to say he'd be late.* ● Tôi nghĩ ít nhất thì anh ta cũng có đủ lịch sự để gọi đến cho biết là mình sẽ trễ.

have the edge on → **have the edge over**

have the edge over hoặc *have the edge on* hoặc *gain the edge over* hoặc *gain the edge on* hoặc *hold the edge over* hoặc *hold the edge on* hoặc *keep the edge over* hoặc *keep the edge on* chiếm được, giành được lợi thế hơn đối thủ đang cạnh tranh (thường dùng trong các lĩnh vực kinh doanh và chính trị) ■ *The Vikings have a 14-13 edge on the Packers in this season's regular games, but the Packers are looking better all the time.* ● Đội Vikings giành được lợi thế 14-13 trước đội Packers trong những trận đấu thường lệ của mùa bóng này, nhưng đội Packers lúc nào cũng có vẻ như đang chơi tốt hơn. ■ *McDermott's swift action gained the company an edge over its rivals.* ● Hành động nhanh chóng của McDermott đã giành được cho công ty lợi thế hơn các đối thủ.

have the face to do sth làm điều gì rất hèn hạ, đáng xấu hổ, nhưng vẫn không thấy bối rối, lúng túng ■ *I don't know how you have the face to complain after everything they've done for you!* ● Tôi không biết làm sao mà anh lại có thể dày mặt để than phiền sau hết thảy những gì mà họ đã làm cho anh.

have the final word → **have the last word**

have the goods on sb → **get the goods on sb**

have the handle on → **get the handle on**

have the hots for sb hoặc *get the hots for sb* (khẩu ngữ) lôi cuốn, quyến rũ được ai đó theo cách gợi dục ■ *Pete has got a great body - I'm not surprised she has the hots for him.* ● Pete có một thân hình rất tuyệt - Tôi không lấy làm ngạc nhiên khi cô ta quyến rũ được anh ấy.

have the inside track (thường dùng trong các bản tin báo chí, truyền hình...) có được lợi thế để dễ dàng được chọn lựa cho một công việc hoặc giành chiến thắng trong một cuộc thi ■ *He knew other candidates were more experienced, but felt that he had the inside track because of his background.* ● Ông ta biết là các ứng cử viên khác có nhiều kinh nghiệm hơn, nhưng cảm thấy mình có lợi thế hơn nhờ vào hoàn cảnh xuất thân. ■ *Everyone knew that Ryan had the inside track for the job because he was the only candidate who knew all the members of the committee.* ● Mọi người đều biết rằng Ryan có lợi thế dễ dàng được chọn cho công việc bởi vì anh ta là ứng viên duy nhất biết hết tất cả thành viên của ủy ban.

have the jump on sb → **get the jump on sb**

have the last laugh (on sb) hoặc *get the last laugh (on sb)* thành công vào thời điểm cuối cùng, hoặc chứng minh được sự đúng đắn của mình sau khi đã bị chỉ trích, buộc tội không đúng ■ *Men make jokes about women's driving, but women have the last laugh; they get cheaper car insurance because they have fewer accidents.* ● Các ông chế nhạo việc quý bà lái xe, nhưng cuối cùng thì quý bà lại thành công: họ đóng bảo hiểm xe thấp hơn vì họ ít gây ra tai nạn.

have the last word 1. hoặc *have the final word* (thường dùng trong các lĩnh vực kinh doanh và chính trị) có quyền đưa ra những quyết định quan trọng, hoặc thay đổi những quyết định của cấp dưới ■ *The Supreme Court always has the final word in such matters.* ● Tòa án Tối cao luôn luôn có quyết định cuối cùng trong những trường hợp như thế. 2. đưa ra quan điểm kết thúc cho một cuộc thảo luận hay tranh cãi, nhất là khi điều này làm cho người nói có cảm giác mình là người chiến thắng ■ *You always have to have the last word, don't you?* ● Anh luôn luôn phải giành cho được quyền kết luận, phải vậy không?

have the magic touch rất giỏi trong một lĩnh vực nào đó hoặc luôn luôn đạt được thành công ■ *Carlo had the magic touch; he could make anything grow.* ● Carlo có một tài năng kỳ lạ; anh ta có thể làm cho bất cứ sự việc gì phát triển lên.

have the makings of sth có đủ năng lực hay phẩm chất cần thiết để trở thành một kiểu loại người hay vật cụ thể nào đó ■ *Fred wants a kid, but I don't think he has the makings of a good father.* ● Fred muốn có một đứa con, nhưng tôi không nghĩ là anh ta có đủ phẩm chất để trở thành người cha tốt.

have the memory of an elephant → **have a memory like an elephant**

have the munchies (khẩu ngữ) đói bụng, nhất là khi có ý muốn ăn những món không tốt cho sức khỏe ■ *Lately, I've been getting the munchies all the time - do we have any potato chips?* ● Gần đây tôi lúc nào cũng thấy đói cả - chúng ta có ít khoai tây chiên không?

have the shirt off one's back → **take the shirt off one's back**

have the time of one's life tự mình cảm thấy vui thú, thỏa thích ■ *I really am having the time of my life - this is the best vacation I've ever had.* ● Tôi thực sự lấy làm vui thích - đây là kỳ nghỉ tốt đẹp nhất mà tôi đã từng có được.

have the upper hand → **get the upper hand**

have the world at one's feet rất thành công và được ngưỡng mộ hoặc được ưu ái dành cho nhiều cơ hội tốt, nhờ vào tài năng đặc biệt của mình ■ *The ten-year-old pianist could have the* world at his feet, but he's not interested in fame.* ● Cậu bé chơi dương cầm mới 10 tuổi đã có thể có được tất cả sự thành công và ngưỡng mộ, nhưng cậu không hề quan tâm đến danh vọng. ● *When Schmitt graduated from college in 1979, he had the corporate world at his feet, with more than 30 job offers to choose from.* ● Khi Schmitt tốt nghiệp đại học vào năm 1979, anh ta được sự ngưỡng mộ và ưu ái của giới doanh thương, với hơn 30 công việc được đề nghị để anh chọn lựa lấy.

have thick skin nói về người không thấy bối rối, lúng túng khi bị người khác chỉ trích phê phán hoặc tỏ thái độ không ưa thích mình ■ *Actors have to have thick skin to survive all the criticism.* ● Các diễn viên phải có được sự điềm tĩnh để chịu đựng tất cả những sự phê phán.

have time in one's hands buồn chán vì có quá nhiều thời gian rảnh rỗi nhưng không có việc gì để làm ■ *If you find that you have too much time on your hands when you retire, take up a new interest.* ● Nếu anh thấy là có quá nhiều thời gian rảnh rỗi đến buồn chán khi về hưu, hãy tìm một nguồn quan tâm mới.

have time on one's side → **time is on one's side**

have to hand it to sb hoặc **have got to hand it to sb** nói về ai đó xứng đáng được khen ngợi vì việc đã làm, cho dù là chưa thành công hoàn toàn, hoặc còn có những điểm không tốt về người ấy ■ *You've got to hand it to her - she's a great cook.* ● Bạn phải khen ngợi cô ấy - cô ấy là một đầu bếp tuyệt hảo. ■ *You have to hand it to Dennis - he played an incredible game under lot of pressure.* ● Bạn phải khen ngợi Dennis - anh ấy đã chơi một trận tuyệt hay dưới rất nhiều áp lực.

have two left feet di chuyển rất lúng túng, vụng về khi khiêu vũ ■ *Our date was going great, until he found out I have two left feet!* ● Cuộc hẹn của chúng tôi thật tuyệt vời, cho đến khi anh ấy nhận ra tôi khiêu vũ rất vụng về.

have verbal diarrhea hoặc **have diarrhea of the mouth** (khẩu ngữ) nói huyên thuyên không ngừng, thường là làm cho người khác phải bực mình ■ *The only thing that bothers me about flying is having to sit next to someone who has verbal diarrhea.* ● Điều duy nhất làm tôi bực mình khi đi máy bay là phải ngồi kế bên một gã huyên thuyên nào đó. - *diarrhea* nghĩa là bệnh tiêu chảy, vì thế thành ngữ này có nghĩa đen là "bị tiêu chảy ở miệng", với cách so sánh như thế, tốt nhất là không nên dùng thành ngữ này trong những ngữ cảnh cần phải giữ phép lịch sự.

have visions of (doing) sth nghĩ đến hoặc tưởng tượng rằng điều gì rất có khả năng xảy ra, nhất là khi điều này không đúng với sự thật ■ *Ten-year-old Phil has recently taken up tennis and has visions of becoming a second Pete Sampras.* ● Cậu bé Phil, mười tuổi, hồi gần đây đã tập chơi quần vợt và có ảo tưởng sẽ trở thành một Pete Sampras thứ hai.

have what it takes nói về một người có năng khiếu tự nhiên, trí thông minh... hoặc sự vật có đủ những phẩm chất cần thiết để giúp đạt đến thành công ■ *Paul's been playing really well - he has what it takes to make it in professional football.* ● Paul đã chơi rất hay - anh

have words (with sb)

ấy có đủ phẩm chất cần thiết cho bóng đá chuyên nghiệp.

have words (with sb) hoặc *exchange words with sb* tranh cãi hoặc to tiếng với ai vì tức giận ■ *At the end of the game Edwards exchanged words with the referee, but it doesn't seem to have developed into anything.* ● Vào cuối trận đấu, Edwards đã tranh cãi với trọng tài, nhưng điều đó dường như không đưa đến bất cứ kết quả nào.

have worms for breakfast nói về người đang có điều gì lo lắng, bồn chồn, không thể nào ngồi yên một chỗ ■ *What's the matter with you this morning? Did you have worms for breakfast?* ● Có chuyện gì với anh sáng nay vậy? Anh có chuyện gì lo lắng bồn chồn không?

have your wits about you hoặc *keep your wits about you* dùng khi muốn bảo ai phải luôn giữ bình tĩnh và sáng suốt trong một tình huống khó khăn để không bị người khác giành mất lợi thế ■ *You had to have your wits about you when you played poker with my father and Uncle Charlie.* ● Khi đánh bài poker với cha tôi và chú Charlie, anh phải hết sức bình tĩnh và sáng suốt.

have-nots → the haves and have-nots

having → be not having any (of it)

havoc → wreak havoc

haw → hem and haw

hawk → watch sb like a hawk

hay → a roll in the hay

hay → hit the sack

hay → make hay

haystack → a needle in a haystack

haywire → go haywire

he laughs best who laughs last → he who laughs last laughs longest

he who laughs last laughs best → he who laughs last laughs longest

he who laughs last laughs longest hoặc *he who laughs last laughs loudest* hoặc *he who laughs last laughs best* hoặc *he laughs best who laughs last* người đạt được thành quả tốt đẹp cuối cùng là người thành công nhất, nhất là sau khi đã có những người khác chống đối hoặc cho rằng người ấy sẽ thất bại ■ *I still believe I was fired unfairly, but it doesn't bother me any more - he who laughs last laughs best.* ● Tôi vẫn cho rằng tôi đã bị sa thải một cách không công bằng, nhưng điều đó không còn làm tôi bận tâm nữa - người thành công cuối cùng mới đáng nói. ■ *Bill had pulled many silly tricks on Tom. Finally, Tom pulled a very funny trick on Bill and said, "He who laughs last, laughs longest."* ● Bill đã nhiều lần đùa cợt Tom bằng những trò ngốc nghếch. Cuối cùng, Tom cho anh ta một vố rất buồn cười và nói: "Người cười sau cuối mới cười được lâu." ■ *Bill pulled another, even bigger, trick on Tom and said, "He laughs best who laughs last."* ● Bill cho Tom một vố khác, thậm chí còn nặng nề hơn, và nói: "Người cười hay nhất là cười sau cùng."

he who laughs last laughs loudest → he who laughs last laughs longest

he who pays the piper calls the tune người trực tiếp chi trả tiền bạc là người có quyền quyết định về sự việc ■ *The government must make certain that taxpayers are getting a good service for their money - in the end, he who pays the piper must call the tune.* ● Chính phủ phải đảm bảo rằng những người nộp thuế đang được phục vụ tốt nhờ vào tiền bạc của mình - nói cho cùng, người bỏ tiền ra phải có quyền quyết định. ■ *It seemed that unions were being asked to pay the piper when they were not even allowed to call the tune.* ● Có vẻ như là các tổ chức công đoàn đang bị yêu cầu phải chi trả tiền bạc ngay cả khi họ không được phép đưa ra quyết định.

head → able to do sth standing on one's head

head → acid head

head → banging one's head against a wall

head → be heading for a fall

head → be like a bear with a sore head

head → bite one's head off

head → bring sth to a head

head → build up a head of steam

head → bury one's head in the sand

head → butt heads with sb

head → can't make head nor tail of sth

head → come to a head

head → cool-headed

head → do sth standing on one's head

head → fall head over heels (in love)

head → from head to toe

head → get a head start

head → get in over one's head

head → get into one's head

head → get it into one's head

head → give sb a head start

head → give sb one's head

head → go head to head (with sb)

head → go over one's head

head → go to one's head

head → hanging over one's head

head → have a good head on one's shoulders

head → have eyes in the back of one's head

head → have holes in one's head

head → have one's head in the clouds

head → have one's head screwed on

head → have one's head up one's ass

head → have rocks in one's head

head → hit the nail on the head

head → hold a gun to one's head

head → keep a cool head

head → keep one's head

head → keep one's head above water

head → keep one's head down

head → knock one's heads together

head → laugh one's head off

head → lose one's head

head → need one's head examined

head → need sth like a hole in the head

head → off the top of one's head

head → on a head trip

head → one's eyes are popping

head → one's head is buzzing (with sth)

head → put one's head in a noose

head → put one's head in the lion's mouth

head → put one's head on the (chopping) block

head → put one's heads together

head → rear its (ugly) head

head → scratch one's head

head → stand head and shoulders above

head → stand on one's head

head → sword of Damocles (hanging over one's head)

head → take one's head out of the sand

head → turn heads

head → turn one's head

head → turn sth on its head

head case hoặc *headcase* (có hàm ý xúc phạm) người bị cho là mất trí, điên khùng hoặc có hành vi ứng xử rất kỳ lạ ■*Sue's a head case, man. Why do you want to go out with her?* • Sue là một cô gái mất trí, anh bạn. Tại sao anh lại muốn đi chơi với cô ta?

headcase → head case

headed → big-headed

head-in-the-sand có tính cách tránh né, không chịu thừa nhận một vấn đề khó khăn là có thực để giải quyết nó ■ *French wine makers need to abandon their head-in-the-sand attitude and face up to the competition.* • Các nhà sản xuất rượu vang của Pháp cần phải từ bỏ thái độ tránh né và đối mặt với sự cạnh tranh.

headlight → like a deer caught in the headlights

headline → grab the headlines

headline-grabbing nổi bật, nổi tiếng, được nhiều người biết đến ■ *Stemple has always run his companies at a slower pace, staying away from the headline-grabbing techniques of his colleagues.* • Stemple luôn luôn điều hành những công ty của ông với một nhịp độ chậm hơn, tránh xa những kỹ thuật nổi tiếng của các đồng nghiệp.

heads up 1. (khẩu ngữ) dùng để cảnh báo ai khi có vật gì đang rơi hoặc bị ném đi có thể sẽ va đập trúng họ ■*Someone yelled, "Heads up!" and I ducked just in time.* • Có ai đó la lên: "Coi chừng!" và tôi cúi ngay xuống vừa kịp lúc. 2. hoặc *heads-up* lời cảnh báo về điều không hay có thể xảy ra ■ *They gave us a heads-up that the deal might be off.* • Họ đưa ra với chúng tôi một lời cảnh báo là vụ mua bán có thể chấm dứt.

heads will roll (cũng thay *will* bằng *should, must, would have*) người có trách nhiệm về những rắc rối đang xảy ra cho một công ty, tổ chức... sẽ phải bị trừng phạt, thường là bị đuổi việc ■ *If this kind of negligence had happened at City Bank, heads would have rolled.* • Nếu như kiểu làm việc cẩu thả này mà xảy ra ở Ngân hàng Thành phố, những người có trách nhiệm hẳn đã phải bị sa thải.

head-scratching khó giải quyết, đòi hỏi nhiều suy nghĩ ■ *There was a lot of head-scratching and heated discussion about how the database should be used.* • Có rất nhiều thảo luận căng thẳng và nóng bỏng về việc số dữ liệu nên được dùng như thế nào.

head-to-head đối đầu trực tiếp và quyết liệt ■ *Phoenix put its Public Works*

Department in head-to-head competition with private companies for contracts to handle street repairs. • Công ty Phoenix đã đặt Bộ phận Công trình Công cộng của mình vào một cuộc cạnh tranh quyết liệt với các công ty tư nhân trong việc giành lấy các hợp đồng quản lý việc sửa chữa đường sá.

head-to-toe toàn diện, bao gồm toàn bộ mọi chi tiết của sự việc ■ *The head-to-toe renovation for the Albright theatre included a new sound system.* • Việc sửa chữa toàn diện nhà hát Albright gồm luôn cả một hệ thống âm thanh mới.

health → a clean bill of health

health → give sb a clean bill of health

healthy → at a fast clip

healthy → early to bed, early to rise (makes a man healthy, wealthy, and wise)

heap → the bottom of the heap

heap → the top of the heap

hear → can't hear oneself think

hear → I hear ya

hear → never hear the end of it

hear → not say a dicky bird

hear → you could hear a pin drop

hear sth on the grapevine → hear sth through the grapevine

hear sth through the grapevine hoặc ***hear sth on the grapevine*** nghe biết được điều gì thông qua một cuộc trò chuyện ■ *I heard through the grapevine that you left your job.* • Tôi nghe nói là anh đã bỏ việc. ■ *I'd heard on the grapevine that the studios were looking for a recording engineer, so I called and pestered them for an interview.* • Tôi nghe lóm được rằng các phòng thu đang cần một kỹ sư ghi âm, bởi vậy tôi gọi điện đến và cố này xin họ một cuộc phỏng vấn. ■ *I heard on the grapevine that you're leaving. Is that true?* • Tôi nghe phong thanh rằng anh sắp đi. Có thật vậy không?

hear wedding bells dấu hiệu cho thấy hai người nào đó sẽ cưới nhau ■ *"He makes me laugh, and I feel really comfortable with him." "Ooh, do I hear wedding bells?"* • "Anh ấy làm tôi cười, và tôi cảm thấy thực sự thoải mái khi ở bên anh ấy." "Ô, có phải tôi đang nghe thấy dấu hiệu hai người sắp cưới nhau?"

heard → another country heard from

heard → I hear ya

hearing → fair hearing

heart → a change of heart

heart → a man after one's own heart

heart → absence makes the heart grow fonder

heart → after one's own heart

heart → at heart

heart → be engraved on one's mind

heart → bleeding heart

heart → break one's heart

heart → close to one's heart

heart → cross my heart

heart → cry one's eyes out

heart → don't have the heart to do sth

heart → eat one's heart out

heart → find it in one's heart

heart is in the right place

heart → follow one's heart
heart → from the heart
heart → have a big heart
heart → have a heart
heart → have a heart of gold
heart → have a heart of stone
heart → in one's heart of hearts
heart → lose heart
heart → my heart bleeds
heart → one's heart goes out to sb
heart → one's heart in one's mouth
heart → one's heart isn't in it
heart → one's heart skipped a beat
heart → one's heart's desire
heart → out of the goodness of one's heart
heart → pour out one's heart
heart → set one's heart on
heart → sick at heart
heart → strike at the heart of sth
heart → take heart
heart → take sth to heart
heart → to one's heart's content
heart → warm the cockles of one's heart
heart → way to one's heart
heart → wear one's heart on one's sleeve
heart → win one's heart
heart → with all one's heart
heart → young at heart

heart is in the right place nói về người làm một việc có vẻ như nghiêm khắc, thiếu cảm thông, hoặc đôi khi sai lệch, nhưng thật sự đều xuất phát từ lòng tốt và sự quan tâm đến người khác ■ *She's very strict with the kids in the classroom, but her heart is in the right place.* ● Cô ấy rất nghiêm khắc với lũ trẻ trong lớp học, nhưng thật ra cũng là do sự quan tâm đến chúng.

heartbeat → in a heartbeat

heartbroken đau buồn, đau khổ ■ *Meg was heartbroken when her kitten died.* ● Meg đã đau buồn khi con mèo nhỏ của cô bị chết. ■ *He was heartbroken when she left him.* ● Anh ta đau buồn khi cô ấy bỏ anh. ■ *Friends are tonight trying to comfort the heartbroken teenager.* ● Đêm nay bạn bè đang cố gắng an ủi chú bé đau khổ.

hearted → big-hearted

heartstrings → tug at one's heartstrings

hearty → hale and hearty

heat → if you can't stand the heat, get out of the kitchen
heat → in the heat of the moment
heat → the heat is off
heat → the heat is on
heat → turn up the heat

heave-ho → get the heave-ho
heave-ho → give sb the heave-ho

heaven → in seventh heaven
heaven → manna from heaven
heaven → move heaven and earth to do sth
heaven → pennies from heaven

heavily → bear heavily on sb

heavy → pay the price for

heavy → take its toll (on sth)

heavy cross to bear vấn đề khó khăn, gây ra đau khổ hoặc lo lắng nhưng buộc phải đối mặt để giải quyết, không thể tránh né ■ *Joyce's husband's illness has been a heavy cross for her to bear.* ● Căn bệnh của người chồng là một gánh nặng dai dẳng mà Joyce phải gánh chịu. ■ *We all have our crosses to bear.* ● Tất cả chúng ta đều có những khó khăn để phải đối mặt giải quyết.

heavy going điều khó hiểu, khó giải quyết, hoặc người khó giao tiếp ■ *Most of this book was pretty heavy going.* ● Phần lớn trong cuốn sách này là khó hiểu. ■ *She's a bit heavy going.* ● Cô ấy là một người khó giao tiếp. ■ *I found the course rather heavy going.* ● Tôi thấy khóa học hơi khó tiếp thu.

heavy hand (of) quyền lực rất mạnh mẽ khống chế người khác theo cách rất khắc nghiệt hay bất công ■ *Political opposition struggled to survive under the heavy hand of the secret police.* ● Phe đối lập chính trị phải đấu tranh để tồn tại được dưới sự áp chế nặng nề của lực lượng cảnh sát mật. ■ *The heavy hand of management is the main cause of the strike.* ● Sự quản lý áp chế nặng nề là nguyên nhân chính của vụ đình công.

hedge one's bets giảm thấp nguy cơ thất bại hoặc thua lỗ bằng cách chuẩn bị sẵn sàng trước nhiều khả năng chọn lựa khác nhau ■ *Most art dealers are hedging their bets by trading with more than one auction house.* ● Hầu hết các tay buôn tác phẩm nghệ thuật đều tránh khả năng thua lỗ bằng cách quan hệ với nhiều người tổ chức bán đấu giá.

heel → Achilles' heel

heel → bring sb to heel

heel → come on the heels of sth

heel → come to heel

heel → cool one's heels

heel → dig one's heels in

heel → down at the heels

heel → drag one's feet

heel → fall head over heels (in love)

heel → kick up one's heels

heel → take to one's heels

height → the dizzy heights of

hell → all hell breaks loose

hell → bent on (doing) sth

hell → catch hell

hell → do sth (just) for the hell of it

hell → give 'em hell

hell → give sb hell

hell → go through hell

hell → go to hell in a handbasket

hell → have a chance in hell (of)

hell → hot as hell

hell → it'll be a cold day in hell before

hell → like a bat out of hell

hell → living hell

hell → mad as hell

hell → raise hell

hell → shot to hell

hell → the road to hell is paved with good intentions

hell → there'll be hell to pay

hell → to hell with sb

hell → until hell freezes over

hell → when hell freezes over

hell for leather (khẩu ngữ) rất nhanh và mạnh mẽ, gắng sức ■ *We were driving hell for leather across Texas, trying to make it home for Darlene's wedding.* ● Chúng tôi đang gắng sức lái xe rất nhanh băng ngang qua Texas, cố về nhà cho kịp đám cưới của Darlene. ■ *He is riding a large black horse hell for leather.* ● Anh ấy đang cưỡi một con ngựa đen to lớn phóng đi rất nhanh.

hell hath no fury (like a woman scorned) nói về người phụ nữ có thể trở nên hết sức giận giữ khi không được người khác yêu hoặc khi bị người tình phản bội ■ *It's best not to mention Sam if you're talking to Josie - hell hath no fury...* ● Tốt nhất là đừng nhắc đến Sam nếu như bạn đang nói chuyện với Josie - phụ nữ không được yêu có thể giận điên lên đấy...

hell on earth nói về một tình huống, một kinh nghiệm hay một nơi chốn tạo cảm giác rất khó chịu, không hài lòng ■ *The theme park sounded like my idea of hell on earth, but the kids were so excited about going.* ● Khu công viên lớn theo ý tôi nghe có vẻ là một nơi rất khó chịu, nhưng lũ trẻ lại rất náo nức về chuyện đi đến đó. ■ *Being totally alone is my idea of hell on earth.* ● Phải hoàn toàn cô độc, theo ý tôi quả thật là rất khó chịu.

hell on wheels (khẩu ngữ) người rất khó khống chế được, hoặc khó giao dịch làm ăn, bởi vì luôn làm theo ý mình mà bất chấp suy nghĩ của người khác ■ *Their baby, Sean, is like an angel, but Sara, his sister, is hell on wheels.* ● Đứa con của họ, Sean, ngoan như một thiên thần, nhưng còn Sara, chị của nó thì là đứa ngỗ nghịch bất cần đời.

hell or high water → **come hell or high water**

hell's bells dùng để bày tỏ sự bực mình hay ngạc nhiên ■ *Oh hell's bells, didn't anything get done while I was on vacation?* ● Trời đất ơi! Chẳng lẽ trong khi tôi đi nghỉ chẳng có gì được làm cả sao?

hell-bent on (doing) sth → **bent on (doing) sth**

hello → goodbye sth hello sth

hellraiser người hay gây rối, do nóng giận hoặc vô trách nhiệm ■ *Cole once had a reputation as a hellraiser, but says he's stopped drinking and has settled down.* ● Cole đã một thời nổi tiếng là người hay gây rối, nhưng nay nói rằng anh đã bỏ rượu và sống điềm tĩnh hơn.

help → a fat lot of good it does

help → not able to help sth

help → so help me (God)

helping → give sb a hand

hem and haw hoặc ***hum and haw*** 1. ngập ngừng rất lâu trước khi nói, vì lý do nào đó không muốn nói ra ■ *We knew it must be bad news because Jane kept hemming and hawing and changing the subject.* ● Chúng tôi biết đó hẳn là tin chẳng lành, bởi vì Jane cứ ngập ngừng mãi và chuyển sang chuyện khác. 2. kéo dài thời gian rất lâu trước khi quyết định điều gì ■ *We hummed and hawed for weeks before deciding to buy the house.* ●

Chúng tôi kéo dài nhiều tuần trước khi quyết định mua căn nhà.

hen → **mad as a wet hen**

hen → **scarce as hen's teeth**

herd → **ride herd on sb**

here → **downhill from here**

here → **get out of here**

here → **I'm out of here**

here → **that's neither here nor there**

here → **the buck stops here**

here goes (khẩu ngữ) được nói trước khi bắt đầu làm việc gì, nhất là có phần hơi căng thẳng về việc đó và không biết chắc có thể thành công hay không ■ *I've never given a presentation before, but Chris says you're all dying to hear about my trip, so here goes.* ● Tôi chưa bao giờ thực hiện một phần trình bày như thế này trước đây, nhưng Chris nói rằng tất cả các bạn đều rất muốn được nghe về chuyến đi của tôi, vậy xin được bắt đầu đây. ■ *"Here goes," said Grace and took a deep breath.* ● "Tôi bắt đầu đây," Grace nói và hít một hơi thật dài. ■ *I'm not much good at making speeches, but anyway here goes.* ● Tôi không giỏi lắm trong việc diễn thuyết, nhưng dù sao cũng xin được bắt đầu.

here to stay nói về một tình huống, một hệ thống hay ý tưởng... mới đã trở thành một phần trong sinh hoạt chung, sẽ còn tiếp tục, và nên được chấp nhận ■ *It looks like televised trials are here to stay.* ● Có vẻ như các phiên xử được truyền hình đã được chấp nhận rộng rãi và sẽ tồn tại lâu dài. ■ *Whether we like it or not, stores that provide their customers with one-stop shopping are here to stay.* ● Cho dù chúng ta có thích hay không, những cửa hàng phục vụ đủ mọi thứ cho người mua sắm ở một nơi duy nhất cũng đã được chấp nhận rộng rãi và sẽ tiếp tục tồn tại. ■ *It looks as if high unemployment is here to stay.* ● Có vẻ như là con số thất nghiệp cao sẽ còn tồn tại lâu dài.

here today gone tomorrow nói về điều gì không chắc được là có tồn tại lâu dài hay không ■ *There's no job security nowadays - you can be here today and gone tomorrow.* ● Ngày nay không có sự đảm bảo cho công việc - bạn có thể có việc hôm nay và mất việc ngày mai.

here's mud in your eye hoặc *mud in your eye* dùng để chúc may mắn khi cùng nâng ly với nhau ■ *I know you're on stage soon, so here's mud in your eye.* ● Tôi biết không bao lâu anh sẽ lên sân khấu, vậy ly này xin chúc được may mắn.

here's the rub → **there's the rub**

hero → **unsung hero**

hero worship hoặc *hero-worship* ngưỡng mộ hoặc sự ngưỡng mộ đến mức sùng bái đối với người được xem là rất can đảm, khôn ngoan, tốt bụng... ■ *This hero worship is very naive. You have to remember this man is a mafia boss and a killer.* ● Sự sùng bái này thật là quá ngây thơ. Các anh phải nhớ rằng người đàn ông này là một tên trùm mafia và là kẻ giết người. ■ *People have said the fans hero-worship me, but I don't like that term.* ● Người ta nói rằng những người hâm mộ sùng bái tôi, nhưng tôi không thích từ ngữ ấy. ■ *He hero-worships his elder brother.* ● Anh ta sùng bái người anh của mình. (- nghĩa là xem người anh như một thần tượng, khuôn mẫu...)

hero-worship → **hero worship**

herring → **red herring**

het → **be het up**

hidden agenda mục đích được bí mật nhắm đến khi thực hiện một kế hoạch, nhưng được che giấu bởi một mục đích công khai khác, dụng ý ngầm, ẩn ý ■ *Marge had a hidden agenda in inviting us all to the party. She wanted to see who had the best skills in dealing with people.* • Marge đã có dụng ý ngầm khi mời tất cả chúng ta đến dự tiệc. Thật ra bà ấy muốn biết ai là người có khả năng ứng xử tốt nhất.

hide → **bury one's head in the sand**

hide → **have one's hide**

hide → **not see hide nor hair of sb**

hide a multitude of sins → **cover a multitude of sins**

hide one's light under a bushel không muốn bày tỏ năng lực, chuyên môn của mình cho mọi người biết ■ *If I have any criticism of our organization, it's that we've been hiding our light under a bushel for too long.* • Nếu như tôi có chỉ trích gì về tổ chức của chúng ta, đó sẽ là về việc chúng ta đã che giấu năng lực của mình trong một thời gian quá lâu.

high → **act high-and-mighty**

high → **aim high**

high → **be riding high**

high → **come hell or high water**

high → **fly high**

high → **from on high**

high → **get off one's high horse**

high → **get on one's high horse**

high → **have friends in high places**

high → **in high dudgeon**

high → **in high gear**

high → **it's high noon (for)**

high → **it's high time (that)**

high → **knee-high to a grasshopper**

high → **leave sb high and dry**

high → **live high on the hog**

high → **pay the price for**

high → **take the high road**

high → **take the moral high ground**

high and mighty hoặc *Mister High and Mighty* hoặc *Miss High and Mighty* nói về người có cách ứng xử, nói năng cao ngạo, tỏ ra mình là quan trọng hơn những người khác ■ *Politicians are sitting there high and mighty, passing legislation to protect women, when they know darned well that their policies will never be enforced.* • Các chính trị gia cứ ngồi đó thật bệ vệ, thông qua luật bảo vệ phụ nữ, trong khi họ biết quá rõ là những chính sách của họ sẽ chẳng bao giờ được thực hiện. ■ *I've been insulted too many times - so the next time Mister High and Mighty walks through that door, I'm going to chase him right out!* • Tôi đã bị xúc phạm quá nhiều lần - bởi vậy lần tới đây mà có "ông lớn" nào bước qua cánh cửa đó, tôi sẽ tống cổ trở ra ngay!

high as a kite cư xử theo cung cách lẫn lộn, quá khích hoặc ngốc nghếch, vì đã dùng thuốc kích thích hay uống rượu ◼ *The truth was, he was high as a kite and didn't know where he was going.* • Sự thật là, hắn ta đang trong tình trạng say khướt và không biết là mình đang đi đâu nữa.

high as a kite hoặc *as high as a kite* hoặc *high as the sky* hoặc *as high as the sky* 1. rất cao, cao vút ◼ *The tree grew as high as a kite.* • Cái cây mọc lên cao vút. ◼ *Our pet bird got outside and flew up high as the sky.* • Con chim kiểng của chúng tôi sẩy lồng ra và bay rất cao. 2. say rượu hoặc say thuốc ◼ *Bill drunk until he got as high as a kite.* • Bill uống cho đến khi say khướt. ◼ *The thieves were high as the sky on drugs.* • Những tên trộm đang say thuốc.

high as the sky → **high as a kite**

high on oneself (khẩu ngữ) nói về ai đó, bắt đầu nghĩ rằng mình là giỏi hơn hoặc quan trọng hơn so với bản chất thật của họ ◼ *Jack's been high on himself since he beat me at tennis.* • Jack đã bắt đầu trở nên kiêu ngạo kể từ khi anh ta hạ được tôi ở môn tennis.

highest → **the top rung of the ladder**

hike → **take a hike**

hill → **not amount to a hill of beans**

hill → **old as the hills**

hill → **over the hill**

hilt → **to the hilt**

himself → **every man for himself**

hindsight → **with the hindsight**

hindsight is 20-20 (khẩu ngữ) việc che giấu những điều đã làm là rất dễ dàng, nhất là khi người ta muốn tránh né trách nhiệm ◼ *The crew members of Flight 400 made a decision based on the information they had at the time. Hindsight is always 20-20, and we know it should have been done differently.* • Phi hành đoàn của chuyến bay Flight 400 đã đưa ra quyết định dựa trên thông tin mà họ có vào lúc đó. Việc che giấu chuyện đã qua là rất dễ, nên chúng ta biết là sự việc hẳn đã được thực hiện theo một cách khác hơn. → *eyesight is 20-20*

hip → **joined at the hip**

hip → **shoot from the hip**

history → **walking encyclopedia**

hit → **be (hitting) below the belt**

hit → **be beat with an ugly stick**

hit → **go through a bad patch**

hit → **one didn't know what hit him/her**

hit → **one-hit wonder**

hit → **the shit hits the fan**

hit a brick wall hoặc *run up against a brick wall* hoặc *come up against a brick wall* tình huống gặp phải trở ngại không thể làm hay đạt được điều mong muốn ◼ *We can give you some tips on tracing your family tree, and what to do when you run up against a brick wall.* • Chúng tôi có thể cho anh một số chỉ dẫn trong việc truy tìm theo phả hệ gia đình, và những gì cần làm khi gặp phải trở ngại.

hit a home run thực hiện điều gì rất được ưa chuộng hoặc rất thành công ◼ *The president seems to have hit a home run with his new economic policy.* • Tổng thống dường như đã rất thành công với chính sách kinh tế mới của ông.

hit a raw nerve → **touch a raw nerve**

hit a wall → **hit the wall**

hit and miss hoặc *hit or miss* không được chuẩn bị hoặc tổ chức thật cẩn thận đủ để nắm chắc được thành công, vì thế có phần được, phần không ■ *Fishing for trout this time of year is hit or miss.* • Đánh bắt cá hồi vào lúc này trong năm thì lúc được lúc không. ■ *This procedure is far too clumsy and hit-and-miss.* • Tiến trình này thật quá sức vụng về và chỗ được chỗ không. ■ *The professor's deafness made conversation a hit-and-miss affair.* • Chứng nặng tai của ông giáo sư làm cho cuộc đối thoại thành ra lỏm bỏm chỗ được chỗ mất. ■ *People who buy illegally recorded tapes know that they may get hit-and-miss sound quality, but the music will be real.* • Những người mua băng ghi âm bất hợp pháp biết rằng có thể họ sẽ nhận được chất lượng âm thanh không ổn định, nhưng âm nhạc là đúng thật.

hit close to home hoặc *strike close to home* hoặc *be close to home* 1. nói về một tình huống hay sự việc được hiểu rõ, hoặc gây bối rối cho ai vì đụng chạm đến sự riêng tư hoặc rất gần đúng với sự thật ■*Perhaps some of our comments on sexual harassment hit a little too close to home for the senator.* • Có lẽ một số nhận xét của chúng ta về sự quấy rối tình dục có phần nào gây bối rối cho ông nghị sĩ. ■ *Her remarks about me were embarrassingly close to home.* • Những nhận xét của cô ta hết sức gần đúng với sự thật làm tôi bối rối. 2.nói về một điều tồi tệ, không tốt gây ảnh hưởng trực tiếp đến ai ■*The tragedy of the fire hit close to home for me - one of my students lost everything.* • Thảm kịch hỏa hoạn ảnh hưởng trực tiếp đến tôi - một trong những học trò của tôi mất hết mọi thứ. ■ *This problem is particularly close to home for many parents.* • Vấn đề này đặc biệt gây ảnh hưởng trực tiếp đến nhiều bậc cha mẹ.

hit hard times → **fall on hard times**

hit home hoặc *strike home* nói về một sự việc, tạo ra được ảnh hưởng đúng như mong muốn, hoặc được mọi người chấp nhận ■*Reich's emotional plea to save the hospital struck home with both doctors and residents.* • Lời khẩn cầu tha thiết của Reich xin giữ lại bệnh viện đã ảnh hưởng đến cả các bác sĩ lẫn cư dân trong vùng. ■ *Her face went pale as his words hit home.* • Vẻ mặt của cô ta tái nhợt đi vì ảnh hưởng những lời của anh ấy.

hit it off (with sb) (khẩu ngữ) yêu thích ai ngay lần đầu tiên mới gặp ■*What happened at the interview? Didn't you hit it off with Thompson?* • Điều gì xảy ra ở cuộc phỏng vấn? Bạn không thấy thích Thompson ngay hay sao? ■ *We hit it off straight away.* • Chúng tôi đã thấy thích nhau ngay tức thì. ■ *I didn't really hit it off with his sister.* • Tôi thật sự không thấy thích bà chị anh ta khi mới gặp.

hit list 1. danh sách người hay sự việc được chú ý đến vì một mục đích nào đó, như để thay đổi, loại bỏ hoặc cắt giảm chi tiêu... ■ *Once you're on Harden's hit list, you're pretty much there for life. He's a little man who holds a big grudge.* • Một khi bạn đã nằm trong danh sách lưu ý của Harden, bạn sẽ gần như được ghi ở đó suốt đời. Ông ta là một người nhỏ nhen ôm hiềm hận rất lớn. ■ *Which services are on the government's hit* list? • Những dịch vụ nào đang nằm trong danh sách chú ý của chính phủ? 2. danh sách những người mà một tổ chức chính trị hay tội phạm muốn giết bỏ hay ám hại ■ *She was at the top of the terrorists' hit list for over two years.* • Bà ta đã đứng đầu trong danh sách đối tượng của bọn khủng bố trong hơn hai năm qua. ■ *Aziz has been at the top of the terrorists' hit list for the past two years.* • Aziz đã nằm ở hàng đầu trong danh sách đối tượng của bọn khủng bố trong hai năm qua.

hit or miss → **hit and miss**

hit pay dirt khám phá, tìm ra được điều gì rất có giá trị, hoặc một vật đã được tìm kiếm từ lâu ■ *This week's big Lotto winner can hit pay dirt in the form of a cool $2 million.* • Người trúng giải nhất Lotto tuần này có thể được một món bở lên đến những 2 triệu đô-la đấy. ■ *Sally tried a number of different jobs until she hit pay dirt.* • Sally đã thử qua nhiều công việc khác nhau cho đến khi cô gặp được công việc mình mong muốn. - *pay dirt* là từ mà những người khai thác mỏ, nhất là những người đào vàng, dùng để gọi chỗ đất đá có lẫn quặng kim loại quý mà họ đang tìm kiếm.

hit rock bottom hoặc *reach rock bottom* hoặc *be at rock bottom* 1. lâm vào một tình huống quá tồi tệ đến mức tưởng như không thể nào tồi tệ hơn được nữa ■ *I was at rock bottom, and I decided to try to give up heroin.* • Tôi lâm vào tình cảnh tệ hại nhất đời, và quyết định phải cố sức cai nghiện. 2. ở một mức độ quá thấp ■*After six months of working without visible results, our morale and sense of purpose had hit the bottom.* • Sau sáu tháng làm việc không thấy được kết quả gì, tinh thần và ý chí theo đuổi của chúng tôi đã giảm xuống đến mức thấp nhất.

hit sb like a ton of bricks nói về một ý tưởng, chợt đến một cách bất ngờ đến mức ngạc nhiên ■ *As I was falling asleep one night, it suddenly hit me like a ton of bricks - why not apply those management principles to your personal life too?* • Một đêm kia khi tôi đang rơi vào giấc ngủ thì thật bất ngờ ý tưởng này lóe lên - tại sao không áp dụng những nguyên tắc quản lý đó cho cả cuộc sống riêng của bạn nữa kia chứ?

hit sb where it hurts nói hay làm điều gì mà biết là sẽ gây bối rối hoặc thương tổn cho ai đó nhiều nhất ■*We intend to find ways to hit drug traffickers where it hurts - in their pockets.* • Chúng tôi dự định sẽ tấn công bọn buôn lậu ma túy ở điểm yếu nhất - vào túi tiền của chúng.

hit sth home to sb → **drive sth home to sb**

hit stride nói hay làm điều gì một cách tốt đẹp hơn, tự tin hơn sau khi đã bắt đầu được một thời gian ■ *After four or five shaky episodes, Fox's new teen sitcom has hit its stride.* • Sau khoảng 4 hay 5 buổi diễn không thành công, chương trình hài kịch thiếu nhi của nhóm Fox đã trở nên hay hơn.

hit the books hoặc *crack the books* học tập rất chăm chỉ, chuyên cần ■ *If you want a scholarship to university, you'd better start hitting the books now.* • Nếu bạn muốn giành được học bổng vào đại học, tốt hơn là bạn nên bắt đầu học tập thật chăm chỉ ngay từ bây giờ.

hit the bottle bắt đầu việc say sưa quá chén, thường là do có chuyện rất buồn khổ hoặc thất vọng ■ *He went back east and drifted around, hit the bottle and got picked up a few times by the cops.* • Anh ta trở lại hướng đông và lang thang đây đó, bắt đầu say sưa chè chén và đã có đôi lần bị cảnh sát giữ.

hit the ceiling → **go through the roof**

hit the deck hoặc ***hit the dirt*** đột ngột ngã nhào, nằm sát xuống sàn nhà, nhất là để tránh đạn hoặc một sự nguy hiểm nào khác ■ *The gun fired, and everyone hit the deck.* • Súng nổ, và mọi người nằm ngay xuống sàn nhà.

hit the dirt → **hit the deck**

hit the fan nói về một tình huống đi đến chỗ khó khăn, căng thẳng nhất ■ *You know how it is, one thing goes wrong, and then another, and then everything hits the fan.* • Anh biết là điều đó như thế nào, một chuyện trục trặc, lại thêm một chuyện khác, rồi tất cả mọi chuyện đều trở nên khó khăn, rắc rối. ■ *Five weeks have passed since the news about Thurson's decision hit the fan.* • Năm tuần lễ đã trôi qua từ khi tin tức về quyết định của Thurson được đưa ra.

hit the ground running khởi sự một hoạt động hay công việc với nhiệt tình cao ngay từ đầu và tiếp tục với nhịp độ rất nhanh chóng và thành công ... ■ *Business travelers often have to hit the ground running, even after flying across multiple time zones.* • Các nhà doanh nghiệp khi đi xa vẫn phải tích cực làm việc ngay, ngay cả sau những chuyến bay vượt qua nhiều múi giờ.

hit the hay → **hit the sack**

hit the jackpot 1. rất thành công trong việc gì, hoặc kiếm được rất nhiều tiền ■ *"Leaving Las Vegas" had hit the jackpot when it received praise and numerous awards.* • Bộ phim "Leaving Las Vegas" đã thành công vượt bực khi nó nhận được những lời khen ngợi và rất nhiều giải thưởng. 2. tìm ra được thông tin cần thiết hoặc điều gì quan trọng đang cần đến ■ *Lincoln scholars hit the jackpot when they discovered papers relating to a case Lincoln had when he was a young lawyer.* • Các học giả nghiên cứu về Lincoln đã tìm được đúng thông tin họ cần khi khám phá ra những tài liệu liên quan đến một vụ kiện Lincoln đã trải qua khi ông còn là một luật sư trẻ.

hit the mark 1. nói về một phát biểu, nói đúng sự thật và chính xác ■ *He looked so mad that Jamila knew she had hit the mark.* • Anh ta có vẻ đã nổi khùng lên đến nổi Jamila biết rằng cô đã nói đúng sự thật. ■ *He blushed furiously and Robyn knew she had hit the mark.* • Hắn ta đỏ mặt lên giận dữ và Robyn biết là cô đã nói đúng. 2. thành công trong việc đạt được hiệu quả mong muốn ■ *The film's scenery is spectacular, its soundtrack is great, and most of the acting hits the mark.* • Quang cảnh trong phim thật ngoạn mục, âm thanh nền tuyệt hảo, và hầu hết các pha diễn xuất đều đạt yêu cầu. → ***miss the mark***

hit the nail on the head đưa ra một cách chính xác câu trả lời đúng cho một vấn đề, giải pháp cho một tình huống khó khăn, hoặc mô tả điều gì hoàn toàn chính xác ■ *Cal really hit the nail on the head in his column Thursday - I completely agree with him.* • Cal thực sự đã nói đúng trong mục báo của anh ta hôm thứ Năm - tôi hoàn toàn đồng ý với anh ta.

hit the road (khẩu ngữ) khởi hành, bắt đầu một chuyến đi ■ *Well, it's getting late. We'd better hit the road.* • Đã trễ rồi. Tốt hơn là chúng ta nên khởi hành.

hit the roof → **go through the roof**

hit the sack hoặc *hit the hay* (khẩu ngữ) lên giường ngủ ■ *It's late - I'm going to hit the sack.* • Muộn rồi - tôi sẽ đi ngủ đây.

hit the skids nói về một hoạt động, trở nên tồi tệ, đi dần đến chỗ thất bại, phá sản ■ *The problems this industry finds itself in today started about 14 months ago, when the car and truck sales began hitting the skids.* • Những vấn đề mà ngành này gặp phải hôm nay đã bắt đầu từ cách đây khoảng 14 tháng, khi việc bán xe hơi và xe tải trở nên ngày càng tồi tệ hơn. ■ *The gymnast's career hit the skids when his trainer died.* • Sự nghiệp của người vận động viên thể dục trở nên tồi tệ khi huấn luyện viên của anh ta qua đời.

hit the spot nói về món gì, nhất là thức ăn hoặc thức uống, hoàn toàn hợp với nhu cầu đang cần đến ■ *A cold beer would really hit the spot right now.* • Một ly bia lạnh ngay vào lúc này hẳn là thực sự thích hợp.

hit the wall hoặc *hit a wall* điểm trở ngại trong một tiến trình, khi rất khó khăn để vượt qua hoặc đạt thêm bất cứ thành quả nào khác ■ *Everyone talks about hitting a wall at the 24-mile mark when you run the marathon, and that's just what happened to me.* • Mọi người đều nói về mốc trở ngại 24 dặm rất khó vượt qua khi chạy marathon, và đó chính là điều đã xảy đến cho tôi.

hitch one's wagon to a star → **hitch one's wagon to sb**

hitch one's wagon to sb hoặc *hitch one's wagon to a star* cố đạt được sự thành công hơn bằng cách kết hợp với người đã thành công ■ *The company is hitching its wagon very closely to Microsoft's star.* • Công ty đang cố đạt đến sự thành công bằng cách dựa vào sự liên kết chặt chẽ với Microsoft.

Hobson's choice điều duy nhất có thể làm được, hoặc không làm gì cả ■ *It's Hobson's choice - either we have a private toll bridge to the island, or no bridge at all.* • Đó là sự lựa chọn duy nhất - hoặc là chúng ta có một chiếc cầu tư nhân thu phí đi ra đảo, hoặc là không có cầu nào cả.

hoe → **have a tough row to hoe**

hog → **go hog wild**

hog → **go the whole hog**

hog → **in seventh heaven**

hog → **live high on the hog**

hoist by one's own petard → **hoist with one's own petard**

hoist on one's own petard → **hoist with one's own petard**

hoist with one's own petard hoặc *hoist by one's own petard* hoặc *hoist on one's own petard* hoặc *hoisted with one's own petard* hoặc *hoisted by one's own petard* gặp khó khăn, rắc rối vì chính những điều mình đã nói hoặc làm với dụng ý giành lợi thế hoặc gây khó khăn cho người khác - gậy ông đập lưng ông ■ *It is ironic to see that company, which has fought some celebrated lawsuits* *to defend its interest, hoist on its own petard in a dispute over copyright.* • Thật mỉa mai thay khi nhìn thấy công ty ấy, vốn đã có nhiều vụ kiện nổi tiếng bảo vệ quyền lợi của mình, lại nhận lấy rắc rối trong những cuộc tranh cãi về bản quyền.

hoisted by one's own petard → **hoist with one's own petard**

hoisted with one's own petard → **hoist with one's own petard**

hold → **be left holding the bag**

hold → **do sth for dear life**

hold → **hold one's breath**

hold → **keep sth at bay**

hold → **like waving a red flag in front of a bull**

hold → **not hold water**

hold → **put sth on hold**

hold a candle to (thường dùng ở dạng phủ định) có thể so sánh, có thể theo kịp một phẩm chất tốt đẹp nào đó của ai ■ *None of the other athletes in the 400 meter hurdles final could hold a candle to Gonzalez's superb technique.* • Trong trận chung kết cuộc chạy đua 400 mét vượt rào, không có vận động viên nào khác có thể sánh được với kỹ thuật vượt trội của Gonzalez. ■ *His singing can't hold a candle to Pavarotti's.* • Giọng ca của anh ta không thể sánh được với giọng ca của Pavarotti.

hold a gun to one's head hoặc ***put a gun to one's head*** dùng sức mạnh đe dọa để buộc ai phải làm điều gì, hoặc không cho phép từ chối điều gì ■*What we find particularly insulting is for other nations to hold a gun to our head and tell us what to do with our economy.* • Điều chúng tôi thấy đặc biệt xúc phạm là có những nước khác dùng sức mạnh đe dọa và chỉ bảo chúng tôi những gì phải làm với nền kinh tế của mình.

hold all the aces nắm giữ các lợi thế hơn hẳn đối thủ. ■ *Other countries are starting to explore for oil under the oceans, so Middle Eastern countries no longer hold all the aces.* • Các nước khác đang bắt đầu thăm dò dầu mỏ dưới lòng biển, nên các quốc gia Trung Đông không còn nắm giữ lợi thế nữa. ■ *The union soon realized that the management held all the aces.* • Không bao lâu công đoàn nhận ra rằng ban giám đốc đã nắm giữ mọi lợi thế.

hold all the cards hoặc ***hold most of the cards*** nắm giữ tất cả hoặc hầu hết các lợi thế trong một tình huống, đủ để kiểm soát, khống chế tình huống ấy - làm chủ tình thế ■ *The government holds most of the cards when it comes to land conservation.* • Chính phủ hoàn toàn làm chủ tình thế trong việc bảo vệ đất đai.

hold court 1. lôi cuốn sự chú ý, quan tâm của nhiều người khác, vì thế tự mình cảm thấy có vẻ quan trọng hơn là thực tế ■ *Dressed in a fur coat, Cindy held court in Molly's Bar, where most people wear jeans and baggy sweaters.* • Mặc một chiếc áo khoác lông thú, Cindy lôi cuốn sự chú ý của mọi người trong quán nước Molly, nơi mà hầu hết mọi người đều mặc quần jean với áo len rộng. 2. làm cho người khác thích thú, vui cười bằng cách kể những câu chuyện hài hước, hấp dẫn ■ *I met Giles holding court with some tourists in a cafe.* • Tôi gặp Giles đang tán chuyện hấp dẫn với một số du khách trong quán cà phê.

hold down the fort → **hold the fort**

hold fire → **hang fire**

hold firm to sth tin tưởng vào điều gì một cách mạnh mẽ và không chịu thay đổi ■ *She held firm to her principles.* • Cô ấy tin chắc vào những nguyên tắc của mình.

hold most of the cards → **hold all the cards**

hold no brief for sth không tán thành, ủng hộ cho người hay sự việc nào đó ■ *I hold no brief for either side in this war.* • Tôi không ủng hộ cho bên nào trong chiến tranh cả.

hold one's breath hoặc *I wouldn't hold my breath* 1.(khẩu ngữ - thường dùng ở dạng phủ định) ai đó đang đặt hy vọng, tin tưởng chờ đợi điều gì sẽ xảy ra, nhưng người nói lại cho rằng điều ấy sẽ không xảy ra ■ *"When do you think I'll get the money?" "Don't hold your breath."* • "Bạn nghĩ là khi nào tôi sẽ nhận được tiền?" "Đừng hy vọng nhiều về điều ấy." ■ *I think that the economy is picking up again, but I wouldn't hold my breath.* • Tôi nghĩ là nền kinh tế sẽ sớm khôi phục lại, nhưng tôi không đặt hy vọng nhiều lắm về điều ấy. ■ *She said she'd do it this week, but don't hold your breath!* • Cô ấy đã nói sẽ làm điều ấy trong tuần này, nhưng đừng hy vọng chuyện ấy. ■ *If you're waiting for him to apologize, don't hold your breath.* • Nếu bạn đang chờ để anh ta xin lỗi, đừng hy vọng chuyện ấy nữa. 2. nín hơi lại trong một thời gian ngắn ■ *Hold your breath and count to ten.* • Hãy nín thở và đếm đến mười. ■ *Simon held his breath and dived under the surface.* • Simon nín hơi lại và lặn xuống bên dưới mặt nước. 3.rất hồi hộp, lo lắng trong khi đang chờ đợi chuyện gì xảy ra ■ *He held his breath while the results were read out.* • Anh ta nín thở chờ đợi trong khi những kết quả đang được đọc lên.

hold one's ground hoặc *stand one's ground* 1. không thay đổi ý kiến, quan điểm, cho dù người khác không tán đồng ■*Bates held his ground Friday, arguing that the report should not be made public.* • Bates vẫn giữ quan điểm của mình như hôm thứ Sáu, cho rằng bản báo cáo không nên đưa ra trước công chúng. ■ *Don't let him persuade you - stand your ground.* • Đừng để anh ta thuyết phục bạn - hãy giữ vững quan điểm. 2. đối đầu với tình huống khó khăn mà vẫn không trốn chạy ■ *It is not easy to hold your ground in front of someone with a gun.* • Thật không dễ dàng để không trốn chạy trước một người cầm súng.

hold one's hand giúp đỡ ai đang ở trong một tình huống không quen thuộc hoặc sợ hãi ■ *I can give you a basic explanation over the phone, but I'll be there to hold your hand every time something goes wrong with the computer.* • Tôi có thể giải thích cho bạn qua điện thoại, nhưng tôi sẽ đến đó để giúp đỡ bạn bất cứ khi nào có vấn đề trục trặc với máy vi tính. ■ *Do you want me to come along and hold your hand?* • Anh có cần tôi đến và giúp đỡ không? ■ *I sent the new employee to Jenny because she'll hold his hand until he learns the procedures.* • Tôi đã gửi người nhân viên mới đến chỗ Jenny bởi vì cô ấy sẽ giúp đỡ anh ta cho đến khi anh ta học hỏi được các quy trình.

hold one's horses (khẩu ngữ) dùng khi muốn bảo ai đó hãy bình tĩnh, kiên nhẫn chờ đợi hoặc lắng nghe những gì người khác nói, hoặc phải thận trọng trước khi quyết định làm việc gì ■ *"All right, all right, hold your horses, I'm coming," grumbled McAllister, as the banging on the door got louder.* • "Được rồi, được rồi, chờ một chút nào, tôi đang đến đây," McAllister cầu nhàu, khi tiếng gõ cửa càng lớn hơn. ■ *"I will come there tomorrow to get the job." "Hold your horses, Tom. I don't think it's a very good decision."* • "Ngày mai tôi sẽ đến đó nhận công việc ấy." "Hãy suy nghĩ kỹ đã, Tom. Tôi không nghĩ đó là một quyết định hay lắm đâu."

hold one's nose chấp nhận làm một điều gì vốn không muốn làm, vì cảm thấy không có sự lựa chọn nào khác ■ *The average citizen will hold his nose and vote for higher taxes if he thinks he'll gain something.* • Một thường dân trung bình sẽ đành lòng bỏ phiếu cho những khoản thuế cao hơn nếu người ấy nghĩ rằng mình sẽ đạt được một điều gì đó.

hold one's own tự bảo vệ hoặc đạt được thành công trong một tình huống khó khăn ■ *Stone's new record is sure to hold its own among the rock bands currently dominating the radio.* • Đĩa nhạc mới của Stone chắc chắn sẽ thành công trong số các ban nhạc rock hiện đang chiếm lĩnh trên đài truyền thanh.

hold one's peace không nói ra điều gì, cho dù có thể muốn nói ■ *Paula knew she could answer the question, but held her peace and let her husband answer.* • Paula biết là cô có thể trả lời câu hỏi, nhưng kiềm chế lại và để cho chồng cô trả lời.

hold one's tongue (cách dùng cũ) kiềm chế không nói ra điều gì cho dù là muốn nói, hoặc bảo ai đó hãy giữ yên lặng đừng lên tiếng ■ *Pat wanted to ask who Jen's new boyfriend was, but she decided it was best to hold her tongue.* • Pat muốn hỏi xem người bạn trai mới của Jen là ai, nhưng rồi cô quyết định tốt nhất là giữ yên lặng.

hold oneself aloof → **keep oneself aloof**

hold out an olive branch → **offer an olive branch**

hold sb dear hoặc **hold sth dear** cảm thấy người hay sự vật nào đó là rất quan trọng đối với mình ■ *Worst of all, I've lost the respect of the person I hold most dear.* • Điều tệ hại hơn cả là tôi đã đánh mất sự kính trọng đối với người mà tôi cho là quan trọng nhất. ■ *He had destroyed everything we held dear.* • Anh ta đã phá hủy mọi thứ quan trọng nhất đối với chúng tôi.

hold sb in the palm of one's hand → **have sb in the palm of one's hand**

hold sth at bay → **keep sth at bay**

hold sth dear → **hold sb dear**

hold sth in check hoặc **keep sth in check** kiềm chế, kiểm soát điều gì không để cho lan rộng hoặc trở nên tồi tệ hơn ■ *Maggie tried to keep her temper in check.* • Maggie đã cố gắng để kiềm chế cơn nóng giận của mình. ■ *The epidemic was held in check by widespread vaccination.* • Cơn dịch bệnh được kiềm chế bằng cách tiêm chủng rộng rãi. ■ *They are discussing about attempts to hold global warming in check.* • Bọn họ đang thảo luận về những nỗ lực để kiểm soát tình trạng tăng nhiệt độ toàn cầu.

hold the edge on → **have the edge over**

hold the edge over → **have the edge over**

hold the floor chiếm quá nhiều thời gian phát biểu, nói chuyện trong một cuộc thảo luận, làm cho những người khác không thể nói lên ý kiến của họ ■ *She held the floor for over an hour.* ● Bà ta nói suốt hơn một giờ đồng hồ.

hold the fort hoặc *hold down the fort* chịu trách nhiệm điều hành một doanh nghiệp, phòng ban... khi người phụ trách công việc này đi vắng ■ *I need you to be here to hold down the fort while I'm at the conference in Tucson.* ● Tôi cần anh có mặt ở đây để điều hành công việc trong khi tôi dự hội nghị ở Tucson. ■ *Why not have a day off? I'll hold the fort for you.* ● Tại sao không nghỉ việc một ngày? Tôi sẽ thay thế phụ trách mọi việc cho anh.

hold the phone (khẩu ngữ) dùng khi muốn bảo ai hãy chờ đợi một chút ■ *Hold the phone! I've already paid for those classes - I don't owe anything.* ● Chờ một chút nào! Tôi đã trả tiền cho tất cả các khóa học đó - tôi không mắc nợ gì cả.

hold the purse strings hoặc *control the purse strings* người quản lý về mặt tài chính trong một gia đình, tổ chức... ■ *Since the late '80s, a growing number of women control the purse strings in marriages.* ● Kể từ cuối thập niên 1980, số phụ nữ nắm giữ tài chính trong quan hệ hôn nhân ngày càng tăng.

holding → **hand-holding**

holding → **leave sb holding the baby**

hole → **ace in the hole**

hole → **be full of holes**

hole → **blow a hole in sth**

hole → **burn a hole in one's pocket**

hole → **have holes in one's head**

hole → **in the hole**

hole → **need sth like a hole in the head**

hole → **not know one's ass from a hole in the ground**

hole → **pick holes in sth**

holiday → **busman's holiday**

holies → **holy of holies**

hollow → **have a hollow leg**

hollow → **ring hollow**

holy of holies cách nói có ý hài hước để chỉ nơi được xem là rất đặc biệt hoặc quan trọng đối với một số người, hoặc nơi chỉ có một số ít người được phép đến ■ *In a field on a farm in Nebraska is the car freak's answer to the holy of holies - a reproduction of Stonehenge made out of old cars.* ● Trên cánh đồng trong một nông trại ở Nebraska là câu trả lời của những chiếc xe hơi dị dạng cho một nơi mà chẳng mấy ai được phép đến - sự tái tạo công trình Stonehenge bằng xe hơi cũ.

home → **a man's home is his castle**

home → **at home**

home → **bring home the bacon**

home → **bring it home**

home → **close to home**

home → **drive sth home to sb**

home → **eat sb out of house and home**

home → **hammer sth home**

home → **hit a home run**

home → **hit close to home**

home → **hit home**

home → **nothing to write home about**

home → **on home turf**

home → **pick up one's marbles and go home**

home → **the chickens (have) come home to roost**

home → **the lights are on, but nobody's home**

home → **till the cows come home**

home away from home nơi ở khi đi xa có thể tạo ra cảm giác thoải mái như ở nhà ■ *The hotel was built as a home away from home for American servicemen and their families.* • Khách sạn được xây dựng như một nơi ở tạo được sự thoải mái cho các viên chức Mỹ và gia đình của họ. ■ *The guests are made to feel that the hotel is a home away from home.* • Các vị khách được tạo ra cảm giác rằng khách sạn là một nơi thoải mái như ở nhà.

home free 1. có thể thành công hay đạt được điều mong muốn nhờ vào một lợi thế ■ *When Mom mentions doing the dishes, I just tell her I have homework, and I'm home free.* • Khi mẹ nhắc đến việc rửa bát đĩa, tôi chỉ cần nói với bà là tôi có bài làm ở nhà, và tôi dễ dàng đạt được ý muốn. 2. đã làm được phần khó nhất trong công việc, vì thế phần còn lại rất dễ dàng ■ *I can just get the introduction written, I'll be home free.* • Tôi có thể chỉ viết xong phần giới thiệu, như vậy là coi như xong.

home stretch phần cuối cùng của một tiến trình kéo dài hay tình huống trước khi hoàn tất được việc gì ■ *Amber is now on the home stretch of a three-year treatment program for leukemia, and all the signs are promising.* • Amber giờ đây đang ở giai đoạn cuối của ba năm điều trị bệnh tăng bạch cầu máu, và tất cả các dấu hiệu đều rất khả quan.

homework → **do one's homework**

honest → **make an honest woman (out) of sb**

honest and aboveboard hoặc *open and aboveboard* hoàn toàn công khai, không giấu giếm ■ *You can do whatever you wish, as long as you keep it honest and aboveboard.* • Bạn có thể làm bất cứ điều gì bạn muốn, miễn là hãy công khai đừng giấu giếm gì. ■ *The inspector had to make sure that everything was open and aboveboard.* • Ông thanh tra phải đảm bảo được rằng mọi việc đều công khai rõ ràng. ■ *Don't keep it a secret. Let's make sure that everything was open and aboveboard.* • Đừng giữ bí mật điều đó. Chúng ta hãy đảm bảo là mọi chuyện đều được công khai rõ ràng.

honest as the day is long (cách dùng cũ) dùng để nhấn mạnh sự trung thực, thật thà của ai đó ■ *Everyone assured me they were honest as the day was long, but they never repaid the loan.* • Mọi người đều đoan chắc với tôi là họ rất chân thật, nhưng họ đã chẳng bao giờ hoàn trả món nợ ấy.

honey → **land of milk and honey**

honeymoon is over nói về một người hay tổ chức... rất thành công trong công việc, nhưng đã bắt đầu gặp phải rắc rối, vấn đề ■ *The fans were packing the stadium at the beginning of the season* *when the Sharks were winning. But now that the team is having a losing streak, the honeymoon is over.* ● Những người hâm mộ chen chúc nhau đến sân vận động vào đầu mùa bóng khi đội Sharks giành được chiến thắng. Nhưng bởi vì đội bóng đang thua liên tục, thời huy hoàng ấy đã qua rồi. ■ *It seems that the new company's honeymoon is now over.* ● Dường như là giai đoạn thành công của công ty mới ấy đã qua rồi. ■ *The honeymoon period for the government is now over.* ● Giai đoạn thành công của chính phủ giờ đây đã qua rồi. ■ *When you first meet a client, there is always a honeymoon period when everyone seems to like each other and the atmosphere is full of hope.* ● Khi bạn mới giao dịch lần đầu tiên với một khách hàng, bao giờ cũng có một giai đoạn thuận lợi khi đôi bên có vẻ như đều thích nhau và không khí thì tràn đầy hy vọng.

honor → do the honours

honour → do the honours

hoof → hoof it

hoof → on the hoof

hoof it (khẩu ngữ) đi hoặc chạy bộ, nhất là như một công việc khó khăn ■ *Police these days are too busy driving around in their shiny patrol cars to hoof it on the streets where the crime is.* ● Ngày nay cảnh sát quá bận rộn việc tuần tra trong những chiếc xe hơi bóng loáng đến nỗi không còn đi bộ trên những con đường nơi có tội phạm nữa. ■ *We hoofed it all the way to 42nd Street.* ● Chúng tôi đi bộ suốt chặng đường đến phố số 42.

hook → by hook or by crook

hook → fall for sth hook, line and sinker

hook → let sb off the hook

hooky → play hooky

hoop → make sb go through (the) hoops

hoop → shoot some hoop

hoot → don't give a hoot

hoot → don't give a hoot

hop in the sack hoặc ***jump in the sack*** (khẩu ngữ) nói về người quan hệ tình dục bừa bãi, không cần biết đối tượng là ai ■ *You know he'll hop in the sack with anybody who's willing.* ● Anh biết là hắn ta sẽ quan hệ tình dục với bất cứ ai sẵn lòng làm chuyện đó.

hop it dùng khi muốn bảo ai đó đi khỏi ngay ■ *Go on, hop it!* ● Thôi đi, cút ngay! ■ *He hopped it out of the window.* ● Hắn ta chuồn ngay qua cửa sổ.

hop to it hoặc ***jump to it*** dùng để bảo ai đó làm điều gì ngay lập tức và hãy làm nhanh lên, thường là người lớn dùng khi nói với trẻ con ■ *If you finish your homework quickly, you can watch TV tonight, so you'd better hop to it.* ● Nếu con làm bài tập nhanh, con sẽ được xem ti-vi tối nay, bởi vậy tốt hơn là con nên làm ngay nhanh lên.

hope → cross my heart

hope → dash one's hope

hope → have a chance in hell (of)

horizon → cloud on the horizon

horn → blow one's own horn

horn → lock horns

horn → on the horns of a dilemma

horn → take the bull by the horns

hornet → mad as a hornet

hornet → stir up a hornet's nest

horse → back the wrong horse

horse → beat a dead horse

horse → change horses

horse → could choke a horse

horse → dark horse

horse → dead horse

horse → don't look a gift horse in the mouth

horse → eat a horse

horse → eat like a horse

horse → from the horse's mouth

horse → get off one's high horse

horse → get on one's high horse

horse → going to see a man about a horse

horse → hold one's horses

horse → one-horse race

horse → one-horse town

horse → put the cart before the horse

horse → stalking horse

horse → strong as a horse

horse → wild horses would not drag sb

horse → you can lead a horse to water

hot → be hot under the collar

hot → big on sth

hot → blow hot and cold

hot → come on the heels of sth

hot → drop sb like a hot potato

hot → go through sth like a (hot) knife through butter

hot → in hot water

hot → in the hot seat

hot → like a cat on a hot tin roof

hot → slave over a hot stove

hot → strike while the iron is hot

hot air những lời nói gây ấn tượng mạnh hoặc có vẻ đe dọa, nhưng thật sự vô nghĩa - thổi phồng, khoác lác. ■ *Most people believe Paul when he tells them he's met all those movie stars. I think he's full of hot air.* • Hầu hết mọi người đều tưởng thật khi nghe Paul nói rằng hắn đã gặp tất cả các ngôi sao điện ảnh đó. Tôi nghĩ là hắn chỉ khoác lác thôi.

hot as hell hoặc *as hot as hell* rất nóng nực, nóng không chịu nổi ■ *It's as hot as hell outside. It must be near 100 degrees.* • Bên ngoài nóng không chịu nổi. Chắc phải đến gần 100 độ (F). ■ *I hate to get into a car that has been parked in the sun. It's hot as hell.* • Tôi ghét chui vào một chiếc xe hơi đã đậu dưới ánh nắng. Trong ấy nóng như lửa.

hot off the press nói về một văn bản, ấn phẩm... chỉ vừa mới được in ra ■ *The 450-page report was delivered to City Hall hot off the press.* • Bản báo cáo dài 450 trang đã được giao cho chính quyền thành phố ngay khi vừa in ra.

hot on one's track of → hot on the trail of

hot on one's trail of → hot on the trail of

hot on sth → big on sth

hot on the track of → **hot on the trail**

hot on the trail of hoặc *hot on the track of* hoặc *hot on one's trail of* hoặc *hot on one's track of* sắp tìm được người muốn tìm hoặc sắp đạt được điều đang theo đuổi ■ *According to reports, police are hot on the trail of the thief, who stole several cars in the past month.* • Theo như các báo cáo, cảnh sát đang sắp tìm ra tên trộm đã đánh cắp nhiều chiếc xe hơi trong tháng rồi.

hot potato vấn đề có rất nhiều người bàn đến hoặc tranh cãi, nhưng không ai muốn giải quyết hoặc đứng ra chịu trách nhiệm ■ *Cost-benefit analysis is a basic management tool in private enterprise, but it remains a political hot potato in Washington.* • Việc phân tích chi phí và lợi nhuận là một công cụ quản lý cơ bản trong công ty tư nhân, nhưng vẫn là một vấn đề bị tránh né về mặt chính trị ở Washington.

hot spot 1. nơi rất được ưa chuộng cho một kiểu loại, hình thức giải trí nào đó ■ *The Talking Heads regularly played at legendary hot spots in New York.* • Nhóm Talking Heads thường xuyên chơi tại những điểm giải trí được ưa chuộng ở New York. 2. nơi mà chiến tranh, tranh chấp hoặc rắc rối đang có khả năng sắp diễn ra - điểm nóng ■ *Dr Ryding will soon be off again to another of the world's hot spots, helping the casualties of war.* • Bác sĩ Ryding không bao lâu sẽ lại lên đường lần nữa đến một điểm nóng khác trên thế giới, giúp đỡ cho các nạn nhân của chiến tranh.

hotcake → **sell like hotcakes**

hots → **have the hots for sb**

hour → **after hours**

hour → **all hours (of the day and night)**

hour → **at the eleventh hour**

hour → **finest hour**

hour → **the evil hour**

hour → **wee hours**

hour of need thời điểm mà ai đó cần đến sự giúp đỡ (thường được dùng với ý khôi hài) ■*You can't leave me now in my hour of need. Who's going to make dinner if you go?* • Bạn không thể bỏ tôi mà đi trong lúc cần kíp này. Ai sẽ làm bữa tối nếu như bạn bỏ đi? ■*Don't desert me in my hour of need.* • Đừng bỏ mặc tôi trong lúc cần thiết này.

house → **bring down the house**

house → **clean house**

house → **eat sb out of house and home**

house → **not a dry eye in the house**

house → **on the house**

house → **people who live in glass houses**

house → **put one's (own) house in order**

house of cards nói về một kế hoạch hay một tổ chức có nhiều khả năng sẽ thất bại, vì được xây dựng trên những ý tưởng không đúng thật hoặc vì quản lý, điều hành một cách quá tồi ■ *The peace agreement could collapse like a house of cards at the first sign of trouble.* • Hiệp ước hòa bình có thể sẽ sụp đổ như ngôi nhà trên cát ngay khi có dấu hiệu khó khăn đầu tiên. ■ *The enormous national debt amassed in the last eight years makes all this apparent prosperity nothing but a house of cards.* • Khoản nợ khổng lồ của đất nước tích tụ trong 8 năm qua khiến cho vẻ thịnh vượng này chỉ là tạm bợ như ngôi nhà trên cát.

household name người hay vật rất nổi tiếng, được nhiều người biết đến ■ *Preaching crusades on television and radio have helped make Reverend Billy Graham a household name.* ● Những buổi diễn thuyết trên đài truyền hình và truyền thanh đã giúp cho tên tuổi của Reverend Billy Graham được rất nhiều người biết đến. ■ *She became a household name in the 1960s.* ● Bà ta trở nên rất nổi tiếng vào những năm 1960.

how → **and how!**

how → **on earth**

how → **see how the other half lives**

how about hoặc *what about* 1. dùng khi hỏi thăm thông tin về người hay sự việc gì ■ *How about Ruth? Have you heard from her?* ● Còn Ruth thế nào vậy? Anh có nghe gì về cô ấy không? ■ *I'm having fish. What about you?* ● Tôi sẽ ăn món cá. Còn anh ăn gì? ■ *How about Philip? Is he coming too?* ● Còn Philip thì sao? Anh ta cũng sẽ đến chứ? 2. dùng khi muốn đưa ra một đề nghị ■ *How about going for a walk?* ● Chúng ta đi dạo nhé? ■ *What about a break?* ● Nghỉ một lát nhé? ■ *How about dinner tonight?* ● Đêm nay đến ăn tối nhé? ■ *How about Friday evening? Would that be convenient?* ■ Tối thứ Sáu được không? Liệu có thuận tiện không?

how about that (khẩu ngữ) dùng khi muốn bày tỏ là có phần nào ngạc nhiên về điều vừa được biết - thế à! ■ *"Paula's going on vacation with Tyrone." "Well, how about that!"* ● "Paula sẽ đi nghỉ với Tyrone đấy." "Ồ! Thế à!"

how are things (going) (khẩu ngữ) 1. dùng để thăm hỏi ai về sức khỏe, công việc... khi đã không gặp nhau qua một thời gian ■ *Hi, Tina. How are things going at college?* ● Chào Tina. Mọi việc ở trường đại học thế nào rồi? 2. dùng khi thăm hỏi ai về một tình huống hoặc sự việc gì mà người ấy đang làm ■ *How are things down there? Do you need more paper?* ● Mọi việc ở đó thế nào rồi? Các anh có cần thêm giấy không?

how are you fixed for sth (khẩu ngữ) dùng để hỏi về tiền bạc hoặc sự sắp xếp công việc ■ *How are you fixed for cash?* ● Anh có được bao nhiêu tiền mặt? ■ *How are you fixed for Saturday?* ● Anh đã sắp xếp làm những việc gì vào thứ Bảy?

how come dùng trước khi đưa ra một thắc mắc và đòi hỏi sự giải thích ■ *If she spent five years in Paris, how come her French is so bad?* ● Nếu cô ấy đã trải qua 5 năm ở Paris, vậy thì tại sao tiếng Pháp của cô ta lại tồi thế?

how dare bày tỏ sự tức giận về điều gì ai đó đã làm ■ *How dare you talk to me like that?* ● Làm sao anh lại dám nói chuyện với tôi như thế chứ? ■ *How dare she imply that I was lying?* ● Làm sao cô ấy lại dám ám chỉ là tôi nói dối? ■ *"Were you ever involved with this woman?" "How dare you! I'm a respectable married man."* ● "Anh đã có bao giờ lăng nhăng với người đàn bà này không?" "Sao anh dám nói thế? Tôi là một người có gia đình đàng hoàng kia mà." ■ *How dare you go into my room without asking me!* ● Sao anh dám vào phòng tôi mà không hỏi tôi!

how in the world → **what in the world**

how ya livin'? (khẩu ngữ - rất thân mật) dùng để hỏi thăm về sức khỏe và điều kiện sống của người đang trò chuyện, nhất là khi mới gặp nhau (thật ra đây là dạng khẩu ngữ của câu nói "How are you living?") ■ *Hey, girl, how ya livin'!* ● Chào cô bé, dạo này em sống ra sao?

how's trick (khẩu ngữ) dùng để chào hỏi ai một cách thân mật ■ *Hi, Jamie. How's tricks?* ● Chào Jamie, mọi việc thế nào?

howl at the moon → **bark at the moon**

Hoyle → **according to Hoyle**

hue and cry sự phản đối một cách giận dữ của số đông người ■ *Elliot was afraid that an attempt to close the offices would raise a hue and cry.* ● Elliot lo ngại rằng một nỗ lực nhằm đóng cửa các văn phòng sẽ gợi lên một làn sóng phản đối giận dữ. ■ *Further cuts in welfare have raised a hue and cry among the public.* ● Những sự cắt giảm thêm về tiền phúc lợi đã dấy lên sự phản đối giận dữ trong công chúng.

huff → **in a huff**

huge → **go to great lengths to do sth**

hum and haw → **hem and haw**

human → **be only human**

human → **the milk of human kindness**

human → **to err is human**

human touch → **personal touch**

humble → **eat humble pie**

hump → **bust one's hump**

hump → **get over the hump**

hump → **get the hump**

hung → **get hung up on sth**

hungry as a bear hoặc *as hungry as a bear* rất đói, đói cồn cào, đói lả ■ *I'm as hungry as a bear. I could eat anything.* ● Tôi đói lả. Tôi có thể ăn bất cứ thứ gì. ■ *Whenever I jog, I get hungry as a bear.* ● Mỗi khi tôi chạy bộ, tôi thường đói cồn cào ruột.

hurdle → **clear a hurdle**

hurt → **hit sb where it hurts**

hurt → **wouldn't hurt a fly**

hush money khoản tiền đưa cho ai đó để họ chấp nhận che giấu một bí mật ■ *The minister had an affair with a former church secretary, using church funds to pay her hush money afterwards.* ● Ông mục sư có quan hệ có quan hệ lăng nhăng với cô thư ký trước đây của nhà thờ, và sau đó thì dùng tiền quỹ của nhà thờ trao cho cô ta để cô chịu im miệng.

Hyde → **Jekyll and Hyde**

hymn → **sing from the same hymn book**

I am not made of money

i → dot the i's and cross the t's

I am not made of money hoặc *you must think I am made of money* hoặc *do you think I am made of money* (khẩu ngữ) nói về cái gì quá đắt so với khả năng tài chính của mình ■ *Forty-seven dollars just to fix this door? I'm not made of money, you know.* ● Bốn mươi bảy đô-la chỉ để sửa chữa cái cửa này? Anh biết là tôi đâu phải cái kho tiền.

I ask you bày tỏ sự bực tức hoặc bất bình về điều gì ■ *He told me I had to work late on Friday night. I ask you!* ● Ông ấy bảo tôi là phải làm việc muộn vào đêm thứ Sáu. Anh nghĩ có tức không? ■ *He arrived over an hour late for the meeting - I ask you!* ● Anh ta đến dự họp trễ hơn một giờ đồng hồ - anh nghĩ có tức không?

I beg to differ bày tỏ sự bất đồng ý kiến một cách lịch sự ■ *"At least she is good at her job." "Oh, I beg to differ."* ● "Ít ra thì cô ấy cũng giỏi trong công việc của mình." "Ô, xin lỗi, nhưng tôi không nghĩ như thế."

I beg your pardon 1. bày tỏ sự hối tiếc với ai về điều gì đã nói hoặc làm, thường là điều nhỏ nhặt ■ *I beg your pardon, I thought that was my coat.* ● Tôi xin lỗi ông, tôi tưởng đó là áo khoác của tôi. ■ *Oh, I beg your pardon, I didn't realize this was your chair.* ● Ồ, tôi xin lỗi, tôi đã không nhận ra đây là ghế của ông. 2. đề nghị ai lặp lại điều vừa nói vì nghe không kịp hoặc không hiểu ■ *"It's on Duke Street." "I beg your pardon." "Duke Street."* ● "Nó nằm trên đường Duke Street." "Xin lỗi, anh nói sao?" "Tôi nói trên đường Duke Street." ■ *"Are you ready to leave?" "I beg your pardon?" "I was just asking if you're ready to leave."* ● "Anh sẵn sàng để đi chưa?" "Xin lỗi, anh nói sao?" "Tôi chỉ hỏi xem anh đã sẵn sàng để đi hay chưa?" 3. bày tỏ sự bất bình, không hài lòng về cung cách của ai đó, để tỏ ra là mình đang cảm thấy bị xúc phạm, hoặc không đồng ý với điều vừa nghe thấy ■ *"Get me a drink." "I beg your pardon!"* ● "Lấy cho tôi một ly." "Xin lỗi ông đấy!" (đừng hòng mà tôi làm chuyện đó với cách nói của ông như vậy) ■ *"Jenny doesn't concentrate when she's driving." "I beg your pardon! She's a very good driver!"* ● "Jenny không chú ý tập trung khi cô ấy lái xe." "Xin lỗi anh đấy! Cô ấy là một tài xế rất giỏi!"

I bet (khẩu ngữ) 1. dùng khi muốn nói là có thể hiểu được cảm xúc hoặc những gì người khác đang nói ■ *"I nearly died when he told me." "I bet!"* ● "Tôi muốn chết đi được khi anh ấy nói cho tôi biết." "Tôi hiểu." ■ *"I couldn't say no to an offer like that." "I bet!"* ● "Tôi không thể từ chối được một đề nghị như thế." "Tôi hiểu." 2. bày tỏ sự hoài nghi, không thể tin được lời ai đó vừa nói ■ *"I'm going to tell her what I think of her." "Yeah, I bet!"* ● "Tôi sẽ nói với cô ấy những gì tôi nghĩ về cô ấy." "Hà, thật khó tin đấy." 3. dùng khi người nói tin chắc vào một sự việc nào đó ■ *I bet Charles has taken it.* ● Tôi dám chắc là Charles đã lấy nó. ■ *I bet you the train will be late.* ● Tôi dám cuộc với anh là xe lửa sẽ đến trễ.

I dare say hoặc **I daresay** dùng khi nói ra điều gì được tin chắc ■ *I dare say you know about it already.* ● Tôi dám chắc là anh đã biết chuyện ấy rồi. ■ *I dare say you're feeling tired after your journey.* ● Tôi dám chắc là anh cảm thấy mệt mỏi sau chuyến đi. ■ *Things have changed a good deal, I dare say.* ● Tôi dám chắc là mọi chuyện đã thay đổi rất nhiều.

I daresay → **I dare say**

I don't blame you bày tỏ sự tán thành, cảm thông về điều ai đó đã làm ■ *"I just slammed the phone down when he said that." "I don't blame you!"* ● "Tôi chỉ ném điện thoại xuống khi hắn ta nói thế." "Anh làm thế là đúng." ■ *"Then I told him to leave." "I don't blame you!"* ● "Thế rồi tôi bảo anh ta đi." "Anh làm thế là đúng."

I hear ya hoặc **I heard that** (khẩu ngữ) bày tỏ sự tán đồng với những gì người đối diện đang nói, hoặc chứng tỏ rằng mình đang nghe hiểu được câu chuyện ■ *"I'm tired of living at home -I'd really like to find a place of my own." "I hear ya!"* ● "Tôi đã chán việc sống ở nhà - Tôi thật sự muốn tìm một nơi ở riêng cho mình." "Tôi có thể hiểu điều đó."

I owe you one (khẩu ngữ) bày tỏ sự biết ơn về việc ai đó đã giúp đỡ mình, và sẵn lòng đáp trả sự giúp đỡ ấy vào một lúc nào đó trong tương lai ■ *Thanks for picking me up this late, Jeremy. I owe you one for this.* ● Cảm ơn việc đã cho tôi đi nhờ xe vào lúc muộn thế này. Tôi nợ bạn một lần đấy.

I rest my case (khẩu ngữ) điều gì đó đã chứng tỏ cho điều bạn vừa nói ra ■ *He lied about the money just like he lied when he said he'd be here today. He's not here, is he? ... I rest my case.* ● Hắn nói dối về tiền bạc cũng giống như hắn nói dối về việc sẽ đến đây hôm nay. Hắn không có đây, phải không? ... Tôi nói đúng lắm mà.

I tell you what → **tell you what**

I wasn't born yesterday hoặc *do you think I was born yesterday* (khẩu ngữ) bày tỏ sự bực tức vì ai đó đã xem mình như một người ngốc, nhất là có dối gạt điều gì ■ *Do you think I'm going to believe that? I wasn't born yesterday, you know!* ● Anh nghĩ là tôi sẽ tin vào điều đó sao? Tôi không phải trẻ con, anh biết đấy. ■ *Oh yeah? I wasn't born yesterday, you know.* ● Thế hả? Tôi không ngốc thế đâu, anh biết mà.

I wish hoặc *you wish* (khẩu ngữ) dùng khi không tin được một phát biểu là đúng thật, cho dù rất mong cho điều đó là đúng ■ *"You look as if you've lost some weight." "I wish!"* ● "Trông bạn có vẻ như đã giảm cân phần nào rồi đấy." "Tôi ước gì được thế!" ■ *"Do you think I look like Michelle Pfeiffer?" "You wish!"* ● "Bạn có nghĩ là tôi trông giống như Michelle Pfeiffer không?" "Chỉ là bạn ao ước thế thôi."

I wouldn't hold my breath → **hold one's breath**

I'll be buggered → **bugger me**

I'll be damned hoặc *I'll be darned* (khẩu ngữ) dùng để bày tỏ sự ngạc nhiên quá độ ■ *He married Julie's sister? Well, I'll be damned.* ● Anh ấy đã cưới chị của Julie? Ái chà, tôi thật không thể nào ngờ được. ■ *Well, I'll be darned! They knew about it all the time!* ● Thật không ngờ được! Bọn họ lúc nào cũng biết chuyện. - nhiều người dùng *darn* thay cho *damn*, vì nghĩ rằng *damn* là một từ có hàm ý xúc phạm. Tuy nhiên, *damn* mới là từ chuẩn hơn, và nên hạn chế tối đa việc sử dụng để tránh gây khó chịu cho người nghe.

I'll be damned if hoặc *I'm damned if* (khẩu ngữ) dùng để từ chối không làm điều gì hoặc nhấn mạnh là mình không biết về điều gì ■ *Well, I'll be damned if you didn't drink my last beer!* • Hừ, tôi dám chắc là anh đã uống ly bia vừa rồi của tôi. ■ *I'll be damned if I'm going to let him go without paying.* • Chắc chắn là tôi sẽ không để cho anh ta đi mà không trả tiền. ■ *I'm damned if I'll apologize!* • Chắc chắn là tôi sẽ không xin lỗi đâu. ■ *I'm damned if I know who he is.* • Tôi hoàn toàn không biết anh ta là ai cả.

I'll be darned → **I'll be damned**

I'll bet you dollars to donuts → **dollars to doughnuts**

I'll bet you dollars to doughnuts → **dollars to doughnuts**

I'll eat my hat (cách dùng cũ) cách diễn đạt hài hước, bày tỏ sự không tin vào việc gì đó có thể xảy ra ■ *If that boy gets accepted to college, I'll eat my hat.* • Nếu thằng ấy mà vào được đại học, tôi đi đầu xuống đất đấy. ■ *If she's here on time, I'll eat my hat!* • Nếu cô ấy mà đến đây đúng giờ, tôi sẽ đi đầu xuống đất.

I'll give sb that (khẩu ngữ) dùng để tỏ ý chấp nhận một ý kiến, sự kiện... là đúng thật, cho dù người nói không thích hoặc không hoàn toàn đồng ý ■ *Even if he's not a great actor, he's a good dancer - I'll give you that.* • Ngay cả nếu như anh ấy không phải là một diễn viên lớn, anh ấy cũng là một vũ công giỏi. - Tôi chấp nhận với anh điều đó. ■ *Clayton's now a successful fighter - we have to give him that, but he still has to train hard if he wants to continue.* • Clayton hiện giờ là một đấu thủ thành công - chúng ta phải chấp nhận điều đó, nhưng anh ta vẫn phải rèn luyện tích cực nếu như anh ta muốn tiếp tục.

I'll give you three guesses → **three guesses**

I'll say (khẩu ngữ) dùng để nhấn mạnh sự đồng ý với điều gì vừa được ai đó nói ra ■ *"That's a pretty big house." "I'll say!"* • "Đó là một ngôi nhà khá lớn." "Tôi cũng đồng ý vậy."

I'll tell you what → **tell you what**

I'm afraid dùng để bày tỏ thái độ lịch sự trước khi nói ra điều gì có thể làm người khác không hài lòng ■ *I can't help you, I'm afraid.* • Tôi e là tôi không thể giúp anh được. ■ *I'm afraid we can't come.* • Tôi e là chúng tôi không thể đến được. ■ *I'm afraid that it's not finished yet, Mr Lewis.* • Ông Lewis, tôi e rằng điều đó vẫn chưa hoàn tất. ■ *"Is there any left?" "I'm afraid not."* • "Có còn lại chút nào không?" "Tôi e là không." ■ *"Will it hurt?" "I'm afraid so."* • "Nó có bị đau không?" "Tôi e là có đấy." ■ *Things haven't been going very well here, I'm afraid.* • Tôi e là mọi chuyện đã không diễn ra tốt đẹp lắm ở đây. ■ *I'm afraid that I can't accept this assignment.* • Tôi e là tôi không thể chấp nhận nhiệm vụ này. ■ *I'm afraid to say I found the book very dull.* • Tôi lấy làm tiếc phải nói rằng tôi thấy cuốn sách rất nhạt nhẽo. ■ *"Did he forget to do it?" "I'm afraid so."* • "Có phải anh ta đã quên làm điều đó?" "Tôi e là đúng vậy." ■ *"Will John be* there?" "I'm afraid not." • "John sẽ đến đó chứ?" "Tôi e là không."

I'm damned if → **I'll be damned if**

I'm easy (khẩu ngữ) dùng khi muốn nói là không quan tâm đến những chọn lựa được đưa ra - sao cũng được ■ *"Should we leave the stuff here and then come back for it?" "I'm easy, I can do whatever you want to do."* • "Chúng ta có nên để mấy món nặng nề này lại đây và trở lại lấy sau được chăng?" "Sao cũng được. Tôi có thể làm bất cứ điều gì ông muốn." ■ *"Do you want to watch this or the news?" "Oh, I'm easy. It's up to you."* • "Anh muốn xem cái này hay xem tin tức?" "Ồ, tôi thì dễ thôi. Tùy anh đấy."

I'm game (khẩu ngữ) đồng ý thử qua một điều gì mới mẻ hoặc khác biệt ■ *"I want Mustafa to turn up at Rahmi's lunch party as a surprise - but I need sb to help me." "I'm game," Shirin said.* • "Tôi muốn Mustafa xuất hiện ở bữa tiệc trưa của Rahmi như một sự bất ngờ - nhưng tôi cần có ai đó giúp tôi." Shirrin nói: "Để tôi giúp." ■ *"Come on then, if he wants to fight, let's do it." "OK, I'm game if you are."* • "Vậy thì tiếp tục đi, nếu hắn ta muốn đánh, chúng ta hãy đánh." "Được thôi, tôi đồng ý nếu các bạn cũng vậy."

I'm glad to say dùng khi đưa ra một nhận xét lạc quan hoặc bày tỏ sự vui sướng, hài lòng ■ *Most teachers, I'm glad to say, take their jobs very seriously.* • Hầu hết các giáo viên, tôi rất vui nói ra điều này, đều rất nghiêm túc trong công việc giảng dạy của họ.

I'm not even gonna go there → **I'm not gonna go there**

I'm not gonna go there hoặc **I'm not even gonna go there** hoặc **let's not even go there** (khẩu ngữ) dùng khi muốn bảo ai đó đừng nhắc đến một đề tài mà người nói thấy là bực mình hoặc gây bối rối ■ *"You like her, don't you?" "Look, just don't ask me about that. I'm not even gonna go there."* • "Anh thích cô ấy, phải không?" "Nghe này, đừng hỏi tôi về điều đó. Thậm chí tôi không muốn nghe đến nữa." ■ *Why did he take his clothes off, anyway? No, forget I asked. Let's not even go there.* • Dù sao đi nữa, tại sao anh ta lại cởi quần áo ra? Ồ không, quên chuyện tôi vừa hỏi ấy đi. Chúng ta hãy thôi đừng nhắc đến nữa.

I'm out of here (tiếng lóng) được nói trước khi rời khỏi nơi nào, nhất là khi không luyến tiếc gì nơi đó nữa ■ *It's five o'clock - I'm out of here!* • Đã năm giờ rồi, tôi đi đây. ■ *This party is boring. I'm out of here.* • Bữa tiệc này chán ngắt. Tôi đi đây. - Trong thành ngữ này, **"out of"** được phát âm rất nhanh, nên nghe giống như một từ duy nhất, có vẻ như **"ouda"**.

ice → **be on thin ice**

ice → **break the ice**

ice → **keep sth on ice**

ice → **not cut much ice (with)**

iceberg → **the tip of the iceberg**

icing → **the icing on the cake**

idea → **bounce ideas off sb**

idea → **not have the faintest idea**

idea → **not have the foggiest**

idea → **what's the big idea?**

idle → **the devil makes work for idle hands**

if → even if

if ever there was (khẩu ngữ) dùng để nhấn mạnh tính xác thực của điều đang được đề cập đến ■ *Now there's a challenge, if ever there was one.* • Giờ đây đích thực là có một sự thách thức rồi. ■ *He realized that if ever there was a time for action, this was it.* • Ông ta nhận ra rằng đây đích thực là thời điểm để hành động. ■ *That was a disaster if ever there was one!* • Điều đó đích thực là một tai họa!

if I may be so bold (as to do sth) hoặc *if I may make so bold (as to do sth)* dùng trước khi nói ra điều gì để hy vọng sẽ không làm phật lòng người khác, cho dù đó có thể là một sự chỉ trích, phê phán nhẹ ■ *If I may be so bold as to suggest that he made a mistake in his calculations. That's impossible.* • Xin thứ lỗi cho tôi bạo gan nói ra rằng ông ta đã có sai lầm trong tính toán của mình. Điều đó hoàn toàn không thể được. ■ *I'd like, if I might be so bold, to make a suggestion.* • Xin thứ lỗi cho sự bạo gan của tôi, tôi muốn đưa ra một đề nghị.

if I may make so bold (as to do sth) → **if I may be so bold (as to do sth)**

if it ain't broke, don't fix it hoặc *if it ain't broke, why fix it?* (thông tục) đang yên ổn thì đừng nên thay đổi, thường dùng khi muốn phản đối sự thay đổi vì người nói tin rằng tình trạng hiện tại là tốt nhất ■ *Why do they need a new management structure? I keep saying if it ain't broke, don't fix it.* • Tại sao họ phải cần đến một cấu trúc quản lý mới kia chứ? Tôi vẫn cho rằng đang yên ổn thì đừng nên thay đổi.

if it ain't broke, why fix it? → **if it ain't broke, don't fix it**

if it comes to that → **come to that**

if it comes to the crunch → **when it comes to the crunch**

if one doesn't like it one can lump it hoặc *like it or lump it* (khẩu ngữ) dùng khi muốn nói là người nói không quan tâm đến việc người khác có thích hay không thích lời nói hoặc việc làm của họ, vì họ đã quyết tâm nói hoặc làm điều ấy ■ *I told him the truth tonight. If he doesn't like it he can lump it.* • Tôi đã nói hết sự thật với anh ta tối hôm qua. Cho dù anh ta có thích hay không thì cũng thế thôi. ■ *That's the situation - like it or lump it!* • Tình huống là như vậy - dù thích hay không cũng phải chấp nhận.

if one's a day (dùng khi nói về tuổi của ai) ít nhất cũng là ■ *He must be 70 if he's a day!* • Ông ta chắc chắn ít nhất cũng là 70 tuổi rồi! ■ *She's 50 if she's a day.* • Bà ta ít nhất cũng là 50 tuổi rồi.

if push comes to shove → **when push comes to shove**

if sb put one's mind to it hoặc *when sb put one's mind to it* nói về ai đó có khả năng đạt được điều gì nếu như họ chịu quyết tâm, dồn mọi nỗ lực, nhất là khi trước đây chưa từng làm như vậy ■ *David could do really well in math if he put his mind to it.* • David có thể học thật sự tốt môn toán nếu anh ta tập trung nỗ lực vào đó.

if the cap fits (wear it) → **if the shoe fits (wear it)**

if the shoe fits (wear it) hoặc *if the cap fits (wear it)* (khẩu ngữ) dùng khi

if you can't stand the heat, get out of the kitchen

muốn bảo ai đó hãy tự xét xem một lời phê phán, chỉ trích nào đó có đúng với mình hay không, và nếu đúng thì hãy tự sửa đổi ■ *"So you're saying I'm a pig?" "Hey, if the shoe fits, wear it."* ● "Như vậy anh nói tôi là đồ con lợn hả?" "Này, anh nên tự xét mình đi thì hơn." ■ *I didn't actually say that you were lazy, but if the cap fits...* ● Tôi đã không thực sự nói rằng anh lười biếng, nhưng anh nên tự xét mình xem có đúng thế hay không. ■ *Some people here need to be quiet. If the shoe fits, wear it.* ● Một số người ở đây cần phải giữ im lặng. Ai làm ồn hãy tự biết mà thôi đi. ■ *This doesn't apply to everyone. If the shoe fits, wear it.* ● Điều này không áp dụng cho mọi người. Ai xét thấy đúng với mình thì hãy tự xử lấy.

if the spirit moves hoặc **when the spirit moves** hoặc **whenever the spirit moves** hoặc **anytime the spirit moves** thực hiện điều gì vào bất cứ khi nào thấy thích, không cần phải cân nhắc xem nên làm vào lúc nào hoặc những người khác sẽ nghĩ sao ■ *Nobert gambled, drank too much, and anytime the spirit moves him, would take off and not come back for maybe a month.* ● Nobert đánh bạc, uống rượu quá nhiều, và bất cứ khi nào thấy thích, liền ra đi và có thể là không trở về trong một tháng.

if worse comes to worst dùng trước khi đưa ra một giải pháp dự phòng cho tình huống xấu nhất có thể có ■ *If worse comes to worst and we lose the house, we can always move in with Annie's parents.* ● Nếu tình hình chuyển biến xấu nhất và chúng ta bị mất căn nhà, chúng ta vẫn luôn có thể dọn đến ở với cha mẹ của Annie. ■ *If worse comes to worst, we'll hire someone to help you.* ● Nếu tình hình trở nên xấu hơn nữa, chúng tôi sẽ thuê một ai đó để giúp đỡ anh. ■ *If worse comes to worst, I'll have borrow some money.* ● Nếu tình hình chuyển biến xấu hơn nữa, tôi sẽ phải vay một ít tiền.

if you ask me dùng để bày tỏ ý kiến riêng của mình về điều gì ■ *Their marriage was a mistake, if you ask me.* ● Theo ý tôi thì cuộc hôn nhân của họ là một sai lầm. ■ *If you ask me, she doesn't really want the job.* ● Theo ý tôi thì cô ấy không thực sự muốn công việc ấy.

if you believe that, you'll believe anything dùng để nhấn mạnh rằng ai đó thật ngớ ngẩn khi tin vào một điều rõ ràng là không thật ■ *"He promised not to do it again." "Sure, and if you believe that, you'll believe anything."* ● "Anh ấy đã hứa là sẽ không làm điều đó lần nữa." "Chắc rồi, và bạn phải ngốc lắm mới tin được như vậy."

if you can't beat 'em, join 'em Cách nói khôi hài, dùng trong trường hợp bạn bắt đầu làm một việc gì chỉ vì bạn đã không ngăn cản được người khác làm việc ấy ■ *"If you can't beat 'em, join 'em," I thought, and poured myself another drink.* ● "Đã không ngăn được thì tự mình hãy làm theo vậy." Tôi nghĩ như thế và tự rót cho mình một ly nữa. (**'em** là cách nói và viết lược của *them*).

if you can't stand the heat, get out of the kitchen không nên than phiền về những khó khăn trong tình huống của mình, nhất là khi chịu trách nhiệm về một việc quan trọng và phải giải quyết nhiều rắc rối ■ *As a politician, you get a lot of malicious attention from the* media. But that's part of the job - *if you can't stand the heat, get out of the kitchen.* • Là một chính trị gia, bạn phải nhận rất nhiều sự chú ý bới móc từ các phương tiện truyền thông. Nhưng đó là một phần của công việc - nếu bạn không chấp nhận được thì không nên theo công việc này. - Nghĩa đen của thành ngữ này là "không chịu được nóng thì hãy ra khỏi bếp", hàm ý những khó khăn của mỗi công việc là tất nhiên, và người khôn ngoan không chọn những công việc quá sức mình, thay vì đã chọn lấy mà còn kêu ca, than trách.

if you give sb half a chance → **given half a chance**

if you pay peanuts, you get monkeys dùng khi muốn nói rằng người chi trả tiền lương thấp sẽ không thể thuê được nhân công giỏi ■ *We have no hope of attracting the best applicants - if you pay peanuts, you get monkeys.* • Chúng ta không có hy vọng gì lôi cuốn được những ứng viên giỏi nhất - nếu bạn chi trả lương thấp, bạn chỉ có được những nhân công tồi.

if you want sth, sb is the man → **if you want sth, sb is your man**

if you want sth, sb is the woman → **if you want sth, sb is your man**

if you want sth, sb is your man hoặc *if you want sth, sb is your woman* hoặc *if you want sth, sb is the man* hoặc *if you want sth, sb is the woman* (khẩu ngữ) dùng khi muốn chỉ đến ai đó là người thích hợp nhất để giúp đỡ trong một công việc cụ thể đang nói đến ■ *If you want specific details on the new software, McGuire's your man.* • Nếu anh cần những chi tiết cụ thể về phần mềm mới, ông McGuire là người thích hợp nhất để giúp anh.

if you want sth, sb is your woman → **if you want sth, sb is your man**

ifs → **no buts**

ignorance is bliss không biết có khi lại tốt hơn, dùng khi muốn nói rằng nếu ai đó không biết về điều gì thì không phải lo sợ về điều ấy ■ *Ignorance is bliss to young readers of teen magazines, who could be turned off if they learned their TV idols are twice their age.* • Sự không biết có khi lại tốt hơn cho độc giả trẻ của các tạp chí thiếu niên, họ có thể sẽ chẳng thèm xem nữa nếu biết rằng các thần tượng trên ti-vi đều gấp đôi tuổi mình. ■ *Some doctors believe ignorance is bliss and don't give their patients all the facts.* • Một số bác sĩ cho rằng sự không biết có khi là tốt hơn, và không cho bệnh nhân biết tất cả sự thật.

ill → **bode well for**

ill at ease cảm thấy căng thẳng và bối rối hoặc lúng túng, nhất là trong một tình huống giao tiếp xã hội ■ *Jones is too ill at ease with public speaking to make a good politician.* • Jones quá lúng túng khi nói chuyện trước công chúng nên không thể là một chính trị gia tốt. ■ *I felt ill at ease in such formal clothes.* • Tôi cảm thấy lúng túng trong bộ y phục trang trọng đến thế. ■ *I feel ill at ease about the interview.* • Tôi cảm thấy lo lắng không yên tâm về buổi phỏng vấn. ■ *You look ill at ease. Please relax.* • Trông anh có vẻ lo lắng căng thẳng quá. Xin hãy thư giãn đi.

ill feeling(s) → **bad feeling(s)**

ill-gotten gains tiền bạc hay tài sản kiếm được bằng những cách không lương thiện hoặc phạm pháp - của phi nghĩa ■ *Fred cheated at cards and is now living on his ill-gotten gains.* ● Fred gian lận trong cờ bạc và giờ đây đang sống nhờ vào những của phi nghĩa. ■ *Mary is also enjoying her ill-gotten gains. She deceived an old lady into leaving her money in her will.* ● Mary hiện cũng đang hưởng những của phi nghĩa. Cô ta lừa dối một bà già để bà này để lại tiền bạc cho cô trong di chúc.

image → be the spitting image of sb

image → blacken one's name

imagination → figment of one's imagination

imagination → flight of fancy

imagination → leave nothing to the imagination

imagination → not by any stretch of the imagination

immemorial → from time immemorial

in → all in

in → all in all

in → be in for it

in a bad way (khẩu ngữ) đang bị ốm, hoặc đang trong tình trạng bối rối, hoặc rơi vào tình huống rất tồi tệ ■ *Jake couldn't leave Kathy. She was in such a bad way, feeling so depressed.* ● Jake không thể rời khỏi Kathy. Cô ấy đang trong tình trạng rất tồi tệ, cảm thấy quá thất vọng.

in a big way rất nhiều, đến một mức độ rất lớn, hoặc theo một cách toàn diện nhất ■ *Bookstores are moving onto the Internet in a big way.* ● Các hiệu bán sách đang chuyển lên mạng Internet với mức độ rất lớn.

in a coon's age (thông tục) một thời gian rất dài ■ *Ted! How are you? I haven't seen you in a coon's age.* ● Ted! Dạo này anh thế nào? Lâu quá rồi tôi không gặp anh.

in a daze rơi vào tình huống bối rối, lẫn lộn ■ *I've been in a complete daze since hearing the news.* ● Tôi đã hoàn toàn bối rối kể từ khi nghe tin.

in a dither không biết phải nói gì hoặc làm gì trước một sự việc bất ngờ hoặc gây lúng túng ■ *Everyone was in a dither yesterday when it suddenly started to snow.* ● Mọi người đều bị bất ngờ vào ngày hôm qua khi đột nhiên tuyết bắt đầu rơi.

in a fix rơi vào tình huống rắc rối, rất khó tìm ra được giải pháp ■ *The new bill will put the Ohio State Legislature in a fix since they have promised to back it but don't have the funds to do so.* ● Dự luật mới sẽ đặt cơ quan lập pháp của bang Ohio vào tình trạng rắc rối khó xử, vì họ đã hứa sẽ ủng hộ cho dự luật nhưng lại không có ngân quỹ để thực hiện. ■ *We're all in the same fix.* ● Tất cả chúng ta đều gặp phải cùng một rắc rối như nhau. ■ *We've got ourselves in a fix about this.* ● Chúng ta đã tự đưa mình vào tình huống khó khăn về chuyện này.

in a flash hoặc *like a flash* rất nhanh chóng và đột ngột ■ *The weekend seemed to be over in a flash.* ● Dịp cuối tuần dường như thoáng qua chỉ trong chớp mắt. ■ *The answer came to me like a flash.* ● Câu trả lời đã đến với tôi rất đột ngột. ■ *She was at his side in a flash.* ● Trong chớp mắt cô ấy đã ở bên anh ta.

in a fog (of) rơi vào tình huống cảm thấy rất bối rối, lẫn lộn và không thể suy nghĩ một cách rõ ràng ■ *Since our son's death, we've been living in a fog. It's very hard even to cope with ordinary life.* ● Từ sau cái chết của đứa con trai, chúng tôi sống trong một tình cảnh bối rối. Thậm chí khó khăn cả trong việc giải quyết những việc bình thường hằng ngày.

in a heartbeat nói về sự việc gì xảy ra rất nhanh hoặc được sẵn sàng thực hiện ngay không cần suy nghĩ ■ *If those guys ask you for anything, just give it to them. Don't say a word, because they'll kill you in a heartbeat.* ● Nếu mấy gã ấy mà hỏi bạn món gì, chỉ nên đưa ngay cho chúng. Đừng nói lại tiếng nào cả, bởi vì chúng sẽ giết bạn ngay không cần suy nghĩ. ■ *If I got the chance to travel abroad, I'd go in a heartbeat.* ● Nếu tôi có được cơ hội để đi ra nước ngoài, tôi sẽ đi ngay không cần suy nghĩ.

in a huff trong trạng thái giận dữ, bực tức vì đã bị ai đó xúc phạm ■ *I asked him if he wanted to eat with us, but he walked out in a huff.* ● Tôi hỏi xem anh ấy có muốn cùng đi ăn với chúng ta không, nhưng anh ấy đã bực tức bỏ đi. ■ *He said something to her and she went off in a huff.* ● Hắn đã nói gì đó với cô ta và cô ta giận dữ bỏ đi.

in a jiffy (khẩu ngữ) dùng khi muốn nói là sẽ đi đâu hoặc làm việc gì đó chỉ trong một thời gian rất ngắn, chỉ trong chốc lát ■ *If you can wait, I'll have those numbers for you in a jiffy.* ● Nếu anh có thể đợi, tôi sẽ có ngay cho anh những con số ấy chỉ trong chốc lát. ■ *I'll be with you in a jiffy.* ● Tôi sẽ có mặt với anh ngay trong chốc lát.

in a nutshell hoặc ***to put it in a nutshell*** hoặc ***that's it in a nutshell*** (khẩu ngữ) nói ngắn gọn, rõ ràng về những điểm chính trong một cuộc tranh cãi, thảo luận... ■ *"Is that all you're going to say about the problem of noise?" "In a nutshell, yes."* ● "Có phải đó là tất cả những gì bạn định nói về vấn đề tiếng ồn?" "Nói ngắn gọn là đúng như vậy." ■ *To put it in a nutshell, they weren't willing to make any changes.* ● Nói ngắn gọn, họ sẽ không sẵn lòng đưa ra bất cứ thay đổi nào.

in a pickle (cách dùng cũ) đang có những vấn đề khó giải quyết ■ *I'm in a real pickle here. Can you help me figure out my taxes?* ● Tôi đang thực sự gặp khó khăn đây. Anh có thể giúp tôi làm rõ những khoản thuế của tôi được không?

in a pig's eye (cách dùng cũ) dùng khi muốn tỏ ý không tin vào điều ai đó vừa nói ra ■ *"Dan got the highest mark on the math test." "In a pig's eye!"* ● "Dan đạt điểm cao nhất trong bài kiểm tra môn toán." "Khó tin quá!"

in a pinch 1. nói về điều gì có thể được thực hiện trong một tình huống cần thiết, cho dù bình thường người ta không làm như vậy ■ *The large back seat seats three adults very comfortably, or four in a pinch.* ● Ghế ngồi lớn ở phía sau ngồi được ba người thoải mái, hoặc bốn người khi cần thiết. 2. trong một tình huống khó khăn hoặc nguy hiểm ■ *Wilcox wants the team to know they can count on him in a pinch.* ● Wilcox muốn đội bóng biết rằng họ có thể tin cậy vào anh ta trong tình huống khó khăn.

in a snit bực tức, khó chịu một cách không hợp lý về chuyện gì ■ *"What's wrong with Lucy?" "She's in a snit about* *something again"* • "Có chuyện gì không ổn với Lucy vậy?" "Cô ta lại bực tức với chuyện vớ vẩn gì đó nữa rồi."

in a tight spot rơi vào một tình huống khó khăn hoặc nguy hiểm ▪ *I can pay off what I borrowed, but if they want the interest too, I'll be in a very tight spot.* • Tôi có thể chi trả hết những gì tôi đã mượn, nhưng nếu họ muốn cả tiền lãi, tôi sẽ rơi vào một tình huống rất khó khăn.

in a tizzy quá khích động hay lo lắng về một tình huống đến nỗi không thể suy nghĩ một cách sáng suốt hoặc không thể ứng xử một cách hợp lý ▪ *The president's visit to the city sent photographers into a tizzy last weekend.* • Cuộc viếng thăm thành phố của tổng thống đã làm cho các tay săn ảnh phải chạy cuống lên trong dịp cuối tuần qua.

in a vacuum tồn tại một cách riêng biệt với các sự việc khác và không có mối quan hệ nào cả ▪ *The committee will not be making decisions in a vacuum; it will call witnesses and examine documents.* • Ủy ban sẽ không tự mình đưa ra các quyết định; họ sẽ gọi các nhân chứng đến và khảo sát các tài liệu.

in a while → **after a while**

in a word dùng khi đưa ra một từ mà người nói cho là có thể tóm gọn được những gì đang đề cập đến ▪ *The show was fantastic, full of colour and life - in a word, sensational.* • Cuộc trưng bày thật tuyệt vời, đầy màu sắc và sống động - nói ngắn gọn là đầy cảm xúc. ▪ *I didn't like the doctor who visited. His bedside manner was, in a word, frightening.* • Tôi không thích ông bác sĩ đã đến thăm bệnh. Cung cách bên giường bệnh của ông ta, nói ngắn gọn là thật đáng sợ.

in a world of one's own trong trạng thái không nhận biết những gì xảy ra chung quanh vì đang theo đuổi những tư tưởng, cảm xúc... của riêng mình ▪ *When they're playing on the computer, they're in a world of their own.* • Khi họ đang chơi trên máy vi tính, họ không còn biết gì đến thế giới chung quanh.

in abeyance hiện không được sử dụng đến, hoặc đang bị dừng lại trong một thời gian ▪ *Legal proceedings are in abeyance, while further enquiries are made.* • Các tiến trình pháp lý đang tạm ngưng, trong khi công việc điều tra thêm nữa được thực hiện.

in abundance có rất nhiều, với số lượng rất nhiều ▪ *Fruit and vegetables grew in abundance on this island.* • Các loại rau quả mọc rất nhiều trên đảo này. ▪ *The evidence is there in abundance.* • Chứng cứ đã quá nhiều ra đấy rồi.

in accord with sb → **in accord with sth**

in accord with sth hoặc *in accord with sb* đồng ý với ai hoặc phù hợp theo với tinh thần, ý tưởng của người hay sự việc nào đó ▪ *This action would not be in accord with our policy.* • Hành động này hẳn là không phù hợp với chính sách của chúng ta. ▪ *Botanists are not in complete accord with how many species exist.* • Các nhà thực vật học không hoàn toàn đồng ý với nhau về việc có bao nhiêu loài đang tồn tại. ▪ *Our bad working conditions are not in accord with international standards.* • Những điều kiện làm việc tồi tệ của chúng tôi không phù hợp với các tiêu chuẩn quốc tế.

in accordance with theo đúng với quy định hoặc sự chỉ dẫn của ai đó ■ *You must do that in accordance with legal requirements.* • Anh buộc phải làm điều đó theo với những đòi hỏi của pháp luật. ■ *We acted in accordance with my parents' wishes.* • Chúng tôi đã hành động theo những mong ước của cha mẹ chúng tôi. ■ *He was sent to Europe in accordance with the terms of the contract.* • Ông ta được gửi đến châu Âu theo các điều khoản của hợp đồng.

in actual fact → **in fact**

in addition (to sth) điều được nêu lên tiếp theo một yếu tố đã nói, với mối quan hệ bổ sung ■ *In addition to these arrangements, extra ambulances will be on duty until midnight.* • Cùng với những sự sắp đặt này, các xe cứu thương tăng cường sẽ trực cho đến nửa đêm. ■ *There is, in addition, one further point to make.* • Còn có thêm một điểm nữa để nêu lên. ■ *The key to success is that people must gain valuable work experience and, in addition, employers can afford to employ them.* • Chìa khóa để đi đến thành công là người ta phải có những kinh nghiệm quý báu trong công việc, và thêm vào đó, các chủ thuê có đủ khả năng để thuê họ. ■ *In addition to the twins, Jason has another child by his first wife.* • Ngoài cặp sinh đôi ra, Jason còn có một đứa con khác với người vợ đầu tiên.

in advance (of sth) xảy ra trước một sự kiện khác hoặc trước một thời điểm nào đó ■ *You should learn English years in advance if you want to go to college.* • Bạn nên học tiếng Anh trước nhiều năm nếu như bạn muốn vào đại học. ■ *The rent is due one month in advance.* • Tiền thuê đến hạn trả trước một tháng. ■ *It's cheaper if you book the tickets in advance.* • Nếu bạn đặt mua vé trước sẽ rẻ hơn. ■ *People were evacuated from the coastal regions in advance of the hurricane.* • Người ta đã di tản khỏi các vùng ven biển trước cơn bão. ■ *Details of the meeting had been circulated well in advance.* • Những chi tiết của buổi họp đã được lan truyền khá lâu từ trước. ■ *Parents are sent a reading list a few weeks in advance of the start of the school year.* • Các bậc cha mẹ được gửi cho một danh sách các bài đọc mấy tuần lễ trước khi bắt đầu năm học. ■ *Galileo's ideas were well in advance of the age in which he lived.* • Những ý tưởng của Galileo vượt xa trước thời đại mà ông sống.

in aggregate hoặc *in the aggregate* gom lại, tính chung tất cả thành một tổng số duy nhất ■ *Businesses are, in the aggregate, deeper in debt than ever before.* • Công việc kinh doanh nhìn chung đang lún sâu vào nợ nần hơn bao giờ hết.

in all but name nói về người hay sự vật có phẩm chất, tính cách hoàn toàn giống như người hay sự vật khác, nhưng không được gọi bằng tên gọi ấy ■ *The set of values and beliefs taught in public schools is a religion in all but name.* • Hệ thống các giá trị và niềm tin được giảng dạy ở các trường công hoàn toàn là một kiểu tôn giáo, chỉ khác ở tên gọi thôi. ■ *He runs the company in all but name.* • Ông ta hoàn toàn điều hành công ty nhưng không chính thức có danh xưng. → *in name only*

in all cả thảy, tất cả, tính chung ■ *There were twelve of us in all for dinner.* • Chúng tôi có tất cả 12 người ăn tối.

■ *That's $100 in all.* ● Hết 100 đô-la cả thảy. ■ *In all, there are over 120 languages spoken in London's schools.* ● Tính chung có hơn 120 ngôn ngữ được dùng ở các trường học của London.

in all conscience → **in conscience**

in all my born days (cách dùng cũ) dùng để nhấn mạnh là chưa bao giờ đã từng trải qua hoặc tiếp xúc với điều gì ■ *They kept shouting at each other - I'd never seen such fights in all my born days.* ● Bọn họ tiếp tục quát tháo với nhau - tôi chưa từng thấy một trận ẩu đả nào như thế trước đây. ■ *I've never heard such nonsense in all my born days.* ● Từ trước đến nay tôi chưa từng nghe những lời vô nghĩa đến như thế.

in an ivory tower nói về một người bị giới hạn trong công việc hoặc quan điểm của mình, đến nỗi không hiểu biết gì về mọi người và những khó khăn thông thường của họ ■ *It's easy for Thompson in his academic ivory tower to be critical - he doesn't realize how much work involved in helping abused children.* ● Thật dễ dàng cho Thompson khi thu mình trong quan điểm học thuật để phê phán - ông ta không nhận ra được khối lượng công việc nhiều như thế nào trong việc giúp đỡ trẻ em bị lạm dụng.

in any case 1. trong bất cứ trường hợp nào, bất chấp điều gì đã xảy ra hoặc sẽ xảy ra ■ *There's no point complaining now - we're leaving tomorrow in any case.* ● Giờ đây than phiền cũng chẳng ích gì - cho dù có gì đi nữa thì ngày mai chúng tôi cũng sẽ ra đi. ■ *Traffic may be bad, but in any case we'll be there in time for dinner.* ● Đường sá có thể khó khăn, nhưng trong bất cứ trường hợp nào chúng ta cũng sẽ đến đó kịp ăn tối. 2. dùng khi đưa ra thêm thông tin để làm rõ cho điều đã nói trước đó ■ *Nobody saw her on the train. In any case, she probably didn't have enough money for a ticket.* ● Không có ai đã nhìn thấy cô ấy trên xe lửa. Hơn thế nữa, có thể là cô ấy đã không có đủ tiền để mua vé.

in any circumstances → **under any circumstances**

in any event hoặc *at all events* dùng để nhấn mạnh điều gì luôn luôn xảy ra trong bất cứ trường hợp nào, bất chấp mọi yếu tố liên quan ■ *I think she'll agree to do it but in any event, all she can say is "no".* ● Tôi nghĩ là cô ấy sẽ đồng ý làm điều đó, nhưng trong tất cả mọi trường hợp, tất cả những gì cô ấy có thể nói chỉ là lời từ chối. ■ *The main witness was probably lying, but in any event the prosecution's case was very weak.* ● Nhân chứng chính cũng có thể là đã nói dối, nhưng trong bất cứ trường hợp nào bên nguyên vẫn rất yếu ớt. (- nghĩa là các chứng cứ buộc tội rất mong manh, không thuyết phục)

in apple-pie order gọn gàng, ngăn nắp ■ *The maid left the house in apple-pie order.* ● Người hầu phòng đã để lại căn nhà rất gọn gàng ngăn nắp. ■ *Like a good secretary, she kept the boss's desk in apple-pie order.* ● Như một thư ký giỏi, cô ấy sắp xếp bàn giấy của ông chủ hết sức gọn gàng ngăn nắp.

in as far as → **in so far as**

in behalf of sb hoặc *in one's behalf* nhằm mục đích giúp đỡ ai ■ *We collected money in behalf of the homeless.* ● Chúng tôi quyên góp tiền bạc để giúp đỡ những người không nhà.

in black and white 1. được thể hiện rõ ràng trên văn bản, giấy trắng mực đen ■ *I looked at the lease and it's there in black and white - we are not allowed to keep pets.* • Tôi nhìn vào hợp đồng thuê nhà và thấy rõ ràng trên giấy trắng mực đen - chúng tôi không được phép nuôi giữ thú. ■ *To avoid misunderstandings, the head of our department won't agree to anything unless it is in black and white.* • Để tránh những sự hiểu lầm, người đứng đầu cơ quan chúng tôi không đồng ý với bất cứ điều gì trừ khi được trình bày bằng văn bản. ■ *I never thought they'd put it in black and white on the front page.* • Tôi không bao giờ nghĩ là họ lại in nó rõ ràng lên trang nhất. ■ *We've got her confession right here in black and white.* • Chúng tôi đã có được lời thú tội của cô ta bằng văn bản ngay ở đây. 2. phán đoán, nhận xét hoặc mô tả điều gì một cách hết sức đơn giản, chỉ xét ở hai mặt đối nghịch nhau như tốt hoặc xấu, trắng hoặc đen, nghĩa là loại bỏ mọi chi tiết phức tạp, tế nhị ■*Everything is black and white with her. You can't ask her to see the subtleties of the situation.* • Mọi việc đều đơn giản đối với cô ấy. Bạn không thể yêu cầu cô ấy xem xét những khía cạnh tế nhị của vấn đề. ■ *Derrick is a great friend, but he often annoys me because he only sees things in black and white.* • Derrick là một người bạn tuyệt vời, nhưng anh ta thường làm tôi bực mình vì anh ta chỉ nhìn sự việc một cách quá đơn giản. ■ *It's a complex issue, but he only sees it in black and white.* • Đó là một vấn đề phức tạp, nhưng anh ta chỉ nhìn nó một cách rất đơn giản. ■ *This is not a black-and-white decision.* • Đây không phải là một quyết định đơn giản dễ dàng có được.

in brief rất ngắn gọn, không đề cập đến chi tiết ■ *In brief, that meeting was a disaster.* • Nói ngắn gọn, buổi họp ấy là một tai họa. ■ *Now the rest of the news in brief.* • Bây giờ là phần tóm lược tin tức. ■ *The plan is to change the radio station's style: in brief, less talk and more music.* • Kế hoạch sẽ làm thay đổi phong cách đài truyền thanh: nói ngắn gọn là, ít nói hơn và tăng thêm âm nhạc. ■ *I only heard the news in brief.* • Tôi chỉ nghe phần tin tóm lược.

in broad daylight xảy ra một cách công khai trong điều kiện rất nhiều người dễ dàng nhìn thấy ■ *Johnson was arrested on Saturday for grabbing a teacher's purse in broad daylight.* • Johnson đã bị bắt hôm thứ Bảy vì tội công khai giật ví của một giáo viên ngay giữa ban ngày. ■ *The robbery occurred in broad daylight, in a crowded street.* • Vụ cướp xảy ra giữa ban ngày, trên một đường phố đông đúc.

in business (khẩu ngữ) sẵn sàng thực hiện công việc gì ■ *You've got the paint - I'll get the brushes. OK, now we're in business.* • Anh đã lấy được sơn. - Tôi sẽ đi lấy mấy cây cọ sơn. Được rồi, giờ thì chúng ta đã sẵn sàng cho công việc.

in camera nói về một phiên tòa, được tổ chức trong phòng kín không có sự hiện diện của báo chí, công chúng ■ *The trial was held in camera.* • Vụ xử được tiến hành trong phòng kín.

in capable hands → **in safe hands**

in care hoặc *into care* nói về trẻ em, sống dưới sự chăm sóc của một tổ chức từ thiện thay vì là được chăm sóc bởi cha mẹ ■ *The two girls were taken into care after their parents were killed.* • Hai bé gái được đưa vào sống trong cô nhi viện sau khi cha mẹ chúng bị giết. ■ *She spent 12 years in care.* • Cô ấy đã sống 12 năm trong cô nhi viện.

in case hoặc *just in case* 1. dự phòng về điều gì đó có thể xảy ra ■ *You'd better take the keys in case I'm out.* • Tốt hơn là anh nên mang chìa khóa để phòng khi tôi không có nhà. ■ *Take an umbrella in case it rains.* • Hãy mang theo dù để phòng khi trời có mưa. ■ *In case you can't come, give me a call before I leave for work.* • Trong trường hợp anh không thể đến, hãy gọi điện cho tôi trước khi tôi đi làm. ■ *I'll make some sandwiches, just in case we get hungry later on.* • Tôi sẽ làm ít bánh mì kẹp thịt, để phòng khi lát nữa chúng ta có đói. ■ *You probably won't need to call - but take my number, just in case.* • Có thể là anh không cần thiết phải gọi - nhưng cứ ghi số điện thoại của tôi để phòng hờ. 2. dùng để giải thích, giải tỏa một mối nghi ngờ khi không có ai nói ra ■ *In case you're wondering why Jo's here - let me explain...* • Trong trường hợp như anh có thắc mắc vì sao Jo lại ở đây, hãy để tôi giải thích... ■ *In case you were wondering, I'm here to see your younger brother, not you.* • Trong trường hợp như anh có thắc mắc, tôi đến đây để gặp em trai anh, không phải để gặp anh. 3. dự phòng cách xử lý một tình huống xấu trong tương lai ■ *In case of bad weather, the wedding will be held indoors.* • Trong trường hợp thời tiết xấu, lễ cưới sẽ được tổ chức trong nhà. ■ *In case of fire, ring the alarm bell.* • Trong trường hợp có hỏa hoạn, hãy rung chuông báo động.

in character with sth cùng một kiểu cách, phong cách với sự vật gì khác ■ *The new wing of the museum was not really in character with the rest of the building.* • Phần mở rộng mới của nhà bảo tàng không thực sự cùng một kiểu với cả tòa nhà.

in chorus đồng thanh, cùng nói lên một lúc ■ *"Good morning, Mrs Fulton," the children answered in chorus.* • "Chào bà Fluton," bọn trẻ đồng thanh đáp lại. ■ *"Thank you," they said in chorus.* • "Xin cảm ơn," họ đồng thanh lên tiếng.

in cold blood (nói về người bị giết) do sự cố ý, không phải trong lúc đánh nhau hoặc do sự hốt hoảng hay nóng giận, nghĩa là kẻ giết người đã hoàn toàn cố ý ■ *He had killed two policemen in cold blood, and he knew that they would never stop looking for him.* • Hắn đã cố ý giết chết hai nhân viên cảnh sát, và hắn biết là họ sẽ không bao giờ ngừng việc truy tìm hắn.

in common with cũng giống như, theo cùng một phương cách ■ *Britain, in common with other European countries, has abolished the death penalty.* • Vương quốc Anh, cũng giống như các quốc gia châu Âu khác, đã hủy bỏ án tử hình. ■ *Our country, in common with many other industrialized countries, has experienced major changes over the last 100 years.* • Đất nước của chúng tôi, cũng giống như nhiều quốc gia công nghiệp hóa khác, đã trải qua những thay đổi lớn lao trong 100 năm qua.

in company with xuất hiện cùng với nhau hoặc xảy ra đồng thời với nhau ■ *She arrived in company with the ship's captain.* • Cô ấy đến cùng với viên thuyền trưởng của tàu. ■ *The US dollar went through a difficult time, in company with the oil market.* • Đồng đô-la Mỹ đã trải qua một giai đoạn khó khăn, cùng lúc với thị trường dầu mỏ. ■ *Germany, in company with France, refused to lift the ban.* • Nước Đức, cùng lúc với nước Pháp, đã từ chối việc bãi bỏ lệnh cấm vận.

in comparison → **by comparison**

in conformity with sth phù hợp theo với những quy tắc nào đó ■ *These regulations are in conformity with European law.* • Những quy định này là phù hợp theo với luật pháp châu Âu.

in conjunction with cùng với, kèm theo với ■ *The police are working in conjunction with tax officers on the investigation.* • Cảnh sát đang làm việc cùng với các viên chức ngành thuế trong vụ điều tra. ■ *The system is designed to be used in conjunction with a word processing program.* • Hệ thống được thiết kế để dùng kèm với một chương trình xử lý văn bản. ■ *This diet will only work in conjunction with regular exercise.* • Chế độ ăn này sẽ chỉ có hiệu quả khi được kèm theo với việc luyện tập đều đặn.

in connection with vì những lý do có quan hệ đến ■ *A man has been arrested in connection with the murder of the teenager.* • Một người đàn ông đã bị bắt vì có quan hệ đến vụ giết hại người thiếu niên. ■ *I am writing to you in connection with your recent job application.* • Tôi viết thư cho ông để nói về lá đơn xin việc gần đây của ông. ■ *Police want to talk to him in connection with his wife's disappearance.* • Cảnh sát muốn nói chuyện với ông ta về sự mất tích của vợ ông ta.

in conscience hoặc *in all conscience* hoặc *in good conscience* theo những chuẩn mực được tin là đúng đắn, công bằng, hợp đạo lý ■ *We cannot in all conscience refuse to help.* • Lương tâm không cho phép chúng tôi từ chối giúp đỡ. ■ *I cannot in all conscience cast my vote against the defendant.* • Lương tâm không cho phép tôi bỏ phiếu chống lại bị cáo.

in consequence (of sth) hoặc *as a consequence* là kết quả dẫn đến bởi điều gì ■ *The child was born deformed in consequence of an injury to its mother.* • Đứa trẻ sinh ra dị dạng là kết quả dẫn đến bởi một chấn thương của mẹ nó. ■ *It had been a humiliating day for Flora and she bore the director a grudge in consequence.* • Đó là một ngày đáng xấu hổ cho Flora và kết quả của điều ấy là cô ta mang mối hiềm hận với đạo diễn. ■ *She has lived in Paris, and as a consequence speaks French fluently.* • Cô ấy đã từng sống ở Paris và do đó mà nói được tiếng Pháp lưu loát.

in consideration of sth sự trao đổi hoặc chi trả cho điều gì ■ *This is just a small sum in consideration of your services.* • Đây chỉ là một số tiền nhỏ chi trả cho những công việc phục vụ của anh.

in contemplation đang được xem xét, cân nhắc ■ *By 1613 even more desperate measures were in contemplation.* • Cho đến năm 1613, ngay cả những biện pháp ít hy vọng hơn cũng được xem xét đến.

in contention for sth có cơ hội, khả năng sẽ đạt đến điều gì ■ *Only three teams are now in contention for the championship.* • Giờ đây chỉ có 3 đội là có cơ may giành chức vô địch. ■ *We are still in contention for the first title.* ● Chúng ta vẫn còn có cơ may giành được danh hiệu đứng đầu.

in contradistinction to sth trái với, ngược lại với điều gì ■ *Lionesses, in contradistinction to the females of other animals, are the hunters.* ● Sư tử cái là con vật săn mồi, trái với những con giống cái của các loài thú khác.

in convoy (nói về xe cộ) đi chung thành một đoàn ■ *We drove in convoy because I didn't know the route.* ● Chúng tôi lái xe đi chung thành một đoàn bởi vì tôi không biết đường đi.

in course of sth trải qua một tiến trình cụ thể nào đó ■ *The new textbook is in course of preparation.* ● Sách giáo khoa mới đang trong quá trình chuẩn bị.

in deep doo-doo (khẩu ngữ) cách nói khôi hài, có nghĩa là đang ở trong một tình huống xấu hoặc nguy hiểm, hoặc đang bị ai khác tức giận ■ *Caroline told Dad what you said, and now you're in deep doo-doo at home.* ● Caroline đã nói lại với cha những gì anh nói, và giờ đây thì anh đang gặp nguy ở nhà rồi đấy. - *doo-doo* là một từ dùng cho trẻ con, khi người nói muốn tránh dùng từ *shit*, có nghĩa là đi ỉa. Vì thế, nếu không phải là một ngữ cảnh rất thân mật thì không nên dùng thành ngữ này, để tránh gây khó chịu cho người nghe.

in deep shit (khẩu ngữ) rơi vào tình huống rất khó khăn, hoặc gặp rắc rối vì bị người khác tức giận ■ *Somebody saw Brad hit the other car, and they called the cops. He's in pretty deep shit with his folks right now.* ● Có ai đó nhìn thấy Brad đụng vào chiếc xe kia, và họ gọi cảnh sát. Anh ta giờ đây đang gặp rắc rối to với gia đình rồi.

in deep water hoặc *into deep water* tình huống có nhiều rắc rối, khó khăn để có thể đạt được điều gì, nhất là khi không có đủ khả năng, kiến thức về vấn đề ■ *Psychologists can get into deep water trying to explain everything in terms of early life experiences.* ● Các nhà tâm lý học có thể gặp nhiều khó khăn trong việc cố gắng giải thích mọi việc về những kinh nghiệm trải qua đầu đời.

in default of sth nói về điều gì đã xảy ra là vì thiếu một điều kiện nào đó ■ *They accepted what he had said in default of any evidence to disprove it.* ● Họ chấp nhận những gì anh ta nói chỉ vì thiếu chứng cứ để bác bỏ.

in demand được nhiều người cần đến ■ *Good secretaries are always in demand.* ● Những thư ký giỏi luôn được nhiều người cần đến. ■ *Our software is in demand all over the world.* ● Phần mềm của chúng tôi được nhiều người cần đến trên khắp thế giới.

in depth một cách chi tiết và toàn diện ■ *I haven't looked at the report in depth yet.* ● Tôi chưa đọc thật kỹ toàn bộ bản báo cáo. ■ *We have to spend much more time if this is an in-depth study.* ● Chúng ta phải mất rất nhiều thời gian hơn nếu như đây là một cuộc nghiên cứu chi tiết và toàn diện. ■ *This subject will be covered in depth next term.* ● Chủ đề này sẽ được đề cập chi tiết và toàn diện trong phần tiếp theo. ■ *We discussed the issue in some depth.* ● Chúng tôi đã thảo luận vấn đề đến một mức độ chi tiết và toàn diện.

in dire straits trong tình huống rất khó khăn và nghiêm trọng, nhất là vì không có đủ tiền bạc ■ *The losses in the securities market put the company in dire straits.* ● Những khoản thua lỗ trên thị trường chứng khoán đã đẩy công ty vào tình huống rất khó khăn.

in dribs and drabs chia ra nhiều phần nhỏ, rời rạc, không trọn vẹn một lần ■ *News from the war zone has coming in dribs and drabs.* ● Tin tức từ mặt trận đến một cách rời rạc từng phần một. ■ *The loan should be repaid soon, but not in dribs and drabs.* ● Món nợ phải sớm được hoàn trả, nhưng không phải là từng phần. (- nghĩa là phải trả hết một lần) ■ *She paid me in dribs and drabs, not all at once.* ● Cô ấy đã chi trả cho tôi dần dần từng ít một, không trả hết một lần.

in due course vào thời điểm thích hợp, đúng lúc và không sớm hơn (thường dùng trong các thư từ giao dịch văn phòng, doanh nghiệp, trong các buổi họp, hoặc các bài diễn văn...) ■ *Your request will be dealt with in due course.* ● Yêu cầu của anh sẽ được giải quyết vào lúc thích hợp. ■ *We will announce the results of our investigation in due course.* ● Chúng tôi sẽ thông báo những kết quả cuộc điều tra của chúng tôi vào lúc thích hợp. ■ *Thank you, Mr. Rodriguez. I'll let you know my decision in due course.* ● Cám ơn ông, Rodriguez. Tôi sẽ cho ông biết quyết định của tôi vào thời điểm thích hợp.

in earnest 1. với mức độ nghiêm trọng, căng thẳng hơn, hoặc mạnh mẽ hơn, nhiều nỗ lực hơn so với trước đó ■ *The building work on the house will begin in earnest on Monday.* ● Công việc xây dựng tòa nhà sẽ bắt đầu căng thẳng hơn vào thứ Hai. ■ *That was when our troubles started in earnest.* ● Đó là khi mà những rắc rối của chúng tôi bắt đầu nghiêm trọng hơn. ■ *She was crying in earnest now.* ● Giờ thì cô ấy đã khóc thảm thiết hơn nữa. ■ *After the rainy season, building work can begin in earnest.* ● Sau mùa mưa, công việc xây dựng có thể bắt đầu căng thẳng hơn trước. 2. nói ra điều gì một cách hoàn toàn nghiêm túc, không chút đùa cợt ■ *When I said I wanted to help you, I was in earnest.* ● Khi tôi nói tôi muốn giúp đỡ anh, tôi hoàn toàn nghiêm túc đấy. ■ *You may laugh but I'm in deadly earnest.* ● Các anh có thể cười, nhưng tôi thật sự hết sức nghiêm túc đấy. ■ *I could tell she spoke in earnest.* ● Tôi có thể nói chắc là cô ta nói ra một cách hoàn toàn nghiêm túc.

in effect 1. dùng khi muốn nhấn mạnh thực chất của vấn đề là gì ■ *In effect, the two systems are identical.* ● Thực ra, hai hệ thống là giống hệt như nhau. ■ *His wife had, in effect, run the government for the past six months.* ● Thực ra, bà vợ của ông ta đã điều hành chính phủ trong 6 tháng qua. ■ *By asking for these particular qualifications, you are, in effect, excluding most women from applying.* ● Bằng việc đòi hỏi những phẩm chất đặc biệt này, thực ra là anh đã loại trừ hầu hết phụ nữ khỏi việc nộp đơn xin việc. ■ *In effect, this means we'll all have to work longer hours for the same pay.* ● Thực ra, điều này có nghĩa là tất cả chúng ta sẽ phải làm việc nhiều giờ hơn với mức lương giữ nguyên. 2. được sử dụng, áp dụng ■ *These laws are in effect in twenty states.* ● Những luật này được áp dụng ở 20 tiểu bang. ■ *There's still a flood watch in effect across much of southwestern Ohio.* ● Việc quan sát theo dõi lũ lụt vẫn còn được áp dụng trên phần lớn miền tây nam bang Ohio.

in embryo đã hiện hữu, manh nha nhưng chưa phát triển được đầy đủ, trọn vẹn ▪ *This idea already existed in embryo in his earlier novels.* • Ý tưởng này vốn đã manh nha từ trong những cuốn tiểu thuyết trước đây của ông ta.

in essence dùng để nhấn mạnh khía cạnh quan trọng nhất của một vấn đề ▪ *What she is saying, in essence, is that the law does not protect against this type of sexual abuse.* • Những gì cô ấy đang muốn nói, quan trọng nhất, là luật pháp không bảo vệ chống lại kiểu lạm dụng tình dục này. ▪ *In essence, your situation isn't so different from mine.* • Điều quan trọng nhất là, tình huống của anh không quá khác biệt so với tình huống của tôi.

in evidence hiện diện ở nơi nào một cách rõ ràng, dễ thấy ▪ *The police were much in evidence at today's demonstration.* • Cảnh sát đã có mặt rất lộ liễu trong cuộc biểu tình ngày hôm nay.

in fact hoặc *in actual fact* 1. dùng khi đưa thêm thông tin cụ thể, chi tiết hơn về điều vừa nói trước đó ▪ *I used to live in France; in fact, not far from where you're going.* • Tôi đã từng sống ở Pháp; thật ra là không xa nơi mà hiện nay anh đang sống. ▪ *She's a friend of mine, a very close friend in fact.* • Cô ấy là một người bạn của tôi, thật ra là bạn rất thân đấy. 2. dùng để nhấn mạnh điều trái ngược hoặc rất đáng ngạc nhiên so với thông tin trước đó ▪ *I thought the work would be difficult. In actual fact, it's very easy.* • Tôi tưởng là công việc hẳn phải khó khăn. Thật ra nó lại rất dễ dàng. ▪ *I haven't seen him for years. In fact, I can't even remember what he looks like.* • Tôi đã không gặp anh ta trong nhiều năm. Thật ra, tôi thậm chí không thể nhớ nổi hình dáng anh ta như thế nào nữa. ▪ *In actual fact, she was quite right.* • Trong thực tế cô ta đã hoàn toàn đúng. ▪ *He was paid money for a job that did not in fact exist.* • Anh ta được trả tiền cho một công việc mà thực ra đã không hề có thật.

in fairness dùng để bênh vực ai hoặc biện giải cho một điều có vẻ không hợp lý ▪ *In all fairness to him, he did try to stop her leaving.* • Thật công bằng mà nói, anh ta quả đã cố ngăn không cho cô ấy ra đi. ▪ *I have in fairness to say that, as yet, there is no hard evidence to support these charges.* • Tôi có thể nói một cách công bằng là, cho đến nay, không có chứng cứ thuyết phục nào để hỗ trợ cho những lời buộc tội này. ▪ *I should say in fairness to him, that he's quite a shrewd politician.* • Tôi cũng nên nói cho công bằng với ông ta, ông ta là một nhà chính trị hết sức sắc bén.

in favour of 1. tán thành, ủng hộ cho người hay một sự việc ▪ *He argued in favour of a strike.* • Ông ta biện luận tán thành một cuộc đình công. ▪ *There were 247 votes in favour of the motion and 152 against.* • Đã có 247 phiếu ủng hộ bản đề nghị và 152 phiếu chống. ▪ *The council voted 11-3 in favour of providing the extra money.* • Hội đồng đã bỏ phiếu với tỷ lệ 11-3 ủng hộ việc cung cấp thêm tiền phụ trội. ▪ *I'm all in favour of equal pay for equal work.* • Tôi hoàn toàn ủng hộ việc chi trả bằng nhau cho những công việc như nhau. ▪ *Most of the "don't knows" in the opinion polls came down in favour of the Democrats.* •

Hầu hết những người chưa nghiêng về bên nào trong cuộc thăm dò ý kiến cuối cùng đã ủng hộ đảng Dân chủ. ■ *They have come down very strongly in favour of the proposed merger.* • Họ cuối cùng đã hết sức mạnh mẽ ủng hộ cho đề nghị hợp nhất. ■ *Those in favour of the motion, please raise your hands now.* • Những ai ủng hộ cho bản đề nghị, bây giờ xin vui lòng đưa tay lên. ■ *Then he outlined the arguments in favour of the proposed changes.* • Rồi thì ông ta vạch ra những lý lẽ để ủng hộ cho các đề nghị thay đổi. ■ *I am all in favour of trying to find ways to save money.* • Tôi hoàn toàn ủng hộ việc cố gắng tìm ra những phương cách để tiết kiệm tiền bạc. 2. chọn lựa điều gì tốt đẹp hơn để thay thế một điều khác trước đó ■ *He abandoned teaching in favour of a career as a musician.* • Ông ta từ bỏ công việc giảng dạy để chọn thay thế bằng sự nghiệp của một nhạc sĩ. ■ *Manchester was rejected in favour of Liverpool as the new site.* • Manchester đã không được chọn và thay thế vào đó là Liverpool như là địa điểm mới.

in fighting form → **in fighting trim**

in fighting trim hoặc *in fighting form* hoặc *in good trim* đang sung sức, có điều kiện sức khỏe tốt hoặc được tổ chức tốt ■ *Despite his long spell away from the game, Harris was in fighting trim Monday.* • Bất chấp thời gian khá lâu không thi đấu, Harris vẫn trong điều kiện sức khỏe tốt vào hôm thứ Hai. *He keeps in trim by running every day.* • Anh ta duy trì điều kiện sức khỏe tốt bằng cách tập chạy mỗi ngày. ■ *The team need to get in trim for the coming season.* • Đội bóng cần có được điều kiện tổ chức tốt cho mùa bóng sắp đến.

in fine fettle hoặc *in good fettle* (cách dùng cũ) trong trạng thái, điều kiện khỏe mạnh và hoạt động tốt ■*This morning, Elise was in fine fettle - laughing, joking, and clowning around, almost as if she'd never been sick.* • Sáng nay Elise đã khỏe mạnh hoàn toàn - cười đùa và pha trò khắp nơi, như thể là cô ta chưa từng bị ốm. ■ *The team is in fine fettle.* • Đội bóng đang trong trạng thái khỏe mạnh. ■ *Park Foods is in fine fettle after selling off all non-core businesses.* • Park Foods đang trong tình trạng tốt sau khi đã bán hết những mặt hàng phụ.

in fits and starts hoặc *by fits and starts* xảy ra theo một tiến trình ngắt quãng, không liên tục ■*Research into the site at Pompeii continues in fits and starts whenever the archaeologists can find the money.* • Nghiên cứu về vị trí của Pompeii tiếp tục được thực hiện một cách ngắt quãng mỗi khi các nhà khảo cổ có được tài trợ. ■ *Because of other commitments I can only write my book in fits and starts.* • Vì nhiều công việc khác, tôi chỉ có thể viết cuốn sách của mình theo cách không liên tục.

in flat dùng với một quãng thời gian để nhấn mạnh tính chính xác ■ *They changed the front wheel in three minutes flat.* • Họ đã thay bánh xe trước đúng trong 3 phút. (chính xác là 3 phút, không hơn không kém)

in force 1. nói về người, có số lượng rất đông ■ *Protesters turned out in force.* • Những người phản đối hóa ra là rất đông. ■ *Demonstrators came in force when he arrived in Stockholm.* • Những người biểu tình trở nên rất đông đảo khi ông ta đến Stockholm. 2. nói về luật lệ, quy định, đang có hiệu lực, đang được sử dụng ■ *The new regulations are now in force.* ● Những quy định mới giờ đây hiện đang có hiệu lực. ■ *The ban on arms exports remains in force.* ● Lệnh cấm xuất khẩu vũ khí vẫn còn có hiệu lực. ■ *The new tax regulations come into force next week.* ● Những quy định thuế mới sẽ có hiệu lực vào tuần tới.

in front 1. nằm về phía trước nhưng không xa lắm ■ *Their house is the one with the big garden in front.* ● Nhà của họ là căn nhà có khu vườn lớn nằm phía trước. ■ *I overtook the car in front.* ● Tôi vượt qua mặt chiếc xe hơi phía trước. 2. nằm ở vị trí dẫn đầu trong một cuộc đua hoặc tranh tài chưa kết thúc ■ *Their team is currently in front with a lead of six points.* ● Đội của họ hiện đang dẫn đầu với khoảng cách trội hơn 6 điểm. ■ *Owen scored to put his team in front.* ● Owen ghi bàn đưa đội của anh ta lên dẫn trước.

in front of 1. nằm ở phía trước nhưng không cách xa lắm ■ *The car in front of me stopped suddenly and I had to brake.* ● Chiếc xe ngay phía trước tôi dừng đột ngột và tôi buộc phải thắng lại. ■ *The bus stops right in front of our house.* ● Xe buýt dừng ngay phía trước nhà chúng tôi. ■ *He was standing in front of me in the line.* ● Anh ta đứng xếp hàng ngay phía trước tôi. ■ *She spends all day sitting in front of her computer.* ● Cô ấy suốt ngày ngồi trước máy tính của mình. (cô ấy làm việc suốt) ■ *She is now entitled to put "Professor" in front of her name.* ● Cô ấy giờ đây được quyền đặt danh hiệu "Giáo sư" ngay phía trước tên mình. ■ *In front of her, the motorway stretched for miles.* ● Phía trước cô ta, con đường chạy dài tới hàng dặm. 2. thực hiện điều gì trước sự hiện diện, chứng kiến của ai ■ *The match took place in front of a crowd of 60,000 people.* ● Trận đấu diễn ra trước sự chứng kiến của một đám đông hơn 60.000 người. ■ *Please don't talk about it in front of the children.* ● Xin vui lòng đừng nói về điều đó trước mặt bọn trẻ. ■ *I would never say this in front of my mother.* ● Tôi hẳn là sẽ không bao giờ nói điều này trước mặt mẹ tôi. 3. nói về thời gian, vẫn còn sắp đến, chưa trôi qua ■ *Don't give up. You still have your whole life in front of you.* ● Đừng bỏ cuộc. Anh vẫn còn cả một cuộc đời phía trước. (đời vẫn còn dài và mọi việc có thể tiếp tục) ■ *I think she's got a brilliant career in front of her.* ● Tôi nghĩ là cô ta có một tương lai xán lạn đang còn ở phía trước.

in front of one's (very) eyes → **before one's (very) eyes**

in full bloom nói về cây, đang độ nở rộ hoa ■ *The roses were in full bloom.* ● Những bụi hồng đang nở rộ hoa. ■ *He loved watching the garden come into bloom.* ● Ông ấy rất thích ngắm khu vườn đang nở rộ hoa.

in full cry nói ra điều gì hoặc la hét ồn ào với sự nhiệt tình sôi nổi ■ *The Leeds supporters were in full cry.* ● Những người ủng hộ đội Leeds la hét sôi nổi. ■ *By the next day the tabloids were in full cry, calling for the government to take immediate action or stand down.* ● Đến ngày kế tiếp, những tờ báo lá cải đã ồn ào lên tiếng kêu gọi chính phủ phải có hành động tức thì hoặc là từ chức.

in full flood → **in full flow**

in full flow hoặc *in full flood* 1. được thực hiện với nhiệt tình cao độ hoặc được dành cho rất nhiều công sức, hoặc có liên quan đến rất nhiều sự việc hoặc nhiều người khác ■ *His family had come to Oklahoma in 1817, when the wave of migration from the East was in full flow.* ● Gia đình anh ta đã đến Oklahoma vào năm 1817, khi làn sóng người nhập cư từ phương Đông đang lên đến cao độ. 2.nói huyên thuyên, không để cho ai có thể xen vào ■ *I didn't want to interrupt him when he was in full flow.* ● Tôi không muốn cắt ngang khi anh ta đang thao thao bất tuyệt. ■ *As usual, Tom was in full flow.* ● Cũng như mọi khi, Tom cứ nói huyên thuyên không dứt.

in full swing nói về một sự kiện, tiến trình... đã thực sự bắt đầu được một thời gian và tiến dần đến đỉnh điểm sôi động của nó ■ *The party was in full swing on the floor below.* ● Bữa tiệc đã diễn ra đến lúc sôi động ở tầng dưới.

in future hoặc *in the future* kể từ lúc này sắp tới ■ *Please be more careful in future.* ● Từ nay trở đi hãy cẩn thận hơn nữa. ■ *In future, make sure the door is never left unlocked.* ● Từ nay sắp tới phải đảm bảo là không bao giờ để cửa không khóa. ● *In future, ask before you borrow my clothes.* ● Từ nay trở đi hãy hỏi tôi trước khi anh mượn quần áo của tôi.

in general 1.thông thường, trong đa số trường hợp ■ *In general, Japanese cars are very reliable and breakdowns are rare.* ● Thông thường thì xe hơi của Nhật rất đáng tin cậy và việc chết máy rất hiếm có. ■ *In general, my view is that politicians who break the law should be punished.* ● Thường thì quan điểm của tôi là, những nhà chính trị nào vi phạm pháp luật cần phải bị xử phạt. ■ *I don't think people in general give much thought to the environment.* ● Tôi không nghĩ là người ta thường nghĩ nhiều đến môi trường. 2.nhìn chung, nói chung ■ *This is a crucial year for your relationships in general and your love life in particular.* ● Đây là một năm cực kỳ quan trọng cho những mối quan hệ của anh nói chung và cho cuộc sống yêu đương nói riêng. ■ *In general, the standard of your work is very high.* ● Nói chung thì chuẩn mực công việc của anh là rất cao.

in good company đã có không ít người, nhất là những người quan trọng hoặc đáng kính nể, cũng rơi vào hoàn cảnh tương tự - vì thế nên không có gì phải xấu hổ hoặc bối rối vì không hoàn thành tốt được công việc ■*He was ashamed to admit that heading the CIA was so difficult. But he was in good company. The job had been hard for the fourteen men before him as well.* ● Ông ta đã phải xấu hổ thừa nhận rằng việc đứng đầu cơ quan CIA là quá khó khăn. Nhưng không chỉ là riêng với ông ta. Công việc này cũng đã là khó khăn cho 14 người đi trước ông. ■ *If you worry about your relationship with your teenage son or daughter, you are in good company. Many parents share these worries.* ● Nếu anh đang lo lắng về mối quan hệ của mình với cậu con trai hay cô con gái mới lớn, anh không hề đơn độc. Nhiều bậc cha mẹ cũng chia sẻ những mối lo lắng này.

in good conscience → **in conscience**

in good faith tin vào điều gì đang làm là đúng thật, lương thiện, không có chủ ý lừa dối hoặc sai trái ■ *We printed the report in good faith but have now learnt that it was incorrect.* ● Chúng tôi không có ý lừa dối khi in bản báo cáo, nhưng giờ đây chúng tôi biết ra rằng nó không chính xác. (vì trước đây chúng tôi tưởng rằng nó chính xác) ■ *He bought the painting in good faith.* ● Ông ta không có ý xấu khi mua bức tranh. (ông ta không hề biết rằng nó là hàng ăn cắp) ■ *I borrowed the money in good faith, but now I can't pay it back.* ● Tôi không có ý xấu khi mượn tiền, nhưng giờ đây tôi không đủ khả năng trả lại.

in good fettle → **in fine fettle**

in good trim → **in fighting trim**

in harness 1. làm công việc thông thường của mình, tức là phần việc thuộc về nghề nghiệp, nhất là sau một thời gian không làm việc vì lý do gì đó ■ *A good agency will help you to get a job, and also prepare you for the first few months in harness.* ● Một cơ quan giới thiệu việc làm tốt sẽ giúp bạn tìm được công việc, và cũng chuẩn bị cho bạn trong mấy tháng làm việc đầu tiên. 2. *(with sb)* làm việc phối hợp chặt chẽ với ai để đạt được điều gì ■ *They'll be working in harness with other doctors to compile the report.* ● Họ sẽ phối hợp chặt chẽ với các bác sĩ khác để soạn thảo bản báo cáo. ■ *We worked in harness on our last job.* ● Chúng tôi đã làm việc phối hợp chặt chẽ với nhau trong công việc vừa qua.

in high dudgeon tâm trạng hết sức tức giận của ai vì đã bị người khác đối xử rất tồi tệ, nhất là khi người nói cho rằng sự tức giận ấy là ngốc nghếch ■ *She left in high dudgeon, without speaking to anyone.* ● Bà ta giận dữ bỏ đi, không nói gì với ai cả.

in high gear diễn ra một cách thành công và đầy sinh lực ■ *The program is in high gear, and we feel it is helping a lot of children in the area.* ● Chương trình rất thành công và chúng tôi nghĩ là nó đang giúp đỡ cho rất nhiều trẻ em trong vùng.

in hog heaven → **in seventh heaven**

in hot water hoặc *into hot water* gặp phải rắc rối với người đang có quyền lực vì nói ra hoặc làm điều gì sai trái ■ *This is not the first time that Durenberger has been in hot water with the Senate Ethics Committee.* ● Đây không phải là lần đầu tiên Durenberger gặp rắc rối với Ủy ban phụ trách đạo đức của quốc hội.

in its entirety toàn bộ, tất cả, thay vì chỉ trích ra từng phần ■ *This poem is too long to quote in its entirety.* ● Bài thơ này quá dài không thể trích dẫn toàn bộ được. ■ *The film should be shown in its entirety or not at all.* ● Bộ phim nên được trình chiếu trọn vẹn hoặc là không chiếu gì cả. (- nghĩa là đừng nên chiếu từng phần)

in its wake hoặc *leave sth in its wake* hoặc *bring sth in its wake* nói về một tình huống xấu theo sau hoặc được tạo ra bởi một sự kiện nào đó ■ *A tornado ripped through Madison County Tuesday, leaving $40 million worth of destruction in its wake.* ● Một cơn bão tràn qua Madison County hôm thứ Ba để lại sau đó một sự thiệt hại đến 40 triệu đô-la.

in league with sb liên kết ngấm ngầm với ai nhằm mục đích đạt được điều gì, nhất là khi không mấy ưa thích người đó, hoặc không thấy hài lòng với việc đang làm ■ *Soon after the trial, it was discovered that the managers were in* *league with the Mafia.* • Không bao lâu sau vụ xét xử, người ta khám phá ra rằng các ông giám đốc đã liên kết với bọn Mafia.

in leaps and bounds → **by leaps and bounds**

in low gear diễn ra một cách chậm chạp, uể oải ■ *My life seemed to be grinding along in low gear.* • Cuộc sống của tôi dường như đang trôi qua một cách uể oải.

in mint condition nói về món đồ cũ nhưng vẫn còn trong điều kiện rất tốt - thường dùng trong các quảng cáo bán đồ cũ ■ *He has some computers for sale in mint condition.* • Ông ta có một số máy vi tính cũ vẫn còn rất tốt đưa ra bán.

in more ways than one dùng để nhấn mạnh điều gì xảy ra hoặc có ý nghĩa đúng thật theo nhiều cách khác nhau, hoặc do nơi nhiều lý do khác nhau ■ *Wearing black leather can be hot in more ways than one.* • Mặc đồ da màu đen có thể bị nóng vì nhiều nguyên nhân khác nhau.

in my book (khẩu ngữ) dùng để nói lên ý kiến riêng của mình, nhất là khi muốn nhấn mạnh rằng không giống với ý kiến của người khác ■ *In my book, the Bulls' defense makes them the best team in the league.* • Theo nhận xét riêng của tôi, hàng phòng ngự của đội Bulls đã giúp họ trở thành đội chơi hay nhất trong cả liên đoàn. ■ *That's cheating in my book.* • Theo ý tôi thì đó là lừa bịp. ■ *He's the greatest athlete of all time, in my book.* • Theo ý tôi thì anh ta là vận động viên vĩ đại nhất của mọi thời đại.

in name alone → **in name only**

in name only hoặc *in name alone* nói về người hay vật có phẩm chất, tính cách hoàn toàn khác biệt với tên gọi ■ *The Black Hills are hills in name only - they are actually classified as mountains.* • Những ngọn "Đồi Đen" chỉ được mang tên là "đồi" thế thôi - thực ra chúng được xếp loại là những ngọn núi. ■ *He's party leader in name only.* • Ông ta là lãnh đạo đảng chỉ trên danh nghĩa. → *in all but name*

in next to no time → **in no time (at all)**

in no time (at all) hoặc *in next to no time* nói về điều gì xảy ra quá nhanh chóng, nhất là gây ra sự ngạc nhiên ■ *If you follow the doctor's instructions, you'll be back on your feet in no time.* • Nếu anh theo đúng các hướng dẫn của bác sĩ, anh sẽ hồi phục sức khỏe rất nhanh chóng.

in no uncertain terms đưa ra điều gì một cách rõ ràng, cứng rắn và thường là có phần giận dữ ■ *Students have to be told in no uncertain terms that drug use will not be tolerated on school grounds.* • Học sinh phải được bảo cho biết một cách rõ ràng dứt khoát là việc sử dụng ma túy trong nhà trường sẽ không được tha thứ.

in one breath hoặc *all in one breath* nói quá nhanh một hơi dài không ngừng lại, nhanh như líu lưỡi, thường là trong lúc kích động ■ *Ann said all in one breath, "Hurry, quick! The parade is coming."* • Ann nói thật nhanh một hơi: "Nhanh, nhanh lên! Đám diễu hành đang đến kìa." ■ *Jane was in a play, and she was so excited that she said in one breath.* • Jane đang diễn kịch, và cô ta quá khích động đến nỗi cô nói thật nhanh một hơi. ■ *Tom can say the alphabet all in one* *breath.* • Tom có thể đọc một hơi hết cả bảng chữ cái.

in one fell swoop hoặc *at one fell swoop* cùng lúc thực hiện rất nhiều điều, hoặc chỉ bằng một quyết định, một hành vi... để giải quyết hoặc gây ra rất nhiều việc ■ *Someone had pressed the wrong key and deleted all the files in one fell swoop.* • Một người nào đó đã nhấn phím sai và xóa sạch tất cả các hồ sơ trong cùng một lúc. ■ *If the new law is passed, it will remove press freedom in one fell swoop.* • Nếu luật mới được thông qua, nó sẽ cùng lúc xóa bỏ hoàn toàn quyền tự do báo chí. ■ *In one fell swoop he's destroyed everything we've achieved in the last year.* • Chỉ trong một lúc anh ta đã phá hủy đi tất cả mọi thứ mà chúng tôi đã đạt được trong năm qua.

in one go → **at one go**

in one's backyard hoặc *in one's own backyard* rất gần gũi, ngay chung quanh nơi ai đó sống hoặc làm việc ■ *The new administration, which sees itself as a champion of human rights, should take a look at the injustices that are happening in their own backyard.* • Chính quyền mới vốn tự xem mình là đi đầu trong lĩnh vực nhân quyền, có lẽ nên tự xét lại những bất công đang diễn ra ngay quanh họ. ■ *The residents didn't want a new factory in their backyard.* • Người dân không muốn có một nhà máy mới trong vùng của họ. ■ *The party leader is facing opposition in his own backyard.* • Người lãnh đạo đảng đang đối mặt với sự chống đối ngay trong nội bộ. ■ *It's not the kind of thing you expect to happen in your own backyard.* • Đó không phải là loại sự việc mà bạn chờ đợi xảy ra ngay chung quanh mình.

in one's behalf → **in behalf of sb**

in one's birthday suit không mặc quần áo, để da trần ■ *The kids went running around in their birthday suits.* • Lũ trẻ trần truồng chạy quanh khắp nơi.

in one's care → **in the care of sb**

in one's clutches → **the clutches of**

in one's confidence được tin cậy đến mức biết được những điều bí mật của ai ■ *He is said to be very much in the President's confidence.* • Nghe nói rằng ông ta rất được tổng thống tin cậy tiết lộ cả những điều bí mật.

in one's cups (cách dùng cũ) say rượu ■ *He gets very maudlin when he's in his cups.* • Anh ta trở nên nói năng ngớ ngẩn khi say rượu.

in one's day 1. trong thời gian ai đó đang rất thành đạt ■ *She was a great dancer in her day.* • Lúc còn đang thành đạt, cô ấy là một vũ nữ rất tuyệt vời. 2. vào lúc ai đó còn trẻ ■ *In my day, there were plenty of jobs when you left school.* • Hồi tôi còn trẻ, có rất nhiều việc làm khi bạn rời khỏi trường học. ■ *In Grandfather's day, owning a television was very unusual.* • Hồi ông nội còn trẻ, có được một cái ti-vi là chuyện rất khác thường.

in one's dreams (khẩu ngữ) dùng khi muốn nói rằng điều ai đó đang hy vọng là rất khó có khả năng xảy ra ■ *"I know I'm going to get into Yale." "Yeah, in your dreams!"* • "Tôi biết là tôi sẽ vào được đại học Yale." "Ừ, có mà trong mơ đấy!" ■ *"I'll be a manager before I'm 30." "In your dreams."* • "Tôi sẽ làm giám đốc trước năm 30 tuổi." "Có mà nằm mơ đấy."

in one's employ làm việc cho ai để nhận tiền công ■ *How long has she been in your employ?* ● Cô ấy làm thuê cho anh bao lâu rồi?

in one's favour theo chiều hướng có lợi cho ai ■ *The exchange rate is in our favour at the moment.* ● Tỷ giá hối đoái hiện nay là có lợi cho chúng ta. ■ *She was willing to bend the rules in Mary's favour.* ● Cô ấy sẵn sàng bẻ cong luật lệ theo hướng có lợi cho Mary. ■ *The court decided in Ms Smith's favour and she received compensation for unfair dismissal.* ● Tòa án đã quyết định nghiêng về bà Smith và bà ta nhận được tiền bồi thường vì bị đuổi việc không công bằng. ■ *The delay might actually work in our favour.* ● Sự trì hoãn có lẽ là thực sự có lợi cho chúng ta.

in one's good graces được ai đó chú ý đến và yêu thích, nhất là do kết quả của một việc đã làm ■ *People came from all over to praise Eikman and try to get into his good graces.* ● Người ta kéo đến từ khắp nơi để ca ngợi Eikman và cố giành cho được sự chú ý của anh ta. ■ *Johnson appears to be back in the government's good graces.* ● Johnson có vẻ như đã giành lại được sự ủng hộ của chính phủ.

in one's hands → **in the hands of sb**

in one's heart of hearts thật sự biết rõ điều gì là sự thật, cho dù không muốn chấp nhận hay tin vào ■ *We all wanted to support Eileen and her dream to be an actress, but in our heart of hearts, we knew it wasn't going to happen.* ● Chúng tôi đều muốn ủng hộ Eileen và giấc mơ trở thành diễn viên của cô ấy, nhưng từ trong thâm tâm, chúng tôi biết điều đó sẽ không xảy ra.

in one's mind's eye trong trí tưởng tượng hoặc trí nhớ của ai ■ *I could see in my mind's eye the exact dress that I wanted.* ● Tôi có thể tưởng tượng rõ ràng trong đầu chiếc áo dài mà tôi muốn như thế nào.

in one's own backyard → **in one's backyard**

in one's own good time 1. vào thời điểm ai đó đã tự cảm thấy là sẵn sàng và thích hợp, không phụ thuộc vào ý muốn của những người khác ■ *He'll tell us his plans in his own good time.* ● Anh ấy sẽ nói với chúng ta những kế hoạch của anh ta vào lúc nào tự anh ta thấy là thích hợp. 2. làm việc hay học tập ngoài thời gian đã được trả lương, hoặc ngoài thời gian quy định học tập tại trường ■*An individual who writes a computer program will own the copyright to it if he wrote it in his own time, using his own equipment.* ● Một cá nhân viết ra một chương trình máy tính sẽ được giữ bản quyền chương trình ấy nếu như anh ta viết nó ngoài giờ làm việc và sử dụng thiết bị của riêng mình. 3.thực hiện điều gì với đầy đủ thời gian cần thiết mà không phải vội vã, gấp rút ■ *Take a few days to think it over and let us know in your own time when you make a decision.* ● Hãy dành ra vài ba ngày để suy nghĩ kỹ về điều đó và cho chúng tôi biết vào lúc nào cũng được khi anh đã quyết định.

in one's shoes 1. dùng để nói lên điều mình sẽ làm nếu ở vào một tình huống cụ thể nào đó của ai ■ *"Kate can't decide whether to quit her job or not." "Well, if I were in her shoes, I would wait and see what other jobs were available before I quit."* ● "Kate không thể quyết định là liệu có nên bỏ việc hay không." "À, nếu tôi mà ở vào hoàn cảnh của cô ta, tôi sẽ đợi xem có sẵn những công việc nào khác trước khi bỏ việc ấy." 2. hoặc *walk in one's shoes* hoặc *stand in one's shoes* biết được, hiểu được tình huống của một người khác nhờ vào kinh nghiệm đã trải qua của mình ■ *I decided to work with troubled teenagers because I have walking in their shoes, and I understand their problems.* • Tôi quyết định làm việc với các thiếu niên đang gặp khó khăn bởi vì tôi đã từng trải qua hoàn cảnh của họ, và tôi hiểu được những rắc rối của họ.

in safe hands hoặc *in capable hands* về một tình huống, sự việc được giao phó cho một người đáng tin cậy, đủ năng lực cần thiết ■ *Don't worry, Kara's in safe hands. Dr. Peter is the best surgeon I know.* • Đừng lo, Kara hiện rất an toàn. Bác sĩ Peter là nhà phẫu thuật giỏi nhất mà tôi biết. ■ *Can I leave these matters in your capable hands?* • Tôi có thể giao phó những vấn đề này vào bàn tay khéo léo của bạn chăng?

in seventh heaven hoặc *in hog heaven* ở vào trạng thái cực kỳ sung sướng, hạnh phúc ■ *Ever since Paul got involved with that girl from work, he's been in seventh heaven.* • Kể từ khi Paul làm quen được với cô gái ấy ở chỗ làm, anh ta thấy cực kỳ hạnh phúc. ■ *Now that he's been promoted he's in seventh heaven.* • Bởi vì anh ta đã được đề bạt, anh ta thấy cực kỳ sung sướng. ■ *She's been in seventh heaven ever since she landed that job.* • Cô ấy hết sức sung sướng kể từ khi tìm được công việc ấy.

in single file nối tiếp nhau theo một đường dài ■ *They made their way in single file along the cliff path.* • Họ đi thành một hàng dài dọc theo con đường mòn trên sườn núi.

in small doses (khẩu ngữ) chỉ thích gần gũi với ai hay làm việc gì đó trong một thời gian ngắn thôi ■ *I can only stand horror movies in very small doses.* • Tôi chỉ có thể xem các phim kinh dị một đôi lần thôi. ■ *I can only put up with Dave in small doses.* • Tôi chỉ có thể chịu đựng được Dave trong một thời gian ngắn thôi.

in so far as hoặc *in as far as* trong chừng mực, mức độ được nói đến ■ *That's the truth, in so far as I know it.* • Trong phạm vi tôi được biết thì đó là sự thật.

in so many words nói ra điều gì rất rõ ràng và thẳng thắn, đôi khi gây bối rối hoặc xúc phạm đến người khác ■ *Cara doesn't like me, and she made it clear in so many words.* • Cara không thích tôi, và cô ấy đã làm rõ điều ấy một cách thẳng thắn. → *not in so many words*

in spades dùng để nhấn mạnh về điều gì đang xảy ra hoặc được thực hiện với mức độ rất nhiều, rất rộng rãi ■ *Recently, Eric had been low on good spirits and laughter, but now he had them in spades.* • Gần đây Eric có tâm trạng không mấy tốt và ít cười vui, nhưng giờ đây tâm trạng anh ta đã khá lên rất nhiều. (luôn có tâm trạng tốt và thường cười vui)

in that event nếu như điều gì đó xảy ra, trong trường hợp đó ■ *In that event, we will have to reconsider our offer.* • Trong trường hợp đó, chúng tôi sẽ phải xem xét lại đề nghị của mình.

in the abstract theo một cách chung chung, không đề cập đến người hay vật hay tình huống cụ thể ■ *Legal questions rarely exist in the abstract; they are based on real cases.* ● Những vấn đề pháp lý rất hiếm khi tồn tại một cách chung chung, chúng được dựa trên những trường hợp thực tế. ■ *I'm just talking in the abstract now.* ● Hiện giờ tôi chỉ nói chung chung thế thôi.

in the aggregate → **in aggregate**

in the air một cảm giác bao trùm hết thảy mọi người ■ *There was a hint of panic in the air yesterday as the markets fell to their lowest point this month.* ● Hôm qua, không khí hoảng hốt đã bao trùm khắp nơi khi các thị trường tụt giảm xuống đến điểm thấp nhất trong tháng này. ■ *There's romance in the air.* ● Bầu không khí lãng mạn bao trùm khắp nơi. ■ *There was a feeling in the air that it was time for a change.* ● Có một cảm giác lan rộng khắp nơi là đã đến lúc để thay đổi. ■ *Spring is in the air.* ● Bầu không khí mùa xuân lan tỏa khắp nơi.

in the altogether (cách dùng cũ) trần truồng, không mặc quần áo ■ *She was in the altogether when someone knocked at the door.* ● Cô ấy không mặc quần áo gì cả khi có ai đó gõ cửa.

in the ascendant trở nên mạnh mẽ hơn hoặc được ưa chuộng nhiều hơn ■ *British pop music is once again in the ascendant.* ● Nhạc pop của Anh lại một lần nữa được ưa chuộng nhiều hơn.

in the back of one's mind → **at the back of one's mind**

in the ballpark hoặc *in the same ballpark* hoặc *in the right ballpark* gần đúng, suýt soát như đã dự tính ■ *We really don't know how many cars are on the road, but 1,200 a day seems to be in the ballpark.* ● Chúng tôi thực sự không biết là có bao nhiêu xe hơi, nhưng con số 1.200 chiếc mỗi ngày có lẽ là gần đúng.

in the blink of an eye xảy ra hoặc thay đổi rất nhanh - chỉ trong chớp mắt ■ *Her mood could change from despair to excitement in the blink of an eye, and change back again just as quickly.* ● Chỉ trong chớp mắt, cảm xúc của cô ấy đã thay đổi từ thất vọng sang phấn khích, và rồi thay đổi ngược lại cũng nhanh như vậy.

in the buff → **in the raw**

in the can đã hoàn tất, được thực hiện xong ■ *When this third show is finished, 26 programs will be in the can, ready for final editing.* ● Khi màn thứ ba này hoàn tất, 26 chương trình sẽ được thực hiện xong, sẵn sàng cho việc biên tập lần cuối.

in the cards → **on the cards**

in the care of sb hoặc *in one's care* sống dưới sự chăm sóc, bảo vệ của ai ■ *After she died, her child was left in the care of her friends.* ● Sau khi bà ấy chết, đứa con bà bỏ lại sống dưới sự chăm sóc của những người bạn. ■ *You won't come to any harm while you're in their care.* ● Anh sẽ không bị bất cứ sự tổn hại nào khi đang được họ bảo vệ.

in the catbird seat hoặc *be sitting in the catbird* (khẩu ngữ) đang ở trong một vị trí có lợi thế ■ *Coleman is smiling about his new role as head of the council. "I'm sitting in the catbird seat at least for a while," he said.* ● Coleman đang mỉm cười với vị trí mới là người đứng đầu hội đồng. Anh ta nói: "Tôi đang ở một cương vị có lợi, ít nhất là trong lúc này."

in the circumstances → **under the circumstances**

in the clear không còn trong tình trạng nguy hiểm hoặc không còn bị nghi ngờ là có tội ■ *It seems that the original suspect is in the clear.* ● Dường như là nghi phạm ban đầu hoàn toàn không còn bị nghi ngờ nữa.

in the closet giữ bí mật việc mình là người đồng tính luyến ái ■ *Gay people work at all levels of broadcasting, but most are still very much in the closet.* ● Những người đồng tính luyến ái làm việc ở mọi cấp độ trong ngành truyền thông, nhưng hầu hết vẫn giữ kín bí mật việc đồng tính luyến ái.

in the clutch hoặc *in a clutch situation* trong một tình huống rất khó khăn (thường dùng trong thể thao) ■ *We played badly in the first haft, but we came through in the clutch.* ● Chúng tôi chơi rất tệ trong hiệp đầu, nhưng chúng tôi đã vượt qua được hoàn cảnh khó khăn.

in the cold light of day thời điểm mà những khó khăn, kích động đã trôi qua, và người ta có thể có đủ bình tĩnh, sáng suốt để suy nghĩ đúng đắn hơn về sự việc ■ *In the cold light of day, the arguments all seemed so ridiculous.* ● Khi mọi sự đã lắng dịu, tất cả những lời tranh cãi đều dường như là quá ngốc nghếch. ■ *These things always look different in the cold light of day.* ● Mọi sự việc đều luôn luôn được nhìn khác đi khi người ta đã có đủ bình tĩnh.

in the course of sth hoặc *over the course of sth* hoặc *during the course of sth* trong một khoảng thời gian cụ thể được nói đến ■ *The insurance covers you if you are injured in the course of your employment.* ● Công ty bảo hiểm sẽ thanh toán cho bạn nếu bạn bị thương trong thời gian làm việc. ■ *He's seen many changes in the course of his long life.* ● Ông ấy đã chứng kiến nhiều thay đổi trong suốt cuộc đời lâu dài của mình. ■ *The company faces major challenges over the course of the next few years.* ● Công ty đối mặt với những thách thức lớn trong suốt mấy năm sắp tới. ■ *During the course of the morning I learned a lot about that project.* ● Trong suốt buổi sáng tôi đã học hỏi rất nhiều về dự án ấy.

in the course of time trong tương lai, khi một quãng thời gian thích hợp đã trôi qua - cuối cùng rồi ■ *It is possible that in the course of time a cure for cancer will be found.* ● Rất có thể là cuối cùng rồi một phương thuốc chữa bệnh ung thư sẽ được tìm thấy. (sau khi đã trải qua một quãng thời gian thích hợp nào đó) ■ *Don't worry, it will all become clear in the course of time.* ● Đừng lo lắng, mọi việc cuối cùng rồi đều sẽ trở nên rõ ràng.

in the dark hoàn toàn không biết về điều gì ■ *She arrived at the meeting as much in the dark as everyone else.* ● Cô ấy đến dự buổi họp cũng hoàn toàn không biết gì như bao nhiêu người khác. ■ *We are still very much in the dark about how the money was lost.* ● Chúng tôi vẫn hoàn toàn không biết gì về việc tiền bạc đã mất mát như thế nào.

in the distance từ một khoảng cách xa nhưng vẫn còn nghe hoặc thấy được

■ *We saw lights in the distance.* ● Chúng tôi nhìn thấy những ánh đèn từ rất xa. ■ *Alice stood staring into the distance.* ● Alice đứng đó nhìn chăm chăm vào khoảng xa. ■ *Five miles of sand stretched away into the distance.* ● Bãi cát 5 dặm trải dài ra xa mút mắt. ■ *The peak of the palace could be seen in the distance.* ● Đỉnh cao của tòa lâu đài có thể được nhìn thấy từ rất xa. ■ *His gaze shifted, and he stared into the distance.* ● Anh ta chuyển tầm nhìn, và nhìn chăm chăm vào khoảng xa.

in the doghouse gây khó chịu, bực mình cho người khác bằng việc làm của mình ■ *I have to be home on time tonight or else I'll be in the doghouse again.* ● Tối nay tôi phải về nhà đúng giờ, nếu không sẽ gây ra khó chịu cho mọi người lần nữa.

in the end 1. cuối cùng, sau một quãng thời gian cụ thể hoặc sau một loạt tất cả các sự kiện ■ *He tried various jobs and in the end became an accountant.* ● Anh ta đã thử qua mọi công việc và cuối cùng trở thành một nhân viên kế toán. ■ *In the end, we decided not to buy it.* ● Cuối cùng chúng tôi quyết định không mua nó. 2. điều có giá trị quyết định cuối cùng sau khi mọi yếu tố khác đã được xem xét ■ *You can try your best to impress the interviewers but in the end it's often just a question of luck.* ● Anh có thể cố hết sức mình để tạo ấn tượng với những người phỏng vấn, nhưng điều quyết định cuối cùng thường chỉ là vấn đề vận may thôi.

in the event 1. khi tình huống đang được nói đến thực sự xảy ra ■ *I got very nervous about the exam, but in the event, I needn't have worried; it was really easy.* ● Tôi đã rất căng thẳng về kỳ thi, nhưng khi nó thực sự diễn ra, tôi không cần phải lo lắng gì; nó quả thực là dễ dàng. 2. nếu như, trong trường hợp một tình huống nào đó xảy ra ■ *In the event of an accident, call this number.* ● Trong trường hợp có tai nạn, hãy gọi điện cho số này. ■ *Sheila will inherit everything in the event of his death.* ● Sheila sẽ thừa kế mọi thứ nếu như ông ta chết. ■ *In the event of a crash, these added safety features may be lifesavers.* ● Trong trường hợp có xảy ra một vụ va chạm, những tính năng an toàn được thêm vào này có thể cứu được tính mạng.

in the extreme dùng để nhấn mạnh mức độ của một sự việc ■ *The journey would be dangerous in the extreme.* ● Chuyến đi có thể là sẽ hết sức nguy hiểm. ■ *It is unlikely in the extreme that she will change her mind.* ● Hoàn toàn không có khả năng nào là cô ấy sẽ thay đổi ý kiến.

in the eye of the storm hoặc *at the eye of the storm* (thường dùng trong các bản tin báo chí, truyền hình...) rơi vào giữa tình huống khó khăn, rắc rối, thường là do đã gây ra sự bực tức, giận dữ hoặc tranh cãi cho nhiều người ■ *Serrano's photograph "Piss Christ" put him in the eye of the storm.* ● Bức ảnh "Piss Christ" của Serrano đã đẩy anh ta vào tình huống đầy rắc rối.

in the eyes of the law xét về mặt pháp luật; theo những quy định của pháp luật ■ *In the eyes of the law she is guilty though few ordinary people would think so.* ● Theo quy định của pháp luật thì cô ấy có tội, mặc dù không mấy người bình thường lại nghĩ như thế. ■ *In the eyes of the law, theft is a less* serious crime than handling stolen goods. ● Theo quy định của pháp luật thì việc trộm cắp là một tội ít nghiêm trọng hơn việc tiêu thụ hàng ăn cắp.

in the face of sth 1. chấp nhận thực hiện điều gì cho dù phải đối mặt với những khó khăn, nguy hiểm có thể có ■ *Rescue teams are doing magnificent work in the face of the chaos and destruction caused by the floods.* ● Các đội cứu hộ đang thực hiện nhiệm vụ cao cả của mình ngay trong sự hỗn độn và hủy hoại gây ra do những cơn lũ lụt. ■ *She showed great courage in the face of danger.* ● Cô ấy đã bày tỏ sự gan dạ cực kỳ ngay trong tình huống rất nguy hiểm. ■ *The campaign continued in the face of great opposition.* ● Chiến dịch vẫn tiếp diễn ngay cả với sự phản đối mạnh mẽ. ■ *They won in the face of stiff competition from all over the country.* ● Họ đã chiến thắng ngay cả với sự cạnh tranh gay gắt từ khắp nơi trong nước. 2. như là kết quả dẫn đến của một điều gì ■*He was unable to deny the charges in the face of new evidence.* ● Hắn ta đã không thể phủ nhận được lời buộc tội trước những chứng cứ mới.

in the family hoặc *all in the family* chuyện riêng trong gia đình, chuyện cần giữ kín (thường dùng với *keep*) ■ *Don't tell anyone else. Please keep it all in the family.* ● Đừng nói cho ai nghe hết. Xin hãy giữ bí mật. ■ *He only told his brother because he wanted it to remain in the family.* ● Anh ta chỉ nói cho anh mình nghe vì anh muốn giữ kín chuyện trong gia đình.

in the final analysis hoặc *in the last analysis* điều quan trọng nhất sau khi đã xem xét, cân nhắc đủ mọi yếu tố ■ *In the final analysis, humour is a matter of individual interpretation.* ● Điều quan trọng cuối cùng là, khôi hài là vấn đề cách hiểu của mỗi cá nhân. ■ *In the final analysis, it is up to the students to decide.* ● Điều quan trọng cuối cùng là, sự quyết định tùy thuộc nơi các sinh viên.

in the firing line → **on the firing line**

in the first flight → **in the top flight**

in the first flush of sth vào một giai đoạn mà sự việc nào đó còn mới mẻ, sôi động và mạnh mẽ ■ *He came to Paris in the first flush of youth.* ● Anh ta đã đến Paris ở tuổi thanh xuân đầy nhiệt huyết. ■ *She was still in the first flush of her huge success.* ● Cô ấy vẫn còn trong giai đoạn đang lên mạnh mẽ của sự thành công cực kỳ lớn lao.

in the flesh dùng để nhấn mạnh khi được thật sự gặp gỡ một người mà bạn hoàn toàn không thể ngờ được, chẳng hạn như một người rất nổi tiếng, hoặc người thân xa cách đã quá lâu ■ *Thousands of U2 fans flocked to The Coliseum to see their heroes in the flesh.* ● Hàng ngàn người hâm mộ ban nhạc U2 đã chen nhau tụ tập đến nhà hát lớn Coliseum để được nhìn thấy những thần tượng của họ thật sự bằng xương bằng thịt. ■ *It was a pleasure to finally meet him in the flesh.* ● Thật rất vui khi cuối cùng cũng được gặp anh ta bằng xương bằng thịt.

in the forefront of sth → **to the forefront of sth**

in the foreseeable future → **for the foreseeable future**

in the frame tham gia vào việc gì ■ *We won our match, so we're still in the frame for the championship.* ● Chúng tôi đã thắng, vì thế chúng tôi vẫn còn tham gia tranh chức vô địch.

in the front line hoặc *on the front line* 1. nói về người hay một công việc có liên quan đến hoặc thực hiện được những tiến bộ mới nhất trong một lĩnh vực ■*Hoechst's laboratory is on the front line of medical research.* ● Phòng thí nghiệm của Hoechst liên quan đến những tiến bộ mới nhất trong lĩnh vực y khoa. 2. nói về người hay một tổ chức mà trong công việc phải đối phó với những vấn đề khó khăn, khó chịu và thường là nguy hiểm ■*As a cop, you are in the front line every day - you have to be prepared for that.* ● Là một người cảnh sát, anh sẽ đối đầu với khó khăn mỗi ngày - anh phải chuẩn bị trước cho điều đó.

in the fullness of time vào một thời điểm thích hợp, thường là sau một thời gian dài ■ *I have no doubt that she'll tell us in the fullness of time.* ● Tôi không nghi ngờ gì việc cô ấy sẽ cho chúng ta biết vào thời điểm thích hợp.

in the future → in future

in the grand scheme of things → in the scheme of things

in the grip of sth rơi vào tình huống rất khó khăn đến mức không còn kiểm soát được, không thể ngăn chặn được, nhất là khi không thể sống hoặc ứng xử như bình thường được nữa ■ *The Northeast is in the grip of the worst winter storm for 50 years.* ● Miền Đông Bắc đang lâm vào tình huống cực kỳ khó khăn vì cơn bão mùa đông tệ hại nhất trong 50 năm. ■ *This country is in the grip of recession.* ● Đất nước này đang rơi vào tình huống khó khăn của suy thoái kinh tế. ■ *Many African countries were in the grip of an economic crisis.* ● Nhiều quốc gia châu Phi đang lâm vào tình huống khó khăn của một cuộc khủng hoảng kinh tế. ■ *The forest is still in the grip of winter.* ● Khu rừng vẫn còn đang chìm trong ảnh hưởng của mùa đông.

in the groove hoặc *into the groove* thực hiện công việc một cách dễ dàng, suôn sẻ, không gặp phải trở ngại nào ■*It takes a while to get back into the groove after three weeks of vacation.* ● Phải mất một thời gian để mọi việc trở lại tốt đẹp sau ba tuần đi nghỉ.

in the hands of sb hoặc *in one's hands* về một tình huống nằm dưới quyền kiểm soát của người hay tổ chức nào đó, có thể đưa ra quyết định về những gì sẽ xảy ra ■ *Nancy, these two court cases will in your hands until I get back from vacation.* ● Nancy, hai vụ kiện này sẽ do cô phụ trách cho đến khi tôi đi nghỉ về. ■ *The company has been put in the hands of the receiver.* ● Công ty đã được đặt dưới quyền kiểm soát của một nhân viên tiếp quản. ■ *The matter is now in the hands of my lawyer.* ● Vấn đề hiện nay do luật sư của tôi chịu trách nhiệm. ■ *At that time, the castle was in enemy hands.* ● Vào lúc đó, tòa lâu đài đang nằm trong tay của quân địch.

in the heat of the moment nói về một hành động được thực hiện thiếu suy nghĩ trong lúc bị khích động hay quá tức giận ■ *The decision to arrest the boys was made in the heat of the moment, but it was later upheld in a court of law.* ● Quyết định bắt giữ mấy chàng trai được đưa ra trong lúc nóng giận, nhưng sau đó đã được tán thành tại một tòa án. ■

In the heat of the moment she forgot what she wanted to say. • Trong lúc quá nóng giận, cô ấy quên mất những gì muốn nói. ■ *We both said things we didn't mean in the heat of the moment.* • Cả hai chúng tôi đều không chủ ý nói ra những điều trong lúc quá nóng giận.

in the hindsight → **with the hindsight**

in the hole (by) nói về một khoản tiền cụ thể đang nợ ai ■ *We start the current fiscal year $30 million in the hole.* • Chúng tôi bắt đầu năm tài chính này với 30 triệu đô-la tiền nợ. ■ *We're already in the hole by $160 because one company still hasn't paid us for the work we did.* • Chúng tôi đã thiếu nợ đến 160 đô-la rồi, bởi vì một công ty vẫn chưa chi trả cho chúng tôi số tiền theo công việc đã làm.

in the hot seat hoặc *on the hot seat* rơi vào một tình huống, công việc căng thẳng... khi phải đưa ra các quyết định quan trọng hoặc trả lời những câu hỏi rất khó khăn ■ *Dan and Gail are the ones in the hot seat - I'm going to let them make a decision, and I'll support them.* • Dan và Gail là những người đang trong tình huống căng thẳng - tôi sẽ để cho họ đưa ra quyết định, và tôi sẽ ủng hộ họ.

in the know hiểu biết rõ hơn, hoặc có nhiều thông tin hơn hầu hết mọi người khác ■ *I've talked to various people in the know, who say that the government is deeply divided on the question of economic policy.* • Tôi đã nói chuyện với rất nhiều người khác nhau thuộc tầng lớp hiểu biết, và họ đều cho rằng chính phủ bị chia rẽ một cách sâu sắc về vấn đề chính sách kinh tế. ■ *Somebody in the know told me he's going to resign.* • Có người biết chuyện đã bảo với tôi là ông ấy sẽ từ chức.

in the land of nod (thường dùng khi nói về trẻ con) đang ngủ ■ *Daddy's coming home late - you'll be in the land of nod long before he gets home.* • Bố sẽ về muộn - con sẽ ngủ khì một lúc lâu trước khi bố về đến nhà.

in the land of the living còn sống, hoặc trong trạng thái tỉnh ngủ ■*It's way too early to be at work! I'm not ready to be in the land of the living yet.* • Như thế thì còn quá sớm để làm việc! Tôi vẫn còn chưa tỉnh ngủ đấy. ■ *I'm glad to see you're back in the land of the living. We were worried about you.* • Tôi vui mừng thấy anh trở lại với cuộc sống. Chúng tôi đã lấy làm lo lắng cho anh. ■ *Only two of his old school friends are still in the land of the living.* • Chỉ có 2 trong số những bạn học cũ của ông ta là vẫn còn sống.

in the last analysis → **in the final analysis**

in the limelight hoặc *into the limelight* rơi vào tình huống chịu sự chú ý rất nhiều từ công chúng, vì quá nổi tiếng hoặc đã làm một việc rất quan trọng ■*Chanel is back in the fashion limelight again with a gorgeous new spring collection.* • Chanel một lần nữa được sự chú ý trở lại của công chúng trong giới thời trang với bộ sưu tập mùa xuân mới đầy ấn tượng.

in the line of fire → **on the firing line**

in the lion's den hoặc *into the lion's den* ở giữa những người thù nghịch hoặc sẵn sàng phê phán, chỉ trích, nghĩa là phải nhận lấy rất nhiều nguy hiểm, sự công kích ■ *Morris went into* *the lion's den at the press conference, and insisted he'd done nothing wrong.* • Tại buổi họp báo, Morris đã như vào giữa hang hùm, và vẫn khăng khăng là mình không hề làm chuyện gì sai trái. (- nghĩa là mọi người ở đó đều đối đầu với anh ta)

in the long run hoặc *over the long haul* nói về những ảnh hưởng, tác động của một thay đổi, một biện pháp hay một quyết định... gây ra trong một tương lai dài lâu ■ *Artificial turf is unpopular with players because of the damage to joints that it does over the long haul.* • Sân cỏ nhân tạo không được các cầu thủ ưa chuộng bởi vì chứng đau khớp mà nó gây ra trong thời gian lâu dài về sau.

in the loop nắm được, hiểu rõ mọi việc đang xảy ra trong một lĩnh vực, tổ chức ■ *Matlin is in the loop on all the big decisions, but he's not able to work full time.* • Matlin hiểu biết đầy đủ về tất cả các quyết định quan trọng, nhưng anh ta không thể làm việc trọn thời gian.

in the middle of nowhere hoặc *out in the middle of nowhere* dùng để chỉ một nơi mà người nói không thích vì quá xa xôi, hẻo lánh ■ *Can you believe it? I was in the middle of nowhere, and my car broke down! I had to walk for miles to find help.* • Anh có tin được không? Tôi đang ở một vùng cực kỳ hẻo lánh, và xe hơi của tôi hỏng máy! Tôi đã phải đi bộ nhiều dặm để tìm được sự giúp đỡ. ■ *She lives on a small farm in the middle of nowhere.* • Cô ta sống ở một nông trại nhỏ nơi một vùng xa xôi hẻo lánh.

in the money tình huống đột nhiên có được món tiền lớn, nhất là khi không hề nghĩ đến trước đó ■ *Two Iowa farmers suddenly found themselves in the money when they sold their old tractor at a car auction for $80,000.* • Hai nông dân ở Iowa đột nhiên nhận ra mình kiếm được một món tiền rất lớn khi họ bán được chiếc máy kéo cũ ở một cuộc bán đấu giá xe với giá đến 80.000 đô-la.

in the nick of time hoặc *just in the nick of time* vừa kịp thời gian để không quá trễ, hoặc vừa kịp trước khi một điều tồi tệ xảy ra ■ *Hackman visited a hospital complaining of chest pain - just in the nick of time to prevent a major heart attack, as it turned out.* • Hackman đến bệnh viện để khám vì đau ngực - vừa kịp lúc để ngăn chặn một cơn đau tim nặng, vì hóa ra là như thế. ■ *They escaped from the smoke-filled house just in the nick of time.* • Họ vừa kịp lúc thoát ra khỏi ngôi nhà đầy khói.

in the not too distant future trong một tương lai không xa lắm, không bao lâu nữa ■ *I hope we'll see each other again in the not too distant future.* • Tôi hy vọng chúng ta sẽ gặp lại nhau trong một tương lai không xa lắm.

in the picture nói về người hay sự vật có liên quan đến một tình huống nào đó ■ *I would have been much more difficult to arrest Cadwell if his girlfriend hadn't been in the picture.* • Tôi hẳn đã phải khó khăn hơn nhiều để bắt được Cadwell nếu như người bạn gái của anh ta không liên quan đến vụ việc.

in the pink (cách dùng cũ) trong tình trạng tốt đẹp, phát triển tốt ■ *Moderate humidity and plenty of fresh air will help keep your plants in the pink.* • Độ ẩm vừa phải và nhiều không khí trong lành sẽ giúp cho cây trồng của bạn phát triển tốt.

in the pipeline nói về một kế hoạch, ý tưởng hay sự kiện đang được phát triển hoặc chuẩn bị và không bao lâu nữa sẽ được thực hiện hoặc hoàn tất ■ *A spokesperson for the company said that a new drug to help AIDS patients is in the pipeline, and may be available in the next two years.* • Một người phát ngôn cho công ty nói rằng một loại thuốc mới để giúp cho các bệnh nhân bệnh AIDS đang được phát triển, và có thể sẽ đưa vào sử dụng trong hai năm tới.

in the public eye 1. được nhiều người biết đến và quan tâm chú ý ■ *Government officials are in the public eye, and they should behave themselves.* • Các quan chức chính phủ được mọi người quan tâm chú ý, và họ cần phải thận trọng trong cách ứng xử. **2.** nói về một vấn đề được nhiều người biết đến và quan tâm bàn luận ■ *Our aim is to keep environmental issues in the public eye.* • Mục tiêu của chúng tôi là giữ cho các vấn đề môi trường luôn được sự quan tâm của công luận.

in the raw 1. nói về điều gì ở hình thức cơ bản nhất, tự nhiên nhất hoặc tiêu biểu nhất ■ *In the towns and settlements of the Gold Rush, Jack London saw and recorded human nature in the raw.* • Trong những thị trấn và khu định cư của Gold Rush, Jack London nhìn thấy và ghi lại bản chất thật sự của con người. **2.** hoặc *in the buff* trần truồng, không mặc quần áo ■ *Moonstone is one of the few places along the New England coast where nudists are allowed to sunbathe in the raw.* • Moonstone là một trong số rất ít nơi dọc theo bờ biển New England mà những người thích khỏa thân được phép tắm nắng trần truồng.

in the right ballpark → **in the ballpark**

in the same ballpark → **in the ballpark**

in the same boat (khẩu ngữ) cùng chung cảnh ngộ, hoàn cảnh khó khăn - đồng hội đồng thuyền ■ *During the depression everyone was in the same boat. We all had to do without a lot.* • Trong giai đoạn suy thoái kinh tế, mọi người đều cùng chung cảnh ngộ. Tất cả chúng ta đều phải làm việc mà không được gì nhiều.

in the same breath 1. dùng để nhấn mạnh việc ai đó đã cùng lúc đưa ra hai ý kiến rất khác biệt, trái ngược nhau ■ *First he said that the incident had damaged the police force's reputation, and in the same breath he said he thought there was a lot of respect for the police in the city.* • Trước tiên ông ta bảo rằng sự kiện ấy đã làm hủy hoại thanh danh của lực lượng cảnh sát, nhưng đồng thời ông ta lại đưa ra nhận xét rằng hiện có rất nhiều sự ngưỡng mộ dành cho cảnh sát trong thành phố. ■ *He praised my work and in the same breath told me I would have to leave.* • Ông ấy khen ngợi công việc của tôi và rồi đồng thời bảo tôi rằng tôi buộc sẽ phải ra đi. ■ *She says that treatment is safe, and then in the same breath says that patients should be warned about possible side-effects.* • Bà ta nói rằng phương thức điều trị ấy là an toàn, và rồi đồng thời lại nói rằng bệnh nhân cần được cảnh báo về những tác dụng phụ có thể có. **2.** đề cập đến hai sự việc cùng lúc vì cho rằng chúng tương tự với nhau ■ *I don't think you can mention his poetry in the* same breath as that of Heaney or Hughes.* Tôi không nghĩ rằng anh có thể đề cập đến thơ của ông ấy theo cách giống như thơ của Heaney hay Hughes.

in the scheme of things hoặc *in the grand scheme of things* dùng khi muốn chỉ ra điều gì là không quá quan trọng hoặc tồi tệ, nếu như so với những vấn đề lớn hơn, quan trọng hơn trong cuộc sống ■ *It may seem like a lot, but in the grand scheme of things, a loss of $5,000 isn't going to hurt the company that much.* • Nghe có vẻ là nhiều, nhưng xét trong bối cảnh chung thì việc thua lỗ 5.000 đô-la sẽ không làm tổn thất cho công ty nhiều lắm.

in the short run nói về những ảnh hưởng gây ra ngay tức thì bởi một sự thay đổi, một biện pháp hay một quyết định... ■ *I'm going to offer a program that will create half a million jobs in the short run.* • Tôi sẽ đề nghị một chương trình có thể tạo ra nửa triệu công việc làm ngay tức thì. ■ *Clint's solution will help us in the short run, but we'll have the same problem again in five years.* • Giải pháp của Clint sẽ giúp được chúng ta trong giai đoạn trước mắt, nhưng chúng ta sẽ gặp lại vấn đề này một lần nữa trong năm năm tới.

in the spotlight hoặc *under the spotlight* đột nhiên lôi cuốn sự chú ý rất nhiều từ báo chí, giới truyền thông đại chúng... ■ *His company is under the spotlight once again, following news of an investigation into possible tax evasion.* • Công ty của ông ta lại một lần nữa bị giới báo chí chú ý đến, theo sau các nguồn tin về một cuộc điều tra vì có thể có việc trốn thuế.

in the swim of things (cách dùng cũ) hiểu biết được những gì đang xảy ra trong một lĩnh vực hoạt động cụ thể nào đó, hoặc có tham gia vào ■ *"It's good to be back in the swim of things," said Jack Miller upon his return to work following open-heart surgery.* • "Thật tốt đẹp khi được trở lại với công việc," Jack Miller nói khi trở lại làm việc sau ca phẫu thuật tim.

in the thick of it → **in the thick of sth**

in the thick of sth hoặc *in the thick of it* liên quan đến một phần bận rộn nhất, sinh động nhất hoặc nguy hiểm nhất của một tình huống ■ *Smith was in the thick of the action during the first half of the game, scoring several goals.* • Smith đã chơi rất sinh động trong suốt nửa đầu của trận đấu, ghi được nhiều bàn thắng.

in the throes of (doing) sth giải quyết, đối phó với một tình huống rất tồi tệ và khó khăn ■ *Couples in the throes of divorce and custody battles will often use every method they can to harm each other.* • Những cặp vợ chồng đang gặp khó khăn trong tình huống ly hôn và tranh chấp quyền chăm sóc con cái thường sẽ sử dụng đến mọi biện pháp có thể được để làm tổn thương cho phía bên kia.

in the top flight hoặc *in the first flight* nằm trong số những đối tượng tốt đẹp, giỏi nhất của một nhóm ■ *This is the team's first season back in the top flight for more than 60 years.* • Đây là mùa bóng đầu tiên đội bóng được trở lại trong hàng ngũ những đội xuất sắc nhất trong hơn 60 năm.

in the twinkling of an eye nói về điều gì xảy ra rất nhanh chóng ■ *The score went from 0-0 to 8-0 in the twinkling of an eye.* ● Tỷ số đi từ 0-0 đến 8-0 nhanh như chớp mắt.

in the wake of nói về một sự kiện theo sau một sự kiện khác, và thường là hậu quả của sự kiện ấy ■ *Counselors are available for students who want to talk about their fears in the wake of the fire.* ● Các chuyên gia tư vấn hiện sẵn có cho các sinh viên nào muốn nói chuyện về nỗi lo sợ của họ sau trận cháy.

in the wind hoặc *blowing in the wind* nói về một kế hoạch hay ý tưởng rất có khả năng sẽ được tiến hành hay dùng đến, nhưng vẫn chưa quyết định chắc chắn ■ *We didn't know exactly what was going on, but by the end of May, we knew that there were some changes blowing in the wind.* ● Chúng tôi không biết chính xác những gì đang xảy ra, nhưng đến cuối tháng 5, chúng tôi biết rằng một số thay đổi có khả năng sẽ được thực hiện.

in the works nói về điều gì đang được dự tính hoặc phát triển ■ *There are several homeless shelters in the city with three more in the works.* ● Có nhiều nơi ở dành cho những người không nhà trong thành phố, với 3 nơi nữa đang được xây dựng.

in tune with nắm hiểu, hòa hợp hay thích hợp với những người hay tình huống, sự kiện mà mình đang có liên quan đến ■ *Some builders are striving to build homes that are more in tune with the needs of young single people.* ● Một số các nhà xây dựng đang nỗ lực để xây dựng những ngôi nhà phù hợp hơn với nhu cầu của những người độc thân trẻ tuổi.

in two shakes (of a lamb's tail) (cách dùng cũ) dùng khi muốn nói là sẽ làm điều gì ngay trong một thời gian ngắn ■ *"Mom, come on, let's go." "I'm coming. I'll be there in two shakes of a lamb's tail."* ● "Mẹ ơi, nhanh lên, chúng ta đi thôi." "Mẹ đang đến đây. Mẹ sẽ có mặt ở đó ngay trong chốc lát thôi." ■ *I'm hurrying! I'll be ready in two shakes!* ● Tôi đang vội đây! Tôi sẽ sẵn sàng trong chốc lát thôi!

in your face hoặc *in-your-face* nói về một cung cách nói năng, cư xử hoặc trang phục... bộc lộ những ý tưởng đi ngược lại với những chuẩn mực xã hội, và được thực hiện một cách rất lộ liễu, gây sự kinh ngạc cho mọi người ■ *Opposition leaders planned new in-your-face tactics aimed at pressing their demands for justice.* ● Các lãnh đạo đối lập đã hoạch định những chiến lược đối nghịch thẳng thừng nhằm thúc đẩy các đòi hỏi của họ cho công lý.

incarnate → **the devil incarnate**

inch → **give sb an inch (and he will take a mile)**

inch → **within an inch of doing sth**

inch → **within an inch of one's life**

indeed → **a friend in need is a friend indeed**

Indian → **too many chiefs and not enough Indians**

Indian summer 1. giai đoạn có nhiều nắng và ấm áp trong mùa thu ■ *An Indian summer leads to extra-ripe grapes with a higher sugar content.* ● Một giai đoạn nắng ấm trong mùa thu đã làm cho những quả nho chín quá độ với hàm lượng đường cao hơn. 2. giai đoạn thành công hoặc hạnh phúc vào cuối đời của ai ■ *Seventies bands seem to be enjoying an Indian summer of popularity.* ● Các ban nhạc thập niên 70 dường như đang tận hưởng giai đoạn thành công cuối đời, được nhiều người ưa chuộng.

influence → under the influence

information → a mine of information (on/about sth)

iniquity → den of iniquity

injury → add insult to injury

ink → bleeding red ink

innocent as a lamb hoặc *as innocent as a lamb* 1. hoàn toàn vô tội, không có tội ■*You can't throw me in jail, I'm innocent as a lamb.* ● Ông không thể ném tôi vào tù, tôi hoàn toàn vô tội. 2.ngây thơ, hồn nhiên ■ *Look at the baby, as innocent as a lamb.* ● Hãy nhìn đứa trẻ kìa, thật hồn nhiên ngây thơ.

ins → the ins and outs of sth

insane → drive sb crazy

inside → have the inside track

inside → know sth inside out

inside → turn sth inside out

insult → add insult to injury

intention → the road to hell is paved with good intentions

interest → conflict of interest

interest → pay sb back with interest

interesting → like watching paint dry

into → bring sth into line (with)

into → come into effect

into → dig deep into sth

into → ease into sth

into → fall into the wrong hands

into → get into one's head

into → get it into one's head

into → go into detail(s)

into → play (right) into one's hands

into → take the law into one's own hands

into care → in care

into deep water → in deep water

into hot water → in hot water

into the bargain dùng để nhấn mạnh khi nêu thêm một thông tin kèm theo điều đã nói ■ *Volunteers learn a lot and enjoy themselves into the bargain.* ● Những người tình nguyện học hỏi được rất nhiều và thêm vào đó tự mình thấy vui thích. ■ *With careful planning, you can avoid delays and save yourself a lot of money into the bargain.* ● Với sự chuẩn bị cẩn thận, anh có thể tránh được sự trì hoãn và thêm vào đó tiết kiệm được rất nhiều tiền bạc.

into the groove → in the groove

into the limelight → in the limelight

into the lion's den → in the lion's den

in-your-face → in your face

Irish → the luck of the devil

iron → have many irons in the fire

iron → pump iron

iron → rule sb with a rod of iron

iron → rule sb with an iron fist

iron → **strike while the iron is hot**

iron fist in a velvet glove hoặc *iron hand in a velvet glove* một biện pháp cứng rắn, khắc nghiệt được che giấu bởi vẻ ngoài giống như là tốt đẹp, tử tế ■ *Coronet Inc., a company well known for its jobs-for-life policy, has revealed an iron fist in the velvet glove with its plan to "weed out poor performers."* • Công ty Coronet, một công ty nổi tiếng với chính sách "dành việc làm cho cuộc sống", đã che giấu sự khắc nghiệt của mình với kế hoạch "loại bỏ những người kém năng lực". (thực chất vấn đề là họ đang cắt giảm việc làm) ■ *The iron hand in the velvet glove approach seems to work best with this age group.* • Phương pháp cứng rắn được che giấu bởi vẻ ngoài mềm mại lại tỏ ra hiệu quả nhất đối với lứa tuổi này. - Đôi khi *iron fist* cũng được dùng để chỉ các biện pháp cứng rắn, mạnh tay ■ *They promised that the army would strike with an iron fist at any resistance.* • Họ đã hứa chắc rằng quân đội sẽ thẳng tay với bất cứ sự kháng cự nào.

iron hand in a velvet glove → **iron fist in a velvet glove**

iron out the kinks → **work out the kinks**

iron-fist kiểm soát gắt gao, khắc nghiệt ■ *Arrests, torture, and executions are all part of the government's iron-first policy.* • Bắt bớ, tra tấn và hành hình đều là một phần trong chính sách khắc nghiệt của chính phủ.

is that a fact (khẩu ngữ) bày tỏ sự ngạc nhiên hoặc ngờ vực về điều vừa nghe thấy ■ *"She says I'm one of the best students she's ever taught." "Is that a fact?"* • Cô ấy nói rằng tôi là một trong những sinh viên giỏi nhất mà cô đã từng dạy." "Thật thế sao?"

is the Pope a Catholic hoặc *is the Pope Catholic* dùng khi trả lời một câu hỏi để nhấn mạnh ý xác định ■ *"Are you sure about that?" "Is the Pope Catholic? Of course I'm sure."* • "Anh có chắc về điều đó không?" "Còn phải hỏi nữa sao? Dĩ nhiên là tôi chắc chắn rồi."

is the Pope Catholic → **is the Pope a Catholic**

isn't the word for it (khẩu ngữ) dùng để nhấn mạnh rằng một từ ngữ nào đó không đủ sức để mô tả điều muốn nói ■ *"I don't know how we won this game. It was pure luck." "Luck isn't the word for it."* • "Tôi không biết làm thế nào mà chúng ta lại thắng được trận này. Chỉ hoàn toàn là do may mắn thôi." "Nói may mắn không thôi thì chưa đủ." ■ *"That's good news." "Good isn't the word for it. It's great news."* • "Đó là một tin tốt đẹp." "Nói tốt đẹp cũng chưa đúng. Đó là một tin rất tuyệt."

issue → **force the issue**

issue → **fudge the issue**

issue → **take issue with sb**

issue → **thorny question**

it → **beat it**

it → **cut it**

it → **cut it with sb**

it → **get it on**

it → **get it together**

it → **get it up**

it → **give it to me straight**

it → **go for it**

it → got it going on

it ain't over 'til the fat lady sings kết quả cuối cùng của một tình huống hoặc một cuộc cạnh tranh chỉ có thể biết được sau khi kết thúc, bởi vì mọi thứ đều có thể thay đổi vào giây phút cuối cùng ■ *Sure, we lost today's game, but it ain't over 'til the fat lady sings.* • Tất nhiên là chúng tôi thua trận hôm nay, nhưng kết quả cuối cùng chưa thể nói được đâu.

it all boils down to → come down to

it all comes down to → come down to

it dawns on sb hoặc *the light dawns on sb* hoặc *the truth dawns on sb* hoặc *the realization dawns on sb* đột nhiên bất ngờ nhận ra, nhớ ra hoặc hiểu ra điều gì, nhất là khi có cảm giác mình thật ngốc nghếch vì trước đó đã không hiểu ra điều ấy ■ *Amanda was out shopping when it dawned on her that she was supposed to be picking up her kids from school.* • Amanda ra ngoài đi mua sắm và bất chợt nhớ ra là mình phải đi đón lũ trẻ ở trường. ■ *I waited for a moment and then tried explaining again, until finally the light dawned on the other woman's face.* • Tôi chờ một lát rồi bắt đầu cố giải thích một lần nữa, cho đến khi cuối cùng người phụ nữ kia cũng bất chợt hiểu ra được.

it depends → that depends

it figures → that figures

it goes without saying hoặc *that goes without saying* điều đã quá rõ ràng đến mức không thực sự cần thiết phải đề cập đến ■ *Of course, it goes without saying that I miss my family and my daily interactions with them.* • Dĩ nhiên, điều quá rõ ràng là tôi nhớ gia đình và những mối quan hệ trong gia đình hằng ngày. ■ *Your colleagues look at your performance; that goes without saying. But they will also consider your personality and the way you deal with personal issues.* • Các đồng nghiệp theo dõi phần trình bày của anh, điều đó khỏi nói rồi. Nhưng họ cũng sẽ xem xét cả tính cách của anh, và phương thức anh xử lý các vấn đề cá nhân. ■ *Of course I'll help you. That goes without saying.* • Dĩ nhiên là tôi sẽ giúp anh. Điều đó khỏi cần phải nói.

it is business as usual vẫn hoạt động bình thường, như thường lệ, ngay cả sau khi có điều gì đó đã xảy ra có thể làm chặn đứng công việc ấy ■ *It was business as usual today at the August Moon despite last night's bombing.* • Hôm nay August Moon vẫn hoạt động bình thường, bất chấp vụ nổ bom tối qua.

it is curtains for sb → it means curtains for sb

it is curtains for sth → it means curtains for sb

it makes a change → that makes a change

it means curtains for sb hoặc *it means curtains for sth* hoặc *it is curtains for sb* hoặc *it is curtains for sth* dùng khi muốn nói rằng ai đó sắp phải chết hoặc sự việc nào đó sắp lâm vào cảnh bế tắc, không còn hy vọng ■ *Unless profits rise dramatically in the next quarter, it's going to be curtains for the Wordsworth bookstore.* • Trừ khi lợi nhuận tăng vọt một cách đáng kể trong quý tới, bằng không thì xem như hiệu sách Wordsworth sắp đóng cửa rồi. ■ *When I saw he had a gun, I thought* *it was curtains for me.* • Khi tôi thấy anh ta có một cây súng, tôi nghĩ là tôi sẽ phải chết rồi. ■ *One more mistake and it'll be curtains for him.* • Chỉ thêm một lỗi lầm nữa thôi là mọi việc sẽ kết thúc với anh ta.

it means curtains for sth → **it means curtains for sb**

it slips one's mind → **slip one's mind**

it stands to reason dùng để nhấn mạnh điều đang nói là hợp lý, dễ hiểu ■ *It stands to reason that you'll be more enthusiastic about studying English if you know it's going to help you in your career.* • Điều hoàn toàn dễ hiểu là bạn sẽ nhiệt tình hơn trong việc học tiếng Anh nếu như bạn biết rằng nó sẽ giúp ích cho bạn trong sự nghiệp.

it takes all kinds (to make a world) (khẩu ngữ) sự khác biệt giữa tất cả mọi người là điều hoàn toàn tự nhiên ■ *Going fishing on your honeymoon isn't my idea of romance, but it takes all kinds.* • Đi câu cá trong tuần trăng mật không phải là lãng mạn nhất với tôi, nhưng mỗi người một vẻ kia mà.

it takes one to know one (khẩu ngữ) người hiểu rõ được người khác vì có cùng tính cách, khuyết điểm giống như người ấy ■ *"You're at the computer again? You are such a nerd!" "Well, it takes one to know one!"* • "Mày lại đang ở chỗ máy tính lần nữa? Mày quả là một thằng ghiền máy tính." "À, anh cũng vậy mới hiểu được thế đấy."

it takes two to tango nói về một tình huống có liên quan đến hai phía và cả hai đều phải chịu trách nhiệm như nhau ■ *If you are caught fighting, you are never innocent - remember, it takes two to tango.* • Nếu anh bị bắt gặp đang đánh nhau, anh không bao giờ là vô tội cả - hãy nhớ rằng, cả hai bên đều có trách nhiệm như nhau.

it won't do nói về một tình huống không thỏa đáng và nhất thiết phải được thay đổi hay hoàn thiện ■ *This is the third time you've been late this week; it simply won't do.* • Đây là lần thứ ba anh đã đến trễ trong tuần này; điều đó hoàn toàn là không chấp nhận được.

it'd be a cold day in hell before → **it'll be a cold day in hell before**

it'll all come out in the wash (khẩu ngữ) nói về một vấn đề không lấy gì làm nghiêm trọng và không bao lâu sẽ được giải quyết ■ *"Who's going to arrange the next meeting? I can't do it." "Never mind, it'll all come out in the wash."* • "Ai sẽ thu xếp buổi họp tới? Tôi không thể làm được." "Đừng bận tâm, chuyện đó rồi sẽ được giải quyết thôi."

it'll be a cold day in hell before hoặc *it'd be a cold day in hell before* (khẩu ngữ) dùng để nhấn mạnh là sẽ không bao giờ làm điều gì, hoặc điều gì đó sẽ không bao giờ xảy ra ■ *It'll be a cold day in hell before Bryant spends that amount of money on any of his employees.* • Chẳng bao giờ Bryant lại chi trả một khoản tiền như thế cho bất cứ nhân viên nào của ông ta. ■ *Justin knew it'd be a cold day in hell before he would try snowboarding.* • Justin biết là chẳng bao giờ anh ta lại thử chơi môn trượt ván trên tuyết.

it'll cost you (khẩu ngữ) dùng để nhấn mạnh là món gì đó rất đắt tiền ■

There is a de luxe model available, but it'll cost you. • Hiện đang có sẵn một kiểu thượng hạng, nhưng sẽ rất đắt đấy.

it's (just) one of those things (khẩu ngữ) bày tỏ sự thất vọng hay bực mình về điều gì vừa xảy ra mà người nói không thể ngăn chặn hay thay đổi ■ *We couldn't meet the deadline because too many people were away - it's just one of those things.* • Chúng tôi không thể hoàn tất đúng hạn chót bởi vì có quá nhiều người đi vắng - chuyện đáng bực mình là thế.

it's (only) to be expected → **be to be expected**

it's a (real) bummer → **that's a (real) bummer**

it's a (real) pisser → **that's a (real) pisser**

it's a (whole) different ball game → **it's a (whole) new ball game**

it's a (whole) new ball game hoặc *it's a (whole) different ball game* một tình thế mới hoặc khác biệt rất nhiều so với tình thế đã được nói đến trước đó ■ *I'd like to go back to work, but it's a whole new ball game now, with computers and all the new technology.* • Tôi cũng muốn trở lại làm việc, nhưng mọi chuyện đã thay đổi cả rồi, với máy điện toán và biết bao nhiêu là những kỹ thuật mới. ■ *Camping in summer is fun, but in winter it's a whole different ball game.* • Đi cắm trại trong mùa hè rất vui, nhưng vào mùa đông thì tình huống hoàn toàn khác hẳn. ■ *I'm working in management now, which is a whole new ball game.* • Giờ đây tôi đang làm việc trong ngành quản lý, vốn hoàn toàn khác biệt so với trước đây.

it's a fine line between → **there's a fine line between**

it's a small world → **small world**

it's about time (khẩu ngữ) 1. đã đến lúc phải làm điều gì vì người nói cho rằng lẽ ra đã phải làm rồi ■ *I think it's about time we went home.* • Tôi nghĩ là đã đến lúc chúng ta phải về nhà thôi. (sau cấu trúc này dùng thì quá khứ giả định) 2. nói về điều gì lẽ ra đã phải xảy ra sớm hơn trước đây ■ *"Nick and Jane are getting married." "It's about time! They've been going out together forever."* • "Nick và Jane cưới nhau." "Thế cũng là muộn rồi. Họ đã đi chơi với nhau từ lâu lắm."

it's all Greek to me → **it's Greek to me**

it's all in one's mind hoặc *it's only in one's mind* điều khó khăn, rắc rối hoặc một tình huống nào đó mà ai đó đang nghĩ đến chỉ là trong tưởng tượng và không có thật ■*Audrey was tired of going to the doctor and being told that her illness was all in her mind.* • Audrey đã chán ngấy chuyện đi bác sĩ và luôn được bảo cho biết rằng chứng bệnh của cô chỉ hoàn toàn do tưởng tượng. ■ *These problems are all in your mind, you know.* • Những vấn đề này đều chỉ toàn là trong tưởng tượng của anh thôi, anh biết mà.

it's all too easy to do sth nói về điều sai lầm hoặc không hay rất dễ mắc vào ■ *For most people it is all too easy to put on weight.* • Đối với hầu hết mọi người, thật rất dễ bị lên cân. ■ *It is all too easy for someone in authority to think that they are better than everyone else.* • Với một người đang nắm quyền lực, thật rất dễ nghĩ rằng mình hơn hẳn tất cả mọi người khác.

it's coming up roses → **everything's coming up roses**

it's crunch time → **when it comes to the crunch**

it's early days (yet) còn quá sớm để có thể kết luận hoặc đánh giá chuyện gì ■ *It's early days yet. We don't know if the play will be a success.* ● Vẫn còn quá sớm để đánh giá. Chúng tôi không biết liệu vở kịch có sẽ thành công hay không.

it's early in the day → **early in the day**

it's easier said than done → **that's easier said than done**

it's easy (for sb) to do sth nói về điều mà ai đó cho là dễ dàng trong khi thực sự là khó khăn phức tạp hơn nhiều ■ *It's easy for people in cities to think that small towns have no crime.* ● Những người sống ở các thành phố rất dễ sai lầm khi nghĩ rằng các thị trấn nhỏ không có tội phạm. ■ *It is easy to forget that many problems remain to be solved.* ● Rất dễ sai lầm quên đi rằng có nhiều vấn đề vẫn còn đó cần được giải quyết.

it's for the best hoặc **all's for the best** (khẩu ngữ) tuy sự việc có vẻ tồi tệ nhưng thực ra như vậy cũng tốt; tình huống xấu nhưng hy vọng có thể dẫn đến một vài kết quả tốt đẹp nào đó (thường dùng để an ủi ai đó sau khi trải qua một chuyện buồn, nhất là có người thân chết sau khi kéo dài quá lâu một căn bệnh không thể chữa trị) ■ *I'm very sorry to hear of the death of your aunt. Perhaps it's for the best.* ● Tôi rất lấy làm tiếc khi nghe về cái chết của cô bạn. Nhưng có khi như vậy lại tốt hơn. ■ *I didn't get into the college I wanted, but I couldn't afford it anyway. It's probably all for the best.* ● Tôi đã không vào được trường đại học mình muốn, nhưng dù sao thì tôi cũng không đủ tiền để theo học. Có khi như vậy lại tốt hơn. ■ *I don't want you to leave, but perhaps it's for the best.* ● Tôi không muốn anh ra đi, nhưng có lẽ như vậy lại tốt. ■ *I was really upset when Chad left, but maybe it's for the best.* ● Tôi thực sự bối rối khi Chad bỏ đi, nhưng có khi như vậy lại tốt hơn. ■ *"Everyone will have to die some day,"* Joe said as they were leaving the hospital. *"All's for the best,"* his wife consoled him. *"Poor mother is in her nineties."* ● "Ai rồi cũng phải chết cả." John nói khi họ cùng nhau rời khỏi bệnh viện. Vợ anh an ủi: "Như vậy có khi cũng tốt mà, mẹ đã ở độ tuổi 90 rồi."

it's Greek to me hoặc **it's all Greek to me** người nói hoàn toàn không hiểu được gì về điều được nhắc đến ■ *I tried to read an article about thermodynamics once, but it was Greek to me.* ● Đã có lần tôi cố đọc một bài viết về nhiệt động lực học, nhưng tôi hoàn toàn không hiểu gì cả. ■ *She tried to explain how the system works, but I'm afraid it's all Greek to me.* ● Cô ấy cố giải thích việc hệ thống hoạt động như thế nào, nhưng tôi e là tôi hoàn toàn không hiểu gì cả. ■ *I can't understand it. It's Greek to me.* ● Tôi không thể hiểu được điều đó. Nó quá khó đối với tôi. ■ *It's all Greek to me. Maybe Sally knows what it means.* ● Thật quá khó hiểu đối với tôi. Có lẽ Sally biết được nó có ý nghĩa gì.

it's high noon thời điểm mà hậu quả xấu bắt đầu đến với người đã làm những việc sai trái, phạm pháp... ■ *It's high noon at the Supreme Court,* *as both sides prepare for their final day of testimony.* • Đã đến lúc gánh chịu hậu quả tại Tòa án Tối cao, khi cả hai bên chuẩn bị cho ngày cuối cùng của họ để đưa ra lời khai.

it's high time nói về điều gì bắt buộc phải làm và lẽ ra nên làm rồi từ trước đó ■ *It's high time that something was done about the state of our roads.* • Đã đến lúc phải làm điều gì đó về tình trạng đường sá của chúng ta. (Sau cấu trúc này dùng thì quá khứ giả định.)

it's just as well dùng khi muốn nói về sự may mắn là một sự kiện nào đó đã xảy ra, vì nếu không có sự kiện ấy, có thể đã xảy ra điều gì đó không hay - cũng may là... ■ *It's just as well Kent was sick today - he'd have been unhappy to see the team lose so badly.* • Cũng may là hôm nay Kent bị ốm - Anh ấy chắc hẳn không vui khi nhìn thấy đội bóng thua một cách quá tồi tệ.

it's like comparing apples and oranges → **can't compare apples and oranges**

it's little wonder → **no wonder**

it's news to me → **that's news to me**

it's no skin off one's back → **it's no skin off one's nose**

it's no skin off one's nose hoặc *it's no skin off one's back* (khẩu ngữ) bày tỏ thái độ không quan tâm đến sự việc đang xảy ra, hoặc những gì người khác nghĩ hoặc làm, vì không có ảnh hưởng gì đến mình ■ *It's no skin off our nose if Sharon is late - we'll just go without her.* • Chúng tôi không quan tâm đến việc Sharon có đến trễ hay không - chúng tôi sẽ cứ đi mà không cần có cô ấy.

it's no use crying over spilled milk (khẩu ngữ) không nên lo lắng, bận tâm về một điều tồi tệ đã xảy ra rồi ■ *I was disappointed when Sam didn't call me again, but it's no use crying over spilled milk.* • Tôi rất thất vọng khi Sam đã không gọi tôi lần nữa, nhưng chuyện đã qua chẳng nên bận tâm làm gì.

it's no wonder → **no wonder**

it's not one's day hoặc *it's not one's week* hoặc *it's not one's year* hoặc *it's not one's decade* (khẩu ngữ) dùng để nói về một tình huống mà quả là hàng loạt các rắc rối hoặc những điều không may liên tục xảy đến cho ai đó trong cùng một ngày, tháng, năm... ■ *I missed my bus, I left my lunch at home - it just hasn't been my day.* • Tôi lỡ chuyến xe buýt, lại bỏ quên phần ăn trưa ở nhà - quả là một ngày xui xẻo cho tôi rồi. ■ *Her car broke down and she forgot her purse - it's just not her day!* • Xe hơi cô ấy bị chết máy và cô quên mang theo ví tiền - quả là một ngày không may cho cô ấy.

it's not one's decade → **it's not one's day**

it's not one's week → **it's not one's day**

it's not one's year → **it's not one's day**

it's not the end of the world (khẩu ngữ) dùng khi muốn nói rằng một sự việc, cho dù có gây ra khó khăn nào đó nhưng không phải là quá nghiêm trọng ■ *It won't be the end of the world if I don't get this job - I've got two other interviews lined up.* • Nếu như tôi không nhận được việc làm này cũng không phải là chuyện nghiêm trọng lắm, tôi vẫn còn hai cuộc phỏng vấn khác sắp tới. ■

Failing one exam is not the end of the world. • Hỏng một kỳ thi chưa phải là chuyện quá nghiêm trọng.

it's one of those days (khẩu ngữ) một ngày đặc biệt mà có vẻ như tất cả mọi việc đều không ổn ■ *I can't get Jennifer on the phone again. I knew this would happen - it's going to be one of those days.* • Tôi lại không nói chuyện được với Jennifer qua điện thoại. Tôi biết là điều này sẽ xảy ra mà - chắc sẽ là một ngày xui xẻo rồi.

it's only in one's mind → **it's all in one's mind**

it's raining cats and dogs mưa rất lớn, mưa như trút nước ■ *The whole time we were camping it was raining cats and dogs.* • Trong suốt thời gian chúng tôi cắm trại, trời mưa như trút nước.

it's small wonder → **no wonder**

it's the oldest trick in the book hoặc *that's the oldest trick in the book* nói về một trò lừa bịp hoặc mánh khóe không tốt mà lẽ ra ai đó phải nhận ra ngay thay vì để bị mắc lừa ■ *Politicians always promise tax cuts in order to win votes - it's the oldest trick in the book.* • Các chính trị gia luôn hứa hẹn cắt giảm thuế để giành được phiếu bầu - đó chỉ là trò lừa bịp cũ rích.

it's up to you hoặc *that's up to you* (khẩu ngữ) dùng để bảo ai đó là họ có thể tự đưa ra quyết định mà không cần thiết phải hỏi ý kiến ■ *"I don't know which weekend we should have the party." "It's totally up to you, Jed."* • "Tôi không biết là chúng ta nên tổ chức bữa tiệc vào dịp cuối tuần nào." "Điều đó hoàn toàn tùy ở nơi anh, Jed."

it's water under the bridge hoặc *that's water under the bridge* dùng khi muốn nói là không nên nhắc lại những chuyện đã qua trong quá khứ vì không có ích lợi gì ■ *Bo Diddley is still upset at how badly he was paid by record companies. He told us before, "Sure it's all water under the bridge, but my kids suffered because of that water."* • Bo Diddley vẫn còn chua chát về chuyện các công ty băng đĩa nhạc đã trả lương cho anh tồi tệ như thế nào. Trước đó anh ta bảo chúng tôi: "Tất nhiên là những chuyện đã qua chỉ như nước chảy qua cầu, nhưng các con tôi đã phải chịu đựng vì dòng nước ấy."

it's your funeral (not mine) hoặc *that's your funeral (not mine)* (khẩu ngữ) dùng để nói với ai đó là họ phải nhận lấy hậu quả việc làm hay quyết định sai trái của chính mình ■ *I think you're heading for trouble, but if you don't want my help, that's your funeral.* • Tôi biết là anh đang sắp gặp phải khó khăn, nhưng nếu anh không cần sự giúp đỡ của tôi, thì đó là anh tự chuốc lấy.

itch → **the seven year itch**

itching → **ache for**

itching → **be itching to do sth**

item → **be an item**

itself → **be divided against itself**

ivories → **tickle the ivories**

ivory → **in an ivory tower**

jack → a jack of all trades

Jack → all work and no play makes Jack a dull boy

Jack → before one can say Jack Robinson

jack → diddly

jack shit → diddly

jackpot → hit the jackpot

Jane Doe → John Doe

January → slower than molasses (in January)

jar → catch sb with one's hand in the cookie jar

jaw → have a jaw

jaw dropped rất ngạc nhiên ■ *Kenvin's jaw dropped when he realized it was Cindy Crawford standing in front of him.* • Kenvin vô cùng ngạc nhiên khi anh ta nhận ra chính là Cindy Crawford đang đứng trước mặt anh.

jaybird → naked as a jaybird

jazz → and all that jazz

Jekyll and Hyde nói về một người mang hai tính cách hoặc có hai lối sống hoàn toàn trái ngược nhau, thường thì một rất tốt đẹp và một rất xấu xa ■ *Simon was something of a Jekyll and Hype - he was warm and friendly to neighbours, but verbally abusive to his wife.* • Simon là một kiểu người có hai tính cách trái ngược nhau - anh ta nồng nhiệt và thân thiện với lối xóm, nhưng nặng lời nhục mạ vợ mình. ■ *Roth is a real Jekyll-and-Hyde character, who one minute says he loves Amanda, and the next that he hates her!* • Roth thực sự là người có tính cách mâu thuẫn, chỉ một phút trước anh ta nói là yêu Amanda, và phút sau đó đã nói ghét cô ấy. ■ *He leads an almost Jekyll and Hyde existence - by day he's an accountant, by night he's a singer in a rock band.* • Anh ta sống một cuộc sống gần như có hai mặt khác nhau - ban ngày anh ta là nhân viên kế toán, ban đêm anh ta là ca sĩ trong một ban nhạc rock. - Thành ngữ này xuất phát từ câu chuyện về bác sĩ Jekyll trong một cuốn sách của *Robert Louis Stevenson*. Ông bác sĩ này đã điều chế ra một thứ thuốc có tác dụng phân tách những tính cách của chính ông thành 2 phần, tốt và xấu. Tất cả những điều xấu hợp lại thành một nhân vật có tên là *Hyde*.

Jell-O → like trying to nail jell-O to the wall

jelly → turn to jelly

jerk → knee-jerk reaction

jet → the jet set

jetsam → flotsam and jetsam

jewel → the jewel in the crown (of)

jiffy → in a jiffy

job → able to take a job

job → do a good (bad) job (on sth)

job → do a job on sb

job → do the job

job → don't quit one's day job

job → fall down on the job

job → get a job

job → hatchet job

job → lie down on the job

job → put one's job on the line

job → snow job

Joe Average → Joe Schmoe

Joe Blow → Joe Schmoe

Joe Businessman → Joe Schmoe

Joe Public → Joe Schmoe

Joe Schmoe hoặc *Joe Public* danh từ dùng để chỉ chung tất cả những người dân thường, giới bình dân ■ *Carson virtually bought his "not guilty" verdict because he was rich enough to hire lawyers who tore up the prosecutors. If he was Joe Schmoe from nowhere, making $20,000 a year, he'd be in jail.* ● Carson gần như đã mua được bản tuyên bố "trắng án" bởi vì ông ta giàu có đủ để thuê những luật sư đánh bại các công tố viên. Nếu ông ta chỉ là một thường dân không tên tuổi, thu nhập 20.000 đô-la mỗi năm, chắc hẳn ông đã phải vào tù rồi. - Thành ngữ này cũng thường được dùng thay đổi với các danh từ chung chung khác, như *Joe Blow, Joe Average, John Q. Public...* Phần cuối tên gọi còn có thể biến đổi để phù hợp với nghề nghiệp của người đang được đề cập đến ■ *I wouldn't recognize him if I saw him again. He was just a kind of Joe Businessman, you know, wearing a suit and tie, carrying a briefcase.* ● Tôi sẽ không nhận ra ông ta nếu như tôi có gặp lại ông lần nữa. Bạn biết đấy, ông ta chỉ là một kiểu doanh nhân chung chung, mặc com-plê, thắt cà-vạt và xách cặp.

John Doe hoặc *Jane Doe* tên gọi thường được cảnh sát hoặc các bệnh viện dùng để chỉ một người không rõ lai lịch, nhất là khi người ấy đã bị giết chết hoặc bị thương nặng đến mức không thể tự nói ra tên mình (*Jone* được dùng cho nam giới và *Jane* dùng cho nữ giới) ■ *The victim, still identified only as John Doe, was killed by a shotgun blast to the head.* ● Nạn nhân, vẫn chưa xác định được tên tuổi, đã bị giết bởi một phát súng ngắn bắn vào đầu. - Đôi khi cách gọi này cũng được dùng ở các phiên tòa khi tên tuổi của ai đó cần được giữ bí mật.

John Q. Public → Joe Schmoe

join → If you can't beat 'em, join 'em.

join forces hoặc *combine forces* liên kết, hợp sức để đạt được một mục đích chung ■ *The two firms joined forces to win that contract.* ● Hai công ty đã liên kết với nhau để giành được hợp đồng ấy.

join the club (khẩu ngữ) được dùng sau khi đã nghe ai đó kể về một tình huống khó khăn, tệ hại, để cho rằng người nói cũng ở vào cùng hoàn cảnh như họ ■ *You think you'll never be out of debt? Join the club.* ● Bạn nghĩ là bạn sẽ chẳng bao giờ sạch nợ hay sao? Cũng như tôi vậy thôi.

joined at the hip cách nói hài hước chỉ hai người nào đó luôn luôn gắn bó bên nhau ■ *We're not joined at the hip, you know - I can go on a two-week vacation without Bill.* ● Chúng tôi chẳng phải bao giờ cũng đi cặp với nhau đâu, bạn biết mà - tôi có thể đi nghỉ hai tuần mà không có Bill.

joint → case the joint

joint → put one's nose out of joint

joking aside hoàn toàn nghiêm túc, không đùa cợt ■ *I know I laugh at him but,* *joking aside, he's a very clever scientist.* • Tôi biết là tôi đã cười nhạo ông ta, nhưng nói một cách thật nghiêm túc, ông ta là một nhà khoa học rất thông minh. ■ *I threatened to leave and go round the world, but, joking aside, I need a vacation.* • Tôi dọa là sẽ ra đi vòng quanh thế giới, nhưng nói thật nghiêm túc là tôi cần có một kỳ nghỉ.

Joneses → **keep up with the Joneses**

Jos → **no way**

jowl → **cheek by jowl**

joy → **full of the joys of spring**

judge → **sober as a judge**

judge a book by its cover xét đoán người hay sự vật qua dáng vẻ bên ngoài (thường chỉ dùng ở dạng phủ định với can't, don't hoặc shouldn't). ■ *I know you want to trust him, but you can't judge a book by its cover.* • Tôi biết là bạn muốn đặt niềm tin vào anh ấy, nhưng bạn không thể xét đoán anh ta chỉ dựa vào dáng vẻ bên ngoài.

judgment → **sit in judgment (on/over)**

jugular → **go for the jugular**

juice → **let sb stew in one's own juice**

jump → **get the jump on sb**

jump → **go jump in a lake**

jump → **keep one jump ahead of sb**

jump → **make sb go through (the) hoops**

jump → **not know sth if it jumped up and bit one**

jump at the chance chấp nhận ngay cơ hội thực hiện điều gì với sự hăm hở, nhiệt tình ■ *When a local store asked Dave to fix a TV in exchange for flying lessons, he jumped at the chance.* • Khi một cửa hàng địa phương đề nghị Dave sửa chữa cái ti-vi để đổi lại những bài học lái máy bay, anh ta ngay tức thì chộp lấy cơ hội ấy.

jump down one's throat (khẩu ngữ) phê phán ai một cách giận dữ khi họ vừa nói ra điều gì, thường là vì người nói cho rằng điều đó không công bằng, hợp lý ■ *Fifty thousand fans, 50 players and two coaches were ready to jump down Nelson's throat if he made a bad call.* • Năm mươi ngàn cổ động viên, 50 cầu thủ và 2 huấn luyện viên đều sẵn sàng nổi giận phản đối Nelson nếu như ông ta đưa ra một quyết định tồi.

jump in the sack → **hop in the sack**

jump in(to) the deep end hoặc *dive in(to) the deep end* hoặc *plunge in(to) the deep end* khởi sự làm điều gì khi chưa có sự chuẩn bị thích đáng hoặc kinh nghiệm cần thiết ■ *It is possible to jump in the deep end, buy a small farm, and teach yourself. But mistakes can be costly.* • Cũng có thể bốc đồng mua một trang trại nhỏ và tự học hỏi việc điều hành. Nhưng những sai lầm có thể sẽ phải trả giá đắt.

jump on the bandwagon hoặc *climb on the bandwagon* chạy theo, hùa theo, nghĩa là bắt đầu làm việc gì chỉ vì có nhiều người khác đang làm như vậy ■ *Other leading computer manufacturers have jumped on the low-price bandwagon, with many models under $800.* • Những công ty sản xuất máy vi tính hàng đầu khác đã bắt đầu chạy theo giá cả thấp, với những kiểu máy chỉ dưới 800 đô-la. ■ *Those politicians are eager to jump on the environmental* bandwagon. • Các chính trị gia ấy hăm hở chạy theo xu thế về môi trường. ■ *Every business was trying to jump on the "dot-com" bandwagon.* • Mọi doanh nghiệp đều cố chạy theo xu hướng mở trang web trên mạng Internet.

jump one's bones (thông tục) cách nói thô lỗ ám chỉ việc có quan hệ tình dục với ai ■ *Luke isn't interested in a relationship - he just wants to jump your bones.* • Luke không quan tâm đến một mối quan hệ thực sự - hắn chỉ muốn thỏa mãn tình dục với bạn thôi.

jump out of one's skin hốt hoảng hoặc kinh ngạc đến mức nhảy dựng lên ■ *Don't sneak up on me like that! I almost jumped out of my skin there.* • Đừng có bất ngờ lên nhào vào tôi như thế! Tôi gần như đã nhảy dựng lên vì sợ đấy.

jump ship hoặc *abandon ship* rời bỏ tổ chức của mình khi tổ chức ấy gặp khó khăn, đang đi dần đến thất bại ■ *Many executives have jumped ship after their bonuses for last year were not as big as in previous years.* • Nhiều ủy viên quản trị đã bỏ ra đi khi tiền thưởng của họ trong năm qua không được nhiều như những năm trước đó.

jump the gun làm điều gì quá sớm khi chưa có đủ sự chuẩn bị hoặc chưa phải lúc ■ *I was not aware that the city council had already made a decision; that seems to be jumping the gun.* • Tôi không biết là hội đồng thành phố đã đưa ra một quyết định, điều đó dường như là quá sớm.

jump to it → hop to it

jumping-off point vị trí xuất phát khi bắt đầu đi đến đâu, hoặc ý tưởng, sự việc... ban đầu khi suy nghĩ hay viết ra điều gì ■ *The band uses traditional Japanese drumming as a jumping-off point, but their performances have become steadily more original and modern.* • Ban nhạc đã bắt đầu với tiếng trống Nhật truyền thống, nhưng các màn trình diễn của họ ngày càng trở nên độc đáo và hiện đại hơn.

juncture → at this juncture

jungle → concrete jungle

jungle → the law of the jungle

jury → the jury is still out (on sth)

just → able to take just so much

just → be good friends

just → be just the ticket

just → do sth (just) for the hell of it

just → get one's just deserts

just → have sb right where you want them

just → it's (just) one of those things

just → it's just as well (that)

just → life is a bowl of cherries

just → that's (just) the way it goes

just → wouldn't you (just) know it

just a stone's throw away → a stone's throw away

just about died → almost died

just around the corner → around the corner

just for the record → for the record

just in case → in case

just in the nick of time → in the nick of time

just like that (khẩu ngữ) nói về một sự kiện, xảy ra một cách nhanh chóng hoặc dễ dàng ■ *You think I can raise 3,000 dollars, just like that?* • Bạn nghĩ là tôi có thể quyên góp được 3.000 đô-la, dễ dàng thế sao?

just round the corner → **around the corner**

just say the word → **say the word**

just the same → **all the same**

just the tip of the iceberg → **the tip of the iceberg**

just what the doctor ordered hoàn toàn đúng với những gì đang cần đến ■ *I'm hoping that this year's vacation to Florida will be just what the doctor ordered.* • Tôi hy vọng rằng kỳ nghỉ ở Florida năm nay sẽ là hoàn toàn đúng như mong đợi.

justice → **do justice to sb**

justice → **poetic justice**

justice → **rough justice**

kazoo → out the wazoo

keel → on an even keel

keep → a man is known by the company he keeps

keep → an apple a day keeps the doctor away

keep → earn one's keep

keep → play one's cards close to one's chest

keep → sb can keep

keep → the company sb keeps

keep → you can't keep a good man down

keep a close eye on sth theo dõi, quan sát thật chặt chẽ sự việc gì ■ *Over the next few months we will keep a close eye on sales.* ● Trong mấy tháng tới đây chúng tôi sẽ theo dõi thật chặt chẽ việc bán hàng.

keep a cool head giữ bình tĩnh, tỉnh táo, ngay cả trong một tình huống khó khăn hay khi những người khác đều bối rối ■ *Throughout the tournament, I tried to keep a cool head and to concentrate completely on my game.* ● Suốt cuộc tranh tài, tôi cố giữ bình tĩnh và tập trung hoàn toàn vào trận đấu của mình. ■ *If you want to get out of here, you've got to keep a cool head.* ● Nếu bạn muốn thoát ra khỏi đây, bạn cần phải giữ bình tĩnh.

keep a finger on the pulse → **have a finger on the pulse**

keep a lid on sth → keep the lid on sth

keep a low profile hoặc *maintain a low profile* cố tránh không làm bất cứ điều gì gợi sự quan tâm chú ý quá nhiều của người khác, nhất là nói về người quá nổi tiếng hay rất quan trọng ■ *Diplomats were instructed to keep a low profile, and not to take sides in the conflict.* ● Các nhà ngoại giao được lệnh phải giữ thái độ thật kín đáo và không nghiêng theo một bên trong cuộc tranh chấp. ■ *The Secretary of State is planning a low-profile visit to Moscow next month.* ● Bộ trưởng ngoại giao đang dự tính một cuộc viếng thăm Moscow một cách kín đáo trong tháng tới.

keep a straight face cố giữ vẻ mặt nghiêm nghị cho dù đã muốn bật cười ■ *Ladd said her lively co-stars make it difficult to keep a straight face during the filming.* ● Ladd nói rằng người bạn cùng diễn rất sinh động làm cho cô thật khó mà giữ được vẻ mặt nghiêm nghị trong lúc quay phim.

keep a tight rein on sb hoặc *keep a tight rein on sth* hoặc *keep sb on a tight rein* hoặc *keep sth on a tight rein* kiểm soát người hay sự vật một cách hết sức chặt chẽ ■ *It is impossible to be competitive in business today without keeping a tight rein on costs.* ● Ngày nay không thể nào cạnh tranh trên thương trường mà không kiểm soát các chi phí một cách hết sức chặt chẽ.

keep a tight rein on sth → **keep a tight rein on sb**

keep abreast of sth đảm bảo nắm bắt được những sự kiện mới nhất về một chủ đề ■ *It is almost impossible to keep abreast of all the latest developments in computing.* ● Gần như không thể nào nắm bắt được hết tất cả những phát triển mới nhất của ngành tin học. ■ *How can anyone keep abreast of all this new technology?* ● Ai mà có thể nắm bắt được tất cả công nghệ mới này chứ?

keep an eagle eye on quan sát ai hoặc sự việc gì một cách rất cẩn thận, nhất là để có thể phát hiện ngay bất cứ điều gì sai trái ■ *Rebecca's children sat near the front of the church, where she could keep her eagle eye on them from the choir.* ● Những đứa con của Rebecca ngồi gần phía trước nhà thờ, nơi cô ấy có thể chú tâm quan sát chúng từ vị trí của ca đoàn. ■ *The referee kept his eagle eye on the tennis match.* ● Người trọng tài chú ý quan sát trận thi đấu quần vợt.

keep an ear cocked for sth → **keep an ear out (for sth)**

keep an ear out (for sth) hoặc *have an ear out (for sth)* hoặc *keep an ear cocked for sth* hoặc *have an ear cocked for sth* chăm chú lắng nghe để không bỏ lỡ nếu điều đang mong đợi xảy ra - nghe chừng ■ *I'm just going out for a few minutes - can you keep an ear out for the mailman?* ● Tôi chỉ phải đi ra ngoài vài phút - bạn có thể chú ý nghe chừng người đưa thư đến được không? ■ *She had an ear cocked for the sound of Joe's key in the front door.* ● Cô ấy chú ý nghe chừng tiếng chìa khóa của Joe cho vào cửa trước.

keep an ear to the ground hoặc *keep one's ear to the ground* đảm bảo tìm biết được những gì người khác đang nói hoặc suy nghĩ về một tình huống có liên quan, nhất là để không ai có thể nắm được lợi thế hơn mình ■ *I want everyone to keep their ears to the ground - we can't afford to have Benson's attorneys producing any surprises at the trial.* ● Tôi muốn mọi người phải chú ý tìm hiểu tất cả thông tin của đối phương - chúng ta không thể đối phó nổi việc để cho các luật sư của Benson tạo ra được bất cứ sự ngạc nhiên nào tại phiên tòa. ■ *The agent had no suitable houses on his books but promised to keep an ear to the ground for us.* ● Người môi giới không có sẵn bất cứ căn nhà thích hợp nào trong danh sách, nhưng hứa sẽ lưu ý tìm kiếm cho chúng tôi.

keep an eye on sth trông nom, chăm sóc điều gì để tránh sự hư hại, mất mát... ■ *We've asked the neighbours to keep an eye on the house for us while we are away.* ● Chúng tôi đã nhờ những người hàng xóm trông nom nhà cửa trong khi chúng tôi đi vắng. ■ *Will you keep an eye on things here until I get back?* ● Anh trông nom hộ tôi những thứ ở đây cho đến khi tôi trở lại nhé?

keep an eye out for hoặc *keep one's eyes open for* liên tục tìm kiếm người hay sự vật được đoán trước hoặc mong muốn sẽ tìm thấy, nhất là trong khi vẫn đang làm một việc gì khác ■ *The teachers were warned to keep an eye out for fights and bullying.* ● Các giáo viên đã được cảnh báo là phải lưu ý phát hiện những vụ đánh lộn và bắt nạt. ■ *Police have asked residents to keep an eye out for anything suspicious.* ● Cảnh sát đã đề nghị cư dân trong vùng hãy lưu ý đến bất cứ điều gì đáng ngờ. ■ *He asked me to keep an eye out for any houses to rent.* ● Anh ấy đã đề nghị tôi lưu ý tìm bất cứ ngôi nhà nào để thuê. ■ *Keep your eyes open for a petrol station.* ● Hãy chú ý để tìm một trạm xăng.

keep an open mind (about) → **have an open mind (about)**

keep bad company hoặc *get into bad company* hoặc *fall into bad company* chọn bạn xấu, giao du với những kẻ không trung thực hoặc làm việc xấu xa, phạm pháp ■ *He's basically a good guy who fell into some bad company.* ● Anh ta bản chất là một người tốt đã giao du nhầm với kẻ xấu. ■ *They worried about their teenage son getting into bad company.* ● Họ lo lắng về việc cậu con trai thiếu niên bắt đầu giao du với bạn xấu. ■ *Things started to go wrong when he got into bad company.* ● Mọi việc bắt đầu trở nên bất ổn khi anh ta kết giao với những người bạn xấu.

keep body and soul together tình trạng kiếm sống vừa đủ ■ *Young adults are struggling to keep body and soul together at a time which is becoming almost a full-blown depression.* ● Những người mới trưởng thành phải vất vả để kiếm vừa đủ sống trong thời buổi suy thoái kinh tế gần như lên đến cực điểm. ■ *They barely have enough money to keep body and soul together.* ● Họ gần như chỉ có được tiền bạc vừa đủ sống mà thôi. ■ *She had to take on two jobs just to keep body and soul together.* ● Cô ấy phải nhận làm đến hai công việc chỉ để kiếm được vừa đủ sống.

keep both feet (firmly) on the ground → **have one's feet (firmly) on the ground**

keep clear of → **steer clear of**

keep count of sth ghi nhớ hoặc theo dõi ghi nhận một số lượng nào đó qua một giai đoạn thay đổi ■ *Keep a count of your calorie intake for one week.* ● Hãy theo dõi lượng ca-lo-ri bạn đưa vào cơ thể trong một tuần. ■ *Try to keep count of how many cars you sell over a week.* ● Hãy cố ghi nhận xem anh bán được bao nhiêu chiếc xe hơi qua một tuần.

keep guard over sth → **stand guard over sth**

keep in step (with) → **be in step (with)**

keep in touch (with) → **be in touch (with)**

keep on the right side of sb hoặc *stay on the right side of sb* thận trọng trong ứng xử để không gây sự bực mình cho ai vì cần đến sự giúp đỡ, ủng hộ của người ấy, hoặc để không bị người ấy gây khó khăn, rắc rối ■ *Kendra tried to stay on the right side of her landlord so that he wouldn't raise the rent.* ● Kendra cố không làm mếch lòng người chủ cho thuê nhà, để ông ta sẽ không tăng giá thuê nhà.

keep one jump ahead of sb hoặc *stay one jump ahead of sb* hoặc *be one jump ahead of sb* chiếm được lợi thế hơn đối thủ cạnh tranh của mình ■ *In this age of international business, an MBA student who speaks Japanese is going to be one jump ahead of an MBA student who doesn't.* ● Trong thời đại giao thương quốc tế như ngày nay, một sinh viên cao học quản trị kinh doanh nói được tiếng Nhật sẽ có ưu thế hơn so với một sinh viên cùng khoa không nói được tiếng Nhật. (MBA = Master of Business Administration)

keep one step ahead of → **stay one step ahead of**

keep one's cards close to one's chest → **play one's cards close to one's chest**

keep one's cards close to one's vest → **play one's cards close to one's chest**

keep one's chin up → **chin up**

keep one's cool giữ được bình tĩnh trong một tình huống khó khăn, dễ khích động ■ *He kept his cool on the convention floor when he was heckled by a young Republican.* • Ông ta giữ được bình tĩnh trong phòng họp quốc hội khi ông bị quát tháo ngắt lời bởi một đảng viên Cộng hòa trẻ tuổi. ■ *On the night of the big game between the two rival teams, city leaders asked the fans in the streets to keep their cool and avoid trouble.* • Vào đêm diễn ra trận đấu quan trọng giữa hai đội đối đầu nhau, lãnh đạo thành phố đã yêu cầu các ủng hộ viên trên đường phố hãy giữ bình tĩnh và tránh gây rắc rối.

keep one's distance from sb → **keep sb at a distance**

keep one's ear to the ground → **keep an ear to the ground**

keep one's eye on sth quan sát, theo dõi cẩn thận điều gì để tránh mắc phải sai lầm ■ *It's important to keep your eye on the ball at all times.* • Điều quan trọng là lúc nào cũng phải theo dõi thận trọng quả bóng.

keep one's eyes glued to sth quan sát điều gì rất cẩn thận, hết sức chú ý, không hề rời mắt đi nơi khác ■ *He was sitting on the sofa with his eyes glued to the screen.* • Anh ta đang ngồi trên sofa, dán mắt theo dõi trên màn ảnh. ■ *He spends every evening glued to the T.V.* • Đêm nào ông ta cũng dán mắt vào ti-vi. (xem các chương trình ti-vi một cách say sưa, chú ý) ■ *Her eyes were glued to the children.* • Đôi mắt cô ta chú ý quan sát không rời bọn trẻ.

keep one's eyes open chú ý đến những gì đang xảy ra quanh mình ■ *Carlos developed his acting skills by keeping his eyes open and learning from experience.* • Carlos đã phát triển kỹ năng diễn xuất của anh ta bằng cách chú ý mọi việc chung quanh và học hỏi từ kinh nghiệm.

keep one's eyes open for → **keep an eye out for**

keep one's eyes peeled hoặc **keep one's eyes skinned** (khẩu ngữ) quan sát cẩn thận để đề phòng ai hay điều gì ■ *These guys are used to keeping their eyes peeled for cops, but I don't think they'll recognize you as a cop.* • Mấy gã này đã quen với việc đề phòng cảnh sát, nhưng tôi không nghĩ rằng bọn chúng sẽ nhận ra anh là cảnh sát. ■ *We kept our eyes peeled for any signs of life.* • Chúng tôi quan sát cẩn thận để tìm kiếm bất cứ dấu hiệu nào của sự sống.

keep one's eyes skinned → **keep one's eyes peeled**

keep one's feet (firmly) on the ground → **have one's feet (firmly) on the ground**

keep one's fingers crossed → **cross one's fingers**

keep one's foot in the door duy trì một hoạt động, công việc đã đạt được ■ *The French auction house has obviously decided to keep its foot in the door of this growing market.* • Nhà bán đấu giá của Pháp rõ ràng là đã quyết định duy trì hoạt động trong thị trường đang phát triển này.

keep one's hand in rèn luyện một kỹ năng để không bị mất đi ■ *Peterson files a few reports just to keep his hand in, but his real purpose is to collect material for a book.* • Peterson gởi vài ba bài tường thuật chỉ nhằm để không bị quên mất kỹ năng của mình, nhưng mục đích thực sự của anh ta là thu thập tư liệu cho một cuốn sách.

keep one's head above water xoay xở để cố giải quyết hết những rắc rối, công việc hay nợ nần... chỉ cần để có thể tồn tại được, trong khi tình huống rất khó khăn và có vẻ như không thể nào vượt qua được ■ *We need another person to help run this office; right now I'm struggling to keep my head above water.* ● Chúng ta cần một người khác để giúp điều hành văn phòng này. Ngay lúc này tôi đang vất vả để chỉ cố giữ được mình vượt qua mọi chuyện. ■ *I'm not sure how much longer we'll be able to keep our heads above water.* ● Tôi không chắc là chúng ta có thể cố gắng xoay xở để tồn tại thêm được bao lâu nữa.

keep one's head down cố giữ mình trong tình trạng không bị ai chú ý đến, chẳng hạn như giữ cho công việc trôi chảy và không gây ra bất cứ rắc rối nào ■ *If the boss is in a bad mood, it's better to just keep your head down and stay quiet.* ● Nếu ông chủ đang lúc khó chịu, tốt hơn là bạn nên biết tự lo việc của mình và giữ yên lặng. ■ *If I were you, I'd keep my head down for a couple of weeks.* ● Nếu tôi mà là anh, tôi sẽ cố giữ cho mọi việc êm thấm trong vài tuần.

keep one's head giữ được bình tĩnh trong một tình huống khó khăn ■ *Luckily, the driver kept his head and managed to steer the bus to the side of the road.* ● May mắn thay, người tài xế giữ được bình tĩnh và cố hướng được chiếc xe buýt vào lề đường. → *lose one's head*

keep one's nose clean tránh né những chuyện dẫn đến rắc rối và không làm bất cứ điều gì sai trái, phạm pháp ■ *If you keep your nose clean, Angstrom, you'll have a job for life in the Navy.* ● Nếu anh giữ được cuộc sống trong sạch, Angstrom, anh sẽ có một công việc suốt đời trong ngành Hải quân.

keep one's nose out of sth giữ khoảng cách thích hợp, không can thiệp vào chuyện riêng tư của ai ■ *I agreed to compromise with him on a couple of things as long as he kept his nose out of my business.* ● Tôi đồng ý nhân nhượng với ông ta một vài điều, miễn là ông ta không can thiệp vào chuyện riêng của tôi.

keep one's nose to the grindstone → **have one's nose to the grindstone**

keep one's own counsel giữ kín bí mật về một kế hoạch, ý tưởng... ■ *Even with those she loves most, Mrs. Brown tends to keep her own counsel.* ● Ngay cả với những người mình yêu thương nhất, bà Brown vẫn có khuynh hướng giữ kín bí mật của mình. ■ *Emily doubted what he told her but kept her own counsel.* ● Emily đã nghi ngờ những gì anh ta nói với cô nhưng cô giữ kín điều ấy.

keep one's pants on → **keep one's shirt on**

keep one's powder dry bình tĩnh chờ đợi cho một tình huống phát triển trước khi quyết định phải làm gì ■ *Both sides are keeping their powder dry until the interest-rate situation stabilizes.* ● Cả hai bên đang bình tĩnh chờ đợi cho đến khi tình hình lãi suất trở nên ổn định.

keep one's shirt on hoặc *keep one's pants on* (khẩu ngữ) dùng khi muốn bảo ai hãy bình tĩnh và kiên nhẫn, đừng quá nóng giận hay bối rối ■ *"Hurry up, Jess,* or we'll be late." "Keep your shirt on - we have plenty of time." ● "Nhanh lên nào, Jess, không thì chúng ta sẽ trễ mất." "Bình tĩnh đi nào - chúng ta còn khối thời gian mà."

keep one's trap shut (khẩu ngữ) cách nói khiếm nhã khi muốn bảo ai đừng nói chuyện nữa hoặc đừng nói ra một điều bí mật ■ *If you'd kept your trap shut, we wouldn't be in this mess!* ● Nếu anh chịu im mồm lại, chúng ta hẳn là đã không gặp phải rắc rối to như thế này.

keep one's word thực hiện đúng như những gì đã hứa ■ *We have kept our word since the last election - taxes have not risen.* ● Chúng tôi đã giữ đúng lời hứa kể từ lần bầu cử trước - các khoản thuế đã không tăng.

keep oneself aloof hoặc *hold oneself aloof* hoặc *stand aloof* hoặc *remain aloof* không quan tâm đến, không giữ mối quan hệ với người hay sự vật nào, hoặc đứng ngoài không tham gia vào một sự việc ■ *The Emperor kept himself aloof from the people.* ● Vị hoàng đế sống hoàn toàn cách biệt với nhân dân.

keep out of one's hair → **be out of one's hair**

keep sb amused tạo ra sự hứng thú hoặc một trò giải trí để ai đó không thấy buồn chán ■ *Playing with water can keep children amused for hours.* ● Việc nghịch nước có thể làm cho trẻ con thấy hứng thú trong nhiều giờ.

keep sb at a distance hoặc *keep one's distance from sb* giữ khoảng cách trong quan hệ, không gần gũi, thân thiện với ai ■ *The manager prefers to keep employees at a distance.* ● Viên quản lý thích giữ một khoảng cách trong quan hệ với các nhân viên. ■ *She was warned to keep her distance from Charles if she didn't want to get hurt.* ● Cô ấy đã được cảnh báo là phải giữ khoảng cách trong quan hệ với Charles nếu không muốn bị tổn thương.

keep sb at arm's length hoặc *be at arm's length from sb* hoặc *remain at arm's length from sb* hoặc *operate at arm's length from sb* ... tránh né, giới hạn, không để có liên quan hoặc tạo quan hệ quá mật thiết ai hay sự việc gì ■ *Russian diplomats are attempting to keep reporters at arm's length until the crisis is resolved.* ● Các nhà ngoại giao Nga đang cố tránh né các phóng viên cho đến khi nào cuộc khủng hoảng được giải quyết xong. ■ *He keeps all his clients at arm's length.* ● Ông ta giữ tất cả khách hàng của mình trong một quan hệ chừng mực. ■ *Sheryl's unfriendly manner kept most people at arm's length.* ● Cung cách thiếu thân thiện của Sheryl đã làm cho hầu hết mọi người không đến gần cô.

keep sb busy có đủ công việc để làm ■ *Since she retired she's kept herself very busy.* ● Từ khi về hưu bà ấy vẫn kiếm được nhiều công việc để làm. ■ *We've got enough work here to keep us busy for weeks.* ● Chúng tôi có đủ công việc ở đây để làm trong nhiều tuần lễ. ■ *You keep them busy while I call the police.* ● Anh hãy giữ cho bọn chúng phải chú ý đến trong khi tôi gọi cảnh sát. ■ *I try to keep myself busy as much as possible.* ● Tôi cố kiếm được càng nhiều việc để làm càng tốt.

keep sb guessing làm cho người khác khó có thể đoán trước được điều gì sắp xảy ra ■ *Kasparow managed to keep his opponent guessing until he made his last move.* ● Kasparow xoay xở để ngăn cản được dự đoán của đối thủ cho đến khi anh ta đi nước cờ cuối cùng. ■ *It's the kind of book that keeps you guessing right to the end.* ● Đó là loại sách làm cho bạn luôn bất ngờ cho đến tận đoạn cuối. (vì không thể đoán trước được điều gì)

keep sb in stitches → **have sb in stitches**

keep sb off one's back → **get sb off one's back**

keep sb on a short leash hoặc *keep sb on a tight leash* kiểm soát ai chặt chẽ và không để cho người ấy thực hiện điều mà người nói không muốn ■ *See if you can get Jerry to come out for a drink - his wife keeps him on a pretty short leash nowadays.* ● Để xem anh có thể nào lôi Jerry đi uống rượu được không - lúc này vợ hắn giữ hắn rất chặt chẽ.

keep sb on a string → **have sb on a string**

keep sb on a tight leash → **keep sb on a short leash**

keep sb on a tight rein → **keep a tight rein on sb**

keep sb on one's toes (khẩu ngữ) làm cho ai phải liên tục chú ý đến sự việc đang diễn ra và không thể nào nghỉ ngơi, thư giãn, vì không biết được điều gì rồi sẽ xảy ra ■ *Gumbel not only works hard himself, he keeps everyone around him on their toes too.* ● Gumbel không chỉ tự mình làm việc tích cực, ông ta còn làm cho mọi người quanh mình đều ở trong tình trạng luôn căng thẳng. ■ *Teaching the most advanced class always kept the professors on their toes.* ● Việc dạy những lớp học nâng cao luôn luôn làm cho các giáo sư phải hết sức tỉnh táo.

keep sb on the straight and narrow làm cho ai phải sống theo một cuộc sống đạo đức, lương thiện, nhất là khi người ấy không thường sống như vậy ■ *Davies said that it was the support of his wife, Jeanine, that helped him kick his cocaine addiction, and kept him on the straight and narrow.* ● Davies nói rằng chính sự hỗ trợ của vợ anh ta, Jeanine, đã giúp anh cai bỏ được cơn nghiện ma túy, và giữ cho anh sống theo cuộc sống lương thiện, đạo đức.

keep sb out of one's hair → **get sb out of one's hair**

keep sb posted tiếp tục cung cấp cho ai thông tin về vấn đề họ đang quan tâm ■ *One of the police officers said he would keep me posted, but so far, I haven't heard from him.* ● Một trong các viên cảnh sát nói là sẽ tiếp tục thông tin cho tôi biết, nhưng cho đến nay tôi chẳng nghe được gì từ anh ta cả.

keep sth at bay hoặc *hold sth at bay* ngăn cản, duy trì trong tình huống hiện tại, không để cho ai đó di chuyển đi hoặc một sự việc nào đó tiếp tục gây ra tác hại ■ *Moss kept police at bay for two hours.* ● Rêu trơn đã giữ chân cảnh sát lại khoảng hai giờ. ■ *The police chased the thief to a roof where they held him at bay until more policemen came to help.* ● Cảnh sát đuổi theo tên cướp lên tận nóc nhà và giữ hắn ở đó cho đến khi có thêm lực lượng đến trợ giúp. ■ *Take these drops twice a day and you'll keep colds and flu at bay.* ● Dùng loại thuốc nhỏ giọt này mỗi ngày 2 lần, bạn sẽ ngăn được chứng cảm lạnh và cảm cúm. ■ *I'm trying to keep my creditors at bay.* • Tôi đang cố ngăn giữ những người chủ nợ lại. ■ *Charlotte bit her lip to hold the tears at bay.* • Charlotte cắn môi để cố ngăn lại những giọt nước mắt. ■ *Doctors recommend Vitamin C for keeping colds at bay.* • Các bác sĩ khuyến nghị dùng sinh tố C để ngăn chặn chứng cảm lạnh.

keep sth in check → **hold sth in check**

keep sth on a tight rein → **keep a tight rein on sb**

keep sth on hand → **have sth on hand**

keep sth on ice hoặc *put sth on ice* quyết định không làm gì đối với một kế hoạch hoặc đề nghị, hoặc tạm ngưng việc gì trong một thời gian ■ *We're going to have to put this project on ice until we can raise some more money.* • Chúng ta sẽ phải tạm ngưng dự án này cho đến khi nào chúng ta có thể có thêm tiền. ■ *We've had to put our plans on ice for the time being.* • Trong lúc này chúng ta buộc phải tạm ngưng các kế hoạch.

keep sth under control → **bring sth under control**

keep sth under one's hat (khẩu ngữ) giữ kín điều gì như một bí mật ■ *Katie told me she's quitting at the end of the month, but keep it under your hat for now.* • Katie bảo tôi là cuối tháng này cô ấy sẽ nghỉ việc, nhưng hiện giờ bạn phải giữ kín chuyện này đấy.

keep sth up one's sleeve → **have sth up one's sleeve**

keep tabs on sb hoặc *keep tabs on sth* theo dõi người hay sự việc gì một cách chặt chẽ để luôn biết được mọi thông tin liên quan ■ *The company has decided to keep tabs on the number of phone calls employees make.* • Công ty đã quyết định theo dõi chặt chẽ số lượng những cú điện thoại mà các nhân viên gọi đi.

keep tabs on sth → **keep tabs on sb**

keep the edge on → **have the edge over**

keep the edge over → **have the edge over**

keep the flag flying tiếp tục sự ủng hộ hoặc duy trì được một kế hoạch, ý tưởng, việc làm... tiêu biểu cho một đất nước, một tổ chức, nhất là khi sự việc trở nên khó khăn hơn, hoặc kế hoạch, ý tưởng, việc làm... ấy không còn được ưa chuộng như trước đó ■ *Although the number of training programs has declined in the last few decades, one Alabama textile factory has kept the flag flying.* • Mặc dù con số các chương trình dạy nghề đã giảm xuống trong mấy thập kỷ qua, một nhà máy dệt của Alabama vẫn duy trì được hoạt động tiêu biểu cho bang này. ■ *Our exporters keep the flag flying at international trade exhibitions.* • Các nhà xuất khẩu của chúng ta vẫn tiếp tục nêu cao lá cờ tổ quốc tại những cuộc triển lãm thương mại quốc tế.

keep the lid on sth hoặc *keep a lid on sth* kiểm soát một tình huống để đảm bảo không trở nên tồi tệ hơn, hoặc những thông tin bí mật, riêng tư sẽ không bị tiết lộ ■ *Kline keeps a tight lid on his private life, and rarely speaks to the press!* • Kline bảo vệ chặt chẽ cuộc sống riêng tư của mình, và rất hiếm khi nói chuyện với giới báo chí.

keep the show on the road → get the show on the road

keep the weather eye on (cách dùng cũ) tập trung chú ý trong một tình huống để có thể nhận ra bất cứ thay đổi nguy hiểm nào ■ *The government is keeping a weather eye on inflation.* ● Chính phủ đang chú ý theo dõi tình hình lạm phát.

keep the wheels turning hoặc *start the wheels turning* hoặc *set the wheels turning* hoặc *get the wheels turning* thực hiện những gì cần thiết để cho một kế hoạch, tiến trình có thể tiếp tục diễn tiến tốt đẹp ■ *A manager's job is to keep the wheels turning, not by solving the routine questions, but by tackling the tough ones.* ● Công việc của một người quản lý là giữ cho mọi việc vận hành tốt, không phải bằng cách giải quyết những vấn đề thông thường, mà là đối phó với những vấn đề khó khăn.

keep the wolf from the door chỉ kiếm được vừa đủ tiền để sống ở mức tối thiểu ■ *I'm working part-time in a coffee shop, just to keep the wolf from the door, that's all.* ● Tôi đang làm việc bán thời gian ở một quán cà phê, chỉ để kiếm vừa đủ mức sống tối thiểu, thế thôi.

keep track of biết được những gì đang xảy ra với người hay sự việc nào, và có được những thông tin liên quan ■ *Keep track of daily spending to ensure that your budget is staying on target.* ● Theo dõi mức chi tiêu hằng ngày để đảm bảo rằng ngân sách của bạn đang được giữ theo đúng hướng.

keep up with the Joneses đua đòi trong đời sống vật chất, không muốn thua kém mọi người quanh mình, nhất là so sánh với những người hàng xóm ■ *Just to keep up with the Joneses, Schmitt has been known to buy his children expensive clothes and take his wife on exotic vacations.* ● Chỉ để đua đòi theo lối xóm, Schmitt từng được biết là đã mua những quần áo rất đắt tiền cho con cái, và đưa vợ đi nghỉ ở nước ngoài. ■ *Ada often bought things she didn't really like in her effort to keep up with the Joneses.* ● Ada thường mua những món đồ mà cô không thật sự thích, chỉ để cố đua đòi theo kịp người khác.

keep your wits about you → have your wits about you

keeper → finders keepers

keeper → finders-keepers

keg → a powder keg

ken → beyond one's ken

kept → be kept in the dark

kettle → a fine kettle of fish

kettle → another kettle of fish

kettle → the pot calling the kettle black

key → under lock and key

keyed → be keyed up

kibosh → put the kibosh on sth

kick → a kick in the pants

kick → a kick in the teeth

kick → alive and kicking

kick → better than a kick in the teeth

kick → get a kick out of (doing) sth

kick → get one's kicks from sth

kick ass hoặc *kick butt* (tiếng lóng) sự vật có phẩm chất rất tốt, hoặc người có thể làm một việc gì đó rất tốt ■ *Jamie's new car really kicks ass. I want one like that.* ● Chiếc xe hơi mới của Jamie thật là tuyệt vời. Tôi muốn một chiếc giống như thế.

kick butt → **kick ass**

kick one's ass hoặc *whip one's butt* hoặc *whip some ass* (tiếng lóng, cách nói này được xem là rất thô lỗ) hạ gục đối thủ dễ dàng trong một trận đấu, một cuộc cạnh tranh... ■ *Wait until I get my brother over here - he'll kick you guys' asses!* ● Hãy đợi đấy cho đến khi tao gọi được anh tao đến đây - anh ấy sẽ hạ gục tất cả bọn mày. ■ *I mean, how many times do we have to whip some butt before he admits we're the best team?* ● Ý tôi muốn nói là, chúng ta phải chiến thắng đến bao nhiêu lần thì ông ta mới chịu thừa nhận chúng ta là đội giỏi nhất?

kick one's heels → **cool one's heels**

kick sb upstairs đưa ai lên một cương vị cao hơn nhưng có ít quyền lực hơn trước, thường là vì khả năng làm việc của họ không còn hiệu quả nữa ■ *Our programming executives often get kicked upstairs to jobs with bigger, more confusing titles.* ● Những người phụ trách chương trình của chúng tôi thường bị đẩy lên những công việc ít thực quyền với những danh hiệu quan trọng hơn, dễ lẫn lộn hơn.

kick sb when one is down tiếp tục gây thương tổn hoặc làm hại người đã chịu thua, đã thất bại hoặc đang trong tình huống suy sụp - đánh người ngã ngựa ■ *Criticizing the paper for kicking him when he was down, Campbell promised to fight back.* ● Chỉ trích tờ báo về việc tấn công ông lúc đã thất thế, Campbell thề là sẽ trả đũa.

kick the bucket (khẩu ngữ) cách nói khôi hài có nghĩa là chết ■ *When I finally kick the bucket, I want to be buried on top of a mountain or somewhere wild.* ● Cuối cùng khi tôi chết, tôi muốn được chôn cất trên một đỉnh núi, hoặc ở một nơi hoang vắng nào đó.

kick up one's heels (cách dùng cũ) vui chơi thỏa thích, nhất là đến dự tiệc, đi khiêu vũ... ■ *We really kicked up our heels on that cruise to Mexico.* ● Chúng tôi thật sự hết sức vui thú trong chuyến đi chơi du thuyền đến Mexico.

kick-ass tuyệt hảo, chất lượng cao ■ *This band we heard last night really played some kick-ass music.* ● Ban nhạc chúng tôi được nghe đêm qua thực sự đã chơi những bài tuyệt vời.

kicking → **drag sb kicking and screaming**

kid → **like a kid in a candy store**

kid → **the new kid on the block**

kid → **treat sb with kid gloves**

kidding → **who is sb kidding?**

kidding → **you're kidding (me)**

kid-gloves theo một cách rất thận trọng, đặc biệt ■ *The administration's kid-gloves treatment of former dictators has come under heavy criticism recently.* ● Cách đối xử đặc biệt của nhà cầm quyền với các nhà độc tài cũ gần đây đã bị chỉ trích nặng nề.

kill → **curiosity killed the cat**

kill → **dressed to kill**

kill → **move in for the kill**

kill the golden goose → **kill the goose that lays the golden egg**

kill the goose that lays the golden egg(s) hoặc *kill the golden goose* phá hỏng hoặc đánh mất đi một nguồn lợi lớn ■ *Vinney's made a lot of money playing football; I don't know why he wants to quit now and kill the goose that lays the golden egg.* ● Vinney kiếm được rất nhiều tiền nhờ chơi bóng đá. Tôi không hiểu tại sao bây giờ anh ta lại muốn thôi để phải mất đi một nguồn thu nhập lớn. ■ *The high-rises were built before authorities realized that they were killing the golden goose of tourism.* ● Những tòa cao ốc đã được xây dựng trước khi giới chức thẩm quyền nhận ra là họ đang đánh mất đi nguồn thu nhập lớn từ du lịch.

kill time làm điều gì đó không có ích lợi gì hoặc không hứng thú lắm, chỉ nhằm để chờ đợi thời gian trôi qua ■ *I occasionally dropped into the library to kill time between classes.* ● Thỉnh thoảng tôi ghé vào thư viện để giết thời gian chờ đợi giữa các giờ học. ■ *We have a couple of hours to kill before our flight - let's have a drink.* ● Chúng ta có vài giờ đồng hồ phải chờ đợi trước chuyến bay - hãy đi uống chút gì đi.

kill two birds with one stone một việc làm mang lại hai kết quả - một công đôi việc ■ *She was hoping to kill two birds with one stone, and get the material for an article on Turkey during her vacation.* ● Nhân chuyến đi nghỉ hè, cô ấy hy vọng có thể là một công đôi việc, thu thập tư liệu cho một bài viết về Thổ Nhĩ Kỳ.

killing → **make a killing**

kilter → **off-kilter**

kilter → **out of kilter**

kind → **all kinds of sb**

kind → **cruel to be kind**

kind → **it takes all kinds (to make a world)**

kind → **of one kind or another**

kindness → **the milk of human kindness**

kink → **work out the kinks**

kiss → **the kiss of death (for)**

kiss and tell quan hệ tình dục với ai và sau đó nói công khai cho mọi người đều biết ■ *"Don't worry, Soames," Linda said. "I never kiss and tell."* ● Linda nói: "Đừng lo, Soames. Tôi chẳng bao giờ công khai chuyện ăn nằm đâu."

kiss my ass hoặc *kiss my butt* cách nói rất thô lỗ, chỉ dùng khi muốn yêu cầu đối phương hãy thôi ngay đừng quấy rầy nữa, hoặc cho thấy là mình không hề có chút kính trọng nào đối với người đang nói chuyện - câm đi, thôi đi ■ *Kiss my ass, Matt. You're a pain.* ● Câm ngay đi, Matt. Mày thật là đáng bực mình.

kiss my butt → **kiss my ass**

kiss one's ass nịnh hót, bợ đỡ thái quá, theo cách mà có thể làm cho những người khác phải thấy rất khó chịu ■ *You know she gets good grades because she kisses the teacher's ass.* ● Anh biết đấy, cô ta được điểm cao là vì cô ấy giỏi nịnh bợ thầy giáo.

kiss sth goodbye hoặc *say goodbye to sth* hoặc *wave goodbye to sth* chấp nhận sự thật là sẽ phải mất mát hoặc không thể có được điều gì ■ *Well, if you* decide to work part-time, you can kiss your health insurance goodbye.* À, nếu anh quyết định làm việc bán thời gian, anh có thể từ bỏ việc bảo hiểm sức khỏe. ■ *At that point, Edwards knew she would have to say goodbye to her hopes of winning an Olympic medal.* • Vào thời điểm ấy, Edwards đã biết là cô sẽ phải từ bỏ những hy vọng giành được một huy chương vàng Thế vận hội. ■ *Well, you can kiss goodbye to your chances of promotion.* • Được rồi, anh có thể từ bỏ những cơ hội thăng tiến của mình rồi.

kit → **the whole (kit and) caboodle**

kitchen → **if you can't stand the heat, get out of the kitchen**

kite → **go fly a kite**

kite → **high as a kite**

kitten → **weak as a kitten**

knee → **bring sth to its knees**

knee → **go down on one's knees**

knee → **the bee's knees**

knee-high to a grasshopper (cách dùng cũ) dùng khi nói về ai đó trong quá khứ, khi người ấy còn rất trẻ ■ *I remember when we were snowed in for a week - your mom was knee-high to a grasshopper then.* • Ta còn nhớ khi bọn ta phải tránh tuyết ở đó trong một tuần, mẹ cháu lúc ấy hãy còn bé tẹo.

knee-jerk reaction hoặc *knee-jerk response* một quan điểm hoặc ý kiến, phản ứng bốc đồng được đưa ra tức thời, không có sự suy nghĩ, cân nhắc về kết quả ■ *Some environmentalists tend to have a knee-jerk reaction to any type of development.* • Một số nhà môi trường có khuynh hướng phản ứng bốc đồng với bất kỳ sự phát triển nào. ■ *With one of his typical knee-jerk reactions, he said no immediately, citing some moral argument that no one understood.* • Với một trong những cách phản ứng bốc đồng của mình, anh ta từ chối ngay lập tức, viện dẫn một căn cứ đạo đức nào đó mà chẳng ai hiểu được. ■ *The union leaders' knee-jerk rejection of a 30 percent wage increase is not going to help their members.* • Sự từ chối bốc đồng của những người lãnh đạo công đoàn về khoản tăng lương 30 phần trăm sẽ không có lợi cho các thành viên của họ. ❖ Thành ngữ này còn được biến đổi theo một số cách dùng khác để phù hợp với ý muốn nói ■ *People are still disturbed by AIDS, but there's less knee-jerk fear than five years ago.* • Người ta vẫn còn lo lắng nhiều về bệnh AIDS, nhưng đã có ít sự lo sợ bốc đồng hơn so với 5 năm trước đây.

knee-jerk response → **knee-jerk reaction**

knell → **sound the death knell**

knife → **go through sth like a (hot) knife through butter**

knife → **go under the knife**

knife → **on a knife edge**

knife → **twist the knife (in the wound)**

knife → **you could have cut the air with a knife**

knight → **knight in shining armor**

knight in shining armor 1. người đàn ông giúp đỡ phụ nữ trong tình huống khó khăn hoặc nguy hiểm, hoặc luôn luôn bảo vệ và giúp đỡ phụ nữ ❖ Thường viết là *armor* trong tiếng Anh-Mỹ và *armour* trong tiếng Anh-Anh ■ *You* can't spend your life waiting for a knight in shining armor - there isn't one, or if there is he'll be impossible to live with. • Bạn không thể phí cả đời mình để chờ đợi một chàng hiệp sĩ hào hoa - không hề có người như thế, hoặc nếu có, người ấy cũng không thể nào cùng chung sống được. ■ *She was looking for a knight in shining armor who might save her from her boring life.* • Cô ấy đang tìm kiếm một chàng hiệp sĩ hào hoa, người có thể đưa cô ấy ra khỏi cuộc sống buồn tẻ. 2. **người can đảm, nghĩa hiệp, sẵn sàng giúp đỡ người khác** ■ *The rangers made a plea to the governor for a knight in shining armor to help save the parks from destruction.* • Những người bảo vệ các khu công viên đã thỉnh cầu ông thống đốc cho họ một hiệp sĩ gan dạ để giúp bảo vệ các công viên khỏi sự phá hủy. ■ *Jason was my knight in shining armour. He brought food every day until I got better.* • Jason là chàng hiệp sĩ tốt bụng của tôi. Anh ấy mang thức ăn cho tôi mỗi ngày, cho đến khi tôi khỏe lại. ■ *People thought the new president was a knight in shining armour, but they soon found out he was just another politician.* • Người ta vẫn tưởng rằng ông tổng thống mới là một hiệp sĩ cứu khốn phò nguy, nhưng không bao lâu thì họ nhận ra ông ta cũng chẳng khác gì những chính trị gia khác. ■ *My car broke down and I was stuck on the side of the road until a knight in shining armour came and fixed my car for me.* • Xe hơi của tôi bị chết máy và tôi phải kẹt lại bên lề đường, mãi cho đến khi có một chàng hiệp sĩ xuất hiện và giúp tôi sửa xe.

knitting → **stick to one's knitting**

knock → **don't knock it**

knock → **hard knocks**

knock → **knock oneself out**

knock → **you could've knocked me down with a feather**

knock 'em dead (khẩu ngữ) chiếm được sự ngưỡng mộ, khâm phục của mọi người, bằng cách thực hiện điều gì đó rất tốt, nhất là trong một phiên trình diễn hoặc nói chuyện với đông người ■ *Don't be nervous, just go out there and knock 'em dead.* • Đừng căng thẳng, chỉ việc đi đến đó và làm cho họ khâm phục. ■ *You look fabulous - you'll knock 'em dead tonight.* • Trông bạn tuyệt lắm - tối nay bạn sẽ khiến cho mọi người phải khâm phục. - Đây là cách phát âm ngắn gọn thay cho *knock them dead*, chú ý cách dùng dấu phẩy đóng ('), không phải dấu phẩy mở (').

knock heads → **knock one's heads together**

knock it off (khẩu ngữ) dùng để bảo ai chấm dứt ngay việc gì, nhất là khi việc ấy làm người nói bực dọc ■*Knock it off, kids - I'm trying to work.* • Thôi ngay đi, lũ nhóc. Tao đang cố làm việc đây. ■*Knock it off, you two. I'm sick of your arguing.* • Hai đứa mày thôi ngay đi, tao phát ốm với chuyện tranh cãi của tụi bay rồi.

knock on wood hoặc *touch wood* bày tỏ sự hài lòng và mong muốn một điều tốt đẹp nào đó tiếp tục kéo dài ■ *I haven't had the flu this year, knock on wood.* • Năm nay tôi không bị cảm cúm, mong rằng cứ được như thế. ■ *I've been driving for over 20 years and never had an accident - touch wood!* • Tôi đã lái xe hơn 20 năm và chưa từng gặp tai nạn - mong rằng cứ được như thế. - Thành ngữ này ban đầu được dùng như một cách nói để tránh mang lại vận rủi.

knock one's block off đánh ai một cách nặng nề ■ *If you touch my stuff, I'll knock your block off.* ● Nếu ông động tới đồ đạc của tôi, tôi sẽ đánh ông thẳng tay đấy.

knock one's heads together hoặc *knock heads* (thường dùng trong các lĩnh vực kinh doanh và chính trị) thúc giục, ép buộc hai nhóm người, tổ chức... đang bất đồng với nhau phải đạt đến một thỏa ước chung ■ *The trial on Monday was Simm's first real test to show he could knock the jury's heads together and make things happen.* ● Phiên tòa hôm thứ Hai là thử nghiệm thực sự đầu tiên của Simm để cho thấy anh ta có thể buộc những người trong bồi thẩm đoàn phải đồng ý với nhau và chủ động mọi việc xảy ra.

knock one's socks off hoặc *blow one's socks off* có thể làm cho ai phải ngạc nhiên hoặc có ấn tượng ■ *Inside the magazine, we have a recipe for a Thai fish sauce that will knock your socks off.* ● Bên trong tạp chí, chúng tôi có một công thức làm nước mắm Thái mà sẽ làm cho bạn ngạc nhiên. ■ *This citrus orange is a knock-your-socks-off colour, but not everyone would dare to wear it.* ● Màu cam quýt này là một màu gây ấn tượng, nhưng không phải mọi người ai cũng dám mặc nó.

knock oneself out 1. làm việc rất căng thẳng để thực hiện được điều gì, và vì thế nên hết sức mệt nhọc ■ *Angie's parents knocked themselves out to give her a really wonderful wedding.* ● Cha mẹ của Angie đã vắt hết cả sức lực để tổ chức cho cô ấy một đám cưới thật sự tuyệt vời. 2.(khẩu ngữ) hoặc *go ahead knock oneself out* hoặc *go on knock oneself out* dùng khi muốn nói rằng điều mà ai đó đang cố sức theo đuổi là vô ích, không thể đạt đến thành công ■ *If you think you can write it in a day, go ahead, knock yourself out.* ● Nếu bạn nghĩ là có thể viết điều đó trong một ngày, cứ thử đi, bạn chỉ phí sức vô ích thôi.

knock sb down a peg (or two) → **take sb down a peg (or two)**

knock sb for a loop hoặc *throw sb for a loop* làm cho ai quá ngạc nhiên, sửng sốt đến mức bối rối hoặc không biết phải làm gì ■ *Her question threw me for a loop - I didn't think she'd even been paying attention.* ● Câu hỏi của cô ta làm tôi kinh ngạc sửng sờ - Tôi đã không nghĩ là cô ấy thậm chí có chú ý đến nữa.

knock sb into shape hoặc *whip sb into shape* hoặc *knock sth into shape* hoặc *whip sth into shape* nỗ lực rất lớn để rèn luyện cho một người ít kinh nghiệm có thể làm tốt việc gì, hoặc để cải thiện một sự việc, tình huống hiện không tốt đẹp mấy ■ *Mr. Sanders said he was determined to whip failing students into shape, or else kick them out of school.* ● Ông Sanders đã nói rằng ông quyết tâm làm cho những sinh viên kém sẽ học tốt hơn, hoặc là đuổi hẳn họ ra khỏi nhà trường.

knock sb into the middle of next week (khẩu ngữ) tấn công, đánh ai rất mạnh, hết sức ■ *If you ever talk to me like that again, I'll knock you into the middle of next week!* ● Nếu anh còn nói chuyện với tôi như vậy lần nữa, tôi sẽ đấm cho anh vỡ mặt đấy.

knock sb off one's perch làm cho một người đang rất thành công phải thất bại hoặc giảm bớt mức độ thành công ■ *Several teams are hoping to knock the reigning state champions off their perch this year.* ● Nhiều đội bóng năm nay đang hy vọng sẽ đẩy họ ra khỏi chức đương kim vô địch.

knock sth into shape → **knock sb into shape**

knock the bottom out of sth làm cho một hoạt động kinh doanh không thể tiếp tục hoặc không thể thành đạt ■ *The food poisoning scare had knocked the bottom out of the restaurant business.* ● Nỗi lo sợ về ngộ độc thực phẩm đã đẩy việc kinh doanh nhà hàng đi đến chỗ không thể nào gượng dậy.

knock-down, drag-out hoặc *knock down, drag out* nói về một cuộc tranh cãi, xô xát... khi muốn nhấn mạnh là rất tồi tệ ■ *Amazingly, both sides went away feeling happier, after a knock down, drag out trial full of hostility.* ● Kỳ lạ thay, đôi bên cùng bỏ đi, cảm thấy vui vẻ hơn, sau một phiên tòa tranh cãi dằng dai đầy gay gắt.

knot → cut the Gordian knot

knot → tie oneself in knots

knot → tie the knot

know → as far as sb knows

know → better the devil one knows

know → but not as we know it

know → don't know the half of it

know → don't know the meaning of (the word)

know → far as anyone knows

know → feel sth in one's bones

know → for all sb knows

know → in the know

know → it takes one to know one

know → know a thing or two about sth

know → not know enough to come in out of the rain

know → not know sb from Adam

know → not know shit (from shinola)

know → not know sth if it jumped up and bit one

know → not know the first thing about

know → not know whether one is coming or going

know → not know which way to turn

know → one didn't know what hit him/her

know → the right hand doesn't know what the left hand is doing

know → what do you know

know → wouldn't you (just) know it

know a thing or two about sth có kiến thức sâu rộng rút ra từ kinh nghiệm thực tế, từng trải về vấn đề gì ■ *Reed, who knows a thing or two about poetry, will be reading from his new book next Wednesday.* ● Reed, người hiểu biết rất nhiều về thi ca, sẽ trình bày cuốn sách mới của ông ta vào thứ Tư tới đây.

know all the answers có thái độ quá tự tin vào sự hiểu biết đối với một vấn đề, nhất là khi thực tế không đúng vậy ■ *He thinks he knows all the answers.* ● Ông ấy nghĩ là ông ấy biết hết mọi chuyện.

know no bounds rộng lớn hơn mức độ thông thường, hoặc có vẻ như không giới hạn ■ *Abigail wanted* *her sixth-graders' imagination to know no bounds.* • Abigail muốn rằng trí tưởng tượng của những học sinh lớp 6 của cô mở rộng ra vô hạn.

know one's own mind nắm chắc quan điểm và những gì cần làm theo ý mình, và không dễ chịu ảnh hưởng, tác động của người khác ■ *Darcy has always been tough and known her own mind, but she's basically a really shy girl.* • Darcy luôn luôn cứng rắn và nắm chắc việc mình làm, nhưng về cơ bản thì cô là một cô gái thực sự dễ e thẹn.

know one's place ứng xử theo cách tỏ ra tự biết vai trò của mình, biết tôn trọng những người có vai vế lớn hơn ■ *When I was a teacher, students knew their place. They were more respectful.* • Khi tôi còn đi dạy, học sinh biết cư xử hơn. Chúng biết tôn trọng hơn.

know sb inside out → **know sth inside out**

know sth a mile away → **see sth a mile away**

know sth backward and forward biết rất rõ về một hệ thống, tổ chức... và nắm được cách vận hành của hệ thống, tổ chức... ấy ■ *Berry knew the record business backward and forward, and he knew how to be successful.* • Berry rất thông thạo công việc kinh doanh băng đĩa nhạc, và anh ta biết cách để đạt được thành công.

know sth in one's bones → **feel sth in one's bones**

know sth inside out hoặc *know sb inside out* hiểu rất rõ về một người hay sự việc ■*Trust me - I know these people inside out - they'll love your idea.* • Hãy tin tôi - tôi hiểu rất rõ những người này. Họ sẽ thích ý tưởng của bạn.
■*Staller is definitely the best guy for the job - he knows the department inside and out.* • Staller chắc chắn là người tốt nhất cho công việc - anh ta hiểu rất rõ mọi chuyện về khoa này.

know sth like the back of one's hand biết rất rõ một nơi nào đó. ■ *He's lived in New York all his life. He must know it like the back of his hand.* • Ông ấy đã sống suốt cuộc đời ở New York. Ông ấy chắc hẳn biết rất rõ thành phố này.

know sth to one's cost hoặc *discover sth to one's cost* hoặc *find sth to one's cost* hoặc *learn sth to one's cost* biết được, khám phá ra hoặc học hỏi được điều gì qua thực tế trả giá của bản thân ■ *He's a ruthless businessman, as I know to my cost.* • Ông ấy là một người nhẫn tâm, như tôi đã tự mình biết được qua thực tế. (tôi đã từng là đối tượng của sự nhẫn tâm ấy) ■ *George is not always honest, as I discovered to my cost.* • George không phải bao giờ cũng trung thực, như tôi đã tự mình khám phá ra được qua thực tế. (anh ta đã từng lừa dối tôi)

know the ropes hoặc *learn the ropes* nắm hiểu được cách thức để thực hiện điều gì hoặc để giải quyết một tình huống đặc biệt nào đó ■ *It takes time to learn the ropes - you can't expect to do everything right away.* • Phải mất thời gian để nắm được cách làm - bạn không thể mong đợi làm được mọi thứ ngay lập tức.

know the score biết được tất cả sự thật về một tình huống, nhất là phân biệt rõ được những yếu tố nào là quan trọng hoặc hữu ích ■ *As a four-term senator from California, Cranston knows the score on political fundraising.* • Là một dân biểu của California đã qua bốn nhiệm kỳ, Cranston hiểu rất rõ về việc vận động quyên góp mang tính cách chính trị.

know what's what hoặc *remember what's what* hoặc *understand what's what* (khẩu ngữ) nói về người có kiến thức, trí nhớ hoặc hiểu biết am tường về một vấn đề hay tình huống rất phức tạp ■ *It's a pleasure to read this brisk account written by a veteran journalist who knows what's what.* • Thật là hài lòng khi được đọc bài tường thuật này, được viết bởi một nhà báo kỳ cựu rất am hiểu về vấn đề.

know which side one's bread is buttered on biết rõ việc ủng hộ, ngã về với ai để có lợi cho bản thân ■ *Wendy won't do anything to upset Phil. She knows which side her bread's buttered on.* • Wendy sẽ không làm bất cứ điều gì gây khó cho Phil. Cô ta biết phải theo ai để có lợi cho mình.

know which way the wind blows → see which way the wind blows

knowledge → a little knowledge is a dangerous thing

knowledge → to the best of one's knowledge

known → a man is known by the company he keeps

known → for reasons best known to oneself

known → have seen better days

labour of love công việc mà ai đó thực hiện chỉ vì sự yêu thích, cho dù không nhận được sự chi trả nào, và cho dù phải khó khăn, cực nhọc ■ *Making her sister's wedding dress was a labour of love.* • May áo cưới cho em gái cô ấy là một việc làm chỉ vì yêu thích. ■ *Jane made no money out of the biography she wrote. She was writing about the life of a friend and the book was a labour of life.* • Jane không kiếm được tiền bạc gì từ cuốn tiểu sử. Cô ấy viết về cuộc đời của một người bạn, và cuốn sách là một công việc được thực hiện chỉ vì tình cảm. ■ *Mary hates knitting, but she made a sweater for her boyfriend. What a labour of love!* • Mary ghét việc đan áo, nhưng cô đã đan một chiếc áo ấm cho bạn trai của mình. Quả là một công việc vì tình yêu.

ladder → **climb the ladder**

ladder → **the top rung of the ladder**

ladies who lunch cách nói khôi hài, châm biếm, chỉ các phụ nữ nhà giàu không có việc gì làm, vì thế chỉ biết ăn uống và mua sắm, nhất là khi người nói cho rằng những người như thế chẳng làm được điều gì hữu ích ■ *Carpaccio, the sedate, gray-wall restaurant for ladies who lunch, now has a sister restaurant for lawyers who party.* • Carpaccio, nhà hàng yên tĩnh với những vách tường xám dành riêng cho quý bà rỗi việc, giờ đây có thêm một chi nhánh nữa dành cho các luật sư chè chén.

ladies' man người đàn ông dành nhiều thì giờ cho phụ nữ và tự cho rằng phụ nữ rất thích mình ■*Vechey is divorved and sees himself as a real ladies' man.* • Vechey đã ly hôn và tự cho mình là món bở thực sự của phụ nữ.

lady → **bag lady**

lady → **it ain't over 'til the fat lady sings**

lady → **the fat lady has sung**

laid → **be laid back**

lake → **go jump in a lake**

lam → **on the lam**

lamb → **go like a lamb to the slaughter**

lamb → **in two shakes (of a lamb's tail)**

lamb → **innocent as a lamb**

lame duck 1. người giữ một chức vụ được bầu lên, không còn nắm nhiều quyền lực vì đã không thắng phiếu trong lần tái cử và chỉ còn tạm giữ chức vụ ấy trong thời gian ngắn để chuẩn bị việc bàn giao - người sắp mãn nhiệm kỳ ■ *Phillipson has been a lame duck since May, when he was defeated in the Republican Primary.* • Phillipson đã trở thành người sắp mãn nhiệm kể từ tháng Năm, khi ông ta bị đánh bại trong cuộc bầu cử chọn ứng viên của đảng Cộng hòa. Chú ý: Nếu một quan chức không ra ứng cử trong nhiệm kỳ tiếp theo, vì thế không thể bị thất cử, thì không gọi người ấy là một *lame duck*. 2. người hoặc công ty, tổ chức đang gặp khó khăn đến mức không thể tự điều hành được nữa, cần phải có sự giúp đỡ từ bên ngoài ■ *The government should not waste money supporting lame ducks.* •

Chính phủ không nên phí tiền giúp đỡ cho những tổ chức đã què quặt.

lame-duck không có quyền lực thực sự ■ *The public meeting on the development project may mean that lame-duck council members could approve the controversial building.* ● Cuộc họp công khai về dự án phát triển hẳn có nghĩa là những thành viên bù nhìn của hội đồng có thể đã chấp thuận vấn đề tòa nhà gây tranh cãi đó.

lamp-post → between you, me and the lamp-post

land → do a land-office business

land → in the land of nod

land → in the land of the living

land → live off the fat of the land

land → the lay of the land

land in one's lap phải nhận lấy một phần công việc để giải quyết mà không thực sự nằm trong trách nhiệm của mình ■ *I was dealing with one of those irritating little problems that always land in your lap at about four o'clock on Friday.* ● Tôi đang phải giải quyết những rắc rối nhỏ nhặt khó chịu, những thứ mà bao giờ cũng trút lên đầu bạn vào khoảng 4 giờ ngày thứ Sáu. (tức là những giờ làm việc cuối cùng trong tuần)

land of milk and honey nơi được xem là có đời sống tốt đẹp và không có khó khăn gì, vì thế lôi cuốn nhiều người tìm đến ■ *The immigrants did not expect a land of milk and honey, but few of them were prepared for the hardship that awaited them.* ● Những người di cư không chờ đợi sẽ đến được một thiên đàng, nhưng rất ít người trong số họ chuẩn bị trước cho những gian khổ đang chờ đón.

land on one's feet hoặc *fall on one's feet* may mắn rơi vào một tình huống tốt đẹp hoặc thoát ra khỏi một tình huống khó khăn ■ *You landed on your feet, getting such a well-paid job with so little experience.* ● Anh thật đã may mắn kiếm được một công việc có lương cao đến thế, với quá ít kinh nghiệm. ■ *Jim's always getting himself in trouble, but he usually seems to fall on his feet.* ● Jim luôn tự mình chuốc lấy rắc rối, nhưng anh ta dường như thường gặp may để thoát khỏi được. ■ *We've been through three years of financial troubles, but this is a company that always tends to land on its feet.* ● Chúng tôi đã liên tục trong 3 năm gặp những rắc rối về tài chính, nhưng công ty này luôn luôn may mắn vượt qua được khó khăn. ■ *Simon always manages to land on his feet.* ● Simon bao giờ cũng xoay xở vượt qua được khó khăn nhờ sự may mắn. - Thành ngữ này dựa trên hình ảnh những con mèo, khi rơi từ trên cao luôn đặt chân xuống đất trước, và nhờ thế chúng không té ngã.

lane → life in the fast lane

lane → take a trip down memory lane

language → speak the same language

lap → drop sth in one's lap

lap → fall into one's lap

lap → land in one's lap

lap → live in the lap of luxury

lap → the last lap

lard → tub of lard

large → at large

large → bulk large

large → by and large

large → **chunk of change**

large → **live large**

large → **writ large**

large as life hoặc *big as life* hoặc *as big as life* hoặc *as large as life* hoặc *as big as life and twice as ugly* (khẩu ngữ) dùng để nhấn mạnh một sự thật mà người nói vô cùng kinh ngạc, thường là về sự hiện diện của ai đó ■ *I looked up, and there was Bollins - standing there as large as life. We hadn't seen or heard from him in more than two years.* • Tôi nhìn lên, và kia là Bollins - đang đứng đó rõ ràng không tin được. Chúng tôi đã không gặp cũng không nghe được gì về anh ta trong hơn 2 năm rồi. ■ *I hadn't seen her for fifteen years and then there she was, large as life.* • Tôi đã không gặp cô ta trong 15 năm, và rồi cô ta đang ở kia, không sao tin nổi. ■ *I thought Jack was away, but there he was as large as life.* • Tôi tưởng là Jack đã đi vắng, nhưng kìa anh ta đang đứng đó thật bất ngờ. ■ *Jean was not expected to appear, but she turned up large as life.* • Jean không được chờ đợi là sẽ xuất hiện, nhưng cô ấy lại đến thật bất ngờ. ■ *The little child just stood there as big as life and laughed very hard.* • Cậu bé đứng nơi ấy, hoàn toàn không thể tin nổi, và bật cười rất lớn. ■ *I opened the door, and there was Tom as big as life.* • Tôi mở cửa, và Tom hiện ra ở đó, thật không thể tin nổi. ■ *I came home and found this cat in my chair, as big as life and twice as ugly.* • Tôi trở về nhà và hết sức bất ngờ tìm thấy con mèo này trên ghế ngồi của tôi.

larger than life nói về một con người, tình huống, câu chuyện... dường như quá lý thú, hấp dẫn hoặc đặc biệt hơn người bình thường ■ *Army sergeants are often much larger than life - it takes a big personality to bend a squad of twenty young men to your will.* • Các viên trung sĩ trong quân đội thường vượt xa những người bình thường - bạn cần phải có một tính cách mạnh mẽ để có thể khuất phục được một nhóm 20 thanh niên làm theo ý mình. ■ *The chef is a larger-than-life character who is genuinely passionate about producing exquisite meals from the very best ingredients.* • Người đầu bếp là một nhân vật cực kỳ khác thường, rất say mê việc nấu những bữa ăn tuyệt hảo từ các nguyên liệu tốt nhất. ■ *He's a larger than life character - noisy, very friendly, and always joking.* • Ông ấy là một nhân vật khác thường - ồn ào, rất thân thiện và luôn đùa cợt.

lark → **happy as a clam**

lashing → **give sb a tongue-lashing**

last → **another nail in one's coffin**

last → **as a last resort**

last → **at last**

last → **at the last count**

last → **be down to the last sth**

last → **famous last words**

last → **first and last**

last → **from first to last**

last → **have the last laugh (on sb)**

last → **have the last word**

last → **he who laughs last laughs longest**

last → **in the final analysis**

last → **on one's last legs**

last → **play one's last card**

last → the last straw

last → the last word in

last but not least dùng để nhấn mạnh người hay sự việc được đề cập đến cuối cùng, rằng người hay sự việc ấy cũng không kém phần quan trọng hơn những gì đã nói trước đó ■ *I want to thank the people who helped me to write this book: Ellen Jameson my editor, my researcher Chris Wilson, and last but not least, my family who let me spend hours at my computer.* • Tôi muốn cảm ơn những người đã giúp tôi viết nên cuốn sách này: biên tập viên Ellen Jameson, nhà nghiên cứu Chris Wilson, và cuối cùng nhưng không kém phần quan trọng là gia đình tôi, đã cho phép tôi ngồi trước máy tính nhiều giờ liền.

last gasp sự kết thúc của một tiến trình hoặc một giai đoạn kéo dài ■ *Swenson says that the budget cutbacks don't mean that this is the show's last-gasp. It's too popurlar to cut.* • Swenson nói rằng những sự cắt giảm ngân sách không có nghĩa rằng đây là sự kết thúc của chương trình. Chương trình được ưa chuộng đến mức không thể bị cắt bỏ. ■ *The last decade saw the last gasp of economic activity in this depressed part of the country.* • Thập kỷ vừa qua đã chứng kiến sự kết thúc hoạt động kinh tế ở khu vực trì trệ này của đất nước.

last of the big spenders hoặc *the last of the big spenders* (khẩu ngữ) cách nói để chế nhạo người luôn quan tâm quá nhiều đến vấn đề tiền bạc và luôn cố gắng hạn chế việc chi tiêu ■ *Watch out - here comes the last of the big spenders. Maybe he'll actually buy something today.* • Xem kìa - gã trùm sò số một đang đến đây. Có lẽ hôm nay gã ta sẽ thực sự mua một món gì đó.

last-ditch appeal → last-ditch effort

last-ditch attempt → last-ditch effort

last-ditch effort hoặc *last-ditch attempt* hoặc *last-ditch appeal* hoặc *last-ditch negotiation* hoặc *last-ditch measure* nỗ lực ngăn ngừa hay làm thay đổi điều gì vào giờ chót ngay trước khi điều đó sắp xảy ra, nhất là khi nỗ lực ấy bị thất bại hoặc rất có khả năng thất bại ■ *The club has voted to accept women, in spite of last-ditch efforts by some of the older members to keep them out.* • Câu lạc bộ đã bỏ phiếu thông qua việc chấp nhận các thành viên nữ, bất chấp những nỗ lực ngăn cản vào phút chót của một số thành viên lớn tuổi muốn loại bỏ họ.

last-ditch measure → last-ditch effort

last-ditch negotiation → last-ditch effort

last-gasp được thực hiện cuối cùng, không còn gì sau đó ■ *The administration claimed that the attack was a last-gasp attempt by the enemy to gain ground, and that the war would soon be over.* • Nhà cầm quyền đã tuyên bố rằng vụ tấn công đó là nỗ lực cuối cùng của quân thù để chiếm đất, và rằng chiến tranh không bao lâu nữa sẽ chấm dứt.

late → better late than never

later → catch you later

lather → get in a lather

laugh → be laughed out of court

laugh → have the last laugh (on sb)

laugh → he who laughs last laughs longest

laugh → **not a barrel of laughs**

laugh all the way to the bank vui vẻ, sung sướng vì đang làm ra rất nhiều tiền một cách dễ dàng, nhanh chóng ■ *The movie's been criticized for being too violent, but the studio isn't quite so upset. They're laughing all the way to the bank after a record first week.* • Bộ phim bị chỉ trích là có quá nhiều bạo lực, nhưng nhà sản xuất không lấy gì làm bối rối. Họ đang vui vẻ vì hái ra được khối tiền sau một tuần lễ kỷ lục đầu tiên. - Đôi khi cũng gặp một số các biến dạng của thành ngữ này ■ *Record label bosses are singing all the way to the bank following their artists' success.* • Những ông chủ của các công ty băng đĩa nhạc đang hát ca vui sướng vì thu được khối tiền theo sau sự thành công của các nghệ sĩ của họ. ■ *Without any real opposition for the South Carolina Senate seat, the Republicans should be laughing all the way to the ballot box.* • Không có một sự đối lập thật sự nào trong việc tranh ghế dân biểu South Carolina, những người đảng Cộng hòa hẳn phải hết sức vui mừng trong cuộc bầu cử.

laugh one's head off (cũng dùng tương tự với *scream, shout, yell...*) cười hả hê rất lớn và trong một thời gian dài ■ *I've never seen a show as funny as that. We laugh our heads off for two hours straight.* • Tôi chưa bao giờ xem một buổi diễn hài hước đến thế. Chúng tôi cười vỡ cả bụng trong suốt hai giờ liền.

laugh out of the other side of one's face → **laugh out of the other side of one's mouth**

laugh out of the other side of one's mouth hoặc *laugh out of the other side of one's face* (cách dùng cũ) dùng khi muốn nói về ai đó có thể đang vui vẻ, hài lòng và tự tin, nhưng rồi sẽ nhận lãnh hậu quả không hay về việc họ đang làm ■ *Reggie thought his idea was great, but he's laughing out of the other side of his mouth now.* • Reggie nghĩ rằng ý tưởng của anh ta là tuyệt vời, nhưng rồi đây anh ta sẽ phải nhận lãnh hậu quả việc làm của anh lúc này.

laugh up one's sleeve cười nhạo ai một cách kín đáo, bí mật, nhất là vì nắm biết được điều gì mà người khác không biết ■ *By celebrating the crass and commercial, Warhol was laughing up his sleeve at the art world.* • Bằng cách khen ngợi những tác phẩm ngớ ngẩn và mang tính thương mại, Warhol đang kín đáo cười nhạo cả thế giới nghệ thuật.

laughing → **be no laughing matter**

laughing → **die laughing**

laundry → **air one's dirty laundry in public**

laundry list of sth nhấn mạnh đến việc có quá nhiều khoản mục được kể ra, thường là những điều rắc rối hoặc không mong muốn ■ *Daniels came up with a whole laundry list of key problems with the new building proposal.* • Daniels đưa ra một danh sách dài những khó khăn chính với đề xuất xây dựng tòa nhà mới.

laurel → **look to one's laurels**

laurel → **rest on one's laurels**

law → **in the eyes of the law**

law → **lay down the law**

law → **Murphy's law**

law → **take the law into one's own hands**

law → the law of the jungle

law → the letter of the law

law → the long arm of the law

law → the spirit of the law

law → word is law (with sb)

law unto oneself người luôn luôn chỉ làm theo ý mình, bất chấp những gì được yêu cầu, nhất là khi người nói không tán đồng cung cách ấy ■ *Alvin is cute, smart, and rich - but he's a law unto himself and can't be trusted.* ● Alvin khôn khéo, lanh lợi và giàu có - nhưng anh ta là người chỉ biết làm theo ý mình và không thể tin cậy được.

lay → everything one can lay one's hands on

lay → kill the goose that lays the golden egg

lay → put one's cards on the table

lay → roll out the red carpet

lay → the lay of the land

lay a finger on sb động chạm đến ai với ý định gây thương tổn cho người ấy ■ *I never laid a finger on her.* ● Tôi chưa bao giờ động chạm gì đến cô ấy cả. ■ *If you lay a finger on me, I'll call the police.* ● Nếu anh mà động đến tôi, tôi sẽ gọi cảnh sát đấy. ■ *He swears he never laid a finger on the child.* ● Anh ta thề là anh ta chưa từng động đến đứa bé cả.

lay a guilt trip on sb (khẩu ngữ) điều làm cho ai đó có mặc cảm thua kém hoặc tội lỗi ■ *Don't lay a guilt trip on your child about schoolwork.* ● Đừng tạo ra mặc cảm có tội cho con bạn về chuyện học hành. (luôn miệng bảo nó học quá kém chẳng hạn)

lay an egg (cách dùng cũ) thất bại trong công việc đang cố làm ■ *After laying an egg in Phoenix with a 7-3 loss, the Warriors came back with a victory.* ● Sau khi thất bại ở Phoenix với trận thua 7-3, đội Warriors đã trở lại với một chiến thắng.

lay claim to sth tuyên bố là mình có quyền sở hữu sự vật gì ■ *He laid claim to that property.* ● Anh ta tuyên bố quyền sở hữu đối với tài sản ấy.

lay down one's arms ngưng chiến, buông vũ khí ■ *The government called on the terrorists to lay down their arms.* ● Chính phủ đã kêu gọi những tên khủng bố hãy buông vũ khí.

lay down the law sai khiến người khác theo một cung cách rất cứng rắn, nhất là khi điều này làm cho họ bực tức, khó chịu ■ *I'm sorry, Jackie, but I am going to have to lay down the law this time. You have broken the rules too many times.* ● Tôi rất tiếc, Jackie, nhưng lần này tôi buộc sẽ phải cứng rắn thôi. Bạn đã vi phạm luật lệ quá nhiều lần rồi.

lay eyes on hoặc *set eyes on* hoặc *clap eyes on* nhìn thấy ai hay điều gì, nhất là lần đầu tiên (thường dùng ở dạng phủ định) ■ *She hasn't seen her daughter for years, and she's got a grandson she's never laid eyes on.* ● Bà ta đã không gặp con gái mình trong nhiều năm, và có một đứa cháu mà bà chưa từng trông thấy. ■ *The first time I set eyes on Laura, I knew that she was the girl for me.* ● Lần đầu tiên tôi để mắt đến Laura, tôi đã biết ngay cô ấy là người trong mộng của tôi. ■ *I haven't clapped eyes on them for weeks.* ● Tôi đã không nhìn thấy họ nhiều tuần rồi. ■ *I hope I never set eyes on this place* *again!* • Tôi hy vọng sẽ không bao giờ nhìn thấy nơi này lần nữa!

lay it on the line (to sb) nói thẳng với ai một cách rõ ràng, dứt khoát và cứng rắn về những gì họ phải làm trong một tình huống nào đó ▪ *Anderson has laid it on the line to his players - if their performance isn't acceptable, they're out.* • Anderson đã nói rõ ràng và dứt khoát với các cầu thủ của mình - nếu lối chơi của họ không chấp nhận được, họ sẽ bị sa thải. ▪ *The manager laid it on the line - some people would have to lose their jobs.* • Ông giám đốc đã nói rất thẳng thừng - một số người có thể sẽ phải mất việc.

lay it on thick nói ra điều gì với rất nhiều cảm xúc giả tạo, nhằm tạo ra ảnh hưởng nào đó nơi người nghe, chẳng hạn như để được yêu thích hoặc thương hại, thường là bằng cách cường điệu hóa sự việc, làm cho có vẻ như tốt đẹp hơn hoặc tồi tệ hơn theo ý mình ▪ *Rosemary knew that if she laid it on thick, she would get more sympathy from the jury.* • Rosemary biết rằng nếu cô ta cường điệu vấn đề lên, cô sẽ giành được nhiều sự cảm thông hơn từ bồi thẩm đoàn. ▪ *Praise them when necessary, but don't lay it on too thick.* • Hãy khen ngợi chúng khi cần thiết, nhưng đừng cường điệu hóa mọi việc lên quá mức.

lay one's cards on the table → **put one's cards on the table**

lay one's hands on sth hoặc **get one's hands on sth** tìm ra hoặc xoay xở để có được món gì ▪ *I know their address is here somewhere, but I can't lay my hands on it right now.* • Tôi biết địa chỉ của họ nằm ở đâu đây thôi, nhưng tôi không thể tìm ra ngay lúc này được. ▪ *Do you know where I can get my hands on a second-hand television?* • Bạn có biết ở đâu tôi có thể kiếm mua được một cái ti-vi cũ không? ▪ *I couldn't lay my hands on the book you wanted.* • Tôi đã không thể kiếm được cuốn sách bạn cần. ▪ *The rocket is without a doubt the most popular toy this Christmas, so if you want to get your hands on one, you'd better move fast.* • Không nghi ngờ gì, tên lửa là món đồ chơi được ưa chuộng nhất trong mùa Giáng sinh này, bởi vậy nếu anh muốn có được một cái, tốt hơn là anh nên đi nhanh lên.

lay one's head on the (chopping) block → **put one's head on the (chopping) block**

lay one's job on the line → **put one's job on the line**

lay oneself (wide) open (to sth) → **leave oneself (wide) open (to sth)**

lay out the red carpet → **roll out the red carpet**

lay sb low 1. làm cho ai cảm thấy mệt, ốm, đến mức không thể làm được những việc thường làm ▪ *Toby sends his apologies, but he's been laid low with bronchitis.* • Toby gửi lời xin lỗi, nhưng anh ta đã nằm liệt vì chứng viêm phế quản rồi. 2. giết chết hay làm ai bị thương ▪ *The 26-inch solid aluminum baton can lay a person low without drawing blood.* • Một cây gậy cầm tay bằng nhôm cứng dài hơn 26 inch có thể giết chết một người mà không làm chảy máu.

lay sb to rest 1. cách nói trân trọng để chỉ việc chôn cất ai (khi muốn tránh sử dụng trực tiếp động từ *bury*) ▪ *George was laid to rest beside his parents.*

• George đã được đặt nằm yên nghỉ bên cạnh cha mẹ anh ấy. 2. hoặc *lay sth to rest* hoặc *put sth to rest* ngăn chặn, chấm dứt điều gì bằng cách đưa ra những thông tin cho thấy điều ấy là không đúng sự thật ■ *The appearance of the two leaders at Tuesday's meeting was designed to put to rest any rumours about disagreement between them.* • Sự xuất hiện của 2 lãnh đạo ở buổi họp hôm thứ Ba được tính toán để chấm dứt bất cứ lời đồn đại nào về sự bất đồng giữa họ. ■ *The announcement finally laid all the speculation about their future to rest.* • Cuối cùng, bản thông cáo đã chấm dứt tất cả những lời dự đoán về tương lai của họ.

lay sth at one's door quy lỗi cho ai về việc gì ■ *I'm not sure how much of our current problem we can lay at Carson's door.* • Tôi cũng không chắc là chúng ta có thể quy lỗi cho Carson đến mức độ nào về những rắc rối hiện nay của chúng ta. ■ *The blame for that disaster has been laid firmly at the government's door.* • Việc quy lỗi về thảm họa ấy đã mạnh mẽ nhắm vào chính phủ.

lay sth bare làm bộc lộ rõ điều gì vốn được che đậy, giấu kín hoặc giữ bí mật ■ *Every aspect of their private lives has been laid bare.* • Mọi khía cạnh đời tư của bọn họ đều đã bị phơi bày ra. ■ *All the facts of the investigation are finally being laid bare.* • Tất cả sự thật trong cuộc điều tra cuối cùng đều được phơi bày.

lay sth to rest → **lay sb to rest**

lay waste to sth phá hủy hoàn toàn một sự vật gì ■ *Non-native animals, such as dogs and rats have laid waste to much of the native Caribbean fauna.* • Các loài thú từ nơi khác đến, chẳng hạn như chó và chuột, đã phá hoại hoàn toàn hệ động vật bản xứ vùng Caribbean.

lead → all roads lead to Rome

lead → get the lead out

lead → go down like a lead balloon

lead → have a lead foot

lead → put lead in one's pencil

lead → the blind (are) leading the blind

lead → you can lead a horse to water

lead sb (around) by the nose khống chế ai một cách hoàn toàn, khiến họ phải làm những điều theo ý mình, nhất là theo cách làm cho người ấy có vẻ như ngu ngốc ■ *That organization denies that they lead people around by the nose, telling them what to do in political matters.* • Tổ chức ấy đã chối bỏ việc họ khống chế mọi người, bảo cho mọi người biết phải làm những gì trong các vấn đề chính trị.

lead sb astray 1. xúi giục ai làm một điều sai trái mà nếu để tự nhiên người ấy sẽ không làm ■ *Eileen was really mad at me - she thought I was leading Margaret astray.* • Eileen đã nổi khùng lên với tôi - cô ấy tưởng là tôi đang xúi bẩy Margaret làm chuyện bậy. ■ *Jack's parents thought the other boys might lead him astray.* • Cha mẹ của Jack nghĩ rằng mấy cậu trai khác có thể xúi giục nó làm chuyện sai trái. 2. giải thích sai lệch về một tình huống, làm cho ai hiểu không đúng về một vấn đề ■ *Some of his supporters privately accused him of leading the socialist world astray.* • Một số những người ủng hộ ông ta buộc tội ông một cách riêng tư rằng đã đưa thế giới xã hội chủ nghĩa đi sai lệch. ■ *Her argument is so complex, a reader might be easily led astray.* • Lập luận của bà ta quá phức tạp, người đọc có thể dễ dàng bị dẫn đi lệch hướng.

lead sb down the garden path nói dối với ai và cố thuyết phục họ làm điều gì lẽ ra không nên làm ■ *"No one led me down the garden path,"* Levine said. *"I broke the law and now I'll be punished."* • Levine nói: "Không có ai dụ dỗ tôi cả. Tôi vi phạm pháp luật và giờ đây sẽ chịu trừng phạt thôi."

lead the field trở thành người giỏi nhất hoặc thành đạt nhất trong một nhóm, tổ chức... ■ *The French industry easily led the field with the hundred or so movies during last year.* • Ngành điện ảnh Pháp vươn lên dẫn đầu một cách dễ dàng với khoảng chừng 100 bộ phim trong năm rồi. ■ *Johnson led the field throughout the final day of the rally.* • Johnson nổi bật trong suốt ngày cuối cùng của cuộc biểu tình.

lead the life of Riley → live the life of Riley

lead-footed thích lái xe nhanh ■ *I'd advise you not to ride with my lead-footed son. Come in my car instead.* • Tôi khuyên anh đừng ngồi xe với thằng con thích lái xe nhanh của tôi. Thay vì vậy, hãy đi xe với tôi.

leading light in sth hoặc **leading light of sth** người có tầm quan trọng trong một tổ chức, nhóm người... ■ *The album was recorded by many of the leading lights of the Texas music scene.* • Đĩa nhạc được ghi âm bởi nhiều người trong số các tên tuổi quan trọng của giới âm nhạc Texas. ■ *She's one of the leading lights in the opera world.* • Cô ta là một trong những tên tuổi quan trọng của thế giới nhạc kịch.

leading light of sth → leading light in sth

leaf → fig leaf

leaf → turn over a new leaf

league → be out of one's league

league → in league with sb

leak → take a leak

leap → by leaps and bounds

leap → look before you leap

leap → take a flying leap

learn → live and learn

learn sth the hard way hoặc *discover sth the hard way* hoặc *find sth the hard way* học hỏi hoặc tìm biết được điều gì sau khi đã sai lầm hoặc trải qua những kinh nghiệm không mong muốn ■ *I learned the hard way that there is no escaping your problems and that alcohol and drugs only make it more difficult to face them.* • Tôi đã học biết được từ những sai lầm của mình rằng không thể trốn tránh được những vấn đề rắc rối, và rằng rượu hay thuốc gây nghiện chỉ càng làm cho khó khăn hơn trong việc đối mặt với chúng.

learn sth to one's cost → know sth to one's cost

learn the ropes → know the ropes

lease → a new lease on life

leash → keep sb on a short leash

leash → strain at the leash

least → at least

least → last but not least
least → take the line of least resistance
least → to say the least
leather → hell for leather
leave → absent without leave
leave → beg leave to do sth
leave → leave sb hanging
leave → take it or leave it
leave → take leave of one's senses

leave a bad taste in one's mouth nói về một điều gì khó chịu để lại ấn tượng không tốt trong một thời gian dài ■ *As an accountant, I have to say that the article on illegal accounting practices left a very bad taste in my mouth.* • Là một nhân viên kế toán, tôi phải nói là bài báo về những hành vi gian lận trong ngành kế toán đã để lại ấn tượng không tốt rất khá lâu trong tôi.

leave a lot to be desired hoặc *leave much to be desired* hoặc *leave sth to be desired* hoặc *leave everything to be desired* nói về điều gì không được tốt đẹp như mong muốn hoặc dự tính - rất tồi hoặc không thể chấp nhận được ■ *Elaine's cooking often leaves a certain amount to be desired.* • Cách nấu ăn của Elaine thường không được tốt lắm. ■ *The service in that restaurant left a lot to be desired.* • Cách phục vụ trong nhà hàng đó thật rất tồi.

leave a sinking ship hoặc *desert a sinking ship* hoặc *abandon a sinking ship* rời bỏ một tổ chức, đảng phái khi biết rằng tổ chức, đảng phái ấy đang gặp khó khăn, rắc rối ■ *I don't want people to think I'm deserting a sinking ship, but I think it is better for the team if I make a clean break.* • Tôi không muốn mọi người nghĩ rằng tôi ra đi trong lúc tập thể gặp khó khăn, nhưng tôi cho rằng sẽ tốt hơn cho đội bóng nếu tôi đưa ra một sự cắt đứt hoàn toàn. ■ *Two of the president's chief aides have resigned - possibly the first rats to leave the sinking ship.* • Hai trong số các trợ lý chính của tổng thống đã từ chức - có lẽ là những kẻ trốn chạy đầu tiên trong cơn nguy khốn.

leave everything to be desired → leave a lot to be desired

leave much to be desired → leave a lot to be desired

leave no stone unturned sử dụng mọi biện pháp có thể được để tìm được hoặc đạt đến điều gì ■ *The principal spoke to the whole school, and said he would leave no stone unturned to find the person responsible for the graffiti.* • Ông hiệu trưởng đã nói chuyện với cả trường, và nói rằng ông sẽ áp dụng tất cả mọi biện pháp có thể được để tìm cho ra người phải chịu trách nhiệm về những bức vẽ bậy trên tường.

leave nothing to be desired đáng hài lòng, thỏa mãn ■ *A relaxing vacation in beautiful Hawaii leaves nothing to be desired.* • Một kỳ nghỉ thư giãn ở xứ Hawaii xinh đẹp là không thể mong muốn gì hơn nữa.

leave nothing to the imagination đưa ra quá nhiều thông tin về tình dục, nhất là nói rõ quá nhiều chi tiết ■ *The costume department came up with an outfit that leaves almost nothing to the imagination.* • Bộ phận trang phục đột nhiên nghĩ ra một loạt trang phục phô bày khêu gợi đến mức không còn gì hơn nữa.

leave one's mark (on) tạo ra một ảnh hưởng quan trọng đối với người hay sự việc và kéo dài trong một thời gian rất lâu ■ *Babe Ruth left a permanent mark on baseball history.* • Babe Ruth để lại một ảnh hưởng quan trọng và lâu dài trong lịch sử môn bóng chày. ■ *Such a traumatic experience was bound to leave its mark on the children.* • Những kinh nghiệm quá khủng khiếp đến như thế chắc chắn sẽ để lại ảnh hưởng lâu dài nơi trẻ con. ■ *War has left its mark on that country.* • Chiến tranh đã để lại ảnh hưởng quan trọng lâu dài đối với đất nước ấy. ■ *She left a permanent mark on horse racing history.* • Cô ta để lại ảnh hưởng quan trọng lâu dài trong lịch sử môn đua ngựa.

leave oneself (wide) open (to sth) hoặc *lay oneself (wide) open (to sth)* cư xử hoặc điều hành theo cung cách rất dễ đưa đến kết quả không hay, nhất là khi sẽ bị quy lỗi hoặc chỉ trích ■*Any organization that has to handle large sum of money leaves itself wide open to corruption.* • Bất cứ tổ chức nào buộc phải làm việc với những số tiền lớn đều rất có nguy cơ mắc vào nạn tham nhũng.

leave sb alone hoặc *let sb alone* để cho ai được ở yên một mình, không quấy rầy ■ *She's asked to be left alone but the press photographers follow her everywhere.* • Cô ấy yêu cầu được ở yên một mình nhưng các phóng viên nhiếp ảnh đi theo cô khắp nơi.

leave sb be hoặc *let sb be* để yên cho ai đó ở một mình, không quấy rối ■ *Leave her be, she obviously doesn't want to talk about it.* • Để cho cô ấy yên, rõ ràng là cô ấy không muốn nói chuyện về điều đó. ■ *Let that poor dog be.* • Hãy để cho con chó tội nghiệp ấy được yên. ■ *Jimmy, let your sister be!* • Jimmy, hãy để chị mày yên!

leave sb cold nói về điều gì không lôi cuốn được sự quan tâm của ai ■*I've never been interested in becoming a lawyer. The idea of working in that kind of competitive world leaves me cold.* • Tôi chưa từng bao giờ quan tâm đến việc trở thành một luật sư. Ý tưởng làm việc trong kiểu thế giới tranh cạnh ấy chẳng hấp dẫn gì tôi. ■ *Most modern art leaves me cold.* • Phần lớn nghệ thuật hiện đại không lôi cuốn được tôi.

leave sb hanging hoặc *leave sth hanging* 1. không thông báo cho ai về một quyết định, kế hoạch... vì thế họ bị buộc phải chờ đợi để xem việc gì sẽ xảy ra ■ *Luke didn't tell us his plans. He just left us both hanging.* • Luke đã không nói với chúng tôi về những kế hoạch của anh ta. Anh ta chỉ để cho chúng tôi phải chờ đợi. 2. làm điều gì khiến cho các kế hoạch, rắc rối... tồn tại mãi mà không thể hoàn tất hoặc được giải quyết xong ■ *We have to talk about these problems, Stephen - we can't just leave them hanging.* • Chúng ta phải trao đổi về những khó khăn này, Stephen - chúng ta không thể cứ để kéo dài mãi như thế.

leave sb high and dry 1. đẩy ai rơi vào một hoàn cảnh khó khăn mà không giúp đỡ gì ■ *When Gene left the company, we were left high and dry with no technical support.* • Khi Gene rời khỏi công ty, chúng tôi bị bỏ mặc trong hoàn cảnh khó khăn mà không có sự giúp đỡ kỹ thuật nào. 2. nằm ở vị trí cao hơn mặt nước ■ *Their yacht was left high and dry* on a sandbank. ● Chiếc du thuyền của họ bị bỏ lại trên bờ cát cao.

leave sb holding the baby bất ngờ đẩy ai đó vào thế phải chịu trách nhiệm về một việc quan trọng mà lẽ ra là thuộc về trách nhiệm của mình ◼ *He changed to another job and we were left holding the baby.* ● Ông ta chuyển sang một công việc khác và chúng tôi buộc phải ôm lấy trách nhiệm.

leave sb in possession of the field → **leave the field clear for sb**

leave sb in the lurch bỏ mặc ai, không giúp đỡ hoặc ủng hộ vào đúng thời điểm mà lẽ ra nên có mặt bên cạnh để giúp họ ◼ *Three million jobless Americans were left in the lurch as senators passed a bill cutting federal benefits.* ● Ba triệu người Mỹ thất nghiệp bị bỏ mặc không có sự giúp đỡ nào khi các thượng nghị sĩ thông qua một đạo luật cắt bỏ các khoản trợ cấp của liên bang.

leave sb in the shade → **put sb in the shade**

leave sb swinging in the wind → **leave sb twisting in the wind**

leave sb to stew in one's own juice → **let sb stew in one's own juice**

leave sb twisting in the wind hoặc *leave sb swinging in the wind* hoặc *let sb twisting in the wind* hoặc *let sb swinging in the wind* (thường dùng trong các lĩnh vực kinh doanh và chính trị) bỏ mặc ai trong lúc có khó khăn nghiêm trọng mà không giúp đỡ, nhất là để nhằm giành được lợi thế nhờ hoàn cảnh khó khăn của người ấy ◼ *There was no indication that the they would cut interest rates, which left countries with weaker economies twisting in the wind.* ● Không có dấu hiệu nào cho thấy là họ sẽ cắt giảm mức lãi suất, điều này bỏ mặc cho các quốc gia có nền kinh tế yếu ớt hơn sẽ phải tự vật lộn với khó khăn.

leave sth alone để yên không đụng chạm đến sự vật gì ◼ *I've told you before - leave my things alone!* ● Tôi đã nói với anh rồi - hãy để yên đồ đạt của tôi đừng động đến! ◼ *Leave those flowers alone - you're going to spoil them.* ● Đừng động đến những bông hoa ấy - anh đang phá hỏng nó đấy. ◼ *It's not your problem, so why don't you just leave it alone?* ● Đó không phải vấn đề của anh, tại sao anh không để yên như thế đi?

leave sth hanging → **leave sb hanging**

leave sth in its wake → **in its wake**

leave sth in the shade → **put sb in the shade**

leave sth to be desired → **leave a lot to be desired**

leave the door open for sth tạo điều kiện để điều gì vẫn còn có khả năng xảy ra trong tương lai ◼ *We have left the door open for further talks in the future.* ● Chúng tôi đã để ngỏ cho những cuộc đàm phán xa hơn nữa trong tương lai.

leave the field clear for sb hoặc *leave sb in possession of the field* tạo ra điều kiện cho ai đó dễ dàng thành công hoặc thực hiện điều gì vì không còn có đối thủ chống lại ◼ *The complete disarray of the opposition parties leaves the field clear for the government to implement urgent reforms.* ● Sự hỗn loạn hoàn toàn của các đảng đối lập đã tạo điều kiện dễ dàng cho chính phủ áp dụng những biện pháp cải cách khẩn cấp.

leave the nest hoặc *fly the nest* nói về con cái trong gia đình, bắt đầu cuộc sống tự lập, rời khỏi nhà cha mẹ ■ *Our children have recently flown the nest, and we're enjoying some time to ourselves.* • Gần đây các con của chúng tôi đã bắt đầu sống tự lập, và chúng tôi đang tận hưởng một thời gian bên nhau.

leave well (enough) alone hoặc *let well enough alone* 1. không làm bất cứ điều gì để thay đổi một tình huống, vì sợ rằng vấn đề sẽ trở nên tồi tệ hơn ■ *If Devon had left well enough alone, he'd probably have a job.* • Nếu Devon để nguyên mọi chuyện không can thiệp gì, rất có thể anh ta đã có được một việc làm. ■ *Sometimes it's better to just leave well alone.* • Đôi khi cứ để nguyên mọi việc lại tốt hơn. 2. không can thiệp vào chuyện không có liên quan đến mình ■ *When it comes to other people's arguments, it's better to leave well alone.* • Khi chạm đến những chuyện tranh cãi của người khác, tốt hơn là đừng xen vào gì cả.

led → one thing led to another

left → be kept in the dark

left → be left holding the bag

left → be left to one's own devices

left → be out in left field

left → hang a left

left → have two left feet

left → the right hand doesn't know what the left hand is doing

left and right hoặc *left, right and centre* hoặc *right and left* dùng để nhấn mạnh đến sự việc gì xảy ra nhiều lần hoặc ở khắp nơi ■ *New houses are being built left, right, and centre in Southern California.* • Những căn nhà mới đang được xây dựng lên nhiều nơi ở California. ■ *He's giving away money left, right and centre.* • Ông ta đang ban phát tiền bạc ra khắp nơi. ■ *She owes money right and left.* • Bà ấy mắc nợ tiền bạc ở khắp nơi.

left, right and centre → left and right

leg → a leg up

leg → an arm and a leg

leg → break a leg

leg → have a hollow leg

leg → have legs

leg → not have a leg to stand on

leg → on one's last legs

leg → pull one's leg

leg → put one's pants on one leg at a time

leg → shake a leg

leg → with one's tail between one's legs

legal eagle luật sư nổi tiếng rất giỏi ■ *Corbin was the team's legal eagle for eight years before his big promotion to president.* • Corbin là một luật sư nổi tiếng rất giỏi của cả nhóm trong 8 năm, trước khi ông được thăng tiến lên chức vụ chủ tịch.

legend → legend in one's own time

legend in one's own lifetime → legend in one's own time

legend in one's own time hoặc *legend in one's own lifetime* người cực kỳ nổi tiếng trong thời đại của họ ■ *It was hard to define what was so special about Marilyn Monroe, yet she was a legend in her own lifetime.* • Rất khó mà xác định được những gì là đặc biệt về Marilyn Monroe, dù vậy cô ta vẫn là một huyền thoại trong thời đại của mình.

lend an ear tạo cơ hội lắng nghe ai bày tỏ ý kiến, cảm xúc... của họ, nhất là khi chẳng có ai khác chịu nghe họ ■ *Every month, Mayor Dudley opens his office doors to lend an ear to ordinary citizens for an hour or so.* • Mỗi tháng, ông thị trưởng Dudley mở cửa văn phòng của ông và lắng nghe ý kiến của các thường dân trong khoảng chừng một tiếng đồng hồ.

lend sb a hand → give sb a hand

length → go to great lengths to do sth

length → keep sb at arm's length

leopard → a leopard changes its spots

less → couldn't care less

less → there's less to sb than meets the eye

lesser → the lesser of two evils

let → let the grass grow under one's feet

let → live and let live

let alone dùng để nhấn mạnh điều gì là không thể xảy ra vì một điều khác có liên quan đã không thể xảy ra trước đó ■ *There isn't enough room for us, let alone any guests.* • Không có đủ chỗ cho chúng tôi, nói gì đến khách khứa. ■ *I didn't have any clothes, let alone a passport.* • Tôi đã chẳng có nổi quần áo, nói gì đến hộ chiếu. ■ *I hardly have time to think these days, let alone relax.* • Những ngày này tôi hầu như không có cả thời gian để suy nghĩ, nói gì đến việc thư giãn.

let bygones be bygones hãy cố quên đi và tha thứ cho những chuyện tồi tệ mà ai đó đã làm đối với mình - chuyện đã qua hãy cho qua đi ■ *I was willing to let bygones be bygones, but my sister won't drop the subject.* • Tôi đã sẵn lòng quên đi mọi chuyện, nhưng bà chị tôi không chịu bỏ qua chuyện này.

let it all hang out hoàn toàn thoải mái, làm bất cứ điều gì theo ý thích, không quan tâm đến người khác sẽ nghĩ về mình như thế nào ■ *The drama coach is trying to get us to loosen up more and let it all hang out. She wants the whole show to be wild and wacky.* • Huấn luyện viên kịch nghệ đang cố làm cho chúng tôi bớt căng thẳng hơn và hoàn toàn thoải mái trong công việc. Bà ấy muốn rằng toàn bộ buổi diễn sẽ cuồng nhiệt và sôi động.

let it fly 1. phê phán, chỉ trích ai một cách giận dữ, thường là to tiếng ■ *In her autobiography to be published next month, the veteran actress lets fly against Hollywood and the movie industry.* • Trong cuốn tự truyện sẽ phát hành vào tháng tới, người nữ diễn viên đã về vườn phê phán gay gắt Hollywood và ngành điện ảnh. ■ *She let fly with a stream of abuse.* • Cô ấy tuôn ra một tràng những lời xúc phạm. 2. tấn công, nhắm đánh vào ai ■ *He let fly at me with his fist.* • Anh ta tấn công tôi bằng nắm đấm.

let it rip làm điều gì với tất cả năng lực hiện có của mình ■ *Montana has had so much power in his legs for the last few games - he got out on the field and*

let it slip

completely let it rip. • Montana đã dồn quá nhiều sức lực cho đôi chân của mình trong mấy trận vừa qua - anh ta bước ra sân và dốc hết toàn lực.

let it slip hoặc *let slip* 1. buộc miệng, vô tình nói ra điều gì mà lẽ ra phải được giữ bí mật ■ *In the interview, Lindi let it slip that she had a few famous clients who were in serious legal trouble.* • Trong cuộc phỏng vấn, Lindi vô tình tiết lộ rằng cô có một số thân chủ nổi tiếng đang gặp khó khăn nghiêm trọng về pháp lý. ■ *I happened to let it slip that he had given me £1000 for the car.* • Tôi tình cờ đã tiết lộ rằng ông ấy đã đưa cho tôi 1.000 bảng Anh để mua xe hơi. ■ *She tried not to let slip what she knew.* • Bà ấy cố gắng giữ kín không để lộ những gì mình biết. 2. hoặc *let sth slip (through one's fingers)* bỏ lỡ mất một cơ hội hoặc không tận dụng được nó ■ *Don't let the chance to work abroad slip through your fingers.* • Đừng để lỡ mất đi cơ hội được làm việc ở nước ngoài.

let nature take its course (cũng thay *nature* bằng *time, life, fate* ...) chờ đợi cho sự việc gì phát triển theo cách tự nhiên, bình thường của nó ■ *Warren said that instead of trying complicated medical procedures to cure his cancer, he would rather let nature take its course, and die peacefully.* • Warren đã nói rằng thay vì cố dùng đến những tiến trình y khoa phức tạp để chữa chứng ung thư của mình, ông ta thích để cho mọi việc diễn ra một cách tự nhiên hơn, và chết một cách bình thản. ■ *Roger decided to let business take its course, and felt no pressure to rush into any new ventures.* • Roger đã quyết định để cho công việc phát triển theo cách của nó, và cảm thấy không có sự thúc ép nào để lao vào bất cứ sự mạo hiểm mới nào nữa. ■ *With minor ailments the best thing is often to let nature take its course.* • Với những chứng bệnh nhỏ nhặt, cách tốt nhất thường là cứ để tự nhiên. (- nghĩa là không cần can thiệp bằng thuốc men)

let off lightly hoặc *get off lightly* chịu sự trừng phạt quá nhẹ so với mức độ phạm tội ■ *Paying a fine instead of going to jail gives criminals the idea they're getting off lightly.* • Việc nộp một khoản tiền phạt thay vì là phải vào tù làm cho bọn tội phạm có ý nghĩ là chúng đang bị trừng phạt một cách quá nhẹ nhàng. ■ *The woman columnist at the "Star" argued that the judge had no real understanding of what the girls had suffered and had let their attackers off lightly.* • Người phụ trách mục phụ nữ trên tờ Star đã lập luận rằng vị quan tòa không thực sự hiểu được những gì mà các cô gái đã phải chịu đựng, và đã trừng phạt những kẻ tấn công họ một cách quá nhẹ nhàng. ■ *He got off lightly with a small fine.* • Hắn ta chỉ bị phạt nhẹ với một khoản tiền nhỏ. ■ *The children were let off lightly.* • Bọn trẻ chỉ bị phạt nhẹ mà thôi.

let off steam hoặc *blow off steam* gạt bỏ sự khích động hay tức giận bằng cách làm một điều gì khác, nhất là điều gì vui nhộn, sinh động ■ *We'll stop at the next exit to let the kids run around and let off some steam.* • Chúng ta sẽ dừng lại ở cổng ra kế tiếp để bọn trẻ chạy đi chơi và thư giãn đôi chút. ■ *In an effort to blow off steam, Tyler went to the gym.* • Trong một nỗ lực để bớt căng thẳng, Tyler đi đến phòng tập thể dục.

let one's guard down → **lower one's guard**

let one's hair down tận hưởng một cách thích thú sự nghỉ ngơi, thư giãn, nhất là sau khi đã làm việc rất cực nhọc ■ *Come on and dance, Carl! Let your hair down a little - it's Friday night.* • Đến đây khiêu vũ đi, Carl! Hãy nghỉ ngơi thoải mái đôi chút - giờ là tối thứ Sáu rồi. ■ *It's about time you let your hair down and had some fun!* • Đã đến lúc bạn hãy nghỉ ngơi thoải mái và chơi đùa đôi chút.

let sb alone → **leave sb alone**

let sb be → **leave sb be**

let sb drop → **let sth drop**

let sb have (it with) both barrels hoặc *give sb both barrels* phê phán, chỉ trích ai một cách mạnh mẽ và giận dữ ■ *Book critics let Jackson have it with both barrels when they reviewed her new biography.* • Các nhà phê bình sách đã chỉ trích Jackson một cách gay gắt sau khi điểm qua bản tự truyện mới của cô ta. (*barrel* được dùng trong các thành ngữ trên mang nghĩa là cái nòng súng, tượng trưng cho một áp lực rất mạnh)

let sb have it (khẩu ngữ) quát mắng hoặc đánh chửi ai vì quá tức giận ■ *Boy, Maria really let Wayne have it when he forgot her birthday.* • Này anh bạn, Maria đã thực sự nổi cơn tam bành với Wayne khi anh ấy quên mất ngày sinh nhật cô ta. ■ *Forget it! I'll let you have it if you go out tonight.* • Quên chuyện đó đi. Nếu tối nay mày đi chơi, tao sẽ cho mày một trận đấy.

let sb off the hook hoặc *get sb off the hook* giúp đỡ hoặc cho phép ai thoát khỏi một tình huống khó khăn, nhất là khi người ấy đang bị quy lỗi về điều gì ■ *Just saying "sorry" won't get you off the hook - I expect you to clear off the mess you made.* • Chỉ nói xin lỗi thôi không thể giúp anh qua chuyện đâu - tôi cho là anh phải dọn sạch hết những thứ lộn xộn mà anh đã làm ra. ■ *I don't believe his boss has let him off the hook again.* • Tôi không tin là ông chủ của anh ta đã buông tha cho anh một lần nữa.

let sb stew in one's own juice hoặc *leave sb to stew in one's own juice* bỏ mặc ai với sự lo lắng về điều gì mà không làm gì để giúp đỡ, chia sẻ, nhất là về một điều sai trái mà người ấy đã mắc phải ■ *I knew Steph would be expecting me to call, but I was so mad, I just left her to stew in her own juice for a while.* • Tôi biết là Steph hẳn đang chờ tôi gọi đến, nhưng tôi quá tức giận, tôi chỉ bỏ mặc cô ta với nỗi lo lắng trong một thời gian.

let sb swinging in the wind → **leave sb twisting in the wind**

let sb twisting in the wind → **leave sb twisting in the wind**

let sleeping dogs lie cố ý tránh không đề cập đến một vấn đề vì biết rằng làm như vậy sẽ gây ra điều gì rắc rối ■ *He wanted to ask about the letter, but he decided to let sleeping dogs lie.* • Anh ta muốn hỏi về lá thư, nhưng rồi quyết định bỏ qua đi để mọi chuyện được yên ổn.

let slip → **let it slip (that)**

let sth drop hoặc *let sb drop* 1.hoặc *let sth rest* ngưng không còn nói hoặc làm điều gì nữa ■ *I suggest we let the matter drop.* • Tôi đề nghị chúng ta chấm dứt vấn đề. ■ *I think we'd better* let the matter rest so your father can calm down. • Tôi nghĩ tốt hơn là chúng ta nên bỏ qua vấn đề để cha bạn có thể bình tĩnh lại. ■ *Just let it rest, would you?* ■ Chúng ta hãy bỏ qua chuyện này, được không? 2. hoặc *let sth slip* tình cờ hoặc vờ như tình cờ nói ra điều gì quan trọng trong câu chuyện ■ *She casually let it drop that she would be moving to Paris.* • Cô ấy thật tình cờ cho biết rằng cô ấy sẽ dọn đi Paris. ■ *In an unguarded moment, he let it slip that he'd lost his job.* • Trong một lúc không đề phòng, anh ta buộc miệng nói ra rằng anh ta sẽ bị mất việc. ■ *He let it drop that the Prime Minister was a close friend of his.* • Ông ta tình cờ cho biết rằng Thủ tướng là một người bạn thân của ông ta.

let sth go to one's head → **go to one's head**

let sth rest → **let sth drop**

let sth ride → **let sth slide**

let sth slide 1. hoặc *let sth ride* phớt lờ, xem như không biết đến một tình huống xấu hoặc điều đáng bực mình do ai đó nói ra, ngay cả khi không thích những điều ấy ■ *Nancy made such a mean comment about Jill's weight. I was going to say something, but decided to just let it slide.* • Nancy đưa ra một nhận xét tồi tệ về cân nặng của Jill. Tôi đã định nói lại điều gì đó, nhưng rồi quyết định phớt lờ và bỏ qua. 2. hoặc *let things slide* để mặc cho các chuẩn mực bị sa sút tồi tệ hơn, không làm gì để ngăn chặn lại ■ *Fred had really let things slide at home while Dana was away. He hadn't washed the dishes all week.* • Fred thực sự để cho mọi việc ở nhà trở nên tồi tệ trong khi Dana đi vắng. Anh ta đã không rửa bát đĩa trong suốt cả tuần.

let sth slip → **let sth drop**

let sth slip through one's fingers bỏ lỡ một cơ hội, một dịp tốt để làm điều gì hoặc có được sự vật gì ■ *We can't let the opportunity of having better public transit in the area slip through our fingers again.* • Chúng ta không thể bỏ lỡ cơ hội có được sự vận chuyển tốt hơn trong vùng này một lần nữa. ■ *Don't let the chance to work abroad slip through your fingers.* • Đừng bỏ lỡ mất cơ hội được làm việc ở nước ngoài.

let the cat out of the bag để lộ cho ai biết một điều bí mật, hoặc lẽ ra họ chưa nên biết vào lúc ấy, nhất là không cố ý nói ra ■ *Don't let the cat out of the bag - Mom doesn't know about the party yet.* • Đừng bật mí ra lúc này chứ. Mẹ vẫn chưa biết gì về bữa tiệc đâu. ■ *I wanted it to be a surprise, but my sister let the cat out of the bag.* • Tôi muốn điều đó là một sự ngạc nhiên, nhưng chị tôi đã làm lộ mất bí mật. ■ *He has let the cat out of the bag about the government's true intentions.* • Ông ta đã tiết lộ bí mật về những dự định thực sự của chính phủ.

let the genie out of the bottle tình huống mà một biến cố xảy ra gây thay đổi rất lớn trong cuộc sống mọi người ■ *We're keeping an eye on inflation to make sure we don't let the genie out of the bottle, but I think most of the danger is aldready past.* • Chúng tôi vẫn đang theo dõi việc tăng giá nhằm đảm bảo không để cho biến cố lớn có thể xảy ra, nhưng tôi nghĩ là phần lớn nguy hiểm đã qua đi.

let the grass grow under one's feet bỏ phí thời gian, trì hoãn không chịu khởi sự ngay việc gì (thường dùng ở dạng phủ định) ■ *Matthew's not someone who lets the grass grow under his feet. I would imagine he has started already.* ● Matthew không phải là người bỏ phí thời gian. Tôi có thể hình dung là giờ đây anh ấy đã khởi sự rồi.

let things slide → **let sth slide**

let well enough alone → **leave well (enough) alone**

let's not even go there → **I'm not gonna go there**

letter → **follow sth to the letter**

letter → **red-letter day**

letter → **the letter of the law**

level → **at gut level**

level → **be on the level**

level → **do one's level best**

level → **drag sb down to one's level**

level → **gut-level**

license → **a license to print money**

lick → **give sth a lick and a promise**

lick → **have sth licked**

lick one's boots hoàn toàn vâng theo kẻ có quyền thế và hết sức đề cao để làm vui lòng người ấy, nhất là khi cung cách như vậy làm cho người ta trở nên có vẻ quỵ lụy và buồn cười - bợ đỡ, nịnh hót ■ *We all know you used to lick his boots when he was your boss - so don't start criticizing him now.* ● Tất cả chúng tôi đều biết là anh đã từng bợ đỡ khi ông ta còn là ông chủ của anh, cho nên giờ đây đừng có bắt đầu mà phê phán ông ấy.

lick one's wounds (thường dùng trong các bản tin báo chí, truyền hình...) suy nghĩ đến và cố quen với một tình huống hay sự kiện đã công khai gây bối rối hoặc rất nhiều thất vọng ■ *Gold dealers are licking their wounds after the sharpest drop in the price of gold in recent memory.* ● Những người buôn vàng đang cố thích nghi với tình huống xấu sau vụ rớt giá vàng mạnh mẽ nhất trong thời gian gần đây.

licking → **take a licking**

licking one's chops hoặc *licking one's lips* căng thẳng, bị kích động về một chuyện sắp xảy ra, vì sẽ mang lại điều gì đó đang được cần đến ■ *The victory-starved Warriors are licking their chops in anticipation of playing the Denver Nuggets.* ● Đội bóng rổ khát khao chiến thắng Warriors đang hết sức nôn nóng chờ đợi thi đấu với đội Denver Nuggets.

licking one's lips → **licking one's chops**

lid → **blow the lid off sth**

lid → **flip one's lid**

lid → **keep the lid on sth**

lie → **give the lie to sth**

lie → **let sleeping dogs lie**

lie → **live a lie**

lie → **make one's bed and one must lie on it**

lie → **there's the rub**

lie → **white lie**

lie at the bottom of sth hoặc *be at the bottom of sth* nguyên nhân cơ bản, sâu xa nhất của sự rắc rối hay một tình huống không hay ■ *I think that lack of money is at the bottom of many family problems.* ● Tôi nghĩ rằng sự thiếu hụt tiền bạc là nguyên nhân cơ bản của nhiều rắc rối trong gia đình. ■ *We need to find out what lies at the bottom of these fears.* ● Chúng ta cần phải tìm ra những nguyên nhân nào là sâu xa nhất của những nỗi lo sợ này.

lie down on the job hoặc *be asleep on the job* thực hiện công việc một cách chiếu lệ, không có chút cố gắng, nỗ lực nào ■ *You're paid to finish the work, not to lie down on the job.* ● Anh được trả tiền để hoàn thành công việc, không phải để vừa làm vừa chơi như thế.

lie in wait 1. ẩn núp ở một nơi chờ đợi ai đến để tấn công ■ *The four masked men intended to lie in wait for Collins and shoot him.* ● Bốn người đàn ông mang mặt nạ ẩn núp để chờ bắn vào Collins. 2. điều tồi tệ hoặc không hay có khả năng sẽ xảy đến cho ai ■ *Shaw will need luck and determination to meet all the challenges lying in wait for him.* ● Shaw sẽ cần đến may mắn và quyết tâm để đối phó với tất cả những thách thức đang chờ đợi xảy đến cho anh ta.

lie like a big dog (on a rug) → **lie like a rug**

lie like a rug hoặc *lie like a big dog (on a rug)* (khẩu ngữ) dùng khi muốn nói ai đó đang nói dối, không đúng sự thật ■ *You lie like a rug, Justin - I never said that!* ● Mày nói dối như cuội, Justin - tao không bao giờ nói điều đó!

lie through one's teeth dùng để nhấn mạnh rằng ai đó đang nói dối mà không hề có chút e dè, hổ thẹn ■ *The police say that we attacked them, but they're lying through their teeth.* ● Cảnh sát nói rằng chúng tôi đã tấn công họ, nhưng bọn họ đang nói dối một cách trơ trẽn.

life → **a new lease on life**
life → **all walks of life**
life → **be made (for life)**
life → **breathe (new) life into sth**
life → **can't do sth to save one's life**
life → **can't for the life of me**
life → **charmed life**
life → **do sth for dear life**
life → **dog's life**
life → **end one's day**
life → **fight for one's life**
life → **from all walks of life**
life → **get a life**
life → **have the time of one's life**
life → **large as life**
life → **larger than life**
life → **let nature take its course**
life → **live the life of Riley**
life → **not on your life**
life → **put one's job on the line**
life → **put one's life in one's hands**
life → **take one's life in one's (own) hands**
life → **the bane of one's life**
life → **the bottom drops out of one's world**
life → **the breath of life to sb**
life → **the facts of life**
life → **the life of the party**
life → **the light of one's life**
life → **variety is the spice of life**

life → within an inch of one's life

life in the fast lane cung cách sống sôi động, có nhiều hoạt động diễn ra nhanh chóng, dồn dập, thường là nguy hiểm và tốn kém ■ *Although it might be hard to believe, Bette Midler told us that life in the fash lane wasn't for her.* ● Mặc dù có thể là rất khó tin, nhưng Bette Midler đã nói với chúng tôi rằng cuộc sống quá sôi động không phải là dành cho cô ấy. ■ *He had a good job, plenty of money and he was enjoying life in the fast lane.* ● Anh ta có một việc làm tốt, rất nhiều tiền bạc và tận hưởng một cuộc sống rất sôi động. ■ *He told of life in the fast lane, when he made and lost millions.* ● Ông ta đã kể về một cuộc sống sôi động, khi ông ta làm ra và mất đi hàng triệu đô-la.

life is a bowl of cherries hoặc *life is just a bowl of cherries* (cách dùng cũ) dùng khi muốn nói rằng cuộc sống thật dễ chịu và vui thú ■ *It takes a long time to learn that life isn't a bowl of cherries - it's full of ups and downs.* ● Phải mất một thời gian dài để học biết được rằng cuộc sống không hề dễ chịu và vui thú - nó chất chứa đầy những sự thăng trầm. ■ *Life is not a bowl of cherries for young offenders on the Community Service Program.* ● Cuộc sống không phải chỉ toàn những chuyện tốt đẹp đối với những thanh niên tội phạm đang ở trại cải huấn.

life is just a bowl of cherries → life is a bowl of cherries

life's too short (khẩu ngữ) dùng khi muốn nói là không nên phí thì giờ vào việc lo lắng, buồn rầu, tức giận hoặc làm việc quá căng thẳng, bởi vì còn có những việc ý nghĩa hơn để làm ■ *I'm not going to get upset about it. What's the point? Life's too short.* ● Tôi sẽ không bối rối lắm về chuyện ấy đâu. Có gì quan trọng kia chứ? Sao phải phí thời gian về chuyện ấy.

lift → not lift a finger

lift the roof → raise the roof

light → according to one's own lights

light → all sweetness and light

light → be out like a light

light → bring sth to light

light → come to light

light → get the green light

light → give sb the green light

light → hide one's light under a bushel

light → in the cold light of day

light → leading light in sth

light → make light of sth

light → make short work of sth

light → punch one's lights out

light → put sb in a new light

light → see sb in a different light

light → see the light

light → see the light of day

light → shed (new) light on sth

light → the bright lights

light → the light at the end of the tunnel

light → the light of one's life

light → the lights are on, but nobody's home

light a fire under sb thúc giục ai làm việc tích cực hơn hoặc gia tăng sự nhiệt tình, sức mạnh nhiều hơn trước đó ■ *Champions of the new Civil Rights bill hope to light a fire under voters in other states.* ● Những người ủng hộ cho dự luật nhân quyền mới hy vọng sẽ thúc đẩy được cử tri ở các tiểu bang khác nữa.

light as a feather hoặc *as light as a feather* nhẹ bỗng, nhẹ như bông ■ *She dieted until she was as light as a feather.* ● Cô ấy ăn kiêng mãi cho đến khi thân hình nhẹ như bông gòn. (- nghĩa là quá gầy) ■ *Of course I can lift the box. It's light as a feather.* ● Dĩ nhiên là tôi có thể nhấc cái hộp ấy. Nó nhẹ như bông gòn mà.

light on one's feet di chuyển một cách nhanh nhẹn và khéo léo ■ *The best basketball players know how to be light on their feet.* ● Những đấu thủ bóng rổ giỏi nhất luôn biết cách di chuyển nhanh nhẹn và khéo léo.

lightly → let off lightly

lightning → be a lightning rod for sth

lightning → lightning never strikes twice

lightning → like (greased) lightning

lightning → quick as greased lightning

lightning never strikes twice điều may mắn hoặc rủi ro rất hiếm khi lặp lại ■ *On the theory that lightning never strikes twice, I parked my new car in the same area where the old one had been stolen.* ● Dựa trên lý thuyết là vận rủi hiếm khi lặp lại, tôi đỗ xe hơi mới vào đúng nơi mà chiếc xe cũ đã bị đánh cắp.

like → and the like

like → anything like

like → avoid sb like the plague

like → be like a bear with a sore head

like → be like a fish out of water

like → be like getting blood out of a stone

like → be out like a light

like → be packed like sardines

like → be yourself (again)

like → built like a brick shithouse

like → built like a tank

like → bull in a china shop

like → come down on sb like a ton of bricks

like → come out smelling like roses

like → crazy like a fox

like → do sth like crazy

like → do sth like the devil

like → drink like a fish

like → drop sb like a hot potato

like → dropping like flies

like → eat like a bird

like → eat like a horse

like → feel like sth

like → fight like cats and dogs

like → fit sb like a glove

like → for all the world like

like → go down a bomb

like → go down like a lead balloon

like → go down like a rat sandwich

like → go like a lamb to the slaughter

like → go through sth like a (hot) knife through butter

like → grin like a Cheshire cat

like → have a memory like a sieve

like → have a memory like an elephant

like → hell hath no fury

like → hit sb like a ton of bricks

like → if one doesn't like it one can lump it

like → just like that

like → know sth like the back of one's hand

like → lie like a rug

like → look like a million dollars

like → look like death warmed over

like → look like sth the cat dragged in

like → make like a banana

like → make out like a bandit

like → need sth like a fish needs a bicycle

like → need sth like a hole in the head

like → no time like the present

like → read sb like a book

like → rise like a phoenix from the ashes

like → run like a dream

like → run like the wind

like → sell like hotcakes

like → sleep like a log

like → spread like wildfire

like → stick out like a sore thumb

like → swear like a trooper

like → take to sth like a duck to water

like → tell it like it is

like → that's more like it

like → they don't make sth like they used to

like → treat sb like dirt

like → watch sb like a hawk

like → work like a charm

like a bad dream tồi tệ đến mức khó tin được đó là sự thật ■ *In broad daylight the events of the night before seemed like a bad dream.* • Khi sáng ra, những sự kiện đêm trước dường như là một cơn ác mộng.

like a bat out of hell (khẩu ngữ) rất nhanh, cực kỳ nhanh ■ *I asked her to lend me some money, and she left the room like a bat out of hell.* • Tôi hỏi cô ấy mượn một ít tiền, và cô ấy biến ngay ra khỏi phòng. ■ *She suddenly realized that she was late and started driving like a bat out of hell.* • Cô ấy đột nhiên nhận ra đã trễ giờ, và bắt đầu lái xe nhanh như điên.

like a cat on a hot tin roof hoặc *like a cat on hot bricks* rất căng thẳng hay lo lắng, hết sức bồn chồn nôn nóng, đứng ngồi không yên ■ *Anna was pacing the floor like a cat on a hot tin roof.* • Anna đi lại trên sàn nhà một cách hết sức bồn chồn nôn nóng. ■ *She was like a cat on hot bricks before her driving test.* • Cô ta hết sức bồn chồn lo lắng trước kỳ thi lấy bằng lái xe.

like a cat on hot bricks → **like a cat on a hot tin roof**

like a cat that's got the cream → **like the cat that ate the canary**

like a deer caught in the headlights hết sức bối rối, lúng túng đến mức không biết phải làm gì ■ *I could hear the baby wailing as Jake answered the door, looking like a deer caught in the* *headlights.* • Tôi có thể nghe thấy tiếng đứa trẻ gào khóc khi Jake ra mở cửa, trông hết sức lúng túng.

like a dose of salts rất nhanh chóng và dễ dàng ■ *He got through the housework like a dose of salts.* • Anh ta làm hết công việc nhà một cách rất nhanh chóng và dễ dàng.

like a flash → in a flash

like a kid in a candy store nói về cảm xúc mạnh mẽ, rất phấn khích và sung sướng về việc gì ■ *The conference was great! I was like a kid in a candy store with the thousands of things there were to do.* • Buổi hội thảo thật là tuyệt vời! Tôi vô cùng phấn khích và sung sướng với hàng ngàn chuyện để làm ở đó.

like a moth to the candle → like a moth to the candle

like a moth to the candle hoặc *like a moth to the candle* hoặc *like moths around a flame* hoặc *like moths around a candle* cảm thấy người hay sự vật nào đó rất lôi cuốn, hấp dẫn, và muốn được gần gũi, cho dù rất có thể sẽ gặp phải những rắc rối, khó khăn ■ *Randall's power and wealth drew women to him like moths to the flame.* • Quyền lực và sự giàu có của Randall đã lôi cuốn phụ nữ đến với anh ta như những con thiêu thân tìm đèn.

like a shot (khẩu ngữ) dùng để nhấn mạnh một chuyển động hay hành động rất nhanh chóng, hăm hở ■ *If a burglar sets off your alarm system, he'll be out of there I like a shot.* • Nếu một tên trộm làm khởi động hệ thống báo động của bạn, hắn ta sẽ thoát ra khỏi đó nhanh như chớp mắt.

like a slap in the face → slap in the face

like a three-ring circus → three-ring circus

like anything → as anything

like anything (khẩu ngữ) dùng để nhấn mạnh về một sự việc được thực hiện rất nhiều lần hoặc với mức độ mạnh mẽ, lâu dài... ■ *We were eating like anything over the holidays.* • Chúng tôi đã ăn rất nhiều suốt những ngày nghỉ lễ.

like father, like son hoặc *like mother, like daughter* nói về con cái có dáng vẻ và cách ứng xử giống như cha mẹ ■ *Like father, like son. He has become governor of Texas, and says he wants to someday run for president.* • Giống hệt như cha mình, ông ấy đã trở thành thống đốc bang Texas, và nói rằng một ngày kia sẽ tranh cử tổng thống.

like five miles of bad road hoặc *like ten miles of bad road* (khẩu ngữ) dùng để nói về điều gì không được thích thú lắm, hoặc không được tốt đẹp ■ *"How was work today?" "Like five miles of bad road."* • "Công việc hôm nay thế nào?" "Thật tồi tệ."

like gangbusters rất hăm hở và mạnh mẽ ■ *He started out like gangbusters, earning a huge profit in the first month of operation.* • Ông ta khởi đầu đầy nhiệt tình và sức mạnh, kiếm được một khoản lời khổng lồ trong tháng hoạt động đầu tiên. ■ *We went like gangbusters to get the project done on time.* • Chúng tôi làm việc hết sức nhiệt tình và mạnh mẽ để hoàn thành dự án đúng thời hạn.

like gold dust vật có giá trị rất cao hoặc rất khó tìm ■ *This is only the second time in 35 years the team has made it to the finals, so tickets are like gold dust.* ● Đây chỉ là lần thứ hai đội bóng vào được đến vòng chung kết trong 35 năm qua, vì vậy vé vào xem đắt như vàng. ■ *Tickets for the final are like gold dust.* ● Vé xem trận chung kết hết sức khan hiếm. (đắt tiền và khó mua)

like greased lightning → **like lightning**

like holding a red flag in front of a bull → **like waving a red flag in front of a bull**

like it or lump it → **if one doesn't like it one can lump it**

like it's going out of fashion hoặc *like it's going out of style* (cũng dùng *as if* thay cho *like*) sử dụng, mua hoặc ăn món gì quá nhiều ■ *Dave and his friends were out by the barbecue, drinking like it was going out of style.* ● Dave và các bạn của anh ta đến dự một bữa tiệc thịt nướng ngoài trời, uống rượu như thể sẽ chẳng bao giờ được uống nữa. ■ *In the 1950s, doctors were giving out tranquilizers as if they were going out of fashion.* ● Vào những năm 1950, các bác sĩ đua nhau kê toa thuốc an thần như thể rồi sẽ không còn dịp nào để dùng đến nữa. ■ *She's been spending money like it's going out of fashion.* ● Cô ấy tiêu tiền như thể sẽ chẳng bao giờ được tiêu nữa cả.

like it's going out of style → **like it's going out of fashion**

like lightning hoặc *like greased lightning* với vận tốc rất nhanh, nhanh như chớp ■ *Shannon ran like lightning down the field to score the winning goal.* ● Shannon đã chạy xuống sân nhanh như chớp để ghi bàn thắng. ■ *He leapt out of the car like lightning.* ● Anh ta nhảy ra khỏi xe hơi nhanh như chớp.

like looking for a needle in a haystack → **a needle in a haystack**

like mother, like daughter → **like father, like son**

like moths around a candle → **like a moth to the candle**

like moths around a flame → **like a moth to the candle**

like music to one's ears → **music to one's ears**

like night and day nói về hai sự vật hay con người hoàn toàn trái ngược, khác biệt hẳn với nhau ■ *The appearance of the two universities is like night and day.* ● Vẻ ngoài của hai trường đại học hoàn toàn khác biệt nhau.

like nothing on earth (khẩu ngữ) dùng để nhấn mạnh điều gì là rất tốt đẹp hoặc rất tồi tệ (tùy theo ngữ cảnh) ■ *The sound effects are like nothing on earth.* ● Hiệu ứng âm thanh nghe tuyệt vời quá! ■ *I felt like nothing on earth next day.* ● Ngày hôm sau tôi cảm thấy hết sức tồi tệ.

like pulling teeth nói về điều gì rất khó làm ■ *Sometimes it's so easy to win a game, and sometimes it's like pulling teeth.* ● Đôi khi rất dễ dàng để thắng được một trận đấu, và đôi khi điều đó lại cực kỳ khó khăn.

like shooting fish in a barrel → **shooting fish in a barrel**

like taking candy from a baby rất dễ làm, không có gì khó khăn ■ *"I've never even sat on a motorcycle before, let* alone driven one," "It's easy - like taking candy from a baby." • "Tôi chưa từng ngồi lên xe gắn máy bao giờ, nói gì đến chuyện chạy xe." "Chuyện đó dễ ợt, không có gì khó cả."

like talking to a (brick) wall bày tỏ sự bực mình vì những lời khuyên, lời giải thích... đưa ra hoàn toàn không có tác dụng, không được lắng nghe ■ *Talking to Daniel is like talking to a brick wall.* • Nói chuyện với Daniel thật giống như nói chuyện với đầu gối.

like ten miles of bad road → **like five miles of bad road**

like the cat that ate the canary hoặc *like a cat that's got the cream* rất hài lòng về điều mình vừa thực hiện, hoặc điều gì đó vừa mới xảy ra với mình ■ *Coop grinned like the cat that ate the canary as he told us about the game.* • Coop cười toe toét một cách rất hài lòng khi anh ta kể cho chúng tôi nghe về trận đấu. ■ *She looked like a cat that's got the cream. She was almost purring with pleasure.* • Cô ta trông hết sức hài lòng. Cô gần như mừng quýnh lên.

like the clappers nói về sự di chuyển, cực kỳ nhanh ■ *She suddenly drove like the clappers.* • Cô ấy đột nhiên lái xe nhanh như bị ma đuổi.

like there's no tomorrow làm điều gì với một cường độ hay tốc độ quá đáng, cuồng nhiệt ■ *After her divorce, Sheila started spending money like there was no tomorrow.* • Sau vụ ly hôn, Sheila bắt đầu tiêu pha tiền bạc một cách điên cuồng.

like trying to find a needle in a haystack → **a needle in a haystack**

like trying to nail jell-O to the wall (khẩu ngữ) nói về một sự việc rất khó làm, hoặc không thể làm được ■ *Getting a straight answer out of Sophie can be like trying to nail Jell-O to the wall.* • Có được một câu trả lời thẳng thắn từ Sophie có thể khó khăn đến mức gần như là không thể được. - *Jell-O* là một loại món ăn rất mềm làm từ nước vắt trái cây, vì thế không thể ghim nó vào bất cứ thứ gì, đừng nói là ghim vào vách tường.

like two peas in a pod nói về hai người hay sự vật hoàn toàn giống hệt như nhau ■ *She and her younger sister are like two peas is a pod - I can never tell which of them is which.* • Cô ấy và người em gái giống hệt nhau như hai giọt nước - tôi chưa bao giờ có thể phân biệt được giữa hai người.

like watching paint dry hoặc *as exciting as watching paint dry* hoặc *as interesting as watching paint dry* nói về một hoạt động mà người nói cho là không có chút hứng thú, hấp dẫn nào, hết sức đáng chán ■ *My father loves watching golf on television - for me, it's like watching paint dry.* • Cha tôi thích xem đánh gôn trên ti-vi - đối với tôi thì điều đó chán chết được.

like water off a duck's back nói về những lời khuyên bảo, cảnh báo hay nhận xét... hoàn toàn không có tác động đến ai đó ■ *Of course there are rules, but it's all just like water off a duck's back with these kids.* • Dĩ nhiên là có những quy luật, nhưng tất cả cũng chỉ như nước đổ đầu vịt đối với những đứa trẻ này.

like waving a red flag in front of a bull hoặc *like holding a red flag in* *front of a bull* hành động hay lời nói đặc biệt nào đó mà chắc chắn sẽ làm cho ai nổi giận, điên tiết lên hoặc mất bình tĩnh ■*As soon as I say "don't do it," it's like holding a red flag in front of a bull. She just does the exact opposite.* ● Ngay khi nào tôi nói "đừng làm thế" là cứ y như chọc giận ngay lập tức. Cô ấy sẽ làm đúng ngay điều ngược lại.

likely as not hoặc *as likely as not* có thể xảy ra; khả năng xảy ra hoặc không xảy ra đều như nhau ■ *He will as likely as not arrive without warning.* ● Anh ta cũng có thể không đến mà không có sự cảnh báo. ■ *Likely as not, the game will be canceled.* ● Trận đấu cũng có thể sẽ bị hủy bỏ. ■ *As likely as not, he will disappear forever.* ● Cũng có thể là anh ta sẽ vĩnh viễn biến mất.

likes → the likes of sb

lily → gild the lily

limb → go out on a limb

limb → tear sb limb from limb

limelight → in the limelight

limelight → out of the limelight

limelight sự chú ý của công chúng ■*American car makers don't like the idea of sharing too much of the limelight with Japanese makers at their own North American International Auto Show.* ● Các nhà sản xuất xe hơi của Hoa Kỳ không muốn chia sẻ sự chú ý của công chúng quá nhiều với các nhà sản xuất Nhật Bản ngay tại cuộc trưng bày North American International Auto Show của chính họ. ■*In 1953, Vadim introduced Brigitte Bardot at the film festival, where she stole the limelight to such an extend that the stars could only get their pictures taken by posing with her.* ● Năm 1953, Vadim giới thiệu Brigitte Bardot tại liên hoan phim ảnh, nơi cô ta giành được sự chú ý của công chúng mạnh mẽ đến mức độ các ngôi sao chỉ có thể chụp ảnh được bằng cách là đứng chung với cô.

limit → ain't that the limit?

limit → be the limit

limit → the sky's the limit

line → all the way down the line

line → along the same lines

line → be (way) out of line

line → bring sth into line (with)

line → come on line

line → cross the line

line → down the line

line → draw the line (at)

line → drop sb a line

line → fall for sth hook, line and sinker

line → fall into line

line → feed sb a line

line → get a line on

line → in the front line

line → lay it on the line (to sb)

line → on the firing line

line → out of the firing line

line → put one's job on the line

line → read between the lines

line → sign on the dotted line

line → take a hard line

line → take a soft line

line → take the line of least resistance

line → the battle lines are drawn

line → the bottom line is

line → the end of the road

line → there's a fine line between

line → toe the line

line between sth and sth hoặc *fine line between sth and sth* hoặc *thin line between sth and sth* sự khác biệt nhỏ được xem là ranh giới giữa hai sự việc, hai ý nghĩa... đối nghịch nhau ■*I like him, but I always get the feeling he's walking that fine line between arrogance and self-confidence.* • Tôi thích anh ta, nhưng tôi luôn có cảm giác là anh ấy đang đi giữa ranh giới của tính kiêu ngạo và sự tự tin. ■*Nude dancing straddles the line between entertainment and prostitution, and the debate over its legality has been fierce.* • Việc khiêu vũ khỏa thân nằm giữa ranh giới của sự giải trí và việc bán dâm, và cuộc tranh cãi về tính hợp pháp của chuyện này đã từng rất căng thẳng.

line one's (own) pockets kiếm được rất nhiều tiền và hưởng trọn trong khi lẽ ra phải chia sẻ với những người khác trong công ty, tổ chức... ■ *As a lawyer, Sniffen uses other people's misfortunes to line his own pockets.* • Là một luật sư, Sniffen lợi dụng sự không may của người khác để kiếm thật nhiều tiền bỏ túi riêng.

linen → air one's dirty linen in public

lining → silver lining

link → the weak link (in the chain)

lion → in the lion's den

lion → put one's head in the lion's mouth

lion → the lion's share of sth

lion → throw sb to the lions

lip → button one's lip

lip → on everybody's lips

lip → pay lip service to sth

lip → read one's lip

lips are sealed (khẩu ngữ) giữ bí mật điều gì, không nói cho ai biết ■*"I bought Steve a new bike for his birthday, but don't tell him." "Don't worry - my lips are sealed."* • "Tôi đã mua cho Steve một chiếc xe đạp nhân ngày sinh nhật của anh ta, nhưng đừng nói cho anh ấy biết." "Đừng lo, tôi sẽ kín như bưng."

liquid courage → Dutch courage

list → hit list

list → laundry list of sth

list → on one's shit list

list → shopping list

listen with half an ear nghe ai đó nói chuyện trong khi vẫn suy nghĩ đến một chuyện khác ■ *Victor lit a cigarette and listened with half an ear, amused by the girls' chatter.* • Victor đốt một điếu thuốc lá và lơ đễnh nghe, thích thú với câu chuyện huyên thuyên của những cô gái. ■ *Carlos had many problems of his own to think about, so he listened with half an ear while his friend complained.* • Carlos có nhiều vấn đề riêng của mình để suy nghĩ, bởi vậy anh ta chỉ lơ đễnh nghe khi người bạn của anh than phiền.

litmus test một sự kiện xảy ra hay một quyết định... có tác dụng cho thấy rõ bản chất, năng lực hoặc suy nghĩ thật sự của ai ■*Wilkins has an interesting litmus test of corporate ethics. If you would not be happy telling your family about the actions you are taking, he says, then the company would not want you to take that action.* ● Wilkins có một cách trắc nghiệm lý thú về mặt chuẩn mực đạo đức của công ty. Anh ta nói rằng nếu như bạn không vui khi kể với gia đình về những hoạt động mình đang thực hiện, thì công ty cũng sẽ không muốn giao những công việc ấy cho bạn.

little → **a big fish in a little pond**

little → **a little**

little → **a little bird told me**

little → **a little knowledge is a dangerous thing**

little → **cut sb (some) slack**

little → **fix one's wagon**

little → **no better than**

little → **of no account**

little → **to little avail**

little → **wrap sb around one's little finger**

little wonder → **no wonder**

live → **live and let live**

live → **man cannot live by bread alone**

live → **people who live in glass houses**

live → **see how the other half lives**

live a lie sống giả tạo, làm ra vẻ như đang tin vào điều gì hoặc đang có những cảm xúc mà thật ra không đúng vậy, vì thế luôn cảm thấy mình không trung thực và không có hạnh phúc ■ *It was the guilt of living a lie for 30 years that forced Marjorie into confessing her secret love affair.* ● Chính mặc cảm sống giả tạo kéo dài trong 30 năm đã thúc giục Marjorie đi đến chỗ thú nhận cuộc tình vụng trộm của cô ta.

live and breathe nhấn mạnh sự yêu thích đối với một hoạt động nào hay điều gì ■*My daughter lives and breathes horses.* ● Con gái tôi rất yêu thích loài ngựa. ■ *He lives and breathes football.* ● Anh ta sống chỉ biết có bóng đá thôi.

live and learn (khẩu ngữ) dùng khi có ai đó vừa mắc phải một lỗi lầm hoặc lần đầu tiên biết được điều gì - còn sống còn học hỏi ■ *"I'm sorry. I had no idea that we weren't allowed to play music in the office." "It doesn't matter, live and learn."* ● "Tôi rất tiếc. Tôi không hề biết là chúng ta không được phép chơi nhạc trong văn phòng." "Không sao đâu, sống và học hỏi mà."

live and let live không nên phê phán, chỉ trích người khác chỉ vì lối sống hoặc cách làm việc khác biệt với mình ■ *I can't believe they've banned smoking in all public places. Whatever happened to live and let live?* ● Tôi không thể tin được là họ đã cấm hút thuốc ở tất cả các nơi công cộng. Điều gì đã xảy ra với quan điểm sống chấp nhận khác biệt?

live from hand to mouth → **live hand to mouth**

live hand to mouth hoặc *live from hand to mouth* nhấn mạnh cuộc sống khó khăn, chỉ thu nhập vừa đủ sống qua ngày ■ *Don't tell me not to worry - I'm 28 years old and I'm still living from hand to mouth.* ● Đừng bảo tôi là đừng lo lắng - Tôi đã 28 tuổi đời mà vẫn chỉ sống cuộc sống đắp đổi qua ngày.

live high on the hog sống cuộc sống rất sung túc nhờ có nhiều tiền, thường là người nói hàm ý không tán thành điều đó ■ *When I worked for the airline, I was living high on the hog and I didn't care about what the rest of the world was doing.* • Khi tôi còn làm việc cho hãng hàng không, tôi sống cuộc sống rất sung túc và không thèm quan tâm đến những người khác trên cõi đời này đang làm gì.

live in a dream world hoặc *be in a dream world* không nhận thức đúng thực tế và mãi mê theo đuổi những điều không thể nào đạt được ■ *Kids today are living in a dream world; they think that everything should come to them, but they don't want to work for it.* • Lũ trẻ ngày nay luôn sống trong mơ mộng hão huyền, chúng nghĩ là mọi thứ phải tự tìm đến với chúng, nhưng chúng không chịu làm việc để có được.

live in a fish bowl rơi vào tình huống bị quá nhiều người hiểu rõ về đời tư của mình ■ *I was trying to keep some dignity while living in a fish bowl - that's what happens after divorce in a small town.* • Tôi đã cố sức để giữ được phần nào bình tĩnh trong khi rơi vào cảnh đời tư của mình bị mọi người biết rõ - đó là những gì xảy ra sau khi ly hôn ở một thị trấn nhỏ bé.

live in a fool's paradise hài lòng với một tình huống vì cho rằng tốt đẹp và không có vấn đề gì, trong khi thật ra không phải vậy ■ *At least we're not living in a fool's paradise - we're trying to be realistic about the problems we're going to face with a bad economy.* • Ít nhất thì chúng tôi cũng không hài lòng với tình huống một cách giả tạo - chúng tôi đang cố gắng để tỏ ra thực tế về những vấn đề sẽ đối mặt trong một nền kinh tế tồi tệ.

live in the lap of luxury có một cuộc sống sung sướng, dễ chịu với tất cả những tiện nghi vật chất, tiền bạc ■ *Dave's dream is to win the lottery so he can just sit back and live in the lap of luxury.* • Giấc mơ của Dave là được trúng số để anh ta có thể chỉ cần ngồi hưởng một cuộc sống xa hoa, sung túc.

live it up làm những gì mang lại sự thích thú cho bản thân, nhất là phải chi tiêu rất nhiều tiền ■ *Don't bother looking for the landlord - he's living it up somewhere in Costa Rica.* • Đừng bận tâm tìm kiếm ông chủ nhà - ông ta đang sống thỏa thích ở đâu đó tại Costa Rica.

live large sống vui thú và hưởng thụ, nhất là do có rất nhiều tiền ■ *Since retiring at the age of 41, Dix has been living large.* • Từ khi về hưu ở tuổi 41, Dix đã sống cuộc sống hưởng thụ thỏa thích.

live off the fat of the land hoặc *live on the fat of the land* có một cuộc sống rất dễ dàng, thoải mái, không phải làm việc cực nhọc ■ *What do company directors who live off the fat of the land know about the problems of ordinary workers?* • Những tay giám đốc công ty sống cuộc sống thoải mái thì biết được gì về những khó khăn của người công nhân bình thường?

live on borrowed time 1. nói về người đang có nhiều khả năng bị mất việc hoặc một tổ chức có nguy cơ bị tan rã, không tồn tại nữa ■ *Gyms like these have been living on borrowed time ever since the aerobics craze of the 1980s ended.* • Những phòng tập như thế này đã tồn tại rất bấp bênh kể từ khi cao trào aerobics của những năm 1980 chấm dứt. ■ *According to the latest opinion polls, the government is living on borrowed time.* ● Theo những cuộc thăm dò ý kiến gần đây nhất, chính phủ đang có nguy cơ bị sụp đổ. ■ *His regime is living on borrowed time.* ● Chế độ của ông ta đang sống những ngày cuối cùng. **2.** nói về người có nhiều nguy cơ phải chết, nhất là vì bị bệnh nặng, nghiêm trọng ■ *Peter knew that he was living on borrowed time, and he wanted to spend more time with his son and daughter.* ● Peter biết là mình đang có nguy cơ sắp chết, và ông muốn dành nhiều thời gian hơn với con trai và con gái của ông. ■ *He's been living on borrowed time ever since his last heart attack.* ● Ông ta đã sống cuộc sống rất mong manh kể từ sau cơn đau tim vừa qua.

live on the fat of the land → **live off the fat of the land**

live the life of Riley hoặc *lead the life of Riley* có cuộc sống rất thoải mái, dễ dàng, không phải làm việc nặng nhọc hay lo lắng về tiền bạc ■ *Who knows where Tom is now - maybe in Tangiers, living the life of Riley.* ● Ai mà biết được giờ đây Tom đang ở đâu - có lẽ là ở Tangiers, sống cuộc sống an nhàn thoải mái.

live to fight another day có thể cố gắng một lần nữa sau khi đã thất bại hoặc trải qua khó khăn - thua keo này bày keo khác ■ *This isn't the first time we've been defeated in an election, but we always live to fight another day.* ● Đây chẳng phải là lần đầu tiên chúng tôi thất bại trong một cuộc bầu cử, nhưng chúng tôi luôn luôn có thể đứng dậy sau thất bại.

live to tell the tale sống sót qua một tình huống nguy hiểm (thường dùng với nghĩa cường điệu hoặc khôi hài) ■ *Will really doesn't like his real name. Nobody calls him "Willard" and lives to tell the tale.* ● Will thực sự không thích tên thật của mình. Không có ai gọi anh ta là "Willard" mà còn sống sót được. ■ *Charlie was caught in a terrible avalanche, but he lived to tell the tale.* ● Charlie bị kẹt trong một cơn bão tuyết kinh người, nhưng anh ta đã sống sót qua khỏi.

live wire người rất vui tính, sinh động, hài hước ■ *Devine's a smart man, a real live wire, who always knows what's going on.* ● Devine là một người khôn ngoan, hết sức vui nhộn, luôn luôn nắm bắt được mọi việc đang diễn ra.

live with sth 1. đối phó hoặc nhận lãnh trách nhiệm về một tình huống gây khó chịu, không tốt... nhưng không bối rối, nao núng ■*If you publish this book, you'll ruin a man's life - can you live with that?* ● Nếu anh xuất bản cuốn sách này, anh sẽ hủy hoại cả cuộc đời của một người đàn ông - liệu anh có thể chịu được điều đó chăng? **2.** dùng với ý khôi hài để nói rằng người nói bất chấp, không quan tâm đến những khía cạnh không tốt của một vấn đề, vì nó cũng có những khía cạnh khác tốt đẹp hơn nhiều ■*"If you were married to Kim Basinger, you'd have to deal with all those terrible Hollywood people." "I think I could live with that."* ● Nếu anh định kết hôn với Kim Basinger, anh sẽ phải đối phó với tất cả những con người khủng khiếp đó ở Hollywood." "Tôi nghĩ là tôi chấp nhận được mà."

livelong → all the livelong day

lively → make things lively for sb

livin' → how ya livin'?

living → beat the (living) daylights out of sb

living → earn one's living

living → excuse me for living

living → in the land of the living

living → scare the living daylights out of sb

living → the absolute end

living hell một nơi chốn hay một tình huống cực kỳ tồi tệ, hoặc nơi mà người ta phải chịu đựng rất nhiều và kéo dài ■ *If don't get these invoices in the mail today, my boss is going to make my life a living hell.* ● Nếu hôm nay tôi không nhận được mấy hóa đơn này qua bưu điện, ông chủ sẽ làm cho cuộc sống của tôi hóa thành một địa ngục trần gian.

load → be loaded for bear

load → get a load of

load → take a load off

load off one's mind điều khó khăn, lo lắng từ lâu của ai giờ được trút bỏ, không còn phải nặng lòng nữa ■ *It's a huge load off our minds now that we know who the new landlord will be.* ● Thật là rũ bỏ được một gánh nặng lo âu vào lúc này khi chúng tôi biết được người chủ cho thuê nhà mới là ai.

loaf → half a loaf (is better than none)

local colour tất cả những tính cách truyền thống của một nơi, tạo nên bản sắc riêng cho vùng đó ■ *Haight Street in San Francisco is a great place to walk and take in the local colours.* ● Con đường Haight Street ở San Francisco là một nơi tuyệt vời để đi dạo và tìm hiểu những nét truyền thống trong vùng.

lock → under lock and key

lock horns (with sb) (over sth) bất đồng mạnh mẽ với ai về một vấn đề cụ thể nào đó ■ *Yoko Ono locked horns with John Lennon's first wife over the best way to celebrate what would have been Lennon's fiftieth birthday.* ● Yoko Ono bất đồng mạnh mẽ với người vợ trước của John Lennon về cách tốt nhất để tổ chức chào mừng ngày mà lẽ ra đã là sinh nhật thứ 50 của Lennon. ■ *The company has locked horns with the unions over proposed pay cuts.* ● Công ty đã bất đồng mạnh mẽ với các tổ chức công đoàn về các khoản cắt giảm chi trả được đề nghị.

lock, stock, and barrel dùng để nhấn mạnh là người nói đang muốn đề cập đến toàn bộ chi tiết, yếu tố liên quan... của một sự việc ■ *When you left Atlanta, did you take all your stuff and move back home lock, stock, and barrel?* ● Khi bạn rời Atlanta, bạn đã mang theo tất cả đồ đạc và chuyển về nhà với đầy đủ mọi thứ chứ?

log → easy as falling off a log

log → sleep like a log

loggerheads → be at loggerheads (with sb)

loin → gird one's loins

lone wolf người thích sống cô độc, ít tiếp xúc và có rất ít bạn bè ■ *Connors was one of the greatest players in U.S. history but a lone wolf.* ● Connors là một trong những cầu thủ tuyệt vời nhất trong lịch sử nước Mỹ nhưng là một người thích sống cô độc.

long → **all day long**

long → **all night long**

long → **as long as**

long → **go back a long way**

long → **have a long way to go**

long → **have come a long way**

long → **honest as the day is long**

long → **in the long run**

long → **not by a long shot**

long → **not long for this world**

long → **so long**

long → **take a long, hard look at**

long → **the long and (the) short of it is**

long → **to make a long story short**

long face vẻ mặt buồn bã, thất vọng ■ *I can't stand seeing you put on that long face. Come on, act cheerful at least.* ● Tôi không thể chịu nổi vẻ mặt đưa đám ấy của anh. Thôi đi, ít nhất cũng hãy giả vờ vui lên đi. ■ *There were some long faces in the hall when the results were read out.* ● Trong hội trường đã có những vẻ mặt dài thượt ra khi kết quả được công bố.

long haul điều rất khó khăn, phải mất nhiều thời gian và nỗ lực để thực hiện ■ *You'd better brace yourself because it's going to be a long haul to get the computer system up and running.* ● Tốt hơn là bạn nên chuẩn bị tinh thần trước bởi vì sẽ rất khó khăn và mất nhiều thời gian mới có thể làm cho hệ thống máy tính hoạt động được.

long in the tooth nói về người hay vật đã quá già, quá cũ kỹ ■ *I'm getting a little long in the tooth to go out drinking every weekend.* ● Tôi đã già rồi không thể đi ra ngoài uống rượu mỗi dịp cuối tuần.

long on sth but short on sth hoặc *short on sth but long on sth* nói về người hay vật, có một phẩm chất tốt nhưng lại thiếu một phẩm chất khác, thường là quan trọng và cần thiết hơn ■*Senator Stamp's arguments were dismissed as long on emotion and short on facts.* ● Những lập luận của thượng nghị sĩ Stamp bị bác bỏ vì nặng về cảm tính nhưng thiếu các dữ kiện. - Thành ngữ này đôi khi được sử dụng một trong hai vế, với hàm ý nhấn mạnh yếu tố được đề cập ■ *Sorry, I'm a little short on patience this evening.* ● Xin lỗi, tối nay tôi hơi thiếu kiên nhẫn. ■ *The movie is a little long on special effects, but we like it.* ● Bộ phim hơi nặng về các hiệu ứng đặc biệt, nhưng chúng tôi thích nó.

long shot 1. nói về một kế hoạch đáng để cố gắng thực hiện, ngay cả khi có nhiều khả năng thất bại ■ *We could put an ad in the paper, asking for volunteers. It's a long shot, but it might work.* ● Chúng ta có thể đăng một mẩu tin trên báo, đề nghị tìm người tình nguyện. Đó là một kế hoạch rất khó thành công, nhưng cũng có thể có kết quả lắm. 2.(thường dùng trong các bản tin báo chí, truyền hình...) nói về người, rất ít có khả năng chiến thắng trong một cuộc cạnh tranh, bầu cử... ■*Turner, a former Democrat, is considered a long shot to win next Tuesday's mayoral election.* ● Turner, một người trước đây thuộc đảng Dân chủ, được xem như là ứng cử viên rất ít khả năng chiến thắng trong cuộc bầu cử thị trưởng vào thứ Ba tới đây. ■ *Fipke began his long-shot search for diamonds in Canada's Yukon territory.* ● Fipke bắt đầu cuộc tìm kiếm kim cương rất ít hy vọng của anh ta ở vùng lãnh thổ Yukon thuộc Canada.

long suit → **strong suit**

long time no see (khẩu ngữ) dùng khi gặp gỡ một người quen sau một thời gian khá lâu ■ *Chuck, long time no see! How's it going?* ● Này anh bạn, lâu quá không gặp nhỉ! Mọi việc thế nào?

longest → **he who laughs last laughs longest**

long-faced mang vẻ mặt buồn bã, thất vọng ■ *After the session was adjourned, Boyd shared a few minutes with lond-faced Dale Dixon.* ● Sau khi phiên họp chấm dứt, Boyd chia sẻ đôi phút với chàng Dale Dixon mang vẻ mặt rầu rĩ.

look → **don't look a gift horse in the mouth**

look → **fix sb with a stare**

look → **give sb a dirty look**

look → **take a long, hard look at**

look askance at sb hoặc *look askance at sth* nhìn vào ai hoặc sự việc gì với vẻ nghi ngờ, chống đối hoặc thiếu thiện cảm ■ *The opposition party looked askance at most of the government's proposed policies.* ● Đảng đối lập nhìn một cách nghi ngờ vào hầu hết các chính sách được đề nghị của chính phủ. ■ *She looked askance at him when he began to eat before everybody else.* ● Cô ta nhìn vào anh ấy với vẻ gay gắt khi anh ta bắt đầu ăn trước hết thảy những người khác. ■ *A waiter in a tuxedo looked askance at his jeans.* ● Một người phục vụ mặc lễ phục nhìn một cách xoi mói vào cái quần jean của anh ta.

look askance at sth → **look askance at sb**

look at the big picture hiểu được toàn diện về một tình huống, không phải chỉ là một số chi tiết ■ *Jerry should look at the big picture before he starts criticizing the team.* ● Jerry nên hiểu được toàn diện về tình huống trước khi anh ta bắt đầu phê phán đội bóng. ■ *George was unable to manage his team effectively because he was unwilling to look at the big picture.* ● George không thể quản lý đội bóng của mình hiệu quả bởi vì ông ta không chịu nhìn vấn đề một cách toàn diện. ■ *Right now forget the details and look at the big picture.* ● Ngay bây giờ hãy quên đi các chi tiết và nhìn toàn diện vấn đề.

look before you leap dùng khi muốn bảo ai đó phải suy nghĩ trước về hậu quả của một việc làm trước khi hành động ■ *The best advice my father ever gave me was when he said, "Look before you leap," when I told him I was getting married. Unfortunately, I ignored him.* ● Lời khuyên tốt nhất mà cha tôi đã từng cho tôi là khi tôi sắp lập gia đình. Ông nói: "Hãy cân nhắc thận trọng." Thật không may là tôi đã bỏ qua lời ông.

look daggers (at sb) hoặc *shoot daggers (at sb)* nhìn vào ai với vẻ vô cùng giận dữ ■ *We were talking about what Julie had done, and she was at the next table looking daggers at us.* ● Chúng tôi đang nói chuyện về những gì Julie đã làm, và cô ấy ở bàn kế bên nhìn sang chúng tôi với vẻ vô cùng giận dữ.

look down one's nose (at) tỏ thái độ coi thường ai vì cho rằng không có đủ phẩm chất tốt đẹp mà mình cần đến ■ *The fashion houses in Paris and New York tend to look down their noses at those who are not graduates of a well-known design school.* ● Các nhà thời trang ở Paris và New York có khuynh hướng xem thường những ai không tốt nghiệp từ một trường dạy thiết kế mẫu nổi tiếng.

look like a million bucks → **look like a million dollars**

look like a million dollars hoặc *look like a million bucks* hoặc *feel like a million dollars* hoặc *feel like a million bucks* trông có vẻ hoặc cảm thấy rất khỏe khoắn hoặc rất hấp dẫn ■ *I felt like a million dollars in the designer gown I wore to the premiere.* ● Tôi cảm thấy mình rất hấp dẫn trong bộ áo dài thời trang tôi mặc đến dự bữa tiệc đầu tiên của mình. ■ *Emilio looks like a million dollars when he wears his new shirt.* ● Emilio trông hết sức bảnh bao khi anh ta mặc chiếc áo sơ-mi mới của mình.

look like death warmed over hoặc *feel like death warmed over* (khẩu ngữ) trông có vẻ như đang ốm hoặc rất mệt mỏi ■ *She looked like death warmed over. I don't know why she didn't stay at home.* ● Trông cô ấy hết sức mệt mỏi. Tôi không hiểu tại sao cô ấy lại không nghỉ ở nhà.

look like sth the cat dragged in (khẩu ngữ) trông rất khó coi, không hấp dẫn, chẳng hạn như tiều tụy vì đang ốm, hoặc ăn mặc không sạch sẽ, gọn gàng ■ *I can't believe how wet it is outside. I must look like something the cat dragged in.* ● Tôi không thể tin nổi là bên ngoài lại ướt át đến thế. Trông tôi chắc hẳn phải là khó coi lắm.

look none the worse for wear → **be none the worse for wear**

look on the bright side nhìn sự việc theo hướng tích cực, lạc quan cho dù có những khía cạnh tồi tệ khác ■ *I know you'll miss that money. Still, look on the bright side - you always said you wanted to retire early.* ● Tôi biết là anh sẽ lỡ mất khoản tiền đó. Dù vậy, hãy nhìn theo mặt tích cực của vấn đề - anh vẫn luôn nói rằng anh muốn được về hưu sớm. ■ *"OK, so you're in the hospital. But at least you don't have to drive 30 miles to work and back! Always look on the bright side!" Mary said to her husband.* ● Mary nói với chồng cô: "Được rồi, giờ thì anh phải nằm trong bệnh viện. Nhưng ít ra thì anh không phải lái xe 30 dặm đến sở làm và quay về! Hãy luôn nhìn sự việc theo hướng tích cực anh à."

look one's age có dáng vẻ phù hợp với độ tuổi thực sự của mình ■ *She doesn't look her age; I thought she was ten years younger.* ● Cô ấy trông không phù hợp với tuổi thật; tôi tưởng cô ấy trẻ hơn đến mười tuổi.

look out for number one tự lo cho bản thân và không lo lắng gì về người khác ■ *I'm not here to make sacrifices - it's high time I started looking out for number one.* ● Tôi không đến đây để có những sự hy sinh - đã đến lúc tôi bắt đầu tự lo cho bản thân mình.

look over one's shoulder 1. hết sức lo lắng, thận trọng vì nghĩ rằng có điều gì đó nguy hiểm hoặc tồi tệ sắp xảy đến cho mình ■ *Many employees are looking* over their shoulder, wondering if they will be the next to lose their job. ● Nhiều nhân viên đang hết sức lo lắng, tự hỏi liệu mình có sẽ là người tiếp theo bị mất việc hay không. 2. **kiểm tra, đánh giá công việc của ai vì không đủ niềm tin rằng người ấy sẽ làm tốt** ■ *Even if I get this promotion, I'll still have my old boss looking over my shoulder.* ● Ngay cả nếu như tôi có được sự thăng tiến này, tôi vẫn sẽ phải bị ông chủ cũ theo dõi kiểm tra công việc.

look sb in the eye(s) hoặc *look sb in the face* nhìn thẳng vào ai mà không có gì phải bối rối, hổ thẹn, để chứng tỏ mình không làm bất cứ điều gì sai trái ■ *Can you look me in the eye and tell me you're not lying?* ● Anh có thể nhìn thẳng vào mắt tôi và nói chắc rằng anh không nói dối đấy chứ? ■ *I'll never be able to look her in the face again!* ● Tôi sẽ chẳng bao giờ có thể nhìn mặt cô ấy lần nữa! ■ *Look me in the eye and tell me you didn't do it.* ● Hãy nhìn vào mắt tôi và nói cho tôi biết rằng anh đã không làm điều đó.

look sb in the face → **look sb in the eye(s)**

look the other way phớt lờ, bỏ qua xem như không biết đến những hoạt động hay cách ứng xử sai trái, bất hợp pháp, nhất là trong trường hợp lẽ ra phải ngăn chặn lại ■ *Customs officials were paid up to $75,000 to look the other way as drugs were brought into the country.* ● Các viên chức hải quan đã được chi trả lên đến 75.000 đô-la để phớt lờ đi khi ma túy được mang vào trong nước.

look the part có dáng vẻ tiêu biểu của một kiểu loại người nào đó ■ *He really looks the part of an old professor - tweed jacket, black shoes, and even smoking a pipe.* ● Ông ta trông đúng là dáng vẻ của một kiểu giáo sư già - áo khoác len, giày đen, và thậm chí ngậm tẩu thuốc nữa.

look the worse for wear → **be the worse for wear**

look to one's laurels cẩn thận, đề cao cảnh giác, không để mất đi thành quả hay lợi thế đang có được ■ *Williams may be issuing a challenge, telling established tennis players to look to their laurels.* ● Williams có thể tạo được một thách thức, hãy bảo các tay chơi tennis đã thành danh cần phải cẩn thận cảnh giác. ■ *With so many good new actors around the older ones are having to look to their laurels.* ● Với quá nhiều diễn viên mới tài năng, các diễn viên cũ đang phải hết sức thận trọng cảnh giác.

look who's talking hoặc *you're a (fine) one to talk* hoặc *you can talk* hoặc *you can't talk* (khẩu ngữ) dùng khi muốn bảo ai đó là họ không có quyền phê phán, chỉ trích người khác bởi vì họ cũng có những khuyết điểm, lỗi lầm tương tự như thế ■*"Cathy worries too much about her children." "Look who's talking - you take Robbie to the doctor when he falls over and scratches his knee."* ● "Cathy lo lắng quá đáng cho con cái." "Nói thế được sao - chính bạn cũng đưa Robbie đi bác sĩ khi nó chỉ bị ngã và trầy sướt nơi đầu gối." ■ *"I can't believe Sue isn't done with that report yet." "You can talk - when are you going to finish yours?"* ● "Tôi không tin nổi là Sue vẫn chưa làm xong bản báo cáo đó." "Anh nói được sao - khi nào thì anh hoàn tất báo cáo của anh?"

looking → **a needle in a haystack**

looking for trouble → **asking for it**

loon → **crazy as a loon**

loony bin cách nói được xem là thô lỗ, xúc phạm, hoặc đôi khi cũng được dùng một cách khôi hài để chỉ cho một bệnh viện tâm thần ■ *Somebody said that Kara's mom was in the loony bin. She never talks about her.* ● Có người nói rằng mẹ của Kara đang ở trong bệnh viện tâm thần. Cô ta chẳng bao giờ nhắc tới bà ấy cả.

loop → **in the loop**

loop → **knock sb for a loop**

loop → **out of the loop**

loose → **all hell breaks loose**

loose → **at loose ends**

loose → **hang loose**

loose → **have a screw (or two) loose**

loose → **on the loose**

loose → **tie up loose ends**

loose cannon người rất có khả năng sẽ gây hại cho tổ chức của chính họ, và thường là tổ chức ấy không thể khống chế được ■ *Mitch was described as a loose cannon - volatile and potentially violent.* ● Mitch đã được mô tả như là một mối nguy hại ngấm ngầm - tính khí thất thường và một sự hung dữ tiềm tàng.

loosen one's tongue làm cho ai phải nói ra điều gì mà thông thường họ không nói ■ *Three-quarters of a bottle of wine had loosened her tongue, and she found herself telling Ricky her life story.* ● Ba phần tư chai rượu vang đã làm cho cô ấy mở miệng ra, và cô bất chợt kể cho Ricky nghe câu chuyện của đời mình.

loosen the purse strings nới lỏng, dễ dãi hơn về việc cung cấp tiền bạc ■ *NASA's prediction that it could meet its schedule could help loosen the purse strings at the White House.* ● Dự báo của cơ quan NASA về việc có thể hoàn tất kế hoạch như dự tính có thể giúp làm nới lỏng việc cung cấp tiền bạc từ tòa Bạch Ốc.

lord it over sb lên mặt, ra vẻ quan trọng hoặc có quyền lực hơn người khác, nhất là bằng cách sai bảo họ phải làm điều gì ■ *Kitayama's never used his position to lord it over anyone - everyone seems to like him.* ● Kitayama chưa bao giờ sử dụng quyền thế của mình để lên mặt với bất cứ ai cả - mọi người dường như đều thích ông ta.

lose → **fight a losing battle**

lose → **losing battle**

lose → **no time to lose**

lose → **win a battle but lose the war**

lose → **you snooze, you lose**

lose face làm điều gì hoặc để cho điều gì đó xảy ra gây bối rối cho chính mình và đánh mất sự kính trọng của mọi người ■ *South Africa's African National Congress risks losing face if it is seen as compromising with that organization.* ● Hội đồng Dân tộc Châu Phi của Nam Phi có nguy cơ đánh mất uy tín của mình nếu họ bị xem như là thỏa hiệp với tổ chức đó.

lose ground hoặc **give ground** không duy trì được sự tiến triển, sức mạnh hay tầm quan trọng của mình như trước đây ■ *The stock market lost more ground today, extending the decline of the last two sessions.* ● Thị trường chứng khoán hôm nay lại suy yếu hơn nữa, tăng thêm sự suy giảm của hai phiên trước đây. ■ *He led from lap one but then lost ground after several pit stops.* • Anh ta dẫn đầu trong chặng đua đầu, nhưng kém sức sau nhiều lần tiếp nhiên liệu. ■ *They are not prepared to give ground on tax cuts.* • Họ chưa sẵn sàng để nhượng bộ trong các khoản cắt giảm thuế. ■ *The Conservatives lost a lot of ground to the Liberal Democrats at the election.* • Đảng Bảo thủ để mất nhiều ưu thế về tay đảng Dân chủ Tự do trong cuộc bầu cử.

lose heart nản lòng, không còn hy vọng ■ *After Lutz saw the results from the campaign polls and knew he was last, he lost heart and dropped out of the election.* • Sau khi Lutz nhìn thấy kết quả những cuộc thăm dò trong chiến dịch vận động và biết mình về chót, anh ta nản lòng và rút lui khỏi cuộc bầu cử. ■ *I think he lost heart after losing the first game.* • Tôi nghĩ là anh ta đã nản lòng sau khi thua trận đấu đầu tiên.

lose it 1. mất khả năng kiềm chế hành động vì quá tức giận hoặc căng thẳng ■*When the linesman called that ball out, I thought Agassi was going to lose it.* • Khi trọng tài biên nói rằng banh ra ngoài sân, tôi tưởng là Agassi đã sắp mất tự chủ. 2. không còn giữ được khả năng làm tốt một công việc hoặc duy trì phẩm chất tốt đẹp như trước kia ■ *When you think MTV is losing it, they bring in a new program that reminds you how good they can be.* • Khi bạn nghĩ là đài MTV không còn hay nữa, họ sẽ mang lại một chương trình mới để nhắc nhở bạn họ có thể hấp dẫn như thế nào.

lose money hand over fist → **make money hand over fist**

lose one's cool hoặc *blow one's cool* đột nhiên nổi giận hoặc hốt hoảng lên, không tự kiềm chế được nữa - hoàn toàn mất bình tĩnh ■ *Wilson started getting confused and contradicting himself, until eventually he blew his cool.* • Wilson bắt đầu trở nên lẫn lộn và mâu thuẫn với chính mình, cho đến khi cuối cùng ông ta hoàn toàn mất bình tĩnh. ■ *I lost my cool and shouted at them.* • Tôi mất bình tĩnh và quát tháo họ. → *blow one's top,* → *blow one's stack*

lose one's edge suy giảm năng lực, khả năng, không còn giỏi như trước trong công việc đang làm ■*I haven't lost my edge, and I'm definitely not ready to quit boxing now.* • Tôi chưa hề suy giảm khả năng thi đấu, và chắc chắn là tôi chưa sẵn sàng để từ bỏ quyền Anh vào lúc này.

lose one's head ứng xử hết sức vô lý vì rơi vào một tình huống khó khăn hoặc quá lo lắng ■ *Nobody knows exactly what happened that day. As far as we know, one of the soldiers lost his head and started shooting.* • Không ai biết chính xác điều gì đã xảy ra hôm đó. Theo như chúng tôi biết, một trong các quân nhân đã bị mất bình tĩnh và bắt đầu nổ súng. → *keep one's head*

lose one's marbles (khẩu ngữ) bắt đầu ứng xử theo cách không còn tỉnh táo, trở nên điên khùng ■ *I have no idea why he wants to divorce Christine - he must have lost his marbles.* • Tôi không hiểu nổi vì sao anh ta muốn ly dị với Christine - anh ta hẳn là đã mất trí rồi.

lose one's mind mất bình tĩnh, nổi khùng lên, không còn khả năng suy nghĩ tỉnh táo nữa... ■ *I'm so bored here that sometimes I think I'm completely losing my mind.* ● Tôi quá buồn chán ở nơi đây đến nỗi đôi khi tôi nghĩ tôi đã hoàn toàn nổi khùng lên.

lose one's shirt thua lỗ rất nhiều tiền, nhất là do một quyết định sai lầm trong kinh doanh ■ *Profits aren't good, but I'll be happy if I can just stay in business for the next few years without losing my shirt.* ● Các khoản lợi tức không tốt đẹp lắm, nhưng tôi sẽ rất vui lòng nếu như chỉ cần có thể duy trì được công việc trong vài năm tới mà không thua lỗ quá nhiều tiền bạc.

lose sight of sth lãng quên mất mục tiêu của việc đang làm, hoặc quên mất điểm quan trọng lẽ ra phải xem xét trong khi thực hiện điều gì ■ *We can never lose sight of the reason why we became teachers - we're here to help the children.* ● Chúng tôi không bao giờ có thể quên đi mục tiêu của việc trở thành nhà giáo - chúng tôi đến đây là để giúp đỡ cho các em.

lose touch (with) 1. mất liên lạc, không có được tin tức về ai, nhất là do đi xa hoặc không còn quan tâm đến nhau ■ *I've lost touch with a lot of my friends from high school.* ● Tôi đã mất liên lạc với nhiều bạn bè thời trung học. 2. không còn có đủ sự hiểu biết, quan tâm đến một tình huống hoặc một hệ tư tưởng ■ *A number of nation polls suggest we may be losing touch with our ethical standards.* ● Một số cuộc thăm dò công luận cho thấy rằng chúng ta có thể đang mất dần sự quan tâm đến các chuẩn mực đạo đức.

lose track of 1. không nắm bắt, biết được những gì đang xảy ra cho người hay sự việc nào đó ■ *When he was out of the office so much, Phil lost track of some key projects.* ● Khi vắng mặt ở văn phòng quá nhiều, Phil không nắm bắt được về một số dự án quan trọng. 2. quên mất thời gian, hoặc những điều đang nói với ai, vì bận tâm suy nghĩ đến điều gì khác ■ *Our discussions were always so lively and spirited that was easy to lose track of the time.* ● Những cuộc thảo luận của chúng tôi luôn luôn sinh động và đầy hứng thú đến nỗi rất dễ dàng quên mất thời gian.

lose your grip giảm mất sự tự tin, hiểu biết và khả năng giải quyết, kiểm soát một vấn đề ■ *At that time, the Democrats had been in control of Congress since 1954 and did not seem in any danger of losing their grip.* ● Vào thời điểm đó, những người đảng Dân chủ đã kiểm soát được Quốc hội kể từ năm 1954 và không có vẻ gì là đang có nguy cơ giảm mất khả năng kiểm soát của mình. ■ *Sometimes I feel I'm losing my grip.* ● Đôi khi tôi cảm thấy mình đang mất khả năng kiểm soát vấn đề. ■ *Are you starting to lose your grip on reality?* ● Phải chăng anh đang mất khả năng nắm bắt thực tại?

losers weepers → **finders keepers**

loss → **at a loss**

loss → **at a loss (for words)**

loss → **cut one's losses**

loss → **dead loss**

loss of face đánh mất uy tín, sự kính trọng của người khác ■ *The congressman cannot withdraw from the negotiations, without a serious loss of face.* ● Ông nghị sĩ không thể rút lui ra khỏi những cuộc thương thảo mà không bị mất uy tín một cách nghiêm trọng. → *save face*

lost → at a loss for word

lost → get lost

lost → get lost in the shuffle

lost → make up for lost time

lost → regain lost ground

lost → there is no love lost (between)

lost cause không có khả năng thành công ▪ *Brando, who believed Cliff was a lost cause, left him to deal with his drinking problems himself.* • Brando tin rằng Cliff là người không có khả năng thành công, nên đã bỏ anh ta lại một mình tự chống chọi với sự nghiện ngập.

lost count (of sth) quên mất số đang đếm khi chưa đếm đến số cuối cùng ▪ *I lost count and had to start again.* • Tôi đã quên số giữa chừng và phải bắt đầu đếm lại. ▪ *She had lost count of the number of times she'd told him to be careful.* • Cô ấy quên không nhớ được bao nhiêu lần cô đã bảo anh ta phải cẩn thận. ▪ *I've lost count of the number of interviews I've given.* • Tôi không nhớ được bao nhiêu lần tôi đã trả lời phỏng vấn. - Cách nói này thường hàm ý là sự việc xảy ra quá nhiều lần.

lot → a fat lot of good it does

lot → a lot

lot → a lot of water has gone under the bridge since

lot → a lot riding on

lot → cover a lot of ground

lot → go to a lot of trouble

lot → leave a lot to be desired

lot → not do anything for sb

lot → not have much upstairs

lot → put sb to the expense of sth

lot → throw one's lot in with

lots riding on → a lot riding on

loud → for crying out loud

loud → think out loud

loudest → he who laughs last laughs longest

love → all's fair in love and war

love → fall head over heels (in love)

love → for the love of God

love → labour of love

love → not ... for love nor money

love → there is no love lost (between)

love sb to pieces (khẩu ngữ) hết lòng yêu thương ai ▪ *I love Wanda to pieces, but I don't believe in marriage.* • Tôi rất yêu Wanda, nhưng tôi không tin tưởng vào hôn nhân. (không cho rằng tiến tới hôn nhân là tốt đẹp)

low → at a low ebb

low → in low gear

low → keep a low profile

low → lay sb low

low → take the low road

lowdown → the lowdown (on sb)

lower one's guard hoặc *let one's guard down* không còn thận trọng trong lời nói hoặc việc làm, hoặc không chú ý đến những gì đang xảy ra, vì thế mà dễ bị sơ hở hoặc mắc lừa ■ *She was not ready to let down her guard and confide in him.* ● Cô ấy vẫn chưa sẵn sàng để mất cảnh giác và tiết lộ bí mật với hắn ta. ■ *Hadley finally lowered his guard and agreed to give us an interview.* ● Hadley cuối cùng thôi không đề cao cảnh giác nữa và đồng ý cho chúng tôi một cuộc phỏng vấn. ■ *Summer is here, and it's important not to let your guard down with the kids in the swimming pool.* ● Mùa hè đã đến, và điều quan trọng là không được mất cảnh giác với lũ trẻ trong hồ bơi. ■ *The man's wallet was stolen when he lowered his guard and left his pocket open.* ● Ví tiền của người đàn ông bị đánh cắp khi ông ta mất cảnh giác và để trống cái túi của mình.

lower the boom on trở nên nghiêm khắc hơn trong việc giải quyết một vấn đề và trừng phạt những người có liên quan ■ *The government outlined tough measures to lower the boom on tax evaders.* ● Chính phủ đã vạch ra những biện pháp cứng rắn để xử lý nghiêm khắc hơn đối với những người trốn thuế.

luck → as luck would have it

luck → beginner's luck

luck → down on one's luck

luck → hard-luck story

luck → no such luck

luck → push one's luck

luck → take pot luck

luck → the luck of the devil

luck → the luck of the draw

luck → tough luck

lucky → thank one's lucky stars

lull → the calm before the storm

lump → a lump in one's throat

lump → if one doesn't like it one can lump it

lump → take one's lumps

lunatic fringe những thành viên trong một nhóm hay tổ chức chính trị có những ý kiến hay tư tưởng cực đoan nhất ■ *Ogilvy, the legendary creative force of mordern advertising, lashed out at the lunatic fringe he said had damaged his industry and its ability to sell products.* ● Ogilvy, động lực sáng tạo nổi tiếng nhất của ngành quảng cáo hiện đại, đã lớn tiếng chỉ trích những phần tử cực đoan mà ông cho là đã hủy hoại ngành quảng cáo và khả năng cung ứng dịch vụ của ngành này.

lunch → do lunch

lunch → ladies who lunch

lunch → out to lunch

lunch → there is no (such thing as a) free lunch

lungs → at the top of one's voice

lurch → leave sb in the lurch

luxury → live in the lap of luxury

lying → not take sth lying down

ma'am → wham bam, thank you ma'am

machine → cog in the wheel

mad → as mad as a hatter

mad as a hornet hoặc *madder than a hornet* (cách dùng cũ) dùng khi muốn nói là ai đó đang cực kỳ tức giận ■ *She tried to hit one woman and missed her, and then she got madder than a hornet.* ● Cô ta cố đánh một người đàn bà và đã đánh hụt, rồi cô ta nổi điên lên. ■ *You make me so angry. I'm as mad as a hornet.* ● Anh làm tôi giận quá. Tôi đang tức điên lên đây. ■ *Jane can get mad as a hornet when somebody criticizes her.* ● Jane có thể nổi khùng lên khi có ai đó chỉ trích cô.

mad as a wet hen hoặc *as mad as a wet hen* (thông tục) tức giận, nổi nóng ■ *Bob was screaming and shouting - as mad as a wet hen.* ● Bob đang kêu la gào thét - giận như điên. ■ *What you said made Mary mad as a wet hen.* ● Những gì anh nói đã làm cho Mary giận như điên.

mad as hell hoặc *as mad as hell* (thông tục - hạn chế sử dụng) rất tức giận ■ *He made his wife as mad as hell.* ● Anh ta làm cho vợ mình giận run lên. ■ *Those terrorists make me mad as hell.* ● Những tên khủng bố đó làm cho tôi giận căm gan.

madder than a hornet → mad as a hornet

made → be made of sterner stuff

made → I am not made of money

made → see what sb is (really) made

made → they broke the mould when they made sb

made for each other nói về tình cảm giữa hai người khác phái, rất gắn bó, hợp ý với nhau ■ *Bill and Jane were made for each other.* ● Bill và Jane quả là một cặp gắn bó ăn ý với nhau. ■ *Mr. and Mrs. Smith were not exactly made for each other. They really don't get along.* ● Ông và bà Smith không hề gắn bó. Họ không có quan hệ tốt với nhau.

made to measure nói về quần áo, được đo may đặc biệt theo đúng khổ người của ai ■ *Jack has his suits made to measure because he's rather large.* ● Jack đo may quần áo của mình vì khổ người anh khá lớn. ■ *Having clothes made to measure is rather expensive.* ● Đo may quần áo theo đúng khổ người là khá đắt tiền.

madness → there's method in one's madness

magic → have the magic touch

magic → wave a magic wand

main squeeze (cách dùng cũ) bạn trai hoặc bạn gái của ai ■ *Show us how you would dance a slow dance with your main squeeze.* ● Hãy cho chúng tôi xem anh sẽ khiêu vũ một bản nhạc nhẹ với bạn gái của mình như thế nào.

maintain a low profile → keep a low profile

make → able to make sth

make → able to make sth out of sth

make → all work and no play makes Jack a dull boy

make → be made (for life)

make → be on the make

make → early to bed, early to rise (makes a man healthy, wealthy, and wise)

make → haste makes waste

make → if I may be so bold (as to do sth)

make → it takes all kinds (to make a world)

make → make an ass of oneself

make → might makes right

make → practice makes perfect

make → put two and two to make five

make → that makes a change

make → that makes two of us

make → the devil makes work for idle hands

make → they don't make sth like they used to

make → to make a long story short

make → two wrongs don't make a right

make → what makes sb tick

make → wild horses would not drag sb

make a beeline for sb → make a beeline for sth

make a beeline for sth hoặc *make a beeline for sb* nhắm thẳng đến ai đó hoặc vật gì và đi thật nhanh đến đó ■ *I'm so shy at a party that I make a beeline for sb I know, so I won't have to talk to a stranger.* ● Tôi hay e thẹn ở những chỗ tiệc tùng, nên thường đi ngay đến với một người quen nào đó để khỏi phải tiếp xúc cùng người lạ. ■ *As soon as she arrived at the party, she made a beeline for the food.* ● Ngay khi vừa đến bữa tiệc, cô ấy đi ngay đến chỗ thức ăn.

make a bloomer (cách dùng cũ) phạm sai lầm, mắc lỗi ■ *He made a bit of a bloomer.* ● Ông ta đã có một phần sai lầm.

make a break for it hoặc *make a break for sth* đột nhiên bỏ chạy về hướng nào đó để trốn thoát khỏi một nơi ■*He made a break for the exit.* ● Anh ta đột nhiên bỏ chạy về phía lối ra. ■ *While police were surrounding the building, one hostage made a break for the door.* ● Trong khi cảnh sát bao vây ngôi nhà, một người bị bắt làm con tin bỗng đột nhiên bỏ chạy thoát ra phía cửa. ■*He suddenly leapt up and made a break for the door.* ● Anh ta đột nhiên nhổm dậy và thoát chạy về phía cửa ra vào. ■ *They decided to make a break for it that night.* ● Họ quyết định trốn chạy trong đêm đó.

make a break for sth → make a break for it

make a clean breast of sth thú nhận một điều sai trái đã làm, để có thể đứng ra giải quyết hậu quả, hoặc thôi không còn mang mặc cảm tội lỗi nữa ■ *Mrs. Abberly made a clean breast of it and returned the money.* ● Bà Abberly đã thú nhận lỗi lầm và trả lại số tiền. ■ *He made a clean breast of everything and admitted taking that money.* ● Anh ta thú thật mọi chuyện và thừa nhận là mình đã lấy số tiền đó.

make a day of it (khẩu ngữ) kéo dài một chuyến đi hay một sự kiện ra suốt ngày thay vì chỉ là một thời gian trong ngày, để có thể thực hiện những việc hứng thú hơn ■ *Instead of just driving there and back, we could make a nice day of it in the mountains and come home a little later.* ● Thay vì chỉ lái xe đến đó rồi trở về, chúng ta có thể kéo dài chuyến đi suốt một ngày thật lý thú trong vùng núi non và về nhà hơi muộn một chút. ■ *We took a picnic lunch to the river and made a day of it.* ● Chúng tôi mang bữa trưa ngoài trời đến chỗ con sông và kéo dài cuộc vui suốt ngày.

make a dent in sth 1. giảm bớt kích thước hay số lượng của một vật gì, nhất là khi nói về nguồn tài trợ, một món nợ hay một vấn đề rắc rối ■ *We have tried all the solutions for homelessness in the last 10 years, but it doesn't seem to make a dent in the problem.* ● Chúng ta đã thử qua tất cả các giải pháp cho vấn đề không nhà ở trong 10 năm qua, nhưng có vẻ như vấn đề không giảm nhẹ đi chút nào. ■ *The lawyer's fees will make a dent in our finances.* ● Các khoản phí của luật sư sẽ tạo ra sự giảm sút trong các ngân khoản của chúng ta. 2. hoặc *make a dent on sth* có ảnh hưởng tác động lên một tình huống và làm thay đổi được nó ■ *The band made a dent on the charts two years ago with "Nothing to Lose," but haven't had any great success since then.* ● Ban nhạc ấy đã gây được ảnh hưởng trong danh sách những đĩa nhạc bán chạy nhất từ hai năm trước đây với ca khúc "Nothing to Lose", nhưng từ đó đến nay chẳng có thành công lớn nào nữa cả.

make a dent on sth → **make a dent in sth**

make a dive đột ngột di chuyển hay nhảy về phía trước để làm điều gì hay chạm đến vật gì ■ *The goalkeeper made a dive for the ball.* ● Người thủ môn bất ngờ nhảy vọt tới để bắt bóng. ■ *Paul made a dive for the fridge to get a drink.* ● Paul nhảy vọt về phía tủ lạnh để lấy thức uống. ■ *Bond made a dive for the gun lying on the floor.* ● Bond nhảy vọt về phía cây súng đang nằm trên sàn nhà.

make a face(s) → **pull a face(s)**

make a fast buck hoặc *make a quick buck* kiếm được lợi nhuận, tiền bạc một cách dễ dàng, nhanh chóng ■ *This is a long-term project. We are not here to make a quick buck.* ● Đây là một dự án lâu dài. Chúng ta không đến đây để kiếm tiền nhanh chóng. ■ *These companies just want to make a fast buck and they don't care about customers' safety.* ● Những công ty này chỉ muốn kiếm tiền nhanh chóng và họ không quan tâm đến sự an toàn của khách hàng.

make a federal case out of sth (khẩu ngữ) quan trọng hóa vấn đề một cách quá đáng, nhất là bằng cách đề cập quá nhiều đến nó ■ *There's no need to make a federal case out of it, Paige - I believe you!* ● Không cần phải quan trọng hóa chuyện này đến thế, Paige - tôi tin anh mà. → **make a mountain out of a molehill**

make a fool of sb cố ý làm điều gì để ai đó trở nên có vẻ như ngốc nghếch, khờ khạo ■ *Can't you see she's making a fool of you?* ● Anh không thấy được là cô ấy đang biến anh thành một thằng ngốc đó sao? ■ *I will not be made a fool of like this.* ● Tôi sẽ không bị biến thành một thằng ngốc như thế này đâu. ■ *I felt that Sally had made a complete fool of me.* ● Tôi cảm thấy là Sally đã biến tôi thành một thằng ngốc. ■ *I made a complete fool of myself in front of everyone!* ● Tôi đã tự biến mình thành một thằng ngốc trước mặt mọi người.

make a fuss → **make a stink**

make a fuss of sb bày tỏ sự chú ý, quan tâm yêu thương ai ■ *They made a great fuss of the new baby.* ● Họ bày tỏ sự thương yêu rất nhiều với đứa bé mới sinh ra. ■ *The dog loves being made a fuss of.* ● Con chó rất thích được vuốt ve thương yêu.

make a go of sth đạt được thành công trong việc gì, hay trong một mối quan hệ, sau khi đã bỏ nhiều công sức ■ *Floyd has two failed marriages behind him, but he's determined to make a go of his third.* ● Floyd đã trải qua hai cuộc hôn nhân thất bại, nhưng anh nhất quyết sẽ đạt được thành công trong lần thứ ba. ■ *We've had a few problems in our marriage, but we're both determined to make a go of it.* ● Chúng tôi gặp một số vấn đề trong cuộc sống hôn nhân, nhưng cả hai chúng tôi đều nhất quyết phải đạt được thành công. (- nghĩa là duy trì tốt quan hệ hôn nhân) ■ *She was determined to make a go of her business.* ● Cô ấy quyết tâm đạt được thành công trong công việc.

make a good job on sth → **do a good job on sth**

make a killing kiếm được rất nhiều tiền trong một thời gian ngắn, nhất là trong kinh doanh ■ *By the time he was 22, Westgate had made a killing in the stock market.* ● Cho đến năm được 22 tuổi, Westgate đã kiếm được rất nhiều tiền trên thị trường chứng khoán. ■ *She made a killing by selling her books.* ● Cô ấy kiếm được rất nhiều tiền bằng cách bán sách của mình.

make a mark → **make one's mark**

make a meal (out) of sth dành quá nhiều thời gian, nỗ lực, tình cảm... cho việc thực hiện điều gì ■ *We have been rehearsing this scene for three hours now. Let's not make a meal of it.* ● Chúng ta đã diễn tập cảnh này đến ba tiếng đồng hồ rồi. Hãy thôi đừng đầu tư quá nhiều cho nó như vậy. ■ *Why do you have to make such a meal of everything?* ● Tại sao anh phải dành quá nhiều công sức cho hết thảy mọi việc như thế?

make a monkey out of sb (khẩu ngữ) làm cho ai đó trở nên ngốc nghếch, ngớ ngẩn... ■ *The Warriors made a monkey out of the Knights, winning the game by 21 points.* ● Đội Warriors làm cho đội Knights trở nên ngớ ngẩn khi họ thắng trận đấu đến 21 điểm.

make a mountain out of a molehill hoặc *turn molehills into mountains* làm ra vẻ như chuyện sắp phải làm là rất khó khăn, tồi tệ..., hoặc quan trọng hóa quá đáng một vấn đề trong khi sự thật không phải vậy ■ *Look, Dorothy, you're making a mountain out of a molehill. It doesn't matter that I've been chosen to give the lecture this year instead of you.* ● Xem nào, Dorothy, bạn đang quan trọng hóa vấn đề rồi. Sẽ không có gì quan trọng khi tôi được chọn để đọc bài diễn văn năm nay thay vì là bạn.

make a name for oneself thực hiện điều gì rất tốt đẹp, vì thế trở nên nổi tiếng ■ *Joan's tried for years to make a name for herself in the business world.* ● Joan đã cố gắng từ nhiều năm qua để tạo được một tên tuổi của riêng mình trong giới kinh doanh.

make a pit stop tạm dừng xe trên một đoạn đường dài để lấy nhiên liệu hoặc thực phẩm... ■ *I have to use the bathroom - can I make a pit stop here?* ● Tôi phải đi vệ sinh một chút - tôi có thể cho xe tạm dừng ở đây được không?

make a production (out) of sth làm cho một nhiệm vụ trở nên phức tạp, khó khăn hơn một cách không cần thiết ■ *Neither of us made a big production of splitting up. Hakeem just move out of this office.* ● Không có ai trong chúng tôi làm cho vấn đề trở nên phức tạp hơn. Chỉ cần Hakeem đi khỏi văn phòng này là được rồi.

make a quick buck → **make a fast buck**

make a silk purse out of a sow's ear thay đổi hoàn toàn tình huống từ tồi tệ chuyển sang tốt đẹp ■ *In an ultimate case of making a silk purse out of a sow's ear, a garbage dump on the Palo Alto bayshore has been transformed into a park.* ● Trong một trường hợp nổi bật nhất về việc chuyển xấu thành tốt, một bãi đổ rác trên bờ biển Palo Alto đã được thay đổi thành một công viên.

make a song and dance about sth than phiền hoặc nói quá nhiều về một tình huống, vấn đề... và làm cho nó có vẻ như quan trọng hơn, phức tạp hơn hoặc khó khăn hơn so với thực chất của nó ■ *Woods was making some huge song and dance about being a citizen of the world.* ● Woods đã nêu ra và nói quá nhiều đến việc làm một công dân của cả thế giới.

make a splash làm điều gì khiến cho rất nhiều người chú ý đến ■ *Terrell made a big splash when he announced plans to build a 120-room motel on the edge of town.* ● Terrell làm cho rất nhiều người chú ý đến khi ông ta thông báo những kế hoạch xây dựng một nhà nghỉ 120 phòng có chỗ để xe ở ngoại vi thị trấn.

make a stab at doing sth → **take a stab at doing sth**

make a stink hoặc *make a fuss* lớn tiếng than phiền, phản đối mạnh mẽ về điều gì gây bực mình ■ *Unless parents start making a stink about all the sex on TV, the networks will just keep showing that filth.* ● Trừ khi các bậc cha mẹ lớn tiếng phản đối về tất cả những vấn đề tình dục trên ti-vi, bằng không thì mạng lưới này sẽ cứ tiếp tục trình chiếu những thứ bẩn thỉu đó.

make a U-turn hoặc *do a U-turn* nói về sự thay đổi hoàn toàn của một ý kiến, kế hoạch... ■ *The President has endured criticism of his policy U-turns as well as his personal life.* ● Tổng thống đã chịu đựng sự chỉ trích về những sự thay đổi toàn diện chính sách cũng như về đời tư của ông.

make a virtue of necessity nhận được lợi thế từ một điều gì bắt buộc phải làm hoặc không thể thay đổi ■ *Because of grandpa's failing health, they had made a virtue of necessity by moving to this city, closer to their children.* ● Do sức khỏe kém của ông nội, họ đã nhân tiện chuyển đến sống ở thành phố này, gần gũi hơn với con cái.

make all the difference có ảnh hưởng quan trọng, làm cho tình huống tốt đẹp hơn nhiều ■ *A few kind words* at the right time make all the difference. • Một vài lời tử tế đưa ra đúng lúc có ảnh hưởng rất quan trọng. ■ *This scheme will certainly make all the difference to the way I do my job.* • Kế hoạch này chắc chắn sẽ có ảnh hưởng rất quan trọng đến cách thức tôi thực hiện công việc của mình.

make allowance(s) for sb hoặc *make allowance(s) for sth* thông cảm, chấp nhận một cách ứng xử, hành động không hoàn toàn đúng đắn, vì cân nhắc đến một tình huống hoặc lý do đặc biệt ■ *You have to make allowances for him because he's tired.* • Anh phải thông cảm cho anh ta bởi vì anh ta đang mệt. ■ *We have to make allowances for his lack of experience.* • Chúng ta phải thông cảm cho sự thiếu kinh nghiệm của anh ta.

make allowance(s) for sth cân nhắc, xem xét đến điều gì, chẳng hạn như trước khi đưa ra một quyết định, kết luận... ■ *The budget made allowance for inflation.* • Ngân sách đã có xem xét đến yếu tố lạm phát. ■ *His plan makes no allowance for people working at different rates.* • Kế hoạch của ông ta không tính đến việc người ta làm việc với những tốc độ khác nhau. ■ *My calculations make allowance for two paid employees.* • Những tính toán của tôi xem xét đến có hai nhân viên phải trả lương.

make amends (for sth) (to sb) làm điều gì (cho ai) để bù đắp lại hoặc bày tỏ sự hối tiếc của mình về điều gì sai trái hoặc không công bằng đã thực hiện (với người ấy) ■ *She tried to make amends for what she had said to her mother by buying her some flowers.* • Cô ấy cố bù đắp lại những gì đã nói với mẹ mình bằng cách mua hoa cho bà ấy. ■ *I wish I could make amends somehow.* • Tôi ước gì tôi có thể tỏ lòng hối tiếc bằng một cách nào đó.

make an all-out effort → all-out effort

make an ass of oneself thất bại trong một nỗ lực, hoặc sai lầm đến mức làm cho người khác phải đánh giá là ngốc nghếch ■ *The first time I tried playing that game, I made a complete ass of myself.* • Lần đầu tiên tôi thử chơi trò chơi ấy, tôi đã tỏ ra hoàn toàn ngốc nghếch.

make an exception chấp nhận, cho phép một ngoại lệ ■ *Children are not usually allowed in, but I'm prepared to make an exception in this case.* • Trẻ con thường thì không được phép vào, nhưng tôi sẵn lòng chấp nhận một ngoại lệ trong trường hợp này. (- nghĩa là tôi sẽ cho vào) ■ *I don't usually lend people money, but in your case I'll make an exception.* • Tôi không thường cho người khác mượn tiền, nhưng trong trường hợp của anh tôi sẽ chấp nhận một ngoại lệ. (- nghĩa là tôi sẽ cho mượn)

make an exhibition of oneself cư xử rất tồi hoặc ngốc nghếch ở nơi đông người ■ *I'm afraid Frank got drunk and made an exhibition of himself.* • Tôi e là Frank đã say khướt và làm trò cười trước mắt mọi người rồi.

make an honest woman (out) of sb (khẩu ngữ) kết hôn với một phụ nữ đã có quan hệ tình cảm với mình từ rất lâu ■ *No doubt the whole neighbourhood has been waiting for me to make an honest woman out of you.* • Không nghi ngờ gì về việc bà con lối xóm vẫn đang chờ đợi anh chính thức cưới em.

make an omelette without breaking eggs dùng ở dạng phủ định để bày tỏ việc chấp nhận những khó khăn hay rắc rối nhất định nhằm đạt được điều gì ■ *I believe that you can't make an omelette without breaking eggs, and so you can't hold any public office without making some people angry with you.* • Tôi tin rằng bạn không thể đạt được mục đích mà không gặp phải những khó khăn nhất định, và như vậy bạn không thể nắm giữ bất cứ một chức vụ xã hội nào mà không làm cho một số người nào đó tức giận với bạn.

make both ends meet → **make ends meet**

make capital (out) of sth lợi dụng một tình thế, vận dụng theo hướng có lợi cho mình ■ *The opposition parties are all making political capital out of the disagreements within the government.* • Các đảng đối lập đang lợi dụng những bất đồng trong nội bộ chính phủ để giành lợi thế chính trị cho mình. ■ *She accused him of trying to make capital out of her problems.* • Cô ấy cáo buộc anh ta là cố lợi dụng những rắc rối của cô ấy để giành lợi thế cho mình.

make certain of sth đảm bảo chắc chắn rằng điều gì đó sẽ xảy ra ■ *You'll have to leave soon to make certain of getting there on time.* • Anh sẽ phải ra đi sớm để đảm bảo việc đến đó kịp giờ.

make certain xác nhận lại một thông tin để xem có đúng sự thật hay không ■ *I think there's a bus at 8 but you'd better call to make certain.* • Tôi nghĩ là có một chuyến xe buýt lúc 8 giờ nhưng tốt hơn là anh nên xác nhận lại cho chắc chắn. ■ *You should call the office to make absolutely certain everything is in order.* • Anh nên gọi điện đến văn phòng để xác nhận thật chắc chắn là mọi việc đều ổn cả.

make difference to sb → **make difference to sth**

make difference to sth hoặc ***make difference to sb*** có ảnh hưởng, tạo ra ảnh hưởng đến người hay sự việc nào đó ■ *The rain didn't make much difference to the game.* • Cơn mưa không có ảnh hưởng nhiều đến trận đấu. ■ *Your age shouldn't make any difference to whether you get that job or not.* • Tuổi tác của anh lẽ ra không ảnh hưởng gì đến việc anh có nhận được công việc đó hay không. ■ *Changing schools made a big difference to my life.* • Việc thay đổi trường học đã có ảnh hưởng lớn đến cuộc đời tôi. ■ *What difference will it make if he knows or not?* • Anh ấy biết hay không thì có ảnh hưởng gì kia chứ? ■ *I don't think it makes a lot of difference what colour it is.* • Tôi không nghĩ là màu sắc lại có ảnh hưởng gì nhiều lắm. (chọn màu nào cũng được, không quan trọng) ■ *"Shall we go on Friday or Saturday?" "It makes no difference to me."* • "Chúng ta sẽ đi vào thứ Sáu hay thứ Bảy?" "Điều đó chẳng ảnh hưởng gì đến tôi." (không có gì khác biệt giữa hai khả năng lựa chọn này) ■ *That news made little difference to his plans.* • Tin tức ấy đã không ảnh hưởng mấy đến những kế hoạch của ông ta. ■ *Anybody can enjoy yoga, and your age makes absolutely no difference.* • Bất cứ ai cũng có thể vui thích với môn yoga, và tuổi tác của bạn là hoàn toàn không có ảnh hưởng gì.

make ends meet hoặc ***make both ends meet*** kiếm được thu nhập chỉ vừa đủ sống ở mức tối thiểu - sống qua ngày ■ *At the young age of 22, Anna was divorced, caring for two children, and struggling to make ends meet.* ● Ở tuổi mới 22, Anna đã ly dị chồng, chăm sóc hai đứa trẻ, và phải vật lộn khó khăn để kiếm sống qua ngày. ■ *Nowadays many families struggle to make ends meet.* ● Ngày nay nhiều gia đình phải vất vả để kiếm sống vừa đủ qua ngày.

make free with sth sử dụng món gì rất nhiều, không hạn chế, cho dù không thuộc về sở hữu của mình ■ *Does she know that you're making free with her belongings?* ● Cô ấy có biết là anh đang thoải mái dùng những vật sở hữu của cô ấy hay không?

make friends with sb hoặc *be friends with sb* làm quen và trở thành bạn của ai ■ *They had a quarrel, but they're friends again now.* ● Họ đã có một trận cãi cọ, nhưng bây giờ họ đã làm bạn với nhau trở lại rồi. ■ *Simon finds it hard to make friends with other children.* ● Simon thấy thật khó kết bạn với những đứa trẻ khác. ■ *They made friends with the children next door.* ● Chúng nó đã kết bạn với những đứa trẻ nhà kế bên. ■ *You'll make a lot of new friends at college.* ● Anh sẽ làm quen được với rất nhiều bạn bè ở trường đại học.

make fun of sb cười nhạo, chế nhạo ai hoặc làm cho người khác cười nhạo ai ■ *It's cruel to make fun of people who stammer.* ● Thật là tàn nhẫn khi chế nhạo những người có tật nói lắp. ■ *The other children made fun of her because she was always so serious.* ● Những đứa trẻ khác cười nhạo con bé vì lúc nào nó cũng làm ra vẻ quá nghiêm trọng.

make good 1. trở nên giàu có và thành công sau một quãng đời nghèo túng không ai biết đến ■ *When she returned to her home town, the local papers were full of stories of "Local Girl Makes Good."* ● Khi cô ta trở về quê nhà, báo chí địa phương đăng tải đầy ắp những câu chuyện về "Một cô gái địa phương làm giàu". 2. thực hiện đúng như lời đã hứa ■ *Successful companies make good on their promises to be courteous, quick, accurate, and accessible.* ● Các công ty thành công giữ đúng được lời hứa là sẽ lịch thiệp, nhanh chóng, chính xác và dễ tiếp cận. ■ *The Senator made good on his promise to support the farmers in Washington.* ● Ông thượng nghị sĩ đã thực hiện đúng như lời hứa sẽ nâng đỡ các nông dân ở Washington. 3. bồi hoàn cho một sự thiệt hại, mất mát ■ *She promised to make good the damage.* ● Cô ấy đã hứa sẽ bồi hoàn thiệt hại.

make good one's escape trốn thoát hoàn toàn ra khỏi một nơi chốn, tình huống ■ *He made good his escape from a crowd of journalists by jumping over a barrier.* ● Ông ta trốn thoát khỏi đám đông các nhà báo bằng cách nhảy qua một hàng rào cản.

make hay (while the sun shines) tận dụng cơ hội để làm ngay điều gì, bởi vì nếu bỏ qua thì sau đó sẽ không còn có thể thực hiện được ■ *Let's make hay while the sun shines. If we get those orders in, then maybe we can stop any more layoffs from happening.* ● Chúng ta hãy cố tận dụng lấy thời cơ ngay lúc này. Nếu chúng ta có được những đơn đặt hàng ấy, thì có lẽ chúng ta sẽ có thể ngăn chặn được bất cứ trường hợp mất việc nào xảy ra thêm nữa.

make it big trở nên rất thành công và nổi tiếng, nhất là nói về một diễn viên hay nhạc sĩ ▪ *Unlike many tough guys who made it big in movies, Marvin didn't come from a disadvantaged background.* • Không giống như nhiều nhân vật nghèo khó trở nên rất thành công trong các bộ phim, Marvin đã không hề xuất thân từ một môi trường bất lợi. ▪ *He's hoping to make it big on TV.* • Anh ta đang nuôi hy vọng thành công lớn trên ti-vi.

make it snappy (khẩu ngữ) cách nói hơi khiếm nhã, dùng để hối thúc ai làm việc gì nhanh lên ▪ *I'm going to have breakfast in a few minutes, and make it snappy.* • Tôi sẽ ăn sáng trong vài phút thôi, và hãy làm nhanh đi. ▪ *Come in, but make it snappy. I've got a meeting to go to.* • Vào đi, nhưng phải thật nhanh lên. Tôi còn phải đi dự một buổi họp.

make light of sth xem thường một sự việc quan trọng hoặc nghiêm trọng, như thể đó chỉ là một việc rất tầm thường ▪ *I don't want to make light of a decision like this. I know having a baby changes your life.* • Tôi không muốn xem nhẹ tầm quan trọng của một quyết định như thế này. Tôi biết là việc có một đứa con sẽ thay đổi cả cuộc đời bạn. ▪ *I didn't mean to make light of your injuries.* • Tôi không có ý coi nhẹ những thương tổn của bạn.

make light work of sth → **make short work of sth**

make like a banana hoặc *make like an atom and split* cách nói hài hước khi sắp rời khỏi nơi nào, hoặc muốn bảo ai đó hãy đi đi ▪ *Well, folks, I'm going to have to make like an atom and split.* • Nào, các bạn, tôi sắp phải đi rồi đây.

make like an atom and split → **make like a banana**

make mincemeat (out) of đánh bại ai một cách dễ dàng trong một cuộc tranh cãi, thi tài... ▪ *Aggressive judges make mincemeat out of unprepared lawyers.* • Những ông thẩm thẩm phán hung hăng khuất phục dễ dàng các luật sư thiếu chuẩn bị.

make money hand over fist hoặc *lose money hand over fist* hoặc *spend money hand over fist* kiếm được, hoặc đánh mất, hoặc chi tiêu rất nhiều tiền trong một thời gian ngắn ▪ *Fairfield is making money hand over fist from its new shopping mall.* • Fairfield đang kiếm tiền nhanh chóng từ khu liên hiệp thương mại mới của mình.

make no bones about sth hoặc *no bones about it* sẵn sàng nói thẳng ra một cách không ngần ngại những gì đang nghĩ, đang làm, không cảm thấy có gì phải lo lắng hay xấu hổ ▪ *We offer a very expensive service, and we make no bones about it.* • Chúng tôi phục vụ với giá rất đắt, và chúng tôi không ngần ngại nói ra điều đó. ▪ *She made no bones about telling him exactly what she thought of him.* • Cô ấy không chút ngần ngại nói cho anh ta biết chính xác những gì cô nghĩ về anh ta. ▪ *He makes no bones about the fact that he wants my job.* • Anh ta chẳng giấu giếm gì sự thật là anh ta muốn công việc của tôi.

make no claim dùng khi muốn thừa nhận là mình không thể làm được điều gì ▪ *I make no claim to understand modern art.* • Tôi không thể hiểu được nghệ thuật hiện đại.

make noises about sth (thường dùng trong các bản tin báo chí, truyền hình...) nói về điều muốn làm hay định làm theo một cách không trực tiếp và không dứt khoát ■ *Some large corporations are making noises about moving to areas where the rent is less expensive.* ● Một số công ty lớn tung tin đồn về việc chuyển đến những khu vực có giá tiền cho thuê thấp hơn. ■ *That company has been making noises about closing several factories.* ● Công ty ấy đã tung tin đồn về việc đóng cửa nhiều nhà máy. - Thành ngữ này còn được dùng kèm với một tính từ đứng trước *noises* để phù hợp với ý muốn nói ■ *Some car rental companies are making threatening noises about raising their rates by 5 to 7 percent.* ● Một số công ty cho thuê xe hơi đang tung ra tin đồn đe dọa về việc sẽ tăng giá từ 5 đến 7 phần trăm. ■ *It's likely that Perot will make presidential noises next year.* ● Rất có thể là Perot sẽ tung tin ứng cử tổng thống trong năm tới.

make one's bed and one must lie on it hoặc *as one make one's bed, so one must lie in it* hoặc *as ye sow, so shall ye reap* dùng khi nói về một người nào đó đang gánh lấy hậu quả do chính việc làm của mình gây ra - Gieo nhân nào gặt quả ấy. ■ *Outside the prison, the convicted man's father said, "He's made his bed, and now he's got to lie on it."* ● Bên ngoài nhà tù, người cha của kẻ phạm tội nói: "Nó đã tự gây ra và giờ thì phải tự gánh chịu lấy." ■ *When the leader of a murderous gang was shot himself, the local minister said: "As ye sow, so shall ye reap."* ● Khi tên cầm đầu của băng đảng giết người tự tử bằng súng, vị cha xứ địa phương nói: "Kẻ gieo nhân nào phải gặt quả ấy thôi."

make one's blood boil (khẩu ngữ) làm cho ai hết sức tức giận ■ *He had no right to conceal this information - the whole thing makes my blood boil.* ● Hắn ta không có quyền che giấu thông tin này - toàn bộ sự việc làm cho tức điên lên đây. ■ *The way he treats his employees really makes my blood boil.* ● Cung cách đối xử của ông ta với nhân công của mình thật sự làm cho tôi tức điên lên được. ■ *Her patronizing sarcasm made my blood boil.* ● Những lời mỉa mai châm chọc của cô ta làm tôi tức điên lên.

make one's blood run cold hoảng hốt, run sợ ■ *When she heard his voice again on the phone, it made her blood run cold.* ● Khi cô ấy nghe lại giọng nói của anh ta qua điện thoại, cô thấy run sợ đến lạnh cả người. ■ *The sound of laughter in the empty house made my blood run cold.* ● Tiếng cười trong ngôi nhà trống rỗng làm tôi sợ run lên.

make one's day (khẩu ngữ) làm cho ai được vui vẻ, sung sướng ■ *John was completely surprised when we threw him a birthday party - he said it just made his day.* ● John hoàn toàn ngạc nhiên khi chúng tôi đãi anh ta một bữa tiệc mừng sinh nhật - anh ta nói điều ấy làm anh vô cùng sung sướng. ■ *The phone call from Mike really made my day.* ● Cú điện thoại của Mike thực sự làm tôi rất vui mừng.

make one's flesh crawl → **make one's flesh creep**

make one's flesh creep hoặc *make one's flesh crawl* làm cho ai thấy khiếp sợ hoặc kinh tởm ■ *The sight of the old house makes my flesh creep.* ● Quang cảnh ngôi nhà cũ làm tôi thấy khiếp sợ. ■ *Just the thought of him makes my flesh creep.* ● Chỉ nghĩ đến hắn ta thôi đã làm tôi thấy kinh tởm.

make one's gorge rise chọc tức ai quá mức đến nỗi gây ảnh hưởng về thể lực, chẳng hạn như phát ốm... ■ *All the admiration surrounding sports figures can really make your gorge rise.* ● Tất cả sự ngưỡng mộ bao quanh các nhân vật thể thao có thể thật sự làm cho anh bực tức đến phát ốm.

make one's hair curl nói về một câu chuyện hay kinh nghiệm gây ra ngạc nhiên, sửng sốt ■ *I could tell you a few things about Jake that would make your hair curl.* ● Tôi có thể kể cho anh nghe đôi điều về Jake mà sẽ làm anh phải sửng sốt.

make one's mark hoặc ***make a mark*** thực hiện một điều gì mới mẻ, đặc biệt, hoặc rất thành công khiến cho mọi người phải chú ý đến ■ *It is very difficult to make a mark in experimental physics these days.* ● Ngày nay thật khó mà làm được điều gì nổi bật quan trọng trong các thử nghiệm vật lý. ■ *He has already made his mark on the music industry.* ● Ông ta đã tạo ra được ấn tượng đặc biệt trong giới âm nhạc. ■ *She quickly made her mark as a film director.* ● Cô ấy nhanh chóng nổi bật lên như một đạo diễn phim.

make one's skin crawl làm cho ai thấy lo lắng hoặc khó chịu vì không ưa thích ■ *I can't stand spiders. They really make my skin crawl.* ● Tôi không chịu được những con nhện. Chúng thật sự làm tôi khó chịu.

make one's toes curl gây cho ai cảm giác khó chịu vì không ưa thích hoặc bối rối, lúng túng ■ *The thought of spending an evening alone with Jess makes my toes curl.* ● Ý nghĩ là phải trải qua buổi tối một mình với Jess làm cho tôi cảm thấy khó chịu.

make or break (thường dùng trong các bản tin báo chí, truyền hình...) nói về người hay sự vật là yếu tố rất quan trọng có thể quyết định sự thành công hay thất bại ■ *A review by Frank Rich of "The New York Times" can usually make or break a show on Broadway.* ● Một bài nhận xét của Frank Rich trên tờ "The New York Times" có thể quyết định sự thành công hay thất bại của một buổi diễn ở Broadway. ■ *This movie will make or break him as a director.* ● Bộ phim này sẽ quyết định sự thành công hay thất bại của ông ta trong vai trò một đạo diễn. ■ *It's make-or-break time for the company.* ● Đây là thời điểm quyết định sự thành công hay thất bại của công ty.

make out like a bandit (khẩu ngữ) nhận được rất nhiều quà tặng hay tiền bạc ■ *Connie's kids make out like bandits every Christmas.* ● Mấy đứa trẻ của Connie nhận được rất nhiều quà vào mỗi dịp Giáng sinh.

make sb cry into their beer làm cho một người được xem là cứng rắn, bình tĩnh phải bối rối, lúng túng ■ *The defeat must have made the generals want to weep into their beer.* ● Lần bại trận này hẳn phải làm cho các tướng lãnh trở nên lúng túng.

make sb go through (the) hoops hoặc ***put sb through (the) hoops*** buộc ai phải làm rất nhiều việc khó khăn, hoặc trả lời rất nhiều câu hỏi, nhằm để có thể đạt được điều họ cần, nhất là khi cách ứng xử này bị xem là bất công hoặc ngốc nghếch ■ *Many companies are eager to do business in that area, even if it* meant jumping through hoops to get there. • Có nhiều công ty hăm hở muốn đến kinh doanh trong vùng, cho dù điều đó có nghĩa là phải vượt qua rất nhiều khó khăn để đặt chân được đến nơi ấy.

make sb jump through (the) hoops → **make sb go through (the) hoops**

make short work of sth hoặc *make light work of sth* thực hiện điều gì rất nhanh chóng và dễ dàng ■ *He enrolled the School of Arts after making very short work of the entrance exam.* • Anh ta vào học trường Mỹ thuật sau khi vượt qua kỳ thi tuyển sinh một cách hết sức dễ dàng.

make sth of oneself có được một công việc tốt đẹp và rất thành công, nhất là có thể làm cho gia đình tự hào về mình ■ *People like my uncle Charlie outraged my dad's belief that it was a man's duty to make something of himself by being successful in business.* • Những người như chú Charlie của tôi đã chọc giận vào niềm tin của cha tôi rằng một người đàn ông có trách nhiệm phải làm cho gia đình mình được tự hào bằng cách đạt đến thành công trong công việc.

make sth out of whole cloth nói về một câu chuyện, lời giải thích... là hoàn toàn bịa đặt, không đúng sự thật ■ *Julia insists that the rumors about her new boyfriend are made out of whole cloth.* • Julia khăng khăng cho rằng những lời đồn đại về người bạn trai mới của cô là hoàn toàn bịa đặt.

make strange bedfellows hoặc *create strange bedfellows* hoặc *produce strange bedfellows* hoặc *odd bedfellows* hoặc *uneasy bedfellows* tạo thành một thế liên minh, kết hợp quái gỡ, khó tin được vì sự khác biệt rất xa giữa các thành viên với nhau ■ *We already know that lobbying makes strange bedfellows, but in 1937, milk producers helped lead the campaign for Philippine independence.* • Chúng ta đều biết là những cuộc vận động hành lang chỉ tạo ra những thứ liên minh quái gỡ, nhưng vào năm 1937, các nhà sản xuất sữa cũng đã phát động được một phong trào đòi hỏi độc lập cho Philippine. ■ *A coalition of strange political bedfellows gathered to discuss the future of commerce on the Internet.* • Một liên minh chính trị quái gỡ đang tụ họp để bàn về tương lai của việc buôn bán qua mạng Internet.

make the beast with two backs (thông tục) làm tình, có quan hệ tình dục ■ *I walked in on some people making the beast with two backs in Neil's room, but we never found out who they were.* • Tôi bất ngờ bắt gặp mấy người đang làm tình trong phòng của Neil, nhưng chúng tôi chẳng bao giờ biết được bọn họ là ai.

make the best of it → **make the best of sth**

make the best of sth hoặc *make the best of it* chấp nhận một tình huống không thuận lợi và cố hết sức để tận dụng nó trong phạm vi khả năng để có kết quả tốt nhất ■ *Even though we couldn't get the hotel we wanted, we decided to go ahead with the trip anyway and make the best of it.* • Mặc dù không tìm được khách sạn như mong muốn, chúng tôi quyết định vẫn tiếp tục chuyến đi theo cách tốt nhất.

make the first move có cử chỉ gợi ý trước về quan hệ tình dục với người khác phái ■*Despite feminism and the* *sexual revolution, many women are still embarrassed to make the first move.* • Bất chấp chủ nghĩa bình quyền nam nữ và cuộc cách mạng giới tính, nhiều phụ nữ vẫn bối rối khi gợi ý trước một quan hệ tình dục.

make the grade đạt được thành công trong việc làm, hoặc đạt tới được chuẩn mực cần thiết ■ *Making the grade as a dealer sometimes means working 10-12 hours a day.* • Một người bán hàng thành đạt đôi khi cũng có nghĩa là làm việc từ 10 đến 12 tiếng đồng hồ mỗi ngày. ■ *About 10% of trainees fail to make the grade.* • Khoảng 10% những người tham gia huấn luyện không đạt đủ tiêu chuẩn.

make the right noises (thường dùng trong các bản tin báo chí, truyền hình...) nói ra điều đang được mọi người mong đợi, hay điều được xem là đúng đắn trong một tình huống cụ thể ■ *One former director said that Helms made all the right noises about seeing that job as the climax of his government career.* • Một cựu giám đốc đã nói rằng Helms hoàn toàn chính xác khi xem công việc ấy như là đỉnh cao của sự nghiệp trong chính phủ của ông.

make things lively for sb (cách dùng cũ) làm cho một tình huống trở nên khó khăn hơn cho ai đó, nhất là vì tức giận hoặc không ưa thích người ấy ■ *We managed to make a few raids across the river and make things lively for the enemy for a month or two.* • Chúng tôi sắp xếp để thực hiện một số chiến dịch vượt qua sông và gây khó khăn cho quân địch trong vòng một vài tháng.

make tracks rời khỏi nơi nào một cách nhanh chóng để đi đến một nơi khác ■ *Rushton was making tracks for New York when the message came for him to go to Venice.* • Rushton đang sắp đi New York thì có tin đến yêu cầu anh đi Venice.

make up for lost time cố gắng hết sức để tìm hiểu về một hoạt động để bù đắp lại thời gian đã mất ■ *Her parents had been very strict with her, and now, in her first year at college, Sarah was making up for lost time.* • Cha mẹ cô ấy đã rất nghiêm khắc với cô, và giờ đây, trong năm đầu tiên ở đại học, Sarah đang cố sức tìm hiểu để bù lại.

make waves 1. gây ra nhiều rắc rối hoặc làm cho mọi người phải lúng túng bằng cách từ chối không chấp nhận những gì đang xảy ra và cố sức làm thay đổi mọi việc ■ *Gates said that he had not spoken out against his employers' treatment of black workers because he didn't want to make any waves.* • Gates nói rằng ông ta không phát biểu chống lại cung cách cư xử của các nhân viên của mình đối với những công nhân da đen là vì ông không muốn gây thêm rắc rối. 2. (thường dùng trong các bản tin báo chí, truyền hình...) tạo ấn tượng với người khác bằng cách làm điều gì rất tốt hoặc theo cách rất mới lạ ■ *Japanese dancers Eiko and Koma are making waves with their slow-motion studies in movement.* • Các vũ công Nhật Bản Eiko và Koma đang tạo ấn tượng với mọi người bằng những nghiên cứu chuyển động qua hình ảnh chiếu chậm.

make way for 1. được thay thế bởi một người hay vật khác ■ *An entire block of Victorian houses will be torn down to make way for a shopping centre.*

• Toàn bộ một dãy nhà thời Vitoria sẽ bị phá sập đi để được thay thế bằng một trung tâm mua sắm. 2. nhường chỗ trống cho người hay vật khác bằng cách di chuyển hay được di chuyển đi nơi ■ *Miss Welland made way for him by pushing back her chair.* • Cô Welland nhường chỗ cho anh ta bằng cách đẩy lùi chiếc ghế của cô ta.

make whoopee (cách dùng cũ) ăn nằm, giao hợp với ai ■ *It's a horrible thing to realize that you've been making beds and meals for someone who is secretly making whoopee with another woman.* • Thật là một điều khủng khiếp khi nhận ra rằng bạn vẫn dọn giường ngủ và nấu ăn cho một người đang bí mật ăn nằm với người đàn bà khác.

maker → meet one's maker

makings → have the makings of sth

mama's boy người đàn ông hay thiếu niên chấp nhận phụ thuộc vào sự che chở, lo lắng của mẹ mình một cách quá đáng, và được xem là yếu đuối ■*Scott, you're such a mama's boy. Grow up!* • Scott, mày thật là một thằng chỉ biết quẩn vú mẹ. Hãy rắn rỏi lên nào.

man → a man after one's own heart

man → a man is known by the company he keeps

man → a man of one's word

man → a man of straw

man → a man of the world

man → a man's home is his castle

man → a wink's as good as a nod (to a blind man)

man → as the next guy

man → be one's own man

man → big man on campus

man → early to bed, early to rise (makes a man healthy, wealthy, and wise)

man → every man for himself

man → everyone has their price

man → going to see a man about a horse

man → hatchet man

man → if you want sth, sb is your man

man → ladies' man

man → marked man

man → no more sth than the man in the moon

man → one man's trash is another man's treasure

man → one's man in

man → one's right-hand man

man → one-man band

man → the grand old man of sth

man → the man on the street

man → the man upstairs

man → the odd man out

man → time and tide wait for no man

man → to a man

man → you can't keep a good man down

man cannot live by bread alone cuộc sống cần có những nhu cầu về tinh thần, không chỉ riêng các yếu tố vật chất ■ *Many of John Denver's songs remind us that man cannot live by bread alone.* • Nhiều bài hát của John Denver nhắc nhở chúng ta rằng cuộc sống cần phải có những món ăn tinh thần.

man's best friend (thường dùng trong các bản tin báo chí, truyền hình...) loài chó, con chó ■ *The video "Puppy Training" gives new owners some hints on teaching man's best friend how to bahave.* ● Cuốn phim video Puppy Training mang lại cho những người chủ mới một số lời khuyên trong việc nuôi dạy chó.

manger → dog in the manger

manger → dog-in-the-manger

manna from heaven hoặc *manna in the desert* hoặc *manna in the wilderness* điều giúp ích rất nhiều và xảy đến hoặc nhận được một cách bất ngờ, may mắn... ■ *Rain, the manna from heaven Midwest farmers hoped for during the drought, has now flooded fields, and damaged crops.* ● Những cơn mưa, vốn là sự may mắn rất lớn mà nông dân vùng Trung Tây đã mong đợi trong suốt thời gian hạn hán, giờ đây lại làm ngập lụt cả đồng ruộng, và làm hủy hoại hoa màu. ■ *To the refugees, the food shipments were manna from heaven.* ● Với những người dân tỵ nạn, những chuyến lương thực chuyển đến là sự may mắn rất lớn trời ban cho.

manna in the desert → manna from heaven

manna in the wilderness → manna from heaven

manner → all manner of sb

manner → by no means

many → have had one too many

many → have many irons in the fire

many → in so many words

many → not in so many words

many → too many chiefs and not enough Indians

many a time (cách dùng cũ) rất thường xảy ra ■ *I've said to my son many a time, "The trouble with the world today is everybody wants too much money."* ● Tôi thường nói với con trai tôi rằng: "Vấn đề của thế giới ngày nay là mọi người đều muốn quá nhiều tiền bạc."

many moons ago cách nói hài hước, có nghĩa là cách đây đã lâu lắm ■ *The last time Margaret took a vacation was moons ago.* ● Lần cuối cùng Margaret đi nghỉ hè cách đây đã lâu lắm rồi. ■ *All that happened many moons ago.* ● Tất cả chuyện ấy xảy ra cách đây rất lâu rồi.

many's the time (cách dùng cũ) nói về điều gì vẫn thường xảy ra trong quá khứ - thường được dùng ở đầu câu ■ *Many's the time I admired that old car when I was a young man.* ● Trước đây khi còn là thanh niên tôi vẫn thường rất ưa chuộng chiếc xe hơi cũ đó.

map → do I have to draw you a map

map → put sb on the map

map → wipe sth off the map

marble → lose one's marbles

marble → pick up one's marbles and go home

March → mad as a March hare

march → steal a march on sb

march to (the beat of) a different drummer hoặc *march to a different tunes* có những ý tưởng khác biệt so với hầu hết những người trong cùng nhóm ■ *We need good, respected alternative courses for students who march* *to a different drummer.* • Chúng ta cần có những khóa học tốt thay thế với sự trân trọng đối với những sinh viên nào có các ý tưởng khác biệt.

march to a different tunes → **march to (the beat of) a different drummer**

marching orders (thường dùng trong các lĩnh vực kinh doanh và chính trị) những chỉ dẫn có được để có thể đạt đến một mục đích hay thực hiện một kế hoạch ■ *For now, Adams' marching orders on the defense budget are to stand firm.* • Trong lúc này, những chỉ dẫn của Adam về ngân sách quốc phòng là tiếp tục cứng rắn.

Marines → **tell that to the Marines**

mark → **be (right) on the mark**

mark → **be (way) off the mark**

mark → **be quick off the mark**

mark → **be slow off the mark**

mark → **be wide of the mark**

mark → **black mark (against sb)**

mark → **close to the mark**

mark → **hit the mark**

mark → **leave one's mark (on)**

mark → **make one's mark**

mark → **miss the mark**

mark → **not far off (the mark)**

mark → **overshoot the mark**

mark → **X marks the spot**

mark my word(s) (khẩu ngữ) dùng để bảo ai đó phải chú ý đến điều đang nói ■ *We haven't heard of him since last year, you mark my words.* • Chúng tôi đã không nghe tin gì của ông ta kể từ năm trước, anh hãy chú ý đấy.

marked man người đang gặp nguy hiểm vì có ai đó đang muốn làm hại hoặc đánh gục anh ta ■ *Verkhovensky was a marked man because the libral views he held.* • Verkhovensky là người đang bị đe dọa, bởi vì những quan điểm tự do mà ông ta theo đuổi.

market → **be in the market (for sth)**

market → **corner the market (on)**

market → **get a corner on the market**

market → **meat market**

market → **the bottom falls out**

marking → **be marking time**

mast → **at half mast**

master → **a jack of all trades**

master → **be a past master (at sth)**

master → **serve two masters**

mat → **go to the mat (for sb)**

match → **get into a pissing match (with)**

match → **meet one's match**

match → **the whole shooting match**

match the description of sb → **answer the description of sth**

match the description of sth → **answer the description of sth**

matter → **as a matter of course**

matter → **as a matter of fact**

matter → **be no laughing matter**

matter → **mind over matter**

matter → **take the law into one's own hands**

matter → the fact is (that)

may → come what may

McCoy → the real McCoy

me → beat me

me → believe me

me → bugger me

me → do me a favour

me → don't blame me

me → excuse me

me → far be it from me to do sth

meal → make a meal (out) of sth

meal → square meal

meal ticket người hay sự vật là nguồn sống của ai, vì họ có thể nhờ đó mà có tiền bạc đủ sống, bất chấp sự thật là họ không ưa thích hoặc tôn trọng người hay sự vật đó ■ *The goal for some desperate women is to find a husband who will be a meal ticket.* ● Mục tiêu của một số phụ nữ tuyệt vọng là tìm được một người chồng như nguồn lợi sẽ nuôi sống họ.

mean → it means curtains for sb

mean → no mean feat

mean → there are ways and means (of doing sth)

mean business (thông tục) thật sự muốn làm điều gì, không phải nói đùa, nên sẽ không để cho bất cứ ai ngăn cản lại ■ *If you're strict and enforce the rules, everyone'll know you mean business.* ● Nếu anh cứ nghiêm khắc áp dụng các điều lệ, mọi người sẽ biết là anh không nói đùa. ■ *He means business. He will shoot if anyone of us tries to escape.* ● Hắn nói thật đấy. Hắn sẽ bắn nếu bất cứ ai trong chúng ta tìm cách trốn chạy.

mean the world to sb hoặc *be the world to sb* nói về người hay sự vật cực kỳ quan trọng đối với ai ■ *This job means the world to her - she'll be devastated if she doesn't get it.* ● Công việc này cực kỳ quan trọng đối với cô ấy - cô ấy sẽ hết sức khủng hoảng nếu không có được nó.

meaning → don't know the meaning of (the word)

means → a means to an end

means → by all means

means → by fair means or foul

means → by no means

measure → for good measure

measure → last-ditch effort

measure → made to measure

meat → dead meat

meat → the meat and potatoes of sth

meat market nói về một nơi chốn, chẳng hạn như một câu lạc bộ, mà người nói không thích vì hầu hết những người đến đó chỉ quan tâm đến việc thỏa mãn tình dục ■ *Jen always wants to go dancing at the Starlight - but it's such a meat market! How can she stand it?* ● Jen luôn thích đi khiêu vũ ở Starlight - nhưng đó là một chốn khiêu dâm tồi tệ. Làm sao cô ta có thể chịu được như thế?

medal → deserve a medal

medicine → get a taste of one's own medicine

medicine → give sb a taste of their

own medicine

medium → happy medium

meet → make ends meet

meet → never the twain shall meet

meet → there's less to sb than meets the eye

meet → there's more to sb than meets the eye

meet → where the rubber meets the road

meet one's maker quy tiên, qua đời... được dùng khi không muốn đề cập một cách trực tiếp bằng từ chết (*die*) ■ *Thurman's widow would sometimes admit that she was happier since Thurman had gone to meet his maker.* • Bà vợ góa của Thurman đôi khi hẳn phải thừa nhận rằng bà sống hạnh phúc hơn kể từ khi Thurman qua đời.

meet one's match bị đánh bại hoặc gặp khó khăn trong một cuộc tranh tài mà trước đây vẫn thường chiến thắng dễ dàng, vì lần này đối thủ mới có đủ sức mạnh, trí thông minh hoặc kỹ năng khéo léo không thua kém mình ■ *Casey Jones met his match in high school wrestling Thursday, losing to Jerry Hart of Minnetonka.* • Casey Jones gặp phải đối thủ tương xứng trong trận đấu vật của trường trung học hôm thứ Năm, để thua Jerry Hart của Minnetonka.

meet sb halfway thỏa hiệp, nhân nhượng giữa hai bên, mỗi bên đồng ý sẽ làm theo một số trong những điều phía bên kia yêu cầu ■ *If the new highway policy is to succeed, taxpayers will have to meet it halfway.* • Nếu chủ trương mở đường cao tốc mới thành công, những người trả thuế sẽ đành phải nhân nhượng. ■ *If he was prepared to apologize, the least she could do was meet him halfway and accept some of the blame.* • Nếu anh ta đã chuẩn bị xin lỗi, điều ít nhất cô ta có thể làm là nhân nhượng với anh ta và chấp nhận phần nào sự quy lỗi. ■ *Tell Wilson we're prepared to meet him halfway and offer him a pay raise if he'll take on more responsibilities.* • Bảo với Wilson là chúng tôi chuẩn bị chấp nhận một phần ý kiến của ông ta, sẽ chi trả nhiều hơn nếu như ông ta nhận lấy phần trách nhiệm lớn hơn.

meeting → a meeting of (the) minds

meeting → call a meeting

melting pot nơi có nhiều người từ các quốc gia khác nhau đến chung sống và hợp thành một cộng đồng, hoặc một hoạt động chịu ảnh hưởng của nhiều ý tưởng hoặc kiểu mẫu khác nhau ■ *We lived in Manhattan when it was a melting pot for immigrants from all over Europe.* • Chúng tôi sống ở Manhattan khi đó là nơi hội tụ của những người nhập cư đến từ khắp châu Âu. ■ *The island's music scene is a melting pot of cultures and ideas, instruments and influences.* • Khu âm nhạc trên đảo là nơi hội tụ của nhiều nền văn hóa và tư tưởng khác nhau, của các loại nhạc cụ và ảnh hưởng khác nhau.

memory → be engraved on one's mind

memory → have a memory like a sieve

memory → have a memory like an elephant

memory → take a trip down memory lane

men → be all things to all people

men → separate the men from the boys

men → the men in (gray) suits

mend → be on the mend

mend fences làm điều gì để cải thiện mối quan hệ với người đã có chuyện bất hòa trước đó ■ *In order to mend fences with my boss, I offered to put in 10 hours of unpaid overtime.* • Để cải thiện mối quan hệ với ông chủ, tôi đã đề nghị làm thêm 10 giờ không nhận lương. ■ *The object of the meeting was primarily to mend fences.* • Mục đích của cuộc họp chủ yếu là nhằm cải thiện những mối quan hệ bất hòa.

mend one's ways hoặc *change one's ways* cải thiện cung cách ứng xử hoặc từ bỏ một hành động xấu ■ *Tyson said at the time, "I've learned my lesson, and changed my ways - I just hope my fans can forgive me."* • Lúc ấy Tyson đã nói: "Tôi đã học được bài học của mình, và đã thay đổi tốt hơn - tôi chỉ hy vọng là những người hâm mộ có thể tha thứ cho tôi." ■ *David must change his ways if he expects to live until thirty-five.* • David phải thay đổi cung cách sống nếu như anh ta muốn sống đến 35 tuổi. ■ *He was in trouble with the police as a teenager but now he's completely changed his ways.* • Hồi còn niên thiếu anh ta đã gặp rắc rối với cảnh sát, nhưng giờ đây anh ta đã hoàn toàn thay đổi cách sống của mình tốt hơn.

mercy → at the mercy of

merrier → the more the merrier

message → get the message

messenger → shoot the messenger

metal → put the pedal to the metal

method → there's method in one's madness

mettle → prove one's mettle

mettle → test one's mettle

mice → when the cat's away

Midas → the Midas touch

middle → in one's middle name

middle → in the middle of nowhere

middle → knock sb into the middle of next week

middle → play both ends against the middle

middle → steer a middle course

middling → fair to middling

midnight → burn the midnight oil

midstream → change horses

might be forgiven for doing sth → could be forgiven for doing sth

might makes right người có sức mạnh hay quyền lực có thể làm bất cứ điều gì mình muốn - luật của kẻ mạnh ■ *Any country believing that might makes right will be refused foreign aid.* • Bất cứ quốc gia nào tin vào luật của kẻ mạnh sẽ bị từ chối không được giúp đỡ từ nước ngoài.

mighter → the pen is mighter than the sword

mighty → act high-and-mighty

mighty → high and mighty

Mike → for the love of God

mile → a miss is as good as a mile

mile → be miles off

mile → do sth a mile a minute

mile → give sb an inch (and he will take a mile)

mile → go the extra mile

mile → like five miles of bad road

mile → see sth a mile away

mile → would run a mile

milk → it's no use crying over spilled milk

milk → land of milk and honey

milk → the milk of human kindness

milk sb dry → suck sb dry

milk sth dry → suck sb dry

mill → be grist for the mill

mill → go through the mill

mill → put sb through the mill

million → 50 million Elvis fans can't be wrong

million → look like a million dollars

million → not in a million years

million → the 64,000 dollar question

millstone → a millstone around one's neck

mince → not mince words

mincemeat → make mincemeat (out) of

mind → at the back of one's mind

mind → be bored out of one's mind

mind → be engraved on one's mind

mind → be frightened out of mind

mind → be of one mind

mind → be on one's mind

mind → blow one's mind

mind → boggle one's mind

mind → cast one's mind(s) back (to sth)

mind → change one's mind

mind → cross one's mind

mind → frame of mind

mind → give sb a piece of one's mind

mind → go out of one's mind

mind → have a close mind (about)

mind → have a good mind to do sth

mind → have a mind of one's own

mind → have a one-track mind

mind → have an open mind (about)

mind → have half a mind to do sth

mind → have sth on one's mind

mind → if sb put one's mind to it

mind → in one's mind's eye

mind → it's all in one's mind

mind → know one's own mind

mind → load off one's mind

mind → lose one's mind

mind → nobody in one's right mind would do sth

mind → one's head is buzzing (with sth)

mind → out of sight, out of mind

mind → pay no mind to

mind → read one's mind

mind → slip one's mind

mind → speak one's mind

mind in the gutter (khẩu ngữ) dùng khi người nói không tán đồng với ai đó vì họ tỏ ra thích thú khi nói hoặc nghĩ về những điều mà có thể gây khó chịu cho người khác, nhất là chuyện tình dục ■*Pat can take any topic and somehow turn the conversation to sex - his mind is really in the gutter.* • Pat có thể chấp nhận bất cứ đề tài nào, và bằng cách nào đó cũng sẽ chuyển câu chuyện sang nói về tình dục - đầu óc hắn ta quả thật là bệnh hoạn.

mind one's own business (khẩu ngữ) 1. cách nói thô lỗ, được dùng khi không muốn nói cho ai biết hoặc xen vào một việc gì, nhất là có tính cách riêng tư, thường dùng với người đối diện ■ *"Mind your own business," the old man warned him. "We don't need any more trouble."* • "Lo việc của mày đi," ông già cảnh cáo hắn. "Bọn tao không muốn thêm rắc rối nào nữa đâu." 2. thực hiện công việc bình thường, không có gì sai trái vào thời điểm gặp phải một điều gì tồi tệ, không đúng ■*I was walking along, just minding my own business, when this crazy guy just grabbed my arm and started yelling at me.* • Tôi đang đi dạo, chẳng làm gì sai trái, khi gã khùng này chộp lấy cánh tay tôi và bắt đầu quát mắng.

mind one's p's and w's hoặc *watch one's p's and w's* hết sức thận trọng trong lời nói và việc làm để không xúc phạm đến ai cũng như không có gì khác thường trong ứng xử ■ *You have to mind your p's and q's here -Lieutenant Denholm is a very important man.* • Anh phải hết sức thận trọng trong cách nói năng ứng xử ở đây - Trung úy Denholm là một người rất quan trọng. ■ *You'd better mind your p's and q's when you meet Julia's parents.* • Tốt hơn là anh phải cư xử hết sức thận trọng khi gặp cha mẹ của Julia.

mind over matter ý chí, sự quyết tâm có thể giúp người ta làm được những điều khó khăn, tưởng như không thể làm được ■ *Marcel says that it's a case of mind over matter, and that anyone could perform the kind of acrobatics that he does.* • Marcel nói rằng đó là trường hợp ý chí vượt qua khó khăn, và rằng bất cứ ai cũng có thể biểu diễn được kiểu nghệ thuật nhào lộn mà anh ta thực hiện. ■ *Although the doctors didn't think he would ever walk again, Li knew it was just mind over matter, and within a year, he could run.* • Mặc dù các bác sĩ đã không nghĩ có bao giờ Li lại có thể đi đứng trở lại, nhưng anh ta biết là ý chí sẽ vượt qua khó khăn, và trong vòng một năm anh đã có thể chạy được.

mind reader người có thể hiểu được ý nghĩ của người khác khi họ không hề nói ra ■ *Your mother-in-law is not a mind reader - you need to tell her how you feel.* • Mẹ chồng của bạn không phải là người có thể đọc được suy nghĩ của người khác - bạn cần phải nói cho bà ta biết bạn cảm thấy thế nào.

mind the store chú ý đến một vấn đề rắc rối và thực hiện điều gì để giải quyết nó ■ *Everybody assumes somebody else is minding the store, but in the end nobody's really paying any attention to environmental problems.* • Mọi người đều cho rằng có ai đó khác đang quan tâm giải quyết vấn đề, nhưng cuối cùng rồi không có ai thực sự chú ý đến các vấn đề môi trường cả.

mind-blowing gây ấn tượng hay xúc động mạnh đến mức khó tin ■ *These really are mind-blowing pictures. I mean, how often do you get to see evidence of an ocean on another planet?* • Những bức tranh này quả thật là gây sửng sốt. Ý tôi là, liệu có bao lần bạn được thấy chứng cứ về một đại dương trên hành tinh khác?

mind-boggling kỳ lạ, đáng ngạc nhiên, ngoài sức tưởng tượng ■ *"GQ" magazine has made a mind-boggling $150 million this year.* • Tạp chí GQ đã kiếm được một khoản tiền ngoài sức tưởng tượng là 150 triệu đô-la Mỹ trong năm nay.

minded → absent-minded

minded → closed-minded

minded → open-minded

minds → a meeting of (the) minds

minds → be of two minds

minds → great minds think alike

mine → a mine of information (on/about sth)

mine → your guess is as good as mine

mint → in mint condition

minute → do sth a mile a minute

minute → there's one born every minute

minute → up-to-the-minute

mirror → smoke and mirrors

misery → put sb out of one's misery

miss → a miss is as good as a mile

miss → do not miss a trick

miss → hit and miss

miss → without missing a beat

Miss High and Mighty → high and mighty

miss the boat bỏ lỡ một cơ hội có thể giúp giành được ưu thế, nhất là trong kinh doanh hay thi đấu ■ *Investors may be missing the boat if they are still waiting for prices to fall.* • Các nhà đầu tư có thể sẽ để lỡ mất cơ hội tốt nếu như họ vẫn cứ chờ đợi cho giá cả xuống thấp.

miss the mark không đạt được hiệu quả mong muốn, không đúng với mục đích đề ra ■ *It is easy to write test questions that are perfectly correct with respect to grammar but still miss the mark because the students do not understand them.* • Thật dễ dàng để viết ra những câu hỏi kiểm tra hoàn toàn chính xác về mặt văn phạm nhưng vẫn không đạt được yêu cầu vì sinh viên không hiểu được chúng. → *hit the mark*

miss the point không nắm được ý chính của những gì người khác đang nói, hoặc của một tình huống, sự việc... ■ *This kid said his dad had bought him every stamp ever printed, and I told him, "I think you're missing the point of collecting stamps. You're supposed to collect used stamps to make your own collection, instead of buying new ones."* • Thằng bé này nói rằng cha nó đã mua cho nó tất cả những con tem thư đã được in ra, và tôi bảo nó: "Tôi nghĩ rằng em không hiểu được điểm chính của việc chơi tem. Đúng ra em phải thu thập những con tem đã dùng rồi để làm thành bộ sưu tập của mình, thay vì mua những con tem mới."

missed → one's heart skipped a beat

Mister High and Mighty → high and mighty

mix → be a mixed bag

mixed blessing trong sự may mắn hoặc thuận lợi vẫn có điều bất lợi

Mohammed must go to the mountain

phải tính đến ■ *Owning your home is a mixed blessing, as it means that you are responsible for repairs and maintenance.* ● Sở hữu một ngôi nhà riêng không phải là hoàn toàn thuận lợi, vì điều đó cũng còn có nghĩa là bạn phải lo đến việc sửa chữa và bảo trì.

moan → piss and moan

Mohammed → the mountain must come to Mohammed

Mohammed must go to the mountain tình huống mà nếu muốn được gặp gỡ hoặc gần gũi với ai cần phải chủ động tìm đến thay vì chờ đợi ■ *If I wanted to work with Bailey, I realized that Mohammed would have to go to the mountain, so I moved to New York.* ● Nếu muốn được làm việc chung với Bailey, tôi nhận ra là mình phải chủ động tìm đến, vì thế tôi chuyển đến New York. → *the mountain must come to Mohammed*

mojo → put a mojo on sb

molasses → slower than molasses (in January)

mold → mould

molehill → make a mountain out of a molehill

moment → at the psychological moment

moment → in the heat of the moment

moment → on the spur of the moment

moment → sth has its moments

moment → the evil hour

moment → the moment of truth

Monday-morning quarterback (khẩu ngữ) bày tỏ sự bực mình về người chỉ nói về một sự việc sau khi nó đã xảy ra ■ *Tom worked hard to produce the best that he could. It's easy for people to be Monday-morning quarterbacks and criticize it, but that's unfair.* ● Tom đã làm việc tích cực để tạo ra được những gì tốt nhất trong khả năng mình. Thật dễ dàng cho những kẻ chỉ biết theo đuôi sự việc để phê phán, nhưng điều đó không công bằng.

money → a fool and his money are soon parted

money → a license to print money

money → be right on the money

money → careful with money

money → easy money

money → for my money

money → get one's money's worth

money → give sb a run for one's money

money → have money to burn

money → hush money

money → I am not made of money

money → in the money

money → make money hand over fist

money → not ... for love nor money

money → one's money's on sb

money → put one's money where one's mouth is

money → see the colour of one's money

money → take the money and run

money → the smart money

money → the smart money is on sth

money → throw good money after bad

money → throw money around

money → throw money at sth

money → you pay your money and you take your chances

money business → funny business

money is no object tiền bạc không thành vấn đề - dùng khi có đủ tiền bạc để chi tiêu theo ý muốn, và không cần quan tâm giá cả cao đến mức nào ■ *If you're retired, and you've done well in business and money is no object, then a luxury cruise ship is a great way to pass the time.* ● Nếu bạn về hưu, đã làm tốt trong công việc trước đây, và tiền bạc không thành vấn đề thì một chiếc du thuyền đi chơi biển là cách tuyệt vời để tiêu khiển qua ngày. ■ *She travels around the world as if money is no object.* ● Cô ấy du lịch vòng quanh thế giới như thể tiền bạc không là vấn đề gì cả.

money is the root of all evil tiền bạc là nguyên nhân gây ra nhiều khó khăn, rắc rối ■ *It's easy to see why money is the root of all evil when families start fighting over inheritances.* ● Thật dễ thấy được rằng tiền bạc là nguyên nhân của mọi sự rắc rối, khi các gia đình bắt đầu sự đấu đá nhau vì quyền thừa kế.

money talks (bullshit walks) (khẩu ngữ) tiền bạc có thể gây ảnh hưởng và khiến người khác làm theo ý mình ■ *As a young lawyer, Castino was quick to learn that money talks when you want to get something done quickly.* ● Là một luật sư trẻ, Castino nhanh chóng học biết được ảnh hưởng của tiền bạc khi bạn muốn cho việc gì đó được trôi chảy nhanh chóng. ■ *Money talks in today's harsh economic climate.* ● Trong bối cảnh kinh tế khắc nghiệt ngày nay, tiền bạc tạo ra mọi ảnh hưởng. - Trong thành ngữ này, việc dùng thêm ***bullshit walks*** là rất thông tục, nên chỉ dùng khi đang nói chuyện với những người rất thân quen.

monkey → funny as a barrel of monkeys

monkey → if you pay peanuts, you get monkeys

monkey → make a monkey out of sb

monkey → throw a monkey wrench into sth

monkey on one's back (thường dùng trong lĩnh vực thể thao) vấn đề nghiêm trọng làm ngăn cản sự thành công của ai, nhất là áp lực tâm lý khi nghĩ rằng mình không thể thành công, hoặc biết được là những người khác không nghĩ mình sẽ thành công ■ *The press and the experts had put the monkey on Greg's back that he couldn't win a major tournament.* ● Báo chí và các nhà chuyên môn đã đặt một áp lực tâm lý nặng nề lên Greg khi nói rằng anh ta không thể nào thắng một cuộc tranh tài lớn. ■ *Although people consider him a talented film-maker, his last production is a monkey on his back because it lost more money than any other movie in history.* ● Mặc dù người ta xem ông ấy như là một nhà làm phim tài ba, nhưng bộ phim vừa qua của ông là một gánh nặng vì nó thua lỗ nhiều tiền bạc hơn bất cứ bộ phim nào khác trong lịch sử.

monkeys see, monkeys do bắt chước làm theo những gì nhìn thấy mà không cần suy nghĩ, cân nhắc ■ *It's monkeys see, monkeys do with these kids.*

more fool

They'll say anything they hear their cartoon heroes saying on TV. • Bọn trẻ này chỉ bắt chước như khỉ thôi. Chúng sẽ nói bất cứ điều gì nghe được từ các nhân vật của chúng trong phim hoạt hình trên ti-vi.

monster → **the green-eyed monster**

month → **flavour of the month**

month → **never in a month of Sundays**

month → **that time of the month**

month in, month out → **day in, day out**

moon → **ask for the moon**

moon → **bark at the moon**

moon → **many moons ago**

moon → **no more sth than the man in the moon**

moon → **once in a blue moon**

moon → **promise sb the earth**

moral → **take the moral high ground**

more → **get more bang for one's buck**

more → **get more than you bargained for**

more → **give more bang for one's buck**

more → **in more ways than one**

more → **no more Mr Nice Guy**

more → **no more sth than the man in the moon**

more → **that's more like it**

more → **the more the merrier**

more → **there are plenty more fish in the sea**

more → **there's more than one way to skin a cat**

more → **without further ado**

more fool (khẩu ngữ - dùng với các túc từ *you, him, her* ...) thật là ngu ngốc ■ *If Joel wants to spend that much money on an evening out, then more fool him.* • Nếu Joel muốn tiêu nhiều tiền đến thế cho một buổi đi chơi tối, thì anh ta quả là ngu ngốc. ■ *Well, more fool you if you give him any more of your money!* • À, bạn thật là ngốc nếu như còn đưa thêm bất cứ khoản tiền nào của mình cho anh ta. ■ *"He's not an easy person to live with." "More fool her for marrying him!"* • "Anh ta không phải một người dễ dàng để sống chung." "Cô ấy thật ngốc nghếch khi kết hôn với anh ta." ■ *"I know I shouldn't have given him the money, but I did." "More fool you!"* • "Tôi biết là mình không nên đưa tiền cho hắn, nhưng tôi đã làm thế rồi." "Bạn thật là ngốc quá."

more fun than a barrel of monkeys → **funny as a barrel of monkeys**

more haste less speed → **haste makes waste**

more power to you dùng để bày tỏ sự tán thành với việc làm của ai và cầu chúc cho họ được may mắn ■ *If Esther wants to spend her life helping kids with drug problems, then more power to her.* • Nếu Esther muốn dành trọn cuộc đời để giúp đỡ những trẻ em nghiện ngập, mong là cô ấy sẽ gặp nhiều may mắn.

more sth than one can shake a stick at (khẩu ngữ) dùng khi muốn nhấn mạnh điều đang nói đến thực sự còn nhiều hơn cả mức độ được diễn đạt ■ *Time-Life Music has produced more compilation albums than you can shake a stick at.* • Chương trình Time-Life

Music đã sản xuất rất nhiều đĩa nhạc tuyển, hơn cả mức độ mà bạn có thể nghĩ đến.

more's the pity (khẩu ngữ) dùng khi mô tả về một tình huống để bày tỏ rằng người nói ao ước điều đó không phải là sự thật ■ *Most candidates are judged on how they look on television rather than on real presidential potential. More's the pity.* ● Hầu hết các ứng cử viên đều quan tâm đến dáng vẻ của họ khi xuất hiện trên ti-vi như thế nào thay vì đến năng lực thực sự trong cương vị tổng thống.

morning → the morning after the night before

morning, noon and night tỏ ý bực tức vì điều gì xảy ra quá thường xuyên, nhiều lần ■ *If you keep eating chocolate morning, noon, and night, you won't be able to fit through the door!* ● Nếu bạn cứ tiếp tục ăn sô-cô-la suốt ngày suốt đêm như thế, rồi bạn sẽ không chui lọt qua cái cửa này! (- nghĩa là sẽ quá mập.) ■ *She talks about him morning, noon and night.* ● Cô ấy cứ nói mãi về anh ta suốt cả ngày đêm. ■ *The work continues morning, noon and night.* ● Công việc tiếp tục suốt ngày đêm.

mortar → bricks and mortar

most → at best

moth → like a moth to the candle

mothball → put sth in mothballs

mother → like father, like son

mother → the mother of all

motion → go through the motions

motion → set the wheels in motion

mould → break the mould

mould → from the same mould (as)

mould → they broke the mould when they made sb

mould-breaking vượt ra khỏi, phá bỏ đi những khuôn thước cũ ■ *The winner of the Blue Ribbon Education Awards displayed many of the qualities that will be necessary for the mould-breaking schools of the future.* ● Người đoạt giải thưởng Blue Ribbon Education đã bộc lộ những phẩm chất cần thiết cho những trường học cách tân trong tương lai.

mountain → make a mountain out of a molehill

mountain → Mohammed must go to the mountain

mountain → move mountains

mountain → the mountain must come to Mohammed

mouse → play cat and mouse

mouse → poor as a church mouse

mouse → quiet as a mouse

mouth → born with a sliver spoon in one's mouth

mouth → by word of mouth

mouth → don't look a gift horse in the mouth

mouth → down in the mouth

mouth → foam at the mouth

mouth → from the horse's mouth

mouth → hand-to-mouth

mouth → have a big mouth

mouth → laugh out of the other side of one's mouth

mouth → leave a bad taste in one's mouth

mouth → live (from) hand to mouth

mouth → one's heart in one's mouth

mouth → out of the mouths of babes (and sucklings)

mouth → put one's foot in one's mouth

mouth → put one's head in the lion's mouth

mouth → put one's money where one's mouth is

mouth → put words in(to) one's mouth

mouth → shoot one's mouth off

mouth → take the words (right) out of one's mouth

mouth → watch one's tongue

mouthful → what a mouthful

mouthful → you said a mouthful

movable feast hoặc *moveable feast* tình huống có thể thay đổi tùy theo những gì sắp xảy ra hoặc tùy theo ý muốn ■ *"When will the fair be held?" "Whenever the weather's good. It's a moveable feast."* ● "Bao giờ thì hội chợ được tổ chức?" "Bất cứ khi nào thời tiết tốt. Thời điểm tổ chức có thể thay đổi mà."

move → bust a move

move → did the earth move

move → get a move on

move → if the spirit moves

move → make the first move

move → on the go

move heaven and earth to do sth làm việc hết sức tích cực và căng thẳng để đạt được điều gì, sử dụng tất cả sức mạnh và làm bất cứ điều gì để vượt qua khó khăn ■ *We intended to move heaven and earth to make sure this production goes on as planned.* ● Chúng tôi dự kiến sẽ nỗ lực hết sức và làm bất cứ điều gì để việc sản xuất được tiến hành đúng theo kế hoạch.

move in for the kill hoặc *close in for the kill* hoặc *go in for the kill* cố gắng với sự quyết tâm để chấm dứt một cuộc tranh chấp, so tài... bằng cách hạ gục đối thủ ■ *The next time the Tigers got the ball, they went in for the kill.* ● Lần kế tiếp khi đội Tigers có bóng, họ quyết tâm hạ gục đối thủ. ■ *The plane prepared to move in for the kill.* ● Chiếc máy bay chuẩn bị đợt tấn công dứt điểm.

move into overdrive → go into overdrive

move mountains đạt được điều gì rất khó khăn hoặc gần như là không thể được ■ *Some athletes would move mountains to win a gold medal in the Olympics.* ● Một số vận động viên sẽ làm bất cứ chuyện khó khăn nào để đạt được huy chương vàng ở Thế vận hội.

move the goalposts thay đổi lớn và đột ngột những quy định, hoặc điều kiện làm việc... làm cho tình huống trở nên khó khăn hơn đối với những người liên quan ■ *I manage to get on top of the job, and then they move the goalposts again.* ● Tôi xoay xở vươn lên được đến vị trí cao nhất trong công việc, và rồi họ lại thay đổi tất cả một lần nữa. ■ *Our end objectives always been the same, but obviously we've had to change our tactics,* *so I don't think the goalposts are being removed.* ● Những mục đích cuối cùng của chúng ta vẫn luôn không thay đổi, nhưng rõ ràng là chúng ta phải thay đổi những chiến lược của mình. Vì thế, tôi không cho là có sự thay đổi toàn diện.

move up in the world hoặc *come up in the world* nói về người hay sự vật rất thành công hoặc có được nhiều tiền bạc hơn trước kia ■ *Sandy was ambitious and bright and wanted to move up in the world.* ● Sandy đầy tham vọng và chói sáng, và muốn thăng tiến trong cuộc sống.

move up the ladder → climb (up) the ladder

move with the times thay đổi phương pháp, ý kiến, cung cách ứng xử... để bắt kịp với thời đại ■ *You've got to move with the times - a web site can attract lots of new clients to your business.* ● Anh cần phải thay đổi theo với thời đại - một trang web có thể hấp dẫn rất nhiều khách hàng cho doanh nghiệp của anh.

moveable feast → movable feast

mover → the movers and shakers

movie → been there, done that

Mr Nice → no more Mr Nice Guy

much → a bit much

much → able to take just so much

much → funny as a barrel of monkeys

much → leave a lot to be desired

much → no more sth than the man in the moon

much → not cut much ice (with)

much → not do anything for sb

much → not have much in the way of

much → not much cop

much → read too much into sth

much → so much the better

much → there is no love lost (between)

mud → as clear as mud

mud → clear as mud

mud → drag sb through the mud

mud → here's mud in your eye

mud → one's name is mud

mud → sling mud

mud → stick-in-the-mud

mud in your eye → here's mud in your eye

muddy the waters làm cho một tình huống trở nên dễ nhầm lẫn, khó hiểu, nhất là khi ban đầu vốn là một tình huống đơn giản ■ *Most of us are bewildered by computer jargon, and there is also a huge choice of monitors to muddy the waters when you are buying a new machine.* ● Hầu hết trong chúng ta đều bị rối trí bởi các thuật ngữ máy tính, và cũng có quá nhiều khả năng chọn lựa màn hình khiến cho tình huống trở nên dễ lẫn lộn khi bạn chọn mua một máy mới.

mule → stubborn as a mule

multitude → cover a multitude of sins

mum's the word (khẩu ngữ) dùng để bảo ai đó không được tiết lộ một bí mật cho người khác ■ *Remember, mum's the world - I don't want anyone else to hear about this!* ● Hãy nhớ đấy, phải giữ kín bí mật - tôi không muốn bất cứ ai khác nghe được điều này.

munchies → have the munchies

murder → get away with murder

murder → scream bloody murder

Murphy's law dùng khi muốn nói rằng điều tệ hại nhất dường như luôn luôn xảy ra vào thời điểm tệ hại nhất, khiến cho người ta không thể làm được điều mong muốn ▪ *"Why is the traffic always worst when you're already half an hour late?" "It's called Murphy's law."* • "Tại sao xe cộ trên đường luôn luôn chen chúc nhất đúng vào lúc mà bạn đã bị trễ đến nửa giờ rồi?" "Đó gọi là quy luật Murphy đấy." - "Quy luật *Murphy*" là một danh từ thường được dùng theo hàm ý khôi hài. Luật này nói lên rằng: "Nếu có bất cứ một sự việc gì có thể hư hỏng, thì sớm muộn gì nó cũng sẽ hư hỏng." Một số phát biểu khác đôi khi cũng được gọi là "quy luật Murphy", chẳng hạn như: "Không có sự việc nào dễ dàng như vẻ ngoài của nó", hoặc "Thời gian hoàn tất một sự việc bao giờ cũng lâu hơn dự kiến." Thật ra, không ai biết chắc Murphy là ai cả!

muscle → flex one's muscle(s)

music → face the music

music → music to one's ears

music to one's ears hoặc *like music to one's ears* ý kiến, quyết định hoặc điều gì nghe qua rất hài lòng ▪ *The Republican's promise to cut taxes was like music to the taxpayers' ears.* • Lời hứa cắt giảm các khoản thuế của đảng Cộng hòa nghe rất êm tai đối với những người phải trả thuế.

must → a must

must → I am not made of money

must → Mohammed must go to the mountain

must → the mountain must come to Mohammed

mustard → not cut the mustard

muster → pass muster

my ass (thông tục, thô lỗ, dùng sau khi đã lặp lại những gì vừa nghe thấy. Có thể chọn dùng "*my foot*" cũng đồng nghĩa nhưng lịch sự hơn) không thể tin được, hoàn toàn vô lý... ▪ *"He told me he runs ten miles every morning." "Ten miles, my ass - he couldn't run one mile if you pushed him!"* • "Hắn nói với tôi là mỗi buổi sáng hắn chạy bộ mười dặm." "Mười dặm! Láo toét! Dù bạn có đẩy hắn cũng không thể chạy nổi một dặm!"

my bad xin lỗi, rất tiếc (dùng để bày tỏ sự hối tiếc và tự nhận lỗi về một việc đã xảy ra) ▪ *My bad, man. I didn't see you.* • Thật đáng tiếc, cho tôi xin lỗi. Tôi đã không nhìn thấy bạn. - Chú ý: Thành ngữ này thường chỉ được dùng trong giới trẻ, với những trường hợp rất thân mật. Trong các trường hợp khác, những cách diễn đạt như *my fault* hay *my mistake* thường được dùng hơn.

my eye (khẩu ngữ) bày tỏ sự ngạc nhiên và không tin vào điều vừa nghe nói ▪ *"It's an antique." "An antique, my eye!"* • "Nó là đồ cổ đấy." "Đồ cổ sao! Không thể tin được!"

my foot (khẩu ngữ) dùng sau khi lặp lại lời ai vừa nói, để nhấn mạnh là hoàn toàn không đồng ý với điều đó ▪ *"I'm sure he didn't mean to get you into trouble." "Didn't mean it, my foot. I bet he's laughing about it right now!"* • "Tôi chắc là anh ấy không cố ý gây rắc rối cho bạn đâu." "Sao lại không cố ý? Tôi dám cuộc là ngay bây giờ đây hắn đang cười về chuyện ấy." ■ *Ian can't come because he's tired." "Tired my foot! Lazy more like!"* ● "Ian không thể đến được vì anh ấy mệt quá." "Mệt cái quái gì? Lười biếng thì đúng hơn." ■ *"She's an outstanding actress." "Outstanding my foot!"* ● Cô ấy là một nữ diễn viên xuất sắc." "Xuất sắc cái quái gì kia chứ!." (Tôi cho là chẳng có gì xuất sắc cả.)

my heart bleeds (for sb) (khẩu ngữ) cách nói có tính hài hước, bày tỏ sự không quan tâm, không có chút cảm thông nào đối với người đang được đề cập đến, nhất là khi người ấy nghĩ là sẽ nhận được sự chia sẻ, cảm thông từ bạn ■*Steve and Olga can't afford their vacation in the Bahamas this year - poor things, my heart bleeds.* ● Steve và Olga không thể đủ tiền cho kỳ nghỉ của họ ở Bahamas năm nay - tệ thật, việc ấy chẳng liên quan gì đến tôi cả. ■ *"I have to go to Brazil on business." "My heart bleeds for you!"* ● "Tôi phải đi Brazil vì công việc." "Chẳng liên quan gì đến tôi cả!" - Thành ngữ này có nghĩa đen là "trái tim tôi rỉ máu" (- nghĩa là rất thương cảm). Đây là cách dùng theo lối mĩa mai, muốn diễn đạt ý ngược lại với nghĩa đen của từ, trong trường hợp người nói không ưa người đối diện. Vì thế, cách dùng này đôi khi bị xem là kém lịch sự, nhất là trong những trường hợp mà đôi bên chưa biết nhau nhiều lắm.

my word hoặc ***upon my word*** (cách dùng cũ) dùng khi nhận thấy có điều gì đó là rất khác thường, đáng ngạc nhiên ■ *Upon my word, young girl, you were very brave to jump into the river like that!* ● Trời đất ơi, cô gái trẻ, cô thật là gan dạ mới dám nhảy xuống sông như thế!

nail → another nail in one's coffin

nail → as hard as nails

nail → bite one's nails

nail → fight tooth and nail

nail → hard as nails

nail → hit the nail on the head

nail → like trying to nail jell-O to the wall

nail → nail in one's coffin

nail in one's coffin điều rất tai hại, gây thiệt hại nặng nề cho ai đó ■ *Every word of criticism that Bob said about the boss was a nail in his coffin.* • Tất cả những lời chỉ trích mà Bob nói về ông chủ đều gây thiệt hại nặng nề cho anh ta. ■ *Losing the export order was the final nail in the company's coffin.* • Việc mất đơn đặt hàng xuất khẩu là thiệt hại nặng nề cuối cùng đánh gục công ty.

nail sb down buộc ai phải đưa ra quyết định cuối cùng và dứt khoát về vấn đề gì ■ *I want you to find Bob and get an answer from him. Nail him down one way or the other.* • Tôi muốn anh tìm gặp Bob và nhận một câu trả lời từ anh ta. Bằng cách này hay cách khác cũng phải buộc anh ta đưa ra quyết định dứt khoát cuối cùng. ■ *Please nail down John on the question of signing the contract.* • Hãy buộc John phải đưa ra quyết định dứt khoát cuối cùng về việc ký hợp đồng. → *nail sth down*

nail sb to the wall → nail one's ass to the wall

nail sb to the wall hoặc *nail one's ass to the wall* (thường dùng trong các bản tin báo chí, truyền hình...) trừng phạt ai vì đã làm điều gì sai trái, hoặc chỉ vì đang tức giận với người ấy ■ *He was eagerly awaiting the slightest slip on his opponent's part, so that he could jump in and nail his ass to the wall.* • Anh ta đang nóng lòng chờ đợi sai lầm nhỏ nhất của đối thủ để có thể nhảy vào và ra tay trừng phạt.

nail sth down đưa ra quyết định dứt khoát cuối cùng về điều gì ■ *Find Bob and nail down an answer.* • Hãy tìm Bob và quyết định dứt khoát một câu trả lời. ■ *Let's get in touch with John an nail down this contract.* • Chúng ta hãy liên lạc với John và quyết định dứt khoát về hợp đồng này. → *nail sb down*

naked as a jaybird hoặc *as naked as a jaybird* trần truồng, loã lồ, hoặc ăn mặc quá hở hang, không được kín đáo ■ *Billy, get back in the house and get some clothes on. You're as naked as a jaybird.* • Billy, quay trở vào nhà và mặc thêm quần áo vào. Trông mày trần như nhộng thế kia. ■ *Tom had to get naked as a jaybird for the doctor to examine him.* • Tom phải cởi truồng ra như nhộng để bác sĩ khám cho anh ta. ■ *The party was great, until Ronnie suddenly ran around the house naked as a jaybird.* • Bữa tiệc thật tuyệt vời, cho đến khi Ronnie đột nhiên chạy quanh nhà, trần truồng không một mảnh vải.

name → answer to the name of sth

name → blacken one's name

name → call sb names

name → drag sb through the mud

name → give sth a bad name

name → have one's name on it

name → household name

name → in all but name

name → in name only

name → in one's middle name

name → make a name for oneself

name → one's name is mud

name → the name of the game

name it (sb has got it) hoặc *name it, sb has it* (thông tục) có rất nhiều thứ trong chủng loại đang được đề cập đến ■ *People can take classes in wine tasting, massage, investing... - you name it.* ● Người ta có thể tham gia các lớp dạy nếm rượu vang, xoa bóp, đầu tư ... - nội dung nào cũng có. ■ *"Does anybody want a drink?" "Sure, what do you have?" "You name it, we have it."* ● "Có ai muốn uống chút gì không?" "Có chứ, ông có những gì nào?" "Tha hồ, gì cũng có cả." - Thành ngữ này còn được dùng biến đổi phần đi sau cho phù hợp với ý muốn nói ■ *I thought I'd seen everything. I'd raised two sons, dealt with drugs, divorce, teenage love - you name it, I'd lived it.* ● Tôi nghĩ là tôi đã gặp đủ mọi chuyện. Tôi đã nuôi dạy hai đứa con trai, giải quyết vấn đề nghiện ngập, ly hôn, tình yêu tuổi trẻ -chuyện gì tôi cũng đã sống trải qua rồi cả. ■ *Why is the past such a big business today? Vintage pop, vintage Hollywood, vintage beer bottles - you name it, somebody's collecting it.* ● Tại sao chuyện quá khứ ngày nay trở thành một ngành kinh doanh lớn đến thế? Nhạc pop thời cổ, Hollywood thời cổ, vỏ chai bia thời cổ ... - thứ gì người ta cũng sưu tập cả.

name it, sb has it → **name it (sb has got it)**

name names (thường dùng ở dạng phủ định) công khai nói ra tên người có liên quan đến một hoạt động cụ thể nào đó, nhất là khi điều này gây bối rối hoặc mang lại nhiều khó khăn, rắc rối cho người ấy ■ *I won't name names, but there are many people in the music industry who are gay.* ● Tôi sẽ không nêu rõ tên, nhưng có nhiều người trong ngành âm nhạc là đồng tính luyến ái. ■ *She told me that certain people in the company were not happy with what I did, but she didn't name names.* ● Bà ta bảo tôi rằng có những người nào đó trong công ty đã không vui với những gì tôi đã làm, nhưng bà ta không nêu tên. ■ *He has accused the government of corruption and claims he is prepared to name names.* ● Ông ấy đã buộc tội chính phủ là tham nhũng và tuyên bố là đang chuẩn bị để nêu tên cụ thể.

name-calling sự nhục mạ, xúc phạm đối với ai ■ *Wayne's condition made him the target of name-calling and violence that ended in murder.* ● Điều kiện của Wayne đã làm cho anh ta trở thành mục tiêu của sự lăng mạ và bạo lực, chấm dứt bằng vụ sát hại.

nameless → who will remain nameless

napping → caught napping

narrow → keep sb on the straight and narrow

narrow → stray from the straight and narrow

narrow escape tình huống vừa kịp tránh được một điều nguy hiểm hoặc bất lợi, cho dù điều đó gần như đã sắp xảy ra ■ *A family of five managed* *a narrow escape Sunday as fire destroyed their apartment complex.* • Một gia đình 5 người đã thoát hiểm trong đường tơ kẽ tóc khi hỏa hoạn thiêu rụi căn hộ chung cư của họ. ■ *She had indeed made a very narrow escape. Had her car run a little faster, an inevitable crash would have been the consequence.* • Cô ấy thực sự đã thoát chết trong đường tơ kẽ tóc. Nếu xe cô ấy chạy nhanh hơn chút nữa, kết quả hẳn đã là một tai nạn không thể tránh khỏi. ■ *A couple had a narrow escape when a tree fell just in front of their car.* • Một cặp vợ chồng đã thoát hiểm trong đường tơ kẽ tóc khi một cái cây đổ xuống ngay phía trước xe hơi của họ.

nasty → do the nasty

native → go native

nature → appeal to one's better nature

nature → forces of nature

nature → let nature take its course

nature → the call of nature

nature → the nature of the beast

navel → contemplate one's navel

navel-gazing chỉ quan tâm đến những vấn đề của riêng mình ■ *We try to work together bacause it's a good way to eliminate navel-gazing.* • Chúng tôi cố làm việc chung với nhau, vì đó là một phương cách tốt để xóa bỏ sự vị kỷ.

near → close to the bone

near → so near yet so far

near at hand → close at hand

near the mark → close to the mark

near to one's heart → close to one's heart

near to the bone → close to the bone

nearly burst a blood vessel → burst a blood vessel

necessity → make a virtue of necessity

neck → a millstone around one's neck

neck → break one's neck

neck → breathe down one's neck

neck → dead from the neck up

neck → have the brass neck to do sth

neck → put one's head in a noose

neck → put one's job on the line

neck → risk one's neck

neck → stick one's neck out

neck → take sth by the scruff of the neck

neck → up to one's ears in sth

neck → wring one's neck

neck and neck có cơ hội chiến thắng như nhau trong một cuộc cạnh tranh, so tài ■ *He is running neck and neck with a new candidate - an old-style Republican from Syracuse.* • Ông ta đang chạy đua ngang ngửa với một ứng cử viên mới - một người Cộng hòa theo phong cách cổ, đến từ Syracuse. ■ *The race was neck and neck until the finish line when Wartino stumbled and fell.* • Cuộc đua đã diễn ra suýt soát nhau cho đến tận mức kết thúc khi Wartino vấp chân và té ngã.

neck of the woods một khu vực hay nơi chốn cụ thể đang nói đến ■*Most folks in this neck of the woods come from farming families.* • Phần lớn những gã ở vùng này đều đến từ các gia đình nông dân. ■ *How are things in your neck of the woods, Pat?* • Mọi việc ở chỗ anh ra sao rồi, Pat?

need → a friend in need is a friend indeed

need → crying need

need → hour of need

need a hand cần có sự giúp đỡ, phụ lực của ai ■ *I think Mom needs a hand getting the turkey into the oven.* • Tôi nghĩ là mẹ cần có ai đó giúp trong việc cho gà tây vào lò.

need one's head examined hoặc *should have one's head examined* (khẩu ngữ) dùng khi muốn nói rằng nhận xét hay hành động của ai đó là sai trái hay ngốc nghếch ■ *Anyone who takes a boat out in storms like this needs his head examined.* • Bất cứ ai mà đưa một chiếc thuyền ra đi trong cơn bão như thế này thì chắc là trí óc phải có vấn đề rồi. ■ *He needs his head examined, paying that much money for an old wreck of a car.* • Ông ấy chắc hẳn điên mất rồi, chi trả quá nhiều tiền như thế cho một chiếc xe hơi cũ đã hư nát.

need sth like a fish needs a bicycle (khẩu ngữ) hoàn toàn không cần đến điều gì ■ *You men all assume that a woman can't feel complete without a man, but, as someone once said, a woman needs a man like a fish needs a bicycle.* • Đàn ông các anh đều cho rằng không có đàn ông thì đàn bà không thể hoàn toàn thoải mái, nhưng, như có người đã từng nói, đàn bà hoàn toàn không cần đến đàn ông chút nào.

need sth like a hole in the head (khẩu ngữ) dùng để nhấn mạnh là người nói không cần đến điều gì vì điều ấy có thể gây ra nhiều rắc rối ■ *I don't want to speak to any more lawyers. I need another lawyer like I need a hole in my head.* • Tôi không muốn nói chuyện thêm với bất cứ luật sư nào cả. Tôi chẳng cần đến luật sư nữa.

needle → a needle in a haystack

negotiation → last-ditch effort

neither → that's neither here nor there

nerve → be a bundle of nerves

nerve → get on one's nerves

nerve → have the brass neck to do sth

nerve → touch a raw nerve

nervous → a nervous wreck

nest → feather one's nest

nest → leave the nest

nest → stir up a hornet's nest

net → cast one's net wide

network → old boy network

never → an elephant never forgets

never → better late than never

never → lightning never strikes twice

never → watched pots never boil

never → wonders will never cease

never darken one's door (cách dùng cũ) không muốn gặp lại ai vì người ấy đã làm điều gì gây sự bực tức hoặc giận dữ ■ *He pointed his finger at me and shouted, "You'll never darken our door again, I promise you!"* • Anh ta chỉ ngón tay vào tôi và hét lớn: "Mày đừng bao giờ gặp lại bọn tao nữa, tao dám chắc với mày đấy." ■ *Go! And never darken my door again!* • Cút đi! Và đừng bao giờ đến đây lần nữa!

never hear the end of it (khẩu ngữ) nói về một sự chỉ trích, phê phán hoặc chế giễu mà sẽ không bao giờ chấm dứt đối với một việc đã làm ■ *I knew that if I left the bar early, I'd never hear the end of it.* • Tôi biết là nếu tôi rời quán rượu sớm, tôi sẽ bị chế giễu mãi không thôi.

never in a million years → **not in a million years**

never in a month of Sundays hoặc *not in a month of Sundays* (khẩu ngữ) dùng khi người nói cho rằng điều được nói đến sẽ rất khó có khả năng xảy ra ■ *"Do you think we'll get into the finals?" "Never in a month of Sundays."* • "Anh có nghĩ là chúng tôi sẽ vào được tới các trận chung kết không?" "Điều đó rất khó xảy ra."

never in my wildest dream → **not in my wildest dream**

never look a gift horse in the mouth → **don't look a gift horse in the mouth**

never say die (khẩu ngữ) dùng khi muốn khuyến khích ai hãy tiếp tục theo đuổi việc gì cho dù là khó khăn ■ *Come on, never say die! You'll finished in a week if you keep working hard.* • Nào cố lên, đừng bỏ cuộc! Bạn sẽ hoàn tất trong một tuần nếu tiếp tục làm việc tích cực.

never the twain shall meet nói về hai sự việc quá khác biệt nhau đến mức không bao giờ có thể cùng tồn tại ■ *Sometimes when I have a huge fight with Chris, I think men are men, and women are women, and never the twain shall meet.* • Thỉnh thoảng khi tôi có một trận tranh cãi dữ dội với Chris, tôi nghĩ rằng đàn ông và phụ nữ luôn khác biệt nhau và chẳng bao giờ có thể cùng nhau chung sống.

never-say-die không bao giờ lùi bước ■ *The never-say-die attitude of the Minnesota Vikings has led them through a great season.* • Tinh thần không lùi bước của đội Minnesota Vikings đã đưa họ vượt qua một mùa bóng tuyệt vời.

new → **brave new world**

new → **break new ground**

new → **breathe (new) life into sth**

new → **it's a (whole) new ball game**

new → **put sb in a new light**

new → **see sb in a different light**

new → **shed (new) light on sth**

new → **the new kid on the block**

new → **turn over a new leaf**

new → **you can't teach an old dog new tricks**

new blood hoặc *fresh blood* hoặc *young blood* người mới gia nhập vào một nhóm, một tổ chức... và có thể mang lại những ý tưởng mới, nguồn sinh lực mới (thường dùng trong các lĩnh vực kinh doanh, chính trị...) ■ *It's time to get some new blood in the department.* • Đã đến lúc cần phải chọn thêm người có năng lực mới cho khoa này. ■ *This company badly needs to bring in some new blood.* • Công ty này đang hết sức cần một số người mới có năng lực. ■ *We need to bring in some new blood to brighten up our image.* • Chúng ta cần một số người mới có năng lực để cải thiện hình ảnh của mình.

new broom hoặc *new broom sweeps (sth) clean* dùng để nói về một người mới nhận nhiệm vụ trong một tổ chức, giải quyết được nhiều vấn đề và cương quyết đưa ra nhiều thay đổi trong tổ chức ấy để làm cho mọi việc hoàn thiện hơn ■ *Everyone was hoping that the new police chief would be the new broom who would sweep the city clean.* ● Mọi người đều hy vọng rằng viên cảnh sát trưởng mới sẽ là một nhân vật cải cách mới mang lại sự tốt đẹp cho thành phố. - nghĩa đen của thành ngữ này chỉ là "chổi mới quét sạch hơn", nhưng nó thường không được dùng theo nghĩa này, mà dùng để chỉ những nhân vật quyết tâm cải cách, đôi khi bất chấp sự thù oán, chỉ nhắm đến việc mang lại kết quả tốt đẹp hơn.

new broom sweeps (sth) clean → **new broom**

new pastures hoặc *fresh pastures* hoặc *greener pastures* một tình huống mới và khác biệt, nhất là một công việc tốt hơn ■ *After five years, most of the people who joined the company with me had left for greener pastures.* ● Sau 5 năm, hầu hết những người tham gia công ty với tôi đều bỏ đi để tìm những công việc tốt hơn.

new to the game hoàn toàn mới mẻ với một hoạt động hay loại công việc nào đó ■ *They're new to the software game, so they're spending a lot of advertising.* ● Họ chỉ mới bước vào lĩnh vực phần mềm, nên họ chi rất nhiều tiền cho việc quảng cáo. ■ *Being new to the game, Susan was anxious to avoid making any unwelcome comments.* ● Là người mới đến, Susan cố hết sức để tránh đưa ra bất cứ nhận xét nào không được hoan nghênh.

news → **good news for sb**

news → **no news is good news**

news → **that's news to me**

next → **as the next guy**

next → **from one day to the next**

next → **in no time (at all)**

next → **knock sb into the middle of next week**

nice work if sb can get it dùng khi nói về một công việc của ai đó là tốt đẹp, dễ dàng, hứng thú, và người nói ao ước được như vậy ■ *Clooney said his first task on set was to kiss Michelle Pfeiffer - nice work if you can get it.* ● Clooney nói rằng phần việc đầu tiên của anh ta trong buổi diễn là hôn Michelle Pfeiffer - ước gì mình được như vậy. ■ *He was paid £200 for a ten-minute speech? Nice work if you can get it.* ● Ông ta được trả 200 bảng Anh cho một bài diễn văn dài mười phút? Ước gì mình được như vậy.

niche → **carve out a niche (for oneself)**

nick → **in the nick of time**

nickel → **worth a wooden nickel**

nickel and dime cư xử theo cách thiếu sự rộng rãi, và tỏ ra quan tâm quá nhiều đến những điều không quan trọng, nhất là những khoản tiền vụn vặt ■ *In this era of increased competition, banks are trying to nickel and dime their customers with fees for everything from writing checks to using cash machines.* ● Trong thời đại gia tăng cạnh tranh này, các ngân hàng đang cố sức tính toán chi ly với khách hàng của mình, với các khoản thu phí cho mọi thứ, từ việc viết chi phiếu cho đến sử dụng

night owl

các máy đổi tiền. ■ *We face big problems that can't be solved with nickel-and-dime solutions.* ● Chúng ta đối mặt với những rắc rối lớn không thể được giải quyết với những giải pháp vụn vặt.

night → **all hours (of the day and night)**

night → **all night long**

night → **call it a night**

night → **different as night and day**

night → **like night and day**

night → **morning, noon and night**

night → **one night stand**

night → **ships that pass in the night**

night → **the dead of night**

night → **the morning after the night before**

night → **things that go bump in the night**

night owl người năng động về đêm, và thường đi ngủ rất trễ ■ *Night owls will soon find out that there aren't a lot of options for entertainment after mignight in this town.* ● Những người chơi đêm không bao lâu sẽ phát hiện ra là chẳng có nhiều lựa chọn lắm trong việc giải trí sau nửa đêm ở thị trấn này.

NIMBY → **not in my backyard**

nine → **a stitch in time (saves nine)**

nine → **on cloud nine**

nine → **the whole nine yard**

nines → **be dressed (up) to the nines**

nip → **be nip and tuck**

nip sth in the bud chặn đứng một tình huống xấu trước khi nó có thể phát triển và trở nên tồi tệ ■ *We've tried to nip the rumour in the bud so that people don't start thinking an earthquake is about to hit.* ● Chúng tôi đã cố dập tắt tin đồn ngay từ đầu, để mọi người không nghĩ rằng có một trận động đất sắp xảy ra.

nitty → **get down to the (real) nitty gritty**

no → **do sb no favours**

no → **up to no good**

no → **yes and no**

no amount of sth nói về điều gì sẽ không bao giờ có được hiệu quả, tác dụng ■ *No amount of encouragement would make him jump into the pool.* ● Không một sự can đảm nào có thể làm cho anh ta nhảy xuống hồ. ■ *No amount of training could have prepared him for this.* ● Không một sự rèn luyện nào có thể chuẩn bị được anh ta cho điều này.

no bed of roses hoặc *not a bed of roses* dùng khi muốn nói rằng, một tình huống tốt đến đâu, đôi khi cũng phải có những khó khăn nhất định hoặc không thuận lợi ■ *They agree that their marriage has not been a bed of roses.* ● Họ đồng ý rằng cuộc sống hôn nhân của họ không phải bao giờ cũng suôn sẻ tốt đẹp. ■ *Their life together hasn't exactly been a bed of roses.* ● Cuộc sống chung của họ thật ra không phải bao giờ cũng tốt đẹp. ■ *The life of a debt collector is no bed of roses.* ● Cuộc đời của một người đi thu nợ thật không phải bao giờ cũng dễ dàng. (*bed of roses* được dùng trong thành ngữ này với nghĩa là luống hoa hồng, tượng trưng cho sự tốt đẹp như mong muốn)

no better than hoặc *no little than* cũng gần giống như, không tốt đẹp gì hơn ■ *The path was no better than a sheep track.* • Con đường mòn không khá gì hơn một lối đi của cừu. ■ *They treated me as though I was no better than an animal.* • Họ cư xử với tôi như thể là tôi chẳng hơn gì một con vật.

no bones about it → **make no bones about sth**

no buts (about it) hoặc *no ifs, ands or buts (about it)* (khẩu ngữ) dùng để nhấn mạnh rằng điều đang nói là nghiêm túc, hoặc hoàn toàn, chắc chắn là sự thật ■ *We can't change anything now - no buts about it. So just keep doing what you've been doing.* • Lúc này chúng ta không thể thay đổi được bất cứ điều gì cả - đúng như thế đấy. Vì vậy hãy tiếp tục những gì mà các bạn đang làm.

no chance không có khả năng sẽ xảy ra điều gì ■ *"Do you think he'll do it?" "No chance."* • Anh có nghĩ là anh ta sẽ làm chuyện đó không?" "Không có khả năng ấy đâu."

no comment dùng khi không muốn trả lời một câu hỏi, nhất là với các phóng viên báo chí - không có gì để nói cả ■ *"Will you resign, sir?" "No comment!"* • "Ông sẽ từ chức chứ, thưa ông?" "Xin miễn trả lời."

no comparison dùng để nhấn mạnh sự khác biệt hoàn toàn giữa hai đối tượng đang được so sánh, khác biệt đến mức không thể so sánh được ■ *In terms of price there's no comparison.* • Về giá cả thì không thể so sánh được. (sự chênh lệch là quá lớn) ■ *I never loved her the way I love you: there's no comparison.* • Anh chưa bao giờ yêu cô ấy theo cách như anh yêu em: không thể so sánh được.

no dice (khẩu ngữ) dùng để từ chối không làm điều gì đã được yêu cầu, hoặc để nói rằng điều gì đó không thể làm được ■ *I tried to get someone to cover your shift this weekend, but no dice.* • Tôi đã cố tìm ai đó thay ca cho bạn vào cuối tuần này, nhưng điều đó không thể được. ■ *"Did you get that job?" "No dice."* • "Anh nhận được công việc ấy chứ?" "Không thể được."

no doubt 1. dùng khi đưa ra điều gì có nhiều khả năng sẽ xảy ra ■ *No doubt she'll call us when she gets there.* • Hẳn nhiên là cô ấy sẽ gọi điện cho chúng ta khi cô ấy đến đó. ■ *No doubt she'll tell me everything when she's ready.* • Hẳn nhiên là cô ấy sẽ kể hết mọi chuyện với tôi khi cô ấy đã sẵn sàng. 2. nói về một điều chắc chắn, không nghi ngờ gì ■ *He's made some great movies. There's no doubt about it.* • Ông ta đã làm một số bộ phim rất tuyệt. Chắc chắn không nghi ngờ gì về điều đó. ■ *No doubt she's very nice, but I just don't like her.* • Chắc chắn là cô ấy rất tử tế, nhưng chỉ là tôi không thích cô ấy thôi.

no duh (khẩu ngữ - thường được trẻ con dùng) dùng khi muốn cho người khác cảm thấy ngớ ngẩn vì điều vừa nói ra vốn đã được biết rồi ■ *"New York City isn't the capital of New York State." "No duh. I already said that!"* • "Thành phố New York không phải là thủ phủ của bang New York." "Không đâu ngốc ạ. Tao đã nói như vậy rồi."

no end (khẩu ngữ) rất nhiều, hết sức, vô cùng ■ *It upset me no end to hear they'd split up.* • Tôi bối rối vô cùng khi nghe họ đã chấm dứt quan hệ. ■ *We had* no end of trouble getting them to agree. • Chúng tôi đã gặp rắc rối rất nhiều để làm cho họ chịu đồng ý.

no exception nói về người hay sự vật không khác với đồng loại đang được nói đến ■ *Climbers are brave people, and Robert is no exception.* • Những người leo núi là những người gan dạ, và Robert cũng không khác gì họ.

no fear (khẩu ngữ) dùng để bày tỏ sự dứt khoát không muốn, không có dự tính làm điều gì ■ *"Are you coming climbing?" "No fear!"* • "Anh sẽ đi leo núi chứ?" "Dứt khoát là không!"

no go (khẩu ngữ) nói về điều gì đó sẽ không xảy ra, hoặc không thực hiện được ■ *Finally, we tried to find work downtown, but even there it was no go.* • Cuối cùng, chúng tôi thử tìm việc ở trung tâm thành phố, nhưng ngay cả ở đó cũng chẳng được gì. ■ *If the bank won't lend us the money it's no go, I'm afraid.* • Nếu ngân hàng không cho chúng ta vay tiền, tôi e là không làm được gì cả.

no great shakes nói về người hay sự vật không giỏi lắm, không có phẩm chất tốt đẹp vượt trội lắm ■ *Howie was no great shakes as a pianist, but he really enjoyed playing.* • Howie không là một nghệ sĩ dương cầm giỏi lắm, nhưng anh ta thực sự rất thích chơi.

no hard feelings (khẩu ngữ) dùng để nói với người đã bất hòa với mình rằng bạn không còn giận nữa và hy vọng người ấy cũng vui vẻ dàn hòa ■ *No hard feelings, Pat - I was the one who was wrong.* • Không có gì để hờn giận, Pat. Tôi mới là người có lỗi. ■ *Someone's got to lose. No hard feelings, Dave?* • Tất nhiên phải có người thua. Không giận nữa chứ, Dave?

no ifs, ands or buts (about it) → **no buts**

no little than → **no better than**

no mean feat điều rất khó làm ■ *They managed to remain partners for 15 years - no mean feat in any business.* • Họ đã duy trì được quan hệ hợp tác trong 15 năm - điều rất khó làm trong bất cứ công việc nào.

no more Mr Nice Guy (khẩu ngữ) dùng khi muốn nói là sẽ không cư xử công bằng và trung thực nữa, bởi vì những người khác đã không cư xử công bằng và trung thực với mình ■ *The new policy is no more Mr Nice Guy, no more giving people money whenever they tell us they have problems.* • Chính sách mới là không tiếp tục cư xử tốt đẹp như trước nữa, không còn đưa tiền ra cho người ta bất cứ khi nào họ nói với chúng ta là đang gặp khó khăn.

no more sth than the man in the moon hoặc *as much sth as the man in the moon* (khẩu ngữ) dùng để nhấn mạnh một phát biểu phủ định ■ *I assure you, I have as much influence on state taxes as the man in the moon.* • Tôi đoan chắc với anh, tôi chẳng có chút ảnh hưởng nào đến các khoản thuế của nhà nước.

no news is good news (khẩu ngữ) không nhận được tin tức của ai tức là mọi sự đều tốt đẹp với người ấy, vì điều đó có nghĩa là không có điều gì xấu xảy ra ■ *"Have you heard from Tonya recently?" "No, not for a while." "Well, no news is good news, I suppose."* • "Gần đây bạn có nghe tin gì từ Tonya không?" "Không, chẳng nghe thấy gì trong một thời gian rồi." "À, không có tin là tin tốt đẹp đấy, tôi cho là thế."

no pain, no gain dùng để bày tỏ sự chấp nhận đối với khó khăn hay bất lợi bởi vì muốn đạt đến một thành quả nào đó ■ *"We'll have to start at 5:00 a.m. to finish our task on time." "Oh, well, no pain, no gain."* ● "Chúng ta sẽ phải bắt đầu vào lúc 5 giờ sáng để có thể hoàn toàn nhiệm vụ kịp giờ." "Ồ, vâng, muốn thành công thì phải cố gắng chứ."

no picnic (khẩu ngữ) nói về điều gì rất khó khăn và phải tốn nhiều công sức ■ *Staying home with the kids is no picnic. There's no rest unless they're taking a nap.* ● Ở nhà với bọn trẻ thật không dễ dàng chút nào. Không có lúc nào nghỉ ngơi được trừ khi chúng ngủ đi một chút.

no rest for the weary hoặc *no rest for the wicked* cách diễn đạt khôi hài khi người nói rất mệt nhưng vẫn phải tiếp tục làm việc ■ *Just as Shirley sat down, there was a knock at the door. "No rest for the weary," she thought.* ● Ngay khi Shirley vừa ngồi xuống, có tiếng gõ ở cửa ra vào. Cô ta nghĩ: "Thật là mệt phờ cũng chẳng được nghỉ."

no rest for the wicked → **no rest for the weary**

no shit (khẩu ngữ) 1. dùng để nhấn mạnh sự đồng ý hoàn toàn và cảm thông được với cảm xúc của ai ■ *"It was really windy this morning!" "Yeah, no shit! I thought the house was going to blow down."* ● "Sáng nay trời thật nhiều gió." "Vâng, hoàn toàn đúng vậy. Tôi tưởng như căn nhà sắp bị thổi sập đến nơi." 2. bày tỏ sự ngạc nhiên về điều ai đó vừa nói ra ■ *"I saw Rick today. He got a job as a sales manager." "No shit! I never thought he'd do anything worthwhile."* ● "Hôm nay tôi đã gặp Rick. Anh ta kiếm được công việc ở vị trí quản lý bán hàng." "Thật thế sao! Tôi không bao giờ nghĩ rằng anh ta sẽ làm được bất cứ công việc gì đáng giá." 3. hoặc *no shit Sherlock* cách nói thô lỗ để chế giễu ai là ngốc nghếch, khi họ vừa nói ra điều gì đã được biết rồi ■ *"You have to heat the oven first." "No shit! I have baked cookies before, you know."* ● "Anh phải đốt nóng lò lên trước." "Ngớ ngẩn! Tôi đã từng nướng bánh trước đây rồi, anh biết mà."

no slouch (at sth) rất giỏi về điều gì, hoặc làm việc tích cực, chăm chỉ trong lĩnh vực nào, hoặc có một phẩm chất đặc biệt nào đó ■ *Sarah is an excellent student. And she's no slouch at sports, either.* ● Sarah là một sinh viên tuyệt vời. Và cô ta cũng rất giỏi trong các môn thể thao nữa.

no spring chicken (khẩu ngữ) nói về người không còn ở thời son trẻ nữa ■ *My sister still wears miniskirts, and she's no spring chicken.* ● Chị tôi vẫn còn mặc váy ngắn, mà chị ấy có trẻ trung gì nữa đâu.

no stranger to sth nói về một tình huống mà ai đó đã từng trải qua và vì thế không gặp khó khăn gì trong việc đối phó nữa ■ *Taylor, who is a well-known music journalist, is no stranger to broadcasting either, having worked for CBS.* ● Taylor, một nhà báo nổi tiếng chuyên về âm nhạc, cũng không xa lạ gì với việc phát sóng, hiện đang làm việc cho đài CBS.

no such luck (khẩu ngữ) diễn tả sự thất vọng vì điều gì đó không phải là sự thật, hoặc đã không xảy ra như mong đợi ■ *I thought that he might offer me something to drink, but no such luck.* • Tôi tưởng là anh ta sẽ mời tôi uống chút gì, nhưng chẳng có được cái may mắn đó.

no sweat (khẩu ngữ) dùng để nhấn mạnh việc có thể làm được điều gì rất dễ dàng ■ *"Are you sure you can carry that bag? "Sure, no sweat."* • "Anh có chắc là anh có thể mang nổi cái bao đó không?" "Chắc chắn rồi, không có gì khó khăn cả."

no thanks to sb hoặc *no thanks to sth* (khẩu ngữ) nói về người hay sự vật đã không giúp đỡ, hỗ trợ gì cho một công việc, hoặc đã cố tìm cách cản trở, ngăn cản ■ *Well, I finally finished the book - no thanks to you.* • Hà, cuối cùng thì tôi cũng đã hoàn tất cuốn sách - chẳng phải nhờ đỡ gì đến anh cả.

no thanks to sth → **no thanks to sb**

no time like the present hoặc *there's no time like the present* (khẩu ngữ) nói về một cơ hội để thực hiện điều gì ngay vào lúc này và không nên chờ đợi ■ *The kids are at their grandma's so there's no time like the present to put a little romance back into our marriage.* • Bọn trẻ đang ở nhà bà nội của chúng, vì thế là một cơ hội tốt không nên trì hoãn để chúng ta tìm lại đôi chút tình cảm lãng mạn trong cuộc sống hôn nhân.

no time to lose hoặc *there's no time to lose* dùng khi có rất ít thời gian để thực hiện điều gì và vì thế phải làm một cách hết sức nhanh chóng, không được trì hoãn ■ *David knew he had to get her to the hospital. There was no time to lose.* • David biết là anh ta phải đưa cô ấy vào bệnh viện ngay, không được chậm trễ chút nào.

no two ways about it (khẩu ngữ) dùng để nhấn mạnh điều gì là chắc chắn đúng thật, không thể khác đi ■ *No two ways about it, that was the hardest test I've ever taken.* • Chắc chắn là như vậy, đó là kỳ thi khó nhất mà tôi đã từng trải qua.

no way (khẩu ngữ) 1. hoặc *no way Jos* dùng để nhấn mạnh việc không đồng ý với điều gì hoặc cho rằng điều gì là không đúng thật ■ *"Can I have a bite of your pizza." "No way José - get your own."* • "Tôi dùng một miếng bánh pizza của anh được không?" "Đừng có hòng - hãy tự đi lấy phần của anh." 2. bày tỏ sự không tin vào ai, hoặc ngạc nhiên về điều vừa được nói ra ■ *"The cat hissed at me and tried to scratch me." "No way, this little one?"* • "Con mèo rít lên với tôi và cố sức cào cấu tôi." "Không thể tin nổi, con mèo nhỏ này sao?"

no way Jos → **no way**

no wonder hoặc *small wonder* hoặc *little wonder* hoặc *it's no wonder* hoặc *it's small wonder* hoặc *it's little wonder* (khẩu ngữ) nói về một sự việc không có gì đáng ngạc nhiên vì đó là tất yếu, hợp lý ■ *No wonder you're tired if you walked all that way.* • Không có gì lạ khi bạn mệt mỏi nếu như bạn đã bộ suốt chặng đường ấy. ■ *When doctors have to work such long hours - sometimes 16 to 18 hour shifts - it's little wonder that mistakes are made.* • Khi các bác sĩ phải làm việc quá nhiều giờ đến thế - đôi khi có những ca từ 16 đến 18 giờ - không có gì đáng ngạc nhiên khi có những sai lầm xảy ra.

no you don't (khẩu ngữ) dùng để bày tỏ ý định ngăn cản không muốn cho ai đó làm điều gì ■ *Sharon went to get into the taxi. "Oh no you don't," said Steve.* • Sharon bước đến để lên xe taxi. Steve nói: "Ồ không, đừng làm thế."

nobody → do sth like nobody's business

nobody → the lights are on, but nobody's home

nobody in one's right mind would do sth dùng khi đề cập đến một hành động mà người nói cho là điên rồ hoặc phi lý ■*Nobody in their right mind would try to come in and renovate this old building.* • Không một ai có đầu óc tỉnh táo mà lại đến đây và sửa chữa lại căn nhà cũ này. ■*What man in his right mind would want to go to war?* • Có con người sáng suốt nào lại muốn đi đến chiến tranh?

nobody's fool người có đủ sự khôn ngoan cần thiết, không dễ dàng bị lừa dối ■ *Katherine was young and inexperienced in the ways of Hollywood, but she was nobody's fool. She knew enough to find a good agent.* • Katherine còn trẻ và không có kinh nghiệm về đường đi nước bước ở Hollywood, nhưng cô ấy là một người không dễ bị lừa dối. Cô có đủ hiểu biết để tìm một người đại diện tốt. ■ *She's nobody's fool when it comes to dealing with difficult patients.* • Cô ta có đủ khôn ngoan khi cần phải đối phó với những bệnh nhân khó khăn.

no-brainer → be a no-brainer

nod → a wink's as good as a nod (to a blind man)

nod → get the nod

nod → have a passing acquaintance with

nod → in the land of nod

noise → make noises about sth

noise → make the right noises

none → a jack of all trades

none → be none the wiser

none → be none the worse for wear

none → half a loaf (is better than none)

none of one's business (khẩu ngữ) cách nói thô lỗ, dùng để nói với người đối diện rằng anh ta hoặc chị ta không có quyền tìm hiểu điều gì đó có tính cách riêng tư ■ *"What did you and Andy do last night?" "None of your business!"* • "Tối qua anh và Andy làm gì vậy?" "Thôi đi, không phải chuyện của anh."

noon → it's high noon (for)

noon → morning, noon and night

noose → put one's head in a noose

nor → can't make head nor tail of sth

nor → not ... for love nor money

nor → not see hide nor hair of sb

nor → that's neither here nor there

nose → as plain as the nose on one's face

nose → be right (there) under one's nose

nose → brown nose

nose → cut off one's nose to spite one's face

nose → do sth with one's nose in the air

nose → follow one's nose

nose → have a nose for sth

nose → have one's nose to the grindstone

nose → hold one's nose

nose → it's no skin off one's nose

nose → keep one's nose clean

nose → keep one's nose out of sth

nose → lead sb (around) by the nose

nose → look down one's nose (at)

nose → pay through the nose

nose → plain as the nose on one's face

nose → powder one's nose

nose → put one's nose out of joint

nose → rub one's nose in it

nose → see beyond (the end) of one's nose

nose → stick one's nose into sth

nose → thumb one's nose (at)

noser → brown-noser

not ... by any (manner of) means → by no means

not ... for love nor money hoặc *not ... for love or money* (khẩu ngữ) dùng để nhấn mạnh là người nói không thể, hoặc không muốn làm điều gì ■ *We couldn't find a taxi for love nor money.* • Chúng tôi không thể nào tìm được một chiếc taxi. ■ *I wouldn't eat at that place again for love or money.* • Tôi sẽ chẳng bao giờ đi ăn ở nơi đó một lần nữa, chắc chắn là vậy.

not ... for love or money → not ... for love nor money

not a barrel of laughs hoặc *not exactly a barrel of laughs* (khẩu ngữ) cách nói hài hước để nhấn mạnh rằng người hay sự việc nào đó là không gây hứng thú, không vui ■ *"What did you think of Segal's wife?" "Well, she's not exactly a barrel of laughs, is she?"* • "Bạn nghĩ sao về cô vợ của Segal?" "À, cô ta không phải là người vui tính lắm, phải không?" ■ *Life hasn't exactly been a barrel of laughs lately.* • Gần đây cuộc sống thật sự không được vui thú lắm.

not a bed of rose → no bed of roses

not a bit hoặc *not one (little) bit* dùng để nhấn mạnh ý phủ định, hoàn toàn phủ định ■ *"Are you cold?" "Not a bit."* • "Anh có lạnh không?" "Không một chút nào." ■ *It's not a bit of use complaining.* • Việc than phiền không có chút ích lợi nào. ■ *I don't like that idea one bit.* • Tôi hoàn toàn không thích ý kiến đó. ■ *I don't like what you're doing one little bit.* • Tôi hoàn toàn không thích những gì anh đang làm. ■ *It's not a bit like any of the other paintings he's done.* • Nó hh không giống với bất cứ bức tranh nào trong số những bức mà anh ta đã vẽ.

not a bit of it dùng khi nói về điều gì được mong đợi, dự đoán đã không xảy ra ■ *You'd think she'd be tired after the journey but not a bit of it!* • Anh hẳn nghĩ là cô ấy sẽ mệt mỏi sau chuyến đi nhưng hoàn toàn không phải vậy. ■ *You'd think he'd just give up, but not a bit of it.* • Bạn hẳn nghĩ là anh ta sẽ bỏ cuộc nhưng hoàn toàn không phải vậy.

not a blind bit of sth hoặc *not the blindest bit of sth* dùng để nhấn mạnh ý phủ định ■ *He didn't take a blind bit of notice of me.* • Anh ta đã hoàn toàn không chú ý đến tôi. ■ *It won't make the blindest bit of difference.* ● Nó hoàn toàn không tạo ra bất cứ khác biệt nào. ■ *They didn't take a blind bit of notice and just went on talking.* ● Họ hoàn toàn không chú ý gì đến và cứ tiếp tục nói chuyện. ■ *None of our protests did a blind bit of good.* ● Không một sự phản đối nào của chúng tôi có được kết quả tốt.

not a dry eye in the house (cách nói khôi hài) dùng khi nói đến một sự kiện hay một tuyên bố khiến cho mọi người đều cảm thấy buồn hoặc xúc động mạnh, nhất là khi người nói cho rằng những cảm xúc ấy là ngốc nghếch hoặc quá đáng ■ *We don't expect there to be a dry eye in the house tonight during the "Celebration of Courage" awards program.* ● Chúng tôi không chờ đợi là mọi người đều sẽ cảm động rơi lệ với chương trình phát thưởng "Ca ngợi lòng dũng cảm" tối nay. ■ *There wasn't a dry eye in the house when they announced their engagement.* ● Mọi người đều xúc động khi họ công bố việc đính hôn với nhau.

not a pretty sight (khẩu ngữ) cách nói hài hước về một người hay sự vật không được xinh xắn, dễ coi cho lắm ■ *Sheila was not a pretty sight after her 15-hour bus ride through the desert.* ● Sheila trông không được dễ coi lắm sau chuyến đi bằng xe buýt dài 15 giờ đồng hồ băng qua sa mạc.

not a red cent hoặc *not one red cent* dùng để nhấn mạnh là thực sự không có chút tiền bạc nào ■ *The magazine published my article, but I never got one red cent for it.* ● Tạp chí ấy đã đăng bài của tôi, nhưng tôi chẳng bao giờ nhận được lấy một xu nhuận bút nào cả.

not able to go on không thể tiếp tục thực hiện công việc gì hoặc không thể tiếp tục sống nữa ■ *Before her death, she left a note saying she was not able to go on.* ● Trước khi chết, cô ấy có để lại mấy dòng nói rằng cô ấy không thể tiếp tục sống được nữa. ■ *I just can't go on this way.* ● Tôi thật không thể tiếp tục làm theo cách này được nữa. (phải có thay đổi thôi.)

not able to help sth không thể ngăn ngừa điều gì xảy ra hoặc không thể kiểm soát, kiềm chế được ■ *I'm sorry about being late. I wasn't able to help it.* ● Tôi rất tiếc về việc đến trễ. Tôi đã không sao có thể tránh được điều đó. (có lý do nào đó ngoài khả năng của tôi) ■ *Bob can't help being boring.* ● Bob không sao ngăn được sự buồn chán. ■ *I can't help thinking he knows more than he has told us.* ● Tôi không thể ngăn được ý nghĩ là anh ta biết nhiều hơn những gì anh ta đã nói với chúng ta. ■ *He can't help being ugly.* ● Anh ta không thể tránh né được sự xấu xí của mình. (một sự thật đương nhiên phải chấp nhận) ■ *She couldn't help but wonder what he was thinking.* ● Cô ấy không sao ngăn được sự thắc mắc không biết anh ta đang nghĩ gì. ■ *It couldn't be helped.* ● Điều đó là không sao tránh được. (chỉ có thể chấp nhận mà thôi.) ■ *He never does more work than he can help.* ● Hắn ta chẳng bao giờ làm nhiều việc hơn mức mà hắn có thể tránh né được. (hắn ta cố làm càng ít càng tốt) ■ *I always end up having an argument with her, I don't know why, I just can't help it.* ● Bao giờ tôi cũng đi đến chỗ cãi nhau với cô ấy. Tôi không biết tại sao nữa, chỉ là tôi không sao tránh được điều đó. ■ *I couldn't help it if the bus was late.* ● Tôi đâu có ngăn được nếu như xe buýt có đến trễ. (đó không thể là lỗi của tôi) ■ *She burst out laughing loudly - she couldn't help herself.* • Cô ấy bật ra cười lớn - cô ấy không sao nhịn cười được. ■ *She won't be invited again, not if I can help it.* • Bà ta sẽ không được mời lần nữa - không, nếu như tôi có thể ngăn được điều đó. (nếu tôi có thể làm điều gì để ngăn cản việc mời bà ta lần nữa)

not able to wait 1. rất nôn nóng, mong mỏi cho việc gì xảy ra ■ *I wasn't able to wait to see the back of that old car.* • Tôi nóng lòng chờ đợi đến lúc tống khứ được chiếc xe hơi cũ đó đi. ■ *I'm looking forward to learning to drive. I can't wait to get behind the steering wheel and get my feet wet.* • Tôi đang mong đợi được học lái xe. Tôi nôn nóng muốn được ngồi vào sau tay lái và bắt đầu học lái. 2. có nhu cầu phải đi nhà vệ sinh ngay lập tức, không thể nhịn được nữa ■ *Driver, stop the bus! My little boy can't wait.* • Bác tài ơi, dừng xe buýt đi! Thằng nhỏ tôi đau bụng phải đi vệ sinh ngay.

not about to không muốn làm điều gì, không có ý định là sẽ làm ■ *The shop steward was not about to cross the picket line.* • Người quản lý cửa hàng không có ý định vượt qua hàng rào chắn. ■ *"Are you staying longer?" "No, I'm not about to."* • "Anh sẽ ở lại lâu hơn chứ?" "Không, tôi không có ý định đó." ■ *I've never done any cooking and I'm not about to start now.* • Tôi chưa từng nấu ăn, và tôi cũng không định sẽ bắt đầu việc ấy vào lúc này. ■ *"Will she come with us." "She's not about to."* • "Cô ấy sẽ đi với chúng ta chứ?" "Cô ấy không có ý định đó." → ***about to***

not all that glitters is gold → ***all that glitters is not gold***

not all that hoặc ***not as all that*** dùng với một tính từ để nhấn mạnh ý phủ định ■ *He doesn't sing all that well.* • Anh ta hát không hay chút nào. ■ *I didn't finish the book - it wasn't all that interesting.* • Tôi đã không đọc hết cuốn sách - nó chẳng hấp dẫn chút nào. ■ *They're not as rich as all that.* • Họ đâu có giàu đến thế.

not all there (thông tục) lơ đễnh, lẫn lộn hoặc không được hoàn toàn tỉnh táo ■ *That woman in the store kept giving me the wrong change - she just wasn't all there as far as I could tell.* • Người phụ nữ trong cửa hiệu ấy cứ thối tiền nhầm cho tôi mãi - tôi có thể nói là bà ta không được tỉnh táo lắm.

not amount to a hill of beans rất ít quan trọng hoặc không có mấy giá trị, không đáng kể ■ *I feel like I've been working for nothing - it isn't going to amount to a hill of beans after taxes.* • Tôi có cảm tưởng mình đã làm việc mà chẳng được gì cả - sau khi trả các khoản thuế xong thì chẳng còn gì đáng kể.

not as all that → ***not all that***

not bad hoặc ***not too bad*** (khẩu ngữ) khá tốt đẹp, vượt hơn mức mong đợi ■ *"How are you?" "Not too bad."* • "Anh có khỏe không?" "Không tệ lắm." ■ *That wasn't bad for a first attempt.* • Điều đó không tệ lắm đối với một nỗ lực lần đầu tiên. ■ *"How do you feel this morning?" "Not bad, thanks."* • "Sáng nay anh cảm thấy thế nào?" "Rất tốt, xin cảm ơn." ■ *Those pictures aren't bad for a beginner.* • Những bức tranh ấy không tệ lắm đối với một người mới bắt đầu. ■ *We thought it would be awful, but it wasn't too bad.* • Chúng tôi tưởng là nó sẽ tồi tệ lắm, nhưng không đến nỗi tồi.

not bat an eyelid không hề ngạc nhiên chút nào về điều gì ■ *She didn't bat an eyelid when I told her my news.* • Cô ấy không ngạc nhiên chút nào khi tôi kể với cô ấy tin tức của mình.

not be a laughing matter → **be no laughing matter**

not be any the wiser → **be none the wiser**

not be arsed (to do sth) (khẩu ngữ) không muốn làm điều gì vì cho rằng có nhiều rắc rối, khó khăn hoặc cảm thấy quá lười nhác ■ *I was supposed to do some work this weekend but I couldn't be arsed.* • Tôi phải làm một số việc cuối tuần này nhưng tôi cảm thấy lười nhác không muốn làm chút nào.

not be out the woods (yet) dùng khi muốn nói là vẫn còn có một số khó khăn, rắc rối nữa trước khi tình huống được cải thiện ■ *Gladys is feeling much better, but she isn't out of the woods yet.* • Gladys đang cảm thấy khỏe hơn nhiều, nhưng vẫn chưa hoàn toàn vượt qua hết khó khăn đâu.

not breathe a word hoặc *not say a word* (khẩu ngữ) biết rõ một sự việc nhưng không hé miệng nói ra vì đó là điều quan trọng mà không có ai khác biết được ■ *I can't believe Mark knew about this all along, and he never said a word.* • Tôi không thể tin được rằng Mark đã biết hết sự việc này rồi, và anh ta không bao giờ hé miệng nói ra.

not by a long shot hoặc *by a long shot* dùng để nhấn mạnh một câu phủ định ■ *I don't enjoy making a recording as much as I enjoy playing to an audience - not by a long shot.* • Tôi không thích thú khi ghi âm bằng như khi trình diễn trước một cử tọa - quả thật là không bằng.

not by any stretch of the imagination dùng để nhấn mạnh khi một sự vật không thể nào được xem xét hay miêu tả theo một cách cụ thể nào đó ■ *This building was not, by any stretch of the imagination, a palace.* • Tòa nhà này chắc chắn không thể nào là hoàng cung được.

not come amiss → **not go amiss**

not come cheap phải chi trả rất nhiều tiền, rất đắt cho một món đồ hoặc một dịch vụ ■ *Violins like this don't come cheap.* • Những cây đàn vĩ cầm như thế này rất đắt tiền. ■ *He doesn't come cheap, but he gets the job done on time.* • Anh ta lấy giá rất đắt, nhưng anh ta hoàn tất công việc đúng hạn.

not come to anything → **come to nothing**

not cricket (cách dùng cũ) không công bằng, thỏa đáng ■ *You can't do it without telling him; it's just not cricket.* • Anh không thể làm điều đó mà không bảo với anh ta; như thế là không công bằng.

not cut much ice (with) hoặc *cut no ice (with)* hoặc *cut little ice (with)* về lời nói hoặc việc làm... không tạo ra được hiệu quả hoặc ấn tượng như mong muốn ■ *A degree in science will cut little ice with most employers. They want experience in the fash-moving world of technology.* • Một bằng cấp về khoa học chẳng có mấy tác dụng đối với những người chủ. Họ cần kinh nghiệm thực

not cut the mustard

tế trong thế giới kỹ thuật thay đổi nhanh chóng này. ■ *His excuses cut no ice with me.* ● Những lý do bào chữa của anh ta không tác dụng gì đối với tôi.

not cut the mustard không có đủ phẩm chất tốt đẹp cần thiết cho một hoạt động cụ thể nào đó, nhất là khi phải cạnh tranh, so sánh với người khác ■ *He's a great boxer, but his last few performances in the ring just haven't cut the mustard.* ● Anh ta là một võ sĩ quyền Anh lớn, nhưng những lần thi đấu vừa qua trên võ đài của anh đã không vượt qua được đối thủ.

not do a lot for sb → **not do anything for sb**

not do anything for sb hoặc *not do a lot for sb* hoặc *not do much for sb* (khẩu ngữ) không làm cho ai đó có vẻ ngoài trở nên hấp dẫn, lôi cuốn hơn ■ *That hairstyle doesn't do anything for her.* ● Kiểu tóc đó không làm cho cô ta hấp dẫn hơn chút nào.

not do much for sb → **not do anything for sb**

not do sb any favours → **do sb no favours**

not do sth for the world → **not the world**

not easy to swallow → **hard to swallow**

not enough room to swing a cat → **you could not swing a cat**

not exactly 1. dùng khi muốn nêu ra điều ngược lại hoặc khác biệt ■ *He wasn't exactly pleased to see us - in fact he refused to open the door.* ● Ông ta không chút hài lòng khi gặp chúng tôi - trong thực tế, ông ta đã từ chối không chịu mở cửa. ■ *It's not exactly beautiful, is it?* ● Nó đâu có đẹp chút nào, phải không? (tôi cho rằng nó rất xấu) ■ *It's not exactly a novel, more an extended short story.* ● Nó không phải là một cuốn tiểu thuyết, chỉ gần như một truyện ngắn được kéo dài ra thôi. ■ *£300,000 for a picture is not exactly cheap.* ● Ba trăm ngàn bảng Anh cho một bức tranh không rẻ chút nào. (tôi cho là quá đắt) ■ *She's not exactly the world's greatest singer.* ● Cô ấy không phải là ca sĩ lớn nhất thế giới. 2. dùng khi muốn điều chỉnh lại thông tin mà ai đó vừa đưa ra vì có phần không được hoàn toàn chính xác ■ *"So he told you you'd got that job?" "Not exactly, but he said they were impressed with me."* ● "Vậy là ông ta đã nói anh sẽ nhận được công việc ấy?" "Không đúng vậy, nhưng ông ta nói rằng họ rất có ấn tượng về tôi." ■ *"You're leaving, aren't you?" "Not exactly, I'm just going on holiday."* ● "Anh sắp ra đi, phải không?" "Không hẳn là như vậy, tôi chỉ sắp đi nghỉ thôi."

not exactly a barrel of laughs → **not a barrel of laughs**

not far off (the mark) hoặc *not far wrong* hoặc *not far out* gần như là chính xác, không xa với sự thật ■ *I'm told that most of what's been reported in the newspapers is not too far off the mark.* ● Tôi được nói cho biết là hầu hết những gì được tường thuật trên báo chí là không quá xa sự thật. (có thể tin được, gần như là chính xác) ■ *I thought it would happen in early April, and I wasn't far wrong.* ● Tôi nghĩ là nó sẽ xảy ra trong đầu tháng 4, và tôi đã không sai mấy. ■ *Your guess wasn't far out at all.* ● Suy đoán của anh đã không sai lệch chút nào.

not far out → not far off (the mark)

not far wrong → not far off (the mark)

not feel up to par → below par

not for all the tea in China dùng khi muốn nhấn mạnh là không muốn làm điều gì, bất kể là điều ấy sẽ mang lại nguồn lợi lớn đến đâu đi chăng nữa ■ *Parvis won't stop here - not for all the tea in China.* ● Parvis sẽ không dừng lại ở đây - bất kể là có được lợi bao nhiêu đi chăng nữa.

not for anything dùng để nhấn mạnh ý phủ định, dứt khoát là sẽ không làm điều gì ■ *I wouldn't give it up for anything.* ● Tôi dứt khoát không bao giờ từ bỏ điều ấy. ■ *I wouldn't get married again for anything.* ● Tôi dứt khoát sẽ không bao giờ lập gia đình lần nữa.

not for the world hoặc *not do sth for the world* (cách dùng cũ) dùng để nhấn mạnh là người nói sẽ không bao giờ làm điều gì đó ■ *I couldn't leave my family for the world.* ● Tôi sẽ không bao giờ rời bỏ gia đình tôi đâu.

not forgetting dùng khi bổ sung thêm chi tiết trong một danh sách liệt kê vừa được nhắc đến ■ *I share the house with Jim, Ian and Sam, not forgetting Spike, the dog.* ● Tôi sống chung một nhà với Jim, Jan và Sam, cũng phải nói đến con chó Spike nữa. ■ *She had the children to worry about, not forgetting finding a job.* ● Cô ấy có con cái để lo lắng, cũng phải nói đến chuyện tìm việc làm nữa. ■ *To write this book, I've got lots of help from my teacher, friends and colleagues, not forgetting my wife.* ● Để viết cuốn sách này, tôi đã nhận được nhiều sự giúp đỡ từ thầy tôi, các bạn bè và đồng nghiệp, cũng phải nói đến vợ tôi nữa.

not get a wink of sleep → not sleep a wink

not give a (flying) fuck (cách diễn đạt hàm ý xúc phạm, nên tránh dùng) dùng để nhấn mạnh rằng ai đó không quan tâm đến điều gì ■ *I don't give a flying if you go or not. I'm staying here.* ● Tao cóc cần biết mày có đi hay không. Tao sẽ ở lại đây. ■ *He doesn't give a fuck about anyone else.* ● Hắn ta chẳng cần biết đến bất cứ ai khác.

not give a fig about hoặc *not give a fig for* không một chút quan tâm đến vấn đề đang đề cập ■ *I don't give a fig about your health problems - I've got problems of my own!* ● Tôi không quan tâm chút nào đến các vấn đề sức khỏe của anh - bản thân tôi cũng có những vấn đề của mình rồi!

not give a fig for → not give a fig about

not give a shit (khẩu ngữ) cách nói thô lỗ diễn đạt ý bất cần, không quan tâm đến điều gì ■ *We wasted a lot of time trying to recruit young people who basically didn't give a shit about politics.* ● Chúng ta đã phí quá nhiều thời gian cố tuyển mộ những thanh niên trẻ mà về cơ bản không có chút quan tâm nào đến chính trị cả. ■ *"You can't park here - it's for disable people." "Who gives a shit?"* ● "Anh không thể đậu xe ở đây - chỗ này dành riêng cho những người tàn tật." "Ai thèm quan tâm kia chứ?"

not give sb the time of day từ chối không trò chuyện với ai vì không thích hoặc khinh thường ■ *He's my son-in-law, but I wouldn't give him the time if I could help it.* ● Nó là con rể của tôi, nhưng tôi sẽ không thèm nói chuyện với nó nếu như tôi có thể tránh né được.

not go amiss hoặc *not come amiss* hữu ích, có lợi hoặc rất đáng hài lòng trong một trường hợp cụ thể nào đó ■ *A little luck wouldn't go amiss right now!* ● Một chút may mắn ngay vào lúc này hẳn là rất có ích. ■ *An apology wouldn't go amiss.* ● Một lời xin lỗi hẳn là sẽ làm hài lòng.

not have a bean không có tiền bạc ■ *It's always the same; when you're successful, people give you everything. When you don't have a bean, they won't give you anything.* ● Bao giờ cũng vậy, khi bạn thành công, người ta cho bạn mọi thứ. Khi không có tiền bạc, họ sẽ không cho bạn gì cả.

not have a clue hoặc *have no clue* 1.(khẩu ngữ) không hiểu biết chút nào về một vấn đề nào đó, hoặc nói chung là kém hiểu biết ■ *I wouldn't have a clue how to get to the restaurant.* ● Tôi hoàn toàn không biết làm thế nào để đến được nhà hàng ấy. ■ *I have no clue how we made it home last night.* ● Tôi thật không hiểu nổi làm sao tối qua chúng tôi về được đến nhà. ■ *I don't have a clue where she lives.* ● Tôi hoàn toàn không biết cô ấy sống ở đâu. ■ *"Do you know where St Paul Street is?" "I'm sorry, I don't have a clue."* ● "Anh có biết đường St. Paul Street ở đâu không?" "Rất tiếc, tôi không biết." ■ *I haven't got a clue what you're talking about.* ● Tôi hoàn toàn không hiểu những gì anh đang nói. 2. rất ngốc nghếch, ngu xuẩn hoặc rất kém cỏi trong việc gì ■ *Don't ask him to do it - he doesn't have a clue!* ● Đừng bảo anh ta làm điều đó - anh ta ngốc lắm. ■ *They don't have a clue about how to look after children.* ● Tôi rất dở trong việc chăm sóc trẻ con.

not have a dog's chance không có chút cơ may nào để thực hiện được điều gì ■ *He hasn't a dog's chance of passing the exam.* ● Anh ta không có chút cơ may nào để vượt qua kỳ thi. (chắc chắn anh ta sẽ không đậu)

not have a ghost of a chance (of doing sth) hoặc *not stand a ghost of a chance (of doing sth)* tình huống mà người nói cho là không có khả năng xảy ra hoặc không thể đạt đến thành công ■ *Our team got through to the finals, but we don't stand a ghost of a chance of winning.* ● Đội chúng tôi lọt vào được đến chung kết, nhưng chúng tôi không nghĩ là có khả năng giành chiến thắng.

not have a leg to stand on không thể giành phần thắng trong một cuộc tranh luận, hoặc thuyết phục người khác tin lời mình, vì không đưa ra được đủ bằng cớ để chứng minh ■ *The family had lost close to $100,000. Unfortunately they didn't have a leg to stand on, so I had to advise them not to take the case to court.* ● Gia đình ấy đã mất gần 100.000 đô-la. Nhưng không may là họ không đủ bằng cớ để chứng minh, bởi vậy tôi đã khuyên họ đừng đưa sự vụ ra tòa. ■ *Without written evidence, we don't have a leg to stand on.* ● Không có chứng cứ bằng văn bản, chúng ta không đủ sức thuyết phục.

not have a lot (going on) up top → **not have much upstairs**

not have a lot (going on) upstairs → **not have much upstairs**

not have a pot to piss in cách nói khiếm nhã, có nghĩa là rất nghèo ■ *If Ken doesn't get a job soon, he's not going to have a pot to piss in.* ● Nếu Ken không sớm kiếm được việc làm, anh ta rồi sẽ nghèo xơ xác.

not have a prayer (of doing sth) không có cơ may nào để có thể đạt được điều mong muốn ■ *We don't have a prayer of managing our expenses better unless we plan our employment strategy better.* ● Chúng ta không có cơ may nào để thu xếp được các khoản chi phí một cách tốt hơn trừ khi chúng ta hoạch định chiến lược thuê nhân công của mình được tốt hơn.

not have all day (khẩu ngữ) không có nhiều thời gian, cần phải gấp rút, vội vã hơn ■ *Come on! We don't have all day!* ● Nhanh lên! Chúng ta không có nhiều thời gian đâu!

not have much in the way of (khẩu ngữ) không có đủ điều gì như cần đến, nhất là khi điều này gây ra sự thất vọng hay bực mình ■ *They don't have much in the way of facilities - there's not even a tennis court.* ● Họ không có đủ các tiện nghi - thậm chí không có cả một sân chơi quần vợt. ■ *What do you have in the way of desserts?* ● Anh có món gì để ăn điểm tâm?

not have much upstairs hoặc *not have a lot (going on) upstairs* hoặc *not have a lot (going on) up top* (khẩu ngữ) cách nói hơi khiếm nhã để mô tả một người là có phần nào ngớ ngẩn, ngốc nghếch ■ *Don't even consider Sam. He doesn't have a lot going on upstairs.* ● Đừng có tính đến Sam. Anh ta có phần hơi ngớ ngẩn.

not have the faintest idea hoàn toàn không biết về điều gì ■ *I didn't have the faintest idea what you meant.* ● Tôi hoàn toàn không biết anh định nói gì. ■ *He didn't have the faintest idea how the others would react.* ● Ông ta hoàn toàn không biết là những người khác sẽ phản ứng như thế nào.

not have the foggiest hoặc *not have the foggiest idea* (khẩu ngữ) dùng để nhấn mạnh là người nói hoàn toàn không biết, không có thông tin về điều được nói đến ■ *"I want to ring Jason - where does he work?" "I haven't the foggiest."* ● "Tôi muốn gọi cho Jason, anh ta làm việc ở đâu thế?" "Tôi chẳng biết gì cả." ■ *Mark didn't have the foggiest idea what he was supposed to be doing, but he was trying hard to look efficient.* ● Mark không biết gì về những điều anh ta sắp phải làm cả, nhưng anh đang cố sức để tỏ ra là có hiệu quả. ■ *I don't have the foggiest idea why he called me.* ● Tôi hoàn toàn không biết tại sao anh ta lại gọi cho tôi. ■ *"Do you know where she is?" "Sorry, I haven't the foggiest."* ● "Anh có biết cô ấy ở đâu không?" "Rất tiếc, tôi hoàn toàn không biết."

not have the foggiest idea → not have the foggiest

not have the stomach for sth 1. không thích làm điều gì vì cho là khó chịu hoặc nguy hiểm ■ *I don't know how anyone has the stomach to work in a slaughterhouse.* ● Tôi không biết làm sao mà lại có bất cứ ai đó ưa thích làm việc trong một cái lò mổ. 2.(cách dùng cũ) không có cảm giác muốn ăn hoặc uống món gì ■ *Adam realized he had no stomach for the greasy lamb chops he had ordered.* ● Adam nhận ra là anh ta không muốn ăn món sườn cừu béo mà anh đã gọi.

not have two cents to rub together rất nghèo túng, không có bao nhiều của cải, tài sản ▪ *Two years ago, they didn't have two cents to rub together, but now they own a very big store in the city.* • Cách đây hai năm, họ nghèo không một xu dính túi, nhưng giờ đây họ là chủ một cửa hiệu lớn trong thành phố. ▪ *One of us has to find a job. We don't have two cents to rub together right now.* • Một người nào trong chúng ta phải tìm việc làm thôi. Chúng ta chẳng còn lấy một xu dính túi.

not hear a dicky bird → **not say a dicky bird**

not hold water nói về một ý tưởng, kế hoạch không đúng hoặc không có hiệu quả ▪ *Environmentalists say the power company's argument simply doesn't hold water.* • Các nhà hoạt động môi trường nói rằng lập luận của công ty điện lực hoàn toàn không đúng sự thật.

not in a million years hoặc ***never in a million years*** (khẩu ngữ) dùng để nhấn mạnh là có rất ít khả năng điều gì đó xảy ra ▪ *"Can you imagine Jerry going to an art gallery?" "No way, not in a million years"* • "Anh có tưởng tượng là Jerry đi xem triển lãm mỹ thuật không?" "Không đời nào, không bao giờ lại có chuyện đó."

not in a month of Sundays → **never in a month of Sundays**

not in my backyard hoặc ***NIMBY*** không tán thành, tẩy chay (dùng khi người ta phản đối một việc gì tốt đẹp, có ích, chỉ vì cho rằng sẽ có hại cho khu vực của họ) ▪ *When the program for drug users was set up, the neighbourhood's response was "Not in my backyard".* • Khi việc xây trại cai nghiện được phát động, phản ứng của những người trong khu vực là không tán thành. ▪ *They call us NIMBYs, but we feel that this beautiful landscape is not the place for a freeway.* • Họ gọi chúng tôi là những kẻ tẩy chay, nhưng chúng tôi nghĩ rằng vùng đất xinh đẹp này không thật thích hợp để xây dựng đường cao tốc.

not in my wildest dream hoặc ***never in my wildest dream*** (khẩu ngữ) dùng để nhấn mạnh người nói không thể nào tưởng tượng nổi là chuyện gì đó có thể xảy ra, nhất là khi chuyện ấy lại đang xảy ra trong thực tế ▪ *Not in my wildest dreams did I think I'd be cheering for the Raiders.* • Không bao giờ tôi có thể tưởng tượng nổi là tôi lại sẽ cổ động cho đội Raiders. - chú ý việc đảo động từ sau thành ngữ này.

not in one's vocabulary bày tỏ sự không thích, không đồng ý hoặc không tin vào một ý kiến nào đó ▪ *The words "vacation" and "time off" are not in my personal vocabulary* • Những chuyện "nghỉ hè" và "nghỉ việc" không phải là điều riêng tôi ưa thích. ▪ *"Guilt" is definitely not in Moore's vocabulary when she talks about the failure of her business.* • Moore hoàn toàn không thích nhận sai lầm khi nói về sự thất bại trong công việc.

not in so many words nói ra điều gì một cách gián tiếp, không rõ ràng ▪ *"Did you tell him you wanted to break up?" "Not in so many words, but I think he knew."* • "Bạn có nói với anh ta là bạn muốn cắt đứt quan hệ hay không?" "Không nói thẳng ra, nhưng tôi nghĩ là anh ấy đã biết." → ***in so many words***

not in the business of doing sth dùng để phủ nhận việc ai đó đang thực hiện một công việc bị chỉ trích, phê phán ■ *We are not in the business of becoming rock stars. We just want to play the music and let people enjoy themselves.* ● Chúng tôi không phải theo đuổi việc trở thành những ngôi sao nhạc rock. Chúng tôi chỉ muốn trình diễn âm nhạc và để cho mọi người tự mình thưởng thức lấy. ■ *I'm not in the business of getting other people to do my work for me.* ● Tôi không hề có ý định buộc những người khác phải làm công việc của mình. ■ *I am not in the business of selling my best players.* ● Tôi không hề có ý định bán đi những cầu thủ giỏi nhất của mình.

not just a pretty face (khẩu ngữ) cách diễn đạt hài hước dùng khi muốn nói rằng ai đó rất thông minh hay thạo việc ■ *Colin Firth proved conclusively that he was not just a pretty face, but could act extremely well.* ● Colin Firth đã chứng tỏ rõ ràng rằng anh ta không chỉ có vẻ ngoài, mà còn thực sự là hành động cực kỳ hoàn hảo.

not know enough to come in out of the rain nói về người không có đủ khả năng tự chăm sóc hoặc tránh né được những khó khăn, rắc rối ■ *Tom Cruise's girlfriend, played by the unfortunate Laura Joyce, is a woman who doesn't know enough to come in out of the rain.* ● Cô bạn gái của Tom Cruise, do nữ diễn viên kém may mắn Laura Joyce thủ vai, là một phụ nữ không có đủ khả năng tự chăm sóc bảo vệ cho chính mình.

not know one's ass from a hole in the ground hoặc **not know one's ass from one's elbow** (thông tục, thô lỗ) không hiểu biết về sự việc đang diễn ra, hoặc không thể thực hiện tốt công việc được giao ■ *If you'll excuse the expression, I don't think the company knows its ass from a hole in the ground.* ● Tha lỗi cho tôi nói thẳng, tôi không nghĩ là công ty ấy có thể làm tốt công việc chút nào.

not know one's ass from one's elbow → **not know one's ass from a hole in the ground**

not know sb from Adam (khẩu ngữ) hoàn toàn không biết gì về người được nhắc đến, hoặc chưa từng gặp gỡ trước đó ■ *What does Kimbell look like? "I wouldn't know him from Adam - we've just talked on the phone."* ● "Cái gã Kimbell ấy trông như thế nào?" "Tôi hoàn toàn không biết gì về hắn, chỉ mới nói chuyện qua điện thoại thôi."

not know shit (from shinola) (khẩu ngữ) cách nói thô lỗ khi muốn bảo ai đó là không biết gì cả ■ *Carl doesn't know shit from shinola, and I'm not going to waste my time trying to explain everything to him.* ● Carl không biết gì cả, và tôi sẽ không phí thời gian để cố giải thích mọi chuyện cho anh ta đâu.

not know sth if it jumped up and bit one hoặc **not know sth if one tripped over it** dùng để nhấn mạnh rằng ai đó không hiểu biết chút gì về người, sự việc cụ thể đang nói đến ■ *You wouldn't know the stuff was cocaine if it jumped up and bit you.* ● Bạn sẽ hoàn toàn mù tịt không thể biết được chất ấy là ma túy. ■ *I really liked Kyle when we were in high school, but I wouldn't know him if I tripped over him now.* ● Tôi thực sự rất thích Kyle hồi chúng tôi còn ở trường trung học, nhưng giờ thì tôi hoàn toàn mù tịt không biết gì về anh ta cả.

not know sth if one tripped over it → **not know sth if it jumped up and bit one**

not know the first thing about (khẩu ngữ) không biết bất cứ điều gì cả về người hay sự việc đang nói đến ■ *Why did you ask Jerry? He doesn't know the first thing about fixing cars.* • Tại sao anh lại hỏi Jerry? Hắn ta chẳng biết gì về sửa chữa xe hơi cả.

not know whether one is coming or going (khẩu ngữ) cảm thấy lẫn lộn, lúng túng, nhất là vì có quá nhiều việc phải làm hoặc quá nhiều khả năng để lựa chọn ■ *We're going to the theater tomorrow and to a movie Friday - there's so much going on this week, I don't know whether I'm coming or going.* • Chúng tôi sẽ đi xem hát ngày mai và xem phim vào thứ Sáu - có quá nhiều chương trình được trình chiếu trong tuần này, tôi không biết là sẽ chọn nơi nào đây nữa.

not know which way to turn (khẩu ngữ) bị lẫn lộn, bối rối, không thể quyết định được phải làm gì ■ *Kids today have so many choices about which career to choose, they don't know which way to turn.* • Bọn trẻ ngày nay có quá nhiều khả năng chọn lựa trong nghề nghiệp, bọn chúng bị bối rối không thể đưa ra quyết định.

not lift a finger hoặc *not raise a finger* hoặc *not lift a hand* hoặc *not raise a hand* quá lười nhác đến nỗi không giúp đỡ người khác khi cần thiết, hoặc không quan tâm cứu giúp ai trong lúc nguy hiểm ■*We cleaned the garage out this weekend, and Gary didn't even lift a finger to help us!* • Cuối tuần này chúng tôi đã dọn rửa nhà để xe, và Gary thậm chí chẳng hề động ngón tay để giúp vào nữa. ■ *The children never lift a finger to help around the house.* • Lũ trẻ chẳng bao giờ động ngón tay để giúp những việc trong nhà.

not lift a hand → **not lift a finger**

not long for this world dùng khi người nói nghĩ rằng ai đó không thể sống được lâu nữa ■ *I don't think Aunt Tillie is long for this world.* • Tôi không nghĩ là cô Tillie có thể còn sống được bao lâu nữa.

not lose any sleep over sth không lo lắng, quan tâm nhiều đến một tình huống hay vấn đề gì ■ *The Mayor, who is facing five charges of possessing cocaine, said, "I won't lose any sleep over these allegations, justice is done in the courts, not in the newspapers."* • Ông thị trưởng, người đang đối đầu với 5 lời cáo buộc về việc sở hữu chất cô-ca-in, nói rằng: "Tôi không lo lắng chút nào về những lời vu cáo này, công lý được thực hiện ở tòa án, không phải trên báo chí."

not mince words (khẩu ngữ) nói thẳng, bất chấp việc có thể xúc phạm người khác ■ *The warnings on cigarette packs do not mince words: "Smoking causes lung cancer and heart disease."* • Những lời cảnh báo trên các bao thuốc lá là rất thẳng thắn: "Hút thuốc gây ra ung thư phổi và bệnh tim." ■ *They were severely criticized by the chairman, who was not a man to mince his words.* • Họ bị phê phán gay gắt bởi ông chủ tịch, người lúc nào cũng nói thẳng không tránh né.

not much cop không giỏi lắm, không tốt đẹp lắm ■ *He's not much cop as a singer.* • Anh ta là một ca sĩ không hay lắm.

not much love lost → **there is no love lost (between)**

not on any account → **on no account**

not on your life (khẩu ngữ) nhấn mạnh câu trả lời của người nói dứt khoát là không ■ *I'm not going to the hospital - not on your life!* ● Tôi sẽ không đi đến bệnh viện - dứt khoát không bao giờ!

not one (little) bit → **not a bit**

not one red cent → **not a red cent**

not one's bag không thuộc về lĩnh vực chuyên môn hay không được quan tâm đến ■ *Poetry isn't really my bag.* ● Thi ca không thật sự là sở trường của tôi. ■ *Activity holidays aren't his bag.* ● Anh ấy không quan tâm đến những ngày lễ hội nhộn nhịp.

not pull any punches nói hoặc viết ra chính xác những điều suy nghĩ, ngay cả khi có thể xúc phạm đến người khác hoặc gây kinh ngạc ■ *The documentary pulls no punches in showing the gross negligence and complacency of the airline that allowed the crash to happen.* ● Bản tài liệu đã thẳng thắn nêu rõ sự tắc trách và tự mãn không thể chấp nhận được của hãng hàng không đã để cho vụ rơi máy bay xảy ra.

not raise a finger → **not lift a finger**

not raise a hand → **not lift a finger**

not say a dicky bird hoặc *not hear a dicky bird* không nói gì hoặc không nghe thấy gì cả ■ *He won't say a dicky bird but we think he knows who did it.* ● Ông ta không nói gì cả nhưng chúng tôi nghĩ ông ta biết ai đã làm điều đó.

not say a word → **not breathe a word**

not say boo to a goose hoặc *not say boo to anyone* rất e thẹn và ít nói ■ *I don't know Marty, but he looks like wouldn't say boo to a goose.* ● Tôi không biết Marty, nhưng anh ta trông có vẻ là quá e thẹn và ít nói. ■ *He's so nervous he wouldn't say boo to a goose.* ● Ông ta quá căng thẳng đến nỗi không nói gì cả.

not say boo to anyone → **not say boo to a goose**

not see hide nor hair of sb (khẩu ngữ) hoàn toàn không gặp ai trong một thời gian dài trong khi người khác nghĩ là bạn có thể gặp người ấy ■ *"Do you know where Mike is?" "No, I haven't seen hide nor hair of him all day."* ● "Bạn có biết Mike ở đâu không?" "Không, suốt ngày tôi chẳng thấy tăm hơi gì của anh ta." ■ *I haven't seen hide nor hair of him for a week.* ● Tôi chẳng thấy tăm dạng gì của anh ta trong cả tuần rồi. ■ *I haven't seen hide nor hair of her for a month.* ● Cả tháng rồi tôi chẳng thấy tăm hơi gì của cô ấy cả.

not shed tears (over) cảm thấy vui vẻ, hài lòng vì một điều gây khó chịu hoặc không ưa thích đã chấm dứt ■ *Nobody would shed tears if the rebels were stopped tomorrow and their leaders locked away forever.* ● Không có ai là không hài lòng nếu như ngày mai những tên phiến loạn bị chặn đứng và những kẻ cầm đầu của chúng bị tống giam mãi mãi.

not sleep a wink hoặc *not get a wink of sleep* không ngủ được chút nào ■ *I feel terrible. I didn't sleep a wink last night.* ● Tôi cảm thấy thật dễ sợ. Đêm qua tôi đã không ngủ được chút nào.

not stand a ghost of a chance → **not have a ghost of a chance**

not suffer fools (gladly) không thể kiên nhẫn hoặc giữ thái độ lịch sự với người mà người nói cho là ngu xuẩn ■ *Mr. Fallon has been described as a man who does not suffer fools gladly, and who defines a fool as anyone who does not agree with him.* • Ông Fallon được mô tả như là người không chịu được những kẻ ngốc nghếch, và theo ông thì một kẻ ngốc nghếch là bất cứ ai không đồng ý với ông. ■ *She was a forceful personality who didn't suffer fools gladly.* • Cô ấy có một tính cách mạnh bạo không sẵn lòng chấp nhận những kẻ cô ta cho là ngu xuẩn.

not take sth lying down dùng để bày tỏ thái độ về một sự việc khi người nói không chấp nhận và sẽ có hành động cụ thể để phản đối ■ *When we heard about the layoffs, we weren't about to take it lying down and started organizing the workforce.* • Khi chúng tôi nghe tin về vụ sa thải công nhân, chúng tôi đã không không chịu chấp nhận và bắt đầu tổ chức lực lượng để phản đối.

not the blindest bit of sth → **not a blind bit of sth**

not think straight (khẩu ngữ) không thể suy nghĩ một cách sáng suốt, tỉnh táo, bởi vì quá mệt mỏi, căng thẳng hoặc bối rối... ■ *The kids have been so noisy today, I just can't think straight.* • Bọn trẻ hôm nay ồn ào quá, tôi thật không thể nào suy nghĩ một cách sáng suốt được.

not think twice không hề lo lắng hoặc suy nghĩ kỹ về điều gì, bởi vì cho rằng đó là việc rất thông thường, hoặc vì đó là điều rất muốn làm ■ *Some students wouldn't think twice about skipping class.* • Một số học sinh không suy nghĩ gì nhiều về việc học nhảy lớp.

not to put too fine a point on it hoặc **without putting too fine a point on it** dùng để nhấn mạnh điều sắp nói ra là rất thẳng thắn, cho dù có thể gây khó chịu nhưng quả đúng là sự thật, nhất là khi phê phán hay chỉ trích ■ *Her argument, not to put too fine a point on it, is almost certainly wrong.* • Lập luận của bà ta, nói thẳng ra, gần như chắc chắn là sai trái. ■ *Not to put too fine a point on it, I think you are lying.* • Xin nói thẳng ra rằng, tôi nghĩ là anh đang nói dối.

not too bad → **not bad**

not up to par → **below par**

not with a bang but a whimper hoặc **with a whimper not a bang** một kết cục buồn tẻ hoặc không như mong đợi ■ *The play closed not with a bang but a whimper, with the theater only haft full and an audience only half interested.* • Vở kịch kết thúc một cách buồn tẻ với một nửa số ghế trống và khán giả thì có phần lơ đễnh không quan tâm.

note → **compare notes**

nothing → **all or nothing**

nothing → **come to nothing**

nothing → **have nothing between the ears**

nothing → **leave nothing to the imagination**

nothing → **like nothing on earth**

nothing → **think nothing of (doing) sth**

nothing but skin and bones hoặc *all skin and bones* hoặc *skin and bones* (thông tục) quá gầy gò ốm yếu, chỉ còn da bọc xương ■ *Bill has lost so much weight. He's nothing but skin and bones.* ● Bill đã sụt rất nhiều ký. Anh ta chỉ còn da bọc xương. ■ *That old horse is all skin and bones. I won't ride it.* ■ Con ngựa già đó chỉ còn xương với da. Tôi sẽ không cưỡi nó.

nothing daunted rất tự tin về điều gì đang làm, cho dù rất khó khăn ■ *Nothing daunted, the people set about rebuilding their homes.* ● Hết sức tự tin, người ta bắt đầu xây dựng lại nhà cửa.

nothing doing (khẩu ngữ) dùng để từ chối một yêu cầu, đề nghị ■ *"Can you lend me ten dollars?" "Nothing doing!"* ● "Anh có thể cho tôi mượn 10 đô-la không?" "Không được."

nothing like → anything like

nothing to sneeze at hoặc *nothing to sniff at* điều có thể gây ra ấn tượng mạnh hoặc rất quan trọng, nhất là khi mới nhìn thoáng qua không có vẻ như thế ■ *Where the state tax officials are concerned, an error of $10 is nothing to sniff at.* ● Đối với các quan chức thuế nhà nước, sai sót 10 đô-la không phải là chuyện có thể xem thường.

nothing to sniff at → nothing to sneeze at

nothing to write home about không có gì đặc biệt hoặc hấp dẫn ■ *It's a fairly good restaurant, but nothing to write home about.* ● Đó là một nhà hàng tốt, nhưng chẳng có gì đặc biệt lắm.

nothing ventured, nothing gained (khẩu ngữ) muốn đạt được điều gì thì phải chấp nhận rủi ro - có gan làm giàu ■ *Be optimistic and apply for the job - nothing ventured, nothing gained.* ● Hãy lạc quan và nộp đơn xin việc - không chấp nhận rủi ro thì không đạt được gì.

nothings → airy nothings

notice → sit up and take notice

now → all better now

now → downhill from here

now → even now

now → from now on

now you're talking (khẩu ngữ) bày tỏ sự tán thành, cho rằng ý kiến hoặc đề nghị của ai là rất hay ■ *"Why don't we stop for a while and have a drink?" "Now you're talking!"* ● "Tại sao chúng ta không dừng lại một lát và uống chút gì?" "Ý kiến thật tuyệt đấy."

nowhere → appear out of nowhere

nowhere → in the middle of nowhere

nowhere near → anything like

nth → to the nth degree

nuclear → go ballistic

number → a number

number → any number of sth

number → have one's number

number → look out for number one

number → X number of

number has come up → number is up

number is up hoặc *number has come up* nói về vận may hay sự thành công của ai đã đến lúc chấm dứt ■ *This could be the year that many politicians discover their number's up.* ● Đây có thể là năm

nutty as a fruitcake

mà nhiều chính trị gia khám phá ra vận may của họ đã hết.

numbered → one's days are numbered

nut → be nuts about

nut → go nuts

nut → the nuts and bolts of sth

nut → tough nut to crack

nutshell → in a nutshell

nutty as a fruitcake hoặc *as nutty as a fruitcake* (khẩu ngữ) cung cách ứng xử có phần nào điên rồ, không bình thường ■ *He's as nutty as a fruitcake.* ● Anh ta có phần hơi điên rồ. ■ *You'd have to be nuttier than a fruitcake to live in that old house.* ● Bạn hẳn phải điên rồ lắm mới sống trong căn nhà cũ đó. ■ *Whenever John goes to a party, he gets as nutty as a fruitcake.* ● Mỗi khi John đến dự một bữa tiệc, anh ta đều ứng xử không bình thường. ■ *Sally has been acting as nutty as a fruitcake lately.* ● Hồi gần đây Sally đã hành động không được bình thường.

O.T.R. → on the rag

oats → be feeling one's oats

oats → sow one's wild oats

obey sth to the letter → follow sth to the letter

object → money is no object

occupy the moral high ground → take the moral high ground

ocean → drop in the bucket

odd → the odd man out

odd bedfellows → make strange bedfellows

odds → against all odds

odds → at odds

odds → stack the odds against sb

odds → the odds are stacked against sb

of advanced years → up in years

of all people → of all things

of all places → of all things

of all things hoặc *of all people* hoặc *of all places* (khẩu ngữ) dùng để nhấn mạnh sự ngạc nhiên về điều mà ai đó chọn lựa hoặc về một sự việc đã xảy ra ■ *In 1996, Calvin left the army to become, of all things, a gourmet chef.* • Năm 1996, Calvin rời bỏ quân đội, thật đáng ngạc nhiên, để trở thành một đầu bếp sành điệu. ■ *I didn't think you, of all people, would become a vegetarian.* • Tôi đã không nghĩ rằng anh, thật đáng ngạc nhiên, có thể sẽ trở thành một người ăn chay. ■ *And now she's chosen to live in Alaska, of all places!* • Và giờ đây cô ấy đã chọn Alaska, đáng ngạc nhiên biết bao!

of choice được chọn lựa cho một mục đích nhất định nào đó ■ *It's the software of choice for business use.* • Đó là phần mềm được chọn cho công việc kinh doanh. ■ *Penicillin remains the drug of choice in treating this disease.* • Penicillin vẫn còn là loại thuốc được chọn cho việc điều trị bệnh này.

of course 1. hoặc *course* (khẩu ngữ) dùng để nhấn mạnh điều đang nói là đúng thật, chính xác ■ *"Don't you like my mother?" "Of course I do!"* • "Anh không thích mẹ tôi sao?" "Chắc chắn là có chứ." ■ *"Will you be there?" "Course I will."* • "Anh sẽ đến đó chứ?" "Chắc chắn là tôi sẽ đến." ■ *"Do you know what I mean?" "Of course."* • "Anh có biết ý tôi muốn nói gì không?" "Tất nhiên là biết." ■ *"Aren't you afraid of what people will say?" "Of course not."* • "Anh không sợ là mọi người sẽ nói gì sao?" "Tất nhiên là không." ■ *"Are you going?" "Of course not."* • "Anh sẽ đi chứ?" "Không đâu." ■ *"Do you mind?" "No, of course not."* • "Anh không phiền chứ?" "Không, tất nhiên là không." 2. hoặc *course* (khẩu ngữ) dùng một cách lịch sự khi đồng ý cho ai làm điều gì ■ *"Can I come, too?" "Course you can."* • "Tôi cũng đến nữa có được không?" "Vâng, được thôi." ■ *"May I come in?" "Of course you may."* • "Tôi vào được không?" "Vâng, được thôi." ■ *"Can I have one of those pens?" "Of course, help yourself."* • "Tôi có thể lấy một trong những cây bút ấy được không?" "Vâng, được. Anh cứ tự nhiên." ■ *"Can I have the car again tonight?" "Of course not. You know I need it."* ● "Tối nay tôi có thể dùng xe hơi lần nữa được không?" "Không được đâu. Anh biết là tôi cần đến nó mà." 3.(khẩu ngữ) dùng một cách lịch sự khi bày tỏ sự đồng ý hoặc không đồng ý với điều ai đó vừa nói ra ■ *"I did all I could to help." "Of course," he murmured.* ● "Tôi đã làm tất cả những gì trong khả năng để giúp đỡ." "Vâng, đúng là như vậy," ông ta nói thầm thì. ■ *"I'm sure everything's going to be OK." "Of course it is."* ● "Tôi chắc là mọi việc rồi sẽ ổn cả thôi." "Vâng, tôi cũng nghĩ vậy." ■ *"They won't mind if we're a bit late." "Of course they will."* ● "Họ sẽ không phiền đâu nếu chúng ta trễ một chút." "Không, họ sẽ phiền đấy." ■ *"I don't think anyone else should be told about this." "Of course not."* ● "Tôi không nghĩ là có bất cứ ai khác nên được nghe về điều này." "Tất nhiên là không." ■ *"I know you all want me to leave." "Of course not."* ● "Tôi biết là tất cả các anh điều muốn tôi ra đi." "Tất nhiên không phải vậy." 4. dùng khi nói ra điều gì theo đúng lẽ thường, theo thông lệ... vì thế không có gì đáng ngạc nhiên ■ *Ben, of course, was the last to arrive.* ● Dĩ nhiên Ben là người đến cuối cùng. ■ *I will, of course, make sure you're all kept fully informed.* ● Tất nhiên là tôi sẽ đảm bảo cho tất cả các anh đều được thông tin đầy đủ. ■ *He found out in the end, of course.* ● Dĩ nhiên cuối cùng thì anh ta cũng biết được. ■ *Of course, there are other ways of doing this.* ● Dĩ nhiên là có những cách khác nữa để làm điều này. ■ *Of course! That's why she didn't want to come.* ● Tất nhiên, đó là lý do vì sao cô ấy đã không đến.

of little account → **of no account**

of little avail → **to little avail**

of no account hoặc *of little account* nhỏ nhặt, không quan trọng, không được quan tâm mấy ■ *Emotional matters were of no account to them during the war.* ● Những vấn đề tình cảm không được quan tâm mấy đối với họ trong suốt thời gian chiến tranh. ■ *The colour of someone's skin should be of no account.* ● Màu da của ai đó không nên xem là vấn đề quan trọng.

of no avail → **to little avail**

of one kind or another dùng khi đề cập đến một vấn đề đa dạng, gồm nhiều yếu tố khác nhau nhưng không muốn nêu lên chi tiết, cụ thể ■ *We've all got problems of one kind or another.* ● Tất cả chúng ta đều gặp phải những vấn đề rắc rối thế này hoặc thế khác.

of one's choice được chọn lựa tùy ý muốn, không có giới hạn ■ *First prize will be a meal for two at the restaurant of your choice.* ● Giải nhất sẽ là một bữa ăn cho hai người tại nhà hàng do bạn tùy ý chọn lựa. ■ *Winners will have the chance to dine out at a restaurant of their choice.* ● Những người thắng cuộc sẽ có cơ hội ăn tối ở một nhà hàng do họ tùy ý chọn lựa.

of one's dreams nói về người hay vật mà ai đó luôn thèm muốn, mơ ước có được ■*The movie is a romantic comedy about an architect who builds a house for the woman of his dreams.* ● Bộ phim ấy là vở hài kịch lãng mạn về một chàng kiến trúc sư xây ngôi nhà cho người đàn bà trong mộng của anh ta.

of one's own accord thực hiện điều gì một cách tự ý, không được yêu cầu, không bị ép buộc hoặc không cần được ai giúp đỡ ■ *He came back of his own accord.* • Anh ta đã tự ý quay trở lại. ■ *The symptoms will clear up of their own accord after a few days.* • Các triệu chứng sẽ tự chúng mất đi sau vài ba ngày. (~ nghĩa là không cần thuốc men điều trị gì.) ■ *Do you think David resigned of his own accord?* • Anh có nghĩ là David đã tự ý từ chức không?

of one's own free will hoàn toàn tự ý, tự nguyện làm điều gì, không hề có sự thúc đẩy hay ép buộc của người khác ■ *She left of her own free will.* • Cô ấy đã hoàn toàn tự ý ra đi.

off → be (way) off the mark

off → be badly off

off → be miles off

off → be off and running

off → be quick off the mark

off → be slow off the mark

off → beat off

off → beg off

off → bite one's head off

off → blast off

off → blow the lid off sth

off → bounce off the walls

off → catch sb off guard

off → chip off the old block

off → come off it

off → cut the corner

off → ease off

off → first off

off → fly off the handle

off → get off on the right foot

off → get off one's case

off → get off the ground

off → give sb the shirt off one's back

off → go off at half-cocked

off → go off the boil

off → go off the deep end

off → hit it off

off → knock it off

off → laugh one's head off

off → let off lightly

off → let sb off the hook

off → load off one's mind

off → not far off (the mark)

off → on the off chance

off → see sth a mile away

off → take a load off

off → take one's hat off to sb

off → take sb off one's hand

off → take years off sb

off → the gloves are off

off → the heat is off

off → where does sb get off (doing sth)

off → wipe the grin off one's face

off (the) air → on air

off beam sai lầm, không đúng, không chính xác ■ *Your calculation is way off beam.* • Tính toán của anh hoàn toàn sai lầm. ■ *Rumours about his resignation are way off beam.* • Những lời đồn đại về việc từ chức của ông ta hoàn toàn không đúng.

off camera → on camera

off colour nói về người, không được hoàn toàn khỏe khoắn ■ *Jo seems a little off colour today.* • Hôm nay Jo có vẻ như có phần không được khỏe.

off duty không còn trong thời gian làm nhiệm vụ ■ *What time do you go off duty?* • Mấy giờ thì anh hết phiên trực? ■ *I was off duty when they called me in.* • Tôi đã hết phiên trực khi họ yêu cầu tôi làm việc.

off one's hand không còn thuộc tầm kiểm soát, phạm vi trách nhiệm của ai nữa ■ *Your kids will be off your hands in a few years, so what you will do when you're not a full-time mom anymore?* • Bọn trẻ sẽ ra khỏi vòng tay chăm sóc của bạn trong vài ba năm tới, như vậy bạn định sẽ làm gì khi không còn là một người mẹ bận rộn suốt ngày nữa?

off one's own bat làm điều gì hoàn toàn theo ý riêng và không cần đến sự giúp đỡ hoặc khuyến khích của ai khác ■ *She made the suggestions entirely off her own bat.* • Cô ấy đưa ra các đề nghị hoàn toàn theo ý riêng của mình.

off the beaten path → **off the beaten track**

off the beaten track hoặc *off the beaten path* ở một nơi xa xôi hẻo lánh, ít người qua lại ■ *The area they take people to is off the beaten path, where tourists don't usually go.* • Khu vực mà họ đưa mọi người đến là một vùng xa xôi hẻo lánh, nơi các du khách không thường đi đến. ■ *Rod and Beth disliked seeing other tourists during their vacation, so they traveled off the beaten track.* • Rod và Beth không thích gặp các du khách khác trong suốt kỳ nghỉ của họ, vì vậy họ đã đi đến một vùng xa xôi hẻo lánh. ■ *They live miles off the beaten track.* • Họ sống ở một vùng xa xôi cách nhiều dặm đường.

off the cuff ứng đối, ứng tác, không có sự chuẩn bị trước ■ *It's difficult to give you an answer off the cuff - I'd have to look at the statistics.* • Thật khó mà đưa ra ngay cho bạn một câu trả lời hoàn toàn không chuẩn bị trước - tôi cần phải xem qua các số liệu thống kê trước đã. ■ *I'm just speaking off the cuff here - I haven't seen the results yet.* • Ở đây tôi chỉ tùy tiện nói thế thôi - tôi vẫn chưa thấy được kết quả. ■ *She gave an off-the-cuff remark.* • Cô ta đưa ra một nhận xét bốc đồng tùy tiện. ■ *She's very good at speaking on these issues off-the-cuff.* • Cô ấy rất giỏi trong việc nói chuyện ứng tác về những vấn đề này.

off the record điều được một người có thẩm quyền nói ra một cách không chính thức, vì thế không muốn được đưa ra trên báo, đài ■ *State Department officials, speaking off the record, say that they cannot yet be certain that the change of policy will be successful.* • Các quan chức bộ ngoại giao bày tỏ một cách không chính thức rằng họ không thể chắc chắn là sự thay đổi chính sách sẽ thành công. ■ *At an off-the-record meeting with reporters, the police chief outlined his concerns about terrorist activity.* • Trong một buổi họp không chính thức với các phóng viên, viên cảnh sát trưởng đã vạch ra những mối quan ngại của ông về hoạt động khủng bố.

off the top of one's head (khẩu ngữ) nói về một ý kiến, câu trả lời... có thể đưa ra ngay tức khắc nhờ trí nhớ hoặc sự suy đoán mà không cần phải suy nghĩ nhiều ■ *"How many people had* access to this part of the building?" "I can't tell you off the top of my head - I'll have to check." • "Có bao nhiêu người được quyền đến phần này của tòa nhà?" "Tôi không thể nói ngay cho ông biết được - tôi sẽ phải xem lại đã." ■ *Off the top of my head, I'd say we have about 200 members.* • Nói ngay không cần suy nghĩ, tôi cho là chúng tôi có chừng 200 thành viên. ■ *I can't remember that name off the top of my head, but I can look it up for you.* • Tôi không thể nhớ ngay ra cái tên ấy, nhưng tôi có thể tìm nó cho ông.

off the wall nói về người hay sự vật rất kỳ lạ, khác thường ■ *Jessica's new designs are completely off the wall.* • Những mẫu thiết kế mới của Jessica hoàn toàn khác thường. ■ *His comedy troupe specializes in off-the-wall characters in everyday situations.* • Nhóm hài kịch của anh ta rất giỏi với các nhân vật khác thường trong những tình huống hằng ngày.

offer → food for thought

offer → give more bang for one's buck

offer an olive branch hoặc ***extend an olive branch*** hoặc ***hold out an olive branch*** (thường dùng trong các bản tin báo chí, truyền hình...) bày tỏ thiện chí với người đang tranh cãi hoặc đối đầu với mình bằng cách làm điều gì đó khiến họ hài lòng ■ *Senate Democrats are offering an olive branch to Republicans, in the hope of resuming serious negotiations on that issue.* • Các thượng nghị sĩ đảng Dân chủ đã tỏ thiện chí với đảng Cộng hòa, hy vọng nối lại những cuộc thương lượng nghiêm túc về vấn đề ấy. ■ *Management is holding out an olive branch to the strikers.* • Ban giám đốc đang bày tỏ thiện chí với những người đình công. - nhánh cây ô-liu (***olive branch***) vào thời cổ xưa được xem như một dấu hiệu của hòa bình.

offer more bang for one's buck → **give more bang for one's buck**

offering → burnt offering

office → do a land-office business

office → good offices

off-kilter cư xử hoặc có dáng vẻ lạ thường, bất ngờ và thường khôi hài ■ *He's a guy with a unique, slightly off-kilter view of life.* • Anh ta là một người có quan điểm sống độc đáo, có phần nào khác thường và hài hước.

off-the-cuff có tính cách ứng đối tức thời, tùy tiện, không có sự chuẩn bị trước ■ *Mahoney's off-the-cuff remarks about drugs have gotten her into trouble on many occasions.* • Những nhận xét tùy tiện của Mahoney về ma túy đã nhiều lần đẩy cô đến chỗ rắc rối.

oil → burn the midnight oil

oil → snake oil

oil and water nói về hai người hay sự vật rất khác biệt nhau và không nên đặt gần nhau ■ *From the first day, my manager and I were basically like oil and water.* • Ngay từ ngày đầu tiên, người quản lý của tôi và tôi về cơ bản đã khác biệt nhau hoàn toàn.

ointment → fly in the ointment

old → be yourself (again)

old → chip off the old block

old → for old times' sake

old → from the old school

old → **get the heave-ho**

old → **give sb the (old) heave-ho**

old → **give sth the old college try**

old → **same old, same old**

old → **settle an old score**

old → **the good old days**

old → **the grand old age**

old → **the grand old man of sth**

old → **the old guard**

old → **tough as old boots**

old → **up to one's old tricks**

old → **you can't teach an old dog new tricks**

old as the hills hoặc *as old as the hills* rất xưa cũ; quá già nua ■ *The children think their mother's as old as the hills, but she's only forty.* • Bọn trẻ nghĩ rằng mẹ của chúng đã quá già nua rồi, nhưng bà ta chỉ mới có 40 tuổi. ■ *That song's not new. It's old as the hills.* • Bài hát ấy đâu có mới. Nó xưa như trái đất rồi.

old boys' network → **old boy network**

old flame người tình cũ ■ *Jill's husband left her after 17 years of marriage for an old flame he met at his high school reunion.* • Chồng của Jill đã bỏ rơi cô ta sau 17 năm chung sống để theo một người tình cũ mà anh ta gặp lại ở buổi họp mặt bạn cũ thời trung học. ■ *She met an old flame at the party.* • Cô ấy gặp lại một người tình cũ ở bữa tiệc.

old habits die hard ý muốn nói rằng thái độ và cung cách ứng xử của người ta rất khó thay đổi ■ *Manville returned the salute; he was officially a civilian, but old habits died hard.* • Manville chào trả lại theo kiểu quân đội; anh ta đã chính thức trở thành thường dân, nhưng thói quen cũ thật khó đổi.

old hand (at sth) rất giỏi trong một lĩnh vực nào nhờ có kinh nghiệm lâu năm ■ *Carole, the leader, was the first to arrive at base camp, and it was obvious from the way she talked that she was an old hand at climbing.* • Trưởng đoàn Carole là người đầu tiên đến trại chính, và từ cách nói của cô có thể thấy rõ rằng cô là một tay leo núi đã có kinh nghiệm nhiều năm. ■ *He's an old hand at dealing with the press.* • Ông ấy là người đã có nhiều kinh nghiệm trong việc đối phó với giới báo chí. ■ *After bringing up six kids, I'm an old hand at it.* • Sau khi đã nuôi dạy khôn lớn 6 đứa trẻ, tôi trở thành người có nhiều kinh nghiệm trong việc này.

old hat dùng để nhấn mạnh điều gì đó không có gì mới mẻ hoặc hấp dẫn ■ *The Internet is already old hat to most academic researchers.* • Mạng Internet giờ đã là chuyện cũ rích đối với hầu hết các nhà nghiên cứu học thuật. ■ *Today's hits rapidly become old hat.* • Những điều rất được ưa chuộng hôm nay rồi cũng nhanh chóng trở nên xưa cũ. ■ *She reckoned jazz was old hat.* • Cô ấy cho rằng nhạc jazz đã lỗi thời. ■ *"I hear they got married." "That's old hat, now they're almost divorced!"* • "Tôi nghe nói họ cưới nhau rồi." "Chuyện cũ rích. Bây giờ họ gần như sắp ly dị rồi."

old stamping ground → **old stomping ground**

old stomping ground(s) hoặc *old stamping ground* nơi đã sống hoặc làm việc trước đây, hoặc nơi thường lui tới ■ *Mendel returned to her old stomping* *grounds in Austin for a series of shows.* • Mendel quay về nơi đã từng sinh sống trước đây của mình ở Austin để thực hiện một loạt các buổi trình diễn. ■ *This bar used to be one of my brother's old stamping grounds.* • Quán nước này đã từng là một trong những nơi thường lui tới của anh tôi.

old wives' tale điều mà trước đây nhiều người tin theo nhưng ngày nay khoa học đã chứng minh là không đúng ■ *Some people say if the sky turns red in the evening, it won't rain the next day, but I think that's an old wives' tale.* • Một số người nói rằng nếu bầu trời ửng đỏ vào chiều tối, ngày hôm sau sẽ không có mưa, nhưng tôi nghĩ rằng đó chỉ là một kiểu hiểu biết xưa cũ mà thực ra không đúng.

old-boy network hoặc *old boys' network* nhóm liên kết giữa những người bạn cũ trước đây cùng học một trường hoặc tham gia cùng một tổ chức, giúp đỡ lẫn nhau và tạo nên một thế lực, ảnh hưởng đáng kể ■ *A bunch of disk jockeys formed the core of an old boys' network that was capable of making or breaking new hit records.* • Một số các tay bình luận âm nhạc trên truyền hình đã liên kết thành một nhóm có đủ khả năng tạo ra hay phá vỡ các kỷ lục mới.

oldest → it's the oldest trick in the book

old-guard có tính cách bảo thủ, không chịu thay đổi ■ *Hillary's choice of an old-guard designer known for his classic styles indicated that she was taking a sophisticated but safe route.* • Việc Hillary chọn một nhà thiết kế bảo thủ nổi tiếng về các kiểu mẫu cổ điển đã cho thấy bà ta đang chọn theo một phương thức sành sỏi nhưng an toàn.

olive → offer an olive branch

omega → alpha and omega

omelette → make an omelette without breaking eggs

on → early on

on → from now on

on → get it on

on → got it going on

on → have egg on one's face

on → have the edge over

on → not able to go on

on → not have a leg to stand on

on → the heat is on

on → turn up the heat

on a (totally) different wavelength nói về người hoàn toàn khác biệt nhau về quan điểm, ý kiến... vì thế không hiểu được nhau ■ *I just couldn't talk to some of those people last night; I felt like it was on a totally different wavelength.* • Tối qua tôi đã không thể trò chuyện được với một số trong những người ấy, tôi có cảm giác như là hoàn toàn khác biệt và không thể hiểu nhau.

on a collision course with 1. rơi vào tình huống hầu như chắc chắn sẽ dẫn đến tranh cãi, bất đồng ■ *I was on a collision course with my boss over the sales figures.* • Tôi đang sắp đi đến chỗ phải tranh cãi với ông chủ của mình về doanh số bán hàng. 2. đang di chuyển theo hướng rất có thể sẽ va chạm mạnh vào cái gì ■ *A giant iceberg was* *on a collision course with the ship.* • Một tảng băng khổng lồ đang di chuyển theo hướng sắp đụng vào con tàu.

on a dime 1. (nói về xe) với rất ít khoảng trống để quay đầu hoặc dừng, đỗ... ■ *My dad could park on a dime, but I never learned to do it.* • Cha tôi có thể đỗ xe với rất ít khoảng trống, nhưng tôi chẳng bao giờ học làm được điều đó. 2. (nói về người, tổ chức hoặc một hệ thống) với rất ít thời gian để dừng một hoạt động và chuyển ngay sang hoạt động khác ■ *Advertisers can turn on a dime and produce new commercials in a couple of hours.* • Các nhà quảng cáo có thể thay đổi rất nhanh và đưa ra các mục quảng cáo mới chỉ trong vài giờ.

on a head trip (tiếng lóng) cảm thấy quá tự mãn, cao ngạo về điều gì vừa đạt được ■ *Gordon has been on a head trip since he was promoted to shift manager.* • Gordon đã trở nên quá tự mãn từ khi anh được đề bạt lên làm người quản lý ca.

on a knife edge 1. tình huống khó khăn hoặc nguy hiểm, khi mà một điều rất tồi tệ có thể dễ dàng xảy ra ■ *After the assassination, the country was on a knife edge until he managed to appeal to the people and unite them.* • Sau vụ ám sát, đất nước rơi vào tình huống đầy nguy hiểm, cho đến khi ông ta xoay xở được để có thể lên tiếng kêu gọi nhân dân và đoàn kết họ lại. ■ *The rural communities lead a knife-edge existance under the perpetual threat of drought.* • Các ủy ban nông thôn tồn tại trong tình huống khó khăn dưới sự đe dọa kéo dài của nạn hạn hán. 2. tình huống mà không ai có thể đoán trước được điều gì sẽ xảy ra, hoặc quyết định nào sẽ được đưa ra ■ *Three weeks before the election, opinion polls showed that the outcome was on a knife edge.* • Ba tuần lễ trước cuộc bầu cử, những cuộc thăm dò ý kiến cho thấy kết quả là không thể đoán trước được. ■ *The governor will be facing a knife-edge vote in next week's election.* • Ông thống đốc sẽ phải đối mặt với một sự chọn lựa khó dự đoán trong cuộc bầu cử vào tuần tới.

on a par with tương đương với người hay sự vật khác về phẩm chất, giá trị hay tầm quan trọng ■ *If the applicants are all on a par, we give preference to those who applied first.* • Nếu tất cả những người nộp đơn đều có phẩm chất tương đương nhau, chúng tôi sẽ dành ưu tiên cho người nộp đơn trước. ■ *Turkey's population of 58 million puts it on a par with France or Great Britain.* • Dân số 58 triệu của Thổ Nhĩ Kỳ đã đặt nước này ngang hàng với Pháp hoặc vương quốc Anh.

on a shoestring budget → **on a shoestring**

on a shoestring hoặc ***on a shoestring budget*** sinh hoạt hoặc điều hành một công việc với ngân sách rất hạn chế ■ *For the five years after Matt was born, we were living on a shoestring.* • Trong vòng 5 năm sau khi Matt được sinh ra, chúng tôi sống với một ngân sách rất hạn chế.

on a wing and a prayer thực hiện điều gì với hy vọng sẽ thành công, cho dù không có được tiền bạc, kiến thức hay sự giúp đỡ cần thiết để có thể làm tốt ■ *The city is operating on a wing and a prayer at this point. A lot of essential repairs have not been made.* • Thành phố đang hoạt động cầu may vào lúc này.

Nhiều sự sửa chữa cần thiết vẫn chưa được thực hiện.

on account of sth bởi vì, do nơi nguyên nhân gì ■ *She retired early on account of ill health.* ● Cô ta nghỉ hưu sớm do sức khỏe kém. ■ *The marsh is an area of great scientific interest on account of its wild flowers.* ● Khu đầm lầy rất được quan tâm về mặt khoa học do nơi những loài hoa dại của nó. ■ *She can't work much on account of the children.* ● Cô ấy không thể làm việc nhiều là do nơi con cái.

on air hoặc *on the air* hoặc *off the air* nói về truyền thanh hoặc truyền hình, được hoặc không được phát sóng ■ *We will be back on air tomorrow morning at 7.* ● Chúng tôi sẽ trở lại phát sóng vào 7 giờ sáng mai. ■ *The programme was taken off the air over the summer.* ● Chương trình không được phát sóng trong suốt mùa hè. ■ *After just three episodes his series was taken off the air.* ● Chỉ sau 3 tập, loạt chương trình của ông ta đã bị ngưng phát sóng. ■ *Wait till we're off air.* ● Xin hãy chờ cho đến lúc chúng tôi ngưng phát sóng.

on all fours nói về người, di chuyển với cả hai tay và hai chân - bò ■ *We were crawling around on all fours.* ● Chúng tôi đang bò quanh bằng cả hai tay và hai chân.

on an equal footing with sb → **on equal terms with sb**

on an even keel sinh hoạt, hoạt động một cách bình lặng, êm ả, không có thay đổi đột ngột nào, nhất là sau một giai đoạn khó khăn ■ *Business is now back on an even keel after the postal strike.* ● Công việc giờ đây trở lại với nhịp điệu bình thường sau vụ đình công của ngành bưu điện. ■ *Setting her life back on an even keel after their break-up had been incredibly difficult.* ● Đưa cuộc sống cô ấy trở lại như bình thường sau sự tan vỡ của họ đã là một khó khăn không tưởng tượng nổi. ■ *Getting her life on an even keel again after her break-up with Jim had taken Monica a long time.* ● Monica đã phải mất một thời gian dài để đưa cuộc sống của mình trở lại bình thường sau khi cắt đứt quan hệ với Jim.

on an up (khẩu ngữ) cảm thấy vui sướng, hạnh phúc, nhất là sau khi vừa trải qua đau khổ ■ *Kevin's on a definite up right now - do you think it will last?* ● Kevin hiện giờ đang hết sức vui sướng - anh có nghĩ là điều đó sẽ kéo dài không?

on automatic pilot thực hiện công việc thường lệ một cách máy móc, không suy nghĩ, thường là do quá mệt mỏi hoặc đang bận tâm về chuyện khác ■ *After the argument with Steven, Jean passed the rest of the day on automatic pilot.* ● Sau trận cãi nhau với Steven, Jean trải qua thời gian còn lại trong ngày một cách máy móc không suy nghĩ. ■ *I got up and dressed on automatic pilot.* ● Tôi thức dậy và mặc quần áo vào một cách máy móc.

on balance sau khi đã cân nhắc mọi yếu tố liên quan ■ *On balance, the company has had a successful year.* ● Nhìn chung, công ty đã có một năm thành công. ■ *On balance, I think we made the right decision.* ● Nhìn chung, tôi nghĩ là chúng ta đã đưa ra quyết định đúng đắn.

on behalf of sb hoặc *on one's behalf* 1. đại diện, thay mặt cho một người khác hay một tổ chức ▪ *On behalf of the department I would like to thank you all.* • Thay mặt cho cơ quan tôi xin cảm ơn tất cả các anh. ▪ *Mr Knight cannot be here, so his wife will accept the prize on his behalf.* • Ông Knight không thể có mặt ở đây, vì thế vợ ông sẽ nhận giải thưởng thay cho ông. ▪ *A solicitor issued a statement on behalf of the victim's family.* • Một luật sư đã đưa ra tuyên bố thay mặt cho gia đình nạn nhân. 2. do nơi ai hoặc vì ai ▪ *Don't worry on my behalf.* • Xin đừng vì tôi mà lo lắng. 3.nhằm để giúp đỡ ai ▪ *They campaigned on behalf of asylum seekers.* • Họ vận động cho những người xin được hưởng quy chế tỵ nạn chính trị. ▪ *She intervened with the immigration service on his behalf.* • Bà ấy can thiệp với sở di trú để giúp đỡ anh ta.

on board 1. (nói về tàu, thuyền) có mặt trên boong tàu, lên tàu ▪ *Have the passengers gone on board yet?* • Hành khách đã lên tàu hết chưa? ▪ *The plane had 125 passengers and crew on board.* • Nhân viên phi hành đoàn và 125 hành khách đã có mặt trên máy bay. ▪ *A customs officer came on board the ship.* • Một nhân viên thuế quan đã lên tàu. 2. tham gia vào một công việc, dự án, kế hoạch... ▪ *It's good to have you on board for this project.* • Được làm việc chung với anh trong dự án này thật là tốt. ▪ *Welcome to our team. It's great to have you on board.* • Chào mừng đến với đội chúng tôi. Thật tuyệt vời khi có anh cùng cộng tác.

on camera hoặc *off camera* được ghi hình hoặc không được ghi hình bằng camera ▪ *He was caught on camera robbing the bank.* • Ông ta bị ghi hình lại khi đang cướp ngân hàng. ▪ *He made a few remarks off camera.* • Ông ta đưa ra một số nhận xét không được ghi lại trong băng hình. ▪ *Are you prepared to tell your story on camera?* • Anh đã chuẩn bị để kể lại câu chuyện của mình trước ống kính thu hình hay chưa?

on cloud nine cực kỳ vui sướng vì có điều gì tốt đẹp vừa xảy ra ▪ *After Rachel called and asked me out, I was on cloud nine.* • Sau khi Rachel gọi đến và mời tôi đi chơi, tôi thấy sung sướng đến cực độ.

on course for sth hoặc *on course to do sth* rất có khả năng sẽ đạt đến một trạng thái nào đó hoặc sẽ làm điều gì, vì đã có những dấu hiệu khởi đầu ▪ *Our economy is on course for higher inflation than Britain by the end of the year.* • Nền kinh tế của chúng ta rất có khả năng sẽ tiến tới lạm phát cao hơn Anh quốc vào cuối năm. ▪ *Victory in Saturday's match will put them on course to qualify for the European championships.* • Chiến thắng trong trận đấu hôm thứ Bảy sẽ giúp cho họ có nhiều khả năng đủ tiêu chuẩn cho chức vô địch châu Âu. ▪ *Their company is on course to make its worst-ever losses this year.* • Công ty của họ có nhiều khả năng sẽ thua lỗ đến mức chưa từng có trong năm nay.

on course to do sth → **on course for sth**

on cue hoặc *right on cue* xảy ra chính xác ngay vào thời điểm đặc biệt nhất hoặc đang được chờ đợi ▪ *"Where is that boy?" As if on cue, Simon appeared in the doorway.* • "Còn cậu bé kia đâu?" Thật hết sức đúng lúc, Simon hiện ra trên bục cửa. ■ *Just as we're leaving, right on cue, the kids say they need the toilet.* ● Đúng ngay vào lúc chúng tôi ra đi, bọn trẻ nói là chúng cần phải đi vệ sinh.

on dangerous ground hoặc *on dangerous territory* làm điều gì theo cách có nhiều rủi ro, chẳng hạn như có nguy cơ bị phản đối hoặc thất bại, hoặc có nhiều khả năng làm người khác tức giận ■ *Smith is clearly on dangerous ground with his latest film about AIDS.* ● Smith rõ ràng là đã hết sức liều lĩnh với bộ phim mới nhất của ông về AIDS. ■ *We'd be on dangerous ground if we asked about race or religion.* ● Chúng ta sẽ rất dễ gây ra phẫn nộ nếu chúng ta đặt câu hỏi về chủng tộc hay tôn giáo.

on dangerous territory → **on dangerous ground**

on demand thực hiện theo mức độ như được yêu cầu ■ *Feed the baby on demand.* ● Cho đứa bé ăn theo nhu cầu. ■ *We can't simply make cosmetic surgery available on demand.* ● Chúng tôi hoàn toàn không thể sẵn sàng thực hiện việc giải phẫu thẩm mỹ theo như yêu cầu.

on display được đưa ra một nơi mà mọi người đều có thể nhìn thấy - trưng bày ■ *Designs for the new sports centre are on display in the library.* ● Những thiết kế cho trung tâm thể thao mới được trưng bày trong thư viện. ■ *They're discussing whether to put the pictures on temporary or permanent display.* ● Họ đang thảo luận việc sẽ trưng bày các bức tranh tạm thời hay lâu dài.

on draught nói về bia, được lấy ra bán từ thùng chứa lớn, thay vì trong chai hoặc lon ■ *This beer is not available on draught.* ● Loại bia này không có sẵn trong thùng chứa lớn. (chỉ có dạng đóng chai hoặc lon)

on duty đang trong thời gian làm nhiệm vụ, chịu trách nhiệm về điều gì ■ *Who's on duty today?* ● Hôm nay ai trực nhật? ■ *The nurse on duty called for a doctor.* ● Cô y tá đang phiên trực đã gọi một bác sĩ đến.

on earth 1. dùng với các nghi vấn từ như *why, what, who, where, how...* để bày tỏ sự ngạc nhiên hoặc tức giận, khi người nói không thể hiểu được lý do của sự việc gì ■ *What on earth are you doing?* ● Anh đang làm cái quái gì thế? ■ *How on earth can she afford that?* ● Làm thế quái nào mà cô ta lại có thể đủ khả năng chi trả cho cái đó? ■ *What on earth do you mean?* ● Ý của anh định nói cái quái gì thế? ■ *Why on earth would I want to work for you?* ● Việc quái gì mà tôi lại muốn làm việc cho anh kia chứ? 2. dùng trong câu phủ định để nhấn mạnh ■ *Nothing on earth would persuade me to go with him.* ● Không có bất cứ điều gì có thể thuyết phục được tôi đi với anh ta. ■ *There is no reason on earth why we shouldn't just leave.* ● Không có bất cứ lý do nào để chúng ta lại không ra đi. ■ *Nothing on earth could get me to speak to her.* ● Không điều gì có thể làm cho tôi nói chuyện với cô ta.

on end 1. theo tư thế dựng đứng lên ■ *It'll fit if you stand it on end.* ● Nó sẽ vừa vặn nếu như anh dựng đứng nó lên. ■ *The sofa was stood on end in the corner of the room.* ● Cái trường kỷ đã được dựng đứng lên trong góc phòng. 2. liên tục kéo dài trong một quãng thời gian được nói đến ■ *He would disappear for weeks* *on end.* • Anh ta thường mất dạng liên tục trong nhiều tuần.

on equal terms with sb hoặc *on an equal footing with sb* trong điều kiện có đủ những lợi thế cũng như bất lợi tương đương với ai khác ■ *Can our industry compete on equal terms with its overseas rivals?* • Liệu ngành công nghiệp của chúng ta có thể cạnh tranh bình đẳng với các đối thủ nước ngoài chăng? ■ *Athletes need to know they are competing on equal terms.* • Các vận động viên cần được biết là họ đang tranh tài bình đẳng với nhau.

on everybody's lips hoặc *on the lips of sb* (cũng thay *everybody* bằng *everyone*) 1. nói về điều gì đang được tất cả mọi người trong một nhóm, tổ chức... cùng nhau bàn tán, nói đến ■*I think the big question on everyone's lips is why or how someone as nasty as Burrows can get appointed as supervisor?* • Tôi nghĩ rằng vấn đề lớn mà tất cả mọi người đang bàn tán là tại sao và làm thế nào mà một người khó chịu như Burows có thể được chỉ định làm người giám sát. 2. về một vấn đề, sự việc được nói ra hoặc sắp sửa nói ra ■*The banks were full of anxious customers with one question on their lips: Are we going to lose our life savings?* • Các ngân hàng đầy những khách hàng đang lo lắng, với cùng một vấn đề được nhắc đến: Liệu chúng ta có sắp sửa mất sạch tiền dành dụm cả đời hay chăng?

on false pretences → **under false pretences**

on hand (thường dùng trong các bản tin báo chí, truyền hình...) có mặt đúng lúc ở nơi nào đó, thường là khi có điều bất thường hay đặc biệt xảy ra, nhằm để quan sát rõ hay đưa ra sự giúp đỡ cần thiết ■*Disaster relief personnel will be on hand to provide information and assistance at the relief centre.* • Nhân viên cứu trợ thiên tai sẽ có mặt kịp thời để cung cấp thông tin và sự trợ giúp ở trung tâm cứu trợ. ■ *The emergency services were on hand with medical advice.* • Các bộ phận cấp cứu đã có mặt kịp thời với sự tư vấn về thuốc men.

on home ground → **on home turf**

on home turf hoặc *on home ground* (thường dùng trong các lĩnh vực thể thao và chính trị) ở một nơi rất quen thuộc với ai ■ *Spurs rewarded their fans with a 3-1 win on their home ground.* • Đội Spurs đền đáp những người hâm mộ họ bằng chiến thắng 3-1 trên sân nhà. ■ *It was nice to be back on home ground after all that travelling.* • Thật thú vị khi được trở về quê nhà sau chuyến đi ấy. ■ *I'd rather meet him here on my own home ground.* • Tôi muốn gặp gỡ ông ta trên vùng đất quen thuộc của mình hơn. ■ *This was his first big political contest on home ground, and he was excited about it.* • Đây là cuộc chạy đua chính trị lớn đầu tiên của ông ta ngay trên đất nhà, và ông đã rất phấn khích về chuyện này.

on in years → **up in years**

on no account hoặc *not on any account* dùng để nhấn mạnh, không vì bất cứ lý do gì, không thể viện bất cứ lý do nào để thực hiện điều được nói đến ■ *On no account should the house be left unlocked.* • Dù bất cứ lý do nào căn nhà cũng không được bỏ trống không khóa. ■ *On no account should the soldiers be blamed for what happened.* • Không thể vì bất cứ lý do nào mà các quân nhân lại bị quy lỗi về những gì đã xảy ra. ■

A doctor should not, on any account, break his confidence. • Một bác sĩ không được mất tự tin, dù với bất cứ lý do nào.

on no condition hoặc *under no condition* dù trong bất cứ tình huống nào, dù cho có bất cứ điều gì xảy ra ■ *You must on no condition tell them what happened.* • Trong bất cứ tình huống nào anh cũng không được cho họ biết chuyện gì đã xảy ra.

on one's account theo như ý muốn của ai, được thực hiện vì ai ■ *Please don't change your plans on my account.* • Xin đừng vì tôi mà thay đổi những kế hoạch của anh. ■ *Please don't go on my account.* • Xin đừng vì tôi mà đi.

on one's ass hoặc *on one's butt* (tiếng lóng) chỉ trích, phàn nàn ai một cách dai dẳng, khó chịu ■ *Kyle is always on my butt about something. I can't even just sit there and watch TV without him saying something.* • Kyle luôn phàn nàn tôi về một điều gì đó. Thậm chí tôi không thể ngồi yên xem ti-vi mà không nghe thấy anh ta đang nói một điều gì. (Vì dùng *ass* có ý xúc phạm, thô lỗ, nên có thể chọn cách nói *on one's back* sẽ lịch sự hơn nhiều mà vẫn diễn đạt cùng nghĩa.)

on one's back chỉ trích hoặc than phiền ai một cách dai dẳng, hoặc nài nỉ ai làm điều gì mà người ấy không muốn ■ *I had no money left, and my parents were on my back for spending too much.* • Tôi hết sạch tiền và cha mẹ đang la rầy tôi vì đã chi tiêu quá nhiều. ■ *He's still on my back about that money I borrowed.* • Anh ta vẫn cứ cằn nhằn tôi mãi về số tiền tôi đã mượn. ■ *You're always on my back about something.* • Anh lúc nào cũng có chuyện để lằng nhằng với tôi cả.

on one's behalf → **on behalf of sb**

on one's books nói về những gì mà một tổ chức hoặc dịch vụ hiện đang có sẵn để phục vụ ■ *We have very few nurses on our books at the moment.* • Hiện lúc này chúng tôi có rất ít y tá đang phục vụ. ■ *Most of the houses on our books are in the north of the city.* • Hầu hết những căn nhà chúng tôi đang sẵn có (chẳng hạn để bán) đều nằm ở phía bắc của thành phố.

on one's butt → **on one's ass**

on one's coat-tails hoặc *ride (on) one's coat-tails* khi muốn nói rằng ai đó chỉ có thể thành công nhờ dựa vào sự thành công của người khác ■ *My dad is a sports columnist, and I didn't want to ride his coat-tails into newspaper journalism.* • Cha tôi là một phóng viên thể thao, và tôi đã không muốn dựa dẫm ông ấy để vào làng báo. ■ *She got where she is today on her brother's coat-tails.* • Cô ấy được như ngày nay là nhờ dựa dẫm vào ông anh của mình.

on one's conscience nói về điều gì khiến ai đó phải ray rứt, suy nghĩ vì biết rằng mình đã sai lầm, có lỗi ■ *I'll write and apologize. I've had it on my conscience for weeks.* • Tôi sẽ viết thư xin lỗi. Tôi đã ray rứt mãi về chuyện ấy trong nhiều tuần lễ. ■ *It's still on my conscience that I didn't warn him in time.* • Tôi vẫn còn ray rứt ân hận mãi là tôi đã không cảnh báo cho anh ta kịp thời.

on one's doorstep hoặc *on the doorstep* gần sát, ngay cạnh nơi cư trú của ai - gần bên nhà ■ *You're lucky* *having the school and the supermarket on your doorstep.* • Anh thật may mắn khi có siêu thị và trường học đều ở gần bên nhà. ■ *The nightlife is great with bars and clubs right on the doorstep.* • Cuộc sống về đêm thật tuyệt với những quán nước và câu lạc bộ ở gần bên nhà. ■ *Johnny is very lucky because there's a swimming pool right at his doorstep.* • Johnny rất may mắn vì có một hồ bơi ngay cạnh nhà anh ta.

on one's guard chú ý thận trọng đến những gì đang xảy ra để tránh bị lừa dối hay phải rơi vào nguy hiểm ■ *The police have warned us to be on our guard against bogus salesmen.* • Cảnh sát đã cảnh báo chúng ta là hãy đề cao cảnh giác chống lại những người bán hàng giả mạo. ■ *There are cameras everywhere, so be on your guard!* • Có máy quay phim đặt ở khắp nơi, vì thế bạn hãy cẩn thận.

on one's last legs nói về người hay sự vật, đã già cỗi, cũ kỹ, trở nên yếu ớt hoặc không còn hoạt động tốt như trước nữa ■ *This hair dryer's on its last legs - I have to remember to get a new one.* • Cái máy sấy tóc này đã quá tuổi rồi - tôi phải nhớ mua một cái mới thôi.

on one's own account thực hiện điều gì bằng khả năng của chính mình hoặc vì lợi ích của riêng mình ■ *He earned £250,000 last year trading stock on his own account.* • Năm ngoái anh ta kiếm được 250.000 bảng Anh bằng việc tự mình mua bán chứng khoán. ■ *No one sent me, I am here on my own account.* • Không có ai sai phái tôi, tôi tự mình đến đây. ■ *In 1992 Smith set up in business on his own account.* • Năm 1992, Smith thiết lập doanh nghiệp riêng của mình.

on one's shit list (khẩu ngữ) bị ai đó tức giận ■ *It seems like I'm on everybody's shit list these days. Can't I do anything right?* • Có vẻ như lúc này tôi đang bị tất cả mọi người tức giận. Tôi không thể làm được điều gì đúng đắn sao?

on one's tail 1. hoặc *on the tail of sb* rượt đuổi hay đi theo ai với khoảng cách rất gần ■ *Now even the national news organizations were on his tail.* • Giờ đây ngay cả các cơ quan thông tin quốc gia cũng bám theo ông ta rất sát. 2.(khẩu ngữ) nói về xe hơi, theo quá sát xe phía trước đến mức gây bực mình, khó chịu ■ *We drove across a mile-long bridge with a huge truck on our tail the whole time.* • Chúng tôi lái xe vượt qua một cây cầu dài một dặm với một chiếc xe tải lớn bám sát theo đuôi trong suốt thời gian đó.

on one's watch (thường dùng trong các lĩnh vực kinh doanh và chính trị) nói về một sự việc xảy ra đang trong thời gian chịu trách nhiệm hoặc nắm quyền của ai ■ *The financial losses that occurred on Reigle's watch are higher than anything we've known.* • Những thất thoát tài chính xảy ra trong thời gian nắm quyền của Reigle cao hơn so với những gì chúng ta đã từng được biết.

on paper dùng để nhấn mạnh rằng ý tưởng có được về điều gì qua các báo cáo, số liệu trên giấy tờ... có thể khác với những gì trong thực tế ■ *Polly's plan looks good on paper, but do we have the resources for it?* • Kế hoạch của Polly trên giấy tờ có vẻ tốt đẹp, nhưng liệu chúng ta có được các nguồn vốn cho nó không?

on parade đi trước hoặc được đặt ở phía trước mọi người để có thể được trông thấy và ngưỡng mộ ■ *Working mothers can find it hard to deal with the idealized images of motherhood on parade in women's magazines.* ● Những bà mẹ phải đi làm việc có thể thấy là rất khó khăn khi bàn đến những hình ảnh lý tưởng về vai trò người mẹ được nêu cao trong các tạp chí phụ nữ.

on second thought (khẩu ngữ) thay đổi ý kiến về việc gì ■ *I'll have a fried potato. No, on second thought, make that a salad instead.* ● Tôi sẽ dùng khoai tây chiên. Không, tôi đã đổi ý, hãy thay bằng món rau trộn.

on sight → **at sight**

on skid row tình trạng sống rất tồi tệ vì không có nhà ở, không có việc làm và thường kèm theo sự nghiện ngập ■ *Even if Josh loses a few thousand dollars, he won't end up on skid row.* ● Ngay cả nếu như Josh có thua lỗ vài ngàn đô-la, ông ta cũng sẽ không rơi vào một kết cuộc tồi tàn đâu.

on tap 1. sẵn sàng để được sử dụng bất cứ khi nào cần đến ■ *When starting your own business, you should have at least six months' income on tap for your own safety.* ● Khi khởi sự một doanh nghiệp riêng của mình, bạn nên có sẵn trong tay ít nhất là 6 tháng thu nhập để đảm bảo an toàn cho chính mình. 2. nói về một sự kiện hay hoạt động, sắp sửa diễn ra ■ *Scary story readings and costume contests are some of the events on tap for Halloween.* ● Những buổi đọc chuyện kinh dị và các cuộc thi trang phục đặc biệt là một số trong các sự kiện đang sắp sửa diễn ra nhân dịp lễ Halloween.

on tenterhooks rất căng thẳng, nôn nao và bị kích động vì đang chờ đợi một điều gì xảy ra ■ *Carl was on tenterhooks, waiting for his supervisor's decision about the new job.* ● Carl đang hết sức căng thẳng và nóng lòng chờ đợi quyết định của người giám định mình về công việc mới.

on that account hoặc ***on this account*** dùng khi nêu ra lý do giải thích cho điều gì ■ *Weather conditions were poor, but he did not delay his departure on that account.* ● Những điều kiện thời tiết rất tồi tệ, nhưng ông ta không hoãn lại chuyến đi vì lý do đó. ■ *She was divorced, and on that account alone my mother disliked her.* ● Cô ấy đã ly hôn, và chỉ riêng vì lý do đó, mẹ tôi không thích cô ấy.

on the air → **on air**

on the back of sth dựa vào, phụ thuộc vào, nhờ đó mà phát triển ■ *The company's production grows on the back of the personel department.* ● Sự sản xuất của công ty phụ thuộc vào phòng quản lý nhân sự. ■ *The profits growth came on the back of a 26 per cent rise in sales.* ● Phần lợi tức gia tăng là nhờ vào mức bán ra tăng 26 phần trăm. ■ *Share prices rose sharply on the back of a rise in profits.* ● Giá cổ phiếu tăng đột ngột là nhờ vào sự gia tăng lợi tức.

on the ball nói về người, nhanh nhạy, nắm vững vấn đề và có phản ứng kịp thời trước mọi tình huống ■ *The new manager is really on the ball.* ● Giám đốc mới là người rất nhanh nhạy.

on the boil rất sôi động, tích cực ■ *We have several projects all on the boil at once.* ● Chúng tôi có nhiều dự án, tất cả đều đang diễn ra sôi động. ■ *The media are trying to keep the issue on the boil.* ● Giới truyền thông cố giữ cho vấn đề tiếp tục sôi động.

on the bubble nói về người có nguy cơ sắp bị mất việc, hoặc doanh nghiệp có nguy cơ mất nguồn tài trợ nếu không đủ khả năng trang trải (thường dùng trong các bản tin báo chí, truyền hình...) ■ *Evans and Getz are on the bubble as the coaching staff tries to reduce the number of players from 37 to 23.* ● Evans và Getz đang có nguy cơ bị sa thải khi ban huấn luyện cố giảm số cầu thủ từ 37 người xuống còn 23.

on the button hoặc *right on the button* 1. đúng lúc, chính xác vào một thời điểm định trước ■ *She has been staying out too late recently, but last night she came home right on the button.* ● Gần đây cô ấy luôn về nhà muộn, nhưng tối hôm qua cô ấy về vừa đúng giờ. 2. (nói về một câu trả lời hoặc sự mô tả về điều gì) hoàn toàn chính xác, không sai ■ *Sheraton's answers were right on the button as usual, leaving the rest of us feeling a little stupid.* ● Như thường lệ, những câu trả lời của Sheraton là hoàn toàn chính xác, khiến cho những người còn lại trong chúng tôi tự cảm thấy mình hơi ngốc nghếch.

on the cards hoặc *in the cards* rất có khả năng sẽ xảy ra ■ *The merger has been on the cards.* ● Việc sáp nhập rất có khả năng sẽ xảy ra.

on the case chịu trách nhiệm giải quyết một vụ việc, vấn đề ■ *We have two agents on the case.* ● Chúng tôi có hai đại diện đang giải quyết vấn đề. ■ *"Who's finding out about the hotel?" "Don't worry, Jane's on the case."* ● "Ai sẽ tìm hiểu về khách sạn?" "Đừng lo, Jane chịu trách nhiệm việc này."

on the cheap chi tiền ra ít hơn mức thông thường để có được điều gì - với giá rẻ ■ *This book is a guide to decorating your house on the cheap.* ● Cuốn sách này là một hướng dẫn trong việc trang trí ngôi nhà bạn với giá rẻ. ■ *During his trip, he acquired valuable works of art on the cheap.* ● Trong suốt chuyến đi của mình, ông ta đã tìm được nhiều tác phẩm nghệ thuật giá trị với giá rẻ. ■ *It's a great opportunity to pick up a car on the cheap.* ● Đây là một dịp tuyệt vời để mua một chiếc xe hơi với giá rẻ.

on the contrary dùng khi nêu ra một thông tin trái ngược với điều vừa nói trước đó ■ *"It must have been terrible." "On the contrary, I enjoyed every minute."* ● "Chuyện đó hẳn phải là khủng khiếp lắm." "Ngược lại, tôi thấy thích thú trong từng giây phút." ■ *The risk of infection hasn't diminished - on the contrary, it has increased.* ● Nguy cơ nhiễm trùng đã không bị xóa bỏ - ngược lại, nó còn gia tăng thêm.

on the credit side dùng để nêu ra mặt tích cực của vấn đề, nhất là sau khi đã nói đến những mặt tiêu cực ■ *On the credit side, she's always willing to work very late.* ● Về mặt tích cực, cô ấy luôn luôn sẵn lòng làm việc rất trễ. ■ *On the credit side, inflation has not risen this year.* ● Mặt tích cực là lạm phát đã không gia tăng trong năm nay.

on the cutting edge of sth hoặc *at the cutting edge of sth* hình thức tiên tiến nhất của một loại hoạt động, trong đó những thiết bị, phương pháp và hệ thống mới nhất đang được phát triển và sử dụng ■*The scientific skills we have developed are on the cutting edge of nuclear technology.* ● Những kỹ năng khoa học mà chúng tôi đã phát triển là tiên tiến nhất trong lĩnh vực kỹ thuật hạt nhân.

on the defensive hoặc *onto the defensive* hành động theo cách để tự bảo vệ mình hoặc sẵn sàng để chống lại mọi sự tấn công - lui về thế thủ ■ *Their questions about the money put her on the defensive.* ● Những câu hỏi của họ về số tiền đã đẩy cô ấy vào thế thủ. ■ *Warnings of an enemy attack forced the troops onto the defensive.* ● Những cảnh báo về một cuộc tấn công của quân địch đã buộc quân đội phải chuẩn bị sẵn sàng chiến đấu.

on the doorstep → **on one's doorstep**

on the dot chính xác vào một thời điểm, giờ giấc cụ thể nào đó ■ *The bus is supposed to leave at eight o'clock on the dot.* ● Xe buýt được cho là phải rời đi đúng vào lúc 8 giờ. ■ *The taxi showed up on the dot.* ● Chiếc taxi xuất hiện hoàn toàn đúng lúc. ■ *Breakfast is served at 8 on the dot.* ● Bữa điểm tâm được phục vụ đúng vào lúc 8 giờ sáng. ■ *Please tell him I'll call him on the dot of twelve.* ● Xin vui lòng nói với ông ta rằng tôi sẽ gọi điện cho ông ta đúng vào lúc 12 giờ. ■ *He arrived at 8 o'clock on the dot.* ● Ông ta đến đúng vào lúc 8 giờ. ■ *I was there on the dot of four, as agreed.* ● Tôi đã có mặt ở đó đúng vào lúc 4 giờ, theo như đã thỏa thuận.

on the double rất nhanh và không có thời gian trì hoãn, dừng lại ■ *Matthew, come downstairs on the double. I want to talk to you!* ● Matthew, xuống cầu thang thật nhanh lên. Tôi cần nói chuyện với bạn.

on the drawing board đang được xem xét hoặc chuẩn bị ■ *It's just one of several projects on the drawing board.* ● Đó chỉ là một trong nhiều dự án đang được xem xét.

on the edge of one's chair → **on the edge of one's seat**

on the edge of one's seat hoặc *on the edge of one's chair* rất quan tâm và nôn nóng muốn biết điều gì sẽ xảy ra, tập trung toàn bộ sự chú ý để theo dõi, nhất là khi xem phim hay đọc sách ■ *Star Trek fans were waiting on the edge of their seats for the next movie.* ● Những người say mê loạt phim Star Trek đang nôn nóng chờ đợi tập phim tiếp theo. ■ *The game had the crowd on the edge of their seats.* ● Trận đấu làm cho đám đông hết sức nôn nóng tập trung theo dõi. ■ *I was on the edge of my seat waiting to find out what happened next.* ● Tôi đang hết sức nôn nóng chờ đợi xem chuyện gì sẽ xảy ra tiếp theo.

on the edge of sth tiến gần đến một vị trí, tình huống nào đó ■ *He seemed to be poised on the edge of Hollywood success.* ● Ông ta dường như đang tiến đến gần sự thành công ở Hollywood. ■ *She hovered on the edge of sleep.* ● Cô ấy mơ màng sắp rơi vào giấc ngủ.

on the face of it theo như vẻ ngoài, mới nhìn thoáng qua, nhất là khi thực tế không hoàn toàn đúng vậy ■ *On the face of it, this month's sales figure are encouraging, however there is still a lot of improvement to be made.* ● Mới nhìn qua thì doanh số tháng này là đáng khích lệ, tuy nhiên vẫn còn rất nhiều cải thiện phải được làm. ■ *On the face of it, it seems like a great deal.* ● Nhìn bề ngoài thì có vẻ như đây là một số lượng rất lớn. ■*What may, on the face of it, seem obvious often turns out to be far more complicated.* ● Những gì mới nhìn qua có vẻ rất rõ ràng thường hóa ra là phức tạp hơn nhiều.

on the firing line hoặc *in the firing line* hoặc *in the line of fire* 1. giữ một cương vị hoặc rơi vào tình huống có rất nhiều khả năng bị chỉ trích hoặc tấn công ■ *Once again, Keating is in the line of fire as the family tries to protect the area from developers.* • Lại một lần nữa Keating lại rơi vào tình trạng bị chỉ trích khi gia đình này cố bảo vệ cho khu vực khỏi ảnh hưởng của các nhà xây dựng. ■ *After any defeat, their manager is always in the firing line.* • Sau bất cứ thất bại nào, người quản lý của họ luôn luôn rơi vào tình huống bị chỉ trích. ■ *The labour secretary found himself in the firing line over recent job cuts.* • Bộ trưởng lao động nhận ra mình đang bị chỉ trích qua những cắt giảm công việc gần đây. ■ *As head of the department, Melanie was on the firing line when two professors suddenly left.* • Là người đứng đầu cơ quan, Melanie bị chỉ trích khi hai giáo sư đột nhiên bỏ đi. ■ *He found himself in the firing line over recent job cuts.* • Ông ta nhận ra mình bị chỉ trích qua việc cắt giảm việc làm gần đây. 2. nằm trong tầm đạn bắn của ai ■ *There are many attempts to prevent civilians from being in the firing line.* • Có nhiều nỗ lực để ngăn không cho dân thường rơi vào trong tầm đạn bắn.

on the flat trên địa hình bằng phẳng, không có đồi dốc hoặc thung lũng ■ *Overtaking the next cyclist on an Alpine climb is a dozen times harder than on the flat.* • Vượt qua được tay đua kế tiếp trên vùng đồi núi Alpine là khó khăn gấp chục lần so với trên địa hình bằng phẳng.

on the fritz (khẩu ngữ) nói về một thiết bị điện không hoạt động bình thường ■ *It was a long, boring trip, and the car radio was on the fritz.* • Đó là một chuyến đi dài buồn tẻ, và máy thu thanh trên xe lại bị hỏng. ■ *The television is on the fritz again.* • Máy thu hình lại bị hỏng nữa rồi.

on the front burner được chú ý đến rất nhiều vì được xem là rất quan trọng ■ *Anything that keeps education on the front burner is good.* • Bất cứ điều gì giữ cho giáo dục được quan tâm chú ý đến đều tốt cả.

on the front dùng với một tính từ trước *front* để chỉ rõ đang nói về một lĩnh vực cụ thể nào đó ■ *On the political front, developments were rapidly pointing toward war.* • Trên lĩnh vực chính trị, những tiến triển đang nhanh chóng hướng về chiến tranh.

on the front line → **in the front line**

on the go hoặc *on the move* rất bận rộn, làm việc liên tục ■ *I've been on the go all day.* ■ Tôi đã bận tíu tít suốt cả ngày. ■ *Having four children keeps her on the go.* • Có bốn đứa con nên bà ta bận rộn liên tục. ■ *Katie is constantly on the go, arranging business breakfasts and rushing from one appointment to the next.* ■ Katie lúc nào cũng bận rộn liên tục, sắp xếp cửa hiệu bán điểm tâm và chạy vội từ cuộc hẹn này sang cuộc hẹn khác. ■*I've been on the go since six o'clock this morning.* • Sáng nay tôi đã bận rộn suốt từ hồi 6 giờ.

on the ground ở tại nơi đang diễn ra sự việc và giữa những người có liên quan, nhất là trong một cuộc chiến tranh ■ *On the ground, there are hopes that* the fighting will soon stop. • Ngoài mặt trận đang có những hy vọng là cuộc chiến sẽ sớm chấm dứt. ■ *There's a lot of support for his policy on the ground.* • Có rất nhiều sự ủng hộ dành cho chính sách của ông ta tại hiện trường. ■ *We will be monitoring the situation on the ground.* • Chúng tôi sẽ quan sát mọi diễn tiến của tình huống tại hiện trường.

on the hoof 1. nói về công việc, được thực hiện trong khi đang di chuyển từ nơi này đến nơi khác, hoặc song song với một công việc khác nên không dành trọn sự chú ý ■ *My father was an officer in the Air Force, so I received my education on the hoof.* • Cha tôi là một sĩ quan Không quân, nên tôi được học tập trong khi đi đây đó. ■ *I often have lunch on the hoof between two appointments.* • Tôi thường phải ăn trưa trên đường đi giữa hai cuộc hẹn. ■ *These are the consequences of making government policy on the hoof.* • Những điều này là hậu quả của việc hoạch định chính sách Nhà nước không chuyên tâm. ■ *We can grab some lunch on the hoof.* • Chúng ta có thể kiếm được món gì đó ăn trưa trên đường đi. 2. nói về thú vật để giết thịt nhưng được bán khi đang còn sống ■ *You should buy some chicken on the hoof if you want to do a good cooking.* • Bạn nên mua gà còn sống nếu bạn muốn nấu một bữa ăn ngon.

on the horns of a dilemma rơi vào tình huống không biết làm sao chọn lựa giữa hai khả năng, bởi vì chúng đều khó khăn hoặc bất lợi như nhau ■ *The question of water usage really has the state on the horns of a dilemma: rationing may cause disease, but too much would be wasteful.* • Vấn đề sử dụng nước thật sự đã đặt chính quyền bang vào tình huống rất khó xử: hạn chế lại sẽ có thể gây ra bệnh tật, nhưng nếu quá nhiều sẽ là lãng phí. ■ *The medical profession's eagerness for scientific advance had impaled it on the horns of a dilemma, forcing an unnatural choice between science and morality.* • Nhiệt tình của ngành y khoa muốn có được những tiến bộ khoa học đã đẩy ngành này vào tình huống rất khó xử, phải đưa ra một chọn lựa trái tự nhiên giữa khoa học và đạo đức.

on the hot seat → **in the hot seat**

on the house nói về món ăn hay thức uống ở nhà hàng hay quán rượu, không phải trả tiền vì được cung cấp miễn phí ■ *What'll you have? The first drink is on the house.* • Bạn dùng bao nhiêu? Thức uống đầu tiên không phải trả tiền đâu. ■ *Have a drink on the house.* • Hãy dùng một ly miễn phí nhé.

on the lam bỏ chạy và trốn tránh ai, nhất là trốn tránh cảnh sát ■ *The man I'm looking for is on the lam from the FBI, and has contacts with the Chicago drug scene.* • Người đàn ông mà tôi đang tìm kiếm đang trốn tránh cảnh sát liên bang FBI, và có quan hệ đến bọn mua bán ma túy ở Chicago.

on the lips of sb → **on everybody's lips**

on the loose 1. nói về tội phạm hay thú dữ... không bị kiềm chế nên có thể đi lại tự do và gây hại cho mọi người ■ *A black bear was seen on the loose in the Manor Park neighbourhood.* • Một con gấu đen đã được nhìn thấy đi tự do trong khu lân cận công viên Manor. 2. nói về người có hành vi lẽ ra nên hoặc vẫn thường bị kiềm chế, nhưng hiện đang được buông thả tự do ■ *I'm not sure I like the idea of those kids on the loose in New York.* • Tôi không chắc là tôi thích cái ý tưởng lũ trẻ ấy được thả rong ở New York.

on the move → **on the go**

on the off chance quyết định thực hiện điều gì với hy vọng sự việc nào đó sẽ xảy ra, cho dù tự biết là hy vọng ấy rất mong manh ■ *We took the first two tickets on the off chance that we could get two more later for Kirstin and Bill.* • Chúng tôi lấy trước hai vé, với hy vọng mong manh là sau đó có thể lấy thêm hai vé nữa cho Kirstin và Bill. ■ *I didn't think you'd be at home but I just called by on the off chance.* • Tôi không nghĩ là anh sẽ có nhà, nhưng tôi chỉ gọi điện đến cầu may thôi. ■ *She thought of ringing him on the off chance of catching him at home.* • Cô ấy nghĩ đến chuyện gọi điện cho anh ta với hy vọng mong manh là anh ta

on the other hand dùng khi đưa ra một điều gì khác biệt hoặc trái ngược với thông tin vừa đề cập trước đó ■ *On the one hand, expansion would be good, but on the other hand it would be sad to lose the family atmosphere.* • Một mặt, việc phát triển mở rộng ra có thể là rất tốt, nhưng mặt khác, có thể là đáng buồn khi đánh mất đi không khí gia đình. ■ *On the one hand they'd love to have kids, but on the other, they don't want to give up their freedom.* • Một mặt, họ rất muốn có con, nhưng mặt khác, họ không muốn từ bỏ sự tự do của mình.

on the point → **at the point of**

on the rag (khẩu ngữ) cách nói rất thô lỗ để chỉ người phụ nữ đang trong giai đoạn có kinh nguyệt, nhất là khi điều này dẫn đến những cách ứng xử khác thường ■ *What's her problem - is she on the rag or something?* • Cô ta có chuyện gì vậy - có phải là đang có kinh chăng hay chuyện gì khác?

on the receiving end là đối tượng nhắm đến của một lời nói hoặc việc làm, thường là gây khó chịu ■ *You didn't have to be a client or friend to be on the receiving end of his generosity.* • Để nhận được sự rộng rãi của ông ta, bạn không cần thiết phải là khách hàng hay bè bạn. ■ *You don't want to be on the receiving end of her anger!* • Bạn sẽ không muốn nhận lấy cơn thịnh nộ của cô ấy!

on the record 1. về một tuyên bố, thông tin đưa ra bởi người có thẩm quyền, được xem là chính thức và có thể được phép tường thuật lại trên báo, đài ■ *The President gave all officials who had been at the meeting permission to discuss it with the press, on the record.* • Tổng thống đã cho phép tất cả các quan chức đã có dự họp đều được quyền thảo luận với báo chí một cách chính thức. 2. điều được nói ra trong một phiên họp, phiên làm việc... và được ghi nhận lại trong văn bản chính thức của phiên họp, phiên làm việc... đó ■ *The court has put in on the record that you intend to have Mr. Bigelow testify to the jury. Is that correct?* • Tòa đã ghi nhận trong văn bản chính thức rằng anh có ý định nhờ ông Bigelow ra làm chứng trước bồi thẩm đoàn. Điều đó có đúng không?

on the right track 1. nói về một sự việc đang diễn tiến hoặc được thực hiện theo cách có nhiều khả năng dẫn đến kết quả tốt đẹp như mong muốn ■ *The*

American economy is on the right track, and we'd like to keep it that way. ● Nền kinh tế Hoa Kỳ đang phát triển đúng hướng tốt đẹp, và chúng tôi muốn duy trì theo hướng đó. 2. nói về câu trả lời hay giải pháp cho một vấn đề có thể là đúng hoặc gần như là đúng, nhưng chưa được chắc chắn ■ *If we're on the right track and Dora did take the money, shouldn't we tell the police?* ● Nếu chúng ta đang theo đúng hướng, và Dora quả đã lấy số tiền, chúng ta có nên gọi cảnh sát chăng?

on the rocks 1. nói về thức uống có cồn, được uống với nước đá ■ *Hatton ordered two vodkas on the rocks and carried them over to where Louise was sitting.* ● Hatton gọi 2 ly vốt-ka có đá và mang đến chỗ Louise đang ngồi. 2. nói về một quan hệ hôn nhân hoặc công việc kinh doanh, đang gặp nhiều rắc rối và rất có khả năng đi đến đổ vỡ ■ *I got the impression that their marriage was on the rocks and that they were staying together for the sake of the children.* ● Tôi có ấn tượng rằng cuộc hôn nhân của họ đang có nguy cơ tan vỡ và họ sống với nhau là vì bọn trẻ.

on the ropes nói về người hay tổ chức, hệ thống... không thành công và sắp đi đến sụp đổ ■ *Two mediocre movies put Stallone's career back on the ropes, prompting him to return to the role that made him a star, in Rocky II.* ● Hai bộ phim rất tồi đã đẩy sự nghiệp của Stallone đến chỗ suy sụp, nhắc nhở anh ta trở lại với vai diễn đã giúp anh trở thành một ngôi sao, trong phim Rocky II.

on the safe side chọn lựa theo cách an toàn nhất để tránh né bất cứ rắc rối hay khó khăn nào có thể có ■ *The village water is probably okay, but to be on the safe side, drink bottled water.* ● Nước uống trong làng có thể là tốt, nhưng để được an toàn nhất, hãy uống nước đóng chai.

on the same lines → **along the same lines**

on the same wavelength hoặc *on one's wavelength* nói về người có quan điểm, ý kiến tương tự như nhau và vì thế hiểu nhau rất rõ ■ *I really like working with Leah - we're usually on the same wavelength where our jobs are concerned.* ● Tôi thực sự thích làm việc với Leah - chúng tôi thường có đồng quan điểm và hiểu rõ nhau trong công việc.

on the side of the angels thực hiện điều gì tốt đẹp, phù hợp với đạo đức ■ *We're not the ones polluting the environment, we're on the side of the angels.* ● Chúng tôi không phải là những người làm ô nhiễm môi trường, chúng tôi đang thực hiện những điều tốt đẹp.

on the sidelines hoặc *from the sidelines* tránh né không tham gia hoàn toàn vào một hoạt động, cuộc tranh cãi hay xung đột... mặc dù rất quan tâm đến hoặc lẽ ra phải tham gia vào ■ *Many investors remained on the sidelines, waiting for an upsurge in the market's activity.* ● Nhiều nhà đầu tư vẫn giữ thái độ không tham gia, chờ đợi một sự đột biến trong hoạt động của thị trường. ■ *We are not just cheering from the sidelines, we're going to get in there with money and help.* ● Chúng tôi không chỉ cổ động từ ngoài cuộc, chúng tôi sẽ đến đó với tiền bạc và sự trợ giúp. ■ *While education standards have improved overall, children with special needs have*

on the skids

been pushed to the sidelines. • Trong khi các chuẩn mực về giáo dục nói chung đã được hoàn thiện, những trẻ em có nhu cầu đặc biệt lại bị đẩy ra bên ngoài cuộc.

on the skids (thường dùng trong lĩnh vực kinh doanh) tình huống rất tồi tệ, ngày càng xấu đi và nhiều khả năng đi đến thất bại ■ *By the end of that month, I was beginning to realize that my business was on the skids.* • Cho đến cuối tháng ấy tôi bắt đầu nhận ra rằng công việc kinh doanh của tôi đang ngày càng đi dần đến chỗ phá sản.

on the sly nói về một việc gì được thực hiện một cách bí mật ■ *Although my mother had forbidden it, Anita and I continued to meet on the sly, on the way home from school.* • Mặc dù mẹ tôi đã ngăn cấm, Anita và tôi vẫn tiếp tục bí mật gặp nhau, trên đường về nhà từ trường học.

on the spot 1. nói về việc thực hiện điều gì, ngay lập tức, thường không có sự suy nghĩ thận trọng ■ *The car looked OK, so he bought it on the spot.* • Chiếc xe hơi trông vẻ ngoài khá, vì thế anh ta mua nó ngay lập tức. 2. tại hiện trường, nơi vừa xảy ra điều gì ■ *A good journalist has to have a flair for being on the spot when important events happen.* • Một nhà báo giỏi phải có khả năng có mặt ngay tại hiện trường khi những sự kiện quan trọng xảy ra. ■ *CNN provided on-the-spot news coverage throught the crisis.* • Đài CNN đưa ra các bản tường thuật tin tức tại hiện trường trong suốt cuộc khủng hoảng.

on the spur of the moment nói về một việc làm được quyết định thực hiện nhanh chóng không có sự suy nghĩ trước ■ *I decided, on the spur of the moment, to go up to Seattle to talk to Don about my new job.* • Tôi đã quyết định ngay không hề suy nghĩ, đi Seattle để nói chuyện với Don về công việc mới của tôi. ■ *We didn't plan the trip at all. It was a spur-of-the-moment decision.* • Chúng tôi không hề có kế hoạch cho chuyến đi. Đó là một quyết định không được suy nghĩ trước.

on the table nói về một ý kiến, vấn đề... được đưa ra để xem xét và thảo luận ■ *The President said the option of lifting the U.N. arms embargo was still on the table.* • Tổng thống nói rằng khả năng gỡ bỏ lệnh cấm vận vũ khí của Liên Hiệp Quốc vẫn còn đang được xem xét.

on the tail of sb → **on one's tail**

on the take nói về người đang nắm giữ quyền lực, sẵn sàng làm những điều sai trái nếu được mua chuộc bằng tiền bạc ■ *Nick thought that the referees were on the take, which is why we lost both our games.* • Nick nghĩ rằng các trọng tài là những người dễ bị mua chuộc, đó là lý do tại sao chúng tôi đã thua cả hai trận.

on the tip of one's tongue hoặc *at the tip of one's tongue* (khẩu ngữ) 1. thời điểm mà người nói không thể nhớ ra ngay, nhưng biết là không bao lâu sẽ nhớ ra, nhất là nói về tên của ai ■ *Wait a minute - her name is on the tip of my tongue. Something like Terri, Tori - that's it! It was Toni.* • Chờ một chút - tôi đã gần nhớ ra tên cô ấy rồi. Dường như là Terri, Tori gì đó - đúng rồi, đó là Toni. ■ *The answer was on the tip of my tongue.* • Tôi sắp sửa nhớ ra câu trả lời rồi.

2. thời điểm ngay trước khi ai đó nói ra điều gì, nhưng chưa nói ■ *I was at the tip of my tongue to tell him, when the phone rang.* ● Tôi vừa sắp sửa nói với anh ta thì chuông điện thoại reo.

on the up and up nói về những hành động lương thiện và hợp pháp ■ *Remember that an absence of complaints does not necessarily mean that a company is on the up and up.* ● Nên nhớ rằng việc không có những lời than phiền không nhất thiết có nghĩa là một công ty đang hoạt động lương thiện và hợp pháp.

on the up nói về điều gì đang gia tăng, được hoàn thiện hoặc ngày càng thành công hơn ■ *With interest rates on the up, the mood on the financial markets has turned to fear.* ● Với các mức lãi ngày càng gia tăng, không khí trên các thị trường tài chính đã chuyển sang lo sợ.

on the verge of (doing) sth sắp sửa làm điều gì hoặc rơi vào một trạng thái nào đó ■ *I was just on the verge of calling Jim to break up with him when he came to the door.* ● Tôi vừa sắp sửa gọi cho Jim để cắt đứt quan hệ với anh ta khi anh ta vào đến cửa. ■ *Problems with her career left Zola on the verge of a nervous breakdown.* ● Những rắc rối trong sự nghiệp của cô ta đã làm cho Zola sắp sửa rơi vào một sự suy sụp căng thẳng.

on the wane thu nhỏ hơn trước, suy yếu hơn hoặc trở nên kém quan trọng hơn ■ *Figures show that the outbreak of dysentery is on the wane, with only nine cases reported last month.* ● Những con số cho thấy sự bộc phát của bệnh lỵ đang giảm dần đi, với chỉ có 9 trường hợp được báo cáo trong tháng qua.

on the warpath nói về ai đó đang rất tức giận về điều gì, hoặc rất quyết tâm làm thay đổi một tình huống ■ *Look out - Mom's on the warpath about our messy rooms again.* ● Cẩn thận đấy - Mẹ lại đang rất tức giận vì căn phòng bề bộn của chúng ta.

on the wrong side of dùng với những con số như 40, 50... để chỉ độ tuổi mà ai đó hẳn là đã phải vượt qua ■ *He's wrinkly and on the wrong side of 60, but still looks right for those leading roles.* ● Ông ta da đã nhăn và vượt quá tuổi 60, nhưng trông vẫn rất thích hợp cho những vai chính đó. ■ *Some directors won't hire that actress as a romantic lead because they think she is on the wrong side of forty.* ● Một số đạo diễn không chọn nữ diễn viên ấy như một vai chính lãng mạn bởi vì họ nghĩ là cô ta phải hơn 40 tuổi rồi.

on the wrong track nói về một sự việc phát triển không theo hướng tốt đẹp, vì thế có nhiều khả năng dẫn đến thất bại ■ *Three out of four voters say the country is on the wrong track.* ● Ba trong số bốn cử tri nói rằng đất nước đang phát triển không đúng hướng.

on this account → **on that account**

on top of sth 1. thêm vào với những khó khăn, rắc rối khác và là yếu tố làm cho một tình huống trở nên tồi tệ hơn nữa ■ *It was lack of privacy on top of everything that made me decide to leave the army.* ● Chính sự thiếu tính riêng tư cộng với mọi việc khác đã khiến tôi quyết định rời khỏi quân đội. 2. nói về một tình huống khó khăn, rắc rối, đang được giải quyết và có khả năng sẽ vượt qua ■ *The work was extremely dull, but at least I was on top of it and could do it well.* ● Công việc cực kỳ nhàm chán, nhưng ít nhất tôi cũng đã giải quyết được và có thể thực hiện tốt.

on top of the world rất sung sướng, vui vẻ ■ *When we won the regional title, we were on top of the world.* ● Khi chúng tôi giành được danh hiệu vô địch trong vùng, chúng tôi hết sức sung sướng.

once → all at once

once → at once

once and for all 1. hoàn tất quá trình giải quyết việc gì, hoặc đưa ra quyết định cuối cùng ■*This new policy will save money, save lives, and settle the political issue once and for all.* ● Chính sách mới này sẽ tiết kiệm được tiền bạc, nhân mạng, và giải quyết dứt khoát vấn đề chính trị. ■*We need to settle this once and for all.* ● Chúng ta cần giải quyết dứt khoát chuyện này. 2. nói ra điều gì một cách cứng rắn, rõ ràng, xem như là lần cuối cùng và sẽ không nhắc lại nữa ■*Once and for all, I have never received any money from Valdez.* ● Hãy nghe cho rõ một lần này thôi đấy, tôi không hề nhận bất cứ khoản tiền nào từ Valdez.

once bitten, twice shy (khẩu ngữ) khi đã thất bại hoặc bị tổn thương một lần rồi, người ta sẽ rất thận trọng vào lần sau - chim bị ná sợ cành cây cong ■ *From now on we're going to listen to the hurricane warnings - after all, once bitten, twice shy.* ● Từ nay về sau, chúng ta phải chú ý nghe các tin báo bão - nói cho cùng, một lần bị hại, hai lần đắn đo.

once in a blue moon rất hiếm khi hoặc không bao giờ xảy ra ■ *I like skating, but I only get a chance to go once in a blue moon.* ● Tôi thích trượt băng, nhưng tôi rất hiếm khi có được cơ hội để đi.

once upon a time 1. dùng khi mở đầu một câu chuyện cổ tích kể cho trẻ con nghe - ngày xưa, thuở xưa... ■ *Once upon a time there were three bears who lived in a house in the woods.* ● Ngày xưa có ba con gấu sống trong một ngôi nhà ở trong rừng. 2. nói về điều gì đã từng tồn tại trong quá khứ nhưng nay không còn nữa ■ *Once upon a time, used cars were bought only by people who were short of cash. But all that has changed.* ● Có một thời, những chiếc xe hơi cũ chỉ được mua bởi những người thiếu tiền mặt. Nhưng điều đó đã hoàn toàn thay đổi rồi.

once-over → give sb the once-over

one → all in one

one → at one go

one → be a great one for (doing) sth

one → be one up on sb

one → can do sth with one hand tied behind one's back

one → clock sb one

one → do sth with one hand tied behind one's back

one → for one thing

one → from day one

one → from one day to the next

one → go in one ear and out the other

one → go one better

one → have a one-track mind

one → have had one too many

one → have one eye on sth
one → I owe you one
one → in more ways than one
one → in one fell swoop
one → it takes one to know one
one → look out for number one
one → not a red cent
one → of one kind or another
one → one-man band
one → pull a fast one (on sb)
one → put one's pants on one leg at a time
one → six of one, half a dozen of the other
one → take it one day at a time
one → ten to one
one → there's one born every minute
one → tie one on
one → what with one thing and another
one → you owe me (one)

one and the same nói về hai người hay sự vật giống hệt như nhau ■ *Unfortunately, sports and business have become one and the same.* ● Thật không may, thể thao và kinh doanh lại trở nên giống hệt như nhau.

one day 1. một thời điểm không xác định nào đó trong tương lai ■ *One day, I want to leave the city and move to the country.* ● Một ngày kia, tôi muốn rời khỏi thành phố và về sống ở miền quê. ■ *She hopes to own her own business one day.* ● Cô ấy hy vọng một ngày nào đó sẽ sở hữu doanh nghiệp riêng của mình. 2. một thời điểm xác định trong quá khứ ■ *One day, he walked out of the house with a small bag and never came back.* ● Một ngày nọ, anh ta đã bước ra khỏi nhà với một cái túi nhỏ và không bao giờ trở lại nữa.

one didn't know what hit him/her (khẩu ngữ) rơi vào tình huống choáng váng, ngạc nhiên cùng cực về điều gì ■ *When her new boyfriend comes here and sees she's got three kids, the poor man won't know what hit him.* ● Khi người bạn trai mới của cô ta đến đây và thấy là cô đã có 3 đứa con, anh chàng tội nghiệp ấy sẽ ngẩn ra như từ trên trời rơi xuống!

one for the road (khẩu ngữ) ly cuối cùng trong bàn rượu, trước khi rời đi ■ *Come on, Nicholas, it's only 2 a.m. Let's stay and have one for the road.* ● Thôi đi, Nicholas, chỉ mới có 2 giờ sáng. Chúng ta hãy ở lại và uống một ly cuối cùng trước khi đi.

one good turn deserves another (cách dùng cũ) dùng khi muốn nói nếu ai đó giúp đỡ điều gì, người ấy xứng đáng nhận lại được một sự giúp đỡ tương tự ■ *If you help me mow the lawn, I'll help you wash the car - one good turn deserves another.* ● Nếu anh giúp tôi cắt cỏ, tôi sẽ giúp anh rửa xe hơi - bánh ít trao đi, bánh quy đáp lại mà.

one man's trash is another man's treasure nói về điều gì không có giá trị với người này nhưng có thể rất hữu ích cho người khác ■ *I don't know why he keeps that old car in the back yard - still, one man's trash is another man's treasure, I suppose.* ● Tôi không biết tại sao ông ta lại giữ chiếc xe hơi cũ ấy trong sân sau - mặc dù vậy, tôi cho là điều không cần cho người này vẫn có thể rất cần cho người khác.

one night stand 1. một tình huống gặp gỡ và quan hệ tình dục giữa hai người khác phái nhưng không có ý định gặp lại nhau sau đó ■ *Sure, I've had a few one-night stands, but with Jill it's really different.* ● Đúng là tôi đã có một vài đêm quan hệ tình dục theo lối qua đường, nhưng với Jill thì hoàn toàn khác. 2. người có quan hệ tình dục thoáng qua một lần nhưng sau đó không có ý định gặp lại nữa ■ *In spite of all the passing lovers and casual one night stands, I was always essentially alone.* ● Bất chấp tất cả những người yêu đã qua và những bạn tình trong thoáng chốc, về bản chất tôi vẫn luôn luôn cô độc.

one of the boys → **be one of the boys**

one of these days không bao lâu nữa ■ *One of these days you'll come back and ask me to forgive you.* ● Không bao lâu nữa anh sẽ trở lại và xin tôi tha thứ cho anh.

one of those days một ngày mà dường như có quá nhiều điều không may dồn dập xảy ra ■ *It's been one of those days!* ● Thật là một ngày không may!

one thing led to another dùng khi muốn nói là người nói sẽ không nêu đầy đủ chi tiết về một sự việc nào đó, bởi vì nó rất thông thường đến mức độ ai cũng có thể biết hoặc hiểu được ■ *We started kissing, and one thing led to another, and I didn't leave until the next afternoon.* ● Chúng tôi bắt đầu hôn nhau, rồi đến những việc không cần phải kể ra đây nữa..., và tôi đã không ra về cho đến buổi chiều hôm sau đó.

one's ass is in a sling hoặc *one's butt is in a sling* (thông tục, thô lỗ) gặp rắc rối, khó khăn ■ *Have that report in by five o'clock - or all your asses are in a sling!* ● Nộp bản báo cáo đó trước 5 giờ - nếu không các anh sẽ gặp rắc rối to đấy.

one's bark is worse than her bite → **one's bark is worse than his bite**

one's bark is worse than his bite hoặc *one's bark is worse than her bite* dùng để nói về một người đang có quyền lực, luôn tỏ ra vẻ khó khăn, nghiêm khắc, dễ cáu gắt, nhưng trong lòng thực sự không phải vậy - chó sủa chó không cắn. ■ *Don't worry about Linda. Her bark is much worse than her bite.* ● Đừng lo lắng nhiều về Linda. Bà ấy chỉ dọa thế thôi.

one's best bet → **the best bet**

one's butt is in a sling → **one's ass is in a sling**

one's days are numbered hoặc *sth's days are numbered* dùng khi muốn nói về ai đó sẽ không tiếp tục sống hoặc duy trì sự thành công được lâu, hoặc một sự việc gì đó sẽ không tồn tại bao lâu nữa ■ *The latest opinion polls indicate that Morrison's days in power may be numbered.* ● Những cuộc thăm dò công luận mới nhất cho thấy là thời gian cầm quyền của Morrison sẽ chẳng còn bao lâu nữa. ■ *His days as leader of the party are numbered.* ● Những ngày làm lãnh đạo đảng của ông ta không còn bao lâu nữa. ■ *Whatever the protests, the school's days are numbered and it will be closed down.* ● Cho dù có phản đối thế nào đi nữa, sự tồn tại của ngôi trường cũng không còn bao lâu nữa, và nó sẽ bị đóng cửa.

one's department (khẩu ngữ) một phần trong công việc phải làm, thuộc trách nhiệm của ai, hoặc lĩnh vực được quan tâm và có nhiều hiểu biết ■ *I'm not really into modern art. That's Donald's department.* ● Tôi không thực sự say mê nghệ thuật hiện đại. Đó là lĩnh vực của Donald. ■ *Don't ask me about it - that's her department.* ● Đừng hỏi tôi về chuyện ấy - đó là trách nhiệm của cô ta. ■ *The gardening is Simon's department.* ● Công việc làm vườn là trách nhiệm của Simon.

one's ears are burning hoặc *are your ears burning?* dùng để nói về việc ai đó được người khác nói đến khi không có mặt, hoặc muốn hỏi xem người ấy có nhận ra điều đó hay không ■ *Your ears must have been burning this morning - Helen's been telling us how wonderful you are.* ● Sáng nay bạn có biết không - Helen đã kể với chúng tôi là bạn tuyệt vời như thế nào. ■ *"I bumped into your ex-wife last night." "I thought I could feel my ears burning!"* ● "Tối qua tôi tình cờ gặp người vợ trước của anh." "Tôi nghĩ là bà ấy hẳn đã nói về tôi nhiều lắm."

one's ears pricked up → **prick up one's ears**

one's elevator doesn't go all the way to the top (floor) (khẩu ngữ) cách nói khôi hài khi muốn bảo ai đó là rất ngu ngốc hoặc có phần nào không được tỉnh táo ■ *You know how Lisa is. The elevator doesn't go all the way to the top sometimes.* ● Bạn biết Lisa là người thế nào mà. Đôi khi không được tỉnh táo lắm đấy.

one's eyes are popping (out of one's head) rất ngạc nhiên, hoặc bị kích động hay kinh ngạc khi nhìn thấy điều gì ■ *Peter's eyes were popping out of his head when he saw Bethany lying on the beach in her bikini.* ● Peter trố mắt lên khi anh ta nhìn thấy Bethany nằm trên bãi biển trong bộ đồ tắm của cô.

one's hackles rise → **raise one's hackles**

one's head is buzzing (with sth) hoặc *one's mind is buzzing (with sth)* cùng lúc suy nghĩ về rất nhiều ý tưởng đáng quan tâm trong đầu ■ *We left the seminar with our minds buzzing with facts and figures.* ● Chúng tôi rời khỏi buổi hội thảo với đầu óc chứa đầy những thông tin chính xác và chi tiết. ■ *My head was buzzing with the day's events.* ● Trong đầu tôi chứa đầy những sự kiện trong ngày.

one's heart goes out to sb hoặc *one's thoughts go out to sb* hoặc *one's sympathy goes out to sb* bày tỏ sự cảm thông sâu sắc, chia sẻ nỗi đau buồn, mất mát với ai đó ■ *Our hearts went out to the couple who lost their son in the accident.* ● Chúng tôi hết sức cảm thông với nỗi đau của cặp vợ chồng bị mất đứa con trai trong vụ tai nạn. ■ *My heart go out to the families of the victims.* ● Tôi hết sức cảm thông với nỗi đau của những gia đình nạn nhân. ■ *Our thoughts go out to the victims of yesterday's earthquake.* ● Chúng tôi hết sức cảm thông với nỗi đau của những nạn nhân vụ động đất ngày hôm qua.

one's heart isn't in it không thực sự muốn làm công việc đang làm, vì thế không còn chú tâm vào ■ *I've told Brenda that her work needs to improve, but she's getting really bored with the job, and it's obvious her heart's not in it anymore.*

• Tôi đã bảo Brenda là công việc của cô ta cần phải được hoàn thiện, nhưng cô ấy thật sự đã trở nên chán nản với công việc, và rõ ràng là cô chẳng còn quan tâm gì đến nữa.

one's heart missed a beat → **one's heart skipped a beat**

one's heart skipped a beat hoặc *one's heart missed a beat* hết sức khích động, ngạc nhiên hay hoảng sợ trước một việc gì, thường là quá bất ngờ ■ *My heart skipped a beat when I saw the big, tall figure in the doorway.* • Tôi đứng cả tim lại khi nhìn thấy một hình dáng cao lớn đứng ngay giữa cửa. ■ *My heart missed a beat when I realized who it was.* • Tôi đứng cả tim lại khi nhận ra người ấy là ai.

one's heart's desire người hay vật được ham muốn hơn bất cứ người hay vật nào khác ■ *My morther's heart's desire was a handsome, dark-eyed son, but she got me instead.* • Mẹ tôi ham muốn nhất là có được một đứa con trai thật xinh đẹp có đôi mắt đen sậm, nhưng thay vì thế bà lại sinh ra tôi.

one's heart's in one's mouth hoặc *have one's heart in one's mouth* hoặc *with one's heart in one's mouth* cảm thấy rất hồi hộp hay sợ sệt ■*My heart was in my mouth when I stepped into my boss' office.* • Tôi hết sức hồi hộp khi bước vào văn phòng của ông chủ. ■ *She picked up the phone, her heart in her mouth.* • Cô ấy nhấc điện thoại, hết sức hồi hộp. ■*My heart was in my mouth as she opened the envelope.* • Tôi hết sức hồi hộp lúc cô ấy mở phong bì ra. ■ *Carly's heart was in her mouth when she stepped onto the stage for the first time.* • Carly hết sức hồi hộp khi cô bước lên sân khấu lần đầu tiên.

one's man in (cách dùng cũ) chỉ người hoạt động, phục vụ cho ai trong việc thu thập thông tin và gửi về từ một nơi nào đó, nhất là ở một quốc gia khác ■ *Senior officer Frank Swenson, now our man in Jakarta, is heading for Moscow.* • Viên chức cao cấp Frank Swenson, hiện nay là người của chúng ta ở Jakarta, đang trên đường đến Moscow.

one's mind is buzzing (with sth) → **one's head is buzzing (with sth)**

one's money's on sb (khẩu ngữ) đặt sự tin tưởng của mình vào ai đó sẽ thắng một cuộc tranh tài, hoặc được chọn lựa trong công việc gì... ■ *My money's on Wisconsin to win the Rose Bowl.* • Tôi dám cuộc là Wisconsin sẽ thắng giải Rose Bowl. ■ *He'll be there tonight. I'd put my money on it.* • Anh ấy sẽ đến đó đêm nay. Tôi dám cuộc như thế.

one's name is mud bị người khác tức giận hoặc không ưa thích vì đã làm điều gì đó sai trái ■ *If we don't clear all this stuff out of the garage before Dad gets home, our names are going to be mud.* • Nếu chúng ta không dọn sạch những thứ bừa bãi này ra khỏi nhà để xe trước khi bố về, chúng ta sẽ lãnh đủ một cơn tức giận. ■ *Your name's mud around here at the moment!* • Vào lúc này tên tuổi của bạn không mấy được ưa thích ở quanh đây!

one's own flesh and blood người có quan hệ ruột thịt, trong cùng một gia đình, dòng tộc, được dùng khi người nói muốn nhấn mạnh đến một cung cách cư xử tốt hơn cần phải được dành cho mối quan hệ này ▪ *It doesn't matter how much trouble he causes - he is still my own flesh and blood, and I love him.* • Bất kể anh ấy đã gây ra bao nhiêu phiền toái đi chăng nữa, anh ấy vẫn là ruột thịt của tôi, và tôi yêu thương anh ấy. ▪ *She's your own flesh and blood - how can you treat her like that?* • Cô ấy là ruột thịt của anh, sao anh lại có thể đối xử với cô ấy như thế? ▪ *You can't do that to your own flesh and blood!* • Anh không thể làm thế với ruột thịt của mình!

one's own worst enemy tự chuốc lấy những khó khăn, tai hại cho chính mình chứ không phải do nguyên nhân từ ai khác ▪ *Lazar is his own worst enemy. He continues to drink too much alcohol even though doctors have warned him of the dangers to his health.* • Lazar tự làm hại chính mình. Anh ta tiếp tục uống quá nhiều rượu, cho dù bác sĩ đã cảnh báo về sự nguy hiểm cho sức khỏe của anh ta. ▪ *Her indecisiveness makes her own worst enemy.* • Sự do dự không quyết đoán của cô ta làm cho cô quay lại làm hại chính mình.

one's paths cross → **cross one's path**

one's right-hand man (cũng thay *man* bằng *woman, person*...) người hoạt động gần gũi nhất và giúp đỡ, trợ sức rất nhiều cho ai và chiếm được sự tin cậy - cánh tay phải, trợ thủ đắc lực... ▪ *Abernathy was Martin Luther King's right-hand man during the civil rights struggle.* • Abernathy là cánh tay phải của Martin Luther King trong suốt cuộc chiến đấu cho nhân quyền.

one's sympathy goes out to sb → **one's heart goes out to sb**

one's thoughts go out to sb → **one's heart goes out to sb**

one-hit wonder nói về một ca sĩ, ban nhạc... chỉ thành công duy nhất một lần và sau đó không bao giờ thành công nữa ▪ *Carey's second release proved that she wasn't a one-hit wonder, but a major star.* • Bài hát thứ hai của Carey chứng tỏ rằng cô ta không phải loại ca sĩ chỉ thành công một lần, mà là một ngôi sao lớn.

one-horse race tình huống cạnh tranh trong thi đấu, bầu cử... mà trong đó có một người vượt quá xa những người khác, vì thế nắm chắc chắn phần thắng ▪ *Hamer's recent arrest will turn the election into a one-horse race tor Castino.* • Vụ bắt giữ Hamer hồi gần đây sẽ biến cuộc bầu cử thành một tình huống cạnh tranh nắm chắc phần thắng cho Castino.

one-horse town một thị trấn nhỏ và buồn tẻ ▪ *I grew up in a one-horse town and couldn't wait to leave.* • Tôi lớn lên trong một thị trấn nhỏ rất buồn tẻ và hết sức nôn nóng muốn ra đi.

one-man band người tự thực hiện tất cả mọi phần việc trong một dây chuyền sản xuất hoặc phân phối, không cần sự giúp đỡ của ai ▪ *I'm essentially a one-man band, so my costs are very low.* • Về cơ bản, tôi là người tự làm lấy tất cả mọi việc trong dây chuyền, nên giá thành sản phẩm rất thấp.

oneself → **get a grip on oneself**

oneself → **pull oneself up by one's (own) bootstraps**

oneself → **run oneself into the ground**

oneself → **wrap oneself in the flag**

only → be only human

only → be to be expected

only → for one's eyes only

only → in name only

only → it's all in one's mind

only have eyes for sb chỉ quan tâm đến hoặc chỉ yêu một người ■ *Joe only had eyes for Sherry. He didn't ever even say "hello" to me.* ● Joe chỉ để mắt đến một mình Sherry thôi. Anh ấy thậm chí chẳng thèm chào hỏi tôi nữa. ■ *He's only ever had eyes for his wife.* ● Anh ấy chỉ yêu mỗi một vợ mình mà thôi.

only time will tell → **time will tell**

onto a good thing (khẩu ngữ) tìm ra được một sự việc gì có ích lợi, nhất là một phương thức để kiếm tiền ■ *Alger knew he was onto a good thing with his stories about a brave orphan who is finally successful.* ● Alger biết rằng anh ta đã có dịp để hái ra tiền với những câu chuyện về một đứa bé mồ côi gan dạ mà cuối cùng đạt đến thành công.

onto the defensive → **on the defensive**

oops-a-daisy hoặc *whoops-a-daisy* (khẩu ngữ - thường dùng bởi trẻ con, hoặc khi người lớn nói với trẻ con) ngã nhào xuống hoặc làm rớt vật gì ■ *Put your socks on now - oops-a-daisy, don't fall off the bed.* ● Nào, giờ thì mang vớ vào - rớt xuống rồi kìa, coi chừng ngã khỏi giường đấy.

open → be wide open

open → blow sth wide open

open → burst open

open → go into sth with one's eyes open

open → have an open mind (about)

open → honest and aboveboard

open → keep an eye out for

open → keep one's eyes open

open → leave oneself (wide) open (to sth)

open → leave the door open for sth

open → with one's eyes open

open (the) doors for hoặc *open the door for* hoặc *be the door to sth* mang lại cho ai những cơ hội mà họ chưa từng có trước đó ■ *Our album has opened doors for us all over the world - its amazing how many people know us now.* ● Tuyển tập nhạc của chúng tôi đã tạo cơ hội cho chúng tôi lan rộng khắp thế giới - thật đáng kinh ngạc là giờ đây quá nhiều người biết đến chúng tôi. ■ *This agreement will open the door to increased international trade.* ● Thỏa ước này sẽ mở ra cơ hội cho sự gia tăng mậu dịch quốc tế. ■ *Our courses are the door to success in English.* ● Những khóa học của chúng tôi là cánh cửa đi đến thành công trong môn tiếng Anh. ■ *This decision could open the door to higher costs.* ● Quyết định này có thể tạo ra cơ hội cho những chi phí cao hơn.

open and aboveboard → **honest and aboveboard**

open book người dễ dàng bộc lộ những suy nghĩ, cảm xúc của mình, hoặc người không có gì phải che giấu trong cuộc đời của mình ■ *Helen is an open book. She won't be able to keep any secrets from her father.* ● Helen là một người dễ lộ chuyện. Cô ấy không thể nào giữ được bất cứ bí mật nào với cha cô.

open one's eyes to sth nhận ra điều gì liên quan đến tình huống của mình mà trước đó đã không nhận ra hoặc không muốn biết đến ■ *Stop hesitating, and open your eyes to the possibilities for new careers that are all around you.* • Thôi đừng ngần ngại nữa, và hãy chú tâm đến biết bao cơ hội gầy dựng sự nghiệp đang ở quanh bạn đấy. ■ *It was this incident that opened my eyes to her true character.* • Chính sự kiện này đã mở mắt cho tôi về bản chất thật sự của cô ấy. ■ *What first opened our eyes to the realities of war was the return home of wounded soldiers.* • Điều trước tiên khiến chúng tôi nhận ra được thực tiễn chiến tranh là sự trở về của những thương binh.

open one's heart → **pour out one's heart**

open Pandora's box nói về một sự phát triển mới, một hành động hay quyết định mới, khi nó gây ra rất nhiều vấn đề rắc rối mà trước đó không có ■ *In questions of authors' and publishers' rights, the Internet has openned Pandora's box.* • Về phương diện bản quyền của các tác giả và nhà xuất bản, mạng Internet đã làm nổ ra rất nhiều vấn đề rắc rối.

open season on sth (thường dùng trong các bản tin báo chí, truyền hình...) giai đoạn có rất nhiều chỉ trích, tấn công hoặc sự thay đổi có hại liên tục nhắm đến ai ■ *With all of Trump's financial problems, it's become open season on the tycoon.* • Với tất cả những rắc rối tài chính của Trump, sự việc đã trở thành một giai đoạn đầy khó khăn liên tục cho công ty đang rất thành công này.

open the door for → **open (the) doors for**

open the floodgates hoặc *the floodgates open* tình huống mà một việc trước đây rất khó làm, bỗng đột nhiên trở nên dễ dàng hơn, do có ai đó đã thực hiện thành công, hoặc do tình thế đã thay đổi, và kết quả là có rất nhiều người đua nhau làm việc ấy ■ *The floodgates have opened, and now thousands of claims are being made, suing tobacco companies for damages.* • Việc khó làm đã có người đi trước làm được, và giờ đây hàng ngàn khiếu nại được đưa ra, thưa kiện các công ty thuốc lá đòi bồi thường. ■ *Political reforms have opened the floodgates to foreign investment.* • Những cải cách chính trị đã tạo điều kiện dễ dàng hơn nhiều cho sự đầu tư từ nước ngoài. ■ *If the case is successful, it may open the floodgates to more damages claims against the industry.* • Nếu vụ kiện thành công, nó sẽ mở đường cho rất nhiều khiếu nại đòi bồi thường khác nhắm vào ngành này.

open-and-shut case một vụ kiện đơn giản, dễ chứng minh sự thật và không cần phải mất nhiều thời gian trong tiến trình xét xử ■ *We thought it was an open-and-shut case, but the jury took several days to decide.* • Chúng tôi nghĩ rằng đó là một vụ kiện rất đơn giản, nhưng bồi thẩm đoàn phải mất nhiều ngày để đưa ra phán quyết.

open-minded có quan điểm cởi mở, chịu tiếp thu ý kiến người khác ■ *Since I've started traveling overseas, I've become so much more open-minded.* • Từ khi tôi bắt đầu du lịch ra nước ngoài, tôi trở nên cởi mở về quan điểm hơn trước rất nhiều.

operate → **firing on all cylinders**

operate at arm's length from sb → **keep sb at arm's length**

operator → **smooth operator**

opportunity → **window of opportunity**

or anything dùng khi đề cập đến một điều gì tương tự, cùng loại với điều đã nói ■ *If you want to call a meeting or anything, just let me know.* ● Nếu anh muốn triệu tập một cuộc họp hay điều gì tương tự như thế, chỉ cần cho tôi biết. ■ *Can I get you some cakes or anything?* ● Tôi có thể lấy cho anh một ít bánh ngọt hay món gì tương tự được không? ■ *He never brought me flowers or anything.* ● Anh ta chẳng bao giờ mua cho tôi bó hoa hay món gì tương tự thế.

or else 1. dùng khi đưa ra khả năng tất yếu của sự việc được suy diễn như là hậu quả của một cách thức hành động nào đó - nếu không thì ■ *Hurry up or else you'll be late.* ● Hãy nhanh lên nếu không thì anh sẽ bị trễ. ■ *We must leave now or else we'll miss our train.* ● Chúng ta phải đi ngay bây giờ, nếu không thì chúng ta sẽ bị lỡ chuyến xe lửa. ■ *Always check the oil level, or else you risk damaging the engine.* ● Bao giờ cũng phải kiểm tra mức nhớt, nếu không thì anh sẽ có nguy cơ phá hỏng động cơ. 2. dùng khi muốn khẳng định một tình huống bằng cách suy diễn từ những gì đã xảy ra ■ *You know I really care about you, or else I wouldn't be here.* ● Anh biết là tôi thật sự quan tâm đến anh, nếu không tôi đã không có mặt ở đây. (vì tôi đã có mặt ở đây, nên việc tôi quan tâm đến anh được khẳng định) ■ *I'm sure they're safe, or else we'd have heard something.* ● Tôi chắc là họ được an toàn, nếu không chúng ta hẳn đã nghe được điều gì rồi. (vì chúng ta không nghe gì cả, nên việc họ được an toàn là đúng) ■ *They can't be coming or else they'd have called.* ● Họ không thể là đang đến, nếu không thì họ hẳn đã gọi điện. 3. (khẩu ngữ) dùng khi muốn đe dọa, cảnh cáo ai về điều gì - hãy coi chừng ■ *Just shut up, or else!* ● Im ngay đi, không thì coi chừng đấy! ■ *Give me back those letters or else I'll scream.* ● Đưa trả tôi những lá thư đó, không thì coi chừng tôi sẽ la lên đấy. ■ *You'd better do as we tell you, or else!* ● Tốt hơn là mày hãy làm như bọn tao bảo, không thì liệu hồn đấy. 4. dùng khi đưa ra một khả năng chọn lựa khác, đôi khi cũng dùng kèm với *either* - hoặc là ■ *You could drive across France, or else fly to Geneva and hire a car.* ● Anh có thể lái xe đi xuyên qua nước Pháp, hoặc là đi máy bay đến Geneva và thuê một chiếc xe hơi. ■ *Either he's asleep, or else he's just ignoring me.* ● Hoặc là anh ta đang ngủ, hoặc là anh ta chỉ đang phớt lờ tôi.

or what (khẩu ngữ) 1. dùng để nhấn mạnh một ý kiến, thường là chỉ trích, phê phán ai ■ *I'm thinking, is she stupid or what? She gives up a career in the fashion industry to become an accountant.* ● Tôi đang nghĩ, liệu cô ấy có phải là ngốc nghếch quá không? Cô ấy từ bỏ một sự nghiệp trong ngành thời trang may mặc để trở thành một nhân viên kế toán. 2. bày tỏ sự bực mình với ai vì người ấy đã kéo dài thời gian quá lâu mà không thực hiện điều đã đồng ý sẽ làm ■ *Are we going shopping or what?* ● Chúng ta có đi mua sắm hay không đây hả?

or what have you → **and what have you**

Orange → Agent Orange

orange → can't compare apples and oranges

order → be in apple pie order

order → in apple-pie order

order → just what the doctor ordered

order → marching orders

order → out of order

order → put one's (own) house in order

order → tall order

order → the order of the day

order → the pecking order

other → at each other's throats

other → every other

other → go in one ear and out the other

other → have other fish to fry

other → made for each other

other → on the other hand

other → see how the other half lives

other → six of one, half a dozen of the other

other → the other side of the coin

other → this, that and the other (thing)

other half → better half

ounce → an ounce of prevention is worth a pound of cure

out → ass out

out → average out

out → be (way) out there

out → be cut out for sth

out → be down and out

out → be out in left field

out → be out like a light

out → be out of it

out → be out of one's hair

out → black out

out → bleep sth out

out → can dish it out but can't take it

out → cut it out

out → dismiss sth out of hand

out → down but not out

out → down-and-out

out → eat one's heart out

out → eat sb out of house and home

out → flat out

out → fresh out of sth

out → get a kick out of (doing) sth

out → get out of hand

out → get the lead out

out → go all out

out → go out on a limb

out → have it out with sb

out → have sb eating out of (the palm of) one's hand

out → I'm out of here

out → if you can't stand the heat, get out of the kitchen

out → knock oneself out

out → knock-down, drag-out

out → know sth inside out

out → let it all hang out

out → like it's going out of fashion

out → **make a mountain out of a molehill**

out → **not far off (the mark)**

out → **pull one's hair out**

out → **punch one's lights out**

out → **put sb out of one's misery**

out → **stick one's neck out**

out → **tuckered out**

out → **work out the kinks**

out cold bất tỉnh, nhất là do bị đánh quá mạnh ■ *Kruger threw a real punch and knocked Raft out cold.* ● Kruger tung một cú đấm thật mạnh và hạ Raft bất tỉnh.

out in the middle of nowhere → **in the middle of nowhere**

out of action không thể làm việc, hoạt động, hoặc không thể sử dụng, vì hư hỏng hoặc bị thương tổn ■ *Jon is out of action for weeks with a broken leg.* ● Jon nghỉ việc trong nhiều tuần với một cái chân gãy. ■ *The photocopier is out of action today.* ● Máy photocopy hôm nay bị hỏng. ■ *Her broken wrist will put her out of action for at least a month.* ● Cái cổ tay gãy sẽ buộc cô ta phải nghỉ việc ít nhất là một tháng. ■ *The swimming pool is currently out of action.* ● Hồ bơi hôm nay không hoạt động.

out of bounds (to sb) bên ngoài khu vực được cho phép, nghĩa là nghiêm cấm đối với một đối tượng nào đó ■ *After the bomb scare, the town was declared out of bounds to soldiers and their families.* ● Sau vụ kinh hoàng vì bom, thị trấn đã tuyên bố là vùng cấm quân nhân và gia đình của họ lui tới. ■ *His shot went out of bounds.* ● Cú sút của anh ta đi ra ngoài sân chơi. ■ *The border areas were still out of bounds to tourists.* ● Những khu vực biên giới vẫn còn nghiêm cấm du khách đi lại. ■ *Details of his private life are strictly out of bounds.* ● Những chi tiết về đời tư của ông ta bị nghiêm cấm không được đề cập đến. 2. không hợp lý, không thể chấp nhận được ■ *His demands were out of bounds.* ● Những yêu cầu của ông ta là không thể chấp nhận được.

out of breath không thể thở đều như bình thường sau khi tập luyện hoặc làm một việc nặng nề, quá sức ■ *We were out of breath after only five minutes.* ● Chúng tôi đã thở hổn hển chỉ sau có năm phút. ■ *She was out of breath from climbing the stairs.* ● Bà ta thở hổn hển vì leo lên cầu thang.

out of business ngưng hoạt động, không còn tồn tại như một doanh nghiệp vì thiếu tiền vốn hoặc mất việc làm ■ *The new regulations will put many small businesses out of business.* ● Những quy định mới sẽ làm tan rã nhiều doanh nghiệp nhỏ. ■ *Some travel companies will probably go out of business this summer.* ● Một số công ty du lịch có thể sẽ giải thể trong mùa hè này.

out of character không giống với tính cách thông thường, cá tính của ai đó ■ *Her behaviour last night was completely out of character.* ● Cách cư xử của cô ấy tối qua hoàn toàn không giống với tính cách thông thường của cô ấy. ■ *I can't understand why Simon refused to help; it seems so out of character.* ● Tôi không thể hiểu được vì sao Simon từ chối giúp đỡ; điều đó dường như quá khác thường đối với tính cách của anh ấy.

out of commission không sẵn có để sử dụng, ngưng phục vụ, hoạt động ■ *Several of our airline's planes* are temporarily out of commission and undergoing safety checks. • Nhiều máy bay của hãng hàng không chúng tôi hiện đang tạm thời ngưng hoạt động và được tiến hành kiểm tra độ an toàn.

out of doors ngoài trời ▪ *You should spend more time out of doors in the fresh air.* • Bạn cần phải dành nhiều thời gian hơn ở ngoài trời, trong không khí trong lành. ▪ *He spends a lot of time out of doors.* • Ông ấy dành rất nhiều thời gian ở ngoài trời.

out of earshot cách xa một nơi đến mức không thể nghe thấy được điều gì đang nói ▪ *We waited until Ted was safely out of earshot before discussing it.* • Chúng tôi chờ cho đến khi Ted đã thật sự ra khỏi tầm nghe rồi mới thảo luận điều đó.

out of gear không thể kiềm chế được nữa ▪ *She said nothing in case her temper slipped out of gear.* • Cô ấy không nói gì vì e rằng sẽ không kiềm chế được cảm xúc.

out of kilter nói về một hệ thống, tổ chức hay tiến trình... không hoạt động tốt như bình thường vì các phần khác nhau trong đó không hòa hợp, ăn khớp với nhau ▪ *The Earth's rotation is thrown slightly out of kilter by winds, ocean currents, earthquakes, and even melting snow.* • Trục quay của trái đất có phần nào hơi lệch khỏi vị trí bình thường là do các luồng gió, các dòng xoáy của đại dương, những trận động đất, và ngay cả sự tan chảy của băng tuyết.

out of one's depth 1. nói về nước, sâu đến mức ngập đầu ai khi đứng thẳng ▪ *If you can't swim, don't go out of your depth.* • Nếu anh không biết bơi, đừng ra đến chỗ sâu ngập đầu. 2. không thể hiểu được điều gì vì quá khó khăn, hoặc không đủ khả năng kiểm soát một tình huống ▪ *He felt totally out of his depth in his new job.* • Anh ta cảm thấy hoàn toàn không đủ khả năng trong công việc mới.

out of one's hands không thuộc quyền kiểm soát, phạm vi trách nhiệm của ai ▪ *I'm sorry, it's out of my hands. I've passed on your complaint to the manager, and there is nothing more I can do.* • Tôi xin lỗi, vấn đề không thuộc trách nhiệm của tôi. Tôi đã chuyển khiếu nại của ông đến giám đốc, và tôi không thể làm thêm điều gì khác hơn nữa cả. ▪ *I'm afraid the matter is now out of my hands.* • Tôi e là vấn đề hiện nay không thuộc quyền kiểm soát của tôi.

out of order hư hỏng, hoạt động không bình thường, không chính xác ▪ *The elevator's out of order - we'll have to climb all those stairs!* • Thang máy bị hư rồi - chúng ta sẽ phải leo lên tất cả những bậc thang đó!

out of pocket tự chi trả thay vì dùng tiền của người khác ▪ *Because of this accident, we have to pay $250 out of pocket because the insurance won't pay for counseling.* • Do nơi tai nạn này, chúng tôi phải bỏ tiền túi chi trả 250 đô-la, vì công ty bảo hiểm không chi tiền cho dịch vụ tư vấn. ▪ *The company claims that the out-of-pocket cost of developing the new drug was $128 million.* • Công ty tuyên bố rằng chi phí họ phải tự bỏ ra cho việc phát triển loại thuốc mới là 128 triệu đô-la.

out of sight, out of mind (khẩu ngữ) dùng khi muốn nói rằng sự vắng mặt của một người hay sự vật thường khiến cho người ta không còn nhớ đến người hay sự vật đó nữa ■ *As soon as I'm gone, Todd will forget all about me. It's out of sight, out of mind with him.* • Ngay khi tôi đã ra đi, Todd sẽ quên hết mọi chuyện về tôi. Với anh ta thì xa cách nhau là chẳng còn gì để nhớ.

out of the ark hoặc *come out of the ark* hoặc *go out with the ark* (khẩu ngữ) nói về điều gì đã quá cũ kỹ hoặc lạc hậu, không còn hợp thời ■ *Those computers went out with the ark.* • Những máy tính ấy đã lạc hậu rồi. ■ *That hat looks as though it came out of the ark.* • Cái mũ ấy trông như thể là đã lỗi thời quá rồi.

out of the blue xảy ra hoàn toàn bất ngờ, không thể đoán trước, và gây ra sự ngạc nhiên ■ *This man I was interviewing asked me out of the blue if I'd go out to dinner with him.* • Người đàn ông tôi đang phỏng vấn, thật bất ngờ đã đề nghị mời tôi đi ăn tối. ■ *Out of the blue Lisa's husband came home from work and asked for a divorce.* • Hoàn toàn bất ngờ, người chồng của Lisa từ sở làm trở về nhà và yêu cầu ly hôn. ■ *His resignation came right out of the blue.* • Sự từ chức của ông ta được đưa ra hoàn toàn đột ngột. ■ *Out of the blue she said, "Your name's John, isn't it?"* • Đột nhiên cô ta hỏi: "Tên anh là John, có phải không?"

out of the firing line hoặc *out of the line of fire* tránh khỏi được sự chỉ trích hoặc tấn công ■*Things at work have been tense - I've been trying to keep myself out of the firing line by keeping busy and keeping quiet.* • Mọi việc ở chỗ làm đang rất căng thẳng - Tôi đã cố giữ mình tránh khỏi mọi chỉ trích bằng cách làm việc luôn tay và giữ im lặng.

out of the frame không tham gia hoặc không được tính đến vào việc gì ■ *With Steve out of the frame, I knew I had a chance with Sarah.* • Với việc Steve không tham gia vào, tôi biết mình có một cơ hội với Sarah.

out of the frying pan into the fire tình huống vừa tránh khỏi một khó khăn này lại gặp ngay một khó khăn khác còn tồi tệ hơn - tránh vỏ dưa lại gặp vỏ dừa ■ *If this country elects an extreme government, we'll be jumping out of the frying pan and into the fire.* • Nếu đất nước này lại bầu chọn một chính phủ cực đoan, chúng ta sẽ rơi vào tình huống tránh vỏ dưa lại gặp vỏ dừa.

out of the goodness of one's heart làm điều gì do ý tốt, tình cảm, hoàn toàn không có sự so tính hơn thiệt ■ *You're not telling me he offered to lend you the money out of the goodness of his heart?* • Anh không nói với tôi là hắn ta đề nghị cho mượn tiền hoàn toàn chỉ vì lòng tốt đấy chứ? ■ *She acted out of the goodness of her heart.* • Cô ấy đã hành động hoàn toàn chỉ vì lòng tốt.

out of the limelight tránh né công luận, không để cho mọi người chú ý đến mình ■ *Coleman seems to be determined to stay out of the limelight after his love affair with the press went wrong last month.* • Coleman dường như đã quyết tâm tránh né công luận sau khi lòng nhiệt thành với báo giới của anh ta bị lệch lạc vào tháng trước.

out of the line of fire → **out of the firing line**

out of the loop (thường dùng trong các lĩnh vực kinh doanh và chính trị) không hiểu biết, nắm được những gì đang xảy ra trong nhóm, tổ chức mà mình thuộc về ■ *I've been out of teaching for so long now that I feel a little out of the loop when new teaching methods are discussed.* ● Tôi đã thôi dạy học quá lâu nên cảm thấy có phần nào không hiểu được khi các phương pháp giảng dạy mới được thảo luận.

out of the mouths of babes (and sucklings) (cách dùng cũ) bày tỏ sự ngạc nhiên khi một đứa trẻ có thể nói ra điều mà người nói cho là vượt ngoài sự hiểu biết của nó ■ *"Did you hear that? Sam just said I was old!" "Well, out of the mouth of babes... He's right!"* ● "Anh có nghe gì không? Sam vừa nói là tôi già đấy." "Ái chà, thằng bé nói được thế sao...? Nó đúng đấy."

out of the picture nói về người hay sự vật, không còn liên quan đến một tình huống nào đó nữa ■ *The FBI had dropped out of the picture, and left the investigation to the police.* ● Cơ quan điều tra liên bang FBI đã rút lui ra khỏi vấn đề này, và bỏ lại cuộc điều tra cho cảnh sát.

out of the public eye tránh không bị sự chú ý của công chúng ■ *The university found him an embarrassment, and did their best to keep him out of the public eye.* ● Nhà trường đại học thấy rằng ông ta rất bối rối và cố làm hết sức để giữ cho ông không bị sự chú ý của công chúng.

out of the question điều không thể có hoặc không được cho phép ■ *Would another small loan be out of the question?* ● Liệu một khoản tiền vay nhỏ nữa có phải là không thể được chăng?

out of the spotlight tránh né, thoát khỏi sự quan tâm chú ý của báo chí, giới truyền thông đại chúng ■ *Baker preferred to keep her children out of the spotlight, even as her own career skyrocketed.* ● Baker thích giữ cho các con của bà không bị giới báo chí quan tâm đến, ngay cả khi sự nghiệp của bà đang lên rất nhanh.

out of this world dùng để nhấn mạnh điều gì là rất tốt đẹp, hoặc to lớn, hoặc rất ấn tượng... ■ *The demand for Star Trek souvenirs has been out of this world. Our first shipment sold out immediately.* ● Nhu cầu những món hàng lưu niệm cho phim Star Trek đã trở nên quá lớn. Chuyến hàng đầu tiên của chúng tôi đã bán hết ngay tức thì.

out of whack (khẩu ngữ) nói về một sự vật, hệ thống hay tiến trình... không còn hoạt động một cách đúng đắn nữa ■ *Ever since I fell down the stairs, my back has been completely out of whack.* ● Kể từ khi tôi bị ngã xuống cầu thang, cái lưng của tôi hoàn toàn không được bình thường nữa.

out on one's ear buộc phải rời bỏ công việc, cơ quan hoặc gia đình, nhất là vì đã làm điều gì sai trái ■ *Bazoft knew he would be out on his ear the moment the company learned about his criminal record.* ● Bazoft biết là anh ta sẽ bị buộc thôi việc ngay khi công ty biết được về lý lịch có tiền án của anh.

out the kazoo → **out the wazoo**

out the wazoo hoặc *out the kazoo* hoặc *up the wazoo* hoặc *up the ying yang* (khẩu ngữ) nói về điều gì với số lượng, khối lượng rất lớn ■ *We have had snow up the wazoo this year.* ● Năm nay chúng tôi gặp tuyết rơi nhiều vô kể.

out to lunch (khẩu ngữ) nói năng hay cư xử một cách rối rắm, lẫn lộn hoặc có phần thiếu tỉnh táo ■ *The two main characters are both disasters in their own way. Edina is a bitch, and Pasty is permanently out of lunch.* • Cả hai nhân vật chính đều là những tai họa theo cách riêng của họ. Edina là một mụ đàn bà khó chịu, còn Pasty thì luôn luôn ngớ ngẩn.

outdoors → big as all outdoors

outs → the ins and outs of sth

outset → at the outset

outside → at the outside

outside → think outside the box

outstay one's welcome → overstay one's welcome

oven → have a bun in the oven

over → all over

over → all over sb

over → all over sth

over → all over the place

over → butt heads with sb

over → cross the line

over → fall head over heels (in love)

over → falling over oneself to do sth

over → fingerprints are on sth

over → get in over one's head

over → get over the hump

over → gloss over sth

over → go over big with sb

over → go over one's head

over → go over the edge

over → go over the same ground

over → go through sth with a fine-tooth comb

over → hand-over-fist

over → hanging over one's head

over → have egg on one's face

over → have the edge over

over → honeymoon is over

over → it ain't over 'til the fat lady sings

over → it's no use crying over spilled milk

over → lord it over sb

over → make money hand over fist

over → mind over matter

over → not know sth if it jumped up and bit one

over → push sb over the edge

over → rake sb over the coals

over → that's sb all over

over → turn over a new leaf

over → turn over in one's grave

over → until hell freezes over

over → walk all over sb

over → when hell freezes over

over a barrel bị dồn vào thế bí ■ *Some cities have sold their own equipment, then found themselves over a barrel when their contractors raised their prices.* • Một số thành phố đã bán hết thiết bị của mình, và rồi khi các chủ hợp đồng tăng giá cao lên họ mới tự nhận ra mình đã bị dồn vào thế bí. ■ *They've got us over a barrel. Either we agree to their terms or we lose the money.* • Họ đã dồn chúng tôi vào thế bí. Hoặc là chúng tôi đồng ý với những điều khoản của họ, hoặc là chúng tôi chịu mất tiền.

over and done with nhấn mạnh về một điều tồi tệ hoặc tình hình xấu đã kết thúc ▪ *I'm tired, and I'd like to get this interview over and done with so I can go home.* • Tôi quá mệt, và tôi muốn làm cho xong cuộc phỏng vấn này để tôi có thể về nhà.

over easy nói về thức ăn, chẳng hạn như trứng, được chiên kỹ cả hai mặt bằng dầu ▪ *I don't really like my eggs over easy.* • Tôi không thực sự thích món trứng chiên kỹ hai mặt. → **sunny side up**

over my dead body (khẩu ngữ) dùng để bày tỏ sự phản đối mạnh mẽ điều gì, và quyết tâm ngăn cản không để cho thực hiện ▪ *"Is Matt going to move in with us?" "Over my dead body."* • "Liệu Matt có đến sống với chúng ta hay chăng?" "Không, trừ khi là tôi chết." ▪ *She moves into our home over my dead body.* • Cô ấy vào nhà chúng tôi với sự phản kháng mạnh mẽ của tôi.

over the counter nói về thuốc men, được bán tự do không cần toa bác sĩ ▪ *These tablets are available over the counter.* • Những viên thuốc này được bán tự do không cần toa bác sĩ.

over the course of sth → **in the course of sth**

over the course of time khi thời gian trôi qua, sau một quãng thời gian ▪ *Over the course of time, we may know more about the origins of the universe.* • Khi thời gian trôi qua, chúng ta có lẽ sẽ biết nhiều hơn về nguồn gốc ban đầu của trường đại học.

over the hill quá lớn tuổi nên không thể thực hiện tốt công việc ▪ *I love to tease my brother about his age and say he's over the hill, even though he's only forty.* • Tôi thích trêu chọc anh tôi về tuổi tác và nói rằng anh ấy đã quá tuổi làm việc rồi, mặc dù anh chỉ mới có bốn mươi thôi. ▪ *Youngsters seem to think you're over the hill at 40!* • Bọn trẻ dường như cho rằng bạn quá tuổi làm việc ở độ tuổi 40!

over the long haul → **in the long run**

over with hoặc *all over with* hoàn tất, chấm dứt ▪ *His problems are all over with now.* • Những rắc rối của anh ấy giờ đã qua. ▪ *After dinner is all over with, we can play cards.* • Sau khi ăn tối xong, chúng ta có thể chơi bài.

overdrive → **go into overdrive**

overshoot the mark đi vượt quá nơi muốn đến ▪ *After half an hour we realized that we had overshot the mark, and turned back.* • Sau khoảng nửa giờ chúng tôi nhận ra mình đã đi quá nơi muốn đến, và quay trở lại.

overstay one's welcome hoặc *wear out one's welcome* hoặc *outstay one's welcome* lưu lại nơi nào một thời gian quá lâu khiến chủ nhà phải khó chịu, bực mình ▪ *Be careful not to ask too many favours. You may wear out your welcome.* • Hãy cẩn thận đừng đòi hỏi quá nhiều ân huệ. Anh có thể lạm dụng quá đáng lòng tốt của người khác đấy.

overstep one's bounds hoặc *overstep one's limits* xúc phạm đến người khác bằng việc nói hay làm những điều lẽ ra là không nên - vượt quá giới hạn cho phép ▪ *"In my opinion,*

overstep one's bounds

*the government is overstepping its bounds,"
Thomas said. "Wearing seatbelts should
be a choice, not a law."* ● Thomas nói:
"Theo ý tôi, chính phủ đã vượt quá
giới hạn cho phép rồi. Việc đeo dây an
toàn phải là một sự chọn lựa, không
thể thành luật."

overstep one's limits → **overstep one's bounds**

owe → **I owe you one**

owe → **you owe me (one)**

owl → **a night owl**

owl → **wise as an owl**

own → **be left to one's own devices**

own → **dig one's own grave**

own → **go one's own way**

own → **hold one's own**

own → **legend in one's own time**

own → **mind one's own business**

own → **one's own flesh and blood**

own → **one's own worst enemy**

own → **put one's (own) house in order**

ox → **strong as a horse**

ox → **strong as an ox**

oyster → **the world is one's oyster**

p → mind one's p's and w's

pace → at a snail's pace

pace → force the pace of sth

pace → put sb through one's paces

pack a punch hoặc *pack a wallop* (thường dùng trong các bản tin báo chí, truyền hình...) rất hiệu quả và mạnh mẽ ■ *Black Star packs more punch than regular beers, yet tastes lighter, so it's easy to drink quite a few.* ● Loại bia Black Star mạnh hơn các loại bia thông thường, nhưng nếm có vị nhạt hơn, nên rất dễ uống nhiều.

pack a wallop → pack a punch

pack one's bags rời bỏ một nơi, từ bỏ một việc không ưa thích, hoặc bảo ai đó phải rời đi, chấm dứt việc đang làm ■ *Katie was so mad at Mike, she was ready to tell him to pack his bags.* ● Katie đã nổi khùng lên với Mike, cô ấy sắp sửa bảo hắn hãy cút ngay đi.

packed → be packed like sardines

packing → send sb packing

paddle → up the creek

page → get on the same page

paid → put paid to sth

pain → for one's pains

pain → growing pains

pain → no pain, no gain

pain → take pains to do sth

pain → teething problems

paint → back sb into a corner

paint → black as one is painted

paint → like watching paint dry

paint a rosy picture of sth mô tả một tình huống theo cách tốt đẹp hơn là thực tế ■ *Just before independence, the leaders had painted a rosy picture of the future.* ● Ngay trước khi độc lập, các nhà lãnh đạo đã đưa ra một triển vọng rất tốt đẹp cho tương lai.

paint sth in broad strokes hoặc *draw sth in broad strokes* hoặc *sketch sth in broad strokes* miêu tả điều gì một cách khái quát, không đưa ra nhiều chi tiết ■ *The movie only paints Dillinger's character in broad strokes, so we never really understand what makes him do the horrendous things he does.* ● Bộ phim chỉ miêu tả tích cách của Dillinger một cách rất khái quát, vì vậy chúng ta sẽ chẳng bao giờ thực sự hiểu được điều gì khiến cho anh ta làm những việc khủng khiếp như anh ta đã làm.

paint sth with a broad brush mô tả hay giải thích điều gì một cách chung chung, không đưa ra chi tiết... ■ *Scott's biography paints details with a broad brush, making the account overly simplistic.* ● Phần tiểu truyện của Scott đã mô tả các chi tiết theo một cách rất chung chung, khiến cho lời giải thích trở nên quá sức đơn giản.

paint the town red đi đến quán nước, quán rượu, câu lạc bộ... để vui chơi thích thú vào ban đêm ■ *We're gonna go down to New York and paint the town red.* ● Chúng tôi sẽ đi đến New York và vui chơi thỏa thích trong quán rượu.

pall → cast a pall over

palm → grease one's palm

palm → have sb eating out of (the palm of) one's hand

palm → have sb in the palm of one's hand

pan → flash in the pan

pan → out of the frying pan into the fire

pancake → flat as a pancake

Pandora → open Pandora's box

panties → get one's panties in a bunch

pants → a kick in the pants

pants → beat the pants off sb

pants → bore the pants off sb

pants → catch sb with one's pants down

pants → fly by the seat of one's pants

pants → have ants in one's pants

pants → keep one's shirt on

pants → put one's pants on one leg at a time

pants → smarty pants

pants → wear the pants in the family

paper → get one's walking papers

paper → on paper

paper → start with a clean sheet (of paper)

paper → way out of a (wet) paper bag

paper → worth the paper it's written on

paper tiger nói về một chính phủ, quân đội hay tổ chức được cho là có nhiều quyền lực nhưng thật ra là không có ■ *We need funds to enforce the law, otherwise we're going to look like a paper tiger.* • Chúng ta cần có những khoản tiền để thúc đẩy việc thi hành pháp luật, nếu không thì chúng ta sẽ trở nên một thế lực bù nhìn.

paper trail (thường dùng trong các lĩnh vực kinh doanh và chính trị) nói về văn bản, tài liệu hoặc các loại giấy tờ có thể cho thấy là một sự việc nào đó đã được thực hiện như thế nào, nhất là khi dùng để buộc tội ai ■ *Police are following a paper trail, checking credit cards and criminal records.* • Cảnh sát đang truy tìm các chứng cứ bằng văn bản, kiểm tra các thẻ tín dụng và lý lịch tội phạm.

par → below par

par → on a par with

par → up to par

par for the course nói về điều gì xảy ra hoàn toàn chính xác như dự đoán, nhất là điều không tốt ■ *Wet snow, biting winds and freezing temperatures are par for the course in Iowa in February.* • Tuyết xuống ướt đẫm, gió rét và nhiệt độ buốt lạnh là những điều đúng như dự đoán ở Iowa vào tháng Hai.

parade → on parade

parade → rain on one's parade

paradise → live in a fool's paradise

parcel → part and parcel of sth

pardon → beg one's pardon

pardon → I beg your pardon

pardon me for breathing → excuse me for living

pardon me for living → **excuse me for living**

pardon my French → **excuse my French**

pare → **cut sth to the bone**

pare sth to the bone → **cut sth to the bone**

part → **a fool and his money are soon parted**

part → **discretion is the better part of valor**

part → **look the part**

part → **the best part of sth**

part and parcel of sth dùng để nhấn mạnh điều gì là một phần không thể tách rời trong sự việc đang đề cập đến ■ *Children's mastery of reading is part and parcel of their growth as writers and thinkers.* ● Khả năng đọc hiểu thông thạo của trẻ em là một phần không thể thiếu được trong sự phát triển lớn lên để trở thành những nhà văn hay nhà tư tưởng.

part of the furniture người hay sự vật hiện diện quá lâu ở một nơi đến mức người ta hầu như không lưu ý đến vì quá quen thuộc ■ *I worked there so long that I became part of the furniture.* ● Tôi đã làm việc ở đó quá lâu đến nỗi trở nên quá quen thuộc rồi. ■ *Everybody knows me. I've been a doorman here for twenty years - I'm part of the furniture.* ● Mọi người đều biết tôi. Tôi đã làm người gác cửa ở đây trong 20 năm rồi - Tôi là một phần của nơi đây rồi. ■ *Kendra has been the receptionist for such a long time that she's become part of the furniture.* ● Kendra đã làm người tiếp tân quá lâu đến nỗi trở nên rất quen thuộc.

parting of the ways tình huống mà hai người hay nhóm người vốn rất thân thiết với nhau quyết định chia tay hoặc làm việc riêng rẽ ■ *Barnoe refused to say whether Scheer had been fired, calling it "an amicable parting of the ways".* ● Barnoe từ chối không nói là Scheer có bị đuổi việc hay không, gọi đó là "một trường hợp chia tay êm thắm".

parting shot nhận xét cuối cùng của ai đưa ra, nhất là trước khi rời khỏi một nơi nào, để cảnh cáo hoặc phê phán người đang nói chuyện với mình ■ *Michael remarked, "It's good to be free," which could be interpreted as a parting shot at his former employers.* ● Michael nhận xét: "Được tự do cũng tốt." Nhận xét này có thể được hiểu như một lời đe dọa cho những người chủ thuê trước đây của anh ta.

partner in crime người giúp đỡ cho người khác làm chuyện sai trái - thường dùng một cách khôi hài ■ *I want you guys to do some work today. Bill, where's your partner in crime?* ● Hôm nay tôi muốn các anh làm một số việc. Này Bill, người tòng phạm của anh đâu rồi?

party → **bring sth to the party**

party → **the life of the party**

party animal (khẩu ngữ) người rất thích tham gia các tiệc vui và thường uống nhiều rượu bia ■ *To his parents, John is a nice boy who calls his grandparents regularly, not some party animal.* ● Đối với cha mẹ của mình, John là một đứa con ngoan thường xuyên thăm viếng ông bà, không phải là đứa thích tiệc tùng nhậu nhẹt.

party pooper người phá hỏng niềm vui của người khác, nhất là bằng cách từ chối không làm điều mà mọi người khác đều muốn làm ■ *"Can we go? I need to go to bed." "You're such a party pooper, Lisa, it's only 9:20."* ● "Chúng ta đi được chứ? Tôi cần phải về ngủ thôi." "Bạn thật là người chuyên phá hỏng cuộc vui, Lisa, mới có 9 giờ 20 thôi mà."

pass → **come to pass**

pass → **hand on the baton**

pass → **have a passing acquaintance with**

pass → **ships that pass in the night**

pass muster được chấp nhận là có đủ phẩm chất tốt đẹp cần thiết cho một hoạt động cụ thể nào đó ■ *Among his stories, only a few pass muster as genuine science fiction.* ● Trong số những truyện của ông ta, chỉ một số ít là chấp nhận được như những truyện khoa học giả tưởng thật sự.

pass on the baton → **hand on the baton**

pass the buck quy lỗi hoặc làm cho ai đó phải nhận lãnh trách nhiệm về một sự việc mà lẽ ra không thuộc về họ ■ *Burton critics colleagues in the state legislature failing in their duties and passing the buck to the counties.* ● Burton chỉ trích các đồng nghiệp trong cơ quan lập pháp liên bang đã không hoàn thành được nhiệm vụ và tránh trút trách nhiệm về cho các địa phương.

pass the hat (round/around) quyên góp tiền bạc trong một tập thể vì một mục đích gì ■ *The School Board wouldn't give students the $800 they needed for a trip to a national science contest, but passing the hat at the meeting got them $500.* ● Hội đồng giáo dục sẽ không cho sinh viên số tiền 800 đô-la họ cần để đi dự cuộc thi khoa học cấp quốc gia, nhưng quyên góp trong buổi họp đã mang lại cho họ được 500 đô-la.

pass the time of day (with sb) chào hỏi khi gặp gỡ và trao đổi vài ba câu xã giao không quan trọng với ai đó ■ *I never really talked with Roger much, except just to pass the time of day.* ● Tôi chưa bao giờ nói chuyện gì nhiều với Roger, trừ một vài câu xã giao khi gặp gỡ.

pass the torch hoặc *hand on the torch* truyền lại những kỹ năng, kiến thức... của mình cho một người khác để người ấy có thể tiếp tục công việc của mình ■ *On Saturday, four Colts greats came onto the field before the game to pass the torch to a new Baltimore football team.* ● Hôm thứ Bảy, bốn danh thủ của đội Colts đã đến sân bóng trước trận đấu để truyền thụ kinh nghiệm cho một đội bóng mới của Baltimore.

passed → **a lot of water has gone under the bridge since**

passing → **buck-passing**

passing fancy yêu thích ai hoặc tin tưởng vào sự tốt đẹp của điều gì nhưng chỉ trong một thời gian rất ngắn ■ *"We want to send the message to product manufacturers that environmental concern is more than a passing fancy," said spokesman Rob Boley.* ● Người phát ngôn Rob Boley nói: "Tôi muốn nhắn gởi đến các nhà sản xuất rằng mối quan tâm về môi trường không chỉ là một chuyện thoáng qua."

past → be a past master (at sth)

past → put it past sb (to do sth)

past → the (dim and) distant past

pasture → new pastures

pasture → put sb out to pasture

pat → a pat on the back

pat → have sth down pat

pat → stand firm

pat oneself on the back hoặc *give oneself a pat on the back* tự cảm thấy hài lòng về việc đã làm ■ *If you answered "yes" to all these questions, give yourself a pat on the back for being a friend of the environment.* ● Nếu bạn đồng ý với tất cả những vấn đề này, hãy tự hào vì đã là một người bạn tốt của môi trường.

pat sb on the back hoặc *give sb a (big) pat on the back* chúc mừng, khen ngợi, hoặc bày tỏ sự tán thành, khuyến khích ai về một việc họ đã làm ■ *I think we should give Mark a big pat on the back for all his hard work.* ● Tôi nghĩ là chúng ta nên khen ngợi Mark vì tất cả công việc nặng nhọc của anh ấy.

patch → go through a bad patch

path → cross one's path

path → lead sb down the garden path

path → off the beaten track

path → take the line of least resistance

Paul → rob Peter to pay Paul

pause → give sb pause (for thought)

pave the way for hoặc *smooth the way for* nói về một hành động hay sự kiện, được thực hiện nhằm chuẩn bị cho một hành động hay sự kiện khác xảy ra ■ *The translation of Aristotle's writings into modern European languages helped pave the way for the rise of universities.* ● Sự chuyển dịch các tác phẩm của Aristotle sang các ngôn ngữ châu Âu đã dọn đường cho sự phát triển của các trường đại học.

paved → the road to hell is paved with good intentions

pavement → pound the pavement

pay → he who pays the piper calls the tune

pay → hit pay dirt

pay → if you pay peanuts, you get monkeys

pay → rob Peter to pay Paul

pay → there'll be hell to pay

pay → you pay your money and you take your chances

pay a heavy price for → pay the price for

pay a high price for → pay the price for

pay a terrible price for → pay the price for

pay court to sb 1. tâng bốc, làm hài lòng ai để nhằm mục đích thủ lợi về mình... ■ *It's sickening to see the politicians paying court to voters when they won't keep a single one of their promises.* ● Thật là đáng tởm khi thấy các chính trị gia theo ve vuốt cử tri trong khi họ chẳng giữ được bất cứ lời hứa nào của họ. 2. (cách dùng cũ) tán tỉnh một phụ nữ, bày tỏ tình cảm để đi đến hôn nhân ■ *He has paid court to my younger sister for a long time.* ● Hắn ta đã theo tán tỉnh em gái tôi rất lâu rồi.

pay dividends thời gian hay nỗ lực bỏ ra để làm việc gì đã có mang lại kết quả ■ *As a union official, you'll sit on various committees, and all that pays dividends in terms of experience.* • Là một viên chức của công đoàn, bạn sẽ tham gia vào nhiều ủy ban khác nhau, và tất cả những điều ấy mang lại kết quả là kinh nghiệm.

pay lip service to sth chỉ nói suông rằng mình thích một ý tưởng, sự việc... mà không làm bất cứ điều gì để ủng hộ ■ *It's interesting to see you pay lip service to healthy eating and then give a recipe for chocolate cake.* • Thật rất thú vị khi thấy anh chỉ nói suông là tán thành việc ăn uống lành mạnh, và sau đó đưa ra cách làm bánh sô-cô-la.

pay no mind to hoặc *pay sb no mind* hoặc *pay sth no mind* không chú ý đến những gì đang xảy ra, hoặc điều ai đó đang nói ■ *Pay him no mind. He's just teasing you.* • Đừng lưu ý đến anh ta. Anh ta chỉ là đang trêu chọc bạn đó thôi.

pay one's dues làm việc rất khó nhọc và vượt qua giai đoạn khó khăn trước khi đạt được sự thành công, nhất là khi được người khác tôn trọng vì điều đó ■ *My dad always told me I had to pay my dues as a paperboy before I could get a good job in the city.* • Cha tôi luôn dạy tôi rằng phải chịu khó làm việc cực nhọc như một đứa trẻ bán báo trước khi có thể tìm được một công việc tốt trong thành phố.

pay sb a back-handed compliment → **pay sb a left-handed compliment**

pay sb a left-handed compliment hoặc *pay sb a back-handed compliment* đưa ra một lời khen nhưng thật sự là có hàm ý xúc phạm - mỉa mai ■ *They paid me a left-handed compliment by saying I'm the only person who could live with him.* • Họ mỉa mai tôi bằng cách nói rằng tôi là người duy nhất có thể sống với ông ấy. ■ *John said he had never seen me looking better. I think he was paying me a left-handed compliment.* • John nói rằng anh ta chưa bao giờ thấy tôi đẹp hơn thế. Tôi nghĩ là anh ta đang mỉa mai tôi. ■ *I'd prefer that someone insulted me directly. I hate it when someone pays me a back-handed compliment - unless it's a joke.* • Tôi thích bị người ta xúc phạm một cách trực tiếp hơn và ghét bị ai đó mỉa mai - trừ khi đó là lời nói đùa.

pay sb back with interest đáp lại một hành vi xúc phạm bằng một hành vi mạnh mẽ, nặng nề hơn nữa ■ *I'm not a violent man, but if someone hurts me, I pay them back with interest.* • Tôi không phải là người hung bạo, nhưng nếu có ai làm thương tổn tôi, tôi sẽ trả đũa lại còn nặng nề hơn nữa.

pay sb no mind → **pay no mind to**

pay sth no mind → **pay no mind to**

pay the earth → **cost the earth**

pay the freight (khẩu ngữ) chi trả cho món gì với số tiền rất lớn ■ *If you can pay the freight, our clinic provides first-class drug rehabilitation service.* • Nếu ông có thể chi trả nhiều tiền, dưỡng đường của chúng tôi sẽ cung cấp dịch vụ cai nghiện tốt nhất.

pay the piper nhận lãnh hậu quả xấu của những điều sai trái hoặc tồi tệ mà chính mình đã làm ■ *The condition of nuclear weapons plants is terrible - it's time to pay the piper and clean up the mess of 40* *years.* • Điều kiện của các nhà máy vũ khí hạt nhân thật là khủng khiếp - đã đến lúc phải nhận lãnh hậu quả tồi tệ ấy và làm sạch sự ô nhiễm trong 40 năm.

pay the price for hoặc *pay a terrible price for* hoặc *pay a heavy price for* hoặc *pay a high price for* nhận lãnh hậu quả không tốt vì lỗi lầm đã mắc phải ■ *We've paid a heavy price for our mistakes this season. I just hope the team does better next year.* • Chúng tôi phải trả giá nặng nề cho những lỗi lầm của chúng tôi trong mùa bóng này. Tôi chỉ hy vọng là đội bóng sẽ chơi tốt hơn trong năm tới.

pay through the nose chi trả quá nhiều tiền cho việc gì ■ *Some people are willing to pay through the nose in search of fun and relaxation.* • Một số người sẵn lòng chi trả rất nhiều tiền cho việc tìm vui và thư giãn.

pea → like two peas in a pod

pea → thick as pea soup

peace → hold one's peace

peacock → proud as a peacock

peanut → if you pay peanuts, you get monkeys

pearl → cast pearls before swine

pecking → the pecking order

pedal → put the pedal to the metal

pedestal → put sb on a pedestal

peel → keep one's eyes peeled

peg → take sb down a peg (or two)

pegged → have sb pegged

pen → the pen is mighter than the sword

pencil → put lead in one's pencil

pennies → pinch pennies

pennies from heaven (cách dùng cũ) một khoản tiền bất ngờ có được ■ *It wasn't exactly pennies from heaven, but Carlos Rangel spotted a truckload of counterfeit $20 bills that had been dumped in the Miami River.* • Thật ra cũng không phải là một khoản tiền bất ngờ có được, nhưng Carlos Rangel đã phát hiện một xe tải giấy bạc giả loại 20 đô-la đã bị chìm dưới sông Miami.

penny → a penny saved is a penny earned

penny → cost a pretty penny

penny-pincher người chi tiêu dè sẻn, tiện tặn ■ *Here's a penny-pincher's guide to the best Christmas videos.* • Đây là một tập hướng dẫn dành cho người muốn chi tiêu ít nhất cho những băng hình Giáng sinh tốt nhất.

people → be all things to all people

people → of all things

people → X number of

people who live in glass houses (shouldn't throw stone) đừng chỉ trích, phê phán ai khi mình cũng mắc cùng một khuyết điểm như vậy ■ *Jenkins' company does business with the multinational that he criticizes. People who live in glass houses should avoid throwing stones.* • Công ty của Jenkins cùng giao dịch với công ty đa quốc gia mà anh ta chỉ trích. Lẽ ra như thế thì anh không nên chỉ trích công ty ấy.

perch → knock sb off one's perch

perfect → picture perfect

perfect → practice makes perfect

perfume → acoustic perfume

perish the thought bày tỏ sự bất đồng về điều gì hoặc không muốn điều gì xảy ra ■ *Producers do not want Geraldo Rivera to change his abrasive interview style, perish the thought, but they would like him to concentrate on less controversial topics.* ● Các nhà sản xuất không muốn Geraldo Rivera thay đổi phong cách phỏng vấn gay gắt của ông ta, mong rằng điều đó sẽ không xảy ra, nhưng họ muốn ông ta tập trung vào các chủ đề ít gây tranh cãi hơn.

person → as the next guy

person → one's right-hand man

personal touch hoặc *human touch* 1. tạo ra cảm giác thoải mái hơn và cảm thấy được quan tâm đến ■ *Paintings and flowers add a personal touch to the doctor's waiting room.* ● Những bức tranh và hoa mang lại thêm cảm giác thoải mái dễ chịu cho căn phòng đợi của bác sĩ. 2. được trực tiếp thực hiện bởi con người, thay vì máy móc ■ *More complex deals will still need the human touch, but soon the majority of simple trades will be done automatically by computer.* ● Những vụ mua bán phức tạp hơn vẫn phải cần được thực hiện trực tiếp bởi con người, nhưng không bao lâu thì đa số các giao dịch đơn giản sẽ được thực hiện tự động bằng máy tính.

petard → hoist with one's own petard

Pete → for the love of God

Peter → rob Peter to pay Paul

phoenix → rise like a phoenix from the ashes

phone → hold the phone

pick → have a bone to pick with sb

pick → take one's pick

pick → take up the baton

pick holes in sth phê phán, chỉ trích một kế hoạch, ý kiến... theo cách không mang lại ích lợi gì, nghĩa là chỉ cố tìm ra những cái xấu để hạ thấp giá trị ■ *He identified himself as one of the supervisors, and started picking holes in my sales technique.* ● Anh ta tự xem mình như là một trong những người giám sát, và bắt đầu bới móc chỉ trích phương thức bán hàng của tôi. ■ *It was almost impossible to pick holes in her argument.* ● Không thể bới móc chỉ trích được gì trong lập luận của cô ta. ■ *Such a fool! It was easy to pick holes in his arguments.* ● Một gã ngốc làm sao! Thật dễ dàng tìm ra những khuyết điểm trong những lập luận của hắn. ■ *My brother can always pick holes in my plans, but he can never offer any suggestions.* ● Anh tôi luôn luôn có thể chỉ ra những khuyết điểm trong các kế hoạch của tôi, nhưng anh ấy chẳng bao giờ đưa ra được bất cứ đề nghị nào.

pick one's brain hoặc *pick one's brains* (khẩu ngữ) hỏi ai một loạt rất nhiều câu hỏi, nhằm tìm hiểu tất cả những gì người ấy biết về một việc gì ■ *I need to pick your brain to get a few ideas for a good present for Rob.* ● Tôi cần phải hỏi bạn rất nhiều để có được những ý kiến về một món quà giá trị cho Rob.

pick one's brains → pick one's brain

pick the wrong horse → back the wrong horse

pick up one's marbles and go home (thường dùng trong các lĩnh vực kinh doanh và chính trị) rời bỏ một cuộc thảo luận, cuộc họp... vì quá tức giận ■ *When you enter into a business contract, you have to abide by the rules - you can't just pick up your marbles and go home if you disagree.* ● Khi bạn tham gia một hợp đồng mua bán, bạn phải tuân theo các quy luật - bạn không thể chỉ nổi giận lên và bỏ ngang một cuộc họp nếu bạn không đồng ý.

pick up steam hoặc *build up steam* nói về một kế hoạch, ý tưởng... ngày càng trở nên quan trọng hơn, được nhiều người chú ý đến hơn ■ *Interest in recycling has slowly picked up steam over the last decade.* ● Sự quan tâm đến việc tái chế đã dần dần trở nên quan trọng hơn trong thập kỷ vừa qua.

pick up the ball and run (with it) hoặc *take the ball and run with it* chấp nhận một ý kiến hoặc nắm lấy một cơ hội và thực hiện thành công ■ *The director seems to have let the actors pick up the ball and run with it, and the result is an enjoyable evening at the theater.* ● Ông đạo diễn dường như đã cho phép các diễn viên nắm lấy cơ hội để thực hiện thành công, và kết quả là một buổi diễn tuyệt vời ở nhà hát.

pick up the baton → **take up the baton**

pick up the gauntlet → **take up the gauntlet**

pick up the pieces of sth cố làm cho một mối quan hệ hoặc một tình huống trở lại tình trạng như trước đây, nhất là sau khi có điều gì tồi tệ đã xảy ra ■ *Our counselors have special skills to help consumers pick up the pieces when they get into difficulties with their credit cards.* ● Các nhân viên tư vấn của chúng tôi có những kỹ năng đặc biệt để giúp khách hàng khôi phục lại tình huống trước đây khi họ gặp phải khó khăn với thẻ tín dụng của mình.

pick up the slack hoặc *take up the slack* thực hiện hay cung cấp điều gì cần thiết trong một tình huống khi người khác đã ngưng không làm điều đó ■ *The Bulls are really missing Anderson, but their coach is hoping Scott and Rodriguez will pick up the slack.* ● Đội Bulls thực sự đã thiếu vắng Anderson, nhưng huấn luyện viên của họ hy vọng là Scott và Rodriguez sẽ thay thế được.

pick up the tab chi trả cho điều gì, nhất là khi không có trách nhiệm phải chi trả ■ *Port officials argue that the city should have picked up the tab for fixing the environmental damage.* ● Các quan chức hải cảng lập luận rằng thành phố nên chi trả cho việc khôi phục sự hủy hoại về môi trường.

pickle → **in a pickle**

picnic → **no picnic**

picnic → **sandwich short of a picnic**

picture → **big-picture**

picture → **get the picture**

picture → **in the picture**

picture → **look at the big picture**

picture → **out of the picture**

picture → **paint a rosy picture of sth**

picture → **pretty as a picture**

picture → **put sb in the picture**

picture perfect hoặc *picture-perfect* dùng để nhấn mạnh một sự vật, sự việc có vẻ như hoàn toàn đúng theo mong đợi ■ *The forecasters are predicting picture perfect weather for New Year's Day.* ● Những người dự báo thời tiết đang dự đoán thời tiết tốt đẹp cho ngày đầu năm mới.

picture-perfect → picture perfect

pie → be in apple pie order

pie → eat humble pie

pie → have a finger in every pie

pie → in apple pie order

pie → piece of the pie

pie → slice of the cake

pie in the sky nói về một ý tưởng, kế hoạch... mà người nói cho là không bao giờ thực hiện được ■ *Agnos insists that the proposal for a new baseball stadium is not just pie in the sky.* ● Agnos khăng khăng cho rằng đề xuất về một sân bóng chày mới không phải là điều không thực hiện được. ■ *The city council can't have any more pie-in-the-sky plans without the money to support.* ● Hội đồng thành phố không thể có thêm những kế hoạch không thiết thực nào nữa khi không có tiền bạc để hỗ trợ.

piece → all in one piece

piece → bits and pieces

piece → conversation piece

piece → give sb a piece of one's mind

piece → go to pieces

piece → love sb to pieces

piece → pick up the pieces of sth

piece → say one's piece

piece → tear sb to shreds

piece → want a piece of sb

piece of cake nói về điều gì rất dễ dàng ■ *After getting our daughter through high school and on to college, raising an 8-year-old seems like a piece of cake.* ● Sau khi đã đưa đứa con gái của chúng tôi qua khỏi ngưỡng cửa trung học và bước vào đại học, việc nuôi dạy một đứa trẻ 8 tuổi dường như là quá dễ dàng.

piece of the action hoặc *slice of the action* phần được chia sẻ trong một hoạt động lôi cuốn, thích thú... nhất là có thể kiếm được nhiều tiền ■ *Foreign firms will all want a piece of the action if the new airport goes ahead.* ● Tất cả các công ty nước ngoài đều sẽ muốn tham gia một phần nếu như sân bay mới được tiến hành. ■ *Now that the price of stocks is going up, everyone wants a piece of the action.* ● Bởi vì giá cổ phiếu đang lên cao, mọi người đều muốn có cơ hội để được tham gia vào.

piece of the pie → slice of the cake

piece of the pie hoặc *slice of the pie* phần nhận được của ai đó, nhất là một khoản tiền, khi nhiều người khác cũng nhận được như vậy ■ *In the 1960s, the economy was healthy, and people could afford to be generous and help others get a piece of the pie.* ● Vào những năm 1960, nền kinh tế phát triển tốt, và người ta có thể hào phóng giúp đỡ những người khác cùng kiếm tiền.

piece of work nói về người, rất khác thường, gây khó chịu, hoặc không tốt ■ *Laverne, at 62, is truly a piece of work.* ● Laverne, ở tuổi 62, thật sự là một người rất khó chịu.

pie-in-the-sky → pie in the sky

pig → buy a pig in a poke

pig → happy as a pig in shit

pig → in a pig's eye

pigeon → set the cat among the pigeons

pile → the bottom of the heap

pile → the top of the heap

pill → sugar-coat the pill

pillar → from pillar to post

pillar of strength → tower of strength

pilot → on automatic pilot

pin → you could hear a pin drop

pinch → feel the pinch

pinch → in a pinch

pinch → take sth with a grain of salt

pinch pennies thận trọng trong việc chi tiêu, dè sẻn, chi càng ít càng tốt ■ *I'll be glad when I don't have to pinch pennies anymore, and I can buy some new clothes.* ● Tôi rất vui là mình không phải chi tiêu dè sẻn nữa, và có thể mua một ít quần áo mới.

pincher → penny-pincher

pink → be tickled pink

pink → in the pink

pink → see pink elephants

pipe → put that in one's pipe and smoke it

pipeline → in the pipeline

piper → he who pays the piper calls the tune

piper → pay the piper

piss → full of piss and vinegar

piss → go piss up a rope

piss → not have a pot to piss in

piss and moan (khẩu ngữ) cách nói khiếm nhã để chỉ việc than phiền quá nhiều và gây khó chịu, bực mình ■ *Colleen will probably piss and moan that she doesn't have enough room for all her stuff in the new house.* ● Colleen rất có thể sẽ than phiền dai dẳng rằng cô ta không có đủ chỗ cho những thứ lỉnh kỉnh của cô trong căn nhà mới.

piss in my ear and tell me it's raining → piss on my back and tell me it's raining

piss on my back and tell me it's raining hoặc *piss in my ear and tell me it's raining* (thông tục, khiếm nhã) dùng khi muốn nói thẳng với ai là bạn không tin lời họ, dở trò dối gạt ■ *"I'll pay you back, I promise." "Right, now piss on my back and tell me it's raining."* ● "Tôi sẽ chi trả lại cho ông mà, tôi xin hứa đấy." "Thế à, giờ thì mày không dở trò dối gạt tao được đâu."

pisser → that's a (real) pisser

pissing → be spitting in the wind

pissing → get into a pissing match (with)

pit → a bottomless pit

pit → be the pits

pit → make a pit stop

pit one's wit against sb sử dụng tất cả sự khôn ngoan của mình để cố đánh bại ai trong một cuộc cạnh tranh, hoặc vượt qua một hoàn cảnh khó khăn ■ *The one-player option lets you pit your wits against the computer.* ● Tùy chọn một người chơi sẽ cho phép bạn vận dụng tối đa trí thông minh của mình để chống lại máy tính.

pitch → black as pitch

pitch → fever pitch

pity → more's the pity

place → all over the place

place → between a rock and a hard place

place → fall into place

place → have friends in high places

place → heart is in the right place

place → know one's place

place → pride of place

place → put sb in one's place

place → take second place

place one's life in one's hands → put one's life in one's hands

place sb on a pedestal → put sb on a pedestal

plague → avoid sb like the plague

plain → as plain as the nose on one's face

plain as day hoặc *as plain as day*
1. rất đơn sơ, giản dị, không phức tạp ■ *Although his face was as plain as day, his smile made him look interesting and friendly.* • Mặc dù khuôn mặt anh ta trông rất giản dị, nhưng nụ cười của anh làm cho anh trông có vẻ rất lôi cuốn và thân thiện. ■ *Our house is plain as day, but it's comfortable.* • Ngôi nhà của chúng tôi rất đơn sơ, nhưng thật tiện nghi thoải mái. 2. rất rõ ràng, dễ hiểu, dễ nhận ra ■*The lecture was as plain as day. No one had to ask questions.* • Bài giảng rất rõ ràng. Không có ai phải đặt ra những câu hỏi. ■ *His statement was plain as day.* • Tuyên bố của ông ta rất rõ ràng. ■ *When I read the names of my old friends who died in the war, I can see their faces as plain as day.* • Khi tôi đọc tên những người bạn cũ đã chết trong chiến tranh, tôi có thể nhìn thấy được khuôn mặt họ rất rõ ràng.

plain as the nose on one's face hoặc *as plain as the nose on one's face* (thông tục) quá rõ ràng, hiển nhiên ■ *What do you mean you don't understand? It's as plain as the nose on your face.* • Bạn nói bạn không hiểu là có ý gì chứ? Chuyện quá rõ ràng rồi mà. ■*Your guilt is plain as the nose on your face.* • Tội lỗi của anh quá rõ rồi.

plan → American plan

plan → European plan

plan → game plan

plank → walk the plank

plant the seeds (of sth) → sow the seeds (of sth)

plate → have a lot on one's plate

platter → hand sth to sb on a (silver) platter

play → all work and no play makes Jack a dull boy

play → call into play sth

play → do sth by the book

play → the state of play

play → when the cat's away

play (right) into one's hands hoặc *play straight into one's hands* thực hiện đúng ngay điều mà đối thủ của mình mong muốn, mà không nhận ra điều ấy ■ *If we respond with violence,* we'll be playing into their hands -they'll have an excuse to fight. • Nếu chúng ta đáp lại với bạo lực, chúng ta sẽ làm đúng theo ý họ - họ sẽ có lý do để tấn công. ■ *If we get the police involved, we'll be playing right into the protesters' hands.* • Nếu chúng ta lôi kéo cảnh sát vào chuyện này, chúng ta sẽ làm theo đúng ý của những người phản kháng. ■ *You'll be playing straight into their hands if you involve the police.* • Bạn sẽ thực hiện đúng theo ý muốn của họ, nếu như bạn lôi cảnh sát vào chuyện này.

play a cat and mouse game → **play cat and mouse**

play a waiting game cố ý không đưa ra bất cứ quyết định nào hoặc không làm gì cả, để chờ xem phản ứng của người khác hoặc chờ xem diễn tiến của tình thế, vì nghĩ rằng như thế sẽ có lợi hơn ■ *"We may have to evacuate some more people," Van Possum said. "But right now, we're playing a waiting game to see if the storm strengthens."* • Van Possum nói: "Có lẽ chúng ta phải di tản thêm nhiều người nữa. Nhưng ngay lúc này, chúng ta phải chờ xem cơn bão có mạnh hơn không." ■ *Police seem to be playing a waiting game with the hijackers.* • Dường như cảnh sát đang trì hoãn với những tên cướp máy bay.

play ball làm theo ý muốn hay sự mong đợi của người khác ■ *If his lawyers don't want to play ball, we can't make them.* • Nếu những luật sư của anh ta không chịu làm theo ý chúng ta, chúng ta có thể tự giải quyết lấy.

play both ends against the middle hoặc *play both sides against the middle* thân thiện với cả hai phe nhóm đang đối nghịch nhau, để nhằm nắm được phần lợi về mình ■ *Some smaller companies managed to play both ends against the middle, and received aid from the North and the South.* • Một số các công ty nhỏ hơn đã cố thân thiện với cả hai bên, và nhận được sự giúp đỡ từ cả miền Bắc lẫn miền Nam.

play both sides against the middle → **play both ends against the middle**

play by the book → **do sth by the book**

play cat and mouse (with sb) hoặc *play a cat and mouse game* 1. cố sức tìm kiếm một đối tượng đang tìm mọi cách để lẩn tránh ■ *For six long months, police have been playing cat and mouse with hackers who have been stealing data from the state's computer systems.* • Trong suốt sáu tháng qua, cảnh sát đã hết sức truy tìm những kẻ lấy trộm thông tin từ các hệ thống máy tính quốc gia. 2. giả vờ như để cho ai đó có được điều gì hay được làm việc gì, nhưng sau đó tìm cách ngăn cản họ ■ *So far, offers to release the hostages are only part of an elaborate game of cat and mouse.* • Cho đến nay, những đề nghị thả con tin chỉ là một phần của trò lừa dối được tính toán kỹ theo kiểu mèo vờn chuột. ■ *He thought the police were playing some elaborate game of cat and mouse and waiting to trap him.* • Anh ta nghĩ là cảnh sát đang chơi trò mèo bắt chuột một cách có tính toán và chờ đợi để giăng bẫy tóm anh ta. ■ *Dora knew the detective was playing cat and mouse with her, waiting for his chance to trap her.* • Dora biết là người thám tử đang chơi trò mèo vờn chuột với cô, chờ đợi cơ hội để cô ta sa vào lưới.

play chicken (thường nói về trẻ con hay thanh thiếu niên) tham gia những trò nguy hiểm để tranh nhau xem ai là người sợ hãi trước ■ *Yet another teenager has died playing chicken on the railroad tracks.* ● Lại thêm một thiếu niên chơi trò đùa với tử thần đã bỏ mạng trên đường ray xe lửa.

play Cupid làm mai mối, kết nối quan hệ vợ chồng giữa hai người khác phái ■ *Sandy has played Cupid to dozens of couples since she set up a dating agency six years ago.* ● Sandy đã làm mai mối cho hàng tá cặp vợ chồng kể từ khi cô ấy thiết lập văn phòng giới thiệu hôn nhân cách đây 6 năm.

play devil's advocate hoặc *be devil's advocate* hoặc *act as devil's advocate* giả vờ phản đối một vấn đề nhằm tạo ra sự tranh luận về vấn đề đó ■ *I'm just being the devil's advocate here, but what would you do if our suppliers don't deliver on time?* ● Ở đây tôi chỉ là kẻ muốn gợi lên vấn đề thảo luận, nhưng liệu các anh sẽ làm gì nếu như những người cung cấp hàng cho chúng ta không giao đúng hạn?

play dirty cư xử theo cách gian lận hoặc không công bằng, nhất là để giành lợi thế cho mình ■ *Rooney wanted the top job, and he was willing to play dirty in order to get it.* ● Rooney muốn đạt được công việc cao nhất, và ông ta sẵn sàng dùng thủ đoạn để đạt được.

play for time cố trì hoãn điều gì để có thêm thời gian chuẩn bị hoặc để quyết định xem phải làm gì ■ *Bonar played for time, introducing minor reforms to solve the country's most immediate problems.* ● Bonar dùng kế hoãn binh, đề nghị một vài cải cách nhỏ nhặt để giải quyết những vấn đề cấp bách nhất của đất nước.

play games 1. cung cách nói năng hoặc ứng xử không thẳng thắn và trung thực với người khác vì cố làm cho họ thực hiện hay tin vào điều gì theo đúng ý mình ■ *Just stop playing games and tell us what you want.* ● Thôi đừng giở trò nữa và hãy cho chúng tôi biết anh muốn gì. ■ *Don't play silly games with me; I know you did it.* ● Đừng có giở trò ngớ ngẩn với tao. Tao biết mày đã làm chuyện đó. 2. giải quyết một việc gì theo cách không thẳng thắn và trung thực, hoặc không nghiêm túc ■ *Finance committee members have indicated publicly that they are not going to play games with the debt issue.* ● Các thành viên của ủy ban tài chính đã công khai bày tỏ là họ sẽ không tránh né vấn đề nợ nần.

play hard to get 1. cố gây khó khăn cho người đang muốn thiết lập quan hệ tình cảm với mình ■ *Bridget was polite but cool to him, obviously playing hard to get.* ● Bridget cư xử lịch sự nhưng lạnh lùng với anh ta, rõ ràng là đang cố tránh quan hệ tình cảm. 2. trì hoãn việc chấp nhận một công việc, một khoản tiền... để cho người đưa ra càng thấy nôn nóng hơn ■ *Some shareholders played hard to get, until the offer to buy was too good to resist.* ● Một số cổ đông trì hoãn không chấp nhận, cho đến khi đề nghị mua cổ phiếu quá ngon lành đến mức không sao cưỡng lại được.

play hardball (with sb) (thường dùng trong các lĩnh vực kinh doanh và chính trị) tỏ ra hết sức quyết tâm nhằm đạt cho kỳ được điều gì, nhất là việc giành chiến thắng, vì thế đôi khi bất chấp các chuẩn mực đạo đức hoặc sự trung thực ■ *It is well known that he plays political hardball, but he is admired for the speed at which he gets bills through*

Congress. • Ai cũng biết là ông ta có nhiều thủ đoạn chính trị, nhưng ông ta được ngưỡng mộ vì tốc độ nhanh chóng mà ông đạt được khi đưa các dự luật thông qua Quốc hội. ■ *I want us to play hardball on this issue.* • Tôi muốn rằng chúng ta phải hạ quyết tâm trong vấn đề này.

play havoc → **wreak havoc**

play hooky hoặc *play truant* nói về người đi học trốn học, nhưng đôi khi cũng dùng một cách hài hước để chỉ người bỏ việc làm trong giờ làm việc ■ *Some people admitted playing hooky from school or work in order to get out and enjoy the sunshine.* • Một số người thừa nhận là đã trốn học hoặc không đến chỗ làm để được ra ngoài tận hưởng ánh nắng mặt trời.

play it cool (khẩu ngữ) giữ thái độ bình tĩnh, thản nhiên, cho dù có thể là đang bị khích động hoặc lo lắng ■ *She had a powerful urge to slap Tim's face, but decided to play it cool for a while.* • Cô ấy thấy hết sức muốn tát vào mặt Tim, nhưng quyết định giữ thái độ thản nhiên trong chốc lát. ■ *For once I felt uncertain about blurting out my real feelings. I decided to play it cool.* • Lần này tôi cảm thấy không chắc lắm về việc nói ra những cảm xúc thật sự của mình. Tôi quyết định giữ thái độ thản nhiên.

play it safe không làm bất cứ điều gì có thể dẫn đến rủi ro ■ *All her life Jackie had played it safe and done what others expected her to do.* • Suốt đời mình Jackie luôn thận trọng chỉ làm những gì mà người khác mong đợi cô làm.

play one's ace làm một việc bất ngờ nhằm đạt được lợi thế ■ *Nilsen decided to play his ace, and told them he had been offered another job.* • Nilsen quyết định tạo áp lực bất ngờ bằng cách nói cho họ biết là anh đã tìm được một việc làm khác.

play one's cards close to one's chest hoặc *keep one's cards close to one's chest* hoặc *play one's cards close to one's vest* hoặc *keep one's cards close to one's vest* giữ bí mật, không để cho ai biết về những kế hoạch, ý tưởng hoặc cảm xúc của mình ■ *Party leaders are keeping their cards close to their chests, not wanting to reveal their opinions until the next round of voting.* • Các nhà lãnh đạo đảng phái đang giữ kín bí mật, không muốn tiết lộ ý kiến của họ trước vòng bầu cử sắp tới.

play one's cards close to one's vest → **play one's cards close to one's chest**

play one's cards right hành động, ứng xử thích hợp trong một tình huống cụ thể nào đó ■ *If you play your cards right, the job could be yours when she leaves.* • Nếu anh ứng xử tốt, công việc có thể sẽ là của anh khi cô ấy ra đi. ■ *If Susan plays her cards right, she could go to Hawaii through work and not have to take any vacation days.* • Nếu Susan khéo vận dụng, cô ấy có thể đến Hawaii bằng cách đi công tác và không cần phải dùng đến bất cứ ngày nghỉ nào.

play one's last card nỗ lực cuối cùng để đạt đến điều gì, sau khi đã thất bại trong những lần trước ■ *Kathy played her last card to quit smoking by going to a hypnotist.* • Kathy thực hiện nỗ lực cuối cùng để bỏ thuốc lá bằng cách tìm đến một nhà thôi miên.

play possum (khẩu ngữ) giả vờ ngủ hoặc giả chết để không bị người khác làm hại hoặc quấy rầy ■ *Townsley testified that after he was shot, he played possum until he thought the gunman had left.* ● Townsley xác nhận rằng sau khi bị bắn anh ta đã giả chết cho đến khi nghĩ rằng người bắn đã bỏ đi.

play sb at one's own game → **beat sb at one's own game**

play second fiddle (to sb) người bị xem là ít quan trọng hơn, kém quyền lực hơn người khác, nhất là khi tự cho rằng mình cũng có năng lực không thua kém ■ *Bracken turned down the part in the movie because he didn't like playing second fiddle to Hutton again.* ● Bracken từ bỏ vai diễn trong phim bởi vì anh ta không muốn phải giữ vai kém quan trọng hơn Hutton lần nữa. ■ *I'm not going to play second fiddle to anyone.* ● Tôi sẽ không chịu thua kém bất cứ ai. ■ *The narrative in this book plays second fiddle to the excellent photographs.* ● Lời dẫn chuyện trong sách này không sánh nổi với những bức ảnh rất tuyệt vời.

play sth by ear (khẩu ngữ) đối phó với một tình huống tùy theo thực tế, bởi vì không thể biết trước sự chuyển biến hay phát triển của nó - tùy cơ ứng biến ■ *"We'll just play it by ear," Zeilstra's coach said. "If she feels good, she'll play. If she doesn't, she won't."* ● "Chúng ta sẽ tùy cơ ứng biến mà thi đấu," huấn luyện viên đội Zeilstra nói, "Nếu cô ấy khỏe, cô ấy sẽ tham gia; nếu cô ấy không khỏe, cô ấy sẽ không tham gia đâu." ■ *I'm not sure how many people are expected - we'll just have to play it by ear.* ● Tôi không biết chắc được có bao nhiêu người để chờ đón - chúng ta sẽ phải tùy tình hình thực tế lúc đó thôi. ■ *I don't know what they'll want when they arrive - we'll have to play it by ear.* ● Tôi không biết họ sẽ cần gì khi họ đến - chúng ta sẽ phải tùy cơ ứng biến thôi.

play straight into one's hands → **play (right) into one's hands**

play the field có nhiều mối quan hệ tình cảm lãng mạn, hoặc có quan hệ tình dục bừa bãi với nhiều người ■ *She admitted that she was playing the field.* ● Cô ấy thú nhận rằng mình đã có nhiều mối quan hệ tình cảm lăng nhăng.

play the fool làm điều gì ngớ ngẩn để chọc cười, nhất là khi không nghĩ đến những hậu quả rắc rối cho người khác ■ *Josh was playing the fool as usual, until the teacher saw him and kicked him out.* ● Josh vẫn đang làm trò cười ngớ ngẩn như thường lệ, cho đến khi thầy giáo nhìn thấy và đuổi nó ra ngoài. ■ *Boys, quit playing the fool and get some work done!* ● Bọn bay hãy thôi làm trò ngớ ngẩn và kiếm việc gì làm đi!

play the game 1. thực hiện mọi việc theo đúng như sự mong đợi của người khác, nhất là để có thể thành công ■ *She felt ridiculous wearing make-up and high heels, but she was willing to play the game to please her mother.* ● Cô ấy cảm thấy thật buồn cười khi phải trang điểm và mang giày cao gót, nhưng cô vẫn sẵn lòng làm theo như vậy để vui lòng mẹ. 2. cư xử một cách công bằng và trung thực ■ *You can't do that - it's not playing the game!* ● Bạn không thể làm điều đó - như vậy là không đúng đắn.

play truant → **play hooky**

play with a full deck cách diễn đạt khôi hài để nói về ai đó làm điều gì một cách ngốc nghếch, không tỉnh táo ■

Any time you want to strap yourself into a race car and go 290 miles per hour, you can't be playing with a full deck. ● Mỗi khi bạn đã giam mình vào một chiếc xe đua và phóng với vận tốc 290 dặm một giờ, bạn không thể làm điều đó một cách thiếu tỉnh táo được.

play with fire liều lĩnh, chấp nhận những rủi ro không cần thiết trong một tình huống đã biết là nguy hiểm ■ *Since she had started secretly meeting Larry, she had known she was playing with fire, but she couldn't stop herself.* ● Từ khi bắt đầu bí mật gặp gỡ Larry, cô ấy biết là mình đang đùa với lửa, nhưng không thể nào ngăn được chính mình.

play with oneself (khẩu ngữ) tìm cảm giác thích thú bằng cách dùng tay vuốt ve bộ phận sinh dục của chính mình - thủ dâm ■ *I bet Scott's up in his room, playing with himself again.* ● Tôi dám cuộc là Scott đang ở trên phòng của anh ta và làm chuyện thủ dâm lần nữa rồi.

please → as sb please

please → pretty please (with sugar on top)

pleased as punch rất hài lòng ■ *NASA engineers said they were "as pleased as punch" with the pictures sent back by the space probe.* ● Các kỹ sư của NASA nói rằng họ "rất hài lòng" với những hình ảnh được gửi về từ phi thuyền không gian không người lái. ■ *Wally was as pleased as punch when he won the prize.* ● Wally hết sức hài lòng khi anh ta giành được giải thưởng. ■ *She seems pleased as punch, but she knows she doesn't deserve the award.* ● Cô ấy dường như rất hài lòng, nhưng cô ấy biết là mình không xứng đáng với giải thưởng. - Đôi khi **Punch** được viết hoa, vì từ này xuất phát từ tên một nhân vật.

plenty → cover a lot of ground

plenty → there are plenty more fish in the sea

plot → the plot thickens

plug → pull the plug on sth

plug → worth a wooden nickel

plughole → down the drain

plump the depths (of) 1. làm điều gì theo cách xấu nhất hoặc cực đoan nhất có thể có ■ *Friday television continues to plumb the depths of extremely bad taste.* ● Truyền hình thứ Sáu tiếp tục những chương trình cực kỳ tồi tệ. 2. tìm ra được những điều bí mật hoặc chưa được biết về một người hay tổ chức, hoặc về một chủ đề nào đó ■ *Shusaku Endo has plumbed the depths of the Japanese heart in his study of society and religion.* ● Shusaku Endo đã có những khám phá mới về tâm hồn người Nhật trong cuộc nghiên cứu của anh ta về xã hội và tôn giáo. 3. có cảm giác hết sức khó chịu, chẳng hạn như quá xấu hổ hoặc buồn rầu đến mức tưởng như không sao chịu nổi ■ *I sat with tears on my cheeks, plumping the depths of humiliation.* ● Tôi ngồi lặng với những giọt lệ lăn trên má, cảm thấy nhục nhã như không sao chịu được nữa.

plunge → be thrown in(to) the deep end

plunge → take the plunge

plunge in(to) the deep end → jump in(to) the deep end

pocket → burn a hole in one's pocket

poetic justice

pocket → dig into one's pocket

pocket → line one's (own) pockets

pocketbook → vote with one's pocketbook

pod → like two peas in a pod

poetic justice nói về một điều tốt hay xấu xảy đến cho ai hoàn toàn xứng đáng với những gì người ấy đã làm ▪ *Some would say there is poetic justice in this - I neglected my family for my work, and now I have lost my job and my family too.* • Một số người có thể nói rằng đây là một hậu quả hoàn toàn đích đáng - tôi bỏ mặc gia đình để chạy theo công việc, và giờ đây tôi đã mất việc, mất cả gia đình.

point → at the point of

point → belabour the point

point → case in point

point → get brownie points

point → jumping-off point

point → miss the point

point → not to put too fine a point on it

point → score points off sb

point → score points with sb

point → sore spot

point → sticking point

point → the point of no return

point an accusing finger → point the finger

point sb in the right direction khuyên bảo ai về điều nên làm, hoặc nói cho biết ai là người có thể giúp đỡ ▪ *The agency may give straight advice on projects or simply point applicants in the right direction for funding.* • Cơ quan đại diện có thể đưa ra những chỉ dẫn trực tiếp về các dự án, hoặc đơn giản chỉ là hướng dẫn người nộp đơn đến nơi xin tài trợ.

point the accusing finger → point the finger

point the finger (of blame) hoặc *point an accusing finger* hoặc *point the accusing finger* (thường dùng trong các lĩnh vực pháp lý, kinh doanh và chính trị) quy lỗi hay chỉ trích ai là đã làm điều gì đó sai trái ▪ *Conklin was afraid that if he didn't point the finger at Justin, the police would get him for murder.* • Conklin đã sợ rằng nếu anh ta không quy lỗi cho Justin, cảnh sát có thể sẽ bắt anh về tội giết người. ▪ *The article points an accusing finger at the authorities.* • Bài báo quy lỗi cho nhà chức trách.

pointing → finger-pointing

points → at swords' points

point-scoring nhằm mục đích phân biệt hơn thua với nhau ▪ *The important thing now is not point-scoring but negotiating.* • Điều quan trọng lúc này không phải là tranh hơn thua với nhau, mà phải thương lượng.

poison → what's your poison

poke → buy a pig in a poke

poke fun at đùa cợt, chế giễu ai theo cách thiếu thiện cảm ▪ *Don't poke fun at him, Skeeter - he didn't do anything to you.* • Đừng chế giễu anh ta nữa, Skeeter - anh ta chẳng làm gì động chạm đến mày. ▪ *All the kids poked fun at Dan's new haircut.* • Tất cả bọn trẻ đều theo chế giễu kiểu tóc mới của Dan. ▪ *Her novels poke fun at the upper class.* • Những cuốn tiểu thuyết của bà ta chế giễu giới thượng lưu trong xã hội. ■ *She's always poking fun at herself.* ● Cô ấy luôn luôn tự chế giễu mình.

pole → touch sth with a ten-foot pole

polish → spit and polish

pond → a big fish in a little pond

pony → dog-and-pony show

pool → go down like a rat sandwich

pooper → party pooper

poor → give a good account of oneself

poor as a church mouse hoặc *as poor as a church mouse* rất nghèo túng ■ *My aunt is as poor as a church mouse.* ● Bà cô tôi nghèo rớt mồng tơi. ■ *The Browns are poor as church mouse.* ● Gia đình Brown hết sức nghèo túng.

poor excuse for sth hoặc *sorry excuse for sth* (cũng dùng với các tính từ *rotten, miserable, feeble, pathetic, sad* ...) dùng khi muốn nói rằng người hay sự việc nào đó là tồi tệ hơn nhiều so với mức thông thường ■ *Milken's plea bargain and the limited hearing are a poor excuse for justice.* ● Sự thú tội có tính toán của Milken và phiên xử hạn chế là vô cùng tồi tệ cho công lý.

pop → one's eyes are popping

pop the question đưa ra lời cầu hôn với ai ■ *I never expected Chris to pop the question so quickly. After all, we've only known each other for two months!* ● Tôi không hề chờ đợi là Chris ngỏ lời cầu hôn quá sớm như thế. Dù sao thì chúng tôi chỉ mới biết nhau có hai tháng!

Pope → is the Pope a Catholic

popping → be bursting at the seams

popular → by popular demand

popular → go down like a rat sandwich

porcelain → drive the porcelain bus

porcelain → pray to the porcelain God

port → any port in the storm

possesion → leave the field clear for sb

possible → as far as possible

possible → as soon as possible

possum → play possum

post → from pillar to post

post → keep sb posted

postal → go postal (on sb)

pot → go to pot

pot → melting pot

pot → not have a pot to piss in

pot → shit or get off the pot

pot → take pot luck

pot → the end of the rainbow

pot → the pot calling the kettle black

pot → watched pots never boil

potato → couch potato

potato → drop sb like a hot potato

potato → hot potato

potato → small potatoes

potato → the meat and potatoes of sth

pound → an ounce of prevention is worth a pound of cure

pound → **have one's pound of flesh**

pound the pavement cố gắng hết sức để tìm kiếm một công việc làm ■ *With thousands of people pounding the pavement, some job seekers are realizing they have to move to another city.* ● Với hàng ngàn người đang nỗ lực tìm kiếm việc làm, một số người tìm việc đang nhận ra là họ phải di chuyển sang một thành phố khác.

pour → **when it rains it pours**

pour cold water on sth hoặc *throw cold water on sth* phê phán, chỉ trích, đưa ra những lý do để không tán thành, ủng hộ điều gì ■ *She immediately poured cold water on his plans to expand the business.* ● Cô ấy ngay lập tức phê phán để bác bỏ những kế hoạch của anh ta nhằm mở rộng việc kinh doanh.

pour out one's heart (to sb) hoặc *open one's heart (to sb)* nói thật lòng, kể hết với ai về những suy nghĩ và cảm xúc của mình ■*He poured out his heart to me that night, saying that he had no hope for the future.* ● Anh ấy trút hết tâm sự với tôi vào đêm ấy, nói rằng anh không có chút hy vọng nào về tương lai.

powder → **a powder keg**

powder → **keep one's powder dry**

powder → **take a powder**

powder one's nose (cách dùng cũ) thường được phụ nữ dùng để nói đến việc đi vào phòng đi vệ sinh, với ý hài hước ■ *Vanessa disappeared to powder her nose, and Peter poured more champagne into her glass.* ● Vanessa biến mất vào nhà vệ sinh, và Peter rót thêm rượu sâm-banh vào ly cô ta.

power → **more power to you**

power → **the corridors of power**

power → **the powers that be**

practice → **practice what one preaches**

practice makes perfect thực hành thường xuyên một công việc sẽ giúp người ta trở nên rất giỏi trong công việc đó ■ *If practice makes perfect, then John should be an expert in getting a divorce.* ● Nếu việc thực hành giúp người ta trở nên thông thạo thì John hẳn phải là một chuyên gia trong việc ly hôn.

practice what one preaches dùng khi muốn bảo ai đó hãy thực hiện đúng theo những gì họ đã khuyên bảo người khác ■ *Dr. Ulene tries to pratice what he preaches, jogging regularly and eating a low-fat diet.* ● Bác sĩ Ulene cố thực hiện theo những gì ông đã khuyên bảo người khác, tập chạy bộ đều đặn và ăn theo chế độ ít chất béo.

praise → **damn sb with faint praise**

praise → **sing one's praises**

praise sb to the skies (cách dùng cũ) ca tụng, khen ngợi ai hết lời, thường là quá đáng ■ *He had never said a kind word to her before, yet now he was praising her to the skies.* ● Anh ta chưa từng nói một lời nào tử tế với cô ấy, tuy vậy giờ đây anh ta ca ngợi cô lên đến tận mây xanh.

pray to the porcelain God (tiếng lóng) nôn mửa, nhất là sau khi uống quá nhiều rượu ■ *I was so sick. I was praying to the porcelain God all night.* ● Tôi mệt quá. Tôi đã nôn mửa suốt đêm rồi.

prayer → **not have a prayer (of doing sth)**

prayer → on a wing and a prayer

preach → practice what one preaches

preaching to the choir → preaching to the converted

preaching to the converted hoặc *preaching to the choir* phí thời gian vô ích trong việc thuyết phục ai theo quan điểm của mình trong khi người ấy vốn đã có cùng quan điểm, nhất là khi thời gian ấy sẽ có ích hơn nếu dành để thuyết phục những người bất đồng ■ *Mosbacher was preaching to the converted when he spoke to software experts in Silicon Valley about how to improve their exports.* • Mosbacher đã phí thời gian vô ích khi trình bày với các chuyên gia phần mềm ở Silicon Valley về việc làm thế nào để cải thiện xuất khẩu. (Vì những người này vốn đã nghĩ giống như vậy từ trước.)

premium → at a premium

prepare the ground hoặc *prepare the way* thực hiện những công việc giúp cho một sự kiện hay tình huống nào đó dễ dàng xảy ra hơn trong tương lai ■ *The committee will prepare the ground for next month's meeting.* • Ủy ban sẽ thực hiện công việc chuẩn bị cho cuộc họp tháng tới. ■ *Her research prepared the way for later advances in cancer treatment.* • Nghiên cứu của bà ta chuẩn bị nền tảng cho những tiến triển về sau trong việc điều trị ung thư. ■ *Early experiments with rockets prepared the ground for space travel.* • Những thử nghiệm ban đầu với tên lửa đã chuẩn bị nền tảng cho việc đi vào không gian. ■ *The book explains the role which he played in preparing the ground for his son's later regime.* • Cuốn sách giải thích vai trò của ông ta trong việc chuẩn bị nền tảng cho chế độ của con trai mình về sau.

prepare the way → prepare the ground

presence → grace sb with one's presence

present → no time like the present

present company excepted (of course) (khẩu ngữ) dùng để nói với người đối diện rằng nhận xét vừa đưa ra là không nhắm vào người ấy ■ *What husband do you know who listens to his wife's opinions? Present company excepted, of course.* • Bạn có biết có người chồng nào chịu lắng nghe ý kiến của vợ kia chứ? Ý tôi muốn nói, dĩ nhiên là trừ bạn ra.

press → bad press

press → full-court press

press → hard put to do sth

press → hot off the press

press → push buttons

press the flesh nói về một chính trị gia hay một nhân vật nổi tiếng, tỏ thái độ thân thiện bằng cách tiếp xúc thân mật với tất cả mọi người, nhất là những người tầm thường ■ *Yeltsin enjoyed his New York visit, attending parties, pressing the flesh in the garment district, and joking with students.* • Ông Yeltsin rất vui thích với chuyến thăm New York của mình, tham dự những bữa tiệc, tiếp xúc thân mật trong khu mua bán quần áo, và pha trò với các sinh viên.

press the right buttons → push buttons

pretence → under false pretences

pretty → **be sitting pretty**

pretty → **cost a pretty penny**

pretty → **not a pretty sight**

pretty → **not just a pretty face**

pretty as a picture (cách dùng cũ) dùng để nhấn mạnh sự mô tả về ai đó là rất đẹp ■ *Andrea's mother dressed her in red, and told her she looked pretty as a picture.* ● Mẹ của Andrea mặc cho cô bộ đồ đỏ, và bảo cô rằng cô rất xinh đẹp. ■ *Sweet little Mary is as pretty as a picture.* ● Cô bé Mary xinh đẹp như trong tranh. ■ *Their new house is pretty as a picture.* ● Ngôi nhà mới của họ thật xinh đẹp.

pretty please (with sugar on top) dùng khi hỏi xin ai điều gì nhưng người ấy không sẵn lòng chấp nhận - thường được dùng bởi trẻ con ■ *"Mom, can we have some ice cream?" "No, you'll spoil your dinner." "Oh, pretty pleased?"* ● "Mẹ ơi, chúng con có thể ăn một ít cà-rem được không?" "Không, các con sẽ bỏ ăn tối đấy." "Ôi, làm ơn đi mà mẹ."

prevention → **an ounce of prevention is worth a pound of cure**

price → **at a price**

price → **at any price**

price → **cheap at the price**

price → **everyone has their price**

price → **pay the price for**

price → **what price**

prick up one's ears hoặc *one's ears pricked up* bắt đầu quan tâm đến những gì người khác đang nói ■ *Unemployed workers across the country are pricking up their ears, wanting to hear more about the proposed retraining plan.* ● Những công nhân thất nghiệp trong khắp nước đang bắt đầu quan tâm đến, muốn được nghe nhiều hơn về kế hoạch tái đào tạo đang được đề xuất. ■ *Helen's ears pricked up at Jamie's name. "I didn't know you knew him," she said rather hastily.* ● Helen bắt đầu chú ý khi nghe đến tên Jamie. Cô ấy vội vã nói: "Tôi không biết là bạn quen anh ấy."

pride → **swallow one's pride**

pride of place hoặc *take pride of place* có tầm quan trọng nhất hoặc phẩm chất tốt nhất, nổi bật nhất trong một nhóm người, sự vật... ■ *Before the 1950s, U.S. art had never taken pride of place in the international art arena.* ● Trước những năm của thập niên 1950, nghệ thuật Hoa Kỳ chưa bao giờ vượt trội lên trên trường nghệ thuật quốc tế. ■ *A single large houseplant, given pride of place against a plain background, can be a dramatic addition to any room.* ● Chỉ một cây xanh lớn trong nhà, đặt nổi bật lên trên nền tường trống trải, có thể là một phần thêm vào đáng kể cho bất cứ căn phòng nào.

prime the pump (thường dùng khi nói về lĩnh vực tài chính) cung cấp tiền bạc hoặc có hành động nâng đỡ ban đầu cho một hoạt động để tạo sự dễ dàng đạt đến thành công về sau ■ *Small businesses should get tax advantages to prime the pump and encourage them to start growing.* ● Các doanh nghiệp nhỏ nên được hưởng các lợi thế về thuế để nâng đỡ trong bước đầu và khuyến khích họ phát triển.

print → **a license to print money**

printed → **worth the paper it's written on**

prisoner → take no prisoners

probability → balance of evidence

problem → chicken and egg situation

problem → spell trouble

problem → teething problems

problem → thorny question

produce strange bedfellows → make strange bedfellows

production → make a production (out) of sth

profile → keep a low profile

program → get with the program

promise → give sth a lick and a promise

promise sb the earth hoặc *promise sb the moon* hứa hẹn với ai điều gì ngoài khả năng - hứa cuội ■ *I hope Swanson hasn't promised them the earth.* ● Tôi hy vọng là Swanson không hứa cuội với họ.

promise sb the moon → promise sb the earth

proof → the proof is in the pudding

prophet of doom người có khuynh hướng bi quan, luôn nghĩ về những điều tồi tệ sẽ xảy ra trong tương lai và thường xuyên nhắc đến những điều ấy ■ *I don't agree with the prophets of doom who say the Vikings will never qualify for the Super Bowl again.* ● Tôi không đồng ý với những kẻ bi quan luôn cho rằng đội Vikings sẽ không bao giờ đủ khả năng đoạt cúp Super Bowl lần nữa. ■ *The prophets of doom who said television would kill off the book were wrong.* ● Những người bi quan đã sai lầm khi cho rằng ngành truyền hình sẽ giết chết nhu cầu đọc sách.

proud → do sb proud

proud as a peacock hoặc *as proud as a peacock* cao ngạo, quá tự mãn, luôn xem thường người khác ■ *John is so arrogant. He's as proud as a peacock.* ● John rất cao ngạo. Anh ta tự mãn chẳng coi ai ra gì. ■ *The new manager was proud as a peacock.* ● Viên quản lý mới rất cao ngạo chẳng coi ai ra gì.

prove → have sth to prove

prove one's mettle hoặc *show one's mettle* bộc lộ rõ, chứng tỏ được phẩm chất, năng lực của mình ■ *The tiny submarine was designed to go where divers cannot, and it proved its mettle on the first dive.* ● Chiếc tàu ngầm nhỏ được thiết kế để đến được nơi mà những thợ lặn không thể đến, và nó đã chứng tỏ được khả năng của mình trong chuyến lặn đầu tiên.

provide → food for thought

provide → give more bang for one's buck

provide more bang for one's buck → give more bang for one's buck

providence → tempt fate

psychological → at the psychological moment

public → air one's dirty laundry in public

public → air one's dirty linen in public

public → go public

public → in the public eye

Public → Joe Schmoe

public → out of the public eye

pudding → the proof is in the pudding

pull → **not pull any punches**

pull (some) string bí mật sử dụng ảnh hưởng của mình, tác động đến những người có quyền lực, nhằm đạt được điều gì hoặc để giúp đỡ người khác đạt được điều gì ■ *Jack knows somebody who might be able to pull a few strings and get our names onto the guest list.* ● Jack quen biết một người nào đó có khả năng tác động bí mật đến một vài người có trách nhiệm và giúp đưa tên chúng ta vào danh sách khách mời.

pull a face(s) hoặc *make a face(s)* làm ra vẻ mặt không ưa thích ai, hoặc để chọc cười người khác ■ *What are you pulling a face at now?* ● Giờ anh đang làm cái trò cười gì thế? ■ *Do you think it's funny to make faces behind my back?* ● Anh nghĩ là vui lắm khi làm trò cười sau lưng tôi thế sao?

pull a fast one (on sb) lừa bịp, gạt gẫm ai ■ *Joe realized that his regional manager had been pulling a fast one on him, making the Minneapolis office seem more profitable than it really was.* ● Joe nhận ra rằng người quản lý cấp vùng của anh đã lừa gạt anh, làm cho văn phòng Minneapolis có vẻ như là mang lại lợi nhuận nhiều hơn so với thực tế.

pull a rabbit out of a hat → **pull sth out of a hat**

pull a rabbit out of the hat → **pull sth out of a hat**

pull one's finger out nỗ lực hết sức để làm điều gì ■ *You're going to have to pull your finger out if you want to pass this exam.* ● Anh sẽ phải nỗ lực hết sức nếu như anh muốn vượt qua kỳ thi này.

pull one's hair out hoặc *tear one's hair out* rất tức giận với ai hoặc bối rối, lo lắng ■ *"You wait and see," said Carol. "When Cathy leaves, Pat will be tearing his hair out - but it'll be too late then."* ● Carol nói: "Mày hãy đợi đấy mà xem, khi Cathy đi rồi, Pat sẽ nổi trận lôi đình đấy. Nhưng lúc đó sẽ là quá muộn rồi." ■ *She's keeping very calm - anyone else would be tearing their hair out.* ● Cô ấy vẫn rất bình tĩnh - bất cứ là ai khác hẳn đã phải nổi cơn thịnh nộ.

pull one's head out of the sand → **take one's head out of the sand**

pull one's leg (khẩu ngữ) nói hoặc làm một điều không nghiêm túc, chỉ để đùa cợt ai ■ *Karin has such a serious face, you can never tell when she's pulling your leg.* ● Karin có một vẻ mặt nghiêm trọng. Bạn không bao giờ có thể biết được khi nào cô ta đang đùa cợt với bạn. ■ *Sheila was furious when she discovered that she hadn't won the lottery, but that her husband had only been pulling her leg.* ● Sheila hết sức giận dữ khi cô biết được là cô không hề trúng số, mà chỉ là chồng cô đã đùa cợt với cô.

pull one's socks up (khẩu ngữ) dùng khi muốn bảo ai đó hãy hoàn thiện công việc của họ ■ *Customers have been complaining about you, Barbara, so unless you pull your snocks up I'm going to have to find a new salesperson.* ● Khách hàng đã than phiền về cô, Barbara, vì thế cô phải cải thiện công việc của mình tốt hơn, bằng không thì tôi sẽ phải tìm một người bán hàng khác.

pull one's strings → **pull the strings**

pull one's wagons into a circle → **circle the wagons**

pull one's weight tích cực, nỗ lực trong công việc không thua kém những người đang cùng làm việc với mình ■ *There have been complaints that some of the newest members of the team have not been pulling their weight.* • Có những lời than phiền rằng một số trong các thành viên mới của đội bóng đã không nỗ lực bằng những người khác.

pull oneself up by one's (own) bootstraps tự hoàn thiện, tự vươn lên bằng nỗ lực của chính mình, không có bất cứ một sự giúp đỡ nào từ bên ngoài ■ *It was a mistake to think that a nation in economic decline can pull itself up by its own bootstraps.* • Thật là sai lầm khi nghĩ rằng một quốc gia trong giai đoạn suy thoái kinh tế có thể tự mình vượt qua được. - Quá trình khởi động đầu tiên của máy vi tính được gọi là *"boot"*, chính là xuất phát từ thành ngữ này, vì quá trình ấy được tiến hành theo đúng nguyên tắc này, nghĩa là sau khi được cung cấp nguồn điện, không cần thêm bất cứ chỉ lệnh nào khác từ người dùng.

pull out all the stops làm tất cả những gì có thể để đạt được điều gì ■ *Laurie's family pulled out all the stops for her wedding, and even hired a horse-drawn carriage to bring her to the church.* • Gia đình của Laurie làm tất cả mọi điều có thể được cho đám cưới của cô ta, và thậm chí thuê cả một chiếc xe ngựa để đưa cô đến nhà thờ.

pull rank (on sb) sử dụng quyền thế của mình một cách không công bằng để giành tư lợi hoặc buộc người khác làm điều gì cho mình ■ *Joe was determined to show he could still handle danger. That's why he pulled rank on Stewart and took the assignment.* • Joe quyết tâm chứng tỏ là ông ta vẫn còn có thể đối phó với nguy hiểm. Đó là lý do vì sao ông ta dùng đến quyền thế của mình với Stewart và nhận lấy nhiệm vụ.

pull sb down to one's level → **drag sb down to one's level**

pull sth out of a hat hoặc *pull sth out of the hat* hoặc *pull a rabbit out of a hat* hoặc *pull a rabbit out of the hat* bất ngờ đưa ra giải pháp cho một vấn đề khi không ai có thể ngờ trước ■ *If their manager keeps pulling good players out of the hat, the Rangers will be hard to beat this season.* • Nếu ông bầu của họ tiếp tục bất ngờ tung ra các cầu thủ trẻ và có năng lực, đội Rangers sẽ rất khó đánh bại trong mùa bóng này.

pull sth out of the bag thực hiện điều gì hoàn toàn bất ngờ để có thể giải quyết được vấn đề hoặc đánh bại đối thủ ■ *We've got other options we can pull out of the bag if the weather turns bad.* • Chúng tôi đã có những chọn lựa khác và có thể giành chiến thắng bất ngờ nếu như thời tiết xấu đi.

pull sth out of the hat → **pull sth out of a hat**

pull the plug on sth (thường dùng trong các lĩnh vực kinh doanh và chính trị) ngăn chặn một kế hoạch hoặc công việc kinh doanh không cho tiếp tục, bằng cách quyết định ngưng cung cấp tiền vốn ■ *Development officials, desperate for more housing, are not likely to pull the plug on the condominium project.* • Các quan chức phát triển xây dựng, rất mong muốn có thêm nhà ở, sẽ không dễ gì ngưng lại dự án khu chung cư.

pull the rug (out) from under sb bất ngờ rút lại sự ủng hộ dành cho ai, hoặc lấy mất đi điều mà người ấy phải dựa vào để có được thành công ■ *The Seminoles, playing their first conference game, proceeded to pull the rug out from under fifth-ranked North Carolina.* • Đội Seminoles, chơi trận đầu tiên của họ ở hội thao, tiếp tục tiến lên giành mất cơ hội thành công của đội North Carolina đang xếp ở hạng năm.

pull the strings hoặc *pull one's strings* khống chế, kiểm soát việc làm của một người hay tổ chức mặc dù không chính thức nắm giữ quyền lực ■ *Many people today feel that they have lost control of their lives, and become puppets with someone else pulling their strings.* • Ngày nay nhiều người cảm thấy họ đã mất quyền kiểm soát cuộc sống của mình, và trở thành những con rối với sự điều khiển của người khác.

pull the wool over one's eyes lừa dối ai bằng cách che giấu sự thật ■ *Todd is pulling the wool over your eyes, and you're making it easier for him because you want to believe what he saying.* • Todd đang lừa dối bạn, và bạn đang tạo điều kiện dễ dàng hơn cho anh ta bởi vì bạn muốn tin vào những gì anh ta nói.

pull up stakes chuyển gia đình đến ở một nơi khác, dời nhà ■ *Many workers who are asked to pull up stakes have their costs paid by the company.* • Nhiều công nhân được yêu cầu dời nhà đi nơi khác được công ty chi trả các chi phí.

pulling → **like pulling teeth**

pulling → **string-pulling**

pulse → **have a finger on the pulse**

pump → **get pumped up**

pump → **prime the pump**

pump iron tập luyện môn cử tạ, rèn luyện cơ bắp cho mạnh mẽ hơn ■ *I've been pumping iron and taking vitamins to try to keep in shape.* • Tôi đang tập tạ và sử dụng vitamin để cố giữ gìn sức khỏe.

pump it up → **pump up the volume**

pump up the volume hoặc *pump it up* (khẩu ngữ) chơi nhạc lớn hơn hoặc tạo ra nhiều âm thanh ồn ào hơn ■ *Their fans pumped up the volume, trying to make the other team nervous.* • Những cổ động viên của họ tạo ra nhiều tiếng ồn hơn, cố làm cho đội phía bên kia căng thẳng.

punch → **beat sb to the punch**

punch → **not pull any punches**

punch → **pack a punch**

punch → **pleased as punch**

punch → **roll with the punches**

punch one's lights out đấm, đánh ai thật nặng nề ■ *One guy offered me only $70 for an original painting. I could've punched his lights out.* • Có một gã trả tôi chỉ có 70 đô-la cho một bức tranh gốc. Tôi đã muốn đấm cho gã một trận.

punching → **use sb as a punching bag**

punishment → **glutton for punishment**

pure as the driven snow hoặc *as pure as the driven snow* hoặc *as clean as the driven snow* người chưa từng làm bất cứ điều gì sai trái, phạm pháp, hoặc người trong trắng, chưa từng trải qua hoạt động tình dục ■ *She has a reputation for being pure as the driven* snow, but I could tell you some stories that would surprise you. • Cô ấy có tiếng là trong sạch như băng tuyết, nhưng tôi có thể kể cho anh nghe những câu chuyện có thể sẽ làm anh ngạc nhiên.

purpose → **at cross purposes**

purpose → **at cross-purposes**

purse → **hold the purse strings**

purse → **loosen the purse strings**

purse → **make a silk purse out of a sow's ear**

purse → **tighten the purse strings**

push → **when push comes to shove**

push all one's buttons → **push buttons**

push buttons hoặc *push one's buttons* 1. hoặc *push the right buttons* hoặc *press the right buttons* biết rất chính xác điều gì cần phải làm hoặc phải nói ra để tạo ra một phản ứng hoặc đạt được kết quả mong muốn ■ *He knows how to push his dad's buttons. All he has to do is look at Jim that way and Jim says "yes".* • Anh ta biết phải làm thế nào để chạm đúng điểm yếu của cha mình. Tất cả những gì anh ta phải làm là nhìn Jim theo cách ấy và Jim đồng ý. 2. hoặc *push all one's buttons* làm cho ai bực mình, đôi khi là không có ý, bằng cách thực hiện những điều mà họ không thích ■ *Man, Jamie really pushed all my buttons today. I felt like smacking him.* • Này anh bạn, hôm nay Jamie thực sự đã làm tôi bực mình. Tôi chỉ muốn cho nó một cái tát.

push it → **push one's luck**

push one's buttons → **push buttons**

push one's luck hoặc *push it* liều lĩnh làm điều gì thái quá hoặc quá thường xuyên khi điều ấy có thể gây ra rắc rối, hoặc yêu cầu ai làm điều gì quá nhiều lần khi điều ấy có thể làm cho họ bực tức ■ *"Can we go out for ice cream after we have dinner?" "Don't push your luck."* • "Chúng ta có thể đi ăn kem sau khi dùng bữa tối được không?" "Đừng quá đáng thế chứ." ■ *Don't push your luck, or I'll stop collecting your mail when you go away.* • Đừng đòi hỏi quá đáng, nếu không tôi sẽ thôi không nhận thư cho anh lúc anh đi vắng đấy.

push sb over the edge đẩy ai đến chỗ suy sụp về tinh thần ■ *It was the pressure of exam that finally pushed him over the edge.* • Chính áp lực của những kỳ thi đã đẩy anh ta đến chỗ suy sụp tinh thần.

push sb over the top hoặc *put sb over the top* giúp sức, làm cho ai vượt lên thành công hơn những người khác trong một cuộc cạnh tranh hoặc trận thi đấu ■ *Coach Fields has one attempt to push the team over the top.* • Huấn luyện viên Fields đã có một nỗ lực để đưa đội bóng vươn lên thành công.

push sth to the back of one's mind → **put sth to the back of one's mind**

push the envelope 1. làm điều gì một cách thái quá, hoặc rất khác thường, vì muốn tỏ ra khác biệt với người khác ■ *Malich promised that the new multimedia centre would have technology that really pushes the envelope, things the general public has never seen before.* • Malich hứa hẹn rằng trung tâm truyền thông đa phương tiện mới sẽ có kỹ thuật thực sự khác thường, những điều mà công chúng chưa từng được xem trước đây. 2. tiến đến những giới hạn tối đa có thể được ■ *She pushed the envelope and* bought a new car with all her savings. ● Cô ấy đã cố hết sức mình và mua một xe mới với tất cả tiền dành dụm.

push the right buttons → **push buttons**

pushing up the daisies cách nói khôi hài có nghĩa là đã chết ■ *Just because I'm your mother, you talk as if all my old boyfriends were pushing up the daisies.* ● Chỉ vì mẹ là mẹ của con, nên con nói chuyện như thể là những bạn trai cũ của mẹ đã chầu trời cả rồi vậy.

put → **bury one's head in the sand**

put → **hard put to do sth**

put → **if sb put one's mind to it**

put → **in a nutshell**

put → **not to put too fine a point on it**

put → **stay put**

put → **you're putting me on**

put a brave face on sth → **put on a brave face**

put a cork in it → **put a sock in it**

put a damper on sth làm hỏng một cuộc vui, một hoạt động lý thú... bằng cách làm cho mọi người cảm thấy mất vui và thiếu tin tưởng ■ *This week's weather put a damper on everyone's holiday spirits.* ● Thời tiết của tuần này đã làm mất đi không khí vui vẻ ngày nghỉ của mọi người. (- nghĩa là nó ảm đạm, buồn chán chẳng hạn...) ■ *Trent put a damper on the evening by bringing the host's old girlfriend to the party.* ● Trent làm hỏng cuộc vui buổi tối bằng cách đưa cô bạn gái cũ của người chủ nhà đến dự tiệc. ■ *Rain put a bit of a damper on the event.* ● Cơn mưa đã làm cho sự kiện bị mất vui. ■ *Recession in the early nineties put a damper on growth.* ● Khủng hoảng kinh tế vào đầu những năm 90 đã bao trùm một không khí ảm đạm lên sự phát triển.

put a figure on sth nói chính xác một khoản tiền hoặc số lượng của một điều gì ■ *It's impossible to put a figure on the number of homeless people in London.* ● Thật không thể nào nói chính xác được số lượng những người vô gia cư ở London. ■ *It's difficult to put an exact figure on the rebuilding work.* ● Thật khó mà nói chính xác được chi phí cho việc tái xây dựng.

put a foot wrong mắc phải sai lầm, phạm lỗi ■ *In the last two games he has hardly put a foot wrong.* ● Trong hai trận đấu vừa qua, anh ta gần như không hề phạm sai lầm. ■ *During two days of tough interviews, he never put a foot wrong.* ● Trong suốt 2 ngày phỏng vấn gay go, anh ta chưa hề mắc phải sai lầm nào.

put a gloss on sth nói hay viết ra điều gì theo cách làm cho có vẻ như tốt đẹp hơn thực chất của nó - tô vẽ ■ *It doesn't matter what kind of gloss you put on it - the claims you're making are simply not true.* ● Cho dù bạn có tô vẽ theo cách nào đi chăng nữa, những điều bạn đang đưa ra hoàn toàn không phải là sự thật. ■ *Both sides attempted to put the best possible gloss on the latest agreement.* ● Cả hai bên đều đã cố sức tô vẽ theo cách tốt nhất có thể được về thỏa ước mới đây nhất. (- nghĩa là giải thích nó theo cách để giành sự tốt đẹp về phía mình) ■ *The director puts a Hollywood gloss on the civil war.* ● Ông đạo diễn tô vẽ cuộc nội chiến theo cách của Hollywood.

put a gun to one's head → **hold a gun to one's head**

put a kibosh on sth → **put the kibosh on sth**

put a mojo on sb hoặc *work a mojo on sb* hoặc *put the whammy on sb* (khẩu ngữ) sai khiến ai làm việc gì bằng ma thuật, hoặc rất giỏi trong việc sai khiến người khác, giống như có ma thuật ■ *I swear that woman put a mojo on me. I'd never said things like that to a girl before in my life.* ● Tôi thề là người đàn bà ấy đã sử dụng ma thuật với tôi. Suốt đời tôi chưa bao giờ nói ra những điều như thế với một cô gái.

put a sock in it hoặc *put a cork in it* (khẩu ngữ) diễn đạt sự tức giận và bảo ai đó hãy chấm dứt ngay một câu chuyện, sự quấy rầy hoặc than phiền... ■ *"Mom, Tina keeps saying I smell!" "If you two don't put a sock in it, I'm going to stop the car."* ● "Mẹ ơi, Tina cứ nói mãi là con có mùi!" "Nếu hai đứa mày không thôi ngay đi, mẹ sẽ dừng xe lại đấy."

put all one's eggs in one basket hoàn toàn phụ thuộc vào chỉ một sự việc hay hành động duy nhất nào đó để có thể đạt được thành công - một ăn một thua ■ *Don't put all your eggs in one basket - it's better to invest in several companies and spread the risk.* ● Không nên theo cách một ăn một thua như thế - tốt hơn là hãy đầu tư vào nhiều công ty và phân tán sự rủi ro. ■ *I've applied for several jobs. I don't want to put all my eggs in one basket.* ● Tôi đã nộp đơn xin nhiều công việc. Tôi không muốn phụ thuộc hoàn toàn vào một chỗ.

put dibs on sth → **have dibs on sth**

put down roots 1. bắt đầu sống ở một nơi và quyết định sẽ định cư lâu dài ■ *Weil plans to travel frequently, rather than put down roots in the city.* ● Weil dự tính sẽ di chuyển thường xuyên hơn là định cư lâu dài trong thành phố. 2. nói về một tổ chức hay hệ thống... được chấp nhận và trở nên thành công ■ *Japanese steel manufacturers are beginning to put down roots in America's industrial heartland.* ● Các nhà máy sản xuất thép Nhật Bản đã được chấp nhận và bắt đầu phát triển thành công ở các trung tâm công nghiệp của Hoa Kỳ.

put fifteen years on sb → **put years on sb**

put flesh on sth hoặc *put flesh on the bones of sth* hoặc *put flesh on the bare bones of sth* đưa ra thêm nhiều chi tiết dựa trên một ý kiến nền tảng, cơ bản, để sự việc có thể trở nên rõ ràng hơn ■ *Lawmakers approved a 22-item agenda designed to put flesh on the economic and social policies.* ● Các nhà làm luật đã thông qua một đề xuất 22 khoản được soạn thảo để phát triển các chi tiết dựa trên những chính sách kinh tế và xã hội. ■ *We need you to put some flesh on the bones of these proposals.* ● Chúng tôi cần anh phát triển thêm những chi tiết dựa trên đề xuất này. ■ *The strength of the book is that it puts flesh on the bare bones of this argument.* ● Thế mạnh của tập sách là nó đưa thêm vào nhiều ý tưởng dựa trên lập luận này.

put flesh on the bare bones of sth → **put flesh on sth**

put flesh on the bones of sth → **put flesh on sth**

put hair on one's chest cách nói hài hước khi muốn bảo ai ăn hoặc uống món gì, bởi vì điều đó sẽ tốt cho họ, nhất là dùng khi mời rượu ■ *Dennis poured her a large gin and tonic and said,*

"*Drink this - it'll put hair on your chest.*" ● Dennis rót cho cô ấy một ly lớn rượu pha nước có ga và nói: "Uống cái này đi - sẽ rất tốt cho cô đấy."

put in a good word for sb → **put in a word for sb**

put in a word for sb hoặc *put in a good word for sb* nói tốt về ai với một người đang nắm quyền, nhất là để giúp người ấy có được công việc làm hay để tránh khỏi bị trừng phạt ■ *If you still interested in the sales job, I can put in a good word for you.* ● Nếu anh vẫn còn quan tâm đến công việc bán hàng, tôi có thể nói giúp cho anh một lời.

put it down to experience hoặc *put sth down to experience* cố gắng học hỏi điều gì từ sự thất bại hoặc sai lầm, thay vì than trách hay bối rối ■ *"My book was rejected by the publisher today." "Oh well, put it down to experience."* ● "Quyển sách của tôi hôm nay đã bị nhà xuất bản từ chối." "Thôi, lấy đó làm kinh nghiệm vậy."

put it down to sth → **be down to sth**

put it past sb (to do sth) dùng ở dạng phủ định để bày tỏ sự nghi ngờ, cho rằng ai đó có thể sẽ làm điều gì ■ *"Do you still think Norman might attack you?" "I wouldn't put it past him."* ● "Anh vẫn còn cho là Norman có thể tấn công anh đấy chứ?" "Tôi tin rất có thể là như vậy."

put lead in one's pencil cách nói hài hước để nói về điều gì làm tăng thêm khả năng hoạt động tình dục của người đàn ông ■ *Come on, have another drink. It'll put lead in your pencil.* ● Thôi đi, thêm một ly nữa nào. Nó sẽ giúp anh làm "chuyện đó" mạnh hơn đấy.

put on a brave face hoặc *put a brave face on it* cố che giấu sự sợ sệt, lo lắng, thất vọng hay bối rối về điều gì ■ *Attorney Stephen Jones put on a brave face after the verdict against his client was read.* ● Luật sư Stephen Jones cố giữ vẻ mặt thản nhiên khi phán quyết chống lại thân chủ của ông được đọc lên. ■ *I had to put on a brave face and try to show him that I wasn't worried.* ● Tôi phải giữ vẻ mặt thản nhiên và cố tỏ ra cho anh ta thấy là tôi không lo lắng gì. ■ *She put a brave face on her illness.* ● Cô ấy làm ra dáng vui vẻ với căn bệnh của mình. ■ *Employees are putting a brave face on yesterday's news.* ● Những người làm thuê đang cố che giấu nỗi thất vọng về nguồn tin hôm qua.

put on airs (bày tỏ thái độ không hài lòng về một người nào đó) tự xem mình là quan trọng hơn người khác, kiêu căng, ngạo mạn ■ *Even though Linda is a famous model she is not one to put on airs.* ● Mặc dù Linda là một người mẫu nổi tiếng, cô ấy không phải là loại người kiêu ngạo.

put on the brakes → **put the brakes on**

put one over on sb (khẩu ngữ) lừa dối, gạt gẫm được ai, nhất là để đạt được điều gì có lợi cho mình ■ *Jason really put one over on you last night. You totally believed Eva was his sister.* ● Tối hôm qua Jason đã thực sự dối gạt được bạn. Bạn hoàn toàn tin rằng Eva là em gái anh ấy.

put one's (own) house in order hoặc *get one's (own) house in order* hoặc *set one's own house in order* chấn chỉnh, sắp xếp, tổ chức lại công việc để có hiệu quả hơn hoặc loại bỏ sai lầm ■

It's time for Congress to realize they must put the nation's fiscal house in order. ● Đã đến lúc Quốc hội phải nhận ra rằng họ cần chấn chỉnh lại ngân sách quốc gia.

put one's back up → **get one's back up**

put one's best foot forward khởi sự làm điều gì một cách phấn khởi và quyết tâm vì muốn tốt hơn hoặc đạt đến thành công ■ *The city is putting its best foot forward by cleaning up the downtown area and inviting conventions to make use of the Thalian Centre.* ● Thành phố đang nỗ lực hết sức để vươn lên bằng cách làm sạch khu vực trung tâm và mời gọi các cuộc hội nghị để tận dụng khu Thalian Centre.

put one's cards on the table hoặc *lay one's cards on the table* thành thật nói rõ những kế hoạch, ý tưởng hoặc cảm xúc của mình, không cần che giấu gì cả ■*We decided that we would ask them what they could offer us first before we put our cards on the table.* ● Chúng tôi quyết định sẽ hỏi xem họ có thể chi trả cho chúng tôi những gì, trước khi nói rõ tất cả những gì chúng tôi biết.

put one's face on (khẩu ngữ) trang điểm khuôn mặt ■ *Jenna will be out in a minute - she's just putting her face on.* ● Jenna sẽ ra ngay thôi - cô ấy đang trang điểm.

put one's feet up ngồi xuống nghỉ ngơi một cách thoải mái, nhất là duỗi dài chân và đặt trên một chỗ tựa ■ *After a hard day's work, it's nice to get home and put your feet up.* ● Sau một ngày làm việc cực nhọc, thật thú vị khi trở về nhà và duỗi chân ngồi nghỉ thoải mái.

put one's finger on sth (thường dùng ở dạng phủ định) hiểu rõ hoặc có thể giải thích được những gì sai trái, khác biệt hoặc bất thường trong một tình huống ■ *You look different somehow, but I can't quite put my finger on it.* ● Trông bạn có gì đó hơi khác thường, nhưng tôi không hoàn toàn hiểu được điều đó. ■ *There was something odd about him but I couldn't put my finger on it.* ● Có vẻ gì kỳ cục nơi anh ta, nhưng tôi không thể nào hiểu được.

put one's foot down 1. kiên quyết phản đối, không cho phép điều gì xảy ra, nhất là bằng cách nói cứng rắn ■ *If Pierce would just put his foot down and say "no" once in a while, people would give him more respect.* ● Nếu như Pierce chỉ cần tỏ thái độ kiên quyết và thỉnh thoảng lên tiếng từ chối, có lẽ mọi người đã kính trọng ông ta hơn. ■ *Things can't carry on like this; you'll have to put your foot down.* ● Mọi việc không thể tiến triển như thế này, bạn phải kiên quyết ngăn chặn thôi. ■ *You've got to put your foot down and make him stop seeing her.* ● Anh cần phải kiên quyết phản đối và buộc hắn ta ngưng gặp gỡ cô ấy. ■ *Ken's mother put her foot down and demanded that he help around the house.* ● Mẹ của Ken đã kiên quyết yêu cầu anh ta phải phụ giúp công việc trong nhà. 2. lái xe nhanh hơn, tăng tốc độ ■ *She put her foot down and roared past them.* ● Cô ấy tăng tốc độ và phóng nhanh qua mặt họ. *I got onto the motorway and really put my foot down.* ● Tôi vào xa lộ và thực sự tăng tốc độ.

put one's foot in it → **put one's foot in one's mouth**

put one's foot in one's mouth hoặc *put one's foot in it* (khẩu ngữ) nói ra điều gì gây bối rối, lúng túng cho người khác, vì đã không suy nghĩ kỹ trước khi nói, hoặc vì không hiểu rõ được tình huống ■ *The Senator is an honest and likeable man, with an amazing talent for putting his foot in his mouth.* ● Ông thượng nghị sĩ là một người trung thực và dễ mến, với một năng khiếu đáng kinh ngạc trong việc gây bối rối cho người khác. ■ *I really put my foot in it with Ella - I didn't know she'd split up with Tom.* ● Tôi thực sự đã gây bối rối cho Ella - Tôi không biết là cô ấy đã chia tay với Tom. ■*Jack really put his foot in it by telling Alice about the surprise party.* ● Jack thực sự đã gây bối rối khi kể với Alice về bữa tiệc bất ngờ.

put one's hand into one's pocket → **dig into one's pocket**

put one's head in a noose hoặc *stick one's head in a noose* hoặc *put one's neck in a noose* hoặc *stick one's neck in a noose* nói hay làm điều gì có nguy cơ gây hại cho chính mình hoặc làm thay đổi ấn tượng tốt đẹp của người khác về mình ■*If we're going to charge him, we need to find employees who are willing to put their heads in a noose and speak against him in court.* ● Nếu chúng ta muốn buộc tội hắn, chúng ta cần phải tìm được những công nhân sẵn lòng chấp nhận nguy hiểm và đứng ra chống lại hắn trước tòa. ■ *Politically, his party has put its head in a noose.* ● Về mặt chính trị, đảng của ông ta đã tự đặt mình vào tình huống nguy hiểm.

put one's head in the lion's mouth tự đặt mình vào một tình huống đã biết là nguy hiểm hay khó khăn ■ *People's career choices depend on their temperament. Some people think it's fun to put their head in the lion's mouth, while others avoid it at all costs.* ● Những sự chọn lựa nghề nghiệp của con người phụ thuộc vào tính khí của họ. Một số người nghĩ rằng chấp nhận nguy hiểm là điều hứng thú, trong khi những người khác tránh né điều này bằng mọi giá. ■ *Angelo decided to become a paramedic because he had always wanted to put his head in the lion's mouth.* ● Angelo đã quyết định trở thành một nhân viên cứu thương bởi vì anh luôn luôn muốn chấp nhận hiểm nguy.

put one's head on the (chopping) block hoặc *lay one's head on the (chopping) block* nói hay làm điều gì, thường là cố ý, mà rất có thể sẽ phải bị chê trách hay trừng phạt, hoặc có nguy cơ dẫn đến thất bại ■*He's put his head on the block on several occasions by voting against the chairman.* ● Anh ta đã liều lĩnh chuốc họa vào thân rất nhiều lần bằng việc bỏ phiếu chống lại ông chủ tịch. ■*It's not a matter that I'm prepared to put my head on the block for.* ● Đó không phải là một vấn đề mà tôi sẵn sàng chấp nhận nguy hiểm để lao vào.

put one's heads together hoặc *get one's heads together* nói về hai hay nhiều người, tổ chức... cùng làm việc với nhau, thường là thảo luận, để giải quyết một vấn đề chung ■*Congress and the President need to put their heads together and work out some kind of compromise.* ● Quốc hội và Tổng thống cần phải bàn thảo với nhau và phác vạch ra một hình thức thỏa hiệp nào đó.

put one's job on the line hoặc *lay*

one's job on the line (cũng thay *job* bằng *life, future, neck, reputation...* để phù hợp với ý muốn nói) thực hiện một điều gì rất liều lĩnh, có thể dẫn đến mất việc làm (hoặc đánh mất mạng sống, tương lai, sự an toàn, thanh danh...) ■ *No matter if your bussiness is public or private, you put your reputation on the line when you handle complaint calls.* ● Bất kể công việc của bạn là việc công hay việc tư, bạn sẽ có nguy cơ đánh mất thanh danh của mình khi giải quyết những lời than phiền qua điện thoại. ■ *If we don't make a profit, my job is on the line.* ● Nếu chúng tôi không làm ra lợi nhuận, công việc của tôi có nguy cơ bị mất.

put one's life in one's hands hoặc *place one's life in one's hands* tự đặt mình vào tình huống mà những gì xảy đến cho bản thân đều hoàn toàn phụ thuộc vào một người khác ■ *It's scary placing your life in the hands of a doctor you've never even met before.* ● Thật đáng sợ khi đặt mạng sống của mình trong tay một bác sĩ mà bạn thậm chí chưa từng gặp gỡ trước đây. ■ *As a teacher you sometimes feel that these children's lives are in your hands.* ● Là người thầy giáo, bạn có đôi khi cảm thấy rằng cuộc sống của những đứa trẻ này hoàn toàn phụ thuộc vào bạn.

put one's money where one's mouth is hành động cụ thể để ủng hộ ai hay thực hiện việc gì, thay vì chỉ nói suông ■ *Motorola puts its money where its mouth is, spending over three-quarters of a billion dollars annually on research and development.* ● Motorola đã có hành động cụ thể, chi ra hơn ba phần tư trong số một tỷ đô-la hàng năm cho việc nghiên cứu và phát triển.

put one's neck in a noose → **put one's head in a noose**

put one's nose out of joint làm cho ai khó chịu vì không tôn trọng họ đến mức như họ nghĩ ■ *Some of the reporter's questions seemed to put Snyder's nose out of joint, and he soon walked out of the room without finishing the press conference.* ● Một số câu hỏi của người phóng viên dường như làm cho Snyder khó chịu vì cho là thiếu tôn trọng, và ông ta nhanh chóng bước ra khỏi phòng, không hoàn tất cuộc họp báo.

put one's pants on one leg at a time nói về người, có tầm quan trọng không kém bất cứ ai khác ■ *Always remember that the guy who's hiring you is just another professional who puts his pants on one leg at a time.* ● Hãy luôn nhớ rằng người đang thuê bạn làm cũng là một tay chuyên nghiệp khác không kém phần quan trọng hơn bất cứ ai.

put one's stamp on sth tạo một ảnh hưởng nào đó lên sự việc khiến cho người khác dễ dàng nhận ra đó là ảnh hưởng của mình ■ *"Coach Cole is putting his stamp on the team,"* Daner said. *"Players are walking around with their heads held high."* ● Ông Daner nói: "Huấn luyện viên Cole đang đặt dấu ấn của ông ta lên đội bóng. Các cầu thủ đang bước đi với một niềm tự hào."

put one's thinking cap on (cách dùng cũ) suy nghĩ rất nhiều về một câu hỏi hoặc vấn đề gì để có thể tìm ra câu trả lời ■ *Put your thinking cap on, Joey - we need to figure out a way to organize these files.* ● Hãy nghĩ kỹ đi, Joey - chúng ta cần phải tìm ra một phương thức để tổ chức các tài liệu này.

put one's toe in the water hoặc *stick one's toe in the water* hoặc *dip one's toe in the water* hoặc *dip one's toe in sth* bắt đầu một hoạt động mới từ trước giờ chưa từng làm, theo cách chậm chạp, từ từ... để thăm dò các biến chuyển của công việc hoặc thăm dò phản ứng của mọi người ■ *Everyone's afraid to see the first utility in 12 years to stick a toe in the water and build a nuclear plant.* • Mọi người đều lo sợ nhìn thấy nhà cung cấp dịch vụ đầu tiên trong 12 năm thăm dò và xây dựng một nhà máy hạt nhân. ■ *We decided to dip a toe in the computer games market.* • Chúng tôi đã quyết định thử thăm dò thị trường trò chơi máy tính.

put one's two cents' worth in hoặc *get one's two cents' worth in* hoặc *throw in one's two cents' worth* đưa ra ý kiến về việc gì, ngay cả trong trường hợp không có ai đề nghị và cũng không ai muốn người nói đưa ra ý kiến ấy. ■ *Well, if I can just put my two cents' worth in here, I don't think Kelly is the right person for the job.* • À, nếu như tôi có thể nói ra đây ý kiến kém cỏi của mình, tôi không nghĩ rằng Kelly là người thích hợp cho công việc này.

put oneself in one's shoes cố gắng để hiểu được tình huống của một người khác ■ *If Jennifer put herself in our shoes once in a while, she might understand the problems we've having.* • Nếu Jennifer thỉnh thoảng cố gắng để hiểu được hoàn cảnh của chúng ta, cô ấy có thể hiểu được những rắc rối mà chúng ta đang chịu đựng.

put out feelers thăm dò ý kiến của nhiều người về một kế hoạch, ý tưởng... trước khi chính thức mang ra thực hiện ■ *The government has put out some feelers to gauge people's reactions to the plan.* • Chính phủ đã có những cuộc thăm dò để đánh giá những phản ứng của người dân về kế hoạch đó. ■ *We have put out our feelers, but nobody really expects to find a good replacement for Diana.* • Chúng tôi đã có những cuộc thăm dò, nhưng không ai thực sự nghĩ là có người nào có thể thay thế tốt cho Diana.

put paid to sth ngăn cản không cho điều gì có thể xảy ra hoặc tiếp tục ■ *Yugoslavia's various ethnic groups had lived side by side for decades. But the war has put paid to all that.* • Các nhóm sắc tộc khác nhau của Nam Tư đã chung sống bên nhau trong nhiều thập kỷ. Nhưng chiến tranh đã ngăn chặn hoàn toàn điều đó.

put sb first hoặc *put sth first* xem ai hoặc sự việc gì là quan trọng hơn tất cả những người hay sự việc khác ■ *She always puts her children first.* • Cô ấy luôn luôn xem các con của mình là quan trọng hơn hết. ■ *I always put my marriage first.* • Tôi luôn luôn xem chuyện hôn nhân của mình là quan trọng hơn hết.

put sb in a new light hoặc *put sth in a new light* hoặc *show sb in a new light* hoặc *show sth in a new light* (cũng thay *new* bằng các tính từ khác như *good, bad, best*... tùy theo ý muốn nói) làm cho người hay sự việc có vẻ như mới mẻ hơn ■*The application form will give the interviewer a picture of you before you arrive, so it is very important that you complete it to show yourself in the best light.* • Mẫu đơn xin việc sẽ tạo cho người phỏng vấn một hình ảnh về bạn trước khi bạn đến, bởi vậy điều rất quan trọng là bạn phải hoàn tất nó để tự trình bày mình theo hướng tốt nhất.

put sb in one's place chỉ rõ cho ai đó thấy rõ là người ấy thật ra không quan trọng như họ tưởng ■ *She asked me to get them all coffee - well, that put me in my place.* ● Cô ấy yêu cầu tôi lấy cà phê cho tất cả họ - vâng, điều đó làm cho tôi thấy rõ vị trí thấp kém của mình.

put sb in the picture cung cấp thông tin về một tình huống cho ai đó để họ có thể hiểu được ■ *John will be joining our meeting today. Sandy, could you take a few minutes and put him in the picture about the project?* ● John sẽ tham gia cuộc họp của chúng ta hôm nay. Sandy, anh có thể dành ít phút để giải thích cho anh ta hiểu qua về dự án được không?

put sb in the shade hoặc *leave sb in the shade* hoặc *put sth in the shade* hoặc *leave sth in the shade* tỏ ra quá xuất sắc, nổi bật... đến nỗi làm cho người hay sự vật khác trở nên mờ nhạt, không đáng chú ý khi mang ra so sánh ■ *Ginny, elegantly dressed as usual, put the other women at the dinner in the shade.* ● Ginny, trang phục trang nhã như thường lệ, làm cho những phụ nữ khác trở nên mờ nhạt.

put sb off one's feed (khẩu ngữ - thường dùng một cách hài hước) chán ngấy điều gì đến mức khó chịu, phát ốm lên ■ *The CD features some unlikely pop stars slaughtering your favorite tunes, and I can tell you, hearing Captain Kirk barking out "Mr. Tambourine Man" really puts you off your feed.* ● Đĩa nhạc CD có một số ngôi sao nhạc pop không mong đợi, giết chết những giai điệu yêu thích của bạn, và tôi có thể nói với bạn rằng, nghe Captain Kirk gào thét khúc nhạc "Mr. Tambourine Man" thực sự sẽ làm bạn chán đến phát ốm lên.

put sb off the scent → **throw sb off the scent**

put sb off their stride làm cho ai phải dừng lại khi đang nói hay làm điều gì, hoặc ngăn chặn không để cho thực hiện điều gì một cách tốt đẹp bằng cách gây ngạc nhiên, quấy rối hoặc làm gián đoạn ■ *Mrs. Grower tried to interrupt, but the principal refused to be put off his stride.* ● Bà Grower cố xen vào, nhưng ông hiệu trưởng từ chối không để cho việc làm của ông bị ngăn cản.

put sb on a pedestal hoặc *place sb on a pedestal* cư xử với ai hoặc nói về người ấy như thể là hoàn thiện tuyệt đối, thay vì xem họ như người bình thường - thần tượng hóa, lý tưởng hóa ■ *In the traditional culture, a woman was either placed on a pedestal or despised - she was better or worse than men, but never their equal.* ● Trong nền văn hóa truyền thống, một người phụ nữ hoặc là được thần tượng hóa, hoặc là bị khinh miệt - phụ nữ hoặc là tốt đẹp hơn, hoặc là tồi tệ hơn nam giới, nhưng không bao giờ là ngang bằng với họ.

put sb on the map hoặc *put sth on the map* (thường dùng trong các bản tin báo chí, truyền hình...) làm cho một người, sự việc hoặc nơi chốn... trở nên nổi tiếng, được nhiều người biết đến ■ *These wines made from the grapes we grow here are helping to put Sonoma County on the map.* ● Những loại rượu vang này làm từ trái nho chúng tôi trồng ở đây đang góp phần làm cho Sonoma County trở nên nổi tiếng. ■ *The exhibition has helped put the city on the map.* • Cuộc triển lãm đã giúp cho thành phố trở nên nổi tiếng.

put sb on the spot đẩy ai vào tình huống khó khăn bằng cách đặt ra những câu hỏi mà họ không thể trả lời, hoặc những câu hỏi khiến người ta phải bối rối, lúng túng khi trả lời ■ *Jamie really put me on the spot when he asked whether I had a date for the winter ball.* • Jamie thực sự đẩy tôi vào tình huống khó khăn khi anh ta hỏi tôi đã có hẹn trước cho buổi khiêu vũ mùa đông hay chưa.

put sb out of one's misery 1. giết chết người hay con vật như một cách giải thoát sự đau đớn, vì họ đang phải chịu đựng những đau đớn, khổ sở do một căn bệnh nan y hoặc thương tích không thể cứu chữa ■ *Doctors often receive requests from terminally ill patients to put them out of their misery, but such action would be illegal.* • Các bác sĩ thường nhận được những yêu cầu từ các bệnh nhân của những căn bệnh tuyệt vọng là hãy dứt bỏ mạng sống đau khổ của họ, nhưng một hành động như thế sẽ là bất hợp pháp. 2. giải thích cho ai biết về một tình huống sau khi buộc họ phải chờ đợi, hoặc nói cho biết điều gì sau khi đã từ chối không nói trong một thời gian ■ *Come on, Rachel, put us out of our misery! Are you guys getting married, or what?* • Thôi đi, Rachel, nói cho chúng tôi biết đi chứ! Liệu các bạn có sẽ kết hôn với nhau, hay chuyện gì nữa?

put sb out to pasture buộc ai đó thôi việc vì đã quá lớn tuổi - thường dùng ở dạng thụ động ■ *Some of the political veterans had been put out to pasture, and they resented it.* • Một số các nhà chính trị kỳ cựu đã bị buộc phải rời bỏ công việc, và họ bực tức về điều đó.

put sb through (the) hoops → **make sb go through (the) hoops**

put sb through one's paces hoặc *put sth through its paces* làm cho người hay một công cụ phải bộc lộ hết khả năng ra, để có thể đánh giá được năng lực, phẩm chất ■ *Candidates are put through their paces before a panel of businessmen and local politicians.* • Các ứng cử viên được thử thách trước một nhóm các nhà doanh nghiệp và chính trị gia địa phương. ■ *When new cars are tested, professional drivers put them through their paces at different speeds.* • Khi những chiếc xe hơi mới được mang ra kiểm tra, các tài xế chuyên nghiệp thử thách chúng với những tốc độ khác nhau.

put sb through the mill đẩy ai vào hoàn cảnh khó khăn, không mong muốn ■ *We should not be putting homeless people through the mill. We should be helping them to rebuild their lives.* • Chúng ta không nên đẩy những người không nhà ở vào chỗ khốn cùng. Chúng ta nên giúp đỡ họ xây dựng lại cuộc sống. ■ *They really put me through the mill in my interview.* • Họ thực sự đã gây khó khăn nhiều cho tôi trong cuộc phỏng vấn.

put sb to a lot of expense → **put sb to the expense of sth**

put sb to death giết chết ai như một hình thức trừng trị vì tội ác đã làm - tử hình ■ *The prisoner will be put to death at dawn.* • Người tù sẽ bị tử hình vào sáng sớm.

put sb to flight (cách dùng cũ) buộc ai đó phải bỏ chạy ■ *The enemy was quickly put to flight.* ● Quân địch đã nhanh chóng bị buộc phải tháo chạy.

put sb to shame hoặc *put sth to shame* tốt đẹp, có phẩm chất vượt trội hơn hẳn, khiến cho người hay sự vật khác trở nên mờ nhạt, tầm thường ■ *The discussions that these 14- and 15-year-olds have in their English literature classes would put many undergraduate college classes to shame.* ● Những cuộc thảo luận mà các em 14 và 15 tuổi này thực hiện trong các lớp văn học Anh của chúng hẳn sẽ làm cho nhiều lớp sinh viên chưa tốt nghiệp trở nên mờ nhạt.

put sb to the expense of sth hoặc *put sb to a lot of expense* làm cho ai đó phải chi phí tiền bạc ra rất nhiều về việc gì ■ *Their visit put us to a lot of expense.* ● Cuộc viếng thăm của họ buộc chúng tôi phải chi ra rất nhiều tiền bạc. ■ *That little mistake put us to the expense of reprinting the whole book.* ● Cái lỗi nhỏ ấy đã buộc chúng tôi phải chi ra tiền bạc để in lại toàn bộ cuốn sách.

put some distance between 1. có ý làm cho một mối quan hệ trở nên ít thân mật hơn ■ *My instincts warned me to put some distance between us.* ● Bản năng của tôi đã cảnh báo là phải giữ khoảng cách trong quan hệ giữa chúng ta. 2. nói hay làm điều gì để bày tỏ sự bất đồng hoặc không có quan hệ với điều gì ■ *Their strategy is to put some distance between the English and Scottish branches of the party.* ● Chiến lược của họ là làm rõ việc không có quan hệ giữa các chi nhánh của đảng ở Anh và ở Scotland.

put sth away for a rainy day → **save sth for a rainy day**

put sth down to experience → **put it down to experience**

put sth first → **put sb first**

put sth in a new light → **put sb in a new light**

put sth in mothballs tạm ngưng sử dụng vật gì hoặc tạm ngưng một công việc trong một thời gian ngắn, và dự tính sẽ tiếp tục trở lại sau đó ■ *Most battleships are put in mothballs after a war, but are recalled as soon as another one starts.* ● Hầu hết các tàu chiến đều được tạm ngưng sử dụng sau một cuộc chiến tranh, nhưng được gọi ra sử dụng ngay khi nào có một cuộc chiến khác bắt đầu. ■ *The plan has been put in mothballs.* ● Kế hoạch được tạm gác lại trong một thời gian.

put sth in the shade → **put sb in the shade**

put sth into effect hoặc *bring sth into effect* đưa vào sử dụng, dùng đến điều gì ■ *These recommendations will soon be put into effect.* ● Những đề xuất này không bao lâu sẽ được mang ra thực hiện. ■ *I hope the government will put the report's main recommendations into effect.* ● Tôi hy vọng chính phủ sẽ áp dụng những đề nghị chính trong bản báo cáo.

put sth on hold trì hoãn việc thực hiện điều gì, hoặc bắt đầu việc gì ■ *The expansion of San Francisco airport was put on hold when the city's inhabitants objected.* ● Việc mở rộng phi trường San Francisco đã bị trì hoãn khi những cư dân của thành phố phản đối.

put sth on ice → **keep sth on ice**

put sth on the back burner tạm gác lại một việc gì, vì có những việc khác quan trọng hơn cần phải làm trước ■ *A lot of tired, stressed-out people end up putting their marriages on the back burner, forgetting to give them priority over their jobs and social lives.* ● Có rất nhiều người vì mệt mỏi, căng thẳng, cuối cùng đã đi đến chỗ phải tạm gác lại chuyện kết hôn, quên đi việc dành ưu tiên cho hôn nhân so với công việc và các hoạt động xã hội. ■ *Plans for buying new police cars were put on the back burner when the fire destroyed the town's hospital.* ● Những kế hoạch mua thêm xe hơi mới cho cảnh sát đã tạm gác lại khi cơn hỏa hoạn hủy hoại mất bệnh viện của thị trấn.

put sth on the map → **put sb on the map**

put sth on the table chính thức bày tỏ ý kiến, quan điểm, đề nghị của mình trong một cuộc họp chính thức để những người khác xem xét, thảo luận ■ *We put a very fair bid on the table, and we are not prepared to go any higher.* ● Chúng tôi đã đưa ra một giá rất hợp lý để xem xét, và chúng tôi sẽ không chuẩn bị để đưa ra bất cứ giá nào cao hơn nữa.

put sth to bed 1. đưa ra quyết định, thỏa thuận hay kế hoạch cuối cùng, hoặc thành công trong việc giải quyết một vấn đề (thường dùng trong các lĩnh vực kinh doanh, chính trị) ■ *I'm hoping that we can put this matter to bed because we have other, more important, things to discuss.* ● Tôi hy vọng là chúng ta có thể kết thúc vấn đề này, bởi vì chúng ta còn có nhiều vấn đề khác quan trọng hơn để thảo luận. ■ *Let's put this issue to bed so that we can leave before midnight.* ● Chúng ta hãy kết thúc vấn đề này để còn có thể ra về trước nửa đêm. 2. vạch ra, chỉ rõ rằng điều gì đó là không đúng ■ *Halford's analysis puts several badly thought-out economic theories to bed.* ● Những phân tích của Halford đã chỉ rõ ra sự sai lầm của nhiều lý thuyết kinh tế dựa trên sự suy luận.

put sth to good account sử dụng, vận dụng điều gì một cách tốt đẹp, hữu ích ■ *He turned his artistic talents to good account by becoming a sculptor.* ● Anh ta dùng tài năng nghệ thuật của mình một cách hữu ích bằng cách trở thành một nhà điêu khắc.

put sth to rest → **lay sb to rest**

put sth to shame → **put sb to shame**

put sth to the back of one's mind hoặc **push sth to the back of one's mind** tạm quên đi, tạm gác lại điều gì ■ *When I was at the wedding, I tried to put all my worries to the back of my mind so I could just enjoy the day.* ● Khi đến tiệc cưới, tôi cố gắng tạm quên đi tất cả mọi lo nghĩ để có thể hưởng trọn ngày vui.

put sth to the test thử thách hoặc tìm biết xem phẩm chất của một sự vật tốt đẹp đến mức nào, hoặc mức độ đúng thật của một tuyên bố hay ý tưởng ■ *This new equipment will really be put to the test on our next expedition to the Himalayas.* ● Dụng cụ mới này sẽ thực sự được thử nghiệm trong chuyến thám hiểm sắp tới của chúng tôi lên dãy Hy-mã-lạp sơn.

put ten years on sb → **put years on sb**

put that in one's pipe and smoke it dùng để bảo ai phải chấp nhận điều gì cho dù có thể là không thích ■ *Tell Roger I'm running my own business now*

- he can put that in his pipe and smoke it! • Hãy bảo cho Roger biết rằng giờ đây tôi đang tự điều hành công việc của mình - anh ta có thể phải gắng mà chấp nhận lấy điều đó.

put the ball in one's court buộc ai đó phải có phản ứng, phải hành động ■ *We need to write a letter that puts the ball very firmly in their court.* • Chúng ta cần phải viết một lá thư buộc họ phải có phản ứng.

put the bite on sb làm việc gì đó để buộc một người hoặc công ty, tổ chức phải chi trả ra nhiều tiền hơn mới có thể duy trì được những hoạt động bình thường như trước đây (thường dùng trong các bản tin báo chí, truyền hình...) ■ *The last time Congress raised taxes, they put the bite on banks and corporations.* • Lần tăng thuế vừa qua, Quốc hội đã làm cho các ngân hàng và công ty phải tăng thêm chi phí.

put the boot in hoặc **stick the boot in** phê phán, chỉ trích ai nhân lúc họ đã rơi vào tình huống khó khăn rồi ■ *I wonder if the press will put the boot in?* • Tôi tự hỏi không biết giới báo chí có về hùa theo không? ■ *That's just like him to put the boot in when I'm down.* • Điều đó chẳng khác nào anh ta về hùa theo khi tôi đã khốn đốn rồi.

put the brakes on (sth) hoặc **put on the brakes** chặn đứng một tiến trình hay một hoạt động, hoặc làm cho xảy ra chậm hơn, nhất là bằng cách làm giảm nguồn tiền có thể sử dụng ■ *We have managed to put the brakes on inflation, but healthcare costs are still rising.* • Chúng tôi đã tìm cách ngăn chặn sự lạm phát, nhưng chi phí chăm sóc sức khỏe vẫn đang gia tăng.

put the cart before the horse thực hiện điều gì theo trình tự không đúng, nhất là khi không có sự chuẩn bị trước, hoặc đã chú ý quá nhiều đến các yếu tố không quan trọng hơn là các yếu tố quan trọng ■ *I feel we're putting the cart before the horse by planning a major advertising campaign before we have anything really good to sell.* • Tôi có cảm giác là chúng ta đã đi ngược trình tự khi lập kế hoạch cho một chiến dịch quảng cáo rầm rộ trước khi chúng ta có được bất cứ món gì thật sự chất lượng để bán ra.

put the clock back → **turn the clock back**

put the fear of God into sb làm cho ai sợ hãi để không dám làm điều sai trái nào đó, bằng cách chỉ rõ hậu quả đáng sợ của việc làm ấy ■ *Border police attempt to put the fear of God into people who are thinking about crossing over illegally.* • Cảnh sát biên phòng cố sức đe dọa những người đang nghĩ đến chuyện vượt biên giới một cách bất hợp pháp.

put the finishing touches on thực hiện một số ít những phần việc cuối cùng để hoàn tất sự việc gì hoặc để làm cho nó được hoàn hảo hơn ■ *Adding candles and a nice bottle of wine can put the finishing touches on any romantic dinner.* • Thêm ít cây nến và một chai rượu vang đẹp có thể làm hoàn thiện hơn cho bất cứ bữa tiệc lãng mạn nào.

put the genie back in the bottle cố khôi phục lại tình huống bình thường như trước đây, sau khi một biến cố quan trọng nào đó đã làm thay đổi theo hướng rất tồi tệ và khó khăn hơn ■ *Both sides can discuss arms control, but can they put the genie back in the bottle?* ● Cả hai bên đều có thể thảo luận việc kiểm soát vũ khí, nhưng liệu họ có thể cứu vãn tình hình trở lại như trước chăng?

put the kibosh on sth hoặc *put a kibosh on sth* ngăn cản không để cho một kế hoạch được thành công ■ *At the last minute, the weather put a kibosh on our outdoor wedding plans.* ● Vào phút cuối cùng, thời tiết đã ngăn chặn kế hoạch tổ chức đám cưới ngoài trời của chúng tôi.

put the pedal to the metal (khẩu ngữ) lái xe với vận tốc rất nhanh ■ *Let's put the petal to the metal and see how fast this thing can go.* ● Chúng ta hãy lái xe thật nhanh để xem chiếc xe này có thể chạy nhanh như thế nào.

put the record straight → **set the record straight**

put the screws on sb buộc ai phải làm điều gì bằng cách đe dọa hoặc gây khó khăn ■ *We need to put the screws on convenience stores or anyone who sells cigarettes to kids.* ● Chúng ta cần phải gây áp lực với các cửa hàng tạp hóa hoặc bất cứ ai bán thuốc lá cho trẻ con.

put the skids on làm cho một kế hoạch, công việc kinh doanh hay hoạt động của một tổ chức đi đến chỗ có nhiều khả năng hoặc chắc chắn sẽ thất bại ■ *The recession temporarily put the skids on his plans for a new business, but in 1996 he opened the first store in the chain.* ● Cuộc suy thoái kinh tế tạm thời đẩy những kế hoạch của anh ta về một doanh nghiệp mới đi đến chỗ thất bại, nhưng trong năm 1996 anh ta khai trương cửa hàng đầu tiên trong cả dây chuyền.

put the spotlight on hoặc *turn the spotlight on* hoặc *focus the spotlight on* hướng sự quan tâm, chú ý của báo chí, giới truyền thông... về vấn đề gì ■ *The Persian Gulf Crisis put the spotlight on their dependence on oil imports.* ● Cuộc khủng hoảng ở vịnh Ba Tư đã hướng sự chú ý của báo chí vào sự phụ thuộc của họ trong việc nhập khẩu dầu mỏ.

put the squeeze on 1. tạo áp lực để buộc ai làm điều gì trái với ý muốn ■ *Increased competition in the international marketplace is putting the squeeze on North American producers.* ● Sức cạnh tranh gia tăng trên thị trường thế giới đang tạo sức ép lên các nhà sản xuất Bắc Mỹ. 2. ngăn cản giá cả, chi phí... không cho tăng vọt lên quá cao ■ *A tight control on the money supply put the squeeze on inflation.* ● Một sự kiểm soát chặt chẽ đối với nguồn cung cấp tiền tạo ra sức ngăn cản nạn lạm phát.

put the whammy on sb → **put a mojo on sb**

put two and two to make five suy đoán không đúng sự thật về điều gì ■ *In my opinion, the police are expert at putting two and two to make five.* ● Theo ý tôi, cảnh sát là những chuyên gia suy đoán sai lầm về sự việc.

put two and two together suy đoán về ý nghĩa của những điều đã nghe hoặc thấy ■ *I put two and two together, and told the police; they found Eva that night.* ● Tôi suy đoán từ các dữ kiện và báo cho cảnh sát, họ tìm được Eva trong đêm ấy.

put two fingers at sb → stick two fingers at sb

put words in(to) one's mouth vu khống cho ai đã nói hoặc định nói điều gì trong khi sự thật không đúng như vậy ■ *I didn't say you were lazy! Don't you dare put words into my mouth!* • Tôi không có nói rằng anh lười biếng! Sao anh lại dám vu khống cho tôi!

put years on sb hoặc *put ten years on sb* hoặc *put fifteen years on sb* (khẩu ngữ) nói về người vừa trải qua một sự việc, thường là rất tồi tệ, nên trông có vẻ già hơn trước ■ *It puts ten years on you when you wear your hair that way.* • Trông bạn già hơn đến cả chục tuổi khi làm tóc theo kiểu đó.

putty → be putty in one's hands

pyjamas → the cat's whiskers

Pyrrhic victory một tình huống thành công nhưng phải chịu đựng, mất mát quá nhiều đến nỗi thành công ấy là không đáng giá ■ *Capistran won the right to stay in the U.S., but it was a Pyrrhic victory because his English isn't good enough to revive his journalistic career.* • Capistran giành được quyền cư trú ở Hoa Kỳ, nhưng đó là một thành công không đáng giá vì khả năng nói tiếng Anh của anh ta không đủ để vực dậy sự nghiệp báo chí của mình.

quake in one's boots

quake in one's boots hoặc ***shake in your boots*** (khẩu ngữ) cảm thấy rất lo lắng, sợ hãi. ■ *It's obvious we're scared about the game. We're quaking in our boots.* • Rõ ràng là chúng ta khiếp sợ trận đấu. Chúng ta đang lo lắng, sợ hãi.

quantity → unknown quantity

quarter → at close quarter

quarter → give no quarter

quarterback → Monday-morning quarterback

question → beg the question

question → call into question

question → fire questions at sb

question → good question

question → out of the question

question → pop the question

question → the 64,000 dollar question

question → thorny question

quick → be quick off the mark

quick → make a fast buck

quick → quick on the draw

quick as a flash → quick as a wink

quick as a wink hoặc ***as quick as a wink*** hoặc ***quick as a flash*** hoặc ***as quick as a flash*** (cách dùng cũ) rất nhanh chóng, nhanh như chớp ■ *As quick as a wink, the thief took the woman's purse.* • Nhanh như chớp mắt, tên cướp chộp lấy ví tiền của người phụ nữ. ■ *I'll finish this work quick as a wink.* • Tôi sẽ hoàn tất công việc này trong chốc lát thôi. ■ *The dog grabbed the meat as quick as a flash.* • Con chó vồ lấy miếng thịt nhanh như chớp. ■ *Patrice shot out of the door, quick as a wink, before anyone could stop her.* • Patrice phóng vọt ra khỏi cửa, nhanh như chớp, trước khi có bất cứ ai kịp ngăn cô lại.

quick as greased lightning hoặc ***as quick as greased lightning***) (thông tục) di chuyển rất nhanh chóng, mau lẹ ■*Jane can really run. She's as quick as greased lightning.* • Jane thực sự biết chạy. Cô ấy phóng nhanh như chớp. ■ *Quick as greased lightning, the thief stole my wallet.* • Nhanh như chớp mắt, tên trộm lấy mất ví tiền của tôi.

quick fix cách giải quyết một vấn đề hoặc điều chỉnh sự việc một cách rất dễ dàng và nhanh chóng, nhưng thường là chỉ giải quyết tạm thời và không được người nói tán thành vì cho rằng đó không phải là một giải pháp tốt (thường dùng ở dạng phủ định) ■ *The superintendent warned that there could be no quick fixes for the ailing school system.* • Viên thanh tra cảnh báo rằng không thể có những giải pháp dễ dàng và nhanh chóng cho hệ thống giáo dục yếu ớt này. ■ *There is no quick fix for the steel industry.* • Không có giải pháp dễ dàng nào cho ngành công nghiệp thép.

quick on the draw hoặc ***fast on the draw*** hiểu rõ mọi việc trong một tình huống và nhanh chóng có ngay sự phản ứng ■ *Town officials have been quick on the draw, and made sure that they themselves will have two seats on the new committee.* • Các quan chức thị trấn hiểu ngay tình huống và nhanh chóng phản ứng để chắc chắn là chính họ sẽ được giữ hai ghế trong ủy ban mới. ■ *You can't fool him, he's always quick on the draw.* ● Anh không thể lừa dối anh ấy đâu, anh ấy luôn luôn nhanh nhạy lắm. (sẽ biết ra ngay thôi) → *quick off the mark*

quick on the uptake nắm vững nhanh chóng được một tình huống và thực hiện kịp thời những gì cần thiết, nhất là để giành được lợi thế ■ *You have to be quick on the uptake to get a letter published in a newspaper - readers' letters come in by fax and e-mail, and are printed the next day.* ● Anh phải xử lý nhanh chóng để làm cho một lá thư được công bố trên một tờ báo - những thư của độc giả gửi đến bằng fax và e-mail và được in vào ngày kế tiếp.

quick-fix nhanh chóng và có tính cách tạm thời ■ *Environmentalists have warned that quick-fix schemes to deal with global warming may be risky.* ● Các nhà môi trường đã cảnh báo rằng những kế sách nhanh chóng và tạm thời để giải quyết sự ấm lên của toàn cầu có thể là liều lĩnh.

quiet as a mouse hoặc *as quiet as a mouse* (thông tục) rất điềm tĩnh, giữ im lặng; e thẹn hoặc điềm tĩnh và ít nói (thường dùng với trẻ con) ■*Don't yell, whisper. Be as quiet as a mouse.* ● Đừng la lớn, nói khẽ thôi. Hãy giữ im lặng. ■ *Mary hardly ever says anything. She's quiet as a mouse.* ● Mary gần như chẳng bao giờ nói ra điều gì. Cô ấy rất điềm tĩnh. ■ *"Please don't wake the baby." "Don't worry, I'll be as quiet as a mouse."* ● "Xin đừng đánh thức em bé." "Đừng lo, tôi sẽ hết sức im lặng." ■ *She crept upstairs, quiet as a mouse.* ● Cô ấy rón rén bò lên tầng trên, hết sức im lặng.

■ *Rick had to be as quiet as a mouse when he left, otherwise he would wake his children.* ● Rick phải hết sức giữ im lặng khi ra đi, nếu không anh có thể làm cho các con mình thức giấc.

quiet as the grave hoặc *as quiet as the grave* rất yên tĩnh, im lặng ■ *The house is as quiet as the grave when the children are at school.* ● Ngôi nhà vắng ngắt khi lũ trẻ đi học cả. ■ *This town is quiet as the grave now that the offices have closed.* ● Thị trấn giờ vắng lặng vì các văn phòng đều đã đóng cửa.

quit → *don't quit one's day job*

quit → *have sth that (just) won't quit*

quit on sb 1. (nói về máy móc) ngừng hoạt động trong lúc ai đó đang cần sử dụng ■ *This stupid car quit on me.* ● Chiếc xe hơi quái quỷ này không đưa tôi đi tiếp nữa. ■ *I hope this computer doesn't quit on me.* ● Tôi hy vọng cái máy tính này không bị treo bất ngờ. 2. (nói về người) đột ngột từ bỏ công việc, không giúp ai nữa ■ *Wally, the supervisor, quit on us at the last minute.* ● Wally, nhân viên giám sát, đã bỏ chúng tôi vào phút cuối. ■ *My assistant quit on me.* ● Người trợ lý của tôi đã đột ngột bỏ việc.

quite a few hoặc *a good few* khá nhiều, với một số lượng khá lớn ■ *I've been there quite a few times.* ● Tôi đã từng đến đó khá nhiều lần. ■ *The letter arrived quite a few days ago.* ● Lá thư đã đến cách đây khá nhiều ngày rồi. ■ *I've turned down a good few job offers.* ● Tôi đã từ chối khá nhiều đề nghị giao việc.

quite the contrary dùng để nhấn mạnh điều ngược lại với điều đã nói mới là đúng thật ■ *I don't find him funny at all. Quite the contrary.* ● Tôi không thấy anh ta vui tính chút nào. Hoàn toàn ngược lại. ■ *I don't disagree - quite the contrary - I think you're absolutely right.* ● Tôi không hề bất đồng - hoàn toàn ngược lại, tôi nghĩ là anh hoàn toàn đúng.

quote, unquote dùng trước một từ hoặc cụm từ được trích dẫn trực tiếp của người khác và người nói có ý không tán thành ■ *I don't want to discuss his quote, unquote apology. If that's the best he can do, then forget it.* ● Tôi không muốn bàn đến "lời xin lỗi" của hắn. Nếu như đó là điều tốt nhất hắn có thể làm được, vậy thì hãy quên đi.

rabbit → pull sth out of a hat

race → against the clock

race → one-horse race

race → the rat race

race against time → against the clock

rack → go to rack and ruin

rack one's brain hoặc *rack your brains* suy nghĩ rất nhiều để có thể nghĩ ra hoặc nhớ ra điều gì ■ *I racked my brain trying to remember the name of that restaurant.* • Tôi đã phải vắt óc suy nghĩ, cố nhớ ra tên của nhà hàng ấy.

rack one's brains → rack one's brain

rag → on the rag

rage → all the rage

ragged → run sb ragged

rags to riches hoặc *from rags to riches* nói về sự phát triển rất thành công của ai, từ chỗ nghèo khó dần trở nên giàu có ■ *His life is a rags-to-riches story that is as dramatic as a Hollywood movie.* • Cuộc đời ông ta là một sự phát triển thành công từ nghèo khó trở thành giàu có, đầy kịch tính như một bộ phim của Hollywood.

rail → go off the rails

rail → thin as a rail

rain → it's raining cats and dogs

rain → not know enough to come in out of the rain

rain → piss on my back and tell me it's raining

rain → right as rain

rain → take a rain check (on sth)

rain → when it rains it pours

rain on one's parade làm hỏng đi những kế hoạch quan trọng hoặc hứng thú của ai ■ *Just when Alexandra was about to be made editor, her father-in-law rained on her parade by giving the job to someone else.* • Chỉ ngay khi Alexandra vừa sắp sửa trở thành chủ bút, người cha chồng của cô đã phá hỏng mọi việc bằng cách giao công việc đó cho một người khác.

rain or shine dùng để nhấn mạnh về một sự kiện nhất định sẽ xảy ra bất chấp yếu tố thời tiết ■ *My aunt had a red hat which she wore to work every day, rain or shine.* • Bà cô tôi có một cái mũ đỏ mà bà đội để đi làm hằng ngày, cho dù là mưa hay nắng.

rainbow → chase rainbows

rainbow → the end of the rainbow

rainy → save sth for a rainy day

rainy-day giai đoạn khó khăn ■ *Having a rainy-day fund is a good idea to protect yourself against an uncertain future.* • Có một ngân quỹ dành cho những lúc khó khăn là một ý kiến hay để tự bảo vệ chính mình trước một tương không ổn định.

raise → not lift a finger

raise → rear its (ugly) head

raise → up the ante

raise Cain → raise hell

raise eyebrows gây ra hoặc biểu thị sự ngạc nhiên, sửng sốt ■ *Kasparov's outspoken behavior have raised eyebrows in Russia.* • Cách ứng xử bộc trực của Kasparov đã gây nhiều ngạc nhiên ở Nga. ■ *Eyebrows were raised when he arrived without his wife.* • Ai nấy đều ngạc nhiên khi ông ta đến mà không có bà vợ đi theo. ■ *He raised his eyebrows in disbelief.* • Anh ta giương mắt kinh ngạc với vẻ không tin được.

raise hell hoặc *raise Cain* 1. phàn nàn một cách rất dai dẳng và giận dữ hoặc ồn ào, bởi vì quyết đòi hỏi cho được điều gì ■ *If we suspend Lawrence, his parents will come down to the school and raise Cain.* • Nếu chúng ta ngăn Lawrence lại, cha mẹ cậu ấy sẽ đến trường và kêu nài dai dẳng. 2. gây ra nhiều rắc rối bằng những hành vi vô trách nhiệm, gây ồn ào hoặc náo loạn, thường nói về thanh, thiếu niên ■ *Raising hell seems to be the main occupation of the kids on our block.* • Những chuyện gây rối dường như là công việc chính của lũ trẻ trong khu phố chúng tôi. ■ *Young people are often getting drunk and raising hell nowadays.* • Ngày nay đám thanh niên thường uống rượu say và gây rối. 3. phản đối ai một cách hết sức giận dữ, theo cách gây ra nhiều rắc rối ■ *They will give you hell if you raise hell.* • Họ sẽ quy lỗi cho bạn nếu bạn phản đối bằng cách gây rối.

raise its (ugly) head → rear its (ugly) head

raise one's hackles hoặc *one's hackles rise* làm cho ai phải tức giận hoặc bực mình bằng cách làm điều gì đó gây xúc phạm ■ *Banderas says he doesn't understand why his movie raised feminist hackles.* • Banderas nói rằng ông ta không hiểu tại sao bộ phim của ông lại chọc giận những người bênh vực nữ quyền.

raise the ante → up the ante

raise the roof hoặc *lift the roof* nói về một đám đông, nhóm người... ca hát hoặc la hét một cách ồn ào, náo nhiệt ■ *CeCe Winans and Shirley Caesar raised the roof with their medley of new songs.* • CeCe Winans và Shirley Caesar làm ầm ĩ lên với liên khúc những bài ca mới của họ.

raise the white flag → wave the white flag

rake sb over the coals chỉ trích ai một cách rất nặng nề vì việc gì sai trái mà họ đã làm (thường dùng trong các lĩnh vực kinh doanh và chính trị) ■ *The Democratic candidate was raked over the coals by women's groups for failing to deal with the issue of equal pay.* • Ứng cử viên đảng Dân chủ bị chỉ trích nặng nề bởi các nhóm phụ nữ vì không giải quyết được vấn đề bình đẳng về tiền lương.

raking it in (khẩu ngữ) nói về người đang làm ra rất nhiều tiền, nhất là không phải khó nhọc mấy ■ *I saw Randy driving around in his new Porsche. That guy must be raking it in.* • Tôi đã thấy Randy chạy lòng vòng trong chiếc xe hơi Porsche mới của hắn. Gã này chắc hẳn phải làm ra khối tiền.

range → at close range

rank → pull rank (on sb)

rank → swell the ranks of

rank → the rank and file

rap → get a bum rap

rap → take the rap (for)

rare bird người hay vật rất khác lạ, không giống như thông thường ■ *The piano maker Weldon is a rare bird, a man who still takes pride his product.* ● Ông thợ làm đàn dương cầm Weldon là một người khác thường, vẫn luôn tự hào về những chiếc đàn của mình. ■ *It was a pleasure meeting your aunt. She is an interesting person, a rare bird indeed.* ● Thật là vui thích khi được gặp bà cô của anh. Bà ta là một người lôi cuốn, thật sự rất khác thường.

raring → be raring to go

raspberry → blow a raspberry

rat → go down like a rat sandwich

rat → smell a rat

rat → the rat race

rate → at any rate

rather → would rather die

rattle one's cage làm điều gì gây bực bội hoặc làm cho ai phải sợ sệt ■ *Lamb is the sort of lawyer who likes to rattle the authorities' cages and delights in going against traditions.* ● Lamb là kiểu luật sư ưa gây khó chịu cho giới thẩm quyền, và thích thú trong việc đi ngược lại truyền thống.

rattle one's saber bất đồng, tranh cãi có nguy cơ dẫn đến chiến tranh ■ *The two countries are once again ratting their sabers over a century-old border dispute.* ● Hai nước lại một lần nữa suýt nổ ra chiến tranh về vấn đề biên giới đã một thế kỷ qua.

rattling → saber-rattling

raw → in the raw

raw → touch a raw nerve

raw deal sự đối xử không công bằng ■ *This new legislation is good for federal employees but a raw deal for the taxpayers.* ● Luật mới là tốt cho các nhân viên của liên bang, nhưng thật không công bằng cho những người nộp thuế.

ray → a ray of sunshine

ray → catch some rays

razor → be on a razor's edge

razor → sharp as a razor

reach → hit rock bottom

reach for the brass ring → go for the brass ring

reach for the stars hoặc *shoot for the stars* tin tưởng là sẽ đạt được điều gì, cho dù là rất khó khăn ■ *"We want to shoot for the stars," Green said before the game. "We think we can do better."* ● Green đã nói trước trận đấu rằng: "Chúng tôi muốn đạt đến chiến thắng cho dù là khó khăn. Chúng tôi nghĩ là chúng tôi có thể chơi tốt hơn."

reach one's ears nói về điều gì được ai đó nghe biết, nhất là khi mọi người khác đều đã biết rồi ■ *News of his affair eventually reached her ears.* ● Tin tức về vụ bê bối của anh ta cuối cùng cũng đã đến tai cô ấy. ■ *Rumours of her resignation reached his ears.* ● Tin đồn về việc cô ấy từ chức đã đến tai anh ta.

reach rock bottom → hit rock bottom

reaction → gut reaction

reaction → knee-jerk reaction

read between the lines hiểu được trọn vẹn ý nghĩa của điều gì cho dù điều đó không thực sự được diễn đạt rõ ràng qua ngôn ngữ ■ *Chrissie assured me that* *she was happy with Darryl, but reading between the lines I could see that something was bothering her.* • Chrissie đoan chắc với tôi rằng cô ấy đang hạnh phúc với Darryl, nhưng hiểu được từ những điều không nói ra, tôi có thể thấy là có gì đó đang làm cô ta bận tâm.

read one's lip (khẩu ngữ) dùng để nhấn mạnh điều sắp nói là đáng tin cậy, chắc chắn... nhất là khi bực tức vì đã nói ra trước đó và không được người khác tin ■ *Read my lips, Omid. I do not want to lend you any more money.* • Nghe tôi đây, Omid. Tôi không muốn cho anh mượn thêm khoản tiền nào nữa cả.

read one's mind biết được ý nghĩ của người khác cho dù họ không hề nói ra ■ *What do you want me to say? I can't read your mind, you know.* • Anh muốn tôi phải nói gì đây chứ? Anh biết là tôi không thể đọc được ý nghĩ của anh kia mà.

read sb like a book hiểu rõ một cách chính xác suy nghĩ, cảm xúc của ai ■ *I know Bob was upset - I can read him like a book.* • Tôi biết là Bob đã bối rối - Tôi có thể hiểu rõ như đi guốc trong bụng anh ta mà.

read sb the riot act đưa ra lời cảnh cáo mạnh mẽ đối với ai về việc phải chấm dứt một việc làm, sự quấy rối hay điều làm cho người nói không hài lòng ■ *Ask your doctor to read your husband the riot act when he comes in for his next blood pressure check.* • Hãy đề nghị bác sĩ của chị đưa ra lời cảnh báo mạnh mẽ với chồng chị khi anh ta đến kiểm tra huyết áp lần tới. - Thành ngữ này ban đầu nguyên là một cụm từ được dùng trong pháp luật, liên quan đến một đạo luật có tên là "*the Riot Act*", ban hành và có hiệu lực vào thế kỷ 19 tại Anh quốc. (Vì thế một số người vẫn quen viết hoa thành ngữ này.) Khi một đám đông đang tụ tập được nhắc nhở bởi luật này (bằng cách chính thức đọc nó lên), họ phải giải tán ngay. Nếu không, sau đó họ sẽ bị xem như vi phạm pháp luật và bị xử phạt theo tội quấy rối trật tự công cộng.

read the runes khảo sát một tình huống và hiểu rõ được nhờ vào những kinh nghiệm hoặc kỹ năng đặc biệt ■ *Those who are skilled in reading the runes predict that the rebels will make an offer of peace talks.* • Những người có khả năng am hiểu tình hình dự đoán rằng quân phiến loạn sẽ đưa ra đề nghị đàm phán hòa bình. - Thành ngữ này chỉ thường dùng chủ yếu trong văn viết, ít khi dùng trong lúc nói chuyện.

read too much into sth đánh giá một hành động, tình huống nào đó là có những ý nghĩa hoặc tầm quan trọng hơn so với thực tế - suy diễn không đúng ■ *I wouldn't try to read too much into Greg's comment. I'm sure he didn't mean anything by it.* • Tôi sẽ không cố suy diễn quá nhiều về nhận xét của Greg. Tôi chắc là anh ta không có ý gì khi nói thế.

reader → mind reader

ready → at the ready

ready → be ready to roll

ready → rough and ready

real → be for real

real → get down to the (real) nitty gritty

real → get real

real → that's a (real) bummer

real → that's a (real) pisser

real → the real McCoy

really → see what sb is (really) made

reap → make one's bed and one must lie on it

reap → you reap what you sow

reap the harvest nhận lấy kết quả tốt hoặc xấu do việc đã làm của mình ■ *Baldwin has reaped the harvest of hard physical training, winning two races in the last month.* ● Baldwin đã gặt hái được kết quả tốt đẹp từ việc tích cực rèn luyện thể lực, giành chiến thắng trong 2 cuộc đua của tháng vừa rồi.

rear → bring up the rear

rear → rear its (ugly) head

rear its (ugly) head hoặc *raise its (ugly) head* nói về sự xuất hiện, xảy ra của một điều rắc rối hay tình huống xấu, thường là sau khi đã không xảy ra trong một thời gian ■*Mandela encouraged people to fight against racism, "wherever and whenever it rears its ugly head."* ● Madela đã khuyến khích mọi người hãy chiến đấu chống lại sự phân biệt chủng tộc, "ở bất cứ nơi đâu và bất cứ khi nào nó tái diễn". ■*The problem reared its ugly head again a few weeks later.* ● Vấn đề rắc rối lại xuất hiện trở lại vài tuần lễ sau đó.

rearguard → fight a rearguard action

reason → for reasons best known to oneself

reason → it stands to reason

reason → without rhyme or reason

reasonable → beyond reasonable doubt

receipt → acknowledge receipt (of sth)

receive → on the receiving end

recharge one's batteries nghỉ lấy sức, nghỉ ngơi thư giãn một thời gian để sau đó có thể tiếp tục làm việc tốt hơn ■ *The trip to Australia gave us change to recharge our batteries and think about what we should do next.* ● Chuyến đi Australia cho chúng tôi cơ hội để nghỉ ngơi lấy sức, và suy nghĩ về những gì nên làm tiếp theo.

recipe → be a recipe for sth

reckoning → day of reckoning

record → broken record

record → for the record

record → off the record

record → on the record

record → set the record straight

recover lost ground → regain lost ground

red → be in the red

red → bleeding red ink

red → fix one's wagon

red → go beet-red

red → like waving a red flag in front of a bull

red → not a red cent

red → paint the town red

red → put on red alert

red → see red

red flag (khẩu ngữ) dấu hiệu cảnh báo cho thấy một hệ thống đang hoạt động không bình thường, hoặc cho thấy có điều gì sai trái đang diễn ra ■ *This case represents the largest bank fraud* *in history, and we see it as a red flag for the future. It cannot be allowed to happen again.* • Trường hợp này là một vụ lừa đảo ngân hàng lớn nhất trong lịch sử, và chúng ta xem nó như dấu hiệu cảnh báo cho tương lai. Một trường hợp như thế không thể để cho xảy ra lần nữa. ■ *When the restaurant manager noticed that pages were missing from the accounting records, it was an immediate red flag.* • Khi người quản lý khách sạn nhận thấy có những trang bị mất đi trong các báo cáo tài chính, đó là một dấu hiệu cảnh báo ngay tức thì.

red herring thông tin hay ý tưởng không quan trọng, không cần thiết, được cố ý đưa ra để đánh lạc hướng chú ý của mọi người ra khỏi chủ đề cần được quan tâm xem xét ■ *The Navy says there is no safety problem, that the whole thing is a red herring created by the sailors to cause moral problems.* • Phía Hải quân nói rằng không có rắc rối gì về mặt an toàn, và rằng toàn bộ sự việc chỉ là một kiểu đánh lạc hướng được tạo ra bởi các thủy thủ để gây rắc rối về mặt đạo đức. ■ *He deliberately threw a red herring into the conversation.* • Anh ta cố ý gợi chuyện đánh lạc hướng cuộc đối thoại. - Thành ngữ này xuất phát từ thói quen dùng loại cá trích khô hun khói có màu đỏ (*red herring*) để tạo mùi thu hút chó săn trong việc huấn luyện chó.

red tape những nguyên tắc hành chính cồng kềnh, không thiết thực, khiến cho mọi tiến trình đều bị cản trở không thể được thực hiện nhanh chóng và dễ dàng ■ *There is a considerable amount of red tape and legal expense involved in setting up a corporation.* • Có một số lượng đáng kể những thủ tục rườm rà và chi phí pháp lý liên quan đến việc thành lập một công ty kinh doanh. - Thành ngữ này xuất phát từ thói quen của các viên chức nhà nước tại Hoa Kỳ thường buộc các hồ sơ, tài liệu bằng những sợi dây băng nhỏ màu đỏ (*red tape*).

red-carpet (đón khách) một cách rất trang trọng, hoan nghênh ■ *The French Prime Minister received the red-carpet treatment while he was visiting Washington, D.C. last week.* • Thủ tướng Pháp đã nhận được sự đón tiếp rất trang trọng trong thời gian ông viếng thăm Washington hồi tuần trước.

red-handed → **catch sb red-handed**

red-letter day một ngày rất đặc biệt, khi có một sự kiện gây kích động hoặc vô cùng quan trọng xảy ra ■ *When man landed on the moon, it was a true red-letter day for humankind.* • Khi con người đổ bộ lên mặt trăng, đó thật đúng là một ngày rất trọng đại của cả nhân loại.

reflected → **bask in one's reflected glory**

refuse to take no for an answer → **won't take no for an answer**

regain lost ground hoặc *recover lost ground* giành lại được lợi thế đã mất ■*He said sales of the "Morning Star" fell slightly after the price increase, but the paper's circulation has regained all lost ground since then.* • Ông ta nói rằng số bán ra của tờ "Morning Star" có giảm nhẹ sau khi tăng giá, nhưng từ đó đến nay số báo phát hành đã lấy lại được mức bình thường.

regard → **as for sb**

regular as clockwork hoặc *as regular as clockwork* (thông tục) rất đều đặn, theo một chu kỳ rất đáng tin cậy ■ *She comes into this store every day, as regular as clockwork.* • Cô ấy đến cửa hiệu này mỗi ngày, đều đặn như một cái đồng hồ. ■ *Our flowers come up every year, regular as clockwork.* • Hoa của chúng tôi nở đều mỗi năm, đều đặn năm nào cũng vậy.

rein → give sb free rein

rein → keep a tight rein on sb

rein → take (up) the reins

reinvent the wheel thực hiện điều gì tưởng là mới lạ, nhưng thật ra vốn đã có rồi hoặc đã được người khác thực hiện trước đó ■ *We didn't want to waste marketing resources by reinventing the wheel if we didn't have to.* • Chúng tôi không muốn bỏ phí các nguồn lực thị trường qua việc lặp lại những cái cũ nếu như chúng tôi không bị bắt buộc.

reject sth out of hand → dismiss sth out of hand

remain → hang in the balance

remain → who will remain nameless

remain aloof → keep oneself aloof

remain at arm's length from sb → keep sb at arm's length

remain in the balance → hang in the balance

remember → as far as sb knows

remember what's what → know what's what

reputation → blacken one's name

reputation → drag sb through the mud

reputation → put one's job on the line

resistance → take the line of least resistance

resort → as a last resort

respect → with all due respect

response → knee-jerk reaction

rest → a cut above

rest → I rest my case

rest → lay sb to rest

rest → let sth drop

rest → no rest for the weary

rest → stand head and shoulders above

rest on one's laurels hoặc **sit on one's laurels** (thường dùng ở dạng phủ định) hài lòng với những gì có được nên không còn nỗ lực để đạt thành quả mới ■ *America's favorite car isn't resting on its laurels. The new model is much roomier and the body is much sleeker.* • Xe hơi Hoa Kỳ không thỏa mãn với thành quả hiện có. Kiểu xe mới giờ đây rộng rãi hơn và thân xe thon đẹp hơn nhiều. - Thành ngữ này liên quan đến một cổ tục xưa kia, khi người ta dùng lá cây nguyệt quế (*laurel*) để trao cho các nhà thơ, vận động viên... như dấu hiệu của sự ngưỡng mộ, khâm phục.

result → as a result of sth

retreat → beat a (hasty) retreat

return → the point of no return

revolve → think the world revolves around

revolving door 1. tình huống mà người trong một công ty, tổ chức hay một hệ thống không giữ nguyên vị trí của mình được lâu dài ■ *Since the council chairman left in December, the position has* *become a revolving door.* • Từ khi ông chủ tịch hội đồng ra đi vào hồi tháng 12, chức vụ đó đã thường xuyên thay đổi. 2. tình huống mà các viên chức chính phủ thường xuyên nhận những chức vụ quan trọng trong các công ty tư nhân, và người của các công ty này cũng thường làm việc với chính phủ ■ *Congress must act to end the revolving door between U.S. trade officials and foreign companies.* • Quốc hội phải hành động để chấm dứt mối quan hệ qua lại giữa các viên chức mậu dịch của chính phủ với các công ty nước ngoài.

rhyme → without rhyme or reason

rib → stick to one's ribs

rich → embarrassment of riches

rich → rags to riches

rich → strike it rich

rich → that's rich (coming from sb)

rich → too rich for one's blood

rich as Croesus hết sức giàu có, rất giàu ■ *My dad thinks that politicians won't do anything to help you unless you're rich as Croesus.* • Cha tôi cho rằng các chính trị gia sẽ chẳng làm gì để giúp bạn cả, trừ khi bạn hết sức giàu có.

riddle → talk in riddles

ride → get a free ride

ride → go along for the ride

ride → let sth slide

ride → take sb for a ride

ride (on) one's coat-tails → on one's coat-tails

ride (out) the storm → weather the storm

ride herd on sb (thường dùng trong lĩnh vực chính trị) theo dõi và kiểm soát những hoạt động của một cá nhân hay tổ chức ■ *The bureau also tries to ride herd on the thousands of charities across the nation.* • Tổng cục cũng cố kiểm soát hoạt động của hàng ngàn tổ chức từ thiện trên khắp nước. ■ *The police were ordered to ride herd on crowds of youths on the streets.* • Lực lượng cảnh sát đã được lệnh theo dõi hoạt động của những đám đông thanh niên trên đường phố.

ride on the crest of a wave → ride the crest of a wave

ride roughshod over hoặc *run roughshod over* hoàn toàn phớt lờ đi những cảm xúc, ý kiến hoặc quyền lợi của những người khác ■ *Some officials say the governor is willing to ride roughshod over industry for his own personal gain.* • Một số các quan chức nói rằng ông thống đốc sẵn sàng phớt lờ đi ngành công nghiệp để đạt được thành quả cho riêng ông.

ride the crest of a wave hoặc *ride on the crest of a wave* hoặc *be on the crest of a wave* người hay tổ chức đang thành công vượt bực nhờ thông thạo về một hoạt động đang rất được ưa chuộng, hoặc đang ở trong những điều kiện thuận lợi vào lúc ấy ■ *Yan's cooking show rode the crest of the wave of people's interest in Asian cooking.* • Chương trình dạy nấu ăn trên ti-vi của Yan đã thành công vượt bực nhờ sự quan tâm của mọi người đối với các món ăn châu Á. ■ *They've been on the crest of the wave ever since their election victory.* • Họ đã rất thành công kể từ sau chiến thắng trong cuộc bầu cử. ■ *We seem to* have been riding on the crest of a wave since last month. ● Chúng tôi dường như rất thành công kể từ tháng vừa rồi.

ride the pants off sb → beat the pants off sb

ridiculous → from the sublime to the ridiculous

riding → a lot riding on

riding → be riding high

right → acknowledge sb to be right

right → all right

right → All right for you!

right → all right with sb

right → be (right) on the mark

right → be right (there) under one's nose

right → be right on the money

right → come down to the wire

right → do some thing right off the bat

right → get off on the right foot

right → go to one's head

right → hang a left

right → have one's head screwed on

right → have sb right where you want them

right → heart is in the right place

right → in the ballpark

right → keep on the right side of sb

right → left and right

right → make the right noises

right → might makes right

right → nobody in one's right mind would do sth

right → on the button

right → on the right track

right → one's right-hand man

right → play (right) into one's hands

right → play one's cards right

right → point sb in the right direction

right → push buttons

right → serve sb right

right → step in the right direction

right → take the words (right) out of one's mouth

right → the right hand doesn't know what the left hand is doing

right → two wrongs don't make a right

right → when it comes (right) down to it

right → would give one's right arm to do sth

right along → all along

right and left → left and right

right as rain hoặc *as right as rain*) (thông tục) chính xác, đúng thật, chân thật ■ *Your answer is as right as rain.* ● Câu trả lời của bạn rất chính xác. ■ *John is very dependable. He's right as rain.* ● John rất đáng tin cậy. Anh ta rất chân thật.

right down the line → all the way down the line

right on cue → on cue

right on the button → on the button

right out of the box ngay vào thời điểm bắt đầu của một hoạt động ■ *He was our first choice for the job right out of the box.* ● Anh ấy đã là chọn lựa trước nhất của chúng tôi cho công việc này ngay từ ban đầu.

right up one's alley hoặc *right up one's street* hoàn toàn thích hợp với ai hoặc đúng như mong muốn ■ *I think this multimedia course will be right up your alley.* ● Tôi nghĩ là khóa học truyền thông đa phương tiện này sẽ hoàn toàn đúng với ý muốn của bạn. ■ *A teaching job would be right up her alley.* ● Một công việc giảng dạy hẳn là thích hợp với bà ấy. ■ *This job seems right up your street.* ● Công việc này dường như thích hợp với anh đấy. ■ *This sort of thing should be right up your street.* ● Loại này chắc là thích hợp với anh.

Riley → live the life of Riley

ring → alarm bells ring

ring → go for the brass ring

ring → ring hollow

ring → run circles around sb

ring → three-ring circus

ring → throw one's hat into the ring

ring a bell gợi nhớ lại điều gì ■ *Her name doesn't ring a bell.* ● Cái tên cô ấy chẳng gợi nhớ được điều gì cả. ■ *No, the name Norman doesn't ring a bell.* ● Không, cái tên Norman ấy chẳng gợi nhớ ra điều gì cả. ■ *Somebody said the next meeting is Thursday - does that ring a bell with you?* ● Có ai đó nói rằng buổi họp tới là vào thứ Năm - điều đó có nghĩa gì với anh chăng?

ring alarm bells hoặc *ring warning bells* cảnh báo, báo trước một sự nguy hiểm hoặc rắc rối ■*His attitude on defense is ringing warning bells in the Pentagon.* ● Thái độ của ông ta về vấn đề quốc phòng là hồi chuông cảnh báo với Ngũ giác đài.

ring hollow hoặc *have a hollow ring* nói về một lời hứa, một tuyên bố... nghe có vẻ không đúng thật, vô nghĩa hoặc không đáng tin cậy ■ *Politicians' talk about rising living standards must ring hollow to people in areas devastated by failed industries.* ● Cuộc nói chuyện của các chính trị gia về việc nâng cao mức sống chắc chắn là nghe có vẻ vô nghĩa đối với những người dân sống trong các vùng bị phá hủy vì các ngành công nghiệp thất bại.

ring true nói về một tuyên bố, sự mô tả... nghe có vẻ đáng tin cậy, đúng thật, khiến người nghe có thể tin tưởng ngay ■ *Crosby's live act consists mainly of stories and anecdotes that ring true with everyone.* ● Diễn xuất trực tiếp của Crosby bao gồm chủ yếu là những câu chuyện và giai thoại nghe rất thật đối với tất cả mọi người.

ring warning bells → ring alarm bells

ringer → be a dead ringer for sb

riot → be a riot

riot → read sb the riot act

riot → run riot

rip → blow the lid off sth

rip → let it rip

rip sb limb from limb → tear sb limb from limb

rip sb to shreds → tear sb to shreds

rip sth to shreds → tear sb to shreds

ripe → the time is ripe (for)

rise → early to bed, early to rise (makes a man healthy, wealthy, and wise)

rise → get a rise out of sb

rise → God willing and the creek don't rise

rise → make one's gorge rise

rise and shine (khẩu ngữ) dùng khi muốn bảo ai hãy thức dậy và ra khỏi giường ngủ ■ *Rise and shine, honey. It's time for school.* ● Dậy đi thôi, cưng. Đã đến giờ đi học rồi.

rise like a phoenix from the ashes đạt được thành công sau khi tưởng chừng như đã hoàn toàn thất bại ■ *A party that has been outlawed may go underground, reorganize, and rise like a phoenix from the ashes.* ● Một đảng phái đã bị đặt ra ngoài vòng pháp luật có thể hđ bí mật, tái tổ chức, và rồi đạt được thành công sau đó.

rise to the bait đáp lại lời nói hoặc việc làm của ai đó theo đúng như dự tính của họ, nhất là khi tranh luận - mắc mưu, bị khích ■ *McGraw began to argue, but Gupta did not rise to the bait.* ● McGraw khởi sự tranh luận, nhưng Gupta không mắc lừa ông ta. (- nghĩa là không bị lôi kéo vào cuộc tranh luận như ông ta muốn)

risk one's neck làm điều gì rất nguy hiểm, có thể dẫn đến bị thương hoặc chết, hoặc sẽ dẫn đến một điều rất tồi tệ ■ *Sheron knew she'd be risking her neck if she stayed in that area any longer.* ● Sheron đã biết là sẽ liều lĩnh đến tính mạng nếu cô ta ở lại khu vực đó lâu hơn nữa. ■ *Relief workers often risk their necks to get aid to the people who need it most.* ● Những nhân viên cứu trợ thường liều lĩnh cả tính mạng để mang được hàng cứu trợ cho những người cần đến nhiều nhất.

river → sell sb down the river

road → all roads lead to Rome

road → down the line

road → get the show on the road

road → hit the road

road → like five miles of bad road

road → one for the road

road → take the high road

road → take the low road

road → the end of the road

road → the road to hell is paved with good intentions

road → where the rubber meets the road

rob Peter to pay Paul rút tiền từ một nơi này để chi dụng cho một nơi khác trong khi cả hai nơi đều cần tiền, vì thế vấn đề thực sự không được giải quyết ■ *If your monthly credit card bills are over 20 percent of your income, you're probaly robbing Peter to pay Paul, and are paying too much in interest charges.* ● Nếu các hóa đơn chi trả bằng thẻ tín dụng hàng tháng của bạn vượt quá 20 phần trăm thu nhập, có thể là bạn đang sử dụng tiền bạc từ nơi này đắp sang nơi khác, và đang phải chi trả quá nhiều tiền lãi.

robbery → daylight robbery

robbing the cradle kết hôn hoặc có quan hệ tình cảm với người quá nhỏ tuổi hơn mình ■ *People joked that Bill had robbed the cradle when he married Ruth* *when she was only 17.* • Mọi người chế giễu Bill là đã "cưa sừng làm nghé" khi anh ta kết hôn với Ruth lúc cô này chỉ mới 17 tuổi.

Robin Hood → **all around Robin Hood's barn**

Robinson → **before one can say Jack Robinson**

rock → **between a rock and a hard place**

rock → **get one's rocks off**

rock → **have rocks in one's head**

rock → **hit rock bottom**

rock → **on the rocks**

rock → **solid as a rock**

rock → **steady as a rock**

rock the boat làm một việc gì khiến cho tình thế trở nên khó khăn hơn, mất đi thế cân bằng sẵn có, chẳng hạn như đưa ra lời chỉ trích hoặc tìm cách thay đổi (thường được dùng ở dạng phủ định) ■ *They just wanted to ignore the problems in their community. It was as if they were saing, "We have a pretty good life here. Let's not rock the boat."* • Họ chỉ muốn phớt lờ đi những rắc rối bên trong cộng đồng, như thể họ muốn nói rằng: "Chúng tôi đang có một cuộc sống khá tốt đẹp, đừng nên làm đảo lộn mọi thứ."

rock-bottom mức độ thấp nhất ■ *All CDs are at rock-bottom prices, for this week only.* • Tất cả các đĩa CD đều ở giá thấp nhất, chỉ trong tuần này thôi.

rocker → **be off one's rocker**

rocket science nói về điều gì rất khó khăn và phức tạp - thường dùng ở dạng phủ định ■ *Athough making a good shoe isn't rocket science, it is difficult to automate the production line efficiently.* • Cho dù làm một chiếc giày tốt không phải là điều khó khăn phức tạp lắm, nhưng lại rất khó mà tự động hóa dây chuyền sản xuất một cách có hiệu quả.

rocket scientist người rất thông minh, nhưng thường dùng ở dạng phủ định để chỉ người ngốc nghếch ■ *"Is Danny a good student?" "Let's just say he's no rocket scientist."* • "Danny có phải là một sinh viên giỏi không?" "Chúng ta hãy cứ xem anh ta là không thông minh lắm đâu."

rock-solid mạnh mẽ, chắc chắn và ổn định, không dễ thay đổi ■ *The Republicans enjoy rock-solid political support across all five southern states.* • Đảng Cộng hòa nhận được sự ủng hộ vững chắc trên khắp 5 tiểu bang miền nam.

rock-steady kiên định, vững chắc ■ *I admired his rock-steady determination, even though it frustrated me.* • Tôi ngưỡng mộ quyết tâm sắt đá của ông ta, cho dù điều đó làm tôi thất vọng.

rod → **be a lightning rod for sth**

rod → **rule sb with a rod of iron**

roll → **a roll in the hay**

roll → **a rolling stone gathers no moss**

roll → **be on a roll**

roll → **be ready to roll**

roll → **easy as falling off a log**

roll → **heads will roll**

roll → **start the ball rolling**

roll out the red carpet (for sb) hoặc *lay out the red carpet* quan tâm, chú ý đặc biệt đến việc đón tiếp một người khách đến thăm, thường là người quan trọng hoặc nổi tiếng, để bày tỏ sự kính trọng và ngưỡng mộ đối với họ ■ *Douglas didn't win, but we're his hometown and we're going to roll out the red carpet to welcome him home.* ● Douglas đã không giành được thắng lợi, nhưng chúng tôi là đồng hương của anh ta, và sẽ trải thảm đỏ trân trọng chào đón anh ta trở về.

roll over in one's grave → **turn over in one's grave**

roll up one's sleeve sẵn sàng làm việc một cách tích cực để đạt được điều gì ■ *The Mustangs' manager, Jeff Connors, admitted that he was disappointed, but said, "It is now time for us to roll up our sleeves and fight to win our next game."* ■ Ông bầu của đội Mustangs, Jeff Connors, thừa nhận là ông có thất vọng, nhưng nói rằng: "Giờ đây đã đến lúc chúng tôi phải sẵn sàng tích cực chiến đấu để giành chiến thắng trong trận sắp tới."

roll with the punches chấp nhận sự chỉ trích, phê phán hoặc những khó khăn rắc rối, nhưng vẫn không vì thế mà thối lui ■ *After the stock market crash, many of the nation's stronger industries rolled with the punches and absorbed the shock.* ● Sau vụ suy sụp của thị trường chứng khoán, nhiều ngành công nghiệp mạnh hơn của đất nước đã chấp nhận khó khăn và làm giảm nhẹ đi cú sốc này.

rolling → **be rolling in it**

rolling → **rolling stone**

rolling in the aisles (nói về khán giả xem phim, kịch...) cười nôn ruột, cười không nhịn được... ■ *Kavner's jokes still keep audiences rolling in the aisles.* ● Những màn hài hước của Kavner vẫn tiếp tục làm cho khán giả cười nôn ruột.

rolling stone người không bao giờ duy trì lâu dài một công việc, mối quan hệ hay chỗ ở... và tránh né không chịu trách nhiệm về bất cứ chuyện gì ■ *We needed to find a place to live. A mother with five kids doesn't want to become a rolling stone.* ● Chúng tôi cần tìm một nơi để sống. Một người mẹ với 5 đứa con không muốn sống một cách trôi nổi.

Roman → **when in Rome (do as the Romans do)**

Rome → **all roads lead to Rome**

Rome → **fiddle while Rome burns**

Rome → **when in Rome (do as the Romans do)**

Rome wasn't built in a day dùng khi muốn bảo ai đó hãy kiên nhẫn vì điều họ đang trông đợi cần có một khoảng thời gian nhất định để xảy ra ■ *It took a long time to train for the marathon, but Rome wasn't built in a day, and if you want to get good at something, you have to stick to it.* ● Phải mất một thời gian dài để rèn luyện cho môn chạy marathon, nhưng việc gì cũng cần phải có thời gian cả, và nếu bạn muốn giỏi trong một lĩnh vực nào, bạn phải kiên trì với lĩnh vực ấy.

roof → **go through the roof**

roof → **like a cat on a hot tin roof**

roof → **raise the roof**

rooftops → **shout sth from the rooftops**

room → breathing space

room → smoke-filled room

room → you could not swing a cat

roost → rule the roost

roost → the chickens (have) come home to roost

root → grass-roots

root → money is the root of all evil

root → put down roots

root → take root

root → the grass roots

root and branch 1. nói về một sự thay đổi có ảnh hưởng, tác động đến tất cả các phần khác nhau trong một tổ chức, hệ thống... - toàn diện, triệt để ■ *In order to cut costs significantly, we will have to make some root and branch cuts in spending.* • Để có thể cắt giảm chi phí một cách đáng kể, chúng ta sẽ phải cắt giảm mức chi tiêu một cách toàn diện và triệt để. 2. nói về sự phản đối hoặc phá hủy điều gì, một cách hoàn toàn, triệt để ■ *We want to get rid of racism, root and branch.* • Chúng tôi muốn loại bỏ chủ nghĩa phân biệt chủng tộc, hoàn toàn tận gốc rễ của nó.

rooted → be rooted to the spot

rope → give sb enough rope (and they'll hang themselves)

rope → go piss up a rope

rope → know the ropes

rope → on the ropes

rope → teach sb the ropes

rose → come out smelling like roses

rose → everything's coming up roses

rose → no bed of roses

rose-coloured → see sth through rose-coloured glasses

rosy → paint a rosy picture of sth

rotten apple hoặc *bad apple* kẻ dối trá, xấu bụng và làm xấu cho cả tập thể tốt hoặc điều gây ra ảnh hưởng xấu - con sâu làm rầu nồi canh ■ *The spill is one bad apple to ruin the oil industry.* • Vụ rò rỉ dầu là một nguyên nhân xấu làm hủy hoại cả nền công nghiệp dầu mỏ. ■ *The teacher knew that the new student was a bad apple as soon as other students began to imitate his disruptive behavior.* • Thầy giáo biết ngay học sinh mới là một phần tử xấu khi các học sinh khác bắt đầu nhại theo thái độ phá rối của cậu ta.

rough → diamond in the rough

rough → go through a bad patch

rough → have rough edges

rough → take the rough with the smooth

rough and ready 1. rất đơn giản và cơ bản, hoặc được làm ra, được thực hiện rất nhanh không có sự chuẩn bị nào ■ *These checks are just a rough and ready way to get the basic information.* • Những cuộc kiểm tra này chỉ là một cách đơn giản và nhanh chóng nhất để có được những thông tin cơ bản mà thôi. 2. nói về người không được lịch thiệp và khéo léo trong giao tiếp, ứng xử ■ *Chaney got his first movie roles playing rough and ready characters in low-budget westerns.* • Chaney nhận được những vai diễn đầu tiên là những nhân vật vụng về trong các bộ phim miền tây rẻ tiền.

rough justice nói về sự trừng phạt hay khen thưởng ai một cách không công bằng, nhất là không hợp pháp ■ *Rough justice has come to the front door of the clinic as patients have to fight their way in past the protesters.* • Hậu quả không hay đã xảy ra ngay trước cổng dưỡng đường khi các bệnh nhân phải chen nhau để vượt qua những người phản đối. ■ *It was rough justice that they lost in the closing seconds of the game.* • Thật là một kết quả không công bằng khi họ để thua trong những giây cuối cùng kết thúc trận đấu. ■ *There was a certain amount of rough justice in his downfall.* • Có phần nào đó không thỏa đáng trong sự suy sụp của ông ta.

roughshod → **run roughshod over**

round → **all year round**

round the bend hoặc *round the twist* nổi điên, phát khùng lên ■ *She's gone completely round the bend.* • Cô ấy đã hoàn toàn phát điên lên rồi. ■ *The children have been driving me round the bend today.* • Hôm nay bọn trẻ đã làm cho tôi phải phát khùng lên.

round the clock hoặc *around the clock* hoặc *the clock around* suốt ngày đêm, vào mọi lúc trong ngày ■ *The priceless jewels were guarded around the clock.* • Những món trang sức vô giá đã được canh giữ suốt đêm ngày. ■ *Grandfather was so sick that he had to have nurses round the clock.* • Ông nội bệnh nặng quá đến nỗi phải có các y tá túc trực suốt ngày đêm. ■ *Scientists are working around the clock to unlock the mystery of this terrible disease.* • Các nhà khoa học đang làm việc suốt đêm ngày để khám phá bí ẩn về căn bệnh khủng khiếp này. ■ *The factory operated around the clock until the order was filled.* • Nhà máy hoạt động suốt ngày đêm cho đến khi các đơn hàng được đáp ứng đủ. ■ *He studied around the clock for his history exam.* • Anh ấy học suốt ngày suốt đêm để chuẩn bị cho kỳ thi môn lịch sử. ❖ Cũng dùng như tính từ ở dạng *round-the-clock* ■ *That filling station has round-the-clock service.* • Trạm xăng ấy phục vụ suốt ngày đêm.

round the corner → **around the corner**

round the twist → **round the bend**

round-the-clock hoặc *around-the-clock* liên tục, không lúc nào dừng lại trong cả ngày đêm ■ *Grandfather required around-the-clock care.* • Ông nội đòi hỏi sự chăm sóc liên tục suốt đêm ngày. ■ *We kept an around-the-clock watch on the airport.* • Chúng tôi duy trì việc quan sát sân bay liên tục trong ngày.

route → **go down the route**

roving eye nhìn ai với ánh mắt gợi tình, bộc lộ sự ham muốn có một quan hệ tình dục, bất chấp việc người ấy đã có gia đình hoặc người yêu ■ *Murphy's roving eye was the cause of many arguments between him and his wife.* • Ánh mắt đưa tình của Murphy là nguyên nhân của nhiều trận cãi vã giữa anh ta với vợ mình.

row → **get your ducks in a row**

row → **have a tough row to hoe**

row → **on skid row**

row against the tide → **swim against the tide**

rub → **not have two cents to rub together**

rub → there's the rub

rub elbows with sb → rub shoulders with sb

rub it in gợi lại cho ai một lỗi lầm cũ, hoặc điều làm họ lúng túng, hoặc một tình huống thua kém đã qua - thường dùng ở dạng phủ định ■ *"I've won two more games than you." "I know. You don't have to rub it in."* ● "Tôi đã thắng nhiều hơn anh hai trận." "Tôi biết rồi. Anh không cần phải nhắc lại điều đó."

rub one's nose in it hoặc *rub one's nose in sth* liên tục nhắc lại với ai về điều mà họ không muốn nhớ đến, nhất là điều làm họ cảm thấy xấu hổ hoặc bối rối ■ *There's no need to rub their noses in their championship defeat.* ● Không cần thiết phải gợi lại mãi với họ thất bại trong việc giành chức vô địch.

rub one's nose in sth → rub one's nose in it

rub salt in one's wounds hoặc *rub salt into one's wounds* hoặc *rub salt in the wound* hoặc *rub salt into the wound* làm cho một tình huống đang tồi tệ, khó khăn... lại càng tồi tệ, khó khăn hơn nữa ■ *The Museum of Western Art was officially shut down and, to rub salt into the wound, the building was turned into a meat storage facility.* ● Bảo tàng viện Nghệ thuật phương Tây đã chính thức bị đóng cửa, và để làm cho sự việc càng tồi tệ hơn nữa, tòa nhà được chuyển sang làm một nhà kho chứa thịt.

rub salt in the wound → rub salt in one's wounds

rub salt into one's wounds → rub salt in one's wounds

rub salt into the wound → rub salt in one's wounds

rub sb the wrong way nói hay làm điều gì gây khó chịu, bực tức cho ai ■ *Barb is always complaining about how much water I use - it obviously rubs her the wrong way.* ● Barb luôn than phiền về việc tôi dùng nước nhiều như thế nào - điều đó rõ ràng là làm cho cô ta khó chịu.

rub shoulders with sb hoặc *rub elbows with sb* gặp gỡ và dành thời gian tiếp xúc với những người có sự khác biệt với mình, nhất là những người quan trọng hoặc nổi tiếng ■ *We had a chance to rub elbows with senators at the Capitol Bar.* ● Chúng tôi đã có dịp gặp gỡ tiếp xúc với các vị thượng nghị sĩ tại tòa nhà Văn phòng Quốc hội.

rubber → burn rubber

rubber → where the rubber meets the road

rubbish → and all that jazz

Rube Goldberg nói về một hệ thống hoặc máy móc dùng để thực hiện một điều rất tầm thường theo cách rất phức tạp và vì thế không thực tiễn ■ *He'd invented a Rube Goldberg device that used a system of ropes and pulleys to fill a kettle.* ● Ông ta đã sáng chế ra một thiết bị phức tạp không thực tiễn dùng dây thừng và ròng rọc để đổ nước vào bình chứa.

rude awakening nhận ra sự thật phủ phàng ■ *Anyone who gets married expecting romance for the rest of their life is in for a very rude awakening.* ● Bất cứ ai chờ đợi một cuộc sống lãng mạn kéo dài suốt đời mình sau khi lập gia đình đều phải nhận ra sự thật phủ phàng. (vì không bao giờ có được điều đó)

rue the day rất hối tiếc về một việc đã làm, ước sao đã không làm điều đó ■ *We may rue the day that we appointed an outsider to such an important post.* ● Chúng ta có thể sẽ hối tiếc vì đã bổ nhiệm một người ngoài cuộc nắm giữ một chức vụ quan trọng đến như thế.

ruffle → smooth ruffled feathers

ruffle a few feathers → ruffle one's feathers

ruffle one's feathers hoặc *ruffle a few feathers* (thông tục) làm cho ai bối rối, lo lắng hoặc hơi bực tức, khó chịu ■ *Gates' sometimes aggressive style has ruffled some feathers in political circles.* ● Phong cách đôi lúc khiêu khích của Gates gây khó chịu trong giới chính trị. ■ *The senator's speech ruffled a few feathers in the business world.* ● Bài diễn văn của ông thượng nghị sĩ gây khó chịu trong giới kinh doanh. ■ *You can imagine how that ruffled Beryl's feathers!* ● Bạn có thể tưởng tượng được điều đó làm Beryl bực bội như thế nào.

rug → lie like a rug

rug → pull the rug (out) from under sb

rug → snug as a bug

rug → snug as a bug (in a rug)

rug → sweep sth under the rug

ruin → go to rack and ruin

rule → as a rule

rule → hard and fast rules

rule → the golden rule

rule → work to rule

rule of thumb một quy tắc đơn giản, hướng dẫn chung chung trong việc làm điều gì, được rút ra từ kinh nghiệm thực tế hơn là sự tính toán, đo lường chính xác ■ *As a rule of thumb, if a turkey weighs less than 12lbs., allow about three-quarters of a pound per serving.* ● Một nguyên tắc thực tế đơn giản là, nếu một con gà tây cân nặng chưa đến 12 cân Anh, có thể cho được khoảng ba phần tư cân Anh mỗi khẩu phần. ■ *As a rule of thumb, you should cook a chicken for 20 minutes for each pound of weight.* ● Một nguyên tắc thực tế đơn giản là, bạn nên nấu một con gà lâu chừng 20 phút cho mỗi cân Anh trọng lượng.

rule sb with a rod of iron hoặc *run sth with a rod of iron* kiểm soát, khống chế một tổ chức, nhóm người hết sức chặt chẽ, nghiêm khắc, khiến mọi người đều phải sợ sệt không dám cưỡng lại ■ *Ferdi's mother was a tough old woman who had run her family with a rod of iron after her husband had died.* ● Bà mẹ của Ferdi là một bà già khó tính đã cai quản gia đình bằng kỷ luật sắt sau khi chồng bà qua đời.

rule sb with an iron fist hoặc *control sb with an iron fist* kiểm soát việc làm của ai một cách rất khắt khe, gay gắt, thường là gây ra sự căm ghét hoặc khiếp sợ ■ *Our ninth grade teacher ruled us with an iron fist and would scream at us if we disobeyed him.* ● Thầy giáo lớp 9 của chúng tôi kiểm soát chúng tôi một cách nghiêm khắc và thường quát thét mỗi khi chúng tôi không vâng lời.

rule sth out of court hoặc *throw sth out of court* tuyên bố rằng một điều gì đó là hoàn toàn sai trái hoặc không đáng để quan tâm xem xét ■ *The charges were thrown out of court.* ● Những lời buộc tội đã bị bác bỏ hoàn toàn.

rule the roost kiểm soát hoàn toàn một tình huống hoặc trở nên thành phần quan trọng nhất trong đó ■ *There was no question about who ruled the roost in our house.* ● Không có gì phải thắc mắc về việc ai nắm quyền kiểm soát hoàn toàn trong gia đình chúng tôi. (điều đó quá rõ ràng)

rumour has it dùng khi đưa ra điều gì được nghe người khác nói nhưng không chắc chắn có đúng hay không ■ *Rumour has it that the legendary Trocadero on 4th Street is going to be torn down.* ● Nghe đồn rằng khu Trocadero nổi tiếng trên đường số 4 sắp bị phá hủy.

run → a chill runs down one's spine

run → be rushed off one's feet

run → cut and run

run → do sth for dear life

run → eat and run

run → firing on all cylinders

run → give sb a run for one's money

run → go on a run

run → going around in circles

run → hit a home run

run → in the long run

run → in the short run

run → make one's blood run cold

run → pick up the ball and run (with it)

run → still waters run deep

run → take the money and run

run → would run a mile

run a tight ship điều hành một tổ chức rất hiệu quả bằng cách áp dụng những quy tắc rất nghiêm khắc ■ *Remember, I am the boss, and I run a tight ship in this department, young man.* ● Này anh bạn trẻ, hãy nhớ rằng tôi là ông chủ, và tôi điều hành cơ quan này bằng những quy tắc rất nghiêm khắc.

run amok 1. đột nhiên ứng xử một cách hung bạo hoặc theo cách không thể kiểm soát, kiềm chế được ■ *This place looked as though an army of drunken students had run amok with spray paint.* ● Nơi này trông giống như có cả một đạo quân sinh viên say xỉn đã nổi khùng lên với bình sơn phun. 2. nói về điều gì xảy ra theo một cách cực đoan, thái quá hoặc không thể kiểm soát được ■ *Kubrick's 1968 film heightened people's anxieties about technology run amok in the future.* ● Bộ phim năm 1968 của Kubrick làm tăng thêm nỗi lo sợ của người ta về một nền kỹ thuật đi quá xa đến mức không kiểm soát được trong tương lai.

run circles around sb hoặc ***run rings around sb*** có khả năng thực hiện điều gì nhanh hơn hoặc tốt hơn người khác, nhờ thông minh hoặc khéo léo hơn ■ *Flannery has been running circles around his competitor in this year's campaign for governor.* ● Flannery đã vượt trội hơn đối thủ của ông ta trong cuộc vận động tranh cử chức thống đốc năm nay. - cũng có thể dùng một số động từ khác với thành ngữ này, tùy theo ngữ cảnh ■ *She can talk circles around everyone else in the office.* ● Cô ta có thể trò chuyện vượt trội hơn bất cứ ai trong văn phòng. ■ *Mr. Young plays circles around all the other musicians.* ● Ông Young chơi trội hơn tất cả các nhạc sĩ khác.

run deep hoặc *go deep* nói về một cảm xúc hay niềm tin có ảnh hưởng rất mạnh mẽ và lâu dài đối với một người, tổ chức... ■ *Feelings about the death of a parent are bound to go deep, and a person's immediate reaction may not reveal how they really feel.* ● Những cảm xúc về cái chết của một đấng sinh thành chắc chắn là rất mạnh mẽ và lâu dài, và những phản ứng tức thời của một người không thể cho thấy được cảm xúc thực sự của họ. ■ *Dignity and pride run deep in this community.* ● Sự kính trọng và tự hào có ảnh hưởng rất lớn trong cộng đồng này.

run dry cạn kiệt nguồn cung cấp, ngưng cung cấp một thứ gì ■ *The wells in most villages in the region have run dry.* ● Những giếng nước của hầu hết các làng trong vùng đều đã khô cạn. ■ *Vaccine supplies started to run dry as the flu outbreak reached epidemic proportions.* ● Những nguồn cung cấp thuốc chủng ngừa bắt đầu cạn kiệt khi chứng cảm cúm bộc phát đến mức độ thành những trận dịch. ■ *Native resources of scientific talent and ingenuity have not run dry.* ● Những nguồn lực tự nhiên của tài năng và sự sáng tạo đã không hề cạn kiệt.

run in one's family → **run in the family**

run in the family hoặc *run in one's family* đặc điểm nổi bật, nét đặc trưng của những người trong một gia đình nào đó ■ *Heart disease runs in her family.* ● Bệnh tim truyền nối trong gia đình của cô ta. ■ *Gaining weight didn't help matters for Carolyn, not to mention the high blood pressure that ran in her family.* ● Lên cân không phải là điều có lợi cho Carolyn, chưa nói đến bệnh cao huyết áp vốn là đặc trưng trong gia đình cô ta. ■ *"Can you paint?" "I've never tried, but painting runs in the family. My uncle specialized in water-colours."* ● "Anh có vẽ được không?" "Tôi chưa thử bao giờ, nhưng hội họa là truyền thống trong gia đình tôi. Ông chú tôi chuyên vẽ tranh màu nước."

run its course hoặc *take its course* phát triển và kết thúc, đạt đến kết quả cuối cùng theo như thông thường, tự nhiên ■ *The doctor said we just had to let the disease run its course.* ● Bác sĩ đã nói rằng chúng ta phải để cho căn bệnh phát triển và chấm dứt một cách tự nhiên. ■ *When her tears had run their course, she felt calmer and more in control.* ● Khi những giọt nước mắt của cô ấy đã tuôn trào theo tự nhiên, cô cảm thấy bình thản và tự chủ hơn. ■ *With minor ailments the best thing is often to let nature take its course.* ● Với những chứng bệnh nhỏ nhặt, cách tốt nhất thường là cứ để cho chúng phát triển và chấm dứt một cách tự nhiên.

run like a dream hoặc *work like a dream* hoặc *go like a dream* 1. nói về máy móc hay một hệ thống vận hành rất hoàn hảo ■ *Except for the odd isolated problem, our old Chevrolet is still running like a dream.* ● Trừ ra một vài sự cố không đáng kể, còn thì chiếc Chevrolet cũ của chúng tôi vẫn còn vận hành rất hoàn hảo. ■ *My new car goes like a dream.* ● Chiếc xe hơi mới của tôi chạy rất tốt. 2. diễn ra êm xuôi, theo đúng như dự tính, không có bất cứ trở ngại hoặc rắc rối nào ■ *The wedding went like a dream.* ● Lễ cưới đã diễn ra hoàn toàn tốt đẹp. ■ *The interview went like a dream.* ● Buổi phỏng vấn đã hoàn toàn trôi chảy.

run like the wind hoặc *go like the wind* di chuyển, chuyển động rất nhanh ■ *The colt ran like the wind, its hooves stirring up clouds of dust.* • Con ngựa chạy đi như gió, móng của nó khuấy tung lên những đám bụi mù.

run off the rails → go off the rails

run oneself into the ground hoặc *work oneself into the ground* hoặc *drive oneself into the ground* làm việc quá căng thẳng, cực nhọc đến nỗi quá mệt hay phát ốm ■ *Too many people work out like elite athletes but end up running themselves into the ground.* • Rất nhiều người thực hiện công việc như những vận động viên ưu tú, nhưng rồi cuối cùng tự vắt kiệt sức mình.

run out of control → be out of control

run out of gas không còn sinh lực hoặc sự mong muốn để tiếp tục làm điều gì ■ *The economy looks like it may be running out of gas after expanding since April 1995.* • Nền kinh tế có vẻ như đang cạn kiệt sinh lực sau khi đã mở rộng kể từ tháng Tư năm 1995.

run out of steam bắt đầu trở nên mệt mỏi, mất sức, hoặc ngày càng chậm chạp, yếu ớt hơn ■ *I started to run out of steam before I was halfway around track.* • Tôi bắt đầu mất sức trước khi chạy được một nửa vòng.

run rings around sb → run circles around sb

run riot 1. nói về một cảm xúc, ý tưởng hay con người... hoàn toàn buông thả và không thể nào kiềm chế được ■ *Shannon had let her imagination run riot on the costume: designs for the play's 21st-century warlords, serfs, and robots.* • Shannon đã để cho trí tưởng tượng của cô hoàn toàn buông thả về trang phục: các mẫu thiết kế cho những lãnh chúa, nông nô và người máy vào thế kỷ 21 trong vở kịch. 2. nói về cây cối hay những cơn dịch bệnh, phát triển hoặc gia tăng quá nhanh chóng ■ *Tropical foliage ran riot over most of the yards in the neighbourhood.* • Các loại cây cỏ vùng nhiệt đới mọc lên quá nhanh trong hầu hết các sân nhà trong vùng.

run roughshod over → run roughshod over

run sb close có phẩm chất, năng lực suýt soát, gần bằng với ai ■ *Germany ran Argentina very close in the final.* • Đội Đức chơi suýt soát với đội Argentina trong trận chung kết. ■ *For skill on the ball, Michael Owen runs him close.* • Về kỹ thuật xử lý bóng, Michael Owen chơi suýt soát với anh ta.

run sb into the ground buộc ai phải làm việc rất cực nhọc đến mệt nhoài ■ *Railroad workers in the early days were often run into the ground, dying from cold and exhaustion.* • Những công nhân đường sắt ngày trước thường phải làm việc cực nhọc đến mệt nhoài, chết đi trong giá rét và kiệt sức.

run sb ragged hoặc *run sth ragged* làm cho ai hết sức mệt mỏi bằng cách giao cho họ quá nhiều công việc để thực hiện ■ *The cold temperatures ran plumbers ragged, with burst water pipes all over the city.* • Nhiệt độ giá lạnh làm cho những thợ sửa ống nước phải mệt nhoài, với ống nước bị vỡ khắp nơi trong thành phố.

run sth into the ground 1. thảo luận một chủ đề cho đến khi mọi người đều chán ngán hoặc không còn gì để nói thêm nữa cả ■ *Make your main points and then move on - you don't have to run your topic into the ground.* ● Hãy nêu những điểm chính và rồi tiếp tục đi - anh không cần phải nói quá nhiều về đề tài của mình. 2. sử dụng vật gì quá nhiều đến mức làm hỏng đi ■ *He run his car into the ground only in three months.* ● Anh ta đã phá hỏng chiếc xe chỉ trong 3 tháng. (- nghĩa là sử dụng quá sức chịu đựng của nó)

run sth ragged → **run sb ragged**

run sth up the flagpole (and see who salutes) (khẩu ngữ) thử đưa ra một ý kiến hoặc đề nghị gì, nhằm để thăm dò xem người khác có tán đồng hay không ■ *Various proposals for a memorial garden have been run up the flagpole, mostly to generals, who did not salute.* ● Nhiều đề xuất khác nhau về một khu vườn tưởng niệm đã được đưa ra để thăm dò, chủ yếu là với các tướng lãnh, những người đã tỏ ý không tán thành.

run sth with a rod of iron → **rule sb with a rod of iron**

run the (whole) gamut bao gồm hết thảy mọi thứ thuộc về phạm vi rộng nhất của một vấn đề hay sự việc nào đó ■ *Her feelings during that weekend ran the gamut from happiness to despair.* ● Cảm xúc của cô ta trong suốt dịp nghỉ cuối tuần ấy thay đổi từ hạnh phúc cho đến thất vọng. ■ *He felt he had run the whole gamut of human emotions from joy to despair in one day.* ● Anh ấy cảm thấy mình đã trải qua tất cả những cảm xúc của một con người, từ vui sướng cho đến thất vọng, chỉ trong một ngày. ■ *Prices in the restaurants run the gamut from cheap to very expensive.* ● Giá cả trong các nhà hàng có đủ hạng, từ rẻ tiền cho đến rất đắt.

run the gauntlet rơi vào tình huống bị rất nhiều người phê phán, chỉ trích, tấn công hoặc gây khó chịu ■ *Players have to run the gauntlet of reporters and fans after the game in order to reach their cars.* ● Các cầu thủ phải vượt qua sự quấy nhiễu của rất đông phóng viên và người hâm mộ để có thể đến được chỗ xe hơi của mình. ■ *Some of the witnesses had to run the gauntlet of television cameras and reporters.* ● Một số trong các nhân chứng đã phải vượt qua sự ngăn chặn khó chịu của những ống kính truyền hình và các phóng viên. ■ *It's either get a job or run the gauntlet of unemployment officials.* ● Hoặc là tìm được một việc làm, hoặc là phải chịu sự chỉ trích gay gắt của các viên chức phụ trách thất nghiệp. - Thành ngữ này xuất phát từ một hình thức trừng phạt trước đây được áp dụng trong quân đội. Người bị phạt phải chạy giữa hai hàng quân nhân và những người này thi nhau đánh vào người bị phạt khi anh ta chạy qua.

run up a tab (of) chi trả cho tất cả các chi phí vào một thời điểm về sau ■ *At one conference, officials ran up a bar tab of $12,700 - paid for by the office.* ● Tại một cuộc hội nghị, các viên chức đã chi tiêu hết 12.700 đô-la trong quán nước, do văn phòng bỏ tiền chi trả sau.

run up against a brick wall → **hit a brick wall**

run-around → **give sb the run-around**

rune → **read the runes**

rung → have had one's bell rung

rung → the top rung of the ladder

run-in → have a run-in with sb

running → be in the running (for sth)

running → be off and running

running → hit the ground running

running → up and running

running around in circles → going around in circles

running battle sự tranh chấp, mâu thuẫn, cải vã liên tục tồn tại trong một thời gian dài ■ *I've been fighting a running battle with the insurance company over my claim these past few months.* ● Tôi đã phải tranh cãi liên tục trong mấy tháng qua với công ty bảo hiểm về những khiếu nại đã đưa ra.

rush → fools rush in

rush → get the bum's rush

rut → get in a rut

saber → rattle one's saber

saber-rattling tình huống đe dọa phải dùng đến tranh chấp bằng vũ lực hoặc dẫn đến chiến tranh, cho dù đôi bên có thể không muốn điều đó ■ *There had been some saber-rattling in the first week of the confrontation, but it was quiet for weeks after that.* ● Đã có nguy cơ nổ ra chiến tranh trong tuần lễ đối đầu đầu tiên, nhưng mọi việc trở nên êm dịu trong những tuần lễ sau đó.

sack → hit the sack

sack → hop in the sack

sackcloth → wear sackcloth (and ashes)

sacred cow điều được cho là quá quan trọng đến mức không cho phép bất cứ ai chỉ trích hay thay đổi ■ *Defense spending is no longer a sacred cow, and it may be the best place to make cuts.* ● Chi phí quốc phòng giờ đây không còn là khoản chi quan trọng nhất nữa, và có lẽ là đối tượng tốt nhất để cắt giảm.

sacrifice → be sacrificed on the altar of

safe → at a safe distance

safe → better safe than sorry

safe → in safe hands

safe → on the safe side

safe → play it safe

safe → safe ground

safe bet hoặc *good bet* 1. điều rất có khả năng xảy ra, hoặc người rất có thể sẽ thành công - dự đoán khá chắc chắn ■ *It's probably a safe bet that the world's population will double or even triple.* ● Điều rất có thể xảy ra là dân số thế giới sẽ tăng lên gấp đôi hoặc thậm chí gấp ba. 2. điều dễ dàng nhận ra để chọn lựa hoặc thực hiện, và rất có khả năng dẫn đến thành công hoặc thích hợp ■ *Higher interest rates would make U.S. Treasury bonds a good bet this year.* ● Mức lãi suất cao hơn sẽ làm cho các trái phiếu của Bộ Ngân khố Hoa Kỳ trở thành một chọn lựa tốt trong năm nay. ■ *Clothes are a safe bet as a present for a teenager.* ● Quần áo là chọn lựa thích hợp nhất để làm quà cho một thiếu niên.

safe ground hoặc *firm ground* hoặc *be on safe ground* hoặc *be on firm ground* tình huống chắc chắn không có rủi ro, hoặc đang nói về một chủ đề mà mình hiểu rõ ■*Taken by surprise, all the candidates scrambled for safe ground by saying they supported current policies.* ● Bị tấn công bất ngờ, tất cả các ứng cử viên đều cố giành lấy sự an toàn bằng cách nói là họ ủng hộ những chính sách hiện hành. ■ *Diplomatically, she tried to shift the conversation to firmer ground.* ● Một cách khéo léo, bà ta cố chuyển cuộc đối thoại sang hướng an toàn hơn. ■ *I thought I was on safe ground discussing music with her.* ● Tôi nghĩ là tôi rất hiểu rõ chủ đề khi thảo luận về âm nhạc với cô ta. ■ *Everyone agreed with me, so I knew I was on firm ground.* ● Mọi người đều đồng ý với tôi, vì thế tôi biết rằng tôi có được lập luận vững chãi.

said → enough said

sail close to the wind

said → that's easier said than done

said → you said a mouthful

said → you said it

sail → take the wind out of one's sails

sail → trim one's sails (to sth)

sail close to the wind chấp nhận rủi ro bằng cách làm điều gì hầu như không ngay thẳng hoặc bất hợp pháp, và có thể sẽ gây nhiều rắc rối ■ *Ramon left quite a mess behind him when he disappeared. He'd been sailing close to the wind for years, although not even his closest friends knew.* ● Ramon để lại một cảnh hỗn độn khi anh ta biến mất. Anh ta đã lén lút làm chuyện phi pháp trong nhiều năm, mặc dù ngay cả những người bạn thân nhất của anh ta cũng không biết.

sailing → be smooth sailing

sake → for old times' sake

salad days giai đoạn còn trẻ và có ít kinh nghiệm sống ■ *Her later music is very different from the precise, classically-based works of her salad days.* ● Âm nhạc sau này của bà ta rất khác biệt với những tác phẩm khuôn thước dựa theo âm nhạc cổ điển vào thời bà còn non trẻ. ■ *Despite having a high income, Shari's attitude toward money has not changed since her salad days. She still saves as much as she can.* ● Bất chấp việc có được thu nhập cao, thái độ của Shari đối với vấn đề tiền bạc vẫn không hề thay đổi kể từ những ngày còn trẻ. Bà vẫn cố dành dụm càng nhiều càng tốt trong khả năng của bà.

salt → like a dose of salts

salt → rub salt in one's wounds

salt → take sth with a grain of salt

salt → the salt of the earth

salt → worth one's salt

salute → run sth up the flagpole

same → all the same

same → along the same lines

same → be of one mind

same → by the same token

same → cut from the same cloth

same → from the same mould (as)

same → get on the same page

same → go over the same ground

same → in the ballpark

same → in the same boat

same → in the same breath

same → on the same wavelength

same → one and the same

same → sing from the same hymn book

same → speak the same language

same → tar sb with the same brush

same → two sides of the same coin

same difference (khẩu ngữ) giống nhau, hoặc dẫn đến cùng kết quả, ảnh hưởng như nhau, hoặc có khác biệt không quan trọng ■ *Well, if you're already in trouble and you haven't even done anything, then you might as well do something. It's the same difference.* ● Vâng, nếu bạn thậm chí đã chẳng làm gì cả và đã gặp rắc rối rồi, vậy thì bạn cũng có thể làm một điều gì đó. Cũng giống như nhau thôi. ■ *"That's not a xylophone, it's a glockenspiel." "Same* *difference."* ● "Đó không phải đàn gỗ, đó là một cái đàn chuông." "Thế thì có gì quan trọng đâu." ■ *I didn't tell him to leave - I just suggested it was getting late." "Same difference."* ● "Tôi đâu có bảo anh ta đi - tôi chỉ gợi ý là đã trễ rồi thôi." "Thế thì cũng vậy thôi."

same old, same old (khẩu ngữ) dùng khi muốn nói là tất cả mọi việc đều diễn ra như thông thường ■ *"Hi, Sean. How's it going?" "Oh, you know - same old, same old."* ● "Chào Sean, công việc thế nào?" "Ồ, anh biết đấy, vẫn bình thường thôi mà."

same shit, different day hoặc *SSDD* (khẩu ngữ) cách nói thô lỗ, có nghĩa là tất cả mọi thứ đều diễn ra như bình thường ■ *"What's happening, Joe?" "Nothing much - you know, same shit, different day."* ● "Chuyện gì đang xảy ra thế, Joe?" "Chẳng có gì nhiều - anh biết đấy, vẫn như bình thường thôi." - Nhiều người cho cách dùng thành ngữ này là xúc phạm, thô lỗ vì có *shit*, có thể thay thành ngữ này bằng *same old, same old.* → **same old, same old**

sand → be built on sand

sand → bury one's head in the sand

sand → head-in-the-sand

sand → take one's head out of the sand

sand → the shifting sands of sth

sandwich → go down like a rat sandwich

sandwich short of a picnic (khẩu ngữ) nói về người rất ngốc nghếch hoặc có phần không được tỉnh táo ■ *Come on, let's face it - nobody trusts the guy because he's at least one sandwich short of a picnic.* ● Thôi đi, chúng ta hãy đối mặt với sự việc - không có ai tin được gã ấy bởi vì ít ra thì hắn cũng là một kiểu người ngốc nghếch.

sardine → be packed like sardines

sauce for the goose (is sauce for the gander) hoặc *what's sauce for the goose (is sauce for the gander)* hoặc *what's good for the goose (is good for the gander)* (cách dùng cũ) dùng khi muốn nói đến điều được áp dụng cho đối tượng này nên được áp dụng cho một đối tượng khác để thể hiện tính chất công bằng và hợp lý ■ *American businesses have become more profitable by expanding across the globe, but U.S wages have not risen that much. What has been sauce for the goose has not been sauce for the gander.* ● Các doanh nghiệp Hoa Kỳ đã thu được nhiều lợi tức hơn nhờ vào việc mở rộng khắp thế giới, nhưng tiền lương ở Hoa Kỳ đã không tăng lên một cách tương ứng. Vấn đề đã không thể hiện được tính công bằng hợp lý. ■ *You have to think about what the children need. What sauce for us isn't sauce for them.* ● Anh cần phải nghĩ đến những gì bọn trẻ cần. Những gì dành cho chúng ta không phải là dành cho bọn trẻ.

save → a penny saved is a penny earned

save → a stitch in time (saves nine)

save → can't do sth to save one's life

save → don't waste one's breath

save → face-saving

save face làm điều gì đó để giữ thể diện, để duy trì sự kính trọng của người khác sau khi đã có gì đó xảy ra làm tổn hại đến uy tín ■ *We make it easy for people to save face by accepting their explanations of their conduct, no matter how unlikely.* ● Chúng tôi tạo điều kiện dễ dàng cho mọi người giữ thể diện bằng cách chấp nhận những lời biện bạch của họ về việc đã làm, cho dù chúng vô lý đến đâu đi nữa. ■ *She was fired, but she saved face by telling everyone she'd resigned.* ● Cô ấy bị đuổi việc, nhưng giữ thể diện bằng cách nói với mọi người là mình xin từ chức. ■ *This is an attempt by politicians to save face at taxpayers' expense.* ● Đây là một nỗ lực của các chính trị gia nhằm giữ thể diện bằng vào sự thiệt thòi của người trả thuế. → ***lose face***

save it (khẩu ngữ) dùng để bảo ai đó không cần nói ra ý kiến của họ, vì người nói không muốn nghe hoặc cho rằng ý kiến ấy không làm thay đổi được tình huống đang đề cập ■ *Save it, Len - Dennis will never agree to a plan like that.* ● Thôi đừng nói nữa, Len - Dennis sẽ không bao giờ đồng ý với một kế hoạch như thế đâu.

save one's bacon giúp ai vượt qua được sự khó khăn ■*We had a very dry summer, but the heavy fall rains really saved our bacon.* ● Chúng tôi gặp một mùa hè quá sức khô hạn, nhưng những cơn mưa lớn mùa thu thực sự đã cứu nguy cho chúng tôi.

save one's breath → ***don't waste one's breath***

save one's skin làm điều gì nhằm để giúp ai thoát khỏi sự nguy hiểm hoặc rắc rối ■ *Hugo realized that the only way to save his skin was to make a deal with the police.* ● Hugo nhận ra rằng cách duy nhất để giúp anh ta thoát khỏi rắc rối là phải thương lượng với cảnh sát.

save sth for a rainy day hoặc ***put sth away for a rainy day*** dành dụm, nhất là tiền bạc, để có sử dụng trong những khi cần thiết ■ *If you won the lottery, would you spend all the money or save it for a rainy day?* ● Nếu bạn trúng số, bạn sẽ tiêu hết tiền hay để dành lại cho những lúc khó khăn?

save the day làm một điều gì đó khiến cho một tình huống được kết thúc một cách thành công, trong khi đã có vẻ như nó sẽ thất bại ■ *Talmadge, who hadn't been playing well up until then, finally saved the day with an incredible goal.* ● Talmadge, người mà cho đến lúc ấy vẫn chơi rất tốt, cuối cùng đã mang lại kết cuộc thắng lợi với một bàn thắng hoàn toàn bất ngờ.

saved by the bell (khẩu ngữ) tình huống mà bạn thôi không phải làm một việc khó khăn theo như dự định, bởi vì không có thời gian hoặc vì có một điều bất ngờ nào đó đã xảy ra ■ *"It looks like we'll have to end this meeting early so we won't have time for the last speaker until next week." "Saved by the bell, Jim."* ● Có vẻ như chúng ta phải chấm dứt sớm cuộc họp này, vì thế sẽ không có thời gian dành cho diễn giả cuối cùng, phải đợi đến tuần sau vậy." "Thế là thoát nhé, Jim."

saving grace khía cạnh, phẩm chất tốt đẹp giúp cho một người hay sự vật không hoàn toàn là xấu xa hay đáng ghét ■ *The prison's saving grace is its educational program that gives inmates a chance to stay out of jail in the future.* ● Khía cạnh tốt đẹp của nhà tù là chương trình giáo dục, mang lại cho tù nhân một cơ hội để tránh khỏi nhà tù trong tương lai.

say → as they say

say → before one can say Jack Robinson

say → I'll say

say → I'm glad to say

say → never say die

say → never-say-die

say → not breathe a word

say → not say a dicky bird

say → not say boo to a goose

say → turn around and say sth

say → what do you say

say → you can say that again

say goodbye to sth → kiss sth goodbye

say one's piece nói ra ý kiến của mình một cách thẳng thắn ■ *Say your piece, Marvin - if you can't say it in front of Mark, I don't want to hear it.* ● Hãy nói thẳng ra ý kiến của mình, Marvin - nếu bạn không thể nói ra trước mặt của Mark, tôi sẽ không muốn nghe đâu.

say sth under one's breath nói một điều gì, thường là điều không hài lòng, với giọng quá thấp đến nỗi chẳng ai có thể nghe được ■ *Reynolds said something under his breath and stomped angrily back into his office.* ● Reynolds lầm bầm một điều gì đó và nện bước giận dữ trở vào văn phòng. ■ *"Rubbish!" he murmured under his breath and went away.* ● "Đồ rác rưởi!" hắn ta lầm bầm trong miệng và bỏ đi.

say the word hoặc *just say the word* (khẩu ngữ) bày tỏ sự sẵn lòng giúp đỡ ai bất cứ khi nào được người ấy yêu cầu ■ *Hey, if you want any help with dinner, just say the word.* ● Này, nếu anh cần giúp đỡ gì trong việc nấu ăn, chỉ cần nói cho tôi biết.

saying → it goes without saying

sb can keep ... (khẩu ngữ) dùng để bày tỏ là người nói không cần hoặc không quan tâm đến điều được đề cập ■ *She can keep her beautiful friends and wild parties - I prefer the quiet life.* ● Cô ấy có thể cứ tiếp tục với những người bạn xinh đẹp và những bữa tiệc cuồng nhiệt của mình - tôi thích đời sống yên tĩnh hơn.

sb has had one's day hoặc *sth has had its day* dùng khi muốn nói là thời kỳ thành công của ai đó đã qua mất rồi ■ *Silvero and Allen have both had their day, and it's time for the new manager to take over.* ● Cả Silvery và Allen đều đã hết thời rồi, và đã đến lúc để người giám đốc mới thay thế trách nhiệm.

sb has one's moments → sth has its moments

scarce as hen's teeth hoặc *as scarce as hen's teeth* hoặc *scarcer than hen's teeth* rất hiếm có, khó gặp, hoặc chưa từng thấy ■ *I've never seen one of those. They're as scarce as hen's teeth.* ● Tôi chưa bao giờ thấy được một trong những cái ấy. Chúng thật hiếm như sừng thỏ. ■ *I was told that the part needed for my car is scarcer than hen's teeth, and it would take a long time to find one.* ● Người ta bảo tôi rằng món phụ tùng cần cho chiếc xe hơi của tôi rất hiếm có, và hắn phải mất một thời gian dài để tìm ra.

scarcer than hen's teeth → scarce as hen's teeth

scare sb out of their wits hoặc *scare the wits out of sb* hoặc *scare sb witless* làm cho ai hết sức hoảng sợ, kinh khiếp ■ *What did you do that for? You scared me out of my wits!* ● Anh làm chuyện đó để chi vậy? Anh làm tôi sợ chết khiếp đấy!

scare sb witless → scare sb out of their wits

scare the living daylights out of sb hoặc *frighten the living daylights out of sb* làm cho ai phải khiếp sợ, kinh hãi ■ *The first time I met Matt, he scared the living daylights out of me - well, you know he's kind of weird-looking.* ● Lần đầu tiên tôi gặp Matt, ông ta làm tôi sợ phát khiếp - vâng, bạn biết đấy, ông ta là loại người trông rất kỳ quái.

scare the pants off sb → bore the pants off sb

scare the wits out of sb → scare sb out of their wits

scared → be scared of one's own shadow

scattered → be scattered to the (four) winds

scene → appear on the scene

scene → be done behind the scenes

scene → come on the scene

scene → set the stage (for)

scent → throw sb off the scent

scheme → in the (grant) scheme of things

Schmoe → Joe Schmoe

school → from the old school

science → blind sb with science

science → rocket science

scientist → rocket scientist

scoop → get the scoop (on sb)

score → get brownie points

score → know the score

score → settle an old score

score points off sb làm cho ai đó có vẻ như kém cỏi, thiếu khôn ngoan hoặc sai trái, hoặc tìm cách chứng tỏ là mình vượt trội hơn ■ *The meeting was useful because people didn't try to score points off each other - each suggestion was welcome, not criticized.* ● Cuộc họp thật là hữu ích, bởi vì người ta không cố tranh điểm hơn thua với nhau - mỗi đề nghị đều được hoan nghênh, không bị chỉ trích.

score points with sb làm điều gì khiến cho ai đó phải tán thành hoặc ưa thích ■ *The airline was one of the first to score points with passengers by banning smoking on all domestic flights.* ● Hãng hàng không là một trong những cơ quan đầu tiên làm cho hành khách phải hoan nghênh bằng cách cấm hút thuốc trên tất cả các chuyến bay nội địa.

scorned → hell hath no fury

scrammed → be packed like sardines

scrape → bow and scrape

scrape the bottom of the barrel buộc phải sử dụng hoặc chọn lựa một vật gì cho dù không tốt lắm, chỉ vì không còn chọn lựa nào khác - sự chọn lựa bất đắc dĩ ■ *That last joke was really scraping the bottom of the barrel!* ● Trò đùa cuối cùng ấy quả là một sự chọn lựa bất đắc dĩ. (*barrel* trong trường hợp này được dùng với nghĩa là cái thùng chứa. Thành ngữ này còn được dùng với một số động từ khác nữa, chẳng hạn như: ■ *The editor obviously feels these trashy stories are not worthy of the newspaper's tradition of quality. In my opinion he has come right down to the bottom of the barrel.* ● Ông chủ bút chắc chắn cũng cảm thấy rằng những câu chuyện rác rưởi này là không xứng với truyền thống tốt đẹp của tờ báo. Theo ý tôi, ông ta đã bị buộc phải lựa chọn một cách bất đắc dĩ.)

scratch → **from scratch**

scratch → **you scratch my back, I'll scratch yours**

scratch one's head bối rối, lúng túng vì không hoàn toàn hiểu được điều gì, vì thế tập trung suy nghĩ rất căng để tìm ra câu giải đáp ■ *Here's a quiz that will leave you scratching your heads.* ● Đây là một bảng câu hỏi mà sẽ làm cho cậu phải suy nghĩ nát óc. ■ *The decision has left many party members scratching their heads.* ● Quyết định ấy đã làm cho nhiều đảng viên phải suy nghĩ rất căng. ■ *Experts have been scratching their heads over the increase in teenage crime.* ● Các chuyên gia đã tập trung suy nghĩ để tìm cách giải quyết sự gia tăng nạn tội phạm vị thành niên.

scratch the surface (of sth) chỉ giải quyết được những phần rất nhỏ của một sự việc quan trọng ■ *We like to think we know a lot about schizophrenia, but actually we've only scratched the surface.* ● Chúng tôi muốn nghĩ rằng mình đã biết nhiều về bệnh loạn tâm thần, nhưng thật ra thì chúng tôi chỉ biết được một phần rất nhỏ trong lĩnh vực này.

scratching → **head-scratching**

scream → **be a scream (or two)**

scream → **laugh one's head off**

scream bloody murder hoặc *yell bloody murder* 1. phàn nàn một cách tức giận về điều gì ■ *When Frankie lost the match, he sceamed bloody murder that Nick had cheated.* ● Khi Frankie thua trận đấu, anh ta phàn nàn một cách tức tối rằng Nick đã giở trò. 2. kêu thét hoặc quát tháo to tiếng vì tức giận, bực mình hay hoảng sợ ■ *Pat grabbed Jack and shoved him into Mrs. Quinn, who screamed bloody murder.* ● Pat túm lấy Jack và đẩy anh ta đến chỗ bà Quinn, và bà ta quát tháo om sòm.

scream sth from the rooftops → **shout sth from the rooftops**

screaming → **drag sb kicking and screaming**

screw → **have a screw (or two) loose**

screw → **put the screws on sb**

screw → **turn the screws on**

screwed → **have one's head screwed on**

scum → **the scum of the earth**

Scylla → **between the Scylla and Charybdis**

sea → **a sea change**

sea → **at sea**

sea → **between the devil and the deep blue sea**

sea → **there are plenty more fish in the sea**

seal one's fate làm cho điều gì đó chắc chắn sẽ xảy đến với ai, thường là điều xấu ■ *Terrible script-writing and* *unsexy voices sealed the fate of many silent movie stars who sounded foolish in the new talking pictures.* ● Kịch bản tồi tệ và giọng nói không diễn cảm đã quyết định số phận không may của những ngôi sao điện ảnh thời phim câm, những người tỏ ra rất ngố ngẩn trong loại phim mới có tiếng nói. ■ *Further floods may have sealed the fate of the few remaining villages.* ● Những cơn lũ tiếp theo có lẽ đã quyết định số phận không may của những ngôi làng còn sót lại.

sealed → **lips are sealed**

sealed → **signed, sealed, and delivered**

seam → **be bursting at the seams**

seam → **come apart at the seams**

search me (khẩu ngữ) dùng khi không biết câu trả lời cho câu hỏi của người đối diện ■ *"Do you know where the scissors are?" "Search me."* ● "Anh có biết cái kéo ở đâu không?" "Tôi không biết."

season → **open season on sth**

seat → **back seat driver**

seat → **be in the driver's seat**

seat → **bums on seats**

seat → **fly by the seat of one's pants**

seat → **in the catbird seat**

seat → **in the hot seat**

seat → **on the edge of one's seat**

seat → **take a back seat (to)**

second → **finish a close second**

second → **get one's second wind**

second → **have second thoughts (about)**

second → **on second thought**

second → **play second fiddle**

second → **take second place**

second childhood trạng thái của người lớn tuổi trở nên cư xử ngây ngô như trẻ con, nhất là khi đã bước vào tuổi già và thường hay quên mất nhiều việc ■ *"Look at Jamie's dad, driving around in that yellow sportscar." "He must be going through his second childhood."* ● "Nhìn ông bố của Jamie kìa, chạy lòng vòng mãi trong chiếc xe thể thao màu vàng ấy." "Ông ấy chắc hẳn là đã lẫn thẫn và trở lại giống như trẻ con rồi."

security blanket điều làm cho ai cảm thấy an toàn hơn, tự tin hơn, cho dù có thể là không thật sự hiệu quả hoặc hữu ích lắm ■ *I knew I couldn't hold down a full time job and have my own business. So I gave up my security blanket and followed my dream.* ● Tôi biết là tôi không thể duy trì một công việc trọn thời gian và có một công việc kinh doanh riêng của mình. Vì thế tôi từ bỏ giải pháp an toàn và làm theo mơ ước của mình.

see → **as far as sb knows**

see → **as far as the eye could see**

see → **going to see a man about a horse**

see → **long time no see**

see → **monkeys see, monkeys do**

see → **not see hide nor hair of sb**

see → **run sth up the flagpole**

see → **wait and see**

see beyond (the end) of one's nose dùng ở dạng phủ định để nói về người quá quan tâm đến bản thân và cuộc sống riêng của mình đến nỗi không thể đối phó hoặc hiểu được những tình huống khác, hoặc những khó khăn của người khác ■ *Sometimes the administrators don't seem to see beyond their noses. They forget they're dealing with real human beings.* • Đôi khi các nhà quản lý quá ích kỷ đến nỗi không hiểu được những người khác. Họ quên mất là họ đang làm việc với những con người thật.

see daylight 1. bắt đầu hiểu ra điều gì ■ *After listening for several minutes, I suddenly saw daylight.* • Sau khi lắng nghe trong nhiều phút, tôi đột nhiên bắt đầu hiểu ra. 2. được khám phá ra hay được nhận thấy ■ *Henderson recorded three albums last year, but none of those projects ever saw daylight.* • Henderson đã ghi âm 3 đĩa nhạc tuyển trong năm rồi, nhưng không có đĩa nào trong số đó từng được biết đến.

see dollar signs hoặc *have dollar signs in your eyes* thấy biết được một phương cách nào đó để kiếm ra tiền ■ *People were leaving the meeting seeing dollar signs in their eyes, but I knew that they didn't understand how much hard work would be involved in the project.* • Mọi người rời khỏi buổi họp và thấy là họ đã tìm được cách để kiếm ra tiền, nhưng tôi biết là họ đã không hiểu được những công việc khó khăn như thế nào liên quan đến dự án đó.

see eye to eye (thường dùng ở dạng phủ định) đồng ý với ai về một vấn đề nào đó, hoặc về mọi chuyện ■ *For some reason my father-in-law and I never saw eye to eye.* • Vì một lý do nào đó, cha vợ tôi và tôi chẳng bao giờ đồng ý với nhau. ■ *I don't see eye to eye with my younger brother on many things.* • Tôi không đồng ý với em trai tôi về nhiều chuyện. ■ *The two of them have never seen eye to eye on politics.* • Hai người họ chẳng bao giờ đồng ý với nhau về chính trị.

see fit → **think fit**

see how the other half lives (cách dùng cũ) tìm hiểu để biết về cuộc sống của những người khác biệt với mình, nhất là những người cực kỳ giàu có hoặc nghèo khó hơn rất nhiều ■ *Just for a week, I'd like to see how the other half lives - stay in fancy hotels and fly around in my private jet.* • Chỉ một tuần thôi, tôi muốn tìm hiểu về cuộc sống của những tầng lớp khác - ở trong một khách sạn đắt tiền và bay quanh với máy bay riêng.

see one's way clear to đồng ý hay quyết định làm điều gì có thể là khó khăn, nhất là giúp đỡ tiền bạc cho ai ■ *If you could see your way clear to helping our voluntary organization, then please give us a call.* • Nếu anh có thể quyết định giúp đỡ tổ chức thiện nguyện của chúng tôi, xin vui lòng gọi điện thoại cho chúng tôi.

see pink elephants cách nói khôi hài để chỉ trạng thái nhìn không đúng sự vật do uống quá nhiều rượu ■ *You shouldn't have had that last beer - you'll be seeing those pink elephants again.* • Lẽ ra anh không nên uống ly bia vừa rồi - anh sẽ lại thấy cây trồng giữa đường cho mà xem.

see red đột nhiên nổi giận vì điều gì do ai đó vừa nói ra ■ *Farmers saw red when they found out their fields were being proposed as future nature reserves.* • Các nông dân đã đột nhiên nổi giận khi biết ra được rằng ruộng đất của họ đang được đề nghị sử dụng làm khu bảo tồn thiên nhiên trong tương lai. ■ *When his assistant criticized his report, Eric saw red.* ● Khi người trợ lý chỉ trích bản báo cáo của anh ta, Eric đã nổi giận.

see sb in a different light hoặc *see sth in a different light* hoặc *view sb in a different light* hoặc *view sth in a different light* (cũng thay *different* bằng các tính từ khác như *new, bad, possitive* ... tùy theo ý muốn nói) bắt đầu nhìn, hiểu về một người hay sự việc theo một cách khác, một hướng khác hơn trước đó ■ *I hope that people who employed me in the future will view my two years of travelling experiences in a positive light.* ● Tôi hy vọng là những người thuê tôi làm việc trong tương lai sẽ đánh giá kinh nghiệm đi đây đó của tôi trong 2 năm theo một hướng tích cực.

see sb in their true colours nhìn thấy bản chất thật sự của ai ■ *Once again we see the government in its true colours - telling other people how to run their lives.* ● Lại một lần nữa chúng ta nhìn thấy bộ mặt thật của chính phủ - bảo cho người khác rằng họ phải sống như thế nào. (- nghĩa là can thiệp sâu vào đời sống riêng tư của người dân)

see sth a mile away hoặc *know sth a mile away* hoặc *tell sth a mile away* hoặc *spot sth a mile away* hoặc *smell sth a mile away* (cũng thay *away* bằng *off*) nói về người hay sự việc rất dễ dàng được nhận biết đúng như thực tế, nhất là khi điều ấy được xem như bí mật ■ *"How did you know it was me? I didn't even say anything." "Yeah, but I'd know your laugh a mile away."* ● "Làm sao anh biết là tôi kia chứ? Thậm chí tôi đã không nói gì kia mà?" "Vâng, nhưng tôi có thể biết được giọng cười của anh rất dễ dàng." ■ *He's wearing a wig - you can see it a mile off.* ● Ông ta đội một đầu tóc giả - bạn có thể nhận ra rất dễ dàng. ■ *After twenty years in the police she could smell a liar a mile off.* ● Sau hai mươi năm trong ngành cảnh sát, bà ta có thể nhận ra một kẻ nói dối rất dễ dàng.

see sth in a different light → **see sb in a different light**

see sth through rose-coloured glasses hoặc *view sth through rose-coloured spectacles* suy nghĩ lạc quan một chiều, chỉ nghĩ đến những điều tốt đẹp trong một tình huống và bỏ qua những yếu tố xấu, vì thế nên lúc nào cũng nhìn thấy sự việc tốt đẹp hơn so với thực tế ■ *A lot of people are looking at the stock market through rose-coloured glasses, ignoring higher interest rates.* ● Rất nhiều người nhìn vào thị trường chứng khoán một cách lạc quan không thực tế, bỏ qua những mức lãi suất cao hơn. ■ *He tends to view the world through rose-coloured spectacles.* ● Anh ta có khuynh hướng nhìn cuộc đời một cách lạc quan không thực tế.

see the back of sb hoặc *see the back of sth* không phải tiếp tục gặp gỡ, tiếp xúc với người hay vật mà mình không ưa thích ■ *Was I pleased to see the back of her!* ● Tôi vui sướng biết bao khi không phải gặp gỡ cô ta nữa! ■ *I can't wait to see the back of that old car.* ● Tôi nóng lòng chờ đợi đến lúc tống khứ được chiếc xe hơi cũ đó đi. ■ *I was glad to see the back of that computer - it was nothing* but trouble. • Tôi rất vui khi tống khứ được cái máy tính ấy - nó chỉ toàn là gây ra rắc rối. ■ *His wife couldn't wait to see the back of him.* • Vợ anh ta rất nóng lòng chờ đến lúc không phải gặp anh ta nữa.

see the back of sth → **see the back of sb**

see the colour of one's money biết chắc được rằng một người nào đó, nhất là người không được tin cậy, có đủ tiền để chi trả cho việc mua bán ■ *Nowadays most small businesses want to see the colour of their clients' money before they provide services.* • Ngày nay hầu hết các doanh nghiệp nhỏ đều muốn nắm chắc khả năng chi trả của khách hàng trước khi cung cấp dịch vụ. ■ *You need to see the colour of his money before you sell him the car.* • Anh cần phải nắm chắc được khả năng chi trả của anh ta trước khi bán xe hơi cho anh ta.

see the light đột nhiên hiểu ra hoặc tin vào điều gì, nhất là điều mà người khác đã cố công giải thích hoặc thuyết phục ■ *Herrera knew if he could just get the public to see the light, he could get a bill legalizing marijuana to the vote.* • Herrera đã biết rằng nếu ông ta có thể làm cho công chúng hiểu ra sự việc, ông sẽ có thể đưa dự luật về hợp pháp hóa cây cần sa ra thông qua. ■ *He thinks she's wonderful but he'll soon see the light.* • Anh ta nghĩ rằng cô ấy thật tuyệt vời, nhưng không bao lâu anh ta sẽ hiểu ra thôi. (Nghĩa là cô ta không tuyệt vời chút nào.)

see the light of day nói về một thông tin hay sự việc, được công khai trước công chúng, không còn giữ kín như trước đó ■ *The recordings and videotapes are expected to see the light of day when the trial begins on Monday.* • Các băng ghi âm và băng hình được chờ đợi là sẽ được công bố khi phiên tòa bắt đầu vào thứ Hai. ■ *He's written a lot of good books that has never seen the light of day.* • Ông ta đã từng viết rất nhiều tác phẩm hay mà chưa từng được công bố.

see what sb is (really) made of hoặc *find out what sb is (really) made of* xác định sức mạnh, năng lực, kỹ năng của ai bằng cách đặt vào một tình huống rất khó khăn ■ *It's been a shock to lose so many games. We'll find out what we're made of in the next few weeks.* • Thật là một cú sốc khi thua quá nhiều trận như thế. Chúng tôi sẽ xác định năng lực thật sự của mình trong một vài tuần lễ sắp tới.

see which way the wind blows hoặc *know which way the wind blows* tìm biết khuynh hướng của đa số hoặc những gì có khả năng sắp xảy ra trước khi đưa ra quyết định của mình ■ *Kimball is passionate about politics, and unconventional in that he doesn't need to know which way the wind blows before he states his opinion.* • Kimball rất say mê chính trị, và khác thường ở chỗ là anh không cần quan tâm đến khuynh hướng chung trước khi nêu lên ý kiến của mình.

seed → **go to seed**

seed → **sow the seeds (of sth)**

seed → **the seed corn of sth**

seem fishy → **smell fishy**

seen → **been there, done that**

seen → **have seen better days**

seize the day

seen → sth has seen better days

seen → wouldn't be caught dead

seize → take the bull by the horns

seize sb by the throat → grab sb by the throat

seize the bull by the horns → take the bull by the horns

seize the day hoặc *Carpe diem* dùng khi muốn bảo ai đó hãy làm ngay những gì mình muốn trong hiện tại thay vì quá lo lắng cho tương lai - quan điểm hiện sinh ■ *My parents always encouraged me to do the things I want - to seize the day.* • Cha mẹ tôi luôn khuyến khích tôi hãy làm những điều gì tôi muốn - không để cho ngày tháng qua mất đi. ■ *Mark's personal philosophy of Carpe diem has given him a full and meaningful life.* • Triết lý cá nhân theo quan điểm hiện sinh của Mark đã mang lại cho anh ta một cuộc sống trọn vẹn và đầy ý nghĩa. - *Carpe diem* là một từ ngữ La Tinh, có nghĩa tương đương như *seize the day*, và cũng được nhiều người dùng theo nghĩa này.

seize the moral high ground → take the moral high ground

self → a shadow of one's former self

sell → the hard sell

sell a bill of goods thuyết phục ai chấp nhận một điều không hay, lừa dối ai bằng cách nói không đúng sự thật, nhằm giành được một lợi thế nào đó ■ *He is not an objective witness - he is trying to sell the jury a bill of goods.* • Anh ta không phải là một người làm chứng khách quan - anh ta đang cố lừa dối bồi thẩm đoàn. ■ *Independent politicians have tried in the past to convince us that they have been sold a bill of goods by the goverment.* • Các chính trị gia độc lập trong quá khứ đã từng cố thuyết phục chúng tôi rằng họ đã bị nhà cầm quyền lừa dối.

sell like hot cakes → sell like hotcakes

sell like hotcakes hoặc *sell like hot cakes* hoặc *go like hotcakes* bán được rất nhiều trong một thời gian ngắn, bán chạy như tôm tươi ■ *The CD sold like hotcakes, and three weeks later it was the biggest-selling album of all time.* • Đĩa CD ấy bán chạy như tôm tươi, và 3 tuần sau đó, nó đã là đĩa nhạc bán chạy nhất từ trước đến nay.

sell one's soul (to) sẵn sàng làm bất cứ chuyện gì để đạt được điều mong muốn, cho dù là không phù hợp với đạo đức ■ *Hannah knew that she would have willingly sold her soul for a single kiss from him.* • Hannah biết rằng cô sẽ sẵn sàng làm bất cứ điều gì để có được chỉ một nụ hôn của anh ta.

sell sb down the river làm điều gì có hại cho người đã đặt niềm tin nơi mình nhằm để được có lợi - phản bội, bán rẻ ai ■ *Bert is heartless. He'd sell his own mother down the river.* • Bert thật là nhẫn tâm. Hắn ta dám bán rẻ ngay cả mẹ ruột của mình đấy. - Trước năm 1865, trên đất Mỹ vẫn tồn tại chế độ nô lệ. Những người nô lệ da đen có thể bị bán cho các chủ nô lệ khác và bị hành hạ, phải làm việc nhiều hơn. Vào thời đó các nô lệ được chuyên chở bằng thuyền trên sông để hạn chế việc bỏ trốn, nên thành ngữ này được xuất hiện với cụm từ "*down the river*". Hàm ý ban đầu của thành ngữ là "làm hại ai một cách nhẫn tâm, bất chấp tình cảm của họ đối với mình".

sell sb short hoặc *sell sth short* không cho ai được hưởng sự khen thưởng, chú ý hoặc cách đối xử mà họ xứng đáng được hưởng - đối xử bất công ■ *From the way she'd described herself, I picture her as ugly and overweight. She's obviously been selling herself short.* ● Theo như cách mà cô ta tự mô tả, tôi hình dung ra cô ta thật xấu xí và mập quá khổ. Rõ ràng là cô ta đã đối xử bất công với chính mình.

sell sth short → **sell sb short**

send a chill down one's spine hoặc *send chills down one's spine* làm cho ai có cảm giác sợ hãi và bối rối. ■ *Just saying the word "imprisonment" sent a chill down his spine.* ● Chỉ nói đến hai tiếng "bỏ tù" đã làm anh ta thấy hoảng sợ.

send a shiver down one's spine → **send a shiver up one's spine**

send a shiver up one's spine hoặc *send a shiver down one's spine* làm cho ai cảm thấy lo lắng, hoặc có cảm giác vừa sợ sệt vừa nôn nao ■ *The word "income tax return" are always enough to send a shiver down my spine.* ● Cụm từ "kê khai thuế lợi tức" bao giờ cũng đủ để làm cho tôi phải thấy lo lắng sợ sệt.

send chills down one's spine → **send a chill down one's spine**

send sb packing làm cho ai phải rời bỏ chỗ làm, hoặc một nơi chốn, hoặc phải chấm dứt một mối quan hệ ■ *The city's vote sent the current mayor packing after Jordan won the election easily.* ● Sự bầu chọn của thành phố đã buộc viên thị trưởng đương nhiệm phải ra đi, sau khi Jordan thắng cuộc bầu cử một cách dễ dàng.

sense → **come to one's senses**

sense → **feast for the eyes**

sense → **take leave of one's senses**

sent → **be sent to the showers**

separate → **under separate cover**

separate the men from the boys hoặc *sort out the men from the boys* một tình huống khó khăn, thử thách, làm phân biệt rõ những người có khả năng làm điều gì với những người không có được khả năng đó ■*The eighth round of the tournament is traditionally the one that separate the men from the boys.* ● Theo truyền thống thì vòng thứ tám của cuộc đua là vòng tách biệt rõ những ai đủ năng lực.

separate the wheat from the chaff → **sort the wheat from the chaff**

serve → **first come, first served**

serve one's purpose → **answer one's purpose**

serve sb right (khẩu ngữ) dùng khi muốn nói việc ai đó nhận lãnh một hậu quả tồi tệ là hoàn toàn đích đáng, nhất là khi chính người ấy đã gây ra sự việc ■ *"Tom and Linda missed their flight yesterday." "Well, it serves them right. They never get anywhere on time."* ● "Hôm qua Tom và Linda đã bị trễ chuyến bay của họ." "Hừ, thật đáng kiếp cho họ. Họ chẳng bao giờ đi đến đâu đúng giờ cả!"

serve two masters sống theo hai ý tưởng khác nhau, hoặc cùng lúc phải trung thành với cả hai nhóm, tổ chức..., nhất là khi điều này rất khó thực hiện ■ *You have the difficult position of serving two masters - the customer who pays you* *and the supplier who you have to pay.* • Bạn ở một cương vị khó khăn phải phục vụ hai đối tượng khác nhau trong cùng một lúc - người khách hàng chi trả cho bạn và nhà cung cấp mà bạn phải chi trả.

service → **pay lip service to sth**

set → **all set**

set → **at a set time**

set → **be set in one's ways**

set → **dead set against (doing) sth**

set → **dead set on**

set adrift → **cast adrift**

set eyes on → **lay eyes on**

set fair for sth → **set fair to do sth**

set fair to do sth hoặc *set fair for sth* có đủ những phẩm chất, năng lực hoặc điều kiện cần thiết để thành công hoặc thực hiện tốt điều gì ▪ *She seems set fair to win the championship.* • Cô ấy dường như có đủ năng lực để giành chức vô địch. ▪ *Conditions were set fair for stable economic development.* • Những điều kiện cần thiết đã được tạo ra cho một sự phát triển kinh tế ổn định.

set foot đặt chân đến, thăm viếng hoặc ghé đến một nơi nào ▪ *He's the first man to set foot on the moon.* • Ông ấy là người đầu tiên đặt chân lên mặt trăng. ▪ *I vowed never to set foot in that place again.* • Tôi thề sẽ không bao giờ đến nơi ấy lần nữa. ▪ *It was the first time she had set foot in the desert.* • Đó là lần đầu tiên cô ta đã từng đặt chân lên sa mạc. ▪ *He had never before set foot on French soil.* • Trước đó ông ta chưa từng đặt chân lên đất Pháp.

set one's face against sth quyết tâm, dứt khoát phản đối, chống lại điều gì ▪ *Her father had set his face against the marriage.* • Cha cô ấy hết sức phản đối cuộc hôn nhân.

set one's heart on (doing sth) hoặc *get one's heart on (doing sth)* hoặc *have one's heart set on (doing sth)* rất mong muốn có được điều gì hoặc quyết tâm làm việc gì ▪ *Jason's really set his heart on going to Stanford - I hope he gets accepted.* • Jasson thực sự đã quyết lòng đi Stanford - Tôi hy vọng là anh ấy được chấp nhận. ▪ *He's got his heart set on winning the competition.* • Anh ấy đã hạ quyết tâm sẽ chiến thắng cuộc tranh tài. ▪ *They've set their heart on a house in the country.* • Họ rất mong muốn có được một căn nhà ở vùng quê.

set one's own house in order → **put one's (own) house in order**

set one's sights on sth xác định mong muốn của mình về điều gì và quyết tâm nỗ lực để đạt được ▪ *Logan had set his sights on becoming a lawyer, seeing this as a way of helping disadvantaged people.* • Logan đã xác định mục tiêu theo đuổi là sẽ quyết tâm nỗ lực để trở thành một luật sư, xem đây như là một phương cách để giúp đỡ những người kém may mắn.

set one's teeth on edge 1. nói về âm thanh hay mùi vị làm cho ai có cảm giác rất khó chịu khi phải tiếp xúc ▪ *Deep voices or loud machines can set a sensitive child's teeth on edge.* • Những âm thanh trầm hay tiếng máy móc ồn ào có thể làm cho một đứa trẻ nhạy cảm sẽ thấy rất khó chịu. 2. nói về một tình huống hay cung cách ứng xử của ai gây ra cảm giác rất khó chịu, không thoải mái

■ *He never looked at me, and spoke with an insincere politeness that set my teeth on edge.* ● Anh ta chẳng bao giờ nhìn vào tôi, và nói chuyện với một cung cách lịch sự giả tạo làm cho tôi thấy rất khó chịu.

set sb straight chỉ bảo cho ai biết điều đúng đắn, tốt đẹp... khi họ đang sai lầm, hoặc cho ai biết sự thật khi họ nhầm lẫn về điều gì ■ *Like my mother always said: women always know right from wrong. Ask us - we'll set you straight!* ● Như lời mẹ tôi thường nói: phụ nữ luôn luôn biết phân biệt phải trái. Hãy hỏi chúng tôi - chúng tôi sẽ chỉ ra điều đúng đắn cho bạn.

set sth on its ear gây ra được sự nhiệt tình chú ý và quan tâm của mọi người ■ *This computer will not set the industry on its ear, but it does have some new features that should interest our customers.* ● Kiểu máy vi tính này sẽ không tạo được sự quan tâm mạnh mẽ trong ngành, nhưng nó quả thật có những tính năng mới có thể lôi cuốn khách hàng của chúng ta.

set sth on its feet làm cho một sự việc trở nên độc lập hoặc thành công ■ *His business sense helped set the club on its feet again.* ● Năng lực kinh doanh của ông ta đã giúp cho câu lạc bộ phát triển thành công trở lại.

set store by sth cho rằng điều gì đó là quan trọng hay có giá trị cao ■ *Patrick loves to travel, and thinks this is why he has never set much store by material possessions.* ● Patrick thích đi đây đó, và nghĩ rằng đây là lý do tại sao anh ta chưa bao giờ xem trọng các tài sản vật chất.

set the cat among the pigeons nói hay làm điều gì có nhiều khả năng gây ra rắc rối, khó khăn ■ *Then she told them she was dropping out of college. That really set the cat among the pigeons.* ● Sau đó cô ta nói với họ là cô sắp thôi học cao đẳng. Điều đó thật sự châm ngòi cho mọi rắc rối.

set the record straight hoặc *put the record straight* nói thẳng ra cho ai biết sự thật về một tình huống mà người nói cho rằng họ đã hiểu sai ■ *The Historical Society is helping to set the record straight on the history of local Native American tribes.* ● Hội Sử học đang giúp đưa ra những sự thật đúng đắn về lịch sử các bộ lạc bản xứ của châu Mỹ.

set the scene → set the stage (for)

set the stage hoặc *set the scene* tạo điều kiện dễ dàng hơn cho một điều gì đó xảy ra hoặc được thực hiện dễ dàng hơn ■ *The stage was being set for vast political and social changes in the country.* ● Các điều kiện chuẩn bị đã được thực hiện cho những thay đổi chính trị và xã hội lớn lao trong nước.

set the wheels in motion thực hiện những gì cần thiết để bắt đầu một kế hoạch hay tiến trình ■ *Why did the police wait so long before setting the wheels in motion to track down the killer?* ● Tại sao cảnh sát chờ đợi quá lâu trước khi bắt đầu việc truy tìm kẻ giết người? ■ *Martin was very good at setting the wheels in the motion but he was usually not able to manage a team or complete his plans.* ● Martin rất giỏi trong việc chuẩn bị và khởi sự công việc, nhưng ông ta thường không có khả năng quản lý một đội bóng hay hoàn tất những kế hoạch của mình.

set the wheels turning → **keep the wheels turning**

set the world on fire nói về điều gì rất mới mẻ, gây ngạc nhiên và được chú ý đến rất nhiều (thường được dùng ở dạng phủ định) ▪ *Tony's a nice enough kid, but he'll never set the world in fire.* ● Tony là một đứa trẻ ngoan, nhưng nó sẽ không bao giờ gợi được nhiều sự chú ý.

set to do sth hoặc *all set to do sth* đã chuẩn bị sẵn sàng, sắp sửa làm điều gì ▪ *Are you set to cook the steaks? Yes, the fire is ready and I'm all set to start.* ● Bạn đã sẵn sàng để làm món thịt rán chưa? Rồi, lửa đã sẵn sàng và tôi sắp bắt đầu đây.

set tongues wagging hoặc *start tongues wagging* nói về một biến cố hay một tình huống gây chấn động mạnh làm cho mọi người phải suy nghĩ đến và bàn tán về những gì vừa xảy ra ▪ *Thurmond set a few tongues wagging when he married a woman 23 years younger than himself.* ● Thurmond làm cho mọi người phải xôn xao bàn tán khi ông ta kết hôn với một người đàn bà trẻ hơn mình đến 23 tuổi.

set up shop khởi đầu một doanh nghiệp hay một hoạt động ▪ *Foreign banks have been setting up shop on U.S. soil in increasing numbers over the last few years.* ● Các ngân hàng nước ngoài đã bắt đầu gia tăng số lượng trên đất Hoa Kỳ trong mấy năm vừa qua.

settle → **the dust settles**

settle an old score làm điều gì gây thương tổn cho người khác bởi vì người ấy đã gây thương tổn cho mình trước đây - trả thù ▪ *The report said that many of the former employees who were interviewed were only interested in settling an old score.* ● Bản tường thuật nói rằng nhiều công nhân cũ được phỏng vấn chỉ quan tâm đến việc trả đũa cho những thương tổn trước đây.

settles → **after the dust clears**

seven → **at sixes and sevens**

seven → **the seven year itch**

seventh → **in seventh heaven**

several → **have many irons in the fire**

severely → **bear heavily on sb**

sex → **the fair sex**

shade → **put sb in the shade**

shades of sth nói về một tình huống, sự kiện... gợi nhớ đến điều tương tự đã từng xảy ra trước đây ▪ *Many banks are in trouble, the stock market is overvalued, people are losing their jobs - there are shades of the crash of 1929.* ● Nhiều ngân hàng gặp rắc rối, thị trường chứng khoán mất giá, mọi người đang mất việc làm - có những mối liên tưởng đến trận khủng hoảng của năm 1929. ▪ *Smiley's novel is about an Iowa farmer who divides his land among his three daughters. Shades of "King Lear".* ● Cuốn tiểu thuyết của Smiley viết về một nông dân chia đất đai của mình cho ba cô con gái. Làm gợi nhớ đến vở kịch "Vua Lear".

shadow → **a shadow of one's former self**

shadow → **afraid of one's own shadow**

shadow → **afraid of one's shadow**

shadow → **be scared of one's own shadow**

shadow → **beyond a shadow of doubt**

shadow → cast a shadow over sth

shaft → get the shaft

shaggy dog story câu chuyện được kể để pha trò, thường chấm dứt một cách rất ngớ ngẩn và bất ngờ ■ *I can make a shaggy dag story last forever, and when people laugh at the end, it's the ultimate compliment.* ● Tôi có thể làm cho một câu chuyện đùa kéo dài ra bất tận, và khi người ta bật cười vào lúc kết thúc, đó là lời nhận xét cuối cùng.

shake → a fair shake

shake → in two shakes (of a lamb's tail)

shake → more sth than one can shake a stick at

shake → no great shakes

shake → quake in one's boots

shake a leg (khẩu ngữ) dùng để bảo ai đang làm việc gì đó hãy nhanh lên ■ *Come on, Cara, shake a leg - it's almost eight o'clock.* ● Thôi nào, Cara, hãy nhanh lên chứ - đã gần 8 giờ rồi.

shake in one's boots → quake in one's boots

shake off the cobwebs → brush away the cobwebs

shake one's booty (cách dùng cũ, thông tục) khiêu vũ theo điệu nhạc phổ biến, nhất là với cung cách khêu gợi tình dục ■ *All right! It's time to shake your booty to some of the smoothest sounds around!* ● Được rồi, đã đến lúc để bạn quay cuồng theo những âm thanh ngọt ngào nhất quanh đây.

shake sth to its foundations → shake the foundations of sth

shake the foundations of sth hoặc *shake sth to its foundations* làm cho người ta phải bắt đầu hoài nghi, đặt câu hỏi về một vấn đề mà từ trước đến giờ vẫn được tin tưởng ■ *This issue has shaken the foundations of French politics.* ● Vấn đề này đã làm lay chuyển nền tảng chính trị của nước Pháp. (khiến người ta phải nghi ngờ về nó)

shaker → the movers and shakers

shame → crying shame

shame → put sb to shame

shape → get bent out of shape

shape → knock sb into shape

shape → the shape of things to come

shape up (or ship out) dùng khi muốn bảo ai đó hãy bắt đầu hành động thích đáng, bằng không thì hãy ra đi ■ *Inefficient companies will be forced to shape up or ship out in this competitive atmosphere.* ● Các công ty hoạt động không có hiệu quả sẽ bị buộc phải thay đổi hoặc là giải thể trong môi trường cạnh tranh này.

share → fair share of sth

share → the lion's share of sth

share of the cake → slice of the cake

share of the pie → slice of the cake

sharp as a razor hoặc *as sharp as a razor* 1. rất sắc bén ■ *This penknife is sharp as a razor.* ● Cái dao rọc giấy này sắc như dao cạo. ■ *The carving knife will have to be as sharp as a razor to cut through this meat.* ● Dao chặt thịt sẽ phải hết sức bén để cắt đứt được miếng thịt này. 2. rất lanh lợi, sắc sảo, khôn ngoan ■ *The old man's senile, but his wife is as* *sharp as a razor.* • Ông già đã lú lẫn, nhưng bà vợ ông còn khôn ngoan lanh lợi lắm. ■ *Don't say too much in front of the child. She's as sharp as a razor.* • Đừng có nói quá nhiều trước mặt con bé. Nó khôn ngoan lanh lợi lắm. (E rằng nó hiểu được những điều đó.)

sharp tongue nói về người luôn nói về những điều xấu của người khác theo một cách thiếu thiện cảm ■ *Lula had a sharp tongue and could be very strict with her children.* • Lula là người hay nói xấu người khác và có thể rất nghiêm khắc với con cái của mình.

sharpest → **the sharpest tool in the box**

shave → **close call**

shebang → **the whole shebang**

shed → **not shed tears (over)**

shed (new) light on sth hoặc *throw (new) light on sth* hoặc *cast (new) light on sth* làm cho một vấn đề rắc rối hay một chủ đề khó khăn trở nên dễ hiểu hơn, thường là bằng cách cung cấp thông tin mới ■ *Our first witness is likely to shed some light on the events just before Hazelwood's disappearance.* • Nhân chứng của chúng ta rất có thể sẽ làm rõ các sự kiện ngay trước sự biến đi của Hazelwood. ■ *Recent research has thrown new light on the causes of the disease.* • Nghiên cứu gần đây đã làm rõ các nguyên nhân của bệnh tật. → **bring sth to light**

shed crocodile tears hoặc *weep crocodile tears* hoặc *cry crocodile tears* giả vờ buồn thảm, hối tiếc hoặc bối rối... - nhỏ nước mắt cá sấu ■*It's time the goverment stopped shedding crocodile tears over child poverty, and got to the cause of the problem.* • Đã đến lúc chính phủ thôi đừng nhỏ nước mắt cá sấu cho những trẻ em nghèo khó và bắt tay giải quyết nguyên nhân của vấn đề. ■ *Let's have no more politicians shedding crocodile tears for the unemployed.* • Chúng ta không cần có thêm những nhà chính trị nhỏ nước mắt cá sấu cho những người thất nghiệp.

sheep → **a wolf in sheep's clothing**

sheep → **the black sheep of the family**

sheet → **as white as a ghost**

sheet → **be three sheets to the wind**

sheet → **clean slate**

sheet → **sing from the same hymn book**

sheet → **start with a clean sheet (of paper)**

sheet → **white as a sheet**

shell → **be a shell game**

shell → **bring sb out of their shell**

shell → **come out of one's shell**

shelves → **be flying off the shelves**

shift into gear → **get in gear**

shift one's ground hoặc *change one's ground* bắt đầu đưa ra những lý do khác để giải thích việc làm của mình, hoặc thay đổi ý kiến, quan điểm ■*In the 1990s, China began to shift its ground in its relations with South Korea.* • Vào thập kỷ 1990, Trung Quốc bắt đầu thay đổi quan điểm trong những quan hệ với Hàn Quốc. ■ *Most newspapers have shifted their ground considerably on this issue.* • Hầu hết các tờ báo đều đã thay đổi quan điểm đáng kể về vấn đề này.

shifting → the shifting sands of sth

shine → make hay (while the sun shines)

shine → rain or shine

shine → rise and shine

shine → take a shine to sb

shine → take the shine off sth

shine → think the sun shines out of one's backside

shingle → hang out one's shingle

shining → knight in shining armor

shinola → not know shit (from shinola)

ship → jump ship

ship → leave a sinking ship

ship → run a tight ship

ship → shape up (or ship out)

ship → when one's ship comes in

ships that pass in the night (cách dùng cũ) nói về hai người gặp gỡ nhau một cách tình cờ trong thoáng chốc và có sự quan tâm đến nhau ■ *I didn't think it would last with Stan - we were more like ships that pass in the night.* • Tôi không nghĩ là sẽ kéo dài quan hệ với Stan - chúng tôi chỉ là những người tình cờ gặp gỡ trong thoáng chốc và quan tâm đến nhau thôi.

shirt → give sb the shirt off one's back

shirt → hair shirt

shirt → keep one's shirt on

shirt → lose one's shirt

shirt → take the shirt off one's back

shit → cut the crap

shit → don't pull that crap

shit → full of crap

shit → get one's shit together

shit → give sb shit

shit → happy as a pig in shit

shit → in deep shit

shit → no shit

shit → not give a shit

shit → not know shit (from shinola)

shit → on one's shit list

shit → same shit, different day

shit → shoot the shit

shit → the shit hits the fan

shit → think one's shit doesn't stink

shit → tough shit

shit → what a crock

shit a brick hoặc *be shitting bricks* (thông tục) cách nói kém lịch sự để nói về trạng thái quá sợ sệt hoặc lo lắng ■ *I almost shit a brick the first time I had to speak in front of everyone.* • Tôi hết sức lo lắng khi lần đầu tiên phải đứng nói chuyện trước mọi người. - *shit* là một từ bị cho là xúc phạm, vì vậy nên cẩn thận khi sử dụng thành ngữ này - nghĩa đen của *shit* là đại tiện.

shit happens (khẩu ngữ) cách nói an ủi dùng khi có điều gì tồi tệ xảy ra, hàm ý là người ta phải chấp nhận mà không thể làm gì để thay đổi cả ■ *It took me a long time to get used to the idea that I didn't have a job anymore, but now I just think, you know, shit happens.* • Phải mất một thời gian dài tôi mới quen được với ý nghĩ là mình không còn có được một việc làm nữa, nhưng giờ đây

shit or get off the pot

anh biết đấy, tôi chỉ nghĩ là phải chấp nhận thôi vì những điều tồi tệ có thể xảy ra với bất cứ ai.

shit or get off the pot cách nói thô lỗ khi muốn bảo ai đó hãy làm những gì đã nói, khi thực sự là người ấy đã nói quá nhiều mà không làm ■ *Ron's pretty bad at making decisions, so sometimes you just have to tell him to shit or get off the pot.* ● Ron rất dở trong việc đưa ra các quyết định, vì thế đôi khi anh phải bảo cho anh ấy biết là hãy làm đi thay vì chỉ nói suông.

shithouse → built like a brick shithouse

shiver → give sb the shivers

shiver → send a shiver up one's spine

shock the pants off sb → bore the pants off sb

shoe → comfortable as an old shoe

shoe → fill one's shoes

shoe → if the shoe fits (wear it)

shoe → in one's shoes

shoe → put oneself in one's shoes

shoe → the shoe is on the other foot

shoe → wait for the other shoe to drop

shoestring → on a shoestring

shoo-in → be a shoo-in

shook → all shook up

shoot → duck shoot

shoot → look daggers (at sb)

shoot for the stars → reach for the stars

shoot from the hip nói ngay ra những gì đang nghĩ, hoặc quyết định điều gì nhanh chóng thiếu suy nghĩ ■ *Tony shoots from the hip - most of the time he doesn't even know what he's saying.* ● Tony nói năng bộp chộp thiếu suy nghĩ - lắm khi thậm chí anh ta không biết mình đang nói gì.

shoot hoops → shoot some hoop

shoot one's mouth off 1. *(at sb)* (khẩu ngữ) nói ra điều gì có tính cách xúc phạm, thiếu suy nghĩ, thường là do quá tức giận ■ *Ellen's always shooting her mouth off at the boss. She'd better be careful or she's going to lose her job.* ● Ellen luôn luôn xúc phạm ông chủ của cô bằng những lời nóng giận thiếu suy nghĩ. Cô ấy tốt hơn là nên cẩn thận, hoặc là sẽ phải mất việc. 2. *(about sth)* nói về điều gì với vẻ huênh hoang, tự phụ ■ *Tom always shoots his mouth off about his family.* ● Tom luôn nói về gia đình mình với vẻ tự phụ. 3. *(about sth)* nói về điều gì có tính cách riêng tư hoặc bí mật ■ *Jack shot his mouth off about his boss's affair and lost his job last week.* ● Jack đã ba hoa về chuyện lăng nhăng của ông chủ và bị mất việc hồi tuần trước.

shoot oneself in the foot làm điều gì sai lầm, hoặc đưa ra một quyết định ngốc nghếch làm phá hỏng một sự việc mà lẽ ra đã dễ dàng thành công, tự chuốc về cho mình những rắc rối, khó khăn ■ *I can't insult the people that call into my program - that would be shooting myself in the foot, wouln't it?* ● Tôi không thể xúc phạm những người ghé thăm chương trình của tôi - như vậy sẽ là một sai lầm mang lại khó khăn cho chính mình, phải vậy không?

shoot some hoop hoặc *shoot hoops* tham gia trận đấu bóng rổ không chính thức, hoặc luyện tập bóng rổ một mình

■ *Let's go to the gym and shoot some hoop.* ● Chúng ta hãy đến phòng tập và chơi bóng rổ.

shoot the breeze hoặc *shoot the bull* nói chuyện với nhau một cách thân mật và không trang trọng, về rất nhiều chuyện khác nhau, thường là những chuyện không quan trọng - tán gẫu lan man ■ *We thought the meetings were too relaxed - boys sitting around shooting the breeze instead of discussing the critical issues.* ● Chúng tôi cho rằng buổi họp đã quá buông thả - mọi người ngồi quanh tán gẫu lan man thay vì thảo luận những vấn đề thiết yếu. → *shoot the shit*

shoot the bull → shoot the breeze

shoot the messenger quy lỗi hay trừng phạt người đã nói ra cho biết một điều gì sai trái, thay vì nhằm đúng vào người chịu trách nhiệm điều đó ■ *In organizations that are well known for shooting the messenger, employees learn to avoid their manager in times of trouble or crisis.* ● Trong các tổ chức nổi tiếng về việc đổ lỗi cho người nói ra sự việc, nhân viên học biết cách tránh né người quản lý mình trong những lúc có khó khăn hay khủng hoảng.

shoot the shit nói chuyện thân mật với nhau về rất nhiều điều khác nhau nhưng không có gì quan trọng - tán gẫu ■ *"Sorry to interrupt." "No, no, you're not interrupting - we were just shooting the shit."* ● "Xin lỗi đã làm gián đoạn." "Không, không, có gián đoạn gì đâu, chúng tôi chỉ là đang tán gẫu với nhau thôi." - Cách dùng *shoot the breeze* được xem là lịch sự hơn. → *shoot the breeze*

shooting → the whole shooting match

shooting fish in a barrel hoặc *like shooting fish in a barrel* dùng khi muốn nói một trong hai bên đang cạnh tranh nhau là kém hẳn và không thể nào giành được phần thắng ■ *According to the lawyers, putting this man with no money on trial is a little like shooting fish in a barrel.* ● Theo các luật sư thì việc đưa người đàn ông không tiền này ra tòa có phần nào là một cuộc chiến không cân sức.

shop → bull in a china shop

shop → close up shop

shop → set up shop

shop → talk shop

shopping list những điều mà ai đó muốn đạt được, hoặc muốn người khác phải làm... nhất là khi họ đang cố đạt được một sự đồng ý với người hoặc tổ chức khác ■ *The union intends to present the employers with a shopping list of demands, including more flexible working hours.* ● Công đoàn dự tính sẽ đưa ra với giới chủ thuê một danh sách các đòi hỏi, bao gồm cả những giờ làm việc linh động hơn.

short → bring sb up short

short → caught short

short → draw the short straw

short → fall short

short → get short shrift

short → get the short end

short → have short fuse

short → in the short run

short → keep sb on a short leash

short and sweet

short → life's too short

short → make short work of sth

short → sandwich short of a picnic

short → sell sb short

short → the long and (the) short of it is

short → to make a long story short

short and sweet (khẩu ngữ) nói về một sự kiện chẳng hạn như cuộc họp, bài diễn văn... bất ngờ được rút ngắn thời gian hơn dự kiến, nhất là khi điều đó làm người nói thích thú, hài lòng hoặc ngạc nhiên ■ *We have one other item of business before lunch, and I'll try to keep it short and sweet because we have all worked hard this morning.* ● Chúng ta còn một khoản mục công việc nữa trước giờ ăn trưa, và tôi sẽ cố gắng rút ngắn thời gian lại bởi vì sáng nay tất cả chúng ta đều đã làm việc căng thẳng.

short on sth but long on sth → long on sth but short on sth

shorts → eat my shorts

shot → a shot across the bowl(s)

shot → be shot down in flames

shot → call the shots

shot → cheap shot

shot → give sth a shot

shot → give sth one's best shot

shot → like a shot

shot → long shot

shot → not by a long shot

shot → parting shot

shot in the dark nỗ lực để đoán biết điều gì mà không có được đầy đủ thông tin, dữ kiện..., hoặc nỗ lực làm điều gì khi biết là rất khó thành công ■ *Making the movie with so little money was a gamble - a total shot in the dark. I never thought it would work out so well.* ● Thực hiện bộ phim với quá ít tiền như thế là một cuộc đánh bạc - một việc làm hoàn toàn mạo hiểm. Tôi đã không bao giờ nghĩ rằng nó lại phát triển thành công tốt đẹp đến thế. ■ *The figure he came up with was really just a shot in the dark.* ● Con số mà anh ta đạt đến thật sự chỉ là một sự phỏng đoán.

shot to hell hoặc ***blown to hell*** hoặc ***all shot to hell*** (khẩu ngữ) sự hủy hoại hoặc hư hỏng hoàn toàn của một sự việc đã tồn tại rất lâu ■ *"Thirty-five years shot to hell,"* Minarich said this morning, *as he looked at the wreckage of the house that burnt to the ground last night.* ● "Ba mươi lăm năm trời đi đời nhà ma," Minarich nói vào sáng nay, khi ông ta nhìn đống đổ nát của căn nhà đã bị thiêu rụi tối qua. ■ *My car is all shot to hell and can't be depended on.* ● Chiếc xe hơi của tôi đã hỏng cả rồi và không thể tin cậy được. ■*This knife is shot to hell, I need a sharper one.* ● Con dao này đã hỏng rồi, tôi cần một con dao khác sắc bén hơn.

should have one's head examined → need one's head examined

shoulder → be a weight off one's shoulders

shoulder → carry the weight of the world on one's shoulder

shoulder → have a chip on one's shoulder

shoulder → have a good head on one's shoulders

shoulder → look over one's shoulder

shoulder → rub shoulders with sb

shoulder → stand head and shoulders above

shoulder to cry on người có thể nói cho biết những khó khăn, rắc rối của mình để nhận được sự cảm thông hoặc lời khuyên bảo ■ *Our organization provides support and a valuable shoulder to cry on for families who have lost a parent.* ● Tổ chức của chúng tôi đưa ra sự hỗ trợ và là một nơi rất quý giá có thể chia sẻ tâm sự với những gia đình mồ côi cha hoặc mẹ.

shoulder to shoulder 1. nói về người, đứng kế cận, gần sát bên nhau ■ *All the students were standing shoulder to shoulder at the graduation ceremony.* ● Ở buổi lễ tốt nghiệp, tất cả sinh viên đứng kề vai bên nhau. 2. hoạt động gắn bó cùng nhau trong một nỗ lực chung nhằm đạt được hoặc bảo vệ điều gì ■ *We remembered the days when we had fought shoulder to shoulder against the invaders.* ● Chúng tôi nhớ lại những ngày mà chúng tôi cùng kề vai sát cánh bên nhau chiến đấu chống lại quân xâm lược.

shout → all over but the shouting

shout → laugh one's head off

shout sth from the rooftops hoặc *yell sth from the rooftops* hoặc *scream sth from the rooftops* cố làm cho ai đó phải chú ý lắng nghe điều mình muốn nói, hoặc nói ra với tất cả mọi người về điều gì ■ *They have finally said at the polls what they have been screaming from the rooftops for two years - that they care about the economy and they want a president who listens.* ● Họ cuối cùng cũng nói ra trong cuộc thăm dò ý kiến những gì họ đã cố gắng nói lên suốt hai năm qua - rằng họ quan tâm đến nền kinh tế và muốn có một vị Tổng thống biết lắng nghe.

shove → when push comes to shove

show → dog-and-pony show

show → get the show on the road

show → show one's face

show → steal the show

show one's cards → show one's hand

show one's face (khẩu ngữ) 1. xuất hiện ở một nơi nào đó mà thường là không được sự hoan nghênh của mọi người ■ *Krista wouldn't dare show her face around here after what she said to you.* ● Krista chắc không dám đến đây nữa đâu, sau những gì cô ta đã nói với bạn. ■ *I don't know how Sarah can show her face around here after what she did.* ● Tôi không biết làm sao mà Sarah còn có thể vác mặt đến đây sau những gì mà cô ta đã làm. ■ *She stayed at home, afraid to show her face anywhere.* ● Cô ấy ở nhà, e ngại không dám đi đến đâu cả. 2. đi đến nơi nào đó vì trách nhiệm, thường là chỉ trong một thời gian rất ngắn, cho dù không muốn ■ *I thought I'd better show my face at the meeting, just to make it clear that I know what's going on.* ● Tôi nghĩ tốt hơn là tôi có mặt ở buổi họp, chỉ để tỏ rõ là tôi biết được diễn tiến của mọi việc.

show one's hand hoặc *tip one's hand* hoặc *show one's cards* để cho đối thủ biết được những kế hoạch của mình, trong một tình huống mà điều đó có lợi cho họ ■ *The general always waited for his enemies to show their hand before* *committing his forces.* • Vị tướng luôn đợi cho kẻ thù của ông để lộ kế hoạch của họ trước khi sử dụng các lực lượng của mình.

show one's mettle → **prove one's mettle**

show one's teeth bộc lộ sự giận dữ hoặc phô trương sức mạnh của mình với ai để cảnh cáo người ấy không được làm điều gì ■ *The government has started to show its teeth, with major implications for security in the area.* • Chính phủ đã bắt đầu đe dọa dùng vũ lực, với những hệ quả chính vì an ninh trong vùng.

show one's true colours bộc lộ rõ những cảm xúc thật sự hoặc ý kiến về một vấn đề, không tiếp tục che giấu như trước ■ *By refusing even to discuss race relations, the chairman has shown us his true colours.* • Bằng cách từ chối ngay cả việc thảo luận các mối quan hệ chủng tộc, ông chủ tịch đã cho chúng tôi thấy rõ quan điểm thật sự của ông ta.

show sb a good time làm cho ai vui thích bằng cách đưa người ấy đến những nơi đông người và các nơi giải trí khác nhau ■ *Craig took me to dinner, bought me flowers, and walked with me on the beach. He really knows how to show a girl a good time!* • Craig đưa tôi đi ăn, mua hoa cho tôi, và cùng tôi đi dạo trên bãi biển. Anh ấy thực sự biết cách làm cho vui lòng một cô gái.

show sb in a new light → **put sb in a new light**

show sb the door tiễn khách bằng một cách dứt khoát và không thân thiện ■ *I expected him to show me the door when I told him I was from the local paper, but he agreed to talk.* • Tôi đã chờ đợi là anh ta sẽ mời tôi ra khỏi cửa ngay khi tôi bảo cho anh ấy biết tôi đến từ tòa báo địa phương, nhưng anh ta lại đồng ý tiếp chuyện.

show sb the ropes hoặc *teach sb the ropes* chỉ dẫn sơ lược cho ai cách làm điều gì hoặc cách giải quyết một tình huống ■ *When the Johnsons bought a computer, I went over to set it up and show them the ropes.* • Khi gia đình Johnson mua một máy vi tính, tôi đã đến để cài đặt máy và hướng dẫn sơ lược cho họ về cách sử dụng.

show sb who's boss chứng tỏ cho ai thấy sự vượt trội về sức mạnh, năng lực hoặc khả năng kiểm soát tình thế của mình ■ *It was clear in the second half of the game that the Badgers had let the other team know who was boss.* • Trong hiệp nhì của trận đấu, rõ ràng là đội Badgers đã tỏ rõ cho đối phương thấy sự vượt trội của mình.

show sth in a new light → **put sb in a new light**

showers → **be sent to the showers**

shrift → **get short shrift**

shrinking violet người hay e thẹn và dễ sợ sệt ■ *Kelly's definitely no shrinking violet - she'll tell you what's on her mind.* • Kelly hoàn toàn không phải là người thẹn thùng nhút nhát - cô ấy sẽ nói cho anh biết cô ấy nghĩ gì. ■ *Although he's an aggressive athlete on the field, off the field, Damon is a shrinking violet.* • Mặc dù là một vận động viên thường gây hấn trên sân, nhưng ra khỏi sân thì Damon là một người rất e thẹn và nhút nhát.

shuffle → get lost in the shuffle

shun as one would the plague → avoid sb like the plague

shut → do sth with one's eyes closed

shut → keep one's trap shut

shut → open-and-shut case

shut → with one's eyes shut

shut one's ears to sth hoặc *close one's ears to sth* phớt lờ như không nghe điều gì ■ *She decided to shut her ears to all the rumours.* • Cô ấy quyết định phớt lờ không nghe tất cả những tin đồn.

shut one's eyes to sth → close one's eyes to sth

shut the door on sth → close the door on sth

shut your face hoặc *shut your trap* hoặc *shut your mouth* hoặc *shut your gob* (khẩu ngữ, thường dùng với trẻ con) cách diễn đạt khiếm nhã, dùng để bảo người đối diện hãy im ngay đi ■ *"What have you done to your hair?" "Oh, shut your face!"* • "Cô đã làm gì với mái tóc của mình thế?" "Im đi, đừng nói nữa."

shut your gob → shut your face

shut your mouth → shut your face

shut your trap → shut your face

shuttle → air shuttle

shy → fight shy of doing sth

shy → once bitten, twice shy

sick → feel sick

sick as a dog hoặc *as sick as a dog* (khẩu ngữ) bệnh nặng, bệnh kèm theo nôn mửa ■ *I have to be as sick as a dog before mom will let me stay home from school.* • Tôi phải ốm rất nặng thì mẹ tôi mới cho phép tôi nghỉ học ở nhà. ■ *We've never been so ill. The whole family was sick as dogs.* • Chúng tôi chưa bao giờ ốm nặng đến thế. Cả nhà đều nôn thốc nôn tháo. ■ *Sally was as sick as a dog and couldn't go to the party.* • Sally ốm rất nặng và không thể đến dự tiệc được.

sick at heart rất đau buồn và bối rối về việc gì ■ *I felt sick at heart when I saw the expression on his face, and I knew he would never forgive me.* • Tôi rất đau buồn khi nhìn thấy vẻ mặt anh ấy, và tôi biết anh sẽ chẳng bao giờ tha thứ cho tôi.

side → err on the side of caution

side → get on the wrong side of sb

side → get up on the wrong side of the bed

side → have sth on one's side

side → keep on the right side of sb

side → know which side one's bread is buttered on

side → laugh out of the other side of one's mouth

side → look on the bright side

side → on the credit side

side → on the safe side

side → on the side of the angels

side → on the wrong side of

side → play both ends against the middle

side → split one's sides

sidewalk superintendent

side → sunny side up

side → that's about the side of it

side → the flip side

side → the grass is (always) greener

side → the other side of the coin

side → the wrong side of the tracks

side → thorn in one's side

side → time is on one's side

side → two sides of the same coin

sidelines → on the sidelines

sideswipe → take a sideswipe at

sidewalk superintendent người gây bực tức cho người khác bằng cách theo dõi công việc của ai và đưa ra những lời chỉ bảo về cách thức làm việc, trong khi thực sự không có kiến thức chuyên môn về vấn đề ■ *Joggers and part-time sidewalk superintendents watched as work crews tore up a three-block stretch of State Street.* ● Những người tập chạy bộ và các quan sát viên ngoài lề theo dõi trong khi các toán công nhân phá sập dãy phố ba khu nhà trên đường State Street.

sieve → have a memory like a sieve

sift the wheat from the chaff → sort the wheat from the chaff

sight → at first sight

sight → at sight

sight → be a sight

sight → have sb in one's sights

sight → lose sight of sth

sight → not a pretty sight

sight → out of sight, out of mind

sight → set one's sights on sth

sight → sight for sore eyes

sight for sore eyes người hay sự vật rất xinh xắn, hấp dẫn, lôi cuốn... ■ *Well, this sure is a sight for sore eyes! It's good to see you again, Tracy.* ● Ồ, đây chắc chắn là một cảnh hấp dẫn rồi! Gặp lại bạn thật là tốt lắm đấy, Tracy.

sign → see dollar signs

sign of the times về một sự vật hay tình huống được xem là tiêu biểu cho thực trạng xã hội đương thời, nhất là bộc lộ cho thấy những khía cạnh tiêu cực, xấu xa ■ *It's a depressing sign of the times that people don't even know who their next-door neighbours are.* ● Thật là một dấu hiệu điển hình đáng thất vọng của thời nay, người ta thậm chí không biết đến những người hàng xóm ở kế bên nhà mình là ai nữa.

sign on the dotted line chính thức ký vào một văn bản có giá trị pháp lý, để xác nhận là đồng ý thực hiện điều gì, hoặc một thủ tục mua bán... ■ *When buying a new home, make sure you have consulted a lawyer before signing on the dotted line.* ● Khi mua một ngôi nhà mới, hãy chắc chắn là bạn đã tham khảo ý kiến luật sư trước khi ký hợp đồng mua bán. ■ *Just sign on the dotted line and the car is yours.* ● Chỉ cần ký vào hợp đồng mua bán, và chiếc xe hơi là của bạn.

signal → smoke signals

signed and sealed → signed, sealed, and delivered

signed, sealed, and delivered hoặc ***signed and sealed*** nói về một thỏa ước đã được đưa ra hoặc đã hoàn tất, vì thế sự việc đã được quyết định chắc chắn không còn có thể thay đổi được nữa ■ *Everything is signed, sealed, and delivered; the two companies have merged, and Maddox is their chairman.* • Mọi việc đều đã được thỏa thuận hoàn tất, hai công ty đã hợp nhất, và Maddox là chủ tịch của họ.

significant → **chunk of change**

signing one's own death warrant làm điều gì sẽ dẫn đến những rắc rối rất nghiêm trọng cho bản thân ■ *As the owner of a business, if you discriminate against women, you could be signing your own death warrant.* • Là chủ một doanh nghiệp, nếu bạn phân biệt đối xử với phụ nữ, bạn có thể tự chuốc lấy những rắc rối nghiêm trọng. ■*By informing on the gang, he was signing his own death warrant.* • Bằng việc tố cáo băng đảng ấy, anh ta đã tự chấp nhận những rắc rối nghiêm trọng. - nghĩa đen của thành ngữ này là "tự ký vào bản án tử hình cho mình", nhưng nghĩa được dùng chỉ là "những rắc rối nghiêm trọng" mà thôi.

silence → **conspiracy of silence**

silent → **give sb the silent treatment**

silk → **make a silk purse out of a sow's ear**

silver → **hand sth to sb on a (silver) platter**

silver lining hoặc *every cloud has a silver lining* dùng khi muốn nói rằng trong một tình huống khó khăn hay không vui nào đó cũng có một vài điều tốt đẹp hoặc có thể dẫn đến kết quả tốt ■*Don had much more time to spend with his kids after he lost his job, which made him realize that every cloud has a silver lining.* • Don có thêm rất nhiều thời gian dành cho các con sau khi bị mất việc, và điều này khiến anh ta nhận ra rằng trong sự không may cũng có điều gì đó tốt đẹp.

sin → **cover a multitude of sins**

sin → **ugly as sin**

since → **a lot of water has gone under the bridge since**

since → **ever since**

since → **think sth is the best thing since sliced bread**

since the year dot hoặc *from the year dot* từ lâu lắm rồi ■ *We've known each other since the year dot.* • Chúng tôi đã biết nhau từ lâu lắm rồi.

since time immemorial → **from time immemorial**

sing → **it ain't over 'til the fat lady sings**

sing → **the fat lady has sung**

sing a different tune thay đổi hoàn toàn những quan điểm, ý kiến đã bộc lộ trước đây ■ *Corporations have been singing a different tune than they were five months ago. They're showing an interest in workers' well-being.* • Các công ty đã thay đổi hoàn toàn quan điểm so với cách đây 5 tháng. Họ tỏ ra quan tâm đến sự tốt đẹp cho đời sống của công nhân.

sing from the same hymn book hoặc *sing from the same hymn sheet* cách trả lời, cho ý kiến hoàn toàn giống như nhau trong một nhóm người khi được hỏi về một vấn đề ■ *"It isn't just Doug Wilder saying it,"* Strauss said. *"Stu Eizenstat, a liberal, has been saying it. I've* been saying it. I think we're all singing from the same hymn book." • Strauss nói: "Không chỉ có Doug Wilder nói như thế. Stu Eizenstat, một người theo chủ nghĩa tự do, cũng nói thế. Tôi cũng nói như thế. Tôi nghĩ là tất cả chúng tôi đều có cùng quan điểm như thế."

sing from the same hymn sheet → sing from the same hymn book

sing one's praises khen ngợi ai theo cách rất nhiệt tình ■ *Mrs. Clark was singing your praises yesterday. She thinks you're one of the best students in the class.* • Hôm qua bà Clark đã khen ngợi anh hết lời. Bà ấy nghĩ rằng anh là một trong những sinh viên giỏi nhất lớp.

single → in single file

sink one's teeth into sth hoặc *get one's teeth into sth* bắt đầu làm việc tích cực và dùng hết năng lực của mình trong một công việc được quan tâm ■ *After several years away from the spotlight, Moore finally has a role she can sink her teeth into.* • Sau nhiều năm không được mấy ai lưu ý đến, cuối cùng Moore đã có được một vai trò để cô có thể dồn hết sức lực của mình vào.

sink or swim tình huống phải thành công dựa vào nỗ lực của chính mình mà không có sự giúp đỡ của bất cứ ai khác ■ *Playing singles tennis is tough. It's either sink or swim, and I guess I've been sinking a lot lately.* • Thi đấu quần vợt đơn thật là gay go. Đó là tình huống thắng hay bại dựa vào nỗ lực của chính mình, và tôi cho rằng gần đây tôi đã bại quá nhiều. ■ *Most teacher trainees get sink-or-swim training, instead of close supervision.* • Hầu hết các giáo viên tập sự được huấn luyện bằng vào nỗ lực tự thân, thay vì là sự giám sát chặt chẽ.

sink to the depths đánh mất tất cả những chuẩn mực đạo đức thông thường và thực hiện việc gì cực kỳ xấu xa tội lỗi ■ *I can't believe he could sink to those depths. I mean, it must be pretty bad to be stealing from your own family.* • Tôi không tin nổi là hắn ta lại có thể táng tận lương tâm đến thế. Ý tôi là, thật vô cùng xấu xa khi trộm cắp của chính gia đình bạn.

sinker → fall for sth hook, line and sinker

sinking → leave a sinking ship

sinking feeling hoặc *that sinking feeling* cảm giác bất ngờ nhận ra có gì không hay đã xảy ra hoặc sắp xảy ra ■ *As we sailed closer the place where the lighthouse should have been, I had a sinking feeling that the storm had destroyed the landmarks we were looking for.* • Khi chúng tôi đưa thuyền đến gần vị trí mà lẽ ra là có ngọn hải đăng, tôi bất chợt có linh cảm là cơn bão đã hủy hoại đi mất cột mốc mà chúng tôi đang tìm kiếm. ■ *I had a horrible sinking feeling when I saw the ambulance outside the house.* • Tôi chợt có một linh cảm khủng khiếp khi nhìn thấy chiếc xe cứu thương ở bên ngoài nhà.

sit → fence-sitting

sit → sit down and do sth

sit down and do sth cố gắng giải quyết một vấn đề bằng cách tập trung trọn vẹn sự chú ý, quan tâm đến ■ *It's time we sat down and organized our finances.* • Đã đến lúc chúng ta phải tập trung nỗ lực để tổ chức các vấn đề tài chính.

sit in judgment (on/over) phê phán cung cách cư xử của ai, nhất là theo cách quá nghiêm khắc hoặc không công bằng ▪ *Steve, you're a divorced man - I don't think you're qualified to sit in judgment on other people's relationships.* • Steve, anh là một người đàn ông đã ly hôn - tôi không nghĩ là anh có đủ tư cách để phê phán những quan hệ của người khác.

sit on one's hands (thường dùng trong các lĩnh vực kinh doanh và chính trị) không tham gia vào một tình huống mà lẽ ra có thể giúp ích nhiều ▪ *People are dying from this disease everyday. The drug companies can't just sit on their hands and do nothing.* • Mỗi ngày người ta đang chết dần vì căn bệnh này. Các công ty dược phẩm không thể chỉ chắp tay ngồi nhìn mà không làm gì cả.

sit on one's laurels → **rest on one's laurels**

sit on the fence dùng để bày tỏ sự không tán thành đối với người không nhanh chóng đưa ra quyết định hoặc từ chối không có ý kiến rõ ràng về một sự việc - người đứng ngoài cuộc ▪ *You know how things are - too many people sitting on the fence these days. We need action.* • Bạn biết mọi việc diễn tiến thế nào đấy - ngày nay có quá nhiều người chỉ đứng ngoài cuộc. Chúng ta cần có hành động. ▪ *He tends to sit on the fence at meetings.* • Anh ta có khuynh hướng rất thụ động trong các buổi họp.

sit tight giữ tư thế thụ động, quan sát mà không có hành động gì, nhằm chờ đợi sự biến chuyển thuận lợi của tình hình ▪ *They decided to sit tight until interest in the case had died down, and then head for Florida.* • Họ quyết định ngồi yên chờ đợi cho sự chú ý đến vụ việc đã lắng dịu xuống, và sau đó mới thẳng đường đến Florida.

sit up and take notice đột nhiên bắt đầu chú ý đến điều gì đang xảy ra, vì điều ấy gây ngạc nhiên hoặc tạo một ảnh hưởng nhất định ▪ *Centex's recent success with its "smart homes" will make other builders sit up and take notice.* • Thành công gần đây của Centex với những "căn nhà thông minh" sẽ làm cho các nhà xây dựng khác phải bắt đầu tập trung chú ý.

sitting → **at a sitting**

sitting → **be sitting pretty**

sitting duck người không có khả năng tự vệ trước sự gây hại hoặc lấn lướt của kẻ khác, là mục tiêu dễ dàng bị tấn công ▪ *You're like a sitting duck when you insist on walking home alone at night.* • Bạn sẽ không có đủ khả năng tự vệ khi cứ khăng khăng đòi đi bộ một mình về nhà vào ban đêm. ▪ *Without my gun, I'm only a sitting duck for any terrorist.* • Không có súng, tôi chỉ là một miếng mồi ngon cho bất cứ tên khủng bố nào.

sitting on a goldmine điều gì đó rất có giá trị, nhất là khi người ta dường như chưa nhận ra giá trị đó ▪ *You should fix this house up a little. With this location, you could be sitting on a goldmine.* • Anh nên sửa sang lại căn nhà này đôi chút. Với địa thế này thì anh có thể là đang ngồi trên đống vàng rồi đấy. ▪ *If you buy this restaurant, next year you will be sitting on a goldmine.* • Nếu anh mua được nhà hàng này, năm tới anh sẽ ngồi trên đống vàng đấy.

situation → Catch-22

situation → chicken and egg situation

situation → in the clutch

six → at sixes and sevens

six → be six feet under

six of one, half a dozen of the other (khẩu ngữ) không có khác biệt gì nhiều giữa hai khả năng lựa chọn hoặc hai tình huống ■ *In terms of time, it doesn't matter whether we take the bus or drive. It's six of one, half a dozen of the other.* ● Xét về thời gian thì chúng ta đi xe buýt hay lái xe hơi đều không thành vấn đề. Cả hai cũng đều như nhau cả. ■ *I don't mind if we walk or take the bus. It's really six of one, half dozen of the other to me.* ● Tôi không quan tâm việc đi bộ hay đi xe buýt. Đối với tôi cả hai đều như nhau.

size → cut sb down to size

size → try sth (on) for size

skate → be on thin ice

skeleton in the closet một bí mật trong quá khứ của ai được giữ kín vì có thể gây ra sự bối rối nếu người khác biết được ■ *We needed someone new to come in and take charge, someone without any skeletons in their closet.* ● Chúng ta cần một người nào đó mới mẻ tham gia và nhận trách nhiệm, một người không có bất cứ bí mật nào cần phải che giấu trong quá khứ.

sketch sth in broad strokes → paint sth in broad strokes

skid → hit the skids

skid → on skid row

skid → on the skids

skid → put the skids on

skin → do sth by the skin of one's teeth

skin → get under one's skin

skin → give me some skin

skin → have thick skin

skin → it's no skin off one's nose

skin → jump out of one's skin

skin → keep one's eyes peeled

skin → make one's skin crawl

skin → nothing but skin and bones

skin → save one's skin

skin → there's more than one way to skin a cat

skin and bones → nothing but skin and bones

skin sb alive (khẩu ngữ) rất tức giận với ai, hoặc trừng phạt ai một cách nghiêm khắc ■ *I'm late again, and I know my mother will skin me alive this time.* ● Tôi lại trễ lần nữa, và tôi biết là lần này mẹ tôi sẽ phạt tôi một cách nghiêm khắc.

skinny → get the skinny on

skip it (khẩu ngữ) dùng khi không muốn tiếp tục nói chuyện về điều gì ■ *"I saw you out with Phil last night." "Just skip it, okay? That's none of your business."* ● "Tối hôm qua tôi nhìn thấy bạn đi chơi với Phil." "Bỏ qua chuyện ấy đi, được không? Việc đó chẳng liên quan gì đến bạn cả."

skipped → one's heart skipped a beat

skull → be bored out of one's mind

skunk → drunk as a skunk

sky → high as a kite

sky → pie in the sky

sky → praise sb to the skies

sky → the sky's the limit

sky-high → blow sth sky-high

slack → cut sb (some) slack

slack → pick up the slack

slam dunk (khẩu ngữ - thường dùng trong các lĩnh vực kinh doanh và chính trị) điều rất dễ làm, hoặc sự việc rất thành công ■ *The Bay Area's latest Nobel Prize is a $1-million slam dunk for Steven Chu and two of his scientific colleagues.* ● Giải Nobel mới nhất của vùng Vịnh là một thành công vượt bực trị giá 1 triệu đô-la cho Steven Chu và 2 trong số các đồng nghiệp khoa học của ông. ■ *The president's chief science adviser has criticized those who advocate "slam-dunk solutions" to the problem of global warming.* ● Cố vấn khoa học hàng đầu của tổng thống đa phê phán những người đưa ra các "giải pháp dễ làm" cho vấn đề nóng lên của toàn cầu.

slap in the face hoặc *like a slap in the face* nói về một quyết định hay hành vi gây thất vọng hoặc xúc phạm rất nặng nề đến ai, và không tỏ ra có sự cảm thông, tôn trọng ■ *For generations now, the attention and praise given to General Custer has been like a slap in the face to Native Americans.* ● Qua nhiều thế hệ cho đến nay, sự chú ý và ca ngợi dành cho tướng Custer đã là một điều sỉ nhục lớn cho những người dân bản xứ của châu Mỹ.

slapping → wrist-slapping

slate → clean slate

slate → wipe the slate clean

slaughter → go like a lamb to the slaughter

slave over a hot stove dành ra rất nhiều thời gian để nấu ăn cho ai ■ *There's no way my mom is going to slave over a hot stove on her vacation - she would rather just spend the money and eat out all the time.* ● Không khi nào mẹ tôi chịu bỏ nhiều thời gian làm bếp trong dịp đi nghỉ của bà - lúc nào bà cũng thích bỏ tiền ra và đi ăn bên ngoài hơn.

sleep → do sth in one's sleep

sleep → not sleep a wink

sleep like a log hoặc *sleep like a baby* ■ *I always sleep like a baby after my yoga class.* ● Tôi luôn ngủ rất say sau giờ tập thiền.

sleep on it trì hoãn việc đưa ra một quyết định để có thêm thời gian suy nghĩ kỹ hơn, nhất là qua một đêm ■ *There's no need to sign anything today. Why don't you go home and sleep on it?* ● Không cần thiết phải ký kết bất cứ điều gì hôm nay. Tại sao bạn không quay về nhà và suy nghĩ thêm nữa về sự việc?

sleeping → let sleeping dogs lie

sleeve → have sth up one's sleeve

sleeve → laugh up one's sleeve

sleeve → roll up one's sleeve

sleeve → wear one's heart on one's sleeve

slice → any wave you slice it

slice → think sth is the best thing since sliced bread

slice of the action → **piece of the action**

slice of the cake hoặc *share of the cake* hoặc *piece of the pie* hoặc *slice of the pie* hoặc *share of the pie* phần chia sẻ trong vấn đề gì, chẳng hạn như tiền bạc, lợi ích ... mà ai đó nghĩ rằng mình có quyền được hưởng ▪ *Scotland is demanding a larger slice of the national cake.* • Scotland đang đòi hỏi một phần chia sẻ lớn hơn của cả nước.

slice of the pie → **slice of the cake**

slick as a whistle hoặc *as slick as a whistle* nhanh chóng và gọn gàng, khéo léo ▪ *Tom took a broom and a mop and cleaned the room up as slick as a whistle.* • Tom lấy một cái chổi với một cây lau nhà và nhanh chóng làm sạch căn phòng trong chốc lát. ▪ *Slick as a whistle, Sally pulled off the bandage.* • Thật khéo léo và nhanh chóng, Sally tháo miếng băng ra.

slicker → **city slicker**

slide → **let sth slide**

sling hash (thông tục) làm bồi bàn trong một tiệm ăn nhỏ ▪ *Harry would probably get a job pumping gas or slinging hash in some little town somewhere.* • Harry có lẽ sẽ kiếm được một công việc như đứng bán cho trạm xăng hay chạy bàn cho quán ăn ở một thị trấn nhỏ nào đó.

sling mud hoặc *throw mud* công khai chỉ trích ai, hoặc nói người ấy đã làm điều sai trái, nhất là nhằm mục đích giành được một lợi thế về cho mình ▪*In elections, many candidates sling mud and, now and then, some of them get in trouble with the law for saying too much.* • Trong các cuộc bầu cử, nhiều ứng cử viên công khai chỉ trích, và thỉnh thoảng một số trong họ gặp rắc rối với luật pháp vì nói quá nhiều.

slip → **Freudian slip**

slip → **let it slip (that)**

slip → **let sth drop**

slip → **let sth slip through one's fingers**

slip from the straight and narrow → **stray from the straight and narrow**

slip me some skin → **give me some skin**

slip of the tongue điều nói ra một cách nhầm lẫn, không đúng với ý muốn nói, nhất là khi điều ấy không nên nói ra ▪ *"Eight thousand? I thought you said it would cost six thousand." "Oops, that was just a slip of the tongue. It will cost six thousand dollars."* • "Tám ngàn? Tôi tưởng anh đã nói giá là sáu ngàn chứ." "Ô, chỉ là lỡ lời thôi. Sẽ tính giá là sáu ngàn đô-la."

slip one's mind hoặc *it slips one's mind* hoặc *sth slips one's mind* (khẩu ngữ) điều gì đó bị tạm thời quên đi, trong khi lẽ ra phải được nhớ đến ▪ *I'm sorry I didn't tell you. It completely slipped my mind.* • Tôi xin lỗi đã không nói cho anh biết. Chuyện ấy hoàn toàn bị tôi quên khuấy đi mất. ▪ *Haven't I told you that Dawn and Jared are moving? With all the other excitement going on around here, it must have slipped my mind.* • Tôi chưa nói cho anh biết là Dawn và Jared đang dọn đi đó sao? Với tất cả những điều sôi động diễn ra quanh đây, chuyện ấy hẳn đã bị tôi quên khuấy đi mất.

slippery as an eel hoặc *as slippery as an eel* khôn lanh theo cách gian trá, xảo quyệt, không thể tin cậy được ■ *Tom can't be trusted. He's as slippery as an eel.* • Tom không thể tin cậy được. Hắn ta gian trá lắm. ■ *It's hard to catch Joe red-handed because he's slippery as an eel.* • Thật khó mà bắt quả tang được Joe, bởi vì hắn ta xảo quyệt lắm. ■ *Make sure he agrees to finish the work by the weekend - he's as slippery as an eel.* • Phải đảm bảo là hắn đồng ý hoàn tất công việc vào cuối tuần - hắn ta khó tin cậy lắm đấy.

slippery customer người không đáng tin cậy ■ *"That new boyfriend of Rita's seems like a slippery customer." "Yeah, I agree I wouldn't want to do business with him."* • "Anh chàng bạn trai mới của Rita dường như không đáng tin cậy." "Vâng, tôi đồng ý là tôi sẽ không muốn làm ăn chung với hắn đâu."

slippery slope nói về điều gì có thể sẽ khởi đầu cho một tiến trình suy sụp, tiến đến chỗ tồi tệ hoặc làm cho tình huống ngày càng xấu đi và càng khó kiểm soát hơn ■ *Jerry has started going to Vegas every weekend. I'm worried he's heading down a slippery slope toward a gambling addiction.* • Jerry đã bắt đầu đi Vegas vào mỗi dịp cuối tuần. Tôi lo lắng là anh ta đang bắt đầu sa dần vào con đường đam mê bài bạc.

sliver → born with a sliver spoon in one's mouth

slogged my guts out (khẩu ngữ) làm việc rất căng, cố gắng hết sức để đạt được điều gì ■ *I slogged my guts out for those exams.* • Tôi đã cố gắng hết sức cho các kỳ thi đó.

slope → slippery slope

slouch → no slouch (at sth)

slow → be slow off the mark

slow → do a slow burn

slow on the uptake chậm chạp trong việc nắm vững và xử lý một tình huống ■ *If you were slow on the uptake in taking up the offer of a low interest rate in January, you may have a chance to try again in October.* • Nếu anh chậm chạp trong việc nắm bắt tình hình để nhận lấy mức lãi thấp đưa ra trong tháng 1, có lẽ anh sẽ có một dịp khác để thử lại vào tháng 10.

slower than molasses (in January) (cách dùng cũ) làm điều gì một cách quá sức chậm chạp ■ *What's taking you so long? You're slower than molasses in January.* • Điều gì làm cho bạn lâu đến thế? Bạn chậm như rùa vậy.

slum it sử dụng những phương tiện, sống với những điều kiện... tồi tệ hơn so với trước đây ■ *Businessmen are having to slum it in economy class seats because of widespread company cutbacks.* • Các thương gia đang phải dùng đến những ghế ngồi loại rẻ tiền bởi vì sự cắt giảm đang lan rộng của các công ty.

sly → on the sly

sly as a fox hoặc *as sly as a fox* khôn ngoan, lanh trí và khéo léo ■ *My nephew is as sly as a fox.* • Thằng cháu trai của tôi thật thông minh lanh lợi. ■ *You have to be sly as a fox to outwit me.* • Anh phải hết sức khôn ngoan lanh lợi mới vượt qua được tôi.

small → be small beer

small → don't sweat the small stuff

small → in small doses

small fortune một khoản tiền lớn, rất nhiều ■ *That ring cost me a small fortune, but when I saw her face, I knew it was worth it.* • Chiếc nhẫn ấy phải mất một khoản tiền lớn để mua, nhưng khi nhìn thấy khuôn mặt cô ta, tôi biết là hoàn toàn đáng giá. ■ *That holiday cost me a small fortune.* • Kỳ nghỉ ấy đã tốn của tôi rất nhiều tiền. ■ *We paid a small fortune for this holiday.* • Chúng tôi tốn rất nhiều tiền cho kỳ nghỉ này.

small hours → wee hours

small potatoes người hay sự vật không được xem là quan trọng lắm khi so sánh với những người hay sự vật khác trong cùng loại ■ *Claudia's travel business was very small potatoes compared to Luigi's commercial empire.* • Doanh nghiệp du lịch của Claudia là rất nhỏ bé so với liên hiệp kinh doanh của Luigi.

small wonder → no wonder

small world hoặc *it's a small world* (khẩu ngữ) bày tỏ sự ngạc nhiên khi hoàn toàn bất ngờ được gặp một người quen, hoặc bất ngờ biết được một người hoàn toàn xa lạ có mối quan hệ dây chuyền nào đó với mình ■ *It's such a small world! At a party in Seattle I met a friend of a friend, who taught English in Singapore with one of my friends from high school.* • Thế giới này mới nhỏ hẹp làm sao! Tại một buổi tiệc ở Seattle, tôi đã gặp bạn của một người bạn tôi, người này dạy tiếng Anh ở Singapore với một trong những người bạn thời trung học của tôi.

smart → the smart money

smart → the smart money is on sth

smart aleck hoặc *smart-aleck* người làm ra vẻ khôn ngoan đến mức khiến người khác phải bực mình; hoặc luôn trả lời người khác một cách cợt nhã, không nghiêm túc ■ *"What are you going to wear tonight?" "Clothes". "Don't be such a smart aleck."* • "Tối nay em sẽ mặc gì nào?" "Quần áo." "Đừng có bỡn cợt quá đáng như vậy chứ!" ■ *Dana's mother knew that she was a smart aleck so she did not try to defend her when the school principal called.* • Mẹ của Dana biết rằng cô bé là một đứa hay nghịch ngợm nên bà đã không cố bảo vệ cho cô khi ông hiệu trưởng nhà trường gọi lên.

smart cookie → tough cookie

smart-aleck → smart aleck

smarty pants hoặc *smarty-pants* nói về người gây khó chịu vì luôn nói ra những lời khôn ngoan hoặc trả lời đúng mọi câu hỏi, nhưng không thực sự làm người khác nể phục (thường dùng bởi trẻ con hay khi người lớn nói với trẻ con) ■ *"See, I told you were wrong!" "Yeah, all right smarty pants."* • "Xem đấy, tôi đã bảo là anh sai kia mà!" "Ừ, được rồi, thằng khôn vặt."

smarty-pants → smarty pants

smell → wake up and smell the coffee

smell a rat bắt đầu nghĩ rằng có ai đó đang cố lừa bịp mình, hoặc có điều gì đó về một tình huống đã bắt đầu không ổn ■ *Nelson was unsure about the plan. "What if they see us beforehand and smell a rat?" he asked.* • Nelson không chắc lắm về kế hoạch. Anh ta hỏi: "Nếu như họ thấy chúng ta trước và phát hiện ra là có điều không ổn thì sao?"

smell blood nhận ra được cơ hội đánh bại hoặc làm hại đối thủ, và cố sức thực hiện ngay (thường dùng trong các bản tin báo chí, truyền hình...) ■ *The worst thing you can do when you're making a deal is to seem desperate to do it. That makes the other guy smell blood, and then you're dead.* ● Điều tệ hại nhất khi bạn thực hiện một vụ mua bán là tỏ ra mình quá cần đến nó. Thái độ ấy giúp cho phía đối phương nắm ngay được cơ hội và sẽ bóp chết bạn ngay. → *taste blood*

smell fishy hoặc *seem fishy* hoặc *sound fishy* về một câu chuyện hay tình huống rất đáng nghi ngờ, làm cho người nói nghĩ là đang có điều gì mờ ám, sai trái ■ *Something was starting to smell fishy - whenever we got raided by the police, Rob was nowhere to be found.* ● Có điều gì đó rất đáng nghi ngờ - bất cứ khi nào chúng ta bị cảnh sát bố ráp, Rob luôn biến mất tiêu không thấy đâu cả. ■ *Tenants first smelled something fishy when their landlord disappeared and didn't leave a forwarding address.* ● Những người thuê nhà bắt đầu nghi ngờ có chuyện mờ ám khi chủ nhà của họ biến mất và không để lại địa chỉ chuyển tiếp.

smell sth a mile away → *see sth a mile away*

smelling → *come out smelling like roses*

smile → *all smiles*

smile → *grin like a Cheshire cat*

smile → *wipe the grin off one's face*

smile a Cheshire cat smile → *grin like a Cheshire cat*

smile from ear to ear hoặc *grin from ear to ear* mỉm cười theo cách tỏ ra rất thích thú, hài lòng ■ *Maggie held her new baby daughter and grinned from ear to ear.* ● Maggie bế đứa con gái nhỏ trong tay và nở rộng một nụ cười sung sướng.

smile like a Cheshire cat → *grin like a Cheshire cat*

smoke → *blow smoke (up one's ass)*

smoke → *go up in smoke*

smoke → *put that in one's pipe and smoke it*

smoke → *where there's smoke, there's fire*

smoke and mirrors đánh lừa ai bằng cách làm cho họ chú ý đến điều gì không quan trọng ■ *It's hard to figure out what's behind the political smoke and mirrors.* ● Thật là khó để nhìn rõ được những gì nằm phía sau đám hỏa mù chính trị.

smoke signals điều được nói ra hay thực hiện cho thấy ai đó đang nghĩ gì hoặc dự định làm gì, khi người ấy không trực tiếp nói ra ■ *We were still hoping that the Stenning Group would make a bid to buy our company, although the smoke signals from them read simply "message received".* ● Chúng tôi vẫn hy vọng là Stenning Group có thể đề nghị mua công ty của chúng tôi, mặc dù những tín hiệu từ phía họ chỉ đơn giản cho thấy là họ đã biết chuyện.

smoke-filled room cuộc họp nhằm đưa ra một quyết định kinh doanh hoặc chính trị một cách bí mật, bởi một nhóm nhỏ những người quan trọng ■ *Our spies from the Democrats' smoke-filled rooms say*

smoking gun

that he won't run for election next year. • Các gián điệp của chúng ta từ những cuộc họp bí mật của đảng Dân chủ nói rằng ông ấy sẽ không ra tranh cử vào năm tới.

smoking gun (thường dùng trong các lĩnh vực chính trị) điều chứng tỏ cho thấy là ai đó đã làm gì đó không tốt ■ *There are a lot of people who think that this letter is a smoking gun, proving that the Vice President was aware of what was going on.* • Có nhiều người cho rằng lá thư này là một bằng chứng xấu, chứng tỏ ông Phó Tổng thống đã nhận biết được điều gì đang xảy ra.

smooth → **be smooth sailing**

smooth → **take the rough with the smooth**

smooth operator người rất giỏi trong việc đạt được điều mình muốn bằng cách thuyết phục người khác ■ *Don McMurphey, smooth operator that he is, soon had the invited audience shouting at each other in a fierce argument.* • Don McMurphey, người rất giỏi trong việc thuyết phục người khác, không bao lâu đã làm cho những khán giả được mời quát tháo lẫn nhau trong một trận tranh cãi kịch liệt.

smooth ruffled feathers làm cho ai thôi bối rối hay bực tức sau một tình huống khó khăn hay một cuộc tranh cãi ■ *Tabeka's job on the movie set often included smoothing ruffled feathers when actors got upset.* • Công việc của Tabeka ở phim trường thường bao gồm cả việc xoa dịu khi các diễn viên trở nên bực dọc.

smooth the way for → **pave the way for**

snail → **at a snail's pace**

snake in the grass người giả vờ thân thiện nhưng gây hại cho kẻ khác ■ *I should have known Richards was a snake in the grass - he was only after our money.* • Lẽ ra tôi nên biết Richards là một tên phản bạn - hắn chỉ theo đuổi tiền bạc của chúng ta mà thôi.

snake oil nói về những món hàng được rao bán và thuyết phục là tốt đẹp, hoạt động tốt nhưng sự thật không phải vậy ■ *A lot of the software out there is pure snake oil, but consumers are fooled by glossy packaging.* • Rất nhiều phần mềm ở ngoài đó hoàn toàn là không dùng được, nhưng khách hàng bị lừa gạt bởi cách đóng gói hào nhoáng. ■ *Some "time consultants", though some are merely snake-oil salesmen, can provide genuinely useful tips to help you use your time more efficiently.* • Mặc dù có một số chỉ là những kẻ làm dịch vụ dởm, nhưng một số các nhà tư vấn về thời gian có thể đưa ra những lời khuyên thật sự hữu ích để giúp bạn sử dụng thời gian một cách hiệu quả hơn.

snap one's head off → **bite one's head off**

snap out of it nhanh chóng tự mình chấm dứt được tâm trạng buồn bã hoặc bối rối ■ *Oh, snap out of it - you're not a little girl anymore, and you can't get what you want by screaming.* • Ô, hãy thôi buồn nản đi - bạn đâu còn là một cô bé gái nữa, và bạn không thể có được những gì bạn muốn bằng cách kêu khóc.

snappy → **make it snappy**

sneaking → have a sneaking suspicion

sneeze → nothing to sneeze at

sniff → nothing to sneeze at

snit → in a snit

snook → cock a snook at sb

snooze → you snooze, you lose

snow → pure as the driven snow

snow → white as the driven snow

snow job (khẩu ngữ) những lời nói dối và mánh khóe để làm cho người khác tin vào điều gì không thật ■ *Marian must have done a huge snow job to get him to run an errand like that for her.* ● Marian chắc hẳn đã nói dối rất nhiều để có thể sai khiến anh ấy làm những chuyện vặt như thế cho cô ta.

snowball → have a chance in hell (of)

snuff → up to snuff

snug as a bug (in a rug) hoặc *as snug as a bug (in a rug)* rất ấm cúng, êm ấm (trong một chỗ ở, trú ngụ... Thường dùng nhất là khi đặt một đứa bé vào chỗ ngủ) ■ *Let's pull up the covers. There you are, Bobby, as nug as a bug in a rug.* ● Chúng ta hãy kéo mền lên nào. Đây rồi, Bobby, tha hồ mà ấm nhé! ■ *You just curl up under the blanket - there, you're snug as a bug in a rug.* ● Con chỉ việc cuộn mình dưới tấm chăn - được rồi, hết sức ấm áp và thoải mái rồi đấy nhé. ■ *What a lovely little house! I know I'll be snug as a bug in a rug.* ● Căn nhà nhỏ xinh xắn làm sao! Tôi biết là tôi sẽ rất êm ấm ở đây.

so → ever so

so → go so far as to do sth

so → in so far as

so → in so many words

so → not in so many words

so and so hoặc *so-and-so* 1. dùng khi đề cập đến một người cụ thể nào đó nhưng không nêu tên ■ *She'd point someone out and say "That's so-and-so", but I never remembered their names.* ● Cô ấy thường chỉ ra một người nào đó và nói tên là gì gì đó, nhưng tôi chẳng bao giờ nhớ được tên của họ. 2. nói về một người rất tồi và không thể tin cậy được ■ *That Jack Davis sure is one mean old so-and-so.* ● Cái tay Jack Davis đó chắc chắn là một lão đê tiện không thể tin cậy được.

so far 1. hoặc *thus far* cho đến lúc này, cho đến thời điểm đang nói ■ *What do you think of the show so far?* ● Cho đến lúc này anh nghĩ sao về buổi trình diễn? ■ *Detectives are so far at a loss to explain the reason for his death.* ● Cho đến nay các thám tử vẫn mù tịt không giải thích được nguyên nhân cái chết của ông ta. ■ *So far we have restricted our attention to the local area.* ● Cho đến lúc này chúng tôi đã giới hạn sự chú ý của mình vào khu vực địa phương. ■ *There have been 11 deaths from TB so far.* ● Cho đến nay đã có 11 trường hợp tử vong vì bệnh lao. 2. chỉ đến một mức độ giới hạn ■ *I trust him only so far.* ● Tôi chỉ tin anh ta có mức độ thôi. ■ *You can only get so far on good looks alone.* ● Riêng với vẻ ngoài đẹp thì bạn cũng chỉ đạt đến một mức giới hạn thôi. ■ *I can tolerate this rudeness only so far and no further.* ● Tôi có thể tha thứ cho sự thô lỗ này đến mức độ giới hạn thôi và không thể nào chấp nhận thêm nữa.

so far as anyone knows → far as anyone knows

so far as it goes → as far as sth goes

so far as possible → as far as possible

so far as sth is concerned → as far as sth is concerned

so far as that goes → as far as that goes

so far as that is concerned → as far as that goes

so far, so good (khẩu ngữ) dùng khi muốn nói là mọi việc đều diễn ra tốt đẹp, thành công cho đến thời điểm nói, nhất là khi người nói nghĩ rằng sẽ có rắc rối sắp xảy ra ■ *I held my breath and climbed onto the saddle. So far, so good - then I realized I didn't know how to steer a horse.* • Tôi nín thở và trèo lên yên ngựa. Cho đến lúc này thì mọi việc đều tốt đẹp - và rồi tôi nhận ra là tôi không biết cầm cương.

so help me (God) (khẩu ngữ) dùng khi muốn nhấn mạnh rằng điều đang nói ra, đe dọa hoặc hứa hẹn là thật sự nghiêm túc, đúng đắn ■ *You kids had better behave, or, so help me, I'll give you all a beating you'll never forget.* • Lũ trẻ bọn bay tốt hơn là hãy biết cư xử, bằng không thì, tao nói thật đấy, tao sẽ cho cả bọn một trận đòn nhớ đời.

so it's not even funny (khẩu ngữ) dùng để nhấn mạnh phẩm chất hoặc số lượng của sự việc được đề cập đến ■ *I really need another job - I have so much time on my hands it's not even funny.* • Tôi thực sự cần một công việc khác - tôi có quá nhiều thời gian thừa thãi.

so long (cách dùng cũ) dùng khi tạm biệt ai ■ *Well, thanks for letting us stay. So long, Cliff!* • Vâng, cảm ơn đã cho chúng tôi ở chơi. Tạm biệt nhé, Cliff!

so long as → as long as

so much the better nói về điều gì thậm chí còn tốt đẹp hơn nữa ■ *We don't actually need it on Tuesday, but if it arrives by then, so much the better.* • Chúng tôi không thực sự cần đến nó vào thứ Ba, nhưng nếu nó đến vào hôm đó lại càng tốt hơn. ■ *He sounds a suitable person, and if he's a friend of yours, so much the better.* • Anh ta có vẻ là một người thích hợp, và nếu anh ta là bạn của anh, điều đó càng tốt hơn.

so near and yet so far → so near yet so far

so near yet so far hoặc *so near and yet so far* (cách dùng cũ) nói về điều gì mong muốn đã sắp sửa đạt đến nhưng rồi cuối cùng không đạt được ■ *Everywhere we went in the park, we ran into other families. All that wilderness and isolation was so near, yet so far.* • Khắp nơi chúng tôi đi đến trong công viên, chúng tôi đụng đầu với các gia đình khác. Hết thảy sự hoang dại và cách ly tưởng như đã có được trong tầm tay giờ lại quá xa rồi.

so there (khẩu ngữ) dùng khi muốn nặng lời hoặc chặn đứng sự tranh cãi của ai ■ *I don't earn much money, but my job's more important than yours, so there!* • Tôi không kiếm được nhiều tiền, nhưng công việc của tôi quan trọng hơn so với công việc của anh, được chưa!

so what (khẩu ngữ) cách nói khiếm nhã khi muốn nói điều ai vừa nêu ra, nhất là một lời phê phán, là không quan trọng, không đáng nói ■ *"You were on the phone for an hour!" "Yeah, so what?"* • "Anh đã nói chuyện điện thoại đến cả một giờ đồng hồ rồi!" "Ừ, thế thì đã làm sao nào?"

so-and-so → **so and so**

soapbox → **get on one's soapbox**

sober as a judge hoặc *as sober as a judge* 1. làm ra vẻ nghiêm nghị, cứng rắn quá đáng ■ *You certainly look gloomy, Bill. You're sober as a judge.* ● Trông anh quả thật là chán quá, Bill. Anh nghiêm nghị cứ như một quan tòa vậy. ■ *Tom's as sober as a judge. I think he's angry.* ● Tom làm mặt nghiêm cứ như một quan tòa. Tôi nghĩ là anh ta đang giận. 2. không hề say rượu, hoàn toàn tỉnh táo ■ *Even though I was as sober as a judge, I can't remember dancing with you last night.* ● Mặc dù tôi không hề say xỉn chút nào, tôi vẫn không sao nhớ nổi là đêm qua đã có khiêu vũ với cô. ■ *He was as sober as a judge.* ● Anh ta hoàn toàn tỉnh táo. ■ *John's drunk? No, he's as sober as a judge.* ● John mà say à? Không, anh ta tỉnh như sáo đấy. ■ *You should be sober as a judge when you drive a car.* ● Anh cần phải hoàn toàn tỉnh táo khi lái xe.

socially → **vertically challenged**

society → **a mutual admiration society**

sock → **knock one's socks off**

sock → **pull one's socks up**

sock it to 'em → **sock it to sb**

sock it to sb hoặc *sock it to 'em* 1.(khẩu ngữ) xúi giục ai đánh người khác hoặc cố gây ấn tượng với một nhóm người ■ *You have a wonderful voice, Candice, now get on that stage and sock it to 'em!* ● Cô có một chất giọng rất tuyệt đấy, Candice, bây giờ hãy bước lên sân khấu đó và cho họ biết tài. 2. có hành vi mạnh mẽ chống lại ai, hoặc làm điều gì gây ngạc nhiên hay ấn tượng ■ *Cities are socking it to travelers, either through car rental taxes or hotel taxes.* ● Các thành phố đang gây khó khăn cho các khách du lịch, hoặc là với các khoản thuế thuê xe hơi hay thuế đánh vào khách sạn.

soft → **have a soft spot for sb**

soft → **take a soft line**

soft as a baby's bottom hoặc *as soft as a baby's bottom* rất mềm mại, trơn láng ■ *This cloth is as soft as a baby's bottom.* ● Loại vải này thật mềm mại trơn láng.

soft touch hoặc *easy touch* người dễ tin lời người khác hoặc rộng rãi, dễ đưa tiền ra cho người khác ■ *Ask Mom if she'll give you $5 - she's usually a soft touch.* ● Hãy hỏi mẹ xem bà có thể đưa cho anh 5 đô-la hay không - bà vẫn thường là người dễ hỏi tiền lắm.

soften the blow hoặc *cushion the blow* làm giảm nhẹ hậu quả không tốt của một quyết định hay sự kiện, hoặc làm cho trở nên dễ chấp nhận hơn đối với mọi người ■ *Divorce is traumatic for a child, but counseling could help soften the blow.* ● Ly hôn là cú sốc lớn đối với một đứa trẻ, nhưng sự khuyên bảo cũng có thể giúp làm giảm nhẹ vấn đề.

sold → **be sold on sth**

solid → **rock-solid**

solid as a rock hoặc *as solid as a rock* 1.có thể tin cậy được vì tính chất vững mạnh, ổn định, khó thay đổi ■ *In California, support for the Democrats was as solid as a rock.* ● Ở California, sự ủng hộ dành cho đảng Dân chủ rất vững chắc. 2. cứng cỏi, rắn chắc, có sức chịu đựng và không dễ gãy vỡ ■ *You can stand on this chair - it's as solid as a rock.* ● Anh có thể đứng trên cái ghế này - nó rất chắc chắn.

some → and then some

some → bust a move

some → catch some Z's

some → cut sb (some) slack

some → put some distance between

some → shoot some hoop

some → take some beating

some → take some doing

some day một ngày nào đó trong tương lai ■ *Some day I'll be famous.* ● Một ngày nào đó tôi sẽ nổi tiếng. ■ *I'll go back there some day.* ● Một ngày nào đó tôi sẽ trở lại nơi ấy.

something fierce rất nhiều, với mức độ khác thường ■ *I sure do miss you something fierce!* ● Anh quả thật là nhớ em không kể xiết!

son → like father, like son

son of a bitch hoặc *son of a gun* (khẩu ngữ) 1. cách diễn đạt thô lỗ khi muốn xúc phạm đến ai thật nặng nề, nhất là với một người đàn ông ■ *I can't believe that son of a bitch dared to come over here.* ● Tôi không thể tin được là thằng chó chết đó lại dám đến nơi đây. 2. bày tỏ sự ngạc nhiên về điều gì ■ *They chose Burrows instead of you? Son of a bitch!* ● Họ chọn Burrows thay vì là anh? Quái thật!

son of a gun → son of a bitch

song → make a song and dance about sth

song → wine, women, and song

soon → anytime soon

soon as possible → as soon as possible

sore → be like a bear with a sore head

sore → sight for sore eyes

sore → stick out like a sore thumb

sore point → sore spot

sore spot hoặc *sore point* vấn đề gây sự bối rối hoặc tức giận cho ai khi được nhắc đến ■ *The issue of human rights had been a sore spot in diplomatic relations between the two countries for years.* ● Vấn đề nhân quyền đã là một điểm gây nhiều khó khăn trong các mối quan hệ ngoại giao giữa hai nước từ nhiều năm nay.

sorrows → drown one's sorrows

sorry → better safe than sorry

sorry excuse for sth → poor excuse for sth

sort → be out of sorts

sort out the men from the boys → separate the men from the boys

sort out the wheat from the chaff → sort the wheat from the chaff

sort the wheat from the chaff hoặc *sort out the wheat from the chaff* hoặc *separate the wheat from the chaff* hoặc *sift the wheat from the chaff* lựa chọn những người hay sự vật có phẩm chất tốt đẹp, hữu ích và loại bỏ số còn lại ■ *Ninety-nine percent of calls to the police are likely to be worthless, but experienced detectives can quickly sort the wheat from the chaff.* ● Chín mươi chín phần trăm những cú điện thoại đến cho cảnh sát có nhiều khả năng là vô giá trị, nhưng những thám tử giàu kinh nghiệm có thể nhanh chóng chọn lọc lấy những gì là hữu ích.

soul → **bare one's soul**

soul → **be the soul of sth**

soul → **body and soul**

soul → **keep body and soul together**

sound as a dollar hoặc *as sound as a dollar* 1. rất an toàn và đáng tin cậy ■*This investment is as sound as a dollar.* ● Khoản đầu tư này rất chắc ăn. (chắc chắn sẽ có lợi) ■ *I wouldn't put my money in a bank that isn't sound as a dollar.* ● Tôi sẽ không gửi tiền của tôi vào một ngân hàng không được vững chắc. (không hoạt động chắc chắn, ổn định) 2. kiên cố, chắc chắn ■ *This house is as sound as a dollar.* ● Căn nhà này rất kiên cố. ■ *The garage is still sound as a dollar. Why tear it down?* ● Cái nhà xe vẫn còn rất chắc chắn. Tại sao phá nó đi?

sound fishy → **smell fishy**

sound the death knell hoặc *be the death knell* làm cho một kế hoạch, tiến trình hay tổ chức phải thất bại hay không còn tồn tại nữa ■ *The construction of Highway 140 sounded the death knell for the railroad.* ● Việc xây dựng đường cao tốc 140 đã khai tử cho con đường sắt. ■ *If he loses this referendum, it will sound the death knell for his leadership.* ● Nếu ông ta thất bại trong cuộc trưng cầu dân ý, điều đó sẽ chấm dứt vai trò lãnh đạo của ông ta.

soup → **easy as duck soup**

soup → **thick as pea soup**

sour → **go sour**

sour grapes chỉ trích, chê bai điều gì chỉ vì bản thân mong muốn nhưng không giành được ■ *Some people regard the complaints against Ms. Meara as sour grapes from old-fashioned policemen who are unwilling to work under a female chief.* ● Một số người cho rằng những lời phàn nàn về cô Meara chỉ là sự chê bai ghen tức của quý ông cảnh sát cổ hủ không muốn làm việc dưới quyền một nữ chỉ huy. ■*Such complaints are nothing more than sour grapes.* ● Những lời phàn nàn như thế chẳng qua chỉ là sự chê bai vì ganh tỵ.

south → **go south**

sow → **make a silk purse out of a sow's ear**

sow → **make one's bed and one must lie on it**

sow → **you reap what you sow**

sow one's wild oats sống buông thả, không nghĩ đến trách nhiệm, chạy theo các thú vui tuổi trẻ, nhất là các thú vui tình dục ■ *Clarence confessed to his new wife that he had sown his wild oats more than once before they were married.* ● Clarence thú nhận với người vợ mới là anh đã có hơn một lần rong chơi trác táng trước khi họ kết hôn với nhau ■ *He wants to leave home, sow his wild oats and learn about life.* ● Anh ta muốn rời khỏi nhà, sống buông thả vui vẻ và tìm hiểu về cuộc sống.

sow the seeds (of sth) hoặc *plant the seeds (of sth)* khởi sự một tiến trình nhằm mang lại một kết quả cụ thể nào đó ■ *Cutting off foreign aid to these developing countries is just sowing the* *seeds of disaster.* • Cắt bỏ viện trợ nước ngoài đối với những quốc gia đang phát triển này chính là khởi sự cho một tiến trình dẫn đến tai họa.

space → breathing space

space → watch this space

spade → call a spade a spade

spade → in spades

span → spick and span

spare → and sth to spare

spare tire (khẩu ngữ) chỉ phần mỡ thừa bao quanh bụng - bụng phệ ■ *Honey, you're getting a serious spare tire there. Too much beer, maybe?* • Anh yêu, bụng anh ngày càng phệ ra quá cỡ đấy. Có lẽ là uống nhiều bia quá chăng?

spark → bright spark

sparks fly (thường dùng trong các bản tin báo chí, truyền hình...) nói về một cuộc tranh luận, một buổi trình diễn hoặc một trận thi đấu thể thao... rất khích động và gợi nhiều cảm xúc mạnh mẽ ■ *Their decision to publicly support the death penalty sent sparks flying in Rome.* • Quyết định của họ về việc công khai ủng hộ án tử hình đã gây ra nhiều khích động mạnh mẽ ở Rome.

speak → actions speak louder than words

speak for oneself (khẩu ngữ) dùng để bảo ai đó chỉ nên phát biểu quan điểm riêng của chính mình, vì người nói có những bất đồng về quan điểm hoặc những kinh nghiệm đã qua ■ *"Oh, everybody gets involved in a little crime, does a few drugs in college, things like that." "Speak for yourself! I never did any of that stuff."* • "Ồ, mọi người đều dính dấp ít nhiều vào tội lỗi, nghiện ngập chút đỉnh khi còn ở trường đại học, những chuyện tương tự như thế." "Này, chỉ là chuyện của anh thôi. Tôi chẳng bao giờ làm những chuyện rác rưởi ấy."

speak in riddles → talk in riddles

speak of the devil (khẩu ngữ) dùng khi ai đó vừa được nhắc đến trong câu chuyện thì đã tình cờ xuất hiện ngay ■ *Well, speak of the devil! How did you know we were talking about you.* • Ái chà, vừa nhắc đã đến ngay! Làm sao anh biết là chúng tôi đang nói chuyện về anh? ■ *Well, speak of the devil - here's Alice now!* • A, vừa nhắc đã đến ngay - giờ thì Alice đây rồi!

speak one's language → speak the same language

speak one's mind nói lên một cách chính xác những suy nghĩ của mình, không cảm thấy bối rối hay e thẹn ■ *Professor Bell was not afraid to speak his mind, and many students left his lectures in tears.* • Giáo sư Bell không ngại nói thẳng ra những suy nghĩ của ông, và nhiều sinh viên đã rời khỏi những buổi diễn thuyết của ông với nước mắt lưng tròng. ■ *She's never hesitated about speaking her mind.* • Bà ta chẳng bao giờ ngần ngại khi nói thẳng ra suy nghĩ của mình.

speak out of turn nói ra điều gì không thích hợp hoặc không đúng lúc ■ *If Sandy made suggestion, Luke would give her an irritated look, as if she had spoken out of turn.* • Nếu như Sandy đưa ra một đề nghị, Luke thường nhìn cô ấy với vẻ khó chịu, như thể là cô ấy đã nói ra điều gì không thích hợp.

speak the same language hoặc *speak one's language* có cùng những mối quan tâm và quan điểm như nhau ■ *"Let's quit work early and go have a drink." "Now you're speaking my language."* ● Nào chúng ta hãy nghỉ việc sớm và đi uống chút gì nhé." "Bạn đang nói đúng ý tôi đó."

speak volumes (about) diễn đạt, bày tỏ điều gì một cách rất rõ ràng mà không cần dùng đến lời nói ■ *The shocked looks on the Northridge players' faces spoke volumes.* ● Vẻ kinh ngạc trên khuôn mặt của các cầu thủ đội Northridge nói lên tất cả.

speak with folked tongue hoặc *talk with folked tongue* nói ra những điều không đúng như suy nghĩ hay dự tính của mình ■ *The Washington Post accused the President of talking with forked tongue.* ● Tờ Washington Post đã buộc tội Tổng thống là nói chuyện không thành thật.

speak with one voice bày tỏ cùng quan điểm như nhau ■ *The Democratic and Republican leadership spoke with one voice in support of the peace agreement.* ● Giới lãnh đạo đảng Dân chủ và đảng Cộng hòa cùng bày tỏ quan điểm như nhau về việc ủng hộ thỏa ước hòa bình.

speed → at full speed

speed → up to speed

spell → fall under one's spell

spell bad news → spell trouble

spell disaster → spell trouble

spell doom → spell trouble

spell problems → spell trouble

spell trouble hoặc *spell disaster* hoặc *spell doom* hoặc *spell problems* hoặc *spell bad news* tình huống hoặc hành động tạo ra cảm giác là sắp dẫn đến khó khăn, rắc rối, nguy hiểm... ■ *An economic slowdown in Europe could spell trouble for the United States.* ● Một sự trì trệ kinh tế ở châu Âu có thể báo trước khó khăn cho Hoa Kỳ.

spend money hand over fist → make money hand over fist

spender → last of the big spenders

spice → variety is the spice of life

spick and span rất sạch sẽ và gọn gàng ■ *Your room needs to be spick and span before you go out and play today.* ● Hôm nay phòng của bạn cần phải sạch sẽ và gọn gàng trước khi bạn đi ra ngoài chơi.

spill one's guts nói hết với ai mọi cảm xúc của mình, hoặc những điều có tính cách riêng tư, bí mật ■ *I hate those talk shows where the guests spill their guts the entertainment of, the audience.* ● Tôi ghét những chương trình trò chuyện trên ti-vi, trong đó những người khách mời kể hết những chuyện riêng tư để làm trò giải trí cho khán thính giả. ■ *He has spilled his guts in his new autobiography.* ● Anh ta đã kể hết chuyện đời tư của mình trong cuốn tự truyện mới.

spill the beans (about) (khẩu ngữ) tiết lộ một điều gì được xem là bí mật ■ *"We're having a surprise party for Karen on Monday, so don't tell." "Don't worry, I won't spill the beans."* ● Vào hôm thứ Hai, chúng ta sẽ có một bữa tiệc bất ngờ dành cho Karen. Bởi vậy, đừng có nói ra đấy nhé." "Yên tâm đi, tôi sẽ không để lộ bí mật đâu."

spilled → it's no use crying over spilled milk

spin → take a spin in sth

spin a yarn kể một câu chuyện dài, hoặc đưa ra những lời giải thích dài dòng hay xin lỗi về điều gì, thường là không đúng sự thật ▪ *Jerry and Daw never failed to disagree, and they could both spin a delightful yarn about topics as obscure as 19th-century vice-presidential candidates.* • Jerry và Daw không lúc nào là không bất đồng với nhau, và cả hai đều có thể nêu ra những câu chuyện rất dông dài về những chủ đề phức tạp không kém các ứng cử viên phó tổng thống hồi thế kỷ 19.

spin one's wheels rơi vào tình huống có rất ít hoặc không có tiến triển ▪ *If you don't know how to find the right information, you can spend a lot of time just spinning your wheels.* • Nếu anh không biết làm thế nào để tìm được những thông tin chính xác, anh có thể sẽ mất nhiều thời gian không có được tiến triển gì.

spine → a chill runs down one's spine

spine → send a chill down one's spine

spine → send a shiver up one's spine

spirit → if the spirit moves

spirit → that's the spirit

spirit → the spirit is willing but the flesh is weak

spirit → the spirit of the law

spit and polish việc làm sạch hoàn toàn và trau chuốt cho bóng loáng ▪ *Troops were putting on the spit and polish for the Vice President's visit.* • Quân đội được huy động vào việc làm sạch và đánh bóng mọi thứ cho cuộc viếng thăm của Phó Tổng thống.

spit in one's eye xúc phạm hoặc làm cho ai bực tức, nhất là một cách vô cớ ▪ *"The mayor is spitting in the eye of public employees by proposing to lay off 15,000 city workers," declared Barry Feinstein.* • Barry Feinstein tuyên bố: "Ông thị trưởng đang xúc phạm cả giới công nhân bằng cách đề nghị sa thải 15.000 công nhân của thành phố." ▪ *It was not nice to spit in a woman's eye.* • Vô cớ xúc phạm một phụ nữ là điều không hay.

spite → cut off one's nose to spite one's face

spitting → be spitting in the wind

spitting → be the spitting image of sb

spitting → within spitting distance

splash → make a splash

spleen → vent one's spleen

split → make like a banana

split hairs đề cập đến những chi tiết khác biệt rất vụn vặt, không quan trọng như thể rất quan trọng ▪ *Lawyers on the case have been accussed of splitting legal hairs.* • Các luật sư của vụ kiện đã bị buộc tội là quan trọng hóa quá nhiều chi tiết vụn vặt.

split one's sides (cách dùng cũ) cười đùa rất nhiều và rất to tiếng, ồn ào ▪ *A few days ago I was going through an old book and found some pictures of you that made me split my sides laughing.* • Cách đây mấy ngày, tôi xem qua một cuốn sách cũ và tìm thấy mấy tấm hình của anh trong đó, làm cho tôi cười một trận đến vỡ bụng. ▪ *"They liked that joke when I told it down at the bar." "I'm sure* *they were splitting their sides."* • Họ thích câu chuyện đùa mà tôi đã kể ở quán nước." "Tôi dám chắc là họ đã cười phá lên đến vỡ cả bụng."

splitting → **hair-splitting**

spoil → **too many cooks**

spoken → **be spoken for**

spoon → **born with a sliver spoon in one's mouth**

sporting chance tình huống tranh chấp mà khả năng giành chiến thắng là bằng nhau ở cả đôi bên ▪ *I let Rhonda start a few seconds before me, just to give her a sporting chance at winning.* • Tôi cho phép Rhonda bắt đầu trước tôi mấy giây để cô ấy có được cơ hội như nhau trong việc giành chiến thắng.

spot → **a leopard changes its spots**

spot → **be rooted to the spot**

spot → **blind spot**

spot → **bright spot**

spot → **have a soft spot for sb**

spot → **hit the spot**

spot → **hot spot**

spot → **in a tight spot**

spot → **on the spot**

spot → **put sb on the spot**

spot → **sore spot**

spot → **X marks the spot**

spot sth a mile away → **see sth a mile away**

spotlight → **in the spotlight**

spotlight → **out of the spotlight**

spotlight → **put the spotlight on**

spread like wildfire nói về điều gì lan rộng rất nhanh chóng ▪ *Some people started screaming, and then the panic spread like wildfire through the plane.* • Một số người bắt đầu kêu thét lên, và rồi sự hốt hoảng lan rộng nhanh chóng ra khắp cả máy bay.

spread one's wings thực hiện điều gì mới lạ và khó khăn hơn bất cứ công việc nào đã làm trước đó ▪ *The classroom buzzed with discussion. "Here the students have a chance to spread their wings," explained Mr. Anzalone.* • Phòng học xôn xao tiếng học sinh thảo luận. Ông Anzalone giải thích: "Ở đây học sinh có được cơ hội để vận dụng hết mức năng lực của mình."

spread oneself too thin cố làm quá nhiều việc cùng lúc, vì thế không thể làm tốt việc nào cả ▪ *I'm worried that Jim's going to end up spreading himself too thin with all these plans of his.* • Tôi lo ngại là cuối cùng rồi Jim sẽ đi đến chỗ theo đuổi quá nhiều việc mà không làm tốt được việc nào với tất cả những kế hoạch này của anh ta.

spring → **full of the joys of spring**

spring → **no spring chicken**

spring in one's step (cách dùng cũ) diễn đạt trạng thái hạnh phúc và tràn đầy sinh lực ▪ *We all noticed the change in her right away - there was a real spring in her step.* • Tất cả chúng tôi đều nhận ra sự thay đổi nơi cô ta ngay lập tức - trông cô ta thật hạnh phúc và tràn đầy sinh lực.

spur → **on the spur of the moment**

square → **back to square one**

square → **fair and square**

square meal một bữa ăn ngon, no bụng ■ *You'll feel a whole lot better once you have a good square meal inside you.* ● Bạn sẽ thấy khỏe hơn nhiều một khi bạn đã ăn được một bữa ăn ngon lành.

squeaky → the squeaky wheel (gets the grease)

squeeze → main squeeze

squeeze → put the squeeze on

squeezed → be packed like sardines

squib → damp squib

sruff → take sth by the scruff of the neck

SSDD → same shit, different day

stab → a stab in the back

stab → back-stabbing

stab → take a stab at doing sth

stab → take a stab in the dark

stab sb in the back phản bội, lén lút làm hại người đồng sự (thường dùng trong cạnh tranh thương mại và chính trị) ■ *I can't believe one of my own co-workers could have stabbed me in the back like that. Did you know what was going on?* ● Tôi không thể tin được là một trong những bạn cộng sự của tôi lại lén lút hại tôi như thế. Ông có biết việc gì đã xảy ra không?

stack → blow one's stack

stack the deck against sb → stack the odds against sb

stack the odds against sb hoặc *stack the deck against sb* gây ảnh hưởng bất lợi, khó khăn cho ai ■ *The high volume of imported farm goods stacks the deck against even the hardest-working farmer.* ● Số lượng hàng nông sản nhập khẩu cao đã gây khó khăn cho ngay cả người nông dân làm việc chăm chỉ nhất.

stacked → the odds are stacked against sb

staff → at half mast

stag → go stag

stage → at stage

stage → set the stage (for)

stake → pull up stakes

stalking horse người hay vật, sự việc được người khác sử dụng như công cụ để che giấu ý đồ thật sự, hoặc một chính trị gia làm công cụ cho một chính trị gia khác quan trọng hơn ■ *He wanted to establish his independence and not be the stalking horse for Washington any longer.* ● Ông ấy muốn tạo ra thế độc lập của mình, và không làm công cụ cho Washington nữa. ■ *He uses his folly like a stalking horse, and under the presentation of that, he shoots his wit.* ● Hắn sử dụng vẻ ngốc nghếch như một tấm bình phong, và phía sau sự che đậy đó, hắn phát huy sự khôn ngoan của mình. ■ *It's nothing more than the stalking-horse under the presentation of which Cervantes shot his philosophy.* ● Đó chẳng qua chỉ là một tấm bình phong che đậy để Cervantes phát huy tính triết lý của mình.

stamp → put one's stamp on sth

stand → able to do sth standing on one's head

stand → have a fighting chance

stand → if you can't stand the heat, get out of the kitchen

stand → it stands to reason

stand → not have a ghost of a chance

stand → not have a leg to stand on

stand → one night stand

stand → take a hard line

stand (out) head and shoulders above (the rest / sth) hoặc *be head and shoulders above (the rest / sth)* dùng để nhấn mạnh rằng người hay vật được nói đến là vượt trội hơn hẳn trong cả nhóm ■ *Sandra stood out head and shoulders above the rest in the debate competition.* ● Sandra nổi bật lên hẳn so với mọi người khác trong cuộc thi tài tranh luận. ■ *His performance stood head and shoulders above the rest.* ● Màn trình diễn của anh ta vượt xa tất cả những người khác.

stand a chance of doing sth có khả năng thành công hay đạt được điều gì ■ *The driver didn't stand a chance of stopping in time.* ● Người tài xế không có khả năng sẽ dừng lại đúng giờ. ■ *Do they stand any chance of winning against France?* ● Liệu họ có chút khả năng nào sẽ chiến thắng đội Pháp không?

stand a fighting chance → have a fighting chance

stand against the tide → swim against the tide

stand alone độc lập, không cần phụ thuộc, liên hệ với người hay tổ chức nào khác ■ *These islands are too small to stand alone as independent states.* ● Những đảo này quá nhỏ không thể đứng riêng rẽ như những quốc gia độc lập. ■ *The problems that research is designed to solve do not stand alone, but are part of a wider context.* ● Những vấn đề mà cuộc nghiên cứu nhắm đến giải quyết không tồn tại riêng rẽ, nhưng là một phần trong bối cảnh rộng lớn hơn.

stand aloof → keep oneself aloof

stand firm hoặc *stand pat* không chịu thay đổi quan điểm hay quyết định về điều gì ■ *Analysts say that when the stock market has problem, big investors are more likely to stand pat, while small investors sell.* ● Các nhà phân tích nói rằng khi thị trường chứng khoán có vấn đề, các nhà đầu tư lớn thường vẫn giữ vững được trong khi các nhà đầu tư nhỏ thì bán ra.

stand guard over sth hoặc *keep guard over sth* canh gác, quan sát để bảo vệ điều gì ■ *Four soldiers stood guard over the coffin.* ● Bốn người lính đứng canh gác quan tài. ■ *A small group of men kept guard in the fields.* ● Một nhóm nhỏ những người đàn ông canh gác trong cánh đồng.

stand in awe of sb → be in awe of sb

stand in one's shoes → in one's shoes

stand on ceremony (thường dùng ở dạng phủ định) rập khuôn theo nghi thức, khách sáo ■ *This is not the time for our leaders to stand on ceremony. Instead we must unite and fight for what we believe in.* ● Giờ không phải lúc để các vị lãnh đạo của chúng ta câu nệ về nghi thức. Thay vì vậy, chúng ta phải đoàn kết lại và chiến đấu cho niềm tin của mình. ■ *Don't stand on ceremony, let's enjoy the party as much as we can.* ● Đừng khách sáo lễ nghi phiền phức, chúng ta hãy tận hưởng tối đa bữa tiệc này. ■ *Please don't stand on ceremony with me.* ● Xin đừng quá khách sáo với tôi. (Xin hãy tự nhiên và thoải mái) ■ *There's no need to stand on ceremony - come in and relax.* ●

Không cần thiết phải khách sáo - hãy vào đây và thoải mái.

stand on one's dignity đòi hỏi sự kính trọng của người khác đối với mình theo cách được cho là xứng đáng, thích hợp ■ *Our teacher never stands on her dignity with us, but treats us all as friends and colleagues.* ● Cô giáo của chúng tôi không bao giờ đòi hỏi chúng tôi phải đối xử với cô theo cung cách kính trọng, mà cô luôn đối với tất cả chúng tôi như những người bạn và đồng nghiệp.

stand on one's head (to do sth) hoặc *do everything but stand on one's head (to do sth)* nỗ lực rất lớn để nhằm đạt được điều gì ■ *I wrote, called people, stood on my head, whatever I could do to get people to send contributions.* ■ Tôi đã viết thư, gọi điện thoại, và nỗ lực hết sức làm bất cứ điều gì có thể được, để thúc giục người ta gởi hàng cứu trợ đến.

stand on one's own two feet sống tự lập, có đủ khả năng để tự lo cho mình, hoặc tự điều hành một doanh nghiệp, tổ chức... ■ *I want to leave home and stand on my own two feet without my parents telling me what to do.* ● Tôi muốn rời nhà sống tự lập không cần đến cha mẹ phải chỉ bảo mọi việc cần làm cho tôi. ■ *When his parents died he had to learn to stand on his own two feet.* ● Khi cha mẹ anh ta qua đời, anh ta buộc phải học cách sống tự lập.

stand one's ground → **hold one's ground**

stand out in a crowd nổi bật lên, dễ dàng nhận ra được nhờ một phẩm chất đặc biệt nào đó ■ *She dresses and moves with an elegance that makes her stand out in a crowd.* ● Cô ấy ăn mặc và đi lại với một sự thanh nhã nổi bật lên trong đám đông.

stand out like a sore thumb → **stick out like a sore thumb**

stand pat → **stand firm**

stand sb in good stead điều mang lại lợi ích, hữu ích về sau ■ *Learn to overcome your shyness; it will stand you in good stead for the rest of your life.* ● Hãy học cách vượt qua sự e thẹn của mình; điều đó sẽ rất hữu ích cho bạn trong suốt cuộc đời còn lại.

stand sth on its head → **turn sth on its head**

stand the test of time nói về phẩm chất tốt đẹp hoặc đúng thật của một sự vật, ý tưởng... đến mức có thể tồn tại lâu dài với thời gian ■ *Bacharach's melodies are true classics that are sure to stand the test of time.* ● Những giai điệu của Bacharach là những khúc nhạc cổ điển thật sự chắc chắn sẽ tồn tại vượt thời gian.

stand toe-to-toe (with sb) → **go toe-to-toe (with sb)**

stand up and be counted nói thẳng ra quan điểm, ý kiến của mình một cách rõ ràng, ngay cả khi điều này có thể gây ra sự nguy hiểm hoặc khó khăn, rắc rối ■ *As individual citizens, we have to stand up and be counted and let people in Washington know what we think.* ● Là những công dân riêng lẻ, chúng ta phải thẳng thắn nói ra quan điểm của mình, cho những người ở Washington biết chúng ta suy nghĩ những gì.

standard → **the standard bearer of sth**

standing → be in the wings

standing → do sth standing on one's head

star → have stars in one's eyes

star → hitch one's wagon to sb

star → reach for the stars

star → thank one's lucky stars

stare → be staring sb in the face

stare → fix sb with a stare

stare at one's navel → contemplate one's navel

starry-eyed tràn trề hy vọng ở tương lai ■ *How does a starry-eyed player get a chance to play ball with the big-time boys?* ● Làm thế nào một cầu thủ đang nuôi nhiều hy vọng có được một dịp để chơi với các tên tuổi lớn?

start → fur flies

start → get a head start

start → get off to a flying start

start → give sb a head start

start → give sth a flying start

start → in fits and starts

start off on the right foot → get off on the right foot

start off on the wrong foot → get off on the wrong foot

start the ball rolling hoặc *get the ball rolling* khởi xướng, đề xướng, nhất là tự mình làm người đầu tiên đưa ra vấn đề hoặc bắt tay vào việc (thường dùng trong lĩnh vực kinh doanh hoặc chính trị) ■*There are several points we need to discuss. Ann, would you like to get the ball rolling?* ● Có nhiều điểm chúng ta cần phải thảo luận. Ann này, cô có muốn làm người đặt vấn đề ra không?

start the wheels turning → keep the wheels turning

start tongues wagging → set tongues wagging

start with a clean sheet (of paper) làm việc gì với khởi đầu hoàn toàn mới, không phải chịu ảnh hưởng của những lỗi lầm đã qua trong quá khứ ■ *The company has solved its problems, and the new president can start with a clean sheet.* ● Công ty đã giải quyết xong những vấn đề rắc rối, và ông chủ tịch mới có thể khởi đầu mọi việc hoàn toàn mới.

starter → for starters

starting → be off the (starting) blocks

state → the state of play

state of the art hoặc *state-of-the-art* nói về một thiết bị, phương pháp... sử dụng đến những tiến bộ khoa học kỹ thuật mới nhất - hiện đại, tiên tiến ■ *The 3-D movie will take you into a new dimension, using state of the art computer graphics.* ● Phim ảnh ba chiều sẽ đưa bạn vào trong một chiều không gian mới, sử dụng những đồ họa vi tính hiện đại nhất.

state-of-the-art → state of the art

stay → here to stay

stay clear of → steer clear of

stay in touch (with) → be in touch (with)

stay loose → hang loose

stay on one's toes → be on one's toes

stay on the right side of sb → keep on the right side of sb

stay one jump ahead of sb → **keep one jump ahead of sb**

stay one step ahead of hoặc *be one step ahead of* hoặc *keep one step ahead of* nắm được lợi thế trong một tình huống, nhờ vào sự chuẩn bị tốt hoặc có sự hiểu biết tốt hơn ■ *Our network of consultants around the world helps us to stay one step ahead of the competition.* ● Mạng lưới chuyên gia tư vấn của chúng tôi trên khắp thế giới giúp cho chúng tôi luôn nắm được lợi thế trong sự cạnh tranh.

stay put (khẩu ngữ) ở yên một nơi nào, không di chuyển ■ *The roads are pretty bad. Just stay put until we can get to you.* ● Những con đường khá xấu. Cứ ở yên tại chỗ đừng di chuyển, cho đến khi chúng tôi có thể đến được chỗ của anh.

stay the course (of sth) tiếp tục theo đuổi việc gì, cho dù rất khó khăn ■ *We must help the nations of Eastern Europe to stay the course of democracy.* ● Chúng ta phải giúp đỡ các nước Đông Âu duy trì việc theo đuổi tiến trình dân chủ.

stead → **stand sb in good stead**

steady → **at a fast clip**

steady → **rock-steady**

steady as a rock hoặc *as steady as a rock* 1. vững chắc, đứng yên và không dễ bị di chuyển hay ngã, đổ ■ *He stood behind the trees, steady as a rock, waiting for the deer.* ● Ông ta đứng sau những cái cây, tư thế vững chãi, chờ đợi con nai đến. ■ *His hand was steady as a rock as he pulled the trigger of the revolver.* ● Bàn tay ông ta được ghì giữ thật chắc chắn khi ông bóp cò khẩu súng ngắn. 2. nói về tính cách con người, mạnh mẽ, bình thản và quả quyết ■ *My grandfather was a respected man in his community, steady as a rock and, like a rock, incapable of change.* ● Ông nội tôi là một người đáng kính trong cộng đồng, mạnh mẽ và quả quyết, rắn rỏi như một khối đá, và như một khối đá, ông không có khả năng thay đổi. ■ *You must remain as steady as a rock when you are arguing with your supervisor.* ● Anh phải duy trì sự kiên định chắc chắn khi anh tranh cãi với người giám sát của mình.

steal → **beg, borrow, or steal**

steal a march on sb chiếm được lợi thế hơn ai bằng cách thực hiện điều gì trước họ, hoặc vào lúc bất ngờ ■ *Verisign, a small California firm, appears to have stolen a march on its bigger competitors.* ● Verisign, một công ty nhỏ ở California, có vẻ như đã giành được lợi thế ra tay trước các đối thủ lớn hơn của mình.

steal one's heart → **win one's heart**

steal one's thunder nhận được tất cả những lời ngợi khen hoặc sự chú ý mà ai đó đang mong đợi, bằng cách thực hiện điều gì tốt đẹp hơn hoặc trước khi người ấy làm ■ *The Republican-led Congress believes that he stole their ideas, stole their thunder.* ● Quốc hội do đảng Cộng hòa đứng đầu tin rằng ông ấy đã cướp mất những ý kiến của họ, giành lấy những điều tốt đẹp của họ.

steal the show được chú ý đến nhiều hơn những người khác, nhất là trong tình huống có những người khác quan trọng, đáng chú ý hơn ■ *Raymond has been performing since he was eight, when he stole the show at a talent contest in New*

Orleans. • Raymond đã bắt đầu diễn xuất từ năm lên 8 tuổi, khi anh ta giành được sự chú ý ở một cuộc thi tài năng tại New Orleans.

steam → build up a head of steam

steam → go full steam ahead (with)

steam → have steam coming out of one's ears

steam → let off steam

steam → pick up steam

steam → run out of steam

steam → under one's own steam

steamed → get steamed up

steer → get a bum steer

steer → give sb a bum steer

steer a middle course hướng đến một giải pháp dung hòa, thường là nằm giữa hai giải pháp đối nghịch và cực đoan ■ *The government is attempting to steer a middle course between inflation and economic growth.* • Chính phủ đang nỗ lực hướng đến một giải pháp dung hòa giữa sự lạm phát và tăng trưởng kinh tế.

steer clear of hoặc *keep clear of* hoặc *stay clear of* tránh né điều gì vì có thể gây ra khó khăn, rắc rối ■ *Steer clear of the centre of town at this time of the evening.* • Hãy tránh xa trung tâm thành phố vào giờ này buổi tối. ■ *No one mentioned the divorce, so Lisa decided to steer clear of that subject.* • Không ai đề cập đến vụ ly dị, vì thế Lisa quyết định tránh né đề tài ấy.

stem → from stem to stern

stem the flow (of) → stem the tide (of)

stem the swell (of) → stem the tide (of)

stem the tide (of) hoặc *stem the flow (of)* hoặc *stem the swell (of)* ngăn chặn một tình huống gây ảnh hưởng đến toàn bộ một khu vực, hoặc điều gì đang được rất nhiều người làm ■ *The White House is concerned at the flood of illegal immigrants and intends to stem the tide with tighter controls.* • Nhà Trắng đang quan ngại về làn sóng những người nhập cư bất hợp pháp và dự tính sẽ ngăn chặn bằng những kiểm soát chặt chẽ hơn.

step → be in step (with)

step → be out of step (with)

step → spring in one's step

step → stay one step ahead of

step → take steps to do sth

step → watch one's step

step in the right direction hành vi đúng đắn có thể giúp tiến gần hơn đến mục tiêu đã đề ra ■ *Gloria hasn't started her diet yet, but she's started exercising, and that's definitely a step in the right direction.* • Gloria vẫn chưa bắt đầu chế độ ăn kiêng của cô ta, nhưng cô ấy đã bắt đầu tập thể dục, và điều đó chắc chắn là một bước đi đúng hướng rồi.

step into one's shoes → fill one's shoes

step into the breach giúp đỡ bằng cách thực hiện công việc của người khác khi người ấy không thể làm được nữa ■ *"Who'll step into the breach when Armstrong resigns?" "My guess is it'll be Wilson."* • "Ai sẽ có thể giúp được việc này khi Armstrong từ chức?" "Tôi đoán rằng người đó sẽ là Wilson."

step on it (khẩu ngữ) dùng khi muốn bảo ai hãy nhanh lên, vội vã hơn ■ *If* *you don't step on it, we're going to miss the plane.* • Nếu anh không nhanh chóng lên, chúng ta sẽ lỡ mất chuyến bay thôi.

step on one's toes xúc phạm hoặc làm cho ai bực mình, khó chịu, nhất là bằng cách phê phán công việc của người ấy, hoặc xen vào làm công việc thuộc trách nhiệm của họ ■ *I don't want to step on anybody's toes, but I'm going to have to rewrite this report.* • Tôi không muốn xen vào công việc của bất cứ ai, nhưng tôi buộc sẽ phải viết lại báo cáo này.

step out of line → be (way) out of line

step over the line → cross the line

stern → from stem to stern

sterner → be made of sterner stuff

stew → be in a stew

stew → let sb stew in one's own juice

sth city (khẩu ngữ) dùng để nhấn mạnh từ đi trước, hàm ý đã có quá nhiều, hoặc gây cho người nói một cảm xúc quá mạnh mẽ... ■ *I can't believe it. It has been sun city all week, and now it rains on our wedding day.* • Tôi không thể nào tin được. Trời nắng suốt cả tuần qua. Và giờ thì mưa ngay vào ngày cưới của chúng tôi. ■ *It was heartbreak city - I cried all night.* • Thật là một nỗi đau khủng khiếp. Tôi đã khóc suốt cả đêm.

sth has had its day → sb has had one's day

sth has its moments hoặc *sb has one's moments* nói về phần nào đó trong một hoạt động, sự việc, hoặc trong cung cách cư xử của ai là tốt đẹp một cách đáng ngạc nhiên, mặc dù hầu hết những phần còn lại không được vậy ■ *The party really wasn't that great. I mean it did have its moments, but not enough to make me want to stay late.* • Bữa tiệc đã không được tuyệt vời lắm. Tôi muốn nói, quả là có những giây phút tuyệt vời, nhưng không đủ để làm cho tôi muốn ở lại khuya.

sth has seen better days dùng để nói về vật gì đó đã quá cũ kỹ và ở trong tình trạng hư hỏng ■ *Even though the old Jose Theater had seen better days, the public still didn't want it demolished.* • Mặc dù nhà hát cũ Jose Theater đã xuống cấp nhiều, nhưng công chúng không muốn nó bị phá hủy đi.

sth is in one's blood hoặc *sth is in the blood* dùng để nói về khả năng bẩm sinh của ai trong một lĩnh vực nhất định và đồng thời có sự say mê tự nhiên theo đuổi lĩnh vực ấy, nhất là khi có ai đó trong gia đình người này trước đây đã từng như thế ■ *"Marty, you're just won top honors at the car show. Any chance you'll be here next year with a new car?" "Yeah, sure, it's in my blood now. I can't stop."* • "Marty, ông vừa giành được uy tín hàng đầu trong cuộc trưng bày xe hơi vừa qua. Có cơ may nào ông sẽ lại đến đây vào năm tới với một chiếc xe mới hay không?" "Vâng, chắc chắn là vậy. Giờ đây điều ấy như đang chảy trong huyết quản của tôi. Tôi không thể làm khác được."

sth slip one's mind → slip one's mind

sth's days are numbered → one's days are numbered

stick → be beat with an ugly stick

stick → big stick

stick → bury one's head in the sand

stick → carrot-and-stick

stick → get the short end

stick → have a stick up one's butt

stick → more sth than one can shake a stick at

stick → the carrot and the stick

stick in one's craw → stick in one's throat

stick in one's throat hoặc *stick in one's craw* 1. nói về một ý tưởng, tình huống... mà ai đó không ưa thích hoặc cảm thấy rất khó chấp nhận được ■ *What really sticks in my throat is the way that people with problems get help, but ordinary, hard working people have to struggle.* ● Điều thật sự làm tôi thấy khó có thể chấp nhận được là phương thức mà những người gặp khó khăn được giúp đỡ, nhưng những người bình thường làm việc cực nhọc phải tự mình phấn đấu. 2. về một điều muốn nói ra nhưng không sao nói được, nhất là do những cảm xúc quá mạnh ■ *Thelma tried to call for help, but the words just stuck in her throat.* ● Thelma cố sức kêu cứu, nhưng tiếng kêu của cô chỉ nghẹn lại ở nơi cổ họng.

stick in the mud → stick-in-the-mud

stick one's hand into one's pocket → dig into one's pocket

stick one's head in a noose → put one's head in a noose

stick one's neck in a noose → put one's head in a noose

stick one's neck out liều lĩnh đưa ra một ý kiến hoặc thực hiện điều gì mà những người khác e sợ không dám làm, cho dù điều ấy có thể gây khó khăn, rắc rối ■ *I'm not prepared to stick my neck out and make a complaint.* ● Tôi vẫn chưa sẵn sàng để chấp nhận rủi ro và đưa ra một lời than phiền. ■ *I'll stick my neck out and say that Bill is definitely the best candidate for the job.* ● Tôi sẽ chấp nhận rủi ro và nói rằng Bill chắc chắn là ứng viên tốt nhất cho công việc.

stick one's nose into sth can thiệp quá sâu, hoặc tỏ ra quan tâm quá đáng đến đời sống riêng tư hay chuyện tình cảm của ai, đến mức làm cho người ấy trở nên khó chịu, bực mình ■ *I don't see why she needs to keep sticking her nose into my social life - it's my business who I go out with.* ● Tôi không hiểu tại sao bà ta lại cần phải chúi mũi mãi vào chuyện đời sống xã hội của tôi - tôi đi chơi với ai là chuyện của tôi.

stick one's toe in the water → put one's toe in the water

stick out like a sore thumb hoặc *stand out like a sore thumb* nói về điều gì nổi bật, dễ nhận thấy, hoặc trông có vẻ lạ lùng, không thích hợp vì quá khác biệt với chung quanh ■ *Look at that purple house - it sticks out like a sore thumb as soon you come around the corner.* ● Hãy nhìn ngôi nhà màu tím kia - nó nổi bật lên ngay khi bạn vừa đến nơi góc đường.

stick the boot in → put the boot in

stick to one's guns không chịu thay đổi ý kiến về việc gì, khi những người khác cố thuyết phục rằng đó là sai trái ■ *We received plenty of criticism about the play, but we were also congratulated for sticking to our guns and doing it the way we wanted to.* ● Chúng tôi đã nhận được rất nhiều lời chỉ trích về vở kịch, nhưng chúng tôi cũng được khen ngợi là đã giữ vững ý kiến của mình và thực hiện theo đúng như cách mà chúng tôi muốn.

stick to one's knitting bám lấy chuyên môn của mình, không làm những điều không thuộc chuyên môn ■ *We stuck to our knitting during the 1980s, and didn't get involved in financial speculation with the result that the firm is stable - no loans, no lawsuits, no stories about us in the papers.* ● Chúng tôi bám chặt lấy chuyên môn của mình trong suốt những năm của thập niên 1980, và không can dự đến những dự đoán tài chính, với kết quả là công ty thật ổn định, không vay nợ, không bị thưa kiện, và không bị nhắc đến trên báo chí.

stick to one's ribs nói về thức ăn, giúp cơ thể giữ được năng lượng lâu dài, lâu đói ■ *We recommend that you have a hearty breakfast, something that will really stick to your ribs, before starting any of the exercises.* ● Chúng tôi đề nghị là bạn ăn một bữa điểm tâm đầy đủ, món gì đó để có thể no lâu, trước khi bắt đầu bất cứ phần nào trong các bài luyện tập.

stick two fingers at sb hoặc *put two fingers at sb* đưa ngón trỏ và ngón giữa lên thành hình chữ V với lưng bàn tay quay về phía ai để tỏ ý tức giận đối với người ấy - thường dùng với nghĩa bóng để chỉ một hành vi thô lỗ, xúc phạm người khác ■ *She enjoys sticking two fingers up.* ● Cô ấy thích bày tỏ thái độ tức giận bằng cách đưa hai ngón tay lên. ■ *This is his way of sticking two fingers up at society.* ● Đây là cách thức của anh ta để bày tỏ sự tức giận của mình với xã hội.

sticking point điều vướng mắc khiến cho đôi bên không thể đi đến thỏa thuận hoặc nhất trí, vì không thể đồng ý với nhau ■ *The sticking point, of course, is price. Montrose insists his company is worth $200 million.* ● Điều chưa đạt đến nhất trí hiện nay dĩ nhiên là giá cả. Montrose khăng khăng cho rằng công ty của ông ta đáng giá 200 triệu đô-la.

stick-in-the-mud hoặc *stick in the mud* nói về người có cung cách ứng xử nhàm chán và có phần cổ hủ ■ *"No, I don't think I'll come along." "Come on, Al, don't be such an old stick-in-the-mud."* ● "Không, tôi không nghĩ là tôi sẽ đến đó đâu." "Thôi đi, Al, đừng quá cổ hủ như thế chứ." ■ *This company is never going to grow if the executives continue this stick-in-the-mud management style.* ● Công ty này sẽ không bao giờ phát triển được nếu như các ủy viên chấp hành cứ tiếp tục cung cách quản lý cổ hủ này.

sticky → **have sticky fingers**

sticky end hoặc *bad end* điều không tốt cuối cùng rồi sẽ xảy đến cho ai như là kết quả của một hành động cụ thể nào đó ■ *He'll come to a sticky end one of these days if he carries on like that.* ● Không bao lâu anh ta sẽ gặp phải một kết cục không hay nếu anh ta cứ tiếp tục như thế.

still → **the jury is still out (on sth)**

still waters run deep dùng để nói về người có những cảm xúc hoặc phẩm chất tốt đẹp được giấu kín, nhất là khi bộc lộ ra có thể gây nhiều ngạc nhiên cho người khác ■ *Mark looks calm, but* *still waters run deep, and he can be a lot of fun once you get to know him.* • Mark trông có vẻ trầm lặng, nhưng là người rất kín đáo, và anh ta có thể trở nên rất vui tính một khi bạn đã trở nên quen biết với anh ta.

sting → take the sting out of sth

stink → make a stink

stink → think one's shit doesn't stink

stir → cause a stir

stir up a hornet's nest gây ra nhiều khó khăn, rắc rối bằng cách làm cho một tình huống xấu trở nên tồi tệ hơn, nhất là tình huống mà mọi người đang bất đồng mạnh mẽ với nhau ■ *Pagan's article has stirred up a hornet's nest of controversy regarding immigration.* • Bài báo của Pagan đã khuấy động thêm nữa cuộc tranh cãi về vấn đề nhập cư. ■ *Amy stirred up a hornet's nets when she refused to follow the policies that she didn't like.* • Amy làm cho tình huống càng xấu hơn khi cô cô từ chối không tuân theo những chính sách mà cô không thích.

stitch → a stitch in time (saves nine)

stitch → have sb in stitches

stock → lock, stock, and barrel

stomach → eyes are bigger than one's stomach

stomach → find sth difficult to stomach

stomach → have butterflies

stomach → not have the stomach for sth

stomach → turn one's stomach

stomping → old stomping ground

stone → a rolling stone gathers no moss

stone → a stone's throw away

stone → be like getting blood out of a stone

stone → have a heart of stone

stone → kill two birds with one stone

stone → leave no stone unturned

stone → people who live in glass houses

stone → rolling stone

stop → come to a full stop

stop → make a pit stop

stop → pull out all the stops

stop → the buck stops here

stop (dead) in one's tracks hoặc *be stopped in one's tracks* đột nhiên dừng lại một hoạt động vì có điều gì xảy ra gây ngạc nhiên, hoảng sợ hoặc làm cho quá tức giận ■ *The doctor stopped in his tracks with a look of amazement on his face.* • Ông bác sĩ đột nhiên dừng lại với một vẻ kinh ngạc trên khuôn mặt.

stop sb (dead) in one's tracks → stop sth (dead) in its tracks

stop sth (dead) in its tracks hoặc *stop sb (dead) in one's tracks* ngăn chặn sự phát triển của một tiến trình, hoạt động... hoặc chặn đứng việc làm của ai ■ *In the past, researchers thought anti-viral drugs would be enough to stop the AIDS epidemic in its tracks.* • Trong quá khứ, các nhà nghiên cứu tưởng rằng các loại thuốc chống vi-rút sẽ có thể đủ để chặn đứng dịch bệnh AIDS.

store → like a kid in a candy store

store → mind the store

store → set (great) store by sth

storm → any port in the storm

storm → in the eye of the storm

storm → take sth by storm

storm → the calm before the storm

storm → weather the storm

story → hard-luck story

story → shaggy dog story

story → to make a long story short

stove → slave over a hot stove

straight → damn straight

straight → get sth straight

straight → give it to me straight

straight → go to one's head

straight → keep a straight face

straight → keep sb on the straight and narrow

straight → not think straight

straight → set sb straight

straight → set the record straight

straight → stray from the straight and narrow

straight arrow người rất trung thực và nghiêm nghị, vì thế có thể tin cậy được nhưng cũng vì thế trở nên đơn điệu, không giao tiếp cởi mở, lôi cuốn đối với người khác ■ *Vaquero is a tough, straight arrow at the Federal Reserve, where he is responsible for overseeing the nation's biggest banks.* • Vaquero là một người trung thực và rất nghiêm nghị làm việc ở Cục Dự trữ Liên bang, nơi anh ta chịu trách nhiệm thanh kiểm tra những ngân hàng lớn nhất trong cả nước.

straight from the heart → from the heart

straight from the horse's mouth → from the horse's mouth

strain at the leash hăm hở, nôn nóng bắt đầu làm việc gì ■ *We were straining at the leash to set up house together, but we couldn't find an apartment we could afford.* • Chúng tôi nôn nóng muốn cùng nhau gầy dựng một gia đình, nhưng chúng tôi không thể tìm được một căn hộ vừa túi tiền. ■ *Like all youngsters, he's straining at the leash to leave home.* • Cũng giống như tất cả mọi thanh niên, anh ta hăm hở muốn thoát ly gia đình.

strait → in dire straits

strange → make strange bedfellows

stranger → no stranger to sth

stranger things have happened (khẩu ngữ) nói về điều gì có vẻ như không có khả năng thành công hoặc xảy ra, nhưng cũng không thể nói chắc được ■ *The Twins are ahead 5-0, but they could still lose the game. Stranger things have happened.* • Đội Twins đang dẫn trước 5-0, nhưng họ vẫn có khả năng để thua trận đấu. Chuyện gì cũng có thể xảy ra được mà.

straw → a man of straw

straw → be grasping at straws

straw → draw straws (for sth)

straw → draw the short straw

straw → the last straw

straw → **the straw that breaks the camel's back**

stray from the straight and narrow hoặc *slip from the straight and narrow* không giữ được cuộc sống lương thiện, đạo đức ■ *Believe me, he's not the first politician to stray from the straight and narrow.* ● Tin tôi đi, ông ta không phải là chính trị gia đầu tiên đi lệch khỏi cuộc sống lương thiện, đạo đức.

streak → **talk a blue streak**

strech → **at a stretch**

street → **the man on the street**

street → **two-way street**

strength → **give me strength**

strength → **tower of strength**

stretch → **home stretch**

stretch → **not by any stretch of the imagination**

strict → **take a hard line**

strictly → **for the birds**

strictly for the birds → **for the birds**

stride → **hit stride**

stride → **put sb off their stride**

stride → **take sth in stride**

stride → **without breaking strike**

strike → **lightning never strikes twice**

strike a blow against thực hiện điều gì để ủng hộ một ý kiến, một niềm tin, hay một nhóm người ■ *They sincerely believed that they were striking a blow against racism.* ● Họ thành thật tin là đang hoạt động chống lại chủ nghĩa phân biệt chủng tộc. → *strike a blow for*

strike a blow for thực hiện điều gì để ủng hộ một ý kiến, một niềm tin, hay một nhóm người ■ *Striking a blow for consumer, Congress voted to limit the amount of interest credit card company could charge.* ● Để có lợi hơn cho người tiêu dùng, Quốc hội đã bỏ phiếu cho việc giới hạn số thẻ tín dụng có lãi mà các công ty có thể áp dụng. → *strike a blow against*

strike a chord (with sb) hoặc *touch a chord (with sb)* ý tưởng hoặc lời nói gợi lên được sự cảm thông hoặc nhiệt tình của người nghe ■ *Although set in 1914, the play carries a message that still touches a chord today.* ● Mặc dù được dàn dựng từ năm 1914, vở kịch mang trong đó một lời nhắn gởi mà ngày nay vẫn còn rất gợi cảm. ■ *The speaker had obviously struck a chord with his audience.* ● Diễn giả rõ ràng là đã gợi được sự cảm thông từ nơi cử tọa. ■ *Her tale of woe struck a chord with Edward.* ● Câu chuyện đau buồn của cô ta đã gợi được sự cảm thông của Edward.

strike a raw nerve → **touch a raw nerve**

strike at the heart of sth làm điều gì để phá hỏng hoặc bắt đầu hủy hoại đi một ý tưởng cơ bản nhất hay phương thức làm việc rất quan trọng đối với một nhóm người, tổ chức xã hội... ■*If the spending cuts are implemented, they will strike at the heart of our education system.* ● Nếu những khoản cắt giảm chi tiêu được thực hiện, chúng sẽ làm tê liệt hoạt động cơ bản nhất trong hệ thống giáo dục của chúng ta. ■ *His criticisms strike at the heart of this party's policies.* ● Những phê phán của ông ta đánh thẳng vào nền tảng của những chính sách của đảng này.

strike close to home → **hit close to home**

strike gold tìm thấy hay làm được điều gì rất thành công hoặc kiếm được rất nhiều tiền ■ *I started looking for an apartment on Monday, and struck gold almost immediately.* ● Tôi bắt đầu tìm kiếm một căn hộ vào hôm thứ Hai và gần như đã tìm được ngay tức khắc. ■ *He seems to have struck gold with his first film.* ● Ông ta có vẻ như đã kiếm được rất nhiều tiền nhờ vào bộ phim đầu tiên của mình. ■ *She has struck gold with her latest novel.* ● Bà ta thành công vượt mức với cuốn tiểu thuyết gần đây nhất.

strike home → **hit home**

strike it rich bất ngờ trở nên giàu có hoặc rất thành công ■ *We stayed in Vegas for five days, hoping to strike it rich, but had to be content with a couple of free cocktails.* ● Chúng tôi ở lại Vegas trong 5 ngày, hy vọng làm giàu một cách nhanh chóng, nhưng rồi phải hài lòng với vài ly rượu pha nước trái cây miễn phí.

strike one's fancy hoặc *catch one's fancy* hoặc *tickle one's fancy* hoặc *take one's fancy* điều có vẻ như hấp dẫn, thú vị, lôi cuốn khi nghe qua hay nhìn thấy ■ *With over 65 performers, the music festival is bound to have something that tickles your fancy.* ● Với hơn 65 nghệ sĩ trình diễn, cuộc liên hoan âm nhạc chắc chắn sẽ có gì đó hấp dẫn đối với bạn. ■ *I looked at quite a few dresses, but nothing really took my fancy.* ● Tôi đã xem qua khá nhiều áo dài, nhưng chẳng có cái nào thật sự hấp dẫn đối với tôi. ■ *She looked through the hotel advertisements until one of them caught her fancy.* ● Cô ấy đọc qua các quảng cáo khách sạn cho đến khi một trong số đó làm cô thấy hấp dẫn.

strike while the iron is hot nhanh chóng nắm lấy cơ hội vào thời điểm thích hợp để thực hiện việc gì, nhất là khi có rất ít khả năng thành công nếu để muộn hơn về sau ■ *Ruby could see that her father was almost persuaded, and she hurried to strike while the iron was hot.* ● Ruby có thể nhận ra là cha cô gần như đã bị thuyết phục, và cô vội vã nắm ngay lấy cơ hội vào lúc ấy.

strikes against sb những yếu tố trở ngại, khó khăn... ngăn cản sự thành công của ai ■ *These girls have at least three strikes against them - they're poor, they have only one parent, and they can't afford to go to college.* ● Những cô gái này có ít nhất là ba yếu tố khó khăn ngăn cản họ - họ nghèo túng, chỉ có cha hoặc mẹ, và không đủ tiền để đi học đại học.

striking → **within striking distance**

string → **be tied to one's apron strings**

string → **have sb on a string**

string → **hold the purse strings**

string → **loosen the purse strings**

string → **pull (some) string**

string → **pull the strings**

string → **tighten the purse strings**

string → **with no string attached**

string-pulling gây tác động, ảnh hưởng đến những người có quyền lực để đạt được điều gì ■ *Joseph knew that his son would never get into art school without some serious string-pulling.* ● Joseph biết rằng con trai ông sẽ chẳng bao giờ vào được trường nghệ thuật nếu không có sự tác động ngầm đến những người có quyền lực.

strings → **apron strings**

stripe → **earn your stripes**

stroke → **at a stroke**

stroke → **different strokes for different folks**

stroke → **paint sth in broad strokes**

stroll → **take a trip down memory lane**

strong → **come on strong**

strong as a bull → **strong as a horse**

strong as a horse hoặc *strong as an ox* hoặc *strong as a bull* ... dùng để nhấn mạnh về sức khỏe của ai đó là rất tốt, vượt quá mức thông thường, khỏe như vâm, rất khỏe ■ *Bea's really as strong as an ox. She had surgery only a week ago and she's already back at the gym.* • Bea đúng là khỏe như vâm. Cô ta vừa mới phẫu thuật cách đây một tuần và giờ đã trở lại phòng tập thể dục rồi.

strong as an ox → **strong as a horse**

strong as an ox hoặc *as strong as an ox* rất mạnh mẽ, rất khỏe ■ *Tom is young and as strong as an ox.* • Tom còn trẻ và rất khỏe mạnh. ■ *Now that Ann has recovered from her illness, she's strong as an ox.* • Vì Ann đã hồi phục lại sau cơn bệnh, cô ấy rất khỏe mạnh.

strong suit hoặc *long suit* người có thể làm điều gì rất giỏi hoặc biết rất nhiều về một lĩnh vực nào đó (thường dùng ở dạng phủ định) ■ *Making polite conversation has never been Tom's strong suit.* • Thực hiện những cuộc đối thoại lịch sự chưa bao giờ là điều mà Tom có thể làm tốt.

struck → **be struck dumb**

strut one's stuff làm điều gì một cách thông thạo, điêu luyện, thường là theo cách tỏ ra rất tự hào về điều đó ■ *The competition gives kids with good minds a chance to strut their stuff.* • Cuộc thi tạo cơ hội cho những đứa trẻ có đầu óc tốt được thi thố tài năng của chúng.

stubborn as a mule hoặc *as stubborn as a mule* rất ngang ngạnh, cứng đầu, bướng bỉnh ■ *My husband is as stubborn as a mule.* • Chồng tôi là người rất ngang bướng. ■ *Our cat is stubborn as a mule.* • Con mèo của chúng tôi rất khó dạy.

stuck → **get in a rut**

stuck up hoặc *stuck-up* người tự xem mình là tốt đẹp hoặc quan trọng hơn và không đối xử thân thiện với những người khác ■ *He had a reputation for being stuck up - always impressed by his own good looks and money.* • Anh ta có tiếng là kiêu ngạo - luôn luôn xem trọng vẻ ngoài dễ coi của chính mình và tiền bạc.

stuck-up → **stuck up**

stuff → **and all that jazz**

stuff → **be made of sterner stuff**

stuff → **don't sweat the small stuff**

stuff → **strut one's stuff**

stuff → **the hard stuff**

stuff one's face (with) hoặc *stuff oneself (with)* (khẩu ngữ) ăn dồn dập thật nhiều và nhanh, nhiều hơn so với mức thông thường ■ *We stuffed our faces* *with tons of cotton candy.* • Chúng tôi ăn thật nhiều đến hàng khối kẹo bông. ■ *He sat alone at the table stuffing himself.* • Anh ta ngồi một mình trong bữa ăn và ăn ngấu nghiến. ■ *Don't stuff the kids with chocolate before their dinner.* • Đừng cho lũ trẻ ăn quá nhiều sô-cô-la trước bữa ăn. ■ *We stuffed our faces at the party.* • Chúng tôi ăn rất nhiều ở bữa tiệc. ■ *Every Christmas David stuffs himself.* • Giáng sinh nào David cũng ăn quá nhiều cả.

stuff oneself → **stuff one's face**

stumbling block chướng ngại, điều ngăn trở (thường dùng trong các bản tin báo chí, truyền hình...) ■ *A major stumbling block to starting peace talks is the difficulty of finding a chairman whom both sides will accept.* • Một trở ngại chính yếu trong việc khởi sự các cuộc đàm phán hòa bình là sự khó khăn trong việc tìm ra một người đứng ra chủ trì được cả đôi bên chấp nhận.

style → **cramp one's style**

style → **like it's going out of fashion**

subject → **drop the subject**

subject → **thorny question**

sublime → **from the sublime to the ridiculous**

such → **ever so**

such → **no such luck**

such → **there is no (such thing as a) free lunch**

such as it be dùng ngay sau khi đề cập đến một điều gì để cho thấy là có phẩm chất không được tốt đẹp lắm ■ *The play makes its point, such as it is, in about eight minutes, and then continues for another two and a half hours.* • Vở kịch nói lên được điểm chính của nó, không thật sự hay lắm, chỉ trong khoảng 8 phút, và rồi tiếp tục kéo dài thêm đến hai giờ rưỡi nữa.

suck sb dry hoặc **suck sth dry** hoặc **milk sb dry** hoặc **milk sth dry** tận dụng, vắt kiệt tất cả những gì mà ai đó có được, và thường là không trả lại gì cả ■ *By earning millions from racing and giving pennies back, the bookmakers are sucking the sport dry.* • Bằng việc kiếm được hàng triệu đô-la từ những cuộc đua ngựa và chi trở lại từng xu nhỏ, những tay thầu cá cược đang vắt kiệt đi môn thể thao này.

suck sth dry → **suck sb dry**

sucker → **there's one born every minute**

sucker for sth say mê, yêu thích điều gì, nhất là có phần khác thường hoặc tạo ra một mặc cảm vì điều đó ■ *Why, she wondered, was she such a sucker for broken-hearted men?* • Tại sao, cô ấy tự hỏi, cô lại quá yêu thích những người đàn ông bị đau khổ?

suckling → **out of the mouths of babes (and sucklings)**

sudden → **all of a sudden**

suffer → **not suffer fools**

suffer a fit → **have a fit**

sugar → **pretty please (with sugar on top)**

sugar → **sugar-coat the pill**

sugar daddy 1. người đàn ông giàu có, lớn tuổi dùng tiền bạc và quà biếu để đổi lấy quan hệ với người phụ nữ trẻ tuổi, thường là quan hệ tình dục ■ *"Here's my sugar daddy," Eve said, putting her arm around a gray-haired* man who must have been at least sixty. • "Đây là người tình của tôi," Eve nói, đưa tay ôm lấy một người đàn ông tóc đã bạc màu, ít nhất cũng 60 tuổi. 2. người giàu có và rộng rãi, hào phóng trong việc giúp đỡ người khác ■ *When a wealthy businessman took over the team, they thought they had acquired a sugar daddy with endless resources.* • Khi một thương gia giàu có nhận lấy đội bóng, họ nghĩ rằng đã gặp được một đối tượng hào phóng với nguồn tài chính vô tận.

sugar-coat the pill làm điều gì để giảm nhẹ đi một tình huống hay công việc khó chịu ■ *To call the armed forces "volunteer" is to sugar-coat the pill. The truth is that it is composed largely of people who are there because it is their only hope of getting an education.* • Gọi các lực lượng vũ trang là "tình nguyện" chỉ là một cách làm giảm nhẹ vấn đề. Sự thật là nó bao gồm phần lớn những người gia nhập vào chỉ vì đó là hy vọng duy nhất của họ để được học hành.

suit → **follow suit**

suit → **in one's birthday suit**

suit → **strong suit**

suits → **the men in (gray) suits**

summer → **dog days**

summer → **Indian summer**

sun → **make hay (while the sun shines)**

sun → **think the sun shines out of one's backside**

Sunday → **never in a month of Sundays**

Sunday driver làm cho người khác phải khó chịu, bực mình vì lái xe quá chậm ■ *"Did you have a good trip?" "This afternoon was okay, but there were a lot of Sunday drivers out this morning."* • "Chuyến đi của anh tốt đẹp chứ?" "Chiều nay thì tốt đẹp, nhưng buổi sáng thật khó chịu vì có nhiều tay lái xe chậm quá."

sundry → **all and sundry**

sunny side up nói về trứng, được chiên một mặt để lòng đỏ vẫn còn mềm - ốp la ■ *"How would you like your eggs?" "Sunny side up."* • "Anh muốn món trứng của anh làm như thế nào?" "Chiên ốp-la." → **over easy**

sunshine → **a ray of sunshine**

superintendent → **sidewalk superintendent**

sure thing dùng khi muốn đáp lại một cách thân mật yêu cầu của ai ■ *"Julia, could you hand me that spoon?" "Sure thing."* • "Julia, chị có thể đưa giúp tôi cái muỗng ấy không?" "Vâng, được thôi."

surface → **scratch the surface (of sth)**

suspicion → **above suspicion**

suspicion → **have a sneaking suspicion**

swallow → **fall for sth hook, line and sinker**

swallow → **hard to swallow**

swallow one's pride cố thực hiện điều gì cho dù phải cảm thấy bối rối, lúng túng... chẳng hạn như công khai nhận lỗi hoặc yêu cầu giúp đỡ... ■ *Just swallow your pride and tell them you need help.* • Hãy dẹp lòng tự ái đi và nói với họ là anh cần được giúp đỡ.

swallow sth whole hoàn toàn tin tưởng hoặc chấp nhận điều gì mà không đưa ra bất cứ nghi vấn nào ■ *He's always turning up late with some* *fantastic excuse, expecting me to swallow it whole!* • Anh ta luôn luôn đến trễ với một lý do tưởng tượng nào đó, và chờ đợi là tôi sẽ hoàn toàn tin ngay mà không nghi ngờ.

swear blind → **swear up and down (that)**

swear like a trooper chửi rủa, văng tục rất nhiều vì tức giận ■ *Samantha swore like a trooper when she found out I dented her new car.* • Samantha chửi rủa om sòm khi cô ta biết được tôi đã đụng móp chiếc xe hơi mới của cô.

swear up and down hoặc *swear blind* (cách dùng cũ) dùng để nhấn mạnh việc ai đó quả quyết rằng họ đang nói sự thật ■ *Tyler swore up and down that he hadn't taken the money.* • Tyler thề thốt hết lời rằng anh ta không hề lấy tiền.

sweat → **blood, sweat and tears**

sweat → **break out into a cold sweat (about sth)**

sweat → **don't sweat the small stuff**

sweat → **from the sweat of one's brow**

sweat → **no sweat**

sweat blood làm việc hết sức cực nhọc, bỏ ra nhiều công sức để nhằm đạt được điều gì ■ *People have sweated blood to build up their businesses, and now they feel threatened.* • Người ta đã mất rất nhiều công sức để gây dựng nên sự nghiệp của mình, và giờ đây đang cảm thấy bị đe dọa.

sweat it out kiên nhẫn chịu đựng, chờ đợi cho đến khi một tình huống tồi tệ hoặc đáng sợ được chấm dứt ■ *I sat there in the lawyer's office, sweating it out, and trying to anticipate the worst that could happen.* • Tôi ngồi đó trong văn phòng luật sư, kiên nhẫn chịu đựng, và cố tiên liệu trước điều tồi tệ nhất có thể xảy ra.

sweating bullets (khẩu ngữ) lo lắng, căng thẳng hoặc sợ sệt về điều gì đang xảy ra hoặc có thể là sắp sửa xảy ra ■ *I'd never had a computer just go blank on me like that. I just sat there sweating bullets until the repairman came.* • Tôi chưa từng gặp một cái máy tính nào chỉ hiện lên màn hình trắng như thế. Tôi ngồi đó lo sợ mãi cho đến khi nhân viên sửa chữa đến.

sweep → **clean sweep**

sweep → **new broom**

sweep sb off one's feet 1. làm điều gì gây ấn tượng, chiếm được tình cảm của ai một cách nhanh chóng ■ *He was hoping to sweep her off her feet, but she just laughed.* • Anh ta hy vọng là sẽ nhanh chóng chiếm được tình cảm của cô ta, nhưng cô ta chỉ cười mà thôi. ■ *Jack swept me off my feet when I was only seventeen.* • Jack đã nhanh chóng chiếm được tình cảm của tôi khi tôi chỉ mới 17 tuổi. ■ *She's waiting for some hero to come and sweep her off her feet.* • Cô ấy đang chờ đợi một đấng anh hùng nào đó tìm đến và chiếm ngay lấy trái tim mình. 2. nhấc tung ai lên khỏi tư thế đang đứng ■ *The wind almost swept us off our feet.* ■ Cơn gió gần như nhấc hổng chúng tôi lên.

sweep sth under the carpet → **sweep sth under the rug**

sweep sth under the rug hoặc *sweep sth under the carpet* phớt lờ đi một vấn đề trong tổ chức, nhất là một sai lầm của ai, và cố ngăn cản không để cho mọi người biết được ■ *Use of* *excessive force by officers has been allowed or swept under the carpet in the past.* ● Trong quá khứ, việc sử dụng bạo lực quá đáng của các viên chức đã được cho phép hoặc được bao che phớt lờ đi.

sweet → have a sweet tooth

sweet → short and sweet

sweetness → all sweetness and light

swell → stem the tide (of)

swell the ranks of phát triển, mở rộng thêm một nhóm người, tổ chức bằng cách gia nhập hoặc làm cho nhiều người gia nhập thêm vào ■ *Factory closures and layoffs have swollen the ranks of the city's unemployed.* ● Những vụ đóng cửa nhà máy và sa thải công nhân đã làm phát triển lớn thêm hàng ngũ những người thất nghiệp của thành phố.

swim → in the swim of things

swim → sink or swim

swim against the current → go against the current

swim against the tide hoặc *go against the tide* hoặc *row against the tide* hoặc *stand against the tide* có những quan điểm hay ý tưởng về một chủ đề cụ thể nào đó đối nghịch với hầu hết những người cùng thời ■ *In the late 1980s, Abania swam against the tide of democratic reforms in eastern Europe.* ● Vào cuối thập niên 1980, Albania đã đi ngược lại với trào lưu cải cách dân chủ của Đông Âu.

swim with the tide hoặc *drift with the tide* hoặc *float with the tide* xu thời, chạy theo những gì nhiều những người khác nói hoặc làm ■ *Andy was not the kind of man to swim with the tide just because it was convenient.* ● Andy không phải là kiểu người xu thời chỉ vì để được thuận lợi.

swimming → go down like a rat sandwich

swimmingly → go swimmingly

swine → cast pearls before swine

swing → get into the swing (of sth)

swing → in full swing

swing → tip the balance

swing → you could not swing a cat

swing both ways nói về người có vẻ hấp dẫn về tình dục với cả hai giới tính ■ *"Is he gay?" "Well, I think he swings both ways."* ● "Có phải anh ta đồng tính luyến ái không?" "Vâng, tôi nghĩ là anh ta hấp dẫn với cả hai phái."

swing either way nói về một sự việc, tình huống không thể nào đoán trước được kết quả, bởi vì các khả năng đều có xác suất như nhau ■ *The game could have swung either way in the last twenty minutes.* ● Trận đấu có thể nghiêng về bất cứ bên nào trong hai mươi phút cuối cùng.

swing it (khẩu ngữ) tìm phương cách để giải quyết một vấn đề khó khăn, thường là bằng cách làm điều gì không được cho phép ■ *Work visas are very difficult to get. Unless your friend has a family connection in this country, I'm not sure that you'll be able to swing it.* ● Hộ chiếu nhập cảnh để làm việc rất khó có được. Trừ khi người bạn của anh có một mối quan hệ gia đình trong đất nước này, không thì tôi không chắc là anh có thể tìm ra cách nào đó để xoay sở được.

sword of Damocles (hanging over one's head)

swing the balance → tip the balance

swinging → leave sb twisting in the wind

swipe → take a swipe at sb

switch → asleep at the switch

swoop → in one fell swoop

sword → cross swords

sword → double-edged sword

sword → the pen is mighter than the sword

sword of Damocles (hanging over one's head) điều tồi tệ mà ai đó đang chờ đợi, có khả năng xảy ra bất cứ lúc nào để gây hại, làm cho tình huống xấu đi... ■ *Since my illness was diagnosed, I have lived with the sword of Damocles hanging over my head.* ● Từ khi căn bệnh của tôi được chẩn đoán, tôi đã sống trong tâm trạng chờ đợi điều tồi tệ có thể xảy đến cho tôi bất cứ lúc nào.

swords → at swords' points

sympathy → one's heart goes out to sb

system → all systems (are) go

system → beat the system

system → buck the system

system → get sb out of one's system

t → dot the i's and cross the t's
tab → keep tabs on sb
tab → pick up the tab (for)
tab → run up a tab (of)
table → at the table
table → bring sth to the table
table → drink sb under the table
table → get back to the table
table → get sb back to the table
table → on the table
table → put one's cards on the table
table → put sth on the table
table → the tables have turned
table → turn the table (on sb)
table → under the table
tack → change of tacks
tack → change tack
tack → get down to brass tacks
tail → can't make head nor tail of sth
tail → chase one's (own) tail
tail → get off one's case
tail → in two shakes (of a lamb's tail)
tail → on one's tail
tail → turn tail
tail → with one's tail between one's legs
tailed → bright-eyed and bushy-tailed

tailspin → go into a tailspin
take → able to take a job
take → able to take just so much
take → able to take sth
take → as a duck takes to water
take → bear the brunt of sth
take → can dish it out but can't take it
take → do a double take
take → give and take
take → give or take
take → give sb an inch (and he will take a mile)
take → have what it takes
take → it takes all kinds (to make a world)
take → it takes one to know one
take → it takes two to tango
take → let nature take its course
take → like taking candy from a baby
take → not take sth lying down
take → pick up the ball and run (with it)
take → sit up and take notice
take → whenever the fancy takes
take → you can lead a horse to water
take → you pay your money and you take your chances

take a back seat (to) 1. cho phép người khác đưa ra những quyết định quan trọng hoặc chịu trách nhiệm về điều gì trong phạm vi quyền hạn của mình ■ *De Beauvoir argued that women* had taken a back seat to men and occupied a secondary position in society. ● De Beauvoir biện luận rằng phụ nữ đã nhường quyền quyết định cho nam giới và nắm giữ vị trí thứ yếu trong xã hội. ■ *I decided to take a back seat to Mary and let her manage the project.* ● Tôi đã quyết định rút lui và để cho Mary điều hành dự án. ■ *Many managers take a back seat and leave recruitment to specialists.* ● Nhiều người quản lý đã rút lui và giao lại việc tuyển mộ cho các chuyên gia. ■ *I'll be happy to take a back seat when Robin takes over.* ● Tôi sẽ vui vẻ rút lui khi Robin nhận trách nhiệm. ■ *I had done the best I could, but it was time to take a back seat and let someone else run things.* ● Tôi đã làm tốt hết sức mình, nhưng đã đến lúc phải rút lui và để cho một người nào khác điều hành mọi việc. 2. nói về một sự việc trở nên ít được chú ý hơn sự việc khác, vì có tầm quan trọng kém hơn hoặc không đáng quan tâm bằng ■ *Does Newton's murder take a backseat now that the police have a new one to think about?* ● Có phải chăng vụ giết người của Newton không được chú ý nhiều vì giờ đây cảnh sát có một vụ khác để bận tâm? ■ *Other issues must take a back seat to this crisis.* ● Những vấn đề khác chắc chắn sẽ không còn đáng quan tâm bằng cuộc khủng hoảng này.

take a bath (on sth) (khẩu ngữ) thua lỗ, mất một món tiền lớn trong việc đầu tư ■ *The companies were badly managed, and investors have taken a bath.* ● Các công ty được điều hành một cách tồi tệ, và những người đầu tư phải chịu thiệt những khoản tiền lớn. ■ *I took a bath on all my oil stock. I should have sold it sooner.* ● Tôi bị thua lỗ đậm trong cổ phiếu dầu mỏ của mình. Lẽ ra tôi nên bán nó đi sớm hơn. ■ *I don't mind losing a little money now and then, but I really took a bath this time.* ● Tôi không ngại việc thỉnh thoảng thua lỗ chút đỉnh tiền bạc, nhưng tôi đã thực sự thua lỗ rất nặng trong lần này.

take a beating hoặc ***take a hammering*** 1. bị chỉ trích gay gắt, bị hư hại nặng nề hoặc bị đánh bại hoàn toàn (thường được dùng trên các bản tin báo chí, truyền hình...) ■ *Several million-dollar beach homes took a hammering during the recent tropical storms.* ● Trong những cơn bão vừa qua, nhiều căn nhà ở ven biển trị giá hàng triệu đô-la đã bị hư hại nặng nề. 2. bị mất mát tiền bạc hoặc sút giảm giá trị ■ *Carson admits that small business have taken a beating during the recent recession.* ● Carson đã thừa nhận là trong cuộc suy thoái kinh tế vừa qua các doanh nghiệp nhỏ đã thua lỗ nhiều.

take a bite out of sth lấy đi phần khá lớn trong một tổng số tiền ■ *The heating bill always takes a pretty big bite out of my paycheck.* ● Chi phí sưởi ấm luôn luôn chiếm phần khá lớn trong các khoản chi của tôi.

take a chance on sth hoặc ***take chances*** hoặc ***take one's chances*** quyết định làm điều gì bất chấp khả năng có thể gặp rủi ro ■ *Lorraine didn't know me but she took a chance on my honesty.* ● Lorraine đã không quen biết tôi nhưng cô ấy chấp nhận đánh cuộc với lòng trung thực của tôi. ■ *It is just not worth taking any chances.* ● Thật không đáng để chấp nhận bất cứ rủi ro nào. ■ *We took a chance on the weather and planned to have the party outside.* ● Chúng tôi chấp nhận rủi ro về thời tiết và lên kế hoạch tổ chức bữa tiệc ngoài trời. ■ *He took his chances and jumped into the water.* ● Ông ta chấp nhận rủi ro và nhảy xuống nước.

take a crack at sth → **have a crack at sth**

take a dim view of sth không tán thành điều gì hoặc không cho đó là một ý kiến hay ■ *Elizabeth's family took a dim view of her decision to go to Hollywood.* ● Gia đình của Elizabeth không tán thành quyết định của cô ta đi đến Hollywood. ■ *Bruce's wife took a dim view of his decision to leave his well-paying job.* ● Vợ của Bruce không tán thành việc anh từ bỏ công việc đang được trả lương cao. ■ *She took a dim view of my suggestion.* ● Cô ấy đã xem thường đề nghị của tôi. ■ *Many employers take a dim view of workers who speak out against bad working conditions.* ● Rất nhiều người chủ thuê coi thường những công nhân lên tiếng chống lại những điều kiện làm việc không tốt.

take a dive đột ngột sa sút, trở nên tồi tệ hơn ■ *Profits really took a dive last year.* ● Các khoản lợi tức thực sự đã bất ngờ trở nên tồi tệ trong năm qua. ■ *The share price took a 30% dive last year.* ● Trong năm qua giá cổ phiếu đã đột ngột giảm xuống đến 30%.

take a dump (khẩu ngữ) đi đại tiện, đi cầu ■ *Sorry I couldn't come to the phone - I was taking a dump downstairs.* ● Xin lỗi, tôi không thể đến nghe điện thoại được. Tôi đang đi cầu ở tầng dưới.

take a fancy to sb bỗng dưng cảm thấy ưa thích người nào, nhất là không có lý do rõ ràng ■ *He's taken quite a fancy to his next-door neighbour.* ● Anh ta bỗng dưng thấy thích người hàng xóm kế bên nhà. ■ *I think Sam really took a fancy to you!* ● Tôi nghĩ là Sam thực sự thấy thích anh rồi!

take a flying leap cách nói khiếm nhã để yêu cầu ai đó đi khỏi ngay và đừng làm phiền nữa ■ *"My husband won't let me wear red." "You ought to tell your husband to take a flying leap."* ● "Chồng tôi không cho phép tôi mặc màu đỏ." "Lẽ ra bạn nên bảo ông ta xéo ngay đi đừng quấy rầy thế nữa."

take a gander at (thông tục) nhìn vào ai hay cái gì, thường là thoáng qua thật nhanh ■ *Out of curiosity, I glanced up to take a gander at the newcomers.* ● Hết sức tò mò, tôi liếc mắt lên để nhìn qua những người mới đến.

take a grip on oneself → **get a grip on oneself**

take a hammering → **take a beating**

take a hard line (cũng thay *hard* bằng *tough, firm, strict*... hoặc thay *line* bằng *stand* -thường dùng trong các lĩnh vực kinh doanh và chính trị) kiên quyết buộc người khác phải làm theo ý mình và không sẵn lòng thay đổi ý kiến, quan điểm ■ *Since taking office 18 months ago, Carter has taken a hard line in contract negotiations with teachers.* ● Kể từ khi tiếp nhận văn phòng cách đây 18 tháng, Carter đã hết sức cứng rắn trong các cuộc thương lượng hợp đồng với giáo viên. ■ *The government took a hard line on the strike.* ● Chính phủ đã dùng biện pháp rất cứng rắn đối với vụ đình công. ■ *We need to take a firm line on tobacco advertising.* ● Chúng ta cần có thái độ kiên quyết đối với việc quảng cáo thuốc lá. ■ *They took a firm*

take a hike

stand against drugs in the school. • Họ kiên quyết chống lại ma túy trong trường học.

take a heavy toll (on sth) → **take its toll (on sth)**

take a hike (khẩu ngữ) cách nói rất khiếm nhã, bày tỏ sự bực tức và muốn ai đó hãy đi khỏi ngay ∎ *Look, I told you I won't help you, so take a hike!* • Nghe này, tao đã bảo là sẽ không giúp mày, bởi vậy hãy cút đi.

take a leak (thông tục, dùng cho nam giới) đi tiểu tiện ∎ *Can you wait a second? I have to take a leak.* • Anh chờ một chút được không? Tôi phải đi tiểu tiện đây.

take a licking thất bại nặng nề trong một cuộc tranh tài ∎ *The Yankees took a licking last night 8 - 3.* • Đội Yankees thua thảm hại tối qua với tỷ số 8 - 3.

take a load off (khẩu ngữ) mời ai ngồi khi họ đến thăm, nhất là khi biết rằng người ấy rất mệt (chẳng hạn vì đường xa) ∎ *Come in and take a load off. You must be exhausted after all that running around.* • Vào đi và ngồi nghỉ ngơi thư thả. Bạn chắc chắn là đã mệt nhoài sau khi chạy loanh quanh khắp nơi.

take a long, hard look at suy nghĩ rất nhiều về những gì sai trái trong thái độ hoặc quan điểm của mình, để có thể cố gắng giải quyết được vấn đề ∎ *After almost drinking myself to death one night, I decided it was time to take a long, hard look at my life.* • Sau một đêm nọ uống say gần như chết, tôi quyết định đã đến lúc phải suy nghĩ và tu tỉnh lại cuộc đời mình.

take a lot of flak → **catch flak**

take a powder nhanh chóng rời khỏi một nơi nào, nhất là để tránh gặp rắc rối ∎ *I think Gardiner decided to take a power when he realized the police would be looking for him.* • Tôi nghĩ là Gardiner đã quyết định bỏ đi ngay khi nhận ra là cảnh sát có thể đang tìm kiếm anh ta.

take a rain check (on sth) (khẩu ngữ) dùng để từ chối vì không thể thực hiện điều gì cùng với ai, nhưng sẽ làm điều đó lần khác khi có dịp ∎ *"We're going out for dinner after work. Want to come?" "Sorry, I can't tonight - but I'll take a rain check."* • "Chúng tôi sẽ đi ra ngoài ăn tối sau giờ làm việc. Anh muốn đi không?" "Thật đáng tiếc, tối nay tôi không thể đi được - nhưng cho tôi hẹn lần khác vậy." - Ở Hoa Kỳ, khi đến mua hàng tại một cửa hiệu trong thời gian giảm giá nhưng gặp lúc món hàng đó đã hết, người mua sẽ được nhận một phiếu giảm giá gọi là "*rain check*". Với phiếu giảm giá này, họ có thể trở lại bất cứ lúc nào về sau và vẫn được hưởng giá thấp như trong thời gian giảm giá.

take a shine to sb cảm thấy yêu thích ai ngay khi mới gặp gỡ lần đầu, nhất là khi không thể giải thích được lý do ∎ *Ben didn't seem too interested in Dinah, but he took a real shine to Annie and asked for her phone number.* • Ben dường như đã không quan tâm lắm đến Dinah, nhưng anh ta thực sự thích Annie ngay khi mới gặp và hỏi xin số điện thoại của cô ta.

take a sideswipe at đưa ra một nhận xét hoặc lời đùa cợt nhằm chỉ trích, phê phán một người hay sự việc, trong khi đang nói về một sự việc khác - phê phán ngoài lề ∎ *Smith took* a sideswipe at the rest of the committee by begging for more young members with new ideas. ● Smith đưa ra một sự phê phán ngoài lề nhắm vào những người còn lại trong ủy ban bằng cách kêu gọi có thêm những thành viên trẻ với ý tưởng mới.

take a soft line xử sự một cách mềm mỏng, ôn hòa ■ *So far police haw been taking a soft line on the demonstrations. "We're going to do everything we can to help, as long as things stay peaceful," said the Chief of Police.* ● Cho đến nay cảnh sát vẫn đối xử ôn hòa với những người biểu tình. Ông cảnh sát trưởng đã nói: "Chúng tôi sẽ làm bất cứ điều gì có thể được để giúp đỡ, miễn là mọi chuyện vẫn còn êm ả."

take a spin in sth hoặc *take sth for a spin* (khẩu ngữ) lái xe hoặc đi trên xe hơi một đoạn ngắn ■ *Mike let me take his Porsche for a spin yesterday. What a car!* ● Hôm qua Mike để cho tôi lái chiếc Porsche của anh ta một đoạn ngắn. Chiếc xe tuyệt làm sao!

take a stab at doing sth hoặc *make a stab at doing sth* cố sức thực hiện điều gì, nhất là khi hoàn toàn không có sự chuẩn bị trước ■ *When my mother saw I had some creativity, she encouraged me to take a stab at writing.* ● Khi mẹ tôi thấy tôi có phần nào tính sáng tạo, bà đã khuyến khích tôi cố gắng theo việc viết lách.

take a stab in the dark đưa ra một suy đoán về điều gì mà không có bất cứ thông tin nào liên quan để dựa vào ■ *Just take a stab in the dark. How many countries are there in the world?* ● Hãy thử đoán mò xem sao. Có bao nhiêu quốc gia trên thế giới?

take a stroll down memory lane → **take a trip down memory lane**

take a swipe at sb (thường dùng trong các bản tin báo chí, truyền hình...) công khai chỉ trích, phê phán người hay một sự việc, nhất là trong một bài diễn văn, bài viết... mà phần lớn là nói về một chuyện khác ■ *In its more realistic scenes, the movie takes a swipe at homelessness in 1990s.* ● Trong những cảnh quay thực tế hơn, bộ phim chuyển sang phê phán tình trạng không nhà ở trong những năm 1990.

take a trip down memory lane hoặc *take a walk down memory lane* hoặc *take a stroll down memory lane* dành thời gian để nhớ về quá khứ của mình ■ *Take a trip down memory lane at the reunion of the class of '68 at the Plaza Hotel on August 14th.* ● Hãy nhớ lại buổi họp mặt của lớp học năm 68 tại khách sạn Plaza hôm 14 tháng 8.

take a walk down memory lane → **take a trip down memory lane**

take a whack at sth (khẩu ngữ) cố gắng thực hiện điều gì ■ *I used to be pretty good at this game - let me take a whack at it.* ● Trước đây tôi rất giỏi trong trò chơi này - hãy để tôi cố gắng chơi xem sao.

take account of sth hoặc *take sth into account* cân nhắc, xem xét điều gì trước khi đưa ra quyết định ■ *Our company takes account of environmental issues wherever possible.* ● Công ty chúng tôi xem xét đến các vấn đề về môi trường bất cứ khi nào có thể được. ■ *Coursework is taken into account as well as exam results.* ● Quá trình học tập được xem xét cùng với những kết quả thi. ■ *The defendant asked for a number of other offences to be taken into account.* ● Bị cáo yêu cầu một số các trường hợp xúc phạm khác được đưa ra xem xét. ■ *Compensation awards take into account the pain and suffering caused to the victim.* ● Các khoản tiền bồi thường được xem xét theo với những đau đớn và khổ sở đã gây ra cho nạn nhân. ■ *If you take inflation into account, we actually spend less now.* ● Nếu anh xem xét đến sự lạm phát, hiện giờ chúng ta thật sự đang chi tiêu ít hơn.

take advantage of sb → **take advantage of sth**

take advantage of sth hoặc *take advantage of sb* 1. sử dụng tốt điều gì hoặc tận dụng tốt một cơ hội ■ *We took full advantage of the hotel facilities.* ● Chúng tôi tận dụng tối đa những tiện nghi của khách sạn. ■ *She took advantage of the children's absence to tidy their rooms.* ● Cô ấy tận dụng cơ hội vắng mặt của bọn trẻ để dọn dẹp gọn gàng phòng của chúng. ■ *Many schools don't take full advantage of the Internet.* ● Nhiều trường học không tận dụng tối đa được mạng Internet. ■ *He took advantage of the defender's mistake to score a goal.* ● Anh ta tận dụng tốt cơ hội sai lầm của cầu thủ hậu vệ để ghi một bàn thắng. 2. lợi dụng người hay sự việc nào đó một cách không công bằng, trung thực ■ *He took advantage of my generosity.* ● Ông ta đã lợi dụng sự hào phóng của tôi. ■ *Salesmen usually take advantage of elderly customers.* ● Những người bán hàng thường lợi dụng các khách hàng lớn tuổi.

take care (khẩu ngữ) 1. dùng khi tạm biệt ai như một lời chào thân mật ■ *Bye now! Take care!* ● Giờ xin tạm biệt, hãy bảo trọng. 2. hoặc *take care that* dùng để cảnh báo ai hãy thận trọng vì có điều gì đó nguy hiểm có thể xảy ra cho họ ■ *Take care that you don't drink too much!* ● Hãy cẩn thận đừng uống quá nhiều rượu. ■ *Care should be taken to close the lid securely.* ● Cần phải thận trọng đóng cái nắp lại một cách an toàn. ■ *Take care on those steps!* ● Hãy thận trọng trên những bậc thềm ấy! ■ *Take care that you don't fall.* ● Hãy cẩn thận đừng có ngã đấy. ■ *Please take care not to tread on the cables.* ● Xin hãy thận trọng đừng giẫm lên những sợi dây cáp. ■ *She took extra care to lock all the doors this time.* ● Lần này cô ấy thận trọng hơn khóa tất cả các cửa lại.

take care of 1. chăm sóc, lo lắng mọi việc cho người hay sự việc nào đó ■ *Who's taking care of the children while you're away?* ● Ai chăm sóc bọn trẻ trong khi anh đi vắng? ■ *She takes great care of her clothes.* ● Cô ấy hết sức quan tâm sửa soạn quần áo của mình. ■ *He's old enough to take care of himself.* ● Anh ta đã đủ lớn để tự chăm sóc cho mình. ■ *You should take better care of yourself.* ● Anh nên chăm sóc cho bản thân mình tốt hơn. ■ *All the neighbours take very good care of their gardens.* ● Tất cả những người hàng xóm đều chăm sóc rất tốt cho khu vườn của họ. 2. chịu trách nhiệm hoặc phải đối phó giải quyết một tình huống, nhiệm vụ ■ *Don't worry about the travel arrangements. They're all being taken care of.* ● Đừng lo lắng về những sắp xếp cho chuyến đi. Tất cả đều đang được giải quyết. ■ *Celia takes care of the marketing side of things.* ● Celia chịu trách nhiệm về mặt tiếp thị hàng. ■ *I'll leave you to take care of the refreshments.* ● Tôi sẽ để anh phụ trách thức uống và các món ăn nhẹ. ■ *Can you take care of this customer, please?* • Anh có thể vui lòng làm việc với khách hàng này không? 3. dùng khi tự đề nghị chi trả một khoản tiền không thuộc trách nhiệm của mình ■ *She picked up the bill, saying, "Let me take care of that".* • Cô ấy cầm lấy hóa đơn và nói: "Để tôi chi trả khoản ấy cho."

take care that → **take care**

take chances → **take a chance on sth**

take cognizance of sth hiểu rõ được hay xem xét, chú ý đến điều gì ■ *In the light of the new evidence that the court can now take cognizance of, the case is dropped.* • Dưới ánh sáng của những chứng cứ mới mà tòa án giờ đây có thể đưa vào xem xét, vụ kiện bị hủy bỏ.

take effect 1. bắt đầu tạo ra được những hiệu quả mong muốn ■ *The aspirins soon take effect.* • Những viên thuốc aspirin không bao lâu sẽ có tác dụng. ■ *Try to relax for a couple of hours until the pills take effect.* • Hãy cố nghỉ ngơi trong vài giờ cho đến khi những viên thuốc có tác dụng. ■ *Measures to reduce costs are beginning to take effect.* • Những biện pháp để làm giảm chi phí đang bắt đầu có hiệu quả. 2. đưa vào sử dụng, bắt đầu được áp dụng ■ *The new law takes effect from tomorrow.* • Luật mới sẽ bắt đầu áp dụng từ ngày mai. ■ *The new timetable will take effect from the beginning of May.* • Bảng thời biểu mới sẽ được áp dụng kể từ đầu tháng Năm.

take evasive action hành động để tránh sự nguy hiểm hay một hậu quả không tốt ■ *The pilot had to take evasive action to avoid a mid-air collision.* • Viên phi công đã phải hành động khẩn cấp để tránh một vụ va chạm giữa không trung.

take exception to sth phản đối mạnh mẽ hoặc tức giận về điều gì ■ *I take great exception to the fact that you told my wife before you told me.* • Tôi rất tức giận về việc anh đã nói cho vợ tôi biết trước khi nói với tôi. ■ *No one could possibly take exception to his comments.* • Không ai lại có thể phản đối những nhận xét của anh ta. (- nghĩa là anh ta nhận xét rất chính xác)

take five tạm ngưng công việc đang làm để nghỉ ngơi trong chốc lát ■ *OK, everyone, let's take five. We'll continue the meeting at 2:15.* • Được rồi, mọi người nghe đây, hãy nghỉ ngơi chốc lát. Chúng ta sẽ tiếp tục cuộc họp vào lúc 2 giờ 15. ■ *The coach told us to take five before beginning the last hour of practice.* • Huấn luyện viên bảo chúng tôi tạm nghỉ chốc lát trước khi bắt đầu giờ luyện tập cuối cùng.

take flight bỏ chạy ■ *The gang took flight when they heard the police car.* • Bọn côn đồ bỏ chạy khi nghe tiếng xe cảnh sát.

take form dần dần phát triển, hình thành một cách chậm chạp ■ *In her body a new life was taking form.* • Trong cơ thể cô ta một đời sống mới đang dần dần hình thành.

take fright bị hoảng hốt, sợ sệt vì điều gì ■ *The birds took fright and flew off.* • Những con chim hoảng sợ và bay vụt đi. ■ *Investors took fright at the falling market.* • Các nhà đầu tư lo sợ vì thị trường đang suy giảm.

take heart được khuyến khích và bắt đầu cảm thấy tin chắc hơn là mình sẽ thành công ■ *Take heart, smokers - the people who gain weight after quitting are less likely to smoke again.* • Hãy vững lòng tin, các bạn nghiện thuốc - những ai tăng cân sau khi bỏ thuốc sẽ ít có khả năng hút thuốc trở lại hơn. ■ *The government can take heart from the latest opinion polls.* • Chính phủ có thể vững tin nhờ kết quả của những cuộc thăm dò gần đây nhất.

take issue with sb bất đồng ý kiến với ai và giải thích lý do sự bất đồng ấy ■ *Last year, the "Star" published more than 500 letters from readers, often taking issue with our editorial or opinion columns.* • Năm vừa qua tờ Star đăng tải hơn 500 thư độc giả, thường là bày tỏ sự không đồng ý với ban biên tập của chúng ta, hoặc với mục đăng tải ý kiến. ■ *I must take issue with you on that point.* • Tôi phải nói rõ sự bất đồng với anh về điểm này.

take it easy 1. hoặc *take things easy* nghỉ ngơi, thư giãn và không làm gì nhiều ■ *Why don't you sit down and take it easy for a while?* • Sao anh không ngồi xuống nghỉ ngơi thư giãn trong chốc lát? ■ *The doctor told me to take it easy for a few weeks.* • Bác sĩ bảo tôi phải thư giãn nghỉ ngơi trong vài ba tuần lễ. ■ *I like to take things easy when I'm on holiday.* • Tôi thích thư giãn vào ngày nghỉ. 2. (khẩu ngữ) dùng khi bảo ai hãy thôi đừng quá giận dữ hoặc lo lắng về điều gì ■ *Hey, take it easy! Nobody's saying it was your fault.* • Này, hãy bỏ qua mọi chuyện đi! Không ai nói rằng đó là lỗi của anh đâu. ■ *Take it easy! Don't panic.* • Hãy bình tĩnh nào! Đừng hốt hoảng. 3.(khẩu ngữ) dùng khi tạm biệt ai ■ *"Bye, see you next week." "Yeah, take it easy."* • "Tạm biệt, gặp lại anh tuần tới." "Vâng, mọi chuyện dễ dàng nhé."

take it for granted that → **take sb for granted**

take it from me (khẩu ngữ) dùng khi muốn nhấn mạnh rằng điều đang nói có thể tin cậy được vì người nói thực sự nắm vững được vấn đề ■ *Take it from me - you don't want to make Phil mad. I've seen how violent he can get.* • Hãy tin tôi đi - anh sẽ không muốn làm cho Phil nổi khùng đâu. Tôi đã từng thấy anh ta có thể trở nên thô bạo như thế nào rồi.

take it into one's head → **get it into one's head**

take it one day at a time hoặc *take things one day at a time* không nghĩ đến những gì sẽ xảy ra trong tương lai ■ *I don't know if he'll get better. We're just taking it one day at a time.* • Tôi không biết là liệu ông ta có sẽ khá hơn hay không. Chúng tôi chỉ lo việc trước mắt thôi.

take it or leave it 1. (khẩu ngữ) dùng để nói về một vấn đề mà ai đó chỉ có thể chấp nhận hoặc không, nhưng không có gì để bàn cãi hoặc thảo luận thêm nữa ■ *I'll give you $1,500 for the car. That's my final offer - take it or leave it.* • Tôi sẽ trả anh 1.500 đô-la cho chiếc xe hơi. Đó là giá cuối cùng - nếu không đồng ý thì thôi. 2. bày tỏ sự không quan tâm lắm đến một vấn đề, không phản đối cũng không tán thành ■ *Some people find smoking addictive, and some can either take it or leave it, but the majority of people do not smoke at all.* • Một số người nghiện thuốc lá, và một số người có thể hút thuốc hoặc không cũng được, nhưng đa số mọi người hoàn toàn không hút thuốc.

take its course → **run its course**

take its toll (on sth) hoặc *take a heavy toll (on sth)* nói về một tình huống khó khăn hay tai hại, gây ra rất nhiều rắc rối và dần dần làm cho ai đó phải suy yếu đi ■ *Assaults have taken their toll on hospital employees, with several off duty because of injuries suffered on the job.* ● Những cuộc tấn công gây khó khăn rất nhiều cho các nhân viên bệnh viện, với nhiều người phải nghỉ việc vì bị thương trong khi đang làm công việc.

take leave of one's senses (cách dùng cũ) bắt đầu cư xử theo cách không hợp lý hoặc ngốc nghếch ■ *Have you taken leave your senses? You can't order the boss around like that!* ● Anh điên rồi hay sao vậy? Anh không thể sai bảo ông chủ chạy quanh như vậy!

take matters into one's own hands → **take the law into one's own hands**

take my word for it dùng để nhấn mạnh điều mình đang nói ra là đáng tin cậy ■ *Life can be good, Marie. Take my word for it.* ● Cuộc đời có thể là tốt đẹp, Marie. Hãy tin lời tôi đi.

take no prisoners quyết tâm đạt đến thành công, không để cho ai hoặc điều gì có thể ngăn cản bước tiến của mình ■ *Kevin Ward will be taking no prisoners against Rochester in the game on Sunday.* ● Kevin Ward sẽ quyết tâm giành chiến thắng với Rochester trong trận đấu vào hôm Chủ nhật.

take one's bearings → **get one's bearings**

take one's breath away gây hứng thú, lôi cuốn đến mức làm cho người ta phải quên hết mọi chuyện khác để ngắm nhìn hoặc lắng nghe ■ *The statue of Venus, the most beautiful piece in the museum, takes your breath away.* ● Pho tượng thần Venus, món đẹp nhất trong bảo tàng viện, khiến cho bạn phải ngắm nhìn mê mẩn. ■ *Isn't the scene beautiful? - Yeah, it takes your breath away.* ● Cảnh vật không đẹp sao? - Có chứ, đẹp đến mức làm bạn ngẩn người ra đấy. ■ *My first view of the island from the air took my breath away.* ● Quang cảnh đầu tiên của hòn đảo được nhìn từ trên không đã làm cho tôi phải mê mẩn. ■ *It was one of those moments of beautiful music that can take your breath away.* ● Chính là một trong những giây phút âm nhạc tuyệt vời đó có thể làm cho bạn mê mẩn cả tâm hồn.

take one's chances → **take a chance on sth**

take one's courage in both hands cố lấy hết can đảm để làm điều gì vốn rất sợ không dám làm ■ *Taking her courage in both hands, she opened the door and walked in.* ● Lấy hết can đảm, cô ấy mở cửa và bước vào.

take one's cue from sb bắt chước, làm theo giống như việc làm của ai trước đó ■ *Taking its cue from the airline industry, the company announced that it would ban smoking on its buses.* ● Noi theo ngành hàng không, công ty thông báo việc sẽ cấm hút thuốc trên các chuyến xe buýt của họ. ● *Investors are taking their cue from the big banks and selling sterling.* ● Các nhà đầu tư noi theo những ngân hàng lớn và bán đồng bảng Anh ra.

take one's fancy → **strike one's fancy**

take one's hat off to sb hoặc *take one's hats off to sb* hoặc *tip one's hat to sb* (khẩu ngữ) ngưỡng mộ, khâm phục ai vì đã làm điều gì ■ *I take my hat off to you for staying in political life for so many years without being discouraged.* ● Tôi thật khâm phục anh đã duy trì đời sống chính trị quá lâu năm mà không bị chán nản.

take one's hats off to sb → **take one's hat off to sb**

take one's head out of the sand hoặc *pull one's head out of the sand* từ bỏ thái độ tránh né và đối mặt với một khó khăn để giải quyết nó ■ *I knew that once I pulled my head out of the sand and recognized the abuse, I'd have to do something about it.* ● Tôi biết rằng một khi tôi từ bỏ thái độ tránh né và thừa nhận chuyện lăng mạ, tôi buộc phải làm điều gì đó về chuyện ấy.

take one's life in one's (own) hands liều lĩnh, làm điều gì rất có khả năng dẫn đến nguy hiểm, rủi ro ■ *The road is so bad in places that if you drive over 40 miles an hour, you're taking your life in your hands.* ● Con đường quá xấu ở nhiều nơi, đến nỗi nếu như bạn lái xe hơn 40 dặm một giờ, bạn đang liều mạng sống của chính mình.

take one's lumps chấp nhận những điều tồi tệ xảy đến mà không bối rối, lúng túng ■ *Every word that appears in my column is written by me. If it's good, I want the credit, and if it's bad, I take the lumps.* ● Mỗi từ ngữ trong mục báo của tôi đều do chính tôi viết. Nếu là tốt, tôi muốn được sự khen tặng, và nếu là xấu, tôi chấp nhận mọi hậu quả xấu. ■ *We made mistakes but we took our lumps.* ● Chúng tôi có mắc lỗi lầm, nhưng chúng tôi chấp nhận hậu quả.

take one's pick (khẩu ngữ) dùng khi bảo ai hãy chọn lấy những gì mà người ấy thích nhất trong những thứ hiện có ■ *There are lots of good places to eat - just look at the menus and take your pick.* ● Có rất nhiều chỗ tốt để đi ăn - chỉ cần nhìn vào các thực đơn và chọn lấy nơi bạn thích nhất.

take one's pound of flesh → **have one's pound of flesh**

take over the reins → **take (up) the reins**

take pains to do sth hoặc *be at pains to do sth* nỗ lực đặc biệt để làm điều gì hoặc để đạt được những gì mong muốn ■ *Klausner took great pains to buy everything she wanted.* ● Klausner nỗ lực hết sức để mua mọi thứ mà cô ấy muốn. ■ *He was at pains to point out that he did not represent any political party.* ● Ông ta cố gắng hết sức để chỉ rõ ra rằng ông không đại diện cho bất cứ đảng phái chính trị nào.

take pot luck chọn lựa bất kỳ trong những điều hiện có vì không thể biết được đâu là điều tốt nhất ■ *If you want to go to a movie, we could take pot luck and hope there's something good on in the city.* ● Nếu anh muốn đi xem phim, chúng ta có thể sẽ chọn lựa bất kỳ và hy vọng có phim nào đó hay đang chiếu trong thành phố.

take pride of place → **pride of place**

take root nói về một ý tưởng hay hệ thống, được chấp nhận hoặc được thiết lập ■ *She claimed that all she wanted was to see democracy take root in her country after more than 40 years of military rule.* ● Bà ta tuyên bố rằng tất cả những gì bà mong muốn là được nhìn thấy dân chủ thiết lập tại đất nước của bà sau hơn 40 năm cai trị bằng quân sự.

take sb at their word tin tưởng ngay vào lời nói của ai mà không có sự nghi ngờ, kiểm chứng ■ *Because Darla had a good relationship with the managers, they were willing to take her at her word.* ● Vì Darla có một mối quan hệ tốt với những người quản lý nên họ tin ngay vào lời nói của cô.

take sb by the throat → **grab sb by the throat**

take sb down a peg (or two) hoặc *knock sb down a peg (or two)* hoặc *bring sb down a peg (or two)* chỉ rõ cho ai thấy là người ấy không quan trọng hoặc tài giỏi như bản thân họ vẫn tưởng ■ *Don's not a bad guy, but he needs to be taken down a peg or two.* ● Don không phải là người xấu, nhưng anh ta cần được dẹp bỏ tính tự phụ đi.

take sb for a ride (khẩu ngữ) lừa dối, gạt gẫm ai, nhất là để lấy được tiền bạc ■ *Before paying for a package tour, read all the paperwork to make sure you're not being taken for a ride.* ● Trước khi trả tiền cho một chuyến du lịch trọn gói, hãy đọc kỹ tất cả văn bản để đảm bảo là bạn không bị dối gạt.

take sb for granted hoặc *take sth for granted* 1. hoặc *take it for granted that* tin chắc vào điều gì là đúng, là tất nhiên như thế... mà không có cơ sở đúng đắn, nhất là khi niềm tin ấy là sai lầm và lẽ ra không nên có ■ *It's very easy to take good health for granted, but we need health insurance just in case a serious problem develops.* ● Thật rất dễ dàng khi cứ cho rằng sức khỏe luôn trong điều kiện tốt, nhưng chúng ta cần đến bảo hiểm y tế chính là phòng khi có vấn đề nghiêm trọng phát sinh ra. ■ *When I was younger I took it for granted that I'd be able to play ball all the time. Now, I'm lucky if I manage one or two hours a week.* ● Khi còn trẻ tôi cứ cho rằng tôi sẽ có thể chơi bóng suốt ngày. Giờ đây, may mắn lắm thì tôi mới sắp xếp được một hay hai giờ chơi trong một tuần. ■ *I just took it for granted that he'd always be around.* ● Tôi cứ tưởng rằng tất nhiên là anh ấy sẽ luôn luôn ở quanh đây. ■ *She seemed to take it for granted that I would go with her to New York.* ● Cô ấy dường như cho rằng lẽ tự nhiên tôi sẽ đi với cô ta đến New York. 2. cho rằng, chờ đợi rằng ai đó phải luôn luôn có mặt khi mình cần đến sự giúp đỡ của họ, và không bao giờ tỏ thái độ trân trọng hoặc biết ơn ■ *Never take your children for granted. All too soon they'll be moving out and starting families of their own.* ● Đừng bao giờ xem thường con cái của bạn. Không bao lâu tất cả bọn chúng đều sẽ ra đi và tạo lập gia đình riêng của chúng. (phải biết trân trọng, quý giá thời gian được sống với chúng) ■ *Her husband was always there and she just took him for granted.* ● Chồng cô ấy bao giờ cũng có mặt ở đó và cô ấy không hề biết trân trọng anh ta. ■ *We take having an endless supply of clean water for granted.* ● Chúng ta xem thường việc có được một nguồn cung cấp nước không bao giờ cạn. (lẽ ra phải biết trân trọng điều này)

take sb in hand khống chế ai một cách chặt chẽ và uốn nắn cách ứng xử của họ ■ *Women were always taking Jim in hand, trying to make him into the man they thought he should be.* • Phụ nữ bao giờ cũng muốn khống chế Jim và biến anh ta thành người đàn ông theo ý họ muốn.

take sb into one's confidence kể cho ai nghe những điều bí mật và riêng tư về chính mình ■ *She took me into her confidence and told me about the problems she was facing.* • Cô ấy tiết lộ mọi bí mật với tôi và kể cho tôi nghe về những vấn đề mà cô đang gặp phải.

take sb off one's hand hoặc *take sth off one's hand* loại bỏ hoặc nhận lấy trách nhiệm về người hay việc gì để ai đó không phải quan tâm đến nữa ■ *My brother would be happy to take that old motorcycle off your hand.* • Anh tôi sẽ rất vui được nhận lấy chiếc xe gắn máy cũ ấy từ tay anh.

take sb to task nói cho ai biết rằng mình không tán đồng với điều gì mà người ấy vừa thực hiện ■ *Reich took U.S. retailers to task for purchasing goods which had been produced by what he called slave labour.* • Reich bày tỏ sự bất đồng với các nhà phân phối Hoa Kỳ về việc mua những hàng hóa đã được sản xuất ra bởi cái mà ông gọi là lao động nô lệ.

take sb to the cleaners 1. lấy sạch tiền của ai, nhất là bằng cách lừa bịp ■ *If Jane doesn't agree to the settlement, the lawyers will take her to the cleaners.* • Nếu như Jane không chịu đồng ý với sự thỏa thuận, các luật sư sẽ lấy sạch tiền của cô. 2. đánh bại ai hoàn toàn ■ *Our team got taken to the cleaners.* • Đội chúng tôi đã bị đánh bại hoàn toàn.

take sb under one's wing nâng đỡ và bảo vệ ai, nhất là người nhỏ tuổi, kém kinh nghiệm hơn mình ■ *The boy had had little formal education until Edward took him under his wing.* • Cậu bé đã chẳng được học hành bao nhiêu cho đến khi Edward nhận bảo trợ cho cậu.

take second place to sth trở nên, hoặc được xem là kém quan trọng hơn người hay sự vật khác ■ *Concern over a nuclear holocaust has begun to take second place to worries about pollution.* • Mối quan ngại về thảm họa hạt nhân đã bắt đầu trở nên không còn quan trọng bằng những lo lắng về nạn ô nhiễm.

take some beating nói về một tính chất của sự việc gì khó có thể bị vượt qua, đánh bại... ■ *That score is going to take some beating.* • Tỷ số đó sẽ rất khó vượt qua. ■ *For sheer luxury, this hotel takes some beating.* • Chỉ riêng về sự xa xỉ, khách sạn này thật khó có thể bị vượt qua. ■ *As a place to live, Oxford takes some beating.* • Là một nơi để sống thì khó có nơi nào hơn được Oxford.

take some doing nói về điều gì khó khăn và cần đến nhiều nỗ lực để thực hiện ■ *"How are you going to get that thing down from the ceilling." "I don't know yet, but it's going to take some doing."* • "Anh sẽ làm thế nào để đưa vật ấy từ trên trần nhà xuống?" "Tôi vẫn còn chưa biết nữa, nhưng sẽ phải khó khăn và mất nhiều công sức đấy." ■ *Getting it finished by tomorrow will take some doing.* • Để hoàn tất điều đó vào ngày mai sẽ phải cần đến nhiều nỗ lực. ■ *It will take some doing to finish this before five* *o'clock.* • Sẽ phải cần đến nhiều nỗ lực để hoàn tất chuyện này trước 5 giờ.

take steps to do sth (thường dùng trong các bản tin báo chí, truyền hình...) thực hiện những việc cần thiết để có thể đạt tới điều gì ■ *So far the UN hasn't taken any steps to end the war or help the people of this country.* • Cho đến nay Liên Hiệp Quốc vẫn chưa có bất cứ hành động nào nhằm để chấm dứt chiến tranh hay để giúp đỡ người dân ở nước này.

take sth amiss cảm thấy bị xúc phạm vì điều gì, thường là do hiểu sai về sự việc ■ *Would she take it amiss if I offered to help?* • Liệu cô ấy có sẽ hiểu lầm và cảm thấy bị xúc phạm nếu như tôi đề nghị giúp đỡ hay không?

take sth as (the) gospel (true) hoặc *accept sth as (the) gospel (true)* tin rằng điều gì đó là sự thật, nhất là khi điều ấy có thể không hoàn toàn thật ■ *I was naive and took almost everything people said as gospel, but now I know I should have asked more questions.* • Tôi thật ngây thơ và tin rằng tất cả những gì người ta nói ra đều là sự thật. Nhưng giờ đây tôi biết là tôi cần phải đặt ra nhiều nghi vấn hơn. ■ *Don't take his word as gospel.* • Đừng tin lời hắn nói là thật. ■ *I tell you, and it's the gospel truth, I never trusted Steve.* • Tôi bảo cho anh biết, và điều này hoàn toàn là sự thật, tôi chẳng bao giờ tin tưởng vào Steve.

take sth at face value hoặc *accept sth at face value* chấp nhận ngay những gì được nói hoặc viết ra mà không suy xét xem điều ấy có hoàn toàn đúng sự thật hoặc có hàm ý gì khác hay không ■ *Taken at face value, The Cardigans seem to be just a pleasant pop-rock group with little talent.* • Cứ theo như vẻ ngoài, ban nhạc Cardigans dường như chỉ là một nhóm nhạc pop-rock không có mấy tài năng. ■ *These threats should not be taken at face value.* • Những mối đe dọa này không nên chỉ xem xét theo bề ngoài. ■ *Taken at face value, the figures look very encouraging.* • Nhìn bề ngoài thì những con số này có vẻ rất đáng khích lệ. ■ *You shouldn't take anything she says at face value.* • Bạn không nên tin ngay vào bất cứ điều gì cô ấy nói.

take sth by storm rất thành công hay được ưa chuộng ở một nơi nào hay trong một tổ chức, tập thể... ■ *Woods took the golf world by storm when he won the Masters' tournament in Augusta.* • Woods đã giành được sự ưa chuộng của giới chơi gôn khi anh ta thắng giải Master tại Augusta.

take sth by the scruff of the neck hoặc *grab sth by the scruff of the neck* hành động một cách dứt khoát, cứng rắn để giải quyết một khó khăn hay tổ chức lại một hệ thống ■ *Congress seems to be dominated by political action groups. I'd like to take it by the scruff of the neck and shake it up a little.* • Quốc hội dường như bị khống chế bởi các nhóm hoạt động chính trị. Tôi muốn có hành động cứng rắn và thúc đẩy hoạt động của cơ quan này lên đôi chút.

take sth for a spin → *take a spin in sth*

take sth for granted → *take sb for granted*

take sth further phát triển điều gì đến một mức độ cao hơn, nghiêm trọng hơn... ■ *I am not satisfied with your explanation and intend to take the matter* *further.* • Tôi không thỏa mãn với sự giải thích của anh và dự tính sẽ đưa vấn đề đi xa hơn. ■ *We are prepared to take this matter further and go to court if necessary.* • Chúng tôi chuẩn bị đưa vấn đề đi xa hơn và ra trước tòa nếu cần thiết. ■ *You could take the argument further and say that smoking should be made illegal.* • Anh có thể phát triển lập luận thêm nữa và nói rằng việc hút thuốc lá nên được xem là bất hợp pháp.

take sth hard (khẩu ngữ) trở nên buồn khổ vì điều gì vừa xảy ra hoặc do ai đó vừa thực hiện điều gì ■ *Jake took his younger brother's death very hard. They'd always been close.* • Jake rất đau khổ vì cái chết của đứa em trai. Họ luôn luôn thân thiết với nhau.

take sth in hand nhận lấy trách nhiệm về một tình huống hay vấn đề và tìm cách giải quyết nó ■*When there's a lack of political, business, and civil leadership, sometimes the people have to take things in hand.* • Khi thiếu sự lãnh đạo về chính trị, doanh nghiệp và dân sự, đôi khi nhân dân phải nhận lấy trách nhiệm điều hành mọi việc.

take sth in stride phản ứng hoặc làm thay đổi một tình huống khó khăn theo một cách bình tĩnh và có tổ chức, không hề bị lúng túng, bối rối ■ *I used to be able to take things in stride, but lately every little thing seems like a major disaster.* • Tôi vẫn thường có khả năng đối phó một cách bình tĩnh với mọi việc, nhưng gần đây mỗi chuyện vụn vặt dường như đều trở thành một tai họa lớn.

take sth into account → **take account of sth**

take sth into consideration cân nhắc, xem xét điều gì trước khi đưa đến một kết luận hoặc quyết định ■ *The candidates' experience and qualifications will be taken into consideration when the decision is made.* • Những phẩm chất và kinh nghiệm của các ứng viên sẽ được đưa vào xem xét khi đưa ra quyết định. ■ *Taking everything into consideration, this event was a great success.* • Cân nhắc tất cả mọi chuyện, sự kiện này đã là một thành công rất lớn. ■ *Her experience must be taken into consideration.* • Kinh nghiệm của cô ta cần phải được xem xét đến.

take sth off one's hand → **take sb off one's hand**

take sth on board 1. lắng nghe, hiểu được và chấp nhận điều gì (thường dùng trong các cuộc thảo luận có tính cách không trang trọng) ■ *We'll try to take as many of your comments on board as we can.* • Chúng tôi sẽ cố tiếp thu tất cả các nhận xét của bạn trong phạm vi khả năng. ■ *I told her what I thought, but she didn't take my advice on board.* • Tôi đã nói với cô ấy những gì tôi nghĩ, nhưng cô ấy không chấp nhận lời khuyên của tôi. ■ *The committee will certainly take your opinions on board before making a decision.* • Ủy ban chắc chắn sẽ tiếp thu các ý kiến của anh trước khi đưa ra quyết định. 2.chấp nhận một công việc hay trách nhiệm mới (thường dùng trong lĩnh vực kinh doanh) ■*If we see any new business, we take it on board, so we always have too much work and not enough people.* • Nếu chúng ta chấp nhận hết thảy bất cứ công việc mới nào tìm được, chúng ta sẽ luôn có quá nhiều việc làm và không đủ nhân sự.

take sth on the chin chấp nhận sự chỉ trích hoặc một tình huống khó khăn mà không hề bối rối, sợ sệt hoặc than phiền ■ *Lewis took the news on the chin, insisting he was capable of doing better work.* ● Lewis bình tĩnh chấp nhận nguồn tin ấy, khăng khăng cho rằng anh ta có thể làm công việc tốt hơn nữa. ■ *In this business, you have to learn to take criticism on the chin.* ● Trong công việc này, anh phải biết cách chấp nhận những lời phê bình. ■ *You have to take it on the chin and come back fighting.* ● Anh phải biết chấp nhận điều đó và quay trở lại chiến đấu.

take sth the wrong way (khẩu ngữ) cảm thấy bị xúc phạm bởi điều ai đó nói hoặc làm chỉ vì không hiểu đúng ý định của họ - hiểu lầm ■ *My comments on the players were meant to be useful, not critical - I'm sorry people took them the wrong way.* ● Những nhận xét của tôi về các cầu thủ là có ý tốt, không phải phê phán - tôi lấy làm tiếc là người ta đã hiểu sai về chúng.

take sth to heart bị ảnh hưởng rất mạnh bởi điều gì do ai đó nói ra, vì thế suy nghĩ rất nhiều hoặc bị bối rối bởi điều ấy ■ *Claire had obviously taken Jacob's warning to heart, and became extremely polite to the visitors.* ● Claire rõ ràng là đã suy nghĩ rất nhiều về lời cảnh báo của Jacob, và trở nên hết sức lịch sự với các du khách. ■ *You shouldn't take everything he says to heart.* ● Bạn không nên để tâm quá nhiều đến tất cả những gì anh ta nói. ■ *You can't take everything people say to heart.* ● Bạn không nên để tâm quá nhiều đến tất cả những gì người ta nói.

take sth with a grain of salt hoặc *take sth with a pinch of salt* không tin hoàn toàn vào những gì ai đó nói, vì có những lý do đúng đắn để nghi ngờ ■ *I've learned that when Kevin talks, sometimes you have to take what he says with a grain of salt.* ● Tôi đã học được một điều là lúc Kevin nói chuyện, đôi khi bạn phải nghi ngờ đôi chút. ■ *If I were you, I'd take his advice with a pinch of salt.* ● Nếu tôi mà là bạn, tôi sẽ nghi ngờ lời khuyên của ông ta.

take sth with a pinch of salt → **take sth with a grain of salt**

take the bait 1. nhận của ai vật gì để làm theo điều họ muốn ■ *The newspapers took the bait and published the story, giving Billings the publicity she wanted.* ● Tòa báo đã nhận tiền và cho đăng tải câu chuyện, tạo cho Billings một dư luận đúng như cô muốn. 2. đáp lại lời nói của ai theo đúng như cách mà họ muốn ■ *Some customers tried to provoke me, but I never took the bait.* ● Một số khách hàng cố ý khiêu khích tôi, nhưng tôi chẳng bao giờ mắc lừa họ.

take the ball and run with it → **pick up the ball and run (with it)**

take the biscuit hoặc *take the cake* nói về điều gì gây ngạc nhiên hoặc bực mình nhất so với những gì đã biết ■ *You've done some stupid things before, but this really takes the biscuit!* ● Anh đã làm một số chuyện ngốc nghếch trước đây, nhưng chuyện này mới thật sự là đáng bực mình nhất. ■ *This latest plan of yours really takes the biscuit!* ● Kế hoạch mới nhất này của anh thật là ngớ ngẩn không gì bằng.

take the brunt of sth → **bear the brunt of sth**

take the bull by the horns hoặc *seize the bull by the horns* đối mặt để giải quyết tình huống khó khăn hay rắc rối một cách nhanh chóng, tự tin và quyết đoán, trực tiếp đương đầu không tránh né ■ *Sarah realized that the negotiations would get nowhere unless she took the bull by the horns.* ● Sarah đã nhận ra được rằng cuộc thương lượng sẽ chẳng đi đến đâu cả, trừ khi cô dám đương đầu và giải quyết vấn đề một cách nhanh chóng, dứt khoát. ■ *Nora decided to take the bull by the horns and organize things for herself.* ● Nora quyết định đối mặt với khó khăn và tự mình tổ chức lại mọi thứ. ■ *I decided to take the bull by the horns and ask him to leave.* ● Tôi quyết định đối mặt với khó khăn và yêu cầu anh ta ra đi.

take the cake → **take the biscuit**

take the cake điều gây ngạc nhiên hoặc bực mình nhất ■ *Of all the crazy questions you've ever asked me, that one takes the cake.* ● Trong số tất cả những câu ngu ngốc mà cậu đã hỏi tôi, thì câu ấy là đáng ngạc nhiên nhất.

take the easy way out chọn giải pháp dễ dàng nhất cho một vấn đề, cho dù đó không phải là cách tốt nhất vì thường là không giải quyết được toàn diện ■ *Congress has taken the easy way out by sending the difficult decisions to the states.* ● Quốc hội đã chọn giải pháp dễ dàng nhất bằng cách gửi những quyết định khó khăn đến cho các tiểu bang. ■ *He took the easy way out and didn't go to the meeting.* ● Ông ta đã chọn giải pháp dễ dàng và không đến dự họp.

take the edge off sth làm giảm đi sức mạnh, tác động, sự không vui hoặc phẩm chất... của sự việc gì ■ *Advertisements claimed a new pill would take the edge of hunger.* ● Các quảng cáo nói rằng một loại thuốc mới sẽ có thể làm giảm tác động của cơn đói. ■ *Aspirin will usually take the edge off the pain.* ● Thuốc aspirin thường sẽ làm giảm nhẹ cơn đau. ■ *That thought briefly took the edge off her enjoyment.* ● Ý nghĩ ấy trong thoáng chốc làm giảm đi sự thích thú của cô ấy. ■ *The cake took the edge off my appetite.* ● Cái bánh ngọt đã làm tôi bớt ngon miệng. ■ *I took an aspirin to take the edge off the pain.* ● Tôi đã uống một viên aspirin để giảm bớt cơn đau. ■ *A squeeze of lemon takes the edge off the sweetness.* ● Một vắt chanh làm giảm bớt đi vị ngọt.

take the floor 1. bắt đầu khiêu vũ trên một sàn khiêu vũ ■ *Couples took the floor for the last dance of the evening.* ● Những cặp tình nhân bắt đầu lên sàn nhảy cho vũ khúc cuối cùng của buổi tối. ■ *They were the first couple to take the floor.* ● Họ là cặp đầu tiên lên sàn nhảy. 2. bắt đầu lên tiếng nói chuyện tại một cuộc họp, thảo luận... ■ *The chairman took the floor.* ● Ông chủ tịch đã bắt đầu nói trước cuộc họp.

take the high road nói hay làm điều gì đúng đắn về mặt đạo đức, nhất là trong một tình huống mà những người khác không làm như vậy ■ *Turner has urged advertising companies to take the high road in TV shows they sponsor.* ● Turner đã thúc giục các công ty quảng cáo hãy chọn lựa đúng đắn về mặt đạo đức trong những chương trình ti-vi mà họ tài trợ.

take the hump → **get the hump**

take the law into one's own

hands hoặc *take matters into one's own hands* hoặc *take things into one's own hands* tự mình giải quyết một vấn đề rắc rối hoặc bất công, thường là bằng cách dùng đến bạo lực và bất chấp luật pháp, vì cho rằng những người có trách nhiệm đã không thực hiện được chức năng của họ một cách công bằng ■*If justice for Nikki's murder is not done soon, her family is going to take the law into their own hands.* ● Nếu phán xét công bằng về trường hợp sát hại Nikky không sớm được thực hiện, gia đình cô ấy sẽ tự giải quyết lấy theo cách của họ. ■ *After a series of burglaries in the area, the police are worried that residents might take the law into their own hands.* ● Sau một loạt những vụ trộm vào nhà xảy ra trong khu vực, cảnh sát đang lo ngại rằng người dân sẽ tìm cách tự giải quyết lấy vấn đề.

take the line of least resistance hoặc *take the path of least resistance* hoặc *choose the line of least resistance* hoặc *choose the path of least resistance* chọn một cách ứng xử, đối phó... có thể ít gây phiền toái nhất, và dẫn đến kết quả hạn chế thấp nhất sự phản đối nhất từ những người khác ■*Don't be afraid to be firm with your children, if you take the line of least resistance, you will actually make things worse.* ● Đừng ngại phải cứng rắn với trẻ con, nếu bạn chọn cách ít bị phản kháng nhất, bạn thực sự sẽ làm cho mọi việc trở nên tồi tệ hơn.

take the low road làm điều gì sai trái về mặt đạo đức ■ *The Senate has taken the low road on civil rights, but that is no reason for the House to do the same.* ● Thượng viện đã hành động không đúng đắn trong vấn đề nhân quyền, nhưng điều đó không phải là lý do để Hạ viện cũng làm như vậy.

take the money and run (thường dùng trong các lĩnh vực kinh doanh và chính trị) kịp thời chấp nhận những gì được đề nghị trước khi tình hình trở nên tồi tệ hơn, dù không được hài lòng với kết quả ấy ■ *Shareholders were advised to take the money and run after Carsons announced on Monday that it was having financial difficulties.* ● Các cổ đông được khuyên là hãy nắm ngay lấy tình huống hiện tại trước khi mọi việc trở nên xấu hơn sau khi Carsons thông báo vào hôm thứ Hai rằng họ đang gặp những khó khăn về tài chính. (- nghĩa là nên bán ra cổ phiếu trước khi nó sẽ xuống giá còn thấp hơn thế nữa.)

take the moral high ground hoặc *claim the moral high ground* hoặc *occupy the moral high ground* hoặc *seize the moral high ground* (thường dùng trong các lĩnh vực kinh doanh và chính trị) cảm thấy tự tin vì cho rằng quyết định hay ý kiến của mình là hợp với đạo đức hơn so với của những người khác ■ *In voting against efforts by the state legislature to adopt the death penalty, he is taking the moral high ground.* ● Khi bỏ phiếu chống lại những nỗ lực của cơ quan lập pháp tiểu bang nhằm chấp nhận án tử hình, ông ấy vững tin rằng mình đang đứng trên một lập trường đạo đức cao hơn. ■ *The administration is attempting to occupy the moral high ground by shipping supplies to refugees.* ● Nhà cầm quyền đang nỗ lực gia tăng lập trường đạo đức bằng cách vận chuyển vật thực đến cho những người tị nạn.

take the path of least resistance → **take the line of least resistance**

take the plunge đi đến quyết định cuối cùng về việc thực hiện điều gì khó khăn hoặc có nhiều rủi ro, sau khi đã cân nhắc hoặc lo nghĩ trong một thời gian dài ▪ *David finally decided to take the plunge and sell his business so he could travel around the world.* • David cuối cùng đã đi đến quyết định táo bạo là bán lại doanh nghiệp của mình để có thể đi du lịch vòng quanh thế giới.

take the rap bị quy lỗi hoặc xử phạt vì một lỗi lầm hay tội ác, nhất là một cách oan ức ▪ *We can prove that Greenburger was set up to take the rap for the murder of Radin.* • Chúng tôi có thể chứng minh là Greenburger đã bị vu cáo để nhận lãnh hình phạt về vụ sát hại Radin.

take the reins hoặc *take up the reins* hoặc *take over the reins* nắm quyền kiểm soát, điều hành một tổ chức hay một quốc gia ▪ *Giordano had to cut short her vacation in order to take up the reins of the Texas bank.* • Giordano đã phải rút ngắn kỳ nghỉ để nắm quyền điều hành ngân hàng Texas.

take the rough with the smooth sẵn sàng chấp nhận những điều khó khăn cũng như thuận lợi, những điều gây khó chịu cũng như những điều tốt đẹp đáng hài lòng... trong một tình huống cụ thể nào đó ▪ *I knew that I needed the press as much as they needed me, so I always treated journalists with respect and was happy to take the rough with the smooth.* • Tôi biết là tôi cần đến báo chí cũng như họ cần đến tôi, bởi vậy tôi luôn đối xử với các phóng viên một cách trân trọng và vui vẻ chấp nhận những khía cạnh tốt cũng như xấu.

take the shine off sth phá hỏng sự thích thú của một dịp vui, một sự kiện... bằng cách làm giảm bớt sự tốt đẹp hay tính chất đặc biệt của nó ▪ *Tiredness is likely to take the shine off your first days at home with your newborn baby.* • Sự mệt mỏi rất có thể làm cho bạn không còn vui thích trong những ngày đầu tiên ở nhà với đứa con mới sinh của mình. ▪ *Tom took the shine off his friend's birthday party by telling him that someone had stolen his car.* • Tom phá hỏng niềm vui trong bữa tiệc sinh nhật của người bạn bằng cách nói với anh ta rằng có ai đó đã ăn trộm mất chiếc xe hơi của anh.

take the shirt off one's back hoặc *have the shirt off one's back* lấy mất quá nhiều tiền bạc của ai theo một cách không được tán thành ▪ *Prices are rising so quickly, they're taking the shirt right off our back.* • Giá cả đang tăng lên quá nhanh, họ đang lấy dần hết sạch tiền bạc của chúng tôi.

take the sting out of sth làm cho một tình huống, một hành vi hay lời nói... rất khó chịu trở nên dễ chấp nhận hơn ▪ *"Mom, you know you're not exactly the world's best driver," said Jo, smiling to take the sting out of her words.* • "Mẹ ơi, mẹ biết là mẹ không phải tài xế giỏi nhất trên đời này mà." Jo nói, và mỉm cười để làm giảm nhẹ bớt sự khó chịu trong câu nói của cô.

take the turn for the better hoặc *take the turn for the worse* bất ngờ trở nên tốt đẹp hơn hoặc tồi tệ hơn rất nhiều ▪ *Sandy's health took a turn for the worse while she was on vacation in Florida, and she had to be rushed to the hospital.* • Sức khỏe của Sandy bất ngờ trở nên tồi tệ hơn khi cô đang đi nghỉ ở Florida và cô ta đã phải được đưa ngay vào bệnh viện.

take the turn for the worse → **take the turn for the better**

take the wind out of one's sails làm cho ai đó cảm thấy mất tự tin nhiều về những gì họ đang nói hay làm ▪ *A 42 percent drop in the stock price has taken the wind out of shareholders' sails.* ● Một sự sút giảm 42 phần trăm giá cổ phiếu đã làm cho các cổ đông không còn tự tin nhiều nữa.

take the words out of one's mouth hoặc *take the words right out of one's mouth* (khẩu ngữ) mô tả, nói ra điều gì hoàn toàn chính xác như điều ai đó định nói ra ▪ *"My God, how can she wear that in public?" "You took the words right out of my mouth."* ● "Trời đất ơi, làm sao mà cô ấy có thể ăn mặc như thế ở nơi công cộng?" "Tôi cũng đã định hỏi thế đấy."

take the words right out of one's mouth → **take the words out of one's mouth**

take the wraps off sth (thường dùng trong các lĩnh vực kinh doanh và chính trị) công bố lần đầu tiên cho mọi người biết về một kế hoạch, sản phẩm mới... ▪ *Renault is set to take the wraps off what it claims is the first eco-friendly car.* ● Renault sắp sửa công bố lần đầu điều mà họ tuyên bố là loại xe hơi đầu tiên thân thiện với môi trường.

take things easy → **take it easy**

take things into one's own hands → **take the law into one's own hands**

take things one day at a time → **take it one day at a time**

take to one's heels (cách dùng cũ) trốn chạy khỏi ai đó ▪ *The soldiers finally gave up trying to defend themselves and took to their heels.* ● Các quân nhân cuối cùng đã từ bỏ việc cố gắng tự vệ và trốn chạy.

take to sth like a duck to water dễ dàng học hỏi được điều gì vì sẵn có năng khiếu tự nhiên về lĩnh vực ấy ▪ *Jack took to baseball like a duck to water before he was even five.* ● Jack làm quen với bóng chày rất dễ dàng, thậm chí từ khi còn mới có 5 tuổi.

take up arms (against sb) chuẩn bị chiến đấu (chống lại ai) ▪ *He encouraged his supporters to take up arms against that group.* ● Ông ta khuyến khích những người ủng hộ mình hãy chuẩn bị chiến đấu chống lại nhóm đó.

take up the baton hoặc *pick up the baton* tiếp nối công việc của người khác, khi người ấy đã từ bỏ ▪ *The industry needs a strong leader who can pick up the baton that Mr Phelan is passing.* ● Ngành công nghiệp cần có một người lãnh đạo mạnh mẽ người có thể tiếp nối công việc mà ông Phelan để lại.

take up the cudgels (cách dùng cũ) biện hộ hay làm điều gì để ủng hộ cho một ý kiến hoặc một người hay tổ chức nào đó... ▪ *One critic took up the moral cudgels, criticizing the songs as being "filthy garbage."* ● Một nhà phê bình lên tiếng ủng hộ quan điểm đạo đức, phê phán các bài hát ấy là "những rác rưởi bẩn thỉu".

take up the gauntlet hoặc *pick up the gauntlet* nhận lời mời tham gia một cuộc tranh luận hoặc thi tài ▪ *Erlich* *took up the gauntlet and set out to prove his claims.* ● Erlich nhận lời thách thức và bắt đầu chứng tỏ những tuyên bố của mình. ● *His Republican rival may be expected to take up the gauntlet.* ● Đối thủ thuộc đảng Cộng hòa của ông ta được chờ đợi là sẽ nhận lời thách thức. - Thành ngữ này xuất phát từ một tập tục trước đây. Người thách đấu sẽ ném găng tay (*gauntlet*) của mình xuống đất, và nếu đối thủ nhận lời, sẽ nhặt găng tay ấy lên (*take up* hoặc *pick up*).

take up the reins → **take the reins**

take up the slack → **pick up the slack**

take years off sb nói về điều gì làm cho ai đó trông có dáng vẻ như trẻ hơn ■ *She's lost a little weight, and it's taken years off her.* ● Cô ấy đã giảm cân đôi chút, và điều đó làm cho cô ấy trẻ đi rất nhiều.

taken → **be taken aback by sth**

taken → **be taken with**

tale → **live to tell the tale**

tale → **old wives' tale**

tale → **tell tales**

tale → **tell the tale**

talk → **all talk (and no action)**

talk → **fighting talk**

talk → **look who's talking**

talk → **money talks (bullshit walks)**

talk → **the talk of the town**

talk → **walk one's talk**

talk a blue streak nói rất nhanh, rất nhiều và không dừng nghỉ ■ *Once Jolisa gets going, she'll talk a blue streak, and you won't be able to stop her.* ● Một khi Jolisa đã bắt đầu, cô ấy sẽ nói thao thao bất tuyệt và bạn không thể nào ngăn cô ấy lại được.

talk about sth (khẩu ngữ) dùng để nhấn mạnh một tính chất của người hay vật, hay mức độ xác thực của một tuyên bố ■ *Wow, talk about timing - somebody was just pulling out of a parking space in front of the door when we got there.* ● Ái chà, nói đến chuyện thời gian - có ai đó vừa lái xe khỏi chỗ đậu xe ngay trước cửa khi chúng tôi đến đó. ■ *Talk about mean! She didn't even buy me a card.* ● Nói đến chuyện bủn xỉn! Cô ta thậm chí đã không mua cho tôi một tấm thiệp nữa.

talk dirty nói chuyện về những vấn đề khêu gợi tình dục, cách nói làm cho người khác thấy hứng khởi về tình dục ■ *Oh, I like it when you talk dirty.* ● Ồ, tôi thích những khi anh nói chuyện theo cách gợi tình.

talk in riddles hoặc **speak in riddles** cố ý nói ra điều gì một cách không rõ ràng, vì thế làm cho người khác thấy khó hiểu ■ *At a time when the city needs firm guidance, the mayor seems determined to talk in riddles.* ● Vào lúc mà thành phố cần đến sự chỉ đạo dứt khoát, ông thị trưởng dường như lại cố ý nói những điều khó hiểu.

talk on the big white telephone (khẩu ngữ) nôn mửa vào bồn cầu trong nhà vệ sinh ■ *"Bob?" "I just heard him talking on the big white telephone in the bathroom."* ● "Bob đâu rồi?" "Tôi vừa mới nghe tiếng anh ta nôn mửa trong nhà vệ sinh."

talk shop nói chuyện về công việc với người có liên quan, nhất là vào lúc có thể nghỉ ngơi thư giãn và trao đổi những chuyện thú vị hơn ■ *Let's not talk shop tonight. I'd rather forget about work until tomorrow.* ● Tối nay chúng ta đừng nói chuyện công việc. Tôi muốn quên đi công việc cho đến ngày mai.

talk tough nói ra điều mình muốn một cách rất mạnh mẽ, gay gắt, nhất là bằng cách đe dọa sẽ làm điều gì nếu như người khác không nghe theo lời mình ■ *Buchanan talks tough, but her readers know she's just a softie at heart.* ● Buchanan ra vẻ rất cứng rắn căng thẳng, nhưng độc giả của bà biết rằng trong thâm tâm bà chỉ là một người rất giàu tình cảm.

talk trash (khẩu ngữ) nói với ai những điều gay gắt hoặc không tốt, thường là một cách đùa cợt ■ *When opposing teams talk trash on the basketball court, the Warriors take it personally.* ● Khi các đội đối nghịch nói đùa gay gắt trên sân bóng rổ, đội Warriors cho là xúc phạm đến họ.

talk turkey (khẩu ngữ) nói chuyện một cách nghiêm túc về những gì quan trọng trong một tình huống ■ *Polls show that candidates who are willing to talk turkey with the public have much higher ratings.* ● Những cuộc thăm dò ý kiến cho thấy rằng các ứng cử viên nào sẵn lòng nói chuyện một cách nghiêm túc với công chúng có tỷ lệ ủng hộ cao hơn rất nhiều.

talk with folked tongue → speak with folked tongue

talker → fast talker

talking → be talking

talking → like talking to a (brick) wall

talking → now you're talking

talking out of one's ass (thông tục, hơi thô lỗ) nói khoác, nói quá sự thật ■ *"Pat says the account reports will be ready by tomorrow." "He's talking out his ass - he hasn't even started them yet."* ● "Pat nói là các báo cáo tài chính sẽ được sẵn sàng vào ngày mai." "Hắn nói khoác đấy - thậm chí hắn chưa bắt đầu viết nữa kìa."

talking through one's hat (khẩu ngữ) nói ba hoa điều gì như thể mình rất hiểu rõ, nhưng thật ra chẳng biết gì ■ *He assured me that my complaint would be dealt with, but I think he was talking through his hat.* ● Hắn ta đoan chắc với tôi rằng khiếu nại của tôi sẽ được giải quyết, nhưng tôi nghĩ hắn chỉ nói phét thôi.

tall drink of water (cách dùng cũ) nói về người rất cao, cao quá khổ ■ *You've gotten to be a tall of water just like your father.* ● Cháu đã cao quá mức rồi, hệt như cha cháu vậy.

tall order điều rất khó làm ■ *Maintaining healthy working conditions in a stress-filled environment can be a tall order to fill.* ● Việc duy trì những điều kiện làm việc có lợi cho sức khỏe trong một môi trường đầy căng thẳng là điều rất khó thực hiện tốt.

tan one's hide → have one's hide

tangent → go off on a tangent

tangled web tình huống rất phức tạp, nhất là vì có liên quan đến nhiều người hay tổ chức cùng theo đuổi nhiều mục đích khác nhau có liên quan ■ *Set in San Diego, the play examines the tangled web woven by people who conceal certain* *truths from others.* ● Dựng lên trong bối cảnh ở San Diego, vở kịch khảo sát tình huống vô cùng phức tạp đan xen bởi những con người che giấu sự thật không cho nhau biết.

tango → it takes two to tango

tank → built like a tank

tap → on tap

tape → red tape

tar sb with the same brush quy lỗi một cách không công bằng đối với ai đó, về những lỗi lầm do người khác làm ra, chỉ vì những kẻ gây lỗi có gì tương tự hoặc ở cùng một nhóm với người đó - vơ đũa cả nắm ■ *Paul, you can't tar every woman with the same brush just because things didn't go well for you and Claire.* ● Này Paul, cậu không thể vơ đũa cả nắm đối với tất cả phụ nữ chỉ vì mọi việc đã diễn ra không thuận lợi với cậu và Claire.

task → take sb to task

taste → acquired taste

taste → get a taste of one's own medicine

taste → give sb a taste of their own medicine

taste → leave a bad taste in one's mouth

taste → there's no accounting for taste

taste blood giành được lợi thế trước một đối thủ, hoặc có thể gây ra thiệt hại và ra sức tiếp tục tấn công (thường dùng trong các bản tin báo chí, truyền hình...) ■ *The Democrats tasted blood that day and began to fight.* ● Những người đảng Dân chủ giành được lợi thế trong ngày ấy và bắt đầu tấn công. → *smell blood*

tat → tit for tat

tea → not for all the tea in China

teach → you can't teach an old dog new tricks

teach sb the ropes → teach sb the ropes

teapot → a tempest in a teapot

tear → blood, sweat and tears

tear → blow the lid off sth

tear → not shed tears (over)

tear → shed crocodile tears

tear → the vale of tears

tear at one's heartstrings → tug at one's heartstrings

tear one's hair out → pull one's hair out

tear sb limb from limb hoặc *rip sb limb from limb* tấn công ai một cách thô bạo ■*If I find the man who killed my boy, I'll rip him limb from limb.* ● Nếu tôi tìm được người đàn ông đã giết con trai tôi, tôi sẽ xé xác hắn ta ra trăm mảnh.

tear sb to pieces → tear sb to shreds

tear sb to shreds hoặc *rip sb to shreds* hoặc *tear sth to shreds* hoặc *rip sth to shreds* 1. hoặc *tear sb to pieces* phê phán, chỉ trích tính cách hoặc ý tưởng của ai, hoặc những điều họ đã nói hoặc viết ra, một cách rất nghiêm khắc và thiếu thiện cảm ■ *My theory was torn to shreds by someone who had worked out the actual cost of the plan.* ● Lý thuyết của tôi bị phê phán kịch liệt bởi một người nào đó, đã tính ra được chi phí thật sự cho kế hoạch. 2. phá hủy hoàn toàn sự vật gì ■ *The soles of our hiking boots had been ripped to shreds on the jagged rocks.* ● Đế giày đi bộ của chúng tôi đã bị phá hủy hoàn toàn trên những hòn đá sắc nhọn.

tear sth to shreds → **tear sb to shreds**

tee → **to a tee**

teeth → **a kick in the teeth**

teeth → **armed to the teeth**

teeth → **better than a kick in the teeth**

teeth → **cut one's teeth on sth**

teeth → **do sth by the skin of one's teeth**

teeth → **give one's eye teeth to do sth**

teeth → **gnash one's teeth**

teeth → **grit one's teeth**

teeth → **lie through one's teeth**

teeth → **like pulling teeth**

teeth → **scarce as hen's teeth**

teeth → **set one's teeth on edge**

teeth → **show one's teeth**

teeth → **sink one's teeth into sth**

teeth-gnashing sự giận dữ, bối rối về điều gì ■ *After all the demonstrations and teeth-gnashing surrounding the abortion issue, surprisingly little legislation has been passed.* ● Sau tất cả những vụ biểu tình và sự giận dữ xoay quanh vấn đề phá thai, thật đáng ngạc nhiên là chẳng có mấy điều luật được thông qua.

teething pains → **teething problems**

teething problems hoặc *teething pains* những vấn đề nhỏ nhặt mà một công ty, một sản phẩm mới hay một hệ thống... thường gặp phải vào thời điểm khởi đầu ■ *The C-17s showed few of the teething problems that most new airplanes suffer.* ● Những chiếc C-17 bộc lộ một vài vấn đề nhỏ nhặt mà hầu hết các loại phi cơ mới đều gặp phải.

telephone → **talk on the big white telephone**

tell → **kiss and tell**

tell → **live to tell the tale**

tell → **piss on my back and tell me it's raining**

tell → **time will tell**

tell → **to tell you the truth**

tell it like it is (khẩu ngữ) nói thẳng ra sự thật hoặc những suy nghĩ của mình, không che giấu ngay cả những điều có thể xúc phạm đến người khác hoặc gây bối rối ■ *Penn is not willing to compromise his beliefs and always tells it like it is when the subject of human rights comes up.* ● Penn không sẵn lòng nhân nhượng trong các niềm tin của mình và luôn luôn phát biểu thẳng thừng mỗi khi đề cập đến vấn đề nhân quyền. ■ *"The company might be first in the state, but it's only 47th when the whole country is considered," says Vargas, in his typical tell-it-like-it-is management style.* ● "Công ty có thể là đứng đầu trong tiểu bang, nhưng chỉ xếp hàng thứ 47 khi xem xét trên toàn quốc," Vargas nói với phong cách quản lý thẳng thắn điển hình của ông ta.

tell me about it (khẩu ngữ) dùng để bày tỏ với ai rằng mình cũng đã trải qua điều họ vừa nói, hoặc có cùng cảm xúc, suy nghĩ như người ấy ■ *"What a rotten* day!" "Yeah, tell me about it!" • "Thật là một ngày tồi tệ quá!" "Vâng, tôi cũng cảm thấy như thế."

tell me another (one) (cách dùng cũ) bày tỏ sự hoài nghi, không tin vào điều ai đó vừa nói ra ■ *"Did you know Bill's getting a new Mercedes?" "Tell me another one."* • "Anh có biết là Bill đang mua một chiếc Mercedes mới hay không?" "Tôi không tin chuyện ấy đâu."

tell sb flat out từ chối điều ai đó yêu cầu thực hiện một cách thẳng thắn, dứt khoát và không lịch sự ■ *I told them flat out that I wasn't going to help them.* • Tôi đã nói thẳng dứt khoát với họ là tôi sẽ không giúp họ.

tell sb where to go (khẩu ngữ) phản ứng một cách giận dữ với ai vì những điều họ vừa nói ra là xúc phạm hoặc không công bằng, hợp lý... ■ *Caferelli asked me to work late again, but I told him where to go.* • Caferelli yêu cầu tôi làm việc muộn lần nữa, nhưng tôi đã nói thẳng cho anh ta biết thế nào là lý lẽ.

tell sth a mile away → see **sth a mile away**

tell tales (cách dùng cũ) dùng những lời không thật hoặc xuyên tạc nói với những người có quyền lực nhằm hãm hại ai đó ■ *She has been telling tales behind my back! Well, whatever she told you, it's a lie.* • Cô ấy đã dùng lời đâm thọc để hãm hại sau lưng tôi! Này, bất kể cô ấy nói gì với anh, đều là nói dối.

tell that to the Marines (khẩu ngữ) diễn tả sự nghi ngờ, không tin vào điều ai đó vừa nói ■ *So the jokes that men make about women are only made in a spirit of harmless fun? Tell that to the Marines!* • Vậy thì những chuyện đùa cợt mà cánh đàn ông nói về phụ nữ chỉ được đưa ra trong tinh thần đùa cợt vô hại thôi sao? Chuyện ấy làm sao mà tin được!

tell the tale nói về điều gì được nghe, thấy... hoặc cách ứng xử của ai... làm cho sự thật về một tình huống trở nên rõ ràng ■ *Experts have long claimed that students' math skills lagged behind their grade levels; periodic state tests told the tale.* • Các chuyên gia từ lâu đã than phiền rằng những kỹ năng toán học của học sinh đã không theo kịp với cấp lớp đang học của các em; những cuộc kiểm tra định kỳ toàn quốc đã làm rõ điều này.

tell you what hoặc *I'll tell you what* hoặc *I tell you what* 1. dùng trước khi muốn đưa ra một đề nghị về việc gì ■ *Tell you what - why don't you write down the weekends you're free, and I'll try to organize something.* • Tôi muốn đề nghị một điều, sao anh không viết ra những ngày cuối tuần nào anh rãnh rỗi, và tôi sẽ cố tổ chức một việc gì đó. 2. dùng để nhấn mạnh điều đang nói ra là thực sự nghiêm túc ■ *I tell you what, I'm not looking forward to standing up in court tomorrow.* • Nói để anh biết, tôi không mong đợi đến ngày mai để đứng lên trước tòa đâu.

telling → that would be telling

telling → there's no telling

telling → you're telling me

tempest → a tempest in a teapot

tempt fate hoặc *tempt providence* 1. làm điều gì nguy hiểm và liều lĩnh một cách không cần thiết ■ *Hilary likes to tempt providence by skiing off cliffs.* • Hilary thích mạo hiểm bằng cách trượt tuyết trên những triền núi dốc. 2.nói hay làm điều gì có thể mang lại vận rủi, chẳng hạn như nói trước là mình sẽ đạt được điều mình mong muốn - nói trước bước chẳng khỏi ■ *We're got a good team, but I'm not going to tempt fate by saying that we can definitely win.* • Chúng tôi có một đội bóng giỏi, nhưng tôi sẽ không chuốc lấy rủi ro bằng cách nói chắc là chúng tôi sẽ thắng. ■ *She felt it would be tempting fate to try the difficult climb a second time.* • Cô ấy cảm thấy sẽ là thách thức vận may nếu như cố thử chuyến leo núi khó khăn ấy lần thứ hai.

tempt providence → tempt fate

ten → like five miles of bad road

ten → put years on sb

ten → touch sth with a ten-foot pole

ten to one (khẩu ngữ) dùng để nhấn mạnh điều gì rất có khả năng xảy ra theo ý người nói ■ *Ten to one the Jays won't win the pennant this year.* • Chắc chắn là đội Jay sẽ không thắng giải năm nay. ■ *Ten to one he doesn't pass his final exam.* • Chắc chắn là anh ta sẽ không qua nổi kỳ thi tốt nghiệp của mình.

tennis widow → football widow

tenterhook → on tenterhooks

term → come to terms with sth

term → contradiction in terms

term → in no uncertain terms

term → on equal terms with sb

terrible → enfant terrible

terrible → pay the price for

territory → come with the territory

test → acid test

test → litmus test

test → put sth to the test

test → stand the test of time

test one's mettle tình huống khó khăn làm bộc lộ rõ tài năng của ai ■ *The new training exercise will not only teach the new firefighters about the job, it will also test their mettle.* • Bài tập huấn luyện mới sẽ không chỉ dạy cho những người lính cứu hỏa mới về công việc, nó còn nhằm thử thách năng lực của họ nữa.

test the water hoặc *test the waters* (thường dùng trong các lĩnh vực kinh doanh và chính trị) tìm hiểu phản ứng của mọi người với một kế hoạch hay ý tưởng trước khi mang ra sử dụng ■ *In his speech, the mayor was clearly testing the water to gauge reactions to his proposal.* • Trong bài diễn văn của mình, ông thị trưởng rõ ràng là đang thăm dò để đo lường các phản ứng đối với đề xuất của ông.

test the waters → test the water

tether → at the end of one's tether

than → there's more than one way to skin a cat

thank → no thanks to sb

thank → wham bam, thank you ma'am

thank one's lucky stars (khẩu ngữ) cảm thấy đã có được một sự may mắn đặc biệt, nhất là khi tránh được một tình huống nguy hiểm hoặc khó chịu ■ *Alice* thanked her lucky stars that her husband arrived home before the blizzard started. • Alice cảm thấy hết sức may mắn khi người chồng của cô đã về đến nhà trước khi cơn bão tuyết bắt đầu.

thar → there's gold in them there

that → come to that

that → go too far

that → not all that

that → this and that

that → this, that and the other (thing)

that bites hoặc *that bites the big one* (thông tục) bày tỏ sự bực tức, thất vọng vì điều mong muốn đã không xảy ra ■ *"We'll have to pay fifty bucks more each if we want rooms on the beach side." "That bites! I can't afford that."* • "Chúng ta sẽ phải trả thêm mỗi người 50 đô-la nếu muốn có phòng ở bãi biển." "Khốn nạn thật! Tôi không thể chi trả nổi chừng ấy."

that bites the big one → that bites

that depends hoặc *it depends* dùng khi không thể biết chắc được điều gì vì còn phụ thuộc nhiều yếu tố chi phối khác ■ *"Is he coming?" "That depends. He may not have the time."* • "Anh ta sẽ đến chứ?" "Cái đó còn tùy. Anh ta có thể không có thời gian." ■ *I don't know if we can help - it all depends.* • Tôi không biết là chúng tôi có thể giúp được không - điều đó còn tùy. ■ *I might not go. It depends how tired I am.* • Có thể tôi không đi. Điều đó còn tùy tôi mệt đến mức nào. ■ *"Your job sounds fun." "It depends what you mean by 'fun'."* • "Công việc của anh nghe có vẻ vui đấy." "Điều đó còn tùy anh định nói thế nào là 'vui'". ■ *I shouldn't be too late. But it depends if the traffic's bad.* • Tôi không nên đến quá trễ. Nhưng điều đó còn tùy đường sá có đông xe quá hay không. ■ *"How much will I have to pay for a car?" "It depends what sort of car you want."* • "Tôi phải trả bao nhiêu tiền cho một chiếc xe hơi?" "Điều đó còn tùy anh muốn loại xe hơi nào."

that does it (khẩu ngữ) bày tỏ sự bực tức hoặc giận dữ về một tình huống, với điều gì đó xảy ra và dẫn đến quyết định từ chối không tham gia vào giải quyết tình huống ấy ■ *That does it! You can fix this stupid machine on your own.* • Thôi đủ rồi! Anh có thể tự mình sửa chữa lấy cái máy ngớ ngẩn này đi. ■ *"Then you could try to repair this and this..." "That does it! Next time, fix it yourself."* • "Và rồi anh có thể cố gắng sửa lại chỗ này... chỗ này..." "Thôi quá đủ rồi, lần sau anh có thể tự sửa chữa lấy vậy." ■ *That does it, I'm off. I'm not having you swear like that at me.* • Thôi đủ rồi, tôi nghỉ đây. Tôi sẽ không để cho anh chửi mắng tôi như thế.

that figures hoặc *it figures* nói về điều gì đã được chờ đợi hoặc xảy ra một cách hợp lý ■ *"John called in sick." "That figures, he wasn't feeling well yesterday."* • "John đã gọi đến báo bệnh." "Điều đó đúng thôi, hôm qua anh ấy đã không được khỏe." ■ *"She was late again." "Yes, that figures."* • "Cô ấy lại đến trễ lần nữa." "Vâng, điều đó cũng thường thôi." (cô ấy là người vẫn thường hay đến trễ)

that goes without saying → it goes without saying

that is the bottom line → the bottom line is

that makes a change hoặc *it makes a change* (khẩu ngữ) dùng khi người nói cho rằng điều đang xảy ra tốt đẹp hơn những gì trước đó ▪ *"Okay, now Jan is going to speak, and I'll sit down and keep quiet." "That makes a change."* ● "Được rồi, giờ thì Jan sẽ bắt đầu nói, còn tôi sẽ ngồi xuống đây và giữ yên lặng." "Như vậy tốt hơn đấy."

that makes two of us (khẩu ngữ) dùng để bày tỏ sự tán đồng ý kiến hoặc cảm thông với ai ▪ *"I'd like to work in Hawaii." "Yeah, that makes two of us."* ● "Tôi thích làm việc ở Hawaii." "Vâng, ý tôi cũng vậy."

that sinking feeling → **sinking feeling**

that time of the month (khẩu ngữ) chỉ thời kỳ đang có kinh nguyệt của phụ nữ ▪ *"I'd rather not go swimming," she whispered. "It's that time of the month."* ● "Tôi không muốn đi bơi đâu," cô ấy thì thầm. "Đang lúc có kinh mà." ▪ *I don't know what's wrong with her. Must be that time of the month.* ● Tôi không biết có chuyện gì không ổn với cô ta. Chắc hẳn là đang có kinh đó thôi.

that would be telling (khẩu ngữ) dùng khi muốn nói về một chuyện không thể nói ra được ▪ *"I know who did it." "Who?" "Ah, but that would be telling."* ● "Tôi biết ai đã làm điều đó." "Ai vậy?" "A, nhưng không thể nói ra được đâu."

that'll be the day (khẩu ngữ) dùng khi muốn nói rằng một sự việc nào đó rất khó có khả năng xảy ra ▪ *"I heard you're going to get a raise at work." "That'll be the day!"* ● "Tôi nghe nói anh sắp được tăng lương." "Dễ gì có chuyện đó!" ▪ *Paul? Apologize? That'll be the day!* ● Paul mà xin lỗi à? Chuyện đó làm gì có!

that'll do (khẩu ngữ) dùng để yêu cầu, ra lệnh cho ai phải chấm dứt điều gì ▪ *That'll do, children - you're getting far too noisy.* ● Im ngay đi, bọn nhóc - chúng bay đang làm ồn quá mức rồi đó.

that's (just) the way it goes (khẩu ngữ) nói về một tình huống xấu đã xảy ra và đành phải chấp nhận vì không thể thay đổi được gì ▪ *I agree it's not fair, but that's just the way it goes.* ● Tôi đồng ý là điều đó không công bằng, nhưng vấn đề đành phải chấp nhận như thế thôi.

that's a (real) bummer hoặc *it's a (real) bummer* hoặc *what a bummer* (thông tục) một tình huống xấu, gây bực tức hoặc thất vọng ▪ *It's a real bummer. Jaka's going to be on jury duty, so that means I'll be even busier than I am already.* ● Thật là một chuyện bực mình. Jaka sẽ chịu trách nhiệm về bồi thẩm đoàn, và điều đó có nghĩa là tôi sẽ còn bận rộn hơn cả hiện nay.

that's a (real) pisser hoặc *it's a (real) pisser* hoặc *what a pisser* (khẩu ngữ) cách nói khiếm nhã để chỉ một tình huống tồi tệ, gây khó chịu hoặc đáng thất vọng ▪ *What a pisser! I was really looking forward to seeing you on Monday.* ● Thật đáng buồn! Tôi đã thật sự mong được gặp anh vào thứ Hai.

that's a crock → **what a crock**

that's about all hoặc *that's about it* dùng khi đã kết thúc, chấm dứt việc đề cập đến điều gì, không còn gì để nói thêm ▪ *"Anything else?" "No, that's about it for now."* ● "Còn điều gì khác nữa không?" "Không, vào lúc này thì như thế là đủ rồi."

that's about it → **that's about all**

that's about the side of it (khẩu ngữ) bày tỏ sự tán thành, nói cho ai biết rằng ý kiến, nhận xét của họ về một tình huống là đúng với sự thật ■ *"So we're going to have to pay for the rest of the work ourselves?" "That's about the size of it."* ● "Vậy là chúng ta sẽ phải tự mình chi trả cho phần còn lại của công việc?" "Hẳn là đúng như vậy rồi."

that's all she wrote (khẩu ngữ) dùng khi muốn nói đến kết cuộc không tốt của một tình huống, không còn gì sau đó ■ *Although cilantro grows here, it's not worth the effort to plant it. Once you harvest it, that's all she wrote. It doesn't grow back again next year.* ● Mặc dù cây rau mùi mọc ở đây, nhưng không đáng để bỏ công trồng nó. Một khi anh đã thu hoạch rồi, xem như là hết. Nó sẽ không mọc lên lần nữa vào năm tới.

that's all the traffic will bear → **all the traffic will bear**

that's done it (khẩu ngữ) dùng khi một tai nạn hay sai lầm nào đó đã phá hỏng mất điều gì ■ *That's done it. You've completely broken it this time.* ● Hỏng bét rồi. Lần này anh đã phá vỡ nó hoàn toàn.

that's easier said than done hoặc ***it's easier said than done*** (khẩu ngữ) nói dễ hơn làm ■ *"Just find someone new to go out with and you'll forget all about Chris." "Good advice, but that's easier said than done."* ● "Chỉ cần tìm một ai đó mới mẻ để cùng đi chơi và bạn sẽ quên hết mọi chuyện về Chris." "Lời khuyên hay đấy, nhưng nói ra điều đó dễ hơn làm." ■ *"Try to forget him, Fiona." "Yeah, well that's easier said than done."* ● "Cố quên anh ta đi, Fiona." "Vâng, nhưng điều đó thật nói dễ hơn làm." ■ *"Will it be ready in an hour?" "It's easier said than done, sir."* ● "Có thể chuẩn bị xong trong một giờ nữa được không?" "Rất khó đấy, nói dễ hơn làm, thưa ông." ■ *"Why don't you get yourself a job?" "That's easier said than done."* ● "Tại sao anh không tự mình tìm lấy một công việc?" "Điều đó thật nói dễ hơn làm."

that's it in a nutshell → **in a nutshell**

that's more like it (khẩu ngữ) bày tỏ sự hài lòng, thỏa mãn với một sự hoàn thiện, tiến bộ vừa đạt được ■ *"Well, I finally got the car to start." "That's more like it!"* ● "Hà, cuối cùng tôi đã khởi động được xe hơi rồi." "Đáng mừng đấy nhé."

that's neither here nor there (khẩu ngữ) nói về một dữ kiện, ý kiến... không quan trọng, không có liên quan gì đến điều đang được đề cập ■ *The Kellers have no children, but that's neither here nor there as they have a happy marriage.* ● Ông bà Keller không có con, nhưng điều đó không quan trọng khi họ có một cuộc hôn nhân hạnh phúc. ■ *Whether or not I agree with you is neither here nor there.* ● Tôi có đồng ý với anh hay không cũng không thành vấn đề. (- vì cũng chẳng thay đổi được gì) ■ *What might have happened is neither here nor there.* ● Điều gì có thể đã xảy ra đều không quan trọng.

that's news to me hoặc ***it's news to me*** (khẩu ngữ) bày tỏ sự ngạc nhiên về điều gì, hoặc khó chịu vì ai đó đã không cho biết sớm hơn ■*Marcia says the report has to be ready tomorrow." "That's news to me - I thought she didn't need it until next week." ● "Marcia nói rằng bản báo cáo phải sẵn sàng vào ngày mai." "Điều đó lạ đấy - tôi tưởng là cô ta sẽ không cần nó cho đến tuần tới."

that's rich (coming from sb) (khẩu ngữ) dùng để bày tỏ sự ngạc nhiên khi nghe ai nói điều gì, vì cho rằng không hợp lý, nhất là khi ai chỉ trích người khác về một điều mà chính họ đã mắc vào ■ *"I can't believe how some people waste money." "That's rich! You spend more than anybody I know."* ● "Tôi không tin nổi một số người lại tiêu phí tiền bạc quá mức!" "Thật lạ nhỉ! Anh là người tiêu tiền nhiều hơn bất cứ người nào mà tôi quen biết đấy."

that's sb all over (khẩu ngữ) dùng khi muốn nói một cách cư xử nào đó là tiêu biểu, điển hình cho ai đó ■ *"He's blaming me, and it was his fault!" "Yeah, that's Adams all over."* ● "Anh ta đang đổ lỗi cho tôi, và đó là lỗi của anh ấy!" "Vâng, đó là tính cách của Adams mà."

that's sb for you (khẩu ngữ) dùng khi muốn nói đến một cung cách ứng xử là tiêu biểu, điển hình của một nhóm người hay người nào đó ■ *I suppose I shouldn't have expected them to clean up after themselves. That's teenagers for you.* ● Tôi cho rằng tôi không nên chờ đợi bọn chúng dọn dẹp sạch sẽ trước khi ra về. Tính cách của đám thiếu niên mà!

that's that hoặc **and that's that** 1. (khẩu ngữ) dùng để nhấn mạnh là không gì có thể làm thay đổi việc ai đó từ chối không làm điều gì ■ *I'm not typing your homework assignment for you, and that's that!* ● Tôi sẽ không đánh máy phần bài làm về nhà cho bạn đâu, dứt khoát là không. 2. dùng để nhấn mạnh điều gì đã hoàn tất và không thể nào thay đổi được nữa ■ *They don't have a student council - the principal makes the descisions, and that's that.* ● Họ không có một ban đại diện của sinh viên - ông hiệu trưởng đưa ra các quyết định, và đó là cuối cùng.

that's the long and short of it → **the long and (the) short of it is**

that's the oldest trick in the book → **it's the oldest trick in the book**

that's the spirit (khẩu ngữ) dùng khi muốn khuyến khích, động viên ai hãy cố gắng lên cho dù tình huống có khó khăn ■ *"Well, I don't care what Mike thinks. I'll go without him." "That's the spirit, Heather!"* ● "Tôi không quan tâm đến những gì Mike nghĩ. Tôi sẽ đi không cần có anh ta." "Thế là tốt đấy, Heather."

that's the way the cookie crumbles (khẩu ngữ) dùng khi muốn nói là sự việc buộc phải được chấp nhận, cho dù có muốn hay không muốn ■ *You're going to lose a few games every season. That's just the way the cookie crumbles.* ● Mỗi mùa bóng anh sẽ phải bị thua vài ba trận. Dù muốn hay không cũng phải chấp nhận vậy thôi.

that's up to you → **it's up to you**

that's water under the bridge → **it's water under the bridge**

that's what I call sth (khẩu ngữ) dùng khi muốn nhấn mạnh điều mà ai đó cho là rất tốt, rất hấp dẫn... ■ *Mmm, that smells good. Now that's what I call* *home cooking.* • Hừm, nghe mùi thơm đấy. Giờ mới chính là bữa cơm nhà tuyệt hảo đây.

that's what you think (khẩu ngữ) dùng khi muốn nói với ai rằng điều họ vừa nói ra là không đúng ■ *"David would never cheat on me." "That's what you think. I saw him coming out of Cindy's house Sunday morning."* • "David sẽ chẳng bao giờ lừa dối tôi đâu." "Đó là bạn nghĩ thế thôi. Tôi đã thấy anh ta đi ra từ trong nhà của Cindy vào sáng Chủ nhật."

that's where we came in hoặc *which is where we came in* (khẩu ngữ) dùng khi muốn nói là vấn đề đang đề cập vẫn không đi ngoài chủ đề chính ■ *So the demand goes up, and companies produce more goods, until the market is overloaded, and that's where we came in. It's a cycle that can't be broken.* • Như thế, nhu cầu tăng cao hơn, và các công ty sản xuất nhiều hàng hóa hơn, cho đến khi thị trường ứ đọng, và đó là vấn đề mà chúng ta đang nói đến. Một chu kỳ quay vòng không thể bị phá vỡ.

that's your funeral (not mine) → *it's your funeral (not mine)*

the (dim and) distant past trong quá khứ rất lâu về trước, cách đây rất lâu ■ *Grandpa knew a lot of stories from the distant past.* • Ông nội biết nhiều câu chuyện rất xa xưa. ■ *In the distant past this land was covered in forests.* • Cách đây rất lâu vùng đất này có rừng cây che phủ.

the (whole) works (khẩu ngữ) dùng để nhấn mạnh là đang đề cập một cách toàn diện đến điều gì, với tất cả các chi tiết có liên quan ■ *They had everything at the party - a clown, games, the works.* • Ở bữa tiệc họ đã có đủ mọi thứ - một anh hề, các trò chơi, đủ hết cả. → *the whole shebang*

the 64,000 dollar question hoặc *the million dollar question* câu hỏi rất quan trọng nhưng khó trả lời ■ *Whether Wyman quit or was fired is the 64,000 dollar question.* • Liệu Wyman đã bỏ việc hay bị sa thải, đó là câu hỏi quan trọng nhưng rất khó trả lời. - Thành ngữ này xuất phát từ một chương trình truyền hình được phát sóng ở Hoa Kỳ vào thập niên 1950. Chương trình này mang tên là *The $64,000 Question*, và số tiền thưởng dành cho câu hỏi cuối cùng là 64.000 đô-la.

the absolute end hoặc *the living end* (cách dùng cũ) dùng để diễn đạt sự bực tức với ai hoặc với một tình huống nào đó ■ *You are the living end! I've never met anyone who makes the kind of mess you do.* • Mày thật là quá đáng! Tao chưa từng gặp ai làm rối tung mọi thứ lên như mày.

the armpit of (thông tục) nơi xấu nhất, tồi tệ nhất trong vùng đang nói đến ■ *Bob says Des Moines is the armpit of Iowa, but I have a friend who loves it there.* • Bob nói rằng Des Moines là khu tồi nhất ở bang Iowa, nhưng tôi có một người bạn rất thích nơi ấy.

the Aztec two-step tình huống phải đi vào nhà vệ sinh liên tục, nhất là vì nhiễm bệnh khi đi nghỉ ở một xứ nóng ■ *Karl had a bad case of the Aztec two-step and stayed in the hotel.* • Karl gặp phải một tình huống tồi tệ phải đi nhà vệ sinh liên tục và ở lại khách sạn.

the ball is in one's court (khẩu ngữ) dùng khi muốn nói rằng đã đến lúc ai đó phải có phản ứng, phải hành động, hoặc đưa ra quyết định về việc gì ■ *You've called her twice and left a message. Now the ball's in her court.* • Bạn đã gọi cho cô ấy hai lần và để lại một lời nhắn. Giờ thì đã đến lúc cô ấy phải có hành động. ■ *They've offered me that job, so the ball's in my court now.* • Họ đã đề nghị với tôi công việc ấy, bởi vậy giờ đây đến lượt tôi phải có quyết định.

the balloon goes up nói về một vấn đề rắc rối được dự báo trước giờ thực sự xảy ra ■ *We have to get out of here before the balloon goes up!* • Chúng ta phải ra khỏi đây ngay trước khi xảy ra rắc rối.

the bane of one's existence → **the bane of one's life**

the bane of one's life hoặc *the bane of one's existence* nguyên nhân liên tục gây ra những khó khăn, rắc rối hoặc buồn khổ cho ai ■*Slow play is the bane of a golfer's existence.* • Sự chậm chạp trong thi đấu là nguyên nhân gây khó khăn cho sự tồn tại của một người chơi gôn. (Nghĩa là để có thể chiến thắng) - *bane* ở đây được dùng theo một nghĩa cổ, chỉ nhà tù.

the battle lines are drawn dùng để nói về một cuộc tranh cãi, thi tài, vận động bầu cử... khi tất cả những người tham gia đều đã sẵn sàng bắt đầu và đã có quyết định chọn lựa những biện pháp để giành chiến thắng ■ *The battle lines are being drawn for the next election, and I want to make it clear that I am still a Democrat.* • Mọi thứ đã sẵn sàng cho cuộc vận động tranh cử sắp đến, và tôi muốn tuyên bố rõ ràng rằng tôi vẫn là người thuộc đảng Dân chủ.

the be-all and end-all (of sth) điều quan trọng nhất, hệ trọng nhất (thường dùng ở dạng phủ định). ■ *Passionate sex is not the be-all and end-all of a relationship.* • Sự ham muốn tình dục không phải là điều quan trọng nhất trong quan hệ tình cảm. ■ *Her career is the be-all and end-all of her existence.* • Sự nghiệp của cô ta là điều quan trọng nhất trong đời cô. ■ *Tennis never seemed to be the be-all and end-all to Becker.* • Chơi quần vợt dường như chưa bao giờ là điều quan trọng nhất đối với Becker.

the bee's knees (khẩu ngữ) người hay sự vật mà người nói cho là rất tốt đẹp, hấp dẫn ■ *I gave my nephew one of those Nintendo games for his birthday, and he just thinks it's the bee's knees.* • Tôi tặng cho đứa cháu một trong những trò chơi Nintendo ấy nhân ngày sinh nhật của nó, và nó hoàn toàn cho rằng trò chơi đó thật tuyệt. ■ *She thinks she's the bee's knees.* • Cô ấy nghĩ rằng cô là người rất tuyệt.

the beginning of the end nói về tình huống khi điều gì đang tốt đẹp bắt đầu xấu đi hoặc thậm chí đi đến kết thúc ■ *In this generation, the children understand Navajo but don't speak it, and that's the beginning of the end.* • Trong thời đại này, bọn trẻ hiểu được tiếng Navajo nhưng không sử dụng, và đó là dấu hiệu mọi việc bắt đầu xấu đi. ■ *The scandal was the beginning of the end of his career as a politician.* • Vụ tai tiếng là dấu hiệu khởi đầu cho việc chấm dứt sự nghiệp của ông ta như là một nhà chính trị. ■ *The argument was the beginning of the end as far as their relationship was concerned.* • Vụ tranh cãi là dấu hiệu mọi việc đã kết thúc trong phạm vi quan hệ giữa họ.

the best bet hoặc *one's best bet* (khẩu ngữ) điều tốt nhất có thể làm hoặc chọn lựa ■ *If you are looking for something low in calories and animal fat, grilled or steamed fish is the best bet.* ● Nếu bạn đang tìm kiếm món gì đó có hàm lượng ca-lo-ri thấp và ít mỡ động vật thì cá nướng hoặc cá hấp là những món tốt nhất để chọn. ■ *If you want to get around London fast, the Underground is your best bet.* ● Nếu anh muốn đi lại ở London nhanh chóng, xe điện ngầm là chọn lựa tốt nhất. ■ *Our best bet would be to take the train.* ● Chọn lựa tốt nhất của chúng tôi hẳn là đi xe lửa.

the best of both worlds hoặc *have the best of both worlds* hoặc *get the best of both worlds* nói về việc kết hợp lợi thế của hai tình huống, sự việc, phương pháp... ■ *Now I have the best of both worlds. I can keep up my career and still spend time with my daughter.* ● Giờ đây tôi được lợi thế cả đôi đường, vừa theo đuổi được sự nghiệp của mình, vừa có thời gian dành cho con gái tôi. ■ *Debbie had the best of both worlds as a child because her family had a home in the country and an apartment in the city.* ● Khi còn bé Debbie đã hưởng được những lợi thế ở cả hai môi trường vì gia đình cô có một ngôi nhà ở vùng quê và một căn hộ ở thành phố.

the best part of sth hoặc *the better part of sth* gần như là toàn bộ số lượng được nhắc đến, nhất là nói về thời gian hay tiền bạc ■ *They have been living together for the best part of 30 years.* ● Họ đã sống chung với nhau gần như suốt 30 năm qua.

the better part of sth → **the best part of sth**

the big bad wolf người làm cho người khác kinh hãi, khiếp sợ ■ *At the conference the main theme was "international co-operation", although huge international corporations are still seen as big bad wolves.* ● Tại cuộc hội nghị, chủ đề chính là "hợp tác quốc tế", mặc dù các công ty quốc tế khổng lồ vẫn được xem như những ông kẹ làm mọi người khiếp vía.

the big enchilada sự vật lớn nhất hoặc quan trọng nhất, khiến cho mọi người thèm muốn nhất so với bất cứ sự vật nào khác trong cùng loại ■ *Thomas served as a federal judge for 18 months before he thought he was ready for the big enchilada - the Supreme Court.* ● Thomas đã phục vụ như một thẩm phán liên bang trong 18 tháng trước khi ông ta nghĩ rằng ông đã sẵn sàng cho vị trí cao quý nhất - Tòa án Tối cao.

the big time thời điểm mà ai đó đã đạt đến mức độ cao nhất trong công việc, sự nghiệp... và trở nên nổi tiếng - thường được dùng với các nhân vật trong giới thể thao, giải trí hay chính trị ■ *We've spent years traveling around the state, playing in half-empty bars, but we're ready for the big time now.* ● Chúng tôi đã trải qua nhiều năm đi khắp trong tiểu bang, chơi trong những quán nước trống trải chỉ có một phần khách, nhưng giờ đây chúng tôi đã sẵn sàng cho thời điểm đạt đến đỉnh cao của sự nghiệp. ■ *Snell hit the big time when he became a writer and producer for a radio station in San Francisco.* ● Snell đạt đến đỉnh cao nghề nghiệp khi anh trở thành người viết kịch bản và sản xuất chương trình cho một đài phát thanh ở San Francisco.

the birds and the bees những điều dùng để giải thích cho trẻ con hiểu về vấn đề tình dục, những hiểu biết cơ bản nhất về tình dục (thường dùng với ý hài hước khi nói chuyện với một người trưởng thành) ■ *Didn't your mother ever tell you about the birds and the bees?* • Mẹ bạn chưa bao giờ nói với bạn về tình dục sao?

the black sheep of the family thành viên tồi tệ, kém cỏi nhất trong một gia đình hay một tập thể, thường là người làm cho những người khác thấy xấu hổ, khó chịu vì sự thất bại hay suy sụp về mặt đạo đức ■ *I never met Doug's parents - judging by what he told me, I think he was the black sheep of the family.* • Tôi chưa bao giờ gặp cha mẹ của Doug - theo những gì mà anh ta đã kể với tôi, thì anh ta là đứa con tồi nhất trong gia đình. ■ *Mary is the black sheep of the family. She's always in trouble with the police.* • Mary là đứa con tệ nhất trong nhà. Cô ta luôn gặp rắc rối với cảnh sát. (vì làm những điều không tốt) ■ *He keeps making a nuisance of himself. What do you expect from the black sheep of the family?* • Hắn ta luôn tự chuốc lấy những rắc rối cho chính mình. Anh mong đợi gì ở một đứa con tệ nhất trong gia đình kia chứ?

the blind leading the blind tình huống mà một người không hiểu biết vấn đề lại đứng ra hướng dẫn, giúp đỡ một người khác cũng hoàn toàn không biết gì - người mù dẫn dắt kẻ đui ■ *The first job was the blind leading the blind - they thought we were the experts, but we'd had very little experience.* • Công việc đầu tiên quả là người mù dẫn dắt kẻ đui - họ nghĩ rằng chúng tôi là những chuyên gia, nhưng chúng tôi lại có rất ít kinh nghiệm.

the bottom drops out (of the market) → **the bottom falls out**

the bottom drops out of one's life → **the bottom drops out of one's world**

the bottom drops out of one's world hoặc *the bottom drops out of one's life* trạng thái hết sức thất vọng hoặc đau khổ, đến mức không còn muốn sống ■ *The bottom dropped out of our lives when our son died.* • Sau khi đứa con trai của chúng tôi qua đời, chúng tôi đau khổ đến mức không còn muốn sống nữa.

the bottom drops out of sth hoặc *the bottom falls out of sth* nói về một ngành kinh doanh, dịch vụ... sa sút vì mất đi thị trường, không còn người tiêu thụ ■ *The bottom has fallen out of the travel market.* • Thị trường du lịch đã sa sút vì không còn mấy ai tham gia. ■ *Analysts are warning that the bottom could soon fall out of the market.* • Các nhà phân tích đang cảnh báo rằng không bao lâu thị trường sẽ sa sút vì giảm sức mua.

the bottom falls out (of the market) hoặc *the bottom drops out (of the market)* tình trạng thị trường ngưng hẳn không mua một món nào đó, vì thế những người bán không thể có lợi nhuận ■ *On Thursday October 24th, 1929, the bottom fell out of the New York stock market.* • Vào ngày thứ Năm, 24 tháng 10 năm 1929, sức mua trên thị trường chứng khoán New York đã ngưng hẳn.

the bottom falls out of sth → **the bottom drops out of sth**

the bottom line is hoặc *that is the bottom line* 1. điều quan trọng nhất, điểm chính yếu cần phải xem xét của một vấn đề ■ *The bottom line is that kids who have been in trouble once are likely to do it again - we have to find a way of preventing this.* • Điều quan trọng nhất là những đứa trẻ đã gặp khó khăn một lần rất có thể sẽ làm điều đó lần nữa - chúng ta phải tìm ra một phương thức để ngăn chặn điều này. ■ *The bottom line is that we have to make a decision today.* • Điều quan trọng là chúng ta phải đưa ra một quyết định trong ngày hôm nay. 2. giá thấp nhất có thể chấp nhận được ■ *Two thousand - and that's my bottom line!* • Hai ngàn - và đó là giá thấp nhất của tôi.

the bottom of the heap hoặc *the bottom of the pile* chỉ những vị trí thấp kém nhất hoặc nghèo khó nhất trong xã hội ■ *O'Neill said he was concerned that most politicians did little to improve the lives of those at bottom of the heap.* • O'Neill nói rằng ông lấy làm quan ngại về việc các chính trị gia đã chẳng làm gì để cải thiện cuộc sống của những người nghèo khó nhất trong xã hội.

the bottom of the pile → **the bottom of the heap**

the boy next door hoặc *the girl next door* người rất bình thường, không có bất cứ điểm gì nổi bật, chẳng hạn như không giàu có, không nổi tiếng, không xinh đẹp... ■ *Doris Day was dressed by the studios to look like the girl next door.* • Doris Day được phục trang trong phim trường để trông giống như một người bình thường.

the brain behind sth người nghĩ ra và thực hiện thành công một kế hoạch phức tạp, một hệ thống hay thành lập một tổ chức - người đứng sau điều hành ■ *Even though Stronti's in jail, he will continue to be the brains behind the operation.* • Ngay cả khi Stronti đã ở trong tù, hắn vẫn là người đứng sau điều hành hoạt động ấy.

the bread and butter of sth → **bread and butter**

the breath of life for sb → **the breath of life to sb**

the breath of life to sb hoặc *the breath of life for sb* yếu tố thiết yếu, phần rất quan trọng trong cuộc sống của ai ■ *Playing the violin has been the breath of life to her for over 20 years.* • Việc chơi đàn vĩ cầm đã trở thành một phần thiết yếu trong cuộc sống của bà ấy từ hơn 20 năm qua.

the bright lights những hoạt động và sự kiện sôi động, nhộn nhịp, cuốn hút... ở những thành phố lớn ■ *The bright lights of New York are enough to get even the weary traveler to go out exploring.* • Những sôi động của New York đủ để lôi cuốn ngay cả người du khách mệt mỏi nhất cũng phải ra phố để thăm thú. ■ *Although he grew up in the country, he's always had a taste for the bright lights.* • Mặc dù anh ta lớn lên ở miền quê, nhưng anh bao giờ cũng thích một cuộc sống sôi động. ■ *At eighteen she left home for the bright lights of London.* • Năm 18 tuổi cô ta rời nhà để chạy theo cuộc sống sôi động của London.

the bubble bursts sự chấm dứt đột ngột của một tình huống may mắn hoặc tốt đẹp ■ *When the bubble finally burst, hundreds of people lost their jobs.* • Khi tình huống khả quan cuối cùng không còn nữa, hàng trăm người sẽ mất công ăn việc làm. ■ *The optimistic bubble has now burst and economists agree the recession will continue.* ● Niềm hy vọng lạc quan giờ đây đã chấm dứt và các nhà kinh tế đồng ý là cuộc suy thoái sẽ tiếp tục.

the buck stops here hoặc *the buck stops with sb* người giữ cương vị có trách nhiệm giải quyết công việc đang đề cập đến ■ *I think the captain knows that the buck stops with him and that he'll have to take responsibility.* ● Tôi nghĩ là ông đội trưởng biết rằng ông là người phải giải quyết sự việc, và ông ta sẽ phải nhận lãnh trách nhiệm.

the business end (of sth) phần quan trọng thực hiện chức năng chính của một công cụ, một loại vũ khí... ■ *The chillies were good, and hotter than the business end of a blowtorch.* ● Mấy quả ớt thật ngon, và nóng hơn cả ngọn lửa hàn xì. ■ *You shouldn't hold a gun by the business end.* ● Bạn không nên cầm cây súng bằng chỗ nòng súng.

the call of nature có nhu cầu phải đi vào nhà vệ sinh ■ *Terry was answering the call of nature when a forklift driver tried to take the portable toilet away.* ● Terry đang ở trong nhà vệ sinh thì một tài xế xe cần trục lại cố mang cái nhà vệ sinh lưu động ấy đi. ■ *Stop the car here! I have to answer the call of nature.* ● Dừng xe ở đây đi. Tôi phải đi vệ sinh ngay. ■ *There was no break in the agenda to take account of the call of nature.* ● Trong chương trình làm việc chẳng có khoản nghỉ nào để tính đến chuyện đi vệ sinh. ■ *Ted was hiking in the mountains when suddenly he had to answer the call of nature, but since there was no bathroom in the woods, he excused himself and disappeared behind the bushes.* ● Ted đang tham gia cùng đoàn bộ hành qua một dãy núi thì đột nhiên muốn đi tiêu, nhưng vì giữa rừng không có nhà vệ sinh nên anh ta xin vắng mặt trong đoàn và giấu mình phía sau những bụi cây.

the calm before the storm hoặc *the lull before the storm* một quãng thời gian yên tĩnh ngay trước khi xảy ra những rắc rối lớn ■ *Dave knew when his wife was angry. When she got quiet like this, it was the calm before the storm.* ● Dave biết khi nào thì vợ anh ta nổi giận. Những khi cô ta trở nên im lặng như thế này, và đó là sự im lặng báo trước cơn bão tố.

the cards are stacked against sb → **the odds are stacked against sb**

the carrot and the stick những điều có lợi và bất lợi được hứa trước sẽ dành cho ai đó để kích thích và buộc họ phải làm điều gì theo ý mình - phần thưởng và hình phạt ■ *Most managers use both the carrot and the stick to make sure that the work gets done.* ● Hầu hết những người quản lý đều sử dụng cả hai hình thức thưởng và phạt để đảm bảo công việc được hoàn tất. ■ *The coach used both the carrot and the stick to get his team to train harder.* ● Huấn luyện viên đã dùng đến cả hai hình thức thưởng và phạt để làm cho đội bóng của mình tập luyện tích cực hơn. ■ *The emphasis is on the carrot of incentive rather than the stick of taxes.* ● Sự nhấn mạnh là ở sự khuyến khích ưu đãi hơn là áp lực thuế khóa.

the cat is out of the bag bí mật đã được tiết lộ, mọi việc đã rõ ràng ■ *Now that the cat is out of the bag, it's probably*

the cat's whiskers

okay to talk about the merger. • Vì mọi chuyện đã được nói rõ ra, nên việc bàn đến sự liên kết có lẽ là được rồi.

the cat's pyjamas → **the cat's whiskers**

the cat's whiskers hoặc *the cat's pyjamas* người hay đồ vật thuộc loại tốt nhất, hoặc ý tưởng hay nhất ▪ *He thinks he's the cat's whiskers.* • Anh ta nghĩ rằng anh ta là người giỏi nhất.

the centre of one's universe người hay vật quan trọng nhất đối với ai ▪ *I was the centre of my parent's universe - we did eveything together.* • Tôi là tất cả của cha mẹ tôi - chúng tôi cùng nhau làm hết thảy mọi việc. ▪ *My love, you are the centre of my universe!* • Anh yêu, anh là tất cả của em!

the chances are that → **chances are (that)**

the chattering classes tầng lớp những người thích bàn chuyện chính trị, xã hội ▪ *Constitutional reform is a popular subject among the chattering classes.* • Sửa đổi hiến pháp là một chủ đề được ưa chuộng trong giới ham thích chính trị. - Thường hàm ý người nói không thích những người này.

the cherry on the cake hoặc *the cherry on top* điều có được nhiều hơn những gì mong đợi ▪ *The Honda Civic is an excellent little car; the cherry on the cake, though, is the price.* • Chiếc Honda Civic là một chiếc xe hơi nhỏ rất tuyệt vời; nhưng điều còn hơn thế nữa là giá cả.

the cherry on top → **the cherry on the cake**

the chickens come home to roost nói về ai đó đang phải đối mặt để giải quyết những hậu quả của một lỗi lầm hoặc hành động xấu mà họ đã làm trong quá khứ ▪ *You lived like you were in some Hollywood movie, spending money, taking trips, but now the chickens have come home to roost.* • Bạn đã sống như thể đang ở trong một bộ phim nào đó của Hollywood, tiêu pha tiền bạc, du lịch đây đó, và giờ đây hậu quả đã đến rồi.

the clock around → **round the clock**

the clutches of hoặc *in one's clutches* sự khống chế hoặc ảnh hưởng rất nặng nề của ai hay việc gì ▪ *We were in the clutches of one of the coldest winters ever recorded.* • Chúng tôi đã chịu ảnh hưởng rất nặng nề của một trong những mùa đông lạnh nhất đã từng được ghi nhận. ▪ *Once a loan shark has you in his clutches, you'll never get away.* • Khi một kẻ cho vay nặng lãi đã tóm được bạn vào vòng kiểm soát của hắn ta, bạn sẽ chẳng bao giờ thoát ra được. ▪*His parents were very relieved that he had escaped from the clutches of that woman.* • Cha mẹ của anh ta thấy rất nhẹ nhõm là anh ta đã thoát khỏi được ảnh hưởng của người đàn bà đó.

the coast is clear tình huống có thể thực hiện việc gì mà không sợ ai nhìn thấy hoặc bắt gặp ▪ *As soon as the coast was clean, I ran across the street and jumped in the car.* • Ngay khi không có ai nhìn thấy, tôi chạy băng qua đường và nhảy vào xe hơi. ▪ *As soon as the coast was clear he climbed in through the window.* • Ngay khi không có ai nhìn thấy, anh ta leo vào qua cửa sổ.

the company sb keeps những người mà ai đó thường giao tiếp, có quan hệ thường xuyên ▪ *Judging by the* *company he kept, Mark must have been a wealthy man.* • Xét theo những người mà ông ta thường giao tiếp, Mark ắt hẳn phải là một người giàu có. ■ *We didn't like the company she was keeping.* • Chúng tôi đã không thích những người mà cô ấy đang giao tiếp.

the corridors of power nơi đưa ra các quyết định quan trọng của chính phủ ((thường dùng trong các bản tin báo chí, truyền hình...)) ■ *Philips was a spy who penetrated more corridors of power and provided more important intelligence than any other spy during the war.* • Philips là một điệp viên đã từng thâm nhập vào các vị trí quan trọng trong chính phủ và cung cấp nhiều nguồn tin tình báo quan trọng hơn bất cứ điệp viên nào khác trong thời gian chiến tranh.

the crme de la crme người hay vật vượt trội nhất trong nhóm của mình ■ *The crème de la crème of America's science students were invited to the conference.* • Những người giỏi nhất trong các sinh viên ngành khoa học của Hoa Kỳ đã được mời đến tham dự hội nghị.

the cupboard is bare dùng để nhấn mạnh việc hoàn toàn không có tiền để dành cho một mục đích nào đó ■ *They are seeking more funds but the cupboard is bare.* • Họ đang tìm kiếm thêm tài trợ nhưng hoàn toàn không có tiền cho họ.

the curtain falls on sb hoặc *the curtain falls on sth* sự kết thúc sớm hơn dự tính của một sự kiện, một hoạt động... ■ *Too many public figures have seen the curtains fall on their careers because of gossip that is reported as news.* • Có quá nhiều nhà hoạt động xã hội nổi tiếng đã chứng kiến sự nghiệp của mình kết thúc sớm chỉ vì những lời đồn nhảm được tường thuật lại giống như tin tức.

the curtain falls on sth → **the curtain falls on sb**

the cut and thrust of sth nói về một tình huống sinh động, sôi nổi hoặc căng thẳng, gây hấn ■ *I don't like the cut and thrust of political debates.* • Tôi không thích những cuộc tranh cãi chính trị đầy gay cấn. ■ *She hates his cut-and-thrust management style.* • Cô ấy ghét phong cách quản lý căng thẳng của anh ta. ■ *He enjoys the cut and thrust of political life.* • Ông ấy thích thú với đời sống chính trị sôi động.

the damage is done điều tồi tệ đã xảy ra, và không thể nào cứu vãn tình huống trở lại như trước được nữa ■ *It doesn't matter at this point if she apologizes or not - the damage is done.* • Giờ thì cô ấy có xin lỗi hay không cũng chẳng ích gì nữa - chuyện đã dĩ lỡ rồi.

the damnedest điều kỳ lạ nhất hoặc đáng ngạc nhiên nhất ■ *It's the damnedest thing I ever saw.* • Đó là điều đáng ngạc nhiên nhất mà tôi đã từng trông thấy. ■ *People write to us about the damnedest things.* • Người ta viết cho chúng tôi về những điều kỳ lạ nhất.

the dead hand of sth một ý tưởng hay hệ thống làm ngăn cản sự tiến bộ hay phát triển của một quốc gia, tổ chức hay doanh nghiệp... ■ *Many teachers claim that the dead hand of bureaucracy is hindering their work.* • Nhiều giáo viên nói rằng cơ chế quan liêu đang cản trở công việc của họ. ■ *We need to free business from the dead hand of bureaucracy.* • Chúng ta cần phải giải thoát doanh nghiệp khỏi sự ngăn trở của cơ chế quan liêu cồng kềnh.

the dead of night thời điểm yên tĩnh nhất trong đêm - giữa khuya ■ *I crept out of bed in the dead of night and sneaked downstairs.* ● Tôi bò ra khỏi giường vào lúc giữa khuya và rón rén xuống tầng dưới.

the death of sb 1. người gây ra nhiều sự lo lắng, rắc rối cho ai ■ *With all his crazy tricks, Samuel will be the death of me.* ● Với tất cả những trò đùa điên khùng của hắn, Samuel sẽ làm tôi bực mình đến chết mất. ■ *Those kids will be the death of me.* ● Những đứa trẻ đó sẽ làm tôi lo lắng đến chết mất. 2. nguyên nhân gây ra cái chết của ai ■ *That motor bike will be the death of you.* ● Chiếc xe gắn máy đó sẽ giết chết bạn đấy.

the despair of sb nguyên nhân làm cho ai đó lo lắng hoặc không vui, bởi vì không thể giúp gì được để hoàn thiện ■ *My handwriting was the despair of my teachers.* ● Chữ viết của tôi là nỗi thất vọng lớn lao cho các thầy cô giáo.

the devil 1. điều rất khó khăn hoặc không hứng thú để làm ■ *These berries are the devil to pick because they're so small.* ● Những quả dâu này thật khó hái bởi vì chúng quá nhỏ. 2. dùng với các từ **what, why, where, who**... trong câu hỏi để tỏ ý ngạc nhiên hoặc bực tức ■ *What the devil do you think you're doing?* ● Anh nghĩ là anh đang làm cái quái quỷ gì kia chứ? ■ *What the devil is going on here?* ● Cái quái quỷ gì đang diễn ra ở đây thế?

the devil incarnate người bị cho là cực kỳ xấu xa, độc ác ■ *Some people think the professor was the devil incarnate; others think he was a great social critic.* ● Một số người nghĩ rằng ông giáo sư là người xấu xa độc ác, những người khác lại cho rằng ông ta là một nhà phê phán xã hội vĩ đại. ■ *They looked at me as though I were the devil incarnate.* ● Họ nhìn tôi như thể tôi là quỷ dữ đội lốt người vậy.

the devil makes work for idle hands hoặc *the devil finds work for idle hands* (cách dùng cũ) dùng khi muốn nói rằng người ta, nhất là trẻ con, nên có công việc gì đó để làm, bởi vì khi rảnh rỗi sẽ dễ dàng mắc vào những việc sai lầm hay ngốc nghếch - nhàn cư vi bất thiện ■ *My aunt, who believes that the devil makes work for idle hands, was trying to teach me to knit.* ● Bà cô tôi, người vẫn tin vào quan điểm "nhàn cư vi bất thiện", đã cố dạy cho tôi học đan áo.

the dice are loaded (against sb) tình huống không được công bằng vì ai đó ở vào thế bất lợi và không thể thành công ■ *The dice were loaded against us from the start, so nothing we said could convince the court that we were innocent.* ● Tình huống là bất lợi cho chúng tôi ngay từ đầu, nên không điều gì chúng tôi nói ra có thể thuyết phục được tòa là chúng tôi vô tội.

the die is cast một quyết định quan trọng đã được đưa ra hoặc một sự việc quan trọng đã xảy ra, và tình huống là không thể thay đổi được nữa ■ *The book is written, the die is cast, and I must accept the judgment of my readers.* ● Cuốn sách được viết ra, mọi việc đã an bày, và tôi buộc phải chấp nhận sự đánh giá của độc giả.

the dizzy heights of hoặc *the dizzying heights of* vị trí phát triển cao khác thường; cương vị rất quan trọng hoặc gây nhiều ấn tượng ■ *After the dizzying heights reached in the 1980s, global defense spending finally began to fall in 1989.* • Sau những đỉnh cao khác thường đạt đến trong những năm 1980, chi phí quốc phòng toàn cầu cuối cùng đã bắt đầu sụt giảm vào năm 1989. ■ *Now that you've reached the dizzy heights of supervisor, I suppose you won't be talking to us any more!* • Bởi vì anh đã đạt đến đỉnh cao khác thường của chức vụ giám sát viên, tôi cho là anh sẽ không còn nói chuyện với chúng tôi nữa. ■ *They reached the dizzy heights of Number 11 in the hit parade.* • Họ đạt đến đỉnh cao khác thường là vị trí thứ 11 trong bảng xếp hạng. - Thành ngữ này đôi khi cũng được dùng một cách hài hước, châm biếm, hàm ý điều được nói đến thật ra chẳng quan trọng chút nào ■ *My promotion at work was to the dizzying heights of mailrooom manager.* • Sự thăng tiến của tôi trong công việc là lên đến đỉnh cao của chức vụ quản lý việc dọn phòng.

the dizzying heights of → **the dizzy heights of**

the dos and don'ts những điều nên và không nên làm trong một tình huống cụ thể nào đó ■ *Let's talk about some of the dos and don't before the interview.* • Chúng ta hãy bàn đến những gì nên và không nên làm trước cuộc phỏng vấn. ■ *Here is a list of do's and don'ts for anyone planning to start a business.* • Đây là một bảng kê những điều nên và không nên làm dành cho bất cứ ai dự tính khởi đầu một doanh nghiệp. ■ *Here are some do's and don'ts for exercise during pregnancy.* • Đây là một số những điều nên và không nên làm khi luyện tập trong giai đoạn có thai.

the dust settles sự lắng dịu dần dần sau một tình huống khó khăn, hỗn loạn hoặc bị khích động, nghĩa là mọi người dần dần trở lại tâm trạng bình thường ■ *The guilty members of the company quit even before the dust settled.* • Những thành viên có lỗi của công ty đã bỏ việc ngay cả trước khi tình hình lắng dịu. ■ *He waited for the dust to settle after the election before making any new decisions.* • Ông ta chờ cho tình hình lắng dịu đi sau cuộc bầu cử trước khi đưa ra bất cứ quyết định mới nào.

the early-bird catches the worm hoặc *the early-bird gets the worm* người làm việc gì sớm hơn kẻ khác sẽ giành được lợi thế hơn - một bước sớm hơn mười bước muộn ■ *The early bird catches the worm, so send for your tickets now before they're gone.* • Một bước sớm hơn mười bước muộn, bạn nên đặt vé ngay đi trước khi họ bán hết. - Trong thành ngữ này, *worm* có thể được thay bằng những danh từ khác tùy theo ngữ cảnh ■*The election is still eighteen months away, but both the Republicans and the Democrats seem convinced that the early bird catches the voter.* • Cuộc bầu cử vẫn còn cách xa đến 18 tháng nữa, nhưng cả hai đảng Cộng hòa và Dân chủ dường như đều tin chắc rằng chuẩn bị sớm vẫn hơn.

the early-bird gets the worm → **the early-bird catches the worm**

the ebb and flow sự lặp lại đều đặn của một sự việc ■ *Everything in life is like the ebb and flow of the tides.* • Mọi việc trong cuộc đời giống như sự lên xuống của những con sóng. ■ *She sat in silence enjoying the ebb and flow of conversation.* • Cô ấy ngồi yên lặng, thích thú với nhịp độ đều đều của câu chuyện. ■ *He had known her long enough to recognize the ebb and flow of her moods.* • Anh ta đã biết cô ấy lâu đủ để nhận ra những thay đổi đều đặn trong tính khí của cô.

the end of the line → **the end of the road**

the end of the rainbow hoặc ***the pot of gold at the end of the rainbow*** điều mà một người hy vọng sẽ đạt được sau rất nhiều nỗ lực, nhưng rất có thể là cuối cùng rồi sẽ không thể nào đạt được ■*Introducing a new product is difficult - but there's a tremendous pot of gold at the end of the rainbow if you get it right.* • Đưa ra một sản phẩm mới là khó khăn, nhưng có một thành quả rất tuyệt vời chờ đợi bạn, nếu bạn có thể làm tốt mọi việc. ■ *Everywhere they said California's the great pot of gold at the end of the rainbow.* • Khắp nơi người ta đều nói rằng California là vùng đất đầy hứa hẹn. (Nhưng người nói không nghĩ như thế.) - Thành ngữ này xuất phát từ một câu chuyện cổ, nói rằng người ta có thể tìm được một cái bình vàng lớn ở cuối chân cầu vồng, nơi tiếp xúc với mặt đất.

the end of the road hoặc ***the end of the line*** hoặc ***reach the end of the road*** hoặc ***reach the end of the line*** điểm cuối cùng của một tiến trình hoặc hoạt động, khi không thể nào tiếp tục như trước được nữa ■*Even if the show isn't sucessful, it won't be the end of the line financially for us.* • Cho dù buổi diễn không thành công lắm, nhưng sẽ không phải là điểm bế tắc của chúng ta về mặt tài chính. ■*A defeat in the second round marked the end of the line for last year's champion.* • Một trận thua trong vòng hai đã đánh dấu điểm cuối cùng cho mùa tranh giải của năm rồi.

the envy of sb điều có phẩm chất vượt xa làm cho ai đó phải thèm muốn, ghen tỵ. ■ *British television is the envy of the whole world.* • Ngành truyền hình Anh quốc là đối tượng ghen tỵ của cả thế giới. (vì có phẩm chất vượt xa khiến mọi người đều thèm muốn)

the evil day → **the evil hour**

the evil eye 1. ánh mắt không thiện cảm, thường là do tức giận ■*He gave me the evil eye after I had danced with his girl friend.* • Anh ta nhìn tôi với ánh mắt ác cảm sau khi tôi khiêu vũ với cô bạn gái của anh ta. 2. khả năng làm hại ai đó bằng cách nhìn vào người ấy, thường nhắc đến trong những câu chuyện cổ tích và được nhiều người tin là có thật ■*Some mothers protect their children from the evil eye by hanging strings of peony seeds around their necks.* • Một số bà mẹ bảo vệ con mình khỏi ánh mắt của quỷ dữ bằng cách đeo những sợi dây kết bằng hạt peony quanh cổ chúng.

the evil hour hoặc ***the evil moment*** hoặc ***the evil day*** giờ, giây phút hoặc ngày mà ai đó cảm thấy cực kỳ khó chịu hoặc phải trải qua chuyện không may, đau đớn... ■ *I'd better go and see the dentist - I can't put off the evil hour any longer.* • Tốt hơn là tôi phải đi đến nha sĩ - tôi không thể trì hoãn những giây phút khủng khiếp này lâu hơn được nữa. (cơn đau răng của tôi không còn có thể chịu đựng được lâu hơn)

the evil moment → **the evil hour**

the fact is hoặc *the fact of the matter is* dùng để nhấn mạnh điểm quan trọng, thực tiễn của một vấn đề ■ *A new car would be wonderful but the fact of the matter is that we can't afford one.* • Một chiếc xe hơi mới hẳn là rất tuyệt vời, nhưng thực tế là chúng ta không đủ tiền để mua một chiếc. ■ *The fact is, he lost because he didn't try very hard.* • Thực tế là anh ta đã thua vì không cố gắng nhiều.

the fact of the matter is → **the fact is**

the facts of life hoặc *a fact of life*
1. những điều liên quan đến tính dục, cách thức thụ thai và sinh con, nhất là khi phải giải thích cho trẻ con ■ *How to tell their chidren about the facts of life is something that many parents struggle with.* • Làm thế nào để giải thích những vấn đề về tính dục cho trẻ con là điều mà nhiều bậc làm cha mẹ phải rất vất vả đấu tranh. 2. điều thực tế không thể thay đổi, với tất cả những khó khăn và rắc rối của nó, và mọi người chỉ có thể chấp nhận thay vì than phiền hay tránh né ■ *When we say that people over sixty-five have an increased risk of dying, we are simply stating the facts of life.* • Khi chúng ta nói rằng những người trên 65 tuổi có nguy cơ tử vong cao hơn, chúng ta chỉ đơn giản là nói lên một thực tế của cuộc đời. ■ *My mother had been in and out of jail several times by the time I was eight years old, but I just accepted it as a fact of life, as children do.* • Mẹ tôi đã vào tù ra khám nhiều lần khi tôi mới 8 tuổi, nhưng tôi chỉ chấp nhận điều ấy như một thực tế, cũng như bao nhiêu người con khác mà thôi. ■ *It's a fact of life that some people will always be racist.* • Thực tế không tránh khỏi là có một số người luôn phân biệt chủng tộc. ■ *The need to ration healthcare resources is a fact of life.* • Sự cần thiết phải phân chia hạn chế các nguồn chăm sóc sức khỏe là một thực tế không tránh khỏi.

the fair sex (cách dùng cũ) phái yếu, phụ nữ ■ *As a bachelor, you'll never find me lacking in my admiration for the fair sex.* • Là một người độc thân, bạn sẽ không bao giờ thấy là tôi thiếu sự ngưỡng mộ đối với phái yếu.

the fat is in the fire đang có những khó khăn, rắc rối nghiêm trọng, hoặc tình huống đang rất tồi tệ ■ *If your father hears of this latest development, Carrie, the fat will be in the fire.* • Carrie, nếu cha bạn nghe được diễn biến mới nhất này, tình hình sẽ hết sức tồi tệ.

the fat lady has sung kết quả cuối cùng đã được biết, hoặc một tình huống xem như đã kết thúc, không còn thay đổi được gì nữa ■ *"I think the fat lady has sung," said Holland, who believes that the city police chief should resign after today's events.* • "Tôi nghĩ là mọi chuyện đã kết thúc," Holland nói, và ông tin là viên cảnh sát trưởng của thành phố nên từ chức sau những sự kiện ngày hôm nay.

the feel-good factor → **the feelgood factor**

the feelgood factor hoặc *the feel-good factor* cảm giác rằng tất cả đều hoàn hảo và mọi người đều vui vẻ - sự lạc quan ■ *In most Hollywood movies the feelgood factor is all-important. However, a few independent movie-makers have begun to change that.* • Trong hầu hết các phim của Hollywood, yếu tố lạc quan là quan trọng nhất. Tuy nhiên, một số

the flip side

các nhà làm phim độc lập đã bắt đầu thay đổi điều đó. ■ *After the recession, people were waiting for the return of the feel-good factor before starting to spend money again.* ● Sau cuộc khủng hoảng kinh tế, mọi người đang chờ đợi cho cảm giác lạc quan trở lại trước khi bắt đầu chi tiêu tiền bạc trở lại.

the fifth wheel → **the third wheel**

the final nail in the coffin → **another nail in one's coffin**

the final straw → **the last straw**

the flip side dùng để đưa ra một cách nhìn khác hơn về một tình huống, nhất là khi nói về những ảnh hưởng xấu sau khi đã nêu các khía cạnh tích cực trước đó ■ *The flip side of the farmers' success story is, of course, the destruction of wildlife by pesticides.* ● Mặt khác trong câu chuyện thành công của các nông dân dĩ nhiên còn là sự hủy hoại đời sống hoang dã do nơi các loại thuốc trừ sâu.

the floodgates open → **open the floodgates**

the fur starts to fly → **fur flies**

the F-word dùng để chỉ những từ thô tục, với "*F*" thay cho "*fuck*" - với các chủ đề mà người nói không muốn trực tiếp đề cập đến, chữ cái đầu tiên cũng sẽ được dùng thay thế theo cách tương tự ■ *Any student who uses the F-word in class will be sent to the principal's office.* ● Bất cứ học sinh nào nói tục trong lớp đều sẽ bị mời lên văn phòng hiệu trưởng. ■ *My dog doesn't like baths. We can't even use the B-word around her, or she runs and hides.* ● Con chó của tôi không thích tắm. Chúng tôi thậm chí là không thể nói đến chữ "tắm" chung quanh nó, nếu không nó sẽ chạy trốn mất.

the game is up dùng để nói về một việc làm sai trái hoặc gian dối đã bị bại lộ và không thể tiếp tục được nữa ■ *Just then, I heard police sirens coming, and I knew the game was up.* ● Ngay khi ấy tôi nghe tiếng còi xe cảnh sát đến, và tôi biết là trò lừa đảo đã chấm dứt. ■ *Maggie knew that he had recognized her and the game was up.* ● Maggie biết là anh ta đã nhận ra cô và sự việc đã bại lộ.

the girl next door → **the boy next door**

the gloves are off tình huống mà một người hay tổ chức bắt đầu quyết định sẽ thay đổi sách lược với đối thủ của mình một cách mạnh mẽ, quyết liệt hơn và sẵn sàng làm hại đối thủ ■ *Pawlaski had been keeping his comments under control, but this week the gloves are off.* ● Từ trước Pawlaski vẫn kiềm chế những lời nhận xét của anh ta, nhưng trong tuần này thì sự hòa hoãn đó không còn nữa.

the golden rule quy luật hoặc nguyên tắc quan trọng nhất cần phải ghi nhớ khi thực hiện điều gì ■ *Now the goal is to follow the golden rule of customer service, treating people the way you want to be treated.* ● Giờ đây mục tiêu đề ra là tuân theo nguyên tắc quan trọng nhất của việc phục vụ khách hàng, đối xử với mọi người theo cách mà bạn muốn người khác đối xử với mình.

the good old days một giai đoạn trong quá khứ mà người nói cho là tốt đẹp hơn nhiều so với hiện tại ■ *Tom Jones sang a few songs, introduced some guests, and talked a lot about the good old* days. • Tom Jones hát một vài bài hát, giới thiệu mấy người khách, và nói chuyện rất nhiều về những ngày huy hoàng xưa kia.

the grand old age độ tuổi rất già nua ■ *She finally learned to drive at the grand old age of 70.* • Cuối cùng bà ta đã học lái xe ở độ tuổi 70 già nua.

the grand old man of sth người đã từng trải trong một hoạt động chuyên môn nào đó, có nhiều kinh nghiệm và được kính nể ■ *The exhibition evokes thoughts of Monet, the grand old man of Impressionism.* • Cuộc triển lãm gợi nhớ đến những tư tưởng của Monet, cây đại thụ của trường phái ấn tượng. ■ *Arthur C. Clarke is the grand old man of science fiction.* • Arthur C. Clarke là cây đại thụ của truyện khoa học giả tưởng.

the grass is (always) greener (on the other side of the fence) những gì thuộc về người khác bao giờ cũng có vẻ như tốt đẹp hơn những thứ mình đang sẵn có, vì thế mà người ta sẽ không bao giờ hài lòng với tình huống hiện tại của mình ■ *I think it's a case of the grass being greener on the other side of the fence - you look at someone and you wish you her figure, or her hair.* • Tôi nghĩ đó là một trường hợp đứng núi này trông núi nọ - bạn nhìn vào ai đó, và ao ước sao mình có được thân hình hay mái tóc giống như cô ấy.

the grass roots dân thường, hoặc người bình thường trong một tổ chức, không thuộc giới lãnh đạo ■ *We ought to be listening to the grass roots and asking them what to do about this problem.* • Chúng ta nên lắng nghe người dân thường, và hỏi xem họ muốn làm gì đối với vấn đề này.

the green-eyed monster sự ghen tức trong quan hệ nam nữ, khi biết người tình của mình không chung thủy ■ *After seeing Samantha with another man, I got a touch of the green-eyed monster.* • Sau khi nhìn thấy Samantha với một người đàn ông khác, tôi nổi lên một cảm giác ghen tức. - Thành ngữ này xuất phát từ một đoạn trích trong vở kịch *Othello* của *Shakespeare*.

the handwriting on the wall → **the writing on the wall**

the hard sell cách bán hàng dùng sự thuyết phục bằng cách nói rất nhiều, hoặc tranh cãi, hoặc gây nhiều sức ép để người khác phải mua ■ *Neil's been doing the hard sell on this biography, telling people there's in it that no one has ever guessed at before.* • Neil đã làm mọi cách để bán cuốn tiểu sử này ra, nói với mọi người rằng trong đó có rất nhiều điều mà chưa có ai đã từng đoán biết được. ■ *Despite a hard-sell marketing campaign, that college's enrollment has declined in recent years.* • Bất chấp một chiến dịch vận động rất mạnh mẽ, đầu vào của trường cao đẳng ấy đã giảm sút trong những năm gần đây.

the hard stuff dùng để chỉ các loại rượu mạnh ■ *Ken enjoyed a beer or two, but he knew he had to avoid the hard stuff.* • Ken thưởng thức một vài ly bia, nhưng anh ta biết là anh phải tránh các loại rượu mạnh.

the haves and have-nots dùng trong tương quan so sánh để chỉ giai cấp giàu có và giai cấp nghèo khó ■ *We were driving west along the Santa Monica* *freeway, which divides Los Angeles' haves from its have-nots.* • Chúng ta đang lái xe về hướng tây dọc theo con đường cao tốc Santa Monica, con đường chia cách khu vực những người giàu có của Los Angeles với những người nghèo khó của vùng này. ■ *You can easily see the division between the haves and the have-nots in any Western country.* • Bạn có thể dễ dàng nhìn thấy sự phân chia giữa người giàu và kẻ nghèo ở bất cứ quốc gia phương Tây nào.

the heat is off nói về một tình huống trở nên hết căng thẳng, giảm áp lực, dễ chịu ■ *We knew that we couldn't get into the finals, so the heat was off, and we played better.* • Chúng tôi đã biết là mình không thể vào được chung kết, vì thế nên áp lực được giảm nhẹ, và chúng tôi chơi tốt hơn. - Thành ngữ *"the heat is on/off"* ban đầu được dùng giới hạn trong tiếng lóng của giới tội phạm. Bọn chúng dùng *the heat* để chỉ cảnh sát. Khi cảnh sát đang ráo riết truy bắt chúng, tức là *"the heat is on"*, và khi tình hình êm dịu, không có sự truy lùng, đó là *"the heat is off"*. Ngày nay ý nghĩa này không còn nữa, mà thành ngữ đã được dùng với nghĩa rộng rãi của nó như trên. → *the heat is on*

the heat is on nói về một tình huống đang rất khó khăn, vì mọi người đang chỉ trích gay gắt, hoặc chờ đợi, đòi hỏi ai phải làm điều gì ■ *The heat is on at Apple Computer to make sure its efforts to get into the new market are successful.* • Tình hình ở công ty máy tính Apple đang rất căng thẳng để đảm bảo những nỗ lực bước vào thị trường mới của công ty được thành công. ■*The heat was really on at work.* • Tình hình thật sự rất căng thẳng ở chỗ làm. (- nghĩa là ông chủ đang chú ý, hoặc yêu cầu công việc rất gắt gao...) ■*The heat is on now that the election is only a week away.* • Tình hình rất căng thẳng bởi vì cuộc bầu cử chỉ còn cách chỉ một tuần nữa. → *the heat is off*

the highest rung of the ladder → **the top rung of the ladder**

the icing on the cake sự việc làm cho một tình huống tốt đẹp lại càng tốt đẹp hơn ■ *The Royals were ahead 4-2 at the end of the third period, but that last goal was just the icing on the cake.* • Đội Royals đã dẫn trước 4 - 2 vào cuối vòng 3, nhưng bàn thắng cuối cùng lại càng làm cho tình hình khả quan hơn nữa. ■ *The money is an added bonus - the icing on the cake.* • Món tiền ấy là một phần lợi nhuận thêm vào - đã tốt lại càng tốt hơn. - *icing* chỉ món kem sữa được cho thêm trên bánh ngọt, để làm cho bánh hấp dẫn và ngon hơn.

the ins and outs of sth tất cả chi tiết và dữ kiện liên quan đến một tình huống hoặc chủ đề, nhất là tình huống phức tạp ■ *Larkin learned the ins and outs of Wall Street at Merrill Lynch before starting up his own firm.* • Larkin học biết hết thảy mọi điều về Wall Street ở Merill Lynch trước khi thành lập công ty riêng của mình.

the jet set (cách dùng cũ) những người giàu có và thời thượng, thường đã từng trải qua nhiều nơi, nhất là những diễn viên, ca sĩ nổi tiếng mà mọi người đều mong muốn được nghe nói đến ■ *Frank's wife hung out with the jet set - shopping in Paris and getting her hair done in Miami.* • Cô vợ của Frank đi lại nhiều với giới thượng lưu sành điệu - mua sắm ở Paris và làm tóc ở Miami.

the jewel in the crown (of) phần hấp dẫn nhất hoặc có giá trị nhất trong một tổng thể đang được nhắc đến ■ *Many people view Stanford as the jewel in the crown of California's numerous universities.* ● Nhiều người xem Stanford như là trường đại học giá trị nhất trong số rất nhiều đại học của California. ■ *The Knightsbridge branch is the jewel in the crown of a 500-strong chain of stores.* ● Chi nhánh Knightsbridge là nơi hấp dẫn nhất trong cả một dãy 500 cửa hiệu lớn.

the jury is still out (on sth) (khẩu ngữ) dùng để nói về một vấn đề mà người ta chưa có đủ chi tiết, dữ kiện để có thể quyết định là tốt hay xấu ■ *The jury's still out regarding another increase in taxes.* ● Vẫn chưa đủ yếu tố để phán đoán về một lần tăng thuế khác nữa. ■ *Everyone likes Fischer, but the jury is still out on his ability to manage the department.* ● Mọi người đều thích Fischer, nhưng vẫn còn chưa thể nói được về năng lực quản lý cơ quan của anh ta.

the kiss of death điều có thể tác động đến người hay sự việc nào đó làm cho phải thất bại hoàn toàn ■ *Why should living together be the kiss of death to couples intending to get married?* ● Vì sao việc sống chung với nhau lại là nguyên nhân phá hỏng quan hệ giữa những cặp tình nhân đang dự tính kết hôn?

the last lap phần cuối cùng của một công việc đã kéo dài khá lâu ■ *Just to warn you - the last lap through the mountains is the hardest part of the trip.* ● Chỉ muốn cảnh giác bạn - giai đoạn cuối cùng vượt qua dãy núi là phần gian khổ nhất của chuyến đi đấy.

the last nail in the coffin → another nail in one's coffin

the last of the big spenders → last of the big spenders

the last straw hoặc *the final straw* yếu tố cuối cùng làm cho một sự tức giận hoặc sự chịu đựng vượt quá giới hạn, vì thế dẫn đến quyết định phải thay đổi hoặc chấm dứt một tình huống ■ *When Mandy didn't bother to come home for Christmas dinner, that was the last straw.* ● Khi Mandy không thèm bận tâm đến việc trở về nhà cho bữa tiệc Giáng sinh, điều đó đã là một dấu chấm hết.

the last word in dùng để nhấn mạnh một phẩm chất nào đó vượt trội nhất so trong cùng loại ■ *I had thought my clothes were the last word in modesty, but my host suggested that I cover myself a little more.* ● Tôi vẫn tưởng rằng y phục của mình là kín đáo nhất, nhưng người chủ nhà đã đề nghị là tôi nên ăn mặc kín đáo hơn chút nữa. ■ *Gurung recalls his days as a graduate student, when the IBM 650 was the last word in computer wizardry.* ● Gurung nhớ lại những ngày anh ta là một sinh viên vừa tốt nghiệp, khi IBM 650 là kiểu máy tính hiện đại nhất trong những thành quả to lớn của ngành điện toán. ■ *These apartments are the last word in luxury.* ● Những căn hộ này là sang trọng bậc nhất.

the law of the jungle tình huống mà những luật lệ chính thức không được tuân theo, vì thế người có sức mạnh sẽ giành được lợi thế - luật rừng, luật của kẻ mạnh ■ *World leaders have the opportunity to create a new world order*

the lay of the land

where the rule of law, not the law of the jungle, governs the conduct of nations. ● Các nhà lãnh đạo thế giới có cơ hội để tạo ra được một trật tự thế giới mới, nơi mà những nguyên tắc luật pháp, chứ không phải luật của kẻ mạnh, chi phối hành vi của các quốc gia.

the lay of the land hoặc *the lie of the land* 1. dữ kiện thực tế về một tình huống và khuynh hướng phát triển của nó, cần phải được biết trước khi thực hiện hay quyết định điều gì ■ *Before you start working for us, we'd like you to spend a few hours in the office - it'll help you to get the lay of the land.* ● Trước khi ông khởi sự làm việc cho chúng tôi, chúng tôi muốn ông hãy bỏ ra vài ba giờ trong văn phòng - điều đó sẽ giúp ông nắm bắt được những điều dữ kiện cần thiết về tình hình chung. ■ *Check out the lie of the land before you make a decision.* ● Hãy kiểm tra chắc chắn tình hình chung trước khi bạn đưa ra một quyết định. 2. đặc điểm địa lý, địa thế, địa hình của một vùng ■ *My job as a forest ranger requires that I really know the lay of the land.* ● Làm một người bảo vệ rừng đòi hỏi tôi phải thực sự hiểu biết địa hình trong vùng. ■ *The castle was hidden by the lie of the land.* ● Tòa lâu đài giấu mình sau địa thế trong vùng.

the left hand doesn't know what the right hand is doing → **the right hand doesn't know what the left hand is doing**

the lesser of two evils điều ít tai hại hơn hoặc dễ chịu hơn đôi chút giữa 2 khả năng chọn lựa đều tồi tệ ■ *Having to choose the lesser of two evils has become an increasingly familiar complaint among voters in this country.* ● Phải chọn lựa trong số những ứng viên tồi tệ đã là sự than phiền ngày càng nhiều của cử tri ở đất nước này. ■ *It would be the lesser of two evils to have something you don't like much instead of returning empty-handed.* ● Sẽ là một khả năng lựa chọn khá hơn khi lấy được món gì đó bạn không thích lắm, thay vì là trở về tay không.

the letter of the law hoàn toàn chính xác theo từng từ ngữ được dùng trong một văn bản pháp lý, thỏa thuận... thay vì mang nghĩa chung chung ■ *According to the letter of the law, Davis can refuse to sign the contract if she wished.* ● Chính xác theo pháp luật thì Davis có thể từ chối ký vào bản hợp đồng nếu như cô muốn vậy. ■ *They insist on sticking to the letter of the law.* ● Họ khăng khăng đòi hỏi phải tuân thủ hoàn toàn chính xác theo pháp luật. ■ *We might be guilty of slightly bending the letter of the law.* ● Chúng ta có thể có lỗi phần nào nếu nói thật chính xác theo pháp luật.

the lie of the land → **the lay of the land**

the life of the party người luôn sống vui nhộn và giúp vui mọi người trong các buổi giao tiếp xã hội ■ *Scoff was always the life of the party in college.* ● Scoff bao giờ cũng là trung tâm vui nhộn hồi ở trường cao đẳng.

the light at the end of the tunnel niềm hy vọng vào một tương lai tươi sáng hơn sau quá nhiều khó khăn và thất vọng - sau cơn mưa trời lại sáng ■ *I've had a tough time since I started working again, and it's hard to see the light at the end of the tunnel right now.* ● Tôi đã trải qua một giai đoạn khó khăn kể từ khi tôi bắt đầu làm việc trở lại, và ngay lúc này thật khó mà thấy được một tia hy vọng cho tương lai.

the light dawns on sb → **it dawns on sb**

the light of one's life người yêu thương nhất đời của ai ▪ *Iris was his only child, the light of his life.* • Iris là con một của ông ta - người mà ông ta yêu thương nhất.

the lights are on, but nobody's home (khẩu ngữ) dùng khi nói về một người ngu ngốc hoặc hơi mất trí ▪ *"Kevin's brother's a little goofy sometimes." "Yeah, the lights are on, but nobody's home."* • "Người anh của Kevin đôi khi hơi ngốc nghếch." "Vâng, ngốc nghếch và có phần không được tỉnh táo."

the likes of sb dùng để đề cập chung đến những người giống nhau, thuộc về cùng đẳng cấp, quan điểm, sở thích... giống như người được nhắc đến ▪ *The play was a little bit too modern for the likes of me.* • Vở kịch có phần nào hơi quá hiện đại đối với những người như tôi. ▪ *She didn't want to associate with the likes of him.* • Cô ta không muốn giao du với những người như anh ta.

the lion's share of sth phần lớn nhất trong các phần được chia ra của một sự vật, nhất là tiền bạc, thức ăn hay phần công việc... ▪ *Fitcher wrote the lion's share of the script, in addition to playing a leading role.* • Fitcher đã viết phần lớn trong kịch bản, cùng với việc giữ một vai chính.

the living end → **the absolute end**

the long and (the) short of it is hoặc *that's the long and short of it* (khẩu ngữ) yếu tố cơ bản nhất, quan trọng nhất của một tình huống ▪ *The long and short of it is your mother is going into the hospital, and we're not sure how long she'll be there for.* • Điều quan trọng nhất là mẹ của bạn sắp phải vào bệnh viện, và chúng tôi không biết chắc bà sẽ nằm lại đó bao lâu.

the long arm of the law hoặc *the long arm of the state* mạng lưới pháp luật ▪ *Now the long arm of the law is catching up with crimials who operrate across the border.* • Giờ thì mạng lưới pháp luật đang quét đến những tên tội phạm hoạt động vượt qua biên giới.

the long arm of the state → **the long arm of the law**

the lowdown (on sb) hoặc *the lowdown (on sth)* những thông tin quan trọng và hữu ích nhất về người hay sự việc, nhất là có thể giúp vào việc giành lợi thế ▪ *If you want to get the real lowdown on the Mountain View City Council, take a look at their current economic statement on page five.* • Nếu bạn muốn nắm được thông tin thực sự trọng yếu của Hội đồng thành phố Mountain View, hãy nhìn vào luận điểm kinh tế hiện hành của họ ở trang 5.

the lowdown (on sth) → **the lowdown (on sb)**

the luck of the devil hoặc *the luck of the Irish* một sự may mắn rất lớn ▪ *It could only have been the luck of the Irish that saved Martin Donnelly in that horrendous crash in the Grand Prix.* • Chỉ có thể là vận may cực kỳ lớn mới có thể cứu sống Martin Donnelly trong vụ đụng xe khủng khiếp ở Grand Prix.

the luck of the draw dùng để nhấn mạnh kết quả của sự việc nào đó chỉ là do may rủi, tình cờ, không thể kiểm soát hoặc biết trước ▪ *My sister passed her driving test before I did - I think it's just* *the luck of the draw; it depends on what examiner you get, and what kind of mood they're in.* • Chị tôi thi lấy bằng lái đậu trước tôi - tôi nghĩ đó chỉ là chuyện tình cờ may rủi, phụ thuộc vào việc bạn gặp người kiểm tra nào, và tâm trạng của họ lúc ấy ra sao.

the luck of the Irish → **the luck of the devil**

the lull before the storm → **the calm before the storm**

the man on the street hoặc *the woman on the street* người dân thường, người bình dân ▪ *What the average man on the street wants to see is a reduction in state taxes.* • Điều mà một thường dân trung bình muốn được nhìn thấy là sự cắt giảm trong các khoản thuế nhà nước. ▪ *Frankenheimer's love of old-fashioned melodrama sometimes works against his man-on-the-street realism, but overall I enjoyed the movie.* • Lòng yêu thích của Frankenheimer đối với kiểu cường điệu hóa nhân vật theo lối cũ đôi khi chống lại chủ nghĩa hiện thực bình dân của ông ta, nhưng nói chung tôi thấy thích bộ phim. ▪ *Politicians often don't understand the views of the man in the street.* • Các chính trị gia thường không hiểu được những quan điểm của giới bình dân.

the man upstairs (cách dùng cũ) trời, Thượng đế ▪ *I had just moved away when the rock crashed down exactly where I had been standing. It was a warning from the man upstairs.* • Tôi chỉ vừa mới rời đi thì tảng đá rơi xuống đúng ngay nơi tôi vừa đứng. Đó là một lời cảnh báo từ Thượng đế.

the meat and potatoes of sth những phần cơ bản và thông thường nhất của một nghề nghiệp, công việc chuyên môn hay một tình huống ... ▪ *Crime, parks, and traffic have always been the meat and potatoes of city elections.* • Tội phạm, các khu công viên và tình trạng giao thông luôn luôn là các vấn đề cơ bản của những cuộc bầu cử thành phố. ▪ *Hermann discusses complicated problems in meat-and-potatoes language that we can all understand.* • Hermann thảo luận những vấn đề phức tạp bằng thứ ngôn ngữ rất thông thường mà tất cả chúng tôi đều có thể hiểu được.

the men in (gray) suits dùng để chỉ những người đang nắm giữ quyền lực, khi người nói không tán đồng quan điểm, nhất là khi cho rằng những người ấy đều như nhau, không hiểu gì về người dân thường ▪ *What we don't need is another dull city run by men in gray suits without an understanding of the past or a vision of the future.* • Điều mà chúng ta không cần đến là một thành phố ảm đạm khác nữa được điều hành bởi những kẻ nắm quyền lực rất tồi, không có sự hiểu biết về quá khứ hay một tầm nhìn về tương lai.

the Midas touch khả năng kiếm tiền rất dễ dàng ▪ *Pavarotti, the Italian artist, is a unique performer with the Midas touch.* • Pavarotti, một nghệ sĩ Ý, là người biểu diễn độc đáo có khả năng kiếm tiền rất dễ dàng. ▪ *Her father is a businessman with the Midas touch.* • Cha cô ấy là một nhà doanh nghiệp có khả năng kiếm tiền rất dễ dàng. - Thành ngữ này xuất phát từ một câu chuyện thần thoại Hy Lạp, kể lại rằng vua Midas có khả năng làm cho bất cứ vật gì ông ta chạm tay đến đều hóa thành vàng. Vì thế, *Midas* phải được viết hoa.

the milk of human kindness lòng tốt và sự cảm thông đối với người khác, được xem như bản chất tự nhiên của con người ◼ *How can people wish such terrible things on other people? Whatever happened to the milk of human kindness?* ● Làm sao người ta có thể mong muốn những điều khủng khiếp như thế xảy đến với người khác? Điều gì đã xảy ra với lòng tốt và sự cảm thông tự nhiên của con người?

the million dollar question → **the 64,000 dollar question**

the mind boggles → **boggle one's mind**

the moment of truth thời điểm quyết định cuối cùng để biết được một sự việc có mang lại kết quả, sự thành công hay không ◼ *The moment of truth came when I finally put the boat in the water. Would if float?* ● Thời điểm quyết định cuối cùng đã đến khi tôi đặt chiếc thuyền xuống nước. Liệu nó có nổi được chăng? ◼ *The moment of truth is when the trainee pilots take over the controls of the plane.* ● Thời điểm quyết định cuối cùng là khi những phi công tập sự nắm lấy quyền kiểm soát máy bay.

the more the merrier (khẩu ngữ) dùng để mời ai cùng tham gia một hoạt động, với ý nói nếu có thêm họ sẽ càng vui hơn ◼ *Why don't you come camping with us in Telluride? The more the merrier.* ● Tại sao anh không đến cắm trại với chúng tôi ở Telluride? Như thế càng vui hơn. ◼ *"Can I bring a friend to your party?" "Sure - the more the merrier!"* ● "Tôi có thể mang theo một người bạn đến bữa tiệc của bạn chứ?" "Chắc chắn là được rồi - càng đông càng vui hơn."

the morning after the night before cảm giác khó chịu sau một đêm thức khuya và uống nhiều rượu ◼ *I know I promised to work for you today, Sarah - but it's the morning after the might before - you know how it is.* ● Tôi biết là tôi đã hứa làm việc cho bạn hôm nay, Sarah - nhưng thật là khó chịu sau một đêm thức khuya và quá chén - bạn biết là thế nào mà.

the mother of all nói về điều gì có phẩm chất tốt hoặc xấu vượt hơn tất cả những thứ trong cùng loại ◼*Iniki was the mother of all hurricanes - damaging every building on the island and leaving many people homeless.* ● Iniki là trận bão tồi tệ nhất trong tất cả những trận bão lớn - hủy hoại tất cả mọi căn nhà trên đảo và để lại những người dân không nhà ở. ◼ *I got stuck in the mother of all traffic jams.* ● Tôi bị giữ lại trong một vụ kẹt xe tồi tệ nhất.

the mountain must come to Mohammed tình huống khi người bạn đang mong muốn được gặp gỡ hoặc gần gũi bỗng nhiên tự tìm đến ◼ *The mountain has finally come to Mohammed, the Australian government is asking to meet with representatives of the indigenous people to discuss social problems.* ● Người cần đến cuối cùng đã tự tìm đến, chính phủ Australia đang yêu cầu được gặp các đại diện của người dân bản xứ để thảo luận về các vấn đề xã hội. → *Mohammed must go to the mountain*

the movers and shakers (thường dùng trong các bản tin báo chí, truyền hình...) người chịu trách nhiệm về những quyết định rất quan trọng trong các tổ chức, công ty lớn... hoặc về những ý tưởng và hoạt động mới trong xã hội ■ *Mike Fox was one of the movers and shakers behind the renaming of the McEnery Convention Centre.* • Mike Fox là một trong những người quan trọng chịu trách nhiệm đứng sau việc đặt tên lại cho McEnery Convention Centre.

the name of the game (thường dùng trong các lĩnh vực kinh doanh, chính trị và thể thao) phẩm chất cơ bản, quan trọng nhất được cần đến, hay đặc tính tiêu biểu của một sự việc ■ *It's good if a player is big, but speed is the name of the game. You've got to be quick.* • Một cầu thủ to con cũng là tốt, nhưng tốc độ mới là quan trọng nhất. Anh cần phải nhanh nhẹn. ■ *Remember, in the stock market, the name of the game is to buy low and sell high.* • Hãy nhớ rằng, trong thị trường chứng khoán, điều quan trọng nhất là mua giá thấp và bán giá cao. ■ *Hard work is the name of the game if you want to succeed in business.* • Làm việc tích cực là điều quan trọng nhất nếu bạn muốn thành công trong kinh doanh.

the nature of the beast tính cách hay phẩm chất cơ bản, quan trọng nhất của vấn đề đang được nói đến ■ *It's difficult to speed up any processes in an organization of this size - that's just the nature of the beast.* • Thật khó để đẩy nhanh bất cứ tiến trình nào trong một tổ chức tầm cỡ này - đó chỉ là một tính chất cơ bản tự nhiên của nó.

the new kid on the block người mới mẻ nhất trong một tổ chức, hoặc sản phẩm mới nhất trong một loạt ■ *There's a new kid on the block that promises great taste - a brown ale from one of Denver's microbreweries.* • Có một sản phẩm mới toanh hứa hẹn hương vị tuyệt hảo - một loại bia nâu từ một trong các nhà máy bia cỡ nhỏ ở Denver. - đôi khi *the block* có thể được thay thế bằng một danh từ khác thích hợp với điều muốn nói ■ *I first heard Shaeffer play a few years ago, when he was the new kid in the Bay Area club.* • Tôi đã nghe Shaeffer chơi lần đầu tiên cách đây mấy năm, khi anh ta còn là người mới vào câu lạc bộ Vùng Vịnh.

the nuts and bolts of sth những chi tiết thiết thực, cơ bản nhất của một chủ đề, một kế hoạch hay một công việc... ■ *The summer classes will focus on the nuts and bolts of reading and math to help students improve their basic skills.* • Các lớp học hè sẽ tập trung vào những vấn đề thiết thực nhất của môn tập đọc và môn toán để giúp cho học sinh hoàn thiện những kỹ năng cơ bản. ■ *Instead of nuts-and-bolts advice on parenting, "Family Fun" focuses on activities families can enjoy together.* • Thay vì lời khuyên về các vấn đề thiết thực của việc nuôi dạy con cái, chương trình "Family Fun" lại tập trung vào các hoạt động mà cả gia đình có thể vui thú cùng nhau.

the odd man out hoặc *the odd one out* người hay vật khác biệt hẳn so với cả nhóm đang được nói đến ■*I wasn't at all prepared for my move into the private school, where I was the outsider, the odd man out.* • Tôi hoàn toàn chưa chuẩn bị để chuyển đến trường tư thục, nơi mà tôi chỉ là người ngoài cuộc, người lẻ loi cá biệt. ■ *At school he was always the odd man out.* • Ở trường học anh ấy luôn luôn là người cá biệt. ■ *"Dog, cat, horse, shoe - which is the odd one out?" "Shoe, of* course." ● Chó, mèo, ngựa, giày - loại nào là khác biệt?" "Dĩ nhiên là giày."

the odd one out → **the odd man out**

the odds are stacked against sb hoặc *the cards are stacked against sb* có rất ít khả năng thành công hoặc đạt được điều gì, vì có quá nhiều bất lợi, khó khăn ■ *Brooks seems confident he can make the climb, even though the odds are stacked against him.* ● Brooks có vẻ như tự tin là mình có thể thực hiện chuyến leo núi, cho dù có rất nhiều khó khăn bất lợi cho anh ta. ■ *All this talk from the government about helping small businesses - where's the help? All the cards are stacked against you.* ● Toàn bộ chuyện này nói ra từ phía chính phủ về việc giúp đỡ các doanh nghiệp nhỏ - sự giúp đỡ nằm ở đâu? Tất cả chỉ toàn là khó khăn bất lợi chống lại bạn.

the old guard nhóm người có khuynh hướng bảo thủ, chống lại sự thay đổi trong một nhóm, tổ chức... ■ *It is common for the children of immigrants to disagree with the old guard about the direction their community should take in a new culture.* ● Điều thông thường đối với con cái của những người nhập cư là không đồng ý với những người có khuynh hướng bảo thủ về định hướng cho cộng đồng của họ trong một nền văn hóa mới. ■ *Some of the old guard were resentful that a newcomer had been appointed to the post.* ● Một số trong những người bảo thủ đã ghen tức vì một người mới đến đã được bổ nhiệm vào chức vụ quan trọng đó. ■ *The bill was opposed by the old guard of the Labour Party* ● Dự luật bị phản đối bởi những người bảo thủ của đảng Lao Động. ■ *The old-guard members of the club wouldn't let women to come here freely.* ● Những thành viên bảo thủ chắc sẽ không để cho phụ nữ được phép đến đây tự do.

the one that got away nói về điều mong muốn nhất nhưng đã không đạt được, bỏ lỡ... ■ *Warren won five regional titles, but that might never make up for the big one that got away in 1994.* ● Warren giành được 5 danh hiệu cấp vùng, nhưng điều đó không bù đắp lại được một danh hiệu quan trọng mà anh mong muốn nhất đã vuột mất năm 1944.

the order of the day tính cách, sự việc mà hầu hết mọi người đều có, hoặc cùng thực hiện trong một dịp cụ thể nào đó ■ *On a warm Saturday afternoon in May, fishing, swimming, and shopping are the order of the day in this town.* ● Vào một chiều thứ Bảy ấm áp trong tháng Năm, đi câu cá, đi bơi và đi mua sắm là những việc mà hầu hết mọi người đều làm trong thị trấn này. ■ *Pessimism seems to be the order of the day.* ● Bi quan dường như là tính cách phổ biến ngày nay.

the other side of the coin dùng khi đưa ra khía cạnh khác biệt hoặc trái ngược của một tình huống, ý tưởng, vấn đề... ■ *It's sometimes a little lonely working at home - but on the other side of the coin, I can make my own hours and wear whatever I want.* ● Đôi khi làm việc ở nhà cũng có phần nào cô đơn - nhưng mặt khác của vấn đề là tôi có thể tự sắp xếp thời gian và ăn mặc bất cứ thứ gì tôi thích.

the other side of the tracks → **the wrong side of the tracks**

the pearly gates cách diễn đạt hài hước, có nghĩa là cổng vào thiên đàng của con người sau khi chết ■ *For a second, I thought I was dead and had just walked through the pearly gates.* ● Trong một thoáng, tôi nghĩ là mình đã chết và đang bước qua lối vào thiên đàng.

the pecking order hệ thống thang bậc theo quy ước trong một xã hội, trong đó tất cả mọi thành viên đều tuân theo để phân biệt kẻ trên, người dưới... ■ *If you make a mistake in big business, you can quickly lose your place of importance in the pecking order.* ● Nếu bạn phạm một sai lầm trong công việc kinh doanh lớn, bạn sẽ nhanh chóng mất đi vị trí quan trọng của mình trong thang bậc xã hội.

the pen is mighter than the sword dùng khi muốn nói rằng sự giao tiếp cảm thông có thể đạt đến nhiều điều hơn là sử dụng bạo lực - năng lực tinh thần quan trọng hơn sức mạnh vật chất ■ *I've come to believe that the pen is mightier than the sword, so when I give an interview I stress what people can do politically to change things.* ● Tôi đã đạt được niềm tin rằng năng lực tinh thần quan trọng hơn sức mạnh vật chất, vì thế khi tôi thực hiện một cuộc phỏng vấn, tôi nhấn mạnh về những gì người ta có thể làm được về mặt chính trị để thay đổi mọi việc.

the plot thickens cách nói hài hước khi một tình huống trở nên phức tạp, kỳ lạ hoặc hấp dẫn hơn đánh giá lúc ban đầu ■ *"But that wasn't all that happened!" "Aha, the plot thickens! Well, you'll have to tell me more later."* ● "Nhưng đó chưa phải là tất cả những gì đã xảy ra." "A, xem ra mọi chuyện hấp dẫn hơn rồi đấy! Được rồi, anh sẽ phải cho tôi biết thêm sau."

the point of no return thời điểm mà tiến trình hay hoạt động không thể dừng lại hoặc thay đổi được nữa ■ *Uncontrolled use of water is depleting supplies to the point of no return.* ● Việc sử dụng nước không kiểm soát đã làm cạn kiệt các nguồn cung cấp nước đến mức không sao thay đổi được nữa.

the pot calling the kettle black không nên chê bai hoặc chỉ trích người khác nếu như bản thân mình cũng không tốt đẹp gì hơn ■ *You think I don't take criticism? That's the pot calling the kettle black!* ● Anh nghĩ là tôi không chấp nhận sự phê phán sao? Thật là chẳng hơn ai lại chê người khác!

the pot of gold at the end of the rainbow → **the end of the rainbow**

the powers that be những người nắm giữ vị trí quyền lực trong một tổ chức, có thể đưa ra những quyết định ảnh hưởng đến cuộc sống người khác ■ *The powers that be in City Hall have finally agreed that more money needs to be spent on public transportation.* ● Giới chức thẩm quyền trong chính quyền thành phố cuối cùng đã đồng ý là cần chi tiêu nhiều tiền hơn nữa cho giao thông công cộng.

the proof is in the pudding hoặc *the proof of the pudding (is in the eating)* chỉ qua thực tế mới đánh giá đúng được một kế hoạch hay ý tưởng... ■ *I'm not sure if I trust the stock market, but I guess the proof is in the pudding since the people using it are making money.* ● Tôi cũng không chắc là mình có tin cậy vào thị trường chứng khoán hay không, nhưng tôi cho là vấn đề chỉ có thể biết được khi người ta thực sự dùng đến nó để làm ra tiền.

the proof of the pudding (is in the eating) → **the proof is in the pudding**

the rank and file những người bình thường trong một tổ chức, không nắm quyền lực, quần chúng ▪ *Meara's appointment has proven to be popular among members of the union's rank and file.* • Sự bổ nhiệm Meara đã tỏ ra rất được hoan nghênh trong số những thành viên quần chúng của công đoàn. ▪ *Rank-and-file party members meet at the convention to nominate candidates for President and Vice President.* • Những đảng viên cơ sở họp nhau tại đại hội để chỉ định các ứng cử viên cho chức vụ Tổng thống và Phó Tổng thống.

the rat race tình huống được xem là khó khăn và khó chịu vì con người luôn cạnh tranh, sát phạt lẫn nhau và ai nấy đều cố giành lấy phần lợi lộc về cho mình ▪ *On Monday morning, it's back to the rat race.* • Vào sáng thứ Hai, cuộc bon chen giành giật đã trở lại.

the real McCoy nói về một món hàng là chính hiệu, hàng thật, không phải loại giả mạo hay sao chép ▪ *When buying paintings, make sure they are the real McCoy before putting out any money.* • Khi mua các bức tranh, phải nắm chắc đó là thật, không phải loại sao chép, trước khi đưa ra bất cứ khoản tiền nào. ▪ *It's an American jacket, the real McCoy.* • Đó là loại áo khoác Mỹ chính hiệu, không phải hàng nhái.

the realization dawns on sb → **it dawns on sb**

the scum of the earth

the right hand doesn't know what the left hand is doing hoặc *the left hand doesn't know what the right hand is doing* tình huống thiếu thông tin nội bộ, dẫn đến các bộ phận khác nhau của một tổ chức hoạt động không ăn khớp với nhau ▪*Because the right hand didn't know what the left hand was doing, I was asked to pay for medical treatment when I was really entitled to received it for free.* • Bởi vì thiếu sự thông tin lẫn nhau trong nội bộ, nên tôi bị yêu cầu thanh toán chi phí thuốc men điều trị, trong khi tôi thực sự có quyền được hưởng miễn phí.

the road to hell is paved with good intentions (cách dùng cũ) dùng khi muốn nói rằng những ý định tốt chẳng có ích lợi gì nếu như không thực sự được mang ra thực hiện ▪ *I thought I could work at night, then do other things during the day. But the road to hell is paved with good intentions, and the business soon went under.* • Tôi nghĩ rằng tôi có thể làm việc ban đêm, và rồi làm thêm những việc khác vào ban ngày. Nhưng những ý định tốt đẹp không thực hiện cũng chẳng có ý nghĩa gì, và công việc kinh doanh không bao lâu đã suy sụp.

the salt of the earth người hay nhóm người được xem là tốt bụng, lương thiện ▪ *He grew up on a farm, working out in the fields all the time. His family is the salt of the earth.* • Anh ta sinh trưởng ở một nông trại, làm việc ngoài đồng suốt ngày. Gia đình anh ta là một gia đình rất tử tế. ▪ *We like our politicians to be salt-of-the-earth types.* • Chúng tôi thích các chính trị gia của mình là kiểu người lương thiện, tử tế.

the scum of the earth nói về một con người tồi tệ, xấu xa nhất theo mức độ mà người ta có thể tưởng tượng ra ■ *He's really the scum of the earth. He lies all the time and just uses other people for their money.* ● Hắn ta quả thật là kiểu người tồi tệ nhất chưa từng có. Hắn lúc nào cũng nói dối và chỉ lợi dụng tiền bạc của người khác.

the seed corn of sth người hay sự vật được quan tâm chăm sóc vì sẽ trở nên quan trọng, hữu ích trong tương lai ■ *Research and development shouldn't be cut from the budget. It's the seed corn for our company's future technology.* ● Việc nghiên cứu và phát triển không nên bị cắt giảm khỏi ngân sách. Đó là nền tảng cho công nghệ của công ty chúng ta trong tương lai.

the seven year itch (cách dùng cũ) cách diễn đạt khôi hài nói lên rằng sau một thời gian dài (7 năm...) quan hệ hôn nhân hoặc tình cảm thường phai nhạt đi, không còn được như trước nữa ■ *The seven year itch is often caused by partners who are unwilling to communicate with each other.* ● Sự phai nhạt tình cảm với thời gian thường xảy ra do nơi những người vợ hoặc chồng không sẵn lòng giao tiếp cùng nhau.

the shape of things to come một tình huống, sự kiện... giúp cho thấy được diễn tiến của sự việc nào đó trong tương lai ■ *The country's response to these important questions will determine the shape of things to come on its borders.* ● Phản ứng của đất nước với những vấn đề quan trọng này sẽ xác định những gì sắp diễn ra trên biên giới.

the sharpest tool in the box thường dùng ở dạng phủ định để nói về người kém thông minh, nhất là khi so sánh với những người khác ■ *She's not the sharpest tool in the box, but she's great with people.* ● Cô ấy không phải là người khôn ngoan lắm, nhưng cô ấy thật là tuyệt vời đối với mọi người.

the shifting sands of sth nói về một tình huống liên tục thay đổi nên rất khó đối phó, giải quyết ■ *Policy makers have a hard time keeping up with the shifting sands of public opinion.* ● Các nhà hoạch định chính sách gặp khó khăn rất nhiều để bắt kịp những thay đổi liên tục của công luận.

the shit hits the fan (khẩu ngữ) tình huống đột nhiên trở nên rất khó khăn, hoặc ai đó bất ngờ trở nên giận dữ, nhất là do tìm biết được điều gì ■ *The shit's going to hit the fan when Dad finds out where I was last night.* ● Sự việc sẽ nổ tung cả lên khi cha tôi tìm biết được là tối hôm qua tôi đã ở đâu. - Thành ngữ này có thể dùng ở dạng đơn giản hơn và được xem là lịch sự hơn khi không có *the shit*. → ***hit the fan***

the shoe is on the other foot nói về người phải gánh chịu những rắc rối, khó khăn giống như trước đây chính họ đã gây ra cho người khác ■ *Carstens justified that policy by saying their rivals would take similar action if the shoe were on the other foot.* ● Đội Carstens biện hộ cho đường lối ấy bằng cách nói rằng các đối thủ của họ cũng sẽ hành động tương tự nếu như họ là người gặp khó khăn.

the sky's the limit nói về điều gì không có mức độ giới hạn ■ *The sky appears to be the limit as far as chief executives' salaries are concerned.* ● Dường như là không có giới hạn khi nói đến tiền lương của các ủy viên quản trị hàng đầu.

the smart money (nhất là khi được dùng trong các bản tin báo chí ...) người hay doanh nghiệp có khả năng làm ra rất nhiều tiền, hoặc những vụ làm ăn thành công của họ ■ *People are still guessing what Apple will manufacture next, but the smart money says it will be a new light-weight computer.* • Người ta vẫn còn đang đoán xem Apple sẽ sản xuất những gì tiếp theo, nhưng công ty rất thành công này nói rằng đó sẽ là loại máy tính mới rất nhẹ.

the smart money is on sth dự đoán của những người hiểu biết, nắm rõ tình thế về sự việc sắp xảy ra hoặc về một nguồn lợi tức ■ *Investors say the smart money this year is on small companies that offer personal services to busy professionals.* • Các nhà đầu tư nói rằng lợi nhuận trong năm nay sẽ rơi vào những công ty nhỏ cung ứng các dịch vụ cá nhân cho giới chuyên môn bận rộn.

the spirit is willing but the flesh is weak mong muốn thực hiện điều gì nhưng quá mệt mỏi hoặc không đủ sức ■ *"How's the plan going?" "Not too well. The spirit is willing but the flesh is weak."* • "Kế hoạch thực hiện ra sao rồi?" "Không được tốt lắm. Tuy là muốn làm nhưng không đủ sức."

the spirit of the law mục đích nhắm đến hoặc ý nghĩa chính của luật pháp, thay vì nghĩa đen của từ ngữ ■ *Immigration lawyers claim the department is ignoring the spirit of the law, and not allowing people into the country for its own political reasons.* • Các luật sư về nhập cư cho rằng cơ quan này đã bất chấp mục đích nhắm đến của luật pháp, và không cho phép người ta nhập cư chỉ vì những lý do chính trị riêng của họ.

the squeaky wheel (gets the grease) tình huống mà người than phiền nhiều nhất là người nhận được những gì họ mong muốn ■ *Pinot was the squeaky wheel in the university who got the money for developing his programs.* • Pinot là người than phiền nhiều nhất trong trường đại học và đã nhận được tiền để phát triển các chương trình của anh ta.

the standard bearer of sth người cầm đầu một nhóm người có cùng chung mục đích hay quyền lợi ■ *Pastor Tokes appears to be the standard bearer of a younger, more radical generation of clergymen.* • Pastor Tokes có vẻ như là người đứng đầu của một thế hệ các giáo sĩ trẻ trung và cấp tiến hơn.

the state of play những gì đang xảy ra trong hiện tại, trong một tiến trình chưa kết thúc hoặc một tình huống vẫn còn đang phát triển ■ *What's the current state of play in the Middle East?* • Tình hình Trung Đông hiện nay thế nào?

the straw that breaks the camel's back điều rắc rối, khó khăn cuối cùng trong một tình huống làm cho nó vượt quá khả năng đối phó, giải quyết hoặc chịu đựng của ai ■ *Chavez had often experienced racism, but this insulting treatment was the straw that broke the camel's back.* • Chavez vẫn thường phải chịu đựng sự phân biệt chủng tộc, nhưng cách đối xử xúc phạm này là giới hạn cuối cùng đã khiến cho anh không sao chịu đựng được nữa.

the tables are turned → **the tables have turned**

the tables have turned hoặc *the tables are turned* nói về một tình huống bị đảo ngược, ưu thế rơi vào bên trước đây là kẻ yếu hơn ■ *Now the tables are turned somewhat, and men have begun complaining of discrimination at work.* ● Giờ đây tình huống đã có phần nào đảo ngược, và nam giới bắt đầu than phiền về sự phân biệt đối xử ở nơi làm việc.

the talk of the town người hay sự việc được nhiều người nói đến, bàn tán vì được quan tâm đến nhiều, hoặc gây ra sự kinh ngạc, khích động... cho nhiều người ■ *The battle over the stadium development is currently the talk of the town.* ● Cuộc tranh chấp về việc xây dựng sân vận động mới hiện đang được mọi người xôn xao bàn tán.

the thing is (khẩu ngữ) dùng trước khi đưa ra một lời giải thích, nhất là về lý do, vấn đề rắc rối... đã làm cho một sự việc phải ngưng lại ■ *Normally I'd say "yes," but the thing is, I already promised Kari I'd take her home.* ● Thông thường thì tôi hẳn đã đồng ý, nhưng vấn đề ở đây là, tôi đã hứa trước với Kari sẽ đưa cô ấy về nhà.

the third time is a charm hoặc *the third time is the charm* (khẩu ngữ) dùng khi đã thất bại trong việc cố gắng làm điều gì đến 2 lần và hy vọng sẽ thành công trong lần thứ ba, hoặc sau khi đã thành công trong lần thứ ba ■ *In the NBA championships this year, the Houston Rockets are hoping the third time's a charm.* ● Trong giải vô địch của NBA (Hiệp hội bóng rổ quốc gia) năm nay, đội Houston Rockets đang hy vọng sẽ thành công trong lần nỗ lực thứ ba.

the third time is the charm → **the third time is a charm**

the third wheel hoặc *the fifth wheel* người hiện diện trong một nhóm người và gây ra sự khó chịu, không thoải mái vì những người khác không cần đến hoặc không ưa thích sự có mặt của người ấy ■ *It was nice of Becky and Matt to let me go with them, but I felt like the third wheel all night.* ● Becky và Matt thật tốt bụng đã để cho tôi đi với họ, nhưng suốt cả đêm tôi cảm thấy mình như một người thừa không ai cần đến.

the tide is turning nói về sự thay đổi ý kiến của mọi người, vì thế mà không còn tán thành theo người hay sự việc nào đó như trước nữa ■ *The legal tide appears to be turning away from city-wide rent control policies.* ● Quan điểm chung về pháp lý có vẻ như đã thay đổi không còn tán thành các chính sách kiểm soát việc thuê nhà trên khắp thành phố nữa.

the time is ripe thời điểm thích hợp, thuận lợi để thực hiện điều gì hay để cho điều gì xảy ra ■ *The time is ripe for educational reform in our city's schools.* ● Đã đến lúc thích hợp cho cải cách giáo dục trong các trường học ở thành phố chúng ta.

the tip of the iceberg hoặc *just the tip of the iceberg* nói về điều gì chỉ là một dấu hiệu, sự biểu lộ của một vấn đề lớn hơn, rắc rối hơn hoặc quan trọng hơn rất nhiều ■ *"This is just the tip of the iceberg," said Sergeant Schmidt, "We expect to make more arrests in the next few weeks."* ● Trung sĩ Schmidt nói: "Đây chỉ mới là một dấu hiệu nhỏ của vấn đề mà thôi, chúng tôi dự định sẽ có thêm nhiều vụ bắt giữ hơn nữa trong vài ba tuần lễ sắp đến."

the top of the heap hoặc *the top of the pile* nói về những vị trí cao nhất, nhiều quyền lực nhất hoặc giàu có nhất trong xã hội hoặc trong một tổ chức ■ *Within twelve years, June had been promoted to the top of the heap in the marketing department.* ● Trong vòng 12 năm, June đã được thăng tiến lên đến vị trí cao nhất trong bộ phận tiếp thị.

the top rung of the ladder hoặc *the highest rung of the ladder* vị trí hay cấp độ cao nhất trong một hệ thống, tổ chức... nhất là nói về một công việc rất quan trọng ■ *Although he did not reach the top rung of the ladder as a musician, Mann had a distinguished career.* ● Mặc dù không đạt được đến đỉnh cao nhất trong đời nhạc sĩ, nhưng Mann đã có một sự nghiệp thật nổi bật.

the truth dawns on sb → *it dawns on sb*

the upper crust giai cấp cao nhất trong xã hội - tầng lớp thượng lưu ■ *Michelle is on the yacht, doing research for her article on how the upper crust amuses itself.* ● Michelle đang ở trên du thuyền, làm công việc nghiên cứu cho bài viết của cô ta về việc giai cấp thượng lưu tự tiêu khiển như thế nào.

the vale of tears (văn chương) những khó khăn trong cuộc sống ■ *In this vale of tears, we must take what we're sent.* ● Trong cuộc sống khó khăn này, chúng ta buộc phải nhận lấy những gì chúng ta được ban cho.

the war to end all wars cuộc chiến tranh khốc liệt nhất, dùng để chỉ Thế chiến thứ nhất (1914-1918) → *end all*

the weak link (in the chain) người hoặc yếu tố yếu nhất trong một nhóm, tổ chức... dễ bị tấn công và rất có khả năng gây thất bại cho nhóm hoặc tổ chức đó ■ *The military big shots decided that Marsden was the weak link in the chain and dismiss him that day.* ● Các viên chức quân sự quan trọng đã quyết định rằng Marsden là điểm yếu và sa thải anh ta trong ngày đó.

the wheels are turning (khẩu ngữ) nói về người đang suy nghĩ rất căng về điều gì, nhất là điều rất khó hiểu hoặc vô cùng phức tạp ■ *At first he didn't believe what we'd said, and then you could almost hear the wheels turning when he realized it was true.* ● Thoạt tiên anh ta đã không tin vào những gì chúng tôi nói, và rồi bạn gần như có thể biết được là anh ta suy nghĩ rất căng khi nhận ra đó là sự thật.

the whole (kit and) caboodle toàn bộ, tất cả mọi thứ có liên quan đến điều đang đề cập ■ *I had new clothes, a new hairstyle - the whole caboodle.* ● Tôi đã có quần áo mới, một kiểu tóc mới - đủ mọi thứ hết.

the whole ball of wax toàn diện, tổng thể, nghĩa là tất cả mọi việc có liên quan ■ *The police told me the whole story - how they treated him, how he survived, who helped him, the whole ball of wax.* ● Cảnh sát đã cho tôi biết toàn bộ câu chuyện - họ đã xử lý anh ta thế nào, làm sao anh ta sống sót được, và ai đã giúp đỡ anh ta... nghĩa là tất cả mọi chuyện.

the whole enchilada → **the whole shebang**

the whole nine yard dùng để nhấn mạnh là đang đề cập đến toàn bộ vấn đề, đến tất cả những gì có liên quan đến sự việc ■ *I remember our high school prom. We had long dresses, white gloves, limousines - the whole nine yards.* ● Tôi nhớ buổi khiêu vũ của chúng tôi ở trường trung học. Chúng tôi có những chiếc váy dài, găng tay trắng, xe đưa đón - đủ mọi thứ cả.

the whole shebang hoặc *the whole enchilada* dùng khi muốn nhấn mạnh việc đề cập đến vấn đề gì một cách toàn diện, với tất cả những gì có liên quan ■ *You know that big volleyball tournament? Her sister was the director for the whole shebang.* ● Anh biết cuộc tranh giải bóng chuyền quan trọng đó chứ? Bà chị của cô ta là người đạo diễn cho tất cả mọi việc đấy. → ***the (whole) works***

the whole shooting match dùng để nhấn mạnh việc đang đề cập đến toàn bộ chi tiết trong một vấn đề, hoặc tất cả những gì có liên quan đến một hoạt động đang nói đến ■ *All you have to do is punch in the program number, and this machine will operate the whole shooting match - your video player, TV, and cable box - for you.* ● Tất cả những gì bạn phải làm chỉ là nhấn vào nút ghi số chương trình, và chiếc máy này sẽ điều hành hết thảy mọi thứ cho bạn - đầu máy, ti-vi, và hộp cáp. → ***the whole shebang***

the whys and wherefores (of sth) những lý do hoặc lời giải thích cho một sự việc ■ *Most of the news conference was devoted to the whys and wherefores, details and logistics.* ● Phần lớn buổi họp báo được dành cho việc giải thích, các chi tiết và công tác tổ chức.

the wide blue yonder → **the wild blue yonder**

the wild blue yonder hoặc *the wide blue yonder* (cách dùng cũ) bầu trời ■ *Sleek fighter planes roared off into the wild blue yonder, leaving white trails behind them.* ● Những chiếc máy bay chiến đấu sáng loáng bay vọt lên bầu trời, để lại những làn khói trắng ở phía sau.

the woman on the street → **the man on the street**

the word is hoặc *word has it* dùng khi muốn nêu ra điều đã được nghe nói đến, thường là không nêu ra chứng cứ gì cụ thể ■ *The word is that KGO is not renewing Ward's contract, and his show could be finished by October.* ● Nghe nói rằng KGO không ký lại hợp đồng với Ward, và đến tháng 10 thì việc trình diễn của anh ta có thể chấm dứt. ■ *Word has it that the prisoner will be released early tomorrow.* ● Nghe nói rằng người tù sẽ được thả ra vào sáng sớm mai.

the world is one's oyster nói về người có nhiều triển vọng tốt đẹp chờ đợi trong tương lai vì đang còn trẻ, giàu có, thành đạt... ■ *My father used to tell me that with a good education, the world would be my oysters.* ● Cha tôi thường bảo tôi rằng với một nền tảng giáo dục tốt tôi sẽ có rất nhiều triển vọng tốt đẹp trong tương lai.

the world revolves around (khẩu ngữ) nói về điều gì là quan trọng nhất đối với ai ■ *I'm so glad I don't work with Jake - he thinks the world revolves around* *him.* • Tôi rất mừng là không phải làm việc với Jake - hắn ta tự cho mình là quan trọng nhất trong cả thế giới này. ■ *To me, the world revolves around family, church, school, and community.* • Đối với tôi thì gia đình, nhà thờ, trường học và cộng đồng là quan trọng nhất trong cả thế giới này.

the worm turns tình huống mà người rất trầm tĩnh, chịu đựng và không hề than phiền khi bị đối xử tồi tệ nhưng đột nhiên thay đổi thái độ và phản kháng rất mạnh mẽ ■ *Michael used to bully the other boys, especially Patrick, but I don't think he ever expected the worm to turn.* • Michael thường bắt nạt những đứa trẻ khác, nhất là Patrick, nhưng tôi không cho là có bao giờ hắn nghĩ đến chuyện bất ngờ bị phản kháng.

the writing on the wall hoặc *the handwriting on the wall* dấu hiệu giúp nhận ra một tình huống đang trở nên khó khăn hoặc không như mong muốn ■ *The rejection of Seascape's latest building proposal by the planning commission is the handwriting on the wall.* • Việc ủy ban kế hoạch bác bỏ đề nghị xây dựng mới nhất của Seascape là một dấu hiệu cho thấy tình hình đã xấu đi.

the wrong side of the tracks hoặc *the other side of the tracks* nói về những phần tử rất nghèo nàn của một thành phố hay một cộng đồng ■ *My dad had a difficult childhood growing on the wrong side of the tracks.* • Cha tôi có một thời thơ ấu khó khăn lớn lên trong giai cấp nghèo khổ của xã hội.

them → us and them

then → and then some

then → but then (again)

then → even now

then again → but then (again)

there → be (way) out there

there → be getting there

there → be right (there) under one's nose

there → be there for sb

there → been there, done that

there → hang (on) in there

there → I'm not gonna go there

there → not all there

there → so there

there → that's neither here nor there

there → where there's a will there's a way

there → will get there

there → you've got me there

there again → but then (again)

there are other fish in the sea → there are plenty more fish in the sea

there are plenty more fish in the sea hoặc *there are other fish in the sea* (khẩu ngữ) dùng khi muốn nói với ai đó rằng một quan hệ tình cảm vừa đổ vỡ không phải là duy nhất, và không bao lâu sẽ có thể tìm được một người bạn tình hợp ý khác ■*Whenever I broke up with a boyfriend, my dad was always there to give me a big hug and tell me there plenty more fish in the sea.* • Mỗi khi tôi chia tay với một người bạn trai, cha tôi luôn có mặt để vỗ về an ủi tôi rằng cuộc đời không chỉ có mỗi anh chàng ấy.

there are ways and means (of doing sth) dùng khi muốn nói là có nhiều cách khác nhau để thực hiện hoặc đạt được điều gì, nhưng không nói rõ ra vì thường là bí mật hoặc không hợp pháp ■ *Our company has ways and means of finding out what the competition is up to.* ● Công ty của chúng tôi có nhiều cách để tìm biết được khả năng của đối thủ.

there is no call for sth → **there is no call to do sth**

there is no call to do sth hoặc *there is no call for sth* hoặc *have no call to do sth* (khẩu ngữ) bày tỏ sự tức giận vì cho rằng sự phê phán hoặc việc làm của ai đó là không đúng hoặc không cần thiết ■ *She needs to stop being so rude to her morther. There's just no call for that.* ● Cô ta cần phải chấm dứt ngay thái độ thô lỗ với bà mẹ. Không cần thiết phải làm như vậy.

there is no free lunch hoặc *there is no such thing as a free lunch* (thường dùng trong các bản tin báo chí, truyền hình...) mọi thứ đều có cái giá phải trả, không có gì tự nhiên có được ■ *As a country, we must face the fact that there is no free lunch, and that there is a tax bill for every public welfare program.* ● Là một quốc gia, chúng ta phải đối mặt với sự thật là không có gì không phải trả giá, và có một khoản tiền thuế đóng góp cho mỗi một chương trình phúc lợi công cộng.

there is no future in sth nói về một sự việc rất khó có thể tiếp tục hoặc đạt được thành công ■ *I got a job moving furniture - it paid the rent but there was no future in it.* ● Tôi tìm được công việc khuân vác đồ đạc - nó giúp trả tiền thuê nhà nhưng thật chẳng có tương lai gì. ■ *I just can't see that there's any future in our relationship.* ● Tôi chỉ không thể thấy được tương lai gì trong mối quan hệ của chúng ta. ■ *Do you think there is any future in this type of research?* ● Bạn có nghĩ là kiểu nghiên cứu này có chút hy vọng thành công nào không?

there is no love lost (between) hoặc *not much love lost* nói về hai người hay nhóm người không ưa nhau, ghét nhau ■ *"She didn't even come to see him in the hospital." "Well, there's no love lost between them, is there?"* ● "Cô ấy thậm chí đã không đến thăm anh ta ở bệnh viện." "À, họ đâu có chút tình cảm nào với nhau, phải không?"

there is no rhyme or reason → **without rhyme or reason**

there is no such thing as a free lunch → **there is no free lunch**

there you are → **there you go**

there you go → **there you are**

there you go hoặc *there you are* 1. dùng khi đưa cho ai món gì ■ *"Who ordered the potatoes?" "I did." "Okay, there you go."* ● "Ai gọi khoai tây thế?" "Tôi đã gọi." "Được rồi, của ông đây." 2. (khẩu ngữ) điều tất nhiên mà lẽ ra ai đó đã phải biết, điều xảy ra theo một tiến trình thông thường ■ *"Bob, do you know where those new people next door are from?" "Uh, Texas, I think." "There you go, Marge - I knew they were from the South."* ● "Bob, anh có biết những người hàng xóm mới từ đâu đến không?" "Hừ, tôi nghĩ là họ đến từ Texas." "Lẽ ra anh phải biết, Marge - tôi đã biết là họ đến từ miền Nam." ■ *You push this one,* see? There you go, it turned on. • Anh ấn vào nút này, thấy chưa? Tất nhiên là thế, nó đã chạy rồi. 3. điều không may nhưng thực sự đã xảy ra ▪ *She ran out on him? Well, there you go.* • Cô ấy bỏ anh ta rồi sao? Hừ, thật không may là thế.

there'll be hell to pay (khẩu ngữ) nếu ai đó làm một việc gì đó, sẽ có người rất tức giận với người ấy ▪ *You'd better have the report ready on Tuesday, or there'll be all hell to pay.* • Tốt hơn là bạn nên chuẩn bị bản báo cáo sẵn sàng vào thứ Ba, nếu không sẽ phải gánh chịu một trận lôi đình đó. (chẳng hạn như ông chủ sẽ nổi giận) ▪ *There'll be hell to pay when he finds out.* • Sẽ có một trận sấm sét nổ ra khi ông ta tìm biết được.

there's a fine line between hoặc *it's a fine line between* (cũng thay *fine* bằng *thin*...) một sự khác biệt rất nhỏ nhưng cực kỳ quan trọng, biến một cách đối xử từ tốt thành xấu hoặc ngược lại - dùng với ý cảnh giác ai đó phải hết sức thận trọng cân nhắc trong công việc ▪ *There's a thin line between making the customer feel welcome and comfortable in the store, and bathering them.* • Chỉ có một sự khác biệt rất nhỏ giữa việc làm cho khách hàng cảm thấy được đón tiếp nồng nhiệt thoải mái và việc làm cho họ chán nản. ▪ *There is a fine line between showing interest in what someone is doing and interfering in it.* • Chỉ có một sự khác biệt rất nhỏ giữa việc tỏ ra quan tâm đến việc làm của ai đó và việc dí mũi vào chuyện người khác.

there's a first time for everything (khẩu ngữ) dùng khi muốn nói là điều gì chưa từng xảy ra cũng không có nghĩa là nó sẽ không bao giờ xảy ra ▪ *"Maybe Jamal will pay for my ticket tonight." "Well, there's a first time for everything, I suppose."* • "Có lẽ tối nay Jamal sẽ trả tiền vé cho tôi." "Vâng, điều chưa từng có ấy cũng có thể xảy ra đấy, tôi nghĩ vậy."

there's a sucker born every minute → **there's one born every minute**

there's gold in them thar → **there's gold in them there**

there's gold in them there hoặc *there's gold in them thar* (cách nói hài hước, thường dùng trong các bản tin báo chí, truyền hình...) kiếm được rất nhiều tiền nhờ vào một tình huống nào đó ▪ *Not only is the sale of the drug legal, it's also very lucrative - there's gold in them there pills.* • Không chỉ là việc bán thuốc hợp pháp, mà còn có các loại thuốc cấm cũng kiếm ra được khối tiền. - Thành ngữ này được dùng đầu tiên vào khoảng cuối thế kỷ 19, khi người ta đua nhau đi tìm vàng ở miền Tây Hoa Kỳ. Khi có vàng, người ta thường nói *"There's gold in them thar hills."* Ngày nay, *hills* được thay bằng danh từ thích hợp trong ngữ cảnh được dùng.

there's less to sb than meets the eye hoặc *there's less to sth than meets the eye* không được như sự phô trương ở vẻ ngoài, xấu tệ hơn nhiều... ▪ *His rivals claim that in spite of Hanson's political success there is considerably less to him than meets the eye.* • Những đối thủ của ông ta tuyên bố rằng, bất chấp sự thành công về mặt chính trị của Hanson, ông ta thật ra kém hơn nhiều so với sự phô trương bên ngoài ấy. → *there's more to sb than meets the eye* there's less to sth than meets the eye → **there's less to sb than meets the eye**

there's method in one's madness nói về người, cư xử có vẻ kỳ lạ nhưng thật ra là có lý do hợp lý ■ *If I don't check the books out, then I won't have to pay if I bring them back late. See, there's method in my madness.* ● Nếu tôi không ghi tên mượn những cuốn sách, thì tôi sẽ không phải trả tiền nếu tôi mang chúng trả lại trễ. Xem đấy, tuy bất thường nhưng tôi có lý của mình.

there's more than one way to skin a cat dùng khi muốn nói là có nhiều cách khác nhau để thực hiện điều gì ■ *Just as there's more than one way to skin a cat, there's more than one way to develop new technologies.* ● Cũng giống như có nhiều cách để lột da một con mèo, có nhiều cách để phát triển những công nghệ mới.

there's more to sb than meets the eye hoặc *there's more to sth than meets the eye* dùng để nói rằng người hay vật đang được đề cập đến là thông minh hoặc tốt đẹp hơn nhiều so với vẻ bên ngoài, hoặc nói về một vấn đề phức tạp hơn nhiều so với nhìn nhận ban đầu ■ *Although he has been called football's most boring player, there is more to Smith than meets the eye.* ● Mặc dù anh ta đã bị gọi là cầu thủ bóng đá đáng chán nhất, nhưng Smith khá hơn thế nhiều. ■ *Now you know there's something in this more than meets the eye, and I'm going to find it out.* ● Giờ thì bạn đã biết là trong việc này có gì đó không chỉ như vẻ ngoài của nó, và tôi sẽ tìm ra điều ấy. ■ *The general declared, "There's more in it than meets the eye, it's a plot!"* ● Vị tướng tuyên bố: "Vấn đề phức tạp hơn nhiều, đó là một âm mưu!" → *there's less to sb than meets the eye*

there's more to sth than meets the eye → **there's more to sb than meets the eye**

there's no accounting for taste dùng khi muốn nói rằng sự khác biệt trong sở thích của mỗi người không thể có lý do cụ thể để giải thích ■ *"I don't know what Mel sees in that woman." "They seem happy together. There's no accounting for taste, I guess."* ● "Tôi không biết là Mel thấy được điểm nào ở người đàn bà ấy." "Họ dường như sống với nhau hạnh phúc. Tôi cho là chuyện sở thích của mỗi người không thể giải thích được." ■ *"Have you seen her dress? It's awful!" "There's no accounting for taste."* ● "Anh đã thấy chiếc áo dài của cô ấy chưa? Thật ghê quá!" "Điều đó tùy sở thích mỗi người thôi." ■ *She thinks he's wonderful - oh well, there's no accounting for taste.* ● Cô ấy nghĩ là anh ta thật tuyệt vời - ồ vâng, điều đó do sở thích của mỗi người thôi.

there's no smoke without fire → **where there's smoke, there's fire**

there's no telling nói về một tình huống không thể nào đoán trước được điều gì sẽ xảy ra hoặc sự thật trong đó là như thế nào ■ *There's no telling when the flood waters will recede enough for people to move back into their homes.* ● Không thể nào biết trước được khi nào thì nước lũ sẽ rút đi đủ để người ta có thể trở lại nhà của họ.

there's no time like the present → **no time like the present**

there's no time to lose → **no time to lose**

there's one born every minute hoặc *there's a sucker born every minute* (khẩu ngữ) dùng khi muốn nói với ai rằng sự tin cậy mà họ đang đặt vào một người nào đó là ngốc nghếch, điên rồ ■ *You don't even know Ryan, and you let him borrow your car? Well, there's one born every minute.* • Thậm chí anh còn không quen biết Ryan, và anh cho hắn ta mượn xe hơi? Hừ, quả thật không còn ai ngốc hơn thế nữa.

there's the rub hoặc *here's the rub* hoặc *therein lies the rub* dùng khi muốn nói điều vừa được đề cập đến chính là mấu chốt gây khó khăn cho một vấn đề, tình huống... ■ *Network computers need really fast connections. Here's the rub: the people who would benefit most from cheap Internet computers would need the most expensive networks to make them work well.* • Các máy tính nối mạng cần những kết nối thật sự rất nhanh. Đây là chỗ khó khăn của vấn đề: những người được hưởng lợi nhiều nhất từ các máy tính Internet rẻ tiền sẽ cần đến những mạng kết nối đắt tiền nhất để giúp họ làm việc tốt.

there's where sb comes in hoặc *there's where sth comes in* hoặc *there's where sb comes into it* hoặc *there's where sth comes into it* (khẩu ngữ) dùng khi đề cập đến và giải thích lý do vì sao người hay sự việc nào đó là quan trọng hay cần thiết trong tình huống đang nói đến ■ *You can take a four-wheel-drive vehicle almost anywhere in the area, at least until you run out of gas. That was where the vodka came into it. Each bottle given to a border guard translates into 5 gallons of gas.* • Anh có thể chạy xe bốn bánh đến gần như là bất cứ nơi nào trong vùng, ít nhất là cho đến khi anh cạn hết xăng. Đó là lý do vì sao rượu vodka lại có liên quan đến: mỗi chai rượu trao cho một người bảo vệ biên phòng sẽ đổi được 5 ga-lông xăng.

there's where sb comes into it → there's where sb comes in

there's where sth comes in → there's where sb comes in

there's where sth comes into it → there's where sb comes in

therein lies the rub → there's the rub

these days (khẩu ngữ) nói đến thời gian hiện tại, nhất là khi so sánh với quá khứ ■ *These days kids grow up so quickly.* • Ngày nay bọn trẻ lớn lên quá nhanh. ■ *Children grow up much more quickly these days.* • Trẻ con ngày nay lớn lên nhanh hơn nhiều (so với trước đây).

they broke the mould when they made sb dùng để bày tỏ sự khâm phục ai vì không có ai khác có được phẩm chất giống như người ấy ■ *"Hannah is great! I've never met anyone like her." "Yeah, they broke the mould when they made her."* • Hannah thật là tuyệt! Tôi chưa từng gặp ai giống như cô ấy." "Vâng, cô ấy là người có một không hai mà."

they don't make 'em like they used to → they don't make sth like they used to

they don't make sth like they used to hoặc *they don't make 'em like they used to* (khẩu ngữ) nói về phẩm chất, sự tốt đẹp của một sự việc, sự vật... không còn giữ được như trước kia ■ *With the high divorce rate these days, I'd have to say that they don't make marriages like they used to.* • Với tỷ lệ ly hôn cao ngày nay, tôi phải nói là người ta không thiết lập những cuộc hôn nhân tốt đẹp như trước đây.

thick → **have thick skin**

thick → **in the thick of sth**

thick → **lay it on thick**

thick → **through thick and thin**

thick and fast nói về sự việc xảy ra với mức độ rất nhiều, rất lớn ▪ *Rumors were flying thick and fast that there would be layoffs in the next months.* • Những lời đồn đại lan truyền rất nhiều rằng sẽ có những vụ sa thải nhân viên trong tháng tới.

thick as pea soup hoặc *as thick as pea soup* (thông tục) rất đậm đặc, rất dày (thường dùng khi nói đến sương mù) ▪ *This fog is as thick as pea soup.* • Đám sương mù này dày đặc quá. ▪ *Wow, this coffee is strong. It's thick as pea soup.* • Chà, cà phê này đắng quá. Nó thật là hết sức đậm đặc.

thick as thieves hoặc *as thick as thieves* rất gần gũi, thân thiện với nhau, liên kết chặt chẽ ▪ *Mary, Tom and Sally are as thick as thieves. They go everywhere together.* • Mary, Tom và Sally rất thân thiết với nhau. Họ đi khắp nơi cùng với nhau. ▪ *Those two families are thick as thieves.* • Hai gia đình đó rất thân thiết với nhau. ▪ *Those two have been as thick as thieves lately - I wonder what they're planning.* • Hai người đó gần đây thân thiết với nhau lắm - tôi tự hỏi không biết họ đang tính toán chuyện gì.

thick on the ground có rất đông người ở một nơi cụ thể nào đó ▪ *Security officers were thick on the ground during the King's visit.* • Các viên chức an ninh hiện diện rất đông trong suốt chuyến viếng thăm của nhà vua.

thicker → **blood is thicker than water**

thick-skinned nói về người, có thể chịu đựng được sự phê phán, chỉ trích mà không phản ứng lại ▪ *Be careful what you say about my cooking - I'm not thick-skinned, you know.* • Hãy thận trọng những gì anh nói về chuyện nấu nướng của tôi - tôi không phải người có thể chịu đựng được đau, anh biết đấy.

thieves → **thick as thieves**

thin → **be on thin ice**

thin → **spread oneself too thin**

thin → **there's a fine line between**

thin → **through thick and thin**

thin → **wear thin**

thin as a rail rất gầy ốm ▪ *Has Linda been sick recently? She's as thin as a rail!* • Gần đây Linda có bị ốm chăng? Cô ấy gầy ốm quá!

thin line between sth and sth → **line between sth and sth**

thin on the ground có rất ít người tại một nơi cụ thể nào đó ▪ *Customers are thin on the ground at this time of year.* • Vào mùa này trong năm có rất ít khách hàng.

thing → **a little knowledge is a dangerous thing**

thing → **all good things (must) come to an end**

thing → **all things being equal**

thing → **be all things to all people**

thing → **be just the ticket**

thing → cut it fine

thing → do one's own thing

thing → do one's thing

thing → do the decent thing

thing → do the wild thing

thing → do the... thing

thing → for one thing

thing → have a good thing going

thing → have a thing about

thing → how are things (going)

thing → in the (grant) scheme of things

thing → in the swim of things

thing → it's (just) one of those things

thing → know a thing or two about sth

thing → let sth slide

thing → make things lively for sb

thing → not know the first thing about

thing → of all things

thing → one thing led to another

thing → onto a good thing

thing → stranger things have happened

thing → sure thing

thing → take it easy

thing → take it one day at a time

thing → take the law into one's own hands

thing → the shape of things to come

thing → the thing is

thing → there is no (such thing as a) free lunch

thing → this, that and the other (thing)

thing → what with one thing and another

things go from bad to worst nói về một tình huống đang tồi tệ nay càng trở nên tồi tệ hơn nữa ■ *After Ted got sick, things just went from bad to worst.* ● Sau khi Ted bị ốm, mọi việc lại càng trở nên tồi tệ hơn trước.

things that go bump in the night điều làm cho ai cảm thấy sợ sệt, nhất là vào ban đêm, bởi vì không thể giải thích được ■ *Check out the things that go bump in the night, if you dare, in the Haunted House at the Saratoga Festival Park.* ● Hãy xác định lại những điều làm người ta sợ sệt vào ban đêm, nếu như bạn dám, tại tòa nhà Haunted House ở công viên Saratoga Festival.

think → can't hear oneself think

think → come to think of it

think → great minds think alike

think → have another think coming

think → I am not made of money

think → I wasn't born yesterday

think → not think straight

think → not think twice

think → put one's thinking cap on

think → that's what you think

think → who is sb kidding?

think fit hoặc *see fit* cân nhắc, lựa chọn và quyết định một điều gì đó là nên làm ■ *You must do as you think fit.* ● Anh phải làm theo những gì anh cho là nên làm. (dù có thể là tôi không đồng ý như thế) ■ *The newspaper did not* *see fit to publish my letter.* • Tờ báo đã không thấy việc công bố lá thư của tôi là nên làm. (vì thế họ đã không cho công bố) ■ *She did not see fit to apologize for her behaviour.* • Cô ấy đã không cho là nên xin lỗi về thái độ của mình. ■ *The court will deal with the matter as it thinks fit.* • Tòa án sẽ giải quyết vấn đề mà họ cho là nên làm.

think nothing of (doing) sth đánh giá về điều gì là tầm thường, không có gì lạ, đặc biệt hay khó làm ■ *Not so many years ago, children would have thought nothing of walking two or three miles to school and back.* • Cách đây chẳng mấy năm, trẻ con vẫn xem việc đi bộ hai hay ba dặm đến trường học và trở về là bình thường.

think on one's feet nhanh chóng đưa ra ngay được những quyết định có hiệu quả ■ *Part of a doctor's training requires that they learn to think on their feet in emergency situations.* • Một phần trong việc rèn luyện các bác sĩ đòi hỏi họ phải học cách nhanh chóng đưa ra những quyết định đúng đắn trong những trường hợp khẩn cấp. ■ *You have to think on your feet in this job.* • Trong công việc này bạn phải suy nghĩ và quyết định nhanh chóng.

think one's shit doesn't stink (khẩu ngữ) tự cao, ngạo mạn, coi thường người khác vì tự cho rằng mình giỏi hơn ■ *There goes that Nancy Murphy. She's so fancy, she thinks her shit doesn't stink.* • Kia là Nancy Murphy. Cô ta rất cầu kỳ. Cô luôn tự cho là mình chẳng thua kém ai.

think out loud nói ra những gì mình suy nghĩ, như là một cách để hoạch định những gì sẽ làm hoặc đưa ra các đề nghị ■ *"Maybe we should report it to the principal," Maria said. "I'm just thinking out loud here. I don't know what other option we have."* • "Có lẽ chúng ta nên báo cáo điều đó với ông hiệu trưởng," Maria nói. "Tôi chỉ nói lên suy nghĩ của mình ở đây. Tôi không biết chúng ta còn có chọn lựa nào khác."

think outside the box (khẩu ngữ) suy nghĩ theo cách dựa nhiều vào trí tưởng tượng, trực giác, và nhờ đó có khả năng giải quyết được những khó khăn theo những phương thức mới mẻ hoặc khác thường ■ *His marketing strategies are looking tired. We need someone who can think outside the box a little more.* • Đường lối tiếp thị của anh ta có vẻ như nhàm chán lắm rồi. Chúng ta cần một người nào đó có thể nghĩ ra những phương cách mới.

think sth is the best thing since sliced bread hoặc *think sth is the greatest thing since sliced bread* dùng khi một người luôn nghĩ về điều gì đó tốt đẹp, hữu ích hoặc quan trọng, nhưng thường người nói lại không đồng ý như vậy ■ *Dan keeps talking about his new cell phone like it's the greatest thing since sliced bread.* • Dan lúc nào cũng luôn nói đến cái điện thoại vô tuyến mới của hắn, như thể đó là vật gì ghê gớm lắm vậy.

think sth is the greatest thing since sliced bread → **think sth is the best thing since sliced bread**

think the sun shines out of one's ass → **think the sun shines out of one's backside**

think the sun shines out of one's backside hoặc *think the sun shines*

out of one's behind hoặc ***think the sun shines out of one's ass*** hoặc ***think the sun shines out of sb*** khâm phục, ngưỡng mộ ai đến mức nghĩ rằng bất cứ điều gì người ấy làm đều là tốt đẹp ■ *Marie really likes him - she thinks the sun shines out of his backside.* ● Marie thực sự rất thích anh ta - cô ấy nghĩ rằng mọi việc anh ta làm đều là tuyệt hảo cả.

think the sun shines out of one's behind → **think the sun shines out of one's backside**

think the sun shines out of sb → **think the sun shines out of one's backside**

think the world of sb ngưỡng mộ, kính trọng hoặc rất yêu thích ai ■ *She was one of our best employees. The customers thought the world of her.* ● Cô ấy là một trong những nhân viên giỏi nhất của chúng tôi. Khách hàng rất yêu thích cô ấy.

think twice (about) suy nghĩ rất kỹ lưỡng trước khi làm điều gì, hoặc có nhiều khả năng không làm điều gì vì biết rằng kết quả có thể là xấu ■ *You can't make your home completely secure, but good locks and lighting will make a burglar think twice.* ● Bạn không thể nào đảm bảo an toàn tuyệt đối cho nhà mình, nhưng những ổ khóa tốt và việc thắp sáng có thể làm cho kẻ trộm phải ngần ngại.

thinking → **wishful thinking**

thinks he's it hoặc ***thinks she's it*** nói về người có dáng vẻ, thái độ cao ngạo vì tự cho rằng mình là quan trọng, đặc biệt hơn người, nhưng thực ra không phải vậy ■ *"Look at that guy in his red Ferrari." "Yeah, he really thinks he's it."* ● "Hãy nhìn cái gã trong chiếc xe Ferrari màu đỏ kia kìa." "Vâng, hắn ta trông thật là cao ngạo."

thinks she's it → **thinks he's it**

third → **give sb the third degree**

third → **the third time is a charm**

third → **the third wheel**

this → **get this**

this → **go too far**

this → **to this day**

this and that (khẩu ngữ) dùng để chỉ đến nhiều sự việc khác nhau với ý là không quan trọng, không cần kể ra hoặc không muốn nói ra ■ *Grandpa just helps out a little around the store, you know, this and that.* ● Ông nội chỉ giúp đỡ được đôi chút trong cửa hiệu, anh biết đấy, những chuyện linh tinh vặt vãnh.

this, that and the other (thing) (khẩu ngữ) dùng để nhấn mạnh là người nói đang đề cập đến rất nhiều điều khác nhau nhưng không cần thiết phải kể rõ ■ *Every magazine you read tells you shouldn't have too much fat, too much milk, too much of this, that and the other thing.* ● Tất cả những tạp chí mà bạn đọc qua đều khuyên bạn đừng dùng quá nhiều mỡ, quá nhiều sữa, quá nhiều những thứ này thứ khác đủ loại.

Thomas → **doubting Thomas**

thorn in one's side người liên tục gây ra khó khăn, rắc rối hoặc làm cho ai bực mình, khó chịu ■ *Klein, the Herald's political reporter, has been a thorn in the side of state legislators for over a decade.* ● Klein, phóng viên chính trị của tờ Herald, đã làm bực mình các nhà làm luật của tiểu bang trong hơn một thập kỷ qua.

thorny issue → **thorny question**

thorny problem → **thorny question**

thorny question hoặc *thorny problem* hoặc *thorny issue* hoặc *thorny subject* hoặc *thorny topic* vấn đề khó giải quyết vì nhiều người bất đồng ý kiến và có thể gây ra cảm xúc mạnh mẽ ■ *The court is considering the thorny question of an adopted child's right to know its nature parents.* ● Tòa án đang cân nhắc vấn đề khó khăn về quyền của một đứa con nuôi được biết cha mẹ ruột của nó.

thorny subject → **thorny question**

thorny topic → **thorny question**

though → **even if**

thought → **collect oneself**

thought → **give food for thought**

thought → **give sb pause (for thought)**

thought → **have second thoughts (about)**

thought → **on second thought**

thought → **one's heart goes out to sb**

thought → **perish the thought**

thousand → **bat a thousand**

thousand → **be batting a thousand**

thread → **hang by a thread**

three → **be three sheets to the wind**

three guesses hoặc *I'll give you three guesses* (khẩu ngữ) điều mà người nói cho là đã quá rõ ràng, vì thế hãy tự suy nghĩ ra thay vì hỏi người khác ■ *"I know how we can check it's really him - he's got a birthmark." "Where?" "I'll give you three guesses."* ● "Tôi biết cách làm sao để kiểm tra xem có đúng thật là anh ấy không - anh ấy có một nốt ruồi bẩm sinh." "Ở đâu vậy?" "Hãy tự nghĩ xem, tôi không nói đâu." ■ *Hi Kirstin - three guesses as to whose birthday it is today.* ● Chào Kirstin - đoán thử xem hôm nay là sinh nhật của ai nào.

three-ring circus hoặc *like a three-ring circus* tình huống có quá nhiều việc xảy ra, đến mức dường như lẫn lộn hoặc vô nghĩa ■ *Photographers surrounded his gate, and he realized that his attempt at a dignified resignation had turned into a three-ring circus.* ● Các tay nhiếp ảnh vây quanh cổng nhà ông ta, và ông nhận ra rằng nỗ lực giả vờ từ chức của ông đã hóa thành một vụ lộn xộn vô nghĩa. ■ *Our household is like a three-ring circus on Monday mornings.* ● Khu nhà của chúng tôi hết sức lộn xộn vào những buổi sáng thứ Hai. ■ *This meeting is like a three-ring circus. Quiet down and listen!* ● Buổi họp này hỗn độn quá. Hãy im lặng và chú ý lắng nghe đây!

throat → **a lump in one's throat**

throat → **at each other's throats**

throat → **cut one's own throat**

throat → **grab sb by the throat**

throat → **have a frog in one's throat**

throat → **jump down one's throat**

throat → **stick in one's throat**

throes → **in the throes of (doing) sth**

throttle → **at full throttle**

through → **down through**

through → **drag sb through the mud**

through → fall through the cracks

through → get it into one's head

through → go through hell

through → go through sth like a (hot) knife through butter

through → go through sth with a fine-tooth comb

through → go through the mill

through → go through the motions

through → go through the roof

through → go through the wringer

through → hear sth through the grapevine

through → let it slip (that)

through → let sth slip through one's fingers

through → lie through one's teeth

through → make sb go through (the) hoops

through → pay through the nose

through → put sb through one's paces

through → put sb through the mill

through → see sth through rose-coloured glasses

through → talking through one's hat

through and through 1.nhấn mạnh một phong cách tiêu biểu, đặc thù của ai đó ■ *Carter is a country girl through and through.* • Carter hoàn toàn đích thực là một cô gái quê. 2.một cách toàn diện, liên quan đến tất cả các phần trong một tổng thể ■ *Politicians are wasting their time trying to improve a system that is rotten through and through.* • Các chính trị gia đang phí thời gian cố hoàn thiện một hệ thống vốn đã mục nát toàn diện.

through one's eyes → through the eyes of sb

through the agency of sb đạt được điều gì nhờ vào ai đó ■ *He obtained his position through the agency of an old friend.* • Anh ta đạt đến vị trí của mình là nhờ vào một người bạn cũ.

through the back door → by the back door

through the eyes of sb hoặc *through one's eyes* theo quan điểm, cách nhìn của ai ■ *The story is told through the eyes of a child.* • Câu chuyện được kể lại theo cách nhìn của một đứa trẻ. ■ *Try looking at it through her eyes for a change.* • Hãy cố nhìn vào điều ấy từ góc độ của cô ta để có sự thay đổi. ■ *Events are seen through the eyes of a Polish refugee.* • Những sự kiện được nhìn theo quan điểm của một người Ba Lan tị nạn.

through thick and thin nói về điều gì được duy trì qua mọi tình huống khó khăn, rắc rối ■ *Alda's new movie is about couples who remain friends through thick and thin.* • Bộ phim mới của Alda là về những đôi bạn duy trì được tình bạn qua mọi tình huống khó khăn.

throw → a stone's throw away

throw → be thrown in(to) the deep end

throw → people who live in glass houses

throw → put one's two cents' worth in

throw → trust sb as far as could throw him

throw (new) light on sth → **shed (new) light on sth**

throw a fit → **have a fit**

throw a monkey wrench into sth làm điều gì gây ra rắc rối, hoặc phá hoại một kế hoạch, tiến trình phát triển... ■ *Carela had threatened to throw a monkey wrench into the summit meeting, by leaking important details to the press.* • Carela đã đe dọa sẽ thực hiện việc phá hoại cuộc họp thượng đỉnh, bằng cách tiết lộ những chi tiết quan trọng cho báo chí.

throw caution to the wind(s) hoặc *cast caution to the wind(s)* không thận trọng nữa và chấp nhận thực hiện một điều gì có thể dẫn đến rủi ro ■ *He threw caution to the wind and dived into the water after the child.* • Ông ấy bất chấp rủi ro và nhảy xuống nước theo sau đứa bé. ■ *Even if you throw caution to the wind and order ice cream, you're still getting 200 grams of calcium - an important nutrient.* • Ngay cả khi bạn bất chấp rủi ro và gọi dùng món kem, bạn vẫn sẽ nhận được 200 gam calcium - một loại dinh dưỡng quan trọng.

throw cold water on sth → **pour cold water on sth**

throw down the gauntlet đưa ra lời mời hoặc thách thức ai đó tham gia một cuộc tranh luận hay so tài ■ *Clarke threw down the gauntlet to his colleagues who were demanding more spending cuts instead of higher taxes.* • Clarke đã đưa ra lời thách thức với các đồng nghiệp của anh ta, những người đòi hỏi cắt giảm chi tiêu nhiều hơn thay vì là tăng thuế. ■ *She has thrown down the gauntlet to the newspaper by accusing it of libel.* • Bà ta đã thách thức tờ báo ấy bằng cách buộc tội họ là đưa tin sai lệch. - Thành ngữ này xuất phát từ một tập tục trước đây. Người thách đấu sẽ ném găng tay (*gauntlet*) của mình xuống đất (*throw down*), và nếu đối thủ nhận lời, sẽ nhặt găng tay ấy lên.

throw good money after bad tiếp tục chi phí nhiều tiền bạc để theo đuổi một mục đích, cho dù trước đó đã chi ra nhiều và không có hiệu quả ■ *Attempting to strengthen the Civic Centre against earthquake damage would be throwing good money after bad, as the structure is already unsound.* • Nỗ lực gia cố cho Civic Centre để chống lại sự hủy hoại của động đất sẽ chỉ là tiếp tục hoang phí tiền bạc, vì cấu trúc tòa nhà vốn dĩ đã không chắc chắn.

throw in one's two cents' worth → **put one's two cents' worth in**

throw in the towel chấm dứt nỗ lực theo đuổi thực hiện điều gì vì quá khó khăn ■ *Tucker says it's too early to throw in the towel. "We're still refining our operations," he said.* • Tucker nói rằng hãy còn quá sớm để rút lui. Ông nói: "Chúng tôi vẫn còn đang hoàn thiện những hoạt động của mình."

throw money around chi tiêu rất nhiều tiền, nhất là không quan tâm đến việc có thể là hoang phí ■ *In those days the federal government would step in and throw money around like confetti to fuel greater growth.* • Ngày nay chính phủ liên bang thường can thiệp vào và chi tiền ra như giấy lộn để thúc ép mức tăng trưởng lớn hơn.

throw money at sth sử dụng tiền bạc như giải pháp duy nhất cho vấn đề, trong khi lẽ ra phải cân nhắc các giải pháp khác ▪ *Critics have accused Arizona of throwing money at its schools' problems without producing any long-term solutions.* ● Các nhà phê bình đã chỉ trích Arizona là ném tiền ra để giải quyết vấn đề ở các trường học mà không đưa ra được bất cứ giải pháp lâu dài nào. ▪ *It is inappropriate simply to throw money at these problems.* ● Chỉ đơn giản ném tiền ra để giải quyết các vấn đề này là không thích hợp.

throw mud → **sling mud**

throw one's hat into the ring hoặc *toss one's hat into the ring* chính thức công bố việc sẽ tham gia thi tuyển cho một công việc hoặc ra tranh trong một cuộc bầu cử ▪ *After protesting about the standard of education in local schools, Palmer has now thrown his hat into the ring as a candidate in the next school board election.* ● Sau khi phản đối tiêu chuẩn giáo dục ở các trường học địa phương, giờ đây Palmer đã chính thức công bố sẽ tham gia như một ứng cử viên trong cuộc bầu cử hội đồng giáo dục sắp tới.

throw one's lot in with hoặc *cast one's lot with* tham gia hoặc ủng hộ cho người nào, vì thế những gì xảy ra cho mình sẽ phụ thuộc vào những gì xảy ra cho người ấy ▪ *A year and a half ago, I threw my lot in with a million other fat Americans in the diet of the moment.* ● Cách đây một năm rưỡi, tôi đã gắn bó số phận của mình với một triệu người Mỹ to béo khác bằng chế độ ăn kiêng của lúc ấy.

throw one's weight around sử dụng sức mạnh hay quyền hạn của mình một cách không công bằng, không hợp lý, thường để phô trương, khoe khoang ▪ *The lawyers portrayed Roentgren as a judge blinded by his power and trying to throw his weight around the legal system to help his friends.* ● Các luật sư mô tả Roentgren như là một viên thẩm phán bị lóa mắt vì quyền lực và cố lạm dụng quyền hạn của mình trong hệ thống pháp luật để giúp đỡ cho bạn bè.

throw one's weight behind sb (thường dùng trong các bản tin báo chí, truyền hình...) bày tỏ sự ủng hộ mạnh mẽ một ý kiến hay một người, tổ chức... ▪ *Jackson threw his weight behind his old opponent, standing beside him at a rally in Tennessee.* ● Jackson bày tỏ sự ủng hộ mạnh mẽ với đối thủ trước đây của mình, đứng cạnh ông ta trong một cuộc tụ họp công chúng ở Tennessee.

throw sb a curve làm cho ai ngạc nhiên bằng cách thực hiện việc gì họ không ngờ trước, để cho họ phải bối rối trong một lúc ▪ *When my boss showed up at the party with that younger woman, it really threw me a curve. Turns out it was his niece.* ● Khi ông chủ của tôi xuất hiện ở bữa tiệc với một người phụ nữ trẻ ấy, điều đó thực sự làm tôi ngạc nhiên. Hóa ra đó lại là cháu gái của ông ấy.

throw sb for a loop → **knock sb for a loop**

throw sb off balance 1. làm cho ai mất thăng bằng, dễ ngã ▪ *I was thrown off balance by the sudden gust of wind.* ● Tôi bị mất thăng bằng vì một cơn gió mạnh đột ngột. ▪ *He kept pulling my arm, throwing me off balance.* ● Anh ta tiếp tục kéo tay tôi, làm tôi mất thăng bằng muốn ngã. 2. làm cho ai bối rối, mất tự tin, bằng cách gây ngạc nhiên ▪ *Don't let unexpected questions throw* *you off balance in the interview.* • Đừng để những câu hỏi bất ngờ làm cho bạn bối rối trong các cuộc phỏng vấn. ■ *The senator was clearly caught off balance by the unexpected question.* • Ông nghị sĩ rõ ràng là bị bối rối vì câu hỏi bất ngờ. ■ *I was thrown completely off balance by Anna's reply.* • Tôi hoàn toàn bối rối bởi phản ứng của Anna.

throw sb off the scent hoặc *put sb off the scent* nói dối hoặc tìm cách đánh lạc hướng khiến cho ai đó không thể phát hiện ra điều gì ■ *He needed to throw Graham off the scent, so he tried to change the subject to give himself time to think.* • Ông ta cần phải đánh lạc hướng Graham, vì thế ông ta thay đổi chủ đề để có thêm thời gian suy nghĩ cho chính mình.

throw sb to the dogs để mặc cho ai đó bị chỉ trích hoặc đối xử tồi tệ, vì không cần đến người ấy nữa, hoặc vì muốn tránh cho chính mình không bị chỉ trích ■ *"When it got difficult, Admiral Blair abandoned me and threw me to the dogs," Miller told the judge.* • Miller nói với quan tòa rằng: "Khi gặp khó khăn, Đô đốc Blair đã bỏ rơi tôi và không ngó ngàng gì đến nữa."

throw sb to the lions (cách dùng cũ) để mặc cho ai đó bị phê phán, chỉ trích hoặc quy lỗi về điều gì mà không giúp đỡ hoặc bảo vệ ■ *Jameson knew there'd be trouble, so he throw me to the lions, and denied all knowledge of the situation.* • Jameson biết là sẽ có rắc rối, nên anh ta bỏ mặc tôi trước khó khăn, và chối là không biết gì cả về tình huống ấy.

throw sb to the wolves để mặc cho ai đó bị tấn công hoặc chỉ trích, hoặc rơi vào một tình huống rất khó khăn, nhằm để giành được lợi thế về phần mình, nhất là khi người ấy không làm gì sai trái cả ■ *Officer Merrit has been cleared of any guilt, but the Attorney General is willing to throw him to the wolves, simply in order to gain popularity with certain groups of voters.* • Sĩ quan cảnh sát Merrit đã được làm rõ là không có tội gì cả, nhưng ông chưởng lý sẵn sàng đẩy anh ta vào rắc rối chỉ đơn giản là để giành được sự ủng hộ của một số nhóm cử tri nào đó.

throw sth back in one's face 1. gây bối rối hoặc làm tổn hại đến ai bằng chính những gì người ấy đã nói hoặc làm trước đó ■ *When you're elected, you can be sure that your opponents will throw your election promises back in your face.* • Khi anh đã trúng cử, anh có thể chắc chắn rằng những kẻ đối nghịch sẽ dùng chính những lời hứa khi tranh cử của anh để chống lại anh. 2. từ chối một cách giận dữ lời khuyên bảo hoặc sự giúp đỡ của người cố giúp mình ■ *If he gives Dina money, she throws it back in his face and says it's not enough.* • Nếu ông ta cho Dina tiền, cô ấy ném trả lại và nói là không đủ.

throw sth out of court → **rule sth out of court**

throw the baby out with the bath(water) giận con rận đốt cái áo. ■ *Some people felt that the legal actions taken to end certain research being done at the university were like throwing out the baby with the bathwater since many other projects would be affected.* • Một số người cảm thấy rằng những vụ thưa kiện nhằm chấm dứt một cuộc nghiên cứu nào đó đang được tiến hành ở trường đại học cũng giống như là giận con rận mà đốt cái áo vậy, bởi vì nhiều dự án khác có thể sẽ bị ảnh hưởng.

throw the book at sb trừng phạt ai với mức độ nặng nề tối đa vì đã phạm tội hoặc làm gì sai trái ■ *The Federal Court judge threw the book at Mason, and recommended no parole.* • Chánh án Tòa án liên bang đã áp dụng hình phạt nặng nhất đối với Mason, và đề nghị không được hưởng chế độ phóng thích. ■ *Get this man down to the station and throw the book at him!* • Hãy đưa gã này về đồn và phạt hắn ta với mức nặng nhất!

throwback → a throwback to (a time when)

thrust → the cut and thrust of sth

thumb → all thumbs

thumb → get the thumbs up

thumb → give sb the thumbs down

thumb → give sb the thumbs up

thumb → have a green thumb

thumb → rule of thumb

thumb → stick out like a sore thumb

thumb → twiddle one's thumbs

thumb → under one's thumb

thumb one's nose (at) tỏ ra không tôn trọng luật lệ, quy định hoặc người có thẩm quyền ■ *Bosses of the water company have been thumbing their noses at the city council for years.* • Những ông chủ của công ty cấp nước đã coi thường hội đồng thành phố từ nhiều năm nay.

thunder → steal one's thunder

thus far → so far

tick → full as a tick

tick → what makes sb tick

ticket → be just the ticket

ticket → dream ticket

ticket → meal ticket

ticket to sth nói về điều ai đó đang làm sẽ dẫn đến những kết quả cụ thể nào đó ■ *We're starting to realize that an MBA degree isn't necessarily an instant ticket to success.* • Chúng tôi bắt đầu nhận ra rằng mảnh bằng thạc sĩ quản trị kinh doanh không nhất thiết là điều dẫn đến thành công ngay tức khắc.

tickle one's fancy → strike one's fancy

tickle the ivories (cách dùng cũ) chơi đàn dương cầm (piano) ■ *In his latest film, Robertson plays a sexy musician who tickles the ivories in a high-class Las Vegas night club.* • Trong bộ phim mới nhất của mình, Robertson đóng vai một nhạc sĩ gợi tình, chơi đàn dương cầm trong một hộp đêm thượng lưu ở Las Vegas.

tickled → be tickled pink

tide → stem the tide (of)

tide → swim against the tide

tide → swim with the tide

tide → the tide is turning

tide → time and tide wait for no man

tie → be tied to one's apron strings

tie → can do sth with one hand tied behind one's back

tie → **do sth with one hand tied behind one's back**

tie → **fit to be tied**

tie one on (khẩu ngữ) say rượu, uống rượu bia nhiều cho đến mức say sưa ■ *Hey, let's go out and tie one on after work.* ● Này, sau giờ làm việc bọn mình hãy đi nhậu một chầu đi.

tie oneself in knots trở nên lo lắng và bối rối khi đang cố gắng để thực hiện, hoặc đưa ra quyết định, hoặc nói chuyện về điều gì đó khó khăn và phức tạp ■ *I tied myself in knots trying to speak coherently about my dissertation in front of the committee.* ● Tôi hết sức lúng túng trong việc cố trình bày một cách rõ ràng bản luận án của mình trước ủy ban.

tie the knot (thường dùng trong các bản tin báo chí, truyền hình...) thiết lập quan hệ hôn nhân giữa hai người, kết hôn ■ *Over 150 couples tied the knot on Valentine's Day in a romantic ceremony on a dance floor in Oklahoma.* ● Hơn 150 cặp đã cưới nhau vào ngày lễ thánh Valentine trong một nghi lễ trữ tình trên sàn nhảy ở Oklahoma. ■ *After ten years of dating, Sarah and Mike finally decided to tie the knot.* ● Sau mười năm quen biết hò hẹn, cuối cùng Sarah và Mike đã quyết định kết hôn với nhau.

tie up loose ends thực hiện những phần việc cuối cùng, ít quan trọng hơn nhưng không thể bỏ qua trước khi hoàn tất toàn bộ công việc ■ *The final chapter in the Star Wars trilogy neatly ties up loose ends from the Empire Strike Back.* ● Phần cuối cùng trong bộ phim ba tập "Star War" đã giải quyết được những gì còn lại của phim Empire Strike Back. ■ *I went into the office for an hour to tie up any loose ends.* ● Tôi đã đến văn phòng trong một giờ để giải quyết tất cả những gì còn tồn đọng.

tied → **hands are tied**

tiger → **paper tiger**

tight → **in a tight spot**

tight → **keep a tight rein on sb**

tight → **keep sb on a short leash**

tight → **run a tight ship**

tight → **sit tight**

tight as a tick → **full as a tick**

tight as Dick's hatband hoặc *as tight as Dick's hatband* rất chặt, chật bó, bó sát ■ *I've got to lose some weight. My belt is as tight as Dick's hatband.* ● Tôi phải giảm cân một ít mới được. Cái thắt lưng của tôi đã chật quá mức rồi. ■ *This window is stuck tight as Dick's hatband.* ● Cái cửa sổ này bị kẹt lại cứng quá. (không đóng mở được)

tighten one's belt phải cắt giảm chi tiêu vì nguồn thu nhập bị giảm đi so với trước kia - thắt lưng buộc bụng ■ *We're going to have to tighten our belts now that we have all those credit card bills to pay off.* ● Chúng ta sẽ thắt lưng buộc bụng vào lúc này vì phải chi trả cho hết tất cả các chi phiếu tín dụng này.

tighten the purse strings siết chặt, hạn chế về tài chính ■ *Since he lost his job, his wife has tightened the purse strings* ● Kể từ khi anh ta mất việc làm, vợ anh ta đã siết chặt hơn việc chi tiêu.

tighten the screws on hoặc *turn the screws on* làm cho ai đó phải làm những gì mình muốn, nhất là khi có ngăn cản không cho người ấy làm điều gì sai trái hoặc phạm pháp ■ *The anti-terrorism law aims to tighten the screws on groups operating on U.S. territory.* ● Luật chống khủng bố nhằm vào việc kiểm soát chặt chẽ các nhóm hoạt động trên lãnh thổ Hoa Kỳ.

tightrope → walk a tightrope

till Doomsday (khẩu ngữ) rất lâu, gần như là mãi mãi ■ *This job's going to take me till Doomsday.* ● Công việc này sẽ chiếm mất thời gian của tôi lâu lắm. ■ *You can wait till Doomsday to be served in this place.* ● Anh có thể sẽ chờ lâu lắm để được phục vụ ở nơi này. - *Doomsday*: ngày mà một số người tin rằng thế giới này sẽ chấm dứt không tồn tại nữa, ngày tận thế. Vì thế chú ý là nó được viết hoa trong thành ngữ này.

till hell freezes over → until hell freezes over

till the bitter end → to the bitter end

till the cows come home hoặc *until the cows come home* (khẩu ngữ) một thời gian thật lâu, rất lâu, thậm chí là mãi mãi... ■ *You can argue until the cows come home. I won't change my mind.* ● Bạn có thể tranh cãi đến bao lâu cũng được, tôi sẽ không thay đổi ý kiến đâu. ■ *You can talk till the cows come home - you'll never make me change my mind.* ● Anh cứ nói mãi đến bao lâu cũng được - anh sẽ chẳng bao giờ làm cho tôi thay đổi ý kiến đâu.

till you're blue in the face → until you're blue in the face

tilt → at full speed

tilt → full tilt

tilting → be tilting at windmills

time → a stitch in time (saves nine)
time → a throwback to (a time when)
time → about time
time → against the clock
time → ahead of one's time
time → ahead of time
time → all in good time
time → all the time
time → at a set time
time → at all time
time → at the best of times
time → at the same time
time → at times
time → be behind the times
time → be marking time
time → bide one's time
time → big time
time → buy time
time → call one's time one's own
time → do time
time → fall on hard times
time → for old times' sake
time → for the time being
time → from that day forth
time → from time immemorial
time → from time to time
time → give sb a hard time
time → have a whale of a time
time → have all the time in the world
time → have an easy time (of it)

943

time and tide wait for no man

time → have been around the block
time → have no time for
time → have the time of one's life
time → have time in one's hands
time → in no time (at all)
time → in one's own good time
time → in the course of time
time → in the fullness of time
time → in the nick of time
time → it's about time
time → it's high time (that)
time → kill time
time → legend in one's own time
time → let nature take its course
time → live on borrowed time
time → long time no see
time → make up for lost time
time → many a time
time → many's the time
time → move with the times
time → no time like the present
time → no time to lose
time → not give sb the time of day
time → once upon a time
time → over the course of time
time → pass the time of day (with sb)
time → play for time
time → put one's pants on one leg at a time
time → show sb a good time
time → sign of the times

time → stand the test of time
time → take it one day at a time
time → that time of the month
time → the big time
time → the third time is a charm
time → the time is ripe (for)
time → there's a first time for everything
time → time is on one's side
time → when it comes to the crunch

time and tide wait for no man dùng khi phải đưa ra quyết định hoặc nắm lấy cơ hội ngay khi có thể, nếu không sẽ là quá trễ ■ *You'll have to give them your answer soon, or they might offer the job to someone else. Time and tide wait for no man, you know.* ● Bạn sẽ phải sớm đưa ra câu trả lời với họ, nếu không họ có thể sẽ giao công việc cho một người khác. Thời gian không chờ đợi ai, bạn biết đấy.

time flies (khẩu ngữ) nói về một giai đoạn nào đó dường như trôi qua quá nhanh ■ *The fair lasted all day, but the time just flew; we were having such a good time.* ● Hội chợ kéo dài suốt ngày, nhưng thời gian trôi qua nhanh quá; chúng tôi đã có một thời gian thật là vui thú.

time is on one's side hoặc *have time on one's side* có đủ thời gian để làm điều gì hoặc có được lợi thế về thời gian ■ *If you start investing early on in life, time is on your side - you'll have the chance to make mistakes and learn from them.* ● Nếu bạn khởi sự đầu tư sớm trong cuộc đời, thời gian sẽ đứng về phía bạn - bạn có được cơ hội để phạm những sai lầm và học hỏi ngay từ đó.

time will tell hoặc *only time will tell* nói về sự đúng đắn, chân thật hay mức độ thành công của sự việc gì chỉ có thể được chứng tỏ khi thời gian trôi qua ■ *Only time will tell if Morgan is the right man for this job.* ● Thời gian sẽ trả lời về việc Morgan có phải là người thích hợp cho công việc này hay không.

timetable → walking encyclopedia

tin → like a cat on a hot tin roof

tin ear (for sth) không có khả năng phán đoán, phân biệt sự hay dở của âm nhạc, thơ ca... ■ *Only listeners with a tin ear could dislike this CD.* ● Chỉ có những người nghe không biết thưởng thức mới có thể không thích đĩa CD này. (- nghĩa là nó thật sự rất hay)

tip → at one's finger tips

tip → on the tip of one's tongue

tip → the tip of the iceberg

tip one's hand → show one's hand

tip one's hat to sb → take one's hat off to sb

tip the balance hoặc *swing the balance* tác động lên một quyết định vốn đã được đưa ra, hoặc một sự việc đã có kết quả cuối cùng - đòn bồi thêm. ■ *The new law has swung the balance in favour of home buyers, and away from renters.* ● Điều luật mới càng có lợi hơn cho những người mua nhà, và bất lợi hơn cho những người cho thuê.

tire → spare tire

tired → dog tired

tit for tat hoặc *tit-for-tat* hành vi phá hoại, gây hại được thực hiện nhằm đáp lại một hành vi tương tự trước đây của phía đối nghịch - ăn miếng trả miếng ■ *A series of tit-for-tat night-time arson attacks began around the segregated city.* ● Một loạt những vụ tấn công đốt phá ban đêm để trả đũa đã bắt đầu quanh thành phố bị bao vây.

tit-for-tat → tit for tat

titties → tough titty

titty → tough titty

tizzy → in a tizzy

to a fault dùng với một phẩm chất tốt đẹp của ai đó, chẳng hạn như sự tốt bụng, tử tế, trung thực... để nói là phẩm chất ấy hơi thái quá đến mức đôi khi mang lại khó khăn, phiền toái ■ *Diane has always been nice to a fault. I can never tell if she really likes something or is just being polite.* ● Diane bao giờ cũng tử tế đến mức thái quá. Tôi chẳng bao giờ có thể biết được là cô ấy có thực sự thích điều gì đó không hay chỉ là muốn tỏ ra lịch sự mà thôi. ■ *My sister is generous to a fault.* ● Chị tôi có tính rộng rãi quá đáng. ■ *He's a very kind-hearted man, and generous to a fault.* ● Ông ấy là một người rất tốt bụng, và rộng rãi thái quá.

to a man dùng để nhấn mạnh sự đồng nhất về công việc hoặc bản chất của tất cả mọi người trong một tập thể, nhóm... ■ *The islanders, patriotic to a man, are prepared to fight for their indepence.* ● Những cư dân trên đảo, ai ai cũng giàu lòng yêu nước, sẵn sàng chiến đấu để giành độc lập.

to a T → to a tee

to a tee hoặc *to a T* 1. dùng để nhấn mạnh điều gì được thực hiện rất chính xác, hoặc hoàn toàn thích hợp với nhu cầu mong muốn ■ *The role of 1950s wife and mother seemed to suit her to a tee.* ● Vai trò của người vợ và người mẹ trong những năm của thập niên 1950 dường như hoàn toàn thích hợp với bà ấy. 2.nói về điều gì bộc lộ cho thấy một cách chính xác về ai đó ■ *Fred Alilson fits that description to a T.* ● Fred Alilson hoàn toàn phù hợp với sự miêu tả đó.

to advantage cũng dùng với *good, best* nói về người hay sự vật được bộc lộ, phô bày theo cách tốt đẹp nhất ■ *The photograph showed him to advantage.* ● Bức ảnh thể hiện anh ta rất đẹp. ■ *May was the month to see the garden to best advantage.* ● Tháng Năm là tháng khu vườn được nhìn thấy đẹp nhất. ■ *The dark foliage really shows the flowers to best advantage.* ● Nền lá sậm màu làm hiện lên những bông hoa theo cách đẹp nhất.

to bad effect → **to good effect**

to begin with 1. ban đầu, thoạt tiên ■ *I found it tiring to begin with but I soon got used to it.* ● Ban đầu tôi thấy thật mỏi mệt nhưng không bao lâu tôi đã quen dần đi. ■ *We'll go slowly to begin with.* ● Chúng ta sẽ bắt đầu một cách chậm chạp thôi. ■ *How did you get involved to begin with?* ● Ban đầu làm thế nào mà anh lại có liên quan vào? 2. dùng để đưa ra vấn đề đầu tiên với hàm ý là còn có những vấn đề khác nữa ■ *"What was it you didn't like?" "Well, to begin with, our room was far too small."* ● "Anh không thích nó điều gì?" "Vâng, trước hết là phòng của chúng tôi quá nhỏ hẹp." ■ *"Why were you annoyed?" "Well, to begin with, I hadn't even invited her."* ● "Tại sao anh lại bực mình?" "À, trước hết là tôi thậm chí đã không mời cô ta đến."

to bits 1.rời, rã ra thành từng mảnh nhỏ ■ *It fell to bits in my hands.* ● Nó rơi ra thành từng mảnh nhỏ trong tay tôi. ■ *She took the engine to bits, then carefully put it together again.* ● Cô ấy tháo động cơ ra thành từng mảnh nhỏ, rồi cẩn thận lắp ráp trở lại. ■ *The vase hit the floor and was smashed to bits.* ● Cái bình rơi xuống sàn nhà và vỡ ra thành từng mảnh nhỏ. ■ *I've only had these shoes a few weeks and they're already falling to bits.* ● Tôi chỉ mới mua đôi giày này trong mấy tuần và giờ đây nó đã muốn rã tung ra thành từng mảnh vụn. 2.(khẩu ngữ) rất nhiều, với mức độ lớn ■ *I love my kids to bits.* ● Tôi rất yêu các con tôi. ■ *She was thrilled to bits when I said I'd come.* ● Cô ấy hết sức vui mừng khi tôi nói là tôi sẽ đến. ■ *I love you to bits.* ● Anh yêu em nhiều lắm. ■ *He's thrilled to bits.* ● Ông ấy rất vui mừng.

to boot dùng thêm vào cuối một loạt các nhận xét để nhấn mạnh yếu tố cuối cùng thêm vào các yếu tố khác ■ *The bride was young, pretty, and from a wealthy family to boot.* ● Cô dâu trẻ, xinh đẹp, và cuối cùng là xuất thân từ một gia đình giàu có. ■ *He was a vegetarian, and a fussy one to boot.* ● Anh ta là một người ăn chay và cuối cùng là một người tuân thủ rất chi ly. ■ *The vegetables were overcooked and tasteless, and cold to boot.* ● Những món rau cải bị nấu quá nhừ, vô vị, và cuối cùng là thật nguội lạnh.

to cap it all dùng khi đưa ra thông tin về một điều cuối cùng tồi tệ hơn tất cả những gì đã đề cập trước đó ■ *And then, to cap it all, it started to rain!* ● Và rồi, tồi tệ hơn cả là trời bắt đầu mưa!

to come sắp đến, trong tương lai ■ *They may well regret the decision in years* to come. • Họ có thể sẽ phải hối tiếc rất nhiều về quyết định ấy trong những năm sắp tới. ■ *This will be a problem for some time to come.* • Đây sẽ là một vấn đề rắc rối trong tương lai. ■ *We will be good friends for years to come.* • Chúng ta sẽ vẫn là bạn tốt của nhau trong nhiều năm sắp tới.

to crown it all dùng để nêu ra điều cuối cùng và tệ hại nhất trong một loạt những điều không may ■ *It was cold and raining, and, to crown it all, we had to walk home.* • Trời lạnh và có mưa, nhưng tồi tệ hơn hết là chúng tôi phải đi bộ về nhà.

to cut a long story short → **to make a long story short**

to date cho đến lúc này, cho đến bây giờ ■ *To date, we have received over 200 replies.* • Cho đến lúc này chúng tôi đã nhận được hơn 200 thư hồi đáp. ■ *The exhibition contains some of his best work to date.* • Cuộc triển lãm bao gồm một số trong những tác phẩm tuyệt nhất của ông ta cho đến bây giờ. ■ *There have been no reports of that animal being seen to date.* • Cho đến lúc này không có báo cáo nào về việc con thú ấy được nhìn thấy.

to death 1. dùng sau một tính từ để nhấn rất mạnh tính từ ấy ■ *The first time Billy took me for a ride on his motorcycle, I was scared to death.* • Lần đầu tiên Billy chở tôi đi trên xe gắn máy của anh ta, tôi sợ đến chết khiếp đi được. ■ *It went on for hours - we were all bored to death!* • Nó kéo dài trong nhiều giờ - tất cả chúng tôi đều chán đến chết được! ■ *I bet Margot was thrilled to death when she got the money.* • Tôi dám cuộc là Margot đã mừng run lên khi cô nhận được số tiền ấy. ■ *Spiders frighten him to death.* • Những con nhện làm anh ta sợ chết khiếp. 2. dùng để nhấn mạnh một sự việc được thực hiện quá nhiều lần hoặc đến một mức độ quá đáng ■ *Sarah used to worry me to death when she stayed out too late.* • Sarah vẫn thường làm tôi lo lắng đến chết được khi cô ấy ở bên ngoài quá muộn. ■ *Golding's novels have been analyzed to death by critics trying to extract every scrap of meaning.* • Những cuốn tiểu thuyết của Golding đã được phân tích quá nhiều lần bởi các nhà phê bình cố rút ra cho bằng hết tất cả ý nghĩa trong đó. ■ *I'm sick to death of your endless criticism.* • Tôi chán ngấy những lời chỉ trích không ngừng của anh. → ***done to death***

to die for (khẩu ngữ) người rất hấp dẫn hoặc sự vật gì rất xinh đẹp, có phẩm chất rất cao, nhất là khi nói về quần áo và thức ăn ■ *Huston, with a body and wardrobe to die for, is starring in the new blockbuster.* • Huston, với một thân hình và trang phục hết sức hấp dẫn, thủ vai chính trong bộ phim ăn khách mới. ■ *Their chocolate mousse is to die for.* • Món kem sô-cô-la của họ thật là tuyệt hảo. ■ *She was wearing a dress to die for.* • Cô ấy mặc một chiếc áo dài tuyệt đẹp.

to err is human lỗi lầm là chuyện bình thường của con người, ý nói không nên quá nghiêm khắc với ai đó vì những lỗi lầm họ mắc phải ■ *To err is human, but President Kim was quick to seek a remedy to his mistake.* • Lỗi lầm là chuyện thường, nhưng Tổng thống Kim rất nhanh chóng trong việc tìm kiếm giải pháp cho sai lầm của mình. ■ *To err is human, but to persist in sin is* *the work of the devil.* • Lỗi lầm là chuyện bình thường của con người, nhưng lún sâu mãi trong tội lỗi là công việc của quỷ dữ. (tục ngữ Anh)

to extent đến một mức độ cụ thể được nói rõ nào đó ■ *To a certain extent, we are all responsible for this tragic situation.* • Đến một mức độ nhất định nào đó, tất cả chúng ta đều phải chịu trách nhiệm về tình huống bi thảm này. ■ *He had changed to such an extent that I no longer recognized him.* • Ông ấy đã thay đổi nhiều đến mức tôi không còn nhận ra ông ấy được nữa. ■ *To some extent what she argues is true.* • Trong một chừng mực nào đó, những lập luận của cô ta là đúng sự thật. ■ *The pollution of the forest has seriously affected plant life and, to a lesser extent, wildlife.* • Sự ô nhiễm rừng đã ảnh hưởng nghiêm trọng đến đời sống thực vật và, với một mức độ ít hơn, là đời sống hoang dã. ■ *To what extent is this true of all schools?* • Đến mức độ nào thì điều này là đúng với tất cả các trường học? ■ *The book discusses the extent to which family life has changed over the past 50 years.* • Cuốn sách thảo luận về mức độ mà đời sống gia đình đã thay đổi trong 50 năm qua. ■ *The extent to which your diet is successful depends on your willpower.* • Mức độ thành công cho chế độ ăn kiêng của bạn phụ thuộc vào sức mạnh ý chí. ■ *Languages vary in the extent to which they rely on word order.* • Các ngôn ngữ khác biệt nhau ở mức độ mà chúng phụ thuộc vào trật tự của từ. ■ *His business is failing to such an extent that it is losing over £20,000 a year.* • Việc kinh doanh của ông ta đang thất bại đến mức mỗi năm thua lỗ hơn 20.000 bảng Anh.

to extremes đến một mức độ quá đáng khác thường, vượt quá sự hợp lý thông thường ■ *Taken to extremes, this kind of behaviour can be dangerous.* • Đến mức độ thái quá, cung cách cư xử này có thể là nguy hiểm. ■ *It's embarrassing the extremes he'll go to in order to impress his boss.* • Thật đáng xấu hổ cho mức độ quá đáng của anh ta nhằm gây ấn tượng với ông chủ mình. ■ *In the jungle they were driven to extremes in order to survive.* • Trong rừng rậm, họ bị xô đẩy đến mức độ cực đoan để sống còn. ■ *This is political correctness taken to extremes.* • Đây là sự chuẩn xác về chính trị đến mức cực đoan.

to good effect hoặc *to bad effect* dùng với các tính từ khác nhau nữa để thể hiện mức độ hiệu quả đạt được như tốt, xấu... ■ *He has used my advice to good effect.* • Ông ta đã áp dụng lời khuyên của tôi có hiệu quả tốt. ■ *The concerto's slow movement was used to memorable effect in the film 2001.* • Phân đoạn slow của bản concerto đã được sử dụng đạt hiệu quả đáng nhớ trong bộ phim 2001. ■ *We warned them, but to no effect.* • Chúng tôi đã cảnh báo họ, nhưng hoàn toàn vô ích. ■ *He turned the key in the ignition but to no effect.* • Ông ta xoay chiếc chìa khóa trong bộ đề máy xe, nhưng hoàn toàn vô ích.

to hell with sb hoặc *to hell with sth* (khẩu ngữ) bất cần, không còn quan tâm đến ai hay việc gì ■*So that's your philosophy of life - you just say to hell with anyone else's feelings, as long as you get what you want?* • Vậy ra đó có phải là triết lý sống của bạn chăng - thật sự chẳng cần quan tâm đến cảm xúc của bất cứ ai khác, miễn là đạt được những gì mình muốn? ■ *"To hell with* him," she thought, "I'm leaving." • Cô ấy nghĩ: "Mặc kệ hắn ta, tôi sẽ đi đây."

to hell with sth → **to hell with sb**

to little avail hoặc *to no avail* hoặc *of little avail* hoặc *of no avail* rất ít hoặc không có chút thành công, kết quả nào ■ *The doctors tried everything to keep him alive but to no avail.* • Các bác sĩ đã thử mọi cách để giữ cho ông ta sống sót nhưng không có kết quả gì. ■ *His words of encouragement were to no avail.* • Những lời khuyến khích của ông ta đã không mang lại kết quả gì. ■ *Your ability to argue is of little avail if the facts are wrong.* • Khả năng biện luận của anh cũng không có mấy hiệu quả nếu như những dữ kiện là sai lệch.

to make a long story short hoặc *to cut a long story short* (khẩu ngữ) dùng trước khi đưa ra một vấn đề để cho biết trước rằng vì tính phức tạp hoặc dài dòng của sự việc, người nói sẽ chỉ nêu những điểm quan trọng, chính yếu nhất mà thôi ■ *"Why did you break up with your previous girlfriend?" "Well, to make a long story short, her parents didn't like me and they wouldn't let us get married."* • "Tại sao anh chia tay với cô bạn gái trước đây?" "À, chuyện dài dòng lắm, nhưng nói ngắn gọn là cha mẹ cô ấy không thích tôi và sẽ không cho phép chúng tôi cưới nhau."

to no avail → **to little avail**

to one's credit đáng khen ngợi hoặc kính trọng ■ *To his credit, Jack never told anyone exactly what had happened.* • Thật đáng khen là Jack không bao giờ nói với bất cứ ai một cách chính xác về những gì đã xảy ra. ■ *It was to her credit that she managed to stay calm.* • Thật đáng khen là cô ấy đã cố gắng để giữ được bình tĩnh. ■ *Jane, to her credit, did not believe that story.* • Thật đáng khen là Jane đã không tin vào câu chuyện đó.

to one's face nói điều gì trực tiếp với ai, không nhắn gửi qua người khác ■ *He's a liar, and I've told him so to his face many times.* • Hắn ta là một tên nói láo. Tôi đã nhiều lần nói thẳng vào mặt hắn như thế.

to one's fingertips theo đủ mọi khía cạnh, mọi chi tiết ■ *She's a perfectionist to her fingertips.* • Cô ấy là một người thích sự hoàn hảo về mọi mặt. ■ *He is a professional to his fingertips.* • Ông ấy là một người hoàn toàn chuyên nghiệp.

to one's heart's content hoặc *to one's heart's desire* tha hồ, không giới hạn, nhiều đến hết mức theo ý thích, nhu cầu ■ *These cookies are really low in cholesterol, so eat to your heart's content.* • Những loại bánh ngọt này thực sự có hàm lượng cholesterol thấp, nên bạn cứ ăn tha hồ tùy thích.

to one's heart's desire → **to one's heart's content**

to put it in a nutshell → **in a nutshell**

to say the least dùng để nhấn mạnh rằng điều gì đó còn tồi tệ hơn, nghiêm trọng hơn cả những gì được nói ra, hoặc người nói không hề cường điệu hóa vấn đề ■ *When the doctor told me it was cancer, I was terrifier, to say the least.* • Khi bác sĩ cho tôi biết đó là bệnh ung thư, tôi thấy kinh hãi, còn hơn thế nữa. ■ *I was surprised, to say the least.* • Tôi thấy ngạc nhiên, thật sự là vậy.

to tell you the truth (khẩu ngữ) dùng để đưa ra một nhận xét, ý kiến riêng của mình; hoặc để thú nhận một điều gì ■ *To tell you the truth, I haven't gotten a good night's sleep since you turned the television on.* • Nói thật với anh là tôi đã không ngủ ngon được kể từ lúc anh mở ti-vi.

to that effect → **to the effect**

to the accompaniment of sth 1. cùng với tiếng đệm của một loại nhạc cụ ■ *They performed to the accompaniment of Spanish guitars.* • Họ trình diễn trong tiếng nhạc đệm của Tây ban cầm. ■ *The girls sang to the accompaniment of a piano.* • Những cô gái hát với tiếng nhạc đệm của đàn dương cầm. 2. xảy ra đồng thời với một sự kiện khác ■ *She made her speech to the accompaniment of loud laughter.* • Cô ấy trình bày bài diễn văn của mình trong những tiếng cười ồn ào. ■ *Franco left the chamber to the accompaniment of loud applause.* • Franco rời phòng họp trong những tràng pháo tay thật lớn.

to the bad nói về tiền bạc, thua lỗ, mất mát ■ *After the sale they were £300 to the bad.* • Sau vụ mua bán họ đã lỗ 300 bảng Anh. ■ *It was a disastrous deal that left the French company over £300 million to the bad.* • Đó là một vụ mua bán tồi tệ khủng khiếp, làm cho công ty của Pháp thua lỗ hơn 300 triệu bảng Anh.

to the best of one's ability hoàn thiện đến mức độ tối đa trong phạm vi khả năng cho phép ■ *I did the work to the best of my ability.* • Tôi đã thực hiện công việc tốt nhất theo khả năng của mình. ■ *You should always work to the best of your ability.* • Anh nên luôn luôn làm việc theo cách tốt nhất trong khả năng của mình. ■ *Just try to do the job to the best of your ability.* • Chỉ cần cố gắng thực hiện công việc hết mức theo khả năng của anh. ■ *I promise to carry out my duties to the best of my ability.* • Tôi hứa sẽ thực hiện các nhiệm vụ theo cách tốt nhất trong khả năng của mình.

to the best of one's belief → **to the best of one's knowledge**

to the best of one's knowledge hoặc **to the best of one's belief** theo như những gì mà ai đó biết được, hiểu được ■ *He never made a will, to the best of my knowledge.* • Theo như tôi biết thì ông ta chưa bao giờ làm di chúc cả. ■ *To the best of my knowledge, no similar book has been published.* • Theo như tôi biết thì không có cuốn sách nào tương tự như thế đã từng được xuất bản.

to the bitter end hoặc **until the bitter end** hoặc **till the bitter end** tiếp tục làm tất cả những gì có thể được, hoặc cho đến khi hoàn tất sự việc, bất chấp những khó khăn phải vượt qua - làm điều gì đến cùng ■ *They were prepared to fight to the bitter end for their rights.* • Họ đã chuẩn bị để chiến đấu đến cùng cho quyền lợi của mình. ■ *Some of the army had supported Milosevic to the bitter end.* • Một phần trong quân đội đã quyết tâm ủng hộ cho Milosevic đến cùng.

to the bone hoặc **down to the bone** xét đến điểm cơ bản nhất, phần tiêu biểu nhất trong tính cách của một người, hoặc làm rung động đến những cảm xúc sâu kín nhất ■ *He was a large cheerful man - good-hearted to the bone.* • Ông ấy là một người rộng rãi, vui tính - và hết sức tốt bụng. ■ *The blues that she sings go right down to the bone.* • Khúc nhạc blues mà cô ấy hát ngay lập tức làm rung động lòng người. ■ *His threats chilled her to the bone.* • Những lời đe dọa của anh ta làm cô ấy sợ chết khiếp.

to the contrary cho thấy hoặc chứng minh một điều ngược lại ■ *Show me some evidence to the contrary.* • Hãy cho tôi xem một số chứng cứ ngược lại. ■ *I will expect to see you on Sunday unless I hear anything to the contrary.* • Tôi sẽ chờ đợi gặp anh vào ngày Chủ nhật trừ khi tôi nghe được điều gì ngược lại.

to the core 1. đến một mức độ có ảnh hưởng toàn diện, rộng khắp ■ *She was shaken to the core by the bad news.* • Cô ta run rẩy toàn thân khi nghe tin dữ. ■ *Their refusal shocked me to the core.* • Sự từ chối của họ làm tôi hoàn toàn sửng sốt. 2. dùng để nhấn mạnh một tính chất của ai đó là toàn diện, thuần nhất và rất mạnh mẽ hoặc khó thay đổi ■ *He's a politician to the core.* • Ông ta là một nhà chính trị chuyên chú tận xương tủy. (- nghĩa là không quan tâm đến gì khác ngoài chính trị) ■ *She's a feminist to the core.* • Bà ấy là một người cực lực ủng hộ nữ quyền. ■ *He is an Englishman to the core.* • Ông ta là một người Anh chính cống. (- nghĩa là mọi tính cách đều rặt Anh, không pha trộn)

to the day dùng khi nêu ra một thời gian thật chính xác ■ *It's been three years to the day since we met.* • Đã đúng ba năm kể từ ngày chúng ta gặp nhau. (chính xác là vào ngày này cách đây ba năm) ■ *It's ten years to the day since we first moved here.* • Đã đúng mười năm kể từ ngày đầu tiên chúng tôi chuyển đến đây.

to the detriment of sb hoặc *to the detriment of sth* đến mức độ nguy hại hay hủy hoại ■ *He was engrossed in his job to the detriment of his health.* • Ông ta bị cuốn hút vào công việc đến mức có hại cho sức khỏe. ■ *Funding cuts can be implemented, but only to the detriment of patient care.* • Việc cắt giảm các khoản tiền trợ cấp có thể được thực hiện, nhưng chỉ là gây nguy hại cho việc chăm sóc bệnh nhân mà thôi.

to the detriment of sth → **to the detriment of sb**

to the effect hoặc *to this effect* hoặc *to that effect* diễn đạt ý nghĩa chung chung của vấn đề, không trích dẫn lại chính xác lời nói hay câu văn ■ *He left a note to the effect that he would not be coming back.* • Anh ta để lại một lời nhắn nói đại thể là anh ta sẽ không trở lại. ■ *She told me to get out - or words to that effect.* • Cô ấy bảo tôi hãy cút đi - hay những lời đại thể là như vậy. ■ *Harry murmured something to the effect that they would all meet Margaret soon enough.* • Harry thầm thì điều gì đó đại ý là tất cả họ không bao lâu sẽ gặp Margaret. ■ *Then Sally said, "Who is this then?" or words to that effect.* • Rồi Sally nói "Vậy thì đây là ai?", hay những lời đại ý như vậy.

to the fore hoặc *at the fore* trở nên quan trọng, được nhiều người chú ý đến, giữ một vai trò quan trọng ■ *She has always been to the fore at moments of crisis.* • Cô ấy luôn luôn giữ một vai trò quan trọng vào những thời điểm khủng hoảng. ■ *The problem has come to the fore again in recent months.* • Vấn đề đã lại trở nên quan trọng trong những tháng gần đây. ■ *The issue of taxation has once again come to the fore.* • Vấn đề thuế lại một lần nữa được nhiều người chú ý đến. ■ *The new legislation brings* *patients' needs to the fore.* • Quy định mới đưa những nhu cầu của bệnh nhân lên vị trí quan trọng. (- nghĩa là được chú ý nhiều hơn)

to the forefront of sth hoặc ***at the forefront of sth*** hoặc ***in the forefront of sth*** giữ một vị trí quan trọng, dẫn đầu trong một tập thể hoặc được chú ý đến rất nhiều ■ *Women have always been at the forefront of the movement.* • Phụ nữ luôn chiếm một vị trí hàng đầu trong phong trào. ■ *The new product took the company to the forefront of the computer software field.* • Sản phẩm mới đã đưa công ty lên hàng đầu trong lĩnh vực phần mềm máy tính. ■ *This latest protest has brought prison conditions to the forefront of public attention.* • Sự phản đối mới đây nhất đã đưa những điều kiện sống trong nhà tù lên hàng đầu trong sự chú ý của công chúng. ■ *The court case was constantly in the forefront of my mind.* • Vụ kiện lúc nào cũng chiếm chỗ trong đầu tôi. (tôi luôn luôn nghĩ đến nó) ■ *We are at the forefront of efforts to tackle inequality.* • Chúng tôi đang dẫn đầu trong những nỗ lực nhằm giải quyết sự bất bình đẳng. ■ *Recent events had brought European issues to the forefront of media attention.* • Những sự kiện gần đây đã đưa các vấn đề của châu Âu lên trước sự chú ý của giới truyền thông đại chúng.

to the gills 1. no căng bụng, quá no ■ *My younger brother was stuffed to the gills with chocolate cake.* • Em trai tôi ngốn bánh sô-cô-la đến căng cả bụng. ■ *I was stuffed to the gills at the party.* • Tôi đã ăn no đến căng bụng ở bữa tiệc. 2. chứa đầy đến mức tối đa ■ *The room was packed to the gills.* • Căn phòng được chứa đầy đến mức tối đa.

to the hilt hoặc ***up to the hilt*** càng nhiều càng tốt, hoặc theo cách tốt nhất có thể được ■ *Government funds are strained to the hilt just taking care of essential services.* • Những ngân quỹ của chính phủ tận dụng hết mức cũng chỉ lo được cho các dịch vụ thiết yếu thôi.

to the nth degree đến mức độ tối đa, cao nhất ■ *Jacob has violated every law to the nth degree.* • Jacob đã vi phạm tất cả luật lệ ở mức nghiêm trọng nhất. ■ *Jane is a perfectionist and tries to be careful to the nth degree.* • Jane là một người theo đuổi sự hoàn hảo và luôn cố gắng cẩn thận đến mức tối đa. ■ *This scientific instrument is accurate to the nth degree.* • Thiết bị khoa học này chính xác đến mức tối đa.

to the tune of dùng để nhấn mạnh khi nói đến một số lượng rất lớn ■ *The waves from the recent hurricane destroyed property all along the coast to the tune of $100 million.* • Những đợt sóng của cơn bão hồi gần đây đã làm thiệt hại tài sản dọc theo bờ biển lên đến 100 triệu đô-la.

to this day mãi đến hôm nay - dùng khi muốn nhấn mạnh là đã khá lâu rồi ■ *To this day, I still don't understand why he did it.* • Mãi đến hôm nay tôi vẫn không hiểu được tại sao anh ta làm việc ấy.

to this effect → **to the effect**

to top it all (off) (khẩu ngữ) dùng khi nêu ra điều cuối cùng trong một loạt những điều tồi tệ, gây khó chịu, bực mình hoặc rất khôi hài ■ *Betty fell downstairs and broke her ankle and then to top it all off, got the flu.* • Betty ngã trên cầu thang xuống và bể mắt cá chân, và cuối cùng là mắc chứng cảm cúm.

to wit dùng để đưa ra những thông tin chi tiết hơn về điều vừa đề cập trước đó ■ *All the data confirm what we know instinctively, to wit: a caring two-parent family is more likely to raise happy kids than a single-parent family.* ● Tất cả dữ kiện khẳng định những gì chúng ta đã biết theo bản năng, đó là: một gia đình có đủ cha mẹ chăm sóc có nhiều khả năng nuôi lớn những đứa trẻ có hạnh phúc hơn là một gia đình chỉ có cha hoặc mẹ.

to within an inch of one's life → within an inch of one's life

toast → warm as toast

today → here today gone tomorrow

toe → be on one's toes

toe → from head to toe

toe → go toes up

toe → go toe-to-toe (with sb)

toe → head-to-toe

toe → keep sb on one's toes

toe → make one's toes curl

toe → put one's toe in the water

toe → step on one's toes

toe the line làm theo ý muốn của người có thẩm quyền, ngay cả khi không thích làm điều đó ■ *In some countries, newspaper editors had to toe the line or risk beaten up by the secret police.* ● Ở một số quốc gia, các biên tập viên báo chí phải phục tùng quyền lực, hoặc là có nguy cơ bị hạ gục bởi lực lượng cảnh sát mật.

together → band together

together → be bound together by sth

together → get it together

together → get one's shit together

together → knock one's heads together

together → not have two cents to rub together

together → put one's heads together

together → put two and two together

toilet → go down the drain

token → as a token (of sth)

token → by the same token

told → a little bird told me

told → all told

toll → take its toll (on sth)

Tom → any Tom, Dick, and Harry

tomorrow → here today gone tomorrow

tomorrow → like there's no tomorrow

tomorrow is another day dùng khi muốn nói là không nên quá lo lắng hoặc bối rối về một tình huống vì tương lai có thể sẽ khả quan hơn ■ *If you don't hear from him today, don't worry. Tomorrow is another day.* ● Nếu hôm nay bạn không nghe tin gì của anh ấy, đừng lo lắng. Ngày mai rồi sẽ khả quan hơn. ■ *"I'm upset. I really thought we would win the match." "Tomorrow is another day."* ● "Tôi hết sức thất vọng. Tôi thật sự tưởng là chúng ta sẽ thắng trận đấu." "Ngày mai rồi mọi chuyện sẽ khá hơn."

ton → come down on sb like a ton of bricks

tongue in cheek

ton → hit sb like a ton of bricks

tongue → bite one's tongue

tongue → cat got your tongue

tongue → give sb a tongue-lashing

tongue → guard one's tongue

tongue → hold one's tongue

tongue → loosen one's tongue

tongue → on the tip of one's tongue

tongue → set tongues wagging

tongue → sharp tongue

tongue → slip of the tongue

tongue → speak with folked tongue

tongue → watch one's tongue

tongue in cheek hoặc *with tongue in cheek* nói hay làm điều gì với mục đích chỉ để đùa cợt, không thực sự nghiêm túc ■ *Wesley claims that his remarks were made tongue in cheek, and did not think people would take them seriously.* ● Wesley tuyên bố rằng những nhận xét của ông ta được đưa ra chỉ để đùa cợt, và không nghĩ rằng người ta sẽ cho đó là nghiêm trọng. ■ *His program is a tongue-in-cheek look at recent events in Washington.* ● Chương trình của ông ta là một cái nhìn hài hước về những sự kiện gần đây ở Washington.

too → can't be too careful

too → go too far

too → in the not too distant future

too → it's all too easy to do sth

too → life's too short

too bad (khẩu ngữ) 1. nói về điều rủi ro, không mong muốn ■ *If sometimes they're the wrong decisions, too bad.* ● Nếu đôi khi chúng là những quyết định sai trái, đó là rủi ro. 2. thật đáng tiếc ■ *Too bad every day can't be as good as this.* ● Thật đáng tiếc là mỗi ngày không thể cứ tốt đẹp như thế này. ■ *That's too bad about your sister losing her job.* ● Việc người chị của bạn bị mất việc thật là đáng tiếc. 3. rất đáng bực mình ■ *Really, it was too bad of you to be so late.* ● Thật vậy, việc anh đến quá trễ là rất đáng bực mình. 4. bày tỏ sự không quan tâm đến thái độ, suy nghĩ của ai về điều đang nói đến ■ *If you don't like the truth, that's just too bad.* ● Nếu anh không thích sự thật, điều đó cũng được thôi. ■ *If they like it, fine. If not, too bad!* ● Nếu họ thích nó, tốt. Nếu không, mặc kệ họ.

too many chiefs and not enough Indians tình huống có nhiều người nói suông nhưng không có đủ người bắt tay thực hiện công việc ■ *After Paul was promoted, we had a huge number of chiefs, but we were short of Indians.* ● Sau khi Paul được thăng cấp, chúng ta có quá nhiều những kẻ nói suông, nhưng lại thiếu người bắt tay thực hiện công việc.

too many cooks (spoil the broth) tình huống có quá nhiều người cùng làm một công việc, chính vì thế mà công việc không được thực hiện tốt ■ *The managers demanded that meetings be limited to 10 people, claiming, "There were too many cooks."* ● Các viên quản lý đòi hỏi những buổi họp phải giới hạn trong phạm vi 10 người, tuyên bố rằng: "Nhiều người chỉ thêm rối việc."

too rich for one's blood quá đắt so với khả năng tài chính của ai đó ■ *"This one is priced at $359.95." "Good price, but* *a little too rich for my blood."* • "Món này trị giá 359,95 đô-la." "Giá được đấy, nhưng hơi quá túi tiền của tôi."

tool → the sharpest tool in the box

toot one's own horn → blow one's own horn

tooth → an eye for an eye

tooth → fight tooth and nail

tooth → have a sweet tooth

tooth → long in the tooth

top → at the top of one's voice

top → be over the top

top → blow one's stack

top → come out on top

top → go over the top

top → in the top flight

top → not have much upstairs

top → off the top of one's head

top → on top of sth

top → on top of the world

top → one's elevator doesn't go all the way to the top

top → pretty please (with sugar on top)

top → push sb over the top

top → the cherry on the cake

top → the top of the heap

top → the top rung of the ladder

top → to top it all (off)

top dog người giữ vị trí cao nhất hoặc quan trọng nhất, nhất là sau một cuộc tranh giành, đọ sức ■*After a season of tough games, Purdue has finally come out as top dog.* • Sau một mùa thi đấu với những trận cam go, Purdue cuối cùng cũng đã vượt lên vị trí hàng đầu.

top of the pile → the top of the heap

topic → thorny question

torch → carry a torch for sb

torch → carry the torch

torch → pass the torch

toss one's cookies (thông tục) nôn mửa ■*Andy had some fish that wasn't too good last night and ended up tossing his cookies all over the restaurant floor.* • Tối qua Andy đã dùng món cá không được tươi lắm và cuối cùng nôn mửa ra khắp cả sàn nhà hàng.

toss one's hat into the ring → throw one's hat into the ring

totally → on a (totally) different wavelength

touch → be in touch (with)

touch → be out of touch (with)

touch → common touch

touch → get in touch with sb

touch → get in touch with sth

touch → have the magic touch

touch → lose touch (with)

touch → personal touch

touch → put the finishing touches

touch → soft touch

touch → the Midas touch

touch a chord → strike a chord

touch a raw nerve hoặc *hit a raw nerve* hoặc **strike a raw nerve** đề cập, nói đến một vấn đề làm cho ai phải bối rối, lúng túng ■ *I know that in talking about suicide, I may have touched a raw* nerve. ● Tôi biết là khi đề cập đến việc tự sát, tôi có thể đã gây ra sự bối rối. ■ *You touched a raw nerve when you mentioned his first wife.* ● Bạn đã gây ra sự bối rối khi đề cập đến người vợ đầu tiên của ông ta.

touch and go nói về một tình huống nguy hiểm hoặc nhiều rủi ro, khi không thể biết trước điều gì sẽ xảy ra và không biết được mục tiêu nhắm đến có đạt được hay không ■ *After the thunderstorm last weekend, our electricity has been touch and go.* ● Sau trận bão lớn cuối tuần trước, hệ thống điện của chúng tôi đã rơi vào tình trạng bị đe dọa nghiêm trọng. ■ *Even after a touch-and-go recovery following his accident, Dawson refuses to wear a motorcycle helmet.* ● Ngay cả sau khi trải qua nguy hiểm và hồi phục sau vụ tai nạn, Dawson vẫn không chịu đội nón bảo hiểm khi đi xe máy.

touch base (khẩu ngữ) trao đổi nhanh, ngắn gọn với ai để tìm hiểu những gì đã xảy ra kể từ lần gặp trước ■ *Hi, Tom, I just wanted to touch base with you about the Nordberg project.* ● Chào Tom, tôi chỉ muốn trao đổi nhanh với anh về tiến triển của dự án Nordberg. (*base* được dùng trong các thành ngữ trên là từ xuất phát từ môn bóng chày. Để ghi được một điểm trong bóng chày, người chơi sau khi chạm được bóng, phải chạy quanh và chạm đủ 4 vị trí trên sân gọi là các *base*.)

touch sb with a ten foot pole → **touch sth with a ten-foot pole**

touch sth with a ten-foot pole hoặc *touch sb with a ten foot pole* dùng ở dạng phủ định để nhấn mạnh là người nói không muốn liên quan đến người hay sự việc nào đó ■ *I wouldn't touch Nick's offer with a ten-foot pole - I've never trusted him with money.* ● Tôi chẳng muốn dính dấp đến các đề nghị của Nick đâu - tôi không bao giờ tin cậy hắn ta về tiền bạc.

touch wood → **knock on wood**

tough → **as hard as nails**

tough → **have a tough row to hoe**

tough → **take a hard line**

tough → **talk tough**

tough → **when the going gets tough**

tough as old boots hoặc *as tough as old boots* 1. rất dai, cứng ■ *This meat is tough as old boots.* ● Món thịt này thật là dai như giẻ. ■ *Bob couldn't eat the steak. It was as tough as old boots.* ● Bob không thể ăn món bít-tết. Nó dai như giẻ. 2. rất khỏe, có sức mạnh ■ *Margaret is never off work. She's as tough as old boots.* ● Margaret không bao giờ phải nghỉ việc. Cô ấy khỏe như vâm. 3. chai lỳ, thản nhiên không có sự thương xót ■ *Don't expect sympathy from the boss. She's tough as old boots.* ● Đừng chờ đợi sự thông cảm nơi bà chủ. Mụ ta thật là dửng dưng như gỗ đá.

tough cookie hoặc *smart cookie* người thông minh, tự tin và quả quyết trong việc đạt đến thành công ■ *Barney's one smart cookie - he knows how to play politics.* ● Barney là người rất có bản lĩnh và tự tin - ông ta biết cách làm chính trị.

tough luck (khẩu ngữ) 1. cách nói khiếm nhã khi người nói không thèm quan tâm đến rắc rối, khó khăn của ai đó ■ *If he doesn't like what we're having for dinner, then that's his tough luck.* ● Nếu hắn ta không thích những gì chúng ta ăn trong bữa tối, vậy thì mặc kệ hắn."

■ *"If you take the car, I won't be able to go out." "Tough luck!"* ● *"Nếu anh lấy xe hơi, tôi sẽ không thể đi ra ngoài được." "Mặc kệ."* 2. bày tỏ sự thông cảm với vận rủi hoặc điều không hay xảy đến cho ai ■ *"I failed by one point." "That's tough luck."* ● *"Tôi bị rớt chỉ thiếu một điểm." "Thật đáng tiếc."*

tough nut to crack hoặc *hard nut to crack* hoặc *difficult nut to crack* 1. đối thủ rất khó đánh bại trong một cuộc tranh cãi, so tài... nhất là do có sự quyết tâm cao và tính cách mạnh mẽ ■ *Farmers have organized a strong defense in this case, which makes them an extremely difficult nut to crack.* ● Những nông dân đã tổ chức được một sự phòng vệ mạnh mẽ trong trường hợp này, làm cho việc đối phó với họ là cực kỳ khó khăn. 2. vấn đề hay tình huống khó giải quyết ■ *Minority performers have found movies a tougher nut to crack than music and dance.* ● Nhóm số ít nghệ nhân biểu diễn đã nhận thấy rằng phim ảnh là vấn đề khó giải quyết hơn so với âm nhạc hay vũ đạo. ■ *At first, Roz was a tough nut to crack, but she has been a loyal friend for years.* ● Ban đầu Roz là người rất khó chơi, nhưng rồi cô ta đã trở nên một người bạn trung thành trong nhiều năm.

tough shit cách nói khiếm nhã khi muốn tỏ ra không quan tâm đến suy nghĩ của ai đó, hoặc không thấy cảm thông chút nào với những khó khăn, rắc rối của người ấy ■ *I'm going to park my car here no matter what. If they don't like it, that's tough shit.* ● Bất kể chuyện gì tôi cũng sẽ đậu xe hơi ở đây. Nếu họ không thích, thây kệ họ.

tough titties → **tough titty**

tough titty hoặc *tough titties* (khẩu ngữ) dùng khi muốn nhấn mạnh với ai rằng họ phải chấp nhận hoặc đồng ý với điều gì, cho dù có muốn hay không muốn ■ *I'm turning the television off, so tough titty.* ● Tôi sắp tắt ti-vi đây, dù anh có thích hay không cũng mặc.

towel → **throw in the towel**

tower → **in an ivory tower**

tower of strength hoặc *pillar of strength* người luôn luôn sẵn sàng giúp đỡ, cảm thông, ủng hộ... nhất là vào những lúc gặp phải khó khăn ■ *Ever since I was a child, my mother has been a tower of strength to everyone who knows her.* ● Từ khi tôi còn bé, mẹ tôi vẫn luôn là người sẵn sàng giúp đỡ cho bất cứ ai quen biết với bà.

town → **all over town**

town → **go to town**

town → **one-horse town**

town → **paint the town red**

town → **the talk of the town**

toy → **boys and toys**

track → **be on the fast track (to/for sth)**

track → **cover one's tracks**

track → **fast-track**

track → **have a one-track mind**

track → **have the inside track**

track → **hot on the trail**

track → **keep track of**

track → **lose track of**

track → **make tracks (for)**

track → **off the beaten track**

track → **on the right track**

track → **on the wrong track**

track → **stop (dead) in one's tracks**

track → stop sth (dead) in its tracks
track → the wrong side of the tracks
trade → a jack of all trades
trade → tricks of the trade
traffic → all the traffic will bear
trail → blaze trails
trail → hot on the trail
trail → paper trail

trail-blazing được thực hiện đầu tiên, có tính cách mở đầu ■ *The group's trail-blazing new album features an exciting mix of exotic musical textures.* ● Đĩa nhạc đột phá mới của nhóm nổi bật lên với sự pha trộn hào hứng giữa những phong cách âm nhạc ngoại quốc.

trap → fall into the trap (of)
trap → keep one's trap shut
trap → shut your face
trash → one man's trash is another man's treasure
trash → talk trash
tread → fools rush in

tread the boards (cách dùng cũ) làm diễn viên, đứng trên sàn diễn ■ *There are not many comics left worthy of the old vaudevillians who once trod the boards.* ● Không còn lại nhiều lắm những hài kịch xứng đáng với các diễn viên tạp kỹ trước đây đã từng đứng trên sàn diễn.

treading → be treading water
treasure → one man's trash is another man's treasure

treat sb like dirt đối xử với ai theo cách rất tồi tệ và không có sự kính trọng ■ *Stinson treated his secretary like dirt for 15 years until she finally got up the courage to find another job.* ● Stinson đối xử tồi tệ với cô thư ký của mình trong 15 năm, cho đến khi cuối cùng cô ta cũng có đủ can đảm để tìm một công việc khác.

treat sb with kid gloves hoặc **handle sb with kid gloves** cư xử hết sức thận trọng với ai vì sự nhạy cảm của người ấy, hoặc vì không muốn xúc phạm, đôi khi cũng dùng với hàm ý là điều đó không cần thiết ■ *Some people thought that students who were children of rich alumni were being treated with kid gloves.* ● Một số người nghĩ rằng những sinh viên con của những người là cựu sinh viên giàu có hiện đang được đối xử một cách đặc biệt.

treatment → give sb the silent treatment
tree → bark up the wrong tree
tree → can't see the forest for the trees
tree → do not grow on tree

trial balloon lời nói hoặc việc làm được đưa ra nhằm mục đích thăm dò ý kiến của người khác về một sự việc mới ■ *Reports of the chairman's resignation could just be a trial balloon to see how shareholders react.* ● Những tin tức về sự từ chức của ông chủ tịch có thể chỉ là một hành động để thăm dò phản ứng của cổ đông.

trick → bad of tricks
trick → do not miss a trick
trick → do the trick
trick → have sth up one's sleeve
trick → how's trick
trick → it's the oldest trick in the book
trick → up to one's old tricks

trick → use every trick in the book

trick → you can't teach an old dog new tricks

tricks of the trade những phương pháp được sử dụng trong một công việc cụ thể nào đó, được học hỏi từ kinh nghiệm ■ *Being a master reporter isn't just knowing the tricks of the trade - you also have to have some skill.* ● Làm một phóng viên lão luyện không chỉ là biết được những phương pháp làm việc - bạn cũng phải có phần nào kỹ năng nữa.

trim → in fighting trim

trim one's sails (to sth) (thường dùng trong các lĩnh vực kinh doanh và chính trị) thay đổi cung cách ứng xử, nhất là chi tiêu ít lại, để đối phó với một tình huống khó khăn ■ *Cohen is very flexible. He will trim his sails to suit the administration.* ● Cohen rất linh hoạt. Anh ta sẽ thay đổi thích ứng với sự quản lý.

trim sth to the bone → cut sth to the bone

trip → an ego trip

trip → lay a guilt trip on sb

trip → not know sth if it jumped up and bit one

trip → on a head trip

trip → take a trip down memory lane

trooper → swear like a trooper

trophy wife người phụ nữ trẻ đẹp kết hôn với một người đàn ông giàu có sau khi ông này đã bỏ vợ ■ *Jason isn't the first executive to dump an inconvenient family in favour of a trophy wife.* ● Jason không phải là người ủy viên quản trị đầu tiên rời bỏ một gia đình nhiều rắc rối để chạy theo một cô vợ kế trẻ đẹp.

trouble → asking for it

trouble → go to a lot of trouble

truant → play hooky

true → ring true

true → see sb in their true colours

true → show one's true colours

trust sb any farther than could throw her → trust sb as far as could throw him

trust sb any farther than could throw him → trust sb as far as could throw him

trust sb as far as could throw her → trust sb as far as could throw him

trust sb as far as could throw him hoặc *trust sb as far as could throw her* hoặc *trust sb any farther than could throw him* hoặc *trust sb any farther than could throw her* (khẩu ngữ) dùng ở dạng phủ định để nhấn mạnh là hoàn toàn không thể tin cậy vào ai đó ■ *You'll have to watch Dave with that money - I wouldn't trust him any farther than I could throw him.* ● Anh phải coi chừng Dave với số tiền ấy - tôi hoàn toàn không thể tin tưởng anh ta một chút nào cả.

truth → bend the truth

truth → the moment of truth

truth → to tell you the truth

try → give sth the old college try

try → like trying to nail jell-O to the wall

try every trick in the book → use every trick in the book

try one's damnedest → do one's damnedest to do sth

try one's hand at sth thử làm điều gì từ trước chưa từng làm, để xem mình có thể làm được không, hoặc có thích điều ấy không ■ *More and more actors are trying their hand at directing movies.* ● Ngày càng có nhiều diễn viên thử làm công việc đạo diễn phim. ■ *I've always wanted to try my hand at writing a novel.* ● Tôi vẫn luôn mong muốn thử viết một cuốn tiểu thuyết xem sao.

try one's wings cố gắng thực hiện điều gì mà trước đây chưa từng làm, để xem mình có thể thành công hay không ■ *You remember what it was like being young and eager to try your wings.* ● Bạn hãy nhớ lại lúc còn trẻ và háo hức thử sức của mình như thế nào.

try sth for size hoặc *try sth on for size* thử qua món gì để xem có thích hợp với mình hay không, hoặc cân nhắc một ý kiến để quyết định đánh giá về nó ■ *Try this fact on for size: Of the top 100 economies in the world, 47 are corporations.* ● Hãy cân nhắc dữ kiện này thử xem: Trong số 100 tổ chức kinh tế hàng đầu của thế giới, có 47 là các công ty kinh doanh lớn.

try sth on for size → try sth for size

trying → a needle in a haystack

T-shirt → been there, done that

tub of lard (khẩu ngữ) cách nói khiếm nhã khi mô tả một người rất mập và lùn ■ *I don't want that tub of lard on my team.* ● Tôi không muốn cái gã mập lùn ấy ở trong đội của tôi.

tube → go down the drain

tuck → be nip and tuck

tuckered out hoặc *all tuckered out* mệt nhoài, kiệt sức ■ *Poor John worked so hard that he's all tuckered out.* ● Anh chàng John tội nghiệp, làm việc quá cực nhọc đến nỗi kiệt sức. ■ *Look at that little baby sleeping. She's really tuckered out.* ● Nhìn đứa bé đang ngủ kìa. Nó thực sự mệt nhoài.

tug at one's heartstrings hoặc *tear at one's heartstrings* làm cho ai rất buồn hoặc thấy cảm thông sâu sắc với một người khác ■ *You cannot leave the home where you grew up without some tugging at the heartstrings.* ● Bạn không thể rời khỏi căn nhà nơi mình khôn lớn mà không thấy phần nào xúc động. ■ *His mother told a sad story that tugs at my heartstrings.* ● Mẹ anh ấy đã kể một câu chuyện buồn khiến tôi rất cảm động.

tug of war hoặc *tug-of-war* tình huống mà cả đôi bên đều cố hết sức để giành lấy điều gì, hoặc để giành lấy quyền lực, ảnh hưởng... về cho phía mình ■ *That couple are going to court in a bitter tug of war over a 12-year-old girl.* ● Cặp vợ chồng ấy sắp ra tòa để tranh nhau quyết liệt một bé gái 12 tuổi.

tug-of-war → tug of war

tune → call the shots

tune → change one's tune

tune → dance to another tune

tune → dance to the tune

tune → he who pays the piper calls the tune

tune → in tune with

tune → sing a different tune

tune → to the tune of

tunnel → the light at the end of the tunnel

tunnel vision quan điểm, cách nhìn phiến diện, chỉ thấy một phần của tình huống mà không xem xét toàn diện ■ *Too often, company executives develop a tunnel vision, and focus only on cutting expenses.* • Thông thường thì các ủy viên chấp hành của công ty phát triển một cách nhìn phiến diện, chỉ tập trung vào việc cắt giảm chi phí. - Trong y khoa, *tunnel vision* là tình trạng bệnh lý mà bệnh nhân chỉ nhìn thấy được những gì nằm ở hướng trước mắt.

turd → go down like a rat sandwich

turf → on home turf

turkey → talk turkey

turn → as it is

turn → at every turn

turn → come full circle

turn → do sb a good turn

turn → go beet-red

turn → not know which way to turn

turn → one good turn deserves another

turn → speak out of turn

turn → take the turn for the better

turn → the worm turns

turn → whatever turns you on

turn a blind eye (to) phớt lờ như không biết đến một việc gì đang xảy ra, để không phải có bất cứ phản ứng nào với sự việc ấy ■ *Many landlords turn a blind eye rather than send families into the streets.* • Nhiều người chủ cho thuê nhà thà làm ngơ đi hơn là đuổi các gia đình thuê nhà ra đường phố. ■ *The authorities were either unaware of the problem or turned a blind eye to it.* • Giới chức thẩm quyền hoặc là không hay biết vấn đề, hoặc là đã làm ngơ đi việc ấy. ■ *We're not supposed to park here, but the authorities usually turn a blind eye.* • Chúng ta không được phép đậu xe chỗ này, nhưng giới chức thẩm quyền ở đây thường làm ngơ đi. ■ *The authorities were either unaware of the problem or turned a blind eye to it.* • Nhà cầm quyền hoặc là không nhận thức được vấn đề, hoặc là đã làm ngơ với nó.

turn a deaf ear (to sth) từ chối không muốn nghe những gì đang được nói ra hoặc đề nghị ■ *Over fifty percent office workers felt that their employers would turn a deaf ear if they complain of sexual harassment.* • Hơn 50 phần trăm nhân viên văn phòng cảm nhận rằng ông chủ của họ thường không muốn nghe những lời phàn nàn về sự quấy rối tình dục. ■ *He turned a deaf ear to the rumours.* • Anh ta phớt lờ đi không nghe những tin đồn.

turn around and do sth → turn around and say sth

turn around and say sth hoặc *turn around and do sth* (khẩu ngữ) nói ra hoặc thực hiện điều gì ngược lại với sự mong đợi của ai, hoặc ngược lại với những gì mình đã nói hoặc làm trước đó ■ *Sometimes Derek can remember the tiniest details, then he'll turn around and forget his own birthday.* • Đôi khi Derek có thể nhớ được những chi tiết nhỏ nhặt nhất, và rồi anh ta thay đổi ngược lại và quên mất cả ngày sinh của chính mình.

turn beet-red → go beet-red

turn full circle → come full circle

turn heads làm cho mọi người chú ý đến và ưa thích, nhất là bằng cách tạo dáng vẻ hấp dẫn ■ *Cher turned heads when she appeared at the ceremony in a see-through black dress.* ● Cher thu hút sự chú ý khi cô xuất hiện ở buổi lễ với trang phục màu đen rất mỏng.

turn molehills into mountains → **make a mountain out of a molehill**

turn on the waterworks (cách dùng cũ) bắt đầu khóc lóc, nhất là như một phương thức để gây sức ép buộc người khác làm những gì mình muốn ■ *Don't turn on the waterworks - I guarantee you it won't work on me.* ● Đừng có giở trò khóc lóc - tôi đảm bảo với cô là điều đó sẽ không có hiệu quả đối với tôi đâu.

turn one's back on sb hoặc *turn one's back on sth* 1. thôi không còn quan tâm, chú ý đến, hoặc từ chối không giúp đỡ ■*We can't afford to turn our back on our competitors for a second.* ● Chúng tôi không một giây phút nào có thể lơ là với các đối thủ của mình. 2. từ chối không muốn dính líu đến chuyện gì, nhất là điều mà trước đó có quan hệ chặt chẽ - ngoảnh mặt quay lưng ■*Buchanan turned his back on religion after his baby daughter died.* ● Buchanan đã quay lưng với tôn giáo kể từ sau cái chết của đứa con gái nhỏ. ■ *She turned her back on them when they needed her.* ● Cô ta quay lưng với họ khi họ cần đến cô. ■ *Some newspapers have turned their backs on discussion and argument.* ● Một số tờ báo đã không muốn dính líu đến những vụ thảo luận và tranh cãi.

turn one's back on sth → **turn one's back on sb**

turn one's hand to sth bắt đầu làm việc gì khác với những việc thường làm trước đây ■*Justin was a music teacher who turned his hand to writing while recovering from a car accident.* ● Justin là một thầy giáo dạy nhạc, đã thử quay sang công việc viết lách trong thời gian hồi phục sau một vụ tai nạn xe hơi. ■ *Jim can turn his hand to most jobs around the house.* ● Jim có thể chuyển sang làm hầu hết các công việc trong nhà

turn one's head do ảnh hưởng của sự thành đạt, tiền bạc... mà trở nên cao ngạo, cho rằng mình quan trọng hơn trước kia nhiều ■*I won't lie to you - the money does turn your head, but I hope I'm still the same person I was when I started.* ● Tôi không nói dối anh đâu - tiền bạc quả thật đã làm anh thay đổi, nhưng tôi hy vọng tôi thì vẫn là người như trước đây khi mới bắt đầu.

turn one's stomach làm cho ai rất tức giận, bối rối hoặc ghê tởm đến mức có cảm giác muốn nôn mửa ■ *The smell that met us as we opened the door was about enough to turn our stomachs.* ● Mùi hôi xông vào chúng tôi khi vừa mở cửa ra đủ để làm chúng tôi cảm thấy buồn nôn.

turn over a new leaf cư xử theo hướng tốt hơn, có khuynh hướng làm việc tốt hơn hoặc trở thành người tốt hơn ■ *Andy claims that he's turned over a new leaf, and that he's going to be more helpful with the housework from now on.* ● Andy tuyên bố rằng anh ta đã bắt đầu một cách sống mới tốt hơn, và kể từ nay anh ta sẽ phụ giúp nhiều hơn trong công việc nhà.

turn over in one's grave hoặc *roll over in one's grave* điều đang xảy ra có thể xem là rất xúc phạm đối với một người đã chết ■ *They looked up at a portrait of their uncle Willard, who must have been rolling over in his grave at the thought of selling the house.* • Họ nhìn lên bức chân dung của chú Willard, người chắc hẳn cũng đang rất giận dữ ở dưới mồ vì cái ý tưởng bán căn nhà. ■ *My father would turn in his grave if he knew.* • Cha tôi dưới mồ chắc phải tức giận lắm nếu biết được. - Để nhấn mạnh hơn, người ta có thể dùng *spin* trong thành ngữ này ■ *If he knew that one of his songs was being used in a beer commercial, Bob Marley would be spinning in his grave.* • Nếu anh ta biết được một trong những bài hát của mình đang được dùng ở một quán bia, Bob Marley chắc hẳn sẽ muốn đội mồ sống dậy vì tức giận.

turn sour → **go sour**

turn sth inside out 1. hoặc *turn sth upside down* làm thay đổi hoàn toàn điều gì ■ *The fire turned our lives inside out. We lost everything that was value to us.* • Trận cháy đã làm thay đổi hoàn toàn cuộc sống của chúng tôi. Chúng tôi mất hết mọi thứ có giá trị đối với mình. 2. hoặc *turn sth upside down* lục soát toàn diện một nơi nào, nhất là làm cho nơi ấy trở nên lộn xộn hoặc bị hư hại ■ *The police turned the apartment inside out, but found nothing.* • Cảnh sát đã lục tung hết cả căn hộ, nhưng không tìm thấy gì. 3. khảo sát, nghiên cứu toàn diện vấn đề gì, thường là cố nhìn theo một cách hoàn toàn khác đi ■ *I like taking common ideas and turning them inside out.* • Tôi thích lấy những ý kiến thông thường và nghiên cứu thật kỹ để hiểu chúng khác đi.

turn sth on its head hoặc *stand sth on its head* 1. chỉ ra rằng một ý kiến, lập luận nào đó là sai trái và thật ra là trái ngược, mâu thuẫn với những gì người ta tưởng ■ *The lawsuit stands truth on its head. That company is suing people for activities that it approved of, encouraged, and profited from.* • Vụ kiện làm đảo lộn cả sự thật. Công ty ấy đang đứng ra kiện mọi người vì chính những hành vi mà công ty đã đồng ý, khuyến khích và được hưởng lợi từ đó. ■ *Einstein's theories stood the mathematical world on its head.* • Những lý thuyết của Einstein làm đảo ngược cả thế giới toán học. 2. thực hiện điều gì mới mẻ và hoàn toàn bất ngờ, khiến cho mọi người thay đổi nhận thức về một vấn đề ■ *Jimi Hendrix's album turn the music industry on its head.* • Đĩa nhạc của Jimi Hendrix đã làm thay đổi hoàn toàn nhận thức của ngành âm nhạc.

turn sth to one's advantage biến một tình huống xấu trở thành có lợi cho mình ■ *Every magician has a trick that goes wrong, but you can turn this to your advantage by pretending it was deliberate and making the audience laugh.* • Tất cả các nhà ảo thuật đều gặp phải một trò diễn có vấn đề, nhưng bạn có thể thay đổi tình thế trở thành có lợi bằng cách giả vờ như đó là cố ý và làm cho khán giả bật cười.

turn sth upside down → **turn sth inside out**

turn tail rút lui ra khỏi một tình huống khó khăn vì không đủ khả năng giải quyết ■ *At the first sign of danger, Robb turned tail and left the scene.* • Ngay khi có dấu hiệu nguy hiểm đầu tiên, Robb đã rút lui và rời khỏi hiện trường.

turn the clock back hoặc *put the clock back* 1. trở lại, nhớ về một giai đoạn trước đây trong quá khứ ■ *I wish we could turn the clock back two years and give the marriage another chance.* • Tôi ước gì có thể quay ngược lại trước đây 2 năm và đưa ra một chọn lựa khác cho cuộc hôn nhân. ■ *If we could turn the clock back, would you actually change anything?* • Nếu chúng ta có thể quay ngược lại quá khứ, anh có thật sự muốn thay đổi điều gì chăng? 2. trở lại một phong cách, ý tưởng đã lạc hậu trước đây ■ *The new censorship law will turn the clock back 50 years.* • Luật kiểm duyệt mới sẽ quay ngược lại với thời đại cách đây 50 năm.

turn the corner 1. bắt đầu cảm thấy hồi sức sau cơn bệnh, hoặc thấy vui hơn sau một giai đoạn buồn chán ■ *We knew Dad had turned the corner when he started complaining about the hospital food.* • Chúng tôi biết là cha đã cảm thấy khỏe lại khi ông bắt đầu than phiền về thức ăn của bệnh viện. ■ *With this new job I feel I'm turning a corner.* • Với công việc mới này tôi cảm thấy đang chuyển sang một giai đoạn mới tích cực hơn. 2. bắt đầu hoạt động có lãi hoặc thành công trong kinh doanh sau khi vừa qua một giai đoạn tồi tệ ■ *The airline will probably need another 10 million dollars by the end of the year to turn the corner and make a profit.* • Hãng hàng không ấy có lẽ phải cần đến 10 triệu đô-la nữa vào cuối năm nay để có thể cải thiện hoạt động và có lãi. ■ *Has the economy finally turned the corner?* • Cuối cùng rồi nền kinh tế có thay đổi cải thiện hơn chăng?

turn the knife (in the wound) → **twist the knife (in the wound)**

turn the other cheek cố ý tránh không có phản ứng giận dữ hoặc thô bạo khi bị ai đó xúc phạm hoặc làm tổn thương ■ *Don't fight back. It's best to turn the other cheek in a situation like that.* • Đừng đánh lại. Tốt nhất là hãy nhẫn nhịn trong một tình huống như thế.

turn the screws on → **turn the screws on**

turn the spotlight on → **put the spotlight on**

turn the tables (on sb) bất ngờ giành được lợi thế hơn một đối thủ mạnh hơn mình, trong một cuộc chiến đấu, cạnh tranh hay thi tài ■ *Police say that two clerks at a convenience store turned the tables on a potential robber, firing five shots at him, and forcing him to flee empty-handed.* • Cảnh sát nói rằng hai nhân viên ở một cửa hiệu tạp hóa đã lật ngược tình thế với một tên cướp, bắn vào hắn 5 phát đạn, và buộc hắn ta phải tháo chạy chẳng lấy được gì. ■ *Isabel was able to turn the tables on her captor when she found his gun.* • Isabel đã có thể lật ngược được tình thế với người bắt giữ cô khi cô tìm được cây súng của hắn.

turn to jelly hoặc *feel like jelly* nói về một bộ phận của cơ thể, cảm thấy hết sức yếu ớt bởi vì căng thẳng, sợ sệt hay mỏi mệt ■ *Every time she looked into Jeff's eyes, her legs turned to jelly.* • Mỗi lần cô ấy nhìn vào mắt của Jeff, hai chân cô nhũn ra như sứa không đứng nổi.

turn up the heat (on sb) chỉ trích hay làm điều gì đe dọa, khiến cho ai đó cảm thấy phải hoàn thiện hơn nữa công việc đang làm ■ *Newspaper interest in the subject of pollution has certainly* turned up the heat on the water industry. • Sự quan tâm của báo chí đến vấn đề ô nhiễm chắc chắn đã tạo sức ép buộc ngành công nghiệp xử lý nước phải cải thiện hơn nữa. ■ *Leeds United turned up the heat on their opponents with a second goal.* • Với bàn thắng thứ nhì, Leeds United tạo sức ép buộc các đối thủ của họ phải chơi hay hơn nữa.

turned → the tables have turned

turning → keep the wheels turning

turning → the tide is turning

turning → the wheels are turning

turnip → be like getting blood out of a stone

twain → never the twain shall meet

twice → large as life

twice → lightning never strikes twice

twice → not think twice

twice → once bitten, twice shy

twice → think twice (about)

twiddle one's thumbs không làm điều gì cả, hoặc là vì không có gì để làm, hoặc là vì đang chờ đợi điều gì sắp xảy ra ■ *Don't just sit around twiddling your thumbs - there's plenty of filing to do.* • Đừng bỏ phí thời gian không làm gì cả - có rất nhiều hồ sơ đang phải làm.

twinkling → in the twinkling of an eye

twist → have one's arm twisted

twist → round the bend

twist one's arm thuyết phục ai làm một điều mà trước đó họ không muốn làm. ■ *I'll call her and twist her arm a little - I think she'll give us the money.* • Tôi sẽ gọi cho cô ấy và thuyết phục đôi chút - tôi tin là cô ấy sẽ đưa tiền cho chúng ta. ■ *Lorena didn't want to go fishing, but after her friends twisted her arm, she went.* • Lorena đã không muốn đi câu cá, nhưng sau khi các bạn cô thuyết phục cô, cô đã đi.

twist sb around one's little finger → wrap sb around one's little finger

twist the knife (in the wound) hoặc *turn the knife (in the wound)* nói hay làm điều gì khiến cho một người đang bối rối, lúng túng lại càng bối rối, lúng túng hơn nữa, hoặc thiếu tế nhị chạm vào nỗi đau của người khác ■ *"Have you heard from your ex-boyfriend lately? He just got engaged." "No, I hadn't heard - thanks for twisting the knife."* • "Gần đây bạn có nghe tin gì về anh bạn trai cũ của mình không? Anh ta vừa mới đính hôn đấy." "Không, tôi đã không nghe gì cả - cảm ơn vì đã khơi thêm chuyện đau buồn cũ."

twisting → leave sb twisting in the wind

two → be of two minds

two → have two left feet

two → in two shakes (of a lamb's tail)

two → it takes two to tango

two → know a thing or two about sth

two → like two peas in a pod

two → no two ways about it

two → not have two cents to rub together

two → put two and two to make five

two → put two and two together

two → stand on one's own two feet

two → stick two fingers at sb

two → take sb down a peg (or two)

two → that makes two of us

two sides of the same coin nói về hai vấn đề hoặc tình huống quan hệ rất chặt chẽ với nhau đến mức thật sự chỉ là hai mặt của cùng một vấn đề ■ *It is becoming apparent that political unrest and religious fundamentalism are two sides of the same coin.* ● Ngày càng rõ ra là sự bất ổn chính trị với trào lưu chính thống trong tôn giáo chỉ là hai mặt của một vấn đề.

two wrongs don't make a right dùng khi muốn nói rằng việc đáp lại một hành vi sai trái bằng một hành vi sai trái tương tự là không tốt ■ *Going to war is not the answer. Two wrongs don't make a right, and we should try to solve this through diplomacy.* ● Chiến tranh không phải là giải pháp. Hai bên cùng sai thì chẳng đi đến đâu, và chúng ta nên cố giải quyết việc này thông qua con đường ngoại giao.

two's company (three's a crowd) dùng khi muốn nói đến một tình huống chỉ hai người thôi thì tốt hơn là có người thứ ba ■ *"Why don't you stay for supper, Jill?" "No, I'll leave you and Joe alone - two's company, three's a crowd."* ● "Tại sao bạn không ở lại dùng bữa tối, Jill?" "Không, tôi sẽ để cho bạn một mình với Joe thôi - hai người là đủ, ba người là thừa."

two-step → the Aztec two-step

two-way street nói về những quan điểm, cảm nghĩ... của cả hai phía đối tượng có liên quan vào một tiến trình đều có ảnh hưởng quan trọng như nhau ■ *Learning is a two-way street for students and teachers at Lincoln High.* ● Việc học tập là một tiến trình hai chiều cho cả học sinh và giáo viên ở trường Lincoln High.

type → all kinds of sb

ugly → be beat with an ugly stick

ugly → large as life

ugly → rear its (ugly) head

ugly as sin hoặc *as ugly as sin* rất xấu xí ■ *The new building is as ugly as sin.* ● Tòa nhà mới thật vô cùng xấu xí. ■ *The old woman is ugly as sin, but she dresses beautifully.* ● Bà già thật xấu xí, nhưng bà ta ăn mặc một cách đẹp đẽ. ■ *My wife loves those dogs, but I think they're ugly as sin.* ● Vợ tôi yêu thích những con chó đó, nhưng tôi nghĩ chúng thật là gớm ghiếc.

ugly duckling người lúc còn trẻ không có gì nổi bật, xuất sắc, nhưng trở nên thành đạt khi đã lớn tuổi ■ *He may be rich and famous now, but Nelson was always considered the ugly duckling of his family.* ● Ngày nay Nelson có thể nói là đã giàu có và nổi danh, nhưng trước đây trong gia đình ông vẫn bị xem là một đứa trẻ không có gì hứa hẹn.

umbilical → cut the cord

unbowed → bloodied but unbowed

uncertain → in no uncertain terms

uncle → Bob's your uncle

under → a lot of water has gone under the bridge since

under → be hot under the collar

under → be right (there) under one's nose

under → be six feet under

under → be under control

under → be under fire

under → be under the wing of

under → bring sth under control

under → come under the hammer

under → down under

under → drink sb under the table

under → get in under the wire

under → get under one's feet

under → get under one's skin

under → get under way

under → go under the knife

under → have sth under one's belt

under → hide one's light under a bushel

under → it's water under the bridge

under → keep sth under one's hat

under → let the grass grow under one's feet

under → light a fire under sb

under → pull the rug (out) from under sb

under → sweep sth under the rug

under → take sb under one's wing

under → worship the ground sb walks on

under a cloud (of suspicion) (nói về người) bị người khác phản đối hoặc không tin tưởng vì nghi ngờ là đã làm điều gì sai trái ■ *Webster left the law firm under a cloud in 1995.* ● Vào năm 1995, Webster rời khỏi công ty luật với nhiều sự ngờ vực. ■ *She resigned under a cloud.* ● Bà ta đã từ chức với nhiều sự nghi ngờ. ■ *Someone stole some money at* work, and now everyone is under a cloud of suspicion. • Có ai đó đã ăn cắp một số tiền ở chỗ làm, và giờ đây mọi người đều bị nghi ngờ. ■ *Even the manager is under a cloud.* • Ngay cả người quản lý cũng bị nghi ngờ.

under age chưa đủ tuổi trưởng thành theo pháp luật quy định ■ *It is illegal to sell cigarettes to children who are under age.* • Bán thuốc lá cho trẻ em chưa đến tuổi trưởng thành là vi phạm pháp luật. ■ *He served wine to girls who were under age.* • Anh ta đã phục vụ rượu vang cho những cô gái chưa đến tuổi trưởng thành. → ***come of age***

under any circumstances hoặc *in any circumstances* dùng để nhấn mạnh điều gì sẽ không xảy ra dù trong bất cứ trường hợp nào ■ *Under no circumstances should you lend Paul any money.* • Trong bất cứ trường hợp nào anh cũng không nên cho Paul mượn tiền. ■ *Don't open the door, in any circumstances.* • Không được mở cửa ra, dù trong bất cứ trường hợp nào. ■ *I would never in any circumstances dream of comparing her with you.* • Trong bất cứ trường hợp nào tôi cũng không nghĩ đến chuyện so sánh cô ta với bạn. ■ *Under no circumstances will we agree to splitting up the company.* • Trong bất cứ trường hợp nào chúng tôi cũng sẽ không đồng ý việc chia tách công ty.

under canvas ở trong một căn lều, trại ■ *They spent the night under canvas.* • Họ đã ngủ qua đêm trong một căn lều. ■ *We spent three months living under canvas.* • Chúng tôi trải qua ba tháng sống trong một căn lều.

under construction đang được xây dựng hoặc sửa chữa ■ *We cannot travel on this road because it's under construction.* • Chúng ta không thể đi trên con đường này vì nó đang được sửa chữa. ■ *Our new house has been under construction all summer. We hope to move in next month.* • Ngôi nhà mới của chúng tôi đang được xây dựng trong suốt mùa hè. Chúng tôi hy vọng sẽ dọn đến ở trong tháng tới.

under cover 1.giả dạng người khác để làm một điều gì bí mật ■ *I knew he's a police officer working under cover.* • Tôi biết anh ta là một nhân viên công an chìm. ■ *Working under cover is one of the most dangerous types of police work.* • Hoạt động bí mật là một trong những loại công việc nguy hiểm nhất của công an. 2. được thực hiện dưới một cấu trúc bảo vệ, che chở chống lại ảnh hưởng của thời tiết ■ *They start growing those plants indoors or under cover.* • Họ bắt đầu trồng những cây đó ở trong nhà hay trong khu vực có mái che.

under cover of sth hoặc *under the cover of sth* được che giấu hoặc bảo vệ bởi điều gì ■ *Later, under cover of darkness, they crept into the house.* • Sau đó, ẩn nấp theo bóng tối, họ lẻn vào trong nhà. ■ *They planned to attack under cover of darkness.* • Họ lên kế hoạch tấn công trong bóng tối.

under false pretences hoặc *by false pretences* hoặc *on false pretences* mạo nhận là một người khác để đạt được điều gì ■ *She was accused of obtaining money under false pretences.* • Cô ấy bị buộc tội lấy được tiền bằng cách mạo danh người khác.

under lock and key 1. nói về vật gì, được giữ ở một nơi an toàn, khóa

chặt ■ *The file on Oswald had been kept under lock and key on the sixth floor of the National Archives.* ● Hồ sơ về Oswald đã được khóa chặt an toàn ở tầng thứ sáu của Nhà lưu trữ dữ liệu quốc gia. 2. nói về người, bị giam giữ chặt ở một nơi không thể trốn thoát ■ *Even under lock and key, Lecter was more dangerous than the maniac he was helping the FBI to track down.* ● Mặc dù bị giam giữ chặt chẽ, Lecter còn nguy hiểm hơn cả tên đốt nhà mà anh ta đang giúp FBI tìm kiếm.

under no condition → **on no condition**

under one's own steam tự đi đến một nơi nào mà không cần đến sự giúp đỡ của người khác ■ *"Do you need a ride?" "No, we can get there under our own steam."* ● "Các anh có cần đi nhờ xe không?" "Không, chúng tôi có thể tự đi đến đó."

under one's thumb nói về người hoàn toàn bị khống chế, kiểm soát bởi người khác ■ *Sarah's got you totally under her thumb - you do everything she tells you.* ● Sarah đã hoàn toàn khống chế được anh rồi - anh làm tất cả những việc cô ấy sai bảo.

under par → **below par**

under separate cover (thường dùng trong thư từ giao dịch thương mại) được gửi riêng, trong một thư khác ■ *The information you requested is being forwarded to you under separate cover.* ● Thông tin mà anh yêu cầu đang được gửi đến cho anh trong một lá thư khác. (- nghĩa là không được kèm theo)

under the (watchful) eye of sb dưới sự theo dõi, quan sát cẩn thận của ai ■ *The children played under the watchful eye of their father.* ● Bọn trẻ chơi đùa dưới sự quan sát thận trọng của người cha. ■ *The girls sat on the ground under the watchful eye of their aunt.* ● Những bé gái ngồi trên mặt đất dưới sự quan sát canh chừng của bà cô chúng.

under the aegis of sb → **under the aegis of sth**

under the aegis of sth hoặc **under the aegis of sb** nói về điều gì được thực hiện dưới sự bảo vệ hoặc ủng hộ của một người, tổ chức... nào đó ■ *Medical supplies are being sent under the aegis of the Red Cross.* ● Những nguồn cung cấp y tế được gửi đến dưới sự bảo trợ của tổ chức Hồng Thập Tự. ■ *The study conducted under the aegis of the university.* ● Cuộc nghiên cứu được tiến hành dưới sự bảo trợ của trường đại học.

under the auspices of sb với sự giúp đỡ, hỗ trợ hay bảo vệ của người hay tổ chức nào đó ■ *The community centre was set up under the auspices of the government.* ● Trung tâm cộng đồng đã được thiết lập dưới sự bảo trợ của chính phủ. ■ *There's a peacekeeping force under the auspices of the United Nations.* ● Có một lực lượng gìn giữ hòa bình dưới sự bảo trợ của Liên Hiệp Quốc.

under the banner of 1. tuyên bố là ủng hộ, tuân theo một nguyên tắc, một quan điểm nào đó (thường được đưa ra như lý do để giải thích cho một việc đang làm) ■ *Soon it will become legal in Arizona, under the banner of free enterprise, to advertise different brands of electricity the same way phone companies are hyped today.* ● Theo nguyên tắc tự do doanh nghiệp, không bao lâu thì việc quảng cáo cho nhiều công ty điện lực khác nhau sẽ trở thành hợp pháp ở Arizona, giống như cách mà các công ty điện thoại ngày nay đang làm. ■ *Feminism marched under the banner of equality, while the sexual revolution marched under that of freedom.* ● Những người ủng hộ nam nữ bình quyền hoạt động theo nguyên tắc bình đẳng, trong khi những người ủng hộ sự thay đổi tình dục lại hoạt động theo nguyên tắc tự do. ■ *They fought the election under the banner of "No new taxes".* ● Họ đã tranh cử với chiêu bài sẽ ủng hộ việc "không có các khoản thuế mới". ■ *They operated under the banner "jobs for local people".* ● Họ hoạt động theo tôn chỉ là "công việc dành cho người địa phương". 2. như là một phần phụ thuộc của tổ chức nào đó ■ *Troops are in the country under the banner of the United Nations.* ● Quân đội hiện diện trong quốc gia ấy dưới danh nghĩa của Liên Hiệp Quốc. ■ *He worked for an agency operating under the banner of the Welsh Office.* ● Ông ta làm việc cho một văn phòng đại diện hoạt động trực thuộc Welsh Office.

under the care of sb nhận sự chăm sóc thuốc men của người hay tổ chức nào ■ *He's under the care of Dr. Parks.* ● Ông ấy đang nhận sự chăm sóc thuốc men từ bác sĩ Parks. ■ *They are refugees under the care of the relief agencies.* ● Họ là những người tị nạn nhận sự chăm sóc y tế từ các cơ quan cứu trợ.

under the circumstances hoặc *in the circumstances* cân nhắc đến những tác động, ảnh hưởng của tình huống cụ thể đối với vấn đề đang được đề cập đến ■ *Under the circumstances, it seemed better not to tell him about the accident.* ● Xét trong tình huống này, có vẻ như tốt hơn là đừng nói cho anh ta biết về vụ tai nạn. ■ *She did the job very well in the circumstances.* ● Xét trong tình huống này thì cô ấy đã thực hiện công việc rất tốt. ■ *It's amazing that they did so well under the circumstances.* ● Trong tình huống này, thật đáng kinh ngạc là họ đã thực hiện quá tốt.

under the counter mua hoặc bán cái gì một cách lén lút, mờ ám vì không hợp pháp ■ *Shop owners were buying illegal alcohol for $1.50 under the counter and reselling it for $2.75.* ● Những người chủ cửa hàng đã mua rượu bất hợp pháp với giá 1,5 đô-la và bán lại với giá 2,75 đô-la. ■ *They sell pornography under the counter to customers.* ● Họ bán các thứ vật phẩm khiêu dâm một cách lén lút cho khách hàng. ■ *Pornography may be legally banned but it is still available under the counter.* ● Các thứ vật phẩm khiêu dâm có thể là bị pháp luật cấm nhưng vẫn sẵn có qua con đường lén lút.

under the cover of sth → **under cover of sth**

under the gun tình huống khó khăn vì mọi người đều muốn mình thành công và sẽ quy lỗi nếu để thất bại ■ *Coaching has become a tough job - running a team means always being under the gun.* ● Công việc của huấn luyện viên đã trở thành một công việc rất khó khăn - điều hành một đội bóng có nghĩa là luôn luôn chịu áp lực nặng nề phải giành được chiến thắng.

under the influence đang trong tình trạng không thể lái xe hoặc làm điều gì đó một cách tỉnh táo vì vừa mới uống rượu, bia... ■ *Nelson pleaded guilty to driving under the influence.* ● Nelson nhận tội là lái xe trong trạng thái sau khi uống rượu. ■ *She was charged with driving under the influence.* • Cô ấy bị buộc tội lái xe trong khi có hơi men.

under the spotlight → **in the spotlight**

under the table nói về việc mua, bán hay làm điều gì một cách bí mật vì không trung thực hoặc vi phạm vào luật pháp ■ *Taber is officially unemployed, but he does a few jobs for friends who pay him under the table.* • Taber chính thức là thất nghiệp, nhưng anh ta làm một số công việc cho bạn bè, những người lén lút chi trả cho anh ta. ■ *I don't like to see young people involved in under-the-table deals.* • Tôi không thích những thanh niên dính líu đến các vụ mua bán bất hợp pháp.

under the weather (khẩu ngữ) ốm nhẹ, không nghiêm trọng lắm ■ *Donna's not coming along today - she's a little under the weather.* • Hôm nay Donna không đến - cô ta bị ốm nhẹ.

under wraps (thường dùng trong các lĩnh vực kinh doanh và chính trị) giữ bí mật với công chúng ■ *The report is being kept tightly under wraps to avoid controversy.* • Bản báo cáo được giữ kín trong vòng bí mật để tránh gây tranh cãi. ■ *The guest list is still under wraps, but there will be plenty of celebrities.* • Danh sách khách mời vẫn còn đang được giữ kín, nhưng sẽ có rất nhiều nhân vật nổi tiếng.

underground → **go underground**

understand what's what → **know what's what**

under-the-counter lén lút, bất hợp pháp ■ *New political measures have been taken against under-the-counter drug sales in California.* • Các biện pháp chính trị mới đã được áp dụng để chống lại việc mua bán thuốc bất hợp pháp ở California.

uneasy bedfellows → **make strange bedfellows**

unglued → **come unglued**

unholy alliance sự liên kết giữa những người hay tổ chức mà trước đó vốn không hợp nhau, nhất là khi sự liên kết ấy nhắm đến một mục đích xấu ■ *The parties in Washington have formed an unholy alliance between the powers of greed and special interests to run giant political campaigns.* • Các đảng phái ở Washington đã hình thành một liên minh xấu xa giữa những thế lực tham lam và các quyền lợi đặc biệt để điều hành những chiến dịch vận động chính trị quy mô lớn.

universe → **the centre of one's universe**

unknown quantity điều không ai biết được về một người hay sự vật, hoặc những ảnh hưởng có thể có của người hay sự vật đó ■ *Our new personnel director is a bit of an unknown quantity, and he is the last place I'd go for help with problem.* • Giám đốc nhân sự mới của chúng tôi là một người khá bí ẩn, và ông ta hẳn là người cuối cùng tôi tìm đến để nhờ giúp đỡ khi gặp rắc rối.

unquote → **quote, unquote**

unsung hero người không hề được ca ngợi hoặc nổi tiếng, mặc dù việc đã làm của họ hoàn toàn xứng đáng được như vậy ■ *We must remember the unsung heroes of the war.* • Chúng ta phải nhớ đến những anh hùng vô danh trong chiến tranh. ■ *The unsung heroes behind the fund-raising effort were the volunteers who answered telephones 24 hours a day.* ● Những anh hùng vô danh đứng sau nỗ lực gây quỹ này là những người tình nguyện đã trực trả lời điện thoại 24 giờ mỗi ngày.

untie the Gordian knot → cut the Gordian knot

until hell freezes over hoặc *till hell freezes over* (khẩu ngữ) nói về điều gì đó đang xảy ra sẽ vẫn còn tiếp tục xảy ra ■*We're gonna fight till hell freezes over.* ● Chúng tôi sẽ tiếp tục chiến đấu lâu dài. ■*I'll be with you till hell freezes over.* ● Tôi sẽ ở cùng bạn mãi mãi.

until the bitter end → to the bitter end

until the cows come home → till the cows come home

until you're blue in the face hoặc *till you're blue in the face* (khẩu ngữ) dùng khi muốn nói với ai rằng dù người ấy có gắng sức bao lâu cũng không thể đạt được điều gì cả ■ *You can argue till you're blue in the face, but you won't change my mind.* ● Anh có thể cãi cọ đến bao lâu cũng được, nhưng anh không thể làm tôi đổi ý được đâu. ■ *You can tell your kids not to do something until you're blue in the face, but if they want to do it, they will.* ● Bạn có thể phí sức răn dạy bảo lũ trẻ đừng làm điều gì đó, nhưng khi chúng muốn chúng sẽ làm thôi.

unto → law unto oneself

unturned → leave no stone unturned

up → a leg up

up → be all up with sb

up → be het up

up → be keyed up

up → be up-front (about sth)

up → be washed up

up → beef up

up → dead from the neck up

up → drive sb up the wall

up → fetch up in

up → get hung up on sth

up → get it up

up → give up the ghost

up → go toes up

up → ham it up

up → it's up to you

up → live it up

up → move up in the world

up → not have much upstairs

up → on an up

up → on the up

up → on the up and up

up → pump up the volume

up → swear up and down (that)

up → the game is up

up → turn up the heat

up → what's up

up → whoop it up

up against it phải đối phó, giải quyết một tình huống khó khăn ■ *I am so up against it financially, I'm living from week to week.* ● Tôi đang quá khó khăn về mặt tài chính, tôi đang sống kéo lê tuần này sang tuần khác.

up and about có đủ sức khỏe để đi lại và sống cuộc sống bình thường sau khi bị bệnh hoặc bị thương ▪ *Yolanda should be up and about again within a week.* • Yolanda hẳn phải hồi phục sức khỏe trở lại trong vòng một tuần.

up and down (khẩu ngữ) 1. đôi khi thấy vui khỏe và đôi khi không được khỏe khoắn ▪ *How are you? I hear you've been up and down lately.* • Anh có khỏe không? Tôi nghe nói gần đây sức khỏe anh rất thất thường. 2. đôi khi đạt được thành công và đôi khi thất bại ▪ *Our team has been up and down, but I hope we do better tomorrow.* • Đội chúng tôi đã qua những thăng trầm, nhưng tôi hy vọng ngày mai chúng tôi sẽ chơi tốt hơn.

up and running nói về một hệ thống, một tổ chức mới hoặc máy móc... đang hoạt động tốt ▪ *We should have the phone system up and running within a couple of days.* • Trong vài ngày chúng ta cần phải làm cho hệ thống điện thoại hoạt động tốt.

up for grabs nói về một giải thưởng, một việc làm hay một cơ hội dành cho tất cả mọi người, ai cũng có thể cố gắng để đạt được ▪ *Five city council seats are up for grabs in the coming election.* • Năm ghế trong hội đồng thành phố là cơ hội cho bất cứ ai trong cuộc bầu cử sắp tới. ▪ *There are £25,000 worth of prizes up for grabs in our competition!* • Có những giải thưởng trị giá đến 25.000 bảng Anh dành cho bất cứ ai trong cuộc tranh tài của chúng tôi. (- nghĩa là ai cũng có quyền dự tranh để chiếm giải)

up for sth (khẩu ngữ) muốn làm hoặc cố gắng để làm điều gì ▪ *We're going for a drink after work - are you up for it?* • Chúng tôi sẽ đi uống nước sau giờ làm việc - anh có muốn đi không?

up front chi trả trước một khoản tiền ▪ *We'll pay you half up front and the other half when you've finished the job.* • Chúng tôi sẽ trả trước cho anh một nửa và nửa còn lại khi anh đã hoàn tất công việc. ▪ *I'll need £500 up front for the cost of materials.* • Tôi sẽ cần 500 bảng Anh trả trước cho chi phí mua nguyên liệu.

up in arms about sth phản đối một cách giận dữ ▪ *As soon as Morris suggested the changes, the whole committee was up in arms.* • Ngay khi Morris đề nghị những thay đổi, cả ủy ban đều phản đối giận dữ. ▪ *The students were up in arms when the chancellor closed the university.* • Những sinh viên đã phản đối một cách giận dữ khi ông hiệu trưởng đóng cửa trường đại học.

up in the air chưa được quyết định, vấn đề còn bỏ ngỏ ▪ *"When are you going on vacation?" "It's still up in the air."* • "Bao giờ anh sẽ đi nghỉ?" "Việc ấy vẫn còn chưa quyết định." ▪ *Our travel plans are still up in the air.* • Những kế hoạch du lịch của chúng tôi vẫn còn chưa được quyết định.

up in years hoặc *advanced in years* hoặc *on in years* hoặc *along in years* hoặc *of advanced years* hoặc *advanced age* già, lớn tuổi ▪ *My uncle is up in years and can't hear too well.* • Chú tôi đã lớn tuổi và không thể nghe được rõ. ▪ *As Grandfather got on in years, he became quiet and thoughtful.* • Khi ông nội đã già, ông trở nên ít nói và trầm tư. ▪ *Many people lose their hearing somewhat when they are along in years.* • Nhiều người mất đi phần nào thính lực khi họ già đi. ■ *He was a man of advanced years.* • Ông ta là người đã lớn tuổi. ■ *Even at my advanced age I still know how to enjoy myself.* • Ngay cả khi tuổi già, tôi vẫn biết cách để tự vui thú.

up on sth (khẩu ngữ) hiểu biết rất nhiều về một chủ đề nào đó ■ *That kid's really up on his history, isn't he?* • Cậu bé đó thật sự hiểu biết rất nhiều về môn lịch sử, phải không?

up shit creek → **up the creek**

up the ante hoặc *raise the ante* gia tăng sự đòi hỏi, chấp nhận thêm rủi ro, hoặc tăng thêm mức chi phí, đầu tư... nhằm mục đích có thể thu lợi nhiều hơn ■ *The airline has raised the ante on its competitors by offering two flights for the price of one.* • Hãng hàng không ấy đã tăng thêm áp lực lên các đối thủ của họ bằng cách phục vụ hai chuyến bay chỉ với giá tiền một chuyến. ■ *His ex-wife has upped the ante in her alimony suit against him.* • Người vợ trước của anh ta đã đòi anh phải tăng thêm số tiền trợ cấp sau ly dị. *ante* là khoản tiền đặt vào của mỗi người chơi trong một canh bạc ăn thua trước khi bắt đầu. Nếu khoản tiền này tăng hay giảm, cũng có nghĩa là mức độ rủi ro của người chơi nhiều hay ít.

up the creek (without a paddle) hoặc *up shit creek (without a paddle)* (khẩu ngữ) cách nói kém lịch sự, hàm ý là ai đó đang ở trong một tình huống rất khó khăn ■ *The developers sunk millions of dollars into the new stadium, but didn't leave enough room for parking. Now they're up the creek without a paddle, and are likely to lose a lot of moneys.* • Các nhà đầu tư phát triển đã đổ hàng triệu đô-la vào cái sân vận động mới, nhưng đã không chừa đủ chỗ để đậu xe. Giờ đây họ đang lâm vào tình thế khó khăn không lối thoát, và có thể sẽ thua lỗ rất nhiều tiền. ■ *I was really up the creek without my car.* • Tôi thực sự rơi vào tình trạng khó khăn khi không có xe hơi. ■ *If we don't get this contract, we're up the creek!* • Nếu chúng ta không có được hợp đồng này, chúng ta sẽ lâm vào tình huống rất khó khăn! - vì từ *shit* bị nhiều người xem là có ý xúc phạm, nên tốt hơn là không nên dùng thành ngữ có từ này.

up the wazoo → **out the wazoo**

up the ying yang → **out the wazoo**

up to no good → **up to sth**

up to one's ears in sth hoặc *up to one's neck in sth* hoặc *up to one's eyeballs in sth* hoặc *up to one's eyes in sth* (khẩu ngữ) phải giải quyết khối lượng công việc hoặc điều gì đó quá nhiều so với khả năng ■ *I can't come this weekend. I'm up to my ears in work.* • Tuần này tôi không thể đến được. Công việc của tôi đang ngập đầu. ■ *He must up to his eyeballs in debt.* • Hắn ta chắc phải là đang nợ nần ngập đầu. ■ *We're up to our ears in work.* • Chúng tôi đang ngập cả đầu trong công việc. ■ *They're up to their eyes in work.* • Họ đang bận việc đến ngập cả đầu.

up to one's eyeballs in sth → **up to one's ears in sth**

up to one's eyes in sth → **up to one's ears in sth**

up to one's neck in sth → **up to one's ears in sth**

up to one's old tricks lặp lại những

mánh khóe, thủ đoạn xấu đã làm trước đây ■ *Peter's up to his old tricks again - he's taken another two-hour lunch break.* ● Peter lại giở mánh khóe cũ ra lần nữa - hắn ta nghỉ ăn trưa đến hai giờ đồng hồ.

up to par đạt được tiêu chuẩn cao như mong đợi hoặc đủ để có thể chấp nhận được ■ *Intense competition can be a good thing if it helps to keep a company up to par.* ● Sự cạnh tranh gay gắt có thể là một điều tốt nếu như nó giúp cho một công ty giữ được chuẩn mực tốt đẹp.

up to snuff có đủ phẩm chất tốt đẹp, hoặc tốt đẹp đến mức như thường lệ (thường dùng ở dạng phủ định) ■ *Cooper's performance on Broadway wasn't quite up to snuff.* ● Buổi diễn của Cooper ở Broadway không được tốt đẹp như thường lệ.

up to speed 1. nói về một công ty, tổ chức... bắt đầu hoạt động tốt đẹp theo đúng khả năng của mình, sau khi đã trải qua một giai đoạn trì trệ, chậm chạp ■ *If work on the space station is stopped, it will take NASA at least five years to get up to speed on a new project.* ● Nếu công việc trên trạm không gian bị ngưng lại, NASA sẽ phải mất ít nhất là 5 năm để có thể hoạt động bình thường trở lại trong một dự án mới. 2. nói về người, am hiểu về một tình huống, sự việc đến mức độ không thua kém hơn bất cứ ai ■ *Dave here can bring you up to speed on the Lamberton project.* ● Ông Dave đây có thể giúp anh am hiểu về dự án Lamberton không thua bất cứ một người nào khác.

up to sth 1. dùng ở dạng phủ định khi nói về việc không có đủ năng lực hoặc sự quan tâm để làm một công việc cụ thể nào đó ■ *You've never done any serious hiking before, so you may not be up to this.* ● Anh chưa từng có bất cứ chuyến đi bộ đường dài thực sự nào, vì vậy có lẽ anh không đủ khả năng tham gia lần này. 2. hoặc *up to no good* (khẩu ngữ) dùng khi nói về ai đó đang làm điều gì mà lẽ ra không nên làm ■ *Do you think the kids are up to something upstairs? They're very quiet.* ● Anh có nghĩ là bọn trẻ đang làm điều gì không ổn ở tầng trên hay không? Bọn chúng im lặng quá. ■ *Those kids are always up to no good.* ● Những đứa trẻ ấy luôn luôn làm những chuyện không tốt.

up to the hilt → **to the hilt**

up yours cách nói hết sức khiếm nhã để cố tình xúc phạm ai khi người ấy đã nói hoặc làm điều gì gây khó chịu, bực mình ■ *As I walked away, I heard him mutter "Up yours, too."* ● Khi tôi bước đi, tôi nghe hắn ta lầm bầm: "Mẹ kiếp mày."

upfront → **be up-front (about sth)**

up-front → **be up-front (about sth)**

upon → **once upon a time**

upon my word → **my word**

upper → **get the upper hand**

upper → **the upper crust**

upper-crust thuộc về tầng lớp thượng lưu ■ *Late night parties in the hotel led to complaints from upper-crust visitors about the noise.* ● Những bữa tiệc kéo dài đến khuya ở khách sạn đã dẫn đến những lời phàn nàn của các du khách thuộc tầng lớp thượng lưu về sự ồn ào.

ups and downs những kinh nghiệm tốt và xấu lẫn lộn có thể thấy trong bất

cứ tình huống hay mối quan hệ nào
■ *Mick and Jerry had plenty of ups and downs in their 15 years together.* • Mick và Jerry đã có rất nhiều chuyện thăng trầm trong cuộc sống chung 15 năm của họ.

upset the apple cart → **upset the applecart**

upset the applecart hoặc *upset the apple cart* phá đám, làm hỏng kế hoạch hoặc một tình trạng đang tốt đẹp ■ *If you're afraid that you upset the applecart by saying what you think, then maybe the ralationship isn't as stable as you think.* • Nếu bạn sợ rằng mình sẽ làm hỏng mọi việc vì nói ra những gì mình nghĩ, như thế thì mối quan hệ ấy là không vững bền như bạn tưởng.

upside → **turn sth inside out**

upstairs → **kick sb upstairs**

upstairs → **not have much upstairs**

upstairs → **the man upstairs**

uptake → **quick on the uptake**

uptake → **slow on the uptake**

up-to-the-minute bao gồm tất cả những thông tin mới nhất, cập nhật nhất ■*They will soon be providing up-to-the-minute details about the floods.* • Không bao lâu họ sẽ cung cấp những chi tiết mới nhất về các trận lụt.

us and them dùng để nói về một tình huống khi hai nhóm người lẽ ra phải cùng hợp tác làm việc với nhau lại cảm thấy rất khác biệt nhau và cư xử đối nghịch với nhau ■ *Do you feel there's a sort of us and them attitude between the arts and the business world?* • Anh có cảm thấy có một kiểu thái độ thù nghịch chia cách giữa giới nghệ thuật và giới doanh nghiệp hay không?

use → **a fat lot of good it does**

use → **it's no use crying over spilled milk**

use every trick in the book hoặc *try every trick in the book* dùng đủ mọi phương thức nào biết đến để đạt được điều mình muốn ■ *Victoria used every trick in the book to get Patsy into trouble with her boss.* • Victoria dùng đến mọi phương thức để làm cho Patsy phải gặp rắc rối với ông chủ của cô ta.

use sb as a punching bag 1.công khai chỉ trích người hay tổ chức, và quy lỗi về tất cả những điều tồi tệ trong một tình huống ■ *We will not let the health department be used as a punching bag for ACT UP or any other group.* • Chúng tôi sẽ không để cho sở y tế thành đối tượng bị công khai chỉ trích và quy trách bởi nhóm ACT UP hay bất cứ nhóm nào khác. 2. đánh ai tơi bời, tả tơi ■ *If you don't stay away from Stefan's wife, he's likely to be back here to use you as a punching bag.* • Nếu anh không tránh xa cô vợ của Stefan, anh ta rất có thể sẽ trở về đây và cho anh một trận tơi bời đấy.

used to → **they don't make sth like they used to**

usual → **as per usual**

usual → **business-as-usual**

usual → **it is business as usual**

U-turn → **make a U-turn**

vacuum → in a vacuum

vale → the vale of tears

valor → discretion is the better part of valor

value → at face value

value → take sth at face value

vanish into thin air hoặc *disappear into thin air* hoặc *vanish off the face of the earth* hoặc *disappear off the face of the earth* hoặc *drop off the face of the earth* hoặc *vanish into thin air* biến mất một cách đột ngột, đáng ngạc nhiên hoặc khó hiểu ▪ *I know I saw the keys on the couch this morning, but they seem to have vanished into thin air.* • Tôi biết là tôi đã thấy những chiếc chìa khóa trên sa-lông sáng nay, nhưng chúng dường như đã biến đi mất tiêu không còn dấu vết. ▪ *Alice was so embarrassed, she wanted to drop off the face of the earth.* • Alice vô cùng bối rối, cô muốn biến ngay đi khỏi mặt đất này. ▪ *The company that supplied the cargo has vanished into thin air.* • Công ty lo việc cung ứng hàng hóa đã đột nhiên biến đi đâu mất tiêu rồi. ▪ *Keep looking - they can't just have vanished off the face of the earth.* • Tiếp tục tìm xem - bọn chúng không thể đột nhiên biến đi mất tăm như vậy được. ▪ *Steve has disappeared off the face of the earth.* • Steve đã đột nhiên lặn đi đâu mất tiêu không thấy tăm dạng gì cả.

vanishing → do a vanishing act

variety → garden variety

variety → variety is the spice of life

variety is the spice of life dùng khi muốn nói sự đa dạng, khác biệt chính là yếu tố làm cho cuộc sống trở nên thú vị ▪ *Variety is the spice of life, and there's plenty of it on the menu at Brando's Grill.* • Sự đa dạng là hương vị của cuộc sống, và điều đó thể hiện rất nhiều trên thực đơn của nhà hàng thịt nướng Brando.

velvet → iron fist in a velvet glove

vengeance → with a vengeance

vent one's spleen nói hay viết ra tất cả những điều đã gây sự bực tức, giận dữ trong một thời gian dài ▪ *In an unexpected outburst, Roberts vented her spleen in the Post, saying most of the articles written about her were total garbage.* • Trong một sự bùng nổ bất ngờ, Roberts trút hết những nỗi bực tức của mình trên tờ Post, nói rằng hầu hết những bài báo viết về cô ta hoàn toàn chỉ là rác rưởi.

ventured → nothing ventured, nothing gained

verbal → have verbal diarrhea

verge → on the verge of (doing) sth

verse → chapter and verse

vertically challenged cũng dùng với các trạng từ khác như *socially*, *chronologically*... với ý khôi hài, nhằm châm biếm là người đang được nói đến hoàn toàn không có phẩm chất nêu ra bởi trạng từ ▪ *I'm pleading for all of us out there who are vertically challenged - and by that I mean people under five foot three inches.* • Tôi xin kính mời những người "quá cao" trong chúng ta hãy bước ra ngoài kia - và ý tôi muốn nói là những người thấp hơn 5 bộ 3 inch. ■ *Some of the candidates for governor seemed extremely charimatically challenged. They bored voters to death in their peeches.* • Một số các ứng cử viên cho chức vụ thống đốc dường như là "quá sức lôi cuốn". Những bài diễn thuyết của họ làm cho cử tri chán đến chết được.

very → before one's (very) eyes

very → from the first

vessel → burst a blood vessel

vest → play one's cards close to one's chest

victim → fashion victim

victory → Pyrrhic victory

view → bird's-eye view (of sth)

view → take a dim view of sth

view → with a view to (doing) sth

view sb in a different light → see sb in a different light

view sth in a different light → see sb in a different light

view sth through rose-coloured spectacles → see sth through rose-coloured glasses

vine → wither on the vine

vinegar → full of piss and vinegar

violet → shrinking violet

virtue → by virtue of

virtue → make a virtue of necessity

vision → have visions of (doing) sth

vision → tunnel vision

vocabulary → not in one's vocabulary

voice → at the top of one's voice

voice → give voice to

voice → speak with one voice

voice (crying) in the wilderness

người đưa ra những lời cảnh báo hoặc ý kiến mà không có mấy người đồng ý hoặc quan tâm đến ■ *I remember Dr. King as a voice in the wilderness, crying out for equality and justice.* • Tôi nhớ đến Dr. King như là một con người đơn độc, kêu gọi cho sự bình đẳng và công lý.

volume → pump up the volume

volume → speak volumes (about)

vote with one's feet

hoặc *vote with one's wallet* hoặc *vote with one's pocketbook* bày tỏ sự không thích một tình huống bằng việc bỏ đi hoặc rút lại sự ủng hộ của mình ■ *If people didn't like our services, they would be voting with their feet and putting their money in other banks.* • Nếu người ta không thích những dịch vụ của chúng ta, họ sẽ bỏ đi và gởi tiền vào các ngân hàng khác. ■ *Cinemagoers started voting with their feet.* • Những người đi xem phim đã bắt đầu bỏ đi vì không thích. ■ *Shoppers voted with their feet and avoided that store.* • Những người đi mua sắm đã tỏ ra không thích và tránh né cửa hiệu ấy.

vote with one's pocketbook → vote with one's feet

vote with one's pocketbook

đưa ra quyết định dựa trên việc chọn lựa mức chi phí thấp nhất ■ *Shareholders are listening to the protesters' ideas, but they're probably going to vote with their pocketbooks.* • Các cổ đông đang lắng nghe ý kiến của những người phản

đối, nhưng rất có thể họ sẽ quyết định theo với mức chi phí nào thấp nhất.
- *pocketbook* là một từ cũ, được dùng trước đây với nghĩa là cái ví tiền. Ngày nay từ này không còn được dùng theo nghĩa này nữa (thay bằng *purse*) nhưng thành ngữ vẫn được giữ nguyên.

vote with one's wallet → **vote with one's feet**

w → mind one's p's and w's

wad → blow the whole wad

wage war on đấu tranh với ai, hoặc cố sức tiêu diệt điều gì, hoặc đối phó, giải quyết một vấn đề ■ *Johnson won the 1964 Presidential election by promising to wage war on domestic poverty and racism.* ● Johnson thắng cuộc bầu cử tổng thống năm 1964 bằng cách hứa hẹn sẽ giải quyết nạn nghèo khó trong nước và chống chủ nghĩa phân biệt chủng tộc.

wagging → set tongues wagging

wagon → circle the wagons

wagon → fall off the wagon

wagon → fix one's wagon

wagon → hitch one's wagon to sb

wail one's teeth → gnash one's teeth

wait → an accident waiting to happen

wait → lie in wait (for)

wait → not able to wait

wait → time and tide wait for no man

wait and see (khẩu ngữ) dùng khi muốn bảo ai hãy kiên nhẫn chờ đợi vì điều muốn biết sẽ được bộc lộ sau đó ■ *"What are you going to get me for my birthday?" "You'll just have to wait and see."* ● "Anh sẽ mua gì cho sinh nhật của tôi?" "Anh phải kiên nhẫn chờ đấy rồi sẽ biết."

wait for the other shoe to drop chờ đợi cho phần tiếp theo của một tiến trình xấu tiếp tục xảy ra ■ *After our research funding was cut, it didn't take long for the other shoe to drop. Budget cuts have been announced for all universities.* ● Sau khi tài trợ cho việc nghiên cứu của chúng tôi bị cắt, không lâu sau thì điều tệ hại tiếp theo cũng đã xảy ra. Cắt giảm ngân sách được thông báo cho tất cả các trường đại học.

wait on sb hand and foot làm tất cả mọi việc để cho ai đó được thoải mái, trong khi người ấy chẳng làm gì cả ■ *I don't think Gary realizes how much energy his wife is putting into waiting on him hand and foot.* ● Tôi không nghĩ là Gảy nhận biết được vợ anh đã khó nhọc biết bao để làm hết thảy mọi công việc cho anh ta.

waiting → be in the wings

waiting → play a waiting game

wake → in its wake

wake → in the wake of

wake up and smell the coffee (khẩu ngữ) phải đối mặt để giải quyết một tình huống thay vì tránh né không nghĩ đến, cho dù có thể là khó khăn hoặc không như ý ■ *I think the people who fight sex education in our schools need to wake up and smell the coffee. Safe sex is not just about not getting pregnant - now it's a matter of life and death.* ● Tôi cho rằng nmai chống lại việc giáo dục tình dục trong nhà trường cần phải đối mặt với sự thật. An toàn về tình dục không chỉ là việc tránh thụ thai - giờ đây nó là một vấn đề giữa sự sống và cái chết.

wake-up call sự kiện xảy ra giúp nhận rõ sự nguy hiểm hoặc tồi tệ của một tình huống, và biết rằng cần phải làm điều gì đó để thay đổi, ngăn chặn hoặc thoát ra ■ *The Oregon game was our wake-up call. We knew we'd never get to the playoffs if we kept losing like that.* • Trận đấu với Oregon là hồi chuông cảnh tỉnh đối với chúng tôi. Chúng tôi biết là sẽ chẳng bao giờ lọt đến trận chung kết nếu cứ tiếp tục thua như vậy.

walk → **all walks of life**

walk → **be on thin ice**

walk → **from all walks of life**

walk → **money talks (bullshit walks)**

walk → **take a trip down memory lane**

walk → **worship the ground sb walks on**

walk a tightrope tình huống phải hết sức thận trọng trong lời nói và việc làm của một người đứng giữa, vì rất dễ đụng chạm đến một trong hai bên đang đối nghịch nhau ■ *With fighting likely to erupt at any minute, U.N. troops are walking a tightrope between the rebel forces and the government army.* • Với cuộc chiến có thể nổ ra vào bất cứ lúc nào, các lực lượng Liên Hiệp Quốc đang phải hết sức thận trọng giữa một bên là quân phiến loạn và một bên là quân chính phủ.

walk all over sb cư xử với ai không có sự tôn trọng ■ *Don't be too soft on him, or he'll end up walking all over you.* • Đừng có quá mềm mỏng với anh ta, nếu không thì cuối cùng anh ta sẽ không tôn trọng bạn đâu.

walk in one's shoes → **in one's shoes**

walk on eggs → **walk on eggshells**

walk on eggshells hoặc *walk on eggs* hết sức thận trọng, chú ý để không nói hay làm bất cứ điều gì không đúng, bởi vì có ai đó đang rất dễ dàng hoảng hốt hoặc tình huống đang dễ dàng trở nên tồi tệ hơn ■ *"We are walking on eggshells," said Helen Bell, whose house in directly in the path of the hurricane.* • Helen Bell, người chủ có ngôi nhà ở ngay trên đường đi của cơn bão, nói rằng: "Chúng tôi đang hết sức thận trọng."

walk one's talk thực hiện đúng những gì đã nói hoặc đã khuyên bảo người khác làm ■ *You can't just tell your kids to be polite and respectful, you have to walk your talk.* • Anh không thể chỉ khuyên bảo các con mình phải lịch sự và biết kính trọng, anh phải tự mình thực hiện những đã nói.

walk the gangplank → **walk the plank**

walk the plank hoặc *walk the gangplank* (thường dùng trong các bản tin báo chí, truyền hình...) nói về người có quyền lực, trách nhiệm, từ chức vì đã để cho điều gì sai trái hoặc tồi tệ xảy ra trong phạm vi trách nhiệm của mình ■ *Lieutenant Governor Murphy was forced to walk the plank and drop out of the race for gevernor after a public disagreement with Governor Hawkins.* • Phó thống đốc Murphy đã bị buộc phải từ chức và rút lui khỏi cuộc tranh cử thống đốc sau một trận bất đồng công khai với thống đốc Hawkins.

walking → **get one's walking papers**

walking dictionary → **walking encyclopedia**

walking encyclopedia hoặc *walking dictionary* hoặc *walking timetable* hoặc *walking history book*... người có kiến thức rất rộng, và có vẻ như lúc nào cũng sẵn có ngay thông tin mà người khác cần đến - một quyển từ điển sống ■ *Lieutenant Colonel John Hounsell was a walking encyclopedia of army rules and regulations.* • Trung Tá John Hounsell là một quyển từ điển sống về các luật lệ trong quân đội. ■ *My roommate was a walking encyclopedia who could answer anything immediately.* • Người bạn cùng phòng của tôi là một quyển từ điển sống, có thể trả lời ngay lập tức bất cứ điều gì.

walking history book → **walking encyclopedia**

walking on air hoặc *floating on air* cực kỳ sung sướng, đến mức như không còn quan tâm nhận thấy gì khác ở quanh mình. ■ *When I got the job and then fell in love, I was walking on air.* • Khi tôi tìm được việc làm và rồi rơi vào tình yêu, tôi sung sướng như đang đi trên mây. ■ *Most couples feel they are walking on air on their wedding day.* • Hầu hết các cặp vợ chồng đều cảm thấy cực kỳ hạnh phúc trong ngày cưới.

walking timetable → **walking encyclopedia**

wall → banging one's head against a wall

wall → bounce off the walls

wall → climb the walls

wall → drive sb up the wall

wall → fly on the wall

wall → fly-on-the-wall

wall → go to the wall

wall → have one's back against the wall

wall → hit a brick wall

wall → hit the wall

wall → like talking to a (brick) wall

wall → like trying to nail jell-O to the wall

wall → nail sb to the wall

wall → off the wall

wall → the writing on the wall

wallop → pack a punch

walls have ears (cách dùng cũ) dùng khi muốn bảo ai phải cẩn thận khi nói ra điều gì bí mật vì có thể có ai khác đang lắng nghe ■ *"What are you going to do?" "They say walls have ears - I'd better whisper."* • "Anh sắp sửa làm gì đấy?" "Tốt hơn là tôi nên nói khẽ thôi - có thể có người lắng nghe được đấy."

wand → wave a magic wand

wane → on the wane

want → have sb right where you want them

want → if you want sth, sb is your man

want → waste not want not

want a crack at sth → have a crack at sth

want a piece of sb (khẩu ngữ) mong muốn được tiếp xúc, nói chuyện với ai, nhất là một người nổi tiếng ■ *We all want a piece of Jamal. He's become a hero to this city. We don't get many of those.* • Tất cả chúng tôi đều mong muốn được tiếp xúc với Jamal. Anh ta đã trở thành một một người anh hùng đối với thành phố này. Chúng tôi không có nhiều người như vậy.

want one's pound of flesh → **have one's pound of flesh**

war → **all's fair in love and war**

war → **all-out war**

war → **all-out war**

war → **the war to end all wars**

war → **tug of war**

war → **wage war on**

war → **win a battle but lose the war**

war of nerves hoặc *battle of nerves* cuộc chiến tranh mà đôi bên đều có sử dụng những lời đe dọa, cảnh cáo đối với bên kia, nhưng không bên nào thật sự sử dụng vũ lực ▪ *Mother and daughter stared at each other, and Kate realized it was now a battle of nerves between them.* ● Người mẹ và con gái trừng mắt nhìn nhau, và Kate nhận ra giờ đây là một cuộc chiến tranh ngấm ngầm giữa họ.

war of words cuộc tranh cãi gay gắt, nghiêm trọng, giận dữ giữa hai phía đang bất đồng ý kiến mạnh mẽ với nhau về vấn đề gì ▪ *The war of words between the U.S. and Canada over acid rain reached new heights last week.* ● Tuần qua, cuộc tranh cãi gay gắt giữa Hoa Kỳ và Canada về vấn đề mưa acid đã đạt đến những đỉnh điểm mới.

warm → **getting warm**

warm as toast hoặc *as warm as toast* ấm áp và dễ chịu ▪ *The baby will be warm as toast in that blanket.* ● Đứa bé sẽ rất ấm áp trong cái chăn đó. ▪ *We were as warm as toast by the side of the fire.* ●

Chúng tôi thật ấm áp và dễ chịu bên bếp lửa.

warm body (khẩu ngữ) 1. người tầm thường, bị coi thường, không cần phải nhắc đến ▪ *I have met an abundance of lonely women who are in search of a companion or just a warm body.* ● Tôi đã gặp vô khối những phụ nữ độc thân đang tìm kiếm một người sống chung, hoặc chỉ cần là một kẻ tầm thường. 2. dùng để nhấn mạnh ý nghĩa là một con người thật, không phải máy móc ▪ *There are so many machines answering the phone these days that a person should consider himself lucky to find a warm body at the other end of the line.* ● Ngày nay có quá nhiều máy trả lời điện thoại đến nỗi người gọi sẽ tự cho là may mắn khi tìm được một giọng nói của người thật ở đầu dây bên kia. ▪ *I never deposit my money at an automated teller machine. I prefer giving my money to a warm body.* ● Tôi không bao giờ gửi tiền vào nhà băng qua một máy tự động. Tôi thích đưa tiền của mình cho một con người thật hơn.

warm the cockles of one's heart (cách dùng cũ) làm ai cảm thấy vui sướng và lạc quan ▪ *Every time I hear that song, it warms the cockles of my heart.* ● Mỗi lần nghe bài hát ấy, tôi lại thấy vui vẻ và lạc quan.

warmed → **look like death warmed over**

warn → **alarm bells ring**

warn → **ring alarm bells**

warning bells ring → **alarm bells ring**

warpath → **on the warpath**

warrant → **signing one's own death warrant**

warts and all dùng khi đề cập đến một sự việc với tất cả những mặt tốt và xấu của nó ■ *I liked Stone' movie, warts and all, but some people might find it too violent.* ● Tôi thích phim của Stone, cả mặt tốt và xấu của nó, nhưng một số người có thể thấy là nó quá nhiều bạo lực. ■ *Getz, one of the greats of jazz, is the subject of a new warts-and-all biography.* ● Getz, một trong những cây đại thụ làng nhạc jazz, là đối tượng của một cuốn tiểu sử mới bao gồm cả những điều tốt và xấu.

wash → **it'll all come out in the wash**

wash one's dirty linen in public → **air one's dirty linen in public**

wash one's hands of sb hoặc *wash one's hands of sth* cư xử theo cách như là không chịu trách nhiệm gì về người nào hay việc gì ■ *Jim got into trouble so many times that after a while his parents washed their hands of him.* ● Jim gặp rắc rối quá nhiều lần, đến nỗi sau một thời gian thì cha mẹ anh ta từ bỏ cả trách nhiệm về anh.

wash one's hands of sth → **wash one's hands of sb**

wash with sb thường dùng ở dạng phủ định, nói về điều gì có thể làm cho ai tin được là sự thật, nhất là điều vô lý hoặc rất khó tin ■ *I thought of telling the policeman that it wasn't my car, but didn't really think it would wash with him.* ● Tôi định nói với người cảnh sát rằng đó không phải là xe hơi của tôi, nhưng không thực sự nghĩ là điều đó có thể làm cho ông ta tin.

washed → **be washed up**

waste → **don't waste one's breath**

waste → **haste makes waste**

waste → **lay waste to sth**

waste not want not (cách dùng cũ) dùng để khuyên ai không nên phung phí những gì đang có được ■ *Eat the rest of your vegetables - waste not want not.* ● Hãy ăn hết phần rau cải còn lại của bạn - đừng hoang phí.

watch → **on one's watch**

watch one's back hãy cẩn thận, coi chừng ■ *A word of warning: wacth your back with Jim - I don't trust him.* ● Xin có lời cảnh báo: Hãy cẩn thận với Jim đấy. Tôi không tin được hắn.

watch one's mouth → **watch one's tongue**

watch one's p's and w's → **mind one's p's and w's**

watch one's step 1. hết sức thận trọng trong lời nói và việc làm để không mang lại rắc rối cho chính mình ■ *Late again, Carly? You'd better watch your step or you'll lose your job.* ● Lại trễ nữa hả, Carl? Tốt hơn là anh nên thận trọng trong việc làm, nếu không anh sẽ mất việc đó. 2. dùng khi muốn cảnh báo ai phải cẩn thận vì họ đang rất dễ té, ngã hoặc gặp nguy hiểm... ■ *Watch your step. That railing a little loose.* ● Hãy thận trọng. Cái tay vịn đó hơi lỏng rồi.

watch one's tongue hoặc *watch one's mouth* (khẩu ngữ) dùng khi muốn bảo ai đó hãy thôi đừng nói chuyện gì, hoặc hãy chấm dứt ngay một thái độ quá thô lỗ ■ *If you don't learn to watch your tongue, you're going to end up in trouble one of these days.* ● Nếu anh không học biết cách giữ mồm giữ miệng, cuối cùng anh sẽ gặp phải rắc rối trong một ngày gần đây thôi.

watch sb like a hawk theo dõi ai rất chặt chẽ vì nghĩ rằng họ có thể đang sắp làm điều gì sai trái ■ *As bar staff, we handled a lot of money, but the manager watched us like a hawk.* ● Là nhân viên bán hàng, chúng tôi phải giải quyết qua tay rất nhiều tiền, nhưng người quản lý theo dõi chúng tôi rất chặt. ■*He waited, watching her like a hawk.* ● Hắn ta chờ đợi, quan sát cô ta rất kỹ.

watch the world go by ngồi ở một nơi thoải mái và quan sát cuộc sống diễn ra chung quanh như một cách thư giãn, giải trí ■ *Most of the bars have terraces where you can sip a glass of beer and watch the world go by.* ● Hầu hết các quán nước đều có những mái hiên bên ngoài nơi mà bạn có thể nhấm nháp một ly bia và quan sát cuộc sống diễn ra quanh mình.

watch this space (thường dùng trong các bản tin báo chí, truyền hình...) dùng trong đối thoại khi cho rằng sắp có thêm những thông tin thú vị, hấp dẫn về người, nhóm người... đang được nói đến ■ *Casey's leather and gemstone coats are already being worn by a number of famous names. This designer is hot, so watch this space.* ● Áo khoác bằng da và có đính đá quý của Casey đã được mặc bởi một số các nhân vật nổi tiếng. Nhà thiết kế này đang rất được ưa chuộng, vì thế hãy chờ đợi còn có những điều thú vị hơn nữa.

watched pots never boil (cách dùng cũ) điều được mong đợi thường có vẻ như rất lâu xảy ra ■ *Instead of waiting for Pete to call, why don't you call him or write a letter? You know what they say about watched pots never boiling.* ● Thay vì chờ đợi Pete gọi đến, tại sao anh không gọi cho anh ta hay viết thư? Anh biết là người ta nói càng ngóng càng thấy lâu kia mà.

watchful → **under the (watchful) eye of sb**

watching → **like watching paint dry**

water → **a lot of water has gone under the bridge since**

water → **as a duck takes to water**

water → **be like a fish out of water**

water → **be treading water**

water → **blood is thicker than water**

water → **blow sth out of the water**

water → **come hell or high water**

water → **dead in the water**

water → **in deep water**

water → **in hot water**

water → **it's water under the bridge**

water → **keep one's head above water**

water → **like water off a duck's back**

water → **not hold water**

water → **oil and water**

water → **pour cold water on sth**

water → **put one's toe in the water**

water → **take to sth like a duck to water**

water → **tall drink of water**

water → **test the water**

water → **throw the baby out with the bath(water)**

water → **you can lead a horse to water**

waters → **cast one's bread upon the waters**

waters → muddy the waters

waters → still waters run deep

waterworks → turn on the waterworks

wave → any wave you slice it

wave → like waving a red flag in front of a bull

wave → make waves

wave → ride (on) the crest of a wave

wave a (magic) wand (thường dùng ở dạng phủ định) thực hiện điều gì bằng phép lạ, hàm ý không thể thực hiện được trong thực tế ■ *We've had a terrible season, but I can't just wave a magic wand and change what has already happened.* ● Chúng tôi đã qua một mùa bóng rất tồi, nhưng tôi chẳng có phép mầu nào để có thể thay đổi được những gì đã xảy ra. ■ *You can't expect me to just wave a wand and make everything all right again.* ● Anh không thể chờ đợi là tôi có thể thực hiện phép lạ và làm cho mọi việc tốt đẹp trở lại.

wave goodbye to sth → kiss sth goodbye

wave the white flag hoặc *raise the white flag* tỏ thái độ chấp nhận sự thua cuộc ■*The Republican leadership finally decided to wave the white flag, to give up the search for a balanced budget agreement.* ● Lãnh đạo đảng Cộng hòa cuối cùng đã quyết định chấp nhận thua cuộc, từ bỏ việc tìm kiếm một thỏa thuận cân bằng ngân sách.

wavelength → on a (totally) different wavelength

wavelength → on the same wavelength

wax → the whole ball of wax

way → all the way

way → all the way down the line

way → be (way) out of line

way → be (way) out there

way → be going one's way

way → be in the family way

way → be out in left field

way → be out of one's league

way → be set in one's ways

way → behind sb all the way

way → bluff one's way

way → by the way

way → claw one's way

way → clear the way

way → downhill from here

way → every which way

way → feel one's way

way → fight one's way

way → find one's way

way → get under way

way → go all the way

way → go back a long way

way → go both ways

way → go one's own way

way → go out of one's way to do sth

way → go the way of

way → have a long way to go

way → have a way with

way → have come a long way

way → have one's head screwed on

way → have one's wicked way with sb

way → in a bad way

way → in a big way

way → in more ways than one

way → laugh all the way to the bank

way → learn sth the hard way

way → look the other way

way → make way for

way → mend one's ways

way → no two ways about it

way → no way

way → not have much in the way of

way → not know which way to turn

way → one's elevator doesn't go all the way to the top

way → parting of the ways

way → pave the way for

way → rub sb the wrong way

way → see one's way clear to

way → see which way the wind blows

way → swing both ways

way → swing either way

way → take sth the wrong way

way → take the easy way out

way → that's (just) the way it goes

way → that's the way the cookie crumbles

way → there are ways and means (of doing sth)

way → there's more than one way to skin a cat

way → two-way street

way → where there's a will there's a way

way → wise in the ways of

way → you can't have it both ways

way out of a (wet) paper bag dùng ở dạng phủ định để nhấn mạnh đến sự kém cỏi, thiếu khả năng của ai trong việc gì ■ *Alvin couldn't teach his way out a paper bag.* • Alvin giảng dạy rất tồi.

way to go (khẩu ngữ) 1. dùng để tán thưởng ai vì đã làm tốt được điều gì ■ *Are you done? Way to go. It looks great!* • Anh làm xong rồi sao? Giỏi lắm, trông thật tuyệt. 2. dùng khi muốn nói rằng điều ai đó vừa mới làm là ngốc nghếch ■ *Way to go, Carly. Now there are papers all over the floor.* • Ngốc quá đi, Carly. Giờ thì giấy tờ vung vãi khắp sàn nhà rồi.

way to one's heart cách tốt nhất, thích hợp nhất để làm hài lòng người nào đó và khiến cho họ yêu thích bạn ■ *"That dress makes you look fat." "Hasn't anyone told you that flattery is the way to a girl's heart?"* • "Cái áo ấy làm cho cô trông có vẻ mập." "Chẳng có ai đã từng nói với anh rằng lời khen xã giao là cách tốt nhất để lấy lòng phụ nữ hay sao?" (- nghĩa là lẽ ra anh không nên chê bai thẳng thừng như vậy) ■ *The way to a man's heart is through his stomach.* • Cách tốt nhất để lấy lòng một người đàn ông là thông qua cái dạ dày của anh ta. (- nghĩa là chiêu đãi anh ta bằng thật nhiều món ăn)

wayside → fall by the wayside

wazoo → out the wazoo

weak → *the spirit is willing but the flesh is weak*

weak → *the weak link (in the chain)*

weak as a kitten hoặc *as weak as a kitten* yếu ớt, ốm yếu và bệnh hoạn ■ *John is as weak as a kitten because he doesn't eat well.* • John rất ốm yếu bệnh hoạn bởi vì anh ta ăn uống không tốt. ■ *Oh! Suddenly I feel weak as a kitten.* • Ồ, bỗng nhiên tôi cảm thấy yếu ớt quá.

wealthy → *early to bed, early to rise (makes a man healthy, wealthy, and wise)*

wear → *be none the worse for wear*

wear → *be the worse for wear*

wear → *if the shoe fits (wear it)*

wear one's heart on one's sleeve công khai bày tỏ những cảm xúc thật sự của mình ■ *Nichols has a cynical sense of humor and does not wear his heart on his sleeve; he may in fact be incapable of directing a sentimental movie.* • Nichols có một tính cách khôi hài theo lối hoài nghi và không bộc lộ những cảm xúc thật của mình. Trong thực tế, ông ta không có khả năng đạo diễn một bộ phim tình cảm. ■ *He's not one to wear his heart on his sleeve.* • Anh ta không phải là người để lộ cảm xúc thật của mình. - Thành ngữ này xuất phát từ một tập tục rất cổ xưa, theo đó những gì một người đàn ông mang nơi tay áo của mình là do người yêu của anh ta tặng cho.

wear out one's welcome → *overstay one's welcome*

wear sackcloth (and ashes) hoặc *don sackcloth (and ashes)* bày tỏ với tất cả mọi người sự hối tiếc của mình về một lỗi lầm, tội ác... đã mắc phải ■ *I don't believe that anybody has to wear sackcloth and ashes forever after being convicted of a crime.* • Tôi không tin là có ai lại phải giữ mãi mãi trong lòng sự hối tiếc sau khi đã phạm vào một tội ác.

wear the pants in the family có quyền đưa ra mọi quyết định trong gia đình, nhất là nói về người vợ ■ *Bill liked the idea of a trip, but his wife didn't look too, pleased. It's easy to see who wears the pants in that family.* • Bill thích ý tưởng về một chuyến đi, nhưng vợ anh ta trông không hài lòng lắm. Thật dễ thấy được là ai nắm quyền quyết định trong gia đình.

wear thin nói về điều gì ban đầu là thú vị hoặc đáng hài lòng nhưng đã trở nên nhàm chán vì tiếp tục kéo dài quá lâu ■ *Germano's childlike voice begins to wear thin after a few songs.* • Giọng hát giống như trẻ con của Germano bắt đầu trở nên nhàm chán sau vài ba ca khúc.

weary → *no rest for the weary*

weather → *fair-weather friend*

weather → *keep the weather eye on*

weather → *under the weather*

weather the storm hoặc *ride (out) the storm* trải qua một tình huống khó khăn nhưng không bị ảnh hưởng quá nặng nề ■ *Investors who are willing to ride out the current storm in the stock market could see big return over the next few years.* • Các nhà đầu tư nào sẵn lòng vượt qua tình hình biến động hiện nay trong thị trường chứng khoán có thể sẽ được khoản tiền lãi lớn trong vài năm tới.

web → tangled web

wedding → hear wedding bells

wedge → drive a wedge between

wee hours hoặc *wee small hours* hoặc **small hours** hoặc *early hours* quãng thời gian từ 1 đến 4 giờ sáng ■ *Dave threw a memorable party which went on into the wee hours.* • Dave đã tổ chức một bữa tiệc đáng nhớ, kéo dài đến quá nửa đêm. ■ *We had to work well into the small hours.* • Chúng tôi đã phải làm việc đến quá nửa đêm. ■ *The fighting began in the early hours of Saturday morning.* • Trận đánh đã bắt đầu từ khuya hôm thứ Bảy.

wee small hours → wee hours

week → day after day

week → flavour of the month

week → it's not one's day

week → knock sb into the middle of next week

week after week → day after day

week in, week out → day in, day out

weep crocodile tears → shed crocodile tears

weep one's teeth → gnash one's teeth

weeper → finders keepers

weight → be a weight off one's shoulders

weight → carry the weight of the world on one's shoulder

weight → carry weight

weight → dead weight

weight → pull one's weight

weight → throw one's weight around

weight → throw one's weight behind sb

weight → worth one's weight in gold

welcome → go down like a rat sandwich

welcome → overstay one's welcome

welcome sb with open arms hoặc *greet sb with open arms* vui mừng đón nhận ai đó gia nhập vào cùng nhóm, tổ chức... của mình ■ *If Judy ever decides to study here again, she'll be welcomed back with open arms.* • Nếu Judy có bao giờ quyết định đến học ở đây một lần nữa, cô ấy sẽ được vui mừng đón nhận.

well → alive and kicking

well → all's well that ends well

well → be fucking well doing sth

well → bloody well

well → bode well for

well → go down well

well → it's just as well (that)

well → leave well (enough) alone

well and good hoặc *all well and good* hoặc *all very well* 1. tốt đẹp, đáng hài lòng, đúng như mong muốn ■ *It's well and good that you're here on time. I was afraid you'd be late again.* • Thật đúng như mong muốn, bạn đến đây đúng giờ. Tôi sợ bạn sẽ lại trễ nữa. 2. đúng đắn hoặc xác thực nhưng chưa đủ để giải quyết vấn đề, chưa phải giải pháp toàn diện hoặc có thể kèm theo một bất lợi, khó khăn nào đó ■ *It's all well and good that you're passing English, but what about math and science?* • Rất tốt là bạn đã vượt qua môn tiếng Anh, nhưng còn môn toán và khoa học thì sao? ■

wet behind the ear

It's all very well for you to complain but can you do any better? • Anh phàn nàn thì cũng đúng thôi, nhưng liệu anh có thể làm tốt hơn chút nào không? ■ *Electric heating is all very well until there's a power cut.* • Lò sưởi điện cũng rất tốt thôi, trừ phi có lúc bị mất điện. ■ *It's all very well to fully discuss a problem, but finally you have to stop talking and do something about it.* • Thảo luận toàn diện về một vấn đề là điều rất tốt, nhưng cuối cùng rồi bạn cũng phải ngưng nói suông và bắt tay làm một điều gì đó để giải quyết nó. ■ *It's all very well to give money to help poor people, but there needs to be some way of helping them to help themselves.* • Việc giúp tiền cho người nghèo là rất tốt, nhưng cũng cần có cách gì đó để giúp họ biết tự vươn lên. ■ *It's all very well to want to get rich quickly, but don't expect any sympathy from me if things go wrong.* • Muốn làm giàu thật nhanh thì cũng tốt thôi, nhưng nếu mọi việc không như mong muốn thì đừng chờ đợi bất kỳ sự cảm thông nào ở tôi. ■ *It's all very well for Jane to drop out, but how will we find enough women to make up a team?* • Việc Jane rút lui thì cũng tốt thôi, nhưng làm sao chúng ta tìm được đủ người để lập đội nữ đây?

were → **as it were**

wet → **all wet**

wet → **all wet**

wet → **get one's feet wet**

wet → **mad as a wet hen**

wet → **way out of a (wet) paper bag**

wet behind the ear còn quá trẻ, chưa có nhiều kinh nghiệm trong cuộc sống ■ *Glen seems nice enough, but he's little wet behind the ears.* • Glen khá tốt bụng đấy, nhưng cậu ta còn non nớt lắm.

wet blanket người phá bĩnh, làm hỏng cuộc vui, sự hứng thú của kẻ khác ■ *"It's an interesting idea, but I don't think it'll work." "Oh, don't be such a wet blanket."* • "Ý kiến hay đấy, nhưng tôi không nghĩ là có tác dụng." "Thôi đi, đừng có mà làm cụt hứng bọn tớ." ■ *"Sylvia doesn't like any of the ideas for the party." "She's a wet blanket."* • "Sylvia không thích bất cứ ý kiến nào cho bữa tiệc." "Cô ấy chỉ chuyên làm mất hứng người khác thôi."

wet one's whistle (cách dùng cũ) uống, nhất là uống rượu hay bia ■ *Let's stop and wet our whistles before the game.* • Hãy dừng lại và uống một chút gì trước trận đấu.

whack → **out of whack**

whack → **take a whack at sth**

whale → **have a whale of a time**

wham bam, thank you ma'am 1. (khẩu ngữ) cách nói khôi hài, về tình huống mà một người đàn ông quan hệ tình dục với một người mà anh ta không hề quan tâm đến và cũng sẽ không còn gặp lại sau đó nữa ■*It's just wham bam, thank you ma'am, and he was out the door. I didn't even see him go.* • Chỉ là một chuyện ăn nằm thoáng qua, rồi anh ta ra khỏi cửa. Thậm chí tôi còn không tiễn anh ta đi. 2. hoặc **wham bam** nói về điều gì xảy ra rất đột ngột, bất ngờ và chấm dứt hoặc hoàn tất rất nhanh chóng ■*With fruit desserts, you can pretty much throw things together and - wham bam! - you've got something that will warm even the hardest of hearts.* • Với những món tráng miệng bằng trái cây, bạn có thể chế biến ra rất nhanh và - đùng một cái - bạn có ngay một món nào đó có thể làm hài lòng ngay cả những người khó tính nhất.

whammy → **double whammy**

whammy → **put a mojo on sb**

what → **a man's gotta do what a man's gotta do**

what → **and what have you**

what → **come what may**

what → **for what it's worth**

what → **get what's coming to**

what → **have what it takes**

what → **just what the doctor ordered**

what → **know what's what**

what → **on earth**

what → **one didn't know what hit him/her**

what → **or what**

what → **practice what one preaches**

what → **see what sb is (really) made**

what → **so what**

what → **tell you what**

what → **that's what I call sth**

what → **that's what you think**

what → **the devil**

what → **the right hand doesn't know what the left hand is doing**

what → **you reap what you sow**

what a bummer → **that's a (real) bummer**

what a crock (of shit) hoặc *that's a crock (of shit)* (khẩu ngữ) cách diễn đạt thô lỗ khi muốn nói rằng điều gì đó là không đúng sự thật, là sai trái hoặc không công bằng ■ *So now I'm being blamed for it, and he's letting people believe it's actually my fault." "What a crock of shit!"* ● "Thế là bây giờ tôi đang bị quy lỗi về điều đó, và anh ta để cho mọi người tin rằng điều đó thật sự là lỗi của tôi." "Đúng là chuyện láo toét." - vì từ *shit* bị nhiều người xem là có ý xúc phạm, nên tốt hơn là không nên dùng từ này.

what a mouthful (khẩu ngữ) nói về một từ hay cụm từ quá dài hoặc khó phát âm ■ *Engelbert Humperdinck - what a mouthful!* ● Engelbert Humperdinck - thật khó nói quá!

what a pisser → **that's a (real) pisser**

what about → **how about**

what become of sb hoặc *what become of sth* dùng để hỏi về điều gì đã xảy ra cho một người hay sự việc nào đó ■ *What became of that student who used to live with you?* ● Điều gì đã xảy ra với người sinh viên đã từng sống chung với anh? ■ *I dread to think what will become of them if they lose their home.* ● Tôi thấy khiếp sợ khi nghĩ đến những gì sẽ xảy ra cho họ nếu như họ bị mất căn nhà. ■ *If she is sent to prison, what will become of her children?* ● Nếu bà ta bị bỏ tù, điều gì sẽ xảy ra cho các con của bà? ■ *Whatever became of the painting that used to be in your grandfather's library?* ● Điều gì đã xảy ra cho bức tranh đã từng nằm trong thư viện của ông nội anh?

what become of sth → **what become of sb**

what do you expect dùng khi muốn nói về điều gì rất hợp lý, tất nhiên, và vì thế không đáng để ngạc nhiên ■ *She swore at you? What do you expect when you treat her like that?* ● Cô ấy mắng anh? Điều đó có gì lạ khi anh đối xử với cô ấy như thế chứ? (việc cô ấy mắng anh là tất nhiên rồi) ■ *The food was awful, but from a school canteen what do you expect?* ● Thức ăn thật tồi tệ, nhưng ở một căn tin của trường học thì còn mong gì hơn chứ? (tất nhiên phải vậy thôi)

what do you know bày tỏ sự ngạc nhiên và vui sướng vì điều gì vừa mới nghe được hay nhìn thấy ■ *"See, there's an inn we can stay at about a mile from his house." "Well, what do you know. That's lucky."* ● "Xem này, có một quán trọ mà chúng ta có thể ở lại nằm cách nhà anh ta một dặm." "Vâng, tuyệt thế sao. Điều đó thật là may mắn." ■ *Well, what do you know? Look who's here!* ● Này, tuyệt làm sao. Hãy nhìn xem ai đây này!

what do you say (khẩu ngữ) dùng khi đề nghị điều gì như là giải pháp cho một vấn đề ■ *Chris, you've had this box for three months now. What do you say we throw it out?* ● Chris, anh giữ cái hộp này đến nay đã 3 tháng rồi. Anh nghĩ sao nếu chúng ta vất nó đi?

what floats one's boat hoặc *whatever floats one's boat* (khẩu ngữ) điều được ai đó quan tâm, ưa thích ■ *You just go on and do whaterer floats your boat. It doesn't brother me.* ● Bạn cứ việc tiếp tục làm bất cứ điều gì bạn thích. Tôi không quan tâm đâu.

what gives (cách dùng cũ) dùng để hỏi về một tình huống đang xảy ra, nhất là khi có điều gì chậm trễ không xảy ra như mong đợi ■ *So, Wilson, what gives? When are you going to tell us what's going on here?* ● Vậy thì, Wilson, có chuyện gì vậy? Khi nào thì anh mới cho chúng tôi biết những gì đang xảy ra ở đây?

what goes around comes around ở hiền gặp lành, gieo gió gặt bão; có làm có hưởng ■ *Things weren't good for the girls' team for a while - but they've worked hard, and what goes around comes around. They're finally getting the respect they deserve.* ● Mọi việc đã không tốt lắm cho đội bóng nữ trong một thời gian - nhưng họ đã làm việc rất tích cực, và có làm tất có hưởng. Cuối cùng họ cũng đạt được sự ngưỡng mộ xứng đáng với họ.

what got into sb (khẩu ngữ) bày tỏ sự ngạc nhiên khi thấy ai đó cư xử rất khác thường ■ *What got into you? I mean, what makes you think you can say things like that?* ● Có chuyện gì với anh thế? Ý tôi muốn nói, điều gì đã khiến anh nghĩ là anh có thể nói ra những điều như thế? ■ *What's got into Alex? He never used to worry like that.* ● Có chuyện gì với Alex vậy? Anh ta thường không bao giờ lo lắng như thế. ■ *I'm sorry for laughing like that - I don't know what got into me.* ● Tôi xin lỗi vì đã cười như thế - tôi không biết tôi đã có chuyện gì nữa. (điều đó thật kỳ lạ với chính tôi)

what in the world hoặc *why in the world* hoặc *how in the world* hoặc *where in the world* hoặc *who in the world* dùng để nhấn mạnh sự ngạc nhiên về điều gì vì tính chất vô nghĩa hoặc khác thường của nó ■ *What in the world did you do to your hair?* ● Bạn đã làm cái quái gì với mái tóc của mình thế? ■ *Why in the world would you want to name a dessert "blood orange"? It sounds* *disgusting!* • Làm sao mà bạn lại có thể gọi tên một món tráng miệng là "cam huyết"? Nghe ghê tởm quá!

what is the world coming to bày tỏ sự kinh ngạc, sửng sốt về một tình huống hay hành động mà người nói không tán đồng ■ *Three dollars for an orange? What is the world coming to?* • Ba đô-la cho một trái cam? Thế giới này đang đi đến đâu vậy?

what makes sb tick nói về một tư tưởng, sự ham muốn hay quan điểm... đã làm cho ai đó cư xử theo một cách nào đó ■ *My father was always interested in psychology, in what makes people tick.* • Cha tôi luôn quan tâm đến tâm lý học, đến những gì thúc đẩy tạo nên cách ứng xử của con người. ■ *I've never really understood what makes her tick.* • Tôi chẳng bao giờ thực sự hiểu được điều gì đã làm cho cô ấy cư xử như vậy.

what price 1.(thường dùng trong các bản tin báo chí, truyền hình...) dùng khi muốn nói rằng một sự thay đổi hay phát triển nói chung được xem là tốt đẹp cũng có một số những hậu quả xấu ■ *Towns throughout the world all look the same now, with their fast-food restaurants and gas stations. What price progress?* • Tất cả các thành phố trên khắp thế giới giờ đây đều có vẻ giống như nhau, với những nhà hàng nhanh và các trạm xăng. Cái giá phải trả cho sự phát triển chăng? 2. dùng khi muốn nói điều gì tốt đẹp đang bị đe dọa, phá hủy hay bị coi thường như không có giá trị gì ■ *What price justice, if a serial killer is allowed to go free because of a slight hitch in the legal system?* • Công lý có giá trị gì đâu, nếu như một tên giết người hàng loạt được phép thoát ra tự do bởi vì sự trì trệ của hệ thống pháp luật?

what sth is cracked up to be → **all it's cracked up to be**

what the blazes hoặc *where the blazes* hoặc *who the blazes* (khẩu ngữ - cách dùng cũ) dùng để nhấn mạnh sự bực mình hoặc ngạc nhiên ■ *What the blazes have you done?* • Anh làm cái quái gì vậy? ■ *How the blazes did you know where I was?* • Làm thế quái nào mà anh biết được chỗ tôi ở thế?

what the fuck (cách diễn đạt hàm ý xúc phạm, nên tránh dùng) dùng để nhấn mạnh rằng người nói đang rất tức giận hay bực mình vì điều gì ■*Chris, what the fuck are you talking about?* • Chris, mày đang nói cái quái quỷ gì thế?

what with one thing and another (khẩu ngữ) dùng khi muốn nói là có nhiều lý do khác nhau dẫn đến một sự việc, nhất là khi giải thích về việc không làm điều gì ■ *You know how it is - what with one thing and another, we haven't been able to get over to see you.* • Anh biết chuyện xảy ra thế nào rồi đấy - nhiều việc xảy ra lắm, chúng tôi đã không thể nào đến gặp anh được.

what's cooking (cách dùng cũ) dùng để hỏi xem ai đó đang làm gì hoặc dự tính điều gì ■ *Hey everybody - you look busy, what's cooking?* • Chào mọi người - trông các anh bận rộn lắm, đang làm gì vậy?

what's driving at điều mà ai đó đang cố nói ra ■ *I wish I knew what they were really driving at.* • Tôi ước gì biết được những gì mà họ đang thực sự muốn nói. ■ *I can see what you're driving at.* ● Tôi có thể hiểu được anh đang muốn nói gì.

what's good for the goose (is good for the gander) → **sauce for the goose (is sauce for the gander)**

what's happening → **what's up**

what's her face hoặc *what's his face* (khẩu ngữ) dùng khi đề cập đến một người không nhớ tên ■ *Are you still working for what's her face?* ● Anh vẫn đang làm việc cho cái cô gì gì đó chứ.

what's his face → **what's her face**

what's it worth to sb dùng hỏi thẳng về điều kiện trao đổi khi thực hiện điều gì cho ai đó ■ *"So can you help me?" "I might be able to. What's it worth to you?"* ● "Vậy anh có thể giúp tôi không?" "Có thể là tôi giúp được. Anh có gì để đáp lại điều đó?" ■ *Find out what it's worth to Halpin to have the tapes destroyed.* ● Hãy tìm biết xem Halpin sẽ có điều kiện trao đổi gì để phá hủy các băng ghi âm đó.

what's one's deal (khẩu ngữ) dùng khi muốn hỏi xem đã có điều gì không ổn với ai đó ■ *What's your deal? You haven't spoken to me all week.* ● Có chuyện gì không ổn với bạn vậy? Bạn đã không nói chuyện với tôi suốt cả tuần rồi.

what's sauce for the goose (is sauce for the gander) → **sauce for the goose (is sauce for the gander)**

what's the big idea? (cách dùng cũ) dùng để tỏ thái độ bực tức về một sự việc, hành động mà ai đó vừa thực hiện, và đòi hỏi sự giải thích về hành động ấy ■ *What's the big idea, waking me up at five o'clock in the morning?* ● Nói cho tôi nghe xem nào, có chuyện quái quỷ gì mà đánh thức tôi vào lúc 5 giờ sáng?

what's the catch (khẩu ngữ) dùng khi có ai đó nói về một cơ hội rất tốt, để bày tỏ sự hoài nghi rằng điều đó tốt đẹp đến mức khó tin được và nhất định phải có ẩn giấu một khó khăn hay rắc rối nào phía sau ■ *When Debbie told her husband that she bought a cell phone and the air time was free, the first thing he said was, "What's the catch?"* ● Khi Debbie kể với chồng rằng cô vừa mua một điện thoại di động và thời gian kết nối được miễn phí, câu đầu tiên anh ta hỏi lại là: "Thế họ được gì nào?"

what's the damage (khẩu ngữ) dùng để hỏi số tiền phải trả cho ai đó ■ *"What's the damage?" "Fifty-six dollars and eighty its, please."* ● "Tôi phải trả bao nhiêu?" "Xin trả 56 đô-la 80 xu."

what's the deal (with) (khẩu ngữ) dùng khi muốn hỏi xem chuyện gì đang xảy ra, hoặc nguyên nhân của chuyện gì ■ *"I talked to Carter." "Oh yeah? What's the deal? Are we going out or not?"* ● "Tôi đã nói chuyện với Carter." "Thế à? Có chuyện gì vậy? Chúng ta sẽ đi ra ngoài hay không?" ■ *What's the deal with the new highway? I thought it was supposed to be done by now.* ● Có chuyện gì xảy ra với con đường cao tốc vậy? Tôi tưởng đến giờ lẽ ra nó đã được làm xong.

what's up (khẩu ngữ) 1. hoặc *what's up with* dùng để hỏi về nguyên nhân khiến ai đó trở nên tức giận, bối rối hoặc khác thường, hoặc nguyên nhân khiến cho sự vật nào đó hư hỏng, trục trặc ■ *What's up with the CD player? I can't make it work.* ● Máy hát đĩa CD có vấn đề gì vậy? Tôi không thể mở cho nó hát được. 2. hoặc *what's happening* dùng để chào hỏi khi gặp nhau ▪ *"Hey, man, what's up" "Not much."* ● "Chào anh bạn, có gì lạ không?" "Không có gì."

what's up with → **what's up**

what's with dùng để hỏi về nguyên nhân khiến cho người hay sự vật nào đó trở nên khác thường, không ổn ▪ *What's with the microphone? Are you recording us?* ● Có vấn đề gì với cái micrô vậy? Các anh có ghi âm chúng tôi đó không? - Đừng dùng thành ngữ này với ngôi thứ hai: *what's with you*, bởi vì có thể bị xem là thô lỗ, khiếm nhã.

what's your poison (cách dùng cũ) dùng khi muốn hỏi người đối diện chọn loại rượu nào để uống ▪ *Let me get you a drink. What's your poison?* ● Để tôi lấy cho anh một ly. Anh thích loại rượu nào?

whatever → **everything one can lay one's hands on**

whatever → **what floats one's boat**

whatever turns you on (khẩu ngữ) chấp nhận việc ai đó thích điều gì hay làm việc gì, cho dù bản thân mình không thích ▪ *I just can't stand country music, but whatever turns you on, I guess.* ● Tôi chỉ là không sao chịu nổi loại nhạc đồng quê, nhưng nếu anh thích cũng không sao, tôi nghĩ vậy.

whatnot → **and whatnot**

wheat → **sort (out) the wheat from the chaff**

wheel → **cog in the wheel**

wheel → **hell on wheels**

wheel → **keep the wheels turning**

wheel → **reinvent the wheel**

wheel → **set the wheels in motion**

wheel → **spin one's wheels**

wheel → **the squeaky wheel (gets the grease)**

wheel → **the third wheel**

wheel → **the wheels are turning**

wheel and deal (thường dùng trong các lĩnh vực kinh doanh và chính trị) thực hiện rất nhiều điều khéo léo và đôi khi có phần kém trung thực, nhằm mục đích đạt được những gì mình muốn ▪ *No one in baseball can wheel and deal the way Rosen can.* ● Không có ai trong giới bóng chày có thể giỏi xoay xở theo cách như Rosen có thể làm. ▪ *You wouldn't believe the wheeling and dealing that's going on to get the movie started.* ● Anh hẳn sẽ không tin nổi những mánh khóe xoay xở đã được thực hiện để cho bộ phim có thể bắt đầu.

wheeler-dealer người rất giỏi xoay xở, nhiều mánh khóe và đôi khi có thể không trung thực ▪ *Seymour is a former real estate wheeler-dealer from Anaheim.* ● Seymour là một tay buôn địa ốc giàu mánh khóe trước đây ở Anaheim.

wheels within wheels (khẩu ngữ) tình huống vô cùng phức tạp vì có nhiều người và nhiều sự kiện có ảnh hưởng tác động qua lại lẫn nhau ▪ *The music industry, with its inside deals and wheels within wheels, is enough to confuse the toughest business minds.* ● Ngành âm nhạc, với những giao dịch nội tại vô cùng phức tạp của nó, đủ để làm bối rối những bộ óc doanh nghiệp vững vàng nhất.

when → as and when

when → kick sb when one is down

when → they broke the mould when they made sb

when all is said and done → after all is said and done

when hell freezes over (khẩu ngữ) nói về điều gì sẽ không bao giờ xảy ra ■ *She'll get to work on time when hell freezes over.* ● Cô ta sẽ chẳng bao giờ đến chỗ làm đúng giờ cả. ■*My father will cook dinner when hell freezes over.* ● Cha tôi chẳng bao giờ nấu ăn cả.

when in Rome (do as the Romans do) cách ứng xử tốt nhất là cách ứng xử phù hợp với mọi người chung quanh - nhập gia thùy tục ■ *I didn't normally drink alcohol, but I didn't want to refuse their hospitality. When in Rome, I thought, and took a small sip.* ● Tôi không thường uống rượu, nhưng tôi không muốn từ chối lòng hiếu khách của họ. Tôi nghĩ, nhập gia tùy tục thôi, và hớp một ngụm nhỏ.

when it comes (right) down to it hoặc *when one gets (right) down to it* (khẩu ngữ) sau khi đã cân nhắc, suy nghĩ kỹ về điều quan trọng trong một tình huống ■*They're both nice cars, but when it comes right down to it, we have to buy the one we can afford.* ● Cả hai chiếc xe đều rất đẹp, nhưng sau khi đã cân nhắc kỹ chúng ta phải mua chiếc vừa với túi tiền.

when it comes to sth khi vấn đề đặt ra là, khi yêu cầu cụ thể là điều gì đó ■ *When it comes to getting things done, he's useless.* ● Khi cần thiết phải thực hiện cho xong mọi việc, anh ta hoàn toàn vô dụng.

when it comes to the crunch hoặc *if it comes to the crunch* hoặc *it's crunch time* hoặc *when the crunch comes* thời điểm khi một quyết định khó khăn hoặc quan trọng phải được đưa ra, hoặc thời điểm quyết định sự thành công hay thất bại - thời điểm sống còn, thời điểm quyết định ■*I respect many politicians but, when it comes to the crunch, they all do what is best for their own career.* ● Tôi ngưỡng mộ nhiều nhà chính trị, nhưng khi đến thời điểm quan trọng sống còn thì tất cả họ đều sẽ làm những gì tốt nhất cho sự nghiệp của riêng họ. ■ *It's crunch time now on the Seifert project - the deadline is Friday, and there's still a lot to do.* ● Giờ đã đến thời điểm quyết định của dự án Seifert - hạn chót là thứ Sáu, và vẫn còn rất nhiều việc phải làm. → *when push comes to shove.*

when it rains it pours (khẩu ngữ) tình huống có hàng loạt những điều không may xảy đến cùng lúc cho ai ■ *I can't believe that I hadn't even looked at a man in two years, and now I have three dates. When it rains it pours.* ● Tôi không thể tin nổi là tôi thậm chí đã không nhìn đến đàn ông trong hai năm qua, và giờ đây tôi có đến ba cái hẹn. Thật là họa vô đơn chí!

when one gets (right) down to it → when it comes (right) down to it

when one's ship comes in thời điểm có dồi dào tiền bạc ■ *Our house still needs a lot of work, which we can't afford now - but one day, when our ship comes in, we'll get it done.* ● Căn nhà chúng tôi vẫn còn nhiều việc cần phải làm, mà chúng tôi không đủ tiền bạc để làm vào lúc này - nhưng một ngày kia, khi có dồi dào tiền bạc, chúng tôi sẽ làm những việc ấy.

when push comes to shove hoặc *if push comes to shove* 1. khi tình huống trở nên cực kỳ khó khăn, hoặc đã đến lúc buộc phải có hành động ■ *The behavior of the markets shows that when push comes to shove, there is no safer currency in the world than the U.S. dollar.* ● Cách hoạt động của các thị trường cho thấy là khi tình huống trở nên cực kỳ khó khăn, không có ngoại tệ nào trên thế giới an toàn hơn đồng đô-la. 2. dùng khi muốn nói đến điều được cho là cơ bản nhất, quan trọng nhất trong một tình huống ■ *They may be our friends, Patrice, but when push comes to shove, they're still thieves.* ● Họ có thể là bạn của chúng ta, Patrice, nhưng điều quan trọng nhất, họ vẫn là những kẻ trộm.

when sb put one's mind to it → **if sb put one's mind to it**

when the cat's away (the mice will play) khi người có thẩm quyền đi vắng, những người dưới quyền tha hồ vui chơi hoặc làm bất cứ điều gì họ muốn - vắng chủ nhà gà bươi bếp ■ *"Isn't anybody doing any work around here?" "Mrs. Pinkerton isn't here today." "Oh, I see. When the cat's away, huh?"* ● "Không có ai làm việc gì quanh đây sao?" "Bà Pinkerton hôm nay không có đây." "À, tôi hiểu rồi. Vắng chủ nhà gà bươi bếp, phải thế không?"

when the chips are down khi tình hình trở nên rất khó khăn, nghiêm trọng, buộc phải đưa ra quyết định hoặc có hành động ■ *Dooley liked to complain a lot, but he knew how to be tough when the chips were down.* ● Dooley thích phàn nàn rất nhiều, nhưng anh ta biết cách cứng rắn khi tình hình trở nên nghiêm trọng. ■ *I'm not sure what I'll do when the chips are down.* ● Tôi không biết là đến thời điểm quyết định tôi sẽ phải làm gì. ■ *When the chips are down he always finds the courage to carry on.* ● Khi tình huống căng thẳng đến lúc quyết định, anh ta luôn có đủ can đảm để tiếp tục. ■ *When the chips are down, you won't get any help from her.* ● Đến lúc khó khăn quyết định, anh sẽ không nhận được sự giúp đỡ nào từ cô ấy.

when the crunch comes → **when it comes to the crunch**

when the dust settles → **after the dust clears**

when the going gets tough (the tough get going) 1. khi tình huống trở nên khó khăn (người có tính cách mạnh mẽ, quả quyết sẽ càng quả quyết, mạnh mẽ hơn để vượt qua) ■ *My father taught me that when the going gets tough, the tough get going, and that gave me the courage to continue pursuing my goal.* ● Cha tôi đã dạy rằng khi tình huống trở nên khó khăn, người có quyết tâm càng quyết tâm hơn nữa để vượt qua, và điều đó mang lại cho tôi nghị lực để tiếp tục theo đuổi mục tiêu của mình. ■ *When the going gets tough with your studies, having a definite goal will help to see you through.* ● Khi việc học tập trở nên khó khăn, việc có được một mục tiêu xác định sẽ giúp bạn vượt qua. 2. được vận dụng khác đi để mang tính hài hước, châm chọc ■ *When the going gets tough, the tough go shopping, and Fifth Avenue is the place to do it.* ● Khi tình huống trở nên khó khăn, người có quyết tâm càng rủ nhau đi mua sắm, và Fifth Avenue là nơi để họ làm việc đó. ■ *The only lesson I've learnt from this experience is, when the going gets tough, the tough eat more desert.* • Bài học duy nhất tôi học được từ kinh nghiệm này là, khi tình huống trở nên khó khăn, người có quyết tâm càng ăn tráng miệng nhiều hơn.

when the spirit moves → **if the spirit moves**

whenever the fancy takes hoặc *as the fancy takes* bất cứ khi nào thấy thích ■ *We bought a camper van so we could go away whenever the fancy took us.* • Chúng tôi mua một chiếc xe cắm trại để chúng tôi có thể đi xa bất cứ khi nào cảm thấy thích.

whenever the spirit moves → **if the spirit moves**

where → **give credit where credit is due**

where → **have sb right where you want them**

where → **hit sb where it hurts**

where → **on earth**

where → **put one's money where one's mouth is**

where → **tell sb where to go**

where → **that's where we came in**

where → **the devil**

where → **there's where sb comes in**

where does sb get off (doing sth) (khẩu ngữ) dùng để bày tỏ sự tức giận về điều mà ai đó vừa nói hay làm ■ *Where does she get off calling me lazy? I've been working like a dog all week.* • Dựa vào đâu mà cô ta dám nói là tôi lười biếng? Tôi đã làm việc cực như con chó trong suốt cả tuần.

where in the world → **what in the world**

where it's at (khẩu ngữ) nói về một nơi chốn hay một hoạt động rất được ưa chuộng, sôi động hoặc đúng mốt... ■ *Hey, dudes - come on over to my place. This is where it's at.* • Này các anh, hãy đến chỗ tôi đi. Đây là một nơi hấp dẫn lắm! ■ *Judging by the crowds waiting to get in, this seems to be where it's at.* • Đánh giá qua những đám đông đang chờ đợi để được vào, đây dường như là một nơi rất được ưa chuộng.

where sb is coming from (khẩu ngữ) những quan điểm, niềm tin, cá tính... của một người thể hiện ra lời nói hoặc việc làm của người ấy ■ *It was great having Paul on guitar - he understands where we're coming from musically.* • Thật tuyệt vời khi có được Paul chơi guitar - về mặt âm nhạc anh ấy hiểu rất rõ chúng ta muốn gì. ■ *I see where you're coming from.* • Tôi hiểu được ý anh muốn nói gì.

where sth is concerned → **far as sth is concerned**

where the blazes → **what the blazes**

where the rubber meets the road tình huống thực tế, khi một ý tưởng được mang ra sử dụng chứ không chỉ được nghĩ đến ■ *We want to empower our employees and put the decision-making closer to where the rubber meets the road.* • Chúng tôi muốn giao quyền lực đến cho các nhân viên và làm cho việc đưa ra các quyết định đến gần hơn với thực tiễn.

where there's a will there's a way dùng khi muốn nói rằng nếu quyết chí làm điều gì thì chắc chắn sẽ tìm ra được phương thức thích hợp để làm điều ấy ■ *If her welfare payments were cut, Castro said she would survive by cutting out things for her kids. "Where there's a will, there's a way, and I'd make it work," she said.* • Nếu các khoản trợ cấp xã hội bị cắt, Castro nói rằng cô ta sẽ sống được bằng cách cắt giảm các món dành cho con cái. Cô nói: "Chỉ cần quyết tâm là có thể làm được, và tôi sẽ làm được điều đó."

where there's smoke, there's fire hoặc *there's no smoke without fire* dùng khi cho rằng những lời đồn đại tuy không hẳn là đúng cả, nhưng thường cũng có một phần nào sự thật trong đó ■ *No one is exactly sure if the rumors of sexual misconduct are true, but where there's I smoke, there's usually fire.* • Không ai chắc chắn được là những lời đồn đại về thái độ sai phạm tình dục có đúng hay không, nhưng dù ít dù nhiều hẳn cũng có một phần đúng trong đó.

wherefore → the whys and wherefores (of sth)

whet one's appetite (for sth) làm cho ai thấy thích thú hơn với một công việc hoặc sự vật nào đó. ■ *To whet you appetite for shopping in Sante Fe, I am enclosing some brochures from our favorite galleries.* • Để bạn có thể thích thú hơn với việc đi mua sắm ở Sante Fe, tôi gởi kèm theo đây một số tờ quảng cáo từ những phòng trưng bày được ưa chuộng của chúng tôi.

whether → not know whether one is coming or going

which → every which way

which → not know which way to turn

which → see which way the wind blows

which is where we came in → that's where we came in

whichever wave you slice it → any wave you slice it

while → after a while

while → be worth one's while

while → fiddle while Rome burns

while → make hay (while the sun shines)

while → strike while the iron is hot

while the getting is good → while the going is good

while the going is good hoặc *while the getting is good* làm điều gì ngay khi có được cơ hội và không bị cản trở, thường vì cho rằng tình huống sau đó sẽ khó khăn hơn ■ *Many financial advisers are urging people to invest while the going is good and guarantee themselves an income.* • Nhiều nhà tư vấn tài chính đang thúc giục mọi người hãy đầu tư ngay khi nào có dịp thuận lợi và đảm bảo cho mình một nguồn thu nhập. ■*Don't you think we should quit while the going is good?* • Anh không nghĩ là chúng ta nên rút lui khi mọi chuyện còn đang tốt đẹp sao?

whimper → not with a bang but a whimper

whip → crack the whip

whip → fair crack of the whip

whip → kick one's ass

whip one's butt → kick one's ass

whip sb into shape → knock sb into shape

whip some ass → kick one's ass

whip sth into shape → knock sb into shape

whipping boy người hay sự việc bị quy lỗi, cho là đã gây ra một việc sai trái, nhưng chỉ nhằm đánh lạc hướng sự chú ý khỏi người hay sự việc khác vốn là nguyên nhân thật sự ■ *When something goes wrong in a country, the local supervisors use the state as their whipping boy.* ● Khi có một sai lầm nào đó xảy ra trong nước, nhà cầm quyền địa phương thường quy lỗi cho chính phủ trung ương để tránh nhận trách nhiệm về mình.

whirl → give sth a whirl

whisker → be within a whisker of (doing) sth

whisker → do sth by a whisker

whisker → the cat's whiskers

whistle → bells and whistles

whistle → blow the whistle (on)

whistle → clean as a whistle

whistle → slick as a whistle

whistle → wet one's whistle

whistling Dixie 1. (khẩu ngữ - thường dùng ở dạng phủ định) điều gì đó là không đúng với sự thật ■ *I think he could become a national politician, and I'm not just whistling Dixie.* ● Tôi nghĩ là anh ấy có thể trở thành một nhà chính trị quốc gia, và tôi không nói sai sự thật đâu. 2. cùng một tình huống như nhau nhưng có người rất vui vẻ trong khi những người khác lại không vui ■ *Our crops failed because of rain, but 30 miles aways they're whistling Dixie.* ● Mùa màng của chúng tôi hư hỏng vì mưa, nhưng cách đó 30 dặm thì người ta lại vui mừng hớn hở.

whistling in the dark cố làm ra vẻ tự tin trong một tình huống, hoặc hiểu biết nhiều về tình huống ấy, nhưng thật ra lại không phải vậy ■ *We say that the bad times are over for business, but that's just whitling in the dark.* ● Chúng tôi nói rằng những giai đoạn tồi tệ cho công việc đã qua đi, nhưng chỉ là gượng nói thế thôi.

whistling in the wind đưa ra những lời hứa, yêu cầu hay tuyên bố không có hiệu quả hoặc không tạo ra được kết quả hữu ích nào ■ *When their parents stop lying and whistling in the wind, the girls will stop being so difficult and will learn to behave.* ● Khi những bậc cha mẹ thôi không còn nói dối và hứa hẹn những điều vô bổ, các bé gái sẽ không còn quá khó khăn và học biết được cách cư xử.

white → as white as a ghost

white → drive the porcelain bus

white → in black and white

white → talk on the big white telephone

white → wave the white flag

white as a sheet hoặc *as white as a sheet* hoặc *as white as a ghost* (nói về màu da) trắng bệch, nhợt nhạt vì bệnh hoạn, hoặc vì xúc động... ■ *Jane was white as a sheet for weeks after her illness.* ● Sau cơn bệnh, Jane trắng bệch như tàu lá. ■ *Mary went as white as a sheet when she heard the news.* ● Mary trắng bệch ra khi cô vừa nghe tin. ■ *What's wrong? You're as white as a sheet.* • Có chuyện gì không ổn sao? Anh trắng bệch như tàu lá kìa. ■ *She went white as a sheet when she heard the bad news.* • Cô ấy trắng bệch đi khi nghe tin xấu.

white as the driven snow hoặc *as white as the driven snow* trắng tinh, rất trắng ■ *I like my bed sheets to be as white as the driven snow.* • Tôi thích vải trải giường tôi thật trắng tinh như tuyết. ■ *We have a new kitten whose fur is white as the driven snow.* • Chúng tôi có một con mèo con mới, lông trắng tinh như tuyết.

white Christmas ngày lễ Giáng sinh có nhiều tuyết ■ *While many children are hoping for a white Christmas, more than 500,000 families are packing their bags and heading for the sun.* • Trong khi rất nhiều trẻ em mong muốn một ngày Giáng sinh có nhiều tuyết trắng, thì có đến hơn 500.000 gia đình đang chuẩn bị hành trang lên đường tìm đến nơi có ánh nắng.

white elephant hoặc *white-elephant* hoàn toàn vô dụng, không mang lại ích lợi gì, cho dù là tốn kém rất nhiều tiền bạc ■ *For years, the country's recycling centre has been considered a wasteful white elephant that taxpayers constantly complained about.* • Trong nhiều năm, trung tâm tái chế của quốc gia được xem như là một công trình hoàn toàn vô ích và tốn kém mà những người trả thuế đã không ngớt than phiền. ■ *What this town needs is more parks, not another white-elephant business complex.* • Những gì thị trấn này cần là có thêm nhiều công viên, không phải là một khu kinh doanh phức hợp tốn kém và vô ích nữa.

white hat người cư xử đúng đắn trong một tình huống ■ *We're the white hat in this situation, we're not just buying this company for its assets, and then running away from it with the profits.* • Trong tình huống này, chúng tôi hoàn toàn đúng đắn. Chúng tôi không chỉ mua lại công ty này vì những tài sản của nó, và rồi tránh né đi với lợi nhuận có được.

white lie lời nói dối không quan trọng, vô hại, thường được đưa ra chỉ vì không muốn làm cho ai đó phải bối rối ■ *After receiving the fourteen picture frames as wedding gifts, we had to start telling little white lies about how much we loved them.* • Sau khi nhận được đến 14 cái khung hình như những món quà cưới, chúng tôi buộc phải bắt đầu đưa ra những lời nói dối vô hại về việc chúng tôi yêu thích chúng đến như thế nào.

white-elephant → **white elephant**

who → **ladies who lunch**

who → **on earth**

who → **the devil**

who does sb think one is kidding? → **who is sb kidding?**

who in the world → **what in the world**

who is sb kidding? hoặc *who does sb think one is kidding?* (khẩu ngữ) dùng khi muốn nói rằng lý do giải thích hoặc lời bào chữa của ai đó là không thể tin được ■ *My wife and I decided that moving would be easier than adding onto the kitchen and bedroom. Who did we think we were kidding?* • Tôi và vợ tôi đã quyết định rằng việc dời nhà đi là dễ dàng hơn so với việc làm thêm nhà bếp và phòng tắm. Ai mà tin nổi một lý do như thế chứ?

who shall remain nameless → who will remain nameless

who the blazes → what the blazes

who will remain nameless hoặc *who shall remain nameless* (khẩu ngữ) dùng khi đề cập đến người đã làm điều gì đó sai trái nhưng không muốn nêu tên ra ■ *A certain person, who will remain nameless, forgot to turn the coffee maker off last night.* ● Một người nào đó, tôi sẽ không nêu tên, tối hôm qua đã quên tắt máy pha cà phê.

who's counting (khẩu ngữ) bày tỏ rằng người nói không quan tâm đến một số lượng nào đó ■ *The next Star Trek movie (number six, but who's counting?) will be the last.* ● Bộ phim Star Trek tới đây (đánh số sáu, nhưng điều đó không quan trọng) sẽ là phim cuối cùng. ■ *I've had about ten chocolates already, but who's counting?* ● Tôi đã ăn khoảng 10 thanh sô-cô-la rồi, nhưng dù bao nhiêu thì lại có quan trọng gì?

who's who off người quan trọng hoặc nổi tiếng nhất trong một nhóm người, một tổ chức... ■ *The production credits read like a who's who of contemporary rock musicians.* ● Danh sách những người tham gia sản xuất đọc lên nghe như một bảng kê các nhạc sĩ nhạc rock đương thời. ■ *Over the past 45 years, Carter has worked with the who's who of the theatre.* ● Trong 45 năm qua, Carter đã làm việc với những nhân vật quan trọng nhất của nhà hát.

whole → blow the whole wad

whole → go the whole hog

whole → it's a (whole) new ball game

whole → make sth out of whole cloth

whole → swallow sth whole

whole → the (whole) works

whole → the whole (kit and) caboodle

whole → the whole ball of wax

whole → the whole nine yard

whole → the whole shebang

whole → the whole shooting match

whoop it up (khẩu ngữ) chơi đùa vui vẻ, thỏa thích với một nhóm bạn bè, thường là trong một dịp vui nào đó ■ *I found an old photo from '85 of me and my friends whooping it up in Vietnam.* ● Tôi đã tìm thấy một bức ảnh cũ của tôi và các bạn đang vui đùa thỏa thích ở Việt Nam hồi năm 85.

whoopee → make whoopee

whoops-a-daisy → oops-a-daisy

why → on earth

why → the devil

why → the whys and wherefores (of sth)

why in the world → what in the world

wicked → have one's wicked way with sb

wicked → no rest for the weary

wide → all wool and a yard wide

wide → be wide of the mark

wide → be wide open

wide → blow sth wide open

wide → cast one's net wide

wide → far and wide

wide → give sb a wide berth

wide → leave oneself (wide) open (to sth)

wide → the wild blue yonder

wide card sự việc gây ra nhiều lo lắng vì không thể biết trước được sẽ diễn tiến như thế nào hoặc có thành công hay không ■ *Another wild card in the dollar-yen exchange rate is the changing political situation in Japan.* ● Một yếu tố gây nhiều lo lắng khác trong tỷ giá trao đổi giữa đồng đô-la và đồng yen Nhật là sự thay đổi tình trạng chính trị ở Nhật.

widow → football widow

wife → old wives' tale

wife → trophy wife

wig → flip one's lid

wiggle → get a wiggle on

wild → do the wild thing

wild → get a wild hair

wild → go hog wild

wild → sow one's wild oats

wild → the wild blue yonder

wild goose chase cuộc tìm kiếm mất nhiều thời gian nhưng không có kết quả, vì đối tượng tìm kiếm không thể tìm ra được hoặc không có thật ■ *An anonymous phone call had led the detectives on a wild goose chase.* ● Một cuộc gọi nặc danh đã đưa các thám tử vào một cuộc săn lùng vô vọng. ■ *The police had been sent on a wild goose chase.* ● Cảnh sát đã được gởi đi trong một cuộc tìm kiếm không kết quả.

wild horses could not drag sb → wild horses would not drag sb

wild horses could not force sb → wild horses would not drag sb

wild horses could not make sb → wild horses would not drag sb

wild horses would not drag sb hoặc *wild horses could not drag sb* hoặc *wild horses could not make sb* hoặc *wild horses could not force sb* dùng để nhấn mạnh khi không muốn làm điều gì và sẽ không thực hiện điều đó bất chấp mọi sự thuyết phục hay áp lực ■ *Gloria has invited me, but wild horses would not drag me to that wedding.* ● Gloria đã có mời tôi, nhưng dù có lôi kéo gì tôi cũng không đến dự đám cưới ấy đâu.

wilderness → manna from heaven

wilderness → voice (crying) in the wilderness

wildest → not in my wildest dream

wildfire → spread like wildfire

will → against one's will

will → at will

will → battle of wills

will → of one's own free will

will → where there's a will there's a way

will get there (khẩu ngữ) bày tỏ hy vọng rằng một công việc cuối cùng sẽ được hoàn tất, cho dù có phải trải qua nhiều khó khăn ■ *Don't worry, we'll figure it out. It may take six months or a year, but we'll get there.* ● Đừng lo, rồi chúng ta sẽ hiểu rõ mọi việc. Có thể phải mất đến 6 tháng hoặc một năm, nhưng cuối cùng chúng ta cũng sẽ hoàn tất. ■ *I'm sure you'll get there in the end.* ● Tôi dám chắc là cuối cùng anh cũng sẽ làm được.

will wonders never cease → wonders will never cease

willies → give sb the willies

willing → God willing and the creek don't rise

willing → the spirit is willing but the flesh is weak

win → get brownie points

win a battle but lose the war giành được một phần nào lợi thế hoặc kết quả trong cuộc tranh chấp, nhưng thất bại, không đạt đến kết quả lớn hơn hoặc phần quan trọng hơn ■ *They had won the battle to keep their jobs, but they lost the war, and the factory closed in a year.* • Họ đã đạt được phần ưu thế trong việc giữ lại công việc đang làm, nhưng lại thất bại nặng nề hơn khi nhà máy đóng cửa một năm.

win hands down hoặc *beat sb hands down* hoặc *beat sth hands down* thắng được một cách dễ dàng và hoàn toàn trong một cuộc cạnh tranh, so tài hay một cuộc bầu cử, hoặc là người hay vật giỏi nhất trong nhóm người hay vật đang được so sánh ■ *If the election had been held that day, Brown would have won hands down.* • Nếu cuộc bầu cử được tổ chức vào ngày ấy, Brown chắc hẳn đã chiến thắng dễ dàng.

win one's heart hoặc *capture one's heart* hoặc *steal one's heart* 1. làm những điều tốt đẹp cho ai đó để chiếm lấy tình yêu của người ấy ■ *Martin knew the only way to win Sara's heart was to prepare a good Italian meal.* • Martin biết rằng cách duy nhất để chiếm được tình yêu của Sara là sửa soạn một bữa ăn ngon theo kiểu Ý. 2. nói về âm nhạc, tác phẩm văn chương... có sức lôi cuốn, làm người ta yêu thích ■ *Anderson says that it was country music that first won his heart and got him to play guitar at an early age.* • Anderson nói rằng chính loại âm nhạc đồng quê đã làm rung động trái tim anh và khiến cho anh chơi đàn gui-ta từ lúc nhỏ.

win the day hoặc *carry the day* giành phần thắng trong một cuộc tranh luận, đua tài, hoặc tạo được ảnh hưởng lớn nhất đối với một tình huống hay một quyết định ■ *Biko spoke little, but his suggestions always won the day.* • Biko ít nói, nhưng những đề xuất của anh ta luôn giành được ưu thế. ■ *Despite strong opposition, the ruling party carried the day.* • Bất chấp sự phản đối mạnh mẽ, đảng cầm quyền vẫn chiếm ưu thế. ■ *Our party at last won the day.* • Đảng của chúng ta cuối cùng đã giành được ưu thế. ■ *It was his goal that finally carried the day for England.* • Chính bàn thắng của anh ta đã mang lại ưu thế cho đội Anh.

wind → be spitting in the wind

wind → be three sheets to the wind

wind → blowing in the wind

wind → break wind

wind → following wind

wind → get one's second wind

wind → get wind of sth

wind → leave sb twisting in the wind

wind → run like the wind

wind → sail close to the wind

wind → see which way the wind blows

wind → take the wind out of one's sails

wind → throw caution to the wind

wind → **whistling in the wind**

wind sb around one's little fingers → **wrap sb around one's little finger**

windmills → **be tilting at windmills**

window → **go out (of) the window**

window of opportunity giai đoạn hoặc thời điểm tốt nhất để thực hiện điều gì - thời cơ, cơ hội tốt ■ *We agree there's a window of opportunity here to move the negotiations forward, and we don't want to lose it.* ● Chúng tôi đồng ý là ở đây có một cơ hội tốt để thúc đẩy những cuộc thương lượng, và chúng tôi không muốn bỏ lỡ nó.

winds → **be scattered to the (four) winds**

wine and dine sb (thường dùng trong các bản tin báo chí, truyền hình...) cố tạo ấn tượng với ai bằng cách đãi ăn uống thật linh đình ■ *Rolling Stone wined and dined the millionaire model at his French mansion.* ● Rolling Stone chiêu đãi linh đình cô người mẫu triệu phú ở tòa dinh thự kiểu Pháp của ông ta.

wine, women, and song (cách dùng cũ) nói về một cuộc sống hưởng thụ, ăn chơi phóng túng ■ *Goldeen was accused of using city funds wine, women and song.* ● Goldeen đã bị buộc tội là sử dụng công quỹ của thành phố để ăn chơi phóng túng.

wing → **be in the wings**

wing → **be under the wing of**

wing → **clip one's wings**

wing → **on a wing and a prayer**

wing → **take sb under one's wing**

wing it (khẩu ngữ) thực hiện điều gì một cách tùy tiện, phản ứng tức thời, không có kế hoạch chuẩn bị trước hoặc không chú ý quá nhiều đến những chi tiết hoặc quy tắc ■ *Have you thought out some responses to likely interview questions, or do you intend to wing it?* ● Anh đã có nghĩ trước câu trả lời cho những câu hỏi phỏng vấn có thể có, hay định sẽ trả lời tùy lúc đó?

wings → **spread one's wings**

wings → **try one's wings**

wink → **a wink's as good as a nod (to a blind man)**

wink → **forty winks**

wink → **not sleep a wink**

wink → **quick as a wink**

wipe sth off the map phá hủy hoàn toàn một vùng, hoặc một cộng đồng, khiến cho nó không còn tồn tại nữa ■ *Experts say that a huge earthquake could wipe parts of California off the map.* ● Các chuyên gia nói rằng một trận động đất rất lớn có thể hủy hoại hoàn toàn một phần của California.

wipe the floor with sb đánh bại ai một cách hoàn toàn hoặc rất dễ dàng trong một cuộc so tài ■ *We had a couple of chances to score, but in the end they wiped the floor with us, 4-0.* ● Chúng tôi có vài cơ hội để ghi bàn, nhưng sau cùng họ đã thắng chúng tôi dễ dàng, 4-0.

wipe the grin off one's face hoặc **wipe the smiles off one's face** (khẩu ngữ) làm điều gì khiến cho ai không hài lòng hoặc bất mãn, nhất là phải bực tức ■ *"At that time I'd like to slap him and wipe that grin off his face for what he had said to my wife." he told the astonished customer.* ● "Lúc đó tôi muốn tát vào hắn và chọc cho hắn phải tức điên lên vì những gì hắn đã nói với vợ tôi."

wipe the slate clean đồng ý quên đi những lỗi lầm, tranh chấp hoặc tội lỗi đã qua trong quá khứ ■ *We're calling a meeting for this afternoon to resolve all minor disputes, and wipe the slate clean for the new year.* ● Chúng tôi đang triệu tập một cuộc họp chiều nay để giải quyết tất cả những tranh cãi bất đồng, và đồng ý quên đi quá khứ trong dịp năm mới.

wipe the smiles off one's face → **wipe the grin off one's face**

wire → **come down to the wire**

wire → **get in under the wire**

wire → **have one's wires crossed**

wire → **live wire**

wisdom → **with the hindsight**

wise → **early to bed, early to rise (makes a man healthy, wealthy, and wise)**

wise → **get wise to**

wise as an owl hoặc *as wise as an owl* rất khôn ngoan, nhiều mưu mẹo ■ *Grandfather is as wise as an owl.* ● Ông nội là người rất khôn ngoan. ■ *My goal is to be wise as an owl.* ● Mục tiêu của tôi là phải trở nên khôn ngoan mưu trí.

wise in the ways of hoàn toàn hiểu được cách đối phó với một tình huống, hoặc hiểu rõ về cách ứng xử, những gì mà ai đó có thể sẽ làm ■ *Andrew, aged seven, is wise in the ways of street survival - don't get noticed and you won't get hurt.* ● Andrew, lên bảy tuổi, hiểu rõ cách thức tồn tại trên đường phố - đừng để bị chú ý đến và sẽ không bị tổn thương.

wiser → **be none the wiser**

wish → **I wish**

wish → **your wish is my command**

wishful thinking điều được hy vọng nhưng không có khả năng xảy ra - ảo vọng, ảo tưởng ■ *After such a long period of manufacturing decline, to hope for a recovery might seem like wishful thinking.* ● Sau một thời gian sản xuất bị sụt giảm quá lâu như thế, hy vọng về một sự hồi phục có vẻ dường như chỉ là ảo tưởng.

wit → **at one's wit's end**

wit → **at one's wits' end**

wit → **battle of wits**

wit → **gather one's wits**

wit → **have your wits about you**

wit → **pit one's wit against sb**

wit → **scare sb out of their wits**

wit → **to wit**

with → **abound with**

with → **be done with**

with → **be to do with**

with → **be with it**

with → **bring sth into line (with)**

with → **butt heads with sb**

with → **can do sth with one hand tied behind one's back**

with → **can't be doing with sth**

with → **catch sb with one's hand in the cookie jar**

with → **do sth with one hand tied behind one's back**

with → **get away with murder**

with → have a way with

with → have it out with sb

with → keep up with the Joneses

with → one's head is buzzing (with sth)

with → over and done with

with → over with

with → throw one's lot in with

with → to begin with

with → what with one thing and another

with → what's with

with a bang rất thành công hoặc tạo ra nhiều ảnh hưởng, hoặc nổi bật dễ nhận thấy ■ *He wanted to end his career with a bang.* ● Ông ta muốn chấm dứt sự nghiệp của mình một cách thành công. ■ *The party went with a bang.* ● Bữa tiệc rất thành công. ■ *The team won their last four games, ending the season with a bang.* ● Đội bóng thắng bốn trận cuối cùng, chấm dứt mùa bóng một cách thành công.

with a capital dùng với chữ mở đầu tương ứng của vấn đề đang đề cập, để nhấn mạnh rằng người nói đang muốn nói đến sự vượt mức hoặc rất quá đáng của vấn đề ■ *I was in trouble, big trouble with a capital T.* ● Tôi đang gặp rắc rối to. Tôi muốn nhấn rất mạnh từ "rắc rối". ■ *A little exercise is good for you, but it doesn't have to be exercise with a capital E.* ● Tập thể dục là tốt cho sức khỏe bạn, nhưng không cần thiết phải tập quá mức. ■ *He was romantic with a capital R.* ● Anh ta hết sức lãng mạn. ■ *This is a case of incompetence with a capital I.* ● Đây là một trường hợp hoàn toàn thiếu khả năng. - Chú ý: *trouble* được dùng với *T*, *exercise* được dùng với *E*, và tương tự như thế...

with a difference sự khác biệt lý thú hay khác thường ■ *These are children's book reviews with a difference, because the chidren themselves tell you what they've read and how they like it.* ● Đây là những bài điểm sách của các em rất thú vị, bởi vì chính các em sẽ nói cho bạn biết những gì chúng đã đọc và chúng thích những điều ấy như thế nào. ■ *The traditional backpack with a difference - it's waterproof.* ● Chiếc ba lô truyền thống với điểm rất thú vị - nó không thấm nước.

with a stick up one's ass → have a stick up one's butt

with a vengeance dùng để nhấn mạnh một sự việc được thực hiện ở mức độ nhiều hơn thông thường hoặc như được mong đợi ■ *Nicky began drinking with a vengeance when his band started becoming popular.* ● Nicky bắt đầu uống rượu quá độ khi ban nhạc của anh ta bắt đầu trở nên được ưa chuộng.

with a view to (doing) sth nhắm đến một mục đích cụ thể nào đó ■ *People with learning difficulties should be encouraged to live outside the family home, with a view to eventual independence.* ● Những người có khó khăn trong việc học tập cần được khuyến khích sống bên ngoài gia đình, nhằm để có được sự tự lập cuối cùng.

with a whimper not a bang → not with a bang but a whimper

with all due respect hoặc *with due respect* dùng một cách trang trọng để tỏ ra lịch sự trước khi đưa ra ý kiến bất đồng hoặc chỉ trích, phê phán ai ■ *With all due respect, the figures simply do not support you on this.* • Với tất cả lòng kính trọng, xin nói rằng những con số ấy hoàn toàn không ủng hộ cho ông trong việc này. ■ *With due respect, is that question relevant?* • Không dám vô lễ, nhưng liệu câu hỏi đó có liên quan gì chăng? ■ *With all due respect to the teaching staff, I think the exam results could have been better.* • Dù rất kính trọng ban giảng huấn, tôi nghĩ là những kết quả thi lẽ ra đã có thể tốt hơn.

with all one's heart nói về một cảm xúc hết sức chân thành, mạnh mẽ ■ *Vicky and James had married young, and it was obvious that she loved him with all her heart.* • Vicky và James đã cưới nhau khi còn trẻ, và rõ ràng là cô ta yêu thương anh với tất cả lòng mình. ■ *I hope with all my heart that things work out for you.* • Tôi hết sức thật lòng hy vọng là mọi việc đều tiến triển tốt đẹp cho anh. ■ *She wished with all her heart that he would come.* • Cô ấy thật lòng ao ước là anh ta sẽ đến.

with an eye to sth 1. nuôi hy vọng, dự tính sẽ thực hiện hoặc đạt được điều gì ■*The town is holding a music festival, with an eye to making more money from tourism.* • Thành phố đang tổ chức một cuộc hội diễn âm nhạc, với hy vọng kiếm được nhiều tiền hơn từ các du khách. ■ *He bought the warehouse with an eye to converting it into a hotel.* • Ông ấy mua căn nhà kho với dự tính biến nó thành một khách sạn. 2. lưu ý đến một điều gì được xem là quan trọng khi tiến hành một kế hoạch hay đưa ra một quyết định ■*Choose your assistance with care, and with an eye to the particular skills that are required.* • Hãy chọn người trợ lý của bạn thật cẩn thận, với sự lưu ý đặc biệt đến những kỹ năng cụ thể được cần đến.

with attitude đủ tự tin để làm những gì bản thân cho là đúng đắn, nhất là khi điều đó gây khó chịu, bực mình cho người khác - trung thực, thẳng thắn ■ *I like how Liz talks to her boss, courtesy with attitude.* • Tôi thích cách nói chuyện của Liz với ông chủ của cô, nhã nhặn và thẳng thắn.

with bad grace làm điều gì với vẻ miễn cưỡng không vui hoặc rất thô lỗ ■ *He handed over the money with bad grace.* • Anh ta đưa tiền ra một cách miễn cưỡng.

with bated breath cảm giác rất lo lắng, bị kích động hoặc nôn nao ■ *So now I have to wait with bated breath to find out if I've been accepted into law school.* • Vậy là giờ đây tôi phải bồn chồn chờ đợi cho đến khi biết được là mình có được nhận vào trường luật hay không. ■ *We waited with bated breath for the winner to be announced.* • Chúng tôi nôn nao chờ đợi tên người trúng giải được công bố. ■ *They waited with bated breath to find out who had won.* • Họ nôn nao chờ đợi để biết xem ai đã thắng cuộc.

with bells on 1. hoặc *with bells on it* dùng để nhấn mạnh việc thực hiện điều gì đó một cách trọn vẹn, toàn diện, theo cách tốt nhất có thể được ■ *"Eating is a celebration," he said. "Enjoy yourself with bells on, but don't overdo it."* • Anh ta nói: "Ăn uống là một dịp chúc mừng, xin các bạn hãy dùng hết sức tự nhiên, nhưng đừng quá độ." 2.hoặc *be waiting with bells on* rất nôn nao, nóng lòng chờ đợi một dịp vui ■ *"So, you'll be here at 9 o'clock?" "With bells on."* ● "Vậy là bạn sẽ đến đây lúc 9 giờ?" "Tất nhiên, tôi còn rất nôn nóng nữa." - **bell** được dùng với nghĩa là cái chuông. Thành ngữ này bắt nguồn từ thói quen ngày xưa, người ta hay buộc chuông trên cổ ngựa mỗi khi đi dự các buổi tiệc mừng hoặc lễ hội.

with bells on it → **with bells on**

with dispatch (khẩu ngữ) nhanh chóng và hiệu quả ■ *He carries out his duties with dispatch.* ● Anh ta thực hiện những nhiệm vụ của mình một cách nhanh chóng và hiệu quả.

with due respect → **with all due respect**

with effect from bắt đầu có hiệu lực, hiệu quả kể từ thời gian được nói đến ■ *The government has cut interest rates with effect from the beginning of next month.* ● Chính phủ đã cắt giảm các mức lãi suất, với hiệu lực áp dụng kể từ đầu tháng tới. ■ *Trade sanctions have been imposed with effect from 1 April.* ● Lệnh cấm vận mậu dịch đã được áp đặt, với hiệu lực bắt đầu kể từ ngày 1 tháng Tư. ■ *I am resigning from the party with immediate effect.* ● Tôi sẽ từ chức ra khỏi đảng ngay lập tức.

with good grace một cách vui vẻ, sẵn lòng chấp nhận điều gì ■ *You must learn to accept defeat with good grace.* ● Anh phải học cách chấp nhận sự thất bại một cách vui vẻ.

with guns blazing hoặc *come out with one's guns blazing* (thường dùng trong các bản tin báo chí, truyền hình...) dùng tất cả sức lực và kỹ năng của mình để chống lại đối thủ ■ *Committee members came out with all guns blazing Tuesday, determined to get this resolution passed.* ● Các thành viên ủy ban đã vận dụng tất cả sức mạnh của mình, quyết tâm thông qua nghị quyết này.

with no string attached nói về một sự thỏa thuận hay sắp xếp không có kèm theo bất cứ một điều khoản bất lợi hay không mong muốn nào ■ *Ray offered her a free trip to the Bahamas, with no strings attached.* ● Ray đã đề nghị với cô ấy một chuyến đi miễn phí đến Bahamas, không có điều kiện kèm theo nào cả.

with one's bare hands với hai tay không, không có vũ khí hoặc dụng cụ để làm gì ■ *He was capable of killing a man with his bare hands.* ● Hắn ta có khả năng giết người với hai tay không. ■ *We pulled the wall down with our bare hands.* ● Chúng tôi dùng tay không xô ngã bức tường.

with one's eyes closed → **with one's eyes shut**

with one's eyes open với sự nhận thức rõ ràng, biết rõ về điều gì ■ *I went into this with my eyes open so I guess I only have myself to blame.* ● Tôi đã dính vào chuyện này với một nhận thức rõ ràng, vì vậy tôi nghĩ là tôi chỉ có thể tự trách mình mà thôi. ■ *I went into the job with my eyes open, fully knowing what it would involve.* ● Tôi bước vào công việc này với một nhận thức rõ ràng, biết rõ đầy đủ những gì nó sẽ liên quan đến.

with one's eyes shut hoặc *with one's eyes closed* làm điều gì rất dễ dàng, không chút khó khăn vì đã quá quen thuộc hoặc có thừa năng lực, kinh nghiệm ■ *I've made this trip so often, I* *could do it with my eyes shut.* • Tôi đã thực hiện chuyến đi này rất thường xuyên, tôi có thể nhắm mắt cũng làm được. ■ *I could do his job with my eyes shut.* • Tôi có thể nhắm mắt cũng làm được công việc của anh ta. (quá dễ dàng, không có gì khó khăn)

with one's heart in one's mouth → **one's heart in one's mouth**

with one's nose in the air cư xử theo cung cách khinh thường người khác vì cho rằng mình tốt đẹp hoặc có tài năng hơn ■ *Cramer sat on the beach with his nose in the air and pretended not to notice the rest of us.* • Cramer ngồi trên chiếc ghế dài với vẻ khinh khỉnh và giả vờ như không nhận ra những người còn lại trong bọn chúng tôi.

with one's tail between one's legs có cảm giác không vui hoặc bối rối vì mang mặc cảm thất bại trong một sự việc gì ■ *Last night, Jerry came in with his tail between his legs and asked if he could stay with us because Cindy had thrown him out.* • Tối qua Jerry bước vào với vẻ lúng túng thiểu não và hỏi xem anh ta có thể ở lại với chúng tôi được không, vì Cindy đã xô đuổi anh ta ra khỏi nhà.

with sb all the way → **behind sb all the way**

with sth to spare → **and sth to spare**

with the benefit of hindsight → **with the hindsight**

with the clarity of hindsight → **with the hindsight**

with the exception of sth trừ ra, không tính đến ■ *All his novels are set in Italy with the exception of his last.* • Tất cả những cuốn tiểu thuyết của ông ta đều lấy bối cảnh ở Ý, trừ ra cuốn cuối cùng. ■ *The players should all be fit for Saturday's game, with the possible exception of Davis.* • Tất cả các cầu thủ cần phải có thể lực tốt cho trận đấu hôm thứ Bảy, trừ một ngoại lệ có thể có là David.

with the hindsight hoặc *in the hindsight* hoặc **with the benefit of hindsight** hoặc **with the wisdom of hindsight** hoặc **with the clarity of hindsight** khi nghĩ về một tình huống có sai sót đã xảy ra trong quá khứ thì có thể hiểu ra được lúc đó nên làm thế nào để tránh được lỗi lầm ■*With the benefit of hindsight, it is clear that we should have ordered more supplies.* • Khi nhìn ngược lại chuyện đã qua, rõ ràng là lúc ấy chúng ta nên gọi thêm hàng tiếp trợ. ■ *With hindsight it is easy to say they should not have released him.* • Với chuyện đã qua thì rất dễ để nói ngay là họ không nên thả hắn ta ra. ■ *What looks obvious in hindsight was not at all obvious at the time.* • Những gì có vẻ như rất rõ ràng khi nhìn về quá khứ lại không rõ ràng chút nào vào lúc đang xảy ra. ■ *It's easy to criticise with the benefit of hindsight.* • Thật dễ dàng để phê phán những chuyện đã qua.

with the wisdom of hindsight → **with the hindsight**

with tongue in cheek → **tongue in cheek**

wither on the vine hoặc *die on the vine* nói về một kế hoạch, dự án hay ý tưởng... thất bại ngay trước khi có được cơ hội để thực hiện hoặc phát triển ■ *Gingrich would let Medicare wither* on the vine through reduced funding. • Gingrich hẳn sẽ để cho chương trình Medicare phải thất bại từ trong trứng nước bằng cách cắt giảm tài trợ.

within → be within a whisker of (doing) sth

within → wheels within wheels

within an inch of doing sth ở vào tình huống chuẩn bị, sắp thực hiện điều gì, nhưng vẫn chưa xảy ra ■ *She was within an inch of being killed.* • Cô ấy suýt nữa bị giết chết. ■ *He was within an inch of having to sell his house and his brother came to help him financially.* • Anh ta suýt phải bán căn nhà của mình và rồi người anh đã đến giúp đỡ về tiền bạc.

within an inch of one's life hoặc *to within an inch of one's life* nói về người bị đánh dồn dập, nặng nề, và thương tổn nghiêm trọng ■ *I hate those movies where a guy is beat to within an inch of his life, and then he gets up and acts like nothing happened.* • Tôi ghét những bộ phim mà trong đó một người bị đánh đến suýt chết, và rồi vùng dậy hành động như thể chẳng có gì xảy ra cả. ■ *They beat him within an inch of his life.* • Họ đánh anh ta đến suýt chết.

within earshot nằm trong tầm có thể nghe thấy được điều gì ■ *As she came within earshot of the group, she heard her name mentioned.* • Khi cô ấy đi vào tầm nghe được cuộc nói chuyện của nhóm, cô nghe tên mình được nhắc đến.

within spitting distance (of sth) rất gần ■ *My new apartment is within spitting distance of school.* • Căn hộ mới của tôi rất gần trường học.

within striking distance (of sth) dùng để nhấn mạnh là sắp đạt được điều gì mong muốn ■ *Supporters of the bill said they were within striking distance of getting enough signatures for a veto.* • Những người ủng hộ cho dự luật nói rằng họ sắp sửa thu thập đủ chữ ký cho việc phủ quyết.

without → can do without sth

without → do without sth

without → fishing without bait

without → go without

without → it goes without saying

without → make an omelette without breaking eggs

without → up the creek

without → where there's smoke, there's fire

without breaking stride nói về một sự việc, được thực hiện một cách dễ dàng và bình thản, ngay cả khi có những sự kiện xảy ra có thể làm gián đoạn hoặc gây ngạc nhiên ■ *Stern maintains the art of pacing a radio show, cutting from one outrageous comment to the next joke without breaking stride.* • Stern duy trì được nghệ thuật điều phối một chương trình phát thanh, cắt bỏ từ một nhận xét cực đoan cho đến một lời đùa cợt tiếp đó một cách dễ dàng mà không hề gián đoạn.

without ceremony theo một cách thô lỗ và không chút lịch sự, nhân nhượng ■ *He found himself pushed without ceremony out of the house and the door slammed in his face.* • Anh ta thấy mình bị tống ra khỏi nhà thật thô bạo và cánh cửa đóng sầm cả vào mặt anh ta. ■ *Dumping the report on his desk* *without ceremony, she turned and walked out.* • Ném bản báo cáo xuống bàn giấy của anh ta không một chút lịch sự, cô ấy quay người bỏ đi.

without compare → **beyond compare**

without demur không chút ngần ngại hay phản đối ■ *They accepted without demur.* • Họ đã chấp nhận hoàn toàn không chút ngần ngại hay phản đối.

without detriment to sb hoặc *without detriment to sth* không gây nguy hại hoặc không làm hủy hoại ■ *This tax cannot be introduced without detriment to people's living standards.* • Khoản thuế này không thể áp dụng mà không gây nguy hại cho các chuẩn mực sống của người dân.

without detriment to sth → **without detriment to sb**

without doubt hoặc *beyond doubt* dùng để nhấn mạnh khi đưa ra một ý kiến ■ *This meeting has been, without doubt, one of the most useful we have had so far.* • Cuộc họp mặt này, không nghi ngờ gì nữa, là một trong những cuộc họp mặt bổ ích nhất mà chúng ta đã có được cho đến nay. ■ *She is without a doubt one of our most talented students.* • Cô ấy chắc chắn là một trong những sinh viên tài năng nhất của chúng ta.

without equal hoặc *have no equal* (khẩu ngữ) tốt hơn, vượt trội hơn bất cứ đối tượng nào khác trong cùng loại ■ *He is a player without equal.* • Anh ta là một cầu thủ không có ai khác sánh bằng. ■ *As a family holiday destination, this seaside has no equal.* • Nếu là một điểm đến để nghỉ ngơi cho gia đình, bãi biển này hơn hẳn những nơi khác.

without exception nói về điều gì được áp dụng cho tất cả mọi đối tượng đang được nói đến, không loại trừ bất cứ ai ■ *All students without exception must take the English examination.* • Tất cả sinh viên đều buộc phải dự kỳ thi tiếng Anh, không loại trừ ai cả.

without fail 1. buộc ai phải làm điều gì ■ *I want you here by two o'clock without fail.* • Tôi muốn các anh phải có mặt ở đây lúc 2 giờ. (không thể vắng mặt) 2. luôn luôn, bao giờ cũng vậy ■ *He writes every week without fail.* • Tuần nào anh ấy cũng đều có viết thư. ■ *He calls me every Sunday night without fail.* • Bao giờ anh ấy cũng gọi cho tôi vào mỗi tối Chủ nhật.

without fear of contradiction bày tỏ sự tự tin khi nói ra điều gì và biết chắc là mọi người đều sẽ đồng ý ■ *I can say, without fear of contradiction, that tonight has been a real success.* • Tôi có thể nói chắc rằng tối nay là một thành công thực sự. (tôi cho rằng ai cũng nghĩ như thế)

without fear or favour một cách công bằng, không thiên lệch ■ *They undertook to make their judgement without fear or favour.* • Họ đã hứa sẽ đưa ra phán đoán công bằng không thiên lệch.

without further ado hoặc *without more ado* (cách dùng cũ) ngay lập tức, không chậm trễ chút nào ■ *We set to work without further ado.* • Chúng tôi khởi sự làm việc ngay không chậm trễ chút nào.

without missing a beat hoàn toàn thản nhiên trước một sự việc xảy ra đột ngột, trong một tình huống lẽ ra đã gây sự ngạc nhiên ■ *"And this must be your mother." "No, we're sisters," replied Meg. "I can see the resemblance now," said Joe, without missing a beat.* ● *"Và đây hẳn là mẹ cô?" Meg trả lời: "Không, chúng tôi là chị em." "Giờ thì tôi đã thấy được sự giống nhau của hai người." Joe nói với vẻ hoàn toàn thản nhiên.*

without more ado → **without further ado**

without putting too fine a point on it → **not to put too fine a point on it**

without rhyme or reason hoặc *there is no rhyme or reason* dùng để nhấn mạnh là người nói không thể hiểu được nguyên nhân, lý do khiến ai làm điều gì hoặc khiến điều gì xảy ra ■ *Results seemed to vary between regions, with no rhyme or reason.* ● *Kết quả dường như khác biệt nhau ở các vùng, không hiểu vì lý do gì.*

witless → **scare sb out of their wits**

woe betide sb (cách dùng cũ) dùng để cảnh báo ai rằng họ sẽ gặp rắc rối nếu thực hiện điều gì đó ■ *It's surprising how many old laws are still in force. For example, woe betide any man who kisses his wife in public on a Sunday in a small town in New Hampshire.* ● *Thật ngạc nhiên là có quá nhiều cổ luật vẫn còn được áp dụng. Chẳng hạn như, tại một thị trấn nhỏ ở New Hampshire, bất cứ người đàn ông nào hôn vợ ở nơi công cộng vào ngày Chủ nhật hãy coi chừng vì có thể sẽ gặp rắc rối.*

wolf → **a wolf in sheep's clothing**

wolf → **cry wolf**

wolf → **keep the wolf from the door**

wolf → **lone wolf**

wolf → **the big bad wolf**

wolves → **throw sb to the wolves**

woman → **a man after one's own heart**

woman → **a man of one's word**

woman → **a man of the world**

woman → **as the next guy**

woman → **be one's own man**

woman → **hell hath no fury**

woman → **if you want sth, sb is your man**

woman → **make an honest woman (out) of sb**

woman → **one's right-hand man**

woman → **the man on the street**

woman → **you can't keep a good man down**

women → **wine, women, and song**

won't bite (khẩu ngữ) không cần thiết phải sợ sệt ai đó khi không có lý do, nhất là nói về người có quyền lực ■ *Go ahead and ask him if he'll help you - he won't bite.* ● *Cứ đi thẳng đến mà hỏi xem ông ta có chịu giúp bạn không - việc gì phải sợ, ông ta không ăn thịt bạn đâu.*

won't break the bank không quá đắt, có thể chi trả được ■ *It'll be a nice Christmas treat for her, and it won't break the bank.* ● *Đó sẽ là một món quà Giáng sinh rất tuyệt vời cho cô ấy, và cũng không đến nỗi quá đắt lắm đâu.* ■ *We can just get some cakes if you want - that won't break the bank.* ● *Chúng ta có thể lấy một ít bánh ngọt nếu anh muốn - không đến nỗi quá đắt lắm đâu.* ■

won't take no for an answer

One night out won't break the bank. • Đi chơi bên ngoài một đêm cũng chẳng tốn kém đến đâu.

won't take no for an answer hoặc *refuse to take no for an answer* kiên trì, nhất quyết theo đuổi, bất chấp sự phản đối của người khác ■ *You're coming with me, and I won't take no for an answer.* • Bạn đến với tôi, và tôi sẽ không bỏ cuộc.

wonder → no wonder

wonder → one-hit wonder

wonders will never cease hoặc *will wonders never cease* (khẩu ngữ) bày tỏ sự ngạc nhiên và hài lòng về điều gì ■ *Frank jogs three morning a week now. Will wonders never cease?* • Giờ đây Frank tập chạy bộ mỗi tuần ba buổi sáng. Còn gì đáng ngạc nhiên hơn nữa chứ? ■ *"My dad bought me a car." "Wonders will never cease."* • "Cha tôi mua cho tôi một chiếc xe hơi." "Còn gì đáng ngạc nhiên hơn nữa chứ!"

wood → dead wood

wood → knock on wood

wooden → worth a wooden nickel

woods → babe in the woods

woods → neck of the woods

woods → not be out the woods (yet)

woodwork → crawl out of the woodwork

wool → all wool and a yard wide

wool → dyed-in-the-wool

wool → pull the wool over one's eyes

word → a man of one's word

word → actions speak louder than words

word → as good as one's word

word → at a loss (for words)

word → by word of mouth

word → dirty word

word → do sb a world of good

word → don't know the meaning of (the word)

word → eat one's words

word → famous last words

word → from the word go

word → give sb one's word (that)

word → hang on one's every word

word → have a word (with sb)

word → have the last word

word → have words (with sb)

word → in a word

word → in so many words

word → isn't the word for it

word → keep one's word

word → mark my word(s)

word → mum's the word

word → my word

word → not breathe a word

word → not get a word in edgewise

word → not in so many words

word → not mince words

word → put in a (good) word for sb

word → put words in(to) one's mouth

word → say the word

word → take my word for it

word → take sb at their word

word → take the words (right) out of one's mouth

word → the F-word

word → the last word in

word → the word is (that)

word → war of words

word for word 1. lặp lại hay sao chép điều gì hoàn toàn chính xác như nguyên văn, nguyên bản ■ *Tikhon knows that passage by heart and can recite it word for word.* ● Tikhon thuộc nằm lòng đoạn văn ấy và có thể đọc chính xác đến từng chữ một. ■ *She gave a word-for-word account of the conversation she had overheard.* ● Cô ta kể lại chính xác từng lời mẩu đối thoại mà cô đã nghe lóm được. 2. chuyển dịch từ một ngôn ngữ này sang ngôn ngữ khác theo ý nghĩa của từng từ một thay vì là ý nghĩa trọn vẹn của cả câu văn, đoạn văn ■ *It is inadequate and sometimes completely misleading to translate the text word for word.* ● Chuyển dịch văn bản từng chữ một thật là không thỏa đáng và đôi khi là hoàn toàn sai lệch. ■ *A word-for-word translation will never give the full meaning and flavour of an article.* ● Một bản dịch theo từng chữ một sẽ không bao giờ đưa lại được đầy đủ ý nghĩa và phong cách của một bài viết.

word has it → the word is (that)

word is law (with sb) nói về người có quyền lực tuyệt đối nên nói ra điều gì đều được mọi người khác tuân theo, ngay cả khi điều đó có vẻ như không hợp lý ■ *Coleman was a strict disciplinarian whose word was law with the players.* ● Coleman là một người chủ trương áp dụng kỷ luật nghiêm khắc với mỗi lời nói ra đều được các cầu thủ tuyệt đối tuân theo.

words fail me tình huống không thể nào diễn đạt những suy nghĩ, cảm xúc của mình thành lời ■ *Emily, you are the most... well, words fail me.* ● Emily, bạn thật là quá sức... à, tôi không biết nói sao đây nữa.

work → all in a day's work

work → all work and no play makes Jack a dull boy

work → all worked up (over sth)

work → at work

work → have one's work cut out for

work → in the works

work → make short work of sth

work → nice work if sb can get it

work → piece of work

work → the (whole) works

work → the devil makes work for idle hands

work a mojo on sb → put a mojo on sb

work hand-in-hand (with) hoạt động phối hợp chặt chẽ, ăn khớp với nhau để đạt được điều gì ■ *Police have realized that they have to work hand-in-hand with local people to make neighbourhoods safer to live in.* ● Cảnh sát đã nhận ra rằng họ phải phối hợp hoạt động với nhân dân địa phương để làm cho khu vực trở nên một nơi sinh sống an toàn. → *go hand in hand with*

work like a charm (nói về một ý tưởng hay việc làm) ngay tức khắc mang lại kết quả hoàn toàn đúng như mong muốn, rất có hiệu quả ■ *I used to give the kids hot milk at bedtime when they couldn't sleep - it worked like a charm.* ● Tôi vẫn thường cho bọn trẻ uống sữa nóng vào giờ đi ngủ khi chúng không ngủ được - điều đó có hiệu quả tức thời. ■ *The new advertising campaign has worked like a charm by increasing the company's profits more than 75%.* ● Chiến dịch quảng cáo mới đã ngay tức khắc mang lại hiệu quả qua việc gia tăng lợi nhuận của công ty lên hơn 75%. ■ *Those new pills you gave me worked like a charm.* ● Những viên thuốc mới anh đưa cho tôi đã có hiệu quả ngay lập tức.

work like a dream → **run like a dream**

work one's fingers to the bone nỗ lực hết sức, làm việc rất cực nhọc ■ *Don't you realize that your mother has worked her fingers to the bone for you?* ● Mày không nhận thấy là mẹ mày đã làm việc hết sức cật lực vì mày đó sao?

work oneself into the ground → **run oneself into the ground**

work out the kinks hoặc **work the kinks out** hoặc **get out the kinks** hoặc **iron out the kinks** giải quyết những khó khăn nhỏ nhặt cuối cùng để hoàn tất thành công một sản phẩm, một kế hoạch, một hệ thống... ■ *They hope they have a chance to work the kinks out of the new production before opening night.* ● Họ hy vọng là sẽ có cơ hội giải quyết những khó khăn cuối cùng để cho ra sản phẩm mới trước đêm khai mạc. ■ *We need to iron out the kinks in the new system.* ● Chúng ta cần phải điều chỉnh những sai lệch cuối cùng trong hệ thống mới. ■ *I have to work out the kinks before I apply for a patent.* ● Tôi phải giải quyết những khó khăn cuối cùng trước khi đăng ký bản quyền sáng chế.

work the kinks out → **work out the kinks**

work to one's advantage → **be to one's advantage**

work to rule một phương thức phản đối của người làm việc ăn lương, bằng cách chỉ làm một cách thật chính xác những điều gì có trong quy định, hợp đồng... ■ *Teachers have responded by picketing before and after classes, and by working to rule.* ● Các giáo viên đã phản đối bằng cách đứng bên ngoài trước và sau giờ học, và bằng cách chỉ làm việc cứng nhắc theo quy định. ■ *If the council of education doesn't agree to negotiations, we will institute a work-to-rule policy.* ● Nếu hội đồng giáo dục không đồng ý với những cuộc thương lượng, chúng tôi sẽ áp dụng chính sách phản đối bằng cách chỉ làm việc hoàn toàn theo quy định.

work wonders for → **do wonders (for)**

worker → **fast worker**

world → **a man of the world**

world → **all over the world**

world → **be worlds apart**

world → **brave new world**

world → **carry the weight of the world on one's shoulder**

world → **come down in the world**

world → **dead to the world**

world → for all the world like

world → from the four corners of the earth

world → have all the time in the world

world → have the world at one's feet

world → in a world of one's own

world → it takes all kinds (to make a world)

world → it's not the end of the world

world → live in a dream world

world → mean the world to sb

world → move up in the world

world → not for the world

world → not long for this world

world → on top of the world

world → out of this world

world → set the world on fire

world → small world

world → the best of both worlds

world → the bottom drops out of one's world

world → the world is one's oyster

world → think the world of sb

world → think the world revolves around

world → watch the world go by

world → what is the world coming to

world of difference khác biệt rất lớn ■ *There's a world of difference between being a great musician and being a great teacher of music.* ● Có sự khác biệt rất lớn giữa một nhạc sĩ lớn và một bậc thầy về âm nhạc.

worm → can of worms

worm → have worms for breakfast

worm → the early-bird catches the worm

worm → the worm turns

worried → be frightened out of mind

worry → be frightened out of mind

worse → be none the worse for wear

worse → be the worse for wear

worse → fate worse than death

worse → if worse comes to worst

worse → one's bark is worse than his bite

worse → take the turn for the better

worship → hero worship

worship the ground sb walks on hoặc *worship the ground under one's feet* ngưỡng mộ hay yêu mến ai đến mức cho rằng tất cả những gì người ấy làm đều là đúng ■ *A lot of professional-type people have clients who worship the ground they walk on.* ● Hầu hết những người hành nghề chuyên nghiệp đều có những khách hàng sùng bái cho rằng họ lúc nào cũng hoàn hảo. ■ *Dad worshipped the round under your feet, and you left him - how can you expect me to forgive you?* ● Cha yêu mày đến mức nghĩ rằng cái gì mày cũng đúng, và ông ấy đã bỏ mày - làm sao mày lại có thể chờ đợi tao sẽ tha thứ cho mày kia chứ?

worship the ground under one's feet → worship the ground sb walks on

worst → if worse comes to worst

worst → one's own worst enemy

1017

worst → things go from bad to worst

worth → a bird in the hand is worth two in the bush

worth → an ounce of prevention is worth a pound of cure

worth → be worth one's while

worth → do sth for all you are worth

worth → for what it's worth

worth → get one's money's worth

worth → put one's two cents' worth in

worth → what's it worth to sb

worth a plug nickel → worth a wooden nickel

worth a wooden nickel hoặc *worth a plug nickel* thường dùng ở dạng phủ định để phủ nhận hoàn toàn giá trị của sự vật gì, hoặc tính chất xác thực ■ *You want $500 for your truck? That thing's not worth a wooden nickel!* • Anh muốn 500 đô-la cho chiếc xe tải của mình? Thứ ấy chẳng có một chút giá trị nào cả. - *nickel* là một đồng tiền nhỏ trong hệ thống tiền tệ của Mỹ và Canada, một *nickel* trị giá 5 xu, tức 1 phần 20 của một đô-la. *wooden nickel* hay *plug nickel* chỉ một đồng *nickel* giả, tức là không có giá trị gì.

worth one's salt người có kỹ năng, kiến thức... được xem là tiêu biểu trong một lĩnh vực ■ *Any farmer worth his salt would have killed that old cow long ago.* • Bất cứ người nông dân giỏi nào hẳn cũng đã phải giết con bò già ấy từ lâu.

worth one's weight in gold nói về người hay sự vật có phẩm chất rất tốt đẹp, hữu ích ■ *Any secretary who can read my notes is worth her weight in gold.* • Bất cứ người thư ký nào có thể đọc được những ghi chú của tôi đều đáng xem là rất giỏi.

worth the paper it's printed on → worth the paper it's written on

worth the paper it's written on hoặc *worth the paper it's printed on* dùng ở dạng phủ định để nói về một thỏa ước hay cam kết là hoàn toàn không có giá trị, nhất là khi người cam kết không có ý định thực hiện theo đúng ■ *Any contract with Zefco isn't worth the paper it's printed on. They never meet their deadlines.* • Bất cứ hợp đồng nào với Zefco đều hoàn toàn không có giá trị như nêu ra. Họ chưa bao giờ hoàn thành đúng hạn.

would → as luck would have it

would give one's right arm to do sth hoặc *would give one's right arm to for sth* khao khát, rất thích điều gì hoặc muốn làm việc gì đến mức có thể đánh đổi bằng mọi nỗ lực ■ *I'd give my right arm to be able to sing like that.* • Tôi sẽ làm bất cứ điều gì để có thể hát được như thế.

would rather die (than do sth) (khẩu ngữ) nhấn mạnh việc hoàn toàn không muốn làm một điều gì ■ *I'd rather die than go back to work at that place!* • Tôi thà chết còn hơn là trở lại làm việc ở nơi ấy.

would run a mile (khẩu ngữ) không muốn làm điều gì hoặc không muốn liên quan, dính dấp đến một tình huống... ■ *"So are you and Gary going to have children." "He'd run a mile if I even suggested getting a dog."* • "Vậy bạn và

Gary sẽ có con chứ?" "Anh ấy không bằng lòng thậm chí nếu như tôi đề nghị mang về một con chó."

would you care dùng trong câu đề nghị lịch sự hoặc hỏi ý ai về điều gì ■ *Would you care for another drink?* ● Anh có muốn thêm một ly nữa không? ■ *If you'd care to follow me, I'll show you where his office is.* ● Nếu anh vui lòng đi theo tôi, tôi sẽ chỉ cho anh văn phòng của ông ấy. ■ *Would you care to sit down?* ● Xin mời ông ngồi xuống.

wouldn't be caught dead (doing sth) hoặc *wouldn't be seen dead* sẽ không bao giờ làm một việc nào đó, hoặc đến một nơi nào đó, vì điều đó tạo ra sự xấu hổ hay làm khó xử ■ *Many fashion-conscious people wouldn't be caught dead wearing white after Labour Day.* ● Nhiều người chú trọng về thời trang sẽ không bao giờ mặc đồ trắng sau ngày lễ Lao động. ■ *She wouldn't be seen dead in a hat.* ● Cô ấy sẽ chẳng bao giờ muốn đội mũ cả. ■ *He wouldn't be caught dead going to a club with his mother.* ● Anh ta không bao giờ muốn đi đến câu lạc bộ với mẹ mình.

wouldn't be seen dead → **wouldn't be caught dead**

wouldn't dream of doing sth (khẩu ngữ) không bao giờ làm điều gì vì biết rõ là sai trái hoặc ngốc nghếch ■ *T.V comedy writers wouldn't dream of writing a show with an unhappy ending - the audience wouldn't like it.* ● Những người viết kịch bản hài trên truyền hình sẽ không bao giờ viết ra một phim có kết cục buồn thảm - khán giả sẽ không thích phim đó.

wouldn't harm a fly → **wouldn't hurt a fly**

wouldn't hurt a fly hoặc *wouldn't harm a fly* rất hiền từ, không hề làm hại ai ■ *I know you don't like dogs, but Sam is gentle and wouldn't hurt a fly.* ● Tôi biết anh không thích chó, nhưng con Sam rất hiền hòa và chẳng bao giờ động chạm đến ai. - nghĩa đen của thành ngữ này là "không làm hại đến con ruồi", cũng như ta nói "đến con kiến cũng không giết" để chỉ người rất hiền lành, không bao giờ để tâm làm hại ai.

wouldn't you (just) know it (khẩu ngữ) 1. bày tỏ sự hơi bực mình vì một điều gì bất ngờ xảy ra, thường là điều gây đôi chút khó khăn ■ *The drive into the mountain was beautiful, but wouldn't you just know it, it started raining as soon as we got out of the car.* ● Chuyến đi vào vùng núi thật là tuyệt, nhưng có điều hơi bực mình là, trời đã bắt đầu mưa ngay khi chúng tôi vừa ra khỏi xe hơi. 2. bày tỏ sự đồng ý với điều ai đó vừa nói ra, cho dù tự mình không muốn nói ra điều ấy ■ *"He listens to music like 'Jane's Addiction' and all that stuff." "Wouldn't you know it!"* ● "Anh ta nghe những loại nhạc như là 'Jane's Addiction' hoặc tương tự như thế." "Sao bạn nói đúng thế."

wound → **lick one's wounds**

wound → **twist the knife (in the wound)**

wounds → **rub salt in one's wounds**

wrap → **take the wraps off sth**

wrap → **under wraps**

wrap oneself in the flag hoặc *drape oneself in the flag* hoặc *wrap sb*

wrap sb around one's little finger

in the flag hoặc *drape sb in the flag* làm điều gì có vẻ như là rất trung thành với tổ quốc, nhưng thực chất là nhằm để thủ lợi cho mình ■ *Political advisers know how easy it is to get votes by wrapping their candidates in the flag.* ● Những tay cố vấn chính trị biết rõ là rất dễ dàng để lôi kéo cử tri bằng cách đưa ra chiêu bài yêu nước cho các ứng cử viên của họ.

wrap sb around one's little finger hoặc *twist sb around one's little finger* hoặc *wind sb around one's little fingers* khống chế, sai khiến hoặc thuyết phục ai làm theo những điều mình muốn ■ *Sheila has always been Dad's favorite kid - he is wrapped around her little finger!* ● Sheila bao giờ cũng là đứa trẻ yêu của cha - ông ấy luôn làm theo những gì con bé muốn. ■ *She has always been able to twist her parents around her little finger.* ● Cô ấy bao giờ cũng có thể thuyết phục được cha mẹ làm theo ý mình.

wrap sb in the flag → **wrap oneself in the flag**

wreak destruction → **wreak havoc**

wreak havoc hoặc *wreak destruction* hoặc *play havoc* gây ra rất nhiều tai hại, rối loạn ■ *Their policies would wreak havoc on the economy.* ● Những chính sách của họ có thể gây nhiều tai hại cho nền kinh tế. ■ *Floods have wreaked havoc on the town.* ● Những trận lụt đã gây thiệt hại lớn lao cho thị trấn. ■ *The strike played havoc with the train schedules.* ● Vụ đình công gây rối loạn bảng giờ tàu đến.

wreck → **a nervous wreck**

wrench → **throw a monkey wrench into sth**

wring one's hand chào hỏi hoặc từ biệt ai bằng cách bắt tay thật chặt và lắc mạnh, đến nỗi làm cho người ấy phải ngạc nhiên hoặc bực mình ■ *"Nice to meet you, Jack," said David, wringing his hand and blowing cigar smoke into his face.* ● "Rất vui được gặp anh, Jack," David nói, nắm chặt lấy tay anh ta lắc mạnh và thổi cả khói xì gà vào mặt anh. → *wring one's hands*

wring one's hands tỏ thái độ hoặc nói ra rằng rất lo lắng, bối rối về việc gì, nhất là không làm được điều gì cả (thường là tỏ thái độ này bằng cách xoắn hai bàn tay lại với nhau) ■ *There is no point in wringing our hands about unmarried mothers if we don't give young women better reasons to continue their education.* ● Chẳng có ích gì khi chúng ta chỉ bày tỏ sự lo lắng cho những người làm mẹ khi chưa lập gia đình, nếu như chúng ta không đưa ra những lý do thuyết phục hơn cho những cô gái trẻ để họ tiếp tục việc học hành. → *wring one's hand*

wring one's neck (khẩu ngữ) bày tỏ sự tức giận cực kỳ với ai ■ *If Matt comes here again, I'll wring his neck.* ● Nếu Matt đến đây lần nữa, tôi sẽ vặn cổ hắn ta.

wringer → **go through the wringer**

wrist-slapping trừng phạt nhẹ, không thỏa đáng với mức độ phạm tội ■ *The days of wrist-slapping for violations of safety laws are over.* ● Thời đại mà sự vi phạm các luật lệ về an toàn bị phạt rất nhẹ đã qua rồi.

writ large dùng để nhấn mạnh điều gì là quá mức thông thường hoặc rất dễ nhận ra ■ *That country is an example of democracy writ large.* ● Quốc gia ấy là một điển hình cho nền dân chủ rõ nét nhất.

write → nothing to write home about

writing → the writing on the wall

written all over one's face nói về suy nghĩ, cảm xúc của ai đó được hiện rõ trên vẻ mặt ■ *Disappointment was written all over her face.* ● Sự thất vọng hiện rõ trên nét mặt cô ấy. ■ *Harlan spoke of his hopes for the future, but disappointment was written all over his face.* ● Harlan nói về những hy vọng tương lai của anh, nhưng sự thất vọng hiện rõ trên vẻ mặt của anh ta. ■ *My cheeks burned and I knew I had guilt written all over my face.* ● Hai má tôi nóng bừng và tôi biết mình đã lộ rõ lỗi lầm trên nét mặt.

wrong → 50 million Elvis fans can't be wrong

wrong → back the wrong horse

wrong → bark up the wrong tree

wrong → catch sb on the wrong foot

wrong → do sb wrong

wrong → don't get me wrong

wrong → fall into the wrong hands

wrong → get off on the wrong foot

wrong → get on the wrong side of sb

wrong → get up on the wrong side of the bed

wrong → not far off (the mark)

wrong → on the wrong side of

wrong → on the wrong track

wrong → put a foot wrong

wrong → rub sb the wrong way

wrong → take sth the wrong way

wrong → the wrong side of the tracks

wrong → two wrongs don't make a right

wrong → you can't go wrong (with)

wrote → that's all she wrote

wrote the book on sth biết rất nhiều về một vấn đề, hoặc rất giỏi trong một lĩnh vực, nhất là do đã tự mình phát triển hay thực hiện trước nhất ■ *Sam is great, I mean he wrote the book on how to be a good husband.* ● Sam thật là tuyệt, ý tôi muốn nói anh ta rất am tường trong việc làm thế nào để trở thành một người chồng tốt.

X amount of → X number of

X dollars of → X number of

X marks the spot dùng khi muốn nhấn mạnh một vị trí chính xác nào đó ■ *This is where the rock struck my car - X marks the spot.* • Đây là nơi hòn đá đập vào xe hơi của tôi - chính xác là nơi này. ■ *Now, please move that table over here. Yes, right here - X marks the spot.* • Nào, bây giờ hãy làm ơn dời cái bàn qua đây. Vâng, ngay ở đây - chính xác chỗ này.

X number of hoặc *X amount of* hoặc *X dollars of* hoặc *X people of* (khẩu ngữ) nói về một số lượng mà người nói không nói chính xác là bao nhiêu ■ *When planning the project, we budget for X number of working hours, anything extra has to be specially approved.* • Khi lên kế hoạch cho dự án, chúng tôi tính toán ngân sách cho một số giờ làm việc nào đó, bất cứ phần tăng thêm nào đều phải được chấp thuận một cách đặc biệt. ■ *Government accountants now have a system to check whether a program really will cost X dollars if the administration office makes a claim.* • Các nhân viên kế toán của chính phủ giờ đây có một hệ thống để kiểm tra xem một chương trình có thực sự sẽ tiêu tốn hết một số tiền nào đó nếu như một văn phòng quản lý chính thức công bố như thế.

X people of → X number of

ya → how ya livin'?

yada yada (yada) → yadda yadda (yadda)

yadda yadda (yadda) hoặc *yada yada (yada)* (khẩu ngữ) dùng khi muốn nói rằng điều ai đó đang nói là rất nhàm chán, nhất là vì đã nghe quá nhiều lần rồi ■ *He began to give his daughter "the lecture" - the one about her being the older one, responsible for setting a good example ... yadda, yadda, yadda.* • Ông ta bắt đầu "diễn thuyết" với cô con gái mình - bài giảng về việc cô ta nay đã lớn, rằng phải có trách nhiệm nêu gương tốt... vân vân và vân vân.

yang → out the wazoo

yank one's chain (khẩu ngữ) cố ý nói dối với ai, để đùa cợt hoặc để gây bực mình ■ *Every time I see Justin, he tells me a different version of what happened. Is he yanking my chain, or what?* • Mỗi lần tôi gặp Justin, hắn đều kể cho tôi nghe không đúng với những gì đã xảy ra. Có phải hắn đang đùa cợt tôi chăng, hay có chuyện gì vậy?

yard → all wool and a yard wide

yard → the whole nine yard

yarn → spin a yarn

ye → make one's bed and one must lie on it

ye Gods (khẩu ngữ) bày tỏ sự ngạc nhiên, thiếu tin tưởng, hoặc bực mình, nhưng thường là có ý hài hước ■ *Ye*

Gods, Nicole, that dress is short! • Ối trời ơi! Nicole, cái áo đó ngắn quá!

year → all year round

year → day after day

year → donkey's years

year → it's not one's day

year → not in a million years

year → since the year dot

year → take years off sb

year → the seven year itch

year after year → day after day

year in, year out → day in, day out

years → put years on sb

yell → laugh one's head off

yell bloody murder → scream bloody murder

yell sth from the rooftops → shout sth from the rooftops

yes and no dùng khi không thể đưa ra câu trả lời rõ ràng, dứt khoát cho một vấn đề ■ *"Are you happy with your new job?" "Well, yes and no."* • "Anh có vui với công việc mới hay không?" "À, cũng không biết nói sao nữa." ■ *"Are you enjoying it?" "Yes and no."* • "Bạn có vui thích không?" "Cũng không biết nữa."

yesterday → I wasn't born yesterday

yet → as yet

yet → it's early days (yet)

yet → not be out the woods (yet)

yet → so near yet so far

yet again dùng để nhấn mạnh điều gì đã xảy ra nhiều lần trước đây giờ lại đang xảy ra, nhất là điều rất tồi tệ hoặc gây khó chịu, bực mình ■ *Yet again, the Twins have failed to hold on to an early game lead. This time, they lost to the Yankees 5-3.* • Lại một lần nữa đội Twins không giữ được một trận đấu dẫn trước từ đầu. Lần này họ để thua đội Yankees 5-3.

ying → out the wazoo

yonder → the wild blue yonder

you → and what have you

you can bet your bottom dollar (khẩu ngữ) dùng khi biết chắc là ai đó sẽ làm điều gì hoặc điều gì sẽ xảy ra ■ *You can bet your bottom dollar Jackie and Matt will get married!* • Bạn có thể yên chí chắc chắn là Jackie và Matt sẽ cưới nhau.

you can lead a horse to water (but you can't make it drink) hoặc *you can take a horse to water (but you can't make it drink)* cho dù có thể tạo mọi điều kiện thuận lợi nhưng không thể ép buộc ai đó làm điều gì khi họ không thích ■ *Parents should provide their children with a quiet place to do homework, but they should remember that you can take a horse to water but you can't make it drink.* • Các bậc cha mẹ nên tạo môi trường yên tĩnh để con cái học tập ở nhà, nhưng phải nhớ rằng chỉ có thể tạo điều kiện chứ không ép buộc chúng được.

you can say that again (khẩu ngữ) dùng để nhấn mạnh sự đồng ý với điều gì vừa được ai đó nói ra, nhất là khi đó là một lời chỉ trích hoặc than phiền ■ *"Deb's gained a lot of weight recently." "You can say that again."* • "Gần đây Deb đã lên cân rất nhiều." "Quả đúng như vậy."

you can take a horse to water → **you can lead a horse to water**

you can talk → **look who's talking**

you can't beat (khẩu ngữ) tốt nhất, hay nhất, không chê vào đâu được ■ *You can't beat our colour printers for superb quality output.* • Máy in màu của chúng tôi chất lượng tuyệt vời, bạn không thể chê vào đâu được. ■ *You just can't beat Mama's fried chicken. That sure is good!* • Bạn không thể chê được món gà rán của Mama. Chắc chắn là rất tuyệt.

you can't go wrong (with) (khẩu ngữ) dùng khi đề cập đến một khả năng chọn lựa an toàn nhất vì chắc chắn sẽ không xúc phạm hoặc gây khó chịu cho bất cứ ai ■ *I'll just get her a gift certificate from a CD store. You can't go wrong with that.* • Tôi sẽ chỉ tặng cô ấy một phiếu mua hàng tại một cửa hàng băng đĩa nhạc. Cách này là an toàn nhất.

you can't have it both ways (khẩu ngữ) dùng khi muốn bảo ai hãy lựa chọn một trong các khả năng có thể có, thay vì muốn có được lợi thế từ nhiều khả năng khác nhau - đừng bắt cá hai tay ■ *You can't have it both ways - you can't have huge development and still have the same lifestyle as the past.* • Anh không thể bắt cá hai tay được - anh không thể có những công trình xây dựng lớn mà vẫn giữ được phong cách sống giống như trong quá khứ.

you can't keep a good man down hoặc *you can't keep a good woman down* nếu một người có quyết tâm và năng lực trong công việc gì, họ sẽ thành công bất chấp khó khăn ■ *Sanchez made two more aces later in the game. You can't keep a good woman down.* • Sanchez đã đưa ra thêm hai con ách nữa sau đó trong cuộc chơi. Khi đã quyết tâm và có năng lực thì tất phải thành công.

you can't keep a good woman down → **you can't keep a good man down**

you can't talk → **look who's talking**

you can't teach an old dog new tricks rất khó thuyết phục người ta chịu làm theo những phương cách mới ■ *"Who says you can't teach an old dog new tricks?" Sanchez said. "This has motivated me to work harder."* • Sanchez nói: "Ai bảo là người ta không thể chấp nhận những phương cách mới? Chính điều này đã kích thích tôi làm việc tích cực hơn đấy."

you could (have) cut the air with a knife hoặc *you could (have) cut the atmosphere with a knife* không khí nặng nề vì tất cả mọi người ở đó đều tức giận hoặc bối rối đến mức có thể dễ dàng nhận ra, dù không có ai chính thức nói ra điều đó. ■ *The moment I walked into tho room, I knew sth was wrong. You could have cut the air with a knife.* • Ngay khi biết vào phòng, tôi biết ngay là có chuyện không ổn. Mọi người trong phòng đều tỏ vẻ nặng nề khó chịu.

you could (have) cut the atmosphere with a knife → **you could (have) cut the air with a knife**

you could have fooled me (khẩu ngữ) dùng khi không tin lời ai vừa nói là sự thật ■ *"I'm trying as hard as I can!" "You could have fooled me!"* • "Tôi đang cố gắng hết sức mình!" "Anh tưởng là dối được tôi sao!"

you could hear a pin drop (khẩu ngữ) trạng thái hoàn toàn yên tĩnh, khi đám đông giữ yên lặng để chú ý lắng nghe một người nào đó ▪ *You could have heard a pin drop in that hall while David was telling his story.* ● Mọi người đều hết sức giữ yên lặng khi David đang kể chuyện của anh ta.

you could not swing a cat hoặc *not enough room to swing a cat* hoặc *no room to swing a cat* (khẩu ngữ) nói về một căn phòng quá nhỏ hẹp, hoặc chứa quá nhiều vật dụng trong đó nên không đủ chỗ để làm việc ▪ *Mike's new office is so tiny - it's like a closet. There isn't enough room to swing a cat in there.* ● Văn phòng mới của Mike quá chật hẹp - nó giống như một cái tủ chứa đồ. Không có đủ chỗ để xoay trở trong đó.

you could've knocked me down with a feather hoặc *you could've knocked me over with a feather* dùng để nhấn mạnh là hết sức ngạc nhiên bởi điều gì ▪ *When I heard that Joe Calder had gotten married, you could've knocked me down with a feather!* ● Khi tôi nghe tin Joe Calder đã lập gia đình, quả thật tôi đã vô cùng ngạc nhiên.

you could've knocked me over with a feather → **you could've knocked me down with a feather**

you gotta do what you gotta do → **a man's gotta do what a man's gotta do**

you must think I am made of money → **I am not made of money**

you owe me (one) (khẩu ngữ) dùng để nhắc nhở ai cần phải làm điều gì, vì một nguyên nhân đã qua trước đó ▪ *I think you owe me an explanation.* ● Tôi nghĩ là anh nợ tôi một lời giải thích. ▪ *You owe me an apology.* ● Anh nợ tôi một lời xin lỗi.

you pay your money and you take your chances hoặc *you pay your money and you take your choice* tình huống có hai hay nhiều khả năng lựa chọn, nhưng không thể xác định khả năng nào là đúng đắn nhất, vì thế hoàn toàn tùy thuộc vào sự chọn lựa của mỗi người - chọn cách nào cũng được ▪ *Some people say that the 1815 settlement prevented wars in Europe, and some say it caused them, so you pay your money and you take your choice.* ● Một số người nói rằng thỏa ước năm 1815 đã ngăn chặn được những cuộc chiến tranh ở châu Âu, và một số nói rằng nó gây ra chiến tranh, vì vậy bạn có thể chọn quan điểm nào cũng được.

you pay your money and you take your choice → **you pay your money and you take your chances**

you reap what you sow hoặc *as you sow, so shall you reap* những điều tốt đẹp đã làm luôn mang lại những kết quả tốt, và những điều xấu sẽ mang lại kết quả xấu - gieo nhân nào gặt quả ấy ▪ *You reap what you sow, and Jerry may eventually regret his behavior in Friday's game.* ● Gieo nhân nào gặt quả ấy, và Jerry hẳn sẽ hối tiếc về cung cách của anh ta trong trận đấu hôm thứ Sáu.

you said a mouthful (khẩu ngữ) dùng để bày tỏ sự đồng ý hoàn toàn với điều người khác vừa nói ▪ *"Meredith's father is a little weird, don't you think?" "You said a mouthful."* ● "Ông bố của Meredith có hơi kỳ cục, bạn có nghĩ thế không?" "Hoàn toàn đúng như thế."

you said it (khẩu ngữ) 1. hoặc *you said it, I didn't* dùng để bày tỏ sự tán đồng với ai về điều họ vừa nói, nhưng

you scratch my back, I'll scratch yours

bản thân người nói không muốn trực tiếp nói ra ■ *"I'm sure Allen's motives are political." "You said it - I didn't!"* ● "Tôi dám chắc những động cơ thúc đẩy của Allen là chính trị." "Là anh nói đấy nhé - nhưng quả đúng vậy." 2. bày tỏ sự đồng ý và cảm thông với ai ■ *"Let's go home." "You said it - I'm tired!"* ● "Chúng ta hãy về thôi." "Nói đúng đấy - tôi mệt quá rồi!"

you said it, I didn't → **you said it**

you scratch my back, I'll scratch yours thỏa thuận trao đổi, bánh sáp trao đi, bánh chì trao lại (dùng trong trường hợp hai bên thỏa thuận giúp nhau những việc mà họ không định làm, như một điều kiện trao đổi qua lại) ■ *I realized how the army worked: You scratch my back, I'll scratch yours. A lot of trading went on between the officers.* ● Tôi đã nhận ra được quân đội hoạt động như thế nào. Hàng loạt thỏa thuận trao đổi đã diễn ra giữa các sĩ quan với nhau: bánh sáp trao đi, bánh chì trao lại.

you snooze, you lose (khẩu ngữ) dùng khi muốn nhấn mạnh rằng nếu không quyết định làm điều gì đó thì sẽ không có được những lợi thế do sự việc ấy mang lại ■ *Tickets bought in advance can be up to 20 percent cheaper. Remember, you snooze you lose.* ● Vé đặt mua trước có thể rẻ hơn đến 20%. Hãy nhớ rằng, nếu bạn chần chừ bạn sẽ lỡ việc.

you wish → **I wish**

you won't catch me doing → **you wouldn't catch me doing sth**

you wouldn't catch me doing sth hoặc *you won't catch me doing sth* (khẩu ngữ) dùng để nhấn mạnh là người nói sẽ không bao giờ làm điều gì đó ■ *I'm not going unless we get a car. You won't catch me walking back to the house alone at night.* ● Tôi sẽ không đi trừ khi chúng ta có xe hơi. Tôi không bao giờ đi bộ về nhà một mình vào ban đêm đâu.

you'd better believe it → **you'd better believe sth**

you'd better believe sth hoặc *you'd better believe it* (khẩu ngữ) dùng để nhấn mạnh rằng điều gì đó là hoàn toàn đúng sự thật, hoặc một việc gì đó chắc chắn sẽ xảy ra ■ *"It's just a piece of cardboard with a picture on it. Do they really make money out of it?" "You'd better believe it!"* ● Chỉ là tấm bìa cứng với một bức tranh trên đó. Họ thật có thể dùng nó để hái ra tiền sao?" "Chắc chắn là như vậy đó."

you're a (fine) one to talk → **look who's talking**

you're kidding (me) hoặc *are you kidding me?* (khẩu ngữ) 1. dùng khi người nói không thể tin được điều vừa nghe thấy, hoặc cho là vô lý, ngốc nghếch ■ *"I totally forgot about the test today." "The test is today! You're kidding me!"* ● "Tôi hoàn toàn quên mất cuộc thi hôm nay." "Cuộc thi hôm nay à? Bạn đang đùa đấy hả?" ■ *"Did I tell you the hot water heater's broken again?" "You've gotta be kidding me."* ● "Em đã nói cho anh biết là bình đun nước nóng lại bị vỡ nữa rồi đấy chứ?" "Em đang đùa đấy hả?" 2. dùng để nhấn mạnh rằng câu trả lời đưa ra là phủ định dứt khoát, hoặc điều vừa được nghe hoàn toàn không đúng sự thật ■ *"Was he mad that you left?" "No, are you kidding? He didn't care where I went."* ● "Có phải anh ta nổi điên lên vì bạn bỏ đi?" "Không, hoàn toàn không có chuyện đó. Anh ấy còn chẳng quan tâm đến việc tôi đi đâu nữa kìa." ■ *"Hey, Butcher. Can you close the store tonight?" "Are you kidding me? I've already been here for 10 hours!"* ● *"Này, Butcher. Tối nay cậu có thể đóng cửa hiệu được chứ?" "Cậu đùa đấy hả? Tớ đã ở đây đến 10 giờ liền rồi!"* ■ *You say you will move to Fiji to teach American football... Are you kidding?* ● Anh nói là anh sẽ đến Fiji để dạy môn bóng đá Mỹ... Anh đang đùa đấy hả?

you're putting me on dùng khi muốn nói với người đối diện rằng người nói biết họ đang nói dối, nhất là để đùa cợt ■ *"This receiver lets us listen to messages from other space." "You are just putting me on."* ● "Máy nhận tin này cho phép chúng ta nghe được những lời nhắn từ các hành tinh khác." "Anh chỉ nói đùa với tôi đó thôi."

you're telling me (khẩu ngữ) dùng để nhấn mạnh rằng người nói đã biết trước điều ai đó vừa nói ra và hoàn toàn đồng ý như thế ■ *"He's such a pain to live with." "You're telling me!"* ● "Hắn ta là một người rất khó sống chung." "Tôi đã biết thế, quả đúng vậy."

you've got me there (khẩu ngữ) dùng khi không biết câu trả lời cho câu hỏi của ai vừa đưa ra ■ *"Do you know how to start this thing?" "Let me see - no, you've got me there."* ● "Anh có biết làm thế nào khởi động cái này không?" "Để tôi xem - không, anh hỏi bí tôi rồi."

young → **new blood**

young at heart người lớn tuổi nhưng vẫn ứng xử và có sở thích giống như những người trẻ tuổi ■*My father is 76 but he's still young at heart.* ● Cha tôi đã 76 tuổi nhưng ông vẫn còn rất trẻ trung. ■*You know what I love about your grandparents? They still so young at heart. They never say no to any new experience.* ● Anh biết tôi yêu thích điều gì ở ông bà của anh không? Họ vẫn còn rất là trẻ trung. Chẳng bao giờ họ từ chối bất cứ một kinh nghiệm mới nào. ■*Young-at-heart director Steven Spielberg has unveiled plans for his latest blockbuster movie, starring Gene Hackman.* ● Đạo diễn Steven Spielberg đã lớn tuổi nhưng vẫn trẻ trung, vừa tiết lộ những kế hoạch cho bộ phim rất thành công gần đây nhất của ông, với Gene Hackman thủ vai chính.

young blood → **new blood**

your guess is as good as mine (khẩu ngữ) dùng để nói với ai rằng người nói không biết câu trả lời cho câu hỏi vừa đưa ra ■ *"What time will Bill be home?" "God knows - your guess is as good as mine."* ● "Mấy giờ thì Bill sẽ về nhà?" "Có trời biết! Tôi cũng mù tịt như anh thôi." ■ *"Who's going to win?" "Your guess is as good as mine."* ● "Ai sẽ chiến thắng?" "Tôi cũng chẳng biết gì hơn anh."

your wish is my command (khẩu ngữ) bày tỏ sự sẵn lòng làm theo đề nghị, yêu cầu của ai ■ *Where would you like me to take you this evening? Your wish is my command.* ● Tối nay em muốn anh đưa em đi đâu nào? Anh sẵn lòng theo đúng ý của em.

yours → **up yours**

Z's → **catch some Z's**

zero in on sth nhắm đến hay chuyên chú tập trung vào điều gì ■ *Now I would like to zero in on another important point.* ● Bây giờ tôi muốn tập trung vào một điểm quan trọng khác. ■ *Mary is very good at zeroing in on the most important and helpful ideas.* ● Mary rất giỏi trong việc tập trung vào những ý tưởng quan trọng và hữu ích. ■ *The manager zeroed in on the key issues.* ● Ông giám đốc đã tập trung chú ý vào các vấn đề then chốt. ■ *The newspapers have zeroed in on his private life.* ● Báo chí đã tập trung chú ý vào đời tư của ông ta.

zip one's lip → **button one's lip**

zone → **free zone**

zonk out ngất đi hoặc ngủ thiếp đi, rơi vào trạng thái không cảm giác ■ *I was so tired after playing football that I almost zonked out on the floor.* ● Tôi quá mệt sau khi chơi đá bóng, đến nỗi tôi gần như đã ngất đi trên sàn nhà. ■ *I had a cup of coffee before the test to keep from zonking out in the middle of it.* ● Tôi đã uống một tách cà phê trước cuộc thi để tránh khỏi phải ngủ thiếp đi giữa chừng.

zoom in on sth 1. di chuyển hay bay nhanh về phía một đối tượng nào đó ■ *The hawk zoomed in on the sparrow.* ● Con diều hâu bay vụt đến chỗ con chim sẻ. ■ *The angry bees zoomed in on Jane and stung her.* ● Những con ong giận dữ bay vụt đến chỗ Jane và chích vào cô. 2. điều chỉnh ống kính máy thu hình, máy ảnh... để quan sát một đối tượng theo cự ly gần hơn, phóng to hơn ■ *Bill zoomed in on Sally's face just as she grinned.* ● Bill điều chỉnh ống kính cho khuôn mặt của Sally thật lớn lên ngay vào lúc cô ấy nhe răng cười. ■ *On the next shot I'll zoom in for a close-up.* ● Trong cảnh quay sắp tới tôi sẽ điều chỉnh ống kính cho một pha cận cảnh.

BẢNG TRA CỨU NHANH

A

□ a babe in arms □ a babe in the woods □ a big fish in a little pond □ a bird in the hand is worth two in the bush □ a bit much □ a bottomless pit of sth □ a broken record □ a change for the better □ a change of heart □ a chapter of accidents □ a chill runs down one's spine □ a clean bill of health □ a clean break □ a closed book to sb □ a contradiction in terms □ a crying need □ a crying shame □ a cut above (the rest) □ a damp squib □ a dead loss □ a fair crack of the whip □ a fair hearing □ a fair shake □ a fat lot of good it does □ a fight to the finish □ a figment of one's imagination □ a fine kettle of fish □ a fool and his money are soon parted □ a friend in need is a friend indeed □ a good few □ a hard act to follow □ a jack of all trades □ a kick in the pants □ a kick in the teeth □ a king's ransom □ a knee-jerk reaction □ a knight in shining armor □ a leg up □ a leopard change its spots □ a level playing field □ a license to print money □ a little bird told me □ a little knowledge is a dangerous thing □ a lot going for sb □ a lot of water has gone under the bridge since □ a lot to answer for a lump in one's throat □ a man after one's own heart □ a man of one's word □ a man of straw □ a man of the world □ a man's gotta do what a man's gotta do □ a man's home is his castle □ a means to an end □ a meeting of (the) minds □ a millstone around one's neck □ a mine of information (on/about sth) □ a miss is as good as a mile □ a mutual admiration society □ a needle in a haystack □ a nervous wreck □ a new lease on life □ a pat on the back □ a penny saved is a penny earned □ a pipe dream □ a place in the sun □ a play on words □ a powder keg □ a ray of sunshine □ a roll in the hay □ a rolling stone gathers no moss □ a rough ride □ a sea change □ a shadow of one's former self □ a shot across the bow(s) □ a smooth ride □ a stab in the back □ a stitch in time (saves nine) □ a stone's throw away □ a tempest in a teapot □ a throwback to (a time when) □ A to Z of sth □ a wink's as good as a nod (to a blind man) □ a wolf in sheep's clothing □ A-1

a big fish in a little pool → a big fish in a little pond

a big fish in a small pond → a big fish in a little pond

a brick short of a load → one sandwich short of a picnic

a bumpy ride → a rough ride

a couple sandwiches short of a picnic → one sandwich short of a picnic

a different kettle of fish → another kettle of fish

a fact of life → the facts of life

a fat lot of help → a fat lot of good it does

a fat lot of use → a fat lot of good it does

a few sandwiches short of a picnic → one sandwich short of a picnic

a ghost of one's former self → a shadow of one's former self

a good few → quite a few

a jack of all trades and master of none → a jack of all trades

a kick in the ass → a kick in the pants

a kick in the butt → a kick in the pants

a kick in the guts → a kick in the teeth

a kick in the stomach → a kick in the teeth

a knee-jerk response → a knee-jerk reaction

a lot of water has flowed under the bridge since → a lot of water has gone under the bridge since

a lot of water has passed under the bridge since → a lot of water has gone under the bridge since

a nod and a wink → a wink's as good as a nod (to a blind man)

a nod is as good as a wink → a wink's as good as a nod (to a blind man)

a pretty kettle of fish → a fine kettle of fish

a shadow of one's former glory → a shadow of one's former self

a shot across one's bow(s) → a shot across the bow(s)

a straw man → a man of straw

a throwback to the 5s → a throwback to (a time when)

a tough act to follow → a hard act to follow

a warning shot across one's bow(s) → a shot across the bow(s)

a woman after one's own heart → a man after one's own heart

a woman of one's word → a man of one's word

a woman of the word → a man of the world

A → from A to B

ABACK
aback → be taken aback by sth

ABANDON
abandon a sinking ship → leave a sinking ship

abandon ship → jump ship

ABC
□ ABC of sth

ABET
□ aid and abet sb

ABEYANCE
□ in abeyance

ABIDE
□ abide by sth

ABILITY
□ to the best of one's ability

ABLE
□ able to make sth out of sth □ able to make sth □ able to take a joke □ able to take just so much □ able to take sth □ able to breathe easily again □ able to do sth blindfolded □ able to do sth standing on one's head □ not able to go on □ not able to help sth □ not able to wait

ABOUND
□ abound with

ABOUT
□ about-face □ bandy about □ be about to do sth □ be all about sth □ be nuts about □ be up-front (about sth) □ beating around the bush □ blunder around □ get pumped up □ give a shit (about) □ go about one's business □ going to see a man about a horse □ have a thing about □ have one's doubt about sth □ have your wits about you □ how about □ how about that □ it's about time □ know a thing or two about sth □ not be about to do sth □ not know the first thing about □ nothing to write home about □ tell me about it □ that's about all □ that's about the side of it □ up and about

ABOVE
□ above all □ above and beyond (sth) □ above and beyond the call of duty □ above board □ above suspicion □ a cut above □ getting above oneself □ keep one's head above water □ stand head and shoulders above

ABOVEBOARD
□ honest and aboveboard

ABREAST
□ keep abreast of sth

ABSENCE
□ absence makes the heart grow fonder □ conspicuous by one's absence

ABSENT
□ absent without leave

ABSOLUTE
□ be the limit □ the absolute end

ABSTRACT
□ in the abstract

ABUNDANCE
□ in abundance

ACCEPT
accept sth as gospel → take sth as gospel

accept sth at face value → take sth at face value

ACCIDENT
□ a chapter of accidents □ by accident

ACCOMPANIMENT
□ to the accompaniment of sth

ACCOMPLI
□ fait accompli
ACCORD
□ in accord with sth □ of one's own accord
ACCORDANCE
□ in accordance with
ACCORDING
□ according to all accounts □ according to Hoyle □ according to one's own lights □ cut one's coat according to one's cloth
ACCOUNT
□ account for sb □ account for sth □ account for sth □ according to all accounts □ blow-by-blow account □ by one's own account □ give a good account of oneself □ of no account □ on account of sth □ on no account □ on one's account □ on one's own account □ on that account □ put sth to good account □ take account of sth
ACCOUNTING
□ there's no accounting for taste
ACCUSING
□ point the finger
ACCUSTOM
□ accustom sb to sth
ACE
□ ace in the hole □ have an ace up your sleeve □ have sth up one's sleeve □ hold all the aces □ play your ace □ within an ace of sth
ACHILLES'
□ the Achilles' heel of
ACID
□ acid test
ACKNOWLEDGE
□ acknowledge receipt (of sth) □ acknowledge sb to be right
ACQUAINTANCE
□ have a passing acquaintance with □ make one's acquaintance □ of one's acquaintance □ on first acquaintance
ACQUIRE
□ acquire a taste for sth □ acquired taste

ACROSS
□ across the board □ a shot across the bow(s) □ be given a rap on the knuckles
ACT
□ act high-and-mighty □ act of faith □ act of God □ act of war □ act on sth □ act one's age □ act sth out □ act up □ a hard act to follow □ balancing act □ catch sb in the act □ class act □ clean up your act □ do a vanishing act □ get in on the act □ get your act together □ in the act (of doing sth) □ read sb the Riot Act □ act as sb

act as devil's advocate → play devil's advocate

act upon sth → act on sth

act the pants off sb → beat the pants off sb
ACTION
□ actions speak louder than words □ all talk (and no action) □ fight a rearguard action □ in action □ out of action □ piece of the action □ put (sth) into action □ take evasive action
ACTUAL
□ in fact
ADAM
□ not know sb from Adam
ADD
□ add fuel to the fire □ add insult to injury □ add up (to sth)

add fuel to the flame → add fuel to the fire
ADDITION
□ in addition (to sth)
ADDRESS
□ address sb as sth
ADHERE
□ adhere to sth
ADJOURN
adjourn to somewhere
ADMIRATION
□ a mutual admiration society
ADO
□ without further ado
ADRIFT
□ cast adrift

ADVANCE
□ in advance (of sth) □ up in years

advanced age → up in years

advanced in years → up in years

ADVANTAGE
□ be to one's advantage □ take advantage of sth □ to advantage □ turn sth to one's advantage

ADVOCATE
□ play devil's advocate

AEGIS
□ under the aegis of sth

AFAR
□ from afar

AFIELD
□ further afield

AFRAID
□ afraid of one's own shadow □ be scared of one's own shadow □ I'm afraid

AFTER
□ after a fashion after all □ after all is said and done □ after dark □ after hours □ after one's own heart □ after the fact □ after the fashion of sb □ a man after one's own heart □ ask after sb □ day after day □ the morning after the night before □ throw good money after bad

after the fashion of sth → after the fashion of sb

AGAIN
□ able to breathe easily again □ come again □ then again □ yet again □ you can say that again

AGAINST
□ against one's will □ against the clock □ against the grain □ as against sth □ banging one's head against a wall □ be divided against itself □ black mark (against sb) □ dead set against (doing) sth □ go against the current □ go against the grain □ have your back against the wall □ hit a brick wall □ pit one's wit against sb □ play both ends against the middle □ race against time □ set one's face against sth □ stack the odds against sb □ swim against the tide □ the dice are loaded □ the odds are stacked against sb □ up against it

AGE
□ act one's age □ come of age □ look one's age □ the grand old age □ under age

AGENCY
□ through the agency of sb

AGGREGATE
□ in aggregate

AGO
□ many moons ago

AGREE
□ agree to differ □ not agree with sb

agree to disagree → agree to differ

AGREEMENT
□ gentleman's agreement

AHEAD
□ ahead of one's time □ ahead of the game □ ahead of the pack □ ahead of time □ be ahead of the game □ go full steam ahead (with) □ keep one jump ahead of sb □ knock oneself out □ stay one step ahead of

AID
□ aid and abet sb

AIM
□ aim to do sth

AIN'T
□ ain't all that □ it ain't over 'til the fat lady sings

AIR
□ air one's dirty laundry in public □ air one's dirty linen in public □ air one's grievances □ air sth out □ airs and graces □ breath of fresh air □ castles in the air □ clear the air □ do sth with one's nose in the air □ hot air □ in the air □ on air □ put on airs □ up in the air □ vanish into thin air □ walking on air □ you could (have) cut the air with a knife

AISLES
□ rolling in the aisles

ALARM
□ alarm bells ring □ false alarm □ ring alarm bells

ALBATROSS
□ albatross around one's neck

ALEC
□ smarty pants

ALECK
□ smart aleck □ smarty pants

ALERT
□ put on red alert

ALIGHT
□ alight on sth

alight upon sth → alight on sth

ALIGN
□ align oneself with sth

align oneself with sb → align oneself with sth

ALIKE
□ great minds think alike

ALIVE
□ alive and kicking □ alive with sb □ bring sth alive □ come alive □ eat sb alive □ skin sb alive

alive and well → alive and kicking

alive with sth → alive with sb

ALL
□ all along □ all and sundry □ all around □ all around Robin Hood's barn □ all at once □ all bets are off □ all better now □ all but □ all day long □ all doom and gloom □ all eyes (are on sb) □ all for sth □ all gone □ all good things (must) come to an end □ all hands on deck □ all hell breaks loose □ all hours (of the day and night) □ all in □ all in a day's work □ all in all □ all in good time □ all in one □ all in one piece □ all it's cracked up to be □ all kinds of sb □ all manner of sb □ all night long □ all of a sudden □ all or nothing □ all over □ all over but the shouting □ all over the place □ all over the world □ all over town □ all right □ all right for you □ all right with sb □ all set □ all sweetness and light □ all systems (are) go □ all talk (and no action) □ all that glitters is not gold □ all the livelong day □ all the rage □ all the same □ all the same to sb □ all the time □ all the way □ all the way down the line □ all things being equal □ all thumbs □ all to the good □ all told □ all walks of life □ all wet □ all wool and a yard wide □ all work and no play makes Jack a dull boy □ all worked up (over sth) □ all year round □ all's fair in love and war all's well that ends well □ a jack of all trades □ above all □ ain't all that □ and all □ and all that jazz □ as bad as all that □ at all □ at all cost(s) □ at all time □ balled up □ be all dressed up and nowhere to go □ be all ears □ be all go □ be all over sb □ be all over sth □ be all there □ be all things to all people □ be all up with sb □ be grist for the mill □ be played out □ be sth in all but name □ be-all and end-all (of sth) □ behind sb all the way □ big as all outdoors □ by all means □ come down to □ cover all the bases □ damn all □ do sth for all you are worth □ dot the i's and cross the t's □ downhill from here □ end all □ fingerprints are on sth □ first of all □ for all sb care □ for all sb knows □ for all sth □ for all the world like □ for good □ get away from it all □ get your ducks in a row □ go all out □ go all the way □ go to the expense of sth □ have all the time in the world □ have egg on one's face □ hold all the cards □ in all □ in all but name □ in all my born days □ in any event □ in conscience □ in no time (at all) □ it takes all kinds (to make a world) □ it'll all come out in the wash □ it's all in one's mind □ it's all too easy to do sth □ it's for the best □ it's Greek to me □ it's water under the bridge □ know all the answers □ laugh all the way to the bank □ let it all hang out □ make all the difference □ make the right noises □ money is the root of all evil □ not all that □ not all there □ not for all the tea in China □ not have all day □ of all things □ on all fours □ once and for all □ one's elevator doesn't go all the way to the top □ pull out all the stops □ push buttons □ put all one's eggs in one basket □ put one's cards on the table □ that depends □ that's about all □ that's all she wrote □ that's sb all over □ the be-all and end-all (of sth) □ the mother of all □ the war to end all wars □ there'll be hell to pay □ to cap it all □ to crown it all □ to top it all (off) □ walk all over sb □ warts and all □ with all due respect

all along the line → all the way down the line
all at sea about sth → at sea
all balled up → balled up
all beer and skittles → beer and skittles
all dressed up → dressed up
all for the best → for the best
all Greek to me → Greek to me
all in one breath → in one breath
all in the family → in the family
all joking aside → joking aside
all kidding aside → joking aside
all kinds of sth → all kinds of sb
all manner of sth → all manner of sb
all over the earth → all over the world
all over with → over with
all set to do sth → set to do sth
all shot to hell → shot to hell
all skin and bones → nothing but skin and bones
all sth is cracked up to be → all it's cracked up to be
all tuckered out → tuckered out
all types → all kinds of sb
all well and good → well and good
all worked up about sth → all worked up (over sth)

ALLEY
□ blind alley □ right up one's alley

ALLIANCE
□ unholy alliance

ALL-OUT
□ all-out effort □ all-out war

ALLOW
□ allow for sth □ allow me □ allow of sth □ give sb free rein
allow for sb → allow for sth
allow sb free rein → give sb free rein
allow sth free rein → give sb free rein

ALLOWANCE
□ make allowance(s) for sth □ make allowance(s) for sb

ALMOST
□ almost died □ almost burst a blood vessel □ burst a blood vessel

ALONE
□ go it alone □ in name only □ leave sb alone □ leave sth alone □ leave well (enough) alone □ let alone □ man cannot live by bread alone □ stand alone

ALONG
□ along the same lines □ alongside (of) sb □ all along □ all the way down the line □ get on famously □ go along for the ride
along in years → up in years
along the line of sth → along the same lines
along these line → along the same lines
along those line → along the same lines
along with sb → along with sth
along with sth
alongside (of) sth → alongside (of) sb

ALOOF
□ keep oneself aloof

ALPHA
□ alpha and omega

ALTAR
□ be sacrificed on the altar of

ALTOGETHER
□ in the altogether

ALWAYS
□ as always □ the grass is (always) greener

AMENDS
□ make amends (for sth) (to sb)

AMISS
□ not go amiss □ take sth amiss

AMOK
□ run amok

AMONG
□ set the cat among the pigeons

AMOUNT
□ amount to sth □ amount to the same thing □ any amount of sth □ no amount of sth □ not amount to a hill of beans □ X number of

AMUSED
□ keep sb amused
AN
□ an accident waiting to happen □ an ax is hanging over □ an ego trip □ an eye for an eye (and a tooth for a tooth) □ an ounce of prevention is worth a pound of cure

an easy ride → a smooth ride
ANALYSIS
□ in the final analysis
AND
□ and all □ and all that jazz □ and change □ and everything □ and how □ and sth to spare □ and that's flat □ and the like □ and then some □ and what have you □ and whatnot □ as and when □ go to rack and ruin □ once and for all

and all that rubbish → and all that jazz

and all that stuff → and all that jazz

and that's that → that's that
ANDS
□ no buts
ANGEL
□ on the side of the angels
ANGLE
□ angle for sth

angle → fools rush in
ANIMAL
□ different animal □ party animal
ANOTHER
□ another country heard from □ another kettle of fish □ another nail in one's coffin □ have another think coming □ live to fight another day □ of one kind or another □ one good turn deserves another □ one man's trash is another man's treasure □ one thing led to another □ tell me another (one) □ tomorrow is another day □ what with one thing and another

another nail in one's coffin → nail in one's coffin

another nail in sth's coffin → another nail in one's coffin

ANSWER
□ answer back □ answer for sb □ answer one's purpose □ answer the description of sth □ answer to □ answer to sb □ answer to the name of sth □ a lot to answer for □ good answer □ know all the answers

answer for sth → answer for sb

answer the description of sb → answer the description of sth
ANT
□ have ants in your pants
ANTE
□ up the ante
ANY
□ any amount of sth □ any day □ any fool □ any number of sth □ any port in a storm □ any wave you slice it □ at all cost(s) □ at any price □ at any rate □ be none the wiser □ be not having any (of it) □ by any chance □ by no means □ do sb no favour □ don't do me any favour □ give me sth any day □ in any case □ in any event □ not by any stretch of the imagination □ on no account □ pull no punches □ trust sb as far as could throw him □ under any circumstances

any day now → any day

any Tom, Dick, or Harry → any Tom, Dick, and Harry
ANYBODY
□ anybody's guess
ANYONE
□ far as anyone knows □ not say boo to a goose

anyone's guess → anybody's guess
ANYTHING
□ anything but □ anything goes □ as anything □ come to nothing □ don't say I never give you anything □ easy as pie □ everything one can lay one's hands on □ if you believe that, you'll believe anything □ like anything □ not anything like □ not do anything for sb □ or anything
ANYTIME
□ anytime soon

anytime the spirit moves → if the spirit moves

APART
□ be poles apart □ be worlds apart □ come apart at the seams

APE
□ go ape □ go ballistic

APESHIT
□ go ape

APPEAL
□ appeal to one's better nature □ last-ditch effort

APPEAR
□ appear as sth □ appear out of nowhere

APPERTAIN
□ appertain to sth

APPETITE
□ whet one's appetite (for sth)

APPLE
□ apple of one's eyes □ apples and oranges □ be in apple pie order □ can't compare apples and oranges □ easy as pie □ in apple pie order □ rotten apple

upset the apple cart → upset the applecart

APPLECART
□ upset the applecart

APRON
□ be tied to one's apron strings

ARE
□ there you are

are you kidding me → you're kidding (me)

AREA
□ gray area

ARGUE
□ argue sb into doing sth

argue sb out of doing sth → argue sb into doing sth

ARK
□ out of the ark

ARM
□ arm in arm □ a babe in arms □ lay down one's arms □ arm-twisting □ cost an arm and a leg □ fold one's arms □ have one's arm twisted □ keep sb at arm's length □ pay an arm and a leg □ take up arms (against sb) □ the long arm of the law □ twist one's arm □ welcome sb with open arms □ would give one's right arm to do sth

ARMED
□ armed to the teeth

ARMOR
□ a knight in shining armor □ chink in one's armor

ARMPIT
□ the armpit of

AROUND
□ around the corner □ a millstone around one's neck □ all around □ all around Robin Hood's barn □ ask around □ bandy about □ bat around □ beat around the bush □ blunder around □ fray at the edges □ get the run-around □ give sb the run-around □ goes around one's ass to get to one's elbow □ going around in circles □ green around the gills □ have been around the block □ lead sb (around) by the nose □ run circles around sb □ think the world revolves around □ throw money around □ throw one's weight around □ turn around and say sth □ what goes around comes around □ wrap sb around one's little finger

around the clock → round the clock

ARREARS
□ be in arrears

ARRIVE
□ have arrived

arrive in a body → come in a body

arrive on the scene → come on the scene

ARROGATE
□ arrogate to oneself sth

ARROW
□ straight arrow

ARSE
□ be a pain (in the ass) □ smarty pants

ARSED
□ not be arsed (to do sth)

ART
□ have sth down to a fine art □ state of the art

ARTICLE
□ genuine article

AS
□ as a duck takes to water □ as a last resort □ as a matter of course □ as a matter of fact □ as a result of sth □ as a rule □ as a token (of sth) □ as against sth □ as always □ as an aside □ as and when □ as anything □ as bad as all that □ as best sb can □ as chance would have it □ as far as possible □ as far as sb knows □ as far as sth goes □ as far as the eye could see □ as for sb □ as from □ as good as □ as if □ as it is □ as it were □ as long as □ as luck would have it □ as mad as a hatter □ as one □ as per usual □ as plain as the nose on one's face □ as soon as possible □ as the case may be □ as the crow flies □ as the next guy □ as they say □ as yet □ a miss is as good as a mile □ a wink's as good as a nod (to a blind man) □ bold as brass □ but not as we know it □ drunk as a skunk □ even as □ every bit as □ fit as a fiddle □ for all the world like □ from the same mould (as) □ give as good as you get □ go so far as to do sth □ happy as a pig in shit □ high as a kite □ in so far as □ it's just as well (that) □ like watching paint dry □ pleased as Punch □ pretty as a picture □ take sth as gospel □ there is no (such thing as a) free lunch □ trust sb as far as could throw him □ use sb as a punching bag □ when in Rome (do as the Romans do) □ your guess is as good as mine

as a consequence → in consequence (of sth)

as a general rule → as a rule

as big as all outdoors → big as all outdoors

as big as life → large as life

as big as life and twice as ugly → large as life

as black as one is painted → black as one is painted

as black as pitch → black as pitch

as blind as a bat → blind as a bat

as bold as brass → bold as brass

as busy as a beaver → busy as a beaver

as busy as a bee → busy as a beaver

as busy as Grand Central Station → busy as Grand Central Station

as clean as a whistle → clean as a whistle

as clean as the driven snow → pure as the driven snow

as clear as crystal → clear as crystal

as clear as day → plain as day

as clear as mud → clear as mud

as comfortable as an old shoe → comfortable as an old shoe

as cool as a cucumber → cool as a cucumber

as crazy as a loon → crazy as a loon

as dead as a dodo → dead as a dodo

as dead as a doornail → dead as a doornail

as different as night and day → different as night and day

as dry as a bone → dry as a bone

as dry as dust → dry as dust

as dull as dishwater → dull as dishwater

as dull as ditchwater → dull as dishwater

as easy as anything → easy as pie

as easy as apple pie → easy as pie

as easy as duck soup → easy as duck soup

as easy as falling off a log → easy as falling off a log

as easy as pie → easy as pie

as easy as rolling off a log → easy as falling off a log

as exciting as watching paint dry → like watching paint dry

as far as anyone knows → far as anyone knows

as far as I'm concerned → far as I am concerned

as far as it goes → as far as sth goes

as far as sb can remember → as far as sb knows

as far as sb can see → as far as sb knows

as far as sth is concerned → far as sth is concerned

as far as we're concerned → far as I am concerned

as fit as a fiddle → fit as a fiddle
as fit as fiddle → fit as a fiddle
as flat as a pancake → flat as a pancake
as for sth → as for sb
as free as a bird → free as a bird
as fresh as a daisy → fresh as a daisy
as full as a tick → full as a tick
as funny as a barrel of monkeys → funny as a barrel of monkeys
as funny as a crutch → funny as a crutch
as good as done → good as done
as good as gold → good as gold
as happy as a clam → happy as a clam
as happy as a lark → happy as a clam
as hard as nails → hard as nails
as high as a kite → high as a kite
as high as the sky → high as a kite
as hot as hell → hot as hell
as hungry as a bear → hungry as a bear
as if → like it's going out of fashion
as innocent as a lamb → innocent as a lamb
as it turns out → as it is
as interesting as watching paint dry → like watching paint dry
as large as life → large as life
as light as a feather → light as a feather
as likely as not → likely as not
as mad as a hornet → mad as a hornet
as mad as a March hare → as mad as a hatter
as mad as a wet hen → mad as a wet hen
as mad as hell → mad as hell
as much fun as a barrel of monkeys → funny as a barrel of monkeys
as much sth as the man in the moon → no more sth than the man in the moon
as naked as a jaybird → naked as a jaybird
as nutty as a fruitcake → nutty as a fruitcake
as of → as from
as old as the hills → old as the hills
as plain as day → plain as day
as plain as the nose on one's face → plain as the nose on one's face

as pleased as Punch → pleased as Punch
as poor as a church mouse → poor as a church mouse
as popular as a rat sandwich → go down like a rat sandwich
as pretty as a picture → pretty as a picture
as proud as a peacock → proud as a peacock
as pure as the driven snow → pure as the driven snow
as quick as a flash → quick as a wink
as quick as a wink → quick as a wink
as quick as greased lightning → quick as greased lightning
as quiet as a mouse → quiet as a mouse
as quiet as the grave → quiet as the grave
as regards sth → as for sb
as regular as clockwork → regular as clockwork
as right as rain → right as rain
as scarce as hen's teeth → scarce as hen's teeth
as sharp as a razor → sharp as a razor
as sick as a dog → sick as a dog
as slick as a whistle → slick as a whistle
as slippery as an eel → slippery as an eel
as sly as a fox → sly as a fox
as snug as a bug (in a rug) → snug as a bug (in a rug)
as sober as a judge → sober as a judge
as soft as a baby's bottom → soft as a baby's bottom
as solid as a rock → solid as a rock
as sound as a dollar → sound as a dollar
as steady as a rock → steady as a rock
as strong as an ox → strong as an ox
as stubborn as a mule → stubborn as a mule
as the fancy take → whenever the fancy take
as thick as pea soup → thick as pea soup
as thick as thieves → thick as thieves
as thin as a rail → thin as a rail

as tight as a tick → full as a tick

as tight as Dick's hatband → tight as Dick's hatband

as to sb → as for sb

as to sth → as for sb

as tough as nails → as hard as nails

as tough as old boots → tough as old boots

as ugly as sin → ugly as sin

as warm as toast → warm as toast

as weak as a kitten → weak as a kitten

as welcome as a rat sandwich → go down like a rat sandwich

as white as a ghost → as white as a sheet

as white as a sheet → white as a sheet

as white as the driven snow → white as the driven snow

as wise as an owl → wise as an owl

as you sow, so shall you reap → you reap what you sow

ASCENDANT

□ in the ascendant

ASHES

□ rise like a phoenix from the ashes □ wear sackcloth (and ashes)

ASIDE

□ as an aside □ joking aside □ aside from sb

aside from sth → aside from sb

ASK

□ ask around □ ask for the moon □ ask sb out □ I ask you □ if you ask me □ ask after sb

ask for it → asking for it

ask no quarter → give no quarter

ASKANCE

□ look askance at sb

ASKING

□ asking for it □ for the asking

asking for trouble → asking for it

ASLEEP

□ asleep at the switch □ lie down on the job

ASS

□ ass backwards □ ass out □ a kick in the pants □ a pain in the ass □ be a pain (in the ass) □ blow smoke (up one's ass) □ cover your ass □ get a wild hair □ get your ass in gear □ go around one's ass to get to one's elbow □ haul ass □ have a stick up one's butt □ have one's head up one's ass □ kicks ass □ kiss my ass □ kiss one's ass □ make an ass of oneself □ nail one's ass to the wall □ nail sb to the wall □ not know one's ass from a hole in the ground □ on one's ass □ one's ass is in a sling □ smarty pants □ talking out of one's ass □ think the sun shines out of one's backside

ASSAULT

□ assault and battery (upon sb)

ASTRAY

□ go astray □ lead sb astray

AT

□ at a distance □ at a fast clip □ at a glance □ at a loss □ at a loss (for words) □ at a low ebb □ at a premium □ at a price □ at a safe distance □ at a set time □ at a sitting □ at a snail's pace □ at a stretch □ at a stroke □ at all □ at all cost(s) □ at all times □ at an early date □ at any price □ at any rate □ at best □ at bottom □ at close quarter □ at close range □ at cost □ at cross purposes □ at death's door □ at each other's throats □ at ease □ at every turn □ at face value □ at fault □ at first □ at first glance □ at first sight □ at full speed □ at full throttle □ at gut level □ at half-mast □ at hand □ at heart □ at home □ at large □ at last □ at least □ at loose ends □ at once □ at one go □ at one's command □ at one's convenience □ at one's disposal □ at one's earliest convenience □ at one's expense □ at one's finger tips □ at one's wits' end □ at sea □ at sixes and sevens □ at the back of one's mind □ at the best of times □ at the coalface □ at the crack of dawn □ at the discretion of sb □ at the end of one's tether □ at the end of sth □ at the end of the day □ at the hands of sb □ at the last count □ at times □ at work □ where it's at

at a good clip → at a fast clip

at a healthy clip → at a fast clip

at a loose → at loose ends

at a steady clip → at a fast clip

at all events → in any event
at any cost → at all costs
at cross-purpose → at cross purposes
at first blush → at first glance
at full blast → full blast
at full tilt → at full speed
at half-staff → at half-mast
at one stroke → at a stroke
at one's the discretion → at the discretion of sb
at the expense of sb → at one's expense
at the eye of the storm → in the eye of the storm
at the fore → to the fore
at the forefront of sth → to the forefront of sth
at the hands of sth → at the hands of sb
at the cutting edge of sth → on the cutting edge of sth

ATE
□ like the cat that ate the canary

ATOM
□ make like a banana

ATTACHED
□ with no string attached

ATTEMPT
□ last-ditch effort

ATTEND
□ attend to sb
attend to sth → attend to sb

ATTENDANCE
□ be in attendance

ATTITUDE
□ have an attitude (problem) □ with attitude

AUSPICES
□ under the auspices of sb

AUTHORITY
□ have on good authority that

AUTOMATIC
□ on automatic pilot

AVAIL
□ to little avail

AVERAGE
□ average out

AVOID
□ avoid sb like the plague

AWAKENING
□ rude awakening

AWAY
□ away with □ a stone's throw away □ be miles off □ brush away the cobwebs □ far and away □ get away from it all □ get away with murder □ get carried away □ give the game away □ home away from home □ save sth for a rainy day □ see sth a mile away □ take your breath away □ the one that got away □ when the cat's away

AWE
□ be in awe of sb

AWOL
□ absent without leave

AX
□ an ax is hanging over □ get the ax □ have an axe to grind

AZTEC
□ the Aztec two-step

B
□ from A to B

BA
□ hang a BA

BABE
□ a babe in arms □ a babe in the woods □ out of the mouths of babes (and sucklings)

BABY
□ baby boom □ baby boomer □ be expecting a baby □ be one's baby □ leave sb holding the baby □ like taking candy from a baby □ sleep like a log □ soft as a baby's bottom □ throw the baby out with the bath(water)

BACK
□ back and forth □ back of beyond □ back seat driver □ back sb into a corner □ back the wrong horse □ back to front □ back to square one □ back-breaking □ back-door □

back-scratching □ back-stabbing □ back-to-basics □ a pat on the back □ a stab in the back □ answer back □ at the back of one's mind □ back-scratching □ be back on one's feet □ be laid back □ behind one's back □ bite back at sb □ bounce back □ break one's back □ break the back of sth □ bring sb (back) down to earth □ by the back door □ can do sth with one hand tied behind one's back □ carry sb back (to sth) □ cast one's mind(s) back (to sth) □ come down to earth □ come to one's senses □ do sth with one hand tied behind one's back □ flat on one's back □ get back to the table □ get off one's case □ get one's back up □ get sb back to the table □ get sb off one's back □ give sb the shirt off one's back □ go back a long way □ go back to basics □ go back to the drawing board □ go through hell □ have eyes in the back of one's head □ have your back against the wall □ it's no skin off one's nose □ know sth like the back of your hand □ like water off a duck's back □ make the beast with two backs □ monkey on one's back □ on one's back □ on the back of sth □ pat sb on the back □ pat yourself on the back □ pay sb back with interest □ piss on my back and tell me it's raining □ put sth on the back burner □ put the genie back in the bottle □ see the back of sb □ stab sb in the back □ take a back seat (to) □ take the shirt off one's back □ the straw that breaks the camel's back □ throw sth back in one's face □ turn one's back on sb □ turn the clock back □ watch your back □ you scratch my back, I'll scratch yours

back at square one → back to square one

back on an even keel → on an even keel

back to the drawing board → go back to the drawing board

BACK-HANDED
□ pay sb a left-handed compliment

BACKSIDE
□ be a pain (in the ass) □ think the sun shines out of one's backside

BACKWARD
□ bend over backward □ know sth backward and forward

BACKWARDS
□ ass backwards

BACKYARD
□ in one's own backyard □ not in my backyard

BACON
□ bring home the bacon □ save one's bacon

BAD
□ bad blood (between) □ bad feeling(s) □ bad guy □ bad hair day □ bad of tricks □ bad press □ as bad as all that □ be got it bad (for sb) □ be in one's bad book □ can't be bad □ come to a bad end □ do a good (bad) job (on sth) □ give sth a bad name □ go through a bad patch □ go to the bad □ in a bad way □ leave a bad taste in one's mouth □ like a bad dream □ like five miles of bad road □ my bad □ not bad □ put sb in a new light □ rotten apple □ see sb in a different light □ spell trouble □ the big bad wolf □ things go from bad to worst □ throw good money after bad □ to good effect □ to the bad □ too bad □ with bad grace

bad apple → rotten apple

bad end → sticky end

BADLY
□ be badly off

BAG
□ bag and baggage □ bag lady □ bag of bones □ be a mixed bag □ be left holding the bag □ be one's bag □ catch some rays □ do one's way out of a (wet) paper bag □ have sth in the bag □ let the cat out of the bag □ not one's bag □ pack one's bags □ pull sth out of the bag □ the cat is out of the bag □ use sb as a punching bag □ way out of a (wet) paper bag

bag some rays → catch some rays

BAGGAGE
□ bag and baggage

BAIT
□ fish or cut bait □ fishing without bait □ rise to the bait □ shit or get off the pot □ take the bait

1041

BALANCE
□ balance of evidence □ hang in the balance □ on balance □ throw sb off balance □ tip the balance

balance of probability → balance of evidence

BALANCING
□ balancing act

BALL
□ ball and chain □ balled up □ be on the ball □ be the belle of the ball □ behind the eight ball □ bust one's balls □ carry the ball □ drop the ball □ have a ball □ have sb by the balls □ it's a (whole) new ball game □ on the ball □ pick up the ball and run (with it) □ play ball □ put the ball in one's court □ start the ball rolling □ the ball is in one's court □ the whole ball of wax

BALLISTIC
□ go ballistic

BALLOON
□ go down like a lead balloon □ the balloon goes up □ trial balloon

BALLPARK
□ in the ballpark

BAM
□ wham bam, thank you ma'am

BANANA
□ go bananas □ make like a banana

BAND
□ band together □ one-man band

BANDIT
□ make out like a bandit

BANDWAGON
□ jump on the bandwagon

BANDY
□ bandy about

bandy around → bandy about

BANE
□ the bane of one's life

BANG
□ bang go sth □ bang the drum for □ get more bang for one's buck □ give more bang for one's buck □ go out with a bang □ not with a bang but a whimper □ with a bang

BANGING
□ banging one's head against a (brick) wall

banging one's head against the wall → banging one's head against a wall

BANK
□ bank on sth □ don't bank on it □ laugh all the way to the bank □ won't break the bank

bank on sb → bank on sth

BANNER
□ under the banner of

BAPTISM
□ baptism by fire □ baptism by fire

BAR
□ behind bars

BARE
□ bare bones □ bare one's soul □ lay sth bare □ the cupboard is bare □ with one's bare hands

bare ass → hang a BA

bare-bones → bare bones

BARGAIN
□ bargain for sth □ drive a hard bargain □ get more than you bargained for □ into the bargain

bargain on sth → bargain for sth

BARGE
□ barge in (on sb)

BARK
□ bark at the moon □ bark up the wrong tree □ one's bark is worse than his bite

BARN
□ all around Robin Hood's barn

BARREL
□ funny as a barrel of monkeys □ have sb over a barrel □ let sb have (it with) both barrels □ lock, stock, and barrel □ not a barrel of laughs □ over a barrel □ scrape the bottom of the barrel □ shooting fish in a barrel

BASE
□ be (way) off base □ cover all the bases □ get to first base □ touch base

BASH
□ bash away (at sth) □ bash out sth □ bash sth down □ have a bash

bash on (with sth) → bash away (at sth)

bash one's brains out → beat one's brains out

bash sth in → bash sth down

BASICS
□ back-to-basics □ go back to basics

BASK
□ bask in one's reflected glory

BASKET
□ basket case □ put all one's eggs in one basket

BASKETBALL
basketball widow → football widow

BAT
□ bat a thousand □ bat around □ before you could blink □ blind as a bat □ do some thing right off the bat □ go to bat for □ have bats in the belfry □ like a bat out of hell □ not bat an eyelid □ off one's own bat

BATED
□ with bated breath

BATH
□ take a bath □ throw the baby out with the bath(water)

BATON
□ hand on the baton □ take up the baton

BATTEN
□ batten down the hatches

BATTERY
□ assault and battery □ recharge your batteries

BATTING
□ be batting a thousand

BATTLE
□ battle of wills □ battle of wits □ do battle (with) sb □ fight a losing battle □ fight one's own battles □ half the battle □ running battle □ the battle lines are drawn □ win a battle but lose the war

battle it out → fight it out

BAY
□ keep sth at bay

BE
□ be a bombshell □ be a breeze □ be a bundle of nerves □ be a dead ringer for sb □ be a devil □ be a dime a dozen □ be a drag □ be a drag on sth □ be a great one for (doing) sth □ be a lightning rod for sth □ be a mixed bag □ be a no-brainer □ be a pain (in the ass) □ be a past master (at sth) □ be a recipe for sth □ be a riot □ be a scream □ be a shell game □ be a shoo-in □ be a sight □ be a weight off one's shoulders □ be about to do sth □ be ahead of the game □ be all about sth □ be all dressed up and nowhere to go □ be all ears □ be all go □ be all over sb □ be all over sth □ be all there □ be all things to all people □ be all up with sb □ be an item □ be at loggerheads (with sb) □ be at odds with sb □ be at one's beck and call (of sb) □ be back on one's feet □ be badly off □ be batting a thousand □ be beat with an ugly stick □ be behind the times □ be below the belt □ be bent on sth □ be better off □ be beyond sb □ be bitten by sth □ be blessed with sth □ be bored out of one's mind □ be bored stiff □ be born to be □ be borne in on sb □ be bothered (about sth) □ be bound together by sth □ be built on sand □ be bursting at the seams □ be calculated to do sth □ be chomping at the bit □ be clued in (about/on sth) □ be cut and dried □ be cut out for sth □ be devoured by sth □ be divided against itself □ be done behind the scenes □ be done for □ be done in □ be done with □ be down and out □ be down to sb □ be down to sth □ be down to the last sth □ be dressed (up) to the nines □ be dying for sth □ be employed in doing sth □ be engraved on one's mind □ be even □ be expecting a baby □ be fair □ be fast and furious □ be fed up (with) □ be feeling one's oats □ be flattered □ be flying off the shelves □ be for real □ be frightened out of mind □ be fucking well doing sth □ be full of beans be full of holes □ be getting on □ be getting there □ be given a rap on the knuckles □ be going begging □ be going one's way □ be going places □ be going to □ be good friends □ be got it bad (for sb) □ be grasping at straws □ be grist for the mill

1043

□ be grounded on sth □ be guaranteed to do sth □ be heading for a fall □ be het up □ be hot under the collar □ be in a stew □ be in apple pie order □ be in arrears □ be in attendance □ be in awe of sb □ be in bed with sb □ be in cahoots (with) □ be in control □ be in doubt □ be in for it □ be in on the ground floor □ be in one's bad book □ be in one's element □ be in one's good book □ be in one's pocket □ be in step (with) □ be in the black □ be in the driver's seat □ be in the family way □ be in the market (for sth) □ be in the red □ be in the right place at the right time □ be in the running (for sth) □ be in the wings □ be in touch (with) □ be itching to do sth □ be just the ticket □ be kept in the dark □ be keyed up □ be laid back □ be laughed out of court □ be left to one's own devices □ be left holding the bag □ be like a bear with a sore head □ be like a fish out of water □ be like getting blood out of a stone □ be loaded for bear □ be made (for life) □ be made of sterner stuff □ be marking time □ be miles off □ be my guest □ be nip and tuck □ be no laughing matter □ be none the wiser □ be none the worse for wear □ be not having any (of it) □ be nuts about □ be of one mind □ be of the essence □ be of two minds □ be off and running □ be off base □ be off one's rocker □ be off the (starting) blocks □ be off the mark □ be on a par (with) □ be on a razor's edge □ be on a roll □ be on call □ be on course □ be on edge □ be on for sth be on one's mind □ be on one's toes □ be on red alert □ be on the ball □ be on the blink □ be on the edge (of sth) □ be on the fast track (to/for sth) □ be on the fiddle □ be on the level be on the make □ be on the mark □ be on the mend □ be on the same page □ be on thin ice □ be one for the books □ be one of the boys be one up on sb □ be one's baby □ be one's bag □ be one's middle name □ be one's own man □ be oneself (again) □ be only human □ be out for blood □ be out for the count □ be out in left field □ be out like a light □ be out of control □ be out of it □ be out of line □ be out of one's depth □ be out of one's element □ be out of one's hair □ be out of one's league □ be out of sorts □ be out of step (with) □ be out of touch (with) □ be out there □ be over the top □ be packed like sardines □ be part and parcel of sth □ be played out □ be poles apart □ be put out to pasture □ be putty in one's hands be quick off the mark □ be raring to go □ be ready to roll □ be riding high □ be right on the money □ be right under one's nose □ be rolling in it □ be rooted to the spot □ be rushed off one's feet □ be sacrificed on the altar of □ be scared of one's own shadow □ be scattered to the (four) winds □ be sent to the showers □ be set in one's ways □ be set in stone □ be shot down in flames □ be sitting pretty □ be six feet under □ be slow off the mark □ be small beer □ be smooth sailing □ be sold on sth □ be spitting in the wind □ be spoken for □ be staring sb in the face □ be struck dumb □ be taken aback by sth □ be taken with □ be talking □ be the belle of the ball □ be the bomb □ be the limit □ be the pits □ be the soul of sth □ be the spitting image of sb □ be the worse for wear □ be there for sb □ be three sheets to the wind □ be thrilled to pieces □ be thrown in(to) (at) the deep end □ be tickled pink □ be tied to one's apron strings □ be tilting at windmills □ be to be expected □ be to blame (for sth) □ be to do with □ be to one's advantage □ be treading water □ be under control □ be under fire □ be under the wing of □ be up-front (about sth) □ be washed up □ be wide of the mark □ be wide open □ be wired (for sound) □ be with it □ be within a hair's breadth of doing sth □ be within a whisker of (doing) sth □ be worlds apart □ be worth one's while □ can't be doing with sth □ far be it from me to do sth □ food for thought □ leave sb be □ not be about to do sth □ the be-all and end-all (of sth)

be a pain in the arse → be a pain (in the ass)

be a pain in the backside → be a pain (in the ass)

be a pain in the butt → be a pain (in the ass)

be a pain in the neck → be a pain (in the ass)

be a world apart → be worlds apart

be afraid of one's own shadow → be scared of one's own shadow

be against the grain → go against the grain
be all dressed up with no place to go → be all dressed up and nowhere to go
be along for the ride → go along for the ride
be asleep on the job → lie down on the job
be at a crossroads → come to a crossroads
be at arm's length from sb → keep sb at arm's length
be at odds with sth → be at odds with sb
be at pains to do sth → take pains to do sth
be at rock bottom → hit rock bottom
be at the bottom of sth → lie at the bottom of sth
be bent out of shape → get bent out of shape
be bitten by the (sth) bug → be bitten by sth
be bored out of one's skull → be bored out of one's mind
be brought out of the closet → come out of the closet
be bulging at the seams → be bursting at the seams
be carved in stone → be set in stone
be cast in stone → be set in stone
be clear sailing → be smooth sailing
be close to home → hit close to home
be close to the edge → be on the edge
be clutching at straws → be grasping at straws
be creaking at the seams → be bursting at the seams
be devil's advocate → play devil's advocate
be down to sb → be down to sth
be dying to do sth → be dying for sth
be engraved on one's heart → be engraved on one's mind
be engraved on one's memory → be engraved on one's mind
be expecting a child → be expecting a baby
be forced to eat one's words → eat one's words
be four sheets to the wind → be three sheets to the wind

be fresh with sb → get fresh with sb
be friends with sb → make friends with sb
be given a rap across the knuckles → be given a rap on the knuckles
be given a rap over the knuckles → be given a rap on the knuckles
be given a slap on the wrist → be given a rap on the knuckles
be given one's walking papers → get one's walking papers
be given short shrift → get short shrift
be given the ax → get the ax
be given the bum's rush → get the bum's rush
be given the chop → get the chop
be grist to the mill → be grist for the mill
be grounded in sth → be grounded on sth
be head and shoulders above → stand head and shoulders above
be head over heels (in love) → fall head over heels (in love)
be headed for a fall → be heading for a fall
be hit with an ugly stick → be beat with an ugly stick
be hitting below the belt → be below the belt
be hung up on sth → get hung up on sth
be in a dream world → live in a dream world
be in a lather → get in a lather
be in a rut → get in a rut
be in over one's head → get in over one's head
be in the balance → hang in the balance
be in two minds → be of two minds
be just good friends → be good friends
be just the thing → be just the ticket
be left in the dark → be kept in the dark
be like getting blood out of a turnip → be like getting blood out of a stone
be lost for word → at a loss for word
be lost in the shuffle → get lost in the shuffle
be miles away → be miles off
be more like oneself → be oneself (again)
be of the same mind → be of one mind

beam

be on a razor edge → be on a razor's edge
be on firm ground → safe ground
be on one's case → get on one's case
be on safe ground → safe ground
be on the crest of a wave → ride (on) the crest of a wave
be on the same page → get on the same page
be on the short end of sth → get the short end
be one jump ahead of sb → keep one jump ahead of sb
be one step ahead of → stay one step ahead of
be one's old self → be oneself (again)
be one's own woman → be one's own man
be out of left field → be out in left field
be out of line with → be (way) out of line
be out of one's mind with worry → be frightened out of mind
be out of one's mind → go out of one's mind
be out of the blocks → be off the (starting) blocks
be out of the closet → come out of the closet
be out on a limb → go out on a limb
be over the hump → get over the hump
be pissing in the wind → be spitting in the wind
be plain sailing → be smooth sailing
be plunged in(to) the deep end → be thrown in(to) the deep end
be popping at the seams → be bursting at the seams
be pumped up → get pumped up
be put on red alert → be on red alert
be riding for a fall → be heading for a fall
be right on the mark → be on the mark
be right there under one's nose → be right under one's nose
be run off one's feet → be rushed off one's feet
be sacrificed at the altar of → be sacrificed on the altar of

be scrammed like sardines → be packed like sardines
be shitting bricks → shit a brick
be sitting in the catbird → in the catbird seat
be skating on thin ice → be on thin ice
be squeezed like sardines → be packed like sardines
be standing in the wings → be in the wings
be staring sth in the face → be staring sb in the face
be steamed up → get steamed up
be stopped in one's tracks → stop (dead) in one's tracks
be taken by → be taken with
be the absolute limit → be the limit
be the death knell → sound the death knell
be the door to sth → open (the) doors for
be the world to sb → mean the world to sb
be tickled to death → be tickled pink
be too big for one's britches → get too big for one's britches
be under one's feet → get under one's feet
be under one's spell → fall under one's spell
be under the knife → go under the knife
be under way → get under way
be up front (about sth) → be up-front (about sth)
be upfront (about sth) → be up-front (about sth)
be waiting in the wings → be in the wings
be waiting with bells on → with bells on
be walking on thin ice → be on thin ice
be way off base → be off base
be way out in left field → be out in left field
be way out of one's league → be out of one's league
be way over in left field → be out in left field
be wise to → get wise to
be worried out of mind → be frightened out of mind
be written in stone → be set in stone

BEAM

□ broad in the beam □ off beam

BEAN
□ be full of beans □ cool beans □ not amount to a hill of beans □ not have a bean □ spill the beans (about)

BEAR
□ bear fruit □ bear heavily on sb □ bear the brunt of sth □ bear with sb □ be like a bear with a sore head □ be loaded for bear □ bring sth to bear (on/ upon sb) □ grin and bear it □ heavy cross to bear □ hungry as a bear

bear hard on sb → bear heavily on sb

bear severely on sb → bear heavily on sb

BEARER
□ the standard bearer of sth

BEARINGS
□ get one's bearings

BEAST
□ make the beast with two backs □ the nature of the beast

BEAT
□ beat a (hasty) retreat □ beat a dead horse □ beat around the bush □ beat it □ beat me □ beat off □ beat one's brains out □ beat sb at one's own game □ beat sb down □ beat sb to the punch □ beat the (living) daylights out of sb □ beat the bushes □ beat the pants off sb □ beat the system □ be beat with an ugly stick □ if you can't beat 'em, join 'em □ march to (the beat of) a different drummer □ one's heart skipped a beat □ take a beating □ without missing a beat □ you can't beat

beat down sth → beat sb down

beat sb hands down → win hands down

beat sth hands down → win hands down

beat the drum for → bang the drum for

beat the hell out of me → beat me

BEATEN
□ off the beaten track

BEATING
□ take some beating

beating about the bush → beating around the bush

beating one's head against a wall → banging one's head against a wall

BEAUTY
□ beauty is in the eye of the beholder

BEAVER
□ beaver away at sth □ busy as a beaver □ eager beaver

BECK
□ be at one's beck and call (of sb)

BECOME
□ what become of sb

BED
□ bed down □ be in bed with □ get up on the wrong side of the bed □ make one's bed and one must lie on it □ no bed of roses □ put sth to bed □ early to bed, early to rise (makes a man healthy, wealthy, and wise)

bed of roses → no bed of roses

BEDFELLOW
□ make strange bedfellows

BEE
□ busy as a beaver □ busy bee □ have a bee in one's bonnet (about sth) □ the bee's knees □ the birds and the bees

BEEF
□ beef up sth

BEELINE
□ make a beeline for sth

BEEN
□ been there, done that (seen the movie, bought the T-shirt)

BEER
□ beer and skittles □ be small beer □ make sb cry into their beer

BEET
□ go beet-red

BEFORE
□ before dark □ before one can say Jack Robinson □ before one's (very) eyes □ before you could blink □ cast pearls before swine □ it'll be a cold day in hell before □ look before you leap □ the morning after the night before

before you could bat an eye → before you could blink

before you could blink an eye → before you could blink

BEG
□ beg, borrow, or steal □ beg leave to do sth □ beg off □ beg one's pardon □ beg the question □ be going begging □ I beg to differ □ I beg your pardon

BEGGAR
□ beggar belief □ beggars can't be choosers

BEGIN
□ to begin with

BEGINNER
□ beginner's luck

BEGINNING
□ the beginning of the end

BEHALF
□ in behalf of sb □ on behalf of sb

BEHIND
□ behind bars □ behind closed doors □ behind one's back behind sb all the way □ behind the eight ball □ be behind the times □ be done behind the scenes □ can do sth with one hand tied behind one's back □ do sth with one hand tied behind one's back □ driving force □ have a stick up one's butt □ the brain behind sth □ think the sun shines out of one's backside □ throw one's weight behind sb □ wet behind the ear

BEHOLDER
□ beauty is in the eye of the beholder

BEING
□ for the time being

BELABOUR
□ belabour the point

BELFRY
□ have bats in the belfry

BELIEF
□ beggar belief □ beyond belief □ to the best of one's knowledge

BELIEVE
□ believe it or not □ believe me □ don't you believe it□ if you believe that, you'll believe anything □ you'd better believe sth

believe you me → believe me

BELIEVER
□ great believer in sth

BELL
□ bells and whistles □ alarm bells ring □ have had one's bell rung □ hear wedding bells □ hell's bells □ ring a bell □ ring alarm bells □ saved by the bell □ with bells on

BELLE
□ be the belle of the ball

BELLY
□ have a fire in one's belly

BELLYFUL
□ have a bellyful of sth

BELLY-UP
□ go belly-up

BELOW
□ below par □ be (hitting) below the belt

BELT
□ be (hitting) below the belt □ have sth under one's belt □ tighten your belt

BEND
□ bend one's ear □ bend over backward □ bend the truth □ go down on one's knees

bend over backwards → bend over backward

bend → round the bend

BENEFIT
□ for one's benefit □ give sb the benefit of the doubt □ with the hindsight

BENT
□ bent on (doing) sth □ be bent on sth □ get bent out of shape

BERTH
□ give sb a wide berth

BESIDE
□ beside oneself with □ beside the point

BEST

□ as best sb can □ at best □ at the best of times □ do one's level best □ do sth for the best □ for reasons best known to oneself □ for the best □ give sth one's best shot □ had better do sth □ have the best of sth □ he who laughs last laughs longest □ it's for the best □ make the best of sth □ man's best friend □ put one's best foot forward □ the best bet □ the best of both worlds □ the best part of sth □ think sth is the best thing since sliced bread □ to advantage □ to the best of one's ability □ to the best of one's knowledge

BET

□ bet the ranch on sb □ all bets are off □ dollars to doughnuts □ hedge your bets □ I bet □ safe bet beta □ the best bet □ you can bet your bottom dollar

bet on the wrong horse → back the wrong horse

bet the farm on sth → bet the ranch on sb

bet the ranch on sth → bet the ranch on sb

bet the rent on sth → bet the ranch on sb

BETIDE

□ woe betide sb

BETTER

□ better half □ better late than never □ better safe than sorry □ better than a kick in the teeth □ better the devil one knows (than the devil one doesn't) □ better you than me □ a change for the better □ all better now □ appeal to one's better nature □ be better off □ discretion is the better part of valor □ get the better of sb □ go one better □ had better do sth □ half a loaf (is better than none) □ have seen better days □ no better than □ so much the better □ sth has seen better days □ take the turn for the better □ the best part of sth □ you'd better believe sth

BETWEEN

□ between a rock and a hard place □ between Scylla and Charybdis □ between the devil and the deep blue sea □ between the ears □ between you, me and the lamp-post □ betwixt and between □ drive a wedge between □ few and far between □ have nothing between the ears □ have sth between the ears □ line between sth and sth □ put some distance between □ read between the lines □ there is no love lost (between) □ there's a fine line between □ with one's tail between one's legs

between you, me and the fencepost → between you, me and the lamp-post

BEYOND

□ beyond a shadow of doubt □ beyond belief □ beyond compare □ beyond one's ken □ beyond reasonable doubt □ beyond the pale □ above and beyond (sth) □ back of beyond □ be beyond sb □ see beyond (the end) of one's nose

beyond (any) doubt → beyond a shadow of doubt

beyond doubt → without doubt

beyond the call of duty → above and beyond the call of duty

BICYCLE

□ need sth like a fish needs a bicycle

BIDE

□ bide one's time

BIG

□ big as all outdoors □ big as life □ big cheese □ big day □ big deal □ big gun □ big man on campus □ big on sth □ big shot □ big stick □ big time □ big-headed □ big-hearted □ big-picture □ a big fish in a little pond □ chunk of change □ dirty great □ drive the porcelain bus □ eyes are bigger than one's stomach □ get more bang for your buck □ get too big for one's britches □ give sb a big hand □ go over big with sb □ have a big heart □ have a big mouth □ have other fish to fry □ in a big way □ large as life □ last of the big spenders □ lie like a rug □ look at the big picture □ make it big □ talk on the big white telephone □ the big bad wolf □ the big enchilada □ the big time □ what's the big idea?

big as life → large as life

big wheel → big cheese

BILL

□ a clean bill of health □ fit the bill □ foot the bill □ give sb a clean bill of health □ sell a bill of goods

BIN
□ loony bin
BIND
□ double bind
BIRD
□ bird brain □ bird's-eye view (of sth) □ birds of a feather (flock together) □ a bird in the hand is worth two in the bush □ a little bird told me □ early bird □ early-bird □ eat like a bird □ for the birds □ free as a bird □ give sb the bird □ kill two birds with one stone □ not say a dicky bird □ rare bird □ the birds and the bees □ the early-bird catches the worm
BIRTH
□ give birth to
BIRTHDAY
□ in one's birthday suit
BISCUIT
□ take the biscuit
BIT
□ bit by bit □ bits and pieces □ a bit much □ be chomping at the bit □ champing at the bit □ do one's bit □ every bit as □ hair of the dog □ not a bit □ not a bit of it □ not a blind bit of sth □ not know sth if it jumped up and bit one □ to bits

bits and bobs → bits and pieces
BITCH
□ son of a bitch
BITE
□ bite back at sb □ bite me □ bite of the cherry □ bite off more than one can chew □ bite one's head off □ bite one's nails □ bite one's tongue □ bite the bullet □ bite the dust □ bite the hand that feeds sb □ one's bark is worse than his bite □ put the bite on sb □ take a bite out of sth □ that bites □ won't bite

bite it → bite the dust
BITTEN
□ be bitten by sth □ once bitten, twice shy
BITTER
□ bitter pill (to swallow) □ to the bitter end

BLACK
□ black-and-blue □ black as one is painted □ black as pitch □ black hat □ black mark (against sb) □ black out □ be in the black □ give sb a black eye □ in black and white □ the black sheep of the family □ the pot calling the kettle black
BLACKEN
□ blacken one's name
BLAME
□ be to blame (for sth) □ don't blame me □ get oneself to blame □ I don't blame you □ point the finger (of blame)
BLANCHE
□ give sb carte blanche
BLANK
□ draw a blank □ give sb a blank check □ blank-check
BLANKET
□ security blanket □ wet blanket
BLAST
□ blast from the past □ blast off □ full blast
BLAZE
□ blaze trails □ go out in a blaze of glory □ what the blazes

blaze a trail → blaze trails
BLAZING
□ trail-blazing □ with guns blazing
BLEED
□ bleed sb dry □ bleeding heart □ bleeding red ink □ bleeding-heart □ my heart bleeds
BLEEP
□ bleep sth out
BLESSED
□ be blessed with sth
BLESSING
□ blessing in disguise □ count one's blessings □ mixed blessing
BLIND
□ blind alley □ blind as a bat □ blind sb with science □ blind spot □ a wink's as good as a nod (to a blind man) □ eff and blind □ flying blind □ not a blind bit of sth □ swear up and down (that) □ the blind (are) leading the blind □ turn a blind eye (to)

BLINDEST
□ not a blind bit of sth
BLINDFOLDED
□ able to do sth blindfolded □ can do sth blindfolded
BLINK
□ be on the blink □ before you could blink □ in the blink of an eye
BLISS
□ ignorance is bliss
BLOCK
□ be off the (starting) blocks □ chip off the old block □ have been around the block □ knock sb block off □ put one's head on the (chopping) block □ stumbling block □ the new kid on the block
BLOOD
□ blood, sweat and tears □ bloodied but unbowed □ blood is thicker than water □ bad blood (between) □ be like getting blood out of a stone □ be out for blood □ burst a blood vessel □ flesh and blood □ flesh-and-blood □ have one's blood on one's hands □ in cold blood □ make one's blood boil □ make one's blood run cold □ new blood □ one's own flesh and blood □ smell blood □ sth is in one's blood □ sweat blood □ taste blood □ too rich for one's blood

bloody but unbowed → bloodied but unbowed
BLOODY
□ bloody well □ bloodied but unbowed □ scream bloody murder
BLOOM
□ in full bloom
BLOOMER
□ make a bloomer
BLOW
□ blow a fuse □ blow a hole in sth □ blow a raspberry □ blow hot and cold □ blow one's chance □ blow one's cover □ blow one's mind □ blow one's own horn □ blow one's stack □ blow one's wad □ blow smoke (up one's ass) □ blow sth out of the water □ blow sth sky-high □ blow sth wide open blow the lid off sth □ blow the whistle (on) □ blow up in one's face □ blow-by-blow account □ body blow □ come to blows □ deal a blow to □ see which way the wind blows □ soften the blow □ strike a blow against □ strike a blow for

blow off steam → let off steam

blow one's cool → lose one's cool

blow one's own trumpet → blow one's own horn

blow one's socks off → knock one's socks off

blow one's top → blow one's stack

blow the cover on sb → blow one's cover

blow the cover on sth → blow one's cover
BLOWING
□ mind-blowing

blowing in the wind → blowing in the wind
BLOWN
□ shot to hell

blown to hell → shot to hell
BLUE
□ blue-eyed boy □ between the devil and the deep blue sea □ bolt from the blue □ boys in blue □ once in a blue moon □ out of the blue □ talk a blue streak □ the wild blue yonder □ until you're blue in the face

blue → black-and-blue
BLUFF
□ bluff one's way □ call one's bluff
BLUNDER
□ blunder around

blunder about → blunder around
BLUSH
□ at first glance
BOARD
□ above board □ across the board □ bring sb on board □ come on board □ go back to the drawing board □ go by the boards □ on board □ on the drawing board □ take sth on board □ tread the boards
BOAT
□ burn one's bridges □ in the same boat □ miss the boat □ rock the boat □ what floats one's boat

BOB
□ Bob's your uncle □ bits and pieces
BODE
□ bode well for

bode ill for → bode well for
BODY
□ body and soul □ body blow □ come in a body □ keep body and soul together □ over my dead body □ warm body
BOGGLE
□ boggle one's mind

boggle the mind → boggle one's mind
BOGGLING
□ mind-boggling
BOIL
□ come down to □ go off the boil □ make one's blood boil □ on the boil □ watched pot (never boils) □ watched pots never boil
BOILING
□ boiling point □ watched pot (never boils)
BOLD
□ bold as brass □ if I may be so bold (as to do sth)
BOLT
□ bolt from the blue □ the nuts and bolts of sth

bolt out of the blue → bolt from the blue
BOMB
□ be the bomb □ go down a bomb
BOMBSHELL
□ be a bombshell □ drop a bombshell
BONE
□ bone of contention □ bone up on sth □ as dry as a bone □ bag of bones □ bare bones □ close to the bone □ cut sth to the bone □ feel sth in one's bones □ have a bone to pick with sb □ jump one's bones □ make no bones about sth □ nothing but skin and bones □ put flesh on sth □ to the bone □ work one's fingers to the bone
BONKER
□ drive sb crazy

BONNET
□ have a bee in one's bonnet (about sth)
BOO
□ not say boo to a goose
BOOK
□ a closed book to sb □ be in one's bad book □ be in one's good book □ be one for the books □ bring sb to book (for sth) □ close the book on sth □ cook the books □ do sth by the book □ hit the books □ in my book □ it's the oldest trick in the book □ judge a book by its cover □ on one's books □ open book □ read sb like a book □ sing from the same hymn book □ throw the book at sb □ use every trick in the book □ walking encyclopedia □ wrote the book on sth
BOOM
□ baby boom □ lower the boom on
BOOMER
□ baby boomer
BOOT
□ die with one's boots on □ give sb the boot □ give sth a boot □ lick one's boots □ put the boot in □ quake in your boots □ to boot □ tough as old boots
BOOTSTRAP
□ pull oneself up by one's (own) bootstraps
BOOTY
□ shake one's booty
BORE
□ bore the pants off sb
BORED
□ be bored out of one's mind □ be bored stiff

bored to tears → be bored stiff

born and bred
BORN
□ born with a sliver spoon in one's mouth □ be born to be □ I wasn't born yesterday □ in all my born days □ there's one born every minute
BORNE
□ be borne in on sb

BORROW
□ beg, borrow, or steal
BORROWED
□ live on borrowed time
BOSS
□ show sb who's boss
BOTH
□ go both ways □ have a foot in both camps □ play both ends against the middle □ swing both ways □ the best of both worlds □ you can't have it both ways
BOTHERED
□ be bothered (about sth) □ can't be bothered (to do sth)
BOTTLE
□ hit the bottle □ let the genie out of the bottle □ put the genie back in the bottle
BOTTOM
□ bottom out □ at bottom □ from the heart □ get to the bottom of sth □ hit rock bottom □ knock the bottom out of sth □ lie at the bottom of sth □ rock-bottom □ scrape the bottom of the barrel □ soft as a baby's bottom □ the bottom drops out of one's world □ the bottom drops out of sth □ the bottom line is □ the bottom of the heap □ you can bet your bottom dollar
BOTTOMLESS
□ a bottomless pit of sth
BOUGHT
□ bought it □ been there, done that
BOUNCE
□ bounce back □ bounce ideas off sb □ bounce off the walls
BOUND
□ bound up in sth □ be bound together by sth □ by leaps and bounds □ know no bounds □ out of bounds □ overstep one's bounds

bound up with sth → bound up in sth
BOUNDEN
□ bounden duty
BOW
□ bow and scrape □ a shot across the bow(s)

BOWL
□ life is a bowl of cherries □ live in a fish bowl
BOX
□ back sb into a corner □ feel boxed in □ open Pandora's box □ right out of the box □ the sharpest tool in the box □ think outside the box
BOY
□ boys and toys □ boys in blue □ boys will be boys □ all work and no play makes Jack a dull boy □ be one of the boys □ blue-eyed boy □ fair-haired boy □ mama's boy □ old boy network □ separate the men from the boys □ the boy next door □ whipping boy

boys with toys → boys and toys
BRAIN
□ brain drain □ beat one's brains out □ bird brain □ cudgel one's brains □ have a brain fart □ have sth on the brain □ pick one's brain □ rack your brain □ the brain behind sth
BRAINSTORM
□ have a brainstorm
BRAKE
□ put the brakes on
BRANCH
□ offer an olive branch □ root and branch
BRASS
□ bold as brass □ get down to brass tacks □ go for the brass ring □ have the brass neck to do sth
BRAVE
□ brave new world □ brave the elements □ put on a brave face □ put on a brave face
BRAZEN
□ brazen it out
BREACH
□ step into the breach
BREAD
□ bread and butter □ bread-and-butter □ break bread with sb □ cast your bread upon the waters □ earn one's bread □ know which side one's bread is buttered on □

man cannot live by bread alone ▫ think sth is the best thing since sliced bread

BREADTH
▫ be within a hair's breadth of doing sth

BREAK
▫ break a leg ▫ break bread with sb ▫ break cover ▫ break even ▫ break new ground ▫ break one's back ▫ break one's heart ▫ break one's neck ▫ break one's word ▫ break out ▫ break out into a cold sweat (about sth) ▫ break ranks ▫ break the back of sth ▫ break the ice ▫ break the mould ▫ break wind ▫ a clean break ▫ all hell breaks loose ▫ bust one's balls ▫ get an even break ▫ give me a break ▫ give sb a break ▫ make a break for it ▫ make or break ▫ the straw that breaks the camel's back ▫ won't break the bank

break into a sweat (about sth) → break out into a cold sweat (about sth)

break one's balls → bust one's balls

BREAKFAST
▫ dog's breakfast ▫ eat sb for breakfast ▫ have worms for breakfast

BREAKING
▫ make an omelette without breaking eggs ▫ mould-breaking ▫ without breaking stride

BREAST
▫ make a clean breast of sth

BREATH
▫ breath of fresh air ▫ catch one's breath ▫ don't waste one's breath ▫ draw breath ▫ hold one's breath ▫ in one breath ▫ in the same breath ▫ out of breath ▫ say sth under one's breath ▫ take one's breath away ▫ the breath of life to sb ▫ with bated breath

BREATHE
▫ breathe (new) life into sth ▫ breathe down one's neck ▫ breathe easier ▫ breathe fire ▫ able to breathe (easily/freely) again ▫ live and breathe ▫ not breathe a word

breathe easy → breathe easier

BREATHING
▫ breathing space

breathing room → breathing space

breathing → excuse me for living

BRED
▫ born and bred

BREED
▫ familiarity breeds contempt

BREEZE
▫ be a breeze ▫ shoot the breeze

BRICK
▫ bricks and mortar ▫ built like a brick shithouse ▫ come down on sb like a ton of bricks ▫ hit a brick wall ▫ hit sb like a ton of bricks ▫ like a cat on a hot tin roof ▫ like talking to a (brick) wall ▫ one sandwich short of a picnic ▫ shit a brick

BRIDGE
▫ bridge the gap ▫ a lot of water has gone under the bridge since ▫ build bridges ▫ burn one's bridges ▫ cross that bridge when one comes to it ▫ it's water under the bridge

BRIEF
▫ hold no brief for sth ▫ in brief

BRIGHT
▫ bright and early ▫ bright spark ▫ bright spot ▫ bright-eyed and bushy-tailed ▫ look on the bright side ▫ the bright lights

BRING
▫ bring down the curtain on sth ▫ bring down the house ▫ bring home the bacon ▫ bring it home (to sb) ▫ bring sb (back) down to earth (with a bump) ▫ bring sb on board ▫ bring sb out of their shell ▫ bring sb to book (for sth) ▫ bring sb to heel ▫ bring sb up short ▫ bring sth alive ▫ bring sth into force ▫ bring sth into line (with) ▫ bring sth to a grinding halt ▫ bring sth to a head ▫ bring sth to bear (on/ upon sb) ▫ bring sth to its knees ▫ bring sth to light ▫ bring sth to the party ▫ bring sth to the table ▫ bring sth under control ▫ bring up the rear

bring sb back to one's senses → come to one's senses

bring sb back to the table → get sb back to the table

bring sb down a peg (or two) → take sb down a peg (or two)

bring sb to one's knees → bring sth to its knees

bring sth home → bring it home

bring sth in its wake → in its wake

bring sth into effect → put sth into effect

bring sth to bear (on/upon sth) → bring sth to bear (on/upon sb)

bring the house down → bring down the house

BRITCHES
□ get too big for one's britches

BROAD
□ broad church □ broad in the beam □ broad-brush □ in broad daylight □ paint sth in broad strokes □ paint sth with a broad brush

BROKE
□ go for broke □ if it ain't broke, don't fix it □ they broke the mould when they made sb

BROKEN
□ a broken record

BRONX
□ Bronx cheer

BROOM
□ new broom

BROTH
□ too many cooks

BROW
□ from the sweat of one's brow

BROWN
□ brown nose □ brown-noser

BROWNED
□ browned off with sth

BROWNIE
□ get brownie points

BRUISING
□ cruising for a bruising

BRUNT
□ bear the brunt of sth

BRUSH
□ brush away the cobwebs □ broad-brush □ paint sth with a broad brush □ tar sb with the same brush

BRUSH-OFF
□ get the brush-off □ give sb the brush-off

BTW
□ by the way

BUBBLE
□ burst sb bubble □ burst the bubble □ on the bubble □ the bubble bursts

BUCK
□ buck the system □ buck-passing □ get more bang for your buck □ give more bang for one's buck □ look like a million dollars □ make a fast buck □ pass the buck □ the buck stops here

BUCKET
□ bucket down □ drop in the bucket □ kick the bucket

BUCKLE
□ buckle down

BUD
□ nip sth in the bud

BUDGET
□ on a shoestring

BUFF
□ in the raw

BUG
□ be bitten by sth □ snug as a bug □ snug as a bug (in a rug)

BUGGER
□ bugger me

BUILT
□ build bridges □ build up a head of steam □ built like a brick shithouse □ built like a tank □ be built on sand □ Rome wasn't built in a day

build up steam → pick up steam

BULGING
□ be bursting at the seams

BULK
□ bulk large

BULL
□ bull in a china shop □ like waving a red flag in front of a bull □ shoot the breeze □ strong as a horse □ take the bull by the

horns
BULLET
□ bite the bullet □ sweating bullets
BULLSHIT
□ money talks (bullshit walks)
BULLY
□ bully for sb
BUM
□ bums on seats □ get a bum rap □ get a bum steer □ get the bum's rush □ give sb a bum steer
BUMMER
□ that's a (real) bummer □ that's a (real) pisser
BUMP
□ bring sb (back) down to earth □ come down to earth □ things that go bump in the night
BUMPY
□ a rough ride
BUN
□ have a bun in the oven
BUNCH
□ get one's panties in a bunch
BUNDLE
□ be a bundle of nerves
BURN
□ burn a hole in one's pocket □ burn one's bridges □ burn rubber □ burn the candle at both ends □ burn the midnight oil □ crash and burn □ do a slow burn □ fiddle while Rome burns □ get one's fingers burnt □ have money to burn □ one's ears are burning

burn one's boats → burn one's bridges

burn your fingers → get one's fingers burnt
BURNER
□ on the front burner □ put sth on the back burner
BURNT
□ burnt offering
BURST
□ burst a blood vessel □ burst open □ burst the bubble □ burst to do sth □ the bubble bursts
BURY
□ bury one's head in the sand □ bury oneself in sth □ bury the hatchet
BURST
burst sth open → burst open
BUS
□ drive the porcelain bus
BUSH
□ a bird in the hand is worth two in the bush □ beat around the bush □ beat the bushes
BUSHEL
□ hide one's light under a bushel
BUSHY
□ bright-eyed and bushy-tailed
BUSINESS
□ business is business □ business-as-usual □ do a land-office business □ do sth like nobody's business □ funny business □ get down to business □ go about one's business □ have no business doing sth □ in business □ it is business as usual □ mean business □ mind one's own business □ none of one's business □ not in the business of doing sth □ out of business
BUSMAN
□ busman's holiday
BUST
□ bust a gut □ bust a move □ bust one's ass □ bust one's balls □ bust one's hump □ go bust

bust one's butt → bust one's ass

bust one's gut → bust a gut

bust some moves → bust a move
BUSY
□ busy as a beaver □ busy as Grand Central Station □ busy bee □ keep sb busy

busy as a bee → busy as a beaver
BUT
□ but not as we know it □ but then (again) □ all but □ anything but □ in all but name
BUTS
buts → no buts

BUTT

□ butt heads with sb □ a kick in the pants □ be a pain (in the ass) □ bust one's ass □ cover one's ass □ get your ass in gear □ haul ass □ have a stick up one's butt □ kicks ass □ kiss my ass □ on one's ass □ one's ass is in a sling

butt heads over sth → butt heads with sb

BUTTER

□ bread and butter □ bread-and-butter □ go through sth like a (hot) knife through butter □ know which side one's bread is buttered on

BUTTERFLIES

□ have butterflies

BUTTON

□ button one's lip □ on the button □ push buttons

BUY

□ buy a pig in a poke □ buy the farm □ buy time □ fall for sth hook, line and sinker

BUZZ

□ get a buzz □ give sb a buzz

BUZZING

□ one's head is buzzing (with sth)

BY

□ by accident □ by all means □ by and by □ by and large □ by any chance □ by choice □ by comparison □ by default □ by degrees □ by dint of □ by extension □ by fair means or foul □ by hook or by crook □ by leaps and bounds □ by no means □ by one's own account □ by popular demand □ by the back door □ by the same token □ by the way □ by virtue of □ by word of mouth □ hard to come by □ watch the world go by

by a long shot → not by a long shot

by all accounts → according to all accounts

by courtesy of sb → courtesy of sb

by false pretences → under false pretences

by far → far and away

by fits and starts → in fits and starts

by the by → by the way

by the sweat of one's brow → from the sweat of one's brow

BYGONES

□ let bygones be bygones

BYPASS

□ have had (sth) bypass

C/O

□ care of sb

CABOODLE

□ the whole (kit and) caboodle

CAGE

□ rattle one's cage

CAHOOTS

□ be in cahoots (with)

CAIN

□ raise hell

CAKE

□ have one's cake and eat it □ piece of cake □ slice of the cake □ take the biscuit □ take the cake □ the cherry on the cake □ the icing on the cake

CALCULATED

□ be calculated to do sth

CALL

□ call a meeting □ call a spade a spade □ call for sb/sth □ call into play sth □ call into question □ call it a day □ call it a night □ call it quits □ call off the dogs □ call one's bluff □ call one's time one's own □ call sb names □ call sb on the carpet □ call the shots □ above and beyond the call of duty □ be at one's beck and call (of sb) □ be on call □ close call □ have first call on sb □ he who pays the piper calls the tune □ that's what I call sth □ the call of nature □ the pot calling the kettle black □ there is no call to do sth □ wake-up call

call into doubt → call into question

call sb to heel → bring sb to heel

call the tune → call the shots

CALLING

□ name-calling □ the pot calling the kettle black

CALM

□ cool, calm, and collected □ the calm before the storm

CAME
□ that's where we came in
CAMEL
□ the straw that breaks the camel's back
CAMERA
□ in camera □ on camera
CAMP
□ camp follower □ have a foot in both camps
CAMPER
□ happy camper
CAMPUS
□ big man on campus
CAN
□ can dish it out but can't take it □ can do sth with one hand tied behind one's back □ can do with sth □ can do without sth □ can hack it □ can of worms □ carry the can □ in the can □ you can say that again

can hack sth → can hack it
CAN'T
□ can't be bad □ can't be bothered (to do sth) □ can't be doing with sth □ can't be too careful □ can't do sth to save one's life □ can't for the life of me □ can't hear oneself think □ can't make head(s) nor tail(s) (out) of sth □ can't see the forest for the trees □ can't take sb anywhere

can't make head or tail of sth → can't make head nor tail of sth

can't see the wood for the trees → can't see the forest for the trees

can't stomach sth → find sth difficult to stomach
CANARY
□ like the cat that ate the canary
CANCEL
□ cancel out sth
CANDLE
□ burn the candle at both ends □ hold a candle to □ like a moth to the candle
CANDY
□ like a kid in a candy store □ like taking candy from a baby

CANNON
□ cannon fodder □ loose cannon
CANVAS
□ under canvas
CAP
□ feather in one's cap □ go cap in hand to □ if the shoe fits (wear it) □ put one's thinking cap on □ to cap it all
CAPITAL
□ make capital (out) of sth □ with a capital
CAPTURE
capture one's heart → win one's heart
CARBON
□ carbon copy
CARD
□ have sth up one's sleeve □ hold all the cards □ house of cards □ on the cards □ play one's cards close to one's chest □ play one's cards right □ play one's last card □ put one's cards on the table □ the odds are stacked against sb □ wide card
CARE
□ care for □ care of sb □ couldn't care less □ don't give a hoot □ for all sb care □ in care □ in the care of sb □ take care of □ under the care of sb □ would you care
CAREFUL
□ careful with money □ can't be too careful
CARPE
Carpe diem → seize the day
CARPET
□ call sb on the carpet □ red-carpet □ roll out the red carpet □ sweep sth under the rug
CARRIED
□ get carried away
CARROT
□ carrot-and-stick □ the carrot and the stick
CARRY
□ carry a torch for sb □ carry sb back (to sth) □ carry the ball □ carry the can □ carry the torch carry the weight of the world on one's shoulder □ carry weight □ fetch and carry

carry sth out to the letter → follow sth to the letter

carry the day → win the day

CART
□ put the cart before the horse

CARTE
□ give sb carte blanche

CARVE
carve out a niche (for oneself)

CARVED
□ be set in stone

CASE
□ case in point □ case the joint □ as the case may be □ basket case □ get off one's case □ get on one's case □ head case □ I rest my case □ in any case □ in case □ make a federal case out of sth □ on the case □ open-and-shut case

CASH
□ cash cow □ cash in one's chips □ cash-cow □ hard cash

CAST
□ cast a pall over □ cast a shadow over sth □ cast adrift □ cast an eye over sth □ cast one's bread upon the waters □ cast one's mind(s) back (to sth) □ cast one's net wide □ cast pearls before swine □ be set in stone □ the die is cast

cast (new) light on sth → shed (new) light on sth

cast a pall on → cast a pall over

cast an eye on sth → cast an eye over sth

cast caution to the wind(s) → throw caution to the wind(s)

cast one's lot with → throw one's lot in with

CASTLE
□ castles in the air □ a man's home is his castle □ castles in the air

CAT
□ cat got one's tongue □ copy cat □ curiosity killed the cat □ fat cat □ fat-cat □ fight like cats and dogs □ grin like a Cheshire cat □ it's raining cats and dogs □ let the cat out of the bag □ like a cat on a hot tin roof □ like the cat that ate the canary □ look like sth the cat dragged in □ play cat and mouse □ set the cat among the pigeons □ the cat is out of the bag □ the cat's whiskers □ there's more than one way to skin a cat □ when the cat's away □ you could not swing a cat

CATBIRD
□ in the catbird seat

CATCH
□ catch flak □ catch hell □ catch it □ catch on □ catch one's breath □ catch one's death (of cold) □ catch one's eye □ catch sb in the act □ catch sb off guard □ catch sb on the wrong foot □ catch sb red-handed □ catch sb with one's hand in the cookie jar □ catch sb with one's pants down □ catch some rays □ catch some Z's □ catch you later □ Catch-22 (situation) □ get a buzz □ the early-bird catches the worm □ what's the catch □ you wouldn't catch me doing sth

catch a buzz (from) → get a buzz

catch a lot of flak → catch flak

catch one's drift → get one's drift

catch one's fancy → strike one's fancy

catch one's second wind → get one's second wind

catch sb with one's trousers down → catch sb with one's pants down

catch the drift of sth → get one's drift

CATHOLIC
□ is the Pope a Catholic

CAUGHT
□ caught napping □ caught short □ caught □ get caught in the crossfire □ like a deer caught in the headlights □ wouldn't be caught dead

caught between a rock and a hard place → between a rock and a hard place

CAUSE
□ cause a stir □ lost cause

CAUTION
□ err on the side of caution □ throw caution to the wind

CEASE
□ wonders will never cease

CEILING
□ glass ceiling □ go through the roof

CENT
□ have a pot to piss in □ not a red cent □ not have two cents to rub together □ put one's two cents' worth in
CENTER
□ front and center □ left and right □ the center of one's universe
CEREMONY
□ stand on ceremony □ without ceremony
CERTAIN
□ for certain □ make certain □ make certain of sth
CHAFF
□ sort the wheat from the chaff
CHAIN
□ ball and chain □ the weak link (in the chain) □ yank one's chain
CHAIR
□ on the edge of one's seat
CHALK
□ chalk and cheese □ chalk sth up to sth □ chalk up sth □ not by a long shot
CHALLENGED
□ vertically challenged
CHAMPING
□ champing at the bit
CHANCE
□ chances are □ as chance would have it □ blow one's chance □ by any chance □ even chance □ fat chance □ give sb a fighting chance □ given half a chance □ have a chance in hell (of) □ have a fighting chance □ jump at the chance □ no chance □ not have a dog's chance □ not have a ghost of a chance □ on the off chance □ sporting chance □ stand a chance of doing sth □ take a chance on sth □ you pay your money and you take your chances
CHANGE
□ change hands □ change horses (in midstream) □ change of tacks □ change one's mind □ change one's tune □ change tack □ a change for the better □ a change of heart □ a leopard changes its spots □ a sea change □ and change □ get no change out of sb □ that makes a change
change one's ground → shift one's ground
change one's ways → mend one's ways
CHAPTER
□ chapter and verse □ a chapter of accidents
CHARACTER
□ in character with sth □ out of character
CHARGE
□ get a charge out of sth
charge the earth → cost the earth
CHARM
□ charm sth out of sb □ the third time is a charm □ work like a charm
charm the pants off sb → bore the pants off sb
CHARMED
□ charmed life
CHARYBDIS
□ between Scylle and Charybdis
CHASE
□ chase one's (own) tail □ chase rainbows □ chase the dragon □ cut to the chase □ give chase □ wild goose chase
CHASING
□ be chasing one's (own) tail
CHATTERING
□ the chattering classes
CHEAP
□ cheap at the price □ cheap shot □ going cheap □ not come cheap □ on the cheap
CHECK
□ blank-check □ give sb a blank check □ hold sth in check □ take a rain check (on sth)
CHEEK
□ cheek by jowl □ tongue in cheek □ turn the other cheek
CHEER
□ Bronx cheer
CHEESE
□ big cheese □ chalk and cheese □ cut the cheese

CHERRIES
□ life is a bowl of cherries

CHERRY
□ bite at the cherry □ bite of the cherry □ the cherry on the cake

CHESHIRE
□ grin like a Cheshire cat

CHEST
□ get sth off one's chest □ play one's cards close to one's chest □ put hair on one's chest

CHEW
□ chew the fat □ bite off more than one can chew

CHICKEN
□ chicken and egg situation □ chicken feed □ count one's chickens (before they're hatched) □ no spring chicken □ the chickens (have) come home to roost

CHIEF
□ too many chiefs and not enough Indians

CHILD
□ child's play □ be expecting a baby

CHILDHOOD
□ second childhood

CHILL
□ a chill runs down one's spine □ send a chill down one's spine

CHIN
□ chin up □ take sth on the chin

CHINA
□ not for all the tea in China □ bull in a china shop

CHINK
□ chink in one's armor

CHIP
□ chip off the old block □ cash in one's chips □ have a chip on one's shoulder □ when the chips are down

CHOICE
□ by choice □ Hobson's choice □ of choice □ of one's choice □ you pay your money and you take your chances

CHOIR
□ preaching to the converted

CHOKE
□ could choke a horse

CHOMPING
□ be chomping at the bit

CHOOSE
choose the line of least resistance → take the line of least resistance

CHOOSER
□ beggars can't be choosers

CHOP
□ chop chop □ for the chop □ get the chop

CHOPPING
□ put one's head on the (chopping) block

CHORD
□ strike a chord

CHORUS
□ in chorus

CHRIST
□ for the love of God

CHRISTMAS
□ white Christmas

CHRONOLOGICALLY
□ vertically challenged

CHUNK
□ chunk of change □ chunk of change

CHURCH
□ broad church □ poor as a church mouse

CIGAR
□ close, but no cigar

CIRCLE
□ circle the wagons □ come full circle □ going around in circles □ run circles around sb

CIRCUMSTANCES
□ under any circumstances □ under the circumstances

CIRCUS
□ three-ring circus

CITY
□ city slicker □ sth city

claim

CLAIM
□ claim to fame □ have claim on □ lay claim to sth □ make no claim

claim one's pound of flesh → have one's pound of flesh

claim the moral high ground → take the moral high ground

CLAM
□ happy as a clam

CLAP
clap eyes on → lay eyes on

CLAPPERS
□ like the clappers

CLARITY
□ with the hindsight

CLASS
□ class act

CLASSES
□ the chattering classes

CLAW
□ claw one's way □ get one's claws into sb

CLAY
clay feet → feet of clay

CLEAN
□ clean as a whistle □ clean house □ clean one's clock □ clean slate □ clean sweep □ clean up one's act □ a clean bill of health □ a clean break □ come clean □ give sb a clean bill of health □ keep one's nose clean □ make a clean breast of sth □ new broom □ pure as the driven snow □ start with a clean sheet (of paper) □ wipe the slate clean

clean as the driven snow → pure as the driven snow

clean sheet → clean slate

CLEANER
□ take sb to the cleaners

CLEAR
□ clear a hurdle □ clear as crystal □ clear as mud □ clear the air □ clear the decks □ clear the way □ be smooth sailing □ in the clear □ leave the field clear for sb □ plain as day □ see one's way clear to □ steer clear of □ the coast is clear

clear away the cobwebs → brush away the cobwebs

CLIMB
□ climb the ladder □ climb the walls □ jump on the bandwagon

climb on the bandwagon → jump on the bandwagon

climb up the ladder → climb the ladder

CLIMBING
□ be climbing the walls

CLIP
□ clip one's wings □ at a fast clip

CLOAK
□ cloak-and-dagger

CLOCK
□ clock sb one □ against the clock □ clean one's clock □ turn the clock back

CLOCKWORK
□ go like clockwork □ regular as clockwork

CLOSE
□ close at hand □ close by □ close call □ close its doors □ close on □ close one's eyes to sth □ close ranks □ close the book on sth □ close the door on sth □ close to □ close to home □ close to one's heart close to the bone □ close to the mark □ close up shop □ close, but no cigar □ at close quarter □ at close range □ be on the edge □ come close □ cut sth close □ do sth with one's eyes closed □ finish a close second □ go into sth with one's eyes open □ have a close mind (about) □ hit close to home □ keep a close eye on sth □ play one's cards close to one's chest □ run sb close □ sail close to the wind

close in for the kill → move in for the kill

close one's ears to sth → shut one's ears to sth

close shave → close call

close to → close on

close up (to) → close to

CLOSED
□ a closed book to sb □ behind closed doors □ with one's eyes shut □ closed-minded

CLOSET
□ come out of the closet □ in the closet □

skeleton in the closet

CLOTH

□ cut from the same cloth □ cut one's cloth □ cut one's coat according to one's cloth □ make sth out of whole cloth

CLOTHES

□ emperor's (new) clothes

CLOTHING

□ wolf in sheep's clothing

CLOUD

□ cloud on the horizon □ have one's head in the clouds □ on cloud nine □ silver lining □ under a cloud

cloud on one's horizon → cloud on the horizon

CLUB

□ join the club

CLUE

□ be clued in □ not have a clue

CLUTCH

□ in the clutch □ the clutches of

clutching → be grasping at straws

COAL

□ rake sb over the coals

COALFACE

□ at the coalface

COAST

□ the coast is clear

COAT

□ cut one's coat according to one's cloth □ sugar-coat the pill

COAT-TAILS

□ on one's coat-tails

COBWEBS

□ brush away the cobwebs

COCK

□ cock a snook at sb

cock a snook at sth → cock a snook at sb

COCKED

□ go off at half-cocked □ keep an ear out (for sth)

COCKLE

□ warm the cockles of one's heart

COFFEE

□ wake up and smell the coffee

COFFIN

□ another nail in one's coffin □ nail in one's coffin

COG

□ cog in the wheel

cog in the machine → cog in the wheel

COGNIZANCE

□ take cognizance of sth

COIN

□ coin a phrase □ the other side of the coin □ two sides of the same coin

COLD

□ cold comfort □ cold fish □ cold turkey □ be out cold □ blow hot and cold □ break out into a cold sweat (about sth) □ catch one's death □ get cold feet □ hard cash □ in cold blood □ in the cold light of day □ it'll be a cold day in hell before □ leave sb cold □ make one's blood run cold □ pour cold water on sth

cold hard cash → hard cash

COLLAR

□ be hot under the collar

COLLECT

□ collect oneself

collect one's thoughts → collect oneself

collect one's wits → gather one's wits

COLLECTED

□ cool, calm, and collected

COLLEGE

□ give sth the old college try

COLLISION

□ on a collision course with

COLOUR

□ do sth with flying colours □ local colour □ off colour □ see sb in their true colours □ see the colour of one's money □ show one's true colours

COMB
□ go through sth with a fine-tooth comb

COMBINE
combine forces → join forces

COME
□ come a cropper □ come again □ come alive □ come and go □ come apart at the seams □ come clean □ come close □ come down hard on sb □ come down in the world □ come down on sb like a ton of bricks □ come down to □ come down to earth □ come down to the wire □ come face to face with □ come first □ come full circle □ come hell or high water □ come in a body □ come in handy □ come into effect □ come into force □ come of age □ come off it □ come on board □ come on line □ come on strong □ come on the heels of sth □ come on the scene □ come out of one's shell □ come out of the closet □ come out on top □ come out smelling like roses □ come to a bad end □ come to a crossroads □ come to a full stop □ come to a head □ come to blows □ come to grief □ come to heel □ come to light □ come to nothing □ come to one's senses □ come to pass □ come to terms with sth □ come to that □ come to think of it □ come under the hammer □ come unglued □ come what may □ come with the territory □ all good things (must) come to an end □ be off the (starting) blocks □ be within a hair's breadth of doing sth □ come to nothing □ cross that bridge when one come to it □ easy come, easy go □ first come, first served □ get back to the table □ hard to come by □ have come a long way □ have steam coming out of one's ears □ have sth coming out of one's ears □ how come □ if worse comes to worst □ it'll all come out in the wash □ not come cheap □ not know enough to come in out of the rain □ number is up □ that's where sb come in □ the chickens (have) come home to roost □ the mountain must come to Mohammed □ the shape of things to come □ there's where sb come in □ till the cows come home □ to come □ what goes around comes around □ when it comes (right) down to it □ when it comes to sth □ when it comes to the crunch □ when one's ship comes in □ when push comes to shove

come along for the ride → go along for the ride

come back down to earth with a bump → come down to earth

come back to the table → get back to the table

come fast and furious → be fast and furious

come hat in hand → go hat in hand

come in a close second → finish a close second

come off the (starting) blocks → be off the (starting) blocks

come out of left field → be out in left field

come out of nowhere → appear out of nowhere

come out of the ark → out of the ark

come out of the woodwork → crawl out of the woodwork

come out with one's guns blazing → with guns blazing

come right down to the wire → come down to the wire

come to grips with sth → get to grips with sth

come to the same thing → amount to the same thing

come to think about it → come to think of it

come under fire → be under fire

come under one's spell → fall under one's spell

come up against a brick wall → hit a brick wall

come up in the world → move up in the world

come within a hair's breadth of doing sth → be within a hair's breadth of doing sth

COMER
□ cut corners

COMEUPPANCE
□ get one's comeuppance

COMFORT
□ cold comfort □ creature comforts

COMFORTABLE
□ comfortable as an old shoe

COMING
□ everything's coming up roses □ get what's coming to □ have another think coming □ have it coming □ have steam coming out of one's ears □ not know whether one is coming or going □ that's rich (coming from sb) □ what is the world coming to □ where sb is coming from

coming out the kazoo → out the wazoo

coming out the wazoo → out the wazoo

COMMAND
□ at one's command □ your wish is my command

COMMANDO
□ go commando

COMMENT
□ no comment

COMMISSION
□ out of commission

COMMON
□ common ground □ common touch □ have sth in common with □ in common with

COMMUNE
□ commune with sb

commune with sth → commune with sb

COMPANY
□ in company with □ in good company □ keep bad company □ present company expected □ the company sb keeps □ two's company

COMPARE
□ compare apples and oranges □ compare notes □ beyond compare □ can't compare apples and oranges

COMPARISON
□ by comparison □ no comparison

COMPETE
compete head to head → go head to head (with sb)

COMPLIMENT
□ pay sb a left-handed compliment

CONCENTRATE
□ concentrate on sth

CONCERNED
□ far as I am concerned □ far as sth is concerned

CONCLUSION
□ foregone conclusion

CONCRETE
□ concrete jungle

CONDITION
□ in mint condition □ on no condition □ the time is ripe (for)

CONFIDENCE
□ in one's confidence □ take sb into one's confidence

CONFLICT
□ conflict of interest

CONFORMITY
□ in conformity with sth

CONJUNCTION
□ in conjunction with

CONNECTION
□ in connection with

CONSCIENCE
□ in conscience □ on one's conscience

CONSEQUENCE
□ in consequence (of sth)

CONSIDERABLE
□ go to great lengths to do sth

CONSIDERATION
□ in consideration of sth □ take sth into consideration

CONSPICUOUS
□ conspicuous by one's absence

CONSPIRACY
□ conspiracy of silence

CONSTRUCTION
□ under construction

CONTEMPLATE
□ contemplate one's navel

CONTEMPLATION
□ in contemplation

CONTEMPT
□ familiarity breeds contempt

CONTENT
□ to one's heart's content

CONTENTION
□ bone of contention □ in contention for sth

CONTRADICTION
□ a contradiction in terms □ without fear of contradiction

CONTRADISTINCTION
□ in contradistinction to

CONTRARY
□ on the contrary □ quite the contrary □ to the contrary

CONTROL
□ be in control □ be out of control □ be under control □ bring sth under control

control sb with an iron fist → rule sb with an iron fist

control the purse strings → hold the purse strings

CONVENIENCE
□ at one's convenience □ at one's earliest convenience

CONVERSATION
□ conversation piece

CONVERTED
□ preaching to the converted

CONVICTION
□ courage of one's convictions

CONVOY
□ in convoy

COOK
□ cook one's goose □ cook the books □ too many cooks

COOKIE
□ catch sb with one's hand in the cookie jar □ that's the way the cookie crumbles □ toss one's cookies □ tough cookie

COOKING
□ what's cooking

COOL
□ cool as a cucumber □ cool beans □ cool customer □ cool it □ cool one's heels □ cool, calm, and collected □ cool-headed □ keep a cool head □ keep one's cool □ lose one's cool □ play it cool

COON
□ in a coon's age

COOP
□ fly the coop

COP
□ cop a feel □ not much cop

COPY
□ copy cat □ carbon copy

COPYCAT
copycat → copy cat

CORD
□ cut the cord

CORE
□ to the core

CORK
□ put a sock in it

CORN
□ the seed corn of sth

CORNER
□ corner the market (on) □ around the corner □ back sb into a corner □ cut corners □ cut the corner □ from the four corners of the earth □ get a corner on the market □ turn the corner

CORRIDOR
□ the corridors of power

COST
□ cost a pretty penny □ cost an arm and a leg □ cost sb dear □ cost the earth □ at all cost(s) □ at cost □ count the cost □ know sth to one's cost

COUCH
□ couch potato

COULD
□ could be forgiven for doing sth □ could choke a horse □ you could hear a pin drop

could do with sth → can do with sth

could do without sth → can do without sth

could hack it → can hack it

could hack sth → can hack it

COULDN'T
□ couldn't care less

couldn't do sth to save one's life → can't do sth to save one's life

couldn't for the life of me → can't for the life of me

COUNSEL
□ keep one's own counsel

COUNT
□ count on one hand □ count one's blessings □ count one's chickens (before they're hatched) □ count the cost □ at the last count □ be out for the count □ down for the count □ keep count of sth □ lost count (of sth)

count on the fingers of one hand → count on one hand

COUNTED
□ stand up and be counted

COUNTER
□ over the counter □ under the counter □ under-the-counter

COUNTING
□ who's counting

COUNTRY
□ country cousin □ another country heard from

COUPLE
□ in two shakes (of a lamb's tail)

COURAGE
□ courage of one's convictions □ Dutch courage □ take one's courage in both hands

COURSE
□ as a matter of course □ be on course □ in course of sth □ in due course □ in the course of sth □ in the course of time □ let nature take its course □ of course □ on a collision course with □ on course for sth □ over the course of time □ par for the course □ present company expected □ run its course □ stay the course □ steer a middle course

COURT
□ be laughed out of court □ full-court press □ have your day in court □ hold court □ pay court to sb □ put the ball in one's court □ rule sth out of court □ the ball is in one's court

COURTESY
□ courtesy of sb □ courtesy of sb □ do sb the courtesy of doing sth □ have the courtesy to do sth

COUSIN
□ country cousin

COVER
□ cover a lot of ground □ cover a multitude of sins □ cover all the bases □ cover one's ass □ cover one's tracks □ blow one's cover □ break cover □ judge a book by its cover □ under (the) cover of sth □ under cover □ under separate cover

cover lots of ground → cover a lot of ground

cover one's back → cover one's ass

cover one's butt → cover one's ass

cover plenty of ground → cover a lot of ground

cover the same ground → go over the same ground

COW
□ cash cow □ cash-cow □ have a cow □ sacred cow □ till the cows come home

CRACK
□ crack the whip □ a fair crack of the whip □ all it's cracked up to be □ at the crack of dawn □ fair crack of the whip □ fall through the cracks □ get cracking □ have a crack at sth □ hit the books □ tough nut to crack

crack the books → hit the books

CRADLE
□ cradle robber □ cradle-to-grave □ from the cradle to the grave □ robbing the cradle

CRAMP
□ cramp one's style

CRAP
□ cut the crap □ don't pull that crap □ full of crap

CRASH
▫ crash and burn
CRAW
▫ stick in one's throat
CRAWL
▫ crawl out of the woodwork ▫ make one's flesh creep ▫ make one's skin crawl
CRAZY
▫ crazy about sb ▫ crazy as a loon ▫ crazy like a fox ▫ do sth like crazy ▫ drive sb crazy

crazy about sth → crazy about sb
CREAKING
▫ be bursting at the seams
CREAM
▫ cream of the crop ▫ like the cat that ate the canary ▫ the cream of the crop
CREATE
▫ make strange bedfellows

create a stir → cause a stir

create strange bedfellows → make strange bedfellows
CREATURE
▫ creature comforts ▫ creature of habit
CREDIT
▫ do sb credit ▫ give credit where credit is due ▫ give sb credit ▫ have sth to one's credit ▫ on the credit side ▫ to one's credit
CREEK
▫ God willing and the creek don't rise ▫ up the creek
CREEP
▫ give sb the creeps ▫ make one's flesh creep
CRÈME
▫ the crøme de la crøme
CREST
▫ ride (on) the crest of a wave

cricket ▫ not cricket
CRIME
▫ fashion crime ▫ partner in crime
CROCK
▫ what a crock

CROCODILE
▫ shed crocodile tears
CROESUS
▫ rich as Croesus
CROOK
▫ by hook or by crook
CROP
▫ the cream of the crop
CROPPER
▫ come a cropper
CROSS
▫ cross my heart (and hope to die) ▫ cross one's fingers ▫ cross one's mind ▫ cross one's path ▫ cross swords (with) ▫ cross that bridge when one come to it ▫ cross the line ▫ at cross purposes ▫ at cross-purposes ▫ dot the i's and cross the t's ▫ heavy cross to bear
CROSSED
▫ have one's wires crossed
CROSSFIRE
▫ get caught in the crossfire
CROSSROADS
▫ come to a crossroads
CROW
▫ as the crow flies ▫ eat crow
CROWD
▫ follow the crowd ▫ stand out in a crowd ▫ two's company
CROWN
▫ the jewel in the crown (of) ▫ to crown it all
CRUEL
▫ cruel to be kind
CRUISING
▫ cruising for a bruising
CRUMBLE
▫ that's the way the cookie crumbles
CRUNCH
▫ when it comes to the crunch
CRUST
▫ earn one's bread ▫ the upper crust ▫

upper-crust
CRUTCH
□ funny as a crutch
CRY
□ cry foul □ cry on one's shoulder □ cry one's eyes out □ cry wolf □ far cry from □ for crying out loud □ hue and cry □ in full cry □ make sb cry into their beer □ shoulder to cry on

cry and gnash one's teeth → gnash one's teeth

cry crocodile tears → shed crocodile tears

cry one's heart out → cry one's eyes out

cry one's teeth → gnash one's teeth
CRYING
□ a crying need □ a crying shame □ it's no use crying over spilled milk □ voice (crying) in the wilderness
CRYSTAL
□ clear as crystal
CUCUMBER
□ cool as a cucumber
CUDGEL
□ cudgel one's brains □ take up the cudgels
CUE
□ on cue □ take one's cue from sb
CUFF
□ off the cuff
CUP
□ cup of tea □ in one's cups
CUPBOARD
□ skeleton in the closet □ the cupboard is bare
CUPID
□ play Cupid
CURE
□ an ounce of prevention is worth a pound of cure
CURIOSITY
□ curiosity killed the cat
CURL
□ make one's hair curl □ make one's toes curl

CURRENT
□ go against the current
CURRY
□ curry favor (with sb)
CURTAIN
□ bring down the curtain on sth □ it means curtains for sb
CURVE
□ throw sb a curve
CUSHION
□ soften the blow

cushion the blow → soften the blow
CUSTOMER
□ cool customer □ slippery customer
CUT
□ cut a dash □ cut and run □ cut corners □ cut from the same cloth □ cut it □ cut it fine □ cut it out □ cut off one's nose to spite one's face □ cut one's coat according to one's cloth □ cut one's cloth □ cut one's losses □ cut one's own throat □ cut one's teeth on sth □ cut sb dead □ cut sb down to size □ cut sb slack □ cut sb to the quick □ cut sth close □ cut sth to the bone □ cut the apron strings □ cut the cheese □ cut the cord □ cut the corner □ cut the crap □ cut the Gordian knot □ cut to the chase □ cut-and-dried □ a cut above □ be cut and dried □ fish or cut bait □ have one's work cut out for □ not cut much ice (with) □ not cut the mustard □ shit or get off the pot □ the cut and thrust of sth □ to make a long story short □ you could have cut the air with a knife

cut both ways → go both ways

cut little ice (with) → not cut much ice (with)

cut no ice (with) → not cut much ice (with)

cut off the corner → cut the corner

cut sb (a little) slack → cut sb (some) slack

cut sb some slack → cut sb slack

cut the shit → cut the crap

cut the umbilical cord → cut the cord

cut things fine → cut it fine

cut through sth like a (hot) knife through butter → go through sth like a (hot) knife through butter

CUTE
☐ get cute with sb
CUTTING
☐ cutting-edge ☐ on the cutting edge of sth
CYLINDER
☐ firing on all cylinders
DADDY
☐ sugar daddy
DAGGER
☐ cloak-and-dagger ☐ look daggers (at sb)
DAILY
☐ daily dozen
DAISY
☐ fresh as a daisy ☐ oops-a-daisy ☐ pushing up the daisies
DAMAGE
☐ the damage is done ☐ what's the damage
DAMN
☐ damn all ☐ damn sb with faint praise ☐ damn straight ☐ damn the expense ☐ I'll be damned ☐ I'll be damned if
DAMNED
☐ damned if you do, damned if you don't
DAMNEDEST
☐ do one's damnedest to do sth ☐ the damnedest
DAMOCLES
☐ sword of Damocles (hanging over one's head)
DAMP
☐ a damp squib
DAMPER
☐ put a damper on sth
DANCE
☐ dance to another tune ☐ dance to the tune ☐ make a song and dance about sth

dance to one's tune → dance to the tune
DANDER
☐ get one's dander up
DANGER
☐ spell trouble

DANGEROUS
☐ a little knowledge is a dangerous thing ☐ on dangerous ground
DARE
☐ dare sb (to do sth) ☐ don't you dare ☐ how dare
DARESAY
☐ I dare say
DARK
☐ dark horse ☐ after dark ☐ be kept in the dark ☐ before dark ☐ in the dark ☐ shot in the dark ☐ take a stab in the dark ☐ whistling in the dark
DARKEN
☐ never darken one's door
DARKNESS
☐ forces of darkness
DARN
☐ I'll be damned
DASH
☐ dash one's hope ☐ dash sth off ☐ cut a dash
DATE
☐ at an early date ☐ to date
DAUGHTER
☐ like father, like son
DAUNTED
☐ nothing daunted
DAWN
☐ at the crack of dawn ☐ it dawns on sb
DAY
☐ day after day ☐ day by day ☐ day in, day out ☐ day of reckoning ☐ all hours (of the day and night) ☐ all in a day's work ☐ all the livelong day ☐ any day ☐ at the end of the day ☐ bad hair day ☐ big day ☐ different as night and day ☐ dog days ☐ early in the day ☐ end one's day ☐ every dog has its day ☐ from day one ☐ from day to day ☐ from one day to the next ☐ from that day forth ☐ give me sth any day ☐ give sb a time of day ☐ glory days ☐ good deed for the day ☐ halcyon days ☐ have a field day ☐ have had one's day ☐ have one's day in court ☐

have seen better days □ honest as the day is long □ if one's a day □ in all my born days □ in one's day □ in the cold light of day □ it'll be a cold day in hell before □ it's early days (yet) □ it's not one's day □ it's one of those days □ like night and day □ live to fight another day □ make a day of it □ make one's day □ not give sb the time of day □ not have all day □ one day □ one of these days □ one of those days □ one's days are numbered □ pass the time of day (with sb) □ plain as day □ rainy-day □ red-letter day □ Rome wasn't built in a day □ rue the day □ salad days □ same shit, different day □ save sth for a rainy day □ save the day □ see the light of day □ seize the day □ some day □ sth has had its day □ sth has seen better days □ take it one day at a time □ that'll be the day □ the evil hour □ the good old days □ the order of the day □ these days □ to the day □ to this day □ tomorrow is another day □ win the day

DAYLIGHT
□ daylight robbery □ beat the (living) daylights out of sb □ in broad daylight □ scare the living daylights out of sb □ see daylight

DAZE
□ in a daze

DEAD
□ dead and gone □ dead as a dodo □ dead as a doornail □ dead duck □ dead end dead from the neck up □ dead horse □ dead in the water □ dead meat □ dead on one's feet □ dead set against (doing) sth □ dead set on (doing) sth □ dead to the world □ dead weight □ dead wood □ dead-end □ a dead loss □ be a dead ringer for sb □ beat a dead horse □ cut sb dead □ knock 'em dead □ over my dead body □ stop (dead) in one's tracks □ stop sth (dead) in its tracks □ the dead hand of sth □ the dead of night □ wouldn't be caught dead

DEAF
□ fall on deaf ears □ turn a deaf ear

DEAL
□ deal a blow to □ big deal □ done deal □ raw deal □ what's one's deal □ what's the deal □ wheel and deal

DEALER
□ wheeler-dealer

DEALING
□ wheeling and dealing

DEAR
□ cost sb dear □ do sth for dear life □ hold sb dear

dear to one's heart → close to one's heart

DEATH
□ death blow □ at death's door □ be tickled pink □ catch one's death □ die a death □ done to death □ fate worse than death □ flog sth to death □ look like death warmed over □ put sb to death □ signing one's own death warrant □ sound the death knell □ the death of sb □ the kiss of death (for) □ to death

DECADE
□ it's not one's day

DECEIVE
□ flatter to deceive

DECENT
□ do the decent thing

DECK
□ all hands on deck □ clear the decks □ hit the deck □ play with a full deck □ stack the odds against sb

DEED
□ do the dirty deed □ good deed for the day

DEEP
□ deep down □ be thrown in(to) the deep end □ between the devil and the deep blue sea □ dig deep into sth □ go off the deep end □ in deep doo-doo □ in deep shit □ in deep water □ jump in(to) the deep end □ run deep □ still waters run deep

DEER
□ like a deer caught in the headlights

DEFAULT
□ by default □ in default of sth

DEFENSIVE
□ on the defensive

DEGREE
□ by degrees □ give sb the third degree □ to

the nth degree
DEKKO
□ have a dekko
DELIVER
□ signed, sealed, and delivered
deliver the goods
DELIVERED
□ signed, sealed, and delivered
DEMAND
□ by popular demand □ in demand □ on demand
demand one's pound of flesh → have one's pound of flesh
DEMUR
□ without demur
DEN
□ den of iniquity □ in the lion's den
DENT
□ make a dent in sth
DEPARTMENT
□ one's department
DEPEND
□ that depends
DEPTH
□ be out of one's depth □ in depth □ out of one's depth □ plump the depths □ sink to the depths
DESCRIPTION
□ answer the description of sth
DESERT
□ get one's just deserts □ manna from heaven
desert a sinking ship → leave a sinking ship
DESERVE
□ deserve a medal □ one good turn deserves another
DESIGN
□ have designs on
DESIRE
□ one's heart's desire □ to one's heart's content

DESIRED
□ leave a lot to be desired □ leave nothing to be desired
DESPAIR
□ the despair of sb
DETAIL
□ go into detail(s)
DETRIMENT
□ to the detriment of sb □ without detriment to sb
DEVICE
□ be left to one's own devices
DEVIL
□ be a devil □ better the devil one knows □ between the devil and the deep blue sea □ do sth like the devil □ give the devil his due □ play devil's advocate □ speak of the devil □ the devil □ the devil incarnate □ the devil makes work for idle hands □ the luck of the devil
DEVOURED
□ be devoured by sth
DIAMOND
□ diamond in the rough □ diamond in the rough
DIARRHEA
□ have verbal diarrhea
DIBS
□ have dibs on sth
DICE
□ no dice □ the dice are loaded
DICK
□ any Tom, Dick, and Harry □ tight as Dick's hatband
DICKY
□ not say a dicky bird
DICTATE
□ dictate to sb
DICTIONARY
□ walking encyclopedia
DID
□ did the earth move (for sb)

DIDDLY
□ diddly

jack shit → diddly

DIE
□ die a death □ die laughing □ die with one's boots on □ cross my heart □ do or die □ never say die □ never-say-die □ old habits die hard □ the die is cast □ to die for □ would rather die

die on the vine → wither on the vine

DIED
□ almost died

DIEM
□ seize the day

DIFFER
□ agree to differ □ I beg to differ

DIFFERENCE
□ make all the difference □ make difference to sth □ same difference □ sing a difference tune □ with a difference □ world of difference

DIFFERENT
□ different animal □ different as night and day □ different strokes for different folks □ another kettle of fish □ change tack □ it's a (whole) new ball game □ march to (the beat of) a different drummer □ on a (totally) different wavelength □ same shit, different day □ see sb in a different light □ sing a different tune

DIFFICULT
□ find sth difficult to stomach □ go through a bad patch

difficult nut to crack → tough nut to crack

difficult to swallow → hard to swallow

DIG
□ dig deep into sth □ dig into one's pocket □ dig one's heels in □ dig one's own grave □ dig up dirt

dig for dirt → dig up dirt

dig in one's heels → dig one's heels in

dig in one's toes → dig one's heels in

dig one's toes in → dig one's heels in

DIGNITY
□ stand on one's dignity

DILEMMA
□ chicken and egg situation □ on the horns of a dilemma

DIM
□ take a dim view of sth □ the (dim and) distant past

DIME
□ be a dime a dozen □ nickel and dime □ on a dime

DINE
□ wine and dine sb

dine out → eat a meal out

DINNER
□ dog's breakfast

DINT
□ by dint of

DIP
dip into one's pocket → dig into one's pocket

dip one's toe in sth → put one's toe in the water

dip one's toe in the water → put one's toe in the water

DIRE
□ be in dire straits

DIRECTION
□ point sb in the right direction □ step in the right direction

DIRT
□ dig up dirt □ dish the dirt (on sb) □ hit pay dirt □ hit the deck □ treat sb like dirt

dirty big → dirty great

DIRTY
□ dirty great □ dirty one's hand dirty word □ air one's dirty laundry in public □ air one's dirty linen in public □ do one's dirty work □ do the dirty deed □ do the dirty on sb □ down-and-dirty □ get one's hands dirty □ give sb a dirty look □ play dirty □ talk dirty

DISAGREE
□ agree to differ

DISAPPEAR
□ vanish into thin air
disappear into thin air → vanish into thin air
disappear off the face → vanish into thin air

DISAPPEARING
□ do a vanishing act

DISASTER
□ spell trouble

DISCOVER
discover sth the hard way → learn sth the hard way
discover sth to one's cost → know sth to one's cost

DISCRETION
□ discretion is the better part of valor □ at the discretion of sb □ discretion is the better part of valor

DISGUISE
□ blessing in disguise

DISH
□ dish the dirt (on sb) □ can dish it out but can't take it

DISHWATER
□ dull as dishwater

DISMISS
□ dismiss sth out of hand

DISPATCH
□ with dispatch

DISPLAY
□ on display

DISPOSAL
□ at one's disposal

DISSERVICE
□ do sb a disservice

DISTANCE
□ at a distance □ at a safe distance □ go the distance □ in the distance □ keep sb at a distance □ put some distance between □ within spitting distance □ within striking distance

DISTANT
□ in the not too distant future □ the (dim and) distant past

DISTRACTION
□ drive sb to distraction

DITCH
□ last-ditch effort

DITCHWATER
□ dull as dishwater

DITHER
□ in a dither

DIVE
□ make a dive □ take a dive
dive in(to) the deep end → jump in(to) the deep end

DIVIDED
□ be divided against itself

DIVIDEND
□ pay dividends

DIXIE
□ whistling Dixie

DIZZY
□ the dizzy heights of

DO
□ do a double take □ do a good job on sth □ make a good job on sth □ do a job on sb □ do a land-office business □ do a sb on sb □ do a slow burn □ do a vanishing act □ do battle (with) sb □ do good □ do I have to draw you a map □ do justice to sb □ do lunch □ do me a favour □ do not grow on tree □ do not miss a trick □ do one's bit □ do one's damnedest to do sth □ do one's dirty work □ do one's homework □ do one's level best □ do one's own thing □ do one's thing □ do one's way out of a (wet) paper bag □ do or die □ do sb a disservice □ do sb a good turn □ do sb a world of good □ do sb credit □ kicks from sth □ do sb no favour □ do sb proud □ do sb the courtesy of doing sth □ do sb wrong □ do some thing right off the bat □ do sth (just) for the hell of it □ do sth a mile a minute □ do sth at the drop of a hat □ do sth blindfolded □ do sth by a whisker □ do sth by the book □ do sth by the skin of one's teeth □ do sth for dear life □ do sth for the best □ do sth in one's sleep □ do sth like crazy □ do sth like nobody's business □ do sth like the devil □ do sth standing on

don't

one's head □ do sth with flying colors □ do sth with one hand tied behind one's back □ do sth with one's eyes closed □ do the decent thing □ do the dirty deed □ do the dirty on sb □ do the honours □ do the job □ do the nasty □ do the thing □ do the trick □ do the wild thing □ do time □ do without sth □ do wonders for □ easy does it □ a fat lot of good it does □ a man's gotta do what a man's gotta do □ be to do with □ can do sth with one hand tied behind one's back □ don't do me any favour □ fair's fair □ it won't do □ monkeys see, monkeys do □ sit down and do sth □ that does it □ that'll do □ the dos and don'ts □ turn around and do sth □ turn around and say sth □ what do you know □ what do you say □ when in Rome (do as the Romans do) □ where does sb get off (doing sth)

do a disappearing act → do a vanishing act

do a job on sth → do a job on sb

do a U-turn → make a U-turn

do credit to sb → do sb credit

do everything but stand on one's head → stand on one's head

do one's dirty laundry in public → air one's dirty laundry in public

do sb justice → do justice to sb

do sth credit → do sb credit

do sth for kicks → get one's do sth with hands tied behind one's back → do sth with one hand tied behind one's back

do sth with one's back against the wall → have one's back against the wall

do sth with one's back to the wall → have one's back against the wall

do sth with one's eyes shut → do sth with one's eyes closed

do that thing → do the thing

do the honors → do the honours

do without sb → do without sth

do you think I am made of money → I am not made of money

do you think I was born yesterday → I wasn't born yesterday

does a bear shit in the woods → is the Pope a Catholic

do-or-die → do or die

DOCTOR
□ just what the doctor ordered

DODO
□ dead as a dodo

DOG
□ dog days □ dog eat dog □ dog in the manger □ dog tired □ dog's breakfast □ dog's life □ dog-and-pony show □ dog-eat-dog □ call off the dogs □ dog-and-pony show □ every dog has its day □ fight like cats and dogs □ go to hell in a handbasket □ hair of the dog □ it's raining cats and dogs □ let sleeping dogs lie □ lie like a rug □ not have a dog's chance □ sick as a dog □ throw sb to the dogs □ top dog □ you can't teach an old dog new tricks □ dog-in-the-manger

dog-tired → dog tired

dog days of summer → dog days

dog's dinner → dog's breakfast

DOGHOUSE
□ in the doghouse

DOING
□ can't be doing with sth □ feel like sth □ get the feel of sth □ nothing doing □ take some doing □ the right hand doesn't know what the left hand is doing

DOLLAR
□ dollars to doughnuts □ look like a million dollars □ see dollar signs □ sound as a dollar □ the 64,000 dollar question □ X number of □ you can bet your bottom dollar

dollars to donuts → dollars to doughnuts

DOMINO
□ domino effect

DON
don sackcloth (and ashes) → wear sackcloth (and ashes)

DON'T
□ don't ask me (why, how) □ don't bank on it □ don't blame me □ don't do me any favour □ don't get me wrong □ don't give a hoot □ don't give me that □ don't go doing sth □ don't have the heart to do sth □ don't

knock it □ don't know the half of it □ don't know the meaning of (the word) □ don't look a gift horse in the mouth □ don't pull that crap don't quit one's day job □ don't say I never give you anything □ don't sweat the small stuff □ don't waste one's breath □ don't you believe it □ don't you dare □ no you don't

don't bank on sth → don't bank on it

don't bank on that → don't bank on it

don't care a hoot → don't give a hoot

don't care two hoots → don't give a hoot

don't even know the half of it → don't know the half of it

don't give two hoots → don't give a hoot

don't give up one's day job → don't quit one's day job

don't pull that shit → don't pull that crap

DONE
□ done deal □ done to death □ be done behind the scenes □ be done for □ be done in □ be done with □ been there, done that □ good as done □ over and done with □ that's done it □ that's easier said than done □ the damage is done

DONKEY
□ donkey's years

DONUT
□ dollars to doughnuts

DOO-DOO
□ in deep doo-doo

DOOM
□ all doom and gloom □ prophet of doom □ spell trouble

DOOMSDAY
□ till Doomsday

DOOR
□ door to door □ at death's door □ back-door □ behind closed doors □ by the back door □ close its doors □ close the door on sth □ get one's foot in the door □ keep the wolf from the door □ lay sth at one's door □ leave the door open for sth □ never darken one's door □ open (the) doors for □ out of doors □ revolving door □ show sb the door

□ the boy next door

DOORNAIL
□ dead as a doornail

DOORSTEP
□ on one's doorstep

DOSE
□ a taste of one's own medicine □ get a taste of one's own medicine □ give sb a taste of their own medicine □ in small doses □ like a dose of salts

DOT
□ dot the i's and cross the t's □ on the dot □ since the year dot

DOTTED
□ sign on the dotted line

DOUBLE
□ double bind □ double whammy □ do a double take □ on the double □ double-edged sword

DOUBT
□ be in doubt □ beyond a shadow of doubt □ beyond reasonable doubt □ call into question □ give sb the benefit of the doubt □ have one's doubt about sth □ no doubt □ without doubt

DOUBTING
□ doubting Thomas

DOUGHNUT
□ dollars to doughnuts

DOWN
□ down at the heels □ down but not out □ down for the count □ down in the dumps □ down in the mouth □ down on one's luck □ down the drain □ down the hatch □ down the line □ down through □ down to earth □ down to sb □ down under □ down with sb □ down-and-dirty □ down-and-out □ down-to-the-wire □ a chill runs down one's spine □ all the way down the line □ batten down the hatches □ be down and out □ be down to sth □ be down to the last sth □ be shot down in flames □ be up and down □ beat sb down □ bed down □ breathe down one's neck □ bring down the curtain on sth □ bring down the house □ bring sb (back) down to earth □ bucket down □ buckle down □ catch sb with

one's pants down □ come down hard on sb □ come down in the world □ come down on sb like a ton of bricks □ come down to □ come down to earth □ come down to the wire □ cut sb down to size □ deep down □ drag sb down to one's level □ dropping like flies □ fall down on the job □ get down to brass tacks □ get down to business □ get down to the (real) nitty gritty □ give sb the thumbs down □ go back to basics □ go down a bomb □ go down like a lead balloon □ go down like a rat sandwich □ go down on one's knees □ go down the drain □ go down the route □ go down well □ hands-down □ have sth down pat □ have sth down to a fine art □ have sth shoved down one's throat □ hold the fort □ jump down one's throat □ keep one's head down □ kick sb when one is down □ knock-down, drag-out □ lay down one's arms □ lay down the law □ lead sb down the garden path □ let one's hair down □ lie down on the job □ look down one's nose (at) □ lower one's guard □ nail sb down □ nail sth down □ not take sth lying down □ put down roots □ put it down to experience □ put one's foot down □ sell sb down the river □ send a chill down one's spine □ send a shiver up one's spine □ sit down and do sth □ swear up and down (that) □ take a trip down memory lane □ take sb down a peg (or two) □ throw down the gauntlet □ to the bone □ turn sth inside out □ up and down □ when it comes (right) down to it □ when the chips are down □ win hands down □ you can't keep a good man down □ you could've knocked me down with a feather

down at heel → down at the heels

down the plughole → down the drain

down the road → down the line

down to sth → down to sb

down to the bone → to the bone

down with sth → down with sb

down-to-earth → down to earth

DOWNHILL

□ downhill from here □ go downhill

downhill all the way from here → downhill from here

DOWN

□ ups and downs

down → face sb down

DOZEN

□ be a dime a dozen □ daily dozen □ six of one, half a dozen of the other

DRAB

□ in dribs and drabs

DRAG

□ drag one's feet □ drag sb down to one's level □ drag sb kicking and screaming □ drag sb through the mud □ be a drag □ be a drag on sth □ knock-down, drag-out □ look like sth the cat dragged in □ wild horses would not drag sb

drag one's heels → drag one's feet

drag one's name through the mud → drag sb through the mud

drag one's reputation through the mud → drag sb through the mud

drag sb through the dirt → drag sb through the mud

DRAGON

□ chase the dragon

DRAIN

□ brain drain

down the drain → go down the drain

DRAPE

drape oneself in the flag → wrap oneself in the flag

drape sb in the flag → wrap oneself in the flag

DRAUGHT

□ on draught

DRAW

□ draw a blank □ draw breath □ draw straws (for sth) □ draw the line (at) □ draw the short straw □ do I have to draw you a map □ quick on the draw □ the battle lines are drawn □ the luck of the draw

draw a breath → draw breath

draw a complete blank → draw a blank

draw one's wagon into a circle → circle the wagons

1077

drawing

draw one's wagons into a circle → circle the wagons

draw sth in broad strokes → paint sth in broad strokes

DRAWING
□ go back to the drawing board □ on the drawing board

DREAM
□ dream on □ dream ticket □ be a pipe dream □ in one's dreams □ like a bad dream □ live in a dream world □ not in my wildest dream □ of one's dreams □ run like a dream □ wouldn't dream of doing sth

DRESSED
□ dressed to kill □ dressed up □ be all dressed up and nowhere to go □ be dressed (up) to the nines

DRIB
□ in dribs and drabs

DRIED
□ be cut and dried □ cut-and-dried

DRIFT
□ get one's drift □ swim with the tide

drift with the tide → swim with the tide

DRINK
□ drink like a fish □ drink sb under the table □ tall drink of water □ you can lead a horse to water

DRIVE
□ drive a hard bargain □ drive a wedge between □ drive sb crazy □ drive sb to distraction □ drive sb up the wall □ drive sth home to sb □ drive the porcelain bus

drive oneself into the ground → run oneself into the ground

drive sb bonkers → drive sb crazy

drive sb insane → drive sb crazy

drive sb mad → drive sb crazy

drive the big white bus → drive the porcelain bus

DRIVEN
□ pure as the driven snow □ white as the driven snow

DRIVER
□ back seat driver □ be in the driver seat □ Sunday driver

DRIVING
□ what's driving at □ driving force (behind sth)

DROP
□ drop a bombshell □ drop in the bucket □ drop sb a line □ drop sb like a hot potato □ drop sth in one's lap □ drop the ball □ drop the other shoe (and do sth) □ drop the subject □ do sth at the drop of a hat □ jaw dropped □ let sth drop □ the bottom drops out of one's world □ □ the bottom falls out □ wait for the other shoe to drop □ you could hear a pin drop

drop in the ocean → drop in the bucket

drop into one's lap → fall into one's lap

drop off the face → vanish into thin air

drop sth like a hot potato → drop sb like a hot potato

DROPPING
□ dropping like flies

DROWN
□ drown one's sorrows

DRUM
□ bang the drum for

DRUMMER
□ march to (the beat of) a different drummer

DRUNK
□ drunk as a skunk

drunk as a lord → drunk as a skunk

DRY
□ dry as a bone □ dry as dust □ as dry as a bone □ bleed sb dry □ hang sb out to dry □ keep one's powder dry □ leave sb high and dry □ like watching paint dry □ not a dry eye in the house □ run dry

DUCK
□ duck shoot □ as a duck takes to water □ dead duck □ easy as duck soup □ get your ducks in a row □ lame duck □ lame-duck □ like water off a duck's back □ sitting duck □ take to sth like a duck to water

DUCKLING
□ ugly duckling

DUDGEON
□ in high dudgeon

DUE
□ give credit where credit is due □ give sb one's due □ give the devil his due □ in due course □ pay one's dues □ with all due respect

DUH
□ no duh

DULL
□ dull as dishwater □ all work and no play makes Jack a dull boy

dull as ditchwater → dull as dishwater

DUMB
□ be struck dumb

DUMP
□ take a dump

dump sth in one's lap → drop sth in one's lap

DUMPS
□ down in the dumps

DUNK
□ slam dunk

DURING
during the course of sth → in the course of sth

DUST
□ bite the dust □ dry as dust □ eating one's dust □ gather dust □ like gold dust □ the dust settles

DUTCH
□ Dutch courage □ go Dutch

DUTY
□ above and beyond the call of duty □ bounden duty □ off duty □ on duty

DYED
□ dyed-in-the-wool

DYING
□ be dying for sth

dying like flies → dropping like flies

EACH
□ at each other's throats □ have a foot in both camps □ made for each other

EAGER
□ eager beaver

EAGLE
□ eagle eye □ keep an eagle eye on □ legal eagle

EAR
□ ear for sth □ be all ears □ bend one's ear □ between the ears □ fall on deaf ears □ feast for the eyes □ go in one ear and out the other □ have nothing between the ears □ have one's ear □ have steam coming out of one's ears □ have sth between the ears □ have sth coming out of one's ears □ keep an ear out (for sth) □ keep an ear to the ground □ lend an ear □ listen with half an ear □ make a silk purse out of a sow's ear □ one's ears are burning □ out on one's ear □ piss on my back and tell me it's raining □ play sth by ear □ prick up one's ears □ reach one's ears □ set sth on its ear □ shut one's ears to sth □ smile from ear to ear □ tin ear □ turn a deaf ear □ up to one's ears in sth □ walls have ears □ wet behind the ear

EARFUL
□ get an earful □ give sb an earful

EARLIEST
□ at one's earliest convenience

EARLY
□ early to bed, early to rise (makes a man healthy, wealthy, and wise) □ early bird □ early in the day □ early on □ early-bird □ at an early date □ bright and early □ early in the day □ it's early days (yet) □ the early-bird catches the worm

early hours → wee hours

EARN
□ earn one's bread □ earn one's keep □ earn one's living □ earn one's stripes □ a penny saved is a penny earned □ get brownie points

earn one's crust → earn one's bread

EARNEST
□ in earnest

EARSHOT
□ out of earshot □ within earshot

EARTH
□ all over the world □ bring sb (back) down to earth □ come down to earth □ cost the earth □ did the earth move □ down to earth □ from the four corners of the earth □ go to the ends of the earth □ hell on earth □ like nothing on earth □ move heaven and earth to do sth □ on earth □ promise sb the earth □ the salt of the earth □ the scum of the earth

EASE
□ ease into sth □ ease off □ at ease □ ill at ease

ease oneself into sth → ease into sth

ease up → ease off

EASIER
□ that's easier said than done

EASY
□ easy as duck soup □ easy as falling off a log □ easy as pie □ easy come, easy go □ easy does it □ easy on the eye □ easy to come by □ breathe easier □ free and easy □ go easy on sb □ go easy on sth □ have an easy time (of it) □ I'm easy □ it's all too easy to do sth □ it's easy (for sb) to do sth □ take it easy □ take the easy way out

easy as apple pie → easy as pie

easy as rolling off a log → easy as falling off a log

easy touch → soft touch

EAT
□ eat a horse □ eat a meal out □ eat and run □ eat crow □ eat humble pie □ eat like a bird □ eat like a horse □ eat my shorts □ eat one's heart out □ eat one's words □ eat out of one's hand □ eat sb alive □ eat sb for breakfast □ eat sb out of house and home □ dog eat dog □ dog-eat-dog □ have one's cake and eat it □ I'll eat my hat

EATING
□ eating one's dust □ have sb eating out of (the palm of) one's hand □ the proof is in the pudding

EBB
□ at a low ebb □ the ebb and flow

ECONOMY
□ false economy

EDGE
□ be on a razor's edge □ be on edge □ be on the edge □ cutting-edge □ fray at the edges □ go over the edge □ have rough edges □ have the edge over □ lose one's edge □ on a knife edge □ on the cutting edge of sth □ on the edge of one's seat □ on the edge of sth □ push sb over the edge □ set one's teeth on edge □ take the edge off sth

EDGED
□ double-edged sword

EDGEWISE
□ not get a word in edgewise

EEL
□ slippery as an eel

EFF
□ eff and blind

EFFECT
□ come into effect □ domino effect □ in effect □ put sth into effect □ take effect □ to good effect □ to the effect □ with effect from

EFFORT
□ all-out effort □ last-ditch effort

EG
□ for example

EGG
□ egg sb on □ chicken and egg situation □ good egg □ have egg on one's face □ kill the goose that lays the golden egg □ lay an egg □ put all one's eggs in one basket □ walk on eggshells

EGGSHELLS
□ walk on eggshells

EGO
□ an ego trip

EIGHT
□ behind the eight ball

EITHER
□ have a foot in both camps □ or else □ swing either way

ELBOW
□ elbow grease □ go around one's ass to get to one's elbow □ not know one's ass from a hole in the ground □ rub shoulders with sb

ELEMENT
□ be in one's element □ be out of one's element □ brave the elements

ELEPHANT
□ white elephant □ see pink elephants

ELEVATOR
□ one's elevator doesn't go all the way to the top

ELEVENTH
□ eleventh hour

ELSE
□ or else

ELVIS
□ 5 million Elvis fans can't be wrong

EMANATE
□ emanate from sth

EMBARK
□ embark on sth □ embarking upon sth

EMBARRASSMENT
□ embarrassment of riches

EMBRYO
□ in embryo

EMPEROR
□ emperor's (new) clothes

EMPLOY
□ be employed in doing sth □ in one's employ

ENCHILADA
□ the big enchilada □ the whole shebang

ENCYCLOPEDIA
□ walking encyclopedia

END
□ end all □ end one's day □ end to end □ all good things (must) come to an end □ all's well that ends well □ at loose ends □ at one's wits' end □ at the end of one's tether □ at the end of sth □ at the end of the day □ be thrown in(to) the deep end □ burn the candle at both ends □ come to a bad end □ dead end □ get the short end □ go off the deep end □ go to the ends of the earth □ in the end □ it's not the end of the world □ jump in(to) the deep end □ make ends meet □ never hear the end of it □ no end □ on end □ on the receiving end □ play both ends against the middle □ see beyond (the end) of one's nose □ sticky end □ the absolute end □ the be-all and end-all (of sth) □ the beginning of the end □ the business end □ the end of the rainbow □ the end of the road □ the light at the end of the tunnel □ the war to end all wars □ tie up loose ends □ to the bitter end

end one's life → end one's day

ENEMY
□ one's own worst enemy

ENFANT
□ enfant terrible

ENGRAVE
□ be engraved on one's mind

ENOUGH
□ enough said □ fair enough □ funnily enough □ give sb enough rope (and they'll hang themselves) □ go far enough □ have a lot on one's plate □ have had enough of sth □ leave well (enough) alone □ not know enough to come in out of the rain □ too many chiefs and not enough Indians □ you could not swing a cat

ENTIRETY
□ in its entirety

ENVELOPE
□ push the envelope

ENVY
□ green with envy □ the envy of sb

EQUAL
□ all things being equal □ on equal terms with sb □ without equal

ERR
□ err on the side of caution □ to err is human

ESCAPE
□ make good one's escape □ narrow escape

ESSENCE
□ be of the essence □ in essence

EVASIVE
□ take evasive action
EVEN
□ even as □ even chance □ even if □ even now □ be even □ break even □ get an even break □ get even with sb □ I'm not gonna go there □ on an even keel □ so it's not even funny

even so → even if

even then → even now

even though → even if
EVENT
□ happy event □ in any event □ in that event □ in the event
EVER
□ ever since □ ever so □ for ever (and ever) □ if ever there was

ever such → ever so
EVERY
□ every bit as □ every dog has its day □ every other □ every Tom, Dick and Harry □ every which way □ at every turn □ from all walks of life □ hang on one's every word □ have a finger in every pie □ have a foot in both camps □ use every trick in the book

every cloud has a silver lining → silver lining

every man has his price → everyone has their price
EVERYBODY
□ on everybody's lips
EVERYONE
□ everyone has their price
EVERYTHING
□ everything one can lay one's hands on □ everything's coming up roses □ and everything □ leave a lot to be desired □ stand on one's head □ there's a first time for everything

everything it's cracked up to be → all it's cracked up to be

everything one can get one's hands on → everything one can lay one's hands on
EVIDENCE
□ balance of evidence □ in evidence

EVIL
□ the evil hour □ the lesser of two evils
EXACTLY
□ not exactly
EXAMINED
□ need one's head examined
EXAMPLE
□ for example
EXCEPT
□ present company excepted
EXCEPTION
□ make an exception □ no exception □ take (great) exception to sth □ with the exception of sth □ without exception
EXCHANGE
exchange words with sb → have words (with sb)
EXCITING
□ like watching paint dry
EXCUSE
□ excuse me □ excuse me for living □ excuse my French □ poor excuse for sth

excuse me for breathing → excuse me for living
EXHIBITION
□ make an exhibition of oneself
EXISTENCE
□ the bane of one's life
EXPECT
□ be expecting a baby □ be to be expected □ what do you expect
EXPEDITION
□ fishing expedition
EXPENSE
□ at one's expense □ damn the expense □ go to the expense of sth □ put sb to the expense of sth
EXPERIENCE
□ put it down to experience
EXTENSION
□ by extension

EXTENT
□ to extent

EXTRACT
extract one's pound of flesh → have one's pound of flesh

EXTRAORDINARY
□ go to great lengths to do sth

EXTREME
□ in the extreme □ to extremes

EYE
□ eyes are bigger than one's stomach □ all eyes □ an eye for an eye □ apple of one's eyes □ as far as the eye could see □ beauty is in the eye of the beholder □ before one's (very) eyes □ before you could blink □ bird's-eye view (of sth) □ cast an eye over sth □ catch one's eye □ close one's eyes to sth □ cry one's eyes out □ do sth with one's eyes closed □ eagle eye □ easy on the eye □ evil eye □ feast for the eyes □ feast one's eye on □ for one's eyes only □ four eyes □ give one's eye teeth to do sth □ give sb a black eye □ give sb the eye □ gleam in one's eye □ go into sth with one's eyes open □ have an eye for sth □ have eyes in the back of one's head □ have one eye on sth □ have one's eye on □ have stars in one's eyes □ in a pig's eye □ in one's mind's eye □ in the blink of an eye □ in the eye of the storm □ in the eyes of the law □ in the public eye □ in the twinkling of an eye □ keep a close eye on sth □ keep an eagle eye on □ keep an eye on sth □ keep an eye out for □ keep one's eye on sth □ keep one's eyes glued to sth □ keep one's eyes open □ keep one's eyes peeled □ keep the weather eye on □ lay eyes on □ look sb in the eye(s) □ my eye □ not a dry eye in the house □ one's eyes are popping □ only have eyes for sb □ open one's eyes to sth □ out of the public eye □ pull the wool over one's eyes □ roving eye □ see dollar signs □ see eye to eye □ sight for sore eyes □ spit in one's eye □ there's less to sb than meets the eye □ there's more to sb than meets the eye □ through the eyes of sb □ turn a blind eye □ under the (watchful) eye of sb □ up to one's ears in sth □ with an eye to sth □ with one's eyes open □ with one's eyes shut

EYEBALL
□ eyeball to eyeball □ give sb the hairy eyeball □ up to one's ears in sth

EYEBROWS
□ raise eyebrows

EYED
□ blue-eyed boy □ bright-eyed and bushy-tailed □ starry-eyed

EYELID
□ not bat an eyelid

EYESIGHT
□ eyesight is 20-20

F
□ the F-word

FACE
□ face doesn't fit □ face sb down □ face the ax face the music □ face-saving □ face-to-face □ as plain as the nose on one's face □ at face value □ be staring sb in the face □ blow up in one's face □ come face to face with □ cut off one's nose to spite one's face □ fall flat on one's face □ fly in the face of □ get out of my face □ have egg on one's face □ have the face to do sth □ in the face of sth □ in your face □ keep a straight face □ laugh out of the other side of one's mouth □ long face □ long-faced □ look sb in the eye(s) □ lose face □ loss of face □ not just a pretty face □ on the face of it □ plain as the nose on one's face □ pull a face(s) □ put on a brave face □ put one's face on □ save face □ set one's face against sth □ show one's face □ shut your face □ slap in the face □ stuff one's face □ take sth at face value □ throw sth back in one's face □ to one's face □ until you're blue in the face □ vanish into thin air □ what's her face □ wipe the grin off one's face □ written all over one's face

FACT
□ facts and figures □ after the fact □ as a matter of fact □ in fact □ is that a fact □ the fact is (that) □ the facts of life

FACTOR
□ the feelgood factor

FAIL
□ without fail □ words fail me

FAINT
□ damn sb with faint praise
FAINTEST
□ not have the faintest idea
FAIR
□ fair and square □ fair enough □ fair share of sth □ fair to middling □ fair's fair □ fair-haired boy □ fair-weather friend □ a fair crack of the whip □ a fair hearing □ a fair shake □ all's fair in love and war □ be fair □ by fair means or foul □ set fair to do sth □ the fair sex

fair dos → fair's fair
FAIRNESS
□ in fairness
FAIRY
□ fairy godmother
FAIT
□ fait accompli
FAITH
□ act of faith □ in good faith
FALL
□ fall by the wayside □ fall down on the job □ fall flat □ fall flat □ fall flat on one's face □ fall for sth hook, line and sinker □ fall from grace □ fall guy □ fall head over heels (in love) □ fall into line □ fall into one's lap □ fall into place □ fall into the trap (of) □ fall into the wrong hands □ fall off the wagon □ fall on deaf ears □ fall on hard times □ fall short (of sth) □ fall through the cracks □ fall under one's spell □ be heading for a fall □ easy as falling off a log □ the bottom drops out of sth □ the bottom falls out □ the curtain falls on sb

fall apart at the seams → come apart at the seams

fall behind the times → be behind the times

fall for sb hook, line and sinker → fall for sth hook, line and sinker

fall in line → fall into line

fall into arrears → be in arrears

fall into bad company → keep bad company

fall on one's feet → land on one's feet

FALLEN
□ fallen angel
FALLING
□ falling over oneself to do sth

falling like flies → dropping like flies
FALSE
□ false alarm □ false economy □ under false pretences
FAME
□ claim to fame
FAMILIARITY
□ familiarity breeds contempt
FAMILY
□ be in the family way □ in the family □ run in the family □ the black sheep of the family □ wear the pants in the family
FAMINE
□ feast or famine
FAMOUS
□ famous last word
FAMOUSLY
□ get on famously
FAN
□ fan the flames □ 5 million Elvis fans can't be wrong □ hit the fan □ the shit hits the fan
FANCY
□ flight of fancy □ footloose and fancy-free □ passing fancy □ strike one's fancy □ take a fancy to sb □ whenever the fancy take
FAR
□ far and away □ far and wide □ far as anyone knows far as I am concerned □ far as sth is concerned □ far be it from me to do sth □ far cry from □ far from it □ far from sth □ as far as possible □ as far as sth goes □ as far as the eye could see □ few and far between □ go far □ go far enough □ go so far as to do sth □ go too far □ in so far as □ not far off (the mark) □ so far□ so far, so good □ so near yet so far □ trust sb as far as could throw him

far afield → further afield

far as I am concerned → far as I am concerned

feel

far as we're concerned → far as I am concerned

far from doing sth → far from sth

FARM
□ buy the farm □ funny farm

FART
□ have a brain fart

FARTHER
□ trust sb as far as could throw him

FASHION
□ fashion crime □ fashion victim □ after a fashion □ after the fashion of sb □ like it's going out of fashion

FAST
□ fast talker □ fast worker □ fast-track □ at a fast clip □ be fast and furious □ be on the fast track (to/for sth) □ hard and fast rules □ life in the fast lane □ make a fast buck □ thick and fast

fast on the draw → quick on the draw

FAT
□ fat cat □ fat chance □ fat-cat □ a fat lot of good it does □ chew the fat □ fall flat □ it ain't over 'til the fat lady sings □ live off the fat of the land □ the fat is in the fire □ the fat lady has sung

FATE
□ fate worse than death □ let nature take its course □ seal one's fate □ tempt fate

FATHER
□ like father, like son

FAULT
□ at fault □ to a fault

FAVOUR
□ curry favour □ do me a favour □ do sb no favour □ don't do me any favour □ in favour of □ in one's favour □ without fear or favour

FEAR
□ fools rush in □ for fear of sth □ no fear □ put the fear of God into sb □ without fear of contradiction □ without fear or favour

FEAST
□ feast for the eyes □ feast one's eye on □ feast or famine □ movable feast

feast for the ears → feast for the eyes

feast for the senses → feast for the eyes

FEAT
□ no mean feat

FEATHER
□ feather in one's cap □ feather one's nest □ birds of a feather □ light as a feather □ ruffle one's feathers □ smooth ruffled feathers □ you could've knocked me down with a feather

FED
□ be fed up

FEDERAL
□ make a federal case out of sth

FEED
□ feed sb a line □ chicken feed □ put sb off one's feed

feed → bite the hand that feeds sb

FEEDING
□ feeding frenzy

FEEL
□ feel boxed in □ feel free □ feel good □ feel like sth □ feel one's way □ feel sick □ feel sth in one's bones □ feel the pinch □ cop a feel □ get the feel of sth □ have a feel for sth

feel flattered → be flattered

feel like a fish out of water → be like a fish out of water

feel like a million bucks → look like a million dollars

feel like a million dollars → look like a million dollars

feel like death warmed over → look like death warmed over

feel like doing sth → feel like sth

feel like jelly → turn to jelly

feel more like oneself → be oneself (again)

feel one's old self → be oneself (again)

feel oneself (again) → be oneself (again)

feel out of sorts → be out of sorts

feel the weight of the world on one's shoulder → carry the weight of the world on one's shoulder

FEELER
□ put out feelers
FEELGOOD
□ the feelgood factor
FEEL-GOOD
□ the feelgood factor
FEELING
□ bad feeling(s) □ no hard feelings □ sinking feeling
FEET
□ feet of clay □ be back on one's feet □ be rushed off one's feet □ be six feet under □ dead on one's feet □ drag one's feet □ find one's feet □ get cold feet □ get one's feet wet □ get under one's feet □ have one's feet (firmly) on the ground □ have the world at one's feet □ have two left feet □ land on one's feet □ let the grass grow under one's feet □ light on one's feet □ put one's feet up □ set sth on its feet □ stand on one's own two feet □ sweep sb off one's feet □ think on one's feet □ vote with one's feet □ worship the ground sb walks on
FELL
□ in one fell swoop
FENCE
□ fence-sitting □ mend fences □ sit on the fence □ the grass is (always) greener
FENCEPOST
□ between you, me and the lamp-post
FETCH
□ fetch and carry □ fetch up in
FETTLE
□ in fine fettle
FEVER
□ fever pitch
FEW
□ few and far between □ a good few □ quite a few □ ruffle one's feathers
FIDDLE
□ fiddle while Rome burns □ be on the fiddle □ fit as a fiddle □ play second fiddle
FIELD
□ be out in left field □ have a field day □ lead the field □ leave the field clear for sb □ play the field
FIERCE
□ something fierce
FIFTEEN
□ put years on sb
FIFTH
□ the third wheel
FIFTY
□ fifty million Elvis fans can't be wrong
FIG
□ fig leaf □ not give a fig about
FIGHT
□ fight a losing battle □ fight a rearguard action □ fight fire with fire □ fight for one's life □ fight it out □ fight like cats and dogs □ fight one's own battles □ fight one's way □ fight shy of doing sth □ fight tooth and nail □ a fight to the finish □ live to fight another day
FIGHTING
□ fighting talk □ give sb a fighting chance □ have a fighting chance □ in fighting trim
FIGURE
□ facts and figures □ put a figure on sth □ that figures
FILE
□ in single file □ the rank and file
FILL
□ fill one's shoes □ have had one's fill
FINAL
□ another nail in one's coffin □ in the final analysis □ the last straw
FIND
□ find it in one's heart □ find one's feet □ find one's way □ find sth difficult to stomach □ a needle in a haystack □ the devil makes work for idle hands

find it in oneself → find it in one's heart

find its way → find one's way

find one's bearings → get one's bearings

find one's second wind → get one's second wind

find out what sb is (really) made of → see

what sb is (really) made of

find sth hard to stomach → find sth difficult to stomach

find sth the hard way → learn sth the hard way

find sth to one's cost → know sth to one's cost

FINDER
□ finders keepers (losers weepers) □ finders-keepers

FINE
□ a fine kettle of fish □ cut it fine □ have sth down to a fine art □ look who's talking □ not to put too fine a point on it □ there's a fine line between

fine line between sth and sth → line between sth and sth

FINEST
□ finest hour

FINE-TOOTH
□ go through sth with a fine-tooth comb

FINGER
□ finger-pointing □ at one's finger tips □ count on (the fingers of) one hand □ cross one's fingers □ get one's fingers burnt □ have a finger in every pie □ have a finger on the pulse □ have sticky fingers □ lay a finger on sb □ let it slip (that) □ let sth slip through one's fingers □ not lift a finger □ point the finger □ pull one's finger out □ put one's finger on sth □ stick two fingers at sb □ work one's fingers to the bone □ wrap sb around one's little finger

FINGERNAIL
□ hang by one's fingernails

FINGERPRINT
□ fingerprints are on sth

fingerprints are all over sth → fingerprints are on sth

FINGERTIP
□ have sth at one's fingertips □ to one's fingertips

FINISH
□ finish a close second □ a fight to the finish

FINISHING
□ put the finishing touches

FIRE
□ fire questions at sb □ on the firing line □ add fuel to the fire □ be under fire □ breathe fire □ fight fire with fire □ hang fire □ have a fire in one's belly □ have many irons in the fire □ light a fire under sb □ out of the firing line □ out of the frying pan into the fire □ play with fire □ set the world on fire □ the fat is in the fire □ where there's smoke, there's fire

FIRING
□ firing on all cylinders □ on the firing line □ out of the firing line

FIRM
□ firm hand □ hold firm to sth □ safe ground □ stand firm □ take a hard line

firm believer in sth → great believer in sth

firm ground → safe ground

FIRMLY
□ have one's feet (firmly) on the ground

FIRST
□ first and foremost □ first and last □ first come, first served □ first hand □ first of all □ first off □ first things first □ at first □ at first glance □ at first sight □ come first □ from first to last □ from the first □ get to first base □ have first call on sb □ in the first flush of sth □ in the top flight □ not know the first thing about □ put sb first □ there's a first time for everything

first-come, first-served → first come, first served

FISH
□ fish or cut bait □ a big fish in a little pond □ a fine kettle of fish □ another kettle of fish □ be like a fish out of water □ cold fish □ drink like a fish □ fish or cut bait □ have other fish to fry □ live in a fish bowl □ need sth like a fish needs a bicycle □ shooting fish in a barrel □ there are plenty more fish in the sea

FISHING
□ fishing expedition □ fishing without bait

FISHY
□ smell fishy

FIST
□ iron fist in a velvet glove □ iron-fist □ rule sb with an iron fist

FIT
□ fit as a fiddle □ fit sb like a glove □ fit the bill □ fit to be tied □ face doesn't fit □ have a fit □ if the shoe fits (wear it) □ in fits and starts □ think fit

fit the description of sb → answer the description of sth

fit the description of sth → answer the description of sth

FIVE
□ give me five □ put two and two to make five □ take five

FIX
□ fix on sth □ fix one's wagon □ fix sb with a stare □ get a fix on □ if it ain't broke, don't fix it □ in a fix □ quick fix □ quick-fix

fix on sb → fix on sth

fix one's little red wagon → fix one's wagon

fix sb with a gaze → fix sb with a stare

fix sb with a look → fix sb with a stare

FIXED
□ how are you fixed for sth

FLAG
□ keep the flag flying □ like waving a red flag in front of a bull □ red flag □ wave the white flag □ wrap oneself in the flag

FLAGPOLE
□ run sth up the flagpole

FLAK
□ catch flak

FLAME
□ add fuel to the fire □ be shot down in flames □ fan the flames □ old flame

FLAP
□ flap one's gums

FLASH
□ flash in the pan □ flash-in-the-pan

flash → in a flash

FLAT
□ flat as a pancake □ flat on one's back □ flat out □ and that's flat □ fall flat □ fall flat on one's face □ in flat □ on the flat □ tell sb flat out

FLATTER
□ flatter to deceive

FLATTERED
□ be flattered

FLAVOUR
□ flavour of the month □ flavour-of-the-month

flavour of the week → flavour of the month

flavour-of-the-week → flavour-of-the-month

FLESH
□ flesh and blood □ flesh-and-blood □ have one's pound of flesh □ in the flesh □ make one's flesh creep □ one's own flesh and blood □ press the flesh □ put flesh on sth □ the spirit is willing but the flesh is weak

flight of imagination → flight of fancy

FLIGHT
□ flight of fancy □ in the top flight □ put sb to flight □ take flight

FLIP
□ flip one's lid □ give sb the bird □ the flip side

flip one's wig → flip one's lid

flip sb the bird → give sb the bird

FLOAT
□ walking on air □ what floats one's boat

float with the tide → swim with the tide

FLOATING
floating on air → walking on air

FLOCK
□ birds of a feather

FLOG
□ flog sth to death

flog a dead horse → beat a dead horse

FLOOD
□ in full flow

FLOODGATES
□ open the floodgates

FLOOR
□ floor it □ be in on the ground floor □ hold the floor □ one's elevator doesn't go all the way to the top □ take the floor □ wipe the floor with sb

FLOTSAM
□ flotsam and jetsam

FLOW
□ go with the flow □ in full flow □ stem the tide (of) □ the ebb and flow

FLOWED
□ a lot of water has gone under the bridge since

FLUSH
□ in the first flush of sth

FLY
□ fly by the seat of one's pants □ fly high □ fly in the face of □ fly in the ointment □ fly off the handle □ fly on the wall fly the coop □ fly-on-the-wall fold one's arms □ as the crow flies □ dropping like flies □ fur flies □ go fly a kite □ keep the flag flying □ let it fly □ sparks fly □ time flies □ wouldn't hurt a fly

fly off on a tangent → go off on a tangent

fly the nest → leave the nest

FLYING
□ flying blind □ be flying off the shelves □ do sth with flying colors □ get off to a flying start □ give sth a flying start □ go flying □ not give a (flying) fuck □ take a flying leap

FOCUS
focus the spotlight on → put the spotlight on

FODDER
□ cannon fodder

FOG
□ in a fog

FOGGIEST
□ not have the foggiest

FOLKED
□ speak with folked tongue

FOLKS
□ different strokes for different folks

FOLLOW
□ follow in one's footsteps □ follow one's heart □ follow one's nose □ follow sth to the letter follow suit □ follow the crowd □ a hard act to follow

follow on the heels of sth → come on the heels of sth

FOLLOWER
□ camp follower

FOLLOWING
□ following wind

FONDER
□ absence makes the heart grow fonder

FOOD
□ food for thought

FOOL
□ fools rush in (where angles fear to tread) □ a fool and his money are soon parted □ any fool □ live in a fool's paradise □ make a fool of sb □ more fool □ nobody's fool □ not suffer fools □ play the fool □ you could have fooled me

FOOT
□ foot the bill □ catch sb on the wrong foot □ from head to toe □ get off on the right foot □ get off on the wrong foot □ get one's foot in the door □ have a foot in both camps □ have a lead foot □ have one foot in the grave □ keep one's foot in the door □ my foot □ put a foot wrong □ put one's best foot forward □ put one's feet up □ put one's foot down □ put one's foot in one's mouth □ set foot □ shoot oneself in the foot □ the shoe is on the other foot □ touch sth with a ten-foot pole □ wait on one's hand and foot

FOOTBALL
□ football widow

FOOTED
□ lead-footed

FOOTING
□ on equal terms with sb

FOOTLOOSE
□ footloose and fancy-free

FOOTSTEP
□ follow in one's footsteps

FOR

□ for all sb care □ for all sb is worth □ for all sb knows □ for all sth □ for all the world like □ for certain □ for crying out loud □ for ever (and ever) □ for example □ for fear of sth □ for good □ for old times' sake □ for one thing □ for one's benefit □ for one's eyes only □ for one's pains □ for reasons best known to oneself □ for starters □ for the asking □ for the best □ for the birds □ for the chop □ for the foreseeable future □ for the love of God □ for the record □ for the time being □ for what it's worth

for a start → for starters

for all the world as if → for all the world like

for fear of doing sth → for fear of sth

for good and all → for good

FORBIDDEN
□ forbidden fruit

FORCE
□ force of habit □ force one's hand □ force the issue □ force the pace of sth □ forces of darkness □ forces of nature □ back Sb into a corner □ bring sth into force □ come into force □ driving force □ in force □ join forces □ wild horses would not drag sb

force sb back to the table → get sb back to the table

FORCED
□ eat one's words

FORE
□ to the fore

FOREARMED
□ forewarned is forearmed

FOREFRONT
□ to the forefront of sth

FOREGONE
□ foregone conclusion

FOREMOST
□ first and foremost

FORESEEABLE
□ for the foreseeable future

FOREST
□ can't see the forest for the trees

FOREWARNED
□ forewarned is forearmed

FORGET
□ forget it □ forgive and forget

FORGETTING
□ not forgetting

FORGIVE
□ forgive and forget

FORGIVEN
□ could be forgiven for doing sth

FORM
□ in fighting trim □ take form

FORMER
□ a shadow of one's former self

FORT
□ hold the fort

FORTH
□ back and forth □ from that day forth

FORTUNE
□ small fortune

FORTY
forty winks

FORWARD
□ know sth backward and forward □ put one's best foot forward

FOUL
□ by fair means or foul □ cry foul

FOUNDATION
□ shake the foundations of sth

FOUR
□ four eyes □ be scattered to the (four) winds □ be three sheets to the wind □ on all fours

FOX
□ crazy like a fox □ sly as a fox

FRAME
□ frame of mind □ in the frame □ out of the frame

FRAY
□ fray at the edges

fray around the edges → fray at the edges

FREE
□ free and easy □ free as a bird □ free zone fresh as a daisy fresh out of sth □ feel free □ footloose and fancy-free □ get a free ride □ give sb a free hand □ give sb free rein □ have a free hand in doing sth □ home free □ make free with sth □ of one's own free will □ there is no (such thing as a) free lunch

FREEFALL
□ go into freefall

FREEZE
□ until hell freezes over □ when hell freezes over

FREIGHT
□ pay the freight

FRENCH
□ excuse my French

FRENZY
□ feeding frenzy

FRESH
□ breath of fresh air □ get fresh with sb □ new blood

fresh blood → new blood

fresh pastures → new pastures

FREUDIAN
□ Freudian slip

FRIEND
□ a friend in need is a friend indeed □ be good friends □ fair-weather friend □ have friends in high places □ man's best friend □ make friends with sb

FRIGHT
□ take fright

FRIGHTEN
frighten the living daylights out of sb → scare the living daylights out of sb

FRINGE
□ lunatic fringe

FRITZ
□ on the fritz

FROG
□ have a frog in one's throat

FROM
□ from A to B □ from afar □ from all walks of life □ from day one □ from day to day □ from first to last □ from head to toe □ from now on □ from on high □ from one day to the next □ from pillar to post □ from scratch □ from stem to stern □ from that day forth □ from the cradle to the grave □ from the first □ from the four corners of the earth □ from the get-go □ from the heart □ from the old school □ from the sublime to the ridiculous □ from the sweat of one's brow □ from the word go □ from time immemorial □ from time to time □ another country heard from □ dead from the neck up □ downhill from here □ far from it

from A to Z → A to Z of sth

from head to foot → from head to toe

from rags to riches → rags to riches

from that time forth → from that day forth

from the bottom of one's heart → from the heart

from the four corners of the world → from the four corners of the earth

from the sidelines → on the sidelines

from the very first → from the first

from the year dot → since the year dot

from top to toe → from head to toe

FRONT
□ front and center □ back to front □ be up-front (about sth) □ before one's (very) eyes □ in front □ in front of □ in the front line □ like waving a red flag in front of a bull □ on the front □ on the front burner □ up front

FRUIT
□ bear fruit □ forbidden fruit

FRUITCAKE
□ nutty as a fruitcake

FRYING
□ out of the frying pan into the fire

FUCK
□ fuck me □ fuck sb □ not give a (flying) fuck □ what the fuck

FUCKING
□ be fucking well doing sth

FUDGE
□ fudge the issue

fuel [SEP] □ add fuel to the fire

FULL
□ full as a tick □ full blast □ full of crap □ full of it □ full of oneself □ full of piss and vinegar □ full of the joys of spring □ full-court press □ at full speed □ at full throttle □ be full of beans □ be full of holes □ come full circle □ come to a full stop □ go full steam ahead (with) □ go the distance □ have one's hands full □ in full bloom □ in full cry □ in full flow □ in full swing □ play with a full deck

full of shit → full of crap

full tilt → at full speed

full-throttle → at full throttle

FULLNESS
□ in the fullness of time

FUN
□ fun and games □ funny as a barrel of monkeys □ make fun of sb □ poke fun at

FUNERAL
□ it's your funeral (not mine)

FUNNILY
□ funnily enough

FUNNY
□ funny as a barrel of monkeys □ funny as a crutch □ funny business □ funny farm □ so it's not even funny

FUR
□ fur flies

FURIOUS
□ be fast and furious

FURNITURE
□ part of the furniture

FURTHER
□ further afield □ go further □ take sth further □ without further ado

further down the line → down the line

further down the road → down the line

FURY
□ hell hath no fury

FUSE
□ blow a fuse □ have short fuse

FUSS
□ make a fuss of sb □ make a stink

FUTURE
□ for the foreseeable future □ in future □ in the not too distant future □ put one's job on the line □ there is no future in sth

FWIW
□ for what it's worth

GAB
□ gift of (the) gab

GAIN
□ no pain, no gain □ gain ground

gain → ill-gotten gains

gain the edge on → have the edge over

gain the edge over → have the edge over

gain the upper hand → get the upper hand

GAINED
□ nothing ventured, nothing gained

GAME
□ game plan □ ahead of the game □ be a shell game □ be ahead of the game □ beat sb at one's own game □ fun and games □ give the game away □ I'm game □ it's a (whole) new ball game □ new to the game □ play a waiting game □ play cat and mouse □ play games □ play the game □ the game is up □ the name of the game

GAMUT
□ run the (whole) gamut

GANDER
□ sauce for the goose (is sauce for the gander) □ take a gander at

GANGBUSTER
□ like gangbusters

GANGPLANK
□ walk the plank

GAP
□ bridge the gap

GARBAGE
□ garbage in, garbage out

GARDEN
☐ garden variety ☐ lead sb down the garden path

GARTER
☐ have one's guts for garters

GAS
☐ run out of gas

GASKET
☐ blow a fuse

GASP
☐ last gasp ☐ last-gasp

GATE
☐ the pearly gates

GATHER
☐ gather dust gather one's wits ☐ a rolling stone gathers no moss

GAUNTLET
☐ run the gauntlet ☐ take up the gauntlet ☐ throw down the gauntlet

gaze at one's navel → contemplate one's navel

GAZE
☐ fix sb with a stare

GAZING
☐ navel-gazing

GEAR
☐ get in gear ☐ get one's ass in gear ☐ in high gear ☐ in low gear ☐ out of gear

GENERAL
☐ as a rule ☐ in general

GENIE
☐ let the genie out of the bottle ☐ put the genie back in the bottle

GENTLEMAN
☐ gentleman's agreement

GENUINE
☐ genuine article

GET
☐ get a big head ☐ get a bum rap ☐ get a bum steer ☐ get a buzz (from) ☐ get a charge out of sth ☐ get a corner on the market ☐ get a fix on ☐ get a free ride ☐ get a grip on oneself ☐ get a grip on sth ☐ get a head start ☐ get a job ☐ get a kick out of (doing) sth ☐ get a life ☐ get a line on ☐ get a load of ☐ get a rise out of sb ☐ get a taste of one's own medicine ☐ get a wiggle on ☐ get a wild hair (up one's ass) ☐ get a word in edgewise ☐ get an earful ☐ get an even break ☐ get away from it all ☐ get back to the table ☐ get bent out of shape ☐ get brownie points ☐ get carried away ☐ get caught in the crossfire ☐ get cold feet ☐ get cracking ☐ get cute with sb ☐ get down to brass tacks ☐ get down to business ☐ get down to the (real) nitty gritty ☐ get even with sb ☐ get fresh with sb ☐ get hitched ☐ get hung up on sth ☐ get in a lather ☐ get in a rut ☐ get in gear ☐ get in on the act ☐ get in over one's head ☐ get in touch with sb ☐ get in touch with sth ☐ get in under the wire ☐ get into one's head ☐ get into the swing (of sth) ☐ get it into one's head ☐ get it on ☐ get it together ☐ get it up ☐ get lost ☐ get lost in the shuffle ☐ get more bang for one's buck ☐ get more than you bargained for ☐ get no change out of sb ☐ get off my back ☐ get off on the right foot ☐ get off on the wrong foot ☐ get off one's case ☐ get off one's high horse ☐ get off the ground ☐ get off to a flying start ☐ get on famously ☐ get on one's case ☐ get on one's high horse ☐ get on one's nerves ☐ get on one's soapbox ☐ get on the same page ☐ get on the wrong side of sb ☐ get one's act together ☐ get one's ass in gear ☐ get one's back up ☐ get one's bearings ☐ get one's claws into sb ☐ get one's comeuppance ☐ get one's dander up ☐ get one's drift ☐ get one's feet wet ☐ get one's fingers burnt ☐ get one's foot in the door ☐ get one's goat ☐ get one's hands dirty ☐ get one's just deserts ☐ get one's kicks from sth ☐ get one's panties in a bunch ☐ get one's rocks off ☐ get one's second wind ☐ get one's shit together ☐ get one's walking papers ☐ get oneself to blame ☐ get out of hand ☐ get out of here ☐ get out of my face ☐ get over the hump ☐ get pumped up ☐ get real ☐ get sb back to the table ☐ get sb off one's back ☐ get sb out of one's hair ☐ get sb out of one's system ☐ get short shrift ☐ get steamed up ☐ get sth off one's chest ☐ get sth straight ☐ get the better of sb ☐ get the brush-off ☐ get the bum's

get

rush □ get the chop □ get the feel of sth □ get the goods on sb □ get the green light □ get the handle on □ get the hang of sth □ get the heave-ho □ get the hump □ get the jump on sb □ get the lead out □ get the nod □ get the picture □ get the scoop (on sb) □ get the shaft □ get the short end □ get the show on the road □ get the skinny on □ get the thumbs up □ get the upper hand □ get this □ get to first base □ get to grips with sth □ get to the bottom of sth □ get too big for one's britches □ get under one's feet □ get under one's skin □ get under way □ get up on the wrong side of the bed □ get what's coming to □ get wind of sth □ get wise to □ get with the program □ get your ducks in a row □ be in one's bad books □ be in one's good books □ be like getting blood out of a stone □ be off the (starting) blocks □ don't get me wrong □ everything one can lay one's hands on □ give as good as you get □ go back to basics □ have butterflies □ have sb over a barrel □ have sth down to a fine art □ have sth under one's belt □ if you can't stand the heat, get out of the kitchen □ if you pay peanuts, you get monkeys □ nice work if sb can get it □ not get a word in edgewise □ not sleep a wink □ play hard to get □ put one's two cents' worth in □ shit or get off the pot □ start the ball rolling □ the early-bird catches the worm □ the squeaky wheel (gets the grease) □ when it comes (right) down to it □ when the going gets tough □ where does sb get off (doing sth) □ will get there

get (right) down to the wire → come down to the wire

get a bigger bang for one's buck → get more bang for one's buck

get a black eye with sb → give sb a black eye

get a crack at sth → have a crack at sth

get a dose of one's own medicine → get a taste of one's own medicine

get a free hand in doing sth → have a free hand in doing sth

get a frog in one's throat → have a frog in one's throat

get a lot of flak → catch flak

get a second wind → get one's second wind

get along famously → get on famously

get back on one's feet → be back on one's feet

get back to basics → go back to basics

get butterflies (in one's stomach) → have butterflies

get done for (doing sth) → be done for

get fed up → be fed up

get het up → be het up

get hot under the collar → be hot under the collar

get in on the ground floor → be in on the ground floor

get in one's good book → be in one's good books

get into arrears → be in arrears

get into bad company → keep bad company

get into gear → get in gear

get into the wrong hands → fall into the wrong hands

get it out of one's system → get sb out of one's system

get it through one's head → get it into one's head

get keyed up → be keyed up

get off lightly → let off lightly

get off one's back → get off one's case

get off one's tail → get off one's case

get off the (starting) blocks → be off the (starting) blocks

get on a soapbox → get on one's soapbox

get one's (own) house in order → put one's (own) house in order

get one's butt in gear → get one's ass in gear

get one's day in court → have one's day in court

get one's eye on → have one's eye on

get one's hands on sth → lay one's hands on sth

get one's head together → put one's heads together

get one's heart on → set one's heart on

get one's knuckles rapped → be given a rap on the knuckles

get one's teeth into sth → sink one's teeth into sth

get one's two cents' worth in → put one's two cents' worth in

get one's wires crossed → have one's wires crossed

get out of bed the wrong way → get up on the wrong side of the bed

get out of control → be out of control

get out of line → be (way) out of line

get out of one's hair → be out of one's hair

get out of the blocks → be off the (starting) blocks

get out the kinks → work out the kinks

get sb off the hook → let sb off the hook

get sb over a barrel → have sb over a barrel

get shafted → get the shaft

get smart with sb → get cute with sb

get sth down to a fine art → have sth down to a fine art

get sth out of one's system → get sb out of one's system

get sth under control → bring sth under control

get sth under one's belt → have sth under one's belt

get stuck in a rut → get in a rut

get the ax

get the ball rolling → start the ball rolling

get the best of both worlds → the best of both worlds

get the best of sth → have the best of sth

get the better of sth → get the better of sb

get the brass ring → go for the brass ring

get the drift of sth → get one's drift

get the feel of doing sth → get the feel of sth

get the hots for sb → have the hots for sb

get the last laugh (on sb) → have the last laugh (on sb)

get the old heave-ho → get the heave-ho

get the short end of the stick → get the short end

get the wheels turning → keep the wheels turning

get thrown in(to) the deep end → be thrown in(to) the deep end

get up a head of steam → build up a head of steam

get worked up about sth → all worked up (over sth)

get-go → from the get-go

GETTING

□ getting above oneself □ getting warm □ be getting on □ be getting there

GHOST

□ as white as a ghost □ give up the ghost □ not have a ghost of a chance

GIFT

□ gift of (the) gab □ don't look a gift horse in the mouth

GIGO

□ garbage in, garbage out

GILD

□ gild the lily

GILL

□ green around the gills □ to the gills

GIRD

□ gird one's loins

gird up one's loins → gird one's loins

GIRL

□ the boy next door

GIVE

□ give 'em hell □ give a good account of oneself □ give and take □ give as good as you get □ give birth to □ give chase □ give credit where credit is due □ give it to me straight □ give me a break □ give me five □ give me some skin □ give me sth any day □ give me strength □ give more bang for one's buck □ give no quarter □ give one's eye teeth to do sth □ give or take □ give sb a big hand □ give sb a black eye □ give sb a blank check □ give sb a break □ give sb a bum steer □ give sb a buzz □ give sb a clean bill of health □ give sb a dirty look □ give sb a fighting chance □ give sb a free hand □ give sb a hand □

give sb a hard time □ give sb a head start □ give sb a piece of one's mind □ give sb a run for one's money □ give sb a shot (at) □ give sb a taste of their own medicine □ give sb a tongue-lashing □ give sb a wide berth □ give sb an earful □ give sb an inch (and he will take a mile) □ give sb carte blanche □ give sb credit (for sth) □ give sb enough rope (and they'll hang themselves) □ give sb free rein □ give sb grief □ give sb hell □ give sb one's due □ give sb one's head □ give sb one's word □ give sb pause (for thought) □ give sb shit □ give sb the (old) heave-ho □ give sb the benefit of the doubt □ give sb the bird □ give sb the boot □ give sb the brush-off □ give sb the creeps □ give sb the eye □ give sb the green light □ give sb the hairy eyeball □ give sb the run-around □ give sb the shirt off one's back □ give sb the shivers □ give sb the silent treatment □ give sb the third degree □ give sb the thumbs down □ give sb the thumbs up □ give sb the willies □ give sth a bad name □ give sth a boot □ give sth a flying start □ give sth a lick and a promise □ give sth a shot □ give sth a whirl □ give sth one's best shot □ give sth the old college try □ give the devil his due □ give the game away □ give the lie to sth □ give up the ghost □ give voice to □ don't give a hoot □ don't give me that □ don't quit one's day job □ food for thought □ given half a chance □ I'll give sb that □ let sb have (it with) both barrels □ not give a (flying) fuck □ not give a fig about □ not give a shit □ not give sb the time of day □ three guesses □ what gives

give a poor account of oneself → give a good account of oneself

give free rein to sth → give sb free rein

give ground → lose ground

give oneself a pat on the back → pat oneself on the back

give sb a (big) pat on the back → pat sb on the back

give sb a flying start → give sth a flying start

give sb a green light → give sb the green light

give sb a hard time → bust one's balls

give sb a helping hand → give sb a hand

give sb a lot of rope → give sb enough rope (and they'll hang themselves)

give sb both barrels → let sb have (it with) both barrels

give sb the old heave-ho → give sb the heave-ho

give sth a green light → give sb the green light

give sth a wide berth → give sb a wide berth

give sth free rein → give sb free rein

give sth the green light → give sb the green light

give sth the thumbs down → give sb the thumbs down

give sth the thumbs up → give sb the thumbs up

give the skinny on → get the skinny on

GIVEN
□ given half a chance □ get one's walking papers □ get short shrift □ get the chop

GLAD
□ I'm glad to say

GLADLY
□ not suffer fools

GLANCE
□ at a glance □ at first glance

GLASS
□ glass ceiling □ people who live in glass houses

GLASSES
□ see sth through rose-coloured glasses

GLEAM
□ gleam in one's eye

GLITTER
□ all that glitters is not gold

globe □ from the four corners of the earth

GLOOM
□ all doom and gloom

GLORY
□ glory days □ bask in one's reflected glory □ go out in a blaze of glory □ go to glory

GLOSS
□ gloss over sth □ put a gloss on sth

GLOVE
□ fit sb like a glove □ hand in glove □ iron fist in a velvet glove □ kid-gloves □ the gloves are off □ treat sb with kid gloves

GLUE
□ keep one's eyes glued to sth

GLUTTON
□ glutton for punishment

GNASH
□ gnash one's teeth

GNASHING
□ teeth-gnashing

GNAWING
□ gnawing at sb

GO
□ go about one's business □ go against the current □ go against the grain □ go all out □ go all the way □ go along for the ride □ go and do sth □ go ape □ go around one's ass to get to one's elbow □ go as far as to do sth □ go astray □ go back a long way □ go back to basics □ go back to the drawing board □ go ballistic □ go bananas □ go beet-red □ go belly-up □ go both ways □ go bust □ go by the board □ go cap in hand to □ go commando □ go down a bomb □ go down like a lead balloon □ go down like a rat sandwich □ go down on one's knees □ go down the drain □ go down the route □ go down well □ go downhill □ go Dutch (with sb) □ go easy on sb □ go easy on sth □ go far □ go far enough □ go fly a kite □ go flying □ go for broke □ go for it □ go for the brass ring □ go for the jugular □ go full steam ahead (with) □ go further □ go hand in hand (with) □ go hat in hand □ go haywire □ go head to head (with sb) □ go hog wild □ go in one ear and out the other □ go into a tailspin □ go into detail(s) □ go into freefall □ go into sth with one's eyes (wide) open/closed □ go it alone □ go jump in a lake □ go like a lamb to the slaughter □ go like clockwork □ go native □ go nuts □ go off at half-cocked □ go off on a tangent □ go off the boil □ go off the deep end □ go off the rails □ go on a run □ go on the wagon □ go on with you □ go one better (than) □ go one's own way □ go out (of) the window □ go out in a blaze of glory □ go out of one's way to do sth □ go out on a limb □ go out with a bang □ go over big with sb □ go over one's head □ go over the edge □ go over the same ground □ go over the top □ go piss up a rope □ go postal (on sb) □ go public □ go sour □ go south □ go stag □ go swimmingly □ go the distance □ go the way of □ go the whole hog □ go through a bad patch □ go through hell (and back) □ go through sth like a (hot) knife through butter □ go through sth with a fine-tooth comb □ go through the roof □ go through the wringer □ go to a lot of trouble □ go to bat for □ go to glory □ go to great lengths to do sth □ go to hell in a handbasket □ go to one's head □ go to pieces □ go to pot □ go to rack and ruin □ go to seed □ go to the bad □ go to the ends of the earth □ go to the expense of sth □ go to the wall □ go to town □ go toes up □ go toe-to-toe (with sb) □ go too far □ go under the knife □ go underground □ go up in smoke □ go with the flow □ go without □ all systems (are) go □ anything goes □ as far as sth goes □ at one go □ bang go sth □ be all go □ be going begging □ be going to □ be on the blink □ be raring to go □ come and go □ come full circle □ do sth by the book □ don't go doing sth□ easy come, easy go □ from the word go □ good to go □ have a go □ have a long way to go □ here goes □ I'm not gonna go there □ it goes without saying □ like it's going out of fashion □ make a go of sth □ make sb go through (the) hoops □ no go □ not able to go on □ on the go □ one's elevator doesn't go all the way to the top □ one's heart goes out to sb □ tell sb where to go □ that's (just) the way it goes □ the balloon goes up □ there you go □ things go from bad to worst □ things that go bump in the night □ touch and go □ watch the world go by □ way to go □ what goes around comes around □ you can't go wrong (with)

go (like) a bomb → go down a bomb

go (right) down to the wire → come down to the wire

go against the tide → swim against the tide

goalpost

go ahead knock oneself out → knock oneself out
go and jump in a lake → go jump in a lake
go back to the table → get back to the table
go by the book → do sth by the book
go by the wayside → fall by the wayside
go cap in hand → go hat in hand
go deep → run deep
go down in the world → come down in the world
go down like a turd in a swimming pool → go down like a rat sandwich
go down on bended knees → go down on one's knees
go down the drain → down the drain
go down the plughole → down the drain
go down the toilet → go down the drain
go down the tubes → go down the drain
go full circle → come full circle
go in for the kill → move in for the kill
go like a dream → run like a dream
go like hotcakes → sell like hotcakes
go like the wind → run like the wind
go nuclear → go ballistic
go on knock oneself out → knock oneself out
go on the blink → be on the blink
go out with the ark → out of the ark
go over sth with a fine-tooth comb → go through sth with a fine-tooth comb
go right to one's head → go to one's head
go so far as to do sth → go so far as to do sth
go straight to one's head → go to one's head
go that far → go too far
go the full distance → go the distance
go this far → go too far
go through a difficult patch → go through a bad patch
go through a rough patch → go through a bad patch
go through the ceiling → go through the roof

go to the dogs → go to hell in a handbasket
go under the hammer → come under the hammer
go up in flames → go up in smoke
go up the ladder → climb the ladder
go way back → go back a long way
go with the territory → come with the territory

GOALPOST
□ move the goalposts

GOAT
□ get one's goat

GOD
□ God willing and the creek don't rise □ God's gift to □ act of God □ pray to the porcelain God □ ye gods □ put the fear of God into sb □ so help me (God)

GODMOTHER
□ fairy godmother

GOING
□ going around in circles □ going cheap □ going great guns □ a lot going for sb □ be going one's way □ got it going on □ have a good thing going □ heavy going □ how are things (going) □ like it's going out of fashion □ not have much upstairs □ not know whether one is coming or going □ when the going gets tough □ while the going is good

going down like flies → dropping like flies

GOLD
□ all that glitters is not gold □ good as gold □ have a heart of gold □ like gold dust □ strike gold □ the end of the rainbow □ there's gold in them there □ worth one's weight in gold

GOLDBERG
□ Rube Goldberg

GOLDEN
□ golden handcuffs □ golden handshake □ kill the goose that lays the golden egg □ the golden rule

golden parachute → golden handshake

GOLDMINE
□ sitting on a goldmine

GONE
□ a lot of water has gone under the bridge since □ dead and gone □ here today gone tomorrow

GONNA
□ I'm not gonna go there

GOOD
□ good and □ good answer □ good as done □ good as gold □ good as one's word □ good deed for the day □ good egg □ good guy □ good news for sb □ good press □ good question □ good to go □ a fat lot of good it does □ a good few □ a wink's as good as a nod (to a blind man) □ all good things (must) come to an end □ all to the good □ as good as □ at a fast clip □ be good friends □ be in one's good books □ do a good (bad) job (on sth) □ do good □ do sb a world of good □ feel good □ for good □ give a good account of oneself □ give as good as you get □ have a good head on one's shoulders □ have a good thing going □ have an eye for sth □ in conscience □ in good company □ in good faith □ in one's good graces □ in one's own good time □ make good one's escape □ no news is good news □ one good turn deserves another □ onto a good thing □ put in a (good) word for sb □ put sb in a new light □ put sth to good account □ quite a few □ safe bet □ show sb a good time □ so far, so good □ stand sb in good stead □ the good old days □ the road to hell is paved with good intentions □ to advantage □ to good effect □ up to no good □ up to sth □ well and good □ while the going is good □ with good grace □ your guess is as good as mine

good bet → safe bet

GOODBYE
□ goodbye sth (and) hello sth □ kiss sth goodbye

GOODNESS
□ out of the goodness of one's heart

GOODS
□ deliver the goods □ get the goods on sb □ sell a bill of goods

GOOSE
□ cook one's goose □ kill the goose that lays the golden egg □ not say boo to a goose □ sauce for the goose (is sauce for the gander) □ wild goose chase

GORDIAN
□ cut the Gordian knot

GORGE
□ make one's gorge rise

GOSPEL
□ take sth as gospel

GOT
□ got it going on □ be got it bad (for sb) □ cat got your tongue □ have it in for sb □ have sth licked □ have to hand it to sb □ like the cat that ate the canary □ name it (one's got it) □ what got into sb

GOTTEN
□ ill-gotten gains

GRAB
□ grab sb by the throat □ grab the headlines □ up for grabs

grab for the brass ring → go for the brass ring

grab sth by the scruff of the neck → take sth by the scruff of the neck

grab sth by the throat → grab sb by the throat

GRABBING
□ headline-grabbing

GRACE
□ grace sb with one's presence □ fall from grace □ in one's good graces □ saving grace □ with bad grace □ with good grace □ airs and graces

GRADE
□ make the grade

GRAIN
□ against the grain □ go against the grain □ take sth with a grain of salt

GRAND
□ the grand old age

Grand Central Station → busy as Grand Central Station

GRANT
□ in the (grant) scheme of things

GRANTED
□ take sb for granted
GRAPE
□ sour grapes
GRAPEVINE
□ hear sth through the grapevine
GRASPING
□ be grasping at straws
GRASS
□ let the grass grow under one's feet □ snake in the grass □ the grass is (always) greener □ the grass roots
GRASSHOPPER
□ knee-high to a grasshopper
GRASS-ROOTS
□ grass-roots
GRAVE
□ dig one's own grave □ from the cradle to the grave □ have one foot in the grave □ quiet as the grave □ turn over in one's grave
GRAVY
□ gravy train □ gravy train
GRAY
□ gray area
GREASE
□ grease one's palm □ elbow grease □ quick as greased lightning □ the squeaky wheel (gets the grease)
GREASED
□ like (greased) lightning
GREAT
□ great believer in sth □ dirty great □ go to great lengths to do sth □ going great guns □ no great shakes □ set (great) store by sth □ take (great) exception to sth
GREEK
□ it's Greek to me
GREEN
□ green around the gills □ green with envy □ get the green light □ give sb the green light □ have a green thumb
GREENER
□ the grass is (always) greener

greener pastures → new pastures
GREET
greet sb with open arms → welcome sb with open arms
GRIEF
□ come to grief □ give sb grief

grievance □ air one's grievances
GRIN
□ grin and bear it □ grin like a Cheshire cat □ wipe the grin off one's face

grin from ear to ear → smile from ear to ear
GRIND
□ grind to a halt □ have an axe to grind
GRINDING
□ bring sth to a grinding halt
GRINDSTONE
□ have one's nose to the grindstone
GRIP
□ get a grip on oneself □ get a grip on sth □ get to grips with sth □ in the grip of sth □ lose your grip
GRIST
□ be grist for the mill
GRIT
□ grit one's teeth
GRITTY
□ get down to the (real) nitty gritty
GROOVE
□ in the groove
GROUND
□ be grounded on sth □ be in on the ground floor □ break new ground □ common ground □ cover a lot of ground □ gain ground □ get off the ground □ go over the same ground □ have one's feet (firmly) on the ground □ hit the ground running □ hold one's ground □ keep an ear to the ground □ lose ground □ not know one's ass from a hole in the ground □ old stomping ground □ on dangerous ground □ on home turf □ on the ground □ prepare the ground □ regain lost ground □ run oneself into the ground □ run sb into the ground □ run sth into the ground □ safe ground □ shift one's ground

□ take the moral high ground □ thick on the ground □ thin on the ground □ worship the ground sb walks on

GROW

□ absence makes the heart grow fonder □ do not grow on tree □ let the grass grow under one's feet

GROWING

□ growing pains

GUARANTEED

□ be guaranteed to do sth

GUARD

□ guard one's tongue □ catch sb off guard □ lower one's guard □ old-guard □ on one's guard □ stand guard over sth □ the old guard

GUESS

□ anybody's guess □ keep sb guessing □ three guesses □ your guess is as good as mine

GUEST

□ be my guest

GUILT

□ lay a guilt trip on sb

GUINEA

□ guinea pig

GUMS

□ flap one's gums

GUN

□ big gun □ going great guns □ hold a gun to one's head □ jump the gun □ smoking gun □ son of a bitch □ stick to one's guns □ under the gun □ with guns blazing

GUNNING

□ gunning for sb □ gunning for sb

GUT

□ gut reaction □ gut-level □ at gut level □ bust a gut □ hate one's guts □ have one's guts for garters □ slogged my guts out □ spill one's guts

GUY

□ bad guy □ fall guy □ good guy □ no more Mr Nice Guy

HABIT

□ creature of habit □ force of habit □ old habits die hard

HACK

□ can hack it

HACKLE

□ raise one's hackles

HAD

□ had better do sth

had best do sth → had better do sth

HAIR

□ hair of the dog (that bit you) □ hair shirt □ hair-splitting □ bad hair day □ be out of one's hair □ be within a hair's breadth of doing sth □ get a wild hair □ get sb out of one's hair □ let one's hair down □ make one's hair curl □ not see hide nor hair of sb □ pull one's hair out □ put hair on one's chest □ split hairs

HAIRY

□ give sb the hairy eyeball

HALCYON

□ halcyon days

HALE

□ hale and hearty

HALF

□ half a loaf (is better than none) □ half the battle □ better half □ don't know the half of it □ given half a chance □ go off at half-cocked □ have half a mind to do sth □ have one eye on sth □ listen with half an ear □ see how the other half lives □ six of one, half a dozen of the other

HALFWAY

□ meet sb halfway

HALT

□ bring sth to a grinding halt □ grind to a halt

HAM

□ ham it up

HAMMER

□ hammer sth home □ come under the hammer □ take a beating

hammer sth home to sb → drive sth home

1101

hand

to sb
HAND
□ hand in glove □ hand on the baton □ hand sth to sb on a (silver) platter □ hand-holding □ hand-over-fist □ hands are tied □ hands-down □ hand-to-mouth □ a bird in the hand is worth two in the bush □ all hands on deck □ at hand □ at the hands of sb □ be putty in one's hands □ bite the hand that feeds sb □ can do sth with one hand tied behind one's back □ catch sb with one's hand in the cookie jar □ change hands □ close at hand □ count on (the fingers of) one hand □ dig into one's pocket □ dirty one's hand □ dismiss sth out of hand □ do sth with one hand tied behind one's back □ eat out of one's hand □ everything one can lay one's hands on □ fall into the wrong hands □ firm hand □ first-hand □ force one's hand □ get one's hands dirty □ get out of hand □ get the upper hand □ give sb a big hand □ give sb a free hand □ give sb a hand □ go cap in hand to □ go hand in hand □ go hat in hand □ have a free hand in doing sth □ have a hand in (doing) sth □ have one's blood on one's hands □ have one's hands full □ have sb eating out of (the palm of) one's hand □ have sb in the palm of one's hand □ have sth on hand □ have sth on one's hands □ have time in one's hands □ have to hand it to sb □ heavy hand (of) □ hold one's hand □ in safe hands □ in the hands of sb □ keep one's hand in □ know sth like the back of one's hand □ lay one's hands on sth □ live hand to mouth □ make money hand over fist □ need a hand □ off one's hand □ old hand (at sth) □ on hand □ on the other hand □ one's right-hand man □ out of one's hands □ play (right) into one's hands □ put one's life in one's hands □ sit on one's hands □ take one's courage in both hands □ take one's life in one's (own) hands □ take sb in hand □ take sb off one's hand □ take sth in hand □ take the law into one's own hands □ the dead hand of sth □ the devil makes work for idle hands □ the right hand doesn't know what the left hand is doing □ try one's hand at sth □ turn one's hand to sth □ wait on one's hand and foot □ wash one's hands of sb □ win hands down □ with one's bare hands □ work hand-in-hand □ wring one's hand □ wring one's hands

hand on the torch → pass the torch

hand-in-glove → hand in glove

HANDBASKET
□ go to hell in a handbasket

HANDCUFFS
□ golden handcuffs

HANDLE
□ fly off the handle □ get the handle on

handle sb with kid gloves → treat sb with kid gloves

HANDSHAKE
□ golden handshake

HANDWRITING
□ the writing on the wall

HANDY
□ come in handy

HANG
□ hang a BA □ hang a left □ hang by a thread □ hang by one's fingernails □ hang fire □ hang in the balance □ hang in there □ hang loose □ hang on one's every word □ hang one's hat □ hang out one's shingle □ hang sb out to dry □ hang up one's □ hang up one's hat □ an ax is hanging over □ get the hang of sth □ give sb enough rope (and they'll hang themselves) □ leave sb hanging □ let it all hang out

hang a right → hang a left

hang on by one's fingernails → hang by one's fingernails

hang on in there → hang in there

hang on one's words → hang on one's every word

HANGING
□ hanging over one's head □ sword of Damocles (hanging over one's head)

HAPPEN
□ an accident waiting to happen □ shit happens

HAPPENED
□ stranger things have happened

happened behind the scenes → be done

behind the scenes

HAPPY
□ happy as a clam □ happy as a pig in shit □ happy camper □ happy event □ happy medium

happy as a lark → happy as a clam

HARD
□ hard and fast rules □ hard as nails □ hard at it □ hard cash □ hard knocks □ hard put to do sth □ hard to come by □ hard to swallow □ hard-luck story □ bear heavily on sb □ between a rock and a hard place □ come down hard on sb □ come on the heels of sth □ drive a hard bargain □ fall on hard times □ find sth difficult to stomach □ give sb a hard time □ have a tough row to hoe □ learn sth the hard way □ no hard feelings □ old habits die hard □ play hard to get □ take a hard line □ take a long, hard look at □ take sth hard □ the hard sell □ the hard stuff

hard nut to crack → tough nut to crack

hard pressed to do sth → hard put to do sth

hard to take → hard to swallow

HARDBALL
□ play hardball

HARE
□ mad as a March hare

HARM
□ wouldn't hurt a fly

HARNESS
□ in harness

HARRIET
□ any Tom, Dick, and Harry

HARRY
□ any Tom, Dick, and Harry

HARVEST
□ reap the harvest

HASH
□ sling hash

HASTE
□ haste makes waste

HASTY
□ beat a (hasty) retreat

HAT
□ black hat □ do sth at the drop of a hat □ go cap in hand to □ go hat in hand □ hang one's hat □ hang up one's hat □ I'll eat my hat □ keep sth under one's hat □ old hat □ pass the hat □ pull sth out of a hat □ take one's hat off to sb □ talking through one's hat □ throw one's hat into the ring □ white hat

HATBAND
□ tight as Dick's hatband

HATCH
□ batten down the hatches □ count one's chickens (before they're hatched) □ down the hatch

HATCHET
□ hatchet job (on) □ hatchet man □ bury the hatchet

HATE
□ hate one's guts

HATH
□ hell hath no fury

HATTER
□ as mad as a hatter

HAUL
□ haul ass □ in the long run □ long haul

haul butt → haul ass

HAVE
□ have a ball □ have a bash □ have a bee in one's bonnet (about sth) □ have a bellyful of sth □ have a big heart □ have a big mouth □ have a bone to pick with sb □ have a brain fart □ have a brainstorm □ have a bun in the oven □ have a chance in hell (of) □ have a chip on one's shoulder □ have a close mind (about) □ have a cow □ have a crack at sth □ have a crew (or two) loose □ have a dekko □ have a feel for sth □ have a field day □ have a fighting chance □ have a finger in every pie □ have a finger on the pulse □ have a fire in one's belly □ have a fit □ have a foot in both camps □ have a free hand in doing sth □ have a frog in one's throat □ have a go □ have a good head on one's shoulders □ have a good mind to do sth have a good thing going □ have a green thumb □ have a

1103

have

hand in (doing) sth □ have a heart □ have a heart of gold □ have a heart of stone □ have a hollow leg □ have a jaw □ have a lead foot □ have a long way to go □ have a lot on one's plate □ have a memory like a sieve □ have a memory like an elephant □ have a mind of one's own have a nose for sth □ have a one-track mind □ have a passing acquaintance with □ have a run-in with sb □ have a sneaking suspicion □ have a soft spot for sb □ have a stick up one's butt □ have a sweet tooth □ have a thing about □ have a tough row to hoe □ have a way with □ have a whale of a time □ have a word (with sb) □ have all the time in the world □ have an attitude (problem) □ have an axe to grind □ have an easy time (of it) □ have an eye for sth □ have an open mind (about) □ have another think coming □ have ants in one's pants □ have arrived □ have bats in the belfry □ have been around the block (a few times) □ have been had □ have butterflies (in one's stomach) □ have claim on □ have come a long way □ have designs on □ have dibs on sth □ have egg on one's face □ have eyes in the back of one's head □ have first call on sb □ have friends in high places □ have had (sth) bypass □ have had enough of sth □ have had it up to here (with) □ have had one too many □ have had one's bell rung □ have had one's day □ have had one's fill (of) □ have half a mind to do sth □ have holes in one's head □ have it coming (to sb) □ have it in for sb □ have it out with sb □ have legs □ have many irons in the fire □ have money to burn □ have no business doing sth □ have no time for □ have nothing between the ears □ have on good authority that □ have one eye on sth □ have one foot in the grave □ have one's arm twisted □ have one's back against the wall □ have one's blood on one's hands □ have one's cake and eat it (too) □ have one's day in court □ have one's doubt about sth □ have one's ear □ have one's eye on □ have one's feet (firmly) on the ground □ have one's guts for garters □ have one's hands full □ have one's head in the clouds □ have one's head screwed on (right / the right way) □ have one's head up one's ass □ have one's hide □ have one's name on it □ have one's nose to the grindstone □ have one's number □ have one's pound of flesh □ have one's wicked way with sb □ have one's wires crossed □ have one's work cut out for □ have other fish to fry □ have rocks in one's head □ have rough edges □ have sb by the balls □ have sb eating out of (the palm of) one's hand □ have sb in one's sights □ have sb in stitches □ have sb in the palm of one's hand □ have sb on a string □ have sb over a barrel □ have sb pegged □ have sb right where you want them □ have second thoughts (about) □ have seen better days □ have short fuse □ have stars in one's eyes □ have steam coming out of one's ears □ have sth at one's fingertips □ have sth between the ears □ have sth coming out of one's ears □ have sth down pat □ have sth down to a fine art □ have sth in common with □ have sth in the bag □ have sth licked □ have sth on hand □ have sth on one's hands □ have sth on one's mind □ have sth on one's side □ have sth on the brain □ have sth shoved down one's throat □ have sth that (just) won't quit □ have sth to one's credit □ have sth to prove □ have sth under one's belt □ have sth up one's sleeve □ have sticky fingers □ have the best of sth □ have the brass neck to do sth □ have the courtesy to do sth □ have the edge over □ have the face to do sth □ have the hots for sb □ have the inside track □ have the last laugh (on sb) □ have the last word □ have the magic touch □ have the makings of sth □ have the munchies □ have the time of one's life □ have the world at one's feet □ have thick skin □ have time in one's hands □ have to hand it to sb □ have two left feet □ have verbal diarrhea □ have visions of (doing) sth □ have what it takes □ have words (with sb) □ have worms for breakfast □ have your wits about you □ and what have you □ as chance would have it □ as luck would have it □ bought it □ bury one's head in the sand □ do I have to draw you a map □ don't have the heart to do sth □ every dog has its day □ everyone has their price □ have one's cake and eat it too □ let sb have it □ not have a bean □ not have a dog's chance □ not have a ghost of a chance □ not have a leg to stand

have

on □ not have a pot to piss in □ not have a prayer (of doing sth) □ not have all day □ not have much in the way of □ not have the faintest idea □ not have the foggiest □ not have the stomach for sth □ not have two cents to rub together □ only have eyes for sb □ the haves and have-nots □ you can't have it both ways

have (got) to do with → be to do with

have (more than) enough on one's plate → have a lot on one's plate

have a card up one's sleeve → have sth up one's sleeve

have a corner on the market → get a corner on the market

have a fix on → get a fix on

have a foot in each camp → have a foot in both camps

have a foot in either camp → have a foot in both camps

have a foot in every camp → have a foot in both camps

have a good eye for sth → have an eye for sth

have a hard row to hoe → have a tough row to hoe

have a head start → get a head start

have a hollow ring → ring hollow

have a lot to prove → have sth to prove

have a snowball's chance in hell → have a chance in hell (of)

have a stick up one's ass → have a stick up one's butt

have a stick up one's behind → have a stick up one's butt

have a trick up one's sleeve → have sth up one's sleeve

have a wild hair → get a wild hair

have an ace up one's sleeve → have sth up one's sleeve

have an ear cocked for sth → keep an ear out (for sth)

have an ear out (for sth) → keep an ear out (for sth)

have bats in one's belfry → have bats in the belfry

have bigger fish to fry → have other fish to fry

have both feet (firmly) on the ground → have one's feet (firmly) on the ground

have bought it → bought it

have cold feet → get cold feet

have diarrhea of the mouth → have verbal diarrhea

have dollar signs in your eyes → see dollar signs

have done with → be done with

have egg all over one's face → have egg on one's face

have first call on sth → have first call on sb

have got it in for sb → have it in for sb

have got sth licked → have sth licked

have got to hand it to sb → have to hand it to sb

have had a few many → have had one too many

have had it → have had it up to here

have half an eye on sth → have one eye on sth

have hollow legs → have a hollow leg

have hope in hell (of) → have a chance in hell (of)

have it on good authority that → have on good authority that

have known better days → have seen better days

have no call to do sth → there is no call to do sth

have no clue → not have a clue

have no equal → without equal

have one's back to the wall → have one's back against the wall

have one's feet wet → get one's feet wet

have one's fingers burnt → get one's fingers burnt

have one's heart in one's mouth → one's heart in one's mouth

have one's heart set on → set one's heart on

having

have one's knuckles rapped → be given a rap on the knuckles

have oneself to blame → get oneself to blame

have other irons in the fire → have many irons in the fire

have sb just where you want them → have sb right where you want them

have several irons in the fire → have many irons in the fire

have sth forced down one's throat → have sth shoved down one's throat

have sth in one's sights → have sb in one's sights

have sth pegged → have sb pegged

have sth pushed down one's throat → have sth shoved down one's throat

have sth rammed down one's throat → have sth shoved down one's throat

have sth thrust down one's throat → have sth shoved down one's throat

have sth under control → bring sth under control

have the best of both worlds → the best of both worlds

have the brass nerve to do sth → have the brass neck to do sth

have the cat got one's tongue → cat got one's tongue

have the edge on → have the edge over

have the final word → have the last word

have the goods on sb → get the goods on sb

have the handle on → get the handle on

have the jump on sb → get the jump on sb

have the memory of an elephant → have a memory like an elephant

have the shirt off one's back → take the shirt off one's back

have the upper hand → get the upper hand

have time on one's side → time is on one's side

have-nots → the haves and have-nots

HAVING
□ be not having any (of it)

HAVOC
□ wreak havoc

HAW
□ hem and haw

HAWK
□ watch sb like a hawk

HAY
□ a roll in the hay □ hit the sack □ make hay (while the sun shines)

HAYSTACK
□ a needle in a haystack

HAYWIRE
□ go haywire

HE
□ he who laughs last laughs longest □ he who pays the piper calls the tune

he laughs best who laughs last → he who laughs last laughs longest

he who laughs last laughs best → he who laughs last laughs longest

he who laughs last laughs loudest → he who laughs last laughs longest

HEAD
□ head case □ head-in-the-sand □ heads up □ heads will roll □ head-scratching □ head-to-head □ head-to-toe □ able to do sth standing on one's head □ banging one's head against a wall □ be heading for a fall □ be like a bear with a sore head □ bite one's head off □ bring sth to a head □ build up a head of steam □ bury one's head in the sand □ butt heads with sb □ can't make head nor tail of sth □ come to a head □ cool-headed □ do sth standing on one's head □ fall head over heels (in love) □ from head to toe □ get a head start □ get in over one's head □ get into one's head □ get it into one's head □ give sb a head start □ give sb one's head □ go head to head (with sb) □ go over one's head □ go to one's head □ hanging over one's head □ have a good head on one's shoulders □ have eyes in the back of one's head □ have holes in one's head □ have one's head in the clouds □ have one's head

screwed on □ have one's head up one's ass □ have rocks in one's head □ hit the nail on the head □ hold a gun to one's head □ keep a cool head □ keep one's head □ keep one's head above water □ keep one's head down □ knock one's heads together □ laugh one's head off □ lose one's head □ need one's head examined □ need sth like a hole in the head □ off the top of one's head □ on a head trip □ one's eyes are popping □ one's head is buzzing (with sth) □ put one's head in a noose □ put one's head in the lion's mouth □ put one's head on the (chopping) block □ put one's heads together □ rear its (ugly) head □ scratch one's head □ stand head and shoulders above □ stand on one's head □ sword of Damocles (hanging over one's head) □ take one's head out of the sand □ turn heads □ turn one's head □ turn sth on its head

HEADCASE
□ head case

HEADED
□ big-headed

HEADLIGHT
□ like a deer caught in the headlights

HEADLINE
□ headline-grabbing □ grab the headlines

HEALTH
□ a clean bill of health □ give sb a clean bill of health

HEALTHY
□ at a fast clip

HEAP
□ the bottom of the heap □ the top of the heap

HEAR
□ hear sth through the grapevine □ hear wedding bells □ can't hear oneself think □ I hear ya □ never hear the end of it □ not say a dicky bird □ you could hear a pin drop

hear sth on the grapevine → hear sth through the grapevine

HEARD
□ another country heard from □ I hear ya

HEARING
□ a fair hearing

HEART
□ heart is in the right place □ a change of heart □ a man after one's own heart □ absence makes the heart grow fonder □ after one's own heart □ at heart □ be engraved on one's mind □ bleeding heart □ break one's heart □ close to one's heart □ cross my heart □ cry one's eyes out □ don't have the heart to do sth □ eat one's heart out □ find it in one's heart □ follow one's heart □ from the heart □ have a big heart □ have a heart □ have a heart of gold □ have a heart of stone □ in one's heart of hearts □ lose heart □ my heart bleeds □ one's heart in one's mouth □ one's heart isn't in it □ one's heart skipped a beat □ one's heart goes out to sb □ one's heart's desire □ out of the goodness of one's heart □ pour out one's heart □ set one's heart on □ sick at heart □ strike at the heart of sth □ take heart □ take sth to heart □ to one's heart's content □ warm the cockles of one's heart □ way to one's heart □ wear one's heart on one's sleeve □ win one's heart □ with all one's heart □ young at heart

HEARTBEAT
□ in a heartbeat

HEARTBROKEN
□ heartbroken

HEARTED
□ big-hearted

HEARTSTRINGS
□ tug at one's heartstrings

HEARTY
□ hale and hearty

HEAT
□ if you can't stand the heat, get out of the kitchen □ in the heat of the moment □ the heat is off □ the heat is on □ turn up the heat

HEAVE-HO
□ get the heave-ho □ give sb the heave-ho

HEAVEN
□ in seventh heaven □ manna from heaven □ move heaven and earth to do sth □ pennies from heaven

HEAVILY
□ bear heavily on sb

HEAVY
□ heavy cross to bear □ heavy going □ heavy hand (of) □ pay the price for □ take its toll (on sth)

HEDGE
□ hedge one's bets

HEEL
□ bring sb to heel □ come on the heels of sth □ come to heel □ cool one's heels □ dig one's heels in □ down at the heels □ drag one's feet □ fall head over heels (in love) □ kick up one's heels □ take to one's heels □ the Achilles' heel of

HEIGHT
□ the dizzy heights of

HELL
□ hell for leather □ hell hath no fury (like a woman scorned) □ hell on earth □ hell on wheels □ hell's bells □ all hell breaks loose □ bent on (doing) sth □ catch hell □ do sth (just) for the hell of it □ give 'em hell □ give sb hell □ go through hell □ go to hell in a handbasket □ have a chance in hell (of) □ hot as hell □ it'll be a cold day in hell before □ like a bat out of hell □ living hell □ mad as hell □ raise hell □ shot to hell □ the road to hell is paved with good intentions □ there'll be hell to pay □ to hell with sb □ until hell freezes over □ when hell freezes over

hell or high water → come hell or high water

hell-bent on (doing) sth → bent on (doing) sth

HELLO
□ goodbye sth hello sth

HELLRAISER
□ hellraiser

HELP
□ a fat lot of good it does □ not able to help sth □ so help me (God)

HELPING
□ give sb a hand

HEM
□ hem and haw

HEN
□ mad as a wet hen □ scarce as hen's teeth

HERD
□ ride herd on sb

HERE
□ here goes □ here to stay □ here today (and) gone tomorrow □ here's mud in your eye □ downhill from here □ get out of here □ I'm out of here □ that's neither here nor there □ the buck stops here

here's the rub → there's the rub

HERO
□ hero worship □ unsung hero

hero-worship → hero worship

HERRING
□ red herring

HET
□ be het up

HIDDEN
□ hidden agenda

HIDE
□ hide one's light under a bushel □ bury one's head in the sand □ have one's hide □ not see hide nor hair of sb

hide a multitude of sins → cover a multitude of sins

HIGH
□ high and mighty □ high as a kite □ high as a kite □ high on oneself □ act high-and-mighty □ be riding high □ come hell or high water □ fly high □ from on high □ get off one's high horse □ get on one's high horse □ have friends in high places □ in high dudgeon □ in high gear □ it's high noon (for) □ it's high time (that) □ knee-high to a grasshopper □ leave sb high and dry □ live high on the hog □ pay the price for □ take the high road □ take the moral high ground

high as the sky → high as a kite

HIGHEST
□ the top rung of the ladder

HIKE
□ take a hike

HILL
□ not amount to a hill of beans □ old as the hills □ over the hill

HILT
□ to the hilt

HIMSELF
□ every man for himself

HINDSIGHT
□ hindsight is 20-20 □ with the hindsight

HIP
□ joined at the hip □ shoot from the hip

HISTORY
□ walking encyclopedia

HIT
□ hit a brick wall □ hit a home run □ hit and miss □ hit close to home □ hit home □ hit it off (with sb) □ hit list □ hit pay dirt □ hit rock bottom □ hit sb like a ton of bricks □ hit sb where it hurts □ hit stride □ hit the books □ hit the bottle □ hit the deck □ hit the fan □ hit the ground running □ hit the jackpot □ hit the mark □ hit the nail on the head □ hit the road □ hit the sack □ hit the skids □ hit the spot □ hit the wall □ be (hitting) below the belt □ be beat with an ugly stick □ go through a bad patch □ one didn't know what hit him/her □ one-hit wonder □ the shit hits the fan

hit a raw nerve → touch a raw nerve

hit a wall → hit the wall

hit hard times → fall on hard times

hit or miss → hit and miss

hit sth home to sb → drive sth home to sb

hit the ceiling → go through the roof

hit the dirt → hit the deck

hit the hay → hit the sack

hit the roof → go through the roof

HITCH
□ hitch one's wagon to sb

hitch one's wagon to a star → hitch one's wagon to sb

HOBSON
□ Hobson's choice

HOE
□ have a tough row to hoe

HOG
□ go hog wild □ go the whole hog □ in seventh heaven □ live high on the hog

HOIST
□ hoist with one's own petard

hoist by one's own petard → hoist with one's own petard

hoist on one's own petard → hoist with one's own petard

hoisted by one's own petard → hoist with one's own petard

hoisted with one's own petard → hoist with one's own petard

HOLD
□ hold a candle to □ hold a gun to one's head □ hold all the aces □ hold all the cards □ hold court □ hold firm to sth □ hold no brief for sth □ hold one's breath □ hold one's ground □ hold one's hand □ hold one's horses □ hold one's nose □ hold one's own □ hold one's peace □ hold one's tongue □ hold sb dear □ hold sth in check □ hold the floor □ hold the fort □ hold the phone □ hold the purse strings □ be left holding the bag □ do sth for dear life □ hold one's breath □ keep sth at bay □ like waving a red flag in front of a bull □ not hold water □ put sth on hold

hold down the fort → hold the fort

hold fire → hang fire

hold most of the cards → hold all the cards

hold oneself aloof → keep oneself aloof

hold out an olive branch → offer an olive branch

hold sb in the palm of one's hand → have sb in the palm of one's hand

hold sth at bay → keep sth at bay

hold sth dear → hold sb dear

hold the edge on → have the edge over

hold the edge over → have the edge over

HOLDING
□ hand-holding □ leave sb holding the baby

HOLE
□ ace in the hole □ be full of holes □ blow a hole in sth □ burn a hole in one's pocket □ have holes in one's head □ in the hole □ need sth like a hole in the head □ not know one's ass from a hole in the ground □ pick holes in sth

HOLIDAY
□ busman's holiday

HOLIES
□ holy of holies

HOLLOW
□ have a hollow leg □ ring hollow

HOLY
□ holy of holies

HOME
□ home away from home □ home free □ home stretch □ a man's home is his castle □ at home □ bring home the bacon □ bring it home □ close to home □ drive sth home to sb □ eat sb out of house and home □ hammer sth home □ hit a home run □ hit close to home □ hit home □ nothing to write home about □ on home turf □ pick up one's marbles and go home □ the chickens (have) come home to roost □ the lights are on, but nobody's home □ till the cows come home

HOMEWORK
□ do one's homework

HONEST
□ honest and aboveboard □ honest as the day is long □ make an honest woman (out) of sb

HONEY
□ land of milk and honey

HONEYMOON
□ honeymoon is over

HONOR
→ honour

HONOUR
□ do the honours

HOOF
□ hoof it □ hoof it □ on the hoof

HOOK
□ by hook or by crook □ fall for sth hook, line and sinker □ let sb off the hook

HOOKY
□ play hooky

HOOP
□ make sb go through (the) hoops □ shoot some hoop

HOOT
□ don't give a hoot □ don't give a hoot

HOP
□ hop in the sack □ hop it □ hop to it

HOPE
□ cross my heart □ dash one's hope □ have a chance in hell (of)

HORIZON
□ cloud on the horizon

HORN
□ blow one's own horn □ lock horns □ on the horns of a dilemma □ take the bull by the horns

HORNET
□ mad as a hornet □ stir up a hornet's nest

HORSE
□ back the wrong horse □ beat a dead horse □ change horses □ could choke a horse □ dark horse □ dead horse □ don't look a gift horse in the mouth □ eat a horse □ eat like a horse □ from the horse's mouth □ get off one's high horse □ get on one's high horse □ going to see a man about a horse □ hold one's horses □ one-horse race □ one-horse town □ put the cart before the horse □ stalking horse □ strong as a horse □ wild horses would not drag sb □ you can lead a horse to water

HOT
□ hot air □ hot as hell □ hot off the press □ hot on the trail of □ hot potato □ hot spot □ be hot under the collar □ big on sth □ blow hot and cold □ come on the heels of sth □ drop sb like a hot potato □ go through sth like a (hot) knife through butter □ in hot water □ in the hot seat □ like a cat on a hot tin roof □ slave over a hot stove □ strike

while the iron is hot

hot on one's track of → hot on the trail of

hot on one's trail of → hot on the trail of

hot on sth → big on sth

hot on the track of → hot on the trail

HOTCAKE
□ sell like hotcakes

sell like hot cakes → sell like hotcakes

HOTS
□ have the hots for sb

HOUR
□ hour of need □ all hours (of the day and night) □ after hours □ eleventh hour □ finest hour □ the evil hour □ wee hours

HOUSE
□ house of cards □ bring down the house □ clean house □ eat sb out of house and home □ not a dry eye in the house □ on the house □ people who live in glass houses □ put one's (own) house in order

HOUSEHOLD
□ household name

HOW
□ how about □ how about that □ how are things (going) □ how are you fixed for sth □ how come □ how dare □ how ya livin'? □ how's trick □ and how! □ on earth □ see how the other half lives

how in the world → what in the world

HOWL
howl at the moon → bark at the moon

HOYLE
□ according to Hoyle

HUE
□ hue and cry

HUFF
□ in a huff

HUGE
□ go to great lengths to do sth

HUM
hum and haw → hem and haw

HUMAN
□ be only human □ the milk of human kindness □ to err is human

human touch → personal touch

HUMBLE
□ eat humble pie

HUMP
□ bust one's hump □ get over the hump □ get the hump

HUNG
□ get hung up on sth

HUNGRY
□ hungry as a bear

HURDLE
□ clear a hurdle

HURT
□ hit sb where it hurts □ wouldn't hurt a fly

HUSH
□ hush money

HYDE
□ Jekyll and Hyde

HYMN
□ sing from the same hymn book

I
I am not made of money □ I ask you □ I beg to differ □ I beg your pardon □ I bet □ I dare say □ I don't blame you □ I hear ya □ I owe you one □ I rest my case □ I wasn't born yesterday □ I wish □ I'll be damned □ I'll be damned if □ I'll eat my hat □ I'll give sb that □ I'll say □ I'm afraid □ I'm easy □ I'm game □ I'm glad to say □ I'm not gonna go there □ I'm out of here

I daresay → I dare say

I tell you what → tell you what

I wouldn't hold my breath → hold one's breath

i → dot the i's and cross the t's

I'll be buggered → bugger me

I'll be darned → I'll be damned

I'll bet you dollars to donuts → dollars to doughnuts

I'll bet you dollars to doughnuts → dollars to doughnuts

I'll give you three guesses → three guesses

I'll tell you what → tell you what
I'm damned if → I'll be damned if
I'm not even gonna go there → I'm not gonna go there

ICE
☐ be on thin ice ☐ break the ice ☐ keep sth on ice ☐ not cut much ice (with)

ICEBERG
☐ the tip of the iceberg

ICING
☐ the icing on the cake

IDEA
☐ bounce ideas off sb ☐ not have the faintest idea ☐ not have the foggiest ☐ what's the big idea?

IDLE
☐ the devil makes work for idle hands

IF
☐ if ever there was ☐ if I may be so bold (as to do sth) ☐ if it ain't broke, don't fix it ☐ if one doesn't like it one can lump it ☐ if one's a day ☐ if sb put one's mind to it if the shoe fits (wear it) ☐ if the spirit moves ☐ if worse comes to worst ☐ if you ask me ☐ if you believe that, you'll believe anything ☐ If you can't beat 'em, join 'em ☐ if you can't stand the heat, get out of the kitchen ☐ if you pay peanuts, you get monkeys ☐ if you want sth, sb is your man

if I may make so bold (as to do sth) → if I may be so bold (as to do sth)

if it ain't broke, why fix it? → if it ain't broke, don't fix it

if it comes to that → come to that

if it comes to the crunch → when it comes to the crunch

if push comes to shove → when push comes to shove

if the cap fits (wear it) → if the shoe fits (wear it)

if you give sb half a chance → given half a chance

if you want sth, sb is the man → if you want sth, sb is your man

if you want sth, sb is the woman → if you want sth, sb is your man

if you want sth, sb is your woman → if you want sth, sb is your man

if → even if

ifs → no buts

IGNORANCE
☐ ignorance is bliss

ILL
☐ ill at ease ☐ ill-gotten gains ☐ bode well for

ill feeling(s) → bad feeling(s)

IMAGE
☐ be the spitting image of sb ☐ blacken one's name

IMAGINATION
☐ a figment of one's imagination ☐ flight of fancy ☐ leave nothing to the imagination ☐ not by any stretch of the imagination

IMMEMORIAL
☐ from time immemorial

IN
☐ in a bad way ☐ in a big way ☐ in a coon's age ☐ in a daze ☐ in a dither ☐ in a fix ☐ in a flash ☐ in a fog (of) ☐ in a heartbeat ☐ in a huff ☐ in a jiffy ☐ in a nutshell ☐ in a pickle ☐ in a pig's eye ☐ in a pinch ☐ in a snit ☐ in a tight spot ☐ in a tizzy ☐ in a vacuum ☐ in a word ☐ in a world of one's own ☐ in abeyance ☐ in abundance ☐ in accord with sth ☐ in accordance with ☐ in addition (to sth) ☐ in advance (of sth) ☐ in aggregate ☐ in all ☐ in all but name ☐ in all my born days ☐ in an ivory tower ☐ in any case ☐ in any event ☐ in apple-pie order☐ in behalf of sb ☐ in black and white ☐ in brief ☐ in broad daylight ☐ in business ☐ in camera ☐ in care ☐ in case ☐ in character with sth ☐ in chorus ☐ in cold blood ☐ in common with ☐ in company with ☐ in conformity with sth ☐ in conjunction with ☐ in connection with ☐ in conscience ☐ in consequence (of sth) ☐ in consideration of sth ☐ in contemplation ☐ in contention for sth ☐ in contradistinction to sth ☐ in convoy ☐ in course of sth ☐ in deep doo-doo ☐ in deep shit ☐ in deep water ☐ in default of sth ☐ in demand ☐ in depth ☐ in dire straits ☐ in dribs and drabs ☐ in due course ☐ in earnest ☐ in effect ☐ in embryo

□ in essence □ in evidence □ in fact □ in fairness □ in favour of □ in fighting trim □ in fine fettle □ in fits and starts □ in flat □ in force □ in front □ in front of □ in full bloom □ in full cry □ in full flow □ in full swing □ in future □ in general □ in good company □ in good faith □ in harness □ in high dudgeon □ in high gear □ in hot water □ in its entirety □ in its wake □ in league with sb □ in low gear □ in mint condition □ in more ways than one □ in my book □ in name only □ in no time (at all) □ in no uncertain terms □ in one breath □ in one fell swoop □ in one's backyard □ in one's birthday suit □ in one's confidence □ in one's cups □ in one's day □ in one's dreams □ in one's employ □ in one's favour □ in one's good graces □ in one's heart of hearts □ in one's mind's eye □ in one's own good time □ in one's shoes □ in safe hands □ in seventh heaven □ in single file □ in small doses □ in so far as □ in so many words □ in spades □ in that event □ in the abstract □ in the air □ in the altogether □ in the ascendant □ in the ballpark □ in the blink of an eye □ in the can □ in the care of sb □ in the catbird seat □ in the clear □ in the closet □ in the clutch □ in the cold light of day □ in the course of sth □ in the course of time □ in the dark □ in the distance □ in the doghouse □ in the end □ in the event □ in the extreme □ in the eye of the storm □ in the eyes of the law □ in the face of sth □ in the family □ in the final analysis □ in the first flush of sth □ in the flesh □ in the frame □ in the front line □ in the fullness of time □ in the grip of sth □ in the groove □ in the hands of sb □ in the heat of the moment □ in the hole (by) □ in the hot seat □ in the know □ in the land of nod □ in the land of the living □ in the limelight □ in the lion's den □ in the long run □ in the loop □ in the middle of nowhere □ in the money □ in the nick of time □ in the not too distant future □ in the picture □ in the pink □ in the pipeline □ in the public eye □ in the raw □ in the same boat □ in the same breath □ in the scheme of things □ in the short run □ in the spotlight □ in the swim of things □ in the thick of sth □ in the throes of (doing) sth □ in the top flight □ in the twinkling of an eye □ in the wake of □ in the wind □ in the works □ in tune with □ in two shakes (of a lamb's tail) □ in your face □ all in □ all in all □ be in for it

in accord with sb → in accord with sth

in actual fact → in fact

in all conscience → in conscience

in any circumstances → under any circumstances

in as far as → in so far as

in capable hands → in safe hands

in comparison → by comparison

in fighting form → in fighting trim

in front of one's (very) eyes → before one's (very) eyes

in full flood → in full flow

in good conscience → in conscience

in good fettle → in fine fettle

in good trim → in fighting trim

in hog heaven → in seventh heaven

in leaps and bounds → by leaps and bounds

in name alone → in name only

in next to no time → in no time (at all)

in one go → at one go

in one's behalf → in behalf of sb

in one's care → in the care of sb

in one's clutches → the clutches of

in one's hands → in the hands of sb

in one's own backyard → in one's backyard

in the aggregate → in aggregate

in the back of one's mind → at the back of one's mind

in the buff → in the raw

in the cards → on the cards

in the circumstances → under the circumstances

in the firing line → on the firing line

in the first flight → in the top flight

in the forefront of sth → to the forefront of sth

in the foreseeable future → for the foreseeable future

in the future → in future

in the grant scheme of things → in the scheme of things

in the hindsight → with the hindsight

in the last analysis → in the final analysis

in the line of fire → on the firing line

in the right ballpark → in the ballpark

in the same ballpark → in the ballpark

in the thick of it → in the thick of sth

in-your-face → in your face

INCARNATE
□ the devil incarnate

INCH
□ give sb an inch (and he will take a mile) □ within an inch of doing sth □ within an inch of one's life

INDEED
□ a friend in need is a friend indeed

INDIAN
□ Indian summer □ too many chiefs and not enough Indians

INFLUENCE
□ under the influence

INFORMATION
□ a mine of information (on/about sth)

INIQUITY
□ den of iniquity

INJURY
□ add insult to injury

INK
□ bleeding red ink

INNOCENT
□ innocent as a lamb

INS
□ the ins and outs of sth

INSANE
□ drive sb crazy

INSIDE
□ have the inside track □ know sth inside out □ turn sth inside out

INSULT
□ add insult to injury

INTENTION
□ the road to hell is paved with good intentions

INTEREST
□ conflict of interest □ pay sb back with interest

INTERESTING
□ like watching paint dry

INTO
□ into the bargain □ bring sth into line (with) □ come into effect □ dig deep into sth □ ease into sth □ fall into the wrong hands □ get into one's head □ get it into one's head □ go into detail(s) □ play (right) into one's hands □ take the law into one's own hands

into care → in care

into deep water → in deep water

into hot water → in hot water

into the groove → in the groove

into the limelight → in the limelight

into the lion's den → in the lion's den

IRISH
□ the luck of the devil

IRON
□ iron fist in a velvet glove □ iron-fist □ have many irons in the fire □ pump iron □ rule sb with a rod of iron □ rule sb with an iron fist □ strike while the iron is hot

iron hand in a velvet glove → iron fist in a velvet glove

iron out the kinks → work out the kinks

IS
□ is that a fact □ is the Pope a Catholic

is the Pope Catholic → is the Pope a Catholic

ISN'T
□ isn't the word for it

ISSUE
□ force the issue □ fudge the issue □ take issue with sb □ thorny question

IT
□ it ain't over 'til the fat lady sings □ it dawns on sb □ it goes without saying □ it is business as usual □ it means curtains for sb

□ it stands to reason □ it takes all kinds (to make a world) □ it takes one to know one □ it takes two to tango □ it won't do □ it'll all come out in the wash □ it'll be a cold day in hell before □ it'll cost you □ it's (just) one of those things □ it's a (whole) new ball game □ it's about time □ it's all in one's mind □ it's all too easy to do sth □ it's early days (yet) □ it's easy (for sb) to do sth □ it's for the best □ it's Greek to me □ it's high noon □ it's high time □ it's just as well □ it's no skin off one's nose □ it's no use crying over spilled milk □ it's not one's day □ it's not the end of the world □ it's one of those days □ it's raining cats and dogs □ it's the oldest trick in the book □ it's up to you □ it's water under the bridge □ it's your funeral (not mine) □ beat it □ cut it □ cut it with sb □ get it on □ get it together □ get it up □ give it to me straight □ go for it □ got it going on

it all boils down to → come down to

it all comes down to → come down to

it depends → that depends

it figures → that figures

it is curtains for sb → it means curtains for sb

it is curtains for sth → it means curtains for sb

it makes a change → that makes a change

it means curtains for sth → it means curtains for sb

it slips one's mind → slip one's mind

it'd be a cold day in hell before → it'll be a cold day in hell before

it's (only) to be expected → be to be expected

it's a (real) bummer what a bummer → that's a (real) bummer

it's a (real) pisser → that's a (real) pisser

it's a (whole) different ball game → it's a (whole) new ball game

it's a fine line between → there's a fine line between

it's a small world → small world

it's all Greek to me → it's Greek to me

it's coming up roses → everything's coming up roses

it's crunch time → when it comes to the crunch

it's early in the day → early in the day

it's easier said than done → that's easier said than done

it's like comparing apples and oranges → can't compare apples and oranges

it's little wonder → no wonder

it's news to me → that's news to me

it's no skin off one's back → it's no skin off one's nose

it's no wonder → no wonder

it's not one's decade → it's not one's day

it's not one's week → it's not one's day

it's not one's year → it's not one's day

it's only in one's mind → it's all in one's mind

it's small wonder → no wonder

ITCH
□ the seven year itch

ITCHING
□ be itching to do sth

ITEM
□ be an item

IVORIES
□ tickle the ivories

IVORY
□ in an ivory tower

JACK
□ all work and no play makes Jack a dull boy □ before one can say Jack Robinson

jack → diddly

JACKPOT
□ hit the jackpot

JANE
Jane Doe → John Doe

JANUARY
□ slower than molasses (in January)

JAR
□ catch sb with one's hand in the cookie jar

JAW
□ jaw dropped □ have a jaw

JAYBIRD
□ naked as a jaybird

JAZZ
□ and all that jazz

JEKYLL
□ Jekyll and Hyde

JELL-O
□ like trying to nail jell-O to the wall

JELLY
□ turn to jelly

JERK
□ a knee-jerk reaction

JET
□ the jet set

JETSAM
□ flotsam and jetsam

JEWEL
□ the jewel in the crown (of)

JIFFY
□ in a jiffy

JOB
□ able to take a job □ do a good (bad) job (on sth) □ do a job on sb □ do the job □ don't quit one's day job □ fall down on the job □ get a job □ hatchet job □ lie down on the job □ put one's job on the line □ snow job

JOE
□ Joe Schmoe

Joe Average → Joe Schmoe

Joe Blow → Joe Schmoe

Joe Businessman → Joe Schmoe

Joe Public → Joe Schmoe

JOHN
□ John Doe

JOIN
□ join forces □ join the club □ joined at the hip □ If you can't beat 'em, join 'em

JOINT
□ case the joint □ put one's nose out of joint

JOKING
□ joking aside

JONESES
□ keep up with the Joneses

JOSÉ
□ no way

JOWL
□ cheek by jowl

JOY
□ full of the joys of spring

JUDGE
□ judge a book by its cover □ sober as a judge □ sober as a judge

JUDGMENT
□ sit in judgment (on/over)

JUGULAR
□ go for the jugular

JUICE
□ let sb stew in one's own juice

JUMP
□ jump at the chance □ jump down one's throat □ jump in(to) the deep end □ jump on the bandwagon □ jump one's bones □ jump out of one's skin □ jump ship □ jump the gun □ get the jump on sb □ go jump in a lake □ keep one jump ahead of sb □ make sb go through (the) hoops □ not know sth if it jumped up and bit one

jump in the sack → hop in the sack

jump to it → hop to it

JUMPING
□ jumping-off point

JUNGLE
□ concrete jungle □ the law of the jungle

JURY
□ the jury is still out (on sth)

JUST
□ just like that □ just what the doctor ordered □ able to take just so much □ be good friends □ be just the ticket □ do sth (just) for the hell of it □ get one's just deserts □ have sb right where you want them □ it's (just) one of those things □ it's just as well (that) □ life is a bowl of cherries □ that's (just) the way it goes □ wouldn't you (just) know it

just a stone's throw away → a stone's throw away

just about died → almost died

just around the corner → around the corner

just for the record → for the record

just in case → in case

just in the nick of time → in the nick of time

just round the corner → around the corner

just say the word → say the word

just the same to sb → all the same to sb

just the same → all the same

just the tip of the iceberg → the tip of the iceberg

JUSTICE

□ do justice to sb □ poetic justice □ rough justice

KEEL

□ on an even keel

KEEP

□ keep a close eye on sth □ keep a cool head □ keep a low profile □ keep a straight face □ keep a tight rein on sb □ keep abreast of sth □ keep an eagle eye on □ keep an ear out (for sth) □ keep an ear to the ground □ keep an eye on sth □ keep an eye out for □ keep bad company □ keep body and soul together □ keep count of sth □ keep on the right side of sb □ keep one jump ahead of sb □ keep one's cool □ keep one's eye on sth □ keep one's eyes glued to sth □ keep one's eyes open □ keep one's eyes peeled □ keep one's foot in the door □ keep one's hand in □ keep one's head □ keep one's head above water □ keep one's head down □ keep one's nose clean □ keep one's nose out of sth □ keep one's own counsel □ keep one's powder dry □ keep one's shirt on □ keep one's trap shut □ keep one's word □ keep oneself aloof □ keep sb amused □ keep sb at a distance □ keep sb at arm's length □ keep sb busy □ keep sb guessing □ keep sb on a short leash □ keep sb on one's toes □ keep sb on the straight and narrow □ keep sb posted □ keep sth at bay □ keep sth on ice □ keep sth under one's hat □ keep tabs on sb □ keep the flag flying □ keep the lid on sth □ keep the weather eye on □ keep the wheels turning □ keep the wolf from the door □ keep track of □ keep up with the Joneses □ earn one's keep □ play one's cards close to one's chest □ sb can keep □ the company sb keeps □ you can't keep a good man down

keep a finger on the pulse → have a finger on the pulse

keep a lid on sth → keep the lid on sth

keep a tight rein on sth → keep a tight rein on sb

keep an ear cocked for sth → keep an ear out (for sth)

keep an open mind (about) → have an open mind (about)

keep both feet (firmly) on the ground → have one's feet (firmly) on the ground

keep clear of → steer clear of

keep guard over sth → stand guard over sth

keep in step (with) → be in step (with)

keep in touch (with) → be in touch (with)

keep one step ahead of → stay one step ahead of

keep one's cards close to one's chest → play one's cards close to one's chest

keep one's cards close to one's vest → play one's cards close to one's chest

keep one's distance from sb → keep sb at a distance

keep one's ear to the ground → keep an ear to the ground

keep one's eyes open for → keep an eye out for

keep one's eyes skinned → keep one's eyes peeled

keep one's feet (firmly) on the ground → have one's feet (firmly) on the ground

keep one's fingers crossed → cross one's fingers

keep one's nose to the grindstone → have one's nose to the grindstone

keep one's pants on → keep one's shirt on

keep out of one's hair → be out of one's hair

keep sb in stitches → have sb in stitches

keep sb off one's back → get sb off one's back

keeper

keep sb on a string → have sb on a string

keep sb on a tight leash → keep sb on a short leash

keep sb on a tight rein → keep a tight rein on sb

keep sb out of one's hair → get sb out of one's hair

keep sth in check → hold sth in check

keep sth on a tight rein → keep a tight rein on sb

keep sth on hand → have sth on hand

keep sth under control → bring sth under control

keep sth up one's sleeve → have sth up one's sleeve

keep tabs on sth → keep tabs on sb

keep the edge on → have the edge over

keep the edge over → have the edge over

keep the show on the road → get the show on the road

keep one's chin up → chin up

keep your wits about you → have your wits about you

KEEPER
□ finders keepers □ finders-keepers

KEG
□ a powder keg

KEN
□ beyond one's ken

KEPT
□ be kept in the dark

KETTLE
□ a fine kettle of fish □ another kettle of fish □ the pot calling the kettle black

KEY
□ under lock and key

KEYED
□ be keyed up

KIBOSH
□ put the kibosh on sth

KICK
kick ass □ kick one's ass □ kick sb upstairs □ kick sb when one is down □ kick the bucket □ kick up one's heels □ kick-ass □ a kick in the pants □ a kick in the teeth □ alive and kicking □ better than a kick in the teeth □ get a kick out of (doing) sth □ get one's kicks from sth

kick butt → kick ass

kick one's heels → cool one's heels

KICKING
□ drag sb kicking and screaming

KID
□ kid-gloves □ like a kid in a candy store □ the new kid on the block □ treat sb with kid gloves

KIDDING
□ who is sb kidding? □ you're kidding (me)

KILL
□ kill the goose that lays the golden egg(s) □ kill time □ kill two birds with one stone □ curiosity killed the cat □ dressed to kill □ move in for the kill

kill the golden goose → kill the goose that lays the golden egg

KILLING
□ make a killing

KILTER
□ off-kilter □ out of kilter

KIND
□ all kinds of sb □ cruel to be kind □ it takes all kinds (to make a world) □ of one kind or another

KINDNESS
□ the milk of human kindness

KINK
□ work out the kinks

KISS
□ kiss and tell □ kiss my ass □ kiss one's ass □ kiss sth goodbye □ the kiss of death (for)

kiss my butt → kiss my ass

KIT
□ the whole (kit and) caboodle

KITCHEN
□ if you can't stand the heat, get out of the kitchen

KITE
□ go fly a kite □ high as a kite

KITTEN
□ weak as a kitten

KAZOO
□ out the wazoo

KNEE
□ knee-high to a grasshopper □ a knee-jerk reaction □ bring sth to its knees □ go down on one's knees □ the bee's knees

KNELL
□ sound the death knell

KNIFE
□ go through sth like a (hot) knife through butter □ go under the knife □ on a knife edge □ twist the knife (in the wound) □ you could have cut the air with a knife

KNIGHT
□ a knight in shining armor

KNITTING
□ stick to one's knitting

KNOCK
□ knock 'em dead □ knock it off □ knock on wood □ knock one's block off □ knock one's heads together □ knock one's socks off □ knock oneself out □ knock sb for a loop □ knock sb into shape □ knock sb into the middle of next week □ knock sb off one's perch □ knock the bottom out of sth □ knock-down, drag-out □ knock oneself out □ don't knock it □ hard knocks □ you could've knocked me down with a feather

knock heads → knock one's heads together

knock sb down a peg (or two) → take sb down a peg (or two)

knock sth into shape → knock sb into shape

KNOT
□ cut the Gordian knot □ tie the knot □ tie oneself in knots

KNOW
□ know a thing or two about sth □ know all the answers □ know no bounds □ know one's own mind □ know one's place □ know sth backward and forward □ know sth inside (and) out □ know sth like the back of one's hand □ know sth to one's cost □ know the ropes □ know the score □ know what's what □ know which side one's bread is buttered on □ as far as sb knows □ better the devil one knows □ but not as we know it □ don't know the half of it □ don't know the meaning of (the word) □ far as anyone knows □ feel sth in one's bones □ for all sb knows □ in the know □ it takes one to know one □ know a thing or two about sth □ not know enough to come in out of the rain □ not know sb from Adam □ not know shit (from shinola) □ not know sth if it jumped up and bit one □ not know the first thing about □ not know whether one is coming or going □ not know which way to turn □ one didn't know what hit him/her □ the right hand doesn't know what the left hand is doing □ what do you know □ wouldn't you (just) know it

know sb inside out → know sth inside out

know sth a mile away → see sth a mile away

know sth in one's bones → feel sth in one's bones

know which way the wind blows → see which way the wind blows

KNOWLEDGE
□ a little knowledge is a dangerous thing □ to the best of one's knowledge

KNOWN
□ for reasons best known to oneself □ have seen better days

LABOUR
□ labour of love

LADDER
□ climb the ladder □ the top rung of the ladder

LADIES
□ ladies' man □ ladies who lunch

LADY
□ bag lady □ it ain't over 'til the fat lady sings □ the fat lady has sung

LAID
□ be laid back

LAKE
☐ go jump in a lake

LAM
☐ on the lam

LAMB
☐ go like a lamb to the slaughter ☐ in two shakes (of a lamb's tail) ☐ innocent as a lamb

LAME
☐ lame duck ☐ lame-duck

LAMP-POST
☐ between you, me and the lamp-post

LAND
☐ land in one's lap ☐ land of milk and honey ☐ land on one's feet ☐ do a land-office business ☐ in the land of nod ☐ in the land of the living ☐ live off the fat of the land ☐ the lay of the land

LANE
☐ life in the fast lane ☐ take a trip down memory lane

LANGUAGE
☐ speak the same language

LAP
☐ drop sth in one's lap ☐ fall into one's lap ☐ land in one's lap ☐ live in the lap of luxury ☐ the last lap

LARD
☐ tub of lard

LARGE
☐ large as life ☐ large as life ☐ larger than life ☐ at large ☐ bulk large ☐ by and large ☐ chunk of change ☐ live large ☐ writ large

LARK
☐ happy as a clam

LASHING
☐ give sb a tongue-lashing

LAST
☐ last but not least ☐ last gasp ☐ last-gasp ☐ last of the big spenders ☐ last-ditch effort ☐ another nail in one's coffin ☐ as a last resort ☐ at last ☐ at the last count ☐ be down to the last sth ☐ famous last word ☐ first and last ☐ from first to last ☐ have the last laugh (on sb) ☐ have the last word ☐ he who laughs last laughs longest ☐ in the final analysis ☐ on one's last legs ☐ play one's last card ☐ the last straw ☐ the last word in

last-ditch appeal → last-ditch effort

last-ditch attempt → last-ditch effort

last-ditch measure → last-ditch effort

last-ditch negotiation → last-ditch effort

LATE
☐ better late than never

LATER
☐ catch you later

LATHER
☐ get in a lather

LAUGH
☐ laugh all the way to the bank ☐ laugh one's head off ☐ laugh out of the other side of one's mouth ☐ laugh up one's sleeve ☐ be laughed out of court ☐ have the last laugh (on sb) ☐ he who laughs last laughs longest ☐ not a barrel of laughs

laugh out of the other side of one's face → laugh out of the other side of one's mouth

LAUGHING
☐ be no laughing matter ☐ die laughing

LAUNDRY
☐ laundry list of sth ☐ air one's dirty laundry in public

LAUREL
☐ look to one's laurels ☐ rest on one's laurels

LAW
☐ law unto oneself ☐ in the eyes of the law ☐ lay down the law ☐ Murphy's law ☐ take the law into one's own hands ☐ the law of the jungle ☐ the letter of the law ☐ the long arm of the law ☐ the spirit of the law ☐ word is law (with sb)

LAY
☐ lay a finger on sb ☐ lay a guilt trip on sb ☐ lay an egg ☐ lay claim to sth ☐ lay down one's arms ☐ lay down the law ☐ lay eyes on ☐ lay it on the line (to sb) ☐ lay it on thick ☐ lay one's hands on sth ☐ lay sb low ☐ lay sb to rest ☐ lay sth at one's door ☐ lay sth bare ☐ lay waste to sth ☐ everything one can lay one's hands on ☐ kill the goose that lays the

golden egg □ put one's cards on the table □ roll out the red carpet □ the lay of the land

lay one's cards on the table → put one's cards on the table

lay one's head on the (chopping) block → put one's head on the (chopping) block

lay one's job on the line → put one's job on the line

lay oneself (wide) open (to sth) → leave oneself (wide) open (to sth)

lay out the red carpet → roll out the red carpet

lay sth to rest → lay sb to rest

LEAD

□ lead sb (around) by the nose □ lead sb astray □ lead sb down the garden path □ lead the field □ lead-footed □ get the lead out □ go down like a lead balloon □ have a lead foot □ put lead in one's pencil □ the blind (are) leading the blind □ you can lead a horse to water

lead the life of Riley → live the life of Riley

LEADING

□ leading light in sth

leading light of sth → leading light in sth

LEAF

□ fig leaf □ turn over a new leaf

LEAGUE

□ be out of one's league □ in league with sb

LEAK

□ take a leak

LEAP

□ by leaps and bounds □ look before you leap □ take a flying leap

LEARN

□ learn sth the hard way □ live and learn

learn sth to one's cost → know sth to one's cost

learn the ropes → know the ropes

LEASE

□ a new lease on life

LEASH

□ keep sb on a short leash □ strain at the leash

LEAST

□ at least □ take the line of least resistance □ to say the least □ last but not least

LEATHER

□ hell for leather

LEAVE

□ leave a bad taste in one's mouth □ leave a lot to be desired □ leave a sinking ship □ leave no stone unturned □ leave nothing to be desired □ leave nothing to the imagination □ leave one's mark (on) □ leave oneself (wide) open (to sth) □ leave sb alone □ leave sb be □ leave sb cold □ leave sb hanging □ leave sb high and dry □ leave sb holding the baby □ leave sb in the lurch □ leave sb twisting in the wind □ leave sth alone □ leave the door open for sth □ leave the field clear for sb □ leave the nest □ leave well (enough) alone □ absent without leave □ beg leave to do sth □ leave sb hanging □ take it or leave it □ take leave of one's senses

leave everything to be desired → leave a lot to be desired

leave much to be desired → leave a lot to be desired

leave sb in possession of the field → leave the field clear for sb

leave sb in the shade → put sb in the shade

leave sb swinging in the wind → leave sb twisting in the wind

leave sb to stew in one's own juice → let sb stew in one's own juice

leave sth hanging → leave sb hanging

leave sth in its wake → in its wake

leave sth in the shade → put sb in the shade

leave sth to be desired → leave a lot to be desired

LED

□ one thing led to another

LEFT

□ left and right □ be kept in the dark □ be left to one's own devices □ be out in left field □ hang a left □ have two left feet □ the right hand doesn't know what the left hand is doing

left, right and center → left and right

LEG
☐ a leg up ☐ break a leg ☐ cost an arm and a leg ☐ have a hollow leg ☐ have legs ☐ not have a leg to stand on ☐ on one's last legs ☐ pay an arm and a leg ☐ pull one's leg ☐ put one's pants on one leg at a time ☐ shake a leg ☐ with one's tail between one's legs

LEGAL
☐ legal eagle

LEGEND
☐ legend in one's own time

legend in one's own lifetime → legend in one's own time

LEFT
☐ be left holding the bag

LEND
☐ lend an ear

lend sb a hand → give sb a hand

LENGTH
☐ go to great lengths to do sth ☐ keep sb at arm's length

LEOPARD
☐ a leopard changes its spots

LESS
☐ couldn't care less ☐ there's less to sb than meets the eye

LESSER
☐ the lesser of two evils

LET
☐ let alone ☐ let bygones be bygones ☐ let it all hang out ☐ let it fly ☐ let it rip ☐ let it slip ☐ let nature take its course ☐ let off lightly ☐ let off steam ☐ let one's hair down ☐ let sb have (it with) both barrels ☐ let sb have it ☐ let sb off the hook ☐ let sb stew in one's own juice ☐ let sleeping dogs lie ☐ let sth drop ☐ let sth slide ☐ let sth slip through one's fingers ☐ let the cat out of the bag ☐ let the genie out of the bottle ☐ let the grass grow under one's feet ☐ let the grass grow under one's feet ☐ live and let live

let one's guard down → lower one's guard

let sb alone → leave sb alone

let sb be → leave sb be

let sb drop → let sth drop

let sb swinging in the wind → leave sb twisting in the wind

let sb twisting in the wind → leave sb twisting in the wind

let slip → let it slip (that)

let sth go to one's head → go to one's head

let sth rest → let sth drop

let sth ride → let sth slide

let sth slip → let sth drop

let things slide → let sth slide

let well enough alone → leave well (enough) alone

let's not even go there → I'm not gonna go there

LETTER
☐ follow sth to the letter ☐ red-letter day ☐ the letter of the law

LEVEL
☐ at gut level ☐ be on the level ☐ do one's level best ☐ drag sb down to one's level ☐ gut-level

LICENSE
☐ a license to print money

LICK
☐ lick one's boots ☐ lick one's wounds ☐ give sth a lick and a promise ☐ have sth licked

LICKING
☐ licking one's chops ☐ take a licking

licking one's lips → licking one's chops

LID
☐ blow the lid off sth ☐ flip one's lid ☐ keep the lid on sth

LIE
☐ lie at the bottom of sth ☐ lie down on the job ☐ lie in wait ☐ lie like a rug ☐ lie through one's teeth ☐ give the lie to sth ☐ let sleeping dogs lie ☐ live a lie ☐ make one's bed and one must lie on it ☐ there's the rub ☐ white lie

lie like a big dog (on a rug) → lie like a rug

LIFE
☐ life in the fast lane ☐ life is a bowl of cherries ☐ life's too short ☐ a new lease on

life □ all walks of life □ be made (for life) □ breathe (new) life into sth □ can't do sth to save one's life □ can't for the life of me □ charmed life □ do sth for dear life □ dog's life □ end one's day □ fight for one's life □ from all walks of life □ get a life □ have the time of one's life □ large as life □ larger than life □ let nature take its course □ live the life of Riley □ not on your life □ put one's job on the line □ put one's life in one's hands □ take one's life in one's (own) hands □ the bane of one's life □ the bottom drops out of one's world □ the breath of life to sb □ the facts of life □ the life of the party □ the light of one's life □ variety is the spice of life □ within an inch of one's life

life is just a bowl of cherries → life is a bowl of cherries

LIFT

□ not lift a finger

lift the roof → raise the roof

LIGHT

□ light a fire under sb □ light as a feather □ light on one's feet □ according to one's own lights □ all sweetness and light □ be out like a light □ bring sth to light □ come to light □ get the green light □ give sb the green light □ hide one's light under a bushel □ in the cold light of day □ leading light in sth □ make light of sth □ make short work of sth □ punch one's lights out □ put sb in a new light □ see sb in a different light □ see the light □ see the light of day □ shed (new) light on sth □ the bright lights □ the light at the end of the tunnel □ the light of one's life □ the lights are on, but nobody's home

LIGHTLY

□ let off lightly

LIGHTNING

□ lightning never strikes twice □ be a lightning rod for sth □ lightning never strikes twice □ like (greased) lightning □ quick as greased lightning

LIKE

□ like a bad dream □ like a bat out of hell □ like a cat on a hot tin roof □ like a deer caught in the headlights □ like a dose of salts □ like a kid in a candy store □ like a moth to the candle □ like a shot □ like anything □ like father, like son □ like five miles of bad road □ like gangbusters □ like gold dust □ like it's going out of fashion □ like lightning □ like night and day □ like nothing on earth □ like pulling teeth □ like taking candy from a baby □ like talking to a (brick) wall □ like the cat that ate the canary □ like the clappers □ like there's no tomorrow □ like trying to nail jell-O to the wall □ like two peas in a pod □ like watching paint dry □ like water off a duck's back □ like waving a red flag in front of a bull □ and the like □ avoid sb like the plague □ be like a bear with a sore head □ be like a fish out of water □ be like getting blood out of a stone □ be out like a light □ be packed like sardines □ be yourself (again) □ built like a brick shithouse □ built like a tank □ bull in a china shop □ come down on sb like a ton of bricks □ come out smelling like roses □ crazy like a fox □ do sth like crazy □ do sth like the devil □ drink like a fish □ drop sb like a hot potato □ dropping like flies □ eat like a bird □ eat like a horse □ feel like □ feel like sth □ fight like cats and dogs □ fit sb like a glove □ for all the world like □ go down a bomb □ go down like a lead balloon □ go down like a rat sandwich □ go like a lamb to the slaughter □ go through sth like a (hot) knife through butter □ grin like a Cheshire cat □ have a memory like a sieve □ have a memory like an elephant □ hell hath no fury □ hit sb like a ton of bricks □ if one doesn't like it one can lump it □ just like that □ know sth like the back of one's hand □ lie like a rug □ look like a million dollars □ look like death warmed over □ look like sth the cat dragged in □ make like a banana □ make out like a bandit □ need sth like a fish needs a bicycle □ need sth like a hole in the head □ no time like the present □ not anything like □ read sb like a book □ rise like a phoenix from the ashes □ run like a dream □ run like the wind □ sell like hotcakes □ sleep like a log □ spread like wildfire □ stick out like a sore thumb □ swear like a trooper □ take to sth like a duck to water □ tell it like it is □ that's more like it □ they don't make sth like they used to □ treat sb like dirt □ watch sb like a hawk □

work like a charm

like a cat on hot bricks → like a cat on a hot tin roof

like a cat that's got the cream → like the cat that ate the canary

like a flash → in a flash

like a slap in the face → slap in the face

like a three-ring circus → three-ring circus

like anything → as anything

like greased lightning → like lightning

like holding a red flag in front of a bull → like waving a red flag in front of a bull

like it or lump it → if one doesn't like it one can lump it

like it's going out of style → like it's going out of fashion

like looking for a needle in a haystack → a needle in a haystack

like mother, like daughter → like father, like son

like moths around a flame → like a moth to the candle

like music to one's ears → music to one's ears

like shooting fish in a barrel → shooting fish in a barrel

like ten miles of bad road → like five miles of bad road

like trying to find a needle in a haystack → a needle in a haystack

LIKELY
□ likely as not

LIKES
□ the likes of sb

LILY
□ gild the lily

LIMB
□ go out on a limb □ tear sb limb from limb

LIMELIGHT
□ limelight □ in the limelight □ out of the limelight

LIMIT
□ be the limit □ the sky's the limit

LINE
□ line between sth and sth □ line one's (own) pockets □ all the way down the line □ along the same lines □ be (way) out of line □ bring sth into line (with) □ come on line □ cross the line □ down the line □ draw the line (at) □ drop sb a line □ fall for sth hook, line and sinker □ fall into line □ feed sb a line □ get a line on □ in the front line □ lay it on the line (to sb) □ on the firing line □ out of the firing line □ put one's job on the line □ read between the lines □ sign on the dotted line □ take a hard line □ take a soft line □ take the line of least resistance □ the battle lines are drawn □ the bottom line is □ the end of the road □ there's a fine line between □ toe the line

LINEN
□ air one's dirty linen in public

LINING
□ silver lining

LINK
□ the weak link (in the chain)

LION
□ in the lion's den □ put one's head in the lion's mouth □ the lion's share of sth □ throw sb to the lions

LIP
□ lips are sealed □ button one's lip □ on everybody's lips □ pay lip service to sth □ read one's lip

LIQUID
liquid courage → Dutch courage

LIST
□ hit list □ laundry list of sth □ on one's shit list □ shopping list

LISTEN
□ listen with half an ear

LITMUS
□ litmus test

LITTLE
□ a big fish in a little pond □ a little bird told me □ a little knowledge is a dangerous thing □ cut sb (some) slack □ fix one's wagon □ no better than □ of no account □ to little avail □

wrap sb around one's little finger

little wonder → no wonder

LIVE
□ live a lie □ live and breathe □ live and learn □ live and let live □ live hand to mouth □ live high on the hog □ live in a dream world □ live in a fish bowl □ live in a fool's paradise □ live in the lap of luxury □ live it up □ live large □ live off the fat of the land □ live on borrowed time □ live the life of Riley □ live to fight another day □ live to tell the tale □ live wire □ live with sth □ live and let live □ man cannot live by bread alone □ people who live in glass houses □ see how the other half lives

live from hand to mouth → live hand to mouth

live on the fat of the land → live off the fat of the land

LIVELONG
□ all the livelong day

LIVELY
□ make things lively for sb

LIVIN'
□ how ya livin'?

LIVING
□ living hell □ beat the (living) daylights out of sb □ earn one's living □ excuse me for living □ in the land of the living □ scare the living daylights out of sb □ the absolute end

LOAD
□ load off one's mind □ be loaded for bear □ get a load of □ take a load off

LOAF
□ half a loaf (is better than none)

LOCAL
□ local colour

LOCK
□ lock horns (with sb) (over sth) □ lock, stock, and barrel □ under lock and key

LOG
□ easy as falling off a log □ sleep like a log

LOGGERHEADS
□ be at loggerheads (with sb)

LOIN
□ gird one's loins

LONE
□ lone wolf

LONG
□ long face □ long haul □ long in the tooth □ long on sth but short on sth long shot □ long time no see □ long-faced □ all day long □ all night long □ as long as □ go back a long way □ have a long way to go □ have come a long way □ honest as the day is long □ in the long run □ not by a long shot □ not long for this world □ so long □ take a long, hard look at □ the long and (the) short of it is □ to make a long story short

long suit → strong suit

LONGEST
□ he who laughs last laughs longest

LOOK
□ look askance at sb □ look at the big picture □ look before you leap □ look daggers (at sb) □ look down one's nose (at) □ look like a million dollars □ look like death warmed over □ look like sth the cat dragged in □ look on the bright side □ look one's age □ look out for number one □ look over one's shoulder □ look sb in the eye(s) □ look the other way □ look the part □ look to one's laurels □ look who's talking □ don't look a gift horse in the mouth □ fix sb with a stare □ give sb a dirty look □ take a long, hard look at

look askance at sth → look askance at sb

look like a million bucks → look like a million dollars

look none the worse for wear → be none the worse for wear

look sb in the face → look sb in the eye(s)

look the worse for wear → be the worse for wear

LOOKING
□ a needle in a haystack

looking for trouble → asking for it

LOON
□ crazy as a loon

LOONY
☐ loony bin

LOOP
☐ in the loop ☐ knock sb for a loop ☐ out of the loop

LOOSE
☐ loose cannon ☐ all hell breaks loose ☐ at loose ends ☐ hang loose ☐ have a screw (or two) loose ☐ on the loose ☐ tie up loose

LOOSEN
☐ loosen one's tongue ☐ loosen the purse strings

LORD
☐ lord it over sb

LOSE
☐ lose face ☐ lose ground ☐ lose heart ☐ lose it ☐ lose one's cool ☐ lose one's edge ☐ lose one's head ☐ lose one's marbles ☐ lose one's mind ☐ lose one's shirt ☐ lose sight of sth ☐ lose touch (with) ☐ lose track of ☐ lose your grip ☐ fight a losing battle ☐ losing battle ☐ no time to lose ☐ win a battle but lose the war ☐ you snooze, you lose

lose money hand over fist → make money hand over fist

LOSER
losers weepers → finders keepers

LOSS
☐ loss of face ☐ a dead loss ☐ at a loss ☐ at a loss (for words) ☐ cut one's losses

LOST
☐ lost cause ☐ lost count (of sth) love sb to pieces ☐ at a loss for word ☐ get lost ☐ get lost in the shuffle ☐ make up for lost time ☐ regain lost ground ☐ there is no love lost (between)

LOT
☐ a fat lot of good it does ☐ a lot of water has gone under the bridge since ☐ a lot to answer for ☐ cover a lot of ground ☐ go to a lot of trouble ☐ leave a lot to be desired ☐ not do anything for sb ☐ not have much upstairs ☐ put sb to the expense of sth ☐ throw one's lot in with

LOUD
☐ for crying out loud ☐ think out loud

LOUDEST
☐ he who laughs last laughs longest

LOVE
☐ all's fair in love and war ☐ fall head over heels (in love) ☐ for the love of God ☐ labor of love ☐ not for love nor money ☐ there is no love lost (between)

LOW
☐ at a low ebb ☐ in low gear ☐ keep a low profile ☐ lay sb low ☐ take the low road

LOWDOWN
☐ the lowdown (on sb)

LOWER
☐ lower one's guard ☐ lower the boom on

LUCK
☐ as luck would have it ☐ beginner's luck ☐ down on one's luck ☐ hard-luck story ☐ no such luck ☐ push one's luck ☐ take pot luck ☐ the luck of the devil ☐ the luck of the draw ☐ tough luck

LUCKY
☐ thank one's lucky stars

LULL
☐ the calm before the storm

LUMP
☐ a lump in one's throat ☐ if one doesn't like it one can lump it ☐ take one's lumps

LUNATIC
☐ lunatic fringe

LUNCH
☐ do lunch ☐ ladies who lunch ☐ out to lunch ☐ there is no (such thing as a) free lunch

LURCH
☐ leave sb in the lurch

LUXURY
☐ live in the lap of luxury

LYING
☐ not take sth lying down

MA'AM
☐ wham bam, thank you ma'am

MACHINE
□ cog in the wheel

MAD
□ mad as a hornet □ mad as a wet hen □ mad as hell □ as mad as a hatter

MADDER
madder than a hornet → mad as a hornet

MADE
□ be made of sterner stuff □ I am not made of money □ see what sb is (really) made □ they broke the mould when they made sb

MADNESS
□ there's method in one's madness

MAGIC
□ have the magic touch □ wave a magic wand

MAIN
□ main squeeze

MAINTAIN
maintain a low profile → keep a low profile

MAKE
□ make a beeline for sth □ make a bloomer □ make a break for it □ make a clean breast of sth □ make a day of it □ make a dent in sth □ make a dive □ make a fast buck □ make a federal case out of sth □ make a fool of sb □ make a fuss of sb □ make a go of sth □ make a killing □ make a meal (out) of sth □ make a monkey out of sb □ make a mountain out of a molehill □ make a name for oneself □ make a pit stop □ make a production (out) of sth □ make a silk purse out of a sow's ear □ make a song and dance about sth □ make a splash □ make a stink □ make a U-turn □ make a virtue of necessity □ make all the difference □ make allowance(s) for sth □ make allowance(s) for sb □ make amends (for sth) (to sb) □ make an ass of oneself □ make an exception □ make an exhibition of oneself □ make an honest woman (out) of sb □ make an omelette without breaking eggs □ make capital (out) of sth □ make certain □ make certain of sth □ make difference to sth □ make ends meet □ make free with sth □ make friends with sb □ make fun of sb □ make good □ make good one's escape □ make hay (while the sun shines) □ make it big □ make it snappy □ make light of sth □ make like a banana □ make mincemeat (out) of □ make money hand over fist □ make no bones about sth □ make no claim □ make noises about sth □ make one's bed and one must lie on it □ make one's blood boil □ make one's blood run cold □ make one's day □ make one's flesh creep □ make one's gorge rise □ make one's hair curl □ make one's mark □ make one's skin crawl □ make one's toes curl □ make or break □ make out like a bandit □ make sb cry into their beer □ make sb go through (the) hoops □ make short work of sth □ make sth of oneself □ make sth out of whole cloth □ make strange bedfellows □ make the beast with two backs □ make the best of sth □ make the first move □ make the grade □ make the right noises □ make things lively for sb □ make tracks □ make up for lost time □ make waves □ make way for □ make whoopee □ able to make sth □ all work and no play makes Jack a dull boy □ be made (for life) □ be on the make □ haste makes waste □ if I may be so bold (as to do sth) □ it takes all kinds (to make a world) □ make an ass of oneself □ able to make sth out of sth □ might makes right □ practice makes perfect □ put two and two to make five □ that makes a change □ that makes two of us □ the devil makes work for idle hands □ they don't make sth like they used to □ to make a long story short □ two wrongs don't make a right □ what makes sb tick □ wild horses would not drag sb

make a beeline for sb → make a beeline for sth

make a break for sth → make a break for it

make a dent on sth → make a dent in sth

make a face(s) → pull a face(s)

make a fuss → make a stink

make a good job on sth → do a good job on sth

make a mark → make one's mark

make a quick buck → make a fast buck

make a stab at doing sth → take a stab at doing sth

make an all-out effort → all-out effort

make both ends meet → make ends meet

make difference to sb → make difference to sth

make light work of sth → make short work of sth

make like an atom and split → make like a banana

make one's flesh crawl → make one's flesh creep

make sb jump through (the) hoops → make sb go through (the) hoops

make the best of it → make the best of sth

MAKER
□ meet one's maker

MAKINGS
□ have the makings of sth

MAMA
□ mama's boy

MAN
□ man cannot live by bread alone □ man's best friend □ a man after one's own heart □ a man of one's word □ a man of straw □ a man of the world □ a man's home is his castle □ a wink's as good as a nod (to a blind man) □ as the next guy □ be one's own man □ big man on campus □ every man for himself □ everyone has their price □ going to see a man about a horse □ hatchet man □ if you want sth, sb is your man □ ladies man □ marked man □ no more sth than the man in the moon □ one man's trash is another man's treasure □ one's man in □ one's right-hand man □ one-man band □ the grand old man of sth □ the man on the street □ the man upstairs □ the odd man out □ time and tide wait for no man □ to a man □ you can't keep a good man down

MANGER
□ dog in the manger □ dog-in-the-manger

MANNA
□ manna from heaven

manna in the desert → manna from heaven

manna in the wilderness → manna from heaven

MANNER
□ all manner of sb □ by no means

MANY
□ many a time □ many moons ago □ many's the time □ have had one too many □ have many irons in the fire □ in so many words □ not in so many words □ too many chiefs and not enough Indians

MAP
□ do I have to draw you a map □ put sb on the map □ wipe sth off the map

MARBLE
□ lose one's marbles □ pick up one's marbles and go home

MARCH
□ march to (the beat of) a different drummer □ mad as a March hare □ steal a march on sb

march to a different tunes → march to (the beat of) a different drummer

MARCHING
□ marching orders

MARINES
□ tell that to the Marines

MARK
□ mark my word(s) □ be (right) on the mark □ be (way) off the mark □ be quick off the mark □ be slow off the mark □ be wide of the mark □ black mark (against sb) □ close to the mark □ hit the mark □ leave one's mark (on) □ make one's mark □ X marks the spot □ miss the mark □ not far off (the mark) □ overshoot the mark

MARKED
□ marked man

MARKET
□ be in the market (for sth) □ corner the market (on) □ get a corner on the market □ meat market □ the bottom falls out

MARKING
□ be marking time

MAST
□ at half-mast

MASTER
□ a jack of all trades □ be a past master (at

sth) ▫ serve two masters
MAT
▫ go to the mat (for sb)
MATCH
▫ get into a pissing match (with) ▫ meet one's match ▫ the whole shooting match

match the description of sb → answer the description of sth

match the description of sth → answer the description of sth
MATTER
▫ as a matter of course ▫ as a matter of fact ▫ be no laughing matter ▫ mind over matter ▫ take the law into one's own hands ▫ the fact is (that)
MAY
▫ come what may
MCCOY
▫ the real McCoy
ME
▫ BEAT ME ▫ BELIEVE ME ▫ BUGGER ME ▫ DO ME A FAVOUR ▫ DON'T BLAME ME ▫ EXCUSE ME ▫ FAR BE IT FROM ME TO DO STH
MEAL
▫ meal ticket ▫ make a meal (out) of sth ▫ square meal
MEAN
▫ mean business ▫ mean the world to sb ▫ it means curtains for sb ▫ no mean feat ▫ there are ways and means (of doing sth)
MEANING
▫ don't know the meaning of (the word)
MEANS
▫ a means to an end ▫ by all means ▫ by fair means or foul ▫ by no means
MEASURE
▫ for good measure ▫ last-ditch effort ▫ made to measure
MEAT
▫ meat market ▫ dead meat ▫ the meat and potatoes of sth
MEDAL
▫ deserve a medal

MEDICINE
▫ get a taste of one's own medicine ▫ give sb a taste of their own medicine
MEDIUM
▫ happy medium
MEET
▫ meet one's maker ▫ meet one's match ▫ meet sb halfway ▫ make ends meet ▫ never the twain shall meet ▫ there's less to sb than meets the eye ▫ there's more to sb than meets the eye ▫ where the rubber meets the road
MEETING
▫ a meeting of (the) minds

meeting → call a meeting
MELTING
▫ melting pot
MEMORY
▫ be engraved on one's mind ▫ have a memory like a sieve ▫ have a memory like an elephant ▫ take a trip down memory lane
MEN
▫ separate the men from the boys ▫ the men in (gray) suits
MEND
▫ mend fences ▫ mend one's ways ▫ be on the mend
MERRIER
▫ the more the merrier
MESSAGE
▫ get the message
MESSENGER
▫ shoot the messenger
METAL
▫ put the pedal to the metal
METHOD
▫ there's method in one's madness
METTLE
▫ prove one's mettle ▫ test one's mettle
MICE
▫ when the cat's away

Midas

MIDAS
□ the Midas touch

MIDDLE
□ in one's middle name □ in the middle of nowhere □ knock sb into the middle of next week □ play both ends against the middle □ steer a middle course

MIDDLING
□ fair to middling

MIDNIGHT
□ burn the midnight oil

MIDSTREAM
□ change horses

MIGHT
□ might makes right

might be forgiven for doing sth → could be forgiven for doing sth

MIGHTER
□ the pen is mighter than the sword

MIGHTY
□ act high-and-mighty □ high and mighty

MIKE
□ for the love of God

MILE
□ a miss is as good as a mile □ be miles off □ do sth a mile a minute □ give sb an inch (and he will take a mile) □ go the extra mile □ like five miles of bad road □ see sth a mile away □ would run a mile

MILK
□ it's no use crying over spilled milk □ land of milk and honey □ the milk of human kindness

milk sb dry → suck sb dry

milk sth dry → suck sb dry

MILL
□ be grist for the mill □ go through the mill □ put sb through the mill

MILLION
□ 5 million Elvis fans can't be wrong □ look like a million dollars □ not in a million years □ the 64,000 dollar question

MILLSTONE
□ a millstone around one's neck

MINCE
□ not mince words

MINCEMEAT
□ make mincemeat (out) of

MIND
□ mind in the gutter □ mind one's own business □ mind one's p's and w's □ mind over matter □ mind reader □ mind the store □ mind-blowing □ mind-boggling □ at the back of one's mind □ be bored out of one's mind □ be engraved on one's mind □ be frightened out of mind □ be of one mind □ be on one's mind □ blow one's mind □ boggle one's mind □ cast one's mind(s) back (to sth) □ change one's mind □ cross one's mind □ frame of mind □ give sb a piece of one's mind □ go out of one's mind □ have a close mind (about) □ have a good mind to do sth □ have a mind of one's own □ have a one-track mind □ have an open mind (about) □ have half a mind to do sth □ have sth on one's mind □ if sb put one's mind to it □ in one's mind's eye □ it's all in one's mind □ know one's own mind □ load off one's mind □ lose one's mind □ nobody in one's right mind would do sth □ one's head is buzzing (with sth) □ out of sight, out of mind □ pay no mind to □ read one's mind □ slip one's mind □ speak one's mind

MINDED
□ closed-minded □ open-minded

MINDS
□ a meeting of (the) minds □ be of two minds □ great minds think alike

MINE
□ a mine of information (on/about sth) □ your guess is as good as mine

MINT
□ in mint condition

MINUTE
□ do sth a mile a minute □ there's one born every minute □ up-to-the-minute

MIRROR
□ smoke and mirrors

MISERY
□ put sb out of one's misery

MISS
□ miss the boat □ miss the mark □ miss the point □ a miss is as good as a mile □ do not miss a trick □ hit and miss □ without missing a beat

Miss High and Mighty → high and mighty

MISSED
□ one's heart skipped a beat

MISTER
Mister High and Mighty → high and mighty

MIX
□ be a mixed bag □ mixed blessing

MOAN
□ piss and moan

MOHAMMED
□ Mohammed must go to the mountain □ the mountain must come to Mohammed

MOJO
□ put a mojo on sb

MOLASSES
□ slower than molasses (in January)

MOLD
□ mould

MOLEHILL
□ make a mountain out of a molehill

MOMENT
□ in the heat of the moment □ on the spur of the moment □ sth has its moments □ the evil hour □ the moment of truth

MONDAY
□ Monday-morning quarterback

MONEY
□ money is no object □ money is the root of all evil □ money talks (bullshit walks) □ a fool and his money are soon parted □ a license to print money □ be right on the money □ careful with money □ easy money □ for my money □ get one's money's worth □ give sb a run for one's money □ have money to burn □ hush money □ I am not made of money □ in the money □ make money hand over fist □ not for love nor money □ one's money's on sb □ put one's money where one's mouth is □ see the colour of one's money □ take the money and run □ the smart money □ the smart money is on sth □ throw good money after bad □ throw money around □ throw money at sth □ you pay your money and you take your chances

money business → funny business

MONKEY
□ monkey on one's back □ monkeys see, monkeys do □ if you pay peanuts, you get monkeys □ funny as a barrel of monkeys □ make a monkey out of sb □ throw a monkey wrench into sth

MONSTER
□ the green-eyed monster

MONTH
□ flavour of the month □ never in a month of Sundays □ that time of the month

month in, month out → day in, day out

MOON
□ ask for the moon □ bark at the moon □ many moons ago □ no more sth than the man in the moon □ once in a blue moon □ promise sb the earth

MORAL
□ take the moral high ground

MORE
□ more fool □ more power to you □ more sth than one can shake a stick at □ more's the pity □ get more bang for one's buck □ get more than you bargained for □ give more bang for one's buck □ in more ways than one □ no more Mr Nice Guy □ no more sth than the man in the moon □ that's more like it □ the more the merrier □ there are plenty more fish in the sea □ there's more than one way to skin a cat □ without further ado

more fun than a barrel of monkeys → funny as a barrel of monkeys

more haste less speed → haste makes waste

MORNING
□ morning, noon and night □ the morning after the night before

MORTAR
□ bricks and mortar
MOST
□ at best
MOTH
□ like a moth to the candle
MOTHBALL
□ put sth in mothballs
MOTHER
□ like father, like son □ the mother of all
MOTION
□ set the wheels in motion □ go through the motions
MOULD
□ mould-breaking □ break the mould □ from the same mould (as) □ they broke the mould when they made sb
MOUNTAIN
□ make a mountain out of a molehill □ Mohammed must go to the mountain □ move mountains □ the mountain must come to Mohammed
MOUSE
□ play cat and mouse □ poor as a church mouse □ quiet as a mouse
MOUTH
□ born with a sliver spoon in one's mouth □ by word of mouth □ don't look a gift horse in the mouth □ down in the mouth □ foam at the mouth □ from the horse's mouth □ hand-to-mouth □ have a big mouth □ laugh out of the other side of one's mouth □ leave a bad taste in one's mouth □ live (from) hand to mouth □ one's heart in one's mouth □ out of the mouths of babes (and sucklings) □ put one's foot in one's mouth □ put one's head in the lion's mouth □ put one's money where one's mouth is □ put words in(to) one's mouth □ shoot one's mouth off □ take the words (right) out of one's mouth □ watch one's tongue
MOUTHFUL
□ what a mouthful □ you said a mouthful
MOVABLE
□ movable feast

MOVE
□ move heaven and earth to do sth □ move in for the kill □ move mountains □ move the goalposts □ move up in the world □ move with the times □ bust a move □ did the earth move □ get a move on □ if the spirit moves □ make the first move □ on the go

move into overdrive → go into overdrive

move up the ladder → climb (up) the ladder

MOVEABLE
moveable feast → movable feast

MOVER
□ the movers and shakers

MOVIE
□ been there, done that

MR NICE
□ no more Mr Nice Guy

MUCH
□ a bit much □ able to take just so much □ funny as a barrel of monkeys □ leave a lot to be desired □ no more sth than the man in the moon □ not cut much ice (with) □ not do anything for sb □ not have much in the way of □ not much cop □ read too much into sth □ so much the better □ there is no love lost (between)

MUD
□ clear as mud □ drag sb through the mud □ here's mud in your eye □ one's name is mud □ sling mud □ stick-in-the-mud

as clear as mud → clear as mud

mud in your eye → here's mud in your eye

MUDDY
□ muddy the waters

MULE
□ stubborn as a mule

MULTITUDE
□ cover a multitude of sins

MUM
□ mum's the word

MUNCHIES
□ have the munchies

MURDER
□ get away with murder □ scream bloody murder
MURPHY
□ Murphy's law
MUSCLE
□ flex one's muscle(s)
MUSIC
□ music to one's ears □ face the music □ music to one's ears
MUST
□ I am not made of money □ Mohammed must go to the mountain □ the mountain must come to Mohammed
MUSTARD
□ not cut the mustard
MUSTER
□ pass muster
MY
□ my ass □ my bad □ my eye □ my foot □ my heart bleeds (for sb) □ my word
NAIL
□ nail in one's coffin □ nail sth down □ nail sb down □ nail sb to the wall □ another nail in one's coffin □ as hard as nails □ bite one's nails □ fight tooth and nail □ hard as nails □ hit the nail on the head □ like trying to nail jell-O to the wall □ nail in one's coffin

nail sb to the wall → nail one's ass to the wall
NAKED
□ naked as a jaybird
NAME
□ name it (sb has got it) □ name names □ name-calling □ answer to the name of sth □ blacken one's name □ call sb names □ drag sb through the mud □ give sth a bad name □ have one's name on it □ household name □ in all but name □ in name only □ in one's middle name □ make a name for oneself □ one's name is mud □ the name of the game

name it, sb has it → name it (sb has got it)
NAMELESS
□ who will remain nameless

NAPPING
□ caught napping
NARROW
□ narrow escape □ keep sb on the straight and narrow □ stray from the straight and narrow
NASTY
□ do the nasty
NATIVE
□ go native
NATURE
□ appeal to one's better nature □ forces of nature □ let nature take its course □ the call of nature □ the nature of the beast
NAVEL
□ navel-gazing □ contemplate one's navel
NEAR
□ close to the bone □ so near yet so far

near at hand → close at hand

near the mark → close to the mark

near to one's heart → close to one's heart

near to the bone → close to the bone
NEARLY
nearly burst a blood vessel → burst a blood vessel
NECESSITY
□ make a virtue of necessity
NECK
□ neck and neck □ neck of the woods □ a millstone around one's neck □ break one's neck □ breathe down one's neck □ dead from the neck up □ have the brass neck to do sth □ put one's head in a noose □ put one's job on the line □ risk one's neck □ stick one's neck out □ take sth by the scruff of the neck □ up to one's ears in sth □ wring one's neck
NEED
□ need a hand □ need one's head examined □ need sth like a fish needs a bicycle □ need sth like a hole in the head □ a crying need □ a friend in need is a friend indeed □ hour of need

NEEDLE
□ a needle in a haystack
NEGOTIATION
□ last-ditch effort
NEITHER
□ that's neither here nor there
NERVE
□ be a bundle of nerves □ get on one's nerves □ have the brass neck to do sth □ touch a raw nerve
NERVOUS
□ a nervous wreck
NEST
□ feather one's nest □ leave the nest □ stir up a hornet's nest
NET
□ cast one's net wide
NETWORK
□ old boy network
NEVER
□ never darken one's door □ never hear the end of it □ never in a month of Sundays □ never say die □ never the twain shall meet □ never-say-die □ better late than never □ lightning never strikes twice □ watched pots never boil □ wonders will never cease

never in a million years → not in a million years

never in my wildest dream → not in my wildest dream

never look a gift horse in the mouth → don't look a gift horse in the mouth
NEW
□ new blood □ new broom □ new pastures □ new to the game □ brave new world □ break new ground □ breathe (new) life into sth □ it's a (whole) new ball game □ put sb in a new light □ see sb in a different light □ shed (new) light on sth □ the new kid on the block □ turn over a new leaf □ you can't teach an old dog new tricks

new broom sweeps (sth) clean → new broom

NEWS
□ good news for sb □ no news is good news □ that's news to me
NEXT
□ as the next guy □ from one day to the next □ in no time (at all) □ knock sb into the middle of next week
NICE
□ nice work if sb can get it
NICHE
□ carve out a niche (for oneself)
NICK
□ in the nick of time
NICKEL
□ nickel and dime □ worth a wooden nickel
NIGHT
□ night owl □ all hours (of the day and night) □ all night long □ call it a night □ different as night and day □ like night and day □ morning, noon and night □ one night stand □ ships that pass in the night □ the dead of night □ the morning after the night before □ things that go bump in the night
NIMBY
□ not in my backyard
NINE
□ a stitch in time (saves nine) □ on cloud nine □ the whole nine yard
NINES
□ be dressed (up) to the nines
NIP
□ nip sth in the bud □ be nip and tuck
NITTY
□ get down to the (real) nitty gritty
NO
□ no amount of sth □ no bed of roses □ no better than □ no buts (about it) □ no chance □ no comment □ no comparison □ no dice □ no doubt □ no duh □ no end □ no exception □ no fear □ no go □ no great shakes □ no hard feelings □ no mean feat □ no more Mr Nice Guy □ no more sth than the man in the moon □ no news is good news □ no pain, no gain □ no picnic □ no rest for the weary

□ no shit □ no slouch (at sth) □ no spring chicken □ no stranger to sth □ no such luck □ no sweat □ no thanks to sb □ no time like the present □ no time to lose □ no two ways about it □ no way □ no wonder □ no you don't □ do sb no favour □ up to no good □ yes and no

no bones about it → make no bones about sth

no ifs, ands or buts (about it) → no buts

no little than → no better than

no rest for the wicked → no rest for the weary

no thanks to sth → no thanks to sb

no way Joseù → no way

no-brainer → be a no-brainer

NOBODY

□ nobody in one's right mind would do sth □ nobody's fool □ do sth like nobody's business □ the lights are on, but nobody's home

NOD

□ a wink's as good as a nod (to a blind man) □ get the nod □ have a passing acquaintance with □ in the land of nod

NOISE

□ make noises about sth □ make the right noises

NONE

□ none of one's business □ a jack of all trades □ be none the wiser □ be none the worse for wear □ half a loaf (is better than none)

NOON

□ it's high noon (for) □ morning, noon and night

NOOSE

□ put one's head in a noose

NOR

□ can't make head nor tail of sth □ not for love nor money □ not see hide nor hair of sb □ that's neither here nor there

NOSE

□ as plain as the nose on one's face □ be right (there) under one's nose □ brown nose □ cut off one's nose to spite one's face □ do sth with one's nose in the air □ follow one's nose □ have a nose for sth □ have one's nose to the grindstone □ hold one's nose □ it's no skin off one's nose □ keep one's nose clean □ keep one's nose out of sth □ lead sb (around) by the nose □ look down one's nose (at) □ pay through the nose □ plain as the nose on one's face □ powder one's nose □ put one's nose out of joint □ rub one's nose in it □ see beyond (the end) of one's nose □ stick one's nose into sth □ thumb one's nose (at)

NOSER

□ brown-noser

NOT

□ not a barrel of laughs □ not a bit □ not a bit of it □ not a blind bit of sth □ not a dry eye in the house □ not a pretty sight □ not a red cent □ not able to go on □ not able to help sth □ not able to wait □ not agree with sb □ not all that □ not all there □ not amount to a hill of beans □ not anything like □ not bad □ not bat an eyelid □ not be about to do sth □ not be arsed (to do sth) □ not be out the woods (yet) □ not breathe a word □ not by a long shot □ not by any stretch of the imagination □ not come cheap □ not cricket □ not cut much ice (with) □ not cut the mustard □ not do anything for sb □ not exactly □ not far off (the mark) □ not for all the tea in China □ not for anything □ not for love nor money □ not for the world □ not forgetting □ not give a (flying) fuck □ not give a fig about □ not give a shit □ not give sb the time of day □ not go amiss □ not have a bean □ not have a clue □ not have a dog's chance □ not have a ghost of a chance (of doing sth) □ not have a leg to stand on □ not have a pot to piss in □ not have a prayer (of doing sth) □ not have all day □ not have much in the way of □ not have much upstairs □ not have the faintest idea □ not have the foggiest □ not have the stomach for sth □ not have two cents to rub together □ not hold water □ not in a million years □ not in my backyard □ not in my wildest dream □ not in one's vocabulary □ not in so many words □ not in the business of doing sth □ not just a pretty face □ not know enough to come in out of the rain □ not know one's ass from a hole in the ground □ not know sb from Adam □ not know shit (from shinola) □ not know sth if it jumped up and bit one □ not know the first thing about □ not know whether one is coming or going □ not know which way to turn □ not lift a finger □ not long for this world □ not lose any sleep over sth □ not mince words □ not much cop □ not on your life □ not one's bag □ not pull any punches □ not say a dicky bird □ not say boo to a goose □ not see hide nor hair of sb □ not shed tears (over) □ not sleep a wink □ not suffer fools (gladly) □ not take sth lying down □ not think straight □ not think twice □ not to put too fine a point on it □ not with a bang but a whimper

not a bed of rose → no bed of roses

not as all that → not all that

not be a laughing matter → be no laughing matter

not be any the wiser → be none the wiser

not by any (manner of) means → by no means

not come amiss → not go amiss

not come to anything → come to nothing

not do a lot for sb → not do anything for sb

not do much for sb → not do anything for sb

not do sb any favour → do sb no favour

not do sth for the world → not the world

not easy to swallow → hard to swallow

not enough room to swing a cat → you could not swing a cat

not exactly a barrel of laughs → not a barrel of laughs

not far out → not far off (the mark)

not far wrong → not far off (the mark)

not feel up to par → below par

not for love or money → not for love nor money

not get a wink of sleep → not sleep a wink

not give a fig for → not give a fig about

not have a lot (going on) up top → not have much upstairs

not have a lot (going on) upstairs → not have much upstairs

not have the foggiest idea → not have the foggiest

not hear a dicky bird → not say a dicky bird

not in a month of Sundays → never in a month of Sundays

not know one's ass from one's elbow → not know one's ass from a hole in the ground

not know sth if one tripped over it → not know sth if it jumped up and bit one

not lift a hand → not lift a finger

not much love lost → there is no love lost (between)

not on any account → on no account

not one (little) bit → not a bit

not one red cent → not a red cent

not raise a finger → not lift a finger

not raise a hand → not lift a finger

not say a word → not breathe a word

not say boo to anyone → not say boo to a goose

not stand a ghost of a chance → not have a ghost of a chance

not the blindest bit of sth → not a blind bit of sth

not too bad → not bad

not up to par → below par

NOTE

□ compare notes

NOTHING

□ nothing but skin and bones □ nothing daunted □ nothing doing □ nothing to sneeze at □ nothing to write home about □ nothing ventured, nothing gained □ all or nothing □ come to nothing □ have nothing between the ears □ leave nothing to the imagination □ like nothing on earth □ think nothing of (doing) sth

nothing to sniff at → nothing to sneeze at

NOTICE

□ sit up and take notice

NOW

□ now you're talking □ all better now □ downhill from here □ even now □ from now

on
NOWHERE
□ appear out of nowhere □ in the middle of nowhere
NTH
□ to the nth degree
NUCLEAR
□ go ballistic
NUMBER
□ number is up □ any number of sth □ have one's number □ look out for number one □ X number of

number has come up → number is up
NUMBERED
□ one's days are numbered
NUT
□ be nuts about □ go nuts □ the nuts and bolts of sth □ tough nut to crack
NUTSHELL
□ in a nutshell
NUTTY
□ nutty as a fruitcake
OAT
□ be feeling one's oats □ sow one's wild oats
OBEY
obey sth to the letter → follow sth to the letter
OBJECT
□ money is no object
OCCUPY
occupy the moral high ground → take the moral high ground
OCEAN
□ drop in the bucket
ODD
□ strange bedfellows □ the odd man out □ be at odds with sb □ stack the odds against sb □ the odds are stacked against sb

odd bedfellows → strange bedfellows
OF
□ of all things □ of choice □ of course □ of no account □ of one kind or another □ of one's choice □ of one's dreams □ of one's own accord □ of one's own free will

of advanced years → up in years

of all people → of all things

of all places → of all things

of little account → of no account

of little avail → to little avail

of no avail → to little avail
OFF
□ off beam □ off colour □ off duty □ off one's hand □ off one's own bat □ off the beaten track □ off the cuff □ off the record □ off the top of one's head □ off the wall □ off-the-cuff □ be (way) off the mark □ be badly off □ be miles off □ be off and running □ be quick off the mark □ be slow off the mark □ beat off □ beg off □ bite one's head off □ blast off □ blow the lid off sth □ bounce off the walls □ catch sb off guard □ chip off the old block □ come off it □ cut the corner □ ease off □ first off □ fly off the handle □ get off on the right foot □ get off one's case □ get off the ground □ give sb the shirt off one's back □ go off at half-cocked □ go off the boil □ go off the deep end □ hit it off □ knock it off □ laugh one's head off □ let off lightly □ let sb off the hook □ load off one's mind □ not far off (the mark) □ on the off chance □ see sth a mile away □ take a load off □ take one's hat off to sb □ take sb off one's hand □ take years off sb □ the gloves are off □ the heat is off □ where does sb get off (doing sth) □ wipe the grin off one's face

off (the) air → on air

off camera → on camera

off the beaten path → off the beaten track
OFFER
□ offer an olive branch off-kilter □ food for thought □ give more bang for one's buck

offer more bang for one's buck → give more bang for one's buck
OFFERING
□ burnt offering
OFFICE
□ do a land-office business □ good offices
OIL
□ oil and water □ burn the midnight oil □

ointment

snake oil

OINTMENT

□ fly in the ointment

OLD

□ old as the hills □ old flame □ old habits die hard □ old hand (at sth) □ old hat □ old stomping ground(s) □ old wives' tale □ old-guard □ old-boy network □ be yourself (again) □ chip off the old block □ for old times' sake □ from the old school □ get the heave-ho □ give sb the (old) heave-ho □ give sth the old college try □ same old, same old □ settle an old score □ the good old days □ the grand old age □ the grand old man of sth □ the old guard □ tough as old boots □ up to one's old tricks □ you can't teach an old dog new tricks

old boys' network → old boy network

old stamping ground → old stomping ground

OLDEST

□ it's the oldest trick in the book

OLIVE

□ offer an olive branch

OMEGA

□ alpha and omega

OMELETTE

□ make an omelette without breaking eggs

ON

□ on a (totally) different wavelength □ on a collision course with □ on a dime □ on a head trip □ on a knife edge □ on a par with □ on a shoestring □ on a wing and a prayer □ on account of sth □ on air □ on all fours □ on an even keel □ on an up □ on automatic pilot □ on balance □ on behalf of sb □ on board □ on camera □ on cloud nine □ on course for sth □ on cue □ on dangerous ground □ on demand □ on display □ on draught □ on duty □ on earth □ on end □ on equal terms with sb □ on everybody's lips □ on hand □ on home turf □ on no account □ on no condition □ on one's account □ on one's ass □ on one's back □ on one's books □ on one's coat-tails □ on one's conscience □ on one's doorstep □ on one's guard □ on one's last legs □ on one's own account □ on one's shit list □ on one's tail □ on one's watch □ on paper □ on parade □ on second thought □ on skid row □ on tap □ on tenterhooks □ on that account □ on the back of sth □ on the ball □ on the boil □ on the bubble □ on the button □ on the cards □ on the case □ on the cheap □ on the contrary □ on the credit side □ on the cutting edge of sth □ on the defensive □ on the dot □ on the double □ on the drawing board □ on the edge of one's seat □ on the edge of sth □ on the face of it □ on the firing line □ on the flat □ on the fritz □ on the front □ on the front burner □ on the go □ on the ground □ on the hoof □ on the horns of a dilemma □ on the house □ on the lam □ on the loose □ on the off chance □ on the other hand □ on the rag □ on the receiving end □ on the record □ on the right track □ on the rocks □ on the ropes □ on the safe side □ on the same wavelength □ on the side of the angels □ on the sidelines □ on the skids □ on the sly □ on the spot □ on the spur of the moment □ on the table □ on the take □ on the tip of one's tongue □ on the up □ on the up and up □ on the verge of (doing) sth □ on the wane □ on the warpath □ on the wrong side of □ on the wrong track □ on top of sth □ on top of the world □ early on □ from now on □ get it on □ got it going on □ have egg on one's face □ have the edge over □ not able to go on □ not have a leg to stand on □ the heat is on □ turn up the heat

on a shoestring budget → on a shoestring

on an equal footing with sb → on equal terms with sb

on course to do sth → on course for sth

on dangerous territory → on dangerous ground

on false pretences → under false pretences

on home ground → on home turf

on in years → up in years

on one's behalf → on behalf of sb

on one's butt → on one's ass

on the air → on air

on the doorstep → on one's doorstep

on the edge of one's chair → on the edge of one's seat

on the front line → in the front line

on the hot seat → in the hot seat

on the lips of sb → on everybody's lips

on the move → on the go

on the same lines → along the same lines

on the tail of sb → on one's tail

on this account → on that account

ONCE

□ once and for all once bitten, twice shy □ once in a blue moon □ once upon a time □ all at once □ at once

once-over → give sb the once-over

ONE

□ one and the same □ one day □ one didn't know what hit him/ her □ one for the road □ one good turn deserves another □ one man's trash is another man's treasure □ one night stand □ one of these days □ one of those days □ one thing led to another □ one's ass is in a sling □ one's bark is worse than his bite □ one's days are numbered □ one's department □ one's ears are burning □ one's elevator doesn't go all the way to the top (floor) □ one's eyes are popping (out of one's head) □ one's head is buzzing (with sth) □ one's heart isn't in it □ one's heart skipped a beat □ one's heart goes out to sb □ one's heart's desire □ one's heart's in one's mouth □ one's man in □ one's money's on sb □ one's name is mud □ one's own flesh and blood □ one's own worst enemy □ one's right-hand man □ one-hit wonder □ one-horse race □ one-horse town □ one-man band □ all in one □ at one go □ be a great one for (doing) sth □ be one up on sb □ can do sth with one hand tied behind one's back □ clock sb one □ do sth with one hand tied behind one's back □ for one thing □ from day one □ from one day to the next □ go in one ear and out the other □ go one better □ have a one-track mind □ have had one too many □ have one eye on sth □ I owe you one □ in more ways than one □ in one fell swoop □ it takes one to know one □ look out for number one □ not a red cent □ of one kind or another □ one-man band □ pull a fast one (on sb) □ put one's pants on one leg at a time□ six of one, half a dozen of the other □ take it one day at a time □ ten to one □ there's one born every minute □ tie one on □ what with one thing and another □ you owe me (one)

one of the boys → be one of the boys

one's bark is worse than her bite → one's bark is worse than his bite

one's best bet → the best bet

one's butt is in a sling → one's ass is in a sling

one's ears pricked up → prick up one's ears

one's hackles rise → raise one's hackles

one's heart missed a beat → one's heart skipped a beat

one's mind is buzzing (with sth) → one's head is buzzing (with sth)

one's paths cross → cross one's path

one's sympathy goes out to sb → one's heart goes out to sb

one's thoughts go out to sb → one's heart goes out to sb

ONESELF

□ get a grip on oneself □ pull oneself up by one's (own) bootstraps □ run oneself into the ground □ wrap oneself in the flag

ONLY

□ only have eyes for sb □ be only human □ be to be expected □ for one's eyes only □ in name only □ it's all in one's mind

only time will tell → time will tell

ONTO

□ onto a good thing

onto the defensive → on the defensive

OOPS

□ oops-a-daisy

OPEN

□ open (the) doors for □ open book □ open one's eyes to sth □ open Pandora's box □ open season on sth □ open the floodgates □ open-and-shut case □ open-minded □ be wide open □ blow sth wide open □ burst open □ go into sth with one's eyes open □ have an open mind (about) □ honest and aboveboard □ keep an eye out for □ keep one's eyes open □ leave oneself (wide) open (to sth) □ leave the door open for sth □ with one's eyes open

open and aboveboard → honest and aboveboard

open one's heart → pour out one's heart

open the door for → open (the) doors for

OPERATE

□ firing on all cylinders

operate at arm's length from sb → keep sb at arm's length

OPERATOR

□ smooth operator

OPPORTUNITY

□ window of opportunity

OR

□ or anything □ or else □ or what

or what have you → and what have you

ORANGE

□ can't compare apples and oranges

ORDER

□ be in apple pie order □ in apple-pie order □ just what the doctor ordered □ marching orders □ out of order □ put one's (own) house in order □ tall order □ the order of the day □ the pecking order

OTHER

□ at each other's throats □ every other □ go in one ear and out the other □ have other fish to fry □ made for each other □ on the other hand □ see how the other half lives □ six of one, half a dozen of the other □ the other side of the coin □ this, that and the other (thing)

other half → better half

OTR

□ on the rag

OUNCE

□ an ounce of prevention is worth a pound of cure

OUT

□ out cold □ out of action □ out of bounds (to sb) □ out of breath □ out of business □ out of character □ out of commission □ out of doors □ out of earshot □ out of gear □ out of kilter □ out of one's depth □ out of one's hands □ out of order □ out of pocket □ out of sight, out of mind □ out of the ark □ out of the blue □ out of the firing line □ out of the frame □ out of the frying pan (and) into the fire □ out of the goodness of one's heart □ out of the limelight □ out of the loop □ out of the mouths of babes (and sucklings) □ out of the picture □ out of the public eye □ out of the question □ out of the spotlight □ out of this world □ out of whack □ out on one's ear □ out the wazoo □ out to lunch □ ass out □ average out □ be (way) out there □ be cut out for sth □ be down and out □ be out in left field □ be out like a light □ be out of it □ be out of one's hair □ black out □ bleep sth out □ can dish it out but can't take it □ cut it out □ dismiss sth out of hand □ down but not out □ down-and-out □ eat one's heart out □ eat sb out of house and home □ flat out □ fresh out of sth □ get a kick out of (doing) sth □ get out of hand □ get the lead out □ go all out □ go out on a limb □ have it out with sb □ have sb eating out of (the palm of) one's hand □ I'm out of here □ if you can't stand the heat, get out of the kitchen □ knock oneself out □ knock-down, drag-out □ know sth inside out □ let it all hang out □ like it's going out of fashion □ make a mountain out of a molehill □ not far off (the mark) □ pull one's hair out □ punch one's lights out □ put sb out of one's misery □ stick one's neck out □ tuckered out □ work out the kinks

out in the middle of nowhere → in the middle of nowhere

out of pocket → out of pocket

out of the line of fire → out of the firing line

out the kazoo → out the wazoo

OUTDOORS

□ big as all outdoors

OUTS

□ the ins and outs of sth

OUTSIDE

□ think outside the box

OUTSTAY

outstay one's welcome → overstay one's welcome

OVEN
□ have a bun in the oven
OVER
□ over a barrel □ over and done with □ over easy □ over my dead body □ over the counter □ over the course of time □ over the hill □ over with □ all over □ all over sb □ all over sth □ all over the place □ butt heads with sb □ cross the line □ fall head over heels (in love) □ falling over oneself to do sth □ fingerprints are on sth □ get in over one's head □ get over the hump □ gloss over sth □ go over big with sb □ go over one's head □ go over the edge □ go over the same ground □ go through sth with a fine-tooth comb □ hand-over-fist □ hanging over one's head □ have egg on one's face □ have the edge over □ honeymoon is over □ it ain't over 'til the fat lady sings □ it's no use crying over spilled milk □ lord it over sb □ make money hand over fist □ mind over matter □ not know sth if it jumped up and bit one □ push sb over the edge □ rake sb over the coals □ that's sb all over □ turn over a new leaf □ turn over in one's grave □ until hell freezes over □ walk all over sb □ when hell freezes over

over the course of sth → in the course of sth

over the long haul → in the long run

OVERDRIVE
□ go into overdrive
OVERSHOOT
□ overshoot the mark
OVERSTAY
□ overstay one's welcome
OVERSTEP
□ overstep one's bounds

overstep one's limits → overstep one's bounds

OWE
□ I owe you one □ you owe me (one)
OWL
□ a night owl □ wise as an owl
OWN
□ be left to one's own devices □ dig one's own grave □ go one's own way □ hold one's own □ legend in one's own time □ mind one's own business □ one's own flesh and blood □ one's own worst enemy □ put one's (own) house in order

OX
□ strong as a horse □ strong as an ox
OYSTER
□ the world is one's oyster
P
□ mind one's p's and w's
PACE
□ at a snail's pace □ force the pace of sth □ put sb through one's paces
PACK
□ pack a punch □ pack one's bags

pack a wallop → pack a punch

PACKED
□ be packed like sardines
PACKING
□ send sb packing
PADDLE
□ up the creek
PAGE
□ get on the same page
PAID
□ put paid to sth
PAIN
□ take pains to do sth □ for one's pains □ growing pains □ no pain, no gain □ take pains to do sth □ teething problems
PAINT
□ paint a rosy picture of sth □ paint sth in broad strokes □ paint sth with a broad brush □ paint the town red □ back sb into a corner □ black as one is painted □ like watching paint dry
PALL
□ cast a pall over
PALM
□ grease one's palm □ have sb eating out of (the palm of) one's hand □ have sb in the palm of one's hand

PAN
□ flash in the pan □ out of the frying pan into the fire

PANCAKE
□ flat as a pancake

PANDORA
□ open Pandora's box

PANTIES
□ get one's panties in a bunch

PANTS
□ a kick in the pants □ beat the pants off sb □ bore the pants off sb □ catch sb with one's pants down □ fly by the seat of one's pants □ have ants in one's pants □ keep one's shirt on □ put one's pants on one leg at a time □ smarty pants □ wear the pants in the family

PAPER
□ paper tiger □ paper trail □ get one's walking papers □ on paper □ start with a clean sheet (of paper) □ way out of a (wet) paper bag □ worth the paper it's written on

PAR
□ par for the course □ below par □ on a par with □ up to par

PARADE
□ on parade □ rain on one's parade

PARADISE
□ live in a fool's paradise

PARCEL
□ part and parcel of sth

PARDON
□ beg one's pardon □ I beg your pardon

pardon me for breathing → excuse me for living

pardon me for living → excuse me for living

pardon my French → excuse my French

PARE
□ cut sth to the bone

pare sth to the bone → cut sth to the bone

PART
□ part and parcel of sth □ part of the furniture □ a fool and his money are soon parted □ discretion is the better part of valor □ look the part □ the best part of sth

PARTING
□ parting of the ways □ parting shot

PARTNER
□ partner in crime

PARTY
□ party animal □ party pooper □ bring sth to the party □ the life of the party

PASS
□ pass muster □ pass the buck □ pass the hat (round/around) □ pass the time of day (with sb) □ pass the torch □ come to pass □ hand on the baton □ have a passing acquaintance with □ ships that pass in the night

pass on the baton → hand on the baton

PASSED
□ a lot of water has gone under the bridge since

PASSING
□ passing fancy □ buck-passing

PAST
□ be a past master (at sth) □ put it past sb (to do sth) □ the (dim and) distant past

PASTURE
□ put sb out to pasture □ new pastures

PAT
□ pat oneself on the back □ pat sb on the back □ a pat on the back □ have sth down pat □ stand firm

PATCH
□ go through a bad patch

PATH
□ cross one's path □ lead sb down the garden path □ off the beaten track □ take the line of least resistance

PAUL
□ rob Peter to pay Paul

PAUSE
□ give sb pause (for thought)

PAVE
□ pave the way for

PAVED
□ the road to hell is paved with good

intentions
PAVEMENT
- pound the pavement
PAY
- pay court to sb □ pay dividends □ pay lip service to sth □ pay no mind to pay one's dues □ pay sb a left-handed compliment □ pay sb back with interest □ pay the freight □ pay the piper □ pay the price for □ pay through the nose □ he who pays the piper calls the tune □ hit pay dirt □ if you pay peanuts, you get monkeys □ rob Peter to pay Paul □ there'll be hell to pay □ you pay your money and you take your chances □ pay an arm and a leg

pay a heavy price for → pay the price for
pay a high price for → pay the price for
pay a terrible price for → pay the price for
pay sb a back-handed compliment → pay sb a left-handed compliment
pay sb no mind → pay no mind to
pay sth no mind → pay no mind to
pay the earth → cost the earth

PEA
- thick as pea soup
PEACE
- hold one's peace
PEACOCK
- proud as a peacock
PEANUT
- if you pay peanuts, you get monkeys
PEARL
- cast pearls before swine
PEA
- like two peas in a pod
PECKING
- the pecking order
PEDAL
- put the pedal to the metal
PEDESTAL
- put sb on a pedestal
PEEL
- keep one's eyes peeled

PEG
- take sb down a peg (or two)
PEGGED
- have sb pegged
PEN
- the pen is mightier than the sword
PENCIL
- put lead in one's pencil
PENNIES
- pennies from heaven □ pinch pennies
PENNY
- penny-pincher □ a penny saved is a penny earned □ cost a pretty penny
PEOPLE
- people who live in glass houses (shouldn't throw stone) □ be all things to all people □ of all things □ X number of
PERCH
- knock sb off one's perch
PERFECT
- picture perfect □ practice makes perfect
PERISH
- perish the thought
PERSON
- as the next guy □ one's right-hand man
PERSONAL
- personal touch
PETARD
- hoist with one's own petard
PETE
- for the love of God
PETER
- rob Peter to pay Paul
PHOENIX
- rise like a phoenix from the ashes
PHONE
- hold the phone
PICK
- pick holes in sth □ pick one's brain □ pick up one's marbles and go home □ pick up steam □ pick up the ball and run (with it) □ pick up the pieces of sth □ pick up the slack

1143

pickle

□ pick up the tab □ have a bone to pick with sb □ take one's pick □ take up the baton

pick one's brains → pick one's brain

pick the wrong horse → back the wrong horse

pick up the baton → take up the baton

pick up the gauntlet → take up the gauntlet

PICKLE
□ in a pickle

PICNIC
□ no picnic □ sandwich short of a picnic

PICTURE
□ picture perfect □ big-picture □ get the picture □ in the picture □ look at the big picture □ out of the picture □ paint a rosy picture of sth □ pretty as a picture □ put sb in the picture

picture-perfect → picture perfect

PIE
□ pie in the sky □ be in apple pie order □ eat humble pie □ have a finger in every pie □ in apple pie order □ piece of the pie □ slice of the cake

PIECE
□ piece of cake □ piece of the action □ piece of the pie □ piece of work □ all in one piece □ bits and pieces □ conversation piece □ give sb a piece of one's mind □ go to pieces □ love sb to pieces □ pick up the pieces of sth □ say one's piece □ tear sb to shreds □ want a piece of sb

piece of the pie → slice of the cake

pie-in-the-sky → pie in the sky

PIG
□ buy a pig in a poke □ happy as a pig in shit □ in a pig's eye

PIGEONS
□ set the cat among the pigeons

PILE
□ the bottom of the heap □ the top of the heap

PILL
□ sugar-coat the pill

PILLAR
□ from pillar to post

pillar of strength → tower of strength

PILOT
□ on automatic pilot

PIN
□ you could hear a pin drop

PINCH
□ pinch pennies □ feel the pinch □ in a pinch □ take sth with a grain of salt

PINCHER
□ penny-pincher

PINK
□ be tickled pink □ in the pink □ see pink elephants

PIPE
□ put that in one's pipe and smoke it

PIPELINE
□ in the pipeline

PIPER
□ he who pays the piper calls the tune □ pay the piper

PISS
□ piss and moan □ piss on my back and tell me it's raining □ full of piss and vinegar □ go piss up a rope □ not have a pot to piss in

piss in my ear and tell me it's raining → piss on my back and tell me it's raining

PISSER
□ that's a (real) pisser

PISSING
□ be spitting in the wind □ get into a pissing match (with)

PIT
□ pit one's wit against sb □ a bottomless pit of sth □ be the pits □ make a pit stop

PITCH
□ black as pitch □ fever pitch

PITY
□ more's the pity

PLACE
□ all over the place □ between a rock and a

hard place □ fall into place □ have friends in high places □ heart is in the right place □ know one's place □ pride of place □ put sb in one's place □ take second place

place one's life in one's hands → put one's life in one's hands

place sb on a pedestal → put sb on a pedestal

PLAGUE
□ avoid sb like the plague

PLAIN
□ plain as day □ plain as the nose on one's face □ as plain as the nose on one's face

PLAN
□ game plan

PLANK
□ walk the plank

PLANT
plant the seeds (of sth) → sow the seeds (of sth)

PLATE
□ have a lot on one's plate

PLATTER
□ hand sth to sb on a (silver) platter

PLAY
□ play (right) into one's hands □ play a waiting game □ play ball □ play both ends against the middle □ play cat and mouse (with sb) □ play chicken □ play Cupid □ play devil's advocate □ play dirty □ play for time □ play games play hard to get □ play hardball (with sb) □ play hooky □ play it cool □ play it safe □ play one's ace □ play one's cards close to one's chest □ play one's cards right □ play one's last card □ play possum □ play sth by ear □ play the field □ play the fool □ play the game □ play with a full deck □ play with fire □ play with oneself □ all work and no play makes Jack a dull boy □ call into play sth □ do sth by the book □ the state of play □ when the cat's away □ play second fiddle (to sb)

play a cat and mouse game → play cat and mouse

play both sides against the middle → play both ends against the middle

play by the book → do sth by the book

play havoc → wreak havoc

play one's cards close to one's vest → play one's cards close to one's chest

play sb at one's own game → beat sb at one's own game

play straight into one's hands → play (right) into one's hands

play truant → play hooky

PLEASE
□ pretty please (with sugar on top)

PLEASED
□ pleased as punch

PLENTY
□ cover a lot of ground □ there are plenty more fish in the sea

PLOT
□ the plot thickens

PLUG
□ pull the plug on sth □ worth a wooden nickel

PLUGHOLE
□ down the drain

PLUMP
□ plump the depths (of)

PLUNGE
□ be thrown in(to) the deep end □ take the plunge

plunge in(to) the deep end → jump in(to) the deep end

POCKET
□ burn a hole in one's pocket □ dig into one's pocket □ line one's (own) pockets

POCKETBOOK
□ vote with one's pocketbook

POD
□ like two peas in a pod

POETIC
□ poetic justice

POINT
□ point sb in the right direction □ point-scoring □ point the finger (of blame) □ belabour the point □ case in point □ get

1145

pointing

brownie points □ jumping-off point □ miss the point □ not to put too fine a point on it □ score points off sb □ score points with sb □ sore spot □ sticking point □ the point of no return

point an accusing finger → point the finger
point the accusing finger → point the finger

POINTING
□ finger-pointing

POISON
□ what's your poison

POKE
□ poke fun at □ buy a pig in a poke

POLE
□ touch sth with a ten-foot pole

POLISH
□ spit and polish

POND
□ a big fish in a little pond

PONY
□ dog-and-pony show

POOL
□ go down like a rat sandwich

POOPER
□ party pooper

POOR
□ poor as a church mouse □ poor excuse for sth □ give a good account of oneself

POP
□ pop the question □ one's eyes are popping

POPE
□ is the Pope a Catholic

POPPING
□ be bursting at the seams

POPULAR
□ by popular demand □ go down like a rat sandwich

PORCELAIN
□ drive the porcelain bus □ pray to the porcelain God

PORT
□ any port in the storm

POSSESSION
□ leave the field clear for sb

POSSIBLE
□ as far as possible □ as soon as possible

POSSUM
□ play possum

POST
□ from pillar to post □ keep sb posted

POSTAL
□ go postal (on sb)

POT
□ go to pot □ melting pot □ not have a pot to piss in □ shit or get off the pot □ take pot luck □ the end of the rainbow □ the pot calling the kettle black □ watched pots never boil

POTATO
□ couch potato □ drop sb like a hot potato □ hot potato □ small potatoes □ the meat and potatoes of sth

POUND
□ pound the pavement □ an ounce of prevention is worth a pound of cure □ have one's pound of flesh

POUR
□ pour cold water on sth □ pour out one's heart (to sb) □ when it rains it pours

POWDER
□ powder one's nose □ a powder keg □ keep one's powder dry □ take a powder

POWER
□ more power to you □ the corridors of power □ the powers that be

PRACTICE
□ practice makes perfect □ practice what one preaches □ practice what one preaches

PRAISE
□ praise sb to the skies □ damn sb with faint praise □ sing one's praises

PRAY
□ pray to the porcelain God

PRAYER
□ not have a prayer (of doing sth) □ on a

wing and a prayer
PREACH
- practice what one preaches
PREACHING
- preaching to the converted

preaching to the choir → preaching to the converted
PREMIUM
- at a premium
PREPARE
- prepare the ground

prepare the way → prepare the ground
PRESENCE
- grace sb with one's presence
PRESENT
- present company excepted (of course) - no time like the present
PRESS
- press the flesh - bad press - full-court press - hard put to do sth - hot off the press - push buttons

press the right buttons → push buttons
PRETENCE
- under false pretences
PRETTY
- pretty as a picture - pretty please (with sugar on top) - be sitting pretty - cost a pretty penny - not a pretty sight - not just a pretty face
PREVENTION
- an ounce of prevention is worth a pound of cure
PRICE
- at a price - at any price - cheap at the price - everyone has their price - pay the price for - what price
PRICK
- prick up one's ears
PRIDE
- pride of place - swallow one's pride
PRIME
- prime the pump

PRINT
- a license to print money
PRINTED
- worth the paper it's written on
PRISONER
- take no prisoners
PROBABILITY
- balance of evidence
PROBLEM
- chicken and egg situation - spell trouble - teething problems - thorny question
PRODUCE
- make strange bedfellows

produce strange bedfellows → make strange bedfellows
PRODUCTION
- make a production (out) of sth
PROFILE
- keep a low profile
PROGRAM
- get with the program
PROMISE
- promise sb the earth - give sth a lick and a promise

promise sb the moon → promise sb the earth
PROOF
- the proof is in the pudding
PROPHET
- prophet of doom
PROUD
- proud as a peacock - do sb proud
PROVE
- prove one's mettle - have sth to prove
PROVIDE
- food for thought - give more bang for one's buck

provide more bang for one's buck → give more bang for one's buck
PROVIDENCE
- tempt fate

PUBLIC

□ air one's dirty laundry in public □ air one's dirty linen in public □ go public □ in the public eye □ Joe Schmoe □ out of the public eye

PUDDING

□ the proof is in the pudding

PULL

□ pull (some) string □ pull a face(s) □ pull a fast one (on sb) □ pull one's finger out □ pull one's hair out □ pull one's leg □ pull one's socks up □ pull one's weight □ pull oneself up by one's (own) bootstraps □ pull out all the stops □ pull rank (on sb) □ pull sth out of a hat □ pull sth out of the bag □ pull the plug on sth □ pull the rug (out) from under sb □ pull the strings □ pull the wool over one's eyes □ pull up stakes □ not pull any punches

pull a rabbit out of a hat → pull sth out of a hat

pull a rabbit out of the hat → pull sth out of a hat

pull one's head out of the sand → take one's head out of the sand

pull one's strings → pull the strings

pull one's wagons into a circle → circle the wagons

pull sb down to one's level → drag sb down to one's level

pull sth out of the hat → pull sth out of a hat

PULLING

□ like pulling teeth □ string-pulling

PULSE

□ have a finger on the pulse

PUMP

□ pump iron □ pump up the volume □ get pumped up □ prime the pump

pump it up → pump up the volume

PUNCH

□ punch one's lights out □ beat sb to the punch □ not pull any punches □ pack a punch □ pleased as punch □ roll with the punches

PUNCHING

□ use sb as a punching bag

PUNISHMENT

□ glutton for punishment

PURE

□ pure as the driven snow

PURPOSE

□ at cross purposes □ at cross-purposes

PURSE

□ hold the purse strings □ loosen the purse strings □ make a silk purse out of a sow's ear □ tighten the purse strings

PUSH

□ push buttons □ push one's luck □ push sb over the edge □ push sb over the top □ push the envelope □ when push comes to shove

push all one's buttons → push buttons

push it → push one's luck

push one's buttons → push buttons

push sth to the back of one's mind → put sth to the back of one's mind

push the right buttons → push buttons

PUSHING

□ pushing up the daisies

PUT

□ put a damper on sth □ put a figure on sth □ put a foot wrong □ put a gloss on sth □ put a mojo on sb □ put a sock in it □ put all one's eggs in one basket □ put down roots □ put flesh on sth □ put hair on one's chest □ put in a word for sb □ put it down to experience □ put it past sb (to do sth) □ put lead in one's pencil □ put on a brave face □ put on airs □ put one over on sb □ put one's (own) house in order □ put one's best foot forward □ put one's cards on the table □ put one's face on □ put one's feet up □ put one's finger on sth □ put one's foot down □ put one's foot in one's mouth □ put one's head in a noose □ put one's head in the lion's mouth □ put one's head on the (chopping) block □ put one's heads together □ put one's job on the line □ put one's life in one's hands □ put one's money where one's mouth is □ put one's nose out of joint □ put one's pants on one leg at a time □ put one's stamp on sth □

put one's thinking cap on □ put one's toe in the water □ put one's two cents' worth in □ put oneself in one's shoes □ put out feelers □ put paid to sth □ put sb first □ put sb in a new light □ put sb in one's place □ put sb in the picture □ put sb in the shade □ put sb off one's feed □ put sb off their stride □ put sb on a pedestal □ put sb on the map □ put sb on the spot □ put sb out of one's misery □ put sb out to pasture □ put sb through one's paces □ put sb through the mill □ put sb to death □ put sb to flight □ put sb to shame □ put sb to the expense of sth □ put some distance between □ put sth in mothballs □ put sth into effect □ put sth on hold □ put sth on the back burner □ put sth on the table □ put sth to bed □ put sth to good account □ put sth to the back of one's mind □ put sth to the test □ put that in one's pipe and smoke it □ put the ball in one's court □ put the bite on sb □ put the boot in □ put the brakes on (sth) □ put the cart before the horse □ put the fear of God into sb □ put the finishing touches on □ put the genie back in the bottle □ put the kibosh on sth □ put the pedal to the metal □ put the screws on sb □ put the skids on □ put the spotlight on □ put the squeeze on □ put two and two to make five □ put two and two together □ put words in(to) one's mouth □ put years on sb □ bury one's head in the sand □ hard put to do sth □ if sb put one's mind to it □ in a nutshell □ not to put too fine a point on it □ stay put □ you're putting me on

put a brave face on sth → put on a brave face

put a cork in it → put a sock in it

put a gun to one's head → hold a gun to one's head

put a kibosh on sth → put the kibosh on sth

put dibs on sth → have dibs on sth

put fifteen years on sb → put years on sb

put flesh on the bare bones of sth → put flesh on sth

put flesh on the bones of sth → put flesh on sth

put in a good word for sb → put in a word for sb

put it down to sth → be down to sth

put on the brakes → put the brakes on

put one's back up → get one's back up

put one's foot in it → put one's foot in one's mouth

put one's hand into one's pocket → dig into one's pocket

put one's neck in a noose → put one's head in a noose

put sb off the scent → throw sb off the scent

put sb through (the) hoops → make sb go through (the) hoops

put sb to a lot of expense → put sb to the expense of sth

put sth away for a rainy day → save sth for a rainy day

put sth down to experience → put it down to experience

put sth first → put sb first

put sth in a new light → put sb in a new light

put sth in the shade → put sb in the shade

put sth on ice → keep sth on ice

put sth on the map → put sb on the map

put sth to rest → lay sb to rest

put sth to shame → put sb to shame

put ten years on sb → put years on sb

put the clock back → turn the clock back

put the record straight → set the record straight

put the whammy on sb → put a mojo on sb

put two fingers at sb → stick two fingers at sb

PUTTY
□ be putty in one's hands

PYJAMAS
□ the cat's whiskers

PYRRHIC
□ Pyrrhic victory

QUAKE
□ quake in one's boots

QUANTITY
□ unknown quantity

QUARTER
□ at close quarter □ give no quarter
QUARTERBACK
□ Monday-morning quarterback
QUESTION
□ beg the question □ call into question □ fire questions at sb □ good question □ out of the question □ pop the question □ the 64,000 dollar question □ thorny question
QUICK
□ quick as a wink □ quick as greased lightning □ quick fix □ quick on the draw □ quick on the uptake □ quick-fix □ be quick off the mark □ make a fast buck □ quick on the draw

quick as a flash → quick as a wink
QUIET
□ quiet as a mouse □ quiet as the grave
QUIT
□ don't quit one's day job □ have sth that (just) won't quit
QUITE
□ quite a few □ quite the contrary
QUOTE
□ quote, unquote
RABBIT
□ pull sth out of a hat
RACE
□ against the clock □ one-horse race □ the rat race

race against time → against the clock
RACK
□ rack one's brain □ go to rack and ruin

rack one's brains → rack one's brain
RAG
□ rags to riches □ on the rag
RAGE
□ all the rage
RAGGED
□ run sb ragged
RAIL
□ go off the rails □ thin as a rail

RAIN
□ rain on one's parade □ rain or shine □ it's raining cats and dogs □ not know enough to come in out of the rain □ piss on my back and tell me it's raining □ right as rain □ take a rain check (on sth) □ when it rains it pours
RAINBOW
□ the end of the rainbow □ chase rainbows
RAINY
□ rainy-day □ save sth for a rainy day
RAISE
□ raise eyebrows □ raise hell □ raise one's hackles □ raise the roof □ not lift a finger □ rear its (ugly) head □ up the ante

raise Cain → raise hell

raise its (ugly) head → rear its (ugly) head

raise the ante → up the ante

raise the white flag → wave the white flag
RAKE
□ rake sb over the coals
RAKING
□ raking it in
RANGE
□ at close range
RANK
□ pull rank (on sb) □ the rank and file □ swell the ranks of
RAP
□ get a bum rap □ take the rap (for)
RARE
□ rare bird
RARING
□ be raring to go
RASPBERRY
□ blow a raspberry
RAT
□ go down like a rat sandwich □ smell a rat □ the rat race
RATE
□ at any rate
RATHER
□ would rather die

RATTLE
□ rattle one's cage □ rattle one's saber

RATTLING
□ saber-rattling

RAW
□ raw deal □ in the raw □ touch a raw nerve

RAY
□ a ray of sunshine □ catch some rays

RAZOR
□ be on a razor's edge □ sharp as a razor

REACH
□ reach for the stars □ reach one's ears □ hit rock bottom

reach for the brass ring → go for the brass ring

reach rock bottom → hit rock bottom

REACTION
□ a knee-jerk reaction □ gut reaction

READ
□ read between the lines □ read one's lip □ read one's mind □ read sb like a book □ read sb the riot act □ read the runes □ read too much into sth

READER
□ mind reader

READY
□ be ready to roll □ rough and ready

REAL
□ be for real □ get down to the (real) nitty gritty □ get real □ that's a (real) bummer □ that's a (real) pisser □ the real McCoy

REALLY
□ see what sb is (really) made

REAP
□ reap the harvest □ you reap what you sow

REAR
□ rear its (ugly) head □ bring up the rear □ rear its (ugly) head

REARGUARD
□ fight a rearguard action

REASON
□ for reasons best known to oneself □ it stands to reason □ without rhyme or reason

REASONABLE
□ beyond reasonable doubt

RECEIPT
□ acknowledge receipt (of sth)

RECEIVE
□ on the receiving end

RECHARGE
□ recharge one's batteries

RECIPE
□ be a recipe for sth

RECKONING
□ day of reckoning

RECORD
□ a broken record □ for the record □ off the record □ on the record □ set the record straight

RECOVER
recover lost ground → regain lost ground

RED
□ red flag □ red herring □ red tape □ red-carpet □ red-letter day □ be in the red □ bleeding red ink □ fix one's wagon □ go beet-red □ like waving a red flag in front of a bull □ not a red cent □ paint the town red □ put on red alert □ see red

red-handed → catch sb red-handed

REFLECTED
□ bask in one's reflected glory

REFUSE
refuse to take no for an answer → won't take no for an answer

REGAIN
□ regain lost ground

REGARD
□ as for sb

REGULAR
□ regular as clockwork

REIN
□ give sb free rein □ keep a tight rein on sb □ take (up) the reins

REINVENT
□ reinvent the wheel

REJECT
reject sth out of hand → dismiss sth out of hand

REMAIN
□ hang in the balance □ who will remain nameless

remain aloof → keep oneself aloof

remain at arm's length from sb → keep sb at arm's length

remain in the balance → hang in the balance

REMEMBER
□ as far as sb knows

remember what's what → know what's what

REPUTATION
□ blacken one's name □ drag sb through the mud □ put one's job on the line

RESISTANCE
□ take the line of least resistance

RESORT
□ as a last resort

RESPECT
□ with all due respect

RESPONSE
□ a knee-jerk reaction

REST
□ rest on one's laurels □ a cut above □ I rest my case □ lay sb to rest □ let sth drop □ no rest for the weary □ stand head and shoulders above

RESULT
□ as a result of sth

RETREAT
□ beat a (hasty) retreat

RETURN
□ the point of no return

REVOLVE
□ think the world revolves around

REVOLVING
□ revolving door

RHYME
□ without rhyme or reason

RIB
□ stick to one's ribs

RICH
□ rich as Croesus □ embarrassment of riches □ rags to riches □ strike it rich □ that's rich (coming from sb) □ too rich for one's blood

RIDDLE
□ talk in riddles

RIDE
□ ride herd on sb □ ride roughshod over □ ride the crest of a wave □ get a free ride □ go along for the ride □ let sth slide □ take sb for a ride

ride (on) one's coat-tails → on one's coat-tails

ride (out) the storm → weather the storm

ride on the crest of a wave → ride the crest of a wave

ride the pants off sb → beat the pants off sb

RIDICULOUS
□ from the sublime to the ridiculous

RIDING
□ be riding high

RIGHT
□ right as rain □ right out of the box □ right up one's alley □ acknowledge sb to be right □ all right □ All right for you! □ all right with sb □ be (right) on the mark □ be right (there) under one's nose □ be right on the money □ come down to the wire □ do some thing right off the bat □ get off on the right foot □ go to one's head □ hang a left □ have one's head screwed on □ have sb right where you want them □ heart is in the right place □ in the ballpark □ keep on the right side of sb □ left and right □ make the right noises □ might makes right □ nobody in one's right mind would do sth □ on the button □ on the right track □ one's right-hand man □ play (right) into one's hands □ play one's cards right □ point sb in the right direction □ push buttons □ serve sb right □ step in the right direction □ take the words (right) out of one's mouth □ the right hand doesn't know what the left hand is doing □ two wrongs don't make a right □ when it comes (right)

down to it □ would give one's right arm to do sth

right and left → left and right

right down the line → all the way down the line

right on cue → on cue

right on the button → on the button

RILEY
□ live the life of Riley

RING
□ ring a bell □ ring alarm bells □ ring hollow □ ring true □ alarm bells ring □ go for the brass ring □ ring hollow □ run circles around sb □ three-ring circus □ throw one's hat into the ring

ring warning bells → ring alarm bells

RINGER
□ be a dead ringer for sb

RIOT
□ be a riot □ read sb the riot act □ run riot

RIP
□ blow the lid off sth □ let it rip

rip sb limb from limb → tear sb limb from limb

rip sb to shreds → tear sb to shreds

rip sth to shreds → tear sb to shreds

RIPE
□ the time is ripe (for)

RISE
□ rise and shine □ rise like a phoenix from the ashes □ rise to the bait □ get a rise out of sb □ god willing and the creek don't rise □ make one's gorge rise □ early to bed, early to rise (makes a man healthy, wealthy, and wise)

RISK
□ risk one's neck

RIVER
□ sell sb down the river

ROAD
□ down the line □ get the show on the road □ hit the road □ like five miles of bad road □ one for the road □ take the high road □ take the low road □ the end of the road □ the road to hell is paved with good intentions □ where the rubber meets the road

ROB
□ rob Peter to pay Paul

ROBBERY
□ daylight robbery

ROBBING
□ robbing the cradle

ROBIN
Robin Hood → all around Robin Hood's barn

ROBINSON
□ before one can say Jack Robinson

ROCK
□ rock the boat □ rock-bottom □ between a rock and a hard place □ have rocks in one's head □ hit rock bottom □ on the rocks □ solid as a rock □ steady as a rock □ steady as a rock

ROCKER
□ be off one's rocker

ROCKET
□ rocket science □ rocket scientist

ROCK
□ get one's rocks off □ rock-solid □ rock-steady

ROD
□ be a lightning rod for sth □ rule sb with a rod of iron

ROLL
□ roll out the red carpet (for sb) □ roll up one's sleeve □ roll with the punches □ a roll in the hay □ a rolling stone gathers no moss □ be on a roll □ be ready to roll □ easy as falling off a log □ heads will roll □ start the ball rolling

roll over in one's grave → turn over in one's grave

ROLLING
□ rolling in the aisles □ rolling stone □ be rolling in it □ rolling stone

ROMAN
□ when in Rome (do as the Romans do)

ROME
□ Rome wasn't built in a day □ fiddle while Rome burns □ when in Rome (do as the Romans do)

ROOF
□ go through the roof □ like a cat on a hot tin roof □ raise the roof

ROOFTOPS
□ shout sth from the rooftops

ROOM
□ breathing space □ smoke-filled room □ you could not swing a cat

ROOST
□ rule the roost □ the chickens (have) come home to roost

ROOT
□ grass-roots □ root and branch □ money is the root of all evil □ put down roots □ take root □ the grass roots

ROOTED
□ be rooted to the spot

ROPE
□ give sb enough rope (and they'll hang themselves) □ go piss up a rope □ know the ropes □ on the ropes □ teach sb the ropes

ROSE
□ come out smelling like roses □ everything's coming up roses □ no bed of roses □ see sth through rose-coloured glasses

rose-coloured → see sth through rose-coloured glasses

ROSY
□ paint a rosy picture of sth

ROTTEN
□ rotten apple

ROUGH
□ rough and ready □ rough justice □ diamond in the rough □ go through a bad patch □ have rough edges □ take the rough with the smooth

ROUGHSHOD
□ run roughshod over

ROUND
□ round the bend □ round the clock □ round-the-clock □ all year round

round the corner → around the corner
round the twist → round the bend

ROUTE
□ go down the route

ROVING
□ roving eye

ROW
□ get your ducks in a row □ have a tough row to hoe □ on skid row

row against the tide → swim against the tide

RUB
□ rub it in □ rub one's nose in it □ rub salt in one's wounds □ rub sb the wrong way □ rub shoulders with sb □ not have two cents to rub together □ there's the rub

rub elbows with sb → rub shoulders with sb
rub one's nose in sth → rub one's nose in it
rub salt in the wound → rub salt in one's wounds
rub salt into one's wounds → rub salt in one's wounds
rub salt into the wound → rub salt in one's wounds

RUBBER
□ burn rubber □ where the rubber meets the road

RUBBISH
□ and all that jazz

RUBE
□ Rube Goldberg

RUDE
□ rude awakening

RUE
□ rue the day

RUFFLE
□ ruffle one's feathers □ smooth ruffled feathers

ruffle a few feathers → ruffle one's feathers

RUG
□ lie like a rug □ pull the rug (out) from under sb □ snug as a bug □ snug as a bug (in a rug) □ sweep sth under the rug

RUIN
☐ go to rack and ruin

RULE
☐ rule of thumb ☐ rule sb with a rod of iron ☐ rule sb with an iron fist ☐ rule sth out of court ☐ rule the roost ☐ as a rule ☐ hard and fast rules ☐ the golden rule ☐ work to rule

RUMOR
rumor → rumour

RUMOUR
☐ rumour has it

RUN
☐ run a tight ship ☐ run amok ☐ run circles around sb ☐ run deep ☐ run dry ☐ run in the family ☐ run its course ☐ run like a dream ☐ run like the wind ☐ run oneself into the ground ☐ run out of gas ☐ run out of steam ☐ run riot ☐ run sb close ☐ run sb into the ground ☐ run sb ragged ☐ run sth into the ground ☐ run sth up the flagpole (and see who salutes) ☐ run the (whole) gamut ☐ run the gauntlet ☐ run up a tab (of) ☐ a chill runs down one's spine ☐ be rushed off one's feet ☐ cut and run ☐ do sth for dear life ☐ eat and run ☐ firing on all cylinders ☐ give sb a run for one's money ☐ go on a run ☐ going around in circles ☐ hit a home run ☐ in the long run ☐ in the short run ☐ make one's blood run cold ☐ pick up the ball and run (with it) ☐ still waters run deep ☐ take the money and run ☐ would run a mile

run in one's family → run in the family

run off the rails → go off the rails

run out of control → be out of control

run rings around sb → run circles around sb

run roughshod over → run roughshod over

run sth ragged → run sb ragged

run sth with a rod of iron → rule sb with a rod of iron

run up against a brick wall → hit a brick wall

run-around → give sb the run-around

run-in → have a run-in with sb

RUNE
☐ read the runes

RUNG
☐ have had one's bell rung ☐ the top rung of the ladder

RUNNING
☐ running battle ☐ be in the running (for sth) ☐ be off and running ☐ hit the ground running ☐ up and running

running around in circles → going around in circles

RUSH
☐ fools rush in ☐ get the bum's rush

RUT
☐ get in a rut

SABER
☐ saber-rattling ☐ rattle one's saber

SACK
☐ hit the sack ☐ hop in the sack

SACKCLOTH
☐ wear sackcloth (and ashes)

SACRED
☐ sacred cow

SACRIFICE
☐ be sacrificed on the altar of

SAFE
☐ safe bet ☐ safe ground ☐ at a safe distance ☐ better safe than sorry ☐ in safe hands ☐ on the safe side ☐ play it safe ☐ safe ground

SAID
☐ enough said ☐ that's easier said than done ☐ you said a mouthful ☐ you said it

SAIL
☐ sail close to the wind ☐ trim one's sails (to sth) ☐ take the wind out of one's sails

SAILING
☐ be smooth sailing

SAKE
☐ for old times' sake

SALAD
☐ salad days

SALT
☐ like a dose of salts ☐ rub salt in one's wounds ☐ take sth with a grain of salt ☐ the salt of the earth ☐ worth one's salt

SALUTE
□ run sth up the flagpole

SAME
□ same difference □ same old, same old □ same shit, different day □ all the same □ all the same to sb □ along the same lines □ be of one mind □ by the same token □ cut from the same cloth □ from the same mould (as) □ get on the same page □ go over the same ground □ in the ballpark □ in the same boat □ in the same breath □ on the same wavelength □ one and the same □ sing from the same hymn book □ speak the same language □ tar sb with the same brush □ two sides of the same coin

SAND
□ be built on sand □ bury one's head in the sand □ head-in-the-sand □ take one's head out of the sand □ the shifting sands of sth

SANDWICH
□ sandwich short of a picnic □ go down like a rat sandwich

SARDINE
□ be packed like sardines

SAUCE
□ sauce for the goose (is sauce for the gander)

SAVE
□ save face □ save it □ save one's bacon □ save one's skin □ save sth for a rainy day □ save the day □ a penny saved is a penny earned □ a stitch in time (saves nine) □ can't do sth to save one's life □ don't waste one's breath □ face-saving

save one's breath → don't waste one's breath

SAVED
□ saved by the bell

SAVING
□ saving grace

SAY
□ say one's piece □ say sth under one's breath □ say the word □ as they say □ before one can say Jack Robinson □ I'll say □ I'm glad to say □ never say die □ never-say-die □ not breathe a word □ not say a dicky bird □ not say boo to a goose □ turn around and say sth □ what do you say □ you can say that again

say goodbye to sth → kiss sth goodbye

SAYING
□ it goes without saying

SCARCE
□ scarce as hen's teeth

SCARCER
scarcer than hen's teeth → scarce as hen's teeth

SCARE
□ scare sb out of their wits □ scare the living daylights out of sb

scare sb witless → scare sb out of their wits

scare the pants off sb → bore the pants off sb

scare the wits out of sb → scare sb out of their wits

SCARED
□ be scared of one's own shadow

SCATTERED
□ be scattered to the (four) winds

SCENE
□ be done behind the scenes □ come on the scene □ set the stage (for)

SCENT
□ throw sb off the scent

SCHEME
□ in the (grant) scheme of things

SCHMOE
□ Joe Schmoe

SCHOOL
□ from the old school

SCIENCE
□ blind sb with science □ rocket science

SCIENTIST
□ rocket scientist

SCOOP
□ get the scoop (on sb)

SCORE
□ score points off sb □ score points with sb □ get brownie points □ know the score □ settle an old score

SCORNED
□ hell hath no fury
SCRAMMED
□ be packed like sardines
SCRAPE
□ scrape the bottom of the barrel □ bow and scrape
SCRATCH
□ scratch one's head □ scratch the surface (of sth) □ from scratch □ you scratch my back, I'll scratch yours
SCRATCHING
□ head-scratching
SCREAM
□ scream bloody murder □ be a scream (or two) □ laugh one's head off

scream sth from the rooftops → shout sth from the rooftops
SCREAMING
□ drag sb kicking and screaming
SCREW
□ have a screw (or two) loose □ turn the screws on
SCREWED
□ have one's head screwed on □ put the screws on sb
SCRUFF
□ take sth by the scruff of the neck
SCUM
□ the scum of the earth
SCYLLA
□ between the Scylla and Charybdis
SEA
□ a sea change □ at sea □ between the devil and the deep blue sea □ there are plenty more fish in the sea
SEAL
□ seal one's fate
SEALED
□ lips are sealed □ signed, sealed, and delivered
SEAM
□ be bursting at the seams □ come apart at the seams

SEARCH
□ search me
SEASON
□ open season on sth
SEAT
□ back seat driver □ be in the driver's seat □ bums on seats □ fly by the seat of one's pants □ in the catbird seat □ in the hot seat □ on the edge of one's seat □ take a back seat (to)
SECOND
□ second childhood □ finish a close second □ get one's second wind □ have second thoughts (about) □ on second thought □ play second fiddle □ take second place
SECURITY
□ security blanket
SEE
□ see beyond (the end) of one's nose □ see daylight □ see dollar signs □ see eye to eye □ see how the other half lives □ see one's way clear to □ see pink elephants □ see red □ see sb in a different light □ see sb in their true colors □ see sth a mile away □ see sth through rose-coloured glasses □ see the back of sb □ see the colour of one's money □ see the light □ see the light of day □ see what sb is (really) made of □ see which way the wind blows □ as far as sb knows □ as far as the eye could see □ going to see a man about a horse □ long time no see □ monkeys see, monkeys do □ not see hide nor hair of sb □ run sth up the flagpole □ wait and see

see fit → think fit

see sth in a different light → see sb in a different light

see the back of sth → see the back of sb
SEED
□ go to seed □ the seed corn of sth □ sow the seeds (of sth)
SEEM
seem fishy → smell fishy
SEEN
□ been there, done that □ have seen better days □ sth has seen better days □ wouldn't be caught dead

SEIZE

☐ seize the day sell a bill of goods ☐ take the bull by the horns

seize sb by the throat → grab sb by the throat

seize the bull by the horns → take the bull by the horns

seize the moral high ground → take the moral high ground

SELF

☐ a shadow of one's former self

SELL

☐ sell like hotcakes ☐ sell one's soul (to) ☐ sell sb down the river ☐ sell sb short ☐ the hard sell

sell sth short → sell sb short

SEND

☐ send a chill down one's spine ☐ send a shiver up one's spine ☐ send sb packing

send a shiver down one's spine → send a shiver up one's spine

send chills down one's spine → send a chill down one's spine

SENSE

☐ come to one's senses ☐ feast for the eyes ☐ take leave of one's senses

SENT

☐ be sent to the showers

SEPARATE

☐ separate the men from the boys ☐ under separate cover

separate the wheat from the chaff → sort the wheat from the chaff

SERVE

☐ serve sb right ☐ serve two masters ☐ first come, first served

serve one's purpose → answer one's purpose

SERVICE

☐ pay lip service to sth

SET

☐ set fair to do sth ☐ set foot ☐ set one's face against sth ☐ set one's heart on (doing sth) ☐ set one's sights on sth ☐ set one's teeth on edge ☐ set sb straight ☐ set sth on its ear ☐ set sth on its feet ☐ set store by sth ☐ set the cat among the pigeons ☐ set the record straight ☐ set the stage ☐ set the wheels in motion ☐ set the world on fire ☐ set to do sth ☐ set tongues wagging ☐ set up shop ☐ all set ☐ at a set time ☐ be set in one's ways ☐ dead set against (doing) sth ☐ dead set on

set adrift → cast adrift

set eyes on → lay eyes on

set fair for sth → set fair to do sth

set one's own house in order → put one's (own) house in order

set the scene → set the stage (for)

set the wheels turning → keep the wheels turning

SETTLE

☐ settle an old score ☐ the dust settles

SEVEN

☐ the seven year itch ☐ at sixes and sevens

SEVENTH

☐ in seventh heaven

SEVERAL

☐ have many irons in the fire

SEVERELY

☐ bear heavily on sb

SEX

☐ the fair sex

SHADE

☐ put sb in the shade ☐ shades of sth

SHADOW

☐ a shadow of one's former self ☐ afraid of one's own shadow ☐ be scared of one's own shadow ☐ beyond a shadow of doubt ☐ cast a shadow over sth

SHAFT

☐ get the shaft

SHAGGY

☐ shaggy dog story

SHAKE

☐ shake a leg ☐ shake one's booty ☐ shake the foundations of sth ☐ a fair shake ☐ in two shakes (of a lamb's tail) ☐ more sth than one can shake a stick at ☐ quake in one's boots shake in one's boots → quake in one's boots

shake off the cobwebs → brush away the cobwebs

shake sth to its foundations → shake the foundations of sth

SHAKER
□ the movers and shakers

SHAKE
□ no great shakes

SHAME
□ a crying shame □ put sb to shame

SHAPE
□ shape up (or ship out) □ get bent out of shape □ knock sb into shape □ the shape of things to come

SHARE
□ fair share of sth □ the lion's share of sth

share of the cake → slice of the cake

share of the pie → slice of the cake

SHARP
□ sharp as a razor □ sharp tongue

SHARPEST
□ the sharpest tool in the box

SHAVE
close save → close call

SHEBANG
□ the whole shebang

SHED
□ shed (new) light on sth □ shed crocodile tears □ not shed tears (over)

SHEEP
□ a wolf in sheep's clothing □ the black sheep of the family

SHEET
□ as white as a ghost □ be three sheets to the wind □ clean slate □ sing from the same hymn book □ start with a clean sheet (of paper) □ white as a sheet

SHELL
□ be a shell game □ bring sb out of their shell □ come out of one's shell

SHELVES
□ be flying off the shelves

SHIFT
□ shift one's ground

shift into gear → get in gear

SHIFTING
□ the shifting sands of sth

SHINE
□ make hay (while the sun shines) □ rain or shine □ rise and shine □ take a shine to sb □ take the shine off sth □ think the sun shines out of one's backside

SHINGLE
□ hang out one's shingle

SHINING
□ a knight in shining armor

SHINOLA
□ not know shit (from shinola)

SHIP
□ jump ship □ leave a sinking ship □ run a tight ship □ shape up (or ship out) □ when one's ship comes in □ ships that pass in the night

SHIRT
□ give sb the shirt off one's back □ hair shirt □ keep one's shirt on □ lose one's shirt □ take the shirt off one's back

SHIT
□ shit a brick □ shit happens □ shit or get off the pot □ cut the crap □ don't pull that crap □ full of crap □ get one's shit together □ give sb shit □ happy as a pig in shit □ in deep shit □ no shit □ not give a shit □ not jack (shit) □ not know shit (from shinola) □ on one's shit list □ same shit, different day □ shoot the shit □ the shit hits the fan □ think one's shit doesn't stink □ tough shit □ what a crock

SHITHOUSE
□ built like a brick shithouse

SHIVER
□ give sb the shivers □ send a shiver up one's spine

SHOCK
shock the pants off sb → bore the pants off sb

shoe

SHOE
□ comfortable as an old shoe □ fill one's shoes □ if the shoe fits (wear it) □ the shoe is on the other foot □ wait for the other shoe to drop □ in one's shoes □ put oneself in one's shoes

SHOESTRING
□ on a shoestring

SHOO-IN
□ be a shoo-in

SHOOT
□ shoot from the hip □ shoot one's mouth off □ shoot oneself in the foot □ shoot some hoop □ shoot the breeze □ shoot the messenger □ shoot the shit □ duck shoot □ look daggers (at sb)

shoot for the stars → reach for the stars

shoot hoops → shoot some hoop

shoot the bull → shoot the breeze

SHOOTING
□ shooting fish in a barrel □ the whole shooting match

SHOP
□ bull in a china shop □ close up shop □ set up shop □ talk shop

SHOPPING
□ shopping list

SHORT
□ short and sweet □ bring sb up short □ caught short □ draw the short straw □ fall short □ get short shrift □ get the short end □ have short fuse □ in the short run □ keep sb on a short leash □ life's too short □ make short work of sth □ sandwich short of a picnic □ sell sb short □ the long and (the) short of it is □ to make a long story short

short on sth but long on sth → long on sth but short on sth

SHORTS
□ eat my shorts

SHOT
□ shot in the dark □ shot to hell □ a shot across the bowl(s) □ be shot down in flames □ cheap shot □ give sth a shot □ give sth one's best shot □ like a shot □ long shot □ not by a long shot □ parting shot □ call the shots

SHOULD
should have one's head examined → need one's head examined

SHOULDER
□ shoulder to cry on □ shoulder to shoulder □ be a weight off one's shoulders □ carry the weight of the world on one's shoulder □ have a chip on one's shoulder □ have a good head on one's shoulders □ look over one's shoulder □ rub shoulders with sb □ stand head and shoulders above

SHOUT
□ shout sth from the rooftops □ all over but the shouting □ laugh one's head off

SHOVE
□ when push comes to shove

SHOW
□ show one's face □ show one's hand □ show one's teeth □ show one's true colors □ show sb a good time □ show sb the door □ show sb the ropes □ show sb who's boss □ dog-and-pony show □ get the show on the road □ show one's face □ steal the show

show one's cards → show one's hand

show one's mettle → prove one's mettle

show sb in a new light → put sb in a new light

show sth in a new light → put sb in a new light

SHOWERS
□ be sent to the showers

SHRIFT
□ get short shrift

SHRINKING
□ shrinking violet

SHUFFLE
□ get lost in the shuffle

SHUT
□ shut one's ears to sth □ shut your face □ do sth with one's eyes closed □ keep one's trap shut □ open-and-shut case □ with one's eyes shut

1160

shut one's eyes to sth → close one's eyes to sth

shut the door on sth → close the door on sth

shut your gob → shut your face

shut your mouth → shut your face

shut your trap → shut your face

SHY
□ fight shy of doing sth □ once bitten, twice shy

SICK
□ sick as a dog □ sick at heart □ feel sick

SIDE
□ err on the side of caution □ get on the wrong side of sb □ get up on the wrong side of the bed □ have sth on one's side □ keep on the right side of sb □ know which side one's bread is buttered on □ laugh out of the other side of one's mouth □ look on the bright side □ on the credit side □ on the safe side □ on the side of the angels □ on the wrong side of □ play both ends against the middle □ split one's sides □ sunny side up □ that's about the side of it □ the flip side □ the grass is (always) greener □ the other side of the coin □ the wrong side of the tracks □ thorn in one's side □ time is on one's side □ two sides of the same coin

SIDELINES
□ on the sidelines

SIDESWIPE
□ take a sideswipe at

SIDEWALK
□ sidewalk superintendent

SIEVE
□ have a memory like a sieve

SIFT
sift the wheat from the chaff → sort the wheat from the chaff

SIGHT
□ at first sight □ be a sight □ have sb in one's sights □ lose sight of sth □ not a pretty sight □ out of sight, out of mind □ set one's sights on sth □ sight for sore eyes

SIGN
□ sign of the times □ sign on the dotted line □ see dollar signs

SIGNAL
□ smoke signals

SIGNED
□ signed, sealed, and delivered

signed and sealed → signed, sealed, and delivered

SIGNIFICANT
□ chunk of change

SIGNING
□ signing one's own death warrant

SILENCE
□ conspiracy of silence

SILENT
□ give sb the silent treatment

SILK
□ make a silk purse out of a sow's ear

SILVER
□ silver lining □ hand sth to sb on a (silver) platter

SIN
□ cover a multitude of sins □ ugly as sin

SINCE
□ since the year dot □ a lot of water has gone under the bridge since □ ever since □ think sth is the best thing since sliced bread

since time immemorial → from time immemorial

SING
□ sing a different tune □ sing from the same hymn book □ sing one's praises □ it ain't over 'til the fat lady sings □ the fat lady has sung

sing from the same hymn sheet → sing from the same hymn book

SINGLE
□ in single file

SINK
□ sink one's teeth into sth □ sink or swim □ sink to the depths

SINKER
□ fall for sth hook, line and sinker
SINKING
□ sinking feeling □ leave a sinking ship
SIT
□ sit down and do sth □ sit in judgment (on/over) □ sit on one's hands □ sit on the fence □ sit tight □ sit up and take notice □ fence-sitting □ sit down and do sth

sit on one's laurels → rest on one's laurels
SITTING
□ sitting duck □ sitting on a goldmine □ at a sitting □ be sitting pretty
SITUATION
□ Catch-22 (situation) □ chicken and egg situation □ in the clutch
SIX
□ six of one, half a dozen of the other □ be six feet under □ at sixes and sevens
SIZE
□ cut sb down to size □ try sth (on) for size
SKATE
□ be on thin ice
SKELETON
□ skeleton in the closet

sketch sth in broad strokes → paint sth in broad strokes
SKID
□ on skid row □ on the skids □ put the skids on □ hit the skids
SKIN
□ skin sb alive □ do sth by the skin of one's teeth □ get under one's skin □ give me some skin □ have thick skin □ it's no skin off one's nose □ jump out of one's skin □ keep one's eyes peeled □ make one's skin crawl □ nothing but skin and bones □ save one's skin □ there's more than one way to skin a cat

skin and bones → nothing but skin and bones
SKINNY
□ get the skinny on

SKIP
□ skip it
SKIPPED
□ one's heart skipped a beat
SKULL
□ be bored out of one's mind
SKUNK
□ drunk as a skunk
SKY
□ high as a kite □ pie in the sky □ praise sb to the skies □ the sky's the limit

sky-high → blow sth sky-high
SLACK
□ cut sb (some) slack □ pick up the slack
SLAM
□ slam dunk
SLAP
□ slap in the face
SLAPPING
□ wrist-slapping
SLATE
□ clean slate □ wipe the slate clean
SLAUGHTER
□ go like a lamb to the slaughter
SLAVE
□ slave over a hot stove
SLEEP
□ sleep like a log □ sleep on it □ do sth in one's sleep □ not sleep a wink
SLEEPING
□ let sleeping dogs lie
SLEEVE
□ have sth up one's sleeve □ laugh up one's sleeve □ roll up one's sleeve □ wear one's heart on one's sleeve
SLICE
□ slice of the cake □ any wave you slice it □ think sth is the best thing since sliced bread

slice of the action → piece of the action

slice of the pie → slice of the cake
SLICK
□ slick as a whistle

SLICKER
☐ city slicker

SLIDE
☐ let sth slide

SLING
☐ sling hash ☐ sling mud

SLIP
☐ slip of the tongue ☐ slip one's mind ☐ Freudian slip ☐ let it slip (that) ☐ let sth drop ☐ let sth slip through one's fingers

slip from the straight and narrow → stray from the straight and narrow

slip me some skin → give me some skin

SLIPPERY
☐ slippery as an eel ☐ slippery customer ☐ slippery slope

SLIVER
☐ born with a sliver spoon in one's mouth

SLOGGED
☐ slogged my guts out

SLOPE
☐ slippery slope

SLOUCH
☐ no slouch (at sth)

SLOW
☐ slow on the uptake ☐ be slow off the mark ☐ do a slow burn

SLOWER
☐ slower than molasses (in January)

SLUM
☐ slum it

SLY
☐ sly as a fox ☐ on the sly

SMALL
☐ small fortune ☐ small potatoes ☐ small world ☐ be small beer ☐ don't sweat the small stuff ☐ in small doses

small hours → wee hours

small wonder → no wonder

SMART
☐ smart aleck ☐ the smart money ☐ the smart money is on sth

smart-aleck → smart aleck

smart cookie → tough cookie

SMARTY
☐ smarty pants

smarty-pants → smarty pants

SMELL
☐ smell a rat ☐ smell blood ☐ smell fishy ☐ wake up and smell the coffee

smell sth a mile away → see sth a mile away

SMELLING
☐ come out smelling like roses

SMILE
☐ smile from ear to ear ☐ grin like a Cheshire cat ☐ wipe the grin off one's face

smile a Cheshire cat smile → grin like a Cheshire cat

smile like a Cheshire cat → grin like a Cheshire cat

SMOKE
☐ smoke and mirrors ☐ smoke signals ☐ smoke-filled room ☐ blow smoke (up one's ass) ☐ go up in smoke ☐ put that in one's pipe and smoke it ☐ where there's smoke, there's fire

SMOKING
☐ smoking gun

SMOOTH
☐ smooth operator ☐ smooth ruffled feathers ☐ be smooth sailing ☐ take the rough with the smooth

smooth the way for → pave the way for

SNAIL
☐ at a snail's pace

SNAKE
☐ snake in the grass ☐ snake oil

SNAP
☐ snap out of it

snap one's head off → bite one's head off

SNAPPY
☐ make it snappy

SNEAKING
☐ have a sneaking suspicion

SNEEZE
□ nothing to sneeze at
SNIFF
□ nothing to sneeze at
SNIT
□ in a snit
SNOOK
□ cock a snook at sb
SNOOZE
□ you snooze, you lose
SNOW
□ snow job □ pure as the driven snow □ white as the driven snow
SNOWBALL
□ have a chance in hell (of)
SNUFF
□ up to snuff
SNUG
□ snug as a bug (in a rug)
SO
□ so and so □ so far □ so far, so good □ so help me (God) □ so it's not even funny □ so long □ so much the better □ so near yet so far □ so there □ so what □ ever so □ go so far as to do sth □ in so far as □ in so many words □ not in so many words

so far as anyone knows → far as anyone knows

so far as it goes → as far as sth goes

so far as possible → as far as possible

so far as sth is concerned → as far as sth is concerned

so long as → as long as

so near and yet so far → so near yet so far

so-and-so → so and so

SOAPBOX
□ get on one's soapbox
SOBER
□ sober as a judge
SOCIALLY
□ vertically challenged

SOCIETY
□ a mutual admiration society
SOCK
□ knock one's socks off □ pull one's socks up □ sock it to sb

sock it to 'em → sock it to sb

SOFT
□ soft as a baby's bottom □ soft touch □ have a soft spot for sb □ take a soft line
SOFTEN
□ soften the blow
SOLD
□ be sold on sth
SOLID
□ solid as a rock □ rock-solid
SOME
□ and then some □ bust a move □ catch some Z's □ cut sb (some) slack □ put some distance between □ shoot some hoop □ take some beating □ take some doing □ some day
SOMETHING
□ something fierce
SON
□ like father, like son □ son of a bitch

son of a gun → son of a bitch

SONG
□ make a song and dance about sth □ wine, women, and song
SOON
□ anytime soon □ as soon as possible

soon as possible → as soon as possible

SORE
□ sore spot □ be like a bear with a sore head □ sight for sore eyes □ stick out like a sore thumb

sore point → sore spot

SORROWS
□ drown one's sorrows
SORRY
□ better safe than sorry

sorry excuse for sth → poor excuse for sth

SORT
□ sort the wheat from the chaff □ be out of sorts

sort out the men from the boys → separate the men from the boys

sort out the wheat from the chaff → sort the wheat from the chaff

SOUL
□ bare one's soul □ be the soul of sth □ body and soul □ keep body and soul together

SOUND
□ sound as a dollar □ sound the death knell

sound fishy → smell fishy

SOUP
□ easy as duck soup □ thick as pea soup

SOUR
□ sour grapes □ go sour

SOUTH
□ go south

SOW
□ sow one's wild oats □ sow the seeds (of sth) □ make a silk purse out of a sow's ear □ you reap what you sow

SPACE
□ breathing space □ watch this space

SPADE
□ call a spade a spade □ in spades

SPAN
□ spick and span

SPARE
□ spare tire □ and sth to spare

SPARK
□ bright spark □ sparks fly

SPEAK
□ speak for oneself □ speak of the devil □ speak one's mind □ speak out of turn □ speak the same language □ speak volumes (about) □ speak with folked tongue □ speak with one voice □ actions speak louder than words

speak in riddles → talk in riddles

speak one's language → speak the same language

SPEED
□ at full speed □ up to speed

SPELL
□ spell trouble □ fall under one's spell

spell bad news → spell trouble

spell disaster → spell trouble

spell doom → spell trouble

spell problems → spell trouble

SPEND
□ pay an arm and a leg

spend an arm and a leg → pay an arm and a leg

spend money hand over fist → make money hand over fist

SPENDER
□ last of the big spenders

SPICE
□ variety is the spice of life

SPICK
□ spick and span

SPILL
□ spill one's guts □ spill the beans (about)

SPILLED
□ it's no use crying over spilled milk

SPIN
□ spin a yarn □ spin one's wheels □ take a spin in sth

SPINE
□ a chill runs down one's spine □ send a chill down one's spine □ send a shiver up one's spine

SPIRIT
□ if the spirit moves □ that's the spirit □ the spirit is willing but the flesh is weak □ the spirit of the law

SPIT
□ spit and polish □ spit in one's eye

SPITE
□ cut off one's nose to spite one's face

SPITTING
□ be spitting in the wind □ be the spitting image of sb □ within spitting distance

SPLASH
□ make a splash
SPLEEN
□ vent one's spleen
SPLIT
□ split hairs □ split one's sides □ make like a banana
SPLITTING
□ hair-splitting
SPOIL
□ too many cooks
SPOKEN
□ be spoken for
SPOON
□ born with a sliver spoon in one's mouth
SPORTING
□ sporting chance
SPOT
□ a leopard changes its spots □ be rooted to the spot □ blind spot □ bright spot □ have a soft spot for sb □ hit the spot □ hot spot □ in a tight spot □ X marks the spot □ on the spot □ put sb on the spot □ sore spot

spot sth a mile away → see sth a mile away
SPOTLIGHT
□ in the spotlight □ out of the spotlight □ put the spotlight on
SPREAD
□ spread like wildfire □ spread one's wings □ spread oneself too thin
SPRING
□ spring in one's step □ full of the joys of spring □ no spring chicken
SPUR
□ on the spur of the moment
SQUARE
□ square meal □ back to square one □ fair and square
SQUEAKY
□ the squeaky wheel (gets the grease)
SQUEEZE
□ main squeeze □ put the squeeze on

SQUEEZED
□ be packed like sardines
SQUIB
□ a damp squib
SSDD
□ same shit, different day
STAB
□ stab sb in the back □ a stab in the back □ back-stabbing □ take a stab at doing sth □ take a stab in the dark
STACK
□ stack the odds against sb □ blow one's stack

stack the deck against sb → stack the odds against sb
STACKED
□ the odds are stacked against sb
STAFF
□ at half-mast
STAG
□ go stag
STAGE
□ set the stage (for)
STAKE
□ pull up stakes
STALKING
□ stalking horse
STAMP
□ put one's stamp on sth
STAND
□ stand (out) head and shoulders above (the rest / sth) □ stand a chance of doing sth □ stand alone □ stand firm □ stand guard over sth □ stand on ceremony □ stand on one's dignity □ stand on one's head (to do sth) □ stand on one's own two feet □ stand out in a crowd □ stand sb in good stead □ stand the test of time □ stand up and be counted □ able to do sth standing on one's head □ have a fighting chance □ if you can't stand the heat, get out of the kitchen □ it stands to reason □ not have a ghost of a chance □ not have a leg to stand on □ one night stand □ take a hard line

stem

stand a fighting chance → have a fighting chance

stand against the tide → swim against the tide

stand aloof → keep oneself aloof

stand in awe of sb → be in awe of sb

stand in one's shoes → in one's shoes

stand one's ground → hold one's ground

stand out like a sore thumb → stick out like a sore thumb

stand pat → stand firm

stand sth on its head → turn sth on its head

stand toe-to-toe (with sb) → go toe-to-toe (with sb)

STANDARD
□ the standard bearer of sth

STANDING
□ be in the wings □ do sth standing on one's head

STAR
□ have stars in one's eyes □ hitch one's wagon to sb □ reach for the stars □ thank one's lucky stars

STARE
□ be staring sb in the face □ fix sb with a stare

stare at one's navel → contemplate one's navel

STARRY
□ starry-eyed

START
□ start the ball rolling □ start with a clean sheet (of paper) □ fur flies □ get a head start □ get off to a flying start □ give sb a head start □ give sth a flying start □ in fits and starts

start off on the right foot → get off on the right foot

start off on the wrong foot → get off on the wrong foot

start the wheels turning → keep the wheels turning

start tongues wagging → set tongues wagging

STARTER
□ for starters

STARTING
□ be off the (starting) blocks

STATE
□ state of the art □ the state of play

state-of-the-art → state of the art

STAY
□ stay one step ahead of □ stay put □ stay the course (of sth) □ here to stay

stay ahead of the game → be ahead of the game

stay clear of → steer clear of

stay in touch (with) → be in touch (with)

stay loose → hang loose

stay on one's toes → be on one's toes

stay on the right side of sb → keep on the right side of sb

stay one jump ahead of sb → keep one jump ahead of sb

STEAD
□ stand sb in good stead

STEADY
□ steady as a rock □ at a fast clip □ rock-steady

STEAL
□ steal a march on sb □ steal one's thunder □ steal the show □ beg, borrow, or steal

steal one's heart → win one's heart

STEAM
□ build up a head of steam □ go full steam ahead (with) □ have steam coming out of one's ears □ let off steam □ pick up steam □ run out of steam □ under one's own steam

STEAMED
□ get steamed up

STEER
□ steer a middle course □ steer clear of □ get a bum steer □ give sb a bum steer

STEM
□ stem the tide (of) □ from stem to stern

stem the flow (of) → stem the tide (of)

stem the swell (of) → stem the tide (of)

1167

STEP

□ step in the right direction □ step into the breach □ step on it □ step on one's toes □ be in step (with) □ be out of step (with) □ spring in one's step □ stay one step ahead of □ take steps to do sth □ watch one's step

step into one's shoes → fill one's shoes

step out of line → be (way) out of line

step over the line → cross the line

STERN

□ from stem to stern

STERNER

□ be made of sterner stuff

STEW

□ be in a stew □ let sb stew in one's own juice

STICK

□ stick in one's throat □ stick one's neck out □ stick one's nose into sth □ stick out like a sore thumb □ stick to one's guns □ stick to one's knitting □ stick to one's ribs □ stick two fingers at sb □ stick-in-the-mud □ be beat with an ugly stick □ big stick □ bury one's head in the sand □ carrot-and-stick □ get the short end □ have a stick up one's butt □ more sth than one can shake a stick at □ the carrot and the stick

stick in one's craw → stick in one's throat

stick in the mud → stick-in-the-mud

stick one's hand into one's pocket → dig into one's pocket

stick one's head in a noose → put one's head in a noose

stick one's neck in a noose → put one's head in a noose

stick one's toe in the water → put one's toe in the water

stick the boot in → put the boot in

STICKING

□ sticking point

STICKY

□ sticky end □ have sticky fingers

STILL

□ still waters run deep □ the jury is still out (on sth)

STING

□ take the sting out of sth

STINK

□ make a stink □ think one's shit doesn't stink

STIR

□ stir up a hornet's nest □ cause a stir

STITCH

□ a stitch in time (saves nine) □ have sb in stitches

STOCK

□ lock, stock, and barrel

STOMACH

□ eyes are bigger than one's stomach □ find sth difficult to stomach □ have butterflies □ not have the stomach for sth □ turn one's stomach

STOMPING

□ old stomping ground

STONE

□ a rolling stone gathers no moss □ a stone's throw away □ be like getting blood out of a stone □ have a heart of stone □ kill two birds with one stone □ leave no stone unturned □ people who live in glass houses □ rolling stone

STOP

□ stop (dead) in one's tracks □ stop sth (dead) in its tracks □ come to a full stop □ make a pit stop □ pull out all the stops □ the buck stops here

stop sb (dead) in one's tracks → stop sth (dead) in its tracks

STORE

□ like a kid in a candy store □ mind the store □ set (great) store by sth

STORM

□ any port in the storm □ in the eye of the storm □ take sth by storm □ the calm before the storm □ weather the storm

STORY

□ hard-luck story □ shaggy dog story □ to make a long story short

STOVE
◻ slave over a hot stove
STRAIGHT
◻ straight arrow ◻ damn straight ◻ get sth straight ◻ give it to me straight ◻ go to one's head ◻ keep a straight face ◻ keep sb on the straight and narrow ◻ not think straight ◻ set sb straight ◻ set the record straight ◻ stray from the straight and narrow

straight from the heart → from the heart

straight from the horse's mouth → from the horse's mouth
STRAIN
◻ strain at the leash
STRAIT
◻ in dire straits
STRANGE
◻ strange bedfellows ◻ make strange bedfellows
STRANGER
◻ stranger things have happened ◻ no stranger to sth
STRAW
◻ a man of straw ◻ be grasping at straws ◻ draw straws (for sth) ◻ draw the short straw ◻ the last straw ◻ the straw that breaks the camel's back
STRAY
◻ stray from the straight and narrow
STREAK
◻ talk a blue streak
STREET
◻ the man on the street ◻ two-way street
STRENGTH
◻ give me strength ◻ tower of strength
STRETCH
◻ at a stretch ◻ home stretch ◻ not by any stretch of the imagination
STRICT
◻ take a hard line
STRICTLY
◻ for the birds

strictly for the birds → for the birds

STRIDE
◻ hit stride ◻ put sb off their stride ◻ take sth in stride ◻ without breaking strike
STRIKE
◻ strike a blow against ◻ strike a blow for ◻ strike a chord (with sb) ◻ strike at the heart of sth ◻ strike gold ◻ strike it rich ◻ strike one's fancy ◻ strike while the iron is hot ◻ strikes against sb ◻ lightning never strikes twice

strike a raw nerve → touch a raw nerve

strike close to home → hit close to home

strike home → hit home
STRIKING
◻ within striking distance
STRING
◻ string-pulling ◻ be tied to one's apron strings ◻ have sb on a string ◻ hold the purse strings ◻ loosen the purse strings ◻ pull (some) string ◻ pull the strings ◻ tighten the purse strings ◻ with no string attached
STRIPE
◻ earn your stripes
STROKE
◻ at a stroke ◻ different strokes for different folks ◻ paint sth in broad strokes
STROLL
◻ take a trip down memory lane
STRONG
◻ strong as a horse ◻ strong as an ox ◻ strong suit ◻ come on strong

strong as a bull → strong as a horse

strong as an ox → strong as a horse
STRUCK
◻ be struck dumb
STRUT
◻ strut one's stuff
STUBBORN
◻ stubborn as a mule
STUCK
◻ stuck up ◻ get in a rut

stuck-up → stuck up

STUFF
- stuff one's face (with) □ and all that jazz □ be made of sterner stuff □ don't sweat the small stuff □ strut one's stuff □ the hard stuff

stuff oneself → stuff one's face

STUMBLING
- stumbling block

STYLE
- cramp one's style □ like it's going out of fashion

SUBJECT
- drop the subject □ thorny question

SUBLIME
- from the sublime to the ridiculous

SUCH
- such as it be □ ever so □ no such luck □ there is no (such thing as a) free lunch

SUCK
- suck sb dry

suck sth dry → suck sb dry

SUCKER
- sucker for sth □ there's one born every minute

SUCKLING
- out of the mouths of babes (and sucklings)

SUDDEN
- all of a sudden

SUFFER
- not suffer fools

suffer a fit → have a fit

SUGAR
- sugar daddy □ sugar-coat the pill □ pretty please (with sugar on top) □ sugar-coat the pill

SUIT
- follow suit □ in one's birthday suit □ strong suit

SUITS
- the men in (gray) suits

SUMMER
- dog days □ Indian summer

SUN
- make hay (while the sun shines) □ think the sun shines out of one's backside

SUNDAY
- Sunday driver □ never in a month of Sundays

SUNDRY
- all and sundry

SUNNY
- sunny side up

SUNSHINE
- a ray of sunshine

SUPERINTENDENT
- sidewalk superintendent

SURE
- sure thing

SURFACE
- scratch the surface (of sth)

SUSPICION
- above suspicion □ have a sneaking suspicion

SWALLOW
- swallow one's pride □ swallow sth whole □ fall for sth hook, line and sinker □ hard to swallow

SWEAR
- swear like a trooper □ swear up and down

swear blind → swear up and down (that)

SWEAT
- sweat blood □ sweat it out □ blood, sweat and tears □ break out into a cold sweat (about sth) □ don't sweat the small stuff □ from the sweat of one's brow □ no sweat

SWEATING
- sweating bullets

SWEEP
- sweep sb off one's feet □ sweep sth under the rug □ clean sweep □ new broom

sweep sth under the carpet → sweep sth under the rug

SWEET
- have a sweet tooth □ short and sweet

SWEETNESS
□ all sweetness and light
SWELL
□ swell the ranks of □ stem the tide (of)
SWITCH
□ asleep at the switch
SWIM
□ swim against the tide □ swim with the tide □ in the swim of things □ sink or swim

swim against the current → go against the current
SWIMMING
□ go down like a rat sandwich
SWIMMINGLY
□ go swimmingly
SWINE
□ cast pearls before swine
SWING
□ swing both ways □ swing either way □ swing it □ get into the swing (of sth) □ in full swing □ tip the balance □ you could not swing a cat

swing the balance → tip the balance
SWINGING
□ leave sb twisting in the wind
SWIPE
□ take a swipe at sb
SWOOP
□ in one fell swoop
SWORD
□ sword of Damocles (hanging over one's head) □ double-edged sword □ the pen is mighter than the sword □ cross swords
SYMPATHY
□ one's heart goes out to sb
SYSTEM
□ all systems (are) go □ beat the system □ buck the system □ get sb out of one's system
T
□ dot the i's and cross the t's
TAB
□ keep tabs on sb □ pick up the tab (for) □ run up a tab (of)

TABLE
□ bring sth to the table □ drink sb under the table □ get back to the table □ get sb back to the table □ on the table □ put one's cards on the table □ put sth on the table □ the tables have turned □ turn the table (on sb) □ under the table
TACK
□ change of tacks □ change tack □ get down to brass tacks
TAIL
□ can't make head nor tail of sth □ chase one's (own) tail □ get off one's case □ in two shakes (of a lamb's tail) □ on one's tail □ turn tail □ with one's tail between one's legs
TAILED
□ bright-eyed and bushy-tailed
TAILSPIN
□ go into a tailspin
TAKE
□ take a back seat (to) □ take a bath □ take a beating □ take a bite out of sth □ take a chance on sth □ take a dim view of sth □ take a dive □ take a dump □ take a fancy to sb □ take a hard line □ take a flying leap □ take a gander at □ take a hike □ take a leak □ take a licking □ take a load off □ take a long, hard look at □ take a powder □ take a rain check (on sth) □ take a shine to sb □ take a sideswipe at □ take a soft line □ take a spin in sth □ take a stab at doing sth □ take a stab in the dark □ take a swipe at sb □ take a trip down memory lane □ take a whack at sth □ take account of sth □ take advantage of sth □ take care □ take care of □ take cognizance of sth □ take effect □ take evasive action □ take exception to sth □ take five □ take flight □ take form □ take fright □ take heart □ take issue with sb □ take it easy □ take it from me □ take it one day at a time □ take it or leave it □ take its toll (on sth) □ take leave of one's senses □ take my word for it □ take no prisoners □ take one's breath away □ take one's courage in both hands □ take one's cue from sb □ take one's hat off to sb □ take one's head out of the sand □ take one's life in one's (own) hands □ take one's lumps □ take one's pick □ take pains to do sth □ take

take

pot luck □ take root □ take sb at their word □ take sb down a peg (or two) □ take sb for a ride □ take sb for granted □ take sb in hand □ take sb into one's confidence □ take sb off one's hand □ take sb to task □ take sb to the cleaners □ take sb under one's wing □ take second place to sth □ take some beating □ take some doing □ take steps to do sth □ take sth amiss □ take sth as (the) gospel (true) □ take sth at face value □ take sth by storm □ take sth by the scruff of the neck □ take sth further □ take sth hard □ take sth in hand □ take sth in stride □ take sth into consideration □ take sth on board □ take sth on the chin □ take sth the wrong way □ take sth to heart □ take sth with a grain of salt □ take the bait □ take the biscuit □ take the bull by the horns □ take the cake □ take the easy way out □ take the edge off sth □ take the floor □ take the high road □ take the law into one's own hands □ take the line of least resistance □ take the low road □ take the money and run □ take the moral high ground □ take the plunge □ take the rap □ take the reins □ take the rough with the smooth □ take the shine off sth □ take the shirt off one's back □ take the sting out of sth □ take the turn for the better □ take the wind out of one's sails □ take the words out of one's mouth □ take the wraps off sth □ take to one's heels □ take to sth like a duck to water □ take up arms (against sb) □ take up the baton □ take up the cudgels □ take up the gauntlet □ take years off sb □ able to take a job □ able to take just so much □ able to take sth □ as a duck takes to water □ bear the brunt of sth □ can dish it out but can't take it □ do a double take □ give and take □ give or take □ give sb an inch (and he will take a mile) □ have what it takes □ it takes all kinds (to make a world) □ it takes one to know one □ it takes two to tango □ let nature take its course □ like taking candy from a baby □ not take sth lying down □ pick up the ball and run (with it) □ sit up and take notice □ whenever the fancy takes □ you can lead a horse to water □ you pay your money and you take your chances

take a crack at sth → have a crack at sth

take a grip on oneself → get a grip on oneself

take a hammering → take a beating

take a heavy toll (on sth) → take its toll (on sth)

take a lot of flak → catch flak

take a stroll down memory lane → take a trip down memory lane

take a walk down memory lane → take a trip down memory lane

take advantage of sb → take advantage of sth

take care that → take care

take chances → take a chance on sth

take it for granted that → take sb for granted

take it into one's head → get it into one's head

take its course → run its course

take matters into one's own hands → take the law into one's own hands

take one's bearings → get one's bearings

take one's chances → take a chance on sth

take one's fancy → strike one's fancy

take one's hats off to sb → take one's hat off to sb

take one's pound of flesh → have one's pound of flesh

take over the reins → take (up) the reins

take pride of place → pride of place

take sb by the throat → grab sb by the throat

take sth for a spin → take a spin in sth

take sth for granted → take sb for granted

take sth into account → take account of sth

take sth off one's hand → take sb off one's hand

take sth with a pinch of salt → take sth with a grain of salt

take the ball and run with it → pick up the ball and run (with it)

take the brunt of sth → bear the brunt of sth

take the cake → take the biscuit

take the hump → get the hump

take the path of least resistance → take the line of least resistance

take the turn for the worse → take the turn for the better

take the words right out of one's mouth → take the words out of one's mouth

take things easy → take it easy

take things into one's own hands → take the law into one's own hands

take things one day at a time → take it one day at a time

take up the reins → take the reins

take up the slack → pick up the slack

TAKEN
□ be taken aback by sth □ be taken with

TALE
□ live to tell the tale □ old wives' tale □ tell tales □ tell the tale

TALK
□ talk a blue streak □ talk about sth □ talk dirty □ talk in riddles □ talk on the big white telephone □ talk shop □ talk tough □ talk trash □ talk turkey □ all talk (and no action) □ fighting talk □ look who's talking □ money talks (bullshit walks) □ the talk of the town □ walk one's talk

talk with folked tongue → speak with folked tongue

TALKER
□ fast talker

TALKING
□ talking out of one's ass □ talking through one's hat □ be talking □ like talking to a (brick) wall □ now you're talking

TALL
□ tall drink of water □ tall order

TAN
tan one's hide → have one's hide

TANGENT
□ go off on a tangent

TANGLED
□ tangled web

TANGO
□ it takes two to tango

TANK
□ built like a tank

TAP
□ on tap

TAPE
□ red tape

TAR
□ tar sb with the same brush

TASK
□ take sb to task

TASTE
□ taste blood □ acquired taste □ get a taste of one's own medicine □ give sb a taste of their own medicine □ leave a bad taste in one's mouth □ there's no accounting for taste

TAT
□ tit for tat

TEA
□ not for all the tea in China

TEACH
□ you can't teach an old dog new tricks

teach sb the ropes → teach sb the ropes

TEAPOT
□ a tempest in a teapot

TEAR
□ tear sb limb from limb □ tear sb to shreds □ blood, sweat and tears □ blow the lid off sth □ not shed tears (over) □ shed crocodile tears □ the vale of tears

tear at one's heartstrings → tug at one's heartstrings

tear one's hair out → pull one's hair out

tear sb to pieces → tear sb to shreds

tear sth to shreds → tear sb to shreds

TEE
□ to a tee

TEETH
□ teeth-gnashing □ a kick in the teeth □ armed to the teeth □ better than a kick in the teeth □ cut one's teeth on sth □ do sth by the skin of one's teeth □ give one's eye teeth to do sth □ gnash one's teeth □ grit one's teeth □ lie through one's teeth □ like pulling teeth □ scarce as hen's teeth □ set one's teeth on edge □ show one's teeth □ sink one's teeth into sth

TEETHING
□ teething problems

teething pains → teething problems

TELEPHONE
□ talk on the big white telephone

TELL
□ tell it like it is □ tell me about it □ tell me another (one) □ tell sb flat out □ tell sb where to go □ tell tales □ tell that to the Marines □ tell the tale □ tell you what □ kiss and tell □ live to tell the tale □ piss on my back and tell me it's raining □ time will tell □ to tell you the truth

tell sth a mile away → see sth a mile away

TELLING
□ that would be telling □ there's no telling □ you're telling me

TEMPEST
□ a tempest in a teapot

TEMPT
□ tempt fate

tempt providence → tempt fate

TEN
□ ten to one □ like five miles of bad road □ put years on sb □ touch sth with a ten-foot pole

TENNIS
tennis widow → football widow

TENTERHOOKS
□ on tenterhooks

TERM
□ come to terms with sth □ in no uncertain terms □ a contradiction in terms □ on equal terms with sb

TERRIBLE
□ enfant terrible □ pay the price for

TERRITORY
□ come with the territory

TEST
□ test one's mettle □ test the water □ acid test □ litmus test □ put sth to the test □ stand the test of time

test the waters → test the water

TETHER
□ at the end of one's tether

THAN
□ there's more than one way to skin a cat

THANK
□ wham bam, thank you ma'am

THANK
□ thank one's lucky stars □ no thanks to sb

THAR
□ there's gold in them there

THAT
□ that bites □ that depends □ that does it □ that figures □ that makes a change □ that makes two of us □ that time of the month □ that would be telling □ that'll be the day □ that'll do □ that's (just) the way it goes □ that's a (real) bummer □ that's a (real) pisser □ that's about all □ that's about the side of it □ that's all she wrote □ that's done it □ that's easier said than done □ that's more like it □ that's neither here nor there □ that's news to me □ that's rich (coming from sb) □ that's sb all over □ that's sb for you □ that's that □ that's the spirit □ that's the way the cookie crumbles □ that's what I call sth □ that's what you think □ that's where we came in □ come to that □ go too far □ not all that □ this and that □ this, that and the other (thing)

that bites the big one → that bites

that goes without saying → it goes without saying

that is the bottom line → the bottom line is

that sinking feeling → sinking feeling

that's a crock → what a crock

that's about it → that's about all

that's it in a nutshell → in a nutshell

that's the long and short of it → the long and (the) short of it is

that's the oldest trick in the book → it's the oldest trick in the book

that's up to you → it's up to you

that's water under the bridge → it's water under the bridge

that's your funeral (not mine) → it's your funeral (not mine)

THE

□ the (dim and) distant past □ the (whole) works □ the 64,000 dollar question □ the absolute end □ the Achilles' heel □ the armpit of □ the Aztec two-step □ the ball is in one's court □ the balloon goes up □ the bane of one's life □ the battle lines are drawn □ the be-all and end-all (of sth) □ the bee's knees □ the beginning of the end □ the best bet □ the best of both worlds □ the best part of sth □ the big bad wolf □ the big enchilada □ the big time □ the birds and the bees □ the black sheep of the family □ the blind leading the blind □ the bottom drops out of one's world □ the bottom drops out of sth □ the bottom falls out (of the market) □ the bottom line is □ the bottom of the heap □ the boy next door □ the brain behind sth □ the breath of life to sb □ the bright lights □ the bubble bursts □ the buck stops here □ the business end (of sth) □ the call of nature □ the calm before the storm □ the carrot and the stick □ the cat is out of the bag □ the cat's whiskers □ the center of one's universe □ the chattering classes □ the cherry on the cake □ the chickens come home to roost □ the clutches of the coast is clear □ the company sb keeps □ the corridors of power □ the creøme de la creøme □ the cupboard is bare □ the curtain falls on sb □ the cut and thrust of sth □ the damage is done □ the damnedest □ the dead hand of sth □ the dead of night □ the death of sb □ the despair of sb □ the devil □ the devil incarnate □ the devil makes work for idle hands □ the dice are loaded (against sb) □ the die is cast □ the dizzy heights of □ the dos and don'ts □ the dust settles □ the early-bird catches the worm □ the ebb and flow □ the end of the rainbow □ the end of the road □ the envy of sb □ the evil eye □ the evil hour □ the fact is □ the facts of life □ the fair sex □ the fat is in the fire □ the fat lady has sung □ the feelgood factor □ the flip side □ the F-word □ the game is up □ the gloves are off □ the golden rule □ the good old days □ the grand old age □ the grand old man of sth □ the grass is (always) greener (on the other side of the fence) □ the grass roots □ the green-eyed monster □ the hard sell □ the hard stuff □ the haves and have-nots □ the heat is off □ the heat is on □ the icing on the cake □ the ins and outs of sth □ the jet set □ the jewel in the crown (of) □ the jury is still out (on sth) □ the kiss of death □ the last lap □ the last straw □ the last word in □ the law of the jungle □ the lay of the land □ the left hand doesn't know what the lesser of two evils □ the letter of the law □ the life of the party □ the light at the end of the tunnel □ the light of one's life □ the lights are on, but nobody's home □ the likes of sb □ the lion's share of sth □ the long and (the) short of it is □ the long arm of the law □ the long arm of the state □ the lowdown (on sb) □ the luck of the devil □ the luck of the draw □ the man on the street □ the man upstairs □ the meat and potatoes of sth □ the men in (gray) suits □ the Midas touch □ the milk of human kindness □ the moment of truth □ the more the merrier □ the morning after the night before □ the mother of all □ the mountain must come to Mohammed □ the movers and shakers □ the name of the game □ the nature of the beast □ the new kid on the block □ the nuts and bolts of sth □ the odd man out □ the odds are stacked against sb □ the old guard □ the one that got away □ the order of the day □ the other side of the coin □ the pearly gates □ the pecking order □ the pen is mighter than the sword □ the plot thickens □ the point of no return □ the pot calling the kettle black □ the powers that be □ the proof is in the pudding □ the rank and file □ the rat race □ the real McCoy □ the right hand doesn't know what the left hand is doing □ the road to hell is paved with good intentions □ the salt of the earth □ the scum of the earth □ the seed corn of sth □ the seven year itch □ the shape of things to come □ the sharpest tool in the box □ the shifting sands of sth □ the shit hits the fan □ the shoe is on the other foot □ the sky's the limit □ the smart money □ the smart money is on sth □ the spirit is willing but the flesh is weak □ the spirit of the law □ the squeaky wheel (gets the grease) □ the standard bearer of sth □ the state of play □ the straw that breaks the camel's back □ the tables have turned □ the talk of the town □

the thing is □ the third time is a charm □ the third wheel □ the tide is turning □ the time is ripe □ the tip of the iceberg □ the top of the heap □ the top rung of the ladder □ the upper crust □ the vale of tears □ the war to end all wars □ the weak link (in the chain) □ the wheels are turning □ the whole (kit and) caboodle □ the whole ball of wax □ the whole nine yard □ the whole shebang □ the whole shooting match □ the whys and wherefores (of sth) □ the wild blue yonder □ the word is □ the world is one's oyster □ the world revolves around □ the worm turns □ the writing on the wall □ the wrong side of the tracks

the bane of one's existence → the bane of one's life

the better part of sth → the best part of sth

the bottom drops out (of the market) → the bottom falls out

the bottom drops out of one's life → the bottom drops out of one's world

the bottom falls out of sth → the bottom drops out of sth

the bottom of the pile → the bottom of the heap

the bread and butter of sth → bread and butter

the breath of life for sb → the breath of life to sb

the cards are stacked against sb → the odds are stacked against sb

the cat's pyjamas → the cat's whiskers

the chances are that → chances are (that)

the cherry on top → the cherry on the cake

the curtain falls on sth → the curtain falls on sb

the dizzying heights of → the dizzy heights of

the early-bird gets the worm → the early-bird catches the worm

the end of the line → the end of the road

the evil day → the evil hour

the evil moment → the evil hour

the fact of the matter is → the fact is

the feel-good factor → the feelgood factor

the fifth wheel → the third wheel

the final nail in the coffin → another nail in one's coffin

the final straw → the last straw

the floodgates open → open the floodgates

the fur starts to fly → fur flies

the girl next door → the boy next door

the handwriting on the wall → the writing on the wall

the highest rung of the ladder → the top rung of the ladder

the last nail in the coffin → another nail in one's coffin

the last of the big spenders → last of the big spenders

the right hand is doing → the right hand doesn't know what the left hand is doing

the lie of the land → the lay of the land

the light dawns on sb → it dawns on sb

the living end → the absolute end

the long arm of the state → the long arm of the law

the lowdown (on sth) → the lowdown (on sb)

the luck of the Irish → the luck of the devil

the lull before the storm → the calm before the storm

the million dollar question → the 64,000 dollar question

the mind boggles → boggle one's mind

the odd one out → the odd man out

the other side of the tracks → the wrong side of the tracks

the pot of gold at the end of the rainbow → the end of the rainbow

the proof of the pudding (is in the eating) → the proof is in the pudding

the realization dawns on sb → it dawns on sb

the tables are turned → the tables have turned

the third time is the charm → the third time is a charm

the truth dawns on sb → it dawns on sb

thing

the whole enchilada → the whole shebang

the wide blue yonder → the wild blue yonder

the woman on the street → the man on the street

THEM
□ us and them

THEN
□ and then some □ but then (again) □ even now

then again → but then (again)

THERE
□ there are plenty more fish in the sea □ there are ways and means (of doing sth) □ there is no call to do sth □ there is no free lunch □ there is no future in sth □ there is no love lost (between) □ there you go □ there'll be hell to pay □ there's a fine line between □ there's a first time for everything □ there's gold in them there □ there's less to sb than meets the eye □ there's method in one's madness □ there's more than one way to skin a cat □ there's more to sb than meets the eye □ there's no accounting for taste □ there's no telling □ there's one born every minute there's the rub □ there's where sb come in □ be (way) out there □ be getting there □ be right (there) under one's nose □ be there for sb □ been there, done that □ hang (on) in there □ I'm not gonna go there □ not all there □ so there □ that's neither here nor there □ where there's a will there's a way □ will get there □ you've got me there

there again → but then (again)

there are other fish in the sea → there are plenty more fish in the sea

there is no call for sth → there is no call to do sth

there is no rhyme or reason → without rhyme or reason

there is no such thing as a free lunch → there is no free lunch

there you are → there you go

there you go → there you are

there's a sucker born every minute → there's one born every minute

there's gold in them thar → there's gold in them there

there's less to sth than meets the eye → there's less to sb than meets the eye

there's more to sth than meets the eye → there's more to sb than meets the eye

there's no smoke without fire → where there's smoke, there's fire

there's no time like the present → no time like the present

there's no time to lose → no time to lose

there's where sb come into it → there's where sb come in

there's where sth comes in → there's where sb come in

there's where sth comes into it → there's where sb come in

THEREIN
therein lies the rub → there's the rub

THESE
□ these days

THEY
□ they broke the mould when they made sb □ they don't make sth like they used to

they don't make 'em like they used to → they don't make sth like they used to

THICK
□ thick and fast □ thick as pea soup □ thick as thieves □ thick on the ground □ thick-skinned □ have thick skin □ in the thick of sth □ lay it on thick □ through thick and thin

THICKER
□ blood is thicker than water

THIEVES
□ thick as thieves

THIN
□ thin as a rail □ thin on the ground □ be on thin ice □ spread oneself too thin □ there's a fine line between □ through thick and thin □ wear thin

thin line between sth and sth → line between sth and sth

THING
□ things go from bad to worst □ things that go bump in the night □ a little knowledge is a dangerous thing □ all good things (must) come to an end □ all things being equal □ be

1177

think

all things to all people □ be just the ticket □ cut it fine □ do one's own thing □ do one's thing □ do the decent thing □ do the thing □ do the wild thing □ for one thing □ have a good thing going □ have a thing about □ how are things (going) □ in the (grant) scheme of things □ in the swim of things □ it's (just) one of those things □ know a thing or two about sth □ let sth slide □ make things lively for sb □ not know the first thing about □ of all things □ one thing led to another □ onto a good thing □ stranger things have happened □ sure thing □ take it easy □ take it one day at a time □ take the law into one's own hands □ the shape of things to come □ the thing is □ there is no (such thing as a) free lunch □ this, that and the other (thing) □ what with one thing and another

THINK

□ think fit □ think nothing of (doing) sth □ think on one's feet □ think one's shit doesn't stink □ think out loud □ think outside the box □ think sth is the best thing since sliced bread □ think the sun shines out of one's backside □ think the world of sb □ think twice (about) □ thinks he's it □ can't hear oneself think □ come to think of it □ great minds think alike □ have another think coming □ I am not made of money □ I wasn't born yesterday □ not think straight □ not think twice □ put one's thinking cap on □ that's what you think □ who is sb kidding?

think sth is the greatest thing since sliced bread → think sth is the best thing since sliced bread

think the sun shines out of one's ass → think the sun shines out of one's backside

think the sun shines out of one's behind → think the sun shines out of one's backside

think the sun shines out of sb → think the sun shines out of one's backside

thinks she's it → thinks he's it

THINKING

□ wishful thinking

THIRD

□ give sb the third degree □ the third time is a charm □ the third wheel

THIS

□ this and that □ this, that and the other (thing) □ get this □ go too far □ to this day

THOMAS

□ doubting Thomas

THORN

□ thorn in one's side

THORNY

□ thorny question

thorny issue → thorny question

thorny problem → thorny question

thorny subject → thorny question

thorny topic → thorny question

THOUGH

□ even if

THOUGHT

□ collect oneself □ give food for thought □ give sb pause (for thought) □ have second thoughts (about) □ on second thought □ one's heart goes out to sb □ perish the thought

THOUSAND

□ bat a thousand □ be batting a thousand

THREAD

□ hang by a thread

THREE

□ three guesses □ three-ring circus □ be three sheets to the wind

THROAT

□ a lump in one's throat □ at each other's throats □ cut one's own throat □ grab sb by the throat □ have a frog in one's throat □ jump down one's throat □ stick in one's throat

THROES

□ in the throes of (doing) sth

THROTTLE

□ at full throttle

THROUGH

□ through and through □ through the agency of sb □ through the eyes of sb □ through thick and thin □ down through □ drag sb through the mud □ fall through the cracks □ get it into one's head □ go through hell □ go through sth like a (hot) knife through butter □ go through sth with a fine-tooth comb □ go through the mill □ go through the motions □ go through the roof □ go through the wringer □ hear sth through the grapevine □ let it slip (that) □ let sth slip through one's fingers □ lie through one's teeth □ make sb go through (the) hoops □ pay through the nose □ put sb through one's paces □ put sb through the mill □ see sth through rose-coloured glasses □ talking through one's hat

through one's eyes → through the eyes of sb

through the back door → by the back door

THROW

□ throw a monkey wrench into sth □ throw caution to the wind(s) □ throw down the gauntlet □ throw good money after bad □ throw in the towel □ throw money around □ throw money at sth □ throw one's hat into the ring □ throw one's lot in with □ throw one's weight around □ throw one's weight behind sb □ throw sb a curve □ throw sb off balance □ throw sb off the scent □ throw sb to the dogs □ throw sb to the lions □ throw sb to the wolves □ throw sth back in one's face □ throw the baby out with the bath(water) □ throw the book at sb □ a stone's throw away □ be thrown in(to) the deep end □ people who live in glass houses □ put one's two cents' worth in □ trust sb as far as could throw him

throw (new) light on sth → shed (new) light on sth

throw a fit → have a fit

throw cold water on sth → pour cold water on sth

throw in one's two cents' worth → put one's two cents' worth in

throw mud → sling mud

throw sb for a loop → knock sb for a loop

throw sth out of court → rule sth out of court

THROWBACK

□ a throwback to (a time when)

THRUST

□ the cut and thrust of sth

THUMB

□ thumb one's nose (at) □ all thumbs □ give sb the thumbs down □ have a green thumb □ rule of thumb □ stick out like a sore thumb □ under one's thumb □ get the thumbs up □ give sb the thumbs up □ twiddle one's thumbs

THUNDER

□ steal one's thunder

THUS

thus far → so far

TICK

□ full as a tick □ what makes sb tick

TICKET

□ ticket to sth □ be just the ticket □ dream ticket □ meal ticket

TICKLE

□ tickle the ivories

tickle one's fancy → strike one's fancy

TICKLED

□ be tickled pink

TIDE

□ stem the tide (of) □ swim against the tide □ swim with the tide □ the tide is turning □ time and tide wait for no man

TIE

□ tie one on □ tie oneself in knots □ tie the knot □ tie up loose ends □ be tied to one's apron strings □ can do sth with one hand tied behind one's back □ do sth with one hand tied behind one's back □ fit to be tied

TIED

□ hands are tied

TIGER

□ paper tiger

TIGHT

□ tight as Dick's hatband □ in a tight spot □ keep a tight rein on sb □ keep sb on a short leash □ run a tight ship □ sit tight

tight as a tick → full as a tick

TIGHTEN
□ tighten one's belt □ tighten the purse strings □ tighten the screws on

TIGHTROPE
□ walk a tightrope

TILL
□ till Doomsday □ till the cows come home

till hell freezes over → until hell freezes over

till the bitter end → to the bitter end

till you're blue in the face → until you're blue in the face

TILT
□ at full speed □ full tilt

TILTING
□ be tilting at windmills

TIME
□ time and tide wait for no man □ time flies □ time is on one's side □ time will tell □ a stitch in time (saves nine) □ a throwback to (a time when) □ against the clock □ ahead of one's time □ all in good time □ all the time □ at a set time □ at all time □ at times □ be behind the times □ be marking time □ bide one's time □ big time □ buy time □ call one's time one's own □ do time □ fall on hard times □ for old times' sake □ for the time being □ from that day forth □ from time immemorial □ from time to time □ give sb a hard time □ have a whale of a time □ have all the time in the world □ have an easy time (of it) □ have been around the block □ have no time for □ have the time of one's life □ have time in one's hands □ in no time (at all) □ in one's own good time □ in the course of time □ in the fullness of time □ in the nick of time □ it's about time □ it's high time (that) □ kill time □ legend in one's own time □ let nature take its course □ live on borrowed time □ long time no see □ make up for lost time □ many a time □ many's the time □ no time like the present □ no time to lose □ not give sb the time of day □ once upon a time □ over the course of time □ pass the time of day (with sb) □ play for time □ put one's pants on one leg at a time □ show sb a good time □ sign of the times □ stand the test of time □ take it one day at a time □ that time of the month □ the big time □ the third time is a charm □ the time is ripe (for) □ there's a first time for everything □ time is on one's side □ when it comes to the crunch □ at the best of times □ move with the times

TIMETABLE
□ walking encyclopedia

TIN
□ tin ear (for sth) □ like a cat on a hot tin roof

TIP
□ tip the balance □ at one's finger tips □ on the tip of one's tongue □ the tip of the iceberg

tip one's hand → show one's hand

tip one's hat to sb → take one's hat off to sb

TIRE
□ spare tire

TIRED
□ dog tired

TIT
□ tit for tat

tit-for-tat → tit for tat

TITTIES
titties → tough titty

TITTY
titty → tough titty

TIZZY
□ in a tizzy

TO
□ to a fault □ to a man □ to a tee □ to advantage □ to begin with □ to bits □ to boot □ to cap it all □ to come □ to crown it all □ to date □ to death □ to die for □ to err is human □ to extent □ to extremes □ to good effect □ to hell with sb □ to make a long story short □ to one's credit □ to one's face □ to one's fingertips □ to one's heart's content □ to say the least □ to tell you the truth □ to the accompaniment of sth □ to the bad □ to the best of one's ability □ to the best of one's knowledge □ to the bitter end □ to the bone □ to the contrary □ to the core □ to the day □ to the detriment of sb □ to the effect □ to the fore □ to the forefront of sth □ to the gills □

to the hilt □ to the nth degree □ to the tune of □ to this day □ to top it all (off) □ to wit

to a T → to a tee

to bad effect → to good effect

to cut a long story short → to make a long story short

to hell with sth → to hell with sb

to no avail → to little avail

to little avail

to one's heart's desire → to one's heart's content

to put it in a nutshell → in a nutshell

to that effect → to the effect

to the best of one's belief → to the best of one's knowledge

to the detriment of sth → to the detriment of sb

to this effect → to the effect

to within an inch of one's life → within an inch of one's life

TOAST

□ warm as toast

TODAY

□ here today gone tomorrow

TOE

□ toe the line □ from head to toe □ go toe-to-toe (with sb) □ head-to-toe □ put one's toe in the water □ step on one's toes □ be on one's toes □ go toes up □ keep sb on one's toes □ make one's toes curl

TOGETHER

□ band together □ be bound together by sth □ get it together □ get one's shit together □ knock one's heads together □ not have two cents to rub together □ put one's heads together □ put two and two together

TOILET

□ go down the drain

TOKEN

□ as a token (of sth) □ by the same token

TOLD

□ a little bird told me □ all told

TOLL

□ take its toll (on sth)

TOM

□ any Tom, Dick, and Harry

TOMORROW

□ tomorrow is another day □ here today gone tomorrow □ like there's no tomorrow

TON

□ come down on sb like a ton of bricks □ hit sb like a ton of bricks

TONGUE

□ tongue in cheek □ bite one's tongue □ cat got your tongue □ give sb a tongue-lashing □ guard one's tongue □ hold one's tongue □ loosen one's tongue □ on the tip of one's tongue □ set tongues wagging □ sharp tongue □ slip of the tongue □ speak with folked tongue □ watch one's tongue

TOO

□ too bad □ too many chiefs and not enough Indians □ too many cooks (spoil the broth) □ too rich for one's blood □ can't be too careful □ go too far □ in the not too distant future □ it's all too easy to do sth □ life's too short

TOOL

□ the sharpest tool in the box

TOOT

toot one's own horn → blow one's own horn

TOOTH

□ an eye for an eye □ fight tooth and nail □ have a sweet tooth □ long in the tooth

TOP

□ top dog toss one's cookies □ be over the top □ blow one's stack □ come out on top □ go over the top □ in the top flight □ not have much upstairs □ off the top of one's head □ on top of sth □ on top of the world □ one's elevator doesn't go all the way to the top □ pretty please (with sugar on top) □ push sb over the top □ the cherry on the cake □ the top of the heap □ the top rung of the ladder □ to top it all (off)

top of the pile → the top of the heap

TOPIC

□ thorny question

torch

TORCH
□ carry a torch for sb □ carry the torch □ pass the torch

TOSS
toss one's hat into the ring → throw one's hat into the ring

TOTALLY
□ on a (totally) different wavelength

TOUCH
□ touch a raw nerve □ touch and go □ touch base □ touch sth with a ten-foot pole □ be in touch (with) □ be out of touch (with) □ common touch □ get in touch with sb □ get in touch with sth □ have the magic touch □ lose touch (with) □ personal touch □ soft touch □ the Midas touch □ put the finishing touches

touch a chord → strike a chord

touch sb with a ten foot pole → touch sth with a ten-foot pole

touch wood → knock on wood

TOUGH
□ tough as old boots □ tough cookie □ tough luck □ tough nut to crack □ tough shit □ tough titty □ as hard as nails □ have a tough row to hoe □ take a hard line □ talk tough □ when the going gets tough

tough titties → tough titty

TOWEL
□ throw in the towel

TOWER
□ tower of strength □ in an ivory tower

TOWN
□ all over town □ go to town □ one-horse town □ paint the town red □ the talk of the town

TOY
□ boys and toys

TRACK
□ be on the fast track (to/for sth) □ cover one's tracks □ fast-track □ have a one-track mind □ have the inside track □ hot on the trail □ keep track of □ lose track of □ off the beaten track □ on the right track □ on the wrong track □ stop (dead) in one's tracks □ stop sth (dead) in its tracks □ the wrong side of the tracks □ make tracks (for)

TRADE
□ a jack of all trades □ tricks of the trade

TRAIL
□ trail-blazing □ blaze trails □ hot on the trail □ paper trail

TRAP
□ fall into the trap (of) □ keep one's trap shut □ shut your face

TRASH
□ one man's trash is another man's treasure □ talk trash

TREAD
□ tread the boards □ fools rush in

TREADING
□ be treading water

TREASURE
□ one man's trash is another man's treasure

TREAT
□ treat sb like dirt □ treat sb with kid gloves

TREATMENT
□ give sb the silent treatment

TREE
□ bark up the wrong tree □ can't see the forest for the trees □ do not grow on tree

TRIAL
□ trial balloon

TRICK
□ tricks of the trade □ bad of tricks □ do not miss a trick □ do the trick □ have sth up one's sleeve □ how's trick □ it's the oldest trick in the book □ up to one's old tricks □ use every trick in the book □ you can't teach an old dog new tricks

TRIM
□ trim one's sails (to sth) □ in fighting trim

trim sth to the bone → cut sth to the bone

TRIP
□ an ego trip □ lay a guilt trip on sb □ not know sth if it jumped up and bit one □ on a head trip □ take a trip down memory lane

TROOPER
□ swear like a trooper
TROPHY
□ trophy wife
TROUBLE
□ asking for it □ go to a lot of trouble
TRUANT
□ play hooky
TRUE
□ ring true □ see sb in their true colors □ show one's true colors
TRUST
□ trust sb as far as could throw him

trust sb any farther than could throw her → trust sb as far as could throw him

trust sb any farther than could throw him → trust sb as far as could throw him

trust sb as far as could throw her → trust sb as far as could throw him
TRUTH
□ bend the truth □ the moment of truth □ to tell you the truth
TRY
□ try one's hand at sth □ try one's wings □ try sth for size □ give sth the old college try □ have other fish to fry □ like trying to nail jell-O to the wall

try every trick in the book → use every trick in the book

try one's damnedest → do one's damnedest to do sth

try sth on for size → try sth for size
TRYING
□ a needle in a haystack
T-SHIRT
□ been there, done that
TUB
□ tub of lard
TUBE
□ go down the drain
TUCK
□ be nip and tuck

TUCKERED
□ tuckered out
TUG
□ tug at one's heartstrings □ tug of war

tug-of-war → tug of war
TUNE
□ call the shots □ change one's tune □ dance to one's tune □ he who pays the piper calls the tune □ in tune with □ sing a different tune □ to the tune of
TUNNEL
□ tunnel vision □ the light at the end of the tunnel
TURD
□ go down like a rat sandwich
TURF
□ on home turf
TURKEY
□ cold turkey □ talk turkey
TURN
□ turn a blind eye (to) □ turn a deaf ear (to sth) □ turn around and say sth □ turn heads □ turn on the waterworks □ turn one's back on sb □ turn one's hand to sth □ turn one's head □ turn one's stomach □ turn over a new leaf □ turn over in one's grave □ turn sth inside out □ turn sth on its head □ turn sth to one's advantage □ turn tail □ turn the clock back □ turn the corner □ turn the other cheek □ turn the tables (on sb) □ turn to jelly □ turn up the heat (on sb) □ as it is □ at every turn □ come full circle □ do sb a good turn □ go beet-red □ not know which way to turn □ one good turn deserves another □ speak out of turn □ take the turn for the better □ the worm turns □ whatever turns you on

turn around and do sth → turn around and say sth

turn beet-red → go beet-red

turn full circle → come full circle

turn molehills into mountains → make a mountain out of a molehill

turn one's back on sth → turn one's back on sb

turn sour → go sour

turn sth upside down → turn sth inside out

turn the knife (in the wound) → twist the knife (in the wound)

turn the screws on → turn the screws on

turn the spotlight on → put the spotlight on

TURNED

☐ the tables have turned

TURNING

☐ keep the wheels turning ☐ the tide is turning ☐ the wheels are turning

TURNIP

☐ be like getting blood out of a stone

TWAIN

☐ never the twain shall meet

TWICE

☐ large as life ☐ lightning never strikes twice ☐ not think twice ☐ once bitten, twice shy ☐ think twice (about)

TWIDDLE

☐ twiddle one's thumbs

TWINKLING

☐ in the twinkling of an eye

TWIST

☐ twist one's arm ☐ twist the knife (in the wound) ☐ have one's arm twisted ☐ round the bend

twist sb around one's little finger → wrap sb around one's little finger

TWISTING

☐ leave sb twisting in the wind

TWO

☐ two sides of the same coin ☐ two wrongs don't make a right ☐ two's company (three's a crowd) ☐ be of two minds ☐ have two left feet ☐ in two shakes (of a lamb's tail) ☐ it takes two to tango ☐ know a thing or two about sth ☐ like two peas in a pod ☐ no two ways about it ☐ not have two cents to rub together ☐ put two and two to make five ☐ put two and two together ☐ stand on one's own two feet ☐ stick two fingers at sb ☐ take sb down a peg (or two) ☐ that makes two of us ☐ two-way street

two-step → the Aztec two-step

TYPE

☐ all kinds of sb

UGLY

☐ ugly as sin ☐ ugly duckling ☐ be beat with an ugly stick ☐ large as life ☐ rear its (ugly) head

UMBILICAL

☐ cut the cord

UNBOWED

☐ bloodied but unbowed

UNCERTAIN

☐ in no uncertain terms

UNCLE

☐ Bob's your uncle

UNDER

☐ under a cloud ☐ under age ☐ under any circumstances ☐ under canvas ☐ under construction ☐ under cover ☐ under cover of sth ☐ under false pretences ☐ under lock and key ☐ under one's own steam ☐ under one's thumb ☐ under separate cover ☐ under the (watchful) eye of sb ☐ under the aegis of sth ☐ under the auspices of sb ☐ under the banner of ☐ under the care of sb ☐ under the circumstances ☐ under the counter ☐ under the gun ☐ under the influence ☐ under the table ☐ under the weather ☐ under wraps ☐ under-the-counter ☐ a lot of water has gone under the bridge since ☐ be hot under the collar ☐ be right (there) under one's nose ☐ be six feet under ☐ be under control ☐ be under fire ☐ be under the wing of ☐ bring sth under control ☐ come under the hammer ☐ down under ☐ drink sb under the table ☐ get in under the wire ☐ get under one's feet ☐ get under one's skin ☐ get under way ☐ go under the knife ☐ have sth under one's belt ☐ hide one's light under a bushel ☐ it's water under the bridge ☐ keep sth under one's hat ☐ let the grass grow under one's feet ☐ light a fire under sb ☐ pull the rug (out) from under sb ☐ sweep sth under the rug ☐ take sb under one's wing ☐ worship the ground sb walks on

under no condition → on no condition

under par → below par

under the aegis of sb → under the aegis of sth

under the cover of sth → under cover of sth

under the spotlight → in the spotlight

UNDERGROUND
□ go underground

UNDERSTAND
understand what's what → know what's what

UNEASY
□ make strange bedfellows

uneasy bedfellows → make strange bedfellows

UNGLUED
□ come unglued

UNHOLY
□ unholy alliance

UNIVERSE
□ the center of one's universe

UNKNOWN
□ unknown quantity

UNQUOTE
□ quote, unquote

UNSUNG
□ unsung hero

UNTIE
untie the Gordian knot → cut the Gordian knot

UNTIL
□ until hell freezes over □ until you're blue in the face

until the bitter end → to the bitter end

until the cows come home → till the cows come home

UNTO
□ law unto oneself

UNTURNED
□ leave no stone unturned

UP
□ up against it □ up and about □ up and down □ up and running □ up for grabs □ up for sth □ up front □ up in arms about sth □ up in the air □ up in years □ up on sth □ up the ante □ up the creek (without a paddle) □ up to one's ears in sth □ up to one's old tricks □ up to par □ up to snuff □ up to speed □ up to sth □ up yours □ ups and downs □ up-to-the-minute □ a leg up □ be all up with sb □ be het up □ be keyed up □ be up-front (about sth) □ be washed up □ beef up □ dead from the neck up □ drive sb up the wall □ fetch up in □ get hung up on sth □ get it up □ give up the ghost □ go toes up □ ham it up □ it's up to you □ live it up □ move up in the world □ not have much upstairs □ on an up □ on the up □ on the up and up □ pump up the volume □ swear up and down (that) □ the game is up □ turn up the heat □ what's up □ whoop it up

up shit creek → up the creek

up the wazoo → out the wazoo

up the ying yang → out the wazoo

up to no good → up to sth

up to one's eyeballs in sth → up to one's ears in sth

up to one's eyes in sth → up to one's ears in sth

up to one's neck in sth → up to one's ears in sth

up to the hilt → to the hilt

UPFRONT
□ be up-front (about sth)

up-front → be up-front (about sth)

UPON
□ once upon a time

upon my word → my word

UPPER
□ upper-crust □ get the upper hand □ the upper crust

UPSET
□ upset the applecart

UPSIDE
□ turn sth inside out

UPSTAIRS
□ kick sb upstairs □ not have much upstairs □ the man upstairs

UPTAKE
□ quick on the uptake □ slow on the uptake

US
□ us and them

USE
□ use every trick in the book □ use sb as a punching bag □ a fat lot of good it does □ it's no use crying over spilled milk

USED
□ they don't make sth like they used to

USUAL
□ as per usual □ business-as-usual □ it is business as usual

U-TURN
□ make a U-turn

VACUUM
□ in a vacuum

VALE
□ the vale of tears

VALOR
□ discretion is the better part of valor

VALUE
□ at face value □ take sth at face value

VANISH
□ vanish into thin air

VANISHING
□ do a vanishing act

VARIETY
□ variety is the spice of life □ garden variety □ variety is the spice of life

VELVET
□ iron fist in a velvet glove

VENGEANCE
□ with a vengeance

VENT
□ vent one's spleen

VENTURED
□ nothing ventured, nothing gained

VERBAL
□ have verbal diarrhea

VERGE
□ on the verge of (doing) sth

VERSE
□ chapter and verse

VERTICALLY
□ vertically challenged

VERY
□ before one's (very) eyes □ from the first from the very first → from the first

VESSEL
□ burst a blood vessel

VEST
□ play one's cards close to one's chest

VICTIM
□ fashion victim

VICTORY
□ Pyrrhic victory

VIEW
□ bird's-eye view (of sth) □ take a dim view of sth □ with a view to (doing) sth

view sb in a different light → see sb in a different light

view sth in a different light → see sb in a different light

view sth through rose-coloured spectacles → see sth through rose-coloured glasses

VINE
□ wither on the vine

VINEGAR
□ full of piss and vinegar

VIOLET
□ shrinking violet

VIRTUE
□ by virtue of □ make a virtue of necessity

VISION
□ have visions of (doing) sth □ tunnel vision

VOCABULARY
□ not in one's vocabulary

VOICE
□ voice (crying) in the wilderness □ give voice to □ speak with one voice

VOLUME
□ pump up the volume □ speak volumes (about)

VOTE
□ vote with one's feet □ vote with one's

pocketbook

vote with one's pocketbook → vote with one's feet

vote with one's wallet → vote with one's feet

W

□ mind one's p's and w's

WAD

□ blow the whole wad

WAGE

□ wage war on

WAGGING

□ set tongues wagging

WAGON

□ circle the wagons □ fall off the wagon □ fix one's wagon □ hitch one's wagon to sb

WAIL

wail one's teeth → gnash one's teeth

WAIT

□ wait and see □ wait for the other shoe to drop □ wait on sb hand and foot □ an accident waiting to happen □ lie in wait (for) □ not able to wait □ time and tide wait for no man

WAITING

□ be in the wings □ play a waiting game

WAKE

□ wake up and smell the coffee □ wake-up call □ in its wake □ in the wake of

WALK

□ walk a tightrope □ walk all over sb □ walk on eggshells □ walk one's talk □ walk the plank □ all walks of life □ be on thin ice □ from all walks of life □ money talks (bullshit walks) □ take a trip down memory lane □ worship the ground sb walks on

walk in one's shoes → in one's shoes

walk on eggs → walk on eggshells

walk the gangplank → walk the plank

WALKING

□ walking encyclopedia □ walking on air □ get one's walking papers

walking dictionary → walking encyclopedia

walking history book → walking encyclopedia

walking timetable → walking encyclopedia

WALL

□ walls have ears □ banging one's head against a wall □ bounce off the walls □ climb the walls □ drive sb up the wall □ fly on the wall □ fly-on-the-wall □ go to the wall □ have one's back against the wall □ hit a brick wall □ hit the wall □ like talking to a (brick) wall □ like trying to nail jell-O to the wall □ nail sb to the wall □ off the wall □ the writing on the wall

WALLOP

□ pack a punch

WAND

□ wave a magic wand

WANE

□ on the wane

WANT

□ want a piece of sb □ have sb right where you want them □ if you want sth, sb is your man □ waste not want not

want a crack at sth → have a crack at sth

want one's pound of flesh → have one's pound of flesh

WAR

□ war of nerves □ war of words □ all's fair in love and war □ all-out war □ the war to end all wars □ tug of war □ wage war on □ win a battle but lose the war

WARM

□ warm as toast □ warm body □ warm the cockles of one's heart □ getting warm

WARMED

□ look like death warmed over

WARN

□ alarm bells ring □ ring alarm bells

WARNING

warning bells ring → alarm bells ring

WARPATH

□ on the warpath

WARRANT

□ signing one's own death warrant

WART

□ warts and all

WASH

□ wash one's hands of sb □ wash with sb □ it'll all come out in the wash

wash one's dirty linen in public → air one's dirty linen in public

wash one's hands of sth → wash one's hands of sb

WASHED

□ be washed up

WASTE

□ waste not want not □ don't waste one's breath □ haste makes waste □ lay waste to sth

WATCH

□ watch one's back □ watch one's step □ watch one's tongue □ watch sb like a hawk □ watch the world go by □ watch this space □ on one's watch

watch one's mouth → watch one's tongue

watch one's p's and w's → mind one's p's and w's

WATCHED

□ watched pots never boil

WATCHFUL

□ under the (watchful) eye of sb

WATCHING

□ like watching paint dry

WATER

□ a lot of water has gone under the bridge since □ as a duck takes to water □ be like a fish out of water □ be treading water □ blood is thicker than water □ blow sth out of the water □ come hell or high water □ dead in the water □ in deep water □ in hot water □ it's water under the bridge □ keep one's head above water □ like water off a duck's back □ not hold water □ oil and water □ pour cold water on sth □ put one's toe in the water □ take to sth like a duck to water □ tall drink of water □ test the water □ throw the baby out with the bath(water) □ you can lead a horse to water

WATERS

□ cast one's bread upon the waters □ muddy the waters □ still waters run deep

WATERWORKS

□ turn on the waterworks

WAVE

□ wave a (magic) wand □ wave the white flag □ any wave you slice it □ like waving a red flag in front of a bull □ make waves □ ride (on) the crest of a wave

wave goodbye to sth → kiss sth goodbye

WAVELENGTH

□ on a (totally) different wavelength □ on the same wavelength

WAX

□ the whole ball of wax

WAY

□ way out of a (wet) paper bag □ way to go □ way to one's heart □ all the way □ all the way down the line □ be (way) out of line □ be (way) out there □ be going one's way □ be in the family way □ be out in left field □ be out of one's league □ be set in one's ways □ behind sb all the way □ bluff one's way □ by the way □ claw one's way □ clear the way □ downhill from here □ every which way □ feel one's way □ fight one's way □ find one's way □ get under way □ go all the way □ go back a long way □ go both ways □ go one's own way □ go out of one's way to do sth □ go the way of □ have a long way to go □ have a way with □ have come a long way □ have one's head screwed on □ have one's wicked way with sb □ in a bad way □ in a big way □ in more ways than one □ laugh all the way to the bank □ learn sth the hard way □ look the other way □ make way for □ mend one's ways □ no way □ no two ways about it □ not have much in the way of □ not know which way to turn □ one's elevator doesn't go all the way to the top □ parting of the ways □ pave the way for □ rub sb the wrong way □ see one's way clear to □ see which way the wind blows □ swing both ways □ swing either way □ take sth the wrong way □ take the easy way out □ that's (just) the way it goes □ that's the way the cookie crumbles □ there are ways and means (of doing sth) □ there's more than one way to skin a cat □ two-way street

□ where there's a will there's a way □ wise in the ways of □ you can't have it both ways
WAYSIDE
□ fall by the wayside
WAZOO
□ out the wazoo
WEAK
□ weak as a kitten □ the spirit is willing but the flesh is weak □ the weak link (in the chain)
WEAR
□ wear one's heart on one's sleeve □ wear sackcloth (and ashes) □ wear the pants in the family □ wear thin □ be none the worse for wear □ be the worse for wear □ if the shoe fits (wear it)

wear out one's welcome → overstay one's welcome
WEARY
□ no rest for the weary
WEATHER
□ weather the storm □ fair-weather friend □ keep the weather eye on □ under the weather
WEB
□ tangled web
WEDDING
□ hear wedding bells
WEDGE
□ drive a wedge between
WEE
□ wee hours

wee small hours → wee hours
WEEK
□ day after day □ flavour of the month □ it's not one's day □ knock sb into the middle of next week

week after week → day after day

week in, week out → day in, day out
WEEP
weep crocodile tears → shed crocodile tears

weep one's teeth → gnash one's teeth

WEEPER
□ finders keepers
WEIGHT
□ be a weight off one's shoulders □ carry the weight of the world on one's shoulder □ carry weight □ dead weight □ pull one's weight □ throw one's weight around □ throw one's weight behind sb □ worth one's weight in gold
WELCOME
□ welcome sb with open arms □ go down like a rat sandwich □ overstay one's welcome
WELL
□ well and good □ alive and kicking □ all's well that ends well □ be fucking well doing sth □ bloody well □ bode well for □ go down well □ it's just as well (that) □ leave well (enough) alone
WERE
□ as it were
WET
□ wet behind the ear □ wet blanket □ wet one's whistle □ all wet □ all wet □ get one's feet wet □ mad as a wet hen □ way out of a (wet) paper bag
WHACK
□ out of whack □ take a whack at sth
WHALE
□ have a whale of a time
WHAM
□ wham bam, thank you ma'am
WHAMMY
□ double whammy □ put a mojo on sb
WHAT
□ what a crock (of shit) □ what a mouthful □ what become of sb □ what do you expect □ what do you know □ what do you say □ what floats one's boat □ what gives □ what goes around comes around □ what got into sb □ what in the world □ what is the world coming to □ what makes sb tick □ what price □ what the blazes □ what the fuck □ what with one thing and another □ what's cooking □ what's driving at □ what's

whatever

her face □ what's it worth to sb □ what's one's deal □ what's the big idea? □ what's the catch □ what's the damage □ what's the deal (with) □ what's up □ what's with □ what's your poison □ a man's gotta do what a man's gotta do □ and what have you □ come what may □ for what it's worth □ get what's coming to □ have what it takes □ just what the doctor ordered □ know what's what □ on earth □ one didn't know what hit him (her) □ or what □ practice what one preaches □ see what sb is (really) made □ so what □ tell you what □ that's what I call sth □ that's what you think □ the devil □ the right hand doesn't know what the left hand is doing □ you reap what you sow

what a pisser → that's a (real) pisser

what about → how about

what become of sth → what become of sb

what sth is cracked up to be → all it's cracked up to be

what's good for the goose (is good for the gander) → sauce for the goose (is sauce for the gander)

what's happening → what's up

what's his face → what's her face

what's sauce for the goose (is sauce for the gander) → sauce for the goose (is sauce for the gander)

what's up with → what's up

WHATEVER

□ whatever turns you on □ everything one can lay one's hands on □ what floats one's boat

WHATNOT

□ and whatnot

WHEAT

□ sort (out) the wheat from the chaff

WHEEL

□ wheel and deal □ wheels within wheels □ cog in the wheel □ hell on wheels □ keep the wheels turning □ reinvent the wheel □ set the wheels in motion □ spin one's wheels □ the squeaky wheel (gets the grease) □ the third wheel □ the wheels are turning

WHEELER

□ wheeler-dealer

WHEN

□ when hell freezes over □ when in Rome (do as the Romans do) □ when it comes (right) down to it □ when it comes to sth □ when it comes to the crunch □ when it rains it pours □ when one's ship comes in □ when push comes to shove □ when the cat's away (the mice will play) □ when the chips are down □ when the going gets tough (the tough get going) □ as and when □ kick sb when one is down □ they broke the mould when they made sb

when all is said and done → after all is said and done

when one gets (right) down to it → when it comes (right) down to it

when sb put one's mind to it → if sb put one's mind to it

when the crunch comes → when it comes to the crunch

when the spirit moves → if the spirit moves

WHENEVER

□ whenever the fancy take

whenever the spirit moves → if the spirit moves

WHERE

□ where does sb get off (doing sth) □ where it's at □ where sb is coming from □ where the rubber meets the road □ where there's a will there's a way □ where there's smoke, there's fire □ give credit where credit is due □ have sb right where you want them □ hit sb where it hurts □ on earth □ put one's money where one's mouth is □ tell sb where to go □ that's where we came in □ the devil □ there's where sb come in

where in the world → what in the world

where sth is concerned → far as sth is concerned

where the blazes → what the blazes

WHEREFORE

□ the whys and wherefores (of sth)

WHET

□ whet one's appetite (for sth)

WHETHER
□ not know whether one is coming or going
WHICH
□ every which way □ not know which way to turn □ see which way the wind blows

which is where we came in → that's where we came in
WHICHEVER
whichever wave you slice it → any wave you slice it
WHILE
□ while the going is good □ be worth one's while □ fiddle while Rome burns □ make hay (while the sun shines) □ strike while the iron is hot

while the getting is good → while the going is good
WHIMPER
□ not with a bang but a whimper
WHIP
□ a fair crack of the whip □ crack the whip □ kick one's ass

whip one's butt → kick one's ass

whip sb into shape → knock sb into shape

whip some ass → kick one's ass

whip sth into shape → knock sb into shape
WHIPPING
□ whipping boy
WHIRL
□ give sth a whirl
WHISKER
□ be within a whisker of (doing) sth □ do sth by a whisker
WHISKER
□ the cat's whiskers
WHISTLE
□ bells and whistles □ blow the whistle (on) □ clean as a whistle □ slick as a whistle □ wet one's whistle
WHISTLING
□ whistling Dixie □ whistling in the dark □ whistling in the wind

WHITE
□ white as a sheet □ white as the driven snow □ white Christmas □ white elephant □ white hat □ white lie □ as white as a ghost □ drive the porcelain bus □ in black and white □ talk on the big white telephone □ wave the white flag
WHO
□ who is sb kidding? □ who will remain nameless □ who's counting □ who's who off □ ladies who lunch □ on earth □ the devil

white-elephant → white elephant

who does sb think one is kidding? → who is sb kidding?

who in the world → what in the world

who shall remain nameless → who will remain nameless

who the blazes → what the blazes
WHOLE
□ blow the whole wad □ go the whole hog □ it's a (whole) new ball game □ make sth out of whole cloth □ swallow sth whole □ the (whole) works □ the whole (kit and) caboodle □ the whole ball of wax □ the whole nine yard □ the whole shebang □ the whole shooting match
WHOOP
□ whoop it up

whoops-a-daisy → oops-a-daisy
WHOOPEE
□ make whoopee
WHY
□ on earth □ the devil □ the whys and wherefores (of sth)

why in the world → what in the world
WICKED
□ have one's wicked way with sb □ no rest for the weary
WIDE
□ wide card □ all wool and a yard wide □ be wide of the mark □ be wide open □ blow sth wide open □ cast one's net wide □ far and wide □ give sb a wide berth □ leave oneself (wide) open (to sth) □ the wild blue yonder

WIDOW
□ football widow

WIFE
□ old wives' tale □ trophy wife

WIG
□ flip one's lid

WIGGLE
□ get a wiggle on

WILD
□ wild goose chase □ wild horses would not drag sb □ do the wild thing □ get a wild hair □ go hog wild □ sow one's wild oats □ the wild blue yonder

wild horses could not drag sb → wild horses would not drag sb

wild horses could not force sb → wild horses would not drag sb

wild horses could not make sb → wild horses would not drag sb

WILDERNESS
□ manna from heaven □ voice (crying) in the wilderness

WILDEST
□ not in my wildest dream

WILDFIRE
□ spread like wildfire

WILL
□ will get there □ against one's will □ battle of wills □ of one's own free will □ where there's a will there's a way

will wonders never cease → wonders will never cease

WILLIES
□ give sb the willies

WILLING
□ God willing and the creek don't rise □ the spirit is willing but the flesh is weak

WIN
□ win a battle but lose the war □ win hands down □ win one's heart □ win the day □ get brownie points

WIND
□ be scattered to the (four) winds □ be spitting in the wind □ be three sheets to the wind □ blowing in the wind □ break wind □ following wind □ get one's second wind □ get wind of sth □ leave sb twisting in the wind □ run like the wind □ sail close to the wind □ see which way the wind blows □ take the wind out of one's sails □ throw caution to the wind □ whistling in the wind

wind sb around one's little fingers → wrap sb around one's little finger

WINDMILLS
□ be tilting at windmills

WINDOW
□ window of opportunity □ go out (of) the window

WINE
□ wine and dine sb □ wine, women, and song

WING
□ wing it □ be in the wings □ be under the wing of □ clip one's wings □ on a wing and a prayer □ spread one's wings □ take sb under one's wing □ try one's wings

WINK
□ a wink's as good as a nod (to a blind man) □ forty winks □ not sleep a wink □ quick as a wink

WIPE
□ wipe sth off the map □ wipe the floor with sb □ wipe the grin off one's face □ wipe the slate clean

wipe the smiles off one's face → wipe the grin off one's face

WIRE
□ come down to the wire □ get in under the wire □ have one's wires crossed □ live wire

WISDOM
□ with the hindsight

WISE
□ wise as an owl □ wise in the ways of □ get wise to

WISER
□ be none the wiser

WISH
□ I wish □ your wish is my command

WISHFUL
- wishful thinking

WIT
- at one's wits' end □ battle of wits □ gather one's wits □ have your wits about you □ pit one's wit against sb □ scare sb out of their wits □ to wit

WITH
- with a bang □ with a capital □ with a difference □ with a vengeance □ with a view to (doing) sth □ with all due respect □ with all one's heart □ with an eye to sth □ with attitude □ with bad grace □ with bated breath □ with bells on □ with dispatch □ with effect from □ with good grace □ with guns blazing □ with no string attached □ with one's bare hands □ with one's eyes open □ with one's eyes shut □ with one's nose in the air □ with one's tail between one's legs □ with the exception of sth □ with the hindsight □ abound with □ be done with □ be to do with □ be with it □ bring sth into line (with) □ butt heads with sb □ can do sth with one hand tied behind one's back □ can't be doing with sth □ catch sb with one's hand in the cookie jar □ do sth with one hand tied behind one's back □ get away with murder □ have a way with □ have it out with sb □ keep up with the Joneses □ one's head is buzzing (with sth) □ over and done with □ over with □ throw one's lot in with □ to begin with □ what with one thing and another □ what's with

with a stick up one's ass → have a stick up one's butt

with a whimper not a bang → not with a bang but a whimper

with bells on it → with bells on

with due respect → with all due respect

with one's eyes closed → with one's eyes shut

with one's heart in one's mouth → one's heart in one's mouth

with sb all the way → behind sb all the way

with sth to spare → and sth to spare

with the benefit of hindsight → with the hindsight

with the clarity of hindsight → with the hindsight

with the wisdom of hindsight → with the hindsight

with tongue in cheek → tongue in cheek

WITHER
- wither on the vine

WITHIN
- within an inch of doing sth □ within an inch of one's life □ within earshot □ within spitting distance (of sth) □ within striking distance (of sth) □ be within a whisker of (doing) sth □ wheels within wheels

WITHOUT
- without breaking stride □ without ceremony □ without demur □ without detriment to sb □ without doubt □ without equal □ without exception □ without fail □ without fear of contradiction □ without fear or favour □ without further ado □ without missing a beat □ without rhyme or reason □ can do without sth □ do without sth □ fishing without bait □ go without □ it goes without saying □ make an omelette without breaking eggs □ up the creek □ where there's smoke, there's fire

without compare → beyond compare

without detriment to sth → without detriment to sb

without more ado → without further ado

without putting too fine a point on it → not to put too fine a point on it

WITLESS
- scare sb out of their wits

WOE
- woe betide sb

WOLF
- a wolf in sheep's clothing □ cry wolf □ keep the wolf from the door □ lone wolf □ the big bad wolf

WOLVES
- throw sb to the wolves

WOMAN
- a man after one's own heart □ a man of one's word □ a man of the world □ as the

next guy □ be one's own man □ hell hath no fury□ if you want sth, sb is your man □ make an honest woman (out) of sb □ one's right-hand man □ the man on the street □ you can't keep a good man down

WOMEN

□ wine, women, and song

WON'T

□ won't bite □ won't break the bank □ won't take no for an answer

WONDER

□ no wonder □ one-hit wonder

wonders will never cease □ do wonders (for)

WOOD

□ dead wood □ knock on wood

WOODEN

□ worth a wooden nickel

WOODS

□ a babe in the woods □ neck of the woods □ not be out the woods (yet)

WOODWORK

□ crawl out of the woodwork

WOOL

□ all wool and a yard wide □ dyed-in-the-wool □ pull the wool over one's eyes

WORD

□ word for word □ word is law (with sb) □ words fail me □ a man of one's word □ actions speak louder than words □ as good as one's word □ at a loss (for words) □ by word of mouth □ dirty word □ do sb a world of good □ don't know the meaning of (the word) □ eat one's words □ famous last word □ from the word go □ give sb one's word (that) □ hang on one's every word □ have a word (with sb) □ have the last word □ have words (with sb) □ in a word □ in so many words □ isn't the word for it □ keep one's word □ mark my word(s) □ mum's the word □ my word □ not breathe a word □ not get a word in edgewise □ not in so many words □ not mince words □ put in a (good) word for sb □ put words in(to) one's mouth □ say the word □ take my word for it □ take sb at their word □ take the words (right) out of one's mouth □ the F-word □ the last word in □ the word is (that) □ war of words

word has it → the word is (that)

WORK

□ work hand-in-hand (with) □ work like a charm □ work one's fingers to the bone □ work out the kinks □ work to rule □ all in a day's work □ all work and no play makes Jack a dull boy □ all worked up (over sth) □ at work □ have one's work cut out for □ in the works □ make short work of sth □ nice work if sb can get it □ piece of work □ the (whole) works □ the devil makes work for idle hands

work a mojo on sb → put a mojo on sb

work like a dream → run like a dream

work oneself into the ground → run oneself into the ground

work the kinks out → work out the kinks

work to one's advantage → be to one's advantage

work wonders for → do wonders (for)

WORKER

□ fast worker

WORLD

□ world of difference □ a man of the world □ all over the world □ be worlds apart □ brave new world □ carry the weight of the world on one's shoulder □ come down in the world □ dead to the world □ for all the world like □ from the four corners of the earth □ have all the time in the world □ have the world at one's feet □ in a world of one's own □ it takes all kinds (to make a world) □ it's not the end of the world □ live in a dream world □ mean the world to sb □ move up in the world □ not for the world □ not long for this world □ on top of the world □ out of this world □ set the world on fire □ small world □ the best of both worlds □ the bottom drops out of one's world □ the world is one's oyster □ think the world of sb □ think the world revolves around □ watch the world go by □ what is the world coming to

WORM
□ can of worms □ have worms for breakfast □ the early-bird catches the worm □ the worm turns

WORRIED
□ be frightened out of mind

WORRY
□ be frightened out of mind

WORSE
□ be none the worse for wear □ be the worse for wear □ fate worse than death □ if worse comes to worst □ one's bark is worse than his bite □ take the turn for the better

WORSHIP
□ worship the ground sb walks on □ hero worship

worship the ground under one's feet → worship the ground sb walks on

WORST
□ if worse comes to worst □ one's own worst enemy □ things go from bad to worst

WORTH
□ worth a wooden nickel □ worth one's salt □ worth one's weight in gold □ worth the paper it's written on □ a bird in the hand is worth two in the bush □ an ounce of prevention is worth a pound of cure □ be worth one's while □ do sth for all you are worth □ for what it's worth □ get one's money's worth □ put one's two cents' worth in □ what's it worth to sb

worth a plug nickel → worth a wooden nickel
worth the paper it's printed on → worth the paper it's written on

WOULD
□ would give one's right arm to do sth □ would rather die (than do sth) □ would run a mile □ would you care □ as luck would have it

WOULDN'T
□ wouldn't be caught dead (doing sth) □ wouldn't dream of doing sth □ wouldn't hurt a fly □ wouldn't you (just) know it

wouldn't be seen dead → wouldn't be caught dead

wouldn't harm a fly → wouldn't hurt a fly

WOUND
□ lick one's wounds □ twist the knife (in the wound) □ rub salt in one's wounds

WRAP
□ wrap oneself in the flag □ wrap sb around one's little finger □ take the wraps off sth □ under wraps

wrap sb in the flag → wrap oneself in the flag

WREAK
□ wreak havoc

wreak destruction → wreak havoc

WRECK
□ a nervous wreck

WRENCH
□ throw a monkey wrench into sth

WRING
□ wring one's hand □ wring one's hands □ wring one's neck

WRINGER
□ go through the wringer

WRIST
□ wrist-slapping

WRIT
□ writ large

WRITE
□ nothing to write home about

WRITING
□ the writing on the wall

WRITTEN
□ written all over one's face

WRONG
□ 5 million Elvis fans can't be wrong □ back the wrong horse □ bark up the wrong tree □ catch sb on the wrong foot □ do sb wrong □ don't get me wrong □ fall into the wrong hands □ get off on the wrong foot □ get on the wrong side of sb □ get up on the wrong side of the bed □ not far off (the mark) □ on the wrong side of □ on the wrong track □ put a foot wrong □ rub sb the wrong way □ take sth the wrong way □ the wrong side of the tracks □ two wrongs don't make a right

1195

□ you can't go wrong (with)

WROTE
□ wrote the book on sth □ that's all she wrote

X
□ X marks the spot □ X number of

X amount of → X number of

X dollars of → X number of

X people of → X number of

YA
□ how ya livin'?

YADA
yada yada (yada) → yadda yadda (yadda)

YADDA
□ yadda yadda (yadda)

YANG
□ out the wazoo

YANK
□ yank one's chain

YARD
□ all wool and a yard wide □ the whole nine yard

YARN
□ spin a yarn

YE
□ ye gods

YEAR
□ all year round □ day after day □ donkey's years □ it's not one's day □ not in a million years □ put years on sb □ since the year dot □ take years off sb □ the seven year itch

year after year → day after day

year in, year out → day in, day out

YELL
□ laugh one's head off

yell bloody murder → scream bloody murder

yell sth from the rooftops → shout sth from the rooftops

YES
□ yes and no

YESTERDAY
□ I wasn't born yesterday

YET
□ yet again □ as yet □ it's early days (yet) □ not be out the woods (yet) □ so near yet so far

YING
□ out the wazoo

YONDER
□ the wild blue yonder

YOU
□ you can bet your bottom dollar □ you can lead a horse to water (but you can't make it drink) □ you can say that again □ you can't beat □ you can't go wrong (with) □ you can't have it both ways □ you can't keep a good man down □ you can't teach an old dog new tricks □ you could (have) cut the air with a knife □ you could have fooled me □ you could hear a pin drop □ you could not swing a cat □ you could've knocked me down with a feather □ you owe me (one) □ you pay your money and you take your chances □ you reap what you sow □ you said a mouthful □ you said it □ you scratch my back, I'll scratch yours □ you snooze, you lose □ you wouldn't catch me doing sth □ you'd better believe sth □ you're kidding (me) □ you're putting me on □ you're telling me □ you've got me there □ and what have you

you can take a horse to water → you can lead a horse to water

you can talk → look who's talking

you can't keep a good woman down → you can't keep a good man down

you can't talk → look who's talking

you could (have) cut the atmosphere with a knife → you could (have) cut the air with a knife

you could've knocked me over with a feather → you could've knocked me down with a feather

you gotta do what you gotta do → a man's gotta do what a man's gotta do

you must think I am made of money → I am not made of money

you pay your money and you take your

choice → you pay your money and you take your chances

you said it, I didn't → you said it

you wish → I wish

you won't catch me doing → you wouldn't catch me doing sth

you'd better believe it → you'd better believe sth

you're a (fine) one to talk → look who's talking

YOUNG

☐ young at heart ☐ new blood

young blood → new blood

YOUR

☐ your guess is as good as mine ☐ your wish is my command

YOURS

☐ up yours

Z

☐ catch some Z's

ZERO

☐ zero in on sth

zip one's lip → button one's lip

ZONE

☐ free zone

ZONK

☐ zonk out

ZOOM

☐ zoom in on sth

THƯ MỤC THAM KHẢO CHÍNH

ANH NGỮ

- American Slang Dictionary – Harper & Row. Publishers, Inc. (New York, 1994)

- Collins Cobuild English Language Dictionary – Collins Publishers, Birmingham University (William Collins Sons & Co Ltd. 1987)

- Macmillan English Dictionary – Bloomsbury Publishing Plc., 2002

- NTC's American Idioms Dictionary – National Textbook Company (NTC Publishing Group, Illinois, USA, 1994)

- Oxford Advanced Learner's Dictionary – A. S. Hornby, Oxford University Press (London, 1992)

- Oxford Idioms Dictionary for Learners of English – Oxford University Press (London, 1998)

- Reading, Writing & Thinking – Vivian M. Rosenberg, Drexel University, Random House Inc. (New York, 1989)

- The Art of Writing – Cosmo F. Ferrara, Random House Inc. (New York, 1989)

- Common English Proverbs – A. Johnson (London 1958)

- A handy book of commonly-used American idioms – Solomon Wiener (New York, 1992)

- English Word-Formation – L. Bauer (Cambridge University Press Bloomfield, 1983)

- Teaching the Spoken Language – G. Brown và G. Yule (Cambridge University Press Bloomfield, 1983)

- Longman Dictionary of Contemporary English – (Longman, London, 1987)

- Fundamentals of Language – R. Jacobson, M. Halle (The Hague Mouton, 1956)

- Funk & Wagnalls Standard Desk Dictionary – Sidney I. Landau (Editor in Chief) (Harper & Row Publishers, Inc. 1993)

- A Modern Dictionary of English Idioms – Adam Makkai (University of Illinois, 1990)

ANH - VIỆT

- Tục ngữ Anh-Việt – Lê Đình Bích, Trầm Quỳnh Dân (Đại học Cần Thơ, 1986)

- Từ điển Anh-Việt – Viện Ngôn ngữ học (NXB TP. Hồ Chí Minh, 1993)

- Từ điển Báo chí Anh-Việt – Nguyễn Minh Tiến (NXB Thông Tấn, Hà Nội, 2002)

VIỆT NGỮ

- Từ điển Tiếng Việt – Hoàng Phê chủ biên (Trung tâm Từ điển Ngôn ngữ, Hà Nội, 1992)

- Từ điển Thành ngữ - Tục ngữ Việt Nam – Vũ Dung - Vũ Thúy Anh - Vũ Quang Hào (In lần thứ năm, NXB Văn hóa Thông tin, 2000)

- Từ điển Tiếng Việt – Bùi Đức Tịnh (Tái bản, NXB Văn hóa Thông Tin, 2004)

- Tục ngữ Việt Nam – Chu Xuân Diên - Lương Văn Đang - Phương Tri (In lần thứ ba, NXB Khoa học Xã hội, 1997)

- Tục ngữ lược giải – Phạm Hữu Khánh, Lê Trần Nguyên (Sài Gòn, 1956)

- Tục ngữ lược giải – Lê Văn Hòe (Hà Nội, 1967)

- Tục ngữ ca dao dân ca Việt Nam – Vũ Ngọc Phan (In lần thứ 11, NXB Khoa học Xã hội, 1998)

- Tục ngữ phong dao – Nguyễn Văn Ngọc (Sài Gòn, 1967)

www.ingramcontent.com/pod-product-compliance
Lightning Source LLC
Chambersburg PA
CBHW080442090526
44586CB00047B/2146